அலெக்ஸ் ஹேலி

11 ஆகஸ்ட் 1921 – 10 பிப்ரவரி 1992

நியூயார்க்கில் இதாகா என்ற இடத்தில் பிறந்தார். தாயார் பெயர் பெர்த்தா ஜார்ஜ். தந்தை பெயர் சைமன் ஹேலி.

இவர் தன் இளம் வயதில் கடலோரக் காவற்படையில் பணிபுரிந்தார். அதன் பின் பத்திரிகைத்துறைக்கு வந்த இவர் சிறந்த பத்திரிகையாளராகவும், எழுத்தாளராகவும் மாறினார்.

ரீடர்ஸ் டைஜஸ்ட் *(Readers Digest)*, பிளேபாய் *(Playboy)* போன்ற பிரபலமான பத்திரிகைகளில் ஹேலி பணிபுரிந்துள்ளார்.

'வேர்கள்' நூலை எழுதுவதற்கு முன் 'மால்கம் எக்ஸின்' வாழ்க்கை வரலாற்றை எழுதியுள்ளார்.

இவர் இரண்டாம் உலகப் போர் சமயத்தில் பசிபிக் கடலில் பயணம் செய்யும் ஒரு சரக்குக் கப்பலில் அமெரிக்கக் கடற்கரைப் பாதுகாப்புப் படை சார்பாக சேர்ந்தார். அங்கே இருந்த நூலகத்தின் மூலம் ஏற்பட்ட வாசிப்பு அனுபவம் அவருக்கு எழுத்தார்வத்தைத் தூண்டியது. பிற்பாடு அவர் லண்டனில் ஒரு மியூசியத்துக்குச் செல்ல நேர்ந்தது. அங்கே அவர் ஒரு பழங்காலத்து எகிப்தியச் சிலையையும் அதில் உள்ள எழுத்துகளை வைத்து அதன் வரலாற்றை ஒரு பிரெஞ்ச் அறிஞர் கணிப்பதையும் கண்டார். அப்போதே அவருக்கு தனது முன்னோர்கள் மூலம் வழிவழியாகக் கடத்தப்பட்டு வரும் சில வார்த்தைகளையும், விசித்திரமான ஒலிகளையும் கொண்டு தமது மூதாதையர்களின் பூர்வீகத்தைத் தேடவேண்டும் என்கிற எண்ணம் உதித்தது.

இந்நிகழ்வுகளின் தாக்கத்தின் விளைவாக நெடுந்தேடல்களுக்கும், இன்னல்களுக்கும் இடையே தமது பூர்வீக நாடான ஆப்பிரிக்காவில் உள்ள காம்பியா சென்றடையும் ஹேலி, தனது பூர்வீகக் கிராமமான ஜுஃப்பூர் சென்றடைகிறார். அங்கே வழக்கத்தில் உள்ள நாட்டுப்புற பாடல்களின் மூலம் தனது மூதாதையரான குண்டா கிண்டே பற்றிய தகவல்களையும், ஆப்பிரிக்கக் கலாச்சாரத்தையும் உள்வாங்கி தனது முன்னோர்களின் வரலாற்றின் ஊடாக அந்தச் சமயத்தில் அமெரிக்க மூலதனத்தின் கோரப்பசிக்கு இரையான கருப்பர்களின் வாழ்வு பற்றிய தகவல்களை உள்ளடக்கி அவர் எழுதிய நாவல்தான் 'வேர்கள்'.

1976 இல் *வேர்கள்* வெளிவந்தவுடன் அது அமெரிக்காவில் மட்டுமல்ல, ஒட்டுமொத்த உலகிலும் பெரும் தாக்கத்தை ஏற்படுத்தியது. உலகிலேயே அதிகமாக விற்பனையாகும் நூல்களின் பட்டியலில் *வேர்கள்* இடம் பெற்றது. ஒவ்வொரு ஆப்பிரிக்கக் குடும்பத்தினரிடமும் புனிதநூலாக இருக்குமளவுக்கு இந்நூல் முக்கியத்துவம் பெற்றது. தங்கள் வரலாற்றை மீட்டெடுப்பதிலும் உலகிற்கு பறைசாற்றுவதிலும் இந்நூல் ஆற்றிய பங்கு அளப்பரியது. இதுவரை 50–க்கும் அதிகமான மொழிகளில் இது மொழிபெயர்க்கப்பட்டுள்ளது. கடந்த நூற்றியிருபது வருட நீண்ட காலத்தில் உலகத்தை உலுக்கிய இது போன்ற ஒரு புத்தகம் வேறெதுவுமே வந்ததில்லை...

வேர்கள்

அலெக்ஸ் ஹேலி

தமிழில்
பொன். சின்னத்தம்பி முருகேசன்

எதிர்
வெளியீடு

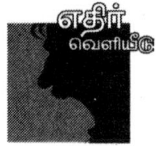

வேர்கள்
அலெக்ஸ் ஹேலி
தமிழில்: பொன். சின்னத்தம்பி முருகேசன்

முதல் பதிப்பு: அக்டோபர் 2014
மூன்றாம் பதிப்பு: ஜனவரி 2023

எதிர் வெளியீடு,
96, நியூ ஸ்கீம் ரோடு, பொள்ளாச்சி – 642 002
தொலைபேசி: 98948 75084, 99425 11302

விலை: ரூ. 1500

Verkal
Roots
Alex Haley

Translated by Pon. Chinnathambi Murugesan
Copyright © Alex Haley

First Edition: October 2014
Third Edition: January 2023

Published by
Ethir Veliyeedu, 96, New Scheme Road, Pollachi - 2
email: ethirveliyedu@gmail.com
www.ethirveliyeedu.com

Cover Design: Santhosh Narayanan
ISBN: 978-93-84646-01-1
Printed at Jothy Enterprises, Chennai.

All rights reserved. No part of this book may be reprinted or reproduced or utilised in any form or by any electronic, mechanical or other means, now known or hereafter invented, including photocopying and recording, or in any information storage or retrieval system, without permission in writing from the Publisher.

பொன். சின்னத்தம்பி முருகேசன்

திண்டுக்கல் மாவட்டம், மேலக்கோட்டை எனும் அம்பாத்துறை கிராமம் பிறந்த ஊர்.

2004 இல் இவரின் முதல் மொழிபெயர்ப்பு முயற்சியாக 'இயற்பியலின் தாவோ' எனும் நூல் வெளிவந்தது. இந்நூல் திருப்பூர் தமிழ்ச்சங்கத்தின் இலக்கிய விருதையும் தமிழ்நாடு அரசின் சிறந்த மொழிபெயர்ப்பு நூலுக்கான பரிசையும் பெற்றது.

என் பெயர் பட்டேல் பை, ரஸவாதி, உலகப் பேருரைகள், போர்க்கலை, முதல் விடுதலைப்போர், மார்க்கோபோலோ பயணக் குறிப்புகள், யுவான் சுவாங் இந்தியப் பயணம் (மூன்று தொகுதிகள்) போன்ற இவையெல்லாம் இவரது மொழியாக்கத்தில் வெளிவந்த நூல்கள்.

இவர் 2012ஆம் வருடத்திற்கான நல்லி-திசை எட்டும் மொழியாக்க விருதினைப் பெற்றுள்ளார்.

"வேர்கள்" உணர்த்திய உண்மை

மேலாதிக்க வெறி மேலோங்கிய காலம்! ஐரோப்பிய நாட்டினர் இந்தியா போன்ற கிழக்கத்திய நாடுகளில் வணிகம் என்கிற பெயரில் உள்ளே புகுந்து, வந்தோரை வரவேற்ற அவர்தம் பண்பாட்டியல் உன்னதத்தால் இடம் பிடித்து, உள்நாட்டில் நிலவிய உறுதியற்ற அரசியல் நிலைமைகளை மேலும் சீர்குலைத்து, அரசியல் சூதாட்டங்களில் ஈடுபட்டு நாட்டையே தமதாக்கிக் கோலோச்சினர். விளைந்த கொடுமைகளையும் கொடூரங்களையும், ஆதிக்க வெறியின் உச்சக்கட்டமாக நச்சு வாயுக்கள் ஆயுதங்களாகப் பயன்படுத்தப்பட்ட முதலாம் நாடுபிடி சண்டையும், அணுஆயுதங்கள் கையாளப்பட்ட இரண்டாம் நாடுபிடி சண்டையும் ஏற்படுத்திய பேரழிவுகளையும் குருதிக்கறை படிந்த வரலாற்று ஏடுகள் இன்னமும் புலம்பிக் கொண்டிருக்கின்றன.

அதே மேலாதிக்க வெறி, அமெரிக்காவில் தனது கோர முகத்தை வேறுவிதமாக வெளிப்படுத்தியது. காலங்காலமாக அங்கே வாழ்ந்துவந்த பழங்குடி மக்களை அங்கிருந்து துரத்தி விட்டு, காட்டு வளங்களை அழித்து விளைநிலங்களாக்கியது. பாடுபடுவதற்கான ஆட்களைத் தேடுவதில் ஒரு புதிய யுக்தியைக் கையாண்டது. உடலுழைப்பில் விஞ்சி நின்ற ஆப்பிரிக்க மக்களைச் சிறைப்பிடித்து, ஆற்றொணாக்

கொடுமைகளுக்கு ஆளாக்கி, விலங்குகளிட்டு, சங்கிலிகளால் பிணைத்து, காட்டு விலங்குகளிலும் கேவலமாக நடத்தி, அடிமைகளாக்கித் தமது பண்ணைகளில் உழைக்கச் செய்தது.

ஆப்பிரிக்கர்களை ஆப்பிரிக்கக் கைக்கூலிகளைக் கொண்டே சிறைப்பிடிப்பதும், அவர்களை அம்மணமாக்கி, ஆண், பெண் வேறுபாடின்றி உடலுறுப்புகளைச் சோதித்து, சூட்டுக்கோல்களால் அடையாளக் குறியிட்டு, கப்பலேற்றி, எவ்வித வசதியுமற்ற நிலையில் அவர்களைப் பயணிக்கச் செய்து, அந்தக் கொடூரப் பயணத்தில் கப்பலேற்றப்பட்டவர்களில் மூன்றிலொரு பங்கினர் மாண்டதைப் பற்றியும் கவலைப்படாமல், ஆடுமாடுகளைப் போல நடத்தியது. மட்டுமின்றி, அடிமை வணிகம் மிகப்பெரியதொரு தொழிலாகவே நடத்தப்பட்டது.

தாங்கொணாத் துன்ப, துயரங்களுக்கு ஆட்படுத்தப்பட்டு, குற்றுயிரும் குறையுயிருமாகக் கப்பலிலிருந்து இறக்கப்பட்டவர்கள் பொது ஏலத்தில் கூடுதல் விலை அளித்தோரிடம் விற்கப்பட்டனர். விலைக்குப் பெற்றவர்கள் தாம் புதிதாக உருவாக்கிக் கொண்டிருந்த பண்ணைகளில் அவர்களுடைய கடைசிச் சொட்டுக் குருதியும் வற்றிப் போகுமளவிற்குப் பாடுபட வைத்தனர்.

ஐரோப்பிய வெள்ளையர்கள் ஆக்கிரமித்திருந்த அமெரிக்காவில் ஆப்பிரிக்கக் கறுப்பர்கள் மிக எளிதாக அடையாளம் காணப்பட்டனர். தப்பியோடுவதற்கு வழியே இல்லை. வெள்ளையர்களில் ஏதுமற்ற ஏழைகள் தப்பியோடியவர்களை மீட்டித் தருகின்ற பணியைத் திறம்பட மேற்கொண்டனர். தப்பியோடிய அடிமைகளைச் சிறைப்பிடித்து மீட்டிக் கொடுப்பதையே தொழிலாகக் கொண்டனர்.

அத்தகையதொரு காலச் சூழலில் மேற்கு ஆப்பிரிக்காவின் காம்பியா நாட்டு மலைக்கிராமமான ஜுஃப்பூரில் பிறந்து வளர்ந்த குண்டா கின்டே சிறைப்படுத்தப்பட்டு, அடிமையாக அமெரிக்கா கொண்டு செல்லப்பட்டான். தூய்மையானதொரு பண்பாட்டில் பதினாறு வயது வரை வளர்ந்த அவனால் அந்நிய மண்ணில் வாழ முடியவில்லை. சவுக்கடி பட்ட முதுகையும், சூட்டுக்கோலால் ஏற்பட்ட காயங்களையும் காட்டிலும் அவனுடைய நெஞ்சு ரொம்பவே வலியெடுத்தது. அங்கே சில தலைமுறைகளாக அடிமைகளாக ஏற்கனவே வாழ்ந்த ஆப்பிரிக்க இனத்தவர் பலர் தமது தாயகத்தை முற்றாக மறந்து விட்டு 'நீக்ரோ' என்கிற புதுப்பெயரை ஏற்றுக் கொண்டு வாழ்ந்ததைக் கண்டு மனம் நொந்தான்.

நான்குமுறை தப்பியோட முயன்றான். நான்காவதுமுறை பிடிபட்டபோது அவனுடைய பாதம் துண்டிக்கப்பட்டது. ஓரளவேனும் மானுடப் பண்பு எஞ்சியிருந்த மருத்துவரான முதலாளி ஒருவரால் காப்பாற்றப்பட்டவன் அமெரிக்க அடிமை வாழ்வை வேறுவழியின்றி ஏற்றுக் கொண்டு வாழத் தொடங்கினான். ஆனாலும், அவனுடைய ஆப்பிரிக்க வாழ்க்கையை மறக்க முடியவில்லை. பெல் என்கிற அடிமைப் பெண்ணை மணந்து, தனக்குப் பிறந்த கிஸ்ஸிக்குக் குடும்ப வரலாற்றைப் புகட்டியதுடன், ஆப்பிரிக்காவில் தனது இனக்குழுவின் மாண்டிங்கா மொழிச் சொற்களையும் கற்றுக் கொடுத்தான்.

அவ்வாறாக, அங்கே அவனுடைய வழித்தோன்றல்களாக ஏழுதலைமுறைகள் உருவாயின. நான்காவது தலைமுறையைச் சேர்ந்த டாம் காலத்தில், நெடுகலும் நடந்து வந்த அடிமையொழிப்பிற்கான போராட்டம் ஆபிரகாம் லிங்கன் அமெரிக்க அதிபர் பொறுப்பேற்ற பொழுது முடிவுகட்டப்பட்டது. அடிமைகள் அனைவரும் விடுதலை பெற்றனர். விடுதலை வாழ்வில் அனைத்து உரிமைகளையும் பெற்று வாழ்ந்தனர். ஆனாலும், அடுத்தடுத்த தலைமுறையினருக்கு ஆப்பிரிக்க மூதாதையைப் பற்றியும் அவரைத் தொடர்ந்து உருவான தலைமுறையினரைப் பற்றியும் ஒவ்வொரு குழந்தைப் பிறப்பின் போதும் வழிவழியாக உணர்த்தி வந்தனர்.

ஏழாவது தலைமுறையைச் சேர்ந்த ஹேலி, எழுத்தாளர் என்பதால், தனது தாய்வழி மூதாதையரைப் பற்றிய செவிவழிச் செய்திகளில் பொதிந்திருந்த உண்மைகளைத் தேட முற்பட்டார். அதன் விளைவாக உருப்பெற்றது தான் “வேர்கள்” எனும் இந்நூல்!

அட்லாண்டிக் பெருங்கடலால் பிரிக்கப்பட்ட இருகண்டங்களையும் இணைத்து பல்வேறு களங்களில் கதை நகர்ந்து செல்கிறது. அமெரிக்காவில் குண்டா கின்டே வழி உருவான ஏழுதலைமுறைகளை மட்டும் கருத்திற்கொண்டு இந்நூலை

ஆப்பிரிக்காவில்

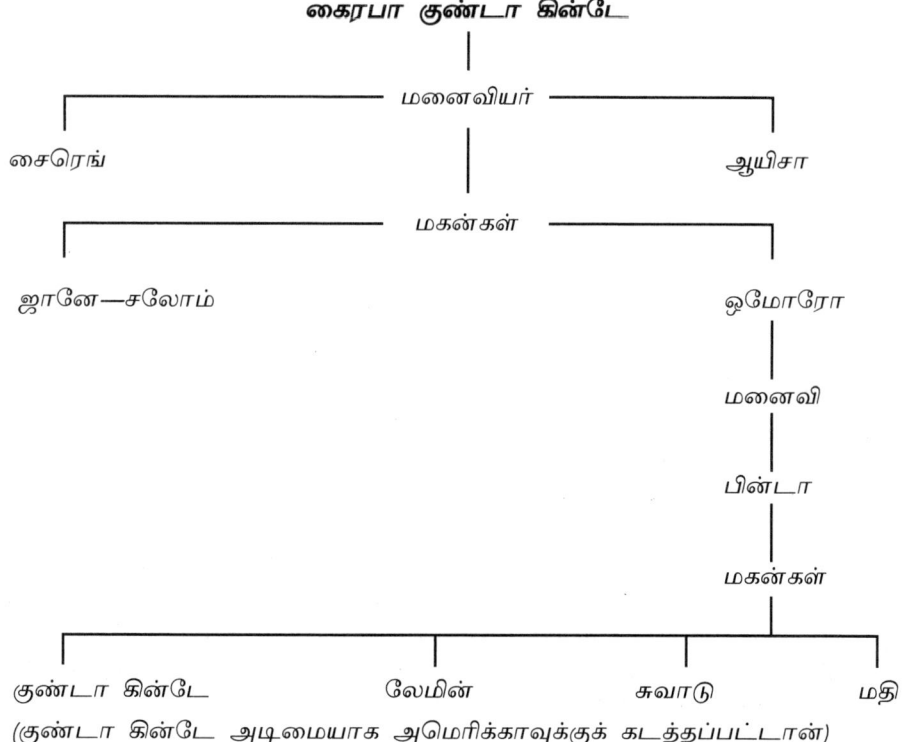

கைரபா குண்டா கின்டே

மனைவியர்

சைரெங் — ஆயிசா

மகன்கள்

ஜானே—சலோம் — ஓமோரோ

மனைவி

பின்டா

மகன்கள்

குண்டா கின்டே — லேமின் — சுவாடு — மதி

(குண்டா கின்டே அடிமையாக அமெரிக்காவுக்குக் கடத்தப்பட்டான்)

அமெரிக்காவில்

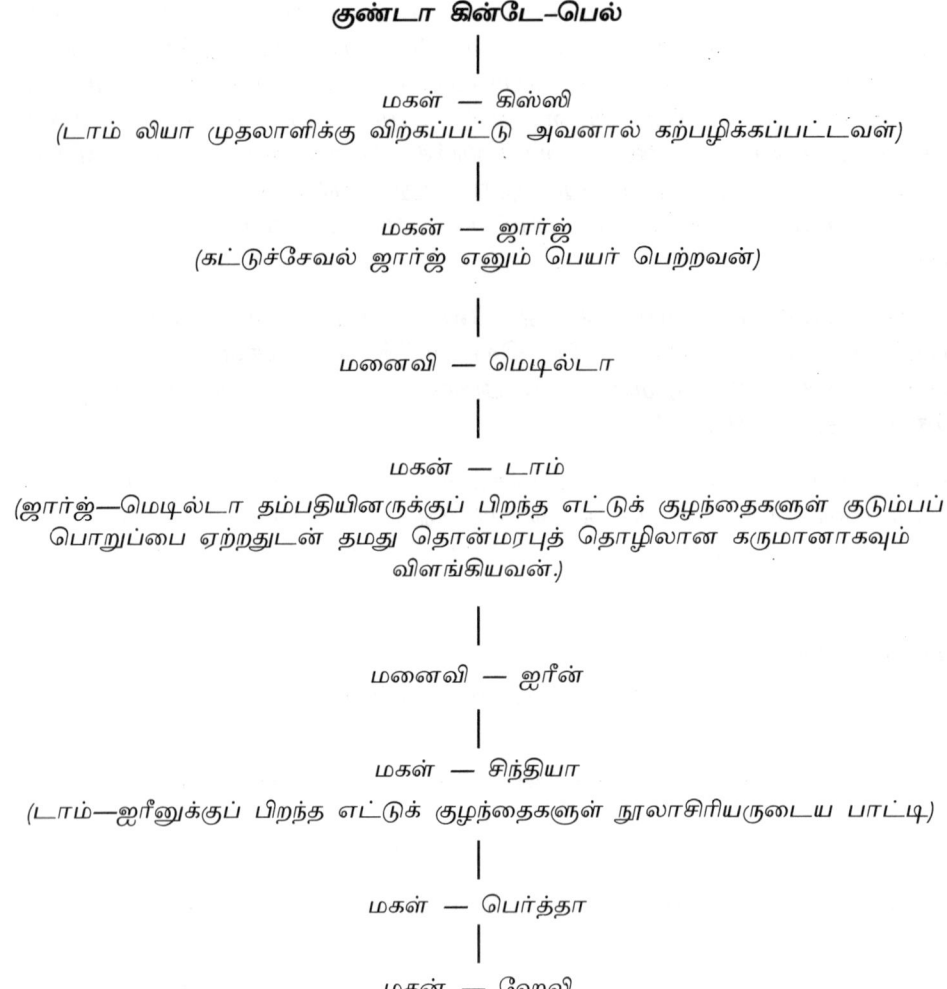

குண்டா கின்டே–பெல்

|

மகள் — கிஸ்ஸி
(டாம் லியா முதலாளிக்கு விற்கப்பட்டு அவனால் கற்பழிக்கப்பட்டவள்)

|

மகன் — ஜார்ஜ்
(கட்டுச்சேவல் ஜார்ஜ் எனும் பெயர் பெற்றவன்)

|

மனைவி — மெடில்டா

|

மகன் — டாம்
(ஜார்ஜ்—மெடில்டா தம்பதியினருக்குப் பிறந்த எட்டுக் குழந்தைகளுள் குடும்பப் பொறுப்பை ஏற்றதுடன் தமது தொன்மரபுத் தொழிலான கருமானாகவும் விளங்கியவன்.)

|

மனைவி — ஐரீன்

|

மகள் — சிந்தியா
(டாம்—ஐரீனுக்குப் பிறந்த எட்டுக் குழந்தைகளுள் நூலாசிரியருடைய பாட்டி)

|

மகள் — பெர்த்தா

|

மகன் — ஹேலி

"ஏழுதலைமுறைகள்" என்கிற நோக்கில் பார்ப்போமானால், ஆப்பிரிக்கர்கள் மரங்களிலிருந்து இறங்கியவர்கள் என்று அமெரிக்க வெள்ளையர்கள் கொண்டிருந்த கருத்தினை ஏற்றுக்கொண்ட பழிக்கு ஆளாகி விடுவோம். அவர்கள் தமக்கென ஒழுங்கமைக்கப்பட்ட சீரிய பண்பாட்டியல் கூறுகளுடன் வாழ்ந்து வந்தனர். அந்த உண்மையை ஆப்பிரிக்காவில் வாழ்ந்த கைரபா குண்டா கின்டே, ஓமோரோ ஆகிய இருதலைமுறையினருடைய வாழ்க்கையை விவரிப்பதன் மூலம் இந்நூல் தெளிவு படுத்துகிறது. ஆகவே, இந்நூலில் முழுமையான பண்பாட்டுடன் வாழ்ந்த மக்கள் வல்லாதிக்க வெறியால் தமது முகமிழந்த அவலத்தைக் காண்கிறோம். அந்த வகையில், இந்நூலை மொழிபெயர்த்த பொழுது ஒன்பது தலைமுறைகளுடைய வாழ்க்கையின் ஏற்ற, வற்றங்கள் தெற்றெனப் புலப்பட்டன.

ஆகவே, ஹேலியினுடைய தாய்வழிப் பாட்டியின் தந்தைவழிப் பாட்டனுடைய தாய்வழிப் பாட்டன் குண்டா கின்டே, அமெரிக்கக் குடும்பத்தின் மூதாதை. இப்புவிகோளமெங்கும் கோரத் தாண்டவமாடிய வல்லாதிக்க சக்திகளின் பல்வேறு முகங்களுள், மனித நாகரிகம் தோன்றிப் பல்லாயிரம் ஆண்டுகளுக்குப் பின்னர் மனிதனை மனிதன் விலங்கினும் கேவலமாக நடத்திய கொடூர முகம் தான் ஐரோப்பியர்கள் மேற்கொண்ட அடிமை வணிகம்! குறிப்பாக, அமெரிக்கா, மேற்கிந்தியத் தீவுகள் போன்ற நாடுகளில் லட்சோப லட்சம் மக்களுக்கு இழைக்கப்பட்ட விவரிக்க இயலாத கொடுமைகளை குண்டா கின்டே மரபினரின் பின்னணியில் தமிழ்மக்கள் உய்த்துணருவதற்கு இம்மொழிபெயர்ப்பு உதவுமானால், உறக்கம் பிடிக்காத நள்ளிரவு வேளைகளில், கணினித் திரையைக் கண்களில் ததும்பிய நீர் மறைக்க, நான் பட்ட பாட்டிற்குப் பலனாகக் கொள்வேன்.

பொன். சின்னத்தம்பி முருகேசன்

1—283, அரண்மனைத் தோட்டம்
மேலக்கோட்டை, அம்பாத்துறை அஞ்சல்
திண்டுக்கல் மாவட்டம் — 624 302.
கைப்பேசி 093677 01041.

1

1750ஆம் ஆண்டு, வசந்த காலத்தின் புதுவரவு. மேற்கு ஆப்பிரிக்காவின் காம்பியா நாட்டில் காம்பியா நதிக்கரையிலிருந்து நதியையொட்டி மேல்நோக்கி நான்கு நாள் பயண தூரத்தில் ஜுஃப்யூர் என்றொரு கிராமம். ஓமோரோ — பின்டா கின்டே தம்பதியருக்கு ஆண்மகவு பிறந்தது. பின்டாவினுடைய கட்டுறுதியான உடலிலிருந்து வீறிட்டு வெளியேறிய சிசு அவளைப் போலவே கருமையாய்ப் பளபளத்தான். பின்டாவின் குருதியும் நிணமும் புள்ளிகளாகவும் கோடுகளாகவும் தீட்டப்பட்டிருந்த அவனுடைய உடல் வழுக்கியது. அலறினான். உடலெங்கும் முதிர்ச்சியைப் பறைசாற்றிய சுருக்கங்கள் கொண்ட மூதாட்டியர் இருவரும், நியோ போட்டோ கிழவியும் குழந்தையின் பாட்டியான ஆயிசாவும் பண்டுவம் பார்த்தனர். பிறந்தது ஆண் குழந்தை எனக் கண்டவுடன் மகிழ்ச்சியில் பூரித்தனர். மூதாதையரின் வாக்குப்படி, அல்லாவின் அருளாசி நிரம்பப் பெற்றவர்களுக்குத் தான் முதலில் பிறப்பது ஆண் குழந்தையாக இருக்கும். குழந்தையின் பெற்றோர்கள் மட்டுமின்றி அவர்களுடைய குடும்பங்களைச் சார்ந்த அனைவருமே அல்லாவின் அருளாசி பெற்றவர்களாவர். கின்டேயின் பெயர் நிலைத்து, புகழ்பெற்றுத் தழைக்கப்போகிறது.

முதல் சாமக் கோழி கூவுவதற்கு இன்னும் ஒருமணி நேரம் இருந்தது. நியோ போட்டோவும் பாட்டி ஆயிசாவும் குதூகலம் கொப்பளிக்கப் பேசிக் கொண்டிருந்தனர். முதன் முதலாக அவனுடைய செவிகளில் விழுந்த அவர்களுடைய அரட்டையின் ஒலி அடங்கும் விதத்தில், கிராமப் பெண்டிர் மரத்தாலான உரலில் தானியத்தைப் போட்டு 'திம்', 'திம்' எனும் தாள லயத்துடன் இடித்துக் கொண்டிருந்தனர். மூன்று கற்களைக் கொண்டு அடுப்புக் கூட்டி மூட்டப்பட்ட நெருப்பின் மீது மண்பானைகளை வைத்து தமது பாரம்பரியக் காலை உணவான கஞ்சி தயாரிக்க ஆயத்தமாயினர்.

சிறிய, தூசு படிந்த அக்குக்கிராமத்தின் வட்டவடிவமான மண்குடிசைகளுக்கு மேலே மெல்லிய நீலப் புகை வளையமிட்டது; புகையின் கடுநெடியும் கஞ் சியின் இனிய மணமும் காற்றில் மிதந்தன. கிராம ஹஜரத், கஜாலி தெம்பா, மூக்கொலியாக எழுப்பிய வாங்கோசை மக்களை மசூதியை நோக்கி அன்றைய முதல் தொழுகைக்கு வருமாறு அழைப்பு விடுத்தது. உயிருடன் உள்ளவரை நாள்தோறும் ஐந்துமுறை அல்லாவைத் தொழ வேண்டும் என்று அக்கிராம மக்களுக்கு நினைவுபடுத்தும் ஓசை. மூங்கில் கழிகளாலான படுக்கையை விட்டு வேக, வேகமாக எழுந்து, பதனிடப்பட்ட தோலுடன் இணைந்த முரட்டுப் பருத்தியாலான அங்கியை உடலில் இறுக்கிக் கட்டிக்கொண்டு கிராமத்து ஆடவர் மசூதியை நோக்கி ஆர்வத்துடன் சாரை சாரையாக விரைந்தனர். 'அல்லாஹு அக்பர்! அஷாது அன் லாஇலாஹா இல்லல்லா!' எனும் பேரொலியுடன் ஹஜரத் தொழுகையை முன்னின்று நடத்தினார். (இறைவன் மகாப் பெரியவன்! ஒன்றே கடவுள்! இது சத்தியம்!) தொழுகை முடித்து, காலை உணவுக்காக வீடு திரும்பிக் கொண்டிருந்த ஆடவர்களிடம், குதூகலம் பொங்க ஓமோரோ தனக்கு முதல்மகன் பிறந்திருக்கும் செய்தியைத் தெரிவித்தார். அவரைப் பாராட்டிய ஆடவர் அனைவரும் ஒருமித்த குரலில் நல்ல எதிர்காலம் காத்திருப்பதை எதிரொலித்தனர்.

தமது குடிசைகளுக்குத் திரும்பிய ஆடவர் ஒவ்வொருவரும் தமது மனைவியரிட மிருந்து சுரைக் குடுக்கைக் குவளையில் கஞ்சியைப் பெற்று அருந்தினர். பின்னர், தமது குழந்தைகளுக்கு ஊட்டிய மனைவிமார் தாமும் உட்கொண்டனர். காலை உணவு முடிந்த பிறகு, குட்டையான, வளைந்த கைப்பிடி கொண்ட மண்வெட்டியைத் தூக்கித் தோளில் போட்டுக் கொண்டு நிலத்தை நோக்கி நடந்தனர். மண்வெட்டியின் வெட்டும் பகுதியை உலோகத்தால் செய்து கிராமக் கருமான் கூர்மையாகத் தீட்டிக் கொடுத்திருந்தார். நிலக்கடலை, சிறுதானியங்கள், பருத்தி போன்ற ஆடவருக்குரிய பயிர்களை விளைவிப்பதற்காக நிலத்தைப் பண்படுத்தும் பணியில் ஈடுபட்டனர். நெல் பெண்டிரால் உழவடை செய்யப்பட்டது. சுட்டெரிக்கும் வெப்பமும் மரங்களும் புல்வெளிகளும் நிறைந்த காம்பியா நாட்டு உழவடை நிலங்கள் அவர்களை வரவேற்றன.

காலங் காலமாகத் தொடர்ந்து வந்த குலமரபுப்படி, ஓமோரோ அடுத்த ஏழு நாட்களுக்கு ஒரே ஒரு வேலையில் தான் முழுமூச்சுடன் ஈடுபட்டிருந்தார். தன்னுடைய முதல் மகனுக்குப் பெயர் தேர்வு செய்யும் வேலை! பாரம்பரியமான

அவர்களுடைய குலத்திற்கு வளம் மிக்க வாழ்க்கையை உறுதி செய்யும் பெயராக இருத்தல் வேண்டும். ஏனெனில், மாண்டிங்கர்களான அப்பழங்குடி மக்கள் மத்தியில் ஒரு நம்பிக்கை நிலவியது. யாரை அல்லது எதனைக் குறிப்பிட்டுப் பெயரிடுகிறார்களோ அவருடைய அல்லது அதனுடைய பண்பியல்புகளில் ஏழு பெற்று குழந்தை வளருமாம்!

குழந்தை பிறந்த எட்டாவது நாள் பெயரிடும் விழா நடத்துவது வழக்கம். அந்த ஏழு நாட்களும் மகனுக்குப் பெயர் தேர்வு செய்யும் சிந்தனையில் மூழ்கியவாறே, ஓமோரோ தன் சார்பிலும் தனது மனைவி பின்டா சார்பிலும் கிராமத்திலிருந்த அனைத்துக் குடும்பத்தாரையும் விழாவில் கலந்து கொள்ளுமாறு நேரில் சென்று அழைப்பு விடுத்தார். அந்த நன்னாளில், தனது தந்தையைப் போலவும் தனது பாட்டனைப் போலவும் புதிதாகப் பிறந்த மகனும் அந்தப் பழங்குடி இனத்தின் உறுப்பினராகிவிடுவான்.

எட்டாவது நாள் அதிகாலைப் பொழுதில் கிராமத்தினர் அனைவரும் ஓமோரோ—பின்டா குடிசையின் முன்பாகத் திரண்டனர். இரு குடும்பத்துப் பெண்களும் தலையில், அரிசி மாவுடன் தேன் கலந்து செய்யப்பட்ட பணியாரங்களையும் தயிரையும் சுரைக் குடுக்கைப் பாண்டங்களில் சுமந்து வந்தனர். கிராமத்துக் கலைஞர் கராமோ சில்லா தாரை, தப்பட்டைகளுடன் அங்கிருந்தார். ஹஜரத் வந்திருந்தார். கிராமத்து ஆசான் பிரிமா செசே அங்கிருந்தார்; அவனுக்குப் பயிற்றுவிக்கப் போகிறவரும் அவரே. முரசறைந்து அறிவிக்கப்பட்ட செய்தி செவிப்பட்டு ஓமோராவின் சகோதரர்கள், ஜானேவும் சலோமும் நெடுந்தொலைவிலிருந்து விழாவில் கலந்து கொள்வதற்காக வந்திருந்தனர்.

பின்டா பெருமை பொங்க சிசுவைக் கையிலேந்திருந்தாள். குழந்தையின் தலைமுடி ஒரு பட்டையாக மழிக்கப்பட்டிருந்தது. பெயர் சூட்டும் நாளில் நிகழ்த்தப்படுகின்ற சடங்குமுறை. உருண்டு திரண்டிருந்த குழந்தையின் கறு, கறு மேனியைப் பார்த்த பெண்டிரெல்லாம் மூக்கின் மீது விரல் வைத்தபடி அளவளாவினர். கிராமத்துக் கலைஞர் பறையறையத் தொடங்கியவுடன் அவர்களுடைய அரட்டை ஒலி அடங்கியது. தயிரும் பணியாரங்களும் நிறைந்திருந்த சுரைக் குடுக்கைகளைப் பார்த்தபடி ஹஜரத் ஓதினார். அவர் தொழுகை நடத்திக் கொண்டிருந்த போதே அங்கு குழுமியிருந்த ஆடவரும் பெண்டிரும் உணவுக்கு வணக்கம் செலுத்தும் முகத்தான் சுரைக் குடுக்கைகளின் விளிம்புகளைத் தொட்டு வணங்கினர். பிறகு, ஹஜரத் குழந்தையின் பக்கம் திரும்பி ஓதத் தொடங்கினார். குழந்தைக்கு நீண்ட ஆயுளையும் குடும்பத்தாருக்கும், கிராமத்திற்கும், பழங்குடி இனத்திற்கும் பெருமையும் புகழும் சேர்க்கும் வெற்றிகளை அருளும்படி அல்லாவை வேண்டினார். நிறைவாக, குழந்தைக்குச் சூட்டப்படவிருந்த பெயர் வலிமையும் மாண்பும் பெற்றுத் திகழ வேண்டுமெனத் தொழுதார்.

பிறகு, ஓமோரோ கூட்டத்திலிருந்து வெளிப்பட்டு குழுமியிருந்தோர் முன்னிலையில், மனைவி அருகில் சென்று, குழந்தையைக் கையிலெடுத்து, அனைவரும் பார்க்கும்படி அவனுடைய காதுகளுக்குள் தான் தேர்வு செய்திருந்த பெயரை மூன்று முறை ஓதினார். அந்தப் பெயர் அக்குழந்தையின் பெயராக

அப்பொழுது தான் முதன் முதலாக வாய்விட்டு வெளிப்படுத்தப்பட்டது. மனிதன் தான் யார் என்பதை அறியக் கூடிய முதல் நபராக அவனே இருக்க வேண்டும் என்பது அவருடைய இனத்தவருக்கு ஆழப் பதிந்த உணர்வு.

மீண்டும் பறையொலி எழுந்தது. அப்போது, குழந்தையின் பெயரை பின்டாவின் காதுக்குள் முணுமுணுத்தார். குதூகலத்துடனும் பூரிப்புடனும் பின்டாவின் முகம் மலர்ந்தது. அதன் பிறகு, ஒமோரோ ஆசானின் காதோடு குழந்தையின் பெயரை ஒலித்தார்.

“ஒமோரோவுக்கும் பின்டாவுக்கும் பிறந்திருக்கும் முதல் குழந்தைக்கு குண்டா எனப் பெயரிடப்படுகிறது”, என்று பிரிமா செசே கூவினார்.

குழந்தையினுடைய பாட்டனார் பெயரான கைரபா குண்டா கின்டே என்பதன் நடுப்பெயரைத் தான் சூட்டியுள்ளனர் என்பதை அனைவரும் அறிந்தனர். தனது தாயகமான மௌரெடேனியாவிலிருந்து காம்பியா வந்தடைந்த அவனுடைய பாட்டனார் ஜுஃப்பூர் மக்களைப் பஞ்சத்திலிருந்து காப்பாற்றினார்; பாட்டி ஆயிசாவை மணந்தார்; சாகும் வரை ஜுஃப்பூர் மக்களுக்கு மதிப்புமிக்க புனித மனிதராக சேவை புரிந்தார்.

மௌரெடேனிய மூதாதையருடைய பெயர்கள் ஒன்றன் பின் ஒன்றாக ஆசானால் ஓதப்பட்டன. அவற்றைப் பற்றி குழந்தையின் பாட்டனார் கைரபா குண்டா அடிக்கடி சொல்லியிருக்கிறார். நீளம், நீளமான பல பெயர்கள் ஓதப்பட்டன; இரு நூறு மழைக்காலங்களுக்கும் அப்பால் நீண்ட மிகப் பெரிய பட்டியல்! அதன் பின்னர் கிராமத்துக் கலைஞர் பறையை ஓங்கி அறைந்தார். குழுமியிருந்த அனைவரும் குடும்பத்தின் பாரம்பரியத்தைக் கேட்டு வியப்பில் ஆழ்ந்து பெருமையாகப் போற்றினர்.

கிராமத்திற்கு வெளியே, பாலூற்றிய நிலவிற்கும் கண்சிமிட்டிய விண்மீன்களுக்கும் கீழே, அந்த எட்டாவது நாள் பெயரிடும் சடங்கினை ஒமோரோ நிறைவு செய்தார். தனது வலிய கரங்களில் சிசுவை ஏந்தியபடி கிராமத்தின் எல்லைக்குச் சென்று, வானத்தைப் பார்க்கும் விதமாகக் குழந்தையை உயர்த்திப் பிடித்தார்; சன்னக்குரலில் கூறினார், “இதோ பாருங்கள்! உங்களுக்கெல்லாம் மேலான தனிப்பெருந் திரு!”

2

நடவு செய்யும் பருவம். அந்த ஆண்டிற்கான முதல் மழையை எதிர்பார்த்திருந்தனர். ஜுஃப்பூர் ஆடவர் உழவடை நிலமெங்கும் புல் பூண்டுகளை அப்புறப்படுத்தி மலை போல குவித்திருந்தனர். அதனை எரிப்பதால் உண்டாகும் சாம்பல் காற்று வீசும் போது நிலமெங்கும் பரவி உரமாக வலு சேர்த்தது. பெண்டிர் தமது நெல் வயல்களில் ஏற்கனவே கரும் பச்சை நாற்றுக்களை நடவு செய்து விட்டனர்.

பின்டாவுக்கு பிள்ளை பெற்ற உடம்பு என்பதால் உடல்நலம் தேறும் வரையிலும் அவளுடைய காணியில் நடவு வேலைகளைப் பாட்டி ஆயிசா கவனித்துக் கொண்டாள். தற்போது பின்டா பணிக்குத் திரும்பத் தயாராகி விட்டாள். குண்டாவை முதுகில் பருத்தித் துணியால் தூளி கட்டித் தொங்கவிட்டபடி, பிற பெண்டிருடன் வயலை நோக்கி நடந்தாள். அவர்களுள் சிலரும் தமக்குப் புதிதாகப் பிறந்திருந்த குழந்தைகளை முதுகுத் தூளியில் சுமந்தபடி, தலையிலும் மூட்டையைத் தாங்கிக் கொண்டு சென்றனர். அவர்களுள் ஒருத்தி பின்டாவின் நெருங்கிய தோழி ஜான்கே தௌரே. காம்பியா நதியின் எண்ணற்ற கிளைகளில் ஒன்று அந்தக் கிராமத்தை ஒட்டி ஓடியது. பரிசல்கள் மூலம் அதைக் கடந்து நெல்

வயல்களுக்குச் செல்ல வேண்டும். பரிசல் ஒன்றிற்கு ஐந்து, ஆறு பெண்கள் ஏறிக் கொண்டு குட்டையான அகன்ற துடுப்புக்களால் நீரை உந்தித்தள்ளி நீர்வழியில் பயணித்தனர். அவ்வாறு ஒவ்வொரு முறையும் குனிந்து துடுப்பினை அசைத்த போது முதுகில் இளம் குண்டாவின் பிஞ்சு உடல் உரசியது; பின்டாவுக்கு இதமளித்தது. வாய்க்காலின் இருபுறமும் அடர்ந்திருந்த மாந்தோப்புகளிலிருந்தும் பூத்துக் குலுங்கிய ஏனைய மரங்களிலிருந்தும் இனிய நறுமணத்தைச் சுமந்து வீசிய காற்றின் அடர்த்தி கூடுதலாக இருந்தது. பரிசல்களின் சலசலப்பால் பீதி அடைந்த மிகப் பெரிய வாலற்ற குரங்குக் குடும்பங்கள் அங்குமிங்குமாகத் தாவி பனை மரங்களின் ஓலைகளில் அசைந்தாடின. காட்டுப் பன்றிகள் நறநறத்தபடி புதர்களுக்குள் ஓடி ஒளிந்து கொண்டன. சகதி படர்ந்திருந்த கரையை மறைத்துக் கொண்டு கூட்டங் கூட்டமாக இரையெடுத்துக் கொண்டிருந்த ஆயிரக்கணக்கான பலவகைப்பட்ட நீர்ப்பறவைகள் அதிர்ச்சியுடன் தலையைத் தூக்கி நீரில் நழுவிச் சென்ற பரிசல்களைக் கவனித்தன. புறா, மீன்கொத்தி, சிட்டுக்குருவி போன்ற சிறுபறவைகள் பரிசல்கள் கடந்து செல்லும் வரை கீச்சொலி எழுப்பியபடி வானில் வட்டமிட்டுக் கொண்டிருந்தன.

கற்றை கற்றையாக அலைகளை நாலாபக்கமும் பரப்பியவாறு பரிசல்கள் முன்னோக்கி ஊர்ந்த போது, அயிரை மீன்கள் போன்ற வெள்ளி வண்ண மின்னோ மீன்கள் கூட்டங் கூட்டமாக மேலெழும்பி நடன நளினத்துடன் நீரில் குதித்தன. பசிவெறியுடன் மின்னோ மீன்களைத் துரத்திய பெரிய வகை மீன்களைப் பெண்கள் சில சமயங்களில் துடுப்பால் அடித்து பரிசலுக்குள் ஏற்றிச் சென்று மாலை நேர உணவுக்கு விருந்தாக்கிக் கொண்டனர். ஆனால், அன்றைய காலைப் போதில் தம்மைத் துன்புறுத்துவார் யாருமின்றி மின்னோக்கள் துள்ளியாடின.

பரிசல்களைச் செலுத்திய பெண்கள் பயணித்த கால்வாய் போன்றிருந்த நீர்வழி வளைந்து சென்று பரிசல்களை ஒரு சுழற்றுச் சுழற்றி அகன்றதொரு கிளை நதியுடன் இணைத்தது. லட்சக்கணக்கான கடற்பறவைகளின் சிறகடிக்கும் ஓசை விண்ணைப் பிளந்தது. மேலெழும்பிய பறவைக் கூட்டம் வானை மறைத்து சிறகு விரித்தன. நீர்ப்பரப்பு மேலும் கருமை அடைந்தது. எழும்பும் போது படபடத்த சிறகுகள் நீர்ப்பரப்பை உழுது சென்றன. கண்கொள்ளாக் காட்சியை கண்டு களித்தபடி பெண்டிர் பரிசல்களைச் செலுத்தினர்.

ஜுஃப்பூர் கிராமப் பெண்டிர் காலங்காலமாக நெல் பயிரிட்டு வந்த சொதசொதப்பான வயல்வெளிகளை நெருங்கிய போது பரிசல்கள் மேகக் கூட்டங்களாக மறைத்திருந்த கொசுப் பட்டாளங்களைத் துளைத்துச் சென்றன. ஒருவர் பின் ஒருவராகப் பரிசல்களிலிருந்து இறங்கி தடித்த கம்பளங்களாக அடர்ந்திருந்த புல், பூண்டு நடைபாதையில் சென்றனர். களைகள் அடர்ந்திருந்த வரப்புகள் ஒவ்வொரு பெண்ணுக்கும் ஒதுக்கப்பட்டிருந்த காணியின் எல்லைகளாக அடையாளம் காட்டின. வயல்களில் மரகதப் பச்சை வண்ண இளம் நெற்பயிர்கள் ஒரு முழம் உயரத்திற்கு நீர்ப்பரப்பிற்கு மேல் அசைந்தாடின.

ஒவ்வொரு பெண்ணினுடைய காணியின் அளவினை ஆண்டுதோறும் ஊர்ப்பெரிசுகள் கூடி தீர்மானித்தனர். ஒவ்வொரு பெண்ணும் அரிசி அமுது

படைக்க வேண்டிய வயிறுகளின் எண்ணிக்கை அடிப்படையில் காணியின் அளவு தீர்மானிக்கப்பட்டதால் பின்டாவுக்குச் சற்றே குறைந்த அளவு காணி ஒதுக்கப்பட்டிருந்தது. முதுகுத் தூளியில் தொங்கிய சிசுவுடன் மிகுந்த கவனத்துடன் நிதானமாக பரிசலை விட்டு இறங்கிய பின்டா வரப்பில் சில எட்டுக்கள் நடந்த பின் மூக்கில் விரலை வைத்தபடி வியப்புடன் நின்றாள். மூங்கில் கழிகளைக் கொண்டும் பனை ஓலைகளைக் கொண்டும் அங்கே அமைக்கப்பட்டிருந்த சிறிய நிழற்குடை அவளுக்கு இன்ப அதிர்ச்சி அளித்தது. பேறு காலத்தில் அவள் வீட்டிலிருந்த போதே அவளுடைய கணவர் அங்கு சென்று அவர்களுடைய மகனுக்காக அந்தக் குடிலை அமைத்திருந்தார். ஆடவருக்குரிய தாம்பத்திய சாகசங்களில் ஒன்றாக அவர் அந்தச் செய்தியைப் பற்றி அவளிடம் எதுவும் தெரிவிக்கவில்லை.

குழந்தைக்கு அமுதூட்டிய பின் அவனைக் குடிலுக்குள் பத்திரப்படுத்தி விட்டு, தலை மீது தாங்கிச் சென்ற மூட்டையில் வைத்திருந்த பணி உடுப்புக்களை மாற்றிக் கொண்டாள். வரப்புகளைக் கடந்து வயலில் இறங்கினாள். கணுக்காலை மறைத்திருந்த கழனி நீருக்குள் உடல் இரு மடிப்பாகும்படி குனிந்து சிறு களைகளை வேருடன் பறித்தாள். இல்லாவிட்டால், பயிரையே மூடி மறைக்கும் அளவிற்கு உயர்ந்து விடுவன அவை. குண்டாவின் அழுகுரல் கேட்டபோதெல்லாம் கழனியை விட்டு வெளியேறி ஈரத்தைத் துடைத்துக் கொண்டு குடிலின் நிழலில் அவனுக்குப் பசியமர்த்தினாள்.

தாயின் அரவணைப்பில் குட்டிக் குண்டா நாளொரு மேனியும் பொழுதொரு வண்ணமுமாக வளர்ந்தான். ஒவ்வொரு மாலையிலும் குடிசைக்குத் திரும்பியவுடன் சமையலை முடித்து ஓமோராவுக்கு சாப்பாடு படைத்தபின் குழந்தையின் தலை முதல் பாதம் வரையிலும் ஷியா மர விதைகளிலிருந்து தயாரிக்கப்பட்ட வெண்ணெயைத் தடவி அவனுடைய மேனிக்கு மெருகேற்றினாள். கிராமத்தினூடே அவனைப் பெருமை பொங்கச் சுமந்து கொண்டு பாட்டி ஆயிசா குடிசைக்குச் சென்றாள். பாட்டியோ அவனை மேலும் செல்லமாக முத்த மழை பொழிந்து கொஞ்சினாள். அவனுடைய உடலமைப்பைச் சீராக்கும் முயற்சியாக இருவரும் தலையையும், மூக்கையும், காதுகளையும், உதடுகளையும் மீண்டும் மீண்டும் அழுத்தியதால் குண்டாக் குட்டி எரிச்சல் தாளாமல் துவண்டான்.

ஓமோரோ சில சமயங்களில் அவனைப் பெண்டிரிடமிருந்து விடுவித்து போர்வையால் சுற்றி எடுத்துக் கொண்டு தனது குடிசைக்குச் சென்றார். அவர்களுடைய மரபுப்படி கணவன்மார் தமது மனைவியரிடமிருந்து தனித்துத் தங்கினர். அங்கே தனது படுக்கையின் தலைமாட்டில் கெட்ட ஆவிகளிடமிருந்து காத்துக் கொள்வதற்காக வைக்கப்பட்டிருந்த மாந்திரீகச் சின்னங்கள் போன்ற பொருட்களால் கவரப்பட்ட குண்டா தனது பார்வையாலும் விரல்களாலும் துழாவி விளையாடினான். வண்ண வண்ணமாகக் கண்களில் பட்ட ஒவ்வொரு பொருளும் குண்டாவை ஈர்த்தது. குறிப்பாக, தந்தையினுடைய வேட்டைக்கு எடுத்துச் செல்லும் தோல்பை அவனைப் பெரிதும் கவர்ந்தது. வெம்மைக் கடற்பகுதிகளில் கிடைக்கக் கூடிய பளபளப்பான வண்ணச் சிப்பிகளால் அந்தப்பை கிட்டத்தட்ட

முழுவதுமாக மறைக்கப்பட்டிருந்தது. ஊர் மக்களுக்கு உணவாக அவர் தனியராக வேட்டையாடிக் கொணர்ந்த விலங்குகள் ஒவ்வொன்றிற்கும் ஒன்று என்கிற வீதத்தில் சிப்பிகள் பதிக்கப்பட்டன. அதனருகே தொங்கவிடப்பட்டிருந்த நீண்டு வளைந்த வில்லையும் அம்புகள் நிறைந்த அம்பறாத் தூணியையும் கண்ட குண்டா ஆர்வ மிகுதியால் கூவினான். அவனுடைய பிஞ்சுக் கரம் நீண்டு கருமையான குத்தீட்டியைப் பற்றியபோது ஓமோரோ நகைத்தார். அதனுடைய இரும்பு முனை அடிக்கடி பயன்படுத்தப்பட்டதால் பளபளத்தது. தொழுகை விரிப்பைத் தவிர ஏனைய பொருட்கள் அனைத்திலும் குண்டாவின் கரங்கள் விளையாடின. தொழுகை விரிப்பு அதன் உரிமையாளர் மட்டுமே புனிதமாகப் போற்றத் தக்கது. இருவரும் தனியாகக் குடிசையில் இருந்தபோது பெரியவனானதும் குண்டா ஆற்றப் போகிற அரும் பெரும் செயல்களைப் பற்றியெல்லாம் ஓமோரோ அவனுடன் பேசுவதைப் போல வெளிப்படுத்தி மகிழ்ந்தார்.

ஒருவழியாக குண்டாவிற்கு அடுத்த வேளை அமுதளிப்பதற்காக அவனைப் பின்டாவின் குடிசைக்குக் கொண்டு சென்றார். எங்கிருந்த போதிலும் குண்டா குதூகலமாக இருந்தான். பெரும்பாலான நேரம் உறங்கியவாறு படுத்திருந்தான். அவனை மடியில் வைத்துத் தட்டிக் கொடுத்தவாறு அல்லது படுக்கையில் கிடத்தி அவன் மீது குனிந்தபடி மெல்லிய குரலில் தாலாட்டுப் பாடி பின்டா அவனை உறங்கச் செய்தாள்.

பொக்கை வாய்ச் சிரிப்பழகே!
புண்ணியர்கள் பேர் தழைக்கப் பிறந்தவனே!
நீ வளர்ந்து ஆளாகி
வில்லேந்தி வேட்டை கொள்வாய்!
வாளேந்தி போர் புரிவாய்!
அதைக் கண்டு பூரிப்பார் உன் தந்தையே
அந்த நினைப்பில் பொழைச்சிருக்கும்
எந்நாளும் என்உசுரே!

தனது மகன் மீதும் கணவர் மீதும் எவ்வளவு தான் பாசத்தைப் பொழிந்த போதிலும் யதார்த்தமானதொரு மனக்குழப்பம் அவளை ஆட்கொண்டது. முதல் மனைவிமார்கள் பிள்ளைத்தாச்சிகளாக பிறந்த குழந்தைகளுக்குப் பாலூட்டிக் கொண்டிருந்த காலத்தில், இஸ்லாமியக் கணவன்மார்கள், இரண்டாவது மனைவியைத் தேடிக் கொள்வது காலங்காலமாக நிலவி வந்த வழக்கம். அன்று வரையிலும் ஓமோரோ அப்படியொரு முயற்சியில் இறங்கிவிட வில்லை என்ற போதிலும், குண்டா விரைவிலேயே இடுப்பிலிருந்து இறங்கி நடை பயின்றுவிட வேண்டும் என்பதில் பின்டா கண்ணுங் கருத்துமாக இருந்தாள். ஏனெனில், குழந்தை தனியாக நடக்கக் கற்றுக் கொண்ட பின்னர் தான் தாய்ப்பால் ஊட்டுவதை நிறுத்துவர். அதற்குள் ஓமோரோ அது போன்ற ஆவலால் உந்தப்பட்டுவிடக் கூடாது என்பதே அவளுடைய மனக்குழப்பத்திற்குக் காரணம்.

குண்டா பிறந்து பதின்மூன்றாவது முழுநிலவுக் காலத்தில், தள்ளாடித் தளிர் நடை போடத் தொடங்கினான். விரைவில் அவன் முழுமையாக நடை பயின்று தனியே

நடந்துவிட வேண்டுமென்கிற எண்ணத்தில் அவனுக்குப் பெரிதும் உதவினாள். வெகு விரைவிலேயே குண்டா யாருடைய கையையும் பிடித்துக் கொள்ளாமல் அசைந்து, ஆடி, நடந்த போது ஓமோரோ பெருமைப்பட்டார்; பின்டா நிம்மதிப் பெருமூச்சு விட்டாள். அடுத்தமுறை குண்டா பசியால் குரலெழுப்பிய போது, பின்டா மடியேந்தவில்லை; பசுந்தயிர்ச் சோற்றைப் பிசைந்துகொண்டிருந்தாள்.

3

மூன்று மழைக் காலங்கள் கடந்து விட்டன. உழவடைப் பணிகள் எதுவும் இல்லாத ஓய்வுக் காலம். கடந்த அறுவடையில் பெற்ற தானிய வகைகளும் உலர வைத்து சேமிப்புக் கிடங்குகளில் பாதுகாக்கப்பட்ட உணவுப் பண்டங்களும் தீர்ந்து விட்டன. ஆடவர் வேட்டைக்குச் சென்றனர். ஆனால், சிறு வகை மானினங்களும் புதரில் வாழும் சிறுபறவைகளும் மட்டுமே கிடைத்தன. சுட்டெரித்த அந்தக் கோடைக்காலத்தில், இயற்கையாகவே வெப்பம் மிகுந்த அந்த நாட்டின் நீர்நிலைகள் அனைத்தும் வறண்டு போயின; சேறும் சகதியுமாகக் காட்சியளித்தன. பெரிய வகை விலங்கினங்கள் காட்டின் உட்பகுதிக்குள் சென்று விட்டன. புதிய உழவடைப் பணிகளைத் தொடங்குவதற்கு ஜுஃப்பூர் மக்கள் தமது உடல் வலிமையைத் திரட்டிக் கொள்ள வேண்டிய தருணம். ஏற்கனவே மனைவிமார்கள் அரிசியாலோ சோளம் போன்ற தானியத்தாலோ ஆக்கப்பட்ட சோற்றுடன் மூங்கில் விதைகள், கீரை வகைகளைக் கொண்டு தயாரிக்கப்பட்ட உப்புச் சப்பற்ற சாற்றுடன் சாப்பாடு பரிமாறத் தொடங்கி விட்டனர். பட்டினிக் காலம் ரொம்பச் சீக்கிரமாகவே தலைதூக்கிவிட்டது. கிராமத்தைப் பட்டினியிலிருந்து காப்பாற்றுமாறு அல்லாவைத் தொழுகின்ற அனைவருடைய

வேண்டுதலும் நிறைவேறுவதற்காக முன்பைக் காட்டிலும் கூடுதலாக ஐந்து ஆடுகளும் இரண்டு காளைகளும் பலிகொடுத்தாகிவிட்டது.

ஒருவழியாக, அந்த வறண்ட வானத்தில் மேகங்கள் திரண்டன; மெல்லிய காற்று விரைவாக வீசத் தொடங்கியது. திடீரென மழை பொழிந்தது. ஓரளவு சுமாரான மழை. உழவர்கள் உழுது பார்பிடித்து விதை நடுவதற்கு நிலங்களைப் பக்குவப்படுத்தினர். பெரும் மழைக்காலம் தொடங்குவதற்குள் விதையிட வேண்டும்.

அடுத்த சில காலைப் பொழுதுகளில், காலை உணவுக்குப் பிறகு, பரிசல்களில் நதியைக் கடந்து நெல் வயல்களுக்குச் செல்வதற்குப் பதிலாக, வளரப் போகின்ற பயிர்களின் பச்சை நிறத்தின் சின்னமாக, நீண்டு, அகன்ற பெரிய பெரிய பசுமையான இலைகளை, வளமையைக் காட்டும் மரபுரியாக அணிந்து கொண்டு, உழவர்களின் மனைவிமார்கள் பண்படுத்தப்பட்டிருந்த புன்செய் நிலங்களை நோக்கி நடந்தனர். அவர்களுடைய தலையில் தாங்கியிருந்த மண் குடுவைகளில் இருந்த சிறுதானியங்கள், வேர்க்கடலை, இன்ன பிற விதைகள் வலுவாக வேர் பிடித்து வளர வேண்டித் தொழுது எழுப்பிய குலவை ஒலியும் பாட்டொலியும் ஏற்ற, இறக்கத்துடன் சுதி லயத்தோடு, அவர்கள் கண்களுக்குத் தென்படும் முன்பாகவே காதுகளை இனிமையாக எட்டின.

வெறுங்கால்களுடன் அடி மேல் அடி வைத்துப் பாடிக்கொண்டே ஒவ்வொரு உழவருடைய நிலத்தையும் மூன்று முறை சுற்றி வந்தனர். அதன் பின்னர், பிரிந்து சென்று அவரவர் கணவன்மாருடைய நிலத்தில் அவருக்குப்பின்னால் நின்றனர். அவர் சால் பிடித்து நீண்ட கரையின் ஓரத்தில் தனது வலது கால் பாதத்தின் பெரு விரலை அழுத்தி ஊன்றி குழி ஏற்படுத்த அவருக்குப் பின்னால் ஒவ்வொரு குழியிலும் விதையை ஊன்றி தனது வலது கால் பெருவிரலைக் கொண்டு மண்ணால் மூடியவாறு தொடர்ந்தனர். ஆடவரைக் காட்டிலும் பெண்டிரே கூடுதலாக உழைத்தனர். தமது கணவன்மார்களுக்கு அவர்களுடைய நிலங்களில் உதவியது மட்டுமின்றி நெல்வயல்களிலும் பாடு பட்டனர்; தமது குடிசைகளின் பின்புறம் காய் கறித் தோட்டங்களையும் பராமரித்தனர்.

பின்டா வெங்காயம், வள்ளிக் கிழங்கு, சுரை, பீர்க்கை, பாகற்காய் போன்றவற்றின் விதைகளை நடவு செய்து கொண்டிருந்த வேளையில், குண்டா கிராமத்து மூதாட்டியர் கண்காணிப்பில் ஆடிக் கொண்டிருந்தான். ஐந்து மழைக்காலங்களுக்கும் குறைவான வயது கொண்ட கிராமத்துக் குழந்தைகள் அனைவரையும் கண்காணிக்கும் பணியை ஜுஃப்யூர் கிராம மூதாட்டிகள் ஏற்றனர். பையன்களும் பெண்களும் குட்டி விலங்குகளைப் போல அம்மணமாகச் சுற்றித் திரிந்தனர். அவர்களுள் சிலர் தமது முதல் வார்த்தைகளை மழலையாக உதிர்க்கத் தொடங்கியிருந்தனர். அனைவருமே குண்டாவைப் போல வேகமாக வளர்ந்தனர். சிரித்துக் கொண்டும் கூச்சலிட்டபடியும் ஒருவரை ஒருவர் துரத்தி ஆலமர நிழலில் அதன் பெரிய பெரிய அடிமரங்களுக்குப் பின்னால் ஒளிந்தும் கண்ணாமூச்சி போன்ற விளையாட்டுக்களில் திளைத்தனர்.

ஆனால், அனைத்துக் குழந்தைகளும், குண்டாவைப் போன்ற மிகச் சிறுசுகள் உட்பட, பாட்டி ஒருவர் கதை சொல்வதாகத் தெரிவித்து விட்டால் கப் சிப் என்று அமைதியாக அமர்ந்தனர். கதை சொல்லிப் பாட்டி ஏதோ நேரில் நடந்ததைப் போல கைகளை ஆட்டியும் முக பாவங்களுடனும் நீட்டி முழக்கும் போது, பல வார்த்தைகளைப் புரிந்து கொள்ளும் சக்தி இல்லாவிட்டாலும் குண்டா வைத்த கண் வாங்காமல் பாட்டியையே பார்த்துக் கொண்டிருந்தான்.

குண்டா குட்டிப் பய்லாக இருந்த போதிலும் தனது பாட்டியின் குடிசைக்குச் சென்ற போதெல்லாம் அவனுக்கு மட்டும் தனியாக அவள் சொன்ன கதைகளை ஏராளமாகக் கேட்டிருந்தான். ஆனால், தனது வயதை ஒத்த விளையாட்டுத் தோழர்களுடன் கதை கேட்ட போது, பாட்டிமார் எல்லோரையும் காட்டிலும், ரொம்பப் பாசமான, புரிந்து கொள்ள முடியாத, வித்தியாசமான பாட்டியான நியோ போட்டா தான் நல்ல கதைசொல்லி என்று குண்டாவுக்குப் பட்டது. சொட்டைத் தலை, ஆழமான சுருக்கங்கள், கரிச்சட்டி போன்ற கறுப்பு நிறம், பல்லிடுக்குகளில் சிக்கியிருந்த புகையிலைத் துணுக்குகள், நெடுங்காலமாகப் பாக்கு மென்று கறையேறிப் போன எஞ்சியிருந்த ஒன்றிரண்டு பற்கள்—இத்தனை அம்சங்களுடன் பாட்டி தன்னுடைய குட்டையான இருக்கையில் கம்பீரமாக அமர்ந்திருந்தாள். கதை சொல்லும் அவளுடைய நடிப்பு பயமுறுத்திய போதிலும், தன்னுடைய சொந்தப் பேரப்பிள்ளைகளாகத் தம்மீது பாசத்தைப் பொழிகிறாள் என்பதை குழந்தைகள் அறிவர். அவளும் அவர்களைத் தனது பேரன், பேத்திகள் என்று தான் சொன்னாள்.

குழந்தைகள் புடை சூழ, உறுமுவது போல் சொன்னாள், “இப்ப, நா ஒரு கதை சொல்லப் போறேன்...”

“சொல்லுங்க பாட்டி, சொல்லுங்க...” ஒருமித்த குரலில் குழந்தைகளின் நச்சரிப்பு.

மண்டிங்கா கதை சொல்லிகள் அனைவரையும் போலவே, “ஒரு காலத்தில, ஒரு ஊர்ல்ல, ஒரு ஆள் இருந்தா...” என்று அவளும் அதே பாணியில்தான் பொதுவாகத் தொடங்கினாள். ஆனால், அன்று அவள் சொன்ன கதையில், அவர்களுடைய வயதை ஒத்த சிறுவன் ஒருவன் ஒரு நாள் நதிக்கரைக்குச் சென்றான். அங்கே ஒரு முதலை வலையில் சிக்கிக் கொண்டு தவிப்பதைப் பார்த்தான்.

அந்த முதலை கதறியது, “யாராவது காப்பாற்றுங்கள்!”

சிறுவனும் கத்தினான், “நீ என்னைக் கொன்றுவிடுவாய்!”

“மாட்டேன்! அருகில் வா”, முதலை உறுதியளித்தது.

சிறுவன் முதலை அருகில் சென்றான். திடீரென தனது வாயை வெளியே நீட்டி தனது நீண்ட பற்களால் சிறுவனைக் கவ்விக் கொண்டது.

“நல்லது செய்த எனக்குத் தீமை செய்கிறாயே! இது முறையா?” பையன்

அலறினான்.

முதலை தனது வாயின் ஓரத்திலிருந்து கூறியது, "ஆமாம்! அப்படித் தான் உலகமே இருக்கிறது!"

பையன் அதனை நம்பவில்லை. ஆகவே, அவர்களைக் கடந்து செல்லக் கூடிய முதல் மூன்று நபர்களிடமிருந்து அதற்கான சாட்சியம் பெறும் வரை பையனை விழுங்குவதில்லை என முதலை ஒப்புக் கொண்டது. முதலில் ஒரு கிழட்டுக் கழுதை அவ்வழியாகச் சென்றது.

பையன் அதனிடம் கருத்துக் கேட்ட போது, கழுதை கூறியது, "இப்பொழுது எனக்கு வயதாகி விட்டது. என்னால் இனிமேல் பாடுபட முடியாது. என்னுடைய எஜமான் சிறுத்தைக்கு இரையாகிப் போகட்டும் என்று என்னைத் துரத்தி விட்டான்!"

"பார்த்தாயா?", என்றது முதலை. அடுத்ததாக, ஒரு கிழக்குதிரை கண்ணில் பட்டது. அதுவும் அதே கருத்தினைத் தெரிவித்தது.

முதலை மீண்டும், "பார்த்தாயா?" என்று குதூகலித்தது. அதன் பின்னர், அந்தப் பக்கமாக ஒரு கொழுத்த முயல் சென்றது. அதனிடம் கேட்ட போது, "நடந்தவற்றை முதலிலிருந்து நேரில் காணாமல் என்னால் கருத்துக் கூற முடியாது" என்றது.

கருவியபடி, அதனிடம் விவரிப்பதற்காக முதலை வாயை அகலத் திறந்தது. வெளியே குதித்த சிறுவன் பாதுகாப்பாக நதிக்கரையை அடைந்தான்.

முயல் பையனைப் பார்த்துக் கேட்டது, "உனக்கு முதலைக் கறி பிடிக்குமா?" ஆம் என்றான். "உன்னுடைய பெற்றோர்களுக்கு?" அவன் மீண்டும் ஆம் என்றான். "பிறகென்ன? இங்கே தான் ஒரு முதலை சட்டியில் போட்டு வறுப்பதற்குத் தயாராக இருக்கிறதே!"

பையன் பின்னங் கால் பிடறியில் பட ஓடினான். கிராமத்து ஆட்களை அழைத்துக் கொண்டு திரும்பினான். அவர்கள் முதலையைக் கொல்வதற்கு உதவினர். அவர்களுடன் ஒரு வேட்டை நாயும் வந்திருந்தது. அது முயலைத் துரத்திப் பிடித்துக் கொன்றுவிட்டது.

நியோ போட்டோக் கிழவி இப்போது அழுத்தமாகக் கூறினாள், "முதலை சொன்னது சரியாகத் தான் இருந்தது! நன்மை செய்தவருக்குக் கைம்மாறாக தீமை செய்வது தான் உலகின் நடைமுறையாக உள்ளது. அதைத் தான் நான் உங்களுக்குக் கதையாகக் கூறினேன்!"

குழந்தைகள் நன்றியுணர்வுடன் கூறினர், "கடவுள் புண்ணியத்துல நீங்க நல்லாயிருக்கணும், பாட்டி!"

பிறகு, பிற பாட்டிகள் அப்பொழுது தான் வறுக்கப்பட்ட சிறு, சிறு பூச்சிகளைக் கிண்ணங்களில் ஏந்தியபடி குழந்தைகளுக்குப் பரிமாறினர். ஆண்டின் பிற

நாட்களில் இதுபோன்ற உணவுப் பண்டங்கள் குழந்தைகளுக்கு கொரிப்பதற்கான தின்பண்டங்களாகக் கொடுக்கப்பட்டிருக்கக் கூடியவை. ஆனால், பெரும் மழையை எதிர்பார்த்திருந்த, பசியுடன் கழிக்க வேண்டிய காலம் தொடங்கிவிட்ட, அந்தப் பருவத்தில் வறுக்கப்பட்ட பூச்சிகள் மதிய உணவாகப் பரிமாறப்பட்டன. ஏனெனில், குடிசையின் அடுக்குப் பானைகளில் ஒரு சில கைப்பிடி அளவு அரிசியும் தானியமும் தானே எஞ்சியுள்ளன.

4

தற்பொழுது நாள்தோறும் காலைப் பொழுதுகளில் விட்டு விட்டு மழை பொழியத் தொடங்கிவிட்டது. வானம் வெறிச்சோடிய வேளைகளில் குண்டா தன்னுடைய தோழர்களுடன் வெளியே விளையாட ஓடினான். எப்பொழுதுமே மிக அருகில் இருந்ததைப் போல காட்சியளித்தபடி, பூமியைத் தொட்டுக் கொண்டு, அடிவானத்தில் வளையமிட்டிருந்த வானவில்லைப் பார்த்து, "எனக்கு! எனக்கு!!" என்று குழந்தைகள் கத்தினர். மழைபொழியத் தொடங்கிய உடனே, கூடவே கொசுப் பட்டாளங்களும் வண்டுகளும் படையெடுக்கத் தொடங்கிவிட்டன. அவை கடித்ததால் வலியைப் பொறுக்க முடியாமல் பிள்ளைகள் மீண்டும் குடிசைகளுக்குள் புகுந்து கொண்டனர்.

பிறகு, திடீரென்று, ஓர் இரவில் பெரும் மழை கொட்டத் தொடங்கியது. குளிர்ந்த குடிசைகளுக்குள் முடங்கியபடி ஓலைக் கூரைகளை நீர்த்தாரைகள் இடைவிடாது தாக்கியதைக் கவனித்துக் கொண்டிருந்தனர். மின்னல் வெட்டிய ஒளிப்பிழம்புகளால் இடுக்கிய கண்களுடன் அச்சுறுத்திய இடியோசையையும் கேட்டபோது குழந்தைகளை அரவணைத்துக் கட்டிக் கொண்டனர். மேகக் கூட்டங்களின் ஆர்ப்பரிப்புகளுக்கு இடையே நரிகள்

ஊளையிடுவதும், ஓநாய்களின் கூக்குரலும், சொறித் தவளைகளின் பேரிரைச்சலும் காதுகளைத் துளைத்தன.

அடுத்த இரவும் மழை பொழிந்தது. அதற்கடுத்த இரவு, மேலும் அடுத்த இரவு என தொடர்ந்து இரவு நேரங்களில் மட்டும் மழை பிடித்துக் கொண்டது. ஆற்றுப் பகுதியை ஒட்டிய தாழ்நிலங்கள் வெள்ளத்தில் மூழ்கின. வயல் வெளிகளில் நீர் நிரம்பித் ததும்பியது. கிராமத் தெருக்கள் சகதிக் காடாகக் காட்சியளித்தன. அப்படியிருந்தும், நாள்தோறும் காலை உணவுக்கு முன்னர், கிராமத்து ஆடவரெல்லாம் தெருச்சகதிகளில் நடந்து சென்று மசூதியில் தொழுதனர். மேலும் கூடுதல் மழை வேண்டி அல்லாவை இறைஞ்சினர். மழைப்பொழிவு குறைந்து விட்டால் அடுத்து வரும் கடும் வெப்பக் காலத்தில் பயிர் பச்சைகளெல்லாம் வாடி வதங்கிப் போய்விடுவன.

மழலையருக்கான வகுப்பு நடத்தப்பட்ட சொதசொதப்பான குடிசைக்குள்ளே மங்கிய ஒளியில், தரையில் குழி தோண்டி ஏற்படுத்தப்பட்ட கணப்பு அடுப்பிலிருந்து வெளிப்பட்ட வெப்பத்தின் சூட்டில் நியோ போட்டோ பாட்டி குண்டாவிற்கும் பிற குழந்தைகளுக்கும் போதிய பெரும் மழை பொழியாததொரு காலத்தை நினைவுகூர்ந்து அப்போது மக்கள் பட்ட அவதியை விவரித்துக் கொண்டிருந்தாள். மக்களுடைய அல்லல் எந்த விதத்தில் இருந்த போதிலும் தனது வாழ்நாளில் அவர்கள் எதிர்கொண்ட கடுமையான காலத்தை நியோ போட்டோ மறக்காமல் நினைவில் வைத்திருந்தாள். இரண்டு நாள் கனத்த மழைக்குப் பின்னர் வெயில் காலம் வந்துவிட்டதென்று அவள் குழந்தைகளுக்கு கதையை விவரிக்கத் தொடங்கினாள். மக்கள் கடுமையான பக்தியுடன் அல்லாவைத் தொழுத போதிலும், பாரம்பரிய மழை நடனத்தை ஆவேசமாக ஆடிய போதிலும், நாள்தோறும் இரண்டு வெள்ளாடுகளையும் ஒரு காளையையும் பலியிட்ட போதிலும், நிலத்தில் வளர்ந்த அனைத்தும் கருகி மடிந்தன. வனத்தின் நீர்நிலைகள் கூட வறண்டு போயின. முதலில் வனப் பறவைகளும் பின்னர் வனவிலங்குகளும் நா வறட்சியால் கிராமக் கிணறுகளில் தென்பட்டன. பளிங்கு போல் தெளிந்திருந்த வானத்தில் இரவு வேளைகளில் ஆயிரக்கணக்கான விண்மீன்கள் பேரொளியை உமிழ்ந்தன. ஊதற் காற்று வீசியது. மக்களுள் பெரும்பாலானோர் நோய்வாய்ப்பட்டனர். ஜுஃப்யூர் கிராமத்தைக் கெட்ட ஆவிகள் பிடித்து ஆட்டின.

உடல் நலத்துடன் இருந்தவர்கள் தொழுகையையும் மழை நடனத்தையும் தொடர்ந்தனர். கடைசியாக இருந்த வெள்ளாட்டையும் காளையையும் பலிகொடுத்தாகிவிட்டது. அல்லா ஜுஃப்யூர் கிராம மக்களுடைய தொழுகையை ஏற்க மறுத்துவிட்டாரோ என்கிற அச்சம் பீடித்துக் கொண்டது. வயசாளிகளும் வலுவிழந்தோரும் நோயாளிகளும் மடியத் தொடங்கினர். ஏனையோர் கிராமத்தை விட்டு வெளியேறி வேறொரு கிராமத்திற்குச் சென்று உணவுப்பண்டங்கள் வைத்திருப்போரிடம் தம்மை அடிமைகளாக ஏற்றுக் கொண்டு தமது தொப்பையைக் காயவிடாமல் காப்பதற்கு ஏதேனும் கொடுக்கும்படி மன்றாடினர். வேறெங்கும் செல்வதற்குக் கதியற்றோர் சாரமற்று குடிசைகளுக்குள் முடங்கிக் கிடந்தனர். அப்போது அல்லா மனமிரங்கி கைரபா குண்டா கின்டே எனும்

இயற்கை கடந்த அருளாற்றல் பெற்ற மனிதரை அந்த ஊருக்கு அனுப்பி வைத்தார். மக்களுடைய அவல நிலையைக் கண்ட அவர் முழந்தாழிட்டு அல்லாவைத் தொழத் தொடங்கினார். ஊன், உறக்கமின்றி சில மிடறு நீரை மட்டும் அருந்தியபடி அடுத்த ஐந்து நாட்கள் தொடர்ந்து தொழுதார். ஐந்தாவது நாள் மாலையில் கனத்த மழை கொட்டியது. வெள்ளம் பெருக்கெடுத்தது. ஜுஃப்யூர் மக்கள் காப்பாற்றப்பட்டனர்.

நியோ போட்டோ பாட்டி கதை சொல்லி முடித்தவுடன் பிற குழந்தைகள் குண்டாவை புதுவிதமானதொரு மரியாதையுடன் பார்த்தனர். தனது பாட்டி ஆயிசாவின் கணவரான தனது பாட்டனாரின் பெயரை அவன் பெற்றிருந்தான். ஏற்கனவே, பிற குழந்தைகளுடைய பெற்றோர் தனது பாட்டியிடம் மதிப்புடன் நடந்து கொண்டதை அவன் கவனித்திருந்தான். நியோ போட்டோ பாட்டியைப் போலவே தனது பாட்டியும் கிராமத்தில் மிகவும் மதிப்பிற்குரியவள் என்பதை உணர்ந்து கொண்டான்.

இரவுதோறும் கனத்த மழை கொட்டு கொட்டென்று கொட்டியது. மழை ஒருவாறு ஓயத் தொடங்கியவுடன் பெரியவர்கள் கணுக்கால் வரையிலும் சில இடங்களில் முழங்கால் வரையிலும் சேற்றில் நடந்தும் பரிசல்களைச் செலுத்தியும் வயல்களுக்குச் சென்று திரும்பியதைக் குண்டாவும் பிற குழந்தைகளும் கவனித்தனர். நதியின் கிளை வாய்க்காலில் நீர்மட்டம் உயர்ந்ததால் நெல்வயல்களெல்லாம் மூழ்கிப் போனதை பின்டா ஓமோரோவிடம் கூறியதை குண்டா கேட்டான். குளிரிலும் பசியிலும் வாடியபோதிலும் குழந்தைகளின் தந்தைமார் நாள்தோறும் அல்லாவுக்கு வெள்ளாடுகளையும் காளைகளையும் பலியிட்டனர். ஒழுகிய குடிசைகளின் கூரைகளை ஓலைகளை வைத்துத் தைத்து பழுது நீக்கினர். மண்சுவர்களைக் கெட்டிப்படுத்தினர். குறைந்து கொண்டிருந்த சிறுதானியங்களும் அரிசியும் அடுத்த அறுவடைக் காலம் வரை நீடிக்க வேண்டுமென்று தொழுதனர்.

குண்டாவும் அவனுடைய தோழர்களும் இன்னமும் சிறு பிள்ளைகளாக இருந்ததால், தொப்பையில் எரிந்த பசித்தீயைப் பற்றியெல்லாம் கவலைப்படாமல் தமது ஆட்டங்களிலேயே கவனத்தைச் செலுத்தினர்; சகதியில் கட்டிப் பிடித்து மல்லாடினர்; ஆடையில்லாத தமது புட்டங்கள் உயரமான சகதிப் பகுதிகளில் சறுக்கிக் கொண்டு இறங்கிவர குதூகலமடைந்தனர். இருப்பினும், சூரியனைக் கண்டு நாட்கள் பல ஆகிப் போன ஏக்கத்தால், சாம்பல் நிற வானத்தை அண்ணாந்து பார்த்து கைகளை அசைத்தபடி தொழுதனர், “சூரியனே, வெளிச்சம் கொடு! உனக்கொரு ஆட்டைப் பலியிடுகிறோம்!” அவர்களுடைய பெற்றோர் செய்ததைப் பார்த்திருக்கிறார்களல்லவா?

உயிரூட்டிய மழையால் பயிர் பச்சைகளெல்லாம் பசுமையாகவும் செழிப்பாகவும் அசைந்தாடின. பறவைகளின் இன்னிசை காற்றை நிறைத்தது. மரங்களும் செடி கொடிகளும் பூத்துக் குலுங்கிய மலர்களிலிருந்து நறுமணத்தைப் பரப்பின. ஒவ்வொரு காலைப் போதிலும், செம்பழுப்பு மண் கால்களில் மிதிபட்டு சிவப்புக் கம்பளம் விரித்திருந்தது. முந்திய இரவு மழையில் குளித்து மெருகேறிய கரும்பச்சை இலைகளும் பூக்களின் ஒளிமிகுந்த இதழ்களும் கண்களுக்கு விருந்தளித்தன.

இயற்கை செல்வச் செழிப்பால் பூரித்திருந்த போதிலும், அவற்றுள் எதுவுமே மக்கள் உண்பதற்கேற்ற பக்குவத்தை இன்னமும் பெறாததால், அவர்கள் மத்தியில் பசி நோய் பரவிக் கொண்டிருந்தது. காய்த்துக் கனத்துத் தொங்கிய காய்கள் எவையும் உட்கொள்ள ஏற்றவையாக இல்லாததால் பசிவெறியுடன் பார்த்து சப்புக் கொட்டிக் கொண்டனர். ஏனெனில், துணிந்து உண்டவர்கள் வாந்தியெடுத்து நோய்வாய்ப்பட்டனர்.

பாட்டி ஆயிசா தனது பேரனைப் பார்த்த போதெல்லாம் நாக்கால் 'த்சொ' ஒலி எழுப்பியபடி 'எலும்பும் தோலுமாயிருக்கானே!' என ஆதங்கப்பட்டாள். ஆனால், உண்மையில், பாட்டி பேரனைக் காட்டிலும் மோசமான நிலையில் இருந்தாள். ஜுஃப்யூரிலிருந்த தானியக் கிடங்குகள் அனைத்தும் தற்பொழுது காலியாகி விட்டன. வெட்டித் தின்றவையும் பலியிடப்பட்டவையும் போக, எஞ்சியிருந்த ஆடு மாடுகள், கோழிகள் அடுத்த ஆண்டிற்கான குட்டிகளையும் கன்றுகளையும் குஞ்சுகளையும் பெறுவதற்காகவே விட்டு வைக்கப்பட்டிருந்தன. ஆகவே, சூரிய உதயத்திலிருந்து பொழுது சாயும் வரை கிராமத்தைச் சுற்றிலும் தேடி அலைந்து பிடித்த எலிகளையும், கிழங்குகளையும், கீரை வகைகளையும் சமைத்துப் பசியாற்றிக் கொண்டனர்.

ஆண்டின் பிற பருவங்களில் சென்றதைப் போல ஆடவர் வேட்டைக்குச் சென்றனர். காட்டு விலங்குகளை வேட்டையாடிப் பெற்ற போதிலும் அவற்றைக் கிராமத்திற்கு இழுத்து வருவதற்கான உடல்வலு குன்றியிருந்தனர். பழங்குடியினருடைய குலமரபு வழக்கங்கள் மந்திகளையும் வாலில்லாப் பெரிய வகைக் குரங்குகளையும் வேட்டையாடுவதற்குத் தடை விதித்திருந்தன. ஏராளமாகக் கிடைத்த பறவை முட்டைகளைக் கூட அவர்கள் தொடுவதில்லை. மாண்டிங்கர்கள் பச்சைத் தவளைகள் நச்சுத் தன்மை கொண்டவை எனக் கருதினர். சமயப் பற்று மிக்க இஸ்லாமியர் என்பதால் தமது கிராமம் வரை மந்தைகளாக உலா வந்த காட்டுப் பன்றிகளையும் தொட்டதில்லை.

நெடுங் காலமாகவே, கிராமத்தின் இலவ மர உச்சிக் கிளைகளில் தான் கூடு கட்டி கொக்குக் குடும்பங்கள் வாழ்ந்தன. புதிதாகப் பொறிக்கப்பட்ட கொக்குக் குஞ்சுகளுக்கு தாய்க் கொக்குகள் நதிக்கரை வரை சிறகடித்துச் சென்று மீன்களைக் கவ்விக் கொண்டு திரும்பி ஊட்டுவதுண்டு. அதைக் கவனித்துக் கொண்டிருந்த கிராமத்துப் பாட்டிகளும் குழந்தைகளும் மரத்தடியில் கூடி கொம்புகளையும் கற்களையும் மேல்நோக்கி எறிந்தனர். பதட்டமடைந்த தாய்ப் பறவைகளும் குஞ்சுகளும் மீன்களை நழுவவிடுவதுண்டு. மரத்தின் அடர்ந்த கிளைகளுக்கும் இலைகளுக்கும் ஊடாக இறங்கிச் சென்று கீழே விழுந்த மீனை அவர்கள் அடித்துப் பிடித்து பற்றிவிடுவர். திறமைசாலி வீட்டில் அன்றைக்கு மீன் விருந்து. சில சமயங்களில், எறிந்த தடியாலோ கல்லாலோ அடிபட்டு குஞ்சுப் பறவையோ தாயோ விழுந்து விட்டால் முண்டியடித்து எடுத்தவர் வீட்டில் கொக்குச் சாறு! ஆனால், அத்தகைய விருந்துகள் அரிதானவை.

நாள்தோறும் பொழுது சாய்ந்து இருட்டிய பிறகு வீடு சேர்ந்த குடும்பத்தினர் அனைவரும் தாம் கொண்டு சென்ற எலியையோ பெரிய வகைப் புழுக்களையோ

திரட்டி, அன்றிரவு மண்பானையில் சாறாக்கி உண்டனர். அத்தகைய உணவு அவர்களுடைய பசியைப் போக்கிக் கொள்ள உதவியதே தவிர உடலுக்குத் தேவையான ஊட்டம் கிடைக்கவில்லை. அதனால் தான் ஜுஃப்யூர் கிராமத்தில் இறந்தோரின் எண்ணிக்கை அதிகரிக்கத் தொடங்கியது.

5

தற்பொழுது, கிராமமெங்கும் அவ்வப்போது பெண்களின் அழுகுரல் உச்ச ஸ்தாயியில் கேட்டது. அதன் பொருளைப் புரிந்து கொள்ள இயலாத சிசுக்களும் மழலையருமே கொடுத்து வைத்தவர்கள். குண்டா கூட அழுகுரல் எழுப்பிய பெண்ணுக்கு ரொம்பவும் வேண்டப்பட்டவர்கள் அப்பொழுது தான் இறந்து போயினர் என்பதைப் புரிந்து கொள்ளும் அளவுக்கு வளர்ந்து விட்டான். மாலைப் பொழுதுகளில், காலையில் களை வெட்டுவதற்காக வயலுக்குச் சென்ற ஒருவரை மாட்டுத் தோலில் போட்டுத் தூக்கிக் கொண்டு கிராமத்திற்குத் திரும்புவது வழக்கமாகிப் போனது. அந்த ஆளோ அசைவற்றுக் கிடந்தான்.

நோயால் சில பெரியவர்களுடைய கால்கள் வீங்கிக் கொண்டே இருந்தன. இன்னும் சிலர் காய்ச்சலால் அளவுக்கதிகமாக வியர்த்துக் கொட்டி உடல் சில்லிட்டு நடுங்கினர். குழந்தைகள் அனைவருக்கும் கைகளிலும் கால்களிலும் சில பகுதிகள் முதலில் வீங்கத் தொடங்கின; வேகமாகப் பருத்து வேதனையால் துடிதுடிக்கச் செய்தன; பின்னர், வீங்கிப் பருத்த பகுதி வெடித்து செம்பளுப்பான திரவம் வடியத் தொடங்கியது; அதுவே மஞ்சள் நிறம் கொண்ட சீழாக உருவெடுத்து துர்நாற்றம் வீசியது; ஈக்கள் மொய்த்தன.

காலில் சிலந்தி வெடித்துச் சீழ் பிடித்திருந்ததால், குண்டா ஓட முயன்ற போது தடுமாறி கீழே விழுந்து விட்டான். பலத்த அடியுடன் விழுந்தவனை அவனுடைய தோழர்கள் தூக்கி விட்டனர்; அதிர்ச்சியால் உறைந்து போனவன், பின், கத்தினான். நெற்றியிலிருந்து இரத்தம் வழிந்தது. வயலிலிருந்த பின்டாவும் ஓமோரோவும் ஓடோடிச் சென்று அவனைத் தூக்கிக் கொண்டு பாட்டி ஆயிசாவின் குடிசைக்கு விரைந்தனர். அவள் சில நாட்களாகவே குழந்தைகளைப் பராமரிக்கும் குடிசையில் தட்டுப்படவில்லை.

அவள் ரொம்பவே மெலிந்து போய்விட்டாள். அவளுடைய கறுத்த முகம் கன்னங்கள் இடுங்கித் தொங்கியது. தன்னுடைய மூங்கில் கீற்றுப் படுக்கையில் மாட்டுத் தோலை மூடி முடங்கியிருந்தாள். உடலெங்கும் வியர்த்துக் கொட்டியது. குண்டாவைக் கண்டவுடன் துள்ளியெழுந்து நெற்றியில் வழிந்த இரத்தத்தைத் துடைத்தாள். அவனை இறுக்கி அணைத்தபடி, குழுமியிருந்த பிற குழந்தைகளை ஓடிச் சென்று சில கட்டெறும்புகளைப் பிடித்து வருமாறு பணித்தாள். கட்டெறும்புகளுடன் சிறுவர்கள் திரும்பினர். நெற்றியில் காயத்தால் பிளவுண்ட பகுதியை ஒன்று சேர்த்து இறுக்கியபடி, கட்டெறும்புகளை ஒன்றன் பின் ஒன்றாக பிளந்திருந்த தோல் பகுதியை இணைக்கும் வகையில் கடிக்க விட்டாள். அதனுடைய கொடுக்கைச் செலுத்திக் இருபுறத்தோலும் இணையுமாறு கவ்விகொண்டவுடன் அதன் உடற்பகுதியைத் துண்டித்து விட்டாள். அவ்வாறாகப் பிளவுண்ட காயத்திற்குத் தையல் போட்டாள்.

பிற குழந்தைகளை அனுப்பி விட்டு குண்டாவைத் தனது படுக்கையில் தனக்கருகிலேயே படுத்துக் கொள்ளச் சொன்னாள். சற்று நேரம் அமைதியாக இருந்த பாட்டி விட்ட பெருமூச்சை படுத்திருந்த குண்டாவால் கேட்க முடிந்தது. பிறகு, தனது படுக்கைக்கு அருகில் இருந்த அலமாரியில் அடுக்கப்பட்டிருந்த புத்தகங்களைக் காட்டினாள். மெல்லிய குரலில் மெதுவாகப் பேசியவள் அந்தப் புத்தகங்கள் அனைத்தும் அவனுடைய பாட்டனாருக்குரியவை என்று தொடங்கி அவரைப் பற்றிய பல செய்திகளைக் கூறினாள்.

அவருடைய தாயகமான மௌரெடேனியாவில், கைரபா குண்டா கின்டே முப்பத்தைந்து வயது வரை ஆசான் ஒருவரிடம் ஆன்மீகப் பயிற்சி பெற்றார். அதன் பின்னர் ஆசான் அவருக்கு ஆசிகள் அருளிப் புனிதராக்கினார். பல நூறு ஆண்டுகள் பின்னோக்கி பழைய மாலி வரை சென்ற புனித மாந்தர்களின் குடும்ப மரபுகளை குண்டாவினுடைய பாட்டனார் குண்டா பின்பற்றினார். இயற்கை கடந்த ஆற்றல் படைத்த தனது ஆசானிடம் தன்னை சீடனாக ஏற்றுக் கொள்ளும்படி வேண்டிய பாட்டனார் குண்டா அடுத்த பதினைந்து ஆண்டுகள் தனது மனைவிமார், அடிமைகள், சீடர்கள் அடங்கிய குழுவுடன் கிராமம் கிராமமாகப் புனிதப் பயணம் மேற்கொண்டு அல்லாவிற்கும் அவருடைய குடிமக்களுக்கும் இறைப்பணியாற்றினார். மௌரெடேனியாவிலிருந்து தெற்கு நோக்கி, புழுதி படிந்த ஒற்றையடிப் பாதைகளையும், சகதி நிறைந்த வாய்க்கால் கரைகளையும் கடந்து, சுட்டெரித்த வெயிலிலும், கொட்டிய மழையிலும், பசுமை படர்ந்த பள்ளத்தாக்குகளிலும், பலத்த காற்று வீசிய தரிசு நிலங்களிலும் நடைப்

பயணமாகச் சென்றார்.

புனித மாந்தன் என்கிற தகுதியை அடைந்த பின்னர், கைரபா குண்டா கின்டே தனியாகவும் பல மாதங்கள் பழைய மாலியைச் சுற்றிலுமிருந்த கெய்லா, ஜீலா, கங்கபா, திம்புகா போன்ற இடங்களிலெல்லாம் சுற்றித் திரிந்து, தான் சந்தித்த புனித மாந்தர்களின் கால்களில் தலைபடும்படி தரையில் விழுந்து வணங்கி அவர்களுடைய அருளாசிகளை வேண்டினார். அவர்களும் தயக்கமின்றி அவருக்கு தமது ஆசிகளை வழங்கினர். அதன் பின்னர், அல்லா அந்த இளம் துறவியினுடைய பாதங்களை தெற்குத் திசை நோக்கி வழிகாட்டினார். இறுதியாக, காம்பியா நாடு சென்று சேர்ந்தவர் முதலில் பகாலி நிதிங் எனும் கிராமத்தில் தங்கினார்.

குறுகிய காலத்திலேயே, அவருடைய தொழுகைகள் சிறந்த பலன்களை உடனடியாக அளிப்பதை உணர்ந்து கொண்ட கிராம மக்கள், அந்த இளம் புனிதர் அல்லாவின் அருளாசிகளைச் சிறப்பாகப் பெற்றவர் என்று போற்றினர். முரசறைந்து அச்செய்தி பரப்பப்பட்டது. உடனே, ஏனைய கிராம மக்கள் இளம் கன்னியரையும், அடிமைகளையும், ஆடு மாடுகளையும் காணிக்கையாக்கி தமது கிராமங்களுக்கு அருளாசி நல்குவதற்கு வருகை தரும்படி வேண்டினர். அத்தகைய அழைப்புகளை ஏற்று அவர் அங்கிருந்து புறப்பட்ட சில நாட்களிலேயே, ஜிஃப்பராங் எனும் கிராமத்திற்குச் செல்ல நேர்ந்தது. அல்லா தான் அவரை அக்கிராமத்திற்குச் செல்லுமாறு பணித்திருக்க வேண்டும். ஏனெனில், அவருடைய தொழுகைகளுக்குக் கைம்மாறாக காணிக்கைகள் படைக்க அந்த ஊர் மக்களிடம் எதுவுமில்லை. அங்கே இருந்த போது தான் அவர் ஜுஃப்பூர் எனும் கிராமத்தைப் பற்றிக் கேள்விப்பட்டார். அங்கே மக்கள் போதிய மழை பொழியாததால் நோயால் மடிந்துகொண்டிருந்தனர். அங்கு சென்று தொடர்ந்து ஐந்து நாட்கள் ஊன், உறக்கமின்றி அல்லாவைத் தொழுதார். அல்லாவின் கருணையால் ஐந்தாவது நாள் பெரும்மழை பொழியவே, மக்கள் காப்பாற்றப்பட்டனர்.

பாட்டனார் குண்டாவினுடைய மாபெரும் செயலைப் பற்றிக் கேள்விப்பட்ட அப்பகுதியை ஆண்ட மன்னர் பர்ரா நேரடியாகச் சென்று அவரைச் சந்தித்து, கன்னியொருத்தியை அவருடைய முதல் மனைவியாக ஏற்றுக் கொள்ளுமாறு பரிசளித்தார். சைரெங் எனும் பெயர் கொண்ட தனது முதல் மனைவி மூலம் கைரபா குண்டா கின்டே ஜானே, சலோம் என்ற இரு மகன்களைப் பெற்றார்.

நிகழ்வுகளை விவரித்த பாட்டி3 ஆயிசா, தனது மூங்கில் படுக்கையில் எழுந்து அமர்ந்தாள். “அப்போது தான் கிராமக் கொண்டாட்டம் ஒன்றில் நடனமாடிய ஆயிசாவைக் கண்டார்.” சொல்லிக்கொண்டிருக்கும் போதே அவளுடைய கண்கள் மின்னின. “அப்போது எனக்குப் பதினைந்து வயது!” சிரிப்புப் பொங்கியது. பொக்கை வாய் அகன்று கன்னங்கள் காதுகளைத் தொட்டன. “இரண்டாவது மனைவியைத் தேடிக் கொள்ள உனது பாட்டனுக்கு மன்னர் தேவைப்படவில்லை! இந்தப் பொந்தியிலிருந்து தான் உன் அப்பன் ஓமோரோ பிறந்தான்”

தாயின் குடிசைக்குத் திரும்பிய குண்டா இரவு நெடு நேரம் வரை உறக்கம் கொள்ள வில்லை. பாட்டி கூறிய செய்திகளை அசை போட்டுக் கொண்டே

படுத்திருந்தான். புனிதத் துறவியான தாத்தா ஒருவர் கிராமத்தைக் காப்பாற்றியது பற்றிய செய்தியை அவன்பலமுறை கேட்டிருந்தான். ஆனால், அவர் தான் அவனுடைய தகப்பனாரின் தகப்பனார் என்பது அவனுக்கு அப்பொழுதுதான் புரிந்தது. தான் தனது தந்தையை அறிந்திருந்ததைப் போல ஓமோரோவும் அவருடைய தந்தையை நன்கு அறிந்திருந்தார் என்பது அவனுக்கு அப்பொழுது பிடிபட்டது. தனக்கு பின்டாவைப் போல தனது தந்தைக்கு ஆயிசா பாட்டி அன்னை என்பதும் தெளிவானது. அவனும் ஒரு காலத்தில் ஒரு பெண்ணை மணந்து தனக்கென ஒரு மகனைப் பெறுவான். அந்த மகன் மறுபடியும்.....

புரண்டு படுத்துக் கண்களை மூடிய குண்டா சிந்தனையில் மூழ்கியபடியே உறங்கினான்.

6

அடுத்த சில நாட்கள் பொழுது சாய்ந்த பின்னர், வயல் வெளியிலிருந்து திரும்பிய பிறகு, ஒரு குடுவை குடிநீர் சேந்தி வருவதற்காக குண்டாவை கிராமக் கிணற்றிற்கு பின்டா அனுப்பினாள். அன்று வயற்காடுகளில் கிடைத்தவற்றைக் கொண்டு அந்த நீரில் சாறு காய்ச்சினாள். காய்ச்சிய சாற்றை எடுத்துக் கொண்டு கிராமத்தினூடே பாட்டி ஆயிசாவின் குடிசையை நோக்கித் தாயும் மகனும் விரைந்தனர். பின்டா மிகவும் சிரமப்பட்டு மெதுவாக நடந்ததாக குண்டாவிற்குத் தென்பட்டது. அவளுடைய அடிவயிறு பருத்தும் கனமாகவும் இருந்ததாக அவனுக்குப் பட்டது.

விரைவில் குணமான பிறகு பார்த்துக் கொள்வதாக பாட்டி தடுத்த போதிலும், பின்டா குடிசையைப் பெருக்கித் தூய்மைப்படுத்தினாள். காட்டு மரங்களில் படர்ந்திருந்த உலர்ந்த கரும் மொச்சைகளின் மீது படிந்திருந்த மஞ்சள் நிற மாவைக் கொண்டு தயாரிக்கப்பட்ட பட்டினிக் கால ரொட்டியுடன் காய்ச்சி எடுத்துச் சென்ற சாற்றையும் உட்கொண்ட பின்னர் பாட்டியைப் படுக்கையில் கிடத்தி விட்டு குடிசையை விட்டு வெளியேறினர்.

ஒரு நாள் இரவு உறங்கிக் கொண்டிருந்த குண்டாவை

அவனுடைய தந்தை உலுக்கி எழுப்பிய போது கண்விழித்தவன், பின்டா தனது படுக்கையில் மெல்லிய முனகல் ஒலிகளை எழுப்பிக் கொண்டிருந்ததைக் கவனித்தான். குடிசைக்குள் நியோ போட்டோ பாட்டியும் பின்டாவினுடைய தோழி ஜாக்கே டௌரேவும் அங்குமிங்குமாக விரைந்து கொண்டிருந்தனர். குண்டாவை அழைத்துக் கொண்டு ஓமோரோ கிராமத்தினூடே அந்த நள்ளிரவில் விரைந்தார். நடந்தது என்னவென்று அறியாமல் திகைத்தபடி தூங்கிவழிந்து கொண்டிருந்த குண்டா சற்று நேரத்தில் அவனுடைய தந்தையின் படுக்கையில் உறங்கிப் போனான்.

மறுநாள் அதிகாலையில் மீண்டும் குண்டாவை எழுப்பிய ஓமோரோ 'உனக்கு ஒரு தம்பிப் பயல் கிடைத்திருக்கிறான்' என்றார். தூக்கக் கலக்கத்துடன் முழங்கால்களுக்கு இடையே முகத்தைப் புதைத்த குண்டா கண்களைக் கசக்கியபடி, எப்போதும் கடுமையான முகத்துடன் காட்சியளித்த தனது தந்தையை குதூகலப்படுத்தும் விதத்தில் ஏதோ சிறப்பாக நடந்து விட்டது என எண்ணினான். மதியம் தனது விளையாட்டுத் தோழர்களுடன் காட்டுவெளிகளில் ஏதேனும் திங்கக் கிடைக்குமா என்று தேடிக் கொண்டிருந்தான். அப்பொழுது அவனைக் கூவி அழைத்த நியோ போட்டோ பாட்டி அவனை பின்டாவிடம் கூட்டிச் சென்றாள். படுக்கையின் விளிம்பில் மிகவும் களைப்பாக அமர்ந்திருந்த பின்டா மடியில் குழந்தையைக் கிடத்தி மெதுவாகத் தடவிக் கொண்டிருந்தாள். சுருக்கம் நிறைந்த அந்தக் கறுப்புக் குட்டியை அவன் ஒரு கணம் வைத்த கண் வாங்காமல் பார்த்தான். பிறகு, அதைப் பார்த்துச் சிரித்துக் கொண்டிருந்த இரு பெண்டிரையும் பார்த்தான். வழக்கமாக பெருத்துக் காணப்பட்ட பின்டாவின் வயிறு திடீரென்று சுருங்கிப் போனதைக் கவனித்தான். ஒரு வார்த்தையும் பேசாமல் வெளியேறி நெடு நேரம் நின்றான். பிறகு, தனது தோழர்களிடம் திரும்பிச் செல்லாமல், தந்தையின் குடிசைக்குச் சென்று தனியே அமர்ந்தான். தான் கண்ட சிசுவைப் பற்றிய சிந்தனை அவனை ஆட்கொண்டது.

அடுத்த ஏழு இரவுகளிலும் குண்டா தனது தந்தையுடன் உறங்கினான். புதிதாகப் பிறந்திருந்த சிசுவின் மீது அக்கறை கொண்டதால் அவனைக் கவனிப்பார் யாருமில்லை. தாய்க்குத் தன் மீது இனி விருப்பமில்லையோ என எண்ணத் தொடங்கினான். தந்தைக்கும் அப்படிதானோ! எட்டாவது நாள் மாலையில் ஓமோரோ அவனை அவனுடைய தாயின் குடிசைக்கு அழைத்துச் சென்றார். ஜுஃப்யூர் கிராமத்தில் உடல்நலக் கேடில்லாத அனைவரும் குடிசை முன் திரண்டனர். குழந்தைக்குத் தேர்ந்தெடுக்கப்பட்டிருந்த லேமின் எனும் பெயரைக் கேட்டு மகிழ்ந்தனர்.

அன்றிரவு குண்டா அமைதியாகவும் நன்றாகவும் உறங்கினான். தனது தாய்க்கும் தம்பிக்கும் பக்கத்தில் தனது படுக்கைக்குத் திரும்பிவிட்டானல்லவா! ஆயினும், ஒரு சில நாட்களில், உடல் ஓரளவு தேறிய உடனே, காலை உணவு சமைத்து குண்டாவுக்கும் ஓமோரோவுக்கும் கொடுத்த பிறகு, குழந்தையை எடுத்துக் கொண்டு ஆயிசா பாட்டி குடிசைக்கு விரைந்தாள். பகல் பொழுதின் பெரும்பாலான நேரத்தை அங்கேயே கழித்தாள். தாய், தந்தையரின் முகங்களில்

வெளிப்பட்ட கவலை, பாட்டியின் நிலைமை மிகவும் மோசமாகிவிட்டது என்பதை குண்டாவிற்கு உணர்த்தியது.

சில நாட்களுக்குப் பிறகு, பொழுது சாயும் வேளையில், குண்டாவும் அவனுடைய தோழர்களும், ஒருவாறு பழுக்கத் தொடங்கிவிட்ட மாங்காய்களைப் பறித்து, அருகிலிருந்த பாறையில் தேய்த்து வடிந்துகொண்டிருந்த பாலை நீக்கி விட்டு, கடித்து உள்ளிருந்த சதைப் பகுதியைத் தின்றனர். தங்களுடன் கொண்டு வந்திருந்த கூடைகளில் பேரிக்காய்களையும், காட்டு முந்திரிகளையும் சேகரித்தனர். திடீரென்று, பாட்டியின் குடிசை இருந்த திசையிலிருந்த பழக்கப்பட்ட குரல் ஓலமிட்ட அலறல் ஒலியைக் கேட்டான். அதிர்ச்சியால் உடலெங்கும் சில்லிட்டது. சமீப காலமாக கேட்டுப் பழகிப் போன மரண ஓலம் தனது தாயின் குரலில் கேட்டது. சற்று நேரத்தில் ஏனைய கிராமப் பெண்டிர் அனைவரும் பிலாக்கணம் எழுப்பிய ஓலக்குரல் கிராமமெங்கும் எதிரொலித்தது. கண்மண் தெரியாமல் பாட்டியின் குடிசையை நோக்கி ஓடினான்.

பெருங் குழப்பத்திற்கிடையில், குண்டா தனது தந்தையின் கவலை தோய்ந்த முகத்தையும் நியோ போட்டோ பாட்டி கதறி அழுததையும் பார்த்துக் கொண்டிருந்தான். சற்று நேரத்தில் தாரை, தப்பட்டைகள் ஒலிக்கத் தொடங்கின. கிராமக் கலைஞர் பாட்டியினுடைய அருமை பெருமைகளையும் தன்னுடைய நீண்ட கால வாழ்க்கையில் அந்தக் கிராம மக்களுக்கு அவர் ஆற்றிய சேவையையும் நீட்டி முழக்கிக் கொண்டிருந்தார். அதிர்ச்சியில் உறைந்து போயிருந்த குண்டா, கிராமத்தின் இளம் கன்னியர் கோரைப் புற்களாலான அகன்ற துடப்பத்தைக் கொண்டு குடிசையின் முன் வாசலைத் தூய்மைப்படுத்திக் கொண்டிருந்ததைக் கவனித்தான். இறப்பை ஒட்டி அவர்கள் குல மரபு வழக்கங்களில் அதுவும் ஒன்று. குண்டாவை யாரும் கவனித்ததாகத் தோன்றவில்லை.

பின்டா, நியோ போட்டோ பாட்டி, மேலும் இரண்டு பெண்கள் கதறியபடியே குடிசைக்குள் நுழைந்தவுடன், வெளியில் திரண்டிருந்த மக்கள் அனைவரும் முழந்தாளிட்டுத் தலைவணங்கினர். துக்கமும் அச்சமும் பொங்க குண்டா திடீரென்று பெருங்குரலெழுப்பி அழுதான். ஆண்கள் சிலர் புதிதாகப் பிளக்கப்பட்ட மிகப் பெரிய கட்டைகளைக் கொண்டு செய்யப்பட்ட பாடையை குடிசையின் முன்னர் வைத்தனர். சில பெண்கள் பாட்டியின் உடலைக் கொணர்ந்து பாடையின் மீது கிடத்தியதைக் குண்டா கண்ணிமைக்காமல் பார்த்துக் கொண்டிருந்தான். பாதம் முதல் கழுத்து வரையிலும் வெள்ளைப் பருத்தித் துணியால் உடலைப் போர்த்தியிருந்தனர்.

பாட்டியின் உடலுக்கு அஞ்சலி செலுத்தியோர் தொழுதபடியும் மந்திரங்களைச் செபித்துக்கொண்டும் ஏழுமுறை உடலைச் சுற்றி வலம்வந்ததையும் ஹஜரத் உரத்த குரலில் ஆயிசா பாட்டி அல்லாவிடமும் மூதாதையரிடமும் என்றென்றைக்கும் சேர்ந்திருக்கப் பயணப்பட்டு விட்டதாக ஓதியதையும் தாரை தாரையாக வழிந்து கொண்டிருந்த கண்ணீர்த் திரையினூடே குண்டா கவனித்தான். அத்தகைய பயணத்திற்குப் போதிய வலிமையை அளிப்பதற்காக இளம் கன்னியர் பாட்டியினுடைய உடலைச் சுற்றிலும் சாம்பல் நிரப்பப்பட்ட மாட்டுக்

கொம்புகளைப் பரிவுடன் வைத்தனர்.

பெரும்பாலானோர் அஞ்சலி செலுத்திய பிறகு, நியோ போட்டோ பாட்டியும் ஏனைய மூதாட்டிகளும் கூடி நின்று கைகளால் தலையில் அடித்தபடி ஒப்பாரி வைத்தனர். மூதாட்டிகள் அமர்ந்த பின்னர் இரவு நெடு நேரம் வரையிலும் கிராம முரசுகள் பாட்டியின் பெருமைகளைப் பறைசாற்றிக் கொண்டிருந்தன.

பனி படர்ந்திருந்த அதிகாலைப் பொழுதில், மரபு வழக்கப்படி, நடப்பதற்குத் தெம்பிருந்த கிராமத்து ஆடவர் மட்டும் கிராமத்திலிருந்து சற்று தொலைவில் இருந்த இடுகாட்டிற்கு ஊர்வலமாகச் சென்றனர். தமது மூதாதையரின் ஆவிகளின் பால் ஒருவிதமான அச்சங் கலந்த மரியாதை காரணமாக மற்ற சமயங்களில் எவரும் இடுகாட்டுப் பக்கம் செல்வதில்லை. பாட்டியின் உடலைச் சுமந்து சென்ற ஆட்களுக்குப் பின்னால் ஓமோரோ கைக்குழந்தை லேமினைத் தூக்கிக் கொண்டு, ஒரு கையில் குண்டாவைப் பிடித்தபடி சென்றார். குண்டா பயத்தால் அழுவதற்குக் கூட முடியாமல் வெறித்தபடி நடந்தான். அவர்களுக்குப் பின்னால் ஏனையோர் சென்றனர். வெள்ளைத் துணியால் மூடப்பட்டு விரைத்திருந்த உடலைப் புதிதாகத் தோண்டப்பட்டிருந்த குழிக்குள் இறக்கினர். முதலில் மூங்கில் கழிகளைக் கொண்டு நெருக்கமாகப் பின்னப்பட்டிருந்த பாயை உடலின் மீது கிடத்தினர். பின்னர் முட்கள் நிறைந்த செடிகளைப் போட்டு மூடினர். ஓநாய், நரி போன்ற விலங்குகள் தோண்டி உடலை எடுத்துவிடக் கூடாதல்லவா! அதற்கு மேல் கற்களைப் போட்டு இறுக்கிக் கெட்டித்து களிமண்ணால் மேடு போல பூசி மெழுகிவிட்டனர்.

அதன்பிறகு, பல நாட்கள் குண்டா சரியாகச் சாப்பிடாமலும் உறக்கம் பிடிக்காமலும் விளையாட்டுத் தோழர்களுடன் சேர்ந்து வெளியில் எங்கும் செல்லாமலும் துக்கத்தில் ஆழ்ந்து போனான். ஒரு நாள் மாலைப் பொழுதில், ஓமோரோ அவனைத் தனது குடிசைக்குக் கூட்டிச் சென்று படுக்கையின் மீது தனது அருகில் அமர்த்தி அவனைத் தேற்றும் விதமாக முன்னெப்பொழுதையும் விடக் கூடுதலான பாசத்துடனும் பரிவுடனும் சில, பல வார்த்தைகள் பேசினார்.

"ஒவ்வொரு கிராமத்திலும் மூன்று விதமான மக்கள் இருக்கிறார்கள். முதலாவது வகை, நாம் அன்றாடம் காணக் கூடியவர்கள். நம்மைப் போலவே உண்டும், உறங்கியும், வேலை செய்து கொண்டும் நம் முன்னே நடமாடக் கூடியவர்கள். இரண்டாவது, மூதாதையர்கள்; முன் காலத்தில் வாழ்ந்து மறைந்தவர்கள்; அவர்களிடம் தான் பாட்டி சென்றிருக்கிறார்."

"மூணாவது வகை, யாருப்பா?"

"மூணாவது வகை மக்கள், இனிமேல் பிறப்பதற்காகக் காத்திருப்பவர்கள்!"

7

மழை ஒருவழியாக ஓய்ந்தது. தெளிந்த நீலவானத்திற்கும் ஈரமண்ணுக்கும் இடையே செழித்திருந்த காட்டுப் பகுதிகளின் பூக்களிலிருந்தும் கனிகளிலிருந்தும் புறப்பட்ட நறுமணத்தின் சுமையை தாளாமல் காற்று தள்ளாடியது. பிரதான அறுவடைக்கு இன்னும் காலமிருந்தது. கடந்த ஆண்டு அறுவடையின் போது நிலத்தில் சிந்திய விதைகள் நடப்பு விதைகளை முந்திக் கொண்டு விளைந்ததால் கிடைத்த சிறுதானிய வகைகளையும் நிலக்கடலையையும் உரலில் போட்டு பெண்டிர் இடித்த ஓசை அதிகாலைப் பொழுதுகளில் எதிரொலித்தது. வேட்டைக்குச் சென்ற ஆடவர் கொழுத்த மான்களுடன் திரும்பினர். இறைச்சியை வெட்டி எடுத்துப் பிரித்துக் கொடுத்த பின்பு தோலை ஒட்டச் சுரண்டிப் பதனிட்டனர். பெண்கள் புதர்களை உலுக்கி அவற்றில் பழுத்துச் சிவந்திருந்த ஒருவகைப் பேரிப் பழங்களைக் கீழே விரிக்கப்பட்டிருந்த துணியின் மீது சேகரிப்பதில் முனைந்தனர். பழங்களை சூரிய ஒளியில் உலர்த்தி இடித்து இனிமையான மாவாக்கி விதைகளைப் பிரித்தெடுத்தனர். எதையும் வீணாக்கியதில்லை. விதைகளை ஊறவைத்து இடித்த சிறுதானியத்துடன் சேர்த்து சுவைமிக்க கஞ்சியாகக் காய்ச்சினர். மழை ஓய்ந்த காலத்தில் அவ்வாறு தயாரிக்கப்பட்ட கஞ்சி வழக்கமான காலை உணவுக்

கஞ்சியைக் காட்டிலும் மிகுந்த விருப்பத்துடன் குண்டா போன்றோரை சப்புக் கொட்டிச் சுவைக்கச் செய்தது.

ஒவ்வொரு நாளும் ஏராளமான உணவுப் பண்டங்கள் கிட்டியமையால், ஜுஃப்பூர் கிராமம் புத்துயிர் பெற்றுப் பொலிந்ததைப் பார்க்கவும் கேட்கவும் முடிந்தது. ஆடவர் தமது வயல்களுக்குப் பீடு நடை போட்டுச் சென்று திரும்பினர். தவச, தானியங்களின் பசுமையான செழிப்பைப் பெருமையுடன் கவனித்தனர். அவை வெகு விரைவாக அறுவடைக்குத் தயாராகிக் கொண்டிருந்தன. ஆற்றில் பெருக்கெடுத்தோடிய வெள்ளத்தின் வேகம் குறைந்தபடியால், பெண்டிர் பரிசல்களைச் செலுத்தி தமது நெல் வயல்களுக்குச் சென்று பச்சைப் பசேலென உயரமாக வளர்ந்திருந்த பயிர்களுக்கிடையில் நின்ற களைகளை வேருடன் பறித்து நீக்கினர்.

நீண்ட பட்டினிக் காலத்திற்குப் பிறகு, குழந்தைகளுடைய விளையாட்டாலும் அவர்கள் எழுப்பிய கூச்சலாலும் சிரிப்பொலியாலும் கிராமம் அதிர்ந்தது. சத்து மிகுந்த உணவால் வயிறு நிறைந்ததால், உடலிலிருந்த புண்கள் காய்ந்து பருக்குகளாகி உதிர்ந்தன. ஒருவரோடொருவர் இடித்து மோதிக் குதியாட்டம் போட்டனர். ஒரு நாள், சாணத்திலிருந்து வெளிப்படும் பெரிய வகை விட்டில்களைப் பிடித்து ஈரத் தரையில் குச்சியைக் கொண்டு கிழிக்கப்பட்ட வட்டத்திற்குள் வரிசையாக நிறுத்தி ஓட்டப்பந்தயம் விட்டு, விரைவாக ஓடிய பூச்சியை உற்சாகப்படுத்திக் களித்தனர். இன்னொரு நாள், குண்டாவும் அவனுடைய தனிப்பட்ட நண்பன், பின்டாவின் பக்கத்துக் குடிசைக்காரன், சிடாஃபா சில்லாவும் உயரமான புற்று ஒன்றைக் குடைந்து உள்ளே இருந்த சிறகில்லா குருட்டு ஈசல்கள் ஆயிரக்கணக்கில் வெளியேறித் திக்குத் தெரியாமல் அங்குமிங்குமாக அல்லாடி விரைவதைப் பார்த்துக் குதூகலித்தனர்.

சில சமயங்களில், சிறுவர்கள் சிலர் ஒன்றாக அணில்களைத் துரத்தியடித்து அவை புதர்களுக்குள் ஓடி ஒளிந்ததைப் பார்த்துக் கைகொட்டிச் சிரித்தனர். அவர்களுக்கு ரொம்பப் பிடித்தமான விளையாட்டு ஒன்றுண்டு. நீண்ட வால் செங்குரங்குக் குட்டிகளை பெருங்கூச்சலுடன் கல்லால் எறிந்து துரத்தினர். அவை கிரீச்சிட்டவாறு ஓடிச் சென்று தமது அண்ணன்மாருடன் மீதுயர்ந்த கிளைகளில் தஞ்சம் புகுந்தன. சில குட்டிகள் எறிந்த கல்லைப் பற்றித் திருப்பி எறிவதும் உண்டு. நாள்தோறும் பயல்களுக்கிடையே மல்யுத்தம் நடந்தது. ஒருவனை ஒருவன் கட்டிப் புரண்டு கீழே தள்ளியும் மேலே ஏறி உட்கார்ந்தும் மீண்டும் அவன் இவனைப் புரட்டிப் போட்டு மார்பின் மீது அமர்வதுமாக மல்யுத்தம் அமர்க்களப்பட்டது. ஜுஃப்பூர் கிராமத்தினுடைய மல்யுத்த மாவீரனாக வேண்டும் என்பது ஒவ்வொரு பயலுடைய கனவாகவும் இருந்தது. கிராமத்தின் மாவீரனாகி விட்டால், அறுவடைக் கால விழாக்களின் போது கிராமங்களுக்கிடையே நிகழ்த்தப்பட்ட மல்யுத்தங்களிலும் பங்கு பெற்று வெல்லலாமல்லவா!

சிறுவர்கள் ஆடிக்கொண்டிருந்த இடங்களைக் கடந்து சென்ற பெரியவர்கள், சிடாஃபாவோ, குண்டாவோ, மற்றவர்களோ சிங்கம் போல கர்ஜித்ததையோ, யானை போல பிளிறியதையோ, பன்றி போல நறநறத்ததையோ அல்லது

சிறுமியர் செப்புகளையும் பொம்மைகளையும் கொண்டு சமைப்பது போலவும், குழந்தைகளைப் பராமரிப்பது போலவும், தானியங்களைக் குத்துவது போலவும் தமக்குள் அன்னையர் போலவும், மனைவிமார் போலவும் ஆடிக் களித்ததையோ கண்டும் காணாமலும் கேட்டும் கேளாமலும் இருந்தனர். ஆனாலும், விளையாட்டுகளின் போது எப்படியிருந்த போதிலும், தமது அம்மாக்கள் சொல்லிக் கொடுத்திருந்தபடி பெரியவர்களுக்கு மதிப்பளிக்கத் தவறியதில்லை. பெரியவர்களைக் கண்ணைப் பார்த்தபடி பணிவாக 'நல்லாயிருக்கீங்களா?' என்று நலம் விசாரித்தனர். அவர்களும் கண்களில் பாசம் மின்ன 'நல்லா இருக்கேன்' என்பர். எதிரே வந்த பெரியவர் ஒருவர் ஒரு கையை நீட்டினால், அதனைத் தமது இரு கரங்களாலும் பற்றினர். பின்னர், இரு கரங்களையும் கூப்பி மார்பின் மீது வைத்தபடி அவர் கடந்து செல்லும் வரை நிற்பர்.

குண்டாவினுடைய வீட்டில் பயிற்சி மிகவும் கடுமையாக இருந்தது. ஏதேனும் தவறு நடந்துவிட்டால் பின்டாவின் விரல்கள் குண்டாவின் கன்னத்தை கிள்ளின; கட்டிப் போட்டு சவுக்கால் அடிப்பதைக் காட்டிலும் அவமானமாகவும் வலியாகவும் இருந்தது. சாப்பிடும் போது உணவைப் பார்த்து எடுத்து உண்ணாமல் அவனுடைய கண்கள் அங்குமிங்கும் அலைபாய்வதை பின்டா கவனித்து விட்டால் தலையில் குட்டு விழுந்தது. வெளியில் விளையாடிவிட்டு குடிசைக்குள் நுழைவதற்கு முன் அழுக்கு முழுவதையும் முற்றாகக் கழுவாமல் விட்டு விட்டானானால், பின்டா காய்ந்த மர நாரால் செய்த தேய்ப்பானையும் வீட்டில் செய்யப்பட்ட சவக்காரக்கட்டியையும் கோபம் கொப்பளிக்க எடுத்ததைப் பார்த்தால் தன்னை அம்மா தோல் உரிந்து போகும்படி தேய்த்துக் குளிப்பாட்டப் போகிறாள் என்று குலை நடுங்கியது.

அவளையோ, அவனுடைய தந்தையையோ, வேறு எந்தப் பெரியவரையுமோ முறைத்துப் பார்த்தாலோ அல்லது பெரியவர்கள் பேசிக்கொண்டிருந்தபோது குறுக்கிட்டாலோ கன்னத்தில் சப்பென்று அறை விழுந்தது. உண்மையைத் தவிர எதையும் பேசுவதைப் பற்றி அவனால் நினைத்துக் கூடப் பார்க்க இயலாது. பொய் பேச வேண்டிய சூழல் அவனுக்கு ஏற்படவில்லை; பேசியதுமில்லை.

பின்டாவுக்கு அப்படி நினைக்கத் தோன்றவில்லை என்ற போதிலும், குண்டா தான் வீட்டில் பெற்ற பயிற்சிகளைத் தன்னுடைய விளையாட்டுத் தோழர்களிடம் கடைப்பிடித்தான். அவர்களுக்குள் முரண்பாடு ஏற்பட்டு, பொதுவாக அவர்கள் ஒருவரை ஒருவர் கடுமையான வார்த்தைகளால் திட்டவும் கிள்ளவும் செய்த வேளைகளில், குண்டா பேசாமல் அங்கிருந்து சென்றுவிடுவான்; தன்மதிப்பும் கட்டுப்பாடும் மாண்டிங்கா இனத்தவரின் தனிப் பண்பு என்று அவனுடைய தாய் கற்றுக் கொடுத்ததை வெளிப்படுத்தினான்.

ஆனாலும், தன் குட்டித்தம்பியிடம் தவறாக நடந்து கொண்டதற்காக இரவுதோறும் புட்டத்தில் நாலு சாத்து விழத்தான் செய்தது. பொதுவாக, விழிகளைத் திரட்டி விழித்தபடி, கைகளை முன்னங்கால்களைப் போல மடக்கிக் கொண்டு குரங்கு போல நான்கு கால்களாலும் குழந்தையின் முன் திமீல் எனக் குதித்துப் பயமுறுத்தினான். பொறுமையின் எலலை கடந்துவிட்ட பின்டா

"பூச்சாண்டியைக் கூப்பிடுவேன்டா" என்று கத்தினாள். குண்டாவுக்கு சர்வ நாடியும் அடங்கிவிடும். பாட்டிமார்கள் அடிக்கடி கூறுவதுண்டு. பரட்டைத் தலையும் தாடியும் மீசையுமாக செம்மூஞ்சி விநோத வெள்ளை மனிதர்கள் பெரிய பெரிய பரிசல்களில் கிராமத்திற்கு வந்து சிறுபிள்ளைகளைப் பிடித்துக் கொண்டு செல்வார்களாம்!

8

குண்டாவும் அவனுடைய தோழர்களும் நாள் முழுக்க ஓடியாடியதால் பொழுது சாயும் வேளையில் களைப்பாகவும் பசியாகவும் இருந்தபோதிலும், தொடர்ந்து மரங்களில் ஏறித் தாவுவதிலும் கடலில் மூழ்கிக் கொண்டிருந்த கருஞ்சிவப்பு வண்ணச் சூரியப் பந்தை கண்டு "நாளைக்கு இன்னும் அழகாக இருப்பான்'' என்று கூவிக் களிப்பதிலுமே ஆர்வமாக இருந்தனர். ஜுஃப்யூர் கிராமப் பெரியவர்கள் கூட இரவு உணவை விரைவாக முடித்துக் கொண்டு இருண்டு கிடந்த வெட்ட வெளியில் திரண்டு, அல்லாவின் சின்னமாக உதிக்கவிருந்த இளம்பிறையை கைகொட்டிக் கூச்சலிட்டும் பறையறைந்து முழக்கியும் வரவேற்க ஆயத்தமாயினர்.

ஆனால், அன்றிரவு மேகக் கூட்டங்கள் இளம்பிறையை நெருக்கமாகச் சூழ்ந்து மறைத்ததால் பீதியுற்ற மக்கள் கலைந்து மசூதிக்குள் நுழைந்து அல்லாவிடம் மன்னிப்புக் கோரித் தொழுதனர். இளம்பிறையை மேகக் கூட்டங்கள் நெருக்கமாக மூடி மறைத்தால், வானுலக ஆவிகள் ஜுஃப்யூர் கிராமத்தின் மீது கோபம் கொண்டதாகப் பொருள். தொழுத பின்பு, பீதியடைந்த ஆடவர் தமது குடும்பத்தாருடன் ஆலமரத்தடியில் திரண்டனர். அங்கே, ஏற்கனவே கிராமக் கலைஞர் குத்தவைத்து உட்கார்ந்து

நெருப்பு மூட்டி ஆட்டுத் தோலால் செய்யப்பட்ட பறையைச் சூடேற்றிக் கொண்டிருந்தார்.

நெருப்பிலிருந்து எழுந்த புகையால் எரிச்சலெடுத்த கண்களைக் கசக்கியபடி, குண்டா பல்வேறு கிராமங்களிலும் அதுபோல செய்திகளை அறிவிப்பதற்காக பறையறையப்பட்டு தனது உறக்கத்தைக் கெடுத்த இரவுகளை நினைவு கூர்ந்தான். விழித்துக்கொண்டவன் படுக்கையில் கிடந்தபடியே பறையொலியால் அறிவிக்கப்பட்ட செய்திகளை மிகவும் சிரமப்பட்டுக் கவனித்துக் கேட்டான். எழுப்பப்பட்ட ஒலியும் அதன் இலயமும் வாய்விட்டுப் பேசியதைப் போலவே இருந்தது. சில ஒலிகளின் பொருளை அவனால் புரிந்து கொள்ளவும் முடிந்தது. பஞ்சம் ஏற்பட்டதையோ, தொற்றுநோய் பரவியதையோ, கொள்ளைக்காரர்கள் கிராமத்திற்குள் புகுந்து தீவைத்து விட்டு பொருட்களையும் ஆட்களையும் கவர்ந்து சென்றதையோ அறிவிப்பதற்காகவே அத்தகைய பறையொலி அறிவிப்புகள் செய்யப்பட்டன.

கிராமக் கலைஞருக்கு அருகில் ஆலமரத்தின் மற்றொரு கிளையில் ஆட்டுத்தோல் ஒன்று தொங்கியது. அதில் அறிவிக்கப்பட வேண்டிய செய்தியை அரேபிய மொழியில் கிராமத்து ஆசான் எழுதியிருந்தார். எழுந்தும் வீழ்ந்தும் எரிந்து கொண்டிருந்த நெருப்பின் ஒளியில் கிராமக் கலைஞர் பறையின் தோலின் மீது பல்வேறு இடங்களில் குமிழ் நுனி கொண்ட கட்டையால் வேக வேகமாக ஓங்கி ஓங்கி அடித்து ஒலி எழுப்பியதைக் குண்டா கவனித்துக் கொண்டிருந்தான். ஜுஃப்யூருக்கு வருகை தந்து கெட்ட ஆவிகளை ஓட்டும்படி அருகாமையிலிருந்த மந்திரவாதிக்கு அவசர அழைப்பு விடுத்து எழுப்பப்பட்ட பறையொலி!

இளம்பிறையை மீண்டும் பார்ப்பதற்குத் துணிவின்றி, மக்கள் குடிசைகளுக்குள் விரைந்து முடங்கிவிட்டனர். ஆனால், இரவு முழுவதும் மந்திரவாதிக்கு ஜுஃப்யூர் மக்கள் அழைப்பு விடுத்ததைப் போன்ற பறையொலி ஏனைய கிராமங்களிலும் இடைவெளி விட்டுக் கேட்டது. பசுத் தோலுக்கு அடியில் நடுங்கியபடியே அவர்களுடைய இளம்பிறையும் மேகக் கூட்டங்களால் மறைக்கப்பட்டுவிட்டது போலும் என்று குண்டா யூகித்தான்.

அடுத்த நாள், ஓமோரோ வயதை ஒத்த ஆடவர்கள் இளம் ஆடவருடைய நிலங்களில் விளைந்து முற்றியிருந்த தவச, தானியங்களை குரங்குக் கூட்டங்களோ, பறவையினங்களோ மேய்ந்து வீணாக்காமல் பாதுகாப்பதற்கு உதவினர். விடலைப் பயல்கள் ஆடு மேய்க்கும் போது மிகவும் கவனமாக இருக்க வேண்டுமென்று எச்சரிக்கப்பட்டது. தளிர்நடையினரையும் குழந்தைகளையும் பாட்டிமார்கள் முன்னெப்பொழுதையும் விடக் கூடுதல் விழிப்புணர்வுடன் கவனித்துக் கொண்டனர். பிள்ளைப் பருவமாயினும் சற்றே வளர்ந்த பிள்ளைகளான குண்டா, சிடாஃபா போன்றவர்கள் கிராமத்தின் உயர்ந்த மதில்களுக்கு வெளியே பாதையில் யாரேனும் புதியவர்கள் தட்டுப்பட்டனரா என்று கண்காணிக்கும்படி அறிவுறுத்தப்பட்டனர். அவர்களும் அவ்வாறே கண்காணிக்க, அன்று முழுவதும் யாரும் வரவில்லை.

மறுநாள் முதியவர் ஒருவர் தென்பட்டார். மரத்தடியை ஊன்றித் தள்ளாடியவாறு வழுக்கைத் தலையில் பெரிய மூட்டை ஒன்றைச் சுமந்தபடி கிராமத்தை நெருங்கிக் கொண்டிருந்தார். அடையாளம் கண்டு கொண்ட பிள்ளைகள் உரக்கக் கத்திக்கொண்டே கிராமத்தின் நுழைவாயில் வழியாக ஓடிச் சென்றனர். தலையைத் தூக்கி, கண்களை இடுக்கி நோட்டமிட்ட நியோபோட்டோ பாட்டி செய்தி அறிவிக்கும் பறையை மீண்டும் மீண்டும் அறைந்து ஒலியெழுப்பினாள். வயல்களுக்குச் சென்றிருந்த ஆடவர் விரைந்து திரும்புவதற்காக அந்த ஒலி எழுப்பப்பட்டது. அவர்களும் மந்திரவாதி கிராமத்து நுழைவாயிலை நெருங்குவதற்கு ஒரு கணம் முன்னதாகவே திரும்பி விட்டனர்.

கிராமத்தினர் சுற்றிச் சூழ்ந்து கொள்ளவே, மந்திரவாதி ஆலமரத்தடிக்குச் சென்று மூட்டையைக் கவனமாக இறக்கித் தரையில் வைத்தார். ஒருவழியாகத் தரையில் தட்டுத் தடுமாறி உட்கார்ந்து, ஆட்டுத் தோலாலான சுருக்குப் பையில் வைத்திருந்த ஒரு சில அபூர்வப் பொருட்களைக் கொட்டினார். பதப்படுத்தப்பட்ட சிறு பாம்பு ஒன்று, ஓநாயின் தாடை எலும்பு, குரங்கு ஒன்றின் பற்கள், பெரிய நீர்ப்பறவைச் சிறகின் எலும்பு, பல்வேறு கோழிகளின் கால்கள், புதுமையான வேர் வகைகள் பையிலிருந்து சிதறின. சுற்றிலும் நோட்டமிட்டவர், பொறுமையிழந்தவராக கூட்டத்தினரை ஓரமாக ஒதுங்கி தனக்குக் கூடுதல் இடமளிக்கும்படி சைகை காட்டினார். அவர்கள் பின்னோக்கி நகர்ந்தவுடன் அவருடைய உடல் முழுவதும் நடுங்கியது. ஜுஃப்யூர் கிராமத்தின் தீய ஆவிகள் அவரைத் தொற்றிக் கொண்டன!

மந்திரவாதியின் உடல் உதறலெடுத்தது; முகம் கோணல் மாணலாக மாறியது; விழிகள் பிதுங்கிச் சுழன்றன. நடுங்கிய கரங்கள் அற்புதப் பொருட்களின் குவியலுக்குள் கிடந்த மந்திரக்கோலைப் பற்றுவதற்குப் போராடின. அரும்பெரும் முயற்சியுடன் ஒருவழியாக மந்திரக்கோலின் நுனியைத் தொட்டவுடன் மின்னல் தாக்கியதைப் போல பின்நோக்கி மல்லாந்து கிடந்தார். மக்கள் பெருமூச் செறிந்தனர். பிறகு, அவர் மெதுவாக தன்னிலைக்குத் திரும்பினார். தீய ஆவிகள் கிராமத்தை விட்டு துரத்தப்பட்டு விட்டன. தட்டுத் தடுமாறி அவர் முழந்தாளிட்டு அமர்ந்தவுடன், கிராமத்து மக்கள் தமது குடிசைகளுக்கு ஓடிச் சென்று காணிக்கைப் பொருட்களுடன் திரும்பினர். ஏற்கனவே முந்தைய கிராமங்கள் படைத்த காணிக்கைகளால் பெரிதாக இருந்த மூட்டை மேலும் பருத்தது. தாங்க முடியாத சுமையைத் தலையில் ஏந்தியவாறு, அடுத்த கிராமத்தை நோக்கி நடந்தார். அவருடைய கருணையால், அல்லாவின் பார்வை ஜுஃப்யூர் மீது விழுந்து மக்கள் மீண்டும் காப்பாற்றப்பட்டனர்.

9

பன்னிரெண்டு மாதங்கள் கடந்தன. மீண்டும் ஒருமுறை கனத்த மழை பெய்து ஓய்ந்திருந்தது. காம்பியா நாட்டில் பயணியர் வருகை புரிவதற்கான காலம் தொடங்கிவிட்டது. கிராமங்களுக்கிடையே நீண்டு கிடந்த நடைபாதைகள் நெடுகிலும் ஏராளமான பயணிகள் தென்பட்டனர். ஜுஃப்யூர் கிராமத்தைக் கடந்து சென்றவர்களுள் சிலர் அங்கே தங்கிச் செல்வதுண்டு. குண்டாவுக்கும் அவனுடைய நண்பர்களுக்கும் நாள்தோறும் அப்படிப்பட்ட ஒருவரேனும் கண்ணில் பட்டனர். புதியவர் எவரையேனும் கண்டவுடன் கிராமத்தினருக்கு அறிவித்து விட்டு, ஓடிச்சென்று பயணியர் இளைப்பாறும் மரத்தை நெருங்கிக் கொண்டிருக்கும் போதே அவரை எதிர்கொண்டனர். துணிச்சலுடன் அவரை நெருங்கி அவருடன் அணிவகுத்து நடந்தபடியே பேச்சுக் கொடுத்தனர். அவர்களுடைய கூர்மையான கண்கள் அவர் அங்கே வந்ததன் நோக்கம், அவருடைய தொழில் போன்ற விவரங்களை அறிந்து கொள்ளும் துடிப்புடன் நோட்டமிட்டன. அவர் அக்கிராமத்தில் தங்குவதாக அறிகுறி ஏதேனும் தென்பட்டால், அவரை அப்படியே விட்டு விட்டு ஓடிப் போய் அன்றைய தினம் விருந்தோம்பல் பொறுப்பினை ஏற்றுக் கொண்ட குடிசையில் உள்ளவர்களிடம் விவரத்தைத் தெரிவித்தனர். பழங்குடி

இனத்தவருடைய தொன்மைக் கால மரபுக்கேற்ப, கிராமத்திற்கு வருகை தந்த புதியவர்களை விருந்தினராக ஏற்று ஒவ்வொரு நாளும் வெவ்வேறு குடும்பத்தினர் உணவும் உறையுளும் அளித்து உபசரித்தனர். அவர் மீண்டும் பயணத்தைத் தொடங்கும் வரை கைம்மாறு எதையும் எதிர்பாராமல் விருந்தினருடைய தேவைகளைக் கவனித்துக் கொண்டனர்.

கிராமக் கண்காணியராக நியமிக்கப்பட்ட குண்டா, சிடாஃபா, அவர்களுடைய தோழர்களின் செயல்பாடும் பொறுப்புணர்வும் அவர்களுடைய வயதுக்கு மீறியவையாக இருந்தன. நாள்தோறும் காலைக் கஞ்சியைக் குடித்து முடித்தவுடன் ஆசானுடைய பள்ளித்திடலில் திரண்டனர். தம்மைக் காட்டிலும் மூத்த வயதுப் பையன்களுக்கு, ஐந்து முதல் ஒன்பது வயதுப் பிள்ளைகளுக்கு, ஆசான் கற்பித்தவற்றை முழுந்தாளிட்டபடி கவனமாகக் கேட்டனர். ஆசான் திருக்குரானைப் படிப்பதற்கும், எட்டிக்காய்ச் சாற்றில் அடுப்புக்கறியைக் கலந்து செய்யப்பட்ட மையை கோரைப்புல் நுனியால் தொட்டு எழுதுவதற்கும் கற்பித்தார்.

அன்றைய தினப் படிப்பு முடிந்தவுடன் பள்ளிப்பையன்கள் ஓட்டமெடுத்தனர். அவர்கள் அணிந்திருந்த அங்கியின் பின்பட்டை வால் போல் ஆடியது. ஆட்டு மந்தைகளை அன்றைய தின மேய்ச்சலுக்கு புல்வெளிகளை நோக்கி ஓட்டிச் செல்ல வேண்டும். கண்டுகொள்ளாதது போல் நடித்த போதிலும், குண்டாவிற்கும் அவனுடைய தோழர்களுக்கும் மூத்த பிள்ளைகள் அணிந்திருந்த நீண்ட அங்கிகளைக் கண்டு பொறாமை தான்! இட்ட வேலைகளை வாய் பேசாமல் கவனமாகச் செய்த போதிலும், பெரியவர்கள் தம்மை இன்னமும் குழந்தைகளைப் போல நடத்துவதும் அம்மணமாகத் திரிய விட்டிருந்ததும் குண்டா வயதை ஒத்தவர்களுக்கு மன வருத்தம் அளித்தது. லேமின் போல இன்னமும் பால்குடி மறக்காதவர்களையோ, தள்ளாடித் தளிர்நடை பயில்வோரையோ அவர்களுக்குப் பிடிப்பதில்லை; பெரியவர்கள் கவனிக்காத வேளைகளில் அவர்களைக் கிள்ளுவது அல்லது அடிப்பதோடு சரி! நினைவு தெரிந்த நாளிலிருந்தே குண்டாவும் அவனுடைய தோழர்களும் பாட்டிமார்களுடைய கண்காணிப்பை வெறுத்தனர். தமது தந்தைமாருடைய வயதை ஒத்த பெரியவர்களையே வளைய வளையச் சுற்றித் திரிந்தனர். தம்மையும் மதித்து அவர்கள் ஏதேனும் எடுபிடி வேலை கொடுத்து விட்டால் அதனை நிறைவேற்றுவதற்குக் குதியாட்டம் போட்டுக் கொண்டு விரைந்தனர்.

அறுவடைக்குச் சில நாட்களுக்கு முன்பு, இரவு வேளை உணவுக்குப் பின் ஒமோரோ தற்செயலாக குண்டாவிடம் மறுநாள் அதிகாலையில் எழுந்து வயல்களில் விளைந்து நின்ற பயிர்களைக் காவல் காக்கத் தன்னுடன் வருமாறு கூறினார். குண்டா மனம் துள்ளாட்டம் போட்டது. இரவு சரியாகத் தூங்கக் கூட இல்லை. காலையில் ஒரே மிடறில் கஞ்சியை உள்ளே தள்ளியவன் தோளில் வயலுக்குப் புறப்பட்டபோது அவனுடைய தந்தை மண்வெட்டியை வைத்தவுடன் அவனுக்குப் பெருமை பிடிபடவில்லை. குண்டாவும் அவனுடைய நண்பர்களும் விளைந்திருந்த வயல்களின் வரப்புகள் மீது முன்னும் பின்னும் ஓடி, உரத்த குரலில் கூச்சலிட்டும் தடிகளை ஆட்டியும், வேர்க்கடலைச் செடிகளைப் பறிப்பதற்கு

நறநறத்துக் கொண்டு புதர்மறைவிலிருந்து வெளிப்பட்ட காட்டுப் பன்றிகளையும் மந்திகளையும் துரத்தியடித்தனர். முற்றியிருந்த கதிர்களை மேய்வதற்குத் தாழ்ந்து பறந்த பறவைக் கூட்டங்களையும் கவண்கற்களால் எறிந்தும் கூச்சலிட்டும் விரட்டினர். பாட்டிகள் கதை சொன்ன போது, விலங்கினங்களைப் போலவே பறவைக் கூட்டங்களும் விளைந்த பயிர்களை நாசப்படுத்திவிடுவன என்று கூறியிருந்தனர். விளைச்சலைச் சோதிப்பதற்காக தந்தைமார் பறித்த கதிர்களிலிருந்த தானியங்களையும் செடிகளிலிருந்த கடலையையும் சேகரித்தனர். குடுவைகளில் குடிப்பதற்கு நீர் மொண்டு வந்து கொடுத்தனர். நாள் முழுவதும் அயராமல் பாடுபடுவதில் பெருமை கொண்டனர்.

ஆறு நாட்கள் கழித்து அறுவடையைத் துவக்குவதற்கு அல்லாவின் அருளாசி கிடைத்தது. கருக்கலில் அதிகாலைத் தொழுகையை முடித்துக் கொண்டு, உழவர்கள் தமது மகன்களுடன், அதற்கெனத் தேர்ந்தெடுக்கப்பட்ட சிலரைத் தாரை, தப்பட்டைகளுடன் அழைத்துக் கொண்டு வயல்களுக்குப் புறப்பட்டனர். முண்டாசுத் தலைகளுடன் சற்று நேரம் உற்றுக் கவனித்தபடி காத்திருந்தனர். கிராமத்தின் மிகப்பெரிய முரசின் ஒலி செவிப்பட்டவுடன், பேராவலுடன் பாய்ந்து அறுவடையில் ஈடுபட்டனர். கிராமத்துக் கலைஞரும் ஏனையோரும் தாரை, தப்பட்டைகளை ஒலித்தபடி அவர்கள் மத்தியில் உற்சாக ஒலி எழுப்பினர். தாள இலயம் அறுவடை செய்தோரின் அசைவுகளுடன் இயைந்து இழையோடியது. “சொய்ங்....சொய்ங்....” பாடலில் அனைவருடைய குரலும் இசை கூட்டியது. உற்சாக மிகுதியில் ஓர் உழவர் மண்கொத்தியைச் சுழற்றி வீசினார். முதல் பறை ஒலிக்கு சுழன்றபடி மேலெழும்பி அடுத்த பறை ஒலிக்கு அவருடைய கையில் விழுந்தது!

குண்டாவும் அவனுடைய தோழர்களும் தம்முடைய தகப்பன்மாருடன் உடலிலிருந்து கொட்டிய வியர்வையால் அந்த மண்ணை நனைத்தனர். பறிக்கப்பட்ட நிலக்கடலைக் கொடிகளின் வேர்களில் ஒட்டியிருந்த ஈரமண்ணை உதறி எடுத்தார்கள். முற்பகலின் நடுவில் சற்று நேரம் முதலாவது ஓய்வு. மதியத்தில் தாய்மார்களும் இளம்பெண்டிரும் கஞ்சிக் குடுவைகளைச் சுமந்து வந்ததைக் கண்டு குதூகலத்தில் கூச்சலிட்டனர். வரப்பின் மீது ஒருவர் பின் ஒருவராக நடந்து சென்ற அவர்களும் அறுவடைப் பாடலை இசைத்தனர். தலையிலிருந்த பானைகளை இறக்கி அதிலிருந்ததை சிறு சிறு சுரக்குடுக்கைகளில் அறுவடை செய்தோருக்கும் தாரை தப்பட்டை முழக்கியவர்களுக்கும் பரிமாறினர். உண்ட களைப்பில் மறுபடியும் பெரிய முரசின் ஒலி கேட்கும் வரை ஓய்வெடுத்தனர்.

முதல் நாள் அறுவடை முடிந்த போது ஆங்காங்கே குவிக்கப்பட்டிருந்த புதுத் தவசங்களின் மணமும் அழகும் வயல்களுக்குப் பொலிவூட்டின. ஊற்றெடுத்த வியர்வையுடனும் வேர்த்த உடலில் படிந்திருந்த மண்ணுடனும் களைத்திருந்த உழவர்கள் அருகிலிருந்த நீரோடையை நோக்கிச் சென்றனர். ஆடைகளைக் களைந்து விட்டு நீருக்குள் பாய்ந்தனர். அழுக்கையும் அலுப்பையும் தீர்ப்பதற்கு குடைந்து குடைந்து குளித்தனர். பிறகு, குடிசைகளை நோக்கி நடை துரிதப்பட்டது. குளித்துப் பளபளத்த மேனியைச் சுற்றிலும் ரீங்காரமிட்ட கடிவண்டுகளைக் கைகளை வீசித்

துரத்தினர். கிராமத்தை நெருங்கிய போது, பெண்டிரின் அடுக்களையிலிருந்து வட்டமிட்டுப் பறந்த புகைச் சுருள்கள் உழைத்துக் களைத்தோரை வரவேற்றன. வறுக்கப்பட்ட இறைச்சியின் மணம் மூக்கு வழி நுழைந்து மூளையைக் குடைந்தது. அறுவடை முடியும் வரை நாள்தோறும் மூன்று வேளை கறிச் சாப்பாடு!

வயிறு புடைக்க ஒரு பிடி பிடித்த குண்டாவிற்கு அன்றிரவு அவனுடைய தாயார் எதையோ தைத்துக் கொண்டிருந்தது கண்ணில் பட்டது. அதைப் பற்றி அவள் எதுவுமே சொல்லவில்லை; அவனும் கேட்கவில்லை. மறுநாள் காலையில் மண்கொத்தியைத் தூக்கித் தோளில் மாட்டிக் கொண்டு வயலுக்குப் புறப்பட்டவனைப் பார்த்துக் கடுப்புடன் கூறினாள், "அங்கியைப் போட்டுக்கிறலையாடா?"

அதிர்ச்சியில் குண்டா ஒரு சுற்று சுற்றினான். முளை ஒன்றில் புத்தம் புதிய அங்கி தொங்கியது. பொங்கிய ஆவலை அடக்கியபடி அதற்குள் புகுந்து கொண்டான். கதவிற்கு வெளியே பாய்ந்தவன் குதியாட்டம் போட்டான். ஏற்கனவே அவனுடைய கூட்டாளிகள் வெளியில் நின்றிருந்தனர். அவர்கள் அனைவரும் அவனைப் போலவே வாழ்க்கையில் முதன்முதலாக அங்கி அணிந்திருந்தனர். அனைவரும் சேர்ந்து துள்ளிக் குதியாட்டம் போட்டனர். ஒரே கூச்சலும் நகைப்பொலியுமாக அல்லோல கல்லோலப் படுத்தினர். ஒருவழியாக அவர்களுடைய நிர்வாணத்திற்கு நிவாரணம் கிடைத்துவிட்டது. அவர்கள் தமது சமுதாய நெறிப்படி அடுத்த பருவத்தை அடைந்து விட்டனர். ஆமாம்! அவர்கள் ஆளாகிக் கொண்டிருந்தனர்.

10

அன்றிரவு துள்ளல் நடைபோட்டு பின்டாவின் குடிசைக்குத் திரும்புவதற்குள் ஜுஃப்யூர் கிராம மக்கள் அனைவருக்கும் அவன் அங்கி அணிந்திருந்ததைக் காட்டிவிட வேண்டும் என்கிற விதத்தில் அவனுடைய போக்கு இருந்தது. நாள் முழுவதும் ஓய்வில்லாமல் உழைத்த போதிலும் அவனுக்குக் களைப்பே தெரியவில்லை. வழக்கமான நேரத்தில் அவனால் தூங்குவதற்கு முடியாமல் போகலாம் என்று நினைத்தான். இப்பொழுது அவன் பெரியவனாகி விட்டானல்லவா? பின்டா அவனுக்கு ஏதேனும் வேலை கொடுத்து இரவு நெடு நேரம் விழித்திருக்கச் செய்யலாம்! ஆனால், லேமின் தூங்கிய உடனே வழக்கம் போல அவனையும் தூங்கும்படி பணித்தாள். படுக்கைக்குச் செல்லும் முன் அங்கியைக் கழற்றிக் கொக்கியில் மாட்டிவிட வேண்டுமென்று நினைவுபடுத்தினாள்.

புறப்படுவதற்காகத் திரும்பியவன் முகத்தில் அதிருப்தியான பாவனை தெளிவாகத் தெரிந்தது. பின்டா அவனை மீண்டும் அழைத்தாள். அம்மாவிடம் முகத்தைக் காட்டியதற்காகத் தண்டனை கொடுக்கப் போகிறாரா? இல்லை, மனதை மாற்றிக் கொண்டு இன்னும் சிறிது நேரம் தன்னுடன் இருக்கச் சொல்லப் போகிறாளா? குண்டா எண்ணமிட்டான். "உங்கப்பா உன்னைக் காலையில

பார்க்கணும்ன்னார்" சொரத்தின்றிச் சொன்னாள். எதற்கு என்று கேட்காமல் "சரிம்மா" என்றான்; இரவு வணக்கம் தெரிவித்தான். அவனுக்குக் களைப்புத் தெரியவில்லை. எப்படியும் உடனே தூக்கம் பிடிக்கப் போவதில்லை. பசுத்தோலால் உடலைப் போர்த்தியபடி படுத்துக் கிடந்தவன் மனதில் எண்ணங்கள் ஓடின. 'என்ன தவறு செய்து விட்டேன்? எப்போதும் போலத் தானே இருக்கிறேன்.' பலவாறு மூளையைக் குடைந்தவனுக்கு எதுவும் தட்டுப்படவில்லை. பின்டா தண்டனை கொடுக்கும் அளவிற்குக் கூட அவன் எந்தத் தவறும் செய்துவிடவில்லை. கடுமையான தவறு ஏதேனும் செய்தால் தான அப்பா குறுக்கிடுவார். ஒருவழியாகக் காலையில் நடக்க இருந்ததைப் பற்றிக் கவலைப்படுவதை விட்டு விட்டு உறங்கிப் போனான்.

மறுநாள் காலை உணவின் போது குண்டா மிகவும் அடக்கமாக நடந்து கொண்டான். தனது அங்கி பற்றிய குதூகலம் கூட தலை தூக்கவில்லை. குட்டிப்பயல் லேமின் அண்ணனின் அங்கியைப் பிடித்து இழுத்தான். கையால் அவனைத் தள்ளிவிட ஓங்கினான். அம்மாவின் முறைப்பு அவனைத் தடுத்தது. சாப்பிட்டு முடித்த பின் அம்மா மேலும் ஏதேனும் சொல்வாளோ என்று எதிர்பார்த்து குடிசைக்குள்ளேயே அங்குமிங்குமாகத் திரிந்தான். அவள் இரவு கூறியதையே மறந்துவிட்டவளைப் போல நடித்தாள். தயக்கத்துடன் குடிசையை விட்டு வெளியேறி தந்தையின் குடிசையை நோக்கி மெதுவாக நடைபோட்டான். கூப்பிய கரங்களுடன் குடிசைக்கு வெளியே நின்றிருந்தான்.

உள்ளிருந்து வெளிப்பட்ட ஓமோரோ அவனுடைய கையில் சிறிய கவண் ஒன்றைத் திணித்தார். மூச்சே நின்று விட்டதைப் போல குண்டா திக்கித்தான். குனிந்து கவணைப் பார்த்தான்; நிமிர்ந்து அப்பாவைப் பார்த்தான். என்ன சொல்வதென்றே தெரியவில்லை. "பெரிய பையனாகி விட்டதால் இது உனக்குத் தான். கண்டபடி கவணைக் கொண்டு கல் எறிந்து விடாதே! எதன் மீது எறிய வேண்டும் என்பதில் தெளிவாக இரு!"

''சரிப்பா!'' என்ற குண்டாவின் நாக்கு மேல் அண்ணத்தில் ஒட்டிக் கொண்டது.

ஓமோரோ பேச்சைத் தொடர்ந்தார், ''உனக்கு இப்போது ஐந்து வயதாகிவிட்டபடியால், ஆடுகளை மேய்ப்பதற்கும் பள்ளிக்கும் செல்ல வேண்டும். தௌமானி தௌரேயுடன் இன்றைக்கு ஆட்டுமந்தை மேய்ப்பதற்குப் போ! அவனும் மற்ற பெரிய பசங்களும் உனக்குச் சொல்லிக் கொடுப்பார்கள். அவர்கள் சொல்படி நட. நாளை காலையில் பள்ளித்திடலுக்குச் செல்ல வேண்டும்.'' ஓமோரோ குடிசைக்குள் சென்றுவிட்டார். குண்டா குதியாட்டம் போட்டுக் கொண்டே ஆட்டுப் பட்டிக்குச் சென்றான். அங்கே சிடாஃபாவும் அவன் வயதை ஒத்த தோழர்களும் அங்கிகளை அணிந்து கொண்டு காத்திருந்தனர். அவர்களுடைய கரங்களும் கல் எறியும் கவணைப் பற்றியிருந்தன. அப்பா இல்லாத பையன்களுக்கு சித்தப்பாவோ அண்ணனோ கவண் செய்து கொடுத்தனர்.

பெரிய பையன்கள் பட்டிகளின் அடைப்புகளைத் திறந்து விடவே அன்றைய

தின மேய்ச்சலுக்காகப் பசியுடன் காத்திருந்த ஆடுகள் கனைத்துக் கொண்டே வெளியில் தாவின. தனது பெற்றோரின் நண்பர்களுடைய மூத்த பையனான தௌமானியைக் கண்டதும் குண்டா அவனை நெருங்க எத்தனித்தான். அவனும் அவனுடைய தோழர்களும் புதிதாக வந்திருந்த பொடியன்கள் மீது ஆடுகளை ஏவிவிட்டனர். சிறுவர்கள் சிதறி ஓடியதைக் கண்டு நகைத்தபடி பெரிய பையன்கள் தமது வேட்டை நாய்களுடன் புழுதியைக் கிளப்பிக் கொண்டே முன்னே விரைந்த ஆட்டுமந்தையைத் துரத்திச் சென்றனர். செய்வதறியாத குண்டாவும் அவன் வயதை ஒத்த தோழர்களும் கையில் கவணைப் பற்றிக் கொண்டு, அங்கியில் படிந்த புழுதியையும் துடைத்துக் கொண்டே பின்னால் தொடர்ந்தனர்.

ஆடுகளைப் பற்றி குண்டா அறிந்திருந்த வரையில், அவை அவ்வளவு வேகமாக ஓடக் கூடியவை என்பதை அவன் ஒருபோதும் எண்ணிப் பார்த்ததில்லை. தன்னுடைய தந்தையுடன் சிறிது தூரம் நடந்து சென்றதைத் தவிர கிராமத்தை விட்டு நெடுந்தொலைவிற்கு நடந்து சென்று அவனுக்குப் பழக்கமில்லை. ஒருபுறம் காட்டுப் பகுதியாகவும் மறுபுறம் கிராமத்து உழவர்களுடைய வயல்வெளியுமாக இடைப்பட்ட தாழ்ந்த புல்வெளி பரந்து கிடந்தது. பெரிய பையன்கள் தத்தமது பொறுப்பில் விடப்பட்ட ஆட்டுமந்தைகளைத் தனித்தனி இடங்களில் மேய விட்டுக் கவனித்துக் கொண்டிருந்தனர். அங்குமிங்குமாக அலைந்த வேட்டை நாய்கள் ஆடுகளுக்குப் பக்கத்திலேயே படுத்துக் கிடந்தன.

விடாப்பிடியாகத் தன்னைப் பின் தொடர்ந்த குண்டாவை ஒருவழியாகக் கண்டு கொள்வதென தௌமானி முடிவெடுத்தான். ஆனால் பொடியனைப் பூச்சி புழுவைப் பார்ப்பது போல அலட்சியமாக நோட்டமிட்டான். "உனக்கு ஒரு ஆட்டோட மதிப்புத் தெரியுமா?" என்று கேட்டான். உறுதியாகத் தெரியவில்லை என்று குண்டா பதிலளிப்பதற்குள், "ஒன்னைத் தொலைத்துப் பார்! உங்கப்பா அதன் மதிப்பை உனக்குக் காட்டுவார்!" என்றான். ஆடு மேய்க்கும் போது கவனத்தில் கொள்ள வேண்டிய எச்சரிக்கைகளைப் பற்றி தௌமானி சண்டப்பிரசண்டம் செய்தான். பையன்களுடைய கவனக் குறைவாலோ சோம்பலாலோ ஆடு ஒன்று மந்தையை விட்டுத் தனித்துச் சென்றுவிட்டதென்றால் பெரிய பிரச்சினை ஆகிவிடும் என்றான். தூரத்தில் தெரிந்த அடர்ந்த காட்டைச் சுட்டிக் காட்டி அங்கிருந்து வெளிக்கிளம்பிய சிங்கம், புலிகள் உயரமான புல்வெளிக்குள் அரவமில்லாமல் அடிவயிற்றால் தவழ்ந்தபடி ஆடுகளை நெருங்கினவென்றால் ஒரே பாய்ச்சலில் ஆட்டைக் கடித்துக் குதறிவிடுவன. "பக்கத்தில் பையன்கள் இருந்தால், ஆடுகளை விட்டு விட்டு அவர்களை ருசி பார்த்துவிடுவன" தௌமானி பயமுறுத்துவது போல் கூறினான். குண்டாவின் அகல விரிந்த கண்களைக் கண்ட தௌமானிக்கு மனசு நிறைந்தது. தொடர்ந்து பேசினான், "பூச்சாண்டிகளும் அவர்களுடைய கூட்டாளிகளும் சிங்கம், புலிகளைக் காட்டிலும் பயங்கரமானவர்கள். உயரமான புல் மறைவில் தவழ்ந்து வந்து பசங்களைப் பிடித்து வெகு தொலைவுக்குச் சென்று தின்றுவிடுவர். நான் ஆடு மேய்க்கத் தொடங்கிய இந்த ஐந்து வருடத்திற்குள் ஜுஃப்யூர் கிராமத்திலிருந்து மட்டும் ஒன்பது பசங்களைத் தூக்கிச் சென்று விட்டனர். பக்கத்துக் கிராமங்களில் இன்னும் ஏராளமான பேரைக் காணோம்!" ஜுஃப்யூர் கிராமத்தில் யாரும் காணாமல் போனதாகக் குண்டா கேள்விப்பட்டதில்லை.

ஆனால், பூச்சாண்டிகளைப் பற்றிக் கேள்விப்பட்டிருக்கிறான். அவர்களைப் பற்றிய பயத்தில் அடுத்த சில நாட்கள் அவன் அம்மாவின் குடிசைக்கு அப்பால் சிறு தொலைவு கூடச் சென்றதில்லை.

குண்டாவினுடைய மனத்தில் ஓடிய எண்ணங்களைக் கணித்துக் கொண்ட தௌமானி, "கிராம எல்லைக்குள் இருந்தாலும் கூட பாதுகாப்பில்லை. எனக்கு ஒரு ஆளைத் தெரியும். சிங்கக் கூட்டம் அவனுடைய ஆட்டு மந்தையை மொத்தமாகக் கொன்று தின்றுவிட்டதால் அவனிடமிருந்த எல்லாமே பறிபோய் விட்டது. ஆனால், அவன் குடிசையிலிருந்து பத்து வயதிற்கும் மேற்பட்ட பையன்கள் இருவர் காணாமல் போன மறுநாள் அவன் பூச்சாண்டியின் பணத்துடன் பிடிபட்டான். அதைக் காட்டில் கண்டெடுத்ததாகக் கூறினான். கிராமப் பெரிசுகள் பஞ்சாயத்தில் விசாரிக்கும் முன்பு அவனே காணாமல் போய்விட்டான். நீ ரொம்பச் சின்னப்பயல். உனக்கு இதுவெல்லாம் நினைவிருக்காது. அப்படியெல்லாம் இன்னமும் நடந்து கொண்டு தான் இருக்கிறது. ஆகவே, உன்னுடைய நம்பிக்கைக்குரியவர்களை விட்டுத் தனியே எங்கேயும் சென்று விடாதே! உன்னுடைய மந்தையுடன் மேய்ச்சலுக்குச் செல்லும் போது ஆழமான பள்ளப்பகுதிகளுக்குள் ஆடுகளைத் துரத்தி விடாதே! அப்புறம் உன்னுடைய குடும்பத்தார் உன்னைப் பார்க்கவே முடியாது!"

நடுங்கிக் கொண்டிருந்த குண்டாவை மேலும் அச்சுறுத்தும் விதமாக தௌமானி தொடர்ந்தான், "சிங்கம், புலியிடமிருந்தும் பூச்சாண்டியிடமிருந்தும் தப்பித்துக் கொண்டால் கூட, இன்னும் கடுமையான அபாயம் இருக்கிறது. ஏதேனுமொரு ஆடு கூட்டத்தைவிட்டுத் தப்பிச் சென்று பக்கத்திலுள்ள வயல்களில் புகுந்து பயிர்களையோ, நிலக்கடலைச் செடிகளையோ மேய்ந்ததென்றால், நாயுடன் அதனைத் துரத்திக் கொண்டு செல்லும் வேளையில் மற்ற ஆடுகளும் விளை நிலத்திற்குள் புகுந்து விடுவன. குரங்குகளையும், மான்களையும், காட்டுப் பன்றிகளையும் விட ஆட்டு மந்தை மிக வேகமாக பயிர்களை நாசப்படுத்தி விடும்.

தௌமானியின் தாய் அவனுக்காகவும் குண்டாவிற்காகவும் மதியச் சாப்பாடு கொடுத்தனுப்பியிருந்தாள். அதனை இருவரும் பகிர்ந்து உண்டனர். மதியத்திற்குள், குண்டாவின் வயதை ஒத்த தோழர்களுக்கு அவர்கள் தமது வாழ்நாள் முழுவதும் தம்மைச் சுற்றிலும் பார்த்திருந்த ஆடுகள் மீது மதிப்பும் மரியாதையும் மிகுந்தது. சாப்பாட்டிற்குப் பிறகு, தௌமானியின் வயதை ஒத்தவர்களில் சிலர் மரத்தடியில் குட்டித் தூக்கம் போட்டனர். மற்றவர்கள் தமது மாணவர்களுடைய புதிய கவண்களால் கல் எறிந்து வீழ்த்துவதற்காக அருகாமையிலிருந்த சிறு பறவைகளைத் தேடிச் சென்றனர். குண்டாவும் அவனுடைய தோழர்களும் ஆட்டு மந்தைகளை ஒழுங்குபடுத்துவதற்குப் போராடிக் கொண்டிருந்த பொழுது, பெரிய பையன்கள் அவர்களை நோக்கி எச்சரிக்கைக் குரல் எழுப்பியபடியும் அவர்களுடைய திண்டாட்டத்தைக் கண்டு நகைத்தபடியும் மரநிழலில் அமர்ந்திருந்தனர். ஆடுகளைத் துரத்திச் செல்லாத வேளைகளில் குண்டா தூரத்துக் காடுகளிலிருந்து பெருவிலங்குகள் எதுவும் வெளிப்பட்டுத் தன்னைத் தின்றுவிடக் கூடாது என்கிற

அச்சவுணர்வில் அங்குமிங்குமாக நோட்டமிட்டுக் கொண்டிருந்தான்.

பிற்பகலின் நடுவில், ஆடுகள் தமது வயிறு புடைக்க மேய்ந்துவிட்ட போது, தௌமானி கண்டிப்பான குரலில் குண்டாவை அழைத்து, "என்ன, உனக்கும் சேர்த்து நான் விறகு பொறுக்க வேண்டுமா?" என்றான். அப்பொழுது தான் குண்டாவுக்கு நினைவிற்கு வந்தது. மாலை வேளைகளில் ஆட்டு மந்தைகள் வீடு திரும்பிய போதெல்லாம் இரவு நேரங்களில் கிராமத்தில் நெருப்பு மூட்டுவதற்காக அவர்கள் ஒவ்வொருவரும் தலையில் விறகுகளைச் சுமந்து சென்றதை அவன் பல முறை பார்த்திருந்தான். ஆடுகளின் மீதும் காட்டுப் பகுதிகளின் மீதும் நோட்டமிட்டவாறே, அங்குமிங்கும் ஓடி அலைந்து காய்ந்து விழுந்து கிடந்த மரக்கிளைகளையும் உலர்ந்த செடி கொடிகளையும் எரிப்பதற்கு ஏதுவாக குண்டாவும் அவனுடைய தோழர்களும் சேகரித்தனர். தன்னால் சுமந்து செல்ல முடியும் என்று எண்ணிய அளவிற்குத் திரட்டிய விறகுகளை ஒன்றாகக் குவித்தான். விறகின் அளவைப் பார்த்த தௌமானி வெறுப்புடன் மேலும் சில கட்டைகளை அவற்றுடன் சேர்த்தான். ஒரு பச்சைக் கொடியைக் கொண்டு அவற்றை ஒன்றாகச் சேர்த்துக் கட்டினான். அந்த விறகுக் கட்டினைத் தூக்கித் தனது தலையின் மீது வைக்க முடியுமா என்பதே அவனுக்குச் சந்தேகமாக இருந்தது. அதனைச் சுமந்து கொண்டு கிராமத்திற்குச் சென்றாக வேண்டுமே!

பெரிய பையன்கள் அவர்களுடைய திண்டாட்டத்தைப் பார்த்து நகைத்துக் கொண்டிருக்கையில், குண்டாவும் அவனுடைய தோழர்களும் ஒருவழியாகச் சிரமத்துடன் கட்டுகளைத் தூக்கித் தமது தலைகளில் சுமந்து கொண்டு, வேட்டை நாய்களுக்கும் ஆட்டு மந்தைகளுக்கும் பின்னால் நடக்கத் தொடங்கினர். தலையிலிருந்த சுமை நழுவி விழுந்துவிடாதபடி கைகளால் சரிசெய்து கொண்டே தொடர்ந்தனர். எலும்பு நோக சுமந்து சென்ற குண்டாவுக்கு எதிர்ப்பட்ட கிராமம் முன்னெப்பொழுதைக் காட்டிலும் மிகவும் அழகாகத் தோன்றியது. கிராமத்தின் வாயிலுக்குள் நுழைந்தவுடன் பெரிய பையன்களின் ஆர்ப்பாட்டம் மேலும் அதிகரித்தது. கிராம மக்கள் பார்வைக்கும் செவிகளுக்கும் அன்று முழுவதும் புதிய பசங்களுக்குப் பயிற்சி அளிப்பதற்கு அவர்கள் எவ்வளவு சிரமப்பட்டனர் என்பதை உணர்த்தும் விதமாக எச்சரிக்கையாகவும் அறிவுறுத்தலாகவும் பெருங்குரலெடுத்து மந்தைகளினூடே அங்குமிங்கும் தாவினர். குண்டாவின் தலைச்சுமை ஒருவழியாக கிராம ஆசான் பிரிமா செசேயினுடைய திடலுக்குப் பாதுகாப்பாகக் கொண்டு சேர்க்கப்பட்டது. அவர் தான் மறுநாள் அவனுக்கும் அவனுடைய வயதை ஒத்தவர்களுக்கும் பாடம் துவக்க இருந்தார்.

மறுநாள் காலைக் கஞ்சியைக் குடித்தவுடன், புதிய இடையர்கள் ஒவ்வொருவரும் மரத்தாலான பலகையுடனும் எழுதுகோலுடனும் எழுதுவதற்கான மை அடங்கிய மூங்கில் குழாயுடனும் பள்ளித் திடலுக்குள் அணிவகுத்து நுழைந்தனர். ஆடுகளைக் காட்டிலும் மடையர்கள் என்பது போல அவர்களை நடத்திய ஆசான் உட்காரும்படி பணித்தார். அந்த வார்த்தையைச் சொல்லி முடிப்பதற்குள் அவர் எதிர்பார்த்ததைக் காட்டிலும் தாமதமாக அவர்கள் வந்ததற்காக கீழ்ப்படியாமையின் பொருளை அவர்கள் மீது உரசிய அவருடைய கைப்பிரம்பு விளக்கியது. கடுகடுப்பான குரலில்

அவரும் விளக்கினார். அவரிடம் படிப்பதற்காக வருகின்ற காலம் முழுவதும் அவர் கேட்டால் ஒழிய யாரும் வாய் திறந்து பேசக் கூடாது. அவர்கள் மத்தியில் பிரம்பை அவர் ஆட்டிய விதம் மீறுபவர்களின் நிலையை உணர்த்தியது. தாமதமாக வருபவர்களுக்கும் அதே நிலை தான் என்றார். காலையில் கஞ்சி குடித்தவுடன், மாலையில் ஆட்டு மந்தைகளுடன் திரும்பியவுடன் பாடம் துவக்கப்பட்டது.

"நீங்களெல்லாம் இன்னமும் குழந்தைகள் அல்ல. உங்களுக்கென்று பொறுப்புகள் உண்டு. அவற்றை நிறைவேற்ற முயலுங்கள்!" ஒழுங்குமுறையை நிலைநாட்டியவுடன், அன்று மாலையில் அவர்களுக்குத் திருக்குரானிலிருந்து சில தொழுகைப் பாடல்கள் ஓதப்படும் என்றும் அவற்றை அவர்கள் மனப்பாடம் செய்து ஒப்பித்த பின்னர் அடுத்த பாடம் துவக்கப்படும் என்றும் தெரிவித்தார். அத்துடன் அவர்களை விட்டுவிட்டார். அவருடைய பள்ளியிறுதி வகுப்பு மாணவர்கள் வந்திருந்தனர். அவர்கள் புதிதாகச் சேர்ந்திருந்த குண்டாவின் வயதை ஒத்தவர்களைக் காட்டிலும் பெரிதும் அஞ்சி நடுங்கினர். அவர்களுக்கு அன்று இறுதித் தேர்வு. திருக்குரானை மனப்பாடம் செய்து ஒப்பிப்பதிலும் அரேபிய மொழியில் எழுதுவதிலும் தேர்வு நடத்தப்பட இருந்தது. அதில் அவர்கள் தேர்ச்சி பெறுவதைப் பொறுத்து அவர்கள் முறைப்படி அடுத்த பருவத்தை அடைந்து விட்டதாக அறிவிக்கப்பட்டனர்.

அன்று, தம்முடைய வாழ்க்கையில் முதன் முறையாக ஆட்டு மந்தைகளைத் தமது முழுமுயற்சியால் பட்டிகளிலிருந்து விடுவித்து குண்டாவும் அவனுடைய தோழர்களும் அரும்பாடு பட்டு மேய்ச்சல் பகுதிக்கு ஓட்டிச் சென்றனர். இன்னும் சில நாட்கள் ஆடுகளால் வழக்கம் போல மேய முடியாது! குறைவாகத் தான் தீனி கிடைக்கும்! புல் மீது வாய்வைத்துக் கடிப்பதற்குள் குண்டாவும் அவனுடைய தோழர்களும் அவற்றைத் துரத்துவதும் கத்துவதுமாக இருந்தனர். ஆட்டு மந்தைகளைக் காட்டிலும் குண்டா பெருங் கவலையில் ஆழ்ந்திருந்தான். ஒவ்வொரு முறையும் ஓய்வாக உட்கார்ந்த போது, அவனுடைய வாழ்க்கையில் ஏற்பட்ட மாற்றங்களால் ஏதேனும் பயனுண்டா என்று சிந்திக்கலானான். எப்பொழுது பார்த்தாலும் எதையாவது செய்ய வேண்டியிருக்கிறதே! எங்காவது செல்ல வேண்டியிருக்கிறதே! நாள் முழுவதும் ஆட்டு மந்தையைக் கட்டி மேய்க்க வேண்டியிருந்தது! காலையில் எழுந்து கஞ்சி குடித்தவுடனும் மேய்த்துத் திரும்பியவுடனும் ஆசான்! அதன் பின்னர் இருட்டுவதற்குள் முடிந்த அளவுக்குக் கவண் எறியும் பயிற்சி! வேறு எதைப் பற்றியும் சிந்திக்க நேரமே இருக்காது போலிருக்கிறதே!

11

நிலக்கடலை, சிறுதானியங்களின் அறுவடை நிறைவடைந்தது. அடுத்து, பெண்டிருடைய வயல்களில் நெல் கதிரறுப்பு. ஆடவர் யாரும் பெண்டிருக்கு அறுவடையில் உதவவில்லை. குண்டா, சிடாஃபா போன்ற பயல்களும் கூட ஒதுங்கிக் கொண்டனர். நெல் சாகுபடி தொடர்பான அனைத்துப் பணிகளும் பெண்டிருக்கு மட்டுமே உரியவையாம்! அன்று சூரியனின் முதலாவது கதிர் வயலில் குனிந்து பொன்னிறமான நெற்கதிர்களை அறுவடை செய்துகொண்டிருந்த பின்டா, ஜான்கே தௌரே மற்றும் ஏனைய பெண்களின் மீது தான் பட்டுத் தெரித்தது. அறுவடை செய்த நெற்கதிர்களை இரண்டு நாட்கள் நடைபாதையில் கிடத்தி உலர விட்டனர். நன்றாகக் காய்ந்த பிறகு பரிசல்களில் ஏற்றி கிராமத்திற்குக் கொண்டு சென்று, பெண்களும் அவர்களுடைய மகள்களும் அவற்றை தெளிவான கட்டுகளாகக் கட்டி அவரவர் குடும்பத்தின் வைப்பு அறைகளில் சேமித்தனர். நெல் அறுவடை நடந்து முடிந்த பின்னரும் பெண்களுக்கு ஓய்வென்பது கிடையாது. ஆடவருடைய பருத்திக் காடுகளில் பருத்திப்பூ பறிக்க வேண்டும். அவை நீண்ட நாட்களாக செடியோடு உலரும்படி விட்டு வைக்கப்பட்டிருந்தன. எவ்வளவு கூடுதலாக சூரிய வெப்பத்தில் உலர்கின்றதோ அந்த அளவு

சிறப்பான நூல் பெண்டிர் தைப்பதற்கு ஏற்ற வகையில் கிடைக்கும்.

ஜுஃப்பூர் கிராமத்து மக்களால் ஆண்டு தோறும் ஏழு நாட்கள் கொண்டாடப்பட்ட அறுவடைத் திருவிழாவிற்காகக் காத்திருந்த பெண்கள் தமது குடும்பத்தினருக்கான புத்தாடைகளை தைக்கும் பணியில் முனைப்பாக ஈடுபட்டனர். பின்டா பருத்தியில் நூல் நூற்றுக்கொண்டிருந்த வேளையில் பல மாலைப் பொழுதுகளில், குண்டாவிற்குப் பெரிதும் எரிச்சலூட்டக் கூடியதாக இருந்த போதிலும், வாய் ஓயாமல் மழலைக்குரலில் குழறிக் கொண்டும், அட்டை போல் தன்மீது ஒட்டிக் கொண்டும் தொல்லை கொடுத்த குட்டிப்பயல் லேமினைக் கவனித்துக் கொள்ள வேண்டி இருந்தது. ஆனாலும், அவனைத் தூக்கிக் கொண்டு பின்டாவுடன் கிராம நெசவாளி டெம்போ டிப்பாவின் குடிசைக்குச் சென்ற போது குண்டா மகிழ்ச்சி அடைந்தான். அந்த நெசவாளிப் பெண் கைகளையும் கால்களையும் வேக, வேகமாக அசைத்து நூற்கண்டுகளில் இருந்த நூலை நீண்ட துணியாக நெய்து கொண்டிருந்ததை வைத்த கண் வாங்காமல் அதிசயமாகப் பார்த்துக் கொண்டிருந்தான். குடிசைக்குத் திரும்பியவுடன் மரக்கட்டைகளை எரித்து உண்டுபண்ணிய சாம்பலில் நீரை வார்த்து அடர் கரைசலாக்கும்படி பணித்தாள். அதில் வண்ணமேற்றும் இலைகளை நன்றாக இடித்துக் கலந்தாள். வண்ணக் கரைசலில் துணிகளை நன்கு மூழ்கவைத்து அவற்றிற்கு நீல வண்ணமேற்றினாள். ஜுஃப்பூர் கிராமத்துப் பெண்கள் அனைவருமே அத்தகைய பணிகளில் தம்மை ஈடுபடுத்திக் கொண்டிருந்தனர். தாழ்வான புதர்களில் துணிகளைப் பரத்தி உலர வைத்தனர். சிவப்பு, பச்சை, மஞ்சள், நீலம் என கிராமமே வண்ணக் கோலம் பூண்டு பொலிவுற்றது.

நூல் நூற்பதிலும் ஆடைகளைத் தைப்பதிலும் பெண்கள் ஈடுபட்டிருந்த வேளையில், ஆடவரும் தமக்கு நிர்ணயிக்கப்பட்டிருந்த பணிகளை அறுவடைத் திருவிழாவிற்கும், தமது வேலைகளை மேலும் கடுமையாக்கக் கூடிய கடுங்கோடைக்காலத்திற்கும் முன்பாக முடித்துவிட வேண்டும் என்கிற முனைப்புடன் செயல்பட்டனர். மூங்கில் கழிகளைக் கொண்டு அமைக்கப்பட்டிருந்த கிராமச் சுற்றுச் சுவர், ஆங்காங்கே ஆட்டு மந்தைகளும் மாட்டு மந்தைகளும் தமது முதுகை வைத்துத் தேய்த்ததால், சாய்ந்தும் உடைந்துமிருந்த பழுதுகளை நீக்கிச் சரிசெய்தனர். கனத்த மழையால் சீர்குலைந்திருந்த மண்குடிசைகளைப் பூசி உறுதிப்படுத்தினர். பழமையானவையும் சிதைந்து போனவையுமான கூரைகளைப் புதிதாகத் தைத்தனர். விரைவிலேயே மணம் முடிக்க வேண்டிய இணைகளுக்குப் புதிய குடிசைகள் எழுப்பப்பட வேண்டியிருந்தன. குண்டாவிற்குக் குதூகலமளிக்கக் கூடிய வாய்ப்புக் கிட்டியது. புதிய குடிசைக்கான சுவர்களை எழுப்புவதற்கு ஏற்ற கெட்டியான மண்ணில் நீரை வார்த்துக் கால்களால் மிதித்து உரியமுறையில் சகதியாகவும் சாந்தாகவும் மாற்றினர். அவ்வாறு மண் மிதித்த பெரியவர்களுடன் குண்டாவும் இணைந்து கொண்டான்.

கிணற்றிலிருந்து நீர் சேந்திய போது, வாளியில் கலங்கலான நீர் இருந்ததைக் கண்ட ஒருவர் கிணற்றிற்குள் இறங்கி சோதித்துப் பார்த்தார். புழு, பூச்சிகளைத் தின்பதற்காகக் கிணற்றிற்குள் விடப்பட்டிருந்த மீன் குஞ்சு பருத்துப் பெரிதாகி

கலங்கல் நீருக்குள் இறந்து கிடந்தது. உடனே புதிதான குடிநீர்க் கிணறு தோண்டுவதற்கு ஏற்பாடானது. கழுத்தளவு பள்ளத்தில் நின்று தோண்டியபோது, கோழிமுட்டை அளவிலான வெண்பச்சை வண்ணக் களிமண் கட்டிகளை வாரி வெளியில் எடுத்தனர். கிணறு தோண்டியதை குண்டா போன்ற பயல்கள் வேடிக்கை பார்த்துக் கொண்டிருந்தனர். அத்தகைய களிமண் கட்டிகளை உடனே எடுத்துச் சென்று கிராமத்தில் வயிறு பெருத்திருந்த பெண்களுக்குக் கொடுக்க அவர்களும் ஆவலுடன் அவற்றைச் சாப்பிட்டனர். அந்தக் களிமண் பிறக்கவிருந்த குழந்தைகளுடைய எலும்புகளுக்கு வலுவூட்டுமாம்! பின்டா சொன்னாள்!

கட்டுப்பாடில்லாமல் விடப்பட்ட குண்டா, சிடாஃபா மற்றும் அவர்களுடைய தோழர்கள் கவண் கல் எறிந்து பழகுவதிலேயே தமது ஓய்வு நேரத்தில் பெரும் பகுதியைக் கழித்தனர். கண்டவற்றின் மீதெல்லாம் கவணிலிருந்த கல் எறிந்த போதிலும், ஏதொன்றையும் தாக்கியதில்லை. இருந்தாலும், அவர்கள் எழுப்பிய ஆரவாரக் கூச்சல் காட்டு விலங்குகளையே ஓடி ஒளிந்து கொள்ளச் செய்தது. லேமின் வயது குட்டிப்பயல்கள் கூட கவனிப்பாரற்று விடப்பட்டனர். ஏனெனில், மற்றெவரைக் காட்டிலும் ஜுஃப்யூர் கிராமத்துப் பாட்டிகள் வரவிருந்த அறுவடைத் திருவிழாக் காலத்தில் மணமாகா கன்னியர் அணிந்து கொள்வதற்கான சிகை அலங்காரப் பொருட்கள் செய்வதில் முனைப்பாக இருந்தனர். இரவு நெடு நேரம் வரையிலும் கூட விழித்திருந்து கொண்டை வளையங்களையும், பின்னல் வேலைப்பாடுகளையும், முழுமையான பொய் மயிர்க் கவிகைகளையும் அழகிய ஒருவகைச் செடிகளின் இலைகளிலிருந்தும் ஊறவைத்த ஒருவகை மரப்பட்டைகளிலிருந்தும் எடுக்கப்பட்ட நீண்ட இழைகளைக் கொண்டு தயாரித்தனர். இலைகளிலிருந்து எடுக்கப்பட்ட முரட்டு வகை இழைகளால் தயாரிக்கப்பட்ட பொருட்களைக் காட்டிலும் மரப்பட்டைகளிலிருந்து உரிக்கப்பட்ட மிருதுவான இழைகளைக் கொண்டு செய்யப்பட்ட பொருட்கள் கூடுதல் மதிப்புள்ளவை. ஒரு முழுப் பொய்மயிர் கவிகைக்கு மாற்றாக மூன்று ஆடுகள் கொடுக்க வேண்டியிருந்தது. வாடிக்கையாளர்கள் மணிக்கணக்கில் உரத்த குரலில் பேரம் பேசினர். நா வறள அப்படிப் பேசினால் தான் பாட்டிமார் விலையைக் குறைப்பர் என்பதை அறிந்திருந்தனர்.

முழுமையான சிகைக் கவிகைகளைச் செய்வதில் நியோ போட்டோ பாட்டி வல்லவள். அவளுடைய சிகை அலங்காரப் பொருட்களைப் போலவே அவளுடைய துணிச்சலான இரைச்சல் மிக்க பேச்சும் கிராமத்துப் பெண்களைப் பெரிதும் கவர்ந்தது. பெண்களைக் காட்டிலும் ஆடவர் தனிமதிப்புடையவர்கள் என்கிற தொன்று தொட்டு வந்த மரபுக் கட்டளையை எதிர்த்து அவள் வார்த்தையாடியதைப் பெண்கள் கேட்டு பெரிதும் மகிழ்ச்சியடைந்தனர். நாள்தோறும் காலையில் குடிசை முன்பு சட்ட, திட்டமாக இடுப்பு வரை ஆடையைத் தூக்கிச் செருகிக் கொண்டு தனது முதிர்ந்த முரட்டுத் தோலில் வெயில்படும்படி அமர்ந்து சிகை அலங்காரப் பொருட்களைப் பின்னிக் கொண்டிருந்தாள். அவ்வழியாகக் கடந்து சென்ற ஆடவரின் பார்வையைக் கவனிக்கத் தவறியதில்லை. “ஏய், அதையா பார்த்தாய்! இவனுகளெல்லாம் ஆம்பிளைன்னு சொல்லிக்கிறாங்க! எங்காலத்தில தான் ஆம்பிளைக ஆம்பிளைகளா இருந்தாக!” என்று அவர்களைக் கூப்பிட்டுக்

கூவினாள். அடுத்து அவள் பேசக் கூடிய வார்த்தைகளை அறிந்தவர்கள் என்பதால் ஆடவர் அவளுடைய நாக்கிற்குப் பயந்து தப்பித்து ஓடினர். மதியத்தில், பின்னல் பொருட்கள் அப்படியே மடியில் கிடக்க அயர்ந்து உறங்கிப் போகும் வரை அவளுடைய வாய் ஓயாது! அவளுடைய குறட்டை ஒலியைக் கேட்டு அவளுடைய பொறுப்பில் விடப்பட்ட தத்துநடையாளர்கள் நகைத்தனர்.

அதே சமயத்தில், ஐந்து வயதிற்கும் மேற்பட்ட பெண்கள் மருத்துவ குணம் கொண்ட வேர்களையும் சமைப்பதற்கான பொருட்களையும் மூங்கில் கூடைகளில் சேகரித்து அவற்றை வெயிலில் உலர்த்துவதற்கு தமது தாய்மார்களுக்கும் தமக்கையருக்கும் உதவினர். சிறுதானியங்களை உரலில் இட்டு இடித்த பொழுது அவற்றைப் புடைத்துத் தூற்றி உமியையும் தவிட்டையும் பிரித்தனர். குடும்பத்தினரின் துணிகளைத் துவைப்பதிலும் தம்மை ஈடுபடுத்திக் கொண்டனர். அழுக்கடைந்த ஆடைகளை கருங்கற்களின் மீது அடித்துத் துவைத்தும், கடுங்காரத்தையும் பனை எண்ணெயையும் சேர்த்து தாய்மார் குடிசைகளில் செய்த கட்டிகளைத் தேய்த்து நுரையில் ஊற வைத்தும் தூய்மைப்படுத்தினர்.

ஆடவர் தாம் ஆற்றவேண்டிய முகாமையானப் பணிகளை நிறைவேற்றிவிட்டனர். திருவிழாவிற்கு இன்னும் சில நாட்களே இருந்தன. அடுத்த இளம்பிறை நாளன்று கேம்பிய நாட்டுக் கிராமங்கள் அனைத்திலும் விழாத் தொடங்க இருந்தது. இசைக் கருவிகளின் ஓசை ஆங்காங்கே கேட்கத் தொடங்கிவிட்டது. இருபத்தி நான்கு நரம்புகள் கொண்ட தந்திக் கருவியையும், முரசுகளையும், அடியில் வெவ்வேறு நீளங்களில் மரக்கட்டைகள் பொருத்தப்பட்ட சுரைக்குடுக்கைகளாலான கருவிகளையும் கொண்டு கிராமத்து இசைக் கலைஞர்கள் இசைப் பயிற்சி செய்தனர். அவர்களைச் சுற்றிக் கூடிய சிறு கூட்டம் கைதட்டி ஆரவாரம் செய்தது. அவர்கள் அவ்வாறு இசைத்துக் கொண்டிருந்த வேளையில், மேய்ச்சலிலிருந்து திரும்பிய குண்டா, சிடாஃபா மற்றும் தோழர்கள் மூங்கிலிலிருந்து செய்யப்பட்ட புல்லாங்குழல்களை ஊதியும், மணிகளை ஒலித்தும், குடுக்கைகளை ஆட்டியும் இசையெழுப்பியபடி தெருக்களில் வலம் வந்தனர்.

பெரும்பாலான ஆடவர் அரட்டை அடித்தும் ஆலமர நிழலில் அமர்ந்திருந்தும் ஓய்வாகப் பொழுதைக் கழித்தனர். கிராம சபையைச் சேர்ந்த பெரிசுகளும் ஓமோரோவின் வயதை ஒத்தவர்களும் சற்றே இளையவர்கள் சிலரும் ஆண்டு தோறும் அறுவடைத் திருவிழாவிற்கு முந்தைய கிராமச் செயல்பாடுகளைத் தீர்மானித்தனர் அவர்கள் மரியாதை நிமித்தம் கேளிக்கைகளிலிருந்து ஒதுங்கியிருந்தனர். அவ்வப்போது, இரண்டு, மூன்று இளைஞர்கள் எழுந்து கைகளை அகல விரித்து சுண்டு விரல்களால் பிணைத்தபடி பழங்கால ஆப்பிரிக்க ஆடவர் ஆட்டத்தை ஆடியபடி கிராமத்தைச் சுற்றி வந்தனர்.

ஆனால், ஒரு சிலர் தனியாக நீண்ட நேரத்தைச் செலவிட்டனர். அவர்கள் மரப்பலகைகளில் பல்வேறு அளவுகளிலும் வடிவங்களிலும் உருவங்களைச் செதுக்கிக் கொண்டிருந்தனர். குண்டாவும் அவனுடைய தோழர்களும் தம்முடைய கவண்களை ஓரங்கட்டிவிட்டு சிற்பிகள் செதுக்கிக் கொண்டிருந்த புதிரானவையும் பயங்கரமானவையுமான முகமூடிகளைக் கவனித்துக் கொண்டிருந்தனர்.

அவை விழாக் காலத்தில் நடனமாடப் போகிற நடனக் கலைஞர்கள் அணிந்து கொள்வதற்கானவை. வேறு சிலர் புயங்களும் கால்களும் உடலுடன் ஒட்டியபடியும் பாதங்கள் தட்டையாகவும் தலை நிமிர்ந்து இருக்குமாறும் மனித உருவங்களையும் விலங்குகளின் உருவங்களையும் செதுக்கினர்.

பின்டாவும் பிற பெண்களும் கிராமத்தின் புதிய கிணற்றடியில் அவர்களுக்குக் கிடைத்த வழிகளில் ஓய்வாகப் பொழுது போக்கினர். அவர்கள் தினமும் அங்கே கூடி குளிர்ந்த நீர் இறைப்பதும் சிறிது நேரம் பழமை பேசுவதும் வழக்கம். விழா நெருங்கிக் கொண்டிருந்ததால் அவர்களுக்கு வேலைப் பளு அதிகமிருந்தது. ஆடைகள் தைக்கும் பணியை முடித்தாக வேண்டும். குடிசைகளைத் தூய்மைப்படுத்துவதும், உலர்ந்த உணவுப் பண்டங்களை ஊறவைப்பதும், இறைச்சி வருவலுக்காக ஆடுகளை வெட்டுவதும் அவர்களுடைய வேலை. அத்தனைக்கும் மேலாக விழாவின் போது தம்மை மிகவும் அழகாகக் காட்டிக் கொள்ள வேண்டும்!

பெண்கள் முரட்டுத்தனமாக மரங்களில் ஏறி விளையாடிக் கொண்டிருந்ததை குண்டா அடிக்கடி பார்த்திருந்தான். அவர்களெல்லாம் அடக்க ஒடுக்கமாக நடந்து கொண்டனர். அவர்கள் நிமிர்ந்து கூட நடக்கவில்லை. அவர்களைப் போய் பெரிய ஆட்களெல்லாம் திரும்பித் திரும்பிப் பார்க்கிறார்களே! வில் அம்பைக் கொண்டு குறிபார்த்துத் தெறிக்க அறியாத அப்பாவிப் பொண்ணுங்க! குண்டா வியந்தான்!

அத்தகைய பெண்களின் வாய் முட்டி அளவிற்கு வீங்கியிருந்தது. உதடுகளின் உட்பகுதி முட்களால் கீறப்பட்டு புகைக் கரி கொண்டு தேய்க்கப்பட்டிருந்தது. பின்டாவும், பன்னிரெண்டு வயதிற்கு மேற்பட்ட கிராமப் பெண்டிருடன் சேர்ந்து ஒருவித இலைகளை இடித்துக் காய்ச்சி குளிர வைத்து வடித்த சாற்றில் பாதங்களையும் உள்ளங்கைகளையும் நனைத்து மைவண்ணமாக்கிக் கொண்டாள். அம்மாவைப் பார்த்து குண்டா காரணம் கேட்டான். 'ஓடிப் போடா' துரத்தினாள். அப்பாவைக் கேட்டான். "பெண்கள் எவ்வளவு கறுப்பாக இருக்கிறார்களோ அவ்வளவு அழகாக இருப்பார்கள்!"

"அது தான் எதுக்கு?"

"நீயாகவே புரிந்து கொள்ளும் காலம் வரும்!"

12

பொழுது விடிந்தவுடன் கிராமத்தின் பெரும்முரசு ஒலித்தது. குண்டா துள்ளி எழுந்தான். அவனும் சிடாஃபாவும் அவர்களுடைய தோழர்களும் இலவ மரத்தை நோக்கி ஓடி பெரியவர்களுடன் சேர்ந்து கொண்டனர். அங்கே கிராமத்தின் முரசுக் கலைஞர்கள் முரசறைந்து கொண்டிருந்தனர். இழுத்துக் கட்டப்பட்ட விரைப்பான ஆட்டுத் தோலாலான முரசை நோக்கி கைகளை ஆட்டி ஏதோ அவை உயிருள்ளவை போல கத்திக் கூச்சலிட்டனர். நடன உடை தரித்துக் குழுமியிருந்த கிராமத்து மக்கள் ஒவ்வொருவராக முரசொலியின் லயத்துக் கேற்ப அவர்களுடைய கை, கால்களையும் இடுப்பையும் வேக, வேகமாக அசைத்து நடனமாடத் தொடங்கினர். கிட்டத்தட்ட அனைத்து மக்களும் நடனத்தில் கலந்து கொண்டனர்.

நடவு, அறுவடை, வேட்டைக்குப் புறப்படும் வேளை, திருமணங்கள், பிறப்பு, இறப்பு போன்ற அனைத்து முக்கிய நிகழ்வுகளின் போதும் அது போன்ற நடனங்கள் நிகழ்த்தப்பட்டதை குண்டா பலமுறை பார்த்திருந்தான். ஆனால், அவையெல்லாம் தற்பொழுது நிகழ்ந்த நிகழ்ச்சியைப் போல, அவன் புரிந்து கொண்டது வரை, அவனுள் கிளர்ச்சியை ஏற்படுத்தியதில்லை. ஒவ்வொருவரும்

ஆடிய விதம் அவர்கள் தமது மனத்தில் மட்டுமே சுமந்திருந்த ஏதோ ஒன்றை தமது உடலுக்குத் தெரிவிப்பது போல் இருந்தது. மக்கள் சுழன்றும், தாவியும், வேதனையால் துடிப்பவர்கள் போல உடல் முழுவதும் உதறலெடுத்தும் ஆடிக் கொண்டிருந்தனர். அவர்களுள் சிலர் முகமூடி அணிந்திருந்தனர். குண்டாவால் தனது கண்களை நம்பமுடியவில்லை. அவர்களிடையே நியோ போட்டோ பாட்டி, திடீரெனப் பயங்கரமாகக் கூச்சல் எழுப்பி, தனது முகத்திற்கு முன்னால் கைகள் நடுங்க மறைத்தவாறு, கண்ணுக்குத் தெரியாத ஏதோ ஒன்றைப் பார்த்து அஞ்சி நடுங்கியவள் போல பின்னோக்கி உடலை ஒடுக்கினாள். கற்பனையாக ஏதோ ஒன்றைப் பற்றித் தரையில் அடிப்பது போலவும் உதைப்பது போலவும் காற்றில் கை, கால்களை ஆட்டினாள். பின்னர், மயங்கி விழுந்தாள்.

குண்டா அங்குமிங்குமாகத் தலையைத் திருப்பி உற்றுப் பார்த்தான். நடனமாடியவர்களுக்கிடையே அவன் அறிந்த பல்வேறு மனிதர்கள் ஆடிக் கொண்டிருந்தனர். பயங்கர உருவம் பொறிக்கப்பட்ட முகமூடிக்குள்ளே ஹஜரத்தை அடையாளம் கண்டான். அவர் மரத்தைச் சுற்றிக் கொண்ட பாம்பு போல உடலை நெளித்து ஆடினார். நியோ போட்டோ பாட்டியைக் காட்டிலும் வயதானவர்கள் என்று அவன் கேள்விப்பட்டிருந்த சிலரும் கூட தமது குடிசைகளை விட்டு வெளியேறி வளைந்து நெளிந்த கால்கள் தள்ளாட, கைகள் ஊசலாட, ஒடுங்கிய கண்களைச் சூரிய வெளிச்சம் தாளாமல் மேலும் சுருக்கியவாறு சென்று தட்டுத் தடுமாறி சில நடன அசைவுகளைக் காட்டினர். தந்தையைக் கண்டவுடன் குண்டாவின் கண்கள் மேலும் அகல விரிந்தது. ஒமோரோவின் கால்கள் புழுதியைக் கிளப்பிக் கொண்டு குதியாட்டம் போட்டன. குலவை ஒலி எழுப்பியபடி பின்னோக்கிச் சாய்ந்தார். அவருடைய தசைகள் நடுங்கின. அடுத்து முன்னோக்கிப் பாய்ந்தார். மார்பில் ஓங்கி ஓங்கி அடித்தபடி காற்றில் தாவியும் உடலை முறுக்கியும் இடையிடையே பயங்கர உறுமல் ஒலி எழுப்பியவாறும் ஆடிக்கொண்டிருந்தார்.

இதயத்துடிப்பை அதிகரித்த முரசொலி குண்டாவின் காதுகளை இடித்ததுடன் கை, கால்களையும் நடுங்கச் செய்தது. அவனை அறியாமலேயே அவனுடைய உடல் நெளிந்தது; கைகள் காற்றில் அசைந்தன. கனவில் மிதப்பது போலிருந்தது. விரைவில், துள்ளிக் குதித்தவன் மற்றவர்களுடன் சேர்ந்து கூச்சலிட்டவாறு நடனமாடத் தொடங்கினான். கடைசியில், களைப்புற்று, தடுமாறி விழுந்தான்.

தட்டுத் தடுமாறி எழுந்தவன், சோர்ந்த கால்களுடன் ஓரமாக ஒதுங்கி நின்றான். திக்கித்துப் பயந்து போய் பதட்டத்துடன் காணப்பட்டான். சிடாஃபாவும் மற்ற தோழர்களும் கூட பெரியவர்களுடன் சேர்ந்து நடனமாடியதைக் கண்டவன் மீண்டும் அவர்களுடன் இணைந்து கொண்டான். பொடியன்கள் முதல் மிகவும் வயதான முதியவர்கள் வரை, முரசுக் கலைஞர்கள் உட்பட அனைவரும் நாள் முழுவதும் உணவு கொள்ளாமலும் நீர் அருந்தாமலும் தொடர்ந்து ஆடினர். இடையிடையே மூச்சு வாங்கிக் கொள்வதற்கு மட்டுமே நிறுத்தினர். இரவு களைத்துப்போய் குண்டா படுக்கையில் விழுந்த பிறகும் முரசுகள் ஒலித்துக்கொண்டிருந்தன.

அறுவடைத் திருவிழாவின் இரண்டாவது நாள் கொண்டாட்டங்கள் மதியத்திற்குப் பிறகு மரியாதைக்குரியவர்களுக்கான அணிவகுப்புடன் தொடங்கியது. ஆசான், ஹஜரத், மூத்தோர், வேட்டைக்காரர்கள், மல்யுத்த வீரர்கள், கடந்த அறுவடைக்குப் பின்னர் நடப்பு ஆண்டில் ஜுஃப்யூர் கிராமத்தில் வீர, தீரச் செயல்கள் புரிந்ததற்காக கிராமசபைப் பெரியோரால் தேர்ந்தெடுக்கப்பட்டவர்கள் அணிவகுப்பிற்குத் தலைமையேற்றனர். கிராமத்திற்கு அப்பாலும் பாம்பு போல் நீண்டு நெளிந்த வரிசைகளில் இசைக் கலைஞர்கள் வழிநடத்திச் செல்ல ஏனைய அனைவரும் பாடிக்கொண்டும் ஆடிக்கொண்டும் பின்தொடர்ந்தனர். பயணியர் ஓய்வெடுக்கும் மரத்தைச் சுற்றி அவர்கள் திரும்பிய போது, குண்டாவும் அவனுடைய தோழர்களும் முன்னோக்கிப் பாய்ந்து சென்று தமக்கெனத் தனியே ஒரு அணிவகுப்பினை ஏற்படுத்திக் கொண்டு முன்னும் பின்னும் பீடு நடை போட்டனர். தம்முடைய விரைப்பான வீறு நடைக்கு ஏற்ற விதத்தில் புல்லாங்குழல்களையும், மணிகளையும், குடுக்கைகளையும் ஒலித்துக் கொண்டு எதிர்ப்பட்ட பெரியோர்களை தலை தாழ்த்தி வணங்கியபடி நடை போட்டனர். மரியாதை அணிவகுப்பு நடத்திய சிறுவர்கள் ஒவ்வொருவராக முறை வைத்து வணக்கம் தெரிவித்தனர். குண்டாவின் முறையின் போது, முழங்கால்களை உயரத் தூக்கித் தரையில் அடித்து பெரியவர்கள் முன்னிலையில் கடந்து சென்றான். அது மிகவும் சிறப்பாக வணக்கம் தெரிவிக்கும் முறை. அதனைத் தன் தாயும் தந்தையும் கவனித்ததைக் கண்டான். அவர்களுக்குப் பெருமை பிடிபடாது என்பதை அவன் அறிவான்!

கிராமத்தில் ஒவ்வொரு பெண்ணும் தன்னுடைய அடுக்களையில் வகை வகையான உணவு தயாரித்து வைத்துப் போவோர் வருவோரையெல்லாம் அன்பொழுக வரவேற்று, சற்றே தங்கியிருந்து ஒரு குடுக்கையளவு உணவாவது சாப்பிட்டுச் செல்ல வேண்டும் என்று வற்புறுத்தினர். குண்டாவும் அவனுடைய தோழர்களும் பல, பல குடுக்கைகள் நிறைய வறுத்த இறைச்சித் துண்டுகளையும் வெண்சோற்றையும் உள்ளே தள்ளிவிட்டனர். காடுகளிலிருந்து கொண்டுவரப்பட்ட ஆட்டு இறைச்சி வறுவல் ஏராளமாகக் கிடைத்தது. அப்பகுதியில் கிடைத்த பழங்களையெல்லாம் மூங்கில் கூடைகளில் நிரப்பி வைக்க வேண்டும் என்பது இளம்பெண்களுக்கு ஒதுக்கப்பட்ட சிறப்புப் பணி.

தொப்பைகளை நிரப்பிய பிறகு பயல்கள் பெரிதும் ஆர்வமூட்டக் கூடிய பொருட்களுடன் புதியவர்கள் யாரேனும் வருகிறார்களா என நோட்டமிட பயணியர் ஓய்வெடுக்கும் மரத்தை நோக்கி உடலை நெளித்தபடி நடந்தனர். புதுமையான பொருட்களுடன் ஏராளமானோர் விழாக் கோலம் பூண்டிருந்த கிராமங்களைத் தேடிச் செல்வது வழக்கம். சிலர் இரவு தங்கிச் சென்றனர். பெரும்பாலானோர் சற்று நேரம் சுற்றித் திரிந்த பின்னர் அடுத்த கிராமத்தை நோக்கிப் பயணித்தனர். வருகை புரிந்த செனகலியர்கள் அலங்காரத் துணிகளில் வண்ண, வண்ணப் பொருட்களை கடை பரத்தினர். சிலர் மிகச் சிறந்த தரமுள்ள நைஜீரிய கோலாக் கொட்டைகளை கனத்த மூட்டைகளில் கொணர்ந்தனர். கொட்டைகளின் தரத்திற்கும் அளவிற்கும் ஏற்ப விலை நிர்ணயிக்கப்பட்டது. வண்ணமேற்றும் பொருட்கள், தோல் வகைகள், தேன்மெழுகு, தேன் போன்ற

பொருட்களை மாற்றாகப் பெறுவதற்காக உப்புக் கட்டிகளைப் படகுகளில் ஏற்றிக் கொண்டு நதிவழியைக் கடந்தும் சில வணிகர்கள் கிராமத்திற்கு வந்து சேர்ந்தனர். நியோ போட்டோ பாட்டி தன்னுடைய வணிகத்தில் முனைந்திருந்தாள். வண்ணச்சிப்பிக்கு மாற்றாக தூய்மைப்படுத்தப்பட்டு சீராக நறுக்கப்பட்ட ஒருவகை வேர்த் துண்டுகளைச் சிறு சிறு கட்டுகளாகப் பிணைத்துக் கொடுத்தாள். அந்த வேரில் நாள்தோறும் பல் தேய்த்தால் வாயும் மூச்சும் புத்துணர்வு பெற்றதுடன் இனிமையான மணங் கமழ்ந்தது.

போதைப் பொருள் விற்பனையாளர்கள் ஜுஃப்யூர் கிராமத்தில் நிற்காமலேயே விரைவாகக் கடந்து சென்றனர். அவர்கள் விற்பனை செய்த புகையிலை, பொடி, மது வகைகள் நாத்திகர்களுக்கானது. இஸ்லாமிய மாண்டிங்கர்கள் குடிப்பதுமில்லை; புகைப்பதுமில்லை. கிராமத்தில் நிற்காமல் கடந்து சென்றவர்களில் ஏராளமான ஊர்சுற்றி இளைஞர்களும் அடங்கினர். அவர்கள் மிகப் பெரிய கிராமங்களை நோக்கிப் பயணப்பட்டனர். அவர்கள் வெவ்வேறு கிராமங்களைச் சேர்ந்தவர்கள். அறுவடைக் காலத்தில் ஜுஃப்யூர் கிராமத்திலிருந்து கூட சிலர் அவ்வாறு சென்று விட்டனர். அவர்களை அடையாளம் கண்டு கொண்ட குண்டாவின் நண்பர்கள் அவர்களுடன் சிறிது தூரம் ஓடிச் சென்று அவர்கள் தலையில் சுமந்து சென்ற சிறிய மூங்கில் கூடைகளில் வைத்திருந்த பொருட்களை அறிந்து கொள்ள முற்பட்டனர். வழக்கமாக, ஆடைகள், சில பரிசுப் பொருட்களைக் கொண்டு சென்றனர். அடுத்த நடவுப் பருவத்தில் தமது கிராமங்களுக்குத் திரும்பும் வரை சுற்றித்திரிந்த போது எதிர்ப்பட்ட தமது புதிய நண்பர்களுக்கு அவற்றை அளித்தனர்.

கிராம மக்கள் நாள்தோறும் முரசின் ஒலிகளைக் கேட்டபடியே தூங்கி எழுந்தனர். திருக்குரான் தொழுகைப் பாடல்களைப் பாடுவதிலும், விதவிதமான இசைக் கருவிகளையும், முரசுகளையும் இசைப்பதிலும் கைதேர்ந்த ஊர் சுற்றி இசைக் கலைஞர்கள் நாள்தோறும் வருகை புரிந்தனர். அவர்களை மனம்விட்டுப் புகழ்ந்து பேசி, பரிசுப் பொருட்களையும் வற்புறுத்திக் கொடுத்து விட்டால் போதும், அவர்கள் அங்கே சிறிது நேரம் தங்கியிருந்து, கைதட்டி ஆரவாரம் செய்து நடனமாடிய கூட்டத்தினர் மத்தியில் இசைத்து விட்டு அடுத்த கிராமத்தைத் தேடி நகர்ந்தனர்.

தொன்மைக் கால வரலாற்றை கதைப்பாடல்களாக நிகழ்த்தவல்ல கலைஞர்கள் தென்பட்டால், உடனே கிராமத்தினர் ஆரவாரமெல்லாம் அடங்கி அமைதியாக ஆலமரத்தடியில் அமர்ந்து பழங்கால மன்னர்கள், குலமரபுத் தலைவர்கள், மாவீரர்கள், மிகப்பெரிய போர்கள், கடந்த காலத்தில் வாழ்ந்த மாபெரும் மேதைகள் போன்றோரின் வாழ்க்கைக் கதைகளை ஒருவித பயபக்தியுடன் உற்றுக் கேட்டனர். சமயம் சார்ந்த கதைப் பாடல்களைப் பாடுவோர் எல்லா வல்ல அல்லாவைப் போற்றிப் புகழ்ந்து போதனைகளையும் விதிக்கப்பட்ட கட்டளைகளையும் பாடல்களாக உரத்த குரலில் இசைத்தனர். தேவைக்கேற்ப சிறு காணிக்கைகளைப் பெற்றுக் கொண்டு ஒரு சில சடங்குமுறைகளையும் நிகழ்த்தினர். கானா, சோங்காய், பழம் மாலி போன்ற பேரரசுகளினுடைய அருமை பெருமைகளை பாடத் தொடங்கினால், முடிவற்று நீட்டி முழக்கிக் கொண்டிருந்தனர்.

பொதுவான நிகழ்ச்சி நிறைவுற்ற பிறகு, சிலர் தமது குடிசைகளுக்கு காணிக்கை செலுத்தி அழைத்துச் சென்று வயதான தமது பெற்றோரைப் போற்றிப் பாடும்படி வேண்டினர். சூரிய வெளிச்சத்தைத்தாள மாட்டாமல் கண்களை இடுக்கிபடியும், அகன்ற பற்களற்ற ஈறுகளைக் காட்டியவாறு அவர்கள் குடிசை வாசலில் வெளிப்பட்ட போது சூழ்ந்திருந்த மக்கள் கைதட்டி ஆரவாரித்தனர். தன்னுடைய நற்காரியங்கள் அனைத்தையும் முடித்துக் கொண்ட கதைப்பாடல் கலைஞர் அனைவருக்கும் நினைவுபடுத்தினார். இறுதிச் சடங்குகள், திருமணங்கள், ஏனைய மங்கள நிகழ்ச்சிகளில் போற்றிப்பாட வேண்டுமெனில் முரசறைந்து அறிவித்தால் போதும் உடனே தான் அங்கே வருகை புரிவதாகக் கூறினார். அவர்களாகப் பார்த்து ஏதேனும் காணிக்கை செலுத்தினால் போதும்! பிறகு, அடுத்த கிராமத்தை நோக்கி விரைந்தார்.

அறுவடைத் திருவிழாவின் ஆறாவது நாள் பிற்பகல் திடீரென்று எழுந்த வித்தியாசமானதொரு முரசொலி ஜுஃப்பூர் மக்களைத் திகைக்கச் செய்தது. முரசு அறிவித்த மானக்கேடான செய்திகளைக் கேட்ட குண்டா குடிசையை விட்டு வெளியேறி விரைந்து சென்று ஆலமரத்தடியில் கடுங்கோபத்துடன் திரண்டிருந்த ஊர்மக்களுடன் இணைந்து கொண்டான். அருகாமையிலிருந்த கிராமம் ஒன்றிலிருந்து எழுந்த முரசின் பேச்சு வலிமைமிக்க மல்யுத்த வீரர்களுடைய வருகையை அறிவிப்பதாகவும் ஜுஃப்பூர் மல்யுத்த வீரர்களை ஓடி ஒளிந்து கொள்ளும்படி எச்சரிப்பதாகவும் இருந்தது. சில நிமிடங்களில் எழுந்த உள்ளூர் முரசின் ஒலி அப்படிப்பட்ட வாய்ப் பேச்சு வீரர்கள் யாரேனும் வறட்டுத் துணிச்சலுடன் வந்தால் ஒடுக்கி முடக்கப்படுவர் என்று பதிலறைந்தது. கிராம மக்கள் அனைவரும் பெருங் கூச்சலுடன் ஆரவாரித்து குதூகலித்தனர்.

கிராம மக்கள் தற்பொழுது மல்யுத்தத் திடலை நோக்கி விரைந்தனர். ஜுஃப்பூர் கிராம மல்யுத்த வீரர்கள் டோலா எனப்பட்ட மல்யுத்தத்திற்கேற்ற சிற்றாடைகளை அணிந்து மணிக்கட்டுகளிலும் புட்டங்களுக்கு மேலும் சுருட்டப்பட்ட துணியைச் சுற்றிக் கட்டியிருந்தனர். செந்நிற இலைச் சாற்றாலும், அடுப்புக் கரியாலும் வீரத்திலகமிட்டு ஆயத்தமாயினர். போட்டியாளர்கள் வந்து சேர்ந்துவிட்டதற்கான ஆரவார ஒலி கேட்டது. கட்டுறுதியான உடல்வாகு கொண்ட போட்டியாளர்கள் ஆரவாரித்த கூட்டத்தினரைக் கண்டு கொள்ளாமல் முரசறைந்தோரைத் தொடர்ந்து மல்யுத்தக் களத்தை அடைந்தனர். ஏற்கனவே டோலா அணிந்திருந்தனர். சாந்துகளைக் கொண்டு திலகமிட்டுக் கொண்டனர். ஜுஃப்பூர் மல்யுத்த வீரர்கள் முரசுக் கலைஞர்களுக்குப் பின்னால் தோன்றிய போது ஆரவாரமும் கூச்சலும் கட்டுக்கடங்காமல் போனது. முரசறைவோர் கூட்டத்தினரை மன்றாடி அமைதிப்படுத்தினர்.

பிறகு, இரு தரப்பு முரசுகளும் ஒலித்தன: "தயாராகுங்கள்!" எதிரெதிர் அணியினரும் எதிர்இணைகளாக வகுத்துக் கொண்டனர். ஒவ்வொரு எதிரிணையும் ஒருவரை ஒருவர் முகத்துக்கு நேரே முறைத்தபடி பாய்வதற்கேற்பப் பதுங்கியிருந்தனர். முரசொலி ஆணையிட்டது: "போட்டியைத் துவக்குங்கள்!" புலிகள் வட்டமிடுவதைப் போல ஒவ்வொரு எதிரிப் போட்டியாளர்களும்

வீறு நடை போட்டனர். முரசறைவோர் அங்குமிங்குமாக ஒலி எழுப்பியபடி கூட்டத்தினர் மத்தியில் வேகமாக துள்ளிக் குதித்தனர். இரு தரப்பினரும் முரசுகளை அதிரச் செய்து பாரம்பரிய மல்யுத்த மாவீரர்களுடைய பெயர்களை அறிவித்து அவர்களுடைய ஆவிகள் போட்டியைக் கவனித்துக் கொண்டிருந்ததாகப் பறைசாற்றினர்.

மின்னல் வேகத்தில் அப்படியும் இப்படியுமாக நகர்ந்து ஏமாற்றுப் போக்குக் காட்டி இறுதியில் ஒருவர் பின் ஒருவராக எதிரியைப் பற்றி இறுக்கினர். அவர்களுடைய பாதங்களில் மிதிபட்டு மேகக் கூட்டங்களாகக் கிளம்பிய புழுதிப்படலங்களுக்கு மத்தியில், பார்வையாளர்களுடைய ஆர்ப்பாட்டத் துள்ளல்களால் அவர்கள் மறைக்கப்பட்டனர். வீரர்கள் நிலை தடுமாறி விழுவது கணக்கிலெடுக்கப்பட மாட்டாது. எதிரியைத் தலைக்கு மேலே தூக்கிச் சுழற்றி அப்பால் எறிந்தால் மட்டுமே வெற்றிப் புள்ளி கிட்டும். ஜுஃப்யூர் வீரர்களுக்கும் எதிர்ப் போட்டியாளர்களுக்கும் மாறி மாறி வெற்றி வாய்ப்புகள் கிடைத்தன. ஒவ்வொரு முறையும் வெற்றி அறிவிக்கப்பட்ட போது கூட்டத்தினர் துள்ளிக் குதித்துக் கூச்சலிட்டனர். முரசறைவோர் ஒலி மூலம் அவருடைய பெயரை அறிவித்தனர். பேரெழுச்சியுடன் ஆரவாரித்த கூட்டத்தினருக்கு அப்பால், குண்டாவும் தோழர்களும் தமக்குள் மல்யுத்தப் போட்டி நடத்திக் கொண்டிருந்தனர்.

முடிவில் ஒரு புள்ளி வித்தியாசத்தில் ஜுஃப்யூர் கிராம வீரர்கள் வென்றனர். புதிதாக வெட்டப்பட்ட காளைகளுடைய கொம்புகளும் குழம்புகளும் வெற்றி பெற்ற அணியினருக்குப் பரிசாக வழங்கப்பட்டன. பெரிய, பெரிய இறைச்சித் துண்டங்கள் பெரும் நெருப்பில் வறுக்கப்பட்டன. நெஞ்சுரம் மிக்க போட்டியாளர்கள் விருந்தில் கலந்து கொள்ள அன்புடன் வரவேற்கப்பட்டனர். பெரியவர்கள் போட்டியாளர்களுடைய வலிமையைப் பாராட்டினர். மணமாகாத இளம் பெண்கள் வீரர்களுடைய கணுக்கால்களிலும் புயங்களிலும் சிறுமணிகள் பொருத்தப்பட்ட கழல்களை அணிவித்தனர். விருந்து தொடங்கியது. ஜுஃப்யூர் கிராமத்தின் பத்து வயதிற்கு மேற்பட்ட பையன்கள் மல்யுத்தக் களத்தில் படிந்திருந்த செம்மண் புழுதியைத் துப்புரவு செய்தனர்.

பொழுது சாயும் வேளைக்குச் சற்று முன்பாக மக்கள் மீண்டும் மல்யுத்தக் களத்தைச் சுற்றித் திரண்டனர். தற்பொழுது அனைவரும் மிகச் சிறந்த ஆடைகளை அணிந்திருந்தனர்.

மெல்லிய முரசொலியின் பின்னணியில், இரு அணியினரும் களத்தில் பாய்ந்தனர். உடலை இறுக்கியும் விரைத்தும் விம்மிப் புடைத்த தசைநார்களின் வலிமையும் வனப்பும் அதற்கேற்ப கழல்மணிகள் எழுப்பிய ஒலிகளும் மக்களை வியப்பில் ஆழ்த்தின. திடீரென முரசறைவோர் உரத்த ஒலி எழுப்பினர். கன்னிப் பெண்கள் களத்தில் பாய்ந்து வீரர்களூடே நாணத்துடன் நளினமாக நடனமாடினர். மக்கள் கைதட்டி ஆரவாரித்தனர். முரசறைவோர் வேக, வேகமாகவும் உரத்த ஒலியுடனும் முழக்கினர். அதற்கேற்ப பெண்டிரின் நடன அசைவுகளிலும் வேகம் அதிகரித்தது.

இறுதியில், வேர்த்துக் களைத்துப் போன பெண்கள் ஒருவர் பின் ஒருவராக களத்தை விட்டுத் தடுமாற்றத்துடன் வெளியேறினர். அவ்வாறு வெளியேறிய போது, வண்ணமிகு தலைச்சூடி ஒன்றைப் புழுதியில் எறிந்து விட்டு வந்தனர். அதனை யாரேனும் ஒரு வீரர் எடுப்பாரானால் அவர் அவளுடைய நடனத்தைப் பாராட்டி விரைவில் அவளுடைய பெற்றோரிடம் ஆடுகளாகவோ, பசுக்களாகவோ பரிசத் தொகை தருவதாகப் பேசுவதற்குச் செல்வார் என்று பொருள். குண்டாவுக்கும் அவனுடைய தோழர்களுக்கும் அதுபோன்ற செய்திகள் பிடிபடாததால், கொண்டாட்டங்கள் நிறைவுற்றன என எண்ணி தமது கவண்களுடன் வேட்டையாடச் சென்றுவிட்டனர். ஆனால், அப்பொழுது தான் முக்கிய நிகழ்வு ஒன்று துவங்கவிருந்தது. தலைச்சூடி ஒன்றை அண்மைக் கிராமத்திலிருந்து வந்திருந்த வீரர் ஒருவர் எடுத்த போது அனைவருக்கும் மூச்சு முட்டியது. அது ஒரு முகாமையான நிகழ்வு; மகிழ்ச்சி தரக் கூடியதும் கூட. ஆனால், அத்தகைய நற்பேறு பெற்ற கன்னி திருமணம் என்கிற பெயரில் பிற கிராமத்தினரிடம் பறிகொடுக்கப்பட்ட முதல் பெண் அல்ல என்பது மட்டும் உறுதி!

13

அறுவடைத் திருவிழாவின் கடைசி நாள் காலையில் அலறல் ஓலம் கேட்டு குண்டா விழித்தான். அங்கியை இழுத்துக் கட்டிக் கொண்டு வெளியே ஓடினான். பேரச்சம் அடிவயிற்றைப் பிசைந்தது. அருகிலிருந்த பல குடிசைகளுக்கு முன்பு, முகத்தில் பயங்கரமான முகமூடிகளையும், தலையில் பெரிய, பெரிய முண்டாசுகளையும், உடலில் இலைகளையும் மரப்பட்டைகளையும் அணிந்த ஐந்தாறு முரடர்கள் கைகளில் ஈட்டிகளைச் சுழற்றியபடியும் காட்டுக் கூச்சல் எழுப்பியவாறும் அங்குமிங்குமாகத் தாவிப் பாய்ந்து கொண்டிருந்தனர். குடிசைக்கு ஒருவராக உறுமியவாறு பாய்ந்து நுழைந்தவர்கள் பத்து வயதிற்கு மேற்பட்ட நடுநடுங்கிய பையன் ஒருவனைக் கையைப் பிடித்துத் தரதரவென்று இழுத்துக்கொண்டு வெளியேறியதை குண்டா பீதியுடன் கவனித்தான்.

தன்னைப் போலவே பீதியடைந்திருந்த தன்னுடைய தோழர்களுடைய கூட்டத்தில் இணைந்து கொண்ட குண்டா ஒரு குடிசையின் மூலையில் ஒளிந்து கொண்டு குலை நடுக்கத்தால் அகல விரிந்த கண்களால் துழாவினான். குண்டா, சிடாஃபா, அவனுடைய தோழர்கள் மறைந்திருந்ததைக் கண்டு கொண்ட முகமூடி மனிதர்களில் ஒருவன் கையில் ஈட்டியைச் சுழற்றிக்

கொண்டு, பயங்கரமாகக் கத்தியவாறு அவர்களை நோக்கிப் பாய்ந்தான். சற்றுத் தூரத்திலேயே நின்றவன் தான் பிடித்து வைத்திருந்த பையனை நோக்கித் திரும்பிவிட்டான். ஆனாலும், பீதியால் நடுநடுங்கியவாறு பொடியன்கள் சிதறி ஓடிவிட்டனர். கிராமத்தின் பத்து முதல் பதினைந்து வயதுப் பயல்களையெல்லாம் திரட்டிய முரடர்கள் அவர்களைத் தமது அடிமைகளிடம் ஒப்படைத்தனர். அவர்கள் பயல்களைக் கையைப் பிடித்து இழுத்துக் கொண்டு ஒவ்வொருவராகக் கிராமத்தின் நுழைவாயிலை விட்டு வெளியேறினர்.

குண்டா கேள்விப்பட்டிருந்தான். ஜுஃப்யூர் கிராமத்திலிருந்து பத்து முதல் பதினைந்து வயதுப் பயல்களை ஆம்பிளைகளுக்கான பயிற்சி அளிப்பதற்காகக் கூட்டிச் செல்லப் போகிறார்கள் என்று. ஆனால், அவ்வளவு பயங்கரமாக அது நடக்குமென்று அவன் நினைத்துப் பார்க்கவில்லை. ஆம்பிளைக்கான பயிற்சி அளிக்கின்ற முரடர்களுடன் அவர்கள் புறப்பட்டுச் சென்றதிலிருந்து ஒட்டு மொத்த கிராமமும் சோகத்தில் ஆழ்ந்திருந்தது. அடுத்த சில நாட்கள் குண்டாவும் தோழர்களும் தாம் கண்ட பயங்கர நிகழ்ச்சியைப் பற்றியே பேசிக் கொண்டிருந்தனர். அவர்கள் கேள்விப்பட்ட வரை அந்தப் பயல்களுக்கு அளிக்கப்படவிருந்த பயிற்சி முறை அதைக் காட்டிலும் பயங்கரமானது. காலையில், திருக்குரானை மனனம் செய்து ஒப்பிப்பதில் ஆர்வம் காட்டவில்லை என்று ஆசான் பொடியன்களுடைய தலையைப் பதம் பார்த்து விட்டார். பள்ளித் திடலை விட்டு வெளியேறி, ஆட்டு மந்தைகளை ஓட்டிக் கொண்டு மேய்ச்சல் பகுதிகளுக்குச் சென்றவர்கள் தங்களால் மறக்க முடியாததை நினைக்காமல் இருப்பதற்குத் தவியாய்த் தவித்தனர். எது எப்படியோ, அவர்களையும் ஒரு நாளைக்கு தலையில் முக்காடு போட்டு அந்த முரடர்கள் அடித்தும் உதைத்தும் கிராமத்து வீதி வழியே தர தரவென்று இழுத்துச் செல்லப் போகிறார்கள்!

அவர்கள் அனைவரும் நன்கு அறிந்திருந்தனர். அழைத்துச் செல்லப்பட்ட பயல்கள் கிராமத்திற்குத் திரும்புவதற்குள் முழுமையாகப் பன்னிரெண்டு மாதங்கள் கடந்து விடுவன. ஆனால், அதன் பிறகு அவர்கள் ஆம்பிளைகள். தனக்கு ஒருவர் தெரிவித்ததாக குண்டா கூறினான்: பயிற்சிக்குச் சென்ற பயல்களை தினந்தோறும் அடிப்பார்களாம்! கரமோ என்பவன் சொன்னான்: உணவுக்காக காட்டு விலங்குகளை வேட்டையாடப் பழக்கினார்கள். சிடாஃபா பயமுறுத்தினான்: இரவில் நடுக் காட்டில் கொண்டுபோய் விட்டு விடுவர். அவர்களாகவே வழியைக் கண்டு பிடித்துத் திரும்ப வேண்டும். ஆனால், அவர்கள் யாருமே குறிப்பிடாத, பொடியன்களுக்கு மிகவும் அச்சமளிக்கக் கூடிய செய்தி ஒன்று உண்டு. குண்டா அதைப் பற்றி நினைத்த போதெல்லாம் பெருமூச்செறிந்தான். பயிற்சிக் காலத்தில் அவர்களுடைய ஆண்குறியில் ஒரு பகுதி வெட்டியெடுக்கப்பட்டது. பயிற்சியைப் பற்றிப் பேசப் பேச பயம் அதிகரித்ததால் சற்று நேரத்தில் அதைப் பற்றிப் பேசுவதையே நிறுத்திவிட்டனர். ஒவ்வொருவரும் பயத்தைத் தனக்குள்ளேயே மறைத்துக் கொள்ள முயன்றனர். துணிச்சலற்றவன் என்று காட்டிக் கொள்ள விரும்பவில்லை!

குண்டாவும் அவனுடைய தோழர்களும் ஆடு மேய்ப்பதில் தேறிவிட்டனர்.

துவக்கத்தில் அவர்கள் புல்வெளிகளில் ஆடுகளுடன் எதிர்கொண்ட பிரச்சினைகளுக்கெல்லாம் தீர்வு கண்டு விட்டனர். . ஆனால், அவர்கள் இன்னமும் நிறையக் கற்றுக் கொள்ள வேண்டும். ஒருவழியாக ஒரு செய்தியைக் கண்டு கொண்டனர். காலை வேளைகளில் அவர்களுடைய வேலை மிகவும் கடினமாக இருந்தது. கடி வண்டுகள் கூட்டமாகப் பறந்ததால் ஆடுகள் கடி பொறுக்க மாட்டாமல் உடலைக் குலுக்கிக் கொண்டும் வால்களை முறுக்கிக் கொண்டும் அங்குமிங்குமாகச் சிதறி ஓடின. அவற்றை ஒன்று திரட்டுவதற்குப் பெரும் பாடு பட வேண்டியிருந்தது. மதியத்திற்குச் சற்று முன்னர் வெயிலின் கடுமை அதிகரித்ததால், வண்டுகள் கூட குளிர்ச்சியான இடங்களைத் தேடிச் சென்றன. களைப்படைந்த ஆடுகள் அமைதியாக மேய்வதி.ல் முனைந்துவிடுகின்றன. பொடியன்கள் தம்முடைய கேளிக்கைகளில் திளைப்பதற்கு நேரம் கிடைத்தது.

கவண்களைக் கொண்டும், அவர்கள் இரண்டாம் பருவத்தை அடைந்துவிட்டதை அங்கீகரித்து அவர்களுடைய தந்தையர் சமீபத்தில் கொடுத்த வில் அம்புகளைக் கொண்டும் சிறிய அளவில் வேட்டையாடுவதற்குத் தற்பொழுது கற்றுக் கொண்டனர். முயல்கள், அணில்கள், எலிகள், கரட்டோணான்கள் போன்றவற்றை ஒரு மணி நேரத்திற்கும் கூடுதலாக வேட்டையாடினர். ஒருநாள் குண்டா அடிபட்டுவிட்டதைப் போல பாசாங்கு செய்து சிறகினை இழுத்துக் கொண்டு நகர்ந்த புதர்ப்பறவை ஒன்றைக் கூட வேட்டையாடி விட்டான். வேட்டையாடியவற்றை மதியத்தில் உரித்துக் கழுவி தம்முடன் எப்பொழுதும் வைத்திருந்த உப்பைத் தடவி நெருப்பு மூட்டி சுட்டு உண்டனர்.

புல்வெளிகளில் நாளுக்கு நாள் வெப்பத்தின் கொடுமை அதிகரித்துக் கொண்டிருந்தது. கடிவண்டுகள் ஆடுகளைக் கடிப்பதை விட்டுவிட்டு முன்கூட்டியே நிழல் தேடிச் செல்லத் தொடங்கின. கோடையில் அருகிவிட்ட பசும்புல்லைக் காய்ந்து நின்ற பெருஞ்செடிகளுக்கடியில் தேடி ஆடுகள் மண்டியிட்டு மேய்வதில் முனைப்பாக இருந்தன. ஆனால், குண்டாவிற்கும் தோழர்களுக்கும் வெயிலின் கொடுமை அவ்வளவாகத் தட்டுப்படவில்லை. நாள்தோறும் விளையாடுவது அவர்களுக்கு எழுச்சியூட்டுவதாக இருந்தது. மதிய உணவிற்குப் பின் புடைத்திருந்த வயிறுகளுடன் மல்யுத்தத்தில் ஈடுபடுவதிலும் துரத்திப் பிடிக்க ஓடுவதிலும் சில சமயங்களில் ஒருவரைப் பார்த்து ஒருவர் கேலிக் கூச்சல் எழுப்புவதிலும் முகத்தைக் கோணிக் காட்டுவதிலும் பொழுதைக் கழித்தனர். அதே நேரத்தில் ஆடுகளின் மீது கண்களை ஓட்டுவதிலும் தவறவில்லை. தடிமனான தண்டுகளைக் கொண்டு போர் விளையாட்டில் ஈடுபட்டனர். ஒருவரை ஒருவர் அடிப்பதும் குத்துவதுமாக போர் முனைப்புடன் நிகழ்ந்தது. சமாதானத்தின் அடையாளமாக ஒரு பிடி புல்லைக் கையிலெடுத்தால் எதிரியை விட்டு விடுவர். பிறகு, தமது போர் வெறியை தாம் கொன்ற முயல்களின் வயிற்றிலிருந்தவற்றைக் கொண்டு பாதங்களைத் தேய்த்துத் தணித்துக் கொண்டனர். உண்மையான வீரர்கள் ஆட்டின் இரைப்பையைக் கொண்டு தமது பாதங்களைத் தேய்த்தனர் என்று பாட்டிகள் சொன்ன கதைகளில் கேட்டிருந்தனர்.

சில நேரங்களில், குண்டாவும் தோழர்களும் தம்முடைய வேட்டை நாய்களுடன்

கும்மாளம் போட்டனர். பல நூற்றாண்டுகளாக மண்டிங்கர் இனத்தவர் ஆப்பிரிக்காவிலேயே வேட்டையாடுவதற்கும் காவல் காப்பதற்கும் மிகச் சிறந்தவை எனக் கருதப்பட்ட அந்த வகை நாய்களை வளர்த்து வந்தனர். அந்த நாய்களின் குரைப்பொலியால் எத்தனையோ ஆடுகளும் மாடுகளும் வெறிகொண்ட கழுதைப்புலிகளிடமிருந்து இருண்ட இரவுப் பொழுதுகளில் காப்பாற்றப்பட்டன. ஆனால், வேட்டை விளையாட்டில் குண்டாவும் அவனுடைய தோழர்களும் ஈடுபட்ட போது அவர்களுடைய கற்பனைக்கு கழுதைப்புலி வேட்டை விலங்காகப் பட்டதில்லை. காண்டா மிருகம், யானை, சிறுத்தை, சிங்கம் போன்ற வேட்டை விலங்குகளாகக் கற்பனை செய்து கொண்டு சூரிய வெப்பம் தாளாமல் காய்ந்து நின்ற உயரமான புல்புதருக்குள் மறைந்து மண்டியிட்டபடி வீறுநடை போட்டனர்.

அவ்வப்போது, புல்லையும் நிழலையும் தேடி சுற்றுப்புறங்களில் அலைகின்ற ஆடுகளைத் தொடர்ந்து செல்லும் போது யாரேனும் ஒரு பொடியன் தனது கூட்டாளிகளிடமிருந்து பிரிந்து செல்ல நேர்ந்ததுண்டு. தொடக்கத்தில் தனக்கு நேர்ந்த அப்படிப்பட்ட தருணங்களில், தன்னால் இயன்ற அளவு வேகமாக ஆடுகளை ஒன்று திரட்டிக் கொண்டு சிடாஃபா இருந்த இடத்திற்கு அண்மையில் செல்ல முற்பட்டான். ஆனால், விரைவிலேயே அத்தகைய தருணங்களை விரும்பத் தொடங்கிவிட்டான். தனிமையில் அவனால் தன்விருப்பப்படி மிகப் பெரிய விலங்குகளை வேட்டையாடுவது போல பகற்கனவு காண வாய்ப்புக் கிட்டியது. சாதாரணமாக மான், சிறுத்தை, சிங்கம் கூட இல்லை; அனைத்து விலங்குகளிலும் பெரிதும் பயங்கரமானதாக அஞ்சப்பட்ட வெறிபிடித்த காட்டெருமையை வேட்டையாடியதாகப் பகற்கனவு கண்டான்.

அந்தப் பகுதி முழுவதும் பயங்கரமாகப் பீதியை ஏற்படுத்திக் கொண்டிருந்த காட்டெருமை ஒன்றை அவன் துரத்திச் சென்றான். அந்தக் கொடூர விலங்கைக் கொல்வதற்காக வேட்டைக்காரர்கள் பலர் ஏற்கனவே அனுப்பப்பட்டனர். அவர்களால் அதனைக் காயப்படுத்த மட்டுமே முடிந்தது. தன்னுடைய கொடிய கொம்புகளால் அவர்களை ஒவ்வொருவராகக் குத்திக் கிழித்து விட்டது. காயம் ஏற்பட்டதால் அதனுடைய ரத்தவெறி மேலும் அதிகரித்தது. கிராமத்திற்கு வெளியே வயல்களில் வேலையில் ஈடுபட்டிருந்த உழவர்களைத் தாக்கிக் கொன்றது. மாவீரன் குண்டா கின்டே நடுக்காட்டில் தன்னுடைய உடல் ஆற்றலைப் பெருக்கிக் கொள்வதற்காக மலைத்தேன் பருக எண்ணி தேன்கூட்டிற்குப் புகை போட்டு தேனீக்களைத் துரத்தியடித்துக் கொண்டிருந்தான். தான் பிறந்த கிராம மக்களைக் காப்பாற்றும்படி மன்றாடி தொலைவில் முரசறைந்து அறிவித்த ஓசை அவனுடைய காதுகளை எட்டியது. அவனால் மறுக்க முடியவில்லை.

காலடியில் மிதிபட்ட காய்ந்த புல்லின் இதழ் கூட ஓசை எழுப்பவில்லை. அவ்வளவு பதனமாக நகர்ந்து காட்டெருமை சென்றதற்கான சுவடுகளைத் தேடினான். தொன்மைக் கால வேட்டைக்கார மாவீரர்களுக்கு கொடிய விலங்குகள் செல்லக் கூடிய வழியைத் தெரிவித்த ஆறாவது அறிவைப் பயன்படுத்தினான். அவன் தேடிய வழித்தடங்கள் அவனுக்குப் புலப்பட்டன. அவ்வளவு பெரிய

பாதச்சுவடுகளை அவன் அதற்கு முன் பார்த்ததே இல்லை. அமைதியாகப் பின்தொடர்ந்தான். புத்தம் புதிய சாணத்தின் நெடி அவனுடைய மூக்கைத் துளைத்தது. தன்னுடைய நுணுக்கங்கள் திறமை அனைத்தையும் பயன்படுத்தி மாவீரன் கின்டே அந்தப் பூதாகரமான காட்டெருமையைக் கண்டு பிடித்து விட்டான். அடர்ந்து உயரமாக வளர்ந்திருந்த புல்புதர்களுக்கிடையில் இருந்த காட்டெருமையை சாதாரணமானவர்கள் கண்டுபிடிக்க முடியாது.

வில்லை வளைத்து, நாணைப் பின்னோக்கி இழுத்துக் காட்டெருமையைத் துல்லியமாகக் குறிபார்த்தான். விர்ரென்று விரைந்த அம்பு காட்டெருமையின் மார்புப் பகுதியில் ஆழப்பாய்ந்தது. படுகாயமடைந்த எருமை மேலும் ஆவேசமடைந்தது. அங்குமிங்குமாகத் தாவிப் பாய்ந்தது. அதனுடைய தாக்குதல் முயற்சிகள் கின்டேயிடம் பலிக்கவில்லை. தன்னைத் தாக்குவதற்காக விரைந்தோடி வந்த எருமையைக் கடைசிக் கணத்தில் எய்த அம்பு வீழ்த்தி விட்டது. மலை போன்ற காட்டெருமை சாய்ந்தது.

கின்டே சீழ்க்கை ஒலி திக்கித்து நடுங்கியபடி மறைந்திருந்த ஏனைய வேட்டைக்காரர்களை வரவழைத்தது. அவர்களால் முடியாத தீரச்செயலை குண்டா கின்டே சாதித்து விட்டான். அதனுடைய தோலையும் கொம்புகளையும் வெட்டி எடுக்கும்படியும் உடலைக் கிராமத்திற்குக் கொண்டு செல்வதற்காக மேலும் சில ஆட்களை அழைக்கும்படியும் ஆணையிட்டான். குதூகலம் பொங்க பெருங்கூச்சல் எழுப்பிய மக்கள் கிராமத்தின் நுழைவாயிலிலிருந்து உள்ளே நடைபாதையெங்கும் தோல்விரித்து வரவேற்கத் தவறவில்லை. கின்டேயின் பாதங்களில் தூசுபடியக் கூடாதல்லவா! ஓங்கி அறையப்பட்ட முரசின் ஒலி உரக்கப் பேசியது, "மாவீரன் கின்டே!" தலைகளுக்கு மேலே இலைகள் நிறைந்த சிறு கிளைகளை ஆட்டியபடி குழந்தைகள் கூவினர், "மாவீரன் கின்டே!" முண்டியடித்துக் கொண்டு மாவீரன் கின்டேயைத் தொடுவதற்கு மக்கள் எத்தனித்தனர். அவனுடைய வல்லமையில் கிஞ்சித்தேனும் அவர்களுக்கும் ஒட்டிக் கொள்ளும் அல்லவா! பூதாகரமான காட்டெருமையின் உடலைச்சுற்றி நடனமாடிய சிறுவர்கள் நீண்ட கழிகளைப் பற்றியவாறும் கூச்சல் எழுப்பியும் காட்டெருமை கொல்லப்பட்ட காட்சியை நடித்துக் காட்டுவதற்கு முற்பட்டனர்.

தற்பொழுது கூட்டத்திலிருந்து கட்டுறுதியும் நளினமும் வாய்ந்த ஜுஃப்யூர் கிராமத்திலேயே, ஏன்? காம்பியா நாட்டிலேயே கவின்மிகு கறுப்பழகி ஒருத்தி அவனை நெருங்கி மண்டியிட்டு குடுக்கை ஒன்றில் குளிர்ந்த நீரை நீட்டினாள். தாகமறியாத கின்டே கைவிரல்களை மட்டும் நனைத்துக் கொண்டான். ஆனந்தக் கண்ணீர் ஊற்றெடுத்தோட அவள் அந்த நீரைப் பருகினாள். தன்னெஞ்செங்கும் நிறைந்திருந்த காதலை அனைவருக்கும் மத்தியில் வெளிப்படுத்தினாள்.

முண்டியடித்து நெருக்கி நின்றிருந்த கூட்டம் விலகி வழிவிட்டது. உடலெங்கும் சுருக்கங்களோடும் முழுவதும் நரைத்த தலையுடனும் பின்டாவும் ஒமோரோவும் கைத்தடிகளை ஊன்றித் தள்ளாடியபடி அவனை நெருங்கினர். முதுமை எய்திவிட்ட தனது தாயை கின்டே ஆரத் தழுவினான். கண்களில் பெருமை மின்ன ஒமோரோ பார்த்துக்கொண்டிருந்தார். ஊர்மக்கள் "கின்டே! கின்டே!!" என்று

உரக்க ஒலித்துப் பாராட்டுத் தெரிவித்தனர். அவர்களுடைய பாராட்டொலியை ஆமோதிக்கும் விதமாக நாய்கள் குரைத்தன.

அவனுடைய வேட்டை நாய் கூட குரைத்தது போல் கேட்டதே! "கின்டே! கின்டே!!" சிடாஃபா கூட நெடு நேரமாகக் கூவிக்கொண்டிருந்தான் போலிருக்கிறதே!! யாருடைய பண்ணையையோ நோக்கி விரைந்து கொண்டிருந்த தனது மந்தையைச் சரியான நேரத்தில் விழித்துக் கொண்ட குண்டா கவனித்தான். சிடாஃபாவும் அவனுடைய மற்ற தோழர்களும் நாய்களும் கூட பயிர்களுக்குச் சேதம் ஏற்படுவதற்கு முன்னர் ஆட்டு மந்தையை மீட்பதற்கு உதவினர். குண்டா ரொம்பவே வெட்கப்பட்டான். அடுத்த ஒரு மாதம் முழுவதும் ஏனோ அவனால் பகற்கனவில் லயிக்கவே முடியவில்லை!

14

எப்பொழுதும் போல சூரியன் சுட்டெரித்தது. நெடிய ஐந்து மாத வறண்ட பருவம் அப்பொழுது தான் தொடங்கியிருந்தது. வெப்பப் பூதங்கள் மங்கலாக ஒளிர்ந்தன; தூரத்துப் பொருட்கள் உருப்பெருக்கமடைந்து காட்சியளித்தன. குடிசைகளுக்குள் இருந்த போதும் வயல்வெளிகளில் வேலை செய்ததைப் போல வேர்த்துக் கொட்டியது. ஆடு மேய்ப்பதற்காக குண்டா காலையில் புறப்பட்ட போது அவனுடைய பாதங்களில் செம்பனை எண்ணெயைத் தேய்த்துக் கொள்ளும்படி பின்டா வற்புறுத்தினாள். ஆனாலும், மாலையில் புல்வெளிகளிலிருந்து திரும்பிய போது அவனுடைய பாதங்கள் உலர்ந்திருந்தன; பாதங்கள் வறண்டு நிலத்தின் சூட்டால் வெடித்திருந்தன. வீடு திரும்பிய போது சில பொடியன்களுக்குப் பாதங்களில் இரத்தம் வழிந்தது. இருந்த போதிலும் அதைப் பற்றியெல்லாம் சற்றும் குறைபட்டுக் கொள்ளாமல் தமது தந்தையரைப் போலவே மறுநாளும் தமது பணியைத் தொடர்ந்தனர். கிராமத்தைக் காட்டிலும் கூடுதலாக வறண்ட புல்வெளிகளில் வெப்பம் அனலாகத் தகித்தது.

சூரியன் உச்சியை அடைந்த போது பயல்கள், நாய்களுடனும் ஆடுகளுடனும் புதர் நிழலில் மூச்சிரைக்க சொரத்தின்றி அமர்ந்திருந்தனர். சிறு விலங்குகளை

வேட்டையாடி நெருப்பில் சுட்டு மதிய உணவு உண்ட காலம் மலையேறிவிட்டது. களைத்துப் போயிருந்தனர். பெரும்பாலும் வெறுமனே அரட்டை அடிப்பதிலும் ஓய்வாக அமர்ந்திருப்பதிலும் தம்மை உற்சாகப்படுத்திக் கொள்ள முயன்றனர். எப்படியோ வழக்கமாக ஆடுமேய்ப்பதிலிருந்த சாகசங்கள் தற்பொழுது தென்படவில்லை.

நாள்தோறும் அவர்கள் திரட்டிச் சென்ற விறகுகள் இரவில் அவர்களை வெம்மையாக வைத்துக் கொள்ளத் தேவைப்பட்டதாகத் தெரியவில்லை. ஆனாலும், பொழுது சாய்ந்தவுடன், குளிர்ந்த காற்று வீசத் தொடங்கிவிட்டது. பகலில் வெப்பம் அளவுக்கதிகமாக இருந்ததைப் போலவே இரவில் குளிரும் அதிகரித்தது. முன்னிரவு வேளைகளில் உணவுக்குப் பிறகு, ஜுஃப்பூர் கிராம மக்கள் எரிந்து கொண்டிருந்த நெருப்பைச் சுற்றிலும் குந்தினர். ஓமோரோ வயதை ஒத்தவர்கள் ஓரிடத்தில் எரிந்த நெருப்பைச் சுற்றிக் குத்தவைத்தனர். மற்றொரு இடத்தில் எரிந்த நெருப்பைச் சுற்றி வயசாளிகள் அமர்ந்தனர். பெண்டிரும் கன்னியரும் மற்றொரு இடத்திலும் சிறு பிள்ளைகளுக்குக் கதை சொல்லும் பாட்டிமார் வேறொரு இடத்திலுமாக நெருப்பைச் சுற்றி அமர்ந்தனர்.

குண்டாவும் அவனுடைய தோழர்களும் லேமின் போன்ற அம்மணப் பயல்களுடன் உட்கார்ந்தனர். தம்மிலும் பொடியன்களிடமிருந்து வேறுபடுத்திக் காட்டுகிற அளவுக்குத் தள்ளியும் பாட்டி சொன்ன கதை காதில் விழுமளவுக்கு நெருக்கமாகவும் இருந்தனர். பாட்டிகளின் கதை இன்னமும் அவர்களைக் கவர்ந்தது. குண்டாவும் தோழர்களும் மற்ற நெருப்பிடங்களில் பேசப்பட்டதையும் ஒற்றுக் கேட்டனர். உரையாடல்கள் பெரும்பாலும் கோடையின் வெப்பத்தைப் பற்றியே சுழன்றன. முந்தைய காலங்களில் வெப்பம் தாளாமல் பயிர் பச்சைகள் மடிந்ததையும் சருகாகக் காய்ந்து போன தவச, தானியப் பயிர்கள் எரிந்து சாம்பலானதையும் கிணறுகள் வற்றி வறண்டதையும் மக்கள் சாரமற்ற சடலங்களாக ஒட்டி உலர்ந்து போனதையும் முதியவர்கள் கதைத்தனர். அந்த வருடக் கோடை ரொம்பவே மோசம் என்றவர்கள் ஆனாலும் அவர்களுடைய நினைவுக்கு எட்டிய பழங்காலக் கோடையைக் காட்டிலும் மோசமானது அல்ல என்றனர். ‘கிழடுகளுக்கு எப்போதும் கெட்டவை தான் ஞாபகம் இருக்கும் போல!’ குண்டா மனத்திற்குள் எரிச்சலுற்றான்.

பின்னர், திடீரென்று ஒரு நாள் பகலில் வெப்பம் முன்னெப்பொழுதைக் காட்டிலும் அனலாகக் கொதித்தது. நெருப்புப் பிழம்பை மூக்கு வழி இழுத்தது போல தகித்தது. அன்றிரவு மக்கள் போர்வைக்குள் நடுங்கியபடி சுருண்டு கிடந்தனர். குளிர் எலும்பைத் துளைத்து ஊடுருவியது. மீண்டும் மறுநாள் காலையில் மக்கள் முகத்தைத் தேய்த்து விட்டு மூச்சை முழுமையாக உள்ளிழுக்கத் தவித்தனர். அன்று மதியம் வறண்ட காற்று வீசத் தொடங்கியது. அது பலமாகவோ சுழற்காற்றாகவோ வீசவில்லை. அப்படியிருந்தால் கூட பரவாயில்லை! மெதுவாக, ஒரே சீராக வீசிய அக்காற்று வறண்ட காற்று; புழுதி கலந்தது. பகலும் இரவும் விடாது தொடர்ந்து பதினைந்து நாட்கள் நீடித்தது. ஒவ்வொரு முறை அந்த வகைக் காற்று வீசிய போதும் மக்களுடைய நரம்பைப் பாதித்தது. பெற்றோர்கள் தமது பிள்ளைகள்

மீது எரிந்து விழுந்தனர். காரணமின்றி அடித்துத் துன்புறுத்தினர். மண்டிங்கர் இனத்தவர் தமக்குள் சண்டையிட்டுக் கொள்வது மிகவும் அரிது. ஆனால், இப்போதெல்லாம் பெரியவர்களுக்குள் சண்டை சச்சரவு இல்லாமல் ஒரு மணி நேரம் கூடக் கழிந்ததில்லை. குறிப்பாக, ஒமோரோ, பின்டா போன்ற கணவன் மனைவியரிடையே ஓயாத சண்டை. குடிசைக்கு வெளியில் கூடி நின்று ஊர் மக்கள் வேடிக்கை பார்க்க உள்ளே உக்கிரமான சண்டை நடந்தது. மனைவியின் பெற்றோர் அங்கே விரைந்தனர். சண்டை மேலும் வலுத்தது. தையற் கூடைகள், சமையல் பாண்டங்கள், குடுக்கைகள், துணிமணிகள் வெளியே வீசியெறியப்பட்டன. சற்று நேரத்தில் மனைவி அவளுடைய தாயுடன் உடமைகளை அள்ளிக் கொண்டு பிறந்த வீடு சென்றாள்.

இரண்டு மாதங்களுக்குப் பிறகு, தொடங்கியது போலவே வறண்ட காற்றுத் திடீரென்று நின்றது. ஒரு நாளுக்குள் வளிமண்டலம் அமைதியடைந்தது. வானம் பளிச்சென்று தெளிவடைந்தது. ஒரு இரவுப் பொழுதுக்குள் மனைவிமார் அணி அணியாக தம்முடைய கணவன்மார் குடிசைகளுக்கு அரவில்லாமல் திரும்பினர். சம்மந்திமார்கள் சிறு சிறு பரிசுப்பொருட்களைப் பரிமாறிக் கொண்டனர். கிராமம் முழுவதும் நிலவிய பிணக்குகள் சமாதானமடைந்தன. ஆனாலும், நீண்ட நெடிய ஐந்து மாத வறண்ட பருவத்தில் இன்னமும் பாதியைக் கடக்க வேண்டியிருந்தது. அடுக்குப் பானைகளில் தவச, தானியங்கள் நிறைந்திருந்த போதிலும், தாய்மார்கள் சமையல் செய்த அளவு குறைவாகவே இருந்தது. பேராவலுடன் ஒரு பிடி பிடிக்கின்ற குழந்தைகள் உட்பட யாருக்குமே சரியாகச் சாப்பிடத் தோன்றவில்லை. சூரியனின் கொடூரக் கரங்கள் வாட்டி வதைத்ததால் அனைவருமே வலுக்குன்றியிருந்தனர். மக்கள் தமக்குள் பேசிக் கொள்வது கூட குறைந்து போயிற்று. செய்தே தீர வேண்டி பணிகளை மட்டும் நிறைவேற்றியவாறு நாட்களைக் கடத்தினர்.

கிராமத்தின் முரட்டுக் காளைகளுடைய முதுகுகளில் கடிவண்டுகள் முட்டையிட்டிருந்ததால், தோலின் அப்பகுதிகள் புண்பட்டுப் பிளந்திருந்தன. குவாக் குவாக் என்று வழக்கமாகக் கிராமத்தைச் சுற்றித் திரிந்த கோழிகள் கூட அமைதியாக சுவர் ஓரங்களில் முடங்கிக் கிடந்தன. அலகுகள் விரித்தபடி சிறகால் வீசி ஆசுவாசப்படுத்திக் கொண்டன. குரங்குகள் கூட தட்டுப்படவில்லை. கிரீச் ஒலியைக் கேட்டு நாட்கள் பல ஆகிவிட்டன. அடர்ந்த நிழல் பகுதியைத் தேடிக் காட்டிற்குள் சென்றுவிட்டன போலும்! கொளுத்திய வெயிலில், ஆடுகள் மேய்வது கூடக் குறைந்து, மெலிந்து, பதட்டத்துடன் திரிந்ததை குண்டா கவனித்தான்.

சுட்டெரித்த வெயில் காரணமாகவா, அல்லது பொடியன்கள் வளர்ந்து விட்டார்களா என்று தெரியவில்லை! ஏதோ காரணத்தால், கடந்த ஆறு மாத காலமாக ஒன்றாகச் சேர்ந்து புல்வெளிகளில் ஆடுகளை மேய்ப்பதும் கும்மாளம் போடுவதுமாக இருந்த குண்டாவும் அவனுடைய தோழர்களும் தத்தமது மந்தைகளை ஓட்டிக் கொண்டு தனித்தனியே மேய்ச்சல் பகுதிகளைத் தேடிச் செல்லத் தொடங்கிவிட்டனர். அதற்கு முன்னர் சற்று நேரம் கூட மற்றவர்களிடமிருந்து முற்றாக ஒதுங்கி இருந்ததில்லை என்பதை குண்டா உணருவதற்குள் அவ்வாறு

நடந்து பல நாட்கள் ஆகிவிட்டன. சூரியன் வறுத்தெடுத்துக் கொண்டிருந்த புல்வெளியின் அமைதியினூடே தூரத்தில் ஆங்காங்கே சிதறி மேய்ந்து கொண்டிருந்த மந்தைகளையும் பயல்களையும் நோக்கிப் பார்வையை ஓட்டினான். அதற்கு அப்பால் வயல்வெளிகளில் உழவர்கள் அறுவடைக்குப் பின் மண்டிக் கிடந்த களைகளை வெட்டிக் குவித்துக் கொண்டிருந்தனர். உயரமாகக் குவிக்கப்பட்டிருந்த களைக் குவியல்கள் வெப்பத்தால் தள்ளாடி மினுக்கியது போல் தோன்றின.

நெற்றி வியர்வையைத் துடைத்துக் கொண்டிருந்த குண்டாவின் சிந்தனை மொட்டு அவிழ்ந்தது. அவனுடைய மக்கள் எப்பொழுதும் ஏதேனுமொரு வகையில் துன்ப, துயரங்களுக்கோ, இன்னல், இடர்ப்பாடுகளுக்கோ, அல்லல், அலைக்கழிப்புகளுக்கோ, அச்சுறுத்தல்களுக்கோ அல்லது உயிருக்கே உலை வைக்கக் கூடிய பயங்கரங்களுக்கோ ஆளாகிக் கொண்டே இருந்தனர். சுட்டெரித்த பகல் பொழுதுகளையும் அவற்றைத் தொடர்ந்து நடுக்கிய கடுங்குளிர் இரவுகளையும் எண்ணிப் பார்த்தான். அடுத்துத் தொடர்ந்த மழைக்காலம். கிராமத்துத் தெருக்களையெல்லாம் சேறும் சகதியுமாக்கிக் கடைசியில் வெள்ளத்தில் மூழ்கடித்தது. நடந்து சென்ற பாதைகளிலெல்லாம் பரிசல்களில் செல்ல நேர்ந்தது. வெயிலும் வேண்டும் மழையும் வேண்டும். அதற்காக இப்படியா? மழை பொழிந்தால் வெள்ளக் காடு! இல்லாவிட்டால் ஒரே வறட்சி! பகலில் வெயில் கொளுத்தினால் அனல் காடு!! இரவு வேளைகளில் எலும்பைத் துளைத்த கடுங்குளிரால் பெரும் பாடு!! ஆடுகள் நன்கு கொழுத்திருந்த போதிலும், மரங்கள் பூத்துக் குலுங்கி, காய்த்துக் கனிந்த போதிலும், கடந்த அறுவடைக்கு முன்பு குடும்பங்களில் அடுக்குப் பானைகள் காலியாகிப் பட்டினிக் காலம் வந்து சேர்ந்தது. மக்கள் பசியால் துடிதுடித்தனர்; சிலர் மாண்டு போயினர். அவனுடைய அன்புக்குரிய பாட்டி ஆயிசா நினைவுக்கு வந்தாள்.

அறுவடைக் காலம் குதூகலமாக இருந்தது; அடுத்தது அறுவடைத் திருவிழா! ஆனால், அனைத்தும் விரைவிலேயே நிறைவுற்றன. நீண்ட நெடிய வறண்ட காலம் தொற்றிக் கொண்டது; கூடவே வறண்ட காற்று வேறு! அம்மா எதற்கெடுத்தாலும் அவனையும் தம்பி லேமினையும் காரணமில்லாமலே அடித்தாள். பெரிய தொல்லை என்று எண்ணி வந்த தம்பிக்காகக் கூட அவன் வருத்தப்பட்டான். கிராமத்தை நோக்கி ஆட்டு மந்தையை ஓட்டிக் கொண்டிருக்கையில், குண்டாவிற்குச் சொல்லப்பட்டிருந்த அவனுடைய மூதாதையர் வாழ்ந்த கதைகள் நிழலாடின. அவர்களும் பேரச்சமூட்டியவையும் பெரும்பீதி ஏற்படுத்தியவையுமான சூழல்களில் தான் வாழ்ந்தனர். நினைவுக்கு எட்டிய காலத்திலிருந்து மக்களுடைய வாழ்க்கை கடினமாகத் தான் இருந்து வந்துள்ளது! எப்பொழுதுமே அப்படித்தான் இருக்கும் போலும்!

நாள்தோறும் மாலைப் பொழுதுகளில் ஹஜரத் மழை வேண்டித் தொழுகைகள் நடத்தினார். அதன் பின்னர் ஒரு நாள் ஊதற் காற்று புழுதியைக் கிளப்பிய போது மக்கள் மனத்தில் எழுச்சி ஏற்பட்டது. மழையின் அறிகுறியாகக் காற்றுத் தென்பட்டது. அடுத்த நாள் காலையில் உழவர்கள் தத்தமது வயல்களில் வெட்டிக் காயப் போட்டிருந்த களைக் குவியல்களுக்கு நெருப்பு மூட்டினர்.

வயல்வெளியெங்கும் அடர்ந்த கரும்புகை மண்டியது. தாளமுடியாத வெப்பத்தால் வேர்த்துக் கொட்டியபடி மக்கள் கும்மாளம் போட்டுக் குதூகலித்தனர். அம்மணக் குழந்தைகள் ஒருவரோடொருவர் போட்டி போட்டு முண்டியடித்து ஓடி சிதறிய சாம்பல் துண்டுகளை எடுப்பதற்கு முற்பட்டனர்.

அடுத்த நாள் வீசிய மெல்லிய காற்று எரிந்து தணிந்திருந்த சாம்பலை வயலெங்கும் தூவி அடுத்த சாகுபடிக்குத் தேவையான உரமூட்டியது. தற்பொழுது உழவர்கள் மண்கொத்தியைக் கொண்டு நிலங்களில் பார் பிடிக்கத் தொடங்கி விட்டனர். விதைகளை ஊன்றுவதற்கு ஆயத்தமாக வேண்டுமல்லவா! முடிவற்ற பருவச் சுழற்சியில் குண்டாவும் தன்னுடைய வாழ்க்கையில் ஏழாவது நடவுப் பருவத்தை எட்டிவிட்டான்.

15

இரண்டு மழைக் காலங்கள் கடந்து விட்டன. பின்டாவின் வயிறு மீண்டும் புடைத்திருந்தது. இப்பொழுதெல்லாம் வழக்கத்தைக் காட்டிலும் கூடுதலாக எரிச்சலடைந்தாள். அவளுடைய மகன்கள் இருவரையும் அடிப்பதற்கு கை விரைந்தது. ஆடுகளை மேய்க்கச் சென்று விட்டதால் சில மணி நேரமாவது அவளிடமிருந்து தப்பித்துக் கொள்ள வாய்ப்புக் கிடைத்ததென்று மகிழ்ந்தான். மாலை வேளைகளில் குடிசைக்குத் திரும்பிய பின் தன்னுடைய தம்பிக்காக வருத்தப்பட்டான். லேமினுக்கு குறும்பு செய்கிற வயது. அதனால் அம்மாவிடம் அடிக்கடி அடி வாங்கினான். அவனால் தனியே வெளியே சென்று விளையாடவும் முடியவில்லை. ஆகவே, ஒரு நாள் குடிசைக்குத் திரும்பிய போது தம்பி அழுது கொண்டிருந்ததைக் கண்டவன், லேமினை வெளியில் அழைத்துச் செல்ல அம்மாவிடம் அனுமதி கேட்டான். அவளும் சம்மதித்தாள். அண்ணன் காட்டிய பரிவைக் கண்டு லேமினுக்கு மகிழ்ச்சியை அடக்க முடியவில்லை. ஆனால், குண்டா வழக்கமான வெறுப்புடனே, அம்மாவுடைய காதுக்கு எட்டாத தூரம் சென்றவுடன் ஒரு உதை விட்டுக் குத்தினான். அதிர்ந்து போன லேமின் நாய்க்குட்டி போல அண்ணனுக்குப் பின்னால் அடக்கமாகச் சென்றான்.

பிற்பகல் தோறும் அண்ணன் வந்து தன்னை வெளியே அழைத்துச் செல்வான் என்கிற ஆவலுடன் லேமின் வாசலில் காத்திருந்தான். நாள்தோறும் குண்டாவும் அவ்வாறே செய்தான். ஆனால், விருப்பப்பட்டு தம்பியை அழைத்துச் செல்லவில்லை. அவர்கள் இருவரும் வெளியில் சென்ற வேளைகளில் அம்மா அவர்களுடைய தொந்தரவு இல்லாமல் ஓய்வெடுத்ததைக் கவனித்தான். இனிமேல் அவனைக் கூட்டிக் கொண்டு வெளியில் செல்லாவிட்டால் தனக்கு அடி விழுமோ என்று பயந்தான். தன்னுடைய முதுகில் நதியிலிருந்து தப்பி வந்த பூதாகரமான அட்டை ஒட்டிக் கொண்டது போல் லேமினைச் சுமந்து சென்ற போது உணர்ந்தான். ஆனால், விரைவிலேயே தன்னுடைய வயதை ஒத்த பையன்கள் அனைவரும் தமது முதுகுகளிலும் தம்பிமார்களைச் சுமந்து கொண்டிருந்ததைக் கவனித்தான். அவர்கள் தனியே விளையாடிய போதிலும் தம்முடைய அண்ணன்மார் மீது பார்வையை ஓட விட்டுக் கொண்டிருந்தனர். குண்டாவும் தோழர்களும் அவர்களைக் கண்டுகொள்ளவே இல்லை. சில சமயங்களில் பெரிய பையன்கள் அம்மணப் பொடியன்கள் மீது சாய்ந்தனர். அவர்கள் பிடிக்க முடியாமல் தவித்ததைக் கண்டு நகைத்தனர். அண்ணன்மார்கள் மரங்களின் மீது ஏறினர். பொடியன்கள் அவர்களைப் பின்தொடர்ந்து ஏறுவதற்கு முயன்று முடியாமல் சறுக்கிக் கீழே விழுந்தனர். அதைக் கண்ட போது பெரிய பயல்களுக்குக் குதூகலம் தாங்க முடியவில்லை. அப்படிப்பட்ட கேளிக்கைகளுக்காவது அவர்கள் தம்பிமார்களை நாள்தோறும் வெளியில் தூக்கிச் சென்று விளையாடினர்.

ஒரு சில நேரங்களில் லேமின் தனித்திருந்த போது குண்டா தம்பி மீது ஓரளவு பாசம் காட்டினான். விரல்களுக்கிடையே மிகச்சிறிய விதை ஒன்றைப் பற்றிக் கொண்டு தம்பிக்கு விளக்கினான். ஜுஃப்யூர் கிராமத்தின் மிகப்பெரிய இலவ மரங்களெல்லாம் அவ்வளவு சிறிய விதைகளிலிருந்து தான் வளருகின்றன. தேனீ ஒன்றைப் பிடித்து அதன் கொடுக்கைப் பற்றி விளக்கினான். அதனைத் திருப்பிப் போட்டு பூக்களிலிருந்து தேன் எடுப்பது பற்றியும் உயரமான மரங்களின் உச்சியில் கட்டப்பட்ட தேன்கூடுகளில் தேனைச் சேகரிப்பது பற்றியும் விவரித்தான். லேமின் ஏகப்பட்ட கேள்விகளை எழுப்பினான். குண்டா அனைத்திற்கும் பொறுமையாகப் பதிலளித்தான். அண்ணனுக்கு எல்லாம் தெரியும் என்கிற உணர்வு லேமினுக்கு ஏற்பட்டது. அதனைக் கண்ட குண்டா தன்னுடைய எட்டு வயதையும் மீறிய பெரியவனாகி விட்டதாக நினைத்தான். தொல்லை தரும் பிள்ளைப் பூச்சி என்று தம்பியைப் பற்றி அவன் கொண்டிருந்த எண்ணம் மெல்ல மெல்ல மாறியது.

குண்டா அத்தகைய உணர்வுகளை வெளிக்காட்டிக் கொண்டதில்லை. ஆனாலும், பிற்பகல் வேளைகளில் வீடு திரும்பிய போது, தம்பி தன்னை எதிர்பார்த்துக் காத்து நிற்கிறானா என்று அவன் எதிர்பார்க்கத் தொடங்கி விட்டான். அவர்கள் இருவரும் குடிசையை விட்டு வெளியேறுவதைக் கண்டு பின்டாவுக்கும் மகிழ்ச்சி தான் என்பதை உணர்ந்து கொண்டான். அவள் தன்னுடைய இளைய மகனைக் கண்டித்த போதெல்லாம் அவனிடம் அடிக்கடி சொன்னதுண்டு, “அண்ணனைப் பார்த்து நல்லபடி நடந்து கொள்!” ஆனால், அடுத்த கணமே குண்டாவையும் ஏதேனும் காரணத்திற்காக அடித்தாள். ஆனால், முன்பு போல அடிக்கடி அடிப்பதில்லை. “சொன்னபடி கேட்கா விட்டால் அண்ணனோட அனுப்ப

மாட்டேன்டா!" என்று கூட அவனை மிரட்டினாள். அதனைக் கேட்ட லேமின் அன்று பகல் முழுவதும் அடங்கியிருந்தான்.

இப்பொழுதெல்லாம் குண்டாவும் லேமினும் கைகோர்த்துக் கொண்டு மிகவும் அடக்க, ஒடுக்கமாக குடிசையை விட்டு வெளியேறினர். ஆனால், தெருவுக்கு வந்த பிறகு, குண்டா கூச்சலிட்டுக்கொண்டு ஓட்டம் பிடித்தான். லேமின் பின்தொடர்ந்து ஓடினான். விளையாடுமிடத்தில் லேமின் அம்மணப் பயல்களுடனும் குண்டா தனது தோழர்களுடனும் இணைந்து கொண்டனர். மதிய வேளையில் கும்மாளம் போட்டுக் கொண்டிருந்த போது, குண்டாவுடன் ஆடுமேய்த்த பயல் ஒருவன் லேமினைத் தாக்கினான். அவனுடைய முதுகில் ஓங்கிக் குத்திவிட்டான். உடனே அங்கு விரைந்து சென்ற குண்டா அந்தப் பயலைக் கீழே தள்ளிவிட்டுக் கோபமாகக் கத்தினான். "அவன் ஏந் தம்பிடா" அந்தப் பயலும் எதிர்த்து நின்றான். விட்டால் ரெண்டு பேரும் கட்டி உருளுவார்கள் போலிருந்தது. மற்ற பயல்கள் அவர்களைப் பிடித்துக் கொண்டனர். அழுது கொண்டிருந்த லேமினைத் தூக்கிக் கொண்டு வெறித்துப் பார்த்துக் கொண்டிருந்த விளையாட்டுத் தோழர்களை விட்டு விசுக்கென்று புறப்பட்டு விட்டான். தன்னுடைய சக மேய்ப்பனுடன் தான் அவ்வாறு நடந்து கொண்டதை நினைத்து குண்டா மிகவும் வருத்தப்பட்டான்; எப்போதும் தான் வெறுப்புடன் ஒதுக்கி வந்த குட்டிப் பயலுக்காக மல்லுக்கட்டத் துணிந்ததை எண்ணி வியந்தான். ஆனால், அந்த நிகழ்ச்சிக்குப் பிறகு, லேமின் தன்னுடைய அண்ணன் செய்ததையெல்லாம் தானும் செய்து காட்ட முற்பட்டான். சில நேரங்களில் ஓமோரோவும் பின்டாவும் பார்த்துக் கொண்டிருந்த போது கூட அவனுடைய சேட்டைகளைத் தொடர்ந்தான். அவனுடைய குறும்புத்தனத்தைப் பிடிக்காதவன்போல நடித்தாலும், குண்டாவிற்கு ஓரளவு பெருமையாகத்தான் இருந்தது.

ஒரு மதிய வேளையில் தாழ்வான மரம் ஒன்றின் மீது ஏறுவதற்கு முயன்ற லேமின் கீழே விழுந்து விட்டான். குண்டா அவனுக்கு மரம் ஏறச் சொல்லிக் கொடுத்தான். பின்னொருநாள் மல்யுத்தம் கூட கற்றுக் கொடுத்தான். அவனை மற்ற விளையாட்டுத் தோழர்கள் மத்தியில் அவமானப்படுத்தியவனுக்கு வலிமையைக் காட்ட வேண்டுமல்லவா! வாயில் விரலை வைத்துச் சீழ்க்கை ஒலி எழுப்புவதற்குப் பழக்கினான். என்னதான் முயன்றாலும் லேமினால் குண்டாவைப் போல ஒலி எழுப்ப முடியவில்லை. அம்மா தேனீர் தயாரிக்கப் பயன்படுத்திய இலைகளை அடையாளம் காட்டினான். குடிசைக்குள் ஊர்ந்த சாண விட்டில்களைப் பிடித்து வெளியில் விட வேண்டும்; அவற்றைத் துன்புறுத்துதல் பாவம் என்றான். அதே போல சேவல்களின் கொண்டையைத் தொடுவது கூட அதைவிடப் பாவம்! ஆனால், எவ்வளவுதான் முயற்சியெடுத்துக் கற்றுக் கொடுத்த போதிலும் லேமினுக்கு சூரியனைப் பார்த்து நேரத்தைக் கணிக்கத் தெரியவில்லை. "நீ ரொம்பச் சின்னவன்! போகப் போகக் கற்றுக் கொள்வாய்!" சமாதானப்படுத்தினான். ஆனாலும், எளிமையான ஒன்றைக் கற்றுக் கொள்வதில் சுணக்கம் காட்டினாலோ ஓயாமல் நச்சரித்துக் கொண்டிருந்தாலோ லேமின் மீது கோபங் கொண்டு அடித்து விட்டான். உடனே, தம்பியை அடித்ததற்காக மிகவும் வருந்தினான். அவனைத் தேற்றும் விதமாகத் தன்னுடைய அங்கியை

அம்மணமாகத் திரிந்தவனுக்குக் கொடுத்து அணியச் செய்தான்.

ஜுஃப்பூர் கிராம ஆடவருக்கும் பெரிய பையன்களுக்கும் தனக்குமிடையே இருந்த இடைவெளியை நினைத்து குண்டா அடிக்கடி வருத்தப்பட்டதுண்டு. தம்பியுடன் சேர்ந்து விளையாடத் துவங்கிய பிறகு வருத்தம் சற்றே குறைந்திருந்தது. இன்னமும் பத்து வயது கூட நிரம்பாத பொடியன், அம்மாவின் குடிசையில் வசிப்பவன் என்பதை நினைவு படுத்தும் வகையில் ஏதேனும் ஒன்று நாள்தோறும் நடந்து கொண்டு தான் இருந்தது. ஆம்பிளையாவதற்கான பயிற்சி பெறுவதற்காகச் சென்றிருந்த பெரிய பையன்கள் குண்டா வயதுப் பயல்களைக் கண்டால் உறுமுவதும் உதைக்க வருவதுமாக இருந்தனர். ஓமோரோ வயதை ஒத்த ஆடவர் அவர்களை ஏதோ சகித்துக் கொள்ள வேண்டியவர்கள் என்பது போல நடத்தினர். அம்மாக்களும் கூட சரிவர மதிப்பதில்லை. புல்வெளிகளில் தனித்திருந்த போது பல முறை குண்டா கோபத்துடன் நினைத்ததுண்டு. பெரிய ஆளாக வளர்ந்த பின்னால் அம்மாவை ஒரு பொம்பிளை என்கிற விதத்தில் அவளுக்குரிய இடத்தில் வைக்க வேண்டும்! ஆயிரமிருந்தாலும் அம்மா அல்லவா! உடனே கனிவும் பாசமும் பொங்கி வழிந்தது!

அத்தகைய நிலைமைகள் அனைத்தையும் விட குண்டாவிற்கும் அவனுடைய தோழர்களுக்கும் மிகவும் கூடுதலான எரிச்சல் ஊட்டிய நிலைமை ஒன்றிருந்தது. அவர்களுடைய பருவத்தைச் சேர்ந்த, அவர்களுடன் ஆடித் திரிந்த பெண்கள் விரைவிலேயே தாங்கள் மனைவியராகும் தகுதியை அடையப் போவதை பறைசாற்றிக் கொண்டிருந்தனர். குண்டா ஆதங்கப்பட்டான். பெண்கள் பதினான்கு வயதில், அதற்கும் குறைந்த வயதில் கூட, மணம் முடித்து வைக்கப்பட்டனர். ஆண்களைப் பொருத்த வரை முப்பது வயதைக் கடந்த போதிலும் திருமணத்தைப் பற்றி நினைக்கவியலாது. பொதுவாக, ஐந்திலிருந்து பத்து வயதிற்குட்பட்ட பயல்கள் மிகுந்த புறக்கணிப்புகளுக்கு ஆளாக வேண்டியிருந்தது. அவர்களுக்கிருந்த ஒரே குதூகலம் பகல்பொழுதுகளில் ஆடுகளுடன் புல்வெளிகளில் தம் விருப்பம் போல கும்மாளமடித்தது மட்டுமே; குண்டாவுக்குப் புதிதாக லேமினுடைய உறவாடல்கள் இனிமை அளித்தது.

குண்டாவுடன் தனிமையில் நடந்து சென்ற போதெல்லாம், சில சமயங்களில் தந்தைமார் தமது மகன்களை அழைத்துச் சென்றது போல எங்கேயோ பயணம் செய்கின்ற களிப்பினை உணர்ந்தான். எப்படியோ, லேமின் தன்னை அறிவுக் களஞ்சியமாக மேல் நோக்கிப் பார்த்தபடி நடந்த போது, தன்னையும் பெரிய மனுசனாகப் பாவித்துப் பொறுப்பேற்றுக் கொள்வதற்கான வாய்ப்பு குண்டாவிற்குக் கிடைத்தது. அடியொற்றி நடந்து சென்ற லேமின் குண்டாவைக் கேள்விமேல் கேள்வி கேட்டுத் துளைத்தான்.

“இந்த உலகம் எப்படியிருக்கும்?”

“அதுவா? இது வரையில் யாருமே உலகம் முழுவதும் சுற்றி வந்ததில்லை. உலகத்தைப் பற்றி முழுமையாகப் புரிந்து கொண்டவர்கள் யாருமே இல்லை!”

“ஆசானிடமிருந்து என்ன கற்றுக் கொள்கிறாய்?”

குண்டா திருக்குரானிலிருந்து முதல் சுலோகங்களை அரேபிய மொழியில் ஒப்பித்தான். “இப்போ, நீ சொல்லு பார்க்கலாம்?” லேமின் முயன்ற போது ரொம்பவே குழம்பிப் போனான். குண்டாவிற்குத் தெரியும் அவனால் முடியாது என்று. உடனே, தந்தைப் பாசம் பொங்க “அதுக்கெல்லாம் இன்னும் கொஞ்ச நாளாகும்!” என்றான்.

“ஏன் யாருமே காகங்களைக் கொல்வதில்லை?”

“ஏனென்றால், நம்முடைய மூதாதையரின் ஆவிகள் காகங்களிடம் உள்ளன.” பிறகு, லேமினிடம் அவர்களுடைய பாட்டி ஆயிசா இறந்து போனதைப் பற்றிக் கூறினான். “நீ அப்போ ரொம்பச் சின்னக் குழந்தை! உனக்கு ஞாபகம் இருக்காது!”

“அந்த மரத்தில இருக்கிறது என்ன பறவை?”

“பருந்து!”

“அது எதைச் சாப்பிடும்?”

“எலிகள், சிறுபறவைகள்..எல்லாம்...”

“ஓ!”

தனக்கு அவ்வளவு விவரங்கள் தெரியும் என்று குண்டா ஒருபோதும் உணர்ந்ததில்லை. ஆனால், அவனுக்கே ஒன்றுமே தெரியாத ஏதேதோ பொருட்களைப் பற்றி லேமின் கேட்டுக் கொண்டே இருந்தான்.

“சூரியன் நெருப்பு மேலயா இருக்கு?” “அப்பா ஏன் நம்மோட தூங்குவது இல்லை?” அது போன்ற கேள்விகள் எழுந்த போது முறைத்துப் பார்த்து உறுமலுடன் பேசுவதை நிறுத்திக் கொண்டான். அவன் கேட்ட பல கேள்விகளுக்கு ஓமோரோ அப்படித்தானே செய்தார்?” லேமின் அதற்கு மேல் எதுவும் கேட்டதில்லை. மாண்டிங்கர் இனத்தவரின் குடும்பப் பயிற்சி பேச விரும்பாதவர்களிடம் ஒருபோதும் பேசக் கூடாது என்று கற்பித்திருந்தது. சில நேரங்களில் குண்டா ஏதோ தனிப்பட்ட சிந்தனையில் மூழ்கிவிட்டவனைப் போல பாவனை செய்தான். அது போன்ற தருணங்களில் லேமின் அவனருகில் அமைதியாக உட்கார்ந்திருந்தான். குண்டா எழுந்த போது அவனும் கூடவே எழுந்தான். வேறு சில சமயங்களில், லேமின் கேட்ட கேள்விக்குப் பதில் தெரியவில்லை என்றால் எதையாவது செய்து பேச்சை மாற்றிவிட்டான்.

லேமின் குடிசையை விட்டு வெளியே செல்லும் வாய்ப்புக்காகக் காத்திருந்து, அவனுடைய கேள்விக்கான பதிலைத் தந்தையிடமாவது தாயிடமாவது கேட்டுப் பெற்றான். அப்படிப்பட்ட கேள்விகளை எதற்காகக் கேட்டான் என்பதை அவன் அவர்களிடம் தெரிவித்ததில்லை. ஆன போதிலும், அதற்கான காரணம்

அவர்களுக்குத் தெரிந்திருந்தது. உண்மையில், குண்டாவைப் பெரிய பையனாக மதிக்கத் தொடங்கிவிட்டனர். அவனும் லேமினைப் பொறுத்தவரை நிறையப் பொறுப்புகளை ஏற்றுக் கொண்டான். வெகு விரைவிலேயே, லேமின் ஏதாவது தவறு செய்தால் பின்டா முன்னிலையிலேயே அவனைத் திட்டத் தொடங்கி விட்டான். அம்மா இட்ட வேலைகளைச் செய்வதில் அவன் சுணக்கம் காட்டினாலோ ஏடாகூடமாகப் பேசினாலோ திருத்தும் விதமாகக் கை நீட்டவும் துணிந்து விட்டான். பின்டா கண்டும் காணாமல் கேட்டும் கேளாதது போல இருந்து கொண்டாள்.

அம்மாவோ அண்ணனோ முறைத்துப் பார்ப்பதற்கு முன்பே லேமின் தனது கடமைகளைச் சரிவர நிறைவேற்றக் கற்றுக் கொண்டான். இப்போதெல்லாம் லேமினுடைய கேள்விகளை குண்டா அம்மா, அப்பாவிடம் கேட்ட போது உடனே பதில் கிடைத்தது.

“எருதுத் தோலாலான அப்பாவின் பாய் சிவப்பாக இருக்குது, எப்படி? எருது சிவப்பா இல்லையே?”

‘‘கார நீரையும் வண்ணப் பொடியையும் கொண்டு நான் அதற்குச் சாயமேற்றினேன்” அம்மா கூறினாள்.

“அல்லா எங்கே இருக்கிறார்?”

“சூரியன் உதித்து வருகின்ற இடத்தில்!” ஓமோரோ பதிலளித்தார்.

16

"**அ**டிமைகள்ன்னா யாருண்ணா?" ஒரு மதிய வேளையில் லேமின் குண்டாவைக் கேட்டான். நறநறவென்று பற்களைக் கடித்தவன் அமைதியாகிவிட்டான். நடந்து கொண்டே சிந்தனையை ஓட்டினான். 'யாரோ பேசியதை ஒட்டுக் கேட்டு விட்டு இப்படியொரு கேள்வியைக் கேட்கிறான்' என்று நினைத்தான். பூச்சாண்டிகளால் பிடித்துச் செல்லப்பட்டவர்கள் அடிமைகளாக்கப்பட்டனர் என்று அறிந்திருந்தான். ஜுஃப்பூர் கிராமத்திலும் சிலரிடம் அடிமைகள் இருந்ததாகப் பெரியவர்கள் பேசியதை குண்டா ஒட்டுக் கேட்டிருந்தான். ஆனால், உண்மையில் அடிமைகள் யார் என்பதை அவன் அறிந்திருக்க வில்லை. பல சந்தர்ப்பங்களில் லேமினுடைய கேள்விகள் அவன் மேலும் மேலும் தெரிந்து கொள்ள வேண்டிய கட்டாயத்தை ஏற்படுத்தின.

அடுத்த நாள் பின்டாவுக்காக புதிய உணவுக் கிடங்கு கட்டுவதற்காக பனை மரங்களை வெட்டிக் கொண்டுவர ஓமோரோ புறப்பட்டார். தானும் உடன் செல்வதற்கு குண்டா அனுமதி கேட்டான். ஓமோரோவுடன் எங்கு செல்வதாக இருந்தாலும் குண்டாவுக்கு ரொம்ப விருப்பம். ஆனால், அன்று இருளடர்ந்த குளுமையான பனங்காட்டை அடையும் வரை இருவருமே வாயைத் திறக்கவில்லை.

பின்னர், திடீரென்று குண்டாகேட்டான், "அடிமைகள்ன்னா யாருப்பா?"

முதலில் நறநறத்த ஓமோரோ எதுவும் பேசாமல், காட்டிற்குள் பொருத்தமான மரத்தைத் தேடி பல நிமிடங்கள் அங்குமிங்குமாக அலைந்தார்.

"அடிமைகள் யாரு, யாரு அடிமைகளல்ல என்று பிரித்துச் சொல்வது அவ்வளவு எளிதல்ல" ஒருவழியாக உகந்த மரத்தைத் தெரிவு செய்து கோடாரியால் வெட்டிக் கொண்டே பதில் அளித்தார். "குடிசைகள் வேயப்பட்டுள்ள புல்லினத்தின் தன்மையை வைத்து அடிமைகளையும் சுதந்திர மனிதர்களையும் பிரித்துக் கொள்ளலாம்." குண்டாவிற்குத் தெரிந்திருந்தது. சுதந்திர மனிதர்களுடைய குடிசைகள் உயர்ந்த வகைப் புல்லால் வேயப்பட்டிருந்தது.

"ஆனால், அடிமைகள் முன்னிலையில் அடிமைகளைப் பற்றி யாரும் பேசிவிடக் கூடாது" ஓமோரோவின் பார்வையில் கண்டிப்பு தெறித்தது. குண்டாவிற்கு ஏன் பேசக் கூடாது என்பது புரியவில்லை. ஆனாலும், பேச மாட்டேன் என்பது போல தலையை ஆட்டினான்.

பனை மரம் விழுந்தது. ஓமோரோ அதன் மீதிருந்த தடித்த சொர சொரப்பான பகுதியைச் செதுக்கியெடுத்தார். பழுத்த பனம்பழங்கள் சிலவற்றைப் பறித்துக் கொண்டிருந்த குண்டாவிற்கு அப்பா அன்றைக்கு நல்ல மனநிலையில் இருந்ததாகப் பட்டது. லேமினுக்கு அடிமைகள் பற்றிய விளக்கங்கள் அளிப்பதற்குத் தேவையான விவரங்களைப் பெற்று விடலாம்!

"சிலர் மட்டும் அடிமைகளாக இருக்க, மற்றவர்கள் அப்படியில்லையே ஏன்?"

"பல்வேறு வழிகளில் மக்கள் அடிமைகள் ஆக்கப்பட்டனர். சிலர் அடிமைத் தாய்களுக்குப் பிறந்தனர்." ஜுஃப்யூர் கிராமத்தில் வாழ்ந்த அப்படிப்பட்ட அடிமைகள் சிலருடைய பெயர்களை ஓமோரோ குறிப்பிட்டார். அவர்களை குண்டா நன்கு அறிந்திருந்தான். அவர்களில் சிலர் அவன் வயதுத் தோழர்களுடைய பெற்றோர். வேறு சிலர் தம்முடைய தாயகக் கிராமங்களில் பஞ்சம் ஏற்பட்ட போது பட்டினி தாளாமல் ஜுஃப்யூர் வந்தடைந்து தமக்குப் பசியைத் தீர்த்தவர்கள் வசம் தம்மை அடிமைகளாக ஒப்படைத்தனர். இன்னும் சிலர் எதிரி இனத்திலிருந்து கைதிகளாகச் சிறைப் பிடிக்கப்பட்டவர்கள். அப்படிப்பட்ட முதியவர் சிலருடைய பெயர்களை ஓமோரோ குறிப்பிட்டார். "சாகத் துணிவில்லாமல் கைதிகளானதால் அடிமைகளாக்கப்பட்டனர்."

வெட்டிய மரத்தை சுமந்து செல்வதற்கு ஏற்ற விதத்தில் துண்டங்களாக்கினார். தந்தை குறிப்பிட்ட பெயர்களுக்குரியவர்கள் அடிமைகள் என்றபோதிலும் மரியாதைக்குரியவர்கள் என்றார். "நம்முடைய மூதாதையர் வகுத்துள்ள விதிகளில் அவர்களுக்கும் உரிமைகள் உறுதியளிக்கப்பட்டுள்ளன. அடிமைகளுக்கு, உணவு, உடை, தங்குவதற்கு குடிசை, விளைச்சலில் பாதிப் பங்கு என்கிற வீதத்தில் உழைப்பதற்கு நிலம், உடன் வாழ்வதற்கு மனைவி அல்லது கணவன் ஆகிய அனைத்தையும் அடிமைகளுக்கு எஜமான்கள் வழங்க வேண்டும்."

கொலைகாரர்களாகவும் திருடர்களாகவும் வேறு குற்றங்கள் இழைத்ததற்காகத் தண்டனை விதிக்கப்பட்ட அடிமைகளைத் தான் எஜமானர்கள் அடிக்கவோ வேறு விதத்தில் தண்டிக்கவோ செய்தனர். அவர்கள் வெறுக்கத்தக்கவர்கள்.

"அடிமைகள் எப்போதுமே அடிமைகளாகத் தான் இருக்க வேண்டுமா?" குண்டா கேட்டான்.

"தேவையில்லை! வயல்களில் பாடுபட்டுப் பெறும் பாதிப் பங்கைச் சேமித்துத் தாம் பட்ட கடனை அடைத்துவிட்டு விடுதலைப் பெற்றுக் கொள்வர்." அவ்வாறு விடுதலை அடைந்த சிலருடைய பெயர்களையும் ஓமோரோ குறிப்பிட்டார். அடிமைகளாகத் தொண்டு செய்த குடும்பங்களிலேயே திருமணம் புரிந்து கொண்டு அடிமைத்தளையிலிருந்து விடுவித்துக் கொண்டவர்களும் உண்டு.

பனைத் துண்டுகளைச் சுமந்து செல்வதற்கு ஏதுவாக ஓமோரோ உறுதியானதும் தடிமனானதுமான பச்சைக் கொடியைப் பின்னினார். வேலை செய்து கொண்டே, தம்முடைய எஜமானர்களைக் காட்டிலும் வளமடைந்த அடிமைகள் சிலரைக் குறிப்பிட்டார். வேறு சில அடிமைகள் வாழ்க்கையில் வளமடைந்து தாமே சிலரை அடிமைகளாகக் கொண்டிருந்ததையும் இன்னும் சிலர் மிகப் பெரும் புகழ் பெற்றுத் திகழ்ந்ததையும் விளக்கினார்.

"சுந்தியதா!" குண்டா வியப்புடன் கூவினான். பாட்டிமாரும் கதைப்பாடல்கள் நிகழ்த்தியவர்களும் அந்த மாபெரும் அடிமை மூதாதையின் வீர தீரச் செயல்களைப் பற்றியும் பல எதிரிகளை வென்றதைப் பற்றியும் விவரித்திருந்தனர்.

ஓமோரோ பல்லைக் கடித்தபடி தலையாட்டி ஆமோதித்தார். அவன் அதனை அறிந்திருந்ததில் அவருக்கு மகிழ்ச்சி! அவனுடைய வயதில் அவரும் சுந்தியதா பற்றிய கதைகளைக் கேட்டிருந்தார். அவனைச் சோதிக்கும் விதமாக மேலும் ஒரு கேள்வி கேட்டார். "சுந்தியதாவினுடைய தாய் யார்?"

"சோகோலோன், எருமை மனுஷி!" குண்டா பெருமை பொங்கக் கூறினான்.

ஓமோரோ நகைத்தார். பின்னிய கொடியால் கட்டப்பட்ட இரண்டு பனை மரத் துண்டுகளைத் தூக்கித் தனது தோள்களில் சுமந்து கொண்டு நடந்தார். பனம்பழங்களைத் தின்றபடி குண்டா பின் தொடர்ந்தான். கிராமத்திற்குத் திரும்பிய வழி நெடுகிலும் முடவரான அறிவுத் திறமிக்க அந்த அடிமைத் தளபதி சதுப்பு நிலப் புதர்களுக்குள்ளும் பிற ஒளிவிடங்களிலும் மறைந்திருந்த அடிமைகளைக் கொண்டு படை நடத்தி மிகப் பெரிய மண்டிங்கர் பேரரசை வென்றெடுத்த வரலாற்றைக் கூறிக் கொண்டே நடந்தார்.

"ஆம்பிளைக்கான பயிற்சிக்குச் செல்லும் போது அவரைப் பற்றிய நிறைய செய்திகளைத் தெரிந்து கொள்வாய்!" அப்படியொரு காலம் வரப் போவதை எண்ணி குண்டா உடலெங்கும் நடுக்கம் ஏற்பட்டது. ஆனாலும், திகில் நிறைந்த ஆர்வமும் மீதூர்ந்தது.

வெறுக்கத் தக்க தன்னுடைய எஜமானனை விட்டு சுந்தியதா தப்பி ஓடியதாகவும் தம்முடைய எஜமானர்களைப் பிடிக்காத பலரும் அவ்வாறு செய்ததாகவும் ஓமோரோ கூறினார். தண்டனை விதிக்கப்பட்ட அடிமைகளைத் தவிர ஏனைய அடிமைகளை அவர்களுக்கு விருப்பமில்லாத எஜமானர்களிடம் விற்கலாகாது.

“நியோ போட்டோ பாட்டி கூட அடிமை தான்!” என்றார் ஓமோரோ. வாய் நிறைய மென்று கொண்டிருந்த பனம்பழத்தை குண்டா திகைப்பில் அப்படியே விழுங்கி விட்டான். அதனை அவனால் ஜீரணிக்கவே முடியவில்லை. பாசம் மிகுந்த பாட்டியைப் பற்றிய காட்சிகள் அவனுடைய மனத்திரையில் பளிச்சிட்டன. குடிசையின் வாசலில் காலை நீட்டி உட்கார்ந்து கொண்டு, கிராமத்தின் பன்னிரெண்டு பதினைந்து அம்மணப் பயல்களைக் கண்காணித்தவாறு பொய் மயிரால் தலைக் கவிகைகளை நெய்து கொண்டிருந்தவள்! வழியில் போவோரையெல்லாம் தன்னுடைய தடித்த வார்த்தைகளால் துளைத்தெடுத்தவள்! அவளுடைய மனத்தில் பட்டதென்றால் வயசாளிகளைக் கூட விட்டு வைத்ததில்லை! “அப்படிப்பட்டவள் யாருக்கும் அடிமையாக இருந்திருக்க முடியாதே!”

அடுத்த நாள் மாலையில், ஆடுகளைப் பட்டியில் அடைத்த பிறகு, லேமினைக் கூட்டிக் கொண்டு குடிசைக்குச் சென்ற போது, விளையாட்டுத் தோழர்கள் இருந்த வழக்கமான வழியை விடுத்து நியோ போட்டோ பாட்டியின் குடிசை முன்பு அமர்ந்தனர். சில நொடிகளில், வாசலில் ஆள் அரவம் தட்டுப்பட்டதால் பாட்டி வந்தாள். குண்டா அவளுக்கு ரொம்பப் பிடித்தமானவன். ஒரே பார்வையில் அவனுடைய மனத்தில் ஏதோ முக்கியமான எண்ணம் ஓடியது என்று உணர்ந்து கொண்டாள். பொடியன்களை உள்ளே அழைத்தவள் அவர்களுக்கு மூலிகைத் தேனீர் தயாரிப்பதில் முனைந்தாள். “அப்பா, அம்மாவெல்லாம் நல்லா இருக்காங்களா?” கேட்டாள்.

“நல்லா இருக்காங்க பாட்டி! நலம் விசாரித்ததற்கு நன்றி! நீங்க எப்படி இருக்கீங்க பாட்டி?” குண்டாவின் குரல் பணிவாக ஒலித்தது.

“நா ரொம்ப நல்லா இருக்கேன்!”

குண்டாவிற்கு அடுத்து வார்த்தைகள் வரவில்லை. தேனீர் குடுக்கைகள் வந்தன. ஒருவழியாக உளறிவிட்டான், “நீங்க எப்படி அடிமையானீங்க, பாட்டி?” இப்போது பாட்டிக்கு வார்த்தைகள் கிடைக்க சற்று நேரமானது. “சொல்றேன்!” கடைசியில் பாட்டியின் குரல் வெடித்தது.

“இங்கிருந்து நெடுந் தொலைவில் இருந்த நான் வாழ்ந்த கிராமத்தில் ரொம்பக் காலத்திற்கு முன்பு, அப்போ நான் இளம் மனைவியாக இருந்த சமயம், ஒரு ராத்திரி, அக்கம் பக்கத்தில் குடிசைகள் எரிந்து கூரைகள் நொறுங்கி விழுந்த பீதியில் மக்கள் எழுப்பிய கூக்குரல் கேட்டு விழித்தெழுந்தேன். என்னுடைய இரு பிள்ளைகளையும், ஒரு பையனும் ஒரு பெண்ணும், பற்றி இழுத்துக் கொண்டு அலறி அடித்துக் கொண்டு வெளியே ஓடினேன். என்னுடைய கணவர் அதற்கும் சில நாட்களுக்கு

முன் பழங்குடி மக்களிடையே நடந்த போரில் இறந்து விட்டார். வெளியே வெள்ளைக்கார அடிமை பிடிப்பவர்கள் தம்முடைய கறுப்புப் பணியாட்களுடனும் ஆயுதங்களுடனும் நின்றிருந்தனர். ஊர் மக்களுக்கும் அவர்களுக்குமிடையே கடும் போர் நடந்தது. தப்பியோட முடியாதவர்களையெல்லாம் மந்தைகளைப் போல ஒன்று சேர்த்தனர். படுகாயம் அடைந்திருந்தோரையும் அவர்களுடன் நடந்து செல்ல முடியாத குழந்தைகளையும் வயசாளிகளையும் மற்றவர்கள் கண்முன்பாகவே கொடூரமாக வெட்டிக் கொன்றனர்." சொல்லிக் கொண்டிருந்த பாட்டி வெடித்து அழுதாள், "என்னுடைய இரு குழந்தைகளையும் வயதான எனது தாயையும் கூட...."

லேமினும் குண்டாவும் ஒருவர் கையை மற்றவர் இறுகப் பற்றிக் கொண்டனர். பாட்டி தொடர்ந்தாள், "கைதிகளை கழுத்துடன் கழுத்து இரும்பு வளையங்களால் பிணைத்து கொளுத்திய வெயிலில் கரடுமுரடான பாதை வழி பல நாட்கள் அடித்துத் துன்புறுத்தியபடி ஓட்டிச் சென்றனர். வேகமாக நடக்கும்படி முதுகில் விழுந்த சவுக்கடி தாளாமல் பலர் சுருண்டு விழுந்தனர். அடுத்த சில நாட்களில் மேலும் பலர் பசியாலும் களைப்பாலும் கீழே விழுந்தனர். சிலர் முன்னோக்கி நடக்கப் பெரிதும் போராடினர். இயலாதவர்களை அங்கேயே காட்டு விலங்குகள் பார்த்துக் கொள்ளட்டும் என்று விட்டு விட்டு தமது பயணத்தைத் தொடர்ந்தனர். வழியில் எதிர்ப்பட்ட கிராமங்கள் எரிக்கப்பட்டு சிதைந்து கிடந்தன. ஒரு காலத்தில் குடும்பங்கள் வாழ்ந்த குடிசைகளின் கூரைகளும் மண் மதில்களும் சாம்பல் திட்டுக்களாக வயிற்றைப் பிசைந்தன. அவற்றிடையே கிடந்த மனிதர்களுடையதும் விலங்குகளுடையதுமான எலும்புகளும் மண்டையோடுகளும் குலை நடுங்கச் செய்தன. புறப்பட்ட போது இருந்த எண்ணிக்கையில் பாதிக்கும் குறைவானவர்கள் காம்பே நதிக்கரையிலிருந்து நான்கு நாள் பயண தூரத்திலிருந்த ஜுஃப்யூர் கிராமத்தில் அடிமைகளாக விற்கப்பட்டனர்.

"அங்கே இளம் கைதி ஒருத்தி ஒரு மூட்டை தானியத்திற்காக விற்கப்பட்டாள். அது தான் நான். அப்படித் தான் எனக்கு நியோ போட்டோ என்கிற பெயரும் ஏற்பட்டது" குண்டாவுக்குத் தெரியும்! அந்தப் பெயருக்கு ஒரு மூட்டை தானியம் என்று பொருள். "என்னை அடிமையாக விலைக்குப் பெற்ற ஆள் ரொம்ப நாளைக்கு முன்பு செத்துப் போனான். அப்போயிருந்து நான் இந்தக் குடிசையில் தான் வசிக்கிறேன்"

கதையைக் கேட்ட லேமின் உடல் பீதியில் உதறியது. குண்டா பாட்டியின் மீது வைத்திருந்த மதிப்பும் மரியாதையும் பரிவும் பாசமும் பல மடங்கு அதிகரித்தது. பாட்டி இரு பொடியன்களையும் அன்பொழுகப் பார்த்தபடி சிரித்துக் கொண்டிருந்தாள். ஒரு காலத்தில் அவர்களைப் போலவே அவர்களுடைய அம்மா, அப்பாவையும் தனது மடியில் வைத்து சீராட்டியவள்!

"ஒங்க அப்பா, ஓமோரோவுக்கு நான் இங்கே வந்த போது ஐந்து வயதுக்கும் குறைவாகத் தான் இருந்திருக்கும்! அவரோட அம்மா, ஆயிசா, அது தான் உங்க பாட்டி, எனக்கு ரொம்ப நெருக்கமான தோழி! பாட்டிய ஞாபகம் இருக்கா?" இருக்கு என்பது போல தலையை ஆட்டிய குண்டா தன்னுடைய தம்பிக்குப்

பாட்டியைப் பற்றிய செய்திகளையெல்லாம் கூறியதாகவும் பெருமை பொங்கத் தெரிவித்தான்.

"ரொம்ப நல்லது! இப்போ நான் என் வேலையைப் பார்க்கணும். ஓடுங்க!"

தேனீர் கொடுத்ததற்கு நன்றி தெரிவித்து விட்டு அங்கிருந்து புறப்பட்டு பின்டாவின் குடிசையை நோக்கி மெதுவாக நடந்தனர். இருவருடைய முகத்திலும் ஏதோ சிந்தனையில் ஆழ்ந்து விட்ட இறுக்கம் தெரிந்தது.

அடுத்த நாள் மாலை வேளையில், குண்டா ஆடுகளை மேய்த்துத் திரும்பிய போது, நியோ போட்டோ பாட்டி சொன்னை கதையைப் பற்றிய பல கேள்விகளுடன் லேமின் காத்திருந்ததைக் கண்டான். ஜுஃப்யூர் கிராமத்தில் எப்பவாவது அப்படி தீப்பற்றி எரிந்ததுண்டா? தெரிந்து கொள்ள விரும்பினான். குண்டா அது போல ஒருபோதும் கேள்விப்பட்டதில்லை என்றும் கிராமத்தில் அதற்கான அடையாளமே தெரிந்ததில்லை என்றும் கூறினான். 'அடிமை பிடிக்கிற வெள்ளைக்காரன்களைப் பார்த்திருக்கிறாயா?' "பார்த்ததே இல்லை! ஆனால், அப்பாவும் அவருடைய அண்ணன்மார்களும் ஆற்றில் வெகு தொலைவில் வெள்ளைக்காரர்களையும் அவர்களுடைய கப்பல்களையும் கண்டதாகக் கூறியிருக்கிறார்."

குண்டா உடனே பேச்சை மாற்றினான். அவர்களைப் பற்றி அவனுக்குச் சரிவரத் தெரியவில்லை. தெரிந்து கொள்ள விரும்பினான். அவர்களைப் பற்றிக் கேள்விப்பட்ட வரையில், அவர்களிடம் நெருங்காமல் இருந்த வரை பாதுகாப்பாக இருக்கலாம். ஆகவே, பாதுகாப்பான தூரத்தில் இருந்தபடி அவர்களுள் ஒருவரையாவது பார்த்துவிட ஆசைப்பட்டான்.

சமீபத்தில், கீரை பறிப்பதற்காகக் காட்டிற்குள் சென்ற பெண்ணையும் அதற்கு முன்பு வேட்டைக்குச் சென்ற ஆட்கள் இருவரையும் காணவில்லை. அடிமைகளாகப் பிடித்துச் செல்கிற வெள்ளைக்காரர்கள் தான் அவர்களைக் கவர்ந்து சென்றிருக்க வேண்டும் என்று ஊர் மக்கள் நம்பினர். அப்படிப்பட்ட வெள்ளைக்காரர்கள் ஆள் ஒருவரைப் பிடித்துச் சென்று விட்டதாகவோ, சுற்றுப்புறங்களில் தென்பட்டதாகவோ தெரிவித்து அண்டையிலிருந்த கிராமங்களில் முரசுகள் ஒலிக்கப்பட்டதையும், உடனே ஆடவரெல்லாம் ஆயுதங்களை ஏந்தியபடி காவலை இரட்டிப்பாக்கியதையும் பெண்டிர் தமது பிள்ளைகளை கிராமத்திலிருந்து நெடுந்தொலைவில் புதர்களுக்குள் பல நாட்கள், வெள்ளைக்காரர்கள் சென்றுவிட்டனர் என்று உறுதிப்படுத்திய வரை மறைத்து வைத்திருந்ததையும் குண்டா நினைவுகூர்ந்தான்.

மற்றொரு நிகழ்ச்சியும் குண்டாவிற்கு நினைவில் பட்டது. ஒருமுறை அமைதியான புல்வெளியில் ஆடுகளை மேய்த்துக் கொண்டிருந்த போது, வழக்கமாக அமரும் மரநிழலில் உட்கார்ந்திருந்தான். மேலே இலைகள் அடர்ந்த கிளைகளில் வால்களை கீழ் நோக்கித் தொங்கவிட்டபடி இருபது, முப்பது மந்திகள் நெருக்கியடித்துக் கொண்டு சிலைபோல அமைதியாக உட்கார்ந்திருந்தது அவனுக்கு ஆச்சர்யமாக இருந்தது. மந்திகள் உரத்த கீச்சொலி எழுப்பியபடி அங்குமிங்குமாகத் தாவக்

கூடியவை என்று நினைத்திருந்தான். ஆனால் அவை அவனுடைய ஒவ்வொரு அசைவையும் பார்த்துக் கொண்டிருந்தன. அது போல தானும் உயரத்தில் மரக்கிளை ஒன்றில் அமர்ந்தபடி கீழே தரையில் வெள்ளைக்காரன் யாரேனும் சென்றால் கவனிக்கலாம் என்று நினைத்தான்.

லேமின் மனிதர்களை அடிமைகளாகக் கவர்ந்து சென்றவர்களைப் பற்றிய கேள்வி எழுப்பிய பிறகு, அன்று மாலை ஆட்டு மந்தைகளை ஓட்டிக் கொண்டு வீடு திரும்பிய வேளையில் குண்டா தன்னுடைய சக மேய்ப்பர்களிடம் அதே கேள்விகளைக் கேட்டான். உடனே ஒவ்வொரு பயலும் தான் கேள்விப்பட்டிருந்த செய்திகளைக் கொட்டினர். டெம்பா கோன்டே என்கிற பயல் சொன்னான். துணிச்சல் மிக்க அவனுடைய சித்தப்பா வெள்ளைக்காரன் ஒருவனிடம் மிகவும் நெருக்கமாகச் சென்றாராம். அவனிடமிருந்து கடுமையான நெடி அடித்ததாம். அவர்கள் கவர்ந்து சென்ற பயல்களையெல்லாம் தின்று விடுவர் என்பதை அனைத்துப் பயல்களும் தெரிந்து வைத்திருந்தனர். ஆனால், சிலர் மட்டும் தின்பதற்காக அல்ல; இழுத்துச் சென்று பெரிய பெரிய பண்ணைகளில் வேலை செய்யும்படி கட்டாயப் படுத்தினர் என்றனர். தன்னுடைய பாட்டனார் அதற்குச் சொன்ன பதிலை சிடாஃபா சில்லா வெறுப்புடன் உமிழ்ந்தான், "அது வெள்ளைக்காரம் பொய்!"

அடுத்த வாய்ப்புக் கிடைத்த போது, குண்டா ஓமோரோவிடம் கேட்டான், "அப்பா! நீங்களும் பெரியப்பாக்களும் ஆத்துல வெள்ளைக்காரங்களைப் பார்த்ததைப் பற்றிச் சொல்லுங்க! லேமினுக்குச் சொல்ல வேண்டியிருப்பதால் சரியாகத் தெரிந்து கொள்ள வேண்டியது அவசியம்!" அப்பா சிரித்ததைப் போல குண்டாவிற்குத் தோன்றியது. ஆனால், அவர் உண்மையில் பற்களைக் கடித்தார். அந்த நேரத்தில் அவர் பேசுவதற்கு விரும்பவில்லை என்று பட்டது. ஆனால், சில நாட்கள் கழித்து குண்டாவையும் லேமினையும் கிராமத்திற்கு அப்பால் சென்று அவருக்குத் தேவைப்பட்ட வேர்கள் சிலவற்றைப் பறித்து வர அழைத்தார். அம்மணப் பயல் லேமின் தனது தந்தையுடன் முதன் முறையாக வெளியே சென்றான். அளவுக்கதிகமான குதூகலத்தில் மிதந்தான். குண்டாவினுடைய செல்வாக்கால் தான் தனக்கு அப்படியொரு வாய்ப்புக் கிட்டியது என நினைத்தான். அண்ணனுடைய அங்கியின் பின் பகுதியை இறுகப் பற்றியபடி நடந்தான்.

ஓமோரோ தன்னுடைய இரு மகன்களையும் பார்த்துக் கூறினார். ஆம்பிளைகளுக்கான பயிற்சி முடித்தவுடன் அவருடைய அண்ணன்மார் ஜானேவும் சலோமும் ஜுஃப்பூரை விட்டுச் சென்று விட்டனர். காலப்போக்கில், அவர்கள் இருவரும் புதுமையான தொலை தூர இடங்களுக்கெல்லாம் செல்லக் கூடிய சிறந்த பயணிகளாகிவிட்டனர் என்கிற செய்தி எட்டியது. ஓமோரோவுக்கு முதல் மகன் பிறந்த செய்தி முரசறைந்து அறிவிக்கப்பட்ட போது அவர்களுக்கும் கிட்டியது. பெயர் சூட்டும் விழாவில் கலந்து கொள்வதற்காகத் தான் முதன் முறையாக ஜுஃப்பூர் திரும்பினர். நீண்ட நாள் கழித்து தாயகக் கிராமம் திரும்பியவர்கள் தமமுடைய பிள்ளைப் பருவத் தோழர்கள் சிலரை ஆரத்தழுவி ஆனந்தமடைந்தனர். அவர்கள் கிராமத்தை விட்டுச் சென்றவர்களையும் காணாமற் போனவர்களையும்

பற்றி அண்ணன்களுக்குத் தெரிவித்தனர். சிலர் எரிக்கப்பட்ட கிராமங்களில் கருகினர்; வேறு சிலர் கண்ணி வெடிகளில் சிக்கிக் கொல்லப்பட்டனர்; சிலர் கடத்திச் செல்லப்பட்டனர்; பண்ணைகளில் வேலை பார்த்துக் கொண்டிருந்த போதும், வேட்டைக்குச் சென்ற இடங்களிலும், பயணங்களின் போதும் மேலும் சிலர் காணாமற் போயினர். அவை அனைத்துமே வெள்ளைக்காரர்களுடைய கொடூரங்களால் நிகழ்ந்தன.

கோபங் கொண்ட அண்ணன்மார் 'அவர்கள் என்னதான் செய்கின்றனர் என்று பார்த்து வருவோம், பிறகு என்ன செய்வதென்று யோசிப்போம்' என்று கத்தியபடி ஓமோரோவையும் தம்முடன் வருமாறு அழைத்தனர். சகோதரர்கள் மூவரும் நதிக்கரையின் வழியாக, மிகுந்த எச்சரிக்கையுடன் புதர்களின் மறைவில் மறைந்தபடி, மூன்று நாட்கள் நடந்து சென்று கடைசியில் தாங்கள் தேடிச் சென்றதைக் கண்டு கொண்டனர். இருபதிற்கும் மேற்பட்ட மிகப் பெரிய பரங்கியர் படகுகள் ஆற்றில் ஊர்ந்து சென்றதைக் கவனித்தனர். ஜுஃப்பூர் மக்கள் அனைவரையும் உள்ளே அடக்கிக் கொள்ளும் அளவிற்கு ஒவ்வொன்றும் பெரியனவாக இருந்தன. ஒவ்வொன்றிலும் பத்து ஆட்கள் உயரத்திற்கு வெள்ளைத் துணி கட்டிய மரம் நிறுத்தப்பட்டிருந்தது. அருகாமையில் ஒரு தீவு இருந்தது. அதில் மிகப் பெரிய கோட்டை நிமிர்ந்து நின்றது.

பரங்கியரின் நடமாட்டம் தெரிந்தது. கோட்டையிலும் சிறு சிறு படகுகளிலும் கறுப்பு பணியாட்கள் தென்பட்டனர். உலர்த்தப்பட்ட சாயப் பொருட்கள், பருத்தி, தேன்மெழுகு, தோல்கள் போன்ற சரக்குகளை சிறிய படகுகளில் ஏற்றி பெரிய கலன்களுக்குக் கொண்டு சென்றனர். விவரித்துக் கொண்டிருந்த போது ஓமோரோவின் குரல் கம்மியது. பரங்கியர் கொண்டு செல்வதற்காகப் பிடித்து வைத்திருந்த அடிமைகளை அடித்துக் கொடுமைப் படுத்தி பெரிய கலன்களை நோக்கி இழுத்துச் சென்றனர்.

ஓமோரோ நீண்ட நேரம் அமைதியாக இருந்தார். அவர் எதையோ ஆழ்ந்து சிந்தித்துக் கொண்டிருந்தார் என்பதை குண்டாவால் உணர முடிந்தது. பிறகு தொடர்ந்தார். "முன்பு பிடித்துச் சென்ற அளவுக்குத் தற்பொழுது நம்முடைய மக்களை அவர்களால் கவர்ந்து செல்ல முடியாது. குண்டா குழந்தையாக இருந்த பொழுது, காம்பியா நாட்டின் இப்பகுதியை ஆண்ட பர்ரா மன்னர் தன்னுடைய மக்களுடைய கிராமங்களைக் கொளுத்திவிட்டு அவர்களைக் கவர்ந்து செல்லலாகாது என்று தடை விதித்தார். கோபங் கொண்ட பல மன்னர்கள் தமது படைவீரர்களைக் கொண்டு பரங்கியருடைய கலன்களுக்குத் தீவைத்து ஆற்றில் மூழ்கடித்தனர். கலன்களுடன் அவற்றிலிருந்த பரங்கியர் பலரும் மாண்டனர்.

"தற்பொழுது, கேம்பி நீர்வழிக்குள் நுழையும் ஒவ்வொரு பரங்கியர் கலனும் பர்ரா மன்னருக்கு மரியாதை செலுத்தும் வகையில் பத்தொன்பது துப்பாக்கிகளை முழங்குகின்றன. குற்றவாளிகளையும், பட்ட கடனை அடைக்க முடியாத கடனாளிகளையும், மன்னருக்கு எதிராகச் சதி செய்தோரையும் மன்னருடைய முகவர்களே பரங்கியருக்கு விற்கின்றனர். மன்னருக்கு எதிராக சிறு முணுமுணுப்புக் கேட்டாலும் உடனே அவர்கள் குற்றவாளிகளாக்கப்பட்டு விடுகின்றனர்.

அடிமைகளைத் தேடி பரங்கியருடைய கப்பல்கள் கேம்பி ஆற்றில் தென்பட்ட உடனே மிகுந்த எண்ணிக்கையில் பலரும் குற்றம் சுமத்தப்பட்டு அடிமைகளாக விற்கப்படுகின்றனர்.

"ஆனாலும், அவர்கள் தொடர்ந்து நமது மக்களை அவர்களுடைய கிராமங்களிலிருந்து கவர்ந்து செல்வதை மன்னர்களாலும் முற்றாகத் தடுத்துவிட முடியவில்லை. கடந்த சில மாதங்களில் மட்டும் நமது கிராமத்திலிருந்து மூன்று பேர் காணாமற் போனதையும் அதே போல காணாமற் போனவர்களைப் பற்றித் தெரிவித்துப் பக்கத்துக் கிராமங்களிலிருந்து முரசொலி எழுப்பப்பட்டதையும் கேள்விப்பட்டிருப்பீர்கள்." ஒமோரோ தன்னுடைய மகன்களை உற்று நோக்கினார். பிறகு, மெதுவாகப் பேசினார், "நான் இப்பொழுது சொல்லப் போகிற செய்திகளைக் கவனமாகக் கேட்டு மனதில் பதிய வைத்துக் கொள்ள வேண்டும். நான் சொல்கிறபடி நடந்து கொள்வீர்களானால், உங்களை பரங்கியர் ஒருபோதும் கவர்ந்து செல்லாமல் காப்பாற்றிக் கொள்ளலாம்!" குண்டாவும் லேமினும் அச்சத்தின் உச்சத்தில் கேட்டுக் கொண்டிருந்தனர். ஒமோரோ தொடர்ந்தார், "முடிந்தவரையில் தனியாக இருக்காதீர்கள்! கூடுமானவரை இரவு நேரங்களில் வெளியில் செல்லாதீர்கள்! பகலாயினும் இரவாயினும் தனியே இருக்க நேர்ந்தால், புதர்களையும் உயரமாக வளர்ந்த புல் நிறைந்த பகுதிகளையும் தவிர்த்து விடுங்கள்!"

அவர்களுடைய வாழ்க்கை முழுவதும், பெரியவர்களாக வளர்ந்த பின்னரும் கூட பரங்கியரிடமிருந்து காப்பாற்றிக் கொள்வதில் கண்ணும் கருத்துமாக இருத்தல் அவசியம் என்றார். "பரங்கி நெருப்பு ஈட்டியைத் துப்பாக்கி வழியாகச் சுடுவான். அதன் சத்தத்தை தூரத்திலிருந்தே கேட்டு விடலாம். எங்கேயாவது கிராமப்புறங்களிலிருந்து பெரும் புகை மண்டலம் கிளம்பியதானால், அது பரங்கியருடைய சமையற்புகையாகத் தான் இருக்கும். அவை எப்பொழுதும் மிகப் பெரிய அளவில் காற்றில் மிதக்கும்! அவன் சென்ற பாதைகளின் அறிகுறிகளை அடையாளம் காண்பதற்குக் கற்றுக் கொள்ள வேண்டும். அவனுடைய பாதச்சுவடுகள் நம்முடையதைக் காட்டிலும் மிகப் பெரியவை; அவன் நடந்து சென்ற பாதையில் கொடிகளும் புற்களும் மிதிபட்டுச் சிதைந்து கிடப்பன. அவன் இருந்த இடங்களில் அவன் கடந்த பிறகும் அவனுடைய வாடையை நுகரலாம். பச்சைக் கோழிக் கறி வாடை மூக்கைத் துளைக்கும். அத்தகைய உணர்வு ஏதேனும் தென்பட்டால் உடனே அமைதியாகி விடுங்கள்! அண்மையில் எங்கேயோ இருக்கிறான் என்று அர்த்தம்!"

ஒமோரோ மகன்களிடம் விளக்குவதற்கு நிறையச் செய்திகள் இருந்தன. "பரங்கியர் இருப்பதைத் தெரிந்து கொண்டால் மட்டும் போதாது. நம்முடைய இனத்தவரில் பலர் அவர்களுடைய கையாட்களாகச் செயல்படுகின்றனர். இனத் துரோகிகள்! ஆனால், அவர்களைப் பற்றி அறிந்திருந்தால் ஒழிய அவர்களை அடையாளம் காண முடியாது. ஆகவே, புல்வெளிகளில் இருக்கும் போது நன்கு பழக்கமில்லாத யாரையும் நம்பிவிடாதீர்கள்!"

குண்டாவும் லேமினும் பயத்தால் உறைந்து போயினர். ஒமோரோ கூறினார், "இதையெல்லாம் உங்களுக்கு யாரும் வலியுறுத்திச் சொல்லியிருக்க மாட்டார்கள்.

பரங்கியரால் கவர்ந்து செல்லப்பட்டவர்களுக்கு நேர்ந்த கதியினை உங்களுடைய பெரியப்பாக்களும் நானும் நேரில் பார்த்தோம். அவற்றை நீங்கள் அறிந்து கொள்ள வேண்டும். நம்முடைய இனத்தவருக்குள்ளேயே அடிமைகளாக இருப்பதற்கும் பரங்கியர் அடிமைகளை நடத்துகின்ற விதத்திற்கும் நிறைய வேறுபாடு உண்டு. கவர்ந்து சென்ற மக்களை ஆற்றங்கரை நெடுகிலும் நீண்ட தடிமனான மூங்கில் கழிகளால் அமைக்கப்பட்ட பட்டிகளில் பலத்த காவலுடன் அடைத்து வைத்திருந்தனர். கப்பலிலிருந்து சிறு படகு மூலம் முக்கியமான பரங்கியர் வந்து சேர்ந்தவுடன் அவர்களைப் பட்டியிலிருநது இழுத்துச் சென்று மணல் வெளியில் விட்டனர்.

"அவர்களுடைய தலையை மொட்டையடித்து வழுவழுப்பான எண்ணெய்யை உடல் முழுவதும் பூசி மெருகேற்றினர். முதலில் அவர்களை உட்கார வைத்து மேலும் கீழும் குதிக்கச் செய்தனர். பரங்கியருக்கு அவ்வாறு குதித்ததில் மன நிறைவு ஏற்பட்ட பின்னர் வாயைத் திறந்து பற்களையும் தொண்டையையும் காட்டும்படி வற்புறுத்தினர்."

ஒமோரோ திடீரென்று குண்டாவினுடைய 'அதை'த் தட்டினார். அவன் துள்ளிக் குதித்தான். "ஆமாம்! 'ஆண்களுடையதை'ப் பிதுக்கிச் சோதித்தனர். பெண்களுடையதையும் கூட... பிறகு, மீண்டும் அவர்களைச் சுடுமணலில் உட்காரச் சொல்லி அவர்களுடைய முதுகிலும் தோள்களிலும் பழுக்கக் காய்ச்சப்பட்ட இரும்புக் கம்பிகளால் சூடு போட்டனர். துடிதுடித்துக் கூச்சலிட்ட மக்களை நீருக்குள் தள்ளி, பெரிய கப்பல்களில் ஏற்றிச் செல்வதற்காக சிறிய படகுகளுக்கு நெட்டிச் சென்றனர்."

"எனது தமையன்மாரும் நானும் பலர் குப்புற விழுந்து தவழ்ந்து மணலை வாயால் அள்ளித் தின்றதைப் பார்த்தோம். கடைசியாக தம்முடைய தாய் மண்ணில் ஒரு பிடியை ருசிபார்க்க விரும்பினர் போலும்! ஆனால், அவர்கள் அடித்து இழுத்துச் செல்லப்பட்டனர். நீருக்குள் படகுகளில் ஏற்றப்பட்ட போதும் அடிமைகள் அடங்கிவிட வில்லை. சவுக்குகளையும் தடிகளையும் மடிக்கிப் பிடித்துப் போராடினர். நடந்த போரில் பலர் ஆற்றில் குதிக்க நேர்ந்தது. இளம் கறுப்பு நிற முதுகும் வெள்ளை வெளேரென்ற அடிவயிறும் கொண்ட பயங்கர மீன்கள் கூர்மையான பற்கள் நிறைந்த வளைவான வாயால் தம்முன் விழுந்தவர்களைக் கவ்வி ஆற்று நீரைச் செந்நீராக்கின."

குண்டாவும் லேமினும் நெருக்கியடித்து உட்கார்ந்து ஒருவருடைய கைகளை மற்றவர் இறுகப் பற்றிக் கொண்டனர். "உன்னுடைய அம்மாவும் நானும் ஒரு நாள் வெள்ளைச் சேவலைக் கொன்று தொழுகை நடத்துவதைக் காட்டிலும் நீங்கள் இந்தச் செய்திகளையெல்லாம் தெரிந்து கொள்வது நல்லது." ஒமோரோ தன்னுடைய மகன்களைப் பார்த்தார். "அப்படியென்றால் என்னவென்று உங்களுக்குத் தெரியுமா?"

ஒருவழியாகத் தன்னைச் சமாளித்துக் கொண்டு தெரியுமென்பதாக தலையை ஆட்டிய குண்டா, காய்ந்து வறண்டு போன தொண்டையைச் செருமியவாறு

கம்மிய குரலில் கூறினான், "யாராவது காணாமற் போன போது செய்வார்களே, அது தானப்பா?" காணாமற் போனவருடைய குடும்பத்தார் தொண்டை கீறப்பட்டு இரத்தம் வழிய சிறகுகளை அடித்துக் கொண்டிருந்த வெள்ளைச் சேவலைச்சுற்றி உட்கார்ந்து பலவாறாகப் புலம்பியவாறு அல்லாவைத் தொழுது கொண்டிருந்ததை அவன் பார்த்திருந்தான்.

ஓமோரோ மேலும் கூறினார், ''வெள்ளைச் சேவல் குப்புற விழுந்து இறந்ததென்றால் போனவன் திரும்புவதற்கான நம்பிக்கை இன்னமும் இருக்கிறது. சிறகுகளை அடித்தபடி பின்னோக்கி செத்து விழுந்தால் அவ்வளவு தான்! கிராம மக்கள் அனைவரும் சேர்ந்து அல்லாவை நோக்கி ஓலமிட்டுத் தொழுவர்"

"...ப்பா!" அச்சத்தால் கிரீச்சிட்ட லேமினின் குரல் குண்டாவை நடுங்கச் செய்தது. "திருடப்பட்டவர்களை பெரிய கப்பல்கள் எங்கே கொண்டு போகும்பா?"

"ஜோங் சாங் தூ என்கிற இடத்திற்குக் கொண்டு போய் மனிதர்களைத் தின்னக் கூடிய மிகப் பெரிய பரங்கி அரக்கர்களிடம் விற்றுவிடுவார்களாம்! அவர்கள் நம்மைத் தின்பார்களாம்! பெரியவர்கள் சொல்லக் கேட்டிருக்கிறேன். அதற்கு மேல் யாருக்கும் எதுவும் தெரியாது!"

17

தந்தை சொன்ன செய்திகள் லேமினைப் பெரிதும் பயமுறுத்தின. இரவு பல முறை கனவிலிருந்து விழித்துப் பயந்தவாறு குண்டாவை எழுப்பினான். அடுத்த நாள் குண்டா ஆடுமேய்த்துவிட்டுத் திரும்பிய பிறகு, லேமினுடைய எண்ணங்களையும் தன்னுடையவற்றையும் திசை திருப்பும் விதமாகத் தம்முடைய பெரியப்பாமார்களுடைய வீர தீரச் செயல்களைப் பற்றிப் பேசுவதென முடிவு கட்டினான்.

''நம்முடைய அப்பாவின் தமையன்மார்களுக்கும் கைரபா குண்டா கின்டே தான் தந்தை. அவருடைய பெயரைத் தான் எனக்கு வைத்திருக்கிறார்கள். ஆனால், நம்முடைய பெரியப்பாக்கள் ஜானேவும் சலோமும் சைரெங்கிற்குப் பிறந்தவர்கள்.'' லேமினுக்குக் குழப்பமாக இருந்தது. குண்டா விரிவாக விளக்க முற்பட்டான். "சைரெங் நம் தாத்தாவின் முதல் மனைவி. அவள் இறந்த பிறகு தாத்தா ஆயிஸா பாட்டியை மணந்து கொண்டார்." மரத்திலிருந்து உதிர்ந்து கிடந்த பூக்களை தரையில் அடுக்கி தம்முடைய குலக்கொடியை விளக்குவதற்கு குண்டா முற்பட்டான். லேமினுக்கு எதுவும் புரிந்ததாகத் தெரியவில்லை. பெருமூச்செறிந்தவன், தன்னுடைய பெரியப்பாக்களின் சாகசங்களை விவரிப்பதெனத் தீர்மானித்தான். தனது தந்தை அவற்றை விவரித்ததைக்

கேட்டபோது அவனுக்குத் திகிலாக இருந்தது.

"நம்முடைய பெரியப்பாக்கள் திருமணம் செய்து கொள்ள வில்லை. அந்த அளவிற்குப் பயணம் செய்வதில் அவர்களுக்குப் பேரார்வம்! பல மாதங்கள் அவர்கள் பகலில் சுட்டெரித்த சூரியனுக்குக் கீழ் பயணம் செய்தனர்; இரவில் வெட்ட வெளியில் நட்சத்திரங்களுக்குக் கீழே உறங்கினர். அங்கே எங்கு பார்த்தாலும் வெறும் மணல் தான் நிறைந்திருக்குமாம். மழையே பொழியாதாம். வெயில் கொளுத்துமாம். பெரியப்பாக்கள் சென்ற வேறொரு இடத்தில் பெரிய பெரிய மரங்கள் அடர்த்தியாக இருந்தன. பகலில் கூட இரவு போலவே இருட்டாக இருந்தது. அங்கே வசித்த மக்கள் பெரியவர்களான பின்னரும் உன்னைக் காட்டிலும் குள்ளமாக இருந்தனர். உன்னைப் போலவே ஆடையின்றி அலைந்தனர். சிறிய விஷம் தோய்க்கப்பட்ட குத்தீட்டிகளைக் கொண்டு அவர்களால் யானைகளைக் கூடக் கொல்ல முடிந்தது. மற்றொரு இடத்தில் பெரியப்பாக்கள் பூதாகரமான மனிதர்களைப் பார்த்தார்கள். மாபெரும் வீரர்களான அம்மக்கள் மிகவும் வல்லமை வாய்ந்த மாண்டிங்கரைப் போல இரு மடங்கு தூரத்திற்கு ஈட்டி எறிய வல்லவர்கள். ஜுஃப்யூரிலேயே மிகவும் உயரமான ஒருவரைக் காட்டிலும் ஆறு முழம் கூடுதல் உயரமான அவர்கள் தமது தலைக்கு மேலே எழும்பி ஆடுகின்ற அளவுக்கு மிகச் சிறந்த நடனக் கலைஞர்கள்."

படுக்கைக்குச் செல்வதற்கு முன்பு, குண்டா தானறிந்த கதைகளில் தனக்குப் பிடித்த ஒன்றை லேமினுக்கு விளக்குகின்ற போக்கில், நடித்துக் காட்டவும் செய்தான். யானைத் தந்தங்கள், அரிய வகைக் கற்கள், தங்கம் போன்றவை அடங்கிய கனத்த மூட்டைகளைச் சுமந்தவாறு அவர்கள் கறுப்பர்களுடைய நகரமான ஜிம்பாப்வேக்குச் சென்ற வழியில் சண்டையிட்ட கொள்ளைக்காரர்களில் ஒருவனாக லேமினைக் கற்பனை செய்து கொண்டு மேலும் கீழுமாகத் தன் மீது வீசப்பட்ட வாளிலிருந்து தப்பித்துக் கொள்பவன் போல பக்கவாட்டில் துள்ளிக் குதித்தான்.

லேமின் மேலும் கதை சொல்லும்படி கேட்டான். குண்டா அவனைத் தூங்குமாறு பணித்தான். தன்னுடைய தந்தை கதை சொன்ன பிறகு தூங்குமாறு தன்னைப் பணித்த போது, அவன் இப்பொழுது அவனுடைய தம்பி படுத்திருந்ததைப் போல பாயில் கிடந்தபடி தன்னுடைய பெரியப்பாக்களின் சாகசங்களையெல்லாம் மனதிற்குள் படமாக ஓட்டிக் கொண்டிருந்தான். சில சமயங்களில் தன்னுடைய பெரியப்பாக்களுடன் புதுமையான இடங்களுக்கெல்லாம் பயணம் செய்து அங்கே மாண்டிங்கர்களைக் காட்டிலும் வித்தியாசமான தோற்றமும், செயல்களும், வாழ்க்கை முறையும் கொண்ட மக்களுடன் பேசிக் கொண்டிருந்தது போல கனவு கண்டான். தன்னுடைய பெரியப்பாக்களுடைய பெயர்களைக் கேட்ட மாத்திரத்தில் அவனுடைய இதயம் வேகமாகத் துடித்தது.

சில நாட்களுக்குப் பிறகு, குண்டா தன்னைக் கட்டுப்படுத்திக் கொள்ள முடியாத அளவிற்குக் குதியாட்டம் போடும் விதமாக அவனுடைய பெரியப்பாக்களைப் பற்றிய செய்தி ஜுஃப்யூர் கிராமத்திற்கு எட்டியது. வெள்ளை வெயில் வெளுத்துக் கட்டிய அமைதியான மதிய நேரம். கிராமத்து மக்கள் அனைவரும் தம்முடைய

குடிசைகளின் வாசல்களுக்கு வெளியிலும் ஆலமர நிழலிலும் அமர்ந்திருந்தனர். திடீரென்று அடுத்த கிராமத்திலிருந்து முரசுச் செய்தி தெளிவாக முழங்கியது. பெரியவர்களைப் போலவே குண்டாவும் காதைத் தீட்டிக் கொண்டான். மூளையைக் கசக்கி முரசொலியின் பேச்சைப் புரிந்து கொள்ள முற்பட்டான். தன்னுடைய அப்பாவின் பெயரைக் கேட்டவுடன் லேமின் மூச்சிரைத்தான். எஞ்சிய செய்தியைப் புரிந்து கொள்ள அவனுடைய வயது அனுமதிக்கவில்லை. ஆகவே, குண்டா முரசுச் செய்தியை முணுமுணுத்தான். சூரியன் உதிக்கும் திசையில் அங்கிருந்து ஐந்து நாள் நடைப் பயண தூரத்தில், ஜானேவும் சலோமும் புதியதொரு கிராமத்தை உருவாக்கியிருந்தார்களாம். அடுத்த இரண்டாவது பிறை நாளில் நடைபெறவிருந்த திறப்பு விழாக் கொண்டாட்டங்களில் கலந்து கொள்ள அவர்களுடைய தம்பி ஓமோரோவுக்கு அழைப்பு விடுக்கப்பட்டது.

முரசுப்பேச்சு நின்றது. லேமின் தனது கேள்விகளைத் தொடுக்கத் தொடங்கினான். “அவர்கள் தான் நம்முடைய பெரியப்பாக்களா? அந்த இடம் எங்கே இருக்கிறது? அப்பா அங்கே செல்வாரா?” தம்பியின் வார்த்தைகளை அவன் கேட்டதாகத் தெரியவில்லை. கிராமத் தெருக்களினூடே புகுந்து ஓடி கிராமக் கலைஞருடைய குடிசையை அடைந்தான். கிராமத்தின் ஏனைய மக்களும் அங்கே திரண்டிருந்தனர். பிறகு, ஓமோரோ வயிறு பெருத்திருந்த தனது மனைவியுடன் சென்று சேர்ந்தார். அவரும் கிராமக் கலைஞரும் பேசிக் கொண்டிருந்ததை அனைவரும் கவனித்துக் கொண்டிருந்தனர். ஓமோரோ அவருக்குப் பரிசளித்தார். நெருப்பு மூட்டப்பட்டிருந்தது. அதனருகில் செய்தி அறிவிக்கும் முரசு கிடந்தது. அதனுடைய ஆட்டுத் தோல் பகுதியை மிதமிஞ்சிய விரைப்பு அடையும் வரை நெருப்பில் வாட்டினார். அனைவரும் வேடிக்கைப் பார்த்துக் கொண்டிருக்க கலைஞருடைய கரங்கள் முரசு வழியாகப் பேசின. “இன்ஷா அல்லா! அடுத்த இரண்டாவது பிறைக்கு முன்பாக ஓமோரோ புதிய கிராமத்தில் இருப்பார்” அடுத்த சில நாட்கள் ஓமோரோ சென்ற இடங்களிலெல்லாம், கின்டே குலமரபு தோற்றுவித்ததாக வரலாற்றில் இடம்பெறப் போகிற புதிய கிராமத்தை வாழ்த்தியும் ஓமோரோவைப் பாராட்டியும் கிராம மக்கள் அனைவரும் புகழ்ந்தனர்.

ஓமோரோ புறப்படுவதற்குச் சில நாட்களுக்கு முன்பிலிருந்து நினைத்துப் பார்க்க முடியாத மிகப் பெரிய எண்ணம் குண்டாவின் மனத்தை ஆட்கொண்டது. ‘பயணத்தின் போது என்னையும் உடன் அழைத்துச் செல்வதற்குச் சற்றேனும் வாய்ப்பிருக்கிறதா?’ குண்டாவால் வேறு எதைப் பற்றியும் சிந்திக்க முடியவில்லை. வழக்கத்திற்கு மாறான அவனுடைய இறுக்கத்தைக் கண்டு கொண்ட அவனுடைய சக மேய்ப்பர்கள், சிடாஃபா உட்பட, அவனைத் தனியே விட்டு விட்டனர். பெரிதும் சீராட்டி வந்த தன்னுடைய தம்பியிடம் எரிந்து விழுந்தான். வேதனையுடன் குழப்பமடைந்த லேமின் கூட ஒதுங்கிக் கொண்டான். குண்டாவிற்கே அவனுடைய நடவடிக்கைகள் பிடிக்கவில்லை.ஆனாலும், அவனால் எதுவும் செய்ய முடியவில்லை.

கொடுத்து வைத்த பயல்கள் சிலர் தம்முடைய தந்தையுடனோ, சித்தப்பாவுடனோ, பெரியவனாகிவிட்ட அண்ணனுடனோ பயணம் சென்றதைப் பற்றி அவன்

அறிந்திருந்தான். ஆனால், அவர்கள் அவனைப் போல எட்டு வயது மட்டுமே நிரம்பிய பொடியன்களல்ல என்பதையும் அறிந்திருந்தான். அவர்களுடைய மூதாதையர் வகுத்த சட்டத்தில் தந்தையற்ற பொடியன்களுக்கு விதிவிலக்காகச் சில சலுகைகள் வழங்கப்பட்டிருந்தன. தந்தையற்ற பொடியன்கள் பெரியவர்களுடன் அவர்கள் செல்லுமிடங்களுக்கெல்லாம், பல மாத பயணம் என்ற போதிலும் செல்லலாம். அதற்குச் சில நிபந்தனைகள் உண்டு. அவர்களுடன் நடந்து செல்லுமளவுக்கு அவனுக்கு வலுவிருக்க வேண்டும். சொன்ன பேச்சைக் கேட்டு நடந்து கொள்ள வேண்டும். எதற்கெடுத்தாலும் புகார் செய்பவனாக இருக்கக் கூடாது. பேசும்படி பணித்தாலொழிய குறுக்கே பேசக் கூடாது.

தன்னுடைய எண்ணத்தை யாரும், குறிப்பாக அம்மா, தெரிந்து கொள்ளக் கூடாது என்பதில் கவனமாக இருந்தான். மறுப்புத் தெரிவிப்பதுடன் அந்தப் பேச்சையே மீண்டும் எழுப்பக் கூடாது எனத் தடை விதித்து விடுவாள். உடன் செல்வதில் தனக்கிருந்த அளவில்லாத ஆவலை அப்பா அறிந்து கொள்ள இயலாமலே போய்விடக் கூடும். ஆகவே, தனியாகச் சந்திக்க நேர்ந்த போது அப்பாவிடமே கேட்டுவிடலாம் என்று வாய்ப்பினை எதிர்நோக்கியிருந்தான்.

ஓமோரோ புறப்படுவதற்குச் சரியாக மூன்று நாட்கள் இருந்தன. அப்பாவுடன் பயணிக்கும் நம்பிக்கையை குண்டா கிட்டத்தட்ட இழந்து விட்டான். காலைக் கஞ்சியைக் குடித்த பிறகு ஆட்டு மந்தையை ஓட்டிக் கொண்டு புல்வெளிக்குப் புறப்பட ஆயத்தமாகிக் கொண்டிருந்த போது ஓமோரோ பின்டாவின் குடிசையைவிட்டு வெளியேறியதைக் கண்டான். உடனே ஆடுகளை முன்னும் பின்னும் நகரவிடாதபடி கட்டுப்படுத்தியவாறு, பின்டா காண முடியாத திசையில் ஓமோரோ சற்று தூரம் செல்லும் வரை கவனித்துக் கொண்டிருந்தான். பிறகு, அது தான் சரியான வாய்ப்பென்று, ஆடுகளைத் தனியே விட்டு விட்டு, ஒரே ஓட்டமாகப் பாய்ந்து சென்று மூச்சிரைக்க அப்பாவிடம் நின்றான். திகைத்து நின்ற ஓமோரோ அவனுடைய மன்றாடிய முகத்தைப் பார்த்தார். மென்று விழுங்கிய குண்டா தான் சொல்ல நினைத்த வார்த்தைகள் ஒன்று கூட நினைவுக்குத் தட்டுப்படாமல் தவித்தான்.

நீண்ட நேரம் மகனையே பார்த்துக் கொண்டிருந்த ஓமோரோ, “இப்போத்தான் உன் அம்மாவிடம் சொல்லிவிட்டு வருகிறேன்” என்றார். உடனே புறப்பட்டு விட்டார்.

அவர் சொன்ன வார்த்தைகளின் பொருளை உணர்ந்து கொள்வதற்கு சில நொடிகளானது. “ஐய்ய்...” கத்திவிட்டான். கூச்சலிட்டதைக் கூட அவன் உணரவில்லை. குப்புற விழுந்து தத்தித் தாவி ஆடுகளைச் சென்றடைந்தான். ஒரே குதூகலம்! புல்வெளியை நோக்கி ஆடுகள் நான்கு கால் பாய்ச்சலில் பறந்தன.

ஒருவழியாகத் தன்னைச் சுதாரித்துக் கொண்டு, நடந்தவற்றைத் தன்னுடைய தோழர்களிடம் கூறினான். சொரத்தின்றிக் கேட்டுக் கொண்டிருந்த நண்பர்கள் பொறாமையால் எதுவும் பேசாமல் நகர்ந்தனர். ஆனால், பகல் பொழுது நெருங்கிய போது, தமது நண்பனுக்குக் கிடைத்த அற்புதமான நல்வாய்ப்பு

ஏற்படுத்திய உளக்கிளர்ச்சியைப் பங்கிட்டுக் கொள்ள முனைந்தனர். அதற்குள், முரசுச் செய்தியைக் கேட்டதிலிருந்து தனது தந்தை தன்னைப் பற்றிய சிந்தனையிலேயே ஆழ்ந்திருந்தார் என்கிற எண்ணம் அவனை ஆட்கொண்டதால் அமைதியாகிவிட்டான்.

மாலையில் மிகுந்த மகிழ்ச்சியுடன் ஆடுகளை ஓட்டிக் கொண்டு திரும்பியவன் அவற்றைப் பட்டியில் அடைத்து விட்டு நேரே பின்டாவின் குடிசைக்குச் சென்றான். அவனைக் கண்டவுடன் அவனுடைய கைகளை இறுகப் பற்றியபடி ஓங்கி அறைந்தாள். வெளவெளத்துப் போன குண்டாவிற்குத் தன் தாயிடம் அடித்ததற்கான காரணத்தை வினவக் கூடத் துணிவில்லை. அத்துடன், ஒமோரோவிடம் அவள் நடந்து கொண்ட விதம் குண்டாவிற்கு மிகுந்த அதிர்ச்சி அளித்தது. லேமினுக்குக் கூட நன்றாகத் தெரியும்! கணவன் முன்பு மனைவி இரைந்து பேசி எதிர்ப்புத் தெரிவிப்பது மாண்டிங்கர் இனத்தில் வழக்கமில்லை. கேட்கக் கூடிய தூரத்தில் ஒமோரோ நின்றிருந்தது தெரிந்தும் பெருங்கூச்சலாகக் கத்தினாள். பக்கத்திலுள்ள பல கிராமங்களிலிருந்து புதிது புதிதாக ஆட்கள் காணாமல் போய் விட்டதாக அடிக்கடி முரசு ஒலித்து அறிவித்துக் கொண்டிருந்த வேளையில் குண்டாவை அழைத்துக் கொண்டு காட்டு வழியில் நெடுந்தூரம் பயணம் செல்லத் துணிந்த செயல் அவளுக்குப் பிடிக்கவில்லை. தானியத்தை உரலில் போட்டு உலக்கையால் அவள் இடித்த ஒலி அவளுடைய உணர்வுகளை எதிரொலித்தது.

அடுத்த நாள் குண்டா, மீண்டும் அம்மா தன்னை அடித்துவிடுவாளோ என்கிற அச்சத்தால், குடிசையை விட்டு வெளியே அவசரமாகக் கிளம்பிக் கொண்டிருந்த வேளையில், பின்டா லேமினை இழுத்து அணைத்துப் பாச முத்தம் பொழிந்தாள். அவன் குழந்தையாக இருந்த போது கூட அத்தனை முத்தங்கள் கிடைத்திருக்க மாட்டா. லேமின் குண்டாவைப் பார்த்தபடி நெளிந்தான். ஆனால் இருவராலும் எதுவும் செய்ய இயலாது.

தனது தாயினுடைய குடிசையை விட்டு குண்டா வெளியே சென்ற போது, எதிர்ப்பட்ட பெரியவர்கள் ஒவ்வொருவரும் ஜுஃப்யூர் கிராமத்திலேயே மிகச் சிறுவயதில் பெரியவர்களுடன் நீண்ட தூரப் பயணம் செய்யும் நல்வாய்ப்புப் பெற்றவன் என்கிற முறையில் வாழ்த்துக்களைத் தெரிவித்தனர். அவன் பணிவுடன் நன்றி தெரிவித்தான். அதில் அவனுடைய குடும்பப் பயிற்சியின் பாங்கு தொனித்தது. ஆனால், பெரியவர்களின் பார்வை படும் தூரத்திற்கு அப்பால் சென்றவுடன், தனது தலையில் வழக்கத்தைக் காட்டிலும் கூடுதலான சுமையைச் சுமந்து சென்றிருந்ததைத் தனது நண்பர்களுக்குக் காட்டும் விதமாகப் பின்னங்கால்களால் உந்திக் குதிக்கத் தொடங்கினான். அப்படியொரு சுமையுடன் தனது தந்தையுடன் பயணம் செய்யவிருந்ததை நண்பர்களுக்குக் காட்ட வேண்டாமா? அவன் இரண்டு எட்டு எடுத்து வைக்கும் முன் மூன்று முறை சுமை தலையிலிருந்து நழுவி கீழே விழுந்தது.

மேய்ச்சலிலிருந்து திரும்பிக் கொண்டிருந்த வேளையில் அடுத்த நாள் பயணத்திற்கு முன் அவன் கிராமத்தில் செய்யவிருந்த செயல்களை அசைபோட்டான்.

அவற்றுள் முகாமையாக நியோ பாட்டி குடிசைக்குச் செல்ல வேண்டும் என்கிற எண்ணம் வலுவடைந்தது. ஆடுகளைப் பட்டியில் ஒப்படைத்த பிறகு, பின்டாவின் குடிசையிலிருந்து இயன்ற அளவு விரைவாக வெளியேறி, நியோ போட்டோ பாட்டியின் குடிசை முன்பு அமர்ந்தான். சற்று நேரத்தில் பாட்டி வெளிப்பட்டாள். “உன்னை எதிர்பார்த்துக் கொண்டு தான் இருந்தேன்!” என்றவாறு அவனை உள்ளே அழைத்தாள். வழக்கமாக, குண்டா பாட்டியினுடைய குடிசைக்குத் தனியாகச் சென்ற போதெல்லாம், இருவரும் சற்று நேரம் அமைதியாக உட்கார்ந்திருப்பர். அத்தகைய உணர்வினை குண்டா எப்போதும் விரும்பினான்; எதிர்பார்த்தான். குண்டா ரொம்பப் பொடியன்; பாட்டி மிகவும் வயதான மூதாட்டி. ஆனாலும், இருவருக்குமிடையே நெருக்கமான பிணைப்பு நிலவியது. குடிசையின் மங்கிய ஒளியில் ஒருவரை ஒருவர் பார்த்துக் கொண்டு அமைதியாக அமர்ந்திருப்பதில் தனி ஆனந்தம்!

ஒருவழியாக பாட்டி பேசினாள், “உனக்காக ஒன்று வைத்திருக்கிறேன்!” தனது படுக்கைக்கு அருகில் சுவற்றிலிருந்து தொங்கிய பதனிடப்பட்ட மாட்டுத் தோல் பையிலிருந்து புயத்தைச் சுற்றிக் கட்டிக் கொள்ளக் கூடிய மந்திரிக்கப்பட்ட கறுப்புத் தாயத்து ஒன்றை வெளியிலெடுத்தாள். “இந்த தாயத்தை உன்னுடைய பாட்டனார் உனது தந்தை ஒமோரோ ஆம்பிளைகளுக்கான பயிற்சிக்குச் சென்ற போது மந்திரித்துக் கொடுத்தது. ஒமோரோவின் முதன் மகனுடைய பயற்சியின் போது கொடுப்பதற்காகப் பாதுகாக்கப்பட்டது. உனக்கு அது கொடுத்துவைத்துள்ளது. நீ பயிற்சிக்குச் செல்லும் போது உனக்குக் கொடுக்கும்படி கூறி உனது பாட்டி என்னிடம் ஒப்படைத்திருந்தாள். உனது தந்தையுடன் நீ செல்கின்ற பயணம் தான் உன்னைப் பொறுத்தவரை பயிற்சியாக அமையப் போகிறது.” பாசமிகு பாட்டியை குண்டா அன்பொழுகப் பார்த்துக் கொண்டிருந்தான். எவ்வளவு தூரம் சென்ற போதிலும், அவன் செல்லக்கூடிய இடங்களிலெல்லாம் பாட்டியும் தன்னுடன் இருந்ததாக அந்தத் தாயத்து உணர்த்தப் போவதை அவனால் வார்த்தைகளால் வெளிப்படுத்த முடியவில்லை.

அடுத்த நாள் காலையில்,மசூதியில் தொழுகையை முடித்து விட்டுத் திரும்பியதிலிருந்து, அவனுடைய தலைச்சுமையை பின்டா சரிசெய்து முடிக்கும் வரை குண்டா பொறுமையாக நின்று கொண்டிருந்தான். முந்தைய இரவு முழுக்க பயணத்தைப் பற்றிய உணர்வெழுச்சிகளில் திளைத்திருந்ததால் உறக்கம் பிடிக்காமல் விழித்தபடி படுத்திருந்தான். அருகில் அம்மாவின் தேம்பல் கேட்டது. திடீரென அவள் குண்டாவை இறுக்கி அணைத்தாள். அவளுடைய உடல் நடுங்கியதை அவனால் உணர முடிந்தது. தன்மீது தாய் கொண்டிருந்த உண்மையான பாசத்தின் ஆழத்தை அவனுடைய வாழ்நாளில் முன்னெப்பொழுதைக் காட்டிலும் அந்தத் தருணத்தில் அவனால் முழுமையாக உணர முடிந்தது.

குண்டாவும் அவனுடைய தந்தையும் தற்பொழுது செய்ததை, ஏற்கனவே அவன் தன்னுடைய நண்பன் சிடாஃபாவுடன் சேர்ந்து பலமுறை பயிற்சி எடுத்திருந்தான். முதலில் ஒமோரோவும் அடுத்து குண்டாவும் குடிசையின் வாசலிலிருந்து வெளியே தெருப்புழுதியில் இரண்டு எட்டு எடுத்து வைத்துத் திரும்பி கீழே குனிந்து

தமது முதல் பாதச் சுவட்டிலிருந்து புழுதியை வழித்து எடுத்துத் தம்முடைய வேட்டைப்பையில் பாதுகாத்தனர். அதன் மூலம் அந்த மண்ணை மீண்டும் மிதிப்பதற்காகத் திரும்புவர் என்பது உறுதிப்படுத்தப்பட்டது.

பின்டா குடிசையின் வாயிற் கம்பத்தை ஒருகையால் பிடித்தபடி, லேமினை மறு கையால் தனது பருத்த வயிற்றுடன் அணைத்துக் கொண்டு, ஓமோரோவும் குண்டாவும் நடந்து சென்றதைக் கவனித்துக் கொண்டிருந்தாள். கடைசியாகத் திரும்பிப் பார்த்துவிட குண்டா துடித்தான். ஆனால், தந்தை அவ்வாறு செய்யவில்லை என்று கண்டு கொண்டவன், உணர்ச்சிகளை வெளிப்படுத்துவது ஆம்பிளைகளுக்கு அழகல்ல என்பதை நினைவிற் கொண்டான்; உடனே கண்கள் முன்நோக்கிப் பார்வையைச் செலுத்தின; கால்கள் பீடுநடை போட்டன. கிராமத்தினூடே அவர்கள் நடந்து சென்ற போது எதிர்ப்பட்டோரெல்லாம் அவர்களுக்கு வாழ்த்துத் தெரிவித்தனர். தனது வயதை ஒத்த நண்பர்களைப் பார்த்து குண்டா கையசைத்தான். நண்பனை வழியனுப்புவதற்காக அவர்கள் ஆடு மேய்க்கச் செல்வதைக் கூடத் தள்ளிப் போட்டுவிட்டனர். அவர்கள் அவனை வாழ்த்திப் பேசிய போதிலும் பதிலுக்கு அவனால் பேச முடியாது என்பதை அவர்கள் புரிந்து கொள்வார்கள் என்பது அவனுக்குத் தெரியும். ஏனெனில், பேசக் கூடாது என்பது மரபு. பயணியர் மரத்தை அடைந்தவுடன் நின்றனர். மரத்தின் தாழ்வான கிளைகளில் ஏற்கனவே நூற்றுக்கணக்கான துண்டுத் துணிகள் கட்டிவிடப்பட்டு பருவ மாற்றங்களால் நிறம் மங்கிக் கிழிந்து தொங்கிக் கொண்டிருந்தன. அவ்வழியே சென்ற பயணிகள் தமது பயணம் பாதுகாப்புடன் நிறைவேறி தாயகக் கிராமம் திரும்ப ஆசியருள வேண்டுமெனத் தொழுது பிணைக்கப்பட்டவை. ஓமோரோவும் இரண்டு துணிப்பட்டைகளைக் கட்டிவிட்டுத் தொழுது கொண்டார்.

நடந்தவற்றை உண்மையென குண்டாவால் நம்ப முடியவில்லை. தன்னுடைய வாழ்நாளிலேயே முதன்முறையாகத் தாயின் குடிசைக்கு வெளியே இரவு நேரத்தைக் கழிக்கப் போகிறான்! ஜுஃப்யூர் கிராமத்தின் நுழைவாயிலுக்கு அப்பால், வழிதவறியோடிய அவனுடைய ஆடு ஒன்றைக் காட்டிலும் கூடுதல் தொலைவு முதன்முறையாகப் பயணிக்கப் போகிறான்!! அவ்வாறு பலவும் அவனுடைய வாழ்க்கையில் முதன்முறையாக நேரப் போகின்றன!!! அத்தகைய சிந்தனையில் குண்டா மூழ்கியிருந்த போது, ஒரு வார்த்தையும் பேசாமலும் பின்னோக்கிப் பார்க்காமலும் ஓமோரோ திரும்பி காட்டிற்குள் சென்ற ஒற்றையடிப் பாதையில் மிக வேகமாக நடையைக் கட்டினார். தலைச்சுமை கிட்டத்தட்ட கீழே விழுந்துவிடும் போலிருந்தது. அப்பாவைப் பின்பற்றி குண்டா விரைந்தோடினான்.

18

அப்பாவுக்குப் பின்னால் இரண்டு தப்படி தொலைவில் தொடர்ந்து செல்வதற்கு குண்டாவைப் பொறுத்தவரை ரொம்பவே கடினமாக இருந்தது. அப்பாவுடைய நீண்ட, சீரான ஒரு எட்டுக்கு அவன் தன்னுடைய சிறிய பாதங்களால் வேகமாக இரண்டு எட்டுகள் வைக்க வேண்டியிருந்தது. அரை மணி நேரத்திற்குப் பிறகு, அவனுடைய பாதங்களைப் போலவே அவனுடைய உத்வேகமும் குறையத் தொடங்கியது. தலைச் சுமை மேலும் மேலும் பளுவடைந்து விட்டதைப் போல உணர்ந்தான். படுபயங்கரமான எண்ணம் உதித்தது; ஒருவேளை, அப்பாவுடைய வேகத்திற்கு ஈடு கொடுக்க முடியாத அளவுக்குக் களைப்படைந்து விட்டால்? உடனே, தன்னைத் தானே மிகக் கடுமையாகக் கடிந்து கொண்டான். அப்படி ஏதாவது நேருவதற்குள் வழியிலேயே சுருண்டு விழுந்துவிட வேண்டியது தான்!

காட்டுப் பகுதியை அவர்கள் கடந்து சென்ற போது, ஆங்காங்கே, காட்டுப் பன்றிகள் புதர்களுக்குள் ஓடி ஒளிந்தன; தேன்சிட்டுக்கள் வானில் விர்ர்ரிட்டன; முயல்கள் ஒளிவிடங்களைத் தேடி ஓடின. ஓமோரோவுக்கு ஈடுகொடுத்து நடப்பதில் உறுதி பூண்டிருந்த குண்டா யானையே கடந்து சென்றிருந்தாலும் கவனித்திருக்க

மாட்டான். குண்டாவின் முழங்கால்களுக்குக் கீழே கண்டைச்சதைகள் சற்றே வலியெடுக்கத் தொடங்கின. தலை, முகமெல்லாம் வேர்த்துக் கொட்டியது. தலைச்சுமை அந்தப் பக்கமும் இந்தப் பக்கமுமாக நழுவிக் கொண்டே இருந்தது. தன்னுடைய இரு கரங்களையும் மேலே உயர்த்தி சமனப்படுத்திக் கொண்டே நடந்தான்.

சற்று நேரத்திற்குப் பின்னர், எதிரே ஏதோவொரு சிறிய கிராமத்தின் பயணியர் மரத்தை நெருங்கிக் கொண்டிருந்ததைக் கண்டான். அது எந்தக் கிராமமாக இருக்கும்? அதன் பெயரை அப்பா சொன்னால் தெரிந்து கொள்ளலாம்! ஆனால், அவரோ, ஜுஃப்யூரை விட்டுப் புறப்பட்டதிலிருந்து பேசவும் இல்லை; திரும்பிப் பார்க்கவும் இல்லை! சில நிமிடங்கள் கழித்து, தங்களை நோக்கிச் சில அம்மணப் பயல்கள் ஓடி வந்ததைக் கண்டான். தன்னுடைய கிராமப் பயணியர் மரத்தருகே அவனும் அவ்வாறு செய்தானல்லவா? அவர்களை வரவேற்பதைப் போல, கையசைத்துக் கூச்சலிட்டனர். பெரிய ஆளுடன் ஒரு பொடியன் பயணம் செய்ததைக் கண்ட அவர்களுடைய கண்கள் அகல விரிந்தன.

குண்டாவின் இருபுறமும் முண்டியடித்துக் கொண்டு கூடவே நடந்தவர்கள், பேச்சுக் கொடுத்தனர். "எங்கே போகிறாய்? அவரு ஒங்கப்பாவா? மாண்டிங்கர் இனமா? உன்னுடைய கிராமம் எது?'' களைப்படைந்திருந்த குண்டா தகப்பனாரைப் போலவே அவர்களுடைய கேள்விகளைப் புறக்கணித்தான். முதிர்ச்சியும் முக்கியத்துவமும் அடைந்துவிட்டானல்லவா?

ஒவ்வொரு பயணியர் மரத்திற்கு அருகிலும் ஒற்றையடிப் பாதை பிளவுண்டது. ஒன்று கிராமத்திற்குள் இட்டுச் சென்றது. மற்றொன்று கிராமத்தைக் கடந்து நீண்டது. அந்தக் கிராமத்தில் பணி எதுவும் இல்லாதவர்கள் தொடர்ந்து செல்ல ஏதுவாக இருந்தது. ஓமோரோவும் குண்டாவும் கிராமத்தைக் கடந்து சென்ற பாதையில் தமது பயணத்தைத் தொடர்ந்தனர். குழந்தைகள் ஏமாற்றத்துடன் பார்த்துக் கொண்டிருந்தனர். ஆல மரத்தடியில் அமர்ந்திருந்த பெரியவர்கள் சொரத்தின்றி நோட்டமிட்டனர். மாண்டிங்க இன மூதாதையரைப் போற்றி கதைப்பாடல்களைப் பாடுவோரைத் தான் வற்புறுத்திக் கேட்டுக் கொள்வர். குண்டாவும் அதுபோன்றோருடைய நிகழ்ச்சிகளை ஆர்வத்துடன் கேட்டிருந்தான். தனது பெரியப்பாக்களின் புதிய கிராமத்தினைப் போற்றிப் பாடுவதற்கும் இசைக்கலைஞர்கள் பலர் சென்றிருப்பர் என்று குண்டா நினைத்துக் கொண்டான்.

நெற்றி வழியே வழிந்த வியர்வை கண்களுக்குள் இறங்கியது. எரிச்சல் தாளாமல் கண்களைச் சிமிட்டினான். அவர்கள் பயணத்தைத் தொடங்கியதிலிருந்து சூரியன் தனது வானப்பாதையில் பாதி தூரம் மட்டுமே பயணித்திருந்தது. ஆனால், அவனுடைய கால்கள் கடுமையாக வலியெடுத்தன. பயணத்தைத் தொடர முடியுமா என்கிற அச்சவுணர்வு ஏற்படும் அளவிற்கு தலைச்சுமை கனத்தது. மனக்குழப்பம் உச்சத்தை அடைந்து கொண்டிருந்த நேரத்தில் அவனுடைய தகப்பனார் திடீரென நின்றார். பாதையருகில் தெள்ளிய குளக்கரையில் தலைச்சுமையை இறக்கித் தரையில் வைத்தார். தள்ளாடிய கால்களை கட்டுப்படுத்திக் கொள்ளும் முயற்சியில்

குண்டா ஒருகணம் நின்றான். தலைச்சுமையை கீழே இறக்குவதற்காக கைகளை உயர்த்தினான். விரல்களின் பிடி நழுவியதால் தொப்பென்று விழுந்தது. தலைச்சுமை விழுந்த சத்தம் அப்பாவிற்குக் கேட்டிருக்கும் என்றெண்ணி பீதியடைந்தான். ஆனால், ஓமோரோ, மகன் இருந்ததைக் கண்டு கொண்டதாகவே தெரியவில்லை; மண்டியிட்டு ஊற்று நீரைப் பருகிக் கொண்டிருந்தார்.

குண்டாவிற்குத் தனது தாகத்தை உணர்ந்து கொள்ளக் கூடச் சக்தியில்லை; மெல்ல நொண்டியபடி குளக்கரையின் விளிம்பினை அடைந்தான். நீர் குடிப்பதற்காக மண்டியிட முயன்றான்; அவனுடைய கால்கள் ஒத்துழைக்க மறுத்தன. மீண்டும் முயன்றும் பயனின்றிப் போனதால், குப்புற விழுந்து முழங்கைகளை ஊன்றித் தவழ்ந்து சென்று, ஒருவழியாக நீர்ப்பரப்பின் மீது வாயை வைத்தான்.

"கொஞ்சமாகக் குடி!", ஜுஃப்யூரிலிருந்து புறப்பட்டதிலிருந்து முதன்முறையாக அப்பா பேசியதைக் கேட்ட குண்டா அதிர்ந்தான். "கொஞ்சமாக விழுங்கிவிட்டு, சற்று பொறுத்து, மீண்டும் கொஞ்சம் குடி!" ஏதோ காரணத்திற்காக அப்பா மீது அவனுக்குக் கோபம் வந்தது. 'சரிப்பா!' என்று சொல்ல முயன்றான். சத்தம் வெளிவரவில்லை. குளிர்ந்த நீரில் சிறிதளவு குடித்து விட்டு, பொறுத்திருந்த போது, அப்படியே மயங்கி விழுந்துவிடத் தோன்றியது. மேலும் சிறிதளவு நீரைக் குடித்துவிட்டு, நிமிர்ந்து உட்கார்ந்து குளத்தருகிலேயே சற்று நேரம் ஓய்வாக இருந்தான். ஆம்பிளைகளுக்கான பயிற்சி கூட அப்படித்தான் இருக்கும் போல என்று எண்ணமிட்டான். நிமிர்ந்து உட்கார்ந்தவாறே உறங்கிவிட்டான்.

எவ்வளவு நேரம் தூங்கினானோ தெரியவில்லை. பரபரப்பாக விழித்துப் பார்த்த போது ஓமோரோவை எங்குமே காணவில்லை. துள்ளியெழுந்தவன், பெரிய தலைச்சுமையை அருகிலிருந்த ஒரு மரத்தடியில் பார்த்தான். ஆகவே, அப்பா ரொம்பத் தூரத்தில் இல்லை. சுற்றுமுற்றும் நோட்டமிட்ட போது அவனுடைய கால்கள் வீங்கியிருந்தது தெரிந்தது. உடலைக் குலுக்கி நீட்டி நெட்டுவிட்டான். தசை நார்கள் வலித்தன. ஆனால், சற்றே தெம்பாக இருந்தது. மண்டியிட்டு மேலும் சில மிடறு நீர் குடித்தான். குளத்தின் நீர்ப்பரப்பில் அவனுடைய முகம் தெரிந்தது. அகன்ற விழிகளுடனும் பருத்த வாயுடனும் ஒடுங்கிய கறுத்த முகம்! தன்னைப் பார்த்து குண்டா தானாக சிரித்தான். பிறகு, பற்கள் அனைத்தும் தெரியும்படி இழித்தான். பலத்த சிரிப்பை அவனால் அடக்க முடியவில்லை. மேலே பார்த்தபோது அப்பா அருகில் நின்றிருந்தது தெரிந்தது. உடல் நெளிய எழுந்தான். ஆனால், அவருடைய கவனம் வேறு ஏதோ ஒன்றில் பதிந்திருந்தது போல தோன்றியது.

மரங்களின் நிழலில், தலைக்கு மேலே, மந்திகள் உரத்த ஒலியுடன் தாவிக் கொண்டிருக்க, கிளிகள் கிரீச்சிட்டுக் கொண்டிருக்க, யாருமே ஒரு வார்த்தையும் பேசாமல், தலைச்சுமையுடன் கொண்டு வந்திருந்த உணவில் சிறிதளவை, அவன் உறங்கிக் கொண்டிருந்த போது ஓமோரோ வில்லம்புகளால் வீழ்த்தி நெருப்பில் சுட்டுத் தயாரித்த கொழுத்த காட்டுப் புறாக்களின் இறைச்சிச் சுவையுடன் உட்கொண்டனர். சாப்பிட்டுக் கொண்டிருந்த போதே, குண்டா எண்ணமிட்டான். முதன்முறையாக, தன்னுடைய அப்பாவிடம் தனக்கும் சிறு விலங்குகளையும்

பறவைகளையும் வீழ்த்தி நெருப்பில் வாட்டி உணவு தயாரிக்கத் தெரியும் என்பதைக் காட்டிக் கொள்ள வாய்ப்புக் கிடைக்கப் போகிறது! புல்வெளியில் தனது தோழர்களுடன் அதுபோன்ற ஆட்டங்களில் திளைத்திருந்தானல்லவா?

சாப்பிட்டு முடித்த போது வான்பாதையில் சூரியன் தனது பயண தூரத்தில் முக்கால் பங்கு முடித்திருந்தான். ஆக, வெப்பம் தணிந்திருந்தது. தலைச்சுமைகள் தலையிலேற்றப்பட்டு சமநிலைப்படுத்தப்பட்டன. மீண்டும் காட்டுப் பாதையில் அவர்களுடைய பயணம் தொடங்கியது.

நீண்ட தூரம் நடந்த பிறகு ஓமோரோ சொன்னார், "பரங்கியர் தமது கலன்களை கொண்டு செல்லும் இடம் இங்கிருந்து ஒரு நாள் நடைப்பயண தூரத்தில் உள்ளது. தற்பொழுது பகல் நேரம் என்பதால் நம்மால் பார்க்க முடியும். இருந்தாலும், புதர்களையும் உயரமான மறைவிடங்களையும் தவிர்க்க வேண்டும். அங்கே அவர்கள் ஒளிந்திருக்கக் கூடும்!" ஓமோரோவின் விரல்கள் வாளின் உறையையும் வில் அம்புகளையும் தடவின. "இன்றிரவு ஏதேனுமொரு கிராமத்தில் உறங்க வேண்டும்"

அப்பாவுடன் இருந்ததால் பயப்படத் தேவையில்லை. ஆனாலும், வாழ்க்கை முழுவதும் காணாமற் போனவர்களைப் பற்றியும் கவர்ந்து செல்லப்பட்டவர்களைப் பற்றியும் மற்றவர்கள் மூலமாகவும் முரசுச் செய்திகள் மூலமாகவும் கேட்டு வளர்ந்து விட்டபடியால், அவனை அறியாமலே அவனுடைய உடலெங்கும் பய உணர்வு மின்னல் கீற்றுப் போல ஓடிப்பரவியது. சற்றே விரைவாக நடந்து கொண்டிருந்த பொழுது, வழித்தடத்தில் கழுதைப்புலியின் சாணம் தென்பட்டது. முல்லைப் பூ போன்ற வெள்ளை நிறம்! ஏனென்றால் கழுதைப்புலிகளின் தாடைகள் எலும்புகளை மென்று நொறுக்கித் தின்றுவிடும் அளவிற்கு வலுவானவை. பாதையின் அருகில் கூட்டமாக மேய்ந்து கொண்டிருந்த மான்கள் மனிதர்கள் நெருங்கியதைக் கண்டு சற்றே நிறுத்தி அவர்கள் கடந்து சென்றதைக் கவனித்தவாறு சிலைகளாக நின்றிருந்தன.

சிறிது நேரம் கழித்து ஓமோரோ கத்தினார், "யானைக் கூட்டம்!" குண்டா சுற்றிலும் மிதிபட்ட புதர்களைக் கண்டான். இளம் மரங்கள் நார் நாராகக் கிழிக்கப்பட்டிருந்தன. உயரமான மரங்களின் உச்சியில் இருந்த தளிர்களைச் சுவைப்பதற்காக தும்பிக்கைகளைக் கொண்டு வளைத்ததில் பெரிய மரங்களின் வேர்கள் பாதி வெளிப்பட்டன. கிராமங்களுக்கு அண்மையில், மக்கள் கூட்டம் அதிகமிருக்கும் இடங்களில் யானைக் கூட்டம் இரை தேடுவதில்லை என்பதால், குண்டா தனது எட்டு வயது வாழ்நாளில் வெகு தொலைவி லிருந்தபடி, ஒன்றிரண்டு யானைகளை மட்டுமே பார்த்திருந்தான். குண்டா ரொம்பச் சின்னப் பையனாக இருந்த போது, ஒரு சமயம் காட்டுத் தீ பற்றி எரிந்தது. இடியோசை எழுப்பிக் கொண்டு ஆயிரக்கணக்கான விலங்குகள் பயந்தோடின. அவற்றிடையே அவன் யானைகளையும் தொலைவிலிருந்து பார்த்தான். அல்லாவின் கருணையால் மழை பொழிந்து தீ அணைக்கப்பட்டதால், ஜுஃப்யூர் போன்ற பல கிராமங்கள் காப்பாற்றப்பட்டன.

காட்டுப் பாதை வழியாக அவர்கள் முன்னோக்கிச் சென்று கொண்டிருந்த போது, குண்டாவின் மனத்தில் ஒரு செய்தி உருப்பெற்றது. மனிதர்கள் மிதித்து நடந்து சென்றதால் தடம் ஏற்பட்டு பாதை உண்டானது போல, சிலந்திகளும் தாம் சென்ற பாதை நெடுகிலும் மெல்லிய இழைகளை விட்டுச் சென்று பாதை காட்டுகின்றன. மனிதர்களுக்குப் போலவே புழு, பூச்சிகளுக்கும் விலங்குகளுக்கும் கூட அல்லா கருணை காட்டுகிறார் என்பதை உணர்ந்து குண்டா வியந்தான். அப்படிப்பட்ட சிந்தனை அவனுக்கு அதற்கு முன்பு உதித்ததில்லை. அவனுக்கு அப்பொழுது அப்பாவிடம் உடனே அது பற்றிக் கேட்டுவிட வேண்டும் போல தோன்றியது. பூச்சிகளைக் காட்டிலும் மிகச் சிறியவை பற்றியெல்லாம் கேள்விகள் எழுப்பிய லேமின் அதுபற்றி எதுவும் தன்னைக் கேட்காமலிருந்தது மேலும் வியப்பளித்தது. ஜுஃப்பூருக்குத் திரும்பிய பின்னர் தம்பியிடம் பேசுவதற்கு நிறையச் செய்திகள் கிடைத்து விட்டதாக எண்ணினான். அதே போல புல்வெளிகளில் மாதக் கணக்கில் சக மேய்ப்பர்களுடன் கதைப்பதற்கும் ஏராளமான செய்திகள் இருந்தன.

ஒமோரோவுக்கும் குண்டாவிற்கும் அவர்கள் வாழ்ந்த நாட்டிலிருந்து வித்தியாசமானதொரு நாட்டில் பயணித்துக் கொண்டிருந்ததாகப் பட்டது. அவர்கள் அதற்கு முன் கண்டிராத தடித்த புல்வெளிகளில் சூரியன் மறைந்து கொண்டிருந்தான். அவர்களுக்கு மிகவும் பழக்கமான பனை போன்ற மரங்கள் கூட மிகவும் பருத்தும் உயரமாகவும் தென்பட்டன. ஜுஃப்பூர் கிராமத்தைச் சுற்றிலும் கடி வண்டுகளுடன், பிள்ளை மொழி பேசிய கிள்ளைகளும் இன்னிசை பாடிய பறவைகளையும் கண்டிருந்தனர். ஆனால், தற்பொழுது அவர்கள் பயணித்துக் கொண்டிருந்த பகுதியில் அவற்றைக் காண முடியவில்லை. வான உச்சியில் வட்டமிட்டு இரை தேடிக் கொண்டிருந்த பருந்துகளும் செத்து அழுகியவற்றை வேட்டையாடிய வல்லூறுகளும் மட்டுமே கண்களில் தட்டுப்பட்டன.

செந்நிறச் சூரியப் பந்து பூமியைத் தொட்டு விளையாட முற்பட்ட பொழுதில், ஒமோரோவுக்கும் குண்டாவுக்கும் எதிரே உயரத்தில் அடர்ந்த புகைச் சுருள்கள் மேலெழும்பி கிராமமொன்று அண்மையில் இருந்ததை அடையாளம் காட்டின. பயணியர் மரத்தைச் சென்றடைந்த போது, அந்தக் கிராமம் ஏதோ ஒருவிதத்தில் சரியில்லை என்று குண்டாவிற்குக் கூட நன்கு புலனானது. மரத்தின் கிளைகளில் ஒரு சில துணிப்பட்டைகள் மட்டுமே தொங்கிக் கொண்டிருந்தன. இரண்டு செய்திகள் தெளிவாயின. அந்தக் கிராமத்தில் வாழ்ந்த ஒரு சிலரும் ஊரைவிட்டு வெளியே பயணப்பட்டதில்லை. ஏனைய கிராமத்திலிருந்து பயணப்பட்டு அந்த இடத்தை அடைந்தவர்களும் கிராமத்திற்குள் நுழையாமல் கடந்து சென்றுவிட்டனர். அந்தோ! அவர்களை எதிர்கொள்ள குழந்தைகளும் கூட ஆவலுடன் ஓடிவரவில்லை.

கிராமத்தின் ஆலமரத்தைக் கடந்த போது அது ஒரு பகுதி எரிந்து காணப்பட்டது. கண்களில் பட்ட மண்குடிசைகளில் பாதிக்கு மேல் வெறிச்சோடிக் கிடந்தன. முற்றங்களில் குப்பைகள் நிறைந்திருந்தன. முயல்கள் ஓடிப்பிடித்து விளையாடிக் கொண்டிருந்தன. புழுதியில் குளித்தெழுந்த பறவைகள் சிறகுலர்த்திக்

கொண்டிருந்தன. குடிசைகள் வாயில்களில் சாய்ந்திருந்தோரும் படுத்துக் கிடந்தோரும் கிழவர்களாகவும் நோயாளிகளாகவும் இருந்தனர். குழந்தைகள் என்கிற பெயரில் ஒரு சில சிசுக்கள் அழுதுகொண்டிருந்தன. குண்டாவின் வயதை ஒத்தவர்களோ, ஓமோரோ அளவிற்கு இளமையானவர்களோ கூட தட்டுப்படவே இல்லை.

வற்றி வறண்டு சுருக்கங்கள் நிறைந்து வலிமையற்றுப் போன வயசாளிகள் பலர் பயணிகளை வரவேற்றனர். அவர்களுள் மிகவும் வயதான ஒருவர் தன்னுடைய கைத்தடியைத் தட்டியவாறு, பல்லிழந்த கிழவி ஒருத்தியிடம் பயணியருக்கு நீரும் கஞ்சியும் கொண்டு வரும்படி ஆணையிட்டார். அவள் ஓர் அடிமையாக இருக்க வேண்டும். குண்டா நினைத்தான். பின்னர், கிராமத்தில் நடந்ததை விவரிப்பதற்கு வயசாளிகள் ஒருவரை ஒருவர் முந்திக் கொண்டு முற்பட்டனர். ஒருநாள் இரவில் அடிமைகளைக் கவர்ந்து செல்வோர் படையெடுத்து இளைஞர்களையெல்லாம் கொன்றனர் அல்லது இழுத்துச் சென்றனர். முதலில் ஓமோரோவையும் அடுத்து குண்டாவையும் சுட்டிக் காட்டிய கிழவர் ஒருவர் கூறினார், “உன்னுடைய வயது முதல் இவனுடைய வயதுவரை அனைவரையும்... கிழவர்களாகிய எங்களை மட்டும் விட்டு வைத்தனர். நாங்கள் காடுகளுக்குள் சென்று பதுங்கிக் கொண்டோம்”

பயந்து ஓடியவர்கள் திரும்பிச் செல்வதற்குள் கிராமம் பலவாறு சிதிலமடைந்து விட்டது. அவர்களால் சாகுபடி செய்யவும் இயலாது; தவச, தானியங்களும் இல்லை; உடலில் வலிமையுமில்லை. “எங்களுடைய இளைஞர்கள் இல்லாமல் நாங்கள் சாகத் தான் போகிறோம்” அவர்களுள் ஒரு வயசாளி கூறினார். அவர்கள் கூறியவற்றைப் பொறுமையாகக் கேட்டுக் கொண்டிருந்த ஓமோரோ மெதுவாக மென்மையான குரலில் பேசினார். “இங்கிருந்து நான்கு நாள் பயண தூரத்தில் உள்ள என்னுடைய அண்ணன்மாரின் கிராமத்திற்கு வந்து விடுங்கள், பாட்டய்யா! உங்களை நன்கு கவனித்துக் கொள்வார்கள்”

அனைவரும் ஒருசேரத் தலையைக் குலுக்கினர். மிகவும் வயதான அந்தப் பெரியவர் வாய் திறந்தார், “இது எங்களுடைய கிராமம். எந்த ஊர்த் தண்ணீரும் எங்க கிணத்துத் தண்ணியைப் போல இனிக்காது. எங்க ஊர் மரநிழல் போல எந்த ஊரிலும் இதமாக இருக்காது. எங்களுடைய பெண்களின் அடுக்களைகளிலிருந்து பரவும் மணத்திற்கு இணையாக எங்கேயும் கிடைக்காது.”

விருந்தினர்களுக்குத் தனியே குடிசை அளிக்க முடியாததற்கு வருத்தம் தெரிவித்தனர். விண்மீன்களுக்குக் கீழே உறங்குவது தங்களுக்குப் பிடிக்குமென்று ஓமோரோ கூறினார். தலைச்சுமையில் வைத்திருந்த உணவுப் பண்டத்தில் ஓரளவு எடுத்து கிராமத்தாருடன் பகிர்ந்து உண்டனர். இலை தழைகளைப் படுக்கையாக்கிப் படுத்தனர். குண்டா தான் கேட்ட செய்திகளையெல்லாம் அசை போட்டபடி படுத்திருந்தான். ஜுஃப்யூர் கிராமத்தில் அது போல நடந்து, ஓமோரோ, பின்டா, லேமின், அவனும் கூட கொல்லப்படவோ, பிடித்துச் செல்லப்படவோ நேர்ந்திருந்தால்...? ஆலமரம் பாதி எரிந்து கிடக்கவும் முற்றங்களில் குப்பை கூழங்கள் நிறைந்திருக்கவும் நேரிட்டால்...? வேறு ஏதாவது பற்றிய எண்ணத்தை வரவழைத்துக் கொள்ள குண்டா மிகவும் அல்லாடினான்.

பிறகு, இருட்டில், எங்கிருந்தோ கொடிய விலங்கு ஒன்று எளிய காட்டு விலங்கைக் கவ்வியதால் எழுப்பப்பட்ட அவலக் குரல் கேட்டது. மனிதனும் மனிதனைக் கவர்ந்து செல்கிறான். தொலைவில் கழுதைப்புலி ஊளையிட்டது கேட்டது. மழையாயினும், வெயிலாயினும், அறுவடைக் காலமானாலும் பசி, பட்டினிக் காலம் என்ற போதிலும் இரவுதோறும் கழுதைப்புலியின் ஊளைச் சத்தம் கேட்டுக் கொண்டிருந்தது. அன்றிரவு பழக்கப்பட்ட அந்த ஒலி கூட ஆறுதல் அளித்ததாக நினைத்தபடி உறங்கிப் போனான்.

19

பொழுது புலரத் தொடங்கியவுடன் குண்டா விழித்துக் கொண்டான். துள்ளி எழுந்தான். அவனுடைய படுக்கைக்கு அருகே விநோதமானதொரு கிழவி உரத்த, உடைந்த குரலில் இரண்டு மாதங்களுக்கு முன்பு அவனுக்கு அவள் அனுப்பி வைத்த உணவு என்னாயிற்று என்று வினவினாள். குண்டாவிற்குப் பின்னால் நின்றிருந்த ஓமோரோ மெல்லிய குரலில் பேசினார், “என்ன ஆச்சுன்னு தெரியலையே, பாட்டி”

காலைக் கடன்களை முடித்து சாப்பிட்டு விட்டு அந்தக் கிராமத்திற்கு அப்பால் விரைந்து சென்று கொண்டிருந்த போது, குண்டாவிற்கு நினைவில் பட்டது. ஜுஃப்யூர் கிராமத்தில் அலைந்துகொண்டிருந்த கிழவி ஒருத்தி எதிர்ப்பட்டோர் கண்களை உற்றுப் பார்த்து, “நாளை என் மகள் வந்து சேருவாள்” என்று மகிழ்ச்சி பொங்க சொல்லித் திரிந்தாள். அவளுடைய மகள் பல ஆண்டுகளுக்கு முன்பு காணாமல் போனாள் என்பது அனைவருக்கும் தெரியும். அவள் திரும்பி வருவாளா என்பதைச் சோதிக்க வெட்டிய வெள்ளைச் சேவல் பின்புறமாக விழுந்து செத்தது. ஆனாலும், அவள் நிறுத்திக் கேட்ட ஒவ்வொருவரும், “ஆமாம், பாட்டி, நாளைக்கு” என்று பொறுமையாக ஒத்துக் கொண்டனர்.

உச்சிப் பொழுதுக்குச் சற்று முன்பாக அந்த ஒற்றையடிப் பாதையில் தனித்ததோர் உருவம் அவர்களை நோக்கி நெருங்கியதைக் கண்டனர். முந்தைய நாள் கூட இரண்டு மூன்று பயணியர் புன்னகையையும் வாழ்த்துக்களையும் பரிமாறியபடி அவர்களைக் கடந்து சென்றனர். ஆனால், அன்றைக்கு எதிர்ப்பட்ட கிழவர் அவர்களுடன் பேச விரும்பினார் என்பது புலப்பட்டது. அவன் வந்துகொண்டிருந்த திசையைக் காட்டி, "அங்கே ஒரு பரங்கியைக் காண்பீர்கள்!" என்றார். ஓமோரோவுக்குப் பின்னால் நடந்துகொண்டிருந்த குண்டாவுக்கு மூச்சு நின்றுவிட்டது. கிழவர் தொடர்ந்தார், "அவனுடைய சுமைகளைத் தலையில் சுமக்கும் பலர் அவனுடன் இருந்தனர். என்னைப் பார்த்ததும் நிறுத்தி, ஆற்று நீர்வழி தொடங்கும் இடத்தைக் காண உதவும்படி கேட்டான். ஆறு முடியும் இடத்திலிருந்து வெகு தொலைவில் தொடங்குகிறது என்றேன்"

"உங்களுக்குத் தொல்லை தர வில்லையா?"

கிழவர் கூறினார், "என்னிடம் என்னவோ நட்பாகத் தான் நடந்து கொண்டான். ஆனால், எப்போதுமே பூனைக்குத் தான் விளையாடுவதற்கு ஏற்ற எலிக்குட்டியைத் தானே பிடிக்கும்!"

"அதுவென்னவோ உண்மை தான்"

ஆட்களைத் தேடாமல் ஆற்றைத் தேடிய அந்தப் புதுமையான பரங்கியைப் பற்றித் தந்தையிடம் குண்டா வினவ எண்ணினான். ஆனால், கிழவரிடமிருந்து விடை பெற்றுக் கொண்ட ஓமோரோ குண்டா தன்னைத் தொடர்ந்து வருகின்றானா என்பதைக் கூடக் கண்டுகொள்ளாமல் ஒற்றையடிப் பாதை வழியே விரைந்தார். இந்த முறை குண்டாவுக்கு மகிழ்ச்சி தான்! தனது மகன் தலைச்சுமையை இரு கைகளாலும் தாங்கியபடி தனக்கு ஈடு கொடுக்கும் விதமாக வலியையும் பொருட்படுத்தாமல் தொடர்ந்து சென்றதை அவர் பார்த்திருக்கக் கூடும். குண்டாவின் பாதங்களில் குருதி கொட்டத் தொடங்கியது. ஆனால், அதனைக் கண்டு கொள்வது ஆண்மகனுக்கு அழகில்லை என்பதை அறிந்திருந்தான். அது பற்றித் தனது தந்தையிடம் வெளிப்படுத்தவில்லை.

அன்று பின்நாளில், ஒரு வளைவில் திரும்பிய போது, பாதைக்கு மிகவும் அண்மையில் புல்வெளியில், பெரியதொரு ஆண்சிங்கம், அழகிய பெண்சிங்கம், இரண்டு சிங்கக்குருளைகள் அடங்கிய சிங்கக் குடும்பம் ஒன்று எதிர்ப்பட்ட போதிலும் குண்டா தனது பேரச்சத்தை விழுங்கிக் கொண்டதற்குக் கூட அதுவே காரணம். குண்டாவிற்குச் சிங்கங்கள் என்றால் ரொம்பப் பயம். ஆடுகளை மேய்க்கும் போது, ஏதேனும் வெள்ளாடு தப்பியோடிவிட்டதென்றால் ஒளிந்து மறைந்திருக்கும் சிங்கம் ஒரே பாய்ச்சலில் நார் நாராகக் கிழித்துவிடும்.

ஓமோரோ மெதுவாக நடை போட்டார். மகனுடைய அச்சத்தை உணர்ந்தவராக, சிங்கங்களின் மீது பதித்த பார்வையை விலக்கிக் கொள்ளாமல் மெதுவாகக் கூறினார், "பசியாக இல்லாவிட்டால், இந்த வேளையில் அவை வேட்டையாட மாட்டா. அவை கொழுத்துக் கிடக்கின்றன" ஆனாலும், வில்லில் ஒரு கையும்

அம்பறாத்தூணியில் மறுகையும் வைத்தபடி அவற்றைக் கடந்து சென்றார். குண்டா மூச்சைப் பிடித்துக் கொண்டு நடந்தான். கண்பார்வைக்கு மறையும் வரை அவனும் சிங்கங்களும் ஒருவரை ஒருவர் பார்த்துக் கொண்டிருந்தனர்.

சிங்கங்களைப் பற்றியும் பரங்கியைப் பற்றியும் அத்தகைய எதிரிகளால் விளையக் கூடியவை பற்றியும் அவன் தொடர்ந்து சிந்தனையில் ஆழ்ந்திருக்கக் கூடும். ஆனால், அவனுடைய கால்வலி எதைப்பற்றியும் சிந்திக்கவிடவில்லை. அன்று இரவு உறங்குவதற்காக ஓமோரோ தேர்ந்தெடுத்திருந்த இடத்தைச் சுற்றிலும் இருபது சிங்கங்கள் வேட்டையாடிக் கொண்டிருந்தால் கூட அவன் அதனைப் பொருட்படுத்தியிருக்க மாட்டான் . இலை, தழைகளை விரித்துப் படுக்கைத் தயாரான உடனே அதன்மீது விழுந்தவன் ஆழ்ந்து தூங்கிவிட்டான். விடிகாலைப் பொழுதில் அவனுடைய தந்தை அவனை உலுக்கி எழுப்பிய பிறகு தான் கண் விழித்தான். போதிய நேரம் உறங்கவில்லை என்கிற எண்ணம் உறைந்திருந்த போதிலும், இரவில் அவனுடைய தந்தை வேட்டையாடிய இரண்டு முயல்களின் தோலை உரித்துப் பக்குவப்படுத்தி வறுத்துக் காலை உணவு தயாரித்திருந்ததைக் கண்டவுடன் திகைத்துப் போனான். சம்மணமிட்டு உட்கார்ந்து சுவைமிக்க இறைச்சியைச் சாப்பிட்டுக் கொண்டிருந்த குண்டாவின் மனத்தில் தனது ஆடுமேய்க்கும் தோழர்களுடன் அதேபோன்ற வேட்டையில் ஈடுபட்டு சமைத்து உண்ட காட்சிகள் நிழலாடின. கூடவே, தனது தந்தையும் அவரை ஒத்த வயதினரும் அவர்களுக்கிருந்த பலதரப்பட்ட பணிகளுக்கு இடையே நேரத்தை ஒதுக்கி அதுபோன்ற வாழ்க்கைக்குத் தேவையான அனைத்து வேலைகளையும் கற்றிருந்ததை எண்ணி வியந்தான்.

மலைப்பாதையில் மூன்றாவது நாளாகப் பயணம் தொடர்ந்த போது, அவனுடைய வெடித்துப் போன பாதங்களும், கால்களும், முதுகும், கழுத்தும் வேதனை செய்தன. உண்மையைச் சொல்வதென்றால் உடல் முழுவதும் ஒரே வலி! ஆனால், குண்டா தனக்கு பெரிய மனிதனாவதற்கான பயிற்சி தொடங்கிவிட்டதாகவும் அப்பயிற்சியில் அவனை ஒத்த வயதினருள் வலியைப் பொறுத்துக் கொள்வதில் அவன் அனைவரையும் விஞ்சி நிற்க வேண்டும் என்றும் எண்ணிக் கொண்டான். மதிய வேளைக்குச் சற்று முன்பு கூரிய முள்ளை மிதித்து விட்டான். ஆனால், துணிச்சலுடன் பற்களைக் கடித்துக் கொண்டு வலியைப் பொறுத்தான். ஆனால், நொண்டியடித்தபடி நடந்ததால் ஓமோரோவுக்கு மிகவும் பின்தங்கி விட்டான். பாதை ஓரத்தில் சற்று நேரம் ஓய்வெடுத்துக் கொண்டே மதிய உணவை முடித்துவிட ஓமோரோ தீர்மானித்தார். காயத்தின் மீது அவனுடைய தந்தை தேய்த்துவிட்ட களிம்பு சற்றே இதமளித்தது. ஆனால், நடக்கத் தொடங்கிய உடனே வலியெடுத்து பாதத்திலிருந்து இரத்தம் கொட்டியது. இருப்பினும், விரைவிலேயே புழுதி காயத்தை அடைத்துக் கொண்டதால் குருதி கொட்டுவது நின்றுவிட்டது. தொடர்ந்து நடந்ததால் வேதனையும் மரத்துப் போய் தந்தைக்கு ஈடுகொடுத்துப் பின் சென்றான். குண்டாவால் சரியாக உணர முடியவில்லை; அவன் பொருட்டு அவனுடைய தந்தை தனது நடையின் வேகத்தைக் குறைத்துக் கொண்டார். இரவு பயணம் நிறுத்தப்பட்ட போது, காயத்தைச் சுற்றிலும் வீங்கிப் போய் மோசமடைந்து விட்டது. அவனுடைய தந்தை வேறொரு மருந்தைப்

பூசினார். காலையில் காயம் குணமடைந்து சுமையைத் தாங்கி நடந்தபோது வலியெடுக்கவில்லை.

அடுத்த நாள் பயணத்தின் போது, கல்லும் முள்ளும் நிறைந்த முந்தைய நாள் பயணித்த அருஞ்சுரத்தைக் கடந்து, ஜுஃப்யூர் கிராமத்தைப் போல மரங்கள் நிறைந்த பூச்செடிகள் அடர்ந்த செழிப்பான நாட்டுப்புறப் பாதையில் சென்றதைக் கவனித்தான். குரங்குகளின் இரைச்சலும், அதற்கு முன் அவன் பார்த்திராத பலவண்ணப் பறவைகளுடைய கீச்சொலியும் அவனுக்கு இதமளித்தன. நறுமணத்தைச் சுமந்து வந்த காற்றை நுகர்ந்த போது, தமது நெல்வயல்களில் பணிகளை முடித்துவிட்டு பரிசல்களில் திரும்பிய பெண்டிருள் தனது தாயை வரவேற்பதற்காக லேமினுடன் காத்திருந்த கால்வாய்க் கரையில் அவனுடன் நண்டு பிடித்து ஆடிய காட்சிகள் நினைவிற் பட்டன.

மலைப்பாதையின் போக்கில் கிராமம் இருந்ததை அடையாளம் காட்டிய பயணியர் மரம் தென்பட்ட ஒவ்வொரு இடத்திலும் கிராமத்திற்குச் சென்ற பிரிவுப்பாதையை விட்டு நேர்பாதையில் ஓமோரோ தனது பயணத்தைத் தொடர்ந்தார். ஆனால், ஒவ்வொரு கிராமத்தினுடைய முதல் பருவப் பிள்ளைகள் ஓடோடிச் சென்று புதிதாகத் தென்பட்ட பயணியரிடம் அந்தக் கிராமத்தில் நடந்த முக்கியச் செய்திகளைத் தெரிவித்தனர். ஒரு கிராமத்தில் குட்டித் தூதுவர்கள் “மம்போ ஜம்போ! மம்போ ஜம்போ!” என்று கத்திக் கொண்டே அவர்களை நோக்கி ஓடிச் சென்று, பின், வந்த வேலை முடிந்து விட்டதைப் போல, கிராமத்திற்குள் விரைந்தனர். அருகில் சென்று பார்த்த போது, அவ்வூர் மக்கள் சூழ்ந்து நின்றிருக்க, ஒரு பெண்ணை மற்ற பெண்கள் இறுக்கிப் பிடித்துக் கொள்ள, முகமூடியுடன் விநோத ஆடை அணிந்த ஒருவன், அந்தப் பெண்ணின் வெற்று முதுகில் இரும்புக் கழியால் அடிக்க அவள் ஓவென்று அலறிக் கொண்டிருந்தாள். ஒவ்வொருமுறை அடி விழுந்த போதும் சூழ்ந்திருந்த பெண்கள் அனைவரும் வீரிட்டுக் கத்தினர். தனது சக மேய்ப்பர்களுடன் அளவளாவிக் கொண்டிருந்த காலத்தில் குண்டா ஒரு செய்தியைத் தெரிந்து வைத்திருந்தான். ஏறுக்கு மாறாக நடக்கக் கூடிய மனைவியின் தொல்லையைப் பொறுக்க மாட்டாத கணவன் வேறொரு கிராமத்திற்குச் சென்று மம்போ ஜம்போ என்கிற ஒருவனைக் கூலிக்குப் பிடித்து வர, அவன் முதலில் மறைந்திருந்து காட்டுக் கூச்சல் போட்டு அச்சுறுத்துவானாம். பின்னர், பொது மக்கள் மத்தியில் அவளை அடித்துச் சீர்ப்படுத்துவானாம். அதனைப் பார்த்துப் பிற பெண்டிரும் சிறிது காலத்திற்குத் தமது கணவன்மாரிடம் சரிவர நடந்து கொள்வார்களாம்!

மற்றொரு பயணியர் மரத்தடியில் குழந்தைகள் ஒருவருமில்லை. கண்ணுக்கெட்டிய தூரம் வரை எவரும் தென்படவில்லை. பறவைகள், குரங்குகளின் இரைச்சலைத் தவிர ஆளரவமின்றி அமைதி நிலவியது. அங்கேயும் மக்களை அடிமைகளாகப் பிடித்துச் செல்லும் ஆட்கள் வந்து சென்றனரோ என்றெண்ணி குண்டா அஞ்சினான். புரியாத அந்தப் புதிரை ஓமோரோ விளக்குவார் என்று காத்திருந்தான்; பயனில்லை. ஆனால், அடுத்த கிராமத்துக் குழந்தைகள் தெரிவித்தனர். மலைப்பாதையைப் பின்னோக்கிச் சுட்டிக் காட்டி, அந்தக் கிராமத்தின் தலைவன் மக்களுக்கு

ஒவ்வாத தீச்செயல்களில் தொடர்ந்து ஈடுபட்டு வந்ததாகவும், விரைவிலேயே ஊர் மக்கள் ஒரு நாள் இரவில் தமது உடமைகளையெல்லாம் எடுத்துக் கொண்டு பிற கிராமங்களில் வாழ்ந்த தமது நண்பர்களையும் உறவினர்களையும் நாடிச் சென்று விட்டதாகவும் அவன் "வெற்றுத் தலைவனாகிப்" போனதாகவும் கூறினர். தற்பொழுது அவன் தனது மக்கள் திரும்பி வரும் பட்சத்தில் முறையாக நடந்து கொள்வதாக உறுதியளித்து மன்றாடிக் கொண்டிருந்தானாம்.

இரவு நெருங்கிக் கொண்டிருந்தமையால் ஒமோரோ அந்தக் கிராமத்தில் தங்குவதென முடிவெடுத்தார். ஆலமரத்தடியில் திரண்டிருந்த மக்கள் பக்கத்துக் கிராமத்தில் நடந்தவை பற்றி அளவளாவிக் கொண்டிருந்தனர். தமது தலைவனுக்குப் பாடம் கற்பிக்கும் விதமாக மேலும் சில நாட்களுக்கு வெளியூர்களில் தங்கியிருந்து விட்டு மக்கள் திரும்பிவிடுவர் என்று பலர் உறுதியாக எண்ணினர். வேர்க்கடலை சேர்த்து வேக வைக்கப்பட்ட சோற்றைக் குண்டா தனது வயிற்றில் நிரப்பிக் கொண்டிருந்த போது, ஒமோரோ கிராமத்திற்குள் சென்று கிராமக் கலைஞரைத் தேடிப் பிடித்து, மறுநாள் பொழுது சாயும் நேரம் தன்னை எதிர்பார்க்கலாம் என்றும் தன்னுடன் தனது மூத்த மகனும் வருகை தருவதாகவும் தமையன்மார்களுக்குப் பறையறைந்து செய்தி தெரிவிப்பதற்கான ஏற்பாடுகளைச் செய்தார்.

சிறிது காலமாகவே குண்டா தனது பெயர் அந்த மலைக்கிராம மக்களிடையே பறையறைந்து தெரிவிக்கப்பட வேண்டுமென ஆவல் கொண்டிருந்தான். தற்பொழுது அது நிறைவேறிவிட்டது. அந்த ஒலி அவனுடைய காதுகளில் ரீங்காரமிட்டுக் கொண்டிருந்தது. எலும்புகள் நோகும் அளவுக்குச் சோர்ந்து போயிருந்த போதிலும் அவர்கள் தங்கியிருந்த விருந்தினர் குடிலின் மூங்கில் படுக்கையில் கிடந்தபடி, தனது பெரியப்பாக்கள் ஊருக்குச் செல்லும் வழியில் இருந்த கிராமங்களில் எல்லாம் அடுத்தடுத்து கிராமக்கலைஞர்கள் தனது பெயரை ஒலிப்பர் என்கிற எண்ணம் அவனுடைய நெஞ்சாங் கூட்டில் குதூகலத்துடன் கும்மாளமிட்டது.

தற்பொழுது, அவர்களுடைய வருகை பறையறைந்து தெரிவிக்கப்பட்டு விட்டபடியால், அடுத்தடுத்த கிராமங்களின் பயணியர் மரத்தடியில் வழக்கமான அம்மணக் குழந்தைகளுடன் சில பெரியவர்களும் இசைக் கலைஞர்களும் அவர்களை வரவேற்று தமது கிராமத்தில் சற்று நேரமாவது தங்கிச் செல்லும்படி வற்புறுத்தினர். பெரியவர்களுடைய வேண்டுகோளை மறுக்க முடியாமல் ஒமோரோ ஒவ்வொரு கிராமத்தின் விருந்தினர் குடில்களிலும், ஆல மரங்கள், இலவ மரங்களின் நிழல்களிலும் அமர்ந்து அளவளாவி உண்டும் பருகியும் புத்துணர்வு பெற்றார். அவர்கள் எழுப்பிய எண்ணற்ற கேள்விகளுக்கு அன்பொழுக விடையளித்தார். முதலாவது, இரண்டாவது, மூன்றாவது பருவத்துப் பிள்ளைகள் அனைவரும் குண்டாவைச் சூழ்ந்து கொண்டனர்.

முதல் பருவத்துக் குழந்தைகள் அவனை வியப்புடன் அமைதியாகப் பார்த்துக் கொண்டிருந்தனர். அவனுடைய வயதை ஒத்த பிள்ளைகளும் அவனுக்கு மூத்தவர்களும் அவனுடைய தாயகக் கிராமத்தைப் பற்றியும் அவன் செல்லவிருந்த இடத்தைப் பற்றியும் தம்முள் எழுந்த பொறாமை உணர்வை மறைத்தபடி மதிப்புடன் வினவினர். அவனுடைய தந்தை அவர்களுடைய தகப்பன்மார்களுக்கு

விடையளித்துக் கொண்டிருந்ததைப் போலவே அவனும் பெரியமனிதத் தொனியில் உரிய மதிப்புடன் பதிலளித்தான். அவர்கள் புறப்பட்ட சமயத்தில், குண்டாவின் மனதில் பெருமை பொங்கியது. அவ்வளவு இளம் பருவத்தில் ஒரு பொடியன் தனது தந்தையுடன் காம்பியா மலைப்பகுதிகளின் கரடு முரடான பாதைகளின் வழியே நீண்ட தூரம் பயணம் செய்ததாக அவர்கள் நினைத்துக் கொள்வார்கள் அல்லவா!

20

தமது பயண வழியின் கடைசிக் கிராமத்தில் அவர்கள் நீண்ட நேரம் தங்கிவிட்டனர். ஓமோரோ தனது தமையன்மார்களுக்கு உறுதியளித்தபடி பொழுது சாய்வதற்குள் சென்று சேர வேண்டுமெனில், எட்டி நடைபோட்டு வேகமாகச் செல்ல வேண்டும். வியர்த்து ஒழுகி கால்கள் வலியெடுத்த போதிலும் குண்டாவிற்குத் தலைச்சுமையைச் சரிப்படுத்திக் கொண்டு விரைந்து நடப்பது எளிதாகப் பட்டது. விழாவிற்கு வருகை தந்த கதைசொல்லிகள், கலைஞர்கள், பெரியவர்கள் ஆகிய ஒவ்வொருவருடைய வருகையையும் பறையறைந்து தெரிவித்த ஒலி காற்றை நிறைத்தது. அவற்றைக் கேட்ட போது குண்டாவின் உடம்பில் புதுத் தெம்பு பாய்ந்தது. காரண்டாபா, கூடாகுண்டா, பிசானியா, ஜோன்காகொண்டா போன்ற பல்வேறு தொலை தூரக் கிராமங்களிலிருந்தும் பிரதிநிதிகள் திரண்டிருந்தனர். அவற்றுள் பல கிராமங்களின் பெயரை குண்டா அதற்கு முன்னர் கேள்விப்பட்டதில்லை. வூலி ஆட்சிப் பகுதியிலிருந்து ஒரு கதைசொல்லி வந்துவிட்டதாகவும், பர்ரா மன்னர் தனது மகன் இளவரசரை அனுப்பி வைத்திருந்ததாகவும் பறை ஒலி அறிவித்தது. குண்டாவின் பாத வெடிப்புகளை மலைப்பாதையின் புழுதிப் படலம் நிறைத்து மூடியது. தனது பெரியப்பாக்களுடைய புகழ்

மலைப்பகுதியெங்கும் பரவியிருந்ததை அறிந்து குண்டா வியப்பில் ஆழ்ந்தான். மிக வேகமாக முன்னால் சென்று கொண்டிருந்த தந்தையைப் பின்தொடர்வதற்காக மட்டுமின்றி சில மணி நேரத்தில் நெடிய பயணம் முடிவுக்குவரப் போவதை எண்ணியும் அவன் ஓட்டமும் நடையுமாக பாய்ந்து கொண்டிருந்தான்.

மேற்கே சூரியன் தொடுவானத்தின் கீழ் கருஞ்சிவப்பு வண்ணத்தில் பளபளக்கத் தொடங்கினான். எதிரே அண்மையில் ஒரு கிராமத்தில் மேலெழும்பிக் கொண்டிருந்த புகைப் படலம் குண்டாவின் கண்களில் பட்டது. அகன்ற வட்டமான வடிவமைப்புகளைக் காட்டிய புகைப்படலங்கள், கொசுக்களை விரட்டுவதற்காகக் காய்ந்த பொருக்குகளை எரித்துக் கிளப்பப்பட்டவை எனத் தெளிவானது. அப்படியென்றால் கிராமத்தில் முக்கியத்துவம் வாய்ந்த விருந்தினர்கள் உபசரிக்கப்படுகின்றனர் என்று பொருள். அவனுடைய மனத்தில் குதூகலம் கொப்பளித்தது. அவர்கள் வந்துவிட்டனர் போலும்! ஒவ்வொரு பெரும்புள்ளியும் கிராமத்தின் நுழைவாயிலைக் கடந்த போது விழாக்காலப் பறையொலி இடிமுழக்கமிட்டது. அத்துடன் இணைந்து நாட்டியக்காரர்களின் ஆரவாரமும் மத்தள ஒலியும் முழங்கின. மலைப்பாதையில் ஒரு வளைவு. திரும்பியவுடன் கிராமம் பளிச்சிட்டது. பாதை ஓரத்தில் புதர் அருகே நின்றிருந்த ஆள் ஒருவன் அவர்களைக் கண்டவுடனே கையசைத்து வரவேற்றான். பையனுடன் எதிர்ப்படக் கூடிய நபரை வரவேற்பதற்காகவே அவன் நியமிக்கப்பட்டிருந்தான் போலும்! ஓமோரோவும் பதிலுக்குக் கையசைத்தார், உடனே அவன் தனக்கருகில் இருந்த பறையை ஒலித்து "ஓமோராவும் அவருடைய மூத்த மகனும்...." என்று அறிவிக்கத் தொடங்கினான்.

குண்டாவின் பாதங்கள் தரையில் பதியவில்லை! வெகு விரைவில் கண்ணில் பட்ட பயணியர் மரத்தில் தோரணங்கள் தொங்கின. ஒற்றையடிப் பாதையாக இருந்த தடம் அகலப்படுத்தப்பட்டு கிராமம் ஏற்கனவே விழாக்கோலம் பூண்டுவிட்டதைப் பறைசாற்றியது. மத்தள முழக்கங்கள் மேலும் மேலும் உரக்க ஒலிக்கத் தொடங்கின. நாட்டியக்காரர்களும் இணைந்து கொண்டனர். இலை, தழைகளையும் மரப்பட்டைகளையும் ஆடைகளாகத் தரித்திருந்த அவர்கள் தாவி ஆடியும், சுழன்றாடியும், குதித்தாடியும் கூட்டத்தினருக்கு முன்பாக கிராம நுழைவாயிலை நோக்கி விரைந்தனர். அவர்கள் அனைவருமே தனிச்சிறப்பு வாய்ந்த விருந்தினர்களை வரவேற்கச் சென்றனர். கூட்டத்தைக் கிழித்துக் கொண்டு முன்னோக்கி ஓடிய போது மத்தள முழக்கங்கள் உச்ச தொனியை அடைந்தன. குண்டாவிற்கு முன் ஓமோரோவின் தலைச்சுமை கீழே விழுந்தது; அவர் அவ்விருவரையும் நோக்கி ஓடினார். குண்டா இன்னதென்று உணர்வதற்கு முன்பே அவனுடைய தலைச்சுமையும் கீழே விழுந்தது. அவனும் தந்தையைத் தொடர்ந்து ஓடினான்.

இருவரும் தந்தையை ஆரத் தழுவி ஆர்ப்பரித்ததையும் கூட்டத்தினருக்குத் தன்னைச் சுட்டிக் காட்டி "இது எங்க தம்பி மகன்" என்று பெருமைப்பட்டதையும் குண்டா வியந்தான். அவனைத் தலைக்கு மேல் தூக்கி அணைத்துக் கொண்டு மகிழ்ச்சியில் கூச்சலிட்டனர். அவர்களை வரவேற்பதற்காகத் திரண்ட மக்கள்

வெள்ளத்தின் குதூகல வாழ்த்தொலிகளுடன் அவர்கள் கிராமத்திற்குள் மிதந்து சென்றனர். குண்டா வேறு எவருடைய ஆர்ப்பரிப்பையும் கேட்கவுமில்லை; பார்க்கவும் இல்லை. தனது தந்தையை உருவத்தால் ஒத்திருந்த அவ்விருவரையும் வைத்த கண் வாங்காமல் பார்த்துக் கொண்டிருந்தான். அவர்கள் இருவரும் அவனுடைய தந்தையைக் காட்டிலும் சற்றே குட்டையாகவும் உருவத்தில் பருத்தும் கட்டுறுதியாகவும் இருந்தனர். பெரியப்பா ஜானேயின் கண்கள் தூரத்தில் உள்ளவற்றைப் பார்த்த போது சற்றே ஒருபுறமாகச் சாய்ந்தன. ஆனால், இருவருமே அசுர வேகத்தில் நடை போட்டனர். அவனுடைய தந்தையைக் காட்டிலும் வெகு வேகமாகப் பேசினர். ஜுஃப்பூர் கிராம மக்களையும் பின்டாவைப் பற்றியும் கேள்வி மேல் கேள்வியாகக் கேட்டனர்.

பெரியப்பா சலோம் குண்டாவின் தலையில் குட்டினார். “பேர் சூட்டு விழாவில் பார்த்தது! அதற்குப் பிறகு சந்திக்கவே இல்லை! எவ்வளவு வளர்ந்து விட்டான்? உன் வயது என்ன?, குண்டா?”

பணிவாகப் பதிலளித்தான், “எட்டு, பெரியப்பா!”

“ஆம்பிளைக்கான பயிற்சிக்குத் தயாராகி விட்டாய்!” பெரியப்பா வியந்தார்.

கிராமத்தைச் சுற்றிலும் அமைக்கப்பட்டிருந்த மூங்கில் தடுப்புச் சுவரையொட்டி காய்ந்த முட்புதர்கள் குவிக்கப்பட்டிருந்தன. அவற்றிற்குள் கூரிய முனை கொண்ட குத்தீட்டிகள் நிறுத்தி வைக்கப்பட்டிருந்தன. தொல்லைதரக் கூடிய விலங்குகளிடமிருந்தும் மனிதர்களிடமிருந்தும் பாதுகாத்துக் கொள்வதற்காகவே அத்தகைய ஏற்பாடு. ஆனால், குண்டா அவற்றையெல்லாம் கவனிக்கவில்லை. சுற்றிலுமிருந்த அவனுடைய வயதை ஒத்த பிள்ளைகளைக் கூட அவன் ஓரக் கண்ணால் மட்டுமே பார்த்தான். அந்தப் புதிய அழகிய கிராமத்தைச் சுற்றிக் காட்டுவதற்காக அவனுடைய பெரியப்பாக்கள் அவனை அழைத்துச் சென்ற போது, தலைக்கு மேல் விர்ரிட்ட கிளிகளையோ, குரங்குகளையோ, கால்களுக்கடியில் குரைத்தோடிய வேட்டை நாய்களையோ அவன் கவனிக்கவில்லை. சலோம் விளக்கினார், “ஒவ்வொரு குடிசைக்கும் தனிப்பட்ட சதுக்கம் அமைக்கப்பட்டிருந்தது. அடுக்களையில் அடுப்படிக்கு மேலே உலர்ந்த தவச, தானியங்களைப் பாதுகாப்பதற்கான பரண் இருந்தது. சமையலின் போது வெளிப்படுகின்ற புகை தானியங்களில் வண்டுகள் தாக்காமல் பாதுகாக்கப்படுவதற்காக அத்தகைய ஏற்பாடு செய்யப்பட்டிருந்தது.

மனதிற்கு எழுச்சியூட்டிய காட்சியைக் கண்ட போதும், மணத்தை நுகர்ந்த போதும், ஒலியைக் கேட்ட போதும் சொக்கிப் போன குண்டா இப்படியும் அப்படியுமாகத் தலையை ஆட்டிக் கொண்டிருந்தான். மாண்டிங்கா வட்டார வழக்கு மொழியில் அவர்கள் பேசியதைக் கேட்ட போது அவனுக்கு வியப்பாகவும் குழப்பமாகவும் இருந்தது. ஓரிரு சொற்களுக்கு மேல் அவனால் புரிந்து கொள்ள இயலவில்லை. கிராமத்து ஆசானைப் போன்ற கல்வியறிவு பெற்றவர்களைத் தவிர ஏனைய மாண்டிங்கா இனத்தவரைப் போலவே குண்டாவால் தமது குழுஇனத்தைத் தவிர, மிகவும் அண்மையில் வாழ்ந்த இனத்தவர் உட்பட, ஏனைய

மலைவாழ் இனத்தவர் பேசிய மொழியைப் புரிந்து கொள்ள முடிந்ததில்லை. ஆனால், பல்வேறு இனத்தவரையும் இனங்கண்டு கொள்ளும் முயற்சியில் பயணியர் மரத்தைச் சுற்றிலும் அவன் நீண்ட நேரத்தைச் செலவிட்டான். நீள்வட்ட முகமும், நீண்ட தலைமுடியும், மெல்லிய உதடுகளும், கூர்மையான மூக்கும், நெற்றிப் பொட்டுகளில் நீண்ட தழும்புகளும் கொண்டவர்கள் ஃப்யுலா இனத்தவர். வோலோஃப் இனத்தவர் அட்டக் கறுப்பாகவும் கட்டுப்பெட்டியாகவும் இருந்தனர். செராகுலி இனத்தோர் மெல்லிய புறத்தோல் கொண்ட குள்ளமானவர்கள். ஜோலா இனத்தவரை எளிதில் கண்டு பிடித்து விடலாம். உடல் முழுவதும் தழும்புகளுடன் எப்பொழுதும் முகத்தில் ஆவேச வெளிப்பாட்டுடன் தோற்றமளித்தனர்.

அந்தப் புதிய கிராமத்தில் திரண்டிருந்த இனங்கள் அனைத்தையும் குண்டா அடையாளம் கண்டு கொண்டான். ஆனாலும், அவனால் அடையாளம் கண்டு கொள்ள இயலாத இனக் குழுக்கள் மேலும் பல இருந்தன. சிலர் தமக்குத் தேவையான பொருட்களை விலைக்குப் பெறுவதற்காக வணிகர்களிடம் உரக்கக் கத்திப் பேரம் பேசுவதில் முற்பட்டிருந்தனர். முதிய பெண்டிர் சிலர் பதனிடப்பட்ட தோல்களைப் பெற ஆவல் கொண்டனர். இளம் பெண்டிருக்கு தலையணிகளை வாங்குவதில் முனைந்தனர். “கோலா! நயமான செம்பளுப்பு கோலா!” என்கிற கூவல் பலருடைய கவனத்தைக் கவர்ந்தது. அவர்களுடைய பற்கள் ஏற்கனவே அதுபோன்ற பாக்குகளை மென்று காவி ஏறிக்கிடந்தன.

மக்கள் நெருக்கடியால் நட்புணர்வுடன் ஒருவரை ஒருவர் முட்டி மோதிக் கடந்தனர். அதற்கிடையே ஓமோரோ எண்ணற்ற விருந்தினர்களுக்கு அறிமுகப்படுத்தப்பட்டார். அவர்கள் பேசிய விநோதமான மொழிகளில் எல்லாம் தனது பெரியப்பாக்கள் சரளமாகப் பேசியது குண்டாவிற்கு வியப்பளித்தது. கூட்ட நெரிசலில் குண்டா அவர்களிடமிருந்து நழுவினான். தேவைப்பட்ட போது தனது தந்தையையும் பெரியப்பாக்களையும் எளிதில் கண்டுவிடலாம் என்பது அவனுடைய எண்ணம். நடனமாட விரும்பியோருக்கு ஏற்ப இசைத்துக் கொண்டிருந்த இசைக்கலைஞர்களிடம் குண்டா சென்றான். அடுத்ததாக, வறுத்த மான், ஆட்டிறைச்சி, அவித்த வேர்க்கடலை போன்றவற்றைச் சுவைத்தான். ஆல மர நிழலடியில் மேஜைகளின் மீது அவ்வகை உணவுப் பண்டங்கள் ஏராளமாகக் குவிக்கப்பட்டு வேண்டுவோருக்கு கிராமப் பெண்களால் பரிமாறப்பட்டன. உணவுப் பண்டங்கள் சாப்பிடுவதற்கு உகந்தவையாக இருந்த போதிலும், அறுவடைத் திருநாள் கொண்டாட்டத்தின் போது ஜுஃப்யூர் தாய்மார்கள் சமைத்தளித்த உணவிற்கு ஈடாக மாட்டா என்று குண்டா நினைத்தான்.

சில பெண்கள் கிணற்றடியில் எதையோ மிகவும் சுவாரஸ்யமாகப் பேசிக் கொண்டிருந்ததைக் கண்டு, அவர்களை நோக்கிச் சென்றான். அவனுடைய விழிகளைப் போலவே செவிகளும் அகன்றவை. அவர்கள் காணாதவாறு அவர்கள் பேசியதைக் கேட்டான். மிகப்பெரிய ஞானி ஒருவர் புதிய கிராமத்தின் தொடக்க விழாவில் கலந்து கொள்ள தனது பரிவாரங்களுடன் அங்கிருந்து அரை நாள் பயண தூரத்தில் வந்து கொண்டிருந்ததாகச் செய்தி அறிந்தான். முன்னாளையப் புனிதரான கைரபா குண்டா கின்டேயின் மகன்களால் நிறுவப்பட்ட கிராமம்

அல்லவா! தனது பாட்டனாரைப் பற்றிப் புதிய இடத்தில் பெணகள் மிகுந்த மதிப்புடன் பேசியதைக் கேட்ட குண்டாவிற்குப் பெருமை பிடிபடவில்லை. அவர்கள் அறிந்து கொள்ள இயலாத விதத்தில் தனது பெரியப்பாக்களைப் பற்றி அவர்கள் அடுத்துப் பேசியதைக் கேட்டான். அவர்கள் மேலும் பயணத்தில் ஈடுபடுவதைக் குறைத்துக் கொண்டு மனைவி, மக்கள் என்று குடும்பம் அமைத்துக் கொள்ள வேண்டிய தருணம் வந்து விட்டது என்றாள் ஒருத்தி. மற்றொருத்தி கூறினாள், "அவர்களை மணந்து கொள்ள நிறையப் பெண்கள் முன்வருவர் என்பது தான் அவர்களுக்குள்ள ஒரே பிரச்சினை!"

இருட்டிவிட்டது. அதற்கு மேலும் தனது பெரியப்பாக்களைப் பற்றிய பேச்சைக் கேட்பதில் சற்றே வெட்கமடைந்த குண்டா தனது வயதை ஒத்த பையன்கள் சிலரை நெருங்கினான். அதுவரையிலும் அவன் பெரியவர்கள் மத்தியில் உலா வந்தான் என்பதை அவர்கள் பொருட்படுத்தவில்லை. அவர்களுடைய புதிய கிராமம் உருவான விதத்தை அவனிடம் விளக்குவதில் பெரிதும் ஆர்வம் கொண்டனர். "எமது குடும்பத்தினர் அனைவரும் உனது பெரியப்பாக்களைத் தமது பயணங்களின் போது எங்கெங்கோ சந்தித்து நண்பர்களாகினர்", என்றான் ஒருவன். ஏதேதோ காரணங்களால் அவர்கள் தாம் வாழ்ந்து வந்த பகுதிகளில் நிம்மதியில்லாமல் இருந்துள்ளனர். மற்றொருவன், "எனது தாத்தா தனது குடும்பத்துடனும் தனது பிள்ளைகளுடைய குடும்பத்துடனும் நெருக்கமாக வசிப்பதற்குப் போதிய இடவசதியில்லாமல் தவித்தார்", என்றான். "நாங்கள் வாழ்ந்த பகுதியில் நெல் விளைச்சல் நன்றாயில்லை", என்றான் இன்னொருவன்.

அவ்வாறு அல்லலுற்ற தனது நண்பர்களிடம் குண்டாவின் பெரியப்பாக்கள் அனைவருக்கும் ஏற்ற விதத்தில் உள்ளதோர் இடத்தைத் தாம் அறிந்திருந்ததாகவும் அங்கே ஒரு கிராமத்தை உருவாக்க அவர்கள் எண்ணியிருந்ததாகவும் கூறினாராம். உடனே, ஜானே, சலோமுடைய நண்பர்கள் தமது வெள்ளாடுகளுடனும், கோழிகளுடனும், பிற வளர்ப்பு விலங்குகளுடனும், தொழுகை விரிப்புகளுடனும், இன்ன பிற உடமைகளுடனும் மலைப்பாதைகளில் நடந்து அங்கே சென்று சேர்ந்தார்களாம்.

இருட்டிவிட்டபடியால், அன்றைய பகல் பொழுதில் தன்னுடைய புதிய நண்பர்கள் திரட்டி வைத்திருந்த காய்ந்த குச்சிகள், இலை,தழைகளைக் கொண்டு புதிய கிராமத்தில் நெருப்பு மூட்டப்பட்டதைக் குண்டா கவனித்தான். வழக்கமாக, மாலை வேளைகளில் ஆடவரும், பெண்டிரும், குழந்தைகளும் வெவ்வேறு நெருப்பு மூட்டங்களைச் சுற்றி அமர்ந்தனர். ஆனால், அன்று விழாக் கொண்டாட்டங்கள் தொடங்கவிருந்தபடியால், கிராமத்தினர், விருந்தினர் அனைவரும் பல்வேறு நெருப்பு மூட்டங்களைச் சுற்றிலும் இணைந்து அமர்ந்திருந்ததாக குண்டாவிடம் பயல்கள் கூறினர். கிராம மதகுரு கூட்டத்தினரை வாழ்த்திய பிறகு, ஜானேவும் சலோமும் வட்டத்திற்குள் சென்று தமது பயணங்களையும், சாகசங்களையும் பற்றிய கதைகளைக் கூறுவர் என்றும் தெரிவித்தனர். தொலை தூரத்திலுள்ள ஃபுல்லாடு நதிக்கரையிலிருந்து அக்கிராமத்திற்கு வந்திருந்த வயதில் மூத்தவர் ஒருவர் அந்த வட்டத்தில் அமர்ந்திருந்தார். நூறுக்கு மேற்பட்ட வயதினரான

அவருடைய அறிவுரைகளை விருப்பம் உள்ளவர்கள் கேட்கலாம் என்றும் கூட்டத்தில் முணுமுணுப்பு எழுந்தது.

மதகுருவின் தொழுகையைச் செவிமடுப்பதற்காக குண்டா சரியான சமயத்தில் ஓடிப்போய் தனது தந்தையுடன் இணைந்து கொண்டான். அதன் பின்னர் சற்று நேரம் யாருமே பேசவில்லை. பூச்சிகளின் இரைச்சல் உரக்க ஒலித்தது. புகையுடன் எழுந்தாடிய நெருப்பின் நிழல்கள் வட்டத்தைச் சுற்றியிருந்த முகங்களில் அபிநயம் பிடித்தன. ஒருவாறாக, எலும்புந் தோலுமாகக் காட்சியளித்த அந்த முதியவர் பேசத் தொடங்கினார். "பல நூறு ஆண்டுகளுக்கு முன்பு மலைப் பகுதிகளில் பெரிய அருவிகளுக்கிடையே தங்கமலை ஒன்று இருந்ததாகப் பேச்சு அடிபட்டது. அதனைக் கேள்விப்பட்டுத் தான் முதன் முதலாக பரங்கியர் ஆப்பிரிக்காவிற்குள் நுழைந்தனர். தங்கமலை என்று எதுவுமில்லை. ஆனால், விவரிக்க இயலாத அளவு தங்கம் நீர்வழிகளில் காணப்பட்டது. வட கனியாவில் தங்கம் தோண்டி எடுக்கப்பட்டது. பின்னர், கானா காடுகளில் தங்கச் சுரங்கங்கள் கண்டுபிடிக்கப்பட்டன. தங்கம் கிடைத்தது பற்றி பரங்கியரிடம் யாரும் தெரிவிக்கவில்லை. ஒருத்தனுக்குத் தெரிந்தால் அனைவருக்கும் தெரிந்து விடும்."

பிறகு, ஜானே பேசினார். "தங்கத்திற்கு இணையான மதிப்புள்ள உப்பு பல இடங்களில் கிடைத்தது. தங்கமும் உப்பும் சம எடையில் பரிமாற்றம் செய்து கொள்ளப்பட்டதை நானும் சலோமும் நேரடியாகக் கண்டுள்ளோம். ஒரு சில தொலை தூர மணற்பகுதிகளில் பருமனான பாளங்களாக உப்பு கிடைத்தது. உப்புப் பாங்கான நிலத்தில் நீர் வற்றிய பிறகு சூரிய வெப்பத்தால் உப்பு உறைந்து கட்டிகளாக வடிவம் பெறுகிறது."

முதியவர் சொன்னார், "ஒரு காலத்தில் உப்பு நகரம் என்று ஒன்றிருந்தது. தகாஸா நகரம். அந்நகரில் மக்கள் தமது வீடுகளையும் மசூதிகளையும் உப்புப் பாளங்களால் கட்டினர்."

தொன்மை வாய்ந்த கிழவி ஒருத்தி துணிச்சலுடன் குறுக்கிட்டுக் கேட்டாள், "முன்பெல்லாம் முதுகில் மூட்டையுள்ள ஒரு வகை விலங்குகளைப் பற்றிச் சொல்வீர்களே! இப்பொழுது அதைப் பற்றி விவரியுங்கள்!" அவளைப் பார்த்ததும் குண்டாவிற்கு நியோ போட்டோ பாட்டியின் நினைவு வந்தது.

இரவின் இருளைக் கிழித்துக் கொண்டு எங்கோ கழுதைப்புலி ஊளையிடும் சத்தம் கேட்டது. மக்கள் அனைவரும் எரிந்து கொண்டிருந்த நெருப்பை நோக்கிப் பாய்ந்தனர். சலோம் தனது பேச்சைத் தொடங்கினார், "அந்த வகை விலங்குகளுக்கு ஒட்டகங்கள் என்று பெயர். எல்லையற்ற மணற்பரப்பு விரிந்து பரந்து கிடக்கும் பகுதிகளில் அவற்றைக் காணலாம். சூரியன், விண்மீன்கள், காற்றடிக்கும் திசை ஆகியவற்றைக் கொண்டு அவை அந்த முடிவில்லாத மணல் வெளியில் தமது பாதையைக் கண்டு கொள்கின்றன. ஜானேயும் நானும் மூன்று மாத காலம் தொடர்ந்து அவற்றின் மீது பயணம் செய்தோம். இடையில் நீருக்காக ஒரு சில இடங்களில் தங்கினோம்."

ஜானே குறுக்கிட்டார், "ஆனால், பல இடங்களில் கொள்ளையர்களுடன் போரிட்டோம்"

சலோம் தொடர்ந்தார், "ஒருமுறை பன்னிரெண்டாயிரம் ஒட்டகங்களைக் கொண்ட மிகப் பெரிய பாலைவனப் பயணியர் கூட்டத்துடன் சென்றோம். உண்மையில், அது பல சிறிய பாலைவனப் பயணியர் குழுக்கள் அடங்கியது. கொள்ளையர்களிடமிருந்து பாதுகாத்துக் கொள்வதற்காக இணைந்து சென்றோம்."

சலோம் பேசிக்கொண்டிருந்த போது, ஜானே பதனிடப்பட்ட பெரியதொரு தோல் மடிப்பை விரித்துக் கொண்டிருந்தார். அதற்கிடையில் எரிந்துகொண்டிருந்த நெருப்பில் காய்ந்த விறகுகளைப் போடுவதற்கு இரு இளைஞர்கள் முன்னோக்கிப் பாய்ந்தது கண்டு ஜானே எரிச்சலடைந்தார். புதுவிதமான வரைபடத்தில் அவருடைய விரல் சுட்டிக் காட்டியவற்றை நெருப்பின் ஒளியில் குண்டாவும் கூட்டத்திலிருந்தோரும் உற்றுக் கவனித்தனர். அவர் விவரித்தார், 'இது தான் ஆப்பிரிக்காவின் வரைபடம். மேற்கே மிகப் பெரிய அருவிகள் நிறைந்துள்ளன. படத்தின் இடது பக்கம் கீழ்ப்பகுதியில் காம்பியாவைப் போல பல மடங்கு பெரிதான மணற்பரப்பு விரிந்து கிடக்கிறது."

"ஆப்பிரிக்காவினுடைய வடக்குக் கடற்கரையில் பீங்கான் பாண்டங்கள், வாசனைத் திரவியங்கள், துணிகள், குதிரைகள் மற்றும் மனிதரால் செய்யப்பட்ட எண்ணற்ற பொருட்களைப் பரங்கியருடைய கப்பல் கொண்டு சென்று இறக்குகின்றன. பிறகு, ஒட்டகங்கள், கழுதைகளில் அவற்றை ஏற்றி சிஜில்மசா, காதேம்ஸ், மராகெச் போன்ற உட்பகுதிகளுக்கு சரக்குகள் கொண்டு செல்லப்படுகின்றன'', சலோம் விளக்கினார். ஜானேயினுடைய விரல்கள் வரைபடத்தின் மீது ஊர்ந்து அந்நகரங்களைச் சுட்டிக் காட்டின. சலோம் தொடர்ந்தார், "நாம் இங்கே உட்கார்ந்திருக்கின்ற இந்த இரவு நேரத்தில் கூட ஆப்பிரிக்க நாட்டுப் பொருட்களான தந்தம், தோல்கள், ஆலிவ், கோலா, பருத்தி, தாமிரம், விலையுயர்ந்த கற்கள் போன்ற எண்ணற்ற சரக்குகளைப் பலர் தலைச்சுமையாக உள்ளடங்கிய காடுகளிலிருந்து பரங்கியருடைய கப்பல்களுக்குக் கொண்டு செல்லலாம்"

அவர் விளக்கியவற்றைக் கேட்ட போது, குண்டாவின் மனம் நிலை கொள்ளாமல் சுழன்றது. அத்தகைய இடங்களுக்கு ஒருநாள் துணிந்து சென்று தீர வேண்டும் என்று மனதிற்குள் சூளுரைத்துக் கொண்டான். "ஞானி வருகிறார்!" தொலைவில் எங்கிருந்தோ பறையொலி எழுப்பப்பட்ட ஓசை கேட்டது. கிராமத்தின் நிறுவனர்கள் என்கிற முறையில் ஜானே, சலோம், கிராமத்தின் மூத்தோர் பேரவையினர், கிராம மதகுரு, கிராம ஆசான், ஓமோரோ உட்பட ஏனைய கிராமங்களிலிருந்து வந்திருந்த பிரதிநிதிகள், ஆகியோர் முறையான வரவேற்பிற்காக அணிவகுக்கப்பட்டனர். குண்டா அவனுடைய வயதை ஒத்த பையன்களுடன் நிறுத்தப்பட்டான். இசைக்கலைஞர்கள் முன்னே முழக்கமிட்டு வழிநடத்த அந்தப் புனிதரை வரவேற்பதற்கு ஏற்ற தருணத்தைக் கணித்தபடி அவர்கள் பீடு நடை போட்டனர். நீண்ட, மிகவும் களைத்துப் போன குழுவிற்குத் தலைமை ஏற்று வந்த

அந்த வயதான, மிகவும் கறுத்த மேனியும் வெண்தாடியும் கொண்ட 'ஞானி'யை குண்டா வைத்த கண் வாங்காமல் பார்த்துக் கொண்டிருந்தான். ஆடவரும், பெண்டிரும், குழந்தைகளும் மிகப் பெரிய தலைச்சுமைகளைத் தூக்கிச் சென்றனர். சிலர் ஆட்டு மந்தைகளை ஓட்டிச் சென்றனர். குண்டாவின் கணிப்பின்படி நூறு வெள்ளாடுகளுக்கு மேல் இருந்தன.

தனக்கு முன்னால் முழந்தாளிட்டு வணங்கிய மக்களை ஞானி மிக விரைவாக வாழ்த்தி எழுந்து கொள்ளும்படி வேண்டினார். ஜானேவுக்கும் சலோமுக்கும் சிறப்பாக ஆசி வழங்கினார். ஓமோரோ அறிமுகம் செய்து வைக்கப்பட்டார். சலோம் குண்டாவை அழைத்தார். சூழ்ந்திருந்தோரை முட்டி மோதிக் கொண்டு அவன் முன்னோக்கிச் சென்றான். "இவன் எனது மூத்தமகன். அவனுக்கு அவனுடைய பாட்டனார் பெயர் வைத்திருக்கிறோம்", என்றார் ஓமோரோ.

ஞானி அவனிடம் அரபுமொழியில் பேசினார். அவனுடைய பாட்டனார் பெயர் குறிப்பிடப்பட்டதைத் தவிர வேறொன்றும் அவனுக்குப் புரியவில்லை. ஞானியின் விரல்கள் பட்டாம்பூச்சியின் சிறகுகளைப் போல அவனுடைய தலையை கனிவுடன் வருடின. பிறகு, அவன் தனது வயதை ஒத்தவர்களுடன் இணைந்து கொள்வதற்காகக் கூட்டத்தினரை இடித்துக் கொண்டு சென்றான். ஞானி சாதாரண மனிதரைப் போல வரவேற்புக் குழுவில் இருந்த ஏனைய மக்களுடன் அளவளாவினார். குண்டாவின் குழுவைச் சேர்ந்த பொடியன்கள் நழுவிச் சென்று ஊர்வலத்தின் பின்பகுதியில் அணிவகுத்திருந்த அவருடைய மனைவியர், குழந்தைகள், சீடர்கள், அடிமைகள் ஆகியோரை வேடிக்கை பார்த்தனர்.

ஞானியினுடைய மனைவியரும் குழந்தைகளும் விருந்தினர் குடில்களுக்கு ஓய்வெடுக்கச் சென்றனர். சீடர்கள் ஆங்காங்கே தரையில் அமர்ந்து, தலைச்சுமையாகக் கொண்டு வந்திருந்த மூட்டைகளைப் பிரித்து தமது ஆசானின் உடைமைகளான நூல்கள், கையெழுத்துப் பிரதிகளிலிருந்து, கேட்பதற்கு ஆவலாகத் தம்மைச் சூழ்ந்திருந்தோருக்கு படித்துக் காட்டினர். அடிமைகள் ஏனையோருடன் கிராமத்திற்குள் நுழையாததை குண்டா கவனித்தான். கிராமச் சுற்றுச் சுவருக்கு வெளியே மாடுகள் கட்டப்பட்ட இடத்திற்கும், ஆடுகளை அடைத்து வைத்திருந்த இடத்திற்கும் அண்மையில் தரையில் அமர்ந்திருந்தனர். ஏனையோரிடமிருந்து ஒதுக்கி வைக்கப்பட்ட அடிமைகளை குண்டா முதன்முதலாக அங்கே கண்டான்.

அந்தப் புனிதரால் தன்னைச் சுற்றி முழந்தாளிட்டிருந்த அனைவரையும் நெருங்கி ஆசி வழங்க இயலவில்லை. கிராமக் குடிமக்களும் தனிச்சிறப்பு வாய்ந்த விருந்தினரும் ஒருசேரத் தமது நெற்றியைத் தரையில் பதித்துத் தமது குறைகளைக் கேட்குமாறு அவரிடம் மன்றாடினர். அண்மையில் இருந்த சிலர் அவருடைய அங்கியைத் தொட்டு வணங்கினர். சிலர் அவரைத் தமது கிராமத்திற்கு வந்து நீண்ட நாட்களாக நிறைவேற்றப்படாத தொழுகைகளை நடத்தித்தரும்படி வேண்டினர். இஸ்லாமிய சமயத்தில் சட்டமும் சமய நெறிகளும் இணைந்தவை என்பதால் சட்டத் தீர்வுகளையும் அவரிடம் கோரினர். இளம் தந்தைமார் தமது

குழந்தைகளுக்குப் பெயர் சூட்டும்படி கேட்டனர். தமது கிராமங்களில் ஆசான் இல்லாத கிராமத்தினர் அவருடைய சீடர்களுள் ஒருவரைத் தமது பிள்ளைகளுக்குக் கல்வி புகட்டும் ஆசானாக அருளுமாறு கெஞ்சினர்.

அவருடைய சீடர்கள் புனிதப்படுத்தப்பட்ட ஆட்டுத் தோலாலான சிறிய பட்டைகளை விற்பதில் முனைந்தனர். அவ்வாறு பெறப்பட்ட பட்டைகளில் புனிதச் சின்னம் பொறிக்கக் கோரி ஞானியிடம் நீட்டினர். புனிதச் சின்னம் பொறிக்கப்பட்ட அதனை ஒரு தாயத்தில் அடைத்துத் தனது புயத்தில் கட்டிக் கொண்ட ஒருவன் அல்லாவிடம் மிகவும் நெருக்கமாக இருப்பானாம்! ஜுஃப்பூரிலிருந்து கொண்டு வந்திருந்த இரண்டு சிப்பிகளுக்கு மாற்றாக அத்தகையதொரு பட்டையைப் பெற்றுக் கொண்ட குண்டா, புனிதச் சின்னம் பொறிக்கப் பெறுவதற்காக ஞானியரைச் சூழ்நிதிருந்த கூட்டத்தினரிடையே முண்டியடித்துக் கொண்டிருந்தான்.

அந்தப் புனிதரைப் போலவே தனது பாட்டனாரும் அல்லாவிடமிருந்து இயற்கை கடந்த ஆற்றலைப் பெற்றவராக இருந்திருக்க வேண்டும்; அதனால் தான் பட்டினியால் வாடிய ஜுஃப்பூர் கிராமத்தைச் செழிக்கச் செய்வதற்காக மழையை ஒருகாலத்தில் அவரால் வரவழைக்க முடிந்தது என்பது போன்ற எண்ணங்கள் அவனுடைய மூளையில் ஓடின. அவனுக்குப் புரிந்து கொள்ளக் கூடிய வயதில் அப்படித்தான் அவனுடைய பாட்டி ஆயிஸாவும் நியோ போட்டோ பாட்டியும் கூறினர். ஆனால், இப்பொழுது தான் அவன் தனது பாட்டனாருடைய பெருமையையும் இஸ்லாமிய சமயத்தினுடைய மாட்சியையும் முதன்முறையாகப் புரிந்து கொண்டான். தன்னுடைய விலை மதிப்புமிக்க சிப்பிகளைக் கொடுத்து வாங்கிய ஆட்டுத் தோல் பட்டையில் புனிதச் சின்னம் பொறிக்கப்பெறுவதற்காக அவன் காத்திருந்தது எதற்காக என்பதை ஒரே ஒருவருக்கு மட்டுமே அவன் தெரிவிக்க எண்ணினான். அது தான் நியோ போட்டோ பாட்டி! தாயகக் கிராமம் திரும்பியதும் அதை அவளிடம் கொடுத்துப் பத்திரப்படுத்தி தனக்கு ஒரு மகன் பிறந்த பின் அதனைத் தாயத்தில் அடைத்து அவனுடைய புயத்தில் கட்ட வேண்டும் என்பது அவனுடைய திட்டம்!

21

குண்டா தனது தந்தையுடன் பயணம் மேற்கொண்டதில் அவனுடைய கூட்டாளிகளுக்கு பொறாமை. அவன் மிகுந்த பெருமிதத்துடன் ஜுஃப்யூர் கிராமத்திற்குத் திரும்புவான் என்று எதிர்பார்த்த அவனுடைய நண்பர்கள் அவனிடமோ அவன் பயணத்தைப் பற்றித் தெரிவிக்கக் கூடிய செய்திகளிலோ சற்றும் அக்கறை காட்டுவதில்லை என்று ஒருவருக்கொருவர் சொல்லிக் கொள்ளாமலே தீர்மானித்திருந்தனர். அவன் ஊர் திரும்பியதும் அப்படியே நடந்து கொண்டனர். நீண்ட நாள் கழித்துத் திரும்பிய குண்டாவிற்கு அவர்கள் பாராமுகமாக நடந்து கொண்டதும் அவனிடம் பேசுவதைக் கூட நிறுத்திக் கொண்டதும் மிகுந்த மனவேதனை அளித்தது. வாழ்நாள் முழுவதும் உடன் வாழப் போகிற நண்பர்கள் அல்லவா! அவனுடைய மிக நெருங்கிய நண்பன் சிடாஃபா கூட மற்றவர்களைக் காட்டிலும் மிகவும் இறுக்கமாக நடந்து கொண்டான். தனது தந்தை ஓமோரோவுடன் அவன் ஊரை விட்டுச் சென்றிருந்த காலத்தில் பிறந்த தனது தம்பி சுவாடுவின் நினைப்புக் கூடத் தோன்றாத அளவிற்கு குண்டா மிகவும் நொந்து போய்விட்டான்.

ஒருநாள் மதிய வேளை. ஆடுகள் மேய்ந்து கொண்டிருந்தன. ஒருவாறாக குண்டா தீர்மானித்து விட்டான். நண்பர்கள்

காட்டிய வெறுப்பையும் பொருட்படுத்தாமல் அவர்களுக்கிடையே ஏற்பட்டிருந்த இடைவெளியைச் சரிப்படுத்துவதற்கு முயன்றான். அவர்கள் மதிய உணவு சாப்பிட்டுக் கொண்டிருந்தனர். அவர்களிடம் நெருங்கி அவர்கள் மத்தியில் அமர்ந்து கொண்டான். பேச்சைத் தொடங்கினான். "நீங்களும் எங்கூட வந்திருக்கணும்டா" என்று மெதுவாக ஆரம்பித்தான். அவர்கள் கேட்கிறார்களா என்பதையும் பொருட்படுத்தாமல் தொடர்ந்து பயணத்தைப் பற்றி விவரித்தான்.

நாட்கணக்கில் நடந்து சென்றது எவ்வளவு கடினமாக இருந்தது என்பது பற்றியும், தசைநார்களெல்லாம் விண், விண்ணென்று வலியெடுத்தது பற்றியும், சிங்கங்களைக் கண்டு அஞ்சி நடுங்கிக் கொண்டே அவற்றைக் கடந்து சென்றது பற்றியும் என்று விவரித்துக் கொண்டே போனான். அவன் கடந்து சென்ற பல்வேறு கிராமங்களைப் பற்றியும் அங்கு வாழ்ந்த பல்வேறு மலைவாழ் இனக்குழுக்களைப் பற்றியும் விவரித்துக் கொண்டிருக்கையில், ஒருவன் துள்ளியெழுந்து சிதறி ஓடிய ஆடுகளை ஒழுங்குபடுத்தச் சென்றான். திரும்பியவன் அவனையும் அறியாமல் குண்டாவின் அருகில் அமர்ந்தான். விரைவிலேயே குண்டாவின் வார்த்தைகளுடன் அவர்களுடைய அச்சம், வேதனை, வியப்பு போன்ற உணர்வுகளை வெளிப்படுத்தும் ஒலிகளும் அவர்கள் அறியாமலேயே கலந்து ஒலித்தன. கதை அவனுடைய பெரியப்பாக்களின் கிராமத்தை நெருங்கிய கட்டத்தை அடைந்த போது, ஆடுகளை வீட்டிற்கு ஓட்டிச் செல்ல வேண்டிய நேரம் வந்துவிட்டது.

மறுநாள் காலையில், ஆசானுடைய பள்ளித் திடலில் திரண்டிருந்த அனைத்துப் பொடியன்களும் பாடம் முடித்து விரைவில் அங்கிருந்து புறப்படுவதற்குத் துடித்துக் கொண்டிருந்தனர். ஒருவாறாக, ஆடுகளுடன் ஊரை விட்டுப் புறப்பட்டவுடன் குண்டாவைச் சூழ்ந்து கொண்டு கதை கேட்கத் தொடங்கினர். தனது பெரியப்பாக்கள் உருவாக்கியிருந்த கிராமத்தில் பல்வேறு இனக்குழுக்களும் ஒன்றிணைந்து வாழ்ந்ததையும் அவர்கள் பேசிய பலதரப்பட்ட மொழிகளைப் பற்றியும் தொடர்ந்து விளக்கினான். மாலை வேளையில் நெருப்பு மூட்டங்களைச் சுற்றி மக்கள் உட்கார்ந்திருந்த போது, ஜானேயும் சலோமும் தொலை தூர இடங்களைப் பற்றிக் கூறியதை அவன் விவரித்துக் கொண்டிருந்த சமயத்தில், பயல்கள் வாய்க்குள் ஈ நுழைவது கூடத் தெரியாமல் ஆழ்ந்திருந்தனர். அப்பொழுது, மேய்ச்சல் வெளியின் அமைதியைக் கிழித்துக் கொண்டு வேட்டை நாய்கள் ஆவேசமாகக் குரைத்தன; ஆடு ஒன்று பீதியில் ஓலமிட்டு அலறியது.

துள்ளியெழுந்த பையன்கள், தூரத்தில், உயரமாக வளர்ந்திருந்த புற்களுக்கும் மேல் மஞ்சளும் கறுப்பும் கலந்த தோலுடன் நின்றிருந்த மிகப் பெரிய சிறுத்தையின் வாயிலிருந்து ஆடு ஒன்று நழுவி விழுந்ததையும் அதனைச் சூழ்ந்து இரு வேட்டைநாய்கள் உக்கிரமாகக் குரைத்துக் கொண்டிருந்ததையும் கண்டனர். அதிர்ச்சியாலும் அச்சத்தாலும் அவர்களுடைய கால்கள் நடுங்கின. நாய்களில் ஒன்றை சிறுத்தை தனது பாதத்தால் உதைத்து வீசியது. மற்றொரு நாய் முன்னும் பின்னும் ஆவேசத்துடன் பாய்ந்து கொண்டிருந்தது. பாய்வதற்குப் பதுங்கிய புலியின் உறுமல் பேரொலியில் நாய்களுடைய குரைப்பொலியும் நாலா திசைகளிலும் சிதறி ஓடிய ஆடுகளுடைய ஓலமும் அடங்கிப் போயின.

சுதாரித்துக் கொண்ட பயல்கள் கூக்குரலிட்டபடி ஓடி ஆடுகளை அங்கிருந்து தப்பித்து ஓட்டிச் செல்ல முயன்றனர். ஆனால், குண்டா விழுந்து கிடந்த தனது தந்தையின் ஆட்டை நோக்கித் துணிச்சலுடன் சென்றான். நாய்களுக்கும் சிறுத்தைக்கும் இடையில் அவன் புகுந்து விடாமல் தடுப்பதற்காக சிடாஃபா கத்தினான், "குண்டா, வேண்டாம்! நில்!" அவனால் குண்டாவை நிறுத்த முடியவில்லை. கூக்குரலிட்டபடி தன்னை நோக்கி இருவர் ஓடி வந்ததைப் பார்த்த சிறுத்தை பின்வாங்கி, திரும்பி, காட்டிற்குள் ஓடியது. நாய்கள் அதனைத் துரத்திக் கொண்டு ஆவேசத்துடன் பாய்ந்தோடின.

சிறுத்தையின் துர்நாற்றத்தாலும், கருவுற்ற ஆடு சின்னாபின்னப்பட்டுக் கிடந்த காட்சியைக் கண்டதாலும் குண்டாவிற்குத் தலை சுற்றியது; நெரிக்கப்பட்ட கழுத்திலிருந்து உதிரம் வழிந்தோடியது; நாக்கு வெளித் தள்ளியிருந்தது; கண்கள் தலையோட்டிற்குள் செருகிக் கொண்டன; கிழிக்கப்பட்டிருந்த வயிற்றுக்குள் குட்டியை குண்டா பார்த்து விட்டான். உயிர்த்துடிப்பு இன்னமும் அடங்கவில்லை. அருகே வீசியெறியப்பட்ட வேட்டை நாய் மூச்சிரைத்தபடி வலியால் துடித்துக் கொண்டிருந்தது. குண்டாவைக் கண்டதும் வேதனையுடன் ஊர்ந்து அவனை நெருங்க முற்பட்டது. வாந்தியெடுத்து வெளிறிப் போய் நின்றிருந்த குண்டா திரும்பினான்; சிடாஃபாவின் துயரம் தோய்ந்த முகத்தைக் கண்டான்.

காயமடைந்த நாயையும் செத்துப் போன ஆட்டையும் உற்றுப் பார்த்தபடி அவனுடைய நண்பர்களில் சிலர் தன்னைச் சுற்றி நின்றிருந்ததை குண்டா கண்ணீர்த் திரையினூடே உணர்ந்தான். மெதுவாக அவர்கள் அனைவரும் நகர்ந்தனர். ஆனால், சிடாஃபாவின் கைகள் அவனைச் சுற்றி அணைத்துக் கொண்டன. இருவருமே பேசவில்லை. ஆனால், அந்தக் கேள்வி காற்றில் தொங்கியது. அவனுடைய தந்தையிடம் எப்படித் தெரிவிக்கப் போகிறான்? ஒருவாறாக, குண்டாவால் பேச முடிந்தது. "என்னுடைய ஆடுகளைக் கவனித்துக் கொள்வாயா?" சிடாஃபாவிடம் கேட்டான். "இதன் தோலை என் தந்தையிடம் கொண்டு செல்ல வேண்டும்!"

சிடாஃபா ஏனைய பையன்களை அணுகி ஏதோ பேசினான். அவர்களில் இருவர் வேதனையால் நொண்டிய நாயைத் தூக்கிச் சென்றனர். பிறகு, குண்டா சிடாஃபாவை பிறருடன் செல்லுமாறு சைகை காட்டினான். செத்துக் கிடந்த ஆட்டிற்கு அருகில் மண்டியிட்டு, முன்பொருமுறை தனது தந்தை செய்ததைக் கவனித்தது போல, கத்தியால் கிழித்து ஆட்டின் புறத்தோலை உரித்தான். சொத சொதத்த தோலைக் கைகளில் தூக்கிக் கொண்டு எழுந்தான். இலை, தழைகளைப் போட்டு ஆட்டின்உடலை இன்னும் பிறக்காத குட்டியுடன் மூடினான். திரும்பி, கிராமத்தை வெறித்து நோக்கினான். முன்பொருமுறை மேய்ந்து கொண்டிருந்த ஆடுகளை மறந்து திரிந்ததுண்டு. அப்பொழுது இனிமேல் அவ்வாறு நிகழாமல் கவனமாக இருப்பதாக உறுதியளித்திருந்தான். ஆனால், மீண்டும் நடந்துவிட்டது! இம்முறை கருவுற்ற தாய்ஆடு கொல்லப்பட்டுவிட்டது!

கையற்ற நிலையில் நடந்ததெல்லாம் கொடுங்கனவாக இருந்துவிடலாகாதா? அதிலிருந்து தான் விழித்துக் கொள்ளக் கூடாதா? என்றெண்ணி மறுகினான்.

என்னசெய்வது? கைகளில் ஈரம் தோய்ந்த தோல் கிடக்கிறதே! செத்துப் போய்விடலாமா என்று கூட வெறுத்தான். ஆனால், அவ்வாறு செய்தால், தனது மூதாதையரை தீராத அவமானத்துடன் சந்திக்க நேரிடுமே என்று உறைத்தது. 'சற்று நேரத்திற்கு முன்பு நண்பர்களிடம் பெருமை பீற்றிக் கொண்டிருந்தேன் அல்லவா? அல்லா தண்டித்து விட்டார்!' மானக் கேட்டால் கூனிக் குறுகிப் போனான். சூரியன் உதிக்கும் திசையை நோக்கி மண்டியிட்டுத் தன்னை மன்னிக்கும்படி வேண்டித் தொழுதான்.

எழுந்தான். ஆடுகளை ஒன்று சேர்த்து திரட்டிய விறகுக் கட்டுகளைத் தலையில் சுமந்தபடி மேய்ச்சல் நிலத்தை விட்டு வீட்டிற்குப் புறப்பட அவனுடைய கூட்டாளிகள் ஆயத்தமாகியிருந்ததைக் கவனித்தான். காயமடைந்த நாயை ஒருவன் தூக்கிக் கொண்டான். இரண்டு நாய்கள் வேதனையுடன் நொண்டியபடி நடந்தன. தங்களைப் பார்த்துக் கொண்டிருந்ததைக் கவனித்த சிடாஃபா, தலையிலிருந்த விறகுச் சுமையை இறக்கி வைத்து விட்டு குண்டாவை நோக்கி நடந்தான். உடனே குண்டா அவனை ஏனைய நண்பர்களுடன் செல்லும்படி தெரிவித்தான்.

ஆடுகளை ஓட்டிச் சென்ற பாதையில் அவன் எடுத்து வைத்த ஒவ்வொரு அடியும் அவன் முடிவை நெருங்கிக் கொண்டிருந்ததாகப் பட்டது. ஆமாம், அனைத்தும் முடியப் போகின்றன! குற்றவுணர்வு, பீதி, குலைநடுக்கம் அலைஅலையாக அவனை அடித்துச் சென்றன. அவனை வீட்டை விட்டுத் துரத்தப் போகிறார்கள். பின்டா, லேமின், நியோ போட்டோ பாட்டி அனைவரையும் இழந்து தவிக்கப் போகிறான்! ஆசானுடைய வகுப்பும் பறிபோகப் போகிறது! இறந்து போன ஆயிசாப் பாட்டியையும் தனக்குப் பெயர் அளித்த புனிதரான தனது பாட்டனாரையும் புதிதான ஒரு கிராமத்தையே உருவாக்கவல்ல பெருமை வாய்ந்த தனது பெரியப்பாக்களையும் நினைத்த போது அவர்கள் அனைவருக்கும் தான் மானக் கேட்டை விளைவித்து விட்டதாக வருந்தினான். அன்று பிற்பகலில் அவன் விறகுகளைத் திரட்டவில்லை என்பது நினைவிற்கு வந்தது. எப்போது பார்த்தாலும் அச்சவுணர்வுடன் பிற ஆடுகளிடமிருந்து ஒதுங்கி அசைந்து அசைந்து நடந்து சென்ற கருவுற்ற தாய் ஆட்டின் நினைவும் பிறக்கும் முன்பே இறந்துவிட்ட குட்டியின் நினைவும் அவனை வாட்டியது. அவையனைத்தையும் பற்றிய எண்ணங்கள் ஓடிக்கொண்டிருந்த வேளையில் நினைக்கும் போதே அச்சமூட்டிய அவனுடைய தந்தையின் நினைவும் பரவியது.

அவனுடைய மனம் பதைத்தது. முன்னால் நீண்டு கிடந்த பாதையை வெறித்தபடி மூச்சுப் பேச்சற்று நிலைக்குத்தி நின்றான். அவனை நோக்கி ஓமோரோ ஓடோடி வந்தார். பயல்கள் யாருக்கும் அவரிடம் சொல்லுகிற அளவுக்குத் துணிச்சல் இல்லையே! அவருக்கு எப்படித் தெரிந்தது?

"உனக்கு ஒண்ணுமில்லையே? நல்லாத் தானே இருக்கே?" அப்பா கேட்டார்.

பேச முயன்ற குண்டாவின் நாக்கு மேல் அண்ணத்தில் ஒட்டிக் கொண்டது. ஒருவாறாகப் பேசிவிட்டான், "ஆமாப்பா!" ஆனால், ஓமோரோ அவனுடைய வயிற்றைத் தடவிப் பார்த்தார். அவனுடைய ஆடையை நனைத்திருந்த குருதி

அவனுடையதல்ல!

தோலைத் தரையில் விரித்தார். "உட்கார்!" ஆணையிட்டார். குண்டா அமர்ந்தான். அவனிடமிருந்து சற்றே விலகி அவர் அமர்ந்ததால் குண்டா நடுங்கினான்.

ஓமோரோ தொடர்ந்தார், "நீ தெரிந்து கொள்ள வேண்டிய செய்தி ஒன்றுண்டு. மனிதர்கள் அனைவரும் ஏதேனும் ஒருவிதத்தில் தவறு செய்கிறார்கள். உன்னுடைய வயதில் நானும் சிங்கத்திடம் ஓர் ஆட்டைப் பறிகொடுத்தேன்."

தனது ஆடையை மேலே உயர்த்தி இடுப்பைக் காட்டினார். பளுப்பு நிறத்தில் ஆழமாகத் தழும்பைக் கண்டு அதிர்ச்சியடைந்தான். "நான் கற்றுக் கொண்டேன், நீ கற்றுக் கொள்ள வேண்டும்! ஆபத்தான விலங்குகளிடம் ஒருபோதும் நெருங்காதே!" அவருடைய கண்கள் குண்டாவின் முகத்தை ஆராய்ந்தன. "சொல்றது கேட்குதா"

"ஆமாப்பா"

ஓமோரோ எழுந்தார். ஆட்டுத் தோலைத் தூக்கி தூர எறிந்தார். "உனக்குச் சொல்ல வேண்டியதெல்லாம் அவ்வளவு தான்"

தந்தையைப் பின்தொடர்ந்து கிராமத்திற்குத் திரும்பிய குண்டாவின் தலை சுற்றியது. இழைத்த குற்றத்தைக் காட்டிலும், அதிலிருந்து விடுபட்டதைக் காட்டிலும், அந்தக் கணத்தில் அவன் தனது தந்தையின்பால் கொண்டிருந்த அன்பு மிகவும் உயர்ந்தது.

22

குண்டாவிற்கு பத்து வய்து நிறைவடைந்தது. அவனுடைய வயதை ஒத்த இரண்டாம் பருவத்துப் பிள்ளைகள் பள்ளிப் படிப்பை நிறைவு செய்து கொள்ள வேண்டிய தருணம். பள்ளிக் கல்வி நிறைவு நாளன்று குண்டாவின் பெற்றோரும் அவனுடைய நண்பர்களும் ஆசானின் பள்ளித்திடலில் கிராம முதியோருக்கும் முன்பாக முதல் வரிசையில் பெருமிதத்துடன் அமர்ந்திருந்தனர். குண்டாவும் ஏனைய மாணவர்களும் ஆசானுக்கு எதிரே உட்கார்ந்திருந்தனர். கிராம மதகுரு தொழுகை நடத்தினார். ஆசான் எழுந்து மாண்வர்களை நோட்டமிட்டார். கேள்விக்குப் பதிலளிக்கும் ஆவலில் மாணவர்கள் கைகளை உயர்த்தி அசைத்தனர். அவர் தேர்ந்தெடுத்த முதலாவது மாணவன் குண்டா.

“குண்டா கின்டே, உன்னுடைய மூதாதையருடைய தொழில் என்ன?” ஆசான் கேட்டார்.

“நூற்றுக்கணக்கான ஆண்டுகளுக்கு முன்பு மாலி எனும் நாட்டில் கின்டே இனக்குழுவின் ஆடவர் கருமான்களாகப் பணியாற்றினர். பானைகள் செய்வதும் துணி நெய்வதும் பெண்களுடைய வேலை’’, குண்டா நம்பிக்கையுடன் பதிலளித் தான். ஒவ்வொரு மாணவனும் சரியான பதிலளித்த போது, குழுமியிருந்தோர் மகிழ்ச்சியில்

ஆரவாரித்தனர்.

ஆசான் கணக்குப் பாடத்தில் ஒரு கேள்வி எழுப்பினார். "கோமாளி ஒருவனுக்கு ஏழு மனைவியர். ஒவ்வொரு மனைவிக்கும் ஏழு குழந்தைகள். ஒவ்வொரு குழந்தையும் ஏழு நாட்களுக்கு ஏழு கடலைகள் தின்றன. அப்படியானால், அவன் யாராவது ஒருவருடைய பண்ணையிலிருந்து எத்தனை கடலைகள் திருட வேண்டும்?" கோரைப்புல் எழுதுகோலால் பலகையில் ஏகப்பட்ட கணக்கீடுகளைப் போட்டு முதலாவதாகச் சரியான பதிலைக் கூறியவன் சிடாஃபா சில்லா. கூட்டத்தினர் எழுப்பிய பாராட்டு ஆரவாரத்தில் ஏனைய மாணவர்களின் முனகல் ஒலிகள் அடங்கிப்போயின.

அடுத்து, மாணவர்கள் தமக்குப் பயிற்றுவிக்கப்பட்டபடி தமது பெயர்களை அரபு மொழியில் எழுதிக் காட்டினர். ஒவ்வொருவருடைய பலகையையும் ஆசான் உயர்த்திப் பிடித்து கல்வியின் ஆக்கத்தை சூழ்ந்திருந்த அனைவரும் அறிந்து கொள்ளும் விதமாகக் காண்பித்தார். ஏனைய மாணவர்களுக்குப் போலவே குண்டாவிற்கும் அந்தக் குறியீடுகள் எழுதுவதைக் காட்டிலும் படிப்பதற்குக் கடினமாக இருந்தது. காலையிலும் மாலையிலுமாகப் பல நாட்கள் ஆசான் அவர்களுடைய விரல் முட்டிகள் வலியெடுக்க எழுதப் பழக்கிய போதெல்லாம், செய்தி அறிவிக்கும் பறையொலி போல அரபு எழுத்துக்கள் எழுதுவதற்கு எளிதாக இருக்கக் கூடாதா என்று அவர்களுக்குத் தோன்றியது. செய்தி அறிவிக்கும் பறையொலியை லேமின் வயதுப் பிள்ளைகள் கூட ஏதோ தொலை தூரத்தில் இருந்து ஆட்கள் வாய்மொழியாக அறிவித்ததைப் போலப் புரிந்து கொண்டனர்.

ஒவ்வொருவராக அனைத்து மாணவர்களையும் எழுந்து நிற்கும்படி ஆசான் பணித்தார். கடைசியாக, குண்டாவின் முறை வந்தது. "குண்டா கின்டே!" அனைவருடைய கண்களும் அவன் மீது பதிந்தன. முதல் வரிசையில் அமர்ந்திருந்த தனது குடும்பத்தாரின் பெருமையை குண்டா உணர்ந்தான். கிராமத்திற்கு அப்பால் இடுகாட்டில் மீளாத்துயில் கொண்ட அவனுடைய மூதாதையர், குறிப்பாக, அவனுடைய பாசத்திற்குரிய பாட்டி ஆயிசா, நினைவும் நிழலாடியது. எழுந்து நின்று, திருக்குரானின் கடைசிப் பக்க சுலோகத்தை உரக்க வாசித்தான். பிறகு, முன்நெற்றியில் ஒற்றி வணங்கி, 'ஆமென்' என்றான். அனைவரும் வாசித்து முடித்த பின்னர், ஆசான் ஒவ்வொரு மாணவரையும் கைகுலுக்கி அவர்களுடைய பள்ளிக் கல்வி நிறைவுற்றதாகவும் அவர்கள் தமது மூன்றாம் பருவத்தை அடைந்து விட்டனர் என்றும் அறிவித்தார். அனைவரும் மகிழ்ச்சி ஆரவாரத்தில் பொங்கிப் பூரித்தனர். பின்டாவும் ஏனைய தாய்மார்களும் சமைத்து பாண்டங்களிலும் சுரைக்குடுவைகளிலும் நிரப்பி வைத்திருந்த பல வகை உணவுப் பண்டங்களைப் பரிமாறினர். பள்ளிக் கல்வி நிறைவு விழா பாண்டங்களையும் குடுவைகளையும் காலி செய்த விருந்துடன் இனிதே முடிந்தது.

மறுநாள் தனது குடும்ப ஆட்டு மந்தையை மேய்ச்சலுக்கு ஓட்டிச் செல்ல குண்டா பட்டிக்குச் சென்ற போது ஓமோரோ அங்கே காத்திருந்தார். கொழுத்த இளம் கிடாயும் கிடேறியுமாக இரு ஆடுகளைக் கையில் பிடித்திருந்தார். ஓமோரோ

கூறினார், "பள்ளிக் கல்வி நிறைவு செய்தமைக்காக இவை இரண்டும் எனது பரிசுகள்" திக்கித்துப் போன குண்டா நன்றி சொல்லத் திணறிக் கொண்டிருந்த போது, மறு வார்த்தை பேசாமல் ஒமோரோ அங்கிருந்து புறப்பட்டு விட்டார். ஏதோ நாள்தோறும் இரண்டு ஆடுகளைப் பரிசளித்தது போல இருந்தது அவருடைய செய்கை! உணர்ச்சிப் பெருக்கால் கண்ணீர் பொங்கிவிடாமல் தடுக்க குண்டா பெரும்பாடுபட்டான். ஆனால், அவனுடைய அப்பா பார்வைக்கு மறைந்த அந்தக் கணமே மகிழ்ச்சி ஆரவாரத்தில் அவன் எழுப்பிய கூச்சலைக் கேட்டு புதுவரவுகள் மிரண்டு ஓட அவற்றைத் துரத்திக் கொண்டு ஏனைய ஆடுகளும் பாய்ந்தன. அவற்றை ஒருவாறு ஒன்று திரட்டி மேய்ச்சலுக்கு ஓட்டிச் சென்ற போது அங்கே அவனுடைய நண்பர்கள் ஏற்கனவே தமது புதிய பரிசுகளுடன் மேய்த்துக் கொண்டிருந்தனர். பரிசாகக் கிடைத்த கிடாயும் கிடேறியும் அவர்களுக்குப் புனிதமானவை; அவர்களுடைய சிறப்புக் கவனத்தைப் பெற்றன. இளம் பசுந் தளிர்களாகப் பார்த்து பார்த்து மேய விட்டனர். அவர்களுடைய கண்களுக்கு முன்னால் காட்சி விரிந்தது. அவை சில நாட்களில் குட்டிகளை ஈன, அவை தம்முடைய குட்டிகளை அடுத்த சில மாதங்களில் ஈன, தமது தந்தைமாருடைய மந்தையைப் போலவே மதிப்புமிக்க பெரியதொரு ஆட்டு மந்தைக் கூட்டத்தின் கனைப்பொலியும் கேட்டது.

அடுத்த பிறை தோன்றிய நாளன்று ஒமோரோவும் பின்டேயும் தமது மகனுக்குக் கல்வி புகட்டியதற்கு நன்றி தெரிவிக்கும் விதமாக ஆசானுக்கு ஓர் ஆட்டை காணிக்கையாகக் கொடுத்தனர். அவர்கள் கூடுதல் வளம் படைத்தவர்களாக இருப்பின் ஒரு பசுவைக் கொடுத்து மகிழ்ந்திருப்பர். எளிய கிராமமான ஜுஃப்யூரில் அவர்களுக்கு மட்டுமல்ல அனைவருக்குமே அது இயலாத ஒன்று என்பதை அவர்கள் புரிந்து வைத்திருந்தனர். உண்மையைச் சொல்வதென்றால், சில பெற்றோர்கள், புதிதாக அடிமையானவர்கள், எதையும் சேமிக்க இயலாதவர்கள், ஒரு மாத காலம் தமது உழைப்பை ஆசானுடைய பண்ணையில் காணிக்கையாக நல்கினர்.

பிறைகள் பருவங்களாக ஒருவாறாக அடுத்து ஓர் ஆண்டும் உருண்டோடிவிட்டது. குண்டாவின் வயதுப் பையன்கள் லேமின் வயதுப் பொடியன்களுக்கு ஆடு மேய்க்கக் கற்றுக் கொடுத்தனர். நீண்ட நாட்களாக எதிர்பார்த்த தருணம் உறுதியுடன் நெருங்கிக் கொண்டிருந்தது. குண்டாவும் அவனுடைய கூட்டாளிகளும் அறுவடைத் திருவிழாவை ஆவலுடனும் ஆதங்கத்துடனும் எதிர்பார்த்திருந்தனர். விழா முடியும் போது, பத்திலிருந்து பதினைந்து வயதிற்கு உட்பட்ட மூன்றாம் பருவத்துப் பையன்களை ஜுஃப்யூர் கிராமத் திலிருந்து வெகு தொலைவில் உள்ள இடத்திற்கு இளந்தாரிப் பயிற்சிக்காக அழைத்துச் சென்று விடுவர். நான்கு மாதங்களுக்குப் பிறகு அவர்கள் முழு ஆண்பிள்ளைகளாகத் திரும்புவர்.

குண்டாவும் அவனுடைய நண்பர்களும் அத்தகைய கடுமையான பயிற்சிக்குச் செல்வதைப் பற்றி தமக்கு எவ்வித வருத்தமுமில்லை என்று காட்டிக் கொள்ள முயன்றனர். ஆனால், அவர்களுக்கு அதைத் தவிர வேறு எந்தவிதமான சிந்தனையும் இல்லை. அதைப் பற்றி யாரேனும் பெரியவர்கள் குறிப்பிட்டால்

அதை உன்னிப்பாகக் கவனித்தனர். வறட்சிக் காலத்தின் தொடக்கத்தில், ஒரு சில பையன்களுடைய தந்தைமார்கள் அரவமின்றி ஜுஃப்யூர் கிராமத்தை விட்டுச் சென்றதையும் இரண்டு, மூன்று நாட்களுக்குப் பின்னர் அதேபோல அரவமின்றித் திரும்பியதையும் அவர்களுக்குள் முணுமுணுத்துக் கொண்டனர். குறிப்பாக, கலிலு கொண்டே தனது பெரியப்பா பேசியதை ஒற்றுக் கேட்ட பிறகு அவர்கள் மத்தியில் பதட்டம் கூடுதலாயிற்று. கடந்த பயிற்சிக்குப் பிறகு ஐந்தாண்டு காலமாகப் பயன்படுத்தப்படாமல் பருவ மாற்றத்தாலும் விலங்குகளின் ஆக்கிரமிப்பாலும் சீர்குலைந்து கிடந்த இளந்தாரிப் பயிற்சி நடத்தப்படும் கிராமத்தில் தேவையான பழுதுநீக்கும் பணிகள் மேற்கொள்ளப்பட்டுவிட்டனவாம்! கிராமப் பெரியோர்கள் பேரவை அவர்களுடைய தந்தைமார்களில் மூத்தவரைப் பயிற்சிக்குப் பொறுப்பாளராகத் தேர்ந்தெடுக்கப் போகின்றனர் என்கிற பேச்சு அடிபட்டவுடன் பதட்டம் மேலும் அதிகரித்தது. குண்டாவும் அவனுடைய கூட்டாளிகளும் தமது தந்தையரும், பெரியப்பா, சித்தப்பாக்களும், தமையன்மாரும் பல ஆண்டுகளுக்கு முன்னர் தமக்குப் பயிற்சியளித்த பயிற்றுநர்களைப் பற்றி மிகுந்த மதிப்புடன் குறிப்பிட்டதைப் பலமுறை கேட்டிருந்தனர்.

அறுவடைத் திருவிழாவின் தொடக்கத்திற்கு முன்பே தமது தாய்மார்கள் ஆடைகள் தைப்பதற்காக அளவெடுக்கும் நாடாவைக் கொண்டு தலை முதல் தோள்கள் வரை மிகத் துல்லியமாக அளவெடுத்தது பற்றி மூன்றாம் பருவத்தை எட்டிய பையன்கள் ஒவ்வொருவரும் தமக்குள் மிகுந்த பதட்டத்துடன் பேசிக் கொண்டனர். குண்டா ஐந்து ஆண்டுகளுக்கு முன்பு ஒரு நாள் காலையில் தனது நண்பர்களுடன் கண்ட காட்சியின் கொடிய நினைவுகளை மறப்பதற்குப் பெரிதும் முயன்றான். அப்போது தான் அவர்கள் குட்டி இடையர்களாகத் தமது மந்தை மேய்க்கும் தொழிலை ஏற்றிருந்தனர். பயங்கரமான முகமூடிகள் அணிந்த குழுவினர் பெருங் கூச்சல் எழுப்பியவாறு, கைகளில் குத்தீட்டிகளைப் பிடித்தபடி ஒருவித கோரமான நடனமாடிக் கொண்டு, கழுத்தையும் தலையையும் மறைக்கின்ற தொப்பியுடன் கூடிய அங்கி அணிந்திருந்த மூன்றாம் பருவத்துப் பையன்களைக் கதற, கதற அடித்தும் உதைத்தும் இழுத்துச் சென்றதைக் கண்டனர்.

மத்தள முழக்கங்கள் காற்றை நிறைத்தன. அந்த ஆண்டின் அறுவடைத் திருவிழா தொடங்கிவிட்டது. ஏனைய கிராமத்தினருடன் சேர்ந்து குண்டா வயல்களுக்குப் புறப்பட்டான். கடுமையான வேலையில் ஈடுபடப் போகின்ற அந்த நெடிய நாட்களை அவன் பெரிதும் வரவேற்றான். பரபரப்பாக வேலையில் மூழ்கிக் களைத்துப் போகும் போது எதிர்கொள்ளவிருந்த பயிற்சி பற்றிய கொடிய நினைவுகள் அவனை ஆட்கொண்டு அலைக்கழிக்க மாட்டா அல்லவா! ஆனால், அறுவடை முடிந்து கொண்டாட்டம் தொடங்கிய போது, நிகழ்த்தப்பட்ட இசையிலும் நடனங்களிலும், விருந்துகளிலும் அவனால் மற்றவர்களைப் போல குதூகலத்துடன் பங்கேற்க இயலவில்லை. அவனுக்கு நினைவு தெரிந்த நாள் முதல் அறுவடைக் கொண்டாட்டங்களில் மிகுந்த கும்மாளத்துடன் பங்குபெற்று வந்திருந்தான். அதிகரித்துக் கொண்டிருந்த ஆரவாரப் பேரொலிகள் அவனுடைய துயரத்தையும் அதிகரித்தன. இறுதியில் விழாவின் கடைசி இரண்டு நாட்களையும் தனிமையில் வாய்க்கால் கரையில் அமர்ந்து நீரில் தவளைக் கல் எறிவதில்

பொழுதைப் போக்கினான்.

விழாவின் கடைசி நாளைக்கு முந்தைய இரவு. பின்டாவின் குடிசையில், சோற்றுடன் வேர்க்கடலை கலந்து செய்யப்பட்ட உணவை அமைதியாக சாப்பிட்டு முடித்திருந்தான். ஓமோரோ அவனுக்குப் பின்னால் வந்து நின்றார். தனது தந்தை வெண்மை நிறத்தில் ஏதோ ஒன்றை உயர்த்துவதை ஓரக்கண்ணால் கண்டு கொண்டான். அவன் திரும்பிப் பார்ப்பதற்கு முன் அவனுடைய தலை வழியாக நீண்ட அங்கியை அவனுடைய தந்தை நுழைத்தார். உடலெங்கும் பரவிய பீதி குண்டாவைச் செயலிழக்கச் செய்தது. தந்தை தனது மேல் தோள்களை இறுகப் பற்றியிருந்ததை உணர்ந்தான். எழுந்து கொள்ளும்படி வற்புறுத்தினார். அவனைத் திருப்பித் தள்ளிச் சென்று ஒரு தாழ்வான சிறிய பெஞ்சின் மீது உட்கார வைத்தார். கால்கள் வலுவிழந்து தலை காற்றில் மிதந்ததைப் போல உணர்ந்த குண்டாவிற்கு வலிந்து உட்கார வைத்தது கூட இதமாக இருந்தது. விட்டு, விட்டு மூச்சிரைத்ததை அவனால் கேட்க முடிந்தது. நகர்ந்தால் அந்த மிகச் சிறிய பெஞ்சிலிருந்து விழுந்து விடக்கூடும் என்பதையும் உணர்ந்தான். தன்னை இருட்டுக்குப் பழகிக் கொள்வதற்கு முயன்றவாறு உறுதியாக அமர்ந்து கொண்டான். பீதியால் இருள் இருமடங்காகத் தோன்றியது. கழுத்தையும் தலையையும் மூடியிருந்த அங்கிக்குள் சுவாசத்தின் வெம்மை அவனுடைய மேலுதட்டை வருடியது. குண்டாவின் மூளைக்குள் திடீரென்று ஒரு மின்னல் பளிச்சிட்டது. என்றோ ஒரு நாள் அதே போன்றதோர் அங்கியை அவனுடைய தந்தையின் தலை வழியாகவும் நுழைத்திருப்பர்! அவர் அந்த அளவுக்குப் பயந்திருப்பாரா? குண்டாவால் கற்பனை செய்து பார்க்க இயலவில்லை! கின்டே இனக்குழுவிற்கு அவனால் மானக்கேடு நேர்ந்துவிடக் கூடாதல்லவா!

குடிசையில் அமைதி நிலவியது. வயிற்றைப் பிசைந்து கொண்டிருந்த அச்ச முடிச்சை அவன் அவிழ்க்கப் போராடிக் கொண்டிருந்தான். கண்களை மூடி, எதையாவது கேட்க முடியுமா என்று முயன்று பார்த்தான். எதுவும் செவிப்படவில்லை. பின்டா நகருகின்ற சத்தம் கேட்குமே? அவனால் உறுதிபட உணர முடியவில்லை. லேமின் எங்கே போனான்? சுவாடு கூச்சல் போட்டுக் கொண்டிருப்பானே? அவனுக்கு ஒன்று மட்டும் உறுதியாகத் தெரிந்தது. பின்டாவோ வேறு யாருமோ அவனுடன் பேசப் போவதில்லை! பிறகு, தலையிலிருந்து முக்காட்டையா நீக்கிவிடப் போகிறார்கள்! அப்படி நினைத்த போது, மற்றொன்றும் உறைத்தது. முக்காட்டை நீக்கினால் பேயறைந்த அவனுடைய முகத்தை அனைவரும் பார்த்துவிடுவார்கள்! தனது பருவத்துத் தோழர்களுடன் இளந்தாரிப் பயிற்சிக்குச் செல்ல தகுதியற்றவன் என்று நினைத்து விடுவார்கள்!

லேமின் வயது பிள்ளைகளுக்குக் கூடத் தெரியும்! ஏனெனில், குண்டாவே லேமினிடம் கூறியிருக்கிறான். பையன்களை பன்னிரெண்டு மாத காலத்திற்குள் வேட்டைக்காரர்களாகவும், போர்வீரர்களாகவும், முழு மனிதர்களாகவும் மாற்ற வல்ல பயிற்சியைத் தாங்கிக் கொள்ள அஞ்சி நடுங்குவோருக்கு நேரிடக் கூடியது பற்றி அனைவரும் அறிந்திருந்தனர். ஒருவேளை, அவன் பயிற்சிபெறத் தவறிவிட்டால்? இளந்தாரிப் பயிற்சி பெறத் தவறியவர்களுக்கு நேர்ந்தவற்றைப்

பற்றி அவன் கேள்விப்பட்டிருந்த செய்திகள் நினைவிற்கு வந்த போது அச்சமும் பீதியும் விடைபெற்றுக் கொள்ளத் தொடங்கின. அத்தகையோர் பெரியவராக வளர்ந்த போதிலும் வாழ்நாள் முழுவதும் குழந்தையாகவே நடத்தப்படுவர். அவர்கள் முற்றாகப் புறக்கணிக்கப்படுவர். ஊரிலுள்ளவர்கள் அவர்கள் திருமணம் செய்வதை அனுமதிக்க மாட்டார்கள். அவர்களைப் போன்றவர்களுக்குத் தானே தந்தையராவர்? அத்தகைய அவல நிலைக்கு ஆளானோர் கிராமத்தை விட்டே ஓடிவிடுவர். ஒருபோதும் திரும்ப மாட்டார்கள். அவர்களுடைய தந்தையரோ, தாயார்களோ, உடன்பிறந்தாரோ அவர்களைப் பற்றி நினைத்துக் கூடப் பார்க்க மாட்டார்கள். அனைவராலும் வெறுக்கப்பட்டு ஒரு வெறி பிடித்த கழுதைப்புலியைப் போல தானும் ஜுஃப்யூர் கிராமத்தை விட்டு விரட்டியடிக்கப்படுவதாக குண்டா நினைத்துப் பார்த்தான். படுபயங்கரமாக இருந்தது!

சற்று நேரம் கழிந்தது. தொலை தூரத்தில் பறையொலி எழும்பியதையும் நடனக்காரர்களின் கூச்சலையும் மெல்லிய ஒலியாக அவனால் கேட்க முடிந்தது. அந்நிலையில் நீண்ட நேரம் கடந்தது. நேரம் என்னவாக இருக்கும்? அவனால் கணிக்க முடியவில்லை. பொழுது சாய்ந்ததற்கும் பொழுது புலர்வதற்கும் இடைப்பட்ட காலம். ஆனால், சில கணங்கள் கழித்து உச்ச தொனியில் எழுந்த கிராம மதகுருவினுடைய வாங்கோசை கிராமத்தினரை இரவு நேரத் தொழுகைக்கு அழைப்பு விடுத்ததைக் கேட்டான். நள்ளிரவுக்கு இரண்டு மணி முன்பு! இசை முழக்கம் நின்றது. கிராமத்தினர் கொண்டாட்டங்களை நிறுத்தி விட்டனர். ஆடவர் மசூதிக்கு விரைந்துகொண்டிருந்தனர்.

தொழுகை முடிந்து விட்டதை அறிந்து கொள்ளும் வரை குண்டா அமர்ந்த நிலையில் இருந்தான். ஆனால், இசை முழக்கம் மீண்டும் தொடரவில்லை. காதைத் தீட்டிக் கொண்டு எதையாவது கேட்க முயன்றான். ஆனால், அமைதியை மட்டுமே உணர முடிந்தது. சில கணங்கள் கழித்துத் திடீரென விழித்துக் கொண்டவன் தலையைக் குலுக்கினான். அமைதியின் ஆழம் அதிகரித்தது. நிலவில்லா வானத்தைக் காட்டிலும் முக்காட்டிற்குள் இருளின் கனம் அதிகமாக இருந்தது. இறுதியில், கழுதைப்புலிகளின் கனைப்பொலிகள் மென்மையாக அவனுடைய காதுகளை எட்டின. முறையாக ஊளையிடுவதற்கு முன்பு கழுதைப்புலிகள் சற்று நேரம் செறுமலாகவும் முனகலாகவும் ஒலி எழுப்புவது வழக்கம். பொழுது புலரும் வரை அத்தகைய ஒலி தொடர்ந்து தொலை தூரத்திலிருந்து கேட்டுக்கொண்டிருந்தது.

அறுவடைத் திருவிழா வாரத்தின் போது, கதிரவனின் முதற் கீற்றுக்கள் புறப்பட்ட உடனே கிராமத்தில் மத்தளங்கள் முழக்கப்படுவது வழக்கம். அந்த ஒலியை எதிர்பார்த்தபடி அமர்ந்திருந்தான். அவனுக்கு ஏதேனும் ஒலி கேட்காதா என்கிற ஆதங்கம்! காத்திருப்பு கோபத்தை உருவாக்கியதை உணர்ந்தான். எந்த நேரத்திலும் மத்தள முழக்கம் கேட்கலாம் என்பது அவனுடைய எதிர்பார்ப்பு. ஆனால், எதுவும் நிகழவில்லை! அதன் பிறகு, பலமுறை தூக்கத்திலிருந்து உலுக்கி விழித்தவன், கடைசியில் ஒருவாறாக அமர்ந்த நிலையிலேயே தூங்கிப் போனான். மத்தள முழக்கம் கேட்ட போது, துள்ளி விழித்தவன், உறங்கிப் போனதற்காக வெட்கமடைந்ததால் முக்காட்டிற்குள் அவனுடைய முகத்தில் வெம்மை

பரவியது.

முக்காடு ஏற்படுத்திய இருளுக்குப் பழகிப்போய்விட்டபடியால், அவனுக்குச் செவிப்பட்ட ஒலிகளைக் கொண்டு காலை நடவடிக்கைகளைக் கண்டு கொள்ள முடிந்தது. காகங்கள் கரையும் ஒலியையும் வேட்டைநாய்கள் குரைக்கும் ஒலியையும், மதகுருவின் வாங்கோசையையும், பெண்டிர் காலை உணவுக்காகத் தானியங்களைத் தூய்மைப்படுத்த இடிக்கும் ஓசையையும் கேட்டான். தொடங்க விருந்த இளந்தாரிப் பயிற்சி வெற்றிகரமாக நிறைவேற வேண்டும் என்பதே அன்றைய காலைத் தொழுகையின் சிறப்பம்சமாக இருந்திருக்கும் என்பதை உணர்ந்தான். குடிசைக்குள் அசைவுகளைக் கேட்க முடிந்தது. அது பின்டாவாகத் தான் இருக்கும்! அவனால் பார்க்க முடியாமல் போனது வியப்பளித்தது. ஆனால், அது தனது தாய் தான் என்பதை அவன் அறிந்து கொண்டான். சிடாஃபாவையும் மற்ற கூட்டாளிகளையும் நினைத்த போது அவனுக்கு வியப்பாக இருந்தது. முந்தைய இரவு தொடங்கி அந்தக் கணம் வரையிலும் எப்படி அவனால் அவர்களைப் பற்றி நினைக்காமல் இருக்க முடிந்தது? அவர்களும் தன்னைப் போலவே நீண்ட கொடிய இரவைக் கழித்திருப்பார்கள் என்று தனக்குள் சொல்லிக் கொண்டான்.

குடிசைக்கு வெளியே இசைக் கருவிகளுடைய முழக்கம் கேட்கத் தொடங்கி விட்டது. ஆட்களின் நடமாட்டமும் பேச்சொலியும் மேலும் மேலும் உரத்து ஒலித்தன. அந்தக் கூச்சலுடன் பறையொலியும் இணைந்தது. அதன் ஒலி மிகவும் கூர்மையானதாகவும் தனித்தும் ஒலித்தது. சற்று நேரத்தில் யாரோ ஒருவர் குடிசைக்குள் விரைந்து நுழையும் அரவம் கேட்டது. குண்டாவின் இதயம் துடிப்பதை நிறுத்திவிட்டது. இன்னதென்று உணருவதற்கு முன்னரே அவனுடைய மணிக்கட்டுகளை இறுகப் பற்றி பெஞ்சிலிருந்து இழுத்து குடிசைக்கு வெளியே வலிந்து கொண்டு செல்லப்பட்டான். பெரும் பறைகளுடைய ஒலியும் மக்களுடைய கூச்சலும் காதுகளைச் செவிடாக்கின.

கைகள் தாக்கின; கால்கள் உதைத்தன. வேறு வழியின்றி, கை போன போக்கிலும் கால் போன போக்கிலும் அடித்து உதைக்கலாமா என்று குண்டா எண்ணினான். அதற்குள் அவனை உறுதியாக ஆனால் இதமாக கை ஒன்று பற்றியதை உணர்ந்தான். முக்காட்டிற்குள்ளே மூச்சிரைத்தது. அதன் பின்னர் தன்னை யாரும் அடித்ததாகவோ உதைத்ததாகவோ அவனால் உணர முடியவில்லை. கூச்சலும் ஆரவாரமும் கூட அண்மையிலிருந்து கேட்கவில்லை. அவர்கள் மற்ற பையன்களை இழுத்துச் செல்வதற்காகப் புறப்பட்டு விட்டனர் போலும்! தன்னைப் பற்றியிருந்த கை பயிற்சி நடக்கும் இடத்திற்குத் தன்னை அழைத்துச் செல்வதற்காக தந்தை அமர்த்தியிருந்த அடிமையினுடையதாக இருக்க வேண்டும்! ஒவ்வொரு தந்தையும் தனது மகனை பயிற்சி நடைபெற்ற இடத்திற்கு வழிநடத்திச் செல்வதற்காக அடிமை ஒருவரை கூலிக்கு அமர்த்தியிருந்தனர்.

குடிசைகளிலிருந்து ஒவ்வொரு பையனையும் வெளியே இழுத்துச் சென்ற போது, கூட்டத்தினரிடையே கூச்சலும் ஆர்ப்பரிப்பும் உச்ச நிலையை அடைந்தது. குத்தீட்டிகளைக் கைகளிலேந்தி பலவாறான பாவனைகள் செய்து இரத்தத்தை உறையச் செய்கிற வகையில் பெருங்கூச்சல் போட்டு உயரத் தாவிக் குதித்து

அவர்கள் ஆடிய கோர நடனத்தைக் காணாதது குறித்து குண்டாவிற்கு மகிழ்ச்சி தான். "நான்கு மாதங்கள்!", "அவர்கள் முழுமனிதர்கள் ஆகி விடுவர்" என்றெல்லாம் இருமருங்கிலும் வரிசையாக மக்கள் கத்திக் கொண்டே தொடர்ந்து செல்ல, பெரியவை, சிறியவை என்று கிராமத்திலிருந்த பறைகளெல்லாம் இடைவிடாது முழங்க ஓர் அடிமை குண்டாவின் கையைப் பற்றி வேக, வேகமாக அழைத்துச் சென்றான். குண்டாவிற்குக் கதறி அழ வேண்டும் போல இருந்தது. ஓமோரோ, பின்டா, லேமின், குட்டிப் பயல் சுவாடு — அவர்களை ஒருமுறை தொட்டுப் பார்த்துக் கொள்ளத் துடித்தான்; நான்கு மாத காலத்திற்கு அவர்களை மீண்டும் காணும் வாய்ப்புக் கிடைக்கப் போவதில்லை; அந்த எண்ணம் அவர்கள் மீது அவன் முன்னெப்பொழுதுமே உணர்ந்திராத பாசத்தைக் கிளறி வதைத்தது. தனது வழிகாட்டியும் தானும் முழங்கிய பறையொலியின் இலயத்திற்கேற்ப அணிவகுத்துச் செல்வோருடன் இணைந்து செல்வதாக குண்டாவின் காதுகளுக்கு எட்டியது. கிராமத்தின் நுழைவாயிலைக் கடந்து சென்றதை அவனால் உறுதியாகக் கூற முடிந்தது. ஏனெனில், கிராமத்தாருடைய கூக்குரலின் ஒலி மட்டுப்படத் தொடங்கியது. வெதுவெதுப்பாக கண்ணீர் அவனுடைய கன்னங்களில் வழிந்தது. கண்ணீர்த் திவலைகளைத் தனக்கே மறைத்துக் கொள்ளும் முயற்சியாக கண்களை இறுக மூடிக் கொண்டான்.

குடிசையில் பின்டா இருந்ததை உணர முடிந்தது போல, தனக்கு முன்னும் பின்னும் வழிநடத்திச் செல்லப்பட்ட தன்னுடைய கூட்டாளிகளுடைய அச்சத்தையும் மணத்தை நுகர்வதைப் போல அவனால் மோப்பம் பிடிக்க முடிந்தது. அவர்களும் அவனைப் போலவே வெகுவாகப் பயந்து போயிருப்பர். அந்த எண்ணம் அவனுள் எழுந்த வெட்க உணர்வைத் தணித்தது. வெண்ணிற முக்காட்டால் பார்வை மறைக்கப்பட்டு தள்ளாடி நடந்து சென்ற போது, அச்ச உணர்வினும் கூடுதலாக துயரம் கவ்வியது. தாய், தந்தை, சகோதரர்கள், கிராம மக்கள் அனைவரையும் விட்டுச் செல்கிறானல்லவா? ஆனால், அப்படிச் செய்தாகத் தான் வேண்டும்! அவனுடைய தந்தையும் அப்படித் தான் செய்திருப்பார்! வருங்காலத்தில் அவனுடைய மகனும் அதைச் செய்து தான் தீர வேண்டும்! திரும்பப் போவது உறுதி; ஆனால் முழு மனிதனாக!

23

குண்டாவால் உணர முடிந்தது. கல் எறி தூரத்தில் அண்மையில் வெட்டி அகற்றப்பட்ட மூங்கில் புதர் இருந்த இடத்தை அவர்கள் நெருங்கிக் கொண்டிருந்தனர். முக்காட்டின் ஊடே புதிதாக வெட்டப்பட்ட மூங்கிலின் நறுமணத்தை நுகர்ந்தான். அந்த இடத்தை நெருங்க, நெருங்க காற்றில் மணத்தின் கனம் அதிகரித்தது. தடுப்புச் சுவர் அருகே சென்றனர். பின்னர், அதற்குள் நுழைந்தனர். ஆனாலும், இன்னமும் திறந்தவெளியில் தான் இருந்தனர். ஆம்! அது மூங்கில் கழிகளால் அமைக்கப்பட்ட சுற்றுச் சுவர். பறையொலி அடங்கியது; அணிவகுப்பு நின்றது. பல நிமிட நேரம் குண்டாவும் அவனுடைய நண்பர்களும் அமைதியாக நின்றிருந்தனர். அவர்கள் எப்பொழுது நின்றனர், எங்கே நின்றனர் என்பதைத் தெரிந்து கொள்ளும் விதத்தில் ஏதேனும் ஓசை கேட்காதா என்று காதைத் தீட்டிக் கொண்டிருந்தான். ஆனால், அவனுடைய செவிப்பட்டதெல்லாம் தலைக்கு மேலே கிளிகளின் கீச்சொலிகளும் குரங்குகளின் கொக்கரிப்புகளும் மட்டுமே!

திடீரென்று அவனுடைய முக்காடு நீக்கப்பட்டது. நண்பகல் சூரியனுக்குக் கீழ் மலங்க மலங்க விழித்துக் கொண்டு நின்றான். ஒளியின் தாக்கத்திற்கேற்ப தனது

கண்களைத் தகவமைத்துக் கொள்ள முயன்றான். தனது கூட்டாளிகளைக் காண்பதற்காக தலையைத் திருப்புவதற்குக் கூடப் பயந்தான். ஏனெனில், அவனுக்கு நேர் எதிரே உடலெல்லாம் சுருக்கம் விழுந்த முதியவர் சில்லா பா டிப்பா கட்டுறுதியாக நிமிர்ந்து விரைப்பாக நின்றிருந்தார். மற்ற பையன்களைப் போலவே, குண்டா அவரையும் அவருடைய குடும்பத்தாரையும் நன்கு அறிந்திருந்தான். ஆனால், அவர் ஏற்கனவே அறிமுகமானவராகக் காட்டிக் கொள்ளவில்லை. அப்போதைக்கு அவர் அவர்களைக் கண்டு கொள்ளப் போவதில்லை என்பது தெளிவானது. ஊர்ந்து செல்கின்ற புழுக்களை ஆய்வதைப் போல அவர்களுடைய முகங்களை ஆய்வு செய்தார். அவர்களுக்குப் பயிற்சி அளிக்கப் போகிற பயிற்றுனர் அவர் தான் என்பது உறுதிப்பட்டது. அவருக்கு இருமருங்கிலும் இரண்டு நடுத்தர வயதினர் நின்றனர். அலி சிசே, சோரு தூரா ஆகிய இருவரையும் குண்டா நன்கு அறிவான். சோரு அவனுடைய தந்தை ஓமோரோவின் நெருங்கிய நண்பர். நல்ல வேளை! அந்த இடத்தில் அவனுடைய தந்தை இல்லை! அவனுடைய பயம் வெளிப்பட்டுப் போகுமே!

பயிற்சி நடைபெற்றுக் கொண்டிருந்த போது, அங்கிருந்த இருபத்தி மூன்று மூன்றாம் பருவத்துப் பையன்களும் தமது மார்புகளுக்குக்குக் குறுக்கே கைகளை வைத்து மரபுப்படி தமது மூத்தோர்களை வாழ்த்தி வணங்கினர். “அமைதி!” “அமைதி மட்டுமே” என்று பயிற்றுநரும் அவருடைய உதவியாளர்களும் பதிலுக்கு வாழ்த்தினர். தலையை அசைக்காமல் மிகுந்த கவனத்துடன் குண்டா தனது கண்களை அகல விரித்து சுற்றிலும் நோட்டமிட்டான். ஆங்காங்கே மண்சுவர் எழுப்பி கூரை வேயப்பட்ட சிறிய குடிசைகள் பல அமைக்கப்பட்டிருந்தன. சுற்றிலும் உயரமான புதிய மூங்கில் கழிகளைக் கொண்டு சுற்றுச்சுவர் எழுப்பப்பட்டிருந்தது. சில நாட்கள் ஜுஃப்யூர் கிராமத்திலிருந்து காணாமற் போயிருந்த தந்தைமார்களால் அந்தக் குடிசைகள் அமைக்கப்பட்டிருக்க வேண்டும் என்று குண்டா புரிந்து கொண்டான். தசைநார்களில் ஒன்றைக் கூட அசைக்காதபடி அவன் அவற்றையெல்லாம் கண்ணுற்றான். ஆனால், அடுத்த கணமே உடலை உலுக்கித் தன்னைச் சுதாரித்துக் கொண்டான்.

உரத்த குரலில் பயிற்றுநர் பேசினார், “ஜுஃப்யூர் கிராமத்தை விட்டு குழந்தைகளாகப் புறப்பட்ட நீங்கள் முழு மனிதர்களாகத் திரும்ப வேண்டுமென்றால், அச்சத்தை முழுமையாக அகற்றிக் கொள்ள வேண்டும். ஏனெனில், அஞ்சுகின்றவன் வலுவற்றவன்; வலுவற்றவன் தனது குடும்பத்திற்கும், தனது கிராமத்திற்கும், தனது இனத்திற்கும் ஆபத்தானவன்.” அவர் அவர்களைப் போன்ற மோசமான பொடியன்களை ஒருபோதும் பார்த்ததில்லை என்பது போல வெறித்து நோக்கினார்; பிறகு பார்வையைத் திருப்பிக் கொண்டார். உடனே, அவருடைய உதவியாளர்கள் முன்னோக்கிப் பாய்ந்தனர். அவர்களுடைய கைகளிலிருந்த பிரம்புகள் பையன்களுடைய தோள்களிலும் புட்டங்களிலும் விளையாடின; ஆட்டு மந்தைகளை ஓட்டிச் செல்வதைப் போல அவர்களைத் துரத்தி, குழுக்களாகப் பிரித்து குடிசைகளில் தள்ளினர்.

எந்தவிதமான வசதியுமில்லாத வெற்றுக் குடிசைக்குள் நெருக்கியடித்துக் கிடந்த

குண்டாவும் அவனுடைய நான்கு கூட்டாளிகளும் பிரம்படியின் வேதனையை உணர்ந்து ஒருவரை ஒருவர் பார்ப்பதற்குத் தலையைத் தூக்குவதற்குக் கூட வெட்கப்பட்டனர். சில நிமிடங்கள் கழித்து, சற்று நேரத்திற்கு அவர்கள் தம்மைத் துன்புறுத்த மாட்டார்கள் என்று தோன்றியதும், குண்டா தனது நண்பர்களை ஓரப் பார்வையால் நோட்டமிட்டான். சிடாஃபா அந்தக் குடிசையில் இருந்தால் நன்றாக இருக்கும் என்பது அவனுடைய விருப்பம். அங்கிருந்த மற்ற பையன்களை அவன் அறிந்திருந்தான். என்றாலும், சிடாஃபா அளவிற்குப் பழக்கமானவர்கள் இல்லை. அவனுடைய இதயம் சூம்பிப் போனது. ஆனால், அது ஒன்றும் தற்செயலாக நிகழ்ந்ததில்லை. ஆராயத் தொடங்கினான்; அந்த அளவு வசதியைக் கூட பயிற்றுநர்கள் அவர்களுக்கு அளிக்கத் தயாராக இல்லை. சாப்பாடாவது போடுவார்களா? வயிறு வேறு பசித்துத் தொலைக்கிறதே!

பொழுது சாய்ந்த உடனே, பயிற்றுநருடைய உதவியாளர்கள் குடிசைக்குள் திடீரெனப் புகுந்து ''புறப்படுங்கள்'' என்று அதட்டினர். குண்டாவின் தோள்களில் ஒரு தடி பலமாக விழுந்தது. குடிசைகளை விட்டு வெளியேறி மற்ற குடிசைகளிலிருந்து வெளிப்பட்ட பையன்களை இடித்து மோதிக் கொண்டு இருளில் சிதறி ஓடியவர்களை அதட்டி அடக்கினர். ஒருவர் கையை மற்றவர் பற்றிக் கொண்டு இருளில் ஒழுங்கற்ற வரிசையில் சென்றனர். தடிகள் சரமாரியாக விழுந்தன. உரிய இடத்தை அடைந்தவுடன், இருளிலும் வெளிப்பட்ட தன்னுடைய சீற்றமிக்க முகச்சுளிப்பால், பயிற்றுநர் அவர்களுடைய கவனத்தை ஈர்த்தார். சுற்றிலும் அடர்ந்து கிடந்த காட்டிற்குள் அன்றிரவு பயணம் மேற்கொள்ளப் போவதாக அறிவித்தார்.

அணிவகுத்துச் செல்வதற்கான ஆணை பிறப்பிக்கப்பட்டவுடன், பையன்கள் நீண்ட வரிசையில் கரடுமுரடான பாதையில் நடக்கத் தொடங்கினர். ஓயாத தடியடி நடந்து கொண்டே இருந்தது. "என்னடா, எருமை மாதிரி நடக்கிறே!", குண்டாவின் காதருகே கேட்டது. எதிலோ மோதிக் கொண்ட பையனொருவன் வலி தாங்க முடியாமல் கதறினான். "யார் அது?" இருளில் இரு உதவியாளர்களும் உரக்கக் கத்தினர். சரமாரியாக விழுந்த தடியடிகள் மேலும் கடுமையாயின. அதன் பின்னர் ஒரு பயலும் மூச்சுவிடவில்லை.

குண்டாவின் கால்கள் வலியெடுக்கத் தொடங்கின. ஜானே, சலோம் பெரியப்பாக்களுடைய கிராமத்திற்குச் சென்ற போது கால்களைத் தளர்த்தி எட்டுப் போடும் பயிற்சியை அவன் தனது தந்தையிடமிருந்து பெறாமல் இருந்திருந்தால், கால்களில் வலியின் வேதனை இன்னும் கூடுதலாக இருந்திருக்கும். மலைப் பாதைகளில் நடந்து பழக்கப்படாததால் மற்ற பையன்களுடைய பாதங்கள் அவனுடையவற்றைக் காட்டிலும் மோசமடைந்திருக்கக் கூடும் என்கிற எண்ணம் கூட இதமாக இருந்தது. ஆனால், பசியையும் தாகத்தையும் தாங்கிக் கொள்ள குண்டா எவ்விதப் பயிற்சியும் பெற்றிருக்கவில்லை. பசி வயிற்றைப் பிசைந்தது; தலை காற்றில் மிதப்பதைப் போல உணரத் தொடங்கினான். ஒருவழியாக சிறிய நீரோடைக்கருகே நிற்கும்படி ஆணை பிறந்தது. முழுநிலவின் பேரொளி நீரோடையின் மேற்பரப்பில் ஏற்படுத்திய பிரதிபலிப்பில் சிற்றலைகளின்

நளினங்கள் தோன்றின. பையன்கள் மண்டியிட்டு நீரைக் கைநிறைய அள்ளிப் பருகத் தொடங்கிவிட்டனர். ஒரு கணம் கழித்து, ஒரே சமயத்தில் நிறைய நீரைக் குடிக்கக் கூடாது என்று நீரோடையை விட்டு விலகிச் செல்லுமாறு ஆணை பறந்தது. பிறகு தலைச்சுமையாகக் கொண்டுவரப்பட்ட மூட்டையைப் பிரித்து வறுத்த இறைச்சித் துண்டங்களைப் பையன்களிடம் கொடுத்தனர். இறந்த சடலங்களை கழுதைப்புலிகள் பற்களால் கிழித்துத் தின்பதைப் போல, பையன்கள் பெரிய துண்டங்களைக் கடித்துப் பிரித்து உண்ணத் தொடங்கினர். எவ்வளவோ வேகமாகத் தின்பதற்கு முயற்சித்தும் குண்டாவின் பங்காக நான்கு முறைதான் சுவைக்க முடிந்தது.

ஒவ்வொரு பையனுடைய பாதங்களிலும் சிராய்ப்புகள் ஏற்பட்டு குருதி கொட்டிய நிலையில் இருந்தன. குண்டாவினுடைய பாதங்களும் ஏனையோருடையவற்றைப் போல மிகவும் மோசமான நிலையில் இருந்தன. ஆனாலும், உணவும் நீரும் வயிற்றுக்கு இதமளித்தமையால் வேதனை ஒரு பொருட்டாகப் படவில்லை. நீரோடைக்கு அருகே அவர்கள் அமர்ந்திருந்த வேளையில் குண்டாவும் அவனுடைய தோழர்களும் சுற்றும் முற்றும் பார்வையை ஓட்டித் தமது நண்பர்களை நிலவொளியில் காண முற்பட்டனர். அப்பொழுது அவர்களுக்குப் பயத்தைக் காட்டிலும் களைப்பு கூடுதலாகத் தோன்றியது. குண்டாவும் சிடாஃபாவும் தொலைவிலிருந்தபடி பார்வைகளைப் பரிமாறிக் கொண்டனர். ஆனால், தன்னைப் போலவே தனது நண்பனும் அல்லலுற்றானா என்பதைக் கேட்டுத் தெரிந்து கொள்ள முடியவில்லை.

எரிச்சலெடுத்த தனது பாதங்களை நீரோடையில் குளிரச் செய்வதற்கு குண்டா முற்பட்டான். அதற்குள் பயிற்றுநரின் உதவியாளர்கள் பயிற்சி இடத்திற்குத் திரும்பிச் செல்வதற்கான நீண்ட பயணத்தைத் தொடங்குவதற்காக அணிவகுக்குமாறு பணித்தனர். விடிவதற்குச் சற்று முன்னர் மூங்கில் தட்டிகளால் அமைக்கப்பட்ட நுழைவாயில் அவர்கள் கண்களில் படும் தூரத்தை ஒருவாறாக நெருங்கிக் கொண்டிருந்த போது அவனுடைய கால்களும் தலையும் மரத்துப் போயின. இறப்பதற்குத் துணிந்துவிட்டவனைப் போல, குடிசைக்குள் தள்ளாடியவாறு நுழைந்தான்; ஏற்கனவே உள்ளே சென்றிருந்தவன் மீது மோதினான்; பாதங்கள் நிலைகுலைந்தன; தடுமாறி விழுந்தான்; விழுந்த இடத்திலேயே ஆழ்ந்து தூங்கிவிட்டான்.

அடுத்த ஆறு நாட்கள் ஒவ்வொரு இரவிலும் மற்றொரு அணிவகுப்புப் பயணம் நிகழ்ந்தது. ஒவ்வொரு நாளும் பயண தூரம் முந்தைய இரவைக் காட்டிலும் நீண்டது. சிராய்ப்பு ஏற்பட்ட பாதங்களில் வலி கொடூரமாக இருந்தது. ஆனால், நான்காவது இரவு ஒருவாறாக வலியைப் பொருட்படுத்தாதிருக்கப் பழகிக் கொண்டான். வரவேற்கத் தக்க புத்துணர்ச்சியான பெருமிதத்தை உணரத் தொடங்கிவிட்டான். ஆறாவது இரவில், இருள் கவிழ்ந்திருந்த போதிலும் உறுதிபட நேர் வரிசையில் நடந்து செல்வதற்கு அடுத்துத் தொடர்ந்த பையனுடைய கரத்தைப் பற்றிக் கொள்ள வேண்டிய தேவையில்லாமல் போயிற்று.

ஏழாவது இரவில், பயிற்றுநருடைய நேரடிப் பாடம் முதன்முறையாக நிகழ்ந்தது.

அடர்ந்த காட்டிற்குள் விண்மீன்களை வழிகாட்டிகளாகப் பயன்படுத்தி பாதையைத் தவற விடாமல் இருப்பதற்கான வழிமுறைகள் விளக்கப்பட்டன. முதல் அரை மாத காலத்திற்குள் பயிற்சியாளர் ஒவ்வொருவரும் விண்மீன்களின் உதவியுடன் அணிவகுப்பை அடர்ந்த காட்டிற்குள் நடத்திச் சென்று பயிற்சி இடத்திற்குத் திரும்புவதற்குப் பழகிக் கொண்டனர். ஓர் இரவு, குண்டா அணிவகுப்பிற்குத் தலைமை வகித்த போது, காட்டு எலி ஒன்று அவனைக் கண்டு மறைவிடத்திற்கு விரைவதற்குள் அதனை மிதித்து விட்டான். அச்சம் ஏற்பட்ட போதிலும் பெருமை பிடிபடவில்லை. காட்டு விலங்கொன்று கண்டு கொள்ள இயலாத அளவிற்கு அமைதியாக அணிவகுத்துச் செல்லப் பழகிவிட்டார்களல்லவா!

ஆனால், வேட்டையாடும் கலையைக் கற்றுக் கொடுக்கும் சிறந்த ஆசான்கள் விலங்குகள் என்றார் பயிற்றுநர். மாண்டிங்கா இனத்தவரைப் பொறுத்த வரை கற்றுக் கொள்ள வேண்டியவற்றுள் வேட்டையாடுதல் மிகவும் முக்கியத்துவம் வாய்ந்தது. காடுகளுக்குள் பயணம் செய்வதற்கான நுணுக்கங்களில் தேர்ந்து விட்டனர் என்கிற நிறைவு ஏற்பட்ட பின்னர், பயிற்றுநர் அவர்களை அடுத்த அரை மாத காலத்திற்கு அவர்கள் தங்கியிருந்த இடத்திலிருந்து வெகு தொலைவில் அடர்ந்த காடுகளுக்குள் அழைத்துச் சென்றார். வேட்டைத்தொழிலை முழுமையாகக் கற்றுக் கொள்வதற்குத் தேவையான எண்ணற்ற யுக்திகளில் பயிற்சி பெறுவதற்கிடையே உறங்குவதற்காக மரக்கிளைகளில் தங்குமிடங்களை அமைத்திருந்தனர். குண்டாவின் கண்கள் மூடியதே இல்லை. பயிற்றுநரின் உதவியாளர்கள் ஏதேனுமொரு பயிற்சியை மேற்கொள்வதற்காக விழித்துக் கொள்ளும்படி குரலெழுப்பிய போதெல்லாம் அவன் அணியமாக இருந்தான்.

சிங்கங்கள் பதுங்கியிருந்த இடங்களையும், பாய்ந்து மான்களைக் கவ்விய இடங்களையும், இரையைத் தின்ற பின்னர் அவை எஞ்சிய இரவு நேரத்தில் உறங்கிக் கழித்த இடங்களையும் ஒவ்வொன்றாக உதவியாளர்கள் சுட்டிக் காட்டினர். மான் கூட்டம் சிங்கங்களால் தாக்கப்படுவதற்கு முன்னர் கடந்து சென்ற தடங்களைப் பின்னோக்கித் தொடர்ந்து அவை முன்பகல் முழுவதும் செய்த ஒவ்வொன்றும் பையன்களுடைய மனத்தில் ஓவியமாகப் பதியும் விதத்தில் நேரில் காட்டி விளக்கினர். பயிற்சியாளர்கள் ஓநாய்களும் கழுதைப்புலிகளும் மறைந்திருந்த பாறைப் பிளவுகளையெல்லாம் பார்வையிட்டனர். அடுத்ததாக, கனவிலும் எண்ணிப் பார்த்திராத வேட்டைத் தொழில் நுணுக்கங்களையெல்லாம் கற்றனர். எடுத்துக்காட்டாக, தேர்ந்த வேட்டைக்காரருடைய முதலாவது இரகசியமே அவர் காட்டிற்குள் திட்டமிடாமல் அங்குமிங்குமாக அலையக் கூடாது என்பதை அவர்கள் ஒருபோதும் அறிந்திருந்ததில்லை. அது தொடர்பாக பயிற்றுநர் அவர்களுக்கு ஒரு கதையை விவரித்தார். வேட்டையாடுவதற்கான விலங்குகள் நிறைந்திருந்த காட்டிற்குள் ஒரு முட்டாள் வேட்டைக்காரன் எதையும் வேட்டையாட முடியாமல் பட்டினியால் இறந்தே போனானாம். ஒழுங்கற்ற விதத்தில் கூக்குரல் எழுப்பியபடி காடு முழுக்கச் சுற்றி வந்தான். அவனுடைய இருப்பை உணர்ந்த விலங்குகள் அமைதியாக விரைந்தோடித் தப்பித்துக் கொண்டன. அவை அருகில் இருந்ததை அவனால் ஒருபோதும் உணர முடியவில்லை.

பயிற்சியின் போது விலங்குகளைப் போலவும் பறவைகளைப் போலவும் கண்டபடி ஒலி எழுப்பிய தமது செயலை எண்ணிப் பார்த்த பையன்களுக்கு முறையற்ற அந்த வேட்டைக்காரனுடைய நினைவு வந்தது. அவர்கள் எழுப்பிய உறுமல் ஒலிகளும் ஊதல் ஒலிகளும் காற்றை நிறைத்தன. ஆனால், எந்தவொரு பறவையோ விலங்கோ வெளிப்பட்டதே இல்லை. அதன் பின்னர், அவர்களைத் தமது ஒளிவிடங்களில் பதுங்கியிருக்கச் செய்து விட்டுப் பயிற்றுநரும் உதவியாளர்களும் உரிய முறையில் அதே ஒலிகளை எழுப்பிய போது, அப்பகுதியில் மறைந்திருந்த விலங்குகளும் பறவைகளும் தமது இனத்தைச் சேர்ந்த விலங்குகளையும் பறவைகளையும் தேடி தலைகளை நீட்டி வெளிப்பட்டன.

மதிய வேளை ஒன்றில், பையன்கள் பறவை ஒலிகளைப் பயிற்சி செய்து கொண்டிருந்த போது, திடீரென மிகப்பெரிய உடலமைப்பும் கனத்த அலகும் கொண்ட பறவையொன்று பலத்த கீச்சொலி எழுப்பியவாறு அருகிலிருந்த புதர் ஒன்றில் அமர்ந்தது. "அதோ பார்!" உரத்த சிரிப்பொலியுடன் ஒருவன் கத்தி விட்டான். ஏனைய ஒவ்வொரு பையனுடைய இதயமும் அவனுடைய தொண்டை வரை உருண்டது. ஏனெனில், அவனுடைய அடங்காத அகல வாயால் அனைவருமே தண்டனை பெறப் போவது உறுதி! அதற்கு முன்பு பல முறை சிந்திக்காமல் செயல்படும் அவனுடைய பழக்கம் வெளிப்பட்டிருந்தது. ஆனால், இம்முறை பயிற்றுநர் அவர்களுக்கு வியப்பளிக்கும் விதமாக, அமைதியாக அந்தப் பையனிடம் நெருங்கிச் சென்று அந்தப் பறவையை உயிருடன் பிடித்து வருமாறு கண்டிப்புடன் பணித்தார். குண்டாவும் அவனுடைய தோழர்களும் மூச்சைப் பிடித்துக் கொண்டு நின்றனர். அவன் கீழே குனிந்து அந்தக் கனத்த பறவை அமர்ந்திருந்த புதரை நோக்கித் தவழ்ந்தான். அது தலையை அங்குமிங்குமாகத் திருப்பிக் கொண்டு ஏதுமறியாமல் அமர்ந்திருந்தது. ஆனால், அவன் தாவிய போது, தன்னைப் பிடிக்கத் துணிந்த அவனுடைய கைகளுக்குச் சிக்காமல் இறக்கைகளை அடித்தபடி உயர்ந்து தனது கனத்த உடலை தூக்கிக் கொண்டு பறந்தது. பையனும் அதனைத் தொடர்ந்து பாய்ந்து துரத்திச் சென்றான். விரைவில், அவனும் பறவையும் கண்ணுக்கெட்டாத தூரம் பறந்து விட்டனர்.

குண்டாவும் மற்றவர்களும் உறைந்து நின்றனர். பயிற்றுநர் அவர்களுக்கு கொடுக்கப் போகிற தண்டனையை அவர்களால் யூகிக்க இயலவில்லை. அடுத்த மூன்று பகல் பொழுதுகளிலும் இரவுகளிலும் பையன்கள் பயிற்சியில் ஈடுபட்டிருந்த போதிலும் காணாமற் போன பையனுக்கு என்ன நேர்ந்ததோ என்கிற தவிப்புடன் ஒருவரை ஒருவர் தொலைவில் இருந்தபடி பார்த்துக் கொண்டனர்; அந்தப் புதரையும் நோட்டமிட்டனர். அதற்கு முன் அவன் செய்த தவறுகளுக்கெல்லாம் அவர்கள் அனைவருக்கும் தண்டனை பெற்றுத் தந்தவன் என்பதால் அவன் மீது அவர்கள் எரிச்சலடைந்திருந்தனர். தற்பொழுது அவன் இல்லை என்றானதும் அப்படிக் கருதத் தோன்றவில்லை.

நான்காவது நாள் காலையில் பையன்கள் விழித்தெழுந்து கொண்டிருந்த போது, அவர்களுடைய இருப்பிடத்தை நோக்கி யாரோ வருவதற்கான சமிக்ஞை காவலாளியிடமிருந்து வந்தது. சில நொடிகள் கழித்து "அவன் வந்து விட்டான்"

என்று பறையொலி அறிவித்தது. அவனை எதிர்கொள்வதற்கு அவர்கள் அனைவரும் விரைந்தனர். ஏதோ காணாமற் போன சகோதரன் திரும்பிவிட்டதைப் போன்ற ஆரவாரம் அங்கே நிலவியது. மெலிந்து, அழுக்கடைந்து, வெட்டுக்களும் காயங்களுமாக ஒருவழியாக வந்து சேர்ந்து விட்டான். அவர்கள் அவனை நெருங்கி அவனுடைய முதுகில் செல்லமாகத் தட்டினர்; அவன் நெளிந்தான். மெலிந்ததொரு புன்னகை அவனுடைய இதழ்களில் தென்பட்டது. தளிர்க்கொடி ஒன்றால் அலகையும், இறக்கைகளையும், கால்களையும் கட்டி அந்தப் பறவையைக் கைகளில் ஏந்தியிருந்தான். அவனை விட மோசமான நிலையில் இருந்த போதிலும், உயிருடன் நெளிந்தது.

பயிற்றுநர் வெளியில் வந்தார். அவர் கூறியவை அந்தப் பையனுக்குத் தான் என்ற போதிலும் அவர்கள் அனைவருக்கும் பொருந்தக் கூடியவை. "இதன் மூலம் இரண்டு முக்கியமான செய்திகளைத் தெரிந்து கொண்டாய்! சொற்படி செயல்படு! வாயைப் பொத்திக்கொள்! முழுமனிதனுக்கான தயாரிப்பின் போது கடைப்பிடிக்கப்பட வேண்டியவை!" குண்டாவும் மற்றவர்களும் மற்றொன்றையும் கண்ணுற்றனர். அந்த முதிய பயிற்றுநர் முதன்முறையாக ஒருவர் மீது கனிவான பார்வையை வீசியதை! புதர்களில் மிகக் குறுகிய தொலைவுக்கு தாழ்வாக எம்பிக் குதிக்கக் கூடிய கனத்த பறவைகளைப் பிடிப்பதற்கான நுணுக்கங்களை அவன் விரைவிலேயே கற்றுக் கொள்வான் என்பதை அவர் அறிந்து கொண்டார்.

விரைவிலேயே அந்தப் பெரும் பறவையை வறுத்து, அதனைப் பிடித்தவனைத் தவிர ஏனைய அனைவரும் சுவைத்து உண்டனர். அதனைச் சமையல் செய்து முடிக்கும் வரை அவனால் விழித்திருக்க இயலவில்லை. அந்த அளவிற்குக் களைத்துப் போனான். அன்றைய பகல் முழுவதும் இரவும் அவன் உறங்குவதற்கு அனுமதிக்கப்பட்டான். அந்தச் சமயத்தில் குண்டாவும் பிறரும் புதர்களுக்கிடையே வேட்டைப் பயிற்சியில் ஈடுபட்டிருந்தனர். அடுத்த நாள், முதலாவதாகக் கிடைத்த ஓய்வு நேரத்தில், அந்தப் பையன் தனது தோழர்களிடம் நடந்தவற்றை விவரித்தான். அதனைத் துரத்திச் சென்று பட்டவதைகளையெல்லாம் கூறினான். இரண்டு பகல் வேளைகளிலும் ஓர் இரவு முழுவதும் படாத பாடு பட்டு, கடைசியில் கண்ணி வைத்து அந்தப் பறவையைப் பிடித்தான். அதன் அலகுடன் அதனைக் கட்டிப் போட்டு அடுத்த இரவும் பகலும் வானத்து மீன்களைக் கொண்டு, கற்பிக்கப்பட்டபடி, வழியைக் கண்டு பிடித்துத் திரும்பியதாகத் தெரிவித்தான். ஏனைய பையன்கள் அவனிடம் கூறுவதற்குப் பெரிதாக எதுவும் இல்லை. குண்டா தனக்குள் சொல்லிக் கொண்டான், 'அவனைப் பார்த்து எனக்கொன்றும் பொறாமை இல்லை. ஆனாலும், அவனுடைய தீரச் செயலாலும், பயிற்றுநர் அதனை ஏற்றுக் கொண்ட விதத்திலும் அவன் ஏனையோரைக் காட்டிலும் முக்கியத்துவம் வாய்ந்தவனாகி விட்டான்.' அடுத்து, ஒரு நாள் பிற்பகல் பயிற்றுநரின் உதவியாளர்கள் மல்யுத்தத்தில் பயிற்சி பெறும்படி பணித்த போது, குண்டா அந்தக் குறிப்பிட்ட பையனை பிடித்திழுத்துத் தரையில் தள்ளுவதற்கான வாய்ப்புக் கிட்டியது!

பயிற்சியின் இரண்டாவது மாதத்தின் போது, குண்டாவும் அவனுடைய

நண்பர்களும் தமது கிராமங்களில் வாழ்ந்ததைப் போலவே காட்டிற்குள்ளும் வாழ்வதற்கான திறமைகளைப் பெற்றுவிட்டனர். விலங்குகள் மறைந்திருப்பதற்கான அறிகுறிகளைக் கண்டறிவதற்கான அனைத்து நுட்பங்களும் அவர்கள் கற்றுக் கொண்டு பின்பற்றவும் செய்தனர். தற்பொழுது மூதாதையருக்கான சடங்குகளையும் தொழுகைகளையும் நிறைவேற்றுவதற்கான பயிற்சி பெற்று வந்தனர். அவை விலங்குகளின் கண்களுக்கு அவர்கள் தென்படாதவாறு மறைத்துக் கொள்வதற்கு உதவக் கூடியவை. அவர்கள் சாப்பிடக் கூடிய ஒவ்வொரு உணவுப் பொருளும் அவர்கள் கண்ணி வைத்துப் பிடித்தும் கவண்கற்களையும், வில், அம்புகளையும் கொண்டு எய்தும் பெற்றவை. முன்பு செய்ததைக் காட்டிலும் இரு மடங்கு வேகத்தில் அவர்களால் சிறிய விலங்குகளின் தோலை உரிக்க முடியும், அதே போல நெருப்பு மூட்டிச் சமைப்பதற்கும் கற்றுக் கொண்டனர்.

அவர்கள் கற்றுக் கொண்ட முக்கியமான பாடங்கள் சில முன்கூட்டித் திட்டமிடப் பட்டவை அல்ல. ஒரு நாள், ஓய்வு நேரத்தின் போது, ஒருவன் தனது வில் வித்தையைச் சோதித்துப் பார்க்க முயன்ற போது, கவனக்குறைவாக ஓர் அம்பு உயரமான மரத்தின் உச்சியிலிருந்த தேன் கூட்டைத் தாக்கி விட்டது. சினங் கொண்ட தேனீக்கள் கூட்டம் வெறியுடன் அவர்களைச் சுற்றிச் சூழ்ந்து தாக்கத் தொடங்கின. மறுபடியும் ஒருவன் செய்த தவற்றால் அனைவரும் தேனீக்களால் கொட்டப்பட்டனர். மிக விரைவாக ஓடிய பையன் கூட தேனீக்களின் கொடுக்குகளுக்குத் தப்பிக்க முடியவில்லை.

பின்னர், பயிற்றுநர் விளக்கினார், "எந்தவொரு வேடனும் தான் எய்யும் அம்பு தாக்கக் கூடிய இலக்கு எது என்பதை அறியாமல் தொடுக்க மாட்டான்." வீங்கிப் போய் வேதனை எடுத்த இடங்களில் ஷியா மரப் பிசினைத் தேய்க்குமாறு பணித்துவிட்டுக் கூறினார், "இன்றிரவு அந்த தேனீக் கூட்டத்தை முறையான விதத்தில் கையாளுவதற்குக் கற்றுக் கொள்ளப் போகிறீர்கள்" அன்று இருள் கவிந்த பின்னர், பையன்கள் காய்ந்து போன பாசிகளை தேன்கூடு இருந்த மரத்தின் அடிப்பகுதியில் குவித்தனர். பயிற்றுநருடைய உதவியாளர் ஒருவர் அதில் நெருப்பு மூட்டிய பிறகு, மற்றொருவர் ஒரு வகைப் புதரிலிருந்து இலைகளை குறிப்பிட்ட அளவிற்குக் கொண்டு வந்து நெருப்பின் மீது போட்டார். அடர்த்தியாக, மூச்சடைக்கச் செய்கின்ற புகை மேலெழும்பி மரத்தின் உச்சியை அடைந்தது. உடனே ஆயிரக்கணக்கான தேனீக்கள் தீங்கற்ற மழைத்துளிகளைப் போல பையன்களைச் சுற்றிலும் செத்து விழுந்தன. மறுநாள் காலையில் குண்டாவும் நண்பர்களும் தேன்கூட்டிற்குள் இறந்து கிடந்த எஞ்சிய தேனீக்களையும் வடித்து விட்டு அதிலிருந்த தேனை சிந்தாமல் சிதறாமல் சேகரிப்பதற்கு பயிற்றுவிக்கப்பட்டனர். அடர்ந்த காட்டிற்குள் சோர்வுற்றிருக்கும் வேடர்களுக்கு உடனடி ஊட்டமளிக்க வல்ல தேனை வேண்டிய அளவு பருகிய குண்டாவின் உடலில் புதுத்தெம்பு பரவியது.

ஆனால், அவர்கள் எவ்வளவு தான் கடுமையான பயிற்சிகளுக்கு உட்படுத்தப்பட்ட போதிலும், அறிவாக்கத்தையும் திறமைகளையும் எவ்வளவு தான் திரட்டிக் கொண்ட போதிலும், அந்த முதிய பயிற்றுநர் நிறைவடையவே இல்லை.

அவருடைய எதிர்பார்ப்புகளும் ஒழுக்கநெறிகளும் மிக, மிகக் கடுமையானவையாகத் தொடர்ந்தன. பையன்கள் பெரும்பாலான சமயங்களில் அச்சத்திற்கும் கோபத்திற்கும் இடையே அலைக் கழிக்கப்பட்டனர். அத்தகைய உணர்வுகளை உணரக் கூடிய சக்தியை இழக்குமளவிற்குக் களைப்படைந்தனர். ஒருவனுக்கு இடப்பட்ட கட்டளை உடனடியாக முழுநிறைவுடன் நிறைவேற்றப்படவில்லையென்றால் அனைவருக்கும் அடிவிழும் கண்டிப்புத் தொடர்ந்தது. குண்டா நொந்து போனான். ‘எதற்கெடுத்தாலும் அடி விழுகிறது; அடித்து அடித்து அவர்களுடைய கையே வலியெடுத்துவிடும் போல! யாரேனும் ஏதேனும் தவறு செய்து விட்டால், நடு ராத்திரியில் தூக்கத்திலிருந்து திடீரென எழுப்பி காட்டிற்குள் நீண்ட அணிவகுப்புப் பயணம் நடத்தச் சொல்கிறார்கள்!’ தவறு செய்து அனைவருக்கும் அடிவாங்கிக் கொடுத்த பையனை அவர்களே அடிக்காமல் விட்டு வைத்திருந்ததற்கு ஒரே ஒரு காரணம் உண்டு. அவர்கள் இளந்தாரிப் பயிற்சிக்கு வருவதற்கு நெடு நாட்களுக்கு முன்பே அவர்கள் தமது வாழ்க்கையில் கற்றுக் கொண்ட முதல் பாடமே மாண்டிங்கர்கள் தமக்குள் சண்டையிட்டுக் கொள்ளக் கூடாது என்பது தான்! இறுதியில், அவர்கள் அனைவருமே புரிந்து கொண்டனர். அவர்களுடைய இனத்தினுடைய நலம் அவர்கள் ஒவ்வொருவரையும் சார்ந்திருந்ததைப் போல பயற்சிக்காக ஒன்றிணைந்திருந்த அவர்களுடைய குழுவின் நலமும் அவர்கள் ஒவ்வொருவரையும் சார்ந்திருந்தது. விதிமுறைகளிலிருந்து பிறழ்ந்து செயல்படுவதென்பது படிப்படியாகக் குறைந்து எப்போதாவது எதிர்பாராமல் நிகழ்வது என்கிற நிலை உருவானது; பிரம்படி தண்டனையும் குறைந்து போனது; பயிற்றுநரையும் உதவியாளர்களையும் கண்டாலே ஏற்பட்ட ஒருவித இனம்புரியாத அச்சமும் பீதியும் இருந்த இடத்தில் தமது தந்தைமார்களுக்கு மட்டுமே தரக்கூடிய மதிப்பும் மரியாதையும் நிலை கொண்டது.

இருப்பினும், குண்டாவும் தோழர்களும் தம்மீதே அருவருப்புற்று முற்றிலும் அறியாமையில் திகைக்கின்ற விதமாக ஏதேனும் புதிய சூழல்கள் நாள்தோறும் உருவாகிக் கொண்டே இருந்தன. கற்றுக் கொள்ள வேண்டும் என்கிற உந்துதல் தொடர்ந்தது. எடுத்துக்காட்டாக, ஒருவருடைய குடிசை அருகில், குறிப்பிட்டதொரு விதத்தில் மடிக்கப்பட்டு போர்வை ஒன்று தொங்கவிடப்பட்டிருந்தால், அது ஏனைய மாண்டிங்கா ஆடவருக்கு அவர் எப்பொழுது திரும்பிவரத் திட்டமிட்டிருந்தார் என்பதை அறிவித்தது. அல்லது ஒரு குடிசைக்கு வெளியே ஒரு குறிப்பிட்ட விதத்தில் குறுக்காக செருப்பு வைக்கப்பட்டிருந்தால், ஏனைய ஆடவர் மட்டுமே புரிந்து கொள்ளக் கூடிய பல செய்திகளை அவை புலப்படுத்தின. ஆனால், பெரிதும் குறிப்பிடத்தக்க விதத்தில் அவர்கள் பயன்படுத்திய குழுக்குறி இரகசியங்களுள் ஒன்று குண்டாவின் கவனத்தை மிகவும் ஈர்த்தது. ஆடவர்கள் தமக்குள் மாண்டிங்கா மொழி வார்த்தைகளை வித்தியாசமான ஒலிகளை எழுப்பும் விதமாகப் பேசிக்கொண்டனர். அவற்றின் உட்பொருளைப் பெண்டிருக்கோ, குழந்தைகளுக்கோ, மாண்டிங்கா இனம் அல்லாதாருக்கோ கற்றுக் கொடுத்ததில்லை. தனது தந்தை மற்றொருவரிடம் அந்த விதத்தில் மிகவும் விரைவாகப் பேசிக் கொண்டதை குண்டா கேட்டிருந்தான்; அவனுக்குப் புரியவுமில்லை; அதற்கான விளக்கத்தைக் கேட்பதற்குத் துணிவுமில்லை. தற்பொழுது அவன் அதைக் கற்றுக்கொண்டுவிட்டபடியால் அவனும் அவனுடைய நண்பர்களும் கிட்டத்தட்ட

அவர்கள் பேச நினைக்கின்ற அனைத்தையும் ஆடவருடைய இரகசிய மொழியிலேயே பேசிக் கொண்டனர்.

ஜுஃப்பூர் கிராமத்திலிருந்து வெளியேறிய காலத்தைக் கணிப்பதற்காக, பையன்கள் ஒவ்வொரு குடிசையிலும் ஒரு பாண்டத்தில் ஒவ்வொரு மாத முடிவிலும் ஒரு கல்லைச் சேகரித்து வந்தனர். பாண்டத்தில் மூன்றாவது கல்லைச் சேர்த்த ஒரு சில நாட்களிலேயே, ஒரு மதிய வேளையில், வளாகத்திற்குள் மல்யுத்தப் பயிற்சியில் ஈடுபட்டிருந்த போது, திடீரென்று நுழைவாயிலை நோக்கிப் பார்வையைச் செலுத்தினர். இருபத்தைந்து, முப்பது பேர் நுழைவதைக் கண்டனர். அவர்கள் தமது தந்தையர், பெரியப்பா சித்தப்பா மார்கள், தமையன்கள் என்று அடையாளம் கண்டு கொண்ட போது, பேருவகை எழுந்தது. குண்டா துள்ளி எழுந்தான்; அவனால் நம்பவே முடியவில்லை; மூன்று மாதங்கள் கழித்துத் தந்தையை முதன்முறையாகப் பார்த்ததால் அவனுள் பூரிப்புப் பொங்கியது. ஆனாலும், ஏதோ ஒரு கரம் அவனைத் தடுத்து நிறுத்தி மகிழ்ச்சி ஆரவாரத்தில் பெருங்குரல் எடுத்துவிடாதபடி தடுத்தது. அவனுடைய தந்தையின் முகத்திலும் மகனைப் பிரிந்து மீண்டும் பார்த்ததற்கான உணர்ச்சிப் பெருக்கின் சுவடு தென்படவில்லை.

ஒரே ஒரு பையன் மட்டும் 'அப்பா' என்று கத்திக் கொண்டு ஓடோடிச் சென்றான். ஒரு வார்த்தையும் பேசாத அவனுடைய தந்தை, அருகிலிருந்த பயிற்றுநரின் உதவியாளரிடமிருந்த பிரம்பைப் பறித்து வெளுத்து வாங்கிவிட்டார். அவர் தான் ஏமாற்றப்பட்டுவிட்டதாகவும் தனது மகன் இன்னமும் பொடியனாகவே இருந்ததாகவும் கத்தினார். தந்தைமாரிடமிருந்தும் எவ்வித சலுகையும் எதிர்பார்க்கலாகாது என்பது உறுதிப்பட்டது. சினங்கொண்ட பயிற்றுநர், அனைவரையும் வரிசையாகக் குப்புறப் படுக்கும்படி பணித்தார். வரிசைகளினூடே சென்ற தந்தையர் கைத்தடிகளால் பயல்களுடைய பிட்டத்தில் தாக்கினர். குண்டாவிற்கு மிகுந்த உணர்ச்சிக் குழப்பம்! அடிகளைப் பொருட்படுத்தவில்லை; இளந்தாரிப் பயிற்சியில் பெற்ற எத்தனையோ அடிகளுள் அதுவும் ஒரு வகை! அப்பாவைக் கட்டியணைத்து அவருடைய குரலைக் கேட்காமல் போனமையால் வலித்தது. அப்படிப்பட்ட அற்ப ஆசைகளிலெல்லாம் ஈடுபடுவது ஆண்மைக்கு அழகாகாது என்பதை உணர்ந்த போது வெட்கமடைந்தான்.

தடியடி நிறுத்தப்பட்டது. பையன்களை ஓட்டப் பந்தயங்கள், தாண்டுதல், நடனமாடுதல், மல்யுத்தம் புரிதல் போன்ற கற்றுத்தரப்பட்ட அனைத்துக் கலைகளையும் நிகழ்த்திக் காட்டுமாறும், அவர்களுக்குப் பயிற்றுவிக்கப்பட்ட விதத்தில் தொழுகையில் ஈடுபடுமாறும் பணித்தார். தந்தையரும், பெரியப்பா, சித்தப்பாமார்களும், தமையன்களும் அமைதியாகக் கவனித்துக் கொண்டிருந்தனர். அன்பொழுக பயிற்றுநருக்கும் உதவியாளர்களுக்கும் பலவிதமான பரிசுப் பொருட்களையும் காணிக்கையாக்கிப் பாராட்டுத் தெரிவித்துவிட்டுப் புறப்பட்டனர்; தமது பிள்ளைகளைத் திரும்பிப் பார்க்கக்கூட இல்லை. அவர்கள் முகத்தைத் தொங்கப் போட்டபடி நின்றனர். ஒரு மணி நேரத்திற்குப் பிறகு, மாலை நேர உணவு தயாரிப்பதில் சுணக்கம் காட்டியமைக்காக அவர்கள் மற்றொருமுறை

தடியடி பட்டனர். உறவினர்கள் வந்து சென்றது பற்றிய எவ்வித உணர்வையும் பொருட்படுத்தாமல் பயிற்றுநரும் உதவியாளர்களும் செயல்பட்டதால் தடியடியைக் காட்டிலும் வேதனை மீதூர்ந்தது. ஆனால், முன்னிரவு நேரத்தில், உறங்குவதற்கு முன்பு பையன்கள் மல்யுத்தத்தில் ஈடுபட்டிருந்த போது, உதவியாளர்களில் ஒருவர் அவனருகில் நெருங்கினார். மூச்சிரைக்க நின்றவனிடம், அரை மனதாகத் தான், இரகசியமாகச் செய்தி தெரிவித்தார், “புதிதாக ஒரு தம்பி பிறந்திருக்கிறான். அவன்பெயர் மதி”

அன்றிரவு நெடு நேரம் உறங்காமல் விழித்துக் கிடந்த குண்டாவின் எண்ணங்கள் துள்ளின, “நாங்கள் இப்போது நால்வர்! நான்கு சகோதரர்கள்! என் அப்பா, அம்மாவிற்கு நான்கு மகன்கள்! ‘நூற்றுக்கணக்கான ஆண்டுகளுக்குப் பின்னர், எதிர்காலத்தில், கதைசொல்லிகள் கின்டே குடும்ப வரலாற்றைப் பாடும் போது எப்படி இருக்கும்!’ ஜுஃப்பூர் கிராமத்திற்குத் திரும்பும் போது, அவனுடைய குடும்பத்தில் ஓமோரோவுக்கு அடுத்து அவன் தான் முதல் ஆம்பிளை! உள்ளம் குதூகலத்தால் கும்மாளமிட்டது. தான் ஒரு முழு ஆம்பிளை ஆவதற்கு மட்டுமின்றி, தனது தம்பிகளுக்குக் கற்றுக் கொடுப்பதற்காகவும் பலவிதமான பயிற்சிகளைப் பெற்று வந்தான். அவன் ஏற்கனவே லேமினுக்கு பிள்ளைப் பருவத்தில் கற்றுக் கொள்ள வேண்டியவற்றையெல்லாம் சொல்லிக் கொடுத்திருந்தான். லேமின் பருவத்துப் பையன்கள் அறிந்து கொள்ள அனுமதிக்கப்படக் கூடியவற்றை மட்டிலுமாவது அவன் கற்றுக் கொடுக்கலாம். லேமின் சுவாடுவுக்குக் கற்றுக் கொடுக்கலாம்; சுவாடு, குண்டா இன்னும் பார்த்திராத குட்டித் தம்பி மதிக்குக் கற்றுக் கொடுக்கலாம். ஒரு நாள், அவனும் ஓமோரோ வயதை அடைவான்; அவனுக்கென பிள்ளைகள் பிறப்பார்கள்; மீண்டும் அனைத்தும் துவக்கம் பெறுவன. சிந்தனையில் ஆழ்ந்தவாறே தூங்கிப் போனான்.

24

அணிவகுத்து நின்ற பயிற்சியாளர்கள் மத்தியில் பயிற்றுநர் உரையாற்றினார், "நீங்கள் இனி குழந்தைகள் கிடையாது! ஆம்பிளைகளாக மறுபிறப்பெடுத்துவிட்டீர்கள்!" 'ஆம்பிளை' என்கிற சொல்லை, அவர்கள் அவ்வாறு இல்லை என்பதைச் சுட்டிக்காட்டுவதற்கன்றி, அவர் அதற்கு முன் பயன்படுத்தியதில்லை. அவர் மேலும் விவரிக்கத் தொடங்கினார். மாதக் கணக்கில் ஒன்றாகப் பயின்று, ஒன்றாகப் பணியாற்றி, ஒன்றாக அடிபட்ட பின்னர் ஒவ்வொருவருக்குள்ளும் இரு பான்மையான தன்மைகள் இருப்பதைக் கற்றுக் கொண்டனர். ஒன்று, அவர்களுக்குள் இருக்கக் கூடிய தனித்துவம்; மற்றொன்று இரத்த உறவு கொண்டோருடன் அவர்கள் பகிர்ந்து கொள்ளக் கூடிய பரந்த இயல்பு. அந்தப் பாடத்தைக் கற்றுக் கொள்ளும் வரை போராளிகளாவதற்கான அடுத்த கட்டப் பாடத்தை அவர்கள் மேற்கொள்ள இயலாது. "போர்க்குணம் கொண்டவர்களுடன் மட்டுமே மாண்டிங்க இனத்தவர் போரில் ஈடுபடுவர் என்பதை நீங்கள் அனைவரும் ஏற்கனவே அறிந்திருப்பீர்கள். ஆனால், போரில் இறங்கிவிட்டால் நாம் தான் மிகச் சிறந்த போராளிகள்"

அடுத்த அரை மாத காலம் குண்டாவும் அவனுடைய நண்பர்களும் போர் புரிவது தொடர்பான செய்திகளைக்

கற்றுக் கொண்டனர். ஒளி மங்கிய மாலைப் பொழுதுகளில் பயிற்றுநர் அல்லது அவருடைய உதவியாளர்கள் புகழ்பெற்ற மாண்டிங்கா இனத்தவர் மேற்கொண்ட போர்களில் கையாண்ட வியூகங்களை வகுத்தனர். பின்னர், பயிற்சியாளர்களைக் கொண்டு அதுபோன்றதொரு போரினை நடித்துக் காட்டச் செய்தனர். பயிற்றுநர் ஆலோசனைகளை நல்கினார், “எதிரியை முற்றிலுமாக வளைத்துக் கொள்ளக் கூடாது. அவன் தப்பித்துச் செல்வதற்கும் ஒரு வழியைக் காட்ட வேண்டும். இல்லையேல் அவன் உயிர் பிழைப்பதற்காக மூர்க்கமாகப் போரிடத் தொடங்கிவிடுவான். போரை எப்பொழுதும் பிற்பகலில் தான் தொடங்க வேண்டும். அப்போது தான் எதிரி தோல்வி அடையப் போவதை அறிந்து மானத்தைக் காத்துக் கொள்வதற்காக பின்வாங்கி இருளில் மறைந்திடுவான். போர் நடைபெறும் சமயத்தில் ஞானியர், கதைசொல்லிகள், கருமான் யாரேனும் அவ்வழியாகப் பயணிக்க நேர்ந்தால் எத்தரப்பினரும் அவர்களுக்குத் தீங்கு விளைவித்திடலாகாது. ஏனெனில், சினங் கொண்ட ஞானி அல்லாவிடம் வேண்டி அவர்களுக்குத் தீமை நிகழும்படி செய்திடுவார்; தாக்கப்பட்ட கதைசொல்லி தனது பேச்சு வன்மையால் எதிரியைத் தூண்டிவிட்டு மேலும் கொடூரமான முறையில் போர் புரியச் செய்வான்; கருமான் பாதிக்கப்பட்டால் எதிரியினுடைய ஆயுதங்களைப் பழுதுநீக்கியும் புதிய ஆயுதங்கள் செய்து கொடுத்தும் துணைநிற்பான்.”

பயிற்சியாளர்கள் கூர்மையான குத்தீட்டிகளையும் அம்புகளையும் தயாரிப்பதற்கு பயிற்றுநரின் உதவியாளர்கள் கற்றுக் கொ்டுத்தனர். அவை உண்மையான போரில் பயன்படுத்தப்பட்டவை போன்ற வல்லமை கொண்டவை. அவற்றைக் கொண்டு சிறிய, சிறிய இலக்குகளின் மீது தொடுத்துப் பழகினர். இருபத்தைந்து தப்படி தொலைவில் இருந்த மூங்கில் கழியை ஒருவன் தாக்கி விட்டானென்றால் மிகுந்த ஆரவாரக் கூச்சல் எழுப்பிப் பாராட்டினர். பயிற்சியாளர்கள் காடுகளுக்குள் தேடி அலைந்து ஒருவகை மூலிகைப் புதரிலிருந்து இலைகளைப் பறித்துச் சென்று, தங்குமிடத்தில் வேக வைத்து அதிலிருந்து கிடைத்த அடர்த்தி மிக்க திரவத்தில் பருத்தி நூலை நனைத்தெடுத்து அம்புகளில் கூர்நுனிகளில் சுற்றி வைத்தனர். அத்தகைய அம்புகள் எதிரியின் உடலில் பாய்ந்து ஏற்படுத்திய காயங்களுக்குள் கடுமையான நஞ்சைச் செலுத்த வல்லவை.

போர்ப் பயிற்சி முடியும் தருவாயில், பயிற்றுநர், அவர்கள் முன்னெப்பொழுதும் அறிந்திராத செய்திகளையெல்லாம் விளக்கினார்; அவர்கள் கேட்டறியாத உணர்ச்சிப் பெருக்கான கதைகளையெல்லாம் கூறினார்; புனை கதை ஒன்றில் விவரிக்கப்பட்டுள்ள போரில் தளபதி சுந்தியதா நிகழ்த்திய சாதனைகளை விளக்கினார். அவன் முன்னாளைய அடிமை; எருமைப் பெண்ணான சொகோலோனின் மகன். அவன் போரே நாட்டின் மன்னர் சௌமோரோவை வென்றான். அந்த மன்னன் கொடுங்கோலன்; மனித உடலின் தோலான அங்கிகளை அணிந்திருந்தான்; அவனுடைய மாளிகையில் பதப்படுத்தப்பட்ட மனித மண்டையோடுகள் அலங்கரித்தன.

இருதரப்பிலும் ஆயிரக்கணக்கான போர்வீரர்கள் காயமுற்றனர் அல்லது மடிந்தனர் என்றெல்லாம் கதை நீண்ட போது குண்டாவும் அவனுடைய

நண்பர்களும் மூச்சைப் பிடித்துக் கொண்டு கேட்டனர். ஆனால், மாண்டிங்கா இனத்து வில்லாளர்கள் சௌமோரோ மன்னனுடைய படையை பூதாகரமானதொரு வலையைப் போல வளைத்து, இருமருங்கிலுமிருந்து அம்பு மழை பொழிந்தனர். பீதியடைந்த எதிரிப்படையினர் இறுதியில் சின்னா பின்னமாகச் சிதறி ஓடினர். அந்தக் கட்டத்தை வருணித்த போது தான் முதன்முறையாக பயிற்றுநருடைய முகத்தில் பயிற்சியாளர்கள் புன்னகை தவழக் கண்டனர். கிராமங்கள் எங்கும் பறையொலிகள் இடையறாது முழங்கி அறிவித்தன. வெற்றி கொண்ட மன்னனிடமிருந்து பெறப்பட்ட அளவற்ற செல்வங்களும் சிறைப்பிடிக்கப்பட்ட ஆயிரக்கணக்கான எதிரிப்படை வீரர்களும் முன்னால் செல்ல வாகை சூடிய படையினர் அணிவகுத்து இரவு பகலாகத் தமது கிராமத்திற்குத் திரும்பிக் கொண்டிருந்தனர். வழியெங்கிலும் கிராமத்து மக்கள் கைதிகளை உதைத்தும் ஆரவாரக் கூச்சல் எழுப்பியும் தமது குதூகலத்தை வெளிப்படுத்தினர். மழிக்கப்பட்ட தலைகளைக் கவிழ்த்தியபடியும் பின்புறமாகக் கைகள் கட்டப்பட்டும் கைதிகள் நகர்ந்தனர். இறுதியில், தளபதி சுந்தியதா பெருந்திரளான மக்கள் கூட்டத்தினைக் கூட்டினான். தான் வென்ற கிராமத்துத் தலைவர்களை அவர்கள் முன் நிறுத்தினான். அவர்களுடைய குத்தீட்டிகளையும் தலைமைப்பதவிக்குரிய சின்னங்களையும் திருப்பிக் கொடுத்து அனைத்துத் தலைவர்கள் மத்தியிலும் அமைதி நிலவுவதற்கான பிணைப்பினை ஏற்படுத்தினான். அடுத்து ஒரு நூறாண்டு காலம் அத்தகைய அமைதி நீடித்தது. குண்டாவும் அவனுடைய தோழர்களும் மாண்டிங்கர் இனத்தவரின் நிலைத்த புகழை எண்ணிப் பெருமை கொண்டவாறு உறங்கச் சென்றனர்.

பயிற்சிக் காலத்தின் அடுத்த மாதம் தொடங்கியது. அடுத்து இரு நாட்களுக்குள் பயிற்சியாளர்களுடைய இருப்பிடத்திற்குப் புதிதாகச் சிலர் வருகை தர இருந்ததாக பறையொலிகள் அறிவித்தன. அவர்களுடைய தந்தையரும் ஏனைய நெருங்கிய உறவினர்களும் புறப்பட்டுச் சென்று நீண்ட நாட்களுக்குப் பிறகு நிகழப் போகிற புதியவர்களுடைய வருகை பொதுவாக அவர்களுக்கு மகிழ்ச்சி அளிக்கத்தக்கது என்ற போதிலும், ஜுஃப்யூர் கிராமத்தின் மல்யுத்த வீரர்கள் அவர்களுக்கு சிறப்புப் பயிற்சி அளிப்பதற்காக வரவிருந்தனர் என்பதை அறிந்த போது அவர்களுடைய மகிழ்ச்சி இரட்டிப்பானது.

மறுநாள் பிற்பகலின் போது எழுந்த பறையொலிகள் அவர்கள் எதிர்பார்க்கப் பட்டதற்கும் முன்னதாகவே வந்துசேர்ந்துவிட்டனர் என அறிவித்தது. ஆனால், பழக்கப்பட்ட அனைத்து முகங்களையும் பார்த்த உடனே மனதில் ஏற்பட்ட குதூகலம், அவர்கள் எந்தவொரு வார்த்தையும் பேசாமல், அவர்களைப் பற்றி இழுத்து முன்னெப்பொழுதைக் காட்டிலும் வன்மையாகத் தரையில் தூக்கி எறிந்ததால் மறைந்து போனது. பயிற்சியாளர்களைச் சிறு, சிறு குழுக்களாகப் பிரித்து மல்யுத்த வீரர்களுடன் மோத விட்ட போது ஒவ்வொரு பையனுக்கும் காயங்களும் சிராய்ப்புகளும் கூடுதலாக ஏற்பட்டன. மல்யுத்தத்தின் போது கையாளப்படுகின்ற பல்வேறு பிடிகளையும் அவற்றை நுணுக்கத்துடன் பயன்படுத்தினால் கிடைக்கக் கூடிய பலன்களையும் அறிந்த போது குண்டா வியப்படைந்தான். சாதாரண மல்யுத்த வீரனுக்கும் தேர்ந்த மாவீரனுக்கும்

உள்ள வேறுபாடு பல்வேறு நுணுக்கங்களைப் பற்றி அறிந்திருப்பதிலும் அவற்றை நுட்பமாகப் பயன்படுத்துவதிலும் தான் அடங்கியுள்ளதே தவிர உடல் வலிமையைப் பொறுத்ததல்ல என்று விளக்கினர். இருப்பினும், மல்யுத்த பிடிகளின் லாவகங்களை அவர்கள் தமது பயிற்சியாளர்களுக்காக நிகழ்த்திக் காட்டிய போது, புடைத்தெழுந்த தசைக் கட்டுக்களையும் அவற்றை அவர்கள் திறம்படக் கையாண்ட முறைகளையும் நேரில் கவனித்த மாணவர்கள் திகைத்துப் போயினர். இரவில் நெருப்பு மூட்டத்தைச் சுற்றி அமர்ந்திருந்த போது, நூறாண்டு காலத்திற்கு முன்னர் வாழ்ந்த தேர்ந்த மாண்டிங்க இன மல்யுத்த வீரர்களுடைய பெயர்களையும் அவர்களுடைய திறமைகளையும் ஜுஃப்யூர் கிராம பறையிசைக் கலைஞர்கள் ஒலியெழுப்பி விளக்கினர். பயிற்சியாளர்கள் உறங்குவதற்கான நேரம் நெருங்கிய போது, மல்யுத்த மாவீரர்கள் பயிற்சித் திடலை விட்டு ஜுஃப்யூர் கிராமத்திற்குப் புறப்பட்டனர்.

இரண்டு நாட்களுக்குப் பிறகு மற்றொருவருடைய வருகை பற்றிய செய்தி எட்டியது. இம்முறை ஜுஃப்யூர் கிராமத்திலிருந்து ஒரு தூதுவன் செய்தியுடன் ஓடி வந்தான். அவன் நான்காம் பருவத்தை அடைந்து விட்ட இளந்தாரி. குண்டாவும் நண்பர்களும் அவனை நன்கறிவர். ஆனால், அவனோ அவர்களுடைய பருவத்தைக் கண்டறியாதவனைப் போல பாவனை செய்தான். அவர்களைச் சற்றும் பொருட்படுத்தாமல் நேரே பயிற்றுநரிடம் ஓடிச் சென்று மூச்சிரைத்தபடி கேம்பியா நாடு முழுவதிலும் நன்கு அறியப்பட்ட கதை சொல்லியான குஜாலி நிஜாய் பயிற்சியாளர்கள் மத்தியில் ஒரு நாள் முழுவதும் தங்கியிருக்கப் போவதாக அறிவித்தான்.

மூன்று நாட்களுக்குள் அவர் வந்து சேர்ந்தார். அவருடைய குடும்பத்தைச் சேர்ந்த இளைஞர்கள் பலரும் அவருடன் வந்தனர். குண்டா அதற்கு முன் பார்த்திருந்த கதைசொல்லிகளில் அவர் மிகவும் முதியவராகத் தோன்றினார். அதாவது, அவர் முன்பு பயிற்றுநர் இளமையாகக் காட்சியளித்தார். தன்னைச் சுற்றி அரைவட்ட வடிவமைப்பில் அமரும்படி பயிற்சியாளர்களைப் பணித்தார். முதியவர் தான் கதைசொல்லியான கதையை விவரிக்கத் தொடங்கினார். இளம் வயதிலிருந்து பல ஆண்டுகளாகக் கேட்டறிந்தவற்றையெல்லாம் மனதில் ஆழமாகப் பதிய வைத்துக் கொண்டதன் மூலம் தான் ஒவ்வொரு கதைசொல்லியும் மூதாதையர்களைப் பற்றிய கதைகளை விளக்குகின்றனர் என்றார். “நமக்கு முன்பு பல நூறாண்டு காலத்திற்கு முன்னர் வாழ்ந்த மன்னர்களையும், புனிதர்களையும், வேடர்களையும், போராளிகளையும் பற்றிய செய்திகளையும் அவர்கள் புரிந்த செயல்களையும் எப்படித் தெரிந்து கொள்கிறோம்? அவர்களைப் பார்த்திருக்கிறோமா? இல்லையே! நமது முன்னோர்களுடைய வரலாற்றை இங்கிருந்து தான் எதிர்கால சந்ததிகளுக்குத் தருகிறோம்!” முதியவர் தனது நரைத்த தலையைத் தட்டிக் காட்டினார்.

ஒவ்வொரு பையனுடைய மனதிலும் தொக்கி நின்ற வினாவிற்கு விடையளிக்கும் விதமாக அந்த முதியவர் பேசினார். கதைசொல்லிகளுடைய மகன்கள் தான் கதைசொல்லியாக வரவேண்டும். கதைசொல்லியாக தமது வாழ்க்கையை மேற்கொள்ள வேண்டியது அவர்களுடைய கடமை. இளந்தாரிப் பயிற்சி முடித்த

பின்னர், அவர்கள், அவர் அருகிலே அன்றைக்கு அமர்ந்திருந்த அவருடைய பேரப்பிள்ளைகளைப் போல, அவரைப் போன்ற முதியவர்களுடன் பயணம் செய்து, அவர்கள் கூறக்கூடிய வரலாற்றுக் கதைகளில் வரும் நிகழ்வுகளையும் பெயர்களையும் மீண்டும் மீண்டும் கேட்பதன் மூலம் உள்வாங்கி மனதில் பதிய வைத்துக் கொள்ள வேண்டும். காலப்போக்கில் அத்தகைய இளைஞர்கள் தமது முன்னோர்களுடைய வரலாற்றைத் தெளிவாகவும் முழுமையாகவும் தமது தந்தையருக்கு அவர்களுடைய தந்தையர் கூறிய விதத்தில் புரிந்து கொள்வர். ஒரு நாள் அந்த இளைஞர்கள் முழுமனிதர்களாகி அவர்களுக்குப் பிறக்கும் பிள்ளைகளுக்கு அதுபோன்ற கதைகளைக் கூறுவார்கள். அவ்வாறாக தொன்மைக் காலத்திய நிகழ்வுகள் அனைத்தும் காலங்காலமாக நிலைத்து நிற்பன.

மாலை உணவை உள்ளே தள்ளிவிட்டு ஆர்வம் மிகுந்த பையன்கள் அந்த முதியவரைச் சுற்றிலும் ஓடோடிச் சென்று அமர்ந்தனர். தனது தந்தையிடமிருந்து தான் பெற்ற வரலாற்றுக் கதைகளை அவர் மயிர்கூச்செரியச் செய்யும் விதத்தில் அவர்களுக்கு விவரித்தார். நூற்றுக்கணக்கான ஆண்டுகளுக்கு முன்னர், ஆப்பிரிக்க நாட்டை ஆண்ட கறுப்பு இனப் பேரரசுகளைப் பற்றி விவரித்தார்.

முதியவர் தொடர்ந்தார், “பரங்கியர் ஆப்பிரிக்க மண்ணில் காலெடுத்து வைத்ததற்கு நெடுங்காலத்திற்கு முன்பு, பெனின் பேரரசு ஆட்சி புரிந்தது. அனைத்துக் கலைகளிலும் வல்லமை பெற்ற ஓபா எனும் மன்னர் ஆண்டு வந்தார். அவருடைய விருப்பம் ஒவ்வொன்றும் உடனடியாக நிறைவேற்றப்பட்டது. ஆனால், ஆட்சிப் பொறுப்பனைத்தும் அவருடைய நம்பிக்கைக்குரிய ஆலோசகர்கள் கையில் இருந்தது. மன்னருடைய முழுக்கவனமும் தீய சக்திகளை அமைதிப்படுத்துவதற்கான பலிகளை மேற்கொள்வதிலும் நூற்றுக்கும் மேற்பட்ட மனைவியரைக் கொண்ட அந்தப்புரத்திலும் இருந்தது. ஆனால், பெனினுக்கு முன்பு, அவரைக் காட்டிலும் வளமிக்க சோங்கை ஆட்சி நிலவியது. சோங்கையின் தலைநகரம் காவோ. கறுப்பு இளவரசர்களுடைய கவின்மிகு மாளிகைகளும் செல்வ வளம் மிகுந்த வணிகர்களுடைய மாளிகைகளும் நிறைந்த நகரம். அந்நகரத்தில் கிடைத்த பொருட்களை வாங்குவதற்காக தங்கம் கொணர்ந்த வணிகப் பயணியரை அவர்கள் படாடோபமாக வரவேற்று உபசரித்தனர்.

“அந்நாடு தான் வளத்தில் உயர்ந்தது என்று சொல்வதற்கில்லை. கானா பழங்காலத்தில் செல்வம் கொழித்த நாடு. அங்கே நகரம் முழுவதும் மன்னருடைய மாளிகைகளும் பரிவாரங்களும் இருந்தன. கன்னிசாய் மன்னர் ஆயிரம் குதிரைகள் வைத்திருந்தார். ஒவ்வொரு குதிரையை பராமரிப்பதற்கும் மூன்று பணியாட்கள். அதனுடைய லாயம் கூட தாமிரத்தால் செய்யப்பட்டது.” குண்டாவால் நம்ப முடியவில்லை. அவர் மேலும் கூறினார், “ஒவ்வொரு மாலை வேளையிலும் மன்னர் மாளிகையை விட்டு வெளியே தோன்றினார். ஓராயிரம் நெருப்பு மூட்டங்கள் ஏற்படுத்தப்பட்டன. விண்ணுக்கும் மண்ணுக்கும் இடையே கொழுந்து விட்டெரிந்தன. மாமன்னருடைய பணியாட்கள் ஒவ்வொரு மாலையிலும் அங்கே திரண்டிருந்த பத்தாயிரம் மக்களுக்கு உணவு பரிமாறினர்.”

முதியவர் சற்றே நிறுத்தினார். வியப்பால் வாய் பிளந்தவாறு பையன்கள்

அமர்ந்திருந்தனர். அவர் கதை சொல்லும் பொழுது எவரும் எவ்விதமான ஒலியும் எழுப்பலாகாது. அவர்கள் மத்தியில் சலசலப்பு ஏற்பட்டதாக கதைசொல்லி மட்டுமின்றி பயிற்றுநரும் கூடக் காண முடியவில்லை. கோலாக் கொட்டை ஒன்றில் பாதியைத் தனது வாயில் போட்டுக் கொண்டு மீதியை பயிற்றுநரிடம் நீட்டினார். அவரும் அதனை மகிழ்ச்சி பொங்கப் பெற்றுக் கொண்டார். முன்னிரவு நேரக் குளிருக்குப் பாதுகாப்பாகத் தனது அங்கியை கால்களை மறைக்கும் அளவுக்கு இழுத்துவிட்டுக் கொண்டு தனது கதைகளைத் தொடர்ந்தார்.

"கானா தான் கறுப்பு இனப் பேரரசுகளிலேயே வளம் மிகுந்திருந்தது என்றும் சொல்ல முடியாது! தொன்மைக் கால மாலி பேரரசு செல்வ வளத்தில் ஏனைய அனைத்து நாடுகளைக் காட்டிலும் உயர்ந்து விளங்கியது; மிகவும் பழமை வாய்ந்தது. ஏனைய அரசுகளைப் போலவே, அங்கே நகரங்கள் இருந்தன; உழவர்கள், கைவினைஞர்கள், கருமான்கள், தோல் பதனிடுவோர், வண்ணமேற்றுவோர், நெசவாளிகள் அனைவரும் இருந்தனர். ஆனால், அதனுடைய கூடுதல் வளம் உப்பு, தாமிரம், தங்கம் ஆகியவற்றின் வணிகத்தில் அந்நாடு பெற்றிருந்த விரிந்து பரந்த தொடர்களால் குவிந்தது. மாலி ஆட்சிப்பரப்பின் நீளம் நான்கு மாத பயண தூரம் கொண்டது; அகலமும் நான்கு மாத பயண தூரம்! திம்புக்கு அனைத்து நகரங்களிலும் தலைசிறந்து விளங்கியது. அனைத்து ஆப்பிரிக்க நாடுகளுக்கும் தலையாய கல்வி மையமாகத் திகழ்ந்தது. ஆயிரக்கணக்கான மேதைகளைக் கொண்டிருந்தது. உலகெங்கிலுமிருந்து அறிஞர்கள் தமது அறிவாக்கத்தைப் பெருக்கிக் கொள்ள அணிதிரண்டு அங்கு குவிந்தனர். மிகப் பெரிய வணிகர்களுக்கும் விற்பனைப் பொருளாகச் சுவடிகளும் நூல்களும் விளங்கின. திம்புக்கு நகருக்குச் சென்று ஓரளவேனும் கல்விபெறாத ஞானியரையோ, ஆசிரியரையோ மிகச்சிறிய கிராமத்தில் கூட காண முடியாது."

இறுதியாக, பயிற்றுநர் எழுந்து, தாராள மனத்துடன் கதைசொல்லி தனது மூளையில் திரட்டி வைத்திருந்த கருவூலங்களையெல்லாம் அவர்களுடன் பகிர்ந்து கொண்டமைக்காக நன்றி தெரிவித்தார். பயிற்சிக்கென வந்து சேர்ந்த நாளிலிருந்து முதன்முறையாக குண்டாவும் நண்பர்களும் உறங்கச் செல்வதற்கான நேரம் நெருங்கிவிட்டமைக்கு துணிவுடன் தமது வருத்தத்தை வெளிப்படுத்தினர். கதை மேலும் தொடர வேண்டுமென்கிற அவர்களுடைய நச்சரிப்புகளைப் பொருட்படுத்தாத பயிற்றுநர் உறங்கச் செல்லும்படி கடுமையாக ஆணையிட்டார். ஆனாலும், அவருடைய ஆணைக்குப் பணிந்து குடிசைகளுக்குத் திரும்பும் முன்னர் 'மீண்டும் ஒருமுறை கதைசொல்லி அவர்களுக்குக் கதை கூற வரவேண்டும்' என்கிற கோரிக்கையை வைக்கத் தவறவில்லை.

கதைசொல்லி கூறிய வியத்தகு கதைகளைப் பற்றிய சிந்தனையும் பேச்சும் ஓய்ந்தபாடில்லை. ஆறு நாட்களுக்குப் பின்னர், புகழ்பெற்ற பேராசிரியர் ஒருவர் பயிற்சிக் கூடத்திற்கு வருகைதரப் போகிறார் என்கிற செய்தி எட்டியது. கேம்பியா நாட்டில் மிக உயர்ந்த நிலையில் விளங்கியோரை பேராசிரியர் என்றழைத்தனர். அத்தகைய பேராசிரியர்கள் ஒரு சிலர் மட்டுமே இருந்தனர். பல ஆண்டு காலம் கல்வி பயின்று ஆய்வுகளில் ஈடுபட்ட அறிவாற்றல் மிக்கோர் பள்ளிப்

பிள்ளைகளுக்குப் பயிற்றுவோர் அல்லர்; கிராம ஆசான் போன்ற ஆசிரியர்களுக்குக் கற்பித்தனர்.

அவருடைய வருகை குறித்து வழக்கத்திற்கு மாறாக பயிற்றுநர் கூட பரபரப்படைந்தார். வளாகம் முழுவதையும் குப்பை, கூழங்களின்றி பெருக்குவதுடன், பசுந்தழைகளால் துடைத்து தரையை மிருதுவாக வைத்திருக்க வேண்டும் என்று பணித்தார். பேராசிரியருடைய திருப்பாதங்கள் அந்த மண்ணில்படும் போது பயிற்சிக்கூடம் பெருமையடைய வேண்டும். வளாகத்திற்குள் பயிற்சியாளர்களை அணிவகுத்து நிற்கச் செய்த பயிற்றுநர் அவர்களிடம் விளக்கினார், "நம்மிடையே வருகைதரப் போகிற மாமனிதருடைய அறிவுரைகளையும் ஆசிகளையும் சாதாரண மக்கள் மட்டுமின்றி கிராமத் தலைவர்களும் மன்னர்களும் நாடிச் செல்வர்"

மறுநாள் காலையில் பேராசிரியரின் வருகையின் போது அவருடன் அவருடைய ஐந்து மாணாக்கர்கள் தலைச் சுமைகளைத் தாங்கியபடி வந்தனர். அவற்றுள் தொன்மைக்கால திம்புக்கு நகரத்திலிருந்து பெறப்பட்டு, கருவூலங்களாகப் பேணப்பட்ட அரபு நூல்களும் ஏனைய சமயச் சுவடிகளும் இருந்தன என்பதை குண்டா அறிந்து கொண்டான். அந்த முதியவர் நுழைவாயிலைக் கடந்து வளாகத்திற்குள் நுழைந்த போது, பயிற்றுநருடன் அவருடைய உதவியாளர்களும் பயிற்சியாளர் அனைவரும் இணைந்து முழந்தாழிட்டு தரையில் நெற்றியை அழுத்தி வணங்கினர். அவர் அவர்களுக்கும் பயிற்சிக் கூடத்திற்கும் ஆசி வழங்கிய பின்னர், எழுந்து அவரைச் சுற்றி மிகுந்த மரியாதையுடன் அமர்ந்தனர். அவர் நூல்களைத் திறந்து வாசிக்கத் தொடங்கினார். முதலாவதாக, திருக்குரானிலிருந்து வாசித்தார். பின்னர், கிறிஸ்தவர்களால் மோசசுடைய அருளுரைகள் என்று நன்கு அறியப்பட்ட, அவர்கள் கேட்டறியாத நூல்களான தாரேதா லா மூசா, ஐபோரா திவிதி, லிங்கீலி லா இசா போன்றவற்றிலிருந்தும், டேவிட் அருட்பாக்களையும், யேசையா மறைநூலையும் எடுத்தோதினார், ஒவ்வொரு முறை நூலைத் திறந்து மூடிய போதும், சுவடிகளைப் படித்துக் கட்டிய போதும் தனது நெற்றியை அதன் மீது ஒற்றி 'ஆமென்!' என்று வணங்கினார்.

வாசித்து முடித்த பிறகு, நூல்களை வைத்து விட்டு, கிறிஸ்தவர்களுடைய மறைநூலான பைபிளில் இடம்பெற்ற மாபெரும் நிகழ்வுகளைப் பற்றியும் ஆன்றோர்களைப் பற்றியும் விளக்கினார். ஆதாம், ஏவாளைப் பற்றியும், ஜோசப் மற்றும் அவருடைய சகோதரர்கள், மோசஸ், டேவிட், சாலமன் பற்றியும் ஆபெல்லின் இறப்பைப் பற்றியும் விவரித்தார். பரங்கியரால் மாவீரன் அலெக்ஸாண்டர் என்றறியப்பட்ட டிஜோலோ காரா நைனி போன்ற அண்மைக் கால வரலாற்றில் இடம்பெற்ற பெரியோர்களைப் பற்றிப் பகர்ந்தார். தங்கம், வெள்ளி போன்ற அரும் பெரும் செல்வ வளம் கொழித்த அலெக்ஸாண்டருடைய ஆட்சி உலகின் பாதிப் பரப்பிற்கும் கூடுதலாக விரிந்து கிடந்ததாம்!

பேராசிரியர் தனது உரையை முடிப்பதற்கு முன்பாக, அவர்கள் நாள்தோறும் ஐந்து முறை தொழும் போது கடைப்பிடிக்க வேண்டிய நெறிகளை, அவர்கள் நன்கு அறிந்தவை என்ற போதிலும், தொகுத்துக் கூறினார். அவர்கள் முழுமனிதர்களாகப் பயிற்சியிலிருந்து திரும்பிய பின்னர், கிராம மசூதிக்குள்

நுழையும் போது நடந்து கொள்ள வேண்டிய முறைமைகளை அறிவுறுத்தினார். பின்னர், அவரும் அவருடைய மாணாக்கர்களும் அவர்களுடைய பரபரப்பான பயணத் திட்டத்தின்படி அடுத்துச் செல்ல வேண்டிய இடத்திற்கு விரைவதில் முனைந்தனர். பயிற்சியாளர்கள், பயிற்றுநர் அவர்களுக்குக் கற்றுக் கொடுத்திருந்த ஆடவருக்கான பக்திப் பாடலைப் பாடி அவரைக் கௌரவித்தனர், "தலைமுறை ஒன்று கடக்கலாம்...மற்றொன்று பிறக்கலாம்.... அடுத்தடுத்துத் தொடரலாம்.... ஆனால், அல்லாவின் ஆளுகை என்றென்றும் நிலைக்குமே!"

பேராசிரியர் புறப்பட்டுச் சென்று நெடு நேரத்திற்குப் பின்னரும் குண்டா தனது குடிசையில் விழித்தபடி படுத்திருந்தான். பலவாறாக அவனுடைய சிந்தனை விரிந்தது. அவன் கற்றவை அனைத்தும் ஒன்றோடொன்று பின்னிப் பிணைந்திருந்ததைக் கண்டான். கடந்த காலம் நிகழ்காலத்துடனும், நிகழ்காலம் எதிர்காலத்துடனும், இறந்தவர்கள் உயிர்த்திருப்போருடனும் இனிப் பிறக்கப் போகிறவர்களுடனும், அவன் தனது குடும்பத்துடனும், நண்பர்களுடனும், ஊருடனும், இனத்தாருடனும், அவன் வாழ்ந்த ஆப்பிரிக்காவுடனும், உலக மாந்தர்கள் உலகிலுள்ள அனைத்து விலங்குகளுடனும் பயிர் பச்சைகளுடனும் அனைத்தும் ஒன்றிணைந்து அல்லாவின் அருளாசியுடனும் வாழ்ந்து வளர்ந்ததை உணர முடிந்தது. அந்நிலையில் குண்டா தன்னை மிகச் சிறியவனாகவும் அதே சமயம் மிகப் பெரியவனாகவும் உணர்ந்தான். ஒருவேளை, முழுமனிதனாவது என்பதன் பொருள் அத்தகைய உணர்வுநிலையை அடைவது தானோ!

25

குண்டாவும் ஏனைய பயிற்சியாளர்கள் ஒவ்வொருவரும் நினைப்பதற்கே அஞ்சி நடுங்கக் கூடிய சுன்னத்து அறுவை செய்வதற்கான தருணம் நெருங்கிவிட்டது. அத்தகைய மருத்துவத்தின் மூலம் பையன்களைத் தூய்மைப்படுத்தி அவர்கள் எதிர்காலத்தில் பல ஆண்மகவுகளைப் பெற்றெடுப்பதற்காகத் தயார்ப்படுத்தப்படுகின்றனர். அப்படியொரு நிலை தமது வாழ்நாளில் வரப் போகிறதென்பதை அவர்கள் அறிவர். ஆனால், அது வரும் போது எவ்வித எச்சரிக்கையும் தெரிவிக்காமல் வந்துவிடும். ஒரு நாள் சூரியன் உச்சிப் பொழுதை அடைந்த போது, பயிற்றுநரின் உதவியாளர்களுள் ஒருவர் வழக்கமாகப் பயிற்சியாளர்களுக்கு ஆணையிடுவதைப் போல, வளாகத்துள் அணிவகுத்து நிற்கும்படி பணித்தார். பையன்களும் வழக்கம் போலவே அவருடைய ஆணையை விரைந்து நிறைவேற்றினர். ஆனால், பயிற்றுநர் தனது குடிசையிலிருந்து வெளிப்பட்டவுடன் குண்டாவிற்குச் சற்றே பயம் தட்டியது. ஏனெனில், மதிய வேளைகளில் அவர் வெளிப்படுவது அரிது. அவர்கள் முன்னர் அவர் பீடுநடை போட்டார்.

"ஆண்குறிகளை வெளிக்காட்டுங்கள்", ஆணை வெடித்தது. அவர்கள் தயங்கினர்; செவிப்பட்ட வார்த்தைகளை

நம்பாதவர்களாக — நம்ப விரும்பாதவர்களாக — தயங்கினர். "ஊம், உடனே!" அதட்டினார். மெதுவாக, வெட்கத்துடன் கீழ்ப்படிந்தனர். அவர்களுடைய கண்கள் தரையை வெறித்திருக்க அவர்களுடைய கை கோவணத்திற்குள் அசைந்தது.

அவர்கள் அணிவகுத்து நின்ற வரிசையின் ஒருமுனையிலிருந்து உதவியாளர்கள் தமது பணியைத் தொடங்கினர். ஒருவித மூலிகையை அரைத்துப் பெறப்பட்ட பச்சிலை மருந்து தடவப்பட்ட துண்டுத் துணியை அவர்களுடைய குறியின் தலைப்பகுதியில் இறுக்கமாகச் சுற்றிவிட்டனர். "விரைவில் உங்களுடைய குறியின் தலைப்பகுதி உணர்விழந்து விடும்", என்று தெரிவித்த பயிற்றுநர் அவர்களைக் குடிசைகளுக்குத் திரும்பிச் செல்லுமாறு பணித்தார்.

வெட்கத்துடனும் அடுத்து நடக்கவிருந்ததைப் பற்றிய அச்சத்துடனும் மாலைவரை அமைதியாக குடிசைக்குள் முடங்கிக் கிடந்தனர். பின்னர், குடிசையை விட்டு வெளிவரப் பணிக்கப்பட்டனர். வெளியே சென்ற போது, முன்பொருமுறை நடந்ததைப் போல, தமது தந்தையரும், தமையன்மார்களும், பெரியப்பா சித்தப்பாக்களும், ஏனையோரும் வளாகத்திற்குள் நுழைவதைக் கண்டனர். அவர்களுடன் ஒமோரோவும் வந்திருந்தார். இம்முறை குண்டா தனது தந்தையைப் பார்க்காதது போல நடித்தான். பயிற்சியாளர்களுக்கு எதிரே அவர்களை நோக்கியபடி அணிவகுத்து நின்ற ஆடவர் அனைவரும் ஜெபிக்கத் தொடங்கினர், "இப்பொழுது நிகழப் போவதை....எங்களுக்கும் செய்திருக்கிறார்கள்.... எங்களுக்கும் முன்பு எமது மூதாதையருக்கும் அது நிகழ்ந்தது...ஆகவே நீங்களும் பெறப் போகிறீர்கள்...நாம் அனைவரும் ஆண்மக்களாக ஒன்றிணைகிறோம்". பின்னர், மீண்டும் ஒருமுறை குடிசைகளுக்குத் திரும்புமாறு பணிக்கப்பட்டனர்.

இரவு கவிழ்ந்து கொண்டிருந்தது. திடீரென, பயிற்சித்திடலுக்கு வெளியே பறைகள் ஒலிக்கத் தொடங்கின. குடிசைகளை விட்டு வெளிவர ஆணை பிறந்தது. நுழைவாயில் வழியாகத் தாவிப் புகுந்த ஒரு டஜன் நடனக்காரர்கள் இலை, தழைகளை உடையாகவும் மரப்பட்டைகளை முகமூடிகளாகவும் அணிந்து கொண்டு பெருங்கூச்சலுடன் கையில் பிடித்திருந்த குத்தீட்டிகளை இங்குமங்குமாக வீசியவாறு அஞ்சி நடுங்கிக் கொண்டிருந்த பயிற்சியாளர்கள் மத்தியில் குதித்தனர். பின்னர், வெளியேறிவிட்டனர். அச்சத்தால் விக்கித்துப் போன பயிற்சியாளர்கள், தமது முதுகுகளை மூங்கில் சுற்றுச் சுவருக்குக் காட்டியவாறு நெருங்கி உட்காருமாறு பணிக்கப்பட்டது செவிப்படவே அதன்படி அமர்ந்தனர்.

தந்தையரும், தமையன்மாரும், சித்தப்பா பெரியப்பாக்களும் அவர்களுக்கருகில் ஓதினர். "விரைவில் வீடு திரும்பப் போகிறீர்கள்...உங்களுடைய பண்ணைகளுக்கும் செல்வீர்கள்... உரிய காலத்தில் மணம்முடிப்பீர்கள்... என்றென்றும் நிலைத்திருக்கப் போகிற உயிரினம் உங்களுக்குள்ளிருந்தும் உதிக்கப் போகிறது". பயிற்றுநருடைய உதவியாளர்களுள் ஒருவர் பயிற்சியாளர் ஒருவருடைய பெயரைக் கூவி அழைத்தார். அவன் எழுந்தவுடன் நீண்ட மூங்கில் தட்டியால் அடைக்கப்பட்டிருந்த மறைப்பிற்குப் பின்னால் அவனை உந்திச் சென்றார். அதன் பின் நடந்ததைப் பார்க்கவோ கேட்கவோ குண்டாவால் இயலவில்லை. சில நிமிடங்களுக்குப் பிறகு, அவன் கால்களுக்கிடையே குருதி தோய்ந்த துணியைக் கட்டியவாறு தென்பட்டான்.

தள்ளாடி நடந்த அவனை உதவியாளர் கைத்தாங்கலாக அழைத்துச் சென்று அவனுடைய இடத்தில் அமரச் செய்தார். அடுத்தொரு பையனுடைய பெயர் அழைக்கப்பட்டது; மீண்டும் ஒருவன்; மற்றுமொருவன்; கடைசியில், குண்டா!

குண்டா செயலற்றுப் போனான். ஆனால், ஒருவாறு, தன்னைச் சுதாரித்துக் கொண்டு எழுந்து திரை மறைவிற்குப் பின் சென்றான். அங்கே நான்கு பேர் இருந்தனர். ஒருவர் அவனை மல்லாந்து படுத்துக் கொள்ளச் சொன்னார். அவன் செய்தான். அவனுடைய நடுங்கிய கால்கள் அவனுக்கு எவ்விதத்திலும் ஆதரவாக இல்லை. அவர்கள் நால்வரும் குனிந்து அவனை இறுகப் பிடித்துக் கொண்டு, துடைகளை உயர்த்தினர். அவன் தனது கண்களை மூடிக் கொள்ளும் முன்பு பயிற்றுநர் எதையோ கையில் பிடித்தபடி தன்மீது குனிந்ததைக் கண்டான். வெட்டுப்படும் வலியை உணர முடிந்தது. அவன் நினைத்ததைக் காட்டிலும் கூடுதலாக வலியெடுத்தது. மரத்துப் போவதற்கான மருந்து தடவியிராவிட்டால் வலி மேலும் கூடுதலாக இருந்திருக்கும். கண நேரத்தில் காயத்திற்குக் கட்டுப் போட்டு, அவனை வெளியில் மற்ற பயிற்சியாளர்களுடன் அமரச் செய்தனர். ஒருவரை ஒருவர் பார்த்துக் கொள்ளக் கூட அவர்களுக்குத் துணிவில்லை. ஆனால், அவர்கள் அனைத்திற்கும் மேலாக அஞ்சிக் கொண்டிருந்த நிகழ்வு நிகழ்ந்து விட்டது.

பயிற்சியாளர்களுக்கு ஏற்பட்ட காயம் ஆறிவந்த போது, பயிற்சித் திடலெங்கும் ஒருவித கொண்டாட்ட உணர்வு காற்றில் மிதந்தது. மனத்தளவிலும் உடலளவிலும் தம்மைப் பொடியன்களென்றெண்ணி வந்த நிலை மாறி தாமும் முழுமனிதர்களாக மதிக்கப்படுகின்ற உயர்வை எண்ணிப் பெருமிதம் கொண்டனர். தமது பயிற்றுநர் மீது அவர்கள் கொண்டிருந்த நன்றியுணர்வும் மரியாதையும் அளவு கடந்தது. குண்டா மற்றும் அவனுடைய நண்பர்கள் பால் அவருடைய பார்வையும் மாற்றமடைந்தது. முதுமையடைந்து, சுருக்கம் விழுந்து, தலை நரைத்த அந்த வயசாளியை அவர்கள் நேசிக்கத் தொடங்கிவிட்டனர்; அவருடைய முகத்திலும் அவ்வப்போது புன்னகை தவழ்ந்ததைக் காண முடிந்தது. பயிற்சியாளர்களுடன் பேசிக் கொண்டிருக்கும் போது, இடையிடையே "இளந்தாரிகளான நீங்கள்" என்கிற சொற்கள் வந்து விழுந்தன; குண்டாவிற்கும் தோழர்களுக்கும் கேட்பதற்கு எவ்வளவு அழகாகப் பட்டதோ அவ்வளவு வியப்பாகவும் இருந்தது.

நான்காம் பிறை தோன்றிய சில நாட்களில், பயிற்றுநர் பயிற்சியாளர்களில் இரண்டு, மூன்று பேரை ஒவ்வொரு இரவிலும் பயிற்சித் திடலை விட்டு ஜுஃப்யூர் கிராமத்திற்குச் சென்று திருட்டுத்தனமாக அவர்களுடைய தாயாருக்குத் தெரியாமல் அவர்களுடைய சேமிப்புப் பாண்டங்களிலிருந்து, தானிய வகைகளையும், உலர்ந்த இறைச்சித் துண்டங்களையும், பயறு வகைகளையும் தம்மால் சுமக்க முடிந்த அளவு எடுத்துக் கொண்டு திரும்ப வேண்டும் என்று ஆணையிட்டார். அவ்வாறு கொணரப்பட்ட உணவுப் பண்டங்களை மறுநாள் சமைத்து பெரும் குதூகலத்துடன் உண்டனர். பையன்கள் அவர்களுடைய தாயார் உட்பட அனைத்துப் பெண்டிரைக் காட்டிலும் திறமைசாலிகளாகிவிட்டனராம்! ஆனால், உண்மையில், அவர் தம் தாய்மார் இரவில் தம் பிள்ளை திருட்டுத்தனமாக வீட்டிற்குள் புகுந்து அள்ளிச்

சென்றதைக் கண்டும் காணாமல் படுத்திருந்து விட்டு, மறுநாள் தமது தோழிகளிடம் பிள்ளையின் திறமை பற்றிப் பீற்றிக் கொண்டனர்.

பயிற்சித் திடலில் மாலை வேளைகளில் புத்துணர்வு பரவத் தொடங்கியிருந்தது. இப்பொழுதெல்லாம் அவர்கள் பெரும்பாலும் பயிற்றுநரைச் சுற்றி அரைவட்ட வடிவில் அமர்ந்தனர். அவரும் பெரும்பாலான சமயங்களில் தோற்றத்தில் முன்னைப் போலவே கடுமை காட்டிய போதிலும், அவர்களைப் பொடியன்களாகக் கருதிப் பேசியதை விட்டு விட்டு தனது கிராமத்து இளந்தாரிகளிடம் உரையாடுவதைப் போல அளவளாவினார். சில சமயங்களில் முழுமனிதர்களுடைய பண்புகளைப் பற்றி விளக்கினார். அச்சமின்மைக்கு அடுத்தபடியாக அனைத்துச் செயல்களிலும் நேர்மையாக நடந்து கொள்ள வேண்டும். வேறு சில சமயங்களில், மூதாதையரைப் பற்றிப் பேசினார். உயிருடன் உள்ள ஒவ்வொருவரும் அல்லாவின் திருவடி அடைந்து விட்ட பெரியோரைப் போற்றி வணங்க வேண்டும். ஒவ்வொருவரும் தமது நினைவிற் கொண்டுள்ள மூதாதையரைப் பற்றிக் கூறும்படி கேட்டார். குண்டா தனது பாட்டி ஆயிசாவைப் பற்றிக் கூறினான். அவர்கள் பெயரிட்டுக் குறிப்பிட்ட ஒவ்வொரு மூதாதையரும், அவர்களுக்குரிய இயல்புப்படி அல்லாவிடம் உயிருடன் வாழுகின்ற தமது சந்ததியினருடைய நல்வாழ்விற்காக அல்லாவிடம் மன்றாடுவர் என்றார்.

மற்றொரு மாலை வேளையில், கிராமத்தில் வாழக் கூடிய ஒவ்வொருவரும் புதிதாகப் பிறந்த குழந்தை முதல் குடுகுடு கிழவர் வரையிலும் அனைவரும் அந்தக் கிராமத்திற்குச் சம முக்கியத்துவம் வாய்ந்தவர்கள் என்று விளக்கினார். புதிதாக இளந்தாரிப் பருவத்தை அடைந்தவர்கள் என்கிற முறையில் அவர்கள் அனைவரையும் சம மதிப்புடன் நடத்துவதற்குப் பழகிக் கொள்ள வேண்டும். ஜுஃப்யூர் கிராமத்திலுள்ள ஒவ்வொரு ஆடவர், பெண்டிர், குழந்தையினுடைய நலத்தையும் பாதுகாக்க வேண்டியது இளந்தாரிப் பருவத்தை அடைந்து விட்ட ஒவ்வொருவரும் ஆற்ற வேண்டிய கடமைகளுள் தலையாயது.

பயிற்றுநர் மேலும் விளக்கினார், "நீங்கள் கிராமத்திற்குத் திரும்பிய பின் ஜுஃப்யூரினுடைய கண்களாகவும் காதுகளாகவும் பணியாற்றுவீர்கள். கிராமத்தைக் காத்து நிற்க வேண்டுமென்று எதிர்பார்க்கப்படுவீர்கள். நுழைவாயிலுக்கு அப்பால் யாரேனும் பரங்கியர் தென்படுகின்றனரா என்றும், கொள்ளையர்களிடமிருந்து வயல்களில் உள்ள பயிர்களையும் பாதுகாக்க வேண்டும். உமது தாயார் உட்பட, கிராமத்திலுள்ள பெண்டிருடைய சமையல் பாண்டங்கள் தூய்மையாகப் பராமரிக்கப்படுகின்றனவா என்று சோதனையிடுவது கூட உங்களுடைய பொறுப்பு. அவர்கள் கையாளக் கூடிய பாண்டங்களில் ஏதேனும் தூசியோ, புழு, பூச்சிகளையோ கண்டால், உடனே அவர்களைக் கண்டிக்க வேண்டும்." பயிற்சியாளர்கள் உடனே தமது கடமைகளை ஆற்றுவதற்குத் துடித்தனர்.

பதினைந்து முதல் பத்தொன்பது வயது வரை உள்ள நான்காம் பருவத்துப் பையன்கள், முன்பொருமுறை பேராசிரியருடைய வருகையை பயிற்சித் திடலுக்கு அறிவித்ததைப் போல, ஜுஃப்யூர் கிராமத்திலிருந்து அண்மையிலிருந்த கிராமங்களுக்கு செய்தி கொண்டு செல்லும் தூதுவர்களாகப் பயன்படுத்தப்பட்டனர்.

அங்கே பயிற்சி பெற்றவர்களுள் வயதில் மூத்தவர்கள் கூட அத்தகைய செயல்களில் ஈடுப்படுத்துவதற்கான வயதை அடையாதவர்கள். குண்டாவின் வயதை ஒத்தவர்கள் அத்தகைய பணிகளை மேற்கொள்வது பற்றிக் கற்பனை செய்யக் கூட இயலாது. அதே போல, தூதுவர்களாக அனுப்பப்படுவதற்குத் தகுதியுள்ளோர் தம்மை அது போன்ற பணிகளில் ஈடுபடுத்துவதை நிறுத்திவிட்டு ஐந்தாம் பருவமான இருபது வயதுள்ளோர் ஆற்றக் கூடிய பணிகளான ஏனைய கிராமங்களுடன் பேச்சு வார்த்தை நடத்தி சமரசம் செய்தல் போன்ற பணிகளில் ஈடுபட விரும்பினர். முப்பது வயதிற்கும் மேற்பட்ட ஓமோரோ போன்றோர் ஒவ்வொரு ஆண்டும் கடந்த போது முதியவர்களுக்கான மதிப்பளிக்கக் கூடிய பொறுப்புகளை ஏற்று சமுதாயத்தில் அத்தகைய தகுதியுடன் மதிக்கப் பெற்றனர். கிராமத்தின் மூத்தோர் பேரவையில் ஓரமாக அமர்ந்திருந்த ஓமோரோவைப் பெருமையுடன் பார்த்த போதெல்லாம் குண்டாவிற்குத் தனது தந்தை அவையின் உள்வட்டத்தில் பெரியவர்களுக்குரிய முழு மரியாதையுடன் பயிற்றுநர் போன்றோரைப் போல மதிக்கப்பட வேண்டும் என்கிற ஆவல் பொங்கியதுண்டு. அத்தகையோர் எந்த நேரத்திலும் அல்லாவிடம் அழைத்துக் கொள்ளப்பட்டனர்.

சிந்தனை ஓட்டத்தில் மாற்றம்! இப்பொழுதெல்லாம், முன்பு போல, பயிற்றுநர் கூறக் கூடிய ஒவ்வொன்றிலும் முழுமையாக அவர்களால் தமது கவனத்தைச் செலுத்த இயலவில்லை. கடந்த நான்கு மாதங்களில் எவ்வளவோ நிகழ்ந்து விட்டது. அவர்கள் உண்மையிலேயே முழுமனிதர்களாகி விட்டனர். கடந்த சில நாட்கள் அதற்கு முந்தைய மாதங்களைக் காட்டிலும் நீண்டவையாகத் தோன்றின. ஆனால், இறுதியில் ஒருவாறாக, நான்காவது பிறை முழுநிலவாகி வானில் ஒளிவீசிக் கொண்டிருந்த நாட்கள் ஒன்றில், பயிற்றுநருடைய உதவியாளர்கள் இரவு உணவு முடிந்த பின்னர் பயிற்சியாளர்களை அணிவகுத்து நிற்கும்படி கேட்டுக் கொண்டனர்.

அது தான் அவர்கள் எதிர்பார்த்திருந்த தருணமா? குண்டாவும் அவனுடைய நண்பர்களும் அந்தக் கொண்டாட்டத்தில் கலந்து கொள்ளத் தமது தந்தையரும் சகோதரர்களும் வந்திருப்பர் என்று சுற்று முற்றும் பார்வையை ஓட்டினர். அவர்கள் எங்குமே கண்ணில்படவில்லை. போகட்டும்! பயிற்றுநராவது எங்கே? வளாகம் முழுவதும் குண்டாவின் கண்கள் தேடின. பயிற்சித் திடலின் நுழைவாயிலில் நின்று கொண்டிருந்தார். அப்பொழுது தான் அது அகலத் திறக்கப்பட்டிருந்தது. அவர்களை நோக்கித் திரும்பினார். கூவினார், “ஜுஃப்யூர் கிராமத்து இளந்தாரிகளே! புறப்பட்டுச் செல்லுங்கள்!”

ஒரு கணம் நிலைக்குத்தி நின்றனர். பெருங்கூச்சலுடன் ஓடோடிப் போய் பயிற்றுநரையும் அவருடைய உதவியாளர்களையும் இறுகக் கட்டி அணைத்துக் கொண்டனர். அவர்களுடைய தாளாத பாசத்தைத் தாங்காதவர்களாயினர். நான்கு மாதங்களுக்கு முன்னர், அதே திடலில் தனது முக்காடு நீக்கப்பட்ட போது, அந்தத் திடலை விட்டு நீங்க மனமின்றி வருந்துவோமென்றோ, கடுமையான பயிற்றுநரிடம் பாசம் கொள்வோமென்றோ குண்டா நினைத்ததில்லை. தற்பொழுது அவ்விரு உணர்ச்சிகளும் அவனுள் பொங்கிப் பெருக்கெடுத்தன. பிறகு, அவனுடைய

எண்ணங்கள் வீட்டை நோக்கிப் பறந்தன. ஏனையோருடன் நுழைவாயிலை நோக்கிப் பாய்ந்தவன் ஜுஃப்பூர் செல்லும் பாதையில் விரைந்தான். சற்று தூரம் சென்றவுடன் ஏதோ பேசப்படாத சமிக்ஞையைக் கேட்டவர்கள் போல அவர்களுடைய நடை தளர்ந்தது. தாம் அங்கே விட்டுச் சென்றவை பற்றியும் அடுத்து எதிர் கொள்ளப் போகின்றவை பற்றியும் ஒவ்வொருவரும் தமது போக்கில் எண்ணிப் பார்த்தபடி மெதுவாக நடந்தனர். இம்முறை அவர்களுக்கு வழிகாட்ட விண்மீன்களின் உதவி தேவைப்படவில்லை.

26

பொழுது புலர்ந்தது. "லூலு...லூலு,,ஊஊஊய்" பெண்டிரின் குலவை ஒலி கோவில் மணியென ஒலித்தது. "கட...கட.."வென உரக்கச் சிரித்தவாறும், நடனமாடிக் கொண்டும், கரவொலி யெழுப்பியபடியும் மக்கள் அனைவரும் குடிசைகளை விட்டு வெளியே விரைந்தோடினர். குண்டாவும் அவனுடைய நண்பர்களும், அவர்கள் பயிற்சிக்காகச் சென்றிருந்த போது பதினைந்து வயதை எட்டி நான்காம் பருவத்தை அடைந்தோரும் கிராமத்தின் நுழைவாயிலைக் கடந்து வந்து கொண்டிருந்தனர். புதிய இளந்தாரிகள் மெதுவாக நடந்தனர். முதலில் அவர்கள் பேசவோ நகைக்கவோ இல்லை. அப்படி இருப்பது தான் கௌரவம் என்று நம்பினர் போலும்! தன்னை நோக்கித் தனது தாய் விரைந்தோடி வந்ததைக் கண்டதும் குண்டாவிற்கு ஓடிப்போய் அவளைக் கட்டிக் கொள்ள வேண்டுமென்று தோன்றியது. தனது முகம் பூரிப்படைந்ததை அவனால் கட்டுப்படுத்த இயலவில்லை. ஆனாலும், ஒருவாறாக சமாளித்துக் கொண்டு, அளவாக எட்டெடுத்து நடந்தான். பின்டா அவனை வாரி அணைத்துக் கொண்டாள்; அவளுடைய புயங்கள் அவனுடைய கழுத்தைத் தழுவியிருந்தன; கரங்கள் கன்னங்களை வருடின; கண்களில் நீர் ததும்பியது; இதழ்கள் அவனுடைய பெயரை முணுமுணுத்தன. தற்பொழுது

இளந்தாரி ஆகிவிட்ட குண்டா ஒரே ஒரு கணம் மட்டுமே அத்தகைய தழுவலுக்கு அனுமதித்தான். அதுவும் கூட, அவளுடைய முதுகுக்குக் குறுக்கே தொங்கிய தொட்டிலிலிருந்து எழுந்த மழலைக் குரலை நன்றாகப் பார்க்கும் பொருட்டு அவ்வாறு செய்தது போலக் காட்டிக் கொண்டான். தொட்டிலுக்குள் துழாவிய இருகைகளாலும் குழந்தையைத் தூக்கினான்.

காற்றிலே உயர ஏந்தியவாறு மகிழ்ச்சியில் ஆரவாரித்தான், “ஆக, இவன் தான் என் குட்டித் தம்பி, மதி”

முகத்தை ஏழு கோணலாக்கிக் கொஞ்சியவாறும் சின்னஞ் சிறு கன்னக் கதுப்புகளைச் செல்லமாகக் கிள்ளியவாறும் குழந்தையைக் கையில் ஏந்தி அவன் அவளுடைய குடிசையை நோக்கி நடந்த போது, பின்டா மலர்ந்த முகத்துடன் அவனையொட்டிச் சென்றாள். ஆனால், குண்டா தனது குட்டித் தம்பியைக் கண்ட களிப்பில் முழுமையாக மூழ்கிப்போய்விடவில்லை. வாயளவு கண்களையும் அகலத் திறந்தவாறு அவனுக்குப் பின்னால் தொடர்ந்த கிராமத்து அம்மணக் குழந்தைப் பட்டாளத்தையும் கவனிக்கத் தவறவில்லை. இரண்டு, மூன்று குழந்தைகள் அவனுடைய முழங்கால்களைக் கட்டிக் கொண்டு சென்றன; பின்டாவிற்கும் ஏனைய பெண்டிருக்கும் இடையே புகுந்தும் வெளியேறியும் மற்ற குழந்தைகள் அவனைப் பார்த்தபடி தளிர்நடை போட்டனர். கிராமத்துப் பெண்களுக்கு ஒரே வியப்பு, “குண்டா எவ்வளவு கட்டுறுதியுடன் ஆம்பிள்ளை ஆகிவிட்டான்!” அவர்களுடைய வியப்பின் வெளிப்பாடு செவிப்படாதது போல நடித்தான். ஆனால், அவை செவிகளில் இசைமழை பொழிந்தன!

அப்பா எங்கே? லேமின் எங்கு சென்றான்? ஒருவேளை, அவன் ஆடுகளை மேய்ச்சலுக்கு ஓட்டிச் சென்றிருப்பானோ? பின்டாவின் குடிசைக்குள் அமர்ந்தான். முதல் பருவத்துப் பிள்ளைகளில் சற்றே பெரியவனொருவன் தன்னைத் தொடர்ந்து குடிசைக்குள் நுழைந்ததைக் கண்டான். அவன் பின்டாவின் ஆடையைப் பற்றித் தொங்கியபடி அவனையே வெறித்துப் பார்த்தான். “ஐ...ய்! குண்டா!” அவன் தான் சுவாடு! பயிற்சிக்காகப் புறப்பட்ட போது, அவன் தரையோடு தரையாகக் குட்டிப் பயலாக இருந்தான். இடைவிடாது சிணுங்கி எரிச்சல் மூட்டிக் கொண்டிருந்தவன், நான்கு மாத காலத்திற்குள் வளர்ந்து பேசத் தொடங்கிவிட்டான். ஆக, இனக்குழுவில் அவனும் ஓர் ஆள்! கையிலிருந்த குழந்தையை பின்டாவிடம் கொடுத்து விட்டு, சுவாடுவை கூரை உச்சி வரை தூக்கிப் போட்டுப் பிடித்தான். சுவாடுவிற்கு குதூகல எக்களிப்பு!

சுவாடு, அண்ணனுடன் ஆடி முடித்தவுடன், ஊருக்குத் திரும்பியுள்ள மற்ற இளந்தாரிகளைக் காண்பதற்காக ஓடிவிட்டான். குடிசைக்குள் அமைதி நிலவியது. மகிழ்ச்சியிலும் பெருமிதத்திலும் திளைத்திருந்த பின்டாவிற்குப் பேசத் தோன்றவில்லை. அம்மாவை விட்டுப் பிரிந்திருந்த மனத்துயரத்தையும் தற்பொழுது வீடு திரும்பியதால் ஏற்பட்டுள்ள மகிழ்ச்சியையும் வெளிப்படுத்த குண்டாவிற்கு ஆசை தான்! ஆனால், வார்த்தைகள் வசப்படவில்லை. அத்துடன், அம்மாவாக இருந்தாலும், இளந்தாரி ஆகிவிட்ட ஒருவன் பெண்களிடம் அப்படியெல்லாம் பேசக் கூடாது என்று அறிந்து கொண்டான் அல்லவா?

“அப்பா எங்கே?” ஒருவழியாகக் கேட்டுவிட்டான்.

“உனது குடிசைக்கான ஓலைகளை வெட்டிக் கொண்டிருக்கிறார்”

உணர்ச்சிப் பெருக்கால் குண்டாவிற்கு மறந்து போயிற்று. இளந்தாரியாகிவிட்டபடியால் அவனுக்கென்று தனியே ஒரு குடிசை வேண்டும். வெளியேறினான். கூரைக்கான சிறந்த தரமான ஓலைகளை வெட்டுவதற்கு ஏற்ற இடம் என்று ஓமோரோ முன்பொருமுறை சொல்லியிருந்த இடத்தை நோக்கி விரைந்தான்.

அவன் வருவதை ஓமோரோ பார்த்துவிட்டார். தன்னைச் சந்திக்க அப்பா புறப்பட்டு விட்டார் என்பதைக் கண்டவுடன் அவனுடைய இதயம் ஓடிச் சென்று கட்டிக் கொள்ளத் துடித்தது. ஒருவருடைய கண்களை மற்றவர் ஆழ்ந்து நோக்கியவாறு ஆண்மகன்களைப் போல இருவரும் கைகுலுக்கிக் கொண்டனர். முதன் முதலாக சம மனிதர்களாகப் பார்க்கின்ற பார்வை அவர்களுடைய கண்களில் தெரிந்தது. உணர்ச்சிப் பெருக்கால் குண்டா வலுவிழந்ததாக உணர்ந்தான். இருவரும் சற்று நேரம் அமைதியாக இருந்தனர். பின்னர், ஓமோரோ, பருவநிலையைப் பற்றி விவரிப்பது போல பேச்சைத் தொடங்கி, மணம் முடித்து புதிதாக வீடு கட்டிக் கொண்ட ஒருவருடைய குடிசையை குண்டாவிற்காகப் பெற்றிருந்ததைக் கூறினார். “அந்தக் குடிசையைப் பார்க்கலாமா?” குண்டா மெல்லிய குரலில் விருப்பம் தெரிவித்ததால் இருவரும் இணைந்து குடிசையை நோக்கி நடந்தனர். பெரும்பாலும் ஓமோரோ தான் பேசினார். பொருத்தமான வார்த்தைகளைத் தேடிப் பிடித்துப் பேசுவது குண்டாவிற்குக் கடினமாக இருந்தது.

குடிசையின் மேற்கூரையைப் போலவே மண்சுவர்களையும் செப்பனிட்டாக வேண்டும். அவனுக்கென்று தனிப்பட்ட குடிசை. அம்மாவின் குடிசையிலிருந்து சற்றே தொலைவில் இருந்தது. ஆனால், குண்டா அதனைக் கண்டு கொள்ளவில்லை. தனது மனத்தாங்கலை வெளிப்படுத்த விரும்பவில்லை. செப்பனிடும் பணிகளைத் தானே மேற்கொள்வதாக மட்டும் ஓமோரோவிடம் தெரிவித்தான். குடிசையின் சுவர்களை வேண்டுமானால் குண்டா செப்பனிடட்டும் என்றும் கூரை வேயும் பணியைத் தான் ஏற்கனவே தொடங்கிவிட்டபடியால் அதனை முடித்துவிடுவதாகவும் ஓமோரோ கூறினார். மறுவார்த்தை பேசாமல், கூரை வேய்வதற்கான கோரைப்புல் நிலத்தை நோக்கி நடந்தார். தனது தந்தை தன்னுடன் தோழமை உணர்வுடன் உறவாடத் தொடங்கிவிட்டதற்கான நன்றியுணர்வுடன் குண்டா அங்கேயே நின்றிருந்தான்.

அன்றைய பிற்பகலில் பெரும்பாலான நேரத்தை ஜுஃப்யூர் கிராமத்தில் அவனுக்குப் பழக்கப்பட்ட மூலை முடுக்குகளையெல்லாம் வலம் வந்தான். தனக்கு அறிமுகமான முகங்களையும், கிராமத்து கிணறு, பள்ளித்திடல், ஆலமரம், இலவ மரம் போன்ற முக்கிய இடங்களையும் பார்த்துப் பூரிப்படைந்தான். கடந்து சென்றவர்களையெல்லாம் எதிர்கொண்டு வாழ்த்துத் தெரிவித்த போது, அத்தனை நாட்கள் அவர்களைப் பிரிந்திருந்த துயரத்தை உணர முடிந்தது. லேமின் ஆட்டு மந்தைகளுடன் திரும்பியிருப்பான் என்று எண்ணினான். அதற்கிடையே,

ஒரு பெண்தான் என்ற போதிலும் தான் சந்திக்க வேண்டிய முக்கியமான நபருடைய நினைவு தட்டியது. இறுதியாக, இளந்தாரியாகிவிட்ட தான் செய்வது முறைதானா என்பதைப் பற்றியெல்லாம் கவலைப்படாமல், நியோ போட்டோ பாட்டியினுடைய குடிசைக்குச் சென்றான்.

வாசலில் நின்றபடி, "பாட்டி!" என்றழைத்தான்.

உள்ளிருந்து, கரகரத்த, உரத்த, எரிச்சலுடன் கூடிய குரல் எழுந்தது, "யார் அது?"

"பாட்டி, யாருன்னு நீங்களே சொல்லுங்க, பார்க்கலாம்", என்றவாறு குடிசைக்குள் நுழைந்தான்.

உள்ளே ஒளி மங்கலாக இருந்தமையால் அவளைச் சரியாகப் பார்ப்பதற்கு அவனுக்குச் சற்றே நேரம் பிடித்தது. ஒரு வாளிக்கு அருகில் உட்கார்ந்து மரப்பட்டையிலிருந்து நார்களை உரித்து வாளியிலிருந்த நீரில் நனைத்துக் கொண்டிருந்தாள். சில நொடிகள் அவனை உற்றுப் பார்த்தவள், "குண்டா!" என்றாள்.

"பாட்டி, உங்களைப் பார்த்ததிலே ரொம்ப மகிழ்ச்சி!"

நியோ போட்டோ நார் உரிக்கும் பணியைத் தொடர்ந்தவாறு, "அம்மா நல்லாயிருக்காங்களா?" நலம் விசாரித்தாள். அவனும் உம் கொட்டி வைத்தான்.

அவனுக்குச் சற்றே அதிர்ச்சி! 'இத்தனை நாட்கள் பிரிந்திருந்ததாக பாட்டி காட்டிக் கொள்ளவே இல்லையே! பயிற்சி முடித்து இளந்தாரியாகத் திரும்பியிருப்பதையும் கண்டுகொள்ளவில்லை!'

"உங்களைப் பிரிந்திருந்த போது, நீங்க என் கையிலே கட்டிவிட்ட தாயத்தைத் தொடும் போதெல்லாம், உங்க நினைவு தட்டும் பாட்டி!"

தனது பணியிலிருந்து கண்களைக் கூட எடுக்காமல், அவள் வெறுமனே செருமினாள்.

அவளுடைய பணி வேளையில் தான் குறுக்கிட்டதற்காக மன்னிப்புக் கோரிவிட்டு வெளியேறியவனுடைய மனத்திலே காயம்; ஒரே குழப்பம்! ரொம்ப நாள் கழித்துப் புரிந்து கொண்டான். அவ்வாறு நடந்து கொண்டதற்காக அவனுடைய மனத்தைக் காட்டிலும் பாட்டியினுடைய மனம் மிகவும் வெதும்பியது என்று. தனது மடியின் ஆதரவு தேவைப்படாத அளவிற்கு வளர்ந்து விட்ட ஆடவனிடம் ஒரு பெண் நடந்து கொள்ள வேண்டிய விதத்தில் அவள் செயல்பட்டாள்.

மனக்குழப்பம் மாறாமல் தனது புதிய குடிசைக்குத் திரும்பிக் கொண்டிருந்தவனை அவனுக்கு மிகவும் பழக்கப்பட்ட குரல்கள் ஈர்த்தன. ஆடுகளின் கனைப்பொலி, வேட்டை நாய்களின் குரைப்பொலி, பொடியன்களுடைய கூச்சல்! இரண்டாம் பருவத்துப் பையன்கள் மேய்ச்சல் நிலத்திலிருந்து ஆடுகளை ஓட்டிக் கொண்டு

வீடு திரும்பிக் கொண்டிருந்தனர். அவர்களிடையே லேமினும் இருக்கக் கூடும்! தன்னை நெருங்கிக் கொண்டிருந்த பையன்களுடைய முகங்களை ஆவலுடன் துழாவினான். ஒருவழியாக, லேமின் பார்த்துவிட்டான். அவனுடைய பெயரைக் கூவி அழைத்தான். புன்னகை பூத்துக் குலுங்க ஓடோடி வந்தான். தமையனுடைய முகத்தில் ஒருவித இறுக்கம் தட்டுப்பட்டதால், சற்று தூரத்தில் நின்றான். ஒருவரை ஒருவர் உற்றுப் பார்த்தபடி நின்றனர். கடைசியில், குண்டா பேசினான், "ஹலோ!"

"ஹலோ, குண்டா!"

பின்னர், மேலும் சிறிது நேரம் ஒருவரை ஒருவர் பார்த்துக் கொண்டனர். லேமினுடைய கண்களில் பெருமிதம் மின்னியது. நியோ போட்டோ பாட்டியின் குடிசையில் சற்று முன்னர் ஏற்பட்ட அதே காயம் தற்பொழுது தனது தம்பியின் சந்திப்பில் ஏற்பட்டுவிட்டதாக உணர்ந்தான். புதிதாக இளந்தாரியாகிவிட்டவனுக்கு அப்படிப்பட்ட மனத்தாங்கல்கள் தவிர்க்க இயலாதவை. ஆனால், மரபுப்படி முழுமனிதனாகிவிட்டவருக்கு சொந்தத் தம்பியாக இருந்தாலும் உரிய மதிப்பு அளித்தாக வேண்டும்.

லேமின் முதலில் பேசினான். "உங்களுடைய இரண்டு வெள்ளாடுகளும் பெரியனவாகி குட்டிகளை ஈனப் போகின்றன." குண்டாவிற்கு மகிழ்ச்சி. விரைவில் அவனுடைய ஆடுகளின் எண்ணிக்கை நான்காக உயரப் போகிறது! கருவுற்றுள்ள ஆடுகளில் ஒன்று இரட்டையாக ஈன்றால் ஐந்தாகவும் உயரலாம்! ஆனால், அவன் புன்னகைத்ததாகவோ, வியப்படைந்தாகவோ காட்டிக் கொள்ளவில்லை. "அப்படியா, நல்லது" என்றான். வெளிப்படுத்த விரும்பியதைக் காட்டிலும் குறைவாகவே ஆர்வம் காட்டினான். என்ன சொல்வதென்று அறியாதவனாக லேமின் மறுவார்த்தையும் பேசாமல் அங்கிருந்து விரைந்தான். அதற்கிடையே சிதறி ஓடிய ஆடுகளைத் திரட்டுவதற்காக நாய்களை ஏவினான்.

குண்டா தனது புதிய குடிசையில் குடியேறுவதற்கு உதவிய போது பின்டாவின் முகத்தில் ஒருவித இறுக்கம் தெரிந்தது. அவனுடைய ஆடைகள் அவனுக்குப் பொருந்தாதவை ஆகிவிட்டன என்றும் அவனுடைய முக்கிய அலுவல்களுக்கு இடையே அளவெடுப்பதற்கு உதவுவானானால் புதிய துணிகளைத் தைத்துத் தருவதாகவும் கூறினாள். வில், அம்புகள், கவண் ஆகியவற்றைத் தவிர அவனுக்கென்று வேறு எதுவுமில்லை என்று ஆதங்கப்பட்டாள். படுக்கை, ஒரு சில பாண்டங்கள், பயிற்சியிலிருந்த போது அவனுக்கென்று தைத்து வைத்திருந்த தொழுகை விரிப்பு போன்ற அத்தியாவசியப் பொருட்களை அவனுக்கு அளித்தாள். அதுபோன்ற தருணங்களில் அப்பா அம்மாவிடம் நடந்து கொண்ட விதத்தை அவன் அறிந்திருந்தான். மறுப்பும் தெரிவிக்காமல் ஆவலும் காட்டாமல் தேவையானவற்றைப் பெறுவதில் ஒருவித இறுக்கமான ஒப்புதல் தெரிவித்தான். அவன் தலையைச் சொரிந்து கொண்டதைக் கண்ட பின்டா அவனுடைய தலையில் பேன், ஈறு இருக்கிறதா என்று பார்க்க விரும்பினாள். ஆனால், அவன் கடுப்புடன் மறுத்துவிட்டான். வருந்திய தாயின் முணுமுணுப்புகளைக் கூடக் கண்டுகொள்ளவில்லை.

ஒருவாறாக, குண்டாவுக்கு உறக்கம் பிடித்த போது நள்ளிரவாகி விட்டது. அவன் கண்களை மூடி உறங்கியதற்குள் காகங்கள் கரைந்து அவனை எழுப்பிவிட்டது போல தோன்றியது. சற்றுநேரத்தில் மதகுரு அதிகாலைத் தொழுகைக்காக அழைப்பு விடுத்த வாங்கோசை கேட்டது. ஜுஃப்யூர் கிராமத்தின் ஏனைய ஆடவர்களுக்குச் சமமாக குண்டாவும் அவனுடைய தோழர்களும் முதன்முறையாக மசூதிக்குள் தொழுவதற்கு அனுமதிக்கப்படப் போகின்றனர். விரைவாக ஆடைகளை அணிந்து ஆயத்தமாகிவிட்ட குண்டா தனது புதிய விரிப்பினை எடுத்துக் கொண்டு தொழுகையில் தனது நண்பர்களுடன் இணைந்து கொண்டான். ஏதோ நெடு நாட்களாக தொழுகையில் ஈடுபட்டவர்களைப் போல புதிய இளந்தாரிகள் கக்கத்தில் விரிப்பினை இடுக்கிக் கொண்டு தலை தாழ்த்தி வணங்கியபடி மற்ற பெரியவர்களுக்குப் பின்னர் மசூதிக்குள் நுழைந்தனர். உள்ளே, குண்டாவும் அவனுடைய தோழர்களும் பெரியவர்களுடைய செயல்களையும் அவர்கள் உச்சரிப்பதையும் மிகவும் உன்னிப்பாகக் கவனித்து அதன்படி செய்தனர். உரத்த ஒலி எழுப்பிவிடாமலும் அதே சமயம் குரல் மிகவும் தாழ்ந்துவிடாமலும் கவனத்துடன் உச்சாடனம் செய்தனர்.

தொழுகையிலிருந்து திரும்பிய பிறகு, பின்டா அவனுடைய புதிய குடிசைக்குக் காலை உணவைக் கொணர்ந்தாள். ஆவி பறக்கும் கஞ்சியை வைத்தவுடன் குண்டா எவ்வித உணர்ச்சியையும் தனது முகத்தில் காட்டாமல் வெறுமனே செருமி வைத்தான். உடனே பின்டா புறப்பட்டாள். சொரத்தில்லாமல் கஞ்சியைப் பருகினான். ஒருவிதமான எரிச்சல்! அம்மா எதையோ தன்னிடம் மறைக்கிறாள் என்று தோன்றியது.

காலை உணவுக்குப் பிறகு, குண்டா தனது நண்பர்களுடன் இணைந்து கிராமத்தின் கண்களும் காதுகளுமாகக் கடமையாற்றுவதில் முழுமூச்சுடன் செயல்பட்டனர். அதனைக் கண்ட பெரியவர்களுக்கு வேடிக்கையாக இருந்தது. சமையல் பாண்டங்களில் புழு, பூச்சிகள் உள்ளனவா என்று சோதிப்பதற்கு பெண்களிடம் வலிந்து கேட்டுப் பெற வேண்டியதாக இருந்தது. கிராமத்தைச் சுற்றி வந்து குடிசைகளிலோ, சுற்றுச்சுவரிலோ நீக்கப்பட வேண்டிய பழுதுகள் இருந்தனவா என்று சோதித்தனர். அவர்கள் எதிர்பார்த்த அளவிற்கு எதுவுமில்லை. கிணற்றிலிருந்து வாளியில் நீர் இறைத்து உப்புப் படிந்துள்ளதா, சேறு கரைந்துள்ளதா எனச் சோதித்தனர். எதுவும் குறையில்லை. நீரைத் தூய்மைப்படுத்துவதற்காக அதனுள் விடப்பட்டிருந்த ஆமைக்குஞ்சுகளையும் மீன்களையும் நீக்கிவிட்டுப் புதியனவற்றை நீந்த விட்டனர்.

சுருங்கச் சொன்னால், மக்கள் புழங்கக் கூடிய அனைத்து இடங்களிலும் குண்டாவையும் அவனுடைய நண்பர்களையும் காண முடிந்தது. "எங்கே பார்த்தாலும் கொசுவாக மொய்க்கிறாங்க!" நீரோடையில் துணி துவைத்துக் கொண்டிருந்த நியோ போட்டோ பாட்டி அலுத்துக் கொண்டாள். அவனோ வேறொரு திசையில் புறப்பட்டான். தனது அம்மா பயன்படுத்தக் கூடிய இடங்களில் குண்டா மிகுந்த கவனத்துடன் சோதித்தான். தனக்குள் சொல்லிக் கொண்டான், 'அவள் என் அம்மாவா இருந்தாலும், அவளுக்கென்று தனிச்

சலுகை காட்ட முடியாது. இன்னுஞ் சொல்லப் போனால், தேவைப்பட்ட போது கூடுதல் கடுமையாக நடந்து கொள்ள வேண்டும், என்னயிருந்தாலும் அவளும் பொம்பளை தானே!"

27

ஜுஃப்யூர் மிகச் சிறிய கிராமம். ஆர்வத்துடிப்புமிக்க இளந்தாரிகளோ ஏராளம். கிராமத்திலிருந்த ஒவ்வொரு கூரையையும், சுவர்களையும், மரப்பாண்டங்களையும், சமையல் பாண்டங்களையும் சோதித்து தூய்மைப்படுத்தி, செப்பனிட்டு, மாற்றியமைக்கப்பட வேண்டியவற்றை மாற்றியமைத்து கண நேரத்தில் முடித்து விட்டனர். குண்டாவிற்கு ஏமாற்றத்தைக் காட்டிலும் மகிழ்ச்சி! கிராம முதியோர் பேரவை அவனுக்கென்று ஒதுக்கியிருந்த துண்டு நிலத்தில் அவன் பண்ணை வேலையைக் கவனிக்கப் போதிய நேரம் கிடைத்தது. புதிய இளந்தாரிகள் தமக்கெனத் தனிப்பட்ட முறையில் சிறுதானியங்களையும், வேர்க்கடலை போன்ற பயிர்களையும் விளைவித்தனர். ஒரு பகுதி விளைச்சலைத் தமது பயன்பாட்டிற்கு வைத்துக் கொண்டு எஞ்சியவற்றை விற்றனர். உணவைத் தவிர வாழ்க்கைக்குத் தேவையான மற்றவற்றையும் பெற வேண்டுமல்லவா? பயிர்களைச் சிறப்பாகப் பராமரிக்கக் கூடிய இளைஞன் ஏராளமான தானியங்களை விற்றான். தனது ஆட்டு மந்தைகளையும் முறையாகப் பேணினான் அத்துடன், பன்னிரெண்டு ஆடுகளைக் கொடுத்து ஒரு கிடேறிக் கன்றை வாங்கினால் அது வளர்ந்து பெரிதாகி பல கன்றுகளை ஈனும். அவ்வாறாக வாழ்க்கை நகர்ந்து

முன்னோக்கிச் செல்ல வேண்டும். இருபத்தைந்து முப்பது வயதை அடைந்தவுடன் திருமணம் செய்து தனக்கென மகன்களைப் பெற்று சிறப்பாக வாழ வேண்டுமானால் இளம் பருவத்திலிருந்தே ஆயத்தமாக வேண்டும்.

பயிற்சியிலிருந்து திரும்பிய சில மாதங்களுக்குள், குண்டா தனது பயன்பாட்டிற்குத் தேவைப்பட்டதைக் காட்டிலும் கூடுதலாக நிறைய விளைவித்தான். அவற்றைத் திறம்பட விற்பனை செய்து தனது குடிசைக்கு அழகூட்டுவதற்கான பொருட்களை ஏராளமாக வாங்கிக் குவித்தான். பின்டா கூட அவனுடைய காதுபட புலம்பத் தொடங்கிவிட்டாள். உட்காருவதற்கான பெஞ்சுகள், நாடாவால் பின்னப்பட்ட பாய்கள், சமையல் பாண்டங்கள், மூங்கில் குடுக்கைகள் போன்ற ஏராளமான பொருட்களை குடிசை நிறைய தங்குவதற்குக் கூட இடமில்லாமல் வாங்கிப் போட்டிருக்கிறானே என்பது அவளுடைய ஆதங்கம். அவளுடைய நச்சரிப்புகளை குண்டா பெருந்தன்மையுடன் கண்டு கொள்ளவில்லை. அரை மாத காலம் பாடுபட்டு அவனுக்கென்று மூங்கில் பத்தைகளாலான மெத்தை ஒன்றை செய்து கொடுத்தாள் அல்லவா!

தனது துண்டு நிலத்தில் விளைந்தவற்றை விற்று குண்டா தனது குடிசையில் மந்திரிக்கப்பட்ட பல புனிதச் சின்னங்களையும் ஒருவித மூலிகைகளிலிருந்தும் மரப்பட்டைகளிலிருந்தும் பெறப்பட்ட தைலங்களையும் வாங்கி வைத்திருந்தான். பொதுவாக மாண்டிங்க இனத்து ஆடவர் செய்ததைப் போல, இரவு படுக்கைக்குச் செல்லும் முன் அந்தத் தைலத்தை நெற்றியிலும், புயங்களிலும், தொடைகளிலும் தடவிக் கொண்டான். உறங்கும் பொழுது தீய சக்திகள் தாக்காமல் மந்திரிக்கப்பட்ட அந்தத் தைலம் காப்பாற்றும் என்பது அவர்களுடைய நம்பிக்கை. அத்துடன், அதனைப் பூசிக் கொண்டால் உடலிலிருந்து நறுமணம் கமழும்! தனது தோற்றப் பொலிவைப் போலவே குண்டா அது போன்ற அம்சங்களிலும் கவனம் செலுத்தத் தொடங்கிவிட்டான்.

அவனுக்கும் அவனுடைய தோழர்களுக்கும் தமது இளந்தாரிப் பெருமிதத்தை உறுத்துகின்ற வகையில் நிகழ்ந்த ஒரு போக்கு பல மாதங்களாக மனவெறுமையை அதிகரித்துக் கொண்டிருந்தது. அவர்கள் இளந்தாரிப் பயிற்சிக்குப் புறப்பட்டபோது, அவர்களுடன் போட்டி போட்டுக் கொண்டு உடன் ஆடிய மினுமினுப்பான மேனியுடன் குலுங்கித் திரிந்த மங்கையரைப் பிரிந்து சென்றனர். நான்கே மாதங்களில் புதிய இளந்தாரிகளாகத் திரும்பிவிட்டனர். ஆனால், அவர்களுடனேயே வளர்ந்த அந்தப் பெண்கள், கண்ணில் பட்ட போதெல்லாம் மாங்காய் அளவு துருத்திய மார்பகங்களுடன் உடலைக் குலுக்கிக் கொண்டு திரிந்தனர். அவர்களுடைய தலையாட்டும் சாயல் என்ன! கைளை வீசி நடப்பதென்ன! காதுகளில் தொங்கட்டான்களும், கழுத்தணிகளும், முத்து மாலைகளும் பளபளப்பதென்ன! அவர்களுடைய அத்தகைய ஒய்யார நளினங்களெல்லாம் அவர்களைக் காட்டிலும் பத்து வயதாவது மூத்த ஆடவரைக் குறிவைப்பதாகவே இருந்தன. பதினான்கு, பதினைந்து வயதை நெருங்கிவிட்ட அவர்கள் திருமணத்திற்குத் தயாராகிவிட்டனராம்! குண்டா வயது புதிய இளந்தாரிகளைக் கண்டால் ஒரு பார்வை; ஒரு முகச் சுளிப்பு; ஒரு நகைப்பு; அத்துடன் சரி! அவர்களுடைய

அத்தகைய மடமை குண்டாவிற்கும் அவனுடைய நண்பர்களுக்கும் எரிச்சலூட்டியது. அவர்கள் ஒரு முடிவுக்கு வந்து விட்டனர்! அப்படிப்பட்ட பெண்களையோ, தம்முடைய பகட்டான பார்வை வீச்சுக்களால் அவர்கள் கவர நினைக்கின்ற விடலைகளுடைய சேட்டைகளையோ கண்டு கொள்ளப் போவதில்லை!

ஆனால், குண்டாவினுடைய 'அது' அவன் காலையில் விழித்த போது சில சமயங்களில் கட்டை விரலைப் போல கடினமானதாகப் பட்டது. அவன் லேமின் வயதில் இருந்த போது கூட அவ்வாறு விரைத்ததுண்டு. ஆனால், இப்பொழுது ஒரு புதிய அழுத்தமான, வலிய உணர்வு உடலெங்கும் பரவியது. அத்துடன், போர்வைக்குள்ளே கையை விட்டு அழுத்தமாகப் பிடித்துப் பிசைவதைக் கட்டுப்படுத்த முடியவில்லை. அதற்கும் பெண்களுக்கும் உள்ள தொடர்பு பற்றி அவனும் அவனுடைய நண்பர்களும் காற்றுவாக்கில் கேள்விப்பட்ட செய்திகளை நினைத்துப் பார்க்காமல் இருப்பதற்கும் இயலவில்லை.

ஒரு நாள் இரவு கனவு கண்டான். சிறு பையனாக இருந்த பருவத்திலிருந்தே ஏகப்பட்ட கனவுகள் கண்டிருந்தான். விழித்துக் கொண்டே கனவு காண்பதாக பின்டா கூறியதுண்டு. அறுவடைத் திருவிழாக் கொண்டாட்டங்களைப் பார்த்துக் கொண்டிருந்தான். அப்பொழுது ஓர் அழகான, நீண்ட கழுத்தும், கன்னங் கறுத்த மேனியும் கொண்ட பெண்ணொருத்தி அவன் குனிந்து எடுக்கும் விதமாகத் தனது தலையணியைக் கீழே போட்டாள். அவனும் எடுத்துக் கொடுத்தான். உடனே, அவள், குண்டா என்னை விரும்புகிறார்!" என்று கத்திக் கொண்டே வீட்டிற்கு ஓடி விட்டாள். மிகவும் கவனமாக அனைத்து விவரங்களையும் கருத்திற் கொண்ட அவளுடைய பெற்றோர் திருமணத்திற்குச் சம்மதித்தனர். ஓமோரோவும் பின்டாவும் கூட ஒப்புக் கொண்டனர். இருவருடைய பெற்றோரும் பரிசப் பணம் பற்றிய பேச்சு வார்த்தையில் ஈடுபட்டனர். ஓமோரோ சொன்னார், "அவள் அழகாக இருக்கிறாள். ஆனால், என்னுடைய கவலையெல்லாம், அவள் எனது மகனுக்கு ஏற்ற மனைவியாக இருப்பாளா? கடினமாக உழைப்பதற்கேற்ற கட்டுறுதியானவளா? குடும்பத்தில் இனிமையாக நடந்து கொள்வாளா? நன்கு சமைப்பாளா? பெறக் கூடிய பிள்ளைகளைப் பேணும் திறம் படைத்தவளா? அதற்கெல்லாம் மேலாகக் கன்னிமையைக் காத்துக் கொண்டவளா?" அவருடைய அனைத்துக் கேள்விகளுக்கும் 'ஆம்' என்கிற பதில் கிட்டியது. பரிசப் பணத்தை நிர்ணயித்து திருமணத்திற்கு நாள் குறித்தனர்.

குண்டா புதியதொரு மண்வீடு நேர்த்தியாகக் கட்டினான். வருகை தரக்கூடிய விருந்தினரைச் சிறந்த முறையில் கவனிக்கும் விதமாக இருவருடைய அம்மாக்களும் சுவையான உணவுப் பண்டங்களைத் தயாரித்தனர். திருமண நாளன்று, அவர்கள் ஏற்பாடு செய்திருந்த இசைக்கலைஞர்களுடைய இசை மழையில் பெரியவர்கள், சிறுவர்கள், ஆடுகள், கோழிகள், நாய்கள், கிளிகள், குரங்குகள் என்று உயிரினங்கள் ஒன்று விடாமல் மூழ்கிப் போயினர். மணப்பெண் குடும்பத்தார் வந்து சேர்ந்தவுடன், சிறந்த குடும்பங்கள் இரண்டு ஒன்றிணைந்து விட்டதாகப் பாராட்டுப் பாடல்கள் இசைக்கப்பட்டன. தோழிப்பெண்கள் மணப்பெண்ணை குண்டாவின் புதிய வீட்டிற்குள் அழைத்துச் சென்ற போது குலவை ஒலிகளும் கூச்சலும் கும்மாளமும்

விண்ணைப் பிளந்தன. முகமெல்லாம் பல்லாக, கையசைத்தபடி, குண்டாவும் அவளைத் தொடர்ந்து உள்ளே நுழைந்தான். வாசற் கதவின் திரை திரண்டு விழுந்தது. அவள் அவனுடைய கட்டிலின் மீது உட்கார்ந்த போது, புகழ்பெற்ற பழைய காதல் பாட்டு ஒன்றை இசைத்தான். "நீண்ட கழுத்தின் அழகைக் கண்டு நிலைகுலைந்தேனே...." பிறகென்ன! மிருதுவான தோல் விரிப்பின் மீது பொத்தென்று விழுந்தனர். அவள் அவனை இதமாக முத்தமிட்டாள். காற்றுக்கு வழி மறுத்துக் கட்டி அணைத்தனர். பிறகு, அது நடந்தே விட்டது! தான் அறிந்திருந்தபடியெல்லாம் குண்டா கற்பனை செய்து கொண்டான். அவன் கேள்விப்பட்டிருந்ததற்கும் மேலாக ஏதேதோ கற்பனைகள்! உணர்ச்சிப் பிரவாகம் மேலும் மேலும் பொங்கியது! கடைசியில், மடை உடைந்து விட்டது!

திடீரென உடலை உலுக்கி விழித்துக் கொண்டான். நீண்ட நேரம் அப்படியே படுத்துக் கிடந்தான். நிகழ்ந்ததை நினைவுபடுத்திப் பார்க்க முற்பட்டான். பிறகு, கையைத் தனது கால்களுக்கிடையே நகர்த்திய போது, வெதுவெதுப்பான ஈரம் தட்டுப்பட்டது; படுக்கையிலும் அவ்வாறே. அச்சமும் பீதியுமாக துள்ளி எழுந்தான்; துணியைத் தேடி எடுத்தான்; தன்மீது படிந்திருந்ததைத் துடைத்தான்; படுக்கையையும். பின்னர், இருளை உற்றுப் பார்த்தபடி உட்கார்ந்திருந்தான். அச்சம் மனத்தடுமாற்றமாக மாறியது; மனத்தடுமாற்றம் வெட்கப்படச் செய்தது; வெட்கம் குதூகலமானது; குதூகலம், இறுதியில், ஒருவித பெருமிதத்தை ஏற்படுத்தியது. 'என் நண்பர்களுக்கும் இதுபோல நடந்திருக்குமா!' வியந்தான். நடந்திருக்க வேண்டும் என்று எதிர்பார்த்த போதிலும் நடந்திருக்கக் கூடாது என்கிற எண்ணமும் ஏற்பட்டது. அப்படி நடப்பது பையன் ஆள் ஆகிவிட்டதற்கான அறிகுறி. அதிலும் தான் மட்டுமே முதல் ஆளாக இருக்க வேண்டும் என்பது அவனுடைய ஆவல்! ஆனால், அதனை யாரிடமும் சென்று உசாவி அறிய இயலாது. ஏனெனில், அது போன்ற அனுபவங்கள் பிறரிடம் பகிர்ந்து கொள்ளத் தக்கன அல்ல. ஒருவழியாக, களைப்புடனும் பரவசத்துடனும் படுக்கையில் விழுந்தான். யாருடைய கருணையோ? விரைவிலேயே கனவுகளற்ற உறக்கத்தில் ஆழ்ந்தான்.

28

ஜூஃப்யூர் கிராமத்திலுள்ள ஒவ்வொரு ஆடவரையும் பெண்டிரையும் குழந்தையையும் நாய் ஆடு போன்ற விலங்கினங்களையும் குண்டா நன்கறிந்திருந்தான். புதிதாக ஏற்றுக் கொண்டுள்ள கடமைகளை ஆற்றும் பொழுது அவர்கள் ஒவ்வொருவருடனும் நாள்தோறும் ஒருமுறையாவது பேசுவதற்கோ அல்லது பார்ப்பதற்கோ வாய்ப்புக் கிட்டியது. ஆனாலும், ஏனோ தான் தனிமையில் தவிப்பதாக உணர்ந்தான். ஒரு மதிய வேளையில் அவனுடைய காணியில் நிலக்கடலைச் செடிகளுக்கிடையே அமர்ந்து மதிய உணவு சாப்பிட்டுக்கொண்டிருந்த போது எண்ணங்கள் எழும்பிக் குதித்தன! 'நானென்ன அநாதையா? என்னைத் தனக்குச் சமமாக மதிக்கின்ற தந்தை இல்லையா? எனது தேவைகளைக் கடமை உணர்வுடன் நிறைவேற்றுகின்ற தாயார் இல்லையா? என்னை உயர்வாக மதிக்கின்ற தம்பிகள் இல்லையா? புதிதாக இளந்தாரியாகிவிட்ட என்னை அவர்கள் முன்மாதிரியாகக் கொண்டாடவில்லையா? குழந்தையாக இருந்தபோது புழுதியில் ஆடியும், பொடியன்களாகக் கூடவே ஆடுகள் மேய்த்தும், ஒன்றாகப் பயிற்சி பெற்றும், தற்பொழுது இளந்தாரிகளாக உடன் உறைகின்ற நண்பர்கள் தாம் இல்லையா? பதினாறு வயது நிரம்புவதற்குள் எனக்கு

ஒதுக்கப்பட்ட நிலத்தில் அயராமல் பாடுபட்டு விளைச்சலைப் பெருக்கி ஏழு வெள்ளாடுகள், மூன்று கோழிகள், கண்கவரும் விதத்தில் அனைத்து வகைத் தட்டுமுட்டுச் சாமான்களுடன் கூடிய அழகிய வீடு போன்றவற்றை ஈட்டி, சம வயதுத் தோழர்களும் கண்டு பொறாமைப்படும் விதத்தில் பெரியவர்களுடைய பாராட்டைப் பெறவில்லையா? பிறகு, ஏன் இந்தத் தனிமை உணர்வு?'' புரியவில்லை.

அனைத்தும் இருந்த போதிலும், அவன் தனியனாகிப் போனான். குண்டா ஒருவனே மகனாக இருந்த போது ஓமோரோவிற்குக் கிராமத்திலும் பணிகள் குறைவாகவே வழங்கப்பட்டன. தற்பொழுது, முன்பு போல மகனுடன் அளவளாவுவதற்கு அவருக்கு நேரம் கிட்டவில்லை. பின்டாவும் எப்பொழுதும் பரபரப்பாகவே இருந்தாள். அவனுடைய தம்பிகள் மூவரையும் கவனித்துக் கொள்ள வேண்டிய பொறுப்பு அவளுக்கிருந்தது. அத்துடன், தாயும் அவனும் ஒருவருக்கொருவர் பகிர்ந்து கொள்கிற வகையில் பெரிதாக எதுவும் இல்லை. லேமினுடன் கூட நெருக்கம் அதிகமில்லை. அவன் இளந்தாரிப் பயிற்சிக்குச் சென்று விட்டான். முன்பு குண்டாவிற்கு லேமின் இருந்ததைப் போல தற்பொழுது லேமினுக்கு சுவாடு நிழலாகத் தொடர்ந்தான். குண்டா கவனித்தான். முதலில் எரிச்சலடையச் செய்வதாகவும் அடுத்து சகித்துக் கொள்ளக் கூடியதாகவும் சுவாடு மீது லேமினுக்கு இருந்த உணர்வுகள் தற்பொழுது பாசமாக பதம் பெற்றிருந்ததைக் கண்டான். விரைவிலேயே அவர்கள் இருவருக்குமிடையே பிரிக்க முடியாத பிணைப்பு ஏற்பட்டது. அதற்கிடையில் குண்டாவிற்கோ குட்டிப் பயல் மதிக்கோ இடமில்லை. மதி அவர்களுடன் இணைந்து கொள்ளும் அளவிற்குப் பெரியவனாகவில்லை. அதே சமயம் எப்பொழுதும் சிணுங்குவதுமில்லை. ஒரு சில நாட்களில், இரு சகோதரர்களையும் தமது தம்பியையும் உடன் அழைத்துச் செல்லும்படி பின்டா பணித்தாள். குடிசைக்குள் தனது கால்களையே கட்டிக் கொண்டிருந்தவனை வெளியில் கூட்டிச் செல்லட்டும் என்றெண்ணினாள். அவர்கள் தமது வயதுக்கேற்ப வரிசையாக ஒருவர் பின் ஒருவர் சென்றதைக் கண்ட குண்டாவின் முகத்தில் புன்னகை தவழ்ந்தது.

குண்டாவிற்குப் பின்னால் நடந்து செல்வோர் எவருமில்லை. அவன் பக்கத்தில் நடப்பதற்குக் கூட இப்பொழுதெல்லாம் எவரும் கிடைக்கவில்லை. ஏனெனில், அவனுடைய வயதுள்ளோர் அனைவரும் தத்தமக்கு ஒதுக்கப்பட்ட நிலத்தில் பாடுபட்டு ஆடுகள் போன்ற தமது உடமைகளைப் பெருக்கிக் கொள்ள முயன்றனர். நிலத்தின் பரப்பு மிகவும் குறைவு. படுகிற பாடு மிக அதிகம். இருந்தாலும் பெரியவர்களைப் போல விளைச்சலைப் பெருக்கிப் பொருளீட்ட முடியவில்லை. கண்களும் காதுகளுமாகச் செயல்பட வேண்டிய கிராமக் கடமைகளைப் பொறுத்த வரை, அவர்களுடைய கண்காணிப்பு இல்லாமலே சமையல் பாண்டங்கள் தூய்மையாகப் பேணப்பட்டன. வயல்களில், குரங்குக் குடும்பங்களையும் பறவைக் கூட்டங்களையும் தவிர, அத்துமீறி நுழைவோர் எவருமில்லை. விரைவிலேயே ஒரு செய்தி தெளிவானது. உண்மையிலேயே முக்கியமான பணிகளை அவர்களுடைய மூத்தோர் செய்ய வேண்டியதாகவும், அவர்களையும் ஈடுபடுத்த வேண்டும் என்பதற்காக, வெளிப்பார்வைக்கு பொறுப்புள்ளவை போல தோன்றிய பணிகளை

அவர்களுக்கு அளித்து அவர்களுக்கும் சமுதாயத்தில் மதிப்புக் கிடைப்பது போன்ற பணிகளை மட்டுமே புதிய இளந்தாரிகளுக்கு அளித்திருந்தனர். இளைஞர்கள் எவ்வளவு கடினமான வேலையையும் மிகத் துல்லியமாக நிறைவேற்றிய போதிலும், அவர்கள்பால் கவனம் செலுத்துவதில் பெரியவர்களுக்குத் தயக்கம் இருந்தது. இளம்பெண்டிர் சிரிப்பதற்குத் தடை விதித்திருந்ததைப் போல இளைஞர்களைப் பாராட்டுவதிலும் தமக்குள் இனம்புரியாத இறுக்கத்தை ஏற்படுத்திக் கொண்டனர். குண்டா தனக்குள் கறுவினான், "ஒருநாள் நானும் அவர்களைப் போல பெரியவனாவேன். அப்பொழுது பெரியவர்களுக்குரிய பெருந்தன்மையுடன் நடந்து கொள்வதுடன், தற்பொழுது நானும் எனது நண்பர்களும் பெறுவதைக் காட்டிலும் கூடுதல் பரிவுடனும் புரிதலுடனும் இளைஞர்களைப் பாராட்டுவேன்."

அன்று மாலையில், மனஅமைதியில்லாமல், சற்றே வருத்தத்துடன், குடிசையை விட்டு வெளியேறி குண்டா தனிமையில் நடந்தான். இலக்கின்றி கால் போன போக்கில் நடந்தவன், முன்னிரவு நேர நெருப்புமூட்ட ஒளியில் தகதகத்த குழந்தைகளின் முகங்கள் முழுக்கவனத்துடன் பாட்டிமார்களுடைய இரவுநேரக் கதைகளில் மொய்த்திருந்த வட்டத்தை நெருங்கினான். கதை செவிப்படுவதற்குப் போதுமான நெருக்கத்தில், அதே சமயம் அவர்கள் தன்னைக் கவனித்து விடாத அளவுக்கு நெருங்கிவிடாமலும், அங்கே கிடந்த குத்துக் கற்களுக்கு இடையே குண்டா அமர்ந்தான். கற்களைப் பரிசோதிப்பதைப் போல பாவனை செய்தான். நரை, திரை பழுத்த பாட்டியொருத்தி தனது எலும்பும் தோலுமான கைகளை வீசியபடி குழந்தைகள் முன்னால் தாவிக் குதித்தாள். காசூன் மன்னனுடைய நாலாயிரம் நெஞ்சுரமிக்க வீரர்கள் பற்றிய கதையை அவள் குழந்தைகளுக்கு நடித்துக் காட்டிக் கொண்டிருந்தாள். ஐநூறு மிகப் பெரிய போர் முரசுகளும் யானைத் தந்தங்களாலான ஐநூறு கொம்புகளும் எழுப்பிய போர் முழக்கத்தால் உந்தப்பட்டு அவன் போரில் ஈடுபட்டான். குழந்தைப் பருவத்தில் நெருப்புமூட்டங்களைச் சுற்றியமர்ந்து அவன் பலமுறை கேட்ட கதைகள் அவை. அகல விரிந்த கண்களுடன் கூடிய முகங்களிடையே முன்வரிசையில் மதுவையும் பின்வரிசையில் சுவாடுவையும் கண்டான். மீண்டும் அந்தக் கதையைக் கேட்ட போது அவனுடைய வருத்தம் அதிகரித்தது.

பெருமூச்சுடன் அங்கிருந்து புறப்பட்டான். அவனுடைய வருகையைப் போலவே அவனுடைய புறப்பாடும் எவராலும் கண்டுகொள்ளப்படவில்லை. தனது வயதையொத்த பையன்களுடன் லேமின் அமர்ந்து திருக்குரான் ஓதிக்கொண்டிருந்த நெருப்புமூட்டமாயினும், ஏனைய தாய்மார்களுடன் தனது தாயும் அமர்ந்து கணவன்மார்களைப் பற்றியும், குடும்ப விவகாரங்களைப் பற்றியும், குழந்தைகளைப் பற்றியும், சமையலைப் பற்றியும், தையல், ஆடை அணிகள் போன்றவற்றைப் பற்றியும் பழமை பேசிக் கொண்டிருந்த நெருப்புமூட்டமாயினும் அவனைக் கவரவில்லை. அவர்களையும் கடந்து சென்றவன் கடைசியாக, கிளைகள் படர்ந்த ஆலமரத்தடியில், ஜுஃப்யூர் பெரியவர்கள் நான்காவது நெருப்புமூட்டத்தைச் சுற்றிலும் அமர்ந்திருந்த இடத்தை அடைந்தான். கிராமத்தின் நடவடிக்கைகள் பற்றியும் முக்கிய பிரச்சினைகளைப் பற்றியும் விவாதித்துக் கொண்டிருந்தனர். முதலாவது நெருப்புமூட்டத்தைச் சுற்றிலும் இருந்தவர்களுடன் இணைய

முடியாத அளவிற்குப் பெரியவனாகிப் போனான்; அதே சமயம், நான்காவது நெருப்புமூட்டத்தைச் சுற்றிலும் இருந்தவர்களுடன் சமமாக அமரும் அளவிற்குத் தகுதியுள்ள பெரியவனாகவும் இல்லை. ஆனால், அவனுக்குப் போக்கிடமும் இல்லை. அந்த வட்டத்தின் வெளிப்புறத்தில் உட்கார்ந்தான். ஓமோரோ நெருப்புக்கு அண்மையில் அமர்ந்திருந்தார். அவரைக் காட்டிலும் நெருக்கமாக, கிராமத்து முதியோர் பேரவையில் பயிற்றுநருடைய வயதை அடைந்தோர் அமர்ந்திருந்தனர். அவர்களுடைய பேச்சைக் கேட்டான்.

"நம்மில் எத்தனை பேர் திருடிச்செல்லப்பட்டுள்ளனர் என்று சொல்ல முடியுமா?"

அவர்கள் தம் இன மக்கள் அடிமைகளாகக் கவர்ந்து செல்லப்பட்டதைப் பற்றி விவாதித்துக் கொண்டிருந்தனர். கடந்த ஒரு நூற்றாண்டு காலத்திற்கும் மேலாக, பெரியவர்கள் சூழ்ந்திருந்த நெருப்புமூட்டத்தில் அந்தப் பிரச்சினை தான் கனன்றுகொண்டிருந்தது. பரங்கியர் கறுப்பு இன மக்களைக் கவர்ந்து சங்கிலிகளால் பிணைத்துக் கப்பல்களில் ஏற்றிக் கடல் கடந்து, மனிதர்களைத் தின்னுகின்ற வெள்ளையர்கள் நாட்டிற்குக் கொண்டு சென்றனர்.

சற்று நேரம் அமைதி நிலவியது. பின்னர், கிராமத்து மதகுரு சொன்னார், "முன்னைக் காட்டிலும் இப்பொழுது குறைந்திருக்கிறது. அதற்கு அல்லாவிற்குத் தான் நன்றி சொல்ல வேண்டும்"

"நிறையத் திருடிச் செல்ல முடியாத அளவிற்கு நாம் எண்ணிக்கையில் குறைந்து போனோம்!" முதியவர் ஒருவர் வெடித்தார்.

பயிற்றுநர் கூறினார், "செய்தி அறிவிக்கும் முரசொலிகளைக் கவனித்து எண்ணி வைத்திருக்கிறேன். ஒவ்வொரு பிறைமாதமும் ஐம்பதிலிருந்து அறுபது பேர் நதிக்கரையில் நாமிருக்கின்ற பகுதியில் மட்டும் திருடிச் செல்லப்படுகின்றனர் என்பது எனது யூகம்." அவருடைய கூற்றை மறுத்து எவரும் பேசவில்லை. அவர் தொடர்ந்தார், "ஆனால், உள்ளடங்கிய தொலைதூரப்பகுதிகளிலிருந்தும், நதிக்கு மேலே தொலைவில் உள்ள பகுதிகளிலிருந்தும் திருடிச் செல்லப்படுவோரை எண்ணுவதற்கு வாய்ப்பில்லை."

கிராம ஆசான் இடைமறித்தார், "திருடிச் செல்லப்பட்டவர்களை மட்டும் ஏன் எண்ண வேண்டும்? எதிர்த்து நின்ற எத்தனை பேரைக் கொன்றிருக்கிறார்கள்? அவர்களையும் கணக்கிட வேண்டும். அவர்கள் கவர்ந்து சென்ற மக்களுடைய எண்ணிக்கையைக் காட்டிலும், அவர்களால் எரிக்கப்பட்டும் போரில் கொல்லப்பட்டும் ஏற்பட்ட இழப்பு அதிகம்"

நெருப்பை வெறித்தபடி அவர்கள் நீண்ட நேரம் அமர்ந்திருந்தனர். பிறகு, மற்றொரு பெரியவர் அமைதியைக் கலைத்தார், "நமது மக்களுடைய உதவியில்லாமல் பரங்கியரால் இதனைச் செய்ய முடியாது. மாண்டிங்கா, ஃபூலா, வோலோஃப் போன்ற காம்பிய நாட்டு மலைவாழ் மக்களிடையே பரங்கியருக்குக் கைக்கூலிகளாகச் செயல்படுகின்ற இனத்துரோகிகள் அனைத்து

இனக்குழுக்களிலும் உள்ளனர். குழந்தையாக இருந்த போது, அத்தகைய கைக்கூலிகள் அடிமைகளாக்கப்பட்ட நமது மக்களை விரைந்து நடக்குமாறு பரங்கியரைப் போலவே அடித்துத் துன்புறுத்தியதைக் கண்டிருக்கிறேன்."

ஜுஃப்யூர் கிராமத்தின் முதுகிழவர் ஒருவர் நடுங்கிய குரலில் பேசினார், "பரங்கிப் பய வீசியெறிகிற எச்சிக் காசுக்காக நம்ம ஆளுகளே சொந்த இனத்துக்கு எதிரா வேலை செய்றாங்க! பேராசை! இனத்துரோகம்!! நம்ம ஆளுகளைத் திருடிப் போனதற்குப் பதிலா வெள்ளைக்கார இதைத்தான் சொல்லிக் குடுத்துருக்கிறான்..."

சற்று நேரம் ஒருவரும் பேசவில்லை. நெருப்பு அரவமின்றித் தகித்துக் கொண்டிருந்தது. பயிற்றுநர் மீண்டும் பேசினார், "பரங்கிப் பயலுகளுடைய பணத்தைக் காட்டிலும் மோசமானவை அவர்களுடைய இயல்புகள். காரணமே இல்லாமல் பொய் பேசுவார்கள். ரொம்பச் சுளுவாக ஏமாற்றுவார்கள். அதெல்லாம் அவர்களுக்கு மூச்சுவிடுவது போல எளிதானவை. நம்மை வெற்றி கொள்ள அவர்கள் கையாளும் முறைகள்."

சில கணங்கள் கடந்தன. குண்டாவினுடையதற்கு அடுத்த பருவத்து இளைஞர் ஒருவர் கேட்டார், "பரங்கிகள் மாறவே மாட்டார்களா?"

முதியவர் ஒருவர் நக்கலடித்தார், "மாறுவார்கள்! ஆறு பின்னோக்கி ஓடும் பொழுது!"

விரைவில் நெருப்பு நீறுபூத்துப் புகைந்தது. பெரியவர்கள் எழுந்தனர்; உடலை நெளித்து முறுக்குவிட்டனர்; ஒருவருக்கொருவர் வணக்கம் தெரிவித்தனர்; குடிசைகளை நோக்கிச் சென்றனர். மூன்றாம் பருவத்து இளந்தாரிகளில் ஐவர் தங்கினர். ஒருவர் நெருப்புமூட்டங்களில் கணப்புகளை மண்ணைப் போட்டு மூடினார். குண்டா உட்பட நால்வரும் ஜுஃப்யூர் கிராமத்தின் உயர்ந்த மூங்கில் சுற்றுச் சுவர்களுக்கு அப்பால் மூலைக்கு ஒருவராக இரவு நேரக் காவல் பணியைத் தொடர்ந்தனர். நெருப்புமூட்டத்தைச் சுற்றி நிகழ்ந்த எச்சரிக்கைப் பேச்சைக் கேட்டதால், இரவில் விழித்திருப்பது குண்டாவிற்கு சிரமமாகப்படவில்லை. அன்றைய இரவு முழுவதும் கிராமத்தைப் பாதுகாப்பதைத் தவிர வேறு எந்த எண்ணமும் தலைதூக்கவும் இல்லை.

ஜுஃப்யூர் கிராமம் முழுவதும் நுழைவாயிலுக்கு வெளியிலும் காவல் கண்காணிப்பு உணர்வுடன் பீடுநடை போட்ட பிறகு, குண்டா கையசைத்து சக காவலர்களிடம் விடைபெற்றுக் கொண்டு கிராமத்தின் சுற்றுச்சுவருக்கு வெளியே சென்றான். சுவரையொட்டியிருந்த அடர்ந்த முட்கள் நிறைந்த புதர்களையும் பாதுகாப்பிற்காக அடியில் மறைத்து வைக்கப்பட்டிருந்த கூர்மையான முட்குவிகளையும் கடந்து, இலைகளால் மறைக்கப்பட்ட ஒளிவிடத்தை அடைந்தான். நிலவொளியில் கிராமப்புறத்தைச் சுற்றிலும் அங்கிருந்தபடி காண முடிந்தது. இயன்றவரை வசதியாக அங்கே அமர்ந்து கொண்டு, குத்தீட்டியைத் தனது மடியில் தொங்கவிட்டபடி முழங்கால்களைக் கட்டிக் கொண்டு குளிருக்கு

இதம் தேடினான். இரவு முழுவதும் அப்படியே உட்கார்ந்து, அசைவுகள் ஏதேனும் தென்படுகிறதா என்று புதர்களினூடே கண்களை வருத்தி உற்றுக் கவனித்துக் கொண்டிருந்தான். வெட்டுக்கிளிகளின் கிரீச்சொலியும், இரவுப் பறவைகளின் ஊதல் ஒலியும், தொலைதூரத்தில் கழுதைப்புலியின் ஊளையிடும் ஓசையும், எதிரிக்கு இரையாகிப் போன விலங்குகளின் ஓலமும் அவனுடைய செவிகளை எட்டின. நெருப்புமூட்டத்தைச் சுற்றி அமர்ந்திருந்த பெரியவர்கள் பேசியது நினைவுக்கு வந்தது. வழக்கம் போல விடிந்தது. ஆனால், அவனைப் பொறுத்த வரை, இரவு முழுவதும் தனித்திருந்த தன்னை அடிமை திருடுவோர் அள்ளிக் கொண்டு போகாததைப் போலவே கடந்த ஒருமாத காலத்தில் முதன்முறையாக ஒரு கணம் கூட தனது தனிப்பட்ட பிரச்சினை பற்றிச் சிந்திக்காமல் இருந்ததும் பெரும் வியப்பளித்தது.

29

கிட்டத்தட்ட ஒவ்வொரு நாளும் அது நடந்தது. குண்டாவுக்கு எரிச்சலூட்டும் விதமாக பின்டா எதையாவது செய்தது போல அவனுக்குத் தோன்றியது. உண்மையிலேயே அவள் அவ்விதமாக எதையும் செய்யவோ, சொல்லவோ கிடையாது. ஆனால் வெளிப்பாடு வேறுவிதமாக இருந்தது. சின்ன, சின்ன பார்வைகள், ஒருவிதமான செறுமல், இருமல்கள், அவனுடைய செயல்களில் எதன் மீதோ அவளுக்கு உடன்பாடு இல்லை என்பதை அவனுக்கு உணர்த்தும் விதமாக இருந்தன. தன்னால் பெற்றுக் கொடுக்கப்படாத புதிய பொருள் ஏதேனும் அவனுடைய குடிசைக்குள் இருந்ததை அவள் பார்த்து விட்டால் நிலைமை மேலும் மோசமடைந்தது. ஒரு நாள் காலையில், அவனுக்குக் கொண்டு வந்த கொதிக்கும் கஞ்சியை அவன் மீதே கொட்டிவிடுவது போல இருந்தது. அவளுடைய கைகளால் தைக்கப்படாத அங்கியை அவன் முதன்முறையாக அணிந்திருந்தான். பதனிடப்பட்ட கழுதைப்புலித் தோலுக்கு மாற்றாக அதனைப் பெற்றிருந்தான் என்கிற குற்றவுணர்வால் குண்டா அவளிடம் எவ்வித விளக்கமும் அளிக்கவில்லை. இருப்பினும், அவனுடைய நடத்தை அவளை வெகுவாகப் பாதித்தது என்பதை அவன் அறிந்து கொண்டான்.

அப்பொழுது முதல், அவள் அவனுக்காக உணவு

கொண்டு வந்த ஒவ்வொரு சமயமும் குடிசைக்குள் இருந்த பொருட்களை அவளுடைய கண்கள் துழாவியதை அவன் உணர்ந்தான். ஏதேனும் ஒரு பெஞ்சு, பாய், வாளி, பானை புதிதாகத் தென்படுகிறதா என்று தேடினாள். புதிதாக ஏதேனும் இருந்தால் அவளுடைய கண்களிலிருந்து தப்பியதில்லை. ஆனாலும், பார்க்காதது போலவும், அதைப் பற்றித் தனக்குக் கவலை இல்லை என்பது போலவும் அவள் நடந்து கொண்ட விதத்தால் குண்டா புகைந்தபடி உட்கார்ந்திருந்தான். அவன் பலமுறை பார்த்திருந்தான். ஓமோரோவிடமும் அவள் அப்படித்தான் நடந்து கொண்டாள். அவர்கள் இருவருமே அறிந்திருந்தனர். அப்பொழுது ஒன்றும் பேசாமல் இருந்து விட்டு, கிணற்றடியில் தோழிகளிடம் குடும்பத்தில் தன்னை யாரும் மதிப்பதில்லை என்று சொல்லிப் புலம்பியதுண்டு. கணவருடன் மாறுபட்ட மாண்டிங்கா இனத்துப் பெண்டிருக்கு அது வழக்கமாக இருந்தது.

ஒருநாள், பின்டா காலை உணவு கொண்டுவருவதற்கு முன்பு, ஜுஃப்யூர் கிராமத்துப் பல கைம்பெண்களுள் ஒருத்தியான ஜின்னா மிபாகி அவனுக்குப் பரிசாகக் கொடுத்திருந்த அழகாகப் பின்னப்பட்ட கூடையை எடுத்து அவனுடைய குடிசையில் நுழைவாயிற் கதவுக்குப் பின்னால் வைத்தான். கதவைத் திறந்து உள்ளே நுழையும் போது கூடை தடுக்கி அவள் விழுவது உறுதி. அந்தக் கைம்பெண் பின்டாவைக் காட்டிலும் சற்றே இளையவள். குண்டா இரண்டாம் பருவத்துப் பையனாக ஆடுமேய்த்துக் கொண்டிருந்த போது, வேட்டைக்குச் சென்ற அவளுடைய கணவன் வீடு திரும்பவே இல்லை. குண்டா அடிக்கடி சந்திக்கச் சென்ற நியோ போட்டோ பாட்டியின் குடிசைக்கு அருகில் வசித்தாள். அந்தச் சமயங்களில் அவர்கள் ஒருவரை ஒருவர் கண்டு பேசத் தொடங்கினார்கள். விலைமதிப்புள்ள மூங்கில் கூடையை அவள் அவனுக்குப் பரிசளித்ததற்கு ஏதேனும் சிறப்புக் காரணம் இருக்க வேண்டுமென்று சொல்லி குண்டாவின் நண்பர்கள் அவனைக் கேலி செய்தனர். அவன் எரிச்சலடைந்தான். தற்பொழுது, பின்டா குடிசைக்குள் நுழைந்த போது, கூடை பின்னப்பட்டிருந்த பாணியைக் கண்டு அடையாளம் தெரிந்து கொண்டு, ஏதோ தேளைக் கண்டவள் போல அந்தக் கூடையை எற்றினாள்.

பின்டா அதைப் பற்றி ஒரு வார்த்தையும் பேசவில்லை. ஆனால் தான் எண்ணியதை நிறைவேற்றி விட்டதாக குண்டா உணர்ந்தான். அவன் இனிமேலும் சிறு பையனல்ல. அவனிடம் ஒரு தாய் போல நடந்து கொள்வதை அவள் நிறுத்த வேண்டும். அந்த வகையில் அவளை மாற்றமடையச் செய்ய வேண்டியது தன்னுடைய பொறுப்பு என்று நினைத்தான். ஓமோரோவிடம் கலந்து பேசக் கூடிய விஷயமல்ல. தன்னுடைய கணவனை மதிப்பதைப் போல தன்னையும் அவள் மதிக்க வேண்டும் என்கிற செய்தியை எவ்விதம் அவரிடமே கூறுவது? கேலிக்கூத்தாகிவிடாது? நியோ போட்டோ பாட்டியிடம் அது பற்றிக் கலந்தாலோசிக்கலாமா என்று நினைத்தான். பயிற்சியிலிருந்து திரும்பியவுடன் அவளுடைய குடிசைக்குச் சென்ற போது அவள் நடந்து கொண்ட விதத்தைக் கருதி தனது எண்ணத்தை மாற்றிக் கொண்டான்.

ஆகவே, குண்டா தனது முடிவுகளைத் தானே தீர்மானிப்பதென்று

முடிவெடுத்தான். முதலாவது முடிவு, இனிமேல் பின்டாவின் குடிசைக்கு அடிக்கடி செல்வதில்லை. அந்த வயது வரை அவன் பெரும்பாலும் அங்கே தான் வாழ்ந்தான். பின்டா அவனுக்கு சாப்பாடு கொண்டு சென்ற சமயங்களில், பாயின் மீது உணவுப் பண்டங்களை எடுத்து வைத்து முடிக்கும் வரை குண்டா ஒருவித இறுக்கமான அமைதியுடன் உட்கார்ந்திருந்தான். ஒரு வார்த்தையும் பேசாமல், அவனை ஏறெடுத்தும் பார்க்காமல் அவள் புறப்பட்டாள். கடைசியில், குண்டா தன்னுடைய சாப்பாடு ஏற்பாடுகளை வேறு விதமாக செய்து கொள்வதென்கிற சிந்தனையில் முனைப்புடன் ஈடுபட்டான். ஏனைய புதிய இளந்தாரிகளுள் பலர் இன்னமும் தாயின் சமையலறையிலிருந்து தான் தமக்குத் தேவையான உணவைப் பெற்றனர். வேறு சிலர் தமது தமக்கை அல்லது அண்ணியாரிடமிருந்து பெற்றனர். குண்டா தனக்குள் கறுவினான், 'பின்டாவின் போக்கு மேலும் மோசமடையுமானால், சமைப்பதற்கு வேறு பொம்பளையை ஏற்பாடு செய்து கொள்ள வேண்டியது தான். ஏன், கூடை கொடுத்தவளிடமே கேட்கலாமே? எனக்குச் சமைத்துக் கொடுப்பதற்கு மகிழ்ச்சியுடன் ஒப்புக் கொள்வாள். ஆனால், அவளிடம் உடனே தெரிவிக்கக் கூடாது! பொறுத்துப் பார்ப்போம்!' அதற்கிடையே, சாப்பாட்டு வேளைகளில் தாயும் மகனும் சந்தித்துக் கொள்வதும் ஒருவரை ஒருவர் பார்த்தறியாதவர்கள் போல நடந்து கொள்வதும் தொடர்ந்தது.

ஒருநாள் அதிகாலையில், வேர்க்கடலை வயல்களில் இரவுக் காவல் பணியை முடித்துவிட்டுத் திரும்பிய போது, பாதையில் தனக்கு முன்னே தனது வயதை ஒத்த மூன்று இளந்தாரிகள் விரைவாக நடந்து சென்றதைக் கண்டான். எங்கிருந்தோ செல்கின்ற பயணியர் என்று புரிந்து கொண்டான். அவர்களை உரக்கக் கூவி நிறுத்தினான். அவர்களிடம் ஓடிச் சென்று வணக்கம் தெரிவித்தான். ஜுஃப்பூர் கிராமத்திலிருந்து ஒரு பகல் ஓர் இரவு முழுவதும் நடந்து செல்லக்கூடிய தொலைவிலிருந்த பர்ரா கிராமத்தைச் சேர்ந்தவர்களென்றும் தங்க வேட்டைக்குச் செல்வதாகவும் தெரிவித்தனர். அவர்கள் மாண்டிங்கர் இனத்தின் ஒரு பிரிவான ஃபெலூப் பழங்குடியினர். ஆனாலும், அவர்கள் பேசிய மொழியைப் புரிந்து கொள்ள அவன் உற்றுக் கவனிக்க வேண்டியிருந்தது. அவன் பேசியதைப் புரிந்து கொள்ள அவர்களுக்கும் கடினமாகத்தான் இருந்தது. அது அவனுக்கு தனது தந்தையுடன் பெரியப்பாக்களுடைய புதிய கிராமத்திற்குச் சென்றிருந்ததை நினைவூட்டியது. அங்கே திரண்டிருந்த ஒரு சில பழங்குடி இனத்தவர் பேசியதை அவனால் புரிந்து கொள்ள இயலவில்லை. அவர்கள் ஜுஃப்பூர் கிராமத்திலிருந்து இரண்டு மூன்று நாட்கள் பயண தூரத்திலிருந்த கிராமங்களில் தான் வசித்தனர்.

இளந்தாரிகள் மேற்கொண்டிருந்த பயணம் குண்டாவின் ஆர்வத்தைத் தூண்டியது. அவனுடைய நண்பர்கள் சிலருக்கும் கூட அது ஆர்வமூட்டக் கூடியதாக இருக்கலாம் என்று எண்ணினான். அவர்களை ஜுஃப்பூரில் ஒருநாள் விருந்தினராகத் தங்கியிருந்துவிட்டுச் செல்லுமாறு வேண்டினான். அவர்கள் தாம் செல்லவிருந்த இடத்திற்கு குறிப்பிட்ட நாளுக்குள் சென்று சேர்ந்தாக வேண்டும் எனத் தெரிவித்து நன்றியுணர்வுடன் மறுத்துவிட்டனர். "ஆனால், நீ ஏன் எங்களுடனேயே புறப்படக் கூடாது?" என்றான் இளந்தாரிகளுள் ஒருவன்.

அது போன்றதொரு நிலைமையைக் கனவிலும் நினைத்துப் பார்த்தறியாத குண்டாவிற்குத் திகைப்பாக இருந்தது. அத்தகைய வாய்ப்பிற்காக அவர்களுக்கு நன்றி பாராட்டின போதிலும், தனக்கு வயல்களில் வேலை இருந்ததாலும் கிராமத்தில் தான் ஆற்ற வேண்டிய கடமைகள் காரணமாகவும் தன்னால் அவர்களுடன் செல்ல இயலாது எனத் தெரிவித்தான். மூன்று இளந்தாரிகளும் வெகுவாக வருத்தப்பட்டனர். "உன்னுடைய எண்ணத்தை மாற்றிக் கொணடு, தயவுசெய்து எங்களுடன் வா!" பின்னர், அவர்கள் மூவரும் மண்டியிட்டு, தங்க வேட்டையாடுவதற்கான பகுதியிருந்த இடத்தைப் புழுதியில் வரைந்து குண்டாவிற்கு விளக்கினர். ஜுஃப்பூர் கிராமத்திற்கு அப்பால் இரண்டு பகல், இரண்டு இரவு பயணம் செய்து அடையக் கூடிய இடமாக இருந்தது. அந்த இளந்தாரிகளுள் ஒருவனுடைய தகப்பனார் ஊர்சுற்றும் இசைக்கலைஞர். அவர் தான் அந்த இடம் பற்றித் தெரிவித்தார்.

பயணியருக்கான பாதை பிரியும் இடம் வரையிலும் குண்டாவும் அவனுடைய புதிய நண்பர்களும் பேசிக்கொண்டே நடந்தனர். அவர்கள் மூவரும் ஜுஃப்பூரைக் கடந்து, திரும்பி குண்டாவிற்குக் கையசைத்து விட்டு, தமது பயணத்தைத் தொடர்ந்தனர். குண்டா மெதுவாக நடந்து வீட்டை அடைந்தான். குடிசைக்குள் நுழைந்து படுக்கையில் விழுந்தவன் நீண்ட நேரம் சிந்தனையில் ஆழ்ந்தான். இரவு முழுவதும் விழித்திருந்து காவல் புரிந்த போதிலும், உறக்கம் பிடிக்கவில்லை. தன்னுடைய நண்பர்களுள் ஒருவன் பண்ணைப் பணிகளை ஏற்றுக் கொண்டால், தங்க வேட்டைக்குச் செல்வதில் இடர்ப்பாடு எதுவுமில்லை. கிராமக் கடமைகளைக் கூடத் தனது கூட்டாளிகள் ஒருவனிடம் ஒப்படைத்து விடலாம். அவர்களுக்காக அவன் செய்திருந்தான். அவன் வேண்டினால், அவர்களில் யாரேனும் மகிழ்ச்சியுடன் ஒப்புக் கொள்வர்.

சிந்தனை வலுத்தது. அடுத்து உதித்த எண்ணம் அவனைப் படுக்கையிலிருந்து துள்ளியெழச் செய்தது. இப்பொழுது இளந்தாரி ஆகி விட்டானே! லேமினையும் உடன் அழைத்துச் சென்றால் என்ன? அவனுடைய தகப்பனார் அவனை அழைத்துச் சென்றாரல்லவா? ஒருமணி நேரத்திற்கும் மேலாக குடிசைக்குள் புழுதித் தரையில் நடந்தபடி எழுச்சிமிக்க எண்ணங்களால் எழுந்த கேள்விகளுடன் மல்லாடிக் கொண்டிருந்தான். லேமின் இன்னமும் பொடியன் என்கிறபடியால், அப்பாவுடைய அனுமதி வேண்டும். முதலில், அவர் சம்மதிப்பாரா? பெரியவனாகிவிட்டான்! இனி எது குறித்தும் அனுமதி கோருவதென்பது உறுத்தியது. ஒமோரோ மறுத்துவிட்டால்? அத்துடன், ஒரு பொடியனை உடன் அழைத்துச் சென்றால் அந்த மூன்று நண்பர்களும் என்ன நினைப்பார்களோ?

'லேமினுக்கு நன்மை செய்வதற்காக அதுபோன்ற இடர்ப்பாடுகளை எதிர்கொள்ள வேண்டுமா? அவனைப் பற்றிச் சிந்தித்துக் கொண்டு தரையில் குறுக்கும் நெடுக்குமாக ஏன் நீண்ட நேரமாக நடந்து கொண்டிருக்கிறேன்! சொல்லப் போனால், பயிற்சியிலிருந்து திரும்பியதிலிருந்து லேமின் என்னிடம் அவ்வளவு நெருக்கமாக இருப்பதில்லை. ஆனால், அப்படி இருப்பதில் இருவருக்குமே விருப்பமில்லை என்பது உண்மை தான்! பயிற்சிக்கு சென்றதற்கு

முன்பு இருவரும் எவ்வளவு குதூகலமாக ஆடித் திரிந்தோம். ஆனால், இப்பொழுது லேமின் எப்பொழுதும் சுவாடுவுடன் தான் இருக்கிறான். முன்பு பெருமிதத்துடனும் வியப்புடனும் லேமின் என்னுடன் திரிந்தானல்லவா? லேமின் வித்தியாசமான எண்ணத்துடன் என்னை விட்டுச் செல்லவில்லை. இப்பொழுதும் கூட முன்பிருந்ததைக் காட்டிலும் கூடுதலாக என்னைப் பற்றி உயர்வாகத் தான் எண்ணுகிறான். நான் பெரியவனாகிவிட்டதால் இருவருக்குமிடையே ஒருவித இடைவெளி ஏற்பட்டு விட்டது. மேலும், பெரியவர்கள் பையன்களுடன் அதிக நேரத்தைச் செலவிடுவதில்லை.' லேமினை தங்க வேட்டைக்கு உடன் அழைத்துச் செல்கிற எண்ணம் தோன்றிய வரை குண்டா அப்படியெல்லாம் மனதை அலட்டிக் கொண்டதில்லை.

"லேமின் நல்ல பையன். குடும்பப் பழக்க வழக்கங்களில் ஒழுக்கமாக நடந்து கொள்கிறான். என்னுடைய ஆடுகளைக் கூட நன்றாகப் பேணுகிறான்", குண்டா தனது பேச்சை ஓமோரோவிடம் அப்படியொரு விமர்சனப் போக்கில் தொடங்கினான். அவனுக்குத் தெரியும். பெரியவர்கள் ஒரு செய்தியைப் பற்றிய பேச்சைத் தொடங்கும் போது நேரடியாக முன்வைத்து விடாமல், சுற்றி வளைத்துப் பீடிகை போடுவர்! ஓமோரோவுக்கும் அது நன்றாகவே தெரியும். ஒப்புக் கொண்டவராக மெதுவாகத் தலையை அசைத்தார். "ஆமாம்! உண்மை தான்!" மூன்று புதிய நண்பர்களைச் சந்தித்ததையும் தங்க வேட்டையில் தம்முடன் இணைந்து கொள்ளுமாறு அவர்கள் அழைப்பு விடுத்ததையும் தந்தையிடம் இயன்றவரை பணிவாகத் தெரிவித்தான். மூச்சை ஆழமாக இழுத்து விட்டு, ஒருவழியாகக் கூறிவிட்டான், "இந்தப் பயணம் லேமினுக்கு ரொம்ப மகிழ்ச்சி தரும் என்று நினைத்தேன்"

ஓமோரோவினுடைய முகத்தில் எவ்வித வெளிப்பாட்டையும் காண முடியவில்லை. நீண்ட அமைதிக்குப் பிறகு வாய் திறந்தார், "பையனுக்குப் பயணம் பயனுள்ளது தான்!" அப்பா முற்றாக மறுத்துவிடப் போவதில்லை என்பதை உணர்ந்து கொண்டான். தந்தை தன்மீது நம்பிக்கை கொண்டிருந்ததையும் லேமின் பால் அவனது அக்கறையைத் தெரிந்து கொண்டார் என்பதையும் அவனால் உணர முடிந்தது. தனது எண்ணங்களைத் தேவைக்கு அதிகமாக அவர் வெளிப்படுத்த விரும்பவில்லை என்பதும் தெளிவானது. "அந்தப் பகுதியில் நான் பயணம் செய்து பல ஆண்டுகள் ஆகி விட்டன. அங்கு செல்வதற்கான வழித்தடம் கூட மறந்து விட்டது", ஓமோரோ கூறினார். எதையும் அவ்வளவு எளிதாகத் தனது தந்தை மறந்துவிட மாட்டார் என்பதை அவன் அறிந்திருந்தான். தங்க வேட்டைக்குச் செல்வதற்கான பாதையை அவர் நினைவுபடுத்திக் கொண்டிருந்தார்.

புழுதியில் மண்டியிட்டவன், ஒரு குச்சியால் கோடு கிழித்து பல ஆண்டுகளாக அறிந்திருந்தவன் போல வழித்தடத்தை வரைந்து காட்டினான். பாதையையொட்டிய கிராமங்களையும், பாதையிலிருந்து சற்று தொலைவில் இருந்தவற்றையும் சிறு வட்டங்களால் குறித்தான். ஓமோரோவும் அதே போல மண்டியிட்டு அவன் வரைந்திருந்த படத்தை உற்றுக் கவனித்துவிட்டுக் கூறினார், "பெரும்பாலான கிராமங்களை ஒட்டிய பாதையில் செல்வதையே நான் விரும்புவேன். சற்று கூடுதல்

காலம் பிடித்தாலும் மிகவும் பாதுகாப்பானது”

குண்டா ஒத்துக் கொண்டான். திடீரென கூடுதல் நம்பிக்கை பிறந்து விட்டதைப் போல உணர்ந்தான். அவன் சந்தித்த மூன்று நண்பர்களைப் பொறுத்த வரை மூவரும் இணைந்து சென்றமையால், ஒருவர் தவறு செய்தாலும் மற்றவர்கள் திருத்துவதற்கு வாய்ப்பிருந்தது. தம்பியுடன் தனித்துச் செல்லும் அவனுக்கு வழியில் ஏதேனும் தவறு நேர்ந்துவிட்டால், உதவுவதற்கு எவரும் இருக்க மாட்டார்கள்.

பிறகு, பாதையின் கடைசி மூன்றாவது இடத்தில் ஓமோரோ தனது விரலால் வட்டமிட்டதைக் கண்டான். “அந்தப் பகுதியில் ஒரு சிலர் மாண்டிங்கா மொழி பேசுகின்றனர்” குண்டா பயிற்சியின் போது கற்ற பாடங்களை நினைவுபடுத்திக் கொண்டான். தந்தையின் கண்களை உற்றுப் பார்த்தான். “சூரியனும் விண்மீன்களும் வழிகாட்டுவன” என்றான்.

நீண்ட அமைதிக்குப் பிறகு ஓமோரோ மீண்டும் பேசினார், “உன் அம்மா வீட்டிற்குச் செல்ல நினைக்கிறேன்” குண்டாவின் இதயம் துள்ளியது. அது அவனுடைய அப்பா அனுமதி அளிக்கும் முறை. தன்னுடைய முடிவை தானே நேரில் பின்டாவிடம் தெரிவித்துவிடுவது சிறந்தது என்பது அவருடைய எண்ணம்.

குடிசையில் அவர் நீண்ட நேரம் இருக்கவில்லை. அவர் தனது குடிசைக்குத் திரும்பினார். உடனே, நடுங்கிய தலையை இரு கரங்களாலும் இறுக்கிப் பிடித்துக் கொண்டு “சுவாடு! மதி!” என்று கூச்சலிட்டபடி பின்டா கதவைப் படாரென்று திறந்து வெளியில் ஓடினாள். பிற குழந்தைகளுடன் ஆடிக்கொண்டிருந்தவர்கள் இருவரும் தாயை நோக்கி ஓடோடிச் சென்றனர்.

இரு கரங்களிலும் குழந்தைகளைப் பற்றி இழுத்தபடி கூச்சலிட்டுக் கொண்டு கிணற்றடியை நோக்கி ஓடியவளைத் தொடர்ந்து ஏனைய தாய்மார்களும் திருமணமாகாத பெண்டிரும் தமது குடிசைகளை விட்டு விரைந்தனர். அழுது பிலாக்கணம் வைத்த பின்டாவை சூழ்ந்து கொண்டனர். “எனக்கு இந்த இரண்டு குழந்தைகள் மட்டுமே மிச்சம்! அவர்கள் இருவரையும் பரங்கிகளுக்குப் பறிகொடுக்கப்போவது உறுதியாகிப் போச்சு!”

குண்டாவுடன் லேமின் புறப்பட்டுச் செல்லவிருந்த செய்தியைத் தாங்கிக் கொள்ள இயலாத இரண்டாம் பருவத்துப் பெண்ணொருத்தி பொடியன்கள் ஆடு மேய்த்துக் கொண்டிருந்த மேய்ச்சல் பகுதியை நோக்கி விரைந்தோடினாள். சற்று நேரத்தில், கிராமத்தில் அனைவருடைய முகத்திலும் பேருவகை நிறைந்தது. பையனொருவன் உற்சாக மிகுதியில் பெருங்கூச்சலெடுத்துக் கத்திக் கொண்டு ஓடிவந்தான். அவனுடைய குதூகலக் கூக்குரலால் கல்லறையில் உறங்கிக் கொண்டிருந்த மூதாதையர் கூட எழுந்து வந்துவிடுவர் போலிருந்தது! குடிசைக்கருகில் தாயைக் கட்டிப்பிடித்து அவளுடைய நெற்றியில் அழுத்தமாக முத்தமிட்ட லேமின் அவளை அப்படியே தரைக்கு மேலே தூக்கிவிட்டான். தன்னைக் கீழே விட்டுவிடும்படி அவள் கத்தினாள். இறக்கிவிட்டவுடன் அருகில்

186 | வேர்கள்

கிடந்த கட்டையை எடுத்து அவனை ஒரு போடு போட்டாள். மீண்டும் ஒருமுறை போட்டிருப்பாள். அதற்குள் அவன் தப்பி ஓடி விட்டான். மரக்கட்டையால் வாங்கிய அடி கூட அவனுக்கு வலிக்கவில்லை. நேரே குண்டாவின் குடிசைக்குச் சென்றான். கதவைத் தட்டாமல் உள்ளே புகுந்து விட்டான். நினைத்துப் பார்க்க முடியாத அத்துமீறல்! தம்பியின் முகத்தைப் பார்த்தவுடன் குண்டா அதைப் பொருட்படுத்தவில்லை. அண்ணனுடைய முகத்தையே வெறித்தபடி லேமின் அப்படியே நின்றான். பையனுடைய இதழ்கள் எதையோ சொல்லத் துடித்தன; உடல் முழுவதும் நடுங்கியது. அந்தக் கணத்தில் இருவருக்குமிடையே மடைதிறந்து பாய்ந்த அன்பு வெள்ளத்திற்கு அணை போட்டு, தம்பியைக் கட்டிப் பிடித்து அணைக்கத் துடித்த கரங்களை குண்டா கட்டுப்படுத்திக் கொண்டான்.

குரல் கம்மியது; அவனுக்கு மட்டுமே கேட்டது போல இருந்தது. “இந்நேரம் உனக்குச் செய்தி தெரிந்திருக்கும் என்று நினைத்தேன். நாளை முதலாம் தொழுகைக்குப் பிறகு புறப்படுவோம்!”

பெரியவனாகிவிட்டதாலோ என்னவோ? குண்டா தனது பண்ணையைக் கவனித்துக் கொள்வதற்காகவும் தனக்குப் பதிலாக காவல் பணிகளை மேற்கொள்வதற்காகவும் நண்பர்களைத்தேடி கிராமத் தெருக்களில் குறுக்கும் நெடுக்குமாக விரைந்து சென்ற பொழுது, தனது தாயின் கண்களில் பட்டுவிடாதபடி பார்த்துக் கொள்வதில் மிகவும் கவனமாக இருந்தான். அவள் அப்பொழுது எங்கிருந்தாள் என்பது அவனுக்குத் தெரியும். சுவாடுவையும் மதியையும் கைகளில் பிடித்தபடி கிராமத் தெருக்களில் அல்லாடியபோது, “இவர்கள் இரண்டு பேரும் தான் எனக்கு மிச்சம்!” என்று பெருங்குரலெடுத்துப் புலம்பிய ஓலம் அவனுடைய காதுகளிலும் விழத்தான் செய்தது. ஆனால், அவளுக்கு மட்டுமல்ல; ஜுஃப்பூரிலிருந்த அனைவருக்கும் தெரியும்! அவளுடைய உணர்ச்சிகளையோ, புலம்பல்களையோ, தலையைப் பிய்த்துக் கொண்டு திரிந்த அவலச் செயல்களையோ ஒருவரும் பொருட்படுத்தப் போவதில்லை! ஏனெனில், ஓமோரோ முடிவெடுத்து விட்டார்!

30

பயணியர் மரத்தடியில், குண்டா பயணம் பாதுகாப்புடன் நிறைவேற வேண்டும் என்று தொழுதான். தனது வாழ்க்கையில் வளம் பெருக வேண்டும் என்றும் வேண்டியபடி, தன்னுடன் கொண்டு வந்திருந்த கோழியின் கால்களை மரத்தின் தாழ்ந்த கிளை ஒன்றில் கட்டித் தொங்க விட்டான். இறக்கைகளைப் படபடவென அடித்தபடி அது கொக்கரித்துக் கூச்சலிட்டு ஆடியது. லேமினுடன் தனது பாதையில் தொடர்ந்தான். பின்னால் திரும்பிப் பார்க்காமல் போனாலும், லேமின் தனது அண்ணனைப் பின்தொடருவதற்கும், தலைச்சுமையைச் சரிசெய்து கொள்வதற்கும், தன்னுடைய நிலைமையை அண்ணன் கவனித்துவிடாதபடி மறைப்பதற்கும் பெரும்பாடுபட்டுக் கொண்டிருந்தான் என்பது குண்டாவிற்குத் தெரியும்.

ஒருமணிநேரப் பயணத்திற்குப் பிறகு, வழியில் அடர்த்தியாக மணிகள் தொங்கிய மரம் ஒன்றைக் கண்டனர். அண்மையில் மாண்டிங்கா இனத்தில், மூக்குப்பொடி பயன்படுத்துவோரும், குக்கா மூலம் புகைப் பிடிப்போரும் மதுவகைகளைப் பருகுவோருமான வேற்றுமதத்தைப் பின்பற்றக் கூடியவர்கள் வசித்தனர் என்பதற்கு அந்த மரமே அடையாளம் என்பதை லேமினுக்கு விளக்க வேண்டும் என்று குண்டா நினைத்தான். ஆனால், அவனுக்கு

நிறைய செய்திகள் தெரியும் என்று காட்டிக் கொள்வதைக் காட்டிலும் லேமின் வாய்திறக்காமல் பின் தொடர வேண்டும் என்கிற ஒழுக்கத்தைக் கற்றுக் கொள்வது தான் மிகவும் முக்கியம். நண்பகல். லேமினின் கால்களும் பாதங்களும் கனத்த தலைச்சுமையால் கழுத்தும் வேதனை எடுத்திருக்கும் என்பது குண்டாவிற்குத் தெரியும். ஆனால், வலியையும், வேதனையையும் தாங்கிப் பழகினால் தான் பையனுடைய உடலும் மனமும் உறுதிப்படும். அதேசமயம் உரிய சமயத்தில் ஓய்விற்காக நிற்காவிடில் அவன் மயங்கி விழுந்து விட்டால்!

முதலாவது கிராமத்திற்குள் செல்லாமல் நேர் பாதை வழியே பயணத்தைத் தொடர்ந்தனர். அவர்களைச் சோதிப்பதற்காக விரைந்தோடி நெருங்கிய முதல் பருவத்து அம்மணக் குழந்தைகளைத் தவிர்த்துவிட்டு நடை போட்டனர். குண்டா திரும்பிப் பார்க்கவில்லை. லேமின் தன்னைப் பின்தொடருவான் என்பதும் குழந்தைகளை விடுவித்துக் கொள்ள அவனால் இயலும் என்பதும் அவனுக்குத் தெரியும். கிராமத்திற்கு அப்பால் அவர்களுடைய பயணம் பாதையில் விரைந்த போது குண்டாவினுடைய சிந்தனை லேமினிலிருந்து நழுவி வெவ்வேறு எண்ணங்களில் தோய்ந்தது. தனக்கென்று முரசு ஒன்றைச் செய்து கொள்ளப் போவதைப் பற்றி எண்ணம் எழுந்தது. முரசின் தலைப் பகுதிக்கான தோலை வெள்ளாடு ஒன்றிலிருந்து உரித்துத் தனது குடிசையில் பதப்படுத்தி எடுத்து வந்திருந்தான். உடற் பகுதிக்கான வலிய மரம் பெண்டிருடைய வயல்களுக்கு அப்பால் சற்று தொலைவில் கிடைத்தது. முரசின் ஒலி அப்பொழுதே அவனுடைய காதுகளில் ஒலிப்பது போலக் கேட்டது.

பாதைக்கு அண்மையில் மரங்கள் நெருக்கமாகத் தென்பட்டவுடன் கைவசமிருந்த குத்தீட்டியை அவனுடைய கை இறுகப் பற்றியது. மிகவும் எச்சரிக்கையுடன் நடந்தான். சற்றே நின்று அமைதியாக உற்றுக் கவனித்தான். பின்னால் நின்றிருந்த லேமினுடைய கண்கள் அகல விரிந்தன; மூச்சுவிடுவதற்குக் கூட அஞ்சினான். சில நொடிகளுக்குப் பிறகு ஒருவாறு தெளிவடைந்தவனாக குண்டா நடையைத் தொடர்ந்தான். வேலை செய்து கொண்டிருந்த சிலருடைய பாட்டுக் குரல்! விரைவிலேயே அடவிகள் அகற்றப்பட்ட இடத்தை அடைந்தனர். அங்கே பன்னிரெண்டு பேர் பெரியதொரு அடிமரத்திலிருந்து தோண்டி வடிவமைத்த படகினைக் கயிற்றைக் கட்டி இழுத்துக் கொண்டிருந்தனர். ஒரு மரத்தை வெட்டி வீழ்த்தி விட்டு, இலை, தழைகளை எரித்து; கிளைகளைத் துண்டாடினர்; தற்பொழுது, அடிமரத்தைக் கொண்டு உருவாக்கப்பட்ட படகினை ஆற்றை நோக்கி நீண்ட தூரம் இழுத்துச் செல்ல முயன்றனர். கயிறுகளை ஒவ்வொருமுறை இழுத்தவுடன் பாடலின் அடுத்த அடியைப் பாடினர். பாடலின் ஒவ்வொரு அடியும் “ஏ...சேர்த்துப் பிடி” என்று முடிந்தது. மீண்டும் மீண்டும் இழுத்தும் பாடியும் அதனை ஒரு முழம் தூரம் நகர்த்துவதற்குள் பெரும்பாடு பட்டனர். குண்டா அவர்களைப் பார்த்துக் கையசைத்தான். அவர்களும் பதிலுக்குக் கையசைக்கவே அவர்களைக் கடந்து சென்றான். அவர்களைப் பற்றியும், ஆற்றங்கரை மரங்களை விட்டுவிட்டு ஏன் அங்கு வளர்ந்திருந்த மரத்தை வெட்டிப் படகு செய்தனர் என்பதையும் லேமினுக்குப் பின்னர் தெரிவிக்க வேண்டுமென்று மனத்தில் பதிந்து கொண்டான். அவர்கள் கெரேவன் எனும் கிராமத்தைச் சேர்ந்தவர்கள். அங்கே அவர்கள் மிகச்

சிறந்த மாண்டிங்கா தோணிகளை உருவாக்கினர். காட்டு மரங்கள் தாம் நீரில் மிதப்பன என்பதை அவர்கள் அறிந்திருந்தனர். பர்ராவைச் சேர்ந்த அந்த மூன்று இளைஞர்களைப் பற்றிய எண்ணம் எழுந்த போது குண்டாவின் உடலில் ஒருவித இதம் பரவியது. அவர்களைச் சந்திப்பதற்காகத் தான் சென்றுகொண்டிருந்தான். அவர்கள் ஒருவருக்கொருவர் அதற்கு முன்னர் பார்த்தது கூட இல்லை. ஆனாலும், அவர்கள் மீது சகோதரப் பாசம் ஏற்பட்டது அவனுக்கு வியப்பாக இருந்தது. ஒருவேளை, அவர்களும் மாண்டிங்கர் இனத்தைச் சேர்ந்தவர்கள் என்பது காரணமாக இருக்கலாம். அவர்கள் பேச்சு மொழி அவனுடையதிலிருந்து வேறுபட்டது. ஆனால், உள்ளுணர்வுகளில் அவர்கள் வேறுபட்டவர்கள் அல்லர். அவர்களைப் போலவே, வாழ்வின் வளம் தேடிக் கிராமத்தை விட்டுச் செல்வதற்கும், சில, பல ஆண்டுகள் கழித்து வீடு திரும்பும் போது ஏற்படும் உணர்வெழுச்சியைப் பெறுவதற்கும் அவன் துணிந்து விட்டான்.

பிற்பகலின் இடையே தொழுவதற்கான நேரம் நெருங்கிய பொழுது பாதையை விட்டு விலகி மரங்களுக்கிடையே சிறு நீரோடை ஓடிய இடத்தை நோக்கி நடந்தான். லேமினைக் கவனிக்காமல், தலைச்சுமையை இறக்கி வைத்து விட்டு உடலை வளைத்துக் குனிந்து இரு கைகளாலும் நீரை அள்ளி முகத்தில் இரைத்துக் கொண்டான். அளவாக நீரைப் பருகினான். பின்னர், தொழுதுகொண்டிருந்த போது, லேமினின் தலைச்சுமை தரையில் தடாலென விழுந்த ஓசை கேட்டது. அவனைத் திட்டுவதற்காக தொழுகை முடிந்த பின் விரைந்து எழுந்தவன் பொறுக்கமுடியாத வலியுடன் தம்பி நீரை நோக்கித் தவழ்ந்து சென்றதைக் கண்டான். ஆனாலும், குண்டாவின் குரல் கடுமையாகத் தான் இருந்தது. "ஒரே சமயத்தில் நிறையக் குடிக்காதே!" லேமின் நீர் குடித்துக் கொண்டிருந்த போது குண்டா அங்கே ஒருமணி நேரம் ஓய்வெடுத்தால் போதும் என்று எண்ணினான். சில, பல உணவுத் துண்டுகள் உள்ளே சென்றதும் அந்திப் பொழுது தொழுகை வரை நடப்பதற்கு லேமின் வலுப்பெற்றுவிடுவான் என்பது அவனுடைய எண்ணம். இருள் கவிழ்ந்த பிறகு, முழுமையான உணவும் இரவு முழுக்க ஓய்வும் இருவருக்கும் புத்துணர்வு அளிக்குமல்லவா!

ஆனால், லேமின் சாப்பிடக் கூட முடியாத அளவிற்குத் துவண்டு போய்விட்டான். தண்ணீர் குடித்த நிலையிலேயே, முகத்தைக் கவிழ்த்தி, கைகளைப் பரப்பி, பின்னங்கால்களை உயர்த்தியபடி கிடந்தான். அமைதியாக அவனருகில் சென்று அவனுடைய பாதங்களை குண்டா கவனித்தான். அவற்றிலிருந்து இன்னமும் குருதி கொட்டத் தொடங்கவில்லை. பிறகு குண்டாவும் ஒரு குட்டித் தூக்கம் போட்டான். விழித்தவன் இருவருக்கும் போதுமான அளவு இறைச்சித் துண்டுகளை தலைச்சுமையிலிருந்து எடுத்தான். லேமினை உலுக்கி எழுப்பினான். அவனுடைய பங்கினைக் கொடுத்து விட்டு தானும் உண்டான். உடனே, பயணத்தைத் தொடங்கினர். பர்ராவைச் சேர்ந்த இளைஞர்கள் தெரிவித்திருந்த அடையாளக்குறிகள் அனைத்தையும் கடந்து வளைந்து வளைந்து சென்ற பாதையில் முன்னேறிச் சென்றனர். ஒரு கிராமத்திற்கு அருகில் இரண்டு பாட்டிகளும் இரு இளம் பெண்களும் சில முதல் பருவத்துக் குழந்தைகளுடன் நண்டு பிடித்துக் கொண்டிருந்ததைக் கண்டனர். சிறிய ஓடைக்குள் கைகளை விட்டுத் துழாவி

நண்டுகளைக் கவ்விப் பிடித்தனர்.

இருள் கவியத் தொடங்கியது. லேமின் அடிக்கொருமுறை தலைச்சுமையை இறுகப் பற்றிச் சரிசெய்து கொண்டிருந்தான். மிகப்பெரிய புதர்ப்பறவைக் கூட்டம் ஒரு புதரைச் சுற்றி வட்டமிட்டுப் பறந்து இறங்கிக் கொண்டிருந்ததை குண்டா பார்த்துவிட்டான். அறிவிப்பின்றி திடீரென நின்றான். ஒளிந்து கொண்டான். லேமின் ஒரு புதர் மறைவில் முழங்கால்களைக் கட்டிக் கொண்டு முடங்கிவிட்டான். குண்டா இதழ்களைக் குவித்து ஒலி எழுப்பினான். ஆண் பறவை பெட்டைகளை உறவுக்கு அழைப்பது போல ஒலித்தது. உடனே பல கொழுத்த பெட்டைகள் இறக்கைகளை அடித்துக் கொண்டு புதரில் வந்து சேர்ந்தன. கொண்டைகளை அசைத்தபடி சுற்றும் முற்றும் பார்வையை ஓட்டின. அப்பொழுது, திடீரென குண்டாவின் அம்பு ஒரு பறவையைப் பதம் பார்த்தது. அதனுடைய தலையை வீசியெறிந்து விட்டு குருதி கொட்டுவதற்கு ஏற்ப உடலை உதறினான். பறவை வறுவலாகிக் கொண்டிருந்த போது, புதரையொட்டி ஒரு தங்குமிடத்தை வடிவமைத்தான். பின்னர், அந்திப் பொழுதுத் தொழுகையில் ஈடுபட்டான். நீரோடைக்கருகில் தலைச்சுமையைக் கீழே போட்டவுடன் உறங்கிப் போன லேமினை எழுப்புவதற்கு முன்னர் பறித்து வைத்திருந்த காட்டுப் பயறுகளையும் வறுத்தெடுத்தான். இரவு உணவை உள்ளே தள்ளியது தான் தாமதம், லேமின் அப்படியே பின்னால் வாகாக அமைக்கப்பட்டிருந்த மரக்கிளையின் சரிவில் சாய்ந்து ஆழ்ந்து உறங்கிப் போனான்.

கால்களை அழுத்திவிட்டபடி இரவின் அசைவற்ற காற்றில் குண்டா அமர்ந்திருந்தான். மிக அண்மையில், கழுதைப்புலியின் முனகல் ஓசை கேட்கத் தொடங்கியது. காட்டுப் பகுதியின் பல்வேறு ஒலிகளையும் கேட்பதற்காக காதுகளைக் கூர்மையாக்கினான். மெல்லிய இனிமையான ஒலி மும்முறை காதுகளை எட்டியதைக் கவனித்தான். முன்னிரவுத் தொழுகைக்காக அண்மைக் கிராம மதகுரு அழைப்பு விடுத்தார் போலும்! உள்ளீடற்ற யானைத் தந்தத்தின் வழியாக அந்த ஒலி எழுப்பப்பட்டது. மனிதக் குரலைப் போலவே ஒலித்த அந்த ஓசையை லேமின் கேட்டிருக்க வேண்டும் என்பது அவனுடைய ஆசை. ஆனால், எந்தக் குரலிலும் லயிக்கும் நிலையில் லேமின் இல்லை. குண்டாவிற்குச் சிரிப்பு வந்தது. பின்னர், தனது தொழுகையை முடித்துவிட்டு உறங்கினான்.

பொழுது விடிந்தது. காலைக் கஞ்சிக்காக பெண்டிர் உரலில் தானியங்களைப் போட்டு உலக்கையால் இடிக்கும் முரசொலி லயத்தைக் கேட்டுக் கொண்டே அந்தக் கிராமத்தைக் கடந்து சென்றனர். குண்டாவின் நாவில் கஞ்சி சுவைத்தது! ஆனால், அவர்களுடைய பயணம் நிற்கவில்லை. அண்மையில், பாதை ஓரத்தில் மற்றொரு கிராமம் தென்பட்டது. அதனையொட்டி அவர்கள் சென்ற போது ஆடவர் மசூதியை விட்டுப் புறப்பட்டுக் கொண்டிருந்தனர். பெண்கள் தமது சமையல் பணியில் முனைந்திருந்தனர். அதற்கும் சற்றே அப்பால், பாதையின் ஓரத்தில் ஒரு கிழவர் அமர்ந்திருந்தார். அவருக்கு முன்பு ஒரு மூங்கில் பாய் விரிக்கப்பட்டிருந்தது. குனிந்து தாயங்களை உருட்டியபடி தனக்குள் எதையோ முணுமுணுத்துக் கொண்டிருந்தார். அவருடைய பணிக்குக் குறுக்கீடு இல்லாமல்

குண்டா அவரைக் கடந்து செல்ல முற்பட்டான். நிமிர்ந்து பார்த்தவர் தன்னிடம் வருமாறு அவர்களை அழைத்தார்.

"சிம்பானி மலைக்கு மேலே சூரியன் எழுகின்ற வூலி ஆட்சிப் பகுதியின் கூட்டாகுண்டா கிராமத்தைச் சேர்ந்தவன் நான். நீங்கள் எங்கிருந்து வருகிறீர்கள்?" உரத்த, கரகரத்த குரலில் அவர் கேட்டார். ஜுஃப்யூர் கிராமத்திலிருந்து வந்ததாக குண்டா கூறினான். "நானும் கேள்விப்பட்டிருக்கிறேன்". அந்தக் கிழவர் தலையை ஆட்டியபடி கூறினார். திம்புக்கு நகரை நோக்கிய தனது பயணத்தின் அடுத்த கட்டம் பற்றிய செய்தியை அறிந்து கொள்வதற்காக தாயங்களைக் கலந்தாலோசித்துக் கொண்டிருந்தார். "என்னுடைய சாவுக்கு முன்பு அந்த நகரத்தைப் பார்த்துவிட வேண்டும்! உங்களால் எனக்கு ஏதேனும் உதவ முடியுமா?" "நாங்களும் ஏழைகள் தான் தாத்தா! ஆனாலும், எங்களிடம் உள்ளதை உங்களுடன் பகிர்ந்து கொள்வதில் பெரும் மகிழ்ச்சி!" என்ற குண்டா, தலைச்சுமையைப் பிரித்துக் கைவிட்டு ஒரு துண்டு இறைச்சியை எடுத்து அவரிடம் கொடுத்தான். அவரும் அதனை நன்றியுணர்வுடன் வாங்கித் தனது மடியில் வைத்துக் கொண்டார்.

அவர்கள் இருவரையும் உற்று நோக்கிவிட்டுக் கேட்டார், "நீங்கள் சகோதரர்களா?"

"ஆம், தாத்தா!" குண்டா பதிலளித்தான்.

"ரொம்ப நல்லது!" என்றவர் இரண்டு தாயங்களைக் கையிலெடுத்து ஒன்றை குண்டாவிடம் கொடுத்து, "இதனை உனது வேட்டைப் பைக்குள் வைத்துக் கொள்! நிறைய வேட்டைப் பொருள் கிடைக்கும்!" என்றார். மற்றொன்றை லேமினிடம் கொடுத்து, "இதனைப் பாதுகாப்பாக வைத்திருந்து பெரியவனானதும் உனது பைக்குள் வைத்துக் கொள்" என்று வாழ்த்தினார். இருவரும் அவருக்கு நன்றி தெரிவித்தனர். அல்லாவின் அருள் கிட்டுவதற்கு அவரும் அவர்களை வாழ்த்தினார்.

மேலும் சற்று நேரம் பாதையில் தொடர்ந்து சென்ற பின்னர், லேமினிடம் பேச்சுக் கொடுப்பதற்கான தருணம் கனிந்து விட்டதாக குண்டா எண்ணினான். நிறுத்தாமலும், திரும்பிப் பார்க்காமலும் பேச்சைத் தொடங்கினான். "தம்பி, ஒரு புராணக் கதை சொல்லுவார்கள்! பயணம் செய்யும் மாண்டிங்க இனத்தவர் தாம் அந்தப் பெரியவர் செல்ல இருந்த இடத்திற்குப் பெயரிட்டனர். அவர்கள் அங்கே ஒரு புதிய வகை வண்டைக் கண்டனர். அவர்கள் அதனை அதற்கு முன் பார்த்ததில்லை என்பதால் 'தும்போ குட்டு' என்று பெயரிட்டனர். 'புதிய வகை வண்டு' என்று பொருள்." லேமினிடமிருந்து எவ்விதப் பதிலும் இல்லை. குண்டா தலையைத் திருப்பினான். லேமின் வெகு தொலைவில் பின்தங்கி விட்டான். அவனுடைய தலைச்சுமை அவிழ்ந்து கிடந்தது. அவன் அதனை மீண்டும் ஒன்று சேர்த்துக் கட்டுவதற்கு எத்தனித்துக் கொண்டிருந்தான். குண்டா திரும்பி ஓடிச் சென்றான். லேமின் தலைச்சுமை தாளாமல் அதனை இழுத்து, இழுத்துப் பிடித்ததால் எப்படியோ அதன் முடிச்சு அவிழ்ந்து அரவமின்றி தலையிலிருந்து நழுவிவிட்டது. வழியில் பேசக் கூடாது என்கிற விதியை மீற முடியாததால்,

குண்டாவை நிற்கும்படி அவன் கேட்கவில்லை. குனிந்து தலைச்சுமையை மீண்டும் கட்டிய போது குண்டா லேமினுடைய பாதங்களில் குருதி கொட்டியதைக் கண்டான். எதிர்பார்த்த ஒன்று தான்! அதனால், அவன் எதுவும் பேசவில்லை. சுமையைத் தூக்கித் தலையில் வைத்த போது, லேமின் கண்களில் கண்ணீர் மின்னியது. பயணம் தொடர்ந்தது. 'லேமின் பின்தங்கியதைக் கவனிக்காமல் விட்டுவிட்டேனே! அவனைத் தனியே விட்டுப் போயிருப்பேனே!' குண்டா தன்னைத் தானே கடிந்து கொண்டான்.

சற்று தொலைவு சென்ற போது, லேமின் கம்மிய கரலில் கூச்சலிட்டது கேட்டது. ஏதேனும் முள்ளை மிதித்திருப்பான் என நினைத்துத் திரும்பிய குண்டா, மேல்நோக்கி ஒரு சிறுத்தையைப் பார்த்து நடுங்கியபடி லேமின் நின்றிருந்ததை குண்டா கண்டான். அடுத்து ஓர் அடி எடுத்து வைத்திருந்தால் நேரே அதற்குக் கீழே சென்றிருப்பர். 'புஸ்ஸ்ஸ்' என்று பெருமூச்செறிந்தவாறு சிறுத்தை சோம்பலுடன் மரக்கிளைகளில் தாவி பார்வையிலிருந்து மறைந்தது. நடுங்கியபடி குண்டா நடக்கத் தொடங்கினான். பீதி, கோபம், மனஉறுத்தல் அனைத்தும் அவனைத் தாக்கின. 'எப்படி சிறுத்தையை நான் கவனிக்கத் தவறினேன்?' ஆனால், உண்மையில், அந்தச் சிறுத்தை பிறர் கண்களில் படாமல் மறைந்து கொள்ளவே விரும்பியது; அவர்கள் மீது பாய்ந்திருக்க வாய்ப்பில்லை. அத்துடன், அது போன்ற பெரும்பூனைகள் பகல்வேளையில் அளவு கடந்த பசியால் வாடினால் ஒழிய விலங்குகள் மீது கூடப் பாய்வதில்லை. பாதுகாப்பற்ற நிலையை உணர்ந்தாலோ, எரிச்சலூட்டினாலோ, காயப்படுத்தினாலோ தவிர அவை மனிதர்களை எந்த நேரத்திலும் தாக்கியதில்லை. ஆனாலும், அது போன்றதொரு பெரிய விலங்கிற்கு கருவுற்ற ஆடு பலியான காட்சி குண்டாவின் மனத்திரையில் ஓடியது. கூடவே, பயிற்றுநரின் அறிவுரைகளும் காதில் ஒலித்தன, "வேடனுடைய உணர்வுப் புலங்கள் கூர்மையாக இருக்க வேண்டும். பிறரால் கேட்க இயலாதவற்றையெல்லாம் அவன் கேட்க வேண்டும். பிறர் நுகர முடியாததையெல்லாம் அவனால் நுகர இயல வேண்டும். இருட்டிலும் பார்வை தெளிவாக இருக்க வேண்டும்" ஆனால், அவன் தன்னுடைய எண்ணங்களை அலைபாய விட்டபடி நடந்துகொண்டிருந்த போது லேமின் சிறுத்தையைப் பார்த்துவிட்டான். அது போன்ற தீய பழக்கங்களால் தான் பெரும்பாலான துன்பங்கள் அவனுக்கு நேருகின்றன. முற்றாக அவன் தன்னைச் சீர்ப்படுத்திக் கொள்ள வேண்டும். சிந்தனை வலுத்தது. நடந்து கொண்டே குனிந்து ஒரு கல்லை எடுத்து அதன் மீது மும்முறை துப்பி பின்னோக்கி வெகு தொலைவில் சென்று விழுமாறு சுழற்றி எறிந்தான். அத்துடன் தீய ஆவிகளுடைய தாக்கம் அவனை விட்டுப் பறந்துவிட்டதாம்!

சுட்டெரித்துக் கொண்டிருந்த வெயிலில் அவர்களுடைய பயணம் தொடர்ந்தது. சுற்றுச் சூழல் பசுமையான காட்டுப் பகுதியிலிருந்து பனை, தென்னை நிறைந்த பகுதியாகப் படிப்படியாக மாறிக் கொண்டிருந்தது. சகதி படிந்த மண்ணில் ஆங்காங்கே பிளவுகள் தென்பட்டன. வெப்பம் மிகுந்த, புழுதி நிறைந்த கிராமங்கள் எதிர்ப்பட்டன. ஜுஃப்யூர் காட்சிகளை அங்கேயும் காண முடிந்தது. முதல் பருவத்து அம்மணக் குழந்தைகள் அவர்களைச் சூழ்ந்து கொண்டனர். ஆலமரத்தடியில் கிராமத்துப் பெரிசுகள் அளவாளாவிக் கொண்டிருந்தனர். பெண்டிர்

கிணற்றடியில் பழமை பேசிக் களித்தனர். ஆனால், ஆடுகள் பட்டிகளில் அடைத்து வைக்கப்படாமலும், மேய்ச்சலுக்கு ஓட்டிச் செல்லப்படாமலும் நாய்களுடனும், கோழிகளுடனும் கிராமங்களைச் சுற்றிலும் அலைந்து கொண்டிருந்ததைக் கண்ட குண்டா வியப்படைந்தான். ஜுஃப்யூர் கிராமத்தினரிலிருந்து வித்தியாசப்பட்ட மக்கள் போலும்!

புல், பூண்டுகளற்ற மணற் பாங்கான நிலத்தில் நடந்தனர். மரங்களிலிருந்து உலர்ந்த பழங்கள் விழுந்து மணல்வெளியில் சிதறிக்கிடந்தன. தொழுவதற்கான நேரம் நெருங்கியதும் ஓய்வெடுத்து, சிறிதளவு உணவு கொண்டனர். லேமினுடைய பாதங்களையும் தலைச்சுமையையும் குண்டா சரிபார்த்தான். பாதங்களில் ஏற்பட்டிருந்த வெடிப்புகளில் புழுதி அடைத்து குருதி கொட்டுவது சற்றே குறைந்திருந்தது. படம் விரிவதைப் போல குறுக்குப் பாதைகள் பிரிந்து கொண்டிருந்தன. இறுதியாக, பர்ரா கிராமத்தைச் சேர்ந்த இளைஞர்கள் அடையாளமாகத் தெரிவித்திருந்த பட்டுப்போன பெரிய ஆலமரக் கூடு தென்பட்டது. பல நூறு ஆண்டுகள் செழித்திருந்து பட்டுப் போன மரமாக இருக்க வேண்டும் என்று குண்டா எண்ணினான். கதைசொல்லி ஒருவர் அந்த மரக் கூட்டிற்குள் மீளாத் துயில் கொண்டிருந்ததாக அந்த இளைஞர்கள் தெரிவித்ததாக குண்டா லேமினிடம் கூறினான். அத்துடன், தனக்குத் தெரிந்தவற்றையும் சொன்னான். கதைசொல்லிகள் ஏனையோரைப் போலப் புதைக்கப்படுவதில்லை. பட்டுப்போன மரப் பொந்துகளிலேயே சமாதியாக்கப்பட்டனர். தொன்மைக்கால மரங்களைப் போலவே கதைசொல்லிகளுடைய மூளையிலுள்ள வரலாற்றுக் கதைகளும் காலத்தை வென்றவை. "அவர்களை நெருங்கிவிட்டோம்" என்ற குண்டா முரசினை ஒலித்து வருகையைத் தெரிவிக்கத் தலைப்பட்டான். மேலைக் கடலில் சூரியன் மூழ்கிக் கொண்டிருந்தபோது, களிமண் பள்ளங்களை அவர்கள் கண்டனர். அங்கே அந்த மூன்று இளைஞர்களும் தென்பட்டனர்.

குண்டாவைப் பார்த்த மகிழ்ச்சியில் அவர்கள் கத்தினர், "நீ வருவாயென்று எங்களுக்குத் தெரியும்!" தம்முடைய இரண்டாம் பருவத்துத் தம்பிகளைப் போலவே லேமினையும் அவர்கள் சற்றும் பொருட்படுத்தவில்லை. பேரார்வத்துடன் பேசிக்கொண்டிருந்த அந்த மூன்று இளைஞர்களும் தாம் திரட்டியிருந்த தங்கத் துகள்களைப் பெருமையுடன் காட்டினர். மறுநாள் பொழுது புலர்ந்ததற்கு முன்னர் குண்டாவும் லேமினும் அவர்களுடன் இணைந்து கொண்டனர். களிமண் துண்டுகளை வெட்டியெடுத்து சுரைக்குடுக்கைகளிலிருந்த நீருக்குள் போட்டனர். சுரைக்குடுக்கைகளைச் சுற்றிச் சுழற்றி சகதி படிந்த நீரை வடித்தனர். குடுக்கைக்குள் கைவிட்டுத் துழாவிய போது, சில சமயங்களில் கடுகளவு அல்லது அதற்கும் சற்றே பெரிய தங்கத் துகள்கள் தட்டுப்பட்டன.

முழுமுனைப்புடன் அரும்பாடுபட்டு உழைத்தனர். பேசுவதற்கு நேரமில்லை. தங்கம் தேடும் வேட்கையில் லேமினுக்குத் தனது தசைநார்கள் வலியெடுத்தது கூட மறந்து போயிற்று. ஒவ்வொரு அரிய தங்கத் துகளையும் புதர்ப்புறாவின் மிகப்பெரிய இறகின் நடுத்துளையில் மிகக் கவனமாகச் சேகரித்து அதன் திறவினை ஒரு துண்டுப் பருத்தியால் மூடிப் பாதுகாத்தனர். மூன்று இளைஞர்களும் தமக்குத்

தேவையான அளவு திரட்டிவிட்டதாகத் தெரிவித்த போது, குண்டாவும் லேமினும் ஆறு இறகுகளை நிரப்பியிருந்தனர். அப்பொழுது, அவர்கள் மூவரும் அப்பகுதியின் உட்புறத்தே வெகு தொலைவில் யானைத் தந்தங்களைத் திரட்டுவதற்குச் செல்வதாகக் கூறினர். சிறிய மரங்களையும் அடர்ந்த புதர்களையும் வேரோடு பறிப்பதற்கு முற்பட்ட கிழட்டு யானைகளின் தந்தங்கள் முறிந்து கிடக்கக் கூடிய இடத்தைப் பற்றியும் யானைகளுடைய இரகசியக் கல்லறைகளைக் கண்டு பிடித்து விட்டால் ஏராளமான தந்தங்களைப் பெறும் பேறு கிட்டும் என்றும் யாரோ அவர்களுக்குச் சொன்னதாகத் தெரிவித்தனர். குண்டா அவர்களுடன் செல்வானா? தங்க வேட்டையைக் காட்டிலும் எழுச்சியூட்டுவதாக ஒலித்தது. பேராவல் பிடர் பிடித்து உந்தியது. ஆனால், அவனால் இயலாது; அதுவும், லேமினுடன்? கூடவே கூடாது! வருத்தத்துடன் நன்றி தெரிவித்தவன் தனது தம்பியுடன் வீடு திரும்ப வேண்டும் என்று கூறி மறுத்தான். பிரியா விடை உணர்வுகள் பரிமாறப்பட்டன. அதற்கு முன்னர், அவர்கள் திரும்பிச் செல்லும் வழியில் ஜுஃப்பூரில் தங்கிச் செல்ல வேண்டும் என்கிற அழைப்புவிட மறக்கவில்லை.

வீடு திரும்பிய தொலைவு மிகவும் குறைவானதாக குண்டாவிற்குத் தோன்றியது. லேமினுடைய பாதங்கள் மிகவும் மோசமடைந்திருந்தன. ஆனால், "இவற்றைக் கண்டால் அம்மா மிகவும் மகிழ்ச்சியடைவார்", என்று கூறி, இறகுகளை குண்டா அவனிடம் கொடுத்திருந்ததால் லேமின் சற்று வேகமாகவே நடந்தான். தந்தை தன்னை அழைத்துச் சென்றதைப் போல தானும் தனது தம்பியை நீண்ட பயணத்திற்கு அழைத்துச் சென்றதில் லேமினைப் போலவே குண்டாவும் பெரும் மகிழ்ச்சி அடைந்தான். ஒருநாள் லேமின் சுவாடுவை அழைத்துச் செல்லக் கூடும்; சுவாடு தனது தம்பி மதியைக் கூட்டிக் கொண்டு நீண்ட பயணம் மேற்கொள்வான். ஜுஃப்பூர் கிராமத்தின் பயணியர் மரத்தை நெருங்கிய சமயத்தில் லேமினுடைய தலைச் சுமை கீழே விழுந்த சத்தத்தை குண்டா மீண்டும் கேட்டான். குண்டா கோபத்தில் கொதித்தான். தம்பியின் மன்றாடிய முகக்குறிகளைக் கண்டவுடன், "பரவாயில்லை, பின்னர் எடுத்துக் கொள்ளலாம்!" என்றான். வலியெடுத்த தசைநார்களின் வேதனையையும் பாதங்களிலிருந்து வழிந்த குருதியும் மறந்தவனாக, மறு வார்த்தை பேசாமல், குண்டாவை முந்திக் கொண்டு, கிராமத்தை நோக்கி லேமின் ஓட்டமெடுத்தான். அவனுடைய பின்னங்கால்கள் அதற்கு முன் அவ்வளவு வேகமாக விரைந்திருக்க மாட்டா!

குண்டா கிராமத்தின் வாயிலில் நுழைந்த போது, பேரெழுச்சியுடன் கிராமப் பெண்டிரும் குழந்தைகளும் பின்டாவைச் சூழ்ந்திருந்தனர். தங்கத் துகள்கள் நிறைந்த ஆறு இறகுகளும் அவளுடைய கொண்டைக்கு அழகூட்டின. நிம்மதியும் மகிழ்ச்சியும் அவளுடைய முகத்தில் பொங்கியது. பயணத்திலிருந்து திரும்பிய இளந்தாரி மகனுக்கும் தாயுக்குமிடையே பரிமாறிக் கொள்ளக் கூடிய வழக்கமான மரியாதை உணர்வுகளுக்கும் அப்பால், குண்டாவிற்கும் பின்டாவிற்குமிடையே அன்புகெழுமிய இதமான பார்வைகள் பரிமாறப்பட்டன. கிராமத்துப் பெண்டிருடைய ஓயாத நாவுகள் விரைவிலேயே கின்டே குடும்பத்தின் மூத்த மகன்கள் இருவரும் கொண்டு சென்றிருந்த அரிய செல்வத்தைக் கிராமம் முழுவதும் பறைசாற்றின. மூதாட்டி ஒருவர் கூவினார், "பின்டா தலையில்

ஒரு பசுவையே சுமந்து கொண்டிருக்கிறாள்!” அவள் தலையில் செருகியிருந்த இறகுகளிலிருந்த தங்கம் ஒரு பசு மாடு வாங்குவதற்குப் போதுமானது. ஏனைய பெண்டிரும் அவளுடன் சேர்ந்து கூச்சலிட்டனர்.

ஒமோரோவை குண்டா சந்தித்த போது அவர் அவனை பலவாறாகப் பாராட்டினார். உணர்வுப் பரிமாற்றங்கள் வார்த்தைகளைக் காட்டிலும், பின்டாவுடன் பகிர்ந்து கொண்டதைக் காட்டிலும் கூடுதலானவை. அடுத்த சில நாட்கள், அவனைச் சந்தித்த கிராமப் பெரியவர்கள் பேசிய விதத்திலும் உதிர்த்த புன்னகையிலும் சிறப்பு மணம் கமழ்ந்தது. அவனும் மிகுந்த பணிவுடன் அவர்களிடம் நடந்து கொண்டான். சுவாடுவை ஒத்த வயதுப் பையன்களும் கூட குண்டாவைச் சந்தித்த போது, ‘அமைதி நிலவுவதாக!’ என்று பெரியவர்களைப் போல வாழ்த்தினர்; குண்டா கடந்து சென்ற வரை மார்பில் உள்ளங் கைகளைப் புதைத்தபடி நின்றிருந்தனர். பின்டா கூட பிற பெண்களுடன் பழமை பேசிய போது, குண்டாவை ‘ஆம்பிளை’ என்று குறிப்பிட்டது அவனுடைய செவிகளில் விழுந்தது; தான் ஒரு முழு ஆம்பிளை என்பதைத் தாய் உணர்ந்து கொண்டதை அறிந்து பெருமையில் பூரித்தான்.

இப்பொழுதெல்லாம் பின்டா அவனுக்குச் சாப்பாடு பரிமாறியதும் தலையில் பேன், ஈர் இருக்கிறதா என்று பார்த்ததும் கூட அவனுக்குப் பிடித்திருந்தது. அவர்களுக்கிடையே நிலவிய மனத்தாங்கல் நீங்கியது. அத்துடன், அவ்வப்போது தாயின் குடிசைக்குச் செல்வதைக் கூட அவன் விரும்பிச் செய்தான். பின்டாவைப் பொறுத்த வரை, எப்பொழுதும் முகத்தில் புன்னகை தவழ்ந்தது; சமையலின் போது உதடுகள் அசையாத பாட்டொலி கேட்டது. திடீரென்று, தான் அவளுக்காகச் செய்ய வேண்டிய வேலை ஏதேனும் இருந்ததா என்று உசாவினான். இருந்ததாக அவள் கூறிய போது உடனுக்குடன் முடித்துக் கொடுத்தான். லேமினோ, சுவாடுவோ உரக்கக் கூச்சலிட்டு ஆடிய போது, அவன் பார்த்து விட்டால் போதும்! உடனே ‘கப்,சிப்!’ சில சமயங்களில் மதியைத் தூக்கிப் போட்டுப் பிடித்து விளையாட்டுக் காட்டினான். மதிக்கு அது மிகவும் பிடித்திருந்தது. லேமினைப் பொறுத்த வரை, அல்லாவிற்கு அடுத்தபடி மதிப்பளிக்கத் தக்கவர் அவனுடைய அண்ணன் தான்! குண்டாவினுடைய ஏழு ஆடுகளையும் பேணி வளர்த்தான். அவை மேலும் பல்கிப் பெருகின. சிறு தானியங்களையும் வேர்க்கடலையையும் விளைவித்த குண்டாவின் சிறு பண்ணையிலும் அண்ணனுக்கு உதவினான்.

குடிசையைச் சுற்றிலும் தூய்மைப்படுத்தும் பணியை பின்டா மேற்கொண்ட பொழுது, குண்டா மூன்று தம்பிகளையும் தன்னுடன் அழைத்துச் சென்றான். மதியைத் தோளில் சுமந்து கொண்டு அவன் முன்னால் நடக்க, லேமின் கொண்டையாட்டும் சேவலைப் போல பின்தொடர, அங்கியைப் பிடித்தபடி பொறாமையுடன் சுவாடு தள்ளாட அந்த அழகைக் கண்டு மெய்மறந்து பின்டா வாசற்படியில் நின்றிருந்தாள். குண்டாவும் அதனைப் பெரிதும் விரும்பினான். ஒருநாள் அவனும் தனது குழந்தைகளைக் கூட்டிக் கொண்டு அதே தெருவில் நடக்கத் தான் போகிறான்! அந்த எண்ணத்தை மற்றொன்று குறுக்கிட்டுத் தடுத்தது. அதற்கெல்லாம் உரிய காலம் கனிய வேண்டாமா? இன்னும் நெடுங்காலம் செல்ல வேண்டுமே!

31

புதிய இளந்தாரிகள் எவ்விதக் குளறுபடியும் இல்லாமல் கடமைகளை ஆற்றிய வரை, அவர்கள் அனைத்துப் பணிகளையும் மேற்கொள்ள அனுமதிக்கப்பட்டனர். முதியோர் பேரவையின் முறையான கூட்டங்களில் குண்டாவும் அவனுடைய நண்பர்களும் கடைசி வரிசையின் ஓரங்களில் அமர்ந்தனர். ஜுஃப்பூரின் தொன்மை வாய்ந்த ஆலமரத்தடியில் மாதமொருமுறை கூட்டம் நடத்தப்பட்டது. அதனடியில் பதனிடப்பட்ட தோலின் மீது மிக நெருக்கமாக அமர்ந்த ஆறு மூத்த முதியவர்களும் அந்த மரத்தைப் போலவே முதுமை வாய்ந்தவர்களாக இருந்தனர். அதே மரத்திலிருந்து கடைந்தெடுக்கப்பட்டவர்களைப் போல தோற்றமளித்தனர். ஆனால், கருங்காலி மரம் போன்ற அவர்களுடைய மேனியின் நிறமும் அவர்கள் அணிந்திருந்த வெண்ணிற அங்கியும் தலைக்குல்லாவும் வேறுபடுத்திக் காட்டின. குறைபாடுகளை முறையிடுவதற்கும் தகராறுகளைத் தீர்த்துக் கொள்வதற்கும் வந்திருந்தோர் அவர்களுக்கு எதிரே உட்கார்ந்தனர். முறையீட்டாளர்களுக்குப் பின்புறம், ஒமோரோ போன்ற இளம் பெரியவர்கள் அவரவர் வயதுக்கேற்ற வரிசைக்கிரமத்தில் அமர்ந்திருந்தனர். அவர்களுக்கும் பின்புறமாகப் பெண்டிர் அமரலாம்.

ஆனால், அவர்களுடைய நெருங்கிய உறவினர்களின் பிரச்சினை தொடர்பான விசாரணையின் போது அவர்களுடைய பங்களிப்பு தேவைப்பட்டாலொழிய அவர்கள் கூட்டத்தில் கலந்து கொள்ளலாகாது. எப்பொழுதாவது, பழமை பேசுவதற்கு ஏற்ற விதத்தில் ஆர்வமூட்டக் கூடிய வழக்கு விசாரிக்கப்பட்ட போது மட்டும் கிராமத்துப் பெண்டிர் அனைவரும் குழுமியிருந்தனர்.

ஏனைய கிராமங்களுடன் ஜுஃப்யூருக்கான உறவு போன்ற முழுக்க முழுக்க நிர்வாகம் தொடர்பான விவாதங்கள் நடைபெற்ற போது பெண்டிர் எவரும் கூட்டத்திற்கு வருகைபுரிந்ததில்லை. இருப்பினும், மக்களுடைய தனிப்பட்ட பிரச்சினைகள் பற்றிய விசாரணையின் போது ஏராளமான மக்கள் குழுமினர். பேரிரைச்சல் காற்றை நிரப்பியது. ஆனால், பெரியவர்களுள் மிகவும் மூத்தவர் வண்ண, வண்ண முத்துக்கள் பதியப்பட்ட கோலை உயர்த்தி விசாரணைக்குரிய முதல் நபரை அழைப்பதற்கு முரசினை ஒலிக்குமாறு ஆணையிட்டவுடன் கூட்டத்தின் ஆரவாரம் அடங்கிவிடும். முதியவர்களுடைய குறைகளுக்கு முன்னுரிமை கொடுக்க வேண்டும் என்பதற்காக முறையீட்டாளர்களை வயதின் அடிப்படையில் அழைத்தனர். யாராக இருப்பினும் நின்றபடி தனது வழக்கை விவரித்துக் கொண்டிருந்த போது, அவையோர் தரையைப் பார்த்தபடி உற்றுக் கேட்டுக் கொண்டிருந்தனர். அவர் முடித்து அமர்ந்த பிறகு முதியோர் அவரிடம் கேள்விகளைத் தொடுத்தனர்.

வழக்கு இருவருக்கிடையிலான தகராறாக இருந்தால், மற்றொரு தரப்பினரையும் தமது வாதத்தை முன்வைக்க அனுமதித்து அவரிடமும் ஏராளமான கேள்விகளை எழுப்பினர். பின்னர், கூட்டத்திற்கு முதுகைக் காட்டியவாறு திரும்பி தமக்குள் நீண்ட நேரம் விவாதித்தனர். அவர்களுள் தேவைப்பட்டோர் கூட்டத்தின் பக்கம் திரும்பி தொடர்புடையோரிடம் மீண்டும் கேள்விகளைக் கேட்டனர். ஒருவாறாக, கலந்தாலோசித்து முடித்த பின்னர் ஆறு முதியோரும் கூட்டத்தைப் பார்த்துத் திரும்பி, வழக்குக்குத் தொடர்புடையோரை எழுந்து நிற்குமாறு பணித்து தமது தீர்ப்பினைக் கூறினர். பின்னர், முரசொலி மூலம் அடுத்தவர் விசாரணைக்கு அழைக்கப்பட்டார்.

குண்டா போன்ற புதிய இளந்தாரிகளுக்குக் கூட பெரும்பாலான வழக்குகள் அன்றாட வாழ்க்கைப் பிரச்சினை தொடர்பானவையாகப் பட்டன. அண்மையில் குழந்தைகள் பெற்றவர்கள் தமது கணவருக்குக் கூடுதல் விளைநிலம் கேட்டு மன்றாடினர். பெண்கள் கூடுதல் நெல்வயல் கோரினர். குண்டாவையும் அவனுடைய கூட்டாளிகளையும் போல திருமணமாகாதவர்கள் முதல்முறையாக நிலம் கோரிய போது வழங்கப்பட்டதைப் போலவே அனைவருடைய கோரிக்கைகளும் உடனுக்குடன் தீர்க்கப்பட்டன. பயிற்சியின் போது, முதியோர் பேரவைக் கூட்டங்களில் கலந்து கொள்ளத் தவறலாகாது என்று பயிற்றுநர் அறிவுறுத்தினார். முதியோர் வழங்குகின்ற தீர்ப்புகள் அவர்களுடைய அறிவாக்கத்தைப் பெருக்கிக் கொள்வதற்கு பெரும் துணைபுரியக் கூடியவை. அவர்கள் முதியோராக வளர்ந்து தீர்ப்பு வழங்க வேண்டிய நிலை ஏற்படும் போது அத்தகைய கேள்வி ஞானம் தான் துணை நிற்கப் போகின்றன. முதலாவது கூட்டத்தில் கலந்து கொண்ட

குண்டா தனக்கு முன்வரிசையில் அமர்ந்திருந்த ஓமோரோவைப் பார்த்தான். அவர் இன்னமும் மூத்த முதியோருக்கான வயதை எட்டவில்லை என்ற போதிலும் அவருடைய மூளைக்குள் கேள்வி ஞானமாகப் பெற்ற நூற்றுக்கணக்கான தீர்ப்புகள் பொதியப் பெற்றிருக்கக் கூடும் என்றெண்ணி வியந்தான்.

தான் கலந்து கொண்ட முதலாவது கூட்டத்தில், நிலத்தகராறு பற்றிய விசாரணையை குண்டா உற்றுக் கவனித்தான். ஒரு நிலத்தில் விளைந்த பழங்களுக்கு இருவர் உரிமை கொண்டாடினர். முதலாவது நபர் நிலம் தனக்குச் சொந்தமாக இருந்த போது மரங்களை நட்டார். பின்னர், அவருடைய குடும்பத்தினர் எண்ணிக்கை குறைந்ததால், நிலம் இரண்டாமவருக்கு வழங்கப்பட்டது. தற்போது முதலாமவர் நட்ட மரங்களில் கனிகள் கனிந்து தொங்குகின்றன. முதியோர் பேரவை முதலாமவருக்கே பழங்களின் மீது உரிமை எனத் தீர்ப்பளித்தனர். "அவர் மரங்களை நட்டிராவிடில் பழங்களே இருந்திருக்க மாட்டா" என்றனர்.

அடுத்தடுத்த கூட்டங்களில் பல விநோதமான வழக்குகள் விசாரிக்கப்பட்டதை குண்டா கவனித்தான். ஒருவரிடம் பெற்ற பொருட்களை உடைத்து விட்டு அல்லது தொலைத்துவிட்டு திருப்பிக் கொடுக்காதவர்களுடைய வழக்குகள் அடிக்கடி விசாரணைக்கு வந்தன. எரிச்சலடைந்த பொருளுக்குச் சொந்தக்காரன் அது புதியது, விலைமிதிப்பு மிக்கது என்று முறையிட்டான். பொருளைப் பெற்றவன் அவனுடைய முறையீட்டை நிரூபிக்கத் தவறினால், புதியதொன்றை திருப்பிக் கொடுப்பதற்கு ஏதுவாக பொருளுக்குரிய தொகையைச் செலுத்துமாறு பணிக்கப்பட்டான். மாந்திரீகச் செயல்கள் மூலம் பிறர் தனக்குத் தீமை விளைவித்துவிட்டதாகப் புகார் தொடுக்கப்பட்ட வழக்குகள் விசாரிக்கப்பட்டதையும் குண்டா கேட்டான். மற்றொருவன் தன்னைச் சேவல் கொண்டையால் குத்தியதால் தனக்குக் கடுமையான உடல்நலக் கோளாறு ஏற்பட்டதாக ஒருவன் வழக்குக் கொணர்ந்தான். இளம் மனைவி ஒருத்தி தன்னுடைய மாமியார் அடுக்களையில் செய்வினை வைத்ததால் தான் செய்த சமையல் அனைத்தும் பாழாயின என்று மன்றாடினாள். கிழவன் ஒருவனுடைய சேட்டைகளைத் தான் அனுமதிக்காததால் அவன் தன்மீது முட்டை ஓட்டைப் பொடியாக்கித் தூவியதால் தனக்கு அடுத்தடுத்துத் தொல்லைகள் நேர்ந்ததாக கைம்பெண் ஒருத்தி ஒப்பாரி வைத்தாள். மாந்திரீகச் செயல்பாடுகள், விளைவுகள் நேர்ந்தமைக்கான சான்றுகள் முன்வைக்கப்பட்டால், உடனே அவற்றை நீக்குவதற்கு, அண்மையில் இருந்த மாந்திரீகர் ஒருவரை முரசறைந்து அழைக்கும் முறை மூலம் தருவித்து குற்றஞ் சாட்டப்பட்டவரின் செலவில் மந்திர, தந்திரச் சடங்குகள் மேற்கொள்ளப்பட்டன.

கடனாளிகள் தமது உடமைகளை விற்றேனும் கடனைச் செலுத்துமாறு ஆணையிடப்பட்டனர். விற்பதற்கு எதுவும் இல்லாதவர்கள் கடன் அடையும் வரை அடிமையாக உழைத்து கடனைத் தீர்க்க வேண்டும். அடிமைகள் தமது ஆண்டைகளின் கொடுமைகளை முறையிட்டனர். ஒவ்வாத உணவு அளித்ததாகவோ, உரிய தங்குமிடம் அளிக்கவில்லை என்றோ, தான் விளைவித்த வெள்ளாமையில் தனக்கு உரிய பங்கில் பாதியைக் கொடுக்க மறுத்ததாகவோ முறையிட்டனர். அதே போல, ஆண்டைகள் தம்மிடம் உழைத்த அடிமைகள் விளைச்சலைப் பதுக்கிக்

கொண்டு ஏமாற்றியதாகவோ, உரிய முறையில் வேலை செய்ய மறுத்ததாகவோ, வேண்டுமென்றே தொழில் கருவிகளை உடைத்துவிட்டதாகவோ புகார் கொணர்ந்தனர். அத்தகைய வழக்குகளில் பேரவையினர் இரு தரப்பினருடைய சான்றுகளையும், அவர்களுடைய முற்காலத்திய நடவடிக்கைகளையும் சீர்தூக்கி முடிவு செய்தனர். ஏனெனில், ஒரு சில அடிமைகள் ஆண்டைகளைக் காட்டிலும் சிறப்புடன் வாழ்ந்த காலமும் உண்டு.

சில சமையங்களில், குண்டா, தமக்கிடையே வழக்கு எதுவுமில்லாத ஆண்டையும் அடிமையும் கூட பேரவையினர் முன் நின்றதைக் கண்டான். ஆண்டை தனது குடும்பத்தில் அடிமைக்கு மணம் முடித்துக் கொள்வதற்கு பேரவையின் அனுமதி கோரினார். பொதுவாக, திருமணம் செய்ய எண்ணும் இருதரப்பினரும் முதலில் பேரவையின் ஒப்புதலைப் பெற வேண்டும். இருதரப்பினருக்கும் இடையே நெருங்கிய உறவு இருந்ததாக பேரவையினர் உணர்ந்தால் உடனடியாக அனுமதி மறுக்கப்பட்டது. மணம் புரிந்து கொள்ளத் தகுதி இருப்பினும் வேண்டுகோள் விடுக்கப்பட்ட நாளுக்கும் பதிலளிப்பதற்குரிய நாளுக்கு மிடையே ஒரு மாத காலம் காத்திருக்க வேண்டும். அதற்கிடையே, கிராமத்தினர் மூத்த முதியவர்களுள் ஒருவரைச் சந்தித்துத் தனிமையில் திருமணம் புரிந்து கொள்ள இருந்தவர்களைப் பற்றிய நல்ல, தீய செய்திகளைத் தெரிவிக்கலாம். குழந்தைப் பருவத்திலிருந்து அவர்கள் இருவரும் குடும்பப் பழக்க வழக்கங்களைச் சிறப்பாகப் பின்பற்றி வந்தனரா? தமது குடும்பத்தாருக்கோ, ஏனையோருக்கோ தீங்கு ஏதேனும் இழைத்தனரா? ஏமாற்றுதல், உண்மையை முழுமையாகக் கூறாமல் குறைத்துக் கூறுதல் போன்ற தவறான போக்குகள் இருவருள் யாரிடமேனும் தென்பட்டதா? அந்தப் பெண் எரிச்சலூட்டக் கூடிய விதத்தில் விவாதிக்கக் கூடியவளா? அந்தப் பையன் ஈவிரக்கமின்றி ஆடுகளை அடிக்கக் கூடியவனா? அத்தகைய குறைபாடுகள் காணப்பட்டால் திருமணத்திற்கான அனுமதி மறுக்கப்பட்டது. ஏனெனில், அவர்கள் தமது பிள்ளைகளுக்கும் அத்தகைய பழக்கங்களை புகட்டிவிடுவர். ஆனால், குண்டாவிற்குத் தெரியும்! பேரவையின் அனுமதியைக் கோருவதற்கு முன்னர், தமது அனுமதி அளித்த போதே, அது போன்ற கேள்விகளைத் தமக்கு எழுப்பி விடைபெற்றுத் தெளிவடைந்து கொண்டனர்.

இருப்பினும், பெற்றோருக்கு எட்டாத செய்திகள் சில சமையங்களில் மூத்த முதியோருக்கு எட்டிய நிகழ்வுகளையும் குண்டா பேரவைக் கூட்டங்களின் போது கண்டிருந்தான். ஒருமுறை, சாட்சி ஒருவன் அவையின் முன் திட்டமிடப்பட்ட திருமணத்திற்கான இளைஞன் ஆடுமேய்த்துக் கொண்டிருந்த காலத்தில் யாரும் காணவில்லை என்றெண்ணி தனது கூடையைத் திருடிச் சென்றதாகக் கூறினான். பொடியன் என்று கருதி புகார் தெரிவிக்காமல் விட்டுவிட்டான். அந்தப் புகார் விசாரிக்கப்பட்டிருப்பின் பையனுடைய வலது கை வெட்டப்பட்டிருக்கும்! இறுதியில், தான்புரிந்த குற்றம் அம்பலமானவுடன் அந்தத் திருடன் ஓலமிட்டு அழத் தொடங்கிவிட்டான. குண்டா சிலையாகச் சமைந்து விட்டான். பீதியடைந்த அவனுடைய பெற்றோர் முன்னிலையிலும் கதறி அழுத இளம் பெண் முன்னிலையிலும் குற்றத்தை ஒப்புக் கொண்டான். திருமண அனுமதி மேல்விசாரணையின்றி மறுக்கப்பட்டது. அதன் பின்னர் அவனை ஜூஃப்யூர்

கிராமத்திலேயே காணவில்லை; எங்கு சென்றானென்று ஒருவருக்கும் தெரியவில்லை.

பல மாதங்கள் பேரவைக் கூட்டத்தில் கலந்து கொண்ட பின்னர், பெரும்பாலான வழக்குகள் திருமணமானவர்களிடமிருந்து, அதுவும் இரண்டு, மூன்று, நான்கு திருமணங்கள் புரிந்த ஆடவர்களிடமிருந்து எழுந்ததை குண்டா கவனித்தான். அது போன்ற ஆடவர்களைப் பொறுத்தவரை கள்ளத் தொடர்புகள் பற்றிய வழக்குகள் அடிக்கடி எழுந்தன. பாதிக்கப்பட்ட கணவனுடைய குற்றச்சாட்டு ஏற்றுக்கொள்ளத் தக்க புறச்சான்றுகளாலும், ஏனைய வலிய சான்றுகளாலும் நிரூபிக்கப்பட்டால் குற்றமிழைத்தவன் கொடூரமான தண்டனைகளுக்கு உட்படுத்தப்பட்டான். பாதிக்கப்பட்ட கணவன் ஏழையாக இருந்து தவறிழைத்தவன் செல்வந்தனாக இருப்பின், தவறிழைத்தவனுடைய சொத்தனைத்தையும் பாதிக்கப்பட்டவனுக்கு அவன் போதும் என்று சொல்லுமளவுக்குக் கொடுத்துவிடும்படி ஆணையிடப்பட்டது. அந்நிலையில், பெரும்பாலும் தவறிழைத்தவனுக்குக் காலியாகிப் போன குடிசை மட்டுமே மிஞ்சியது. இருவருமே ஏழையாக இருந்தால், தவறிழைத்தவன் பாதிக்கப்பட்டவனிடம் அவனுடைய மனைவியைத் தவறாகப் பயன்படுத்தியதற்கு ஏற்ப வரையறுக்கப்பட்ட காலம் வரை அடிமையாக உழைக்க வேண்டும். மீண்டும் மீண்டும் அத்தகைய தவறுகளில் ஈடுபட்ட ஒருவனுடைய வெற்று முதுகில் கடைசியாகப் பாதிக்கப்பட்டவன் சவுக்கால் அடித்ததைக் கண்ட குண்டா அதிர்ந்து போனான். தொன்மைக் கால மொகலாயச் சட்டத்தின்படி நாற்பதிற்கு ஒன்று குறைவான எண்ணிக்கையில் சவுக்கடி கொடுக்கப்பட்டது. நாளும் நேரமும் குறிக்கப்பட்டு பொது மக்கள் முன்னிலையில் தண்டனை நிறைவேற்றப்பட்டது.

பாதிக்கப்பட்ட கணவன்மாரும் மனைவியரும் பேரவையின் முன்பு கோபாவேசமாகத் தமது முறையீடுகளை முன்வைத்ததைக் கேட்ட குண்டாவினுடைய திருமண ஆசையின் வேகம் தணிந்தது. தமது மனைவியர் தம்மை மதிப்பதில்லை என்றும், தாங்கிக் கொள்ள இயலாத அளவிற்குச் சோம்பலாகச் செயல்பட்டனர் என்றும், தனது முறை வந்த போது, உடலுறவு கொள்ள விருப்பமின்றி இருந்ததாகவும், பொதுவாகவே அவளுடன் வாழ்க்கையைத் தொடர இயலவில்லை என்றும் கணவன்மார் புகார் தெரிவித்தனர். அவர்களுடைய புகார்கள் மனைவியரால் உரிய சான்றுகளுடன் மறுக்கப்படவில்லை என்றால், மூத்த முதியோர் கணவனுக்கு மணமுறிவு வழங்கினர். அன்றே அவளுடைய குடிசைக்குச் சென்று அவளுடைய உடமைகளில் மூன்றை எடுத்து வெளியில் வைத்து சாட்சிகள் முன்னிலையில் மும்முறை “உன்னை ஒதுக்கி விட்டேன்' (தலாக்) என்று அவற்றிடம் சொன்னாலே போதுமானது!

மனைவியொருத்தி பேரவையின் முன் வைக்கக் கூடிய மிகக் கடுமையான குற்றச்சாட்டு ஒன்று. அதைப் பற்றிய தகவல் முன்கூட்டியே தெரிந்துவிட்டால் கிராமத்துப் பெண்கள் அனைவரும் மரத்தடியில் கூடிவிடுவர். படுக்கையில் தனது கணவன் ஆம்பிளைக்குரிய முழுத்தகுதியுடன் தனக்கு நிறைவளிக்கவில்லை என்பது தான் அந்தக் குற்றச்சாட்டு. அது போன்ற குற்றச்சாட்டுகளில் தீர்ப்பு வழங்குவதற்கு முன்பு பேரவையினர் மூன்று முதியவர்களை நியமித்தனர்.

வழக்குத் தொடுத்த மனைவியின் குடும்பத்தைச் சேர்ந்தவர் ஒருவர்; மற்றொருவர் கணவனின் குடும்பத்தைச் சேர்ந்தவர்; இன்னொருவர் மூத்த முதியோருள் ஒருவர். கணவனும் மனைவியும் படுக்கையில் சேர்ந்திருப்பதைக் கவனிப்பதற்கான தேதியும் நேரமும் குறிக்கப்பட்டது. மூவருள் இருவர் மனைவியின் குற்றச்சாட்டு உண்மை என்று வாக்களித்து விட்டால், மனைவி கணவனிடமிருந்து மணமுறிவு பெறுவதுடன் மகட்கொடையாக ஆடுகளை வைத்துக்கொள்ளலாம். மூவருள் இருவர் வாக்களித்து கணவனுடைய ஆண்மை நிரூபிக்கப்பட்டால், கணவன் மனைவியை அடிப்பதுடன் அவன் விரும்பினால் அவளை ஒதுக்கிவிடலாம்.

குண்டா பயிற்சியிலிருந்து திரும்பிய பின்னர் ஆண்டுக் கணக்கில் பேரவைக் கூட்டங்களில் கலந்து கொண்டான். கூட்டத்தில் விசாரிக்கப்பட்ட வழக்குகளில் அவனையும் அவனை ஒத்த வயதுடையோரையும் பெரிதும் கவர்ந்த வழக்கு ஒன்று நடந்தது. அவர்களுடைய பருவத்தைச் சேர்ந்த மூத்த ஆண்கள் இருவரையும் இரண்டு கைம்பெண்களையும் தொடர்பு படுத்தி அரசல் புரசலாகப் பேச்சு அடிபட்டுக் கொண்டிருந்தது. ஒருநாள் அந்த வழக்குகள் விசாரணைக்கு வந்தன. அன்றைய தினம், கிராமத்திலிருந்த அனைவரும் திரண்டு தமக்கு ஏதுவான இடத்தில் அமர்ந்து கொண்டனர். பேரவையின் வழக்கப்படி முதலில் வயதானவர்களுடைய வழக்குகள் விசாரிக்கப்பட்டன. பின்னர், தெம்போ தபோவும் காதி தம்பாவும் கைகளைக் கோர்த்தபடி அவையின் முன் நின்றனர். இருவருக்கும் ஓராண்டிற்கு முன்பு மணமுறிவு வழங்கப்பட்டது. மீண்டும் அவர்கள் இருவரும் திருமணம் செய்து கொள்ள அனுமதி கோரி வாயெல்லாம் பற்களாக இளித்தவாறு கெஞ்சினர். “மணமுறிவு வேண்டி வற்புறுத்திக் கோரிக்கை வைத்தீர்கள்! இப்பொழுது நீங்கள் இருவரும் மீண்டும் திருமணம் செய்து கொள்ள இயலாது! அவ்வாறு மீண்டும் இணைய வேண்டுமானால், இடைப்பட்ட காலத்தில் நீங்கள் ஒவ்வொருவரும் வேறு ஒருவரைத் திருமணம் செய்திருக்க வேண்டும்” என்று மூத்த முதியவர் கண்டிப்புடன் கூறிய போது அவர்களுடைய இளிப்பு காணாமல் போனது.

அடுத்து விசாரிக்கப்பட வேண்டியவர்களுடைய பெயர்களை முரசறைந்து அறிவித்த போது பின்வரிசையில் நிலவிய சலசலப்பு அடங்கிப் போயிற்று. “துடா தம்பா, கலீலுகொண்டே! ஃபண்டா பெடெங், செஃபோ கேளா!” குண்டாவின் பருவத்தினர் இருவரும் இரு கைம்பெண்களும் எழுந்து நின்றனர். உயரமான கைம்பெண் ஃபண்டா பெடெங் அவர்கள் நால்வருக்குமாகப் பேசினாள். பேச வேண்டியதையெல்லாம் முன்கூட்டியே கவனமாகப் பயிற்சி செய்திருந்ததைப் போல அவளுடைய குரல் ஒலித்தது. இருப்பினும் அச்சத்தால் நடுங்கினாள். “முப்பத்திரெண்டு வயதான துடா தம்பாவுக்கும் முப்பத்திமூன்று வயதைக் கடந்த எனக்கும் பல கணவன்மாரைப் பெறும் வாய்ப்புக் கிடைத்தது” என்று தொடங்கியவள் தொடர்ந்து செஃபோ கேளாவுடன் தானும் கலீலுகொண்டேயுடன் மற்றொருத்தியும் நட்புக் கொண்டு அவர்களுக்குச் சமைத்துப் போடுவதற்கும் உடன் உறங்குவதற்கும் பேரவையின் அனுமதி கோரினாள்.

மூத்த முதியவர்கள் நால்வரிடமும் பல்வேறு கேள்விகளைக் கேட்டனர். கைம்பெண்கள் நம்பிக்கையுடன் பதிலளித்தனர். ஆண்கள் இருவரும் அவர்களுடைய

வழக்கமான மனத்துணிச்சலுக்கு முரணாக தடுமாறினர். முதியவர்கள் தமக்குள் முணுமுணுத்துக் கொண்டே திரும்பி அமர்ந்தனர். பார்வையாளர்கள் மத்தியில் இறுக்கத்துடன் கூடிய பேரமைதி நிலவியது. ஒரு வேர்க்கடலை விழுந்தால் கூட சத்தம் கேட்கும்! ஒருவழியாக, முதியவர்கள் திரும்பி கூட்டத்தினரைப் பார்த்து அமர்ந்தனர். மூத்த முதியவர் ஒருவர் கூறினார், "உங்களுடைய வேண்டுகோளுக்கு அல்லா சம்மதிப்பார்! கைம்பெண்டிரான நீங்கள் ஆளுக்கொரு ஆடவனுடன் நட்புக் கொள்ளலாம். இளைஞர்களாகிய உங்களுக்கும் பிற்காலத்தில் மணமாகும் போது பயன்படக் கூடிய சிறந்த அனுபவம் கிடைக்கும்"

பின்வரிசையிலிருந்த பெண்டிரின் ஆரவாரம் ஓய்ந்தபாடில்லை. மூத்த முதியவர் தன் கையிலிருந்த கோலால் முரசை அடித்து அவர்களை உறுத்துப் பார்த்தார். அவர்கள் அமைதியடைந்த பின்பு, அடுத்தவருடைய பெயர் அறிவிக்கப்பட்டது. "ஜான்கே ஜலோன்!" பதினைந்து வயதே நிரம்பிய அவள் கடைசியாக அழைக்கப்பட்டாள். பரங்கியர் சிலரால் கடத்திச் செல்லப்பட்டவள் அவர்களிடமிருந்து தப்பித்து வீடு திரும்பிய போது, ஜுஃப்யூர் கிராம மக்கள் அனைவரும் நடனமாடி, விருந்துண்டு கொண்டாடினர். பின்னர், சில மாதங்கள் கழித்து, திருமணமாகாத அவள் கருவுற்றிருந்ததாகப் பேச்சு அடிபட்டது. இளமையும் கட்டுறுதியான உடல்வாகும் கொண்ட அந்தப் பெண் யாரேனும் ஒரு கிழவருக்கு மூன்றாவது அல்லது நான்காவது மனைவியாகச் சம்மதித்திருக்கலாம்! எது எப்படியோ? குழந்தை பிறந்துவிட்டது. பையன் பதனிடப்பட்ட தோல் போல பழுப்பு நிறத்தில் வினோதமான தலைமுடியுடன் இருந்தான். அதன் பின்னர், ஜான்கே ஜலோனைப் பிறர் சந்திக்க நேர்ந்த போதெல்லாம் தரையைப் பார்த்தபடி விரைந்து அகன்றனர். தற்பொழுது, அவள் கண்களில் கண்ணீர் மின்ன பேரவையினர் முன் நின்று, "நான் என்ன செய்யட்டும்?" என்று கேட்டாள். அவர்கள் திரும்பி ஆலோசனையில் ஈடுபடவில்லை. அவளுடைய நேர்வு வித்தியாசமானதாகவும் கடினமானதாகவும் இருந்ததால், தீர ஆய்வு செய்து, அடுத்த மாதப் பேரவைக் கூட்டத்தில் தான் தீர்ப்பு வழங்க முடியும் என்று மூத்த முதியவர் கூறினார். அத்துடன், அவரும் ஏனைய ஐந்து பேரும் எழுந்து புறப்பட்டுவிட்டனர்.

பேரவைக் கூட்டம் முடிவுற்ற விதத்தில் ஏதோ குறைபாடு இருந்ததாக எண்ணி மனவருத்தமடைந்த குண்டா சற்று நேரம் அங்கேயே அமர்ந்திருந்தான். அவனுடைய நண்பர்களும் ஏனைய மக்களும் எழுந்து தமக்குள் பலவாறு பேசிக்கொண்டே தமது குடிசைகளை நோக்கிச் சென்றனர். அவன் ஆழ்ந்த சிந்தனையில் மூழ்கிவிட்டான். பின்டா மாலை வேளை உணவு கொணர்ந்த போதும், அவன் சாப்பிட்ட போதும் ஒரு வார்த்தையும் பேசவில்லை. அவளும் அமைதியாக இருந்தாள். பின்னர், தனது குத்தீட்டியையும், அம்பு, வில்லையும் எடுத்துக் கொண்டு வேட்டை நாயுடன் காவல் இடத்தைச் சென்றடைந்தான். அன்றிரவு ஊருக்கு வெளியே காவல் நிற்க வேண்டிய முறை அவனுடையது. வினோதமான தலைமுடியுடன் பிறந்த பழுப்பு நிறக் குழந்தையைப் பற்றியும், அதற்குக் காரணமாக இருந்த வினோதமான தந்தையைப் பற்றியும், அந்தப் பரங்கியிடமிருந்து அவள் தப்பித்து வந்திராவிடில் அவன் அவளை ஒரேயடியாகத் தீர்த்திருப்பானோ என்றெல்லாம் பலவாறான சிந்தனை அவனை ஆட்கொண்டது.

32

விளைந்து முற்றிய வேர்க்கடலை வயல்கள் நிலவொளியில் விரிந்து கிடந்தன. தரையிலிருந்து உயரமாக எழுப்பப்பட்டிருந்த பரண் மீது கம்பத்தின் வழியாக ஏறிய குண்டா கால்களை குறுக்காக மடித்து அமர்ந்து கொண்டான். அவனுடைய ஆயுதங்கள் அவனருகில் கிடந்தன. அவற்றுடன் ஒரு கோடாரியும் இருந்தது. அடுத்த நாள் தனது முரசிற்கான கட்டுமானத்திற்குத் தகுந்த மரம் ஒன்றை வெட்டுவதற்குத் திட்டமிட்டிருந்தான். கீழே வேட்டை நாய் வயல்வெளியில் மோப்பம் பிடித்தபடி அங்குமிங்குமாக அலைந்து கொண்டிருந்ததைக் கவனித்தான். சில ஆண்டுகளுக்கு முன்பு, அவன் காவல் பணியில் ஈடுபட்ட முதல் சில மாதங்களின் போது, புல்வெளியில் ஊர்ந்து திரிந்த எலிகளை தனது குத்தீட்டியால் குத்தி வேட்டையாடியது நினைவுக்கு வந்தது. காவல் பணியில் போதிய திறன் பெற்று கண்களும் காதுகளும் பக்குவமடையும் வரை கண்களில் பட்ட நிழல்களெல்லாம் குரங்குகளாகவும், குரங்குகள் சிறுத்தைகளாகவும், சிறுத்தைகள் பரங்கியராகவும் தோற்றமளித்தன. ஆனால், விரைவிலேயே சிங்கத் தினுடைய கர்ஜனைக்கும் வேங்கையினுடைய உறுமலுக்குமுள்ள வேறுபாட்டை அவனால் கண்டு கொள்ள முடிந்தது. இருப்பினும், நெடிய இரவுப் பொழுது முழுவதும்

விழிப்புணர்வுடன் காவல் காத்து நிற்பதற்குப் பழகிக் கொள்ள நீண்ட காலம் பிடித்தது. அவனுடைய சிந்தனைகள் எப்பொழுதும் உள்நோக்கித் திரும்பி விடுவதுண்டு. அந்தச் சமயங்களில் தான் இருந்த இடத்தையும் ஆற்ற வேண்டிய பணியையும் மறந்து விட்டு உட்குவிந்த சிந்தனையில் ஆழ்ந்தான். ஆனால், ஒருவாறாக, மூளையின் ஒரு பகுதியையாவது கடமையில் விழிப்புடன் ஈடுபடுத்துவதற்குக் கற்றுக் கொண்டான். அப்பொழுதும் கூட எஞ்சிய மூளைக்கூறு தனிப்பட்ட எண்ணங்களில் ஆழ்ந்துவிடத் தவறியதில்லை.

அன்றிரவு, முதியோர் பேரவை அவனுடைய நண்பர்களுக்கு கைம்பெண்களுடன் நட்புறவு கொள்வதற்கு ஒப்புதல் அளித்ததைப் பற்றி சிந்தித்துக் கொண்டிருந்தான். பல மாதங்களாக அவர்கள் இருவரும் தமது கோரிக்கையை பேரவையின் முன் வைக்கப் போவதாகச் சொல்லிக்கொண்டிருந்தனர். ஆனால், ஒருவரும் நம்பவில்லை. தற்பொழுது அது நடந்தே விட்டது. ஒருவேளை, அந்தக் கணத்தில் கூட அவர்கள் இருவரும் கைம்பெண்களுடன் படுக்கையில் தமது நட்புறவினைக் கொண்டாடிக் கொண்டிருக்கலாம்! குண்டாவின் உடல் நிமிர்ந்தது. அந்தக் காட்சியை மனக்கண்ணில் காண முற்பட்டது.

பெண்ணின் ஆடைகளுக்குக் கீழே தான் செய்ததை குண்டாவினுடைய நண்பனொருவன் அரட்டை அடித்துக் கொண்டிருந்த போது சொன்னதன் மூலம் தான் முதன்முதலாகத் தெரிந்து கொண்டான். அவனுக்குத் தெரியும்! பெண்களின் தந்தைமார் திருமணத்தின் போது சிறப்பான பரிசப்பணம் பெற வேண்டுமானால் அவர்களுடைய கன்னிமைக்கு உறுதியளிக்க வேண்டும். பெண்களுடன் தொடர்புடைய குருதிக்கறை பற்றிய செய்திகளெல்லாம் கூட அவன் அறிந்திருந்தான். ஒவ்வொரு மாதமும் அவர்களுக்குக் குருதிப்போக்கு நிகழ்ந்தது; மகப்பேற்றின் போதும் நிகழ்ந்தது; திருமணமான முதல் இரவிலும் நிகழ வேண்டும். திருமணம் முடிந்த முதல் இரவில் மணமக்கள் வெண்ணிறப் படுக்கை விரிப்பின் மீது படுத்திருப்பர். மறுநாள் மணமக்களுடைய தாயார் இருவரும் அந்த வெண்ணிறப் படுக்கை விரிப்பை பின்னப்பட்ட கூடை ஒன்றில் எடுத்துப் போடுவர். அதில் குருதி படிந்திருந்தால் மணப்பெண்ணின் கன்னிமை நிரூபிக்கப்பட்டதாக அவர்கள் இருவரும் மதகுருவிடம் தெரிவிப்பர். அல்லாவின் ஆசி புதுமணமக்களுக்குக் கிடைத்துவிட்டதாக கிராமத்தினருக்கு அவர் பறைசாற்றுவார். வெண்ணிறத் துணியில் குருதிக்கறை தென்படாவிட்டால், கோபமாக குடிசையை விட்டு வெளியேறும் கணவன் இருவருடைய தாயார்களையும் சாட்சியாக வைத்து இந்த இடத்திலேயே மும்முறை ‘உன்னை ஒதுக்கி விட்டேன்’ என்று சொல்லி மணமுறிவு பெற்றுக் கொள்வான். அந்த வழக்கத்தை அனைவரும் அறிந்திருந்தனர். குண்டாவுக்கும் தெரியும்.

ஆனால், அவனுடைய நண்பர்கள் ஏற்படுத்திக் கொண்ட உறவில் அதுபோன்ற சடங்குகள் இல்லை. அவ்வுறவில் புதிய ஆடவன் தான் விரும்பிய கைம்பெண்ணுடன் உறங்கிக் களித்தான். அவளும் அவனுக்குத் தேவையான உணவுவகைகளைச் சமைத்துக் கொடுத்தாள். முந்தைய மாலை வேளையில் பேரவைக் கூட்டம் முடிந்து, மக்களெல்லாம் நெருக்கியடித்துக் கொண்டு களைந்து சென்ற போது,

ஜின்னா மிபாகி தன்னுடைய எண்ணங்களை வெளிப்படுத்தும் விதமாக அவனைப் பார்த்த விதத்தை சற்றே நினைவுபடுத்திக் கொண்டான். அவனையறியாமலே விழித்துக் கொண்ட அவனுடையதைக் கையால் கசக்கிவிட்டது நினைவுக்கு வந்தது. தன்னுள் எழுந்த வலிய வேட்கையை அடக்கிக் கொண்டான். ஏனெனில், மேற்கொண்டு அதனை ஏதேனும் செய்தாளென்றால், அவளுடைய விருப்பத்திற்கு அவனும் இடம் கொடுத்ததாக ஆகிவிடுமல்லவா! அதனை நினைத்துப் பார்க்கவே அருவருப்பாக இருந்தது. அவளுடன் ஒட்டுறவு கொள்வதற்கு விரும்பவில்லை என்று தனக்குத் தானே சொல்லிக் கொண்டான். ஆனால், அவனும் முழு ஆம்பிளை ஆகிவிட்டானல்லவா? ஒவ்வொரு இரவிலும் வேட்கை எழுந்த போதெல்லாம் திருமணமற்ற பெண்ணுறவைப் பற்றி எண்ணமிடலானான். பேரவை முதியவர்களே அத்தகைய உறவில் ஆண் ஒருவன் வெட்கமடைய ஏதுமில்லை என்று வெளிப்படுத்தி விட்டனர்.

தங்க வேட்டைப் பயணத்திலிருந்து லேமினுடன் திரும்புகையில் ஒரு கிராமத்தைக் கடந்த போது பார்த்த சில பெண்கள் பற்றிய நினைவு குண்டாவிற்குத் தோன்றியது. பத்துப் பெண்களைக் கண்டான். அவர்கள் அனைவருமே அழகாக இருந்தனர்; கவின்மிகு கறுப்பு மேனி; அதனுடன் ஒட்டிக் கொண்டிருந்த ஆடை; வண்ண, வண்ண முத்து மாலைகள்; நிமிர்ந்த மார்பகங்களுக்கு மேல் கழுத்தணிகள்; சுருள், சுருளாக தலையை ஒட்டிப் பின்னப்பட்டிருந்த சிகை அழகு! அவர்களைக் கடந்த போது அவர்கள் நடந்து கொண்ட விதமே தனி அழகு! அதனைப் புரிந்து கொள்ளவே அவனுக்குச் சற்று நேரம் பிடித்தது! அவன் அவர்களைப் பார்த்த போது அவர்கள் பார்வையை வேறு திசையில் திருப்பியதும் அவன் பார்க்காத சமயத்தில் அவனையே கண்கொட்டாமல் பார்த்ததும்! ஐயமே இல்லை! அவர்களுக்கு அவன் மீது ஆர்வமில்லை என்று சொல்வதற்கில்லை! அவர்கள் மீது அவன் ஆர்வம் கொள்ள வேண்டுமென்று விரும்பினர்!

“பொம்பளைகளே குழப்பவாதிகள்!' அலுத்துக் கொண்டான். ஜுஃப்யூர் கிராமத்தில் பெண்கள் எவரும் அவனைப் பார்த்தும் பார்க்காமல் நடந்து கொள்கிற அளவுக்குக் கூட அவனிடம் கவனம் செலுத்தியதில்லை. அவனைப் பற்றிய உண்மைகள் அவர்களுக்குத் தெரிந்திருந்தது ஒருவேளை காரணமாக இருக்குமோ? அவன் தனது தோற்றத்தைக் காட்டிலும் வயதில் குறைந்தவன். பெண்கள் ஆர்வம் காட்டுகின்ற அளவிற்குப் பெரியவனல்ல. ஒருவேளை அந்தக் கிராமத்துப் பெண்கள், பொடியன் ஒருவனை உடன் அழைத்துக் கொண்டு பயணம் செய்யக் கூடிய ஆள் இருபது அல்லது இருபத்தைந்து வயதுடையவராக இருக்க வேண்டும் என்று நம்பியிருப்பர். அவனுக்கோ வயது பதினேழு! உண்மை தெரிந்திருந்தால், அவர்களும் அவனைப் புறக்கணித்திருக்கக் கூடும்! ஆனாலும், அவன் மிகவும் இளையவன் என்று தெரிந்தும் கைம்பெண் ஒருத்தி நாடுகிறாளே! திருமண வயதை எட்டாதிருப்பது கூட நல்லது தான்! குண்டாவின் சிந்தனை திசை திரும்பியது. அப்படியிருந்தால், ஜுஃப்யூர் கிராமப் பெண்டிர் அந்தக் கிராமப் பெண்களைப் போல நோட்டமிடத் தொடங்கியிருப்பர். அவர்களுக்கெல்லாம் ஒரே ஒரு நினைவு தான், திருமணம்! ஜின்னா மிபாகி போன்ற கைம்பெண்களைப் பொறுத்த வரை திருமண மற்ற உறவுக்கு அப்பால் கூடுதலாக எதையும்

எதிர்பார்க்க மாட்டார்கள்! உடன் உறங்குவதற்கும் சமைத்துப் போடுவதற்கும் பெண் கிடைக்கும் போது ஆணொருவன் ஏன் திருமணம் செய்து கொள்ள வேண்டும்? ஏனெனில், திருமணத்தின் மூலம் தான் ஒருவன் பிள்ளைகளைப் பெற முடியும். அது தான் சிறந்தது. உலகத்தைப் பற்றி ஓரளவேனும் புரிந்து கொள்வதற்கு முன்னர், தந்தையிடமிருந்தும், ஆசானிடமிருந்தும், பயிற்றுநரிடமிருந்தும் கற்றுக் கொண்டதற்கு அப்பால், அவனுடைய பெரியப்பாக்களைப் போல, தானாகத் தேடி பல செய்திகளை அறிந்து கொள்வதற்கு முன்பு, பிள்ளைகளைப் பெற்றால் அவர்களுக்கு எதைச் சொல்லிக் கொடுக்க முடியும்?

அவனுடைய பெரியப்பாக்களுக்கு அவனுடைய தந்தையைக் காட்டிலும் வயது கூடுதலாக இருந்த போதிலும், அவர்கள் இன்னமும் திருமணம் செய்து கொள்ளவில்லை. அவர்களுடைய வயதை ஒத்தவர்கள் இரண்டாவது மனைவியைக் கூடத் தேடிக் கொண்டனர். ஓமோரோ இரண்டாவது மனைவியைத் தேடிக் கொள்ள முற்படுவாரா? அந்த எண்ணம் தோன்றியதும் குண்டா திக்கித்துப் போனான்; நிமிர்ந்து உட்கார்ந்தான். அவ்வாறு நடந்து விட்டால் அவனுடைய தாய் அதனை எப்படி சகித்துக் கொள்ளப் போகிறாளோ? பரவாயில்லை, அம்மா தானே மூத்த மனைவி! அவளுக்குக் கடுமையான வேலைகளைக் கொடுத்துக் கணவருடன் தனக்குரிய உரிமையைப் பெற்றுக் கொள்வாள்! இரண்டு மனைவியருக்குமிடையே சண்டை ஏற்படுமா? இல்லை, பின்டா பயிற்றுநருடைய மூத்த மனைவியைப் போல நடந்து கொள்ள மாட்டாள். அவள் அவருடைய இளைய மனைவிமார்களை எப்பொழுதும் திட்டி, சண்டையிட்டுக் கொண்டே இருந்தாள். அவர்களுக்கு ஓயாமல் தொல்லை கொடுத்து அவரை அமைதியிழக்கச் செய்தாள்.

குண்டா மடித்திருந்த கால்களை நீட்டி, மரத்துப்போகாமலிருக்க பரணிலிருந்து தொங்கவிட்டுக் கொண்டான். அவனுடைய வேட்டை நாய் கீழே சுருண்டு படுத்திருந்தது. அதனுடைய மென்மையான இளம்பழுப்பு நிற மயிர் நிலவொளியில் பளபளத்தது. ஆனால், அவனுக்குத் தெரியும்! அது தூங்குவது போலத் தான் தோன்றியது. இரவு நேரத்தின் அமைதியான காற்றில் மிதந்து வந்த ஏதேனும் வாடையையோ, ஒலிக்குறிப்பையோ மோப்பம் பிடித்துவிட்டதென்றால், உடனே நான்கு கால் பாய்ச்சலில் ஓடிச் சென்று வேர்க்கடலை வயல்களில் பின்னிரவு நேரங்களில் புகுந்த குரங்குகளைத் துரத்தியடித்து விடும். காவல் பணியின் போது, ஒவ்வொரு இரவிலும் பலமுறை அவன் தன்னுடைய சிந்தனையிலிருந்து உடலை உலுக்கி விடுபட்டதுண்டு. தொலை தூரத்திலிருந்து உறுமல் ஓசை திடீரென்று புறப்பட்டது. ஒரு பெரும்பூனை குரங்கு ஒன்றின் மீது பாய்ந்து, குரங்கினுடைய இரைச்சல் ஓலமாக மாறி திடீரென்று அடங்கிவிட்டதென்றால் அது தப்பிக்கவில்லை என்று பொருள்!

ஆனால், அன்று, குண்டா பரணின் ஓரத்தில் அமர்ந்து வயல்களைக் கண்காணித்துக் கொண்டிருந்த போது சுற்றும் முற்றும் அமைதியாகத் தான் இருந்தது. உண்மையில், உயரமாக வளர்ந்து நின்ற புல்வெளிகளுக்கு அப்பால், மாட்டு மந்தைகளைக் காத்து நின்ற ஃபுலானி இனத்தவர் கழுதைப்புலி போன்ற

காட்டு விலங்குகளைத் துரத்துவதற்காகப் பாய்ச்சிய விளக்கின் ஒளி தான் உயிர்வாழ்க்கைக்கான ஒரே அடையாளமாகத் திகழ்ந்தது. மாட்டு மந்தைகளைப் பேணிக் காப்பதில் ஃபுலானி இனத்தவர் பெரும் பெயர் பெற்றவர்கள். தமது மந்தைகளுடன் அவர்கள் பேசுவார்களாம்! மந்தைகளைப் பராமரித்ததற்கான கூலியாக பசுக்களின் கழுத்திலிருந்து நாள்தோறும் சிறிதளவு குருதியை எடுத்து அதனைப் பாலுடன் சேர்த்துப் பருகினர் என்று குண்டாவிடம் ஓமோரா கூறியிருந்தார். மிகவும் வினோதமான மக்கள் என்று குண்டா நினைத்தான். அவர்கள் மாண்டிங்கர் இனத்தைச் சேர்ந்தவரல்லர் என்ற போதிலும் அவர்களும் காம்பியாப் பகுதியில் காலங்காலமாக வாழ்ந்தனர். அவனுடைய மண்ணின் எல்லைகளுக்கு அப்பால் பெரிதும் வினோதமான மக்களையும் பழக்க, வழக்கங்களையும் காண முடிந்தது.

லேமினுடன் தங்க வேட்டைக்குச் சென்று திரும்பிய பின் ஒரு மாத காலத்திற்குள், குண்டாவின் மனம் மீண்டும் மலைப் பாதைகளின் வழியாகப் பயணம் மேற்கொள்ள வேண்டுமென்று அலைபாய்ந்தது. இம்முறை அது உண்மையான சாகசப் பயணமாக இருக்க வேண்டுமென்று எண்ணினான். வேர்க்கடலை மற்றும் சிறுதானியவகைப் பயிர்களின் அறுவடை முடிந்தவுடன் அவனுடைய பருவத்து ஆண்கள் எங்கேனும் பயணம் செல்வதெனத் திட்டமிட்டிருந்தனர். ஆனால், அவர்கள் வெகு தொலைவு செல்லத் துணிய மாட்டார்கள். குண்டாவினுடைய கண்களும் கால்களும் தொலை தூரத்திலிருந்த மாலிப் பகுதியை நாடின. ஓமோரோவும் அவனுடைய பெரியப்பாக்களும் கூறியபடி, முந்நூறு நானூறு ஆண்டுகளுக்கு முன்பு அங்கே தான் கின்டே இனக்குழு தோன்றியது. நெருப்பினை அடக்கி ஆண்டு, போர்களில் பயன்படுத்தப்பட்ட போர்க்கருவிகளையும் உழவுத் தொழிலை எளிமையாக்கிய வேளாண் கருவிகளையும் வடித்துக் கொடுத்த கருமான்களாகிய அவனுடைய மூதாதையர் அங்கே பெரும் பேருடனும் புகழுடனும் வாழ்ந்ததை நினைவுபடுத்திக் கொண்டான். அவர்களுடைய வழித்தோன்றல்களும் அவர்களைச் சார்ந்து உழைத்தவர்களும் கின்டே குடும்பத்தின் பெயரைத் தமது பெயருடன் தக்கவைத்துக் கொண்டனர். அந்த இனக்குழுவிலிருந்து சிலர் மௌரெடேனியாவுக்குப் புலம் பெயர்ந்தனர். அது தான் புனிதமனிதராகத் திகழ்ந்த, குண்டாவின் பாட்டனாருடைய பிறப்பிடம்.

ஆகவே, அவனாகவே வெளிப்படுத்தும் வரை, ஓமோரோ உட்பட எவரும் அறிந்து கொள்ளாத வகையில் மிகவும் கமுக்கமாக ஆசானுடன் கலந்தாலோசித்து மாலிக்குச் செல்வதற்கு ஏதுவான மிகச்சிறந்த வழித்தடத்தை அறிந்து கொண்டான். புழுதியில் தோராயமான வரைபடத்தை வரைந்து அவனுடைய விரலைப்பிடித்து ஒவ்வொரு இடமாகக் காட்டி ஆசான் தடத்தை விளக்கினார். கேம்பி நதியின் கிளைவாய்க்காலின் கரையை ஒட்டி அல்லாவைத் தொழுவதற்கான திசையில் ஆறு நாள் பயண தூரத்தில் சாமோத் தீவு இருந்தது. அதற்கு அப்பால், நதி குறுகலாகி, இடது பக்கம் திரும்பி பாம்பு போல வளைந்தும் நெளிந்தும் சென்று குழப்பமடையச் செய்கிற விதத்தில் பல கிளைகளாகப் பிரிந்து பின்னர் நதியாக விரிவடைந்தது. அதனையொட்டி இருபுறமும் மாந்தோப்புகளில் மரங்கள் பத்து ஆள் உயரத்திற்கு அடர்த்தியாக வளர்ந்து நின்றதால் கரைகள் தென்பட

மாட்டா. ஆற்றின் கரைகள் தென்படக் கூடிய இடத்தில் குரங்குக் கூட்டங்களும், நீர்யானைகளும், பூதங்களைப் போன்ற முதலைகளும், ஐநூறுக்கும் மேற்பட்ட வாலில்லாப் பெரிய வகைக் குரங்குக் கூட்டமும் நிறைந்திருந்ததாக ஆசான் கூறினார்.

அத்தகைய கடினமான பாதையில் இரண்டு அல்லது மூன்று நாள் பயண தூரத்தில் இரண்டாவது மிகப்பெரிய தீவு இருந்தது. அங்கே நதியின் கரைகள் தாழ்ந்தும் சகதியாகவும் இருந்தன. தொடர்ந்து புதர்களும் சிறு மரங்களும் அடர்ந்திருந்த கரைகள் குன்றுகளாக உயர்ந்திருந்தன. நதியை நோக்கி வளைந்த பாதையின் வழிநெடுகிலும் பான்சாங், கரந்தாபா, தியாபுகு கிராமங்கள் இருந்தன. அதன் பின்னர், விரைவிலேயே காம்பியாவின் கிழக்கு எல்லையைக் கடந்து ஃபுல்லாடு ஆட்சிப்பகுதிக்குள் நுழைந்து அரைநாள் நடந்து சென்றால் ஃபாடோடோ கிராமத்தைக் காணலாம். குண்டா தனது பையைத் திறந்து ஆசான் அவனுக்குக் கொடுத்த துண்டு தோலை எடுத்தான். அதில் ஃபாடோடோ கிராமத்தில் வசித்த, ஆசானுடைய நண்பர் பெயர் எழுதப்பட்டிருந்தது. அடுத்துப் பன்னிரெண்டு பதினான்கு நாட்கள் பயணம் செய்து செனெகல் பகுதியை அடைவதற்கான வழித்தடத்தை அவர் தெரிவிப்பார் என்று ஆசான் கூறியிருந்தார். அதற்கும் அப்பால் குண்டா சென்றடைய வேண்டிய மாலிப் பகுதி இருந்தது. அப்பகுதியின் முகாமையான இடத்தின் பெயர் கா—பா. அங்கு சென்று திரும்புவதற்கு பயண காலம் மட்டுமே ஒரு மாதத்திற்கும் கூடுதலானது. மாலியில் குண்டா எத்தனை நாட்கள் தங்கப் போகிறான் என்பது அவனுடைய விருப்பம்.

தனது குடிசையின் புழுதித் தரையில் வழித்தடத்தைப் பலமுறை வரைந்து மனத்தில் பதிய வைத்துக் கொள்ள முற்பட்டான். பின்டா அவனுக்கு உணவு கொணர்ந்த வேளைகளில் அதனை அழித்து விட்டான். தற்பொழுது, வேர்க்கடலை வயல்வெளியில் பரண் மீது உட்கார்ந்திருந்த போது கூட அவனால் அதனை மனக்கண்முன் கொண்டு வந்து நிறுத்த முடிந்தது. வழிநெடுகிலும் மாலியிலும் அவனுக்குக் காத்திருந்த வீர சாகச அனுபவங்களை எண்ணிக் களித்த அவனால் ஆவலை அடக்க முடியவில்லை. லேமினிடம் சொல்லிவிடத் துடித்தான். அவனுடன் தனது இரகசியங்களைப் பகிர்ந்து கொள்ள வேண்டும் என்பதற்காக மட்டுமின்றி அவனையும் தன்னுடன் அழைத்துச் செல்வதென்று தீர்மானித்திருந்தான். முந்தைய பயணத்தைப் பற்றித் தன்னிடம் லேமின் பெருமையாகப் பேசியதை எண்ணிப் பார்த்தான். அத்துடன், அந்தக் காலக்கட்டத்தில் அவனும் இளந்தாரிப் பயிற்சி முடித்து அனுபவம் பெற்றவனாகிவிட்டபடியால் பயணத்தின் போது வழித்துணையாக வருவதற்கு முழுத்தகுதியுடையவன். அவனை அழைத்துச் செல்ல குண்டா முடிவெடுத்ததற்கு மற்றொரு அழுத்தமான காரணமும் உண்டு. அதனை ஒப்புக் கொள்ளத்தான் வேண்டும். அவனுக்கு ஒரு வழித்துணை தேவைப்பட்டது.

குண்டா தனக்குத் தானே சிரித்தபடி இருளில் அமர்ந்திருந்தான். செய்தியைத் தெரிந்து கொண்ட போது லேமினின் முகம் எப்படியிருக்கும் என்று கற்பனை செய்தான். ஏதோ அப்பொழுது தான் அந்த எண்ணம் அவனுக்குத் தோன்றியதைப்

போல தற்செயலாக அவனுக்குத் தகவல் தெரிவிக்கத் திட்டமிட்டிருந்தான். ஆனால், அதற்கு முன்பு ஓமோரோவிடம் அதைப் பற்றிப் பேச வேண்டும். தற்பொழுது அவர் தேவையற்ற கவலை கொள்ள மாட்டார் என்பது அவனுக்குத் தெரியும். சொல்லப் போனால், பெரிதும் மகிழ்ச்சியடைவார். பின்டாவும் கூடச் சற்றே வருத்தமடைவாள் என்ற போதிலும் முன்பு போல அழுது, அரற்றி ஊரைக் கூட்டமாட்டாள். முன்பு கொணர்ந்த தங்கத்துகள் அடங்கிய இறகுகளைக் காட்டிலும் அவள் பெரிதும் மதிக்கக் கூடிய எந்தப் பொருளை அவளுக்காக மாலியிலிருந்து கொண்டு வரலாம் என்கிற சிந்தனையில் ஆழ்ந்தான். நேர்த்தியாக வடிவமைக்கப்பட்ட பானைகள்; அழகிய துணிவகை! ஓமோரோவும் அவனுடைய பெரியப்பாக்களும் கின்டே வழிப் பெண்டிர் பானைகள் வனைவதிலும் அழகழகான வடிவமைப்புகள் கொண்ட துணிகளை நெய்வதிலும் புகழ் பெற்றவர்கள் என்று சொல்லக் கேட்டிருந்தான். அங்குள்ள கின்டே மரபுப் பெண்கள் இன்னமும் கூட அது போன்ற பொருட்களை உருவாக்கக் கூடும்!

மாலியிலிருந்து திரும்பிய பின்னர், அடுத்து வரக் கூடிய ஆண்டில், மற்றுமொரு பயணம் மேற்கொள்ள வேண்டும் என்று குண்டாவிற்குத் தோன்றியது. எல்லையற்ற மணற் பரப்பிற்கு அப்பால் நெடுந்தொலைவு அவன் மேற்கொள்ள ஆவல் கொண்டான். அங்கு முதுகில் மூட்டைகளாக நீரைச் சுமந்து திரிகிற வினோதமான விலங்கினத்தைக் காணலாம் என்று அவனுடைய பெரியப்பாக்கள் கூறியதை நினைவு கூர்ந்தான். கலீலு கொண்டேயும் செஃபோ கேளாவும் வேண்டுமானால் அந்த அருவருப்பான கைம்பெண்களுடன் கூடிக் களிக்கட்டும்! குண்டா கின்டே ஆகிய அவன் மெக்காவுக்குப் புனிதப் பயணம் செல்ல வேண்டும்! அந்தப் புனித நகரம் இருந்த திசையை நோக்கிப் பார்வையை ஓட்டிய போது, வயல்களினூடே தொலைவில் புள்ளியாக மஞ்சள் ஒளி கண்களில் பட்டது. ஃபுலானி இடையர்கள் தமது காலை உணவு தயாரிக்கத் தொடங்கி விட்டனர். கீழை வானில் செம்பரிதியின் ஒளிக்கதிர் தோன்றியதைக் கூட குண்டா கவனிக்கவில்லை!

ஆயுதங்களை எடுத்துக் கொண்டு கிராமத்திற்குத் திரும்புவதற்குப் புறப்பட்ட போது, கோடாரி கண்ணில் பட்டது. தனது முரசின் கட்டுமானத்திற்கான மரத்தை வெட்ட வேண்டுமென்கிற எண்ணம் நினைவிற்கு வந்தது. மிகவும் களைப்பாக இருந்ததால் மறுநாள் பார்த்துக் கொள்ளலாம் என்று கருதினான். ஏற்கனவே, காவல் பணிக்காக, ஊரிலிருந்து காட்டிற்குச் செல்லும் பாதையில் பாதித் தொலைவைக் கடந்து விட்டான். அப்பொழுது விட்டுவிட்டால் அடுத்து காவல் பணிக்காகச் செல்கின்ற போது தான் மரத்தை வெட்ட முடியும். அதற்கு மேலும் பன்னிரெண்டு நாள் இடைவெளி இருந்தது. அத்துடன், களைப்பைக் காரணம் காட்டி எடுத்த பணியை நிறைவேற்றாமல் விடுவது இளந்தாரிக்கு அழகல்ல. கால்களை அசைத்துப் பார்த்தான். அவை மரத்துப் போனதாகத் தோன்றவில்லை. பரணிலிருந்து கம்பத்தின் வழியாகக் கீழிறங்கினான். குதூகலமாகக் குரைத்துக் கொண்டும் வாலை ஆட்டிக் கொண்டும் வேட்டை நாய் காத்திருந்தது. அதிகாலைத் தொழுகைக்காக மண்டியிட்டு எழுந்தான்; உடலை நீட்டி வளைத்து சோம்பல் முறித்தான்; காலைநேரக் குளிர்காற்றை ஆழமாக உள்ளிழுத்தான்; ஆற்றங்கரையை நோக்கிப் பாய்ந்து சென்றான்.

33

ஓடிக்கொண்டிருந்தான். காட்டுப் பூக்களின் நறுமணம் அவனுடைய மூக்குத் துளைகளை நிறைத்துக் கொண்டிருந்தது. காலைக் கதிரவனின் ஒளியில் மின்னிய பனித்துளிகளின் வழியாக ஓடியபோது அவனுடைய கால்கள் நனைந்து கொண்டிருந்தன. இரையைத் தேடிய பருந்துகள் மேலே வட்டமிட்டுக் கொண்டிருந்தன. வயல்களை ஒட்டிய பள்ளங்கள் சொரித்தவளையின் கூச்சலால் தாமும் உயிர்த்திருந்ததாகப் பறைசாற்றின. ஒரு மரத்தின் கிளைகளில் பளபளத்த கறுப்பு இலைகளாக நிறைந்திருந்த கரும்பறவைக் கூட்டத்தைக் கலைத்து விடாமலிருப்பதற்காக அதிலிருந்து ஒதுங்கி ஓடினான். ஆனால், அவன் அவ்வளவு அக்கறை எடுத்திருக்க வேண்டியதில்லை! ஏனெனில், சற்று நேரத்தில், நூற்றுக்கணக்கான காகங்கள் சினங்கொண்டு கரைந்து கரும்பறவைகளை அவற்றின் ஓய்விடத்தி லிருந்து துரத்தியடித்ததைக் கண்டான்.

ஓடிக்கொண்டே வேகமாக மூச்சை இழுத்தான். மாந்தோப்பிலிருந்து நறுமணம் காற்றை நிறைத்தது. தாழ்வான புதர்கள் ஆற்றங்கரையிலிருந்து வெகு தொலைவு வரை அடர்ந்து கிடந்தன. அவனைக் கண்டு விட்டன போலும்! திடீரென பன்றிகளின் நறநறப்பொலி கிளம்பியது. அதனைக் கேட்ட வாலில்லா பெருங்குரங்குகள் கூச்சலிட்டு

ஓடத் தொடங்கின. ஆண்குரங்குகள் பெண்குரங்குகளையும் குட்டிகளையும் பாதுகாப்பாகத் தம்முடன் அழைத்துச் சென்றன. பொடியனாக இருந்த போது அவற்றைப் போலவே பாவனை செய்து கூச்சலிட்டு, மேலும் கீழும் குதித்து அவற்றிற்கு எரிச்சலூட்டினான். அவை தமது முட்டிகளை அசைத்துக் காட்டியதுடன் கற்களைத் தூக்கி எறிந்தன. தற்பொழுது அவன் சிறுவனல்ல. அல்லாவின் படைப்பான அனைத்து உயிரினங்களையும், தன்னைப் பிறர் மதிக்க வேண்டும் எனக் கருதுவதைப்போல தானும் மதித்து நடத்த வேண்டும் என்பதை அறிந்து கொண்டான்.

வானத்தில் வெள்ளலைகள் எழுந்தன. நாரைகள், கொக்கினங்கள், நீர்க்கோழிகள் போன்ற பறவை இனங்கள் உறக்கத்திலிருந்து விழித்து அப்பொழுதுதான் சிறகுகளை விரித்து காற்றில் படபடத்தன. குண்டா ஆற்றங்கரையை நோக்கி மாந்தோப்புகளினூடே பாதையைத் துழாவியபடி விரைந்தான். முன்னால் ஓடிக்கொண்டிருந்த வேட்டை நாய் தண்ணீர்ப் பாம்புகளையும் பெரிய செம்பழுப்பு நிற ஆமைகளையும் சேற்றுப் பகுதியிலிருந்து நீருக்குள் துரத்தியடித்தது. நீரில் அலைகளைக் கூட எழுப்பிவிடாதவாறு மிகவும் கமுக்கமாக அவை நீருக்குள் சென்றன.

இரவு நேரக் காவல் பணிக்குப் பிறகு, அப்பகுதிக்கு அவன் விரும்பிய போதெல்லாம் சென்றதுண்டு. அன்று ஆற்றங்கரையின் விளிம்பில் நின்று இளம் பச்சை நீர்ப்பரப்பிற்கு மேலே குத்தீட்டியால் தொட்டுவிடும் உயரத்தில் பறந்து கொண்டிருந்த மீன்கொத்திப் பறவையைக் கவனித்துக் கொண்டிருந்தான். தனது சிறகுகளைக் கீழ் நோக்கி அடித்த போதெல்லாம் நீர்ப்பரப்பில் சிற்றலைகள் தோன்றி விரிந்தன. அந்தப் பகுதியில் மிகவும் சுவையான குஜாலோ மீன்கள் அதிகமாகக் கிடைத்தன. அவற்றைப் பிடித்து கொண்டு போய் அம்மாவிடம் கொடுத்தான். அதனை அவள் வெங்காயம், தக்காளியுடன் சேர்த்துச் சமைத்து சோற்றுடன் பரிமாறினாள். காலை உணவுக்காக ஏங்கிக் கொண்டிருந்த வயிறு அந்த எண்ணம் தோன்றியவுடன் மேலும் பசித்தது.

நீரோட்டத்தின் போக்கில் சற்று தொலைவு சென்று, விலகித் திரும்பிச் சென்ற பாதையில் தொன்மையானதொரு ஆலமரத்தை நோக்கி நடந்தான். எண்ணற்ற முறை அங்கு சென்றிருந்ததால், அந்த மரத்திற்கு அவனையும் அவனுக்கு அந்த மரத்தையும் நன்கு தெரியும் என்பது அவனுடைய எண்ணம். மிகத் தாழ்ந்திருந்த கிளை ஒன்றில் தாவி, அவன் எப்போதும் விரும்பி அமர்ந்து கொள்ளக் கூடிய உயரத்தை அடைந்தான். சூரியனின் இளம்வெப்பம் முதுகுக்கு இதமளித்துக் கொண்டிருந்த அந்தக் காலையின் தெளிவில் கிளை நதியின் அடுத்த வளைவு வரை அங்கிருந்து அவனால் பார்க்க முடிந்தது. அவ்வளவு தூரமும் வண்ண, வண்ணக் கமபளம் விரித்தாற் போல, நீர்க்கோழிகள் மிக நெருக்கமாக இன்னமும் உறங்கிக் கொண்டிருந்ததைக் கண்டான். அதற்கும் அப்பால் கிராமத்துப் பெண்டிருடைய நெல் வயல்களும் குழந்தைகள் உறங்குவதற்காகவும் அவர்களுக்குப் பால் கொடுப்பதற்காகவும் அமைக்கப்பட்டிருந்த மூங்கில் மறைப்புகளும் தென்பட்டன. அவன் குழந்தையாக இருந்த போது அவற்றில் எந்தக் குடிலுக்குள் அவனுடைய

தாய் அவனுக்கு ஊட்டியிருப்பாள்! அவனுக்குத் தெரிந்த இடங்களிலேயே அந்த இடம் தான் அதிகாலைப் பொழுதில் அவனுக்கு அமைதியையும் வியப்பையும் ஏற்படுத்தியது. கிராமத்து மசூதியைக் காட்டிலும் அந்த இடத்தில் அல்லாவின் திருக்கரங்களால் படைக்கப்பட்ட ஒவ்வொருவரும் ஒவ்வொன்றும் முழுமை பெற்றிருந்ததாக உணர்ந்தான். அந்த மர உச்சியிலிருந்து அவன் பார்த்த, கேட்ட, நுகர்ந்த ஒவ்வொன்றும் மனித நினைவுக்கும் எட்டாத காலம் வரை நீடித்து நிலைத்திருப்பன; அவனுடைய மகன்கள், அவனுடைய மகன்களின் மகன்கள் மூதாதையரைச் சென்றடைந்த பின்னரும் கூட அவை நீடித்திருப்பன.

நீர்ப்போக்கிலிருந்து விலகி சூரியனுடைய திசையில் மேலும் சற்று நேரம் நடந்து, ஆளுயரப் புற்கள் சூழ்ந்திருந்த காட்டுப் பகுதியை அடைந்தான். அங்கு தன்னுடைய முரசின் உடற் கட்டுமானத்திற்குத் தேவையான சரியான அளவு மரத்துண்டினை வெட்டி எடுக்கவிருந்தான். பச்சை மரம் அப்பொழுதிலிருந்து உலரத் தொடங்கியதென்றால் ஒன்றரை மாத காலத்திற்குள், உள்ளீடுகளைத் தோண்டி எடுத்து முரசு தயாரிப்பதற்கு ஏற்ற பக்குவத்தை அடைந்து விடும். அவனும் தான் மேற்கொள்ளத் திட்டமிட்டிருந்த மாலி பயணத்திலிருந்து திரும்பி விடுவான். அந்த மரத்தோப்பிற்குள் கால் வைத்த போது, திடீரென ஏதோ ஒன்று அசைந்ததை ஓரக்கண்ணால் கண்டான். முயல்! வேட்டை நாய் அதனைத் துரத்திக் கொண்டு ஓட, அது புல்வெளிக்குள் ஒளிவிடம் தேடிப் பாய்ந்தது. உரத்த குரலில் குரைத்துக் கொண்டே துரத்தியதால் நாய் உணவுக்காக அல்லாமல் வேட்டை விளையாட்டிற்காகவே துரத்தியது. பசியால் உணவுக்காகத் துரத்தும் போது நாய்கள் குரைப்பதில்லை! அவை இரண்டும் செவிக்கெட்டும் தூரத்திற்கு அப்பால் விரைந்து விட்டன. துரத்துகிற ஆர்வம் குறைந்தவுடன் நாய் தானாகவே திரும்பிவிடும் என்பது குண்டாவிற்குத் தெரியும்.

தோப்பின் மையப் பகுதி வரை குண்டா முன்நோக்கி நடந்தான். மரங்கள் அடர்த்தியாக இருந்த அப்பகுதியில் தான் அவனால் தனக்குத் தேவையான அளவும், மிருதுத்தன்மையும், உருண்டையானதுமான மரத்தைத் தேர்ந்தெடுக்க முடியும். தோப்பின் இருண்ட உட்பகுதிக்குள் நடந்த போது பாசிகள் படர்ந்த தரை பாதங்களுக்கு இதமளித்தது. காற்று ஈரமாகவும் குளிர்ச்சியாகவும் இருந்தது. தலைக்கு மேல் மிகவும் அடர்த்தியாகப் படர்ந்திருந்த பசுமையை ஊடுருவி வெப்பமளிக்கும் அளவிற்குச் சூரியனின் ஒளிக்கதிர்கள் இன்னமும் கடுமையடையவில்லை. தன்னுடைய ஆயுதங்களையும் கோடாரியையும் ஒரு மரத்தினடியில் சாய்த்து வைத்து விட்டு, தோப்பிற்குள் அங்குமிங்குமாக அலைந்து தனக்கு உகந்த மரத்தைக் கண்களாலும் விரல்களாலும் சோதித்துக் கொண்டிருந்தான். அவனுடைய முரசின் அளவைக் காட்டிலும் சற்றே பெரிதாக இருந்தால் உலர்வதால் ஏற்படும் குறைபாடு ஈடுகட்டப்படும்.

தனக்குரிய மரத்தைத் தேர்வு செய்து அதன் மீது சாய்ந்த போது, மரக்கிளை ஒன்று முறிந்த ஓசையும் அதனைத் தொடர்ந்து கிளியின் கீச்சொலியும் திடீரெனக் கேட்டது. அவனுடைய நாய் திரும்பி வந்த ஒலியாக இருக்கக் கூடும் என்று அசட்டையாக நினைத்தான். எந்தவொரு வளர்ந்த நாயும் சுள்ளிகளை முறித்து

விளையாடுவதில்லையே! அந்த எண்ணம் மின்னிய அதே சமயத்தில் அவனுடைய தலை சுழன்றது! குண்டாந்தடியை உயர்த்தியபடி தன்னை நோக்கிப் பாய்ந்த வெள்ளை முகம் தெளிவின்றித் தெரிந்தது; அவனுக்குப் பின்னால் கனத்த காலடி ஓசைகள் கேட்டன. பரங்கி! அவனுடைய அடிவயிற்றில் ஓங்கி உதைத்தான்; மிருதுவாக இருந்தது; செருமலைக் கேட்டான். அதே நேரத்தில் அவனுடைய பின் தலையில் கடினமானதொன்று தாக்கி ஓர் அடிமரத்தைப் போல கனமாக அவனுடைய தோள்களில் விழுந்தது. வலி பொறுக்கமாட்டாமல் குண்டா சுழன்றான். கீழே சுருண்டு கிடந்த மனிதனுக்குத் தனது முதுகைக் காட்டி நின்ற போது, தன் மீது பாய்ந்த இரு கறுப்பர்களுடைய முகத்தில் முட்டியால் குத்தினான். பெரியதொரு கோணியை அவனது தலை வழியாகக் கவிழ்த்த அவர்கள் எத்தனித்தனர். மற்றொரு பரங்கி வீசிய குறுந்தடியிலிருந்து, பக்கவாட்டில் தாவிக் குதித்ததால் தப்பினான்.

ஏதேனும் ஆயுதத்தைப் பற்றிக் கொள்ளுமாறு மூளை கூவியது; அவற்றை நோக்கி குண்டா தவழ்ந்தும், முட்டிகளை நகர்த்தியும், மண்டியிட்டும் பாய்ந்தான். பிடரியில் குறுந்தடி தாக்கியதைக் கூடப் பொருட்படுத்தவில்லை. மூன்று பேர் அவனைத் தம்முடைய வலுவனைத்தையும் ஒன்று திரட்டித் தரையுடன் அழுத்தினர். ஒருவனுடைய முட்டி அவனுடைய கழுத்தைத் தாக்கியது. வலியால் மூச்சிரைக்கத் துடித்தான். திறந்திருந்த வாயில் தசை சிக்கியது; பற்களால் கடித்துக் கிழித்தான். விரல்களில் ஒருவனுடைய முகம் தட்டுப்பட்டது; கண்களைக் குத்தினான். அவனுடைய ஓலம் கேட்டது. மீண்டும் ஒரு கனத்த தடி அவனுடைய தலையைத் தாக்கியது.

மயங்கினான். நாயின் கோபாவேச உறுமல் கேட்டது; பரங்கி ஒருவன் கூச்சலிட்டான். பின்னர், அவலக் குரல்! பாதங்கள் தட்டுத் தடுமாறியவாறு உடலை முறுக்கியும் குறுக்கியும் தடியடிகளிலிருந்து தப்பித்துக் கொள்ள முயன்றான். உடைந்த தலையிலிருந்து குருதி பெருக்கெடுத்தது. நாயின் உடலின் மீது நின்றவாறு பரங்கியொருவன் குருதி கொட்டிய அவனுடைய புயங்களை இறுகப் பற்றிக் கொள்ள, கறுப்பனொருவன் அவனுடைய கண்ணைக் கட்டுவதற்கு முற்பட்டான். மற்ற இருவரும் உயர்த்திய தடிகளுடன் அவனைச் சுற்றிச்சுற்றி அடித்தனர். கோபத்தால் எழுந்த கூக்குரலுடன் இரண்டாவது பரங்கியைத் தாக்க முயன்றான். கீழிறங்கிய தடி அவனுடைய முட்டியில் பட்டுத் தெறித்தது. பரங்கியரின் துர்நாற்றத்தால் மூச்சு அடைத்தது. தடியடிகளிலிருந்து விலகிக் கொள்ள படாதபாடுபட்டான்; வீண் முயற்சி! அவர்கள் இருந்த அரவம் எப்படிக் கேட்காமல் போயிற்று? அவர்களுடைய இருப்பை எப்படி உணராமல் போனான்? வீசிய துர்நாற்றத்தைக் கூட மூக்கு முன்கூட்டி நுகரவில்லையே!

மீண்டும் ஒருமுறை குண்டாவை கறுப்பனின் குண்டாந்தடி தாக்கியது. மண்டியிட்டு விழுந்தான். பரங்கி பிடியைத் தளர்த்திப் பாய்ந்தான். குண்டாவின் தலை வெடித்துவிடும் போலிருந்தது; உடல் சுழன்றது; தன்னுடைய பலவீனத்தை எண்ணி வெகுண்டான்; தட்டுத் தடுமாறி எழுந்து கத்தினான்; காற்றில் கைகளை இலக்கின்றி அசைத்தான். கண்ணீருடனும் ரத்தத்துடனும், வியர்வையுடனும்

அனைத்தும் மங்கலாகத் தோன்றின. உயிரைக் காப்பாற்றிக் கொள்ள வேண்டும் என்பதற்கும் மேலாக அவன் போராடிக் கொண்டிருந்தான், ஓமோரோ, பின்டா, லேமின், சுவாடு, மதி! பரங்கியின் கனத்த கைத்தடி அவனுடைய நெற்றிப் பொட்டைத் தாக்கியது. அனைத்தும் இருண்டு விட்டது!

34

பைத்தியம் பிடித்துவிட்டதோ! குண்டா மருண்டான்! அம்மணமாக, சங்கிலியால் பிணைக்கப்பட்டு, விலங்கிடப்பட்டு மற்ற இரு அடிமைகளுக்கு இடையே மல்லாந்தபடி விழித்தான். கும்மிருட்டு! தகிக்கும் வெப்பம்! குடலைப் புரட்டும் துர்நாற்றம்! ஓலமும் அரற்றலும் தொழுகையும் வாந்தியெடுத்த சத்தமும் பைத்தியக்கார விடுதியைக் காட்டிலும் கொடூரமான சூழல்! மார்பின் மீதும் வயிற்றின் மீதும் அவனுடைய வாந்தி! உறுத்தியது! மூக்கைத் துளைத்தது! சிறைப்பிடிக்கப்பட்ட நான்கு நாட்களாக அவன் மீது விழுந்த அடிகளால் உடல் முழுவதும் ரண வேதனை! தோள்களுக்கிடையே சூட்டுக் கோலால் போடப் பட்ட கோடுகள் நரக வேதனையால் துடிக்கச் செய்தன.

எலியினுடைய அடர்த்தியான மயிர் அவனுடைய கன்னங்களைப் பிராண்டின; அதனுடைய மயிரடர்ந்த மூக்கு பிளந்திருந்த அவனுடைய வாயை மோப்பம் பிடித்தது. பற்களை இறுகக் கடித்து நறநறத்தான். ஓடிவிட்டது. கோபத்தின் உச்சத்தில் கை, கால்களில் பூட்டப்பட்டிருந்த விலங்குகளைக் கொண்டு உடலைப் பிணைத்திருந்த சங்கிலியை இழுத்தான்; உதைத்தான். உடனடியாக, அவன் யாருடன் பிணைக்கப்பட்டிருந்தானோ அவனிடமிருந்து

கோபத்தின் வெளிப்பாட்டையும் அசைவையும் உணர முடிந்தது. அதிர்ச்சி, வலியுடன் கோபமும் வதைத்தது. மேல்நோக்கி மூச்சை இழுத்தான். காட்டிற்குள் பரங்கியின் தடியால் அடிபட்ட இடத்தில் மரத்துப் போயிருந்ததை உணர முடிந்தது. மூச்சிரைக்க உறுமியபடி அவனும் அவனுக்கு அடுத்தவனும் ஒருவரோடொருவர் பிணைக்கப்பட்டிருந்த இரும்புக் கைவிலங்கை அடித்துச் சிதைக்க முயன்றனர்; இருவருமே சோர்ந்து மயங்கினர். குண்டா மீண்டும் வாந்தி வந்ததைப் போல உணர்ந்தான். அதனை எதிர்த்து உள்ளே தள்ள முயன்றான். முடியவில்லை. ஏற்கனவே ஏதுமற்றுப் போன அவனுடைய வயிற்றிலிருந்து கிளம்பிய மெல்லிய புளித்த திரவம் வாயின் ஓரமாக வழிந்தது. சாவை வேண்டியவனாகச் செயலற்றுக் கிடந்தான்.

ஓரளவு உடல் வலிமையையேனும், மனத்தில் ஓரளவு தெளிவையேனும் பாதுகாத்துக் கொள்ள வேண்டுமாயின், மீண்டும் தன்னுடைய மனக்கட்டுப்பாட்டை இழந்துவிடலாகாது என்று தனக்குத் தானே சொல்லிக் கொண்டான். சற்று நேரத்திற்குப் பிறகு, அவனால் அசைய முடிந்த போது, விலங்கிடப்பட்டிருந்த வலது மணிக்கட்டையும் கணுக்காலையும் மெதுவாக, கவனமாக இடது கையால் தடவிப் பார்த்தான். குருதி ஒழுகிக் கொண்டிருந்தது. அவன் அதுவரை மல்லாடிக் கொண்டிருந்த அடுத்தவனுடைய இடது மணிக்கட்டுடனும் கணுக்காலுடனும் பிணைக்கப்பட்டிருந்தது. குண்டாவிற்கு இடது பக்கம் தனது கணுக்கால்களுடன் பிணைக்கப்பட்ட மற்றொருவன் கிடந்தான். அவர்கள் அனைவரும் சற்றே அசைந்தாலும் தோள்களுடனும் புயங்களுடனும் கால்களுடனும் மோதிக் கொள்ளும் விதத்தில் மிகவும் நெருக்கமாக முனகியபடி கிடந்தனர்.

தனது தலையில் மோதிய மரக்கட்டையை நினைத்தபடி, மேல்நோக்கி நகர்ந்து தலையை உயர்த்த முயன்றான். உட்கார்ந்து கொள்ளும் அளவுக்குப் போதிய இடமில்லை. அவனுக்குப் பின்புறம் மரத்தாலான சுவர் இருந்தது. 'வேங்கையைக் கண்ணி வைத்துப் பிடிப்பது போல என்னைச் சிறைப்படுத்தி விட்டார்கள்' என்று எண்ணினான. பல ஆண்டுகளுக்கு முன்பு, இளந்தாரிப் பயிற்சித் திடலுக்குக் கண்களைக் கட்டி அழைத்துச் சென்ற போது, அங்கே குடிசையில் இருளில் அமர்ந்திருந்தது நினைவுக்கு வந்தது. துக்கம் தொண்டையை அடைத்தது. மென்று விழுங்கிக் கொண்டான். தன்னைச் சுற்றிலும் நாலா பக்கங்களிலிருந்து எழுந்த ஓலத்தையும் முனகலையும் பற்றிச் சிந்திக்கலானான். கும்மிருட்டிற்குள் ஏராளனமானோர் அடைக்கப்பட்டிருக்க வேண்டும். சிலர் அண்மையிலும், சிலர் சற்று தூரத்திலும், வேறு சிலர் அவனுக்கு முன்பாகவும், ஆனால், அனைவரும் ஒரே அறையில் கிடந்தனர். காதுகளைக் கூர்மையாக்கிக் கவனித்த போது, மேலும் அழுகுரல்கள் எழுந்ததைக் கேட்க முடிந்தது. அவன் மல்லாந்து கிடந்த மரப்பலகைத் தளத்திற்குக் கீழிருந்து கம்மிய குரலில் வெளிப்பட்டன.

மேலும் கூர்ந்து கவனித்த போது, தன்னைச் சுற்றிலும் கிடந்தவர்களிடமிருந்து பல்வேறு மொழிகளின் வெளிப்பாடுகளைக் கேட்க முடிந்தது. அரேபிய மொழியிலும், ஃபுலானியிலும், "சொர்க்கத்திலுள்ள அல்லாவே, என்னைக் காப்பாற்று!" எனும் கூப்பாடுகள் எழுந்தன. செரேர் பழங்குடி இனத்தைச் சேர்ந்த ஒருவன் தன்னுடைய

குடும்பத்தாருடைய பெயர்களைச் சொல்லிப் புலம்புவது போல கரகரத்த குரலில் ஓலமிட்டான். ஆனால், குண்டா பெரும்பாலும் மாண்டிங்கா இனத்தவருடைய குரல்களையே அதிகமாகக் கேட்டான். பரங்கியர் அனைவரையும் கொடூரமாகக் கொல்ல வேண்டும் என்று சூளுரைத்து ஆடவருக்கான இரகசிய மொழியில் ஒருவன் ஆவேசமாகக் கத்திய கூக்குரல் உரத்து எழுந்தது. வேறு சிலருடைய அழுகுரல் அரற்றலுடன் கலந்து குளறுபடியாகக் கேட்டதால் அவர்கள் வெளிப்படுத்திய வார்த்தைகளையோ, அவை எம்மொழியைச் சார்ந்தவை என அடையாளம் காணவோ குண்டாவால் இயலவில்லை. ஆனால், காம்பியா நதிப் பகுதிகளுக்கு அப்பாலிருந்தும் பலர் சிறைப்படுத்தப்பட்டிருந்தனர் என்பது ஒருவாறு புலனானது.

சுற்று முற்றும் கவனித்தவாறு கிடந்தவனுக்குப் பல நாட்களாக தனது குடல் இயக்கத்தினுடைய தேவைகளின் உந்துதலுக்கு இடமளிக்காமல் தனது மனதைக் கட்டுப்படுத்திக் கொள்ள முயன்று கொண்டிருந்தது மெதுவாக நினைவுக்கு வந்தது. ஆனால், அதற்கு மேலும் அவனால் அடக்கிக் கொள்ள முடியவில்லை. கடைசியில் அவனுடைய புட்டங்களுக்கு இடையே கழிவு திரண்டு வெளிப்பட்டது. ஏற்கனவே தன்னைச் சுற்றி நிறைந்திருந்த துர்நாற்றத்துடன் தன்னுடையதும் சேர்ந்து அவனைக் கொன்றது. தேம்பினான். மீண்டும் வயிற்றில் குமட்டலெடுத்தது. இம்முறை கோழையாக வெளியேறியதை வாய்க்குள்ளேயே அடக்கிக் கொண்டான். அத்தகையதோர் இழிநிலைக்கு ஆளாக்கித் தண்டிக்கும் விதத்தில் அவன் என்ன தான் பாவம் செய்து விட்டான்? விடை கேட்டு அல்லாவிடம் மன்றாடினான். முரசுக்கான மரம் தேடி காட்டிற்குள் சென்ற காலைப் பொழுதிலிருந்து தொழுகை மேற்கொள்ளவில்லை என்பது தான் அந்நிலைக்குப் போதுமான பாவச் செயலோ? அவனால் மண்டியிட முடியவில்லை, கிழக்கு திசையைக் கண்டு கொள்ள இயலவில்லை என்ற போதிலும், கிடந்த நிலையிலேயே கண்களை மூடி மன்னிப்புக் கோரி அல்லாவைத் தொழுதான்.

அதன் பின்னர், வேதனையில் முழுகியவாறு நீண்ட நேரம் கிடந்தான். வயிற்றுக் கோளாறுகளில் கொடிய கோளாறாக பசி தலை தூக்கியதை முதன் முறையாக உணர்ந்தான். அவன் சிறைப்பிடிக்கப்பட்டதற்கு முந்தைய இரவுக்குப் பிறகு அந்த நேரம் வரை அவன் எதுவும் சாப்பிடவில்லை என்பது நினைவில் பட்டது. அத்தனை நாட்களும் அவன் தூங்கவாவது செய்தானா என்பதை நினைவுபடுத்திக் கொள்ள முயன்றான். திடீரென, காட்டுப் பாதையில் அவன் நடந்த காட்சி கண்முன் விரிந்தது. அவனுக்குப் பின்னால் இரண்டு கறுப்பர்கள், அவனுக்கு முன்னால் விநோதமான உடையணிந்து, நீண்ட, புதுமையான வண்ண முடியுடன் இரண்டு பரங்கியர் நடந்தனர். குண்டா மலங்க, மலங்க கண்களைத் திறந்தான்; தலையைக் குலுக்கினான். வேர்வையால் நனைந்திருந்தான்; இதயம் படபடத்தது. தன்னையறியாமலே உறங்கிப் போனான். அது ஒரு கொடுங்கனவு! இருளடர்ந்த துர்நாற்றமும் கொடுங்கனவு தானோ? இல்லை! அவன் கனவில் கண்ட காட்டுக் காட்சியைப் போலவே அதுவும் முற்றிலும் உண்மை! அவனுடைய விருப்பமில்லாமலே நடந்த அனைத்தும் படமாக மனத்திரையில் ஓடின.

மரங்களடர்ந்த காட்டிற்குள் கறுப்புக் கைக்கூலிகளுடனும் பரங்கியரிடமும் போராடித் தோற்ற பின்னர், கண்கள் கட்டப்பட்டு, வாய் அடைக்கப்பட்டு, கைகள் பின்புறம் மடக்கிக் கட்டப்பட்ட நிலையில், கணுக்கால்கள் முடிச்சிடப்பட்ட கயிற்றால் கட்டப்பட்டு நொண்டியவாறு நெட்டித் தள்ளப்பட்டான். மரக்கிளைகளில் மோதினான். கூர்மையான சுள்ளிகள் அவனுடைய கால்களை ஆழமாகக் குத்திக் கிழித்ததால் குருதி வழிந்து கொண்டிருந்தது. பாதங்களுடன் இழுத்தும், தார்க்கோல் போன்ற குச்சிகளால் குத்தித் தள்ளியும் அவனை முன்னோக்கி நகரும்படி துன்புறுத்தினர். அவன் நொண்டியடித்தபடி தன்னால் இயன்ற அளவு விரைவாக நடந்தான்.

பாதங்களால் உணர்ந்த தரையின் தன்மையைக் கொண்டும் சலசலத்த நீரின் ஓசையாலும் தன்னை ஆற்றங்கரையில் ஓரிடத்திற்கு இழுத்துச் சென்று, பின்னர் நீர்வழியினூடே படகு ஒன்றிற்கு இட்டுச் சென்றதை அவனால் அறிந்து கொள்ள முடிந்தது. கறுப்புக் கைக் கூலிகள் பற்களை நறநறத்தவாறு படகைச் செலுத்துவதற்காக துடுப்புகளை வேகமாக அசைத்த ஓசை கண்கள் கட்டப்பட்ட நிலையில் குண்டாவிற்குக் கேட்டது. அவன் தன்னை விடுவித்துக் கொள்ளப் போராடிய போது பரங்கியர் அவனை அடித்தும் உதைத்தும் துன்புறுத்தினர். படகை விட்டு இறங்கி மீண்டும் நடந்தனர். இரவில், எங்கோ ஓரிடத்தில் தரையில் வீசினர். மூங்கில் வேலியின் மீது அவனுடைய முதுகைச் சாய்த்துக் கட்டினர். பின்னர், திடீரென கண்களைக் கட்டியிருந்த துணியை நீக்கினர். கும்மிருட்டு! ஆனாலும், அவனால் தனக்கெதிரே நின்றிருந்தவனுடைய பழுப்புநிற முகம் தெரிந்தது. அவனைப் போன்றோருடைய நிழல் வடிவங்களையும் தனக்கருகே தரையில் காண முடிந்தது. பரங்கி, அவன் கடித்து எடுத்துக் கொள்ளும் விதத்தில் இறைச்சித் துண்டை நீட்டினான். தலையைத் திருப்பி, தாடைகளை இறுக்கிக் கொண்டான். கோபத்தால் சீறிய பரங்கி அவனுடைய குரல்வளையைப் பிடித்து வாயைத் திறக்க முற்பட்டான். ஆனால், குண்டா இறுக மூடிக் கொண்டான். அவனுடைய முகத்தில் பரங்கி ஓங்கி ஒரு குத்து விட்டான்.

இரவு முழுவதும் குண்டா தனியே கிடந்தான். ஒருவழியாக இரவு மடிந்தது. ஏனைய மூங்கில் மரங்களிலும் கட்டப்பட்டிருந்த பிடிபட்டவர்களுடைய உருவங்கள் தென்பட்டன. பதினோறு பேர். ஆறு ஆண்கள், மூன்று பெண்கள், இரண்டு குழந்தைகள்! ஆயுதமேந்திய கறுப்புக் கைக்கூலிகளும் பரங்கியரும் காவல் நின்றனர். பெண்கள் நிர்வாணமாக்கப்பட்டிருந்தனர். குண்டா தனது பார்வையைத் திருப்பிக் கொண்டான். அதற்கு முன்னால் அவன் அந்நிலையில் பெண்களைப் பார்த்ததில்லை. ஆண்களும் அதே நிலையில் இருந்தனர். அவர்களுடைய முகத்தில் கொலை வெறி கொப்பளித்தது. வன்ம அமைதி நிலவியது! சவுக்கடிகளால் ஏற்பட்ட வெட்டுக்களில் குருதி உறைந்திருந்தது. ஆனால், பெண்கள் ஓலமிட்டனர். ஒருத்தி, எரியூட்டப்பட்ட கிராமத்தில் மாண்டு போன அன்புக்குரியோரை எண்ணிக் கதறினாள். இன்னொருத்தி, தாலாட்டுவதைப் போல கைகளை வைத்து முன்னும் பின்னும் ஆட்டியவாறு கற்பனைக் குழந்தைக்கு கொஞ்சு மொழி பிதற்றினாள். அல்லாவிடம் செல்லப் போவதாக மூன்றாமவள் அவ்வப்போது கூச்சலிட்டுக் கொண்டிருந்தாள்.

குண்டா, கோப வெறியில் தன்னைப் பிணைத்திருந்த தளைகளை அறுத்தெறிவதற்காகப் போராடினான். மீண்டும் விழுந்த குறுந்தடியின் பலத்த அடி அவனை உணர்விழக்கச் செய்தது. உணர்வு திரும்பிய போது, தானும் அம்மணமாக்கப்பட்டதைக் கண்டான். அனைவருடைய தலைகளும் மழிக்கப்பட்டு உடலெங்கும் செந்நிற பனை எண்ணெய் பூசப்பட்டிருந்தது. மதிய வேளையில், புதிய பரங்கியர் இருவர் மூங்கிற் காட்டிற்குள் நுழைந்தனர். கைக்கூலிகள் அனைவரும் முகமெல்லாம் பற்களாக இளித்தனர். உடனே, பிடிபட்டிருந்தவர்களை மூங்கில் மரங்களிலிருந்து அவிழ்த்து விட்டனர். வரிசையாக நிற்கும்படி அதட்டினர். கோபத்தாலும் அச்சத்தாலும் குண்டாவின் தசைநார்கள் புடைத்தன. புதிய பரங்கியருள் ஒருவன் குட்டையாக, குண்டாக, நரைத்த தலையுடன் இருந்தான். மற்றவன் உயரமாக, கனத்துப் பெருத்த உடலுடன், முகமெங்கும் அழமான வெட்டுக்காயத் தழும்புகளுடன் நின்றான். கைக்கூலிகளும் பரங்கியரும் நரைத்த, குட்டையனைப் பார்த்து இளித்தபடி தலை வணங்கினர்.

கைதிகள் அனைவரையும் நோட்டமிட்ட நரைத்த தலையன், குண்டாவைப் பார்த்து முன்னால் நகரும்படி சைகை செய்தான். பீதியால் பின்வாங்கிய குண்டா முதுகில் விழுந்த சவுக்கடியால் வீரிட்டான். பின்னால் நின்றிருந்த கைக்கூலி அவனுடைய தலையைப் பிடித்து பின்வாக்கில் இழுத்து அவனை மண்டியிடச் செய்தான். நரைத்த தலையன் அமைதியாக குண்டாவின் நடுங்கிய உதடுகளை அகலத் திறந்து பற்களைச் சோதித்தான். குண்டா எழும்ப முயன்றான். மற்றொரு சவுக்கடி! ஆணைக்குப் பணிந்தான். பரங்கியினுடைய விரல்கள் அவனுடைய கண்களையும், மார்பையும், வயிற்றையும் தடவி சோதித்த போது குண்டாவின் உடல் குறுகுறுத்தது. பரங்கியின் விரல்கள் அவனுடையதைப் பற்றிய போது விம்மலும் வெதும்பலுமாகக் குறுகினான். இரண்டு கைக்கூலிகளின் போராட்டமும் ஏராளமான சவுக்கடிகளும் குண்டாவை முழுவதுமாகக் குனியச் செய்தன. தன்னுடைய புட்டங்கள் அகல விரிக்கப்பட்டதை உணர்ந்த குண்டா மருண்டான். பின்னர், அந்த நரைத்த தலையன் குண்டாவை முரட்டுத்தனமாக பக்கவாட்டில் தள்ளிவிட்டான். மற்றவர்களையும் ஒவ்வொருவராக அதே போல சோதித்தான். கதற, கதற பெண்களின் மறைவிடங்களையும் சோதனை போட்டான். சவுக்கடிகளும் அதிகார அதட்டல்களும் அவர்களுடைய ஆணைப்படியெல்லாம் பிடிபட்டோரை ஆட்டிப் படைத்தன.

அனைவரையும் சோதித்து முடித்த பிறகு, நரைத்தலைக் குட்டையனும் வெட்டுக்காயத் தழும்பு கொண்ட நெட்டையனும் அங்கிருந்து சற்று தொலைவில் சென்று தமக்கிடையே தாழ்ந்த குரலில் ஏதோ பேசிக் கொண்டனர். திரும்பிய குட்டையன் அங்கிருந்த மற்றொரு பரங்கியிடம் நான்கு ஆண்களையும் இரண்டு பெண்களையும் சுட்டிக் காட்டினான். அவர்களுள் குண்டாவும் ஒருவன். அதிர்ச்சியடைந்த பரங்கி கெஞ்சும் பாவனையில் மற்றவர்களையும் சுட்டிக் காட்டினான். ஆனால், நரைத்தலைக் குட்டையன் உறுதியாக மறுத்துவிட்டான். பரங்கியர் தமக்குள் கடுமையாக வாதிட்டுக் கொண்டிருந்த போது, குண்டா தன்னைப் பிணைத்திருந்த தளைகளுடன் மல்லாடிக் கொண்டிருந்தான். கோபத்தால் அவனுடைய தலை வெடித்துவிடும் போலிருந்தது. சற்று நேரத்திற்குப்

பிறகு, நரைத்ததலைக் குட்டையன் வெறுப்புடன் தாளில் எதையோ கிறுக்கினான். இன்னொரு பரங்கி அதனை ஒத்துக் கொண்டான்.

கைக்கூலிகள் மீண்டும் குண்டாவுடன் மல்லாடி அவனை முதுகு வளைந்த நிலையில் உட்காரச் செய்தனர். அவன் அவர்களிடமிருந்து விடுவித்துக் கொள்ளப் போராடினான்; சினங் கொண்டு கத்தினான். பீதியுடன் அகலத் திறந்திருந்த கண்களால் பரங்கி ஒருவன் பழுக்கக் காய்ச்சிய சூட்டுக்கோலால் அவனுடைய தோள்களில் **LL** வடிவத்தில் கோடு போட்டான். வேதனையால் துடித்த குண்டா கால்களை உதைத்துக் கொண்டு கூக்குரலிட்டான். மற்றவர்களுக்கும் அதே போல சூடு போடப்பட்ட போது எழுந்த அவல ஓலம் மூங்கில் காட்டில் எதிரொலித்தது. மற்றவர்கள் முதுகிலிருந்த அந்த வடிவத்தின் மீது செந்நிற பனை எண்ணெய் தடவப்பட்ட போது குண்டா அடையாளம் கண்டான்.

ஒருமணி நேரத்திற்குள் அவர்கள் அனைவரும் மீண்டும் வரிசையாக கயிறு கட்டப்பட்ட கால்களுடன் நொண்டியவாறு தம் மீது பிணைக்கப்பட்ட சங்கிலிகள் ஒலியெழுப்ப கைக்கூலிகளின் கைகளிலிருந்த சவுக்குகள் துரத்திய திசையில் சென்றனர். குண்டாவினுடைய முதுகிலும் தோள்களிலும் வரிவரியாக காயக் கோடுகள் வலியெடுத்தன. அன்றிரவு, அடர்ந்த ஆலமரக் கிளைகளால் மேலும் இருண்டிருந்த ஆற்றுப் பகுதியின் மறைந்து நின்ற இரண்டு படகுகளில் இரு குழுக்களாகப் பிரிக்கப்பட்டு ஏற்றப்பட்டனர். ஏதேனும் மறுத்துச் செயல்பட்டவர்களை பரங்கி ஒருவனின் சவுக்கு அடக்கி ஒடுக்க கறுப்புக் கைக்கூலிகள் துடுப்புகளை வேகமாக அசைத்தனர்.

இரவு நேரத்தில் எதிரே மிகப் பெரிய இருண்ட உருவம் தென்பட்டவுடன் தனக்குக் கிடைத்த இறுதி வாய்ப்பு என்று எண்ணினான். தன்னைச் சுற்றிலும் நிறைந்திருந்த கூச்சலுக்கும் கூக்குரலுக்கும் இடையே படகிலிருந்து தாவிக் குதிக்கும் முயற்சியில் படகையே கவிழ்த்து விட்டான். ஆனால், அவன் மற்றவர்களுடன் பிணைக்கப்பட்டிருந்ததால் அவனால் பக்கவாட்டில் குதிக்க முடியவில்லை. அவனுடைய விலாவிலும், முதுகிலும், முகத்திலும், தலையிலும் வயிற்றிலும் விழுந்த சவுக்கடிகளையும் குண்டாந்தடித் தாக்குதல்களையும் கூட அவனால் உணர முடியவில்லை. அந்த மிகப் பெரிய இருண்ட உருவத்தின் பக்கவாட்டில் படகு மோதியது. வலியினூடே தனது முகத்திலிருந்து வழிந்த குருதியின் வெம்மையை அவனால் உணர முடிந்தது. மேலிருந்து எழுந்த பல பரங்கியருடைய அதிகாரக் குரல்களைக் கேட்டான். அவனைக் கயிறுகளால் சுற்றிப் பிணைத்தனர். அவனால் எதிர்த்துப் போராட இயலவில்லை. விநோதமானதொரு கயிற்று ஏணியில் மேலே இழுக்கப்பட்டும் கீழிருந்து தள்ளப்பட்டும் நகர்ந்ததை உணர்ந்தான். அப்பொழுது கூட சுற்றிச் சுழன்று தப்பிவிட வாய்ப்புக் கிட்டுமா என எத்தனித்தான். சவுக்கடிகள் மீண்டும் பொழியத் தொடங்கின. மூக்கைத் துளைத்த பரங்கி வாடைக்கும் கூச்சலுக்கும் பரங்கியரின் வசைஒலிகளுக்கும் மத்தியில் அவனை வலிய கரங்கள் பற்றி இழுத்தன.

வீங்கிய இமைகளின் வழியே பருத்த கணுக்கால்களையும் பாதங்களையும் குண்டா கண்ணுற்றான். குருதி வழிந்த முகத்தைக் காப்பதற்காக முன்கையைக்

கொண்டு மறைத்த போது, நரைத்தலைக் குட்டையன் ஒரு சிறிய ஏட்டில் தடித்த பென்சிலைக் கொண்டு குறித்துக் கொண்டிருந்ததைக் காண முடிந்தது. தன்னைப் பிடித்து இழுத்து நிறுத்தி சமதளப் பகுதிக்கு முரட்டுத்தனமாகத் தள்ளியதை உணர்ந்தான். தடித்த கம்பங்களும் அவற்றைச் சுற்றிப் பிணைத்திருந்த முரட்டுத் துணியும் கண்ணில் பட்டன. பிறகு, குறுகிய படிகளின் வழியே தட்டுத் தடுமாறிய அவனை நெட்டித் தள்ளிச் சென்றனர். கும்மிருட்டு! தாங்க முடியாத துர்நாற்றம்! ஓயாத ஓலக்குரல்கள்!

உலோகச் சட்டத்திற்குள் எரிந்த மஞ்சள் விளக்கின் இரும்பு வளையத்தைப் பிடித்திருந்த பரங்கி ஒருவன் குண்டாவின் இடுப்பிலும் கணுக்கால்களிலும் விலங்குகளைப் பிணைத்துக் கொண்டிருந்த போது அவன் வாந்தியெடுக்கத் தொடங்கிவிட்டான். பின்னர் அவனைப் பின்புறமாகத் தள்ளி ஏற்கனவே முனகியபடி அங்கே கிடந்த இருவருக்கிடையே கிடத்தினர். பீதியடைந்திருந்த போதிலும், வெவ்வேறு திசைகளில் மின்னிய மஞ்சள் வெளிச்சங்கள் தன்னுடன் சிறைப்பட்டோர் பல்வேறு திசைகளில் விலங்கிடப்பட்டு இழுத்துச் செல்லப்படவிருந்ததைத் தெரிவித்ததை அவனால் உணர முடிந்தது. பிறகு, தன்னுடைய நினைவுகள் நழுவிக் கொண்டிருந்ததை அவனால் உணர முடிந்தது. நடந்ததெல்லாம் கனவாக இருக்கக் கூடாதா? ஆமாம், கனவு தான்!

35

அவர்கள் கிடந்த தளத்தினுடைய புழைவாய் திறக்கப்பட்ட பொழுது எழுந்த கடுகடுப்பான ஓசையின் மூலம் மட்டுமே குண்டாவால் இரவையும் பகலையும் உணர முடிந்தது. தாழ்ப்பாள் திறக்கப்பட்ட சத்தத்தைக் கேட்டவுடன் தலையை உயர்த்திப் பார்த்தான். அந்த அளவு அசைவை மட்டுமே அவனுடன் பிணைக்கப்பட்டிருந்த சங்கிலிகளும் விலங்குகளும் அனுமதித்தன. நான்கு பரங்கி உருவங்கள் இருள் வடிவங்களாக இறங்கின. விளக்குகளுடன் சவுக்குகளையும் பிடித்திருந்த இரு உருவங்கள் மற்ற இரண்டிற்கும் காவல்! மற்ற இரண்டும் குறுகிய இடைவெளி வழியாக கஞ்சி நிறைந்திருந்த தொட்டியைத் தள்ளியவாறு நகர்ந்தன. விலங்குகளால் பிணைக்கப்பட்டிருந்த ஒவ்வொரு இணைக் கைதிகளுக்கும் இடையே தகரத் தட்டுகளில் கஞ்சியை நிரப்பி அருவருப்பு நிறைந்த தளத்தில் வைத்து விட்டுச் சென்றனர். அதுவரை கஞ்சி கொணரப்பட்ட ஒவ்வொரு வேளையும் குண்டா தாடைகளை இறுக மூடிக் கொண்டான். பட்டினி கிடந்து சாவதென்று தீர்மானித்திருந்தான். அடி உதைகளால் ஏற்பட்ட காயங்களின் வேதனையைக் காட்டிலும் காலியாகிப் போன வயிற்றின் பசிக்கொடுமை மேலும் மேலும் கொடூரமடைந்தது. குண்டாவின் பார்வை மட்டத்தில்

இருந்த அனைவருக்கும் கஞ்சித் தட்டுகளை எறிந்த பின்னர் பரங்கியர் தொட்டியில் எஞ்சியிருந்த கஞ்சியுடன் கீழே இறங்கிச் சென்றதை விளக்கு வெளிச்சத்தில் கண்டான்.

உணவு வேளைகள் தவிர, அவ்வப்போது, வழக்கமாக, இரவு நேரங்களில், பரங்கியர் புதிய கைதிகளை உள்ளே கொண்டு வந்தனர். பயத்தால் நடுங்கியவாறு கூச்சலிட்ட அவர்களை சவுக்கால் விளாசியபடி நெட்டித் தள்ளிச் சென்று கரடுமுரடான அந்தப் பலகைத் தளத்தில் எங்கெல்லாம் காலி இடம் இருந்ததோ அங்கே விலங்கிட்டுப் பிணைத்தனர்.

ஒருநாள், உணவு வேளைக்குப் பின்னர், குண்டாவின் காதுகளில் விநோதமான ஒலிகள் விழுந்தன. தளத்திற்கு மேலே ஒரு சிற்றறையிலிருந்து அதிர்வுகளுடன் கூடிய பேரொலி கிளம்பியதாக உணர்ந்தான். மற்றவர்களும் கேட்டிருக்க வேண்டும்! திடீரென முனகல் சத்தங்கள் ஓய்ந்தன. கூர்மையாகக் கவனித்தவாறு கிடந்தான். தலைக்கு மேலே பாதங்கள் பல தட, தடவென மிதித்து எழுப்பிய ஓசைகளாகத் தோன்றின. பிறகு, இருட்டில், அவர்களுக்கு மிகவும் அண்மையில், ஏதோ ஒரு கனத்த பொருள் மேல்நோக்கி பிளவுபட்ட ஓசை போல ஒரு புதிய ஓசை கேட்டது.

குண்டாவின் உடையற்ற முதுகு அவன் கிடந்த கடினமான, கரடுமுரடான மரப்பலகைத் தளத்திலிருந்து இனம் புரியாத அதிர்வுகளை உணர்ந்தது. தான் இறுக்கப்பட்டது போலவும் மார்பு விரிந்தது போலவும் உணர்ந்தவன் உறைந்து கிடந்தான். தன்னைச் சுற்றிலும் பேரதிர்வுடன் கூடிய கடுமையான ஒலியை உணர்ந்தான். மற்றவர்களும் அந்த ஒலியைக் கேட்டு பெருமூச்சு விட்டபடி தம்மைப் பிணைத்திருந்த சங்கிலிகளுடன் மல்லாடிக் கொண்டிருந்தனர். குருதியோட்டம் முழுவதும் மேல் நோக்கிப் பாய்ந்து தலையில் மோதியதைப் போல இருந்தது. பீதியால் உடலியக்கம் முழுமையாக அடங்கி விட்ட அவனால், அந்த இடமே நகர்ந்து அவர்கள் அங்கிருந்து எங்கோ கொண்டு செல்லப்பட்டதை ஒருவழியாக அறிந்து கொள்ள முடிந்தது. அவனைச் சுற்றிலும் கதறல் ஓலம் எழுந்தது. அல்லாவையும் அவருடைய ஆவிகளையும் வேண்டித் தொழுத கூக்குரல்கள் காதைப் பிளந்தன. தலைகள் மரத்தரையில் மோதிக் கொள்ளும் ஓசை கேட்டது. பிணைக்கப்பட்டிருந்த விலங்குகளுடனும் சங்கிலிகளுடனும் கையற்ற நிலையில் முட்டி மோதிக் கதறினர். “அல்லா! ஐந்து வேளையில் ஒரு வேளை கூட குறையாமல் நாள்தோறும் தொழுவோம்!” பேரிரைச்சலாக எழுந்த கூச்சலுடன் குண்டாவின் குரலும் சேர்ந்தொலித்தது, “அல்லா, எமது கோரிக்கையைக் கேள்! காப்பாற்று!”

வேதனை நிறைந்த ஓலங்களும், அழுகுரல்களும், தொழுகைகளும் தொடர்ந்தன. துர்நாற்றம் நிறைந்த அந்த இடத்தில் ஒவ்வொருவராக உணர்விழந்து, மூச்சிரைக்க, துவண்டு அடங்கினர். குண்டாவிற்குத் தெரிந்து விட்டது! ஆப்பிரிக்காவை இனிமேல் காணப் போவதில்லை! தற்பொழுது, மரப்பலகையின் மீது கிடந்த தனது உடல் மெதுவாக ஆடி அசைந்ததை அவனால் தெளிவாக உணர முடிந்தது. சில சமயங்களில், மிகவும் நெருக்கமாகக் கிடந்த அண்டை மனிதர்களுடைய கால்களும்

இடுப்பும் புயங்களும் அவ்வப்போது தன்னுடையதன் மீது மோதிய வெம்மையையும் அவன் உணர்ந்தான். மிகவும் கடுமையாகக் கத்தி ஓய்ந்து விட்டான்; குரலில் வலுவில்லை; உள்ளம் குமுறியது, "பரங்கியரையும் அவர்களுக்குத் துணைபுரிந்த கறுப்பு இனத்துரோகிகளையும் கொல்ல வேண்டும்!"

மௌனமாகத் தேம்பிக் கொண்டிருந்தான். புழைவாய் திறந்தது. கஞ்சித் தொட்டியுடன் நான்கு பரங்கியர் கீழிறங்கினர். வயிற்றில் உழன்ற பசியையும் பொருட்படுத்தாமல் மீண்டும் தாடைகளை இறுக்கிக் கொள்ள முயன்றான். திடீரென பயிற்சியின் போது, பயிற்றுநர் கூறிய வார்த்தைகள் நினைவில் பட்டன. 'வேட்டைக்காரர்களும் போராளிகளும் மற்றவர்களைக் காட்டிலும் கூடுதல் வலிமை பெறுவதற்காக நிறையச் சாப்பிட வேண்டும்!" பட்டினி கிடந்தால் உடல் வலிமை குன்றி பரங்கியரைக் கொல்ல இயலாமல் போய்விடும்! ஆகவே இம்முறை தனக்கும் அடுத்தவனுக்கும் இடையே கஞ்சித்தட்டு வீசப்பட்டதை உணர்ந்தவன் விரல்களை அதற்குள் பதித்தான். பனை எண்ணெயில் கொதிக்க வைக்கப்பட்ட மைதா மாவு போல சுவைத்தது. ஒவ்வொரு கவளம் உள்ளே சென்ற போதும் பல நாட்களாக உணவருந்தாமல் அடைபட்டிருந்த உணவுக் குழாய் வலி எடுத்தது. ஆனாலும் தட்டு காலியானது. வயிற்றுக்குள் ஏதோவொரு கட்டி விழுந்ததைப் போல உணர்ந்தான். உடனே அது தொண்டைக்கு எழுந்தது. அவனால் கட்டுப்படுத்த முடியவில்லை. சற்று நேரத்தில் உண்ட கஞ்சி மரப்பலகையில் கொட்டிக் கிடந்தது. அவனுடைய குமட்டல் ஓசையைக் கொண்டே மற்றவர்களுடைய நிலைமையும் அது தான் என்பதை அவனால் கேட்க முடிந்தது.

குண்டா கிடந்த மரப்பலகை அடுக்குகளின் முடிவில் விளக்கு வெளிச்சம் நெருங்கியதைக் காண முடிந்தது. திடீரென சங்கிலிகள் மோதிக் கொண்ட சத்தம் கேட்டது. ஒரு தலை வெளிப்பட்டது. ஒருவன் மாண்டிங்காவும் பரங்கியர் பேசக் கூடிய வார்த்தைகளும் கலந்த விநோதமான மொழியில் கத்திக் கூச்சலிட்டான். கஞ்சித் தொட்டியைப் பிடித்திருந்த பரங்கி திடீரென வெடித்துச் சிரித்தான். அந்த மனிதனுடைய அழுகுரல் அடங்கி முனகலாகவும் முணுமுணுப்பாகவும் தணியும் வரை பலத்த சிரிப்பு ஓய்ந்தபாடில்லை. ஆப்பிரிக்கன் ஒருவன் பரங்கியின் மொழி பேசியதால் இருக்குமோ? அவர்களுடன் கைக்கூலிகளும் சிறைப்படுத்தப்பட்டனரோ? பரங்கியர் தமக்கு உதவிய கைக்கூலிகளுக்கும் துரோகம் இழைத்து அவர்களுக்கும் விலங்குகளை மாட்டிவிடுவதுண்டு என்று குண்டா கேள்விப்பட்டிருந்தான்.

பரங்கியர் கீழ்த் தளத்திற்கு இறங்கிச் சென்று, பிறகு, காலியான கஞ்சித் தொட்டியுடன் மீண்டும் மேலேறி தளத்தை விட்டு வெளியே சென்று கதவைத் தாளிட்ட வரையிலும் எந்தவொரு ஓசையும் எழவில்லை. உடனே, தேனீக்கள் மொய்த்ததைப் போல பல்வேறு மொழிகளில் கோபாவேச வசவொலிகள் நிரம்பின. பிறகு, குண்டா கிடந்த தளத்திற்குக் கீழிருந்து சங்கிலி மோதிக் கொள்ளும் ஓசை பலமாகக் கேட்டது. முன்பு கேட்டதைப் போல குளறுபடியான மாண்டிங்கா மொழியில் கடுமையான வசவொலிகளும் வலியின் ஓலமும் உரக்க எழுந்தன. அந்த ஆள் "என்னை என்ன பரங்கி என்று நினைத்தாயோ?" என்று கத்தியதை

குண்டா கேட்டான். வன்முறை வலுத்தது. மேலும் கூடுதலாக அடி விழும் ஓசை; கையற்ற ஓலங்கள்! ஒருவாறாக அடி, உதை நின்றது; இருளின் இரும்புப் பிடியில் நீண்ட கீச்சொலி அதிரச் செய்தது; தொடர்ந்து, மூச்சு அடைத்துக் கொண்டதைப் போல பயங்கரமான இருமல்; சங்கிலிகளின் அதிர்வோசை; வெற்றுக் கால்கள் மரப்பலகையை உதைக்கும் சத்தம்; மயான அமைதி!

குண்டாவின் தலை விண்விண்ணென்று தெரித்தது; இதயம் படபடத்தது! சுற்றிலும் ஓலக்குரல்கள் எழுந்தன! "கைக்கூலி! கைக்கூலிகள் சாகட்டும்!" அவர்களுடன் சேர்ந்து குண்டாவும் கூச்சலிட்டான்; அவனுடைய சங்கிலிகளின் ஓசையும் இணைந்தது! திடீரென கடுகடுப்பான ஓசை! தாழ்ப்பாள் திறக்கப்பட்டது. பகலின் ஒளிக்கற்றை உட்புக அனுமதிக்கப்பட்டது. விளக்குகளுடனும் சவுக்குகளுடனும் பரங்கியர் கூட்டமும் நுழைந்தது. கீழிருந்து எழுந்த கூச்சல், குழப்பத்தை அவர்கள் கேட்டது உண்மை தான்! ஆனால், தற்பொழுது அனைத்தும் அமைதியின் பிடியில் அடங்கிவிட்டன. இருப்பினும், குறுகிய நடை வழியாகப் புகுந்த பரங்கியர் உரத்த அதட்டலுடன் இடதும் வலதுமாக சவுக்குகளை விளாசினர். ஒருவன் இறந்து கிடந்ததைக் கண்டு கொள்ளாமலே அவர்கள் புறப்பட்ட பிறகு நீண்ட நேரம் ஓசையின்றி இருந்தது. பிறகு, கைக்கூலி செத்துக் கிடந்த இடத்திற்கு அண்மையிலிருந்து குதூகல நகைப்பொலி மிக மெல்லிதாக எழுந்து பரவியதை குண்டா கேட்டான்.

அடுத்த உணவு வேளையின் போது நிலைமை மேலும் கடுமையானது. ஏதோ குளறுபடி நடந்திருக்க வேண்டும் என்று உணர்ந்தவர்களைப் போல, பரங்கியர் தமது சவுக்குகளால் கொடூரமாக விளாசினர். கால்களில் ஏற்பட்ட சவுக்கடி வெட்டுக்களால் குண்டா துடிதுடித்துக் கதறினான். அவனுக்கு ஒரு செய்தி தெளிவானது! அடி விழுந்தவுடன் கதறி அழவில்லையென்றால், மேலும் மேலும் கடுமையான விளாசல்கள் கதறல் சத்தம் கேட்கும் வரை தொடர்ந்தது. பின்னர், கஞ்சியைக் கையால் அள்ளி உள்ளே தள்ளினான். அந்த மரத்தளம் நெடுகிலும் விளக்கு வெளிச்சம் நகர்ந்து சென்றதை குண்டா கவனித்துக் கொண்டிருந்தான்.

அந்த அடைப்புக்குள் கிடந்த ஒவ்வொருவரும் பரங்கியருள் ஒருவன் மற்றவர்களிடம் புருவங்களை உயர்த்தியவாறு ஏதோ கூறியதைக் கேட்டனர். விளக்குகள் மேலும் கீழும் ஆடியதையும் வெறுப்புணர்வுடன் அவர்கள் வசவு மொழிகளைக் கொட்டியதையும் காண முடிந்தது. பின்னர், புழைவாய் வழியாக ஒருவன் வெளியே சென்று விரைவிலேயே மேலும் இருவருடன் திரும்பினான். சங்கிலிப் பிணைப்புகளும் விலங்குகளும் விடுவிக்கப்பட்ட ஓசை கேட்டது. தூக்கியவாறும் இழுத்தவாறும் ஓர் உடலை இருவர் குறுகிய இடைவெளி வழியாகக் கொண்டு சென்று, மேலேறி, புழைவாய் வழியாக வெளியேறினர். மற்ற இருவரும் உயிர்த்திருந்தவர்களுக்கு இடையே குறுகிய இடைவெளியில் கஞ்சித் தொட்டியை நகர்த்திச் செல்வதைத் தொடர்ந்தனர்.

உணவுக் குழுவினர் கீழ்த் தளத்திலிருந்த போது, மேலும் நான்கு பரங்கியர் புழைவாய் வழியாகக் கீழிறங்கி நேரே அந்த கைக்கூலி சிறைப்படுத்தப்பட்டிருந்த இடத்திற்குச் சென்றனர். விளக்குகள் உயர்த்திப் பிடிக்கப்பட்டிருந்ததைக் குண்டா

தனது தலையை உயர்த்திப் பார்த்தான். வசவொலிகள் உச்சத்தை அடைந்தன. இரண்டு பரங்கியருடைய சவுக்குகள் தசைகளைக் கிழித்துக் கொண்டு வீர்ரென்று இறங்கிய ஓசை குண்டாவிற்குக் கேட்டது. அடிபட்டவன் முதலில் கதற மறுத்தான்; விழுந்த அடிகளின் ஓசையைக் கவனித்துக் கொண்டிருந்த குண்டாவிற்கு உடலியக்கமே ஒடுங்கிப் போயிற்று! ஆனால், வதைபட்டவன் வலி தாங்காமல் சங்கிலியோடு துடிதுடித்துப் போராடினானே தவிர வாய் திறந்து கதறுவதில்லை என்பதில் மிகவும் உறுதியாக இருந்தான்.

பரங்கியருடைய வசவொலிகள் வலுவிழந்து கிரீச்சிட்டன. விளக்குகள் கைமாறின. ஒருவன் திட்ட மற்றவன் விளாச வதை தொடர்ந்தது. ஒருவழியாக அடிபட்டவன் கதறத் தொடங்கினான். முதலில், ஃபௌலா மொழியில் வசை வெளிப்பட்டது! அடுத்தடுத்து அவனிடமிருந்து வெளிப்பட்ட வார்த்தைகள் ஃபௌலா மொழி தான் என்ற போதிலும் குண்டாவால் புரிந்து கொள்ள முடியவில்லை. மாண்டிங்கருடைய மாட்டு மந்தைகளைப் பராமரித்த அமைதியான, சாதுவான ஃபௌலா பழங்குடி இனத்தவருடைய முகங்கள் குண்டாவின் மனக்கண்முன் தோன்றி மறைந்தன. வதைபட்டவன் வலுவிழந்து முணங்கிய வரை அடியும் உதையும் தொடர்ந்தது. பின்னர், திட்டியவாறு, மூச்சிரைக்க, துர்நாற்றம் தாங்க முடியாமல் வாயையும் மூக்கையும் பொத்திக் கொண்டு நான்கு பரங்கியரும் வெளியேறினர்.

அந்த ஃபௌலா இனத்தவனின் முனகல் ஒலியால் இருண்ட அடைப்புப் பகுதி முழுவதும் அதிர்ந்தது. சற்று நேரத்திற்குப் பின்னர், மாண்டிங்கா மொழியில் தெளிவான அறைகூவல் ஒலித்தது. "அவனுடைய வேதனையைப் பகிர்ந்து கொள்ளுங்கள்! இந்த இடத்தில் நாமனைவரும் ஒரே கிராமத்தினர்!" முதியவர் ஒருவருடைய குரல்! சரியாகச் சொன்னார்! ஃபௌலாவினுடைய வலியும் வேதனையும் குண்டாவினுடையதைப் போன்றது தான்! கோபத்தால் வெடித்துக் கிளம்பத் துடித்தான். அதுவரை அவன் உணர்ந்திராத பயங்கர எண்ணங்கள் தோன்றின. அவை அவனுடைய எலும்புகளின் மஜ்ஜையிலிருந்து வெளிப்பட்டுப் பரவின. அந்த நரகத்திலிருந்து தப்பித்துக் கொள்ள சாவதொன்றே வழி என்பதை மறுத்து வாழ வேண்டும், பழிதீர்த்தாக வேண்டும் என்கிற உறுதிப்பாடு மேலோங்கியது! எவ்வித அசைவுமின்றி உடலையும் உள்ளத்தையும் வைத்திருக்க முயன்றான். நெடு நேரம் கழிந்த பின்னர், மன உளைச்சலும், குழப்பமும், ஏன், சூட்டுக் கோலால் தீய்க்கப்பட்ட தோள்களைத் தவிர உடல் வலியும் வேதனையும் கூட தணிந்திருந்தது. அவனுக்கும் மற்றவர்களுக்கும் இருந்த ஒரே ஒரு வாய்ப்புப் பற்றிய சிந்தனையில் மனம் முழுமையாக ஆழ்ந்ததை உணர முடிந்தது. ஒன்றால் அந்த நரகத்திலேயே அனைவரும் மாண்டு போக வேண்டும், அன்றால், எப்படியாயினும் பரங்கியரை வென்று கொல்ல வேண்டும்!

36

துர்நாற்றத்தின் கடிகள்! சொறிப்பிடித்த உடலின் அரிப்பு! நாளுக்கு நாள் அதிகரித்தன. கழிவுகள் நிறைந்த அந்த அடைப்பு முழுவதும் கொசுக்களும் ஈக்களும் ஆயிரக்கணக்கில் பல்கிப் பெருகி மொய்த்தன. உடலின் மயிரடர்ந்த பகுதிகளிலெல்லாம் நிலைமை மிகவும் மோசமடைந்திருந்தது. குண்டாவின் அக்குள்களும் குறிப்பகுதியும் தீயாக எரிச்சலெடுத்தன. அவனுடைய விலங்கிடப்பட்ட கை எட்டிய உடற்பகுதியெங்கும் எந்நேரமும் சொறிந்து கொண்டே இருந்தது.

எழுந்து ஓடிவிட மனம் எத்தனித்தது; இயலாமையால் கண்களில் கண்ணீர் பெருக்கெடுக்க ஏமாற்றத்துடன் துவண்டான். அவனுள் எழுந்த கோபத்தை மிகவும் போராடி அடக்கிக் கொண்டு ஒருவித அமைதியில் ஆழ்ந்தான். தன்னால் அசையக் கூட இயலவில்லையே என்பதை அவனால் சற்றும் பொறுத்துக் கொள்ள முடியவில்லை. சங்கிலிகளைக் கடித்துத் துப்பிவிடலாமா என்று தோன்றியது. தன்னுடைய மனத்தையும் கைகளையும் கட்டுப்படுத்திக் கொள்ளும் விதத்தில் ஏதேனும் ஒன்றின் மீது தனது முழுக்கவனத்தையும் ஊன்றி இருக்க வேண்டும் என முடிவெடுத்தான். இல்லையேல், பைத்தியம் பிடித்துவிடும்! அங்கிருந்தோர் சிலர் உளறிக் கொட்டியதைக் கேட்ட

போது ஏற்கனவே அந்நிலைக்குத் தள்ளப்பட்டுவிட்டதாகத் தோன்றியது!

அசைவற்றுக் கிடந்த நிலையிலும் தனக்கு இருமருங்கிலும் கிடந்தோர் மூச்சு விட்ட ஒலியிலிருந்தே அவர்கள் விழித்திருந்தனரா தூங்கினரா என்பதை அறிந்து கொண்டான். தற்பொழுது சற்று தொலை தூரத்து ஒலிகளையும் கேட்பதில் கவனத்தைக் குவித்தான். மீண்டும் மீண்டும் செவிப்பட்ட ஒலிகளை ஊன்றிக் கவனித்துப் பயிற்சி பெற்றதன் மூலம் அவற்றின் அமைவிடத்தைக் காதுகளைக் கொண்டே தன்னால் துல்லியமாகக் கணிக்க முடிந்ததை உணர்ந்தான். அது ஒருவகைப் புதுமையான உணர்வு! அவனுடைய காதுகள் கண்களாகச் செயலாற்றின. இருளை நிறைத்த முனகல்களுக்கும் வசவுகளுக்குமிடையே ஒருவன் அவ்வப்போது தான் கிடந்த மரத்தளத்தின் மீது தலையைப் பலமாக மோதிக் கொண்ட சத்தம் கேட்டது. மற்றொரு வித்தியாசமான, தனிவகைப்பட்ட ஓசையும் எழுந்தது. இடையிடையே நிறுத்தப்பட்டு சற்று நேரத்திற்குப் பின் அதே ஒலி மீண்டும் ஒலித்தது. இரண்டு இரும்புத் துண்டுகளை ஒன்றுடன் ஒன்று கடினமாகத் தேய்த்ததைப் போன்ற ஓசை! அந்த ஓசையை மீண்டும் மீண்டும் கேட்ட குண்டாவிற்கு யாரோ ஒருவன் தனது சங்கிலியின் கண்ணியைத் தேய்த்து அறுப்பதற்கு முயன்றான் என்பது புலனானது. அத்துடன், இரண்டு பேர் தம்முடைய கணுக்கால்களிலும் மணிக்கட்டுக்களிலும் பூட்டப்பட்டிருந்த விலங்குகளை ஒன்றுடன் ஒன்று மோதி உடைப்பதற்கு ஆவேசமாகப் போரிட்டதால் எழுந்த சங்கிலிகளின் கலகலப்பொலியும் திகைப்பை ஏற்படுத்தியது.

காலத்தின் ஓட்டத்தை குண்டாவால் கணிக்க முடியவில்லை. மூத்திரம், வாந்தி, மலம் அனைத்துக் கழிவுகளும் ஒன்றாகக் கலந்து பசை போல அவர்கள் கிடந்த நீண்ட மரப்பலகை வரிசை நெடுகிலும் பரவிக் கிடந்தன. இனிமேலும் நாற்றத்தைத் தாங்க முடியாது என்ற எண்ணம் தோன்றிய சற்று நேரத்தில், உரத்த வசவொலிகளுடன் எட்டுப் பரங்கியர் புழைவாய் வழியாகக் கீழிறங்கினர். வழக்கமான கஞ்சித் தொட்டிக்குப் பதிலாக நீண்ட கைப்பிடி கொண்ட வாரிகளும் மிகப் பெரிய கூடைகள் நான்கும் கொணர்ந்தனர். அவர்கள் எவ்வித ஆடையும் அணியாமலிருந்ததை குண்டா திகைப்புடன் கவனித்தான்.

அம்மணப் பரங்கியர் தளத்தை அடைந்த உடனே அதற்கு முன்னர் அங்கே வந்தவர்களைக் காட்டிலும் மிகவும் மோசமாக வாந்தி எடுத்தனர். தமது விளக்கு வெளிச்சத்தில் குறுகிய இடைவெளிகளில் இருவராக நுழைந்து வாரிகளால் கழிவுகளை வழித்துக் கூடைகளில் சேர்த்தனர். ஒவ்வொரு கூடையும் நிரம்பியவுடன் அதனை குறுகிய இடைவெளி வழியாக இழுத்துச் சென்று படிகளில் ஏற்றி புழைவாய்க்கு வெளியே கொண்டு சென்று கொட்டிவிட்டுத் திரும்பினர். வாயையும் மூக்கையும் அடைத்துக் கொண்டு, முகத்தை எட்டுக் கோணலாகச் சுழித்தபடி கழிவுகளை அகற்றிய அவர்களுடைய மயிரடர்ந்த பழுப்பு மேனியெங்கும் கழிவுகளின் தூசு படிந்திருந்தது. ஆனால், அவர்கள் தமது பணியை முடித்துச் சென்ற பின்னரும், வெப்பம் மிகுந்த, மூச்சு முட்டிய துர்நாற்றம் வீசிய அந்த அடைப்பில் எவ்வித மாற்றமும் ஏற்பட்டுவிடவில்லை.

அடுத்த முறை வழக்கமாக கஞ்சித் தொட்டியுடன் இறங்கிய நான்கு

பரங்கியரைக் காட்டிலும் கூடுதலாக, குண்டாவின் யூகப்படி, இருபது பேர் புழைவாயின் படிகளின் வழி தடதடவென இறங்கிய காலடி ஓசை கேட்டது. அவன் அப்படியே உறைந்து போனான். இங்குமங்கும் தலையை மெதுவாகத் திருப்பினான். அவர்கள் சிறு, சிறு குழுக்களாகப் பிரிந்து அடைப்பிற்குள் ஆங்காங்கே நின்றனர். சிலர் விளக்குகளையும் துப்பாக்கிகளையும் ஏந்தியவாறு மற்றவர்களுக்குக் காவலாக நின்றனர். சங்கிலிகள் கலகலத்த ஓசையும் பின்னர் பலத்த ஒலியும் கேட்ட போது குண்டாவின் வயிற்றைப் பீதி பிசைந்தது. தனது வலது கணுக்கால் அசைக்கப்பட்டதை உணர்ந்தான். பரங்கியர் தன்னை விலங்குகளிலிருந்து விடுவித்ததை உணர்ந்த போது குண்டாவின் குலை நடுங்கியது. எதற்காக விடுவிக்கிறார்கள்? படுபாவிகள் இன்னும் என்ன கொடூரம் செய்யப் போகிறார்களோ? அசைவற்றுக் கிடந்தான். அவனுடைய வலது கணுக்காலில் விலங்குகளின் பளுவை உணர முடியவில்லை. அடுத்தடுத்து விலங்குகளின் பூட்டுக்கள் திறக்கப்பட்ட ஓசையும் சங்கிலிகளை இழுத்ததால் எழுந்த ஓசையும் அந்த அடைப்பு முழுவதும் நிறைந்தது. பின்னர், பரங்கியர் அதட்டியபடி சவுக்குகளைச் சொடுக்கத் தொடங்கினர். அவர்களை அங்கிருந்து வெளியேறச் சொல்கின்றனர் என்பதைக் குண்டா புரிந்து கொண்டான். உடலை மேலே தூக்கி எழ முயன்ற போது அவர்களுடைய தலைகள் மரத்தாலான மேற்கூரைகளின் மீது மோதிக் கொண்டன. பல்வேறு மொழிகளில் அனைவரும் எழுப்பிய கூக்குரலுடன் குண்டாவினுடைய கதறலும் கலந்து ஓலமிட்டது.

குறுகிய இடைவெளி வழியாக தட்டுத் தடுமாறியவாறு இணை, இணையாக முட்டி மோதிக் கொண்டு நகர்ந்தவர்களை சவுக்குகளால் விளாசினர். வலியால் துடித்து கூச்சலிட்டபடி முன்னோக்கி நகர்ந்தனர். விளாசப்பட்ட சவுக்கடிகள் நிலைகுலையச் செய்ததால் குண்டாவும் அவனுடைய வோலோஃப் இன விலங்குத் தோழரும் ஒருவரை ஒருவர் அணைத்துப் பிடித்துக் கொண்டனர். கரங்கள் முரட்டுத்தனமாக கணுக்கால்களை இறுக்கின; கழிவுகளின் சகதி படிந்த மரப்பலகைகளின் மீது இழுத்துச் செல்லப்பட்டு மனிதக் கும்பலுடன் இணைந்து கொண்டதை உணர முடிந்தது. ஓயாத சவுக்கடி; அடங்காத ஓலம்! உடலை வளைத்தும் நெளித்தும் சவுக்கடியிலிருந்து தப்பித்துக் கொள்ள வீணே முயன்றான். திறந்திருந்த புழைவாயில் தென்பட்ட வெளிச்சத்தை நோக்கி உருவங்கள் நகர்ந்ததை ஒருவாறு கண்டு கொள்ள முடிந்தது. அடித்தபடி நெட்டித் தள்ளப்பட்டதால் இருட்டில் தட்டுத் தடுமாறியவர்கள் ஓர் இணைக்குப் பின் மற்றொன்றாக புழைவாயின் படிக்கட்டுகளை நோக்கி பரங்கியரால் பிடித்து இழுக்கப்பட்டனர். மணிக்கட்டுக்கள் விலங்கால் பிணைக்கப்பட்டிருக்க, அம்மணமாக, உடலெங்கும் கழிவு படிந்தபடி, அடிக்க வேண்டாமென்று மன்றாடியவாறு தன்னுடைய வோலோஃப் இன இணையுடன் தரதரவென இழுக்கப்பட்ட போது உடலிலிருந்து கால்கள் துண்டிக்கப்பட்டுவிட்டதைப் போல துடித்தான்.

பதினைந்து நாட்களாகப் பார்க்காத கோபம்! பகலவனின் பேரொளிக் கற்றைகள் கண்களைச் சுத்தியல் கொண்டு தாக்கின. தாங்க முடியாத வலியால் தலை சுற்றியது. விலங்கிடப்படாத கையைக் கொண்டு கண்களை மூட முயன்றான். அவனுடைய வெற்றுப் பாதங்கள் கெஞ்சின. 'என்னதான் ஒருவழியாக நடக்க

முடிந்ததென்றாலும் பக்கவாட்டில் அசைவதற்கு மட்டும் தானே வாய்ப்புக் கிடைத்தது!' பார்வை மறைக்கப்பட்டு முன்னோக்கி தடுமாறியவன், பொத்தியிருந்த கை வழியாகவும் இறுகச் சுருக்கிக் கொண்ட இமைகளின் வழியாகவும் வதைத்த ஒளியை உட்புகச் செய்வதற்குப் பெரும்பாடு பட்டான். மூக்குத்துவாரங்களை அடைத்துக் கொண்ட சளியால் கடற்காற்றை உள்ளிழுக்க முடியாமல் பிளவுபட்டிருந்த உதடுகளைத் திறந்து ஆழமாக இழுத்தான். வாழ்க்கையில் முதன் முறையாக உள்ளே புகுந்த கடற்காற்று நுரையீரலைக் குமட்டியது. விலங்குத் தோழரின் பக்கம் வாந்தியெடுத்தபடி தளத்தில் சுருண்டான். வாந்தி எடுத்த ஓசை, விலங்குகள் மோதிக் கொண்ட ஒலி, தசைகளில் இறங்கிய சவுக்குகளின் விளாசல்கள், வலியால் எழுந்த கூச்சல்கள், பரங்கியரின் அதட்டல்கள் அவனைச் சுற்றி நிறைந்திருந்தன. அத்துடன், தலைக்கு மேலே தடதடத்த புதுமையான ஓசை!

மற்றொரு சவுக்கு முதுகை நோக்கி இறங்கியதைக் கண்டு பக்கவாட்டில் சரிந்தான். அது வோலோஃப் இனக் கூட்டாளியைத் தாக்கியதால் அவர் மூச்சிரைத்தது கேட்டது. தட்டுத் தடுமாறி கீழே விழுந்த வரையிலும் சவுக்கு அவர்களுடைய முதுகுகளைக் கிழித்தது. விளாசல்களிலிருந்து தப்பித்துக் கொள்ள இயலுமா என்று பார்ப்பதற்காகக் கண்களைத் திறந்தவனுடைய தலையில் புதியதொரு வதை இடியென இறங்கியது. ஒவ்வொருவருடைய கணுக்கால்களைச் சுற்றிலும் விலங்குகள் வழியாக நீண்டதொரு சங்கிலியை நுழைத்துக் கொண்டிருந்த மற்றொருவனிடம் அவர்களை வதைத்துக் கொண்டிருந்தவன் தள்ளி விட்டான். அவன் அதுவரை கும்மிருட்டில் கிடந்தவாறு யூகித்திருந்ததைக் காட்டிலும் கூடுதல் எண்ணிக்கையில் கைதிகளையும் அதுவரை கீழிறங்கி வந்தவர்களைக் காட்டிலும் அதிகமான பரங்கியரையும் அங்கே கண்டான். ஒளிமிகுந்த சூரிய வெளிச்சத்தில் அவர்களுடைய முகங்கள் பயங்கரமாக வெளிறி, ஏதோவொருவித நோயினால் பீடிக்கப்பட்டு குழிகளாக மருட்டின. அவர்களுடைய தலைமுடி மஞ்சள், கறுப்பு, சிவப்பு வண்ணங்களில் நீண்டு தொங்கின. சிலருக்கு வாயைச் சுற்றிலும் தாடைகளிலும் கூட மயிர் அடர்ந்து நீண்டு கிடந்தது. சிலர் ஒல்லியாகவும், சிலர் குண்டாகவும், சிலர் கத்தி வெட்டுத் தழும்புகளுடனும், ஒரு கை, கண் அல்லது காலை இழந்தவர்களாகவும், முதுகுகளில் பெருக்கல் குறி போன்ற ஆழமான தழும்புகளுடனும் அருவருப்பாகக் காட்சியளித்தனர். தனது பற்களைச் சோதித்து எண்ணிப் பார்த்ததை குண்டா நினைத்துப் பார்த்தான். அங்கே அவன் கண்ட பரங்கியருக்கு ஒரு சில பற்களே இருந்தன.

குறுக்குக் கட்டைகள் நெடுகிலும் அவர்களில் பலர் இடைவெளி விட்டு கையில் சவுக்கையோ, நீண்ட வாளையோ, நுனியில் துளை கொண்ட இரும்புக் கழியையோ பிடித்தவாறு நின்றிருந்தனர். அவர்களுக்கு அப்பால் வியத்தகு காட்சியை குண்டா கண்டான். நம்பமுடியாத வகையில் கண்ணுக்கெட்டிய தூரம் வரையிலும் முடிவற்று நீலக்கடலலைகள் அசைந்தாடிக் கொண்டிருந்தன. மேலே எழுந்த படபடத்த ஒலியை நோக்கி தலையை உயர்த்தினான். மிகப் பெரிய கம்பங்களுக்கிடையே கயிறுகளால் பிணைக்கப்பட்டிருந்த பூதாகரமான வெள்ளைத் துணித் துருத்திகளைக் கண்டான். வெள்ளைத் துணிகள் காற்றால் நிரப்பப்பட்டவை போலத் தோன்றின.

மிகப்பெரிய படகின் அகலம் முழுவதும் உயரமான மூங்கில் கழிகளைக் கொண்டு அமைக்கப்பட்ட தடுப்பால் மறைக்கப்பட்டிருந்தது. தடுப்பின் நடுவில் வெளியே துருத்திக் கொண்டு வாய் அகன்ற மிகப்பெரிய ஏதோவொரு இரும்புப் பொருள் அமைக்கப்பட்டிருந்தது. அதன் மையத்தில் ஒரு தண்டு இயங்கிற்று. பரங்கியர் பிடித்திருந்ததைப் போன்ற நுனியில் துளை கொண்ட இரும்புக் கழிகளும் நிறைய பொருத்தப்பட்டிருந்தன. மிகப் பெரிய இரும்புப் பொருளும் கழிகளும் அவனுடன் அம்மணமாகக் குழுமியிருந்த ஆட்களைக் குறிபார்த்தன.

கணுக்கால் விலங்குடன் புதிய சங்கிலி இணைக்கப்பட்ட பொழுது, தனது விலங்குத் தோழரான வோலோஃப் இன மனிதரை குண்டா முதன் முதலாகத் தெளிவாகப் பார்த்தான். அவனைப் போலவே, அவருக்கும் தலை முதல் பாதம் வரை கழிவு படிந்திருந்தது. அவருக்கு குண்டாவினுடைய அப்பா வயதிருக்கலாம். தனது இனத்திற்குரிய முகப் பான்மைகளுடன் தோன்றினார். அட்டக் கறுப்பு! அவருடைய முதுகில் சவுக்கடி வெட்டிய காயங்களிலிருந்து குருதி வழிந்து கொண்டிருந்தது. தோள்களில் சூட்டுக் கோலால் குறியிட்ட இடத்தில் சீழ் வெளியேறியது. ஒருவரை ஒருவர் கண்களால் துழாவினர். தன்னைப் போலவே அவரும் அவனை வியப்புடன் உற்று நோக்கியதை குண்டா கண்ணுற்றான். கூச்சல் குழப்பத்திற்கிடையே ஏனைய அம்மண மாந்தரையும் நோட்டமிடும் வாய்ப்பு அவர்களுக்குக் கிட்டியது. பீதியால் அவர்கள் உளறிக் கொண்டிருந்தனர். வெவ்வேறு முக அமைப்புகளைக் கொண்டும், பழங்குடி மக்கள் பச்சை குத்திக் கொள்ளும் விதத்தைக் கொண்டும், இனக்குழுக் குறிகளைக் கொண்டும் ஃபௌலா, ஜோலா, செரேர், தன்னுடைய கூட்டாளியான வோலோஃப் போன்ற இனத்தவரைத் தனித்தனியே அடையாளம் கண்டு கொண்டான். ஆனால், பெரும்பாலானோர் மாண்டிங்கா வகுப்பினர். சிலரைப் பற்றி அவனால் உறுதியாகக் கூற முடியவில்லை. கைக்கூலியைக் கொன்றவரை அடையாளம் கண்டு கொண்ட போது குண்டாவின் உணர்வெழுச்சி பொங்கியது. அவர் ஃபௌலா இனத்தவர் தான்! அவருடைய உடலெங்கும் அடி விழுந்ததால் ஏற்பட்ட காயங்களில் குருதி உறைந்திருந்தது.

பத்துப் பேரை வரிசையாக நிற்க வைத்து கடல் நீரை வாளிகளில் மொண்டு அவர்கள் மீது ஊற்றிக் கொண்டிருந்தனர். அந்த இடத்திற்கு மற்றவர்களையும் அடித்து நெட்டித் தள்ளினர். சில பரங்கியர் நீண்ட கைப்பிடி கொண்ட துடைப்பானைக் கொண்டு அவர்களுடைய உடலைச் சுரண்டித் தேய்த்தனர். சவுக்கடிக் காயங்களின் மீதும் சூட்டுக் கோலால் தீய்க்கப்பட்ட இடத்திலும் கடல்நீர் விழுந்தவுடன் நெருப்புப் பட்டதைப் போல எரிந்தது. அத்துடன் துடைப்பானின் நீண்ட சிணுக்குகள் காயங்களின் மீது உரசித் தேய்க்கப்பட்ட போது குருதி உறைந்திருந்த இடங்களெல்லாம் திறந்து கொண்டு வழியத் தொடங்கியது. அனைவரும் கதறிக் கூச்சலிட்டனர். குண்டாவின் கதறலும் கலந்து ஒலித்தது. பாதங்களுக்குக் கீழே நுரையுடன் இளஞ்சிவப்பு நிறத்தில் கடல்நீர் பெருகி ஓடியதைக் கண்டான். பின்னர், அவர்களைத் தளத்தின் மையப் பகுதிக்கு துரத்தினர். அங்கே அவர்கள் கோணலும் மாணலுமாக 'தொப்'பென்று சுருண்டு விழுந்தனர். குண்டா அண்ணாந்து பார்த்த போது பரங்கியர் சிலர் குரங்குகளைப் போல கம்பத்திற்குக் கம்பம் தாவி வெண்ணிறத் துணியுடன் பிணைக்கப்பட்ட

கயிறுகளை இழுத்து விட்டனர். அதிர்ச்சியினிடையே சூரிய ஒளி உடலின் மீது விழுந்ததால் இதமாகவும் ஆறுதலாகவும் இருந்ததை குண்டா உணர்ந்தான். உடலில் படிந்திருந்த கழிவுப் படலம் ஓரளவு நீக்கப்பட்டது கூட இனம்புரியாத தெம்பளித்தது.

திடீரென எழுந்த பலருடைய அழுகுரல் சுருண்டு கிடந்த சங்கிலியிடப்பட்ட ஆட்களைத் துள்ளியெழச் செய்தது. இருபது பெண்கள், பெரும்பாலும் இளம் பெண்டிர், நான்கு குழந்தைகளுடன் அம்மணமாக தடுப்பிற்குப் பின்னாலிருந்து ஓடி வந்தனர். அவர்கள் சங்கிலியால் பிணைக்கப்படவில்லை. ஆனால், அவர்களை இரண்டு பரங்கியர் இளித்தபடி கைகளில் சவுக்குகளுடன் துரத்தினர். உடனே தன்னுடன் படகில் ஏற்றப்பட்ட பெண்களை குண்டாவால் அடையாளம் கண்டு கொள்ள முடிந்தது. அவர்களுடைய அம்மணக் கோலத்தைக் கண்டு பரங்கியர் பல்லிளித்ததையும் சிலர் தம்முடையதைத் தேய்த்துவிட்டுக் கொண்டதையும் அவன் கோபம் கொப்பளிக்கக் கவனித்துக் கொண்டிருந்தான். ஆயுதமேந்தியிருந்த போதிலும் அண்மையிலிருந்த பரங்கியின் மீது பாய்ந்துவிட துடிதுடித்தவன் தன்னைக் கட்டுப்படுத்திக் கொள்ளப் பெரும்பாடுபட்டான். கைகளை மடக்கி இறுக்கிக் கொண்டு, மூச்சை ஆழ்ந்து இழுத்தபடி, பயந்து நடுங்கிய பெண்களிடமிருந்து பார்வையை விலக்கிக் கொண்டான்.

பிறகு, கைப்பிடிக்கு அருகில் இருந்த பரங்கி ஒருவன் மடிப்புகள் கொண்ட விநோதமான ஒன்றை கைகளில் வைத்து உட்புறமாக சுருக்குவதும் வெளியே விரிப்பதுமாக இயக்கினான். அதிலிருந்து மெல்லிய ஓசை ரீங்காரமிட்டது. மற்றொருவன் ஆப்பிரிக்காவிலிருந்து கொணர்ந்த முரசை ஒலித்தான். ஏனைய பரங்கியர் கோணலும் மாணலுமான வரிசையில் அசைந்தனர். அம்மணமாக நின்ற ஆண்களும், பெண்களும், குழந்தைகளும் வெறித்துப் பார்த்தபடி நின்றனர். வரிசையிலிருந்த பரங்கி ஒருவன் நீண்ட கயிறு ஒன்றை வைத்திருந்தான். ஒவ்வொருவரும் தம்முடைய கணுக்கால் ஒன்றில் அந்தக் கயிற்றால் முடிச்சிட்டுக் கொண்டனர். அம்மண மனிதர்களை நீண்ட சங்கிலி பிணைத்திருந்ததைப் போல அவர்களை அந்தக் கயிறு பிணைத்தது. நகைத்தபடி அவர்கள் மேலும் கீழுமாக முரசின் ஒலிக்கும் மெல்லிய ஓசைக்கும் இயைய குதித்தனர். பின்னர், அவர்களும் ஆயுதமேந்தி நின்றிருந்த பரங்கியரும் சங்கிலியிடப்பட்டிருந்தவர்களையும் அவர்களைப் போல குதிக்கும்படி சைகை காட்டினர். ஆனால், அவர்கள் மருண்டு நின்றதால் சவுக்குகளைச் சொடுக்கத் தொடங்கினர்.

திடீரென பெண்களில் மூத்தவள், "குதியுங்கள்" என்று மாண்டிங்கா மொழியில் கத்தினாள். அவளுக்கு குண்டாவின் அம்மா பின்டாவின் வயதிருக்கலாம். முன்னோக்கித் தாவி குதிக்கத் தொடங்கினாள். மற்ற பெண்களையும் குழந்தைகளையும் நோக்கி, "குதியுங்கள்!" என்று அவளுடைய குரல் கிரீச்சிட்டது. அவளைப் போலவே அவர்களும் குதித்தனர். கைகளிலும் புயங்களிலும் போராளிகளுடைய நடன அசைவுகளைக் காட்டியபடி அம்மண ஆடவரை நோக்கி விரைந்து வீசிய அவளுடைய பார்வை, "பரங்கியரைக் கொல்வதற்காக குதியுங்கள்!" என்றது. அவளுடைய தாயக உணர்வைப் புரிந்து கொண்ட பிறகு,

விலங்கிடப்பட்ட இணைகள் ஒன்றன் பின் ஒன்றாக மெதுவாக மேலும் கீழும் தாவத் தொடங்கினர். பிணைத்திருந்த சங்கிலி தரைத்தளத்தின் மீது தடால், தடால் என மோதியது. தலையைத் தொங்கவிட்டிருந்த குண்டா குதித்துக் கொண்டிருந்த கால்களும் பாதங்களும் துவண்டு வளைந்திருந்ததைக் கண்டான். தன்னுடைய கால்கள் இரப்பர் துண்டாகத் துவண்டதை அவனால் உணர முடிந்தது. மூச்சு விட்டு விட்டு இரைத்தது. பிறகு, பேரிளம் பெண்கள் இசைத்த பாடலுடன் இளம் பெண்களுடைய குரல்களும் இணைந்தன. பாடலின் தொனி என்னவோ மகிழ்ச்சியை வெளிப்படுத்துவது போலத்தான் இருந்தது. அவர்கள் வாய் மொழிந்த வார்த்தைகளில் இரவு நேரங்களில் படகின் இருண்ட மூலைகளில் அந்தக் கொடூரமான பரங்கியர் அவர்களை நாய்களைப் போல பயன்படுத்திய கதைகள் பொதிந்திருந்தன. புன்னகையும் பெருஞ்சிரிப்புமாக தமது மொழியில் "பரங்கியரைக் கொல்லுங்கள்!" என்று கிரீச்சிட்டனர். குதித்துக் கொண்டிருந்த அம்மண ஆடவருடைய குரல்களும் சேர்ந்திசைத்தன, "பரங்கியரைக் கொல்வோம்!" தற்பொழுது சில பரங்கியர் பல்லிளித்ததுடன் கைகொட்டி ஆரவாரித்தனர்.

குண்டாவின் முழங்கால்கள் கீழ்நோக்கித் துவண்டன. தொண்டை அடைத்தது. பார்த்து விட்டான்! குட்டையான, குண்டான, நரைத்ததலைப் பரங்கியையும் முகமெங்கும் வெட்டுக் காயத் தழும்புகள் கொண்ட பூதாகரமான நெட்டைப் பரங்கியும் அவனை நெருங்கிக் கொண்டிருந்தனர். அவனை அங்கே கொண்டு சென்றதற்கு முன்னர், அடித்து, உதைத்து, தோள்களில் சூட்டுக் கோலால் குறிகள் போட்ட இடத்தில் அவர்கள் இருவரையும் கண்டது அவனுக்கு நினைவு வந்தது. உடனே, மற்ற அம்மண மக்களும் அவர்கள் இருவரையும் கண்டனர். திடீரென மயான அமைதி! தலைக்கு மேலே அந்தப் பூதாகரத் துணி மட்டுமே படபடத்துக் கொண்டிருந்தது. அவ்விருவருடைய முன்னிலையில் ஏனைய பரங்கியரும் கூட உறைந்து நின்றனர்.

நெட்டையன் கரகரத்த குரலில் எதையோ கத்தினான். சங்கிலியிடப்பட்டவர்கள் இருந்த இடத்தை விட்டு ஏனைய பரங்கியர் விரைந்து வெளியேறினர். அவனுடைய இடுப்பு வாரிலிருந்து தொங்கிய வளையத்தில் சில பொருட்கள் பளபளத்தன. அவற்றைக் கொண்டு சங்கிலிகளைத் திறந்ததை குண்டா கவனித்திருந்தான். அதன் பிறகு, நரைத்த தலையன், அம்மண மக்களின் உடல்களை உற்றுக் கவனித்தபடி அவர்களிடையே நகர்ந்து சென்றான். அவர்களுடைய உடல்களில் ஆழமாக ஏற்பட்டிருந்த சவுக்கடிக் காயங்களிலும், எலிகள் கடித்ததாலும், சூட்டுக்கோலால் பொசுக்கியதாலும் சீழ் வடிந்த புண்களிலும் நரைத்ததலைக் குள்ளன் களிம்பு தடவினான். நெட்டையன் இரும்பு விலங்குகள் பூட்டப்பட்டிருந்த மணிக்கட்டுக்களிலும், கணுக்கால்களிலும் கன்றிப் புண்ணாகியிருந்ததால் அவற்றின் மீது மஞ்சள் நிறத் தூளைத் தூவினான். அவர்கள் இருவரும் தன்னை நெருங்கிய போது, குண்டா அச்சத்தால் கூனிக் குறுகினான். ஆனால், நரைத்தலைக் குள்ளன் களிம்பு தடவிய போதும் நெட்டையன் மஞ்சள் தூளைத் தூவிய போதும் குண்டாவை இன்னாரென்று கண்டு கொண்டதாகவே தெரியவில்லை.

பிறகு, திடீரென்று, பரங்கியருக்கிடையே எழுந்த கூச்சல்களுக்கிடையே,

குண்டாவுடன் பிடித்துவரப்பட்ட பெண்களில் ஒருத்தி வெறிபிடித்த காவலர்கள் மத்தியில் போராடிக் கொண்டிருந்தாள். பலர் அவளைப் பிடிப்பதற்குப் பாய்ந்ததால், அவள் கூச்சலிட்டுக் கொண்டே குறுக்குக் கட்டைக்கு மேலே தாவி கீழ்நோக்கி மூழ்கிவிட்டாள். பயங்கரமான குளறுபடிகளுக்கு நடுவில், நரைத்தலைக் குள்ளனும் நெட்டையனும் அவளைத் தமது பிடியிலிருந்து தப்பிக்க விட்டவர்களை கெட்ட, கெட்ட வார்த்தைகளில் திட்டித் தீர்த்ததுடன் அவர்களுடைய முதுகுகளையும் சவுக்குகளால் விளாசினர்.

பின்னர், மேலே துணிகளுக்கிடையே இருந்த பரங்கியர் கூவியபடி நீருக்குள் ஓரிடத்தைச் சுட்டிக் காட்டினர். அந்தத் திசையில் அம்மண மக்கள் திரும்பிய போது, அலைகளுக்கிடையே அந்தப் பெண் அல்லாடியதைக் கண்டனர். மிக அருகில் நீருக்கு மேல் தென்பட்ட செதில்கள் இரண்டு அவளை நோக்கி விரைந்தன. அடுத்து குருதியை உறையச் செய்த கூக்குரல் கேட்டது. நீருக்குள் சுழன்றடித்த வாலால் நுரை கிளம்பியது. பார்வைக்கு எட்டாமல் அவள் இழுத்துச் செல்லப்பட்டு விட்டாள். அவள் இருந்த இடத்திலிருந்து சற்று தொலைவு வரை கடல் நீர் செந்நிறம் பூண்டிருந்தது. வேதனையிலும் பீதியிலும் உறைந்திருந்த சங்கிலியிடப்பட்ட மக்கள், முதன் முறையாக, சவுக்கடி ஏதுமின்றி இருட்டு அடைப்பிற்கு ஓட்டிச் செல்லப்பட்டு மீண்டும் அவரவர் இடத்தில் சங்கிலிகளால் பூட்டப்பட்டனர். குண்டாவிற்குத் தலை சுற்றியது. தூய கடற்காற்றைச் சுவாசித்து விட்டுச் சென்றதால் அந்த இடம் மேலும் துர்நாற்றம் வீசியது; பகல்வெளிச்சத்தை அனுபவித்தவனுக்கு அடைப்பிற்குள் கூடுதல் இருள் தட்டுப்பட்டது. விரைவில் புதியதொரு குழப்பம் எழுந்தது. சற்றே தொலைவில் நடந்தது போல் தோன்றியது. கீழ்த் தளத்திலிருந்து மேல்தளத்திற்கு வெருண்டு ஓடிய பீதியடைந்த ஒருவனை பரங்கி துரத்திக் கொண்டு சென்றதை பயிற்சி பெற்ற அவனுடைய காதுகள் கணித்தன.

சற்று நேரத்திற்குப் பிறகு, அவனுடைய வலது காதில் தாழ்ந்த குரலில் முணுமுணுத்ததைக் கேட்டான். "ஜூலா?" குண்டாவின் இதயம் விம்மியது. வோலோஃப் மொழி குண்டாவிற்கு ஓரளவு தெரியும். வழக்கமாக, பயணங்களிலும் வணிகத்திலும் ஈடுபட்ட மாண்டிங்கர்களை வோலோஃப் இனத்தவரும் ஏனையோர் சிலரும் 'ஜூலா' எனும் சொல்லால் குறிப்பிடுவதுண்டு என்பதை குண்டா அறிந்திருந்தான். தலையைத் திருப்பி, வாயை வோலோஃப் இனத்தவருடைய காதுக்கருகில் வைத்து மெல்லிய குரலில் முணுமுணுத்தான், "ஜூலா, மாண்டிங்கா!" சில கணங்கள் மனஅழுத்தத்துடன் அப்படியே கிடந்தான். அவரிடமிருந்து மறுமொழியாக ஒரு வார்த்தையும் திரும்பப் பெறவில்லை. குண்டாவின் மனத்தில் ஓர் எண்ணம் மின்னி மறைந்தது. தனது பெரியப்பாக்களைப் போல தனக்கும் பல மொழிகள் தெரியாமல் போயிற்றே என்று நொந்தான். உடனே, அந்த இடத்தில் அவர்களை நினைத்துப் பார்த்தது கூட தவறு என்று நாணினான்.

"வோலோஃப். ஜெபோ மாங்கா!" ஒருவழியாக அவர் மீண்டும் முணுமுணுத்தார். அது அவருடைய பெயராக இருக்கக் கூடும் என்று எண்ணினான்.

"குண்டா கின்டே!" மெல்லிய குரலில் ஒலித்தான்.

தொடர்ந்த முணுமுணுப்புப் பரிமாற்றங்கள் மூலம் அங்கொன்றும் இங்கொன்றுமாக ஒருவர் மற்றொருவருடைய மொழியில் ஓரிரு சொற்களை மனதில் பதிய வைத்துக் கொண்டனர். முதல் பருவக் குழந்தைகள் மொழியைக் கற்றுக் கொள்வதைப் போல தெரிந்து கொண்ட சொற்களைப் பத்திரப்படுத்தினர். இரவு வேளைகளில், வேர்க்கடலை வயல்களில் குரங்குகளைத் துரத்துவதற்காக காவல் நின்ற போது, தொலை தூரத்தில் மாட்டு மந்தைகளை மேய்த்துக் கொண்டிருந்த ஃபுலானி இன இடையர் தனக்கு ஆறுதல் உணர்வு அளித்ததைப் போல மொழியை முழுமையாகப் புரிந்து கொள்ள இயலாது போனாலும் அவன் அதற்கு முன்னர் பார்த்தறியாத வோலோஃப் இனத்தவருடைய அணுக்கம் அவனுக்கு ஆதரவளித்தது. ஒருவரோடொருவர் விலங்குகளால் பிணைக்கப்பட்டிருந்த போதிலும் வாரக்கணக்கில் ஒருவரை மற்றவர் பார்த்துக் கொள்ளாமலே அருகருகே கிடந்தனர்!

முன்னர் தான் அறிந்திருந்த வோலோஃப் மொழித் தொடர்களை நினைவின் ஆழத்திலிருந்து மேலே கொண்டு வர முயன்றான். அவரும் தான் அறிந்திருந்த மாண்டிங்கா மொழித் தொடர்களையெல்லாம் நினைவுபடுத்திக் கொள்ள எத்தனித்தார். ஆனால், அவன் அறிந்திருந்த வோலோஃப் மொழித் தொடர்களைக் காட்டிலும் கூடுதலாக அவர் மாண்டிங்கா மொழிச் சொற்களை அறிந்திருந்தார். இருவருக்குமிடையே அமைதி நிலவிய சமயங்களில், தனக்கு மறுபக்கத்தில் கிடந்தவர் எவ்வித முணுமுணுப்புமின்றி இடைவிடாது முனகிக் கொண்டிருந்த போதிலும் அவர்கள் இருவரும் பரிமாறிக் கொண்ட செய்திகளைக் கூர்ந்து கவனித்துக் கொண்டு தான் இருந்திருப்பார். அடைப்பிற்குள் பரவிய முணுமுணுப்பு ஒலிகளிலிருந்து குண்டாவிற்கு மற்றொரு செய்தி புலனானது. பகலவன் ஒளியில் ஒருவரை ஒருவர் பார்த்துக் கொண்ட பின்னர், விலங்குத் தோழர்கள் அனைவருக்கிடையிலேயும் மென்குரல் தகவல் பரிமாற்றங்கள் தொடங்கிவிட்டன. முணுமுணுப்புகள் தொடர்ந்து பரவின. பரங்கியர் கஞ்சித் தொட்டியுடன் புகுந்த சமயங்களிலும், வாரிகளுடனும் கூடைகளுடனும் தரைத்தளத்தைத் துப்புரவு செய்வதற்காகக் கீழிறங்கிய போதும் அமைதி நிலவியது. ஆனால், அமைதியின் தரத்தில் வேறுபாடு மிளிர்ந்தது. பிடிபட்டு, அந்த அடைப்பிற்குள் சங்கிலிகளால் பிணைக்கப்பட்டதிலிருந்து முதன் முறையாக அவர்கள் தமக்குள் ஒரு பிணைப்பு உணர்வைப் பெற்றுவிட்டனர்.

37

அடுத்த முறை அவர்களை மேல்தளத்திற்குக் கொண்டு சென்ற போது, வரிசையில் தனக்குப் பின்புறம் நின்றவனைப் பார்த்துவிடுவதென எண்ணியிருந்தான். அவன் அடைப்பிற்குள் அவனுக்கு இடதுபுறம் கிடந்தவன் செரேர் பழங்குடி இனத்தைச் சேர்ந்தவன். குண்டாவைக் காட்டிலும் வயதில் மூத்தவன். அவனுடைய உடலின் முன்னும் பின்னும் சவுக்கடியால் வெட்டுக் காயங்கள் நிறைந்திருந்தன. அவற்றில் சில மிகவும் ஆழமான காயங்களாக பிளந்திருந்தன. இருட்டில் இடைவிடாது முனகிக் கொண்டிருந்த அவனைத் தாக்கிவிடலாமா என்று கூட எண்ணிய தன்னுடைய மடமையை எண்ணி வருந்தினான். செரேர் இனத்தவனின் கருகரு கண்களில் கோபாவேசமும் வஞ்சினமும் கொப்பளித்தது. ஒருவரை ஒருவர் பார்த்துக் கொண்டதற்காகவே சவுக்கு அவர்கள் மீது சொடுக்கப்பட்டது. இம்முறை குண்டாவின் மீது விழுந்த அடி அவனை முன்னோக்கித் தள்ளியது. அடியின் வேகத்தால் அவன் மண்டியிட்டான்; கோபத்தால் கொந்தளித்தான். விலங்கைப் போலக் கத்திக் கூச்சலிட்டவாறு நிலைகுலைந்து தடுமாறி அந்தப் பரங்கியின் மீது விழப் போனான். தன்னுடன் தனது விலங்குத் தோழரையும் இழுத்துக் கொண்டு சரிந்தான். பரங்கி ஒதுங்கிக் கொண்டான்.

வெறுப்பால் புருவங்களை நெறித்தபடி குண்டாவையும் வோலோஃப் இனத்தைச் சேர்ந்தவரையும் மாறி மாறி சவுக்கால் விளாசினான். மற்றவர்கள் அவர்களைச் சுற்றி திகைத்து நின்றனர். கூரிய வாள் வீச்சைப் போல சவுக்கு சுழன்றது. அவர்களை உருட்டித் தள்ளுவதற்காக இடுப்பில் ஓங்கி ஓங்கி உதைத்தான். ஆனால், ஒருவழியாக அவர்கள் மூச்சிரைத்தவாறு தட்டுத் தடுமாறி எழுந்து கீழே தம்முடன் இருந்தவர்களுடன் இணைந்தனர். அவர்கள் அனைவரையும் வாளியால் கடல்நீரை இறைத்துக் கொட்டுவதற்காக நெட்டித் தள்ளிச் சென்றனர்.

சற்று நேரத்தில், தீயாகக் காந்திக் கொண்டிருந்த குண்டாவின் காயங்களின் மீது ஊற்றப்பட்ட கடல் நீரின் உப்புத் தன்மை தேள் கொட்டியதைப் போல வலி எடுத்தது. அவனுடைய அழுகுரல் மற்றவர்களுடைய கதறலுடனும், பரங்கியருக்காக முழங்கப்பட்ட முரசின் ஓசையுடனும், துருத்தி போன்ற கருவியிலிருந்து எழுந்த மெல்லிசையுடனும், மேலும் கீழும் குதித்தாடிய கைதிகளைப் பிணைத்திருந்த சங்கிலிகளின் மோதல் ஓசையுடனும் கலந்து பேரிரைச்சலாக எழுந்தது. சற்று முன் விழுந்த அடிகளால் குண்டாவும் வோலோஃபும் வலுவிழந்தனர். இருமுறை தடுமாறினர். விழுந்த அடிகளும் உதைகளும் அவர்களை மறுபடியும் குதிக்கச் செய்தன. கோபத்தின் உச்சத்தில் கொதித்துக் கொப்பளித்துக் கொண்டிருந்த குண்டாவால் பெண்கள் பாடிய “பரங்கியரைக் கொல்லுங்கள்!” பாடல் கூட தெளிவாக விழவில்லை. ஒருவழியாக, இருட்டு அடைப்பிற்குள் மறுபடியும் அவன் தன்னுடைய இடத்தில் சங்கிலிகளால் பிணைக்கப்பட்ட போது, அந்தப் பரங்கியைக் கொல்ல வேண்டும் என்கிற வேட்கையுடன் இதயம் துடிதுடித்தது.

சில நாட்களுக்கு ஒருமுறை எட்டு அம்மணப் பரங்கியர் இருண்ட அடைப்பிற்குள் நுழைந்தனர். வாரிகளால் மரத்தளத்தின் மீது கிடந்த கழிவுகளை வழித்துக் கூடைகளில் நிரப்பி வெளியில் கொண்டு போய்க் கொட்டினர். அவர்களை வெறுப்புடன் முறைத்தபடி குண்டா அசைவற்றுக் கிடந்தான் அவர்களுடைய வசவொலிகள் அவனுடைய காதுகளில் விழுந்தன. கைதிகளுடைய குடலியக்கம் மிகவும் கூடுதலாகிவிட்டபடியால் குறுகிய இடைவெளிகளிலெல்லாம் கழிவுகள் சிதறிக் கிடந்தன. அதனால் சில பரங்கியர் வழுக்கி விழுந்த ஓசையும் கூட கேட்டது.

கடந்த முறை அவர்கள் மேல்தளத்தில் இருந்த போது, ஒருவனுடைய கால் மிகவும் பாதிக்கப்பட்டு அவன் நொண்டியதை குண்டா கவனித்தான். பரங்கியர் தலைவன் அதன் மீது களிம்பு தடவியிருந்தான். ஆனாலும், பயனில்லை. அடைப்பின் இருளில் அவனுடைய கதறல் பயங்கரமாக ஒலித்தது. அடுத்த முறை மேல்தளத்திற்குச் செல்ல அவனுக்கு பிறர் உதவினர். பழுப்பு நிறத்திலிருந்த அவனுடைய கால் மேலும் அழுகிப் போய் தூய கடற்காற்றிலும் துர்நாற்றமடித்ததை குண்டா கவனித்தான். அம்முறை மற்றவர்களைக் கீழே அடைப்பிற்குக் கொண்டு சென்ற பரங்கியர் அவனை மட்டும் மேல்தளத்திலேயே வைத்துக் கொண்டனர். சில நாட்களுக்குப் பிறகு பெண்ணொருத்தி பாடலின் போது மற்ற கைதிகளுக்குத் தெரிவித்தாள். அவனுடைய கால் வெட்டி அகற்றப்பட்டது. அவனுக்கு உதவுவதற்காக அந்தப் பெண் அவனிடம் கொண்டு செல்லப்பட்டாள். ஆனால், அவன் அன்றிரவே இறந்து விட்டான். அவனுடைய உடலைக் கடலில் வீசிவிட்டனர். அப்பொழுதிலிருந்து

அடைப்பிற்குள் துப்புரவுப் பணிக்கு வந்தவர்கள் அடர்த்தி மிகுந்த புளிக்காடி வாளிகளில் செந்நிறத்தில் சூடேற்றப்பட்ட உலோகத் துண்டுகளைப் போட்டுச் சென்றனர். அந்தக் கார நெடிப் புகையால் அடைப்பிற்குள் துர்நாற்றம் சற்றே குறைந்தது. ஆனால், விரைவிலேயே தொண்டையை அடைத்த துர்நாற்றத்தின் ஆதிக்கம் மேலோங்கியது. குண்டாவின் நுரையீரலையும் புறத்தோலையும் விட்டு என்றென்றைக்கும் நீங்காத துர்நாற்றம்!

பரங்கியர் இல்லாத சமயங்களில் அடைப்பிற்குள் எழுந்த முணுமுணுப்பு ஒலிகளின் வேகமும் வீச்சும் நாளுக்கு நாள் அதிகரித்துக் கொண்டே இருந்தது. தமக்குள் தகவல் பரிமாற்றம் நிகழ்த்திக் கொள்வதில் அவர்கள் முன்பைக் காட்டிலும் மிகவும் முன்னேறிவிட்டனர். முன்னர் புரியாமல் இருந்த மற்றவர்களுடைய மொழிச் சொற்களை தற்பொழுது எளிதாகப் புரிந்து கொள்ளத் தொடங்கி விட்டனர். அதுவரை அவர்கள் அறிந்திராத மொழிகளின் சொற்களைப் புதிதாகக் கற்றுக் கொண்டனர். ஒருவருடைய மொழியை மற்றவர் புரிந்து கொண்டதால் ஏற்பட்ட உற்சாக மிகுதியால் உடல்கள் குலுங்குவதும் தலைகள் மரத்தளத்தில் மோதிக் கொள்வதும் அவ்வப்போது நிகழ்ந்தன. ஆனால், அவர்களுடைய நடவடிக்கைகள் பரங்கியர் அறிந்து கொள்ள இயலாத விதத்தில் தொடர்ந்தன. மணிக்கணக்கில் முணுமுணுத்துக் கொண்டிருந்தவர்களுக்கிடையே ஒருவித சகோதரப் பாசமும் ஒற்றுமை உணர்வும் செழித்தது. வெவ்வேறு இடங்களிலிருந்து, வெவ்வேறு இனங்களிலிருந்து பிடிபட்டவர்கள் என்கிற நிலைமை மாறி அவர்கள் அனைவரும் ஒரே இடத்தில் வதைகின்ற ஒரே இனத்தவர் என்கிற உணர்வு மேலோங்கியது.

அடுத்த முறை பரங்கியர் அவர்களை மேல்தளத்திற்கு ஓட்டிச் சென்ற போது இராணுவ அணிவகுப்பில் நடந்ததைப் போல பீடுநடை போட்டனர். மீண்டும் கீழ்த்தளத்திற்கு இறங்கிய பின்னர், பல மொழிகளிலும் தேர்ச்சி பெற்றுவிட்டவர்கள் தமது இடங்களை மாற்றிக் கொண்டனர். பிற மொழிச் சொற்களை மொழிமாற்றம் செய்து அடுத்தடுத்த சகோதரர்களுக்குத் தெரிவிப்பதற்கு ஏதுவாக அடைப்பின் ஒருமுனையில் அவர்கள் இடம் பிடித்தனர். பரங்கியர் அவர்களுடைய யுக்தியைக் கவனித்ததாகத் தெரியவில்லை. ஏனெனில், அவர்களுக்குக் கறுப்பர்களைப் பாகுபடுத்திக் காண இயலாது; அதுபற்றி அவர்களுக்கு அக்கறையும் இல்லை.

வினாக்களும் அவற்றிற்கான பதில்களும் அந்த அடைப்பு முழுவதும் பரவத் தொடங்கின. "நம்மை எங்கே கொண்டு செல்கின்றனர்?" அந்தக் கேள்வி வெறுப்புடன் கூடிய குழறலைப் பதில் கேள்வியாக்கியது. "அதனைத் தெரிவிப்பதற்குத் திரும்பினோர் எவருமில்லையே?" "ஏனென்றால் அவர்களைத் தின்றிருப்பார்கள்!" "எத்தனை நாட்களாக நாம் இங்கே அடைபட்டுக் கிடக்கிறோம்?" என்கிற கேள்வி 'ஒரு மாதமாக இருக்கலாம்' என்கிற பதில் வரையில் பலருடைய யூகத்தையும் தூண்டியது. ஆனால், சிறிய காற்றுத் துளை வழியாகப் பகல் வெளிச்சம் ஊடுருவிய இடத்தில் அதனைக் கணக்கிட்டபடி சங்கிலியிடப்பட்டுக் கிடந்த ஒருவனுக்கு அக்கேள்வி மொழிபெயர்த்துக் கூறப்பட்ட போது பூதாகரமான அந்தப் படகு பயணத்தைத் தொடங்கியதிலிருந்து பதினெட்டு நாட்கள் கழிந்ததாகத் தெரிவித்தான்.

கஞ்சித் தொட்டிகளுடனோ, துப்புரவுப் பணிக்காகவோ பரங்கியர் குறுக்கிட்டமையால், ஒரு கேள்விக்கான பதிலை அல்லது ஒரு செய்தியை ஒவ்வொருவருக்கும் தெரிவிப்பதற்கு ஒரு நாள் முழுவதும் செலவிட வேண்டியிருந்தது. ஒருவரை ஒருவர் அறிந்திருந்தவர்களுக்காக பேராவல் ததும்பிய உசாவல்கள் கூட செவி வழியாகக் கடத்தப்பட்டன. "பர்ரகுண்டா கிராமத்தைச் சேர்ந்தவர் யாரேனும் இருக்கிறீர்களா?" என்கிற ஒருவனுடைய கேள்விக்கு சற்று நேரத்தில் வாய்க்கும் காதுக்குமான ஊடகம் வழியாக குதூகலம் பொங்கிய "ஜபோன் சல்லா! இங்கே இருக்கிறேன்!" என்கிற பதில் கடந்தது. ஒருநாள், "ஜுஃப்யூர் கிராமத்தைச் சேர்ந்தவர் யாரேனும் இருக்கிறீரா?" என்கிற கேள்வியை வோலோஃப் எழுப்பியதைக் கேட்டவுடன் குண்டா உணர்வெழுச்சியால் பொங்கினான். "ஆமாம், குண்டா கின்டே!" மூச்சை இழுத்துப் பிடித்துக் கொண்டு பதில் அனுப்பினான். மறுபதில் அவனை எட்டிய ஒரு மணி நேரமும் மூச்சு விடுவதற்குக் கூட அஞ்சி நடுங்கியபடி கிடந்தான். "ஆமாம், அந்தப் பெயர் தான்! கிராமத்தின் துக்க அறிவிப்பு முரசொலியைக் கேட்டேன்" குண்டா தேம்பிக் கரைந்தான். அவனுடைய மனக்கண்முன் பலவாறான காட்சிகள் விரிந்தன. அவனுடைய குடும்பத்தினர் சூழ்ந்திருக்க வெள்ளைச் சேவல் இறக்கைகளை அடித்துக் கொண்டு பின்புறமாகச் செத்து விழுந்தது! கிராமத்துக் கலைஞர் அந்தச் செய்தியை முரசறைந்து அறிவித்துக் கொண்டிருந்தார். ஒமோரோ, பின்டா, லேமின், சுவாடு, குட்டிப் பயல் மதி ஆகிய அனைவரும் முரசிற்குப் பக்கத்தில் ஓலமிட்டவாறு தவித்துக் கொண்டிருந்தனர். செய்தி அறிந்தவர்களெல்லாம் அவர்களுடன் சேர்ந்து துக்கத்தைப் பகிர்ந்து கொண்டனர். அந்தக் கிராமத்தைச் சேர்ந்த குண்டா கின்டே என்கிற ஆண்மகன் என்றென்றைக்கும் திரும்பாதபடி சென்று விட்டான் என்கிற வார்த்தைகளை முரசின் ஒலிகள் அறிவித்துக் கொண்டிருந்தன.

நாட்கள் பல கழிந்தன. ஓயாத செவி, வாய் ஊடகப் பேச்சு கேள்வி ஒன்றுக்குப் பதில்களைத் தேடுவதில் முனைந்தது. "அந்த மாபெரும் படகிலிருந்த பரங்கியரைத் தாக்கிக் கொல்வது எப்படி?" ஆயுதங்களாகப் பயன்படுத்தத் தக்கவை எதையேனும் வைத்திருக்கிறார்களா? அல்லது அதற்கான வழி, வகை அறிவார்களா? ஒருவருமில்லை! மேல்தளத்திலிருந்த போது திடீர்த் தாக்குதலுக்குப் பயன்படும் விதத்தில் பரங்கியர் தரப்பில் கவனக்குறைவோ, வலுவற்ற நிலைமையோ ஏதேனும் அவர்களுள் யாருக்கேனும் தென்பட்டதா? மறுபடியும், ஏதுமில்லை! சங்கிலிகளுடன் ஆடவர் குதித்தாட, பெண்கள் பாடியதிலிருந்து ஏது? ஒரு வகையில் பயன்படக் கூடிய முக்கியத் தகவல் கிட்டியது. அந்த மிகப்பெரிய படகில் அவர்களுடன் முப்பது பரங்கியர் பயணித்ததாகப் பாடல் ஒலித்தது. மேலும் கூடுதலானோர் இருந்ததாகத் தோன்றியது. ஆனால், அவர்களை எண்ணிக் கணக்கிடுவதில் பெண்களுக்குக் கூடுதல் வாய்ப்பிருந்தது. பெண்களின் பாடல் மேலும் சில செய்திகளைத் தெரிவித்தது. பயணத்தின் தொடக்கத்தில் மேலும் அதிகமானோர் இருந்தனர். ஐந்து பேர் மாண்டு விட்டனர். அவர்களுடைய உடல்களை வெண்ணிறத் துணியில் சுற்றி, நரைத்தலைக் குள்ளன் ஏதோவொரு புத்தகத்திலிருந்து எதையோ வாசிக்க, கடலில் எறிந்து விட்டனர். பரங்கியர் தமக்குள் சண்டையிட்டு மாறி மாறி அடித்துக் கொள்கின்றனர். பெண்களைப் பயன்படுத்திக் கொள்வது தொடர்பாக அவர்களுக்குள் கடும் சண்டை மூண்டது.

பெண்களின் பாடல் மூலமாக, பூட்டப்பட்டிருந்த சங்கிலிகளுடன் குதித்தாடிய ஆண்களுக்கு மேல்தளத்தில் நடந்த அனைத்துச் செய்திகளும் வந்தடைந்தன. அடைப்பிற்குத் திரும்பியவுடன் அவர்கள் தமக்குள் நிகழ்ந்தவை பற்றி கலந்தாலோசிக்கத் தொடங்கினர். கீழ்த்தளத்திலிருந்த கைதிகளுடன் தொடர்பு ஏற்படுத்திக் கொள்ளுமளவுக்கு தகவல் பரிமாற்றத்தில் முன்னேற்றம் உருவானது. குண்டா கிடந்த தளத்தில் அனைவரையும் அமைதியாக இருக்கும்படி தகவல் அனுப்பிய பின்னர், கீழே செல்வதற்கான திறப்பிற்கு அண்மையில் இருந்த கைதி "கீழ்தளத்தில் எத்தனை பேர் உள்ளீர்?" என்று கேட்டார். சற்று நேரத்தில் "அறுபது பேர் இருக்கலாம்" என்கிற பதில் குண்டா கிடந்த தளத்தில் சுற்றி வந்தது.

எவ்வகையிலாவது பெறப்பட்ட தகவல்களை வாய், காது ஊடகம் மூலம் அனைவருக்கும் தெரிவித்த செயல் ஒன்று தான் அவர்கள் உயிர்த்திருந்ததை நியாயப்படுத்தக் கூடியதாக அமைந்தது. பரிமாறிக் கொள்வதற்குப் புதிய தகவல் ஏதும் இல்லாத சமயங்களில், அவர்கள் தமக்குள் தமது குடும்பங்களைப் பற்றியும், கிராமங்கள் குறித்தும், தொழில்கள், உழவடை வேட்டை பற்றியெல்லாம் அளவளாவத் தொடங்கிவிட்டனர். அத்துடன், பரங்கியரை எப்படிக் கொல்வது, எப்போது முயற்சிப்பது என்பது பற்றிய கருத்து வேறுபாடுகளும் எழுந்தன. அடுத்த முறை மேல்தளத்திற்குக் கொண்டு செல்லப்படும் போது, விளைவுகள் எதுவாயினும், தாக்குதல் தொடுத்துவிட வேண்டும் என்று சிலர் கருதினர். தக்க தருணத்தை உன்னிப்பாகக் கவனிப்பதும் காத்திருப்பதும் புத்திசாலித்தனம் என்பது வேறு சிலருடைய கருத்து. கருத்து வேறுபாடுகள் முற்றி உச்சத்தை அடைந்தது. ஒரு கட்டத்தில், திடீரென்று முதியவர் ஒருவருடைய குரல் ஒலித்தது. "சொல்வதைக் கேளுங்கள்! வெவ்வேறு இனங்களையும் மொழிகளையும் சார்ந்தவர்களாக இருந்த போதிலும் நாமனைவரும் ஒரே நிலையில் உள்ளவர்கள். இந்த இடத்தில் ஒன்றிணைந்துள்ள நாமனைவரும் ஒரே கிராமத்தினர் என்பதை நினைவிற் கொள்ள வேண்டும்!"

ஒப்புக் கொண்டதற்கான முணுமுணுப்புகள் அடைப்பிற்குள் வெகு விரைவாகப் பரவியது. அது ஏற்கனவே தேவைப்பட்ட சமயங்களிலெல்லாம் ஆலோசனை நல்கிய குரல். அனுபவமும், அதிகாரமும், அறிவாற்றலும் கொண்ட குரல்! விரைவில் அந்தக் குரலுக்குரியவர் தன்னுடைய கிராமத்தில் முதியோர் பேரவை உறுப்பினராக இருந்தவர் என்கிற செய்தி வாய், காது ஊடகம் மூலம் அவர்கள் மத்தியில் சுற்றி வந்தது. சற்று நேரத்திற்குப் பின்னர், அவர் மீண்டும் பேசினார். சிலரைத் தலைவர்களாகத் தேர்ந்தெடுத்து அவர்களுடைய கருத்துக்களை அனைவரும் ஒப்புக் கொள்ள வேண்டும். தாக்குதல் திட்டம் வகுக்கப்பட வேண்டும். நன்கு ஒழுங்கமைக்கப்பட்டோரும் ஆயுத வலிமை கொண்டோருமான பரங்கியரை வெல்வதற்கான நல்வாய்ப்புக் கிடைப்பதற்கு முன்பாக அனைவருடைய ஒப்புதலுடனும் அவற்றை நிறைவேற்றியாக வேண்டும். மீண்டும், அந்த அடைப்பு ஒப்புதல் முணுமுணுப்புகளால் நிறைந்தது.

பிறருடன் ஏற்பட்ட அணுக்க உணர்வால் புதிய ஆறுதல் குண்டாவின் மனத்தில் நிறைந்தது. கழிவும், துர்நாற்றமும் ஏற்படுத்திய மனக்கசப்பு கூட சற்றே தணிந்தது. ஈரு, பேன், எலிகளின் தொல்லைகள் குறைந்து விட்டதைப் போலத்

தோன்றியது. ஆனால், அவர்களைச் சுற்றிப் பரவிய புதிய அச்சத்தைப் பற்றிய செய்தி அவனுடைய காதுகளையும் எட்டியது. கீழ்த்தளத்தில் கிடந்த கைதிகள் மத்தியில் மற்றொரு கைக்கூலியும் இருந்தான். கண்களைக்கட்டி அந்தப் படகுக்குள் அவனால் இழுத்துச் செல்லப்பட்ட சங்கிலி பூட்டிய மனிதர்களுடன் தானும் இருந்ததாக ஒரு பெண் பாடலின் ஊடே தெரிவித்தாள். இரவு நேரத்தில் அவளுடைய கண்கட்டு விலக்கப்பட்டதாகவும், ஆனால், பரங்கியர் கைக்கூலிக்கு சாராயம் கொடுத்ததைப் பார்த்ததாகவும், வயிறு முட்டக் குடித்து மட்டையான கைக்கூலியைச் சூழ்ந்திருந்த பரங்கியர் ஊளையிட்டு, சிரித்தபடி அவனை உதைத்து, உணர்வற்ற நிலையில் அடைப்பிற்குள் இழுத்துச் சென்றதாகவும் பாடினாள். அவனுடைய முக அடையாளங்களை அவளால் உறுதிபடக் கூற முடியவில்லை என்ற போதிலும், அவனும் மற்றவர்களைப் போல சங்கிலியால் பிணைக்கப்பட்டு அடைப்பிற்குள் தான் கிடக்க வேண்டும் என்பதையும் பாடல் மூலம் தெரிவித்தாள். அண்மையில் கைக்கூலி ஒருவன் கொல்லப்பட்டதை அறிந்த அவன் தன்னை வெளிப்படுத்திக் கொள்ளாமல் மறைந்திருக்க வேண்டும். பரங்கியருடைய வார்த்தைகள் சிலவற்றை அவன் அறிந்திருக்கக் கூடும் என்றும் தனது உயிரைக் காப்பாற்றிக் கொள்ள வேண்டும் என்கிற நம்பிக்கையில் அவர்களுடைய தாக்குதல் திட்டத்தைப் பற்றித் தான் அறிந்தவற்றை அவன் பரங்கியருக்குத் தெரிவிக்கலாம் என்றும் அவர்களுக்குள் விவாதித்தனர்.

கொழுத்த எலியைக் கண்டு தனது விலங்குகளை ஆட்டிய போது, குண்டா அதுவரை கைக்கூலிகளைப் பற்றி சற்றும் அறியாமல் இருந்ததை எண்ணி நொந்தான். ஏனென்றால், அவர்கள் மக்களுடன் கிராமத்தில் வசித்ததில்லை. அவர்களைப் பற்றிய சந்தேகம் வலுத்தால், மக்கள் அவர்களைக் கொன்றுவிடக் கூடுமல்லவா? ஜுஃப்யூர் கிராமத்தில் முன்னிரவு வேளைகளில் நெருப்பு மூட்டங்களைச் சுற்றி அமர்ந்திருந்த ஓமோரோவும் அவரை ஒத்த வயதுடையோரும் குண்டாவையும் அவனைப் போன்ற இளந்தாரிகளையும் பற்றி வீண் கவலை கொண்டதாகக் கருதியதையும், அவ்வளவு எளிதாக அவர்களை எவரும் கவர்ந்து சென்றுவிட முடியாது என்று அவர்களுக்குள் தனிமையில் மார்தட்டிக் கொண்டதையும் எண்ணி மறுகினான். தற்பொழுது அவனுக்குப் புரிந்தது. கிராமத்தின் பாதுகாப்புப் பற்றி பெரியவர்கள் அக்கறை கொண்டதற்கான காரணம்! காம்பியா பகுதியைச் சுற்றிலும் ஏராளமானோர் கவர்ந்து செல்லப்பட்டதைப் பற்றி அவர்கள் அறிந்திருந்தனர். தவறான உறவால், பரங்கித் தந்தையருக்குப் பிறந்த பழுப்பு நிறக் குழந்தைகளை வெறுத்து ஒதுக்கினர். ஆனால், அவர்கள் கூட அனைவருமே கைக்கூலிகளாகச் செயல்பட்டதாகக் கூற முடியாது. தான் கவரப்பட்டதற்கு முன்பு, பரங்கியரிடம் அகப்பட்டுத் தப்பித்து கிராமத்திற்குத் திரும்பி முதியோர் பேரவை முன் நின்ற பெண்ணைப் பற்றி நினைத்தான். பேரவையினர் அவளுக்கு என்ன தீர்ப்பு வழங்கினரோ?

வண்ணமேற்றுவதற்கான பொருட்கள், தங்கம், யானைத் தந்தம் போன்ற பொருட்களைப் பரங்கியரின் படகுகளுக்குப் பெற்றுத் தருவதற்கு மட்டுமே கைக்கூலிகள் உதவினர் என்று அடைப்பிற்குள் நடந்த பேச்சின் மூலம் குண்டா அறிந்து கொண்டான். ஆனால், கிராமங்களை எரித்து மக்களைக் கவர்ந்து

செல்வதற்கு அவர்களுக்கு உதவிய நூற்றுக்கணக்கான கைக்கூலிகள் இருந்தனர். குழந்தைகளுக்குக் கரும்புத் துண்டுகளைக் கொடுத்து ஆசை காட்டி அழைத்துச் சென்று அவர்கள் மீது கோணிகளைக் கவிழ்த்தனர். அவர்களை ஈவிரக்கமின்றி அடித்துத் துன்புறுத்தினர். கருவுற்றிருந்த பெண்ணொருத்தியைக் கவர்ந்து சென்ற போது வழியில் அவள் இறந்து போனாள். சவுக்கடிகளால் காயமுற்று குருதி கொட்டிக் கொண்டிருந்த சிறுவனை சாகட்டுமென்று விட்டுச் சென்றனர். அடைப்பிற்குள் கைக்கூலிகளைப் பற்றிய பேச்சு பலவாறாக எழுந்து சுற்றி வந்தது. ஒவ்வொரு நிகழ்ச்சியையும் கேட்ட பொழுது குண்டாவிற்குக் கோபம் கொப்பளித்தது. தனக்கு நேர்ந்த பொழுது எழுந்ததைக் காட்டிலும் கூடுதலான ஆத்திரமும் கோபமும் பொங்கியது!

எந்தவொரு இடத்திலும் தனியாகச் சுற்றித் திரியக் கூடாது என்று தனக்கும் லேமினுக்கும் அப்பா விடுத்த கண்டிப்பான எச்சரிக்கைக் குரலைக் கேட்டபடி அந்த இருளில் கிடந்தான். தந்தையின் எச்சரிக்கைகளுக்குத் தான் கீழ்ப்படிந்திருக்க வேண்டும் என்கிற எண்ணம் அவனை வாட்டியது. இனித் தன்னுடைய தந்தையின் குரலுக்கு செவிமடுக்கும் வாய்ப்பு ஒருபோதும் கிட்டப் போவதில்லை என்கிற எண்ணத்தில் அவனுடைய இதயம் மூழ்கித் திணறியது. எத்தனை காலம் இனி வாழ்ந்த போதிலும் தனக்காகத் தானே சிந்தித்துக் கொள்ள வேண்டிய நிலைக்குத் தள்ளப்பட்டு விட்டான்.

“நடப்பதெல்லாம் அல்லாவின் சித்தம்!” முதியவரிடமிருந்த தொடங்கிய அந்தக் கூற்று, வாய்—காது ஊடகம் மூலம் தனக்கு இடது பக்கம் கிடந்தவனிடமிருந்து தன்னை அடைந்த போது தலையை வலது பக்கம் திருப்பி வோலோஃப்பின் காதில் ஓதினான்.ஒரு கணத்திற்குப் பிறகு தான் காதில் அளித்த செய்தியை வோலோஃப்பின் வாய் அடுத்தவனுடைய காதில் முணுமுணுக்கவில்லை என்பதைக் கண்டு கொண்டான். காரணம் புரியாமல் சற்று நேரம் திகைத்தவன், ஒருவேளை தான் சரியாகச் சொல்லவில்லையோ என எண்ணி மீண்டும் அவருடைய காதில் தெளிவாக முணுமுணுத்தான். ஆனால், திடீரென வோலோஃப் அடைப்பிற்குள் இருந்த அனைவருக்கும் கேட்கும்படி வெடித்தார், “உங்களுடைய அல்லாவின் விருப்பம் அது தான் என்றால் எனக்கு சாத்தானையே கொடுங்கள்!” இருளில் ஆங்காங்கே அவருடைய குரலுக்கு ஒப்புதல் குரல்கள் வெகுவாக எழுந்தன. இங்குமங்குமாக விவாதங்கள் எழுந்தன.

குண்டா ரொம்பவே ஆடிப் போனான். அவனைப் பொறுத்தவரை அல்லாவின் மீது கொண்டிருந்த நம்பிக்கை உயிரிலும் மேலானது. தான் ஒரு நம்பிக்கையற்றவன் அருகில் கிடந்த உணர்வு அவனை வாட்டியது. வயதில் மூத்தவர் என்கிற முறையில் அதுவரை அவருடைய நட்பினையும் அறிவுப்பூர்வமான அவருடைய கருத்துக்களையும் பெரிதாக மதித்து வந்தான். ஆனால், தற்பொழுது, தனக்கும் அவருக்கும் எவ்விதமான நட்பும் தொடர்ந்து நீடிப்பதற்கு வாய்ப்பில்லை என்பதை உணர்ந்து கொண்டான்.

38

மேல்தளத்தை அடைந்திருந்தனர். ஒரு சில கத்திகளையும், ஆயுதங்களாகப் பயன்படத் தக்க வேறு சில பொருட்களையும் திருடி மறைத்து வைத்திருந்ததாக பெண்களின் பாடலின் போது செய்தி வெளிப்பட்டது. மீண்டும் அடைப்பிற்குள் கிடத்தப்பட்ட போது, இரு வேறு கருத்துக்களைக் கொண்டிருந்த குழுக்களிடையே விவாதம் வலுத்தது. மேலும் தாமதப்படுத்தாமல் பரங்கியர் மீது தாக்குதலைத் தொடுக்க வேண்டும் என்கிற கருத்துக் கொண்ட குழுவினருடைய தலைவர் கரடுமுரடான தோற்றத்துடன், பச்சை குத்தியிருந்த வோலோஃப். மேல்தளத்தில், பரங்கியரைப் பார்த்து பற்களை நறநறத்தபடி, பிணைக்கப்பட்ட சங்கிலிகளுடன் ஆவேசத்துடன் குதித்தாடியதைக் கைதிகள் அனைவரும் கவனித்தனர். ஆனால், பரங்கியரோ அவர் தம்மைப் பார்த்து பல்லிளித்ததாக எண்ணிக் கொண்டு கைகொட்டி ஆரவாரித்தனர். கூடுதல் கவனத்துடன் ஆயத்தங்களை மேற்கொள்வது அறிவார்ந்த செயல் என்று நம்பியவர்களுக்கு, கைக்கூலியைக் கழுத்தை நெறித்துக் கொன்றதற்காகக் கடுமையாக அடிக்கப்பட்ட ஃபௌலா தலைவர்.

வோலோஃபின் கருத்தை ஆதரித்தவர்கள் ஒரு சிலரே. அடைப்பிற்குள் பரங்கியர் பலர் நுழைந்த போது,

அவர்களைத் தாக்கிவிட வேண்டும். ஏனெனில், அவர்களைக் காட்டிலும் தம்மால் தெளிவாகப் பார்க்க முடியும் என்பதும் எதிர்பாராத தாக்குதலால் ஏற்படும் திகைப்பும் அவர்களுக்கு அதிகமாக இருக்கும் என்பதும் அவர்களுடைய வாதம். அந்தத் திட்டத்தை வலியுறுத்தியவர்களை மற்றவர்கள் மடத்தனமானது என்று ஒதுக்கினர். மேல்தளத்தில் கூடுதல் எண்ணிக்கையில் பரங்கியர் இருந்தனர். அவர்கள் கீழே இருந்த கைதிகளை எலிகளைக் கொல்வதைப் போல கொன்று குவித்துவிடக் கூடும். சில சமயங்களில், வோலோஃபிற்கும் ஃபௌலாவிற்கும் இடையே விவாதம் முற்றிக் கத்தலாக மாறிய போது, முதியவர் குறுக்கிட்டார். அமைதியாக விவாதிக்கும் படியும் இல்லையேல் பரங்கியர் கேட்டுவிடுவர் என்றும் எச்சரித்தார்.

இறுதியில் எந்தத் தலைவருடைய கருத்து செயல்படுத்தப்பட்ட போதிலும், சாகும் வரை போரிடுவதற்கு குண்டா ஆயத்தமாக இருந்தான். இனி அவன் சாவுக்கு அஞ்சப் போவதில்லை. வீடு திரும்பி குடும்பத்தினரை இனி என்றென்றைக்கும் காண முடியாது என்றாகிவிட்ட போதே செத்துப் போனதற்குச் சமமாக உணர்ந்தான். தற்பொழுது அவனுக்கிருந்த ஒரே ஒரு அச்சம்! தனது கைகளால் ஒரு பரங்கியையாவது கொல்வதற்கு முன்பு செத்துவிடக் கூடாது! ஆனால், அவனுடைய மனம், பெரும்பாலானோரைப் போல, எச்சரிக்கை உணர்வுடன் செயல்படத் திட்டமிட்ட சவுக்கடித் தழும்புகள் நிறைந்த ஃபௌலாவின் கருத்தையே பெரிதும் விரும்பியது.

அடைப்பிற்குள் இருந்தவர்களில் பெரும்பாலானோர் மாண்டிங்கா இனத்தவர் என்பதை குண்டா தற்பொழுது நன்கு அறிந்து கொண்டான். ஃபௌலா இனத்தவரைப் பற்றி அவர்களுக்கு நன்கு தெரியும். ஃபௌலா இன மக்கள் தமக்குத் தீங்கிழைத்தவர்களைப் பழிதீர்த்துக் கொள்வதற்காக, பல ஆண்டு காலம், தேவைப்பட்டால் வாழ்நாள் முழுவதும் அதே எண்ணத்துடன் முயற்சிப்பர். ஃபௌலா இனத்தவர் ஒருவரை யாரேனும் கொன்று விட்டால் கொல்லப்பட்டவருடைய மகன் கொலையாளியைத் தேடிக் கண்டுபிடித்துக் கொல்லாமல் விட மாட்டான்.

“நாம் ஏற்றுக் கொண்ட தலைவருக்கு ஆதரவாக நாமனைவரும் ஒன்றிணைந்து செயல்பட வேண்டும்” முதியவர் ஆலோசனை நல்கினார். வோலோஃபின் கருத்தை ஏற்றுக் கொண்டவர்கள் மத்தியிலிருந்து கோபக் குறிகள் எழுந்தன. ஆனாலும், பெரும்பான்மைக் கைதிகள் ஃபௌலாவினுடைய கருத்தையே ஆதரித்தனர் என்பது தெளிவாயிற்று. அவர் உடனே தனது முதல் ஆணையைப் பிறப்பித்தார். “நாமனைவரும் பரங்கியருடைய ஒவ்வொரு செயல்பாட்டையும் கழுகுக் கண்களுடன் உன்னிப்பாகக் கவனிக்க வேண்டும். உரிய தருணத்தில் போராளிகளாகிவிட வேண்டும்.” அவர்கள் அனைவரும் தமது சங்கிலிப் பிணைப்புகளுடன் மேல்தளத்தில் குதித்தாடிய போது மகிழ்ச்சியை வெளிப்படுத்த வேண்டும் என்கிற பெண்டிருடைய ஆலோசனையை ஏற்றுச் செயல்படுதல் அவசியம் என்றும் அறிவுறுத்தினார். பரங்கியருடைய காவலர்களை ஓய்வில் திளைக்கச் செய்வதன் மூலம் அவர்களைத் திடீரெனத் தாக்கும் முயற்சியை எளிமைப்படுத்த

முடியும். அத்துடன், ஒவ்வொருவரும் தமது கண்களைக் கூர்மையாக்கிக் கொண்டு ஆயுதம் போன்ற ஏதேனும் பொருள் தட்டுப்பட்டதென்றால் விரைந்து பற்றிப் பயன்படுத்திக் கொள்ள வேண்டும் என்றும் கூறினார். குண்டா தனக்குள் குதூகலம் அடைந்தான். குறுக்குக் கட்டைகளுக்குக் கீழே ஓரிடத்தில் கூர்மையானதொரு கம்பி கிடந்ததைக் குறித்து வைத்திருந்தான். அது மிகவும் தளர்வாகக் கட்டப்பட்டிருந்தது. உரிய தருணத்தில் அதனைக் கைப்பற்றிக் குத்தீட்டியாகப் பயன்படுத்தி தனக்கு அண்மையில் தென்படக் கூடிய பரங்கியினுடைய வயிற்றில் குத்துவதற்கு ஆயத்தமானான். அதனைப் பற்றிய நினைவு தோன்றிய போதெல்லாம் அவனுடைய விரல்களைஅதனுடைய கைப்பிடியைத் தழுவியிருந்ததைப் போன்ற உணர்வு ஏற்பட்டது.

புழைவாயின் கதவைத் திறந்து பரங்கியர் உள்ளே படிகளில் இறங்கி, அதட்டிக் கொண்டும் சவுக்குகளைச் சொடுக்கியவாறும் அவர்கள் மத்தியில் நடமாடிய போதெல்லாம், பதுங்கியிருக்கும் காட்டு விலங்கைப் போல அசைவற்றுக் கிடந்தான். தம்மைக் கொல்வதற்குத் தேடிய வேடர்களுடைய பார்வையிலிருந்து மறைத்துக் கொண்டு உற்றுக் கவனிக்கும் திறனை அல்லா விலங்குகளுக்குக் கற்றுக் கொடுத்தார். அதனை நாமும் அவற்றிடமிருந்து கற்றுக் கொள்ள வேண்டுமென்று பயிற்சியின் போது பயிற்றுநர் சொல்லிக் கொடுத்ததை குண்டா நினைவுபடுத்திக் கொண்டான். பிறரைத் துன்புறுத்தி பரங்கியர் அடைந்த குதூகலத்தை எண்ணி நொந்தபடி மணிக்கணக்கில் கிடந்தான். கைதிகளைச் சவுக்கால் அடித்த வெறுப்புணர்வூட்டும் தருணங்களை, அதிலும் குறிப்பாக, ஏற்கனவே புண்பட்டிருந்த வெற்று முதுகுகளில் சவுக்குகளைச் சுழற்றி அதிலிருந்து வெளிப்பட்டுத் தம் மீது தெறித்த குருதித் துளிகளை முகத்தைச் சுளித்தவாறு வழித்தெறிந்ததையெல்லாம் வேதனையுடன் நினைவு கூர்ந்தான். அந்தப் பெரிய படகின் இருண்ட மூலைகளுக்குப் பெண்களை வலுக்கட்டாயமாக பரங்கியர் இழுத்துச் சென்ற காட்சிகளெல்லாம் அவனுடைய மணக்கண்முன் தோன்றி வதைத்தன. அவர்களுடைய கூக்குரல் அவனுடைய செவிகளைத் துளைத்ததாகக் கற்பனை செய்தான். பரங்கிப் பயல்களுக்கென அவர்களுக்குரிய பெண்டிர் இருக்க மாட்டார்களா? அதனால் தான் பிறருக்குரிய பெண்களைப் பெண்டாளுகிறார்களா? அவர்கள் எவ்வித நெறிமுறைகளையும் மதிக்க மாட்டார்களா? அவர்களுக்கென கடவுளரோ, குட்டித் தேவதைகளோ கூட கிடையாதா?

கொல்வதெப்படி? அவனுடைய மனத்தில் நிறைந்திருந்த அந்த எண்ணத்திற்கு இலக்காக பரங்கியருக்கு அடுத்து எலிகள் இடம் பிடித்தன. நாளுக்கு நாள் அவற்றினுடைய துணிச்சல் அதிகமாகிக் கொண்டிருந்தது. குருதி கொட்டிய புண்ணையோ, ஒழுகிய சீழையோ நக்குவதற்காக அவை அவனுடைய கால்களுக்கிடையே ஓடிய போது அவற்றினுடைய தடித்த மூக்கு மயிர்கள் முள்ளாகக் குத்தின. ஆனால், ஈக்களுக்கும் கொசுக்களுக்கும் அவனுடைய முகத்தில் மொய்ப்பது தான் பிடித்திருந்தது. கண்களின் ஓரத்தில் கசிந்த திரவத்தையோ, மூக்கு வழி ஒழுகிய சளியையோ உறிஞ்சுவதில் அவை ஆர்வம் காட்டின. அவனுடைய உடல் நெளிந்தது. விரல்களை வேகமாக வீசி நகங்களுக்கிடையே சிக்கியவற்றை நசுக்க முற்பட்டான். ஆனால், ஈக்கள், கொசுக்கள், எலிகளைக் காட்டிலும்,

வாரக்கணக்கில் கரடுமுரடான, கடினமான பலகைகளின் மீது கிடந்ததால், அவனுடைய தோள்களும், விலா எலும்புகளும், இடுப்பும் நெருப்பாகத் தகித்தன. மேல்தளத்திலிருந்த போது, பிறருடைய முதுகுகளில் திட்டுத்திட்டாக கன்றிப் போயிருந்த அழுத்தத் தடங்களைக் கண்டான். அத்துடன், அந்தப் பெரிய படகு அலைகளின் வேகத்தாலோ, சுழன்றடித்த காற்றினாலோ, நீர்ச் சுழல்களாலோ வழக்கத்திற்கு மாறாக பக்கவாட்டில் அதிர்ந்து சாய்ந்த போதெல்லாம் பிறருடைய கூக்குரலுடன் அவனுடைய ஓலமும் சேர்ந்தொலித்தது.

அடுத்த முறை அவர்கள் மேல்தளத்திற்குச் சென்ற போது, சிலர் உயிருள்ள பிணங்களைப் போல நடந்து கொண்டதைக் கண்டான். அவர்களுடைய முகங்கள் இனிமேல் எதற்காகவும் அஞ்சப் போவதில்லை என்பது போன்ற தோற்றமளித்தன; ஏனெனில், அவர்கள் வாழ்வதைப் பற்றியோ சாவதைப் பற்றியோ அக்கறை கொள்ளவில்லை. பரங்கியருடைய சவுக்குகள் அவர்களைத் தாக்கிய போது கூட மிகவும் அலட்சியமாக எதிர்வினை புரிந்தனர். தமது உடலில் படிந்திருந்த கழிவுகளைச் சுரண்டி எடுத்த போது கூட சிலர் வலியால் முன்பு போலத் துள்ளிக் குதிக்கவில்லை. அவர்களை வருத்தத்துடன் நோட்டமிட்ட நரைத்தலைப் பரங்கி அத்தகையோரை உட்கார அனுமதிக்கும்படி மற்றவர்களுக்கு ஆணையிட்டான். அப்பொழுதும் கூட அவர்கள் தமது முகங்களை முழங்கால்களுக்கிடையே புதைத்தபடி தமது முதுகுகளிலிருந்து இளஞ்சிவப்பு நிறத்தில் நீர் வழிய உட்கார்ந்திருந்தனர். பரங்கியர் தலைவன் அவர்களுடைய தலைகளைப் பின்னோக்கி இழுத்து, மேல்நோக்கித் திறந்திருந்த வாய்களில் குரல்வளையை அடைக்கக் கூடிய ஏதோ ஒன்றை ஊற்றினான். சிலர் பக்கவாட்டில் சரிந்து அசைய முடியாமல் கிடந்தனர். அவர்களை பரங்கியர் அடைப்பிற்குள் தூக்கிச் சென்றனர். சிலர் இறந்து போயினர், ஆனால், அவர்கள் இறப்பதற்கு முன்னாலேயே குண்டா அவர்கள் ஏதோ ஒருவிதத்தில் சாகத் துணிந்தனர் என்பதை அறிந்து கொண்டான்.

ஆனால், குண்டாவும் பெரும்பாலான கைதிகளும் சங்கிலிப் பிணைப்புகளுடன் மகிழ்ச்சியுடன் குதித்தாடியதாக நடித்தனர்; மந்திரத்திற்குக் கட்டுப்பட்ட ஆவிகள் நடனமாடியதைப் போல காட்சியளித்த போதிலும், பரங்கியர் ஓரளவு ஓய்வாக இருந்ததைக் காண முடிந்தது. அவர்கள் மீது சவுக்கடிகள் விழுவது கூட குறைந்தது. முன்பைக் காட்டிலும் கூடுதலான நேரம் மேல்தளத்தின் சூரிய வெளிச்சத்தில் தங்கியிருக்க அவர்கள் அனுமதிக்கப்பட்டனர். வாளிகளிலிருந்து தம்மீது ஊற்றப்பட்ட கடல்நீரையும், நீண்ட சிணுக்குகள் கொண்டு காயங்கள் நிறைந்த தமது உடல்கள் தேய்க்கப்பட்டதையும் பொறுத்துக் கொண்ட கைதிகள், குத்த வைத்து உட்கார்ந்தபடி பரங்கியருடைய ஒவ்வொரு அசைவையும் கவனித்துக் கொண்டிருந்தனர். குறுக்குக் கட்டை நெடுகிலும் அவர்கள் இடைவெளி விட்டு நின்றிருந்ததையும், எளிதில் பற்றிக் கொள்ளும் விதமாக ஆயுதங்களை வைத்திருந்ததையும் உன்னிப்பாகக் கவனித்தனர். தடுப்புகளின் மீது பரங்கியர் தமது துப்பாக்கிகளைச் சாய்த்து வைத்ததைக் கவனிக்க எவரும் தவறவில்லை. பரங்கியரைக் கொல்வதற்கான நன்னாளை எதிர்பார்த்தவாறு கைதிகள் அனைவரும் அமர்ந்திருந்த வேளையில், குண்டாவின் சிந்தனை தடுப்புகளுக்குக் கீழே வெளிப்பட்ட பெரிய உலோகப் பொருள் மீது பதிந்திருந்தது. எப்பாடு

பட்டேனும் அதனைக் கைப்பற்றிவிட வேண்டும் என்பதில் உறுதியாக இருந்தான். அது என்னவாக இருக்கும் என்பதைச் சரியாகத் தெரிந்து கொள்ளவில்லை என்ற போதிலும், அது பயங்கரமான அழிவை ஏற்படுத்தக் கூடியதாகத் தான் இருக்க வேண்டும், அதனால் தான் அதனை அங்கே வைத்திருந்தனர் என்பது அவனுடைய திண்ணம்.

அந்த மிகப் பெரிய படகினுடைய சக்கரத்தை இடைவிடாது இப்படியும் அப்படியுமாகத் திருப்பிக் கொண்டிருந்த சில பரங்கியரைப் பற்றி குண்டா பெரிதும் கவலையுற்றான். அவர்களுக்கு முன்பிருந்த வட்டமான செம்பழுப்பு நிற உலோகப் பொருளை வைத்த கண் வாங்காமல் பார்த்துக் கொண்டிருந்தான். கீழே அடைப்பிற்குத் திரும்பியவுடன் முதியவர் தனது எண்ணத்தை வெளிப்படுத்தினார், "பரங்கியர் அனைவரையும் கொன்று விட்டால், இவ்வளவு பெரிய படகைச் செலுத்தப் போவது யார்?" ஃபௌலா தலைவர் பதிலளித்தார், "அவர்களை உயிருடன் பிடிக்க வேண்டும். குரல்வளையில் கத்தியை வைத்து படகை நமது தாய்நாடு நோக்கிச் செலுத்துமாறு கட்டளையிட வேண்டும். மறுத்தால், மடிவர்" மீண்டும் தாயகத்தை, தனது வீட்டை, தனது குடும்பத்தினரைக் காணப்போகிறோம் என்கிற எண்ணம் குண்டாவின் முதுகுத்தண்டில் பரவசத்தைப் பாய்ச்சியது. ஆனால், அவ்வாறு நிகழ்ந்த போதிலும், பரங்கியர் அவனுக்கு இழைத்த தீங்குகளை அவன் கிழவனாகும் வரை வாழ்ந்திருந்தாலும் கூட மறக்கப் போவதில்லை.

குண்டாவின் மனத்தில் மற்றொரு அச்சமும் எழுந்தது. அவனும் பிற கைதிகளும் மேல்தளத்தில் குதித்தாடிய விதத்தில் ஏற்பட்டிருந்த மாற்றத்தை பரங்கியருடைய கண்களும் கவனித்திருக்கக் கூடுமல்லவா? ஏனென்றால், அவர்கள் உண்மையாகவே போராளியர் நடனம் ஆடினர். ஆட்டத்தின் போக்கில் அவர்களுடைய ஆழ் மனத்தில் பதிந்திருந்த உணர்வுகளைக் கட்டுப்படுத்திக் கொள்ள இயலவில்லை. பூட்டப்பட்டிருந்த விலங்குகளையும் சங்கிலிகளையும் வேகமாகச் சுழற்றி, தடிகளால் அடிப்பது போலவும், குரல்வளைகளை நெறிப்பது போலவும், குத்தீட்டிகளால் குத்திக் கொல்வது போலவும் அசைவுகளை வெளிப்படுத்தினர். நடனமாடிக் கொண்டே, வதை செய்யும் தமது எண்ணத்தைக் காட்டும் விதமாக கடுகடுப்பான குரலில் கூச்சலிட்டனர். ஆனால், நடனம் முடிவுற்று அவர்கள் தமது நிலைக்குத் திரும்பிய போது, பரங்கியர் பல்லிளித்து ஆரவாரித்ததைக் கண்டதும் ஓரளவு நிம்மதி ஏற்பட்டது. பிறகு, ஒருநாள் அவர்கள் மேல்தளத்திலிருந்த போது, பரங்கியருடன், நூற்றுக்கணக்கான பறக்கும் மீன்கள் வெள்ளி வண்ணப் பறவைகளாக நீருக்கு மேல் எழும்பி காற்றை நிறைத்திருந்ததைக் கண்டு திகைத்து நின்றனர். குண்டா வாயடைத்துப் பார்த்துக் கொண்டிருந்தான். திடீரென, ஓலமிடும் கூச்சல் கேட்டது. குண்டாவிற்குத் தலை சுழன்றது. உடல் முழுக்க பச்சை குத்தியிருந்த மூர்க்கத்தனமான வோலோஃப் பரங்கியொருவன் கையிலிருந்த இரும்புத் தடியைப் பறித்து அவனுடைய தலையைப் பிளந்தான். மூளை தளத்தின் மீது சிதறிக் கிடந்தது. விக்கித்து உறைந்திருந்த பரங்கியருள் மற்றொருவனை ஒரே அடியில் வீழ்த்தினான். கோபத்தில் கொந்தளித்துக் கொண்டிருந்த வோலோஃப் கண்ணிமைக்கும் நேரத்தில் ஐந்தாவது பரங்கியைத் தாக்கினான். நீண்ட வாள் மிகத்துல்லியமாக அவனுடைய கழுத்தைப் பதம் பார்த்தது. உடல் சுருண்டு

சரிவதற்குள் தலை தளத்தின் மீது விழுந்தது. இரண்டிலுமிருந்து குருதி கொட்டியது. முகத்திலிருந்த கண்கள் இன்னமும் வியப்புடன் திறந்திருந்தன.

கூச்சல் குழப்பத்திற்கிடையே, கதவுகளைத் திறந்து கொண்டும், மேலே துருத்தி போல பருத்திருந்த வெண்ணிறத் துணியிலிருந்து குரங்குகளைப் போல சரிந்து இறங்கியும் மேலும் மேலும் பரங்கியர் குவிந்தனர். பெண்கள் கத்திக் கூச்சலிட்டனர். ஆண்கைதிகள் வட்டமாகச் சூழ்ந்து நின்றனர். இரும்புத் தடிகள் நெருப்பையும் புகையையும் கக்கியபடி உறுமின. மிகப் பெரிய கறுப்பு உருளை இடிமுழக்கத்துடன் வெடித்து வெப்பத்தையும் புகையையும் அவர்களுடைய தலைகளுக்கு மேலே பாய்ச்சியது. பீதியால் கத்தியவாறு ஒருவர் மீது ஒருவராகச் சுருண்டு கிடந்தனர்.

தடுப்பிற்குப் பின்னால் பரங்கியர் தலைவன் தன்னுடைய வெட்டுத் தழும்பு உதவியாளனுடன் இருந்தான். இருவரும் கோபாவேசத்துடன் கத்தினர். நெட்டையன் தன் அருகில் நின்றிருந்தவனை ஓங்கிக் குத்து விட்டான். அவனுடைய வாயிலிருந்து குருதி கொட்டியது. உடனே, பரங்கியர் அனைவரும் சவுக்குகளுடனும், தடிகளுடனும், கூச்சலிட்டுக் கத்தியபடி கைதிகளை புழைவாய் வழியே அடைப்பிற்குத் துரத்தியடித்தனர். தன் மீது விழுந்த அடிகளையும் பொருட்படுத்தாமல் குண்டா மெதுவாக நகர்ந்தான். தன்னுடைய ஃபௌலா தலைவரிடமிருந்து தாக்குதலுக்கான சமிக்ஞையை எதிர்பார்த்தான். ஆனால், கீழே துரத்தப்பட்டு, இருண்டு கிடந்த அவர்களுடைய இடங்களில் சங்கிலிகளால் பிணைக்கப்பட்டு, புழைவாயின் கதவு அடைக்கப்பட்ட போதிலும், அவன் எதிர்பார்த்த சமிக்ஞை கிடைக்கவில்லை.

ஆனால், அடைப்பிற்குள் கைதிகள் தனியே இல்லை! கூச்சல், குழப்பத்தால், அவர்கள் மத்தியில் ஒரு பரங்கியும் அடைக்கப்பட்டுவிட்டான். இருட்டில் அங்குமிங்குமாகத் தட்டுத் தடுமாறி அடுக்குகளின் மீது மோதி பீதியில் கதறி கீழே விழுந்து எழுந்து அல்லாடிக் கொண்டிருந்தான். மிகப்பழங்காலத்து விலங்கு போல ஊளையிட்டான். “பரங்கியைக் கொல்லுங்கள்!” யாரோ ஒருவருடைய குரல் ஒலித்தது. உடனே மேலும் பலருடைய குரல்கள் இணைந்தன. “பரங்கியைக் கொல்லுங்கள்! பரங்கியைக் கொல்லுங்கள்!” குரல்களின் எண்ணிக்கையும் சத்தமும் மேலும் மேலும் வலுத்தது. அவர்கள் தன்னைத் தான் குறி வைத்தனர் என்று பரங்கிக்குப் புரிந்து விட்டது. உயிருக்கு மன்றாடத் தொடங்கி விட்டான். குண்டா உறைந்து போனான். அவனால் தன்னுடைய தசைநார்களில் ஒன்றையும் அசைக்க முடியவில்லை. அவனுடைய தலை விண்விண்ணென்று தெரித்தது; உடல் முழுக்க வேர்த்துக் கொட்டியது; மூச்சுவிடுவதற்கே திணறினான். திடீரென புழைவாயின் கதவு திறக்கப்பட்டது. பத்துப் பன்னிரெண்டு பரங்கியர் படிகளின் வழியே தடதடவென இறங்கினர். இருட்டு அடைப்பிற்குள் அடைபட்டுக் கிடந்த பரங்கியை அடையாளம் தெரியாமல் சவுக்குகளால் விளாசினர்.

பின்னர், சவுக்குகளை மூர்க்கத்தனமாக விளாசியபடி, கைதிகளைப் பிணைத்திருந்த சங்கிலிகளிலிருந்து விடுவித்து, மேல்தளத்திற்கு ஓட்டிச் சென்றனர். அங்கே வோலோஃபின் தலையற்ற உடலை நான்கு பரங்கியர் கனத்த சவுக்குகளைக்

கொண்டு அடித்துத் துவைத்து வெட்டிக் கூழ் போல வதைத்ததைக் காணும்படி செய்தனர். கைதிகளின் அம்மண உடல்களின் மீது வியர்வையும் புண்களிலும் வெட்டுக் காயங்களிலிருந்தும் வழிந்த குருதியும் மின்னின. அவர்கள் மத்தியில் எவ்விதமான அரவமும் எழவில்லை. பரங்கியர் அனைவரும் தற்பொழுது கனத்த ஆயுதங்களை ஏந்தியிருந்தனர். அவர்களுடைய முகங்களில் கொலை வெறி தாண்டவமாடியது. பெருமூச்சு விட்டபடி, அவர்களை நெருக்கமாகச் சூழ்ந்து நின்று முறைத்தனர். பின்னர், கைதிகளை சவுக்குகளால் அடித்து விரட்டி கீழே அடைப்பிற்குள் ஓட்டிச் சென்று அவர்களுடைய இடங்களில் சங்கிலிகளால் பிணைத்தனர்.

நீண்ட நேரம் எவரும் முணுமுணுக்கக் கூடத் துணியவில்லை. குண்டாவை ஆட்கொண்டிருந்த பீதி ஒருவாறு தணிந்து சிந்திப்பதற்கான தெம்பு பிறந்தவுடன் எண்ணற்ற எண்ணங்களும் உணர்ச்சிகளும் அலைஅலையாக அவனுடைய உள்ளத்தில் மோதின. அவற்றுள் ஒரே ஒரு வியப்பு மேலோங்கியது. ஒரு போராளிக்குரிய முழுத்தகுதியுடன் வீரமரணமடைந்த வோலோஃபின் நெஞ்சுரத்தை பாராட்டிப் போற்றியது அவன் மட்டுமல்ல என்கிற உணர்வு! தாக்குதல் தொடுப்பதற்கு எக்கணமும் ஃபௌலா தலைவரிடமிருந்து சமிக்ஞை வரலாம் என்று அவன் எதிர்பார்த்திருந்தான். ஆனால், கடைசி வரை வரவே இல்லை. குண்டா வெறுப்படைந்தான். விளைவு எதுவாயினும் இந்நேரம் நடந்து முடிந்திருக்குமே! இப்பொழுதே செத்துப் போனால் தான் என்ன? இதைக் காட்டிலும் சிறந்ததொரு தருணம் இனி எப்பொழுது வரப் போகிறது? துர்நாற்றம் வீசுகின்ற இந்த கும்மிருட்டில் ஊசலாடிக் கொண்டிருக்கும் உயிரைப் பிடித்து வைத்திருப்பதில் ஏதேனும் பொருள் உண்டா? தன்னுடைய கை, கால் விலங்குத் தோழருடன் எண்ணத்தைப் பரிமாறிக் கொள்ளத் துடித்தான் அவர் தான் நம்பிக்கையற்ற ஆளாக இருக்கிறாரே?

ஃபௌலா தலைவர் செயல்படத் தவறியது தொடர்பாக எழுந்த முணுமுணுப்புகள் அடங்கும் விதமாக அவரிடமிருந்து ஆவேசமான ஆணை அவர்கள் மத்தியில் சுற்றி வந்தது. “நாம் கிடக்கும் இந்த தளத்தைச் சேர்ந்தவர்கள் அடுத்த முறை மேல்தளத்தில் கடல்நீரை வாரி இறைத்துத் தேய்க்கப்பட்ட பிறகு, சங்கிலிப் பிணைப்புகளுடன் குதித்தாடிக் கொண்டிருக்கும் போது, பரங்கியர் பரவசமடைந்திருக்கும் வேளையில், தாக்குதல் தொடுக்க வேண்டும். நமது சகோதரர் நமக்காக மடிந்ததைப் போல, நம்மில் பலர் சாக நேரிடலாம்! ஆனால், கீழ்தளத்திலிருக்கும் நமது சகோதரர்கள் பழி தீர்ப்பார்கள்!”

பின்னர், பற்களை நறநறக்கும் ஓசையுடன் ஒப்புதல் முணுமுணுப்புகள் சுற்றி வந்தன. திருடப்பட்ட அரத்தைக் கொண்டு சங்கிலி மீது தேய்க்கும் கறகறப்பொலியைக் கவனித்தவாறு குண்டா இருளில் கிடந்தான். பரங்கியரின் கண்களில் படாதவாறு அரம் ஒன்று கழிவுகளுக்கிடையே கவனமாக ஒளித்து வைக்கப்பட்டிருந்தது குண்டாவுக்குத் தெரியும். உயிருடன் விடப்பட வேண்டிய பரங்கியரான, அவ்வளவு பெரிய படகின் சக்கரத்தைத் திருப்பிக் கொண்டிருந்தவர்களுடைய முகங்களைத் தனது மனத்தில் பதிய வைத்துக்

கொண்டான்.

ஆனால், அன்றிரவு, குண்டாவும் பிறரும் முன்னெப்பொழுதும் கேட்டறியாத விநோதமான பேரோசையைக் கேட்டனர். தலைக்கு மேல் தளத்திலிருந்து அந்த ஓசை வருவது போலத் தோன்றியது. உடனே அடைப்பிற்குள் அமைதி நிலவியது. உன்னிப்பாகக் கவனித்தனர். பலத்த காற்று அவ்வளவு பெரிய வெண்ணிறத் துணியை வழக்கத்தைக் காட்டிலும் கூடுதலான வலுவுடன் படபடக்கச் செய்திருக்கலாம்! உடனே, மேல்தளத்தின் மீது அரிசியை வாரி இறைத்ததைப் போன்ற ஓசை கிளம்பியது. சற்று நேரம் கவனித்த பின் மழை கொட்டுவதாக யூகித்தான். அதன் பின்னர், மின்னல் கொடி பிடித்து இடியேறு முழங்கி உருண்ட பேரொலி தெளிவாகக் கேட்டது.

மேல் தளத்தில் பாதங்கள் தடதடத்தன. அவ்வளவு பெரிய படகு முட்டி மோதி சாய்ந்தாடிற்று. மேலும் கீழும் ஏறி இறங்கியும் பக்கவாட்டில் சாய்ந்தும் ஆடிய ஒவ்வொரு அசைவின் போதும், மற்றவர்களிடமிருந்து எழுந்த கதறல் ஓசையுடன் குண்டாவின் கூச்சலும் கலந்தொலித்தது. கரடுமுரடான பலகைகளின் மீது மிகவும் அழுத்தமாக உராய்ந்ததால், புண்களாலும், காயங்களாலும் ஏற்கனவே குருதி வழிந்து கொண்டிருந்த அவர்களுடைய தோள்களும், முதுகுகளும், பிட்டங்களும் நைந்து பிய்ந்தன. தலை முதல் பாதம் வரை குத்திக் குடைந்த வலியின் வேதனையால் குண்டாவின் உடலும் உள்ளமும் இருண்டன. பீதி நிறைந்த பேய்க்கூச்சலுக்கிடையே மேல் தளத்திலிருந்து அடைப்பிற்குள் நீர் விழுந்த ஓசை மங்கலாகக் கேட்டது.

அடைப்பிற்குள் நீர் விழுந்த வேகம் மேலும் மேலும் அதிகரித்தது. மேல்தளத்தின் மீது மிகப்பெரிய முரட்டுத் துணி இழுத்துக் கொண்டு ஓடுவது போன்ற சத்தம் கேட்டது. சற்று நேரத்தில் நீர் ஒழுகுவது நின்றது. ஆனால், குண்டாவிற்கு வியர்த்துக் கொட்டியது; வாயைப் பொத்திக் கொண்டான். நீர் வழியாமல் இருக்க மேல்தளத்திலிருந்த துளையை அடைத்தவர்கள் உள்ளே ஒரு சிறிதும் காற்றுப் புகாதபடி செய்து விட்டனர். வெப்பமும் துர்நாற்றமும் முற்றிலுமாக அடைப்பிற்குள்ளேயே தங்கிவிட்டன. தாங்கிக் கொள்ள முடியாமல் மூச்சுத் திணறி வாந்தி எடுத்தனர். கை, கால் விலங்குகளையும் சங்கிலிகளையும் உலுக்கியவாறு குழப்பமடைந்து கூச்சலிட்டனர். குண்டாவின் மூக்கு, தொண்டை, நுரையீரல் எங்கும் எரிகின்ற பருத்தியை வைத்து அடைத்தாற் போலிருந்தது. கூச்சலிடுவதற்குக் கூட காற்றைச் சுவாசிக்க முடியாமல் திணறினான். சங்கிலிகளின் ஓசையும் மூச்சுத் திணறலுடன் கத்திய கூச்சலும் அவனைச் சூழ்ந்திருந்ததால், முன்னும் பின்னும் கழித்ததைக் கூட அவனால் உணர முடியவில்லை.

அவ்வளவு பெரிய படகின் பக்கவாட்டுப் பகுதிகளில் பூதாகரமான சுத்தியல்களைக் கொண்டு தாக்கியது போல இருந்தது. தலைகளுக்குப் பின்னிருந்த மரப்பலகைகள் அவற்றைப் பிணைத்திருந்த முளைகளிலிருந்து கழன்று விடுவது போல் ஆடின. படகு கீழ்நோக்கி நீரில் அமிழ்ந்த போது அடித்தளத்திலிருந்தோர் மூச்சுத்திணறிக் கதறும் ஓசை காதைப் பிளந்தது. பின்னர், வியக்கத்தக்க வகையில், எரிகற்களாகக் கொட்டிய மழையில் மேலெழுந்தது. அடுத்து மலை போல

எழுந்த பேரலை மீண்டும் கீழே தள்ளியது. மீண்டும் மேலே! மேலெழும்புவதும் கீழே அழுத்தப்படுவதும் பக்கவாட்டில் உருள்வதுமாக படகு அல்லாடியது. பெரும்பாலான கைதிகள் மூர்ச்சையுற்றதால் கதறலும் கூச்சலும் ஓய்ந்தது.

குண்டாவிற்கு உணர்வு திரும்பிய போது அவன் மேல்தளத்திலிருந்தான். உயிருடன் இருந்ததைக் கண்டு வியப்படைந்தான். இளஞ்சிவப்பு வண்ண விளக்குகள் அவன் இன்னமும் அடைப்பிற்குள் கிடந்ததைப் போன்ற உணர்வளித்தன. ஆழமாக முச்சிழுத்தான். தூய காற்றை உணர முடிந்தது. கை, கால்களைப் பரப்பியபடி மல்லாந்து கிடந்தான். முதுகு வெடித்துச் சிதறிவிட்டதைப் போல வலியெடுத்தது. பொறுத்துக் கொள்ள முடியாமல் பரங்கியர் இருந்ததையும் பொருட்படுத்தாமல் கதறி அழுதான். அவர்கள், மேலே வெகு தொலைவில், உயரமான, தடித்த கம்பங்களின் குறுக்குக் கட்டைகளில், பேய்களைப் போல, தொங்கிக் கொண்டிருந்ததை நிலவொளியில் கண்டான். சுருண்டு கொண்ட மிகப்பெரிய வெண்ணிறத் துணியை விரித்து விடுவதற்கு முயன்று கொண்டிருந்தனர். விண்விண்ணென்று தெறித்த தலையை சத்தம் கேட்ட திசையில் திருப்பினான். புழைவாய் வழியாக பரங்கியர் சிலர் செயலற்றுப் போன கைதிகளைத் தரதரவென்று இழுத்தபடி தட்டுத்தடுமாறி மேலே இழுத்துப் போட்டுக் கொண்டிருந்தனர். ஏற்கனவே அவனும் பிறரும் அடுக்கப்பட்டிருந்த இடத்தருகே மரக்கட்டைகளைப் போல அவர்களும் அடுக்கப்பட்டனர்.

குண்டாவின் பிணைத் தோழர் பயங்கரமாக நடுங்கிக் கொண்டிருந்தார். முனகல்களுக்கிடையே வாயைப் பிளந்து மூச்சிழுத்தார். குண்டா வாயைப் பிளந்தபடி மூச்சிழுப்பதும் கூட ஓய்ந்தபாடில்லை. நரைத்தலை பரங்கியர் தலைவன், வெட்டுத் தழும்பு துணையாளுடன் மற்றவர்களை நோக்கிக் கூச்சலிட்டுத் திட்டிக் கொண்டிருந்தான். அவர்களோ, தளத்தில் கிடந்த வாந்தி வழுக்கி விட்டு விழுந்தனர். அவற்றில் அவர்கள் கொட்டிய வாந்தியும் கலந்திருந்தது. தொடர்ந்து கீழிருந்து மேலே உடல்களை இழுத்து வந்தனர் அல்லவா?

அவ்வளவு பெரிய படகு இன்னமும் கடுமையாக ஆட்டங்கண்டது. படகின் மூலை முடுக்குகளிலெல்லாம் கடல் நீர் வாரி இறைக்கப்பட்டது. பரங்கியர் தலைவன் தன்னை சமநிலைப்படுத்திக் கொள்ளத் தவித்தான். தற்பொழுது, மற்றொரு பரங்கி விளக்குப் பிடித்தபடி தொடர்ந்து வர, முக்கியப் பணியில் முனைந்திருந்தான். செயலற்று, அம்மணமாகக் கிடந்த ஒவ்வொரு உடலுக்கருகிலும் சென்றான். அவனுடைய சோதனைக்காக முகம் மேல் நோக்கித் திருப்பிக் காட்டப்பட்டது. விளக்கு மிகவும் அண்மையில் கொணரப்பட்டது. நரைத்தலையன் உற்றுக் கவனித்தான். சில சமயங்களில் மணிக்கட்டைப் பிடித்துப் பார்த்தான். ஒரு சிலரைச் சோதித்தவுடன் கடுமையான வார்த்தைகளால் திட்டியவாறு ஆணையிடுவது போல் குரைத்தான் மற்ற பரங்கியர் அந்த உடலைத் தூக்கி கடலில் வீசினர்.

குண்டாவுக்குத் தெரியும்! எறியப்பட்டவர்கள் கீழேயே மாண்டவர்கள். எங்கும் எப்பொழுதும் நீக்கமற நிறைந்திருப்பதாகச் சொல்லப்படும் அல்லா அங்கேயும் கூட இருப்பாரா? குண்டா தனக்குத் தானே கேட்டுக் கொண்டான். பின்னர்,

அதுபோன்ற கேள்வி, அவனுக்குப் பக்கத்தில் நடுங்கியவாறு முனகிக் கொண்டு கிடந்த நம்பிக்கையற்றவனைக் காட்டிலும் தன்னைச் சிறந்தவனாக்கிவிடாது என்றெண்ணினான். உடல்கள் கடலில் வீசப்பட்டு, ஏற்கனவே தமது மூதாதையரைச் சென்று சேர்ந்துவிட்ட மனித ஆன்மாக்களுக்காகத் தொழும் பொருட்டு தனது எண்ணங்களைத் திசை திருப்பினான்.

39

பொழுது புலரும் வேளையில், வானிலை அமைதியடைந்து, தெளிவானது. ஆனால், கப்பல் இன்னமும் கனத்த அலைகளால் அலைக்கழிக்கப்பட்டது. மல்லாந்தும் பக்கவாட்டிலும் கிடந்த கைதிகளிடம் உயிர்த்திருப்பதற்கான அறிகுறி ஏதும் தென்பட வில்லை. ஏனையோர் பயங்கரமான பீதியில் ஒடுங்கிக் கிடந்தனர். ஒருவாறாக சமாளித்துக் கொண்டு குண்டாவும் சிலரும் உட்காரும் அளவுக்குத் தெம்படைந்தனர். அதனால், தாங்க முடியாத வலி எடுத்த முதுகுக்கும் புட்டங்களுக்கும் ஓரளவு நிவாரணம் கிடைத்தது. அண்மையிலிருந்தோரின் முதுகுகளைச் சோர்வுடன் பார்த்தான். ஏற்கனவே உலர்ந்து உறைந்திருந்ததுடன் புதிதாகக் குருதி கொட்டியது. தோள்களிலும், விலாப் பகுதிகளிலும் தசைக்கு வெளியே எலும்புகள் துருத்திக் கொண்டிருந்தன. மற்றொரு திசையில் சொரத்தின்றி பார்த்த போது, பெண்ணொருத்தி கால்களை அகல விரித்து மறைவிடம் அவன் கண்களில் படும் விதமாகக் கிடந்ததைக் காண முடிந்தது. அதில் வெண்மஞ்சள் நிறப் பசை போல ஏதோ படிந்திருந்தது. இனம்புரியாத கெட்ட வாடை அவனுடைய மூக்கை எட்டியது. அது அவளிடமிருந்து வெளிப்பட்டதாகத் தான் இருக்க வேண்டும்.

தளத்தில் கிடந்தவர்கள் அவ்வப்பொழுது ஒவ்வொருவராக

எழுந்து உட்கார முயன்றனர். சிலர் அப்படியே சரிந்து விழுந்தனர். உட்காரும் முயற்சியில் வெற்றி பெற்றவர்களுக்கிடையே குண்டா ஃபௌலா தலைவரையும் கண்டான். அவனுடைய உடலிலிருந்து ஏராளமான குருதி வழிந்து கொண்டிருந்தது. சுற்றிலும் நடந்ததற்கும் தனக்கும் தொடர்பில்லை என்பது போல மலங்க மலங்க விழித்தான். அங்கு கண்ட பெரும்பாலானோரை குண்டாவால் அடையாளம் காண முடியவில்லை. அவர்கள் கீழ்த் தளத்தில் கிடந்தவர்கள். அவர்களைத் தான் ஃபௌலாத் தலைவர், பரங்கியரைத் தாக்கத் திட்டமிட்டிருந்த போது, முதல் தளத்திலிருந்தவர்களுடைய சாவுக்குப் பழிதீர்ப்பவர்கள் என்று குறிப்பிட்டார். தாக்குதல்! இனியும் அதைப் பற்றி நினைத்துப் பார்ப்பதற்குக் கூட குண்டாவிடம் தெம்பு இல்லை.

விலங்கால் தன்னுடன் பிணைக்கப்பட்டிருந்தவர் உட்பட பலருடைய முகத்தில் மரண பீதி தாண்டவமாடியதைக் கண்டான். ஏனென்று தெரியவில்லை! ஆனால், சாகப் போவது உறுதி என்று மட்டும் பட்டது. வோலோஃப் முகத்தில் சாம்பல் பூத்திருந்தது. அவர் மூச்சு விட்ட போது நாசித்துளைகளிலிருந்து குமிழியிடும் ஓசை கேட்டது. வோலோஃப் தோள்களிலும், விலாப்பகுதிகளிலும் தசைக்கு மேல் துருத்திக் கொண்டிருந்த எலும்புகள் கூட சாம்பல் நிறத்தில் இருந்தன. குண்டா தன்னைப் பார்ப்பதாக எண்ணி அவருடைய கண்கள் அவனை நோக்கி இமைப்பதைப் போலத் தோன்றின. ஆனால், அடையாளம் கண்டு கொண்டதற்கான அறிகுறியே இல்லை. இறை நம்பிக்கையற்றவர் தான்! ஆனால்...குண்டாவின் விரல்கள் வலுவிழந்து அவருடைய புயத்தைத் தொட்டன. அந்த ஸ்பரிசத்தில் சொரணை இருந்ததாகத் தெரியவில்லை.

குண்டாவின் வலியும் வேதனையும் தணிந்துவிடவில்லை என்ற போதிலும், சூரிய வெம்மை சற்றே இதமளித்தது. கீழே பார்த்த பொழுது தேங்கி நின்ற மழைநீர் குட்டையில் தனது முதுகிலிருந்து வழிந்த குருதி கலந்திருந்தது தெரிந்தது. விம்மலும் துக்கமும் தொண்டையை அடைத்தது. வலுவிழந்து உடல்நலம் குன்றிய பரங்கியர் துடைப்பான்களுடனும் வாளிகளுடனும் மேல்தளத்தில் கிடந்த வாந்தியையும் கழிவுகளையும் துப்புரவு செய்வதற்காக அங்குமிங்கும் அலைந்தனர். கீழ்த்தளங்களிலிருந்து கூடை கூடையாகக் கழிவுகளை அள்ளிச் சென்று பக்கவாட்டில் கடலில் கொட்டினர். பகல் வெளிச்சத்தில் அவர்களுடைய மயிரடர்ந்த செம்பழுப்பு நிறப் புறத்தோலையும் சூம்பிச் சிறுத்துத் தொங்கிய குறிகளையும் பார்த்தான்.

சற்று நேரம் கழித்து புளிக்காடியும் தாரும் கொதிக்கின்ற மணத்தை இரும்புக் கம்பிகளினூடே நுகர்ந்தான். நரைத்தலைப் பரங்கி கைதிகளின் புண்களுக்குக் களிம்பு தடவினான். எலும்புகள் துருத்திக் கொண்டிருந்த இடத்தில் மருந்துப்பொடி தடவப்பட்ட துணியை ஒட்ட வைத்தான். ஆனால், குருதி தொடர்ந்து வழிந்ததால் துணிஒட்டு உடனே நழுவி விழுந்து விட்டது. குண்டா உட்பட பலருடைய வாயைத் திறந்து கறுப்புப் புட்டியிலிருந்து ஏதோவொரு திரவத்தை தொண்டைக்குள் ஊற்றினான்.

பொழுது சாய்ந்த வேளையில், ஓரளவு தேறியிருந்தவர்களுக்கு கஞ்சி

வார்க்கப்பட்டது. செந்நிறப் பனை எண்ணெயில் காய்ச்சப்பட்ட மைதா மாவுக் கஞ்சியைக் கைகளால் அள்ளிப் பருகினர். பின்னர், மேல்தளத்தில் மிகப் பெரிய கம்பத்தின் கீழ் வைக்கப்பட்டிருந்த உருளையிலிருந்து பரங்கி ஒருவன் கொணர்ந்த நீரை ஒவ்வொருவரும் கையளவு அள்ளிக் குடித்தனர். வான் வெளியில் விண்மீன்கள் வெளிப்பட்டவுடன் அவர்கள் மீண்டும் கீழே தமது இடங்களில் சங்கிலிகளால் பிணைக்கப்பட்டுக் கிடந்தனர். குண்டா கிடந்த தளத்தில் காலியான இடங்களில் கீழ்த்தளத்திலிருந்து உடல்நலம் மிக மோசமாகப் பாதிக்கப் பட்டவர்கள் கிடத்தப்பட்டிருந்தனர். அவர்களுடைய அவல முனகல்கள் முன்பைக் காட்டிலும் கூடுதல் சத்தமாக ஒலித்தன.

வலியின் வேதனையுடன், வாந்தியெடுத்தவாறு காய்ச்சலுடன் மூன்று நாட்கள் குண்டா அவர்களுடன் இருந்தான். அவனுடைய அழுகுரல் அவர்களுடையதுடன் கலந்தது. அவர்களில் பலரும் கடுமையான இருமலால் அலைக்கழிக்கப்பட்டனர். அவனுடைய கழுத்து வீக்கமடைந்து எரிச்சலெடுத்தது. உடல் முழுவதும் வேர்த்துக் கொட்டியது. அவனுடைய இடுப்பில் எலியின் கூர்த்த மயிர்கள் பிராண்டிய போது தான் அவனுக்கு மயக்கநிலை சற்றே தெளிந்தது. விலங்கிடப்படாத கை அனிச்சை செயலாக அதனுடைய வாயையும் உடலின் முன்பகுதியையும் இறுகப் பற்றிக் கொண்டது. அவனால் நம்பவே முடியவில்லை. அதுவரை அவனுள் தேங்கிக் கிடந்த கோப உணர்ச்சி அனைத்தும் ஒன்று திரண்டு புயங்களில் இறங்கி முன்கையில் பாய்ந்தது போலும்! இறுக்கமாக, மிக இறுக்கமாகப் பற்றிக் கசக்கினான். உள்ளங்கைக்குள் உயிருக்காகப் போராடிய எலியின் கண்கள் வெளித் தள்ளி தலை நசுங்கியதை உணர்ந்தான். அதன் பிறகு, தனது விரல்களைத் தளர்த்தி நசுங்கிய உடலை விடுவித்தான்.

ஒன்றிரண்டு நாட்களுக்குப் பிறகு, பரங்கியர் தலைவன் அடைப்பிற்குள் நுழையத் தொடங்கினான். ஒவ்வொருமுறையும் உயிரற்ற ஒரு உடலையாவது சங்கிலிப் பிணைப் பிலிருந்து விடுவித்து அகற்றினான். துர்நாற்றத்தால் வாயை மூடியபடி, மற்ற பரங்கியர் விளக்கினை ஏந்தி உதவ, உயிர்த்திருந்த ஒவ்வொருவருக்கும் காயங்களில் களிம்பு தடவி, மருந்துப் பொடி தூவி, கறுப்புப் புட்டியில் இருந்ததை தொண்டைக்குள் ஊற்றினான். முதுகில் களிம்பைத் தடவிய போதும் புட்டியை உதட்டில் வைத்துத் திணித்த போதும் குண்டா கத்திப் போரிடவில்லை. அவனுடைய வெளிறிய விரல்கள் காயங்களின் மீது பட்ட போது சவுக்கடியைக் காட்டிலும் கூடுதலாக வலியெடுத்தது. உடல் கூனிக் குறுகியது. இளஞ்சிவப்பு வண்ண விளக்கொளியில் பரங்கியருடைய முகம் வெளுத்துப் போய் எவ்வித உணர்ச்சியுமற்றுத் தோன்றியது. அவன் கிடந்த இடத்தின் துர்நாற்றம் அவனுடைய மனத்தை விட்டு நீங்கினாலும் அந்த முகங்கள் நினைவை விட்டு அகலப் போவதில்லை.

கழிவுகளுடனும் காய்ச்சலுடனும் அந்த மிகப்பெரிய படகின் வயிற்றில் கிடந்த குண்டாவால் காலத்தின் நீளத்தைக் கணிக்க முடியவில்லை. இரண்டு மாதமா? ஆறு மாதமா? இல்லை, ஓராண்டு காலம் தான் உருண்டோடி விட்டதா? காற்றுத் துளை வழியாகப் புகுந்த பகல் வெளிச்சத்தைக் கணக்கிட்டு காலத்தைக் கணித்துச்

சொன்ன கைதியும் இறந்து விட்டார். அத்துடன், உயிர்த்திருந்தவர்களுக்கிடையே தகவல் பரிமாற்றம் நின்று நெடு நாட்களாயிற்று!

ஒருமுறை அரைத் தூக்கத்திலிருந்து உலுக்கி விழித்த குண்டாவை இனம் புரியாத பீதி கவ்விக் கொண்டது. சாவு நெருங்கிவிட்டதாக உணர்ந்தான். சற்று நேரத்தில், தனக்கருகில் கிடந்த பிணைத் தோழரிடமிருந்து எவ்வித அரவமும் இல்லையே என்கிற உணர்வு தட்டுப்பட்டது. நீண்ட நேரத் தயக்கத்திற்குப் பிறகு தனது கையை நீட்டி அவருடைய புயத்தைத் தொட்டான். பீதியால் சுருண்டான். விரைத்துக் குளிர்ந்திருந்தது. குண்டா நடுங்கினான். இறை நம்பிக்கை உள்ளவனோ, இல்லாதவனோ... ஒருவரோடொருவர் அளவளாவி ஒன்றாகக் கிடந்தவர்கள்! தற்பொழுது தனியனாகிப் போனான்.

பரங்கியர் மீண்டும் கஞ்சியுடன் அடைப்பிற்குள் புகுந்த போது, அவர்களுடைய முணுமுணுப்பும் செறுமல் ஓசையும் தன்னிடம் நெருங்க, நெருங்க குண்டா தன்மானத்தை விட்டு அவர்களிடம் கெஞ்சினான். அதன் பின்னர், அவர்களுள் ஒருவன் அவருடைய உடலை அசைத்துப் பார்த்தான்; வசவொலிகள் உதிர்ந்தன. பிறகு, கஞ்சியைத் தனது தட்டிலும் வார்த்து தனக்கும் அசைவற்றுக் கிடந்தவருக்குமிடையே வீசிவிட்டுப் போன சத்தத்தைக் கேட்டான். என்னதான் வயிறு பசியால் உழன்ற போதிலும் சாப்பிடுவதைப் பற்றி அவனால் நினைத்துப் பார்க்கக் கூட முடியவில்லை.

சற்று நேரத்திற்குப் பிறகு, இரண்டு பரங்கியர் வோலோஃப் மணிக்கட்டையும் கணுக்காலையும் குண்டாவுடன் பூட்டப்பட்ட விலங்குகளிலிருந்து விடுவித்தனர். அதிர்ச்சியில் உறைந்த குண்டா, அவருடைய உடல் குறுகிய இடைவெளி வழியாக இழுத்துச் செல்லப்பட்டு, படிகளில் கொண்டு சென்றதைக் கவனித்துக் கொண்டிருந்தான். காலியான இடத்திலிருந்து பார்வையை விலக்கிக் கொள்ளும் விதமாகத் திரும்பிக் கொள்ள விரும்பினான். ஆனால், உடலை அசைத்தவுடன் கரடுமுரடான பலகையில் உராய்ந்த தசைகள் வேதனையால் கதறச் செய்தன. வலி தணியட்டுமென்று அசைவற்றுக் கிடந்தான். அப்பொழுது வோலோஃப் கிராமத்தைச் சேர்ந்த பெண்ணொருத்தி அவருடைய மரணத்திற்காக ஒப்பாரி வைத்து அழுத சத்தம் கேட்டது. “பரங்கியரைக் கொல்லுங்கள்!” துர்நாற்றம் வீசிய கும்மிருட்டில் கத்தினான். அவனுடைய கையைப் பிணைத்திருந்த விலங்கின் ஒரு பகுதி வோலோஃப் கையைப் பிணைத்திருந்து காலியாகிப் போன பகுதியுடன் மோதி எதிரொலித்தது.

அடுத்தமுறை மேல்தளத்திற்குச் சென்ற போது, குண்டாவின் பார்வை, அவனையும் வோலோஃபையும் சவுக்கால் அடித்த பரங்கியின் முறைப்பினைச் சந்தித்தது. ஒரு கணம் ஒருவரை ஒருவர் உற்றுப் பார்த்தனர். பரங்கியினுடைய முகமும் கண்களும் வெறுப்பால் இறுகின. ஆனால், சவுக்கடி விழவில்லை. அந்த வியப்பிலிருந்து விடுபட்ட குண்டா புயலுக்குப் பின்னர் முதன்முறையாக மேல்தளத்தில் பெண்களைக் கண்டான். இதயம் உறைந்தது. இருபது பேருக்குப் பதிலாக பன்னிரெண்டு பேர் இருந்தனர். குழந்தைகள் நால்வரும் உயிருடன் இருந்தது ஓரளவு ஆறுதலளித்தது.

கைதிகளுடைய முதுகுகளில் புண்கள் மிகவும் மோசமான நிலையில் இருந்தமையால் துடைப்பான்களைக் கொண்டு தேய்க்கவில்லை. வலுவிழந்து குதித்தாடினர். முரசு மட்டுமே ஒலித்தது. மற்றொரு கருவியை இசைத்தவர் இறந்துவிட்டார். எஞ்சியிருந்த பெண்கள் தமது வலியையும் பொருட்படுத்தாமல் பாடினர். மேலும் சில பரங்கியர் வெள்ளைத் துணி கொண்டு மூடப்பட்டு கடலில் வீசப்பட்டனர் என்கிற செய்தி ஒலித்தது.

முகத்தில் மிகுந்த சோர்வுடனும் களைப்புடனும், நரைத்தலைப் பரங்கி கையில் மருந்து வகைகளுடனும் கறுப்புப் புட்டியுடனும் அம்மணக் கைதிகளிடையே நகர்ந்து கொண்டிருந்தான். அப்பொழுது ஒருவன், தன்னுடன் பிணைக்கப்பட்டிருந்தவன் இறந்து போனதால், மணிக்கட்டிலும் கணுக்காலிலும் தொங்கிக் கொண்டிருந்த விலங்குகளுடன் தான் நின்றிருந்த இடத்திலிருந்து தப்பி ஓடி குறுக்குக் கட்டைகளை நோக்கி விரைந்தான். அவற்றின் மீதேறித் தாவும் வேளையில் மற்றொரு பரங்கி ஓடிப் போய் தொங்கிக் கொண்டிருந்த விலங்கின் சங்கிலியைப் பற்றிக் கொண்டான். சற்று நேரத்தில் அவனுடைய உடல் அந்த மிகப் பெரிய படகின் பக்கவாட்டில் தொங்கிக் கொண்டிருந்தது. உயிருக்குப் போராடியவாறு கதறிக் கூச்சலிட்ட ஓசை மேல்தளமெங்கும் எதிரொலித்தது. அவனுடைய கதறலினூடே ஒன்றிரண்டு பரங்கியர் வார்த்தைகளும் தெளிவாக ஒலித்தன. கைதிகளுக்கிடையே பரபரப்பு ஏற்பட்டது. அவன் தான் மற்றொரு கைக்கூலி என்பது உறுதியானது. படகின் பக்கவாட்டில் "பரங்கியரைக் கொல்லுங்கள்!" என்று கத்தியவாறு தொங்கிக் கொண்டிருந்தவன், பின்னர், கருணை வேண்டிக் கெஞ்சினான். பரங்கியர் தலைவன் குறுக்குக் கட்டைகள் வரை சென்று கீழே பார்த்தான். ஒரு கணம் அவனுடைய கதறலைக் கவனித்தவன் மற்றொரு பரங்கி பிடித்திருந்த சங்கிலியைத் தட்டிப் பறித்து உதறிவிட்டான். கூச்சலிட்டபடி கைக்கூலி கடல் நீருக்குள் விழுந்தான். பிறகு, ஒரு வார்த்தையும் பேசாமல், எதுவுமே நடக்காதது போல, மற்ற கைதிகளுக்கு மருந்து தடவிக் கொண்டிருந்தான்.

சவுக்குகளால் விளாசுவது குறைந்து போனது. தற்பொழுது, காவலர்கள் கைதிகளைக் கண்டு அஞ்சினர். மேல்தளத்திற்குக் கொண்டு செல்லப்பட்ட சமயங்களிலெல்லாம் துப்பாக்கிகளையும் உருவிய வாள்களையும் ஏந்தியவாறு எந்தக் கணத்திலும் அவர்கள் தம்மைத் தாக்கிவிடலாம் என்பதைப் போல நெருக்கமாகச் சூழ்ந்து நின்றனர். குண்டாவைப் பொறுத்தவரை, பரங்கியரை ஒட்டுமொத்தமாக வெறுத்த போதிலும், அவர்களைக் கொல்ல வேண்டும் என்கிற எண்ணம் எப்போதோ அகன்றுவிட்டது. அவன் நோய்வாய்ப்பட்டு வலுவிழந்து விட்டான். தன்னுடைய வாழ்வு, சாவைப் பற்றிக் கூட அக்கறை கொள்ள வில்லை. மேல்தளத்திற்குக் கொண்டு செல்லப்பட்ட போது, பக்கவாட்டில் ஒருக்களித்துப் படுத்துக் கண்களை மூடிக் கொண்டான். அப்பொழுது, பரங்கியர் தலைவன் தனது முதுகில் களிம்பு தடவி மருந்துப் பொடி தூவியதை உணர முடிந்தது. அதன் பிறகு, சற்று நேரம் சூரியனின் வெம்மையையும் கடற்காற்றின் தூய்மையையும் தவிர வேறெதையும் உணர முடிந்ததில்லை. சாவை எட்டிப் பிடித்து தனது மூதாதையருடன் ஒன்றிணைவதற்குக் காத்திருந்தான்.

அடைப்பிற்குள் கிடந்த போது, அவ்வப்போது, அங்குமிங்குமாக ஓரளவு முணுமுணுப்புக் கேட்டது. பேசுவதற்கு என்ன இருக்கிறது? இனிமேல் அதனால் பயன் தான் என்ன? பிணைத்தோழர் வோலோஃப் செத்து விட்டார். மொழிபெயர்த்து உதவிய சிலரும் மாண்டு விட்டனர். அத்துடன், பேசுவதற்கான வலுவும் இல்லை. உடல் நலம் நாளுக்கு நாள் மோசமடைந்ததைக் குண்டாவால் உணர முடிந்தது. மற்றவர்களுக்கு நேர்ந்ததைக் கவனிக்கக் கூடத் தெம்பில்லை. உறைந்த குருதியும் வெண்மஞ்சள் நிறத்தில் அடர்த்தியான, பயங்கரமான துர்நாற்றமடித்த சீதமுமாக குடல் வெளியேற்றியது.

சீதம் வெளியேறிய துர்நாற்றத்தை நுகர்ந்து கண்ட போது, பரங்கியர் பெரிதும் அதிர்ச்சியடைந்தனர். அவர்களுள் ஒருவன் புழைவாய் வழியாகத் திரும்பி ஓடி, சற்று நேரத்தில் பரங்கித் தலைவனைக் கூட்டிக்கொண்டு வந்தான். வாயைப் பொத்திக் கொண்ட தலைவன், கூச்சலிட்டுக் கொண்டிருந்த கைதிகளை சங்கிலிப் பிணைப்புகளிலிருந்து விடுவித்து அடைப்பிலிருந்து வெளியேற்றும்படி மற்ற பரங்கியருக்கு சைகை மூலம் கண்டிப்பான பார்வையுடன் ஆணையிட்டான். விளக்குகள், வாரிகள், துடைப்பான்கள், வாளிகளுடன் பரங்கியர் பலர் அடைப்பிற்குள் புகுந்தனர். வெளியேற்றப்பட்ட கைதிகள் கிடந்த அடுக்குகளை, வாந்தியெடுத்தபடியும், மூச்சுத் திணறியபடி திட்டிக் கொண்டும் சுரண்டி, மீண்டும் மீண்டும் தேய்த்து துப்புரவு செய்தனர். பின்னர், கொதித்த புளிக்காடியை அந்த இடங்களில் ஊற்றினர். மற்ற கைதிகளை அங்கிருந்து வெகு தொலைவில் காலியான இடங்களில் கிடத்தினர்.

அவர்களுடைய முயற்சியால் ஒரு பயனும் விளையவில்லை. தொற்று மேலும் மேலும் பரவியது. அதனை பரங்கியர் 'சீதப்போக்கு' என்றனர். விரைவில் அவனையும் தொற்றியது. தலையிலும் முதுகிலும் தாங்க முடியாத வலியெடுத்துத் துடித்தான். பின்னர், வறுத்தெடுத்த கடுமையான காய்ச்சலும், நடுக்கிய குளிரும் மாறி, மாறி வதைத்தன. வயிற்றுக்குள் இறுக்கம் ஏற்பட்டு, குருதியும் சீதமும் தாங்கொணாத் துர்நாற்றத்துடன் வெளியேறின. குடலே அறுந்து வெளியில் விழுந்ததைப் போல வேதனையால் துடித்த குண்டா மயக்கமடைந்தான். புலம்பல்களுக்கிடையே தனது வாயிலிருந்து வெளிப்பட்டதாக அவனே நம்ப முடியாத சில வார்த்தைகளைச் சொல்லி அழுதான். "ஓமோரோ— ஓமர், இரண்டாவது காலிப், இறைத் தூதர் முகமது நபிக்குப் பிறகு மூன்றாவது! கைரபா— கைரபா என்றால் அமைதி என்று பொருள்!" கடைசியில், அவனுடைய புலம்பல் மற்றவர்களுடைய தேம்பல்களுக்கிடையே தெளிவாகக் கேட்காமல் போனது. இரண்டு நாட்களுக்குள் அடைப்பிற்குள் இருந்த அனைவரையும் நோய் தொற்றிக் கொண்டது.

தற்பொழுது, குருதி படிந்த சீதம் அடுக்குகளுக்குக் கீழே குறுகிய இடைவெளிகளிலெல்லாம் சிதறிக் கிடந்தது. நாள்தோறும் கைதிகள் மேல்தளத்திற்குக் கொண்டு செல்லப்பட்டனர். வாளி, வாளியாக புளிக்காடியை ஊற்றி பரங்கியர் அடைப்பிலிருந்த அடுக்குகளையும் குறுகிய நடைபாதையையும் சுரண்டித் தேய்த்துக் கழுவி விட்டனர். குண்டாவும் மற்றவர்களும் புழைவாயின் படிக்கட்டுக்களில் ஏறி மேல்தளத்தில் ஆங்காங்கே சுருண்டு விழும் வரை தள்ளாடி, தடுமாறி நகர்ந்தனர்.

சற்று நேரத்தில் மேல்தளத்தில் அவர்கள் கிடந்த இடங்களிலும் காயங்களிலிருந்து குருதியும் கழிவாக வெளியேறிய சீதமும் கிடந்தன. கடல்காற்றின் தூய மணம் குண்டாவின் தலை முதல் பாதம் வரை உடலெங்கும் பரவியது. அடைப்பிற்குள் கிடந்த போது, புளிக்காடியின் மணம் உடலெங்கும் நிறைந்தது. ஆனால், அதனுடைய மணத்தால் சீதத்தின் துர்நாற்றத்தைப் போக்க முடியவில்லை.

மயங்கிய நிலையில், குண்டா தனது பாட்டி ஆயிசாவைக் கண்டான். அவன் மிகச் சிறிய பையனாக இருந்த போது, கடைசியாக அவள் படுக்கையில் கிடந்தபடி அவனிடம் பேசிய காட்சி நினைவுக்கு வந்தது. அடுத்து, நியோ போட்டோ பாட்டியும் அவள் கூறிய கதைகளும் நினைவில் தோன்றி மறைந்தன. ஆற்றங்கரையில், முதலை வலையில் சிக்கியதையும் பையனொருவன் அதனைக் காப்பாற்ற முயன்றதையும் நினைவு கூர்ந்தான். முனகியவாறு உளறியவன் யாரேனும் பரங்கியர் அண்மையில் நெருங்கியதாக உணர்ந்தால் முட்டியால் குத்தவும் காலால் உதைக்கவும் தலைப்பட்டான்.

ஒரு சில நாட்களில், பெரும்பாலான கைதிகளால் நடக்கக் கூட முடியாத நிலை ஏற்பட்டது. பரங்கியர் அவர்கள் மேல்தளத்திற்குச் சென்று பரங்கியர் தலைவனுடைய பயனற்ற மருந்தைத் தடவிக் கொள்ள உதவினர். நாள்தோறும் யாரேனும் ஒருவர் இறந்தனர்; படகுக்கு வெளியே தூக்கி எறியப்பட்டனர். பெண்கள் சிலரும், நான்கு குழந்தைகளில் இருவரும், பரங்கியரில் சிலரும் கடல்நீருடன் கலக்கப்பட்டனர். உயிர்த்திருந்த பரங்கியருள் பலரும் நடக்கக் கூட திராணியற்றுப் போயினர். கப்பலின் சக்கரத்தை ஒரே ஒருவன் மட்டும் இயக்கினான். அவனும் கூட ஒரு தொட்டியின் மீது நின்றிருந்தான். அவனிடமிருந்து வெளியேறிய கழிவு தொட்டியில் விழுந்தது.

இரவும் பகலும் மாறி மாறி அவர்களை வதைத்துக் கொண்டிருந்தது. ஒருநாள் மேல்தளத்தின் கைப்பிடி குறுக்குக் கட்டைகளுக்கு அருகில் நின்றிருந்த போது, குண்டாவும் மற்ற கைதிகளும் கண்ணுக்கெட்டிய தூரம் வரை கடல் நீரில் பொன்னிற கடல் தாவரங்கள் பரந்து கிடந்ததைக் கண்டு வியப்படைந்தனர். அதற்கு மேலும் கடல்நீர்ப்பரப்பு எல்லையற்று நீள முடியாது என்றும், கப்பல் உலகின் மறு விளிம்பைத் தொட்டு விட்டதாகவும் குண்டா உணர்ந்தான். ஆனால், அதில் அவனுக்கு எவ்வித ஆர்வமும் ஏற்படவில்லை. அவன் தன்னுடைய முடிவை நெருங்கிக் கொண்டிருந்ததாக அவனுள் ஆழமாகப் பதிந்து போயிற்று! எங்கே, எப்போது, எவ்விதம் என்பது தான் புலப்படவில்லை.

மேலே பூதாகரமான வெண்ணிறத் துணி கூட முன்பு போல காற்றால் நிரம்பி பருத்துத் தெரியாமல் சுருண்டு துவண்டு கிடந்தது மங்கலாகத் தெரிந்தது. கம்பங்களின் மீதிருந்த பரங்கியர் கயிறுகளை இழுத்துத் துணியை இப்படியும் அப்படியுமாக அசைத்துக் காற்று வீசச் செய்வதற்கு முயன்று கொண்டிருந்தனர். மேல்தளத்தின் மீதிருந்த பரங்கியரிடமிருந்து வாளி, வாளியாக நீரை மேலே இழுத்து துணிகளின் மீது கொட்டினர். ஆனால், கப்பல் அமைதியாக, துள்ளி எழுந்து வீழ்ந்த அலைகளுடன் மேலும் கீழும் அசைந்தாடியவாறு நகர்ந்து கொண்டிருந்தது.

பரங்கியர் அனைவரும் அமைதியிழந்து காணப்பட்டனர். நரைத்தலைப் பரங்கி தழும்புகள் நிறைந்த தனது உதவியாளனைக் கூடத் திட்டத் தொடங்கி விட்டான். அவன் தனக்குக் கீழ்நிலைப் பரங்கியரை முன்பைக் காட்டிலும் கூடுதலாகத் திட்டி அடித்தான். அவர்கள் தமக்குள் ஓயாத சண்டையில் ஈடுபட்டனர். ஆனால், கைதிகளுக்கு அடி விழுவது குறைந்தது. எப்போதாவது அவர்களுக்கும் அரிதாக விழத்தான் செய்தது. பகல் பொழுது முழுவதும் அவர்கள் மேல்தளத்திலேயே கிடந்தனர். அவர்களுக்குக் கொடுக்கப்பட்ட குடிநீரின் அளவு கூட அதிகரித்ததைக் கண்டு குண்டா வியந்தான்.

ஒருநாள் காலையில் அவர்கள் மேல்தளத்திற்குச் சென்ற போது அங்கே மீன்கள் குவிக்கப்பட்டிருந்ததைக் கண்டனர். பாடலின் போது பெண்ணொருத்தி செய்தியை வெளியிட்டாள். முந்தைய இரவு பரங்கியர் பறக்கும் மீன்களைக் கவரும் விதத்தில் மேல்தளத்தில் விளக்குகளை வைத்தனர். விளக்கொளியை நோக்கிப் பறந்த மீன்கள் தளத்திற்குள் விழுந்து தப்ப முடியாமல் அங்கேயே துடிதுடித்துக் கிடந்தன. அன்றிரவு அவற்றை மைதா மாவுடன் காய்ச்சி அனைவருக்கும் உணவளித்தனர். மீன்சுவை குண்டாவுக்கு புத்துணர்ச்சி உண்டாக்கியது. எலும்புகள் உட்பட அனைத்தையும் மென்று உள்ளே தள்ளினான்.

அடுத்த முறை மஞ்சள் தூளை அவனுடைய முதுகில் தூவிய போது வலி கடுகடுத்தது. பரங்கியர் தலைவன் வலது தோளில் மருந்து தடவிய துணியை ஒட்டினான். எலும்புகளுக்கு மேல் தசைப்பிடிப்பு இல்லாமல் ஒல்லியான கைதிகளுக்கு ஏற்கனவே தசைக்கு வெளியே எலும்பு துருத்தியதைப் போல அவனுக்கும் எலும்பு வெளிப்படத் தொடங்கி விட்டது என்று குண்டா புரிந்து கொண்டான். ஒட்டப்பட்ட துணி எலும்புடன் தசையையும் அழுத்தியதால் குருதி கசிந்து வலி அதிகரித்தது. ஆனால், குருதி மேலும் மேலும் கசிந்து நனைந்த துணி தளர்ந்து நழுவும் வரை அவன் அடைப்பிற்குத் திரும்பவில்லை. அது ஒரு பொருட்டே அல்ல. சில சமயங்களில், அவன் அதுவரை சந்தித்த கொடுமைகளில் மனம் உறைந்து வெதும்பியது. பரங்கியர் மீது கொண்ட வெறுப்புணர்வில் ஆழ்ந்து போனான். ஆனால், பெரும்பாலான நேரங்களில், கண்கள் மஞ்சள்நிறப் பீளையால் ஒட்டிக் கொள்ள உயிருடன் இருந்ததற்கான உணர்வற்று துர்நாற்றம் வீசிய கும்மிருட்டில் கிடந்தான்.

மற்ற கைதிகள் அல்லாவிடம் காப்பாற்றுமாறு மன்றாடிக் கதறி அழுத சத்தம் அவனுடைய காதுகளில் கேட்டது. ஆனால், அவர்களை இன்னாரென்று அறிந்து கொள்ளக் கூட அவன் அக்கறைப்படவில்லை. புலம்பலுடன் தூங்கியவன் மனநிலை தடுமாறி கண்டபடி உளறினான். ஜுஃப்யூர் வயல்களில் வேலை செய்ததைப் போலவும், பசுமையான இலைகளடர்ந்த வயல்களில் சுற்றித் திரிந்தது போலவும், கால்வாயில் மீன்கள் நீர்ப்பரப்பிற்கு மேலே துள்ளிக் குதித்தது போலவும், கொழுந்து விட்டெரிந்த தணலின் மீது மானின் பெரிய, பெரிய இறைச்சித் துண்டுகளை வறுத்தெடுத்தது போலவும், தேன் கலந்து சுவையூட்டப்பட்ட ஆவி பறக்கும் தேனீர் குடுக்கைகளைக் கையிலேந்தியிருந்தது போலவும் பலவாறான கனவுகளில் ஆழ்ந்து கிடந்தான். மீண்டும் விழிப்பு நிலைக்குத் திரும்பிய போதிலும்,

சில சமயங்களில், முன்னுக்குப் பின் தொடர்பில்லாமல் கண்டபடி மிரட்டிய வார்த்தைகள் அவனுடைய வாயிலிருந்து வெளிப்பட்டன; உடனே, தனது குடும்பத்தாரைக் கடைசியாகப் பார்த்துவிட மன்றாடினான். ஓமோரோ, பின்டா, லேமின், சுவாடு, மதி ஆகிய ஒவ்வொருவரும் அவனுடைய இதயத்தில் அழியாமல் பதிந்திருந்தனர். அவர்களுக்கெல்லாம் துயரத்தை ஏற்படுத்திவிட்டோமே என்கிற எண்ணம் அவனை வாட்டி வதைத்தது. தன்னுடைய பழைய நினைவுகளிலிருந்து மனத்தை அகற்றிக் கொள்ள அரும்பாடு பட்டான்; முடியவில்லை. மீண்டும், அவனுடைய நினைவுகள் தனக்கென உருவாக்கிக் கொள்ளத் திட்டமிட்டிருந்த முரசு பற்றிய சிந்தனைக்குள் நழுவியது. இரவு வேளைகளில் வேர்க்கடலை வயல்வெளிகளில் காவல் பணியின் போது எப்படியெல்லாம் அதனை அறைந்து, தன்னுடைய தவறுகளைப் பிறர் அறிந்து கொள்ள இயலாத வகையில், ஒலி முழக்குவதற்குக் கற்றிருப்பான் என்பது போன்ற எண்ணங்கள் தோன்றின. ஆனால், அதன் பின்னர் அதற்கான மரத்தை வெட்டுவதற்குச் சென்றதைப் பற்றிய நினைவு தாக்கியவுடன் தொடர்ந்து நிகழ்ந்தவை அனைத்தும் அலைஅலையாகப் பாய்ந்து அலைக்கழித்தன.

உயிர்த்திருந்த கைதிகளில், அதுவரை, அவன் ஒருவன் மட்டும் தான் அடுக்குகளிலிருந்து இறங்குவதற்கும் புழைவாயிற் படிகளில் ஏறி மேல்தளத்திற்குச் செல்வதற்கும் பிறருடைய உதவி தேவைப்படாதவனாக இருந்தான். ஆனால், அதன் பின்னர், அவனுடைய கால்களும் துவண்டு விழத் தொடங்கின. கடைசியில், அவனும், பாதி உடலைத் தூக்கிக் கொண்டும், மீதியை இழுத்தவாறும் கொண்டு செல்லப்பட்டான். முழங்கால்களுக்கிடையே தலையைக் கவிழ்த்தியவாறு, கழுவிவிடப்படுவதற்கு தனது முறை வரும் வரை முனகியபடி அசைவற்றுக் குந்தியிருந்தான். நைந்து குருதி வழிந்த காயங்கள் கடினமான சிணுக்குகள் கொண்ட துடைப்பானால் தேய்க்கப்பட்ட போது, மேலும் பாதிக்கப்பட்டபடியால், மிருதுவான சவக்கார நுரை தோய்ந்த மென்துடைப்பான் கொண்டு கைதிகளுடைய உடல்களைக் கழுவினர். ஆனால், மூச்சு நின்றுவிட்டதைப் போலக் கிடந்த பெரும்பாலான கைதிகளைக் காட்டிலும் குண்டா பரவாயில்லை!

அவர்கள் அனைவரையும் விட, பெண்களும் குழந்தைகளும் ஓரளவு நல்ல நலத்துடன் இருந்தனர். அவர்கள் கும்மிருட்டில் கழிவுகளும், துர்நாற்றமும், கொசுக்களும், ஈக்களும் நிறைந்து, தொற்று நோயும் பரவியிருந்த அடைப்பிற்குள் விலங்குகளாலும் சங்கிலிகளாலும் பிணைக்கப்படவில்லை. உயிர்த்திருந்த பெண்கள் அனைவரைக் காட்டிலும் மூத்தவள் மிபூட்டா; பின்டா வயதிருக்கும்; கரெவான் கிராமத்தின் மாண்டிங்கா இனத்தைச் சேர்ந்தவள். அம்மண நிலையிலும் அவளுடைய மிடுக்கும் தோரணையும் அழகிய உடை அணிந்தவளைப் போலக் காட்டின. மேல்தளத்தில் நோய்வாய்ப்பட்டுக் கிடந்த கைதிகளுடைய மார்புகளையும் நெற்றியையும் ஆறுதலாகத் தேய்த்துவிட்டுக் கொண்டு கடுமையான வார்த்தைகளை உதிர்த்தபடி அவள் இயங்கிய போதிலும், பரங்கியர் அவளைத் தடுக்க முற்படவில்லை. அவளுடைய ஆதரவுக் கரங்களை உணர்ந்த போது, குண்டா "அம்மா! அம்மா!" என்றான். பேசுவதற்குக் கூட சக்தியற்ற மற்றொருவனுடைய தாடைகளைத் திறந்து சிரிக்க முயன்றான்.

கடைசியில், பிறருடைய உதவியில்லாமல் குண்டாவால் கஞ்சி குடிக்கக் கூட முடியவில்லை. தோள்களிலும், விலாப்பகுதிகளிலும் சூம்பிச் சுருங்கிக் கொண்டிருந்த தசை நார்கள் கஞ்சியைத் தட்டிலிருந்து அள்ளுவதற்குக் கையைத் தூக்குவதற்குக் கூட விடவில்லை. அவ்வப்போது மேல்தளத்திலிருந்த கைதிகள் அவனுக்கு உணவூட்டினர். ஒரு நாள், கஞ்சியை அள்ள முயன்ற போது, அவனுடைய விரல்நகங்கள் தட்டின் விளிம்பில் தடுமாறிக் கொண்டிருந்ததை தழும்புகள் நிறைந்த நெட்டையன் பார்த்து விட்டான். கீழ்நிலைப் பரங்கி ஒருவனை நோக்கிக் கத்தினான். அவன் குண்டாவின் வாயில் ஒரு குழாயைச் செருகி அதன் வழியாகக் கஞ்சியை வார்த்தான். குழாயைக் கவ்வியவாறு கஞ்சியை உறிஞ்சி விழுங்குவதற்கு முற்பட்ட குண்டா தனது வயிற்றில் சிதறவிட்டான்.

நாளுக்கு நாள் வெப்பத்தின் கொடுமை அதிகரித்தது. காற்றில் அசைவு இல்லை. மேல்தளத்தில் இருந்தவர்கள் கூட புழுக்கத்தில் வதங்கினர். ஆனால், சில நாட்களுக்குப் பிறகு குண்டா குளிர்ந்த தென்றலின் இனிமையை உணர்ந்தான். கம்பங்களின் மீதிருந்த பெரிய துணிகள் மீண்டும் படபடத்தன; துருத்தி போலப் பருத்துப் பெருத்தன. மேலே கயிறுகளில் பரங்கியர் குரங்குகளைப் போல அங்குமிங்கும் தாவத் தொடங்கினர். முன்பகுதியில் சுருள் சுருளாக உருண்ட நுரைகளுக்கிடையே கப்பல் நீரைத் தள்ளிக் கொண்டு நகர்ந்தது.

மறுநாள் காலையில், முன்னெப்பொழுதைக் காட்டிலும் முன்னதாக, வழக்கத்தைக் காட்டிலும் கூடுதல் எண்ணிக்கையில், பரங்கியர் புழைவாயிலின் படிகளில் தடதடவென இறங்கினர். அவர்களுடைய வார்த்தைகளிலும் இயக்கத்திலும் உணர்வெழுச்சி மீதூர்ந்தது. குறுகிய இடைவெளி வழியாக விரைந்து கைதிகளைப் பிணைப்புகளிலிருந்து விடுவித்து மேல்தளத்திற்குச் செல்வதற்கு உதவினர். புழைவாயை நோக்கி நீண்டிருந்த வரிசையின் பின்னால், தட்டுத் தடுமாறி, மேல்தளத்தை அடைந்த குண்டா குறுக்குக் கட்டைகளின் கைப்பிடியைப் பற்றியவாறு பரங்கியரும் மற்ற கைதிகளும் பெண்களும் குழந்தைகளும் இருந்ததை இளங்காலை வெளிச்சத்தில் மலங்க மலங்க வெறித்தான். பரங்கியர் அனைவரும் சிரித்து, ஆரவாரித்து, கும்மாளமிட்டனர். காயங்கள் பூத்திருந்த மற்ற கைதிகளுடைய முதுகுகளுக்கிடையே கண்களைச் சுருக்கியவாறு கண்டான்....

தூரத்தில் மங்கலாக அல்லாவின் பூமியின் ஏதோவொரு துண்டு தென்பட்டது. பரங்கியருக்குத் தமதென்று கால் பதிப்பதற்கு ஏதோவொரு இடம் இருக்கிறது. பரங்கியருடைய பூமி! அது, பகலவன் தோன்றுமிடத்திலிருந்து மறையும் இடம் வரையிலும் நீண்டு கிடந்ததாக அவனுடைய மூதாதையர் கூறியிருந்தனர். குண்டாவின் உடல் முழுவதும் நடுங்கியது. உடலிலிருந்து வெளிப்பட்ட வியர்வை அவனுடைய நெற்றியில் மின்னியது. கடற்பயணம் முடிவடைந்து விட்டது! அதன் கொடுமைகள் அனைத்தையும் தாக்குப் பிடித்து உயிர்பிழைத்து விட்டான்! ஆனால், அவனுடைய கண்ணீர்த்துளிகள் கரையை நோக்கி விரைந்த நுரைகளுடன் கலந்து நீந்தின. ஏனெனில், அவனுக்குத் தெரியும்! அடுத்து நடக்கவிருந்தது எதுவாயினும் அதுவரை நடந்தவற்றைக் காட்டிலும் மேலும் மோசமானது தான்!

40

மீண்டும் கீழே இருண்ட அடைப்பிற்குள் கிடந்த போது, கைதிகள் வாய்திறப்பதற்குக் கூட அஞ்சினர். அந்த மயான அமைதியில், கப்பலின் மரக்கட்டைகளின் கிரீச்சொலியும், ஆர்ப்பரிப்படங்கிய கடல்நீர் 'ஸ்ஸ்ஸ்' என்ற சத்தத்துடன் பக்கவாட்டில் மோதுகின்ற ஓசையும், மேல்தளத்தில் தடதடவென பரங்கியர் அங்குமிங்கும் ஓடிய காலடி ஓசையும் கேட்டது. திடீரென யாரோ ஒருவர் மாண்டிங்கா மொழியில் அல்லாவின் துதி பாடியது கேட்டது. உடனே அனைவருடைய குரல்களும் சேர்ந்திசைத்தன. தொழுகை யாகவும் துதியாகவும் பேரொலி கிளம்பியது. சங்கிலிகளைப் பலம் கொண்ட மட்டும் இழுத்து அசைக்கின்ற ஓசையும் அதனுடன் கலந்தொலித்தது. கூச்சலுக்கிடையே, புழைவாயின் கதவு திறக்கப்பட்ட ஓசை குண்டாவின் காதில் விழவில்லை. ஆனால், கண்களைக் கூசச் செய்த பகல் வெளிச்சத்தால் பேச்சற்று அந்தத் திசையில் தலையைத் திருப்பினான். கண்களுக்குள் புதைந்திருந்த பீளையை அழுத்தி அகற்ற முயன்றவனாக மலங்க மலங்க விழித்தான். பரங்கியர் விளக்குகளுடன் அடைப்பிற்குள் புகுந்து, மிகுந்த பரபரப்புடன் அவர்களை மேல்தளத்திற்கு ஓட்டிச் செல்ல முற்பட்டதை மங்கலாகக் கவனித்தான். நீண்ட கைப்பிடி கொண்ட துடைப்பான்களைக் கொண்டு,

அவர்களுடைய கதறல்களையும் பொருட்படுத்தாமல், புண்பட்ட உடல்களில் அப்பியிருந்த கழிவுகளைத் தேய்த்துக் கழுவினர். பரங்கியர் தலைவன் மஞ்சள் நிற மருந்துப் பொடியைத் தூவியவாறு அவர்கள் நின்றிருந்த வரிசையில் நகர்ந்தான். அம்முறை, தசைகள் ஆழமாகத் தேய்க்கப்பட்ட இடங்களில், அகன்ற, தட்டையான மென்மயிர்த் துடைப்பானைக் கொண்டு கருமையானதொரு களிம்பைத் தடவிவிடும்படி தனது நெட்டை உதவியாளனுக்கு சைகை காட்டினான். குண்டாவின் நைந்த புட்டத்தை அதனால் தொட்ட போது, தாங்க முடியாத வலியால் மயங்கி தளத்தில் விழுந்தான்.

வலிப்புக் கண்டது போல் முழு உடலும் கீழே கிடந்த போது, கைதிகள் புதுவிதமான பீதியால் கதறியதைக் கேட்டான். தலையைத் தூக்கிப் பார்த்த போது, பரங்கியர் பலர் அவர்களை விற்பதற்கான தயாரிப்புப் பணிகளில் ஈடுபட்டிருந்ததைக் கண்டான். அவர்களில் பலர், இருவர் இருவராக ஒரு கைதியைத் தள்ளிச் சென்று அவனை மண்டியிடச் செய்து பிடித்துக் கொள்ள மூன்றாவது பரங்கி கைதியினுடைய தலையில் நுரையுடன் கூடிய ஏதோவொன்றைத் தடவி குறுகிய பளபளப்பானதொரு பொருளால் தலைமுடியை அழுத்திச் சுரண்டினான். முகமெங்கும் குருதி வழிந்தது.

குண்டாவை நெருங்கி இறுக்கிப் பிடித்த போது, அவன் கத்திக் கூச்சலிட்டு வலுவனைத்தையும் திரட்டிப் போராடினான். விலாவில் விழுந்த பலத்த உதையால், மூச்சிரைத்துக் கொண்டிருந்தவனுடைய மழிக்கப்பட்ட தலைமுடி நுரையுடன் தளத்தின் மீது விழுந்தது. அடுத்ததாக, கைதிகளுடைய உடலெங்கும் அவர்களுடைய மேனி பளபளக்கும் வரை எண்ணெய் தேய்க்கப்பட்டது. அதன் பின்னர், இரண்டு கால்களையும் இரு துளைகளுக்குள் செலுத்தி இடுப்பு வரை மூடிக் கொள்ளக் கூடியவாறு தைக்கப்பட்டிருந்த துணிக்குள் ஒவ்வொருவரையும் நுழைத்தனர். கடைசியில், சூரியன் வானத்தின் மையப் பகுதியை அடைந்த போது, குறுக்குக் கட்டைகள் பொறுத்தப்பட்டிருந்த கப்பலின் விளிம்புப் பகுதி நெடுகிலும் அவர்கள் படுக்கை வசமாக சங்கிலியால் பிணைக்கப்பட்டனர்.

ஒருவித மயக்க நிலையில் குண்டா அசைவற்றுக் கிடந்தான். அவர்கள் ஒருவழியாக அவனுடைய தசையையெல்லாம் தின்று, எலும்புகளையும் உறிஞ்சித் தீர்ப்பதற்குள் அவனுடைய ஆன்மா அல்லாவைச் சென்றடைந்து விடும் என்கிற எண்ணம் மனத்தில் உதித்தது. அமைதியாகத் தொழுதான். பரங்கியர் தலைவனும், அவனுடைய உதவியாளும் குரைத்த சத்தத்தைக் கேட்டு அவ்வப்போது கண்களைத் திறந்தான். உயரமான கம்பங்களின் மீது அங்குமிங்கும் தாவிக் கொண்டிருந்த கீழ்நிலைப் பரங்கியர் மத்தியில் பற்கள் நறநறக்கும் ஓசையுடன் எழுச்சி மிக்க கூவல்களும் சிரிப்பொலியும் சேர்ந்தொலித்தன. சற்று நேரத்தில், அந்த மிகப்பெரிய வெண்ணிறத் துணியின் கட்டுக்களைத் தளர்த்திக் கீழே வீழ்த்தினர்.

குண்டாவின் மூக்குத் துளைகளைப் புதுவித மணம் தாக்கியது. பலவித வாசனைகளுடைய கலவையாகக் கமழ்ந்தது. விநோதமான, அவன் அறிந்திராத மணம். பிறகு, நீர்ப்பரப்பிற்கு அப்பால் தொலைவில் புதுவித ஒலிகள் ஒலித்ததைக் கேட்டான். பீளை படிந்து பாதி மூடியிருந்த கண்களுடன் மேல்தளத்தில் கிடந்த

அவனால் அவை எங்கிருந்து வந்தன என்பதைக் கண்டு கொள்ள இயலவில்லை. ஆனால், விரைவிலேயே சத்தம் அண்மையிலிருந்து எழுந்தது. தரையை நெருங்க, நெருங்க பிற கைதிகளுடைய அவலக் குரல்களுடன் குண்டாவுடையதும் கலந்து ஒலித்தது. சுற்றுப்புறத்தில் மேலும் மேலும் உரத்த ஒலி எழ, எழ, அவர்களுடைய மன்றாட்டுக் கூவல்களும் கேவல்களும் ஓங்கி ஒலித்தன. கடைசியில், மெல்லிய காற்றில் முன்னெப்பொழுதும் உணர்ந்தறியாத பரங்கியருடைய வாடை கலந்திருந்ததை குண்டா நுகர்ந்தான். அப்பொழுது, கப்பல் ஏதோவொரு மிகப்பெரிய, உறுதியான ஒன்றன் மீது மோதியது. பின்னர், பளுத் தாளாமல் ஒரு பக்கமாகச் சாய்ந்து முன்னும் பின்னும் அதிர்ந்தாடியது. ஆப்பிரிக்காவிலிருந்து புறப்பட்டு நாலரை மாதங்களுக்குப் பிறகு, முதன்முறையாக, கயிறுகளால் பிணைக்கப்பட்டு நிலைக்குத்தி நிறுத்தப்பட்டது.

கைதிகள் பீதியால் உறைந்து உட்கார்ந்திருந்தனர். குண்டாவின் ஃகைகள் முழங்கால்களைக் கட்டிக் கொண்டன; உடல் உறுப்புகள் செயலிழந்து போனதைப் போல கண்களை இறுக மூடியபடி இருந்தான். ஏனெனில், அவனால் இயன்றவரை, மூக்கைத் தாக்கிய வாசனைகளைத் தடுப்பதற்காக, மூச்சை இழுத்துப் பிடித்திருந்தான். மேல்தளத்தை ஏதோவொன்று பலத்த ஓசையுடன் மோதியவுடன் கண்களைச் சுருக்கியபடி பார்த்தான். அகன்ற பலகைப் பாலத்திலிருந்து இரண்டு புதிய பரங்கியர் தமது மூக்குகளை வெண்ணிறத் துணியால் பொத்தியவாறு அதிலிருந்து இறங்கினர். மிடுக்காக நடந்து சென்று பரங்கியர் தலைவனுடன் கைகுலுக்கினர். முகமெல்லாம் விரிந்திருந்த பற்களுக்கிடையே அவன் இளித்தது தெரிந்தது. அவர்களை வசப்படுத்தும் நோக்கம் அந்த இளிப்பில் பளபளத்தது. பரபரப்பாகக் கைதிகளைப் பிணைப்பிலிருந்து விடுவித்து எழுந்து நிற்கும்படி அதட்டிய போது குண்டா அமைதியாக அல்லாவிடம் பாவமன்னிப்பும் கருணையும் வேண்டி இறைஞ்சினான். பல மாதங்களாக தமது உடலுடன் உறுப்புப் போல ஒட்டியிருந்த சங்கிலிகளை விடுவதற்கு மனமில்லாதவர்களாக அவற்றை இறுகப் பற்றிக் கொண்டனர். சவுக்குகள் முதலில் அவர்களுடைய தலைகளுக்கு மேலும் பின்னர் முதுகுகள் மீதும் சொடுக்கப்பட்ட போது, பிடியை உதறிவிட்டுக் கதறியபடி தளத்தின் மீது சுருண்டனர்.

கப்பலுக்கு அப்பால், கீழே, துறைமுகத் தளத்தின் மீது, பரங்கியர் பலர் குதித்து, சிரித்து, கும்மாளமிட்டதை குண்டாவால் காண முடிந்தது. நாலா திசைகளிலிருந்து விரைந்து அங்கு குழுமிய பலரும் அவர்களுடன் இணைந்து ஆரவாரித்தனர். சவுக்குகளின் சொடுக்குகள் மிரட்ட, கைதிகள் சரிவு பாலத்தின் வழியாக ஒரே வரிசையில் ஆர்ப்பரித்த கூட்டத்தை நோக்கி ஓட்டிச் செல்லப்பட்டனர். பரங்கியர் பூமியை குண்டாவின் பாதங்கள் தொட்ட போது, அவனுடைய கால்கள் துவண்டன. ஆனால், சொடுக்கப்பட்ட சவுக்குகள், ஆரவாரித்த கும்பலை ஒட்டி தொடர்ந்து நகரும்படி பணித்தன. குண்டாவின் முகத்தில் ஒரு பூதாகரமான முட்டி ஓங்கிக் குத்தியதைப் போல பரங்கியர் கும்பலிலிருந்து வெளியேறிய வாடை தாக்கியது. அல்லாவைக் கதறி அழைத்தபடி கறுப்பர்களில் ஒருவர் கீழே விழ, அவருக்கு முன்னும் பின்னும் நடந்தவர்கள் தடுமாற, சவுக்குகள் அவர்களை மீண்டும் ஒழுங்கு படுத்த, பரங்கியர் கும்பல் ஆரவாரித்துக் குதியாட்டம் போட்டது.

மோதிச் சாடி தப்பித்துவிட குண்டா துடித்தான். ஆனால், சொடுக்கப்பட்ட சவுக்குகளால் அனைவரும் வரிசையாக நகர்ந்தனர். கழுதைகளைப் போன்ற தோற்றமளித்த பெரிய விலங்குகளால் இழுக்கப்பட்ட இரண்டு, நான்கு சக்கரங்கள் கொண்ட புதுவிதமான வண்டிகளில் பயணித்த பரங்கியரைக் கடந்து அவர்கள் நெட்டித் தள்ளிச் செல்லப்பட்டனர். பழங்கள், காய்கள் போன்ற வண்ண, வண்ண பொருட்கள் அடுக்கி வைக்கப்பட்டிருந்த ஒருவகைச் சந்தையில் பரங்கியர் கூட்டம் நிறைந்திருந்தது. அதனைக் கடந்த போது, நேர்த்தியாக உடையணிந்திருந்த பரங்கியர் அவர்களை வெறுப்புடன் நோக்கினர். முரட்டுவகைத் துணி அணிந்திருந்த பரங்கியர் அவர்களைச் சுட்டிக் காட்டிக் குதூகலித்தனர். அங்கே ஒரு பெண் பரங்கியை குண்டா கவனித்தான். அவளுடைய கூந்தல் வைக்கோல் வண்ணத்தில் கயிறு போல் திரிந்திருந்தது. கப்பலில் பரங்கியர் கறுப்பு இனப் பெண்களைத் தமது காமவெறிக்கு இலக்காக்கிய போது, 'இவர்களுடைய இனத்தில் பெண்களே இருக்கமாட்டார்களா' என்றெல்லாம் குண்டா வெறுப்புடன் வெகுண்டதுண்டு. ஆனால், அந்தப் பெண் பரங்கியைக் கண்ட பின்பு அவர்கள் ஏன் ஆப்பிரிக்கப் பெண்களை விரும்பினர் என்பதற்கான காரணம் புரிந்தது.

அவர்கள் சென்ற வழியில் சேவல் சண்டையைக் கண்டு ஆரவாரித்துக் கொண்டிருந்த பரங்கியர் கூட்டத்தைப் பக்கவாட்டில் நோட்டமிட்டான். அந்தக் கூச்சல் மங்கி மறைவதற்குள் குண்டா மற்றொரு காட்சியைக் கண்டான். எதிரே, கீச்சொலி எழுப்பியவாறு ஓடிய பன்றியைத் தாவிப் பிடிக்கச் சில பரங்கியர் கூச்சலிட்டபடி துரத்தி ஓட, தம்மீது மோதிவிடக் கூடாதென்று வேறு சிலர் கத்தியவாறு அங்குமிங்கும் அல்லாடியதைக் கண்டு வியந்தான். ஏனெனில், அவனைப் பொறுத்தவரை பன்றி அருவருப்பானது. ஆனால், அவன் கண்ட பன்றி பளபளத்தது!

திடீரென மின்னல் தாக்கியது போலிருந்தது! கப்பலில் தம்முடன் காணாத இரண்டு கறுப்பு இன மனிதர்களைக் கண்டான். சந்தேகமில்லை! அவர்கள் மண்டிங்கா! செரேர்! ஒரு பரங்கியின் பின்னால் அவர்கள் அமைதியாக நடந்து சென்றதைக் கண்டு அதிர்ந்தான். ஆக, அந்தப் பயங்கரமான பூமியில் அவனும் அவனுடன் சென்றவர்கள் மட்டுமே கறுப்பர்கள் என்பதற்கில்லை! அவர்களெல்லாம் உயிருடன் உலாவ விடப்பட்டுள்ளனரே! ஒருவேளை, நாமும் சமையல் அண்டாக்களிலிருந்து தப்பிப் பிழைத்திருக்கலாமோ? அவர்களை ஓடித் தழுவிக் கொள்ள விழைந்தான். ஆனால், அவர்கள் முகத்தில் எவ்வித பாச உணர்வும் தென்படவில்லை. தலையைக் கவிழ்த்து அச்சத்துடன் சென்றனர். அதன் பின்னர், அவர்களிடமிருந்து வீசிய வாடை மூக்கைத் தாக்கியது. ஏதோ, தவறாகப் பட்டது. குண்டாவின் தலை சுற்றியது. ஒன்றுமே புரியவில்லை! பரங்கி அவர்களைக் கண்காணிக்கவில்லை. அவன் கையில் ஆயுதமும் இல்லை. அவனைக் கொன்று விட்டு தப்பியோடலாமே! அவன் பின்னால் சாதுவாக நடந்து செல்கிறார்களே!

அதைப் பற்றி மேலும் நினைப்பதற்கு குண்டாவிற்கு நேரமில்லை. அதற்குள் அவர்கள் ஒரு பெரிய வீட்டின் வாசலை அடைந்து விட்டனர். சுடப்பட்ட

செங்கற்களால் கட்டப்பட்டிருந்த அந்த வீட்டின் பக்கவாட்டுச் சுவர் இரும்புக் கம்பிகளால் அரணிடப்பட்டிருந்தன. வீட்டிற்குக் காவல் நின்ற பரங்கியர் சவுக்கைச் சுழற்றி அவர்களைக் கதவின் வழியாக உள்ளே துரத்தி, பெரியதொரு அறைக்குள் தள்ளினர். கெட்டியான தரையின் குளுமையை குண்டாவின் பாதங்கள் உணர்ந்தன. கம்பிகளிடப்பட்ட திறப்புகள் வழியாக உட்புகுந்த மங்கலான ஒளியில், சுவரோடு முடங்கிக் கிடந்த கறுப்பர்களுடைய உருவங்கள் அவனுடைய கண்களில் பட்டன. சுவற்றுக்குள் பொருத்தப்பட்ட சங்கிலிகளுடன் இணைக்கப்பட்ட விலங்குகளால் குண்டாவையும் மற்றவர்களையும் கணுக்கால்களிலும் மணிக்கட்டுக்களிலும் பிணைத்தனர்.

மற்றவர்களுடன் குண்டாவும் முடங்கிக் கிடந்தான். நெருங்கி இணைந்திருந்த முழங்கால் முட்டிகளின் மேல் முகவாயைப் பதித்தபடி, கப்பலிலிருந்து இறங்கியது முதற்கொண்டு வழியில் தான் கண்ட, கேட்ட, நுகர்ந்த அனைத்தையும் அசை போட்டவாறு மயங்கிய நிலையில் இருந்தான். சற்று நேரத்தில் மற்றொரு கறுப்பு இன ஆள் உள்ளே நுழைந்தான். ஒருவரையும் கண்டு கொள்ளாமல், ஒவ்வொருவருக்கு முன்பும் தண்ணீர், உணவுக் குவளைகளை வைத்துவிட்டு விரைந்து வெளியேறினான். குண்டாவிற்குப் பசியில்லை. ஆனால், தொண்டை வறண்டிருந்தது. சிறிதளவு நீரைப் பருகாமல் இருக்க முடியவில்லை. விநோதமான சுவை தட்டுப்பட்டது. சொரத்தின்றி சன்னல் கம்பிகளின் வழியாக பகல் ஒளி மங்கி இருண்டு கொண்டிருந்ததைக் கண்டான்.

நேரம் செல்லச் செல்ல குண்டாவை இனம் புரியாத அச்சம் ஆட்கொண்டது. அடுத்து நடக்கவிருந்ததை அறிந்து கொள்ள முடிந்ததால் கப்பலின் இருண்ட அடைப்புக்குள் கிடந்ததே பரவாயில்லை எனத் தோன்றியது. இரவு வேளையில் பரங்கியர் அறைக்குள் நுழைந்த போதெல்லாம் கூனிக் குறுகினான். அவர்களிடமிருந்து வெளிப்பட்ட வாடையைப் பொறுத்துக் கொள்ள முடியவில்லை. வேர்வை, மூத்திரம், குருதி, சீதம் படிந்த உடல்கள், மற்ற கைதிகளுடன் தன்னுடைய குடலிலிருந்தும் வெளியேறியவை போன்றவற்றை நுகர்ந்தும், தொழுகை மன்றாட்டங்கள், முனகல்கள், வசவொலிகள், சங்கிலிகளின் மோதல் ஓசைகள் போன்றவற்றைக் கேட்டும் பழக்கப்பட்டு விட்டான்.

திடீரென அனைத்து ஒலிகளும் அடங்கின. கப்பலில் பயன்படுத்தப்பட்டதைப் போன்ற விளக்கு ஒன்றைப் பிடித்துக் கொண்டு பரங்கி ஒருவன் நுழைந்தான். அவனுக்குப் பின்னால், பரங்கியர் மொழி போல ஒலித்த கத்தலுடன் கதறிய கறுப்பன் ஒருவனைச் சவுக்கால் விளாசிவாறு மற்றொரு பரங்கி உள்ளே நுழைந்தது மெல்லிய மஞ்சள் நிற வெளிச்சத்தில் தெரிந்தது. அவனை விலங்குகளுடன் பிணைத்து விட்டு இரு பரங்கியரும் வெளியேறினர். துயரத்துடனும் வலியாலும் புதியவன் பரிதாபமாகக் கதறிய ஓலத்தைக் கேட்டு குண்டாவும் மற்றவர்களும் அசைவற்று இருந்தனர்.

வழக்கம் போல பகலவன் விழித்துக் கொள்ளும் நேரம் நெருங்கியதை உணர்ந்தான். பயிற்சியின் போது, பயிற்றுநர், ‘அறிவுள்ளவன் சுற்றுச் சூழலை ஆராய்வதன் மூலம் விலங்குகளிடமிருந்து கற்றுக் கொள்கிறான்’ என்று கண்டிப்பான

குரலில் கூறிய செய்தி அவனுடைய மூளையில் உதித்தது. அதிர்ச்சியடைந்தவன் நிமிர்ந்து உட்கார்ந்தான். அல்லாவின் அருளுரையோ? அந்த வேளையில், அந்த இடத்தில், விலங்குகளிடமிருந்து கற்றுக் கொள்வது என்பதன் பொருள் என்னவாக இருக்கக் கூடும்? அவனே வலையில் அகப்பட்ட விலங்கு போலத்தான் இருந்தான். வலைக்குள் மாட்டிக் கொண்ட விலங்குகளைக் கண்ட காட்சி மனத்திரையில் விரிந்தது. சிலசமயங்களில் சிக்கிய விலங்குகள் கொல்லப் படுவதற்கு முன் தப்பித்துக் கொண்டதுண்டு. அவை எப்படிப்பட்டவை?

ஒருவழியாக விடை கண்டான். தப்பியதாக அவன் அறிந்திருந்த விலங்குகள் வலைக்குள் ஓயாமல் களைப்படைந்து வலுவிழந்து போகும் வரை கோபாவேசம் கொண்டு அலைக்கழிவதில்லை. அமைதியாகக் காத்திருந்து, வேடர்கள் கவனக் குறைவாக இருந்த சமயத்தில் உயிருக்குப் பயப்படாமல் அவர்களைத் தாக்கி விட்டோ, சாதுர்யமாக வேறு வழிகண்டு ஓட்டமெடுத்தோ தான் தப்பிப் பிழைத்தன.

அழுத்தமான விழிப்புணர்வு ஏற்பட்டு விட்டதை உணர்ந்தான். கப்பலில் பரங்கியரைக் கொல்வதற்கு மற்றவர்களுடன் சேர்ந்து திட்டமிட்டதற்குப் பிறகு, தோன்றிய முதலாவது ஆக்கப்பூர்வமான நம்பிக்கை! தப்பித்தல் எனும் சிந்தனை மனம் முழுவதும் ஆழப் பதிந்து விட்டது. பரங்கியர் முன் தோல்வியடைந்து விட்டதாகவே தோன்ற வேண்டும். கோபத்தைக் காட்டுவதோ எதிர்ப்புத் தெரிவிப்பதோ இருக்கக் கூடாது. நம்பிக்கை அனைத்தையும் இழந்துவிட்டதாகவே காட்டிக் கொள்ள வேண்டும்.

அப்படியே தப்பிக்கும் வழி கிட்டினாலும், எங்கே செல்வான்? புதுமையான மண்ணில் எங்கு சென்று ஒளிந்து கொள்வான்? ஜுஃப்யூரைச் சுற்றிலும் இருந்த இடங்கள் அவனுடைய குடிசையைப் போலவே அவனுக்குப் பழக்கப்பட்டவை. ஆனால், அங்கே எதுவுமே தெரியாதே? பரங்கியர் நாட்டில் காடுகள் இருந்தனவா? அப்படியே இருந்த போதிலும் வேடன் அறிந்து கொள்ளக் கூடிய அறிகுறிகளை அங்கே எவ்வாறு அறிந்து கொள்வது? அத்தகைய பிரச்சினைகளை அவற்றை எதிர்கொள்ள நேரிடும் போது சூழலுக்கேற்ப தீர்த்துக் கொள்ள வேண்டியது தான் என்று தனக்குத் தானே சொல்லிக் கொண்டான்.

புலர்ந்த பொழுதின் முதல் கதிர்கள் சன்னல் கம்பிகளின் வழியாக ஊடுருவிய போது தான் குண்டா தன்னை மறந்து தூக்கத்தில் ஆழ்ந்தான். ஆனால், கண்களை மூடிய சற்று நேரத்தில், கறுப்பன் ஒருவன் தண்ணீர், உணவுக் குவளைகளைக் கொண்டு வந்து வைத்தான். குண்டாவின் வயிறு பசியால் அழன்றது. ஆனால், உணவின் மணம் வெறுப்பூட்டியது. முகத்தைத் திருப்பிக் கொண்டான். நாக்கில் நாற்றமும் வீக்கமும் தட்டுப்பட்டது. வாயில் ஊறிய உமிழ்நீரை விழுங்குவதற்கு முயற்சித்தான். தொண்டையில் எரிச்சலெடுத்தது.

சொரத்தின்றி, கப்பலிலிருந்து தன்னுடன் அங்கு வந்தவர்களைப் பார்த்தான். அவர்கள் எதையும் பார்த்ததாகவோ, கேட்டதாகவோ தெரியவில்லை; பித்துப் பிடித்தவர்களைப் போல உட்கார்ந்திருந்தனர். அந்த அறைக்குள் நுழைந்த

போது, ஏற்கனவே அங்கிருந்த ஐந்து பேரையும் நோட்டமிட்டான். கந்தலான பரங்கி உடைகளை அவர்கள் அணிந்திருந்தனர். அவர்களுள் இருவர் தவறான உறவால் பிறந்தவர்கள். அவர்களுடைய தோலின் நிறம் காட்டிக் கொடுத்தது. அதாவது, பரங்கிகள் கறுப்பு இனப் பெண்களுடன் கொண்ட உறவால் கருவாகி உருவானவர்கள். பிறகு, முந்தைய இரவில் கொண்டுவரப்பட்ட புதிய ஆளைக் கவனித்தான். தலையைக் கவிழ்த்தபடி உட்கார்ந்திருந்தான். அவனுடைய தலையில் குருதி கெட்டி தட்டி உறைந்திருந்தது. அவன் அணிந்திருந்த பரங்கி உடைகளிலெல்லாம் குருதிக் கறை படிந்திருந்தது. அவனுடைய கைகள் தொங்கிய விதத்தைக் கண்ட குண்டா அது உடைக்கப்பட்டதாக அறிந்து கொண்டான்.

நெடு நேரம் கழிந்தது. ஒருவழியாக குண்டா மீண்டும் உறங்கினான். இம்முறை நீண்ட நேரம் கழித்து அடுத்த உணவின் வருகையின் போது விழித்துக் கொண்டான். கஞ்சியில் ஆவி பறந்தது. முன்னர் வைக்கப்பட்டதைக் காட்டிலும் மோசமான வாடை வீசியது. பார்க்கக் கூட விரும்பாதவனாகக் கண்களை மூடிக் கொண்டான். ஆனால், அவனுடைய கூட்டாளிகள் பாண்டங்களை எடுத்து கஞ்சியை உள்ளே தள்ளிய விதத்தைக் கண்டவுடன் அவ்வளவு மோசமாக இராது என்றெண்ணினான். குண்டா சிந்தித்தான். அந்த இடத்திலிருந்து தப்ப வேண்டுமென்றால் வலிமை வேண்டும். சிறிதளவு, சிறிதளவு மட்டுமே சாப்பிடுவதென்று தீர்மானித்தான். குவளையைப் பற்றித் திறந்திருந்த வாய்க்கருகில் கொணர்ந்து, உறிஞ்சி, உணவுக்குழாய் வழியே கீழே செல்லுமாறு விழுங்கினான். வெறுப்படைந்து, குவளையைக் கீழே வைத்தான். குமட்டத் தொடங்கியது. வலிந்து மீண்டும் உள்ளே தள்ளினான். உயிர்வாழ வேண்டுமெனில் ஓரளவு கஞ்சியாவது வயிற்றுக்குள் இருக்க வேண்டும்.

அப்பொழுது முதல் நாள்தோறும் மூன்று வேளை பிடிக்காத கஞ்சியை வலிந்து உள்ளே செலுத்தினான். கஞ்சியைக் கொண்டு வந்த அதே கறுப்பன் நாள்தோறும் ஒருமுறை வாளி, வாரி, துடைப்பானுடன் நுழைந்து அவர்களுக்குப் பின்புறம் துப்புரவு செய்தான். ஒவ்வொரு பிற்பகலின் போதும் இரண்டு பரங்கியர் சதை பிய்ந்திருந்த காயங்களில் எரிச்சலெடுத்த கறுப்புத் திரவத்தையும் சிறு காயங்களுக்கு மஞ்சள்நிறத் தூளையும் மருந்திட்டுச் சென்றனர். மற்றவர்களுடன் சேர்ந்து தானும் வலியால் முனகித் துடிக்கும் விதத்தில் வலுவிழந்து போனதை எண்ணி நொந்தான்.

சன்னல் கம்பிகளின் வழி உட்புகுந்த வெளிச்சத்தைக் கொண்டு கணக்கிட்டதில் ஐந்து இரவு வேளையும் ஆறு பகல்களும் கடந்து விட்டதை உணர்ந்தான். முதல் நான்கு இரவுகளின் போது, எங்கோ, அண்மையில், அவனுடன் கப்பலில் வந்த நான்கு பெண்களின் கூச்சல் மெல்லிதாகக் கேட்டது. ‘நம்முடைய பெண்களைக் காப்பாற்றுவதற்கே வக்கற்றுப் போனோம்! இந்நிலையில் நம்மை எவ்வாறு காப்பாற்றிக் கொள்ளப் போகிறோம்’ எதுவும் செய்வதற்கு இயலாமற் போன கையாலாகாத்தனத்தை எண்ணித் தலையைக் கவிழ்த்தபடி அவனும் அவனுடைய கூட்டாளிகளும் உட்கார்ந்திருக்க வேண்டிய அவல நிலை! ஆனால், அன்றிரவு அவர்களுடைய அழுகுரல்களும் கேட்கவில்லை! அவர்களுக்கு மேலும் என்ன

புதிய கொடுமை நேர்ந்ததோ?

நாள்தோறும் ஒன்றிரண்டு கறுப்பு இன ஆட்களை பரங்கி உடையுடன் நெட்டித் தள்ளிக் கொணர்ந்து சங்கிலிகளில் பிணைத்தனர். பின்புறமிருந்த சுவற்றில் தலையைக் கவிழ்த்துச் சாய்ந்தவாறு, அல்லது, சுருண்டு கீழே விழுந்தவாறு அண்மையில் விழுந்த சவுக்கடிகளால் துடிதுடித்தபடி எங்கே இருந்தனர் என்பதையோ, அடுத்து என்ன நேரவிருந்தது என்பதையோ அறியாதவர்களாகத் திகைத்தனர். அத்துடன், ஒவ்வொரு நாளும் கடப்பதற்குள், ஏதோவொரு முக்கியமான ஆள் போலத் தோன்றிய பரங்கி ஒருவன் மூக்கைத் துணியால் பொத்திக் கொண்டு அறைக்குள் நுழைந்தான். பீதியால் யாராவது ஒரு புதிய கைதி கத்திக் கூச்சலிட்டான். அந்தப் பரங்கி அவனை உதைத்து அதட்டினான். பின்னர், அந்தக் கறுப்பு இன ஆள் கொண்டு செல்லப்பட்டான்.

வயிற்றை நிறைத்த கஞ்சி அங்கேயே தங்கிவிட்டதை உணர்ந்த போதெல்லாம் சிந்திப்பதை நிறுத்திவிட்டுத் தூங்குவதற்கு முயற்சித்தான். அந்த வேளை வரையிலாவது முடிவில்லாத பீதியிலிருந்து விடுபடலாமல்லவா! உறக்கம் பிடிக்காத சமயங்களில், பெரும்பாலான நேரங்களில் தூங்க முடிவதில்லை என்ற போதிலும், தனது குடும்பத்தை, கிராமத்தைப் பற்றிய நினைவுகளைத் தவிர்க்கப் பெரும்பாடு பட்டான். ஏனெனில், அவற்றைப் பற்றிய சிந்தனை அவனை தேம்பி அழச் செய்தது.

41

ஏழாவது நாள்! காலைக் கஞ்சி குடித்த பிறகு, கைநிறைய பரங்கி ஆடைகளை அள்ளிக் கொண்டு இரு பரங்கியர் அறைக்குள் நுழைந்தனர். அஞ்சி நடுங்கிய கைதிகளை ஒருவர் பின் ஒருவராக சங்கிலிப் பிணைப்பிலிருந்து விடுவித்தனர். ஆடைகளை அணிந்து கொள்ளும் விதத்தைச் செய்து காட்டினர். ஒன்று கால்களுடன் இடுப்பு வரை மறைத்தது. மற்றொன்று உடலின் மேல்பகுதியில் உடுத்திக் கொள்ளத் தக்கது. குண்டா அவற்றை உடுத்தினான். அப்பொழுது தான் ஆறத் தொடங்கியிருந்த காயங்களின் மீது உரசி எரிச்சலெடுத்தது.

சற்று நேரத்தில் மனிதக் குரல்களின் ஒலி கேட்கத் தொடங்கியது. விரைவில் உரக்க ஒலித்தன. சன்னல் கம்பிகளுக்கு வெளியே, அண்மையில், பேசிக்கொண்டும் சிரித்துக் கொண்டும் ஏராளமான பரங்கியர் குழுமியிருந்தனர். நடக்கவிருந்தது என்னவாக இருக்குமோ என்கிற பீதியால் பீடிக்கப்பட்ட குண்டாவும் கூட்டாளிகளும் பரங்கி உடையில் குந்தியிருந்தனர்.

அறைக்குள் மீண்டும் நுழைந்த இரு பரங்கியர் விரைந்து ஏற்கனவே அங்கிருந்த ஐவருள் மூவருடைய சங்கிலிப் பிணைப்புகளை நீக்கி ஓட்டிச் சென்றனர். அது ஒரு

பொருட்டே அல்ல, ஏற்கனவே பலமுறை நடந்த கதைதான் என்பது போல அவர்கள் மூவரும் செயல்பட்டனர். பிறகு, சில நிமிடங்களில், கூச்சல் ஓய்ந்து ஒருவித புதுமையான ஒலி கேட்டது. பரங்கியருள் ஒருவன் கத்தத் தொடங்கினான். என்னவென்று புரியாத போதிலும், புதுமையான ஒலிகளைப் புரிந்து கொள்வதற்கு குண்டா பெரும் முயற்சியுடன் கவனித்தான். “வாகான உடல் கட்டு! ஏராளமான சக்தி இந்தப் புட்டத்தில் புதைந்திருக்கிறது!” சற்று நேரத்தில் மற்ற பரங்கியர் உரத்துக் கூவத் தொடங்கினர், “முந்நூற்றைம்பது!”, “நானூறு” “ஐந்து!” முதலாவது பரங்கியின் குரல் மீண்டும் உரக்க ஒலித்தது. “ஆறு என்று சொல்லுங்கள்! அவனைப் பாருங்கள்! கழுதை போல வேலை செய்வான்!”

குண்டா அச்சத்தால் நடுங்கினான். முகத்தில் வேர்வை வழிந்தது. தொண்டை அடைத்தது. முதலில் நுழைந்த பரங்கியருடன் மேலும் இருவர் சேர்ந்து நால்வராக அறைக்குள் சென்றனர். குண்டா செயல் இழந்து ஒடுங்கினான். புதிய பரங்கியர் இருவரும் கதவருகில் ஒருகையில் சிறு தடிகளையும் மற்றொன்றில் உலோகத்தாலான சிறிய பொருட்களையும் பிடித்துக் கொண்டு நின்றனர். மற்ற இருவரும் குண்டாவிற்குப் பக்கத்திலிருந்த சுவற்றருகே சென்று இரும்பு விலங்குகளிலிருந்து அவனை விடுவித்தனர். கதறி, எதிர்த்த கைதிகளை குட்டையான, பருத்த தோல் வாரால் தாக்கினர். அப்படியிருந்தும் குண்டாவைத் தொட்டவுடன் கோபத்தால் சீறிக் கொண்டும் அதே சமயத்தில் பயத்துடனும் அவர்கள் மீது பாய்ந்தான். தலையில் ஓங்கி ஒரே ஓர் அடி! தலை வெடித்துவிட்டது போலிருந்தது. அவனைப் பூட்டியிருந்த விலங்குகளின் சங்கிலி கழன்று விழுந்த ஓசை மங்கலாகக் காதில் விழுந்தது. குழம்பிய மனநிலை தெளிந்த போது, அகன்ற கதவின் வழியே வெளியேறிய ஆறு பேரில் அவன் முதலாவதாக சூரிய ஒளியைக் கண்டான்.

“இப்பொழுது தான் காடுகளிலிருந்து பிடிக்கப்பட்டவன்!” தாழ்வான மேடையின் மீது நின்றிருந்த பரங்கி தனக்கு முன்பு குழுமியிருந்த நூற்றுக் கணக்கான பரங்கியரைப் பார்த்துக் கூவினான். அவர்கள் கைகளை ஆட்டியபடி மாறி, மாறிக் கூவிக் கொண்டிருந்தனர். குண்டாவிற்கோ அவர்களிடமிருந்து வீசிய பரங்கி வாடை மூக்கைத் துளைத்தது. பரங்கியர் மத்தியில் சில கறுப்பு இனத்தவரும் குண்டாவின் கண்களில் பட்டனர். அவர்களிடம் எவ்வித உணர்வு வெளிப்பாட்டையும் காண முடியவில்லை. சற்று முன்னர், அறைக்குள்ளிருந்து கொண்டு செல்லப்பட்டவர்களில் இருவரை இரு பரங்கியர் சங்கிலியால் பிணைத்துப் பிடித்துக்கொண்டிருந்ததைக் கண்டான். தற்பொழுது, கூவிக் கொண்டிருந்த பரங்கி, குண்டாவும் பிற கைதிகளும் நின்றிருந்த வரிசையில் வேகமாக நகர்ந்தான். அவனுடைய கண்கள் அவர்களை உச்சி முதல் பாதம் வரை துருவி மதிப்பிட்டன. பின்னர், மீண்டும் அதே வரிசையில் எதிர்த்திசையில் நகர்ந்தபடி, அவர்களுடைய மார்பிலும் வயிற்றிலும் சவுக்கின் பின்புறக் கட்டையை வைத்து அழுத்தியவாறு, விநோதமாகக் கூவினான், “குரங்குகளைப் போன்ற அறிவுள்ளவர்கள்! எந்த வேலையில் வேண்டுமானாலும் பழக்கிக் கொள்ளலாம்!”. பின்னர், வரிசையின் முடிவில் நின்று, குண்டாவை மேடைக்கு நெட்டித் தள்ளிச் சென்றான். குண்டா நகர மறுத்தான். நடுங்கினான். அவனுடைய புலன்கள் செயலற்றன. ஏற்கனவே புண்ணாகிப் புரையோடிப் போயிருந்த புட்டங்களின் காயங்கள் மேலும்

சவுக்கடி தாங்காமல் நைந்தன. உணர்விழந்து விழப் போனவன் ஒருவாறு தட்டுத் தடுமாறி முன்னோக்கி நகர்ந்தான். அவனுடன் பிணைக்கப்பட்டிருந்த விலங்குச் சங்கிலியின் மறு முனையை உறுதியான இரும்புச் சட்டத்துடன் அந்தப் பரங்கி பொருத்தினான்.

“ரொம்பவும் இளமையானவன்! உறுதியானவன்!” பரங்கி கூவினான். பரங்கியர் கூட்டம் நெருக்கமாக நகர்ந்து அவனைச் சூழ்ந்து கொண்டதால் பீதியடைந்த குண்டா சொரணையற்று நின்றிருந்தான். அவர்கள் தமது கைகளிலிருந்த தடிகளாலும் சவுக்குகளின் பின்புறத்தாலும் அவனுடைய இறுகிய உதடுகளைப் பிரித்து கெட்டித்துப் போயிருந்த பற்களைச் சோதித்தனர். அக்குள், முதுகு, மார்பு, ஆண்குறி என அவனுடைய உடலின் அனைத்துப் பாகங்களையும் அவர்களுடைய விரல்கள் தடவிச் சோதித்தன. பின்னர், குண்டாவைச் சோதித்த ஒரு சிலர் ஓரெட்டு பின் நகர்ந்து விநோதமாகக் கூச்சலிட்டனர்.

“முந்நூறு டாலர்கள்!......முந்நூற்றைம்பது!” ஏலம் கூவிய பரங்கி ஏளனமாக நகைத்தான். “ஐநூறு! .....அறுநூறு!” மேடையிலிருந்த பரங்கி கோபமடைந்தான், “கிடைத்தற்கு அரிய இளைஞன்! எழுநூற்றைம்பது கேட்பீர்களா?”

“எழுநூற்றைம்பது!” எங்கிருந்தோ சத்தம் எழுந்தது.

அதனைப் பலமுறை கத்தியவன், திடீரென எண்ணூறு என்று கத்தினான். மீண்டும் எண்ணூறு எதிரொலித்தது. மீண்டும், ஏலப்பொருளின் சிறப்பம்சங்கள் எடுத்துரைக்கப்பட்டவுடன் யாரோ ஒருவர் “எண்ணூற்றைம்பது!” என்றார்.

அதன் பின்னர் நெடு நேரம் கேள்வி எதுவும் இல்லை. ஏலம் கூவியவன் இரும்புச் சட்டத்தில் பொருத்தப்பட்டிருந்த விலங்குச் சங்கிலியை நீக்கி, குண்டாவை ஏலம் கோரிய பரங்கியிடம் தள்ளினான். அப்பொழுதே தப்பி ஓடிவிடத் துடித்தான். ஆனால், அவனுக்குத் தெரியும்! அவனால் முடியவே முடியாது! இருப்பினும், அவனுடைய கால்கள் நகர்ந்ததாகத் தெரியவில்லை.

குண்டா தன்னுடைய கையுடன் பிணைக்கப்பட்ட விலங்கின் சங்கிலியை ஏலம் கூவியவன் ஒப்படைத்த பரங்கியின் பின்னால் கறுப்பு இன மனிதன் ஒருவன் இருந்ததைக் கண்டான். வோலோஃப் இனத்தவருக்குரிய அனைத்துப் பான்மைகளும் அவனிடம் இருந்தன. எனது சகோதரனே....நீயும் எனது நாட்டைச் சேர்ந்தவன்தானா!” ஆனால், அவன் குண்டாவைப் பார்த்ததாகவே தெரியவில்லை. சங்கிலியைப் பிடித்திழுத்து குண்டாவைத் தனக்குப் பின்னால் தள்ளாடி நடக்கச் செய்தான். கூட்டத்திற்குள் புகுந்து அவர்கள் சென்ற போது, இளம் பரங்கியர் அவர்களைக் கண்டு நகைத்தனர்; ஆரவாரித்தனர்; கடந்து சென்ற போது குண்டாவைக் குச்சிகளைக் கொண்டு குத்தினர். கப்பலிலிருந்து இறங்கிச் சென்றபோது கண்ட கழுதைகளைப் போன்ற பெரிய விலங்குகளால் இழுக்கப்பட்ட வண்டியுடன் இணைக்கப்பட்ட பெரிய பெட்டியைச் சென்றடைந்தவுடன் நின்றனர்.

கோபமாகக் கத்தியவாறு அந்தக் கறுப்பு ஆள் குண்டாவின் இடுப்பைப் பிடித்துத்

தூக்கி பக்கவாட்டில் பெட்டிக்குள் போட்டான். ஒரு மூட்டையைப் போல விழுந்த குண்டாவின் கைவிலங்கின் மறுமுனை வண்டியை இழுத்த விலங்கிற்குப் பின்னால் இருக்கையைத் தாங்கிய இரும்புக் கம்பியுடன் பிணைக்கப்பட்டது.

தானியம் போல மணம் கமழ்ந்த இரண்டு பெரிய கோணிகள் அடுக்கப்பட்டிருந்த இடத்தில் குண்டா கிடந்தான். எதையுமே, குறிப்பாக, அந்தக் கறுப்புக் கைக்கூலியை, பார்க்க விரும்பாதவனைப் போல கண்களை இறுக மூடிக் கொண்டான்.

நீண்ட நேரம் கழிந்தது. பரங்கி வண்டிக்குத் திரும்பிவிட்டதை வாடை தெரிவித்தது. பரங்கி எதையோ கூறினான். பின்னர் அவனும் கறுப்பனும் முன் இருக்கையில் அமர்ந்தனர். பளு தாளாமல் இருக்கை கிரீச்சிட்டது. கறுப்பன் உரக்கக் கத்தியவாறு தோலாலான பட்டையை விலங்கின் முதுகின் மீது ஓங்கித் தட்டியதும் கேட்டது. உடனே, விலங்கு வண்டியை இழுத்துக் கொண்டு ஓடியது.

குண்டா மயங்கிக் கிடந்தான். தனது கணுக்காலுடன் பிணைக்கப்பட்ட விலங்கு பெட்டிக்குள் தரையில் உரசி ஏற்படுத்திய ஒலி கூட அவனுக்குக் கேட்கவில்லை. அடுத்து அவனுடைய சிந்தை தெளிவடைந்த போது எவ்வளவு தூரம் பயணித்திருந்தான் என்பதைக் கணிக்க முடியவில்லை. தனது கையுடன் பிணைக்கப்பட்டிருந்த சங்கிலியின் அளவைத் தெரிந்து கொள்ளும் விதத்தில் மட்டுமே அவனால் கண்களைத் திறக்க முடிந்தது. ஆமாம், கப்பலில் அவனைப் பிணைத்திருந்ததைக் காட்டிலும் மெல்லிய சங்கிலி! வலுவையெல்லாம் ஒன்று திரட்டி இழுத்தால் பெட்டியிலிருந்து அறுந்து கொள்ளக் கூடும்!

கவனமாகக் கண்களை உயர்த்தி தனக்கு முன்னே அமர்ந்திருந்த இருவருடைய முதுகுகளையும் பார்த்தான். பலகை இருக்கையின் ஓர் ஓரத்தில் பரங்கி இறுமாப்புடன் உட்கார்ந்திருந்தான். அதன் மறு முனையில் கறுப்பு ஆள் அமர்ந்து வண்டியைச் செலுத்திக் கொண்டிருந்தான். ஒரே இருக்கையை இருவரும் பகிர்ந்து கொண்டு பயணித்த எண்ணம் தோன்றிவிடாதபடி இருவரும் முன்னோக்கிப் பார்வையை ஓட்டினர். அதற்குக் கீழே எங்கோ ஓரிடத்தில் சங்கிலி பாதுகாப்பாகப் பொருத்தப்பட்டிருந்தது. பெட்டியிலிருந்து தாவிக் குதிப்பதற்கு உரிய தருணம் அதுவல்ல என்று முடிவெடுத்தான்.

அண்மையில் கிடந்த கோணியில் தானியங்களிலிருந்து வெளிப்பட்ட மணம் மூக்கைத் துளைத்தது. பரங்கியினுடைய வாடையையும் கறுப்பனுடைய மணத்தையும் கூட அவனால் நுகர முடிந்தது. சற்று நேரத்தில் அண்மையிலிருந்து பிற கறுப்பர்களிடமிருந்து மணம் வீசியதை உணர்ந்தான். ஒலி எழுப்பாமல் வேதனை மிகுந்த தனது உடலை மேலே உயர்த்தினான். ஆனால், பெட்டிக்கு மேல் தலையை உயர்த்துவதற்கு அஞ்சினான். அவர்களைப் பார்க்கவில்லை.

மீண்டும் உடலைக் கிடத்திய போது, பரங்கி தலையைத் திருப்பினான். இருவருடைய கண்களும் சந்தித்தன. வலுவற்ற குண்டா அச்சத்தால் பயந்து உறைந்தான். ஆனால், பரங்கியிடம் எவ்வித உணர்ச்சியையும் காண முடியவில்லை. சற்று நேரத்தில் மீண்டும் தலையை முன்னோக்கித் திருப்பிக் கொண்டான்.

பரங்கியின் போக்கினால் துணிச்சலடைந்த குண்டா நன்றாக நகர்ந்து நிமிர்ந்து உட்கார்ந்தான். தூரத்தில் எழுந்த பாடலோசை படிப்படியாக உரக்க ஒலித்ததைக் கேட்டான். அவர்களுக்கு முன்பாக, வண்டியை இழுத்த விலங்கைப் போன்றதொரு விலங்கின் மீது மற்றொரு பரங்கி அமர்ந்திருந்தான். அவனுடைய கையில் சுருட்டப்பட்ட சவுக்கு இருந்தது. அந்த விலங்குடன் சங்கிலியால் பிணைக்கப்பட்ட இருபது கறுப்பர்கள், அனைவரையும் கறுப்பர் என்று சொல்ல முடியாது, பெரும்பாலானோர் கறுப்பர், சிலர் செம்பழுப்பு நிறத்தவர், அவனுக்கு முன்னால் வரிசையாக நடந்து சென்றனர்.

மலங்க, மலங்க விழித்த குண்டா கண்களைச் சுருக்கி நன்றாகப் பார்த்தான். முழுமையாக உடை அணிந்திருந்த இரண்டு பெண்களைத் தவிர மற்ற ஆடவர் இடுப்பிற்கு மேலே வெற்றுடம்புடன் நடந்தனர். பாடலில் ஆழ்ந்த துயரம் அழுந்தப் படிந்திருந்தது. உற்றுக் கேட்டான். ஒன்றும் புரியவில்லை. வண்டி மெதுவாக, தொடக் கூடிய நெருக்கத்தில், அவர்களைக் கடந்து சென்ற போதும், பரங்கியோ, கைதிகளோ அவர்களிருந்த திசையில் தலையைத் திருப்பிப் பார்க்கவில்லை. அவர்களுடைய முதுகுகளில் சவுக்குகளிட்ட வரிகளைக் குறுக்கும் நெடுக்குமாகக் காண முடிந்தது. குண்டா தனது நாட்டைச் சேர்ந்த பழங்குடி இனங்களை நினைவு கூர்ந்தான். ஃபௌலா, யோருபா, மௌரேடேனியன், வோலோஃப், மாண்டிங்கா! மற்ற இனத்தவரைக் காட்டிலும் அவர்கள் தாம் பரங்கியரைத் தந்தைகளாகப் பெறக் கூடிய அவலத்திற்கு ஆளாயினர் என்பதை அவன் அறிந்திருந்தான்.

அவர்களுக்கு அப்பால், கண்ணுக்கெட்டிய தூரம் வரை பல்வேறு வண்ணங்களில் தானிய வயல்கள் பரந்து விரிந்து கிடந்ததைக் கண்டான். சாலை நெடுகிலும் வயல்களில் மக்காச் சோளம் பயிரிடப்பட்டிருக்க வேண்டும் என்று அறிந்து கொண்டான். ஜுஃப்யூர் கிராமத்தில் கண்டதைப் போலவே மணிகள் பிரித்தெடுக்கப்பட்ட தட்டைகள் குவிக்கப் பட்டிருந்தன.

சற்று நேரத்தில், பரங்கி கீழே குனிந்து இருக்கை அடியில் கிடந்த பையிலிருந்து சிறிதளவு ரொட்டித் துண்டையும் ஏதோ ஒருவகை இறைச்சித் துண்டையும் எடுத்தான். ஒவ்வொன்றிலும் சிறிதளவு பிய்த்தெடுத்து தனக்கும் வண்டியோட்டிய கறுப்பனுக்கும் இடையே இருக்கையின் மீது வைத்தான். தனது தொப்பியின் நுனியால் எட்டி எடுத்து அதை உண்டான். சில கணங்களில், கறுப்பன் இருக்கையிலிருந்தபடி தலையைத் திருப்பி குண்டாவை நோட்டமிட்டான். அவனும் தன்னைக் கவனித்துக் கொண்டிருந்ததைக் கண்டான். சிறிதளவு ரொட்டியை அவனுக்குக் கொடுத்தான். கிடந்த நிலையிலேயே குண்டாவால் அதிலிருந்து கிளம்பிய மணத்தை நுகர முடிந்தது. எச்சில் ஊறியது. ஆனாலும், தலையைத் திருப்பிக் கொண்டான். உடனே, அதையும் எடுத்து வண்டியோட்டிய கறுப்பன் தனது வாயில் போட்டுக் கொண்டான்.

பசி பற்றிய எண்ணத்தைத் தவிர்க்க முயன்றவனாக, பெட்டியின் பக்க வாட்டில் பார்வையை ஓட்டி தொலை தூர வயல்களையெல்லாம் நோட்டமிட்டான். ஆங்காங்கே மனிதர்கள் குனிந்து வேலை செய்து கொண்டிருந்தனர். அனைவரும் கறுப்பர்களாக இருக்க வேண்டும்! ஆனால், உறுதிப்படுத்திக் கொள்ள இயலாத

தூரத்தில் அவர்கள் இருந்தனர். ஆழமாக மூச்சிழுத்து அவர்களிடமிருந்து மணத்தை நுகர்ந்துவிட எத்தனித்தான். இயலவில்லை.

பொழுது சாய்ந்து கொண்டிருந்தது. எதிரே வந்த மற்றொரு வண்டியைக் கடந்தனர். அந்த வண்டியை பரங்கி ஒருவன் செலுத்தினான். பெட்டிக்குள் முதல் பருவ கறுப்பு இனக் குழந்தைகள் இருந்தனர். கந்தலான ஆடைகளைச் சுற்றியிருந்த நான்கு ஆடவரும், முரட்டுவகைத் துணியாலான அங்கிகளை அணிந்திருந்த மூன்று பெண்களுமாக ஏழு கறுப்பர்கள் சங்கிலியால் வண்டியுடன் பிணைக்கப்பட்டு தடுமாறியபடி பின்தொடர்ந்தனர். அவர்களிடமிருந்து பாடலோசை வரவில்லையே என்று குண்டா ஆதங்கப்பட்டான். அவர்கள் தன்னைக் கடந்து சென்ற போது தான் அவர்களுடைய முகத்தில் தோய்ந்திருந்த ஆழ்ந்த துயரத்தை அவனால் காண முடிந்தது. அந்தப் பரங்கி அவனை எங்கே கொண்டு செல்கிறான்? திகைத்தான்!

இருண்டுகொண்டிருந்தது. கறுப்பு வௌவால்கள் அங்குமிங்கும் கீச்சொலியுடன் தாவிப் பறந்து கொண்டிருந்தன. ஆப்பிரிக்காவிலும் அவ்வாறு பறந்ததுண்டு. வண்டியோட்டியிடம் பரங்கி எதையோ சொன்னான். சற்று நேரத்தில் வண்டி குறுகிய சாலைக்குள் திரும்பியது. குண்டா நிமிர்ந்து உட்கார்ந்தான். மரங்களினூடே வெள்ளையாக வீடொன்று தென்பட்டது. அச்சம் வயிற்றைப் பிசைந்தது. அல்லா! என்ன தான் நடக்கப் போகிறதோ? இங்கே தான் என்னைச் சாப்பிடப் போகிறார்களா? பெட்டிக்குள் பின்புறமாகச் சரிந்து விழுந்தான். உயிரற்றவனாகக் கிடந்தான்.

42

பெட்டி வீட்டை நோக்கி மேலும் மேலும் நெருங்கிய போது, குண்டா மேலும் பல கறுப்பர்களுடைய மணத்தை நுகர்ந்தான்; அவர்கள் பேசியதைக் கேட்டான். கைகளை ஊன்றித் தலையைத் தூக்கிப் பார்த்த போது சில உருவங்கள் பெட்டியை நெருங்கி வந்து கொண்டிருந்ததை மங்கிக் கொண்டிருந்த வெளிச்சத்தில் காண முடிந்தது. அவற்றுள் மிகப் பெரிய உருவம், கப்பலின் இருண்ட அடைப்பிற்குள் பரங்கியர் இறங்கிய போது கண்டு பழக்கப்பட்ட சிறு சுடரொளியை அசைத்துக் கொண்டிருந்தது. ஆனால், இந்தச் சுடர் உலோக அடைப்பிற்குப் பதிலாக தெளிவாகப் பளபளத்த ஏதோ ஒன்றினுள் அடைக்கப்பட்டிருந்தது. அதைப் போன்ற ஒன்றை அவன் அதற்கு முன்பு பார்த்ததில்லை. கடினமானதாக இருந்த போதிலும் அதனூடாகப் பார்க்க முடியும். அதனை மேலும் துருவி ஆராய்வதற்கு அவனை விடவில்லை. ஒரு புதிய பரங்கிக்குப் பக்கத்தில் வண்டி நின்றவுடன் மூன்று பரங்கியரையும் வண்டியின் பக்கவாட்டில் ஏறிக் கொள்ளும் விதமாக அவன் மருட்டினான். இரு பரங்கியரும் ஒருவருக்கொருவர் வணக்கம் தெரிவித்துக் கொண்டனர். கறுப்பர்களில் ஒருவன் வண்டியிலிருந்த பரங்கி கீழிறங்கும் விதமாக விளக்கைப் பிடித்து வெளிச்சம் காட்டினான். கீழே இறங்கியவுடன்

கைகுலுக்கிக் கொண்டனர். பின்னர் வீட்டை நோக்கி நடந்தனர்.

குண்டாவிற்குள் நம்பிக்கை பளிச்சிட்டது. கறுப்பர்கள் அவனை விடுவிப்பார்களா? ஆனால், உள்ளே பளிச்சிட்டது மறைவதற்குள் விளக்கின் வெளிச்சம் அவர்கள் முகத்தில் விழுந்தது. மூவரும் அவனைப் பார்த்து எள்ளி நகைத்தபடி நின்றிருந்தனர்! பரங்கியருக்குக் கழுதைகளைப் போல உழைத்துக் கொண்டு, தனது இனத்தவனையே தாழ்ச்சியாகப் பார்க்கும் இவர்கள் என்ன மாதிரி கறுப்பர்கள்? எங்கிருந்து பிடிக்கப்பட்டவர்கள்? ஆப்பிரிக்கர்களைப் போலவே தோற்றமளிக்கின்றனர். ஆனால், ஆப்பிரிக்கர்களாக இருக்க முடியாது!

பிறகு, வண்டியோட்டி அந்த விலங்கை அதட்டி சேணத்தால் அதன் முதுகைத் தட்டினான். வண்டி நகர்ந்தது. மற்ற கறுப்பர்கள் பக்கவாட்டில் நடந்தனர். மீண்டும் வண்டி நிற்கும் வரை நகைத்துக் கொண்டிருந்தனர். வண்டியோட்டி இறங்கிப் பின்னோக்கி நகர்ந்து விளக்கு வெளிச்சத்தில் இருக்கைக்கு அடியில் கைவிலங்கு பிணைக்கப்பட்டிருந்ததை விடுவித்து, குண்டாவைக் கீழே இறங்கும்படி அதட்டினான்.

நான்கு கறுப்பர்களுடைய குரல்வளையைக் குதறிவிடத் துடித்த வெறியை அடக்கிக் கொண்டான். வாய்ப்பு மிகவும் குறைவு; பின்னர், வாய்ப்புக் கிட்டும் போது பார்த்துக் கொள்ளலாம்! மண்டியிட்டு, தன்னைப் பெட்டிக்குள் பின்நோக்கி இழுத்துக் கொள்ள முயற்சித்த போது, குண்டாவின் ஒவ்வொரு தசைநார்களும் விண்விண்ணென்று தெரித்தன. தமது ஆணைக்குப் பணியாததைக் கண்டு, அவனைப் பெட்டிக்கு மேலே தூக்கித் தரையில் பொத்தென்று போட்டான். சற்று நேரத்திற்குப் பின், வண்டியோட்டி குண்டாவின் கையைப் பிணைத்திருந்த சங்கிலியின் மறு முனையை பருத்த தூணில் பூட்டினான்.

குண்டா வலியாலும், பயத்தாலும், வெறுப்பாலும் துடித்தான். கறுப்பர்களில் ஒருவன் அவன் முன்பு இரு தகரப் பாண்டங்களை வைத்தான். விளக்கின் மங்கிய ஒளி ஒன்றில் தண்ணீரையும், மற்றொன்றில் விநோதமான தோற்றமும் விநோதமான மணமும் கொண்ட உணவையும் காட்டியது. இருப்பினும், குண்டாவின் வாயில் உமிழ்நீர் நிறைந்து தொண்டையில் இறங்கியது; ஏறெடுத்துப் பார்க்கவில்லை. கவனித்துக் கொண்டிருந்த கறுப்பர்கள் நகைத்தனர்.

விளக்கைப் பிடித்தபடி, தூணில் பூட்டப்பட்டிருந்த சங்கிலியைப் பலமாக இழுத்துக் காட்டினான். அறுத்துவிட முடியாது என்பதைத் தெளிவுபடுத்தினான். தன்னுடைய பாதத்தால் நீரும், உணவும் இருந்த குவளையையும் தட்டையும் சுட்டிக் காட்டினான். நால்வரும் நகைத்தபடி அகன்றனர்.

கும்மிருட்டு. தரையில் கிடந்தான். அவர்கள் எங்கிருப்பினும் தூங்கட்டும் என்று காத்திருந்தான். அவனுடைய மூளையில் ஒன்று மட்டும் ஓடிக் கொண்டே இருந்தது. வலுவனைத்தையும் ஒன்று திரட்டி சங்கிலியை அறுத்து, தப்பியோடிவிட வேண்டும்! அப்பொழுது நாய் ஒன்று நெருங்கிய வாடை தட்டுப்பட்டது. மோப்பம் பிடித்த ஓசை கேட்டது. அதுவொன்றும் அவனுக்கு எதிரியில்லையே! நாயின்

அணுக்கம் பிடிபட்டது. மென்ற ஓசையும் உணவுத் தட்டில் பற்கள் உரசிய ஒலியும் கேட்டது. சாப்பிடவில்லை என்ற போதிலும், வேங்கையென வெகுண்டு அதன் மீது பாய்ந்தான். ஓடிவிட்டது. சற்று தொலைவில் நின்று குரைத்தது. கண நேரத்தில் கதவு திறக்கும் கிரீச்சொலி கேட்டது. விளக்கைப் பிடித்தபடி யாரோ ஓடி வந்தான். வண்டியோட்டி! சங்கிலியைத் தூணுக்கு அடியிலும், குண்டாவின் கணுக்காலைச் சுற்றிலும் சோதித்தான். கொலை வெறியுடன் அவனை குண்டா வெறித்தான். காலியாகக் கிடந்த தட்டைப் பார்த்ததும் வண்டி யோட்டியின் முகத்தில் நிறைவின் வெளிப்பாடு மங்கிய மஞ்சள் ஒளியில் தென்பட்டது. கடுமையாக உறுமியவாறு தனது குடிசைக்குச் சென்றான். குண்டாவும் இருளும் கையிலிருந்த சங்கிலியைக் கொண்டு நாயின் கழுத்தை நெறிக்கட்டும் என்று நினைத்தான் போலும்!

சற்று நேரத்திற்குப் பிறகு, இருட்டில் துழாவி நீர்க்குவளையை எடுத்து சிறிதளவு பருகினான். அதனால் தெம்பு எதுவும் கிடைக்கவில்லை. உடலின் வலுவனைத்தும் வற்றி வெறுங் கூடாக உலர்ந்து போனான். சங்கிலியை அறுக்கும் எண்ணத்தைக் கைவிட்டான். அல்லா தன்னைக் கைவிட்டுவிட்டதாக உணர்ந்தான். ஏனென்று தெரியவில்லை. அப்படி என்ன கொடூரமான செயலைச் செய்து விட்டான்? தன்வாழ்நாளில் செய்த நல்லவை, கெட்டவை அனைத்தையும் ஒன்று விடாமல் அலசினான். தனக்கென ஒரு முரசு செய்து கொள்வதற்காகக் காட்டில் மரம் தேடி அலைந்ததிலிருந்து கிளை ஒன்று முறிந்து விழுந்த சத்தம் கேட்டது வரை நடந்த ஒவ்வொன்றையும் துருவினான். அவன் தண்டிக்கப்பட்ட சமயங்களிலெல்லாம் அவனுடைய கவனக்குறைவாலும், அலட்சியப் போக்காலும் இழைத்த தவறுகளை எண்ணி நொந்தான்.

வெட்டுக்கிளிகளின் சத்தத்தையும், இரவுப் பறவைகள் விர்ரிட்ட ஓசையையும், தூரத்து நாய்களின் குரைப்பொலியையும் கவனித்தபடி கிடந்தான். திடீரென எலிக்குட்டி ஒன்றின் கிரீச்சொலி கேட்டது. அதனைப் பற்றிய விலங்குகளின் பற்களில் அதன் எலும்புகள் பொடிபட்ட ஒலியும் தொடர்ந்தது. அவ்வப்போது தப்பி ஓடிவிட வேண்டும் என்கிற எண்ணம் தலை தூக்கியது. ஆனால், அவனுக்கு உறுதியாகத் தெரிந்தது! பெரும்பாடுபட்டு சங்கிலியை அறுத்த போதிலும், அம்முயற்சியில் எழக்கூடிய சத்தத்தைக் கேட்டு அண்மையில் குடிசைகளிலிருந்தவர்கள் விழித்துக் கொள்வது உறுதி.

அலைபாய்ந்த எண்ணங்களால் உறங்க வேண்டும் என்கிற நினைப்பின்றிக் கிடந்தான். விடியலைக் காட்டாத வெற்றுக் கதிர்கள் வெளிப்படத் தொடங்கின. மண்டியிடுவதற்காக வலியால் துவண்ட கால்களுடன் மல்லாடினான். அதிகாலைத் தொழுகை நடத்தினான். தனது நெற்றியைத் தரையில் அழுத்தும் முயற்சியில் தோற்று பக்கவாட்டில் சரிந்தான். வலுவிழந்த தனது நிலையை எண்ணி நொந்தான்.

கீழ் வானம் வெளுக்கத் தொடங்கியது. நீர்க்குவளையை எடுத்து எஞ் சியிருந்ததைப் பருகினான். குடித்து முடிப்பதற்குள் காதில் விழுந்த காலடி ஓசை நான்கு கறுப்பர்களும் திரும்பிவிட்டதை உணர்த்திற்று. வேக, வேகமாக குண்டாவைத் தூக்கிப் பெட்டிக்குள் போட்டனர். பரங்கியர் காத்திருந்த வெள்ளை

வீட்டை நோக்கி வண்டி விரைந்தது. மீண்டும் இருக்கையில் ஏறி அமர்ந்தனர். வண்டி நெடுஞ்சாலையை அடைந்ததை குண்டா உணர்ந்து கொள்வதற்குள் முன்னாள் சென்ற திசையிலேயே பயணித்தது.

பகலின் தெளிவான வெளிச்சத்தில், தன்னைப் பிணைத்திருந்த சங்கிலி பெட்டியின் தரையில் அதிர்ந்தாடியதையும் அதன் மறு முனை இருக்கையின் கீழ் பொருத்தப்பட்டிருந்ததையும் முதன் முறையாகக் கண்டான். பின்னர், சற்று நேரம், முன்னால் உட்கார்ந்திருந்த இரு பரங்கியர் முதுகுகளையும் கறுப்பனுடையதையும் வெறுப்புடன் வெறித்தான். அவர்களைக் கொன்றுவிடத் துடித்தான். ஆனால், கட்டுப்படுத்திக் கொண்டான். ஒன்று மட்டும் உறுதி! அதுவரை பிழைத்திருந்து விட்டான். இனியும் உயிர்பிழைக்க வேண்டுமெனில், புலனுணர்வுகளைத் திரட்டிக் கட்டுப்படுத்திக் கொள்ள வேண்டும். காத்திருந்து தான் எண்ணியதை முடிக்க வேண்டும். உரிய தருணத்தை ஆராய்ந்து அறிந்து கொள்வதற்குள் எஞ்சியிருந்த ஆற்றலையும் வீணாக்கிவிடக் கூடாது.

இடைப்பட்ட காலைப் பொழுது! கருமான் சம்மட்டியால் உலோகத்தைத் தட்டும் ஓசையைக் கவனித்தான். தலையை உயர்த்தி கண்களைச் சுருக்கிப் பார்த்த போது அடர்ந்திருந்த மரங்கள் நிறைந்த இடத்திற்கு அப்பால் எங்கிருந்தோ அந்த ஓசை புறப்பட்டது. காட்டுக்குள் அவர்கள் பயணித்தனர். புதிதாக ஏராளமான காட்டுப் பகுதி வெட்டப்பட்டு கட்டைகள் அடுக்கப்பட்டிருந்ததையும் காய்ந்த சருகுகளையும் சுள்ளிகளையும் எரியூட்டி புகை கிளம்பியதையும் மேடு பள்ளங்களில் ஏறி, இறங்கிச் சென்று கொண்டிருந்த வண்டியிலிருந்தபடி அறியலானான். ஜுஃப்யூரில் செய்யப்பட்டதைப் போல, அவர்களும் தமது நிலத்திற்கு அடுத்த பயிர் சாகுபடிக்காக உரமூட்டினர் என்று எண்ணினான்.

அடுத்து, தூரத்தில், சாலையை ஒட்டி சிறிய சதுர வடிவ குடிசை ஒன்றைக் கண்டான். மரக்கட்டைகளைக் கொண்டு அதனை உருவாக்கியிருந்தனர். காட்டை அழித்து சமப்படுத்தப்பட்டிருந்த நிலத்தில் பரங்கி ஒருவன் காளைக்குப் பின்னால் நகர்ந்து கொண்டிருந்தான். வளைந்த கைப்பிடியை அவன் நிலத்தில் அழுத்திப் பிடிக்க, அதனுடன் இணைக்கப்பட்ட நுகத்தடியுடன் பிணைக்கப்பட்ட காளை இழுக்க, நிலத்தின் வயிறு பிளந்தது. அருகில் சென்ற போது, குண்டா மேலும் இரண்டு வெளிறிய, ஒல்லியான பரங்கியர் ஒரு மரத்தடியில் குந்தியிருந்ததைக் கண்டான். அதே நிறத்தில் மூன்று பன்றிகள் அவர்களைச் சுற்றித் திரிந்தன. கோழிகள் இரையைப் பொறுக்கிக் கொண்டிருந்தன. குடிசையின் வாயிலில், செம்பட்டைத் தலையுடன் பெண் பரங்கி ஒருத்தி நின்றிருந்தாள். அவளை முட்டி, மோதிக் கொண்டு, மூன்று குட்டிப் பரங்கிகள் பெட்டியை நோக்கிக் கூச்சலிட்டவாறு கைகளை அசைத்தாடி, ஓடி வந்தனர். குண்டா அவர்களை கழுதைப்புலி குட்டிகளைப் பார்த்தது போல நோட்டமிட்டான். சற்று தூரம் வண்டியுடன் ஓடிய பிறகு திரும்பிவிட்டனர். பரங்கி ஒருவனுடைய குடும்பத்தை நேரில் கண்டு கொண்ட குண்டா பலவாறு சிந்தனையை ஓட்டினான்.

சாலையிலிருந்து வெகு தொலைவில், முந்தைய இரவு கண்ட வெண்ணிற வீட்டைப் போல மிகப்பெரிய வெள்ளை வீடுகளை, பெட்டியிலிருந்தபடி, இருமுறை

கண்டான். ஒவ்வொரு வீடும் இரண்டு வீடுகளுடைய உயரத்தைக் கொண்டிருந்தன. ஒன்றன் மீது மற்றொன்று அடுக்கப்பட்டதைப் போல தோற்றமளித்தன. ஒவ்வொரு வீட்டின் முன்பகுதியிலும், மூன்று அல்லது நான்கு வெண்ணிறத் தூண்கள் வரிசையாக நின்றன. அவை மரத்தைப் போலவே பருமனாகவும் உயரமாகவும் திமிர்ந்திருந்தன. ஒவ்வொன்றிற்குப் பக்கத்திலும் இருண்ட குடிசைகள் இருந்தன. அவை கறுப்பர்களின் வாழ்விடங்கள் என குண்டா யூகித்தான். அவற்றைச் சுற்றிலும் பருத்திக் காடு விரிந்து பரந்து கிடந்தது. அறுவடை முடிந்த பிறகும் ஆங்காங்கே வெண்பூக்கள் தட்டுப்பட்டன.

இரு பெரும் வீடுகளுக்கு இடையே ஓரிடத்தில், சாலையை ஒட்டி நடந்து சென்ற விநோதமான இருவரை உருண்டு சென்ற வண்டி கடந்து சென்றது. குண்டா, முதலில், அவர்களும் கறுப்பர் என்று நினைத்தான். வண்டி நெருங்கிய போது அவர்கள் செம்பட்டை நிறத்தில் இருந்ததைக் கண்டான். நீண்ட தலைமுடியைப் பின்னி கயிறு போல முதுகில் போட்டிருந்தனர். தோலாலான காலணியும் இடுப்புக் கச்சையும் அணிந்திருந்த அவர்கள் வில், அம்புகளுடன் விரைந்து நடந்தனர். அவர்கள் பரங்கியர் அல்ல; ஆப்பிரிக்கர்களும் அல்ல. அவர்களிடமிருந்து வித்தியாசமான வாடை வீசியது. அவர்கள் என்ன வகை ஆட்கள்? தம்மைப் புழுதியால் மறைத்தபடி விரைந்த வண்டியை அவர்களுள் ஒருவரும் கண்டு கொள்ளவில்லை.

பொழுது மேலைத் திசையில் மேலும் சாயத் தொடங்கியது. குண்டா முகத்தைக் கிழக்கு நோக்கித் திருப்பினான். மௌனமாக அல்லாவை இறைஞ்சி மாலை நேரத் தொழுகையை முடித்த போது, இருள் மண்டியது. கொடுக்கப்பட்ட எதையும் சாப்பிட மறுத்து இரண்டு நாட்களாக வெறும் வயிற்றுடன் அழன்றான். தன்னைச் சுற்றிலும் நடந்த எதையும் கண்டு கொள்ளாதவனைப் போல, உருண்டோடிய பெட்டியின் அடியில் சுருண்டு கிடந்தான்.

சற்று நேரம் கழித்து வண்டி நின்ற பொழுது, ஒருவாறு சமாளித்துக் கொண்டு எழுந்து பக்கவாட்டில் பார்வையை ஓட்டினான். வண்டியிலிருந்து இறங்கிய வண்டியோட்டி பெட்டியின் பக்கவாட்டில் விளக்கைத் தொங்க விட்டான். மீண்டும் தனது இருக்கையில் ஏறி அமர்ந்து பயணத்தைத் தொடர்ந்தான். நீண்ட நேரத்திற்குப் பிறகு, பரங்கி அவனிடம் ஏதோ சொல்ல அதற்கு அவனும் பதிலளித்தான். வண்டி புறப்பட்டு பல மணி நேரம் ஆன போதிலும் அவர்கள் முதன்முறையாக வாய் திறந்து பேசினர். மீண்டும் வண்டி நின்றது. கறுப்பன் போர்த்திக் கொள்வதற்கு ஏற்ற ஒன்றை குண்டாவை நோக்கி வீசினான். குண்டா கண்டு கொள்ளவில்லை. மீண்டும் அவன் வண்டியில் ஏறிக் கொண்ட பொழுது பரங்கியும் அவனும் தமக்குரிய போர்வையால் உடலை முழுக்கப் போர்த்துக் கொண்டனர். வண்டி புறப்பட்டது.

விரைவிலேயே குளிர் நடுக்கத் தொடங்கியது. ஆனாலும், குண்டா போர்த்திக் கொள்ளவில்லை. அவர்களுடைய ஆணைக்குப் பணிந்ததாக எண்ணிவிடக் கூடாதல்லவா! எண்ணமிட்டான். ‘போர்வையெல்லாம் கொடுக்குறாங்க, ஆனா, சங்கிலியில கட்டிப் போட்டுருக்காங்க! எங்க ஆளுங்களும் அதுக்கு

துணையாயிருக்காங்க. அவனுக சொல்றபடி செய்றாங்க!' குண்டாவிற்குத் தெரிந்ததெல்லாம், ஒன்று, அந்த பயங்கரமான இடத்திலிருந்து தப்பியோட வேண்டும். அல்லது, அந்த முயற்சியில் செத்துப் போக வேண்டும். ஜுஃப்யூருக்குத் திரும்பிச் செல்வதைப் பற்றி நினைத்துப் பார்க்கக் கூட அவனுக்குத் துணிவில்லை. ஆனால், அவ்வாறு நேர்ந்ததென்றால், காம்பியாப் பகுதி முழுவதிலும் பரங்கியர் நாடு எப்படிப்பட்டது என்பதைப் பறைசாற்றிவிடுவதென சூளுரைத்தான்.

வண்டி நெடுஞ்சாலையிலிருந்து திரும்பி, மேடு பள்ளம் நிறைந்த குறுகிய சாலையில் சென்றது. குண்டா குளிரால் விறைத்துப் போனான். மீண்டும், வலியுடன் உடலை உயர்த்தி இருட்டில் கண்களைச் சுருக்கி உற்றுப் பார்த்தான். சற்று தூரத்தில், மற்றொரு பெரிய வெண்ணிற வீடு தென்பட்டது. முந்தைய இரவைப் போலவே நடக்கவிருந்ததை அறிந்து கொள்ள முடியாமல் ஏதேதோ எண்ணி மருண்டான். வண்டி நின்றது. அவர்களை வரவேற்க பரங்கியரும் கறுப்பர்களும் விரைந்து வருவர் என்று எதிர்பார்த்தான். ஒருவருடைய வாடையும் வீசவில்லை.

வண்டி நின்றவுடன் பரங்கி அதிலிருந்து குதித்து இறங்கினான். பலமுறை குனிந்தும், அமர்ந்தும், எழுந்தும் தசைநார்களுக்கு சுறுசுறுப்பேற்றிக் கொண்டான். பின்னர், குண்டாவைச் சுட்டிக் காட்டியவாறு கறுப்பனிடம் எதையோ கூறினான். உடனே வீட்டை நோக்கி நடந்தான்.

இன்னமும் கறுப்பர் எவரும் தட்டுப்படவில்லை. அண்மையிலிருந்த குடிசைகளை நோக்கி வண்டி உருளத் தொடங்கியது. எதையும் கண்டு கொள்ளாதவனைப் போல குண்டா வண்டியின் பின்பகுதியில் கிடந்தான். ஆனால், அவனுடைய ஒவ்வொரு தசைநாரும் துடித்துக் கொண்டிருந்தது. உடல் வலி மறந்து போயிற்று. அண்மையில் கறுப்பர்கள் இருந்ததன் அடையாளமாக வாடை அவனுடைய மூக்குத்துளைகளில் தட்டுப்பட்டது. ஆனால், எவரும் வெளியில் வரவில்லை. அவனுடைய நம்பிக்கை மேலும் வலுவடைந்தது. குடிசைகளுக்கு அருகில் வண்டியை நிறுத்திவிட்டு கீழே பொத்தென்று குதித்த கறுப்பன் கையில் விளக்கை எடுத்துக் கொண்டு குடிசையை நோக்கித் தடுமாறியவாறு நடந்தான். கதவைத் திறந்தான். அனைத்தையும் கவனித்தபடி குண்டா காத்திருந்தான். அவன் குடிசைக்குள் நுழைந்தவுடன், சங்கிலியை அறுத்துக் கொண்டு குதித்துவிட எணணினான். ஆனால், அவன் மீண்டும் வண்டியை நோக்கித் திரும்பினான். இருக்கைக்கு அடியில் கையை விட்டு, சங்கிலியைக் கழற்றி, மறுமுனையைக் கையில் பிடித்தபடி வண்டியைச் சுற்றி பின்பக்கம் வந்தான். ஏதோ காரணத்தால் குண்டா இன்னமும் பின்வாங்கினான். அவனைத் தன்பக்கம் இழுப்பதற்காக கடுமையாகத் திட்டியவாறு சங்கிலியைச் சுண்டினான். கவனத்துடன் நோட்டமிட்டவாறு கறுப்பன் நின்றிருந்த பொழுது, குண்டா மிகவும் வலுவிழந்தவனாக நடித்தபடி, கைகளையும் கால்களையும் ஊன்றி பின்னோக்கி நகர்ந்தான். அவன் எதிர்பார்த்ததைப் போலவே, பொறுமையிழந்த கறுப்பன் நெருக்கமாகக் குனிந்து குண்டாவை வண்டியின் விளிம்பிற்குத் தூக்க முயன்றான். முழங்காலை உயர்த்தியிருந்ததால், குண்டாவைத் தனது வலிய கரங்களால் தரையில் இழுத்துப் போட்டான்.

அந்தத் தருணத்தில் குண்டா மேல்நோக்கிப் பாய்ந்தான். கறுப்பனுடைய குரல்வளையை அவனுடைய கரங்கள் கழுதைப்புலி தனது இரையின் எலும்புகளை உடைப்பதற்காகத் தாடைகளால் கவ்வுவதைப் போல இறுக்கின. விளக்கு தரையில் விழுந்தது. கரகரப்பான கத்தலுடன் கறுப்பன் பின்னோக்கித் தடுமாறினான். பின்னர், புயலென முன்னோக்கிப் பாய்ந்து குண்டாவின் முகத்திலும் கரங்களிலும் தனது இரு கரங்களாலும் மாறி, மாறி குத்தியும், பிராண்டியும், இறுக்கிப் பிடித்தும் மல்லாடினான். ஆனால், எப்படியோ குண்டா வலுவனைத்தையும் திரட்டி மேலும் மேலும் அவனுடைய குரல்வளையை நெறித்தான். முட்டிகளிலும், பாதங்களிலும், முழங்கால்களிலும் விழுந்த அடிகளிலிருந்து தப்பித்துக் கொள்வதற்காகக் குண்டா தனது உடலைப் பலவாறு வளைத்து நெளித்துப் போராடினான். குண்டாவின் பிடியிலிருந்து குரல்வளையை விடுவித்துக் கொள்ள முடியாமல் பின்னோக்கித் தள்ளாடிய கறுப்பன் கீழே விழுந்தான்; பலத்த இருமலுடன் மயங்கிவிட்டான்.

குண்டா துள்ளி எழுந்தான். நாயின் குரைப்பொலி அச்சுறுத்தியது. கவிழ்ந்த விளக்கின் ஒளியிலிருந்தும் விழுந்து கிடந்த கறுப்பனிடமிருந்தும் நிழல் போல தப்பித்து உறைந்து கிடந்த பருத்திகளின் மீது பதுங்கிப் பதுங்கி ஓடினான். நீண்ட நாட்களாகப் பயன்படுத்தப்படாத தசைநார்கள் வலியால் துடிதுடித்தன. குளிரும், வீசிய காற்றும் அவனுடைய மேனிக்கு இதமளித்தது. வெறித்தனமாக, விடுதலை பெற்று விட்ட மகிழ்ச்சியில் உரக்கக் கூவிவிடாமல் தன்னைக் கட்டுப்படுத்திக் கொண்டான்.

43

முட்கள் நிறைந்த புதர்களும் கொடிகளும் அடர்ந்த காடு. உள்ளே நுழைந்தால் கால்களைக் கிழித்துவிடுவதாக குண்டாவை மருட்டின. கைகளால் அவற்றை ஒதுக்கியபடி நுழைந்தான். தடுமாறினான்; விழுந்தான்; மீண்டும் எழுந்தான்; சளைக்காமல் மேலும் மேலும் காட்டிற்குள் கடும் முயற்சியுடன் புகுந்தான். அடர்ந்திருந்த மரங்கள் பரவலாகி திடீரென முட்புதர்கள் நிறைந்த தாழ்வான பகுதியாக மாறியது. அவனுக்கு முன்னால், பருத்தி வயல்கள் விரிந்து பரந்து கிடந்தன. அதற்கு அப்பால், மற்றொரு வெள்ளை வீடு இருண்ட குடிசைகளுடன் தென்பட்டது. அதிர்ச்சியும் குழப்பமும் அடைந்தான். பரங்கியருடைய மிகப்பெரிய பருத்தி விளைநிலங்கள் இரண்டைப் பிரித்த குறுகிய காட்டுப் பகுதியைக் கடந்து விட்டதாக உணர்ந்தவன் பின்வாங்கினான். மரத்திற்குப் பின்னால் பதுங்கினான். படபடத்தது இதயம்; நெற்றிப் பொட்டில் விண்விண்ணென்று தெரித்தது. கைகளும், புயங்களும், கால்களும் தேள் கொட்டியதைப் போல கடுகடுத்தன. நிலவொளியில் உடலை நோட்டமிட்டான். முட்களால் வெட்டப்பட்டு குருதி வழிந்து கொண்டிருந்தது. ஆனால், வான் வெளியில் கீழிறங்கிக் கொண்டிருந்த வெண்ணிலவு எச்சரித்தது. பகலவன் தனது வேலையை

விரைவில் தொடங்கப் போகிறான்! எதைச் செய்வதாக இருந்தாலும் விரைந்து முடிவெடுத்தாக வேண்டும்!

தடுமாறியபடி பின்னோக்கி நகர்ந்தான். தனது தசைநார்கள் தன்னை வெகு தொலைவு கொண்டு செல்வதற்கு ஒத்துழைக்க மாட்டா என்பது தெளிவானது. காட்டின் அடர்ந்த பகுதிக்குப் பின்வாங்கிச் சென்று அங்கே ஒளிந்து கொள்ள வேண்டும். பதுங்கியபடி பின்னோக்கிச் சென்றான். சில சமயங்களில் கைகளையும் கால்களையும் ஊன்றித் தவழ்ந்தான். முட்கொடிகள் அவனுடைய கைகளிலும் பாதங்களிலும் கால்களிலும் மாட்டிக் கொண்டு கிழித்தன. ஒருவாறாக மரங்கள் அடர்ந்திருந்த பகுதியை நெருங்கி விட்டான். நுரையீரல் வெடித்துவிடப் போவதாக அச்சுறுத்தியது. ஆனாலும், மரங்களில் ஒன்றின் மீது ஏறிவிட எண்ணினான். இலைகள் உதிர்ந்து கொண்டிருந்தன. காலடியில் மெத்தை விரித்திருந்ததை உணர்ந்தான். இலைகளற்ற மரத்தில் ஏறியிருந்தால் தன்னை எளிதில் கண்டுவிடுவர் எனப் பட்டது. ஆக, சிறந்த ஒளிவிடம் தரை தான்!

மீண்டும் தவழ்ந்து சென்று செடி கொடிகள் மண்டிக் கிடந்த இடத்தில் பதுங்கினான். வானம் ஒளிவெள்ளத்தில் விரிந்து கிடந்தது. மூச்சு விட்ட சத்தத்தைத் தவிர அனைத்தும் அமைதியில் ஆழ்ந்திருந்தன. நம்பிக்கைக்குரிய வேட்டை நாயுடன் வேர்க்கடலை வயல்களைக் காத்து நின்ற நீண்ட தனிமை தவழ்ந்த இரவுப் பொழுதுகள் நினைவில் தோன்றின. அப்பொழுது எங்கிருந்தோ நாயின் குரைப்பொலி கேட்டது. மனத்தில் ஏற்பட்ட பிறழ் உணர்வோ? இருப்பினும், விழிப்புணர்வுடன் காதுகளைக் கூர்மையாக்கிக் கொண்டான். ஆனால், மீண்டும் கேட்டது! ஒன்றல்ல! இரண்டு! பதட்டம்! நேரமில்லையே!

கிழக்கு நோக்கி மண்டியிட்டான். காப்பாற்றும்படி அல்லாவிடம் மன்றாடினான். தொழுகை முடிந்ததும், மிக அண்மையில், அடித்தொண்டையிலிருந்து கிளம்பிய குரைப்பொலி கேட்டது. இருந்த இடத்திலேயே மறைந்து கொள்வது தான் சாலச் சிறந்தது என முடிவெடுத்தான். மேலும் அண்மையில் ஊளைச் சத்தம் மீண்டும் கேட்டது. அவன் பதுங்கியிருந்த இடத்தைத் துல்லியமாகக் கண்டு கொண்டதோ? அவனுடைய கைகளும் கால்களும் பரபரத்தன. புதர்களுக்கடியில் தவழ்ந்து மேலும் அடர்த்தியான பகுதிக்குள் புகுந்தான். இன்னும் கூடுதல் இரகசியமான இடம் கிடைக்காதா? முட்புதர்களுக்குள் நகர்ந்த ஒவ்வொரு அங்குல தூரமும் அவனை வதைத்தது. ஆனாலும், குரைப்பொலி நெருங்க, நெருங்க, எதைப் பற்றியும் பொருட்படுத்தாமல் வேக, வேகமாக முன்னேறினான். நாய்களின் குரைப்பொலியுடன் மனிதக்குரல்களும் கேட்கத் தொடங்கின.

வேகமாக தவழ முடியவில்லை. எழுந்து ஓடினான். முட்புதர்களுக்கிடையே தட்டுத் தடுமாறி விரைவாகவும் அமைதியாகவும் இயன்றவரை ஓடினான். திடீரென வெடிச்சத்தம் கேட்டது. அதிர்ச்சியில் கால்கள் துவண்டன. முட்புதருக்குள் குப்புற விழுந்தான்.

தற்பொழுது அந்தப் புதரை ஒட்டி நாய்கள் உறுமின. பயத்தால் நடுங்கியவாறு நாய்களின் வாடையை உணர்ந்தான். கண நேரத்தில் புதர்களுக்கு அடியில்

புகுந்து நேரே அவனை நோக்கி விரைந்தன. அவன் மீது பாய்ந்த போது, அவன் முழங்கால்களை ஊன்றி நின்று கொண்டான். ஊளையிட்டவாறும் உறுமிக் கொண்டும் அவனைச் சாடின. பின்னோக்கித் தாவி மீண்டும் பாய்ந்தன. அவனும் உறுமினான்; மூர்க்கமாகப் போரிட்டான்; எற்றி விரட்டினான். அண்மையில் ஆட்கள் கத்திய சத்தம் கேட்டது. மீண்டும் வேட்டு வெடித்த பேரொலி மிகவும் அண்மையில் கேட்டது. நாய்கள் தாக்குவது சற்றே தணிந்தது. கத்திகளைக் கொண்டு முட்புதர்களை வெட்டி ஒதுக்கியவாறு ஆட்கள் வசைமாரி பொழிந்தனர்.

ஊளையிட்ட நாய்களுக்குப் பின்னால், தன்னால் குரல்வளை நெறிக்கப்பட்ட கறுப்பனை குண்டா முதலில் கண்டான். மிகப் பெரிய கத்தியை ஒரு கையிலும், மறுகையில் குறுந்தடியையும் கயிற்றையும் பிடித்திருந்தான். அவனுடைய கண்களில் கொலைவெறி தாண்டவமாடியது. குருதி கொட்டியவாறு மல்லாந்து கிடந்த குண்டா தன்னைக் கூறு, கூறாக வெட்டப் போகிறான் என்ற பயத்தால் பற்களை இறுகக் கடித்துக் கொண்டான். அவனுக்குப் பின்னால் அவனை இங்கே கொண்டு வந்த பரங்கி நின்றிருந்தான். முகமெல்லாம் சிவந்து அவனுக்கு வியர்த்துக் கொட்டியது. அவன் பார்த்தறியாத மற்றொரு பரங்கி அவனை நோக்கி குறிபார்த்தபடி துப்பாக்கியை நீட்டிக் கொண்டிருந்தான். கப்பலில் அதுபோன்ற ஆயுதத்தைக் கண்டிருந்தான். எந்நேரமும் நெருப்பைக் கக்கி வெடித்துவிடும் என்று எதிர்பார்த்தான். ஆனால், குறுந்தடியை ஓங்கியபடி கறுப்பன் தான் வெறியுடன் அவனை நோக்கி விரைந்தான். பரங்கித் தலைவன் போட்ட சத்தத்தால் தயங்கி நின்றான்.

பரங்கி நாய்களையும் பார்த்து அதட்டினான். அவை பின்வாங்கிக் கொண்டன. பிறகு கறுப்பனிடம் எதையோ கூறினான். சவுக்கை வீசியவாறு முன்னோக்கி நகர்ந்தான். குண்டாவின் தலையில் ஒரே ஓர் அடி. குண்டா உணர்விழந்தான். கயிற்றால் இறுக்கிக் கட்டப்பட்டதால் ஏற்கனவே குருதி வழிந்து கொண்டிருந்த தோல் மேலும் நைந்தது. முட்புதர்களுக்கிடையே அவனைத் தூக்கி நடக்கச் செய்தனர். நிலைதடுமாறி விழுந்த போதெல்லாம் சவுக்கு விளாசியது. ஒருவழியாக காட்டுப்பகுதியை விட்டு வெளியேறிய போது, அங்கே மரங்களில் கட்டப்பட்டிருந்த கழுதை போன்ற பெரிய விலங்குகள் மூன்றைக் கண்டான்.

விலங்குகளை நெருங்கியவுடன், மீண்டும் குண்டா எதிர்ப்புடன் நகர மறுத்தான். கயிற்றின் மறுமுனையைச் சுண்டி இழுத்தவுடன் தடுமாறி விழுந்தான். இடுப்பில் விழுந்த உதை பணியச் செய்தது. தற்பொழுது இரண்டாவது பரங்கி கயிற்றைப் பிடித்துக் கொண்டு முன்னால் நடந்தான். விலங்குகள் கட்டப்பட்டிருந்த மரங்களை நோக்கி அவன் சுண்டி இழுக்க, தடுமாறி விழுந்தபடி நகர்ந்தான். தாழ்வான மரக்கிளை ஒன்றன் மீது கயிற்றின் நுனியைப் போட்டு, குண்டாவின் பாதங்கள் தரையில்படும் வரை அதனை இழுத்தான்.

பரங்கியின் சவுக்கு ஊதல் ஒலியுடன் குண்டாவின் முதுகைப் பதம் பார்த்தது. வலியால் உடல்தான் துடிதுடித்தது. சத்தம் வெளிவரவில்லை. ஆனால், ஒவ்வொரு அடியும் அவனை இரண்டாகப் பிளந்து தீர்த்துவிடும் உக்கிரத்துடன் விழுந்து கொண்டிருந்தது. ஒருவழியாகக் கதறத் தொடங்கினான். ஆனாலும், சவுக்கடி

தொடர்ந்தது.

சவுக்கடி ஓய்ந்த போது குண்டா உணர்விழந்தான். தொங்கவிடப்பட்டிருந்தவன் மூட்டையாக கீழே விழுந்ததும் பின்னர், விலங்குகள் ஒன்றன் முதுகில் கிடத்தி நகர்ந்ததும் அரைகுறையாக நினைவுக்கு எட்டின.

எவ்வளவு நேரம் கடந்தது என்று தெரியவில்லை. குடிசை போன்ற ஒன்றினுள் கைகளையும் கால்களையும் அகல விரித்து மல்லாந்து கிடந்தது அடுத்து நினைவுக்கு வந்தது. ஒவ்வொரு மணிக்கட்டுடனும் கணுக்காலுடனும் பூட்டப்பட்டிருந்த விலங்குகளை சங்கிலிகளுடன் இணைத்து குடிசையின் நான்கு மூலைகளிலும் நின்ற பருத்த தூண்களுடன் பிணைத்திருந்தனர். சிறிய அசைவு கூட தாங்கொணா வலியால் துடிக்கச் செய்தது. நெடு நேரம் அசைவற்றுக் கிடந்தான். முகமெல்லாம் வியர்த்துக் கொட்டியது. மூச்சிரைத்தது.

நகராமலேயே மேலே சிறிய சதுரவடிவிலான திறப்பு வழி வெளிச்சம் புகுந்ததைக் காண முடிந்தது. கண்களின் ஓரத்தில், சுவற்றுடன் பொருத்தப்பட்ட இடத்தில் எரிந்த கொள்ளிக் கட்டைகளும் சாம்பலும் தென்பட்டன. குடிசையின் மறுபக்கம் துணியாலான அகன்ற, தட்டையான, பருத்த பொருள் ஒன்று தரையில் கிடந்தது. துணியிலிருந்த ஓட்டைகள் வழியே பருத்தி துருத்திக் கொண்டிருந்தது. படுக்கையாகப் பயன்படுத்தக் கூடிய பொருள் போலும்!

மேலே இருந்த திறப்பு மாலை மயங்கியதை அறிவித்தது. மிகவும் அண்மையில், கொம்பு ஊதப்படுகின்ற விநோதமான ஒலி குண்டாவின் காதில் விழுந்தது. சற்று நேரத்திற்குள் தான் கிடந்த இடத்தைக் கறுப்பு இன மக்கள் பலர் கடந்து சென்றதன் மணத்தை நுகரவும் ஓசையைக் கேட்கவும் முடிந்தது. பிறகு, உணவு சமைத்த மணம் மூக்கை எட்டியது. தலை இடித்தது; முதுகு வலி குத்திக் குடைந்தது; கை, கால்கள் முட்களால் கிழிக்கப்பட்டு வேதனை எடுத்தது; மட்டுமல்ல, வயிறு பசியால் அழன்றது. வலையில் சிக்கிய விலங்கைப் போல தப்பியோடுவதற்கு உரிய தருணத்திற்காகக் காத்திராத தனது மடமையை எண்ணி நொந்தான். புதுமையான இடத்தைப் பற்றியும் அங்கு வாழ்ந்த இறைப்பற்றில்லாத மக்களைப் பற்றியும் முதலில் உன்னிப்பாகக் கவனித்துக் கற்றுக் கொண்டிருக்க வேண்டும்.

கதவு திறக்கப்பட்ட கிரீச்சொலியைக் கேட்டவுடன் கண்களை மூடிக் கொண்டான். தன்னால் கழுத்து நெறிக்கப்பட்டவனும், தப்பியோடிய போது தான் பிடிபட உதவியவனுமான கறுப்பனின் வாடையை நுகர முடிந்தது. தூங்கியது போல பாசாங்கு செய்தான். விலாவில் விழுந்த உதையால் கண்கள் அகல விரிந்தன. திட்டியவாறு குண்டாவின் முகத்திற்கு முன்பாக எதையோ வைத்துவிட்டு அவன் மீது ஒரு போர்வையையும் போட்டான். தடால் என்ற ஓசையுடன் கதவை அறைந்து சாத்திவிட்டு வெளியேறினான்.

வலி முதுகை வதைத்ததைப் போல உணவின் மணம் வயிற்றை வாட்டியது. ஒருவழியாகக் கண்களைத் திறந்தான். தட்டையான வட்டத் தகரத்தட்டில் ஒருவகைக் கஞ்சியும் இறைச்சித் துண்டும் இருந்தன. அதனருகில் ஒரு குவளையில்

நீர் நிரம்பியிருந்தது. அவன் கிடந்த நிலையில் அவனால் அவற்றைக் கைகளால் எட்டி எடுக்க முடியவில்லை. ஆனால், வாயால் கவ்வி எடுக்குமளவுக்கு அண்மையில் இருந்தது. இறைச்சித்துண்டில் சிறிதளவு கடித்த போது பன்றியினுடையது என்பதை உணர்ந்தான். குமட்டலெடுத்தது. தகரத் தட்டின் மீது வாந்தி எடுத்து விட்டான்.

இரவு முழுவதும் தூக்கத்தில் ஆழ்ந்து போவதும், திடீரென விழித்துக் கொள்வதுமாகக் கிடந்தான். ஆப்பிரிக்கர்களைப் போலத் தோன்றிய கறுப்பர்கள் பன்றி இறைச்சி தின்றதை அறிந்து திகைத்தான். அப்படியானால், அவர்கள் அல்லாவிற்குப் புறம்பானவர்கள்; சமயத் துரோகிகள்! அவனை அறியாமல் பன்றி இறைச்சியைத் தின்ன நேர்ந்தாலோ, அல்லது, அது இருந்த தட்டில் உண்ண நேர்ந்தாலோ தன்னை மன்னித்துவிடும்படி அல்லாவிடம் முன்கூட்டியே மன்னிப்புக் கேட்டுக் கொண்டான்.

மீண்டும் சதுரத் திறப்பு வழியே பகலொளி பாய்ந்தது. விநோதமான கொம்பு ஊதப்பட்ட ஒலியை மீண்டும் ஒருமுறை கேட்டான். உணவு சமைத்த மணம் கமழ்ந்தது. கறுப்பர்கள் அங்குமிங்குமாக நடமாடினர். பின்னர், அவனால் மிகவும் வெறுக்கப்பட்ட ஆள் திரும்பவும் வந்தான். கையில் சுடச்சுட கஞ்சியும் நீரும் இருந்தன. ஏற்கனவே வைக்கப்பட்ட தட்டு தொடப்படாமல் அதன் மீது வாந்தி கிடந்ததைப் பார்த்தான். கடுமையான வார்த்தைகளால் திட்டியபடி குனிந்து தட்டிலிருந்ததை குண்டாவின் முகத்தில் தேய்த்தான். பிறகு தான் கொண்டு வந்திருந்த கஞ்சியையும் நீரையும் வைத்து விட்டுப் புறப்பட்டான்.

கஞ்சியைப் பின்னர் விழுங்கிக் கொள்ளலாம் என்று குண்டா தனக்குள் சொன்னான். அதைப் பற்றி நினைக்கக் கூட விரும்பவில்லை. சற்று நேரம் கழித்து கதவு மீண்டும் திறக்கப்பட்ட ஓசை கேட்டது. இம்முறை பரங்கியின் வாடை! குண்டா கண்களை இறுக மூடினான். கடுமையான வசை ஒலிகள் காதில் விழுந்தவுடன் மீண்டும் விலாவில் உதை விழும் என்கிற அச்சத்தால் கண்களைத் திறந்தான். அவனுடைய முகத்தையே வெறித்தான். அதில் கோபம் கொப்பளித்துக் கொண்டிருந்தது. வசைமொழிகளை வீசியவாறு கைகளை அசைத்தும் முகபாவனைகளாலும் கஞ்சி குடிக்கவில்லை என்றால் மேலும் சவுக்கடி விழும் என்று அச்சுறுத்தினான். புறப்பட்டு விட்டான்.

குண்டா தனது இடது கையைக் கடும் முயற்சியுடன் நீட்டி அந்தப் பரங்கியின் பாதம் பட்ட இடத்தில் படிந்திருந்த காலடிமண்ணை விரல்களால் பற்றி, நெஞ் சருகே கொணர்ந்து, கண்களை இறுக மூடி, அவனுடைய பரம்பரையே பூண்டோடு அழியட்டும் என்று சாபமிட்டான்!

அலெக்ஸ் ஹேலி | 289

44

குண்டா கணக்கெடுத்தான். அந்தக் குடிசைக்குள் நான்கு பகல் பொழுதும் மூன்று இரவுகளும் கழிந்து விட்டன. ஒவ்வொரு இரவும் அண்மையிலிருந்த குடிசைகளிலிருந்து காற்றில் மிதந்த பாடலோசையைக் கேட்டவாறு கிடந்தான். தன்னுடைய கிராமத்தில் இருந்த போது உணர்ந்ததைக் காட்டிலும் கூடுதல் ஆப்பிரிக்க உணர்வு ஏற்பட்டது. பரங்கி மண்ணில் தமது நேரத்தைப் பாடிக் கழிக்கிறார்களே! என்ன மாதிரி கறுப்பு இன மக்கள் இவர்கள்? தமது குலமரபையும் வாழ்க்கைமுறையையும் அறிந்து கொள்ளாதவர்களாகவும் அக்கறைப்படாதவர்களுமாக இந்தப் பரங்கியர் நாடு முழுவதிலும் இன்னும் எவ்வளவு பேர் இருக்கின்றனரோ?

சூரியன் உதித்த ஒவ்வொருமுறையும் அதனுடன் தனக்கொரு தனிவகைப்பட்ட அணுக்கம் கிடைத்துவிட்டதாக குண்டா உணர்ந்தான். கப்பலின் கும்மிருட்டில் கிடந்த போது முதியவர் கூறிய கருத்து நினைவுக்கு வந்தது. "ஒவ்வொரு நாளின் புதிய சூரியனும் தான் உலகின் தொப்பூளான நமது ஆப்பிரிக்காவில் உதித்ததாகவே நினைவுபடுத்துகிறது"

நான்கு சங்கிலிகளால் பிணைக்கப்பட்டு கைகளையும்

கால்களையும் அகல விரித்து மல்லாந்து கிடந்த நிலையிலும், தனது முதுகையும் புட்டங்களையும் ஓர் அங்குல தூரம் முன்னும் பின்னும் நகர்த்திக் கொள்ளும் அளவிற்கு பயிற்சி பெற்றுக் கொண்டான். குடிசையின் நான்கு மூலைகளிலும் நின்ற தூண்களையும் தன்னையும் இணைத்த சங்கிலியுடன் பொருத்தப்பட்டிருந்த சிறிய, தடிமனான வளையத்தை நுணுகி ஆய்ந்தான். தூண்கள் உறுதியானவை; கீழே கெட்டியான தளத்துடனும் மேலே கூரையுடனும் வலுவாகப் பிணைக்கப்பட்டுள்ளன. சங்கிலியை இழுத்து அவற்றைப் பெயர்த்தெடுப்பது இயலாதது. தடிமனான இரும்பு வளையத்தில் ஒரு துளை இருந்ததையும் தன்னைச் சிறைப்படுத்தியவர்கள் அதற்குள் ஒரு இரும்புத் துண்டைச் செலுத்தி கிளிக் ஓசையுடன் திறந்து மூடியதையும் கண்களாலும் விரல்களாலும் உணர்ந்து அறிந்து கொண்டான். வளையங்களைக் குலுக்கினான். சங்கிலிகள் முழுவதுமாக அதிர்ந்தன. யாரேனும் கேட்டுவிடக் கூடும்! அந்த முயற்சியைக் கைவிட்டான். அவற்றை பற்களுக்கிடையே வைத்து பலங்கொண்ட மட்டும் கடித்தான். பல் உடைபட்டு வலி உச்சந்தலை வரை எகிறியது.

ஆவிகளின் உதவியால் ஏவல் விடுவதற்காக தரையில் ஏதேனும் புழுதிமண் கிடைக்குமா என்று தேடினான். மரக்கட்டைகளுக்கு இடையே ஒட்டியிருந்த செந்நிறமான கெட்டி மண்ணைச் சுரண்டி எடுத்தான். அவற்றில் கறுப்பு மயிர்த் துணுக்குகள் கலந்திருந்ததைக் கண்டு ஆராய்ந்தான். அவை பன்றியின் மயிர்த் துண்டுகள். தூர எறிந்து விட்டு கையைத் துடைத்துக் கொண்டான்.

ஐந்தாவது நாள். அதிகாலை. விழித்துக்கொள்வதற்கான கொம்பு ஊதிய சற்று நேரத்தில் கறுப்பன் உள்ளே நுழைந்தான். அவனுடைய கைகளில் வழக்கமான குறுந்தடியுடன் கனத்த சங்கிலி பொருத்தப்பட்ட தடிமனான இரண்டு பெரிய இரும்பு விலங்குகளையும் கண்ட குண்டா விக்கித்தான். குனிந்து, நீண்ட சங்கிலியுடன் இணைக்கப்பட்டிருந்த விலங்குகளுக்கிடையே குண்டாவின் ஒவ்வொரு கணுக்காலையும் பூட்டிய பிறகு, தூணுடன் பிணைக்கப்பட்ட நான்கு விலங்குகளையும் குண்டாவிடமிருந்து விடுவித்தான். அசையும் அளவிற்கு விடுவிக்கப்பட்டதால், துள்ளி எழுவதை குண்டாவால் கட்டுப்படுத்த முடியவில்லை. ஆனால், அதற்காகவே காத்திருந்த கறுப்பனின் முட்டி ஓங்கி ஒரு போடு போட்டு கீழே தள்ளியது. தட்டுத் தடுமாறி ஒருவாறு மேலே எழும்புவதற்கு முயன்றவனின் விலாவின் மீது முரட்டுக் காலணிகள் மாறி மாறி உதைத்தன. வலியுடன் கோபத்தையும் பொறுத்துக் கொண்டு மீண்டும் மேலெழும்ப எத்தனித்தவனை மேலும் கடுமையாக எற்றிக் கீழே தள்ளினான். நாட்கணக்கில் மல்லாந்து கிடந்த குண்டாவின் வலிமை முழுவதும் வற்றி வறண்டு போனது. மூச்சுவிடுவதற்குத் திணறிக்கொண்டிருந்தவன் மீது கறுப்பன் ஏறி நின்றிருந்தான். தனது ஆணைகளுக்குக் கீழ்ப்படியும் வரை உதைத்துத் தள்ளுவதாக அவனுடைய முகத்தில் கொப்பளித்த கோபக்குறிகள் சூளுரைத்தன.

பின்னர், எழுந்து கொள்ளும்படி மருட்டினான். எழுவதற்குப் போராடிக் கொண்டிருந்தவனை சங்கிலியைப் பிடித்துச் சுண்டி நிமிர்த்தினான். முன்னோக்கி நெட்டித் தள்ளினான். கணுக்கால்களைப் பூட்டியிருந்த விலங்குகள் அவனைக்

கேவலமாக நொண்டச் செய்தன.

கதவு வழியாகப் பெருக்கெடுத்த பகலொளிப் பெருவெள்ளம் முதலில் அவனுடைய கண்களைக் கூசச் செய்தது. சற்று நேரத்தில், கறுப்பர்கள் ஒரே வரிசையில் ஒருவருக்குப் பின் ஒருவராக விரைந்து சென்று கொண்டிருந்ததையும் அவர்களுக்குப் பின்னால் குதிரை மீது அமர்ந்து பரங்கி ஒருவன் சென்றதையும் மங்கலாகக் கண்டான். கழுதை போன்ற அந்தப் பெரிய விலங்கினை அவர்கள் அப்படித்தான் அழைத்தனர். நாய்களால் தான் சுற்றி வளைக்கப்பட்ட பிறகு தன்னைக் கட்டியிருந்த கயிற்றைப் பிடித்திருந்தவன் அந்தப் பரங்கி தான் என்று குண்டா தெரிந்து கொண்டான். தலையில் சிவப்பு அல்லது வெள்ளைத் துணியைக் கட்டியிருந்த பத்து கறுப்பு இனப் பெண்களையும் கண்டான். ஆண்களும் குழந்தைகளும் தலையில் வைக்கோலாலான தொப்பியை மாட்டியிருந்தனர். ஒரு சிலர் தலையில் எதையும் அணிந்து கொள்ளவில்லை. ஆனால், அவனுடைய பார்வைக்கு எட்டிய மட்டிலும் எவருமே கழுத்திலோ, புயங்களிலோ தாயத்து அணிந்திருக்கவில்லை. ஒரு சிலர் நீண்ட, பருத்த கத்தி போன்றவற்றைச் சுமந்து சென்றனர். அந்த மனித வரிசை விரிந்து கிடந்த வயல்வெளிகளை நோக்கிப் பயணித்ததைப் புரிந்து கொண்டான். இரவு நேரங்களில் காற்றில் மிதந்து வந்த பாடலோசைக்குரியவர்கள் அவர்களாகத் தான் இருக்க வேண்டும்! அவர்கள் மீது வெறுப்பு மட்டுமே மீதூர்ந்தது. பார்வையைத் திருப்பி அவர்கள் வெளியேறிய குடிசைகளை எண்ணத் தொடங்கினான். அவனுடையதையும் சேர்த்து பத்து! அனைத்தும் சிறியவை. இனிய மணம் கமழ்ந்த மேற்கூரை கொண்ட அவனுடைய கிராமத்துக் குடிசைகளைப் போல பெரியவை அல்ல. வரிசைக்கு ஐந்தாக அமைக்கப்பட்டிருந்தன. திட்டமிட்ட வடிவமைப்பு! அங்கே என்ன நடந்தாலும் மிகப்பெரிய வெள்ளை வீட்டிலிருந்த பரங்கியருக்குத் தெளிவாகத் தெரியும் விதமாக அமைக்கப்பட்டிருந்தன.

திடீரென்று குண்டாவின் மார்பில் கறுப்பன் தனது விரலால் குத்தினான். பின்னர், உளறினான், “நீ, நீ டோபி!” குண்டாவுக்குப் புரியவில்லை. அவனுடைய முகம் காட்டியது. அதனால், கறுப்பன் மீண்டும் மீண்டும் குண்டாவின் மார்பில் குத்தி அதே வார்த்தைகளைத் திரும்ப திரும்பச் சொன்னான். குண்டாவிற்குத் தான் பரங்கி மொழியில் கூற வந்த ஏதோ ஒன்றைப் புரியவைப்பதற்கு கறுப்பன் முயன்றான் என்பதை ஒருவாறு தெரிந்து கொண்டான்.

எதுவும் பேசாமல் குண்டா தன்னை வெறித்ததைப் பார்த்து, தன்னுடைய மார்பில் விரலால் குத்தி, “நான் சாம்சன், சாம்சன்!” என்றான். விரலை குண்டாவின் பக்கம் திருப்பி, “நீ டோபி, டோபி! உன் பெயர் டோபி என்று எஜமான் சொன்னார்!”

அவன் கூற வந்தது ஒருவாறு மனத்தில் தட்டுப்பட்ட போது, பொங்கி எழுந்த கோபத்தை அடக்கிக் கொள்ளப் பெரும் பாடு பட்டான். புரிந்து கொண்டதற்கான முகக்குறியைக் கிஞ்சித்தும் வெளிக்காட்டவில்லை. “நான் குண்டா கின்டே! ஓமோரோவின் மூத்த மகன்! புனிதர் கைரபா குண்டா கின்டேயின் பேரன்!” கத்திவிடத் துடித்தான்.

குண்டாவின் அறியாமையைக் கண்டு பொறுமையிழந்தவனாக, கறுப்பன் திட்டினான்; தோள்களைக் குலுக்கிக் கொண்டான். அவனை மற்றொரு குடிசைக்கு நொண்டச் செய்தான். அங்கே அவனைத் தன்னுடைய உடலைக் கழுவிக் கொள்ளுமாறு பாவனை காட்டினான். ஒரு சிறிய தொட்டியில் சிறிதளவு நீர் இருந்தது. நீருக்குள் ஒரு துணியையும் மர வண்ணத்தில் ஒரு கட்டியையும் எறிந்தான். அந்தக் கட்டியின் வாசனை ஜுஃப்பூர் கிராமத்தில் பெண்கள் கொழுப்பை உருக்கிச் செய்த சோப்புப் போன்றிருந்தது. குளிப்பதற்குக் கிடைத்த வாய்ப்பினை குண்டா தனக்கு ஏதுவாகப் பயன்படுத்திக் கொண்டதைக் கண்டு கறுப்பன் திட்டித் தீர்த்துவிட்டான். குளியல் முடிந்ததும் பரங்கியர் உடை இரண்டை குண்டாவை நோக்கி வீசினான். ஒன்று இடுப்புக்கு, மற்றொன்று மேலே அணிந்து கொள்வதற்கு! பின்னர், மற்றவர்கள் அணிந்திருந்ததைப் போல மஞ்சள் நிற தொப்பி ஒன்றையும் கொடுத்தான். இவர்களெல்லாம் எப்படித்தான் ஆப்பிரிக்காவின் கொடிய வெப்பத்தைத் தாங்கிக் கொண்டார்களோ? குண்டா திகைத்தான்.

கறுப்பன் குண்டாவை இன்னுமொரு குடிசைக்கு இழுத்துச் சென்றான். உள்ளே ஒரு கிழவி கடுப்புடன் ஒரு தட்டு நிறையக் கஞ்சியை அவன் முன்பு வைத்தாள். கஞ்சியுடன் ரொட்டித் துண்டு ஒன்றையும் உள்ளே தள்ளினான். சுரைக்குடுக்கை போன்ற குவளையில் கொடுக்கப்பட்ட மாட்டிறைச்சிச் சுவையுடன் மாநிறத்தில் இருந்த திரவத்தையும் குடித்தான். அடுத்து அவர்கள் குறுகிய நெருக்கடியான குடிசை ஒன்றினுள் சென்றனர். அதிலிருந்து வெளிவந்த வாடையிலிருந்தே அதன் பயன்பாடு புரிந்தது. கால்சராயைக் கழற்றுபவன் போல பாசாங்கு செய்த கறுப்பன் ஒரு பலகை இருக்கையின் நடுவே வெட்டப்பட்டிருந்த ஓட்டைக்கு நேராகக் குத்த வைத்து உட்கார்ந்தான். கழிவை வெளியேற்றுபவன் போலத் திணறிக் காட்டினான். அங்கே ஒரு மூலையில் மக்காச்சோளப் பொட்டு குவிக்கப்பட்டிருந்தது. அதனைக் கொண்டு என்ன செய்வர் என்பதைக் குண்டாவால் அறிந்து கொள்ள முடியவில்லை. ஆனால், ஒட்டு மொத்தமாக கறுப்பனுடைய செயல் விளக்கத் தின் நோக்கம் புலப்பட்டது. அன்றாடப் பணிகளை பரங்கியர் வழியில் செய்து கொள்வதற்குக் குண்டாவுக்குப் பயிற்சி அளித்தான். அவற்றில் தன்னால் இயன்ற அளவு கற்றுக் கொள்ள விரும்பினான். தப்பிச் செல்வதற்கு உதவியாக இருக்கு மல்லவா!

அடுத்திருந்த சில குடிசைகள் வழியாக கறுப்பன் குண்டாவை இழுத்துச் சென்ற போது, கிழவர் ஒருவர் விநோதமான நாற்காலியில் உட்கார்ந்து முன்னும் பின்னும் சாய்ந்தாடியபடி காய்ந்த மக்காச்சோளத் தட்டையில் துடைப்பம் செய்து கொண்டிருந்ததைக் கண்டனர். நிமிர்ந்து பார்க்காமலே குண்டா மீது வெறுப்புற்ற பார்வை வீசினார். அவன் கண்டு கொள்ளவில்லை.

மற்றவர்கள் ஏந்திச் சென்ற நீண்ட, பருத்த கத்தி போன்ற ஒன்றைத் தூக்கிக் கொண்ட கறுப்பன் தூரத்திலிருந்த வயல்களை நோக்கிச் செல்லுமாறு தலையை அசைத்து உறுமியபடி குண்டாவைப் பணித்தான். கணுக்கால்களை இறுக்கி அழுத்திய இரும்பு விலங்குகளுடன் நொண்டியடித்துக் கொண்டு குண்டா

நகர்ந்தான். முன்னால் விரிந்து கிடந்த வயல்களில் ஆம்பிளைகள் கத்தியால் வெட்டிப் போட்ட மக்காச்சோளத் தட்டைகளை அவர்களுக்குப் பின்னால் பெண்களும் குழந்தைகளும் குனிந்தும் நிமிர்ந்தும் திரட்டிக் குவித்ததை குண்டாவால் காண முடிந்தது.

பெரும்பாலான கறுப்பர்களுடைய முதுகுகள் ஆடையின்றி வேர்த்திருந்த உப்புப் பூக்களால் மின்னின. அவனுடைய முதுகில் இருந்ததைப் போன்ற இரும்புச் சூட்டுக்கோல் அடையாளங்களை மற்றவர்களுடைய முதுகுகளிலும் தேடினான். சவுக்குகளால் ஏற்பட்ட தழும்புகள் மட்டுமே கண்களில் பட்டன. தனது குதிரையை அங்கு செலுத்திய பரங்கி கறுப்பனிடம் ஏதோ கூறினான். தன்னைக் கவனிக்குமாறு கறுப்பன் குண்டாவைப் பணித்தான்.

சோளத் தட்டை சிலவற்றை அறுத்துக் கீழே போட்டு மற்றவர்களைப் போல அவற்றைத் திரட்டிக் குவிக்கும்படி சைகை காட்டினான். குண்டாவுக்குப் பக்கத்தில் குதிரையைச் சுண்டி இழுத்துச் செலுத்திய பரங்கியின் பார்வையும் சவுக்கும் பணிய மறுத்தால் ஏற்படக் கூடிய விளைவை எடுத்தியம்பின. தன்னுடைய இயலாமையை எண்ணி நொந்த குண்டா குனிந்து இரண்டு தட்டைகளை எடுத்தான். தயங்கியவாறு தனக்கு முன்னால் கறுப்பனின் கத்தி தட்டைகளை வெட்டிய ஓசையைக் கேட்டான். மீண்டும் குனிந்து சில தட்டைகளை எடுத்தான். அடுத்து இன்னும் இரண்டு...அடுத்தடுத்த வரிசைகளில் வேலை செய்து கொண்டிருந்தவர்கள் தன்னைக் கவனிப்பதையும் குதிரையின் குழம்புகளையும் குனிந்தபடி அவனால் பார்க்க முடிந்தது. ஒருவழியாக, குதிரையின் குழம்படிகள் அவர்களை விட்டு விலகிச் சென்றவுடன் மற்ற கறுப்பர்கள் விட்ட நிம்மதிப் பெருமூச்சை குண்டா உணர்ந்தான்.

குதிரையின் மீதமர்ந்தவாறு அங்குமிங்குமாகச் சென்று வேலையில் சுணக்கம் காட்டியவர்களை கடும் வார்த்தைகளால் அதட்டியும் சவுக்கைச் சுழற்றியும் முடுக்கியதை குண்டா தலையைத் தூக்கிப் பார்க்காமலேயே உணர்ந்தான்.

பிற்பகல். வெயில் கொளுத்தியது. நெற்றியிலிருந்து வழிந்த வியர்வை கண்களுக்குள் நுழைந்து எரிச்சலெடுத்தது. அதனூடே, வெகு தொலைவில் நீண்டு கிடந்த சாலை கண்ணில் பட்டது. குதிரை மீது தனித்துப் பயணித்த ஆட்கள் பலமுறை தென்பட்டனர். இருமுறை வண்டி சென்றதைக் கண்டான். மறு பக்கம் தலையைத் திருப்பிய போது அவன் தப்பித்துச் சென்று பதுங்கியிருந்த காடு தெரிந்தது. சோளத் தட்டைகளை அடுக்கிக் கொண்டிருந்த இடத்திலிருந்து பார்த்த போது காடு மிகவும் குறுகலாகப் பட்டது. அதனால் தான் எளிதில் பிடிபட்டான். அதற்கு முன்னர் அது அவ்வளவு குறுகலானது என்பதை அவன் அறிந்திருக்கவில்லை. சற்று நேரத்திற்குப் பிறகு, அந்தத் திசையிலேயே கவனித்தபடி நின்றான். தாவிக் குதித்து அந்த மரங்களை நோக்கி ஓடிவிடத் துடித்தான். ஆனால், அவன் எடுத்து வைத்த ஒவ்வொரு அடியும் வயலினூடே கணுக்கால்களில் பூட்டப்பட்டிருந்த விலங்குகளுடன் நான்கைந்து எட்டு கூட நகர முடியாது என்பதை நினைவுபடுத்தின. பிற்பகல் முழுவதும் வேலைக்கிடையே எண்ணங்கள் அலைமோதின. அடுத்த முறை தப்பிக்க முயலுவதற்கு முன், நாய்களோடும்

மனிதர்களோடும் சண்டையிடுவதற்கு ஏதுவான ஆயுதம் ஒன்றைத் தேடி எடுத்துக் கொள்ள வேண்டும். அல்லாவின் அடிமைகள் எவரும் தாக்கப்படும் போது போரிடத் தவறக் கூடாது என்பதை நினைவுபடுத்திக் கொண்டான். நாய்களோ, மனிதர்களோ, காயமடைந்த காட்டெருமையோ, பசித்திருந்த சிங்கமோ எதுவாக இருப்பினும் ஒமோரோ கின்டேயினுடைய மகன் போரிடுவதைக் கைவிடும் எண்ணத்திற்கு இடந்தரலாகாது.

பொழுது சாய்ந்த பிறகு, தொலைவில் கொம்பு ஊதப்பட்ட ஒலி கேட்டது. மற்ற கறுப்பர்கள் வரிசையில் நிற்பதற்கு விரைந்ததைக் கவனித்தான். அவர்களுடைய தோற்றத்தைக் கொண்டு, அதற்குரிய பழங்குடி இனத்தைப் பற்றி எண்ணிப் பார்த்த போது அவனுடைய மனம் வெதும்பியது. கப்பலில் அவனுடன் பயணித்தவர்களுடன் ஒப்பிட்டுப் பார்க்கத் தகுதியில்லாத இறை நம்பிக்கையற்றவர்கள்.

பரங்கி ஒரு முட்டாள்! ஃபௌலானி இனத்தவரை சோளத் தட்டை அறுக்கும் வேலையில் ஈடுபடுத்துகிறானே! அவர்கள் மாடுகளைப் பராமரிப்பதில் வல்லவர்கள் என்பது அனைவருக்கும் தெரியும்! இன்னுஞ் சொல்லப் போனால், அவர்கள் மாடுகளுடன் பேசக் கூடியவர்கள்! சிந்தனை ஓட்டத்தில் குறுக்கீடு! வரிசையில் கடைசியாக நிற்கும்படி முதுகில் விழுந்த சவுக்கடி பணித்தது. பணிந்தான். அவனுக்கு முன்னால் நின்றிருந்த பருத்த பெண் வேகமாக நடந்து சென்று இயன்றவரை அவனிடமிருந்து ஒதுங்கிக் கொள்ள முயன்றாள். அவள் மீது காறி உமிழ்ந்துவிடத் துடித்தான்.

வரிசை நகர்ந்தது. நொண்டியடித்த ஒவ்வொருமுறையும் கணுக்கால்களை இரும்பு விலங்குகள் அறுத்து குருதி கொட்டியது. தொலை தூரத்தில் வேட்டை நாய்கள் குரைத்ததை குண்டா கேட்டான். நடுங்கினான். தன்னைத் துரத்தித் தாக்கிய நாய்களின் நினைவு முட்டியது. பின்னர், மூளையின் நினைவாற்றல் மின்னிப் பாய்ந்தது. ஆப்பிரிக்காவில் தான் பிடிக்கப்பட்ட பொழுது பரங்கியருடன் போரிட்டு மடிந்த தன்னுடைய வேட்டை நாய்களின் நினைவு வாட்டியது.

தனது குடிசையைச் சென்றடைந்தான். அடுத்து சூரியன் உதிக்கவிருந்த திசை அவனுக்குத் தெரியும்! அத்திசையை நோக்கி மண்டியிட்டுத் தொழுதான். வயலில் இருந்த போது இருமுறை நிகழ்த்தத் தவறியதற்கும் சேர்த்து நீண்ட நேரம் தொழுகையில் ஈடுபட்டான். வயலில் தொழுகையில் ஈடுபட்டிருந்தால், குதிரை மீது சவாரி செய்த பரங்கியின் சவுக்கடி உறுதியாகக் குறுக்கிட்டிருக்கும்!

தொழுகை முடிந்த பிறகு, நிமிர்ந்து உட்கார்ந்து தனது மூதாதையருடன் மாண்டிங்கா இன ஆடவருக்குரிய இரகசிய மொழியில் மெதுவாகப் பேசி தனக்குத் தாங்கும் சக்தியை அளிக்கும்படி வேண்டிக் கொண்டிருந்தான். பின்னர், சாம்சனுடன் குடிசைகளைச் சுற்றி வந்த காலை வேளையில் ஒருவழியாக அவனுக்குத் தெரியாமல் சேகரித்த இரு சேவல் இறகுகளை விரல்களுக்கு இடையே வைத்து அழுத்தினான். அடுத்து ஒரு முட்டையைத் திருடிவிட சமயம் பார்த்துக் கொண்டிருந்தான். சேவலின் இறகுகளையும் நுண்ணிய தூளாகப் பொடிக்கப்பட்ட முட்டை ஓட்டையும் கொண்டு ஆவிகளுக்கான மாந்திரீகப்

பொருளைத் தயாரித்துப் படைத்து, அவனுடைய கிராமத்தில் அவனது காலடிச்சுவடுகள் கடைசியாகப் படிந்த புழுதியை வாழ்த்தும்படி இறைஞ்சினால், ஒருநாள் அவனுடைய காலடிச்சுவடுகளும் ஜுஃப்யூர் கிராமத்தில் மீண்டும் தோன்றுவன. கிராமத்தைச் சேர்ந்தவர்கள் அவனுடைய காலடிச் சுவடுகளைக் கொண்டு அவன் உயிருடன் இருப்பதை அறிந்து கொள்வர்! என்றேனும் ஒருநாள் உயிருடன் திரும்புவான் என்று நம்பிக்கை கொள்வர்!

தான் சிறைப்பிடிக்கப்பட்டதை ஆயிரம் தடவைகளுக்கு மேலாக நினைத்துப் பார்த்து மறுகிவிட்டான். அன்று முறிந்து விழுந்த மரக்கிளை ஒரே ஒருக்கணம் முன்னதாக எச்சரித்திருந்தால், பாய்ந்து தன்னுடைய குத்தீட்டியைப் பற்றியிருப்பான்! குண்டாவின் கண்களில் கண்ணீர் பொங்கியது. தான் துரத்தப்பட்டதும், தாக்கப்பட்டதும், சிறைப்பிடிக்கப்பட்டதும் சங்கிலிகளால் பிணைக்கப்பட்டதும் மட்டுமே பல மாதங்களாக முடிவின்றித் தொடர்ந்து கொண்டிருந்ததாக எண்ணி நொந்தான்.

இல்லை! அத்தகைய செயல்களில் ஈடுபடக் கூடாது! அவன் பெரியவனாகிவிட்டான். பதினேழு வயதாகிறது. இன்னமும் கழிவிரக்கத்துடன் அழுது புலம்பிக் கொண்டிருத்தலாகாது என்பதை உணர்ந்தான். கண்ணீரை வழித்தெறிந்தான். இரும்பு விலங்குகளுடன் தவழ்ந்து சென்று படுக்கையாக்கப்பட்டிருந்த காய்ந்த சோளத் தட்டைகளின் மீது படுத்தான். அவனுக்குக் கொடுக்கப்பட்டிருந்த பெயரை நினைத்தவுடன் கோபம் பீறிட்டது. “டோ...பி!” ஆற்றொண்ணாத் துயரத்தால் கால்களை உதைத்தான். இரும்பு விலங்குகள் மேலும் ஆழமாகக் கணுக்கால்களில் அழுத்தின. மிண்டும் வலியால் துடிதுடித்துக் கதறினான்.

ஓமோரோ அளவு பெரியவனாக வளர விடுவார்களா? அப்பா இன்னமும் நினைத்துக் கொண்டிருப்பாரா? கவர்ந்து செல்லப்பட்ட பிறகு, முன்னதாக, அம்மா என்னிடம் காட்டிய அன்பை லேமின், சுவாடு, மதி ஆகியோருக்குப் பகிர்ந்தளித்திருப்பாளா? எண்ண ஓட்டம் நீண்டது. ஜுஃப்யூர் கிராம மக்கள் அனைவரைப் பற்றியும் நினைத்தான். ஒன்று தெளிவானது! தன்னுடைய கிராமத்தின் மீது அவன் கொண்டிருந்த ஆழமான அன்பினை முன்னெப்பொழுதைக் காட்டிலும் இப்பொழுது மிகவும் நன்றாகத் தெரிந்து கொண்டான். கப்பலில் பெரும்பாலான இரவுகள் கழிந்ததைப் போலவே இங்கும் கண்களை மூடித் தூக்கத்தில் ஆழ்ந்து போகும் வரையிலும், பாதி இரவுப் பொழுது ஜுஃப்யூர் கிராமத்தைப் பற்றிய நினைவிலேயே கழிந்தது.

45

நாட்கள் நகர்ந்தன. கணுக்கால்களில் பூட்டப்பட்ட விலங்குகளுடன் நடமாடியதால் நாளுக்கு நாள் வலியும் மனவேதனையும் மேலும் மேலும் அதிகரித்தது. ஆனால், குண்டா தொடர்ந்து தனக்கு ஏவப்பட்ட வேலைகள் அனைத்தையும் ஒன்றும் அறியாதவனைப் போலவும் முட்டாள்தனத்துடனும் செய்வதன் மூலமாகவே தனது விடுதலைக்கான வாய்ப்புகளைப் பெற முடியும் என்று தனக்குத் தானே சொல்லிக் கொண்டான். அவ்வாறு வேலைகளில் தன்னை ஈடுபடுத்திக் கொண்டே, ஏதேனும் ஆயுதங்கள் கிடைக்குமா, எப்போதெல்லாம் பரங்கியர் கவனக்குறைவாக இருந்தனர் என்பதைக் கணிப்பதில் அவனுடைய கண்களும் காதுகளும் மூக்கும் முனைந்திருந்தன. அவன் பணிந்து விட்டதாக நம்பி பரங்கியர் இரும்பு விலங்குகளிலிருந்து தன்னை விடுவிக்கும் வகையில் நடந்து கொள்ள வேண்டும். அதே சமயத்தில் விடுவிக்கப்பட்டவுடன் தப்பியோடுவதற்கான ஆயத்தங்களையும் மேற்கொள்ள வேண்டும். அதுவே அவனுடைய திட்டமாகக் கைக் கொண்டான்.

ஒவ்வொரு காலைப் பொழுதிலும் கொம்பு ஊதப்பட்ட ஒலி கேட்டவுடனே குண்டா நொண்டியவாறு வெளியில் சென்று, விநோதமான கறுப்பர்கள் தமது குடிசைகளை

விட்டு உறக்கம் களையாத முகங்களுடன் வெளியேறி, அருகிலிருந்த கிணற்றிலிருந்து நீர் இறைத்து உடல்களைக் கழுவிக் கொண்டதைக் கவனித்துக் கொண்டிருந்தான். தனது கிராமத்துப் பெண்கள் அவ்வேளையில் சிறுதானியங்களை உரலில் போட்டு காலை உணவு தயாரிப்பதற்காக இடிக்கும் ஓசையை மனத்தளவில் கேட்டு நொந்தான். பின்னர், தனக்காக சமையல் செய்த கிழவியின் குடிசைக்குள் நுழைந்து அவள் வார்த்த கஞ்சியை அது எப்படி இருந்த போதிலும் குடித்தான். அருவருக்கத்தக்க பன்றி இறைச்சியை மட்டும் ஒதுக்கி விட்டான்.

காலை உணவை உள்ளே தள்ளியவாறு குடிசையை நோட்டமிட்டான். ஏதேனும் ஆயுதம் தட்டுப்பட்டால் யாருடைய கண்ணிலும் படாமல் எடுத்து ஒளித்து வைத்துக் கொள்ளலாமல்லவா! அடுப்பிற்கு மேலே கொக்கிகளில் தொங்கிய கரிபடிந்த பாண்டங்களைத் தவிர அவனுக்கு உணவளிக்கப்பட்ட வட்டமான தகரத் தட்டுகள் தென்பட்டன. அவற்றிலிருந்து அவன் உணவை விரல்களால் அள்ளி உண்டான். ஆனால், அந்தக் கிழவி, ஒரு மெல்லிய உலோகப் பொருளைக் கொண்டு உண்டதைக் கண்டான். அதன் முனையில் இடைவெளி விட்டு நான்கைந்து முட்கள் கொண்ட பகுதி இருந்தது. அதனால் குத்தி எடுத்துச் சாப்பிட்டாள். அது என்னவாக இருக்கும்! சிறியதாக இருந்தாலும் பயனுள்ளது தான்! சமயம் வாய்க்கும் போது கிழவியின் கண்ணில் மண்ணைத் தூவி விட்டு அதைக் கைப்பற்றிவிட வேண்டும்!

ஒருநாள் காலையில், கஞ்சியைக் குடித்துக் கொண்டிருந்த போது, கிழவி கத்தி ஒன்றைக் கொண்டு இறைச்சித் துண்டை நறுக்கிக் கொண்டிருந்ததைக் கண்டான். அதனை அதற்கு முன் அங்கே பார்த்ததில்லை. அவளுடைய கையிலிருப்பதற்குப் பதிலாக அது தன்னுடைய கையில் கிடைத்தால் என்னவெல்லாம் செய்யலாம் என்கிற சதியில் ஈடுபட்டிருந்த போது, குடிசைக்கு வெளியில் வேதனையில் எழுந்த கீச்சொலி காதைத் துளைத்தது. துள்ளி எழுந்து, நொண்டியவாறு வெளியில் சென்றான். அங்கே ஏற்கனவே வேலைக்குப் புறப்படுவதற்காக கறுப்பர்கள் வரிசையில் நின்றிருந்தனர். தாமதமானால் சவுக்கடி விழும் என்பதால் கடைசியாகக் கடித்த உணவுத் துண்டினை இன்னமும் வாயில் மென்று கொண்டிருந்தனர். அவர்களுக்கு அருகே கழுத்தில் வெட்டுப்பட்ட பன்றி ஒன்று குருதி கொட்டியவாறு துடிதுடித்துக் கொண்டிருந்தது. சில கறுப்பர்கள் அதனைத் தூக்கி கொதித்துக் கொண்டிருந்த நீருக்குள் போட்டனர். பின்னர், வெளியில் எடுத்து அதன் மீதிருந்த மயிர்களைச் சுரண்டி எடுத்தனர். கால்களைக் கட்டித் தலைகீழாகத் தொங்க விட்டனர். அதனுடைய புறத்தோல் பரங்கியருடையதைப் போலவே இருந்தது. அதன் வயிற்றைக் கிழித்து உள்ளிருந்தவற்றை வெளியேற்றினர். துர்நாற்றம் குண்டாவின் மூக்கைத் துளைத்தது. மற்றவர்களுடன் வயல்களை நோக்கி நடந்தான். அருவருக்கத் தக்க பன்றி இறைச்சி தின்ற சமயப் பற்றற்றோருடன் வாழ நேர்ந்த இழிநிலைக்கு நொந்து கொண்டான்!

தற்பொழுது சோளத் தட்டைகளின் மீது பனி படர்ந்திருந்தது. ஏறுவெயிலால் துரத்தப்பட்ட வரையிலும் வயல்வெளியெங்கும் பனிப்படலங்கள் தொங்கின. கடல் கடந்து வெகுதொலைவிலிருந்த பரங்கியர் பூமியில் கூட அல்லாவின் ஆட்சி

கோலோச்சியது! குண்டா வியந்தான்! அல்லா படைத்த சூரியனும் சந்திரனும் வானில் உதித்து, பயணித்தன. ஆனாலும், ஜுஃப்பூரில் இருந்ததைப் போல சூரியன் சுட்டெரிக்கவில்லை! நிலவும் கூட அழகாக இல்லை! சபிக்கப்பட்ட இந்தப் பூமியில் உள்ள மக்கள் அல்லாவின் படைப்பல்ல! பரங்கியர் மனிதர்களே அல்ல! கறுப்பர்களைப் பொறுத்தவரை, அவர்களைப் புரிந்து கொள்ள முயலுவதே அறிவீனம்!

சூரியன் வானத்தின் உச்சியை அடைந்த போது மீண்டும் கொம்பு ஊதப்பட்டது. கறுப்பர்கள் வரிசையில் நின்றனர். குதிரை போன்றதொரு விலங்கினால் இழுக்கப்பட்ட கட்டைவண்டி வந்து சேர்ந்தது. அந்த விலங்கு மிகப்பெரிய கழுதையைப் போலவும் தோன்றியது. அதனைப் பிறர் கோவேறு கழுதை என்று சொன்னது குண்டாவின் காதில் விழுந்தது. கட்டை வண்டியை ஓட்டி சமையல்காரக் கிழவி நடந்து வந்தாள். ரொட்டித் துண்டுகளையும் ஒருவகைச் சாறு நிரம்பிய குடுக்கைகளையும் வரிசையிலிருந்த ஒவ்வொருவருக்கும் கொடுத்தாள். நின்றபடியோ, உட்கார்ந்தோ அவற்றை உள்ளே தள்ளிவிட்டு கட்டைவண்டி மீது வைக்கப்பட்டிருந்த உருளையிலிருந்து ஒழுகிக் கொண்டிருந்த நீரைக் குடித்தனர். நாள்தோறும் குண்டா சலிப்புடன் அந்தச் சாற்றை நுகர்ந்தான். பன்றி இறைச்சி கலந்திருக்குமோ என்று ஐயுற்றான். காய்கறித்துண்டுகள் மட்டிலுமே கிடந்தன. எவ்வித இறைச்சித் துண்டையும் காணவோ நுகரவோ முடியவில்லை. ரொட்டித் துண்டுகளை விரும்பித் தின்றான். மக்காச் சோளத்தைக் கறுப்பு இனப் பெண்கள் உரலில் போட்டு கல்உலக்கை கொண்டு இடித்ததைப் பார்த்திருந்தான். ஆப்பிரிக்காவிலும் அதுபோலத் தான் இடித்தனர். ஆனால், பின்டாவின் உலக்கை மரத்தாலானது.

சில நாட்கள் குண்டா தனது நாட்டிலேயே அறிந்திருந்த வேர்க்கடலை, பட்டாணி போன்ற உணவு வகைகள் கொடுக்கப்பட்டன. பூசணி என்றழைக்கப்பட்ட பெரிய காயை கறுப்பர்கள் விரும்பித் தின்றதை குண்டா கண்டான். ஆனால், மாம்பழம், தேங்காய், கோவைப்பழம் போன்ற ஆப்பிரிக்காவில் செடி, கொடிகளிலும் மரங்களிலும் காய்த்துத் தொங்கிய கனிவகைகளை அல்லா பரங்கியர் மண்ணில் வழங்க மறுத்ததை எண்ணி வியந்தான்.

குண்டாவை அங்கு கொண்டு சேர்த்த பரங்கி அவ்வப்போது, குதிரை மீதேறியபடி, அவர்கள் வேலைசெய்து கொண்டிருந்த வயல்களைச் சுற்றி வந்தான். அவனை கறுப்பர்கள் எஜமான் என்றழைத்தனர். வெண்ணிறத் தொப்பியுடன் முதலாளிப் பரங்கி வயலை மேற்பார்வை செய்த பரங்கியிடம் கையிலிருந்த நீண்ட, பின்னப்பட்ட தோல் வாரை ஆட்டியபடி ஏதேதோ பேசிக் கொண்டிருந்தான். பல்லிளித்தபடி கேட்டுக் கொண்டிருந்த மேற்பார்வைப் பரங்கி முதலாளி அப்பகுதியில் சுற்றிக் கொண்டிருந்த போதெல்லாம் கறுப்பர்களை விரட்டி வேலை வாங்கினான். நாள்தோறும் அது போன்ற விநோதமான செயல்கள் நடந்து கொண்டிருந்தன. குடிசைக்குத் திரும்பிய பின் தன்னை மறந்து உறங்கிய நேரம் வரையிலும் அவற்றையெல்லாம் குண்டா அசைபோட்டுக் கொண்டிருந்தான். சவுக்கைச் சுழற்றியபடி வேலை வாங்கிய பரங்கியை நிறைவடையச் செய்வதற்கு

அப்பால் அங்கிருந்த கறுப்பர்களுக்கு வேறு எந்த சிந்தனையும் இருந்ததாகத் தெரியவில்லை. பரங்கியைக் கண்டவுடன் அவர்கள் தமது வேலையில் முனைப்புடன் ஈடுபட்டதையும், ஒரு வார்த்தை சொன்னவுடன், அவன் ஏவிய வேலை எதுவாக இருந்தாலும் உடனே நிறைவேற்றிய விதத்தையும் எண்ணிய குண்டா தனக்குள் மனம் வெதும்பினான். எருதுகளைப் போலவும் கழுதைகளைப் போலவும் உழைத்த அவர்களுடைய சிந்தனைத் திறன் எந்த அளவிற்குச் சீர்குலைந்திருந்தது என்பதை அவனால் கணிக்க முடியவில்லை. ஒருவேளை, ஆப்பிரிக்காவில் பிறக்காமல் அந்த மண்ணில் அவர்கள் பிறந்ததால் இருக்குமோ? பரங்கியர் அவர்களுக்கு மரக்கட்டைகளையும் சேற்றுடன் பன்றி மயிர் கலக்கப்பட்ட கலவையையும் கொண்டு கட்டிக்கொடுத்த குடிசைகளையும் தவிர வேறு வாழ்க்கைமுறையைப் பற்றி அறியாதவர்கள். சுட்டெரித்த வெயிலில் வியர்வை சிந்தி உழைப்பதெல்லாம் தமக்காகவும் தமது மக்களுக்காகவுமானதாக இருக்க வேண்டும் பரங்கியருடைய நலத்திற்கானதாக இருக்கக் கூடாது என்பதை அறியாதவர்கள்.

ஆனால், ஒன்று மட்டும் உறுதி! எவ்வளவு நாட்கள் அவர்கள் மத்தியில் இருக்க நேர்ந்த போதிலும் அவர்களைப் போல சீர்கெட்டுப் போய்விடக் கூடாது! இரவுதோறும் வெறுக்கத்தக்க அந்த மண்ணை விட்டுத் தப்பியோடுவதற்கான வழிவகைகளைத் துருவியபடியே கழிந்தது. முந்தைய முயற்சி தோல்வியடைந்ததற்காக மனம் வெதும்பி நொந்து கொள்ளாமல் இருக்க முடியவில்லை. முட்புதர்களுக்குள்ளே வெறி கொண்ட நாய்களுடன் நடத்திய போராட்டத்தை நினைவுகூர்ந்து அடுத்தமுறை சிறந்ததொரு திட்டத்திற்கு ஆயத்தமாக வேண்டுமெனத் தீர்மானித்தான். முதலில், பாதுகாப்பையும் வெற்றியையும் உறுதிப்படுத்தும் வகையில் மந்திரத் தாயத்து ஒன்றைத் தானாகவே தயாரித்துக் கொள்ள வேண்டும்! பிறகு, ஏதேனும் ஒருவகை ஆயுதத்தைத் தேடி எடுக்க வேண்டும் அல்லது தயாரிக்க வேண்டும். கூர்மையான கொம்பு ஒன்று இருந்திருந்தால் கூட கடந்த முறை நாயின் வயிற்றைக் குத்திக் கிழித்துவிட்டு பரங்கியரும் மற்ற ஆட்களும் பிடிப்பதற்குள் வேறு இடத்திற்குத் தப்பித்திருக்கலாம்! இன்னுமொன்று! சுற்றுப்புறங்களை நன்கு அறிந்து, எவரும் கண்டுபிடிக்க முடியாத ஒளிவிடத்தைத் தேடிக் கொள்ள வேண்டும்.

பலவாறான சிந்தனைகளால் அமைதியற்று நள்ளிரவு வரை விழித்திருந்த போதிலும், முதல் சேவல் கூவுவதற்கு முன்னதாகவே குண்டாவின் தூக்கம் கலைந்துவிடும்! மற்ற பறவைகளின் ஒலிகளை அதன் பிறகு தான் கேட்க முடியும். அங்கிருந்த பறவைகள் கீச்சொலி எழுப்புவதும் இசைப்பதுமாக ஒலித்தன. ஜுஃப்பூரில், காதுகள் செவிடுபடும் விதத்தில் கூச்சலிட்ட கிளிவகைகளைக் காணோமே என்று வியந்தான்! கிளிகளோ, குரங்குகளோ அப்பகுதியில் தட்டுப்படவே இல்லை. அவனுடைய கிராமத்தில் குரங்குகள் தலைக்கு மேலே கூச்சலுடன் சண்டையிட்டு மரத்திலிருந்து கொம்புகளை முறித்து கீழிருந்த ஆட்கள் மீது வீசின. பரங்கியருடைய நாட்டில் ஆடுகளையும் கூட காண முடியவில்லை. பட்டிகளில் அடைத்துப் பன்றிகளை வளர்த்ததை குண்டா கண்டான். அருவருக்கத்தக்க அவ்வகை விலங்குகளைத் தீனி போட்டு வளர்த்தனர்.

ஆனால், பரங்கியருடைய பேச்சு மொழியின் ஒலி, பன்றிகளுடைய கூச்சலைக்

காட்டிலும் அருவருப்பாகக் காதில் விழுந்தது. இரண்டிற்கும் நெருங்கிய ஒத்திசைவு ஒலித்தது. மாண்டிங்கா மொழியிலோ, வேறு எந்த ஆப்பிரிக்க மொழியிலோ ஒரே ஒரு வாசகம் கேட்டால் போதும்! குண்டா அதற்காக எதை வேண்டுமானாலும் கொடுப்பான்! தன்னுடன் கப்பலில் பயணித்தவர்களை, மொகலாயர் அல்லாதோரைக் கூட, நினைவுகூர்ந்து வருந்தினான். அவர்களுக்கு என்னவாயிற்றோ? அவர்களை எங்கே கொண்டு சென்றார்களோ? இதைப் போன்ற பிற பரங்கியர் பண்ணைகளுக்குக் கொண்டு சென்றிருப்பார்களோ? எங்கிருந்த போதிலும், அவர்களும் தமது மொழியின் இனிய ஒலியைக் கேட்பதற்கு ஆவலுடன் தான் இருக்கக் கூடும்! பரங்கியர் மொழியை அறியாததால் அவர்களும் அவனைப் போலவே தனிமையில் அடைந்து கிடப்பர்!

பரங்கியரைப் பற்றியோ, அவர்களிடமிருந்து தப்புவதற்கான வழிவகையையோ முழுமையாகத் தெரிந்து கொள்ள வேண்டுமானால். தானும் அந்த விநோத மொழியை ஓரளவேனும் கற்றுக் கொள்ள வேண்டும் என்பதை உணர்ந்தான். யாருக்கும் காட்டிக் கொள்ளாமலே ஒரு சில வார்த்தைகளை ஏற்கனவே அறிந்து கொண்டான். ‘பன்றி’, ‘முரட்டுப் பன்றி’, ‘தர்ப்பூசணி’, ‘பட்டாணி’, ‘மேற்பார்வையாளன்’, ‘எஜமான்’, ‘சரிங்க, எஜமான்’ போன்றவற்றை கறுப்பர்கள் அடிக்கடி பயன்படுத்தியதை அவன் கேட்டிருந்தான். எஜமானனுடன் அந்த மிகப் பெரிய வெள்ளை வீட்டில் வசித்த பெண் பரங்கியை அவர்கள் ‘எஜமானியம்மா’ என்று அழைத்ததையும் கேட்டான். ஒருமுறை தூரத்திலிருந்து அவளைப் பார்த்தான். தவளையின் அடிவயிற்றின் நிறத்தில் எலும்பும் தோலுமாகக் காட்சியளித்தாள். வீட்டைச்சுற்றிலும் வளர்ந்திருந்த புதர்களிலும் கொடிகளிலும் பூத்திருந்த பூக்களைப் பறித்துக் கொண்டிருந்தாள்.

குண்டாவின் காதில் விழுந்த பரங்கியர் வார்த்தைகள் பல அவனைக் குழப்பின. ஆனால், அவற்றினுடைய பொருளைப் புரிந்து கொள்ள முயன்றான். காதில் விழுந்த ஒலிகளைப் பொருட்களுடனும் செயல்களுடனும் தொடர்புபடுத்திப் பொருள் காண்பதற்குக் கற்றுக் கொண்டான். ஆனால், ஒரே ஒரு வார்த்தை அவனை ரொம்பவே குழப்பியது. நாள்தோறும் பரங்கிகளும் கறுப்பர்களும் அந்தச் சொல்லைப் பயன்படுத்தியதைக் கேட்ட போதிலும் அவனால் அதனைப் புரிந்து கொள்ள முடியவில்லை. அது தான் “நீக்ரோ”.

46

மக்காச்சோளத் தட்டைகளை அறுத்துக் குவிக்கும் பணி நிறைவுற்றது. நாள்தோறும் விடிகாலைப் பொழுதில் கொம்பு ஊதப்பட்டவுடன், மேற்பார்வையாளன் பல்வேறு வேலைகளுக்காக வெவ்வேறு கறுப்பர்களை ஏவிக்கொண்டிருந்தான். படர்ந்திருந்த கொடிகளிலிருந்து மிகப் பெரிய வகைக் காய்களைப் பறித்து உருளும் பெட்டிகளைக் கொண்ட வண்டியில் ஏற்றும் வேலை குண்டாவுக்குக் கொடுக்கப்பட்டது. அளவுக்கு அதிகமாகப் பழுத்துவிட்ட மாம்பழங்களின் நிறத்திலிருந்த அந்தக் காய்கள், ஜுஃப்யூர் கிராமத்துப் பெண்கள் உலர வைத்து உள்ளீடுகளை அகற்றிவிட்டுப் பாண்டங்களாகப் பயன்படுத்திய பெரிய காய்களைப் போன்றிருந்தன. அங்கிருந்த பரங்கியர் நாட்டுக் கறுப்பர்கள் அதனைப் பூசணி என்றழைத்தனர் (பரங்கிக்காய் என்றழைக்கப்படுவதுமுண்டு).

சேமிப்புக் கிடங்கு என்றழைக்கப்பட்ட பெரிய கட்டடத்தில் அவற்றை இறக்கி அடுக்குவதற்காக குண்டா சரக்குகளுடன் வண்டியில் சென்றான். கறுப்பர்கள் சிலர் பெரிய மரத்தை வாளால் துண்டுகளாக்கிப் பிறகு, கோடாரிகளைக் கொண்டு அவற்றைப் பிளந்து கொண்டிருந்ததையும் விறகுகளாக்கப்பட்ட அவற்றை குழந்தைகள் தமது தலை மட்ட உயரத்திற்கு அடுக்கிக்

கொண்டிருந்ததையும் கண்டான். மற்றொரு இடத்தில், இரண்டு கறுப்பர்கள் மெல்லிய கம்பங்களில் பெரிய,பெரிய இலைகளைத் தொங்கவிட்டுக் கொண்டிருந்தனர். அவற்றிலிருந்து வெளிப்பட்ட வாடையைக் கொண்டு அவை இறைநம்பிக்கையற்றோர் பயன்படுத்திய புகையிலை என்று தெரிந்து கொண்டான். தந்தையுடன் பயணம் மேற்கொண்ட போது, அது போன்ற புகையிலையின் மணத்தை முன்பொருமுறை நுகர்ந்தான்.

வயலுக்கும் கிடங்குக்குமாகப் பயணித்துக் கொண்டிருந்த போது, வழியில் நடைபெற்ற வேலைகள், விளைபொருட்களைப் பிற்காலப் பயன்பாட்டிற்காகப் பதப்படுத்திப் பாதுகாக்கும் பணி அவனுடைய கிராமத்தில் போலவே அங்கும் மேற்கொள்ளப்பட்டதை உணர்த்தின. சில பெண்கள் காவி வண்ணக் கோரைப்புற்களைத் திரட்டி முடிகளாகக் கட்டிக் கொண்டிருந்தனர். ஒரு சில தோட்டக் காய்கள் துணிகளில் பரத்தி உலர்த்தப்பட்டன. குழந்தைகள் திரட்டிக் கொண்டுவந்த பாசிகளைக் கூட கொதிநீரில் அமிழ்த்தி எடுத்து உலர்த்திக் கொண்டிருந்தனர். எதற்காக என்பது புரியவில்லை!

வழியில் பன்றிகளை வெட்டிக் கூறுகளாக்கிக் கொண்டிருந்ததைக் கண்ட போது குமட்டலெடுத்தது. அவற்றினுடைய மயிர்களைக் கூட உலர்த்தி எடுத்துப் பாதுகாத்தனர். ஒருவேளை களிமண்ணுடன் கலந்து கலவையாக்கிக் குடிசைகள் கட்டுவதற்குப் பயன்படுத்தினர் போலும்! பன்றிகளுடைய மூத்திரப்பைகளில் காற்றை நிரப்பி நுனிகளில் நூலால் முடிச்சிட்டுத் தொங்கவிட்டிருந்தனர். அதைக் கண்ட போது குண்டா மிகவும் அருவருப்படைந்தான். அவற்றை எதற்காகப் பயன்படுத்துவர் என்பது அல்லாவுக்குத் தான் தெரியும்!

பூசணிக்காய்களை அறுவடை செய்து கிடங்கில் சேமிக்கும் பணி முடிந்த பின்னர், குண்டா சிலருடன் மரங்கள் அடர்ந்த தோப்புக்கு அனுப்பப்பட்டான். அடிமரங்களைப் பிடித்து வலுவுடன் பெரியவர்கள் உலுக்க உதிர்ந்த ஒருவகைக் கொட்டைகளை முதல் பருவத்துக் குழந்தைகள் கூடைகளில் திரட்டினர். குண்டா ஒரு கொட்டையை எடுத்துத் தனது ஆடையில் மறைத்துக் கொண்டான். பின்னர், அதனைச் சாப்பிட்டுப் பார்த்த போது, பரவாயில்லை, நன்றாகத் தான் இருந்தது.

அறுவடைப் பணிகள் அனைத்தும் நிறைவடைந்த பிறகு, ஆங்காங்கே தேவைப்பட்ட பழுதுகளை நீக்கும் பணியில் ஈடுபடுத்தப்பட்டனர். வேலியைச் சீர்ப்படுத்தும் பணியில் குண்டா மற்றொரு ஆளுக்கு உதவினான். மிகப் பெரிய வெள்ளை வீட்டையும் தமது குடிசைகளையும் துப்புரவு செய்யும் பணியில் பெண்கள் ஈடுபட்டனர். சில பெண்கள் துணிகளைச் சலவை செய்ததை குண்டா கவனித்தான். பெரியதொரு கறுப்புத் தொட்டியில் முதலில் கொதிக்க வைத்தனர். பின்னர், சோப்பு நீரைக் கொண்டு முன்னும் பின்னுமாகத் தேய்த்தனர். பாறாங்கற்களில் ஓங்கி, ஓங்கி அடித்து முறையாகத் துணிகளைத் துவைப்பதற்குக் கூட இவர்களுக்குத் தெரியவில்லையே என்று குண்டா வியந்தான்!

மேற்பார்வையாளனுடைய சவுக்கு முன்பு போல கறுப்பர்களுடைய முதுகுகளில்

அடிக்கடி விளாசப்படுவதில்லையே என்று குண்டா வியப்புடன் கவனித்தான். அறுவடைக்குப் பிறகு விளைந்தவற்றைக் கிடங்குகளில் பாதுகாத்த பின்னர், ஜுஃபியூரில் நிலவிய அதே சூழ்நிலையை பரங்கியர் நாட்டிலும் குண்டாவால் உணர முடிந்தது. பணிநேரம் முடிவடைந்து விட்டதை அறிவிக்கும் விதமாக மாலை வேளைகளில் ஊதப்பட்ட கொம்போசை கேட்பதற்கு முன்னதாகவே கறுப்பர்கள் தமக்குள் பாடி, ஆடி, குதித்துக் கும்மாளம் போட்டதை குண்டா கவனித்தான். மேற்பார்வையாளனும் குதிரையை அவர்களைச் சுற்றி ஓட்டி சவுக்கைச் சொடுக்கினான். ஆனால், உண்மையிலேயே அவர்களை அடிப்பதற்காக அல்ல! விரைவில், மற்றவர்களும் பெண்களும் அவர்களுடன் இணைந்து பாடல் இசைத்தனர். அவர்கள் வெளிப்படுத்திய பொருள் அவனுக்குப் புரியவில்லை. அவனுடைய மனத்தில் அவர்கள் மீது வெறுப்பு நிறைந்திருந்த போதிலும், குடிசைகளுக்குத் திரும்புவதற்கான அறிகுறியாக கொம்பு ஊதப்பட்ட போது அவனுடைய முகத்தில் மகிழ்ச்சி ததும்பியது.

மாலை வேளைகளில், தனது குடிசையின் வாயிலின் உட்பகுதியில் பக்கவாட்டில் கால்களை நீட்டி குதிங்கால்களால் பாதங்களைத் தாங்கியபடி உட்கார்ந்து கொண்டான். அந்நிலையில் சீழ்வடிந்து கொண்டிருந்த கணுக்கால் பகுதியில் இரும்பு விலங்கு உராய்வது குறைந்தது. மெல்லிய காற்று உடலை வருடிய போதெல்லாம், அடுத்த நாள் காலையில் மரங்களின் அடியில் உதிர்ந்து கிடந்த பொன்னிற, இளஞ்சிவப்பு இலைகளைப் பற்றிய எண்ணத்தில் திளைத்தவாறு, அமர்ந்திருந்தான். அது போன்ற தருணங்களில், ஜுஃபியூர் கிராமத்தின் அறுவடைக் கால மாலைப் பொழுதுகள் பற்றிய நினைவுகள் மனத்தில் அலை மோதின. நெருப்பு மூட்டங்களுக்கு அருகே, வதைத்துக் கொண்டிருந்த கொசுக்கள், பூச்சிகள் மத்தியில், தொலை தூரத்திலிருந்து குறுக்கிட்ட வேங்கைகள், கழுதைப் புலிகளின் உறுமல், செறுமல்களுக்கிடையே நீண்ட நேரம் அளவளாவிக் கொண்டிருந்த காட்சிகள் தோன்றின.

ஆப்பிரிக்காவிலிருந்து கடத்தப்பட்டதிலிருந்து அவனுடைய காதுகளில் படாத ஒன்று அவனுடைய எண்ணத்தில் உதித்தது: முரசுகளின் ஒலி! பரங்கியர், ஒருவேளை, கறுப்பர்கள் முரசுகளை வைத்துக் கொள்வதற்கு அனுமதிக்கவில்லையோ! அது தான் காரணமாக இருக்க வேண்டும். ஆனால், ஏன்? முரசுகள் எழுப்பும் ஓசைகள் கிராமத்திலிருந்த ஒவ்வொருவருடைய குருதியோட்டத்தையும் பெருக்கெடுக்கச் செய்து, குழந்தைகள் முதல் பல்லிழந்த கிழவர்கள் வரை அனைவரையும் வெறியுடன் நடனமாடச் செய்யக் கூடியவை என்பதைப் பரங்கியர் அறிந்து அஞ்சியது தான் காரணமாக இருக்குமோ? அல்லது, முரசுகளிலிருந்து எழுந்த ஒலிகளின் இயைபு வலிமைமிக்க போட்டிகளில் மல்லர்களை உக்கிரமடையச் செய்ததால் இருக்குமோ? அல்லது, அவற்றினுடைய பேரொலிகள் போராளிகள் போர்வெறியுடன் எதிரிகளைப் பந்தாடத் தூண்டியது தான் காரணமோ? அல்லது, ஒரு பண்ணைக்கும் மற்றொன்றிற்கும் இடைப்பட்ட தூரத்தைக் கடந்து செல்லக் கூடிய அறிவிப்பு ஓசைகளைப் புரிந்து கொள்ளும் திறம் படைத்த அவர்களுக்கிடையே தகவல் தொடர்பு ஏற்பட்டுவிடக் கூடாது என்று பரங்கியர் அஞ்சினரோ?

ஆனால், இங்குள்ள சமயப் பற்றற்ற கறுப்பர்கள் முரசுச் செய்திகளைப் பரங்கியரைக் காட்டிலும் சிறப்பாகப் புரிந்து கொள்ளும் நிலையில் இல்லையே! இருப்பினும், மிகுந்த தயக்கத்துடனேனும், குண்டா ஒத்துக் கொள்ள வேண்டிய செய்தி ஒன்றிருந்தது! அத்தகைய சமயப்பற்றற்ற கறுப்பர்கள் தம்மை சீர்திருத்திக் கொள்ள முற்றிலும் இயலாதவர்கள் அல்லர். அறியாமையில் ஊறிய அவர்கள் மேற்கொண்ட பல செயல்பாடுகள் முழுக்க, முழுக்க ஆப்பிரிக்கத் தன்மை வாய்ந்தவை. ஆகவே, அவர்கள் முற்றாகத் தம்மை இழந்துவிடவில்லை. கைகளை அசைத்தவாறு, முக பாவனைகளுடன் வியப்புக் குறிகளை வெளிப்படுத்திய சமயங்களிலெல்லாம் ஆப்பிரிக்க மணம் கமழ்ந்தது. அவர்களுடைய உடல் அசைவுகளும் கூட சற்றும் மாற்றமின்றித் தோன்றின. முழு உடல்களையும் குலுக்கி அவர்கள் தமக்குள் வெடிச் சிரிப்புகள் சிரித்த போதெல்லாம் ஜுஃப்யூர் கிராமம் கண்முன் தோன்றியது!

கறுப்பு இனப் பெண்கள் தமது கூந்தலைக் கயிறுகளுடன் மிகவும் இறுக்கமான சடைகளாகப் பின்னிக் கொண்டதைக் கண்ட போதெல்லாம் குண்டாவிற்கு ஆப்பிரிக்கா நினைவுக்கு வந்தது. ஆனாலும், ஆப்பிரிக்காவில் பெண்கள் சடைகளுடன் முத்துக்களைச் சூடியிருந்தனர். ஆனால், பரங்கியர் நாட்டில் கறுப்பு இனப் பெண்கள் தமது சடைகளைச் சரிவரப் பின்னிக் கொள்ளவும் இல்லை; துண்டுத் துணிகளைச் சேர்த்துக் கட்டியிருந்தனர். அத்துடன், ஆப்பிரிக்காவில் கண்டதைப் போல, ஒரு சில ஆண்களும் சிறு சிறு சடைகளாகத் தமது தலைமுடியைப் பின்னியிருந்ததையும் குண்டாவால் காண முடிந்தது.

பெரியவர்களிடம் பணிவாகவும் மரியாதையுடனும் நடந்து கொள்வதற்குக் குழந்தைகள் பயிற்றுவிக்கப்பட்ட விதத்திலும் குண்டாவின் கண்களில் ஆப்பிரிக்கா தெரிந்தது. அம்மாக்களின் உடல்களில் குழந்தைகளின் பிஞ்சுப் பாதங்கள் உரசும்படி சுமந்து சென்ற காட்சிகளிலும் ஆப்பிரிக்காவைக் கண்டான். வயசாளிகள் குச்சியின் ஒரு நுனியைத் தட்டி மிருதுவாக்கிப் பற்களையும் ஈறுகளையும் மாலை வேளைகளில் தேய்த்துக் கொண்டிருந்ததைக் கண்ட போதும் அவனுக்குத் தனது நாட்டின் நினைவு தட்டுப்பட்டது. அங்கே, ஒரு வகையைப் பயன்படுத்தினர். இங்கே எதைக் கொண்டு அவ்வாறு செய்தனரோ தெரியவில்லை! பாடலிலும் ஆடலிலும் அவர்கள் கொண்டிருந்த பேராவல் ஆப்பிரிக்கர்கள் தாம் என்பதைக் கிஞ்சித்தும் ஐயமின்றி ஒத்துக் கொள்ளச் செய்தது.

ஆனால், கடந்த ஒரு மாத காலத்தில், அவர்கள் அவனிடம் நடந்து கொண்ட விதத்தில் ஏற்பட்டிருந்த மாற்றம் அவர்கள் பால் அவனுடைய இதயத்தில் கனிவு சுரக்கச் செய்திருந்தது. மேற்பார்வையாளனோ, எஜமானனோ அண்மையில் தட்டுப்பட்ட சமயங்களில் மட்டுமே அவர்கள் அவனிடமிருந்து ஒதுங்கிக் கொள்ள முயன்றனர். மற்ற நேரங்களில், அவனை எதிரில் கண்ட போதெல்லாம் அன்புடன் தலையசைத்தனர். அவனுடைய இடது கணுக்கால் மிகவும் பாதிக்கப்பட்டிருந்ததைக் கண்டு அவர்கள் கொண்ட துயரத்தை அவர்களுடைய முகக்குறிகள் தெரிவித்தன. வெறுப்புடன் அவர்களைப் புறக்கணித்துவிட்டு நொண்டியபடி கடந்து சென்றான் என்ற போதிலும், பின்னர், தானும் பதிலுக்குத் தலையசைத்திருக்கலாமோ

என்றெண்ணி வருந்தினான்.

நள்ளிரவு! உறக்கத்தில் ஆழ்ந்தவன் திடீரென விழித்துக் கொண்டான். அடிக்கடி அப்படித்தான்! மல்லாந்தவாறே இருளை வெறித்துக் கொண்டிருந்தான். மிகப் பெரிய ஆப்பிரிக்கக் குடும்பத்திலிருந்து தொலைந்து போன கூட்டத்தினரிடையே அல்லா ஏதோவொரு நோக்கத்துடன் தான் அனுப்பி வைத்துள்ளார்! அவர்களுடைய ஆணி வேர் தொன்மைக்கால மூதாதையர் மத்தியில் ஊன்றி நின்றது. ஆனால், தாம் யார் என்பதைப் பற்றியோ, எங்கிருந்து வந்தோம் என்பது பற்றியோ, அவனுக்குத் தெரிந்த அளவுக்கு, அங்கிருந்த கறுப்பர்களால் உணர்ந்து கொள்ள முடியவில்லை.

ஏதோவொரு விநோதமான உணர்வு! புனிதரான தன்னுடைய பாட்டனார் குடிசைக்குள் இருந்ததாக குண்டாவின் மனத்தில் தோன்றியது. இருட்டில் துழாவினான். தன்னை அங்கே அனுப்பி வைத்ததற்கான நோக்கம் ஏதேனும் இருந்தால் தெரிவிக்கும்படி கைரபா குண்டா கின்டேயிடம் மன்றாடும் விதத்தில் வாய்விட்டுப் பேசினான். செவிகளில் விழுந்த அவனுடைய குரல் அவனுக்கு அதிர்ச்சியளித்தது. பரங்கியருடைய மண்ணில், அந்தக்கணம் வரை அவன் யாரிடமும் ஒரு வார்த்தை கூடப் பேசியதில்லை. அல்லாவிடம் மனத்தளவில் மன்றாடியதும் சவுக்கடிகளால் கதறியதும் மட்டுமே அவனிடமிருந்து வெளிப்பட்டன.

அடுத்த நாள் காலையில் வேலைக்குப் புறப்படுவதற்காக வரிசையில் இணைந்த போது, மற்றவர்கள் ஒருவரை ஒருவர் வாழ்த்திக் கொள்வதைப்போலவே அவனும் பரங்கி மொழியில் வணக்கம் தெரிவித்தான். ஆனால், அதற்குள் அவன் பரங்கியர் மொழியில் பல வார்த்தைகளை அறிந்திருந்தான். பிறர் தன்னிடம் பேசியதைப் புரிந்து கொண்டது மட்டுமின்றி, தனது எண்ணங்களை வெளிப்படுத்தும் விதத்திலும் கூட பல சொற்கள் அவனுக்குத் தெரியும். ஆனால், என்ன காரணத்தாலோ தனக்குள் ஒளித்துக் கொண்டான்.

மாறிவந்த தன்னுடைய மனப்போக்கினை அவன் அவர்களிடமிருந்து மறைத்து வைத்திருந்ததைப் போலவே கறுப்பர்களும் பரங்கியர் பற்றிய தமது எண்ணங்களை மறைத்துக் கொண்டனர் என்று குண்டாவிற்குத் தோன்றியது. பரங்கியின் முன்பு பல்லிளித்த அவர்களுடைய முகத்தில் அவனுடைய தலை மறைந்தவுடன் வெறுப்பு தாண்டவமாடியதை குண்டா கண்டு கொண்டான். வேண்டுமென்றே தொழிற்கருவிகளை உடைத்து விட்டு எதுவும் அறியாதவர்களைப் போல நடித்தனர். மேற்பார்வையாளன் கடுமையாகத் திட்டியதைக் கூட அவர்கள் பொருட்படுத்தவில்லை. பரங்கியினுடைய தலையைக் கண்டதும் அரக்கப் பரக்க வேலை செய்த கறுப்பர்கள் அவன் அங்கிருந்து அகன்றவுடன் தேவைப்பட்ட நேரத்தைக் காட்டிலும் இருமடங்கு நேரம் எடுத்து மெதுவாகச் செயல்பட்டதையும் கவனித்தான்.

மாண்டிங்கா இன ஆடவர் தமக்குள் பரிமாறிக் கொண்ட இரகசிய மொழியைப் போல, அங்கிருந்த கறுப்பர்களும், பரங்கியர் அறியாமல், தமது உணர்வுகளைப் பகிர்ந்து கொள்ளும் விதத்தில் குழூவக்குறிகளைக் கையாண்டதையும் குண்டாவால்

உணர முடிந்தது. வயல் வெளிகளில் வேலை செய்து கொண்டிருந்த போது, சில சமயங்களில், திடீரென விரைவானதொரு சிறிய சைகையையோ, தலை அசைவையோ கண்டான். அல்லது, குதிரை மீது அமர்ந்தபடி சுற்றித் திரிந்த மேற்பார்வையாளனுக்குக் கேட்காதவாறு, அவர்களுள் ஒருவர் விநோதமானதொரு ஒலியை மெதுவாக எழுப்பினார். கணிக்க முடியாத இடைவெளிகளில், மற்றொருவனும், பிறகு இன்னொருவனுமாக, அடுத்தடுத்து அதே ஒலியை ஒலித்தனர். வேறு சில சமயங்களில், அவன் அவர்கள் மத்தியில் இருந்த போதே, பாடத் தொடங்கினர். அந்நிகழ்வு குண்டாவிற்குக் கப்பலில் பாடலோசை மூலம் பெண்கள் செய்திகளை அறிவித்ததை நினைவுபடுத்தியது. ஆனால், இங்கே அவர்கள் பாடிய பாடலின் பொருள் அவனுக்குப் புரியவில்லை.

குடிசைகள் இருந்த பகுதியில் இருள் சூழ்ந்து, பெரிய வெள்ளை வீடுகளிலும் விளக்குகள் அணைக்கப்பட்ட பின்னர், ஒன்றிரண்டு கறுப்பர்கள் அந்த அடிமைகள் வரிசையிலிருந்து நழுவி வெளியே சென்றுவிட்டு, சில மணி நேரத்திற்குப் பிறகு மீண்டும் திரும்பிய காலடி ஓசைகள் குண்டாவின் கூர்மையான காதுகளுக்கு எட்டின. அவர்கள் எங்கே, எதற்காகச் சென்றனர், காரணம் எதுவாயினும், கிறுக்குத்தனமாக ஏன் திரும்பி வந்தனர் என்பதெல்லாம் குண்டாவிற்குப் புரியாத புதிராக இருந்தன. அடுத்த நாள் காலையில் வயல்களில் இருந்த போது அத்தகையோர் யாராக இருக்கக் கூடும் என்கிற யூகத்தில் ஆழ்ந்தான். யாராக இருப்பினும் அவர்கள் மீது நம்பிக்கை கொள்வது என்கிற முடிவுக்கு வந்து விட்டான்.

குண்டாவினுடையதற்கு இரண்டு குடிசைகளுக்கு அப்பால், சமையல்காரக் கிழவியின் குடிசை அடுப்புக் கணலைச் சுற்றி, நாள்தோறும் இரவு உணவிற்குப் பிறகு, அமர்ந்திருந்தனர். அந்தக் காட்சி குண்டாவிற்கு ஜுஃப்யூர் கிராமத்தின் மாலைப் பொழுதுகளை நினைவு படுத்தியது. ஒரு சில மாற்றங்கள்! இங்கே ஆண்களும் பெண்களும் ஒரே இடத்தில் இருந்தனர். இருபாலரிலும் ஒரு சிலர் புகையிலை அடைக்கப்பட்ட குழாய்களிலிருந்து இழுத்து ஊதிக் கொண்டிருந்தனர். கும்மிருட்டில் குழாயின் முன்பகுதிகள் கனன்றன. தனது குடிசையின் நுழைவாயிலில் அமர்ந்தபடி கவனித்த குண்டா அவர்கள் பேசியதை உன்னிப்பாகக் கேட்டுக் கொண்டிருந்தான். வெட்டுக் கிளிகளின் இரைச்சலைப் பற்றியும் தொலை தூரக் காடுகளில் ஆந்தைகள் அலறியதைப் பற்றியும் பேசினர். அவர்களுடைய பேச்சின் ஒவ்வொரு வார்த்தையையும் குண்டாவால் புரிந்து கொள்ள முடியவில்லை என்ற போதிலும் தொனியில் வெளிப்பட்ட வெறுப்பினை உணர்ந்தான்.

கும்மிருட்டிலும் கூட, பேசியவருடைய முகத்தை குண்டாவால் மனக்கண்ணால் படம் பிடிக்க முடிந்தது. பலருடைய குரல்களையும் குண்டா தனித்தனியாக மனத்தில் பதியவைத்துக் கொண்டான்; அவர்களுடைய தோற்றம் ஆப்பிரிக்க இனங்களில் எதனுடன் ஒத்துப் போகிறது என்பதையும் கூட அடையாளம் காண முயன்றான். அவர்களில் யாரெல்லாம் கவலையின்றி கலகலப்பாகத் திரிந்தனர், யாரெல்லாம் சிரித்தது கூட இல்லை, பரங்கியர் பக்கமே அணுகாதவர்கள் யார் என்பதெல்லாம் குண்டாவிற்குத் தெளிவாகப் புரிந்தது.

அத்தகைய மாலை நேரக் கூட்டங்கள் பொதுவாக ஒரே மாதிரி நடந்தன என்பதை குண்டா புரிந்து கொண்டான். வழக்கமாக, பெரிய வீட்டில் சமையல் வேலை செய்த பெண் தான் பேச்சைத் தொடங்கினாள். எஜமானன் பேசியது போலவும் எஜமானியைப் போலவும் கிண்டலாக நடித்துக் காட்டினாள். தப்பியோடிய போது, அவனைக் கைது செய்த மிகப் பெரிய உருவம் கொண்ட கறுப்பன் மேற்பார்வையாளனைக் கிண்டல் செய்து நடித்தான். அவர்களுடைய நையாண்டிப் பேச்சுக்களையும், பிறர் பெரிய வீட்டிற்குக் கேட்டுவிடக் கூடாதே என்கிற அச்சத்தால் வாயைப் பொத்திக் கொண்டு, சிரித்து மகிழ்ந்ததையும் வியப்புடன் கேட்டுக் கொண்டிருந்தான்.

ஆனால், நகைப்பொலிகள் அடங்கிய பின்னர், அவர்கள் நெருங்கி அமர்ந்து தமக்குள் குசுகுசுவென்று பேசிக் கொண்டனர். வேதனையும், ஆற்றாமையும் தொனித்தது; கோபக் கனல்கள் தெரிப்பதும் புரிந்தது. ஆனால், ஓரளவிற்குத் தான் அவர்களுடைய வெளிப்பாடுகளை குண்டாவால் உள்வாங்கிக் கொள்ள முடிந்தது. தொடக்கத்தில் தமக்கு நிகழ்ந்தவற்றையெல்லாம் நினைவுபடுத்தி நொந்தனர் என்பதை உணர்ந்தான். குறிப்பாக, சில பெண்கள் பேசிக்கொண்டிருந்த போது, கண்ணீர் சிந்தி அழுதது கேட்டது. ஒருவழியாக, பேச்சுக்கள் ஓய்ந்து, பெண்ணொருத்தி பாடத் தொடங்கினாள்; அனைவருடைய குரல்களும் இணைந்தன. “நான் பட்ட பாட்டை யாரறிவார்?.....” சொற்களின் பொருள் குண்டாவுக்குப் புரியவில்லை; ஆனால், அவலம் வலித்தது.

கடைசியாக, முதியவருடைய குரல் கேட்டது. குண்டாவுக்கு அவரைத் தெரியும். சோளத் தட்டையில் பின்னிக் கொண்டே நாற்காலியில் சாய்ந்தாடிக் கொண்டிருந்ததைப் பார்த்தான். அவர் தான் கொம்பு ஊதினார். மற்றவர்கள் தலை குனிந்தவாறு கவனித்தனர். அவர் ஓதிய முறையிலிருந்து தொழுகை நடந்தது என்பதை அவனால் யூகிக்க முடிந்தது. ஆனால், அது அல்லாவிற்காக மேற்கொள்ளப்படுகின்ற தொழுகை அல்ல என்பதைப் புரிந்து கொண்டான். ஆனாலும், கப்பலின் அடைப்பிற்குள் கிடந்த போது அங்கிருந்த முதியவர் கூறியது நினைவுக்கு வந்தது. “அல்லாவுக்கு அனைத்து மொழிகளும் தெரியும்!” தொழுகை தொடர்ந்து நடைபெற்றுக் கொண்டிருந்த போது, இடையிடையே முதியவருடன் சேர்ந்து மற்றவர்களும், “பரலோகத்தில் இருக்கும் எங்கள் பரம பிதாவே!” என்கிற வித்தியாசமான, உணர்வுப்பூர்வமான வாசகத்தைக் கேட்டான். “பரம பிதா” தான் அவர்களுடைய அல்லாவோ!

சில நாட்களுக்குப் பின்னர், இரவு நேரங்களில், முன்னெப்பொழுதைக் காட்டிலும் மிகவும் குளிர்ந்த காற்று வீசத் தொடங்கியது. விழித்துப் பார்த்த போது, மரங்களிலிருந்த கடைசி இலைகளும் உதிர்ந்து கிடந்தன. வயல்வெளிகளுக்குச் செல்வதற்காக வரிசையில் நடுங்கியபடி நின்றிருந்த பொழுது, மேற்பார்வையாளன் அவர்களை வழக்கத்திற்கு மாறாக சேமிப்புக் கிடங்கு கட்டடத்திற்கு அழைத்துச் சென்றான். குண்டா திகைத்தான். அங்கே எஜமானனும் எஜமானியும் கூட இருந்தனர். அவர்களுடன் நேர்த்தியாக ஆடை அணிந்திருந்த பரங்கியர் நால்வரையும் பார்த்தான். கறுப்பர்கள் இரு குழுவினராகப் பிரிக்கப்பட்டனர்.

அறுவடை செய்து குவிக்கப்பட்டிருந்த மக்காச் சோளக் கதிர்களின் நுனியில் இருந்த சிணுக்குகள் காய்ந்து வெண்ணிறத்தில் துருத்திக் கொண்டிருந்தன. அவற்றைப் பிய்த்துப் பிரிக்கும் போட்டி இரு குழுவினருக்கும் இடையே நடத்தப்பட்டது. அதைக் கண்டு பரங்கியர் குதூகலத்துடன் ஆர்ப்பரித்தனர்.

பிறகு, பரங்கியரும் கறுப்பர்களும் இரு குழுக்களாகப் பிரிந்து வயிறு முட்டக் குடித்துக் கொண்டே தின்றனர். முந்தைய இரவு தொழுகை நடத்திய முதியவர் ஒரு வகை இசைக்கருவியைக் கையிலெடுத்தார். அதில், நீள வாக்கில் கம்பிகள் பொருத்தப்பட்டிருந்தன. அதே போன்ற பழங்கால இசைக்கருவியை குண்டா தனது தாயகத்தில் பார்த்திருந்தான். ஒரு வகைக் கோலினை கம்பிகளின் மீது முன்னும் பின்னும் அசைத்து விநோதமான இசையை வெளிப்படுத்தினார். மற்ற கறுப்பர்கள் எழுந்து வெறித்தனமாக ஆடத் தொடங்கினர். பரங்கியர் கண்டு ரசித்தனர். மேற்பார்வையாளன் கூட பக்கவாட்டிலிருந்து கைகொட்டி ஆரவாரித்துக் கத்தினான். உணர்வெழுச்சியால் பரங்கியருடைய முகங்கள் சிவந்தன. அனைவரும் எழுந்து நின்றனர். கறுப்பர்கள் பக்கவாட்டில் ஒதுங்கிக் கொண்டனர். தளத்தின் மையப் பகுதிக்கு நகர்ந்த பரங்கியர், அருவருப்பான விதத்தில் நடனமாடத் தொடங்கினர். இசைக்கருவியை மீட்டிய கிழவர் ஆவேசமாக இயங்கினார். பைத்தியம் பிடித்து விட்டதோ! கறுப்பர்கள் தமது வாழ்க்கையில் கண்டறியாத ஆட்டத்தைக் கண்டது போல கைகொட்டி ஆரவாரக் கூச்சலிட்டு மேலும் கீழும் குதித்தாடினர்.

முதல் பருவப் பையனாக இருந்த போது, பாசம் மிக்க நியோ போட்டோ பாட்டி சொன்ன கதை ஒன்று நினைவுக்கு வந்தது. ஒரு கிராமத்தினுடைய தலைவன், இசைக்கலைஞர்கள் அனைவரையும் ஒன்று திரட்டி, அடிமைகள் உட்பட தன்னுடைய மக்களுக்காக நடனமாடும் விதத்தில், மிகச் சிறந்த முறையில் இசைக்கும்படி ஆணையிட்டான். மக்கள் அனைவரும் மட்டற்ற மகிழ்ச்சியில் திளைத்தனர். விண்ணை முட்டும் அளவிற்கு உரக்கப் பாடிக் கொண்டே அகன்றனர். அதற்குப் பிறகு அவனைப் போன்றதொரு சிறந்த அரசனைக் காண முடியவில்லை.

குடிசைக்குத் திரும்பிய பிறகு, நீண்ட நேரம் தான் கண்டவற்றையெல்லாம் குண்டா அசைபோட்டுக் கொண்டிருந்தான். கறுப்பர்களுக்கும் பரங்கியருக்கும் இடையே வலுவான, விநோதமான, மிகவும் ஆழ்ந்த விதத்தில் ஏதோவொரு தேவை பாலமாகச் செயல்பட்டதை உணர முடிந்தது. கிடங்குக் கட்டடத்தில் நடனத்தின் போது மட்டுமல்ல; பல்வேறு தருணங்களிலும் அவனுக்குத் தோன்றியதுண்டு. பரங்கியர் கறுப்பர்களை அடித்துத் துன்புறுத்திய போதிலும், அவர்கள் மத்தியில் இருந்த போது மட்டுமே மிகவும் மகிழ்ச்சியாகக் காணப்பட்டனர்.

47

குண்டாவின் இடது கணுக்கால் மிகவும் பாதிப்படைந்தது. அதிலிருந்து வழிந்த சீழ் இரும்பு விலங்கு முழுவதும் படிந்து மஞ்சள் நிறத்தில் கொடிய வாடை வீசியது. கடைசியில் அவன் நொண்டி நகர்வதற்கும் இயலாத நிலை ஏற்பட்ட போது, மேற்பார்வையாளன் அதனை உற்றுக் கவனித்தான். முகத்தைத் திருப்பிக் கொண்டு, விலங்குகளை நீக்கும்படி சாம்சனைப் பணித்தான்.

பாதத்தை உயர்த்திய போது மேலும் வலித்தது. விலங்குகள் நீக்கப்பட்டதும் குண்டா மிகவும் அதிர்ச்சியடைந்தான். அவனால் விலங்குகள் நீக்கப்பட்டதைக் கூட உணர முடியவில்லை. அன்றிரவு, அனைவரும் உறங்கி, ஆளரவமற்ற அமைதி ஏற்பட்ட பின்னர், நொண்டியவாறு வெளியேறினான். மீண்டும் ஒருமுறை தப்பியோடினான். கடந்த முறை தப்பியோடியதற்கு எதிர்த்திசையில், ஒரு வயலைக் கடந்து மிகவும் அகன்றதும் அடர்ந்ததுமான காடு ஒன்றை நோக்கி விரைந்தான். பள்ளமானதொரு பகுதியை அடைந்தான். அதன் மறு கரையில் வயிற்றால் ஊர்ந்து ஏறுவதற்கு முற்பட்டான். முதன் முதலாக தூரத்தில் நடமாட்டத்தின் ஓசை கேட்டது. அசைவற்றுக் கிடந்தான். இதயம் படபடத்தது. கனத்த காலடி ஓசைகள் தன்னை நெருங்கியதைக் கேட்டான். கடைசியில், கடுமையாகத்

திட்டியவாறு சாம்சன் அடித்தொண்டையிலிருந்து "டோபி, டோபி!" என்று கத்தினான். தடிமனான தடி ஒன்றைக் கூர்மையாக்கிக் குத்தீட்டி போல இறுகப் பற்றிக் கொண்டு, அசைவற்று அரவமில்லாமல் இருந்தான். பருத்த உருவம் தன்னை நோக்கி வேகமாக நகர்ந்து வந்ததைக் கண்டான். பள்ளத்தை அடைந்து அதன் மறுபக்கம் அடர்ந்திருந்த முட்புதர்களையும் அவ்வுருவம் நெருங்கிவிட்டது. தன்னை ஏமாற்றிவிட்டு குண்டா தப்பியோடிவிடுவானோ என்று சாம்சன் பயந்ததை உணர்ந்தான். மிகமிக நெருக்கமாக உடலைச் சுருக்கி கல்போல சமைந்து விட்டான். அவன் எதிர்பார்த்திருந்த தருணம் நெருங்கிவிட்டது. தன்னுடைய வலுவையெல்லாம் திரட்டி, ஈட்டியைச் சுழற்றி எறிந்தான். அந்த முயற்சியில் அவன் திணறிய சத்தத்தை சாம்சன் கேட்டு விட்டான். அவன் இருந்த இடத்தைத் தெரிந்து கொண்டவன், சற்றே தாவியதால் பாய்ந்து சென்ற குத்தீட்டியிலிருந்து மயிரிழையில் தப்பினான்.

குண்டா ஓட முயன்றான். வலுவிழந்த கணுக்கால்கள் எழுந்து நிற்பதற்கே பெரும்பாடு பட்டன. தாக்குவதற்கு முயன்றான். ஆனால், சாம்சன் தனது கொழுத்த உடலால் அவனை அழுத்தியவாறு, மாறி, மாறித் தாக்கினான். மீண்டும் மேல்நோக்கித் தூக்கியவாறு, அவனுடைய மார்பையும் வயிற்றையும் குறிவைத்துத் தாக்கினான். குண்டா தனது உடலைத் திருகி வளைத்தவாறு கடிப்பதும் பிராண்டுவதுமாகத் தாக்கினான். பின்னர், ஒரு பலத்த அடி! குண்டா தரையில் விழுந்தான். அசைவில்லை. அதற்கு மேலும் தன்னைக் காப்பாற்றிக் கொள்வதற்கு அவனிடம் திராணி இல்லை.

சாம்சன், மூச்சிரைத்தபடி, குண்டாவின் மணிக்கட்டுகளைச் சேர்த்து ஒரு கயிற்றால் இறுகக் கட்டினான். மறுநுனியைப் பிடித்துச் சுண்டி இழுத்தவாறு, வயலை நோக்கி நடந்தான். குண்டா தடுமாறினாலும், தடுக்கி விழுந்தாலும் உதை விழுந்தது. வழி நெடுகிலும் கடுமையான வார்த்தைகளால் திட்டித் தீர்த்துவிட்டான்.

தட்டுத் தடுமாறி, தரையோடு இழுக்கப்பட்டுப் பின்தொடர்வதைத் தவிர குண்டாவுக்கு வேறு வழியில்லை. வலியாலும், களைப்பாலும் தலை சுற்றியது. தன்னைத் தானே வெறுத்தான். குடிசைக்குச் சென்றடைந்தவுடன் சவுக்கடி கொடூரமாக விழப் போகிறது என்று எதிர்பார்த்தான். ஒருவழியாக, விடிவதற்கு முன் குடிசைக்குத் திரும்பினர். மேலும் ஒன்றிரண்டு உதை கொடுத்து ஒரு மூட்டையைப் போல குண்டாவைக் குடிசைக்குள் கிடத்தி விட்டு சாம்சன் புறப்பட்டான்.

தாவிழந்து போன குண்டா நடுங்கினான். ஆனால், பற்களால் கடித்துக் கயிற்றை அவிழ்க்க முயன்றான். பற்கள் பட்ட இடமெல்லாம் தீயாகக் காந்தின. ஒருவழியாக கயிறு பிரிந்து விட்டது. கொம்பு ஊதப்பட்டது. அழுதபடி கிடந்த குண்டா மீண்டும் தோல்வியுற்றதை எண்ணி அல்லாவைத் தொழுது கொண்டிருந்தான்.

அடுத்துத் தொடர்ந்த சில நாட்கள் குண்டாவிற்கும் சாம்சனுக்குமிடையே இரகசியமானதொரு பார்வைப் பகிர்வுகள் நிகழ்ந்தன. தான் மிகவும்

எச்சரிக்கையுடன் கண்காணிக்கப்பட்டதை குண்டா கவனித்தான். வாய்ப்புக் கிடைத்த போதெல்லாம், பரங்கி ஏற்றுக் கொள்ளும் விதத்தில் குண்டாவிற்கு உதை கொடுப்பதற்காகக் காத்திருந்தான் என்பதை அறிந்து கொண்டான். எதுவுமே நடக்காததைப் போல. தனக்கு அளிக்கப்பட்ட வேலைகளையெல்லாம் விரைவாகவும் சிறப்பாகவும் நிறைவேற்றினான். அவனுக்குத் தெரியும்! கடுமையாக வியர்வை சிந்தி உழைத்தவர்களையும் தன்னைப் பார்த்து ரொம்பவே இளித்தவர்களையும் மேற்பார்வையாளன் கண்டு கொள்ள மாட்டான். அவனைக் கண்டு இளிப்பதற்கு குண்டாவால் முடியவில்லை. அதனால், கடுமையாக உழைத்து சவுக்கடிகளிலிருந்து தப்பித்துக் கொண்டான்.

ஒருநாள் மாலையில், கிடங்குக் கட்டடத்தைக் கடந்து சென்ற போது, இரண்டு ஆட்கள் விறகுக் கட்டைகளைப் பிளந்து கொண்டிருந்த இடத்தில், அடுக்கி வைக்கப்பட்டிருந்த அறுக்கப்பட்ட மரத்துண்டுகளுக்கிடையே கூந்தாலம் ஒன்று பாதி மறைந்தும் மீதி வெளிப்பட்டும் கிடந்ததைக் கண்டான். சுற்றுமுற்றும் பார்த்தான். ஒருவரும் கவனிக்கவில்லை. உடனே அதனை எடுத்துத் தனது ஆடைக்குள் மறைத்துக் கொண்டு குடிசையை நோக்கி விரைந்தான். அதனைக் கொண்டு தரையைத் தோண்டி அடியில் மறைத்துவிட்டு மேலே மண்ணைப் போட்டு மூடி ஒரு கல்லைக் கொண்டு நன்றாகத் தட்டி பழைய நிலைக்குச் சமப்படுத்தினான். குழி தோண்டப்பட்டதற்கான தடயமே இல்லை!

இரவு தூக்கம் பிடிக்கவில்லை. கூந்தாலம் ஒன்று காணாமற் போனது தெரிந்தால் அனைத்துக் குடிசைகளையும் சல்லடை போட்டு சலித்துத் தேடுவார்களே1 அடுத்த நாள் அத்தகைய கூப்பாடு எதுவும் எழவில்லை என்றவுடன் நிம்மதி! ஆனால், தப்புவதற்கான வாய்ப்பு அடுத்தொருமுறை கிடைத்தால் அதனை எவ்வாறு பயன்படுத்திக் கொள்ளப் போகிறான் என்பதைப் பற்றி எதுவும் தெரியவில்லை.

திருடி வைத்துக் கொள்வதற்கு அவன் மிகவும் ஆசைப்பட்ட பொருள் ஒன்றுண்டு! நாள்தோறும் காலையில் வேலைக்குப் புறப்பட்ட பொழுது, மேற்பார்வையாளன் ஆட்கள் சிலரிடம் நீண்ட கத்திகளைக் கொடுத்தான். மாலையில் வேலை முடித்துத் திரும்பியவுடன் அவற்றைக் கேட்டு வாங்கி, கவனமாக எண்ணி, பாதுகாத்துக் கொண்டான். அவற்றில் ஒரு கத்தியைத் திருட முடிந்தால், தப்பித்து ஓடும் காடுகளில் முட்புதர்களை வெட்டிச் சாய்த்து விட்டு வழி ஏற்படுத்திக் கொண்டு விரைந்து ஓடுவதற்கு உதவியாக இருக்கும். தேவைப்பட்டால், விரட்டி வந்த வேட்டை நாயையோ, ஆளையோ கூடக் கொன்று விடலாம்!

ஒரு மாதம் கடந்தது. குளிர் நடுக்கிய பிறபகல். வானம் மப்பும் மந்தாரமுமாக இருந்தது. வேலியைச் சீரமைக்கும் பணியில் மற்றொருவருக்கு உதவுவதற்காக குண்டா வயல்வெளிகளைக் கடந்து சென்று கொண்டிருந்தான். வானத்திலிருந்து உப்புத்தூள் போல ஏதோ ஒன்று விழுந்து கொண்டிருந்ததைக் கண்டு திகைத்தான். முதலில், இலேசாக விழுந்தது. பிறகு, விரைவாகவும் அடர்த்தியாகவும் விழத் தொடங்கியது. வெண்மையாகப் படிந்த படலங்களை கறுப்பர்கள் 'பனி' என்றனர். கீழே குனிந்து எடுப்பதற்காகத் தொட்டவுடன் சில்லிட்டது. விரலில் ஒட்டியிருந்ததை நாவால் நக்கியபோது மேலும் குளிர்ந்தது. சுவை எதுவும் தட்டுப்படவில்லை.

நுகர்ந்து பார்த்தால் மணமும் இல்லை. சற்று நேரத்தில் கையிலிருந்த பனி நீராகக் கரைந்து போனது. பார்த்த இடத்திலெல்லாம் வெண்படலம் போர்த்திருந்தது.

ஆனால், வயலின் மறுபக்கத்திற்குச் சென்ற பொழுது, பனி விழுவது நின்று, உருகி மறையத் தொடங்கியது. வியப்பிலிருந்து விடுபட்டு அமைதியடைந்த குண்டா தனது கூட்டாளியைத் தேடினான். உடைந்திருந்த வேலிக் கருகில் அவன் காத்திருந்தான். இருவரும் வேலையைத் துவக்கினர். மெல்லிய இரும்புக் கம்பியைக் கொண்டு வேலியைச் சீராகக் கட்டுவதற்கு குண்டா உதவினான். சற்று நேரத்தில், உயரமாக வளர்ந்த புற்களால் மறைக்கப்பட்ட இடத்தை இருவரும் அடைந்தனர். தன்னுடன் கொண்டு வந்திருந்த நீண்ட கத்தியால் மற்றவன் புற்களை வெட்டிக் கொண்டிருந்தான். குண்டாவின் கண்கள் அவன் நின்றிருந்த இடத்திற்கும் அண்மையில் இருந்த காட்டிற்கும் இடைப்பட்ட தூரத்தைக் கணித்துக் கொண்டிருந்தது. சாம்சன் அண்மையில் எங்குமே தென்படவில்லை. மேற்பார்வையாளன் வேறு திசையில் மற்றொரு வயலில் இருந்தான். அவனுடைய மனத்தில் உள்ளதை மற்றவன் சந்தேகிக்கக் கூடாது என்பதற்காக குண்டா முனைப்புடன் வேலையில் ஈடுபட்டான். கீழே குனிந்து வேலையில் கவனமாக இருந்த மற்றவனுடைய தலையைப் பார்த்தவாறு குண்டா கம்பியை இறுக்கமாகப் பிடித்துக் கொண்டிருந்தான். சில தப்படிகளுக்குப் பின்னால், புல் வெட்டப்பட்ட இடத்தில் அந்தக் கத்தி கிடந்தது.

அமைதியாக அல்லாவைத் தொழுது கொண்டே, இருகைகளையும் கோர்த்து உயரத் தூக்கி மெலிந்த தன்னுடைய உடலில் இருந்த வலுவனைத்தையும் திரட்டி குனிந்திருந்தவனுடைய பிடரியில் ஓங்கி ஒரு போடு போட்டான். வெட்டப்பட்டவன் போல முனகியவாறு அவன் சுருண்டான். ஒரே கணத்தில், அவனுடைய மணிக்கட்டுக்களையும் கணுக்கால்களையும் கையிலிருந்த கம்பியால் கட்டினான். நீண்ட கத்தியைப் பற்றினான். அவனைக் குத்திவிடலாமா என்று தோன்றியது. அடக்கிக் கொண்டான். அவன் சாம்சன் இல்லையே! புற்களுக்கடியில் குனிந்து பதுங்கியவாறு காடுகளை நோக்கி ஓட்டம் பிடித்தான். கனவில் நடந்தது போல காற்றில் பறந்தான். உண்மைதானா? நம்பமுடியவில்லை!

சில நிமிடங்களுக்குப் பிறகு கனவிலிருந்து விடுபட்டான். உயிரோடு விடப்பட்டவன் உச்சத்தில் கூச்சலிட்டுக் கொண்டிருந்தது கேட்டது. அவனைக் கொன்றிருக்க வேண்டும்! தன்னைத் தானே கோபித்தபடி மேலும் வேகமாக ஓடினான். புதர்களுக்கடியில் போராடி வழி ஏற்படுத்துவதற்குப் பதிலாக, அவற்றைச் சுற்றி ஓடினான். வெகு தொலைவுக்கு ஓடிவிட வேண்டும்! அதன் பின்னர் மறைவிடத்தைத் தேடிக் கொள்ளலாம்! வேகமாக ஓடி வெகு தொலைவுக்குச் சென்று விட்டால் இரவில் பதுங்கிக் கொள்வதற்கு ஏற்ற இடத்தைத் தேடிக் கொள்வதற்கு அவகாசம் கிடைக்கும்!

காடுகளில் விலங்குகளைப் போல வாழ்வதற்குக் கூட அவன் ஆயத்தமாகிவிட்டான். ஏற்கனவே ஆப்பிரிக்காவில் கற்றிருந்தவற்றுடன் பரங்கி மண்ணிலும் நிறையச் செய்திகளை அறிந்து கொண்டான். முயல்கள் போன்ற சிறு விலங்குகளைக் கண்ணி வைத்துப் பிடித்து புகையைக் கிளப்பாத நெருப்பில் சுட்டுத் தின்று கொள்ளலாம்!

ஓடிக் கொண்டிருந்தவன் மறைந்து கொள்வதற்கு ஏற்ற புதர்கள் நிறைந்த பகுதியில் நின்றான். ஆனால், அவை அவனுடைய ஓட்டத்தை மட்டுப்படுத்தும் அளவிற்கு அடர்த்தியாக இல்லை.

இரவு கவிழ்வதற்குள் நீண்ட தூரம் ஓடிவிட்டான். இருப்பினும், பள்ளம், படுகுழிகளைத் தாண்டி தொடர்ந்து ஓடிக் கொண்டிருந்தான். ஒரு நீரோடைப் பகுதியை அடைந்தான். முழுமையாக இருட்டிய பிறகு, புதர்கள் அடர்ந்த இடத்தில் ஒளிவிடம் தேடிக் கொண்டு ஓட்டத்தை நிறுத்தினான். தேவைப்பட்டால் அங்கிருந்து அவனால் எளிதாக ஓட முடியும். இருட்டில் கிடந்தவாறு நாய்கள் குரைக்கும் ஒலி கேட்கிறதாவென்று உற்றுக் கவனித்தான். அப்படி ஒன்றுமில்லை. சுற்றிலும் அரவமற்றுக் கிடந்தது. கைகூடிவிட்டதா? இம்முறை வென்று விட்டானா?

அப்பொழுது குளிர் அவனுடைய முகத்தில் அறைந்ததை உணர்ந்தான். கைகளால் துழாவினான். பனிப்படலம்! அவன் மீதும் அவனைச் சுற்றிலும் பனி மறைத்துக் கொண்டிருந்தது. மேலும் மேலும் கனமாக அமைதியாக விழுந்து கொண்டிருந்தது. பனியால் புதைந்து விட்டதைப் போலத் தோன்றியது. ஏற்கனவே உறைந்து விட்டான். எழுந்து, சிறந்த மறைவிடத்தைத் தேடி மீண்டும் ஓடுவதைத் தவிர வேறு வழியில்லை.

சற்று தொலைவு ஓடிய பின் தடுமாறி விழுந்தான். அடிபடவில்லை. திரும்பிப் பார்த்த போது வழிநெடுகிலும் தடங்கள் பதிந்திருந்தன. குருடன் கூட கண்டு பிடித்துவிடும் அளவிற்கு ஆழமாகப் பதிந்திருந்தன. அவற்றை அழிப்பதற்கும் வழியில்லை. விடியா இரவும் முடியும் நேரம் நெருங்கிக் கொண்டிருந்தது. ஒரே தீர்வு இயன்ற வரை அதிக தூரத்தைக் கடந்து விட வேண்டியது தான். வேகத்தை அதிகரிக்க முயன்றான். ஆனால், இரவு முழுவதும் ஓடிக் கொண்டு தான் இருந்தான். மூச்சு விடுவதற்கே கடினமாக இருந்தது. நீண்ட கத்தி பெருஞ்சுமையாகி விட்டது. அதனால் புதர்களை வேண்டுமானால் வெட்டலாம். பனியை உறையச் செய்ய முடியாதே! கீழ்வானம் கன்றிச் சிவக்கத் தொடங்கியது. அவனுக்கு முன்னே வெகு தொலைவில், கொம்பு ஊதப்படும் ஒலி மெல்லிதாகக் கேட்டது. ஓட்டத் திசையின் போக்கினை மாற்றினான். ஆனால், நீக்கமற நிறைந்திருந்த வெண்படலப் போர்வைக்கிடையே பாதுகாப்பான ஒளிவிடம் தேடிக் கொள்வதற்கான வாய்ப்பே இல்லை. துவண்டான்!

தூரத்தில் நாய்கள் குரைத்ததைக் கேட்டவுடன் முனனெப்பொழுதையும் விட கடுங் கோபம் பீறிட்டது. வேட்டையாடப்பட்ட வேங்கையைப் போல, ஓடினான். ஆனால், குரைப்பொலி மேலும் மேலும் உரக்க ஒலித்தது. பத்தாவது முறையாகத் தனது தோள்களுக்குப் பின்னால் பார்வையை ஓட்டிய போது, அவை தன்னை நெருங்கிவிட்டதைக் கண்டான். ஆட்கள் வெகு தொலைவுக்குப் பின்னால் இருக்க முடியாது! பிறகு, துப்பாக்கி முழக்கம் கேட்டது. முன்னரைக் காட்டிலும் படுவேகமாக அவனை முன்னோக்கி உந்தியது. இருப்பினும், நாய்கள் அவனைக் கவ்வத் தொடங்கின. சில தப்படிகள் அவை பின்னால் இருந்த போது, குண்டா சுழன்று கீழே பதுங்கினான். அவற்றை நோக்கி உறுமினான். நான்கு கால் பாய்ச்சலில் அவை அவன் மீது பாய்ந்ததைக் கண்டு அவனும் அவற்றின் மீது

பாய்ந்தான். கத்தியைப் பக்கவாட்டில் வீசிய போது, முதலாவது நாயின் வயிறு கிழிந்தது. மற்றொரு வீச்சு! மற்றொரு நாயின் கண்களுக்கிடையே கத்தியின் கூர்த்த விளிம்பு வெட்டியது.

துள்ளி எழுந்து மீண்டும் ஓடினான். ஆனால், குதிரை மீதிருந்த ஆட்கள் முட்புதர்களை வெட்டி எறிந்து கொண்டு தன்னைத் துரத்திய சத்தம் கேட்டது. குதிரைகள் புக முடியாத அடர்ந்த புதர்களுக்குள் பாய்ந்தான். மற்றுமொரு துப்பாக்கி முழக்கம்! இன்னுமொன்று! காலில் தீப்பிடித்தது போல வலி எடுத்தது. பொத்தென்று விழுந்தான். கால்களை இழுத்துக் கொண்டு விரைவதற்கு முற்பட்ட போது, பரங்கியர் மீண்டும் துப்பாக்கி முழக்கத்துடன் கத்தினர். தலையை உரசிச் சென்ற குண்டுகள் மரங்களில் பதிந்தன. வீர மரணத்திற்குத் தயார்! அவர்கள் என்னைக் கொல்லட்டும்! அதே காலில் மீண்டும் ஒரு குண்டு பாய்ந்தது. பூதத்தின் முட்டி தாக்கியதோ! குப்புற வீழ்ந்தான்! திணறியபடி, மேற்பார்வையாளனும் மற்றொரு பரங்கியும் குறிவைத்த துப்பாக்கிகளுடன் தன்னை நெருங்கியதைக் கண்டான். திரும்பிப் பாய்ந்து சுடுவதற்கு ஏதுவாக மார்பைக் காட்ட நினைத்தான். ஒரேயடியாக முடிந்துவிட எண்ணினான். காயம்பட்ட கால்கள் மேலெழும்ப விடவில்லை.

உடனிருந்த பரங்கி குண்டாவின் தலையில் துப்பாக்கியை வைத்தான். மேற்பார்வையாளன், கொட்டிய பனியில், அவனுடைய ஆடைகளை அகற்றி நிர்வாணமாக்கினான். காலிலிருந்து குருதி கொட்டிக் கொண்டிருந்தது. பாதங்களுக்கடியில் வெண்படலம் சிவந்து கொண்டிருந்தது. மூச்சிரைத்தபடி திட்டிக் குவித்த மேற்பார்வையாளன் கண்மூடித்தனமாக வெறிகொண்டு முட்டியால் மாறி மாறித் தாக்கினான். பின்னர், ஒரு மரத்தை அணைத்தவாறு அவனை நிற்க வைத்து மறுபக்கம் கைகள் இரண்டையும் இறுக்கிக் கட்டினர்.

சொடுக்கப்பட்ட சவுக்கு குண்டாவின் தோள்களிலும் முதுகிலும் தசையைப் பிய்த்தது. மேற்பார்வையாளன் பற்கள் நறநறத்தன. விழுந்த அடி ஒவ்வொன்றின் வேகத்தால். தலை முதல் பாதம் வரை குண்டாவின் உடல் நடுநடுங்கியது. அடி தாங்க முடியாமல் வீறிட்டான். அடி ஓய்ந்தபாடில்லை. தசை நார்கள் பிய்ந்து தொங்கின. எதுவும் உறுதியாகப் புலப்படவில்லை. கீழே விழுந்ததைப் போல உணர்ந்தான். பனிப்படலத்தின் கடுங்குளிரால் உடல் முழுதும் நடுங்கியதாகப் பட்டது. அதன் பின்னர், ஒரே இருட்டு! உணர்வில்லை!

குடிசையில் கிடந்தான். புலனுணர்வுகள் திரும்பின. வலி வதைத்தது. சற்றே அசைந்தாலும், வேதனையால் துடிதுடிக்க வேண்டியிருந்தது. மீண்டும் சங்கிலிப் பிணைப்புகள்! ஆனால், அதை விட மேலும் ஒரு கொடுமை! பன்றிக் கொழுப்பில் நனைக்கப்பட்ட பெரிய துணி ஒன்றை அவனுடைய உடலை தலை முதல் பாதம் வரை சுற்றியிருந்தனர். மூக்குத் துளைகள் வெந்தன. சமையல்காரக் கிழவி கஞ்சியுடன் நுழைந்த போது அவள் மீது காறி உமிழ முயன்றான். மேல்நோக்கிச் சென்று அவன் மீதே விழுந்தது! அவளுடைய கண்களில் கருணை மின்னியதாக மனதிற் பட்டது.

இரண்டு நாட்கள் கழிந்தன. அதிகாலையில், விழாக்கோல ஒலிகளைக் கேட்டு விழித்துக் கொண்டான். "எஜமான், கிறிஸ்துமஸ் இனாம்!" பெரிய வீட்டிற்கு வெளியில் கறுப்பர்கள் இரந்து நின்ற குரல்கள் கேட்டன. அவர்கள் கொண்டாடுவதற்கு என்ன இருக்கிறது என்று வியந்தான்! செத்துத் தொலைக்கலாம்! ஆன்மாவாவது மூதாதையரிடம் சென்று சேரும்! இந்தப் பரங்கி மண்ணின் தீராத துயரம் தீர்ந்து போகும்! ஒரே துர்நாற்றம்! மூச்சு முட்டுகிறது! தூய காற்றைக் கூட சுவாசிக்க முடியவில்லை! கோபத்தால் கொதித்துக் கொந்தளித்துக் கொண்டிருந்தான். படுபாவிப் பரங்கி! அடித்துத் தொலைத்தால் கூடப் பரவாயில்லை! அம்மணமாக்கி விட்டானே! உடல் தேறட்டும்! பழி தீர்ப்பேன்! மறுபடியும் தப்பியோடுவேன்! இல்லை, சாவேன்!

48

ஒருவழியாக குடிசையை விட்டு வெளியேறினான். மீண்டும் கணுக்கால்களில் இரும்பு விலங்குகள்! பெரும்பாலான கறுப்பர்கள் அவனை ஒதுக்கினர். அவனருகில் சென்ற பொழுது அவர்களுடைய கண்கள் அச்சத்தால் உருண்டன. ஒருவித கொடிய விலங்கினைக் கண்டது போல வேறெங்காவது விரைந்தனர். சமையல்காரக் கிழவியும் கொம்பூதிய முதியவரும் மட்டும் அவனை நேருக்கு நேர் பார்த்தனர்.

சாம்சன் கண்ணுக்குத் தட்டுப்படவில்லை. எங்கே சென்றானென்று தெரியவில்லை. ஆனாலும், குண்டாவிற்கு மகிழ்ச்சி தான்! சில நாட்களுக்குப் பிறகு, வெறுப்பிற்குரிய அந்தக் கறுப்பன் ஆறாத சவுக்கடிக் காயங்களுடன் கண்ணில் பட்டான். குண்டா மேலும் மகிழ்ந்தான். ஆனால், அற்ப காரணத்திற்குக் கூட மேற்பார்வையாளனின் சவுக்கு குண்டாவின் முதுகைப் பதம் பார்த்தது.

நாள்தோறும் தான் உன்னிப்பாகக் கண்காணிக்கப் பட்டதை அறிந்து கொண்டான். மற்ற கறுப்பர்களைப் போல, பரங்கியருடைய தலை தட்டுப்பட்டவுடன் விரைந்து வேலையில் ஈடுபடுவதும், அகன்ற உடனே எவ்வளவு முடியுமோ அவ்வளவு மெதுவாகச் செயல்படுவதுமாகக்

காலத்தைக் கடத்தினான். வாய்திறக்காமல், இட்ட வேலையைச் செய்துவிட்டு, மாலை வேளைகளில், துயரம் அப்பிய மனத்துடன் வெறுப்பூட்டிய குடிசைக்குத் திரும்பினான்.

தனிமையில் குண்டா தனக்குத் தானே பேசிக் கொள்ளத் தொடங்கினான். பெரும்பாலான சமயங்களில் கற்பனையாகத் தனது குடும்பத்தாருடன் பேசினான். சில நேரங்களில், பேச்சு உரக்க ஒலித்தது. "ப்பா! இங்குள்ள கறுப்பர்கள் நம்மைப் போன்றவர்களல்ல. அவர்களுடைய எலும்புகள், தசைகள், நரம்புகள், கை, கால்கள் எவையுமே அவர்களுக்குரியவை அல்ல. அவர்கள் வாழ்வதும் மூச்சு விடுவதும் கூட அவர்களுக்காக அல்ல. எல்லாமே பரங்கியர்களுக்காகத் தான். அவர்களுக்கென்று எதுவுமே இல்லை. குழந்தைகள் உட்பட! அவர்களுக்குச் சோறூட்டிச் சீராட்டி வளர்ப்பதெல்லாம் பரங்கியருக்காகத் தான்."

"அம்மா! இங்குள்ள பெண்கள் தமது தலைகளின் மீது துணிகளை அணிந்து கொள்கின்றனர். ஆனால், அதனைச் சரிவரக் கட்டிக் கொள்ளத் தெரியவில்லை. அருவருக்கத் தக்க பன்றிக் கறியோ, கொழுப்போ இல்லாமல் அவர்கள் எதையுமே சமைப்பதில்லை. பெரும்பாலானவர்கள் பரங்கிகளுடன் படுத்துக்கிடக்கின்றனர். அவர்களுடைய குழந்தைகளின் நிறத்தைப் பார்த்தாலே கலப்புத் தட்டுப்படுகிறது."

தனது சகோதரர்களான லேமின், சுவாடு, மதி ஆகியோருடனும் பேசினான். மிகக் கொடிய காட்டு விலங்குகளிடம் கூட பரங்கியரிடம் காணப்படுவதில் பாதியளவு கொடூரத்தைக் கூட காண முடியாது என்கிற கண்கூடான உண்மையை அங்கிருந்த அறிவாற்றல் மிக்க எந்தவொரு பெரியவர்களாலும் அவர்களுக்கு முழுமையாகப் புரிய வைத்துவிட முடியாது என்றான்.

மாதங்கள் பல கடந்தன. விழுந்து கெட்டிதட்டிக் கிடந்த பனிப்பாறைகள் நீராக உருகி ஓடத் தொடங்கின. வெகு விரைவில் பசும்புற்கள் கருஞ்சிவப்பு நிலத்தில் முளைவிட்டன. மரங்களில் மொட்டுக்கள் தெரியத் தொடங்கின. பறவைகளின் பாடலோசை மீண்டும் கேட்டது. அதன் பின்னர், உழவடையும், முடிவில்லா வரிசைகளில் நடவும் மேற்கொள்ளப்பட்டன. கடைசியாக, சூரியக் கதிர்கள் மண்ணின் வெப்பத்தை எகிறச் செய்தன. குண்டாவும் விரைந்து நடை போட வேண்டியிருந்தது. அவனுடைய பாதங்கள் மேலும் புண்படாமல் இருக்க வேண்டுமானால் வேகமாக நகர்ந்தாக வேண்டும்.

குண்டா தன்னுடைய நிலைமையை ஏற்றுக் கொள்ளப் பழகிவிட்டான். தன்னுடைய வேலையை மட்டும் சரிவரச் செய்தான். ஆனாலும், அவனுடைய கண்காணிப்பாளர்களுடைய கவனம் சிதைவடையும் தருணத்தையும் அவர்களுடைய கண்கள் அவனிடமிருந்து பார்வையைத் திருப்பும் வேளையையும் எதிர்பார்த்துக் காத்திருந்தான். மேற்பார்வையாளனோ, மற்ற பரங்கியரோ இல்லாத சமயத்தில், மற்ற கறுப்பர்களுடைய பார்வை அவன் மீது பதிந்திருந்ததை உணர்ந்தான். அவ்வளவு நெருக்கமாகத் தான் கண்காணிக்கப்பட்டதைத் தவிர்க்க ஏதேனும் வழியிருக்கிறதா என ஆராய்ந்தான். கறுப்பர்களைப் பரங்கிகள்

மனிதர்களாகப் பார்ப்பதில்லை, பண்டங்களாகவே பார்க்கின்றனர் என்கிற உண்மையைப் பயன்படுத்திக் கொள்ளலாமா என்று சிந்தித்தான். அவர்கள் பரங்கியரிடம் நடந்து கொண்ட விதத்தைப் பொறுத்துத் தான் பரங்கிகளுடைய எதிர்வினைகளும் இருந்தன. ஆகவே, தானும் மற்ற பரங்கியரைப் போல நடந்து கொள்வது எனத் தீர்மானித்தான்.

குண்டாவுக்குத் தன் மீதே வெறுப்பு ஏற்பட்டது. இருப்பினும், பரங்கியர் எதிர்பட்ட வேளைகளில் மற்ற கறுப்பர்களைப் போலத் தானும் நடிப்பதற்கு பெரும்பாடு பட்டான். எவ்வளவு தான் முயன்ற போதிலும் அவர்களைப் போல பல்லிளித்து, கூனிக் குறுகிக் கொள்வதற்கு அவனால் முடியவில்லை. இருப்பினும், அவர்களுடன் ஒத்துழைப்பது போலவும் பரபரப்பாக வேலைகளைச் செய்வது போலவும் நடித்தான். அதற்குள் மேலும் பல பரங்கியர் மொழிச் சொற்களைப் பழகிக் கொண்டான். பகலில் வயல்வெளிகளிலும் இரவில் குடிசைகளிலும் தன்னைச் சுற்றியிருந்தோர் பேசிய ஒவ்வொரு சொல்லையும் செய்த ஒவ்வொரு செயலையும் உன்னிப்பாகக் கவனித்தான். பரங்கி மொழியில் பேச முடியவில்லை என்றாலும் புரிந்து கொள்ள முடிந்தது.

பருத்தி! பண்ணைகளின் முகாமையான சாகுபடி. பரங்கியர் வயல்களில் வேகமாக வளர்ந்தன. பூக்கள் பசும் பந்துகளாகத் திரண்டு வெடித்தன. எங்கெங்கு காணினும் வெண்பந்துக் கூட்டங்கள். கண்ணுக்கெட்டிய தூரம் வரை வெண்ணிறக் கடல் திமிர்ந்து நின்றிருந்தது. ஜுஃப்யூர் கிராமத்து வயல்கள் மிக மிகச் சிறியவை. அறுவடைக் காலம் நெருங்கியது. காலை நேரங்களில் துயிலெழுப்பும் கொம்பு முன்கூட்டியே ஊதப்பட்டது. அடிமைகள் என்றழைக்கப்பட்ட அந்த மக்கள் படுக்கையிலிருந்து தட்டுத் தடுமாறி எழுவதற்கு முன்பே சவுக்குகள் எச்சரிக்கையாகச் சொடுக்கப்பட்டன.

வயலில் மற்றவர்களைக் கவனித்து குண்டா விரைவிலேயே கற்றுக் கொண்டான். பருத்திச் செடியின் கூட்டிலிருந்து பருத்தியைப் பறித்தெடுத்துக் கோணியில் மீண்டும் மீண்டும் போடுவதற்குக் குனிந்த நிலையில் செய்வது தான் எளிதாகப்பட்டது. கோணியில் பருத்தியை நிரப்பி, எடுத்துச் சென்று, வரிசையின் ஒரு முனையில் காத்திருந்த சரக்குவண்டியில் கொட்டிவிட்டுத் திரும்பினான். குண்டாவால் நாள்தோறும் இரண்டு கோணிகளை நிரப்ப முடிந்தது. அடிமைகள் சராசரியாகச் செய்யக் கூடிய வேலை! ஆனால், ஒரு சிலர் பரங்கியரிடம் நல்ல பெயர் எடுத்ததாக நினைத்துக் கொண்டு மேலும் கடினமாக உழைத்து மூன்று கோணிகளைக் கூட நிரப்புவதற்கு முற்பட்டனர்.

ஒவ்வொரு சரக்கு வண்டியும் நிறைந்தவுடன், பண்ணையிலிருந்த சேமிப்புக் கிடங்கிற்குக் கொண்டு செல்லப்பட்டது. ஆனால், அண்மையிலிருந்த வயலில் புகையிலை அறுவடை செய்யப்பட்டு வண்டி நிரம்ப ஏற்றப்பட்ட போது, அந்த வண்டி நெடுஞ்சாலை வழியாக எங்கோ சென்றது. அது காலியாகத் திரும்புவதற்கு மூன்று நாட்களாயின. அதற்குள் நிரப்பப்பட்ட சரக்குடன் மற்றொரு வண்டி சென்றது. மற்ற பண்ணைகளிலிருந்து புகையிலை கொண்டு செல்லப்பட்ட வண்டிகளும் நான்கு பெரிய கோவேறு கழுதைகளால் இழுக்கப்பட்டு நெடுஞ்

சாலை வழியாக உருண்டோடியதை குண்டா தொலைவில் இருந்து பார்த்தான். அவை எங்கு சென்றன என்பதை அறியாத போதிலும் நெடுந்தொலைவு சென்றதாக அறிந்து கொண்டான். ஏனெனில், வண்டியுடன் சென்று திரும்பிய சாம்சனும் வண்டியோட்டிகளும் மிகவும் களைத்துப் போய் இருந்ததை குண்டாவால் காண முடிந்தது.

அவர்கள் அவனை விடுதலை பெற்றுக் கொள்ளக் கூடிய அளவு தூரத்திற்கு அழைத்துச் செல்லலாம்! பேரெழுச்சியூட்டிய அத்தகைய வலிமை மிக்க எண்ணத்திலிருந்து அடுத்த பல நாட்கள் அவனால் மீள முடியவில்லை. அந்தப் பண்ணையின் வண்டிகளில் ஒளிந்து கொள்ளும் எண்ணத்தைத் தவிர்த்தான். சரக்கு ஏற்றும் போது யாரேனும் அவனை அடையாளம் கண்டு கொள்ளக் கூடும். மற்ற பண்ணைகளிலிருந்து நெடுஞ்சாலை வழியாகச் செல்லும் வண்டிகளில் ஒன்றில் ஏறிச் செல்வதற்கு முயல வேண்டும்! இரவு நேரத்தில் வெளியே கழிப்பதற்கான குடிசைக்குச் செல்வதைப் போல போக்குக் காட்டி, யாரும் காணாத விதத்தில், சாலையில் சென்ற வண்டிகள் நிலவொளியில் நன்கு தெரியக் கூடிய இடத்திற்குச் சென்றான். ஆமாம்! இரவு நேரங்களில் புகையிலை வண்டிகள் சாலைகளில் பயணித்தன. அவற்றுடன் தொங்கவிடப்பட்டிருந்த விளக்குகள் கண்சிமிட்டியதை அவனால் தொலைவிலிருந்து பார்க்க முடிந்தது. ஒளிப்புள்ளிகள் கண்ணுக்கு மறையும் தூரம் செல்லும் வரை வைத்த கண் வாங்காமல் பார்த்துக் கொண்டு நின்றான்.

ஒவ்வொரு நிமிடமும் திட்டம் தீட்டுவதும் செயல்முறைகளை வகுப்பதுமாக இருந்தான். உள்ளூர் புகையிலை வண்டிகளைப் பற்றிய விவரங்கள் அவன் கவனத்திலிருந்து தப்ப வில்லை. வயல்களில் பருத்தி பறித்த போது அவனுடைய விரல்கள் காற்றில் பறந்தன. தனதருகில் வந்த மேற்பார்வையாளனைப் பார்த்து பல்லிளிக்கவும் செய்தான். ஆனால், எந்நேரமும் அவனுடைய மனம் சாலையில் உருண்டோடிக் கொண்டிருந்த, சரக்கு நிரம்பி வழிந்த வண்டியின் பின்புறமாக எவ்வாறு தொற்றி ஏறி, புகையிலைக்குள் மறைந்து கொள்வது என்பதிலேயே ஆழ்ந்திருந்தது. ஏறி, இறங்கி வண்டி சாலையில் உருளும் சத்தத்தில் முன்புறம் உட்கார்ந்திருந்த வண்டியோட்டிக்கு அரவம் கேட்கப் போவதில்லை. மலையளவு குவித்து ஏற்றப்பட்ட சரக்கு பின்புறத்தை மறைத்துக் கொண்டதால் பார்க்கவும் முடியாது. சமயப் பற்றற்றோருக்கான புகையிலிருந்து வாழ்க்கை முழுவதும் ஒதுங்கியிருந்து விட்டான். தற்பொழுது அதனுடன் ஒட்டி உறவாடிக் கொண்டு பயணிக்க நேர்ந்ததை எண்ணிய போது மனம் வெதும்பியது. அது ஒன்று தான் வழி என்றாகிவிட்ட பிறகு அல்லா தன்னை மன்னித்துவிடுவார் என்று நம்பினான்!

49

மாலை வேளை. கழிப்பறை. அடிமைகள் கழிப்பதற்காகப் பயன்படுத்திக் கொண்ட குடிசையை அப்படித்தான் அழைத்தனர். அதற்குப் பின்புறம் காத்திருந்தவன் அப்பகுதியில் ஏராளமாகத் திரிந்த முயலொன்றின் மீது பெரிய கல்லைப் போட்டுக் கொன்று, தோலை நீக்கி, மெல்லிய துண்டுகளாக நறுக்கி, இளந்தாரிப் பயிற்சியின் போது கற்றுக் கொண்டவாறு உலர வைத்துப் பதப்படுத்தி பத்திரப்படுத்திக் கொண்டான். தன்னுடன் ஓரளவு உணவை எடுத்துச் செல்ல வேண்டுமல்லவா? பிறகு, மிருதுவான கல்லைக் கொண்டு, தான் கண்டெடுத்து வைத்திருந்த கத்தியின் முனையைக் கூர்மையாகத் தீட்டி நிமிர்த்தினான். மரத்துண்டிலிருந்து செதுக்கப்பட்ட கைப்பிடியுடன் மெல்லிய கம்பியால் இறுகக் கட்டினான். ஆனால், உணவையும் கத்தியையும் விட அவன் உருவாக்கியிருந்த மந்திர, தந்திர தாயத்துக்கள் மிகவும் முக்கியமானவை. ஆவிகளைக் கவர்வதற்காக சேவலின் இறகு; வலிமைக்காக குதிரையின் மயிர்; வெற்றிதரக் கூடிய பறவையின் எலும்பு. அவை அனைத்தையும் சதுர வடிவிலான கோணித் துணியில் சுற்றி, முள்ளைக் கொண்டு உருவாக்கியிருந்த ஊசியால் தைத்தான். தன்னுடைய மந்திரப் பொருட்கள் சாமியார் ஒருவருடைய ஆசிகளைப் பெற வேண்டும் என

விரும்புவது உகந்ததல்ல என்பதை உணர்ந்தான். ஆனாலும், மந்திரப் பொருள் எதுவுமே இல்லாத நிலையைக் காட்டிலும் ஏதாவதொரு மந்திரப் பொருளை வைத்திருப்பது நல்லது தானே!

இரவு முழுவதும் தூங்கவில்லை. களைப்பையும் மீறிய உணர்வெழுச்சியைக் கட்டுப்படுத்திக் கொள்ள இயலவில்லை. அடுத்த நாள் வயல்களில் வேலையின் போது, தனது உணர்வுகளை வெளிப்படுத்தாமலிருக்க மிகவும் முயன்றான். அன்றைய இரவு தான் சரியான தருணம்! இரவு உணவுக்குப் பிறகு, குடிசையில், கத்தியையும் பதப்படுத்தப்பட்ட உணவையும் தனது ஆடைப்பையில் வைத்த போது, கைகள் நடுங்கின. பிறகு, தனது வலது புயத்தின் மேல் பகுதியில் தாயத்தைக் கட்டிக் கொண்டான். முன்னிரவு நேரங்களில் வழக்கமாக மற்ற கறுப்பர்கள் ஈடுபடக் கூடிய செயல்களில் அன்று அவனுடைய மனம் ஒன்றவில்லை. ஏனெனில், ஒவ்வொரு கணமும் அவனுக்கு இன்றியமையாதது. ஏதாவது ஏடாகூடமாக நடந்து அவனுடைய திட்டத்தைச் சீர்குலைத்துவிடக் கூடாது என்பதில் மிகவும் கவனமாக இருந்தான். ஆனால், எறும்புகளையும் அலுக்கச் செய்கிற உழைப்பில் ஈடுபட்ட கரங்களின் அவலப் பாடல்களும், தொழுகைகளும் ஒருவாறு ஓய்ந்தன. அவர்கள் பாதுகாப்பாகத் தூங்கட்டும் என்று மனதில் துணிச்சல் ஏற்படுத்தும் தருணம் வரையிலும் காத்திருந்தான்.

பிறகு, தானே தயாரித்த கத்தியை இறுகப் பற்றியபடி, இரவின் இருளில் புகுந்தான். சுற்றுமுற்றும் யாருமில்லை என்பதைத் தெளிவுபடுத்திக் கொண்டு, பதுங்கிப் பதுங்கி விரைந்தான். நெடுஞ்சாலை வளைவில் இருந்த அடர்ந்த புதரில் மறைந்து கொண்டான். மூச்சிரைக்க கீழே ஒடுங்கினான். அன்றிரவு சரக்கு வண்டி எதுவும் வராமல் போய்விட்டால்? அந்த எண்ணம் அவனுள் வாளாக இறங்கியது. அதன் பின்னர், அதைவிடவும் உயிரை உலுக்கிய அச்சம் எழுந்தது! பின்புறம் காவலுக்காக வண்டியோட்டியின் உதவியாளன் உட்கார்ந்திருந்தால்? ஆனால், எது எப்படியோ, துணிந்துவிட வேண்டியது தான்!

மினுக்கொளி கண்ணில் பட்டதற்கு முன்பாகவே அதனுடைய உருளல் ஓசை கேட்டது. பற்கள் இறுகின; தசைநார்கள் அதிர்ந்தன; குண்டா துணிந்து விட்டான். வண்டி மிகவும் மெதுவாக ஊர்ந்தது! கடைசியில், அவனுக்கு நேரே மெதுவாகக் கடந்தது. முன் இருக்கையில் உட்கார்ந்திருந்த இரண்டு உருவங்கள் மங்கலாகத் தெரிந்தன. முட்புதரிலிருந்து குண்டா தாவினான். கிரீச்சிட்டவாறு ஆடி அசைந்து நகர்ந்த வண்டிக்குப் பின்னால் குனிந்தவாறு தொடர்ந்தான். சாலையின் அடுத்த கரடுமுரடான பகுதி வரை காத்திருந்தான். பிறகு, கைகளை நீட்டி வண்டியின் பின்னங்கட்டைகளை இறுகப் பற்றிக் கொண்டான்; மேல் நோக்கித் தாவினான்; மலைபோன்ற புகையிலைக் குவியலின் மீது ஏறினான்; உச்சியை அடைந்து விட்டான்.

பரபரவென்று பள்ளம் பறித்து உள்ளே புகுந்தான். இலைகள் அவன் எதிர்பார்த்ததைக் காட்டிலும் மிகவும் இறுக்கமாகக் கட்டப்பட்டிருந்தன. ஆனால், ஒருவாறு உடல் மறைக்கப்பட்டுவிட்டது. தங்கு தடையின்றிச் சுவாசிப்பதற்கு காற்று இடைவெளி ஏற்படுத்திக் கொண்ட போதிலும் புகையிலையின் நெடி

அவனை வாட்டியது. அழுத்திக் கொண்டிருந்த பளுவிலிருந்து விடுவித்துக் கொள்வதற்காக தோள்களையும் முதுகையும் இப்படியும் அப்படியுமாக சாய்த்துக் கொள்ள வேண்டியிருந்தது. ஆனால், ஒருவழியாக, சரியான நிலையைக் கண்டு கொண்டான். வண்டியின் அசைவும், இலைகளாலான மெத்தையும், இதமான சூழலும் விரைவிலேயே தூக்கத்தை வரவழைத்தன.

உரத்த ஒலியுடன் வண்டி குலுங்கிய போது விழித்துக் கொண்டான். கண்டுபிடித்துவிடுவார்களோ என்கிற அச்சம் கவ்விக் கொண்டது. வண்டி எங்கே செல்கிறது? சென்று சேருவதற்கு எவ்வளவு நேரம் பிடிக்கும்? சென்று சேர்ந்த பிறகு, யாருடைய கண்ணிலும் படாமல் நழுவிவிட முடியுமா? தன்னைத் துரத்திக் கொண்டு பின் தொடர்ந்து மீண்டும் பிடித்துவிடுவார்களோ? அதைப் பற்றி ஏன் முன்கூட்டியே சிந்திக்காமல் போனான்? நாய்களும், சாம்சனும், துப்பாக்கி ஏந்திய பரங்கியரும் அவனுடைய மனக்கண் முன் தோன்றி மறைந்தனர். அதிர்ந்தான்! கடந்த முறை நடந்ததையெல்லாம் எண்ணிப் பார்த்த போது, சிக்காமல் இருந்தால், உயிர் பிழைக்கலாம் என்று தோன்றியது.

ஆனால், அதைப்பற்றி நினைக்க, நினைக்க, வண்டியை விட்டுக் குதித்துவிட வேண்டும் என்கிற உந்துதல் வலுவடைந்தது. தலையை வெளியே நீட்டுமளவிற்கு இலைகளை ஒதுக்கினான். வெளியே எல்லையற்று விரிந்து கிடந்த வயல்வெளிகளும் நாட்டுப்புறமும் நிலவொளியில் தெரிந்தது. குதிப்பதற்கான தருணம் அதுவல்ல! நிலவின் பேரொளி அவனுக்கு மட்டுமல்ல; அவனைத் துரத்தியோருக்கும் உதவும்! நெடுந்தொலைவிற்குச் சென்று விட்டால் நாய்கள் துரத்தித் தொடருவதற்கான வாய்ப்பு குறைவு. ஒதுக்கிய புகையிலையை மீண்டும் மூடிவிட்டு அமைதியாக இருப்பதற்கு முயன்றான். ஆனால், வண்டி குலுங்கிய ஒவ்வொரு முறையும் நிறுத்தப்படப் போவதாக அஞ்சினான்; மார்புக் கூட்டிலிருந்து இதயம் துள்ளிக் குதித்தது.

நீண்ட நேரத்திற்குப் பிறகு, மேலே திறந்து பார்த்த போது, பொழுது புலரப்போவது போலத் தோன்றியது. பகலவனின் ஒளி நெருங்கித் தன்னைக் காட்டிக் கொடுப்பதற்கு முன் வண்டியிலிருந்து குதித்துவிடத் தீர்மானித்தான். அல்லாவைத் தொழுதவாறு, கத்தியைக் கையில் பற்றிக் கொண்டு, பதுங்கியிருந்த புகையிலைக் குழியிலிருந்து வெளியேறினான். உடல் முழுவதும் வண்டியின் உச்சிக்கு எழும்பிய பின், வண்டி ஏதேனும் மேடு பள்ளத்தில் ஏறி, இறங்குவதற்காக, மெதுவாகச் செல்லக் கூடிய தருணத்தை எதிர்பார்த்துக் காத்திருந்தான். அதற்கு நீண்ட நேரம் பிடித்தது. ஒருவழியாக, வண்டியின் வேகம் மட்டுப்பட்ட போது, அரவமின்றிக் கீழே குதித்தான். சாலையை அடைந்து விட்டான். ஒரே நொடியில் சாலையோரத்திலிருந்த புதர்களை நோக்கி ஓடி மறைந்தான்.

இரண்டு பரங்கியர் பண்ணைகள். பழக்கப்பட்ட பெரிய வீடுகள். அவற்றினருகே இருண்ட குடிசைகள். அவற்றைத் தவிர்ப்பதற்காக தனது பாதையின் போக்கினை மாற்றி புதர்களைச் சுற்றி தன்னை மறைத்தபடி ஓடினான். கறுப்பர்களைத் துயிலெழுப்புவதற்காக ஊதப்பட்ட கொம்பின் ஓசை அமைதியான காற்றில் மிதந்து வந்தது. கிழக்கு வெளுத்துக் கொண்டிருந்தது. முட்புதர்களைக் கத்தியால் வெட்டி

வழி ஏற்படுத்திக் கொண்டு மேலும் மேலும் உள்நோக்கி விரைந்தான். காடு மிகவும் அகன்றிருந்தது. அடர்ந்திருந்த காட்டினுள் குளிரும் அதிகம். இலைகளிலிருந்து சிதறி அவன் மீது விழுந்த பனித் திவலைகள் இதமளித்தன. கையிலிருந்த கத்தி எடையற்றது போல சுழன்று கொண்டிருந்தது. தப்பித்துக் கொண்ட மகிழ்ச்சி தாளவில்லை. ஒவ்வொருமுறை சுழற்றிய போதும், குதூகலத்தால் பற்கள் நறநறத்தன. பிற்பகலின் முற்பகுதியில் தெள்ளிய நீரோடையை அடைந்தான். பாசி படர்ந்த பாறைகளின் மீது நீர் சலசலத்துக் கொண்டிருந்தது. வேட்கை தணிப்பதற்காக நின்ற போது அச்சத்தால் தவளைகள் தாவிக் குதித்தன. கைகளைக் குவித்து நீரை அள்ளிப் பருகினான். சுற்றுமுற்றும் நோட்டமிட்டான். ஓய்வெடுப்பதற்குப் பாதுகாப்பான இடம் தான் என்று பட்டது. கரையில் அமர்ந்தான். பையில் கைவிட்டான். முயல்கறித் துண்டு ஒன்றை எடுத்தான். நீரோடையில் அலசினான். வாயில் போட்டு மென்றான். அமர்ந்திருந்த இடத்தில் மண் மிருதுவாக, மெத்தென்றிருந்தது. தவளைகளின் கனைப்பு, பூச்சிகளின் இரைச்சல், பறவைகளின் கீச்சொலி மட்டிலுமே காற்றை நிறைத்தன. முயல் கறியுடன் அவையும் சுவைத்தன. பகலவனின் ஒளி அடர்ந்திருந்த இலைகளினூடே பச்சையுடன் பொன்னிறத்தையும் பாய்ச்சிக் கொண்டிருந்தது. முன்பு போல இடைவிடாமல் வேகமாக ஓட வேண்டியிராது என்று தனக்குள் சொல்லிக் கொண்டான். ஓடி, ஓடித் தாவு தீர்ந்து போனதனாலேயே எதிரியிடம் எளிதாக மாட்டிக் கொண்டேன்!

எஞ்சியிருந்த பிற்பகல் முழுவதும் ஓடிக்கொண்டே இருந்தான். பொழுது சாயும் வேளை! தொழுகைக்காக ஓட்டம் நின்றது. பிறகு, இருட்டும் களைப்பும் இரவுத் தங்கலுக்காக அவனுடைய ஓட்டத்தை நிறுத்தின. இலைகளையும் புற்களையும் படுக்கையாக்கி உடலைக் கிடத்தினான். கவட்டைக் கொம்புகளையும் கோரைப் புற்களையும் கொண்டு அவனுக்கென்று ஒரு தங்குமிடம் உருவாக்கிக் கொள்ள எண்ணினான். இளந்தாரிப் பயிற்சியில் அதையெல்லாம் கற்றுக்கொடுத்திருந்தனர். விரைவிலேயே தூக்கத்தில் ஆழ்ந்தான். ஆனால், சுற்றிலும் மொய்த்த கொசுக்களின் தொல்லை! தூரத்திலிருந்து, இரையைக் கொன்று தின்ற காட்டு விலங்குகளின் உறுமல்கள்! அவனுடைய உறக்கத்தை அடிக்கடி கெடுத்தன.

சூரியனின் முதல் கீற்றுக்களுடன் எழுந்தான். கத்தியை வேகமாகத் தீட்டினான். மீண்டும் புறப்பட்டு விட்டான். சற்று நேரத்தில், பலரும் நடந்து சென்று ஏற்படுத்திய பாதை தென்பட்டது. நீண்ட நாட்களாகப் பயன்படுத்தப்படாதது என்பது தெளிவாகத் தெரிந்த போதிலும், திரும்பி காட்டிற்குள் இயன்றவரை வேகமாக ஓடினான்.

காட்டிற்குள் மேலும் மேலும் உள்நோக்கி ஓடினான். அவனுடைய கத்தி முட்புதர்களை வெட்டிய வண்ணம் சுழன்று கொண்டிருந்தது. பலமுறை பாம்புகள் கண்ணில் பட்டன. பரங்கியர் பண்ணைகளில் பழகிக் கொண்டான். அச்சுறுத்தாத வரை பாம்புகள் கடிப்பதில்லை! நெளிந்து ஓடட்டும் என்று விட்டுவிட்டான். அவ்வப்போது எங்கிருந்தாவது நாய்களின் குரைப்பொலி கேட்கிறதா என்று காதுகளின் கூர்மையைச் சோதித்துக் கொண்டான். நினைத்த போதே உடல் நடுங்கியது. ஆட்களைக் காட்டிலும் நாயின் மோப்ப சக்திக்கு மிகவும் அஞ்

சினான்.

பகல் முழுவதும் பல சமயங்களில் மீதடர்ந்த புதர்ப் பகுதிகளில் திரிந்தான். சில இடங்களில் அவனுடைய கத்தியால் புதர்களை நீக்கி வழி ஏற்படுத்திக் கொள்ள இயல வில்லை. அதனால் அங்கிருந்து திரும்பி வேறு பாதையில் செல்ல வேண்டியிருந்தது. கத்தியைத் தீட்டிக் கொள்வதற்காக இருமுறை நின்றான். அடிக்கடி அதன் கூர்முனை மழுங்கிக் கொண்டிருந்தது. செடி, கொடிகளையும், முட்புதர்களையும் வெட்டுவதற்கு மீண்டும் மீண்டும் பயன்படுத்தப்பட்டதால் கத்தி வலுவிழந்து விட்டது. ஆகவே, மீண்டும் ஓய்வெடுத்தான். மேலும் சிறிது முயல்கறியையும் காட்டுப் பழங்களையும் உண்டான். மரங்களின் அடியில் அடர்ந்திருந்த செடிகளின் உட்குழிந்த இலைகளில் தேங்கி நின்ற நீரைப் பருகினான். அன்றிரவு மற்றொரு நீரோடைக்கு அருகில் உறங்கினான். உடலைக் கிடத்தியவன் கண நேரத்தில் தூக்கத்தில் ஆழ்ந்து போனான். காட்டு விலங்குகளின் ஓலமும் பறவைகளின் கூச்சலும் அவனுடைய காதுகளை எட்டவில்லை. ரீங்காரமிட்ட கொசுக்களும் பூச்சிகளும் வேர்வையால் உப்புப் படிந்திருந்த உடலைக் கடித்ததைக் கூட உணரவில்லை.

அடுத்த நாள் காலை வரையிலும் எங்கே சென்றுகொண்டிருந்தான் என்பதைப் பற்றிச் சிந்திக்கவே இல்லை. முன்கூட்டியே அதுபற்றிச் சிந்திக்கவும் தோன்றவில்லை. இருந்த இடத்தைப் பற்றியோ செல்லவேண்டிய இடத்தைப் பற்றியோ எவ்விதமான எண்ணமும் இல்லை. ஆகவே, கறுப்பரோ, பரங்கியரோ, எந்தவொரு மனித உருவத்தின் கண்களிலும் சிக்கிக் கொள்ளாமல் சூரியன் உதிக்கும் திசையை நோக்கிப் பயணப்படுவதென்று முடிவெடுத்தான். சிறுவனாக இருந்த போது, ஆப்பிரிக்க நாட்டு வரைபடத்தில் மேற்கே பெரும் நீர்ப்பரப்பு இருந்ததாகப் பார்த்திருந்தான். கிழக்கு நோக்கி நகர்ந்து கொண்டே இருந்தால், அதனைச் சென்றடையலாம் என்பது அவனுடைய எண்ணம். ஆனால், எவரிடமும் பிடிபடாமல் அந்த இடத்தைச் சென்றடைந்த பிறகு...? அவ்வளவு பரந்த நீர்ப்பரப்பினைக் கடப்பது எப்படி? படகு கிடைத்து, வழியும் தெரிந்தால் கூட மறுபக்கம் கடந்து செல்ல முடியுமா? அச்சம் ஆழமாகத் தைத்தது. ஓடிக்கொண்டே, தொழுகைகளுக்கிடையில், புயத்திலிருந்த தாயத்தை விரல்களால் தடவிக் கொண்டான்.

அன்றிரவு புதர்களுக்கடியில் ஒளிந்திருந்த போது, மாண்டிங்கா மாவீரன் போராளி சுந்தியதா பற்றிய நினைப்புத் தோன்றியது. ஆப்பிரிக்க எஜமானால் மிகவும் கேவலமாக நடத்தப்பட்ட, முடங்கிய அடிமை! தப்பித்து ஓடினான். உயரமான கோரைப் புற்கள் நிறைந்த காட்டில் ஒளிந்து கொண்டான். அவனைப் போல தப்பியோடி ஒளிந்திருந்த அடிமைகளைக் கண்டான். ஒன்று திரட்டி பெரும்படை ஒன்றை உருவாக்கினான். வெற்றி மேல் வெற்றிகளைக் குவித்தான். விரிந்து பரந்த மாண்டிங்காப் பேரரசு நிறுவப்பட்டது. குண்டாவுக்கும் வாய்ப்புக் கிட்டலாம்! நாலாவது நாள் ஓட்டத்தைத் தொடங்கிய போது நம்பிக்கை பிறந்தது. அந்தப் பரங்கி மண்ணிலும், அவனைப் போலவே தப்பியோடி ஒளிந்திருந்த கறுப்பர்களைக் காணக் கூடும்! அவர்களும் தமது தாய் மண்ணில்

தமது பாதங்களை மீண்டும் பதிப்பதற்காக ஏங்கி ஆற்றாமையால் அல்லாடிக் கொண்டிருக்கலாம்! கப்பலொன்றை கட்டுவதற்கு, அல்லது, திருடுவதற்குப் போதுமான ஆட்கள் கிடைத்துவிட்டால்....! அதன் பின்னர்,......!

குலையை நடுக்கிய பேரொலி! குண்டாவின் கற்பனை குதூகலம் குலைந்தது! நின்றான். இல்லை, இருக்காது! ஆனாலும், உறுதியாக அதுவே தான்! வேட்டை நாய்களின் ஊளை! முட்புதர்களை வெறிகொண்டு வெட்டித் தள்ளினான். தடுக்கி விழுந்தான். தட்டுத் தடுமாறி எழுந்தான். விரைவிலேயே களைப்படைந்து மீண்டும் பொத்தென்று விழுந்தான். அந்த இடத்திலேயே உட்கார்ந்தான். அசைவற்று, கத்தியை இறுகப் பற்றியபடி உற்றுக் கவனித்தான். ஆனால், தற்பொழுது எதுவும் செவிப்படவில்லை! ஒன்றுமில்லை! பறவைகள், பூச்சிகள் எழுப்பிய ஓசை மட்டிலுமே கேட்டது.

நாய்கள் ஊளையிட்ட சத்தம் உண்மையாகவே கேட்டதா? அந்த எண்ணமே வதைத்தது. 'என்னுடைய எதிரி தான் யார்? பரங்கியரா? கற்பனையா? புரியவில்லை!' எதுவும் கேட்கவில்லை என்று எடுத்துக் கொள்ளவும் முடியவில்லை. மீண்டும் ஓடத் தொடங்கினான். ஓடிக்கொண்டே இருப்பது தான் ஒரே பாதுகாப்பு! தலை தெறிக்க, நெடுந் தொலைவு ஓடியதால் மட்டுமல்ல, பயத்தாலும், விரைவிலேயே களைத்துப் போனான். மீண்டும் ஓய்வெடுக்க வேண்டியதாயிற்று. 'ஒரு கணம் கண்களை மூடி இருக்கலாம்! பிறகு, மீண்டும் ஓடலாம்!'

விழித்தான். வியர்த்துக் கொட்டியது. நிமிர்ந்து உட்கார்ந்தான். கும்மிருட்டு! பகல் பொழுதைத் தூங்கிக் கழித்துவிட்டான்! தலையைக் குலுக்கினான். விழிக்கச் செய்தது எதுவாக இருக்கும்? திடீரென மீண்டும் கேட்டது! முன்பைக் காட்டிலும் மிகவும் நெருக்கமாக நாய்களின் ஊளையே தான்! துள்ளி எழுந்தான். சீற்றமும் வெறியுமாக ஓட்டமெடுத்தான். சற்று நேரத்திற்குப் பிறகு தான் கத்தியை எடுத்துக் கொள்வதற்கு மறந்துவிட்ட நினைப்புத் தோன்றியது. படுத்திருந்த இடத்திற்கு திரும்பி விரைந்தான். திருகல் முறுகலாகச் சுருண்டு கிடந்த கொடிகளுக்கிடையே கத்தியைத் துழாவினான். கைக்கெட்டும் தூரத்தில் தான் இருக்க வேண்டும் என்று உறுதியாக மனத்திற்குத் தெரிந்த போதிலும் விரல்களில் தட்டுப்படவில்லை.

நாய்களின் ஊளை மேலும் மேலும் உரக்கக் கேட்டது. வயிற்றைப் பிசைந்தது. 'கத்தி தட்டுப்படாவிட்டால், நிலைமை மோசமாகிவிடும்! மீண்டும் பிடிபட வேண்டியது தான்!' காலடியைச் சுற்றிலும் கைகளால் துழாவினான். கடைசியில், உள்ளங்கையளவு கல் தட்டுப்பட்டது. ஆற்றாமையால் கத்தியவாறு, பிடுங்கி எடுத்தான். புதரின் உட்பகுதிக்குள் பாய்ந்தோடினான்.

இரவு முழுவதும், வெறிபிடித்தவன் போல, காட்டின் உட்பகுதிக்குள் ஓடிக்கொண்டே இருந்தான். தடுமாறினான்; விழுந்தான்; கொடிகளுக்கிடையே கால்கள் பின்னிக் கொண்டதால் நிலைகுலைந்தான். ஆனாலும், மூச்சு வாங்குவதற்கு மட்டிலுமே நின்றான். நாய்கள் ஊளையிட்ட ஓலம் மேலும் மேலும் நெருங்கிக் கொண்டிருந்தது. கடைசியில், விடிந்த பிறகு, தோள்களுக்கு மேலே அவனால் பார்க்கவும் முடிந்தது. கொடுங்கனவு ஒன்றை மீண்டும் மீண்டும் கண்டது

போலத் தோன்றியது. அதற்கு மேலும் அவனால் ஓட முடியவில்லை. மரத்திற்குப் பின்னால் பதுங்கிக் கொண்டான். உச்ச வேகத்தில் ஓடிக் கொண்டே மற்றொரு மரத்திலிருந்து ஒடித்த தடித்த கொம்பு ஒன்றை வலது கை பற்றியிருந்தது. இடது கையில் கொலை வெறியுடன் கல்லைப் பிடித்திருந்தான்.

நாய்கள் நான்கு கால் பாய்ச்சலில் அவனை நோக்கிப் பறந்து வந்தன. கையில் இருந்த கழியை மாறி, மாறி வீசினான். கழிக்கு எட்டாத தூரத்திலேயே பின்வாங்கிப் பதுங்கின. குரைத்தன. வாயிலிருந்து உமிழ்நீர் ஒழுகிக் கொண்டிருந்தது. பரங்கியர் இருவர் குதிரைகளில் வந்தனர்.

குண்டா அவ்விருவரையும் அதற்கு முன் பார்த்ததில்லை. இளைஞனாக இருந்தவன் குண்டாவை நோக்கித் துப்பாக்கியை நீட்டினான். முதியவன் கையசைத்துப் பின்வாங்கும்படி சைகை செய்தான். குதிரையிலிருந்து இறங்கி குண்டாவை நோக்கி நடந்தான். அமைதியாக நீண்ட, கறுப்பு சவுக்கினைச் சொடுக்கினான்.

வெறிபிடித்தவன் போல குண்டா கண்களை உருட்டி நின்றிருந்தான். அவனுடைய உடல் நடுங்கியது. அன்றொரு நாள் மரங்களுக்கிடையே பார்த்த பரங்கி முகங்களையும் கப்பலில் கண்டவற்றையும், சிறைப்படுத்தப்பட்ட அறையிலும், தான் விற்கப்பட்ட இடத்திலும், பண்ணையிலும் கண்ட முகங்களையும், முன்பொருமுறை துரத்திப் பிடிக்கப்பட்டதும், சவுக்கால் அடிக்கப்பட்டதும், மூன்றுமுறை சுடப்பட்டதும் மூளையில் தோன்றி மறைந்தன. பரங்கி சவுக்கை அவன் மீது விளாசுவதற்காகக் கையைப் பின்னோக்கிக் கொண்டு சென்ற போது, குண்டாவின் கையிலிருந்த கல் முன்னோக்கிப் பறந்தது. வீசிய வேகத்தில் நிலை தடுமாறினான்.

பரங்கி கதறியதைக் கேட்டான். அடுத்து, துப்பாக்கி ரவை குண்டாவின் காதைப் பிய்த்துக் கொண்டு சென்றது. நாய்கள் அவன் மீது பாய்ந்தன. அவற்றுடன் கட்டிப்புரண்டு விடுபடப் போராடிய போது, பரங்கி ஒருவனுடைய முகத்தில் குருதி கொட்டிக் கொண்டிருந்ததைக் கண்டான். காட்டு விலங்கினைப் போல உறுமினான். ஒருவழியாக நாய்களை அதட்டி நிறுத்தினர். ஏந்திய துப்பாக்கிகளுடன் அவனை நெருங்கினர். சாகப் போவது உறுதி என்று அவர்களுடைய முகத்திலிருந்த கொலைவெறி தெரிவித்தது. கவலைப்படவில்லை. ஒருவன் முன்னால் தாவி அவனைப் பிடித்துக் கொள்ள, மற்றவன் துப்பாக்கியால் தாக்கினான். ஆனாலும், இருவருடைய வலிமையையும் கொண்டு அவனைக் கட்டுப்படுத்த முடியவில்லை. விடுபடுவதற்குப் போராடினான்; மாண்டிங்கா மொழியிலும் அரபு மொழியிலும் மாறி, மாறிக் கத்தி அழுதான். ஒருவழியாக, அவனுடன் மல்லாடி, அவனை ஒரு மரத்தை நோக்கி இழுத்துச் சென்றனர். அவனுடைய ஆடைகளைக் கிழித்து உடலின் நடுப்பகுதியில் இறுக்கிக் கட்டினர். அடிபட்டுச் சாவதென்று முடிவெடுத்தவன் போல, சரமாரியாக விழுந்த சவுக்கடிகளைத் தாங்கி எஃகுப் போல நின்றான்.

திடீரென்று, முகத்தில் குருதி வழிந்து கொண்டிருந்த பரங்கி அடிப்பதை

நிறுத்தினான். விநோதமான பார்வை முகத்தில் தென்பட்டது. கிட்டத்தட்ட ஏளனமாக நகைத்ததைப் போல இருந்தது. இளையவனைப் பார்த்து கரகரப்பான குரலில் ஏதோ சொன்னான். அவனும் பல்லிளித்தபடி தலையை ஆட்டினான். குதிரையை நோக்கித் திரும்பிச் சென்று சேணத்தில் தொங்கிக் கொண்டிருந்த குட்டைக் கைப்பிடி கொண்ட வேட்டைக் கோடாரியை எடுத்தான். பட்டுப் போய் நின்ற மரத்தை அதன் வேர்களிலிருந்து வெட்டி, குண்டாவிற்கு அருகில் இழுத்துச் சென்றான்.

குண்டாவுக்கு எதிரே நின்று கொண்டு, முகத்தில் குருதி வழிந்தபடி, ஏதேதோ பாவனைகள் செய்து காட்டினான். அம்மணமாய் நின்ற குண்டாவின் குறியைச் சுட்டிக் காட்டிய பிறகு இடுப்பு வாரில் தொங்கிய வேட்டைக் கத்தியைக் காட்டினான். அதன் பின்னர், குண்டாவின் பாதத்தைச் சுட்டி, உடனே கையிலிருந்த கோடாரியையும் காட்டினான். குண்டாவிற்குப் புரிந்து விட்டது; அலறினான்; கால்களால் உதைத்தான்; மீண்டும் அடி விழுந்தது. இதயத்தின் எங்கோ ஒரு மூலையில் எழுந்த ஓலம், 'மனிதன் மனிதனாக வாழ அவனுக்கு மகன்கள் வேண்டும்' என்றலறியது. கைகள் கீழிறங்கி குறிகளை மறைத்தன. இரு பரங்கியரும் கொடூரமாக இளித்தனர்.

ஒருவன் குண்டாவின் வலது பாதத்திற்குக் கீழே மரக்கட்டையை நகர்த்தினான். மற்றவன் அதனுடன் சேர்த்துப் பாதத்தை இறுகக் கட்டினான். எவ்வளவோ முயன்ற போதிலும் குண்டாவால் பாதத்தை விடுவித்துக் கொள்ள முடியவில்லை. குருதி வழிந்து கொண்டிருந்த பரங்கி கோடாரியைத் தூக்கினான். அது மேல்நோக்கி விரைந்த போது, குண்டா அலறினான்; தலையிலும் நெஞ்சிலும் அடித்துக் கொண்டான். கோடாரி வலுவாக, விரைவாகக் கீழிறங்கியது. தோல், நரம்பு, நாளம், தசை, எலும்பு அனைத்தும் சல்லி, சல்லியாகச் சிதறின. கோடாரி மரக்கட்டையில் தடாலெனப் பதிந்தது மட்டிலும் குண்டாவின் காதில் விழுந்தது. தாங்கொண்ணா வேதனையின் அதிர்ச்சி மூளை வரை பாய்ந்து பரவியது. நாடி, நரம்பெங்கும் வலி வெடித்துத் துடித்தது. உடலின் மேற்பகுதி கூனிக் குறுகியது. கைகள் வலுவற்றுத் தொங்கி பாதத்தின் முன்பகுதியைப் பாதுகாக்கத் துடித்தன. பாதம் அறுந்து முன்னோக்கி விழுந்தது. கால் முண்டத்திலிருந்து பளபளத்த செங்குருதி பீறிட்டது. கண்கள் இருண்டன. காரிருளுள் மூழ்கிப் போனான்!

50

குண்டா தன்னுணர்வினை இழப்பதும் மீளப் பெறுவதுமாகக் கிடந்தான். கண்கள் மூடியிருந்தன. முகத்தில் தசைநார்கள் சுருங்கித் தொங்கின. திறந்து கிடந்த வாயின் ஓரத்தில் உமிழ்நீர் ஒழுகியது. உயிருடன் இருப்பதாக உணர்வு தட்டுப்பட்டவுடன் உடலெங்கும் வலி பிய்த்தெடுத்தது. தலைக்குள் இடிஇடித்து உடலெங்கும் வாளால் அறுத்தது போல இறங்கியது. வலது கால் உணர்ச்சியற்றுப் போனது. கண்களைத் திறப்பதற்கே பெரும் முயற்சி தேவைப்பட்டது. நடந்தவற்றை நினைவு கூர முற்பட்டான். காட்சிகள் மின்னி மறைந்தன. பின்புறம் கோடாரியை உயர்த்தியபடி பரங்கியின் கோர முகம், கணுக்கால் மூட்டின் மீது விழுந்த கொடூரமான அடி, பாதம் தூளாகித் துண்டாக விழுந்தது! உடனே குண்டாவின் தலை விண்விண்ணென்று தெறித்தது. எதுவும் புலப்படாமல் உணர்விழந்தான்.

அடுத்தமுறை கண்களைத் திறந்த போது, மேற்கூரைத் தளத்தில் சிலந்தி கூடு கட்டியிருந்ததை உற்றுப் பார்த்துக் கொண்டிருந்தான். சற்று நேரத்திற்குப் பிறகு, உடலை அசைக்க முற்பட்ட பொழுது, அவனுடைய மார்பு, மணிக்கட்டுக்கள், கணுக்கால்கள் இறுக்கிக் கட்டப்பட்டிருந்ததை உணர்ந்தான். தலையின் பின்பகுதியும் வலது காலும் மெத்தென்ற ஏதோ ஒன்றின் மீது சாய்த்து

வைக்கப்பட்டிருந்தன. ஒருவகை அங்கி போன்ற உடையை அணிந்திருந்தான். அவனுடைய வேதனையுடன் தார் போன்ற ஏதோ ஒன்றின் நெடியும் வதைத்தது. பல விதமான கொடுமைகளையும் அனுபவித்து விட்டான். ஆனால், தற்பொழுது, கொடுமையிலும் கொடுமை!

அல்லாவை நினைந்துருகி ஏதோ முணுமுணுத்துக் கொண்டிருந்தான். குடிசையின் கதவைத் தள்ளி யாரோ திறந்தவுடன் நிறுத்திக் கொண்டான். ஒருபோதும் பார்த்தறியாத, உயரமான பரங்கி சிறு கறுப்புப் பையுடன் உள்ளே நுழைந்தார். அவருடைய முகத்தில் கோபக் கனல் பற்றியிருந்தது. ஆனால், கோபம் குண்டா மீதல்ல என்று தோன்றியது. மொய்த்த ஈக்களை கையசைத்து விரட்டியபடி, பக்கவாட்டில் குனிந்தார். குண்டாவால் அவருடைய முதுகை மட்டிலுமே பார்க்க முடிந்தது. அவனுடைய பாதத்தில் அவர் ஏதோ செய்தார். குண்டா ஒரு பெண்ணைப் போல கூச்சலிட்டவாறு, மார்பைச் சுற்றிக் கட்டப்பட்டிருந்த கயிற்றுக்கு மேலே தலையை உயர்த்தினான். பின்னர், குண்டாவின் பக்கம் திரும்பி அவனுடைய நெற்றியில் தனது உள்ளங்கையை வைத்து சோதித்தார். அடுத்து, அவனுடைய மணிக்கட்டைச் சற்று நேரம் பிடித்துக் கொண்டிருந்தார். எழுந்தார். குண்டாவின் முகச் சுளிப்புகளைக் கவனித்தபடி அதட்டும் குரலில் "பெல்!" என்றழைத்தார்.

கருந்தோல், உறுதியான உடற்கட்டு, குட்டை, கம்பீரமான கள்ளங் கபடமற்ற முகம்! தகர வாளியில் தண்ணீருடன் பெண்ணொருத்தி உடனே உள்ளே நுழைந்தாள். இனம் புரியாத விதத்தில் அவளை ஏற்கனவே பார்த்த ஞாபகம்! கனவு போல நினைவு தட்டுப்பட்டது. ஆமாம்! அவனருகே குனிந்து அவனுக்குப் பருகுவதற்கு நீர் ஊட்டியவள். பரங்கி அவளிடம் மெதுவாக ஏதோ கூறியபடி, பையிலிருந்து எதையோ எடுத்து கோப்பையிலிருந்த நீரில் கலக்கினார். மீண்டும், பரங்கி பேசினார். அந்தக் கறுப்புப் பெண் மண்டியிட்டவாறு, தனது ஒருகையால் குண்டா தலையின் பின்பகுதியை உயர்த்தி, மறுகையில் பிடித்திருந்த கோப்பையைச் சாய்த்து குண்டா குடிப்பதற்கு உதவினாள். நோய்வாய்ப்பட்டு மெலிந்திருந்ததால் அவனும் மறுக்காமல் குடித்துக் கொண்டான்.

பார்வை கீழ்நோக்கியிருந்ததால், அவனால் தனது வலது பாதத்தில் போடப்பட்டிருந்த மிகப்பெரிய கட்டினைக் காண முடிந்தது. குருதி உலர்ந்து போனதால், துருப்பிடித்த நிறத்திலிருந்தது. மேலெழும்புவதற்கு துடியாய் துடித்தான். முடியவில்லை. தொண்டையில் இறங்குவதற்கு அனுமதித்த மருந்தும் கசந்தது. கறுப்புப் பெண் குண்டாவின் தலையை மீண்டும் அணை மீது சாய்த்தாள். மீண்டும் பரங்கி அவளிடம் ஏதோ சொல்ல, அவளும் அதற்குப் பதிலளித்தாள். பின்னர், இருவரும் வெளியேறினர்.

அவர்கள் வெளியேறியதற்கு முன்பே, குண்டா ஆழ்ந்த தூக்கத்தில் மிதந்தான். அன்று பின்னிரவில் அவன் கண் திறந்த போது, எங்கிருந்தான் என்பதை நினைவுபடுத்திக் கொள்ள முடியவில்லை. வலது பாதம் தீயில் விழுந்து விட்டதைப் போல எரிச்சலெடுத்தது. மேலே தூக்குவதற்கு முயன்றபோது வீரிட்டு அலறினான். உணர்வு மயங்கிய நிலையில் உருவங்களும் எண்ணங்களும் மனத்தில்

நிழலாடின. அவை ஒவ்வொன்றும் இன்னதென்று பிடிபடுபவதற்கு முன்னரே தோன்றியவுடனே மறைந்தன. பின்டாவைக் கண்டான். 'அடிபட்டுவிட்டது. பயப்படுவதற்கு ஒன்றுமில்லை. குணமடைந்தவுடன் வீட்டிற்குத் திரும்பிவிடுவேன்' என்றான். பறவைக் குடும்பம் ஒன்று வானில் உயரப் பறந்ததைக் கண்டான். அவற்றுள் ஒன்றை அம்பு துளைத்தது. அலறியபடி விண்வெளியின் வெற்றிடத்தைப் பற்றிக் கொண்டு அவன் விழுந்ததாகத் தென்பட்டது.

மீண்டும் விழித்த போது, தனது வலது பாதம் ஏதோ ஒரு விதத்தில் கொடூரமாகப் பாதிக்கப்பட்டு விட்டதாக உணர்ந்தான். அல்லது, அதுவும் ஒரு கொடுங்கனவா? மிகவும் நோய்வாய்ப்பட்டிருந்தான் என்பது மட்டிலும் தெரிந்தது. வலது பக்கம் முழுமையாக உணர்ச்சியற்றுக் கிடந்தது. தொண்டை வறண்டது. காய்ந்திருந்த உதடுகள் காய்ச்சலால் வெடிக்கத் தொடங்கின. வியர்வையால் நனைந்திருந்தான். உடலின் நாற்றமே மூக்கைத் துளைத்தது. ஒருவன் இன்னொருவனுடைய பாதத்தைச் சிதைத்துச் சின்னா பின்னப் படுத்துவது கூட சாத்தியமா? கொடூரமான அந்தப் பரங்கி தனது பாதத்தையும் குறியையும் சுட்டிக்காட்டியதையும் அவனுடைய முகத்தில் அப்பியிருந்த கொலைவெறியையும் நினைவுபடுத்திக் கொண்டான். கோபம் பொங்கிப் பெருக்கெடுத்தது. குதிகளை வளைக்க முயன்றான். தாங்கொண்ணா வலியால் கண்கள் இருண்டன. தணியட்டும் என்று காத்திருந்தான். தணிந்த பாடில்லை. தாங்கமுடியாத வதையை எப்படியோ தாங்கிக் கொண்டிருந்தான். நீரில் கலக்கிக் கொடுத்த மருந்து வலியை மறக்கச் செய்ததே! அந்தப் பரங்கி மீண்டும் வரமாட்டானா? அந்த எண்ணம் ஏற்பட்டதற்காகத் தன்னைத் தானே வெறுத்தான்!

தான் கட்டப்பட்டிருந்த கயிறு பக்கவாட்டில் சற்றே தளர்வுற்றிருந்ததாகத் தோன்றியது. கைகளை விடுவிடுவிக்க முயன்றான். இயலவில்லை. வேதனையால் உடல் குலுங்கக் குமுறியபடி கிடந்தான். மீண்டும் கதவு திறந்தது. கறுப்புப் பெண்! அவள் கையிலிருந்த மஞ்சள் வண்ண ஒளிப் பிழம்பு அவளுடைய கருநிற முகத்தில் கண்சிமிட்டியது. சிரித்தபடி ஒலிகளை எழுப்பினாள்; முகம் பாவனைகளை வெளிப்படுத்தியது; கைகளை அசைத்தாள். தன்னிடம் எதையோ தெரிவிப்பதற்கு முயன்றாள் என்பது மட்டும் குண்டாவிற்குப் புரிந்தது. கதவைத் திறந்து கொண்டு உயரமான ஆள் ஒருவர் உள்ளே நுழைந்ததையும், நோயால் அரற்றிக் கொண்டிருந்த ஒருவருக்கு மருந்து கொடுத்ததாகவும், அந்த நோயாளி வாய்விரியச் சிரித்து நலமடைந்ததாகக் காட்டியதையும் பாவனைகளாக நிகழ்த்தினாள். உயரமான பரங்கி ஒரு மருத்துவர் என்பதைப் புரிந்து கொண்டதற்கான எந்த அறிகுறியும் குண்டா முகத்தில் தெரியவில்லை.

தோள்களைக் குலுக்கினாள். குந்தி உட்கார்ந்தவாறு அவனுடைய நெற்றியில் ஈரத்துணியை அழுத்தியெடுத்தாள். இதமளித்தவள் மீதும் குண்டாவிற்கு வெறுப்பு குறையவில்லை. பிறகு, தான் கொண்டுவந்திருந்த சாற்றைக் குடிப்பதற்காக அவனுடைய தலையை உயர்த்தப் போவதாக சைகை காட்டினாள். விழுங்கியவாறு, அவளுடைய இனிய பார்வை தனக்குள் கோபக் கனலை ஏற்படுத்தியதை குண்டா உணர்ந்தான். பின்னர் புழுதித் தரையில் சிறிய துளை ஏற்படுத்தி, அதில் நீண்ட

உருளை வடிவில் மெழுகாலான பொருள் ஒன்றை நிறுத்தி அதன் உச்சியில் சுடர் ஏற்றினாள். கடைசியில் வேறு ஏதேனும் தேவையா என்று முக பாவனைகளாலும் சைகையாலும் வினவினாள். அவனால் அச்சுறுத்துவது போல பார்க்க மட்டுமே முடிந்தது. வெளியேறிவிட்டாள்.

வைத்த கண் வாங்காமல் சுடரையே பார்த்துக் கொண்டிருந்தான். சிந்திக்க முயன்றான். கரைந்து கொண்டிருந்த மெழுகு புழுதியோடு புழுதியாக உருகிக் கிடந்தது. இருளில் கிடந்த அவனுடைய மனத்தில் கப்பலில் பரங்கியரைக் கொல்வதற்குத் தீட்டிய திட்டம் நினைவுக்கு வந்தது. மிகப் பெரியதொரு கறுப்பர் போர்ப்படையில் தானும் ஒரு போராளியாக, தனது கைகளைச் சுழற்ற முடிந்த வரை பரங்கியரை வதைக்க வேண்டும் என்கிற வேட்கை உந்தியது. ஆனால், செத்துக் கொண்டிருந்ததாகத் தோன்றிய அச்சத்தால் குண்டாவின் உடல் நடுங்கிக் கொண்டிருந்தது. சாவதென்றால் என்ன? என்றென்றைக்கும் அல்லாவுடன் கலந்திருக்கப் போகிறான்! அல்லாவுடன் இருப்பது எப்படி இருக்கும் என்பதைச் சொல்வதற்கு அவரிடமிருந்து திரும்பியவர் எவரையும் காண முடியவில்லை. அதே போல, பரங்கியருடன் இருந்த அனுபவத்தைச் சொல்வதற்கு எந்தவொரு கறுப்பனும் திரும்பியதில்லை.

அடுத்தமுறை குண்டா படுத்திருந்த குடிசைக்குள் பெல் நுழைந்த பொழுது, மஞ்சள் பூத்திருந்த அவனுடைய கண்களை மிகுந்த வருதத்துடன் உற்றுக் கவனித்தாள். அவை மேலும் உட்குழிந்திருந்தன. உடல் இடைவிடாது நடுங்கியது. முனகிக் கொண்டிருந்தான். ஒரு வாரத்திற்கு முன்பு அங்கே அவன் கொண்டுவரப்பட்ட போது இருந்ததைக் காட்டிலும் அதிகமாக மெலிந்து போனான். பெல் வெளியே சென்று, ஒரு மணி நேரத்திற்குப் பிறகு, தடிமனான துணியுடனும், இரண்டு நீராவிப் பானைகளுடனும், மடிக்கப்பட்ட கம்பளிப் போர்வைகள் இரண்டுடனும் திரும்பினாள். விரைந்து செயல்பட்டாள். ஏதோ காரணத்திற்காக இரகசியமாகவும் செயல்பட்டதைப் போல இருந்தது. ஆடையை நீக்கி குண்டாவின் மார்புப் பகுதியில் வேதனையைத் தணிப்பதற்காகப் பயன்படுத்தப்பட்ட மாவுப் பொருள்களையும் மூலிகைகளையும் சேர்த்துக் கொதிக்க வைத்த இலைகளை ஆவி பறக்க போர்த்தினாள். மாவு கலந்த மூலிகை மிகக்கடுமையான சூட்டில் இருந்ததால் குண்டா அரற்றி அவற்றை உதிர்த்துவிட முயன்றான். ஆனால், பெல் உறுதியாக அவனைப் பின்னுக்குத் தள்ளிப் படுக்க வைத்தாள். மற்றொரு நீராவிப் பானையில் தடிமனான துணியை முக்கி எடுத்து, உதறி, மூலிகை இலைகளின் மீது அழுந்தப் படியும்படி வைத்தாள். பிறகு, இரண்டு கம்பளிப் போர்வைகளையும் கொண்டு போர்த்தினாள். அவனுடைய உடலிலிருந்து வியர்வை ஆறாகப் பெருக்கெடுத்து புழுதியில் விழுந்ததைப் பார்த்துக் கொண்டு உட்கார்ந்திருந்தாள். தன்னுடைய மேலங்கியின் நுனியால் அவனுடைய கண்களுக்குள் இறங்கிய வியர்வைத் துளிகளை ஒற்றி எடுத்தாள். குண்டா முற்றிலும் அசைவற்றுக் கிடந்தான். பின்னர், மார்பின் மீது போடப்பட்ட துணி வெதுவெதுப்பாகத் தணிந்து விட்டதைத் தொட்டு உணர்ந்து, அதன் பின்னர் அவற்றை நீக்கினாள். மாவு படிந்திருந்த சுவடு தெரியாமல் துடைத்தெடுத்தாள். பிறகு, இரண்டு கம்பளிகளாலும் போர்த்து விட்டு வெளியேறினாள்.

அடுத்து விழித்துக்கொண்ட போது, மிகவும் வலுவிழந்து காணப்பட்டான். உடலை அசைப்பதற்குக் கூடத் திராணியில்லை. கனத்த கம்பளிகளுக்கு அடியில் மூச்சுத் திணறியது. ஆனால், காய்ச்சல் பறந்து விட்டதைத் தெரிந்து கொண்டான். நன்றியுணர்வு இல்லை என்பது உண்மை தான்!

வியப்பாக இருந்தது! சற்றுமுன் செய்த மருத்துவமுறையை அவள் எங்குக் கற்றாள்? குழந்தைப் பருவத்தில் பின்டா கையாண்ட மருத்துவமுறையல்லவா! அல்லாவின் பூமியில் அத்தகைய மூலிகைகளை மூதாதையரிடமிருந்து வழிவழியாகப் பெற்றிருந்தனர். அதனை அவள் இரகசியமாகக் கையாண்டதையும் நினைத்துப் பார்த்தான். பரங்கி மருத்துவர் அறிவுரையின் பேரில் அவள் அதனைச் செய்யவில்லை என்பதை உணர்ந்து கொண்டான். அவருக்கு அத்தகைய மருத்துவம் தெரியாது என்பது மட்டுமல்ல தெரியவும் கூடாது என்றும் நினைத்தான். அந்த கறுப்புப் பெண்ணின் முகத்தை மனக்கண்முன் நிறுத்தி சிந்தித்தான். பரங்கி மருத்துவர் அவளை என்ன சொல்லிக் கூப்பிட்டார்? "பெல்!"

சற்று நேரத்திற்குப் பிறகு, மிகவும் தயக்கத்துடன், மற்றெந்த இனத்தவரைக் காட்டிலும் அவள் தனது இனத்துடன் மிகுந்த ஒப்புமை கொண்டிருந்ததாகத் தீர்மானித்தான். அவள் ஜுஃப்யூர் கிராமத்தில் இருந்ததாகக் கற்பனை செய்தான். காலைக் கஞ்சிக்காக உரலில் சிறுதானியத்தைப் போட்டு இடித்துக் கொண்டும், கிளைநதி வழியாக பரிசலில் வயலுக்குச் சென்று, தலையில் சமநிலைப்படுத்தப்பட்ட கூடையில் நெல்லுடன் திரும்பியதாகவும் எண்ணிப் பார்த்தான். பரங்கி மண்ணில் சமயப் பற்றற்றும், இறை நம்பிக்கையற்றும் வதைந்த கறுப்பர்களை தன்னுடைய கிராமத்தாருடன் ஒப்பிட்டமைக்காக மிகவும் நொந்து கொண்டான்.

வலிகளின் வேகமும் வீச்சும் தணிந்து விட்டதாக உணர்ந்தான். தாங்க முடியாத வலியெடுத்த இடங்களில் போடப்பட்டிருந்த கட்டுக்களுடன் நகர முற்பட்ட போது மிகவும் வேதனை இருந்தது. ஈக்கள் மிகவும் வதைத்தன. கட்டுப் போடப்பட்டிருந்த பாதத்தில் மொய்த்தன. காலைச் சற்றே அசைத்தவுடன் பறந்தன. ஆனால், சற்று நேரத்தில் மீண்டும் மொய்த்தன. கட்டுக் கூட முன்பு பார்த்ததைக் காட்டிலும் சிறியதாகப் பட்டது.

கிடந்த இடத்தைப் பற்றிய ஆய்வில் புகுந்தான். அந்தக் குடிசை அவன் முன்பிருந்த தல்ல. அதுமட்டுமின்றி, வெளியிலிருந்து உட்புகுந்த ஒலிகளும், கடந்து சென்ற கறுப்பர்களுடைய குரல்களும் கூட, அவன் வேறொரு இடத்தில் கிடந்தான் என்பதை அறிவித்தன. கிடந்த நிலையிலேயே, சமையலின் மணத்தை நுகர்ந்ததுடன், முன்னிரவு நேர அளவளாவல்களையும், பாடலோசையையும், தொழுகையையும், காலை நேரத்தில் ஊதப்பட்ட கொம்போசையையும் கேட்க முடிந்தது.

நாள்தோறும் உயரமான பரங்கி குடிசைக்குள் நுழைந்தார்; பாதத்தில் போடப்பட்டிருந்த கட்டினைப் பிரித்து மாற்றுக் கட்டுப் போட்டு அவனை வதைத்தார். ஆனால், நாள்தோறும் மும்முறை பெல், உணவுடனும், நீருடனும், முகத்தில் புன்னகை தவழ்ந்தபடியும், நெற்றியைத் தொட்டு இதமளித்தபடியும் வந்து சென்றாள். அங்கு வாழ்ந்த கறுப்பர்கள் பரங்கியரைக் காட்டிலும்

எவ்விதத்திலும் நல்லவர்களல்லர் என்பதை நினைவுபடுத்திக் கொண்டான். ஆனால், குடிசைக்கு வந்து சென்ற பரங்கியும் கறுப்புப் பெண்ணும் அவனுக்குத் தீங்கிழைக்க வில்லை. அவ்வளவு விரைவாக அப்படியொரு முடிவுக்கு வந்துவிட முடியாது! ஆனாலும், கறுப்பர்களில் சாம்சன் ஒருவன் மட்டிலுமே ஈவிரக்கமின்றி அடித்துத் துன்புறுத்தினான். சவுக்கால் விளாசியதும், துப்பாக்கியால் சுட்டதும், பாதத்தை வெட்டித் துண்டாடியதும் பரங்கியர் தான்! உடலில் வலிமை அதிகரித்து வந்தது. மனத்தில் துயரம் மண்டிக் கொண்டிருந்தது. ஆதரவற்ற நிலை! எங்கும் எதற்குமே நகர முடியவில்லை. பதினேழு வயது வரை விருப்பம் போல, ஓடி, ஆடி, குதித்துக் கும்மாளமிட்டு, மரங்களில் ஏறி, கிளைகளில் தாவிக் களித்து விட்டான். தற்போதைய நிலைமை? கொடூரம்! தாங்கிக் கொள்ள முடியாத, புரிந்து கொள்ள முடியாத, கொடுமையிலும் கொடுமை!

பக்கவாட்டில் கட்டப்பட்டிருந்த குண்டாவினுடைய மணிக்கட்டுக்களை மருத்துவர் விடுவித்தார். அடுத்த சில மணி நேரம் கைகளை உயர்த்துவதற்கு குண்டா பெரும் பாடு பட்டான். அவை மிகவும் கனத்தன. விரல்களை மீண்டும் மீண்டும் வளைத்தும், மடக்கியும் கைகளைப் பழைய நிலைக்குக் கொண்டு வருவதற்கு கடும் முயற்சி மேற்கொண்டான். அடுத்து தோள்களை உயர்த்தி எழுவதற்கு முயன்றான். எழுந்தவன் நீண்ட நேரம் முண்டமாகிப் போன தனது வலது காலில் போடப்பட்டிருந்த மிகப் பெரிய கட்டினை உறுத்துப் பார்த்தவாறு மணிக்கணக்கில் உட்கார்ந்திருந்தான். அது பரங்கிக்காய் அளவு பெரிதாக இருந்தது. ஏற்கனவே போடப்பட்டிருந்த கட்டுக்களை மருத்துவர் பரித்தெடுத்த போது பார்த்ததைக் காட்டிலும் குருதிக்கறை குறைவாகவே கண்ணில் பட்டது. ஆனாலும், வலது முழங்காலை உயர்த்துவதற்கு முயன்ற போது, இன்னமும் கடுமையாக வலித்தது.

சீற்றம்! அவமானம்! அடுத்தமுறை குடிசைக்குள் நுழைந்த பெல் மீது தான் அவனுடைய உணர்ச்சிகளை வெளிப்படுத்த முடிந்தது. மாண்டிங்கா மொழியில் ஏதேதோ சொல்லி நறநறத்தான். குடித்த பின் குவளையை தடால் எனத் தரையில் மோதினான். அதன் பின்னர் தான் மனத்தில் பட்டது. பரங்கி மண்ணிற்கு வந்த பிறகு வாய்விட்டு உரக்கப் பேசியது அதுவே முதன்முறை! கோபத்தை வெளிப்படுத்திய பிறகும் அவளுடைய கண்களில் மின்னிய கருணையைக் கண்டதும் அவனுடைய சீற்றம் மேலும் அதிகரித்தது.

மூன்று வாரங்களுக்குப் பிறகு, ஒருநாள் உள்ளே நுழைந்த மருத்துவர் கட்டுக்களைப் பிரித்த போது குண்டாவை எழுந்து உட்கார்ந்து கொள்ளும்படி சைகை காட்டினார். பாதத்தை ஒட்டிய துணியில் மஞ்சள் நிறத்தில் ஏதோ படிந்திருந்ததைக் கண்டான். கடைசியாக துணி நீக்கப்பட்ட போது, பற்களை இறுகக் கடித்துக் கொண்டான். பாதியாகிப் போன பாதம் வீங்கியிருந்ததைக் கண்டான். தலை சுற்றியது! அலறினான். மருந்துப் பொடியைத் தூவி சிறிய கட்டுப் போட்டுவிட்டு கறுப்புப் பையை எடுத்துக் கொண்டு மருத்துவர் விரைந்து வெளியேறினார்.

அடுத்த இரண்டு நாட்கள் குண்டா வெறுப்புடன் முகத்தைத் திருப்பிக்

கொண்ட போதிலும், பெல் கட்டைப் பிரித்து மருத்துவர் செய்ததைப் போல மருந்திட்டுக் கட்டினாள். மூன்றாவது நாள் மருத்துவர் நுழைந்த போது, குண்டாவின் இதயம் வெடித்தது. அவருடைய கைகளில் தடிமனான, நீளமான, ஒரு முனையில் கவட்டைகள் கொண்ட கட்டைகள் இரண்டு இருந்தன. ஜுஃப்யூரில் ஊனமுற்றோர் அவற்றைக் கொண்டு நடந்ததைப் பார்த்திருந்தான். தோள்களுக்கடியில் கவட்டைகளைத் தாங்கிப் பிடித்துக் கொண்டு, வலது கால் ஊசலாட, நொண்டுவது எப்படியென்று மருத்துவர் செயல்விளக்கம் காட்டினார்.

அவர்கள் இருவரும் வெளியேறிய வரை, ஊன்றுகோல்களைக் கொண்டு நடப்பதற்கு மறுத்து விட்டான். அதன் பின்னர், சுவற்றைப் பிடித்துக் கொண்டு பெரும்பாடு பட்டு எழுந்து நின்றான். அக்குள்களுக்குள் கவட்டைகளைச் செலுத்தி கோல்களை ஊன்றி நிற்பதற்குள் முகமெல்லாம் வியர்த்து வழிந்தது. தட்டுத் தடுமாறி, சுவற்றின் ஆதரவை விட்டு நீங்கி விடாமல், நொண்டியடித்து சற்று தூரம் உடலை முன்னோக்கி ஆட்டினான். காலில் போடப்பட்டிருந்த கட்டு ஒவ்வொரு அசைவின் போதும் அவனை நிலைகுலையச் செய்தது.

அடுத்த நாள் காலை உணவை எடுத்துக் கொண்டு உள்ளே நுழைந்த பெல்லின் முகம், புழுதித் தரையில் ஊன்றுகோல் ஏற்படுத்தியிருந்த தடங்களைக் கண்டு மலர்ந்தது குண்டாவின் கண்களில் பட்டுவிட்டது. அவனுடைய முகம் கடுகடுத்தது. தடங்களை அழிக்காமல் விட்டுவிட்டேனே! தன்னைத் தானே நொந்து கொண்டான். அவள் வெளியேறிய வரை உணவைத் தொடவில்லை. ஆனால், அதன் பிறகு, மிகுந்த ஆவலுடன் உண்டான். தற்பொழுது தெம்பு தேவைப்படுகிறதே! சில நாட்களில் குடிசைக்குள் ஊன்றுகோல்களுடன் நொண்டியடித்தபடி எளிதாக நகர்ந்தான்.

51

முற்றிலும் வித்தியாசமான பண்ணை. குண்டா முன்பு இருந்ததைக் காட்டிலும் புதிய பண்ணை பலவழிகளில் வேறுபட்டிருந்ததைக் கண்டான். கவைக் கோலின் உதவியுடன் குடிசையின் வாயில் வரை செல்ல முடிந்தது. அங்கே நின்றவாறு வெளியே சுற்றுமுற்றும் பார்வையை ஓட்டினான். கறுப்பர்களுடைய தாழ்வான குடியிருப்புகள் வெள்ளையடிக்கப்பட்டு பளிச்சிட்டன. அவன் தங்கியிருந்த வீட்டைப் போலவே அவை மிகவும் நன்முறையில் கட்டப்பட்டிருந்தன. வீட்டினுள் சிறிய மேஜை ஒன்று கிடந்தது. சுவற்றுடன் பொருந்திய அடுக்கில் ஒரு தகரத்தட்டும், நீர் குடிப்பதற்கான குடுக்கை ஒன்றும், சாப்பிடுவதற்கு பரங்கியர் பயன்படுத்தக் கூடியவையும், — அவற்றின் பெயர்களை ஒருவாறு தெரிந்து கொண்டான், முள்கரண்டியும், கத்தியும் — இருந்தன. அவற்றைக் கைக்கெட்டும் தூரத்தில் வைத்திருந்ததே மடத்தனம் என்றெண்ணினான். அவனுடைய படுக்கை கூட மக்காச்சோளச் சக்கையால் நிரப்பப்பட்டு மெத்தென்றிருந்தது. அண்மையிலிருந்த குடிசைகளுக்குப் பின்புறம் சிறிய தோட்டங்கள் கூட கண்ணில் பட்டன. பரங்கியினுடைய மிகப்பெரிய வீட்டை ஒட்டிய வீட்டின் முன்புறம் வட்டவடிவிலான மலர்ப்படுகை வண்ண,

வண்ணமாகச் சிரித்தது. வாயிலில் நின்றபடி அனைத்துத் திசைகளிலும் சென்ற ஆட்களைப் பார்க்க முடிந்தது. ஆட்கள் கண்ணில் பட்டால், உடனே கவைக்கோலை இழுத்துக் கொண்டு குடிசைக்குள் விரைந்தான். சற்று நேரம் உள்ளே இருந்த பிறகு தான் மீண்டும் வெளிப்பட்டான்.

கழிப்பறை இருந்த இடத்தை குண்டாவின் மூக்கு தெரிந்து கொண்டது. வயல் வேலைகளுக்காக அனைவரும் புறப்பட்டு விட்டனர் என்பதை உறுதிப்படுத்திக் கொள்ளும் வரை அடிவயிற்றின் உந்துதல்களை அடக்கிக் கொண்டான். அண்மையில் எவரும் இல்லாத சமயத்தில் கவைக்கோல்களை இழுத்துக் கொண்டு சற்று தொலைவில் இருந்த கழிப்பறைக்குச் சென்று திரும்பினான்.

இரண்டு வாரங்கள் கழிந்தன. அண்மையிலிருந்த 'அந்தக்' குடிசைக்கு அப்பாலும் செல்வதற்கான துணிவு பிறந்துவிட்டது. அடிமைகளுக்குச் சமைத்துக் கொடுத்த பெண்ணினுடைய குடிசைக்குச் செல்லத் தொடங்கினான். வெளியே நடமாடும் அளவிற்கு குண்டா தேறியவுடன், பெல் அவனுடைய குடிசைக்கு உணவெடுத்து வரவில்லை. அவனைக் கவனித்துக் கொள்வதும் நிறுத்தப்பட்டது. அவளுக்கு என்ன நேர்ந்து விட்டது? ஒருநாள், வாயிலில் நின்றுகொண்டிருந்த போது, பெரிய வீட்டின் பின்புறக் கதவு வழியாக அவள் வெளியேறியதைக் கண்டான். கழிப்பறைக்குச் செல்லும் வழியில் அவனைக் கடந்து சென்றவள் கண்டு கொள்ளவே இல்லை; பார்க்காதது போல நடித்தாள். ஆக, அவளும் மற்றவர்களைப் போலத் தானா? அவனுக்கு முன்பிலிருந்தே தெரியும்! அவ்வப்போது அந்த உயரமான பரங்கியும் கூட கண்ணில் பட்டார். கறுப்பு மூடி கொண்ட சிறிய குதிரை வண்டியில் ஏறி விரைந்தார். இரண்டு குதிரைகளால் இழுக்கப்பட்ட அந்த வண்டியை அவருடைய இருக்கைக்கு முன்னிருக்கையில் அமர்ந்து கறுப்பன் ஒருவன் ஓட்டிச் சென்றான்.

சில நாட்களுக்குப் பிறகு, வெளியில் சென்று அமர்ந்து கொண்டான். மாலை வேளையில் களைத்துத் திரும்பிய கறுப்பர்களைக் கண்டான். ஒரே வியப்பு! குதிரை மீது அமர்ந்து கையில் சவுக்கைச் சொடுக்கியவாறு பரங்கி எவனும் அவர்களைத் தொடர்ந்து வரவில்லையே! குண்டா உட்கார்ந்திருந்த இடத்தை ஒட்டித் தான் கடந்து சென்றனர். எவரும் அவனைப் பொருட்படுத்தவில்லை. தத்தமது குடிசைகளுக்குள் மறைந்தனர். சற்று நேரத்தில் வெளியேறி தமது குடும்பத்தின் அன்றாடப் பணிகளில் ஈடுபட்டனர். ஆண்கள் தானியக் கிடங்குகளிலிருந்து பண்டங்களைப் பெற்று வந்தனர். பெண்கள் பால் கறந்தனர்; கோழிகளுக்குத் தீனி போட்டனர். குழந்தைகள் தமது கைகளால் சுமக்க முடிந்த அளவு நீரையும் விறகுகளையும் கொண்டு சேர்த்தனர். தலைச்சுமையாகக் கொண்டு சென்றிருந்தால் அதைப் போல இரண்டு மடங்கு நீரையும், விறகுகளையும் சேர்த்திருக்கலாம் என்பது ஏனோ அவர்களுக்குப் புரியவில்லை!

நாட்கள் நகர்ந்தன. அங்கிருந்த கறுப்பர்கள், அவன் ஏற்கனவே இருந்த பண்ணையைச் சேர்ந்தவர்களைக் காட்டிலும் ஓரளவு சிறந்த நிலையில் வாழ்க்கையைக் கடத்திய போதிலும், தமக்கென தனிச்சிறப்பு வாய்ந்த மரபுகளைக் கொண்ட குலப்பெருமை உண்டு, அதனைத் தொலைத்து விட்டோம் என்பதை

அவர்களைப் போலவே அறியாதவர்களாக இருந்தனர். தமது இனத்துக்கென இருந்த மதிப்பு, மரியாதைகளெல்லாம் முற்றாகப் பறிக்கப்பட்டு, தற்பொழுது வதைந்த நிலையிலேயே தொடர்ந்து வாழ்நாளைக் கழிக்கப் பிறந்தவர்கள் என்கிற உணர்வில் அமிழ்ந்திருந்தனர். அடித்து வதைக்கப்படாமல், வயிற்றுக்குப் போதுமான உணவும், உறங்குவதற்கு ஓரிடமும் கிடைத்தால் போதும் என்கிற எண்ணத்தில் ஊறித் திளைத்து விட்டனர். தனது இன மக்களின் துயரங்களை எண்ணி மனம் வெதும்பிப் புழுங்கியவாறு பல இரவுகள் குண்டா தூக்கமின்றிக் கிடந்தான். தமது துயரங்களை உணர்ந்தவர்களாகக் கூட அவர்கள் தென்படவில்லை. வெந்தது போதும் விதி வந்தால் சாகலாம் என்றிருந்த அவர்களுக்காகக் கவலைப்படுவதால் என்ன பயன்? தானும் நாளுக்கு நாள் செத்துக் கொண்டிருந்ததாகவே உணர்ந்தான். வாழ வேண்டும் என்கிற ஆவல் எஞ்சியிருப்பின், அதுவும் எத்தகைய இடர்ப்பாடுகளை எதிர்கொள்ள நேரிடினும், விளைவுகள் எதுவாக இருந்த போதிலும், மீண்டும் தப்பித்துவிட வேண்டும் என்பதற்காகத் தான்! இருந்தாலென்ன? இறந்தாலென்ன? இனிமேல், எனக்கு என்ன நன்மை ஏற்பட்டுவிடப் போகிறது? ஜுஃப்பூரைத் துறந்து பன்னிரெண்டு மாதங்கள் கடந்து விட்டன! வயதை மீறிய முதுமைக்கு ஆளாகிப் போனேன்!

கவைக்கோல்களுடன் தங்கியிருந்த இடத்தையே சுற்றிச் சுற்றித் திரிந்தான். அவனுக்கென உருப்படியான வேலை எதையும் கொடுப்பதற்கு எவரும் முன்வரவில்லை. தனக்கென தனிவகைப்பட்ட பணிகள் இருந்ததாகவும், பிறருடன் உறவுகொண்டு தீர வேண்டும் என்கிற தேவையோ, ஆவலோ தனக்கில்லை என்று காட்டிக் கொள்வதற்கு எவ்வளவோ முயன்றான். ஆனால், ஏனைய கறுப்பர்கள் மீது அவன் கொண்டிருந்த நம்பிக்கையை அவர்கள் அவன் மீது கொள்ளவில்லை என்பதை உணர்ந்து கொண்டான். தன்னந்தனியனாய், வெந்து, வெதும்பிய மனத்துடன் கும்மிருட்டை உற்றுப் பார்த்தபடி கிடந்த இரவுப் பொழுதுகள் தனக்கே தான் சுமையாகிப் போனதாக வதைத்தன. அவ்வுணர்வு ஒரு நோய் போல அவனுள் பரவிக்கொண்டிருந்தது. அன்பிற்காக ஏங்கிய அவல நிலையை எண்ணி வியந்தான்; வெட்கிக் குமைந்தான்.

ஒருநாள் குண்டா குடிசைக்கு வெளியே இருந்தான். சிறிய குதிரை வண்டி பெரிய வீட்டின் முற்றத்தில் நின்றது. கறுப்பு வண்டியோட்டியின் இருக்கையில் கலப்பு இனத்தவன் ஒருவனும் அமர்ந்திருந்தான். பரங்கி இறங்கி வீட்டிற்குள் சென்றவுடன், வண்டி குடிசைகளுக்கு அருகில் சென்று நின்றது. மாநிறத்தவன் கைகளில் ஒன்று கடினமான வெண்களிமண்ணால் ஆன உறையால் மூடப்பட்டிருந்தது போலத் தோன்றியது. என்னவென்று புரியாத போதிலும் அவனுடைய கைகளில் ஒன்று ஊனமுற்றிருந்ததை குண்டாவால் உணர முடிந்தது. வண்டியைவிட்டு இறங்குவதற்கு வண்டியோட்டி அவனுக்கு உதவினான். இறங்கியவன் மீண்டும் நன்னிலையில் இருந்த மற்றொரு கையை விட்டுத் துழாவி வித்தியாசமான வடிவமைப்புக் கொண்ட கறுப்புப் பெட்டி ஒன்றை வண்டியிலிருந்து எடுத்தான். பிறகு, வண்டியோட்டியைப் பின்தொடர்ந்து கறுப்பர்கள் குடிசை வரிசையில் கடைசியில் இருந்த ஒன்றிற்குச் சென்றான். அது காலியாக இருந்ததென்று குண்டாவுக்குத் தெரியும்.

அக்குள்களில் கவைக்கோல்களை வைத்து நொண்டியபடியேனும், காலையில் அந்தக் குடிசைக்குச் சென்று அவனைப் பார்க்க வேண்டும் என்கிற ஆவல் மீதூர்ந்தது. குடிசையின் வாயிலருகிலேயே அவன் உட்கார்ந்திருப்பான் என்று குண்டா எதிர்பார்க்கவில்லை. ஒருவரை ஒருவர் சொரத்தின்றிப் பார்த்தனர். அவனுடைய முகத்தில் எவ்வித பாவனையையும் கண்டு கொள்ள முடியவில்லை. அவனுடைய குரலும் அப்படித்தான் இருந்தது. "என்ன வேணும்?" பரங்கி மொழியில் கேட்டதால் குண்டாவிற்கு ஒன்றும் புரியவில்லை. "ஆப்பிரிக்க நீக்ரோ தானே?" அடிக்கடி கேள்விப்பட்டதால் நீக்ரோ என்கிற சொல் புரிந்தது. "எதுவும் பேசாமல் நின்றான். "போ, அப்புறம்!" தொனியின் கடுமையால், தன்னைத் துரத்துகிறான் என்பது புரிந்தது. தட்டுத் தடுமாறி, திரும்பி, கவைக்கோல்களை இழுத்துக் கொண்டு கோபத்துடனும் அவமானத்துடனும் தனது குடிசைக்குச் சென்றான்.

கலப்பினத்தவனைப் பற்றி நினைத்த போதெல்லாம் குண்டாவிற்கு கோபம் பொங்கியது. பரங்கி மொழியைக் கற்றுக் கொள்ளவில்லையே என்று கூட ஆதங்கப்பட்டான். மொழி தெரிந்திருந்தால், அவனிடம் சென்று, 'நா கறுப்பந்தான்டா! நீ ரெண்டுங் கெட்டவன்டா!' என்று கத்தியிருப்பான். அன்றிலிருந்து அவனுடைய குடிசையிருந்த திசையைக் கூடப் பார்ப்பதற்கு குண்டா விரும்பவில்லை. ஆனால், ஒவ்வொரு முன்னிரவு வேளையிலும் உணவிற்குப் பிறகு, கறுப்பர்கள் அவனுடைய குடிசைக்கு விரைந்து சென்று குழுமியிருந்ததைக் கவனித்த போது, அவனால் ஆர்வத்தைக் கட்டுப்படுத்த முடியவில்லை. தன்னுடைய குடிசையின் கதவருகில் உட்கார்ந்தபடி, உற்றுக் கவனித்தான். கலப்பினத்தவன் தொடர்ந்து பேசிக் கொண்டே இருந்தது குண்டாவின் செவிகளில் விழுந்தது. சில சமயங்களில், மற்றவர்களுடைய சிரிப்பொலியும், இடையிடையே கேள்விகள் எழுப்பியதையும் கேட்டான். அவன் யார்? என்ன செய்கிறான்? தெரிந்து கொள்ளத் துடித்தான்.

இரண்டு வாரங்களுக்குப் பிறகு, பிற்பகலில் குண்டாவும் அவனும் எதிர்பாராமல் நேருக்கு நேர் சந்தித்துக் கொண்டனர். பருமனான வெண்களிமண் கையுறையைக் காணோம். அவனுடைய கைகள் சோளச்சக்கையைக் கொண்டு பின்னிக் கொண்டிருந்தன. சீற்றத்துடன் குண்டா அவனைக் கடந்து சென்றான். கழிப்பறைக்குள் உட்கார்ந்தபடி அவன் மீது எப்படியெல்லாம் கேவலமான வெளிப்பாடுகளை வீசியிருக்கக் கூடும் என்கிற எண்ண ஓட்டம் குண்டாவின் தலையைப் பிராண்டியது. ஆனால், வெளியே சென்ற போது, அவன் அமைதியாக நின்றிருந்தான். அவனுடைய முகத்தில் எவ்வித உணர்வையும் காண முடியவில்லை. அவர்களுக்கிடையில் அதற்கு முன் எதுவுமே நடக்காதது போல அவனுடைய பாவனை தோன்றியது. விரல்கள் இன்னமும் பின்னிக் கொண்டிருந்தன. தனனைத் தொடர்ந்து வருமாறு தலையசைத்தான்.

முற்றிலும் எதிர்பாராதது! குண்டாவின் கோபம் பறந்துவிட்டதோ! மறு வார்த்தை பேசாமல் அவனைப் பின்தொடர்ந்து அவனுடைய குடிசைக்குச் சென்றான். அவன் சுட்டிக்காட்டிய இருக்கையில் பணிவுடன் அமர்ந்தான். இன்னமும்

பின்னிக் கொண்டிருந்தான். அவன் பின்னிய முறை ஆப்பிரிக்கர்களுடையதைப் போலவே இருந்தது என்பதை அவன் அறிந்திருப்பானா?

சற்று நேரம் அமைதியாகச் சிந்தனையில் ஆழ்ந்த பிறகு, பேசத் தொடங்கினான்: "உன்னுடைய கிறுக்குத் தனத்தைக் கேள்விப்பட்டேன். நல்ல காலம்! கொல்லாமல் விட்டு விட்டார்கள்! அவர்களால் முடியும். சட்டத்தில் அப்படித்தான் இருக்கிறது. ஃபிடில் வாசிக்கும் போது சோர்வடைந்து விட்டேன் என்பதற்காக அந்த வெள்ளையன் எனது கையை வெட்டியதைப் போலத் தான். தப்பியோடும் போது எவன் பிடித்தாலும் கொல்லலாம். அவனுக்குத் தண்டனை கிடையாது. சட்டம் சொல்கிறது! வெள்ளைக்காரர்களுடைய தேவாலயங்களில் ஆறுமாதத்திற்கு ஒருமுறை அத்தகைய சட்டங்களைப் படித்துக் காட்டுகிறார்கள். குடியிருப்புகளை ஏற்படுத்தும் போதெல்லாம் முதலில் சட்டமியற்றுவதற்கான அவையைக் கட்டுகிறார்கள். அடுத்து, தம்மை கிறிஸ்தவர்கள் என்று காட்டிக் கொள்வதற்காக தேவாலயத்தைக் கட்டுகின்றனர். வெர்ஜீனியாவில் இருக்கக் கூடிய அவைகள் அனைத்தும் நீக்ரோக்களுக்கு எதிரான சட்டங்களை நிறைய இயற்றியுள்ளன. நீக்ரோக்கள் துப்பாக்கி ஏந்தக் கூடாது, குண்டாந்தடி போன்ற கொம்பு கூட வைத்திருக்கக் கூடாது என்பது சட்டம். அனுமதிச் சீட்டு இல்லாமல் பயணம் செய்தால் இருபது சவுக்கடிகள்; வெள்ளைக்காரர்களுடைய கண்களை உறுத்துப் பார்த்தால் பத்து; வெள்ளைக் கிறிஸ்தவனுக்கு எதிராக கையை ஓங்கினால், முப்பது என்றெல்லாம் சட்டத்தில் நிர்ணயித்துள்ளனர். எந்தவொரு நீக்ரோவும் வெள்ளையனுக்கு பாடம் புகட்ட முயலக் கூடாது. கூட்டமாகத் திரண்டு விடுவர் என்று அவர்கள் கருதினால் கறுப்பர்கள் செத்தவனுக்கு இறுதிச் சடங்கு நடத்தக் கூட அனுமதிக்கப்பட மாட்டார்கள். பொய் கூறியதாக வெள்ளையன் சாட்சி சொன்னால், ஒரு காதை அறுப்பர். இரண்டுமுறை பொய் சொன்னதாகத் தெரிந்தால், இரண்டு காதுகளும் அறுக்கப்படுவன. வெள்ளையன் ஒருவனை நீ கொன்று விட்டால், தூக்கிலிடப்படுவாய். நீக்ரோவைக் கொன்றால், சவுக்கடி மட்டும் தான்! தப்பியோடியவனை செவ்விந்தியர் ஒருவர் பிடித்துக் கொடுத்தால், அவருக்கு சுமக்கும் அளவிற்குப் புகையிலை பரிசளிக்கப்படும். நீக்ரோவுக்கு எழுத, படிக்கக் கற்றுக் கொடுப்பதோ, புத்தகம் கொடுப்பதோ சட்டத்திற்குப் புறம்பானது. பறை, முரசு போன்ற ஆப்பிரிக்க இசைக்கருவிகள் எவற்றையும் நீக்ரோக்கள் முழக்குவது கூட சட்டத்திற்கு எதிரானது.

தன்னால் புரிந்து கொள்ள முடியாது என்பது கலப்பினத்தானுக்கும் தெரியும் என்பதை குண்டா உணர்ந்து கொண்டான். ஆனாலும், தன்னுடன் பேசிக் கொண்டிருந்ததையும், கேட்டுக் கொண்டே இருந்தால் ஓரளவேனும் புரிந்து கொள்ளட்டும் என்றும் அவன் விரும்பினான் என்று குண்டாவிற்குப் பட்டது. பேசிய போது, அவனுடைய முகத்தைப் பார்த்துக் கொண்டும் தொனியைக் கேட்டுக் கொண்டும் இருந்த குண்டாவிற்குத் தன்னால் புரிந்து கொள்ள முடியும் என்று தோன்றியது. தன்னை ஒரு மனிதனாக மதித்து ஒருவன் பேசிக் கொண்டிருந்ததை நினைத்துப் பார்த்த குண்டாவிற்கு அழுகையும் சிரிப்பும் ஒருசேரப் பொங்கியது.

“பாதத்தை வெட்டி விட்டாங்களேன்னு நினைக்கிறியா? பாதங்களையும் கைகளையும் மட்டுமல்ல; குறிகளையும் கொட்டைகளையும் கூட வெட்டி எறிந்திடுவர். அவ்வாறு சீர்குலைக்கப்பட்ட ஏகப்பட்ட நீக்ரோக்கள் இன்னமும் வேலை செய்துகொண்டு தான் இருக்கின்றனர். எலும்பிலிருந்து தசை பிய்ந்து தொங்கும் அளவிற்கு நீக்ரோக்களை அடித்ததை நான் பார்த்திருக்கிறேன். நிறை மாத நீக்ரோ கர்ப்பிணிகளைக் குப்புறப் படுக்க வைத்து அடித்தனர். அவர்களுடைய பெரிய வயிற்றிற்கு மட்டும் அடியில் பள்ளம் தோண்டி விட்டனர். நீக்ரோக்களுடைய புறத்தோலைச் சுரண்டி, கற்பூரத் தைலத்தையோ, உப்பையோ தடவி, துடிக்க, துடிக்க வைக்கோலால் தேய்த்தனர். கிளர்ச்சியைப் பற்றிப் பேசியதாக பிடிபட்டால், நெருப்புக் கனலைப் பரப்பி அதன் மீது புரண்டு விழும் வரை நடனமாடச் செய்தனர். நீக்ரோக்களுக்கு அவர்கள் இழைக்காத கொடுமையே இல்லை. தண்டனைக்கு உட்படுத்தும் போது, இறந்து போனால், தண்டித்தவன் அடிமைக்கு உரிமையாளனாக இருந்தால் குற்றமில்லை என்கிறது சட்டம். அதெல்லாம் கொடுமை என்று நினைத்தவர்களுடைய கதியைக் கேட்டுப்பார். சொல்வார்கள்! கப்பலில் ஏற்றி மேற்கிந்தியத் தீவுகளில் உள்ள கரும்புத் தோட்டங்களுக்குக் கடத்தி விட்டனர்.”

குண்டா கவனித்துக் கொண்டு இருந்தான். புரிந்து கொள்வதற்கு முயன்றான். அப்பொழுது, முதல் பருவப் பையனொருவன் கலப்பினத்தவனுக்கு ஒரு தட்டில் உணவு கொண்டு வந்தான். குண்டாவைப் பார்த்தும் ஓடிச் சென்று மற்றொரு தட்டு உணவு எடுத்து வந்தான். பேசாமல் இருவரும் உண்டனர். பிறகு, மற்றவர்கள் வந்து சேரக் கூடிய சமயமாயிற்று என நினைத்து புறப்பட முற்பட்டான். கலப்பினத்தவன் கையமர்த்தி இருக்கும்படி சைகை காட்டினான்.

சற்று நேரத்தில் மற்றவர்களும் ஒவ்வொருவராக வந்து சேர்ந்தனர். குண்டா அங்கிருந்ததைக் கண்ட ஒவ்வொருவருடைய முகத்திலும், குறிப்பாக, பெல், வியப்புக் குறி நிமிர்ந்தது. அவள் கடைசியாக வந்து சேர்ந்தாள். பெரும்பாலோனோர் தன்னைக் கண்டு தலையசைத்தது போலவும், பெல் தலையாட்டிய போது, புன்னகை அரும்பியது போலவும் குண்டாவிற்குப் பட்டது. இருளில் சூழ்ந்திருந்த கறுப்பர்கள் மத்தியில் கலப்பினத்தவன் பேசத் தொடங்கினான். ஏதோ கதைகள் சொல்லிக் கொண்டிருந்தான் என்கிற மட்டிலும் அவனுக்குப் புரிந்தது. கதை முடிந்ததை மட்டும் தெளிவாகப் புரிந்து கொண்டான். எவ்வாறெனில், அனைவரும் திடீரென்று சிரித்துக் கேள்விக் கேட்டனர். அவ்வப்போது, ஏற்கனவே காதில் விழுந்து பழகிப்போன சில வார்த்தைகள் மட்டிலும் பிடிபட்டன.

குடிசைக்குத் திரும்பிய பின்னர், அத்தகைய கறுப்பின மக்களுடன் கலந்துறவாட நேர்ந்தது பற்றிய உணர்ச்சிக் கொந்தளிப்பில் தத்தளித்தான். விடியா இரவு தூக்கமின்றி நகர்ந்து கொண்டிருந்தது. அவனுடைய மனம் முரண்பட்ட எண்ணங்களால் அரிக்கப்பட்டது. ஒரு சமயம் ஓமோரோ சொன்னது நினைவுக்கு வந்தது. தனக்கு மிகவும் பிடித்த மாம்பழத்தில் சிறிது கடித்துக் கொள்வதற்கு லேமின் கெஞ்சிய போது, மறுத்துவிட்டான். அப்பா திட்டினார், “உள்ளங்கையை இறுக மூடிக்கொண்டால், எவரும் அதில் எதையும் வைக்கவும் முடியாது; உன்னாலும்

எதையும் எடுத்துக் கொள்ள முடியாது”

ஆனால், எந்தவொரு சூழலிலும், அவன் அத்தகைய கறுப்பர்களைப் போல மாறிவிடக் கூடாது என்பதையும் அப்பா முழுமையாக ஒத்துக் கொள்வார் என்பதும் அவனுக்குத் தெரியும். இருப்பினும், ஒவ்வொரு இரவிலும் மற்றவர்களுடன் கலப்பினத்தவன் குடிசைக்குச் செல்ல வேண்டும் என்கிற விநோதமான உந்துதல் ஏற்பட்டது. கட்டுப்படுத்திக் கொண்டான். ஆனாலும், ஒவ்வொரு பிற்பகல் வேளையிலும் தனிமையில் அவனைச் சந்திக்கத் தவறவில்லை.

ஒருநாள், சோளச்சக்கையைப் பின்னிக் கொண்டே கூறினான், “ஒருவழியாக எனது விரல்கள் மீண்டும் ஃபிடிலில் வாசிக்கத் தொடங்கின. இப்போதுள்ள எஜமான் என்னை விலைக்குப் பெற்று, வெளியே வாசிப்பதற்கு அனுப்புகிறார். வெர்ஜீனியா முழுவதும் சுற்றி வாசித்தேன். அவருக்கும் எனக்கும் நிறையப் பணம் கிடைத்தது. ஆப்பிரிக்கக் கறுப்பர்களுக்கு புல்வேய்ந்த கூரைக்குடிசைகளில் வசிப்பதற்கும் ஒருவரை ஒருவர் தின்று திரிவதற்கும் மட்டுமே தெரியும் என்கின்றனர் வெள்ளைக்காரர்கள்”

ஒற்றை ஆள் உரையாடலை நிறுத்தினான். புரிந்து கொண்டதற்கான அறிகுறி தென் படுகிறதா என்று எதிர்பார்த்தான். சொரத்தின்றி குண்டா கவனித்துக் கொண்டிருந்தான். அவனுடைய விரல்கள் தாயத்தை வருடிக் கொண்டிருந்தன.

“சொல்வது ஏதாவது புரிகிறதா? அதையெல்லாம் தூர எறிந்துவிட வேண்டும்!” தாயத்தைச் சுட்டிக் காட்டினான். “விட்டு விடு! எங்கேயும் செல்ல முடியாது! யதார்த்தத்தைப் புரிந்து கொண்டு, பொருந்திப் போகத் தொடங்கு! என்ன, டோபி! கேட்கிறதா?”

குண்டாவின் முகத்தில் கோபம் கொப்பளித்தது. “குண்டா கின்டே!” கத்தி விட்டான். அவனுக்கே வியப்பாக இருந்தது.

கலப்பினத்தவனும் அதிர்ந்து போனான். “இங்க பார்! உனக்குப் பேசக் கூடத் தெரியுமா! ஆனா, பயலே, நா சொல்றதைக் கேள்! ஆப்பிரிக்க மொழியில் பேசுவதை விட்டு விடு! வெள்ளையன் கேட்டால் வெறி கொள்வான். நீக்ரோ என்றாலே அவனுக்குப் பயம்! உன்னுடைய பெயர் டோபி தான். என்னைப் ஃபிடில்காரர் என்பார்கள்!” தன்னைச் சுட்டியபடி, “சொல், ஃபிடில்காரர்!” அவன் சொன்னதைச் சரியாகப் புரிந்து கொண்ட போதிலும், குண்டா மலங்க, மலங்க விழித்தான்! “ஃபிடில்காரர்! நான் ஃபிடில்காரன்! ஃபிடில்காரர், புரிகிறதா?” இடது கையின் குறுக்கே வலது கையை அறுப்பது போல, மேலும் கீழும் அசைத்துக் காட்டினான். இம்முறை வெறித்துப் பார்த்த குண்டா பாசாங்கு செய்யவில்லை!

அலுத்துப் போன கலப்பினத்தவன், எழுந்து சென்று, மூலையிலிருந்த, வித்தியாசமான வடிவமைப்புக் கொண்ட பெட்டியைக் கொண்டு வந்தான். அந்தப் பெட்டியை குண்டா அவன் வந்திறங்கிய போதே பார்த்திருந்தான். அதனைத் திறந்து, உள்ளிருந்து அதனைப் போலவே வித்தியாசமான வடிவமைப்புக்

கொண்ட காவி வண்ண, மரத்தாலான, பொருள் ஒன்றை வெளியில் எடுத்தான். ஒல்லியான, கறுப்புக் கழுத்துக் கொண்ட அதன் நீளவாக்கில் நான்கு உறுதியான கம்பிகள் இழுத்துக் கட்டப்பட்டிருந்தன. குண்டா ஏற்கனவே இருந்த பண்ணையில் பெரியவர் ஒருவர் இசைத்த கருவியைப் போன்றிருந்தது.

"இது தான் ஃபிடில்!"

அவர்கள் இருவரும் தனிமையில் இருந்ததால், குண்டா அந்த ஒலியைத் திருப்பி ஒலித்தான், "ஃபிடில்!"

மகிழ்ச்சியடைந்த கலப்பினத்தவன் ஃபிடிலை வைத்து பெட்டியை மூடினான். சுற்றுமுற்றும் பார்த்தவன், சுட்டிக் காட்டி "வாளி!" என்றான். பொருளுடன் தொடர்பு படுத்தி மனதில் பதிய வைத்துக் கொண்டு குண்டாவும், "வாளி!" என்றான். "இப்பொழுது, நீர்!" குண்டா திருப்பிச் சொன்னான்.

அவ்வாறாக மேலும் பல பரங்கி மொழி வார்த்தைகள் பொருள்களைச் சுட்டிக் காட்டி தொடர்புறுத்தப்பட்டன. பிறகு, ஃபிடில், வாளி, நீர், நாற்காலி, சோளச்சக்கை மற்றும் பல பொருட்களைச் சுட்டிக் காட்டி, அவற்றின் பெயர்களை பரங்கி மொழியில் குண்டா சரியாகச் சொன்னானா என்று சோதித்தான். சில பெயர்களைத் தெளிவாகச் சொன்னான். சிலவற்றின் பெயர்களைச் சொன்ன போது தடுமாறினான். மற்றவன் திருத்தினான். இன்னுஞ் சில பெயர்களை அவனால் ஒலிக்கவே முடியவில்லை. கலப்பினத்தவன் அவற்றை மீண்டும் மீண்டும் சொல்லிக் கொடுத்து தெளிவுபடுத்தினான். "பார்ப்பதற்கு ஒரு மாதிரியாக இருந்த போதிலும், நீ கற்றுக் கொள்ள முடியாதவன் அல்ல!" பற்களை நறநறத்தான். இரவு உணவு வேளை நெருங்கிவிட்டது.

அடுத்தடுத்த நாட்களிலும் தொடர்ந்த பயிற்சி வாரக்கணக்கில் நீண்டது. குண்டா வியந்தான்! கலப்பினத்தவன் பேசியதைப் புரிந்து கொண்டது மட்டுமின்றி, தனது எண்ணத்தை, அரிச்சுவடி நிலையிலாவது, அவனுக்குப் புரிய வைக்கவும் அவனால் முடிந்தது. தான் தனது பெயரையோ, மரபையோ இழக்க விரும்பாததற்கான காரணத்தையும், அங்கே அடிமையாக உயிர் பிழைத்திருப்பதைக் காட்டிலும் தப்பியோடுகின்ற முயற்சியில் சாகத் துணிந்ததற்கான விளக்கத்தையும் முதலில் அவனுக்குப் புரிய வைக்க முயன்றான். உரிய வார்த்தைகள் கிடைக்காமல் தட்டுத் தடுமாறினான். ஆனால், கோபக் குறியுடன் அவன் தலையை ஆட்டியதைக் கண்டவுடன் புரிந்து கொண்டான் எனத் தெரிந்து கொண்டான். நீண்ட நாட்களுக்குப் பிறகு, ஒரு மதிய வேளையில் கலப்பினத்தவன் குடிசைக்கு குண்டா சென்ற போது, அங்கே ஏற்கனவே மற்றொருவர் இருந்ததைக் கண்டான். பெரிய வீட்டிற்கு அண்மையில் இருந்த பூந்தோட்டத்தில் அந்தக் கிழவர் கொத்திக் கொண்டிருந்ததை அவ்வப்போது கண்டதுண்டு. கலப்பினத்தவன் தலையசைத்து அவனுடைய யூகத்தினை உறுதிப்படுத்தினான். குண்டா அமர்ந்தான்.

கிழவர் பேசத் தொடங்கினார், "நான்கு முறை நீ தப்பியோடியதாக ஃபிடில்காரர் சொன்னார். அதனால் கிடைத்தது என்ன என்று உனக்கே தெரியும்! என்னைப்

போலவே நீயும் நடந்தவற்றிலிருந்து பாடம் கற்றுக் கொண்டிருப்பாய்! நீ செய்தது ஒன்றும் புதிதல்ல! இளைஞனாக இருந்த போது நானும் பலமுறை தப்பியோடினேன். எனது தோலை உரித்து விட்டனர். ஒருவழியாகத் தப்பியோடுவதற்கு வழியே இல்லை என்பது தலையில் உரைத்தது. இரண்டு மாநிலங்களுக்கு அப்பால் ஓடினாலும் அவர்களுக்குள் உள்ள தகவல் தொடர்பு மூலம் அறிந்து கொண்டு புறப்பட்ட இடத்திற்கே கொண்டு சேர்த்திடுவர். தப்பியோட விரும்பாதவர்கள் யாருமே இலலை. பல்லிளித்துத் திரிகிற நீக்ரோக்கள் கூட அதைப் பற்றித் தான் நினைக்கிறார்கள். ஆனால், எவரும் தப்பியோடிவிட்டதாகக் கேள்விப்படவே இல்லை. ஆகாத செயலுக்காக அடிக்கடி திட்டம் தீட்டி இளமைக் காலத்தை என்னைப் போல வீணடிப்பதற்குப் பதிலாக அவர்களுடைய போக்கில் உடன்பட்டுப் போவது தான் நல்லது! வயதாகி முதுமை அடைந்து விட்டேன். ஆனால், கணக்குப் பார்த்தால், உன்னுடைய வயதளவு காலம், நான் இப்படி, பரங்கிகள் நம்மைப் பார்த்துச் சொல்வதைப் போல, ஒன்றுக்கும் உதவாத, சோம்பல் மிக்க, தலையைச் சொரிந்து கொண்டு திரிகிற நீக்ரோவாகத் தான் காலத்தைக் கடத்தி வருகிறேன். அடிமைச் சந்தையில் எனக்கு மதிப்பில்லை என்பதால் தான் இந்த எஜமான் என்னை இங்கே வைத்துக் கொண்டிருக்கிறார். என்னாலான தோட்ட வேலையை வாங்கிக் கொள்கிறார். பெல் சொன்னாள்! நாளை முதல் நீயும் என்னுடன் தோட்ட வேலை செய்யப் போகிறாய்!”

தோட்டக்காரர் சொன்னது எதுவுமே குண்டாவிற்குப் புரிந்திருக்காது என்பதை அறிந்து கொண்ட ஃபிடில்காரர் அடுத்த அரை மணி நேரம் அவர் சொன்னதை அவனுக்கு விளக்குவதற்கு முற்பட்டார். மெதுவாக, அவனுக்குப் பழக்கப்பட்ட எளிய வார்த்தைகளைக் கொண்டு உணர்ச்சி பாவத்துடன் விவரித்தார். கிழவர் நல்லெண்ணத்துடன் தான் அறிவுரை கூறியுள்ளார் என்பது புலப்பட்டது. ஒருவழியாக, தப்பியோடுவதற்கு வழியில்லை என்பது புரிந்தது. ஆனால், எங்குமே செல்வதற்கு வழியில்லை என்ற போதிலும், மேலும் அடிபடாமல் தப்பிப் பிழைத்திருப்பதற்காக, தன்னுடைய குல மரபினைத் துறப்பதற்கு அவன் விரும்பவில்லை. முடவனாகக் காலம் கழிக்க நேர்ந்ததை நினைத்த பொழுது, சீற்றத்தாலும் மானக்கேட்டாலும் பொங்கிப் பொருமினான். ஆனால், சிறிது காலத்திற்கு, மீண்டும் அவனுடைய உடல் தேறும் வரையிலும், தன்னுடைய சிந்தனையை ஒதுக்கி வைத்து விட்டு, அவனுக்குச் சொந்தமில்லாதது என்ற போதிலும் அந்த மண்ணில் பாடுபட வேண்டியது தான்!

அடுத்த நாள் காலையில், குண்டா செய்ய வேண்டிய வேலையைத் தோட்டக்காரர் செய்து காட்டினார். காய், கனிகளுடன் நாளும் முளைத்த களைகளை வெட்டி எறிந்தார். அவனும் அவரைப் போலவே செய்தான். தக்காளியில் கண்ட புழுவையும், உருளைக் கிழங்கிலிருந்த பூச்சியையும் எடுத்துக் காலடியில் போட்டு நசுக்கினார். அவனும் அதைச் செய்தான். வேலைகளுக்கிடையே அவர்கள் பேசிக் கொண்டதில்லை. ஏதேனும் புதிய வேலையை குண்டாவிற்கு செய்து காட்டிய போது மட்டிலும் கிழவர் நறநறத்தார். குண்டாவும் உணர்ச்சி எதையும் வெளிக்காட்டாமல் அவர் விளக்கியவாறு செய்து முடித்தான். உண்மையில், அவனுக்கு அப்படியொரு மௌன நிலை தேவை தான்! அவனுடைய காதுகளுக்கு

ஓய்வு தேவைப்பட்டது. ஃபிடில்காரரைச் சந்தித்து விட்டால் அவருடைய ஓயாத பேச்சைக் கேட்க வேண்டியிருந்தது!

அன்று இரவு உணவிற்குப் பின்னர், குண்டா தன்னுடைய குடிசையின் நுழைவாயிலில் உட்கார்ந்திருந்தான். அப்பொழுது, கில்டன் என்பவன், குதிரைகளுக்கும், கோவேறு கழுதைகளுக்கும் கழுத்துப் பட்டைகளும், கறுப்பு இன மக்களுக்குக் காலணிகளும் செய்து கொடுப்பவன், அவனிடம் சென்று ஓர் இணை காலணிகளை நீட்டினான். எஜமானின் ஆணையின் பேரில் குண்டாவிற்காகச் செய்யப்பட்ட தனிவகைப்பட்ட காலணிகள்! பெற்றுக் கொண்டு, நன்றி தெரிவிக்கும் விதமாக தலையாட்டி விட்டு, அவற்றை அப்படியும் இப்படியும் திருப்பிப் பார்த்தான். அணிந்து கொண்ட பொழுது, பாதங்களில் விநோதமான உணர்வுகள் பரவின. பாதங்களுடன் முற்றிலும் பொருந்திப் போயின. வலது காலணியின் முன் பாதி பருத்தியால் அடைக்கப்பட்டிருந்தது. காலணி செய்பவர் கீழே குனிந்து கயிறுகளைக் கட்டி விட்டார். எழுந்து நடக்கும்படி கேட்டார். இடது காலால் நன்றாக நடக்க முடிந்தது. வலது கால் நடந்த பொழுது சற்றே நழுவியது. ஆனால், கவைக்கோல்கள் இல்லாமல் சற்றே சிரமப்பட்டு நடக்க முடிந்தது. சிரமத்திற்குக் காரணம் பாதம் முண்டமாகிப் போனது தான், காலணியில் குறைபாடு இல்லை, பழகப் பழகச் சரியாகிவிடும் என்று காலணி செய்பவர் கூறினார்.

அதற்குப் பிறகு, குண்டா சற்று தொலைவு நடந்து சோதித்துப் பார்த்தான். வலது பாதத்தில் இன்னமும் இடர்ப்பாடு தட்டுப்பட்டது. வலது காலணியைக் கழற்றி அதற்குள் அடைக்கப்பட்டிருந்த பருத்தியில் சிறிதளவு நீக்கி விட்டு மீண்டும் அணிந்து கொண்டு நடந்தான். தற்பொழுது சரியாகப் பட்டது. தனது எடை முழுவதையும் வலது பாதத்தில் அழுத்தி நடந்து பார்த்தான். அதிகமான வலி தெரியவில்லை. ஆனாலும், அப்பகுதியில் பொய்த்தோற்றமான வலி உணர்வு தட்டுப்பட்டது. அவன் நடக்கத் தொடங்கியதிலிருந்து நாள்தோறும் அப்படிப்பட்ட வலியை உணர்ந்தான். ஆனால், நின்று கீழே குனிந்த பார்த்த போது எதுவும் தோன்றவில்லை. நாள்தோறும் பயிற்சி எடுத்து நன்முறையில் நடக்கத் தொடங்கிவிட்டான். ஆனால், வெளிப்படுத்திக் கொள்ளவில்லை. காலமெல்லாம் தன்னைக் கவைக் கோல்களுடன் நடக்கவிட்டுவிடுவார்களோ என்கிற அச்சம் தொற்றிக் கொண்டது.

அதே வாரத்தில், எஜமானுடைய குதிரைவண்டி பயணத்திலிருந்து திரும்பியது. வண்டியோட்டி லூதர் குண்டாவின் குடிசையை நோக்கி விரைந்தான். தன்னுடன் வருமாறு குண்டாவைத் தலையசைத்து சைகை காட்டியபடி ஃபிடில்காரருடைய குடிசைக்குச் சென்றான். வாய் நிறைந்த சிரிப்புடன் அவர் கூறியதை குண்டா கவனித்துக் கொண்டிருந்தான். பெரிய வீட்டைச் சுட்டிக் காட்டி சைகைகள் மூலமாகவும் தேர்ந்தெடுத்த வார்த்தைகளைக் கொண்டும் அவனுக்கு விளக்க முற்பட்டார். தற்பொழுது, பெரிய வீட்டுக்கார எஜமான் வில்லியம் வேல்லெர் குண்டாவின் உரிமையாளராம்! அவனுடைய முன்னாள் உரிமையாளரான அவருடைய சகோதரரிடமிருந்து அதற்கான ஆவணங்களைப் பெற்றுக் கொண்டாராம்! ஆகவே, தற்பொழுது அவன் அவருக்குரியவன்!

வழக்கம் போல குண்டா தனது உணர்ச்சிகளை வெளிப்படுத்தவில்லை. ஆனால், தான் ஒருவருடைய உடமை என்கிற எண்ணம் அலைக்கழித்தது. ஆனாலும், மிகவும் நிம்மதி! எங்கே தன்னை மீண்டும் அங்கே அனுப்பிவிடுவார்களோ என்று பயந்து கொண்டிருந்தான். லூதர் புறப்படும் வரை காத்திருந்த ஃபிடில்காரர் பாதி தனக்காக, மீதி குண்டாவிற்காக என்பது போலப் பேசினார், “இங்குள்ள நீக்ரோக்கள் வில்லியம் நல்லவர் என்கிறார்கள். நான் கொடுமையை அனுபவித்தவன். அவர்களில் எவருமே நல்லவர்களலல்லர். நீக்ரோக்களால் தான் அவர்கள் வாழ்கிறார்கள்! அவர்களுக்குள்ள மிகப் பெரிய சொத்து நீக்ரோக்கள் தாம்!”

52

நாட்கள் நகர்ந்தன. நாள்தோறும் வேலை முடித்து, குடிசைக்குத் திரும்பியவுடன் தொழுகைக்குப் பிறகு, தரையைப் பெருக்கி குப்பைக் குழிக்குள் தள்ளிவிட்டு, ஒரு குச்சியால் தரையில் அரபு எழுத்துக்களை எழுதி, நெடு நேரம், இரவு உணவுக்குச் செல்லும் வரை, அவற்றையே பார்த்துக் கொண்டிருந்தான். அதன் பின்னர், எழுதியவற்றை அழித்துவிட்டு, வெளியேறிச் சென்று, மற்றவர்களுடன் ஃபிடில்காரர் பேசியதைக் கேட்பதற்கு உட்கார்ந்தான். அவர் நடத்திய தொழுகையும், சமய நூல் வாசிப்பும் அவர்களுடன் கலந்திருந்ததால் தவறொன்றுமில்லை என்று உணர்த்திற்று. அந்த விதத்தில் தனிமையில் இல்லாமலே தனது தனித்துவத்தைக் கைக்கொள்ள முடியும் என்று பட்டது. ஆப்பிரிக்காவில் இருந்ததாக வைத்துக் கொண்டாலும், ஃபிடில்காரரைப் போன்ற ஒருவருடன் அவனுக்குத் தொடர்பு ஏற்பட்டிருக்கக் கூடும்! அவனும் ஒரு இசைக் கலைஞனாகவோ கதைசொல்லியாகவோ கிராமம் கிராமமாகச் சென்று, இசைக்கருவிகளை இசைத்துப் பாடியவாறு, இடையிடையே தனது சாகசப் பயணங்கள் பற்றிய கதைகளைச் சொல்லிக் கொண்டு வாழ்க்கை நடத்தியிருக்கத் தான் வேண்டும்!

ஆப்பிரிக்காவில் செய்ததைப் போல, காலத்தின்

நீளத்தைக் கணக்கிடும் விதமாக, ஒவ்வொரு புதிய பிறை தோன்றிய பிறகு, அடுத்த காலை வேளையில், ஒரு கூழாங்கல்லை ஒரு குடுக்கைக்குள் போட்டான். முதலில், உருண்டையான, பல வண்ணக் கற்கள் பன்னிரெண்டை ஒரு குடுக்கைக்குள் போட்டான். அவை அவன் ஏற்கனவே மற்றொரு பண்ணையில் கழித்த கால நீளத்தைக் குறித்தன. தற்பொழுதுள்ள பண்ணையில் கழித்த காலத்தைக் குறிக்கும் விதமாக ஆறு கற்களைப் போட்டான். பின்னர், தான் பிடிபட்ட வரை ஜுஃப்யூரில் வாழ்ந்த பதினேழு ஆண்டுகளைக் குறிக்கும் வகையில் கவனமாகக் கணக்கிட்டு 204 கற்களை ஒரு குடுக்கைக்குள் போட்டு வைத்துக் கொண்டான். அவை அனைத்தையும் சேர்த்துக் கணக்கிட்டால், தற்பொழுது அவன் பத்தொன்பது வயதை அடைந்து விட்டான்.

கட்டிளங் காளைப் பருவம்! இளமையிலேயே முதுமையை அடைந்துவிட வேண்டியது தானா? எஞ்சிய வாழ்நாளை, அந்தத் தோட்டக்காரக் கிழவரைப் போல, நம்பிக்கையும், வாழ்க்கையின் வளமையும் காலத்தோடு கரைந்து செல்வதைப் பார்த்துக் கொண்டு கழிக்க வேண்டுமா? தனது வாழ்க்கை என்று சொல்லிக் கொள்வதற்கு எதுவுமில்லாமலே காலம் கரைந்தோடிவிடுமே! அந்த எண்ணம் அவனை வதைத்தது. அந்தக் கிழவருடையதைப் போல தனது வாழ்க்கை முடிந்துவிடக் கூடாது என்கிற வேணவா அலைக்கழித்தது. மதிய உணவு வேளைக்கு நெடு நேரத்திற்கு முன்பே கிழவர் சோர்வடைந்து விட்டார். எஞ்சிய நேரத்தை வேலை செய்ததைப் போன்ற பாவனையில் கழித்தார். வேலைப்பளு அனைத்தையும் குண்டா தாங்க வேண்டியதாயிற்று.

நாள்தோறும் காலையில் குண்டா தனது வேலையில் ஈடுபட்டிருந்த போது, பெல் கையில் ஒரு கூடையுடன் அங்கு சென்றாள். அவள் பெரிய வீட்டிலிருந்த எஜமானுக்கு சமையலாள். அன்றைய தினம் எஜமானுக்குத் தயாரிக்க வேண்டிய கறிவகைகளுக்கான காய்களைப் பறித்தாள். அங்கிருந்த நேரம் முழுவதும், நேருக்கு நேர் சந்திக்க நேர்ந்த போதிலும், அவள் குண்டாவை ஏறிட்டுப் பார்த்ததில்லை. குண்டாவுக்குக் குழப்பமாகவும் எரிச்சலாகவும் இருந்தது. உயிருக்குப் போராடிக் கொண்டு கிடந்த போது எப்படிப் பார்த்துக் கொண்டாள்! மாலை வேளைகளில் ஃபிடில்காரர் குடிசையில் சந்திக்கும் போது கூட வணக்கம் செலுத்தும் விதமாக தலையாட்டினாளே? அவளை வெறுத்து ஒதுக்கிவிட வேண்டியது தான்! உடல்நிலை கடுமையாக இருந்த போது, எஜமானின் ஆணைக்குக் கட்டுப்பட்டுத் தான் அவள் என்னிடம் ஒரு செவிலி போல நடந்திருக்கிறாள்! எஜமானைப் பற்றி ஃபிடில்காரர் சொன்னவற்றை மட்டும் கேட்டுக் கொள்ள வேண்டியது தான்! மேலும் விவரங்கள் கேட்பதற்குச் சரியான பரங்கி மொழி வார்த்தைகள் எனக்கு இன்னமும் பிடிபடவில்லையே! அத்துடன், எஜமானைப் பற்றிக் கேட்டுத் தெரிந்து கொள்வதென்பது சரிப்பட்டு வராது!

அதற்குச் சில நாட்களுக்குப் பிறகு, ஒரு நாள் காலையில் கிழவர் தோட்டவேலைக்கு வரவில்லை. அவருடைய உடல் நிலை சரியில்லை என்று குண்டா நினைத்துக் கொண்டான். கடந்த சில நாட்களாகவே அவருடைய உடல்நலம் மோசமடைந்திருந்தது. குண்டா உடனடியாக அவருடைய குடிசைக்குச்

சென்று பார்க்கவில்லை. நேரே தோட்டத்திற்குச் சென்று நீர்ப்பாய்ச்சுவதும் களை பறிப்பதுமாக இருந்தான். ஏனெனில், அவனுக்குத் தெரியும்! எந்த நேரத்திலும் பெல் வரக்கூடும்! அவள் வந்த போது, எவருமில்லாமல் தனிமையில் இருப்பது பொருத்தமானது என்று எண்ணினான்.

சில நிமிடங்கள் கழித்து அவள் வந்து சேர்ந்தாள். அப்பொழுதும் கூட குண்டாவைக் கண்டு கொள்ளவில்லை. தனது வேலையைக் கவனித்தாள். மண்கொத்தியைப் பிடித்தபடி குண்டா நின்று அவளைக் கவனித்துக் கொண்டிருந்தான். பிறகு, புறப்படுவதற்கு ஆயத்தமானாள். தயங்கி, சுற்றுமுற்றும் நோட்டமிட்டாள். கூடையைத் தரையில் வைத்து விட்டு, குண்டா மீது பொருள் பொதிந்த பார்வையை வீசியவாறு விரைந்தாள். செய்தி தெளிவாகி விட்டது! அன்றாடம் அந்தக் கிழவர் செய்ததைப் போல, அவன் அந்தக் கூடையை, பெரிய வீட்டின் பின்வாசல் வரை சுமந்து செல்ல வேண்டும்! குண்டாவிற்கு கோபம் பொத்துக் கொண்டு வந்தது. ஜுஃப்யூர் கிராமத்தில் ஆடவர்கள் எப்பொழுதும் ஓய்வாக அமர்ந்திருந்த மரத்தைக் கடந்து பெண்கள் பலர் தலைச்சுமையுடன் சென்ற காட்சி அவனுடைய மனத்திரையில் ஓடிற்று. மண்கொத்தியைத் தூக்கி எறிந்தான்; கூடையை எற்றிவிட நினைத்தான். எஜமானுக்கு அவள் மிகவும் நெருக்கமானவள் என்பது நினைவிற் பட்டது. பற்களைக் கடித்தவாறு, குனிந்து கூடையைப் பற்றிக் கொண்டு, அமைதியாகப் பின்தொடர்ந்தான். கதவருகில் வட்டமிட்டுத் திரும்பியவள், அவனைப் பார்த்ததே இல்லை என்பது போன்ற பாவனையில் கூடையைப் பெற்றுக் கொண்டாள். கொலை வெறியுடன் தோட்டத்திற்கு குண்டா திரும்பினான்.

அன்றிலிருந்து, குண்டா முழுமையான தோட்டக்காரனாகி விட்டான். மிகவும் நோய்வாய்ப்பட்ட நிலையில், கிழவனார் நடப்பதற்குத் தெம்பிருந்த போதெல்லாம் அவ்வப்போது வந்து சென்றார். சற்று நேரம் தன்னால் இயன்ற அளவு மிகவும் எளிமையான வேலைகளைச் செய்தார். பிறகு, நொண்டியடித்தவாறு குடிசைக்குத் திரும்பினார். ஜுஃப்யூர் கிராமத்தில், வலுவிழந்த நிலையடைந்த முதியவர்கள், ஓய்ந்து கிடப்பதற்குக் கூச்சப்பட்டு, தம்மால் இயன்ற அளவு நடமாடியதையும், முற்றிலும் முடியாத போது, படுக்கைக்குத் திரும்பியதையும் நினைத்துக் கொண்டான். கடைசியில், அவர்கள் வெளியே கண்களில் படாமலேயே போய் விட்டனர்.

நாள்தோறும் பெல்லுக்காக கூடையைச் சுமந்து செல்வதற்குத் தள்ளப்பட்ட தனது நிலைமையை மட்டிலும் குண்டாவால் பொறுத்துக் கொள்ள இயலவில்லை. பெருமூச்சுடன் முணுமுணுத்தவாறு, பின்கதவு வரை அவளைப் பின்தொடர்ந்து சென்று, அவளுடைய கைகளில் கூடையை முரட்டுத்தனமாகத் திணித்து விட்டு, குதிகளால் ஒரு வட்டமடித்து, தன்னால் இயன்ற அளவு விரைவாக தோட்டத்திற்குத் திரும்பினான். என்னதான் அவளை வெறுத்து ஒதுக்கிய போதிலும், அவளுடைய சமையலின் நறுமணத்தைச் சுமந்து கொண்டு மிதந்து வந்த காற்று அவனுடைய மூக்கை வருடிய போது, நாவில் எச்சில் ஊற்றெடுத்தது.

காலம் காட்டிய குடுக்கைக்குள் இருபத்திரெண்டாவது கல் விழுந்தது. ஒருநாள்

காலையில், முகத்தில் எவ்வித மாற்றத்தையும் வெளிப்படுத்தாமல், பெல் அவனை வீட்டிற்குள் நுழையுமாறு சாடை காட்டினாள். ஒரு கணம் தயங்கியவன், அவளைப் பின்தொடர்ந்து சென்று அங்கிருந்த மேஜையின் மீது கூடையை வைத்தான். அந்த அறையை அவர்கள் அடுக்களை என்றழைத்தனர். அங்கிருந்த விநோதமான பொருட்களைச் சுற்றுமுற்றும் நோட்டமிட்டவன் தனது திகைப்பை வெளிப்படுத்தாமல் மறைத்து வைத்துக் கொள்வதற்கு பெரும்பாடு பட்டான். திரும்புவதற்காகத் திரும்பினான். அவள் அவனுடைய தோள்களைத் தொட்டாள். மாட்டிறைச்சி இடையே செருகப்பட்ட இரட்டை ரொட்டியை அவனுடைய கையில் திணித்தாள். குழப்பத்துடன் அதனை உற்றுப் பார்த்தான். "ரெட்டை ரொட்டித் துண்டை இதற்கு முன்னால் பார்த்ததில்லையா? உன்னைக் கடித்து விடாது! நீ தான் அதைக் கடிக்க வேண்டும். இப்போ, இங்கிருந்து போ!"

காலம் நகர்ந்து கொண்டிருந்தது. பெல் அவனுக்கு கைகளால் எடுத்துச் செல்ல இயலாத அளவு தின்பண்டங்களைக் கொடுக்கத் தொடங்கி விட்டாள். அதற்கு முன் ஒருபோதும் சுவைத்தறியாத மக்காச் சோள மாவாலான ரொட்டித்துண்டுகளை தகரத்தட்டு நிறையக் கொடுத்தாள். அவற்றுடன் கடுகுக் கீரையுடன் சுவையூட்டும் பொருட்களைக் கலந்து அவிக்கப்பட்ட உணவு வகையையும் சேர்த்திருந்தாள். கடுகு விதைகளைத் தூவி, பசுஞ் சாணத்தை உரமாகப் போட்டு அவன் விளைவித்த கீரை! இளந்தளிர்கள் விரைவாக, செழிப்புடன் துளிர் விட்டன. இனிப்புச் சோளத் தட்டைகளைப் பின்னிக் கொண்டு படர்ந்த கொடிகளில் விளைந்த மெல்லிய, நீளமான பட்டாணிப் பிஞ்சுகளை அவள் சமைத்தளித்த போது, மிகவும் விரும்பி உண்டான். ஆனால், அவள் ஒருபோதும் அவனுக்குப் பன்றி இறைச்சியால் செய்யப்பட்ட பண்டங்களைக் கொடுத்ததில்லை. அவனுக்குப் பிடிக்காது என்பதை எப்படித் தெரிந்து கொண்டாள் என்பதும் தெரியவில்லை. ஆனால், அவள் கொடுத்த தட்டுக்களை வழித்துத் தின்று விட்டு திருப்பிக் கொடுப்பதற்கு முன் நன்றாகக் கழுவினான். உள்ளே நெருப்பு கனன்று கொண்டிருந்த இரும்பாலான பொருளை அடுப்பு என்றனர். பெரும்பாலான சமயங்களில் அதற்கு முன்னால் காணப்பட்டாள். சில சமயங்களில், குத்த வைத்து உட்கார்ந்து, தரையை கடினமான சிணுக்குகள் கொண்ட துடைப்பானால் மருந்திட்டுத் துடைத்துக் கொண்டிருந்தாள். எத்தனையோ முறை அவளிடம் எதையோ சொல்வதற்கு எத்தனித்தான். ஆனால், அவளைப் பாராட்டும் விதமாகச் செறுமுவதற்கு அப்பால் எந்தவொரு வெளிப்பாட்டையும் காட்ட முடியவில்லை. இப்பொழுதெல்லாம் அதற்குக் கூட அவளிடமிருந்து எதிர்ச்செறுமல் கேட்டது!

ஞாயிற்றுக் கிழமை. இரவு வேளை உணவுக்குப் பிறகு, காலாற நடக்க எண்ணியவன், சோம்பல் முறித்தவாறு, வயிற்றைத் தட்டிக் கொண்டு ஃபிடில்காரர் குடிசையைச் சுற்றி நடந்து கொண்டிருந்தான். சாப்பிட்டுக் கொண்டே இடைவிடாமல் பேசிக் கொண்டிருந்த ஃபிடில்காரர் ஓயாத பேச்சுக்கு இடையே, "பார்றா! வெளியே உலாவ ஆரம்பித்து விட்டாயா!" என்று வியந்தார். அவர் சொன்னது கூட உண்மை தான். ஜுஃப்யூரை விட்டு நீங்கியதிலிருந்து அவனுடைய முகத்தில் ஒருபோதும் தெம்பு தட்டுப்பட்டதில்லை!

மாதக் கணக்கில் இடையறாது பின்னிப் பின்னி விரல்களுக்கு வலுவூட்டிக் கொண்ட ஃபிடில்காரர் உடைபட்ட கை நீண்ட நாட்களுக்குப் பிறகு தேறிவிட்ட தாக உணர்ந்தார். மாலை வேளைகளில் மீண்டும் இசைக்கத் தொடங்கினார். விநோதமான அந்தக் கருவியின் ஒரு முனையை ஒருகையால் கவ்விக் கொண்டு அதன் மறுமுனையைத் தனது தாடையால் தாங்கியபடி, மறுகையால் மெல்லிய மயிர்களால் செய்யப்பட்டது போல் தோன்றிய கோலைக் கம்பிகளின் மீது அசைத்தார். இசைத்த ஒவ்வொரு பாடலின் முடிவிலும் கூட்டத்தினர் கூச்சலிட்டு கைதட்டி ஆரவாரித்தனர். "இதுவெல்லாம் ஒன்னுமே இல்லை! விரல்கள் இன்னமும் நடுங்குகின்றன!" வெறுப்புடன் கூறினார்.

பின்பொரு நாள் தனித்திருந்த சமயத்தில் குண்டா தயங்கித் தயங்கிக் கேட்டான். "நடுங்குவது என்றால் என்ன?"

ஃபிடில்காரர் விரல்களை வளைத்து மெதுவாக உதறிக் காட்டினார். "நடுங்குகின்றன! நடுங்குதல்! புரிகிறதா?" ஆமென்பது போல குண்டா தலையாட்டினான்.

ஃபிடில்காரர் தொடர்ந்தார், "உனது நல்ல காலம்! அந்தத் தோட்டத்தையே சுற்றி வருகிறாய்! மற்றவர்களுடைய வேலை அது போல எளிதானது அல்ல. மிகப் பெரிய பண்ணைகளில் கடினமாக உழைக்கின்றனர்.

குண்டாவுக்குப் புரிந்து விட்டது. அவனுக்கு அவருடைய பேச்சுப் பிடிக்கவில்லை. "கடினமான வேலை!" என்றான். நாற்காலியில் அமர்ந்திருந்த ஃபிடில்காரரைப் பார்த்து தலையசைத்தபடி தொடர்ந்தான், "இதைக் காட்டிலும் கடினமானது!"

ஃபிடில்காரர் வாய் நிறையச் சிரித்தார். "உண்மை தான், ஆப்பிரிக்கரே!"

53

திங்கள்! அடுத்தடுத்த இரண்டு பிறைகளுக்கு இடைப்பட்ட கால நீளத்தை குண்டா நாட்டில் 'திங்கள்' moon என்றனர். சற்றேறக் குறைய அதே அளவு கால நீளத்தைப் பரங்கியர் 'மாதம்' month என்று குறிப்பிட்டனர். மாதங்கள் படு வேகமாக உருண்டோடின. கோடை என்றழைக்கப்பட்ட வெப்பக் காலம் முடிவதற்குள் அறுவடைக் காலம் தொடங்கியது. அத்துடன் மேலும் பல பணிகளை குண்டாவும் மற்றவர்களும் நிறைவேற்ற வேண்டியிருந்தது. பெல் உட்பட ஏனைய அனைத்துக் கறுப்பர்களும் வயல் வேலைகளில் முனைப்புடன் ஈடுபட்டிருந்த போது, குண்டா கோழிகளையும், கால்நடைகளையும், பன்றிகளையும் பராமரிக்கும் பொறுப்பை தோட்டப் பணிகளுடன் கவனிக்க வேண்டியதாயிற்று. பருத்தியெடுப்பு உச்ச கட்டத்தை அடைந்த போது, நிரைகளில் வண்டி ஓட்டும் பணிக்காக அவனைக் கூப்பிட்டனர். அருவருப்பான பன்றிகளுக்குத் தீனி போடுவது மட்டும் அவனைக் குமட்டலெடுக்கச் செய்தது. மற்றபடி, கூடுதலாக வேலை செய்வதற்காக அவன் வருத்தமடைய வில்லை. முடவன் என்கிற நிலையிலிருந்து மனம் விடுபடுவதற்கு உதவியாகக் கூட இருந்தது. ஆனால், இருட்டுவதற்கு முன் குடிசைக்குத் திரும்ப முடியவில்லை. சில சமயங்களில் களைப்பு

மிகுதியில் இரவு உணவைக் கூட மறந்துவிடுவதுண்டு. வைக்கோல் தொப்பியையும், பாதிப் பாதத்தின் வலியிலிருந்து விடுபடுவதற்காக காலணிகளையும் தூரப் போட்டு விட்டு, சோளச்சக்கை மெத்தையில் தொப்பென்று விழுந்து, கம்பளியை இழுத்துப் போர்த்திக் கொண்டு, கண நேரத்தில் தூக்கத்தில் ஆழ்ந்தான். வியர்வையில் நனைந்த ஆடைகள் மேலும் ஈரமாயின.

விரைவில் சரக்கு வண்டிகள் பருத்தியால் மலை போன்ற குவியல்களால் நிறைந்தன. அடுத்து, மக்காச் சோளக் கதிர்கள் நிரம்பி வழிந்தன. அதன் பின்னர், புகையிலைகள் பொன்னிறத்தைப் பரப்பியிருந்தன. பன்றிகளைக் கொன்று, துண்டாடி, மெதுவாக எரிந்து கொண்டிருந்த தணலின் மீது தொங்க விட்டனர். குளிரத் தொடங்கியது. கறுப்பர்கள் அனைவரும் அறுவடைக் கொண்டாட்ட நடனத்திற்கான ஆயத்தப் பணிகளில் முனைந்தனர். மிகவும் முக்கியமான கொண்டாட்டம். எஜமான் கூட பங்கேற்றார். அங்கு வாழ்ந்த கறுப்பர்களுடைய அல்லா அவர்களுடைய கேளிக்கைகளில் பங்குபற்றியதாகத் தோன்றவில்லை. அவர்களுடைய உணர்வெழுச்சியின் மிகுதியால் குண்டாவிற்குக் கூட வெறுமனே பார்வையாளனாகவேனும் பங்கேற்கத் தூண்டியது.

கொண்டாட்டத்தில் கலந்து கொள்வதற்கான துணிச்சலை குண்டா வரவழைத்துக் கொள்வதற்குள் கேளிக்கைகள் தொடங்கி விட்டன. விரல்கள் மீண்டும் வலுவடைந்து விட்டதால் ஃபிடில்காரர் நரம்புகளை அறுத்துத் தள்ளினார். யாரோ ‘அடைநடை’ (cakewalk—ஒருவகை நீக்ரோ களியாட்டம். சிறந்த அசைவுகளுக்கு அடை, கேக், பரிசளிக்கப்பட்டது) என்று கத்தும் சமயத்தை எதிர்பார்த்துக் காத்திருந்த மற்றொருவன் கையில் பிடித்திருந்த இரண்டு மாட்டு எலும்புகளை இலயத்துடன் தட்டினான். இணைகளாக நிரல்படுத்திக் கொண்ட நடனக் கலைஞர்கள் ஃபிடில்காரர் முன்பு விரைந்தனர். ஒவ்வொரு பெண்ணும் தனது இணையான ஆடவனின் முழங்கால் மீது தனது பாதத்தை வைத்தாள். அவன் அவளுடைய காலணியின் கயிற்றைக் கட்டி விட்டான். அதன் பிறகு, ‘இணையை மாற்று!’ என்கிற பாடலை ஃபிடில்காரர் இசைத்தார். அவர்களும் செய்தனர். வெறித்தனமாக இசைக்கத் தொடங்கினார். நடனமாடியவர்களுடைய பாதங்களின் இயக்கத்தையும் உடல் அசைவுகளையும் குண்டா கவனித்தான். நாற்று நடுவதையும், மரங்களை வெட்டுவதையும், பருத்தி பறிப்பதையும், அரிவாள்களைச் சுழற்றுவதையும், கதிர் அறுப்பதையும், வண்டிகளில் வைக்கோல் போர் ஏற்றுவதையும் குறித்தன. ஜுஃப்யூரில் அறுவடை விழாவின் போது நிகழ்த்தப்பட்ட நடனங்களின் மறுபதிப்பாகவே குண்டாவிற்குப் பட்டது. உணர்வெழுச்சியால், அவனுடைய இன்னொரு பாதம் நடனமிடத் துடித்தது. அதனைக் கண்டு மனக்கலக்கத்துடன் சுற்றுமுற்றும் யாரேனும் பார்க்கிறார்களா என நோட்டமிட்டான்.

ஒருவரும் பார்க்கவில்லை! அந்தக் கணத்தில் அனைவருடைய கண்களும் வேறோர் இடத்தில் பதிந்திருந்தன. ஒடிசலான, நான்காம் பருவத்து அழகியொருத்தி மயிலிறகு போல காற்றில் சுழன்றாடுவதும் கீழிறங்குவதுமாக அனைவரையும் கிறங்கடித்தாள். அவளுடைய தலை குலுங்கியது; கண்கள் உருண்டன;

கைகள் நளினத்துடன் காற்றில் கோலமிட்டன. மற்ற நடனக்காரர்களெல்லாம் மூச்சிரைத்தபடி ஓரமாக ஒதுங்கிக் கொண்டனர். அவளுடைய நடனத்தை உற்றுப் பார்த்தனர். அவளுடைய இணையால் கூட அவளுக்கு ஈடு கொடுக்க முடியவில்லை.

மூச்சிரைக்க அவனும் ஒதுங்கிக் கொண்டான். உரத்த கூச்சல் எழுந்தது. ஒருவழியாக அவளும் தாவு தீர்ந்து ஓரங்கட்டினாள். வாழ்த்தொலிகளும் ஆரவாரக் கூச்சலும் அவளைச் சூழ்ந்து கொண்டன. எஜமான் வேல்லெர் அவளுக்கு அரை டாலரைப் பரிசளித்த போது, குதூகலக் கூச்சல் மேலும் உரத்து ஒலித்தது. பிறகு, ஃபிடில்காரரைப் பார்த்து வாய்நிறையச் சிரித்தார். பதிலுக்குத் தலைவணங்கி அவரும் சிரித்தார். எஜமான் புறப்பட்ட போது கூச்சல் மேலும் உரத்தது. ஆனால் அடைநடை ஓய்ந்தபாடில்லை. தற்பொழுது, ஓய்வெடுத்துக் கொண்ட இணைகள் விரைந்து சென்று முன்பு போல தமது நடனத்தைத் தொடர்ந்தனர். இரவு முழுவதும் ஒரே களியாட்டம் தான் போலும்!

கேட்டவை, பார்த்தவை அனைத்தையும் அசை போட்டபடி, குண்டா தனது படுக்கையில் கிடந்தான். திடீரென கதவு தட்டப்பட்ட ஓசை கேட்டது.

“யார் அது?” வியப்புடன் அதட்டினான். ஏனெனில் அவன் அந்தக் குடிசைக்கு வந்த அத்தனை நாட்களிலும் இருமுறை மட்டிலுமே அவனைக் காண ஆட்கள் வந்தனர்.

“உள்ளே என்ன செய்றே, நீக்ரோ?”

அது ஃபிடில்காரரின் குரல். குண்டா கதவைத் திறந்தான். அவருடைய மூச்சில் மது வாடை கப்பென்று வீசியது. குண்டாவுக்குப் பிடிக்கவில்லை. குடித்திருந்தார் என்பதற்காக அவரைப் புறக்கணிக்க விருப்பமும் இல்லை. ஒன்றும் பேசாமலிருந்தான். பேசுவதற்குத் தான் அவர் இருக்கிறாரே! மடை வெடித்துத் திறந்து கொண்டது. பேச்சு வெள்ளம் கரைபுரண்டது!

“எஜமானைப் பார்த்தாயா? என்னால் அவ்வளவு சிறப்பாக வாசிக்க முடியும் என்பது அவருக்குத் தெரியவில்லை. பொறுத்திருந்து பார்! வெள்ளைக்காரர்கள் கேட்பதற்காக தனியே ஒரு நிகழ்ச்சியை ஏற்பாடு செய்வார். அதன் பிறகு என்னை மறுபடியும் பணத்திற்கு வாசிக்க எங்காவது அனுப்புவார்.” மகிழ்ச்சி ததும்ப குண்டாவின் குடிசையினுள் முக்காலியில் அமர்ந்து கொண்டார். ஃபிடில் அவருடைய மடியில் கிடந்தது. உளறிக் கொண்டே இருந்தார்.

“இங்க பார்! மிகச் சிறப்பாக ஃபிடில் வாசிப்பதில் நான் இரண்டாவது ஆள்! ரிச்மோண்ட் பண்ணையைச் சேர்ந்த ஸி கில்லியட் வாசித்துக் கேட்டிருக்கிறாயா? இல்லை! உனக்குத் தெரியாது! உலகத்திலேயே மிகச் சிறப்பாக ஃபிடில் வாசிக்கக் கூடிய நீக்ரோ அடிமை அவன் தான்! அவனுடன் நான் வாசித்திருக்கிறேன். இதோ பார்! அவன் எதையும் பெறாமல் தான் வாசிக்கிறான். ஆனால், ஆண்டுதோறும் நடைபெறும் குதிரைப் பந்தயம் போன்ற களியாட்டங்களின் போது, அவனுடைய இசைக்கு உயர்ந்த நிலையிலுள்ள வெள்ளைக்காரர்கள் கூட நடனமாடுவர். தங்க

மூலாம் பூசிய ஃபிடிலைப் பிடித்துக் கொண்டு, அரச உடையில், தலையில் காவிநிறச் சிகை அலங்காரத்துடன் ஒய்யாரமான நளினங்களுடன் அவன் இசைப்பதை நீ பார்க்க வேண்டும்! எங்களுக்குப் பின்னால் லண்டன் பிரிக்ஸ் எனும் நீக்ரோ புல்லாங்குழலும் கிளாரினெட்டும் வாசிப்பான். பரங்கியர் என்னென்னவோ பெயர்களில் எப்படியெல்லாமோ நடனமாடுவர். எந்த வகை நடனம் ஆடுகிறார்கள் என்பதைப் பற்றி எங்களுக்குக் கவலை இல்லை. அவர்களைப் புயல் வேகத்தில் ஆடச் செய்வோம்!"

அடுத்த ஒரு மணி நேரம் ஃபிடில்காரருடைய பேச்சு ஓயவில்லை. சாராயத்தின் வீரியம் தணியும் வரை ரிச்மோண்ட் புகையிலைத் தொழிற்சாலையில் உழைத்த புகழ்பெற்ற அடிமைப் பாடகர்களைப் பற்றியும், ஐரோப்பா என்றழைக்கப்பட்ட பகுதியிலிருந்த பரங்கி இசைக் கலைஞர்களுடைய பாடல்களைக் கற்று, பியானோ, வயலின் போன்ற பல்வேறு இசைக் கருவிகளை இசைக்கவும் பாடவும் வல்ல உலகப் புகழ் பெற்ற அடிமைப் பாடகர்களைப் பற்றியும், பரங்கியர் அவர்களைப் பண்ணைகளுக்கு வரவழைத்துத் தமது குழந்தைகளுக்குப் பயிற்றுவிக்கச் செய்ததையும் விவரித்துக் கொண்டே இருந்தார்.

அடுத்துத் தொடர்ந்த குளிர் மிகுந்த நாட்களில் புதிய பணிகள் பலவற்றில் அடிமைகள் ஈடுபடுத்தப்பட்டனர். பெண்கள் சூடாக்கி உருக்கிய ஒருவகைக் கெட்டிக் கொழுப்பு, மரச்சாம்பல், கடுங்காரம் ஆகியவற்றை நீருடன் கலந்து கொதிக்க வைத்துக் கிளறிக் கொண்டிருந்ததையும், பின்னர் மரத்தட்டுக்களில் அந்த அடர்காவி நிறக் கலவையை நான்கு இரவுகளிலும் மூன்று பகல்வேளைகளிலும் குளிரச் செய்து சோப்பு தயாரித்ததையும் குண்டா கவனித்தான். ஆண்கள் ஆப்பிள், பேரி போன்ற பழவகைகளை நொதிக்கச் செய்து கெட்ட வாடை அடித்த பிராந்தி என்றொரு மதுவகை தயாரித்து புட்டிகளிலும் பீப்பாய்களிலும் அடைத்தனர். குண்டாவுக்குக் கிஞ்சித்தும் அதனைப் பிடிக்கவில்லை. வேறு சிலர் குடிசைகளில் ஏற்பட்டிருந்த விரிசல்களை அடைப்பதற்கு களிமண்ணுடன், பன்றி மயிரையும் நீரையும் கலந்து அப்பிக் கொண்டிருந்தனர். பெண்கள் சோளச் சக்கைகளை அடைத்து குண்டாவினுடையதைப் போன்ற படுக்கைகளையும், வேறு சிலர் உலர வைத்த பாசி வகைகளைக் கொண்ட படுக்கைகளையும், எஜமானுக்கான புதிய படுக்கையை மெல்லிய இறகுகளைக் கொண்டு அடைத்தும் செய்தனர்.

மரத்தாலான பொருட்களைத் தயாரித்த அடிமை புதிய மரத்தொட்டிகள் செய்தார். அவற்றில் சோப்பு நீர் ஊற்றி துணிகளை ஊறவைத்து, பின் கொதிக்க வைத்து, மரக்கட்டைகளால் அடித்துத் துவைத்தனர். தோலாலான பொருட்களைச் செய்த அடிமை, குதிரைகளுக்கான கழுத்துப் பட்டைகள், சேணங்கள், காலணிகள் செய்வதற்காக பசு மாட்டுத் தோலைப் பதப்படுத்திக் கொண்டிருந்தார். தனக்குரிய ஆடைகளைத் தைப்பதற்காக எஜமான் வெண்ணிறத் துணிகள் வாங்கி வந்திருந்தார். அவற்றிற்குச் சாயம் ஏற்றும் பணியில் பெண்கள் முனைந்தனர். கொடிகள், புதர்கள், வேலிகள் எங்கும் சிவப்பு, மஞ்சள், நீலம் போன்ற பல வண்ணங்கள் படர்ந்து குண்டாவிற்கு ஜுஃப்யூர் கிராமத்தை நினைவுபடுத்தின.

கடந்து சென்ற ஒவ்வொரு நாளும் காற்றில் மேலும் மேலும் குளிரேற்றியது;

வானுக்கு நரையேற்றியது. விரைவில் பூமியெங்கும் பனிப்படலமும் பனிக்கட்டிகளும் நிறைந்து கிடந்தன. மிதமிஞ்சிய குளிர் குண்டாவின் இதத்தைக் கெடுத்தது. அடுத்த ஒரு சில நாட்களில் மற்ற கறுப்பர்களெல்லாம் பேரெழுச்சியுடன் கிறிஸ்துமஸ் பற்றிப் பேசத் தொடங்கி விட்டனர். அத்தகைய எழுச்சிக் குரல்களை குண்டா முன்பொருமுறை கூட கேட்டான். பாடல்கள், ஆடல்கள், பெருந்தீனி, பரிசளித்தல் போன்ற வார்த்தைகள் இனிமையாகத் தான் ஒலித்தன. ஆனால், அவர்களுடைய அல்லாவுடன் தொடர்புடைய விழா என்பதால், ஃபிடில்காரர் போன்றோருடைய கூட்டக் களியாட்டங்களில் தற்பொழுது திளைக்க விரும்பினான் என்ற போதிலும், இறைப்பற்றற்றோருடைய கொண்டாட்டங்கள் ஓய்ந்து அடங்கும் வரை ஒதுங்கியிருப்பதென்று குண்டா முடிவெடுத்தான். ஃபிடில்காரரைக் கூட அவன் சந்திக்க வில்லை. அடுத்த சந்திப்பின் போது அவருடைய பார்வை வித்தியாசமாக இருந்தது. ஆனால், அதைப் பற்றி ஒன்றுமே சொல்லவில்லை!

பரங்கி மண்ணில் மற்றுமொரு வசந்த காலம்! தோட்டத்தில் நிரை பிடித்து நாற்று நட்டுக் கொண்டிருந்த போது, அந்தப் பருவத்தில் ஜுஃப்யூர் கிராம வயல்கள் மிகவும் செழிப்பாகக் காட்சியளித்ததை நினைவுபடுத்திக் கொண்டான். அந்தப் பசுமைக் காலத்தில், பசியுடன் விரைந்தோடிய ஆடுகளைத் துரத்திக் கொண்டு குதூகலம் துள்ளத் தொடர்ந்து சென்ற அவனுடைய இரண்டாம் பருவத்துக் காட்சி தோன்றி மறைந்தது. பரங்கி நாட்டில் கறுப்புப் பயல்களெல்லாம் அவர்கள் மறிகள் என்றழைத்த விலங்குகளை விரட்டிப் பிடித்துத் திரிந்தனர். அவற்றின் மீது அடர்ந்திருந்த புழுதி படர்ந்த உரோமத்தை வெட்டுக் கத்திகளைக் கொண்டு சிரைத்துக் கொண்டிருந்த போது, பயல்கள் அவற்றின் மீது ஏறி உட்காருவதற்குச் சண்டையிட்டுக் கொண்டிருந்தனர். ஃபிடில்காரர் குண்டாவிற்கு விளக்கினார். மறிகளின் உரோமத்தை வேறொரு இடத்திற்குக் கொண்டு சென்று தூய்மைப்படுத்தி மெல்லிய பஞ்சு போலப் பதப்படுத்தி மீண்டும் பண்ணைக்கு எடுத்து வந்தார்களாம். பெண்களிடம் கொடுத்து, நூலாக நூற்று, கம்பளித் துணிகளாக நெய்தார்களாம். அவற்றிலிருந்து குளிர்காலங்களில் அணிந்து கொள்வதற்கான ஆடைகள் தயாரிக்கப்பட்டன.

தோட்டத்தில் உழவு, நடவு, பயிர் பாதுகாப்பு என்று குண்டா விடிகாலைப் பொழுதிலிருந்து மாலை மயங்கும் வரை வியர்வையில் உழன்றான். கோடை காலத்தின் தொடக்க காலத்தை 'ஜுலை' மாதம் என்றனர். கனத்த கதிர்களுடனும், காய்களுடனும் தலையாட்டிக் கொண்டிருந்த இடுப்புயர சோளப் பயிர்களுக்கும் பருத்திச் செடிகளுக்கும் ஊடே களைகளை கொத்தி அகற்றி விட்டு ஒவ்வொரு இரவிலும் அடிமை மக்கள் குடிசைகளுக்குத் திரும்பினர். கடின உழைப்பு! ஆனால் வயிறு நிறைய பசியாற்றிக் கொள்வதற்குக் கடந்த சாகுபடியில் விளைந்த தவச, தானியங்கள் சேமிப்புக் கிடங்குகளில் நிரம்பி வழிந்தன. ஜுஃப்யூர் கிராமத்தில், அந்தப் பருவத்தின் போது, பயிர்களும் மரஞ் செடி கொடிகளும் தாங்கி நின்ற அனைத்தும் பால் பிடித்து முதிர்ச்சியடைந்து கொண்டிருந்ததால்,கிழங்கு வகைகள், புழுக்கள், கீரைவகைகள் போன்ற சிறுதீனி வகைகளைத் திரட்டிக் கொணர்ந்து சாறு காய்ச்சி வயிறு புடைக்கக் குடித்துக் களித்த காட்சிகள் குண்டாவின் நினைவலைகளின் மீது நீச்சலடித்தன.

ஜூலை மாதம் இரண்டாவது ஞாயிற்றுக் கிழமை தொடங்கவிருந்த பணி ஓய்வுக் காலத்திற்குள் வேலைகளனைத்தையும் முடித்தாக வேண்டும். அது அந்தப் பகுதியின் வழக்கம். அந்தப் பகுதியை ஸ்பாட்சில்வேனியா ஊரகம் என்றழைத்தனர். அப்பகுதியில் பல்வேறு பண்ணைகளிலும் உழைத்த கறுப்பர்கள் சற்று தொலைவில் இருந்த இடத்திற்கு சிற்றுலா சென்று திரும்புவதற்கு அனுமதிக்கப்பட்டனர். அவர்களுடைய அல்லா தொடர்பான ஏதோவொரு கூட்டத்தில் கலந்து கொள்வதற்காகச் சென்றனர். அந்த ஞாயிற்றுக் கிழமை அதிகாலையில் இருபதிற்கும் மேற்பட்டோர் சென்று திரும்புவதற்கு சரக்கு வண்டியைப் பயன்படுத்திக் கொள்ளுமாறு எஜமான் வேல்லெர் அனுமதி அளித்திருந்தார். குண்டாவை உடன் அழைத்துச் செல்வதற்கு எவரும் முன்வரவில்லை.

அடுத்த சில நாட்களில் ஏறக்குறைய அனைவருமே சென்று விட்டனர். குண்டா தப்பியோடினால் கண்டு கொள்வதற்குக் கூட ஆட்கள் இல்லை. ஆனால், அவனுக்கு நன்றாகத் தெரியும்! இரவுப் பொழுதுகளில் குடிசைகளைச் சுற்றி நடந்து பயிற்சி பெற்று தற்பொழுது அவனால் நன்கு நடக்க முடிந்தது என்ற போதிலும், சற்று தொலைவு செல்வதற்குள் எவரேனும் அடிமை பிடிப்போர் அவனைப் பிடித்து மீண்டும் ஒப்படைத்து விடுவர் என்று! தப்பியோடிப் பிடிபட்டால் சாவது உறுதியாகிவிட்டதே! பண்ணை வாழ்க்கைக்குப் பழகிப் போவதைத் தவிர வேறு வழி? நினைத்தாலே அவமானம் அறுத்தது! இதயத்தின் ஆழத்தில் தைத்து விட்டது! இனி ஒருபோதும் வீடு திரும்பப் போவதில்லை! விலைமதிப்பற்றதும், மீளப்பெற முடியாததுமான ஏதோ ஒன்று உள்ளே நாளும் செத்துக் கொண்டே இருப்பதை உணர முடிந்தது. ஆனாலும், நம்பிக்கை உயிர்த்திருந்தது. அவனுடைய குடும்பத்தை மீண்டும் பார்க்க முடியாமல் போன போதிலும், அவனுக்கென்று ஒரு குடும்பம் ஒருநாள் உருவெடுக்கப் போவது உறுதி!

54

மற்றுமோர் ஆண்டு மடிந்து விட்டது. அவ்வளவு விரைவாகக் கடந்து விட்டதை குண்டாவால் நம்ப முடியவில்லை. குடுக்கையில் விழுந்திருந்த கற்கள் அவன் இருபதாவது வயதை எட்டிவிட்டான் என்பதை உறுதிப்படுத்தின. மீண்டும் குளிர் வாட்டத் தொடங்கியது. மற்றொரு கிறிஸ்துமஸ் குதூகலம் காற்றை நிறைத்தது. அங்கிருந்த கறுப்பர்களுடைய அல்லாவைப் பொறுத்தவரை, அவனுடைய கருத்து மாறாமலிருந்தது. ஆனால், அவர்களுடைய கொண்டாட்டக் களியாட்டங்கள் தொடர்ந்து சிறப்பாக நிகழ்த்தப்பட்டன. விழாக் காலத்தில் அவர்களுடைய கேளிக்கைகளில் பார்வையாளனாகக் கலந்து கொள்வதைத் தன்னுடைய அல்லா மறுதலிக்க மாட்டார் என்றெண்ணினான்.

எஜமான் வேல்லெரிடமிருந்து ஆண்களில் இருவர் மற்ற பண்ணைகளில் உழைத்த நண்பர்களைச் சந்திப்பதற்காக ஒரு வார காலத்திற்கான பயண அனுமதிச் சீட்டுப் பெற்றிருந்தனர். அவர்களில் ஒருவன் முதன் முதலாகப் பச்சிளங் குழந்தையைக் காணச் சென்றான். அவர்களுடைய குடிசைகளும் குண்டாவினுடையதும் தவிர ஏனைய அனைத்துக் குடிசைகளிலும் விழாவையொட்டிய ஆயத்தங்கள் நடைபெற்றுக் கொண்டிருந்தன. சரிகைகளும்

மணிகளும் வைத்துத் தைக்கப்பட்ட விழாக்கால ஆடைகளைத் தயாரிப்பதிலும், கொட்டைகளையும் ஆப்பிள் போன்ற பழவகைகளை சேமிப்புக் கிடங்குகளிலிருந்து பெறுவதிலும் முனைந்திருந்தனர்.

பெரிய வீட்டில், பெல்லினுடைய சமையல் பாண்டங்களில் வள்ளிக் கிழங்கு வகைகளும், முயல், பன்றி, இன்னும் வான்கோழி போன்ற குண்டா அந்த நாட்டிற்குச் செல்லும் வரை கேட்டறியாத விலங்குகளுடைய இறைச்சி வகைகளும் கொதித்துக் கொண்டிருந்தன; வறுக்கப்பட்டன. முதலில் தயக்கமாக இருந்த போதிலும், குண்டாவின் மூக்கைத் துளைத்த அவற்றினுடைய நறுமணம் பன்றி இறைச்சியைத் தவிர ஏனைய அனைத்தையும் சுவைத்துவிடத் தூண்டியது. இரண்டு பீப்பாய் கடுஞ்சாராயமும், ஒரு பீப்பாய் ஒயினும், எங்கிருந்தோ வண்டி மூலம் கொண்டு வந்திருந்த விஸ்கி ஒரு புட்டியும் தருவதாக எஜமான் வேல்லெர் கறுப்பர்களுக்கு உறுதியளித்திருந்தார். அதிலெல்லாம் குண்டாவுக்கு ஆர்வமில்லை.

மதுவகைகளில் சிறிதளவு விழாவிற்கு முன்பாகவே அரவமில்லாமல் அருந்தப்பட்டது. அதில் ஃபிடில்காரருடைய பங்கும் இருந்தது. குடிகாரர்களுடைய ஆர்ப்பாட்டங்களுடன் குழந்தைகளுடைய ஆட்டங்களும் இணைந்து கொண்டன. பன்றிகளின் மூத்திரப்பைகளில் காற்றை நிறைத்து குச்சிகளின் நுனியில் கட்டி, பிடித்துக் கொண்டு, மெல்ல, மெல்ல நெருப்பின் அருகே கொண்டு சென்று பலத்த சத்தத்துடன் வெடித்த போது அனைவரும் சிரித்துக் கூச்சலிட்டனர். அது போன்ற ஆட்டங்கள் மடத்தனமானவை, வெறுக்கத் தக்கவை என்று குண்டா கருதினான்.

விழா நாள்! பேரார்வத்துடன் குடிப்பதும் தின்பதும் தொடங்கியது. தனது குடிசையின் வாயிலில் உட்கார்ந்தபடி, மதிய விருந்திற்கு வருகை புரிந்த எஜமான் வேல்லெருடைய விருந்தினர்களை குண்டா கவனித்துக் கொண்டிருந்தான். அதன் பிறகு, பெரிய வீட்டிற்கு அருகே திரண்டிருந்த கறுப்பர்கள் அனைவரும் பெல்லின் தலைமையில் பாடலிசைத்தனர். வேல்லெர் சன்னலைத் திறந்து புன்னகைத்தார். அவரும் ஏனைய விருந்தினர்களும் வெளியில் சென்று பாடலைக் கேட்டு ஆரவாரித்தனர். எஜமான் பெல்லை அனுப்பி ஃபிடில்காரரை அழைத்துவரச் சொன்னார். அவர் வந்தவுடன் இசைக்கத் தொடங்கி விட்டார்.

பரங்கியர் சொன்னபடியெல்லாம் கறுப்பர்கள் செயல்பட்டதைக் கூட குண்டாவால் புரிந்து கொள்ள முடிந்தது. ஆனால், அவர்களுக்குக் கீழ்படிவதை அவ்வளவு ஆனந்தத்துடன் செய்ய வேண்டுமா? பரிசளித்து மகிழும் அளவிற்கு வெள்ளையர்கள் கறுப்பர்கள் மீது அன்பு கொண்டிருப்பின் அவர்களுக்கு விடுதலை அளித்து, உண்மையாகவே அவர்களை மகிழ்ச்சியில் திளைக்கச் செய்யலாமே? கறுப்பர்களுள் சிலரால், செல்ல விலங்குகளுக்குப் போல, அக்கறை காட்டினால் தான் உயிர் வாழவே முடியும் போலும்! அவனும் கூட அப்படித்தானே?

அவனுடைய வாழ்க்கை என்ன அவர்களுடையதைக் காட்டிலும் சிறப்பானதா? அப்படியென்ன வித்தியாசம்? மெதுவாக, ஆனால், உறுதியாக, அவர்களுடைய

வழியை ஏற்றுக் கொண்டிருந்தான் என்பதை அவனால் மறுக்க முடியுமா? ஃபிடில்காரரிடம் நட்பு நெருக்கமடைந்து கொண்டிருந்ததை எண்ணி வருந்தினான். அவருடைய மதுப் பழக்கம் அவனை வெகுவாகப் பாதித்தது. இருப்பினும், இறை நம்பிக்கை இல்லாத ஒருவருக்கு அப்படியிருப்பதற்கு உரிமை உண்டல்லவா? அவருடைய சுய தம்பட்டமும் அவனை வருத்தியது. ஆனால், ஃபிடில்காரருடைய தற்பெருமைப் பேச்செல்லாம் உண்மையாகவே இருந்தது. ஆனாலும், அவருடைய நயமற்ற, மரியாதையற்ற கேலிப் பேச்சு அவனைப் பெரிதும் உறுத்தியது. அடிக்கடி அவனை நீக்ரோ என்றழைத்தார். ஆப்பிரிக்கர்களுக்கு வெள்ளையரிட்ட பெயர் என்பது தற்பொழுது குண்டாவிற்குப் புரிந்து போயிற்று. ஆகவே, வெறுத்தான். இருந்த போதிலும், அவனுக்கு பரங்கி மொழியில் பேசுவதற்குக் கற்றுத்தரும் முயற்சியை அவராகவே தானே மேற்கொண்டார்? அவருடைய நட்பால் தானே மற்ற கறுப்பர்களை விநோதமாகப் பார்த்த தனது போக்கினை எளிதாகக் குறைத்துக் கொள்ள முடிந்தது? ஃபிடில்காரரை மேலும் நன்றாகத் தெரிந்து கொள்ள வேண்டுமென்று தீர்மானித்தான்.

உரிய தருணங்கள் கிடைத்த போதெல்லாம், சுற்றி வளைத்து, தனது மனத்தில் உறைந்திருந்த ஐயப்பாடுகளையெல்லாம் அவரிடம் தெரியப்படுத்தித் தெளிவடைந்தான். ஆனால், மீதமிருந்த ஒரு கேள்வியையும் தெளிவுபடுத்திக் கொள்வதற்குள் மேலும் இரண்டு கூழாங்கற்கள் அவனுடைய குடுக்கைக்குள் விழுந்து விட்டன. அனைவரும் வேலைக்குச் செல்லாமல் ஓய்வு பெற்ற ஞாயிற்றுக்கிழமை! பிற்பகலில் அடிமைகளின் குடிசை வரிசையில் கடைசியிலிருந்த குடிசைக்குச் சென்றான். அரியதொரு காட்சி கண்டான். அவர் அமைதியாக அமர்ந்திருந்தார்!

வணக்கங்கள் பரிமாறிக் கொள்ளப்பட்ட பிறகு, சற்று நேரம் இருவருமே அமைதியாக இருந்தனர். உரையாடலைத் துவக்கும் விதமாக, குண்டா வண்டியோட்டி லூதர் தெரிவித்த செய்தியைக் கூறினான். எஜமானரை வண்டியில் கொண்டு சென்ற இடங்களிலெல்லாம் வெள்ளைக்காரர்கள் வரிகள் என்பதைப் பற்றிப் பேசிக் கொண்டார்களாம். வரிகள் என்றால் என்னவென்று தெரிந்து கொள்ள விரும்பினான்.

ஃபிடில்காரர் தெரிவித்தார், "வெள்ளைக்காரர்கள் வாங்குகின்ற பொருட்களுக்கு விலைமதிப்புக்கும் கூடுதலாகச் செலுத்த வேண்டிய பணம் வரிகள் எனப்பட்டது. இந்த மண்ணுக்குரிய மன்னர் தன்னை செல்வந்தனாக்கிக் கொள்ள வரிகளை விதிக்கிறார்"

ஃபிடில்காரர் வழக்கத்திற்கு மாறாக அவ்வளவு சுருக்கமாக விடையளித்தார். அவருடைய மனநிலை சரியில்லை என்பதை குண்டா புரிந்து கொண்டான். தன்னுடைய கேள்வியை எழுப்புவதற்குத் துணிவின்றி சற்று நேரம் அமைதியாக உட்கார்ந்திருந்தான். பின்னர் ஒருவழியாக, மனத்தில் அரித்துக் கொண்டிருந்ததைக் கேட்டுவிட வேண்டியது தான் என்று தீர்மானித்தான். "இங்கே வருவதற்கு முன்பு எங்கிருந்தீர்கள்?"

நீண்ட நேரம், ஒருவித இறுக்கத்துடன் அவனையே வைத்த கண் வாங்காமல் பார்த்துக் கொண்டிருந்தார். பின்னர், உடைந்த குரலில் பேசினார், "இங்குள்ள நீக்ரோக்களுக்கெல்லாம் என்னைப் பற்றித் தெரிந்து கொள்ள ஆவல் என்று எனக்குத் தெரியும்! இதுவரை எவரிடமும் எதுவும் சொன்னதில்லை! ஆனால், நீ வித்தியாசமானவன்!"

குண்டாவை உறுத்துப் பார்த்தார். "நீ எந்த விதத்தில் வித்தியாசமானவன் என்று உனக்குத் தெரியுமா? ஏனென்றால், நீ ஒன்றும் அறியாதவன்! ஏதோ உன்னைப் பிடித்துக் கொண்டு வந்துவிட்டனர், உன் பாதத்தை உடைத்து விட்டனர், அந்த அளவில் தான் அவர்களைப் பற்றி உனக்குத் தெரியும்! பாதிக்கப்பட்டவன் நீ ஒருவன் மட்டுமல்ல!" அவருடைய குரலில் கோபம் தெறித்தது. "இப்போ நான் சொல்லப் போறத யாரிடமாவது சொன்னே, கழுத்தை நெறித்திடுவேன்"

"மாட்டேன்!" குண்டா உறுதியளித்தான்.

ஃபிடில்காரர் முன்புறமாகச் சாய்ந்து, யாருடைய காதுகளிலும் விழுந்து விடாதபடி மெல்லிய குரலில் பேசினார். "வடகாலினாவிலிருந்த எனது எஜமான் வெள்ளத்தில் மூழ்கி இறந்து போனார். அது பற்றி ஒருவருக்கும் தெரியாது. என் மீது உரிமை கொண்டாடுவதற்கு அவருக்கு மனைவியோ, மக்களோ இல்லை. இந்தியர்களுடன் ஒளிந்து கொண்டிருந்தேன். பின்னர், வெர்ஜீனியா சென்று ஃபிடில் வாசித்துப் பிழைத்துக் கொள்ளலாம் என்று இங்கு வந்து விட்டேன்!"

"வெர்ஜீனியா என்றால் என்ன?" குண்டா கேட்டான்.

"அடப் பயலே! உனக்கு ஒன்னுமே தெரியாது என்றது சரியாகத்தான் போச்சு! நீ வசிக்கிற குடியிருப்பிற்கு வெர்ஜீனியா என்று பெயர்!"

"குடியிருப்புன்னா?"

"உண்மையிலேயே நீ மடையன் தான்! இந்த நாட்டில் பதிமூன்று குடியிருப்புகள் உள்ளன. இங்கிருந்து தெற்கே காலினாக்கள் இருக்கின்றன. வடக்கே மேரிலாந்து, பென்சில்வேனியா, நியூயார்க் போன்ற பல குடியிருப்புகளும் உள்ளன. அங்கு நான் சென்றதில்லை. பெரும்பாலான நீக்ரோக்களும் சென்றதில்லை. அங்கே அடிமைத்தனம் இல்லை. அனைவரையும் சுதந்திரமாக வாழ விட்டுள்ளனர். என்னைப் பொறுத்தவரை, நான் ஒருவிதத்தில் பாதி சுதந்திரம் பெற்ற நீக்ரோ. நான் யாராவது எஜமானை ஒட்டிக் கொண்டு தான் இருக்க வேண்டும். இல்லையேல் சாலைக் கண்காணிப்புப் பணி செய்தோர் பிடித்துச் சென்றிருப்பர்." குண்டாவுக்கு ஒன்றும் புரியவில்லை. ஆனாலும், புரிந்து கொண்டதைப் போல நடித்தான். இல்லையேல், அவர் மீண்டும் அவமானப்படுத்திவிடுவார்.

"இந்தியர்களைப் பார்த்திருக்கிறாயா?"

தயங்கியவாறு சொன்னான், "சிலரைப் பார்த்திருக்கிறேன்!"

வெள்ளைக்காரர்கள் நுழைவதற்கு முன் அவர்கள் தான் இங்கே வாழ்ந்தவர்கள்.

வெள்ளைக்காரர்களுள் ஒருவரான கொலம்பஸ் இந்த இடத்தைக் கண்டுபிடித்ததாக அவர்களாகவே பீற்றுகின்றனர். அவர்களுக்கு முன் இந்தியர்கள் இருந்தனர் என்றால் அவர் கண்டுபிடித்தார் என்று எப்படிச் சொல்ல முடியும்!"

"அவர்கள் ஆக்கிரமிக்கின்ற இடங்களில் அதற்கு முன் வாழ்ந்தவர்களைத் தான் கணக்கிலெடுத்துக் கொள்வதே இல்லையே! அவர்களைக் காட்டுமிராண்டிகள் என்றல்லவா சொல்கிறார்கள்!"

குண்டாவின் அறிவுக்கூர்மையைப் பாராட்டி சற்றே நிறுத்தினார், பிறகு, தொடர்ந்தார், "இந்தியர்கள் வாழுமிடங்களைப் பார்த்திருக்கிறாயா?" குண்டாவின் தலையாட்டம் இல்லை என்றது. ஃபிடில்காரர் விரிந்த விரல்களில் மூன்றைத் துணியால் மறைத்துக் கொண்டு, "விரல்கள் கம்பங்கள் என்றால், துணி தான் தோல் கூரை. அவர்கள் அதற்குள் வாழ்கிறார்கள்!"

புன்னகைத்தார். "ஆப்பிரிக்காவிலிருந்து வந்திருக்கும் உனக்கு அவர்களுடைய வேட்டைத் தொழிலையும் வாழ்க்கைமுறையையும் பற்றி நன்கு தெரிந்திருக்குமே! அவர்களைப் போல வேட்டையாடுவதற்கோ, மலைப்பகுதிகளில் பயணிக்கவோ வேறு யாராலும் இயலாது. இந்திய இனத்துத் தாய்மார்கள் குழந்தைகளை தமது முதுகுகளில் சுமந்து திரிவர். ஆப்பிரிக்காவில் கூட அம்மாக்கள் அப்படித்தான் செய்வார்களாமே?"

ஃபிடில்காரர் அதனை அறிந்திருந்ததில் குண்டாவுக்கு ஒரே வியப்பு! அவனால் மறைத்துக் கொள்ள இயலவில்லை. அவர் சிரித்து விட்டு மீண்டும் தொடர்ந்தார். "சில இந்தியர்கள் நீக்ரோக்களை வெறுக்கின்றனர். வேறு சிலருக்கு நம்மைப் பிடிக்கிறது. நீக்ரோக்களாலும் நிலத்தினாலும் தான் இந்தியர்களுக்கு வெள்ளைக்காரர்களுடன் பிரச்சினைகள் ஏற்படுகின்றன. வெள்ளைக்காரர்களுக்கு இந்தியர்களுடைய நிலம் மொத்தமும் வேண்டும். அத்துடன், நீக்ரோக்கள் ஒளிந்து கொள்ள உதவும் இந்தியர்களை வெறுக்கிறார்கள்." ஃபிடில்காரரின் கண்கள் குண்டாவின் முகத்தைத் துழாவின. "ஆப்பிரிக்கர்களும் இந்தியர்களும் ஒரே மாதிரி தவறுகளைச் செய்கிறீர்கள். நீங்கள் வாழும் இடங்களில் அவர்களை நுழைய விடுகிறீர்கள். உண்ண உணவும், உறங்க இடமும் அவர்களுக்கு நீங்கள் கொடுத்தீர்கள். முதலில் உங்களைத் தான் உதைத்துத் துரத்தினான். அல்லது, அடைத்து வைத்தான்"

ஃபிடில்காரர் சற்றே நிறுத்தினார். பிறகு, திடீரென்று வெடித்தார். "இதோ பார்! ஆப்பிரிக்க நீக்ரோக்களான உங்களிடமிருந்து என்னைப் பிரித்துப் பார்க்கச் செய்வது எது? உன்னைப் போன்றோர் ஐந்தாறு பேரை எனக்குத் தெரியும்! முதலாவதாக உங்களையெல்லாம் எப்படி எடுத்துக் கொள்வதென்றே எனக்குத் தெரியவில்லை! இங்குள்ள நீக்ரோக்களுடைய வாழ்க்கைமுறை உங்களுடையதைப் போல இருக்க வேண்டுமென்று விரும்புகிறீர்கள்! ஆப்பிரிக்காவைப் பற்றி எதுவுமே தெரியாத எங்களிடம் எப்படி எதிர்பார்க்கிறீர்கள்? நாங்கள் அங்கே சென்றதுமில்லை; இனி, போகப் போவதுமில்லை!" குண்டாவை வெறித்துப் பார்த்தபடி அமைதியில் ஆழ்ந்தார்.

மற்றொருமுறை கோபக் கனலைத் தூண்டுவதற்குப் பயந்தவனாக குண்டா மறுவார்த்தை பேசாமல் அங்கிருந்து விரைவாக நகர்ந்தான். வழிநெடுகிலும் ஃபிடில்காரர் அவனிடம் சொன்னதை அசை போட்டுக் கொண்டே குடிசைக்குச் சென்றான். ஓயாத சிந்தனை அவனுக்கு ஒரு செய்தியை உணர்த்தியது. ஒருவழியாக, ஃபிடில்காரர் தனது முகமூடியை கழற்றிக் கொண்டார். அதாவது, குண்டாவை நம்பத் தொடங்கி விட்டார். தாயகத்திலிருந்து கவர்ந்து செல்லப்பட்ட மூன்று ஆண்டுகளில் அவன் பழகிய ஆட்களுள் முதன்முறையாக ஒருவரைப் பற்றி உண்மையாகவே தெரிந்து கொள்ளத் தொடங்கிவிட்டான்.

55

அடுத்த பல நாட்கள் தோட்ட வேலையில் கழிந்தன. ஃபிடில்காரரைப் பற்றி அவன் அறிந்து கொண்டது மிகவும் குறைவு, அறிந்துகொள்ள வேண்டியது ஏராளம் என்கிற உண்மையை உணர்ந்து கொள்வதற்கு நீண்ட காலம் ஆனது. அதைப் பற்றிய சிந்தனை அவனைப் பெரிதும் ஆட்கொண்டது. அவ்வப்போது தோட்டக்காரக் கிழவரை சந்திக்கச் சென்ற போது அவனுக்கு மற்றொரு உண்மை புலப்பட்டது. அவரும் தன்னைப் பற்றிய ஒருசில செய்திகளை மூடிமறைத்தார். பெல்லைப் பற்றியும் முழுமையாக எதுவும் தெரிந்து கொள்ள முடியவில்லை. நாள்தோறும் அவளுடன் ஒரு சில செய்திகளைப் பரிமாறிக் கொண்டான். அவள் கொடுத்த பண்டங்களைத் தின்று கொண்டே அவள் பேசியதைக் கேட்டுக் கொண்டிருந்தான். அவளும் எதையோ சொல்ல முற்பட்டதையும், குறிப்பாக உணர்த்த எண்ணியதையும், சொல்ல வந்ததை முழுமையாக முடிக்காமல் விட்டு விட்டதையும் கவனித்தான். அவர்கள் இருவரும் இயல்பாகவே மிகவும் எச்சரிக்கையானவர்கள். அவனைப் பொறுத்தவரை அந்த உணர்வு மேலும் கூடுதலாக இருந்தது. அவர்கள் இருவரைப் பற்றியும் மேலும் கூடுதல் விவரங்களைத் தெரிந்து கொள்வதென்று உறுதி பூண்டான். தோட்டக்காரக் கிழவரை அடுத்த முறை சந்திக்கச்

சென்ற பொழுது, மாண்டிங்கா இனத்தாருக்கே உரிய முறையில், ஃபிடில்காரர் சொன்னதைப் பற்றி விசாரிப்பது போல பேச்சைத் தொடங்கினான். "சாலைக் கண்காணிப்பு பணி செய்வோர் யார்? அவர்கள் எங்கிருக்கிறார்கள்?"

பெரியவர் மிகவும் வெறுப்புடன் பேசினார், "அவர்கள் கீழ்த்தரமான ஏழை வெள்ளையர்கள்! தமது வாழ்வில் எந்தவொரு நீக்ரோவையும் அடிமையாகப் பெற்றிராதவர்கள்! சாலைகள் கண்காணிக்கப்பட வேண்டும் என்பது வெர்ஜீனியாவின் பழைய சட்டம்! தமது எஜமானரிடமிருந்து எழுத்து மூலமான அனுமதிச் சீட்டு இல்லாமல் நீக்ரோ எவரேனும் தட்டுப்பட்டால், அவர்களைப் பிடித்து, சவுக்கால் வெளுத்து, சிறையில் தள்ளுவர். கூலிக்காக அந்த வேலையை ஏழை வெள்ளைக்காரர்கள் செய்கின்றனர். அவர்களுக்கென்று நீக்ரோக்கள் இல்லாததால் பிறருடைய அடிமைகளைப் பிடித்து, அடித்துத் துன்புறுத்துவதில் மிகவும் விருப்பம். அதற்குப் பின்னால் இருக்கின்ற நோக்கம் புரிகிறதா? அது அவர்களுடைய மரண பயம்! நீக்ரோக்களை தனியே விட்டு வைத்தால், கிளர்ச்சியில் ஈடுபடக் கூடும்! அப்படி யார் மீதாவது சந்தேகம் ஏற்பட்டால், உடனே அவர்களுடைய குடிசைக்குள் புகுந்து, மனைவி, மக்கள் முன்னால் அவர்களை நிர்வாணமாக்கி, குருதி சொட்ட, சொட்ட சவுக்கால் அடிப்பதில் அத்தகைய கண்காணிகளுக்கு மிகவும் விருப்பம்.

குண்டாவின் ஆர்வமும் அவன் தன்னைச் சந்திக்க வந்திருந்ததும் கிழவருக்கு மகிழ்ச்சி அளித்தது. மேலும் தொடர்ந்தார், "நமது எஜமான் அதனை ஒப்புக் கொள்வதில்லை. அதனால் தான் அவர் மேற்பார்வையாளர்களைக் கூட வைத்துக் கொள்ளவில்லை. தன்னுடைய நீக்ரோக்களை எவரொவரும் அடிப்பது அவருக்குப் பிடிக்காது. நீக்ரோக்களிடம் தம்மைத் தாமே கண்காணித்துக் கொள்ளச் சொல்கிறார். அவர்களால் இயன்றவரை வேலையில் ஈடுபடட்டும் என்பது அவருடைய எண்ணம். ஆனால் அவருடைய விதிகளை மீறக் கூடாது என்று எதிர்பார்க்கிறார். நீக்ரோக்கள் எவரும் விதிகளை மீறுவதில்லை"

விதிகள் என்னவாக இருக்கும்! குண்டா வியந்தான். கிழவர் தனது போக்கில் பேசிக் கொண்டிருந்தார். "எஜமான் அவ்வளவு தாராளமாக இருப்பதற்குக் காரணம், கடல் கடந்து இங்கிலாந்திலிருந்து இங்கே வந்ததற்கு முன்பிருந்தே அவர்களுடைய குடும்பம் செல்வத்தில் செழித்திருந்தது. மற்ற எஜமான்கள் அவர்களைப் போல இருக்க முயற்சிக்கிறார்கள். அவர்கள் எப்போதும் அதே செல்வச் சிறப்புடன் இருந்து வருகிறார்கள். பெரும்பாலான எஜமான்கள் காடுகளில் வேட்டையாடி வாழ்ந்தவர்கள். எப்படியோ சிறிதளவு நிலத்தைக் கைப்பற்றி ஒன்றிரண்டு நீக்ரோக்களை வதைத்துச் சாகும் வரை வேலை வாங்கிப் படிப்படியாக முன்னேறியவர்கள்.

"பெரும்பாலான பண்ணைகளில் அடிமைகள் நிறைய இருப்பதில்லை. ஐந்தாறு பேர் மட்டிலுமே இருப்பர். நம்முடன் இருபது பேர் உள்ளனர். மிகவும் பெரிய பண்ணை! மூன்றில் இரண்டு வெள்ளைக்காரர்களிடம் அடிமைகள் இருப்பதில்லை. லூசியானா, மிஸிஸிப்பி, அலபாமா, ஜார்ஜியா, கரோலினா போன்ற ஆற்றுப் படுகைப் பகுதிகளில் நெல் விளைவிக்கப்படுகின்றன. அங்கே ஐம்பது, நூறு என்று

பெரும் எண்ணிக்கையில் அடிமைகள் உழைக்கின்றனர்."

"உங்களுக்கு என்ன வயதிருக்கும்?" சம்மந்தா சம்மந்தமில்லாமல் கேட்டான்.

தோட்டக்காரர் அவனைப் பார்த்தார். "மற்றவர்களோ, நீயோ நினைப்பதைக் காட்டிலும் கூடுதலாக வயதானவன்!" பிள்ளைக் குறும்புடன் உட்கார்ந்திருந்தார். "பிள்ளைப் பருவத்தில் இந்தியர்களுடைய போர்க் கூச்சலைக் கேட்டிருக் கிறேன்!"

தலையைக் கவிழ்த்தபடி சற்று நேரம் அமைதியில் ஆழ்ந்தவர், மீண்டும் தலையை நிமிர்த்தி குண்டாவைப் பார்த்தார். பாடத் தொடங்கினார். ஆப்பிரிக்க மொழி போலத் தொனித்தது. தாலாட்டு! பாடுவதை நிறுத்திவிட்டுக் கூறினார், "அது ஒரு அம்மா பாட்டு! உன்னைப் போல, ஆப்பிரிக்காவிலிருந்து வந்த அவளுடைய அம்மாவிடமிருந்து அவள் பெற்றது! உனக்குத் தெரியும்! ஒலிகள் உன்னுடைய நாட்டினுடையதைப் போன்றவை!"

"செரேர் பழங்குடி மக்களுடையதைப் போல ஒலித்தது. கப்பலில் அவர்கள் பேசியதைக் கேட்டிருக்கிறேன்."

தோட்டக்காரர் இரகசியமாகச் சுற்றுமுற்றும் நோட்டமிட்டார். "அந்தப் பாட்டு பற்றிய பேச்சை நிறுத்து! நீக்ரோ யாரேனும் கேட்டால், எஜமானிடம் சொல்லி விடுவார்கள்! நீக்ரோக்கள் ஆப்பிரிக்க மொழியில் பேசுவதை வெள்ளைக்காரர்கள் விரும்புவதில்லை."

கிழவர் கேம்பியாப் பகுதியில் ஜோலோஃப் இனத்தவர் என்பதில் சந்தேகமில்லை என்று சொல்வதற்கு குண்டா வாயெடுத்தான். அவருடைய புடைத்த மூக்கும், தட்டையான உதடுகளும், மற்ற கேம்பிய இனத்தவரைக் காட்டிலும் அட்டக் கறுப்பான மேனியும் அடையாளம் காட்டின. ஆனால், அவர் எச்சரித்தவுடன், அது பற்றிய பேச்சை நிறுத்திக் கொண்டான். பேச்சு திசை திரும்பியது. அவர் எங்கிருந்து வந்தார், அந்தப் பண்ணைக்கு எப்படி வந்து சேர்ந்தார் எனபது பற்றிக் கேட்டான். அவர் உடனடியாகப் பதில் சொல்லவில்லை. ஆனால், ஒருவழியாக, பேசத் தொடங்கினார். "நீக்ரோக்கள் எவ்வளவோ அல்லல் பட்டிக்கிறார்கள். நானும் நிறையக் கேள்விப்பட்டிருக்கிறேன்!" குண்டாவை உற்று நோக்கினார். தொடர்ந்து பேசலாமா என்று ஐயுற்றதைப் போல பார்வையை ஓட்டினார். "ஒரு காலத்தில் மிகுந்த வலுவுள்ளவனாக இருந்தேன். எனது காலைக் கொண்டு கடப்பாறையைக் கூட வளைத்திடுவேன். ஒரு மூட்டை உலோகத்தைத் தூக்கிடுவேன். கோவேறு கழுதை கூட விழுந்து விடும்! முழு ஆளை அலாக்காக கைகளால் தூக்கிடுவேன். ஆனால், சாகும் வரை அடித்து, வேலை வாங்கிய எனது பழைய எஜமான், செலுத்த வேண்டிய கடனுக்காக என்னை இந்த எஜமானுக்கு விற்றார்." நிறுத்தினார். "இப்பொழுது, வலுவிழந்து துவண்டு போனேன். இருக்கிற காலத்தை இப்படியே கழிக்க வேண்டியது தான்!"

அவருடைய கண்கள் குண்டாவின் முகத்தைத் துழாவின. "நான் ஏன் இதையெல்லாம் சொன்னேனென்று உனக்குப் புரியவில்லை என்று தெரிகிறது!

நான் அந்த அளவு கெட்டவனல்ல. ஆனால், மெலிந்து விட்டேன் என்பதால் எஜமான் என்னை விற்க மாட்டார். நீயும் ஓரளவு தோட்டவேலையைக் கற்றுக் கொண்டாய் என்பது தெரிகிறது." தயங்கினார். "நீ விரும்பினால் நான் மீண்டும் அங்கே தோட்ட வேலைக்கு வருவேன். என்னால் இனி பாடுபட முடியாது. என்னால் இனிமேல் ஒரு பயனும் இல்லை!" வருத்தத்துடன் கூறினார்.

குண்டா நன்றி சொன்னான். ஆனால், அவருடைய உடல் தேறிவிடும் என்று நம்பிக்கை அளித்தான். அவரிடம் விடை பெற்றுக் கொண்டு திரும்பிய போது அவன் மீதே அவனுக்குக் கோபம் வந்தது. கிழவரிடம் கருணையுணர்வுடன் நடந்து கொள்ளாததற்கு நொந்தான். அவர் பட்ட இன்னல்களுக்காக வருந்தினான். ஆனால், மனம் வெதும்பிப் பேசுபவர்களிடம் அமைதியாகக் கேட்டுக் கொள்வதைத் தவிர அவனால் எதுவும் செய்ய இயலுவதில்லை.

அடுத்த நாள் பெல்லிடமும் பேசி விடுவதென்று முடிவு செய்தான். எஜமான் வேல்லெரைப் பற்றிப் பேசுவது தான் அவளுக்குப் பிடிக்கும் என்று அவனுக்குத் தெரியும். அவர் ஏன் இன்னமும் திருமணம் செய்து கொள்ளவில்லை என்று கேட்டான். "அவருக்குத் திருமணமாகிவிட்டது. மனைவி பெயர் பிரிசில்லா! அந்த ஆண்டு நான் இங்கே வந்தேன். இசைப் பறவை போல அழகாக இருந்தாள். ரொம்பவும் மெலிந்திருந்தாள். முதல் குழந்தை பிறந்த போதே இறந்து விட்டாள். பெண் சிசு. அதுவும் இறந்து விட்டது. அதுபோன்ற கொடுமையை அக்கம் பக்கத்தில் எவரும் பார்த்திருக்க மாட்டார்கள்! அன்றிலிருந்து அவருடைய போக்கே மாறிவிட்டது. வேலை! வேலை!! வேலை!!! சில சமயங்களில் அவர் தற்கொலைக்குக் கூட முயன்றார். எவரேனும் நோய்வாய்ப்பட்டாலோ, காயமடைந்தாலோ உடனே உதவிடுவார். ஒரு பூனைக்கு நோயென்றால் கூட மருத்துவரைக் கூப்பிடுவார். நீக்ரோ எவருக்காவது காயம் பட்டு விட்டதென்றாலும் அது போலத் தான்! நீ எப்பொழுதும் பேசிக் கொண்டிருப்பாயே அந்த ஃபிடில்காரருக்கும், இங்கே கொண்டுவரப்பட்ட நிலையில் உனக்கும் கூட உதவினார். உன்னுடைய பாதத்தின் நிலைமைக்காக கடுமையாகக் கோபித்தார். தன்னுடைய சகோதரரிடமிருந்து உன்னை விலைக்குப் பெற்றார். உன்னைப் பிடிப்பதற்காக அமர்த்தப்பட்ட ஆட்கள் நீ அவர்களைக் கொல்ல முயன்றதாகக் கூறியதால், விட்டு விட்டார்."

குண்டா கவனமாகக் கேட்டான். கறுப்பர்களுடைய மனத்தின் ஆழத்தையும் அகலத்தையும் அவனால் புரிந்து கொள்ள முடிந்தது. அதே சமயத்தில், வெள்ளைக்காரர்களுடைய நடவடிக்கைகள் மன்னிக்க முடியாதவையாக இருந்த போதிலும், அவர்களுக்கும் மனிதத் துன்ப துயரங்கள் உண்டு என்பது தெளிவாயிற்று. தன்னுடைய எண்ணங்களைத் தெரிவிக்கும் அளவிற்கு தனக்கு அவர்களுடைய மொழி தெரியாமல் போயிற்றே என்று வருந்தினான். அதனைக் கொண்டு, மேலும் தனது நியோ போட்டோ பாட்டி சொன்ன முதலைக் கதையைச் சொல்லி, நன்மை செய்தவர்களுக்கு முடிவில் தீங்கு தான் விளைகிறது என்பதையெல்லாம் அவளிடம் கூறத் துடித்தான்.

தாயகம் பற்றிய சிந்தனை உதித்தவுடன், அவளிடம் நீண்ட நாட்களாக

அவன் சொல்ல விரும்பிய செய்தி நினைவுக்கு வந்தது. அதற்கு அது தான் சரியான தருணம் என்றும் தோன்றியது. ரொம்பப் பெருமையாகச் சொன்னான். "உன்னுடைய காவி வண்ண மேனியைத் தவிர மற்றெல்லா விதத்திலும் அழகிய மாண்டிங்காப் பெண்போலவே இருக்கிறாய்!"

தன்னுடைய மிகப் பெரிய பாராட்டிற்கான பதிலுக்காக அவன் நீண்ட நேரம் காத்திருக்க நேரவில்லை. உடனே வெடித்தாள், "என்ன முட்டாள்தனமான பேச்சு? உன் போன்ற ஆப்பிரிக்க நீக்ரோக்களை வெள்ளையர்கள் படகுகளில் ஏற்றிக் கொண்டு போய்க் கொட்டுவதற்குக் காரணம் என்னவென்று தெரியாதா?"

56

மாதம் ஒன்று மறைந்து விட்டது. குண்டாவுடன் பெல் பேசவே இல்லை. காய்களுக்காகத் தோட்டத்திற்குச் சென்றவள் கூடையை அவளே பெரிய வீடு வரை சுமந்தாள். பின்னர், ஒரு திங்கட்கிழமை அதிகாலையில், அலறி அடித்துக் கொண்டு தோட்டத்தை நோக்கி ஓடி வந்தாள். "அலுவலர் இப்பொழுது தான் வந்து விட்டுப் போனார். வடக்கே பாஸ்டன் என்கிற இடத்தில் பெரிய கலவரம் நடக்கிறதாம்! கடலுக்கு அப்பால் உள்ள மாமன்னர் விதித்த வரிகளை எதிர்த்துப் போராட்டம் நடக்கிறது. லூதர் வண்டியை ஓட்டி எஜமானை ஊரக அலுவலகத்திற்கு அழைத்துச் சென்றுள்ளான். மிகவும் கலக்கமடைந்துள்ளார்."

இரவு உணவு வேளையில் ஃபிடில்காரர் குடிசையில் அனைவரும் குழுமியிருந்தனர். அவருடைய கருத்தையும் தோட்டக்கார முதியவருடையதையும் எதிர்பார்த்தனர். தோட்டக்காரர் அடிமைகளின் குடியிருப்புப் பகுதியிலேயே மிகவும் வயதானவர். பயணம் செய்து உலக அனுபவம் பெற்றவர் ஃபிடில்காரர்.

யாரோ ஒருவர் கேட்டார், ''என்ன நடந்தது?'' தோட்டக்காரர் பதிலளித்தார், "வடக்கிலிருந்து நாம்

கேள்விப்பட்ட செய்தி சற்று முன் நடந்தது பற்றித் தான் இருக்க வேண்டும்"

ஃபிடில்காரர் விளக்கினார். "வடக்கிலுள்ள பாஸ்டனிலிருந்து மிகவும் விரைவாகச் செல்லக் கூடிய குதிரைகளில் பயணம் செய்தாலும் கூட வெர்ஜீனியாவுக்குச் செய்தியைக் கொண்டு போய்ச் சேர்க்க குறைந்தது பத்து நாளாகும்"

கும்மிருட்டினூடே எஜமானின் வண்டி திரும்பியது. லூதர் தனக்குக் கிடைத்த செய்திகளுடன் அடிமைகளின் குடியிருப்புப் பகுதிக்கு விரைந்தான். "ஓர் இரவில், மன்னர் விதித்த வரிகளுக்கு எதிராக, ஆத்திரமடைந்த பாஸ்டன் மக்கள் அவருடைய போர்வீரர்களை எதிர்த்தனர் என்று பேசிக் கொள்கிறார்கள். போர்வீரர்கள் அவர்களைச் சுட்டனர். முதலில் கிரிபஸ் ஆக்டஸ் என்கிற நீக்ரோ தான் கொல்லப்பட்டான். அவர்கள் அதனை "பாஸ்டன் படுகொலை" என்கின்றனர்.

குண்டா கவனித்த வரை, அடுத்த சில நாட்கள் எவ்விதப் பேச்சும் இல்லை. அவனுக்கு வியப்பு! வெள்ளைக்காரர்களுடன் சேர்ந்து நீக்ரோக்களும் ஏன் போரிட வேண்டும்? அப்படி தொலை தூரத்தில் என்னதான் நடக்கிறது? நாள்தோறும் சாலையில் கடந்து சென்ற அடிமைகள் மூலம் ஏதாவது ஒரு புரளி கிளப்பிவிடப்பட்டுக் கொண்டே இருந்தது. வீட்டிலும் தொழுவங்களிலும் வேலை செய்த அடிமைகள் மூலமாகவும், பயணங்களின் போது சந்தித்த மற்ற வண்டியோட்டிகளிடமிருந்தும் புதிய இங்கிலாந்தில் ஏனைய பெரிய வீடுகளிலும், ஊரக அலுவலகங்களிலும், அண்டை நகரங்களிலும் நடந்தவற்றை அறிந்து சென்று லூதர் தெரிவித்தான்.

ஃபிடில்காரர் குண்டாவிடம் சொன்னார், "வெள்ளைக்காரர்கள் எதையும் மறைப்பதில்லை. நீக்ரோக்களை ஒரு பொருட்டாகவே கருதுவதில்லை. அவர்கள் என்ன செய்வதுவிடப் போகிறார்கள்?. வேறெங்கும் செல்வதற்கு வழியில்லை. அதனால் தம்மைக் கவனிக்க மாட்டார்கள் என்று நினைத்துக் கொண்டிருக்கிறார்கள். அதனால் தமக்கு உணவு பரிமாறுகின்ற பெண்ணைப் பற்றிய எண்ணமின்றி சாப்பிட்டுக் கொண்டே பேசுகின்றனர். அவளோ செவிட்டு ஊமை போல செயல்பட்டுக் கொண்டே ஒன்று விடாமல் கேட்டுக் கொண்டிருப்பாள். திடீரென சுற்றிலுமிருந்த நீக்ரோக்களைப் பற்றிய அச்சம் எழும் போது, எழுத்து எழுத்தாக ஒலித்துப் பேசுவர். அத்தனை எழுத்துக்களையும் ஒன்று விடாமல் மனத்தில் பதிய வைத்திருந்து அண்மையிலிருந்த ஏனைய அடிமைகளிடம் சொல்லி அனைத்தையும் ஒன்று சேர்த்து பொருள் புரிந்து கொள்ளாமல் உறங்கக் கூட மாட்டனர்."

வடக்கே நடந்த நிகழ்வுகள் பற்றிய செய்திகள் துண்டு துக்காணியாக, கோடைக் காலம் முழுவதும், அதனைத் தொடர்ந்த பனிக்காலத்திலும் அங்கு சென்றடைந்தன. சில நாட்கள் லூதர் சொல்லத் தொடங்கினான். வெள்ளையர்களுடைய கலவரத்திற்கு மன்னர் விதித்த வரிகளுக்கு அப்பால் மற்றொரு காரணமும் இருந்தது. வட பகுதியில் நீக்ரோக்களுடைய எண்ணிக்கை வெள்ளையர்களுடையதைப் போல இரண்டு மடங்கு ஆகிவிட்டது. அங்கே வெள்ளையர்களுக்கு எதிராகப் போரிடும் பொருட்டு அடிமைகளுக்கு மன்னர் விடுதலை அளிக்க இருந்ததாக

செய்தி பரவியது. தான் தெரிவித்த செய்தி ஏற்படுத்திய ஆரவாரம் அடங்கும் பொருட்டு லூதர் சற்றே நிறுத்தினான். பிறகு, தொடர்ந்தான், "உண்மை தான்! வெள்ளைக்காரர்கள் மிகவும் அஞ்சி நடுங்குகிறார்களாம்! இரவு நேரங்களில் கதவுகளைப் பூட்டிக் கொள்கிறார்களாம்! வீடுகளில் வேலை செய்த அடிமைகள் முன்னிலையில் பேசுவது கூட இல்லையாம்!"

அதன் பிறகு, குண்டா வாரக்கணக்கில் படுக்கையில் கிடந்தவாறு விடுதலை பற்றி சிந்தித்துக் கொண்டிருந்தான். அவனுக்குத் தெரிந்த வரை, எஜமான் என்று எவரும் இருக்க மாட்டனர். விரும்பிய இடத்திற்கெல்லாம் தடையின்றிச் செல்லலாம். ஆனால், அது ஒரு கேலிக் கூத்து என்கிற முடிவுக்கு வந்தான். அடிமைகளாக உழைப்பதற்காகவே சிறைப் பிடித்து, கடல் கடந்து கொண்டு சென்றவர்களை எந்த வெள்ளையனாவது விடுவிப்பானா? ஒருபோதும் நடவாது!

கிறிஸ்துமஸ் விழாவை முன்னிட்டு எஜமானுடைய விருந்தினர்கள் பெரிய வீட்டிற்கு வருகை புரிந்தனர். வண்டியோட்டியாக வந்திருந்த கறுப்பன் பெல் அடுக்களையில் வயிறு புடைக்கத் தின்று கொண்டிருந்தான். அண்மைச் செய்திகளை அவளிடம் தெரிவித்தான். "ஜார்ஜியாவில், ஜார்ஜ் லெய்லி எனும் கறுப்பன் பாதிரியாராக்கப்பட்டு சாவன்னா நதிக்கு மேலும் கீழும் வாழ்ந்த கறுப்பர்களிடையே சமயப் பரப்புரை நிகழ்த்துவதற்கு அனுமதிக்கப்பட்டுள்ளானாம்! சாவன்னா பகுதியில் நீக்ரோக்களுக்காக தேவாலயம் தொடங்கப் போகிறார்கள். முதன் முறையாக நீக்ரோக்களுக்கான தேவாலயம் பற்றிக் கேள்விப்படுகிறோம்"

பெல் சொன்னாள், "இங்கே வெர்ஜீனியாவிலும் பீட்டர்ஸ்பர்க்கில் ஒரு தேவாலயம் நீக்ரோக்களுக்காக துவக்குவதாகக் கேள்விப் பட்டேன். வடக்கே வெள்ளையர்களுடைய கலவரம் பற்றி ஏதேனும் கேள்விப்பட்டிருந்தால் கூறு!"

"பிலடெல்ஃபியாவில் ஏராளமான மிக முக்கியமான வெள்ளையர்கள் கூடிக் கூட்டம் நடத்தப் போகிறார்களாம்! அதனை கண்டம் தழுவிய மாநாடு என்கிறார்கள்"

அதைப் பற்றியும் தான் கேள்விப்பட்டிருந்ததாக பெல் கூறினாள். மிகவும் முயன்று எஜமான் வில்லியம் வேல்லெருடைய வெர்ஜீனியா இதழில் அவள் அந்தச் செய்தியைப் படித்தாள். அதனைத் தோட்டக்காரக் கிழவரிடமும் ஃபிடில்காரரிடமும் பகிர்ந்து கொண்டாள். அவளுக்கு ஓரளவு படிக்கத் தெரியும் என்பதை அவர்கள் இருவரும் மட்டிலுமே அறிந்திருந்தனர். அதைப் பற்றி அவர்கள் இருவரும் சமீபத்தில் பேசிக் கொண்டிருந்த போது, அவளுடைய அந்தத் திறமையை குண்டாவிடம் தெரிவிப்பதில்லை என உறுதி பூண்டனர். 'செய்திகளைப் பிறரிடம் பகிர்ந்து கொள்வதில் எச்சரிக்கை உணர்வுடன் நடந்து கொள்ளத் தெரிந்தவன் என்பது உண்மை தான்! ஆனால், ஆப்பிரிக்கர்களிடம் எதிர்பாராத விதமாக அனைத்தையும் பேசிவிடுகிறான். அத்துடன் பெல்லுக்குப் படிக்கத் தெரியும் என்கிற செய்தி அரசல் புரசலாக வெளிப்பட்டுவிட்டால், ஏற்படக் கூடிய கடுமையான விளைவுகளைப் பற்றி அவன் அறிய மாட்டான். எஜமான் அன்றைக்கே அவளை யாருக்காவது விற்றுவிடுவார்.'

அடுத்த ஆண்டு, 1775, துவக்கத்தில், பிலடெல்ஃபியாவில் நடந்து கொண்டிருந்த போராட்ட நடவடிக்கைகள் பற்றிய செய்திகள் வெர்ஜீனியாவைச் சென்றடைந்த வண்ணம் இருந்தன. கடலுக்கு அப்பால் இங்கிலாந்து என்னும் இடத்தில் இருந்தபடி கோலோச்சிய மன்னனுக்கும் அங்கிருந்த வெள்ளையர்களுக்கும் இடையே நெருக்கடி முற்றிக் கொண்டிருந்த செய்தி குண்டாவால் கூடக் கேட்டுப் புரிந்து கொள்ளுமளவிற்குப் பரவலாகப் பேசப்பட்டது. பேட்ரிக் ஹென்றி எனும் எஜமான் "விடுதலை கொடு அல்லது உயிரை எடு!" என்று அறைகூவல் விடுத்ததைக் கேட்டு அனைத்துக் கறுப்பர்களுடைய முகங்களிலும் ஆச்சரியக்குறிகள் நிமிர்ந்தன. குண்டாவிற்கு மிகவும் பிடித்த வாசகம்! ஆனாலும், அவனுக்குப் புரியவில்லை! வெள்ளையர்கள் கூடவா அப்படியெல்லாம் பேசுவார்கள்? அவனைப் பொறுத்த வரை அவர்கள் மிதமிஞ்சிய உரிமையாளர்கள்!

ஒரு மாதத்திற்குள் செய்தி ஒன்று பரவியது. கான்கார்ட் என்ற இடத்தில் குவித்து வைக்கப்பட்டிருந்த துப்பாக்கிகளையும் ரவைகளையும் அழிப்பதற்காக மன்னருடைய வீரர்கள் நூற்றுக்கணக்கில் விரைந்தது பற்றி எச்சரிப்பதற்காக வில்லியம் டேவிஸ், பால் ரெவேரே எனும் வெள்ளையர்கள் குதிரைகளில் பறந்து சென்றனராம்! மிக விரைவிலேயே மற்றொரு செய்தியும் எட்டியது. லெக்ஸிங்டன் எனுமிடத்தில் நடந்த கடுமையான போரில் கிளர்ச்சிக்கார வெள்ளையர் படையில் ஒரு சிலரும் மன்னருடைய வீரர்கள் இருநூறு பேரும் கொல்லப்பட்டனராம்! இரண்டு நாட்களுக்குள் இன்னுமொரு செய்தியைக் கேட்டனர். பங்கர் ஹில் எனுமிடத்தில் நடந்த குருதிவெறிப் போரில் மேலும் ஆயிரம் வீரர்கள் மடிந்தனராம்! "குருதிக்கறைத் தெரியக் கூடாது என்பதற்காகத் தான் மன்னருடைய வீரர்கள் செந்நிறச் சீருடை அணிந்துள்ளனர் என்று கூறி கிராமிய அலுவலகத்தில் வெள்ளையர்கள் கைகொட்டிச் சிரித்தனர்" என்றான் லூதர். "வெள்ளையர்களுக்குத் துணையாகப் போராடிய நீக்ரோக்களுடைய குருதியும் சிந்தியதாகவும் கேள்விப்பட்டேன்" சென்ற இடங்களிலெல்லாம் வெர்ஜீனியா எஜமான்களிடம் தமது அடிமைகளின் மீது நம்பிக்கையற்றுப் போனதற்கான அறிகுறிகள் தென்பட்டதாகவும் அவன் தெரிவித்தான். "வீட்டு வேலை செய்த மிகவும் வயதான நீக்ரோக்களைக் கூட அவர்கள் நம்புவதில்லை!"

அடிமைகள் குடியிருப்பில் தனக்கு ஏற்பட்டிருந்த புதிய முக்கியத்துவத்தில் லூதர் பெருமிதம் கொண்டான். அந்த ஆண்டு ஜூலை மாதத்தில், அவன் பயணம் சென்று திரும்பிய போதெல்லாம் அண்மைகாலச் செய்தியை எதிர்பார்த்து ஒரு கூட்டம் காத்திருந்ததைக் கண்டு பூரித்தான். "யாரோ ஜார்ஜ் வாஷிங்டன் என்கிற எஜமான் மிகப் பெரிய படையைத் திரட்டிப் போராடுகிறாராம்! மிகப் பெரிய பண்ணைக்குச் சொந்தக்காரராகிய அவரிடம் ஏராளமான அடிமைகள் உள்ளனராம்! செந்நிறச் சீருடை வீரர்களை எதிர்த்துப் போரிடுவதில் உதவுவதற்காக புதிய இங்கிலாந்துப் பகுதியில் அடிமைகளுக்கு விடுதலை அளித்துள்ளனராம்!"

ஃபிடில்காரர் வியப்புடன் விளக்கினார். ''எனக்குத் தெரியும்! அது அவர்களுடைய சூழ்ச்சி! நீக்ரோக்களைத் தமக்கு துணைக்கு இழுத்து போரில் கொல்வார்கள்! பிரெஞ்சுக்காரர்கள் செவ்விந்தியருக்கு எதிரான போரில் அதைத்

தான் செய்தனர். எல்லாம் முடிந்த பிறகு வெள்ளையர்கள் மீண்டும் அடிமைகளை சவுக்கால் விளாசுவர்!"

"அது தான் கிடையாது!" லூதர் குறுக்கிட்டான். "பிலடெல்ஃபியாவில், ஒரு சில வெள்ளையர்களெல்லாம் ஒன்று சேர்ந்து குவாக்கர்ஸ் என்றொரு அமைப்பினை ஏற்படுத்தியுள்ளனராம்! அடிமைமுறைக்கு எதிரான சங்கம்! நீக்ரோக்கள் அடிமைகளாக இருப்பது பிடிக்காத வெள்ளையர்களும் இருக்கிறார்கள்"

"எனக்கும் பிடிக்காது!" ஃபிடில்காரர் முன் வைத்தார்.

ஏதோ அவளே எஜமானிடம் நேரடியாகக் கலந்து பேசியதைப் போல ஒரு சில செய்தித் துணுக்குகளை பெல் வழங்கிக் கொண்டிருந்தாள். கடைசியில் அவளே ஒப்புக் கொண்டாள். விருந்தினர்களுடன் எஜமான் பேசிக் கொண்டிருந்ததை சாவித்துளையின் வழியாக ஒட்டுக் கேட்டிருந்தாள். இப்பொழுதெல்லாம் வீட்டிற்கு விருந்தினர்கள் வருகை புரிந்த போது, எஜமான் அவளைத் தனியே கூப்பிட்டு, அறைக்குள் பண்டங்களைப் பரிமாறிய உடனே அறைக்கதவைச் சாத்திவிட்டு வெளியேறிவிட வேண்டுமென்று ஆணையிட்டார். கதவு தாளிடப்பட்ட சத்தம் அவளுக்குக் கேட்டது. "அந்த ஆளைப் பற்றி அவருடைய அம்மாவைக் காட்டிலும் எனக்கு நன்றாகத் தெரியும்!" அவளுடைய முகத்தில் கோபக் கனல் தெறித்தது.

பொறுமையிழந்த ஃபிடில்காரர் கேட்டார், "கதவைத் தாளிட்ட பிறகு என்ன சொன்னார்?"

"ஆங்கிலேயரை எதிர்த்துப் போரிடுவதைத் தவிர வேறு வழியில்லை என்றார். கப்பல் நிறைய வீரர்களை இங்கே அனுப்பப் போகிறார்களாம்! வெர்ஜீனியாவில் இரண்டு லட்சம் அடிமைகளுக்கு மேல் உள்ளனராம். அவர்களையெல்லாம் இங்குள்ள வெள்ளைக்காரர்களுக்கு எதிராக ஆங்கிலேயர்கள் தூண்டி விட்டால் என்ன செய்வது என்று கவலைப்பட்டார். தனியொரு மனிதனாகத் தானும் மன்னருக்கு நன்றியுள்ளவனாக இருக்க விரும்புவதாகவும் ஆனால், அவர் விதித்த வரிகளை எவராலும் பொறுத்துக் கொள்ள முடியாது என்றும் கூறினார்."

லூதர் சொன்னான், "தளபதி வாஷிங்டன் நீக்ரோக்களைப் படையில் சேர்த்துக் கொள்வதை நிறுத்தி விட்டார். ஆனால், வடக்கே விடுதலை அடைந்துள்ள நீக்ரோக்கள் தாமும் இந்த நாட்டின் ஓர் அங்கம் என்றும் போரிட விரும்புவதாகவும் வாதிட்டனர்."

"அவர்களுக்குரிய வாய்ப்புக் கிடைக்கத் தான் போகிறது! வெள்ளையர்கள் நிறையப் பேர் சாகட்டும் என்று விட வேண்டியது தானே? விடுதலையடைந்த நீக்ரோக்களுக்கு வெறி!"

ஆனால், அடுத்த இரண்டு நாட்களில் வெளிவந்த செய்தி பெரிதும் ஆர்வமூட்டியது! வெர்ஜீனியாவின் ஆங்கிலேய ஆளுநர் தன்மோர் பிரபு அடிமைகள் பண்ணைகளை விட்டு வெளியேறி ஆங்கிலேய மீன்பிடி படகுகளிலும் போர்க்கப்பல்களிலும் இருந்த படையில் சேர்ந்து கொள்ளலாம் என்கிற உரிமையை

அறிவித்தார்.

பெல் தெரிவித்தாள், "எஜமான் மிகவும் மனமுடைந்து விட்டார். சாப்பாட்டிற்குக் கூடுகின்ற ஆட்கள், படையில் சேருவதாகச் சந்தேகப்பட்டவர்களையும், அப்படியொரு எண்ணம் இருப்பதாகத் தென்பட்டவர்களையும் சங்கிலிகளை மாட்டி சிறைப்படுத்தப் போவதாக ஏகப்பட்ட பேச்சு அடிபட்டது. தன்மோர் பிரபுவைக் கடத்திச் சென்று தூக்கிலிடப் போகிறார்களாம்!"

எஜமான் வேல்லெருடைய முகம் இறுகிப் போனது. அவரைக் காணச் சென்ற ஏனைய எஜமானர்களும் மிகுந்த பதட்டத்துடன் காணப்பட்டனர். அவர்களுடைய குதிரைகளுக்கு தண்ணீர் காட்டி, தீனி போடும் வேலை குண்டாவிற்குக் கொடுக்கப்பட்டது. குதிரைகள் நெடுந்தொலைவு கடுமையாக விரட்டிச் செலுத்தப்பட்டதால் அவற்றின் விலாப் பகுதிகள் வேர்வையில் நனைந்திருந்தன. சில எஜமானர்கள் அவர்களுடைய வண்டிகளைத் தாமே ஓட்டி வந்தனர். அவர்களுள் ஒருவன் எஜமானருடைய சகோதரர் ஜான் வேல்லெர். எட்டு ஆண்டுகளுக்கு முன்பு கப்பலிலிருந்து இறங்கிய குண்டாவை விலைக்குப் பெற்றவர். வெறுக்கத் தக்க அந்த முகத்தை குண்டா முதல் பார்வையிலேயே கண்டுபிடித்துவிட்டான். ஆனால், குதிரையின் பிடிகயிற்றை அவனிடம் எறிந்து விட்டு விரைப்புடன் சென்ற அவரிடம் அவனை அடையாளம் தெரிந்து கொண்டதற்கான அறிகுறியே தென்படவில்லை.

ஃபிடில்காரர் தெளிவு படுத்தினார். "திகைப்படைய வேண்டாம்! அவரைப் போன்ற எஜமானர்கள் அடையாளம் தெரிந்தால் கூட காட்டிக் கொள்ள மாட்டார்கள்"

அடுத்து சில வாரங்கள் கழிந்தன. ஜார்ஜியா, தென்கரோலினா, வெர்ஜீனியாவைச் சேர்ந்த ஆயிரக்கணக்கான அடிமைகள் துணிந்து பண்ணைகளிலிருந்து வெளியேறி தன்மோர் பிரபுவின் படையில் இணைந்து கொண்டதால் எஜமானும், விருந்தினர்களும் பயத்தால் பீதியடைந்து, கோபத்தால் கொந்தளித்துக் கொண்டிருந்ததை சாவித்துளை வழியாக பெல் அறிந்து கொண்டாள். தப்பியோடியவர்கள் அனைவரும் வடக்கு நோக்கி விரைந்ததாகத் தெரியவந்ததாகச் சிலர் கூறினர். ஆனால், குருதிவெறி கொண்ட வேட்டை நாய்களை மேலும் அதிக எண்ணிக்கையில் வளர்க்க வேண்டியதன் அவசியத்தை அனைவரும் ஒப்புக் கொண்டனர்.

பிறகு, ஒரு நாள் வேல்லெர் தனது தனி அறைக்கு பெல்லை வரவழைத்தார். வெர்ஜீனியா நாளிதழில் வெளியான ஒரு குறிப்பிட்ட செய்தியை இருமுறை மெதுவாகப் படித்தார். அச்செய்தியை அடிமைகளிடம் படித்துக் காட்டுமாறு ஆணையிட்டு, நாளிதழை அவளிடம் கொடுத்தார். சொன்னவாறு அவளும் செய்தாள். அவளுடையதைப் போலவே, அவர்களுடைய எதிர்வினையில் அச்சத்தைக் காட்டிலும் கோபம் கூடுதலாகத் தெறித்தது. "நீக்ரோக்களே, உங்களை நீங்களே அழித்துக் கொள்ளத் துணியாதீர்கள்........! நாங்கள் துன்பப் படுகிறோமோ இல்லையோ, எங்களை விட்டுச் சென்றால், நீங்கள் அல்லாடப்

போவது உறுதி!"

நாளிதழைத் திருப்பிக் கொடுப்பதற்கு முன், தனது அறைக்குள் தனிமையில் அதிலிருந்த ஏனைய செய்திகளையும் எழுத்துக் கூட்டிப் படித்தாள். ஏற்கனவே நடந்து கொண்டிருந்தவையும், எதிர்பார்க்கப்பட்டவையுமான அடிமையர் கிளர்ச்சி பற்றிய செய்திகள் தென்பட்டன. பின்னர், இரவு உணவுக்கு முன்பே நாளிதழைத் திருப்பித் தராததற்காக எஜமான் கடுமையாகக் கத்தினார். கண்ணீர் மல்க மன்னிப்புக் கோரினாள். ஆனால், விரைவிலேயே மற்றொரு செய்தியுடன் மீண்டும் அனுப்பப்பட்டாள். வெர்ஜீனியப் பிரபுக்கள் பேரவையினுடைய ஆணை வெளியிடப்பட்டிருந்தது. "கிளர்ச்சியில் ஈடுபடுவதற்கோ, எஜமான்களை எதிர்ப்பதற்கோ சதிவேலை செய்கிற நீக்ரோக்களுக்கும் ஏனைய அடிமைகளுக்கும் சமயச்சடங்குகளற்ற மரணம் உறுதி!"

"என்ன சொல்கிறார்கள்?" பாடுபடும் கை கேட்க ஃபிடில் கை பதிலளித்தது. "கிளர்ச்சி செய்பவர்களை வெள்ளைக்காரர்கள் கொன்றால், உடலை அடக்கம் செய்வதற்குப் பாதிரியைக் கூப்பிட மாட்டார்களாம்!"

டோரிகளும் ஸ்காட்லாந்துக்காரர்களும் ஆங்கிலேயருடன் இணைந்து கொண்டனர் என்று லூதர் கூறினான். "தன்மோர் பிரபு ஆற்றுப் படுகைகளில் பயிர்களை அழித்ததாகவும், பெரிய வீடுகளை எரித்ததாகவும் தன்னுடன் இணைந்து கொண்டால் நீக்ரோக்களுக்கு விடுதலை அளிப்பதாகத் தெரிவித்ததாகவும் மணியக்காரர் கூறினார். யார்க் நகரத்திலும், மற்ற நகரங்களிலும் இரவில் பிடிபட்ட கறுப்பர்களை சவுக்கால் அடித்துச் சிறையில் தள்ளுகின்றனராம்!"

அந்த ஆண்டு கிறிஸ்துமஸ் பெயரளவில் கழிந்தது. தன்மோர் பிரபு தன்னுடைய போர்க்கப்பலைப் பாதுகாப்பாக விரைந்து செலுத்தித் தப்பித்துக் கொண்டார் என்கிற செய்தி கிடைத்தது. ஒரு வாரத்திற்குப் பிறகு, நோர்பக் துறைமுகத்தை விட்டு அவருடைய கப்பல்படைத்தொகுதி வெளியேறிய உடனே ஒரு மணி நேரத்திற்குள் நகரத்தைக் காலி செய்ய வேண்டும் என்கிற நம்ப முடியாத ஆணை பிறப்பித்தார். பிறகு, கப்பலிலிருந்து சீறிய குண்டுகள் நகரத்தைப் பெரும்பாலும் சாம்பலாக்கி விட்டன. எஞ்சியோருக்கு உணவோ நீரோ கிடைக்கவில்லை. நோய் பரவியது. ஏராளமானோர் மடிந்தனர். ஹேம்டன் ரோட்ஸ் பகுதியில் ஆற்றின் நீரோட்டத்தில் அடித்துச் செல்லப்பட்ட பிணங்கள் கரை ஒதுங்கின. மணலிலும் சகதியிலும் அவை புதைக்கப்பட்டதாக லூதர் கூறினான். "ஏராளமான நீக்ரோக்கள் ஆங்கிலேயக் கப்பல்களில் பசியால் செத்தனர்"

அத்தகைய கொடூர நிகழ்வுகள் அனைத்தையும் அசை போட்ட குண்டா, ஆழங்காண முடியாத ஏதோவொரு விதத்தில் மக்களுடைய துன்ப, துயரங்களுக்கு காரணம் இருந்ததாக உணர்ந்தான். அனைத்தும் அல்லாவினுடைய விருப்பம்! வெள்ளையருக்கோ, கறுப்பருக்கோ அடுத்து நடக்கக் கூடியது எதுவாக இருப்பினும் அல்லாவினுடைய ஆணை தான்!

1776ஆம் ஆண்டு துவக்கத்தில், கார்ன்வாலிஸ் பிரபு கப்பல்கள் நிறைய

மாலுமிகளுடனும் படைவீரர்களுடனும் லண்டனிலிருந்து புறப்பட்டதாகவும், யார்க் நதியைக் கடக்க முற்பட்ட போது, பலத்த புயலில் கப்பல்கள் சிதறடிக்கப்பட்டதாகவும் குண்டாவுக்கும் ஏனையோருக்கும் செய்திகள் கிடைத்தன. அடுத்து மற்றொரு கண்டம் தழுவிய மாநாடு கூட்டப்பட்டதாகவும் வெர்ஜீனிய எஜமானர்களில் ஒரு குழுவினர் ஆங்கிலேயரிடமிருந்து முற்றாகப் பிரிந்துவிடுவதற்கான முயற்சிகளை மேற்கொண்டதாகவும் கேள்விப்பட்டனர். அடுத்த இரண்டு மாதங்கள் துண்டு துக்காணியான செய்திகளுடன் கழிந்தன. ஊரக அலுவலகத்திலிருந்து திரும்பிய லூதர் புதிய செய்தி கொணர்ந்தான். ஜூலை மாதம் நாலாம் தேதி நடந்த மற்றொரு கூட்டத்திற்குப் பிறகு, வெள்ளைக்காரர்களெல்லாம் குதூகலத்துடன் காணப்பட்டதாகவும், விடுதலை என்கிற பேச்சு அடிபட்டதாகவும் தெரிவித்தான்.

பால்டிமோர் எனுமிடத்தில் மன்னருடைய உருவப் பொம்மையை தெரு வழியாக இழுத்துச் சென்று நெருப்பில் போட்டு, சுற்றியிருந்த வெள்ளையர்களெல்லாம், 'கொடுங்கோலன்! கொடுங்கோலன்!' என்று கத்திக் கூச்சலிட்டு ஆரவாரித்ததாக, அடுத்த பயணத்திலிருந்து திரும்பிய லூதர் கூறினான். ரிச்மோண்டில் துப்பாக்கி முழக்கங்களுடன் கொண்டாடி குடித்து, கும்மாளமிட்டு வெள்ளையர்கள் ஆரவாரித்தனராம்! அடங்கி ஒடுங்கியிருந்த அடிமைகள் குடியிருப்புப் பகுதியில் தோட்டக்காரரின் குரல் கேட்டது. "நீக்ரோக்கள் பெருமைப் பட்டுக் கொள்வதற்கு எந்தவிதத்திலும் ஏதுமில்லை! இங்கிலாந்துக் காரர்களாயின் என்ன, இங்குள்ளவர்களாக இருந்தால் என்ன? வெள்ளையர்கள் வெள்ளையர்கள் தான்!"

பிறகு, கோடை காலத்தில், பெல் விருந்தாளி ஒருவர் சொல்லக் கேட்ட செய்தியுடன் அடிமைகள் குடியிருப்பை நோக்கி விரைந்தாள். குடிமக்கள் அவையில், சமீபத்தில், சட்டம் ஒன்று நிறைவேற்றப்பட்டதாம்! போர்ப்படையில் நீக்ரோக்களை முரசறைவோராகவும், குழலூதுவோராகவும், முன்னோடிப் படைத்தொகுதியினராகவும் சேர்த்துக் கொள்ளப் போகிறார்களாம்"

"முன்னோடிப் படைத்தொகுதி என்றால் என்ன?"

"போர்க்களத்தில் முன்வரிசையில் போரிட்டுக் கொல்லப்படுபவர்கள்!" ஃபிடில்காரர் விரக்தியுடன் கூறினார்.

விரைவில், இருதரப்பிலும் அடிமைகள் சண்டையிட்டுக் கொண்டிருந்த கடும் போர் பற்றிய செய்திகளுடன் லூதர் வந்து சேர்ந்தான். செந்நிறச் சீருடை வீரர்களும் டோரிகளும் சரமாரியாகக் குண்டுமழை பொழிந்து, குடியேற்ற வெள்ளையரையும் அவர்களுக்குத் துணை நின்ற கறுப்பர்களையும் ஒரு பாலத்திற்கு அப்பால் துரத்தியடித்தனராம். ஆனால், படையின் பின்பகுதியில் போரிட்ட அடிமைப் போர்வீரன் பில்லி ஃபுளோரா பாலத்தின் பலகைகளைப் பிய்த்தெறிந்ததால் துரத்திச் சென்ற ஆங்கிலேயப் படையினரால் பாலத்தைக் கடக்க முடியவில்லை. பின்வாங்கிவிட்டனர். குடியேற்றப் படைகள் அன்றைய தினம் காப்பாற்றப்பட்டன.

“பாலத்தையே பிய்த்தெறிந்தானா? மிக வலிமையான நீக்ரோவாகத் தான் இருக்க வேண்டும்!” தோட்டக்காரர் வியந்தார்.

1778—ஆம் ஆண்டு, குடியேற்றப் பகுதிகளில் பிரெஞ்சுக்காரர்கள் போர் தொடுத்த போது, போருக்குப் பிறகு விடுதலை அளிப்பதாக உறுதியளித்து, ஒவ்வொரு மாநிலங்களாக அடிமைகளை படையில் சேர்த்துக் கொண்டிருந்ததாகச் செய்தி கொணர்ந்தாள். தென்கரோலினா, ஜார்ஜியா ஆகிய இரு மாநிலங்கள் மட்டிலும் நீக்ரோக்களைப் போரில் ஈடுபடுத்தவில்லை என்றாள்.

“நான் கேள்விப்பட்டவற்றுள் அது ஒன்று தான் இருதரப்பில் எவருக்குமே நல்லதல்ல” என்றார் ஃபிடில்காரர்.

அடிமைத்தனத்தை வெறுத்த போதிலும், கறுப்பர்கள் கையில் துப்பாக்கிகளைக் கொடுப்பதால் வெள்ளையர்களுக்கு எவ்வித நன்மையும் ஏற்படப் போவதில்லை என்று குண்டாவிற்குத் தோன்றியது. முதலில், வெள்ளையர்கள் கறுப்பர்களைக் காட்டிலும் கூடுதல் எண்ணிக்கையில் துப்பாக்கிகளை வைத்திருக்க வேண்டும். அபபொழுது தான் ஏதேனும் கலகம் விளைந்தால் அவர்களால் வெல்ல முடியும். தனது தாய்நாட்டில், கொடிய தலைவர்களிடமும் அரசர்களிடமும் துப்பாக்கிகளையும் தோட்டாக்களையும் பரங்கியர் கொடுத்து, கறுப்பர்களுக்கு எதிராக கறுப்பர்களும், கிராமங்களுக்கு எதிராக கிராமங்களும் போரிட்டு, வென்ற பகுதி மக்களைச் சிறைப்பிடித்து சங்கிலியால் பிணைத்து, விற்ற காட்சிகளெல்லாம் அவனுடைய கண்முன் தோன்றி மறைந்தன.

நடந்துகொண்டிருந்த போரில், ஐயாயிரத்திற்கும் மேற்பட்ட, விடுதலை பெற்றவர்களும், அடிமைகளுமான கறுப்பர்கள் சண்டையிட்டுக் கொண்டிருந்ததாக எஜமான் கூறினார் என்றாள் பெல். கறுப்பர்கள் தமது எஜமானர்களுக்குத் துணையாகப் போரிட்டு மடிந்த கதைகளை லூதர் கொண்டு வந்த வண்ணம் இருந்தான். வடக்கே முழுக்க முழுக்க கறுப்பர்களைக் கொண்ட படைத்தொகுதிகள் பல உருவாக்கப்பட்டதையும், முழுவதும் கறுப்பர்கள் மட்டுமே இடம் பெற்ற பெரும்படைத் தொகுதி (பட்டாலியன்) ஒன்று ‘அமெரிக்காவின் செல்வம்’ என்கிற பெயரில் உருவாக்கப்பட்டதாகவும் அதற்கு நீக்ரோ ஒருவர் கர்னலாகப் பொறுப்பு வகித்ததாகவும், மிடில்டன் எனும் அவரும் ஒரு ஃபிடில்காரர் என்றும் லூதர் தெரிவித்தான்.

மகிழ்ச்சியில் துள்ளிய லூதர் ஃபிடில்காரரை வாசிக்கும்படி கேட்டுக் கொண்டே ஊரக அலுவலகத்தில் கேட்ட புதிய பாடலைப் பாடத் தொடங்கினான். சேர்ந்து இசைப்பதற்கு எளிதாக இருந்தமையால் மற்றவர்களும் பாடத் தொடங்கினர். சிலர் குச்சிகளைத் தட்டித் தாளம் போட்டனர். ஃபிடில்காரர் வாசிக்கத் தொடங்கினார். குடியிருப்புச் சிறுவர்கள் கைதட்டி ஆரவாரித்தனர்.

1781—ஆம் ஆண்டு, மே மாதம் கேள்விப்பட்ட செய்தி அனைவரையும் திகைக்க வைத்தது. மான்டிசெல்லா என்றழைக்கப்பட்ட, தாமஸ் ஜெஃபெர்சன் பண்ணையை செந்நிறச் சீருடையினர் அழித்துவிட்டனராம். பயிர்களை நாசப்படுத்தி, சேமிப்புக்

கிடங்குகளை எரித்து, கால்நடைகளை துரத்தியடித்து விட்டு, அனைத்து குதிரைகளையும் முப்பது அடிமைகளையும் கவர்ந்து சென்றனராம்.

“வெர்ஜீனியா காப்பாற்றப்பட வேண்டும் என்று வெள்ளையர்கள் பேசிக் கொள்கின்றனர்” என்றான் லூதர். ஆனால், விரைவிலேயே, தளபதி வாஷிங்டன் அப்பகுதிக்குப் படை நடத்தி வருவதால் வெள்ளையர்கள் மகிழ்ச்சியடைந்ததாகத் தெரிவித்தான். “அந்தப் படையில் நீக்ரோக்கள் ஏராளமாக இருக்கின்றனர்”. வாஷிங்டனுடைய படையும் லஃபாயெத்தினுடைய படையும் இணைந்து, இங்கிலாந்தின் கார்ன்வாலிஸ் படை மீது தோட்டாக்களையும் குண்டுகளையும் சரமாரியாகப் பொழிந்ததாக அக்டோபரில் செய்திகள் கிடைத்தன. விரைவில், வெர்ஜீனியா, நியூயார்க், வடகரோலினா, மேரிலாந்து மற்றும் பல மாநிலங்களில் போர் கடுமையாக நடைபெற்றதாக அறிந்தனர். பிறகு, அந்த மாதத்தின் மூன்றாவது வாரத்தில், “கார்ன்வாலிஸ் சரணடைந்தான்! போர் ஓய்ந்தது! விடுதலை வென்றெடுக்கப்பட்டது!” என்கிற பேரொலி அடிமைகள் குடியிருப்புப் பகுதியெங்கும் ஒலித்தது.

தற்பொழுது, பயணங்களின் மும்முரத்தால், லூதருக்கு உறங்கக் கூட நேரமில்லை. பல ஆண்டுகளுக்குப் பிறகு எஜமான் முகத்தில் புன்னகை ஒளிவீசியதாக பெல் கூறினாள்.

சென்ற இடங்களிலெல்லாம் வெள்ளையர்களைப் போலவே நீக்ரோக்களும் உரத்த ஆரவாரக் கூச்சல் எழுப்பியதாக லூதர் தெரிவித்தான். ஆனால், அவர்களுடைய ஆரவாரம் அவர்களுடைய மாவீரனாகத் திகழ்ந்த பில்லி ஃபுளோராவைப் பாராட்டுவதாக இருந்ததாகவும் கூறினான். அண்மையில் படையிலிருந்து ஓய்வளிக்கப்பட்ட அவர் தனது நம்பிக்கைக்குரிய துப்பாக்கியுடன் நோர்பக்கிற்குச் சென்று விட்டார்.

சில நாட்களுக்குள், அடிமைகளின் குடியிருப்புப் பகுதியில் உள்ள அனைவரையும் அழைத்து உரத்த குரலில் தெரிவித்தாள், “புதிதாக உருவாக்கப்பட்டுள்ள அமெரிக்க ஐக்கிய நாடுகளுக்கு முதல் தலைநகரமாக ஃபிலெடெல்ஃபியா அறிவிக்கப்பட்டுள்ளதாக எஜமான் கூறினார்”. ஆனால், பின்னர், லூதர் அவர்களுக்கு விளக்கமாகச் சொன்னான். “ஜெஃபெர்சன் புதிய சட்டம் ஒன்றை இயற்றியுள்ளார். அதன்படி தமது அடிமைகளுக்கு விடுதலை அளிக்கும் உரிமை எஜமான்களுக்கு உண்டு. ஆனாலும், அடிமைமுறைக்கு எதிரானவர்களான குவாக்கர்களும், வடக்கே விடுதலை பெற்ற நீக்ரோக்களும் தொடர்ந்து போராட்டத்தில் ஈடுபடுகின்றனர். ஏனெனில், அந்த சட்டத்தின்படி, எஜமான்கள் தமக்குத் தேவையான அளவு அடிமைகளை வைத்துக் கொளளலாம்”

1783—ஆம் ஆண்டு, நவம்பரில், ஜார்ஜ் வாஷிங்டன் படையைக் கலைத்து விட்டார். ஏழாண்டுப் போர் என்றழைக்கப்பட்ட விடுதலைப் போராட்டம் முறைப்படி முடிவுக்குக் கொண்டுவரப்பட்டது. “அமைதி திரும்பிவிட்டதாக எஜமான் கூறினார்”. பெல் குடியிருப்பில் இருந்த அனைவரிடமும் தெரிவித்தாள்.

ஃபிடில்காரர் சலிப்புடன் பேசினார், “வெள்ளைக்காரர்களுடைய ஆதிக்கம் நீடிக்கும் வரை அமைதி நிலவப் போவதில்லை. கொல்வதைத் தவிர வேறு எதிலும் அவர்களுக்கு விருப்பமில்லை. அவருடைய பார்வை சூழ்ந்திருந்த அனைவருடைய முகங்களிலும் பட்டுத் தெறித்தது. “நான் சொல்வதை ஊன்றிக் கவனியுங்கள்! நீக்ரோக்களுடைய நிலைமை முன்பைக் காட்டிலும் மோசமடையப் போகிறது!”

பிறகு, குண்டாவும் தோட்டக்காரரும் அமைதியாக அமர்ந்து பேசிக் கொண்டிருந்தனர். “நீயும் இங்கே வந்ததிலிருந்து ஏகப்பட்டதைப் பார்த்து விட்டாய்! எவ்வளவு காலமாக இங்கே இருக்கிறாய்?” குண்டாவிற்குத் தெரியவில்லை. கலவரமடைந்தான்.

அன்றிரவு, குடிசையில் தனிமையில் இருந்த போது, ஒவ்வொரு புதிய இளம்பிறையின் போதும் தவறாமல் குடுக்கைக்குள் போட்டு வைத்திருந்த பன்னிறக் கூழாங்கற்களை பன்னிரெண்டு, பன்னிரெண்டாக அடுக்குவதில் மணிக்கணக்கில் செலவிட்டான். தான் எழுப்பிய கேள்விக்கு தோட்டக்காரர் ஒருபோதும் அறிந்து கொள்ள இயலாத பதிலை ஒருவழியாக கற்கள் கூறியதைக் கேட்டவன் அதிர்ந்து போனான். அவனைச் சுற்றிப் புழுதித் தரையில் பதினேழு கற்குவியல்கள் இருந்தன. அவனுக்கு முப்பத்தி நான்கு வயதாகி விட்டது! அல்லாவின் ஆணையால் அவனுடைய வாழ்க்கைக்கு என்ன தான் நேர்ந்து விட்டது? ஜுஃப்யூர் கிராமத்தில் வாழ்ந்த அதே காலநீளம் அளவிற்கு வெள்ளையர் மண்ணிலும் வதைந்து விட்டான். இன்னமும் அவன் ஆப்பிரிக்கன் தானா? அல்லது, மற்றவர்கள் தம்மைத் தாமே அழைத்துக் கொள்வதைப் போல, அவனும் நீக்ரோவாகி விட்டானா? அவன் ஒரு மனிதன் தானா? அப்பாவைக் கடைசியாகப் பார்த்த பொழுது அவருக்கிருந்த வயது அவனுக்கு வந்து விட்டது. இருப்பினும், அவனுக்கென்று மகன்கள் இல்லை, மனைவி இல்லை, குடும்பம் இல்லை, கிராமம் இல்லை, இனமக்கள் இல்லை, தாய்மண் இல்லை, ஏன், கடந்த காலம் என்று எதுவுமே இல்லை, எதிர்காலமும் கண்ணில்படவில்லை. கேம்பியா நீண்ட காலத்திற்கு முன் அவன் கண்ட கனவு போலத் தோன்றியது! அவன் இன்னமும் தூங்கிக் கொண்டு தான் இருந்தானா? அப்படியானால், எப்பொழுது விழித்துக் கொள்ளப் போகிறான்?

57

குண்டா தனது எதிர்காலத்தைப் பற்றி நீண்ட நாட்களுக்குக் கவலைப்பட வேண்டியிருக்கவில்லை. சில நாட்களுக்குள் பண்ணையில் புயல் வீசச் செய்த செய்தி கிளம்பியது. வீட்டு வேலை செய்து கொண்டிருந்த இளம்பெண்ணொருத்தி தப்பியோடியபோது பிடிபட்டாள். கதவுகள் மூடப்பட்ட அறைக்குள் எஜமான் முன்னிலையில் அவளை மணியக்காரர் இரகசியமாக விசாரித்த பொழுது, சவுக்கடி தாளமாட்டாமல், வண்டியோட்டி லூதர் தப்பியோடுவதற்கான பாதையை வகுத்துக் கொடுத்ததாக ஒத்துக் கொண்டாள்.

லூதர் தப்பித்துக் கொள்வதற்குள் அடிமைகள் குடியிருந்த பகுதிக்கு விரைந்த எஜமான் வேல்லெர் தான் கேள்விப்பட்ட செய்தி உண்மைதானா என்பதை அறிந்து கொள்ள விரும்புவதாகக் கோபத்தில் கொந்தளித்தார். மணியக்காரர் அவனை அதட்டினார். அஞ்சி நடுங்கிய லூதர் ஒத்துக் கொண்டான். சினத்தால் முகம் சிவந்த எஜமான் அடிப்பதற்குக் கை ஓங்கினார். லூதர் கருணை வேண்டி மண்டியிட்டான். உடனே கையை தாழ்த்திக் கொண்ட எஜமான் நீண்ட நேரம் அவனையே வெறித்து நோக்கியபடி நின்றார். சீற்றத்தால் அவருடைய கண்களில் கண்ணீர் திரண்டிருந்தது.

கடைசியில் மிகவும் அமைதியாகப் பேசினார், "மணியக்காரரே, இவனைக் கைது செய்து சிறைப்படுத்துங்கள்! அடுத்த ஏலத்தில் விற்றுவிடுங்கள்!" மறுவார்த்தை பேசாமல், திரும்பி வீட்டை நோக்கி நடந்தார். அவனுடைய தேம்பலையும் விசும்பலையும் பொருட்படுத்தவே இல்லை.

அவனுடைய இடத்தில் எஜமான் யாரை வண்டியோட்டியாக நியமிக்கப் போகிறார் என்கிற யூகங்கள் தொடங்குவதற்குள், ஒரு நாள் இரவில், வெளியே சென்ற பெல் குண்டாவிடம் எஜமான் அவனை உடனே கூட்டிவரச் சொன்னதாகத் தெரிவித்தாள். அவளுக்குப் பின்னால் சாய்ந்து நடந்து அவன் பெரிய வீட்டை நோக்கிச் சென்றதை அனைவரும் கவனித்தனர். எதற்காகக் கூப்பிட்டிருப்பார் என்கிற சந்தேகத்துடன் குண்டாவிற்கு அச்சமும் தோன்றியது. அதுவரை அவன் அவரிடம் நேரில் பேசியதில்லை. பண்ணையில் கழித்த பதினாறு ஆண்டுகளில் ஒருபோதும் பெல்லினுடைய அடுக்களையைத் தாண்டி பெரிய வீட்டிற்குள் சென்றதுமில்லை.

அடுக்களைக்கு அப்பால் கூடத்தின் வழியாக பெல்லைப் பின்தொடர்ந்த போது பளபளத்த தரையையும், மீதுயர்ந்த அலங்காரத் தாள்கள் ஒட்டப்பட்ட சுவர்களையும் கண்டு அவனுடைய கண்கள் மருண்டன. வேலைப்பாடுகள் நிறைந்த பெரிய கதவை பெல் தட்டினாள். "உள்ளே வா!" எஜமானின் குரல். உள்ளே சென்ற பெல் பின்னால் திரும்பி அவனையும் உள்ளே வருமாறு தலையாட்டினாள். அவனால் நம்பவே முடியவில்லை! அவ்வளவு பெரிய அறை! சேமிப்புக் கிடங்கின் உட்பகுதியைக் காட்டிலும் பெரியது! மெருகேற்றப்பட்ட ஓக் மரப்பலகைகள் பொருத்தப்பட்ட தளத்தின் மீது கம்பளங்கள் விரிக்கப்பட்டிருந்தன. ஓவியங்களும் அலங்காரத் தோரணங்களும் சுவர்களில் தொங்கின. பளபளப்பான தளவாடங்கள் பொருத்தமாக அமைக்கப்பட்டிருந்தன. அடுக்குகளின் நீண்ட வரிசைகளில் புத்தகங்கள் ஒய்யாரமாக அமர்ந்திருந்தன. ஒரு சாய்வு மேஜைக்கருகில், பச்சை வண்ண உருளை மூடியிடப்பட்ட எண்ணெய் விளக்கின் கீழ் எஜமான் படித்துக் கொண்டிருந்தார். புத்தகத்தில் தான்படித்துக்கொண்டிருந்த பக்கத்தில் விரலை வைத்தபடி, திரும்பி குண்டாவைப் பார்த்தார்.

"டோபி, எனக்கு ஒரு வண்டியோட்டி தேவைப்படுகிறது. இங்கேயே வளர்ந்து நீயும் பெரிய ஆளாகி விட்டாய்! நன்றியுடன் நடந்து கொள்வாய் என்று நம்புகிறேன்." அகலத் திறந்திருந்த அவருடைய நீலநிறக் கண்கள் குண்டாவைத் துளைத்தன. "குடிப்பழக்கம் உன்னிடம் இல்லையென்று பெல் சொன்னாள். அது எனக்கு ரொம்பவும் பிடிக்கும்! நீயும் நல்லவிதமாக நடந்து கொண்டதை நான் கவனித்திருக்கிறேன்" எஜமான் சற்றே நிறுத்தினார். குண்டா மீது பெல்லின் பார்வை தாக்கியது. "ஆமாம், எஜமான்" வேகமாகச் சொன்னான்.

"லூதருக்கு நடந்தது என்னவென்று தெரியுமில்லே?" எஜமான் கேட்டார். தெரியுமென்றான். எஜமானின் கண்கள் சுருங்கின. குரல் கறகறத்து உறுமியது. "உன்னை ஒரு நிமிடத்தில் விற்றுவிடுவேன்! நீங்க ரெண்டு பேரும் ஒழுங்கா நடந்துக்கிறலைன்னா, பெல்லையும் விற்று விடுவேன்"

அவர்கள் அமைதியாக நின்று கொண்டிருந்தனர். மீண்டும் புத்தகத்தைத் திறந்தார். "நாளையிலிருந்து வண்டி ஓட்டு! நியூபோர்ட்டிற்குச் செல்கிறேன். உனக்குப் பிடிபடும் வரை நான் வழி காட்டுகிறேன்!" எஜமானின் பார்வை பெல் மீது விழுந்தது. "அவனுக்கு உரிய உடைகளைக் கொடு! ஃபிடில்காரரிடம் சொல்லிவிடு! டோபிக்குப் பதிலாக அவர் தோட்டவேலை செய்ய வேண்டும்!"

"சரிங்க, எஜமான்!" குண்டாவும் அவளும் வெளியேறினர்.

பெல் ஆடைகளைக் கொணர்ந்தாள். தோட்டக்காரரும் ஃபிடில்காரரும் அவற்றை அணிந்து கொள்வதற்கு அவனுக்கு உதவினர். கஞ்சியிட்டுத் தேய்க்கப்பட்ட கெட்டித் துணியாலான கால்சராய்கள். மெழுகு வண்ண பருத்தி மேல்சட்டை. பரவாயில்லை! ஆனால், கழுத்திலிருந்து தொங்கிய கறுப்புக் கயிற்றுப் பட்டை அவனை கோமாளியாக்கியது.

"நியூபோர்ட்டிற்கு அதிக தூரம் செல்லவேண்டியதில்லை. ஸபாட்சிலவேனியா நீதிமன்றத்திற்கு அடுத்து உள்ளது. வேல்லெருடைய தந்தையின் வீடுகளில் ஒன்று."

தன்னுடைய புதிய கடமைகளையும், குண்டாவினுடையதையும் அறிந்து கொண்ட ஃபிடில்காரர் அவனைச் சோதனையிடுவது போல நோட்டமிட்டபடி நடந்து திரிந்தார். அவருடைய நடவடிக்கையில் மகிழ்ச்சியும் பொறாமையுணர்வும் வெளிப்படையாகத் தெரிந்தன. "இப்பொழுது மிக முக்கியமான நீக்ரோவாகி விட்டாய்! அதில் மாற்றுக் கருத்துக் கிடையாது. பிறகு, தலைக்கு ஏறிவிடாமல் பார்த்துக் கொள்1"

தேவையற்ற அறிவுரை! அத்தனை காலம் வெள்ளையனிடம் என்னென்னவோ வேலை செய்தும் தனக்கென ஒரு மதிப்பைத் தக்க வைத்துக் கொள்ளாத ஆள் அவர்! ஆனால், குண்டாவைப் பொறுத்தவரை, தோட்டத்தை விட்டு வெளியேறி, தன்னுடைய பெரியப்பாக்கள் செய்ததைப் போல, பல்வேறு இடங்களுக்கும் சுற்றி பரந்த உலகினைக் காணும் வாய்ப்புப் பெற்றிருந்த போதிலும், அதன் மூலம் கிடைத்த சிறிதளவு உளக்கிளர்ச்சி, வெகுவிரைவில், தன்னுடைய புதிய கடமைகளின் சுமையால் மறைந்து போயிற்று.

இரவு, பகல் எந்த நேரத்திலும் நோயாளிகளிடமிருந்து அழைப்பு வந்தமையால், எஜமானின் குரல் கேட்டவுடன், குண்டா தனது குடிசையிலிருந்து விரைந்து சென்று வண்டியைப் பூட்டி, குதிரைகளின் கழுத்து நோக ஓட்டிச் சென்றான். நோயாளிகளுடைய வீடுகளுக்கு பல மைல் தொலைவு குறுகிய, கரடுமுரடான, வளைந்து நெளிந்த பாதைகளில் வண்டியைச் செலுத்தி சென்றடைய வேண்டியிருந்தது. பின் இருக்கையில் மேல் மூடியின் கீழ் அமர்ந்திருந்த எஜமானுக்கு உடல் அலுக்காதவாறு நன்னயத்துடன் வண்டியைப் பறக்கவிடும் நுணுக்கம் அறிந்திருந்தான். மேடு பள்ளங்களில் வண்டி ஏறி இறங்கிய போதிலும், செம்மண் புழுதியாக இருந்த சாலை பருவ மாற்றத்தால் சேறும் சகதியுமாக மாற்றமடைந்த போதிலும், சாட்டையைப் பக்குவமாகச் சுழற்றி, குதிரைகளின்

வாயில் நுரை தள்ள, சேர வேண்டிய இடத்திற்கு, உரிய நேரத்தில் பாதுகாப்பாகக் கொண்டு சேர்த்தான்.

ஒரு நாள் அதிகாலையில், எஜமானின் சகோதரர் குதிரையைப் படுவேகமாகத் துரத்திக் கொண்டு வந்து சேர்ந்தார். அவருடைய மனைவிக்கு மகப்பேறு எதிர்பார்க்கப்பட்ட தேதிக்கு இரண்டு மாதங்களுக்கு முன்னதாகவே வலி கண்டு துடித்ததாக அரற்றினார். மிகவும் களைத்துப் போயிருந்த குதிரைகளைப் பூட்டி, வண்டியை விரைவாகச் செலுத்தி ஒருவழியாக ஜான் வீட்டைச் சென்றடைந்தனர். தாவு தீர்ந்த குதிரைகளுக்குத் தண்ணீர் காட்டிக் கொண்டிருந்த பொழுதே, புதிதாகப் பிறந்த குழந்தை வீரிட்ட சத்தம் கேட்டது. ஐந்து பவுண்டு எடையில் பெண் குழந்தை பிறந்ததாகவும் அதற்கு ஆனே என்று பெயரிடப் போவதாகவும் திரும்புகையில் எஜமான் குண்டாவிடம் கூறினார்.

காலச் சக்கரமும் சுழன்று கொண்டிருந்தது. கோடைக்காலத்திலும் பனிக்காலத்திலும், அவர்களுடைய பணி மேலும் அதிகரித்தது. ஊரகம் முழுவதிலும் கறுப்பர்கள் மத்தியில் வாந்தி நோய் பரவியிருந்தது. ஏராளமானோர் அதற்கு இலக்காயினர். அனைவரையும் எஜமானுடன் சென்று குண்டா காப்பாற்றினான். ஏராளமான குயினைன் மாத்திரைகளைக் கொடுத்து நோயாளிகளை மரணத்திலிருந்து தப்பிக்கச் செய்தனர். ஆனால், குண்டாவின் வாழ்க்கை திக்குத் தெரியாமல் மயங்கியது. எண்ணற்ற பெரிய வீடுகளின் அடுக்களைகளிலும், புதிய, புதிய குடிசைகளின் படுக்கைகளிலும் அல்லது வைக்கோல் விரிப்புகளிலும் கழிந்து கொண்டிருந்தது. எஜமான் திரும்பும் வரை மணிக்கணக்கில் காத்திருப்பதிலும், ஓயாத வேதனை அவதி ஓலங்களைக் கேட்பதிலும், அல்லது, அடுத்த நோயாளி வீட்டிற்கு வண்டியைச் செலுத்துவதிலும் அவனுடைய வாழ்க்கை உழன்றது.

ஆனால், நெருக்கடியான சமயங்களிலன்றி எஜமான் எப்பொழுதும் நீண்ட பயணங்கள் சென்றதில்லை. சில சமயங்களில் வாரக்கணக்கில் கூட அண்மையில் அவசர அழைப்புகளுக்குச் செல்வதுடனும், எண்ணி மாளாத அவருடைய உறவினர்கள், நண்பர்களுடைய இல்லங்களுக்குச் சென்று திரும்புவதையும் தவிர கடுமையான வேலை எதுவும் குண்டாவிற்கு இல்லை. அதுபோன்ற சமயங்களில், குறிப்பாக, வசந்த காலத்திலும் இளவேனில் காலத்திலும் பயணங்கள் மிகவும் இனிமையாக இருந்தன. வழிநெடுகிலும் மலர்கள் அடர்ந்த படுகைகள் சிரித்தன. காட்டுப் பேரிகளும், கரும்பேரிப் புதர்களும், வேலிகளில் மண்டிக் கிடந்த பசிய கொடிகளும் கோடையிலும் குளுமை சேர்த்தன. மெல்லிய கனைப்புடன் ஒன்றுக்கொன்று கனக்கச்சிதமான இணைக் குதிரைகளின் பின்னே வண்டி ஓய்யாரமாக உருண்டது. கரிய மேல்மூடி சூரிய வெப்பத்திற்கு கேடயமாக மிளிர, எஜமான் இருக்கையில் இதமாகக் குலுங்கினார். எங்கெங்கிலும் விர்ரிட்ட பறவைகளையும், பளிச், பளிச்சென்று தாவிய முயல்களையும், புதர்ப்பறவைகளையும், இணையை அழைத்த பேடைகளையும் காண முடிந்தது. அவ்வப்போது சாலையில் பளபளத்த பெரும்பாம்புகள் வண்டியின் ஓசையால் அதிர்ந்து பாதுகாப்பான இடம் தேடி விரைந்து நெளிந்தன. அல்லது, கொத்துவதற்குச் சென்ற செத்த எலியை விட்டு விட்டு பருந்துகள் தமது கனத்த சிறகுகளைப் படபடத்தன. ஆனால்,

வயல்வெளியின் நடுவில், முற்றி முதிர்ந்த ஓக் அல்லது சிதார் மரம் ஒற்றையாக நின்ற காட்சி குண்டாவை வெகுவாகக் கவர்ந்தது. ஆப்பிரிக்க கிராமங்களின் நுழைவாயிலில் நின்ற தனிமரத்தை எண்ணி ஏங்கினான். எங்கெல்லாம் தன்னந்தனியாக மரமொன்று நிற்கிறதோ அங்கெல்லாம் கிராமமொன்று இருந்திருக்கக் கூடும் என்பது மூத்தோர் வாக்கு. வாக்கு மட்டுமின்றி, ஜுஃப்யூர் கிராமமே அவனுடைய நெஞ்சை நிறைத்தது.

மருத்துவப் பணி முடித்துத் திரும்புகையில், என்ஃபீல்டு எனுமிடத்தில் வாழ்ந்த தன்னுடைய பெற்றோர்களைச் சந்திப்பதற்காக எஜமான் சென்றதுண்டு. வில்லியம் மன்னருடைய ஊரகத்திற்கும், அரசர், அரசி ஊரகத்திற்கும் இடைப்பட்ட எல்லைப்பகுதியில் அவர்களுடைய பண்ணை அமைந்திருந்தது. வேல்லெர் குடும்பத்தாருடைய அனைத்துப் பெரிய வீடுகளின் வளாகங்களுக்குள் நுழைந்தவுடன் இருமருங்கிலும் முதிர்ந்த பெரியவகை மரங்களின் வரிசைகளைக் காணலாம். அவற்றினூடே சென்ற பாதையில் வண்டியைச் செலுத்த பருத்த வாதாம் மரத்தினடியில் குண்டா வண்டியை நிறுத்தினான். விரிந்து கிடந்த புல்வெளிக்குப் பின்னால் மாபெரும் மாளிகை கம்பீரமாகத் தோற்றமளித்தது. சலசலத்தோடிய குறுகிய நதியின் கரையில் அமைக்கப்பட்டிருந்த அந்த மாளிகை தோற்றத்திலும் செல்வச் செழிப்பிலும் எஜமானுடைய பெரிய வீட்டைக் காட்டிலும் பல மடங்கு பெரியது.

குண்டாவினுடைய முதல் சில மாதப் பயணங்களின் போது, அவனுக்கு உணவளிக்கப்பட்ட பல்வேறு பண்ணைகளிலிருந்த அடுக்களைகளில் வேலை செய்த சமையலர்கள் அவனைக் குறுகுறுவென்று பார்த்தனர். குறிப்பாக, என்ஃபீல்டிலிருந்த ஹேத்தி மே என்றழைக்கப்பட்ட பருத்த, கனத்த, பளபளத்த கருமேனி கொண்ட பெண் பெல்லைப் போலவே பெரிய வீட்டில் வேலை செய்கின்ற மமதையுடன் நடந்து கொண்டாள். குண்டா தன்மான உணர்வுடன், இறுக்கமாக நடந்து கொண்டதைக் கண்டு வன்மப் பார்வை வீசிய போதிலும், எவ்விதத்திலும் நேருக்கு நேர் சந்தித்ததில்லை. தட்டில் தனக்கு அளிக்கப்பட்டவற்றை, பன்றி இறைச்சியைத் தவிர, முழுமையாகக் காலி செய்து விட்டு அமைதியாக அகன்றான். இருப்பினும், இறுதியில், அவனுடைய அமைதியான போக்குப் பிடித்துப் போனதால் அவர்கள் அவனிடம் நெருங்கிப் பழக முற்பட்டனர். என்ஃபீல்டிலிருந்த சமையல் பெண் கூட குண்டாவுடன் பேசுவதற்கு முற்பட்டாள்.

ஒரு நாள், அவன் சாப்பிட்டுக் கொண்டிருந்த போது, திடீரென்று குறுக்கிட்டு, "நீ இருக்கின்ற இடத்தைப் பற்றி அறிவாயா?" என்றாள். அவன் பதிலேதும் கூறவில்லை. அவளும் அவனுடைய பதிலுக்குக் காத்திருக்கவில்லை. தொடர்ந்து பேசினாள். "வேல்லெர் குடும்பத்தினர் அமெரிக்காவில் கட்டிய முதல் வீடு இது தான்! வேல்லெர் குடும்பத்தினரைப் போல இங்கே நூற்றைம்பது ஆண்டுகள் வாழ்ந்தவர் வேறு எவருமில்லை. முதலில் இப்போதுள்ளதைப் போல பாதியளவு தான் இருந்தது. ஆற்றையொட்டி மற்றொன்றைக் கட்டி இரண்டையும் இணைத்தனர்." மீண்டும் பெருமை பொங்கக் கூறினாள், "இங்குள்ள குளிர்காயும் தணப்பு அடுப்பைக் கட்டுவதற்குக் கற்கள் லண்டனிலிருந்து கப்பலில் வந்திறங்கின."

குண்டா வெறுமனே தலையை ஆட்டினான். அவள் பீற்றிக் கொண்டே போனாள். அவன் மனதில் பதிந்ததாகத் தெரியவில்லை.

எப்போதாவது எஜமான் நியூபோர்ட்டிற்குச் சென்றார். குண்டா வண்டியோட்டியாக முதன்முதலாகச் சென்ற இடம். அதற்குள் ஓராண்டு உருண்டு விட்டது என்பதை அவனால் நம்பவே முடியவில்லை. எஜமானருடைய பெரியப்பாவும் பெரியம்மாவும் என்ஃபீல்டு வீட்டைப் போலவே இருந்த அந்த வீட்டில் வாழ்ந்தனர். வெள்ளையர்கள் உணவருந்தும் கூடத்தில் அமர்ந்து உண்ட பொழுது அங்கிருந்த சமையல் பெண் அவனுக்கு அடுக்களையில் பரிமாறினாள். மேலங்கிக்கு மேலே இறுக்கிக் கட்டப்பட்டிருந்த இடுப்பு வாரில் தொங்கிய சாவிக் கொத்து குலுங்க அங்குமிங்குமாக அசைந்து நடந்தாள். ஒவ்வொரு பெரிய வீட்டிலும் மூத்த பணிப்பெண்களிடம் அது போன்ற கொத்துச் சாவியைக் காண முடிந்தது. சமையலறை அடுக்குகளின் சாவிகளுடன், புகைபோக்கி, குளிர்சாதன அறை, சமையல் பண்டங்கள் வைப்பறை, மற்ற அறைகள், அடைப்புகள் ஆகிய அனைத்து இடங்களுக்கும் உரிய சாவிகள் அந்தக் கொத்தில் தொங்கின. அத்தகைய சாவிகள் குலுங்கி எழுப்பிய ஒலி அந்தந்தப் பெரிய வீட்டில் அவர்களுக்கிருந்த முக்கியத்துவத்தையும் நம்பகத் தன்மையையும் பறைசாற்றியது. நியூபோர்ட்டில் சற்றே உரக்க ஒலித்தது.

அண்மையில் அங்கே சென்றிருந்த பொழுது, என்ஃபீல்டு சமையலரைப் போலவே குண்டா மீது நம்பிக்கை கொண்ட அந்தப் பெண், தனது உதடுகளின் மீது விரலை வைத்து அழுத்தியபடி, அடிமேல் அடி வைத்து குண்டாவை வீட்டின் உட்பகுதியிலிருந்த சிறிய அறைக்கு அழைத்துச் சென்றாள். பகுமானமாக, இடுப்பிலிருந்த சாவி ஒன்றால் அறையைத் திறந்தாள். சுவற்றைச் சுட்டிக் காட்டினாள். அந்தக் குடும்பத்தின் மூலவரான கர்னல் வேல்லெருடைய இராணுவ உடுப்புகளும், வெள்ளிக் கேடயமும், வெள்ளித் துப்பாக்கிகளும், வெள்ளி வாள் ஒன்றும், தொழுகைக்கான சமய நூலும் காட்சிப் பொருட்களாக வைக்கப்பட்டிருந்தவற்றைக் காட்டி ஒவ்வொன்றையும் அவனுக்கு விளக்கினாள்.

குண்டாவின் முகத்தில் கள்ளத்தனமாக ஒளிக்கப்பட்டிருந்த திகைப்பு அவளுக்கு நகைப்பளித்தது. “கர்னல் என்ஃபீல்டைக் கட்டினார். ஆனால், இங்கே தான் புதைக்கப்பட்டார்.” வெளியே நடந்து சென்று கல்லறையைக் காட்டினாள். அதன் மீது கல்வெட்டு பதிக்கப்பட்டிருந்தது. குண்டா அதனை வெறித்துப் பார்த்தான். ஒரு நிமிடம் கழித்து, தற்செயலாகக் கேட்கின்ற பாவனையில், ‘அதில் எழுதியிருப்பதைத் தெரிந்து கொள்ள வேண்டுமா?’ என்றாள். அவனும் ஆமென்று தலையாட்டினான். நீண்ட நாட்களுக்கு முன்பாகவே மனதில் பதிந்து போன செய்தியை, எளிதாக விரைந்து படிப்பது போல வாசித்தாள். “கர்னல் ஜான் வேல்லெரின் புனித நினைவாக! ஜான் வேல்லெருக்கும் மேரி கீயுக்கும் பிறந்த மூன்றாவது மகன். பக்கிங்ஹாம்ஷைர், நியூபோர்ட் பகனெலிலிருந்து வெர்ஜீனியாவில் குடியேறிய சீமான்!”

ஸ்பாட்சில்வேனியாவிலேயே, பிராஸ்பெக்ட் ஹில் எனுமிடத்தில் எஜமானின் தாதாதியர் பலர் வாழ்ந்ததை குண்டா அறிந்து கொண்டான். என்ஃபீல்டில்

இருந்ததைப் போலவே அங்கிருந்த பெரிய வீடு ஒன்றரை மாடி உயரத்திற்கு எழுப்பப்பட்டிருந்தது. அனைத்து வீடுகளும் மிகவும் பழமை வாய்ந்தனவாக இருந்தன. அங்கிருந்த சமையல் பெண், இரண்டடுக்கு வீடுகளுக்கு மன்னர் வரி விதித்ததாகத் தெரிவித்தாள். என்ஃபீல்டிலிருந்த வீட்டை போலில்லாமல், பிராஸ்பெக்ட் ஹில்லில் இருந்த வீடு, வேல்லெர் குடும்பத்தின் ஏனைய பெரிய வீடுகளைக் காட்டிலும் சிறியதாக இருந்த போதிலும், அங்கிருந்ததைப் போன்ற அகன்ற முன்கூடத்தையும், மேல் மாடத்திற்குச் சென்ற செங்குத்தான வட்டவடிவமான படிக்கட்டுகளையும் வேறெங்கும் காண முடியாது என்றாள். அவன் கேட்கிறானா என்பதைப் பற்றிக் கூடப் பொருட்படுத்தாமல், விவரித்துக் கொண்டிருந்தாள்.

“நீ மேல்தளத்திற்குச் சென்றிருக்க மாட்டாய்! அங்கே நான்கு அடுக்குகள் கொண்ட மிக உயரமான படுக்கைகளை அமைத்துள்ளோம்! அதில் ஏறிப்படுப்பதற்கு ஏணிகளைப் பயன்படுத்துகிறார்கள். கீழ் அடுக்குகளில் குழந்தைகள் படுத்துக் கொள்கின்றனர். உனக்கு இன்னொன்றையும் சொல்ல வேண்டும். படுக்கைகளையும், புகை போக்கியையும், உத்திரக் கட்டைகளையும், கதவுகளையும் அடிமை நீக்ரோக்களைக் கொண்டு செய்தோம்”

பின்கட்டுப் பகுதியில், அவன் ஒருபோதும் பார்த்தறியாத நெசவுக் கூடத்தைக் கண்டான். அதனருகில் அடிமையர் குடியிருப்பு இருந்தது. அவர்களுடையதைப் போலவே தோற்றமளித்தது. கீழே குளமொன்று தென்பட்டது. அதற்கப்பால் அடிமைகளின் இடுகாடு. அவனுடைய எண்ணங்களை அறிந்து கொண்டவளைப் போல, ‘அதைப் பார்க்க விரும்ப மாட்டாய்’ என்றாள். ஆனால், அவனோ அவளுடைய எண்ணங்களை ஆராய்ந்து கொண்டிருந்தான். ஏனைய பலரைப் போலவே, அவள் பேச்சினூடே ‘நாங்கள்’, ‘எங்களுடையது’ என்று அந்தப் பண்ணையே அவளுக்கு உரிமையானது என்பதைப் போலக் குறிப்பிட்டாள். ஆனால், உண்மை நேர் எதிரானது என்பதை அறிய மாட்டாள் போலும்!

58

"**க**டந்த சில மாதங்களாக எஜமான் தனது தம்பியின் மனைவியை எப்படிக் கவனித்துக் கொள்கிறார்?" ஜான் வேல்லெருடைய பண்ணைக்குச் சென்று திரும்பியவுடன் அடுக்களைக்குள் களைத்துப்போய் நுழைந்த குண்டாவிடம் பெல் கேட்டாள். "அவர்கள் இருவருக்குமிடையே பாசம் குறையவில்லை என்று நினைக்கிறேன்."

"அவர்களுடைய குட்டிப் பொண்ணு மேலே எஜமான் அளவு கடந்த பாசம் கொண்டுள்ளார் என்று எனக்குத் தெரிகிறது" குண்டா சோர்வுடன் கூறினான்.

"அந்தக் குட்டி ரொம்ப அழகா இருக்கால்ல!" சற்றே சிந்தனைக்குப் பிறகு தொடர்ந்தாள். "ஆன்னே எஜமானியை எஜமான் இறந்து போன தனது மகளாக நினைக்கிறார்"

குண்டாவிற்கு அப்படியெதுவும் தோன்றவில்லை. பரங்கியரை மனித இயல்புடையோராக நினைத்துப் பார்க்கவே அவனால் முடியவில்லை.

"இந்த நவம்பர் வந்தால் அவளுக்கு ஒரு வயது நிறைவடையப் போகிறது. இல்லையா?"

குண்டா தோள்களைக் குலுக்கினான். அவனைப்

பொறுத்த வரை, இரண்டு பண்ணைகளுக்குமிடையே ஓயாமல் வண்டி ஓட்டி சாலையின் புழுதித்தடமும் அவனுடைய பிட்டங்களும் தேய்ந்ததை மட்டிலுமே அறிந்தான். ஜான் வேல்லெருடைய வண்டியோட்டி ரூஷ்பியால் அவனுக்கு எவ்விதப் பயனும் இல்லை என்ற போதிலும், அவனுக்கு நன்றி சொல்ல வேண்டும் என்று பெல்லிடம் கூறினான். ஏனெனில், கடந்த வாரம், ஒரு மாற்றத்திற்காக எஜமான் ஜான் வேல்லெருடைய குடும்பத்தைத் தனது பண்ணைக்கு வருமாறு அழைத்திருந்தார்.

அவர்கள் புறப்பட்ட பொழுது, வண்டியில் அமர்ந்திருந்த தாயிடம் குழந்தையைக் கொடுப்பதற்கு முன்பு அவளை மேலே தூக்கிப் போட்டுப் பிடித்து எஜமான் குதூகலத்துடன் கூச்சலிட்டுச் சிரித்து மகிழ்ந்ததை பெல் எண்ணிப்பார்த்தாள். குண்டா அதனைக் கவனிக்கவில்லை. அதுபற்றி அவனுக்குக் கவலையுமில்லை. பெல் அத்தகைய அக்கறை கொள்வதற்கான காரணமும் புரியவில்லை.

சில நாட்கள் கழித்து ஒரு பிற்பகலில், நியூபோர்ட்டிற்கு அண்மையிலிருந்த ஒரு பண்ணையில் நோயாளியைக் கவனித்து விட்டு எஜமானுடன் குண்டா திரும்பிக் கொண்டிருந்த போது, தான் வண்டியைத் திருப்பியிருக்க வேண்டிய வளைவைக் கடந்தும் ஓட்டிக் கொண்டிருந்தான். ஏதோ நினைவில் ஆழ்ந்திருந்தான் போலும்! எஜமான் அவனுக்கு நினைவுபடுத்திய பிறகு, வண்டியை வட்டமடித்துத் திருப்பி வளைவில் சென்று கொண்டிருந்த பொழுதும் அந்த எண்ணம் அவனை ஆட்கொண்டது. கனத்த, மிகக்கறுத்த பெண்ணொருத்தியின் பெருத்துத் தொங்கிய மார்புகளில் ஒன்றை ஒரு வெள்ளைக் குழந்தையும், மற்றொன்றை கறுப்புக் குழந்தையும் சுவைத்துக் கொண்டிருந்த காட்சி அவனுடைய கண்களை விட்டு நீங்கவில்லை. அது அவனுக்குள் கலவரத்தை ஏற்படுத்தியதுடன் மிகவும் வியப்பாகவும் இருந்தது. அதைப் பற்றி தோட்டக்காரரிடம் சொன்னான். அவர் கூறினார், "வெர்ஜீனியாவில் கறுப்புத் தாயிடம் பால் அருந்தாத எஜமானைப் பார்க்கவே முடியாது. பெரும்பாலானோர் அவர்களால் தாம் வளர்க்கப்படுகின்றனர்."

அவன் சென்றிருந்த பண்ணைகளில், வெள்ளை, கறுப்பு இன சமவயதுச் சிறுவர்கள் ஆடிய கறுப்பர்களை இழிவுபடுத்திய, விளையாட்டுக்களும் அவனை மிகவும் பாதித்தன. வெள்ளைச் சிறுவர்களுக்கு எப்பொழுதும் 'எஜமான்' விளையாட்டுத் தான் பிடித்திருந்தது. கறுப்புச் சிறுவர்களை அடிப்பது போலப் பாசாங்கு செய்தான் அல்லது, அவர்களுடைய முதுகுகளில் ஏறிக் கொண்டு குதிரைச் சவாரி ஆடினான். அவர்கள் மண்டியிட்டுக் கைகளை ஊன்றி நான்கு கால்களில் அசைந்தாடினர். 'பள்ளி' விளையாட்டில், வெள்ளைச் சிறுவர்கள் கறுப்புச் சிறுவர்களுக்கு எழுதப் படிக்கக் கற்றுக் கொடுத்தனர். அவர்களுடைய 'மக்குத்தனத்தை' வெகுவாகக் கண்டித்தனர். மதிய உணவுக்குப் பிறகு, வெள்ளை எஜமானக் குழந்தைகள் படுத்துறங்க, கறுப்பர்களின் குழந்தைகள் இலையடர்ந்த கிளைகளால் வீசி ஈக்களைத் துரத்தினர். படுக்கைகளில் இரண்டு இனக் குழந்தைகளும் ஒன்றாகப் படுத்து உறங்கினர்.

அது போன்ற காட்சிகளைக் கண்ட குண்டா, 'இன்னும் நூறு ஆண்டுகளுக்கு

பரங்கியருடன் வாழ்ந்தாலும் அவர்களைப் புரிந்து கொள்ள முடியாது' என்று பெல், தோட்டக்காரர், ஃபிடில்காரர் ஆகியோரிடம் கூறி அங்கலாய்த்தான். அவர்களோ, தாம் அவற்றையும் அவற்றிற்கு மேலும் தமது வாழ்நாளில் பார்த்து விட்டதாகச் சொல்லிச் சிரித்தனர்.

வெள்ளை, கறுப்புக் குழந்தைகள் ஒன்றாகவே வளர்ந்து வந்ததால் சில சமயங்களில் அவர்களுக்கிடையே மிகுந்த பிணைப்பு ஏற்பட்டு விடுவதாக அவர்கள் கூறினர். இரண்டு நிகழ்வுகளை பெல் நினைவு கூர்ந்து குண்டாவிடம் விளக்கினாள். இரண்டிலுமே, ஒன்றாக வளர்ந்து வந்த பெண்களில், கறுப்பினப் பெண் மட்டிலும் தனது வெள்ளைத் தோழியிடமிருந்து பிரிக்கப்பட்டு விற்கப்பட்டதால் வேறிடம் சென்றதால்; வெள்ளைத் தோழி நோய்வாய்ப்பட்டாள். அவளுக்கு மருத்துவம் பார்த்த எஜமான் நோய் தோழியைப் பிரிந்த ஏக்கத்தால் ஏற்பட்டிருந்தாகக் கூறி, அவளைத் தேடிக் கண்டு பிடித்து திரும்பவும் வாங்கிவராவிட்டால் ஏங்கி, ஏங்கி மெலிவடைந்து ஒருநாள் இறந்து விடுவாள் என்று எச்சரித்தார்.

எஜமான்கள் தமது பிள்ளைகளுக்குப் பயிற்றுவிப்பதற்காகக் கடல் கடந்து வரவழைத்த இசைக்கலைஞர்கள் கற்றுக்கொடுத்ததைக் கவனித்துக்கொண்டிருந்த அவர்களுடைய கறுப்பினத் தோழர்கள் வயலின் போன்ற மேற்கத்திய இசைக்கருவிகளை இசைப்பதற்குப் பயிற்சி பெற்ற நிகழ்வுகள் ஏராளமாக உண்டு என்று ஃபிடில்காரர் கூறினார். தோட்டக்காரர் தனது அனுபவத்தை விளக்கினார். "நான் ஏற்கனவே இருந்த பண்ணையில் கறுப்பு இளைஞன் ஒருவனும் எஜமானின் பிள்ளையும் ஒன்றாகவே வளர்ந்தனர். வெள்ளைக்காரப் பையன் தனது தோழனை வில்லியம், மேரி கல்லூரிக்கும் அழைத்துச் செல்ல விரும்பினான். எஜமானுக்கு அது அறவே பிடிக்கவில்லை. ஆனால், எஜமானியோ 'என்ன செய்வது? அவன் நீக்ரோ தான் வேண்டும் என்கிறானே?' என்றாள். பின்பொரு நாள் அடிமைகள் குடியிருப்புப் பகுதிக்குத் திரும்பிய நீக்ரோப் பையன் கல்லூரியில் ஏராளமான வெள்ளையர்கள் தமது கறுப்புத் தோழர்களுடன் வந்திருந்ததாகவும் ஒரே அறையில் ஒன்றாகத் தங்கியிருந்ததாகவும் வகுப்பறைகளுக்கும் உடன் அழைத்துச் சென்று, தமக்குள் எந்த நீக்ரோ அதிகமாகக் கற்றுக் கொண்டான் என்று போட்டி நடத்தியதாகவும் கூறினான். அவனுக்கு எழுதப் படிக்க மட்டுமன்றி கணக்கிடவும், பாடல்களை ஒப்பிக்கவும் முடியும். அதன் பிறகு என்னை விற்று விட்டனர். அவன் எப்படியிருக்கிறான் என்று தெரியவில்லை"

"சாகாமல் இருந்தால் அது அவனுடைய நல்ல காலம்! வெள்ளையர்கள் மிக விரைவாகச் சந்தேகப்பட்டுவிடுவர். ஏதேனும் எதிர்ப்போ, கிளர்ச்சியோ கிளம்பினால், அவனைப் போன்றவர்களைத் தான் முதலில் சந்தேகப்படுவர். நிறையத் தெரிந்து கொண்டதாகக் காட்டிக் கொள்ளாதீர்கள். இந்த ஆப்பிரிக்கன் வண்டியோட்டத் தொடங்கிய போது அதைத் தான் சொன்னேன். "வாயைப் பொத்திக் கொள்! காதைத் திறந்து வை! அவ்வாறு தான் நீ அதிகம் கற்றுக்கொள்ளக் கூடும்!" ஃபிடில்காரர் கூறினார்.

அவருடைய கூற்றிலிருந்த உண்மையை வெகு விரைவிலேயே குண்டா கண்டு கொண்டான். ஒருபண்ணையிலிருந்து மற்றொன்றிற்குச் செல்லும் வழியில் தனது

நண்பர் ஒருவருக்கு எஜமான் வண்டியில் இடம் கொடுத்தார். அவர்களுடைய பேச்சு குண்டாவிற்கு மிகுந்த மனக்குமுறலை ஏற்படுத்தியது. தமக்கு நேர் எதிரே கறுப்பன் ஒருவன் அமர்ந்திருந்ததை அறியாமல் பேசியிருந்தால் கூடப் பரவாயில்லை! கண்ணுக்கெதிரே அவனிருந்தும், சற்றும் பொருட்படுத்தாமல் தமது போக்கில் பேசிக் கொண்டிருந்தனர். ‘கறுப்பர்களை வைத்து வேலை வாங்குவது மிகவும் கடினமாகிவிட்டது. பருத்தித் துணிகளுக்கு ஏகப்பட்ட தேவை இருந்த போதிலும், பருத்தியிலிருந்து கொட்டைகளை நீக்குவதற்கு மிகவும் காலந்தாழ்த்துகின்றனர். அடிமைகளின் விலையை ரொம்பவே ஏற்றிவிட்டனர். அடிமை வணிகர்களும், அடிமைக் கப்பல் முகவர்களும் கொள்ளையடிக்கிறார்கள். இந்த நிலையில் பெரும் பண்ணைகளால் மட்டிலுமே அடிமைகளை விலை கொடுத்து வாங்க முடியும்.’

எஜமான் சொன்னார், “அப்படியே வாங்கினாலும் அதிக எண்ணிக்கையில் இருந்தார் களென்றால், நமது பிரச்சினைகள் தீர்க்கப்படுவதற்குப் பதிலாக பெருக்கமடைகின்றன. அவர்களுடைய எண்ணிக்கை அதிகரித்தால், ஏதேனும் ஒரு வகையில் கலவரம் வெடிப்பதற்கான சதிச்செயல்களும் அதிகரிக்கின்றன.”

நண்பர் புலம்பினார், “போரின் போது, அவர்களிடம் துப்பாக்கிகளைக் கொடுத்திருக்கக் கூடாது. அதன் பலனை இப்பொழுது அனுபவிக்கிறோம்!” ஃபிரெடிரிக்பர்க் அருகே ஒரு பெரிய பண்ணையில் அடிமை வீரர்கள் கலவரத்திற்கான சதியில் ஈடுபட்ட போது பிடிபட்டதையும், காற்று வாக்கில் அதனைக் கேள்விப்பட்டு கண்களில் நீர் மல்க வீட்டுப் பணிப்பெண் கூறியதால் மட்டிலுமே தடுக்கப்பட்டது என்றும், இரவில் எஜமான் குடும்பத்தினரைக் கொன்று விட்டு பகலெல்லாம் மறைந்திருந்து தப்புவதற்குத் திட்டமிட்டிருந்தனர் என்றும், துப்பாக்கிகள், வெட்டுக் கத்திகள், குத்தீட்டிகள் போன்ற ஆயுதங்களை வைத்திருந்ததாகவும், அவர்களுடைய தலைவர்கள் சாவது உறுதியென்ற போதிலும், அதற்குள் வெள்ளையர்கள் கற்றுக் கொடுத்ததைக் கொண்டே அவர்களை இயன்றவரை ஒழித்துக்கட்ட எண்ணியுள்ளனர் என்றும் கூறிக்கொண்டே போனார்.

எஜமானுடைய பங்கிற்கு அவரும் பொரிந்து தள்ளினார், “அப்பாவி வெள்ளையர்களை அவர்கள் ஏராளமாகக் கொன்றிருக்கக் கூடும்! முதலாவது அடிமைக் கப்பல் வந்ததிலிருந்து இதுவரை இரு நூறுக்கும் மேற்பட்ட கலவரங்கள் நடந்துள்ளதாக எங்கோ படித்திருக்கிறேன். அடிமைகளுடைய எண்ணிக்கை வெள்ளையர்களுடையதைக் காட்டிலும் கூடுதலாகிக் கொண்டு வருவதை நான் பல ஆண்டுகளாக எச்சரித்து வருகிறேன்.”

நண்பருடைய முகத்தில் ஆச்சரியக்குறி! “நீங்கள் சொல்வது சரிதான்! பல்லிளித்துப் பணிந்து நடப்பவர்களில் யார் கழுத்தறுப்புச் சதிகளைத் தீட்டுகின்றனர் என்பதைப் புரிந்து கொள்ள முடிவதில்லை. வீட்டில் நம்மிடம் நெருக்கமாக இருப்பவர்கள் கூட அப்படித்தான்! யாரையும் நம்ப முடிவதில்லை. அது தான் அவர்களுடைய இயல்பு.”

குண்டா மரக்கட்டை போல விரைப்பாக உட்கார்ந்திருந்தான். எஜமான்

தொடர்ந்தார், "ஒரு மருத்துவர் என்கிற முறையில் வெள்ளையர்களுடைய சாவைப் பார்த்திருக்கிறேன். துல்லியமான விவரங்களைக் கூற விரும்பவில்லை. ஆனால், அவர்களுடைய மரணம் சந்தேகத்திற்குரியது என்று மட்டும் சொல்ல முடியும்"

குண்டாவால் கைகளிலிருந்த கடிவாளங்களைக் கூட உணர முடியவில்லை. அவனுக்குப் பிடிபடவில்லை! கறுப்பனாகிய தான் அங்கிருந்ததை அவர்களால் அவ்வளவு எளிதாக அலட்சியப்படுத்த முடிந்ததா? அலைபாய்ந்தான்! ஆனால், சற்றேறத்தாழ கடந்த இரண்டு ஆண்டுகளாக எஜமானின் வண்டியோட்டியாகப் பணியாற்றிய அனுபவத்தில் அவனும் பலவிதமான செய்திகளைக் கவனித்திருந்தான். தமது உடல் கழிவுகள் கலந்திருந்த உணவை சமையலர்கள் பல்லிளித்தபடியும் தலைவணங்கியவாறும் மிகப் பணிவாகப் பரிமாறியதைத் தமக்குள் முணுமுணுத்துக் கொண்டதைக் கேள்விப்பட்டிருந்தான். கண்ணாடித் துண்டுகளும், ஆர்செனிக் போன்ற நச்சுப் பொருட்களும் வெள்ளையருடைய உணவில் கலந்திருந்ததாக அவனிடம் சொன்னவர்களும் உண்டு. முடி அடர்த்தியாக இருந்த வெள்ளைக் குழந்தைகளின் மிருதுவான தலைகளில் பணிப்பெண்கள் கூர்மையான ஊசிகளை சுவடு தெரியாமல் திணித்து உணர்விழக்கச் செய்த கதைகளும் உண்டு. தன்னைத் தாக்கிய இளம் எஜமானைக் கொடூரமாகக் காயப்படுத்தியதால் கடுமையாகத் தண்டிக்கப்பட்டு விற்கப்பட்ட செவிலித்தாயின் குடிசையை அவனுக்கு பெரிய வீட்டு சமையலாள் காட்டினாள்.

கறுப்பினத்துப் பெண்கள் ஆடவரைக் காட்டிலும் மிகுந்த நெஞ்சுரத்துடனும் போர்க்குணத்துடனும் இருந்ததாக குண்டாவிற்குத் தோன்றியது. அவர்கள் நேரடியாகவும் தனிப்பட்ட முறையிலும் பாதிக்கப்பட்டதால், தமக்குத் தீங்கிழைத்த வெள்ளையர்களைப் பழிதீர்த்துக் கொண்டனர். ஆடவர் மறைமுகமாகச் செய்ய வேண்டியிருந்ததால், பழிதீர்க்கும் வேகம் அவர்களிடம் குறைவாகக் காணப்பட்டது. கறுப்பினப் பெண்ணொருத்தியைக் கற்பழித்த மேற்பார்வையாளனை பெண்ணின் தந்தை மரத்தில் தூக்கிலிட்டதாக ஃபிடில்காரர் தெரிவித்தார். வெள்ளையருக்கு எதிராக கறுப்பின மக்கள் மேற்கொண்ட பழிதீர்க்கும் செயல்பாடுகள் அவர்களுடைய அட்டூழியங்களாலும், கலவரம் போன்றவற்றாலும் தூண்டப்பட்டன.

வேல்லெருடைய பண்ணையில் எவ்வித எழுச்சியோ, வெள்ளையருக்கு எதிரான தீய நிகழ்வுகளோ நடந்ததில்லை. ஆனால், ஸ்பாட்சிலவேனியா பகுதியில், சில கறுப்பர்கள் துப்பாக்கிகளையும் பிற ஆயுதங்களையும் ஒளித்து வைத்துக் கொண்டு, எஜமான், எஜமானியரையும் கொல்வதுடன் பண்ணையை எரியூட்டப் போவதாக சூளுரைத்ததாக குண்டா கேள்விப்பட்டான். எங்கேயாவது அடிமைகளுக்கு ஏதேனும் தீங்கு நேர்ந்ததென்று கேள்விப்பட்டவுடன் அவனுடன் வேலை செய்த சிலர் இரகசியமாகக் கூடி பாதிக்கப்பட்டவர்களுக்கு உதவுவதற்கான வழிவகைகளை கலந்தாலோசித்தனர். ஆனால், அதுவரை எல்லாமே பேச்சளவில் மட்டிலுமே இருந்தன.

அவர்கள் குண்டாவைத் தம்முடன் சேர்த்துக் கொள்ளவில்லை. ஒருவேளை, அவனுடைய பாதம் பாதிப்படைந்திருந்ததால், உண்மையாகவே செயலில் இறங்க நேர்ந்தால், அவன் பயன்பட மாட்டான் என்று அவர்கள் எண்ணியிருக்கலாம்!

காரணம் எதுவாக இருந்த போதிலும் அவனைச் சேர்த்துக் கொள்ளாத வரை நல்லது தான்! அவர்கள் எடுத்த முடிவு எதுவாக இருப்பினும் வெற்றி பெற வேண்டும் என்று விரும்பிய போதிலும், அத்தகைய துண்டு, துக்காணியான செயல்பாடுகளால் போராட்டம் வெற்றி பெறும் என்று அவன் நம்பவில்லை. எஜமான் சொன்னதைப் போல கறுப்பர்களுடைய எண்ணிக்கை வெள்ளையர்களைக் காட்டிலும் கூடுதலாக இருந்த போதிலும், அவர்களுடைய ஒழுங்கமைக்கப்பட்ட படையையும் பீரங்கிகளையும் திருடி வைக்கப்பட்டிருந்த துப்பாக்கிகளையும், அடுக்களைக் கத்தி, கடப்பாறைகளையும் கொண்டு வென்று விட முடியாது என்பது அவனுடைய எண்ணம்.

அத்துடன், அவர்களுடைய இயல்பே அவர்களுக்குக் கொடிய எதிரியாக இருந்ததாக அவனுக்குத் தோன்றியது. பண்ணையில் உண்மையான போராளிகளாகச் சில இளைஞர்கள் இருந்தனர். ஆனால், பெரும்பாலான மக்கள் அவர்கள் விரும்பியதை தாமாகவே முன்வந்து செய்வதற்கு அணியமாக இருந்தனர். சொல்ல வேண்டும் என்கிற அவசியம் கூட ஏற்படவில்லை. கனிவானவர்களாகத் தென்பட்ட வெள்ளையர்களுடைய குழந்தைகளின் உயிரை நம்பி அவர்களிடம் ஒப்படைக்கத்தக்க விதத்தில் உறவு நிலவியது. அதே கனிவு கறுப்பர்களுடைய பெண்டிரை வைக்கோல் போருக்குப் பின்னால் தள்ளிக் கொண்டு போன போது வேறொரு விதமாக மாற்றமடைந்தது. எது எப்படியாயினும் அந்தப் பண்ணையைப் பொறுத்தவரை, எவ்விதக் காவலுமின்றி சிலரை வேலை செய்ய விட்டு விட்டு எஜமான் ஓராண்டு கழித்து வந்து பார்த்தாலும் அவர்கள் அங்கேயே வேலையில் ஈடுபட்டிருந்ததைக் காணலாம். அவர்கள் நிறைவான வாழ்க்கை வாழ்ந்தனர் என்பது பொருளல்ல. தமக்குள் குறைபாடுகளைக் கூறிக் கொண்டனர். ஆனால், எதிர்த்துக் குரல் எழுப்பியதில்லை.

அவனும் அவர்களுள் ஒருவனாகவே மாறிப் போனானோ? ஒன்றுக்கும் உதவாத உதிரமாகத் தான் வளர்ந்து கொண்டிருந்தானா? அல்லது, முதுமை அடைந்து வருகிறானா? அவனுக்குத் தெரியவில்லை. ஆனால், போராடுவதிலும், தப்பியோடுவதிலும் இருந்த வீரியத்தை இழந்து விட்டான். தானுண்டு, தன் வேலை உண்டு என்று தனிமையில் இருக்க விரும்பினான். அப்படியில்லாதவர்களுடைய பாதை சாக்காட்டில் முடிந்ததாம்! வாழ்வு மட்டும் நிலையானதா?

59

குண்டா விழித்துக் கொண்டான். தனது எஜமானுடன் சென்றிருந்த பண்ணையின் பின்புறத்தே ஓக் மர நிழலில் அயர்ந்து தூங்கினான். அங்கே ஒரு குடும்பமே காய்ச்சலால் அவதிப்பட்டதால், மருத்துவம் முடித்துத் திரும்புவதற்குக் காலதாமதமாகும் என்றெண்ணினான். அயர்ந்து விட்டான். மாலை வேலை முடிந்ததற்கான அறிவிப்பாக ஊதப்பட்ட கொம்பின் ஓசை அவனை விழிக்கச் செய்தது. அவர்கள் முற்றத்தை அடைந்த போது கண்களைத் தேய்த்துக் கொண்டிருந்தான். இரவு உணவின் பொருட்டு கழுவிக் கொள்வதற்காக அவனைக் கடந்து சென்ற போது அவர்களை நோட்டமிட்டான். இருபது, முப்பது பேர் சென்றதைக் கவனித்தான். மீண்டும் பார்த்தான். தூக்கம் கலையவில்லை போலும்! அவர்களில் நால்வர்—ஓர் ஆள், ஒரு பெண், இரண்டு விடலைப் பயல்கள்— வெள்ளையர்.

"அவர்கள் அடமானம் வைக்கப்பட்ட வெள்ளையர்கள்" குண்டாவினுடைய திகைப்பைக் கண்ட அந்த வீட்டின் சமையலாள் அவனுக்கு விளக்கினாள். "அவர்கள் இரண்டு மாதங்களுக்கு முன்பு இங்கே கொண்டு வரப் பட்டனர். கடலுக்கு அப்பால் ஏதோவொரு இடத்தைச் சேர்ந்த குடும்பத்தினர். எஜமான் அவர்கள் இங்கே வருவதற்கான

கப்பல் பயணக் கட்டணத்தைச் செலுத்தியுள்ளார். கடனை அடைப்பதற்காக அவர்கள் ஏழு ஆண்டுகள் அடிமைகளாக உழைக்க வேண்டும். அதன் பின்னர் மற்ற வெள்ளையர்களைப் போல அவர்களுக்கு விடுதலை கிடைக்கும்."

"அவர்களும் அடிமைகள் குடியிருப்பில் தான் வசிக்கிறார்களா?"

"எங்களுடையவற்றிலிருந்து சற்றே தொலைவில் அவர்களுடைய குடிசையில் தங்கியுள்ளனர். நிலைமைகள் ஒரே மாதிரியானவை. ஒரே உணவுக் கூடத்தில் தான் சாப்பிடுகிறோம். வயல் வேலைகளில் கூட எவ்வித வேறுபாடும் கிடையாது."

"அவர்கள் எப்படிப்பட்டவர்கள்?"

"தனியாக ஒதுங்கியிருக்கின்றனர். பரவாயில்லை! நம்முடன் கலந்து பழகுவதற்கு விரும்புவதில்லை. ஆனால், அவர்களுடைய வேலையைச் செய்கிறார்கள். எவ்விதத் தொல்லையும் கொடுப்பதில்லை."

எஜமானுடன் சென்ற இடங்களில் கண்ட உரிமைபெற்ற வெள்ளையர்களைக் காட்டிலும் அடிமை வெள்ளையர்களுடைய நிலைமை நன்றாக இருந்ததாக குண்டாவிற்குத் தோன்றியது. சொத சொதத்த தரையிலோ, செங்களிமண் பகுதியிலோ, ஒருவர் மீது ஒருவராகச் சிறிய அறையில் குழந்தை, குட்டிகளுடன் பெரியவர்களுமாகப் பல பேர் ஒட்டி வதைந்ததைப் பார்த்திருந்தான். மிகவும் எளிமையான வாழ்க்கை வாழ்வதற்கு அரும்பாடு பட்டனர். அவர்களுடைய வாழ்க்கைமுறையை எள்ளி நகையாடி நீக்ரோக்கள் கூடப் பாடுவதுண்டு! "அருள் புரிவீர் ஆண்டவரே! ஏழை வெள்ளையராகப் படைத்து விடாதே! நீக்ரோவாகவே இருந்து விட்டுப் போகிறேன்!" ஏழை வெள்ளையர்களில் சிலர் குப்பை கூழங்களில் கிடந்தவற்றைக் கூட தின்றனர். குண்டா பார்த்ததில்லை என்ற போதிலும் கேள்விப்பட்டான். அவர்கள் எலும்பும் தோலுமாகத் திரிந்தனர். குழந்தைகள் உட்பட பலருக்குப் பல் இல்லை. ஈக்கள் மொய்த்த வேட்டை நாய்களுடன் படுத்துக் கிடந்ததாலோ என்னவோ அவர்களிடமிருந்து துர்நாற்றம் அடித்தது. எஜமான் அவர்களில் ஒருவருக்கு சொறி, சிரங்கு நோய்க்கு மருத்துவம் பார்த்துக் கொண்டிருந்த போது, அரைகுறையாகக் கட்டப்பட்டிருந்த அவர்களுடைய குடிசைக்கு வெளியே வண்டியில், வாய் வழியாக மூச்சு விட்டவாறு காத்திருந்த குண்டா, பெண்கள் உழைத்துக் கொண்டிருந்ததையும், ஆண்கள் மரத்தடியில் தமது நாய்களுடனும் காவிநிறக் கோப்பையில் சாராயத்தைப் பிடித்தவாறும் உடல் முழுவதும் சொறிந்து கொண்டு படுத்துக் கிடந்ததையும் பார்த்தான். பண்ணைகளுக்குச் சொந்தக்காரர்களான எஜமானர்களும் அவர்களுடைய அடிமைகளும் கூட மற்றவர்களை, "சோம்பேறி, சவம், ஒன்றுக்கும் உருப்படாத வெள்ளைக் குப்பை!" என்றெல்லாம் திட்டிச் சீறியதன் பொருள் அப்பொழுது அவனுக்குப் புரிந்தது.

உண்மையில், அத்தகைய வசவுகள் அவர்களைப் பொறுத்த வரை மிகவும் பரந்த மனத்துடன் உதிர்க்கக் கூடியவை. ஏனெனில், சமய நெறிகளிலிருந்து சற்றும் வழுவாத மொகலாயர் மதிக்கக் கூடிய தரத்திற்கு எதிரான அனைத்து வெளிப்படையான

குற்றங்களிலும் ஈடுபடுவதை அவர்கள் வாழ்க்கைமுறையாகக் கொண்டிருந்தனர். எஜமானுடன் அண்டை நகரங்களுக்குச் சென்ற பொழுது, அவர்கள் காலை வேளையிலேயே விளையாட்டுத்திடல்களிலும், மது விற்பனைக் கூடங்களிலும் கூட்டங் கூட்டமாகத் திரிந்ததைக் கண்டான். முற்றாக வெறுத்து ஒதுக்கப்பட வேண்டிய கறை படிந்த, எண்ணெய்ப் பிசுக்கு கொண்ட கந்தலாடைகளை உடலில் சுற்றியவாறு, அருவருக்கத்தக்க புகையிலைத் தண்டுகளில் துர்நாற்றமடித்த ஏதோவொன்றை நிரப்பி இடைவிடாமல் ஊதித் தள்ளிக் கொண்டும், பைகளில் இருந்த புட்டிகளிலிருந்து வெறியுடன் சாராயத்தைக் குடித்துக் கொண்டும், பலத்த சிரிப்பொலிகளுடனும் கர்ணகடூரமான கூச்சல்களுடனும், மண்டியிட்டு காசுக்காக சீட்டு விளையாடுவதும் தாயக்கட்டை உருட்டுவதுமாகக் காலத்தைக் கழித்தனர்.

மதிய வேளைகளில் நிலைமை மேலும் மோசமடைந்தது. ஒருவரை ஒருவர் கிண்டல் செய்வதும், குடிவெறியில் பாட்டிசைப்பதும், வழியில் சென்ற பெண்களை சீழ்க்கை அடித்துத் தகாத வார்த்தைகளில் திட்டுவதுமாக மக்களுக்குத் தொல்லை கொடுத்தனர். பிறகு, தமக்குள் உரத்த குரலில் வாதங்களில் ஈடுபடுவதும் வசைமாரி பொழிவதிலும் தொடங்கி கைகலப்பாகி, மருத்துவர் வைத்தியம் செய்யும் அளவிற்கு காயங்கள் ஏற்படும் விதமாக தாக்கிக் கொண்டனர். தனது நாட்டில் காட்டு விலங்குகள் கூட அவர்களைக் காட்டிலும் மதிப்பான வாழ்க்கை வாழ்ந்ததாக குண்டா எண்ணினான்.

அவர்களைப் பற்றிய கதைகளை பெல் நிறையச் சொல்லியிருந்தாள். தமது மனைவியரை அடித்துத் துன்புறுத்தியதற்காக சவுக்கடி பெற்றனர். பெண்ணொருத்தியை வன்புணர்ச்சி செய்ததற்காக ஓராண்டு சிறைத் தண்டனை அனுபவித்தனர். ஒருவனை மற்றவன் துப்பாக்கியால் சுட்டதாலோ, கத்தியால் குத்தியதாலோ செத்ததற்காக ஆறு மாத காலம் அடிமையாக வேலை செய்யுமாறு தண்டிக்கப்பட்டதும் உண்டு. இயல்பாகவே வன்முறையில் ஈடுபாடு கொண்ட அவர்களுக்கு கறுப்பர்களிடம் வன்முறையாக நடந்து கொள்வதில் மிகுந்த விருப்பம். குண்டா அதனை நேரடியாக தனது வாழ்க்கையில் பலமுறை அனுபவித்து விட்டான். கப்பலிலிருந்து இறங்கியவுடன் அவனையும் மற்றவர்களையும் குச்சிகளால் குத்தியும் எள்ளி நகையாடியும் சீண்டி விளையாடிய ஆடவரும் பெண்டிரும் அவர்களைப் போன்ற ஏழை வெள்ளையர்கள். எஜமான் ஜான் பண்ணையில் அவனைச் சவுக்கால் விளாசித் துன்புறுத்திய மேற்பார்வையாளனும் ஓர் ஏழை வெள்ளையன்! அதே போன்ற 'வெள்ளை உதவாக்கரைகள்' தான் அவனுடைய பாதத்தைத் துண்டாடினர். தப்பியோடிய அடிமைகளைப் பிடித்து, ஈவிரக்கமின்றி அடித்து வதைத்து அவர்களை உருக்குலைத்து, புறப்பட்ட இடத்திற்கே திருப்பியனுப்புகின்ற சாலை கண்காணிப்புப் பணி செய்வோரும் அத்தகைய வெள்ளையர்கள் தான்! ஏழை வெள்ளையர்களுக்கு கறுப்பர்கள் மீது அவ்வளவு கொடூரமான வெறுப்பு இருந்ததற்கான காரணத்தை குண்டாவால் புரிந்து கொள்ள முடியவில்லை. ஃபிடில்காரர் விளக்கினார். பணக்கார வெள்ளையருக்கு செல்வச் செழிப்பு, அதிகாரம், சொத்துக்களுடன் அடிமைகளும் உள்ளனர். ஆனால், அவர்களிடம் ஒன்றுமில்லை. அவர்கள் உண்ண உணவிற்கும்,

உடுக்க உடைக்கும், இருக்க இடத்திற்கும் அல்லாடிக் கொண்டிருக்கும் போது அடிமைகள் அனைத்து வசதிகளுடனும் வாழ்வது அவர்களுக்குப் பொறாமை உணர்வைத் தூண்டியது. ஆனால், குண்டாவால் அவர்கள் மீது இரக்கம் காட்ட முடியவில்லை. அவர்கள் மீதிருந்த வெறுப்புணர்வு உள்ளத்தில் உறைந்து விட்டது. தனக்கு என்றென்றைக்கும் விடுதலையைப் பற்றிய எண்ணம் எழவிடாமல் செய்த அந்தக் கோடாரி மேல் நோக்கி விரைந்த காட்சி கண்ணில் நிழலாடிக் கொண்டே இருந்தது.

1786—ஆம் ஆண்டு, கோடைக் காலம்! ஊரக அலுவலகத்திலிருந்து பண்ணைக்குத் திரும்பிக் கொண்டிருந்த குண்டா அங்கு அறிந்த செய்திகளால் மிகவும் குழம்பிப் போயிருந்தான். தெருமுனைகளில் திரண்டிருந்த வெள்ளையர்கள் அன்றைய நாளிதழைக் கையில் பிடித்து அசைத்தவாறு அதில் வெளியாயிருந்த செய்தியைப் பற்றி சூடான விவாதத்தில் ஈடுபட்டிருந்தனர். பல ஆண்டுகளாக அடிமைகள் தப்பியோடுவதற்கு உதவி வந்த குவாக்கர்களுடைய எண்ணிக்கை அதிகரித்து விட்டது. தற்பொழுது அவர்கள் வெளிப்படையாக அடிமைகளை மறைத்து வைத்து, வழிகாட்டி, வடபகுதி மாநிலங்களுக்குத் தப்பியோடுவதற்கு உதவ முற்பட்டு விட்டனர். அத்தகைய துரோகச் செயல்களில் ஈடுபட்டோரை தூக்கிலிட வேண்டும் என்கிற கொலைவெறியுடன் எஜமானர்களும் ஏழை வெள்ளையர்களும் எதிர்நடவடிக்கையில் இறங்கினர். குண்டாவுக்கு குவாக்கர்கள் மீது நம்பிக்கை இல்லை. ஒரு சிலருக்கு வேண்டுமானால் அவர்களால் உதவ முடியும். அவர்களையும் அடிமைகளைப் பிடிப்பதற்கென்று அமர்த்தப்பட்டிருந்த ஆட்கள் பிடித்துக் கொடுத்துவிடக் கூடும்! ஆனாலும், அத்தகைய வெள்ளையர்களுடன் கூட்டுறவு கொள்வதால் தவறில்லை! தேவையானதும் கூட! எஜமானர்களுக்குப் பிடிக்காத அனைத்துமே தீயவை என்று கொள்ளலாகாது!

அன்றிரவு, குண்டா தான் கேள்விப்பட்டவற்றையும் கண்டவற்றையும் ஏனைய அடிமைகளுடன் பகிர்ந்து கொண்டான். ஒரு வாரத்திற்கு முன்பு இசை நிகழ்ச்சி தொடர்பாக ஊரகம் முழுவதும் சுற்றித் திரும்பிய ஃபிடில்காரர், எஜமானர்கள் வாய்பிளந்து கேட்டுக் கொண்டிருக்க வழக்கறிஞர் ஒருவர் இரகசியமாகச் சொன்ன செய்தியைத் தான் காதைத் தீட்டிக் கொண்டு கேட்டதாகக் கூறினார். ஜான் பிளசண்ட் என்கிற மிகப் பெரிய பணக்கார குவாக்கர் தன்னிடமிருந்த இருநூறு அடிமைகளுக்கு விடுதலை அளித்து விட்டாராம்! தாமதமாக வந்து சேர்ந்த பெல் வேல்லெரும் அவருடைய விருந்தினர்களும் மிகவும் வெறுப்புடன் விவாதித்துக் கொண்டிருந்த போது, ஒட்டுக் கேட்ட செய்தியைக் கூறினாள். வடக்கே மாசாசூசெட் என்கிற மாநிலத்தில் அடிமைமுறை ஒழிக்கப்பட்டு விட்டதாம்! மேலும் பல மாநிலங்கள் விரைவில் அதனை அமல்படுத்தப் போகிறார்களாம்!

குண்டா கேட்டான், "ஒழிக்கிறதுன்னா என்ன?"

"நாமெல்லாம் ஒருநாள் முழுஉரிமை பெறப் போகிறோம்!" தோட்டக்காரர் விளக்கினார்.

60

நகரத்திலிருந்து திரும்பிய குண்டா மற்றவர்களுடன் பகிர்ந்து கொள்ளக் கூடிய செய்தி எதுவும் தன்னிடம் இல்லை என்ற போதிலும், ஃபிடில்காரருடைய குடிசை முன்பு நெருப்பு மூட்டத்தைச் சுற்றி அமர்ந்திருந்தவர்களுடன் சேர்ந்திருக்கப் பழகிவிட்டான். அவன் அங்கே தொடர்ந்து நீடித்ததற்கு அவனுக்கு உதவிய ஃபிடில்காரருடன் தனது நெருக்கம் குறைந்து விட்டதாக உணர்ந்தான். பெல்லிடமும் தோட்டக்காரரிடமும் கொண்டிருந்த அளவு அணுக்கம் கூட அவரைப் பொறுத்த வரை இல்லை என்றெண்ணிய போது மிகவும் நொந்தான். இருவருக்குமிடையே பெரிதாக மனக்கசப்பு எதுவும் நேர்ந்துவிடவில்லை என்ற போதிலும் முன்பிருந்த நெருக்கம் குறைந்து போனதால் குண்டா வருத்தமடைந்தான். குண்டாவினுடைய தோட்டப் பணிகள் அவர் மீது சுமத்தப்பட்டது அவர்களிடையே இடைவெளி ஏற்பட்டதற்குக் காரணமாக இருக்கலாம். ஆனால், அதிலிருந்து கூட ஒருவழியாகத் தன்னை விடுவித்துக் கொண்டார். இருப்பினும், அந்தப் பண்ணையிலேயே வெளி விவகாரங்களைப் பற்றிய செய்திகளை அறிந்து சொல்லக் கூடிய தன்னுடைய இடத்தை தற்பொழுது குண்டா பிடித்துக் கொண்டதை மட்டும் அவரால் தாங்கிக் கொள்ள இயலவில்லை.

உதடுகளை இறுக மூடிக் கொண்டதற்காக அவரை எவரும் குறை கூறப் போவதில்லை. ஆனால், காலப் போக்கில், அவருடைய நீண்ட தனியுரைகள் மேலும் மேலும் சுருங்கிங் கொண்டே சென்று அருகிப் போயின. இப்பொழுதெல்லாம் அவர்களுக்காக ஃபிடில் வாசிப்பது கூட கிடையாது. வழக்கத்திற்கு மாறாகத் தன்னைச் சுருக்கிக் கொண்ட அவருடைய போக்கைக் கண்டு வருந்திய குண்டா தான் ஏதேனும் அவரிடம் தவறான முறையில் நடந்திருக்கவோ, பேசியிருக்கவோ கூடுமோ என்று பெல்லிடம் அங்கலாய்த்தான்.

“சும்மா அலட்டிக் கொள்ளாதே! மாதக் கணக்கில் இரவும் பகலுமாக ஊரகம் முழுவதும் சுற்றி அலைந்து வெள்ளையர்களுடைய நடனங்களுக்கு ஃபிடில் வாசித்துக் கொண்டிருக்கிறார். முன்பு போல வாய் ஓயாமல் பேசுவதற்குத் திராணியற்றுக் களைத்துப் போயிருப்பார்! என்னைப் பொறுத்தவரை அது கூட நல்லது தான்! அவர் செல்கிற வெள்ளையர்களுடைய ஒவ்வொரு விழாவிற்கும் இரவு ஒன்றிற்கு ஒன்றரை டாலர் பணம் பெறுகிறார். சரிபாதியை எஜமான் எடுத்துக் கொண்டாலும், நாள்தோறும் அவருக்கு எழுபத்தைந்து சென்ட் பணம் சேமிப்பாகக் கிடைக்கிறது. நீக்ரோக்களுக்காக வாசிப்பதற்கு அவர் ஏன் வருத்தப்படப் போகிறார்? வேண்டுமானால் நீங்கள் வசூலித்து ஒரு நிக்கல் பணம் கொடுத்துப் பாருங்கள். பாடுவார்!” பெல் விளக்கினாள்.

அடுப்பிலிருந்து பார்வையை உயர்த்தி குண்டா சிரிக்கிறானா என்று நோட்டமிட்டாள். அவனா சிரிப்பான்? அவன் சிரித்திருந்தால் அவள் கொதித்துக் கொண்டிருந்த சாற்றுக்குள் குதித்திருப்பாளே! ஒரே ஒருமுறை அவன் சிரித்துப் பார்த்திருந்தாள். அண்மையில் ஒரு பண்ணையிலிருந்து தப்பியோடியவன் பாதுகாப்பாக வடக்கே சென்று விட்டான் என்று கேள்விப்பட்ட பொழுது!

“பணத்தைச் சேமித்து எஜமானிடமிருந்து விடுதலையைப் பெற்றுவிடலாம் என்று திட்டமிடுவதாகக் கேள்விப்பட்டேன்” தொடர்ந்தாள்.

“அதற்குத் தேவையான பணத்தைச் சேமிப்பதற்குள், குடிசையை விட்டு வெளியேற முடியாத அளவிற்கு வயதாகிவிடும்”.

கொதித்துக் கொண்டிருந்த சாற்றில் குதித்துவிடுவதுபோல குலுங்கி குலுங்கிச் சிரித்தாள்.

கடனைச் செலுத்தி விடுதலை பெற்றுக் கொள்வதற்கு ஃபிடில்காரரால் இயலவில்லை. அதற்குக் காரணம் அவருடைய முயற்சியின்மை அல்ல. கடந்தமுறை அவர் இசைத்துக் கேட்டதற்குப் பிறகு, நீண்ட நாள்களாக அவருடைய ஃபிடில் இசையைக் கேட்க முடியவில்லை. எஜமானை இறக்கி விட்டுவிட்டு, மற்ற வண்டியோட்டிகளுடன் வெளியே இருண்டிருந்த புல்வெளியில் மரத்தடியில் குண்டா பேசிக் கொண்டிருந்தான். ஃபிடில்காரருடைய தலைமையில் இசைக்குழுவினர் வெர்ஜீனியாப் பகுதிக்குரிய ஒருவித நடனத்திற்கான இசையை உயிரோட்டத்துடன் இசைத்துக் கொண்டிருந்தனர். வெள்ளையர்களுடைய பாதங்கள் தாளம் போடத் தொடங்கின.

மிகப்பெரிய கூடத்திலிருந்து சுழன்றாடியவாறு ஒரு கதவின் வழியாக நடைபாதைக்கு வெளியேறி மீண்டும் மற்றொரு கதவு வழி கூடத்திற்குள் நுழைந்த இளம் இணைகளுடைய நிழலுருவங்களை குண்டா இருந்த இடத்திலிருந்தே காண முடிந்தது. நடனம் முடிவடைந்த பிறகு, அனைவரும் நீண்ட மேஜையின் முன்னர் நின்றனர். விளக்குகளால் ஒளியூட்டப்பட்டிருந்த மேஜையில், அடிமைகள் ஓராண்டு முழுவதற்கும் உண்டு களிப்பதற்குப் போதுமான அளவிற்கும் கூடுதலான உணவு வகைகள் குவிக்கப்பட்டிருந்தன. வயிறு முட்ட உண்டனர். விருந்தளித்தவருடைய குண்டுப் பெண் மேலும் மேலும் உணவுப் பண்டங்களைக் கேட்டு மும்முறை தட்டை நீட்டினாள்! எஞ்சியவற்றில் ஒரு தட்டு நிறைய உணவு வகைகளையும் குவளை நிறைய பழச்சாற்றையும் வண்டியோட்டிகளுக்காக சமையல்பெண் கொடுத்தனுப்பினாள். எஜமான் புறப்பட்டுவிடுவார் என்கிற அவசரத்தில் குண்டா கோழிக்கால் இறைச்சியையும் வழவழப்பாக நாவில் ஒட்டிக்கொண்ட இன்சுவைப் பண்டம் ஒன்றையும் உண்டான். அதனை மற்ற வண்டியோட்டிகள் 'எக்லேர்ஸ்' என்றனர். ஆனால், வெண்ணிற மேல்குப்பாயத்திலும் கால்சராயிலும் மிடுக்காகத் தோன்றிய எஜமான்கள் ஆங்காங்கே நின்று ஒரு கை விரல்களின் இடுக்குகளில் நீண்ட சுருட்டுக்கள் புகைந்து கொண்டிருக்க, மறுகையில் பிடித்திருந்த கண்ணாடிக் குவளையிலிருந்த ஒயினை மெல்ல மெல்ல சுவைத்தபடி அமைதியாகப் பேசிக் கொண்டிருந்தனர். எஜமானிகள் தமது கரங்களில் பிடித்து ஆட்டிக் கொண்டிருந்த கைக்குட்டைகளால் விசிறிக் கொண்டனர். ஒட்டு மொத்த சூழலுக்கும் மேலிருந்து தொங்கிய தோரண விளக்குகள் மெருகூட்டின.

அது போன்ற 'பெரும்புள்ளிகள் களியாட்டத்திற்கு' குண்டா முதன்முறையாக எஜமானை அழைத்துச் சென்றிருந்தான். திகைப்பு, கோபம், பொறாமை, வெறுப்பு, வியப்பு, அருவருப்பு போன்ற பல்வேறு உணர்வெழுச்சிகளும் அவனை முழுமையாக ஆட்கொண்டன. ஒருவிதமான தனிமை உணர்வும் மனவேதனையும் அவனை வாட்டி வதைத்தது. ஒரு வார காலத்திற்குப் பிறகு தான் அவற்றிலிருந்து விடுபட்டான். 'அவ்வளவு வளமும் செல்வமும் செழிப்பும் உண்மையிலேயே இருக்கிறதா? வெள்ளையர்கள் அனைவரும் அத்தகைய செல்வச் செழிப்பில் தான் நாள்தோறும் திளைக்கின்றனரா?' நீண்ட காலம் மேலும் பல கொண்டாட்டங்களுக்குச் சென்ற பின்னரே குண்டா ஓரளவு தெளிவடைந்தான். அவர்களுடைய வாழ்க்கை போலியானது, ஒருவிதமான கனவில் வாழ்ந்தனர் என்பதைப் புரிந்து கொண்டான். தீய செயல்கள் மூலம் நன்மையடைந்து விடலாம் என்கிற பொய்மையில் வாழ்ந்தனர். தமது வளமான வாழ்க்கைக்கு அடிப்படை அமைத்துக் கொடுத்த குருதிக்கும், வியர்வைக்கும், தாய்ப்பாலுக்கும் உரியவர்களை மனிதர்களாக நடத்தாமல் கூட நாகரிகமானவர்களாகக் காட்டிக் கொள்ள முடியும் என்று நம்பினர்.

அத்தகைய எண்ணங்களை பெல்லிடமாவது தோட்டக்காரரிடமாவது பகிர்ந்து கொள்ள நினைத்தான். அதற்குரிய சரியான பரங்கி மொழி வார்த்தைகள் தன்னிடமில்லை என்பதை எண்ணித் தயங்கினான். அத்துடன், பிறந்தது முதல் தமது வாழ்நாள் முழுவதையும் அவர்களுடனேயே கழித்து வந்த அவர்களால், விடுதலைக் காற்றைச் சுவாசித்துப் பிறந்த தன்னுடைய உணர்வுகளை உரியமுறையில்

புரிந்து கொள்ள இயலாதென்றெண்ணிக் கைவிட்டான். ஆகையால் அதுபோன்ற எண்ணங்கள் எழுந்த போது அவற்றைத் தனக்குள் புதைத்துத் தனிமையில் புழுங்க வேண்டியவனானான். அவர்களுடன் எத்தனை ஆண்டுகள் வாழ்ந்த போதிலும் அது தான் அவன் நிலை!

மூன்று மாதங்களுக்குப் பிறகு, எஜமான் வேல்லெர் என்ஃபீல்டு பண்ணை வீட்டில் ஆண்டுதோறும் கொண்டாடப்பட்ட நன்றிபாராட்டும் நடன விழாவிற்கு அழைக்கப்பட்டிருந்தார். வழியில் ஒரு நோயாளியைக் கவனித்து விட்டு வழக்கம் போலத் தாமதமாக சென்று சேர்ந்தார். மரங்கள் நிழல் கட்டி நின்ற வழியினூடே வண்டியைச் செலுத்தி, உச்சி முதல் அடி வரை வண்ண வண்ண விளக்குகளால் அலங்கரிக்கப்பட்டிருந்த பெரிய வீட்டின் முன்பு வண்டி நிறுத்தப்பட்டது. முன்கதவை உயர்த்தித் திறந்து, கீழே குதித்த குண்டா விரைப்பாக நிற்க, வாயில் காப்போன் எஜமான் வண்டியை விட்டு இறங்குவதற்கு உதவினான். அப்பொழுது தான் குண்டாவின் காதில் அது விழுந்தது. மிக அண்மையில் ஓரிடத்தில் முரசு போன்றதொரு குடுக்கை தோல் கருவியில் ஒருவருடைய உள்ளங்கையின் முன்பகுதியும் பின்பகுதியும் தாளக்கதியுடன் விளையாடி இன்னொலி எழுப்பிக் கொண்டிருந்தது. ஒலியின் கூர்மையும் வேகமும் இசைத்தவர் ஓர் ஆப்பிரிக்கர் என்பதைப் பறை சாற்றின.

எஜமான் வீட்டிற்குள் நுழைந்து கதவு சாத்தப்பட்ட வரையிலும் தான் அவனால் விரைப்பாக நிற்க முடிந்தது. உடனே கடிவாளத்தைக் காத்து நின்ற தொழுவத்துப் பையனிடம் வீசிவிட்டு தனது அரைப் பாதக் காலை இழுத்துக் கொண்டு இசை வந்த திசை நோக்கி விரைந்தான். வீட்டின் பின்கட்டில், கறுப்பர்கள் தமது நன்றிபாராட்டும் விழாவைக் கொண்டாடுவதற்கு அனுமதிக்கப்பட்டிருந்த இடத்தில் விளக்குத் தோரணத்திற்கு அடியில் சூழ்ந்து கைதட்டிக் குதித்துக் கொண்டிருந்த கூட்டத்தின் நடுவிலிருந்து அந்த ஒலி முழங்கியது. கூட்டத்தினரை, அவர்களுடைய கோபக்குறிகளையும் பொருட்படுத்தாமல், ஒதுக்கித் தள்ளிக் கொண்டு குண்டா புகுந்து நடுப்பகுதியை அடைந்தான். அங்கே, மாண்டலின் இசைக்கலைஞருக்கும், மாட்டெலும்புகளைக் கொட்டி ஒருவித இசை எழுப்பிக் கொண்டிருந்த இருவருக்கும் இடையே, தரையில் அமர்ந்து, ஒல்லியான, மிகக்கறுத்த, நரைத்தலையன், அந்த முரசு போன்ற குடுக்கை தோல் கருவியை முழக்கிக் கொண்டிருந்தான். உள்ளே ஒருவன் நுழைந்ததால் ஏற்பட்ட திடீர் சலசலப்பால் அனைவருடைய பார்வையும் குண்டா மீது பாய்ந்தன. இருவருடைய பார்வைகளும் சந்தித்துக் கொண்டன. கண நேரத்தில் இருவரும் பாய்ந்து ஒருவரை ஒருவர் கட்டித் தழுவிக் கொண்டனர். முறைத்துப் பார்த்த மற்ற கறுப்பர்கள் ஏளனமாகச் சிரித்தனர்.

"சலாம் அலெய்க்கும்!"

"அலெய்க்கும் சலாம்!"

இன்னமும் ஆப்பிரிக்காவிலேயே இருந்ததைப் போல, இருவருடைய வாயிலிருந்தும் வார்த்தைகள் வெடித்தன. அந்த முதியவரிடமிருந்து தன்னை

விடுவித்துக் கொண்ட குண்டா, "உங்களை நான் இதற்கு முன்பு இங்கே பார்த்ததில்லையே!" என்றான்.

"இன்னொரு பண்ணையிலிருந்து சமீபத்தில் தான் இங்கே விற்றனர்" என்றார்.

"எனது எஜமான் உங்களுடைய எஜமானின் பிள்ளை! நான் அவருக்கு வண்டியோட்டுகிறேன்!"

இசை மீண்டும் தொடர வேண்டுமென்பதற்காக, சுற்றிலும் இருந்தவர்கள் பொறுமை இழந்து முணுமுணுத்தனர். ஆப்பிரிக்க உணர்வை வெளிப்படையாகக் காட்டிக் கொண்டது அவர்களுக்குப் பிடிக்கவில்லை என்பதை அவர்களுடைய முகம் பறைசாற்றியது. நிலைமை மேலும் மோசமடைவதை குண்டாவும் அவரும் விரும்பவில்லை. ஏனெனில் அவர்களுள் ஒருவன் வெள்ளையர்களிடம் போட்டுக் கொடுத்துவிடுவான் என்கிற ஐயம் இருவரையும் மருட்டியது.

"பிறகு சந்திப்போம்!" குண்டா சொன்னான்.

முதியவரும் "சலாம் அலெய்க்கும்!" என்று விட்டு அமர்ந்து கொண்டார்.

மீண்டும் இசைக்கத் தொடங்கிய வரை ஒரு கணம் நின்றவன், திடீரெனத் திரும்பி கூட்டத்தினூடே குனிந்தபடி புகுந்து வண்டிக்குச் சென்று காத்திருந்தான்.

அடுத்த சில வாரங்கள் அந்த முதியவரைப் பற்றிய கேள்விகள் அவனுடைய மூளையைக் குடைந்து கொண்டிருந்தன. அவர் எந்த இனத்தைச் சேர்ந்தவர்? மாண்டிங்கர் இல்லை என்பது தெளிவாகத் தெரிகிறது! காம்யாப் பகுதி முழுவதிலும், கப்பலிலும் அவன் பார்த்த, கேள்விப்பட்ட எந்தவொரு இனத்தையும் சேர்ந்தவராகப்படவில்லை. நரைத்தலை அவனைக் காட்டிலும் வயதில் மூத்தவர் என்பதைக் கூறியது. ஓமோரோவுக்குத் தற்பொழுது இருக்கக் கூடிய வயது இருக்கலாம். இருவரும் அல்லாவின் தொண்டர்கள் என்பதை எப்படிப் புரிந்து கொண்டனர்? அவர் பரங்கி மொழியையும், இஸ்லாமிய மரபையும் எளிதாகக் கையாண்டதிலிருந்து நீண்ட காலமாக, குண்டாவைக் காட்டிலும் கூடுதலான காலம், அங்கே இருந்தார் என்பது புலனானது. ஆனால், வேல்லெர் குடும்பத்தினருக்குச் சமீபத்தில் தான் விற்கப்பட்டதாகக் கூறினார்! அப்படியானால், அதுவரை பரங்கி மண்ணில் எங்கிருந்தார்?

அம்மண்ணில் அவன் காண நேர்ந்த ஏனைய ஆப்பிரிக்கர்களையும் மனக்கண்முன் நிறுத்திப் பார்த்தான். அவர்களைச் சந்திப்பதென்ன! எஜமான் உடனிருந்தபடியால், வண்டியோட்டியாகப் பொறுப்பேற்ற மூன்றாண்டுகளில், அவர்களைப் பார்த்துப் பாசத்துடன் தலையசைக்கக் கூட முடிந்ததில்லை. அவர்களுள் ஓரிருவர் ஐயத்திற்கு இடமின்றி மாண்டிங்கர் எனத் தெரிந்தது. பெரும்பாலான ஆப்பிரிக்கர்களை, சனிக்கிழமை அடிமைகள் ஏலத்திற்கு வண்டியோட்டிச் சென்ற வழியில் தான் காண நேர்ந்தது. ஆனால், ஆறு மாதங்களுக்கு முன்பு ஒரு நாள் காலையில் நடந்ததைப் பார்த்த பிறகு, அடிமை ஏலம் நடைபெற்ற இடத்தையொட்டி

வண்டியைச் செலுத்துவதில்லை என்று முடிவெடுத்தான். அதையும் எஜமான் சந்தேகப்படாத விதத்தில் செய்ய வேண்டியதாயிற்று. அன்று அவன் வண்டியில் சென்று கொண்டிருந்த பொழுது, சங்கிலிகளால் பிணைக்கப்பட்டிருந்த ஜோலோ இன இளம்பெண்ணொருத்தி கையற்ற நிலையில் அரற்றிக் கூச்சலிட்டுக் கொண்டிருந்தாள். என்னவென்று அறிந்து கொள்வதற்காகத் திரும்பியவனிடம் தன்னைக் காப்பாற்றும்படி மன்றாடியது போலப் பார்த்தாள். உள்ளத்தில் குமுறி எழுந்த மானக்கேட்டாலும், வெறுப்பாலும் குண்டா குதிரைகளின் பிட்டங்களில் சவுக்கால் விளாசினான். வண்டி திடீரென முன்னோக்கிப் பாய்ந்ததால் எஜமான் பின்நோக்கிச் சரிந்தார். எதிர்பாராமல் நடந்ததை எண்ணி குண்டா மருண்டான். அவர் ஒன்றும் சொல்லவில்லை.

ஒருநாள் மதியம் ஊரக அலுவலகத்தில் எஜமானுக்காகக் காத்திருந்த போது, ஆப்பிரிக்க அடிமை ஒருவனை குண்டா சந்தித்தான். ஆனால், இருவரில் ஒருவருக்குக் கூட மற்றவருடைய மொழி புரியவில்லை. புதியவனுக்குப் பரங்கி மொழி இன்னமும் பிடிபடவில்லை. வெள்ளையர் மண்ணில் தன்னுடன் அளவளாவக் கூடிய மற்றொருவனை குண்டா சந்திப்பதற்குள் இருபது ஆண்டுகள் கழிந்து விட்டன.

மேலும் இரண்டு மாதங்கள் உருண்டோடிவிட்டன. 1788—ஆம் ஆண்டு வசந்த காலமும் பிறந்து விட்டது. சுற்றிலுமிருந்த ஐந்து ஊரகங்களில், எஜமான் ஒவ்வொரு நோயாளி வீட்டிற்கும், உறவினர்கள், நண்பர்கள் வீடுகளுக்கும் சென்றார். ஆனால், பெற்றோரைக் காண என்ஃபீல்டுக்கு மட்டும் செல்லவே இல்லை. பயண அனுமதிச் சீட்டுக் கேட்டுப் பெறலாமா என்று கூட எண்ணினான். அதுவரை அவன் அதனைப் பெற்றது கிடையாது. எனவே, இப்பொழுது ஏன், எதற்கு என்கிற கேள்விகள் எழக் கூடும்! என்ஃபீல்டு சமையல்பெண் லிசாவைக் காண விரும்புவதாகக் கூறலாம்! ஆனால், ஏற்கனவே அவளுடைய பார்வையே சரியில்லை. எஜமான் தனது பெற்றோரிடம் தெரிவிக்க, அவர்கள் அவளிடம் கூற, எங்கே போய் முடியுமென்றே சொல்ல முடியாது! அந்த எண்ணத்தை உதறிவிட்டான்.

என்ஃபீல்டுக்குச் செல்ல முடியாததால் பொறுமை இழந்தவன் பெல் மீது எரிந்து விழுந்தான். அவளிடம் தனது ஆவலை வெளிப்படுத்த இயலவில்லையே என்று நினைத்த போது கோபம் மேலும் அதிகரித்தது. அவள் தான் ஆப்பிரிக்கா தொடர்புடையவற்றை வெறுத்து ஒதுக்குகிறாளே! ஃபிடில்காரரிடமும் தோட்டக்காரரிடமும் கமுக்கமாகச் சொல்ல எண்ணியவன், அவர்கள் வேறு யாரிடமும் தெரிவிக்க மாட்டார்கள் என்கிற நம்பிக்கை இருந்த போதிலும், இருபது ஆண்டுகளுக்குப் பிறகு தனது தாயக உதிரத்துடன் கலந்துறவாடியதன் வீச்சையும் வேகத்தையும் அவர்களால் முழுமையாகப் புரிந்து கொள்ள இயலாது!

ஒரு ஞாயிற்றுக் கிழமை. மதிய உணவுக்குப் பிறகு, எவ்வித முன்னறிவிப்புமின்றி எஜமான் என்ஃபீல்டு செல்வதற்கு குண்டாவை அழைத்துவரச் சொன்னார். இருக்கையிலிருந்து குடிசையின் கதவுக்கு வெளியே துள்ளிக் குதித்தான். பெல் பின்புறமிருந்து அவனை வியப்புடன் வெறித்து நோக்கியபடி நின்றாள்.

என்ஃபீல்டில் அவன் அடுக்களைக்குள் நுழைந்த பொழுது லிசா சமையலில் முனைப்புடன் ஈடுபட்டிருந்தாள். அவளிடம் நலம் விசாரித்தவன் உடனே தனக்குப் பசியில்லை என்பதையும் சேர்த்துச் சொன்னான். அவனை மிகவும் இதமாகப் பார்த்தாள். "ரொம்ப நாளாப் பார்க்க முடியவில்லை?" என்று பதமாகக் கேட்டாள். பிறகு, அவளுடைய முகத்தில் இனம் புரியாத சோகம் படர்ந்தது. "உன்னைப் பற்றியும் அந்த நீக்ரோவைப் பற்றியும் கேள்விப்பட்டேன். எஜமானும் கூட! ஆனால், அவர் ஒன்றும் சொல்லவில்லை. அதனால் கவலைப்படுவதற்கு எதுவுமில்லை!" அவனுடைய கையைப் பிடித்து அழுத்தி, "ஒரு நிமிடம்!" என்றாள்.

குண்டா பொறுமையிழந்து துடித்துக் கொண்டிருந்தான். அவள் விரைந்து பக்குவமாக இரண்டு மாட்டிறைச்சி செருகப்பட்ட இரட்டை ரொட்டித் துண்டுகள் இரண்டு தயாரித்து அவனிடம் கொடுத்து, அவனுடைய கையை மீண்டும் அழுத்தினாள். பிறகு, அவனை அடுக்களைக் கதவு வரை அழைத்துச் சென்று, தயங்கி நின்றாள். "நீயும் கேட்காததால் ஒரு செய்தியை உன்னிடம் சொல்லவில்லை! எனது அம்மாவும் ஒரு ஆப்பிரிக்க இனத்தவள்! அதனால் தான் உன்னை எனக்கு ரொம்பவும் பிடித்தது."

அங்கிருந்து செல்வதற்கு குண்டா மிகுந்த ஆர்வம் கொண்டதைக் கண்டு, ஒரு குடிசையைச் சுட்டிக் காட்டி "அந்த புகை போக்கி உடைந்திருக்கும் குடிசையில் தான் அவர் இருக்கிறார்! இன்றைக்குப் பெரும்பாலான நீக்ரோக்கள் வெளியே சென்றுள்ளனர். இருட்டிய பின்னர் தான் திரும்பி வருவர்! உனது எஜமான் வருவதற்குள் நீ வண்டிக்குச் சென்று விடு!" என்றாள்.

அடிமைகள் குடியிருப்பு வரிசை வழியாக நொண்டியடித்துச் சென்று, இடிந்து விழுகின்ற நிலையில் இருந்த அந்தக் குடிசையின் கதவைத் தட்டினான்.

அவனுடைய நினைவில் நின்றிருந்த குரல் கேட்டது, "யார், அது?"

"சலாம் அலெய்க்கும்!" என்றான். உடனே உள்ளே ஆள் எழுந்து வருகின்ற அரவம் கேட்டது. கதவு அகலத் திறந்தது!

61

நீண்ட காலமாக மிகுந்த ஆவலுடன் எதிர்பார்த்துக் காத்திருந்த சந்திப்பு! இருவருமே ஆப்பிரிக்கர்கள்! உள்ளத்தின் குதூகலக் குதியாட்டத்தை வெளியே காட்டிக் கொள்ளவில்லை. தன்னிடமிருந்த ஒரே நாற்காலியில் முதியவர் குண்டாவை உட்காரும்படி வேண்டி உபசரித்தார். தனது விருந்தினர் தாயக கிராமத்தில் போலவே புழுதித் தரையில் அமருவதையே விரும்பினான் என்பதை அறிந்தவுடன் அவருடைய முகத்தில் நிறைவு செறுமலாகத் தொனித்தது. சாய்வான மேஜையின் மீது ஒரு மெழுகுவர்த்தியை ஏற்றி வைத்து விட்டு அவரும் தரையில் அமர்ந்து கொண்டார்.

“கானாப் பகுதியில் ஆகன் குலமரபைச் சேர்ந்தவன். வெள்ளையர்கள் எனக்கு பாம்ப்பே என்று பெயரிட்டனர். என்னுடைய உண்மையான பெயர் போடெங் பெடியாகோ. ரொம்பக் காலமாக இந்த மண்ணில் இருக்கிறேன். ஆறு பண்ணைகளைப் பார்த்தாகிவிட்டது. இது தான் கடைசியாக இருக்குமென்று நினைக்கிறேன்! நீங்கள்...?”

கானாக்காரர்களுடைய பேச்சு வழக்கினைப் பின்பற்ற முயன்றவாறு குண்டா காம்பியா, ஜுஃப்பூர், மாண்டிங்கா இனம், தனது குடும்பம், பிடிபட்ட விதம், தப்பியோட

மேற்கொண்ட முயற்சிகள், பாதம் வெட்டப்பட்ட சூழல், தோட்டவேலை செய்தது, தற்பொழுது வண்டியோட்டியாக இருந்தது வரை அனைத்தையும் விவரித்தான்.

மிகவும் கவனமாகக் கேட்டுக் கொண்டிருந்த கானாக்காரர், குண்டா முடித்தவுடன் சிந்தனையில் ஆழ்ந்தார். பிறகு, பேசினார், "வெள்ளையர் மண்ணில் நாமெல்லாம் அல்லாடுகிறோம். புத்திசாலியாக இருந்தால் அதிலிருந்து பாடம் கற்றுக் கொள்ள வேண்டியது தான்!" பேச்சை நிறுத்தி குண்டாவை மதிப்பிடுவது போலப் பார்த்தார். "உனக்கு என்ன வயதிருக்கும்?" "முப்பத்தேழு" என்றான்.

"அவ்வளவு வயதானது போலத் தெரியலையே! எனக்கு அறுபத்தாறு!"

"நீங்களும் அப்படித்தான்..!"

"ஆக, நீ பிறந்ததற்கு முன்பிருந்தே நான் இந்த மண்ணில் வசிக்கிறேன். இப்பொழுது அறிந்து கொண்டவற்றை முன்னரே தெரிந்திருந்தால் நன்றாக இருந்திருக்கும்! நீ இளைஞன் அதனால் உனக்கு ஒன்று சொல்லுவேன்! உன்னுடைய நாட்டில் பாட்டிமார் குழந்தைகளுக்குக் கதைகள் சொல்லியிருப்பார்களல்லவா?" ஆமென்று தலையாட்டினான். "நான் உனக்கு ஒரு கதை சொல்லப் போறேன்! எனது நாட்டில் நான் வளர்ந்த விதம் பற்றிய கதை!".

"ஆகன் குல மக்களுடைய தலைவர் யானைத் தந்தத்தாலான பெரிய நாற்காலியில் உட்கார்ந்திருப்பது வழக்கம். அவருடைய தலைக்கு மேலே ஓர் ஆள் குடை பிடித்து நின்றான். பக்கத்திலிருந்த ஆள் மூலமாக அவர் மக்களிடம் பேசினார். யாரிடமாவது அவர் பேசுவதாக இருந்தாலும், அவரிடம் யாரேனும் பேச வேண்டுமென்றாலும் அந்த ஆள் மூலமாகத் தான் பேச முடியும். அவருடைய காலடியில் ஒரு பையன் உட்கார்ந்திருந்தான். தலைவர் கூறுகின்ற செய்திகளை அவன் மக்களிடம் கொண்டு சேர்த்தான். அவனிடம் தடிமனான வாள் ஒன்று இருந்தது. அவனைப் பார்த்த மாத்திரத்தில் மக்கள் அடையாளம் கண்டு கொண்டனர். அப்படியொரு பையனாகத் தான் நான் வளர்ந்து மக்களுக்கு தலைவர் அனுப்பிய செய்திகளைக் கொண்டு சென்றேன். அவ்வாறு தனியே சென்ற வேளையில் வெள்ளையர்களிடம் சிக்கிக் கொண்டேன்.

குண்டா ஏதோ சொல்வதற்கு வாயெடுத்தான். அவர் கை உயர்த்தி அமர்த்தினார்.

"கதை இன்னும் முடியவில்லை. தலைவருடைய குடையின் உச்சியில் முட்டையைப் பிடித்திருந்த கை பொறிக்கப்பட்டிருந்தது. அது அவருடைய அதிகாரத்தைக் குறித்தது. அவருடைய வாயாகவும் செவியாகவும் செயல்பட்ட ஆள் எப்பொழுதும் ஒரு தடியைக் கையில் பிடித்திருந்தார். அதன் மீது ஆமை ஒன்று பொறிக்கப்பட்டிருந்தது. பொறுமையே வாழ்க்கையின் அடிப்படை என்பதை ஆமை குறித்தது." முதியவர் சற்று நேரம் பேச்சை நிறுத்தினார். "ஆமையின் ஓட்டின் மீது பொறிக்கப்பட்டிருந்த தேனீ, ஆமையின் கடினமான ஓடு எதொன்றாலும் துளைக்க இயலாதது என்பதைக் குறிப்பிட்டது."

கண்சிமிட்டிக் கொண்டிருந்த மெழுகுவர்த்தி ஒளியில் பெரியவர் சிந்தனையில் ஆழ்ந்து விட்டார். "வெள்ளையர் பூமிக்கு வந்து கற்றுக் கொண்ட இதைத் தான் நான் உனக்குச் சொல்ல விரும்பினேன். பொறுமையுடன் உறுதியும் வாழ்க்கைக்கு மிகவும் அவசியமானவை."

ஆப்பிரிக்காவில் அவர் ஒரு பயிற்றுநராகவோ, முதியோர் பேரவை உறுப்பினராகவோ இருந்திருக்க வேண்டும் என்று குண்டா உறுதியாக நம்பினான். அவரே தலைவராகக் கூட இருந்திருக்கலாம்! ஆனால், தன்னுடைய எண்ணத்தை வெளிப்படுத்துவதற்கான வார்த்தைகள் அவனுக்குத் தெரியவில்லை. பேசாமல் கேட்டுக் கொண்டிருந்தான்.

"உன்னிடம் இரண்டும் இருப்பது போலத் தெரிகிறது." முதியவர் புன்னகையுடன் கூறினார். மன்னிப்புக் கேட்கத் திக்குவது போல எதையோ சொல்வதற்கு முயன்றான். நா எழவில்லை. மீண்டும் புன்னகைத்த முதியவர் கண நேரம் அமைதியாக இருந்து விட்டு பேசத் தொடங்கினார்.

"மாண்டிங்கரான நீங்கள் விரிவாகப் பயணம் செய்கிற வணிகர்கள் என்று எமது நாட்டில் பேசிக் கொண்டனர்" சொல்ல வந்ததை முழுமையாக முடிக்காமல் குண்டா ஏதாவது பேசட்டுமென்று காத்திருந்தார்.

ஒருவழியாக குண்டா பேசத் தொடங்கினான். "உண்மைதான்! என்னுடைய பெரியப்பாக்கள் அடிக்கடி பயணம் செய்பவர்கள். அவர்கள் சொன்ன கதைகளைக் கேட்டால், அவர்கள் செல்லாத இடமே இல்லை என்று தோன்றும்! ஜுஃப்யூரிலிருந்து வெகு தொலைவில் அவர்கள் துவக்கியிருந்த கிராமத்திற்கு என் அப்பாவுடன் ஒருமுறை சென்றிருந்தேன். மெக்கா, திம்புக்கு, மாலி, இன்னும் அவர்கள் சென்ற அனைத்து இடங்களுக்கும் செல்வதற்குத் திட்டமிட்டிருந்தேன். வாய்ப்புக் கிடைப்பதற்குள் பிடித்துக் கொண்டுவந்து விட்டனர்"

"எனக்கு ஆப்பிரிக்காவைப் பற்றி ஓரளவு தெரியும். தலைவர் அறிவாளிகளைக் கொண்டு என்னைப் பயிற்றுவித்தார். அவர்கள் கற்பித்ததை நான் மறக்கவில்லை. இந்த மண்ணில் வந்து கண்டவற்றையும் கேட்டவற்றையும் அதனுடன் இணைத்துப் புரிந்து கொள்ள முயலுகிறேன். இங்குள்ள நம் அனைவரையும் மேற்கு ஆப்பிரிக்கப் பகுதியில் — கேம்பியாவைச் சுற்றியுள்ள பகுதியிலிருந்து கினியா கடற்கரை வரையுள்ள பகுதியிலிருந்து— தான் திருடியுள்ளனர். வெள்ளையர்கள் 'தங்கக் கடற்கரை' என்று சொல்வார்களே, கேள்விப்பட்டிருக்கிறாயா?"

இல்லையென்று தலையாட்டினான். ''தங்கம் அங்கே ஏராளமாகக் கிடைப்பதனால் தான் அந்தப் பெயர் வைத்துள்ளனர். அந்தக் கடற்கரை வோல்டா வரை நீண்டு கிடக்கிறது. வெள்ளையர்கள் அந்தக் கடற்கரையில் ஃபாண்டி, அஷந்தி இன மக்களை பிடித்துக் கொண்டு வருகின்றனர். இங்கு நடக்கிற பெரும்பாலான கிளர்ச்சிகளையும், கலவரங்களையும் அஷந்தி இன மக்கள் தான் வழிநடத்துகின்றனர்."

"இருப்பினும் வெள்ளையர்கள் அவர்களைப் பெருந் தொகை கொடுத்து விலைக்கு

வாங்குகின்றனர். ஏனெனில், அவர்கள் சுறுசுறுப்பு, வலிமை, செயலூக்கத்திற்குப் பெயர் பெற்றவர்கள்!"

"அடிமைகள் கடற்கரை என்று அவர்களால் அழைக்கப்படுகிற பகுதியில் யோருபா, மஹோமன் இனத்தவரையும் நிகர் நதியோரப் பகுதியில் இபோ இனத்தவரையும் கடத்திச் செல்கின்றனர்.'' இபோ இன மக்கள் மிகவும் சாதுவானவர்கள் என்று கேள்விப்பட்டிருக்கிறேன் என்றான் குண்டா.

முதியவர் தலையசைத்து ஆமென்றார். "இபோ இன மக்கள் முப்பது பேர் கைகளைக் கோர்த்துக் கொண்டு ஆற்றில் இறங்கி ஒன்று சேர மூழ்கி இறந்தனர். லூசியானாவில் நடந்தது."

எஜமான் புறப்படத் தயாராகியிருப்பார் தனக்காக அவர் காத்திருக்கும்படி நேர்ந்துவிடக் கூடாது என குண்டா பதைபதைத்தான். அவர்களுக்கிடையே கண நேர அமைதி நிலவியது. புறப்படுவதற்கு ஏதுவாக எதைப் பற்றிப் பேசலாம் என்று குண்டா மனம் அலை பாய்ந்தது. "நம்மைப் போல உட்கார்ந்து பேசுவதற்கு இங்கே வேறு யாருமில்லை. எனது மனதில் தோன்றியதையெல்லாம் இந்த கிடுக்கட்டியை அடித்துத் தெரிவித்துக் கொள்கிறேன். நீ இருப்பது தெரியாமலேயே கூட பேசிக் கொண்டிருப்பேன் என்றால் பார்த்துக் கொள்ளேன்!"

குண்டா மிகவும் நெகிழ்ந்து போனான். அவருடைய கண்களை நீண்ட நேரம் உற்றுப் பார்த்துக் கொண்டிருந்தான். பிறகு, இருவரும் எழுந்தனர். மெழுகுவர்த்தி வெளிச்சத்தில் மேஜை மீது வைத்தபடி இருந்த லிசா கொடுத்தனுப்பிய இரண்டு இரட்டை ரொட்டித் துண்டுகளை குண்டா பார்த்தான். அவற்றை அவரிடம் காட்டி சிரித்தான். "எப்பொழுது வேண்டுமானாலும் சாப்பிட்டுக் கொள்ளலாம். நீ புறப்பட வேண்டிய நேரம்! எனது நாட்டில் இருந்திருந்தால், உன்னுடன் பேசிக் கொண்டே எதையாவது தயாரித்துக் கொடுத்திருப்பேன்."

கேம்பியாவில் தானும் உலர்ந்த பெரிய மாங்கொட்டையில் ஏதேனும் உருவம் பொறித்ததாக குண்டா கூறினான். "மாங்கொட்டை கிடைத்தால் தாய்நாட்டின் நினைவாக இங்கே ஒரு மாமரம் வளர்க்கலாம் என்று நினைத்தேன்" என்றான். முதியவர் குண்டா மீது பொருள் பொதிந்த பார்வை வீசினார். நகைத்தார். "நீ இளைஞன்! விதைகள் உன்னிடம் ஏராளமாக உள்ளன. அவற்றை ஊன்றுவதற்கு உனக்கு ஒரு மனைவி வேண்டும்!"

பதில் கூற முடியாமல் குண்டா நெளிந்தான். முதியவர் தனது இடது கரத்தை நீட்டினார். ஆப்பிரிக்க முறையில் இருவரும் இடது கரங்களைக் குலுக்கிக் கொண்டனர். விரைவில் மீண்டும் சந்திப்போம் என்று பொருள்.

"சலாம் அலெய்க்கும்!"

"அலெய்க்கும் சலாம்!"

மாலை மயங்கிக் கொண்டிருந்தது. நொண்டியபடி, சிறு, சிறு குடிசைகளைக்

கடந்து பெரிய வீட்டை நோக்கி விரைந்தான். எஜமான் தன்னைத் தேடிக் கொண்டிருக்கக் கூடும்! ஆனால், அவர் மேலும் அரை மணி நேரம் கழித்து வந்து சேர்ந்தார். குண்டா வண்டியை விரட்டினான். கைகளில் பிடித்திருந்த கடிவாளமோ, சாலையில் எழுந்த குதிரைகளின் குழம்படி ஓசையோ உணர்வுக்குத் தட்டுப்படவில்லை. தனது அப்பா ஓமோரோவுடன் பேசிக் கொண்டிருந்ததாகவே உணர்ந்தான். வேறு எந்த மாலைப் பொழுதும் குண்டாவின் வாழ்க்கையில் அவ்வளவு பொருள் பொதிந்ததாக இருந்ததில்லை!

62

"நேற்று டோபி இந்த வழியாகச் சென்றதைப் பார்த்தேன். கூப்பிட்டு, கொஞ்ச நேரம் உட்காரச் சொன்னேன். அவன் பார்த்த பார்வையைப் பார்க்கணுமே! பேசாமலே போய் விட்டான். என்ன ஆச்சு? உனக்கு ஏதாவது தெரியுமா?" ஃபிடில்காரர் தோட்டக்காரரிடம் கேட்டார். தோட்டக்காரருக்கு ஒன்றும் தோன்றவில்லை. இருவரும் பெல்லிடம் உசாவினர். "தெரியலை! உடம்புக்கு ஏதாவதுன்னா அவன் தான் சொல்லணும்! அவனுடைய போக்கிலேயே விட்டு விட்டேன். கோமாளித்தனமாகத் தான் நடந்துக்கிறான்!"

தன்னுடைய பாராட்டிற்கும் நம்பிக்கைக்கும் உரிய வண்டியோட்டி வழக்கம் போல இல்லை என்பதை எஜமான் வேல்லெரும் கவனித்து விட்டார். அப்பொழுது அப்பகுதியில் பரவி வந்த தொற்றுக்கு இருவருமே இலக்காகக் கூடிய வாய்ப்பு இருந்தது. ஆனால், அது காரணமல்ல என்பதைத் தெரிந்து கொண்டார். ஒரு நாள் வாய்விட்டுக் கேட்டார், "ஏதேனும் உடல்நலக் கோளாறா?" இல்லையென்றான். அவர் அதற்கு மேல் அதனைப் பொருட்படுத்தவில்லை. சென்று சேர வேண்டிய இடத்திற்கு உரிய நேரத்தில் கொண்டு போய்ச் சேர்த்தால் போதும் என்றிருந்து விட்டார்.

கானா நாட்டுக்காரருடன் ஏற்பட்ட சந்திப்பு அவனைப் பெருமளவில் பாதித்தது. தன்னியல்பினை எவ்வளவோ தூரம் இழந்து விட்டதாக வெதும்பினான். நாளுக்கு நாள், ஆண்டுக்கு ஆண்டு அவனுடைய மனப்பான்மையில் மாற்றம் ஏற்பட்டுக் கொண்டிருந்தது. மறுதலிப்பு குறைந்து, ஏற்பு அதிகரித்து விட்டது. முடிவில் அவனை அறியாமலேயே தான் யார் என்பதை மறந்து விட்டான். முன்னைக் காட்டிலும் மிகச் சிறப்பாகப் புரிந்து கொண்டான், ஃபிடில்காரருடனும், தோட்டக்காரருடனும், பெல்லுடனும், ஏனைய கறுப்பர்களுடனும் நன்கு பழக முடிந்தது என்பதெல்லாம் உண்மை தான். ஆனாலும், அவனுடைய மனப் போக்கிற்கு ஏற்ப அவர்களுடைய நடவடிக்கை இருந்தால் ஒழிய அவனால் ஒருபோதும் அவர்களுள் ஒருவனாக மாற முடியவில்லை. உண்மையில் கானா நாட்டுக்காரருடைய பழக்கம் ஏற்பட்டதிலிருந்து அவனைப் பொறுத்தவரை, ஃபிடில்காரரும், தோட்டக்காரரும், பெல்லும் எரிச்சலூட்டியதாகவே தோன்றியது. அவர்கள் சற்றே ஒதுங்கி நின்று பழகியவரை அவனுக்கு மகிழ்ச்சி தான்! இரவு வேளைகளில் படுக்கையில் கிடந்தபடி, அவனுள் ஏற்பட்டு வந்த மாற்றங்களை எண்ணி அவன் குற்றவுணர்வுடன் நாணிக் குறுகியதுண்டு. திடீரென விழித்துக் கொண்டு, படுக்கையில் அமர்ந்து, தான் ஜுஃப்யூர் கிராமத்தில் இல்லாததை உணர்ந்து அதிர்ச்சியடைந்தது வரை அவன் இன்னமும் ஆப்பிரிக்கனாகவே உணர்ந்தான். ஆனால், அது போன்ற நிகழ்வுகள் கடைசியாக நடந்து பல ஆண்டுகளாகி விட்டன. கேம்பியாவையும் அதன் மக்களையும் பற்றிய நினைவுகள் மட்டுமே உயிர்த்திருந்ததற்கான ஆதாரமாக அவன் உணர்ந்த போதெல்லாம் ஆப்பிரிக்கனாகத் தான் இருந்தான். ஆனால், தற்பொழுது ஜுஃப்யூர் கிராமத்தைப் பற்றிய நினைவு கிஞ்சித்தும் எழாமல் மாதங்கள் பல கடந்து விடுகின்றன. தொடக்க காலத்தில் அவனுக்கு இழைக்கப்பட்ட ஒவ்வொரு கொடுமையும், வலிமையும் உறுதியும் வேண்டி அல்லாவிடம் மண்டியிட்டு இறைஞ்சச் செய்த போதெல்லாம் ஆப்பிரிக்கனாகவே செயல்பட்டான். ஆனால், தற்பொழுது, முறையாக அல்லாவைத் தொழுது நீண்ட காலமாகிவிட்டது.

பரங்கி மொழியைக் கற்றுக் கொண்டது தன்னிடம் ஏற்பட்ட மாற்றத்தில் முக்கிய பங்கு வகித்ததாக உணர்ந்தான். இப்பொழுதெல்லாம் அன்றாடப் பேச்சு வழக்கில் மாண்டிங்கா வார்த்தைகளை நினைத்துப் பார்த்தது கூட இல்லை. ஏதோ காரணத்தால் ஒரு சில வார்த்தைகள் மட்டும் இன்னமும் ஒட்டிக் கொண்டிருந்தன. அவனுடைய சிந்தனை மொழியே பரங்கியாகி விட்டது. எண்ணம், சொல், செயல் என எண்ணற்ற விதங்களில் படிப்படியாக மாண்டிங்கா வழிமுறைகளை அவனைச் சூழ்ந்திருந்த கறுப்பர்களுடைய பழக்க, வழக்கங்கள் இடம்பெயரச் செய்து விட்டன. ஆனாலும், அவன் இன்னமும் ஓரளவிலேனும் பெருமைப்பட்டுக் கொள்ளக் கூடிய பண்பியல் கூறு ஒன்றிருந்தது. இருபது ஆண்டுகள் உருண்டோடிய பின்னரும் அவன் ஒருபோதும் பன்றி இறைச்சியைத் தொட்டதில்லை.

குண்டா தனது மூளைக்குள் துருவித் துழாவினான்! தனது மூலப் பண்புகளில் ஏதேனும் ஒன்று எங்காவது ஒட்டிக் கொண்டிருந்ததா என்று தேடினான். ஆமாம், இருந்தது! தனது தகைமையைத் தக்க வைத்துக் கொண்டான். தீய ஆவிகள் தன்னை அண்ட விடாமல் தடுப்பதற்காக ஜுஃப்யூர் கிராமத்திலிருந்த

போது தாயத்து அணிந்து கொண்டதைப் போல, தனக்கு நேர்ந்த அளப்பறியா கொடுமைகளுக்கிடையிலும் தனது தகைமையை தன்னை விட்டகலக் கூடாத குண்டலமாக அணிந்து கொண்டான். அத்தகைமை தனக்கும் தம்மைத்தாமே நீக்ரோக்கள் என்றழைத்துக் கொண்டவர்களுக்கும் இடையே கேடயமாக விளங்க வேண்டும் என்று முன்னெப்பொழுதைக் காட்டிலும் உறுதியாகச் சூளுரைத்துக் கொண்டான். தமது மூதாதையரைப் பற்றி ஏதுமறியாத மூடர்களாகக் காலம் கழித்தனர். அவனோ பிள்ளைப் பருவத்திலிருந்து மூதாதையரைப் பற்றிச் சொல்லி, சொல்லி வளர்க்கப்பட்டான். தொன்மைக் கால மாலி குலமரபிலிருந்து மௌரெடேனியா வரையிலும், பின்னர் காம்பியாவில் தனது சகோதரர்கள் உட்பட தான் வரையிலும் நீண்ட மூதாதையர் பெயர்களை மனதிற்குள் பட்டியலிட்டான். தனது வயதையொத்த தன்னின மக்கள் ஒவ்வொருவரிடமும் அது போன்ற மூதாதையர் பற்றிய அறிவாக்கம் பொதிந்திருக்கும் என்பதையும் எண்ணிப் பார்த்தான்.

குண்டாவிற்குள் தனது பிள்ளைப் பருவ நினைவுகள் மலருவதற்கு முற்பட்டன. முதலில் வியப்பாகவும் பின்னர் திகைப்பாகவும் இருந்தது. அவர்களுடைய பெயர்கள் நினைவுக்குத் தட்டுப்படவே இல்லை! அவர்களுடைய முகங்கள் தோன்றின. ஜுஃப்யூர் கிராமத்தைக் கடந்து சென்ற பயணியருக்குப் பேச்சுத் துணையாகப் பறந்த கரும்பறவைகளைப் போல, நினைவுகள் கிராமத்தின் நுழைவாயிலுக்கு அப்பால் விரைந்தன. மரங்களில் அமர்ந்து வசைபாடிய குரங்குகளின் மீது கழிகளை எறிந்ததையும், குறி தவறாமல் அவற்றைக் கவ்வி அவை மீண்டும் திருப்பி எறிந்ததையும் நினைத்துக் கொண்டான். ஆறு மாம்பழங்களை ஒரே நேரத்தில் விரைவாகச் சாப்பிடுவது யார் என்று நடத்திய போட்டி கூட நினைவில் பட்டது. ஆனால், எவ்வளவோ முயன்ற போதிலும் ஒரு நண்பனுடைய பெயரும் நினைவுக்கு எட்டவே இல்லை. நண்பர்களெல்லாம் திரண்டு அவன் மீது சீற்றம் கொண்டு பொங்கியதைக் கூடக் காண முடிந்தது.

குடிசையில் இருந்த போதும், வண்டி ஓட்டிச் சென்ற போதும் குண்டா தனது மூளையைக் கசக்கினான். ஒருவழியாக, நண்பர்களுடைய பெயர்கள் ஒவ்வொன்றாக நினைவலைகளின் மேற்பரப்பிற்கு எழத் தொடங்கின. ஆமாம், சிடாஃபா சில்லா! அவனும் குண்டாவும் நெருங்கிய நண்பர்கள்! கலிலு கோன்டே! இளந்தாரிப் பயிற்சியின் போது, பயிற்றுநரின் ஆணைக்குப் பணிந்து, வீராப்புடன் சென்று கிளியைப் பிடித்தவன்! செஃபோ கேளா—அந்த விதவையுடன் மணமற்ற உறவு கொள்வதற்கு பேரவையினரிடம் அனுமதி கோரியவன்!

சில பெரியவர்களுடைய முகங்கள் கூட மட்டுப்பட்டன. அதன் பிறகு, அவன் மறந்துவிட்ட பெயர்களும் கூட மனதின் அடிஆழத்திலிருந்து துள்ளியெழுந்தன. பயிற்றுநருடைய பெயர் சில்லா பா பிபா! கிராம மதகுருவின் பெயர் குஜாலி தெம்பா! கிராமக் கலைஞருடைய பெயர் கராமோ தம்பா! மூன்றாம் பருவத்தில் தான் பயின்றதற்கான சான்று வழங்கிய விழா நினைவுக்கு வந்தது. திருக்குரானிலிருந்து அருளுரைகளை மிகவும் நன்றாக வாசித்தான். ஓமோரோவும் பின்டாவும் ஆசானுக்கு கொழுத்த ஆடு ஒன்றினை காணிக்கை அளித்தனர்.

அவருடைய பெயர் பிரிமா செசே! அனைவருடைய நினைவும் குண்டாவின் நெஞ்சத்தை நிறைத்தது. அவர்களெல்லாம் தற்பொழுது மாண்டிருக்கக் கூடும், சிறுவர்களாகக் கண்ட தனது நண்பர்களெல்லாம் ஜுஃப்யூர் கிராமத்தில் தனது வயதை எட்டியிருப்பர், அவர்களை மீண்டும் ஒருபோதும் காணவியலாது என்கிற எண்ணம் உடன் எழுந்து வதைத்தது. பரங்கி மண்ணில் வதைந்த பல ஆண்டுகளில் முதன்முறையாக மறதி வேண்டிக் கதறினான்!

சில நாட்கள் கழித்து, ஊரக அலுவலகத்தில், இன்னொரு வண்டியோட்டியுடன் பேசிக் கொண்டிருந்தான். அப்பொழுது அவன், வடக்கே விடுதலையடைந்த நீக்ரோக்கள் ஒன்றிணைந்து சங்கம் அமைத்ததாகவும், அதில் விடுதலை பெற்றவர்கள், அடிமைகள் அனைவரும் திரளாக ஆப்பிரிக்கா திரும்பிச் செல்வதற்கு திட்டமிட்டிருந்ததாகவும் குண்டாவிடம் கூறினான். அந்த எண்ணமே எழுச்சியூட்டியது. ஆனாலும் அவ்வாறு ஒருபோதும் நிகழப் போவதில்லை என்கிற ஐயமும் உடன் எழுந்தது. ஏனெனில், எஜமான்கள் ஒருவரோடொருவர் போட்டி போட்டு ஏகப்பட்ட விலை கொடுத்து அடிமைகளை விலைக்குப் பெற்றுக் கொண்டிருந்தனர். ஃபிடில்காரர் விடுதலையடைந்து ஆப்பிரிக்கா செல்வதைக் காட்டிலும் வெர்ஜீனியாவிலேயே அடிமையாகத் தொடர்ந்து இருக்கவே விரும்புவார் என்று அறிந்த போதிலும், அவருடன் கலந்தாலோசிக்க எண்ணினான். ஏனெனில், அடிமைகள் விடுதலை பற்றிய அண்மைச் செய்திகள் அனைத்தையும் அவர் ஆர்வத்துடன் அறிந்து வைத்திருந்தார்.

ஆனால், கடந்த இரண்டு மாதங்களாக, ஃபிடில்காரர், பெல், தோட்டக்காரர் ஆகிய மூவரைக் கண்ட போதெல்லாம், முகத்தைச் சுளித்து புருவத்தை நெறித்ததைத் தவிர பெயரளவில் கூட அன்பு பாராட்டியதில்லை. அவர்கள் தேவையில்லை என்றோ, அவர்களை வெறுத்து ஒதுக்க வேண்டுமென்றோ அவனும் நினைத்ததில்லை. அவனுள்ளும் தான் தனியனாக ஓரங்கட்டப்பட்டு விட்டதாக உறுத்திக் கொண்டு தான் இருந்தது. அடுத்த இளம்பிறை வானில் தோன்றிய போது, அவன் தனது குடுக்கைக்குள் இன்னுமொரு கூழாங்கல்லைப் போட்டான். உலக உறவுகள் அனைத்தையும் துண்டித்துக் கொண்டதாக அவனுள் வெளிப்படுத்த முடியாத தனிமை உணர்வு வாட்டி வதைத்தது.

அடுத்த முறை ஃபிடில்காரர் தன்னைக் கடந்து சென்ற போது சொரத்தின்றி தலையாட்டினான். யாரையுமே பார்க்காதவர் போல நடந்து சென்றார். சீற்றமும் அவமானமும் குண்டாவை வாட்டியது. அடுத்த நாள் அதே வேளையில் அவனும் தோட்டக்காரரும் ஒருவரை ஒருவர் பார்த்துக் கொண்டனர். அவர் உடனே அடுத்த அடியை வேறு திசையில் எடுத்து வைத்தார். வேதனையையும், வெறுப்பையும் மீறிக் குற்றவுணர்வு தொற்றிக் கொண்டது. இரவு முழுவதும் குடிசைக்குள் முன்னும் பின்னுமாக நீண்ட நேரம் நடந்து கொண்டிருந்தான். மறுநாள் காலையில் ஆடைகளை இறுக்கிச் செருகிக் கொண்டு, நொண்டியவாறு அடிமைகளின் குடிசைகளைக் கடந்து கடைசியில் இருந்த, ஒரு காலத்தில் மிகவும் பழக்கப்பட்ட குடிசை முன் நின்றான். கதவைத் தட்டினான்.

கதவு திறக்கப்பட்டது. ஃபிடில்காரர் இறுக்கத்துடன் கேட்டார், "என்ன

வேணும்?"

அவமானத்தை மென்று விழுங்கிக் கொண்டு, "பார்க்க வேண்டுமென்று தோன்றியது!" என்றான்.

ஃபிடில்காரர் தரையில் காறி உமிழ்ந்தார். "இதோ பார், நீக்ரோ! இப்ப நா சொல்றதைக் கேளு! நானும், பெல்லும் தோட்டக்காரரும் உன் மீது கோபமாக இருக்கிறோம்! உன்னிடம் எவ்விதத் தொடர்பும் கொள்வதில்லையெனத் தீர்மானித்துள்ளோம்! அதற்கு நீ தான் காரணம், நீக்ரோ!" குண்டாவை வெறித்துப் பார்த்தார். "நீ செய்ததெல்லாம் தவறு! உனக்கு உடல்நலக் கோளாறு எதுவுமில்லை!"

தனது காலணிகளைப் பார்த்தவாறு நின்றிருந்தான். கண நேரத்தில் ஃபிடில்காரரின் பார்வையில் கனிவு தட்டுப்பட்டது. பக்கவாட்டில் ஒதுங்கி நின்றார். "வந்துட்டே..! உள்ளே வா! ஆனாலும், உனக்கு ஒன்னு சொல்றேன். இன்னொருமுறை முகத்தைத் திருப்பிக்கிட்டுப் போனே... கிழவனானாலும் கூட உன்னிடம் மீண்டும் பேச மாட்டேன்!"

கோபத்தையும் மானக்கேட்டையும் மீண்டும் விழுங்கிக் கொண்டு உள்ளே சென்று கீழே உட்கார்ந்தான். அமைதி நீண்ட நேரம் நீடித்தது. ஃபிடில்காரர் அதனை உடைப்பதாகத் தெரியவில்லை. ஒரு வழியாக, மென்று, விழுங்கி ஆப்பிரிக்காவுக்குத் திரும்பிச் செல்வது பற்றிய திட்டத்தைப் பற்றிக் கேட்டான். தனக்கு அந்தச் செய்தி நெடுநாட்களுக்கு முன்பே தெரியும் என்றும் ஒருபோதும் நடவாதது என்றும் அழுத்தமாகக் கூறினார்.

வேதனை குண்டாவின் முகத்தில் வெளிப்பட்டது. சற்றே நெகிழ்ந்து போனார். "நீ கேள்விப்பட்டிராத செய்தி ஒன்றைக் கூறுகிறேன்! வடக்கே நியூயார்க்கில் சங்கம் ஒன்று அமைக்கப்பட்டுள்ளது. அதன் மூலம் நீக்ரோக்களின் குழந்தைகள் எழுதப் படிக்கவும் அனைத்துத் தொழில்களையும் இலவசமாகக் கற்றுக் கொள்வதற்காகப் பள்ளி ஒன்று துவக்கப் போகிறார்கள்!"

ஃபிடில்காரர் தன்னிடம் பேசிவிட்டார் என்கிற மகிழ்ச்சியிலும் நிம்மதியிலும் ஆழ்ந்து விட்டான். அவர் தொடர்ந்து பேசிய செய்திகள் அவன் காதுகளில் விழவே இல்லை. சில நிமிடங்கள் கழித்துப் பேச்சை நிறுத்தி அவனைத் துளைப்பது போல நோட்டமிட்டார்.

கடைசியில் கேட்டு விட்டார், "சொல்றது காதில விழுதா?"

சிந்தனையில் மூழ்கியவாறு, "ம்ம்ம்..." என்றான்.

"அஞ்சு நிமிடத்திற்கு முன் உன்னை ஒரு கேள்வி கேட்டேன்!"

"மன்னிக்கணும்! ஏதோ நினைவில் இருந்து விட்டேன்!"

"பேசியதைக் கவனிக்கத் தெரியவில்லை என்றால், அது எப்படிச் செய்ய

வேணுமென்று உனக்குக் காட்றேன்!" கைகளை மார்புக்குக் குறுக்கே கட்டிக் கொண்டு நிமிர்ந்து உட்கார்ந்தார்.

"சொல்ல வந்ததைத் தொடர்ந்து சொல்லுங்களேன்?"

"இப்போ நான் சொல்லிக்கிட்டிருந்ததை மறந்துட்டேன். நீ என்ன நினைத்தாயென்று நினைவிருக்கிறதா?"

''அது ஒன்னும் முக்கியமானதில்லே! எதையோ நினைத்துக் கொண்டிருந்திட்டேன்"

"முதலில் அதிலிருந்து விடுபடு! இல்லேன்னா, உனக்குத் தலை வலிக்கும்! எனக்கும் தலைவலி கொடுத்திருவே..!"

"அது பற்றி உங்களிடம் பேச முடியாது!"

"ஓகோ!" தன்னை அவமதித்தது போல நடித்தவாறு, "அதுதான் உன்னுடைய நினைப்பா..." என்று இழுத்தார்.

"இல்லை...ரொம்பவும் தனிப்பட்ட செய்தி!"

ஃபிடில்காரருடைய கண்கள் பளிச்சிட்டன. "சொல்ல வேண்டாம்! பொம்பளையைப் பற்றியது தானே! சரியா?"

"அப்படியெல்லாம் ஒன்றுமில்லே..."என்றவனை வெட்கமும் தவிப்பும் தொற்றிக் கொண்டது. சற்று நேரம் எதுவும் பேசாமல் இருந்து விட்டு எழுந்தான். "வேலைக்கு நேரமாச்சு! அப்புறம் பார்க்கிறேன்! என்னுடன் பேசியதற்கு நன்றி!" என்றான்.

"ஆமா, புறப்படு! மறுபடி எப்பொழுது பேசலாம் என்பதை முன்கூட்டியே சொல்லிவிடு!"

அவருக்கு எப்படித் தெரிந்தது? தொழுவத்திற்குச் சென்ற வழியில் தனக்குத் தானே கேட்டுக் கொண்டான். அதைப் பற்றிப் பேச வேண்டுமென்று ஏன் அவர் வற்புறுத்தினார்? அவனே ஏகப்பட்ட தயக்கத்திற்குப் பிறகு தான் தனக்குள் அந்த எண்ணத்திற்கு அனுமதியளித்தான். ஆனால், அண்மைக்காலத்தில் அதைத் தவிர வேறு எதைப் பற்றியும் சிந்தித்ததில்லை! கானா நாட்டுக்காரர் விதை ஊன்றுவதைப் பற்றி அவனுக்கு அளித்த ஆலோசனையுடன் தொடர்புடையது!

63

கானா நாட்டுக்காரரைச் சந்தித்ததற்கு நீண்ட நாட்களுக்கு முன்பிருந்தே, குண்டா மனத்தில் மேலோட்டமாக ஓர் உணர்வு நிழலாடிக் கொண்டிருந்தது. ஜுஃப்யூர் கிராமத்தில் தொடர்ந்து இருந்திருந்தால், தனக்கு மூன்று, நான்கு மகன்களும் அவர்களைப் பெற்றெடுத்த தாயும் உடனிருந்திருப்பர் என்கிற எண்ணம் அடிக்கடி தோன்றி வதைத்தது. அந்த எண்ணத்தை அவ்வப்போது தோற்றுவிக்கும் விதமாக மாதந்தோறும் ஒரு நிகழ்வு நடந்து கொண்டிருந்தது. கனவு கண்டு தூக்கத்திலிருந்து திடீரென்று விழித்துக் கொண்டான். இருட்டை மலங்க, மலங்க பார்த்துக் கொண்டிருந்தவனுக்கு பிசு பிசுவென்று ஏதோ தட்டுப்பட்டது. இன்னமும் விரைத்தபடி இருந்த அவனுடையதிலிருந்து வெளிக் கிளம்பிய ஒன்று! மானக்கேடு! ஆனாலும், விழித்தபடி படுக்கையில் கிடந்தவன் தனக்கு ஒரு மனைவி இல்லாத குறையை எண்ணி நொந்தான். அங்கிருந்த அடிமைகள் குடிசை வரிசையில், ஒருவருக்கொருவர் பிடித்துப் போன ஆடவரும் பெண்டிரும் ஏதுவாகப் பட்ட யாரேனும் ஒருவருடைய குடிசையில் சேர்ந்து வாழ்ந்ததைப் பார்த்திருந்தான்.

குண்டா திருமணத்தைப் பற்றிய சிந்தனை இல்லாமல் இருந்ததற்குப் பல காரணங்கள் இருந்தன. அடிமைகள்

குடிசை வரிசையில் திருமணம் என்பது சாட்சிகள் முன்னிலையில் மணமக்கள் துடைப்பத்தைப் போட்டுத் தாண்டுவதாக இருந்தது. வேறு சில நிகழ்வுகளில் எஜமான், எஜமானியர் முன்னிலையில் வெள்ளைப் பாதிரி சொன்னவற்றை மணமக்கள் திருப்பிச் சொல்கின்ற இறை நம்பிக்கை இல்லாதவர்களுடைய சடங்குமுறையாக இருந்தது. சமய நெறிகளில் நம்பிக்கை கொண்ட குண்டாவிற்கு உன்னதமான நிகழ்வு கேலிக் கூத்தாக்கப்பட்டதாகத் தோன்றியது. அவன் எண்ணிய விதத்தில் மணமுடித்துக் கொள்ள வேண்டுமானால், மாண்டிங்கா இன வழக்கப்படி பெண்ணுக்கு வயது பதினான்கிலிருந்து பதினாறுக்குள்ளும் ஆடவனுக்கு முப்பதிற்குள்ளும் இருத்தல் அவசியம். அங்கே பதினான்கு, பதினாறு வயதுள்ள பெண்ணைக் காணவே முடியவில்லை. இருபது, இருபத்தைந்து வயதுள்ள பெண் கூட கண்ணில் படவில்லை. அங்கிருந்த பெண்களுடைய நடவடிக்கை அறிவுக்குச் சற்றும் பொருந்தாத விதத்தில் பண்பற்றதாகவும் அற்பத்தனமானதாகவும் தோன்றியது. ஞாயிற்றுக் கிழமைகளிலும், விழாக் காலங்களிலும் முகத்தில் ஏதோ ஒன்றைப் பூசிக் கொண்டு திரிந்ததைப் பார்த்த போது, ஜுஃப்யூர் கிராமத்தில், மரண நடனம் ஆடியோர் முகமெல்லாம் சாம்பலை அள்ளி அப்பிக் கொண்டது நினைவுக்கு வந்தது.

இருபது வயதிற்கு மேற்பட்ட பெண்கள் என்றெடுத்துக் கொண்டால், குண்டா தனது எஜமானுடன் சென்ற பெரிய வீட்டு சமையல் பெண்கள் அவனுடைய கவனத்திற்கு வந்தனர். அவர்களுள் என்ஃபீல்டில் சமையல் பொறுப்பு வகித்த லிசா அவனைப் பெரிதும் ஈர்த்தாள். அவளுக்கென்று ஆண்துணை யாருமில்லை. அவளுடைய விருப்பத்தை குண்டாவிற்கு எப்பொழுதோ தெரிவித்துவிட்டாள். அவனுடைய அணுக்கத்தை வேண்டி அவள் காட்டிய ஆர்வத்திற்கு அவன் முறையான எதிர்வினை காட்டிக் கொள்ளவில்லை என்ற போதிலும் தனிமையில் அதைப் பற்றிச் சிந்தித்தான். பிசுபிசுத்த வெளிப்பாட்டை ஏற்படுத்திய கனவெல்லாம் அவளுடைய நினைவால் தான் தோன்றியது என்பதை அவள் கிஞ்சித்தும் அறிய நேர்ந்தால் கூட அவன் வெட்கத்தால் உயிர்விடக் கூடும்!

ஒரு வேளை, ஒரு பேச்சுக்கு, அவன் லிசாவை மணக்க நேர்ந்தால்! குண்டாவின் சிந்தனை ஓட்டம் சூடுபிடித்தது! ஏற்கனவே ஏகப்பட்ட தம்பதியருடைய வாழ்க்கையைப் போல, அவரவர் அவரவருடைய பழைய பண்ணைகளில் பழைய எஜமான் வீட்டில் வேலை செய்வர். சனிக்கிழமைகளில் ஆண் இணைக்கு பயண அனுமதிச் சீட்டுக் கொடுத்து அனுப்பினால், பெண் இணையுடன் ஞாயிற்றுக் கிழமை மதியம் வரை இருந்து விட்டுத் திரும்பிவிட வேண்டும்! திங்கட்கிழமை விடிந்தவுடன் வேலைக்குச் செல்ல வேண்டுமல்லவா? தன்னுடன் வாழாத பொண்டாட்டி தனக்குத் தேவையில்லை என்றும் திருமணம் என்கிற பிரச்சினை அங்கேயே முற்றுப் பெற்று விட்டது என்றும் குண்டா தனக்குத் தானே அங்கலாய்த்துக் கொண்டான்.

ஆனால், அவனுடைய மனம் தன்னியல்பாகவே அது பற்றிய சிந்தனையில் ஆழ்ந்தது. லிசா எவ்வளவு இதமாகப் பேசுகிறாள்! அவளுடன் தனிமையில் இருக்கும் நாட்களுக்காக எவ்வளவு ஏங்கியிருப்பேன்! ஒவ்வொரு வாரக்

கடைசியில் மட்டும் தான் என்றால் கூட அதுவே பெரும் பேறு தான்! அவன் லிசாவை மணக்க நேர்ந்தால் ஏனைய கறுப்பு இனத் தம்பதியரை வாட்டிய துன்பம் அவர்களுக்கு ஏற்பட வாய்ப்பில்லை. யாரேனும் ஒருவரையோ, இருவரையுமோ வேறு எவருக்காவது விற்று விட்டால்? எஜமானர்களுக்கிடையே ஏற்படக் கூடிய பிரச்சினைகளால் உண்டாகும் இடர்ப்பாடுகள் அவர்களுக்கு இருக்கப் போவதில்லை. ஏனெனில், அவனுடைய எஜமானுக்கு அவனை மிகவும் பிடித்தது. அவருடைய பெற்றோர்கள் லிசாவின் எஜமானர். அவர்களுக்கும் லிசாவை ரொம்பப் பிடித்திருந்தது.

வேறு விதமாக நடந்து விட்டால்... மீண்டும் மீண்டும் குண்டா மூளையைப் புரட்டிப் போட்டான். எத்தனை முறை எத்தனை விதமாகத் தெளிவு பெற்ற போதிலும் ஏதோ ஒன்று லிசாவைத் திருமணம் செய்து கொள்ளும் எண்ணத்திற்குக் குறுக்கே நின்றது. பிறகு, ஓர் இரவில், தொலைத்து விட்ட தூக்கத்தைத் தேடியபடி படுக்கையில் கிடந்த போது திடீரென இடியொன்று மூளைக்குள் இறங்கியது! அவன் கருத்தில் கொள்ள வேண்டிய மற்றொரு பெண்ணும் இருந்தாள்!

பெல்!

உனக்கென்ன பைத்தியமா? திருமண வயதைப் போல மும்மடங்கு வயதிருக்கும்! குறைந்தது நாற்பதிற்கு மேலாவது இருக்கக் கூடும்! அவளைப் பற்றி நினைப்பது அறிவீனம்!

பெல்!

குண்டா அவளைத் தனது மனத்திலிருந்து தூக்கி வீசுவதற்கு முயன்றான். ரொம்பக் காலமாக அவளுடன் பழகி வந்ததால் எப்படியோ அவளுடைய நினைவு வந்து விட்டது! குண்டா தனக்குள் சொல்லிக் கொண்டான். அவளைப் பற்றிய கனவு அவனுக்கு ஒருபோதும் ஏற்பட்டதில்லை. வரிசையாக அவள் அவனுக்கு இழைத்த மானக்கேடான செயல்கள் நினைவில் தோன்றி வெறுப்பூட்டின. அடுக்களைக்கு காய்கறிக் கூடையை சுமந்து சென்ற சமயங்களில் அவன் முகத்தில் அறைந்ததைப் போல கதவைப் படாரென்று சாத்திய காட்சிகள் தோன்றின. அவள் மாண்டிங்கா இனத்துப் பெண் போல இருந்ததாகக் கூறியபோது அவள் கொண்ட கோபம்! அவள் சமயப் பற்றில்லாதவள்! அத்துடன், அவள் பொதுவாகவே எதிர்த்துப் பேசுகின்ற அதிகாரத் தோரணை கொண்டவள்! ரொம்பப் பேசினாள்!

ஆனாலும், அவள் அவனுக்குச் செய்த ஒரு சில நற்செயல்களை அவனால் நினைத்துப் பார்க்காமல் இருக்க முடியவில்லை. அவன் பாதம் வெட்டப்பட்டு, சாகும் தருவாயில் கிடந்த பொழுது, நாள்தோறும் ஐந்தாறு முறை அவனைக் கவனித்துக் கொள்வதற்காகக் குடிசைக்கு வந்ததையும், அவனைப் பேணி உணவூட்டியதையும், படுக்கையில் அவன் கழித்தவற்றைத் தூய்மைப் படுத்தியதையும், கடுமையான காய்ச்சலால் அல்லலுற்ற போது ஆப்பிரிக்க முறைப் பண்டுவம் பார்த்து அவனைத் தேற்றியதையும் எண்ணிப் பார்த்தான். அவளும் கட்டுறுதியுடன் வாகாகத் தான் இருந்தாள். எண்ணற்ற உணவு வகைகளைச் சமைப்பதில் கைதேர்ந்தவள்!

அவளுடைய நற்குணங்கள் மேலெழுந்த போதெல்லாம் அவளிடம் மேலும் கடுமையாக நடந்து கொள்ளத் தொடங்கினான். அடுக்களைக்குச் சென்ற போது, அவன் வேண்டியவை கிடைத்தவுடன் அவளைக் கண்டுகொள்ளாமல் விரைந்து வெளியேறினான். அவனுடைய அலட்சியப் போக்கைக் கண்டு அவளும் அவனிடம் முன்பிருந்ததைக் காட்டிலும் கூடுதலாக வெறுப்புக் காட்டினாள்.

ஒருநாள் ஃபிடில்காரரிடமும் தோட்டக்காரரிடமும் சற்று நேரம் பொதுவாகப் பேசிய பின்னர், சுற்றி வளைத்து பெல் பற்றிய பேச்சைத் தொடங்கினான். ஏதோ பேச்சு வாக்கில் கேட்கும் தொனியில், அங்கே வந்ததற்கு முன்பு அவள் எங்கிருந்தாள் என்று கேட்டு விட்டான். ஆனால், அவர்கள் நிமிர்ந்து உட்கார்ந்து அவனுடைய கேள்வியின் உட்பொருளை மோப்பம் பிடித்தது போலப் பார்த்த போது அவனுடைய இதயம் சுருங்கியது.

ஒரு நிமிட அமைதிக்குப் பிறகு தோட்டக்காரர் தொடங்கினார். “நீ வந்ததற்கு இரண்டு ஆண்டுகளுக்கு முன்பு அவள் வந்தாள் என்று நினைக்கிறேன். ஆனால், அவள் தன்னைப் பற்றி அதிகமாகப் பேசியதில்லை. அதனால், உன்னைக் காட்டிலும் கூடுதலாக எனக்குத் தெரிய வாய்ப்பில்லை...”

தன்னிடமும் பெல் எதையும் கூறியதில்லை என்று ஃபிடில்காரரும் தெரிவித்தார்.

அவனுக்கு எரிச்சலூட்டிய அவர்களுடைய கிண்டலான பார்வையில் பொதிந்திருந்ததை குண்டா கண்டுகொண்டான். இருவரையும் இணைத்துத் தாமே எதையோ யூகித்துக் கொண்டு தமக்கும் தெரியும் என்கிற பாவனையில் நிறைவடைந்தனர் என்பது புரிந்தது.

ஃபிடில்காரர் தனது வலது காதைச் சொறிந்தார். தோட்டக்காரரைப் பார்த்துக் கண்சிமிட்டியவாறு கூறினார், “பெல்லைப் பற்றி நீ விசாரிப்பது வேடிக்கையாக இருக்கிறதே! நானும் அவரும் நீண்ட நாட்களாக உன்னைப் பற்றி குறை கூறிக் கொண்டிருந்தோம்!” அவர் குண்டாவைத் துருவிப் பார்த்தார்.

“அவர் சொல்வதைப் பார்த்தால், மற்றவர்களுக்கு உள்ள தேவைகளைப் போல உங்களிருவருக்குள்ளும் ஏதோ இருக்கும் போலத் தோன்றுகிறதே!”, தோட்டக்காரர் கேட்டார்.

சீற்றத்துடன் குண்டா வாய் பிளந்தபடி உட்கார்ந்திருந்தான். வார்த்தை வரவில்லை!

இன்னமும் காதைச் சொறிந்து கொண்டிருந்த ஃபிடில்காரர் கபடப் பார்வை வீசினார். “பல பேரால அவளுடைய பின்பகுதிக்கே ஈடு கொடுக்க முடியாது!”

கோபத்துடன் பேச வாயெடுத்த குண்டாவை தோட்டக்காரர் இடைமறித்தார். வெட்டு ஒன்று துண்டு ரெண்டு என்பது போல கேள்வி ஒன்று விழுந்தது. “இதோ பார்! நீ எவ்வளவு காலமாகப் பெண்களையே தொட்டதில்லை?”

குண்டாவின் கண்கள் வாள்களாயின! ஃபிடில்காரர் தான் அதற்கும் பதில் கூறினார், "எப்படியும் இருபது ஆண்டுகள் இருக்கும்!"

தோட்டக்காரர் அங்கலாய்த்தார், "வத்தி வறண்டு போறதுக்குள்ள எதையாவது பிடிச்சுக்கோ!"

ஃபிடில்காரர் வெடித்தார், "ஏற்கனவே வற்றாமலிருந்தால்?" குண்டாவால் பேச முடியவில்லை. ஆனால், மேலும் சற்று நேரம் தன்னைக் கட்டுப்படுத்திக் கொள்ள முடிந்தது. பிறகு, துள்ளியெழுந்து வெறுப்புடன் வெளியேறினான். ஃபிடில்காரர் விடுவதாக இல்லை! அவனுக்குப் பின்புறமிருந்து கத்தினார், "கவலைப்படாதே! அவளிருக்கும் போது அப்படியெல்லாம் வற்றிப் போய் விடாது!"

64

அடுத்த சில நாட்கள் எஜமான் வெளியிலெங்கும் செல்லவில்லை. காலை, மாலை நேரங்களில் வண்டிக்கு எண்ணெயிடுவதும் மெருகேற்றுவதுமாக குண்டா பரபரத்தான். சேமிப்புக் கிடங்கிற்கு வெளியே அனைவருடைய பார்வையும் படும்விதத்தில் அவன் இருந்தமையால் மீண்டும் அவன் தன்னைத் தனிமைப்படுத்திக் கொண்டான் என்று எவரும் கூற முடியாது. அதே சமயத்தில் வேலையில் முனைப்பாக ஈடுபட்டதால் தோட்டக்காரருடனோ, ஃபிடில் காரருடனோ பேசுவதற்கு அவனுக்கு நேரம் வாய்க்கவில்லை என்பதையும் பறைசாற்றியது. பெல்லையும் அவனையும் இணைத்து அவர்கள் இருவரும் பேசியதை எண்ணிக் கடும் சீற்றத்துடன் புழுங்கிக் கொண்டிருந்தான்.

ஓய்வாக இருந்தமையால் அவளைப் பற்றிய தனது உணர்வுகளைப் பகுத்து ஆய்வு செய்வதற்குப் போதிய நேரம் கிடைத்தது. அவளைப் பற்றிய பிடிக்காத எண்ணங்கள் மேலெழுந்த போது, கையில் பிடித்து மெருகேற்றிக் கொண்டிருந்த துணி சீற்றத்துடன் தோல் பொருட்களைப் பிராண்டியது. அவளுடைய நற்குணங்கள் இதமளித்த போது அதே துணி இருக்கையின் மீது மெதுவாக ஊர்ந்து துடைத்ததுடன் அவளுடைய விட்டுக் கொடுக்கும் குணத்தில் லயித்த பொழுது அப்படியே நின்றுவிட்டது.

அவளிடம் எத்தனை குறைபாடுகள் இருந்த போதிலும், பல ஆண்டுகளாக அவள் அவனுக்கு நிறைய நன்மைகள் செய்திருந்தாள். எஜமான் அவனை வண்டியோட்டியாகத் தேர்ந்தெடுத்ததில் கூட அவள் அமைதியாகப் பங்காற்றினாள் என்பதையும் அறிந்திருந்தான். அந்தப் பண்ணையில் வேறு எவருக்கும் இல்லாத செல்வாக்கு எஜமானிடம் அவளுக்கு இருந்தது என்பதில் ஐயமில்லை. அவள் அவனுக்குச் செய்த சின்ன, சின்ன உதவிகளெல்லாம் வரிசையாக அவனுடைய மனக்கண் முன் தோன்றி மறைந்தன. ஒருமுறை அவன் தோட்ட வேலை செய்து கொண்டிருந்த போது அவனுடைய கண்கள் அடிக்கடி உறுத்தியதையும், அவற்றை அவன் தேய்த்துக் கொண்டிருந்ததைக் கவனித்த பெல், தோட்டத்திற்குள் விரைந்து சென்று பனித்துளிகள் படர்ந்திருந்த சில இலைகளைப் பறித்து அவனுடைய கண்களில் பிழிந்து விட்டதையும், அதன் பிறகு கண்களில் எரிச்சலெடுக்காமல் இருந்ததையும் நினைத்தான்.

அவளிடமிருந்த அவனுக்கு ஒவ்வாத போக்குகளையும் மறந்துவிடவில்லை. அவை பற்றிய எண்ணங்கள் தலைதூக்கிய போது, வண்டியைத் துடைத்துக் கொண்டிருந்த துணி பரபரத்தது. குழாய்க்குள் புகையிலையைப் போட்டு புகைத்ததைக் கண்டு வெறுப்படைந்தான். விழாக்காலங்களில் கறுப்பர்களுடன் சேர்ந்து அவள் நடனமாடிய விதம் அவனுள் உறுத்தியது. பெண்கள் நடனமாடியதையோ, ஆர்வத் துடிப்புடன் செயல்பட்டதையோ அவன் வெறுக்கவில்லை. தன்னுடைய புட்டங்களை அவள் ஆட்டிய விதம் முறை தவறிய செயலாக அவனுக்குப் பட்டது. அதனால் தானே ஃபிடில்காரரும் தோட்டக்காரரும் அவளைப் பகடி செய்து பேசினர்! அவளுடைய புட்டங்கள் எப்படியிருந்தன என்பது அவனுடைய பிரச்சினை அல்ல. தனக்கும், மற்ற ஆண்களுக்கும் மதிப்பளிக்கும் விதமாக அவளுடைய நடவடிக்கைகள் இருக்க வேண்டும் என்பது தான் அவனுடைய எதிர்பார்ப்பு! அவளுடைய நாக்கு நியோ போட்டோ பாட்டியினுடையதைக் காட்டிலும் கடுமையாக நீண்டது. மற்றவர்களைப் பற்றிய அவளுடைய விமர்சனங்களைத் தன்னுடன் வைத்துக் கொள்ள வேண்டும். அல்லது, ஜுஃப்யூர் கிராமத்துப் பெண்களைப் போல அவர்களுக்குள் பரிமாறிக் கொள்ள வேண்டும்.

வண்டியைத் தூய்மைப்படுத்தும் பணி முடிந்த பின்னர், சேணம், கடிவாளம் போன்ற தோலாலான பொருட்களுக்கு துடைத்து எண்ணெயிடத் தொடங்கினான். அந்த வேலையில் ஈடுபட்டிருந்த பொழுது, என்ன காரணத்தினாலோ ஜுஃப்யூர் கிராமத்து முதியவர்கள் பற்றிய நினைவு எழுந்தது. வேலை செய்த பொழுது அவன் அமர்ந்திருந்த முழங்கால் அளவு உயரமுள்ள, வட அமெரிக்க வகை மரக்கட்டை போன்ற கெட்டியானதும் உறுதியானதுமான மரத்துண்டுகளில் அவர்கள் உருவங்களைப் பொறித்தனர். அவ்வாறு சிலைகள் செய்ய முற்படுவதற்கு முன்பு மரத்தின் தன்மையைப் பலவழிகளிலும் சோதித்துத் தேர்ந்தெடுத்தனர்.

குண்டா எழுந்தான். மரக்கட்டையை பக்கவாட்டில் சாய்த்தான். அதனடியில் குடியிருந்த வெட்டுக்கிளிகள் தாவிச் சென்றன. கட்டையினுடைய இரு முனைகளையும் அலசி ஆராய்ந்தபின் முன்னும் பின்னுமாக உருட்டினான்.

இரும்புத் துண்டைக் கொண்டு பல்வேறு இடங்களில் தட்டிப்பார்த்தான். எல்லா இடங்களிலும் கணீர் கணீர் என ஒலி எழுந்தது. மிகச் சிறந்த மரக்கட்டை உட்காருவதற்குத் தவிர வேறெதற்கும் பயன்படாமல் கிடந்ததை எண்ணி வருந்தினான். யாரோ, எப்போதோ அதனை அங்கே போட்டிருந்தனர். பிறகு, யாருமே அதைப் பற்றி அக்கறை கொள்ளவில்லை. சுற்று முற்றும் நோட்டமிட்டான். ஒருவரும் பார்க்கவில்லை என்பதை உறுதிப்படுத்திக் கொண்டு அதனை விரைவாக குடிசைக்கு உருட்டிச் சென்றான். ஒரு மூலையில் நிமிர்த்தி வைத்து, கதவைச் சாத்தி விட்டு வேலைக்குத் திரும்பினான்.

எஜமானை ஊரக அலுவலகத்திற்கு அழைத்துச் சென்றவன் அங்கே இருப்புக் கொள்ளாமல் காத்திருந்து அவரைத் திரும்ப அழைத்துக் கொண்டு இரவில் பெரிய வீட்டின் வளாகத்தை அடைந்தான். அந்த மரக்கட்டையைப் பார்க்காமல் அவனால் இரவு உணவு கொள்ள முடியவில்லை. உணவுத் தட்டை கையிலெடுத்துக் கொண்டு குடிசைக்குச் சென்றான். என்ன சாப்பிட்டான் என்கிற நினைவற்றவனாக, மேஜை மீது எரிந்து கொண்டிருந்த மெழுகுவர்த்தி ஒளியில் மரக்கட்டையையே உற்றுப் பார்த்துக் கொண்டிருந்தான். அவனுடைய மனக்கண் முன் ஒமோரோ பின்டாவிற்காகச் செய்து கொடுத்த உரலும் உலக்கையும் தோன்றின. அவள் தானியங்களை அவற்றைக் கொண்டு இடித்த காட்சியும் விரிந்தது.

எஜமான் வெளியிலெங்கும் செல்லாத நாட்களில், ஓய்வு நேரத்தைப் போக்குவதற்காக என்று தனக்குத் தானே சொல்லிக் கொண்டு, கூர்மையான கத்தியைக் கொண்டு மரக்கட்டையின் வெளிப்புறத்தை வெட்டியெடுத்தான். ஒருவாறு உரலின் வெளிப்பகுதியை வடிவமைத்து விட்டான். மூன்றாவது நாள் உளியையும் சுத்தியையும் கொண்டு உரலின் உட்பகுதியைத் தோண்டினான். பிறகு கத்தியால் சுரண்டி மிருதுவாக்கினான். இருபது ஆண்டுகளாக தனது கிராம முதியோர் செய்ததைப் பார்க்காத போதிலும் அவனுடைய விரல்கள் விரைவாகப் பாய்ந்து பணியில் ஈடுபட்டதை நினைத்து வியந்து வெதும்பினான்.

உரலின் உட்பகுதியும் வெளிப் பகுதியும் முழுமையாக வடிவமைக்கப்பட்ட பின்னர், நீண்டதொரு, கையளவு தடிமனான, கடினமான மரக்கழியைத் தேர்ந்தெடுத்தான். உலக்கை உருவாகிவிட்டது. கைப்பிடிப் பகுதியை முதலில் அரத்தாலும் பின்னர் கத்தியாலும் கடைசியில் கண்ணாடித் துண்டைக் கொண்டும் சுரண்டி மிருதுவாக்கினான்.

முழுமையான உருவம் பெற்றுவிட்ட அவை இரண்டும் அவனுடைய குடிசையின் ஒரு மூலையில் இரண்டு வாரங்களுக்கு மேலாக அமர்ந்திருந்தன. அவ்வப்போது அவற்றைப் பார்த்துக் கொண்டான். 'அம்மாவின் அடுக்களையில் இவை அந்நியப் பொருட்களல்லவே!' எப்படியோ அவற்றைச் செய்து முடித்து விட்டான். அடுத்து என்ன செய்வதென்று தெரியவில்லை. அடிக்கடி தனக்குத் தானே சொல்லிக் கொண்டான். பிறகு, ஒரு நாள் காலையில் ஏன் செய்தான் என்கிற நினைவில்லாமலேயே, எஜமானுக்கு வண்டியோட்டிச் செல்வதைப் பற்றி பெல்லிடம் உசாவுவதற்கு பெரிய வீட்டிற்குச் சென்றவன் கையோடு அவற்றைக் கொண்டு சென்றான். காலை வேளையில் வெளியே செல்லும் திட்டம் எதுவும்

எஜமானுக்கு இல்லை என்று திரைச்சீலைக்குப் பின்னிருந்தவாறே தெரிவித்தாள். அவள் திரும்பும் வரை காத்திருந்தவன் படிகளிலேயே அவற்றை வைத்து விட்டு நொண்டிக் காலுடன் தன்னால் இயன்ற அளவு வேகமாக குடிசைக்கு விரைந்தான். தொம்மென்று ஏதோ வைக்கப்பட்ட சத்தம் கேட்டு திரும்பியவள் முதலில் குண்டா நொண்டியவாறு விரைந்து சென்றதைக் கண்டாள். பின்னர் படிகளில் வைக்கப்பட்டிருந்த உரலும் உலக்கையும் கண்ணில் பட்டன.

வாசலை அடைந்து வைத்த கண் வாங்காமல் குண்டா பார்வைக்குத் தட்டுப்பட்ட வரை அவனையே பார்த்துக் கொண்டிருந்தாள். திரைச்சீலையை விலக்கி அவற்றை நன்றாகப் பார்த்தாள். திக்கித்துப் போனாள். அவற்றைக் கைளால் பற்றி உள்ளே கொண்டு சென்றாள். வலிய முயற்சி எடுத்து அவன் வடிவமைத்திருந்த அழகைக் கண்டு வியந்தாள். பிறகு, வாய் விட்டுக் கதறினாள்.

வேல்லெருடைய பண்ணைக்கு வந்து இருபத்தியிரண்டு ஆண்டுகளாகி விட்டன. முதன்முதலாக ஓர் ஆடவன் அவளுக்கென்று தனது கைகளால் ஒன்றைச் செய்து கொடுத்தான். குண்டாவிடம் அவள் நடந்து கொண்ட விதத்தை எண்ணி குற்றவுணர்வால் பொங்கிப் பொருமினாள். அண்மையில் அவனைப் பற்றிக் குறை கூறிய போது, ஃபிடில்காரரும் தோட்டக்காரரும் விநோதமான முறையில் நடந்து கொண்டதை நினைவுகூர்ந்தாள். 'அவர்களுக்கு இதைப் பற்றித் தெரிந்திருக்குமோ? உறுதியாக நம்ப முடியவில்லையே! குண்டா தனது ஆப்பிரிக்க முறைக்கேற்ப இதைப் பற்றியெல்லாம் வாய் திறந்திருக்க மாட்டானே!'

பெல் குழம்பினாள். அடுத்தமுறை மதிய உணவுக்குப் பிறகு எஜமானுடைய பயணத்தைப் பற்றி உசாவுவதற்கு அவன் வரும் போது எப்படி நடந்து கொள்வது என்பது புரியாமல் தவித்தாள். காலைப் பொழுது முழுவதும் அதைப் பற்றிச் சிந்தித்து ஒரு முடிவுக்கு வந்துவிடலாம் என்றெண்ணிய போது மகிழ்ந்தாள். அதே சமயத்தில் குண்டா தனக்குள்ளேயே ரெண்டு பட்டுப் போனான். சற்று முன்னர் ஒரு குண்டா செய்த மடத்தனமானதும் கேலிக்கூத்தானதுமான செயலை எண்ணி மற்றொரு குண்டா மானக்கேடென்று கூனிக் குறுகிக் கொண்டிருந்தான். ஆனாலும், ஒட்டு மொத்தமாக மனது குதூகல கும்மாளமிட்டது. அவ்வாறு செய்யத் தூண்டியது எது? அவள் என்ன நினைப்பாள்? மதிய உணவிற்குப் பிறகு அடுக்களைக்குச் செல்வதற்கே அஞ்சி நடுங்கினான்.

ஒருவழியாக கடமையாற்ற வேண்டிய நேரம் நெருங்கிவிட்டது. தூக்கு மேடைக்குச் செல்பவனைப் போலப் பதுங்கிப் பதுங்கி நடந்தான். பின்புறப் படிக்கட்டுகளிலிருந்த உரலும் உலக்கையும் மாயமானதைக் கண்டு துள்ளிய மனம் உடனே சுருங்கியது. கண்ணாடிக் கதவு வழியாக உள்ளே உரலும் உலக்கையும் தரையில் வைக்கப்பட்டிருந்தது தென்பட்டது. தான் வெளியே விட்டுச் சென்றதை பத்திரப்படுத்துவதற்காக உள்ளே வைத்திருப்பாளோ? கதவைத் தட்டினான். அவன் வந்ததை அறியாதவள் போலத் திரும்பினாள். ஒன்றும் அறியாதவள் போலக் காட்டிக் கொண்டு, அவன் உள்ளே வருவதற்காகத் தாழ்ப்பாளை நீக்கிக் கதவைத் திறந்து விட்டாள். மாதக்கணக்கில் அவனுக்காக அவள் கதவைத் திறந்தது கிடையாது. ஆகையால் அது அவனுக்குக் கெட்ட நிமித்தமாகப்

பட்டது. ஆனாலும், உள்ளே செல்வதற்கே விரும்பினான். இருப்பினும் அவனால் அடியெடுத்து வைக்க முடியவில்லை. நின்ற இடத்திலிருந்தே எஜமானின் பயணம் பற்றிக் கறாரான தொனியில் உசாவினான். தனக்கு ஏற்பட்ட மனவருத்தத்தையும் குழப்பத்தையும் மறைத்தவளாக அவளும் கறாரான தொனியில் மதியத்திலும் எஜமானுக்கு வெளியிலெங்கும் செல்லும் திட்டமில்லை என்றாள். குண்டா புறப்படுவதற்காகத் திரும்பினான். நம்பிக்கையுணர்வுடன், "நாள் முழுவதும் அவர் கடிதங்கள் எழுதிக் கொண்டிருந்தார்" என்றாள். அவனிடம் என்னவெல்லாம் சொல்ல வேண்டுமென்று எண்ணியிருந்தாளோ அத்தனையும் அவளுடைய மூளையை விட்டு எங்கோ பறந்து விட்டன! அவன் மீண்டும் புறப்படுவதற்காகத் திரும்பினான். உரலையும் உலக்கையும் சுட்டிக் காட்டி, "அது என்ன?" என்று அவளிடமிருந்து வெளிப்பட்ட வார்த்தைகள் மட்டும் அவளுடைய செவிகளை எட்டின.

அங்கிருந்து இந்தப் பூமியில் வேறெங்காவது மாயமாய் மறைந்து விட வேண்டும் போல் குண்டாவிற்குத் தோன்றியது! ஒருவழியாக கோபத்தை அடக்கிக் கொண்டு "உனக்குத் தான்! தானியம் இடிப்பதற்கு...!" என்றான். குழம்பிய மனத்தின் பல்வேறு உணர்வுகளை பெல்லின் முகத்தில் காண முடிந்தது. அவர்களுக்கிடையே நிலவிய அமைதியைத் தான் அங்கிருந்து நழுவுவதற்கான அனுமதியாகக் கொண்டு மறு வார்த்தை பேசாமல் குண்டா திரும்பி விரைந்தான். மலங்க மலங்க விழித்தபடி பெல் நின்றிருந்தாள். நாற்குணங்களில் மடம் என்பது அது தானோ!

அடுத்த இரண்டு வாரங்கள் இருவரும் சந்தித்துக் கொண்ட வேளைகளில் வணக்கம் தெரிவித்துக் கொண்டதைத் தவிர வேறெதுவும் பேசவில்லை. பிறகு ஒருநாள் அடுக்களைக் கதவருகில் வட்ட வடிவிலான இனிப்பு ரொட்டியை குண்டாவிற்குக் கொடுத்தாள். நன்றியை முணுமுணுத்தபடி, அதனை எடுத்துக் கொண்டு குடிசைக்குச் சென்றான். நெய்யில் வெந்து இன்னமும் சூடாக இருந்த ரொட்டியை மகிழ்வுடன் உண்டான். மிகவும் நெகிழ்ந்து போனான். அவன் கொடுத்த உரலால் இடித்த மாவைக் கொண்டு அந்த ரொட்டி செய்யப்பட்டிருந்ததாக உறுதிபட நம்பினான். ஆனால், அதற்கும் முன்பாகவே அவளுடன் தனிமையில் பேச வேண்டுமென்று எண்ணியிருந்தான். மதிய உணவிற்குப் பிறகு அவளைக் காணச் சென்றவன், ஏற்கனவே ஒத்திகை பார்த்து மனத்தில் பதிய வைத்திருந்தபடி, ஒருவாறு தட்டுத் தடுமாறி கூறிவிட்டான், "இரவு உணவிற்குப் பிறகு உன்னுடன் ஒரு வார்த்தை பேச வேண்டும்!" பதிலளிப்பதற்கு பெல் தாமதிக்கவில்லை. "என்னை வித்தியாசமாக நினைக்க வேண்டாம்!" மிக விரைவாகக் கூறி விட்டு, நாக்கைக் கடித்துக் கொண்டாள்.

இரவு உணவு நேரத்தில் குண்டா தன்னைத் தயார்ப்படுத்திக் கொண்டான். அவள் ஏன் அப்படிச் சொன்னாள்? நான் நினைத்தது போல அவள் அவ்வளவு செருக்குடையவள் இல்லையோ? அப்படிப்பட்டவளாக இருந்தால், அவனுக்காக ஏன் அவள் ரொட்டி செய்து தந்தாள்? அவளுடன் பேசிப் பார்த்துவிட வேண்டும்! ஆனால், இருவருமே ஒன்றை மறந்து விட்டனர்! எங்கே, சரியாக எந்த நேரத்தில் சந்திப்பது? தன்னுடைய வீட்டில் சந்திக்க வேண்டுமென்று தான் எண்ணியிருப்பாள்!

ஒருவழியாக முடிவுக்கு வந்தான்! ஆனால், எஜமானிடமிருந்து மருத்துவம் தொடர்பான அவசர அழைப்பு வந்தால் என்ன செய்வது? அப்படியொன்றும் வந்ததாகத் தெரியவில்லை. அதற்கு மேலும் பெல் சந்திப்பைத் தள்ளிப் போட விரும்பவில்லை. இழுத்து மூச்சு விட்டான். குடிசைக் கதவைத் திறந்தான். சேமிப்புக் கிடங்கை நோக்கி நடை போட்டான். கையில் குதிரைச் சேணத்தைச் சுழற்றியபடி ஏதோ வேலையாகச் சென்றது போலக் காட்டிக் கொண்டான். அந்த வேளையில் யாரேனும் பார்க்க நேர்ந்தால் சந்தேகம் ஏற்படக் கூடாதல்லவா! அடிமைகள் குடிசைகளைக் கடந்து பெல் வீட்டை அடைந்தான். சுற்று முற்றும் நோட்டமிட்டான். எவரும் பார்க்கவில்லை என்பதை உறுதிப்படுத்திக் கொண்டு, கதவை ஓசையின்றித் தட்டினான்.

தட்டவில்லை! தொட்டவுடன் கதவு திறந்து கொண்டது. பெல் உடனே வெளியில் வந்தாள். முதலில் சேணம் கண்ணில் பட்டது. பிறகு அவனைப் பார்த்தாள். எதுவும் பேசவில்லை. அவனும் பேசாதிருந்ததைக் கண்டு, வளாகத்தின் பின்புற வேலியை நோக்கி மெதுவாக நடந்தாள். அவளுக்குப் பக்கத்தில் அவனும் நடந்தான். வானில் நிலவின் அரை வட்டம் அப்பொழுதுதான் வெளிப்பட்டுக் கொண்டிருந்தது. அதன் மங்கிய ஒளியில் எதுவும் பேசாமல் நகர்ந்தனர். தரையில் படர்ந்திருந்த கொடியில் குண்டாவின் இடது பாதம் சிக்கிக் கொண்டது. தடுமாறியவனின் தோள் பெல் மீது உரசியது. உடனே விலகிக் கொண்டான். எதைப்பற்றியாவது ஏதாவது பேசுவதற்கு மூளையைக் கசக்கினான். எதுவும் பிடிபடாமல் மனம் தறிகெட்டது! ஃபிடில்காரர், தோட்டக்காரர், அல்லது பெல் தவிர வேறு எவருடனாவது இவ்வேளையில் தனியே நடக்கக் கூடாதா!

ஒருவழியாக அவள் தான் மௌனத்தை உடைத்தாள். சூழ்நிலைக்குப் பொருந்தாததென்றாலும் பேசினாள். “தளபதி வாஷிங்டன் அதிபராவார் என்று வெள்ளையர்கள் உறுதியாக நம்புகின்றனர்.” ‘அப்படின்னா என்னா?’ குண்டாவிற்கு கேட்க வேண்டும் போல் தோன்றியது. ஆனாலும், அவளே தொடர்ந்து பேசுவாள் என்கிற நம்பிக்கையில் விட்டு விட்டான். “இன்னொரு எஜமான் ஜான் ஆடம்ஸ் துணை அதிபராவார் என்கின்றனர்” பேசிக் கொண்டே இருந்தாள்.

அவளுடைய பேச்சு தொடர்ந்து மேலும் நீடிக்க தானும் எதையாவது பேசிவிட வேண்டுமென்று வீண்முயற்சி செய்தான். கடைசியில் ஒருவழியாகப் பேசி விட்டான். “நேற்று எஜமானுடைய தம்பி மகளைப் பார்ப்பதற்குச் சென்றிருந்தோம்” உடனே மடத்தனம் என்று உணர்ந்தான். அவள் அந்தச் செய்தியை நன்கு அறிவாள் என்பது அவனுக்கே தெரியும்.

“அந்தக் குழந்தையை அவருக்கு ரொம்பப் பிடிக்கும்!” என்ற பெல் நாக்கைக் கடித்துக் கொண்டாள். ஏனெனில், குழந்தை பற்றிய பேச்சு எழுந்த போதெல்லாம் எஜமானி ஆன்னே என்று குறிப்பிடுவது தான் அவளுடைய வழக்கம். மீண்டும் இறுக்கமான அமைதி! அவளே தொடர்ந்தாள், “எஜமானுடைய தம்பியைப் பற்றி எந்த அளவு தெரிந்திருக்கிறாய் என்பது எனக்குத் தெரியவில்லை. ஸ்பாட்சில்வேனியா ஊரகத்தின் அலுவலராக வேலை செய்கிறார். எஜமான் அளவிற்கு கருணையானவர் அல்ல” மேலும் சில அடிகள் அமைதியாக எடுத்து

வைத்தாள். “அவர்கள் பேசுகின்ற ஒவ்வொன்றையும் கேட்பதற்காக எப்பொழுதும் காதைக் கூர்மையாக வைத்திருப்பேன். மற்றவர்கள் எனக்குத் தெரியும் என்று நினைப்பதைக் காட்டிலும் அதிகமாக ஏகப்பட்ட செய்திகளைத் தெரிந்து வைத்திருக்கிறேன்!”

குண்டாவை ஏற இறங்கப் பார்த்தாள். “நான் அவருக்காக எந்த வேலையும் செய்ததில்லை. நீயும் அப்படித் தான் என்று நினைக்கிறேன். ஆனால், அவரைப் பற்றி நான் உன்னிடம் இதுவரை சொல்லாத ஒரு செய்தியை நீ தெரிந்து கொள்ள வேண்டும். உன்னுடைய பாதத்தை வெட்டச் செய்தது அவரல்ல. அதனைச் செய்த உதவாக்கரை ஏழை வெள்ளையரைக் கடுமையாகத் தண்டித்தார். உன்னைத் தேடுவதற்காக அவர்களை அமர்த்தியிருந்தார். நீ கல்லால் அடித்து அவர்களைக் கொல்ல முயன்றதாக அவர்கள் குற்றம் சாட்டினர்.” சற்று நேர அமைதிக்குப் பின் தொடர்ந்தாள். “மணியக்காரர் பிராக் உன்னை துரித கதியில் எஜமானிடம் கொண்டு சேர்த்தார். நேற்று நடந்தது போல இருக்கிறது!” நிலவொளியில் குண்டாவை நோட்டமிட்டாள். “கிட்டத்தட்ட செத்துப் போய் விட்டாய் என்றே எஜமான் சொன்னார். உன்னுடைய பாதம் வெட்டப்பட்டு விட்டதால் தனக்கு எந்த விதத்திலும் நீ பயன்படப் போவதில்லை என்று எஜமான் ஜான் கூறிய போது, நமது எஜமான் சீறி விழுந்தார். அவரிடமிருந்து தான் வாங்கிக் கொள்ளப் போவதாக உறுதியளித்தார். அதே போலச் செய்தார். விலைக்குப் பெற்றதற்கான ஆவணத்தைப் பார்த்தேன். தனது தம்பி செலுத்த வேண்டிய தொகைக்குப் பதிலாக அந்தப் பெரிய பண்ணையை உன்னுடன் சேர்த்து வாங்கி விட்டார். நீ நாள்தோறும் வண்டியோட்டிச் செல்கிற நெடுஞ்சாலை வளைவில் வலது பக்கம் குளத்துடன் உள்ள பண்ணை!”

குண்டா உடனே அந்தப் பண்ணையை அடையாளம் கண்டு கொண்டான். குளமும் அதைச் சுற்றியிருந்த வயல்களும் மனக்கண்முன் விரிந்தன. “ஆனால், கொடுக்கல் வாங்கலில் அவர்களுக்குள் எந்தப் பிணக்கும் இல்லை. வேல்லெர் குடும்பத்தினர் மிக நெருக்கமான உறவு கொண்டுள்ளனர். அவர்களுடையது வெர்ஜீனியாவில் பழம் பெரும் குடும்பம். கடல் கடந்து இங்கே வருவதற்கு முன்பு இங்கிலாந்திலேயே அவர்களுடைய குடும்பத்தினர் பெருத்த செல்வாக்குப் பெற்றிருந்தனர். இங்கிலாந்து தேவாலயம் வழங்கக் கூடிய அனைத்துப் பட்டம் பதவிகளும் அவர்களுக்குரியது. அவர்களில் ஒருவரான எட்மண்ட் வேல்லெர் புகழ்பெற்ற கவிஞர். அவருடைய தம்பி ஜான் வேல்லெர் முதன் முதலில் இங்கே வந்தார். அப்பொழுது அவருக்கு பதினெட்டு வயது. தற்பொழுது கென்ட் கவுன்டி என்றழைக்கப்படுகின்ற இடத்தில் இருந்த மிகப் பரந்த நிலத்தை இரண்டாம் சார்லஸ் மன்னன் அவருக்குக் கொடையாக வழங்கியதாக எஜமான் சொல்லியிருக்கிறார்.”

பெல் பேசிக் கொண்டே இருந்தாள். இருவருடைய நடையிலும் ஒருவித தொய்வு தென்பட்டது. அவளுடைய சீரான பேச்சு மழையில் குண்டா நனைந்து மகிழ்ந்தான். அவள் சொன்ன பல செய்திகளை ஏற்கனவே மற்ற வேல்லெர் குடும்பத்து சமையலர்கள் கூறக் கேட்டிருந்தான். இருப்பினும் அந்த உண்மையை

அவன் அவளிடம் தெரிவிக்க வில்லை.

“ஜான் வேல்லெர் எஜமானி மேரி கீ என்பவரைத் திருமணம் செய்தார். உறவினர்களைப் பார்ப்பதற்காக எஜமானை அடிக்கடி அழைத்துச் செல்வாயே அந்த என்ஃபீல்டு பெரிய வீட்டை முதலில் கட்டினார். அவர்களுக்கு மூன்று பையன்கள். இரண்டாம் ஜான் இளையவர். சட்டம் படித்து மணியக்காரரானார். பின்னர் பேரவை உறுப்பினரானார். ஸ்பாட்சில்வேனியா ஊரகத்துடன் ஃபெரெடெரிக்பர்க் உருவாவதற்கு உதவினார். எஜமானி டொரோதி என்பவரை மணந்து நியூபோர்ட்டைக் கட்டினார். அவர்களுக்கு ஆறு குழந்தைகள். அவர்களிலிருந்து வேல்லெருடைய வாரிசுகள் அனைத்துப் பகுதிகளிலும் விரிவடைந்தனர். அவர்களுடைய குழந்தைகள் வளர்ந்து பெரியவர்களாயினர். இங்கே நம்மைச் சுற்றிலும் உள்ள ஒரு சிலர் மட்டுமே வேல்லெர் குடும்பத்தினர் என்று நினைக்காதே. ஏகப்பட்ட பேர் உள்ளனர். அனைவரும் பெரும் பதவிகளில் உள்ளனர். மணியக்காரர்களாகவும், பாதிரிமார்களாகவும், ஊரக அலுவலர்களாகவும், பேரவை உறுப்பினர்களாகவும், நமது எஜமானைப் போல மருத்துவர்களாகவும் பணியாற்றுகின்றனர். புரட்சியின் போது ஏகப்பட்ட பேர் போரில் ஈடுபட்டனர். அனைவரையும் பற்றி எனக்கே தெரியாது”

பெல் தெரிவித்த செய்திகளில் குண்டா முழுமையாக மூழ்கிவிட்டான். அவள் பேச்சை நிறுத்தியவுடன் திகைத்தான். “திரும்பிப் போகலாம்!” என்றாள். “மணிக்கணக்கில் சுற்றித் திரிந்தால் காலையில் நீண்ட நேரம் தூங்கிவிடுவோம்!” அவர்கள் திரும்பினர். ஒரு நிமிடம் பெல் அமைதியானாள். குண்டாவும் பேசவில்லை. அவனுடைய மனத்தில் இருந்ததை அவன் சொல்லப்போவதில்லை என்று தெரிந்து விட்டது. ஆகவே, தன்னுடைய வீட்டை அடையும் வரை மனத்தில் தோன்றியதை எல்லாம் பேசிக் கொண்டே சென்றாள். வீட்டருகே அவனுடைய முகத்தைப் பார்ப்பதற்காகத் திரும்பிய போது பேசுவதை நிறுத்தினாள். நீண்ட நேரம் எதுவுமே பேசாமல் அவன் நின்று கொண்டிருந்தது அவளுக்கு வலித்தது. கடைசியில் ஒருவழியாகப் பேசி விட்டான், “நீ சொன்னதைப் போல நேரமாகிவிட்டது. காலையில் பார்க்கலாம்!” சேணங்களைக் கையில் பிடித்தபடி நடந்தான் . தன்னிடம் ஏதோ சொல்ல வேண்டுமென்று நாடி வந்தவன் எதையுமே சொல்லாமல் சென்றதை நினைத்துக் கொண்டாள். ‘நான் யூகித்திருந்ததைத் தான் சொல்ல வந்தானோ? சொல்லுவான்! அவனுக்கு எப்பொழுது சொல்ல வேண்டுமென்று தோணுதோ அப்பொழுது சொல்லட்டும்!’ தனக்குள் சொல்லிக் கொண்டாள்.

அவளுக்கு அவசரம் ஒன்றுமில்லை! குண்டா பெல்லின் அடுக்களையில் நீண்ட நேரம் கழிக்கத் தொடங்கினான். வழக்கம் போல அவளும் பேசிக் கொண்டே இருந்தாள். ஆனால், அவன் கேட்டுக் கொண்டிருந்ததை மிகவும் விரும்பினாள். ஒரு நாள் அவனிடம் கூறினாள், “கண்டுபிடித்து விட்டேன்! எஜமான் உயில் எழுதி வைத்திருக்கிறார். மீண்டும் திருமணம் செய்துகொள்ளாமலே அவர் இறந்து விட்டால், அடிமைகள் அனைவரும் எஜமானி ஆன்னேவுக்கு உரிமையாகி விடுவோம். அவர் மறுமணம் புரிந்து கொண்டால், அவருக்குப் பின் அவருடைய

மனைவிக்கு உரியவர்களாவோம்.'' அப்பொழுது கூட அவனிடம் அவள் எதையும் காட்டிக் கொள்ளவில்லை. "எஜமானைத் திருமணம் செய்து கொள்ள ஏகப்பட்ட பெண்கள் விரும்புகின்றனர். அவர் தான் பிடி கொடுக்காமல் நழுவிக் கொண்டிருக்கிறார்" சற்றே நிறுத்தி, "என்னைப் போல..." என்றாள்.

குண்டாவின் கையிலிருந்த முள்கரண்டி தானாகவே கீழே விழுந்தது. அவள் கூறியது அவனுடைய காதுகளில் சரியாகவே விழுந்தது. பெல் விதவை என்பதை அறிந்து அதிர்ந்தான். மனைவியாக்கிக் கொள்ள விரும்பிய பெண் கன்னியல்ல என்பதை அவனால் நினைத்துக் கூடப் பார்க்க முடியவில்லை. விரைவில் அடுக்களையை விட்டு வெளியேறி தனது குடிசைக்குச் சென்றான். ஆழ்ந்து சிந்திக்க வேண்டியது அவசியம் என்று மனத்திற்குப் பட்டது.

இரண்டு வாரங்கள் அமைதி காத்தனர். தற்செயலாக பெல் அவனை இரவு உணவுக்குத் தன் வீட்டிற்கு அழைத்தாள். அவன் சொல்வதறியாது திகைத்தான். தனது தாயையும் பாட்டியையும் தவிர வேறு எந்தப் பெண்ணுடனும் அவன் தனித்திருந்ததில்லை. அது முறையற்றது. பேசுவதற்கு வார்த்தை கிடைக்காமல் தவித்துக் கொண்டிருந்த பொழுது அவன் வந்து சேர வேண்டிய நேரத்தையும் தெரிவித்து பேச்சை முடித்துக் கொண்டாள்.

தலை முதல் பாதங்கள் வரை முரட்டுத் துணியையும் சவக்காரத்தையும் கொண்டு தேய்த்துக் கழுவினான். மறுமுறையும் தேய்த்துக் கழுவினான். மூன்றாவது முறையும் செய்தான். துடைத்துக் கொண்டு ஆடைகளை மாற்றிய போது அவனை அறியாமல் அவனுடைய கிராமத்துப் பாடலொன்றை நா இசைத்துக் கொண்டிருந்தது. "கறுப்பழகே கண்ணம்மா! நீண்ட கழுத்தழகே!" பெல்லுக்கு நீண்ட கழுத்துமில்லை, அவள் அழகியுமல்ல. ஆனாலும், அவளுடன் இருந்த போது அவன் இதமாக உணர்ந்தான். அவளுக்கும் அப்படித்தான் என்பது அவனுக்குத் தெரியும்.

அந்தப் பண்ணையிலேயே ஏனைய அடிமைகளுடையதைக் காட்டிலும் பெல் வீடு மிகவும் பெரியது. பெரிய வீட்டிற்கு அண்மையில் அமைந்திருந்தது. முன்புறத்தில் மலர்ப்படுகை சிரித்துக் குலுங்கியது. அடுக்களையை அவள் பேணிய நேர்த்தியைப் பார்த்திருந்தான். வீடு தூய்மையாகத் துலங்கியது. கதவைத் திறந்தவுடன் அவன் நுழைந்த அறை ரம்மியமாக இருந்தது. சுவர்கள் மரப்பலகைகளால் மூடப்பட்டிருந்தன. புகைபோக்கி மேற்கூரையிலிருந்து அகன்று கொண்டே சென்று பெரியதொரு குளிர் காயும் இடமாக விரிந்தது. மறுபக்கச் சுவற்றில் தொங்கிய சமையல் பாண்டங்கள் பளபளத்தன. தன்னுடைய குடிசையைப் போல ஓர் அறை, ஒரு சன்னலுக்குப் பதிலாக இரண்டு அறைகளும் இரண்டு சன்னல்களும், மழை பொழிந்தாலோ, குளிர் வாட்டினாலோ மூடிக் கொள்வதற்கு ஏதுவாக கதவுகளுடனும் அமைக்கப்பட்டிருந்ததை குண்டா கவனித்தான். பின்புறம் திரையிடப்பட்டிருந்த அறை அவளுடைய படுக்கை அறை. அதன் மீது விழுந்த பார்வையை விலக்கிக் கொண்டான். அவனிருந்த அறையில் போடப்பட்டிருந்த நீள்வட்ட மேஜையின் மீது ஒரு குடுவைக்குள் முள்கரண்டி, கத்தி போன்றவை நிறுத்திவைக்கப்பட்டிருந்தன. மற்றொன்றில் அவளுடைய தோட்டத்து மலர்க்

கொத்துக்கள் அழகூட்டின. மெழுகுவர்த்திகள் களிமண் தாங்கிகளில் அமர்ந்து படபடத்தன. மேஜையின் இரு முனைகளிலும் உயர்ந்த பின்புறமும் பிரம்பு இருக்கையும் கொண்ட நாற்காலிகள் போடப்பட்டிருந்தன.

பெல் அவனை குளிர்காயும் இடத்திற்கு எதிரே கிடந்த அசைந்தாடும் நாற்காலியில் அமரச் சொன்னாள். அது போன்ற இருக்கைகளைப் பார்த்தறியாதவன் என்பதால் பதனமாக உட்கார்ந்தான். ஆனாலும், பெல்லைப் போலவே எவ்வித நோக்கமுமின்றி தன்னியல்பாக நடப்பது போல நடித்துக் கொண்டான்.

“வேலையில் முனைப்பாக இருந்ததால் குளிர்காயுமிடத்தில் நெருப்பு மூட்ட மறந்து விட்டேன்” என்றாள். அந்த வீட்டில் தனது கைகளால் செய்வதற்கும் ஒரு வேலையிருந்ததே என்று எண்ணியவாறு இருக்கையிலிருந்து துள்ளியெழுந்தான். மரக்கட்டைகளுக்கிடையே ஒரு விறகில் பெல் ஏற்கனவே தயாராக சுற்றி வைத்திருந்த பஞ்சைக் கொளுத்தி நெருப்பு மூட்டினான்.

“ஒரே குளறுபடியாகக் கிடக்கிற வீட்டிற்கு என்ன நினைத்து உன்னை வரவழைத்தேனோ தெரியவில்லை! எதுவுமே தயாராக இல்லை!” பாண்டங்களை உருட்டியபடி அலுத்துக் கொண்டாள்.

“எனக்கொன்றும் அவசரமில்லை!” குண்டா அமைதியாக கூறினான். ஆனால், அவனுக்கு ரொம்பப் பிடிக்குமென்று அவள் வேகவைத்திருந்த கோழிக்கறி கொழுப்பு நுரைக்க கொதித்துக் கொண்டிருந்தது. அவனுக்குப் பரிமாறிய போது அவசர அவசரமாக விழுங்க வேண்டாமென்று கடிந்தாள். ஆனாலும், அவன் மூன்றாவது முறையாக கேட்டுப் பெற்றுச் சாப்பிட்டான். பானையில் மேலும் இருந்ததாகக் கூறி வற்புறுத்தினாள். “போதும்! வயிறு வெடித்து விடும்” என்று சொல்லி முடித்துக் கொண்டான்.

மேலும் சற்று நேரம் பேசிக் கொண்டிருந்து விட்டு, எழுந்து, புறப்படுவதாகக் கூறினான். வாயிலைக் கடந்த போது அவன் பெல்லைப் பார்த்தான். பெல் அவனைப் பார்த்தாள். ஒருவரும் எதுவுமே பேசிக்கொள்ளவில்லை. பெல் தனது பார்வையை வேறு பக்கம் திருப்பினாள். நொண்டிக் கொண்டே விரைந்தவன் தனது குடிசையை அடைந்தான்.

கண்விழித்த போது இதயமெங்கும் நிம்மதி பரவியிருந்தது. ஆப்பிரிக்காவை விட்டு நீங்கியதிலிருந்து ஒருபோதும் அவன் அப்படியொரு உணர்வைப் பெற்றதில்லை. இனம்புரியாத குதூகலத்தில் வெளிப்படையாகவே திளைத்தான். ஆனால், யாரிடமும் எதுவும் சொல்லவில்லை. சொல்ல வேண்டிய தேவையும் எழவில்லை. அவன் பெல்லுடன் அடுக்களையில் உரக்கச் சிரித்துப் பேசிக் கொண்டிருந்ததைப் பார்த்ததாக சுற்றிலும் பேச்சு அடிபட்டது. முதலில் வாரந்தோறும், பின்னர் வாரம் இருமுறை பெல் அவனை இரவு உணவுக்குத் தனது வீட்டிற்கு அழைத்தாள். அவன் நினைத்திருந்தால் அவ்வப்போது மறுத்திருக்கக் கூடும். ஆனால், அவன் ஒருபோதும் மறுப்புத் தெரிவித்ததில்லை. கேம்பியாவில் விளையக் கூடியவை என்று அவன் கூறியிருந்த பயறு வகைகள், கிழங்கு வகைகளை அவளும் விதவிதமாகச்

சமைத்தளித்தாள்.

அவர்களுடைய உரையாடல் பெரும்பாலும் பொதுப்படையான செய்திகளைப் பற்றியதாகவே இருந்தது. ஆனால், அவர்கள் அதைப் பொருட்படுத்தவில்லை. தன்னுடைய எஜமானரைப் பற்றிப் பேசுவது தான் அவளுக்கு மிகவும் பிடித்திருந்தது. அவளைக் காட்டிலும் கூடுதலான நேரம் அவன் அவருடன் இருந்த போதிலும் அவளிடமே அவரைப் பற்றிய செய்திகள் அதிகமாக இருந்தன.

“எஜமானைப் பற்றிய பல செய்திகள் வேடிக்கையானவை. வங்கிகளை அவர் நம்புகிறார். ஆனாலும், பெருமளவு பணத்தைப் புதைத்து வைத்திருக்கிறார். எங்கே என்பது எனக்கு மட்டுமே தெரியும். தனது அடிமைகளுக்காக அவர் என்ன வேண்டுமானாலும் செய்வார். ஆனால், ஏடாகூடமாக நடந்தார்களென்றால் லூதரை விற்றது போல உடனே விற்றுவிடுவார்.

“மற்றுமொரு வேடிக்கையான செய்தி! தன்னிடத்தில் கலப்பு இன நீக்ரோக்களை வைத்துக் கொள்ள மாட்டார். ஃபிடில்காரர் ஒருவரைத் தவிர அனைவருமே கறுப்பு இன நீக்ரோக்கள் தாம்! அதைப் பற்றிய அவருடைய எண்ணத்தைக் கூட அவர் அனைவரிடமும் கூறியிருக்கிறார். இந்த ஊரகத்தைச் சேர்ந்த பெரும் புள்ளிகளிடம் அவர் சொன்னதை நான் கேட்டேன். கலப்பு இன நீக்ரோக்களை நிறைய வைத்திருந்ததாகவும், வெள்ளையர்களுக்குப் பிறந்த அடிமைக் குழந்தைகளை விற்பதும் வாங்குவதும் தமது இரத்தத்தையே வணிகம் செய்தது போல உணர்ந்ததாகவும் அதைத் தடுப்பதற்காகவே கலப்பினத்தவரை வைத்துக் கொள்வதில்லை என்று கூறினார்.”

பெல் பேசிக் கொண்டிருந்த போது பெரும்பாலான சமயங்களில் குண்டா வேறு எதையாவது சிந்தித்துக் கொண்டே ‘உம்ம்’ கொட்டினான். அவன் அவளுக்காகச் செதுக்கிக் கொடுத்த உரல், உலக்கையால் மாவிடித்து அவள் மண்கொத்தி ரொட்டி செய்து கொண்டிருந்த பொழுது குண்டா அவளையே உற்றுப் பார்த்தபடி இருந்தான். ஆனால், அவனுடைய மனக்கண்முன் அவள் ஆப்பிரிக்க கிராமம் ஒன்றில் காலை உணவுக்காகத் தானியம் இடித்தது போலவும், அடுப்பருகில் நின்றபடி, அவள் வயல்வெளிகளில் வேலை பார்த்துக் கொண்டே மண்கொத்தியின் தட்டைப் பகுதியைச் சமையல் பாண்டமாகப் பயன்படுத்திச் சுட்டதால் அதற்கு மண்கொத்தி ரொட்டி என்று பெயர் வந்த கதையை விவரிக்க தான் கேட்டுக் கொண்டிருந்ததாகவும் காட்சிகள் விரிந்தன.

பெல் அவ்வப்போது தோட்டக்காரருக்கும் ஃபிடில்காரருக்கும் தான் சமைத்த சிறப்பு உணவு வகைகளை குண்டாவிடம் கொடுத்தனுப்பினாள். முன்பு போல அவனால் அவர்களைக் காண முடியவில்லை. ஆனாலும், அவர்கள் புரிந்து கொண்டனர். அவர்களைச் சந்தித்த போதெல்லாம் அவர்களுடன் அளவளாவுவதில் இருந்த ஆர்வம் மேலும் அதிகரித்திருந்தது. பெல்லைப் பற்றிக் குறிப்பிட்டு அவர்களிடம் அவன் பேசியது இல்லை. அவர்களும் அவளைப் பற்றிய செய்திகளைக் குறிப்பிட்டுப் பேசியது கிடையாது. ஆனாலும், அவர்களிருவருக்குமிடையே உள்ள நெருக்கத்தை அவர்கள் அறிவர். இனம் புரியாத

பதைப்பு இருந்த போதிலும் அது தொடர்பாக அவன் செய்வதற்கு ஒன்றுமில்லை. அவர்களுடைய போக்கிலேயே சிந்திக்கட்டுமென்று விட்டு விட்டான்.

பெல்லுடன் ஒரு சில செய்திகளைக் கலந்தாலோசிக்க வேண்டுமென்று தோன்றியது. ஆனால், பேச்சை எப்படித் தொடங்குவது என்று தெரியவில்லை. அவளுடைய வீட்டின் முன்அறைச் சுவற்றில் பொன்னிற முடி கொண்ட யேசுவின் படம் தொங்கியது. அவள் வணங்கிய பரமபிதாவின் உறவுக்காரர் என்கிற அளவில் புரிந்து கொண்டான். ஒருவழியாக அவளிடம் அதைப் பற்றிக் குறிப்பிட்டான். அவள் தெளிவாகக் கூறிவிட்டாள். "இரண்டில் ஒன்றை நோக்கித் தான் அனைவரும் பயணப்படுகிறோம். ஒன்று சுவர்க்கம், மற்றொன்று நரகம். எங்கு செல்வது என்பது அவரவர் தீர்மானித்துக் கொள்ள வேண்டும்!" அதற்கு மேல் அவள் ஒன்றும் பேசவில்லை. அவள் கூறியது அவனுக்கு உடனடியாக உடன்பாடுள்ளதாகத் தோன்றாவிட்டாலும் விரைவில் ஒரு முடிவுக்கு வந்து விட்டான். தன்னுடைய நம்பிக்கைகளில் பற்றுக் கொள்வதற்கு தனக்கு உரிமை இருந்ததைப் போலவே அவளுக்கும் உரிமை உண்டு. அல்லாவுடன் பிறந்து அவருடனே சாகப் போகிறோம் என்பதில் அசைக்க முடியாத நம்பிக்கை கொண்டிருந்தான். ஆனால், அவன் முறைப்படி தொழுகை மேற்கொள்வதில்லை. ஆனாலும், அல்லா தன்னை மன்னித்திடுவார் என்று நம்பினான்.

ஏனைய சமயத்தவரிடம் வெறுப்புக் கொள்வதை விட்டு விட்டான். கிறிஸ்தவர்கள் உட்பட அனைத்து சமயத்தவரும் சிறந்தவர்களே என்ற எண்ணம் வளர்ந்தது. அவள் அவனிடம் எவ்வளவு அன்புடன் நடந்து கொள்கிறாள்! அவளுக்கென்று, உரல், உலக்கை போல ஏதேனும் சிறப்பாக செய்து கொடுக்க வேண்டுமென்று நினைத்தான். வாரக்கடைசியில் எஜமானுடன் தங்கியிருப்பதற்காக எஜமானி ஆன்னேயை அழைத்து வருவதற்காக எஜமான் ஜான் வீட்டிற்குச் சென்றான். வழியில் நாணல் புதர் மண்டிக் கிடந்ததைக் கண்டான். நன்கு திரண்டு வளர்ந்திருந்தவற்றைத் தேர்ந்தெடுத்துப் பறித்துக் கொண்டான். அடுத்து பல நாட்கள் ஓய்வு நேரங்களில் அவற்றை மெல்லிய நார்களாக்கி மத்தியில் மாண்டிங்கா வடிவமைப்புக் கொண்ட நேர்த்தியான பாய் பின்னினான். எதிர்பார்த்ததைக் காட்டிலும் மிகச் சிறப்பான பாய் உருவானது. அடுத்தமுறை அவளுடைய வீட்டிற்கு இரவு உணவுக்குச் சென்ற போது அதனை அவளுக்குப் பரிசளித்தான். பாயையும் குண்டாவையும் மாறி மாறிப் பார்த்தாள். 'இதன் மீது எவருடைய பாதமும் பட வில்லையே!" என்று கேட்டவாறு அதனை எடுத்துக் கொண்டு படுக்கை அறைக்குள் மறைந்தாள். சில நொடிகளுக்குப் பிறகு திரும்பியவள் கையைப் பின்புறம் மறைத்துக் கொண்டாள். "இது தான் உனக்கு கிறிஸ்துமஸ் பரிசு! உனக்காக நான் ஒன்று செய்திருக்கிறேன்!"

கையை நீட்டினாள். நேர்த்தியாகப் பின்னப்பட்ட ஓரிணை கம்பளிக் காலுறைகள். ஒன்றில் பாதியளவு பாதமும் முன்பகுதி கம்பளி மெத்தை பொருத்தப்பட்டுமிருந்தது. அவனும் அவளும் பேச்சிழந்து நின்றனர்.

பரிமாறுவதற்குத் தயாராக சமைத்து வைத்திருந்த உணவின் மணம் குண்டாவின் மூக்கை வருடியது. ஆனால், ஒருவரை ஒருவர் பார்த்துக் கொண்ட விதம்

விநோதமான உணர்வுகளைக் கிளப்பிக் கொண்டிருந்தது. திடீரென்று பெல் குண்டாவின் கையைப் பற்றினாள். ஒரே மூச்சில் இரு மெழுகுவர்த்திகளையும் ஊதி அணைத்தாள். நீரோடையில் அடித்துச் செல்லப்பட்ட ஒற்றை இலை போல தத்தளித்தனர். இருவரும் ஒன்றிணைந்து திரைச் சீலையை ஒதுக்கிக் கொண்டு அடுத்த அறைக்கு விரைந்தனர். ஒருவர் முகத்தை ஒருவர் பார்த்தபடி படுக்கையில் கிடந்தனர். அவனுடைய கண்களை உற்றுப் பார்த்தவளுடைய கரங்கள் அவனை நோக்கி நீண்டன. இருவரும் அணைத்துக் கொண்டனர். அவனுடைய முப்பத்தேழு வயது வாழ்க்கையில் முதன்முறையாக ஒரு பெண் அவனுடைய கைகளுக்குள் பம்மியிருந்தாள்!

65

“ஏஜமானிடம் சொன்னேன்! அவர் நம்பவில்லை! ஆனால், கடைசியாக, நாம் அதைப் பற்றி மீண்டுமொருமுறை சிந்தித்து முடிவெடுப்பது நல்லது என்றார். ஏனெனில், யேசு நெறிப்படி திருமணம் புரிந்து கொள்வோர் புனிதமடைகின்றனர் என்றார்.” குண்டாவிடம் பெல் கூறினாள். இருப்பினும், அடுத்த சில வார காலம் அவர் குண்டாவிடம் அதைப் பற்றி வாய் திறக்கவில்லை. பிறகு, ஓர் இரவு, பெல் குண்டாவின் குடிசைக்கு ஓடிச் சென்று மூச்சிரைக்கக் கூறினாள், “இன்னமும் நாம் மணம் முடித்துக் கொள்ளவே விரும்புவதாக எஜமானிடம் தெரிவித்தேன். அதற்கு அவர் அது தான் மிகவும் சரியானது என்றார்”

அடிமைகள் குடியிருப்பு முழுவதும் செய்தி மிக விரைவாகப் பரவியது. மக்கள் அவனுக்குப் பாராட்டுத் தெரிவிக்கத் தொடங்கிய போது குண்டா நெளிந்தான். எஜமானி ஆன்னே அடுத்தமுறை தன்னுடைய பெரியப்பாவைப் பார்க்க வந்திருந்த பொழுது அவளிடம் கூட பெல் செய்தியைத் தெரிவித்ததற்காக குண்டாவுக்கு அவளுடைய குரல்வளையைக் கவ்வ வேண்டும் போல இருந்தது. ஏனெனில், ஆன்னே “பெல் திருமணம் செய்து கொள்ளப் போகிறாள்! பெல் திருமணம் செய்து கொள்ளப் போகிறாள்!” என்று கூவியபடி பண்ணைவெளியெங்கும்

சுற்றி வந்தாள். அதே சமயத்தில் குண்டாவின் ஆழ் மனத்தில் அத்தகைய அறிவிப்புக்காக வருத்தமடைவது முறையற்ற செயல் என்று பட்டது. ஏனெனில், மாண்டிங்கா இனத்தவர் திருமணத்தைப் பிறப்பிற்கு இணையான புனிதமாகக் கருதினர்.

கிறிஸ்துமஸிற்கு முந்தைய ஞாயிற்றுக் கிழமை முழுவதும் குண்டாவையோ வண்டியையோ பயன்படுத்துவதில்லை என்று எஜமானிடம் பெல் எப்படியோ உறுதி பெற்றுவிட்டாள். அத்துடன், பண்ணையில் பாடுபட்ட அனைவருக்கும் விடுப்பு அனுமதிக்கப்பட்டது. அனைவரும் திருமணத்தில் கலந்து கொள்ள வேண்டுமல்லவா! பெல் குண்டாவிடம் கூறினாள், "திருமணம் பெரிய வீட்டில் நிகழ்வதை நீ விரும்ப மாட்டாய் என்று எனக்குத் தெரியும்! ஆனால், நான் கேட்டிருந்தால் அனுமதித்திருப்பார். இருப்பினும் அவரும் அதை விரும்ப மாட்டார். அந்த விஷயத்தில் நீங்கள் இருவரும் ஒன்று சேர்ந்து கொண்டீர்கள்!" நீள் வட்ட வடிவ மலர்த் தோட்டத்திற்குப் பக்கத்திலிருந்த முன்புறத் திடலில் திருமண ஏற்பாடுகளைச் செய்தாள்.

அடிமைகள் குடியிருப்பைச் சேர்ந்த அனைவரும் ஞாயிற்றுக்கிழமைக்கான மிகச் சிறந்த உடையணிந்து குழுமியிருந்தனர். எஜமான் குட்டி எஜமானி ஆன்னேயுடனும் அவளுடைய பெற்றோரும் ஒருபுறம் நின்றிருந்தனர். ஆனால், குண்டாவைப் பொறுத்த வரை, அவனுடைய மதிப்பிற்குரிய விருந்தினர், அன்று நடைபெற்ற அனைத்திற்கும் மூல கர்த்தாவான கானா நாட்டுக்காரர்! என்ஃபீல்டிலிருந்து திருமணத்தில் கலந்து கொள்வதற்காக நெடுந்தொலைவு பயணம் செய்து வந்திருந்தார். பெல்லுடன் திடலின் மையப் பகுதிக்கு நகர்ந்த போது குண்டா அவர்மீது தனது பார்வையை வீசினான். இருவரும் பொருள்பொதிந்த பார்வைகளைப் பரிமாறிக் கொண்டனர். பெல்லைப் பொறுத்தவரை அவளுடைய தொழுகைப் பாடல் தோழியான பண்ணையின் சலவைத்தொழிலாளி ஆன்ட் சுகே மிகவும் முக்கியமான விருந்தினர். அவள் தான் திருமணச் சடங்குகளை நிகழ்த்தி வைத்தாள். முன்னோக்கி நகர்ந்த சுகே அனைவரையும் மிக நெருக்கமாகச் சூழ்ந்து நிற்குமாறு அழைத்தாள். பிறகு, ஆண்டவரால் இணைத்து வைக்கப்பட இருந்த தம்பதியர் என்றென்றும் இணைபிரியாது வாழ தொழுகை மேற்கொள்ளுமாறு கூறினாள். பின்னர், சற்றே தயக்கத்துடன், இவர்கள் ஒருவரை ஒருவர் பிரியும் விதமாக விற்பனை எதுவும் நடந்துவிடாமல் இருப்பதற்கும், சிறந்த உடல்நலத்துடன் மக்கட்பேறு கிடைப்பதற்கும் ஆண்டவரைத் தொழும்படி கோரினாள். பின்னர், நெருக்கமாக வெட்டப்பட்டிருந்த புல்தரையில், பெல்லுக்கும் குண்டாவுக்கும் முன்பாக மிகுந்த பயபக்தியுடன் துடைப்பத்தை வைத்தாள். இருவரையும் கைகோர்த்துக் கொள்ளுமாறு சைகை காட்டினாள்.

குண்டாவிற்கு மூச்சு அடைப்பது போலத் தோன்றியது. ஜுஃப்யூர் கிராமத்தில் திருமணங்கள் நிகழ்த்தப்பட்ட காட்சிகள் அவனுடைய மனதை நிறைத்தன. நடனமாடியவர்களையும், போற்றிப் பாடியவர்களையும், தொழுகைப் பாடல்கள் இசைத்தோரையும், அந்த மகிழ்ச்சி மிக்க செய்தியை அண்மைக் கிராமங்களுக்கு அறிவித்த முரசுகளின் ஒலிகளையும் அவனால் பார்க்கவும் கேட்கவும் முடிந்தது.

தான் செய்து கொண்டிருந்த செயல்களை அல்லா மன்னித்திடுவார் என்று நம்பினான். அந்தச் சூழலில் என்ன சொல்லித் தொழுகை நடத்தப்பட்ட போதிலும் தான் என்றென்றும் அல்லாவுடன் இருந்ததை புரிந்து கொள்வார் என்று அமைதியடைந்தான். எங்கிருந்தோ ஒலித்தது போல ஆன்ட் சுகே பேசியது கேட்டது. "இப்பொழுது நீங்கள் இருவரும் மணமுடித்துக் கொள்வதில் உறுதியாக இருக்கிறீர்களா?" குண்டாவின் பக்கத்திலிருந்த பெல் மெல்லிய குரலில் ஆம் என்றாள். ஆன்ட் சுகேயின் பார்வை குண்டாவின் பக்கம் திரும்பியது. அவளுடைய கண்கள் அவனைத் துளைத்தன. பெல் அவனுடைய கையைக் கடுமையாக அழுத்தினாள். ஒருவழியாகத் தட்டுத் தடுமாறி ஆம் என்கிற வார்த்தையை உதிர்த்திட்டான். பிறகு, ஆன்ட் சுகே கூறினாள், "அப்படியானால், நீங்கள் இருவரும் யேசுவின் நெறிப்படி புனிதமான திருமண பந்தத்தில் தாவிக் குதியுங்கள்!"

முந்தைய நாள் குண்டாவை வற்புறுத்தி பெல் பயிற்சியளித்திருந்தபடி, இருவரும் இணைந்து துடைப்பத்திற்கு மேலே உயரத் தாவிக் குதித்தனர். அவ்வாறு செய்த போது குண்டாவின் மனதில் ஏதோ நகைப்பிற்குரிய செயலைச் செய்தது போல் உறுத்தியது. ஆனால், இருவருள் யாருடைய பாதமாவது துடைப்பத்தின் மீது பட்டுவிட்டால் மிகக் கொடிய தீவினைக்கு ஆளாவர் என்றும் யாருடைய பாதம் பட்டதோ அவர் முதலில் மரித்திடுவர் என்றும் அவள் அவனை எச்சரித்திருந்தாள். அவர்கள் மிகவும் பாதுகாப்பாக துடைப்பத்தின் மறுபக்கம் தாவிக் குதித்தவுடன் சூழ்ந்திருந்த அனைவரும் கைதட்டி ஆரவாரித்தனர். ஆரவாரம் அடங்கிய பிறகு, ஆன்ட் சுகே மீண்டும் பேசினாள், "ஆண்டவர் ஏற்படுத்திய பிணைப்பினை எவரும் பிரித்திட வேண்டாம். இருவரும் ஒருவருக்கொருவர் உண்மையாக இருங்கள்!" குண்டாவின் பக்கம் திரும்பி, "உண்மையான கிறிஸ்தவனாக விளங்குவாயாக!" என்றாள். அடுத்து, எஜமானைப் பார்த்து அந்த புனித நிகழ்வில் அவர் ஏதேனும் பேசுவதற்கு விரும்புகிறாரா என உசாவினாள்.

பேசுவதற்கு ஒன்றுமில்லை என்பது போலப் பார்த்தவர், ஓர் அடி முன்னெடுத்து வைத்து, மெல்லிய குரலில் பேசினார். "பெல் இவனுக்கு சிறந்த மனைவியாகத் திகழ்வாள்! இவனும் பெல்லுக்கு ஏற்ற கணவன்! நானும் எனது குடும்பத்தாரும் அவர்களுடைய வாழ்க்கை சிறப்புற வாழ்த்துகிறோம்!" அவருடைய வாழ்த்துரையைத் தொடர்ந்து எழுந்த சூழ்ந்திருந்த மக்களுடைய ஆரவாரப் பேரொலி மகிழ்ச்சிப் பெருக்கால் துள்ளிக் குதித்துக் கூச்சலிட்ட குட்டி எஜமானியின் குரலுக்குத் தணிந்து தணிந்து மேலெழும்பியது. தன்னுடைய தாயார் அவளை இழுத்து நிறுத்தியவரை குட்டி எஜமானியின் குதூகலக் குதியாட்டம் ஓயவில்லை. கறுப்பு இன மக்கள் தமது போக்கில் கொண்டாட்டங்களைத் தொடரட்டும் என்று விட்டு விட்டு வேல்லெர் குடும்பத்தினர் பெரிய வீட்டிற்குள் சென்றனர்.

ஆன்ட் சுகே மற்றும் பிற தோழிகளின் உதவியுடன் போதிய அளவு உணவு வகைகளை பெல் சமைத்து பானைகளில் நிரப்பி நீண்ட மேஜையின் மீது வைத்து மூடியிருந்தாள். விருந்துக் கொண்டாட்டங்களுக்கிடையே, கானாக்காரரையும் குண்டாவையும் தவிர ஏனைய அனைவரும், எஜமான் பரிசளித்திருந்த ஒயின், விஸ்கி மதுவகைகளில் ஊறித் திளைத்தனர். விழாத் தொடங்கியதிலிருந்து

ஃபிடில்காரர் தனது கருவியை சீராக இசைத்து உச்ச தொனியில் காற்றை இனிமையாக்கிக் கொண்டிருந்தார். அவருக்கு எப்படித்தான் குவளை குவளையாக மது கிடைத்ததோ தெரியவில்லை. அவருடைய தள்ளாட்டத்திலிருந்து குண்டா புரிந்து கொண்டான். ஏற்கனவே குண்டா அவருடைய குடிப்பழக்கத்தை ஒருவழியாக ஏற்றுக் கொண்டான். ஆனால், பெல் பிடித்திருந்த குவளை மீண்டும் மீண்டும் நிரப்பப்பட்டதைக் கண்டு அவனுள் வேதனையும் கூச்சமும் பெருகிக் கொண்டிருந்தது. அவளுடைய தோழிகளுள் இன்னொருத்தியான புனித சகோதரி மாண்டியிடம் அவள் கூறியதைக் கேட்டு அதிர்ந்து போனான். "பத்து ஆண்டுகளாக இவன் மீது எனக்கொரு கண்!" என்றாள். சற்று நேரத்தில் தள்ளாடியவாறு அவனை நெருங்கி அவன் மீது தனது கரங்களை வீசியவள் வாரி அணைத்து, சூழ்ந்திருந்த அனைவரும் விலாப்புடைக்க நகைத்து கேலிக் குறிப்பொலிகள் எழுப்பி ஆரவாரித்துக் கொண்டிருக்க, அவனுடைய இதழ்களை மொத்தமாக தன்னுடையவற்றுடன் பதித்து முத்தமிட்டாள். ஒருவழியாக கொண்டாட்டங்கள் நிறைவுற்று விருந்தினர் அனைவரும் அகன்று சென்ற வரை குண்டா வில்லில் பூட்டிய நாண் போல விரைப்பாக இருந்தான். அனைவரும் நீங்கிய பிறகு அவர்கள் இருவரும் தனியே இருந்தனர். தள்ளாடியவாறு அவனை நெருங்கியவள் கரகரத்த குரலில் மெதுவாகக் கூறினாள், "பசுவை வாங்கிவிட்டாய்! வேண்டுமளவு கறந்து கொள்!" அவ்வாறு கூறியதைக் கேட்டுப் பீதியடைந்தான்!

ஆனால் விரைவிலேயே அதிலிருந்து விடுபட்டு விட்டான். சொல்லப் போனால் பல வாரங்கள் கடப்பதற்குள் பருத்த, வலிமைமிக்க, கட்டுறுதியான பெண்ணைக் கையாளும் விதத்தில் பெரிதும் தேறிவிட்டான். இருளில் கைகளால் துழாவி பெல்லினுடைய புட்டம் முழுக்க முழுக்க அவளுடையது, புட்டங்களைப் பெரிதாகக் காட்டுவதற்காக சில பெண்கள் தடிமனான மெல்லிய மெத்தைகளைச் செருகிக் கொள்வதைப் போன்றதல்ல என்பதை உணர்ந்து கொண்டான். அவளை அவன் நிர்வாணமாகப் பார்த்ததில்லை. அப்படியொரு வாய்ப்பு அவனுக்குக் கிடைப்பதற்கு முன்பாக மெழுகுவர்த்திகளை ஊதி அணைத்து விட்டாள். ஆனால், அவளுடைய மார்பகங்களைப் பார்ப்பதற்கு அனுமதித்தாள். பருத்துக் கனத்திருந்த பெரிய முலைகள் ஆண்மக்களுக்குத் தாய்பாலூட்டுவதற்கு ஏதுவானவை என்றெண்ணி நிறைவடைந்தான். அழகாக இருந்தன. அவளுடைய முதுகில் ஆழமாகப் பதிந்திருந்த சவுக்கடி அடையாளங்களைக் கண்டு பீதியுற்றான். "எனது அம்மாவைப் போலவே நானும் சவுக்கடித் தழும்புகளுடன் தான் எனது கல்லறைக்குச் செல்ல வேண்டும்! ஆனாலும், உன்னுடைய முதுகு என்னுடையதைக் காட்டிலும் மிகவும் கடுமையாகப் பாதிக்கப்பட்டுள்ளது." குண்டா அதிர்ந்து போனான். தனது முதுகை அவன் பார்த்ததில்லையே! இருபது ஆண்டுகளுக்கு முன்பு பெற்ற சவுக்கடிகள் அனைத்தும் மறந்து போய் விட்டன.

பெல்லின் உயரமான கட்டிலில், பஞ்சு நிரப்பப்பட்ட மெத்தையின் மீது அவளுடைய இதமான அணைப்பில் படுத்துறங்கியது குண்டாவிற்கு மட்டற்ற களிப்பினை நல்கியது. தனது கைகளால் அவள் தயாரித்திருந்த கம்பளிப் போர்வைகள் மேலும் இதமளித்தன. அவனுடைய படுக்கையின் அமைப்பு அவனுக்கு அதுவரை கிடைத்திராத ஆடம்பர இன்பத்தை அளித்தது. அவனுக்கு

முற்றிலும் பொருந்தத்தக்க விதத்தில் தைத்துக் கொடுத்த சட்டைகளும் அவற்றை நாள்தோறும் துவைத்து, கஞ்சியிட்டுத் தேய்த்து மடிப்புக் கலையாமல் உடுத்தக் கொடுத்த நேர்த்தியும் புத்துணர்வில் ஆழ்த்தின. அவனுடைய காலணிகளுக்கு ஒருவித கொழுப்புப் பூசி மெருகேற்றிக் கொடுத்தாள். காலுறைகளை பாதிக்கப்பட்ட அவனுடைய பாதத்திற்கு மிகவும் பொருத்தமாகப் பின்னினாள்.

ஆண்டுக்கணக்கில் எஜமானுக்கு வண்டியோட்டியாகப் பணியாற்றிய குண்டா பகலெல்லாம் அலைந்து விட்டு இரவு திரும்பியவன் ஆறிப் போன உணவை ஒருவழியாக உள்ளே தள்ளிவிட்டு சொரத்தின்றி தனது கரடுமுரடான படுக்கையில் சென்று விழுந்தான். தற்பொழுது, பெல்லின் அரவணைப்பில், பன்றி இறைச்சியைத் தவிர்த்து, எஜமானுக்குத் தயாரிக்கப்பட்ட அனைத்து வகை உணவும் குண்டாவிற்காக குளிர்காயும் இடத்தில் சூடாகக் காத்திருந்தது. பெரிய வீட்டிலிருந்து தமது பயன்பாட்டிற்காக அவள் எடுத்து வந்திருந்த கரண்டி, கத்தி, முள்கரண்டி போன்றவற்றைப் பயன்படுத்தி உணவு உண்பதை குண்டா மிகவும் விரும்பினான். தன்னுடைய வீட்டை பெல் உள்ளும் புறமும் வெள்ளையடித்துக் கொண்டாள். பெல்லினுடையது என்கிற நிலையிலிருந்த அந்த வீடு தனக்கும் உரியது என்று குண்டா அடிக்கடி நினைவுபடுத்திக் கொள்ள வேண்டியிருந்தது. அவளைப் பற்றிய அனைத்தும் குண்டாவிற்குப் பிடித்து விட்டது. அவளைப் பற்றியும் அவளுடைய எண்ணத்தையும் புரிந்து கொள்ளாமல் நீண்ட காலத்தை வீணடித்து விட்டதாகத் தன்னைத் தானே நொந்து கொண்டான். சில மாதங்களுக்கு முன், சில கஜ தூரத்தில் அவன் வாழ்ந்த தனிமைத் துயரம் மிகச் சிறப்பானதொரு வாழ்க்கையாக மாறிவிட்டதில் மிகவும் மகிழ்ந்தான்.

66

துடைப்பத்தைத் தாண்டியதிலிருந்து அவர்களுக்கிடையே நெருக்கம் அதிகரித்து வந்தது. இருப்பினும், அவள் தன்னை முழுமையாக இன்னமும் நம்பவில்லை என்று குண்டா வருந்தக் கூடிய தருணங்களும் எழுந்தன. சில சமையங்களில் அடுக்களையிலோ, வீட்டிலோ பேசிக் கொண்டிருந்த பொழுது பெல் ஏதோவொரு செய்தியைக் கூற வந்தவள் பாதியிலேயே விட்டுவிட்டு மற்றொன்றைப் பற்றிப் பேசத் தொடங்கினாள். குண்டாவிற்குச் சீற்றம் பொங்கியது. மனைவிக்கு மதிப்பளிக்கின்ற தனது தகைமையால் அதனை மறைத்துக் கொண்டான். பல சமயங்களில், எஜமான் வீட்டில் சாவித்துளை வழியே கேட்டு அவள் அவனுக்குத் தெரிவித்திருக்கக் கூடிய செய்திகளைத் தோட்டக்காரர், ஃபிடில்காரரிடமிருந்து தெரிந்து கொண்டான். அவர்களுக்கு அவள் தெரிவித்ததைப் பொருட்படுத்தவில்லை. ஆனால், அவனுக்குச் சொல்லாமல் தன்னுடைய கணவனிட மிருந்தே இரகசியங்களைக் காப்பாற்றுகிறாளே என்பது தான் மிகுந்த வருத்தமளித்தது. அவன் எஜமானுடன் சென்ற சமயங்களில் நகரங்களிலிருந்து அவன் திரட்டியிருந்த, அவனைத் தவிர வேறு எவ்விதத்திலும் தெரிந்து கொள்ள முடியாத, அல்லது, நீண்ட நாட்களுக்குப் பிறகு தெரிந்து கொள்ளக் கூடிய செய்திகளை வெளிப்படையாக

அவளிடமும் அவர்களிடமும் அவன் தெரிவித்ததுண்டு. அதை எண்ணிப் பார்த்த போது மேலும் வலித்தது. சில வாரங்களாக அவன் நகரத்தில் அறிந்த செய்திகளை அவளிடம் தெரிவிக்காமல் விட்டு விட்டான். அதுபற்றி அவள் ஏதேனும் குறிப்பிட்டாளென்றால், அண்மைக் காலத்தில் அது போன்றவை மிகவும் சாதாரணமானவை என்றோ, குறிப்பிட்டுப் பேசுமளவிற்கு சிறப்பானதல்ல என்றோ அமைவு கூறினான். அடுத்தமுறை நகரத்திலிருந்து திரும்பிய போது, அவள் தன்னைத் திருத்திக் கொண்டிருப்பாள் என்று அவனுடைய மனதிற்குப் பட்டதால், எஜமான் தனது நண்பர் ஒருவரிடம் அப்பொழுது தான் படித்த செய்தி ஒன்றைக் கேட்டதாகக் கூறினான். நியூ ஓர்லேன்ஸ் பகுதியில் பெஞ் சமின் ரஷ் எனும் வெள்ளைக்கார மருத்துவர் ஒருவர் தன்னிடம் நீண்ட காலம் உதவியாளராகப் பணியாற்றி ஜேம்ஸ் தெர்ஹாம் என்கிற கறுப்பர் மருத்துவத் தொழிலை முழுமையாகக் கற்றுக் கொண்டபடியால் அவருக்கு விடுதலை அளித்துவிட்டதாக எழுதியிருந்தார்.

“தனது முயற்சியால் மருத்துவத்தைக் கற்றுக் கொண்டு, கற்பதற்கு உதவியாக இருந்தவரைக் காட்டிலும் அதிகப் புகழ் பெற்றவரைப் பற்றித் தானே கூறுகிறாய்?” பெல் கேட்டாள்.

“உனக்கெப்படி தெரியும்? எஜமானே அப்பொழுது தான் படித்ததாகக் கூறினாரே! அதைப் பற்றியெல்லாம் முன்கூட்டியே சொல்வதற்கு யார் இருக்கிறார்கள்?” குழப்பமும் எரிச்சலுமாக குண்டா கேட்டான்.

“ஓ! எனது வழி தனி வழி!” என்று புதிர் போட்டவள் பேச்சை மாற்றினாள்.

அடுத்த ஒரு வார காலத்திற்கும் மேலாக குண்டா அவளிடம் தெரிவித்த கடைசிச் செய்தி அது தான்! அதைப் பற்றியோ, வேறு எதைப் பற்றியுமோ அவளிடம் பேசவில்லை. ஒருவழியாக பெல் அவனுடைய மனநிலையைப் புரிந்து கொண்டாள். ஒரு ஞாயிற்றுக்கிழமை மெழுகுவர்த்தி ஒளியில் இரவு உணவு உட்கொண்ட பிறகு, அவனுடைய தோள்களைத் தொட்டவள் மெல்லிய குரலில் கூறினாள். “உன்னிடம் சொல்வதற்கு என்னுள் ஏனோ தயக்கமாக இருக்கிறது!” படுக்கையறைக்குச் சென்றவள் சற்று நேரத்தில் வெர்ஜீனியா நாளிதழுடன் திரும்பினாள். அதனை அவள் படுக்கைக்கடியில் மறைத்து வைத்திருந்ததை அவன் அறிவான். வெறுமனே அதன் பக்கங்களைப் புரட்டுவதில் அவளுக்கு ஆர்வமாக இருக்கும் என்றெண்ணினான். ஏனெனில், அவனுக்குத் தெரியும்! ஏகப்பட்ட கறுப்பர்களுக்கு படிக்கத் தெரியாவிட்டாலும் நாளிதழ்களையோ புத்தகங்களையோ புரட்டிக் கொண்டிருப்பதில் தனி மகிழ்ச்சி. ஊரக அலுவலக வளாகத்தில் சனிக்கிழமைகளில், ஏழை வெள்ளையர்கள் கையில் இதழ்களுடன் சுற்றித்திரிந்ததையும், முகத்திற்கு முன்பாக அவற்றைவிரித்துப் பிடித்திருந்ததையும் பார்த்திருந்தான். அவர்களைக் கண்ட குண்டாவிற்கும் மற்றனைவருக்கும் அவர்களுக்கு ஒரு வார்த்தையும் படிக்கத் தெரியாதென்று நன்கு தெரியும். ஆனால், தற்பொழுது, எப்படியோ அவளுடைய முகத்தில் பொதிந்திருந்த இரகசியத்தின் சாயலை அறிந்து கொண்டவனாக, அவள் கூறவிருந்த செய்தியைக் கேட்கக் காத்திருந்தான்.

தயக்கத்துடன் கூறினாள், "எனக்கு ஓரளவு படிக்கத் தெரியும்! எஜமானுக்குத் தெரிந்தால் சூரியன் எழுவதற்கு முன் என்னை விற்றுவிடுவார்!"

குண்டா பதில் பேசவில்லை. கேள்வி கேட்காமல் இருந்தாலே அவள் மேலும் பேசுவாள் என்று தெரிந்து கொண்டான். "குழந்தையிலிருந்தே ஒரு சில வார்த்தைகள் எனக்குத் தெரியும்!" அவள் தொடர்ந்தாள், "அப்போதைய எஜமானுடைய குழந்தைகள் கற்றுக் கொடுத்தனர். அவர்கள் பள்ளிக்குச் சென்றதால் ஆசிரியராக நடிப்பதை விரும்பினர். நீக்ரோக்கள் எதையும் கற்றுக் கொள்ளக் கூடிய அறிவுக்கூர்மையற்றவர்கள் என்று வெள்ளையர்கள் அடிக்கடி சொல்வார்களல்லவா! அந்தத் துணிச்சலில் விளையாட்டு தானே என்று எஜமானும் எஜமானியம்மாளும் கண்டு கொள்ளவில்லை."

ஸ்பாட்சில்வேனியா ஊரக வளாகத்தில் அவன் வழக்கமாகப் பார்த்த கறுப்புக் கிழவரைப் பற்றி குண்டா நினைத்துக் கொண்டான். பல ஆண்டுகளாக அங்கே துப்புரவுப் பணி செய்து கொண்டிருந்த கிழவர் கீழே கிடந்த தாள்களில் கண்ட எழுத்துக்களை எழுதப் பழகிக் கொண்டு, போலித்தனமாக பயண அனுமதிச் சீட்டுக்களை எழுதிக் கையெழுத்திட்டு கறுப்பர்களுக்கு விற்றதை நினைவு கூர்ந்தான்.

நாளிதழின் முன்பக்கத்தில் நகர்ந்த சுட்டுவிரலின் நுனியை துருவிப் பார்த்துக் கொண்டிருந்தவள் ஒருவழியாகத் தனக்குப் புரிந்ததைக் கூறினாள். "குடிமக்கள் பேரவை மீண்டும் கூடியுள்ளது." அச்சிடப்பட்டிருந்த செய்தியை மீண்டும் படித்துவிட்டு, "வரிகளைப் பொறுத்தவரை புதிய சட்டம் இயற்றியுள்ளனர்" என்றாள். குண்டா அசந்து போனான். அந்தப் பக்கத்தின் அடிப்பகுதிக்கு அவளுடைய விரலும் பார்வையும் நகர்ந்தது. "இங்கே மற்றொரு செய்தி இருக்கிறது! இங்கிலாந்திலிருந்து சில நீக்ரோக்களை ஆப்பிரிக்காவுக்குத் திருப்பி அனுப்பியுள்ளனர்." குண்டாவை ஏறிட்டுப் பார்த்தாள். "மேலும் என்ன சொல்லியிருக்கிறார்கள் என்று படித்துச் சொல்லவா?" ஆமென்று தலையாட்டினான். பெல் பல நிமிடங்கள் தனது சுட்டு விரலை உற்று நோக்கினாள். அவளுடைய இதழ்கள் எழுத்துக்களாகவும் வார்த்தைகளாகவும் வடிவெடுத்துக் கொண்டிருந்தன. பிறகு, கூறினாள், "சரியாகத் தெரியவில்லை. ஆனால், அங்குள்ள மன்னரிடம் சியோராலோனே என்கிற இடத்தை இங்கிலாந்து மன்னர் விலைக்குப் பெற்று அங்கு அனுப்பி வைத்த நூற்றுக்கணக்கான நீக்ரோக்களுக்குப் பிரித்துக் கொடுத்து ஓரளவு பணமும் மானியமாக வழங்கியுள்ளனர்."

படிப்பதற்கு மேற்கொண்ட முயற்சியால் களைப்படைந்தவளாக அடுத்த பக்கங்களை விரல்களால் புரட்டி நீக்ரோக்களின் படங்களை ஒவ்வொன்றாகக் காட்டினாள். கொம்பு நுனியில் கட்டிய மூட்டைகளை தோள்களில் சுமந்தவாறு சென்று கொண்டிருந்தனர். படங்களுக்குக் கீழே அச்சிடப்பட்டிருந்த செய்தியைப் படித்தாள். அவனிடம் விளக்கினாள். கடைசியாக நீ தப்பியோடிய போது செய்ததைப் போல, இப்படித்தான் செய்தித்தாள்களில் விளம்பரம் செய்வர். தப்பியோடிய நீக்ரோவின் நிறம், சவுக்கடிகளாலும் சூட்டுக்கோலாலும் முகம், கை, கால்களிலும் முதுகிலும் ஏற்பட்டிருந்த அடையாளக் குறிகள், தப்பியோடிய போது

அணிந்திருந்த உடைகள், அவர்களுடைய உரிமையாளர்கள், அவர்களைப் பிடித்துக் கொண்டு வருவோருக்கான பரிசுத் தொகை போன்ற விவரங்களை விளம்பரப் படுத்துவர். இவை போன்றவற்றை ஐநூறுக்கும் மேலாக நான் பார்த்திருக்கிறேன். உயிருடன் பிடித்துக் கொணர்வோருக்குப் பத்து டாலர்களும் பிணமாகக் கொண்டு வந்தால் பதினைந்து டாலர்களும் பரிசளிப்பதாக வெறிபிடித்த எஜமானர்கள் விளம்பரம் செய்ததை ஏராளமாகக் கண்டுள்ளேன்."

படிக்கும் முயற்சியில் ரொம்பவே களைத்துப் போனாள்! பெருமூச்சுடன் நாளிதழை ஒரு பக்கமாக வைத்து விட்டு, குண்டாவை நோக்கிக் கூறினாள். "இப்பொழுது தெரிகிறதா, எப்படி நான் அந்த கறுப்பு இன மருத்துவரைப் பற்றித் தெரிந்து கொண்டேனென்று? எஜமான் தெரிந்து கொண்டதைப் போலத்தான்!"

அவ்வாறு எஜமானுடைய நாளிதழைப் படிப்பதில் ஆபத்திருந்ததை எண்ணவில்லையா என்று கேட்டான்.

"மிகவும் கவனமாக இருந்து கொள்வேன். அப்படியிருந்தும் ஒருமுறை எஜமான் என்னைக் கொன்று விடப் போகிறார் எனும் அளவுக்கு அஞ்சி நடுங்கினேன். ஒரு நாள் அவருடைய அறையை நான் பெருக்கிக் கொண்டிருந்ததாக எண்ணிக் கொண்டு அவர் உள்ளே நுழைந்து விட்டார். ஆனால், நான் அவருடைய புத்தகங்களில் ஒன்றைப் படித்துக் கொண்டிருந்தேன். அவரைக் கண்டதும் அப்படியே உறைந்து போனேன். எஜமான் என்னைக் கவனித்தபடி ஒரு நிமிடம் நின்றிருந்தார். எதுவும் பேசவில்லை. வெளியேறிவிட்டார். அடுத்த நாளிலிருந்து இன்று வரை அவருடைய புத்தக அலமாரியில் ஒரு பூட்டு தொங்குகிறது."

படுக்கைக்கடியில் நாளிதழை வைத்து விட்டு எதுவும் பேசாமல் சற்று நேரம் அமர்ந்திருந்தாள். குண்டா அவளை தற்பொழுது நன்கு புரிந்து கொண்டான். அவளுடைய மனதில் இன்னமும் ஏதோ இருக்கிறது. அவர்கள் படுக்கைக்குச் செல்ல வேண்டிய நேரம் நெருங்கிவிட்டது. ஆனால், அவள் மேஜைக்கு அருகில் அமர்ந்தாள். எதையோ செய்யப் போகிறாள் என்பது தெளிவாயிற்று. அவளுடைய முகத்தில் கள்ளத்தனமும் பெருமிதமும் இழையோடின. மேலங்கிப் பையிலிருந்து எழுதுகோலையும் மடிக்கப்பட்டிருந்த தாளையும் வெளியே எடுத்தாள். மடித்திருந்த தாளை விரித்து சமனப்படுத்தியவள் அதன் மீது மிகக் கவனமாக எதையோ எழுதினாள்.

"இது என்னவென்று தெரிகிறதா?" குண்டாவிடம் கேட்டாள். இல்லையென்று அவன் பதில் சொல்வதற்குள் அவளே கூறினாள், "பரங்கி மொழியில் என்னுடைய பெயர், பி—இ—எல்—எல்" எழுதுகோலால் தீட்டப்பட்டிருந்த எழுத்து வடிவங்களை உற்று நோக்கினான். அவற்றில் தனக்குத் தீங்கு விளைவிக்கக் கூடிய பரங்கியர் மேலாதிக்கம் பொதிந்திருந்ததாக எண்ணிக் கொண்டு, அவ்வளவு காலமும் அத்தகைய எழுத்து வடிவங்களிலிருந்து தான் ஒதுங்கியிருந்த நிலையை நினைத்துக் கொண்டான். இப்பொழுது கூட தன்னால் இயலக் கூடியதல்ல என்கிற எண்ணம் தான் மேலோங்கியிருந்தது. பெல் மேலும் சில எழுத்துக்களைத் தீட்டினாள்.

“இது உன்னுடைய பெயர்—பரங்கி மொழியில்— கே—யு—என்—டி—ஏ!” முகமலர்ச்சியுடன் அவனைப் பார்த்தாள். பரங்கி மொழி பற்றிய அவனுடைய கருத்து எதுவாக இருந்த போதிலும், விநோதமான எழுத்து வடிவங்களை உற்றுக் கவனிப்பதற்காகக் குனிவதை அவனால் கட்டுப்படுத்த முடியவில்லை. ஆனால், அதன் பின்னர் எழுந்த பெல் தாளைக் கசக்கி குளிர்காயும் இடத்தில் மடிந்து கொண்டிருந்த சாம்பல் பூத்த நெருப்பின் மீது எறிந்தாள். “எழுதியதை எவரும் பார்த்துவிடக் கூடாது!”

தனக்கு எழுதப் படிக்கத் தெரியும் என்று பெல் செருக்கடைந்ததை எண்ணி குண்டா பல வார காலமாகப் புழுங்கிக் கொண்டிருந்தான். அவளுக்குப் பாடம் கற்பிக்கும் விதமாக ஏதாவது செய்ய வேண்டுமென உறுதி பூண்டான். அத்துடன், பண்ணைகளில் பிறந்து வளர்ந்த கறுப்பர்களும் வெள்ளையர்களைப் போலவே ஆப்பிரிக்காவிலிருந்து கடத்திச் செல்லப்பட்டவர்களுக்குக் கல்வியறிவு கிடையாது என்பது மட்டுமின்றி ஏதோ புதிதாக மரத்திலிருந்து இறங்கியவர்கள் என்று நினைத்துக் கொண்டிருந்தனர் என்றெண்ணி மனம் வெதும்பினான்.

ஒருநாள், இரவு உணவிற்குப் பிறகு, ஏதோ தற்செயலாக நடந்தது போல குளிர்காயும் தணப்பு அடுப்பிலிருந்து வெப்பம் தணிந்திருந்த சாம்பலை அள்ளி மேற்பரப்பில் பரப்பினான். பெல் பேரார்வத்துடன் கவனித்துக் கொண்டிருந்தாள். தயாரித்து வைத்திருந்த மெல்லிய குச்சியை தனது பையிலிருந்து எடுத்து அதன் மீது தனது பெயரை அரபு மொழியில் எழுதினான்.

பெல் அவனை எழுதி முடிக்க விடவில்லை. “அது என்ன?” என்றாள். சொன்னான். நினைத்ததை முடித்து விட்ட நிறைவுடன் அசைந்தாடும் நாற்காலியில் அமர்ந்தான். எழுதுவதற்கு எப்படிக் கற்றுக் கொண்டான் என்று அவளே கேட்கட்டும் என்றிருந்தான். நீண்ட நேரம் காத்திருக்க நேரவில்லை. ஒரு மாற்றமாக எஞ்சிய இரவு முழுவதும் அவன் பேச அவள் கேட்டுக் கொண்டிருந்தாள். தனது கிராமத்தில் கோரைப் புல்லால் செய்யப்பட்ட எழுதுகோலால், அடுப்புக் கரியை நீரில் கலந்த மையில் தோய்த்து, குழந்தைகளுக்கு எழுதுவதற்குக் கற்றுக் கொடுக்கப்பட்ட விதத்தை நிறுத்தி நிறுத்தி விளக்கினான். ஆசானைப் பற்றியும் காலையிலும் மாலையிலும் பாடங்கள் நடத்தப்பட்ட விதத்தையும் கூறினான். தனக்கு விருப்பமான செய்தியைப் பேசியதில் கிடைத்த இதத்திலும், சற்று நேரமாவது பெல் வாய் மூடியிருந்ததைக் கண்ட குதூகலத்திலும் திளைத்தவாறு, ஜுஃப்யூர் கிராமத்தில் மாணவர்கள் கல்வி கற்றதற்கான சான்றுகளைப் பெறுவதற்கு முன் திருக்குரானிலிருந்து அருளுரைகளைப் படிக்க வேண்டும் என்கிற செய்தியையும் விவரித்தான். திருக்குரானிலிருந்து ஒரு சில வாசகங்களையும் ஓதினான். அவள் தன்வசப்பட்டுவிட்டாள் என்பது குண்டாவிற்குத் தெளிவாயிற்று. ஆனாலும், அவளைச் சந்தித்த அத்தனை ஆண்டுகளில் முதன்முறையாக ஆப்பிரிக்கா தொடர்பான செய்திகளில் அவள் ஆர்வம் காட்டியதைக் கண்டு திகைத்துப் போனான்.

பெல் அவர்களுக்கிடையே கிடந்த மேஜையைத் தட்டி, “ஆப்பிரிக்காவில் ‘மேஜை’யை எப்படிக் குறிப்பிடுவீர்கள்?” என்று கேட்டாள்.

ஆப்பிரிக்காவை விட்டு நீங்கியதிலிருந்து மாண்டிங்கா மொழியில் பேசியதில்லை என்ற போதிலும், 'மேஸோ' எனும் சொல் அவனை அறியாமலே வாயிலிருந்து உதிர்ந்தது. பெருமைப்பட்டுக் கொண்டான்.

நாற்காலியைக் காட்டி, "அதனை என்னவென்று சொல்வீர்கள்?" என்றாள். "சிராங்கோ" என்றான். மகிழ்ச்சி ததும்பியவனாக எழுந்து சுற்றிலும் இருந்த பொருட்களைச் சுட்டிக் காட்டி மாண்டிங்கா மொழியில் அவற்றிற்குரிய சொற்களை அடுக்கினான்.

அடுப்பு மீதிருந்த கறுப்புப் பானையைக் காட்டி 'கலேரோ', மேஜை மீதிருந்த மெழுகுவர்த்தியைக் காட்டி, "கான்டியோ', என்றான். வியப்புடன் பெல் நாற்காலியிலிருந்து எழுந்து அவனைப் பின்தொடர்ந்து சுற்றிவந்தாள். தனது காலணியால் முரட்டுப் பையொன்றை மிதித்துக் காட்டி, "போடோ" என்றான். உலர்ந்த குடுக்கையைத் தொட்டு, "மிராங்கோ", தோட்டக்காரர் பின்னிக் கொடுத்திருந்த கூடையை, "சின்சிங்கோ' என்றான். படுக்கையறைக்குள் நுழைந்தனர். படுக்கையைச் சுட்டிக் காட்டி, "லாரங்கோ' என்றும், தலையணையை "குங்க்லராங்" என்றும், சன்னலைக் காட்டி "ஜனேரங்கோ" என்றும், மேற்கூரையை "கங்கராங்கோ" என்றும் சொன்னான்.

"ஆண்டவரே, போதும்! போதும்!!" என்று பெல் வியப்பில் கூவினாள். தனது தாயகத்தின் மீது பெல் மதிப்புக் கொள்ள வேண்டும் என்று எதிர்பார்த்ததைக் காட்டிலும் கூடுதலாகவே அவளுடைய ஆர்வம் இருந்ததாக எண்ணினான். படுக்கையின் விளிம்பில் அமர்ந்தபடி அவள் ஆடை களைந்ததைக் கண்களால் விழுங்கிக் கொண்டிருந்தவன், "'குங்க்லராங்' மீது தலையைச் சாய்க்கும் நேரம் நெருங்கிவிட்டது" என்றான். புருவத்தைச் சுருக்கியவள் சிரித்தவாறு கரங்களால் அவனைச் சுற்றிப் படர்ந்தாள். அதுபோன்ற இன்பத்தை அவன் அதற்கு முன் அனுபவித்ததே இல்லை!

67

ஃபிடில்காரரையும் தோட்டக்காரரையும் சந்தித்துச் செய்திகளைப் பரிமாறிக் கொள்ள வேண்டுமென்கிற ஆவல் மீதூர்ந்த போதிலும் அவன் தனியாளாக இருந்தபோது நிகழ்ந்ததைப் போல அடிக்கடி வாய்ப்புகள் கிடைக்கவில்லை. தற்பொழுது தனக்குக் கிடைத்த ஓய்வு நேரத்தை முழுமையாக அவன் பெல்லுடன் கழித்தான் என்பதில் வியப்பொன்றுமில்லை. எப்பொழுதாவது சந்தித்துக் கொண்டால் கூட அவனைப் பற்றிய அவர்களுடைய பார்வை முன்பு இருந்ததைக் காட்டிலும் வித்தியாசமாக இருந்தது. நட்புணர்வு இல்லை என்று சொல்ல முடியாது. முன்பு போல நெருக்கமாக இல்லை! பெல்லுக்கும் குண்டாவுக்கும் நெருக்கமான உறவு ஏற்படுவதில் அவர்கள் பெரும் பங்கு வகித்தனர் என்பதை மறுக்க முடியாது. ஆனால், தற்பொழுது திருமணமான பிறகு ஏதோவொரு விதத்தில் அவனுடன் நெருங்கிப் பழகுவதற்கு அஞ்சியது போல நடந்து கொண்டனர். அவர்கள் நடுக்கிய குளிர்கால இரவுகளில் வதைபட்ட போது அவன் குடும்பத்துடனும் குளிர்காய்வதற்கான தணப்பு அடுப்புடனும் இதமாக வாழ்ந்தது அவர்களுடைய மனத்தில் சலனத்தை ஏற்படுத்தியதோ? முன்பு தனியாட்களாக தோழமையுணர்வுடன் பகிர்ந்து கொண்டதைப் போல

நெருங்கிய நட்புப் பாராட்டவில்லை என்றபோதிலும், தற்பொழுது பெல்லை மணந்து கொண்டதன் மூலம் அவர்களுள் ஒருவனாக மிகவும் நெருங்கி விட்டான். திருமணமானவன் என்கிற முறையில் முன்பு போல கீழ்த்தரமான செய்திகளைப் பேசுவதில்லை. குண்டாவைப் பொறுத்த வரை ஃபிடில்காரருடைய இங்கிதமற்ற பேச்சை ஒருபோதும் ஏற்றுக் கொண்டதில்லை. ஒருவர் மீது ஒருவர் கொண்ட நம்பிக்கை வலுப்பட்டதாலும் ஆண்டுக்கணக்கில் பழகிவிட்டதாலும் ஆழமான செய்திகளைப் பொறுப்புணர்வுடன் பரிமாறிக் கொண்டனர்.

ஓர் இரவு ஃபிடில்காரர் தெரிவித்தார், "பயப்படுறானுக! வெள்ளைக்காரங்க மக்கள் தொகைக் கணக்கெடுப்பில் அதைத்தான் கணக்கிடுகிறார்கள்! வெள்ளையர்களைக் காட்டிலும் கூடுதல் எண்ணிக்கையில் நீக்ரோக்களைக் கொண்டு வந்து விட்டதாகப் பயந்து சாகிறார்கள்!"

மக்கள்தொகைக் கணக்கெடுப்பில் வெர்ஜீனியாவில் கறுப்பர்களைக் காட்டிலும் வெள்ளையர்கள் எண்ணிக்கை ஆயிரக்கணக்கில் கூடுதலாகப் பதிவாகி இருந்ததாக பெல் செய்தித்தாளில் படித்துக் கூறியதாக குண்டா தெரிவித்தான்.

தோட்டக்காரர் குறிப்பிட்டார், "வெள்ளையர்கள் நம்மைக் காட்டிலும் விடுதலை பெற்ற நீக்ரோக்களைக் கண்டு மிகவும் அஞ்சுகின்றனர்."

ஃபிடில்காரர் கூறினார், "வெர்ஜீனியாவில் மட்டிலும் விடுதலை பெற்ற நீக்ரோக்கள் அறுபதாயிரம் இருப்பதாகக் கேள்விப்பட்டேன். ஆக, அடிமை நீக்ரோக்களின் எண்ணிக்கையைச் சொல்ல வேண்டியதே இல்லை. ஆனாலும், இங்கே தான் அதிகமாக உள்ளனர் என்று சொல்வதற்கில்லை. மிகச் சிறந்த பயிர்கள் விளையக் கூடிய, நீர்வழியாக விளைச்சலைப் படகுகளில் அனுப்புவதற்கு ஏதுவான செழிப்புமிக்க பகுதிகளில் மேலும் ஏராளமானோர் இருக்கின்றனர்."

தோட்டக்காரர் குறுக்கிட்டார், "அங்கெல்லாம் ஒவ்வொரு வெள்ளையனுக்கும் இரண்டு நீக்ரோக்கள் உள்ளனர். லூசியானா டெல்டாப் பகுதி, கரும்பு விளையக் கூடிய மிஸிஸிப்பி ஆற்றுப் படுகை, அலபாமா வண்டல் நிலப் பகுதி, தென்கரோலினா, நெல்லும் சாயப் பொருட்களும் விளையக் கூடிய ஜார்ஜியா போன்ற பகுதிகளில் உள்ள பெரும் பண்ணைகளில் பல்வேறு இனங்களைச் சேர்ந்த எண்ணி மாளாத நீக்ரோக்கள் வசிக்கின்றனர்."

ஃபிடில்காரர் தொடர்ந்தார், "அங்குள்ள பண்ணைகள் மிகப் பெரியவை என்பதால் அவற்றைப் பிரித்து மேற்பார்வையாளர்கள் பொறுப்பில் நடத்தி வருகின்றனர். அப்படிப்பட்ட பெரிய பண்ணைகளுக்கு உரிமையாளர்கள் மிகச்சிறந்த வழக்கறிஞர்களாகவும், அரசியல்வாதிகளாகவும், பெரும் வணிகர்களாகவும் மதிப்புப் பெற்றவர்கள். அவர்களெல்லாம் நகரங்களில் வாழ்கின்றனர். அவர்களுடைய பெண்டிர் நன்றி பாராட்டுதல், கிறிஸ்துமஸ், கோடைக்காலச் சுற்றுலா போன்ற கொண்டாட்டங்களைத் தவிர பண்ணைகளுக்குச் செல்வதில்லை."

தோட்டக்காரர் வியப்புடன் பேசினார், "அப்படிப்பட்ட பெரிய, பெரிய பண்ணைகளுக்கு உரிமையானவர்களில் சில பேர் அடிமைமுறைக்கு எதிராகக்

குரல் கொடுக்கின்றனர்."

ஃபிடில்காரர் இடைமறித்தார், "ஊஹூம்! அதெல்லாம் ஒன்னுமே இல்லை! வெள்ளைக்காரர்களில் சில பெரும்புள்ளிகள் தான் எப்பொழுதுமே அடிமைமுறை ஒழிப்பு தேவை என்பார்கள்! வெர்ஜீனியாவில் அடிமைமுறை சட்டத்திற்குப் புறம்பானது என்று சொல்லிப் பத்து ஆண்டுகள் கடந்து விட்டன. சட்டம் உள்ளதோ இல்லையோ, நாமெல்லாம் இன்னமும் அடிமைகளாகத் தானே இருக்கிறோம்! கப்பல்கள் நிறைய மேலும் நீக்ரோக்களை இறக்குமதி செய்து கொண்டே இருக்கிறார்கள்"

"அவர்களை எங்கே கொண்டு செல்கின்றனர்?" குண்டா கேட்டான். "எனக்குத் தெரிந்த சில வண்டியோட்டிகள், அவர்களுடைய எஜமானர்களுடன் நீண்ட தூரம் பயணம் செய்த போதிலும் ஒரு நீக்ரோவைக் கூட காண முடியவில்லை என்கின்றனர்." தோட்டக்காரர் விளக்கினார். "பண்ணைகள் எதுவுமே இல்லாத ஊரகங்கள் ஏராளமாக உள்ளன. அங்கு நீக்ரோக்களைக் காணவே முடியாது. பாறைகளைத் தவிர ஒன்றுமில்லாத பகுதிகள். ஏக்கர் ஐம்பது சென்ட் விலையில் கிடைக்கக் கூடியவை. அங்கு ஏழை வெள்ளையர்கள் கஞ்சிக்கும் வழியில்லாமல் மண்ணைத் தின்கின்றனர். அப்பகுதியில் ஏராளமாக நிலம் வைத்திருப்போர் கூட ஓரளவு நிலமும் ஒரு சில நீக்ரோக்களும் கொண்டவர்களை விட சிறப்பாக வாழ்வதில்லை."

ஃபிடில்காரர் கூறினார், "நான் ஓரிடத்தைப் பற்றிக் கேள்விப்பட்டிருக்கிறேன். மேற்கிந்தியத் தீவுகள்!" குண்டாவைப் பார்த்து, "எங்கே இருக்கிறது என்று தெரியுமா? உன்னுடைய நாட்டைப் போல கடல்களுக்கு அப்பால் உள்ளது!" குண்டா தலையைக் குலுக்கினான்.

ஃபிடில்காரர் தொடர்ந்தார், "பரவாயில்லை! அங்கே ஒரே எஜமானிடம் ஆயிரத்திற்கும் மேற்பட்ட நீக்ரோக்கள் உள்ளனர். கரும்புத் தோட்டங்களில் பாடுபடுகின்றனர். அவர்கள் விளைவித்த கரும்பிலிருந்து சர்க்கரையும் ரம் தயாரிப்பதற்கான கச்சாப் பொருளையும் எஜமான் உற்பத்தி செய்கிறார். நீ வந்ததைப் போன்ற கப்பல்களில் ஆப்பிரிக்க நீக்ரோக்களை ஏற்றிச் சென்று நாட்கணக்கில் பட்டினியிலும் நோயாலும் சாகும் நிலையில் கிடந்தவர்களை மேற்கிந்தியத் தீவில் இறக்கி அங்கே சிறிது காலம் வைத்து ஓரளவு அவர்கள் உடல் தேறிய பின்னர் இங்கே கொணர்ந்து பண்ணைகளில் வேலை செய்வதற்காக விற்றுவிடுகின்றனர்."

ஃபிடில்காரரும் தோட்டக்காரரும் பார்த்தறியாத பொருட்களைப் பற்றியும் ஒருபோதும் சென்றறியாத இடங்களைப் பற்றியும் ஏராளமான தகவல்களைக் கூறியதை எண்ணி குண்டா வியந்தான். வெர்ஜீனியா, வடகரோலினாவுக்கு அப்பால் சென்றதில்லை என்று அவர்களே கூறியிருந்தனர். அவர்களைக் காட்டிலும் கூடுதலான தொலைவு அவன் பயணம் செய்திருந்தான். ஆப்பிரிக்காவிலிருந்து அங்கு சென்றடைந்தது மட்டுமின்றி மாநிலம் முழுவதும் எஜமானுடன் வண்டியில் சுற்றியிருந்தான். ஆனால், அவர்கள் அவனைக் காட்டிலும் ஏகப்பட்ட

செய்திகளை அறிந்திருந்தனர். அத்தனை காலம் அவன் அவர்களுடன் பேசிய போதிலும் இன்றைக்கும் அவனுக்குப் புதிதாகப்படுகின்ற ஒன்றை அவர்களால் கூற முடிந்தது.

அவனுடைய அறியாமையை எண்ணி வருந்தவில்லை. அவர்கள் அதனைக் குறைப்பதற்காகத் தானே உதவுகின்றனர். ஆனால், சராசரி அடிமையைக் காட்டிலும் தான் அதிகமாகத் தெரிந்திருந்ததைக் காலப்போக்கில் அறிந்து மிகவும் மனம் வெதும்பினான். அவர்களுடைய மூதாதையரைப் பற்றியோ அவர்கள் யார் என்பதைப் பற்றியோ அறியாதது மட்டுமின்றி அவர்கள் இருந்த இடத்தைக் கூட அவர்களால் உணர முடிந்ததில்லை.

பெல்லிடம் அது பற்றிப் பேசிய பொழுது, அவள் கூறினாள், "வெர்ஜீனியாவில் உள்ள நீக்ரோக்களில் பாதிப் பேர் தம்முடைய எஜமானர்களின் பண்ணைகளுக்கு அப்பால் ஒருபோதும் சென்றதில்லை என்று உறுதியாகக் கூறலாம். ரிச்மோண்ட், ஃபெரெடெரிக்பர்க், வடக்குப் பகுதி ஆகிய இடங்களைத் தவிர வேறு இடங்களைப் பற்றிக் கேள்விப்பட்டிருக்கக் கூட மாட்டார்கள். அந்த இடங்களெல்லாம் எங்கிருக்கின்றது என்பதையும் அறியார். நீக்ரோக்களுடைய எழுச்சியையும், அவர்கள் தப்பியோடியதையும் கண்டு அஞ்சிய வெள்ளைக்காரர்கள் அவர்களை இருக்கிற இடம் கூடத் தெரியாத அளவிற்கு அறியாமையில் மூழ்கடித்துள்ளனர்."

ஃபிடில்காரரையும் தோட்டக்காரரையும் தவிர பெல்லிடமும் அது போன்ற மனப்போக்கை அறிந்த குண்டா திகைப்பிலிருந்து விடுபடுவதற்குள் அவள் மேலும் தொடர்ந்தாள். "வாய்ப்புக் கிடைத்தால் மீண்டும் தப்பியோட முயற்சிப்பாயா?"

அந்தக் கேள்வி குண்டாவைத் திக்குமுக்காட வைத்தது. நீண்ட நேரம் அவன் பதிலளிக்கவில்லை. இறுதியில் ஒருவழியாகப் பேசினான், "நீண்ட காலத்திற்கு முன்பே அதுபோன்ற முயற்சியைக் கைவிட்டுவிட்டேன்."

"யாரும் கண்டு கொள்ள இயலாத விதத்தில் ஏகப்பட்ட செய்திகளைப் பற்றி நிறைய முறை சிந்தித்துள்ளேன். வடக்கே தப்பித்துச் சென்றவர்களைப் பற்றிக் கேள்விப்பட்ட போதெல்லாம் நானும் விடுதலை வாழ்க்கையை விரும்பினேன்." அவள் குண்டாவைத் துருவிப் பார்த்தாள். "எஜமான் எவ்வளவு நல்லவராக இருந்தாலும் அதைப் பற்றிக் கவலையில்லை. நீயும் நானும் இப்பொழுது இருப்பதைவிட வயது குறைந்தவர்களாக இருக்கக் கூடாதா என்று தான் ஏங்குகிறேன். அப்படியிருந்தால் இன்றிரவே புறப்பட்டுவிடத் தயாராக இருக்கிறேன்." குண்டா திகைத்துப் போய் உட்கார்ந்திருந்தான். அவள் அமைதியாகக் கூறினாள். "இப்பொழுது எனக்கு மிகவும் வயதாகிவிட்டது. ரொம்பவே பயப்படுகிறேன்"

அந்தக் கணத்தில் அவனுடைய எண்ணவோட்டத்தை பெல் கணித்துக் கொண்டிருக்கக் கூடும். ஆனால், அவள் பேசியது அவனுக்கு முகத்தில் அறைந்தாற் போல இருந்தது. அவனுக்கும் வயதாகிவிட்டது; வாழ்க்கையில் மிகவும் அடிபட்டு விட்டான்; ரொம்பவும் அஞ்சினான். பீதியும் கொடூரமும் நிறைந்த பகல்களும் இரவுகளும் அவனுடைய மனத்தில் தோன்றி வேதனை அளித்தன. காயங்கள்

நிறைந்த பாதங்கள், வெடித்து விடுவது போல மூச்சிரைத்த நுரையீரல்கள், குருதி கொட்டிய கைகள், குத்திக் கிழித்த முட்கள், ஊளையிட்ட நாய்கள், நறநறத்த தாடைகள், துப்பாக்கிச் சூடுகள், சவுக்கின் விளாசல்கள், கோடாரியின் வெட்டு! தன்னையறியாமலே குண்டா பதைபதைப்புக்கு ஆளாகிவிட்டான். அப்படியொரு நோக்கம் இல்லாமலே அவனுடைய பழைய உணர்ச்சிகளை மீண்டும் தூண்டிவிட்டதாக வருந்திய பெல் மேலும் தொடர்ந்து பேசினால் அவன் மனம் மேலும் புண்படும் என்றெண்ணி, எழுந்து படுக்கைக்குச் சென்று விட்டாள்.

ஒருவழியாக அவள் எழுந்து சென்றுவிட்டதை உணர்ந்த குண்டா தான் சிந்தனையில் ஆழ்ந்து போனதன் மூலம் அவளைக் காயப்படுத்திவிட்டதாக வருந்தினான். அவளைப் பற்றியும் ஏனைய கறுப்பு இன மக்களைப் பற்றியும் எவ்வளவு தரக்குறைவான எண்ணம் கொண்டிருந்தான் என்பதை நினைத்து வேதனைப்பட்டான்.

தாங்கள் மிகவும் நேசித்தவர்களைத் தவிர, சில சமயங்களில் அவர்களிடமும் கூட ஒருபோதும் வெளிப்படுத்திக் கொள்ளவில்லை என்ற போதிலும், தம்முடைய ஒடுக்குமுறை வாழ்க்கையை அவர்கள் தன்னைப் போலவே வெறுத்தனர் என்பதை உணர்ந்து கொண்டான். அதற்காக எவ்வளவு வருந்தினான் என்பதையும், அவள் கொண்ட வலிக்காக அவன் பட்ட வேதனையையும், அவளுடைய அளப்பரிய அன்புக்கான அவனுடைய நன்றியையும், தனக்குள்ளே ஆழமாக வளர்ந்து வந்த அவர்களுக்கிடையிலான பந்தத்தின் வலிமையையும் அவளிடம் தெரிவிப்பதற்கான வாய்ப்பினை எதிர்நோக்கியிருந்தான். அமைதியாக எழுந்தான்; படுக்கையறைக்குச் சென்றான்; ஆடைகளைக் களைந்தான்; படுக்கையில் விழுந்தான்; அவளை அள்ளி அணைத்தான்; அன்பைப் பொழிந்தான். அவளும் அப்படியே செய்தாள். செய்வதறியாத வாழ்க்கையிலும் அப்பொழுது அவர்களுடைய செய்கையில் ஒருவித அழுத்தமிருந்தது!

68

பல வார காலமாக பெல்லினுடைய நடவடிக்கைகளில் ஒருவித மாற்றத்தை குண்டா உணர்ந்தான். குறிப்பாக, அவள் எதுவும் பேசவில்லை. ஆனாலும், அவளுடைய மனநிலையில் கடுமை காணப்படவில்லை. விநோதமான பார்வைகளை அவன் மீது வீசியதாக உணர்ந்தான். அவன் பதிலுக்கு உற்றுப் பார்த்த பொழுது பெருமூச்செறிந்தாள். அசைந்தாடும் நாற்காலியில் அமர்ந்தாடிய போது பொருள் பொதிந்த புன்னகைகள் அவளுடைய இதழ்களில் தவழ்ந்ததைக் கண்டான். சில சமயங்களில் இசை இழையோடியது. பிறகு, ஓர் இரவில் மெழுகுவர்த்தியை ஊதி அணைத்துவிட்டு படுக்கையில் கிடந்த போது குண்டாவின் கரங்களைப் பற்றி இதமாகத் தன்னுடைய வயிற்றின் மீது வைத்தாள். அவனுடைய கரங்களுக்கடியில் அவளுடைய வயிற்றுக்குள் ஏதோ அசைந்ததை உணர்ந்தான். பிளந்துவிடுவதைப் போல மகிழ்ச்சியில் துள்ளிக் குதித்தான்.

அடுத்த சில நாட்களாக வண்டியை ஓட்டிச் சென்ற இடத்தைக் கூட அவன் கவனிக்கவில்லை. அவனுக்குப் பின்னால் வண்டியில் அமர்ந்திருந்த எஜமான் வண்டியையும் குதிரைகளையும் கவனித்துக் கொள்ளட்டும் என்று விட்டுவிட்டானோ! கிளைநதி வழியாக அவள் பரிசலைச் செலுத்தி நெல் வயல்களுக்குச் சென்றதாகவும்

அவளுடைய முதுகில் ஒரு மூட்டையாக அவனுடைய ஆண்மகவு தொங்கிக் கொண்டிருந்ததாகவும் காட்சிகள் அவனுடைய மனக்கண்களை நிறைத்திருந்தன. தலைமகனின் வருகையால் அவனுடைய வாழ்க்கையில் நிகழப் போகிற எண்ணற்ற நன்மைகளைத் தவிர வேறு யாதொன்றையும் அவன் சிந்திக்கவில்லை. ஓமோரோவுக்கும் பின்டாவிற்கும் அவனும் தலைமகன் தானே! அவர்களும் பிறரும் ஜுஃப்யூர் கிராமத்தில் அவனுக்குச் செய்த அனைத்தையும், அந்தப் பரங்கி மண்ணில் எத்தகைய துன்ப துயரங்களை எதிர்கொள்ள நேர்ந்த போதிலும் அவனும் அவனுடைய மகனுக்கு அளித்து அவனை உண்மையானதொரு ஆண்மகனாக வளர்க்க வேண்டும். ஆண்பிள்ளைக்கு பெரியதோர் ஆலமரமாக நிழல் கொடுத்துக் காக்க வேண்டியது தந்தையாகிய அவனுடைய கடமை. பெண்பிள்ளைகள் வளரும் வரை வேண்டியதைத் தின்றுவிட்டு திருமணம் செய்து கொண்டு போய்விடுவர். எப்படியும் பெண்குழந்தைகள் அவர்களுடைய தாயாரின் பராமரிப்பில் வளரவேண்டியவர்கள்! ஆண்பிள்ளைகள் தான் குடும்பத்தின் பெயரையும் குலப் பெருமையையும் போற்றிக் காக்க வல்லவர்கள். பெற்றோருக்கு வயதாகித் தள்ளாடும் நிலை வரும் போது வேறு எதையும் பொருட்படுத்தாமல் பெற்றோரைப் பேணிப் பாதுகாப்பவர்கள்.

பெல்லினுடைய தாய்மைநிலை, குண்டாவிற்கு, கானா நாட்டுக்காரருடைய சந்திப்பு ஏற்படுத்தியதைக் காட்டிலும் கூடுதலாக ஆப்பிரிக்க நினைவுகளைத் தூண்டியது. ஓர் இரவில் பெல் வீட்டிலிருந்தது கூட நினைவில்லாமல், தனது குடுக்கையில் சேர்த்திருந்த கூழாங்கற்களைப் பொறுமையாக எண்ணினான். இருபத்தியிரண்டரை ஆண்டுகள் தனது தாயகத்தைக் காணாமல் இருந்ததை அறிந்து திகைத்தான். ஆனால், பெரும்பாலான மாலை வேளைகளில் பெல் ஒரே சீராகப் பேசிக் கொண்டிருந்தாள். எதிரே உட்கார்ந்திருந்த குண்டா அவள் பேசியதைக் கேட்டானா கற்பனையில் மூழ்கிவிட்டானா என்பது அவனுக்குத் தான் தெரியும்! ஆன்ட் சுகேயிடம் பெல் கூறுவதுண்டு, "அவர் ஆப்பிரிக்காவுக்குள் புகுந்து விட்டார்!" அதன் பின்னர், அவள் அமைதியாக எழுந்து, அறையை விட்டு வெளியேறி, தனக்குள் முணுமுணுத்தவாறு தனியே படுக்கைக்குச் சென்றதைக் கூட அவன் கவனித்ததில்லை.

அதே போன்றதோர் இரவில், அவள் படுக்கைக்குச் சென்று ஒரு மணி நேரத்திற்குப் பிறகு, படுக்கையறையிலிருந்து முனகல் சத்தம் கேட்டு சுயநினைவடைந்தான். குழந்தை பிறப்பதற்கான நேரம் வந்து விட்டதா? படுக்கையறைக்கு விரைந்தான். அவள் ஆழ்ந்து உறங்கிக் கொண்டிருந்தாள். உரக்கக் கத்திக் கூச்சலிடுவது போன்ற பாவனையுடன் முன்னும் பின்னும் புரண்டாள். அவளுடைய கன்னங்களைத் தொடுவதற்காக குனிந்த பொழுது இருட்டில் எழுந்து உட்கார்ந்து கொண்டாள். வியர்வையால் நனைந்திருந்தாள். மூச்சுத் திணறினாள்.

"ஆண்டவரே! வயிற்றிலிருக்கும் குழந்தைக்காகச் செத்துவிடுவேனோ என்று பயமாயிருக்கிறதே!" அவனை அணைத்துக் கொண்டு கதறினாள். குண்டாவிற்கு ஒன்றும் புரியவில்லை. ஒருவழியாக அமைதியடைந்து கண்ட கனவை விவரித்தாள். கனவில், வெள்ளையர்கள் கேளிக்கைப் போட்டிகளில் தமது பண்ணையில் பிறக்கக்

கூடிய அடுத்த கறுப்பு இனக் குழந்தையை முதல் பரிசளிப்பதாக அறிவித்தனர் என்றாள். பெல் மிகவும் மனமொடிந்து போனாள். வழக்கத்திற்கு மாறாக, எஜமான் வேல்லெர் அப்படியெல்லாம் செய்ய மாட்டார் என்கிற வாக்குறுதிகளை குண்டா அவளுக்கு அளித்து தேற்றவேண்டியதாயிற்று. அவளை ஒத்துக் கொள்ள வைப்பதற்குள் குண்டாவிற்கு பெரும்பாடாகிப் போனது. பிறகு, ஒருவழியாக, படுக்கையில் அவளருகே படுத்துக் கொண்டான். மீண்டும் தூங்கிப் போனாள்.

குண்டாவால் தூங்க முடியவில்லை. பிறக்கவிருந்த கறுப்பு இனக் குழந்தைகளைப் பணயம் வைத்து சீட்டாட்டக் கூடங்களிலும், சேவல் சண்டைகளிலும் எஜமானர்கள் சூதாடிய நிகழ்வுகளை நினைத்து வெதும்பியவாறு படுக்கையில் கிடந்தான். கருவுற்றிருந்த பதினைந்து வயது மேரி என்கிற பெண்ணுக்குப் பிறக்கக் கூடிய முதல் ஐந்து குழந்தைகளையும் தனது ஐந்து மகள்களுக்கு ஆளுக்கு ஒன்றாக சாகுந் தருவாயில் இருந்த எஜமான் ஒருவர் உயிலெழுதி வைத்தது பற்றி ஃபிடில்காரர் கூறியதை நினைத்துக் கொண்டான். தாம் பெற்ற கடன்களுக்குப் பிணையாக கறுப்பு இனக் குழந்தைகளை அடகு வைத்த நிகழ்வுகளையும், வயிற்றில் இருந்த போதே அவர்களுக்கு உரிமை கொண்டாடிய கடன்காரர்களைப் பற்றியும், உடனடியாகப் பணம் பெறுவதற்காக முன்கூட்டியே விற்கப்பட்டதைப் பற்றியும் கேள்விப்பட்டிருந்தான். அந்தக் காலக் கட்டத்தில் ஸ்பாட்சில்வேனிய ஊரக அலுவலகத்தில் நடைபெற்ற அடிமை ஏலங்களின் போது நல்ல உடல் நலத்துடன் இருந்த ஆறு மாதக் குழந்தைகளுக்கு, அவர்கள் நீண்ட காலம் உயிர் வாழ்வர் என்கிற யூகத்தில், இருநூறு டாலருக்கும் குறையாத தொகைக்கு வாங்கியதையும் விற்றதையும் கண்டான்.

மூன்று மாதங்கள் கழித்து ஒரு மாலைப் பொழுதில், வீட்டிலிருந்த பொழுது, கேள்விக் கணைகளால் துளைக்கிற குட்டி எஜமானி ஆன்னே பெல்லிடம் அவளுடைய வயிற்றுக்குள் பெரிதாக வளர்ந்தது என்னவென்று வினவியதாக குண்டாவிடம் தெரிவித்தாள். அப்பொழுது அவனுடைய மனத்தில் அவன் அறிந்திருந்த செய்திகளெல்லாம் மேலெழுந்து அவனை அலைக்கழித்தன. ஆனால், பெல் அவளுடைய வயிறெனும் அடுமனைக்குள் ரொட்டியிருந்ததாக ஆன்னேயிடம் கூறியதாகச் சொன்னாள். அந்தச் சிறுமியிடம் பெல் வீணாகப் பொழிந்த அன்பையும் கவனத்தையும் கண்டு தன்னுள் எழுந்த சீற்றத்தை குண்டா ஒருபோதும் அவளிடமிருந்து மறைத்ததில்லை. அவனைப் பொறுத்த வரை, ஏராளமான பெரிய வீடுகளில் அவன் கண்ட எண்ணற்ற குட்டி எஜமானர், குட்டி எஜமானிகளுள் அவளும் ஒருத்தி. தற்பொழுது பெல் அவனுக்கும் அவளுக்கும் உரித்தான குழந்தையைச் சுமந்து கொண்டிருந்தாள். குண்டாவுக்கும் பெல் கின்டேவுக்கும் பிறக்கவிருந்த குழந்தை, எதிர்காலத்தில் தமது எஜமானர்களாக, சில சமயங்களில் தமது குழந்தைகளுக்குத் தகப்பன்களாகக் கூட, வளரப் போகிற பரங்கியர் குழந்தைகளுடன் விளையாடப் போவதை எண்ணிய போது அவனுள் பற்றி எரிந்தது. அடிமைகளின் குழந்தைகளில் சில எஜமானர்களுடைய குழந்தைகளின் நிறத்தில் இருந்ததையும், ஒன்றிரண்டு ரெட்டைப் பிறவிகளைப் போலக் காட்சியளித்ததையும் குண்டா பல பண்ணைகளில் கண்டிருந்தான். ஏனெனில், அவர்களுக்கு ஒரே வெள்ளைத் தந்தை! அப்படியேதேனும் பெல்லுக்கு

நேர்ந்தால், அதற்கு முன் காரணமான எஜமானனைக் கொன்று விடுவதென குண்டா உறுதி பூண்டிருந்தான். தமது மனைவி பெற்றெடுத்த கலப்பினக் குழந்தைகளைக் கையிலேந்தியிருந்த கறுப்பர்கள் பலரை அவன் கண்டான். வெளியில் சொன்னால் புகார் கூறியதாக சவுக்கால் விளாசிடுவர் என்கிற அச்சத்தால் தமக்குள் புதைத்துப் புழுங்கிக் கொண்டு வாழ்ந்தனர்.

அடிமை ஏலங்களில் கலப்பின அடிமைப்பெண்களுக்கு ஏகப்பட்ட விலை கொடுத்துப் பெற்ற காட்சிகளை நினைத்துக் கொண்டான். அவர்கள் விற்கப்பட்டதை அவனே நேரில் பார்த்தான். என்ன நோக்கத்திற்காக அவர்கள் விலைக்குப் பெறப்பட்டனர் என்பதையும் பலமுறை கேள்விப்பட்டிருந்தான். கலப்பின ஆண் குழந்தைகளுக்கு நேர்ந்த கதியைப் பற்றியும் ஏராளமான கதைகள் கேள்விப்பட்டான். யாருக்கும் தெரியாமல் அவர்களைக் கடத்திச் சென்றனர். ஏனெனில், தோற்றத்தில் வெள்ளையரைப் போலவே இருந்த அவர்கள் வளர்ந்தால் வெள்ளைக்காரிகளுடன் கலந்து தமது இனத்தில் கறுப்புஇன இரத்தத்தைப் புகுத்திடுவர் என்று அஞ்சினர். இரத்தக் கலப்பு பற்றிய எண்ணம் எழுந்த போதெல்லாம் குண்டா அல்லாவை நன்றியுடன் தொழுதான். எது எப்படியாயினும் அவனுக்கும் பெல்லுக்கும் பிறக்கவிருந்த குழந்தை கறுப்பு இனத்தைச் சேர்ந்தது!

1790ஆம் ஆண்டு, செப்டம்பர் மாதம், ஒரு முன்னிரவு நேரத்தில், பெல்லுக்கு மகப்பேற்று வலியெடுத்தது. எஜமான் தானே தனிப்பட்ட முறையில் அவளுக்கு மகப்பேற்று மருத்துவம் பார்ப்பதாகவும், தேவைப்பட்டால், சகோதரி மேண்டியை உதவிக்கு வைத்துக் கொள்வதாகவும் கூறியிருந்த போதிலும், பெல் அவரை அழைத்து வர குண்டாவை அனுப்பவில்லை. வலி ஏற்பட்ட போதெல்லாம் கதறல் வெளிப்பட்டு விடாமல் பற்களைக் கடித்துக் கொண்டு, ஓர் ஆடவனின் வலுவுடன் குண்டாவின் கைகளை இறுகப் பற்றிக் கொண்டாள்.

விட்டு விட்டு ஏற்பட்ட வலிகளுக்கு இடையே குறுகிய கால இடைவெளியில், பெல் வியர்த்தொழுகிய தனது முகத்தை குண்டாவை நோக்கித் திருப்பி, கூறினாள், “முன்பே உன்னிடம் நான் சொல்லியிருக்க வேண்டும், எனது பதினாறு வயதிற்கு முன், இங்கே வந்ததற்கு முன், எனக்கு இரண்டு குழந்தைகள் பிறந்தன.” பேறு கால வலியுடன் போராடிக் கொண்டிருந்தவளை கீழ் நோக்கி திகைப்புடன் பார்த்தான். அவனுக்கு ஏற்கனவே தெரிந்திருந்தால் — இல்லை, எப்படியும் அவளை மணந்திருப்பான்! ஆனாலும், அதனைத் தன்னிடம் சொல்லாமல் மறைத்து விட்டதாக எண்ணினான். இடுப்பு வலியுடன் மூச்சிரைத்தபடி, தொடர்ந்தாள், “அவர்களிடமிருந்து என்னைப் பிரித்து, விற்கப்பட்ட போது, அவர்கள் பச்சிளம் குழந்தைகள்” அழுதாள்! “ஒன்று அப்பொழுது தான் தளிர் நடை போட்டது. மற்றொன்றுக்கு ஒரு வயது கூட இருக்காது!” தொடர்ந்து பேச முயன்றாள். வலியால் ஏற்பட்ட துடிப்பு வாயைக் கெட்டித்தது. அவனுடைய கைகளில் அவளுடைய பிடி மேலும் இறுகியது. வலி ஒருவாறு தணிந்தது. பிடி தளரவில்லை. கண்ணீர்த் திவலைகளுக்கிடையே அவனை நோட்டமிட்டாள். அவனுடைய எண்ண ஓட்டத்தைப் புரிந்து கொண்டாள். “அந்தக் குழந்தைகளுடைய தகப்பன்

எஜமானோ, மேற்பார்வையாளனோ என்று எண்ண வேண்டாம்! வயல் வேலை செய்த எனது வயதை ஒத்த நீக்ரோ! அதற்குப் பின்னர் நடந்ததெதையும் அறியேன்!"

மீண்டும் வலி கண்டது. முன்னைக் காட்டிலும் மிக விரைவாக ஏற்பட்டது. அவளுடைய நகங்கள் அவனுடைய உள்ளங்கையைக் குத்தின. ஒலியற்ற ஓலமாக வாய் பிளந்தது. குண்டா வெளியில் விரைந்து சகோதரி மேண்டி குடிசைக்குச் சென்றான். கதவைத் தட்டி கரகரத்த குரலில் அழைத்து விட்டு, தன்னால் இயன்ற அளவு விரைவாக பெரிய வீட்டை நோக்கிச் சென்று, கதவைத் தட்டியும் பெருங்குரலெடுத்தும் அழைத்தான். எஜமான் அவனைக் கண்ட மாத்திரத்தில், "இதோ வந்து விட்டேன்!" என்றார்.

பெல்லின் வேதனை முனகல்கள் ஓலமாக மேலெழுந்து அடிமைகள் குடிசைகளின் அமைதியைக் கிழித்து அலைமோதிய பொழுது, பெல் வெளிப்படுத்திய செய்திகள் பற்றிய குண்டாவின் எண்ணங்களை அடித்துச் சென்றன. அவளுக்கருகிலேயே இருப்பதற்கு விரும்பிய போதிலும், சகோதரி மேண்டி அவனை வெளியே செல்லும்படி கூறியது கூட ஒருவிதத்தில் மகிழ்வளித்தது. வாயிலருகே அமர்ந்து உள்ளே நடந்ததை கற்பனை செய்தான். மகப்பேற்று நிகழ்வைப் பற்றி அவனுக்கு அவ்வளவாகத் தெரியாது. ஆப்பிரிக்காவில் அது பெண்களுடைய கவனத்திற்குரியதாகக் கருதப்பட்டது. ஆனாலும், கர்ப்பமுற்ற பெண் தரையில் விரிக்கப்பட்ட துணி மீது மண்டியிட்டு குழந்தையைப் பெறுவாள் என்றும், பிறகு நீர் நிறைந்த தட்டின் மீது அமர்ந்து குருதியைக் கழுவிக் கொள்வாள் என்றும் கேள்விப்பட்டிருந்தான். அது தான் உள்ளே நடந்து கொண்டிருந்ததாகவும் எண்ணினான்.

வெகு தொலைவில் இருந்த ஓமோரோவும் பின்டாவும் தாத்தா, பாட்டியாகி விட்டதை நினைத்தான். அவர்கள் தனது மகனைக் காண முடியாது என்றும்! அவனாலும் அவர்களைப் பார்க்க முடியாது என்ற எண்ணம் எழுந்த பொழுது வருந்தினான். அவனுக்கு மகன் பிறந்த செய்தியைக் கூட அவர்கள் அறியப் போவதில்லை.

கீச்சென்று கதறிய குரல் முதன்முறையாக வித்தியாசமாகக் கேட்டது. அவன் துள்ளி நிமிர்ந்தான். சற்று நேரத்தில் எஜமான் சோர்வுடன் வெளியே வந்தார். குண்டாவிடம் சொன்னார், "அவள் மிகவும் அல்லலுற்றாள். அவளுக்கு நாற்பத்தி மூன்று வயதாகிறது. இரண்டு நாட்களில் தேறிவிடுவாள்." பிறகு, படுக்கையறைக் கதவைக் காட்டி, "மேண்டி அனைத்தையும் தூய்மைப்படுத்தும் வரை சற்று நேரம் பொறுத்திரு! அதற்குப் பின்னர் உள்ளே சென்று உனது பெண் குழந்தையைக் காணலாம்!" என்றார்.

பெண் குழந்தை! குண்டாவால் பொறுத்திருக்க முடியவில்லை. ஒருவழியாக கதவைத் திறந்த மேண்டி சிரித்துக் கொண்டே உள்ளே வருமாறு சைகை செய்தாள். முன்னறை வழியாக நொண்டியவாறு சென்று திரைச் சீலையை விலக்கிப் பார்த்தான். உள்ளே அவர்களைக் கண்டான். பெல்லுக்குப் பக்கத்தில் நெருங்க

முயன்றான். தரைப்பலகை கிரீச்சிட்டது. பெல் விழித்தாள். வலுவிழந்த புன்னகை நெளிந்தது. மறந்தவனாக, அவளுடைய கையை எடுத்து அழுத்தினான். ஆனாலும், உணர்வில்லை! மகளைப் பார்க்கும் ஆவலில் மற்ற புலன்கள் செயலற்றன போலும்! அவனைப் போலவே கறுப்பு! உடலமைப்புக் கூறுகள் மாண்டிங்கா இனத்தை ஒத்திருந்தன. பெண்குழந்தையாயினும் குழந்தை தானே! அல்லாவின் ஆசியும் அதுவே! பல நூற்றாண்டு காலமாக மாபெரும் நதியாக ஓடிய கின்டே இரத்தம் இன்னுமொரு தலைமுறையைக் காண ஆயத்தமாகிவிட்டது. பெருமை பிடிபடாமல் பூரித்தான்.

படுக்கைக்கருகில் நின்றிருந்தவனை அடுத்த சிந்தனை தொற்றிக் கொண்டது. குழந்தைக்குப் பொருத்தமான பெயர் தேர்ந்தெடுக்க வேண்டும்! ஆப்பிரிக்காவின் புதிய தந்தை தனது குழந்தைக்குப் பெயர் தெரிவு செய்ய அனைத்து வேலைகளையும் விட்டு விட்டு எட்டு நாட்களைச் செலவழித்தான். பரங்கி மண்ணில் எஜமானிடம் குழந்தைக்குப் பெயர் தேர்வு செய்ய எட்டு நாள் விடுப்புக் கோர முடியுமா? ஆனாலும், ஒருவர் என்ன பெயரால் அழைக்கப்படுகிறாரோ அதனுடைய செல்வாக்கு அவருடைய வாழ்க்கையையே பாதிக்கக் கூடியது! ஆகவே, பொறுமையாக ஆழ்ந்து சிந்தித்துப் பெயர் சூட்ட வேண்டும்! அத்தகைய எண்ணங்களினூடே இன்னொரு எண்ணமும் பாய்ந்தது. அவன் தன் குழந்தைக்கு என்ன தான் தெரிவு செய்து பெயரிட்டாலும் எஜமானுடைய பெயரின் கடைசிப் பகுதியைக் கொண்டு தான் அழைக்கப் போகிறார்கள்! குண்டாவின் உள்ளம் குமுறியது. அல்லாவின் பெயரில் சூளுரைத்தான். அவனுடைய பெண் அவளுடைய மரபுவழிப் பெயரால் தான் அனைவராலும் அறியப்படுவாள்!

திடீரென, ஒரு வார்த்தையும் பேசாமல், திரும்பி வெளியேறினான். வைகறைப் பொழுதின் சுவடுகள் வானில் தோன்றத் தொடங்கியிருந்தன. பெல்லும் அவனும் முதன்முதலாகத் தமது காதலைப் பரிமாறிக் கொண்ட வேலியை ஒட்டி நடக்கலானான். அவன் ஆழ்ந்து சிந்தித்தாக வேண்டும். தனது வாழ்க்கையின் மிகப் பெரிய அவலமான பச்சிளங் குழந்தைகளிடமிருந்து பிரித்து தன்னை விற்ற கொடுமையை பெல் கூறியதை நினைத்துக் கொண்டான். அதுபோன்றதொரு துயரத்தை அவள் மீண்டும் வாழ்வில் எதிர்கொள்ளாத நிலையைக் குறிக்கக் கூடிய பொருத்தமான மாண்டிங்கா மொழிப் பெயரை அவன் தேடிக் கண்டுபிடித்தாக வேண்டும். திடீரெனப் பளிச்சிட்டது. அவனுடைய மனதில் மீண்டும் மீண்டும் சுழன்ற அந்தப் பெயரை வாய்விட்டுச் சொல்லிவிடாமல் பாதுகாத்துக் கொண்டான். ஏனெனில் அது முறையல்ல! ஆம் அது அப்படித்தான்! மிகக் குறுகிய நேரத்தில் பொருத்தமான பெயர் கிட்டிய பேருவகையில் திளைத்தவாறு வேலியை ஒட்டி நடந்து வீட்டை அடைந்தான்.

ஆனால், குழந்தைக்குப் பெயர் சூட்டுவதற்கான அவனுடைய ஆயத்தங்களை பெல்லிடம் தெரிவித்த பொழுது அந்த நிலையில் அவளால் இயலக் கூடும் என்று அவன் எதிர்பார்த்ததைக் காட்டிலும் கூடுதலான வன்மையுடன் அவள் எதிர்த்தாள். “அவளுக்குப் பெயர் சூட்டுவதில் அப்படியென்ன அவசரம்? என்ன பெயர் சூட்டப் போகிறாய்? அதைப் பற்றி நாம் எப்போதும் கலந்து

பேசியதில்லையே?” பெல் ஒருமுறை தீர்மானித்து விட்டாள் என்றால் எவ்வளவு பிடிவாதமாக இருப்பாள் என்பதை அவன் அறிவான். ஆகையால், வேதனையும் சீற்றமும் கலந்த தொனியில், மதிக்கப்பட வேண்டிய ஒரு சில மரபுகளைப் பற்றியும், குழந்தைக்குப் பெயரிடுவதில் பின்பற்றப்பட வேண்டிய சில நடைமுறைகளைப் பற்றியும், முகாமையாக, குழந்தையின் தந்தை மட்டிலுமே பெயரைத் தெரிவு செய்ய வேண்டிய அவசியத்தையும், முறையாக குழந்தையின் காதில் ஓதும் வரை பெயரை வேறு யாருக்குமே தெரிவிக்கக் கூடாது என்பது பற்றியும், அதுவே முறையானது என்றும் பொருத்தமான சொற்களைத் தேடிப் பிடித்து அவளுக்கு விளக்கினான். எஜமான் முடிவு செய்யக் கூடிய பெயர் அவளுடைய காதில் விழுவதற்கு முன் அதனை நிகழ்த்தியாக வேண்டியதன் இன்றியமையாமையையும் எடுத்துக் கூறினான்.

“ஓகோ! இப்பொழுது புரிகிறது! உன்னிடம் நிறைந்துள்ள ஆப்பிரிக்கத்தனத்தால் நமக்கு தொல்லை மட்டுமே நேரப் போகிறது! அவர்களும் இந்தக் குழந்தைக்கு இறைநம்பிக்கை அடிப்படையில் தான் பெயர் சூட்டப் போகிறார்கள்!” பெல் கூறினாள்.

சீற்றம் பொங்க புயலென வெளிக் கிளம்பினான். அவன் விரைந்த வேகத்தில் எதிரே கை நிறைய துண்டுகளையும், கொதிநீர் நிரம்பிய பானையையும் சுமந்து கொண்டு உள்ளே சென்ற ஆன்ட் சுகேவையும் சகோதரி மேண்டியையும் இடித்துத் தள்ளிவிடுவான் போலிருந்தது.

‘‘டோபி தம்பி, பாராட்டுக்கள்! பெல்லைப் பார்க்கத் தான் வந்து கொண்டிருக்கிறோம்!”

ஆனால், குண்டா பதிலுக்கு அவர்களை நோக்கி சிரிக்காமல் கடந்து சென்றான். வயல் வேலை செய்த கேடோ காலை வேளை முதல் மணியை அடிப்பதற்காக விரைந்தான். காலை உணவுக்குச் செல்வதற்கு முன் அடிமைகள் தமது குடிசைகளை விட்டு வெளியேறி கிணற்றிலிருந்து வாளிகளில் நீர் இறைத்து உடலைக் கழுவிக் கொள்ள வேண்டும். அடிமைகளின் குடியிருப்பு வரிசைகளைக் கடந்து திரும்பி சேமிப்புக் கிடங்கை நோக்கி பின்புறப் பாதையில் நடந்தான். தமது மூலாதார பூமியான ஆப்பிரிக்காவை முற்றாக மறந்து விட்டு இறைப்பற்றற்ற வாழ்க்கைமுறைக்கு பரங்கியரால் அச்சுறுத்திப் பழக்கப்படுத்தப்பட்டுவிட்ட கறுப்பர்களிடமிருந்து கூடுமான வரை ஒதுங்கியிருக்கவே விரும்பினான்.

சீற்றம் தணியாமலேயே, தொழுவத்தில் குதிரைகளுக்குத் தீனிபோட்டு, தண்ணீர் காட்டி, அவற்றைத் தேய்த்தும் விட்டான். எஜமான் காலை உணவருந்தும் நேரம் நெருங்கிவிட்டதை அறிந்து, மீண்டும் சுற்றுப் பாதையில் நெடுந்தூரம் நடந்து பெரிய வீட்டின் அடுக்களைக் கதவருகில் நின்றான். பெல்லுக்குப் பதிலாக பொறுப்பேற்றிருந்த ஆன்ட் சுகேயிடம் எஜமானுக்கு வண்டி தேவைப்படுகிறதா என்று உசாவினான். அவனுடன் பேச மறுத்தவளாக, திரும்பிக் கூடப் பார்க்காமல், தலையைக் குலுக்கினாள். அவனுக்கு உணவு எதுவும் அளிக்காமல் அறையை விட்டு வெளியேறினாள். நொண்டியவாறு சேமிப்புக் கிடங்கை அடைந்தான். சுகேயிடமும்

மேண்டியிடமும் பெல் நடந்ததைத் தெரிவித்திருப்பாள், அவர்கள் அடிமைகள் குடியிருப்பு முழுவதிலும் புறம்பேசப் போகிறார்கள் என்றெண்ணினான். அதுபற்றிக் கவலையில்லை என்று தனக்குத் தானே கூறிக் கொண்டான்.

மணிக்கணக்கில் சேமிப்புக் கிடங்கைச் சுற்றி வீண் பொழுது போக்காமல் ஏதேனும் வேலை செய்ய விரும்பினான். இரண்டு வாரங்களுக்கு முன்னர் சீர்ப்படுத்தப்பட்ட சேணங்களுக்கு மீண்டும் தேவையில்லாமல் எண்ணெயிட்டு மெருகேற்றிக் கொண்டிருந்தான். பெல்லையும் குழந்தையையும் காண வேண்டும் போலிருந்தது. ஆனால், கின்டே குடும்பத்தைச் சேர்ந்தவனுக்கு மனைவியானவள் தனது குழந்தைக்கு ஏதோவொரு பரங்கிப் பெயரைச் சூட்ட விரும்பியதை எண்ணிய போதெல்லாம் சீற்றம் பொங்கியது. அது தற்கொலைக்குச் சமமல்லவா!

மதியத்தில் சுகே ஒரு பாண்டத்தில் பெல்லுக்கு உணவு கொண்டு சென்றதைக் கண்டான். அவனுக்கும் பசியெடுத்தது. சேமிப்புக் கிடங்கிற்குப் பின்புறம் அண்மையில் அறுவடை செய்யப்பட்ட இனிப்பு வகைக் கிழங்குகள் பதப்படுத்துவதற்காக வைக்கோலுக்கடியில் குவித்து வைக்கப்பட்டிருந்தன. நான்கு சிறிய கிழங்குகளை எடுத்துப் பச்சையாகவே தின்று வயிற்றை அமைதிப்படுத்திக் கொண்டான்.

வீட்டிற்குத் திரும்பிய போது, இருள் கவிழ்ந்து கொண்டிருந்தது. முன்கதவைத் திறந்து உள்ளே நுழைந்த பொழுது படுக்கையறையிலிருந்து பெல் எவ்விதப் பதில் குரலும் எழுப்ப வில்லை. உறங்கியிருப்பாள் என்றெண்ணினான். மெழுகுவர்த்தியைக் கொளுத்துவதற்காக மேஜையின் மீது குனிந்தான்.

"நீயா?"

பெல்லிடமிருந்து வெளிப்பட்ட தொனியில் புதிதாகக் கடுமை எதுவும் தென்படவில்லை. சொரத்தின்றி செறுமியவாறு வர்த்தியை எடுத்துக் கொண்டு திரையை விலக்கி படுக்கையறைக்குள் நுழைந்தான். மங்கிய ஒளியில் தென்பட்ட அவளுடைய முகபாவனையில் அவனிடமிருந்ததற்கு இணையான பிடிவாதம் அப்பியிருந்தது.

"இதோ பார், குண்டா!" என்றவள் நேரத்தை வீணாக்காமல் கருத்தை வெளியிட்டாள். "எஜமானைப் பற்றி உன்னைக் காட்டிலும் நான் நன்கு அறிவேன்! ஆப்பிரிக்கத்தனத்தால் அவருடைய கோபத்திற்கு ஆளானால், அடுத்த அடிமைகள் ஏலத்திலேயே நம் மூவரையும் விற்று விடுவார்! இது முற்றிலும் உண்மை!"

கூடுமானவரை கோபத்தைக் கட்டுப்படுத்திக் கொண்டு, எத்தகைய இடர்ப்பாடுகளை எதிர் கொள்ள நேரிடினும், குழந்தைக்கு பரங்கியர் பெயரிடக் கூடாது என்பதிலும், தனது இன முறைப்படி பெயர் சூட்டப்பட வேண்டும் என்பதிலும், அவன் பூண்டிருந்த மாற்றவொண்ணா உறுதிப்பாட்டினை அவளுக்கு விளக்குவதற்கு முற்பட்டான். பொருத்தமான வார்த்தைகளைத் தேடிப் பிடித்து தட்டுத் தடுமாறி ஒருவழியாகக் கூறிவிட்டான்.

பெல் மிக அழுத்தமாக மறுத்த போதிலும் அதன் விளைவாக குண்டா செய்யக் கூடியதையும் நன்கு உணர்ந்தவளாகச் செயல்பட்டாள். தன்னுடைய ஆழ்ந்த ஐயப்பாடுகளை மறைத்துக் கொண்டு, ஒருவாறாக ஒப்பளித்தாள். “என்ன மாதிரியான நீக்ரோ பில்லி சூனியத்தைச் செய்யப் போகிறாய்?” சற்று நேரம் குழந்தையை வெளியே கொண்டு செல்லப் போவதாக மட்டிலும் கூறினான். உறங்கிக் கொண்டிருந்த குழந்தை விழித்து, பசியால் அழாமலிருப்பதற்கு அவள் குழந்தைக்குப் பாலூட்டும் வரை காத்திருக்கும்படி வற்புறுத்தினாள். குண்டா உடனே ஒத்துக் கொண்டான். கணக்கிட்டாள்! எப்படியும் மேலும் இரண்டு மணி நேரத்திற்கு முன் குழந்தை விழிக்கப் போவதில்லை! அதற்குள், அடிமையர் குடியிருப்பில் அரவம் அடங்கிவிடும். குண்டா என்ன கேலிக் கூத்து நிகழ்த்தினாலும் ஒருவர் கண்ணிலும் படப்போவதில்லை! வெளிக்காட்டிக் கொள்ளவில்லை என்ற போதிலும் குண்டா மீது பெல் கடுங் கோபம் கொண்டாள். அரும்பாடு பட்டு பெற்றெடுத்த மகளுக்குப் பெயர் தேர்ந்தெடுப்பதில் தன்னைப் பங்கு பெறவிடாமல் தடுத்து விட்டானே! ஆப்பிரிக்க ஒலியில், எவருக்கும் சொல்லக் கூடாதவாறு அப்படி என்ன பெயரைத் தான் குண்டா தேர்ந்தெடுத்து வைத்துள்ளானோ? பெல்லுக்கு நடுக்கமிருந்தது. ஆனாலும், உறுதியுமிருந்தது. பின்னர் குழந்தையின் பெயரை தனது விருப்பத்திற்கேற்ப மாற்றி வைத்துக் கொள்ளலாம்!

நள்ளிரவு! குழந்தையை ஒரு போர்வையில் சுற்றி எடுத்துக் கொண்டு குண்டா வீட்டிற்கு வெளியே சென்றான். நிகழவிருந்ததை எவருடைய கண்ணிலும் பட்டுவிடாத தொலைவு வரை சென்றான்.

பின்னர், வெண்ணிலவும் விண்மீன்களும் காணுமாறு, போர்வையை விலக்கி குழந்தையை மேலே தூக்கி அதனுடைய செவிகள் தனது இதழ்களை தொடுமளவில் பிடித்தான். பிறகு, மெதுவாக, தெளிவாக, மாண்டிங்கா மொழியில், குழந்தையின் பிஞ்சுக் காதுகளில் மும்முறை ஓதினான். “உன் பெயர் கிஸ்ஸி! உன் பெயர் கிஸ்ஸி! உன் பெயர் கிஸ்ஸி!” கின்டே குடும்பத்தின் மூதாதையர் அனைவரும் செய்ததைப் போல, அவன் பிறந்த போது அவனுக்குச் செய்யப்பட்டதைப் போல, அந்தக் குழந்தை தன்னுடைய மூதாதையருடைய தாயகத்தில் பிறந்திருந்தால் செய்யப்பட்டிருக்கக் கூடியதைப் போல பெயர் சூட்டும் சடங்குமுறையை நிகழ்த்தி விட்டான்.

மேலும் சற்று தொலைவு நடந்த பொழுது, ஆப்பிரிக்கக் குருதி தனது நாளங்களில் பாய்ந்தது போலவும், தன்னுடையதும் பெல்லினுடையதுமான புத்துணர்வு கலந்த குருதி குழந்தையின் நாளங்களில் பாய்ந்தது போலவும் உணர்ந்தான். நின்றான். குழந்தையின் கறுத்த தளிர் முகம் விண்ணுலகை நோக்குமாறு போர்வையின் ஓரத்தை விலக்கி விட்டான். இம்முறை மாண்டிங்கா மொழியில் அவளிடம் உரக்கப் பேசினான், “பார், உன்னிலும் சிறந்தது அது ஒன்று தான்!”

குழந்தையுடன் குண்டா வீட்டிற்குத் திரும்பியவுடன் பெல் வெடுக்கென்று அவனிடமிருந்து குழந்தையை பறித்துக் கொண்டாள். அச்சத்தாலும் துயரத்தாலும் அவ்ளுடைய முகம் இறுகியிருந்தது. தலை முதல் பாதம் வரை குழந்தையைச் சோதித்தாள். எதைத் தேடினாள் என்று அவளுக்கே தெரியவில்லை. சொல்லிக்

கொள்ளும்படியோ வெளியில் தெரியும் விதத்திலோ அவன் எதுவும் செய்துவிடவில்லை எனக் கண்டு அமைதியடைந்தாள். படுக்கையில் கிடத்தி விட்டு முன்னறைக்குச் சென்றாள். அவனைப் பார்க்க விரும்பாதவளாக முகத்தைத் திருப்பிக் கொண்டு நாற்காலியில் அமர்ந்தாள். கவனமாகக் கைகளை மடியின் குறுக்கே கட்டிக் கொண்டாள்.

"சரி, இப்பவாவது சொல்!"

"என்ன சொல்ல?"

"பெயர்! ஆப்பிரிக்க மொழியில் நீர் அவளுக்கு இட்ட பெயர்!"

"கிஸ்ஸி!"

"கிஸ்ஸியா! அப்படியொரு பெயரை எங்கேயும் எப்போதும் கேட்டதில்லையே!"

கிஸ்ஸி என்கிற மாண்டிங்கா மொழிப் பெயருக்குப் பொருள் விளக்கமளித்தான். 'அமர்ந்திரு', 'ஓரிடத்திலேயே நிலைத்திரு' என்று பொருள். அதாவது, உனது முதலிரண்டு குழந்தைகளைப் போலல்லாமல், இந்தக் குழந்தை உன்னுடன் எப்பொழுதும் தங்க வேண்டும். உன்னிடதிலிருந்து பிரித்து விற்கப்பட்டுவிடக் கூடாது என்பது தான் எனது நோக்கம்."

பெல்லால் அமைதியடைய முடியவில்லை. "தொல்லைகள் தொடங்கப் போகின்றன!" என்றாள். ஆனால், குண்டாவின் கோபம் மீண்டும் தலைதூக்கியதை அறிந்து 'அடங்கிப் போவதே அறிவானது' என நினைத்தாள். கிப்பி என்கிற பாட்டியைப் பற்றி தனது தாய் கூறக் கேட்டது நினைவுக்கு வந்ததாகக் கூறினாள். குழந்தையின் பெயரும் அதே போல ஒலித்ததால், எஜமானுக்கு ஐயமெழுந்தால், அதைச் சொல்லி சமாளித்துக் கொள்ளலாமல்லவா!

அடுத்த நாள் காலையில் எஜமான் அவளைக் காண்பதற்காக உள்ளே நுழைந்த பொழுது தனது நடுக்கத்தை மறைத்துக் கொள்வதற்குப் பெரும்பாடு பட்டாள். நல்லியல்புடன் சிரிப்பை வரவழைத்துக் கொண்டு குழந்தையின் பெயரை அவரிடம் கூறினாள். வித்தியாசமான பெயராக இருந்ததாகக் கூறியவர் எதிர்ப்பாக எதுவும் பேசவில்லை. வெளியேறினார். 'அப்பாடா! நிம்மதி!!' பெருமூச்செறிந்தாள். எஜமான் பெரிய வீட்டிற்குத் திரும்பியவுடன், குண்டாவுடன் வண்டியில் நோயாளிகளைக் காணச் செல்வதற்கு முன், பூட்டியிருந்த அலமாரியைத் திறந்து, கறுப்புப் பேரேட்டை எடுத்தார். பண்ணை பற்றிய பதிவுகளுக்கு ஒதுக்கப்பட்ட பக்கத்தைத் திருப்பினார். பேனாவை மையில் தோய்த்தார். கறுப்பு எழுத்துக்களைப் பொறித்தார். "கிஸ்ஸி வேல்லெர், பிறந்த தேதி செப்டெம்பர் 12, 1790!"

69

"குட்டி நீக்ரோப் பொம்மை போல இருக்கிறாள்!" மூன்று நாட்கள் கழித்து பெல்லின் அடுக்களையில் பார்த்த குட்டி எஜமானி ஆன்னே மகிழ்ச்சியில் கைளைக் கொட்டி குதித்துக் கும்மாளமிட்டவாறு கூவினாள். "அவள் எனக்கு வேணும்!"

பெருமை பிடிபடாமல் பெல்லின் இதழ்கள் அகல விரிந்தன. "கண்ணே, அவள் அவளுடைய அப்பாவுக்கும் எனக்கும் உரியவள்! பெரியவளான பின் நீ விருப்பம் போல அவளுடன் விளையாடலாம்!"

அவளும் அப்படியே செய்தாள். வண்டியின் பயணம் பற்றி அறிவதற்காகவோ, பெல்லைப் பார்ப்பதற்காகவோ குண்டா அடுக்களைக்குச் சென்ற போதெல்லாம் கூடையிலிருந்த கிஸ்ஸியை தற்பொழுது நான்கு வயதாகிவிட்ட குட்டி எஜமானி கொஞ்சிக் கொண்டிருந்ததைக் கண்டான். "அழகுக் குட்டி! கொஞ்சம் பெரியவளானதும் ஏகப்பட்ட ஆட்டம் போடலாம்! இப்பவே சீக்கிரம் பெரியவளாகி விடு! கேட்குதா?" குண்டா எதுவும் சொல்லவில்லை. ஆனால், அவனுடைய மனத்தில் உறுத்தியது. அந்தப் பரங்கிக் குட்டி என் மகள் அவளுடைய கேளிக்கைக்காக ஏதோவொரு விநோதமான பொம்மையாக இந்த உலகத்தில்

உதித்ததைப் போல நினைத்துக் கொண்டிருக்கிறாளே! பெல் கூட என்னை ஒரு ஆம்பிளையாகவோ, குழந்தைக்கு அப்பனாகவோ மதிக்க மாட்டேனென்கிறாளே? என்னை விலைக்கு வாங்கியவனுடைய பெண்ணுடன் என் குழந்தை விளையாடினால் என் மனம் என்ன பாடுபடும் என்று சிந்திக்கிறாளா? குண்டா நொந்து கொண்டான்!

எஜமானுடைய உணர்வுகளுக்கு கொடுக்கிற அளவு அக்கறையை தன்னுடைய உணர்வுகளுக்கு அளிப்பதில்லை என்கிற எண்ணம் அவனை வருத்தியது. பிறந்த போதே தனது தாயுடன் இறந்து போன எஜமானுடைய சொந்தக் குழந்தையின் இழப்பை ஈடு செய்வதற்காகவே ஆன்னே பிறந்ததாக அன்றாடம் மாலைப் பொழுதுகளில் வீட்டிலிருந்த போது சொல்லி அங்கலாய்த்தாள்.

ஓர் இரவு மிகுந்த ஆதங்கத்துடன் அவனிடம் கூறினாள், "ஓ, ஆண்டவரே! அதைத் திரும்பவும் நினைத்துப் பார்க்கவே வருத்தமாக இருக்கிறது! அந்த அழகு எஜமானி பிரின்சிலா குஞ்சுப் பறவை போல இருந்தாள்! என்னைப் பார்த்து சிரித்தபடி ஏதோ பாடலை முணுமுணுத்துக் கொண்டு வயிற்றைத் தடவியவாறு வீட்டில் வலம் வந்தாள். ஆசை ஆசையாக குழந்தையை எதிர்பார்த்திருந்தாள்! பிறகு, அன்றைக்குக் காலையில் ஒரே ஒருமுறை ஓலமிட்ட கூச்சல் கேட்டது. அப்படியே செத்துப் போனாள்! அவளுடன் அந்தப் பிஞ்சுக் குழந்தையும் கூட! அதன் பிறகு எஜமான் சிரித்து ஒருநாள் கூட நான் பார்த்ததே இல்லை! குட்டி எஜமானி ஆன்னே பிறந்த பிறகு தான் அவர் முகத்தில் தெளிவு தெரிகிறது!"

எஜமானுடைய தனிமைக்காக குண்டா இரக்கப்பட்டதே இல்லை. ஆனாலும், ஓர் எண்ணம்! அவர் திருமணம் செய்து கொண்டாரென்றால் தம்பி பொண்ணுடன் விளையாடுவதற்கு நேரமிருக்காது! இந்தப் பண்ணைக்கு அவள் வருவதும் குறைந்து விடும்! கிஸ்ஸியுடன் விளையாடுவதற்கும் வாய்ப்பு இருக்காது அல்லவா!

"அவள் பிறந்ததிலிருந்து கவனித்துக் கொண்டு தானே இருக்கிறேன்! அந்தக் குட்டிப் பெண்ணை மடியில் வைத்துக் கொள்வதும், இறுக்கி அணைத்துக் கொள்வதும், கொஞ்சிப் பேசுவதும், தாலாட்டுப் பாடி உறங்கச் செய்வதும், உறங்கும் போது கூட படுக்கையில் விடாமல் தூக்கித் திரிவதுமாக கண நேரமும் விட்டுப் பிரிவதற்கு மனமில்லாமல் கொண்டாடுகிறார். அவள் இங்கிருந்தால் அவருடைய கண்பார்வை அவளை விட்டு நீங்குவதில்லை. அவளுக்குத் தன்னையே தகப்பனென்று நினைத்துக் கொண்டிருக்கிறார்."

கிஸ்ஸியைக் குறிப்பிடாமலேயே குண்டாவிடம் பெல் கூறுவதுண்டு. அவர்கள் இருவர் மீதும் எஜமானுக்கு அன்பு அதிகரிக்கச் செய்வதற்கு வாய்ப்புண்டு! முன்னைக் காட்டிலும் அடிக்கடி பெரியப்பா பண்ணைக்கு வருகை தருவாள். அவளுடைய அப்பா, அம்மாவுக்கும் அதில் வருத்தமிருக்காது. பெரியப்பாவிடம் தமது மகள் நெருக்கமாக இருப்பது நல்லது தானே! அவருடைய பணமும் அவர்களுக்கு நெருக்கமாகிவிடுமல்லவா! எஜமானுடைய தம்பி என்னதான் தன்னைப் பெரிய ஆளாகக் காட்டிக் கொண்டாலும் அண்ணனிடம் அடிக்கடி கடன் பெற்றதை அவள் அறிவாள்! குண்டாவிற்கும் அது தெரியும்! ஆனால்,

அவனைப் பொறுத்த வரை எந்தப் பரங்கி யாரைக் காட்டிலும் பணக்காரன் என்பதைப் பற்றியெல்லாம் கவலையில்லை! அவனைப் பொறுத்த வரை பரங்கியர் அனைவரும் ஒரே மாதிரியானவர்கள் தாம்!

நோயாளிகளையும் நண்பர்களையும் பார்ப்பதற்காக எஜமானுடன் வண்டியில் சுற்றித் திரிவது மட்டுமே தனது கடமை என்றிருந்த குண்டா, தற்பொழுது கிஸ்ஸி பிறந்த பிறகு அடிக்கடி எஜமான் மறுமணம் புரிந்து கொள்ள வேண்டுமென்கிற அவளுடைய விருப்பத்தை அவளுடன் பகிர்ந்து கொள்வதில், அவனுடைய நோக்கம் வேறுபட்ட போதிலும், ஆர்வம் காட்டினான். "இவ்வளவு பெரிய வீட்டில் தனியே வாழ வேண்டிய அவல நிலை! அதனால் தான் எப்பொழுதும் வெளியில் சென்று விடுகிறார். சென்ற முறை எஜமானி ஆன்னே வந்திருந்த பொழுது, அவளே கேட்டுவிட்டாள், 'வில்லியம் பெரியப்பா, உங்களுக்கு மட்டும் ஏன் மற்றவர்களுக்குப் போல மனைவி இல்லை?' பாவம்! அவருக்கு என்ன சொல்வதென்று தெரியவில்லை!"

பரங்கியர் பற்றிய செய்திகளை அறிந்து கொள்வதில் அவளுக்கிருந்த ஆர்வ மிகுதியை அவன் நன்கறிவான் என்ற போதிலும், குண்டா பெல்லிடம் தெரிவிக்கவில்லை. எஜமானுடைய வண்டி தமது வீடுகளின் நுழைவாயிலில் புகுந்தவுடனே பேராவலுடன் ஓடிச் சென்று அவரை வரவேற்ற பல பெண்டிரை அவன் கண்கூடாகக் கண்டான். எஜமானுடைய தீராத நோயாளி ஒருத்தியினுடைய பருத்த, கறுத்த சமையல்பெண் குண்டாவிடம் ஒருநாள் வெறுப்புடன் கூறினாள், "அந்தச் சிறுக்கிக்கு உனது எஜமானால் குணப்படுத்த முடியாத நோய் எதுவும் இல்லை. ஏற்கனவே தனது தீய செயல்களால் ஒருத்தனைக் கல்லறைக்கு அனுப்பிவிட்டவள்! இப்பொழுது உனது எஜமானை அடிக்கடி இங்கே சந்திப்பதற்காகவே நோயென்று நாடகமாடுகிறாள்! நமக்கெல்லாம் ஒன்றும் தெரியாது, நீக்ரோக்களெல்லாம் அவர்களுக்காக உழைப்பதற்கு மட்டுமே பிறந்த கழுதைகள் என்று நினைத்துக் கொண்டிருக்கிறாள்! அவர் கொடுக்கின்ற மருந்துகளை அவள் தொடுவது கூட கிடையாது." மற்றொருத்தி அவர் புறப்பட்ட பொழுது முன்வாசல் வரை, ஏதோ கீழே விழுந்துவிடப் போகின்றவளைப் போல, ஒரு கையால் அவருடைய தோளைப் பிடித்துத் தொங்கிக் கொண்டு, மறுகையால் வலுவற்றவளைப் போல விசிறிக் கொண்டு வந்ததுண்டு. ஆனால், அவரோ இரு பெண்களிடமும் விரைப்பாகவும் மருத்துவருக்குரிய இயல்புடனும் நடந்து கொண்டார். மற்ற நோயாளிகளுக்கு எடுத்துக் கொண்டதைக் காட்டிலும் மிகக்குறைந்த நேரத்திலேயே வெளியேறினார்.

மாதங்கள் உருண்டோடின. குட்டி எஜமானியினுடைய வருகை வாரம் மும்முறை நிகழ்ந்தது. ஒவ்வொருமுறையும் கிஸ்ஸியுடன் மணிக்கணக்கில் உறவாடினாள். குண்டாவால் செய்யக் கூடியது எதுவுமில்லை என்ற போதிலும் இருவரும் இணைந்திருப்பதைப் பார்ப்பதைத் தவிர்ப்பதற்கு முற்பட்டான். ஆனால், எங்கெங்கு நோக்கினும் அவர்கள் இருவரும் சேர்ந்து விளையாடிக் கொண்டிருந்ததையே காண முடிந்தது. 'சே! குட்டிப் பிசாசு! எப்போது பார்த்தாலும் என் மகளை செல்லமாகத் தட்டுவதும், முத்தமிடுவதும், இறுக்கி அணைப்பதுமாக

இருக்கிறாளே!' புழுங்கினான்! மூதாதையர் வழி வந்த ஆப்பிரிக்கப் பழமொழி ஒன்று நினைவுக்கு வந்தது. 'உடன் விளையாடிய எலிக்குஞ்சை ஒருநாள் பூனை தின்றுவிடும்!'

குட்டி எஜமானியினுடைய அடுத்தடுத்த வருகைக்கு இடைப்பட்ட பகல்களும் இரவுகளும் மட்டிலுமே குண்டாவுக்கு நிம்மதியாகக் கழிந்தன. கிஸ்ஸி தவழத் தொடங்கிய போது இளவேனில் நெருங்கிவிட்டது. மாலை வேளைகளில் வீட்டிலிருந்த போது, அரையாடை கட்டிய புட்டங்களை உயர்த்தி அவள் நகர்ந்ததைக் கண்டு மட்டற்ற மகிழ்ச்சியடைந்தனர். ஆனால், ஆன்னே புகுந்தவுடன் அவர்கள் ஒதுங்கிக் கொண்டனர். "வா, கிஸ்ஸி குட்டி! என்னை தொடு! வா! வா!'' என்று கூவியபடி அங்குமிங்குமாக விரைந்தாள். தன்மீது பொழிந்த கனிவாலும், ஆட்டத்தின் குதூகலத்தாலும் மழலைக் கெக்கலியுடன் கிஸ்ஸி அவளைத் தொடர்ந்து இயன்ற அளவு விரைவாகத் தவழ்ந்தாள். பெல் பூரித்துப் பொங்கினாள். அவளுக்குத் தெரியும்! எஜமானுடன் வெளியில் சென்றிருந்தாலும் இரவு வீட்டிற்குத் திரும்பியவுடன், இறுகிய முகத்துடன் உதடுகள் துடிதுடிக்க அவன் கேட்கக் கூடிய ஒரே கேள்வி, "ஆன்னே வந்திருந்தாளா?" இரவு முழுவதும் சூம்பிச் சுருங்கிக் கிடந்தான். பெல்லுக்கு எரிச்சலாக இருந்தது. எஜமானின் செல்லப் பெண் மீது அவன் கொண்டிருந்த வெறுப்புணர்வு கிஞ்சித்தேனும் அவருடைய காதுகளுக்கு எட்டிவிட்டால்? நினைத்துப் பார்க்கவே பெல் நடுங்கினாள்!

அவர்கள் இருவரும் உறவு கொண்டாடியதால் தீங்கு எதுவும் நேர்ந்து விடாது என்றும் அவன் அதனை ஏற்றுக் கொள்ள முயல வேண்டும் என்றும் குண்டாவுக்கு அமைவு கூற முற்பட்டாள். பிள்ளைப் பருவ கறுப்புத் தோழியரிடம் வெள்ளைப் பெண்டிரால் காட்டப்பட்ட உண்மையான நீடித்த அன்பை விவரித்தாள். "நீ வண்டியோட்டத் தொடங்கியதற்கு முன்பு, எனது எஜமானியைப் போலவே ஒரு வெள்ளைப் பெண் குழந்தையைப் பெற்றுப் போட்டு விட்டு செத்துப் போனாள். ஆனால், அந்தப் பெண்குழந்தை உயிருடன் இருந்தது. கறுப்புத் தாயொருத்தி தனது பெண்குழந்தையுடன் அவளுக்கும் பாலூட்டி வளர்த்தாள். அவர்கள் இருவரும் சகோதரிகளைப் போல வளர்ந்தனர். அவளுடைய அப்பா மறுமணம் செய்து கொண்டான். புதிய எஜமானிக்கு இரு பெண்களும் நெருக்கமாக இருந்தது பிடிக்கவில்லை. கணவனை நச்சரித்து கறுப்புப் பெண்ணை அவளுடைய தாயுடன் விற்கச் செய்தாள். வெள்ளையனுடைய மகளுக்கு அடிக்கடி வலிப்பு ஏற்பட்டது. நமது எஜமான் அடிக்கடி அழைக்கப்பட்டார். நோய் தீர்ந்தபாடில்லை! கடைசியாக, எஜமான் அவளுடைய தகப்பனிடம் விற்கப்பட்ட தாயும் மகளும் மீண்டும் வரவில்லை என்றால் நோய் முற்றி இறந்து விடுவாள் என்றார். வெள்ளையன் மனைவியைச் சவுக்கால் அடித்தான். அவர்களை விற்பதற்கு ஏற்பாடு செய்த அடிமை வணிகரை அணுகினார். பெரும் முயற்சியின் பேரில் ஏகப்பட்ட பணச் செலவில் தாயையும் மகளையும் மீட்டுக் கொணர்ந்தார். மகளையும் தாயையும் தனது பெண்ணுக்குரியவர்கள் என்று வழக்கறிஞரைக் கொண்டு ஆவணம் மூலம் உறுதிப்படுத்தினார். பல ஆண்டுகளாக, இப்பொழுதும், அவர்கள் தோழியராக வளர்ந்து பெரியவர்களாகி விட்டனர். வெள்ளைப் பெண்ணுக்கு முழுமையாக குணமடையாததால், இருவரும் திருமணம் செய்து கொள்ளாமல், கறுப்புப் பெண்

வெள்ளைத் தோழியைப் பேணிக் காத்து வருகிறாள்"

குண்டாவைப் பொறுத்த வரை, பெல் முன்வைத்த வாதுரை கறுப்பர்களுக்கும் வெள்ளையருக்கும் இடையிலான உறவுக்கு ஆதரவானது என்பதைக் காட்டிலும் எதிரானதாகவே பட்டது. பாவம், பெல்! அதனினும் வளமான வாதத்திறனுக்கு அவள் எங்கு செல்வாள்!

70

கிஸ்ஸி பிறந்த காலக் கட்டம் வரலாற்றுச் சிறப்பு வாய்ந்தது போலும்! அவ்வப்போது வெளியில் சென்று பண்ணைக்குத் திரும்பும் வாய்ப்புப் பெற்ற குண்டாவும் ஃபிடில்காரரும் மிகப் பெரிய கடலுக்கு அப்பாலிருந்த ஹாதே எனும் தீவைப் பற்றிய செய்திகளைக் கொணர்ந்தனர். முப்பத்தி ஆறாயிரம் வெள்ளையர்கள், பெரும்பாலும் பிரெஞ்சுக்காரர்கள், வாழ்ந்த அத்தீவிற்கு ஐந்து லட்சத்திற்கும் மேற்பட்ட கறுப்பர்களை ஆப்பிரிக்காவிலிருந்து அடிமைகளாகக் கொண்டு சென்று, கரும்புத் தோட்டங்களிலும், காபி, சாயப் பொருட்கள், கோகோ விளைந்த பெரும் பண்ணைகளிலும் உழைக்கச் செய்தனர். அங்கே அடிமைகளை வைத்துக் கொள்ள ஏதுவற்ற ஏழை வெள்ளையர்களை வெறுத்து ஒதுக்கி விட்டு பணக்கார வெள்ளையர்கள் மன்னர்களைப் போல வாழ்ந்ததாக எஜமான் தனது விருந்தினர்களிடம் கூறினார் என்று ஓர் இரவு பெல் தெரிவித்தாள்.

ஃபிடில்காரர் நக்கலாகச் சொன்னார், "நினைத்துப் பார்! இது போல யாராவது கேள்விப்பட்டிருக்கிறோமா?"

சிரித்துக் கொண்டே பெல் எஜமான் வீட்டில் பேசியதைத் தான் கேட்டறிந்தவாறு அவர்களிடம் விவரித்தாள். பல தலைமுறைகளாக, கறுப்பு இனப் பெண்களுடன்

வெள்ளையர்கள் உறவு கொண்டு கலப்பு இனத்தவரைப் பல்லாயிரக் கணக்கில் பெருக்கிவிட்டனர். அவர்கள் அனைவருக்கும் எஜமானரும் தந்தையருமான வெள்ளையர்கள் விடுதலையளித்தனர். அடுத்தடுத்த தலைமுறையைச் சேர்ந்தவர்கள் தம்மைவிட வெண்ணிறப் பெண்டிருடன் கலந்து வெள்ளையருக்கு இணையான நிறம் கொண்ட மக்களைப் பெற்றனர். அவர்கள் அலுவலர்களுக்குக் கையூட்டளித்து ஆப்பிரிக்கர்கள் என்பதைத் தவிர்த்து ஸ்பானியர், இந்தியர் என்கிற விதத்தில் போலி ஆவணங்களை உருவாக்கிக் கொண்டனர். காலப் போக்கில் பல வெள்ளையர்கள் கொடை ஆவணங்களாகவும் உயில் மூலமாகவும் விட்டுச் சென்ற நிலம் அத்தகைய கலப்பினத்தவரைச் சென்றடைந்தன. தற்பொழுது தீவின் ஐந்திலொரு பங்கு நிலம் கலப்பினத்தவர் கைவசம் உள்ளது. பணக்கார வெள்ளையர்களைப் போலவே அவர்களும் பிரெஞ்சு நாட்டில் சுற்றுலாக்கள் மேற்கொள்வதும் தமது பிள்ளைகளைக் கற்பிப்பதுமாக ஆடம்பர வாழ்க்கையில் திளைத்ததுடன் ஏழை வெள்ளையரை வெறுத்து ஒதுக்கினர். விருந்தினர்களை பீதியில் உறையச் செய்த எஜமான் கூறிய செய்தியை பெல் அடிமைகள் குடியிருப்பில் தெரிவித்த போது அனைவரும் மகிழ்ச்சி அடைந்தனர்.

ஃபிடில்காரர் குறுக்கிட்டு சில நாட்களுக்கு முன் வெள்ளையர்கள் கொண்டாட்டம் ஒன்றில் ஃபிடில் வாசிக்கச் சென்றிருந்த போது கேள்விப்பட்ட செய்திகளை விவரித்தார். ஹாதே தீவில் கலப்பு இனத்தவருடைய நடவடிக்கைகளால் பெரிதும் வெறுப்படைந்த ஏழை வெள்ளையர் பிரெஞ்சு அரசுக்குப் புகார் மனு அனுப்பினர். கலப்பு இனத்தவர் இரவில் வெளியில் தென்படக் கூடாது என்றும் தேவாலயங்களில் வெள்ளையருடன் சேர்ந்து உட்காரக் கூடாது என்றும் வெள்ளையர் அணியக் கூடிய உயர்ந்த வகைத் துணிகளை அணியக் கூடாது என்றும் சட்டம் இயற்றியது. அதே சமயத்தில், இரு வகை வெள்ளையரும் கலப்பு இனத்தவரும் தமக்குள் நிலவிய முரண்பாடுகளின் எதிரொலியாக அடிமைகளாகப் பாடுபட்ட ஐந்து லட்சத்திற்கும் மேற்பட்ட கறுப்பு இன மக்களின் மீது கொடூரமான ஒடுக்குமுறைகளைக் கையாண்டனர். நகரங்களில் வெள்ளையர்கள் அங்கிருந்த அடிமைகளைக் காட்டிலும் மிகவும் கொடுமையாக ஹாதே தீவில் கறுப்பர்கள் அல்லலுற்றதாகக் கூறிச் சிரித்ததைக் கேட்டதாக குண்டா தெரிவித்தான். கறுப்பர்களை அடித்துக் கொல்வதும் உயிருடன் புதைப்பதும் அன்றாட வாடிக்கையாகிவிட்டது என்றான். கருவுற்ற கருப்புப் பெண்டிரைக் கடுமையான வேலைகளில் ஈடுபடுத்தி கருச்சிதைவடையச் செய்தனராம்! பீதியடையச் செய்வதைத் தவிர வேறு பலன் எதுவும் இல்லை என்பதால் காட்டுமிராண்டித்தனமான கொடுமைகள் சிலவற்றை வெளியில் சொல்வதற்கு விரும்ப வில்லை என்றும் கூறினான். கறுப்பர்களின் கைகளைச் சுவற்றில் ஆணியறைந்து அவர்களுடைய காதுகளை அறுத்து வாயில் திணித்துத் தின்னும்படி வற்புறுத்தினர். பரங்கி எஜமானி ஒருத்தி அடிமைகளின் நாக்குகளை வெட்டச் செய்தாள். இன்னொருத்தி குழந்தையின் வாயில் துணியை அடைத்து பட்டினியால் சாகச் செய்தாள்.

கடந்த ஒன்பது, பத்து மாதங்களாக அது போன்ற கொடூரக் கதைகளைத் தொடர்ந்து கேள்விப்பட்டதன் விளைவாக, 1791ஆம் ஆண்டு, கோடைக்காலத்தில், நகரத்திற்குச்

சென்றிருந்த போது, ஹாதே தீவு கறுப்பர்கள் குருதிவெறியுடன் கலவரத்தில் ஈடுபட்டனர் என்று செவிப்பட்ட பொழுது குண்டா வியப்படையவில்லை. ஆயிரக்கணக்கானோர் ஒன்று திரண்டு எதிர்ப்பட்டோரை வதைத்தனர்; கழிகளைக் கொண்டு தாக்கினர்; வெள்ளையர் தலைகளை வெட்டினர்; குழந்தைகளைச் சீரழித்தனர்; பெண்டிரைக் கற்பழித்தனர்; பண்ணைகளிலிருந்த கட்டடங்களைத் தீக்கிரையாக்கினர். ஹாதே தீவின் வட பகுதி புகை மண்டலமாகவும் சாம்பல் மேடாகவும் காட்சியளித்தது. அஞ்சி நடுங்கித் தப்பியோடிய வெள்ளையர்கள் உயிர் பிழைப்பதற்குப் போராடினர். தனியே சிக்கிய கறுப்பர்களை வதைப்பதும், கொல்வதும், தோலை உரிப்பதுமாக எதிர்த்தாக்குதல் தொடுத்தனர். ஆனால், சீறிப் பாய்ந்து பரவிய கறுப்பர்கள் கிளர்ச்சியின் முன்னால் வெகு விரைவாக மடிந்து கொண்டிருந்த வெள்ளையர்களால் தாக்குப் பிடிக்க முடியவில்லை. எஞ்சிய ஒரு சிலரும் ஒளிவிடங்கள்தேடிப் பதுங்கினர் அல்லது தீவை விட்டுத் தப்பியோட முற்பட்டனர்.

ஸ்பாட்சில்வேனியா ஊரகப் பரங்கியர் அவ்வளவு கோபத்துடனும் அச்சத்துடனும் இருந்ததைத் தான் ஒருபோதும் கண்டதில்லை என்றான் குண்டா. ஃபிடில்காரர் கூறினார், “இதற்கு முன் இங்கே வெர்ஜீனியாவில் நடந்த எழுச்சியின் போது கூட அவர்கள் இவ்வளவு அஞ்சியதில்லை! நீ இங்கு வந்து இரண்டு, மூன்று ஆண்டுகளுக்குப் பிறகு நடந்தது. அப்பொழுது நீ யாருடனும் பேசிப் பழகவில்லை. அதனால் உனக்குத் தெரிந்திருக்க வாய்ப்பில்லை. ஒரு கிறிஸ்துமஸ் வேளையில், ஹனோவெர் ஊரகத்தின் நியூ வேல்ஸில் நடந்தது. நீக்ரோ இளைஞன் ஒருவனை ஒரு மேற்பார்வையாளன் அடித்து வீழ்த்தி விட்டான். அந்த நீக்ரோ துள்ளி எழுந்து கோடாரியைத் தூக்கிக் கொண்டு அவன் மீது பாய்ந்தான். குறி தவறிவிட்டது. மற்ற நீக்ரோக்கள் அந்தப் பரங்கியை அடித்துப்புடைத்தனர். முதல் நீக்ரோ குறுக்கிட்டு அவனுடைய உயிரைக் காப்பாற்றினான். குருதி கொட்ட அவன் காப்பாற்றும்படி கூச்சலிட்டபடி ஓடினான். அதற்கிடையில், வெறிகொண்ட நீக்ரோக்கள் வேறிரண்டு வெள்ளையர்களைக் கட்டி வைத்து அடித்தனர். கூட்டமாக வெள்ளையர்கள் துப்பாக்கிகளைத் தூக்கிக் கொண்டு விரைந்தனர். நீக்ரோக்கள் சேமிப்புக் கிடங்கிற்குள் பதுங்கிக் கொண்டனர். இதமாகப் பேசி அவர்களை வெளியில் இழுப்பதற்கு வெள்ளையர்கள் முயன்றனர். ஆனால், அவர்கள் கட்டைகளையும் பீப்பாய் பலகைகளையும் கொண்டு வெளியில் சென்று தாக்கத் தொடங்கினர். முடிவில், இரண்டு நீக்ரோக்கள் சுட்டுக் கொல்லப்பட்டனர். இரு தரப்பிலும் ஏராளமானோர் காயமுற்றனர். இராணுவக் காவல் பணிக்கு ஆணையிடப்பட்டது. அடக்குமுறைச் சட்டங்களை அமுல்படுத்தினர். ஒருவழியாக கலவரம் ஓய்ந்தது. இப்பொழுது நடக்கின்ற ஹாதே கிளர்ச்சி இங்குள்ள வெள்ளையருக்குப் பழைய நிகழ்வுகளை நினைவுபடுத்தியுள்ளது. சரியானதொரு பொறி சரியான கணத்தில் பற்றிக் கொண்டால் ஹாதேயைப் போலவே வெர்ஜீனியாவிலும் நீக்ரோக்களுடைய உரிமைகளுக்கான கிளர்ச்சித் தீ பரவிவிடும் என்பதை அவர்கள் நன்கு அறிவர்.” அந்த எண்ணமே அவருடைய நாவில் தித்தித்ததை முகம் காட்டியது!

வண்டியோட்டிச் சென்ற நகரங்களிலும் சாலைகளின் சந்திப்புகளில் இருந்த கடைகளிலும், உணவகங்களிலும், தேவாலயங்களிலும், அவன் சென்ற அனைத்து

இடங்களிலும் கூட்டமாகவோ, தனியாகவோ தென்பட்ட வெள்ளையரிடம் பதைபதைப்பையும் அச்சத்தையும் காண முடிந்தது. கறுப்பர் எவரேனும் கடந்து சென்ற பொழுது பரங்கியருடைய முகங்கள் கோபத்தால் சிவந்திருந்ததையும், பயத்தால் வெளுத்துப் போனதையும் மாறி, மாறிப் பார்த்தான். எஜமான் கூட செல்ல வேண்டிய இடத்தை, அதுவும் சொரத்தின்றி ஒருவித இறுக்கத்துடன் தெரிவிப்பதைத் தவிர வேறு எதுவும் பேசுவதில்லை. ஒரு வார காலத்திற்குள் ஸ்பாட்சில்வேனியா இராணுவம் சாலைகளில் கண்காணிப்புப் பணியைத் துவக்கியது. கண்ணில் பட்ட கறுப்பர்களிடம் செல்கின்ற இடத்தை விசாரிப்பதும், பயண அனுமதிச் சீட்டை சோதிப்பதும், சந்தேகப்பட்டவர்களை அடிப்பதும், சிறையில் தள்ளுவதுமாக ஒடுக்குமுறை நடவடிக்கைகளைத் தொடங்கினர். அப்பகுதி எஜமானர்கள் கூட்டத்தைக் கூட்டி, ஆண்டுதோறும் கொண்டாடப்பட்ட அறுவடை நாள் கேளிக்கைகள் கறுப்பர்களுக்குத் தள்ளுபடி செய்யப்பட்டது. அத்துடன், தாம் பாடுபட்ட பண்ணைகளுக்கு அப்பால் அவர்கள் கூடுவதற்கும் அனுமதி மறுப்பதென முடிவெடுக்கப்பட்டது. பண்ணைக்குள் கூட அடிமையர் குடியிருப்பில் நடந்த நடனங்களும், தொழுகைக் கூட்டங்களும் மேற்பார்வையாளனாலோ, வேறொரு வெள்ளையனாலோ கண்காணிக்கப்பட்டது. அடிமைகள் குடியிருப்பில் பெல் தெரிவித்தாள், "எஜமான் அதை என்னிடம் கூறியபோது, ஆன்ட் சுகேயும், சகோதரி மாண்டேயும் நானும் சேர்ந்து ஞாயிற்றுக் கிழமைகளிலும், வாய்ப்புக் கிடக்கும் மற்ற சமயங்களிலும் தொழுகை நடத்தப் போவதாக அவரிடம் சொன்னேன். அவர் எங்களைக் கண்காணிப்பது பற்றி எதுவும் கூறவில்லை. எங்களுக்குத் தொழுவதற்கான முழுஉரிமை கிடைத்துவிட்டது!"

குண்டாவுடனும் கிஸ்ஸியுடனும் வீட்டில் தனியாக இருந்த பல இரவுகள் எஜமான் படித்து முடித்த செய்தித்தாள்களில் துழாவி அண்மைக்காலச் செய்திகளை எழுத்துக் கூட்டிப் படித்துத் தெரிந்து கொண்டாள். மணிக்கணக்கில் பெருமுயற்சியுடன் படித்து அறிந்தவற்றை குண்டாவிடம் கூறினாள். "உரிமைகளைப் பற்றிய சட்டம் எதையோ இயற்றியுள்ளனர். அதற்கு பேரரசருடைய ஒப்புதலும் கிடைத்திருக்கிறது. ஹாதேயில் நடந்த பல்வேறு நிகழ்வுகளைப் பற்றிய செய்திகளும் இருந்தன. ஆனால், அவை ஏற்கனவே செவிவழிச் செய்தியாக அறியப்பட்டவை. அவற்றின் சுருக்கமாகச் சொல்வதென்றால், அத்தகைய அடிமைகள் கிளர்ச்சி உள்நாட்டிலும் பரவி விடாமல் தடுப்பதற்காகத் தடைச் சட்டங்கள் பல கடுமையாக நடைமுறைப் படுத்தப்பட்டன. தாள்களை மடித்து ஓரமாக வைத்து விட்டு, "உன்னையும் என்னையும் விலங்குகளைப் பூட்டி சிறையில் தள்ளுவதைத் தவிர அனைத்தையும் செய்து விட்டனர் என்று நினைக்கிறேன்!"

அடுத்த ஓரிரு மாதங்கள் ஹாதே பற்றிய செய்திகள் ஒருவாறு தணிந்திருந்தன. தென்பகுதி முழுவதும் பதட்டநிலை மட்டுப்பட்டு, படிப்படியாக இயல்பு நிலைக்குத் திரும்பி ஒடுக்குமுறைகளின் கிடுக்கிப்பிடிகள் தளர்த்தப்பட்டன. அறுவடைப் பருவம் தொடங்கிவிட்டது. பருத்தி விளைச்சலும் முன்னெப்பொழுதையும் விட கூடுதலாக இருந்தது; ஏகப்பட்ட விலையும் கிடைத்தது. பெருமை பிடிபடாத எஜமானர்கள் ஒருவரை ஒருவர் பாராட்டிக் கொண்டனர். நடன நிகழ்ச்சிகளும் கொண்டாட்டங்களும் நிகழ்ந்த பெரிய வீடுகளுக்கு ஃபிடில் வாசிப்பதற்காக

ஃபிடில்காரர் அனுப்பப்பட்டார். குடிசைக்குத் திரும்பியவருக்குப் பகல் பொழுது முழுவதும் தூங்குவதிலேயே கழிந்து விட்டது. "பருத்தி விளைச்சலில் ஏகப்பட்ட பணம் கிடைத்ததால் எஜமானர்கள் நடனமாடியே செத்துப் போவாங்க போலிருக்கே!", குண்டா வியந்தான்.

அந்தப் பேருவகை வெள்ளையருக்கு நெடுங்காலம் நீடிக்கவில்லை. விரைவிலேயே அவர்களுடைய மகிழ்ச்சி பறிக்கப்படும் விதமாக நிகழ்வுகள் தொடர்ந்தன. வடக்கே ஏற்படுத்தப்பட்டதைப் போல, தெற்கிலும் 'வெள்ளை இனத் துரோகிகள்' அடிமைமுறைக்கு எதிரான சங்கங்களை ஏராளமாகத் தோற்றுவித்து விட்டதாக ஊரக அலுவலகத்தில் எஜமானர்கள் சீற்றத்துடன் கத்திக் கொண்டிருந்தனர். மிகுந்த ஐயப்பாட்டுடன் தான் கேள்விப்பட்டதை பெல்லிடம் கூறினான். எஜமானுடைய செய்தித்தாள்களில் தானும் அது பற்றிப் படித்ததாகவும், ஹாதே கிளர்ச்சியின் எதிரொலியாகவே அத்தகைய முன்னேற்றங்கள் நிகழ்ந்ததாகவும் அவள் விளக்கினாள்.

"வெள்ளையர்களிலும் நல்லவர்கள் சிலர் உள்ளனர் என்பதை உனக்குத் தெரிவிக்கத் தான் நானும் முயன்று வருகிறேன். உன்னைப் போன்ற ஆப்பிரிக்க நீக்ரோக்களுடன் இங்கு வந்தடைந்த முதல் கப்பலுக்கே அவர்கள் எதிர்ப்புத் தெரிவித்தனர்." பெல் சொன்னதும், குண்டாவுக்கு திகைப்புத் தோன்றியது. "இவளுடைய பாட்டன் பூட்டனெல்லொம் எங்கிருந்தார்களாம்!" ஆனால், அவள் பிறழ் உணர்வுச் சுழலுக்குள் சிக்கிக் கொண்டாளென்று விட்டு விட்டான். "அதுபோன்ற செய்திகள் தாள்களில் வந்து கொண்டு தான் இருக்கின்றன. ஆனால், எஜமானர்கள் அவர்களை நாட்டின் எதிரிகள் என்று கூப்பாடு போடுகின்றனர். அடிமைமுறைக்கு எதிரான எஜமானர்கள் தாம் சிந்தித்து அறிந்தவற்றைக் கூறுகின்றனர் என்பது குறிப்பிடத்தக்கது. மற்ற எஜமானர்களும் அவர்களுடைய பேச்சில் உண்மை இருக்குமோ என்று கருதத் தொடங்கிவிட்டனர்." குண்டாவை உற்றுப் பார்த்து விட்டுக் கூறினாள், "குறிப்பாக, அவர்கள் தம்மை கிறிஸ்தவர்கள் என்கின்றனர்!"

அவள் குண்டாவை மீண்டும் நோட்டமிட்டாள். ஒருவித கள்ளத்தனம் அவளுடைய கண்களில் மின்னியது. "ஆன்ட் சுகேயும், சகோதரி மாண்டேயும் நானும் ஞாயிற்றுக்கிழமைகளில் எதைப் பற்றிப் பேசிக் கொண்டிருக்கிறோம் என்று நீ நினைக்கிறாய்? பாட்டுப் பாடி தொழுது கொண்டிருக்கிறோம் என்று எஜமான் நினைத்துக் கொண்டிருக்கிறார்! வெள்ளையர்களுடைய நடவடிக்கைகளைப் பற்றி உன்னிப்பாகக் கவனித்துக் கொண்டிருக்கிறோம். குவாக்கர்ஸ்களை எடுத்துக் கொண்டால், புரட்சிக்கு முன்பிருந்தே அடிமைமுறைக்கு எதிராக இங்கே வெர்ஜீனியாவிலேயே குரல் கொடுத்துக் கொணடிருந்தனர். அவர்களில் நிறையப் பேர் ஏராளமான நீக்ரோக்களை வைத்திருந்தனர். நீக்ரோக்களும் மனிதர்கள், மற்றனைவரையும் போல அவர்களும் அனைத்து உரிமைகளுக்கும் உரியவர்கள் என்று மதகுருக்கள் பரப்புரை செய்தனர். பின்னர், ஏராளமான நீக்ரோக்கள் விடுதலை செய்யப்பட்டனர் என்பது உனக்கே தெரியும். வடக்கே தப்பித்துச் செல்வதற்குப் பெரிதும் உதவினர். அதன் பின்னரும் அடிமைகளை வைத்திருந்த

குவாக்கர்களை தேவாலயத்திலிருந்து விலக்கி வைக்கப் போவதாகத் தெரிவித்தனர். அதனுடைய விளைவாகத் தான் இப்பொழுது புதிய சங்கங்கள் ஏராளமாகத் தோற்றுவிக்கப்பட்டுள்ளன!

"சீர்திருத்தவாதிகள் அதற்கடுத்து சிறந்த முறையில் செயல்பட்டனர். கடந்த பத்து, பதினோறு ஆண்டுகளுக்கு முன்பு அவர்கள் பால்டிமோரில் மிகப் பெரிய கூட்டத்தைக் கூட்டி அடிமைமுறை ஆண்டவருடைய நியதிகளுக்குப் புறம்பானது என்று தீர்மானித்தனர். கிறிஸ்தவர்கள் என்று தம்மை அழைத்துக் கொள்கிற எவரும் அடிமைகளை வைத்திருக்க மாட்டார்கள் என்று வற்புறுத்தினர். சீர்திருத்தவாதிகளும் குவாக்கர்களும் தான் தேவாலயங்களில் நீக்ரோக்கள் விடுதலைக்கான சட்டத்தை ஏற்படுத்த காரணமானவர்கள். நமது எஜமானைப் போன்ற வேல்லெர் குடும்பத்தினர் மட்டும் இதில் அரை மனத்துடன் இருக்கின்றனர். கிறிஸ்தவ சமயத்தின் வேறு பிரிவினர்களான அவர்கள் தமது தொழுகை முறைக்கு அனுமதி பெறுவதிலேயே கவனமாக உள்ளனர். இந்த நிலைமையில் நீக்ரோக்கள் உரிமையைப் பற்றி எங்கே சிந்திக்கப் போகிறார்கள்?"

வெள்ளையர்கள் அடிமைமுறைக்கு எதிராகக் குரல் கொடுத்தனர் என்று எஜமானுடைய செய்தித்தாள்களில் படித்துவிட்டு பெல் முன்வைத்த செய்திகளுக்கு ஆதரவாக ஒரு வெள்ளையனுடைய கருத்தைக் கூட கேட்கக் கூடிய வாய்ப்பு குண்டாவிற்குக் கிட்டவில்லை. 1792ஆம் ஆண்டு வசந்தத்திலும் கோடை காலத்திலும், எஜமான் தனது வண்டியில் தூர நிலத்தைச் சேர்ந்த பெரும் பணக்காரர்கள், வழக்கறிஞர்கள், வணிகர்கள் சிலருடன் பயணம் செய்தார். தவிர்க்கவியலாத நேரங்களில் மட்டுமே பிற செய்திகளைப் பேசினர். மற்ற நேரம் முழுவதும் கறுப்பர்களுக்கு எதிரான பிரச்சினைகளைப் பற்றியே அவர்களுடைய உரையாடல் சுற்றிச் சுழன்றது.

ஆப்பிரிக்கர்களை வெற்றிகரமாகக் கையாள விரும்பிய வெள்ளையர்கள் அவர்களைப் பற்றி எப்படிப் புரிந்து வைத்திருந்தனர் என்பதை குண்டா முழுமையாகத் தெரிந்து கொண்டான். 'ஆப்பிரிக்கர்கள் காடுகளில் விலங்குகளுடன் வாழ்ந்தவர்கள். மடத்தனத்திலும், சோம்பலிலும், தூய்மையற்ற பழக்க வழக்கங்களிலும் மரபு வழியாகவே ஊறிப் போனவர்கள். அவர்களுக்கு ஒழுங்குமுறையையும், நீதிநெறியையும், செய்கிற வேலையில் ஈடுபாட்டையும் கற்பிக்க வேண்டியது ஆண்டவரால் ஆசீர்வாதிக்கப்பட்ட மேலாதிக்கம் பெற்ற உண்மையான கிறிஸ்தவனுடைய கடமை! அதற்காகத் தேவைப்பட்ட சட்டங்களையும் தண்டனைகளையும் விதித்துக் கொள்ளலாம். தகுதியுள்ளோருக்கு ஊக்கமும் வெகுமதியும் கூட வழங்கப்பட வேண்டும்!

'வெள்ளையருடைய நடவடிக்கைகளில் தொய்வு ஏற்பட்டால், கீழ்த்தரமான மக்களுக்கே உரித்தான நேர்மையற்ற போக்கும், சூழ்ச்சியும், சதிவேலைகளும் மலிந்து விடுவன. அடிமைமுறைக்கு எதிரான சங்கங்களும் அவர்களைப் போன்றோரும் தமக்கென பண்ணைகளோ, அடிமைகளோ இல்லாததால் வெற்றுக் கூச்சல் போடுகின்றனர். அடிமைகளை வைத்து வேலை வாங்குவதில் உள்ள ஏரா்ளமான இன்னல்களையும் சிக்கல்களையும் அவர்கள் அறிய மாட்டார்கள்.'

எஜமானுடைய நண்பர்களுடன் அவர் நிகழ்த்திய உரையாடல்கள் குண்டாவிற்கு அவர்களைப் பற்றிய யதார்த்தத்தை அறிய உதவின. அதுபோன்ற அறிவுக்குப் பொருந்தாத கூச்சலைத் தான் எங்கு திரும்பினாலும் நெடுங்காலமாகக் கேட்க முடிந்தது. காலப்போக்கில் அவற்றில் கவனம் செலுத்துவதையே கைவிட்டான். ஆனால், சில நேரங்களில், வண்டியோட்டிக் கொண்டே தன்னைத் தானே கேட்டுக் கொண்டதுண்டு. ஏன் நம் மக்கள் ஆப்பிரிக்காவில் கால் வைத்த ஒவ்வொரு பரங்கியையும் வெட்டி வீழ்த்தாமல் விட்டு விட்டனர்? அந்தக் கேள்விக்கு ஏற்றுக் கொள்ளும் விதமாக சரியான பதில் அவனுக்குக் கிடைக்காமலே போயிற்று!

71

ஆகஸ்ட் மாதக் கடைசியில் புழுக்கம் மிகுந்த மதிய வேளையில் ஆன்ட் சுகே ஃபிடில்காரருடைய தக்காளிச் செடிகளை ஒதுக்கிக் கொண்டு இடைவெளியில் புகுந்து வேக, வேகமாக அவரைத் தேடிச் சென்றாள். தோட்டக்காரரைக் காணாமல் பெரிதும் கவலைப்பட்டதாக மூச்சிரைக்கக் கூறினாள். அவர் காலை உணவு சாப்பிடுவதற்காக தனது வீட்டிற்கு வராததைக் கண்டு கொள்ளாமல் விட்டு விட்டதாகவும், மதியமும் வராததால் நிலைமையை அறிந்து கொள்ள அவருடைய வீட்டிற்குச் சென்று உரத்த குரலில் கூவியும் கதவைத் தட்டியும் பதிலேதும் இல்லை என்றும் அவரைப் பற்றி ஃபிடில்காரருக்கு ஏதேனும் தெரியுமா என்று அறிய விரும்பியதாகவும் மூச்சு விடாமல் கொட்டினாள். அவரோ தெரியாது என்றார்.

"அங்கே செல்வதற்கு முன்பே எனக்கு ஏதோவொரு விதத்தில் தெரிந்து விட்டது!" என்றார் ஃபிடில்காரர். எஜமானுடன் வண்டியில் திரும்பி வந்து கொண்டிருந்த பொழுது தனது மனத்திலும் இனம்புரியாத உணர்வு தட்டுப்பட்டதாக குண்டா கூறினான். ஃபிடில்காரர் தொடர்ந்தார், "அமைதியாகப் படுத்திருந்தது போலக் கிடந்தார். முகத்தில் மெல்லிதாகப் புன்னகை தெரிந்தது. அவர் தூங்கிக் கொண்டிருந்ததாகத் தான் எனக்குத்

தோன்றியது. ஆனால், சுகே அவர் சுவர்க்கத்தில் விழித்துக் கொண்டார் என்றாள். வயல்களில் வேலை செய்து கொண்டிருந்தவர்களிடம் துக்கச் சேதியைத் தெரிவிப்பதற்காகச் சென்றேன். கங்காணி கேடோ என்னுடன் திரும்பி உடலைக் கழுவி, குளிர்பதனப் பெட்டியில் வைப்பதற்கு உதவினான். பிறகு, அவர்கள் தமது மரபுப்படி துக்கத்தின் அடையாளமாக அவருடைய வியர்வை படிந்த தொப்பியை குடிசைக்கு வெளியே தொங்க விட்டனர். வயலில் பாடுபட்டுக் கொண்டிருந்தவர்கள் இறுதி மரியாதை செலுத்துவதற்காக குடிசை முன்பு திரண்டனர். கேடோவும் வயல்வேலை செய்பவர் ஒருவரும் குழி தோண்டுவதற்குச் சென்றனர்.”

குண்டாவிற்கு இரண்டு விதமான துயரம்! தோட்டக்காரர் இறந்து விட்டதற்காக மட்டுமின்றி கிஸ்ஸி பிறந்ததிலிருந்து அவரைச் சந்திப்பதே அரிதாகிப் போனதை எண்ணியும் வருந்தினான். இனிமேல் சந்திக்க இயலாத ஆற்றாமையால் வெதும்பியவன் காலம் கடந்து விட்டது என்று மறுகினான். வீட்டில் பெல் அழுது கொண்டிருந்தாள். அழுது கொண்டே அவள் கூறிய செய்தி அவனைத் திகைக்கச் செய்தது. “நான் எனது அப்பாவைப் பார்த்ததில்லை. அவரை என் அப்பாவாக நினைத்துக் கொண்டிருந்தேன். ஆனால், அவரிடம் அதைச் சொன்னதில்லை. அவரில்லாத இப்பகுதியில் பழைய பொலிவை இனிமேல் காண முடியாது!”. குண்டாவும் பெல்லும் இரவு உணவை அமைதியாகச் சாப்பிட்டு முடித்தனர். இலையுதிர் கால இரவுக் குளிருக்கு இதமாக கிஸ்ஸியை போர்வையால் சுற்றித் தம்முடன் எடுத்துக் கொண்டு பின்னிரவு வரை இறந்தவருடன் இருப்பதற்காக மற்றவர்களுடன் இணைந்தனர்.

ஒரு மணிநேரம் தொழுகையும் மெல்லிய குரலில் பாடல் இசைப்பதும் நிகழ்த்தப்பட்டது. மடியில் கிடந்த கிஸ்ஸி அமைதியற்று சிணுங்கிக் கொண்டிருந்ததால் குண்டா மற்றவர்களிடமிருந்து சற்றே ஒதுங்கி உட்கார்ந்து கொண்டான். பிறகு, முணுமுணுக்கத் தொடங்கினர். சகோதரி மாண்டே கேட்டாள். “யாரிடமாவது தனது சொந்த பந்தங்களைப் பற்றி எப்போதாவது தெரிவித்தாரா?” ஃபிடில்காரர் கூறினார், “ரொம்ப நாளைக்கு முன்பு ஒரே ஒருமுறை தனது அம்மாவைப் பார்த்ததே இல்லை என்றார். அதைத் தவிர அவருடைய குடும்பத்தைப் பற்றி எதுவும் கேள்விப்பட்டதில்லை.” ஃபிடில்காரர் தான் அவருடன் மிகவும் நெருக்கமாக இருந்தார் என்பதாலும் அப்படி யாரேனும் இருந்தால் அவருக்கு மட்டிலுமே தெரிந்திருக்கக் கூடும் என்பதாலும் செய்தி சொல்லி அனுப்ப வேண்டிய அவசியம் இல்லை என்று முடிவு செய்தனர்.

மற்றுமொரு தொழுகை நடத்தப்பட்டது. மீண்டும் ஒரு பாடல் இசைக்கப்பட்டது. பிறகு, சுகே சொன்னாள், “அவர் எப்பொழுதுமே வேல்லெர் குடும்பத்தினருக்கு அடிமையாக இருந்துள்ளார். நமது எஜமான் பையனாக இருந்த போது அவருடைய தோள்களில் சவாரி செய்ததாகக் கூறினார். அதனால் தான் அவருக்கென்று தனியே பெரிய வீடு கிடைத்தவுடன் கிழவரைத் தன்னுடன் அழைத்துக் கொண்டார் என்று நினைக்கிறேன்!”

பெல் தெரிவித்தாள், “எஜமான் மிகவும் வருத்தப்பட்டார். நாளை அரை

நாள் எவரும் வேலைக்குச் செல்ல வேண்டாம் என்று உங்களிடம் சொல்லச் சொன்னார்."

வயல் வேலை செய்த ஆதா பேசினாள். அவளுக்குப் பக்கத்தில் துயரத்தை உணர்ந்து கொள்ள முடியாத அவளுடைய மகன் நோவா உட்கார்ந்திருந்தான். "அவருடைய உடலடக்கம் முறையாக நடக்கப் போகிறது. இறந்தவரை நல்லடக்கம் செய்வதற்கு முன் அனைவரும் சென்று அஞ்சலி செலுத்தட்டும் என்று எஜமானர்கள் நீண்ட நேரம் விடுப்பு அனுமதிப்பது வழக்கம் தான்."

"ஆமாம்! வேல்லெர் குடும்பத்தினர் மிகவும் நல்லவர்கள். எனவே, அதைப் பற்றிய கவலை வேண்டாம்!" பெல் கூறினாள்.

பணக்காரப் பண்ணை முதலாளிகள் தம்மிடம் நீண்ட காலம் சமயலாளராகத் தொண்டு செய்தோருக்கும், தமது குடும்பத்தின் இரண்டு, மூன்று குழந்தைகளுக்குப் பாலூட்டி வளர்த்த முதிய தாய்மார்களுக்கும் விரிவான நல்லடக்கச் சடங்குமுறைகளைச் செய்தது பற்றி அனைவரும் பேசத் தொடங்கினர். "அவர்களை வெள்ளையர்கள் தமது கல்லறைகளில் அடக்கம் செய்து அவர்கள் அடக்கம் செய்யப்பட்ட இடத்தை அடையாளம் காட்டுவதற்காக கல்வெட்டுக்கள் பொறிப்பதும் உண்டு"

'உயிருடன் இருந்த பொழுது வாழ்நாள் முழுவதும் உடலையும் உயிரையும் வருத்திப் பாடுபட்டவர்களுக்கு செத்த பிறகாவது மதிப்புத் தருகிறார்களே' குண்டா நொந்து கொண்டான். தோட்டக்காரர் முதலாளியினுடைய பெரிய வீட்டிற்கு கட்டிளம் காளையாக தொழுவம் பராமரிக்கும் வேலைக்கு வந்ததாகவும், தன்னை ஒரு குதிரை கடுமையாக உதைத்த வரை பல ஆண்டுகள் அந்த வேலையைத் தொடர்ந்து கவனித்து வந்ததாகவும் அவனிடம் கூறியிருந்தார். இருப்பினும், அதே வேலையைத் தொடர்ந்து செய்தார். ஆனால், அவருடைய உடல் நாளுக்கு நாள் வலுவிழந்து நைந்தது. ஒரு நாள் அவருடைய இறுதிக் காலம் வரையிலும் அவரால் இயன்ற வேலையைச் செய்யுமாறு முதலாளி கூறிவிட்டார். குண்டாவின் உதவியுடன் தோட்டத்தில் காய் கனிகளை விளைவித்து வந்தார். அவருடைய உடல் மேலும் மேலும் நலிவுற்றதால், மூட்டு வலி முற்றி விரல்கள் மரத்து முடங்கிப் போகும் வரை சோளத் தட்டைகளிலிருந்து தொப்பிகள் பின்னுவதும், நாற்காலி இருக்கைகளுக்கு மெத்தைகள் தைப்பதும், விசிறிகள் செய்வதுமாக காலங் கழித்தார். மற்றொரு பெரிய வீட்டில் அவ்வப்போது தனது கண்ணில் பட்ட இன்னொரு கிழவரை குண்டா நினைத்துக் கொண்டான். நீண்ட காலத்திற்கு முன்பே அவருக்கு ஓய்வு அனுமதிக்கப்பட்டு விட்டது. ஆனாலும், சில கறுப்பு இளந்தாரிகளிடம் தன்னை தோட்டத்தில் கொண்டு விடும்படி கேட்டு, தனக்கு இணையான வயதுள்ள முடங்கிப் போன தனது வாழ்நாள் முதலாளியம்மாவின் மலர்ப்படுகையில் முளைத்திருந்த களைகளை ஒருபக்கமாக ஒருக்களித்துப் படுத்தவாறு பறித்தார். அவர்கள் கொடுத்து வைத்தவர்கள் என்பதையும் குண்டா நன்கு அறிவான். பல வயசாளிகள் முன்பு போலவே தமக்கு ஒதுக்கப்பட்ட வேலையைச் செய்து முடிக்கவில்லை என்பதற்காகக் கடுமையாக அடிக்கப்பட்டதையும், கடைசியில், வீணாப்போன ஏழை வெள்ளையர்களிடம் இருபது, முப்பது டாலர் விலைக்கு

விற்கப்பட்டதையும், அவர்களையும் பண்ணையாட்களாகப் பயன்படுத்திக் கொள்ளும் வெறியுடன் விலைக்குப் பெற்றவர்கள் செத்து மடியும் வரை வேலை வாங்கியதையும் குண்டா கேள்விப்பட்டிருந்தான்.

சுற்றிலும் அமர்ந்திருந்த அனைவரும் எழுந்தவுடன் குண்டா சிந்தனையிலிருந்து விடுபட்டான். இறுதித் தொழுகை நடத்தப்பட்டது. விடிவதற்கு முன் சற்று நேரம் கண்ணயர எண்ணி சோர்வுடன் வீடு திரும்பினர்.

விடிந்தவுடன் ஃபிடில்காரர் முதலாளியினுடைய தந்தை முன்னொரு காலத்தில் தோட்டக்காரருக்குக் கொடுத்த நைந்து போன பழைய குப்பாயத்தையும் சராயையும் அவருக்கு அணிவித்தார். ஏனைய சில ஆடைகள் எரிக்கப்பட்டன. செத்தவர்களுடைய ஆடைகளை யாரேனும் அணிந்தால் விரைவில் மரிப்பர் என்று பெல் குண்டாவிடம் கூறினாள். அகலமான பலகையின் இருமுனைகளையும் கோடாரியால் கூராகச் செதுக்கி கேட்டோ அதன் மீது உடலை வைத்து இறுக்கிக் கட்டினான்.

சற்று நேரத்தில் முதலாளி பெரிய வீட்டிலிருந்து பெரிய கறுப்புப் பைபிளுடன் வெளிப்பட்டார். கழுதை ஒன்று பலகை மீதிருந்த உடலைச் சுமந்து சென்றது. கறுப்பர்கள் ஒருவிதமான அசைவுகளுடன் மெதுவாக நடந்து பின்தொடர்ந்தனர். முதலாளி அவர்களுக்குப் பின்னால் நடந்தார். குண்டா அதுவரை கேட்டறியாத பாடலைப் பாடிக் கொண்டே சென்றனர். “காலை வேளையில் நான் அங்கே செல்லும் போது என் யேசுவே துதி பாடுவேன்! காலை வேளையில் நான் எழும் போது யேசுவே துதி பாடுவேன்!” அடிமைகள் இடுகாட்டை அடையும் வரை அந்தப் பாடலைப் பாடினர். மற்ற சமயங்களில் அங்கே பேய், பிசாசு இருப்பதாகப் பயந்து செல்ல மாட்டார்கள். தனது நாட்டில் தீய ஆவி எனப்படுவதைப் போன்றது என குண்டா நினைத்துக் கொண்டான். ஆப்பிரிக்காவிலும் இடுகாட்டிற்குச் செல்வதைத் தவிர்த்தனர். அச்சத்தால் அல்ல. அங்கு உறங்கிய தமது மூதாதையருக்குத் தொல்லை நேரும் என்றெண்ணினர்.

கல்லறையின் ஒருபக்கம் முதலாளி நின்றார். மறுபக்கம் அவருடைய அடிமைகள் நின்றனர். ஆன்ட் சுகே தொழுதாள். பிறகு, வயல் வேலை செய்த இளம் பெண்ணொருத்தி ஒப்பாரி பாடினாள். “பாடுபட்டுழைத்த என் ஆன்மாவே வீட்டிற்கு விரைந்து போ! சொர்க்கத்திலிருந்து இன்று அழைப்பு கேட்டேன்! விரைந்து போய்விடு, பாடுபட்டுழைத்த என் ஆன்மாவே!... எனது பாவங்கள் மன்னிக்கப்படட்டும், எனது ஆன்மா விடுதலை பெறட்டும்...” அதன் பிறகு, தலை கவிழ்ந்தபடி முதலாளி பேசினார், “ஜோஸஃபைஸ்! சிறந்த, நம்பிக்கைக்குரிய வேலைக்காரனாக இருந்தாய்! ஆன்மா அமைதியடைய ஆண்டவர் ஆசீர்வதிப்பாராக! ஆமென்!” துக்கத்திற்கிடையிலும் குண்டாவிற்கு திகைப்பு! அவருடைய பெயர் ஜோஸஃபைஸ்! அவருடைய உண்மையான ஆப்பிரிக்கப் பெயர் என்னவாக இருக்கும்? ஆப்பிரிக்க மூதாதையருடைய பெயராக இருக்குமோ? எந்த இனத்தைச் சேர்ந்தவராக இருப்பார்? அது அவருக்கே தெரியுமோ, என்னவோ? தன்னுடைய உண்மையான மரபைப் பற்றி அறியாமல் பிறந்ததைப் போலவே செத்துப் போனார். கண்ணீர்த் திரையினூடே குண்டாவும்

மற்றவர்களும் தோட்டக்காரரின் உடலை கேட்டோ தனது உதவியாளருடன் குழியில் இறக்கியதைக் கண்டனர். எந்த மண்ணில் பாடுபட்டு விளைவித்தாரோ அதே மண்ணுக்குள் சென்று விட்டார். மண்கொத்தி நிறைய மண் விழ விழ அவருடைய முகம், மார்பு என ஒவ்வொன்றாக மூடப்பட்டன. சுற்றிலுமிருந்த பெண்டிர் ஓலமிட்டனர். ஆடவர் தொண்டையைக் கனைத்தபடி மூக்கை உறிஞ் சியதைக் குண்டா வெறித்துக் கொண்டிருந்தான்.

இடுகாட்டிலிருந்து அமைதியாகத் திரும்பிக் கொண்டிருந்த போது, ஜுஃப்யூர் கிராமத்தில் இறந்தவர்களுடைய குடிசைகளுக்குள் குடும்பத்தினரும் நெருங்கிய நண்பர்களும் சாம்பலிலும், புழுதியிலும் விழுந்து புரண்டு அழுது கொண்டிருக்கையில் கிராமத்தின் மற்றவர்கள் வெளியில் நடனமாடிக் கொண்டிருந்ததை நினைத்துக் கொண்டான். ஏனெனில், ஆப்பிரிக்காவின் பெரும்பாலான மக்கள் இன்பமில்லாத துன்பமில்லை என்பதிலும், வாழ்க்கையில்லாமல் சாவுமில்லை என்பதிலும் நம்பிக்கை கொண்டிருந்தனர். அத்தகையதொரு வாழ்க்கைச் சுழற்சி அடிப்படையில் தான், குண்டாவினுடைய பாசத்திற்குரிய பாட்டி ஆயிசா இறந்த பொழுது அவனுடைய தந்தை அவனைத் தேற்றினார். ஒமோரோ கூறினார், “அழாதே, குண்டா! ஒவ்வொரு கிராமத்திலும் மூன்று வகையான மக்கள் உள்ளனர். வாழ்ந்து மடிந்து அல்லாவை அடைந்தவர்கள், வாழ்ந்து கொண்டிருப்பவர்கள், பிறக்கப் போகிறவர்கள்!”. அக்கருத்தினை பெல்லிடம் கூறி அவளுக்கு விளக்க வேண்டும் என்று ஒருகணம் எண்ணினான். மறுகணமே, என்ன சொல்லி எடுத்துரைத்தாலும் அவளுக்குப் புரியப் போவதில்லை என்று கைவிட்டான். அவனுடைய இதயம் சூம்பியது. கிஸ்ஸிக்கு காலம் கனிந்த பொழுது, அவள் எப்பொழுதுமே பார்த்தறிய முடியாத அவளுடைய தாயக மண்ணைப் பற்றிச் சொல்ல வேண்டுமென்று நினைத்திருந்தவற்றுடன் அதனையும் சேர்த்துக் கொண்டான்.

72

தோட்டக்காரரின் மரணம் குண்டாவை வெகுவாகப் பாதித்தது. ஓர் இரவில், கிஸ்ஸி உறங்கிய பிறகு, பெல் அதைப் பற்றி அவனிடம் பேச வேண்டியதாயிற்று.

"இதோ பார், குண்டா! தோட்டக்காரரை நினைத்து நீ ரொம்பவே வருந்துகிறாய் என்பது புரிகிறது. ஆனால், அதனை உதறி விட்டு இயல்பு வாழ்க்கைக்குத் திரும்ப வேண்டாமா?" குண்டா அவளையே வெறித்தான். "உன்னை நீயே தேற்றிக் கொள்! அடுத்த ஞாயிற்றுக் கிழமை கிஸ்ஸியினுடைய இரண்டாவது பிறந்த நாள் வரப் போகிறதே, தெரியாதா? நீ இப்படி முகத்தைத் தொங்கப் போட்டுக் கொண்டே திரிவாயா?"

தான் அதனை மறந்துவிடவில்லை என்பதைக் காட்டிக் கொள்வதற்காக விரைப்புடன் கூறினான், "அதெல்லாம் சரியாகிவிடும், பெல்!"

கிஸ்ஸிக்குப் பரிசுப் பொருள் தயாரிப்பதற்கு அவனுக்கு ஐந்து நாட்கள் இருந்தன. வியாழக்கிழமை மதியத்திற்குள் பைன் மரக்கட்டையிலிருந்து அழகியதொரு பொம்மையைச் செதுக்கி எண்ணெய், விளக்குக் கரி போன்றவற்றைக் கொண்டு தேய்த்து மெருகேற்றி தாயகத்தில் யானைத்

தந்தத்தைக் கொண்டு செய்த சிற்பத்தைப் போலப் பளபளக்கச் செய்தான். அவளுக்காக ஏற்கனவே ஓர் அழகிய ஆடையைத் தைத்து முடித்து விட்ட பெல் அடுக்களையில் ஞாயிற்றுக் கிழமை பிறந்த நாள் கொண்டாட்டத்திற்காகத் தயாரித்திருந்த சாக்கலேட் கேக்கின் மீது இளஞ்சிவப்பு நிற மெழுகுதிரிகள் இரண்டைப் பதித்துக் கொண்டிருந்தாள். ஆன்ட் சுகேயும், சகோதரி மாண்டேயும் விழாவில் கலந்து கொள்ளவிருந்தனர். அப்பொழுது முதலாளி ஜானின் வண்டியோட்டி ரூஸ்பி வந்து சேர்ந்தான்.

முதலாளி முகமெல்லாம் பூரிப்புப் பொங்க, அவளை அழைத்துச் செய்தியைக் கூறிய போது தனது நாக்கைக் கடித்துக் கொண்டாள். "ஆன்னே தனது பெற்றோரை நச்சரித்து வாரக் கடைசி முழுவதும் என்னுடன் தங்கியிருப்பதற்கு அனுமதி பெற்று விட்டாள். நாளை இங்கே வந்துவிடுவாள். விருந்தினர் அறை ஒன்றைத் தயாராக வைத்திரு! உனது குட்டிப் பொண்ணுக்குப் பிறந்த நாளாமே! அவள் தான் சொன்னாள். பிறந்த நாளை அவளுடன் இங்கே அவளுடைய அறையில் அவர்கள் இருவரும் மட்டும் கொண்டாடப் போகிறார்களாம். விழாவிற்காக கேக் ஏதாவது செய்யக் கூடாதா? ஞாயிற்றுக்கிழமை இரவு உனது மகளுடன் தான் உறங்கப் போகிறாளாம். நானும் அனுமதித்து விட்டேன். அவளுடைய படுக்கைக்குக் கீழே தரையில் ஒரு படுக்கை ஏற்பாடு செய்து விடு!"

குண்டாவிடம் பெல் செய்தியைக் கூறினாள். அவள் தயாரித்த கேக்கை வைத்து அவர்களுடைய வீட்டில் பிறந்த நாள் கொண்டாடுவதற்குப் பதிலாக கிஸ்ஸி ஆன்னேயுடன் அவளுடைய அறையில் கொண்டாடப் போகிறாள் என்றும் அவர்களுக்கென்று தனியே கொண்டாட்டம் கிடையாது என்றும் விளக்கினாள். குண்டாவிற்குக் கோபம் பீறிட்டது. அவனால் பேச முடியவில்லை. அவளைப் பார்க்கக் கூட விரும்பாதவனாக, வீட்டை விட்டு வெளியேறி சேமிப்புக் கிடங்கிற்குச் சென்றான். வைக்கோல் போருக்குக் அடியில் மறைத்து வைத்திருந்த பொம்மையை எடுத்தான்.

அதுபோன்றதொரு நிலைமை கிஸ்ஸிக்கு நேர்ந்துவிடக் கூடாதென்று அல்லாவிடம் வேண்டினான். ஆனாலும், அவனால் ஆகப் போவது என்ன? பரங்கியரை எதிர்ப்பதென்பது மலரொன்று வானத்திலிருந்து விழுகின்ற பனிப்படலத்திற்கு மேலே தனது தலையை வைத்துக் கொள்ள முயற்சிப்பதைப் போன்றதென்று அடங்கிப் போனதை எண்ணி மனம் வெதும்பினான். ஆனால், அந்தப் பொம்மையை உற்றுப் பார்த்துக் கொண்டிருந்தவனுக்கு, தாயொருத்தி, "என்னைப் போலவே என் மகளையும் சீரழிக்கப் பார்க்கிறீர்களா?" என்று கூவியவாறு, ஏலம் நடத்தப்பட்ட கட்டடச் சுவற்றில் ஓங்கி அடித்து தனது மகளுடைய மூளையைச் சிதறடித்த நினைவு தோன்றியது. அந்தப் பொம்மையைச் சுவற்றில் மோதுவதற்காகத் தலைக்கு மேலே உயர்த்தினான். பிறகு, கைகளைத் தாழ்த்திக் கொண்டான். இல்லை, தனது மகளை ஒருபோதும் அவன் அப்படிச் செய்யப் போவதில்லை! ஆனால், தப்பிப்பதற்கு வழி என்ன? ஒருமுறை பெல் கூட அதைப் பற்றிக் குறிப்பிட்டாள். ஆனால், உண்மையில் அப்படிச் செய்வாளா? அவள் சம்மதித்தால் கூட, வயதான காலத்தில், வெட்டுண்ட பாதத்துடன்,

நடக்கவியலாத குழந்தையை வைத்துக் கொண்டு.... அவர்களால் செயல்படுத்த முடியுமா? பல ஆண்டுகளாக அவன் அதைப் பற்றிக் கடுமையாகச் சிந்தித்தது கிடையாது. ஆனால், தற்பொழுது அந்தப் பண்ணையையும், அந்தப் பகுதி முழுவதையும் நன்கு அறிந்திருந்தான். பார்க்கலாம்...

பொம்மையைக் கீழே போட்டான்; எழுந்தான்; வீட்டை நோக்கி நடந்தான். அவனைக் கண்டவுடன், அவனை முந்திக் கொண்டு பெல் பேசினாள். "குண்டா, உன்னைப் போலவே எனக்கும் வருத்தமுள்ளது. ஆனாலும், நான் சொல்வதைக் கேள்! குட்டிப் பயல் நோவாவைப் போல நமது மகளும் வயல்வேலை செய்பவளாக வளருவதை நான் விரும்பவில்லை. அவன் கிஸ்ஸியை விட இரண்டு வயது மூத்தவன். இப்பொழுதே அவனைக் களை பறிக்கவும் நீர் சுமக்கவும் விட்டு விட்டனர். உன்னுடைய உணர்வுகளைக் கட்டுப்படுத்திக் கொள்! நான் சொல்வது உனக்குப் புரியும் என்று நினைக்கிறேன்". வழக்கம் போல குண்டா எதுவும் பேசவில்லை. அவனுடைய அரை நூற்றாண்டு கால அடிமை வாழ்க்கையில் எத்தனையோ கொடுமைகளைப் பார்த்துமிருக்கிறான்; கேட்டுமிருக்கிறான். பரங்கியர் பண்ணைகளில் வயல்வேலையில் ஈடுபடுவதென்பது விலங்கோடு விலங்காகப் பாடுபடுவதாகும்! பெற்ற மகளை அந்தக் கதிக்கு ஆளாக்குவதைக் காட்டிலும் செத்துப் போகலாம்!

சில வாரங்களுக்குப் பிறகு, ஒரு மாலைப் பொழுதில், நீண்ட பயணத்திற்குப் பின் வீடு திரும்பிய போது அவன் பெரிதும் எதிர்பார்க்கக்கூடிய குளிர்ந்த பால் கோப்பையுடன் பெல் வாசலில் காத்திருந்தாள். அசைந்தாடும் நாற்காலியில் அமர்ந்து இரவுஉணவுக்காகக் காத்திருந்த பொழுது அவனுக்குப் பின்னால் அமைதியாக நெருங்கி நின்ற பெல் வண்டி இருக்கையில் தொடர்ந்து அமர்ந்திருந்ததால் அவனுக்கு வலி ஏற்படக்கூடிய முதுகுப் பகுதியை அவன் கேட்காமலேயே அழுத்தி விட்டாள். அவனுக்கு முன்பு அவன் மிகவும் விரும்பக் கூடிய ஆப்பிரிக்க உணவை ஒரு தட்டில் வைத்த போது, குண்டாவிற்கு அவள் தன்னை எதற்காகவோ சமாதானப்படுத்த முயன்றாள் என்பது புரிந்து விட்டது. ஆனால், அது பற்றி அவளிடம் கேட்கக் கூடாது என்பதும் அவனுக்கு நன்கு தெரியும். இரவுஉணவு நேரம் முழுவதும் வழக்கத்திற்கு மாறாக வழக்கத்தைக் காட்டிலும் குறைந்த முக்கியத்துவம் வாய்ந்த செய்திகளைப் பற்றி வாய் ஓயாமல் பேசிக் கொண்டே போனாள். சொல்ல வந்ததைச் சொல்லாமல் சுற்றி வளைக்கிறாளே! இரவுஉணவு முடிந்து ஒரு மணிநேரத்திற்குப் பிறகு, படுக்கைக்குச் செல்லும் நேரத்தில் பேச்சை நிறுத்தினாள். நீண்ட அமைதிக்குப் பின்னர், பெருமூச்சு விட்டபடி அவனுடைய தோள்களை மெதுவாகத் தொட்டாள். இப்பொழுது சொல்லிவிடுவாள்!

"குண்டா, உன்னிடம் எப்படிச் சொல்வதென்று தெரியாமல் மென்று விழுங்கிக் கொண்டிருக்கிறேன். துப்பி விடுகிறேன்! முதலாளி நோயாளிகளைக் காணச் செல்லும் வழியில், கிஸ்ஸியைக் கொண்டு சென்று ஜான் பெரிய வீட்டில் விடுவதாக ஆன்னேயம்மாவிடம் உறுதியளித்து விட்டாராம். பகல் முழுவதும் அவளுடன் இருக்க வேண்டுமாம்!"

தாங்க முடியாதது! மெல்ல, மெல்ல தனது மகள் முதலாளி மகளுடைய மடியில்

வைத்து விளையாடும் நாயாக மாற்றப்பட்டதைப் பார்த்துக் கொண்டு வாளா இருப்பதென்பது கொடுமையிலும் கொடுமை! அதுவும் பெற்றவனே செல்ல விலங்காகத் தனது மகளைக் கொண்டு விடுவதென்பது அவனால் நினைத்துக் கூடப் பார்க்க முடியவில்லை. கண்களை இறுக மூடி, கோபத்தை அடக்கிக் கொள்ள முயன்றான். நாற்காலியிலிருந்து துள்ளி எழுந்தான்; பெல்லிடமிருந்து விலகிக் கொண்டான்; புயலென வெளியேறினான். இரவு முழுவதும் அவள் அவர்களுடைய படுக்கையில் உறங்காமல் கிடந்தாள். தொழுவத்தில் தொங்கிக் கொண்டிருந்த சேணங்களுக்குக் கீழே அவன் தூங்காமல் அமர்ந்திருந்தான். இருவரும் அழுதுகொண்டிருந்தனர்.

அடுத்த நாள் காலையில் முதலாளி ஜான் வீட்டின் முன்பு வண்டியை இழுத்து நிறுத்திய போது, கிஸ்ஸியைக் கீழே இறக்கிவிடுவதற்குள் ஆன்னே அவளைச் சந்திக்கும் ஆவலுடன் வெளியே ஓடி வந்தாள். அப்பாவைத் திரும்பிப் பார்க்காமல், கிஸ்ஸி ஆன்னேயுடன் ஏகப்பட்ட குதூகல எக்களிப்புடன் உள்ளே சென்றாள். நெடுஞ்சாலையை நோக்கி குதிரைகளை அடித்துத் துரத்தினான்.

பிற்பகல் மடிந்து கொண்டிருந்தது! இருபது மைல் தொலைவில் ஒரு பெரிய வீட்டிற்கு வெளியே முதலாளிக்காக குண்டா பல மணி நேரம் காத்திருந்தான். வெளியில் வந்த அடிமை ஒருவன் முதலாளி நோய்வாய்ப்பட்ட முதலாளியம்மாவுடன் இரவு தங்கியிருக்க வேண்டியிருந்ததால், அவரை அழைத்துச் செல்வதற்கு மறுநாள் வருமாறு குண்டாவிடம் கூறினான். எரிச்சலுடன் ஜான் வீட்டிற்குச் சென்ற பொழுது, ஆன்னே தன்னுடைய தாயிடம் கிஸ்ஸி இரவு தங்குவதற்கு அனுமதி கேட்டதாகவும் அவர்களுடைய கூச்சலால் தனக்குத் தலைவலித்ததாக அவள் கூறியதாகவும் அறிந்து நிம்மதியடைந்தான். வண்டியோட்டியின் குறுகிய இருக்கையில் தனது பக்கத்தில் மேலும் கீழும் குதித்தாடியவாறு தன்னைப் பிடித்துக் கொண்டிருந்த கிஸ்ஸியுடன் வண்டியை வீட்டை நோக்கிச் செலுத்தினான்.

அவளுக்குப் பெயர் சூட்டிய இரவுக்குப் பின்னர் அவன் அவளுடன் முழுக்க முழுக்கத் தனித்திருந்த தருணம் அதுதான் என்று அவனுக்கு உதித்தது. இருள் கவிழ்ந்து கொண்டிருந்த வேளையில் சாலையில் அவளுடன் தனித்துப் பயணித்த அவனுடைய இதயத்தில் இனம்புரியாத குதூகலம் பெருக்கெடுத்தது. அதே சமயத்தில் தன்னுடைய மடத்தனத்தையும் உணர்ந்தான். முதல் குழந்தைக்கான தனது திட்டங்களைப் பற்றியும் பொறுப்புகளைப் பற்றியும் ஏகப்பட்ட எண்ணங்கள் கொண்டிருந்தான். ஆனால், அவற்றைச் செயல்படுத்துவதற்கான வழிவகை அறியாமல் திகைத்தான். திடீரென, கிஸ்ஸியைத் தூக்கித் தனது மடியில் அமர்த்திக் கொண்டான். அவளுடைய கைகளையும், கால்களையும், தலையையும் ஆவல் மிகுதியால் மனம் போன போக்கில் தடவிக் கொடுத்தான். நெளிந்தவாறு அவள் அவனையே உற்றுப் பார்த்தாள். மீண்டும் அவளை உயர்த்தி எடை பார்த்தான். இதமான பிஞ்சு உள்ளங்கைகளில் கடிவாளத்தை வைத்தான். அவள் குதூகலமாகச் சிரித்தாள். முன்னெப்பொழுதும் கேட்டறியாத மழலைச் சிரிப்பில் திளைத்தான்.

ஒருவழியாக, மகளிடம் செல்லமாகக் கூறினான், "அழகுக் குட்டிப் பெண்ணே!" அவள் அவனைப் பார்த்தாள். "என் குட்டித் தம்பி மதியைப் போல இருக்கிறாய்!" என்றான்.

அவள் அவனையே வெறித்துப் பார்த்துக் கொண்டிருந்தாள். தன்னைச் சுட்டிக் காட்டி, "ஃபா!" என்றான். அவனுடைய விரலைப் பார்த்தாள். தனது நெஞ்சில் தட்டி, மறுபடியும் சொன்னான்,"ஃபா!" ஆனால், அவள் கவனத்தை குதிரைகள் பக்கம் திருப்பினாள். கடிவாளங்களைத் தொட்டவாறு, அவன் அவளிடம் சொல்லியிருந்த ஏதோவொரு சொல்லைப் போல ஒலித்தாள், "எந்திரி!' அவனைப் பெருமிதத்துடன் பார்த்துச் சிரித்தாள். ஆனால், அவனுடைய முகத்திலோ வருத்தம் தோன்றி, உடனே மறைந்து விட்டது. எஞ்சிய தொலைவு அமைதியாகக் கழிந்தது.

சில வாரங்களுக்குப் பிறகு, ஆன்னேயிடம் இரண்டாவது முறையாகச் சென்று விட்டு திரும்பிக் கொண்டிருந்தனர். கிஸ்ஸி குண்டா மீது சாய்ந்து, அவனுடைய மார்பில் தனது பிஞ்சு விரலை அழுத்தி, "ஃபா!" என்றாள். அவளுடைய கண்கள் மின்னின.

அவன் அதிர்ந்து போனான்! "என் கிஸ்ஸி செல்லமே!" அவளுடைய பிஞ்சு விரலை எடுத்து, அவளைச் சுட்டிக் காட்டி, "உன் பெயர் கிஸ்ஸி!" என்றான். சற்று நேரம் கழித்து, மீண்டும், "கிஸ்ஸி!" என்றான். தனது பெயரை அடையாளம் கண்டு கொண்டவளாகப் புன்னகைத்தாள். தன்னைச் சுட்டிக் காட்டி, "குண்டா கின்டே!" என்றான்.

குழந்தை குழம்பிப் போனாள். அவனைக் காட்டி, "ஃபா!" என்றாள். இம்முறை இருவருடைய இதழ்களும் அகல விரிந்தன.

கோடை காலம் மெதுவாக நகர்ந்து கொண்டிருந்தது! தான் கற்றுக் கொடுத்த சொற்களை வெகு விரைவில் கிஸ்ஸி கற்றுக் கொண்டதை எண்ணிப் பூரித்தான். அவர்கள் இருவரும் சேர்ந்து பயணித்த போதெல்லாம் மிகுந்த மகிழ்ச்சியில் திளைத்ததையும் கவனித்தான். அவளுக்கு நல்ல எதிர்காலம் இருந்ததாக எண்ணினான்.பின்னர், ஒருநாள், அவள் மாண்டிங்கா மொழிச் சொற்கள் சிலவற்றை பெல்லுடன் தனித்திருக்கையில் உதிர்த்தாள். உடனே அவளை இரவு உணவுக்கு ஆன்ட் சுகே வீட்டிற்கு அனுப்பிவிட்டு குண்டாவின் வருகைக்காகக் காத்திருந்தாள்.

"உனக்கென்ன அறிவே இல்லையா? சொல்வதைக் கவனிக்கவே மாட்டாயா? அதுபோன்ற குளறுபடிகளால் அவளையும் நம்மையும் துன்பத்தில் மாட்டிவிடப் போகிறாய்! அவள் இனி ஆப்பிரிக்கப் பெண் இல்லை என்பது உன் மரமண்டையில் ஏறாதா?". குண்டா ஒருபோதும் பெல்லை அடிப்பதற்குக் கை ஓங்கியதே இல்லை. கணவனை எதிர்த்து உரத்த குரல் எழுப்புவது என்கிற நினைத்துப் பார்க்க முடியாத குற்றத்தைப் புரிந்தது மட்டுமின்றி அவனுடைய குருதியையும் வித்தையும் அவமதித்து விட்டாள்! பரங்கிப் பயல்களுடைய தண்டனை மயிருக்கு அஞ்சி நடுங்காமல்

ஒருவன் வழிவழியாக வந்த தன்னுடைய மொழியின் ஒரு வார்த்தையைக் கூட மூச்சுவிடக் கூடாதா? இருப்பினும், ஏதோவொன்று கோபத்தை வெளிப்படுத்த வேண்டாமென்று எச்சரித்தது. பெல்லுடன் நேருக்கு நேர் மோதிக் கொண்டால், கிஸ்ஸியுடன் தனித்துப் பயணம் செய்கின்ற வாய்ப்புக்கு உலை வைத்து விடுவாள்! முதலாளியிடம் காரணத்தைக் கூறாமல் அவளால் அதைச் செய்ய முடியாது! அவரிடம் சொல்ல மாட்டாள்! ஆனாலும் பரங்கி மண்ணில் பிறந்த ஒருத்தியை மணந்து கொள்ளும் விதமாக எந்தப் பேய் பிடித்து என்னை ஆட்டியதோ? பிடிபடவே இல்லை!

அடுத்த நாள், அண்மையிலிருந்த பண்ணை ஒன்றில் முதலாளி நோயாளியைக் கவனித்துக் கொண்டிருந்தார். வெளியில் காத்திருந்தவனிடம், மற்றொரு வண்டியோட்டி, அண்மையில் தௌசைன்த் என்பவரைப் பற்றி தான் கேள்விப்பட்ட செய்திகளைக் கூறினான். முன்னாள் அடிமையான அவர் ஹாதே தீவில் கறுப்பு இனப் போராளிகளைக் கொண்டு பெரியதொரு படையைத் திரட்டி பிரெஞ்சுக்காரர்களை மட்டுமின்றி ஸ்பானியரையும், ஆங்கிலேயரையும் எதிர்த்து வென்றார். புகழ்பெற்ற தொன்மைக் கால போராளியான மாவீரன் அலெக்ஸாண்டர், ஜூலியஸ் சீசர் போன்றோரைப் பற்றிப் புத்தகங்களில் கற்று போர்முறைகளை அறிந்து கொண்டார். ஹாதே தீவிலிருந்து அமெரிக்காவுக்குத் தப்பித்துச் செல்ல உதவியதற்காக அவருடைய முதலாளி அவருக்கு அந்தப் புத்தகங்களைப் பரிசளித்தார். கடந்த சில மாதங்களாகவே குண்டாவினுடைய மனத்தில் தௌசைன்த் தான் நிறைந்திருந்தார். ஆனாலும், மாண்டிங்கா இனப் புனைகதைகளில் விஞ்சி நின்ற போராளி சுந்தியதாவுக்கு அடுத்த நிலையில் அவரை வைத்துப் போற்றினான். அவனால் வீடு திரும்பிய வரை கூடக் காத்திருக்க முடியவில்லை. தான் கேள்விப்பட்ட செய்திகளை மற்றவர்களிடம் சொல்லிவிடத் துடித்தான்.

ஆனால், மறந்துவிட்டான்! பெல் தொழுவத்தில் அவனைச் சந்தித்து, கிஸ்ஸிக்குக் காய்ச்சல் கண்டதாகவும் உடலில் ஆங்காங்கே வீக்கம் தெரிந்ததாகவும் கூறினாள். முதலாளி அதனை புட்டாலம்மை என்று சொன்னதாகவும் கூறினாள். குண்டா மிகவும் வருந்தினான். குழந்தைகளுக்கு அந்நோய் ஏற்படுவது இயல்புதான் என்று தெரிவித்த பொழுது சற்றே நிம்மதியடைந்தான். கிஸ்ஸியின் உடல் நலமடையும் வரை, குறைந்தது இரண்டு வாரங்களுக்கு, ஆன்னே அவளிடமிருந்து ஒதுங்கியிருக்க வேண்டுமென்று ஆணையிட்டுள்ளதாகக் கேள்விப்பட்டு சற்றே மகிழ்ச்சியும் அடைந்தான். ஆனால், கிஸ்ஸி ஒரு சில நாட்களில் குணமடைந்து விட்டாள். முதலாளி ஜானின் வண்டியோட்டி ரூஸ்பி ஆன்னே அனுப்பிய ஆடை அணிவிக்கப்பட்ட பரங்கிப் பொம்மையுடன் வந்திருந்தான். கிஸ்ஸி அதன்மீது பேரன்பு கொண்டாள். படுக்கையில் அமர்ந்து, தன்னுடன் இறுக்கி அணைத்து, முன்னும் பின்னும் அசைத்தபடி, பாதிக் கண்களை மூடியவாறு, “ரொம்ப அழகு!” என்று வியந்து கொண்டிருந்தாள். ஒரு வார்த்தையும் பேசாமல் புயலென வீட்டை விட்டு வெளியேறிய குண்டா சேமிப்புக் கிடங்கை நோக்கி விரைந்தான். அவன் செய்த பொம்மை அங்கே தான் கிடந்தது. பல மாதங்களாக அதனை மறந்து விட்டான். அதனை எடுத்து மேலாடையால் துடைத்து வீட்டிற்குக்

கொண்டு சென்றான். கிட்டத்தட்ட எறிந்தது போல கிஸ்ஸியிடம் கொடுத்தான். பார்த்தவுடன் மகிழ்ச்சியில் சிரித்தாள். பெல்லும் அதனைக் கண்டு வியந்தாள். ஆனால், சில நிமிடங்களுக்குப் பிறகு, பரங்கிப் பொம்மையை அவள் பெரிதும் விரும்பியதைக் காண முடிந்தது. வாழ்க்கையில் முதன்முறையாக குண்டாவிற்குத் தனது மகள் மீது கோபம் ஏற்பட்டது.

தவறிப் போன வாரங்களை ஈடுகட்டும் விதமாக இரு பெண்களும் பாச மழையில் திளைத்ததைக் கண்டு குண்டாவால் மகிழ்ச்சியடைய முடியவில்லை. கிஸ்ஸியை ஆன்னே வீட்டிற்குக் கொண்டு செல்லுமாறு குண்டா பணிக்கப்பட்ட போதிலும், ஆன்னேவுக்குத் தனது பெரியப்பா வீட்டில் அவளுடன் விளையாடுவதில் தான் விருப்பம் அதிகம். ஏனெனில், அவளுடைய தாய் அவர்கள் போட்ட கூச்சலால் தனக்குத் தலைவலி ஏற்பட்டதாகக் குறை கூறினாள். கேட்காத போது, மயங்கிவிழுந்தாள். அதன் விளைவாக, வாயாடியான ஆன்னே தாயுடன் சரிக்குச் சரியாக சண்டையிட்டாள் என்று அவர்களுடைய சமையல்பெண் ஒமேகா குண்டாவிடம் தெரிவித்தாள். ஒரு நாள் ரூஸ்பி பெல்லிடம் சொன்னான். “முதலாளியம்மா இரு பெண்களையும் பார்த்துக் கத்தினாள், ‘நீக்ரோக்களைப் போல நடந்து கொள்கிறீர்கள்!’ பதிலுக்கு ஆன்னே திருப்பியடித்தாள், ‘பரவாயில்லை! நீக்ரோக்கள் நம்மை விட கேளிக்கைகளில் திளைக்கின்றனர். அவர்கள் கவலைப்பட எதுவுமில்லை!’” ஆனால், பெரியப்பா வீட்டில் இருவரும் தமது விருப்பம் போல கூச்சலிட்டு ஆரவாரித்தனர். குண்டா திரும்பிய திசையெல்லாம், பெரிய வீட்டினுள்ளும், வெளித் திடல்களிலும், தோட்டத்திலும், பெல்லின் தடை முயற்சிகளையும் மீறி, கோழிக் கூண்டுகளிலும், பன்றிப் பட்டிகளிலும், சேமிப்புக் கிடங்கிலும் அவர்களுடைய ஆரவாரப் பேரொலி கேட்டுக் கொண்டிருந்ததைக் கவனித்தான். பூட்டாமலிருந்த அடிமைக் குடியிருப்புக் குடிசைகளைக் கூட விட்டு வைக்கவில்லை!

ஒரு மதிய வேளையில், முதலாளியுடன் குண்டா வெளியே சென்றிருந்த பொழுது, ஆன்னேயை அழைத்துக் கொண்டு கிஸ்ஸி தனது வீட்டிற்குச் சென்றாள். குண்டா குடுக்கைக்குள் போட்டு வைத்திருந்த கூழாங்கற்களை அவளுக்குக் காட்ட விரும்பினாள். புட்டாலம்மை நோய் கண்டு வீட்டிலிருந்த போது, அவற்றைப் பார்த்தவள் பெரிதும் ஈர்க்கப்பட்டாள். கிஸ்ஸி குடுக்கையினுடைய வாயைத் திறக்க முற்பட்ட போது, தற்செயலாக அங்கே சென்ற பெல், பார்த்தவுடன், “அப்பாவுடைய குடுக்கையைவிட்டு அப்பால் போ! அவை உன் அப்பா வயதைக் காண்பதற்குப் பயன்படுபவை!” என்று கத்தினாள். அடுத்த நாள், முதலாளிக்கு அவருடைய தம்பியிடமிருந்து ஒரு கடிதத்துடன் ரூஸ்பி வந்து சேர்ந்தான். அடுத்த ஐந்து நிமிடத்தில் பெல் அழைக்கப்பட்டாள். குரலில் தொனித்த கடுமை அடுக்களையிலிருந்து புறப்படுவதற்கு முன்பே அவளை அஞ்சி நடுங்கச் செய்தது. “உன் வீட்டில் கண்ட ஏதோவொன்றைப் பற்றி ஆன்னே தனது பெற்றோரிடத்தில் கூறியுள்ளாள். ஒவ்வொரு மாதமும் குடுக்கைக்குள் ஒரு கல்லைப் போடுவீர்களாமே! அது என்ன ஆப்பிரிக்கப் பில்லி, சூனியம்?” என்று கத்தினார். மனது பதைபதைத்தது. குழறினாள், “கல்லா! கல்லா, முதலாளி?”

“நான் குறிப்பிடுவதைப் பற்றி நீ நன்கு அறிவாய்!”

நடுக்கத்துடன் வலிந்து சிரித்தாள். “ஓ! நீங்கள் சொல்வதைப் பற்றி எனக்குத் தெரியும்! பில்லி, சூனியமெல்லாம் ஒன்னுமில்லை, முதலாளி! வயதான என்னுடைய ஆப்பிரிக்க நீக்ரோவுக்கு எண்ணிக்கை தெரியாது. அவ்வளவு தான்! ஒவ்வொரு மாதமும் குடுக்கைக்குள் ஒரு கல்லைப் போட்டு அவற்றைக் கொண்டு தனது வயதைக் கணக்கிட்டுக் கொள்கிறார்.”

முதலாளியின் கோபம் தணிந்ததாகத் தெரியவில்லை. அடுக்களைக்குத் திரும்பிச் செல்லும்படி சைகை காட்டினார். பத்து நிமிடங்களுக்குப் பிறகு, ஆவேசமாக வீட்டிற்குள் புகுந்த பெல், கிஸ்ஸியை அவளுடைய தந்தையின் மடியிலிருந்து பிடித்து இழுத்து, பின்பக்கம் கொண்டு சென்று, அடிப்பதற்கு ஓங்கிய கையுடன், அந்தப் பெண்ணை இன்னொருமுறை இங்கே கூட்டி வராதே! கழுத்தை நெறித்திடுவேன்! சொல்றது கேட்குதா?”

அழுதுகொண்டிருந்த கிஸ்ஸியை படுக்கைக்கு அனுப்பி விட்டு, தன்னைத் தானே அமைதிப்படுத்திக் கொண்ட பிறகு, குண்டாவிடம் விளக்குவதற்கு முற்பட்டாள். “குடுக்கையாலும் கூழாங்கற்களாலும் எந்தத் தீங்குமில்லை என்று எனக்குத் தெரியும்! ஆனால், ஆப்பிரிக்கப் பழக்க வழக்கங்கள் நமக்குத் தீங்கு விளைவிப்பவை என்று நான் சொன்னதை நீயா கண்டு கொள்ளப் போகிறாய்! முதலாளி எதையும் எளிதில் மறந்துவிடுகிற ஆளில்லை!” என்றாள்.

குண்டாவுக்கு அளவு கடந்த கோபம்! ஆனால், கையாலாகாத கோபம்! இரவு உணவைக் கூட சாப்பிட முடியவில்லை. இருபது ஆண்டுகளாக ஒவ்வொரு நாளும் முதலாளிக்காக வண்டியோட்டிய பிறகும் குடுக்கைக்குள் கல்லைப் போட்டு வயதைக் கணக்கிட்ட தனது செயலைச் சந்தேகப்படுகிறார் என்பதை எண்ணி திகைப்பாலும் சீற்றத்தாலும் மனம் வெதும்பினான்.

இறுக்கம் தளர்ந்து நிலைமை சீரடைய மேலும் இரண்டு வாரங்களாயின. ஆன்னேயின் வருகை மீண்டும் தொடங்கியது. ஆனால், யாருமே அப்படியொரு நிகழ்வு நடந்ததாகவே காட்டிக் கொள்ளவில்லை. குண்டாவுக்கு வருத்தமாக இருந்தது. பேரி வகைப் பழங்கள் செழித்திருப்பதற்கான பருவம் என்பதால், இரு பெண்களும் வாளிகள் நிறைய அவற்றைத் திரட்டுவதற்காக காட்டு வெளியெங்கிலும் வேலிச்சுவர் வரிசைகளிலும் சுற்றித் திரிந்தனர். அவர்களுடைய உள்ளங்கைகள், வாய்ப்பகுதிகளில் கருஞ்சிவப்பு வண்ணம் படிந்திருந்தது. வேறு சமயங்களில், நத்தை ஓடுகளையும், பறவைக் கூடுகளையும் பாம்பின் தலைப் பகுதி வடிவங் கொண்ட நீர்த் தாவர இலைகளையும் திரட்டிக் கொணர்ந்தனர். அவற்றை பெல்லிடம் காட்டி மகிழ்ந்த பின் யாருக்கும் தெரியாமல் இரகசியமாகப் பதுக்கி வைத்தனர். பிறகு, களிமண்ணைக் கொண்டு உருண்டைகள் செய்வதில் முனைந்தனர். கை, கால், முகமெங்கும் சகதியை இழுக்கிக் கொண்டனர். உடனே பெல் அவர்களைக் கிணற்றடிக்குத் துரத்தி கழுவிவரச் செய்தாள். அவர்களுக்காக அவள் செய்து கொடுத்த தின்பண்டங்களை சுவைத்து மகிழ்ந்தனர். பிறகு, இருவரும் ஒரே படுக்கையில் கிடந்து குட்டித் தூக்கம் போட்டனர். முதலாளியுடன்

ஆன்னே இரவு உணவு அருந்திய பின் படுக்கைக்குச் செல்லும் நேரம் வரை அவருடன் இருந்தாள். கதை கேட்பதற்கான நேரம் நெருங்கியவுடன் அவளை பெல்லிடம் அனுப்பினார். அவளைப் போலவே சோர்ந்திருந்த கிஸ்ஸியுடன் இருவருக்கும் முயலுடன் நரி செய்த தந்திரங்களையும் முடிவில் அந்நரி தானே ஏமாந்து போனதையும் விவரித்தாள்.

இரு பெண்களுக்குமிடையே நெருக்கம் மேலும் மேலும் வலுப்பட்டு, கிஸ்ஸியினுடைய படுக்கை வரை பரவிக் கொண்டிருந்ததை எண்ணி குண்டா வருந்தினான். கிஸ்ஸி தனது பிள்ளைப் பருவத்தை நன்கு அனுபவித்தாள் என்பதை எண்ணி ஒருபுறம் பூரித்தான். ஏற்கனவே, தனது மகள் வயல்வெளியில் கடுமையாகப் பாடுபடுவதைக் காட்டிலும் முதலாளியின் பிள்ளைக்குச் செல்லமாக இருந்ததில் தவறில்லை எனும் கருத்தில் பெல்லுடன் ஒத்துப் போய்விட்டான். இருந்தபோதிலும், இரு பெண்களும் சேர்ந்து சுற்றித்திரிந்து விளையாடிதைக் கண்ட போதெல்லாம் பெல்லின் முகத்திலும் அவ்வப்போது ஒருவிதமான அமைதியின்மை தென்பட்டதைக் கவனித்தான். குறைந்தது அது போன்ற தருணங்களிலாவது பெல்லுக்குத் தனக்குத் தோன்றிய அச்சவுணர்வுகள் ஏற்பட்டிருக்க வேண்டும் என்பது அவனுடைய எண்ணம். வீட்டிலிருந்த சில இரவுகளில் கிஸ்ஸியை மடியில் போட்டு வருடியவாறு மெல்லிய குரலில் யேசுவைப் போற்றித் துதி பாடினாள். அது போன்ற சமயங்களில் தனது மகளை எண்ணிப் பயந்தாள் என்பதும், என்ன தான் பரங்கியர் நெருங்கிப் பழகிய போதிலும் அவர்களிடம் அளவுக்கதிகமாக அன்பு பாராட்டுவது நல்லதல்ல என்று மகளை எச்சரிக்க நினைத்தாள். அவனுக்குப் புரிந்து போயிற்று. ஆனால், அவளுக்கு அவற்றையெல்லாம் புரிந்து கொள்ளக் கூடிய வயதில்லை. பெல்லுக்கு நன்கு தெரியும்! பரங்கியரை நம்பியிருந்ததால் ஏற்பட்ட துன்ப துயரங்களை நேரடியாக அனுபவித்தவள். அவளுடைய குழந்தைகளிடமிருந்து பிரித்து அவளை விற்றுவிடவில்லையா? கிஸ்ஸிக்கோ, அவனுக்கோ, பெல்லுக்கோ எதிர்காலம் எதைச் சுமந்து கொண்டிருந்தது என்பதை யூகிக்கக் கூட முடியவில்லை. ஆனாலும், குண்டா ஒன்றில் நம்பிக்கை கொண்டிருந்தான். அவனுடைய மகளுக்கு யாரேனும் தீங்கிழைத்தால் அவன் எப்பேர்ப்பட்ட பரங்கியாக இருந்த போதிலும் அல்லா பயங்கரமாகப் பழி தீர்த்திடுவார்!

73

மாதந்தோறும் இரண்டு ஞாயிற்றுக்கிழமைகள் முதலாளியை குண்டா பண்ணையிலிருந்து ஐந்து மைல் தொலைவில் வேல்லெர் கூட்ட அரங்கிலிருந்த தேவாலயத்திற்கு அழைத்துச் சென்றான். வேல்லெர் குடும்பத்தினர் மட்டுமின்றி வேறு சில முக்கியமான வெள்ளைக் குடும்பங்களும் தமக்கெனக் கூட்ட அரங்குகளைக் கட்டியிருந்தனர் என்று ஃபிடில்காரர் சொல்லியிருந்தார். தேவாலயத்தில் நடைபெற்ற தொழுகைகளில் அண்மைப் பகுதிகளில் தாழ்ந்த நிலையில் வாழ்ந்த வெள்ளையர்களும், ஏதிலிகள் என்று கேலியாக அழைக்கப்பட்ட ஏழை வெள்ளையர்களும் கூட கலந்து கொண்டதைக் கண்டு குண்டா வியந்தான். வண்டி அவர்களைக் கடந்து சென்ற போது, காலணிகளைக் கயிறுகளால் தோள்களின் மீது சுமந்து கொண்டு வெற்றுக் கால்களில் நடந்தனர். முதலாளியோ, பெல் நல்லவர்கள் என்று குறிப்பிட்ட பிற வெள்ளையர்களோ அவர்களுக்காக வண்டியை நிறுத்தவுமில்லை, ஏதிலி வெள்ளையர்களுக்குத் தமது வண்டியில் இடமளிக்க முன்வரவும் இல்லை. அதைக் கண்டு குண்டாவிற்கு மகிழ்ச்சி தான்!

தொழுகைக் கூட்டங்கள் இடையிடையே சொரத்தில்லாத பாடல்களுடனும், தொழுகைகளுடனும் நீண்ட நேரம்

நடத்தப்பட்டன. ஒருவழியாக நிறைவுற்ற பின்னர், ஒருவர் பின் ஒருவராக அனைவரும் பாதிரியுடன் கைகுலுக்கிவிட்டு வெளியேறினர். ஏதிலிகளும் முதலாளிகளும் ஒருவரை ஒருவர் பார்த்துப் புன்னகைத்துக் கொள்வதும் தொப்பிகளால் தொட்டுக் கொள்வதுமாக இருவரும் வெள்ளையர் என்பதால் சரிநிகர் சமானமானவர்கள் என்று வெளியில் காட்டிக் கொண்டனர். ஆனால், மதிய உணவு வகைகளை மரத்தடியில் விரித்த போது, ஏதோ தற்செயலாக நிகழ்ந்தது போல, தேவாலயத் திடலில் இரு வேறு பக்கமாக அமர்ந்தனர்.

ஒரு ஞாயிற்றுக்கிழமை ஏனைய வண்டியோட்டிகளுடன் சமயச் சடங்குகளைக் கவனித்தவாறு காத்திருந்த பொழுது, ரூஸ்பி அடங்கிய குரலில் சூழ்ந்திருந்தவர்களுக்கு மட்டிலும் கேட்கும் விதமாகக் கூறினான், “வெள்ளையர்கள் சாப்பிடுவதைக் காட்டிலும் தொழுகையையே பெரிதும் விரும்புகின்றனர்.” பெல்லை அவன் சந்தித்த அத்தனை ஆண்டுகளிலும் அடிமைகள் குடியிருப்பில் யேசு தொழுகைக்கான ஏற்பாடு நடந்த போதெல்லாம் தனக்கு அவசர வேலை இருந்ததாகக் கூறிவிட்டுப் புறப்பட்டுச் சென்றான். ஆனால், சேமிப்புக் கிடங்கில் இருந்தபடி கறுப்பு இன மக்கள் மெல்லிய குரலில் ஒருவித இசையொலியுடன் தொழுகை நடத்தியதைப் பலமுறை கண்டான். பரங்கியரிடம் அவனுக்குப் பிடித்த ஒரு சில தன்மைகளுள் அவர்கள் அமைதியாகத் தொழுகை நடத்துவதற்கு விரும்புவதும் ஒன்று!

ஒரு வார காலத்திற்குப் பிறகு, பெல் ஜூலை கடைசியில் செல்வதற்குத் திட்டமிட்டிருந்த மாபெரும் சமயக் கூட்டத்தை அவனுக்கு நினைவு படுத்தினாள். பரங்கி மண்ணில் ஆண்டுதோறும் கோடைக் காலத்தில் நிகழ்த்தப்பட்ட கறுப்பர்கள் சமய நிகழ்வு! முந்தைய ஆண்டு வரையிலும் ஏதாவது காரணத்தைக் கூறி குண்டா கலந்து கொள்வதைத் தவிர்த்து வந்தான். அந்த முறையும் ஏதாவது சாக்குப் போக்குக் கூறித் தப்பித்துக் கொள்ளவே விரும்பினான். தன்னைப் பற்றித் தெரிந்திருந்தும் அவள் மேலும் மேலும் வற்புறுத்தியது அவனுக்கு வியப்பாக இருந்தது. பெருந்திரளாக மக்கள் கலந்து கொண்ட அத்தகைய கூட்டத்தைப் பற்றி, பெல் சார்ந்திருந்த சமயம் தொடர்பான நிகழ்வுகள் நடக்கலாம் என்பதைத் தவிர, வேறெதுவும் தெரியாது. அதில் பங்கு பெற அவன் விரும்பவில்லை. ஆனால், பெல் மீண்டும் வலியுறுத்தினாள். அவளுடைய குரலில் நக்கல் கனத்திருந்தது, “உனக்கு அங்கு செல்வதில் மிகவும் விருப்பம் என்பது எனக்குத் தெரியும்! இருந்தாலும், நன்கு சிந்தித்து முடிவெடுக்கட்டும் என்று தான் முன் கூட்டியே சொல்லி வைத்தேன்.”

உரிய பதிலை உடனே கூறுவதற்கு அவனால் முடியவில்லை. வாதத்தை வளர்க்கவும் விரும்பவில்லை. ஏதோ சொல்லி வைத்தான், “யோசிச்சுச் சொல்றேன்!” ஆனால், செல்ல வேண்டும் என்கிற எண்ணம் இல்லை.

கூட்டத்திற்கு முந்தைய நாள், ஊரக அலுவலகத்திற்குச் சென்று திரும்பி, பெரிய வீட்டின் முன் வண்டியை நிறுத்தியவுடன் முதலாளி கூறினார், “டோபி, நாளைக்கு எனக்கு வண்டி வேண்டாம்! பெல்லிற்கும் மற்ற பெண்களுக்கும் நாளைக்குக் கூட்டத்திற்குச் செல்வதற்கு அனுமதி அளித்துள்ளேன். அவர்களை நீ சரக்கு வண்டியில் அழைத்துச் செல்வாய் என்றும் சொன்னேன்.”

கோபம் பொத்துக் கொண்டு வந்தது! எல்லாம் பெல்லினுடைய வேலை! சேமிப்புக் கிடங்கிற்குப் பின்புறமாகக் குதிரைகளைக் கட்டினான். சேணங்களைக் கழற்றிவிடக் கூட நேரம் எடுத்துக் கொள்ளாமல், நேரே வீட்டிற்கு விரைந்தான். வாசலில் நின்றிருந்த பெல் அவனை ஒரு பார்வை பார்த்து விட்டுக் கூறினாள், "கிஸ்ஸிக்கு புனித நீராட்டு நடக்கும் போது, அங்கே செல்லாமல் தப்பிக்க நினைக்காதே!"

"என்ன நடக்கப் போகுது?"

"புனித நீராட்டு! அவள் தேவாலயத்தில் இணையப் போகிறாள்!"

"என்ன தேவாலயம்? நீ இருக்கிற 'ஓ! ஆண்டவரே' சமயம் தானே?"

"அதை மீண்டும் தொடங்கிவிடாதே! எனக்கு அதைப் பற்றிக் கவலை இல்லை! ஆன்னே ஞாயிற்றுக்கிழமைகளில் அவர்களுடைய தேவாலயத்திற்கு கிஸ்ஸியை அழைத்துச் செல்வதாகக் கூறியிருக்கிறாள். அவர்கள் முன்பகுதியில் அமர்ந்து தொழும் பொழுது கிஸ்ஸி பின்பகுதியில் அமர்ந்திருப்பாள். புனித நீராட்டுப் பெறாமல் அவள் வெள்ளையர்களுடைய தேவாலயத்திற்குச் செல்ல முடியாது!"

"அவள் எந்தத் தேவாலயத்திற்கும் செல்ல வேண்டாம்!"

"ஆப்பிரிக்கரே, உனக்கு இன்னமும் புரியவில்லை! புரிகிறதா? அவர்களுடைய தேவாலயத்திற்குக் கூப்பிடுவது நமக்குப் பெருமை! செல்ல மறுத்தால், நாளைக்கே நீயும் நானும் பருத்தி பறிக்கச் செல்ல வேண்டியது தான்!"

அடுத்த காலையில் அவர்கள் புறப்பட்ட பொழுது, உயரமான வண்டியோட்டி இருக்கையில் முன்னோக்கி வெறித்தவாறு விரைப்பாக குண்டா உட்கார்ந்திருந்தான். பின்புறம் மற்ற பெண்களுடனும் சுற்றுலாவுக்கான கூடைகளுடனும் தாயின் மடியில் எழுச்சி பொங்க சிரித்தபடி அமர்ந்திருந்த மகளைக் கூட திரும்பிப் பார்க்கவில்லை. சற்று நேரம் அவர்கள் தமக்குள் பலவாறு அரட்டை அடித்துக் கொண்டிருந்தனர். பின்னர், பாடலிசைக்கத் தொடங்கினர். "ஜேக்கப்பின் ஏணியில் ஏறிக் கொண்டிருக்கிறோம்... ஜேக்கப்பின் ஏணியில் ஏறிக்கொண்டிருக்கிறோம்... ஜேக்கப்பின் ஏணியில் ஏறிக் கொண்டிருக்கிறோம்...புனிதச் சிலுவையின் வீரர்கள் புடை சூழ..."குண்டா வெறுப்பு மிகுதியால் கோவேறு கழுதைகளின் புட்டங்களில் கடிவாளத்தால் ஓங்கி அடித்தான். வண்டி அதிர்ந்து முன்னோக்கிப் பாய்ந்தது; பயணியர் குலுங்கினர். ஆனால், என்ன தான் கடுமையாக, அடிக்கடி அடித்த போதிலும் அவர்களுடைய வாயை மூடமுடியவில்லை. மற்றவர்களுடைய குரலுடன் கிஸ்ஸியின் கீச்சொலியையும் கேட்க முடிந்தது. சிந்தனை கசப்புடன் கசிந்தது. 'பரங்கிகள் என் மகளைத் திருட வேண்டியதில்லை! என் மனைவியே அவளை அவர்களிடம் கொடுத்து விடுவாள்!'

அதே போன்று மக்கள் கூட்டம் நிரம்பி வழிந்த சரக்கு வண்டிகள் ஏனைய பண்ணைகளின் கிளைச் சாலைகளிலிருந்து வெளியேறிக் கொண்டிருந்தன. மகிழ்ச்சி

அலெக்ஸ் ஹேலி | 487

பொங்கிய வாழ்த்துப் பரிமாற்றங்களுடன் குதூகல அலைகள் அடுத்தடுத்து மேலெழும்பிய பொழுது குண்டாவுக்குள் சீற்றம் பெருக்கெடுத்தது. மலர்கள் பூத்துக் குலுங்கிய செழிப்பான புல்வெளி! அது தான் முகாமுக்கான களம். அங்கே சென்றடைந்த பொழுது, ஏற்கனவே குழுமியிருந்த பல வண்டிகளையும், நாலா பக்கங்களிலிருந்து வந்து கொண்டிருந்தவற்றையும் குண்டா கண்டு கொள்ளவே இல்லை. ஒவ்வொரு வண்டியும் நின்றவுடன், தாவிக் குதித்து வெளிப்பட்ட மக்கள் வாய் நிறைய வாழ்த்துக்களுடன் பெல்லுடனும் ஏனையோருடனும் கலந்துறவாடி, கூட்ட நெரிசலில் ஒருவரை ஒருவர் முத்தமிட்டு அணைத்துக் கொண்டனர். பரங்கி மண்ணில் அவ்வளவு அதிக எண்ணிக்கையில் குண்டா கறுப்பு இன மக்களை ஒருபோதும் கண்டதில்லை எனும் உண்மை அவனுடைய மூளையில் படிப்படியாக உதிக்கத் தொடங்கியது. கவனிக்கத் தொடங்கினான்.

பெண்கள் உணவுக் கூடைகளை அடர்ந்திருந்த மரங்களுக்கடியில் குவித்தனர். ஆடவர் புல்வெளியின் மையத்திலிருந்த சிறு குன்றை நோக்கிச் சென்றனர். குண்டா தரையில் முளையறைந்து கழுதைகளைக் கட்டினான். நடந்ததையெல்லாம் காணும் விதமாக வண்டியின் பின்புறம் அமர்ந்து கொண்டான். சற்று நேரத்தில் குன்றின் மேல் பகுதியில் ஆடவரெல்லாம் தரையில் மிகவும் நெருக்கமாக அமர்ந்திருந்தனர். தமக்குள் மிகவும் முதியவர்களான நால்வருக்காக அவர்கள் காத்திருந்தனர். அவர்கள் நின்று கொண்டிருந்தனர். அதன் பிறகு, ஏற்கனவே ஏற்பாடு செய்யப்பட்டிருந்த அறிவிப்புப் போல, அட்டக் கறுப்பாக, கூன்விழுந்து, மெலிந்த உடலுடனும் வெண்தாடியுடனும் அந்த நால்வரிலும் மிகவும் மூத்தவர், திடீரென்று, தலையைப் பின்புறம் சாய்த்து வானத்தை அண்ணாந்து பார்த்தபடி, பெண்கள் இருந்த இடத்தை நோக்கி, பெருங்குரலெடுத்து, "ஆண்டவரின் குழந்தைகளே!" என்றார்.

தனது கண்களையோ, காதுகளையோ குண்டாவால் நம்ப முடியவில்லை. விரைந்து திரும்பிய பெண்கள் அனைவரும் ஒருமித்த குரலில், "ஆமென், ஆண்டவரே!" என்று கத்தியதைக் கவனித்தான். உடனே முண்டியடித்துக் கொண்டு ஓடி ஆடவருக்குப் பின்னால் அமர்ந்தனர். குண்டா திகைத்தான். அவனுக்கு ஜுஃப்பூர் கிராமத்தில் மாதந்தோறும் நடந்த முதியோர் பேரவைக் கூட்டம் நினைவிற்கு வந்தது.

முதியவர் உரக்க மீண்டும் கூவினார், "நீங்கள் அனைவரும் யேசுவின் குழந்தைகள்!"

"ஆமென், ஆண்டவரே!"

தற்பொழுது மற்ற மூவரும் முன்னே நகர்ந்து ஒருவர் பின் ஒருவராக மூத்த முதியவருக்கு முன்பாக நின்று கத்தினர். "நாம் அனைவரும் ஆண்டவருக்கு மட்டும் அடிமைகளாகப் போகிற காலம் நெருங்கிக் கொண்டிருக்கிறது!"

தரையில் அமர்ந்திருந்த அனைவரும், "ஆமென், ஆண்டவரே" என்று கத்தினர்.

‘‘யேசு தயாராகிவிட்டார்! நீங்களும் உங்களைத் தயார்ப்படுத்திக் கொள்ளுங்கள்!”

“ஆமென், ஆண்டவரே!”

“பரலோகத்தில் இருக்கின்ற பரமபிதா இப்பொழுது என்னிடம் கூறியதைக் கேளுங்கள்! எவரொருவரும் புதியவரல்லர் என்கிறார்!”

அனைவருடைய கூக்குரலும் ஒன்றிணைந்து எழுந்தது. முதியவர்களுள் மூத்தவர் சொல்லத் தொடங்கியவை அமிழ்ந்து போயின. குண்டா கூட புதுவிதமான உணர்வெழுச்சி பெற்றான். ஒருவழியாக கூட்டத்தினருடைய கூச்சல் அமைதியடைந்த பின் வெண்தாடிக்காரர் பேசியதைக் கேட்டான்.

“இறைவனுடைய குழந்தைகளே, பரலோகம் என்று ஒன்றுள்ளது. ஆண்டவர் மீது நம்பிக்கை கொண்ட அனைவரும் அங்கே தான் போகப் போகிறோம்! நம்பிக்கையுள்ள அனைவரும் அங்கே தான் என்றென்றைக்கும் நிலையாக வாழப் போகிறோம்”

சற்று நேரத்தில் முதியவருக்கு வேர்த்துக் கொட்டியது. கைகள் காற்றில் ஊசலாடின. உணர்ச்சி பொங்க அவரிடமிருந்து வெளிப்பட்ட குரலின் ஏற்ற, இறக்கங்களுக்கு ஏற்ப அவருடைய உடல் வேகமாக ஆடியது. வெள்ளாடும் சிங்கமும் ஒன்றிணைந்து உறங்கப் போகின்றன என்று பைபிளில் கூறப்பட்டுள்ளது. “மூத்த முதியவர் வானத்தை அண்ணாந்து பார்த்தபடி கைகளை மேல் நோக்கி அகல விரித்து, “இனி மேல் ஆண்டான் அடிமை என்று யாருமில்லை! அனைவரும் ஆண்டவருடைய குழந்தைகளாகப் போகிறோம்!”

திடீரென, சில பெண்கள் தாவி எழுந்து கூச்சலிட்டனர், “ஓ, யேசுவே! ஓ, யேசுவே! ஓ, யேசுவே! ஓ,யேசுவே! ஓ, யேசுவே!” சுற்றிலுமிருந்த பெண்களுக்கு உணர்ச்சி பொங்கியது. கூட்டங் கூட்டங்களாக கூச்சலிட்டுக் கொண்டும், உடலைப் பல கோணங்களிலும் வளைத்து ஆடிக் கொண்டும் ஆரவாரித்தனர். குண்டாவிடம் ஃபிடில்காரர் முன்னொருமுறை கூறியது பளிச்சிட்டது. அடிமைகளுக்கு தொழுகை தடை செய்யப்பட்ட ஒரு சில பண்ணைகளில், அண்மையிலிருந்த காடுகளில் பெரிய இரும்புப் பானைகளை மறைத்து வைத்து, சாமியாடும் எண்ணத்தால் உந்தப்பட்டவர்கள் பானைகளுக்குள் தலையை நுழைத்துக் கொண்டு கூச்சலிட்டு ஆட்டம் போட்டனர். முதலாளிகளுக்கோ, மேற்பார்வையாளர்களுக்கோ சத்தம் கேட்காதவாறு பானைகள் தடுத்துக் கொண்டன.

எண்ண ஓட்டங்களுக்கிடையே, அத்தகைய பெண்களுக்கு மத்தியில் பெல் கூச்சலிட்டு ஆடியதைக் கண்டு திகைப்பும் அவமானமும் அடைந்தான். அந்தச் சமயத்தில் ஒருத்தி “நான் ஆண்டவரின் குழந்தை!” என்று உரக்கக் கத்தி விட்டு, யாரோ அடித்து வீழ்த்தியதைப் போல தலை குப்புறத் தரையில் விழுந்து கை, கால்களை உதறினாள். உடனே மற்ற பெண்களும் அவளைத் தொடர்ந்து புல்வெளியில் விழுந்து புரண்டு அரற்றினர். மிக வேகமாக சுழன்றாடிய மற்றொருத்தி திடீரென கம்பத்தைபோல நிலைக்குத்தி நின்றாள். “ஓ, ஆண்டவரே!

யேசுவே!” என்று கூச்சலிட்டாள்.

அவர்களுடைய செயல்கள் எவையும் திட்டமிட்டுச் செய்யப்படவில்லை என்பதை குண்டாவால் உணர முடிந்தது. அவர்களுடைய உள்ளத்தின் உணர்ச்சிகளை வெளிப்படுத்தினர். அவனுடைய தாயகத்திலும் அவனுடைய மக்கள் உள்ளத்தின் உணர்ச்சிகளை வெளிப்படுத்துவதற்கு அதுபோன்ற நடனங்களை ஆடியதுண்டு. கூச்சலும் ஆட்டத்தின் உக்கிரமும் தணியத் தொடங்கின. ஜுஃப்யூர் கிராமத்திலும் தாவு தீர்ந்து தானாக சோர்ந்து விழுவதில் தான் ஆட்டங்கள் முடிவடைந்தன. தாமே ஆட்டம் போட்டு கடைசியில் தாமாகவே அமைதியடைவதில் அந்த மக்கள் தனது இனத்தவருடன் ஒப்புமை கொண்டிருந்ததை அவனால் உணர முடிந்தது.

பிறகு, ஒருவர் பின் ஒருவராக, தரையிலிருந்து எழத் தொடங்கினர். மற்றவர்களைப் பார்த்து தமது அனுபவத்தை வெளிப்படுத்தினர்.

“முதுகு கடுமையாக வலியெடுத்தது. ஆண்டவரைக் கண்டு பேசிய போது, ‘நேராக நிமிர்ந்து நில்’ என்றார். அப்பொழுதிலிருந்து வலி எதுவுமில்லை”

“ஆண்டவர் எனது ஆன்மாவைக் காப்பாற்றிய வரை என்னால் யேசுவைக் காண முடியவில்லை! தற்பொழுது வேறு எவரைக் காட்டிலும் அவர் மீது கூடுதலான அன்பு பூண்டுள்ளேன்!”

அதே போல மேலும் பலரும் தமது அனுபவத்தைத் தெரிவித்தனர். இறுதியாக, மூத்த முதியவர் தொழுகையை நடத்தினார். அவரைத் தொடர்ந்து அனைவரும் அவ்வப்பொழுது ‘ஆமென்’ என்று கத்தினர். அளவு கடந்த ஆவேசத்துடன் உரக்கப் பாடத் தொடங்கினர். “எனது காலுக்கும் செருப்பு உண்டு... உனது காலுக்கும் செருப்பு உண்டு... ஆண்டவருடைய குழந்தைகள் அனைவருக்கும் செருப்பு உண்டு... பரலோகம் செல்லும் போது செருப்பு அணிந்து கொண்டு பரலோகம் முழுவதையும் வலம் வரப் போகிறீர்கள்! பரலோகம்! பரலோகத்தைப் பற்றிப் பேசிக் கொண்டிருப்பவர்களெல்லாம் பரலோகத்தை அடைவதில்லை! பரலோகம்! இறைவனுடைய பரலோகம் முழுவதையும் சுற்றிவரப் போகிறேன்!”

பாடலைப் பாடிக் கொண்டே, ஒவ்வொருவராகத் தரையிலிருந்து எழுந்தனர். நரைத்தலைப் பாதிரியைப் பின்தொடர்ந்து, குன்றுக்குக் கீழிருந்து, புல்வெளியைக் கடந்து மெதுவாக நடந்தவர்கள், பாடல் முடிவடைந்த போது மறுபக்கமிருந்த குளத்தை அடைந்தனர். அங்கே பாதிரி அவர்களைப் பார்த்துத் திரும்பினார். மற்ற மூன்று முதியவர்களும் அவருடைய இருமருங்கிலும் நின்றனர். பாதிரி வானத்தை நோக்கி கைகளை உயர்த்தினார்.

“சகோதர, சகோதரிகளே! இதுவரை கழுவப்படாத உங்களுடைய பாவங்களை இந்த ஜோர்டான் நதியில் கழுவிப் போக்கிக் கொள்வதற்கான தருணம் நெருங்கிவிட்டது!”

கரையிலிருந்த பெண்கள் கத்தினர், “ஓ, ஆமாம்!”

“பரலோகத்தின் புனித நீரைக் கொண்டு நரகத்தின் தீயைத் தணிப்பதற்கான தருணம் இது!”

“சொல்லுங்கள்!” மற்றொரு சத்தம் எழுந்தது.

“எல்லா வல்லவருடன் நீரில் மூழ்கி ஆண்டவருடனே மீண்டும் எழுவதற்கு விரும்புவோர் நின்றிருங்கள்! ஏற்கனவே புனித நீராட்டுப் பெற்றவர்கள் அல்லது யேசுவுடன் இணைவதற்கு இன்னமும் தயாராகாதவர்கள் அமருங்கள்!”

திகைப்புடன் குண்டா கவனித்துக் கொண்டிருந்தான். பன்னிரெண்டு, பதினைந்து பேர் மட்டிலுமே உட்கார்ந்தனர். ஏனைய அனைவரும் நீர் மட்டத்தின் விளிம்பில் வரிசையாக நின்றனர். பாதிரியும் நான்கு முதியவர்களுள் வலுவான ஒருவரும் குளத்திற்குள் இறங்கி, இடுப்பளவு ஆழத்திற்குச் சென்று நின்றனர்.

வரிசையில் முதலாவதாக நின்ற இளம் பெண்ணைப் பார்த்து, “நீ தயாரா, மகளே?” என்று பாதிரி வினவினார். ஆமென்று தலையசைத்தாள். “அப்படியானால், இறங்கி வா!”

அவளுடைய இரு கரங்களையும் மற்ற இரு முதியோரும் பற்றி நீருக்குள் மற்றவர்கள் இருந்த இடத்திற்கு அழைத்துச் சென்றனர். வலுவான முதியவர் அவளுக்குப் பின்புறமிருந்து அவளுடைய தோள்களை இறுகப் பற்றிக் கொண்டார். கைகளைப் பற்றியிருந்த மற்ற இருவரும் பிடியை இறுக்கினர். பாதிரி அவளுடைய நெற்றியில் தனது வலது கையை வைத்து அழுத்தியபடி, “ஓ, ஆண்டவரே! இந்தக் குழந்தை தூய்மையடைவாளாக!” என்றார். உடனே அவளைப் பின்னோக்கித் தள்ளினார். அவளுடைய தோள்களைப் பற்றியிருந்தவர் அவளைப் பின்னோக்கி இழுத்து அவள் முற்றிலும் நீரில் மூழ்கியிருக்குமாறு பிடித்துக் கொண்டனர். அவள் நீரில் தத்தளித்து கால்களை உதைத்தாள். உடல் விம்மி எழுந்தது. அவள் சற்று நேரம் நீருக்குள் துடி, துடிக்க வைத்திருந்த பின் மேலே இழுத்தனர். மூச்சுத் திணறியவாறு நீரை வாயிலிருந்து இறைத்துக் கொண்டு ஒருவழியாக அவள் கரைக்கு அழைத்துச் செல்லப்பட்டு, பயபக்தியுடன் காத்திருந்த தாயிடம் ஒப்படைக்கப்பட்டாள்.

பிறகு, வரிசையிலிருந்த அடுத்த நபரைப் பார்த்தனர். இருபது வயது விடலை அவர்களையே வெறித்தபடி நின்றிருந்தான். நகருவதற்கு அஞ்சினான். அவனைத் தர தரவென்று இழுத்துச் சென்றனர். நம்பமுடியாததொரு கடுமையான சோதனைக்கு ஆளாக்கப்பட்ட ஒவ்வொருவரையும் குண்டா வாயை அகலத் திறந்தபடி கவனித்துக் கொண்டிருந்தான். அடுத்து ஒரு நடுத்தர வயது ஆள், அதற்கடுத்து பன்னிரெண்டு வயதுப் பெண், மற்றுமொரு நடக்கவே முடியாத மூதாட்டி! எதற்காக அப்படிச் செய்கிறார்கள்? தன் மீது நம்பிக்கை கொள்ள விரும்புவோர் அத்தகைய இன்னல்களுக்கு ஆளாக வேண்டும் என்று எதிர்பார்க்கின்ற ஆண்டவர் எப்படிப்பட்டவர்? இடுப்பளவு நீரில் மூழ்கடிக்கப்பட்டதால் செய்த பாவங்கள் எப்படிக் கழுவப் படுகிறது? குண்டாவின் மூளையைக் கேள்விக் கணைகள் துளைத்தன. பதில் தான் கிடைக்கவில்லை.

முடிந்து விட்டதென்று நினைத்தான். தனது அங்கியின் தலைப்பால் முகத்தைத் துடைத்தவாறு பாதிரி கேட்டார். "இந்தப் புனித நாளில் தனது குழந்தைக்குப் புனித நீராட்டு நிகழ்த்த விரும்புகின்ற தாய்மார் யாரேனும் இருக்கிறீர்களா?" நான்கு பேர் எழுந்து நின்றனர். அவர்களுள் முதலாவதாக, கிஸ்ஸியைக் கையில் பிடித்தபடி பெல் நின்றாள்.

குண்டா வண்டியிலிருந்து தாவி எழுந்தான். உறுதியாக, அவர்கள் செய்யக் கூடாது! குளக்கரைக்குச் செல்லும் பாதையில், முதலில் தயங்கி, தயங்கி மெதுவாகவும் பின்னர் உறுதியுடன் விரைவாகவும் நடந்து சென்று குளத்தில் நீர்மட்டத்தின் விளிம்பில் குழுமியிருந்த கூட்டத்தினருடன் இணைந்தாள். பாதிரி அவளைக் கையசைத்து அழைத்த பொழுது, கிஸ்ஸியைத் தூக்கிக் கொண்டு நீருக்குள் இறங்கி பாதிரி இருந்த இடத்தை அடைந்தாள். பாதம் வெட்டப்பட்ட கடந்த இருபது ஆண்டுகளில் முதன்முறையாக குண்டா தன்னையறியாமல் ஓடினான்! குளத்தை அடைந்த போது அவனுடைய பாதம் வலியால் துடி துடித்தது. ஆனால், பெல் குளத்தின் நடுவில் பாதிரியின் பக்கத்தில் நின்றிருந்தாள். மூச்சிரைக்க, குண்டா வாய் திறந்த பொழுது, பாதிரியார் பேசத் தொடங்கினார்.

"அன்புக்குரியவரே, உம்முடைய கருணை சாம்ராஜ்யத்தில் மற்றுமொரு வெள்ளாட்டினை வரவேற்பதற்காக இங்கே நாங்களனைவரும் திரண்டுள்ளோம்! சகோதரி, குழந்தையின் பெயர் என்ன?"

"கிஸ்ஸி, சாமி!"

கண்களை மூடியவாறு கிஸ்ஸியின் நெற்றியில் இடது கையை வைத்து அழுத்தியவாறு, "ஆண்டவரே...." என்று தொடங்கினார்.

குண்டா கடுகடுத்த குரலில் கத்தினான், "வேண்டாம்!"

பெல்லின் தலை அதிர்ந்து சுற்றிலும் பார்த்தது. அவளுடைய கண்கள் அவனுடையவற்றை எரிக்க எத்தனித்தன. பாதிரி அவனையும் அவளையும் மாறி, மாறிப் பார்த்தார். கிஸ்ஸி சிணுங்கத் தொடங்கினாள். பெல் அவளை அமைதிப்படுத்தினாள். குண்டாவின் கண்கள் சுற்றிலும் அனலைக் கக்கின. அனைத்தும் அசைவற்று நின்றன!

பெல் அசைவு கொடுத்தாள்! "பரவாயில்லை, சாமி! அவர் எனது ஆப்பிரிக்கக் கணவர்! அவருக்குப் புரியாது. பிறகு, நான் விளக்கிக் கொள்கிறேன். ஆக வேண்டியதைப் பாருங்கள்!"

குண்டா பேச்சற்று திகைத்தான். பாதிரியின் தோள்கள் வெறுப்புடன் அசைந்ததைக் கண்டான். கிஸ்ஸி பக்கம் திரும்பி, கண்களை மூடியவாறு மீண்டும் தொடங்கினார்.

"ஆண்டவரே, இந்தப் புனித நீரால், இந்தக் குழந்தையை ஆசீர்வதிப்பீராக!........... சகோதரி, குழந்தையின பெயரை மறுபடியும் சொல்லுங்கள்!"

"கிஸ்ஸி!"

"கிஸ்ஸி எனும் இக்குழந்தையை ஆசீர்வதித்து, உமது பரலோக சாம்ராஜ்யத்தில் பாதுகாப்பீராக!". பாதிரி தனது வலது கரத்தை நீருக்குள் மூழ்கி எடுத்து கிஸ்ஸியின் முகத்தில் தெளித்தார். கூவினார், "ஆமென்!"

பெல் திரும்பி, குழந்தையைத் தூக்கிக் கொண்டு கரைக்குத் திரும்பினாள். நீர் சொட்ட, சொட்ட குண்டா முன்பு நின்றாள். தனது முட்டாள்த்தனத்தை எண்ணி வெட்கியவனாக, அவளுடைய சகதி படிந்த பாதங்களை நோக்கினான். பார்வையை மேல் நோக்கி உயர்த்தி அவளுடைய கண்களைக் கண்டான். கண்ணீரால் நனைந்திருந்தன. மகளை அவனிடம் கொடுத்தாள்.

"பரவாயில்லை! விடு! அவளும் நனைந்து விட்டாள்!" என்றவாறு தனது முரட்டுக் கைகளால் கிஸ்ஸியின் முகத்தை வருடினான்.

"நெடுந் தொலைவு வண்டியோட்டியதால் பசியுடன் இருப்பாய்! வா, போய் சாப்பிடலாம்! வறுத்த கோழியும், அவித்த முட்டையும் உனக்கு மிகவும் பிடித்த இனிப்பும் கொண்டு வந்திருக்கிறேன்"

"கேட்கும் போதே நாக்கு ஊறுகிறது!"

பெல் அவனுடைய கையைப் பிடித்தவாறு, வாதுமை மர நிழலில் அவர்களுடைய சுற்றுலாக் கூடை இருந்த இடத்தை நோக்கி புல்வெளியைக் கடந்து மெதுவாக நடந்தாள்.

அலெக்ஸ் ஹேலி

74

ஓர் இரவில், வீட்டிலிருந்த போது, கிஸ்ஸியிடம் பெல் கூறினாள், "உனக்கு ஏழு வயதாகப் போகிறது. ஏற்கனவே, வயல்வேலை செய்வோருடைய பிள்ளைகளெல்லாம் நோவாவைப் போல நாள்தோறும் அங்கே பாடுபடுகின்றனர். பெரிய வீட்டில் நீயும் எனக்கு உதவியாக ஏதாவது செய்யத் தொடங்க வேண்டும்" அது போன்ற ஏற்பாடுகளைப் பற்றி அப்பா என்ன நினைத்தார் என்பதை அவளால் தற்பொழுது புரிந்து கொள்ள முடிந்ததால், குண்டாவை அவள் குழப்பத்துடன் பார்த்தாள். அவன் சொரத்தின்றி சொன்னான், "அம்மா சொல்வதைக் கேள்!". பெல் அவனிடம் அதைப் பற்றி ஏற்கனவே கலந்து பேசிவிட்டாள். ஆன்னேயினுடைய விளையாட்டுத் தோழியாக மட்டிலும் இருந்ததைக் காட்டிலும் முதலாளியினுடைய கண்ணில் படும் விதமாக அவள் ஏதாவது வீட்டுவேலை செய்வதென்கிற கருத்தை அவன் ஒத்துக் கொள்ள வேண்டியதாயிற்று. அத்துடன், தனிப்பட்ட முறையில், அவனைப் பொறுத்த வரை, ஜுஃப்பூர் கிராமத்தில், அவளுடைய வயதுப் பெண்களெல்லாம் தாயின் உதவியுடன் வீட்டுப் பணிகளை மேற்கொள்வதில் பயிற்சி பெற்று, பிற்காலத்தில் அவர்களுக்குக் கணவனாக வரப் போகிறவனிடம் தந்தை நிறைய பரிசுப் பணம் பெறுவதற்கு

ஏதுவாக இருந்தனர் என்பதால் அக்கருத்தினை அவன் விரும்பினான். கிஸ்ஸிக்கு மரபு வழிப்பட்ட தகைமையை கற்பிக்க வேண்டும் என்று இன்னமும் அவன் கொண்டுள்ள உறுதியிலிருந்து விலகிச் செல்லும் விதத்தில், பரங்கியருடைய பழக்கங்கள் எதையும் அவள் கற்றுக் கொள்வதை அவன் ஏற்றுக் கொள்வான் என்று எதிர்பார்க்கவில்லை. வெள்ளிப் பாண்டங்களுக்கு மெருகேற்றுவதற்கும், தரையைத் தேய்த்துக் கழுவுவதற்கும், மரச்சாமான்களை மெழுகு போட்டு துடைத்து வைப்பதற்கும், முதலாளியினுடைய படுக்கையை சீர்ப்படுத்துவதற்கும் கூட கிஸ்ஸி பழகிக் கொண்டாள் என்று சில காலை வேளைகளில் பெல் தெரிவித்த பொழுது, மகளின் செயல்திறனை எண்ணி அவள் முகத்தில் தோன்றிய பூரிப்பை அவனிடம் காண முடியவில்லை. இரவுவேளைகளில் முதலாளி கழித்திருந்தவற்றைக் கொட்டிவிட்டு அந்தப் பீங்கானை கிஸ்ஸி கழுவியதைக் கண்ட போது, தான் எதிர்பார்த்து அஞ்சியவை நடந்துவிட்டதை எண்ணி மறுகினான்.

முதலாளியின் தனிப்பட்ட பணிப்பெண்ணாகச் செயல்படுவதற்காக அறிவுரைகளை கிஸ்ஸிக்கு பெல் வழங்கிய பொழுது குண்டா தன்னைக் கட்டுப்படுத்திக் கொண்டான். “சொல்றதை நல்லாக் கேட்டுக்கோ! முதலாளியைப் போன்ற நல்லவர்களுக்கு வேலை செய்யும் வாய்ப்பு எல்லா நீக்ரோக்களுக்கும் கிடைத்து விடாது! மற்ற பிள்ளைகளைக் காட்டிலும் நீ உயர்ந்தவளாகி விட்டாய்! இப்பொழுது, முதலாளி சொல்லாமலேயே அவருடைய தேவைகளை அறிந்து கொள்ள வேண்டியது அவசியம். அதிகாலையில் எழுந்து, முதலாளி எழுவதற்கு முன்பே, என்னுடனே புறப்பட்டுவிடு! அப்படித் தான் நான் அவரிடம் நல்ல பெயரெடுத்தேன். முதலில், அவருடைய குப்பாயத்தையும் கால் சராயையும் தூசி தட்டி கொடியில் உலர்த்திவிடு! பொத்தான்களை உடைத்துவிடவோ கீறல் ஏற்படுத்தவோ கூடாது” அடுக்கிக் கொண்டே இருந்தாள். ஒரே சமயத்தில் மணிக்கணக்கில் அறிவுரைகள் வழங்கப்பட்டதுமுண்டு.

அறிவுரைகள் கூறப்படாத மாலைப் பொழுதுகளே இல்லை என்று குண்டாவுக்குத் தோன்றியது. மிகவும் கேலிக்கூத்தான விவரங்கள் வரை அனைத்தையும் விளக்கினாள். “காலணிகளுக்கு கறுப்புப் பூசி மெருகேற்றுவதற்கு, ஒரு குடுவைக்குள் பீரையும் விளக்குக்கரியையும் போட்டு, சிறிதளவு அதனுடன் எண்ணெயையும், கெட்டியான இனிப்புப் பண்டத்தையும் சேர்த்து நன்றாக குலுக்கி இரவு முழுவதும் வைத்துவிட வேண்டும். பிறகு, மீண்டும் நன்றாகக் குலுக்கிப் பூசித் தேய்த்தால் கண்ணாடி போலப் பளிச்சிடும்.” அவளுடைய அறிவுரை அனத்தல்களிலிருந்து விடுபடுவதற்காக குண்டா ஃபிடில்காரரைச் சந்திக்கப் புறப்பட்டான். அதற்குள் சில முக்கியமான அறிவுரைத் துணுக்குகள் காதில் விழுந்தன. “ஒரு கரண்டி மிளகுத் தூளுடன் பசும்பாலின் நுரையும் வெல்லமும் சேர்த்துப் பசைபோலப் பிசைந்து அறைக்குள் வைத்து விட்டால் ஈ, கொசு மொய்க்காது. சுவற்றில் ஒட்டப்பட்டுள்ள தாள்களில் ஏற்பட்டுள்ள கறையை இரண்டு நாட்களுக்கு மேற்பட்ட இனிப்பு ரொட்டியின் உட்பகுதியைக் கொண்டு தேய்த்தால் பளபளக்கும்.”

பெல்லினுடைய அறிவுரைகளை குண்டா கேட்காவிட்டாலும், கிஸ்ஸி கவனமாக உள்வாங்கிக் கொண்டாள். கிஸ்ஸி வேலை செய்யத் தொடங்கிய பின்

குளிர்காய்கின்ற தணப்பு அடுப்பின் மேற்பகுதி மெருகேற்றப்பட்டு பளபளத்ததாக முதலாளி மகிழ்ச்சியுடன் கூறியதாக, சில வாரங்கள் கழித்து ஒருநாள் பெல் தெரிவித்து பெருமை கொண்டாள்.

ஆனால், ஆன்னே அங்கே வருகை புரிந்த போதெல்லாம், அவள் தங்கியிருந்த காலம் வரை, கிஸ்ஸிக்கு வேலையிலிருந்து விடுப்பு அனுமதிக்கப்பட்டதாக முதலாளி தெரிவிக்க வேண்டிய தேவை ஏற்படவில்லை. எப்போதும் போல, கயிறு தாண்டியும், கண்ணாமூச்சி போன்ற அவர்கள் கண்டுபிடித்திருந்த விளையாட்டுக்களில் ஈடுபட்டுச் சுற்றித் திரிந்தனர். ஒரு மதிய வேளையில் 'நீக்ரோ விளையாட்டு' என்று சொல்லி, நன்கு பழுத்திருந்த தர்ப்பூசணியைப் பிளந்து அதன் உட்பகுதியில் இருந்த குழம்பினைத் தமது முகங்களில் பூசி ஆடைகளின் முன்பகுதியைப் பாழடித்து விட்டனர். கிஸ்ஸிக்குப் புறங்கையால் ஒரு அறை கொடுத்து கத்தி அனுப்பிவிட்டு ஆன்னேயையும் செல்லமாகக் கடிந்து கொண்டாள். "அவளைக் காட்டிலும் உயர்வாக வளர்க்கப்பட்டவள் என்பது உனக்கே தெரியும்! பத்து வயதாகிவிட்டது! பள்ளிக்குச் செல்கிறாய்! உயர்ந்த குடும்பத்து முதலாளியம்மாவாகப் போகிறாய்!"

குண்டா அதைப் பற்றியெல்லாம் அலட்டிக் கொள்ளவில்லை. ஆன்னே அங்கே தங்கியிருந்த காலம் முழுவதும், அவள் புறப்பட்ட மறுநாள் வரையிலும் கூட பெல்லுக்கு அவன் கையாளுவதற்குக் கடினமான கணவனாகத் தான் நடந்து கொண்டான். கிஸ்ஸியை ஜான் வீட்டிற்கு அழைத்துச் சென்ற போதெல்லாம், வண்டியில் தனது மகளுடன் தனியே பயணம் செய்வதற்கு கிடைத்த வாய்ப்பால் தனக்கேற்பட்ட குதூகலத்தை வெளிப்படுத்தாமல் மறைத்துக் கொண்டான். கிஸ்ஸியும் வண்டிப் பயணங்களின் போது அப்பா தனக்குக் கற்பித்தவையெல்லாம் அவர்களிருவருக்குமிடையே தனிப்பட்டவை என்பதைப் புரிந்து கொண்டாள். ஆகவே, பெல் கண்டுபிடித்து விடுவாள் என்கிற பயமில்லாமல் தனது தாயகம் பற்றிய செய்திகளைப் பாதுகாப்பாகக் கற்றுக் கொடுத்தான்.

ஸ்பாட்சில்வேனியா சாலைகளில் புழுதியைக் கிளப்பிக் கொண்டு வண்டி உருண்டோடிக் கொண்டிருந்த வேளையில், கண்ணில் பட்ட பொருட்களுக்கெல்லாம் மாண்டிங்கா மொழிப் பெயர்களை அவளிடம் கூறினான். மரத்தைக் காட்டி, 'யிரோ', கீழே சாலையைக் காட்டி, 'ஸிலோ', மேய்ந்து கொண்டிருந்த பசுவைக் காட்டி, 'நின்ஸெமுஸோ', சிறிய பாலத்தின் மீது சென்ற போது, 'ஸலோ' என்றான். ஒருமுறை மழையில் சிக்கிக் கொண்ட போது, பொழிந்து கொண்டிருந்த துளிகளைக் கையால் வீசி, 'சன்ஜியோ' என்று கூச்சலிட்டான். சூரியன் மீண்டும் வெளிப்பட்டவுடன், 'டிலோ' என்றான். ஒவ்வொரு சொல்லையும் அவன் கூறிய பொழுது, அவனுடைய வாய், உதடுகளின் அசைவுகளை கிஸ்ஸி உன்னிப்பாகக் கவனித்து, அதே போல தன்னுடைய உதடுகளை அசைத்து வெளிப்படுத்தினாள். மீண்டும் மீண்டும் பயிற்சியெடுத்து மாண்டிங்கா மொழிச் சொற்களை மனத்தில் பதிய வைத்துக் கொண்டாள். ஒருநாள், பெரிய வீட்டின் நிழலுக்கு அப்பால் அவர்கள் இருந்த பொழுது, கிஸ்ஸி அவனுடைய விலாவில் இடித்தாள். காதுக்கு மேலே விரலால் தட்டி, "தலை, என்ன சொல்வாய்!" என்று முணுமுணுத்தாள்.

'குங்கோ' என்றான். தலைமுடியைக் கோதிக் காட்டினாள். 'குஞ்ஞியோ' என்றான். மூக்கைக் கிள்ளினாள். 'நுங்கோ' என்றான். காதைத் தேய்த்தாள். 'துலோ' என்றான். உடலைக் குலுக்கியவாறு, மேலே எழும்பி, பாதத்தின் முன்பகுதியைக் காட்டினாள்! 'சின்கும்பா' என்றவன் அவளுடைய பாதத்தின் அகன்ற முன்பகுதியைக் கண்டு வியந்தான். துருவி, துருவிக் கேட்ட அவளுடைய சுட்டு விரலினைப் பிடித்து ஆட்டிக் கொண்டே, 'புலோகோன்டிங்' என்றும், வாயைத் தொட்டு, 'தா' என்றும் சொன்னான். குண்டாவினுடைய சுட்டுவிரலைப் பிடித்த கிஸ்ஸி அவனைச் சுட்டிக் காட்டி, 'ஃபா!' என்றாள். அவர்களிருவருக்குமிடையே நிலவிய பாச உணர்வின் மிகுதியால் குண்டா மெய்மறந்தான்.

சிறிது காலத்திற்குப் பிறகு, சிறியதொரு நதியைக் கடந்து சென்ற போது, குண்டா 'அது பொலோங்கோ' என்றான். தனது தாயகத்தில் கேம்பி பொலோங்கோ என்கிற நதிக்குப் பக்கத்தில் வாழ்ந்ததாக அவளிடம் கூறினான். அன்று மாலை அவர்கள் வீட்டிற்குத் திரும்பிய போது, அந்த நதியைப் பார்த்து, 'கேம்பி பொலோங்கோ' என்று கத்தினாள். அது 'மெட்டபோனி' நதியென்றும் கேம்பி நதியல்ல என்றும் அவளுக்கு விளக்க முயன்றான். அவள் புரிந்து கொள்ளவில்லை. அதைப் பற்றிக் கவலையில்லை. சொன்னதை நினைவில் வைத்திருந்தாளே! அதுவே போதும்! அங்கு கண்டது வலுவற்ற சிறுநதி என்றும் கேம்பி பொலோங்கோ மிகப் பெரியது, விரைந்தோடக் கூடியது, ஆற்றல் மிக்கது என்றும் விளக்கினான். வாழ்க்கை அளித்த அந்நதி மக்களால் வளமையின் சின்னமாகப் போற்றி மதிக்கப்பட்டதைச் சொல்ல வேண்டுமென்று ஆவல் மீதூர்ந்தது. ஆனால், உரிய வார்த்தைகள் கிடைக்கவில்லை. அங்கே மலிந்திருந்த மீனினங்களைப் பற்றிக் கூறினான். பெரிய, பெரிய மீன்கள் துள்ளிக் குதித்ததையும் சில சமயங்களில் பரிசல்களில் கூட தாவி ஏறக்கூடிய வலிமைமிக்கவை என்றும் விவரித்தான். நதிக்கரையில் கம்பளம் விரித்தாற் போல நெருக்கமாக அடர்ந்திருந்த பறவைக் கூட்டங்களைப் பற்றிக் கூறினான். பொடியன்கள் போட்ட ஆரவாரத்தில் வானிலிருந்து பனிப்பொழிவு இறங்கியதைப் போல அவை சிறகுகளை விரித்து எழும்பிய காட்சியை வருணித்தான். குண்டாவிற்கு அவனுடைய பாட்டி ஆயிசா கூறிய கதை நினைவுக்கு வந்ததாகக் கூறினான். காம்பியா நாட்டிற்கு அல்லா கணக்கிலடங்காத வெட்டுக்கிளிகளை அனுப்பிவைத்தார். பயங்கரமாகப் பறந்து சென்ற அவை சூரியனையே மறைத்து இருளடையச் செய்ததுடன் பயிர், பச்சைகளையெல்லாம் தின்று விட்டன. பிறகு, பலத்த சூறாவளி வீசி அவற்றை அடித்துக் கொண்டு போய் கடலில் வீழ்த்தியது. அங்கே மீன்களுக்கு இரையாகி மடிந்தன.

கிஸ்ஸி கேட்டாள், "எனக்கு பாட்டி இருக்கிறாளா?"

"உனக்கு இரண்டு பாட்டிகள்—என்னுடைய அம்மா, உன் அம்மாவின் அம்மா!"
"ஏன் அவர்கள் நம்முடன் இல்லை?"

"நாம் இருக்கின்ற இடம் அவர்களுக்குத் தெரியாது". ஒரு கணம் கழித்து குண்டா கேட்டான், "நாம் எங்கே இருக்கிறோம் என்று உனக்குத் தெரியுமா?"

"வண்டியில் இருக்கிறோம்!"

“நாம் எங்கே வசிக்கிறோம்,”

“வேல்லெர் முதலாளி பண்ணையில்!”

“அது எங்கே இருக்கிறது?”

சாலையைச் சுட்டிக் காட்டி, “அந்த வழியில்..” என்றாள். அதில் ஆர்வமற்றவளாக, “உனது நாட்டைப் பற்றி ஏதாவது சொல்!” என்று கேட்டாள்.

“அங்கே மிகப் பெரிய செந்நிற எறும்புகள் உள்ளன. இலைகளின் மீது ஏறிக் கொண்டு நதியைக் கூடக் கடந்து செல்ல வல்லவை. படையைப் போல அணிவகுத்து போரிடக் கூடியவை. ஆளுயரத்திற்கு புற்றுகளைக் கட்டி அவற்றில் வாழ்கின்றன.”

‘பயமாக இருக்கிறது! நீ அவற்றை மிதித்திருக்கிறாயா?”

“அப்படிச் செய்யக் கூடாது! ஒவ்வொரு உயிருக்கும் வாழ்வதற்கு உரிமை உண்டு. புற்களும் கூட உயிர் வாழ்கின்றன. மக்களுக்குப் போல இவற்றிற்கும் ஆன்மா உண்டு!”

“இனிமேல் புல் மீது நடக்க மாட்டேன். வண்டியிலேயே இருப்பேன்!”

குண்டா புன்னகைத்தான். “எனது நாட்டில் வண்டிகள் கிடையாது. எங்கு சென்றாலும் நடந்தே செல்வோம்! என் அப்பாவும் நானும் எனது பெரியப்பா ஊருக்கு ஜுஃப்யூரிலிருந்து நான்கு நாட்கள் நடந்தே சென்றோம்!”

“ஜு...ஃபாஃஃரே, என்ன?”

“எத்தனை முறை சொல்லியிருக்கிறேன்! அது நான் பிறந்த ஊர்!”

‘‘நீ ஆப்பிரிக்காக்காரர் என்று நினைத்தேன். ஆப்பிரிக்காவில் உள்ள கேம்பியா...!”

“கேம்பியா, ஆப்பிரிக்காவில் உள்ள நாடு! ஜுஃப்யூர், கேம்பியாவில் உள்ள ஊர்!”

“சரி! அது எங்கிருக்கிறதுப்பா?”

“பெரிய கடலுக்கு அப்பால்...!”

“பெரிய கடல் எவ்வளவு பெரிசு?”

“ரொம்பப் பெரிசு! அதனைக் கடக்க நான்கு திங்கள் ஆகும்!”

“நான்கு...என்ன?”

“திங்கள்! இங்கே மாதம் என்பதைப் போல!”

“நீ ஏன் மாதம் என்று சொல்வதில்லை?”

“ஏனெனில், அதற்கு உரிய சொல் திங்கள் தான்!”

“ஒரு ஆண்டினை என்னவென்று சொல்வீர்கள்?”

“ஒரு மாரி!”

கிஸ்ஸிக்கு விநோதமாக இருந்தது.

“அவ்வளவு பெரிய கடலை எப்படிக் கடந்தீர்?”

“பெரிய படகில்!”

“நான்கு பேர் மீன் பிடித்ததைப் பார்த்தோமே! அந்தத் துடுப்புப் படகைக் காட்டிலும் பெரிதானதா?”

“நூறு ஆட்கள் தங்குமளவுக்குப் பெரியது!”

“மூழ்கிப் போகாதா?”

“மூழ்கிப் போயிருக்க வேண்டுமென்று தான் விரும்புகிறேன்!”

“ஏன் அப்படிச் சொல்கிறீர்?”

“ஏனென்றால், நாங்கள் கடுமையாக நோய்வாய்ப்பட்டிருந்தோம்! எப்படியும் சாகத் தானே போகிறோம் என்பதால் அப்படி நினைத்தேன்!”

“நோய் ஏன் ஏற்பட்டது?”

“கழிவுகளின் மீது கிடந்ததால் நோய் ஏற்பட்டது!”

“ஏன் கழிப்பறைகள் இல்லையா?”

“பரங்கியர் எங்களைச் சங்கிலிகளால் பிணைத்திருந்தனர்!”

“யார் பரங்கி?”

“வெள்ளையர்கள்!”

“ஏன் சங்கிலிகளைப் பூட்டினர்? ஏதாவது தப்பு செய்தாயா?”

“நான் வசித்த ஜுஃப்யூர் கிராமத்திற்குப் பக்கத்திலிருந்த காட்டிற்கு முரசு செய்வதற்காக மரம் தேடிக் கொண்டிருந்தேன். என்னைப் பிடித்துக் கொண்டு சென்று விட்டனர்.”

“அப்பொழுது உனக்கு வயது என்ன?”

“பதினேழு!”

"கூட்டிச் செல்வதற்கு அம்மா, அப்பாவைக் கேட்டார்களா?"

குண்டா அவளைத் திகைப்புடன் பார்த்தான். "முடிந்தால் அவர்களையும் சேர்த்துக் கூட்டிச் சென்றிருப்பர்! இன்று வரை எனது குடும்பத்தாருக்கு நான் இருக்கின்ற இடம் தெரியாது!"

"சகோதர, சகோதரிகள் இருக்கிறார்களா?"

"மூன்று தம்பிகள்! இப்போது நிறைய இருப்பார்கள்! அவர்களெல்லாம் வளர்ந்து பெரியவர்களாயிருப்பர். உன்னைப் போன்ற குழந்தைகள் அவர்களுக்கும் இருக்கலாம்!"

"என்றைக்காவது அவர்களைப் பார்ப்போமா?"

"நாம் எங்கேயும் செல்ல முடியாது!"

"இப்போது வெளியில் வந்திருக்கிறோமே!"

"முதலாளி ஜான் வீட்டிற்கு வந்துள்ளோம்! சூரியன் மறைவதற்குள் ஆளைக் காணோமென்றால் நாய்களை நம்மீது ஏவி விடுவர்!"

"நம் மீது அக்கறையாலா?"

"நம்மை இழுக்கிற இந்தக் குதிரைகளைப் போல, நாம் அவர்களுக்கு உரியவர்கள்!"

"நான் உனக்கும் அம்மாவுக்கும் உரியவளாக இருப்பதைப் போல!"

"நீ எங்கள் செல்லக்குட்டி! அது வேறே..!"

"ஆன்னே, நான் அவளுக்கு வேண்டுமென்கிறாள்!"

"வைத்து விளையாடுவதற்கு நீ என்ன பொம்மையா?"

"அவளுடன் தானே விளையாடுகிறேன்! என்னுடைய நெருங்கிய தோழி என்கிறாள்!"

"நீ யாருக்கும் தோழியாகவும் அடிமையாகவும் இரண்டாக இருக்க முடியாது!"

"எப்படிச் சொல்றேப்பா?"

"ஏனெனில், நண்பர்கள் ஒருவரை மற்றவர் உரிமையாக்கிக் கொள்வதில்லை!"

"நீயும் அம்மாவும் உரிமை கொண்டாடுவதில்லையா? நண்பர்களாகவும் இருப்பதில்லையா?"

"இரண்டும் ஒன்றல்ல! அப்படியிருப்பதற்கு நாங்கள் விரும்புகிறோம்! ஒருவரை ஒருவர் நேசிக்கிறோம்!"

"சரி! நானும் ஆன்னேயை நேசிக்கிறேன்! அவளுக்கு உரியவளாகவும் இருக்கிறேன்!"

"அதெல்லாம் சரிப்படாது!"

"என்னப்பா சொல்றீங்க?"

"இருவரும் பெரியவர்களாக வளரும் போது, நீ மகிழ்ச்சியாக இருக்க முடியாது!"

"அப்போதும் இருப்போம்! நீங்களும் மகிழ்ச்சியாக இருப்பீர்கள்!"

"அதில் தெளிவாக இருக்கிறாயல்லவா?"

"ஆமாப்பா! உன்னையும் அம்மாவையும் விட்டு ஒருபோதும் என்னால் இருக்க முடியாது!"

"நாங்களும் போக விட மாட்டோம்!"

75

ஒரு பிற்பகல் வேளையில், என்ஃபீல்டிலிருந்து முதலாளியின் பெற்றோருடைய வண்டியோட்டி அழைப்புச் செய்தி கொண்டு வந்திருந்தான். ரிச்மோன்ட் வணிகர்களுள் முக்கியமான ஒருவர் ஃபெடெரிக்பர்க் செல்லும் வழியில் ஒருநாள் பெற்றோருடைய பெரிய வீட்டில் தங்கிச் செல்ல இருந்ததாகவும் அவரைக் கௌரவிக்கும் விதத்தில் ஏற்பாடாகியிருந்த விருந்துக்கு அழைத்ததாகவும் செய்தி கொணர்ந்தான். இருட்டி சற்று நேரத்தில் குண்டா முதலாளியுடன் என்ஃபீல்டு பெரிய வீட்டை அடைந்த போது, அங்கே வீட்டிற்கு வெளியே பல வண்டிகள் ஏற்கனவே நிறுத்தப்பட்டிருந்தன.

பெல்லுக்கும் அவனுக்கும் திருமணம் முடிந்த கடந்த எட்டு ஆண்டுகளில் அங்கே அவன் பலமுறை சென்றிருந்த போதிலும், பருத்த, கறுப்பு சமையல்பெண் ஹாத்தி, கடந்த சில மாதங்களாக, அதாவது, ஆன்னே தன்னுடன் தாத்தா, பாட்டியைப் பார்ப்பதற்காக கிஸ்ஸியை அழைத்து வந்திருந்ததிலிருந்து, மீண்டும் குண்டாவுடன் பேசத் தொடங்கியிருந்தாள். அன்றிரவு, அவளைக் கண்டு, ஏதாவது சாப்பிடக் கிடைக்குமா என்று பார்த்து வரலாம் என்றெண்ணி அடுக்களைக்குச் சென்ற குண்டாவை உள்ளே வரவேற்றாள். அப்பொழுது தான் அவள்,

ஆன்னேவுடைய உதவியாளருடனும், பரிமாறுவதற்கான பெண்கள் நால்வருடனும் இரவு உணவிற்கான தயாரிப்புகளை முடித்திருந்தாள். பல பானைகளிலும், வாணலிகளிலும் கொதித்துக் கொண்டிருந்த எண்ணற்ற உணவுவகைகளைக் கண்டு குண்டா திகைத்தான்.

உணவுப் பண்டங்களை நக்கியும், நுகர்ந்தும் சோதித்துக் கொண்டிருந்ததற்கிடையில், குண்டாவிடம் கேட்டாள், "உன்னுடைய அழகுக் குட்டிப் பொண்ணு எப்படியிருக் கிறாள்?"

"நலமாக இருக்கிறாள்! பெல் அவளை சமையலில் பழக்குகிறாள். சில நாட்களுக்கு முன் ஆப்பிளைக் கொண்டு அவள் தயாரித்திருந்த புட்டு சுவையாக இருந்தது."

"கெட்டிக்காரி! இன்னொன்னு தெரியுமா? கடந்த முறை இங்கே இருந்த பொழுது, நான் செய்த பண்டங்களை அவள் சாப்பிட்டதைக் காட்டிலும் அவள் செய்தவற்றை நிறையச் சாப்பிட்டேன்."

அடுமனையில் வெந்து கொண்டிருந்த, நாவில் நீரூறச் செய்த மூன்று, நான்கு வகை இன்சுவை ரொட்டிகளை கடைசியாக ஒருமுறை சரிபார்த்து விட்டு, மஞ்சள் வண்ண சீருடையிலிருந்த பரிமாறும் பெண்களில் மூத்தவளிடம், "தயாராகிவிட்டது! முதலாளியம்மாவிடம் சொல்!" என்றாள். ஆடுகதவு வழியாக அவள் அகன்றவுடன், மற்ற மூவரிடமும் எச்சரித்தாள், "கொதிக்கிற சாறு நிறைந்த பாண்டங்களை கீழே வைக்கும் போது என்னுடைய அழகான உடையில் ஒரு துளி சிந்தினால் கூட தொலைத்து விடுவேன்!". தனது இளம் உதவிப்பெண்ணிடம் கூறினாள், "பேர்ல், வேலையை கவனமாகச் செய்! டர்னிப் கீரை, இனிப்புச் சோளம், சீனா பளிங்குக் குவளைகளில் பழச்சாறு அனைத்தையும் தயாராக எடுத்து வை! நான் இந்த ஆட்டிறைச்சிக் கொத்துக்கறியை சமைத்து முடித்துவிடுகிறேன்".

சில நிமிடங்கள் கழித்து, பரிமாறிய பெண்களில் ஒருத்தி திரும்பி வந்து, ஹாத்தியின் காதில் நீண்ட நேரம் எதையோ முணுமுணுத்தாள். பின் மீண்டும் உள்ளே சென்று விட்டாள். ஹாத்தி குண்டாவின் பக்கம் திரும்பி, "சில மாதங்களுக்கு முன்பு, அவர்களுடைய வணிகக் கப்பல் ஒன்றை கடலுக்குள் ஓரிடத்தில் பிரெஞ்சுக்காரர்கள் கொள்ளையடித்தார்களே நினைவிருக்கிறதா?" ஆமென்று தலையசைத்தான். "அதிபர் ஆடம்ஸ் அமெரிக்காவின் கப்பற்படை முழுவதையும் அவர்களை ஒழித்துக்கட்டுவதற்காக அனுப்பியதாக ஃபிடில்காரர் சொன்னார்."

"ஆமாம், அதைச் செய்து முடித்து விட்டார்களாம். பிரெஞ்சுக்காரர்களுடைய எண்பது படகுகளை கைப்பற்றினராம். ரிச்மோன்ட்டிலிருந்து வந்திருக்கிற ஆள் சொன்னதாக லௌனியா கூறிவிட்டுப் போகிறாள். பிரெஞ்சுக்காரர்களுக்குப் பாடம் கற்பித்ததைக் கொண்டாடுவதற்காக இரவு பாடல் பாடி, நடனமாடப் போகிறார்களாம்!"

அவள் பேசிக் கொண்டே அவன் முன்னால் வைத்த தட்டில் குவிந்திருந்த

உணவை மொக்கினான். மாட்டிறைச்சி வறுவல், வான்கோழி, கோழி, வாத்து என வகை வகையான உணவுப்பண்டங்களைப் பார்த்த மாத்திரத்திலேயே சப்புக் கொட்டினான். அவள் பரிமாறுவதற்காக அவற்றை ஒவ்வொன்றாக தட்டுக்களில் முறைப்படி வைத்துக் கொண்டிருந்தாள். வெண்ணெயில் பொறிக்கப்பட்ட இனிப்பு உருளைக் கிழங்கை வாய் நிறையக் குதப்பி விழுங்கிக் கொண்டிருந்தான். நான்கு பரிமாறும் பெண்களும் ஏராளமான காலிக் கோப்பைகளுடனும் கரண்டிகளுடனும் திரும்பினர். குண்டாவிடம் கொடுத்து ஹாத்தி, "இதைச் சாப்பிடு!" என்றாள். சற்று நேரத்தில் பரிமாறிய பெண்கள் காலித் தட்டுக் குவிகளுடன் மீண்டும் வெளியில் வந்தனர். ஹாத்தி முகத்தைச் சுளித்தபடி கூறினாள், "அவர்கள் சாப்பிடுவதற்குத் தயாரானதற்கு முன் நாற்பது நிமிடங்களுக்குள் அனைத்தையும் செய்து முடித்தோம். நீ எதையோ சொல்லிக் கொண்டிருந்தாயே?"

"ஆமாம்! எண்பது படகுகளை இழந்ததால் எதுவும் மாற்றம் ஏற்பட்டு விடப் போவதாக நான் நினைக்கவில்லை. வெள்ளையர்கள் நமக்கு எதிராகப் போரிடுவதற்குப் பதிலாக அவர்களுக்குள் போரிட்டுக் கொள்கின்றனர். யாருடனாவது போரிடாவிட்டால் அவர்களால் மகிழ்ச்சியாக இருக்க முடியாது போலிருக்கிறது!"

"அவர்கள் யாருடன் போரிடுகின்றனர் என்பதைப் பொறுத்தது என்று நினைக்கிறேன்! போன ஆண்டு தௌசைந்த்திற்கு எதிராக போர் நடந்தது. அதிபர் தௌசைந்த்திற்கு உதவியாக படகுகளை அனுப்பாமல் இருந்தால் அவன் வென்றிருப்பான்."

"தௌசைந்த் தனியாக ஒரு நாட்டை ஆளுவது ஒருபுறமிருக்க, தளபதியாக படை நடத்துவதற்கே அவனுக்குப் போதிய அறிவாற்றல் இல்லை என்று எனது முதலாளி வேல்லெர் கூறினார். ஹாதேயில் விடுதலை பெற்ற அடிமைகள் அனைவரும் தமது பழைய முதலாளிகளிடம் இருந்ததைக் காட்டிலும் மோசமான நிலைமைக்குத் தள்ளப்படப் போவது உறுதி என்கிறார். வெள்ளையர்களுடைய எதிர்பார்ப்பு அப்படித்தான் இருக்கக் கூடும்! ஆனால், அவர்கள் பண்ணைகளில் தாமாகவே பாடுபட்டு நன்றாகத் தான் இருக்கிறார்கள் என்பது எனது யூகம்!"

பரிமாறிய பெண்களில் ஒருத்தி அடுக்களைக்குத் திரும்பி, உரையாடலைக் கவனித்து விட்டு, பேசினாள், "உள்ளே அவர்களும் விடுதலை பெற்ற நீக்ரோக்களைப் பற்றித் தான் பேசிக் கொண்டிருக்கிறார்கள். புரட்சியின் போது முதலாளிகளுக்கு ஆதரவாக இருந்தவர்கள், நீக்ரோக்களுடைய கிளர்ச்சித் திட்டங்களை வெள்ளையர்களுக்கு அறிவித்தவர்கள், அனைத்து நோய்களையும் குணப்படுத்தக் கூடியவை என்று வெள்ளையர்களே ஏற்றுக் கொண்ட மருத்துவ மூலிகைகளைக் கொண்டு வந்தவர்கள் போன்ற மிகச் சிறப்பாகப் பணியாற்றிய நீக்ரோக்களுக்கு விடுதலை அளிப்பதை ஆதரிப்பதாக நீதிபதி கூறுகிறார். தம்மிடம் ஈடுபாட்டுணர்வுடன் பணியாற்றிய முதிய நீக்ரோக்களுக்கு சில முதலாளிகள் உயில் மூலம் விடுதலை அளிப்பதற்கு உரிமை உண்டு என்று கருதுவதாகவும் நீதிபதி தெரிவித்தார். ஆனால், அவரும் மற்றவர்களும் குவாக்கர்களையும், எந்தப் பலனுமின்றி நீக்ரோக்களுக்கு விடுதலை அளிக்கின்ற வெள்ளையர்களையும்

கடுமையாக எதிர்க்கின்றனர்." அந்தப் பணிப்பெண் ஆடுகததவை நெருங்கிய போது, மற்றொன்றையும் கூறினாள், "நீதிபதி உறுதியாகக் குறிப்பிட்டார். விரைவில் அந்த உரிமையை முடக்கும் வகையில் சில புதிய சட்டங்கள் வரப் போகின்றன."

குண்டாவிடம் ஹாத்தி கேட்டாள், "விடுதலை அளிக்கப்பட்ட நீக்ரோக்களை ஆப்பிரிக்காவிற்கு அனுப்பிவிட வேண்டும், வெள்ளையர்களும் நீக்ரோக்களும் வேறுபட்டவர்கள், இணைந்து வாழ முடியாது என்றெல்லாம் அலெக்ஸாண்டர் ஹாமில்டன் பேசியிருப்பதைப் பற்றி என்ன நினைக்கிறாய்?"

"அவர் கூறுவது சரியென்று தான் நினைக்கிறேன். ஆனால், அவ்வாறு பேசுகின்ற வெள்ளையர்கள் ஆப்பிரிக்காவிலிருந்து ஆட்களை மேலும் மேலும் கொண்டு வருகின்றனர்.!"

"அவர்களை ஜார்ஜியாவிலும், கரோலினாப் பகுதிகளிலும் பருத்தி வயல்களில் பாடுபடச் செய்கின்றனர். அவர்களுடைய உழைப்பால் அமோகமான விளைச்சலைக் காண்கின்றனர். அதனால் தான் தென் பகுதிகளில் உள்ள முதலாளிகளுக்கு தாம் செலுத்தியதைக் காட்டிலும் இரண்டு, மூன்று மடங்கு அதிக விலைக்கு ஏராளமான முதலாளிகள் விற்றுவிடுகின்றனர்."

"நீக்ரோக்களைத் துன்புறுத்தி வேலை வாங்கி காடுகளைப் பண்படுத்தி பருத்தி வயல்களைப் புதிதாக உருவாக்க ஏழை ஏதிலி வெள்ளையர்களை மேற்பார்வையாளர்களாக முதலாளிகள் அமர்த்தியுள்ளனர் என்று ஃபிடில்காரர் கூறியுள்ளார்"

"ஆமாம்! அதனால் தான் தப்பியோடிவர்களைப் பற்றிய அறிவிப்புகள் சமீப காலத்தில் செய்தித்தாள்களில் நிறைய வெளியாகின்றன."

அப்பொழுது, பரிமாறிய பெண்கள் எச்சில் தட்டுக்களை அள்ளிக் கொண்டு அடுக்களைக்குத் திரும்பினர். ஹாத்தி பெருமை பொங்கக் கூறினாள், "வயிறு புடைக்க தின்று முடித்து விட்டனர். உணவுத் தட்டுகளை அப்புறப் படுத்தியவுடன் முதலாளி மதுப்புட்டிகளை எடுத்து கோப்பைகளில் ஊற்றத் தொடங்கிவிட்டார். நீ, இந்த பழங்களைக் கொண்டு செய்த பணியாரத்தை ருசி பார்!'' சிறு தட்டின் மீது ஒன்றை வைத்து அவனிடம் நீட்டினாள். "சிறந்த வகைப் பழங்கள் அவர்களுக்கு நிறையக் கிடைக்கின்றன. நீ சாராய வகைகளைக் குடிப்பதில்லை என்று நினைக்கிறேன்!"

பணியாரத்தின் சுவையில் திளைத்திருந்த போதிலும், குண்டாவிற்கு அண்மையில், பெல் நாளிதழிலிருந்து படித்துக் காட்டிய தப்பியோடிய அடிமை பற்றிய அறிவிப்புச் செய்தி நினைவுக்கு வந்தது. "ஒரு கலப்பினப் பெண்! மார்பகங்கள் மிகவும் பெரியவை. வலது மார்பில் ஆழமான காயத் தழும்பு இருக்கும்! பொய் பேசுபவள்! திருடி! போலிப் பயணச் சீட்டைக் காட்டுவாள்! ஏனெனில், அவளுடைய பழைய முதலாளி அவளுக்கு எழுதக் கற்றுக் கொடுத்திருந்தார். விடுதலை பெற்ற நீக்ரோ என்று கூறுவாள்!"

ஹாத்தி சலிப்புடன் அமர்ந்திருந்தாள். குடுவையிலிருந்து பழம் ஒன்றை விரலால் நெட்டி எடுத்து வாயில் போட்டுக் கொண்டாள். மிகப் பெரிய தொட்டிகள் இரண்டில் குவிக்கப்பட்டிருந்த தம்ளர்கள், தட்டுக்கள், சமையல் பாண்டங்கள், ஏனைய பாண்டங்கள் கழுவிச் சுத்தம் செய்யப்படவேண்டியிருந்தன. களைப்புடன் பெருமூச்செறிந்தாள். "உனக்குத் தெரியுமா? இரவு படுக்கைக்குச் சென்றாலே பெரிய ஆனந்தம் தான்! இதையெல்லாம் முடிப்பதற்குள் தாவு தீர்ந்து போகும்!

76

குண்டா, பல ஆண்டுகளாக, நாள்தோறும் அதிகாலையில், அடிமைகள் குடியிருப்பில் மற்றவர்களுக்கு முன் எழுந்து கொண்டான். 'அந்த ஆப்பிரிக்காக்காரனுக்கு பூனைக்குப் போல இருட்டில் கூட கண் தெரியும் போல!' என்று சிலர் வெளிப்படையாகவே வியந்தனர். அவர்கள் என்ன வேண்டுமென்றாலும் சொல்லிக் கொள்ளட்டும்! சேமிப்புக் கிடங்கிற்குப் பின்புறம், இரண்டு வைக்கோல் போர்களுக்கு இடையே, நெடுஞ்சாண் கிடையாக விழுந்து அல்லாவிற்கு அதிகாலைத் தொழுகையை நிகழ்த்துவதற்கு தனிமையில் விட்டார்களே அவனுக்கு அதுவே போதும்! அதன் பிறகு, சிறிதளவு வைக்கோலை அள்ளி குதிரைகளின் தீனித் தொட்டிக்குள் போட்டான். அவனுக்குத் தெரியும்! அதற்குள், பெல்லும் கிஸ்ஸியும் எழுந்து தூய்மைப்படுத்திக் கொண்டு உடையணிந்து பெரிய வீட்டு வேலைகளைக் கவனிக்கச் சென்றிருப்பர்! வயல்வேலை கங்காணி கேடோ, ஆதாவின் மகன் நோவாவுடன் மற்ற அடிமைகள் விழித்தெழுவதற்கான மணியை ஒலித்திருப்பான்!

நாள்தோறும் காலையில், நோவா தலையசைத்து மிகுந்த பணிவுடனும் மரியாதையுடனும் 'காலை வணக்கம்' சொன்னான். அவனுடைய செயல் குண்டாவிற்கு ஆப்பிரிக்க ஜலோஃப் இன மக்களை நினைவுபடுத்தியது.

அவர்களுடைய வழக்கப்படி, ஒருவர் காலையில் வணக்கம் சொல்லிவிட்டாரானால் அன்றைக்குச் சொல்ல வேண்டிய கடைசி வார்த்தையைச் சொல்லிவிட்டதாகப் பொருள்! அவர்கள் இருவரும் அதிகமாகப் பேசிக் கொள்வதில்லை என்ற போதிலும் அவனை குண்டாவிற்கு மிகவும் பிடித்திருந்தது. அவனுடைய வயதில் எதிலும் கவனத்துடன் நடந்து கொண்ட தன்னை நினைவுபடுத்தியதாக எண்ணினான். அவன் வேலை செய்த விதம், தானுண்டு தனது வேலையுண்டு என்றிருந்த மனப்போக்கு, நிறையக் கவனித்து குறைவாகப் பேசியது போன்ற வகையில் அவனில் தன்னைக் கண்டான். தான் செய்த வேலை ஒன்றை அவனும் செய்ததைக் கவனித்தான். ஓரிடத்தில் நின்று கொண்டு, பண்ணை முழுவதும் ஆன்னேயுடன் சுற்றித் திரிந்த கிஸ்ஸி மீது அமைதியாகத் தனது பார்வையைப் பின்தொடர விட்டுக் கொண்டிருந்ததைக் கவனித்தான். சேமிப்புக் கிடங்கின் கதவருகிலிருந்து, அவர்கள் இருவரும் பீப்பாயை உருட்டிக் கொண்டு குதித்தாடியபடி பெரிய வீட்டின் பின்புறம் விளையாடிக் கொண்டிருந்ததை குண்டா கவனித்துக் கொண்டிருந்தான். உள்ளே செல்வதற்காகத் திரும்பிய போது, கேடோவின் வீட்டருகிலிருந்து நோவாவும் அவளைக் கவனித்துக் கொண்டிருந்ததைப் பார்த்தான். அவர்களிருவருடைய பார்வைகளும் சந்தித்துக் கொண்டன. இருவருடைய பார்வைகளும் மீள முடியாமல் நெடு நேரம் சிக்கிக் கொண்டு பின் அகன்றன. 'நோவா எதைப் பற்றிச் சிந்தித்துக் கொண்டிருந்தான்? ஒருவேளை நான் என்ன நினைத்திருப்பேன் என்று அவன் நினைத்துக் கொண்டிருந்தானோ?' ஒருவழியாக, இருவரும் ஒரே மாதிரிதான் சிந்தித்தனர் என்று குண்டா தெளிந்து கொண்டான்.

பத்து வயதான நோவா, கிஸ்ஸியை விட இரண்டு வயது மூத்தவன். அவர்கள் இருவரும் விளையாட்டுத் தோழர்களாக இல்லாவிட்டாலும் நண்பர்களாகப் பழகுவதற்கு அது ஒன்றும் பெரிய தடை அல்ல. சொல்லப் போனால், அந்தப் பண்ணையில் அவர்கள் இருவர் மட்டிலுமே சிறு பிள்ளைகள்! ஒருவரை ஒருவர் கடந்து செல்ல நேர்ந்த பொழுதெல்லாம் இருவருமே பார்த்தறியாதவர்களைப் போல நடந்து கொண்டனர். அதைக் கவனித்த குண்டாவிற்கக் காரணம் விளங்கவில்லை. ஒருவேளை, அந்தப் பிஞ்சு மனங்களில் கூட, வீட்டுவேலை செய்தோரும் வயல்வேலை செய்தோரும் தமக்குள் கலந்து உறவாடக் கூடாது என்கிற பரங்கி நாட்டு வழக்கம் புகுந்து கொண்டதோ!

காரணம் எதுவாக இருப்பினும், நோவா பகல் பொழுதுகளில் மற்றவர்களுடன் வயல்வெளிகளில் பாடுபட்டான். கிஸ்ஸி நாள்தோறும் பெருக்குவதும், தூசி தட்டுவதும், உலோகப் பொருட்களுக்கு மெருகேற்றுவதும், முதலாளியின் படுக்கையறையைச் சீர்ப்படுத்துவதுமாக உழைத்தாள். அத்துடன், பெல் கையில் குச்சியுடன் மேற்பார்வை பார்த்தாள். சனிக்கிழமைகளில் வழக்கம் போல ஆன்னே பெரியப்பா வீட்டிற்கு வருகை புரிந்தாள். எப்படித்தான் அவளால் முடியுமோ! மற்ற நாட்களில் எடுத்துக் கொள்ளும் நேரத்தில் பாதிக்குள் தனது வேலை அனைத்தையும் முடித்து விட்டு கிஸ்ஸி தயாராகி விடுவாள்! எஞ்சிய நேரம் முழுவதும் ஆன்னேயுடன் ஆடித்திரிந்தாள். முதலாளி வீட்டிலிருந்த நாட்களில் மட்டும் மதிய உணவு நேரத்தில் தோழிகள் பிரிந்திருந்தனர். முதலாளியும்

ஆன்னேயும் உணவு மேஜை மீதமர்ந்து சாப்பிட்டுக் கொண்டிருந்த பொழுது கிஸ்ஸி பக்கத்தில் நின்று மரக்கிளை விசிறி கொண்டு வீசி ஈக்களை விரட்டிக் கொண்டிருந்தாள். உள்ளும் புறமும் ஓடி ஆடி பரிமாறிக் கொண்டிருந்த பெல்லின் கூர்த்த பார்வை இரு பெண்களையும் துளைத்துக் கொண்டிருந்தது. முன்கூட்டியே எச்சரித்திருந்தாள்! 'முதலாளி முன் நீங்கள் இருவரும் ஏதாவது சேட்டை செய்ததைப் பார்த்தால் தோலை உரித்து விடுவேன்!'

குண்டா ரொம்பவே பக்குவப்பட்டு விட்டான். முன்பு போல, பெல், முதலாளி, ஆன்னேயுடன் தனது செல்ல மகள் நெருங்கிப் பழகுவதால் முழுக்க, முழுக்க பரங்கியர் பழக்கத்திற்கு ஆளாகி விடுவாளோ என்றெல்லாம் தன்னை வருத்திக் கொள்வதை விட்டு விட்டான். ஆன்னே பெரிய வீட்டு வளாகத்திற்குள் சுற்றித் திரிந்த பொழுது தனது பெரும் பகுதி நேரத்தை சேமிப்புக் கிடங்கிலேயே கழித்தான். ஞாயிற்றுக் கிழமைகளில், தேவாலயத்திற்குச் சென்று திரும்பிய பின் அவள் தன்னுடைய பெற்றோருடன் புறப்படும் வரை காத்திருந்தான். அதன் பின்னர், மதிய வேலைகளில் முதலாளி ஓய்வெடுத்தார் அல்லது களியாட்ட அரங்குகளில் பொழுது போக்கினார். பெல், ஆன்ட் சுகே, சகோதரி மாண்டியுடன் வாராந்திர யேசு கூட்டங்களுக்குச் சென்றாள். மதிப்பு மிகுந்த இரண்டு மணிநேரம் அவன் தனது மகளுடன் தனித்திருக்கும் வாய்ப்புக் கிட்டியது.

வானிலை வாகாக இருந்தால், அவர்கள் வெளியே உலாவினர். வழக்கமாக, ஒன்பது ஆண்டுகளுக்கு முன் தனது மகளுக்கு உரிய பெயர் தேடி உலாவிய கொடிகள் அடர்ந்த வேலிப்பகுதி நெடுகிலும் நடந்தனர். யாருடைய கண்களிலும் படாத தொலைவுக்குச் சென்று மகளுடைய கையைத் தனது கையுடன் இறுகப் பிணைத்துக் கொண்டு எதையும் பேச மறந்தவனாக அவளையே பார்த்துக் கொண்டிருந்தான். மெதுவாக நடந்து சிறிய நீரோடையை நோக்கிச் சென்று மரநிழலில் நெருக்கமாக அமர்ந்து, கிஸ்ஸி அடுக்களையிலிருந்து கொண்டு வந்திருந்த தின்பண்டங்களை இருவரும் உண்டனர். பின்னர் பேசத் தொடங்கினர்.

பெரும்பாலும் அவன் பேசும் பொழுது அவள் இடையிடையே 'அது எப்படி...' என்கிற கேள்வியை எழுப்பிக் கொண்டிருந்தாள். ஆனால், ஒருநாள் அவன் வாய் திறப்பதற்கு முன்பே அவள் ஆவலுடன் பேசத் தொடங்கினாள். "நேற்று ஆன்னே எனக்குச் சொல்லிக் கொடுத்ததைக் கேட்கிறாயாப்பா?"

அவனைப் பொறுத்தவரை அந்த வெள்ளை மினுக்கியைப் பற்றிக் கவலையில்லை. ஆனாலும், கிஸ்ஸியின் மனம் புண்படக் கூடாது என்பதற்காக "கேட்கிறேன்"என்றான்.

அவள் ஒப்பித்தாள்: "பீட்டர், பீட்டர், பூசணி தின்பான்!

மனைவியைப் பேண இடமில்லை என்பான்!

பூசணி ஓட்டுக்குள் மனைவியை வைத்தான்!

அன்புடன் அவளை நாளும் காத்தான்!"

“அவ்வளவு தானா?”

ஆமென்று தலையசைத்தாள். “பிடிச்சிருக்கா?”

‘ஆன்னே கிட்ட வேறென்னத்த எதிர்பார்க்க முடியும், மடத்தனமா இருக்கு’ என்று நினைத்தான். பாதுகாப்பாக, “உண்மையாகவே, நன்றாகச் சொன்னாய்!?”

“என்னைக் காட்டிலும் சிறப்பாக உன்னால் சொல்ல முடியாது! என்ன பந்தயம்?” கண்களைச் சிமிட்டினாள்.

“என்னால முடியாதும்மா”

“அப்பா, ஃபா! எனக்காக ஒருமுறை சொல்லுப்பா!”

“தொல்லை பண்ணாதம்மா!” மிகவும் களைத்துப் போன தொனியில் கூறினான். ஆனால், அவள் விடுவதாக இல்லை. அவளுடைய விரலசைவுக்கு ஏற்ப ஆட வைத்து விடுகிறாளே என்று அலுத்தபடி ஒருவழியாக தட்டுத்தடுமாறி வேடிக்கையான அந்த வரிகளை சொல்லிவிட்டான். ‘ஆளை விடு!’ தனக்குள் சொல்லிக் கொண்டான்.

அது போன்ற குழந்தைப் பாடலைச் சொல்லும்படி அவள் மீண்டும் நச்சரிப்பதற்குள் வேறு எதையாவது ஒப்பிக்க அவளுக்குக் கற்றுக் கொடுக்கலாம் என்கிற எண்ணம் உதித்தது. திருக்குரானிலிருந்து சில தொழுகைப் பாடல்களை ஒப்பித்தான். அதனுடைய அழகில் அவள் லயிப்பாள் என்று எதிர்பார்த்தான். ஆனால், அவளுக்கு ‘பீட்டர், பீட்டர்’ போன்ற பாடல்கள் தான் பிடித்திருந்தன. எனவே கதை சொல்வதென்று முடிவு செய்தான். முதலையும் சிறுவனும் பற்றிய கதையை ஏற்கனவே சொல்லிவிட்டான். சோம்பேறி ஆமை உடல்நலமில்லை என்று கெஞ்சி நரி முதுகில் சவாரி செய்ய அனுமதி கேட்ட கதையைக் கூறினான்.

அவன் சொல்லிக் கொண்டிருந்த போதே, கேள்வி ஒன்று போட்டாள், “நீங்க சொல்ற கதையெல்லாம் யாரிடமிருந்து கேட்டீர்கள்?”.

“உனது வயதில், அறிவாளிப் பாட்டி நியோ போட்டோவிடம் கேட்டேன்.” பாட்டியின் நினைவு தோன்றியதால் சிரித்தான். “அவளுக்கு கோழி முட்டை போல, வழுக்கைத் தலை, வாயில் ஒரு பல் கூட கிடையாது, ஆனால், நாக்கு கதை சொல்வதற்கென்றே செய்ததைப் போன்றிருந்தது. கிராமத்துக் குழந்தைகளையெல்லாம் தனது குழந்தைகளைப் போல அன்பு பாராட்டினாள்!”

“அவளுக்குக் குழந்தைகள் இல்லையா?”

“ஜுஃப்யூர் கிராமத்திற்கு வந்ததற்கு முன் அவளுடைய இளம் வயதில் இரண்டு குழந்தைகள் இருந்தன. ஆனால், அவளுடைய இனக்குழுவிற்கும் மற்றொரு இனக்குழுவிற்கும் இடையே நடந்த போரில் குழந்தைகளை இழந்து விட்டாள். அந்த இழப்பிலிருந்து அவள் மீளவே இல்லை!”

அதற்கு முன் தோன்றாத எண்ணம் திடீரென தாக்கியதால் திகைத்தான்.

மௌனியானான். பெல்லினுடைய இளமையிலும் அதே போன்ற இழப்பு நேர்ந்தது. கிஸ்ஸியிடம் அவளுடைய ஒன்றுவிட்ட சகோதரிகளைப் பற்றிக் கூற எண்ணினான். அவள் மட்டுமின்றி பெல்லும் வேதனை அடைவாள் என்பதால் விட்டுவிட்டான். பெல் கூட கிஸ்ஸியைப் பெற்றெடுத்த அந்த இரவில் தானே அவனிடம் கூறினாள். ஏன், அவன், அவனுடன் அடிமைக் கப்பலில் பயணித்த அனைவரும் குடும்பத்தினரிடமிருந்து பிரிக்கப்படவில்லையா? அதற்கு முன்னும் பின்னும் எண்ணற்ற மக்கள் அத்தகைய கொடுமைக்கு ஆளாக்கப்பட்டனரே!

"எங்களை அம்மணமாக்கிக் கொணர்ந்தனர்!" வாயிலிருந்து தன்னையறியாமல் உதிர்ந்த வார்த்தைகளைக் கேட்டான். கிஸ்ஸி தலையை உயர்த்தி மலங்க மலங்க விழித்தாள். அவனால் நிறுத்த முடியவில்லை. "எங்களுடைய பெயர்களைக் கூடப் பறித்துக் கொண்டனர். இங்கே பிறந்த உன்னைப் போல அவர்களுக்கு தாம் யார் என்பது தெரியவில்லை. ஆனால், உனக்கு நான் குண்டா கின்டே என்பது தெரியும்! மறந்து விடாதே! நம்முடைய மூதாதையர் வணிகர்கள், பயணிகள், புனிதர்கள்! பல நூறு ஆண்டுகளாக வழிவழியாக மாலி என்கிற மண்ணிலிருந்து உதித்தவர்கள்! நான் சொல்வது புரிகிறதா, மகளே!"

"புரியுதுப்பா!" பணிவாகக் கூறினாள். ஆனால், அவளுக்குப் புரியாது என்பதை அவன் அறிந்து கொண்டான். ஓர் எண்ணம் உதித்தது. ஒரு குச்சியை எடுத்து, அவர்களுக்கிடையே தரையைச் சமப்படுத்தி, அரேபிய எழுத்துக்களைக் கீறினான்.

விரலை மெதுவாக எழுத்துக்களின் மீது நகர்த்தியவாறு, "என் பெயர்—குண்—டா கின்—டே!" என்றான். ஈர்க்கப்பட்டவளாக, விழித்தாள். "அப்பா, என் பெயரை எழுதுங்க!" எழுதினான். சிரித்தாள். "அது கிஸ்ஸியா?" ஆமென்றான். "உன்னைப் போல எழுதுவதற்கு எனக்குக் கற்றுக் கொடுப்பாயா?" கேட்டாள்.

கண்டிப்புடன் மறுத்து விட்டான்.

காயப்பட்டவளாக கெஞ்சினாள். "ஏன் கூடாது?"

"ஆப்பிரிக்காவில் பையன்கள் தான் எழுதப் படிக்கக் கற்றுக் கொள்ள வேண்டும். பெண்களுக்கு அதனால் பயனில்லை. இங்கேயும் அப்படித்தான்!"

"அம்மாவுக்கு எழுதப் படிக்கத் தெரியுதே, எப்படி?"

கண்டிப்புடன் கூறினான், "அதைப் பற்றிப் பேசாதே! புரியுதா? யாருக்கும் தெரியக் கூடாது! வெள்ளையர்களுக்கு நாம் எழுதப் படிக்கக் கற்பது பிடிப்பதில்லை!"

"ஏன், அப்படி?"

"நமக்கு எதுவும் தெரியாவிட்டால், நம்மால் எந்தத் தொல்லையும் இருக்காது என்று நினைக்கிறார்கள்!"

"நான் தான் எந்தத் தொல்லையும் கொடுப்பதில்லையே!"

"நாமிருவரும் விரைவாக வீடு திரும்பவில்லையென்றால், உன் அம்மா நம்மிருவருக்கும் தொல்லை கொடுத்திடுவாள்!"

குண்டா எழுந்து நடக்கத் தொடங்கினான். பிறகு, கிஸ்ஸி தன்னைப் பின் தொடராததை உணர்ந்து, நின்று, திரும்பினான். அவள் இன்னமும் நீரோடையின் கரையில் கண்ணில் பட்ட கூழாங்கல்லைப் பார்த்தபடி நின்றிருந்தாள்.

"வா, நேரமாச்சு!" நிமிர்ந்து அவனைப் பார்த்தாள். அவன் திரும்பிச் சென்று கையை நீட்டினான். "வா, சொல்றேன்! அந்தக் கூழாங்கல்லை எடுத்து, வீட்டிற்குக் கொண்டு சென்று, பாதுகாப்பாக மறைத்து வை! அதைப் பற்றி யாரிடமும் வாய் திறக்காதே! அடுத்த இளம்பிறை நாள் காலையில் எனது குடுக்கைக்குள் அதனைப் போடு!"

"ஓ, அப்பான்னா, அப்பா தான்!" அவளுடைய முகம் மலர்ந்தது!

77

1800ஆம் ஆண்டு கோடைக்காலம்! சற்றேறக்குறைய ஓராண்டிற்குப் பிறகு குண்டாவின் குடுக்கைக்குள் கிஸ்ஸி மீண்டும் ஒரு கூழாங்கல்லைப் போடுவதற்கான தருணம்! முதலாளி தொழில் தொடர்பாக ஒரு வார காலத்திற்கு ஃபிரெடெரிக்ஸ்பர்க் செல்ல விருந்ததாகவும் அவர் ஊரிலில்லாத காலத்தில் அவருடைய தம்பி ஜான் அவருடைய பொறுப்புகளைக் கவனித்துக் கொள்வதற்கு ஏற்பாடாகியிருந்ததாகவும் பெல்லிடம் கூறினார். அந்தச் செய்தியைக் கேள்விப்பட்ட பொழுது அடிமைகள் குடியிருப்பிலிருந்த மற்றெவரைக் காட்டிலும் குண்டா மிகவும் மனவருத்தமடைந்தான். அவ்வளவு நீண்ட காலத்திற்கு பெல்லையும் கிஸ்ஸியையும் விட்டுப் பிரிந்திருக்க வேண்டுமே என்பதைக் காட்டிலும் தனது பழைய முதலாளியின் நேரடிப் பார்வையில் அவர்களை விட்டுச் செல்வதற்காகவே பெரிதும் வருந்தினான். ஆனால், தனது மனக்கவலைகளை வெளிப்படுத்தவில்லை. புறப்பட வேண்டிய நாள் காலையில் குதிரைகளை வண்டியில் பூட்டுவதற்காக வீட்டிலிருந்து அவன் கிளம்பிக் கொண்டிருந்த வேளையில், அவன் மனத்தின் எண்ண ஓட்டங்களை பெல் அறிந்து கொண்டதைக் கண்டு திகைத்தான். அவள் கூறினாள், “ஜான் முதலாளி

அவருடைய அண்ணனைப் போல அல்ல என்பதை அறிவேன். அவரைக் கையாளுவதற்கும் எனக்குத் தெரியும்! ஒரு வார காலந் தானே! நீ எதைப் பற்றியும் கவலைப்பட வேண்டாம்! நாங்கள் பாதுகாப்பாகவே இருப்போம்!"

"எனக்கு...கவலை..ஒன்னுமில்ல...!" என்று இழுத்தான். அவளுக்குத் தெரியும் அவன் சொல்வது பொய் என்று!

கிஸ்ஸியின் முன் மண்டியிட்டு, அவளுடைய காதில் முணுமுணுத்தான். "இளம்பிறை...கூழாங்கல்... மறந்துடாதே...!" சூழ்ச்சி ததும்ப கண்சிமிட்டினாள்! பெல் ஏதுமறியாதவளைப் போல நடித்தாள். கடந்த ஒன்பது மாதங்களுக்கும் மேலாக அவர்கள் இருவரும் இரகசியமாகச் செய்து கொண்டிருந்ததை அறிந்து கொண்டாள்!

அடுத்த இரண்டு நாட்கள் வழக்கம் போலவே கழிந்தன. ஆனாலும், முதலாளியின் பேச்சும் செயலும் பெல்லுக்கு எரிச்சலேற்படுத்திக் கொண்டு தான் இருந்தன. இரவில் வெகு நேரம் படிப்பறையில் அமர்ந்திருந்ததும், அண்ணனுடைய விஸ்கிப் புட்டியிலிருந்து உயர்ந்த வகை மதுவைக் குடித்ததும், நாற்றமடித்த சுருட்டை ஊதித் தள்ளி விரிப்பின் மீது சாம்பலை உதிர்த்து விட்டதும் அவளுக்குப் பிடிக்கவில்லை. ஆனால், பெல்லினுடைய அன்றாடப் பணிகளில் ஜான் குறுக்கிடவில்லை. தனது அட்டகாசங்களைத் தனக்குள் சுருக்கிக் கொண்டார்.

ஆனால், மூன்றாவது நாள் மதியத்திற்குச் சற்று முன்பு, பெல் வீட்டின் முன் முற்றத்தைப் பெருக்கிக் கொண்டிருந்த பொழுது, ஒரு வெள்ளையன் குதிரை மீது வேகமாக வந்தான். கீழே தாவி இறங்கியவுடன் முதலாளியைக் காண வேண்டுமென்று அவசரப்பட்டான்.

பத்து நிமிட நேரத்தில், வந்தவன், வந்த வேகத்தில் திரும்பி விட்டான். முதலாளி கூடத்தின் நடைபாதையில், பெல்லை படிப்பறைக்கு கூவி அழைத்த குரல் முழங்கியது. மிகுந்த படபடப்புடன் காணப்பட்டார். குண்டாவுக்கும் முதலாளிக்கும் ஏதோ தீங்கு நேர்ந்திருக்க வேண்டுமென்று பெல்லினுடைய மனத்தில் மின்னியது. பெரிய வீட்டின் பின்கட்டில் அடிமைகள் அனைவரும் உடனே கூட வேண்டுமென்று கடுகடுத்த குரலில் ஆணையிட்ட போது அவளுடைய எண்ணம் உறுதியடைந்தது. அனைவரும் அச்சத்துடனும் பீதியுடனும் திரண்டு வரிசையாக நின்றனர். முதலாளி பின்புறக் கண்ணாடிக் கதவை அகலத் திறந்து மிடுக்குடன் அவர்களை நோக்கி விரைந்தார். இடுப்பு வாரில் அனைவருக்கும் தெளிவாகத் தெரியும் விதத்தில் கைத்துப்பாக்கி செருகப்பட்டிருந்தது.

இறுக்கத்துடன் அவர்களுடைய முகங்களைத் துருவியவாறு, பேசினார்: "ரிச்மோன்ட் ஆளுநரைக் கடத்துவதற்கும், வெள்ளை இன மக்களைப் படுகொலை செய்வதற்கும், நகரத்தையே எரிப்பதற்கும் ரிச்மோன்ட் நீக்ரோக்கள் சதித்திட்டம் தீட்டியதாக சற்று முன் எனக்குச் செய்தி கிட்டியது." அடிமைகள் ஒருவரை ஒருவர் திகைப்புடன் பார்த்தனர். அவர் தொடர்ந்தார், "ஆண்டவர் கருணையால் திறமிக்க நீக்ரோக்கள் அதனை கண்டுபிடித்து உரிய தருணத்தில் முதலாளிகளிடம்

தெரிவித்தனர். சதித்திட்டம் முறியடிக்கப்பட்டது. சதி வேலையில் ஈடுபட்ட பெரும்பாலான நீக்ரோக்கள் பிடிபட்டனர். ஆயுதமேந்திய சாலை கண்காணிப்பு வீரர்கள் எஞ்சியோரைத் தேடிக் கொண்டிருக்கின்றனர். அவர்களுள் எவரும் இரவில் இங்கே தங்கிவிடலாகாது என்பதை நான் உறுதிப்படுத்திக் கொள்ளப் போகிறேன். உங்களில் யாரிடமாவது எழுச்சிக்கான அறிகுறி தென்படுகிறதா என்று இரவு பகலாகக் கண்காணிக்கப் போகிறேன். நீங்கள் எவரும் பண்ணையை விட்டு வெளியில் எங்கும் செல்லலாகாது. எந்தவிதமான கூட்டமும் கூட்டக் கூடாது. இருட்டிய பிறகு எவரும் தமது குடிசையை விட்டு வெளியேறக் கூடாது." இடுப்பு வாரிலிருந்த கைத்துப்பாக்கியைத் தட்டியவாறு சொன்னார், "எனது அண்ணனைப் போல நான் நீக்ரோக்களிடம் பொறுமையாகவோ கனிவாகவோ நடந்து கொள்பவனல்ல! எனது வார்த்தைகளை இம்மியளவு மீறி நடந்தாலும் உமது கண்களுக்கிடையே ஊடுருவக் கூடிய குண்டிலிருந்து எந்த மருத்துவத்தாலும் காப்பாற்ற முடியாது! இப்போது நீங்கள் போகலாம்!"

ஜான் முதலாளி தான் கூறிய வார்த்தைகளை மிகச் சிறப்பாகக் கடைப்பிடித்தார். அடுத்த இரண்டு நாட்கள் தான் சாப்பிடுவதற்கு முன், தனக்குப் பரிமாறப்பட்ட உணவை கிஸ்ஸி சுவைக்க வேண்டுமென்று பெல்லிடம் வற்புறுத்தினார். பகல் வேளையில் வயல்வெளிகளில் குதிரை மீது சுற்றித் திரிந்தார். இரவில் மடியில் துப்பாக்கியை வைத்தவாறு பால்கணியில் அமர்ந்து கண்காணிப்புப் பணியில் ஈடுபட்டார். அவருடைய கடுமையான கண்காணிப்பு காரணமாக, கிளர்ச்சியைப் பற்றிய எண்ணமே அடிமைகள் மத்தியில் எழாதது மட்டுமின்றி மற்ற இடங்களில் நடந்தவற்றைப் பற்றிப் பேசுவதற்கே அஞ்சி நடுங்கினர். அடுத்து வெளிவந்த நாளிதழைப் பெற்றுப் படித்தவுடன் அதனை குளிர்காயும் தணப்பில் போட்டு எரித்து விட்டார். ஒரு மதிய வேளையில் அண்டைய பண்ணையின் முதலாளி தன்னைச் சந்திப்பதற்காக வந்திருந்த பொழுது, பெல்லை வீட்டை விட்டு வெளியேற்றி விட்டு சன்னல்களைக் கூட சாத்தி விட்டு படிப்பறையில் நெருங்கி அமர்ந்து பேசினர். ஆகவே, நடந்த சதியைப் பற்றியோ, அதனுடைய பின்விளைவுகளைப் பற்றியோ எவரும் எதுவும் தெரிந்து கொள்ள இயலவில்லை. பெல்லும் மற்றவர்களும் மிகவும் கவலைப்பட்டனர். குண்டாவைப் பற்றிக் கவலையில்லை. ஏனெனில் அவன் முதலாளியுடன் இருந்ததால் பாதுகாப்பாகத் தான் இருப்பான்! ஃபிடில்காரரைப் பற்றி எந்தத் தகவலும் இல்லை. முந்தைய நாள், ரிச்மோன்ட்டில் பெருங்குடும்பத்தினர் நடன நிகழ்ச்சியில் வாசிப்பதற்காகப் புறப்பட்டுச் சென்றார். கலவரத்தால் வெறியுடன் செயல்பட்ட ரிச்மோன்ட் வெள்ளையர்களிடம் ஊருக்குப் புதியவர்கள் சிக்கிக் கொண்டால் என்னவெல்லாம் செய்வார்களோ என்கிற அச்சத்தில் அங்கிருந்த அடிமைகள் உறைந்து போயிருந்தனர்.

கிளர்ச்சியின் விளைவாக, பயண காலத்தைக் குறுக்கிக் கொண்டு மூன்று நாட்களுக்கு முன்பாகவே முதலாளியும் குண்டாவும் திரும்பிவிட்டனர். இருப்பினும், ஃபிடில்காரர் திரும்பவில்லை! அன்று ஜான் முதலாளி புறப்பட்டுச் சென்ற பின்னர், அவர் விதித்திருந்த தடையாணைகள், முற்றிலும் நீக்கப்படாவிட்டாலும், ஓரளவு தளர்த்தப்பட்டன. வேல்லெர் முதலாளி அனைவரிடமும் இறுக்கத்துடன்

அணுகினார். குண்டாவும் பெல்லும் தமது வீட்டிற்குத் திரும்பி தனியே இருந்த வரையிலும், ஃபெரெடெரிக்ஸ்பர்க்கில் அவன் கேள்விப்பட்ட செய்திகளைக் கூற முடியவில்லை. பிடிபட்ட சதிகாரர்களை வதைத்து, மற்றவர்களையும் பிடிப்பதற்கு அலுவலர்களுக்கு உதவுமாறு வற்புறுத்தப்பட்டனர். கேப்ரியல் புரோசர் என்கிற விடுதலை பெற்ற கருமானால் திட்டம் தீட்டப்பட்டதாக அவர்கள் ஒத்துக் கொண்டனர். தேர்ந்தெடுக்கப்பட்ட எடுபிடி பணியாட்கள், தோட்டக்காரர்கள், வாயிற்காவலர்கள், பரிமாறும் பணியாட்கள், இரும்பு வேலை செய்வோர், கயிறு திரிப்போர், நிலக்கரிச் சுரங்கப் பணியாட்கள், படகோட்டிகள், பாதிரிமார்கள் உட்பட இருநூறு பேரைத் திரட்டி, ஓராண்டிற்கும் மேலாக பயிற்சி அளித்து கிளர்ச்சியில் ஈடுபடுத்தினான். கேப்ரியலை இன்னமும் பிடிக்க முடியவில்லை. இராணுவத்தினர் சந்தேகப்பட்டோரை வேட்டையாடும் பணியில் முனைந்திருந்தனர். சாலை கண்காணிப்புப் பணி மேற்கொண்ட ஏழை வெள்ளையர்கள் சாலைகளில் தமது அட்டூழியங்களை நிகழ்த்தினர். ஒரு சில முதலாளிகள் எக்காரணமும் இன்றி தமது அடிமைகளை சவுக்கால் விளாசியதாகவும், அதில் சிலர் கொல்லப்பட்டதாகவும் செய்திகள் பரவின.

பெல் துணிவளிக்கும் விதத்தில் கூறினாள், “அவர்களுக்கு நாம் மட்டிலுமே இருக்கிறோம் என்பது தான் நம்பிக்கையளிக்கிறது. நம்மையும் கொன்று விட்டால் அவர்களுக்கு அடிமைகளே இல்லை.”

‘‘ஃபிடில்காரர் வந்துட்டாரா?’’ குண்டா கேட்டான். நடந்தவற்றை விவரிப்பதில் மூழ்கிப் போனதால், தனது நண்பரைப் பற்றி உசாவத் தவறியதற்கு வெட்கப்பட்டான்.

பெல் தலையைக் குலுக்கினாள். ‘‘நாங்கள் அவரைப் பற்றி மிகவும் கவலைப்பட்டுக் கொண்டிருந்தோம்! ஃபிடில்காரர் திறமைசாலி! எப்படியும் நல்லவிதமாகத் திரும்பிவிடுவார்!”

குண்டா முழுமையாக ஒத்துக்கொள்ளவில்லை. ‘‘இன்னும் வீடு திரும்பவில்லையா?” என்று வருந்தினான்.

அடுத்த நாளும் ஃபிடில்காரர் திரும்பாததால், முதலாளி மணியக்காரருக்கு ஒரு கடிதம் எழுதினார். ஊரக அலுவலகத்திற்குச் சென்று அதனை அவரிடம் கொடுக்குமாறு குண்டாவைப் பணித்தார். கடிதத்தைப் படித்த மணியக்காரர் அமைதியாக தலையை ஆட்டினார். வீட்டிற்குத் திரும்பிய குண்டா சாலை நெடுகிலும் மூன்று, நான்கு மைல் தொலைவு வரை வண்டியை மெதுவாகச் செலுத்தியபடி, முன்னே நீண்டு கிடந்த சாலையை வெறித்தவாறு, ஃபிடில்காரரை மீண்டும் சந்திக்கக் கூடுமா என்கிற ஐயத்தில் உழன்றான். அவருடைய குடிப்பழக்கம், வாய் ஓயாத வசைமாரி போன்ற குறைபாடுகளுக்கு அப்பால் அவரை அவனுக்கு மிகவும் பிடித்திருந்தது. ஆனால், ஒருபோதும் அவரை அவன் தனது நெருங்கிய நண்பர் என்று வெளிப்படையாகக் கூறியதில்லை. அப்பொழுது, எங்கிருந்தோ ஓர் ஏழை ஏதிலி வெள்ளையனுடைய குரலைப் போன்ற பாவனையில், “ஏய், நீக்ரோ!” என்கிற சத்தம் கேட்டது.

திடீரென எழுந்த ஓசையால் குண்டா திகைப்பில் ஆழ்ந்தான். “எந்த நரகத்திற்கு இவ்வளவு வேகமாகப் போகிறாயடா?” குரல் மீண்டும் ஒலித்தது. குதிரைகளை அடக்கியபடி சுற்றுமுற்றும், சாலையின் இருமருங்கிலும் குண்டா நோட்டமிட்டான். ஒருவரும் கண்ணில் படவில்லை. பிறகு, திடீரென்று, “டே, பயலே! உன்னிடம் பயண அனுமதிச் சீட்டும் இல்லை, வசமாக மாட்டிக் கொண்டாய்!” அங்கே, ஒரு பள்ளத்திலிருந்து ஏறியவாறு, கந்தலாக ஆடைகள் கிழிந்து தொங்க, வெட்டுக் காயங்களுடன், உடலெங்கும் சகதி படிந்து, ஃபிடில் பெட்டியை இறுகப் பிடித்துக் கொண்டு, ஒரு காதிலிருந்து மறு காது வரை இளித்தபடி, ஃபிடில்காரர்!

குண்டா இருக்கையிலிருந்து தாவிக் குதித்து நொடிக்குள் ஓடிக் கட்டிப் பிடித்தான்! பலத்த சிரிப்புடன் ஒருவரை ஒருவர் கட்டிப்பிடித்தவாறு தூக்கிச் சுற்றினர்.

ஃபிடில்காரர் வியப்பு அடங்காமல் கூவினார், “தூரத்திலேயே உன்னுடைய ஆப்பிரிக்க உருவத்தைக் கண்டு கொண்டேன்! ஆனாலும், நீயாக இருக்காது என்று நினைத்தேன். உனக்குத் தான் ஒருவரையும் பிடிக்காதே!”

‘‘என்னைப் பற்றி உங்களுக்குத் தெரியாதா..?’’ ஒருவித தவிப்புடன் நெளிந்தான்.

‘‘உமது அசிங்கமான முகத்தைப் பார்ப்பதற்காக ரிச்மோன்ட்டிலிருந்து கைகளாலும் கால்களாலும் தவழ்ந்து கொண்டே வந்து சேர்ந்த நண்பனுக்கு நல்ல வரவேற்பு!”

“ரொம்ப துன்பப்பட்டீங்களா, ஃபிடில்காரர்?” அவனுடைய அக்கறையின் ஆழம் கவலை தோய்ந்த அந்தக் கேள்வியில் தொனித்தது.

“துன்பம், துயரம் என்கிற வார்த்தையெல்லாம் பக்கத்திலேயே நெருங்க முடியாது! அங்கே போய் தேவதைகளுடன் இணைப் பாடலுக்கு இசைக்கும் நேரம் நெருங்கிவிட்டதாகத் தான் நினைத்தேன்.” சகதி படிந்த ஃபிடில் பெட்டியை குண்டா எடுத்துக் கொணடான். இருவரும் வண்டியில் ஏறிக் கொண்டனர். ஃபிடில்காரர் ஓயாமல் பேசிக் கொண்டே வந்தார். “அஞ்சிய ரிச்மோன்ட் வெள்ளையருக்கு வெறி பிடித்து விட்டது. இராணுவத்தினர் ஆங்காங்கே நீக்ரோக்களை நிறுத்தினர். பயண அனுமதிச் சீட்டு இல்லாதவர்களை வதைத்து அடுத்த நிலையத்தில் சிறையில் தள்ளினர். அவர்கள் பாடு தேவலை! ஏழை ஏதிலி வெள்ளையர்கள் வெறிநாய்களாக வீதிகளில் கூட்டங் கூட்டமாகத் திரிந்தனர். ஏன், எதற்கு என்று தெரியாமலே நீக்ரோக்கள் மீது பாய்ந்து கடுமையாகத் தாக்கினர்.

“நான் இசைத்துக் கொண்டிருந்த நடன நிகழ்ச்சி, கிளர்ச்சியைப் பற்றிக் கேள்விப்பட்டு பாதியிலேயே நிறுத்தப்பட்டது. முதலாளியம்மாக்கள் கூச்சலிட்டவாறு நடன வட்டங்களிலேயே சுற்றி ஓடினர். முதலாளிகள் கைத்துப்பாக்கிகளை எடுத்து நடன அரங்கிலேயே நீக்ரோக்களை சரமாரியாக சுடத் தொடங்கினர். அந்த குளறுபடியில் நான் அடுக்களையில் குப்பைத்தொட்டிக்குள் பதுங்கிக் கொண்டேன். அனைவரும் சென்ற பிறகு, சன்னல் வழியாகக் குதித்து வெளியேறினேன். பின்புற

வீதிகளில் வெளிச்சத்திலிருந்து ஒதுங்கி நடந்து நகரத்தின் எல்லையை அடைந்தேன். அப்பொழுது எனக்குப் பின் ஏராளமானோர் கத்தியவாறு துரத்திக் கொண்டு ஓடிய காலடி ஓசை கேட்டது. அவர்கள் கறுப்பர்கள் அல்ல என்பதை எப்படியோ கண்டு கொண்டேன். பின்னால் திரும்பிப் பார்க்காமல், அடுத்த முனையில் சுற்றி வளைந்து பறந்தேன். அவர்கள் என்னை நெருங்கிக் கொண்டிருந்ததைக் கேட்டேன். கடவுளைத் தொழுதவாறு ஓடிய போது, கீழே சுழன்று சென்ற புழை தெரிந்தது. அதற்குள் புகுந்தேன். மிகவும் இறுக்கமாக இருந்தது. அங்குலம், அங்குலமாக உள்ளே நுழைந்து கொண்டிருந்த போது கையில் விளக்குடன் ஏதிலி வெள்ளையர்கள் 'அந்த நீக்ரோவைப் பிடி!' என்று கத்திக் கொண்டு ஓடினர். மிருதுவான, மிகப்பெரிய, ஏதோவொன்றில் மோதினேன். கையால் எனது வாயைப் பொத்திய ஒரு நீக்ரோ, 'இன்னொரு முறை மோதிப் பார்' என்றான். தனது நண்பனை கைவேறு, கால் வேறாகப் பிய்த்தெடுத்ததைக் கண்டு அஞ்சி சேமிப்புப் கிடங்கு இரவுக்காவலன் அங்கே பதுங்கியிருந்தது தெரிய வந்தது. அடுத்த வசந்தமானாலும் அவன் புழையைவிட்டு வெளியில் வருவதாக இல்லை எனத் தோன்றியது! அதுவரை அவன் வெளித்தள்ளப்படாமல் இருக்க வேண்டும்!

“சற்று நேரத்திற்குப் பிறகு, அவனுக்கு வாழ்த்துச் சொல்லி விட்டு, தலையை வெளியில் இழுத்து, காட்டுப் பகுதிக்குள் சென்றேன். ஐந்து நாட்களாகிவிட்டது. முன்கூட்டியே வந்திருப்பேன். சாலைக் கண்காணிப்பாளர்களின் கெடுபிடி அதிகமாக இருந்தது. காட்டுப் பேரிகளைத் தின்று கொண்டும், அடர்ந்த புதர்களுக்கடியில் முயல்களுடன் உறங்கிக் கொண்டும் காட்டிற்குள் இருந்தேன். இங்கிருந்து கிழக்கே சில மைல் தொலைவில் நேற்று வரை நன்றாகத் தான் இருந்தேன். வெளியேறியவுடன், சில ஏதிலி வெள்ளையர்கள் பிடித்து விட்டனர்.

‘‘நீக்ரோ கிடைத்தால் அடித்துத் துவைப்பதற்காவோ, தூக்கில் தொங்கவிடுவதற்காகவோ, அவர்களிடம் ஒரு கயிறு இருந்தது. என்னை முன்னும் பின்னும் தள்ளி புரட்டி எடுத்தனர். யாருடைய நீக்ரோ என்று, எங்கே சென்றேன் என்றும் கேட்டுத் துளைத்தார்கள். நான் சொன்ன எதையும் அவர்கள் காதில் வாங்கவே இல்லை. கடைசியில், நானொரு ஃபிடில்காரன் என்றதும் துன்புறுத்துவதை நிறுத்தினர். பொய் சொன்னதாக எண்ணி கூச்சலிட்டனர். 'அப்படியானால், இங்கேயே வாசி!' என்றனர்.

“ஆப்பிரிக்கனே! நன்றாகக் கேட்டுக்கோ! சாலை நடுவில் எனது ஃபிடில் பெட்டியைத் திறந்து நான் அங்கே அவர்களுக்கு வழங்கிய கச்சேரியைப் போன்றவொன்றை நீ எப்போதுமே கேட்டிருக்க மாட்டாய்! ஏதிலி வெள்ளையர்களுக்குப் பிடித்தமான பாடல்களை இசைத்தேன். கச்சேரி சூடு பிடிப்பதற்குள், கைதட்டி, ஆரவாரித்து, நடனமாடத் தொடங்கினர். அவர்களுடைய மனம் நிறையும் வரை வாசித்துக் கொண்டிருந்தேன். பிறகு, என்னை விட்டு விட்டனர். 'காலத்தை வீணாக்காமல் வீடு போய்ச் சேர்!' என்றனர். நானும் வீணாக்கவில்லை. வழியில் குதிரையையோ, வண்டியையோ கண்டவுடன் பள்ளத்தில் பதுங்கிக் கொண்டேன். கடைசியில் உன்னைக் கண்டேன். இங்கே வந்து விட்டேன்!”

பெரிய வீட்டிற்குச் செல்லும் குறுகிய சாலையில் வண்டி உருண்டோடியது. விரைவில், வண்டியை எதிர்கொள்ள ஓடிவந்த அடிமைகள் குடியிருப்பு மக்களுடைய சத்தம் கேட்டது. பிறகு, மக்கள் தென்பட்டனர்.

"இங்கே உலவிக் கொண்டிருந்த ஓர் உடல் காணாமல் போய்விட்டது என்று நினைத்தீர்களா?" முகமெல்லாம் பல்லாக அவர் நையாண்டி பேசிய போதிலும் எவ்வளவு நெகிழ்ந்து போனார் என்பதை குண்டாவால் உணர முடிந்தது. சிரித்துக் கொண்டே கேட்டான், "மீண்டும் முழுக்கதையையும் சொல்ல வேண்டும் போலே!"

"அதைத் தடுப்பதற்கு உனக்குத் தெரியுமா?" ஃபிடில்காரர் எதிர்க்கேள்வி போட்டார். "அதைச் சொல்வதற்காகவேனும் வந்து சேர்ந்தேனே!"

78

போராளிகள் ஒவ்வொருவராக, இறுதியில், கேப்ரியல் புரோசர், சிறைப்படுதல், விசாரணை, தூக்கிடுதல் என்கிற விதத்தில் அடுத்தடுத்த சில மாதங்கள் கழிந்தன. ரிச்மோன்ட் கிளர்ச்சி, அதனுடைய விளைவாக ஏற்பட்ட பதட்டநிலை தொடர்பான செய்திகள் படிப்படியாகக் குறைந்தன. மீண்டும், முதலாளி, அவருடைய நண்பர்கள் மத்தியிலும், தொடர் விளைவாக அடிமைகள் குடியிருப்பிலும் அரசியல் உரையாடலின் முகாமையான தலைப்பானது. அமெரிக்க அதிபர் தேர்தலைப் பற்றியும், அரோன்பர்க்குக்கும் புகழ்பெற்ற தாமஸ் ஜெஃபர்சனுக்குமிடையே வெற்றி வாய்ப்பில் இழுபறி ஏற்பட்டதையும், முடிவில் ஜெஃபர்சன் வென்றதைப் பற்றியும், அவருக்கு ஆதரவாக வல்லமை மிக்க அலெக்ஸாண்டர் ஹாமில்டன் துணை நின்றதையும் ஹாமில்டனுடைய முதல் எதிரியான பர் துணை அதிபராக நியமிக்கப்பட்டது பற்றியும் பெல், குண்டா, ஃபிடில்காரர் மூவரும் திரட்டி வந்த செய்திகளை அடிமைகள் குடியிருப்பு முழுவதிலும் பரப்பினர்.

பர் பற்றி ஒருவருக்கும் எதுவும் தெரியவில்லை. ஆனால், ஜெஃபெர்சனுடைய மாண்டிசெல்லோ பண்ணைக்கு அருகிலிருந்த வெர்ஜீனியாவில் பிறந்த வண்டியோட்டி ஒருவன் மூலம் அவரைப் பற்றி அறிந்த குண்டா

அவருடைய அடிமைகள் அவரைப் போன்றதொரு முதலாளியை வேறெங்கும் காண முடியாது என்று கூறியதாகத் தெரிவித்தான்.

அடிமைகள் குடியிருப்பு மக்களிடம் குண்டா பேசினான், "ஜெஃபெர்சன் தன்னுடைய மேற்பார்வையாளர்கள் அடிமைகளை அடிப்பதற்கு அனுமதித்ததில்லை. அவர்களுக்குச் சிறந்த உணவு அளிக்கப்படுகிறது. பெண்களெல்லாம் நூல் நூற்பதற்கும் சிறந்த ஆடைகளைத் தைப்பதற்கும் அனுமதிக்கப்படுகின்றனர். அவர்கள் பல்வேறு தொழில்களைக் கற்றுக்கொள்ள வேண்டுமென்று அவர் விரும்புகிறார்." குண்டா இன்னொன்றையும் கேள்விப்பட்டான். அவர் நீண்டதொரு பயணம் மேற்கொண்டு திரும்புகையில், இரண்டு மைல் தொலைவுக்கு முன்னால், குதிரைகளைக் கழற்றி விட்டு வண்டியை அவருடைய அடிமைகள் இழுத்துச் சென்றனராம். வீட்டை அடைந்த பின், நுழைவாயிற் கதவு வரையிலும் தமது தோள்களில் சுமந்து சென்றனராம்.

ஃபிடில்காரர் வெறுப்புடன் சீறினார், "அவரைப் பற்றி அனைவரும் அறிவர். நீக்ரோக்களுக்கு நன்றாகவே தெரியும்! சேல்லி ஹெமிங் என்கிற கலப்பினப் பெண் மூலம் அவருக்குச் சொந்தக் குழந்தைகளே உண்டு!" ஃபிடில்காரர் அதற்கு மேலும் பேசுவதற்கு வாயெடுத்தார். பெல் குறுக்கிட்டு, "அவரிடம் சமையல் வேலை செய்த பெண் சொன்னாள். அவர், எண்ணெயில் புதினா, கறிவேப்பிலை, பூண்டு போட்டு இரவெல்லாம் ஊறவைத்த முயல் இறைச்சியை அடுத்த நாள் ஒயினில் கொதிக்க வைத்து எலும்புகள் உதிர்ந்த பின் உண்பாராம்."

"சொல்லி முடிச்சாச்சா?" ஃபிடில்காரர் நக்கலடித்தார்.

"சாப்பிட ஏதாவது கேட்டு அடுக்களைக்கு வா! அப்ப பாத்துக்கிறேன்!" பெல் வெட்டினாள்.

"வந்தா, பாத்துக்கோ!" அவர் திருப்பியடித்தார்.

குண்டா இடை மறித்துப் பேசுவதை எப்போதுமே விரும்பியதில்லை. தனது மனைவிக்கும் ஃபிடில்காரருக்கும் இடையே நடந்ததைக் கேட்காதவன் போல, அதே சமையத்தில் இருவரையும் சமாதானப் படுத்தும் விதமாகவும், அவரை அடக்கும் விதமாகவும், தான் ஏற்கனவே விட்ட இடத்திலிருந்து பேசத் தொடங்கினான்.

"அடிமைமுறை நமக்குப் போலவே வெள்ளையருக்கும் தீங்கு விளைவிக்கக் கூடியது என்று ஜெஃபெர்சன் பேசியதைக் கேட்டிருக்கிறேன். கறுப்பின மக்களுக்கும் வெள்ளையர்களுக்கும் இடையே இயற்கையாகவே நிறைய வேறுபாடு இருப்பதாகவும், இரு இனத்தவரும் ஒன்றிணைந்து வாழ்வதற்குக் கற்றுக் கொள்வதென்பது இயலாதது என்றும் சொல்கிற ஹேமில்டனுடன் ஒத்துப் போகிறார். நமக்கெல்லாம் விடுதலை அளிக்க வேண்டுமென்று விரும்புகிறார். ஆனால், ஏழை வெள்ளையர்களுக்குரிய வேலைகளை நாம் செய்து கொண்டு இந்த நாட்டிலேயே தொடர்ந்து இருப்பதை அவர் விரும்பவில்லை. எவ்விதக் குழப்பமுமின்றி படிப்படியாக நம்மை ஆப்பிரிக்காவுக்கு அனுப்பிவிட எண்ணுகிறார்."

ஃபிடில்காரர் குறுக்கிட்டு, “அதை அவர் முதலில் அடிமை வணிகர்களிடம் பேசட்டும். கப்பல்களை எந்த வழியாகச் செலுத்துவது என்பதில் அவர்களுக்கு வேறு விதமாக கருத்து இருக்கிறது!”

“முதலாளி சமீப காலமாக மற்ற பண்ணைகளுக்கும் செல்வதாகத் தெரிகிறது. ஏராளமான மக்கள் விற்கப்படுவதாகக் கேள்விப்பட்டேன்.” குண்டா தொடர்ந்தான். “இங்கே நம்மைச் சுற்றிலும் வாழ்கிற மக்களை அவர்களுடைய முதலாளிகள் தெற்கே உள்ள பண்ணைகளுக்கு குடும்பம், குடும்பமாக விற்கின்றனர். நேற்று சாலையில் ஒரு அடிமை வணிகன் கடந்து சென்றான். கையசைத்து, பல் இளித்து, தொப்பி முனையை நீட்டினான். முதலாளி பார்க்காததைப் போல கண்டு கொள்ளவில்லை.”

ஃபிடில்காரர் அங்கலாய்த்தார், “ஹூம்! நகரத்தில் அடிமை வணிகர்கள் ஈக்களைப் போல மொய்க்கின்றனர். கடந்த முறை நான் ஃபெரெடெரிக்ஸ்பர்க் சென்றிருந்த பொழுது, என் போன்ற வயசாளி அடிமை ஒருவனை வைத்து நான் கடந்து செல்லும் வரை பேரம் பேசிக்கொண்டிருந்தனர். ஒரு வயதான நரைத்த தாடி நீக்ரோவை அறுநூறு டாலருக்கு விற்றதை நான் பார்த்தேன். வழக்கமாக, நல்ல நலத்துடன் இளமையான அடிமைக்குத் தான் அவ்வளவு விலை கொடுப்பார்கள். அந்தக் கிழட்டு நீக்ரோவும் அமைதியாகப் பணிந்து செல்லவில்லை. அவரை ஏலக் கட்டடத்திற்குத் தள்ளிச் சென்றனர். அவர் உரக்கக் கத்தினார். ‘வெள்ளைக்காரரான நீங்கள் ஆண்டவருடைய இந்தப் பூமியை எமது மக்களுக்கு உயிர் வாழும் நரகமாக்கி விட்டீர்கள்! ஆனால், இறுதித் தீர்ப்பு நாள் உறுதியாக வரத்தான் போகிறது. நீங்கள் ஏற்படுத்திய நரகம் உங்களையே திருப்பியடிக்கப் போகிறது! அப்போது கெஞ்சுவதால் உங்களுடைய அழிவு தடுக்கப்படப் போவதில்லை. நீங்கள் தயாரிக்கும் எந்த மருந்தும் காப்பாற்றப் போவதில்லை. தப்பியோடவும் முடியாது. உங்களுடைய துப்பாக்கி, தொழுகை, எதுவுமே உங்களைக் காப்பாற்றப் போவதில்லை!’ அதற்குள் அந்த நீக்ரோவை இழுத்துச் சென்று விட்டனர். அந்தக் கிழ நீக்ரோவினுடைய குரல் பாதிரியினுடையதைப் போல ஒலித்தது.”

பெல் திடீரென்று பதட்டமடைந்ததை குண்டா கவனித்தான். கேட்டாள், “அந்த முதியவரா...? அட்டக் கறுப்பாக, எலும்புந் தோலுமாய், முன் கூன் விழுந்திருக்குமே...! வெள்ளைத் தாடி.... கழுத்துக்கு கீழே பெரிய தழும்பு இருந்ததா?”

ஃபிடில்காரர் திகைத்தார். “ஆமா! அவர் தான்! அப்படித்தான் இருந்தார்! அத்தனையும் இருந்தன! உனக்கு அவரைத் தெரியுமா?”

பெல் குண்டாவைப் பார்த்தாள். அழத் தொடங்கினாள். தேம்பியவாறு, “கிஸ்ஸிக்குப் புனித நீராட்டு நிகழ்த்திய பாதிரி!” என்றாள்.

அடுத்த நாள் மாலையில், குண்டா ஃபிடில்காரரை அவருடைய வீட்டில் சந்தித்துப் பேசிக்கொண்டிருந்தான். அங்கு சென்ற கேடோ திறந்திருந்த கதவைத் தட்டினான். ஃபிடில்காரர் கத்தினார், “அங்கே என்ன செய்து கொண்டிருக்கிறாய்? உள்ளே வா!”

வந்தான். குண்டாவிற்கும் ஃபிடில்காரருக்கும் அவனுடைய வருகையால் மகிழ்ச்சி! அண்மையில் தான் அமைதியான, கட்டுறுதியான, வயல்வேலைக்காரனான கேடோவுடன் அவர்கள் நெருக்கம் கொண்டாடத் தொடங்கினர்.

கேடோ தயக்கத்துடன் பேசினான். "இப்பகுதியில் உள்ள பலரை தெற்குப் பகுதியில் உள்ளவர்களுக்கு விற்பது பற்றிக் கேள்விப்பட்டு, வயல் வேலை செய்பவர்களெல்லாம் மிகவும் பயந்து போய் இருக்கிறார்கள். அதனால் அவர்களுடைய மனத்தை வேலையில் பதிக்க மறுக்கின்றனர். நானும் நோவாவும் மட்டுமே விற்பதற்கு ஏதுவாக இருக்கிறோம்! என்னை விற்று விடுவர் என்று நினைக்கிறேன். என்னை விற்றால் அதைப் பற்றி நான் எதுவும் செய்ய முடியாது. நோவா எதைப் பற்றியும் கவலைப்படும் வயதடையவில்லை!"

அவர்களுடைய கனிவான வரவேற்பை ஏற்று கேடோவும் அவர்களுடன் அன்பொழுக நீண்ட நேரம் பேசிக் கொண்டிருந்தான். குண்டா ஒன்றைப் புரிந்து கொண்டான். ஃபிடில்காரராயினும், அவனும், பெல்லும் கூட, மக்கள் மத்தியில் தேவையற்ற பீதியை ஏற்படுத்தக் கூடிய செய்திகளை வெளிப்படுத்தாமல் இருப்பது நல்லது.

ஒரு வாரத்திற்குப் பின், இரவில், வீட்டில், பின்னிக் கொண்டிருந்த பெல், தலையை நிமிர்த்தி, குறிப்பிட்டாள், "இங்குள்ள பூனைக்குப் பேச்சு வந்து விட்டது போல இருக்கே! அப்படியா, அல்லது, வெள்ளையர்கள் நீக்ரோக்களை விற்பதை நிறுத்தி விட்டார்களா? எனக்கும் புரிந்து கொள்கிற அளவுக்கு அறிவு இருக்கு!"

குட்டு வெளுத்துப் போனதைக் கண்டு குண்டா நெளிந்தான். அவனும் ஃபிடில்காரரும் முன்பு போல செய்திகளைத் தம்முடன் பகிர்ந்து கொள்வதில்லை என்கிற யூகம் அவளுக்கும் அடிமைகள் குடியிருப்பைச் சேர்ந்த மற்றவர்களுக்கும் ஏற்பட்டு விட்டது. ஆகவே, முற்றிலும் விரும்பத்தகாதவற்றை மட்டும் ஒதுக்கிவிட்டு ஏனைய செய்திகளை மீண்டும் தெரிவிக்கத் தொடங்கினான். ஆனால், வெற்றிகரமாகத் தப்பியோடியவர்கள் பற்றிய கதைகளை அழுத்தமாகக் கூறினான். சாலைக் கண்காணிப்புப் பணியிலிருந்த ஏதிலி வெள்ளையர்களைத் தமது பேச்சுத் திறமையால் ஏமாற்றி விட்டு தப்பித்த சாதுர்யமான நீக்ரோக்களைப் பற்றி செவி வழிச் செய்தியாகக் கேள்விப்பட்டவற்றை விவரித்தான். ஓர் இரவு, கலப்பின தலைமை சமையலர் ஒருவனும், தொழுவப் பராமரிப்புப் பணி செய்த கறுப்பனும் ஒரு வண்டி, குதிரைகள், உயர்ந்த வகைத் துணிகள் ஆகியவற்றைத் திருடிக் கொண்டு தப்பித்தனர். சமையல்காரர் உயர்ந்த வகைத் துணிகளை அணிந்து கொண்டு பண்ணை முதலாளி போல நடித்தார். கறுப்பன் வண்டியைச் செலுத்தினான். ஏதிலி வெள்ளையர்கள் எதிர்ப்பட்ட பொழுது முதலாளி வண்டியோட்டியைச் சரமாரியாகத் திட்டி தனது நடிப்புத் திறனை வெளிப்படுத்தினான். கண்காணிப்பு பணி செய்த ஏழை வெள்ளையர்களை ஏமாற்றி விட்டு வட பகுதிக்குத் தப்பியோடிவிட்டனர். மற்றொரு கட்டுக்கடங்காத கறுப்பன் கோவேறு கழுதை மீது அளவு கடந்த வேகத்தில் பறந்து சென்றான். கண்காணிப்பாளர்கள் வழி மறித்த பொழுது, கழுதையை நிறுத்துவதற்கு முன்பே மிக நீளமான, நேர்த்தியாக அச்சிடப்பட்ட ஆவணத்தை அவர்களிடம் விரித்துக் காட்டி மிக முக்கியமான

அலுவலாக தன்னை முதலாளி அனுப்பி வைத்ததாக மூச்சிரைக்கக் கூறினான். படிக்கத் தெரியாத ஏழை வெள்ளையர்கள் தமது அறியாமையை அவனிடம் காட்டிக் கொள்ள விரும்பாததால், அனுமதித்தனர். அது போன்ற கதைகளைச் சொல்லி அடிமைகள் குடியிருப்புப் பகுதி மக்களை மகிழ்ச்சியில் ஆழ்த்தினான். வேறு சிலர் சுற்றி வளைத்துப் பேசி அவர்களைச் சலிப்படையச் செய்து கேள்வி கேட்டு நேரத்தை வீணடிப்பதைக் காட்டிலும் அனுமதித்து விடலாம் என்கிற நிலைமைக்கு அவர்களை ஏமாற்றி விட்டுத் தப்பித்தனர். இன்னும் சிலர் தம்முடைய முதலாளிகளுடைய வல்லமையையும் செல்வாக்கையும் வானளாவ உயர்த்திப் பேசி தமது வேலைக்காரர்களிடம் வம்பு செய்கிற ஏழை வெள்ளையர்களைக் கடுமையாகத் தண்டிப்பர் என்றெல்லாம் அச்சுறுத்தி அவர்களையே மன்னிப்புக் கோரும் நிலைக்குத் தள்ளித் தப்பித்தனர்! வீட்டு வேலை செய்த மற்றொரு கறுப்பன் கிட்டத்தட்ட வடபகுதியை நெருங்கிவிட்டான். மிகக் கடுமையாக அவனைத் துரத்திச் சென்ற முதலாளியின் கைக்கெட்டும் தூரத்தில் காவல் துறை அலுவலருடைய உதவியை நாடினான். “நீ என் அடிமை தான் என்பது உனக்கே தெரியும்!” என்று முதலாளி கூச்சலிட்டார். அவன் ஏதும் அறியாதவனைப் போல அவரை விநோதமாகப் பார்த்தான். அவரைப் பார்த்ததே இல்லை என்று காவலரிடம் சாதித்தான். கூட்டம் கூடி விட்டது. கூட்டத்தினரும் காவலரும் முதலாளியை அச்சுறுத்தி அமைதியாக அகன்று செல்லாவிடில் பொது அமைதியைக் குலைத்ததாக கைது செய்யப் போவதாகக் கூறினர்.

பல ஆண்டுகளாக, அதாவது, முன்பொரு முறை, வீண்முயற்சியாகத் தன்னிடம் உதவி கேட்டு மன்றாடிய பெண்ணைப் பார்த்ததிலிருந்து, ஏலம் நடந்த இடத்தினருகில் செல்வதையே குண்டா தவிர்த்து வந்தான். ஆனால், ஃபிடில்காரரிடமும் கேடோவிடமும் பேசிக்கொண்டிருந்த நாளுக்குப் பிறகு, சில மாதங்களில் அவன் தனது முதலாளியை ஏலம் நடைபெற்ற ஊரக அலுவலகத் திடலுக்கு அழைத்துச் செல்ல வேண்டியதாயிற்று.

“பாருங்கள்! பாருங்கள்! ஸ்பாட்சில்வேனிய சீமான்களே! உங்களுடைய வாழ்க்கையிலேயே பார்த்தறியாத மிகச் சிறந்த நீக்ரோவை உங்கள் முன் நிறுத்தப் போகிறேன்! ஏலம் கூவியவர் கத்திக் கொண்டிருந்த அதே வேளையில் அவனுடைய உதவியாளன் வயதான அடிமைப் பெண்ணைத் தள்ளிக் கொண்டுவந்து மேடையில் நிறுத்தினான். அவன் தொடர்ந்தான், “மிகச் சிறந்த சமையலர்!” அவளோ கூட்டத்திலிருந்த ஒரு வெள்ளையரை நோக்கி கூச்சலிட்டுக் கொண்டிருந்தாள். “முதலாளி ஃபிலிப்! ஃபிலிப்! உனக்கும் உனது சகோதரர்களின் தந்தைக்கும் நீங்களெல்லாம் சிறு பிள்ளைகளாக இருந்த போது நான் அரும்பாடு பட்டு வளர்த்ததையெல்லாம் மறந்து விட்டாயா? பிரபுவே, தயவு செய்து என்னை வைத்துக் கொள்! உனக்காக கடுமையாக உழைப்பேன். தெற்கே என்னைச் சவுக்கால் அடிபட்டு சாகும்படி விட்டுவிடாதே!”

“வண்டியை நிறுத்து!” முதலாளி ஆணையிட்டார்.

குதிரைகளை அடக்கி வண்டியை நிறுத்திய பொழுது குண்டாவின் குருதி உறைந்தது. இத்தனை ஆண்டுகளாக அடிமை ஏலத்தில் ஆர்வம் காட்டாமலிருந்த

முதலாளி மீண்டும் ஏலத்தைக் காண விரும்புகிறாரே! அடிமை யாரையேனும் விலைக்கு வாங்கப் போகிறாரா? வேறு என்ன காரணம்? நெஞ்சை உருக்கிய அந்த அவலப்பெண்ணின் கதறலால் இருக்குமோ? அவள் மனம் கொதித்து விடுத்த அறைகூவல்களுக்குப் பதிலாக கேலியும் நையாண்டியும் மட்டுமே எதிரொலித்தது. அவளை வணிகனொருவன் எழுநூறு டாலருக்கு வாங்கிய பிறகும் சிரிப்பொலி ஓயவில்லை!

“காப்பாற்றுங்கள்! கடவுளே! யேசுவே! ஆண்டவரே! காப்பாற்றுங்கள்!” வணிகனின் உதவியாள் அவளை அடிமைகளுக்கான பட்டியை நோக்கி முரட்டுத்தனமாக நெட்டித் தள்ள, அவள் கதறிக் கூச்சலிட்டாள். “ஏ, நீக்ரோ! என் மீதிருந்து உனது கறுப்புக் கரங்களை எடு!” கூட்டம் சிரித்து அதிர்ந்தது. குண்டா கண்ணீரைத் துடைத்தவாறு உதட்டைக் கடித்துக் கொண்டான்.

அடுத்து ஒரு கறுப்பு இளைஞன் மேடையில் நிறுத்தப்பட்டான். “சீமான்களே, கிடைத்தற்கரிய பரிசு!” இளைஞனோ வெறுப்புப் பார்வையை நெருப்பாக உமிழ்ந்தான். உருண்டு திரண்ட மார்பெங்கிலும், நெருங்கி இறுகிய தசைநார்கள் கொண்ட கட்டுறுதியான மேனியெங்கிலும் சிவந்திருந்த புதிதாகப் பதிக்கப்பட்ட சவுக்கடித் தடங்கள்! “அவன் அடிமை என்பதை நினைவுபடுத்துவதற்காக ஏற்படுத்தப்பட்ட காயங்கள்! விரைவிலேயே ஆறிவிடுவன! கோவேறு கழுதையைத் தரையில் அழுத்திப் புதைக்கும் ஆற்றல் கொண்டவன்! நாளொன்றுக்கு நானூறு பவுண்ட் பருத்தி பறிப்பான். அவனை நன்றாகப் பாருங்கள்! இயற்கையான வீரியம் மிக்கவன். உமது அடிமைப்பெண்கள் ஆண்டுதோறும் பெற வேண்டிய பிள்ளைகளை பெற்றுத் தரவில்லையெனில், இவன் சரியான ஆள்! என்ன விலை கொடுத்தும் இவனை வாங்கலாம்!” சங்கிலிகளால் பிணைக்கப்பட்டிருந்த அந்த இளைஞன் ஆயிரத்தி நானூறு டாலருக்கு விற்கப்பட்டான்.

அழுதுகொண்டிருந்த கலப்பு இனப் பெண்ணைக் குழந்தையுடன் மேடையில் நிறுத்திய பொழுது, குண்டாவின் பார்வை மங்கலடைந்தது. “ஒன்றின் விலையில் இரண்டு! அல்லது, ஒன்று இலவசம்! நீங்கள் எப்படி வேண்டுமானாலும் எடுத்துக் கொள்ளலாம்!” ஏலக்காரன் கூவினான். “மூச்சுவிடத் தொடங்கிய நீக்ரோக் குழந்தைகள் இன்றைக்கு நூறு டாலருக்கு விற்கப்படுகிறார்கள்!” அவள் ஆயிரம் டாலருக்கு விற்கப்பட்டாள்.

அடுத்து நிகழ்ந்தது தாங்கிக் கொள்ள முடியாத கொடுமை! அவளுடன் பிணைக்கப்பட்டிருந்த சங்கிலியைப் பிடித்து இழுத்து மேடையில் நிறுத்தினர். குண்டா இருக்கையிலிருந்து கீழே விழுந்து விடுவான் போல இருந்தது. இளம் வயது கறுப்பினப் பெண்! பயத்தால் நடுங்கிக் கொண்டிருந்தாள். உடலமைப்பிலும், மேனியின் வண்ணத்திலும், முகத்தின் வடிவமைப்புகளிலும் கிஸ்ஸிக்குச் சற்றே மூத்தவளைப் போல தோன்றினாள். ஏலக்காரன் கூவியதைக் கேட்டபொழுது குண்டா ஆணியறையப்பட்டதைப் போலச் சமைந்து விட்டான்! “வீட்டு வேலைகளில் நன்கு பயிற்றுவிக்கப்பட்டவள்! குழந்தைகளைப் பெருக்குவதற்கான ஒருத்தி உங்களுக்குத் தேவைப்பட்டால் அதற்கும் ஏற்ற இளமை கொண்டவள்!” என்றவாறு கண்ணடித்தான். அருகில் சென்று சோதிக்குமாறு அழைத்தவன் அவள்

மீது போர்த்தியிருந்த கோணி உடையை அவிழ்த்திட்டான். அது அவளுடைய காலடியில் விழுந்தது. கத்தி, அரற்றி, கைகளால் தனது மானத்தை மறைக்க முயன்றாள்! வெறி பிடித்த கூட்டம் முன்னோக்கி முண்டியடித்து அவளைத் தொடுவதற்கும் அவளுடைய மேனியைத் தடவுவதற்கும் எத்தனித்தது.

"போதும்! போதும்! இங்கிருந்து வெளியேறுவோம்!" முதலாளி அதட்டினார். அவர் சொல்வதற்கு முன்பாகவே அவன் அங்கிருந்து புறப்படுவதற்குத் தயாரானான்.

பண்ணைக்கு அவர்கள் திரும்பிச் சென்ற பொழுது எதிரே நீண்டு கிடந்த சாலை குண்டாவின் கண்களுக்குத் தென்படவே இல்லை. அவனுடைய எண்ணங்கள் சுழன்றன. அந்தப் பெண் உண்மையாகவே கிஸ்ஸியாக இருந்திருந்தால்? அல்லது சமையல்காரி பெல்லாக இருந்திருந்தால்? அவர்கள் இருவரையும் அவனிடமிருந்து பிரித்து விற்கப்பட்டு விட்டால்? அல்லது அவனை அவர்களிடமிருந்து விற்று விட்டால்? நினைத்துப் பார்க்கவே குலை நடுங்கியது! ஆனாலும், அதைத் தவிர வேறு எதைப் பற்றியும் அவனால் சிந்திக்க முடியவில்லை.

வண்டி பெரிய வீட்டைச் சென்றடைந்ததற்கு முன்பாகவே குண்டாவின் மனத்தில் இனம் புரியாத அச்சம் குடிகொண்டது. கோடை தொடங்கி விட்டதால் அடிமைகள் குடியிருப்பில் வழக்கமாக வெளியில் அமர்ந்தும், ஆங்காங்கே உலவியும் கண்களில்படக் கூடிய எவருடைய அரவமும் தட்டுப்படவில்லை. முதலாளியை இறக்கி விட்டு, விரைவாகக் குதிரைகளை வண்டியிலிருந்து கழற்றி தொழுவத்தில் கட்டிவிட்டு, நேரே அடுக்களையை நோக்கிச் சென்றான். அங்கே பெல் முதலாளிக்கு இரவு உணவு தயாரித்துக் கொண்டிருந்தாள். கண்ணாடிக் கதவு வழியாக, "நன்றாக இருக்கிறாயா?" என்று கேட்கும் வரை அவள் அவனைக் கவனிக்கவில்லை.

சுழன்று திரும்பியவளுடைய அகல விரிந்த கண்களில் அதிர்ச்சி! உரக்கக் கத்தி விட்டாள். "ஓ, குண்டா! அடிமை வணிகர்கள் இங்கேயும் வந்தனர்!" பின்னர் குரலைச் சற்றே தணித்துக் கொண்டு கூறினாள், "வயல்வெளியிலிருந்து கேடோவினுடைய எச்சரிக்கை சீழ்க்கை ஒலி எழுந்ததைக் கேட்டு, முன்புறச் சன்னலை நோக்கி ஓடினேன். நகரத்தான் போன்ற தோற்றம் கொண்ட வெள்ளையன் குதிரையிலிருந்து இறங்கியதைக் கண்டேன். அவனைப் பார்த்ததுமே புரிந்து விட்டது. கதவைத் திறந்த பொழுது அவன் படிகளில் ஏறிக் கொண்டிருந்தான். முதலாளியையாவது முதலாளியம்மாவையாவது பார்க்க வேண்டுமென்றான். 'முதலாளியம்மா கல்லறையில் தூங்குகிறாள், முதலாளி ஒரு மருத்துவர் என்பதால் நோயாளிகளைப் பார்க்கச் சென்றுள்ளார், இரவு எந்நேரம் திரும்புவார் என்று தெரியாது' என்றேன். அவன் என்னை ஒரு மாதிரியாகப் பார்த்து விட்டு சிறிய அட்டை ஒன்றைக் கொடுத்து முதலாளி வந்தவுடன் அவரிடம் கொடுத்துவிடச் சொன்னான். மீண்டும் பார்க்க வருவதாகவும் கூறினான். அட்டையை அவரிடம் நேரே கொடுக்கப் பயந்து கொண்டு மேஜை மீது வைத்து விட்டு வந்தேன்."

முதலாளி அறையிலிருந்து "பெல்!" என்று அழைக்கும் குரல் கேட்டது.

அவளையறியாமலே கையிலிருந்த கரண்டி நழுவி விழுந்தது. “இரு! இதோ வந்துடறேன்!” அவன் மூச்சுவிடுவதற்குக் கூட துணிவின்றி, தீய செய்தியை எதிர்பார்த்துக் காத்திருந்தான். திரும்பிய பெல் முகத்தில் அளவு கடந்த நிம்மதியைக் கண்ட பிறகு தான் மூச்சு விட்டான்.

“அவருக்கு இரவு சாப்பாடு விரைவில் வேணுமாம். மேஜை மீது வைத்திருந்த அட்டையைக் காணவில்லை! அவர் அதைப் பற்றி எதுவும் பேசவில்லை! நானும் எதையும் சொல்லவில்லை!”

இரவு உணவுக்குப் பிறகு, அடிமைகள் குடியிருப்பு மக்களுக்கு கேடோவினுடைய எச்சரிக்கைச் சீழ்க்கை ஒலிக்குப் பின் நடந்தவற்றை பெல் விவரித்தாள். ஆன்ட் சுகே அழத் தொடங்கினாள், “அடக் கடவுளே! நம்மில் சிலரை முதலாளி விற்றுவிடுவார் என்று நினைக்கிறீர்களா?”

கேடோவினுடைய பெருஞ்சரீரப் பெண்டாட்டி ஃபியூலா புலம்பினாள், “இனிமேலாவது என்னை எவரும் எப்போதும் சவுக்கால் விளாசாமல் இருக்க வேண்டும்!”

நீண்ட, கனத்த அமைதி நிலவியது! குண்டா பேசுவதைப் பற்றி சிந்திக்கின்ற நிலைமையில் இல்லை. ஏலத்தைப் பற்றி எதுவும் கூறவில்லை.

ஃபிடில்காரர் இறுதியாகக் கூறினார், “கவலைப்படாதீங்க! நம்ம முதலாளிகிட்ட விற்கிற அளவுக்கு நீக்ரோக்கள் உபரியாக நிறையப் பேர் இல்லை. ஏகப்பட்ட பணம் படைத்தவர். மற்றவர்களுக்குப் போல, நீக்ரோக்களை விற்றுக் கடனைச் செலுத்த வேண்டிய அவசியம் அவருக்கில்லை!”

ஃபிடில்காரருடைய ஆறுதல் மொழி மற்ற அடிமைகளுக்கு தன்னைக் காட்டிலும் கூடுதலாக அமைதி அளித்திருக்க வேண்டும் என்று எண்ணினான். பெல்லுக்கு முழு நம்பிக்கை இருந்தது. “முதலாளியை எனக்கு நன்றாகத் தெரியும்! நாமெல்லாம் எப்போதும் போல இங்கே இருக்கும் வரை அவர் யாரையும் விற்க மாட்டார். வண்டியோட்டி லூதரை விற்றாரென்றால், அவன் அந்தப் பெண் தப்பியோடுவதற்கு உதவினான்.” சற்றே தயங்கி, மீண்டும் தொடர்ந்தாள், “இல்லை, சரியான காரணமில்லாமல் யாரையுமே விற்கமாட்டார். விற்பாரென்று நினைக்கிறீர்களா?” யாருமே பதிலளிக்கவில்லை!

79

விருந்துக்கு அழைத்துச் சென்ற உறவுக்காரப் பையனுடன் பின் இருக்கையில் அமர்ந்தபடி முதலாளி உரையாடிய வார்த்தைகள் குண்டாவின் செவிகளில் தேளாகக் கொட்டின.

முதலாளி சொன்னார், "அன்றைக்கு ஏலத்திடலில் வயல்வேலை செய்கிற அடிமைகள் கடந்த சில ஆண்டுகளுக்கு முன் விற்ற விலையைக் காட்டிலும் இரண்டு மூன்று மடங்கு கூடுதலான விலைக்கு விற்கப்பட்டதைக் கண்டேன். நாளிதழில் வெளியாகின்ற அறிவிப்புகளில் கூட, தச்சர்கள், செங்கற்சூளைத் தொழிலாளிகள், கருமான்கள், தோல்கருவிகள் செய்வோர், படகுகள் செய்வோர், இசைக் கலைஞர்கள் போன்ற பல்வேறு தொழில்களிலும் அனுபவம் பெற்ற அடிமைகள் இரண்டாயிரத்து ஐநூறு டாலர் வரை விலை போவதாகப் படித்தேன்."

"புதிதாகப் பருத்தி ஆலை தோற்றுவிக்கப்பட்டதிலிருந்து நாட்டின் அனைத்துப் பகுதிகளிலும் இதே நிலைமை தான். பத்து லட்சத்திற்கும் மேற்பட்ட அடிமைகள் இந்த நாட்டில் இருப்பதாகச் சொல்கிறார்கள். இருப்பினும், வட பகுதி ஆலைகளுக்குத் தேவைப்படுகின்ற அளவிற்குத் தென்கோடி விளைநிலங்களில் உற்பத்தியைப் பெருக்குவதற்கு ஏற்ப

போதிய அடிமைகள் கப்பல்களில் கொண்டு வரப்படுவதில்லை." உறவுக்காரர் விளக்கினார்.

"மற்றவற்றில் அறிவாற்றலுடன் செயல்படுகின்ற பலரும் கூட பெரும் பணம் ஈட்ட வேண்டுமென்கிற பேராசையில், வெர்ஜீனியாவில் உள்ள தரமான அடிமைகளையும், பிள்ளைகளைப் பெற்றெடுக்கும் வளமுள்ள பெண் அடிமைகளையும் இழந்து விடுவார்கள்! இது அப்பட்டமான முட்டாள்தனம்!"

"முட்டாள்தனமா? வெர்ஜீனியாவில் தேவைக்கு அதிகமான அடிமைகள் இருக்கிறார்களல்லவா? அவர்களைப் பராமரிப்பதற்கு ஆகும் செலவின் அளவுக்குக் கூட அவர்களிடமிருந்து உழைப்பைப் பெறமுடியவில்லை!"

"இன்றைக்கு அப்படித் தோன்றலாம்! ஐந்து, பத்து ஆண்டுகளுக்குப் பிறகு நிலைமை எப்படி இருக்குமென்று யூகிக்க முடியுமா? பத்து ஆண்டுகளுக்கு முன் யாராவது இவ்வளவு அமோக பருத்தி விளைச்சலை நினைத்துப் பார்த்திருப்பார்களா? அடிமைகளைப் பராமரிப்பதற்கு அதிகம் செலவாவதாகப் பரவலாகப் பேசப்படுகின்ற உங்களுடைய பிதற்றலை நான் ஒருபோதும் ஒத்துக் கொள்வதில்லை. ஓரளவு ஒழுங்கமைக்கப்பட்டுள்ள எந்தவொரு பண்ணையிலும் அவர்கள் தாம் சாப்பிடுகின்ற அளவுக்குக் கூட சாகுபடி செய்வதில்லை என்பதை என்னால் ஏற்றுக் கொள்ள முடியாது. இயல்பாகவே, அவர்கள் ஏகப்பட்ட குழந்தைகளை பெற்றெடுக்கக் கூடியவர்கள். பிறக்கின்ற ஒவ்வொரு நீக்ரோக் குழந்தையும் உங்களுக்குப் பணமாகத் தெரியவில்லையா? அவர்களில் பெரும்பாலானோர் பணித்திறமைகளை விரைவில் வளர்த்துக் கொள்கின்றனர். அதன் மூலம் அவர்களுடைய மதிப்பு மேலும் உயர்ந்து விடுகிறது. அந்த வகையில் என்னைப் பொறுத்தவரை நிலமும் அடிமைகளும் இன்றைக்கு மிகச் சிறந்த முதலீடுகள்! நீங்கள் சொல்கிற காரணத்திற்காக எனது அடிமைகளை ஒருபோதும் விற்க மாட்டேன். நமது அமைப்பைப் பொறுத்தவரை அடிமைகள்தான் முதுகெலும்புகள்."

"அமைப்புமுறை மாற்றம் நம்மில் பலர் அறியாமலேயே ஏற்படத் தொடங்கிவிடும். ஏழை வெள்ளையர்கள் தலைக்கனத்துடன் திரிவதைப் பாருங்கள்! அவர்களுடைய மிகக் குறைந்த அளவிலான பருத்தி, புகையிலைப் பயிர்களை விளைவிப்பதற்கு ஒன்றிரண்டு ஓய்ந்து போன அடிமைகளைச் சாகும் வரை பாடுபட வைத்துக் கொண்டு தாமும் பண்ணையார் வர்க்கத்தை அடைந்து விட்டதாக எண்ணிக் கொண்டிருக்கிறார்கள். வெறுக்கத்தக்க அவர்கள் நீக்ரோக்களைக் காட்டிலும் கூடுதலாகப் பெற்றெடுக்கின்றனர். போகிற போக்கைப் பார்த்தால் வெகு விரைவில் அவர்கள் நம்மைக் காட்டிலும் எண்ணிக்கையில் அதிகரித்து நமது நிலங்களையும் உழைப்பையும் பறித்துக் கொள்வர் போலிருக்கிறது!"

உறவுக்காரருடைய சிந்தனைப் போக்கினை ரசித்தவராக நகைத்தபடி முதலாளி கூறினார், "அவர்களைப் பற்றிக் கவலைப்படத் தேவையில்லை! அது தான், ஒதுக்கப்பட்ட அடிமைகளை விலைக்கு வாங்குவதற்கு அவர்களுடன் போட்டியிட விடுதலையடைந்த நீக்ரோக்கள் இருக்கிறார்களே!"

உறவுக்காரருடைய சிரிப்பொலியும் சேர்ந்து ஒலித்தது. "ஆமாம், அதை நம்பமுடியவில்லை, இல்லையா? விடுதலையடைந்த நகரங்களில், நீக்ரோக்களில் பாதிப் பேருக்கு மேல் இரவு பகலாக உழைத்துப் பணத்தைச் சேமித்து, தமது இன அடிமைகளை விலைக்கு வாங்கி விடுதலை அளிப்பதாகக் கேள்விப்பட்டேன்."

"அதனால் தான் தென் பகுதியில் ஏராளமான கறுப்பர்கள் விடுதலை பெற்றுள்ளனர்."

"அவர்களுள் பெரும்பாலோனோரை வெர்ஜீனியாவில் அனுமதித்துள்ளோம் என்று நினைக்கிறேன். தம்முடைய இனத்தவரை விலைக்கு வாங்குவதால் அவர்கள் நமது உழைப்புச் சத்திகளுக்கு ஊறுவிளைவிப்பதுடன், பெரும்பாலான கிளர்ச்சிகளுக்கு அடிப்படைக் காரணமாகவும் இருக்கின்றனர். அந்தக் கறுப்புக் கருமான் ரிச்மோன்ட்டில் செய்ததை மறந்துவிட முடியாதல்லவா?"

"உண்மைதான்!" என்றார் முதலாளி. "ஆனாலும், கடுமையான சட்டங்களை போதிய அளவில் நடைமுறைப்படுத்துவதன் மூலமாகவும், போராட்டங்களைத் தூண்டுவோரை நகரங்களில் முறையாகத் தொழில்களில் பயிற்றுவிப்பதன் மூலமாகவும் அவர்களைக் கட்டுக்குள் வைக்க முடியும் என்று நினைக்கிறேன். இப்பொழுதே அவர்களுள் பலர் பல தொழில்களிலும் மற்றவர்களை விஞ்சி நிற்பதாகக் கேள்விப்படுகிறேன்"

உறவுக்காரர் அவருடைய கருத்தை ஏற்றுக் கொண்டு கூறினார், "பயணம் செய்கின்ற இடங்களிலெல்லாம் நானும் பரவலாக நேரடியாகப் பார்த்திருக்கிறேன். விற்பனைச் சரக்குக் கிட்டங்கிகளிலும் துறைமுகங்களிலும் தொழிலாளர்களாகவும், சில்லறை வியாபாரிகளாகவும், இறந்தோருக்கு ஈமச் சடங்குகளைச் செய்யும் தொழிலாளர்களாகவும், தோட்டக்காரர்களாகவும் வேலை செய்கின்றனர். சிறந்த சமையலர்களாகவும், இசைக்கலைஞர்களாகவும் கூடப் பணியாற்றுகின்றனர். லின்ச்பர்க் நகரத்தில் முடிதிருத்துவோரில் ஒரு வெள்ளையரைக் கூடக் காண முடியாது என்று கேள்விப்பட்டேன். நான் தாடி வளர்த்துக் கொள்ள வேண்டியது தான்! அவர்களுள் ஒருவனை எனது தொண்டையில் கத்தி வைக்க என்னால் அனுமதிக்க முடியாது!"

இருவரும் சிரித்தனர். அதன் பின்னர், முதலாளியின் முகத்தில் கடுமை தென்பட்டது. "விடுதலையடைந்த கறுப்பர்களைக் காட்டிலும் நகரத்திலுள்ளவர்கள் நமக்கு மிகப் பெரிய சமுதாயப் பிரச்சினையை ஏற்படுத்தி விடுவார்கள் போலிருக்கிறதே! ஏறுக்குமாறாகப் பேசுகின்ற அடிமை வணிகர்களைத் தான் சொல்கிறேன். அவர்களுள் பலர் முன்னாளில் உணவுச் சத்திரம் நடத்துவோராகவும், யூக வணிகர்களாகவும், பயிற்சி பெறாத ஆசிரியர்களாகவும், வழக்குரைஞர்களாகவும், பாதிரியார்களாகவும் வேலை செய்தவர்கள். என்னுடைய அடிமைகளுக்கு நினைத்துக் கூடப் பார்க்க முடியாத அளவு விலை தருவதாக மூன்று, நான்கு வணிகர்கள் என்னை அணுகினர். ஒருவன் துணிச்சலுடன் வீட்டிற்கே வந்து தன்னுடைய முகவரி அட்டையைக் கொடுத்துச் சென்றான். என்னைப் பொறுத்த வரை அவர்கள் அத்தனைப் பேரும் மனசாட்சியில்லாத

வல்லூறுகள்!"

முதலாளியினுடைய வீட்டை அடைந்தனர். அவர்கள் பேசிய எதையுமே கேட்காதவனைப் போல, கீழே குதித்த குண்டா அவர்கள் வண்டியை விட்டு இறங்குவதற்கு உதவினான். அவர்கள் வீட்டிற்குள் சென்று, பயணத்தால் படிந்திருந்த புழுதியைக் கழுவி, வரவேற்பறையில் அமர்ந்து, பெல்லை குடிப்பதற்கானவற்றைக் கொண்டு வருமாறு பணித்ததற்குள், அவளும் அடிமைகள் குடியிருப்பில் இருந்த அனைவரும் முதலாளி அவர்களை விற்கப் போவதில்லை என்கிற முக்கியமான உண்மையைத் தெரிந்து கொண்டனர். இரவு உணவு முடிந்த உடனே, அடிமைகள் அனைவரும் உன்னிப்பாகக் கேட்டுக் கொண்டிருக்க, முதலாளிக்கும் அவருடைய உறவுக்காரருக்கும் இடையே நடந்த உரையாடலைத் தன்னால் இயன்ற அளவு முழுமையாக குண்டா மீண்டும் விரிவாகக் கூறினான்.

ஒரு கணம் அமைதி நிலவியது. பிறகு, சகோதரி மேண்டி பேசினாள், "முதலாளியும் உறவுக்காரரும் விடுதலை பெற்ற நீக்ரோக்கள் தம் இன மக்களை விடுவிப்பதற்காக பணம் சேமித்தார்கள் என்கிறாய். அவர்கள் எப்படித் தமது விடுதலையை அடைந்தனர் என்பதைப் பற்றிச் சொல்லு!"

ஃபிடில்காரர் குறுக்கிட்டார், "நான் சொல்கிறேன்! நகரத்தில் ஏராளமான முதலாளிகள் அவர்களை தொழில்களைக் கற்றுக் கொள்வதற்கு அனுமதிக்கின்றனர். பின்னர் அவர்களைக் கூலிக்குப் பிறரிடம் வேலை செய்ய அனுமதிக்கின்றனர். எனக்கு முதலாளி கொடுப்பதைப் போல அவர்களும் பங்கைப் பெறுகின்றனர். அவர்களுக்கு நல்ல காலம் இருந்தால் பத்து, பதினைந்து ஆண்டு சேமிப்பில் தமது விடுதலையைப் பெற்றுவிடுவர்."

கேடோ கேட்டான், "அதனால் தான் நீயும் ஃபிடில் வாசிப்பதில் முனைப்பாக இருக்கிறாயா?"

"பிறகு என்ன, வெள்ளைக்காரர்கள் நடனமாடுவதைப் பார்ப்பதற்கா ஆசைப்படுகிறேன்?"

"உனது விடுதலை பெறுமளவிற்கு இன்னமும் சேமிக்கவில்லையா?"

"சேமித்திருந்தால் நீ அந்தக் கேள்வியைக் கேட்பதற்கு இங்கே இருக்க மாட்டேனே!" அனைவரும் கொல் என்று சிரித்தனர்.

"இருந்த போதிலும் விடுதலையை நெருங்குமளவுக்குச் சேமித்திருப்பாய், அல்லவா?"

"விட மாட்டாயா?" களைத்துப் போனவராக ஃபிடில்காரர் கூறினார், "சென்ற வாரத்தைக் காட்டிலும் அணுக்கமாக நெருங்கிவிட்டேன்! அடுத்த வாரமே விடுதலை பெறுமளவுக்கு நெருங்கிவிடவில்லை!"

சரி! விடுதலை பெற்றவுடன் என்ன செய்யப் போகிறாய்?"

“காற்றையே பிளப்பேன், தம்பி! வடக்கே போவேன்! அங்கே விடுதலை பெற்ற நீக்ரோக்களில் சிலர் ஏராளமான வெள்ளையர்களைக் காட்டிலும் வளமாக வாழ்கிறார்களாம்! கேட்கவே இனிக்கிறது! அவர்களுள் குரல் வளமுள்ள கலப்பினத்தவர் ஒருவருக்குப் பக்கத்தில் இடம் பிடிப்பேன். அவரைப் போலவே பேசி, சிறந்த உடைகளை அணிந்து கொள்வேன்! குழல் கருவிகளை வாசிப்பேன். கூட்டங்களுக்குச் சென்று புத்தகங்களைப் பற்றி விவாதிப்பேன்! அவைபோல இன்னும் எத்தனையோ...!”

உரக்க எழுந்த சிரிப்பலைகள் ஒருவாறு ஓய்ந்த பின்னர், ஆன்ட் சுகே சொன்னாள், “வெள்ளையர்கள் என்ன பேசிக் கொள்கிறார்கள் தெரியுமா? கலப்பினத்தவருடைய உடலில் வெள்ளையர்களுடைய குருதி ஏராளமாகக் கலந்து விட்டதாம். அதனால் தான் அவர்கள் நம்மைக் காட்டிலும் கெட்டிக்காரர்களாக இருக்கின்றனராம்!”

“ஆமாமா! வெள்ளைக்கார ஆம்பிளைகளோட குருதி ரொம்பத் தான் கலந்து விட்டது!” பெல் பொத்தாம் பொதுவாகக் கூறினாள்.

‘‘என் அம்மாவோட மேற்பார்வையாளனைப் பற்றிப் பேசுகிறீர்கள் போலிருக்கிறதே!’’ ஃபிடில்காரர் அவமானப்படுத்தப்பட்டதாகக் காட்டிக் கொண்டார். கேடோ விழுந்து விழுந்து சிரித்தான். அவனுடைய மனைவி ஃபியூலா புறங்கையால் அவனைத் தலையில் இடித்தாள்.

“பொறுப்பாக நடந்துக்கங்க!” ஃபிடில்காரர் தொடர்ந்தார், “ஆன்ட் சுகே கேள்விக்குப் பதில் சொல்கிறேன்! என் போன்றவர்களை வைத்து முடிவு கட்டுவீர்களானால், வெள்ளைத் தோல் நீக்ரோக்கள் அனைவரும் கெட்டிக்காரர்கள் தான்! காவி நிறத் தோல் கொண்ட பெஞ்சமின் பெனெக்கரை எடுத்துக் கொள்ளுங்கள்! கணக்குகள் கணிப்பதிலும் விண்மீன்களையும் நிலாவையும் ஆராய்வதிலும் அவனை வெள்ளையர்களே அறிவாளி என்கின்றனர். ஆனால், உங்களைப் போன்ற கறுப்பு நீக்ரோக்களிலும் ஏராளமானோர் கெட்டிக்காரர்களாக இருக்கிறார்கள்!”

சொன்னாள், “நியூ ஆர்லியான்ஸிலுள்ள ஜேம்ஸ் தெர்ஹாம் என்கிற கறுப்பு மருத்துவரைப் பற்றி முதலாளி சொல்லியிருக்கிறார். அவருக்குக் கற்றுக் கொடுத்த வெள்ளையரே தன்னைக் காட்டிலும் அவர் சிறந்த மருத்துவர் என்று கூறினாராம்.”

ஃபிடில்காரர் குறுக்கிட்டார், ‘‘இன்னொருவரையும் சொல்கிறேன்! நீக்ரோக்களுடைய சமயப் பிரிவை தோற்றுவித்த பிரின்ஸ் ஹால்! நீக்ரோக்களுக்காக தேவாலயங்களைத் துவக்கிய பாதிரிகளுடைய படங்களைப் பார்த்திருக்கிறேன். அவர்கள் கண்களைத் திறந்தால் மட்டுமே அடையாளம் காண முடியும், அவ்வளவு கறுப்பு! வெள்ளையர்களே பாராட்டுமளவுக்குக் கவிதைகளை எழுதுகின்ற ஃபிலிஸ் வாட்லே, புத்தகங்கள் இயற்றுகின்ற குஸ்தவுஸ் வாஸா!” குண்டாவின் பக்கம் பார்வையைத் திருப்பியவாறு, “ஒரு துளி வெள்ளையர்

குருதி கூட கலக்கப் பெறாதவர்கள்! அவர்களையெல்லாம் முட்டாள்களாக என்னால் கருத முடியாது!" என்றார். பிறகு, கேடோவை நக்கலாகப் பார்த்துக் கொண்டே, "இருந்தாலும் கறுப்பு நீக்ரோக்களில் முட்டாள்களும் இருக்கத்தான் செய்கிறார்கள்! கேடோவை எடுத்துக் கொள்ளுங்கள்....!" துள்ளி எழுந்து ஓடத் தொடங்கினார். இரண்டு எட்டுகள் பின்னால் கேடோவும் துரத்தினான். "கையில சிக்கினே, செவுளு பிகிலு ஊதிடும்!"

மற்றவர்களுடைய உரத்த சிரிப்பொலி அடங்கிய பின் குண்டா பேசினான், "சிரிங்க, சிரிங்க! போதுமான அளவுக்கு சிரிச்சுக்கங்க! வெள்ளையரைப் பொறுத்த வரை எல்லா நீக்ரோக்களும் ஒரே மாதிரி தான்! அவர்களைக் காட்டிலும் வெள்ளையாக இருந்தாலும், ஒரு துளி நீக்ரோக் குருதி கலந்தால் கூட, நீக்ரோ என்று தான் ஒதுக்குவர்! ஏராளமானோரைப் பார்த்திருக்கிறேன்!"

ஒரு மாதம் கழித்து ஃபிடில்காரர் தனது கச்சேரிப் பயணத்திலிருந்து திரும்பினார். எங்கெங்கிலும் வெள்ளையர்கள் உற்சாக மிகுதியில் திளைத்ததாகவும், அடிமைகள் குடியிருப்புகள் இருண்டு கிடந்ததாகவும் கூறினார். நெப்போலியன் என்கிற பிரெஞ்சுப் படைத்தலைவன் கடல் கடந்து பெரும் படை ஒன்றை ஹாதேவுக்கு அனுப்பி கொடூரமான போர் நிகழ்த்தி கறுப்பர்களிடமிருந்து தீவை மீட்டெடுத்தான். அவர்களுக்கு விடுதலை பெற்றுத் தந்த தௌசைந்தைக் கைது செய்யப்பட்டான். பிரெஞ்சுப் படைத் தளபதி தௌசைந்த்தை விருந்துக்கு அழைத்தான். தௌசைந்த் ஏற்றுக் கொண்டான். பெரும் பிழை செய்து விட்டான். சாப்பிட்டுக் கொண்டிருந்த பொழுது பரிமாறிய பணியாட்கள் இவனைப் பிடித்துக் கட்டி வைத்தனர். உடனே பிரெஞ்சு நாட்டிற்குச் சென்ற கப்பலில் அனுப்பி வைத்தனர். அங்கே அவன், ஒட்டு மொத்தச் சூழ்ச்சித் திட்டத்தையும் வகுத்தளித்த நெப்போலியன் முன்பு, சங்கிலிகளால் பிணைக்கப்பட்டு நிறுத்தப்பட்டான்.

கறுப்பர் தளபதி தௌசைந்த் மீது அளவுகடந்த மதிப்பு வைத்திருந்த குண்டா செய்தி அறிந்து பண்ணையில் மற்றெவரையும் காட்டிலும் அதிகமாக வருத்தமடைந்தான். மற்ற அனைவரும் ஃபிடில்காரர் வீட்டிலிருந்து அமைதியாகக் கலைந்து சென்ற பின்னரும் குண்டா மிகுந்த துயரத்துடன் அசையாமல் உட்கார்ந்திருந்தான்.

ஃபிடில்காரர் சொன்னார், "தௌசைந்த்திற்காக நீ மிகவும் வருந்துகிறாய் என்பதை அறிவேன். நான் அதைப் பற்றிக் கவலைப்படவில்லை என்று நினைத்து விடாதே! ஆனாலும், இன்னும் ஒரு நிமிடம் கூட அடக்கிக் கொள்ள முடியாத செய்தி ஒன்று இருக்கிறது!"

குண்டா அவரை கடுகடுப்புடன் பார்த்தான். 'மனிதர் எதையோ மகிழ்ச்சி பொங்கச் சொல்லப்போகிறார் போலிருக்கிறதே! எக்காலத்திற்கும் கறுப்பர்களுடைய மிகச் சிறந்த தலைவராக விளங்குபவருக்கு ஏற்பட்ட மானக்கேட்டிற்காகச் செலுத்தப்படுகின்ற மரியாதையைக் கூடப் பாதிக்கிற அளவுக்கு நல்ல செய்தியாக எதைச் சொல்லிவிடப் போகிறார்?'

ஃபிடில்காரர் உணர்வெழுச்சியின் உச்சத்தில் இருந்தார். "ஒருவழியாக நிறைவேற்றி விட்டேன்! ஒரு மாதத்திற்கு முன்பு கேடோ எவ்வளவு பணம் சேமித்திருக்கிறாய் என்று கேட்ட பொழுது நான் எதுவுமே சொல்லவில்லை. அப்பொழுது ஒரு சில டாலர்கள் குறைவாக இருந்தது. இந்தப் பயணத்தில் அதனை ஈடுகட்டிவிட்டேன். தொண்ணூறு முறைக்கும் கூடுதலாக வெள்ளையர்கள் நடனங்களுக்கு வாசித்தேன். எப்பொழுது என்னால் முழுத் தொகையையும் சேமிக்க முடியும் என்று தெரியாததால் அதைப் பற்றி நீ உட்பட எவரிடமும் சொல்லவில்லை. இப்பொழுது முழுமையாகச் சேர்த்து விட்டேன். என்னை விடுவித்துக் கொள்வதற்கு எழு நூறு டாலர் சம்பாதிக்க வேண்டுமென்று ரொம்பக் காலத்திற்கு முன்பு முதலாளி சொன்னதை இப்பொழுது ஈட்டிவிட்டேன்."

குண்டா பேச முடியாமல் திக்கித்து நின்றான்.

படுக்கையைக் கிழித்துத் திறந்து உள்ளே இருந்தவற்றைத் தரையில் தள்ளினார். நூற்றுக் கணக்கான டாலர் தாள்கள் அவர்களுடைய காலடியில் குவிந்து கிடந்தன. ஃபிடில்காரர், "இதோ, பார்!" என்றார். படுக்கைக்கு அடியிலிருந்து கோணி ஒன்றை வெளியில் எடுத்து, "இதோ, பார்!" என்றபடி முழுவதையும் கொட்டினார். சிணுங்கியபடி அனைத்து மதிப்பீடுகளிலும் சில்லறை நாணயங்கள் தாள்களின் மீது குவிந்தன.

"என்ன, ஆப்பிரிக்கரே, ஏதாவது சொல்லப் போகிறாயா? வாயைப் பிளந்தபடி நிற்கப் போகிறாயா?"

"என்ன சொல்வதென்றே தெரியவில்லை!"

"பாராட்டலாமே!"

"உண்மையா? கனவா?"

"முற்றிலும் உண்மை! நூறு முறைக்கு மேல் எண்ணிப்பார்த்துவிட்டேன். சொல்லப் போனால், கைப் பெட்டி வாங்கும் அளவு பணம் கூடுதலாக உள்ளது!"

குண்டாவால் நம்ப முடியவில்லை. ஃபிடில்காரர் உண்மையிலேயே விடுதலையடையப் போகிறார். கனவல்ல! தனக்காவும் தனது நண்பனுக்காகவும் குண்டாவிற்கு அழுகையும் சிரிப்பும் சேர்ந்து வந்தன!

ஃபிடில்காரர் மண்டியிட்டு பணத்தைக் கூட்டி அள்ளினார். "இதோ, பார்! காலை வரை செவிட்டு ஊமை போல இருக்க வேண்டும், சரியா? அதற்குள் நான் முதலாளியைப் பார்த்து, எழுநூறு டாலர் அளவிற்கு அவர் மேலும் பணக்காரராகப் போகும் செய்தியைக் கூறிவிடுகிறேன். என்னை வெளியே அனுப்புவதைப் பார்த்து நீ மகிழ்ச்சி அடையலாம்!"

"மகிழ்ச்சி உனக்குத் தான்! எனக்கல்ல!"

“உனக்காக நான் வருந்த வேண்டுமென்று விரும்பினால் உனக்கும் விடுதலை வாங்கி விடுகிறேன். அது வரை பொறுத்திரு! எனது விடுதலைக்கான பணத்தைச் சம்பாதிப்பதற்கு முப்பத்தி மூன்று ஆண்டுகளாயிற்று!”

குண்டா வீட்டிற்குச் செல்வதற்குள் ஃபிடில்காரரை ஏற்கனவே பிரிந்து விட்டதைப் போன்ற துயரம் தொற்றிக் கொண்டது. அவன் தௌசைந்த்திற்காக வருந்தினானென்று பெல் தவறாக நினைத்துக் கொண்டாள். அதனால், அவனுடைய வருத்தத்தை மறைக்கவோ, விளக்கமளிக்கவோ தேவை ஏற்படவில்லை.

அடுத்த நாள் காலையில் குதிரைகளுக்குத் தீனி வைத்தவுடன், ஃபிடில்காரருடைய வீட்டைத் தேடிச் சென்றான். காலியாக இருந்தது. முதலாளியைப் பார்க்கச் சென்றிருந்தானா என்பதை அறிவதற்காக பெல்லிடம் போனான்.

“ஒரு மணிநேரத்திற்கு முன்பாகவே திரும்பிச் சென்று விட்டான். அவன் ஏதோ பேயைப் பார்த்தவன் போல நடந்து கொண்டான். அவனுக்கு என்ன ஆச்சு? முதலாளியிடம் அவனுக்கு என்ன வேண்டுமாம்?”

“வெளியே வந்தவுடன் என்ன சொன்னான்?” குண்டா கேட்டான்.

“எதுவும் சொல்லவில்லை. நான் இருந்ததைக் கூட கவனிக்காதது போலச் சென்று விட்டான்.”

குண்டா மறுவார்த்தையும் பேசாமல் கண்ணாடிக் கதவுக்கு வெளியே சென்று, அடிமைகள் குடியிருப்பை நோக்கி விரைந்தான். அவனுக்குப் பின்புறமிருந்து பெல் கத்தினாள். “இப்போ நீ எங்கே போற?” அவன் பதிலளிக்கவில்லை. “அது சரி! எங்கிட்ட எதுவும் சொல்ல மாட்டியா? நான் உன் பொண்டாட்டி!” குண்டா மறைந்து விட்டான்.

ஒவ்வொரு வீட்டுக் கதவையும் தட்டி உசாவியும், தனிப்பட்ட அறைகளுக்குள் கூட கழுத்தை நீட்டித் தேடியும், சேமிப்புக் கிடங்குப் பகுதியெங்கும் ஃபிடில்காரரே என்று கத்தியும் காணாமல் வேலிச் சுவர் நெடுகிலும் நடந்தான். வெகு தொலைவு சென்ற பின்னர், மெல்லிய இசை ஒலித்தது கேட்டது. முகாம் கூட்டத்தில் கறுப்பர்கள் பாடிய ‘ஓ, ஆண்டவரே’ பாடலை ஃபிடிலில் இசைத்த ஒலி! ஃபிடில்காரர் எப்போது வாசித்தாலும், மகிழ்ச்சி ததும்பி துள்ளல் போடும்! அப்பொழுது ஃபிடிலின் அழுகையோசை வேலி நெடுகிலும் நழுவிச் சென்றது.

குண்டா வேகமாக நடந்தான். முதலாளியின் பண்ணை எல்லைக்கருகில், ஓக் மரமொன்று நீரோடையின் பாதிப் பரப்பிற்கும் கூடுதலாக தனது கிளைகளைப் பரப்பியிருந்தது. அதனை நெருங்கிய போது மரத்துக்குப் பின்னாலிருந்து நீட்டப்பட்ட ஃபிடில்காரரின் காலணிகள் கண்ணில் பட்டன. அப்பொழுது தான் இசை நின்றது. குண்டாவும் ஏதோ போர் தொடுத்துச் சென்றவனைப் போல மறைந்து நின்றான். இசை மீண்டும் தொடரட்டும் என்று காத்திருந்தான். தேனீக்களின் இரைச்சலும் நீரோடையின் சலசலப்பும் மட்டுமே அமைதியைக் கெடுத்துக் கொண்டிருந்தன. இறுதியில், அரவமின்றி சுற்றிச் சென்று ஃபிடில்காரரை

நேருக்கு நேராகப் பார்த்தான். ஒரே பார்வையில் புரிந்து போயிற்று! நண்பருடைய முகத்திலிருந்த ஒளி காணாமற் போய்விட்டது. வழக்கமாக அவருடைய கண்களில் மின்னிய பொறி அணைந்திருந்தது.

''உனது படுக்கைக்குள் திணிப்பதற்கு ஏதாவது தேவைப்படுகிறதா?'' ஃபிடில்காரருடைய குரல் உடைந்து சிதறியது. குண்டா எதுவும் பேசவில்லை. கன்னங்கள் வழியே கண்ணீர் வழிந்தது. அமிலத்தைப் போல சீற்றத்துடன் துடைத்தெறிந்தார். வார்த்தைகள் சீறிப் பாய்ந்தன, "எனது விடுதலைக்காக அவர் கேட்ட பணம் முழுவதையும் ஒரு பென்னி குறையாமல் சேமித்து விட்டதாகக் கூறினேன். ஒரு நிமிடம் ஏதோ சிந்தனையில் ஆழ்ந்தவராக, மேற்கூரையைப் பார்த்தார். பிறகு, அவ்வளவு பணத்தைச் சேமித்து விட்டதற்காக என்னைப் பாராட்டினார். ஆனால், எனக்கு விடுதலை வேண்டுமானால் எழுநூறு டாலரைப் பகுதிப் பணமாகத் தான் கொள்ள முடியுமாம். வணிகம் என்று வந்துவிட்டதால், பருத்தி ஆலை வந்ததிலிருந்து அடிமைகளுடைய விலை எகிறிப் போனதைக் கவனத்தில் கொண்டு, ஃபிடில் வாசிப்பதன் மூலம் நன்கு சம்பாதிக்கக் கூடிய எனது விடுதலைக்காக ஆயிரத்தைந்நூறு டாலர் வேண்டுமாம். என்னை வேறு யாருக்காவது விற்றால் இரண்டாயிரத்து ஐநூறு டாலர் கிடைக்குமாம்! தான் உண்மையாகவே வருந்தியதாகவும், வணிகம் என்றால் வணிகம் என்பதைப் புரிந்து கொள்வேன் என்று நம்புவதாகவும் கூறினார். தனது முதலீட்டிற்கு ஏற்ற தொகை திருப்பிக் கிடைக்க வேண்டுமென்று எதிர்பார்க்கிறாராம்." ஃபிடில்காரர் அழுது விட்டார். "நான் விடுதலை வேண்டுமென்று வலியுறுத்தினால், மீதிப் பணத்தையும் கொண்டு வருவதற்கு என்னை வாழ்த்துவதாகச் சொன்னார். எப்போதும் போல வேலையைச் சிறப்பாகச் செய்யும்படி அறிவுறுத்தினார். வெளியேறிய போது, பெல்லிடம் தனக்கு ஒரு கோப்பை காபி கொண்டுவருமாறு சொல்லச் சொன்னார்."

ஃபிடில்காரர் அமைதியில் ஆழ்ந்தார். குண்டா அசைவற்று நின்றான்.

"நாய்க்குப் பிறந்த பயல்!" திடீரென்று கூச்சலிட்டு அழுதவர், கையை ஓங்கி ஃபிடிலை நீரோடையில் எறிந்தார்.

குண்டா அதை எடுப்பதற்காக நீருக்குள் துழாவிச் சென்றான். நெருங்குவதற்கு முன்பே அது உடைந்து கிடந்ததைக் கண்டான்.

80

சில மாதங்களுக்குப் பிறகு, ஓர் இரவில், வீடு திரும்பிய குண்டாவும் முதலாளியும் அவள் தயாரித்து வைத்திருந்த மிகச் சிறந்த உணவுவகைகளைச் சாப்பிடக் கூட இயலாத அளவிற்கு மிகவும் களைப்பாக இருந்ததைக் கண்டு பெல் கவலையைக் காட்டிலும் அதிகமாக எரிச்சலடைந்தாள். புதுவிதமானதொரு காய்ச்சல் நோய் ஊரகம் முழுவதும் தாக்கியதால் ஊரக மருத்துவர் என்கிற முறையில் தொற்று பரவுவதைக் கட்டுப்படுத்தும் பொருட்டு முதலாளி குண்டாவுடன் அதிகாலையில் புறப்பட்டுச் சென்று இரவு மிகவும் காலந்தாழ்த்தித் திரும்பினர்.

குண்டா மிகவும் சோர்ந்து போய், அசைந்தாடும் நாற்காலியில் முடங்கியவாறு தணலடுப்பின் நெருப்பை உற்றுப் பார்த்துக் கொண்டிருந்தான். பெல் தனது நெற்றியைத் தொட்டுப் பார்த்ததையும் காலணிகளைக் கழற்றியதையும் கூட அவன் கவனிக்கவில்லை. அவன் வீடு திரும்பியவுடன், கிஸ்ஸி அவனுடைய மடியில் அமர்ந்து கொண்டு, பகலில் அவள் செய்த விளையாட்டுப் பொருளைக் காட்டியோ, பகல் முழுவதும் அவள் செய்த வேலைகளைப் பற்றி அரட்டை அடித்தோ அவனை மகிழ்விப்பது வழக்கம். அன்று, அவள் மடியில் இல்லாதது திடீரென நினைவுக்கு வந்தது.

“குழந்தை எங்கே?”, ஒருவழியாகக் கேட்டான்.

“ஒரு மணி நேரத்திற்கு முன்பே அவளைத் தூங்க வைத்து விட்டேன்!”

நிமிர்ந்து உட்கார்ந்து, “அவள் உடம்புக்கு ஒன்றுமில்லையே?” என்றான்.

“இல்லை, விளையாடிக் கொண்டிருந்ததால் களைப்பு! ஆன்னே இன்று இங்கே வந்திருந்தாள்!” ஆன்னே பற்றிக் கேள்விப்பட்டவுடன் வழக்கமான எரிச்சலடைவதற்குக் கூடத் தெம்பில்லாமல் குண்டா களைத்திருந்தான். பெல் பேச்சை மாற்றினாள். “அவளை அழைத்துச் செல்வதற்காக வந்திருந்த ரூஸ்பி சொன்னான். ஃபெரெடெரிக்ஸ்பர்க்கிற்கு அவன் ஜான் முதலாளியுடன் சென்றிருந்த பொழுது, அங்கு நடைபெற்ற நடன நிகழ்ச்சியில் ஃபிடில்காரர் வாசித்தாராம். அவருடைய வாசிப்பு முன்பு போல இல்லை என்றான். விடுதலை கிடைக்காததால் அவரே முன்பு போல இல்லை என்று நான் அவனிடம் சொல்லவில்லை.”

“எதிலுமே அக்கறையில்லாதவர் போல நடந்து கொள்கிறார்!”

“அப்படித்தான்! தனக்குள் சுருங்கிக் கொண்டார்! யாரையும் பார்த்தால் கூட தலையசைப்பதுமில்லை! கிஸ்ஸியைத் தவிர! அவள் இரவு உணவு கொண்டு செல்லும் பொழுது அவருடன் உட்கார்ந்து அவர் சாப்பிட்டு முடிக்கும் வரை பேசிக் கொண்டிருக்கிறாள்! ஏதேனும் வேண்டுமென்றால், அவளிடம் மட்டிலுமே பேசுகிறார். உன்னுடன் கூடப் பேசுவதில்லை போலும்!”

குண்டா, களைத்திருந்த போதிலும், பேசினான், “காய்ச்சல் பரவியுள்ளதால், முதலாளியுடன் சுற்றி அலைந்து விட்டு வீடு திரும்புவதற்கு நேரமாகிவிடுகிறது. அவரிடம் சென்று பேசுவதற்கு நேரமும் இல்லை, தெம்புமில்லை!”

“ஆமாம்! நானும் கவனித்துக் கொண்டு தான் இருக்கிறேன். இங்கே கூட அதிக நேரம் உட்காருவதில்லை. நேரே படுக்கைக்குச் சென்று விடுகிறீர்!”

“என்னைத் தனியே விடும்மா! எனக்கு ஒன்னுமில்லை!”

“இல்லை! உனக்கு உடம்பு சரியில்லை!” என்றவள் அவனைக் கையைப் பிடித்து படுக்கை அறைக்கு அழைத்துச் சென்றாள். அவன் தடுக்கவில்லை. படுக்கையின் விளிம்பில் அமர்ந்து கொண்டான். அவள் அவனுடைய ஆடைகளைக் களைவதற்கு உதவினாள். பின்னர், பெருமூச்செறிந்தவாறு படுத்துக் கொண்டான்.

“திரும்பிப் படு! முதுகைத் தேய்த்துவிடுகிறேன்!”

திரும்பிப் படுத்தான். தனது உறுதியான விரல்களால் அவனுடைய முதுகை அழுந்தத் தேய்த்தாள்.

அவன் நெளிந்தான்.

“என்னாச்சு! அவ்வளவு அழுத்தித் தேய்க்கவில்லையே!”

“ஒன்னுமில்லை!”

“இங்கே கூடவா வலிக்கிறது?” என்றபடி முதுகின் மேற்பகுதியில் பிடரியை ஒட்டித் தேய்த்தாள்.

“ஒவ்!”

“ஏன் கத்துற!” என்றவள், தேய்ப்பதை விடுத்து மெதுவாக வருடினாள்.

“வெறும் களைப்புத் தான்! இரவு தூங்கினால், சரியாகிவிடும்!”

‘‘பார்க்கலாம்!’’ என்றவள் படுக்கையில் ஏறி அவனருகில் படுத்துக் கொண்டாள்.

ஆனால், மறுநாள் காலையில் முதலாளிக்குக் காலை உணவு பரிமாறிய பொழுது, குண்டாவால் படுக்கையை விட்டு எழ முடியவில்லை என்று தெரிவிக்க வேண்டியதாயிற்று.

“காய்ச்சலாக இருக்கும்!” என்றவர், தன்னுடைய எரிச்சலை மறைத்தவராக, “உனக்குத் தான் என்ன செய்ய வேண்டுமென்று தெரியுமே! அதற்கிடையே, தொற்று பரவிவருவதால், வெளியில் செல்வதற்கு எனக்கு வண்டியோட்டி வேண்டும்!” என்று கேட்டார்.

“ஆமாம், முதலாளி!” என்றாள். சற்று நேரம் சிந்தித்து விட்டு, “நோவா வண்டியோட்டுவதில் உங்களுக்கு மறுப்பு இல்லையே! வேகமாக வளர்ந்து ஆம்பிளை போல இருக்கிறான். கோவேறு கழுதைகளை எளிதாகக் கையாளுகிறான். உங்களுடைய குதிரைகளையும் நன்றாகச் செலுத்துவான்.” எனக் கூறினாள்.

“அவனுக்கு வயதென்ன?”

“கிஸ்ஸிக்கு இரண்டு வயது மூத்தவன்! அப்படின்னா...” விரல் விட்டு எண்ணிய பின், “பதின் மூன்று பதினான்கு இருக்கும்!” என்றாள்.

“ரொம்பச் சின்னவன்!” என்றவர், “ஃபிடில்காரரைப் பொறுப்பேற்கச் சொல்! சில மாத காலமாகவே, தோட்ட வேலையையும் சரிவரக் கவனிப்பதில்லை; ஃபிடில் வாசிப்பதிலும் ஆர்வங் காட்டுவதில்லை! உடனே குதிரைகளை வண்டியில் பூட்டி வீட்டிற்கு முன்னால் கொண்டுவரச் சொல்!”

ஃபிடில்காரர் வீட்டிற்குச் செல்லும் வழியில், பெல்லின் மனத்தில் எண்ணங்கள் சுழன்றன. ‘செய்தியைக் கேட்டால் பொருட்படுத்தாமல் நடந்து கொள்வார். அல்லது, மனமுடைந்து போவார்!’ அவருடைய மனநிலை இரண்டு விதமாகவும் இருந்தது. முதலாளிக்காக வண்டியோட்டுவதில் ஆர்வம் காட்டவுமில்லை; மறுக்கவுமில்லை. குண்டாவுக்கு உடல்நலமில்லை என்று கேள்விப்பட்டவுடன் மிகவும் வருந்தினார். முதலாளியை ஏற்றிச் செல்வதற்கு முன் அவளுடைய வீட்டில் நிறுத்த வேண்டாமென்று அவனை அவள் கெஞ்ச வேண்டியதாயிற்று.

அன்றிலிருந்து, ஃபிடில்காரருடைய போக்கில் வேறுபாடு தென்பட்டது. கடந்த சில மாதங்களைக் காட்டிலும் மகிழ்ச்சியாக இருந்துவிடவில்லை என்பது மட்டும் உறுதி! ஆனால், ஊரகம் முழுவதும் முதலாளிக்கு மிகுந்த அக்கறையுடனும், கனிவுடனும், ஓய்வின்றியும் வண்டி ஓட்டினார். நேரங் கழித்து வீடு திரும்பிய பின்பும் குண்டாவையும், காய்ச்சல் கண்டிருந்த அடிமைகள் சிலருக்கும் பண்டுவம் பார்ப்பதில் பெல்லுக்கு உதவினார்.

அடுத்த சில நாட்களில், பண்ணையிலும், வெளியிலும் ஏகப்பட்ட பேர் காய்ச்சலில் விழுந்தனர். முதலாளி பெல்லைத் தனது உதவியாளாக செயல்படச் செய்தார். வெள்ளையர்களுக்கு அவர் மருத்துவம் பார்த்த அந்த சமையத்தில், கோவேறு கழுதைகள் இழுத்த வண்டியில் பெல்லை நோவா கறுப்பர்களுக்குச் சிகிச்சை அளிப்பதற்காக அழைத்துச் சென்றான். 'முதலாளி அவருடைய மருந்துகளைக் கொண்டு மருத்துவம் செய்கிறார். நான் எனது மருத்துவத்தைக் கையாளுகிறேன்' என்று ஃபிடில்காரரிடம் இரகசியமாகச் சொன்னாள். முதலாளி கொடுத்த மருந்துகளை நோயாளிகளுக்குச் செலுத்திய பின்னர், மூலிகைகளைக் கொண்டும் மரப்பட்டைகளிலிருந்தும் தயாரிக்கப்பட்ட தனது மருந்துப் பொடியை நீரில் கலக்கிக் கொடுத்தாள். வெள்ளையர்களுடைய மருந்துகளைக் காட்டிலும் விரைவாக தனது மருந்து நோயைக் குணப்படுத்தும் என்பது அவளுடைய நம்பிக்கை! ஆனால், சகோதரி மான்டேயிடமும், ஆன்ட் சுகேயிடமும் இரகசியமாக, "யார் என்ன மருந்து கொடுத்த போதிலும், நோயாளிகள் படுக்கைக் கருகில் மண்டியிட்டு அவர்களுக்காக நடத்துகின்ற தொழுகை தான் குணப்படுத்துகிறது! அவன் தனது மைந்தர்களுக்குக் கொடுத்த நோயை, அவன் விரும்பினால், அவனே எடுத்துக் கொள்வான்!" என்றாள். ஆனாலும், அவளுடைய நோயாளிகளிலும், முதலாளி மருத்துவம் பார்த்தவர்களிலும் சிலர் மாண்டனர்.

பெல்லும் முதலாளியும் எவ்வளவோ அக்கறையுடன் கவனித்தும் குண்டாவினுடைய நிலைமை நாளுக்கு நாள் மோசமடைந்தது. பெல்லினுடைய தொழுகை மன்றாட்டங்கள் மென்மேலும் வலுப்பட்டன. குண்டாவினுடைய புதுமையான கமுக்கப் போக்குகளையும் பிடிவாத குணத்தையும் பெல் முற்றாக மறந்து விட்டாள். தூங்கக் கூட முடியாத அளவுக்குச் சோர்ந்து போனாள். ஒவ்வொரு இரவும் அவனருகில் உட்கார்ந்தவாறு கழிந்தது. அவனுடைய உடலெங்கும் வேர்த்துக் கொட்டி தூக்கித் தூக்கிப் போட்டது; அரற்றிக் கொண்டே இருந்தான். சில சமயங்களில் உணர்விழந்தவனாகப் பிதற்றினான். ஏகப்பட்ட கம்பளிப் போர்வைகளை அவன் மீது போர்த்தியும் குளிரும் நடுக்கமும் ஓயவில்லை. அவனுடைய வெப்பம் மிகுந்த, வறண்ட கையை நம்பிக்கை இழந்தவளாக தன்னுடையவற்றுடன் இறுகப் பற்றிக் கொண்டாள். அத்தனை ஆண்டுகள் கழித்து அவனுடைய உடல் வலிமையையும், உள்ளத்தின் சிறப்பையும் அவள் முழுமையாக உணர்ந்து கொண்டதையும், அவனுடைய ஈடு இணையற்ற உறவையும், தனது ஆழமான காதலையும் அவனிடம் வெளிப்படுத்த இயலாமலே போய்விடுமோ என்று அஞ்சினாள்.

மூன்று நாட்களாக முற்றிலும் உணர்விழந்து, மயக்க நிலையில் கிடந்தான்.

முதலாளியைக் காண வந்திருந்த ஆன்னே கிஸ்ஸி வீட்டிற்குச் சென்றாள். அங்கே கிஸ்ஸியுடன், பெல், சகோதரி மான்டே, ஆன்ட் சுகே ஆகிய அனைவரும் அழுது கொண்டும் தொழுது கொண்டுமிருந்தனர். கண்களில் நீர் வழிய பெரிய வீட்டிற்குத் திரும்பினாள். நேரே பெரியப்பாவிடம் சென்று, கிஸ்ஸிக்கு ஆதரவாக பைபிளிலிருந்து ஒரு பகுதியைப் படிக்க விரும்புவதாகக் கூறினாள். தனக்குத் தெரியாது என்பதால் உரிய பகுதியை அடையாளம் காட்டும்படியும் கோரினாள். தன்னுடைய பாசத்திற்குரியவளுடைய ஆர்வ மிகுதியை ஈரம் படிந்த அவளுடைய கண்களில் கண்டார். சோர்வுற்றிருந்த போதிலும், படுக்கையிலிருந்து எழுந்து, புத்தக அடுக்கைத் திறந்து பெரிய பைபிள் ஒன்றை எடுத்து சற்றே சிந்தித்து உரிய பக்கத்தைப் புரட்டி அவளிடம் காட்டினார்.

குட்டி முதலாளியம்மா ஆன்னே ஏதோ படிக்கப் போகிறாள் என்கிற செய்தி குடியிருப்பு முழுவதும் பரவியதால், பெல் வீட்டிற்கு வெளியே அடிமைகள் அனைவரும் திரண்டனர். அவள் படிக்கத் தொடங்கினாள்:

“ஆண்டவர் நல்ல மேய்ப்பர். நான் பற்றுக் கொள்ள மாட்டேன். பசிய புல்வெளியில் என்னை கிடத்தியுள்ளார். தெள்ளிய நீரருகே என்னை வழிநடத்துகிறார். எனது ஆன்மாவைப் பாதுகாக்கிறார். அவருடைய திருநாமம் நிலைபெறுவதற்கேற்ற நெறிகளில் என்னைச் செலுத்துகிறார்.” சற்றே நிறுத்தியவள், புருவங்களை நெறித்தவாறு தொடர்ந்தாள், “சாவின் நிழல் படர்ந்த பள்ளத்தாக்கின் வழியாக நடக்க நேர்ந்தாலும் தீங்கை எண்ணி அஞ்ச மாட்டேன். ஏனெனில், நீ என்னுடன் இருக்கிறாய்! உனது கோலும் தடியும் எனக்கு ஆதரவாக ஆட்சி செலுத்துகின்றன!” மீண்டும் நிறுத்தினாள். ஆழ்ந்த மூச்சிழுத்தாள். தன்னைக் கவனித்துக் கொண்டிருந்த முகங்களை சொரத்தின்றிப் பார்த்தாள்.

மிகவும் நெகிழ்ந்து போய் சகோதரி மான்டேயால் வியப்பைக் கட்டுப்படுத்த முடியவில்லை. “ஆண்டவரே, அந்தக் குழந்தையைப் பாருங்கள்! வளர்ந்து நன்கு படிக்கக் கற்றுக் கொண்டாள்.!”

மற்றவர்களுடைய பாராட்டொலிகளுக்கு நடுவில் நோவாவின் தாய் ஆதாவினுடைய ‘வியப்பொலி’ எழுந்தது. “நேற்றுத் தான் இங்கெல்லாம் அரையாடையுடன் சுற்றித் திரிந்தது போல இருக்கிறது! அவளுக்கு என்ன வயதாகிறது?”

தனது சொந்த மகளைப் போலப் பெருமை பொங்க, பெல் கூறினாள், “பதினாலு முடிந்து விட்டது! எங்களுக்காக இன்னும் கொஞ்சம் படி, கண்ணு!”

பாராட்டுரைகளால் நாணியவளாக, ஆன்னே இருபத்தி மூன்றாம் அத்தியாயத்திலிருந்து கடைசி அருளுரையை வாசித்தாள்.

மருத்துவத்திற்கும் தொழுகைகளுக்கும் இடையே, சில நாட்களில் குண்டாவின் உடல் நலத்தில் சற்றே முன்னேற்றம் தெரிந்தது. தன்னை வெறித்துப் பார்க்கத் தொடங்கியதிலிருந்து விரைவில் குணமடைந்து விடுவான் என்று பெல் தெரிந்து கொண்டாள். மேலும் நோயும் பிணியும் பீடிக்காமல் காப்பதற்காக அவனுடைய

கழுத்தில் கட்டியிருந்த உலர்ந்த முயல் காலையும், பெருங்காயத்தையும் கழற்றினாள். கடந்த இளம்பிறைக்கு அடுத்த காலை வேளையில் அவனுடைய குடுக்கைக்குள் மீண்டும் ஒரு கல்லைப் போட்ட செய்தியை அப்பாவின் காதில் முணுமுணுத்த போது, அவருடைய உடல் நலமடைந்து விட்டதை கிஸ்ஸி அறிந்து கொண்டாள். தொள தொளத்துப் போன குண்டாவினுடைய முகத்தில் புன்னகை நீண்டது! தனது படுக்கைக்கு அருகில் ஃபிடிலின் இசையொலி கேட்டு ஒரு நாள் காலையில் திடுக்கென விழித்த குண்டா ஃபிடில்காரர் மனநிலை விரைவிலேயே சரிப்படப் போவதாக உணர்ந்தான்.

"நான் காண்பதென்ன கனவா?" கண்களைத் திறந்து கொண்டே கூறினான்.

"இல்லை, இனியும் கனவு காண வேண்டாம்! முதலாளிக்காக ஊரெங்கும் வண்டியோட்டிக் களைத்துப் போய்விட்டேன். என்னுடைய முதுகில் விழுந்த அவருடைய பார்வைச் சூட்டில் எனது மேற்சட்டையில் பொத்தல்கள் விழுந்து விட்டன! எழுந்து வந்து என்னை விடுவிப்பதற்கான தருணம் வந்து விட்டது, நீக்ரோ!"

81

அடுத்த நாள் குண்டா படுக்கையிலிருந்து எழுந்து உட்கார்ந்திருந்தான். அடுத்த அறையில் கிஸ்ஸியும், பள்ளி விடுமுறையில் பெரியப்பா வீட்டிற்கு வந்திருந்த ஆன்னேயும் சிரித்துக் கொண்டும் அரட்டை அடித்துக் கொண்டும், மேஜையினருகில் நாற்காலிகளை இழுத்துப் போட்டு அமர்ந்த சத்தம் கேட்டது.

ஆசிரியை—மாணவி விளையாட்டு! ஓர் ஆசிரியைக்குரிய கண்டிப்புடன் ஆன்னே கேட்டாள், "கிஸ்ஸி உனது பாடங்களைப் படித்து விட்டாயா?"

மாணவிக்குரிய பணிவுடன் கிஸ்ஸி, "ஆமாங்கம்மா!" என்றாள்.

"ரொம்ப நல்ல பெண்! அப்புறம், அது என்ன?"

அமைதி! உன்னிப்பாகக் கவனித்துக் கொண்டிருந்த குண்டா கிஸ்ஸி மறந்து விட்டுத் தடுமாறினாள் என்பதைப் புரிந்து கொண்டான்.

"அது "டி" என்ற ஆன்னே, "இப்பொழுது, இது என்ன?" என்று கேட்டாள்.

உடனே கிஸ்ஸி வெற்றிக் களிப்புடன் கூவினாள், "அது அந்த வட்டம், "ஓ"

இரு பெண்களும் மகிழ்ச்சியில் சிரித்தனர்.

"நல்ல பெண்! மறக்கவில்லை! இப்போ, அது என்ன?" என்றாள்.

"உம்... ஹூம்..ம்ம்..." தடுமாறியவள் குதித்துக் கொண்டே கூறினாள், "அது, 'ஜி'".

"சரியாகச் சொன்னாய்!"

சற்றே அமைதிக்குப் பிறகு, "இப்போ, அதைப் பார்! டி—ஓ—ஜி! அப்படின்னா என்ன?"

கிஸ்ஸியின் அமைதி குண்டாவுக்கு அவளுக்குத் தெரியவில்லை என்பதை உணர்த்திற்று! அவனுக்கே தெரியாது!

ஆன்னே வியப்புடன் கூவினாள், "டோக்! புரியுதா? மறக்கக் கூடாது! முதலில் எழுத்துக்களை நன்றாகக் கற்றுக் கொள்! பிறகு, அவற்றைக் கொண்டு வார்த்தைகளை அமைப்பதற்குக் கற்கலாம்!"

பெண்கள் இருவரும் வீட்டை விட்டுச் சென்ற பின்னர் குண்டா சிந்தனையில் ஆழ்ந்தான். கிஸ்ஸியினுடைய பாடங் கற்கும் திறனை எண்ணி அவனால் பெருமை கொள்ளாமல் இருக்க முடியவில்லை. அதே சமயத்தில், அவளுடைய மூளைக்குள் பரங்கியர் கல்வி திணிக்கப்பட்டதைச் செரித்துக் கொள்ளவும் முடியவில்லை. அண்மைக் காலமாக ஆப்பிரிக்கா பற்றி அவர்களுக்கிடையே நடந்த உரையாடல்களில் அவள் ஆர்வங் கொள்ளாததற்கான காரணம் விளங்கிற்று. அவளுக்கு அரேபிய மொழியைக் கற்றுக் கொடுப்பது பற்றி மறுபரிசீலனை செய்யலாமா என்கிற விதத்திலும் சிந்தித்தான். ஆனால், ஆன்னேயிடம் பாடம் கற்பதை ஊக்குவித்ததைப் போலவே அதுவும் முட்டாள்தனமானது என்று மனதில் பட்டது. ஏனெனில் எந்த மொழியாக இருப்பினும் அவள் கல்வியறிவு பெறுவதை முதலாளி விரும்ப மாட்டார். எனவே, ஆன்னே பள்ளி ஆசிரியையாக விளையாடியதை, அதைக் காட்டிலும், அவர்களிடையேயான உறவையே துண்டிப்பது தான் சிறந்த வழி! இருந்தாலும், அந்தப் பிரச்சினையை முதலாளி அத்துடன் விட்டு விடுவார் என்கிற நம்பிக்கையும் அவனுக்கு இல்லை. ஆனாலும், ஆசிரியை— மாணவி விளையாட்டு அவள் தனது விடுமுறை முடிந்து அங்கிருந்து புறப்பட்ட வரையிலும் வாரத்தில் இரண்டு, மூன்று நாட்கள் தொடர்ந்தது. அதற்குள் குண்டா முழுமையாக நலமடைந்து ஃபிடில்காரரை விடுவித்து விட்டு முதலாளிக்கு வண்டியோட்டுகின்ற வேலையை ஏற்றுக் கொண்டான்.

ஆனால், கிஸ்ஸி, ஆன்னே புறப்பட்டுச் சென்ற பின்னரும், பெல் தையல் வேலையிலோ, பின்னுகின்ற வேலையிலோ முனைந்திருக்க, குண்டா குளிர்காயும் அடுப்புக்கு முன்னே சாய்ந்தாடும் நாற்காலியில் ஆடிக் கொண்டிருக்க, ஆன்னே அவளுக்குக் கொடுத்த புத்தகத்திலிருந்து அல்லது முதலாளியின் பழைய

நாளிதழிலிருந்து எழுத்துக்களை மிகக் கவனமாகப் பார்த்துப் பார்த்து தாளில் எழுதிக் கொண்டிருந்தாள். சில சமயங்களில், பெல்லுக்கு ஓரளவு எழுதப் படிக்கத் தெரியும் என்பதை அறிந்திருந்த போதிலும், கிஸ்ஸி அவளுக்குக் கற்றுக் கொடுக்க முற்பட்டதை குண்டா அவர்களுக்கு முதுகைக் காட்டியபடி அமர்ந்து கொண்டு கேட்டுக் களித்தான்.

கிஸ்ஸி விளக்கினாள், "இல்லை, அது 'ஏ' 'ம்மா! இது வேறு ஒன்னுமில்லை, சின்ன வட்டம், 'ஓ'!"

எழுத்துக்கள் முடிந்த பிறகு, ஆன்னே அவளுக்குக் கற்றுக் கொடுத்ததைப் போல, வார்த்தைகளை அடையாளம் காட்டத் தொடங்கினாள். "அது, 'டோக்', இது, 'கேட்', இது, 'கிஸ்ஸி', அது உன் பேரும்மா, பி—இ—இ—எல்! எப்படியிருக்கு? இப்போ, நீ எழுது!" எழுதுகோலைப் பிடிப்பதற்கே பெரும் முயற்சி எடுத்ததைப் போல நடித்தவாறு வேண்டுமென்றே தப்பும் தவறுமாக எழுதினாள். ஆசிரியை கிஸ்ஸிக்கு திருத்துவதற்கு வாய்ப்பளிக்க வேண்டுமல்லவா! "நான் செய்து காட்டியதைப் போல எழுதும்மா! அப்பத்தான் என்னைப் போல நல்லா எழுத முடியும்!" ஒரு மாறுதலாக, அம்மாவுக்குத் தான் சொல்லிக் கொடுப்பதற்கு வாய்ப்புக் கிடைத்த பெருமை மின்ன கிஸ்ஸி கூறினாள்.

ஒரு சில வாரங்களுக்குப் பிறகு, ஓர் இரவில், ஆன்னேயிடமிருந்து அண்மையில் கற்ற பாடத்தை நீண்ட நேரம் எழுதிக் கொண்டிருந்த கிஸ்ஸி, சோர்வடைந்து மேஜை மீது தூங்கி விட்டாள். அவளைப் படுக்கையில் கிடத்தி விட்டு, கணவனருகில் படுத்த பெல் மெதுவாக அவனிடம் கூறினாள், "இனிமேல் இந்த மாதிரி விளையாட்டு வேண்டாம்! என்னைக் காட்டிலும் அதிகமாகத் தெரிந்து கொண்டாள். எதுவும் தீங்கு நடக்காமல் இருக்க வேண்டும்! ஆண்டவரே! கருணை காட்டு!"

அடுத்துத் தொடர்ந்த மாதங்களிலும் கிஸ்ஸியும் ஆன்னேயும் தொடர்ந்து சந்தித்தனர். பெரும்பாலும் வாரத்தின் கடைசி நாட்களிலேயே சந்திப்பு நிகழ்ந்தது. ஆனால், வாரந்தோறும் நடைபெறுவது குறைந்தது. சிறிது காலத்திற்குப் பிறகு, கிஸ்ஸியைக் காட்டிலும் நான்கு வயது பெரியவளான ஆன்னே இளம் முதலாளியம்மாவாக உருப் பெறுவதற்கான பருவம் நெருங்கிவிட்டபடியால் இரு பெண்களுக்குமிடையிலான அணுக்கத்தில் தொய்வு ஏற்பட்டதை குண்டாவால் கண்டு கொள்ள முடிந்தது. அவன் விரும்பிய அளவிற்குப் பிரிவாக இல்லாவிட்டாலும் நெருக்கம் குறைந்ததை உணர முடிந்தது.

ஆன்னேயின் வாழ்க்கையில் திருப்புமுனையான பதினாறாவது பிறந்த நாள் நெருங்கியது. மூன்று நாட்களுக்கு முன்பிருந்தே கொண்டாட்டங்களுக்கான ஆயத்தங்கள் தொடங்கிவிட்டன. மிகுந்த சீற்றத்துடன், ஆன்னே அவர்களுடைய வண்டிக் குதிரையின் மீதேறி மிகவேகமாக சவாரி செய்து பெரியப்பாவின் வீட்டையடைந்தாள். தாரை தாரையாக கண்ணீர் வழிய, தனது தாய் தலைவலியால் பாதிக்கப்பட்டிருந்ததாகக் கூறி கொண்டாட்டங்களை நிறுத்த முயற்சித்ததாகப் புலம்பினாள். உதட்டைப் பிதுக்கியவாறு அரற்றியும், கண்கள்

படபடக்கக் கெஞ்சுவது போல அவரைப் பார்த்தும், அவருடைய சட்டையின் கைப்பகுதியைச் செல்லமாக இழுத்தும் பலவாறாக முயன்று கொண்டாட்டத்தை அவருடைய வீட்டில் நடத்துவதற்கு அனுமதி வேண்டினாள். மகள்கேட்டு மறுத்தறியாத பெரியப்பாவும் ஒத்துக் கொண்டார். ரூஸ்பி அலையாய் அலைந்து அனைவருக்கும் விழா நடைபெறும் இடத்தின் முகவரி மாற்றத்தை அறிவித்தான். அவர்களுள் சில பல விடலைப் பருவ விருந்தினர்களும் அடங்கினர். பெல்லும் கிஸ்ஸியும் ஆன்னேயின் கடைசி நேர ஆயத்தங்களில் உதவினர். உரிய நேரத்தில் அனைத்துப் பணிகளும் நிறைவேற்றப்பட்டன. ஆன்னே விழா ஆடையை அணிந்து கொள்வதிலிருந்து கீழிறங்கி விருந்தினர்களை வரவேற்பது வரை அனைத்து வேலைகளிலும் கிஸ்ஸி உடனிருந்து உதவினாள்.

ஆனால், அதன் பிறகு, முதலாவது விருந்தினர் வண்டி வரத் தொடங்கியதிலிருந்து, பரிமாறும் பணியாளர்களுக்கான சீருடையில் விருந்தினருடைய தின்பண்டத் தட்டை ஏந்தியபடி வலம் வந்த கிஸ்ஸியை ஆன்னே கண்டு கொள்ளவே இல்லை. அழுது கொண்டே அடுக்களைக்குச் சென்று தனது தாயிடம் முறையிட்டாள். பின்னர், குண்டாவிடம் பெல் நடந்தவற்றைக் கூறி வருந்தினாள். அன்றிரவு, வீட்டில் தனித்திருந்த சமயத்தில் மகளுக்கு ஆறுதல் கூறினாள். "இதோ பார் கண்ணே, அவள் இளம் முதலாளியம்மாவாக வளர்ந்து விட்டாள். செல்வந்தர்களுக்குரிய சிந்தனை அவளுடைய மனத்திலும் புகுந்திருக்கும். இது போன்ற நிலைமை, வெள்ளைக்காரப் பிள்ளைகளுடன் பழகி வளரும் நம் போன்றோருக்கு ஒரு காலக்கட்டத்தில் ஏற்படத் தான் செய்யும். நீ உனக்குரிய இடத்தில் இருந்து கொள்ள வேண்டியது தான்! அவள் நடந்து கொள்ள வேண்டிய விதத்தில் அவளுடைய நடவடிக்கைகள் தொடருவன. உன்னைத் தாழ்வாக எண்ணியதாகவோ, தீங்கு விளைவித்து விட்டதாகவோ நினைத்து வருந்தலாகாது!"

குண்டாவைப் பொறுத்த வரை கிஸ்ஸி குழந்தையாகக் கூடையில் கிடந்த காலத்தில் ஆன்னே அவளுடன் விளையாடியதைக் கண்ட போது இருந்த அதே வெறுப்புணர்ச்சி தான் இப்பொழுதும் தலை தூக்கியது. அந்தப் பரங்கிப் பெண் தனது மகளுடன் கொண்டிருந்த நெருக்கத்திற்கு முடிவு அருளுமாறு அல்லாவிடம் கடந்த பன்னிரெண்டு ஆண்டுகளாகப் பலமுறை வேண்டினான். தற்பொழுது தனது தொழுகைகளுக்கு விடை கிடைக்கத் தொடங்கியுள்ள இந்தத் தருணத்திலும் தனது மகளுடைய மனம் புண்பட்டுவிட்டதற்காக சீற்றமும் வருத்தமும் அடைந்தான். ஆனால், அதுவும் தேவையான ஒன்று தான்! தனது அனுபவத்தால் கற்றுக் கொண்டு மனத்தில் இருத்திக் கொள்ளப் போவது உறுதி! அத்துடன், மகளுடன் பேசிக் கொண்டிருந்த பொழுது பெல்லின் முகத்தில் தென்பட்ட இறுக்கத்திலிருந்து, பெல் மிகவும் பாசம் கொண்டாடிய "குட்டி முதலாளியம்மா" உள்ளத்தில் உறைந்திருந்த கொடூரங்களையும் நரித்தனத்தையும் அறிந்து கொள்வதற்கான வாய்ப்பும் ஏற்பட்டு விட்டது!

பெரியப்பா வீட்டிற்கு ஆன்னேயினுடைய வருகை தொடர்ந்தது. ஆனால், முன்பு போல அடிக்கடி வருவதில்லை. அவளுடைய நேரத்தை ஒரு சில இளவட்ட முதலாளிகள் ஆக்கிரமித்துக் கொண்டதாக ரூஸ்பி பெல்லிடம்

இரகசியமாகத் தெரிவித்தான். பெரியப்பா வீட்டிற்குச் சென்ற போதெல்லாம் ஆன்னே கிஸ்ஸியையும் பார்த்தாள். அவளுடைய பழைய ஆடைகளை அவளுக்குக் கொடுத்தாள். நான்கு வயது குறைவாக இருந்த போதிலும், உடலளவில் கிஸ்ஸி அவளைவிடப் பெரியவளாக இருந்தாள். ஆனால், இப்பொழுது வாய் திறந்து சொல்லிக் கொள்ளாமலே அவர்களுக்குள் ஓர் ஒப்பந்தம் ஏற்பட்டது. அரை மணி நேரம் அமைதியாகப் பின்கட்டில் நடந்தவாறு பேசிக் கொண்டிருந்தனர். அதன் பின்னர் ஆன்னே புறப்பட்டு விட்டாள்.

கிஸ்ஸி அவளைப் பார்த்து கொண்டே நின்றாள். பிறகு, விரைவாக வீட்டிற்குச் சென்று தனது படிப்பில் மூழ்கினாள். இரவு உணவுக்கான நேரம் வரை எதையாவது எழுதிக் கொண்டும் படித்துக் கொண்டும் இருந்தாள். அவற்றில் அவள் தனது திறமைகளை வளர்த்துக் கொண்டதில் குண்டாவிற்கு உடன்பாடில்லை. ஆனாலும், தனது உயிர்த் தோழியின் அணுக்கத்தை இழந்து விட்ட அவளுக்கு வேறு பொழுது போக்கு இல்லை. அவனுடைய கிஸ்ஸியே இப்பொழுது தனது மொட்டிளமைப் பருவத்தை அடைந்து விட்டாள். மகளை எண்ணி அவர்களிருவரும் கவலை கொள்வதற்கான புதிய பருவம் உதித்து விட்டது!

1803ஆம் ஆண்டு! கிறிஸ்துமஸ் பண்டிகைக்குப் பிறகு, வலிய காற்று வாரி இறைத்த பனிப் பொழிவுகளால் சாலைகள் பயணிக்கவொண்ணா நிலையடைந்தன. மிகப் பெரிய சரக்கு வண்டிகளைத் தவிர வேறு வாகனங்கள் சாலையில் உருளவில்லை. தவிர்க்க முடியாத மிகக் கடுமையாகப் பாதிக்கப்பட்ட நோயாளிகளை மட்டிலும் முதலாளி குதிரை மீது சென்று கவனித்தார். குண்டா தங்கியிருந்து, கேடோ, நோவா, ஃபிடில்காரருடன் சாலைகளில் அடர்ந்து கிடந்த பனிக்கட்டிகளை அப்புறப்படுத்தி வண்டிகள் செல்வதற்கு வழி ஏற்படுத்துவதிலும் குளிர்காயும் தணப்பு அடுப்புகள் சீரான வெப்பத்தை அளிப்பதற்கான விறகுகளைத் திரட்டுவதிலும் உதவினான்.

பனிப் பொழிவு தொடங்கியதிலிருந்து, கடந்த ஒரு மாத காலமாகவே முதலாளி வீட்டிற்கு நாளிதழ் வருவது நின்று போயிற்று. வெளி உலகத் தொடர்பு அற்றுப் போன அடிமைகள் குடியிருப்பு மக்கள் தம்மை எட்டிய கடைசிச் செய்திகளைப் பற்றி அளவளாவிக் கொண்டிருந்தனர். தொடக்க காலத்தில் அடிமைகள் தொடர்பான அவருடைய கருத்துக்கள் அவர்களுக்கு ஏற்புடையவையாக இல்லாவிட்டாலும், முதலாளிகள் ஜெஃபெர்சன் அரசை வெகுவாகப் பாராட்டினர். ஏனெனில், அவர் அரசுப் பொறுப்பேற்றதிலிருந்து இராணுவம், கப்பற்படை போன்றவற்றின் செலவைக் குறைத்து அரசுக்கடனையும் கணிசமாகக் குறைத்தார். அத்துடன் சொத்துவரியை ஒழித்ததால் முதலாளி வர்க்கத்தினருக்கு அவர் மீது பெரும் மதிப்பு ஏற்பட்டது.

பனிப்பொழிவிற்கு முன்பு கடைசியாக ஊரக அலுவலகத்திற்குச் சென்றிருந்த பொழுது வெள்ளையர்கள் உற்சாக மிகுதியில் ஜெஃபெர்சனைப் பாராட்டிக் கொண்டிருந்ததைக் கேள்விப்பட்டவாறு குண்டா விவரித்துக் கொண்டிருந்தான். லூசியானாப் பகுதியை அமெரிக்க அதிபர் ஏக்கர் மூன்று சென்ட் விலையில் வாங்கியதைப் பாராட்டினர். ஹாதேயில் தௌசைந்த்தை சிறைப்பிடிப்பதற்காக நடைபெற்ற போரில் ஐம்பதாயிரம் வீரர்களை இழந்த நெப்போலியனுக்கு

ஏற்பட்ட நெருக்கடியை ஈடுகட்டுவதற்கு அவ்வளவு மலிவாக அப்பகுதியை விற்று விட்டான். அந்தச் செய்தி அடிமைகள் குடியிருப்பைச் சேர்ந்த அவர்களுக்கு மிகுந்த மகிழ்ச்சியை அளித்தது.

அந்த எண்ணம் அளித்த கதகதப்பில் மதியம் வரை திளைத்திருந்தவர்களுக்கு, கடுமையாகப் பாதிக்கப்பட்ட நோயாளியைப் பற்றிய தகவலுடன் பனிப்புயலையும் பொருட்படுத்தாது முதலாளியை நாடி வந்த கறுப்பன் கொணர்ந்த செய்தி அதிர்ச்சியளித்தது. பிரெஞ்சு நாட்டில், நெப்போலியன் சிறைப்பிடித்த ஹாதே தளபதி தௌசைந்த்தை தொலை தூரத்திலிருந்த இருண்ட மலைப் பகுதிக்கு அனுப்பினானாம். குளிராலும் பட்டினியாலும் தௌசைந்த் மடிந்தார்!

மூன்று நாட்களுக்குப் பிறகு, ஒரு மதிய வேளையில், தனது மதிப்பிற்குரிய மாவீரனுடைய மரணம் ஏற்படுத்திய துயரத்திலிருந்து மீளாதவனாக குண்டா வீட்டை நோக்கி உளச் சோர்வுடன் நடந்தான். காலணிகளில் அப்பியிருந்த பனித்துகள்களைத் தட்டி அகற்றிவிட்டு, கையுறைகளைக் கழற்றியவாறு வீட்டிற்குள் நுழைந்தான். அச்சவுணர்வால் முகம் நீண்டிருக்க கிஸ்ஸி முன்னறையில் தனது படுக்கையில் கிடந்தாள். கையிலிருந்த கோப்பையில் மூலிகைச் சாற்றைக் கலக்கியபடி பெல், 'அவளுக்கு உடம்பு சரியில்லை' என்றாள். கிஸ்ஸியை எழுந்து உட்கார வைத்து சாற்றைக் குடிக்கச் செய்தாள். குண்டா தன்னிடம் எதையோ மறைத்ததாக நினைத்தான். கதவு, சன்னல்கள் மூடப்பட்டு, மண் வாடை வீசிய, வெப்பம் மிகுந்த வீட்டிற்குள் சற்று நேரம் இருந்த குண்டாவின் நுகர்வுப்புலன் அவனுக்கு கிஸ்ஸி தனது முதல் உதிரப் போக்கினை அனுபவித்தாள் என்பதை உணர்த்திற்று.

கடந்த பதின்மூன்று ஆண்டுகளாக, கிஸ்ஸி வளர்ந்து இளமைப் பருவத்தை அடைந்து கொண்டிருந்ததை நாள்தோறும் கண்டு உளம் பூரித்தவன், முழுமையான பெண்மையை அவள் அடையும் காலம் விரைவிலேயே கனியப் போகிறது என்பதை அண்மைக் காலமாக ஏற்றுக் கொள்ளத் தொடங்கிவிட்டான். இருப்பினும், அந்தத் துர்வாடைச் சூழலை அவன் அவ்வளவு விரைவில் எதிர்பார்க்கவில்லை! கட்டுறுதி வாய்ந்த கிஸ்ஸி ஒருநாள் படுக்கையில் ஓய்வாக இருந்து, மீண்டும் எழுந்து வீட்டிற்குள் நடமாடத் தொடங்கினாள். பிறகு, பெரிய வீட்டிற்கு வேலைக்குச் செல்லத் தொடங்கினாள். அன்று வரை முன்னும் பின்னும் ஒரே சீராகத் தெரிந்த அவளுடைய உடலில் திடுதிப்பென்று இளமையின் மலர்ச்சி அரும்பியதை அவனால் காண முடிந்தது. மாங்காயளவு மார்பகங்களும் புட்டங்கள் பருத்து வளைவுகள் தோன்றியதையும் கண்டு ஒருவித கூச்சத்துடன் மகிழ்ந்தான். அவளுடைய சிறுமித்தனமான துள்ளல் நடையிலும் தளர்ச்சி தென்பட்டது. படுக்கையறையின் திரைச்சீலையைக் கடந்த பொழுது முன்னறையில் அவள் தூங்கிக் கொண்டிருந்தால், பார்வையைத் திருப்பிக் கொண்டான். ஆடை சரிவர அணிந்திராத நிலை ஏற்பட்டால் அவளுடைய உள்ளுணர்விலும் ஒருவித மாற்றம் இருந்ததைக் கவனித்தான்.

ஆப்பிரிக்கா பற்றிய எண்ணம் தொலை தூரப் புள்ளியாகவேனும் அவனுடைய நெஞ்சில் நிழலாடியது. ஆப்பிரிக்காவாக இருந்தால் இதுபோன்ற

காலக்கட்டத்தில், பெல் தனது மகளிடம் ஒருவித மரத்தைலத்தைக் கொண்டு மேனிக்கு மெருகேற்றி பளபளக்கச் செய்வது பற்றி விவரித்திருப்பாள். சமையல் பாண்டங்களின் அடிப்பகுதியில் அப்பியிருக்கக் கூடிய கரித்துகள்களைக் கொண்டு, வாய், உள்ளங்கைகள், உள்ளங்கால்களுக்கு கருமையூட்டுவதற்குச் சொல்லிக் கொடுத்திருப்பாள். நேர்த்தியாக வளர்க்கப்பட்டு, குடும்பப் பொறுப்புக்களில் நன்கு பயிற்றுவிக்கப்பட்ட, கன்னிமையுடன் கூடிய இளம் மனைவியரைத் தேடிக் கொண்டிருந்த ஆடவரைக் கவரும் முயற்சியில் கிஸ்ஸியும் இறங்கியிருப்பாள். கிஸ்ஸியும் கலவியில் ஈடுபடக் கூடும் என்கிற எண்ணம் தோன்றிய பொழுது துணுக்குற்றான். ஆனாலும், முறையான திருமணத்திற்குப் பிறகு தானே என்று தனக்குத் தானே அமைவு கூறித் தேற்றிக் கொண்டான். குண்டாவும், கிஸ்ஸியை மணப்பதற்கு ஆர்வம் காட்டக் கூடிய ஆடவருள், சிறந்த குடும்பப் பின்னணியும், தனிப்பட்ட பழக்க வழக்கங்களும் கொண்ட அவளுக்குகந்த மணமகனைத் தேர்ந்தெடுக்கும் முயற்சியில் ஈடுபட்டிருப்பான். ஒரு பொறுப்புள்ள தந்தையாக அவளுடைய கரம் பற்றுவதற்கான பரிசப் பணத்தையும் நிர்ணயித்திருப்பான்!

ஆனால், பிறகு, ஃபிடில்காரருடனும், நோவா, கேடோவுடனும் பனிக்கட்டிகளை அப்புறப்படுத்தும் பணியில் ஈடுபட்டிருந்தவனுக்கு இன்னமும் ஆப்பிரிக்கப் பழக்க வழக்கங்களை அசை போட்டுக் கொண்டிருந்தது கேலிக் கூத்தானது என்று தோன்றியது. அவற்றை அங்கிருந்தவர்கள் கடைப்பிடிக்கப் போவதுமில்லை; மதிக்கப் போவதுமில்லை. அதைப் பற்றிப் பேசினால் கறுப்பர்களே எள்ளி நகையாடக் கூடும்! இருப்பினும், முப்பதிலிருந்து முப்பத்தைந்து வயதிற்குட்பட்ட பொருத்தமான ஆண்மகனை தேடலாம் என்று தோன்றியது. மீண்டும் தான் தவறிழைத்ததாகவே எண்ணினான். பரங்கி மண்ணில் ‘விளக்குமாற்றைத் தாண்டுதல்’ என்றழைக்கப்பட்ட திருமணம் சம வயதுள்ள ஆண், பெண்களுக்கிடையில் அல்லவா நடக்கிறது!

உடனே குண்டாவிற்கு நோவாவின் நினைவு ஏற்பட்டது. அந்தப் பையனை அவனுக்கு மிகவும் பிடித்திருந்தது. பதினைந்து வயதில், நல்ல உடற்கட்டும், முதிர்ச்சியும், கடமை உணர்வும் பொறுப்பும் கொண்டவன். நோவாவைப் பற்றி மேலும் மேலும் சிந்தித்த போது அவனிடம் ஒரே ஒரு குறை தென்பட்டது. கிஸ்ஸி மீது அவனுக்கு ஆர்வம் இருந்ததாக அவன் ஒருபோதும் காட்டிக் கொண்டதில்லை. அதே போல, கிஸ்ஸியும் அப்படியொருவன் இருந்த நினைவில்லாதவளாக நடந்து கொண்டாள். குண்டா சிந்தனையில் ஆழ்ந்தான். அவர்களுக்குள் ஈர்ப்பு ஏற்படாமல் போனது எப்படி? நண்பர்களாகக் கூட பழகியதில்லையே? இளமையில் குண்டா நடந்து கொண்டதைப் போலவே அவனும் இருந்தான். அதனாலாவது பெரும் ஈடுபாடு இல்லாவிட்டாலும், கிஸ்ஸியின் கவனத்தையாவது அவன் கவர்ந்திருக்க வேண்டுமே! ஒருவருக்கொருவர் நெருக்கம் ஏற்படுத்தும் விதத்தில் தன்னால் ஏதேனும் செய்ய இயலுமா என்று கூட சிந்தித்தான். பெல் குறிப்பிட்டதைப் போல ஒரே குடியிருப்பில் உறைகின்ற இரண்டு இளம் பருவத்தினர்! பருவத்தால் விளைவிக்கப்படுகின்ற பயிர் தானாகவே வளரும்! தனிப்பட்ட முறையில் குண்டா நினைத்துக் கொண்டான். இயற்கையின் போக்கில் அனைத்தும் நடந்தேற அல்லா அருள் புரியட்டும்!

82

"**சொ**ல்றதைக் கவனமாக் கேட்டுக்கோ டீ! வாலை ஆட்டிக்கிட்டு அந்த நோவாப் பயலைச் சுத்திக்கிட்டுத் திரியறதா இனிமேலும் என் காதில் விழக் கூடாது! ஒரு நிமிடத்தில குச்சியெடுத்து விளாசிப் புடுவேன்!" வீட்டை நோக்கிச் சென்று கொண்டிருந்த குண்டா பெல் கிஸ்ஸியைக் கண்டித்த குரல் கேட்டு நுழைவாயிலுக்கு மூன்று எட்டு தூரம் முன்பாகவே நின்றபடி கவனித்தான். "ஏன்? என்னாச்சு? இன்னும் பதினாறு வயது கூட ஆகலை? அதுக்குள்ள நீ இப்படி நடந்து கொண்டால் உன் அப்பா என்ன நினைப்பார்?"

அமைதியாகத் திரும்பி சேமிப்புக்குக் கிடங்கிற்குச் செல்லும் பாதையில் நடந்தான். தனிமையில் பெல் திட்டியதன் உள்நோக்கத்தைப் பற்றிச் சிந்தித்தான். 'நோவாவைச் சுற்றி வாலை ஆட்டுகிறாளா?' எதுவாக இருந்தாலும் பெல் நேரடியாகப் பார்க்கவில்லை; யாரோ சொல்லியிருக்க வேண்டும்! சந்தேகமே இல்லை; ஆன்ட் சுகே, சகோதரி மான்டே அவர்கள் தான் சொல்லியிருக்க வேண்டும்! அந்தக் கிழப் பைத்தியங்களைப் பற்றி குண்டா நன்கு அறிவான்! அவர்களில், இருவருமோ, ஒருவரோ அவர்கள் கபடில்லாமல் சந்தித்ததைப் பார்த்திருக்க வேண்டும்! கண், காது, மூக்கு வைத்து, அவர்களுக்குள்

ஏதோ இருப்பதாக வம்பளந்திருக்க வேண்டும்! அதனால் என்ன? மீண்டும் அது போல நடக்காத வரை, அவன் தலையிட்டு அதற்கு முற்றுப்புள்ளி வைக்க வேண்டிய தேவை எழாத வரை பெல் அவனிடம் சொல்லப் போவதில்லை! அதைப் பற்றி அவனாலும் அவளிடம் கேட்க முடியாது! அப்படிச் செய்தால் அது பெண்கள் புறம் பேசுவது போல ஆகிவிடும்!

ஆனால், கபடமற்றதாக இல்லாமல் போனால்? நோவா முன்பு கிஸ்ஸி பகட்டித் திரிந்தாளா? அப்படியிருந்தாலும், அவளை மேலும் ஊக்குவிக்கும் விதமாக அவன் என்ன செய்தான்? மரியாதையான, நல்ல பண்புள்ள இளைஞனல்லவா? யாருக்குத் தெரியும்...?

எப்படி எடுத்துக் கொள்வது? அடுத்து என்ன செய்வது? எந்த வழியும் பிடிபடவில்லை! எப்படிப் பார்த்தாலும், பெல் சொன்னதைப்போல, கிஸ்ஸிக்கு பதினைந்து வயது தான் ஆகிறது! பரங்கியர் வழக்கப்படியும் கூட அவள் திருமண வயதை எட்ட வில்லை! அவளுடைய திருமணத்தைப் பொறுத்த வரை, அவன் ஆப்பிரிக்கத்தனமாக சிந்திக்கவில்லை! ஆனாலும், அவளுடைய வயதை ஒத்த, அதற்கும் குறைந்த வயதுடைய பல பெண்கள் வயிற்றைத் தள்ளிக் கொண்டு திரிந்ததைப் பார்த்திருந்தான். அதுபோன்ற நிலையில் கிஸ்ஸியைக் கற்பனை செய்து பார்க்கக் கூட அவன் விரும்பவில்லை!

அவனுடைய சிந்தனை விரிந்தது! அவள் நோவாவைத் திருமணம் செய்து கொண்டால், பிறக்கக் கூடிய குழந்தை கறுப்பினத்தைச் சேர்ந்ததாகத் தான் இருக்கப் போகிறது! காமவெறி பிடித்த முதலாளிகளாலோ, மேற்பார்வையாளர்களாலோ கற்பழிக்கப்பட்ட கறுப்புப் பெண்களுக்குப் பிறந்த குழந்தைகளைப் போல வெளிர் நிறத்தில் இருக்கப் போவதில்லை! அவனுடைய மகள் கிஸ்ஸியாயினும், அடிமைகள் குடியிருப்பைச் சேர்ந்த வேறு எந்தப் பெண்ணும், குறைந்தபட்சம் அவன் அங்கு சென்றடைந்த பிறகு, அதுபோன்ற கொடூரங்களுக்கு ஆளாக்கப்பட்டதில்லை! அல்லாவுக்கு நன்றி தெரிவித்தான்! முதலாளி தனது நண்பர்கள் மத்தியில் வெள்ளை உதிரமும் கறுப்பு உதிரமும் கலப்பதை எதிர்த்து பலமுறை மிகக் கடுமையாகப் பேசியதைக் கேட்டான்.

அடுத்து சில வார காலம், வாய்ப்புக் கிடைத்த போதெல்லாம், கிஸ்ஸி தனது புட்டங்களைக் குலுக்கி நடந்தாளா என்று இரகசியமாகக் கவனித்தான். அப்படியெதுவும் தெரியவில்லை! வீட்டிற்குள் தலையை அசைத்துக் கொண்டு ஏதேனும் பாடலை முணுமுணுத்தபடி கனவில் மிதந்தவளைப் போல வலம் வந்த போது அவனும் அவளும் சந்தித்துக் கொள்ள நேர்ந்தால், இருவருமே திடுக்கிட்ட நிகழ்ச்சி ஓரிருமுறை நடந்தது. குண்டா நோவாவையும் உன்னிப்பாகக் கவனித்து வந்தான். முன்பு போலில்லாமல், மற்றவர்கள் முன்னிலையில் இருவரும் ஒருவரை ஒருவர் கடந்து செல்ல நேர்ந்த போதெல்லாம் தலையசைத்துப் புன்னகைத்துக் கொண்டனர். அதை அவன் மகிழ்ச்சி கலந்த வியப்புடன் பார்த்த போதெல்லாம், அவர்கள் இருவரும் தமது உள்ளத்தில் உறைந்திருந்த உணர்வுகளை வெளிப்படுத்தாமல் மிகத் திறமையாக மறைத்ததாக அவனுக்குப் பட்டது. சிறிது காலத்திற்குப் பிறகு, குண்டா முடிவெடுத்து விட்டான்!

கிஸ்ஸியும் நோவாவும் வெளிப்படையாக பேசிக் கொண்டே இணைந்து நடந்து செல்வதிலோ, முகாம் கூட்டங்களுக்குச் சேர்ந்து செல்வதிலோ, ஆண்டுதோறும் கோடைக் காலத்தில் நடைபெற்ற நடன நிகழ்ச்சியில் இணையாகப் பங்கு பெறுவதிலோ தீங்கொன்றுமில்லை! சொல்லப் போனால், முகம் தெரியாத ஒருவனுடன் இணையாக ஆடுவதைக் காட்டிலும் நோவா மிகச் சிறந்த இணையாகத் தோன்றினான். ஓரிரு ஆண்டுகளுக்குள் இருவரும் ஒருவருக்கொருவர் பொருத்தமான இணையாக மாறக் கூடும்!

குண்டா தன்னைக் கவனித்து வந்ததை நோவா புரிந்து கொண்டான் என்று உணர்ந்தான். தற்பொழுது, அவன் கிஸ்ஸியை மணந்து கொள்வதற்குத் தன்னிடம் அனுமதி கேட்பதற்கான துணிச்சலைத் திரட்டிக் கொண்டிருந்ததாக குண்டாவிற்குத் தோன்றியது. ஏப்ரல் மாதத் தொடக்கத்தில், ஒரு ஞாயிற்றுக்கிழமை மதிய வேளை, தேவாலயத் தொழுகைக்குப் பிறகு, முதலாளி வீட்டிற்கு வந்திருந்த விருந்தினர்களுடைய வண்டியை சேமிப்புக் கிடங்கிற்கருகில் குண்டா சுத்தம் செய்து மெருகேற்றிக் கொண்டிருந்தான். ஏதோவோர் உள்ளுணர்வு மேனோக்கிப் பார்க்குமாறு உந்தியது. அடிமைகள் குடியிருப்பிலிருந்து சேமிப்புக் கிடங்கிற்குச் செல்லும் பாதையில் ஒல்லியான, கறுப்பு இளைஞன் ஏதோவொரு நோக்கத்துடன் நடந்து வந்ததைப் பார்த்தான்.

குண்டாவை நெருங்கிய நோவா, தயக்கமின்றிப் பேசினான். ஏற்கனவே ஒத்திகை பார்க்கப்பட்ட வார்த்தைகள் தாவிக் குதித்தன. “எனது நம்பிக்கைக்குரியவர் நீங்கள் ஒருவர் மட்டிலுமே! உங்களிடம் ஒன்று சொல்ல வேண்டும்! என்னால் இப்படியே இனிமேலும் வாழ முடியாது! தப்பியோடப் போகிறேன்!”

குண்டா திகைத்தான். எதுவுமே பேசத் தோன்றவில்லை. நோவாவையே உறுத்துப் பார்த்தபடி நின்றான்.

ஒருவழியாக குண்டாவிற்கு வார்த்தைகள் கிடைத்து விட்டன! “கிஸ்ஸியை இழுத்துக் கொண்டு எங்காவது ஓடிவிடும் எண்ணமில்லையா!” கேள்வியா? ஆலோசனையா? தொனி அப்படி!

“இல்லை! அவளுக்கு தொல்லை ஏற்படுத்த விரும்பவில்லை!”

குண்டாவிற்கு, ‘ஏன்டா சொன்னோம்’ என்றாகிவிட்டது. சற்று நேரத்திற்குப் பிறகு சொரத்தின்றி கூறினான், “அனைவரும் சில சமயங்களில் ஓடிவிடலாம் என்று தான் நினைக்கின்றனர்!”

நோவாவின் கண்கள் அவனை ஆய்ந்தன. “முன்பெல்லாம் நீங்கள் அடிக்கடி தப்பியோடியதாக பெல் கூறியதாக கிஸ்ஸி சொன்னாள்!”

ஆமென்று தலையசைத்தான். அவனுடைய வயதில், புதிதாக வந்தடைந்த போது, அரை குறை வாய்ப்பாகக் கிடைத்த தருணங்களிலெல்லாம் ஓட்டம், ஓட்டம், ஓட்டமென்று அது ஒன்று மட்டிலுமே தன்னுடைய சிந்தையில் நிறைந்திருந்த காலத்தை அசைபோட்டுக் கொண்டிருந்ததை வெளிக்காட்டவில்லை.

திடீரென்று குண்டாவினுடைய மூளையில் உதித்தது! அவன் முதலில் சொன்னதை வைத்துப் பார்த்தால் கிஸ்ஸிக்கு அவனுடைய திட்டத்தைப் பற்றி தெரியாது என்று புலனானது. தான் பெரிதும் விரும்பிய அந்தப் பரங்கிப் பெண்ணின் பிரிவாற்றாமையிலிருந்து இப்பொழுது தான் மீண்டிருந்தாள். மீண்டும் தான் விரும்பிய ஒருவன் தன்னிடம் சொல்லிக் கொள்ளாமலே ஓடிவிட்டதை அறிந்தால் முழுமையாக மனமுடைந்து போவாள்! அதற்குத் தான் எதுவும் செய்ய இயலாது என்பதையும் உணர்ந்தான். தான் நோவாவுக்கு அளிக்கப் போகிற பதில் பல்வேறு காரணங்களுக்காக மிகவும் கவனமாகக் கூறப்பட்டதாக இருக்க வேண்டும் என்பதையும் கருத்திற் கொண்டான்.

வருத்தத்துடன் கூறினான், "தப்பியோடு, ஓட வேண்டாமென்று சொல்லப் போவதில்லை. பிடிபட்டால் சாவதற்குத் தயாராக இருக்க வேண்டும்! தயாரா?"

"பிடிபடுவதைப் பற்றி திட்டமிடவில்லை. வட மீனைப் பின்பற்றிச் சென்றால், குவாக்கர் அமைப்பைச் சேர்ந்தவர்களும் விடுதலை பெற்ற நீக்ரோக்களும் பகலில் ஒளிந்து கொள்வதற்கு உதவுவர் என்றும் ஒஹியோவைச் சென்றடைந்து விட்டால் விடுதலை பெற்று விடலாம் என்றும் கேள்விப்பட்டிருக்கிறேன்."

அவனுக்குத் தப்பியோடுவதைப் பற்றி எதுவுமே தெரியவில்லை என்று நினைத்தான். தப்பித்துச் செல்வதென்ன அவ்வளவு எளிமையான செயலா? ஆனால், தனக்கிருந்ததைப் போன்ற இளமைத் துடிப்பை அவனிடமும் உணர்ந்தான். அத்துடன், ஏராளமான அடிமைகளைப் போல நோவாவும் பண்ணைக்கு வெளியே எங்கும் சென்றதில்லை என்பதை உணர்ந்தான். அதனால் தான், தப்பியோடிய பெரும்பாலான அடிமைகள், அதிலும் குறிப்பாக, வயல் வேலை செய்தோர், புதர்முட்களின் வெட்டுக்களுடன், அரைப் பட்டினியாகத் தள்ளாடியவாறு, காடுகளுக்குள்ளும், நீர் விலங்குகளும் பாம்புகளும் நிறைந்த சதுர்ப்பு நிலக் காடுகளிலும் திரிந்த பொழுது மிக எளிதாகப் பிடிபட்டனர். நாய்கள், துப்பாக்கி, சவுக்கு, கோடாரி அனைத்தும் ஒரு நொடிக்குள் குண்டாவின் மனத்தில் விரைந்தோடின.

"தம்பி! நீ எதைப் பற்றிப் பேசிக் கொண்டிருக்கிறாய் என்பது உனக்கே புரியவில்லை!" கடுகடுத்த குரலில் பேசியவன், தான் பேசிய விதத்திற்காக வருந்தி நாக்கைக் கடித்துக் கொண்டான். "நான் என்ன சொல்ல வருகிறேனென்றால், அது அவ்வளவு எளிதல்ல! உன்னைப் பிடிக்க, குருதி வெறி கொண்ட வேட்டை நாய்களை ஏவி விடுவார்கள், தெரியுமா?"

ஆடைப் பைக்குள் நுழைந்த நோவாவின் வலது கை கத்தியுடன் வெளிப்பட்டது. பொத்தானை அழுத்தி கத்தியை நீட்டினான். அதன் கூர்முனை பளபளத்தது. "செத்த நாய் ஒருவரையும் தின்னாது" நோவா எதைப் பற்றியும் அஞ்சுவதில்லை என்று கேடோ ஒருமுறை கூறியது நினைவிற்கு வந்தது. கத்தியை மடக்கிப் பைக்குள் போட்டவாறு கூறினான், "எதுவும் என்னைத் தடுத்து நிறுத்த முடியாது!"

"அது சரி! போவதென்று தீர்மானித்து விட்டால், போகத் தான் போகிறாய்!"

"போக வேண்டுமென்று தோன்றுகிறது! ஆனால், சரியாக, என்றைக்குப் புறப்படுவேன் என்று தெரியவில்லை!"

அருவருப்பாக இருந்த போதிலும், குண்டா கேட்டு விட்டான், "கிஸ்ஸியை இதிலெல்லாம் ஈடுபடுத்தி விடாதே!"

நோவா வருத்தப்பட்டதாகத் தெரியவில்லை. குண்டாவை அவன் தீர்க்கமாகப் பார்த்தான். "மாட்டேன்!" தயங்கினான். "ஆனால், வடக்கே சென்ற பிறகு, கடுமையாக உழைத்து, அவளுடைய விடுதலையைப் பெறுவேன்!" சற்றே நிறுத்தினான். "அவளிடம் எதுவும் சொல்ல வேண்டாம்! சொல்வீங்களா?"

இப்பொழுது குண்டா தயங்கினான். பிறகு, சொன்னான், "அது அவளுக்கும் உனக்கும் இடையிலானது!"

"சரியான நேரத்தில் அவளுக்குச் சொல்வேன்!"

நெகிழ்ந்து போன குண்டா, அந்த இளைஞனுடைய கையை தன்னிரு கைகளுக்குள் பற்றிக் கொண்டான். "செய்வாயென்று நம்புகிறேன்!"

"சரி, பார்க்கலாம்!" என்ற நோவா, திரும்பி, அடிமைகள் குடியிருப்பை நோக்கி நடந்தான்.

அன்றிரவு வீட்டின் முன் அறையில் அமர்ந்தபடி, குளிர் காயும் அடுப்பில் எரிந்து கொண்டிருந்த விறகின் பிழம்புகளை வெறித்தவாறு, எங்கோ, எதையோ பற்றி சிந்தித்துக் கொண்டிருந்த பாவனையை முகத்தில் வெளிப்படுத்தினான். பெல், கிஸ்ஸி அனுபவத்தில் அதுபோன்ற தருணங்களில் அவனைப் பேச வைக்க முயற்சிப்பது வீண்! பெல் பின்னிக் கொண்டிருந்தாள். கிஸ்ஸி மேஜை மீது கவிழ்ந்து எழுத்துப் பயிற்சியில் ஈடுபட்டிருந்தாள். அதிகாலைத் தொழுகையின் பொழுது, நோவாவிற்கு நல்லாசி வழங்குமாறு அல்லாவிடம் வேண்டிக் கொள்வதென்று தீர்மானித்தான். ஒரு புத்தம் புது எண்ணமும் உதித்தது. நோவா புறப்பட்டுச் சென்றானெனில், ஆன்னேயால் சரிக்கப்பட்டிருந்த கிஸ்ஸியின் நம்பிக்கை உணர்வு முழுமையாக நொறுக்கப்பட்டு விடும்! அவனுடைய பார்வை நிமிர்ந்தது. புத்தகத்தின் மீது நகர்ந்து கொண்டிருந்த விரலுக்கு ஏற்ப அவளுடைய உதடுகள் அமைதியாக நெளிந்து வளைந்தன. பரங்கி மண்ணில் கறுப்பு இன மக்கள் அனைவருடைய வாழ்க்கையிலும் இன்னல்களும், இடுக்கண்களும், துன்ப, துயரங்களும் மட்டுமே நிறைந்திருந்தன. கிஸ்ஸியை அவற்றிலிருந்து ஓரளவாவது காப்பாற்ற முடியுமா என்பது தான் அவனுடைய வேணவா!

83

அக்டோபர் மாதம் முதல் திங்கட்கிழமை அதிகாலை! கிஸ்ஸியின் பதினாறாவது பிறந்த நாள் கழிந்த மறுவாரம்! அடிமைகள் குடியிருப்பைச் சேர்ந்த வயல்வேலைக்காரர்களெல்லாம் வயல்வெளிக்குப் புறப்படுவதற்காக வழக்கம் போலத் திரண்டு கொண்டிருந்தனர். யாரோ ஒருவர் மிகுந்த ஆர்வத்துடன், "நோவா எங்கே?" என்றார். அண்மையில் கேடோவுடன் பேசிக் கொண்டிருந்த குண்டாவுக்கு அவன் கம்பி நீட்டிவிட்டான் என்று புரிந்து போயிற்று! தலைகள் சுற்றுமுற்றும் தேடும் முயற்சியில் பார்வையை ஓட்டியதை குண்டா கண்டான். அவற்றுள் ஒன்றாக கிஸ்ஸியினுடைய தலையும் தட்டுப்பட்டது. தற்செயலாக ஏற்படும் திகைப்பு முகமூடியை தக்க வைத்துக் கொள்ள மிகுந்த முயற்சி மேற்கொள்ள வேண்டியிருந்தது. இருவருடைய கண்களும் சந்தித்தன. அவள் பார்வையை வேறு பக்கம் திருப்பிக் கொண்டாள்.

நோவாவின் தாய் கேடோவிடம் சொன்னாள், "அதிகாலையிலேயே அவன் உன்னுடன் இங்கே இருப்பான் என்றல்லவா நினைத்தேன்!"

முன்பு தோட்டக்காரர் தங்கியிருந்த வீடு அண்மையில், பதினெட்டாவது பிறந்த நாளின் போது, நோவாவுக்கு

ஒதுக்கப்பட்டது. அந்த வீட்டின் கதவை முட்டியால் இடித்துத் திறந்து, உள்ளே புகுந்த கேடோ கோபமாக "நோவா!" என்று கத்தினான். வருத்தத்துடன் வெளியே சென்றவன் அங்கே இல்லை என்பதைத் தெரிவித்தான். உடனே, அனைத்து வீடுகள், கழிப்பறை, வைப்பறைகள், வயல்வெளிகள் என்று அனைத்து இடங்களிலும் தேடுமாறு அனைவரையும் பணித்தான்.

அனைவரும் அனைத்துப் பக்கங்களிலும் ஓடினர். குண்டா சேமிப்புக் கிடங்குக்குச் சென்று "நோவா! நோவா!" என்று கத்தினான். கேட்பவர்கள் தெரிந்து கொள்ளட்டும் என்று நினைத்தான் போலும்! ஏனெனில், அவனுக்கே நன்கு தெரியும்! தேடுவதால் பயனில்லை என்று! காலை உணவாக புல் தின்று கொண்டிருந்த விலங்குகள் கூட ஒரு கணம் நிறுத்தி விட்டு அவனை வித்தியாசமாகப் பார்த்தன. கதவு வழியாக பார்வையை ஓட்டியவன் எவரும் அவ்வழியாக செல்லவில்லை என்பதை உறுதிப்படுத்திக் கொண்டு வைக்கோல் போரின் மீது ஏறி தனது இரண்டாம் கட்டத் தொழுகையைத் தொடங்கினான். நோவா பாதுகாப்பாகத் தப்பித்துச் செல்வதற்கு அல்லாவை வேண்டிக் கொண்டான்.

வருத்தத்துடன் கேடோ மற்ற வயல்வேலைக்காரர்களை அவர்களுடைய அன்றாடப் பணிக்கு அனுப்பி வைத்தான். ஃபிடில்காரரும் தானும் சற்று நேரத்தில் அவர்களுடன் இணைந்து கொள்வதாகக் கூறினான். ஃபிடில் வாசிப்பதில் தனது வருமானம் குறைந்து போனதிலிருந்து, ஃபிடில்காரர் வயல்வேலைக்குச் செல்வதற்கு முன்வந்தார்.

பின்கட்டில் நின்றிருந்த பொழுது, ஃபிடில்காரர் குண்டாவிடம் கூறினார், "அவன் தப்பியோடிவிட்டான் என்று நினைக்கிறேன்." குண்டா சிரித்தான். அதற்குள் பெல் கூறினாள், "அவன் ஒருபோதும் காணாமற் போனதில்லை! இரவு நேரங்களில் நழுவிச் செல்கிற பழக்கம் கூட அவனிடமிருந்ததில்லை!"

பின்னர், அனைவருடைய மனத்திலும் மேலோங்கியிருந்த எண்ணத்தை கேடோ வெளிப்படுத்தினான். "முதலாளியிடம் சொல்லியாக வேண்டும்! ஆண்டவரே, கருணை காட்டு!" குறுகிய ஆலோசனைக்குப் பிறகு பெல் கூறினாள், "முதலாளி காலை உணவு முடிக்கும் வரை சொல்ல வேண்டாம்! பையன் அண்மைப் பகுதிக்கு எங்காவது சென்றிருப்பான். இரவு இருட்டில் சாலைக் கண்காணிப்பாளர்களுக்குப் பயந்து பதுங்கியிருப்பான்."

முதலாளிக்கு மிகவும் பிடித்தமான உணவு வகைகளை பெல் பரிமாறினாள். இனிப்புக் குழம்பியில் ஊறவைத்த பழங்கள், வறுத்த இறைச்சி வகை, முட்டைப் பொரியல், அரிசிச் சோறு, நெய்யில் வறுத்த ஆப்பிள் போன்றவற்றை அவர் விரும்பிச் சாப்பிட்ட பின்னர், இரண்டாவது கோப்பை காபி பருகும் வரை காத்திருந்தாள். பின்னர், மெதுவாக, காலையிலிருந்து நோவாவைக் காணவில்லை என்று கேடோ அவரிடம் சொல்லச் சொன்னதாகத் தெரிவித்தாள்.

சீற்றத்துடன் முதலாளி காபி கோப்பையை கீழே வைத்தார். "பிறகு, அவனெங்கே?

எங்காவது குடித்துவிட்டு குழப்பம் ஏற்படுத்துகிறான் என்று சொல்ல வருகிறாயா? இல்லை, இன்றைக்குத் திரும்பிவிடுவான் என்கிறாயா? இல்லை, ஒரேயடியாகத் தப்பியோடிவிட்டான் என்கிறாயா?"

பெல் நடுங்கினாள். "அவன் இங்கில்லை என்பது மட்டும் தான் எங்களுக்குத் தெரிகிறது! அனைவரும் எல்லா இடங்களிலும் தேடிக் கொண்டிருக்கிறோம்!"

முதலாளி காபி கோப்பையை ஆராய்வது போல பார்த்துக் கொண்டிருந்தார். "இரவு வரை, இல்லை, நாளை காலை வரை அவனுக்கு கால அவகாசம் தருகிறேன்! அதன் பின் நடவடிக்கை எடுப்பேன்!"

"முதலாளி, அவன் நல்ல பையன்! உங்களுடைய பண்ணையில் பிறந்து வளர்ந்தவன்! வாழ்க்கை முழுதும் நன்கு பாடு பட்டான்! உங்களுக்கோ வேறு எவருக்குமோ சற்றும் தொல்லையில்லாமல் இருந்தான்...."

முதலாளி பெல்லை ஏற, இறங்கப் பார்த்தார். "தப்பியோட முயற்சித்தால், தண்டனை கிடைக்கும்!"

"உண்மை தான், முதலாளி!" வெளியில் ஓடிச் சென்று முதலாளி கூறியதைத் தெரிவித்தாள். கேடோவும் ஃபிடில்காரரும் வயல் வெளிக்குப் புறப்பட்டனர். உடனே முதலாளி மீண்டும் பெல்லை அழைத்து வண்டி வேண்டும் என்றார்.

நாள் முழுவதும், குண்டா முதலாளியை ஒரு நோயாளியிடமிருந்து மற்றொருவரிடம் வண்டியில் அழைத்துச் சென்ற போதெல்லாம் நோவா தப்பியோடியது பற்றிய சிந்தனையே அவனுடைய மனத்தில் நிறைந்திருந்தது. முட்களும் முட்புதர்களும் நாய்களும் தோன்றி வருத்தின. கிஸ்ஸி அடைந்த நம்பிக்கையுடன் கூடிய துயரத்தை எண்ணிக் கலங்கினான்.

அன்றிரவு அடிமைகள் குடியிருப்பில் திரண்ட மக்கள் தமக்குள் முணுமுணுத்துக் கொண்டிருந்தனர்.

"அந்தப் பயல் இதற்கு முன்பே ஓடியிருப்பான்! அவனுடைய கண்ணில் அந்த வெறியைப் பார்த்தேன்!" சுகே சொன்னாள்.

"அவன் குடிப்பதற்காக வெளியே சென்றதாக நான் நினைக்கவில்லை!" சகோதரி மான்டேயின் கருத்து.

"நாள் முழுவதும் அழுதுகொண்டிருந்த நோவாவின் தாய் ஆதா கரகரத்த குரலில் புலம்பினாள், "என் குழந்தை தப்பியோடுவதைப் பற்றி ஒருபோதும் பேசியதில்லை! அவனை முதலாளி விற்று விடுவார் என்று நினைக்கிறீர்களா?" பதிலளிக்க ஒருவரும் முன்வரவில்லை.

வீட்டிற்குத் திரும்பிய பொழுது, உள்ளே நுழைந்தவுடனே கிஸ்ஸி கண்ணீர் சிந்திக் கதறினாள். செய்வதறியாத குண்டா வாயை இறுக மூடிக் கொண்டான். ஒரு வார்த்தையும் பேசாமல் பெல் மேஜையருகே சென்று மகளை வாரி அணைத்து

அவளுடைய தலையை தனது வயிற்றில் புதைத்துக் கொண்டாள்.

செவ்வாய்க் கிழமையும் விடிந்தது! நோவாவைப் பற்றி எதுவும் தெரியவில்லை. முதலாளி குண்டாவை ஊரக அலுவலகத்திற்கு வண்டியைச் செலுத்தும்படி பணித்தார். நேரே ஸ்பாட்சில்வேனியா சிறைச்சாலைக்குள் சென்றார். அரை மணி நேரத்திற்குப் பிறகு, மணியக்காரருடன் வெளியில் வந்தார். மணியக்காரருடைய குதிரையை வண்டிக்குப் பின்புறம் கட்டும்படி குண்டாவைப் பணித்தார். கிரீக் சாலையில் மணியக்காரரை இறக்கிவிட வேண்டும் என்றார்.

வண்டி உருளத் தொடங்கியதிலிருந்தே மணியக்காரர் பேசிக் கொண்டிருந்தார். "அண்மைக் காலத்தில் ஏகப்பட்ட நீக்ரோக்கள் தப்பியோடிவிடுகின்றனர். அவர்களைத் துரத்திப் பிடிப்பது கடினமான வேலை! தென் பகுதிகளில் விற்கப்படுவதைக் காட்டிலும் காட்டிற்குள் திரிவதை விரும்புகின்றனர்."

முதலாளி கூறினார், "எனக்கென தனியே பண்ணை கிடைத்ததிலிருந்து, என்னுடைய விதிகளை மீறினால் ஒழிய நான் எனது அடிமைகளை விற்றது கிடையாது! அவர்களுக்கே நன்கு தெரியும்!"

"நல்ல முதலாளிகளைக் கூட நீக்ரோக்கள் ஏற்றுக் கொள்வது அரிதாகிப் போயிற்று, டாக்டர், உங்களுக்கே தெரியுமே! அவனுக்கென்ன பதினாறு வயதா? சரி தான்! அவன் வயதுப் பயல்களெல்லாம் வடக்கே நல்ல வேலையைத் தேடிக் கொள்ள முயற்சிக்கின்றனர்!" குண்டா விரைப்பாக உட்கார்ந்தான். "வீட்டு வேலைக்காரப் பயல்களாக இருந்தால், நன்றாகப் பேசுவதற்குக் கற்றுக் கொள்கின்றனர். விடுதலை பெற்ற நீக்ரோக்களைப் போல சாலை கண்காணிப்பாளர்களிடம் நடித்து, அல்லது, தனது முதலாளி தன்னை முக்கியமான வேலையாக அனுப்பி வைத்ததாகவும் பயண அனுமதிச் சீட்டு தொலைந்து விட்டதாகவும் சூழ்ச்சியாகப் பேசித் தப்பித்து ரிச்மோன்ட் போன்ற பெரு நகரங்களுக்குச் சென்று வேலை தேடிக் கொள்கின்றனர்." மணியக்காரர் சற்றே நிறுத்தினார். "அந்தப் பயலோட அம்மா உங்களுடைய இடத்தில் இருப்பதாகச் சொன்னீர்கள்! வேறு எங்காவது மற்ற சொந்தக்காரர்களைத் தேடிச் சென்றிருப்பானா?"

"அப்படி எவரும் இருப்பதாகத் தெரியவில்லை!"

"அவனுக்கு வேறு எங்காவது எவளாவது பெண்ணுடைய தொடர்பு இருந்ததாகக் கேள்விப்பட்டீர்களா? ஏனெனில், இளந்தாரிப் பயல்களுக்கு எழுந்து கொண்டதென்றால், செய்கிற வேலையைக் கூட அப்படியே போட்டு விட்டுக் கிளம்பிவிடுவார்கள்!"

"தெரியவில்லை! ஆனால், என்னுடைய பண்ணையிலேயே ஓர் இளம் பெண் இருக்கிறாள்! பதினைந்து, பதினாறு வயதிருக்கும்! எனது சமையலாளுடைய பெண்! அவர்களிருவருக்குமிடையே உறவு இருக்கிறதா என்று தெரியவில்லை!"

குண்டாவிற்கு மூச்சே நின்று விட்டது.

“அவளுகளைப் பற்றி எனக்குத் தெரியும்! பன்னிரெண்டு வயதிலேயே குழந்தை பெற்றுக் கொள்கின்றனர்! நீக்ரோப் பெண்கள் வெள்ளைக்கார இளவட்டங்களையே கவர்ந்து விடுகின்றனர். நீக்ரோப் பயல்கள் என்ன வேண்டுமானாலும் செய்வர்!”

பொங்கியெழுந்த சீற்றத்தினூடே, குண்டாவின் காதுகளில் முதலாளியினுடைய வெறுப்பான வார்த்தைகளும் விழுந்தன. “என்னுடைய அடிமைகளுடன் தனிப்பட்ட முறையில் நான் எவ்விதத் தொடர்பும் கொள்வதில்லை. அவர்களுடைய தனிப்பட்ட விவகாரங்களையும் தெரிந்து கொள்வதுமில்லை, அக்கறை கொள்வதுமில்லை!”

“ஆம்! ஆம்! உண்மை தான்!” மணியக்காரர் வேகமாகக் கூறினார்.

முதலாளியினுடைய தொனியில் கடுமை குறைந்தது. “நீங்கள் சொல்வதைப் பார்த்தால், அவன் வேறு ஏதாவது பண்ணையிலுள்ள பெண்ணைத் தேடிச் சென்றிருக்கலாம்! எனக்குத் தெரியவில்லை! மற்றவர்களுக்குத் தெரிந்தாலும் சொல்ல மாட்டார்கள்! உண்மையில், எதுவேண்டுமானாலும் நடந்திருக்கலாம். யாருடனாவது சண்டையிட்டு எங்காவது உயிருக்குப் போராடியபடி கிடக்கலாம்! அடிமைகளைத் திருடுகின்ற ஏழை வெள்ளையர்கள் கூட பிடித்து வைத்திருக்கலாம், உமக்குத் தெரியுமே! அதுவும் நடக்கத் தானே செய்கிறது! ஒரு சில மனச்சாட்சியற்ற அடிமை வணிகர்களே அது போன்ற செயலில் ஈடுபடுகின்றனர். அதுவும் தெரியவில்லை! ஆனால், அவன் முதன்முறையாகக் காணாமல் போனதாகச் சொன்னார்கள்!”

கண்டபடி பேசிக் கொண்டிருந்த மணியக்காரருடைய போக்கில் கவனம் தொனித்தது. “அவன் உங்களுடைய இடத்தில் பிறந்தவன், வேறு எங்கும் பயணம் செய்ததில்லை என்றீர்களல்லவா?”

“வடக்கே செல்வதை விடுங்கள்! ரிச்மோன்ட்டிற்குச் செல்வதற்குக் கூட அவனுக்குத் தெரியாது.”

மணியக்காரர் தொடர்ந்தார், “நீக்ரோக்கள் தமக்குள் தகவல்களைப் பரிமாறிக் கொள்கின்றனர். சிறைப் பிடித்த சிலரை உதைத்து விசாரித்ததில் எங்கே செல்ல வேண்டும் எங்கே ஒளிந்து கொள்ள வேண்டும் என்கிற வழித்தடங்களை மூளைக்குள் வரைபடங்களாகவே பதிய வைத்திருந்தனர். நீக்ரோக்கள் மீது அன்பு காட்டக் கூடிய குவாக்கர்களும் சீர்திருத்தவாதிகளும் நிறைய உதவுகின்றனர்.. ஆனால், இவனோ இதற்கு முன் தப்பியோடியதில்லை, வேறு எந்த இடமும் தெரியாது, வேறு தொல்லை எதுவும் கொடுத்ததில்லை என்கிற போது, இரண்டே இரவுகளில் பசி தாங்க முடியாமல் சாவுக்குப் பயந்து திரும்பிவிடுவான். நீக்ரோக்கள் பசி தாங்க மாட்டார்கள்! அதனாலேயே, உங்களுக்கு நாளிதழ்களில் அறிவிப்பு வெளியிடுவதற்கும், அடிமைகளைப் பிடிக்கிற ஆட்களையும் நாய்களையும் ஏவி தேடுவதற்கும் செலவிடும் பணம் மிச்சப்படும். என்னுடைய அனுபவத்தில் இவனைப் பொறுத்த வரை, காடுகளிலும், சதுர்ப்பு நிலப் பகுதியிலும் ஒளிந்து கொண்டு ஆடு, மாடுகளையும், பன்றிகளையும் முயல்களைப் போல கொன்று சூறையாடுகின்ற

கொடூரங்களில் ஈடுபடுகின்ற முரட்டு நீக்ரோவாகத் தெரியவில்லை."

"நீங்கள் சொல்வது சரியென்று தான் நினைக்கிறேன். ஆனால், எது எப்படியாயினும், முதலில், அவன் என்னுடைய அனுமதியில்லாமல் சென்று, விதிகளை மீறிவிட்டான். அவனை தென்பகுதிக்கு உடனே விற்றுவிடுவேன்!" முதலாளி கூறியவுடன், கடிவாளத்தை குண்டா இறுக்கிப் பிடித்ததில் விரல் நகங்கள் உள்ளங்கையைத் துளைத்தன. மணியக்காரர் கணக்குப் போட்டார், "அந்த வகையில் எப்படியும் ஆயிரத்தி இருநூறிலிருந்து ஆயிரத்தைநூறு டாலர் வரையிலும் இழப்பாகிவிடும். அவனைப் பற்றி அங்க, அடையாளங்களை எனக்கு எழுதிக் கொடுத்திருக்கிறீர்கள். நாட்டுப்புறச் சாலைகளில் கண்காணிப்பில் ஈடுபட்டுள்ளவர்களுடன் தொடர்பு கொண்டு பிடித்துவிடலாம். அல்லது, ஏதாவது தகவல் கிடைக்கும். உடனே உங்களுக்குத் தெரியப்படுத்துகிறேன்"

சனிக்கிழமை காலை உணவிற்குப் பிறகு, குண்டா சேமிப்புக் கிடங்கிற்கு அருகில் குதிரை வாலை நீவி விட்டுக் கொண்டிருந்தான். கேடோவின் எச்சரிக்கை ஊதல் ஒலி கேட்டதைப் போல உணர்ந்தான். தலையைத் தூக்கி உற்றுக் கேட்டான். ஆமாம், அதுவே தான்! அருகிலிருந்த கம்பத்தில் குதிரையைக் கட்டி விட்டு, நொண்டியவாறு வீட்டிற்குச் செல்லும் பாதையில் விரைந்தான். முன் சன்னல் வழியாக, நெடுஞ்சாலையிலிருந்து பெரிய வீட்டிற்குப் பிரிந்த வண்டிப் பாதை நன்றாகத் தென்பட்டது. கேடோவின் எச்சரிக்கை ஒலி கிஸ்ஸி, பெல் கவனத்தையும் ஈர்த்திருந்ததைக் கண்டு கொண்டான்.

பெரிய வீட்டிற்குச் செல்லும் பாதையில் வண்டி ஒன்று இறங்கியதைக் கண்டான். மணியக்காரர் கடிவாளத்தைப் பிடித்திருந்தார். 'கருணை மிக்க அல்லாவே! நோவா பிடிபட்டுவிட்டானோ?' மணியக்காரர் வண்டியை விட்டு இறங்கியதைக் கண்டான். நீண்ட காலப் பயிற்சியால் உண்டான தன்னியல்பு அவனை வண்டியை நோக்கி விரைந்து களைத்திருந்த குதிரைக்குத் தண்ணீர் காட்டி, புட்டத்தைத் தடவி விட உந்தியது. ஆனால், அவன் செயலிழந்தவனாக வெறித்தபடி அசையாமல் நின்றான். மணியக்காரர் வீட்டின் நுழைவாயில் படிக்கட்டுகளை இரண்டிரண்டாகத் தாவி ஏறினார்.

ஒரு சில நிமிடங்களுக்கு முன்பே, பெல் தடுமாறியவாறு பின் கதவு வழியாக வெளியேறியதைப் பார்த்தான். வீட்டை நோக்கி தலை தெறிக்க ஓடினாள். பீதியால் குண்டா உறைந்தான். வாயிற்கதவை பிய்த்தெடுத்துவிடுவதைப் போலப் பற்றி நின்றாள்.

முகம் ஏழு கோணலாக, பொல பொலவென்று கண்ணீர் வழிய, கூச்சலிட்டாள், "முதலாளியும் மணியக்காரரும் கிஸ்ஸியுடன் பேசிக் கொண்டிருக்கின்றனர்!"

வார்த்தைகள் அவனை நடுங்க வைத்தன. நம்ப முடியாமல் ஒரு கணம் அவளையே பார்த்துக் கொண்டிருந்தவன், வலுவுடன் அவளைப் பற்றி உலுக்கி கத்தினான், "அவனுக்கு என்ன வேணுமாம்?"

உரக்க எழுந்தும், அடைபட்டும், உடைபட்டும் அவளுடைய குரல் சிதறியது.

ஒருவழியாக நடந்ததைக் கூறினாள். “மணியக்காரர் வீட்டிற்குள் நுழைந்த சற்று நேரத்தில், மாடியில் அவருடைய அறையைத் தூய்மைப் படுத்திக் கொண்டிருந்த கிஸ்ஸியை உரத்த குரலில் முதலாளி கூவி அழைத்தது கேட்டது. அடுக்களையிலிருந்து கேட்ட பெல் வரவேற்பறைக்குச் செல்லும் நடைபாதையில் நின்று கவனித்தாள். எப்பொழுதும் அங்கிருந்து உள்ளே நடந்த உரையாடலைக் கவனிப்பது அவளுடைய வழக்கம்! ஆனால், முதலாளியின் கோபவெறி கொந்தளித்த முகத்தைத் தவிர வேறெதையும் உணர முடியவில்லை என்றாள். மூச்சிழுத்து உள்ளே தள்ளிவிட்டுப் பேசினாள், “பிறகு, எனக்குரிய அழைப்பு மணி ஒலித்தது. சமையறையிலிருந்து சென்றதாகக் காட்டிக் கொள்வதற்காக, திரும்பி ஓட முயன்றேன். வரவேற்பறைக் கதவைத் திறந்து, கைப்பிடியை உள்நோக்கிப் பிடித்தபடி முதலாளி வெளியில் நின்றார். அப்பொழுது அவர் என்னைப் பார்த்த பார்வையில் இருந்த கொடூரத்தை அதற்கு முன் கண்டதில்லை! மீண்டும் கூப்பிடும் வரை வீட்டிற்கு வெளியே இருக்கும்படி கடுகடுத்த குரலில் கத்தினார்.” முன் சன்னலை நோக்கி நகர்ந்து, பெரிய வீட்டை வெறித்துக் கொண்டிருந்தாள். தான் பேசியதையும் நடந்தவற்றையும் அவளால் நம்ப முடியவில்லை! “ஓ, ஆண்டவரே! அந்த மணியக்காரர் என் பெண்ணிடம் எதைத் தான் எதிர்பார்க்கிறார்?” புலம்பித் தவித்தாள்.

ஏதாவது செய்தாக வேண்டுமென்று குண்டாவின் மூளை நரம்புகள் பிராண்டிக் கொண்டிருந்தன! வயல்வெளியில் வேலை செய்து கொண்டிருந்தவர்களை எச்சரிப்பதற்காக அங்கே செல்லலாமா என்றெண்ணினான். தான் அங்கிருந்து அகன்றால் என்ன வேண்டுமானாலும் நடக்கலாம் என்று உள்ளுணர்வு எச்சரித்தது.

திரைச் சீலையை ஒதுக்கிக் கொண்டு படுக்கையறைக்குச் சென்றவள் உச்ச தொனியில் யேசுவிடம் முறையிட்டாள். முதலாளியாயினும் வேறு எந்த பரங்கியராயினும், அவர்களிடம் தென்படுகிற நல்லதனங்கள் எவ்வளவு போலியானவை, சூழ்ச்சித் திறமிக்கவை, கபடு நிறைந்த கயமைத்தனம் என்பதை நாற்பது ஆண்டுகளாக அவளுக்குப் புரிய வைக்க முயன்று தோற்றதை இப்பொழுது கண்கூடாக அவளே கண்டு கொண்டதை கூச்சலிட்டுக் கூறுவதற்குத் துடித்தான்.

“அங்கே மீண்டும் போவேன்!” திடீரெனக் கூச்சலிட்டாள். திரைச்சீலையை வேகமாக ஒதுக்கிவிட்டு வீட்டிற்கு வெளியே புயலெனப் புறப்பட்டாள்.

அடுக்களைக்குள் மறைந்ததைக் கவனித்தான். என்ன செய்யப் போகிறாள்? அவளுக்குப் பின்னே ஓடி, கண்ணாடிக் கதவு வழியாக உற்றுப் பார்த்தான். அடுக்களையில் ஒருவரையும் காணோம்! உள்ளே செல்வதற்கான ஆடுகதவு மூடிக்கொள்வதற்காக ஆடிக்கொண்டிருந்தது. அடுக்களைக்குள் சென்றான். கண்ணாடிக் கதவை ஓசையின்றி மூடினான். பூனை போல நடந்து அடுக்களையைக் கடந்தான். ஒருகையை கதவின் மீது வைத்து, மறுகையால் பிடித்தபடி, உள்ளே எழக் கூடிய மெல்லிய ஓசையைக் கூட கேட்கும் அளவிற்குக் காதுகளைத் தீட்டிக் கொண்டான். அவனுடைய கனத்த சுவாசத்தைத் தவிர எதுவும்

கேட்கவில்லை!

சற்று நேரத்திற்குப் பிறகு, கேட்டது. பெல் மெதுவாக அழைத்தாள், "முதலாளி?" பதிலில்லை.

மீண்டும் உரக்க, உறுதியுடன் அழைத்தாள், "முதலாளி!"

வரவேற்பறைக் கதவு திறக்கப்பட்ட ஓசை கேட்டது.

"என்னுடைய கிஸ்ஸி எங்கே, முதலாளி?"

"அவளை என்னுடைய பாதுகாப்பில் வைத்திருக்கிறேன்." குரலில் கல் போன்ற இறுக்கம் தொனித்தது. "இன்னொரு அடிமையும் தப்பியோடுவதற்கு விட முடியாது!"

"முதலாளி, நீங்க என்ன சொல்றீங்கன்னே புரியலை!" பெல் மிகவும் மெதுவாகப் பேசியதால் குண்டாவின் காதுகளில் விழவில்லை. "அவள் உங்களுடைய வீட்டு வளாகத்தை விட்டு வேறெங்கும் சென்றதில்லை!"

முதலாளி எதையோ சொல்ல வந்தவர் நிறுத்திக் கொண்டார். "அவள் செய்ததை நீ அறிந்திருக்க உண்மையிலேயே வாய்ப்பில்லை! நோவா பிடிபட்டான். அவன் கொண்டு சென்ற பயண அனுமதிச் சீட்டை ஏற்க மறுத்த சாலை கண்காணிப்பு பணி செய்வோர் இருவரைக் கடுமையாகக் கத்தியால் குத்திவிட்டான். அவனை அடக்கி ஒடுக்கி விசாரித்ததில் அனுமதிச் சீட்டை எழுதியது நானல்ல என்றும் உன் மகள் என்றும் கூறியுள்ளான். மணியக்காரரிடம் இதை மகளும் ஒத்துக் கொண்டாள்!"

நீண்ட அமைதி நிலவியது. வேதனை மிகுந்த தருணம்! பிறகு, அழுகுரலையும் ஓடி வருகின்ற காலடியோசையையும் குண்டா கேட்டான். கதவை அவன் திறந்த பொழுது ஓர் ஆணின் வலுவுடன் அவனை நெட்டித் தள்ளி விட்டு அவனைக் கடந்து சென்று, பின்புறக் கதவின் வழியே வெளியே ஓடினாள். கூடம் வெறிச்சோடிக் கிடந்தது. வரவேற்பறை மூடியிருந்தது. அவளுக்குப் பின்னால் ஓடிய குண்டாவால் அவளை வீட்டின் வாயிலில் தான் பிடிக்க முடிந்தது.

"முதலாளி கிஸ்ஸியை விற்கப் போகிறார், எனக்குத் தெரிஞ்சு போச்சு!" பெல் கதறத் தொடங்கினாள். அவனுள் ஏதோ உந்தியது. "போய் அவளைக் கூட்டி வருகிறேன்!" தொண்டை அடைத்தது. பெரிய வீட்டை நோக்கி மீண்டும் நொண்டியவாறு இயன்றவரை விரைந்தான். அடுக்களையைக் கடந்தான். பெல் அவனைப் பின் தொடர்ந்தாள். உட்புறக் கதவைத் திறந்து கொண்டு, அடிமைகளுக்குத் தடை செய்யப்பட்ட கூடத்தின் நடைக்குச் சென்றான்.

வரவேற்பறைக் கதவைத் தள்ளித் திறந்த பொழுது, உள்ளிருந்த மணியக்காரர், முதலாளியின் முகங்கள் நம்ப முடியாமல் நெளிந்தன. அங்கே திடீரென்று நின்ற குண்டாவின் கண்களில் கொலைவெறி தாண்டவமாடியது. பெல் கூச்சலிட்டாள், "எங்க குழந்தை எங்கே? எங்களுக்கு வேணும்!"

மணியக்காரரின் வலது கை துப்பாக்கியை துழாவியது. முதலாளி "வெளியே போ!" என்று கத்தினார்.

"நீக்ரோக்களே, சொன்னால் கேட்க மாட்டீர்களா?" மணியக்காரர் கைத்துப்பாக்கியை மடியிலிருந்து இழுத்தார். அதனைப் பறிப்பதற்கு குண்டா எத்தனித்தான். பெல் நடுங்கிய குரலுடன் அவனுடைய கையைப் பற்றி இழுத்தாள். அவனுடைய பாதங்கள் கதவுக்கு வெளியே பின்னோக்கி நகர்ந்தன. திடீரென கதவு அறைந்து சாத்தப்பட்டு, உட்புறமாகத் தாளிடப்பட்ட ஓசை கேட்டது.

கூடத்தில் பெல்லும் குண்டாவும் பதுங்கியிருந்தனர். மானக் கேட்டால் கூனிக்குறுகினர். முதலாளியும் மணியக்காரரும் முணுமுணுத்த குரலில் பேசிக் கொண்டதையும், மெல்லிய சலசலப்பொலியும்...., கிஸ்ஸியின் அழுகுரலும்..., முன்புறக்கதவு அறைந்து சாத்தப்பட்ட ஓசையும் கேட்டது.

"கிஸ்ஸி! கிஸ்ஸி! குழந்தே! கடவுளே! ஆண்டவரே! என் கிஸ்ஸியை அவர்கள் விற்பதற்கு அனுமதியாதே!" கத்திக் கொண்டே பின்புறக் கதவு வழியாக வெளியே ஓடினாள். அவளுக்குப் பின்னால் குண்டாவும் தொடர்ந்தான். அவளுடைய ஓலத்தைக் கேட்டு வயலிலிருந்த அடிமைகள் ஓடோடிச் சென்றனர். பைத்தியம் பிடித்தவளாக தரையில் புரண்டு பெல் கதறியதையும் குண்டா அவளைக் கட்டுப்படுத்த அணைத்துத் தாங்கியதையும் கேடோ பார்த்து கொண்டு நின்றான். முதலாளி முன்புறப்படிக்கட்டுகளில் இறங்கினார். அவருக்குப் பின்னால் மணியக்காரர் கிஸ்ஸியை இழுத்துக் கொண்டு இறங்கினார். சங்கிலியின் மறுமுனையில் கிஸ்ஸி அழுது கொண்டே பின்னோக்கி இழுத்தாள்.

"அம்மா! அம்ம்ம்ம்மா!" கிஸ்ஸி கதறினாள்.

குண்டாவும் பெல்லும் தரையிலிருந்து துள்ளி எழுந்தனர். சீறிப் பாயும் இரு சிங்கங்களாக பெரிய வீட்டுப் பக்கவாட்டுப் பகுதியைச் சுற்றி விரைந்தனர். துப்பாக்கியை உருவிய மணியக்காரர் நேரே பெல்லைக் குறிபார்த்தார். உடனே நின்றாள். அடித்தொண்டையைக் கிழித்துக் கொண்டு கேள்வி வெளிப்பட்டது. "இதையெல்லாம் நீதான் செய்தாய் என்கிறார்களே?" அனைவரும் கவனித்தனர். அழுது சிவந்திருந்த அவளுடைய கண்கள் பெல்லிடமிருந்து குண்டா, மணியக்காரர், முதலாளி என்ற வரிசையில் நகர்ந்து மௌன மொழியில் பதிலளித்தன. வாய்விட்டு எதையும் பேசவில்லை.

பெல் கூச்சலிட்டாள், "ஐயோ, ஆண்டவரே! கடவுளே! அவள் அறியாமல் செய்து விட்டாள்! என்ன செய்கிறோம் என்பதைத் தெரிந்து கொள்ளாமலே செய்து விட்டாள்! ஆன்னே தான் அவளுக்கு எழுதுவதற்குச் சொல்லிக் கொடுத்தாள்!"

முதலாளி சற்றும் இரக்கமின்றிப் பேசினார், "சட்டமென்றால் சட்டம் தான்! அவள் விதியை மீறிவிட்டாள்! குற்றமிழைத்திருக்கிறாள்! ஒரு கொலைக்கு உடந்தை யாக இருந்திருக்கிறாள்! நோவா கத்தியால் குத்திய இருவருள் ஒருவன் சாகக் கிடக்கிறான்!"

அலெக்ஸ் ஹேலி | 563

“அந்த ஆளை அவளா குத்தினாள், முதலாளி? முதலாளி அவள் தனக்கு விவரம் தெரிந்த நாள் முதல் உங்களுக்குச் சேவை செய்திருக்கிறாள்! நாற்பது ஆண்டுகள் உங்களுக்குச் சமைத்துப் போட்டு, கையும் காலும் சோர்ந்து போகக் காத்து நின்றிருந்தேன்...அவர்...” குண்டாவைக் காட்டி, “இத்தனை காலமும் உங்களுக்கு நீங்கள் செல்ல விரும்பிய இடங்களுக்கெல்லாம் வண்டியோட்டியிருக்கிறார். முதலாளி, கொஞ்சம் கருணை காட்டுங்கள்!”

முதலாளி அவளை நேராகப் பார்க்காமலே கூறினார், “நீங்கள் உங்களுடைய வேலையைச் செய்தீர்கள்! அவளை விற்கப் போகிறோம்! அவ்வளவு தான்!”

பெல் கத்தினாள், “மட்டமான, கீழ்த்தர வெள்ளையர்கள் தான் குடும்பங்களைப் பிரிப்பர்! நீங்கள் அப்படிப்பட்டவர் இல்லையே!”

கோபத்துடன் முதலாளி மணியக்காரருக்கு சைகை காட்டினார். அவர் கிஸ்ஸியை முரட்டுத்தனமாக வண்டியை நோக்கி நெட்டித் தள்ளினார்.

பெல் வழியை மறித்தாள். “அப்படியானால், என்னையும் அவளுடைய அப்பாவையும் இவளுடன் சேர்த்து விற்றுவிடுங்கள்! எங்களைப் பிரித்து விடாதீர்கள்!”

“வழியை விடு!” என்று குரைத்த மணியக்காரர் அவளை முரட்டுத்தனமாகப் பிடித்துத் தள்ளினார்.

வேங்கை போலப் பாய்ந்த குண்டா அவரைத் தனது முட்டியால் குத்தி வீழ்த்தினான்.

“காப்பாத்துப்பா!” கிஸ்ஸி கூச்சலிட்டாள். அவளை இடுப்புடன் அணைத்துப் பிடித்துக் கொண்டு வலுவனைத்தையும் திரட்டி சங்கிலியிலிருந்து விடுவிக்க எத்தனித்தான்.

துப்பாக்கிக் கட்டையால் அவனுடைய காதுக்கு மேல் மணியக்காரர் இடிக்கவே சுருண்டு விழுந்தான். பெல் அவர் மீது பாய்ந்தாள்! ஓங்கி ஒரே ஒரு அறை! பொத்தென்று விழுந்தாள்! வண்டியின் பின்புறத்தில் கிஸ்ஸியை ஏற்றி அவளைப் பிணைத்திருந்த சங்கிலிக்குப் பூட்டுப் போட்டார். விரைவாக இருக்கையில் தாவி அமர்ந்த மணியக்காரர் குதிரைகளை சவுக்கால் விளாசினார். அவை முன்னோக்கிப் பாய, வண்டி குலுங்கியது. செய்வதறியாது, தலை தெறிக்க, துப்பாக்கியையும் பொருட்படுத்தாமல் வேகமாக உருண்டோடிய வண்டிக்குப் பின்னால் ஓடினான், வீணாக!

கிஸ்ஸி உச்ச தொனியில் கூவினாள், “ஆன்னேம்மா! ஆன்ன்ன்ன்னேம்மா!” மீண்டும் மீண்டும் கூவலும் கேவலும் ஒலித்துக் கொண்டிருந்தன! நெடுஞ் சாலையை நோக்கி விரைந்தோடிய வண்டிக்குப் பின்னால் அவலக் குரல்கள் காற்றில் தொங்கிக் கொண்டிருந்தன.

தடுமாறிய குண்டா மூச்சிரைத்தான். வண்டி அரை மைல் தொலைவுக்கும்

அப்பால் விரைந்து கொண்டிருந்தது. நின்றான்! கிளப்பிவிடப்பட்ட புழுதியெல்லாம் அடங்கி வெறிச்சோடி நீண்டு கிடந்த சாலை தெளிவாகத் தெரியும் வரை நெடு நேரம் நின்றிருந்தான்.

முதலாளி திரும்பி, தலையைத் தொங்கப் போட்டபடி, வீட்டை நோக்கி விரைந்து நடந்தார். கீழ்ப்படியில் அழுதவாறு சுருண்டு கிடந்த பெல்லைக் கடந்து சென்றார். தூக்கத்தில் நடந்தவனைப் போல குண்டா திரும்பிச் சென்று கொண்டிருந்தான். திடீரென ஆப்பிரிக்க வழக்கம் ஒன்று நினைவிற்கு வந்தது. கிஸ்ஸியின் பாதச்சுவடு தெளிவாகப் பதிந்திருந்த மண்ணை இரு கைகளாலும் அள்ளிக் கொண்டு வீட்டிற்கு விரைந்தான். அந்த மண்ணைப் பாதுகாப்பாக வைத்திருந்தால், தனது பாதச் சுவடு பதிந்த இடத்திற்கு கிஸ்ஸி திரும்பிவிடுவாள் என்பது மூதாதையர் வாக்கு! திறந்து கிடந்த கதவு வழியாக உள்ளே சென்றவனின் கண்கள் அறையைத் துழாவின. கூழாங்கற்களுடன் குடுக்கையை வைத்திருந்த அடுக்கு கண்ணில் பட்டது. அதனை நெருங்கி குவித்திருந்த கைகளைத் திறந்து மண்ணைப் பத்திரப்படுத்த எண்ணியவன் மனத்தில் ஒரு மின்னல் வெட்டியது! அவனுடைய கிஸ்ஸி போய் விட்டாள்! அவள் திரும்பப் போவதில்லை. இனி ஒருபோதும் அவன் அவளைக் காணப் போவதுமில்லை!

முகம் சுளித்தது. வீட்டுக் கூரையின் மீது மண்ணை எறிந்தான். கண்கள் தாரை தாரையாகக் கொட்டின. கனத்த குடுக்கையைத் தலைக்கு மேல் தூக்கி, வாய் பிளந்து ஓசையின்றி அழுதவாறு, தரையில் வீசி அடித்தான். மாதத்திற்கு ஒன்றாக ஐம்பத்தைந்து ஆண்டுகளுக்கும் மேற்பட்ட காலத்தைச் சுமந்திருந்த 662 கூழாங்கற்கள் நாலா திசைகளிலும் சிதறியோடின!

84

இருட்டிவிட்டது! கோவேறு கழுதைகள் இழுத்துச் சென்ற வண்டி கடைசியாக ஓர் அறை முன் நின்றது. அந்த அறைக்குள் தள்ளப்பட்ட கிஸ்ஸி இருளில் முரட்டுத் துணிகளின் மீது வலுவிழந்து செய்வதறியாது கிடந்தாள். நேரம் என்னவாக இருக்கும்? உணரமுடியவில்லை! ஆனால் அவளுடைய வாழ்க்கையில் இரவு கவிழ்ந்து விட்டது. துடித்தாள்; புரண்டாள்; அவளுக்குப் பீதி அளிக்காத ஏதேனும் ஒன்றைப் பற்றிச் சிந்திக்கும் முயற்சியில் மூளையை வருத்தினாள். ஒருவழியாக, நூறாவது முறையாக, வடக்கே தப்பித்துச் செல்லும் முயற்சியில் கவனத்தைக் குவிக்க முயன்றாள். அங்கே தப்பித்துச் சென்று விட்டால், கறுப்பு இன மக்கள் விடுதலையாக வாழலாம் என்று கேள்விப்பட்டிருந்தாள். தவறான திசையில் சென்றால் தென்கோடியிலுள்ள பகுதிக்குச் செல்ல நேரிடும்! அங்குள்ள முதலாளிகளும் மேற்பார்வையாளர்களும் வேல்லெர் முதலாளியை விட மோசமானவர்கள் என்று மக்கள் சொல்கிறார்கள்! வடக்கு எந்தப் பக்கம்? அவளுக்குத் தெரியவில்லை! ஆனாலும், நெஞ்சுறுதி மட்டும் சூளுரைத்தது! எப்படியாகிலும் தப்பித்தாக வேண்டும்!

முதன்முறையாக அறைக் கதவு திறக்கப்பட்ட கிரீச்சொலி

காதில் விழுந்த பொழுது, முதுகுத் தண்டில் ஊசி குத்தியதைப் போல உணர்ந்தாள். துள்ளி எழுந்தவள் இருட்டில் பின்னோக்கி நகர்ந்தாள். மெழுகுதிரியின் சுடரை பாதுகாப்பாகக் கையால் மறைத்தபடி திருட்டுத்தனமாக ஓர் உருவம் உள்ளே நுழைந்தது. அவளை விலைக்கு வாங்கிய வெள்ளைக்காரனுடைய முகத்தை அடையாளம் கண்டாள். அவனுடைய மறுகை, எப்பொழுது வேண்டுமானாலும் சொடுக்குவதற்கு ஏதுவாக குட்டையான சவுக்கு ஒன்றை ஓங்கியவாறு இருந்தது. ஆனால், வெள்ளைக்காரனுடைய முகத்தில் பளபளத்த திருட்டுப் பார்வை அவளை நின்ற இடத்திலேயே உறையச் செய்தது!

உளறியபடி தன்னை நெருங்கியவனிடமிருந்து வீசிய மது வாடை அவளை மூச்சுத் திணறச் செய்தது. அவனுடைய எண்ணம் அவளுக்குப் புரிந்து விட்டது. அவள் தூங்கிவிட்டதாக நினைத்துக் கொண்டு, திரைச் சீலையால் மறைக்கப்பட்ட அறைக்குள்ளிருந்து விநோதமான ஒலிகள் அவளுடைய காதுகளில் விழும் விதத்தில், அவளுடைய அப்பாவும் அம்மாவும் செய்ததை அந்த வெள்ளையன் அவளிடம் செய்வதற்கு எத்தனித்தான். அடிமைகள் குடியிருப்பின் வேலிச்சுவர் நெடுகிலும் நடந்து கொண்டிருந்த பொழுது நோவா அவளைத் தூண்டியதை, அவளும் உடன்பட்டு பலமுறை, குறிப்பாக, நோவா தப்பியோடியதற்கு முந்தைய இரவில் ஈடுபட்டதை இவனும் விரும்புகிறான். அதிலும், 'நீ எனக்கு என் குழந்தையுடன் வேண்டும்!' என்று கரகரத்த குரலில் கூறிய போது அவள் பெரிதும் அஞ்சி நடுங்கினாள். அதற்கெல்லாம் உடன்படுவாள் என்று நினைத்த அந்த வெள்ளையன் ஒரு பைத்தியக்காரன் என்றெண்ணினாள்.

"இப்பொழுது உன்னுடன் விளையாடிக் கொண்டிருப்பதற்கு நேரமில்லை!" வெள்ளையனின் வார்த்தைகள் பொறுமையிழந்தன. கிஸ்ஸியின் கண்கள் அவனைத் தள்ளிவிட்டு விட்டு இருளில் தப்பியோடுவதற்கான முயற்சியில் ஈடுபட்டிருந்தன. அதையும் அவன் கண்டுபிடித்துவிட்டான். பக்கவாட்டில் நகர்ந்தான்; அவள்மீது பதித்திருந்த கண்களை எடுக்காமலே ஒரு பக்கமாகச் சாய்ந்து அந்த அறைக்குள் கிடந்த ஒரே உடைந்த நாற்காலியின் இருக்கையின் மீது உருகிய மெழுகு வடியட்டுமென்று சாய்த்தான். கண்சிமிட்டிய சுடர் நேராக எரிந்து கொண்டிருந்தது. அடி மேல் அடி வைத்து பின்புறமாக நகர்ந்த கிஸ்ஸியின் தோள்கள் அறையின் சுவற்றில் உரசின. "உன்னுடைய புதிய முதலாளி என்கிற அறிவு கூடவா இல்லை?" அவளுடைய முகத்தில் ஒருவிதமான புன்னகை சுளித்ததைக் கவனித்தான். "நீ ஓர் அழகு நங்கை! எனக்குப் பிடித்து விட்டால், உனக்கு விடுதலை கூட அளித்திடுவேன்—"

தாவிப் பாய்ந்து அவளைக் கட்டிப் பிடித்தான். கூச்சலிட்டவாறு விடுபட முயன்றாள். கோபமான வசை மொழியுடன் அவளுடைய கழுத்தின் பின்பகுதியில் அவனுடைய சவுக்கு விசையுடன் இறங்கியது. "தோலை உரிச்சிடுவேன்!" வெறி கொண்டவளைப் போல திமிறிக் கொண்டு அவனுடைய முகத்தைப் பிராண்டினாள். ஆனால், அவன் மெல்ல, மெல்ல தரையில் தள்ளிவிட்டான். மேலெழும்ப முயன்றவளை மீண்டும் தரையில் தள்ளினான். அவளுக்குப் பக்கத்தில் மண்டியிட்டு, "வேண்டாம், முதலாளி! வேண்டாம்!" என்றவளைக்

கத்த விடாமல் தொண்டையைப் பிடித்தான். வாய்க்குள் முரட்டுத் துணியைத் திணித்து முழுவதுமாக அடைத்தான். கைகளை வீசியும் முதுகை வளைத்தும் அவனைத் தள்ளிவிட முயன்றாள். அவளுடைய தலையைப் பிடித்து தரையில் மீண்டும் மீண்டும் மோதினான். வலுவுடன் பலமுறை அறைந்தான். அவளுடைய ஆடை மேல் நோக்கி நகர்த்தப்பட்டதை உணர்ந்தாள். அவளுடைய உள்ளாடைகள் அவிழ்த்தெறியப்பட்டன. வெறி பிடித்தவளாக உடலைப் பலவாறாக அசைத்தாள். வாயில் அடைக்கப்பட்டிருந்த துணி அவள் எழுப்பிய கூச்சலை அடக்கியது. தொடைகளுக்கிடையே மேல் நோக்கி நகர்ந்த கை அவளுடைய மறைவிடத்தை உணர்ந்து விரலால் விளையாடி, அழுத்தி, விரித்தது. மற்றொரு அறை அவளுடைய அசைவுகளை அடக்கியது. அவனது கால் சராயின் முன்பகுதியில் அசைவுகள்! வாகாக வசப்படுத்தியவனின் விஞ்சிய வேட்கை வெறிச் செயல்கள் அவளை விரைவில் உணர்விழக்கச் செய்தன.

விடியா இரவின் இடையீடாக பகல் குறுக்கிட்டதை வெங்கதிரோனின் வெற்றுக் கதிர்கள் வீணே தம்பட்டம் அடித்துக் கொண்டிருந்தன! கிஸ்ஸி வேதனையுடன் விழித்தாள். வெந்து நைந்த வெந்தடத்தில் வேறொரு கறுப்பினப் பெண் குனிந்து வெளுப்பான் கலந்த வெந்நீரில் வேது கொடுத்துக் கொண்டிருந்ததை அறிந்து வெட்கித் துவண்டாள். பின்புறம் புட்டங்களுக்கு இடையிலும் வெளியேற்றம் உணர்ந்த போது மானக் கேட்டால் மனம் வெதும்பி கண்களை மூடிக் கொண்டாள். விரைவில், அந்தப் பெண் அந்த இடத்தையும் தூய்மைப் படுத்தியதை உணர்ந்தாள். மீண்டும் கண் திறந்த போது அவளுடைய முகத்தைப் பார்த்தாள். ஏதோ துணிகளைத் தூய்மைப்படுத்தியதைப் போலவும், அந்த வேலை மட்டுமின்றி அது போன்ற பல்வேறு வேலைகளையும் செய்வதற்காகவே இந்த மண்ணில் பிறப்பெடுத்தவளைப் போலவும் எவ்வித மாறுபட்ட உணர்ச்சிகளுமின்றி, அந்த முகத்தில் அமைதி தவழ்ந்தது! கடைசியாக கிஸ்ஸியின் இடுப்புப் பகுதியில் வெளுத்த துண்டு ஒன்றால் மறைத்து விட்டு அவளுடைய முகத்தைப் பார்த்தாள். “இப்போ, யாருடனும் பேசப் பிடிக்கவில்லை போலிருக்கு!” என்று அமைதியாகக் கூறினாள். அழுக்குப் படிந்த துணிகளையும் வாளியையும் எடுத்துக் கொண்டு புறப்படத் தயாரானாள். பொருட்களை ஒரு கையை வளைத்து உடலோடு இடுக்கிக் கொண்டு, குனிந்து, மறு கையால் முரட்டுத் துணியால் கிஸ்ஸியின் உடலில் பெரும் பகுதியை மூடிவிட்டாள். “சற்று நேரத்தில் உனக்கு சாப்பிடுவதற்கு ஏதேனும் கொண்டு வருகிறேன்”, என்றவள் அறையின் கதவு வழியே வெளியேறினாள்.

கிஸ்ஸி அந்தரத்தில் தொங்குவதைப் போல உணர்ந்தவாறு கிடந்தாள். வெளியில் சொல்லமுடியாத, நினைத்துப் பார்க்கவும் முடியாத மானக்கேடு தனக்கு நடந்தது உண்மைதானா? மறுக்க முயன்றாள்! ஆம், ஆம் என்று தெரிவித்தது மறைவிடத்தில் ஏற்பட்ட வேதனைத் துடிப்பு! என்றென்றைக்கும் அழிக்க முடியாத கறையும் வசையும் தனக்கு ஏற்பட்டு விட்டதாக வெந்தாள். உடலின் நிலையை மாற்றிக் கொள்ள அசைத்தாள். வலி பரவியதைப் போல இருந்தது. உடலை அசையாமல் வைத்துக் கொண்டு, மீண்டும் அப்படியொரு அடாவடித்தனம் நடந்து விடாமல் தடுக்கும் முயற்சியாக, துணியை உடலுடன் இறுக்கிப்பிடிப்பதற்கு முயன்றாள். வலி அதிகரித்தது.

கடந்த நான்கு பகல் பொழுதுகளிலும் இரவுகளிலும் நடந்தவற்றை அவளுடைய மனம் அசை போட்டது. அவளை வலுக்கட்டாயமாக வண்டியில் ஏற்றிக் கொண்டு விரைந்த பொழுது கண்ட தன்னுடைய பெற்றோர்களுடைய பீதியடைந்த முகங்கள் இப்பொழுதும் கூட கண்களில் நிழலாடின. அவர்களுடைய அவலக் குரல்கள் அவளுடைய செவிகளை விட்டு நீங்கவில்லை. ஸ்பாட்சில்வேனியா ஊரக மணியக்காரர் வெள்ளைக்கார வணிகரிடம் அவளை ஒப்படைத்ததிலிருந்து, கழிப்பறை செல்ல வேண்டுமென்று சொல்லி விட்டு, தப்பியோடுவதற்கு அவள் மேற்கொண்ட பலனற்ற முயற்சிகள் நினைவுக்கு வந்தன. ஒருவழியாக சிறு நகரம் ஒன்றைச் சென்றடைந்தனர். அங்கே, நீண்ட, வெறுக்கத்தக்க, சண்டை, சச்சரவுகளுக்குப் பின்னர், அந்த வணிகன் அவளை இப்போதைய முதலாளிக்கு விற்றான். அவனும் இருள் கவியும் வரை காத்திருந்து விட்டு தனது வெறியைத் தீர்த்துக் கொண்டான். அம்மா! அப்பா! அத்தகைய கூப்பாடுகள் அவர்களைக் கொண்டு வந்து சேர்க்குமா? அவள் இருந்த இடம் கூட அவர்களுக்குத் தெரியாது! அவர்களுக்கு என்ன நேர்ந்தது என்று அவள் அறியாள்! தன்னுடைய விதிகளை மீறாத வரை வேல்லெர் முதலாளி அடிமைகள் எவரையும் விற்க மாட்டார் என்பதை அவள் அறிவாள். ஆனால், அவளை விற்க விடாமல் தடுக்கும் முயற்சியில் அவர்கள் அவருடைய விதிகளில் பலவற்றை மீறியிருக்கக் கூடும்!

நோவா, நோவாவிற்கு என்னவாயிற்று? எங்கோ ஓரிடத்தில் அவனை அடித்தே கொன்றிருப்பர்! மீண்டும் கிஸ்ஸியின் மனத்திரை விரிந்தது. அவன் மீது அவள் கொண்டிருந்த காதலை நிரூபிக்கும் விதமாக, தப்பியோடும் வழியில் தனக்கு உதவியாக இருப்பதற்காக போலிப் பயண அனுமதிச் சீட்டுக்களை எழுதித் தரும்படி அவன் வற்புறுத்தினான். வடக்கே சென்றடைந்தவுடன், வேலை தேடிப் பாடுபட்டு, பணம் ஈட்டி, மீண்டு சென்று அவளையும் வடபுலத்திற்கு அழைத்துச் சென்று, எஞ்சிய வாழ்நாள் முழுவதும் இணைபிரியாமல் சேர்ந்து வாழலாம் என்று சொன்ன பொழுது அவனுடைய முகத்தில் தென்பட்ட உறுதி மனக்கண்முன் தோன்றி வதைத்தது. அவனையோ, அவளுடைய பெற்றோர்களையோ மீண்டும் காணப் போவதில்லை என்றெண்ணிய போது பொங்கிப் பொங்கி அழுதாள்.

திடீரெனத் தோன்றிய நம்பிக்கை உணர்வால் அவளுடைய எண்ணங்கள் தாவிப் பாய்ந்தன! ஆன்னே அவளுடைய பிள்ளைப் பருவத்திலிருந்து உறுதியாகக் கூறியதுண்டு. பெரியவளாக வளர்ந்து தனக்குப் பிடித்த அழகிய பணக்கார இளம் முதலாளி ஒருவனை மணந்த பின் அவளுடைய தனிப்பட்ட பணியாளாக கிஸ்ஸியை வைத்துக் கொள்வதாகவும் வீடு நிறைய அவள் பெற்றெடுக்கக் கூடிய குழந்தைகளை அவள் தான் வளர்க்க வேண்டும் என்றும் அடிக்கடி சொன்னாள். கிஸ்ஸியைக் காணவில்லை என்று தெரிந்தவுடனே அவள் வேல்லெர் முதலாளியிடத்தில் அழுது, கூச்சலிட்டு முறையிடக் கூடுமா? இந்த மண்ணில் அவளை விடவும் அவரிடம் அதிகாரம் செலுத்தக் கூடியவர்கள் வேறு எவருமில்லை! தன்னை மீட்பதற்காக விற்கப்பட்ட இடத்தையும், விற்ற வணிகனையும் தேடி முதலாளி ஆட்களை அனுப்பியிருப்பாரா?

ஆனால், சரியான திசையில் அவளுடைய சிந்தனை திரும்பிய பொழுது

புதிய வேதனை புகுந்து கொண்டது. தன்னை விற்ற அடிமை வணிகனை மணியக்காரருக்கு மிகத்துல்லியமாகத் தெரியுமல்லவா! இந்நேரம் அவள் இருந்த இடத்தைக் கண்டுபிடித்திருக்கக் கூடுமே! நம்பிக்கை இழந்தாள்! தான் முற்றாகக் கைவிடப்பட்டதை எண்ணி மறுகினாள். அழுவதற்குக் கூட திராணியில்லை! கண்கள் வறண்டன! ஆண்டவரிடம் முறையிட்டாள். நோவாவை அவள் விரும்பியது, அத்தகைய இழிநிலைகளுக்கு ஆளாக்குமளவிற்கு கொடிய பாவமெனில் தன்னை ஒரேயடியாக அழித்துவிடும்படி மன்றாடினாள்! தொடைகளுக்கு இடையில் நசநசவென்று பட்டது. இன்னமும் உதிரப் போக்கு தொடர்ந்து கொண்டிருந்தது! ஆனால், வலி ஓரளவு குறைந்திருந்தது.

அறைக்கதவு மீண்டும் கிரீச்சிட்டுத் திறக்கப்பட்ட பொழுது, கிஸ்ஸி துள்ளி எழுந்து, சுவற்றை நோக்கிப் பின்னால் நகர்ந்தாள். உள்ளே ஒரு பெண் நுழைந்ததைக் கண்டவுடன் மீண்டும் புழுதித் தரையில் படுத்துக் கொண்டாள். அவள் கொணர்ந்த பானையில் சூடான உணவு ஆவி பறந்தது. ஒரு கிண்ணமும் கரண்டியும் கொண்டு வந்தவள் மேஜையின் மீது வைத்தாள். கரண்டியால் கிண்ணத்தில் சிறிதளவு உணவை எடுத்து கிஸ்ஸிக்கு முன்பாக வைத்தாள். கிஸ்ஸி அவளையோ அவள் கொணர்ந்த உணவையோ பார்க்காததைப் போல நடித்தாள். அவளோ அவளுக்குப் பக்கத்தில் தரையில் அமர்ந்து நீண்ட காலம் பழகியவளைப் போல யதார்த்தமாகப் பேசத் தொடங்கினாள்.

"நான் பெரிய வீட்டின் சமையலாள்! என் பெயர் மாலிஸி! உன் பெயர் என்ன ?"

அதற்கு மேலும் பேசாமலிருப்பது மடத்தனம் என்றுணர்ந்த கிஸ்ஸி தனது பெயரைச் சொன்னாள்.

அவள் சிரித்துக் கொண்டாள். "நீ நன்கு வளர்க்கப்பட்டவளைப் போல பேசுகிறாய்!" கிண்ணத்திலிருந்த உணவு தொடப்படாமலிருந்ததைக் கவனித்து விட்டு, "ஆறிப் போனால் நன்றாயிருக்காது என்று உனக்கே தெரியும் என்று நினைக்கிறேன்!" மாலிஸியினுடைய பேச்சு சகோதரி மான்டே, ஆன்ட் சுகே பேசியதைப் போல இருந்தது.

தயக்கத்துடன் கரண்டியை எடுத்து கிஸ்ஸி உணவைச் சுவைத்தாள். பிறகு, சிறிதளவு உணவை உண்டாள்.

"உன் வயது என்ன?"

"பதினாறு!"

"இந்த முதலாளி நரகத்திற்குப் போவதற்குப் பிறந்தவன்!" மூச்சைப் பிடித்துக் கொண்டு சொன்னவள், கிஸ்ஸியைக் கவனித்தவாறு தொடர்ந்தாள், "நீக்ரோப் பெண்களை, அதுவும் உன் போன்ற இளம்வயதுப் பெண்களை பெரிதும் விரும்பக் கூடியவன். முதலில் என்னைப் பயன்படுத்திக் கொண்டிருந்தான். நான் உன்னை விட ஒன்பது வயது மூத்தவள். பிறகு முதலாளியம்மாளை இங்கே கொண்டு

வந்தவுடன் என்னை அந்த வீட்டின் சமையல்காரி யாக்கிவிட்டான்." முகத்தைச் சுளித்துக் கொண்டவள், "இனி இங்கே அடிக்கடி வருவான் என்று நினைக்கிறேன்" என்றாள்.

கிஸ்ஸி தனது கையைக் கொண்டு வாயைப் பொத்தியதைப் பார்த்த மாலிஸி விளக்கினாள். "இதோ பார், கண்ணு! நீயோ நீக்ரோப் பொண்ணு! முதலாளிக்கு உடன்படாவிட்டால், ஏதாவது ஒரு வழியில் உடன்பட வைத்து விடுவான்! எதிர்ப்பாயானால், என்ன வேண்டுமானாலும் செய்யக் கூடிய கீழ்த்தரமான ஆள்! அவனைப் போல வெறி பிடித்தவனை நான் கண்டதே இல்லை! அவனுடைய விருப்பப்படி நடந்து கொள்ளும் வரை பிரச்சினை எதுவும் இருக்காது!"

கிஸ்ஸியின் எண்ணங்கள் விரைந்தன. இருள் கவிந்தவுடன், அவன் மீண்டும் வருவதற்குள் தப்பியோடிவிட வேண்டுமென்று நினைத்தாள். அவளுடைய எண்ண ஓட்டத்தை யூகித்தவளைப் போல மாலிஸி பேசினாள், "கண்ணு, தப்பியோடிவிடலாம் என்று மட்டும் துணிந்து விடாதே! குருதிவெறி கொண்ட வேட்டை நாய்களைக் கொண்டு தேடிக் கண்டுபிடித்துவிடுவான். எப்படியும் அடுத்த நான்கைந்து நாட்களுக்கு அவன் இங்கிருக்கப் போவதில்லை. சேவல்களை சண்டைக்குப் பயிற்றுவிக்கின்ற கிழட்டு நீக்ரோவுடன் தொலை தூரத்திற்குச் சென்றுள்ளான். சற்றே நிறுத்தினாள். "சண்டைச் சேவல்களை முதலாளி மிகுந்த அக்கறையுடன் வளர்த்து வருகிறார்!"

மாலிஸி நிறுத்தாமல் பேசிக் கொண்டே இருந்தாள். ஏழை ஏதிலி வெள்ளைக்காரனாக இருந்தவன் இருபத்தைந்து சென்ட் காசில் வாங்கிய பரிசுச் சீட்டு மூலம் கிடைத்த சண்டைச் சேவலைக் கொண்டு, அந்தப் பகுதியிலேயே மிகச் சிறந்த சண்டைச் சேவல் வளர்ப்பவனாக உயர்ந்ததை விவரித்தாள்.

கிஸ்ஸி குறுக்கிட்டாள், "தன்னோட பொண்டாட்டி கிட்டப் படுக்க மாட்டானா?"

"அவளையும் தொல்லைப்படுத்துவான்! அவன் ஒரு பொம்பளை பொறுக்கி! அவளோ அவனைக் கண்டால் அஞ்சி நடுங்குவாள். அவளை அடிக்கடி வெளியில் காண முடியாது! வீட்டிற்குள்ளேயே அமைதியாகக் கிடப்பாள்! அவனைக் காட்டிலும் மிகவும் இளையவள்! அவளைத் திருமணம் செய்து இங்கே அழைத்து வந்த போது, அவளுக்குப் பதினான்கு வயதுதானிருக்கும்! ஆனாலும், தனது சண்டைச் சேவல்களிடம் காட்டிய அக்கறையைக் கூட அவளிடம் காட்டியதில்லை!" முதலாளியைப் பற்றியும் அவனுடைய மனைவியைப் பற்றியும், சண்டைச் சேவல்களைப் பற்றியும் மாலிஸி பேசிக் கொண்டே போனாள். கிஸ்ஸியின் சிந்தனை மீண்டும் தப்பியோடுவதைப் பற்றி எண்ணமிட்டது.

"பெண்ணே! சொல்றதைக் கவனிக்கிறாயா?"

"ஆமாம்மா" கிஸ்ஸி வேகமாகப் பதிலளித்தாள். மாலிஸியினுடைய கோபம் தணிந்தது. "நல்லபடியாக நடந்து கொள்வாய் என்று நினைக்கிறேன்!"

கிஸ்ஸியை ஏற இறங்கப் பார்த்தவள், "எங்கே இருந்தாய்?" வெர்ஜீனியாவில் ஸ்பாட்சில்வேனியா ஊரகம் என்று கிஸ்ஸி கூறினாள். "கேள்விப்பட்டதில்லை! இது வடக்கு கரோலினாவில் கேஸ்வெல் ஊரகம்!" கிஸ்ஸியின் முக பாவனையிலிருந்து அந்த இடத்தைப் பற்றி அவள் ஏதும் அறிந்ததில்லை என்று புலனானது. வடக்கு கரோலினா என்கிற பெயரை பலமுறை கேள்விப்பட்டிருந்தாள். வெர்ஜீனியாவிற்குப் பக்கத்தில் எங்கோ இருந்ததாக எண்ணியிருந்தாள்.

"இதோ பார்! முதலாளி பெயர் தெரியுமா?" கிஸ்ஸி விழித்தாள். "அவருடைய பெயர் டாம் லியா!" சற்றே சிந்தித்தவள், "இனி நீ கிஸ்ஸி லியா!" என்றாள்.

"என் பெயர் கிஸ்ஸி வேல்லெர்!" எதிர்த்தவள், அந்தப் பெயரைத் தாங்கியிருந்த தனக்கு நேர்ந்தவற்றையெல்லாம் எண்ணி மனம் வெதும்பி அழுதாள். "அழாதே, கண்ணு! உனக்கே தெரியும்! நீக்ரோக்களான நமக்கெனத் தனியே பெயர் என்று எதுவும் இல்லை! முதலாளியினுடைய பெயரையும் சேர்த்து அழைப்பதற்கு ஒன்று வேண்டும்! அவ்வளவு தான்!

"என் அப்பாவின் உண்மையான பெயர் கூட குண்டா கின்டே! அவர் ஓர் ஆப்பிரிக்காக்காரர்!"

"அதெல்லாம் பேசக் கூடாது!" மாலிஸி அதிர்ந்து போனாள். எனது முப்பாட்டனார் கூட ஆப்பிரிக்கர் என்று கேள்விப்பட்டிருக்கிறேன். என் அம்மாவின் அம்மா அவர் தார் போன்ற கறுப்பு நிறத்துடனும் முகமெல்லாம் வெட்டுக்காயங்களுடன் இருந்ததாகச் சொன்னதாக எனது அம்மா கூறினார். ஆனால், அம்மா அவருடைய பெயரைச் சொன்னதில்லை—" மாலிஸி சற்றே நிறுத்தினாள். பிறகு, கேட்டாள், "உன் அம்மா பெயர் தெரியுமா?"

"அம்மா பெயர் பெல்! உங்களைப் போலவே, பெரிய வீட்டின் சமையல்காரி! அப்பா முதலாளிக்கு வண்டியோட்டிக் கொண்டிருந்தார்."

"அம்மா, அப்பா ரெண்டு பேருடனும் இருந்தும் இங்கே வந்து விட்டாய்?" மாலிஸியால் நம்ப முடியவில்லை. "ஆண்டவரே, நம்மில் பலருக்கு இப்படித்தான் யாராவது ஒருவரை விற்று உறவுகளைப் பிரிய வேண்டிய நிலை ஏற்பட்டுவிடுகிறது!"

மாலிஸி புறப்படத் தயாராகி விட்டாள் என்பதை உணர்ந்த கிஸ்ஸி மீண்டும் தனிமையில் இருப்பதற்குப் பயந்து, உரையாடலை நீட்டிக்க வழி தேடினாள். "நீங்கள் என் அம்மாவைப் போலவே பேசுகிறீர்கள்!" திகைத்துப் போன மாலிஸி பின் மகிழ்ந்தாள். "அவளும் என்னைப் போலவே நல்லதொரு கிறிஸ்துவப் பெண்ணாக இருப்பாள் என்று நினைக்கிறேன்!" தயங்கியவாறு கிஸ்ஸி தனது மனத்தில் பட்டதைக் கேட்டாள், "எனக்கு இங்கே என்ன வேலை கொடுப்பார்கள்?"

அந்தக் கேள்வி மாலிஸியைச் சற்றே திகைக்கச் செய்தது. "என்ன வேலை செய்யப் போகிறாய் என்றா கேட்கிறாய்?" எதிர்க் கேள்வி கேட்ட மாலிஸி தொடர்ந்தாள், "இங்கே எத்தனை நீக்ரோக்கள் இருக்கிறார்கள் என்று முதலாளி

உன்னிடம் சொல்லவில்லையா?" இல்லையென்று தலையாட்டினாள். "உன்னையும் சேர்த்து ஐந்து பேர்! சண்டைச் சேவல்களுடன் வசிக்கிற கிழட்டு நீக்ரோ மிங்கோ! சமையல், துணி துவைத்தல், வீட்டு வேலை அனைத்தையும் நான் கவனித்துக் கொள்கிறேன்! பாம்ப்பே மாமாவும் சகோதரி சாராவும் வயல்வேலை செய்கின்றனர். நீயும் அதைத் தான் செய்யப் போகிறாய்!"

கிஸ்ஸியின் முகத்தில் தோன்றிய பேரச்ச உணர்வு மாலிஸியின் புருவங்களை உயர்த்தின. "நீ முன்பு இருந்த இடத்தில் என்ன வேலை செய்து கொண்டிருந்தாய்?"

"பெரிய வீட்டைத் துப்புரவு செய்து கொண்டும் அடுக்களையில் அம்மாவுக்கு உதவிக் கொண்டும் இருந்தேன்!" கிஸ்ஸியின் வார்த்தைகள் நடுங்கின!

"உன்னுடைய மிருதுவான கைகளைப் பார்த்த போது அப்படித்தான் இருக்குமென்று நினைத்தேன். முதலாளி திரும்பிய பிறகு விரைவில் உன் கைகளிலும் காய்காய்த்து மரத்துப் போவதற்குத் தயாராக இரு!" என்றவள் சற்றே மென்மையாகப் பேச எண்ணினாள். "அப்பாவிப் பெண்ணே! நீ பெரும் பணக்காரர்களுடைய பண்ணையில் வேலை செய்திருக்கிறாய்! இவர்கள் ஏழை ஏதிலி வெள்ளையர்கள். முன்பிருந்ததைக் காட்டிலும் தங்களையும் வாழ்க்கைத் தரத்தில் உயர்ந்தவர்களாகக் காட்டிக் கொள்வதற்காக ஓரளவு நிலத்தை வாங்கி, ஒரு வீட்டையும் பெயரளவில் கட்டிக் கொண்டு, பகட்டித் திரிபவர்கள்! இப்பகுதியில் அது போன்றோர் ஏராளமாக உள்ளனர். அவர்கள் சொல்லிக் கொள்வதுண்டு 'நாலு நீக்ரோக்களைக் கொண்டு நூறு ஏக்கர் பண்ணையம் நடத்த வேண்டும்!" அதிலும் இவனோ கருமி! ஆனால், எண்பது ஏக்கர் நிலம் மட்டுமே இவனிடம் உண்டு. அதில் தன்னை முதலாளியாகக் காட்டிக் கொள்வதற்காக ஓரளவு உழவடை செய்கிறான். மிங்கோ வளர்த்து, பயிற்சியளித்து போட்டிகளில் பறக்கவிடுகின்ற நூற்றுக்கணக்கான சேவல்கள் தான் அவனுக்குப் பெரிய சொத்து! சண்டைச் சேவல்களுக்காக மட்டும் தான் முதலாளி செலவு செய்வார். தன்னுடைய சேவல்கள் போட்டிகளில் வென்று தன்னைப் பணக்காரனாக்கப் போவதாக முதலாளியம்மாவிடம் அடிக்கடி சொல்வார். குடித்து விட்டு, அவளிடம், முன்புறம் ஆறு தூண்கள் கொண்ட, ரெண்டு மாடி உயரமுள்ள மிகப் பெரிய வீடு ஒன்றை கட்டித்தரப் போவதாக உளறுவான். அதற்காகவே பெரும் பணத்தைச் சேர்த்து வருகிறார். குதிரை லாயத்திற்குக் கூட ஒரு பையனை வைத்துக் கொள்வதில்லை. தானே குதிரைகளைப் பராமரித்து, வண்டியில் பூட்டி ஓட்டிச் செல்கிறார். என்னை வயலுக்கு அனுப்பாததற்கு ஒரே காரணம், முதலாளியம்மாவுக்கு வெந்நீர் போடக் கூடத் தெரியாது! அவரோ சாப்பாட்டுப் பிரியன்! அத்துடன், விருந்தினர்கள் வரும் சமயங்களில் வீட்டில் நீக்ரோ வேலையாட்கள் இருப்பது நல்லது தானே! எங்கேயாவது நிறையக் குடித்து விட்டால், சேவல் சண்டையில் வெற்றி கிட்டி பெருந்தொகை வென்றுவிட்டால் வீட்டிற்கு விருந்தினர்களைச் சாப்பிட அழைத்து வருவதுண்டு. பாம்ப்பே மாமாவும் சகோதரி சாராவும் அவர் எதிர்பார்க்கின்ற அளவுக்கு விளைவிக்க முடியவில்லை! அதனால் தான் இன்னொரு அடிமை வாங்கச் சென்று உன்னைக் கொண்டு வந்துள்ளார்." சற்றே நிறுத்தினாள்.

“உன்னுடைய விலை என்ன தெரியுமா?”

தெரியாதென்று தலையாட்டினாள்.

“அறு நூறிலிருந்து எழு நூறு டாலர் இருக்குமென்று நினைக்கிறேன். தற்பொழுது நீக்ரோக்களுடைய விலை எகிறிவிட்டதாகப் புலம்புவதுண்டு! நீ கட்டுறுதியாகவும், இளமையாகவும் இருக்கிறாய். அவனுக்கு நிறைய நீக்ரோக் குழந்தைகளை இலவசமாகப் பெற்றுத் தருவாயல்லவா?”

கிஸ்ஸி மீண்டும் பேச்சிழந்தாள். கதவுக்கு நெருக்கமாகச் சென்ற மாலிஸி நின்றாள். “ஒரு சில பணக்கார முதலாளிகள் தமது பண்ணையில் கட்டுறுதியான நீக்ரோவுடன் உன் போன்றோரை தொடர்புபடுத்துவதைப் போல இவரும் செய்தாலும் வியப்பொன்றுமில்லை! ஆனால் இவர் உன்னை தன்மூலமாகவே பிள்ளைகளைப் பெற்றுத் தருவதற்கு வைத்துக் கொள்வார் என்று நினைக்கிறேன்!”

85

உரையாடல் கூட சுருங்கிப் போயிற்று!

"முதலாளி, எனக்குக் குழந்தை பிறக்கப் போகிறது!"

"சரி, அதற்கு நான் என்ன செய்ய வேண்டுமென்று எதிர்பார்க்கிறாய்? உன்னைப் பற்றி எனக்கு நன்கு தெரியும்! வேலையிலிருந்து தப்பிப்பதற்காக உடல் நலமில்லை என்று நடிக்காதே!"

கிஸ்ஸியினுடைய வயிறு பருக்கத் தொடங்கியதிலிருந்து அவன் அவளுடைய வீட்டிற்கு வருவது குறைந்து போயிற்று! கடும் வெயிலில் பாடுபட்டதால் கிஸ்ஸிக்கு அடிக்கடி மயக்கம் ஏற்பட்டது. வயல்வேலைகளுக்குப் புதிது என்பதால் ஏறு வெயிலில் வேலை செய்ய முடியாமல் அவதிப்பட்டாள். உள்ளங்கைகளில் வெடிப்புகள் ஏற்பட்டு, சீழ் பிடித்து, மண்கொத்தியின் கனத்த கைப்பிடியின் முரட்டுப் பகுதியில் உராய்ந்து சீழ் வடிந்து அவளை வதைத்தன. அனுபவம் மிக்க, குட்டையான, பருத்த, கருத்த பாம்ப்பே மாமாவையும், வெளிர் காவி வண்ண மேனி கொண்ட, கொடி போன்ற சகோதரி சாராவையும் விட தான் பெரிதும் பின்தங்கிவிடக் கூடாது என்கிற முயற்சியில் அரும்பாடுபட்டு உழைத்தாள். அவர்கள் இருவரும்

அவளைப் பற்றி என்ன நினைத்தார்கள் என்பதை அவளால் உறுதியாகக் கண்டு கொள்ள முடியவில்லை. குழந்தைகளைச் சுமந்தவர்களைப் பற்றி அவளுடைய அம்மா வாய் ஓயாமல் சொல்லிக் கொண்டிருந்தவற்றை நினைவுபடுத்தி வருந்தினாள். அந்த நேரத்தில் அவளுடைய அம்மாவின் அணுக்கத்தை உலகில் வேறு யாதொன்றைக் காட்டிலும் உயர்வாக மதித்தாள். அதுபோன்ற நிலைமைக்கு ஆளாக நேரிட்டுவிடும் என்பதற்காகத் தன்னை நோவாவிடம் நெருங்கிப் பழக வேண்டாமென்று கண்டித்துக் கொண்டிருந்த அன்னை தன்னை அந்த நிலையில் கண்டால் ஏற்படக் கூடிய மானக் கேட்டைப் பற்றிக் கூட அவள் அப்பொழுது பொருட்படுத்தவில்லை. அந்த நிலைமை தன்னுடைய தவறினால் ஏற்பட்டதல்ல என்பதைப் புரிந்து கொள்வாள் என்றும் தன்னாலும் அவளுக்கு நடந்தவற்றை விளக்கிக் கூற முடியும் என்றும் நம்பினாள்.

பெல் பலமுறை விவரித்ததைப் போல, தற்பொழுதும், வேல்லெர் முதலாளியின் மனைவியும் குழந்தையும் இறந்து போனதற்கான காரணத்தைக் கூறியதாக அவளுடைய குரலை அவளால் கேட்க முடிந்தது. "பாவம்! அவ்வளவு பெரிய குழந்தையைப் பெற்றெடுப்பதற்குத் தேவையான வலுவில்லாத மெலிந்த உடல்!" தனது உடல் போதிய அளவு கட்டுறுதி வாய்ந்ததா? கிஸ்ஸி விளங்காமல் தவித்தாள். அதனைக் கண்டு கொள்வதற்கு ஏதேனும் வழி உண்டா? முன்பொருமுறை ஆன்னேயுடன் பசு கன்று ஈன்றதைக் கவனித்த நினைவு வந்தது. தாய்மார்கள் தமது மறைவிடத்தின் வழியாக உள்ளிருந்து உந்தித் தள்ளுவதன் மூலம் குழந்தைகளைப் பெற்றெடுக்கின்றனர் என்கிற அளவில் அவளால் புரிந்து கொள்ள முடிந்தது. பிற விவரங்களை அவள் அறியாள்!

வயதில் மூத்த பெண்களான மாலிஸியும் சகோதரி சாராவும் சீராகப் பெருத்துக் கொண்டிருந்த அவளுடைய வயிற்றைப் பற்றிக் கவலைப்பட்டதாகவே தெரியவில்லை. ஆதலால் அவர்களிடம் தனது நிலைமையை விளக்கிப் பலனில்லை. லியா முதலாளியிடம் சொல்வதைப் போலத்தான் இருக்கும்! குதிரையின் மீதேறி, வயல் வெளிகளில் சுற்றி, போதிய வேகத்துடன் வேலை செய்யவில்லை என்று மனதில் பட்டவர்களை அதட்டித் திரிந்த பொழுது, அவளுடைய நிலைமை அவனுக்குத் தெரியாமலிருக்க வழியில்லை!

1806ஆம் ஆண்டு, குளிர்காலத்தில் குழந்தை பிறந்தது. சகோதரி சாரா மருத்துவச்சியாக பணியாற்றினாள். ஓயாத முனகல்களுக்கும், கூச்சல்களுக்கும், உடலை இரண்டாகப் பிளந்து விட்டதைப் போன்ற வலி எடுத்ததற்கும் பிறகு, முகமெல்லாம் பல்லாக சிரித்துக் கொண்டிருந்த சாரா கைளில் நெளிந்த சிசுவை வியர்வையில் முழுக்க நனைந்திருந்த கிஸ்ஸி வெறித்துக் கொண்டிருந்தாள். வெளிர் காவி நிறத்தில் ஆண் குழந்தை!

கிஸ்ஸி பீதியடைந்ததைக் கண்ட சகோதரி சாரா ஆறுதல் கூறினாள், "புதிதாகப் பிறந்த குழந்தைகளுக்கு உண்மையான நிறம் முழுமையாகத் தென்படுவதற்குக் குறைந்தது ஒரு மாத காலம் பிடிக்கும், கண்ணு!" நாள்தோறும் பலமுறை குழந்தையின் நிறத்தை உற்றுக் கவனித்துக் கொண்டிருந்தவளுக்கு சந்தேகம் வலுப்பட்டது. ஒரு மாத காலம் கடந்த பின்னாலும் வெளிர் காவி நிறத்தில்

பெருத்த மாற்றம் தெரியவில்லை.

"நமது முதலாளியின் பண்ணையில் கறுப்பு நீக்ரோக்களைத் தவிர வேறு எவரும் இல்லை" என்று தாய் பெருமைப்பட்டுக் கொண்டதை நினைவு கூர்ந்தாள். அவளுடைய தகப்பனுக்கு கலப்பினத்தவரைக் கண்டாலே முகமும் உதடுகளும் பலவிதமான கோணங்களில் நெளிந்து வெறுப்பை உமிழ்ந்தன. அவளுடைய மானக்கேட்டைப் பங்கு போட்டுக் கொள்வதற்கு அவர்கள் அருகில் இல்லை என்பது கூட அவளுக்கு ஒருவித ஆறுதல் அளித்தது. அவர்கள் ஒருபோதும் அவளுடைய குழந்தையைக் காணப் போவதில்லை என்ற போதிலும் அவளால் தலை நிமிர்ந்து நடக்க முடியாது என்றெண்ணி வருந்தினாள். ஏனெனில், அவளையும் அவளுடைய குழந்தையின் நிறத்தையும் ஒப்பிட்டுப் பார்க்கக் கூடிய எவரும் அது யாருடன், எவ்வாறு நிகழ்ந்தது என்பதை எளிதாகக் கண்டு கொள்வர் என்றெண்ணி மறுகினாள். நோவாவை நினைத்த பொழுது அவளுடைய ஆற்றாமை மேலும் பெருகியது. "இது தான் நான் புறப்படுவதற்கு முன் கிடைத்துள்ள கடைசி வாய்ப்பு! இப்பொழுது கூட மறுக்கிறாயா?" அவன் மறுபடியும் கேட்டது காதில் ஒலித்தது. இது அவனுடைய குழந்தையாக இருக்கக் கூடாதா? கறுப்பாகவாவது இருக்குமே! என்று வெதும்பினாள்.

ஒரு நாள் காலையில், குழந்தையின் முகத்தைப் பார்க்கக் கூட விரும்பாதவளாக, பக்கவாட்டில் அருவருப்புடன் பிடித்துக் கொண்டு, முகத்தில் துயரம் அப்பியிருந்த அவளிடம் மாலிஸி சொன்னாள், "அவ்வளவு அழகான குழந்தையைக் கையில் வைத்துக் கொண்டு முகத்தில் கொஞ்சம் கூட மகிழ்ச்சியில்லாமல் இருக்கிறாயே, என்ன ஆச்சு?'' ஒருவழியாக அவளுடைய துயரத்திற்கான காரணத்தைப் புரிந்து கொண்டவளாக கடகடவென்று பேசினாள், "நீ நினைத்து வருத்திக் கொள்கிற மாதிரியெல்லாம் எதுவுமில்லை! எந்த வேறுபாடுமில்லை! இன்றைய காலக்கட்டத்தில் யாரும் இதைப் பற்றிக் கவலைப்படுவதுமில்லை; கண்டு கொள்வதுமில்லை! நம்மைப் போன்ற கறுப்பு நீக்ரோக்கள் அளவிற்குக் கலப்பின நீக்ரோக்களும் இருக்கின்றனர். காலத்தின் போக்கு அது தான்! கவலையை விடு!" மாலிஸியின் கண்கள் கிஸ்ஸியிடம் மன்றாடின. "முதலாளி இந்தக் குழந்தையை தன்னுடையதென்று சொல்லப் போவதில்லை! குழந்தையைப் பார்த்தவுடன் செலவில்லாமல்'' தனக்கொரு அடிமை கூடுதலாகக் கிடைத்து விட்டதாக நினைக்கப் போகிறார். உரிய வயதில் உன்னைப் போலவே அவனையும் வயல் வேலைக்கு அனுப்புவார். உனக்கு அழகான கட்டுறுதியான குழந்தை கிடைத்திருக்கிறது என்கிற அளவில் மகிழ்ச்சி கொள்! அவ்வளவு தான்!"

அந்த முறையிலான சிந்தனை அவள் தன்னை ஓரளவேனும் தேற்றிக் கொள்வதற்கு உதவியது! "ஆனாலும், மாலிஸிம்மா! முதலாளியம்மா குழந்தையைக் காண நேர்ந்தால் என்ன நினைப்பாள்?"

''கணவன் சரியில்லை என்பதை அவள் நன்கு அறிவாள்! தமது கணவன்மார்களுக்கு நீக்ரோக் குழந்தைகள் உண்டு என்பதை ஒவ்வொரு வெள்ளைக்காரப் பொம்பிளையும் நன்கறிவாள்! குறிப்பாக, நம்ம முதலாளியம்மா பொறாமைப்படுவாள்! ஏனெனில் அவளுக்கு இதுவரை குழந்தை இல்லை!"

அடுத்த நாள் இரவு, குழந்தை பிறந்து ஒரு மாதத்திற்குப் பிறகு, லியா முதலாளி கிஸ்ஸியின் வீட்டிற்குச் சென்றான். குனிந்து, தூங்கிக் கொண்டிருந்த குழந்தைக்கு நேராக மெழுகுதிரியைப் பிடித்தான். "ம்ம்ம்... மோசமில்லை! நல்லா உருண்டு திரண்டிருக்கிறான்!" இறுக மூடியிருந்த குழந்தையின் பிஞ்சுக் கைமுட்டிக்குள் தனது சுட்டுவிரலை விட்டபடி, கிஸ்ஸியைப் பார்த்து, "இந்த வாரத்துடன் ஓய்வெடுத்தது போதும்! திங்கட்கிழமையிலிருந்து வயலுக்குப் போ!" என்றான்.

"ஆனால், முதலாளி! குழந்தைக்குப் பால் கொடுக்க வேணும்!" மடத்தனமாகச் சொல்லிவிட்டாள்.

அவனுடைய சீற்றத்தின் வெறி அவளுடைய காதுகளில் வெடித்தது. "வாயை மூடு! சொல்றதைச் செய்! வெர்ஜீனியாப் பகட்டையெல்லாம் என்னிடம் காட்டாதே! குழந்தையையும் எடுத்துக் கொண்டு வயலுக்குப் போ! இல்லை! குழந்தையை வைத்துக் கொண்டு உன்னை விற்றிடுவேன்!"

அஞ்சி நடுங்கினாள்! குழந்தையைப் பிரித்துத் தன்னை விற்றுவிடும் கொடுமையை எண்ணி அழுதாள். "ஆகட்டும், முதலாளி!" என்று உடனே அவனுக்குப் பணிந்து விட்டாள். பணிவு அவனுடைய கோபத்தை விரைவாகத் தணித்தது. ஆனாலும், அவன் அவளை மீண்டும் பயன்படுத்திக் கொள்ளும் வெறியுடன் வந்திருந்ததை உணர்ந்து கொண்டாள். குழந்தை பக்கத்தில் உறங்கிக் கொண்டிருந்ததைப் பற்றி அவனுக்கென்ன கவலை!

"முதலாளி, இவ்வளவு விரைவாகவா? என்னுடைய உடல் இன்னமும் தேறவில்லையே!" அதைப்பற்றியெல்லாம் அவன் கருதியதாகத் தெரியவில்லை. விளக்கை அணைக்கும் வரையில் தான் அவளாலும் போராட முடிந்தது. இச்சைக்கு இரையானாள்! குழந்தை விழித்துக் கொள்வானோ என்று பயந்தாள். அவுன் முடிக்கும் வரை அவன் தூங்கினான்! வெளியே புறப்படுவதற்குத் தயாரானவன், "இவனுக்கு ஏதாவது பெயர் வைக்க வேண்டுமே!" அவள் மூச்சைப் பிடித்துக் கொண்டு கிடந்தாள்! கணநேரம் சிந்தித்தவுடன், "இவன் பெயர் ஜார்ஜ்! கடுமையாக உழைத்த நீக்ரோவினுடைய பெயர்!" மீண்டும் கண நேரம் நிறுத்தியவன் தனக்குத் தானே சொல்லிக் கொள்வதைப் போல தொடர்ந்தான், "ஆமாம்! இவன் பெயர் ஜார்ஜ் தான்! நாளைக்கே என்னுடைய பேரேட்டில் எழுதிக் கொள்கிறேன்! ஜார்ஜ், நல்ல பெயர்!" வெளியேறிவிட்டான்!

கிஸ்ஸி தன்னைத் தூய்மைப்படுத்திக் கொண்டு மீண்டும் படுத்துக் கொண்டாள். எதை நினைத்துக் கோபம் கொள்வாள்? தன்னிடம் அத்துமீறியதற்காகவா? அத்துமீறி தனது குழந்தைக்கு அவன் பெயர் வைத்ததற்காகவா? குண்டா அல்லது கின்டே என்கிற பெயரை அவள் நினைத்திருந்தாள். அப்பொழுது கூட அந்தப் பெயர்களின் புதுமையான ஒலியைக் கேட்டு என்ன சொல்வானோ என்கிற பேரச்சம் இருக்கத்தான் செய்தது! இப்பொழுது அவன் தேர்ந்தெடுத்த பெயருக்கு மறுப்புக் கூறி அவனுடைய சீற்ற வெறிக்கு வேறு ஆளாக வேண்டுமே என்றெண்ணி வாளா இருந்து விட்டாள். தன்னுடைய ஆப்பிரிக்கத் தந்தை ஆண்குழந்தைகளுக்குப் பெயர் சூட்டுவதற்கு தனது தாயகத்தில் அளிக்கப்பட்ட முக்கியத்துவத்தைக் கூறக்

கேட்டிருந்தாள். அனைத்திலும் முக்கியத்துவம் வாய்ந்ததாகக் கருதப்பட்டது. ஏனெனில், குடும்பங்களின் ஆன்மாக்களே மகன்கள் தானே! வாழையடி வாழையாக வழித்தோன்றல்களை உருவாக்க வல்லவர்கள்!

அப்பா வெள்ளைக்காரர்களை எவ்வளவு வன்மையாக வெறுத்தார் என்பதை முன்பெல்லாம் அவளால் புரிந்து கொள்ளவே முடிந்ததில்லை! அவர்களை பரங்கியர் என்று தான் குறிப்பிட்டார்! அம்மா சொன்னவற்றையும் நினைத்துக் கொண்டாள். "நீக்ரோப் பெண்ணாக இருப்பதனுடைய கொடூரங்களை நீ இன்னமும் உணரவில்லை, பெண்ணே! ஆண்டவரே, அதை அவள் உணர்ந்து கொள்ளாமலே காப்பாற்று!". ஆனால், அவள் கண்கூடாகக் கண்டு கொண்டாள்! வெள்ளையர்கள் நீக்ரோக்களுக்கு இழைத்த கொடுமைகளுக்கு அளவுமில்லை; வரம்புமில்லை! அனைத்து விதங்களிலும் அளவு கடந்த இன்னல்களை விளைவித்தனர். முகாமையாக, அவர்களுடைய வரலாற்றையும், அவர்களும் முழுமையான மனிதர்கள் என்பதையும் உணருவதற்கு வாய்ப்பளிக்கவே இல்லை!

அப்பாவைப் பற்றி அம்மா கூறியதை நினைத்துக் கொண்டாள். "முதலிலிருந்தே அவரை எனக்கு மிகவும் பிடித்திருந்ததற்குக் காரணம், அவரைப் போன்ற தகைமை கொண்ட கறுப்பின மனிதரை நான் ஒருபோதும் கண்டதில்லை!"

கிஸ்ஸி ஒரு முடிவுக்கு வந்து விட்டாள்! குழந்தையின் தோற்றுவாய் எப்படியிருந்த போதிலும், அவனுடைய நிறம் எக்கேடு கெட்டுப் போனாலும், முதலாளி அவன் மீது என்ன பெயரைத் திணித்த போதிலும், அவன் ஓர் உண்மையான ஆப்பிரிக்கருடைய பேரன் என்கிற விதத்தில் மட்டிலும் அவனைக் கருத வேண்டும்! நிம்மதியாகத் தூங்கினாள்!

86

காலை வேளைகளில், பாம்ப்பே மாமா கிஸ்ஸியைப் பார்த்த பொழுது 'எப்படியிருக்கிறாய்?' என்பதற்கப்பால் எதுவும் பேசியதில்லை. ஆனால், முதல் நாள் குழந்தையுடன் வயல் வேலைக்குச் சென்ற கிஸ்ஸி அவருடைய கனிவான செயலைக் கண்டு திகைப்பில் ஆழ்ந்ததுடன் பெரிதும் நெகிழ்ந்து போனாள். பாம்ப்பே மாமா நாணத்துடன் அவளை நெருங்கி தன்னுடைய வியர்வை படிந்த வைக்கோல் தொப்பியின் விளிம்பினை வருடியவாறு, வயலின் மூலையில் நின்ற மரங்களைச் சுட்டிக் காட்டி, "அங்கே மரத்தடியில் உனது குழந்தையை விடலாம்!" என்றார். அவர் என்ன சொன்னார் என்பது புரியாமலே கண்களைச் சுருக்கி உற்றுப் பார்த்த கிஸ்ஸியின் கண்ணுக்கு மரத்தடியில் ஏதோவொன்று தென்பட்டது. அந்த மரத்தை நெருங்கிச் சென்ற போது, அவளுடைய கண்கள் கண்ணீரில் மின்னின. பசுமையாக வெட்டப்பட்ட உயரமாக வளர்ந்த புற்களையும், தடித்த தண்டுகளுடன் கூடிய கொடிகளும், பசிய இலைகளும் கொண்டு வேயப்பட்ட சிறிய நிழற்குடையைக் கண்டாள்.

மிகுந்த நன்றியுணர்வுடன், நிழலுடன் கூடிய மெத்தை போன்ற இலைகள் பரப்பப்பட்டிருந்த இடத்தில் முரட்டு வகைத் துணியை விரித்து குழந்தையைப் படுக்க வைத்தாள்.

சிணுங்கியவனை செல்லக் குரலாலும், மெல்லிய தட்டுக்களாலும் அமைதிப்படுத்தி விட்டு வயல் வேலையில் ஈடுபட்டாள். புகையிலைத் தோட்டத்தில் வேலை செய்த மற்ற இருவருடனும் இணைந்து கொண்ட பொழுது, "எம் பிள்ளைக்கு ரொம்ப நல்ல நிழல் படுக்கை செய்திருந்தீர்கள், பாம்ப்பே மாமா!" என்றாள். வெட்கத்தை மறைக்க முயன்றவர் வேகமாகக் களைகளை வெட்டுவதில் ஈடுபட்டார். இடையிடையே கிஸ்ஸி விரைந்து சென்று தனது மகனை சோதித்துத் திரும்பினாள். மூன்று மணி நேரத்திற்கு ஒருமுறை அவனுடைய அழுகுரல் கேட்ட போதெல்லாம் ஓடிச் சென்று தரையில் அமர்ந்து, பால் சுரப்பால் திமிர்ந்திருந்த மார்புகள் ஒன்றில் அவனுக்குப் புகட்டினாள்.

சில நாட்களுக்குப் பின்னர், சகோதரி சாரா கூறினாள், "இங்கே சுற்றிலும் கவனிப்பதற்கு ஏதுமில்லாததால், உன் குழந்தைதான் எங்களுடைய ஒட்டுமொத்த கவனத்தையும் ஈர்க்கிறான்!" கிஸ்ஸியிடம் பேசிக் கொண்டிருந்த அவளுடைய பார்வை என்னவோ பாம்ப்பே மாமா மீது தான் பதிந்திருந்தது. ஆனால், அவருடைய எதிர்ப்பார்வை விடாமல் துரத்துகின்ற கொசுவைப் பார்ப்பது போல இருந்தது. இப்பொழுதெல்லாம், பொழுது சாயும் வேளையில் அன்றாட வேலை முடித்து அடிமைகள் குடியிருப்புக்குத் திரும்பிய பொழுது, குழந்தையை சாரா எடுத்து வர விரும்பினாள். இருவருடைய மண்கொத்தியையும் சுமந்து கொண்டு கிஸ்ஸி நடந்தாள். அடிமை குடியிருப்பில் நான்கே நான்கு ஒற்றைச் சன்னல் கொண்ட நாலு பெட்டிகள் போன்ற சிறிய அறைகள் வாதுமை மரத்தின் அருகில் அமைக்கப்பட்டிருந்தன. வீட்டை அடைந்து சுள்ளிகளைக் கொண்டு நெருப்பு மூட்டி, சனிக்கிழமைதோறும் காலை வேளையில் லியா முதலாளி படியளந்த உணவுப் பண்டங்களில் எஞ்சியிருந்ததைக் கொண்டு உணவு தயாரித்த பொழுது முழுமையாக இருள் கவிழ்ந்திருந்தது. விரைவில் உணவு உட்கொண்ட பின் மக்காச்சோளச் சக்கைகளைக் கொண்டு தயாரிக்கப்பட்ட மெத்தையில் கிடந்தவாறு மகனுடன் விளையாடிக் கொண்டிருந்தாள். அவன் பசித்து அழுதாலொழிய அவனுக்குப் பால் கொடுப்பதில்லை. அவ்வாறு பால் குடித்த பொழுது அவனைச் செல்லமாகத் தட்டிக் கொடுத்து வயிறு புடைக்கக் குடிக்கச் செய்தாள். பிறகு அவனைத் தோளில் போட்டு அவனுடைய முதுகைத் தடவிக் கொடுத்து ஏப்பம் விடுவதற்கு உதவினாள். பின்னர், மீண்டும் அவனுடன் விளையாடிக் கொண்டிருந்தாள். இரவில் அடுத்து பசித்தழுது எழுந்து கொள்வதற்கு முன் நீண்ட நேரம் தூங்கட்டும் என்றெண்ணி அவனுடன் தானும் விழித்திருந்தாள். அதற்கிடையில், வாரத்தில் இரண்டு மூன்று முறை முதலாளி அவளிடம் சென்று தனது வெறியைத் தணித்துக் கொண்டான். அவன் வந்த பொழுதெல்லாம் மட்ட வகை மதுவின் வாடை குமட்டலெடுத்தது. குழந்தைக்காகவும் தன் பொருட்டும் அவனுடைய ஈனச் செயல்களுக்கு மறுப்புத் தெரிவிப்பதில்லை என்று உறுதி பூண்டிருந்தாள். மனம் முழுவதும் வெறுப்பு நிறைந்திருக்க, கால்களை விரித்து கட்டையாகக் கிடந்தாள். அவன் அவளிடமிருந்து தனக்குத் தேவைப்பட்டதை எடுத்துக் கொண்டான். முடித்து எழுந்த பின்னரும், ஏதோ சில்லறைகள் மேஜையின் மீது விழுந்த ஓசையைக் கேட்டவாறு அவன் புறப்பட்டுச் செல்லும் வரையில், அவள் கண்களை மூடிக் கிடந்தாள். கூப்பிடு தூரத்தில் இருந்த பெரிய வீட்டில் அவனுடைய மனைவி விழித்திருந்தால், அவள் என்ன நினைப்பாள்? மற்றொரு

பெண்ணின் வாடை மாறாமல் தன்னிடம் மீண்டும் வந்து படுத்த கணவனை எப்படிப் பொறுத்துக் கொள்கிறாள்?

விடிவதற்குள் மேலும் இருமுறை அவனுக்குப் பால் கொடுத்துத் தூங்கவைத்து விட்டுத் தானும் அயர்ந்து உறங்கினாள். காலையில், பாம்ப்பே மாமா கதவைத் தட்டி எழுப்பிவிட்டார். காலை உணவை முடித்துக் கொண்டு, குழந்தைக்கும் பாலூட்டினாள். சாரா குழந்தையைச் சுமந்து செல்ல தானும் வயலைச் சென்றடைந்தாள். மக்காச் சோளம், புகையிலை, பருத்தி விளைந்த வயல்கள் தனித்தனியே இருந்தன. ஒவ்வொரு வயலின் மூலைகளிலும் பாம்ப்பே மாமா குழந்தைக்கென நிழற்குடில்கள் அமைத்துவிட்டார்.

ஞாயிற்றுக்கிழமைகளில், முதலாளியும் முதலாளியம்மாவும் மதிய உணவு முடிந்த உடனே வண்டியில் வெளியே செல்வது வழக்கம். அவர்கள் சென்றவுடன், அடிமைகள் குடியிருப்பைச் சேர்ந்த விரல்விட்டு எண்ணக் கூடிய சிலர் வாதுமை மரத்தடியில் திரண்டு தமக்குள் ஒரு மணி நேரத்திற்கு அளவளாவினர். தற்பொழுது கிஸ்ஸியும் அவளுடைய மகனும் அத்தகைய கூட்டத்தில் கலந்து கொண்டனர். குழந்தையைக் கண்டவுடன் துருதுருத்த பிள்ளையான ஜார்ஜை யார் வைத்திருப்பதென்பதில் சாராவுக்கும் மாலிஸிக்கும் இடையே சண்டை மூண்டது. குழாய் வழியாக புகையை ஊதித் தள்ளிக் கொண்டிருந்த பாம்ப்பே மாமாவுக்கு கிஸ்ஸியுடன் பேசிக் கொண்டிருப்பதில் தனி விருப்பம். ஏனெனில், அவள் மற்ற இரு பெண்களைக் காட்டிலும் இடையிடையே கேள்விகளைத் தொடுத்துத் துளைக்காமல் அமைதியாகக் கேட்டுக் கொண்டிருந்தாள்.

ஒருநாள் மதிய வேளையில் பாம்ப்பே மாமா விவரித்தார். “இந்தப் பகுதி முழுவதும் ஒரே காடாகக் கிடந்தது. ஏக்கர் ஒன்று ஐம்பது சென்ட் கூடத் தேறாது. உன் பிள்ளையின் பெயர் கொண்ட ஜார்ஜ் என்னும் நீக்ரோ கடுமையாக உழைத்தான். இந்த முதலாளி அவனைக் கடுமையாக உழைக்க வைத்தே கொன்று விட்டான்.” கிஸ்ஸி பெரு மூச்செறிந்ததைக் கண்ட பாம்ப்பே சற்றே நிறுத்தி, “என்ன ஆசசு?” என்று கேட்டார்.

‘‘இல்லை, ஒன்றுமில்லை!’’ கிஸ்ஸி சுதாரித்துக் கொண்டாள். பாம்ப்பே தொடர்ந்தார்.

“நான் இங்கே வந்ததற்கு ஒரு ஆண்டிற்கு முன்பிருந்தே அந்த அப்பாவி நீக்ரோ பாடுபட்டுக் கொண்டிருந்தான். இங்கே அடர்ந்து கிடந்த மரங்களையும் முட்புதர்களையும் அகற்றி, மேடு பள்ளங்களைத் திருத்தி உழுது பயிரிடுவதற்கு ஏற்ற நிலமாக முதன் முதலாகப் பண்படுத்தியவன் அவன் தான். பிறகு, ஒரு நாள், அங்கே தெரிகிற பெரிய வீட்டிற்குத் தேவையான மரப்பலகைகளை நானும் அவனும் மரக்கட்டைகளிலிருந்து வாளால் அறுத்துக் கொண்டிருந்தோம். ஆண்டவரே, அவனிடமிருந்து விநோதமான சத்தம் வந்ததைக் கேட்டு வாளின் மறுமுனையில் இருந்த நான் ஏறிட்டுப் பார்த்தேன். தன்னுடைய நெஞ்சை இறுக்கிப் பிடித்தவன் அப்படியே செத்து விழுந்து விட்டான்! அத்துடன் அவன் கதை முடிந்தது!”

கிஸ்ஸி பேச்சை மாற்றினாள். "இங்கே வந்ததிலிருந்து நீங்கள் அனைவரும் சேவல் சண்டையைப் பற்றி அடிக்கடி பேசுவதைக் கேட்கிறேன்! அதற்கு முன்பு அது பற்றி நான் கேள்விப்பட்டதே இல்லையே?"

மாலிஸி பதிலளித்தாள், "வெர்ஜீனியாவிலும் ஏராளமானோர் சேவல் சண்டையில் ஈடுபடுவதாக முதலாளி சொல்லக் கேட்டிருக்கிறேன்! ஒருவேளை நீ இருந்த பகுதியில் நடைபெறாமல் இருக்கலாம்!"

பாம்ப்பே மாமா குறுக்கிட்டார், "எங்களுக்கும் கூட அதைப் பற்றி முழுமையாகத் தெரியாது! ஒன்றோடு ஒன்று சண்டையிட்டுக் கொன்று கொள்கிற தனிவகைப்பட்ட சேவல்கள் இருப்பதாகவும், அவற்றின் மீது ஏகப்பட்ட தொகையைப் பந்தயம் கட்டி வெள்ளையர்கள் சூதாடுவதாகவும் கேள்விப்பட்டிருக்கிறோம்!"

சகோதரி சாராவினுடைய வெண்கலக்குரல் ஒலித்தது. "உனக்கு அதைப் பற்றி விளக்கமாகச் சொல்ல வேண்டுமானால் மிங்கோவால் மட்டும் தான் இயலும். அவர் அங்கே சேவல்களுடன் வசிக்கிறார்!"

வாயைப் பிளந்தபடி வியப்புடன் கேட்டுக் கொண்டிருந்த கிஸ்ஸியிடம் மாலிஸி விளக்கினாள், "நீ இங்கே வந்த அன்றைக்கே சொன்னேனல்லவா? இன்னும் நீ அவனைப் பார்த்ததில்லை! இனிமேலும் பார்க்க முடியாது!"

சகோதரி சாரா கூறினாள், "நான் இங்கே பதினான்கு ஆண்டுகளுக்கு மேலாக இருக்கிறேன். எட்டு, பத்துத் தடவைக்கு மேல் அவரைப் பார்த்ததில்லை. அவர் மனிதர்களைக் காட்டிலும் சேவல்களுடன் இருப்பதைத் தான் மிகவும் விரும்புகிறார்! ஒருவேளை, அவரை அவருடைய அம்மா பொறித்துப் பெற்றாளோ!"

கிஸ்ஸியும் அவர்களுடன் சேர்ந்து சிரித்தாள். சகோதரி சாரா மாலிஸியை நோக்கிச் சாய்ந்து கைகளை அகல விரித்தபடி, "குழந்தையைக் கொடு! நானும் சிறிது நேரம் வைத்திருக்கிறேன்!" என்றாள். பிரிய மனதில்லாமல் மாலிஸி குழந்தையை அவளிடம் கொடுத்தாள்.

அவள் தொடர்ந்து கூறினாள், "எது எப்படியோ, சேவல்கள் முதலாளியையும் முதலாளியம்மாவையும் தம்முடன் அழைத்துக் கொள்வதால் நம்மால் இப்படி ஓய்வாக இருக்க முடிகிறது!" ஒருவிதமான முக பாவத்தையும் கையசைவையும் காட்டி, "பெரிய பணக்கார முதலாளிகளுடைய வண்டிகளைக் கடந்து செல்லும் போது நம் முதலாளி இப்படித்தான் கூழைக்கும்பிடு போடுவார்!" என்று நடித்துக் காட்டினாள். விரல்களைப் பட்டாம்பூச்சி பறப்பதைப் போல வைத்துக் கொண்டு, "முதலாளியம்மா இப்படித்தான் கைக்குட்டையைப் பிடித்துக் கொண்டு கீழே விழுந்துவிடுவதைப் போல சாய்ந்து கொண்டே செல்வாள்!" என்றாள்.

நீண்ட, உரத்த சிரிப்பொலிகளுக்குப் பிறகும், மாலிஸி தன்னிலை அடைவதற்கு மேலும் சற்று நேரம் தேவைப்பட்டது. பிறகு, கைகளை நீட்டி குழந்தையை மீண்டும் பெற்றுக் கொள்வதற்கு முயன்றாள். கையைத் தட்டிவிட்ட சாரா "நான் ஒரு நிமிட நேரம் கூட வைத்திருக்கவில்லை! கொஞ்சம் அடங்கு!" என்றாள்.

தன்னுடைய குழந்தைக்காக அவர்கள் இருவரும் போட்டியிட்டது கிஸ்ஸிக்குப் பெரும் மகிழ்ச்சியளித்தது. பாம்ப்பே மாமா அமைதியாகக் கவனித்துக் கொண்டிருந்தார். குழந்தையின் பார்வை அவர் மீது விழுந்தவுடனே அவருடைய முகம் மலர்ந்தது. முகத்தை வேடிக்கையாக நெளித்து, வளைத்து, விரல்களில் பலவிதமான அசைவுகளைக் காட்டி குழந்தையின் கவனத்தை ஈர்த்தார். சில மாதங்களுக்குப் பிறகு, ஒரு ஞாயிற்றுக்கிழமை, ஜார்ஜ் வெளியில் தவழ்ந்து திரிந்த பொழுது பசியால் அழத் தொடங்கினான். கிஸ்ஸி ஓடிச் சென்று அவனை வாரி எடுத்தாள். அப்பொழுது குறுக்கிட்ட மாலிஸி, “அவன் சற்று நேரம் அழட்டும், கண்ணு! அவனுக்கு வேறு ஏதாவது சாப்பிடும் வயதாகிவிட்டது” என்றாள். வீட்டிற்குள் விரைந்த மாலிஸி, சற்று நேரத்தில், ஒரு கோப்பையில் மக்காச்சோள ரொட்டியைப் போட்டு நீராகாரத்துடன் கலந்து கரண்டியின் பின் பகுதியால் நன்கு மசித்துக் குழம்பாக்கினாள். குழந்தையை எடுத்துத் தனது அகன்ற மடியில் வைத்து அதிலிருந்து சிறிதளவு கரண்டியால் எடுத்து அவனுடைய வாய்க்குள் புகட்டினாள். சப்புக் கொட்டி விழுங்கியவன் மேலும் வேண்டும் என்பதைப் போல உதடுகளை ஆவலுடன் நக்கியதைக் கண்ட அனைவருடைய முகத்திலும் பூரிப்புப் பொங்கியது.

வயல்வெளிகளில் வேலை செய்து கொண்டிருந்த பொழுது, ஜார்ஜ் மண்டியிட்டு நாலா பக்கங்களிலும் தவழ்ந்து திரியத் தொடங்கிவிட்டான். அதனால் அவனுடைய இடுப்பில் ஒரு கயிற்றைக் கட்டி அவனுடைய எல்லையைக் குறுக்க முயன்றாள். அதுவும் பயனளிக்கவில்லை. தனது ஆளுகைக்குள் கையில் சிக்கிய மண்ணையும், ஊர்ந்து சென்ற பூச்சிகளையும் பிடித்து வாயில் போட்டுக் கொண்டான். அதற்கொரு தீர்வு காணும் முயற்சியில் ஈடுபட்ட பொழுது, மாலிஸி ஓர் ஆலோசனையை முன்வைத்தாள். “இப்பொழுது அவனுக்குப் பாலூட்ட வேண்டிய தேவை இல்லாததால், என்னிடம் விட்டுச் சென்றால், நீ வயலில் இருக்கும் போது நான் அவனைக் கவனமாகப் பார்த்துக் கொள்வேன்!” சகோதரி சாராவுக்குக் கூட அது தான் சரியென்று பட்டது. கிஸ்ஸி விருப்பமின்றி, வயலுக்குப் புறப்படும் முன் பெரிய வீட்டு அடுக்களையில் விட்டுச் செல்வதும், மாலையில் திரும்பியவுடன் அவனை மீட்டுச் செல்வதுமாக இருந்தாள். ஆனால், ஜார்ஜ் தனது மழலைக் குரலில் முதன் முதலாகத் தெளிவுடன் வெளிப்படுத்திய சொல் ‘மாலிஸ்’ என்ற போது, தனது முடிவில் அவளுக்கு ஊசலாட்டம் ஏற்பட்டது. ஆனால், விரைவிலேயே மிகத் தெளிவாக ‘அம்மா’ என்றிசைத்த பொழுது அவள் பரவசத்தின் உச்சத்தை அடைந்தாள். அடுத்து அவன் உதிர்த்த வார்த்தை‘பாம்ப் மா’ சூரிய வெளிச்சத்தை விழுங்கியவனைப் போல கிழவர் மயங்கித் திரிந்தார். அதனைத் தொடர்ந்து, ‘சாயாக்கா’ என்ற வார்த்தையும் விரைவில் வெளிப்பட்டது!

ஒரு வயது நிரம்பியதும் ஜார்ஜ் தானாகவே நடக்கத் தொடங்கினான். பதினைந்து மாதத்தில் அந்த வெளியெங்கும் சுற்றித்திரிந்தான். யாருடைய கட்டுப்பாடுமின்றி தன்னிச்சையாகத் திரிந்ததாக எண்ணி மகிழ்ந்தான். தூங்குகின்ற நேரத்திலும், உடல் நலமில்லாத நேரத்திலும் தவிர யாருடைய பிடிக்கும் அவன் சிக்கியதில்லை. அது கூட மிகவும் அரிது தான். ஏனெனில், பெரிய வீட்டு அடுக்களையில் கிடைத்த மிக உயர்ந்த உணவுவகைகளை மாலிஸி அவனுக்குக் கொடுத்து நல்ல

நலத்துடனும் குன்றாத வளர்ச்சியுடனும் பேணி வந்தாள். ஞாயிற்றுக்கிழமை மதிய வேளைகளில், ஜார்ஜ் தன்னுடைய பிள்ளைப்பருவ விளையாட்டுக்களால், வழக்கமான உரையாடல்களில் ஈடுபட்டிருந்த மூவருடைய கண்களுக்கும் வேண்டுமளவு விருந்தளித்தான். தன்னந்தனியாக தளிர்நடை பயின்று மகிழ்ச்சியில் திளைத்தான். அடிக்கடி அவனுடைய அரையாடை ஈரமாகி புழுதியின் நிறத்தை அடைந்தது. புல்லின் நுனியைப் பற்றிப் பறித்துச் சுவைத்தும், வெட்டுக்கிளிகளைப் பிடித்தும், தட்டான் பூச்சியையோ, வளாகத்துப் பூனையையோ, கோழிக் குஞ்சுகளையோ துரத்திக் களித்தான். ஒரு ஞாயிற்றுக்கிழமை, பாம்ப்பே மாமா, கவர்ச்சி விரும்பியான ஜார்ஜுக்காக வண்ண வண்ண பட்டங்களைத் தயாரித்துக் காற்றில் பறக்க விடுவதற்கு எத்தனித்ததைக் கண்ட மூன்று பெண்களுக்கும் வாய் காது வரை அகன்று பலத்த சிரிப்பை வெளிப்படுத்தியது. சகோதரி சாரா வியப்பு பொங்க கிஸ்ஸியிடம் கூறினாள், “இதோ பார், பெண்ணே! அங்கே உள்ள ஆளைப் பற்றிய உண்மை உனக்குத் தெரியாது! சொல்கிறேன், கேள்! குழந்தை வருவதற்கு முன்பெல்லாம், பாம்ப்பே வீட்டிற்குள் நுழைந்தால் மறுநாள் காலையில் தான் வெளியில் வருவார்! ஆளைக் காண்பதே அரிது!” மாலிஸியும் சேர்ந்து கொண்டாள், “உண்மை தான்! பாம்ப்பேயிடம் இவ்வளவு வேடிக்கை இருக்குமென்று எனக்குத் தெரியவே தெரியாது!”

“முதன் முதலாகக் குழந்தையை எடுத்துக் கொண்டு வயலுக்குச் சென்ற போதே, அவர் அவனுக்காக நிழற்குடில் அமைத்திருந்தார். அப்பொழுதே அவருடைய நல்ல குணத்தைத் தெரிந்து கொண்டேன்!”

ஜார்ஜுக்கு இரண்டு வயதான பொழுது, பாம்ப்பே மாமா அவனுக்குக் கதைகள் சொல்வதன் மூலம் அவனுடைய கவனத்தை மேலும் தன் பக்கம் ஈர்த்துக் கொண்டார். ஞாயிற்றுக்கிழமை பொழுது சாய்ந்து, பூமி குளிர்ச்சியடையத் தொடங்கியவுடன், பச்சை விறகுகளை எரித்து கொசுக்களைத் துரத்துவதற்கு புகை நிறைந்த கனல் மூட்டினார். மூன்று பெண்களும் நெருப்பைச் சுற்றிலும் வாகாக தமது நாற்காலிகளைப் போட்டு அமர்ந்தனர். ஜார்ஜ் கதை சொல்லியின் முகத்தின் நெளிவு சுழிவுகளையும், கை அசைவுகளையும் தெளிவாகக் காணுவதற்கு ஏதுவான இடம்பிடித்தான். ‘முயல் தம்பி’, ‘கரடி அண்ணன்’ என்று கதைகள் ஒன்றன் பின் ஒன்றாக ஆற்றொழுக்காகப் பாய்ந்து மகிழ்வித்தன. நெகிழ்ந்து போன சாரா ஒருமுறை வியந்தாள், “உனக்குள் இத்தனை கதைகள் இருக்குமென்று நினைத்துக் கூடப் பார்த்ததில்லை!” ஒரு மாதிரியான பார்வையை அவள் மீது வீசிய பாம்ப்பே மாமா, நக்கலாகக் கூறினார், “என்னைப் பற்றி ஏகப்பட்ட செய்திகள் உனக்குத் தெரியாது!” தலையை ஒரு வெட்டு வெட்டிய சாரா, வெறுப்புடன், “இங்கே, யாரும் தெரிந்து கொள்ள முயலவில்லை!” என்றாள். குழாய் வழியாகப் புகையை ஊதித் தள்ளிக் கொண்டிருந்த பாம்ப்பே மாமாவின் கள்ளக் கண்கள் சிரித்தன.

ஒரு நாள் மாலிஸியிடம் கிஸ்ஸி வெளிப்படுத்தினாள், “உங்களிடம் ஒன்று சொல்ல வேண்டும்! சகோதரி சாராவும் பாம்ப்பே மாமாவும் எப்பொழுது பார்த்தாலும் ஒருவரோடொருவர் மோதிக் கொள்கின்றனர். ஆனால், சில சமயங்களில் அவர்கள் இருவரும் ஒருவரை ஒருவர் விரும்புகின்றனரோ என்று

கூடத் தோன்றுகிறது!"

"எனக்குத் தெரியாது, பெண்ணே! அப்படியே இருந்தாலும் ஒருவரும் அதனை வெளியில் சொல்ல மாட்டார்கள்! ஆனால், எனக்கென்னவோ, பொழுதுபோக்காக வேடிக்கை செய்கின்றனர் என்று தான் நினைக்கிறேன்! அவ்வளவு தான்! எங்களைப் போல உனக்கும் வயதாகி, உனக்கென்று ஒரு ஆண்துணை இல்லாமல் போனால், உனக்கும் அதுபோன்ற வேடிக்கை பழகிப்போகும்! ஏனெனில், அதைத் தவிர வேறென்ன செய்ய முடியும்?" ஒருவாறு கிஸ்ஸியின் மனநிலையை ஆராய்ந்தவள் போலப் பார்த்து விட்டுத் தொடர்ந்தாள், "எங்களுக்கோ வயதாகி விட்டது! அவ்வளவு தான் எங்களால் முடியும்! ஆனால், கண்ணே, உன்னைப் போல இளமையிருந்தும் ஆண்துணையில்லையென்றால் அந்த நிலைமை வேறுபட்டது. முதலாளி யாராவதொரு இளைஞனை வாங்கி உங்களை இயற்கையாக இணைத்து வைத்தால் நன்றாக இருக்கும்!"

"ஆமாம், மாலிஸிம்மா! அப்படியெல்லாம் எனக்கு எண்ணமில்லையென்று சொல்லி உங்களிடம் நடிக்க விரும்பவில்லை! எனக்கு அந்த எண்ணம் உண்டு!" கிஸ்ஸி சற்றே நிறுத்தினாள். பிறகு, இருவருக்கும் நன்றாகத் தெரிந்த செய்தியைக் கூறினாள், "ஆனால், முதலாளி அதைச் செய்யப் போவதில்லை!" ஒருவிதத்தில் அவளுக்கு அவர்களைப் பாராட்ட வேண்டும் போலத் தோன்றியது! அவளுக்கும் முதலாளிக்கும் இடையே நடந்து வந்த ஒவ்வாத உறவை பற்றி அவர்களுக்குத் தெரிந்திருந்தும் அது பற்றி அவர்களில் எவருமே வாய் திறந்ததில்லை. குறைந்த பட்சம், அவள் முன்பாகப் பேசிப் புண்படுத்தவில்லை. தொடர்ந்து சொன்னாள், "நாமிருவரும் மிக நெருக்கமாகப் பேசிக் கொள்வதால், கூறுகிறேன்! நானிருந்த இடத்தில் எனக்கு ஒருவருடன் பழக்கம் ஏற்பட்டிருந்தது. இன்னும் அவருடைய நினைவாகவே வாழ்கிறேன்! நாங்கள் இருவரும் மணம்புரிந்து கொள்வதாக இருந்தோம். அதற்கிடையில் அனைத்துக் குளறுபடிகளும் நடந்து என்னை இங்கே கொண்டு வந்து சேர்த்துவிட்டது!"

குரலில் தெளிவை ஏற்படுத்திக் கொண்டு, மிகுந்த பாசவுணர்வுடன் மாலிஸி தன்னிடம் நடந்து கொண்ட துணிவில், நோவாவைப் பற்றிய அனைத்துச் செய்திகளையும் விவரித்து விட்டு, இறுதியாக, "அவர் இன்னமும் என்னை உறுதியாகத் தேடிக் கொண்டிருப்பார்! நாங்களிருவரும் எங்காவது, என்றைக்காவது நேருக்கு நேர் சந்தித்துக் கொள்ளத் தான் போகிறோம்!" அவளுடைய குரல் மன்றாட்டுப் போலத் தொனித்தது. "அது மட்டும் நடந்து விட்டால், மாலிஸிம்மா! உண்மையாகச் சொல்கிறேன், இருவருமே மறுவார்த்தை பேசாமல், கைகளைக் கோர்த்துக் கொண்டு, உங்களிடமிருந்து விடை பெற்றுக் கொண்டு, ஜார்ஜைத் தூக்கித் தோளில் போட்டுக் கொண்டு நழுவிவிடுவோம்! எங்கே அழைத்துச் செல்கிறாய் என்று கூட அவரைக் கேட்க மாட்டேன்! அவர் என்னிடம் கூறிய கடைசி வார்த்தைகளை என்றைக்கும் மறக்க மாட்டேன்! 'நம்முடைய எஞ்சிய காலத்தை ஒன்றாகக் கழிப்போம், செல்லம்!' என்றார்!" கிஸ்ஸிக்குக் குரல் தழுதழுத்தது. இருவரும் அழுதனர். பிறகு, கிஸ்ஸி வீட்டிற்குச் சென்றுவிட்டாள்.

சில வாரங்கள் கழித்து, ஞாயிற்றுக்கிழமை காலையில், பெரிய வீட்டில், ஜார்ஜ்

மாலிஸிக்கு ‘உதவிக் கொண்டிருந்தான்’. மாலிஸி மதிய உணவு தயாரித்துக் கொண்டிருந்தாள். லியா பண்ணைக்கு கிஸ்ஸி சென்றடைந்த அத்தனை ஆண்டுகளில், முதன்முறையாக, சாரா அவளைத் தனது வீட்டிற்கு அழைத்தாள். பிளவுகளாகவும் துளைகளாகவும் காட்சியளித்த சுவர்களை கிஸ்ஸி வெறித்து நோக்கினாள். முளைகளிலிருந்தும் ஆணிகளிலிருந்தும் தொங்கவிடப்பட்டிருந்த காய்ந்த வேர்களும் மூலிகைகளும் அவற்றை மூடி மறைத்தன. எந்தவித நோய்க்கும் தன்னிடம் இயற்கை மருத்துவம் இருந்ததாக சாரா கூறியதை நிரூபித்தன. ஒற்றையாகக் கிடந்த நாற்காலியைக் காட்டி, “உட்காரு, பெண்ணே” என்றாள். கிஸ்ஸி அமர்ந்தாள். சாரா தொடர்ந்தாள், “என் அம்மா லூசியானாப் பகுதியைச் சேர்ந்தவள். நல்லமுறையில் ஆரூடம் சொல்வதற்கு எனக்குக் கற்றுக் கொடுத்தாள். கிஸ்ஸியின் முகத்தில் திகைப்பைக் கண்டவள், “உனக்குச் சொல்லட்டுமா?” என்று கேட்டாள்.

சகோதரி சாராவினுடைய ஆரூடத் திறமையைப் பற்றி மாலிஸியும் பாம்ப்பே மாமாவும் பலமுறை அவளிடம் குறிப்பிட்டதை நினைத்துக் கொண்டாள். தன்னையறியாமலே, “சரிங்க, சாராக்கா” என்ற வார்த்தைகள் கிஸ்ஸி காதில் விழுந்தன.

தரையில் அமர்ந்து கொண்டு, படுக்கைக்குக் கீழிருந்து பெரியதொரு பெட்டியை வெளியில் இழுத்தாள். அதற்குள்ளிருந்து சிறியதொரு பெட்டியை எடுத்தாள். புதிரான தோற்றம் கொண்ட பொருட்களை இரு கைகள் நிறைய அள்ளி கிஸ்ஸியின் முன் வைத்தாள். அவற்றைச் சமச்சீரான வடிவமைப்பில் கவனமாக அடுக்கினாள். ஆடைகளின் மையப் பகுதியிலிருந்து மந்திரக்கோல் போன்றதொரு குச்சியை எடுத்து நாலாபக்கங்களிலும் மிக வேகமாகச் சுழற்றினாள். முன்னோக்கிக் குனிந்து, தரை மீதிருந்த பொருட்களின் மீது தனது நெற்றி படுமாறு வணங்கினாள். பின்னோக்கி நிமிர்ந்து கொள்வதற்கு மிகவும் துன்பப்பட்டதைப் போல இருந்தது. அதற்கிடையில், வித்தியாசமான உரத்த குரலில் பேசினாள், “ஆவிகள் சொன்னதை உன்னிடம் சொல்வதற்கு எனக்கு விருப்பமில்லை!.. .உன்னுடைய தாயையும் தந்தையையும் இனி உன்னால் பார்க்கவே முடியாது... இனிமேல் முடியவே முடியாது...!”

கிஸ்ஸி அழத் தொடங்கினாள். அவளைச் சற்றும் பொருட்படுத்தாமல், சாரா கவனமாகப் பொருட்களை மாற்றி அடுக்கினாள். மேலும், மேலும் முன்னைக் காட்டிலும் நீண்ட நேரம் துடி துடித்தாள். கிஸ்ஸி தன்னைக் கட்டுப்படுத்திக் கொண்டு அழுவதை நிறுத்தினாள். கண்களை மறைத்த கண்ணீர்த்திவலை ஊடே கவனித்தாள். மந்திரக்கோல் நடுங்கி அதிர்ந்தது. பின்னர், சகோதரி சாரா காதில் விழாத விதத்தில் முணுமுணுத்தாள், “இந்தக் குழந்தைக்குக் கூட நல்ல காலம் இருப்பதாகத் தெரியவில்லை....!அவள் விரும்பிய ஒரே ஆள்......அவனுடைய பாதையும் கரடுமுரடானது... அவனும் அவளை விரும்புகிறான்.... ஆனால், ஆவிகள் அவனிடம் சொல்லிவிட்டன....உண்மையை அறிந்து கொள்வதும்...நம்பிக்கையைக் கூட விட்டுவிடுவதும் சிறந்தது....”

கிஸ்ஸி துள்ளியெழுந்தாள். கூச்சலிட்டாள்! இம்முறை சாரா உச்சபட்ச

எழுச்சி கொண்டாள்! “ஷ்ஷ்ஷ்ஷ்! ஷ்ஷ்ஷ்! ஷ்ஷ்ஷ்! ஆவிகளுக்குத் தொல்லை கொடுக்காதே, மகளே! ஷ்ஷ்ஷ்!ஷ்ஷ்ஷ்ஷ்!ஷ்ஷ்ஷ்ஷ்!” ஆனால், கிஸ்ஸி தொடர்ந்து கூச்சலிட்டாள். புயலென வெளியேறி, தன்னுடைய வீட்டிற்குள் புகுந்து, கதவை அறைந்து சாத்தினாள்! பாம்ப்பே மாமாவினுடைய வீட்டுக் கதவு திறக்கப்பட்டது! பெரிய வீட்டின் சன்னல்கள் வழியாகவும் அடுக்களையிலிருந்தும் முதலாளி, முதலாளியம்மா, மாலிஸி, ஜார்ஜ் முகங்கள் வெளிப்பட்டன. மக்காச்சோளச் சக்கைப் படுக்கையில் கிஸ்ஸி துடிதுடித்துக் கதறினாள். ஜார்ஜ் விரைந்து வீட்டிற்குள் புகுந்தான். “அம்மா! அம்மா! என்னாச்சும்மா!” கண்ணீர் வழிந்த அவளுடைய முகம் ஏழு கோணலாகச் சுளித்தது. அவனைப் பார்த்து வெறிபிடித்தவளைப் போலக் கத்தினாள், “வாயை மூடு!”

87

ஜார்ஜுக்கு வயது மூன்று! அடிமைகள் குடியிருப்பைச் சேர்ந்த வயசாளிகளுக்கு 'உதவுவது' என்கிற தீர்மானத்தை நிகழ்த்திக் காட்டிக் கொண்டிருந்தான். மாலிஸி சிரித்துக் கொண்டே கூறினாள், "ஆண்டவரே! காலி வாளியை அசைக்கக் கூட முடியவில்லை. எனக்கு நீர் எடுத்துக் கொடுக்க முற்படுகிறான்!" மற்றொரு சமயத்தில், "ஒவ்வொரு குச்சியாக எடுத்துப் போட்டு என்னுடைய விறகுத் தொட்டியையே நிரப்பி விட்டான்! தணலடுப்பில் சாம்பலைக் கிளறி வெளியேற்றினான்!" என்றாள். ஜார்ஜ் பற்றிய அவளுடைய புகழுரைகளை அவள் அவனிடம் திருப்பிச் சொல்ல முற்படவில்லை. ஏனெனில், ஏற்கனவே அவளுக்கும் அவன் உதவி என்கிற பேரில் ஏகப்பட்ட தலைவலிகளைக் கொடுத்துக் கொண்டிருந்தான்.

"நா ஒன்னைப் போல கறுப்பா இல்லையே, ஏம்மா?" வீட்டில் தனியே இருந்த பொழுது ஓர் இரவில் கேட்டான். மென்று விழுங்கிக் கொண்டவளாக, கிஸ்ஸி கூறினாள், "மக்கள் என்ன நிறத்தில் இருக்கிறார்களோ, அப்படியே பிறக்கிறார்கள். அவ்வளவு தான்!". ஆனாலும், ஒரு சில இரவுகள் கடக்கும் முன்பே அதே கேள்வியை மீண்டும் எழுப்பினான். "அம்மா, என் அப்பா யார்? நா பார்த்ததே இல்லையே, ஏன்? எங்கிருக்கிறார்?" அச்சுறுத்தும் குரலில்

அவனை அதட்டினாள். "வாயை மூடுடா!" ஆனால், சில மணி நேரம் கழித்து, அவன் பக்கத்தில் விழித்துக் கொண்டே படுத்திருந்தவள் அவன் முகத்தில் குழப்பத்துடன் புண்பட்ட மனத்தின் வெளிப்பாட்டையும் கண்டு துணுக்குற்றாள். அடுத்த நாள் காலையில், மாலிஸியிடம் அவனை விட்டு விட்டு வயல் வேலைக்குப் புறப்பட்ட பொழுது, நொண்டிச் சமாதானம் கூற முற்பட்டாள். "எடுத்ததற்கெல்லாம் ஏகப்பட்ட கேள்விகள் கேட்பதால் எரிச்சலடைந்து விட்டேன்!"

ஆனால், அவளுக்குத் தெரியும்! மிகவும் துருதுருப்பான, ஆய்வு மனப்பான்மை கொண்ட மகனிடம், இருவரும் புரிந்து கொண்டு ஏற்றுக் கொள்கிற விதத்தில் வேறு எதையாவது நல்லவிதமாகச் சொல்லியிருக்கலாம்! ஒருவழியாக, அவனுக்கு விளக்குவதற்கு முன்வந்தாள், "அவர் உயரமாக, இரவு போலக் கறுப்பாக இருப்பார். அவர் சிரிப்பதைப் பார்ப்பதே அரிது! எனக்குப் போலவே உனக்கும் உரியவர்! ஆனால், நீ அவரைத் தாத்தா என்று தான் அழைக்க வேண்டும்!" ஜார்ஜ் மேலும் தெரிந்து கொள்வதற்கு ஆர்வமாகவும் ஆவலாகவும் இருந்தான். அவனுடைய தாத்தா ஆப்பிரிக்க நாட்டிலிருந்து கப்பல் மூலமாக நேப்லிஸ் என்ற இடத்திற்கு கொண்டு செல்லப்பட்டதையும், அவளுடைய முதலாளி வேல்லெருடைய தம்பி அவரை ஸ்பாட்சில்வேனியா ஊரகத்தின் ஒரு பண்ணைக்குக் கொண்டு சென்றதையும், ஆனால், அவர் தப்பியோட முயன்றதையும் சொல்லி முடித்தாள். கதையின் அடுத்த பகுதியை மென்மைப்படுத்த முயன்று இயலாதவளாக, சுருக்கினாள். "தொடர்ந்து தப்பியோட முயன்றதால் அவருடைய பாதத்தின் முன் பாதியை வெட்டி விட்டனர்"

ஜார்ஜின் பிஞ்சு முகம் மருண்டு சுளித்தது. "ஏனம்மா, அவெங்க அப்படிச் செஞ்சாங்க?"

"நீக்ரோக்களைப் பிடித்தவர்களை அவர் கொல்ல முயன்றார்!"

"நீக்ரோக்களைப் பிடிப்பது எதற்காக?"

"தப்பியோடிய நீக்ரோக்களைத் தான்!"

"எங்கிருந்து தப்பியோடினார்கள்?"

"தமது வெள்ளைக்கார முதலாளிகளிடமிருந்து!"

"வெள்ளைக்கார முதலாளிகள் அவர்களை என்ன செய்தார்கள்?"

வெறுப்படைந்து விட்டாள்! கூச்சலிட்டாள், "வாயை மூடு! ஆளை விடுடா! உயிரை எடுக்கிறடா!"

ஆனாலும், ஜார்ஜ் நீண்ட நேரம் அமைதியாக இருந்துவிடவில்லை. ஆப்பிரிக்கத் தாத்தாவைப் பற்றித் தெரிந்து கொள்ளும் அவனுடைய வேட்கை ஒருபோதும் நிறைவடைந்ததாகத் தெரியவில்லை! "ஆப்பிரிக்கா எங்கேம்மா இருக்கு?"........ "ஆப்பிரிக்காவில் குட்டிப் பயல்கள் இருப்பாங்களா?".... "தாத்தாவோட பேரு என்னம்மா?"

அவளுடைய எதிர்பார்ப்புகளுக்கும் அப்பால் அவன் தன்னுடைய தாத்தாவைப் பற்றிய கற்பனைகளைக் கட்டியெழுப்பிக் கொண்டிருந்தான். அவளும் தன்னுடைய தாங்கும் ஆற்றலுக்குள் அவனுடைய கற்பனைத் திறனுக்கு உதவும் விதத்தில், தன்னுடைய வளமான நினைவுக் கிடங்கிலிருந்து கதைகளை வழங்க முற்பட்டாள். "தம்பி! நான் உன்னுடைய வயதை ஒத்த சிறு பெண்ணாக இருந்த போது, முதலாளியின் வண்டியில் தாத்தாவுடன் தனியே பயணித்த பொழுது அவர் பாடிய ஆப்பிரிக்கப் பாடல்களை நீ கேட்டிருக்க வேண்டுமே!". வெப்பம் மிகுந்த, புழுதி அடர்ந்த ஸ்பாட்சில்வேனியா சாலைகள் நெடுகிலும் வண்டியோட்டியின் உயர்ந்த, குறுகிய இருக்கையில் தனது தந்தைக்குப் பக்கத்தில் அமர்ந்து பயணம் செய்த நாட்களில் அடைந்த குதூகலத்தை நினைவு கூர்ந்த பொழுது அவளுடைய இதழ்களில் புன்னகை மலர்ந்தது. மற்ற நாட்களில், குண்டாவும் அவளும் கைகோர்த்துக் கொண்டு அடிமைகள் குடியிருப்பின் வேலிச்சுவர் நெடுகிலும் நீரோடைக்குச் சென்ற பாதையில் நடந்ததையும், பின்னர், அதே பாதையில் நோவாவுடன் கைகோர்த்து நடந்ததையும் நினைவு கூர்ந்தாள். ஜார்ஜிடம் கூறினாள், "உன் ஆப்பிரிக்கத் தாத்தா ஆப்பிரிக்க மொழியை எனக்குக் கற்பித்தார். ஃபிடிலை, கோ என்றும், நதியை, கேம்பி பொலோங்கோ என்றும், இன்னும் அது போன்ற ஏகப்பட்ட வித்தியாசமான, வேடிக்கையாக ஒலிக்கக் கூடிய வார்த்தைகளை எனக்குக் கற்பித்தார்." தன்னுடைய தந்தை எங்கிருந்த போதிலும், தனது பேரன் ஆப்பிரிக்க வார்த்தைகளைத் தெரிந்திருந்ததை அறிந்தால் எவ்வளவு மகிழ்ச்சியடைவார் என்று நினைத்து வெதும்பினாள்.

"கோ!" அழுத்தம் திருத்தமாகக் கூறினாள். "உன்னால் சொல்ல முடியுமா?"

"கோ!" என்றான்.

"சரி! நீ கெட்டிக்காரன்! 'கேம்பி பொலோங்கோ!'" ஜார்ஜ் முதல் முறையிலேயே துல்லியமாக எதிரொலித்தான். அவள் தொடர்ந்து சொல்லித்தரப் போவதில்லை என்பதை உணர்ந்தவனாக, "இன்னும் நிறையச் சொல்லும்மா!" என்று நச்சரித்தான். அன்பின் மிகுதியால் பொங்கிப் பூரித்தவள், அப்புறம் சொல்லித் தருவதாக வாக்களித்து, அவனுடைய எதிர்ப்புகளைச் சமாளித்து, உறங்கச் செய்தாள்!

88

ஜார்ஜுக்கு ஆறு வயதாகிவிட்டது. வயல்வேலையைத் தொடங்க வேண்டிய பருவம்! அடுக்களையில் அவனுடைய துணையை இழந்த மாலிஸிக்கு இதயம் வலித்தது. ஆனால், கிஸ்ஸியும் சாராவும் ஒருவழியாக அவன் தம்மிடம் வந்துவிட்டதை எண்ணி பெருமகிழ்வடைந்தனர். வயல் வேலையில் ஈடுபட்ட முதல் நாளிலிருந்தே ஜார்ஜ் தன்னுடைய சாதனைகளை நிகழ்த்துவதற்கான புதிய களமாக எண்ணிக் களித்தான். பாம்ப்பே மாமா உழுது கொண்டிருந்த கலப்பையின் கூர்முனையை உடைத்துவிடாமல் காப்பதற்காக அவன் வயல்வெளியில் ஓடோடி பெருங்கற்களை எடுத்து அப்புறப்படுத்திய பொழுது அவனுடைய நலம்விரும்பிகள் அவனுக்கு ஏதாவது நேர்ந்துவிடக் கூடாது என்கிற அக்கறையில் அவன் பின்னே விரைந்தனர். வயலின் மறுமுனையில் இருந்த நீரூற்றிலிருந்து அவர்களுக்கு வாளிகள் நிறைய குளிர்ந்த குடிநீர் கொணர்ந்தான். மக்காச்சோளம், பருத்தி விதைகளை ஊன்றுவதிலும் அவர்களுக்கு உதவினான். ஏறத்தாழ உழுகரைகள் நெடுகிலும் அவற்றிற்குரிய இடங்களில் பதிப்பதற்கு முயன்றான். தனது உயரத்தை விடவும் நீளமான கைப்பிடி கொண்ட மண்கொத்திகளை அவன் ‘தத்தக்கா புத்தக்கா’ என்று கையாள உறுதியுடன்

முயன்றதைக் கண்டு மூவரும் கொல்லென்று சிரித்தனர். அவனுடைய ஆர்வத்தின் பான்மையை அவனுடைய முகமெங்கும் பூத்திருந்த புன்னகை வெளிப்படுத்தியது. பாம்ப்பே மாமாவிடம் தன்னாலும் உழ முடியும் என்று அவன் அடம் பிடித்த பொழுது அவர்களுடைய சிரிப்பலைகள் மேலும் விரிந்து பரந்தன. ஆனால், கலப்பையின் கைப்பிடி உயரம் கூட தான் இன்னும் வளரவில்லை என்பதைக் கண்டு கொண்டான். இருப்பினும், பக்கவாட்டுப் பகுதியில் கைகளைச் சுற்றி வளைத்துக் கொண்டு கோவேறு கழுதையை "ஏய்! போ!" என்று அதட்டினான்.

ஒருவழியாக, மாலை மயங்கிய வேளையில், அவர்கள் வீடு திரும்பிய உடனே, கிஸ்ஸி தன்னுடைய அடுத்த கடமையாக அவர்களிருவருக்கும் உணவு சமைக்கும் பணியைத் தொடங்கினாள். ஆனால், ஓர் இரவில் வாலாயமான உழைப்பைச் சற்றே மாற்றிக் கொள்வதற்கான வழி கூறினான். "அம்மா! பகலெல்லாம் வயலில் கடுமையாக உழைக்கின்ற நீ, சமைப்பதற்கு முன்பு சிறிது நேரம் படுத்து ஓய்வெடுத்தால் என்ன?". ஏதாவது வேலையை அவனைச் செய்ய விடாமல் அவள் தடுக்க நினைத்தால், அவளை அதட்டி ஆணையிட்டான். அவர்களிருவருடைய வாழ்க்கையிலும் இழந்துவிட்ட ஆண்துணையை அவன் இட்டு நிரப்ப முயலுவதாகக் கூட கிஸ்ஸி சிலசமயங்களில் நினைத்ததுண்டு. ஒரு சிறுவனுக்குரிய அனைத்து உரிமைகளுடனும் நிறைவுடனும் ஜார்ஜ் வளர்ந்தான். அவனுக்கு சளி பிடித்தாலோ, சிறு காயம் ஏற்பட்டாலோ சாரா தன்னுடைய மூலிகை மருந்துகளால் அவனைத் தேற்றினாள். தன்னுடைய அன்பின் மிகுதியால் கிஸ்ஸி வேலையனைத்தையும் முடித்திட்டாள். சில சமயங்களில், தூங்குவதற்கு முன் படுக்கையில் கிடந்த பொழுது, தன்னுடைய புனைவுத் திறனால் அவளுக்குச் சிரிப்பு மூட்டினான். "பெரிய சாலை வழியாப் போயிட்டிருந்தேன். முன்னால் மிகப் பெரிய கரடி ஓடிக்கொண்டிருந்தது..... குதிரையைக் காட்டிலும் உயரமானது... அதட்டினேன், 'ஏ, கரடி! ஏ, கரடி! உன் வயித்தைக் குத்திக் கிழிக்கப் போறேன்...உன்னால் அம்மாவைக் கடிக்க முடியாது!'" வேறு சில நேரங்களில், களைத்திருந்த அம்மாவைப் பாடாய்ப் படுத்தி தன்னுடன் சேர்ந்து பாடுவதற்குச் சம்மதிக்கச் செய்தான். பெரிய வீட்டு அடுக்களையில் மாலிஸியுடன் இருந்த போது அவள் கற்றுக் கொடுத்த பாடல்களை இருவரும் சேர்ந்து பாடினர். அந்த சிறிய அறை கும்மிருட்டில் இணைக்குரல்களின் இசையலைகளால் நிரம்பியது. "மேரி நீயும் அழாதே! மேரி நீ தான் தேம்பாதே! ஓ, மேரி அழாதே! ஓ, மேரி தேம்பாதே! கிழட்டு மன்னனின் படையெல்லாம் கடலில் மூழ்கிச் செத்துப் போச்சு! ஓ, மேரி அழாதே! ஓ, மேரி தேம்பாதே!"

வீட்டிற்குள் தனது கவனத்தை ஈர்க்கும் விதத்தில் ஏதுமில்லையென்றால், குளிர்காயும் அடுப்பின் முன்பு படுத்துக் கொண்டு, கைவிரல் நீளமுள்ள குச்சியின் ஒரு முனையைக் கூர்மையாகச் செதுக்கி, தணலில் காட்டிக் கருக்கி, ஒருவித எழுதுகோல் செய்தான். வெண்ணிறப் பலகைத் துண்டை எடுத்து, அதன் மீது மனித, விலங்கு உருவங்களை கோட்டுப் படங்களாக வரைந்தான். அவன் அவ்வாறு செய்ததைக் கண்ட போதெல்லாம், கிஸ்ஸி மூச்சைப் பிடித்துக் கொண்டாள். அடுத்து, எழுதப் படிக்கக் கற்றுக் கொள்ள முயலுவானோ என்கிற அச்சம் அவளைப் பிடித்து ஆட்டிற்று! ஆனால், அவனுக்கு அப்படியொரு

எண்ணம் ஏற்பட்டதாகத் தெரியவில்லை. எழுதுவதைப் பற்றியோ, படிப்பதைப் பற்றியோ அவனிடம் குறிப்பிடக் கூடாது என்பதில் மிகவும் கவனமாக இருந்தாள். அவளுடைய வாழ்க்கையில் என்றென்றைக்கும் அச்சுறுத்தக் கூடியவையாக அவை நிலைத்துவிட்டன. உண்மையிலேயே, லியா பண்ணையிலிருந்த அத்தனை ஆண்டு காலமும் அவள் எழுதுகோலையோ, ஒரு புத்தகத்தையோ, செய்தித்தாளையோ கூடக் கையால் தொட்டதில்லை. தான் ஒரு காலத்தில் எழுதப் படிக்கத் தெரிந்திருந்தவள் என்பதையும் சொன்னதில்லை. அதைப் பற்றிய சிந்தனை எழுந்த பொழுது, கூடவே, தற்பொழுதும் அவளால் இயலுமா என்கிற ஐயமும் எழுந்தது. ஏதாவது ஒரு காரணத்திற்காக அவை அவளுக்குத் தேவைப்பட்டால்? சில சொற்களுக்கான எழுத்துக்களை மனத்திற்குள் சொல்லிப் பார்த்தாள். சரியாக இருந்தன. கருத்தூன்றி, அவற்றை எழுதினால் எப்படியிருக்கும் என்று மனக்கண்முன் நிறுத்தினாள். அவளுடைய கையெழுத்து இனிமேல் எப்படியிருக்கக் கூடும் என்பதை அவளால் சரிவர யூகிக்க முடியவில்லை. சில சமயங்களில் மனது ஆர்வத்தால் துடித்தது. ஆனால், ஒருபோதும் இனிமேல் எழுதுவதில்லை என்று தனக்குள் ஏற்படுத்திக் கொண்ட உடன்பாட்டில் உறுதியாக நின்றாள்!

எழுதவோ, படிக்கவோ இயலாமற் போனதைக் காட்டிலும், பண்ணைக்கு வெளியே உலக நடவடிக்கைகளை அறிந்து கொள்ள முடியவில்லை என்கிற வருத்தம் அவளை பெரிதும் வதைத்தது. வேல்லெர் முதலாளியுடன் பயணம் சென்று திரும்பிய தனது தந்தை தான் கண்டவற்றையும் கேட்டவற்றையும் தெரிவித்த நாட்களை எண்ணி நெகிழ்ந்தாள். ஆனால், மிகச் சிறியதும் தனிமைப்பட்டதுமான அந்தப் பண்ணையில் புற உலகச் செய்தி அரிதானது. எங்கு சென்றாலும் முதலாளி குதிரையாயினும் வண்டியாயினும் தானே ஓட்டிச் சென்றார். பல மாதங்களுக்கு இடையே பெரிய வீட்டிற்கு விருந்தினர்கள் வருகை புரிந்த போது மட்டிலும் அடிமைகள் குடியிருப்பு மக்களால் ஓரளவு வெளியுலகச் செய்திகளை அறிந்து கொள்ள முடிந்தது. 1812ஆம் ஆண்டு, ஒரு ஞாயிற்றுக்கிழமை அது போன்றதொரு விருந்து நடந்து கொண்டிருந்த வேளையில், பெரிய வீட்டிலிருந்து மாலிஸி அவசர, அவசரமாக அவர்களிடம் ஓடி வந்தாள். “அவர்கள் சாப்பிட்டுக் கொண்டிருக்கிறார்கள்! உடனே திரும்பிச் செல்ல வேண்டும்! இங்கிலாந்துடன் புதிதாக ஏதோ சண்டை தொடங்கிவிட்டதாகப் பேசிக் கொண்டனர். இங்கே நமக்கு எதிராக இங்கிலாந்திலிருந்து கப்பல்கள் நிறைய படைவீரர்களை அனுப்பியுள்ளனராம்!”

சாரா சொன்னாள், “எனக்கு எதிராகவா அனுப்பப் போகிறார்கள்! இங்குள்ள வெள்ளையர்களுக்கு எதிராகச் சண்டை போடுவார்கள்!”

பாம்ப்பே மாமா கேட்டார், “சண்டை எங்கே நடக்கிறதாம்?” மாலிஸி அது பற்றிக் கேள்விப்படவில்லை என்றாள். “தொலை தூரத்தில் வடக்கே நடைபெற்றாலும், இங்கே பக்கத்தில் நடந்தாலும், என்னைப் பொறுத்த வரை எந்த வேறுபாடும் இல்லை!”

அன்றிரவு வீட்டிலிருந்த பொழுது, கூர்மையான காது கொண்ட ஜார்ஜ் கிஸ்ஸியைக் கேட்டான்,

“சண்டைன்னா என்னாம்மா?”

பதில் சொல்வதற்கு முன் ஒரு கணம் சிந்தித்தாள். “அதாவது, ஏகப்பட்ட பேர் ஒருவரை எதிர்த்து மற்றவர் சண்டையிடுவார்கள் என்று நினைக்கிறேன்!”

“எதுக்காக சண்டையிடுவார்கள்?”

‘‘எது எதிரானது என்று நினைக்கிறார்களோ, அதற்காக சண்டையிடுவார்கள்!”

“இங்குள்ள வெள்ளையர்களும் இங்கிலாந்துக்காரர்களும் எதைத் தமக்குள் எதிரானது என்று நினைக்கின்றனர்?”

“பயலே! உனக்கு விளக்கஞ் சொல்லி மாளாதப்பா!”

அரை மணி நேரத்திற்குப் பிறகு, தனக்குத் தானே பாடிக் கொள்வதைப் போல, மாலிஸி சொல்லிக் கொடுத்த பாடலில் ஒன்றை அவன் மெல்லிய குரலில் பாடியதைக் கேட்டு அவளும் தனக்குள் சிரித்துக் கொண்டாள். “நீளமான வெள்ளை அங்கியை அணிந்து சென்றேன்! ஆற்றங்கரை அருகே! ஆற்றங்கரை அருகே! இனிமேலும் சண்டை வேண்டாமென்று போதித்தேன்!”

நீண்ட நாட்களாக வேறு எந்தத் தகவலும் கிட்டவில்லை. அதன் பின்னர், பெரிய வீட்டில் நடந்த மற்றொரு விருந்தின் போது, மாலிஸி தெரிவித்தாள், “வடக்கே டெட்ராயிட் என்கிற நகரத்தை இங்கிலாந்துக்காரர்கள் பிடித்து விட்டார்களாம்!’’. சில மாதங்களுக்குப் பிறகு மீண்டும், முதலாளியும், முதலாளியம்மாவும், விருந்தாளிகளும் குதூகலமாக விவாதித்துக் கொண்டிருந்த செய்தியைத் தெரிவித்தாள். “அமெரிக்காவின் மிகப்பெரிய கப்பலைப் பற்றிப் பேசிக் கொண்டார்கள்! இரும்புக் கப்பல் என்றனர். அது இங்கிலாந்துக்காரர்களின் ஏகப்பட்ட கப்பல்களையும் நாற்பத்தி நான்கு பீரங்கிகளையும் மூழ்கடித்து விட்டதாம்!”

பாம்பே மாமா வியப்புடன் கூவினார், “ஓகோ! அவர்களை மொத்தமாக மூழ்கடிக்க அது போதும்!”

1814ஆம் ஆண்டு! ஒரு ஞாயிற்றுக்கிழமை! அடுக்களையில் மாலிஸிக்கு ‘உதவி’க் கொண்டிருந்த ஜார்ஜ் மூச்சிரைக்க அடிமைகள் குடியிருப்பை நோக்கி ஓடோடி வந்தான். “மாலிஸிம்மா உங்களிடம் சொல்லச் சொன்னார்! இங்கிலாந்துப் படையினர் அமெரிக்காவின் ஐயாயிரம் வீரர்களைக் கொன்று, தலைநகரத்தையும் வெள்ளை மாளிகையையும் எரித்து விட்டனராம்!”

கிஸ்ஸி கேட்டாள், “ஆண்டவரே, அது எங்கே?”

பாம்பே மாமா விளக்கினார், ‘‘வாஷிங்டன் டி.சி. இங்கிருந்து வெகு தொலைவில்!”

“நம்மைக் கொன்று, எரித்தவர்கள், மாற்றத்திற்காக, தமக்குள் எரித்துக் கொண்டும்

கொன்று கொண்டும் இருக்கின்றனர்!"சாரா வியப்புடன் கூறினாள்!

அந்த ஆண்டுக் கடைசியில் நடந்த விருந்தின் ஊடே, மாலிஸி அவர்களிடம் விரைந்து சென்று கூறினாள். "பால்டிமோர் என்ற துறைமுகத்தில், இங்கிலாந்துக் கப்பல்கள் சுட்டு மூழ்கடிக்கப்பட்டதற்காக அவர்கள் பாடிக் கொண்டும் ஆடிக் கொண்டும் இருக்கின்றனர்." அவள் கேள்விப்பட்டதைப் பாதி பாட்டாகவும் பாதிப் பேச்சாகவும் கூறினாள். பிறகு, பிற்பகல் வேளையில் வெளியே ஏதோ சத்தம் கேட்டு வீட்டுக் கதவுகளைத் திறந்தவர்கள் வியந்து நின்றனர். ஜார்ஜ் தனது தலைமுடியில் நீளமானதொரு வான்கோழி இறகைச் செருகியிருந்தான். உலர்ந்த சுரைக்குடுக்கையின் மீது ஒரு குச்சியைக் கொண்டு அடித்தவாறு வேகமாகக் குதித்து ஆடியவாறு மாலிஸியிடம் கேட்ட பாடலை அவனுடைய போக்கில் பாடிக் கொண்டிருந்தான். "ஓ, ஹே! விடிகாலை வெளிச்சத்தில் காணுங்கள்!... ஏவுகணைகளின் செம்பிழம்புகளை.... ஓ, மின்னும் மீன்கள் பொறித்த கொடி பட்டொளி வீசிப் பறப்பதையும்... சுதந்திர மனிதர்களின் பூமியையும்... நெஞ்சுரம் மிக்கோரின் தாயகத்தையும்..."

மற்றொரு ஆண்டு கடப்பதற்குள், பையன் மற்றவர்களைப் போல நடித்துக் காட்டுவதில் மிகவும் தேர்ந்த திறன் பெற்று விட்டான். அடிமைகள் குடியிருப்பின் முகாமையான பொழுதுபோக்காக அவனுடைய நடிப்பாற்றல் விளங்கியது. லியா முதலாளியைப் போல பாவனை செய்த அவனுடைய திறன் அனைவராலும் பெரிதும் போற்றப்பட்டது. முதலாளி அண்மையில் எங்குமில்லை என்பதை உறுதிப்படுத்திக் கொண்டு, ஜார்ஜ் அவரைப் போலவே கண்களை ஓரங்களில் திறந்து, முகத்தைச் சுளித்து, கோபமாக அதட்டினான், "கவனிங்க, நீக்ரோக்களே! பொழுது சாய்வதற்குள் வயலில் உள்ள பருத்தியெல்லாம் எடுத்தாக வேண்டும்! இல்லேன்னா, தின்பதற்குப் பண்டங்கள் கொடுக்க மாட்டேன்!" உடல் குலுங்கச் சிரித்த பெரியவர்கள், 'அதுபோல எப்போவாவது பார்த்திருக்கிறாயாடா, பயலே?" என்று வியப்புடன் கேட்டனர். ... "இல்லை!" .... "அவன் எச்சரிக்கிறான்!" .... சற்று நேரம் உற்றுக் கவனித்தாலே போதும்.... அவர்களைப் போல அப்படியே கேலியாக நடித்துக் காட்டினான்! ஒரு வெள்ளைக்காரப் பாதிரியார் விருந்திற்காக வந்திருந்த போது, அவரை அழைத்துச் சென்று, வாதுமை மரத்தடியில் அடிமைகளுக்காகப் போதிக்க முதலாளி ஏற்பாடு செய்தார். அவரையும் அவன் விட்டு வைக்கவில்லை! சண்டைச் சேவல்களைப் பயிற்றுவித்த மிங்கோவை முதன்முறையாகப் பார்த்தவுடனே அவரைப் போலவே விநோதமாக நடந்து காட்டினான். சண்டைச் சேவல்கள் இரண்டை அவற்றின் கால்களில் இறுகப் பற்றிக் கொண்டு, அவற்றை முன்னும் பின்னுமான வேகமாக நகர்த்தி, சேவல் சண்டையை நிகழ்த்திக் காட்டினான். அவை கொலைவெறியுடன் பேசிக் கொண்டதாகக் கூட சொல்லிக் காட்டினான். முதல் சேவல்: "அருவருப்பான கிழட்டுத் தடியா! உன் கண்களை நோண்டி எடுத்திடுவேன்!"

இரண்டாவது சேவல்: "உன்னிடம் ஒன்றுமில்லை! என் பாதி வாய்க்குப் போதாத வெறும் இறகுகள் மட்டும் தான்!"

அடுத்த சனிக்கிழமை லியா முதலாளி வாராந்திர உணவுப் பண்டங்களை

வழங்கிய பொழுது, கிஸ்ஸி, சகோதரி சாரா, பாம்ப்பே மாமா ஆகியோர் தம்முடைய பங்கினைப் பெறுவதற்காக வீட்டு வாயிலின் முன் அடக்க ஒடுக்கமாக நின்றிருந்தனர். ஒரு எலியைத் துரத்திக் கொண்டு அவ்வழியாக ஓடிய ஜார்ஜ் முதலாளி மீது மோதுவதைப் போல அங்கே நுழைந்தான். லியா முதலாளி, ஒரு பக்கம் வேடிக்கையாகவும், மறுபக்கம் தனது அதிகாரத் தொனியை விட்டுக் கொடுக்காமலும், "நீயும் ஒரு பங்கைப் பெறுவதற்கு என்ன வேலையடா செய்கிறாய், பயலே!" என்று அதட்டினார். நான்கு பெரியவர்களும் திக்கித்துப் போகும் விதமாக, ஒன்பது வயது நிரம்பிய ஜார்ஜ், தோள்களை விரைப்பாக வைத்துக் கொண்டு, நேருக்கு நேரே முதலாளியின் கண்களைப் பார்த்துக் கூறினான், "உங்களுடைய வயல்களில் வேலை செய்கிறேன்! அப்புறம், இவர்களுக்குப் போதிக்கிறேன், முதலாளி!!" திகைத்துப் போன முதலாளி, "அப்படியா! எங்கே, போதனை செய்! கேட்கலாம்!" என்றார். ஐந்து இணைக் கண்கள் அவன் மீது பதிந்திருந்தன. நன்றாகப் பின்னோக்கி நகர்ந்தவன் போதனையைத் தொடங்குவதற்கு முன், "இவர் நீங்கள் இங்கே அழைத்து வந்திருந்த வெள்ளைப் பாதிரியார், முதலாளி!" என்றவன், கைகளை வானத்தை நோக்கி உயர்த்தி, உணர்ச்சி பொங்கப் பேசத் தொடங்கினான். "பாம்ப்பே மாமா முதலாளியினுடைய பன்றியை எடுத்திருந்தால், முதலாளியிடம் சொல்லுங்கள்! மாலிஸி முதலாளியம்மாவிடமிருந்து மாவு எடுத்ததைப் பார்த்தால், முதலாளியம்மாவிடம் சொல்லிவிடுங்கள்! ஏனெனில், நீங்களெல்லாம் அந்த அளவிற்கு நல்ல நீக்ரோக்களாக இருப்பீர்களானால், சொர்கத்தின் சமையலறைக்குச் செல்வீர்கள்!"

ஜார்ஜ் முடிப்பதற்கு முன்பாகவே, முதலாளி இரட்டை ஆளாகப் பூரித்துப் போனார். தன்னுடைய வெண்பற்கள் ஒளி வீச, அவன், மாலிஸி கற்றுக் கொடுத்திருந்த பாடல்களில் ஒன்றைப் பாடத் தொடங்கினான். "நான் தான், நான் தான், ஆண்டவரே, நான் மட்டுமே உன் அருள் வேண்டித் தொழுது நிற்கிறேன்! அம்மா இல்லை, அப்பாவும் இல்லை, நான் தான், ஆண்டவரே, அருள் வேண்டி தொழுது நிற்கிறேன்! பாதிரி இல்லை, மாதா கோவில் மணியக்காரரும் இல்லை, நான் மட்டுமே அருள் வேண்டித் தொழுது நிற்கிறேன்!"

முதலாளி அவ்வாறாக குலுங்க, குலுங்கச் சிரித்து பெரியவர்கள் எவரும் அதற்கு முன் பார்த்ததில்லை! முழுமையாக ஈர்க்கப்பட்ட முதலாளி அவனுடைய தோள்களைத் தட்டிக் கொடுத்தார். "பயலே, நீ விரும்புகின்ற நேரத்திலெல்லாம் இங்கே போதனை செய்!" என்றார். கூடை நிறைய உணவுப் பண்டங்களை அவர்களுக்குள் பகிர்ந்து கொள்ளட்டும் என்று விட்டு விட்டு தோள்களைக் குலுக்கியபடி புறப்பட்டார். வீட்டிற்குச் சென்ற பொழுதே திரும்பி அவனைப் பார்த்தார். ஜார்ஜ் மகிழ்ச்சியுடன் பற்களைக் காட்டிக் கொண்டு நின்றான்.

கோடை காலத்தில் சில வாரங்களுக்குள் முதலாளி தனது பயணத்திலிருந்து திரும்பினார். நீளமான மயில் தோகை இரண்டைத் தன்னுடன் கொண்டு வந்திருந்தார். மாலிஸியை அனுப்பி வயலிலிருந்து ஜார்ஜை அழைத்துவரச் சொன்னார். தொடர்ந்த ஞாயிற்றுக்கிழமை விருந்திற்கு வருகை தரும் விருந்தினர்களுக்குப் பின்புறம் மயில்தோகைகளை மேலும் கீழும் மெதுவாக

அசைத்து காற்று வீச வேண்டுமென்று அவனுக்கு அறிவுறுத்தினார்.

நன்றாகக் குளிப்பாட்டி, ஆடைகளைத் துவைத்து, கஞ்சி போட்டு, தேய்த்து அணிவித்து பையனை அனுப்பி வைக்கும்படி முதலாளியம்மா அறிவுறுத்தியிருந்தாள். அதனை கிஸ்ஸிக்குத் தெரிவித்த மாலிஸி கடுகடுப்பாகக் கூறினாள். "மயில்தோகையால் விசிறி காற்று வீச வேண்டுமாம்! பணக்கார வெள்ளையர்களைப் போலப் பகட்டிக் கொள்கிறார்கள்!" ஜார்ஜ் தன்னுடைய புதிய பணியையும், முதலாளியும் முதலாளியம்மாவும் கூட தன் மீது தனிக் கவனம் செலுத்தியதையும் எண்ணிப் பெருமிதம் கொண்டான்.

பெரிய வீட்டில் விருந்தினர்கள் இருந்த பொழுதே, மாலிஸி அடுக்களையிலிருந்து நழுவி, அடிமைகள் குடியிருப்பை நோக்கி ஓடினாள். அங்கே அவர்கள் ஆவலுடன் காத்திருந்தனர். ஜார்ஜ் மணிக்கட்டுகளைச் சுழற்றியும் உடலை முன்னும் பின்னும் அசைத்தும் மயில்தோகையால் விசிறி, முதலாளியும் முதலாளியம்மாவும் எதிர்பார்த்ததைக் காட்டிலும் கூடுதலாகக் காற்று ஏற்படுத்தியதை விவரித்தாள். "சாப்பிட்டு முடித்த பின் முதலாளி கோப்பைகளில் மதுவகைகளை ஊற்றினார். அப்போது தான் அவருடைய மனத்தில் உதித்தது போலும்! 'அடே, பயலே! உன்னுடைய போதனையைச் சிறிது கேட்கலாம்' என்றார். அவனும் ஏற்கனவே பயிற்சி எடுத்திருந்தான் என்று நினைக்கிறேன். அவர் கேட்டவுடனே, தனக்கு பைபிளாக வைத்துக் கொள்ள ஒரு புத்தகம் வேண்டுமென்றான். உடனே அவரும் எடுத்துக் கொடுத்தார். முதலாளியம்மாவினுடைய மிக அழகான வேலைப்பாடுகள் கொண்ட குட்டை மேஜை மீது ஏறி நின்றான்! போதனையைத் தொடங்கி விட்டான்! எவரும் கேட்காமலேயே தனக்குத் தெரிந்த அத்தனை பாடல்களையும் பாடிவிட்டான்! அப்பொழுது தான் உங்களிடம் சொல்வதற்கு நான் ஓடோடி வந்தேன்!" அவள் பெரிய வீட்டிற்குத் திரும்பி விரைந்தாள். கிஸ்ஸி, சகோதரி சாரா, பாம்ப்பே மாமா மூவரும் தலையை ஆட்டிக் கொண்டு சிரித்தனர். நம்பமுடியாத பெருமை!

ஜார்ஜுக்குப் பெரும் வெற்றி! ஞாயிற்றுக்கிழமை மதியத்திற்குப் பின் முதலாளியுடன் வெளியில் சென்று திரும்பிய முதலாளியம்மா, கடந்தமுறை விருந்திற்கு வந்திருந்த அனைவரும் ஜார்ஜைப் பற்றி மிகவும் விசாரித்ததாக மாலிஸியிடம் கூறினாள். சிறிது காலத்திற்குள் முதலாளியம்மா ஜார்ஜ் மீது மிகுந்த பாசம் கொண்டாடத் தொடங்கினாள். மாலிஸி வியந்தாள், "ஆண்டவருக்குத் தான் வெளிச்சம்! அவளுக்கு நீக்ரோக்களைக் கண்டாலே பிடிக்காது!" படிப்படியாக முதலாளியம்மா ஜார்ஜுக்குப் பெரிய வீட்டில் சின்ன, சின்ன வேலைகளைக் கொடுத்தாள். அவனுடைய பதினோறாவது வயதில் அவன் பாதி நேரம் கூட அவர்களுடன் வயலில் வேலை செய்ததில்லை!

ஒவ்வொரு விருந்தின் போதும் மயில்தோகை வீசுவதற்காக ஜார்ஜ் உணவருந்தும் அறையில் இருந்தபடியால், மாலிஸியைக் காட்டிலும் கூடுதலாக வெள்ளையர்கள் பேசிக் கொண்ட செய்திகளைக் கேட்கும் வாய்ப்பு ஏற்பட்டது. ஏனெனில், மாலிஸி அடிக்கடி சமையலறைக்கும் உணவருந்தும் அறைக்குமிடையே ஓடிக் கொண்டிருந்தாள். விருந்தினர்கள் புறப்பட்டுச் சென்ற பின்னர், அடிமைகள்

குடியிருப்பிற்குத் திரும்பிய ஜார்ஜ் தான் கேள்விப்பட்ட செய்திகளனைத்தையும் ஆவலுடன் காத்திருந்த காதுகளுக்குத் தெரிவித்தான். விருந்தினரில் ஒருவர் கூறியதைக் கேள்விப்பட்டு அவர்கள் திகைப்படைந்தனர். ஃபிலெடெல்பியா என்ற இடத்தில், மூவாயிரத்திற்கும் மேற்பட்ட விடுதலை பெற்ற நீக்ரோக்கள் கூட்டம் நடத்தினராம். அமெரிக்காவின் உருவாக்கத்திற்கு அடிமைகளும் விடுதலை பெற்றவர்களுமான நீக்ரோக்கள் உதவியுள்ளனர் என்றும், போர்களில் பங்கு பெற்றனர் என்றும், தற்போதைய அமெரிக்க வளத்தில் தமக்கும் உரிய பங்கு உண்டு என்றும் தீர்மானம் நிறைவேற்றி அதிபர் மாடிஸனுக்கு அனுப்பியுள்ளதாக அந்த வெள்ளைக்காரர் தெரிவித்தார். ஜார்ஜ் மேலும் கூறினான், "முதலாளி, விடுதலை பெற்ற நீக்ரோக்களை நாட்டை விட்டுத் துரத்த வேண்டும் என்றார்".

பின்னொரு நாள் நடந்த விருந்தின் போது கேட்டவற்றை ஜார்ஜ் விளக்கினான். "வெள்ளையர்கள் வெறி பிடித்தது போல் பேசிக் கொண்டிருந்தனர். முகமெல்லாம் சிவந்து விட்டது. மேற்கு இந்தியத் தீவுகளில் நடந்த நீக்ரோக்கள் கிளர்ச்சியைப் பற்றி விவாதித்தனர். மேற்கு இந்தியத் தீவுகளில் அடிமை நீக்ரோக்கள் பயிர்களையும் வீடுகளையும் எரித்தார்களாம், தமக்கு முதலாளிகளாக இருந்த வெள்ளையர்களை அடிப்பதும், வெட்டுவதும், தூக்கிலிடுவதுமாக வதைத்தனராம்!" அடுத்தடுத்த விருந்துகளுக்குப் பின்னரும் ஜார்ஜ் செய்திகளை தெரிவித்துக் கொண்டிருந்தான். மணிக்குப் பத்து மைல் வேகத்தில் செல்லக் கூடிய, ஆறு குதிரைகள் பூட்டிய 'விரைவு வண்டி' பாஸ்டனுக்கும் வாஷிங்டனுக்கும் இடையே விடப்பட்டுள்ளது. ராபர்ட் ஃபுல்டன் என்பவர் கண்டுபிடித்த நீராவிப் படகின் மூலம் அட்லாண்டிக் கடலை பன்னிரெண்டு நாட்களுக்குள் கடந்து சாதனை நிகழ்த்தப்பட்டது. மற்றொரு விருந்திற்குப் பிறகு, வெள்ளையர்கள் முகங்களில் கரியை அப்பிக் கொண்டு நீக்ரோக்களைப் போல நடனமாடிய செய்தியைக் கூறினான். மற்றொரு ஞாயிற்றுக்கிழமை விருந்தின் போது நடந்த உரையாடல் செவ்விந்தியர்களைப் பற்றியது! வெள்ளையர்களுக்குத் தேவைப்பட்ட எட்டு கோடி ஏக்கர் நிலத்தை எடுத்துக் கொண்டார்களாம். டேவிட் குரோக்கெட், டேனியல் வெப்ஜ்டர் ஆகிய இருவருடைய குறுக்கீடு இருந்திரா விட்டால் அரசாங்கம் எப்பொழுதோ நடவடிக்கை எடுத்திருக்குமாம்!

1818ஆம் ஆண்டு, ஒரு ஞாயிற்றுக்கிழமை! ஜார்ஜ் தெரிவித்தான், "அமெரிக்கக் குடியேற்றச் சங்கம் என்கிற அமைப்பினர், ஆப்பிரிக்காவிலுள்ள லிபேரியாவுக்கு விடுதலை பெற்ற நீக்ரோக்களைக் கப்பலேற்றி அனுப்புவதற்கு முயற்சிக்கின்றனராம்! சமைத்த பன்றி இறைச்சித் துண்டுகள் இலைகளாகத் தொங்கக் கூடிய மரங்களும், குடிப்பதற்குப் போதிய அளவு மதுவகைகள் கொண்ட கோப்பைகள் காய்த்திருக்கும் மரங்களும் அங்கிருப்பதாக நீக்ரோக்களுக்கு ஆசை காட்டி அங்கே கொண்டு செல்லப் போவதாக வெள்ளையர்கள் கேலி பேசிச் சிரித்துக் கொண்டிருக்கிறார்கள்! முதலாளி மட்டும் 'நீக்ரோக்களை அவ்வளவு விரைவாகக் கப்பலில் ஏற்றிவிட முடியாது' என்று உறுதியாகக் கூறுகிறார்!"

சாரா வெறுப்பினை உமிழ்ந்தாள், "ஊஹூம்! குரங்குகளுடன் மரங்களில் வாழுகின்ற நீக்ரோக்களுடன் நான் ஒருபோதும் ஆப்பிரிக்கா செல்ல

மாட்டேன்!"

கிஸ்ஸி கடுமையாகப் பேசினாள், "உனக்கு யார் சொன்னது? என்னுடைய அப்பா ஆப்பிரிக்காவிலிருந்து வந்தவர். அவர் எந்த மரத்திலும் வசிக்கவில்லையே!"

அதிர்ந்து போன சாரா கோபமாக இரைந்தாள், "இங்கு வளர்ந்த அனைவரும் அதைக் கேள்விப்பட்டிருக்கிறோம்!"

அவளை ஓரக்கண்ணால் பார்த்தவாறு, பாம்ப்பே மாமா கூறினார், "அதுவே உண்மையென்று வாதிடாதே! உன்னை எந்தக் கப்பலிலும் ஏற்றப் போவதில்லை! நீ விடுதலையான நீக்ரோவும் இல்லை!"

சாராவுக்கு பாம்ப்பே, கிஸ்ஸி இருவர் மீதும் கோபம்! சூடான பெருமூச்சு புழுதியைக் கிளப்பியது. கழுத்தை ஒரு வெட்டு வெட்டியவாறு கடிந்தாள், "விடுதலையடைந் திருந்தாலும் நான் போக மாட்டேன்!"

கூடியிருந்தவர்கள் கலைந்து வீட்டிற்குப் புறப்பட்ட பொழுது அவர்கள் இருவருக்கும் இரவு வணக்கம் சொல்வதில்லை என்பதில் கவனமாக இருந்தாள். கிஸ்ஸிக்கும் மனது ஆற வில்லை! தன்மான உணர்வு மிக்க தனது தந்தையையும், தனக்குப் பெரிதும் விருப்பமான தாயகத்தையும் இகழ்ந்து பேசிவிட்டாளே என்கிற வருத்தம்!

ஆப்பிரிக்கத் தாத்தாவை கேலியாகப் பேசிவிட்டதாக உணர்ந்த ஜார்ஜும் எரிச்சலடைந்திருந்தான் என்பதை அறிந்த பொழுது வியப்பும் மகிழ்ச்சியும் அடைந்தாள். அவன் எதையும் வெளிப்படுத்தத் தயங்கினான் என்ற போதிலும், அவனால் தாங்கிக் கொள்ள முடியவில்லை! கடைசியில், "சாரா'க்கா இல்லாததைப் பேசினாள்! இல்லையா'ம்மா?" என்ற பொழுது மதிப்புக்குறைவான பேச்சின் மீது அவன் கொண்டிருந்த வெறுப்பில் அவனுடைய அக்கறையைக் கண்டாள்.

ஒத்த உணர்வுடன் ஒப்புக் கொண்ட கிஸ்ஸி, "அது தான் உண்மை!" என்றாள்.

சற்று நேரம் அமைதியாக இருந்து விட்டு மீண்டும் பேசினான். தயக்கத்துடன், "அம்மா!" என்றான். "அவரைப் பற்றிச் சொல்வதற்கு இன்னும் ஏதாவது இருக்குதாம்மா?"

முந்தைய குளிர்காலத்தின் போது, ஓர் இரவில், அவனுடைய ஓயாத கேள்விகளால் மிகவும் சலிப்படைந்த கிஸ்ஸி அவரைப் பற்றி அதற்கு மேல் எதையும் தன்னிடம் கேட்கக் கூடாது என்று தடை விதித்ததை எண்ணிப் பலவாறாக நொந்து கொண்டாள். மென்மையாகக் கூறினாள், "நானும் என்னுடைய மூளையைப் பலமுறை பிராண்டிப் பார்த்து விட்டேன். உன்னிடம் ஏற்கனவே சொன்ன செய்திகளுக்கு அப்பால் எதுவும் தட்டுப்படவில்லை." சற்றே நிறுத்தினாள். "நான் கூறிய எதையும் நீ மறந்திருக்க மாட்டாய் என்று நினைக்கிறேன். வேண்டுமென்றால், கேள்! அவற்றை மீண்டும் கூறுகிறேன்!"

ஜார்ஜ் மீண்டும் சற்று நேரம் அமைதியாக இருந்தான். "அம்மா, நீ ஒருமுறை சொன்னாய்! ஆப்பிரிக்கா பற்றிய செய்திகளை உங்களிடம் கூறுவது தான் தாத்தாவினுடைய முகாமையான உணர்வாக இருந்தது என்று!"

சிந்தனையில் ஆழ்ந்தவளாக கிஸ்ஸி கூறினாள், "ஆமாம்! பல சமயங்களில் அப்படித் தான் நடந்து கொண்டார்!"

மீண்டும் சற்று நேரம் அமைதியாக இருந்து விட்டு "அம்மா! எனக்கும் ஓர் எண்ணமுண்டு! நீ எனக்குச் சொன்னதைப் போல, என்னுடைய குழந்தைகளுக்கும் தாத்தாவைப் பற்றி நான் கூறுவேன்!" என்றான். கிஸ்ஸி புன்னகைத்தாள். தன்னுடைய ஒரே மகன் எதிர்காலத்தில் தனக்குப் பிறக்கப் போகிற குழந்தைகளைப் பற்றி பன்னிரெண்டு வயதிலேயே பேசியது புதுமையாக இருந்தது.

முதலாளியிடமும் முதலாளியம்மாவிடமும் ஜார்ஜினுடைய செல்வாக்கு தொடர்ந்து உயர்ந்து கொண்டிருந்தது. அவர்களுடைய அனுமதியில்லாமலே அவனுடைய உரிமைகள் பெருகிக் கொண்டிருந்தன. அவ்வப்பொழுது, குறிப்பாக, ஞாயிற்றுக்கிழமை மதிய வேளைகளில், முதலாளியும் முதலாளியம்மாவும் வெளியில் சென்ற பின்னர், தன்னந்தனியாக, சில சமயங்களில் மணிக்கணக்கில், சுற்றித் திரிந்தான். அடிமைகள் குடியிருப்புப் பெரியவர்கள் தமக்குள் அளவளாவிக் கொண்டிருந்தனர். லியாவினுடைய பண்ணை முழுவதையும் துருவி ஆராய்ந்து விட்டான். ஒரு ஞாயிற்றுக்கிழமை மாலை மயங்கிய வேளையில் திரும்பியவன் மதியம் முழுவதும் முதலாளியினுடைய சண்டைச் சேவல்களைப் பராமரிக்கின்ற கிழவருடன் செலவிட்டதாக கிஸ்ஸியிடம் கூறினான்.

"கூண்டை விட்டுத் தப்பிப் பறந்த மிகப் பெரிய சேவல் ஒன்றைப் பிடிப்பதற்கு அவருக்கு உதவினேன். அதன் பிறகு, அவரும் நானும் பேசத் தொடங்கிவிட்டோம்! அம்மா, நீங்களெல்லாம் சொல்கிற மாதிரி அவர் ஒன்றும் விநோதமான ஆள் கிடையாது! அத்தோட, அதுபோன்ற கோழிகளை நான் பார்த்ததே இல்லை! கூண்டுக்குள்ளே கூவிக்கொண்டும் தாவிக்கொண்டும், ஒன்றோடொன்று சண்டையிட்டுக் கொண்டும் இருப்பதற்காக சண்டைச் சேவல்கள் வளர்க்கப்படுவதில்லை என்றார். புற்களைப் பறித்து அவற்றிற்கு ஊட்டச் சொன்னார். நானும் செய்தேன். பெரும்பாலான தாய்மார்கள் தம்முடைய குழந்தைகளை வளர்ப்பதைக் காட்டிலும் அந்தக் கோழிகளை வளர்ப்பதற்குக் கூடுதலாக உழைக்க வேண்டியிருந்ததாக அந்தக் கிழவர் கூறுகிறார்." அதைக் கேட்டவுடன் கிஸ்ஸியினுடைய கழுத்து நரம்புகள் சற்றே புடைத்தன. ஆனாலும், பதிலேதும் பேசாமல் இருந்து விட்டாள். கோழிகள் பற்றிய உணர்வுக் கிளர்ச்சியில் தனது மகன் ஆழ்ந்து போனது அவளுக்கு ஒருவித மகிழ்ச்சியளித்தது. "அவற்றினுடைய முதுகையும், கழுத்தையும், கால்களையும் நீவி விட்டு, அவை சிறந்த முறையில் சண்டையிட உதவ வேண்டுமென்று செய்து காட்டினார்."

"பயலே, நீ அந்த இடத்திற்குப் போகாமல் இருப்பது நல்லது!" அவள் எச்சரித்தாள். "கோழிகளைப் பராமரிக்கின்ற அந்தக் கிழவரைத் தவிர வேறு யாரையும் முதலாளி அங்கே அனுமதிப்பதில்லையென்று உனக்கே தெரியும்!"

“கோழிகளுக்கு உணவளிப்பதில் அவருக்கு உதவுவதற்காக என்னை அங்கே அனுமதிக்கும்படி மிங்கோ மாமா முதலாளியிடம் கேட்கப் போகிறாராம்!”

அடுத்த நாள் காலையில் வயல்வெளிக்குச் சென்று கொண்டிருந்த பொழுது, சாராக்காளிடம் ஜார்ஜினுடைய புதிய சாகசத்தைப் பற்றிக் கிஸ்ஸி குறிப்பிட்டாள். சிந்தனையில் ஆழ்ந்தவளாக சாரா அமைதியாக நடந்தாள். பிறகு சொன்னாள், “ஆரூடம் சொன்னால் உனக்குப் பிடிக்காது என்று எனக்குத் தெரியும்! ஆனாலும் அந்தப் பொடியனைப் பற்றிக் கூறுகிறேன், கேள்!” சற்றே நிறுத்தினாள். “நீக்ரோ என்று ஏளனமாக எவரொருவரும் பேசும் விதத்தில் அவன் ஒருபோதும் இருக்கப் போவதில்லை! மூச்சிருக்கும் வரை அவன் எப்பொழுதும் எதையாவது புதுமையாகவும் வித்தியாசமாகவும் செய்து கொண்டே இருப்பான்!”

89

"நல்லமுறையில் வளர்க்கப்பட்டவனைப் போல நடந்து கொள்கிறான், கைக்கு அடங்கிய பையனாகவும் இருக்கிறான், முதலாளி!" அடிமைகள் குடியிருப்புப் பையனைப் பற்றி விவரித்துக் கொண்டிருந்த மிங்கோ மாமா அவ்வாறு கூறி முடித்தார். ஆனால், அவனுடைய பெயரைப் பற்றி விசாரிக்கவில்லை.

அவருக்கு ஒரு வாய்ப்பளிக்கும் விதமாக முதலாளி உடனே ஒப்புக் கொண்ட பொழுது, அவர் மகிழ்ச்சியடைந்தார். ஏனெனில், பல ஆண்டுகளாகத் தனக்கு ஒரு உதவியாளனை அவர் எதிர்பார்த்திருந்தார். ஆனால், உண்மையில் அவர் வியப்படையவில்லை! தன்னுடைய சண்டைச் சேவல்கள் பயிற்றுநருடைய ஏறிக் கொண்டிருந்த வயதும், இறங்கிக் கொண்டிருந்த உடல்நலமும் அவரைப் பெரிதும் கவலை கொள்ளச் செய்தன. அத்துடன், கடந்த ஐந்தாறு மாதங்களாக அவர் கடுமையான இருமலால் பாதிக்கப்பட்ட தருணங்கள் அதிகரித்துக் கொண்டிருந்தன. அப்பகுதியில் மற்ற சண்டைச் சேவல் முதலாளிகளிடமிருந்து சண்டைச் சேவல் பயிற்றுநர் பயிற்சி பெறுவதற்கு ஏற்ற இளைஞன் ஒருவனை விலைக்குப் பெறுவதற்கு அவர் மேற்கொண்ட முயற்சிகள் வீணாயின என்பதும் அவருக்குத் தெரியும்! போட்டி மனப்பான்மை காரணமாக அவர்கள் யாரும்

அவருக்கு உதவுவதற்கு விரும்பவில்லை. அத்தகைய முதலாளிகளுள் ஒருவர் அவரிடம் கூறியதாக அவரே மிங்கோவிடம் தெரிவித்தார். “அப்படியொரு பையன் இருந்தால் அவனை உனக்கு விற்பேனா என்பதை நீ சற்றே சிந்தித்துப் பார்க்க வேண்டும்! உன்னிடமுள்ள மிங்கோ போன்ற பயிற்றுநரிடம் பயிற்சி பெற்றால், நான்கைந்து ஆண்டுகளில், என்னை நீ வெல்வதற்கு அவன் உதவி செய்வான்!”. ஆனால், தன்னுடைய கோரிக்கையை லியா முதலாளி உடனடியாக ஏற்றுக் கொண்டதற்கு மிகவும் பொருத்தமான காரணம் ஒன்றிருந்ததையும் மிங்கோ அறிந்திருந்தார். கேஸ்வே ஊரகத்தில் ஆண்டுதோறும் நடத்தப்பட்ட சேவல் சண்டைப் பருவம் புத்தாண்டு கொண்டாட்டத்தையொட்டி நிகழவிருந்த மிகப் பெரியதும் முகாமையானதுமான போட்டியுடன் தொடங்கவிருந்தது. பையன்கள் இளம் பறவைகளுக்குத் தீனி போடும் வேலையைக் கவனித்துக் கொண்டால், அந்த அளவு கூடுதலான நேரத்தை மிங்கோ இரண்டு வயது நிரம்பிய முதிர்ச்சியடைந்த புதிய பறவைகளுக்குப் பயிற்சியளிப்பதில் செலவிட முடியும் என்பது தான் அவருடைய எண்ணம்!

பல்வேறு விதமான கூண்டுகள் ஒவ்வொன்றிலும் அடைக்கப்பட்டிருந்த சம வயதும், உருவமும் கொண்ட ஏராளமான கோழிக் குஞ்சுகளுக்கு இரை போடுவதற்கு மிங்கோ ஜார்ஜுக்கு முதல் நாள் கற்றுக் கொடுத்தார். சோதனைப் பணியை பையன் ஏற்றுக்கொள்ளத் தக்கவிதத்தில் நிகழ்த்தியதால், கிழவர் அடுத்ததாக ஓராண்டு நிரம்பிய, கோணல் மாணலான தடுப்புகள் கொண்ட கூண்டுகளுக்குள் தமக்குள் சண்டையிட எத்தனித்துக் கொண்டிருந்த இளம் சேவல்களுக்கு இரை போடுவதற்குப் பயிற்றுவித்தார். அடுத்துத் தொடர்ந்த சில நாட்களில், சோளக் குருணைகளையும், நன்கு அரைக்கப்பட்ட தானியங்களையும், கிளிஞ்சல்களையும், கரித்துகள்களையும் அவற்றிற்கு உணவாக வைப்பதுடன் நாள்தோறும் மூன்று முறை அவற்றிற்கு இனிமையான நன்னீரை ஊற்றிலிருந்து பிடித்துக் கொணர்ந்து மாற்றுகின்ற வேலையிலும் ஜார்ஜ் மிகவும் முனைப்புடன் செயல்பட்டான்.

கோழிகள் மீது, அதிலும் குறிப்பாக, இளம் சேவல்கள் மீது தனக்கு அத்துணை ஈர்ப்பு ஏற்படும் என்று ஜார்ஜ் ஒருபோதும் எண்ணிப் பார்த்ததில்லை. அவற்றிற்குக் கொண்டைகளும், பலவண்ணங்களில் பளபளத்த அடர்த்தியான இறகுகளும் வளரத் தொடங்கியிருந்தன. போர்வெறி கண்களில் மின்னத் திமிருடன் திரிந்தன. மிங்கோவினுடைய பார்வைக்கு அப்பால் இருந்த சமயங்களில் அவற்றினுடைய சேட்டைகளைக் கண்டு ஜார்ஜ் உரக்கச் சிரித்தான். அவ்வப்போது அவை தலையை பின்னோக்கி இழுத்து அடித்தொண்டையிலிருந்து உரக்கக் கூவின. பல்வேறு போட்டிகளில் பெற்ற வெற்றித் தழும்புகளுடன் மிங்கோவின் தனிப்பட்ட பராமரிப்பில் இருந்த முதிர்ந்த சண்டைச் சேவல்களின் கூவல்களுடன் போட்டியிட்டதைப் போன்றிருந்தது. அத்தகைய சண்டைச் சேவல்களை அவர் பொலிசேவல்கள் என்றார். ஜார்ஜ் தன்னை அந்த இளம் சேவல்களுள் ஒன்றாகவும் மிங்கோவை முதிர்ந்த சண்டைச் சேவல்களுள் ஒன்றாகவும் கற்பனை செய்து கொண்டான்.

நாள்தோறும் குறைந்தபட்சம் ஒருமுறையாவது முதலாளி சண்டைக் கோழிகள்

பயிற்சிப் பகுதிக்கு மணற்சாலை வழியாக குதிரை மீதேறிச் சென்றார். தனக்கு அப்பகுதியில் நுழைவதற்கு அனுமதி அளித்ததில் முதலாளிக்கு அவ்வளவாக விருப்பமில்லை என்பதை உணர்ந்த ஜார்ஜ் அவருடைய வருகையின் போது பெரும்பாலும் தனது தலையைக் காட்டாமல் தவிர்த்துக் கொண்டான். அவர் தனது மனைவியைக் கூட கோழிகள் இருந்த இடத்திற்குச் செல்ல அனுமதித்ததில்லை என்றும், அதற்கு அவள் கோபமாக, அது காண விரும்பக் கூடிய கடைசி இடமாக இருக்குமென்று கூறியதாகவும் மாலிஸி சொல்லக் கேட்டிருந்தான்.

போட்டியில் கலந்து கொள்ளக் கூடிய சேவல்கள் அடைக்கப்பட்டிருந்த கூண்டுகளை சோதனையிட்டவாறு முதலாளியும் மிங்கோவும் சுற்றி வந்தனர். மிங்கோ அவருக்குப் பின்னால் சரியாக ஒரு எட்டு தூரத்தில் தொடர்ந்தார். சேவல்களுடைய கூவல்களுக்கிடையே அவர் சொல்வதும் தான் பேசியதும் இருவருடைய காதுகளிலும் நன்றாக விழும் விதத்தில் நடந்தார். வயல்வேலை செய்த சாராக்காவுடனோ, பாம்ப்பே மாமாவுடனோ, தனது தாயுடனோ முதலாளி பேசிய பொழுது தெறித்த மிகுந்த மிடுக்கும் அதிகாரத் தொனியும், மிங்கோவுடன் பேசிய பொழுது காணாமற் போனதையும் நல்லதொரு நட்புணர்வு மிளிர்ந்ததையும் ஜார்ஜ் உற்றுக் கவனித்தான். அவர்களுடைய சோதனைப் பயணம் ஜார்ஜ் வேலை செய்து கொண்டிருந்த இடத்தை நெருங்கிய பொழுது அவர்கள் பேசியதை ஒற்றுக் கேட்டான். "இந்தப் போட்டிக் காலத்தில் முப்பது பறவைகளைக் களத்தில் இறக்கலாம் என்று எண்ணியுள்ளேன். நாம் அறுபதுக்கும் மேற்பட்ட சேவல்களுக்குப் பயிற்சியளித்து தயார்ப்படுத்திக் கொள்ள வேண்டும்!"

"ஆகட்டும் முதலாளி! அப்பொழுது தான் நாம் கழித்துத் தேர்ந்தெடுக்கும் போது நன்கு பயிற்சி பெற்ற நாற்பது சேவல்களாவது தேறும்!"

நாள்தோறும் ஜார்ஜினுடைய மூளையில் ஏகப்பட்ட கேள்விகள் நிரம்பி வழிந்து கொண்டிருந்தன. ஆனாலும், அவராகவே சொல்லாத எந்தச் செய்தியையும் அவரிடம் கேட்கப் போவதில்லை என்பதில் உறுதியாக இருந்தான். அவரும் ஒரு தேர்ந்த கட்டுச் சேவல்காரருக்கு உரிய பண்பிலிருந்து பிறழாமல் பல இரகசியங்களைத் தனக்குள் வைத்துக் கொண்டார். ஆனால், மிங்கோவினுடைய கழுகுக் கண்கள் ஜார்ஜ் தனது வேலைகளைச் செய்த விதத்தை உன்னிப்பாகக் கவனிக்கத் தவறவில்லை. வேண்டுமென்றே தன்னுடைய கட்டளைகளை சுருக்கமாகக் கூறிவிட்டு, அந்த இடத்தைவிட்டு விரைவாகச் சென்றார். எவ்வளவு வேகமாகவும் துல்லியமாகவும் உள்வாங்கிக் கொண்டு மனத்தில் இருத்திக் கொள்கிறான் என்பதற்கான சோதனை! ஆனால், ஜார்ஜுக்கு எந்தவொரு விடையத்திலும் ஒருமுறைக்கு மேல் கூற வேண்டிய தேவை எழவில்லை என்பதை அறிந்து பெரும் மகிழ்ச்சியடைந்தார்.

போட்டிகளில் கலந்து கொள்ளுகின்ற பறவைகளின் பால் ஜார்ஜ் கொண்டுள்ள அக்கறையும் கவனமும் உகந்தவையாக இருந்தன என்று சில நாட்கள் கழித்து முதலாளியிடம் மிங்கோ கூறினார். அதே சமயத்தில் தன்னுடைய முக்கியத்துவத்தையும் நிலைநாட்டிக் கொள்ளும் விதமாகவும் குறிப்பிட்டார், "குறுகிய காலத்திற்குள் என்னாலும் ஓரளவு தான் அவனுக்குச் சொல்லிதர

முடிந்தது, முதலாளி!"

அதற்கு முதலாளி லியா கூறிய பதிலை அவர் சற்றும் எதிர்பார்க்கவில்லை. "அந்தப் பொடியன் உனக்கு எல்லா நேரங்களிலும் தேவைப்படுவான் என்று நினைக்கிறேன்! உன்னுடைய வீடு அவ்வளவு பெரியதாக இல்லை! எனவே, இருவரும் சேர்ந்து இங்கே ஒரு சிறு குடிலை அமைத்துக் கொள்ளுங்கள். அவன் எப்பொழுதும் உன்னுடன் இருக்கட்டும்!" திடீரென மொத்தமாக தன்னுடைய தனிமையான வாழ்க்கை பறிபோகப் போவதை எண்ணி மிங்கோ மருண்டு போனார். கடந்த பலவருடங்களாக அவர் பறவைகளுடன் அந்த இடத்தில் ஏகபோக உரிமை கொண்டாடி வாழ்ந்து பழகி விட்டார். ஆனாலும், முதலாளியை எதிர்த்துப் பேசத் துணிவு வரவில்லை.

முதலாளி புறப்பட்டுச் சென்ற பிறகு, ஜார்ஜிடம் வருத்தத்துடன் கூறினார். "முதலாளி எந்நேரமும் நீ என்னுடன் இருக்க வேண்டுமென்று விரும்புகிறார். எனக்குத் தெரியாத ஏதோ ஒன்று அவருக்குத் தெரிந்திருக்கிறது!"

தன்னுடைய குதூகலத்தை மறைக்கப் போராடியவனாக ஜார்ஜ் கூறினான், "ஆகட்டும்! ஆனால், நான் எங்கே தங்கிக் கொள்வது, மிங்கோ மாமா?"

"உனக்காக ஒரு சிறு குடிலை நாமிருவரும் கட்ட வேண்டும்!"

சண்டைச் சேவல்களுடனும் மிங்கோ மாமாவுடனும் பெரிதும் மகிழ்ச்சியாக இருந்த போதிலும், பெரிய வீட்டில் அனுபவித்த சொகுசுகளை இழக்க வேண்டியிருந்ததை எண்ணி நொந்தான். மயில் தோகை விசிறி வீசிக் கொண்டு, முதலாளி, முதலாளியம்மா, விருந்தினர்களுக்குப் போதனை செய்து கொண்டும் கழித்த நாட்கள் பறிபோயின! முதலாளியம்மா கூட அவனிடம் பாசம் காட்டத் தொடங்கியிருந்தாள்! அடுக்களையில் மாலிஸி கொடுக்கக் கூடிய இனிய தின்பண்டங்கள்! அனைத்தும் போயே போச்சு! ஆனால், அவற்றைக் காட்டிலும் மிகவும் கடுமையானது ஒன்றுண்டு! அவன் அடிமைகள் குடியிருப்பை விட்டுச் செல்லப் போகிற செய்தியைக் கேட்டவுடன் அவனுடைய அம்மா மனமுடைந்து போவாள்!

அவன் வீட்டிற்குள் நுழைந்த பொழுது, கிஸ்ஸி தன்னுடைய களைத்துப் போன பாதங்களை சுடுநீர் நிறைந்த பாண்டத்திற்குள் நனைத்து வேது கொடுத்துக் கொண்டிருந்தாள். வழக்கத்திற்கு மாறாக முகத்தை அழுமூஞ்சியாக வைத்துக் கொண்டு, "அம்மா, உன்னிடம் ஒன்று சொல்ல வேண்டும்!" என்றான்.

"நாள் முழுக்கக் களை வெட்டிக் களைத்துப் போயிருக்கிறேன். உன்னுடைய கோழிப் புராணத்தைக் கேட்க விரும்பவில்லை, சொல்லிட்டேன்!"

"அது இல்லைம்மா!" ஆழ்ந்து மூச்சிழுத்துக் கொண்டான். "நானும் மிங்கோ மாமாவும் ஒரு சிறு குடிலைக் கட்டி, நான் அங்கே தங்க வேண்டுமென்று முதலாளி சொல்றார்ம்மா!"

தாவி எழுந்தவள் பாண்டத்திலிருந்த நீரைச் சிறிதளவு தரையில் சிதறிவிட்டாள்!

ஜார்ஜ் மீது பாய்ந்து விடுவாள் போலிருந்தது. "எங்கே போய்த் தங்கப் போற? எப்பொழுதும் இருந்த இடத்தில் இருக்க மாட்டீங்களோ?"

"என்னுடைய விருப்பமில்லைம்மா! முதலாளி தான்!" அவளுடைய முகத்தில் பொங்கிய சீற்றத்திலிருந்து பின்வாங்கிக் கொண்டான். உச்ச தொனி அழுகையாகக் குரல் எழுந்தது, "உன்னை விட்டுப் போக எனக்கு விருப்பமில்லைம்மா!"

"எங்கேயும் போய்த் தனியாகத் தங்குமளவுக்கு உனக்கு வயதாகிவிடவில்லை! எனக்கு நல்லாத் தெரியும்! அந்தக் கிழட்டு மிங்கோ நீக்ரோ தான் முதலாளியிடம் போட்டுக் கொடுத்திருக்கிறான்!"

"இல்லைம்மா! அவரு இல்லைம்மா! ஏன்னா அவருக்கே பிடிக்கவில்லை! தனக்குப் பக்கத்தில் எந்நேரமும் யாராவது இருப்பது அவருக்குப் பிடிக்காது! தான் தனிமையில் இருப்பதையே விரும்புவதாக அவரே என்னிடம் கூறியுள்ளார்." அம்மாவைச் சமாதானப் படுத்தும் விதமாக ஏதாவது சொல்ல வேண்டுமென்று எண்ணினான். "அம்மா, முதலாளி எனக்கு நல்லது செய்ய நினைக்கிறார். மிங்கோ மாமாவையும் என்னையும், வயல்வேலை செய்பவர்களிடம் நடந்து கொள்வதைப் போலல்லாமல் நல்லவிதமாக நடத்துகிறார்...." காலம் கடந்து விட்டது! தனது தாயும் வயல்வேலை செய்பவள் தான் என்பதை நினைத்துக் கொண்டவுடன் நாக்கைக் கடித்துக் கொண்டான். பொறாமையும் வெறுப்பும் அவளுடைய முகத்தில் தாண்டவமாடின. அவனைப் பிடித்து உலுக்கு உலுக்கென்று உலுக்கியபடி கத்தினாள், "முதலாளிக்கு உன்னைப் பற்றிய கவலை இல்லை! உனது அப்பாவாக இருக்கலாம்! ஆனால், கோழிகளைத் தவிர வேறு யாரைப் பற்றியும் எதற்காகவும் அவர் அக்கறைப்படுவதில்லை!"

அவசரத்தில் கொட்டிய வார்த்தைகள் காதில் விழுந்த அவனைப் போலவே அவளும் அதிர்ந்து நின்றாள்.

"உண்மை தான்! முதலாளி உனக்கு நன்மை செய்வதாக நீ நம்புவதற்கு முன்பு அதைத் தெரிந்து கொள்வது கூட நல்லது தான்! தன்னைப் பணக்காரனாக்கப் போவதாக முதலாளி நம்பிக் கொண்டிருக்கிற கோழிகளைப் பராமரிக்கின்ற கிழட்டு நீக்ரோவுக்கு நீ உதவியாக இருக்க வேண்டும் என்பது மட்டுமே அவருடைய ஒரே விருப்பம்!"

ஜார்ஜ் பேச்சிழந்து நின்றான்.

இரு முட்டிகளாலும் அவனைக் குத்திக் கொண்டிருந்தாள். "இன்னும் ஏன்டா, ஏ முந்தானையைப் பிடித்துத் தொங்கிக் கொண்டிருக்கே?" ஓலமிட்டவாறு, அவனுடைய ஒரு சில துணிகளை எடுத்து அவன் மீது வீசினாள். "போய் விடு! இந்த வீட்டை விட்டு உடனே போயிடு!"

ஆடாமல் அசையாமல் நிலைக் குத்தி நின்றான். வெள்ளமாக வழிந்த கண்ணீரைத் துடைத்தவாறு வீட்டை விட்டுப் புயலென வெளியேறி மாலிஸியிடம் சென்றாள்.

ஜார்ஜ் கண்களிலும் பெருகிய கண்ணீர் முகத்தில் வழிந்தது. சற்று நேரத்திற்குப் பிறகு, செய்வதறியாமல், துணிகளை ஒரு கோணிக்குள் திணித்துக் கொண்டு சொரத்தின்றி வீதி வழியே சென்று சண்டைக் கோழிகள் இருந்த பகுதியை அடைந்தான். இளம் சேவல்கள் அடைக்கப்பட்டிருந்த கூண்டுகளுக்குப் பக்கத்தில், துணி மூட்டையைத் தலைக்கு வைத்து உறங்கிப் போனான்.

அதிகாலையில் எழுந்து கொள்ளும் பழக்கமுள்ள மிங்கோ விடிவதற்கு முன்பே அவன் உறங்கிக் கொண்டிருந்த இடத்திற்குச் சென்றார். நடந்தவற்றை யூகித்துக் கொண்டார். பகல் முழுவதும் தனது இயல்புக்கு மாறாக அவனிடம் மென்மையாக நடந்து கொண்டார். அவனும் அமைதியாக அவர் ஏவிய வேலைகளைச் செய்தவாறு ஒதுங்கியிருந்தான்.

இருவரும் சேர்ந்து ஒரு சிறு குடிலைக் கட்டிய இரண்டு நாட்களில், அப்பொழுது தான் அவனுடைய இருப்பை உணர்ந்தவரைப் போல மிங்கோ பேசத் தொடங்கினார். ஒரு நாள் காலையில் திடுமெனச் சொன்னார், "உனது வாழ்க்கையே இந்தக் கோழிகள் தான் என்று நினைக்க வேண்டும்! உன்னுடைய குடும்பமே அவை தான்!" அவனுடைய மனத்தில் ஊன்ற நினைத்த விதையை வாகாக ஊன்றிவிட்டார்.

ஆனால், ஜார்ஜ் பதிலேதும் பேசவில்லை. அவனுடைய தாய் சொன்னதைத் தவிர வேறு எதைப் பற்றியும் அவனால் சிந்திக்க முடியவில்லை. அவனுடைய முதலாளி அவனுக்கு அப்பா! அவனுடைய அப்பா அவனுக்கு முதலாளி! எவ்விதத்திலும் அந்த உறவு அவனுடன் ஒட்டவில்லை.

பையன் எதுவும் பேசாமலிருந்ததால், அவரே மீண்டும் கூறினார், "அடிமைகள் குடியிருப்பிலுள்ள நீக்ரோக்களெல்லாம் என்னை ஒரு மாதிரியானவன் என்று சொல்வார்கள்...!" சற்றே தயங்கினார். "ஆமாம்! நான் அப்படித்தான்!" இப்பொழுது அவர் மௌனமாகிவிட்டார்.

மிங்கோ மாமா தான் பதிலளிக்க வேண்டுமென்று எதிர்பார்க்கிறார் என்பதைப் புரிந்து கொண்டான். ஆனால், அவரைப் பற்றி அவன் கேள்விப்பட்டது சரியானது என்பதை அவனால் ஏற்றுக் கொள்ள முடியவில்லை. ஆகவே, அவன் அங்கு சென்ற முதல் நாளிலிருந்து அவனுடைய மூளையை அரித்துக் கொண்டிருந்த விடையத்தைப் பற்றிக் கேட்டான், "இந்தக் கோழிகள் மற்ற கோழிகளிலிருந்து வித்தியாசமானவையாக இருக்கின்றனவே, அது எப்படி?"

மிங்கோ வெறுப்புடன் கூறினார், "சாப்பிடுவதற்குத் தவிர வேறெதற்கும் பயன்படாத எளிய கோழிகளைப் பற்றிப் பேசுகிறாயா? பழங்காலத்தில் காடுகளிலிருந்த பறவைகளைப் போன்றவை இவை என்று முதலாளி சொல்லுவார். உண்மை தான்! இந்தப் பறவைகளுள் ஒன்று காட்டிலேயே தங்கியிருந்திருக்குமானால், பெட்டைக் கோழிகளை அடைவதற்காக, மற்றெந்தச் சேவலையும் உயிருடன் விட்டு வைக்காமல் கொல்ல வல்லவை!"

அவரிடத்தில் கேட்பதற்காக ஜார்ஜ் மற்ற கேள்விகளையும் தேக்கி

வைத்திருந்தான். ஆனால், அவர் தொடர்ந்து பேசியதால், அவனால் கேட்க முடியவில்லை. சண்டைச்சேவல் குஞ்சு இளம் சேவலாக வளருவதற்கு முன்பே கூவத் தொடங்கினால், அதன் கழுத்தை நெறித்திட வேண்டும்! ஏனெனில், பின்னாளில் அது கோழையாக வளரும் என்பதற்கு அது தான் அறிகுறி! போர்க்குணம், முட்டையிலிருந்து வெளிப்படும் போதே, அதன் பாட்டன், முப்பாட்டன் சேவலிடமிருந்து குருதியுடன் கலந்திருக்க வேண்டும்! ஒரு காலத்தில், மனிதனுக்கும் சேவல்களுக்கும் இருந்த உறவு, தற்பொழுது வேட்டை நாய்களுடன் கொள்ளும் உறவு போன்றது என்று முதலாளி சொல்வார்! ஆனால், இவை நாய்கள், எருதுகள், கரடிகள், வெருகுகள், சொல்லப் போனால், பெரும்பாலான மனிதர்களைக் காட்டிலும் கொடூரமான போர்க்குணம் கொண்டவை. சண்டைகளிலேயே சேவற்கட்டு தான் உயர்ந்தது என்பதால், மன்னர்கள், அதிபர்கள் வரை அனைவரும் பெரிதும் விரும்புகின்றனர்."

தன்னுடைய கறுப்புக்கைகளில் மணிக்கட்டுக்களிலும், முன்கைகளிலும் தழும்புகள் தீட்டியிருந்த ஓவிய வேலைப்பாடுகளை ஜார்ஜ் வெறித்துக் கொண்டிருந்ததை மிங்கோ கவனித்தார். வீட்டிற்கு விரைந்தவர், ஊசியின் கூர்மையுடன் சரிந்திருந்த, வளைந்த ஓர் இணை எஃகு நகங்களுடன் திரும்பினார். "நீ பறவைகளைக் கையாளத் தொடங்கும் முதல் நாளிலேயே உன்னுடைய கைகள் என்னுடையவற்றைப் போல மாறி விடுவன! நன்றாகக் கேட்டுக்கோ, கவனமாகக் கையாள வேண்டும்!" ஒரு நாள் அவனும் முதலாளியினுடைய சேவல்களின் கால்களில் எஃகு நகங்களைக் கட்டப் போகிறானென்று அந்தக் கிழவர் கருதுவதாக எண்ணிய ஜார்ஜ் மெய்சிலிர்த்தான்.

பல ஆண்டுகளாக முதலாளியையும் சண்டைச்சேவல்களையும் தவிர வேறு யாருடனும் பேசியறியாத மிங்கோ, அடுத்த பல வாரங்களாக, நீண்ட இடைவெளிகளுக்குப் பிறகேனும், அவனுடன் அளவளாவினார். ஆனாலும், ஜார்ஜ் தன்னைச் சுற்றி நடமாடுகின்ற பையன், தன்னுடைய உதவியாளன் என்கிற எண்ணம் அவருள் வலுக்கத் தொடங்கிய பிறகு, அடிக்கடி அவனுக்கு உதவியாக இருக்குமென்று தான் கருதிய விடையங்களைத் தொடர்ந்து பேசிக் கொண்டிருந்தார். மிக உயர்வாக வளர்க்கப்பட்டு, வசப்படுத்தப்பட்டு, பயிற்றுவிக்கப்படுகின்ற சேவல்கள் மட்டுமே களத்தில் வென்று, முதலாளிக்குப் பெரும் பணத்தை ஈட்டித் தரக்கூடியவை என்று உறுதியாக நம்பினார்.

ஓர் இரவு நேரத்தில், மிங்கோ ஜார்ஜிடம் கூறினார், "ஆடுகளத்தில் முதலாளி எவனுக்கும் பயப்படுவதில்லை! உண்மை தான்! ஆயிரக்கணக்கான பறவைகளை வளர்த்து, அவற்றில் மிகச் சிறந்த நூறு பறவைகளைத் தேர்ந்தெடுத்து, ஆண்டுதோறும், களத்தில் இறக்கக் கூடிய பெரும் பணக்காரர்களுக்கு இணையாகப் போட்டியிடுவதையே பெரிதும் விரும்புகிறார். நம்மிடம் அவ்வளவு பெரிய பறவைக் கூட்டம் இல்லை என்பது உனக்கே தெரியும்! ஆனாலும், அவ்வளவு பெரிய பணக்காரர்களுடன் போட்டியிட்டு முதலாளி தான் பெரும் பணத்தை வென்று வருகிறார். ஏழை ஏதிலி வெள்ளைக்காரராகத் தனது வாழ்க்கையைத் தொடங்கியவர் என்பதால் அவர்கள் அவரை விரும்புவதில்லை. ஆனால், உண்மையான, சிறந்த பயிற்சி பெற்ற சண்டைச்சேவலும் நல்ல நேரமும் சேர்ந்து

விட்டால், முதலாளி அவர்களைப் போலவே மிகப் பெரும்புள்ளியாகவும் பணக்காரராகவும் ஆகிவிடுவார்...!" ஜார்ஜை ஓரக்கண்ணால் பார்த்தார். "என்னடா, பயலே, சொல்றதைக் கவனிக்கிறயா?! பெரும்பாலான மக்களுக்குச் சேவற்கட்டு மூலம் கிடைக்கக் கூடிய பெருத்த ஆதாயத்தைப் பற்றிச் சரிவரத் தெரிவதில்லை. ஒன்று மட்டும் உறுதி! ஆயிரம் ஏக்கர் பருத்தி, புகையிலைப் பூமியையும் மிகச் சிறந்த உண்மையான கட்டுச்சேவலையும் என்னிடம் கொடுத்து, எது வேண்டுமென்று கேட்டால், ஓடிப் போய் சேவலைத் தூக்கிக் கொள்வேன்! அப்படித் தான் முதலாளியும் நினைக்கிறார். அதனால் தான் ஏராளமான நிலத்திலோ, பெரும் எண்ணிக்கையில் நீக்ரோக்களை வாங்குவதிலோ, அவர் தனது பணத்தைச் செலவிடுவதில்லை!"

ஜார்ஜ் பதினான்கு வயதை எட்டிவிட்டான். வாராந்திர விடுப்பில் ஞாயிற்றுக்கிழமை தோறும் தன்னுடைய அடிமைகள் குடியிருப்புக் குடும்பத்தைச் சந்திக்கச் சென்றான். அவனைப் பொறுத்த வரை, அவனுடைய குடும்பம் மாலிஸி, சாராக்கா, பாம்ப்பே மாமா, தனது தாய் ஆகிய அனைவரும் அடங்கியது. அத்தனை காலத்திற்குப் பிறகும், தனது தகப்பனைப் பற்றி அவள் சொன்னதை அவன் தவறாக எடுத்துக் கொள்ளவில்லையென்று அவளுக்கு மீண்டும் மீண்டும் உறுதியளிக்க வேண்டியிருந்தது. அவன் அதைப் பற்றி எவரிடமும் விவாதித்ததுமில்லை! முதலாளியிடமோ, நினைத்துப் பார்க்கவே இல்லை! அவனுடைய புதிய தகுதிநிலையைக் கண்ட அனைவரும், வெளிக்காட்டிக் கொள்ளவில்லை என்ற போதிலும், வியந்து நோக்கினர்.

ஒரு ஞாயிற்றுக்கிழமை காலை வேளையில், செல்லக் கோபத்துடன் சாராக்கா கடிந்து கொண்டாள், "நான் பார்த்து குண்டி கழுவி விட்ட பயல் நீ! எங்கிட்டவேவா?"

முகமெல்லாம் பல்லாக, "இல்லை, சாராக்கா! அதெல்லாம் ஒன்னுமில்லை!" என்று நெளிந்தான்.

ஆனால், தமக்குத் தடைசெய்யப்பட்ட கட்டுச்சேவல்கள் வளர்க்கப்பட்ட பகுதியில் அவன் தங்கியிருந்ததால், அங்கு நடைபெறும் புதிரான விடையங்களைப் பற்றித் தெரிந்து கொள்ளும் பேராவலில் அவர்கள் மூழ்கியிருந்தனர். அவற்றைப் பற்றி ஜார்ஜ் மேலோட்டமாகக் கூறினான். கட்டுச்சேவல்கள் எலிகளைக் கொன்றதையும், பூனைகளைத் துரத்தியதையும், நரியைக் கூடத் தாக்கியதையும் பார்த்ததாகச் சொன்னான். கட்டுச்சேவல்களைப் போலவே கோழிகளும் சீற்றமிக்கவை என்றும் சில சமயங்களில் அவை சேவல்களைப் போலவே கூவியதாகவும் விவரித்தான். அவற்றின் விலையைக் கருதியே முதலாளி மிகுந்த எச்சரிக்கையாக இருந்ததாகவும், பல வெற்றிகளை ஈட்டிய பறவைகள் மூலம் கிடைத்த முட்டையைத் திருடிச் சென்றால் கூட, வெளி மாநிலங்களுக்குக் கொண்டு சென்று நல்ல விலைக்கு விற்றுவிடலாம் என்றும் அல்லது, அது பொறிக்கக் கூடிய சேவலைக் கொண்டு முதலாளியிடமே போட்டியிடலாம் என்றும் விளக்கினான். பெரும் பணக்காரக் கட்டுச்சேவல்காரரான ஜீவெட், ஒரு பறவைக்கு மூவாயிரம் டாலர் விலை கொடுத்துப் பெற்றதாக மிங்கோ மாமா

கூறியதாகச் சொன்ன பொழுது, மாலிஸி திகைத்தாள், "ஆண்டவரே, அதற்கும் குறைந்த விலையில் மூன்று, நான்கு நீக்ரோக்களை வாங்கலாம்!"

நீண்ட நேரம் அவர்களுடன் பேசிக் கொண்டிருந்த ஜார்ஜ் ஞாயிற்றுக்கிழமை மதியமாகிவிட்டால், அமைதியிழந்து காணப்பட்டான். விரைவிலேயே அங்கிருந்து புறப்பட்டு சேவல்கள் இருந்த இடத்திற்கு மணல் சாலை வழியே விரைந்தான். வழியில் இளந்தளிராக பசும்புல் தென்பட்டால் அவற்றைப் பறித்து, கோழிக்கூண்டுகள் ஒவ்வொன்றிலும் கையளவு இரையாகப் போட்டான். அதனை 'க்ளக்', 'க்ளக்', 'க்ளக்' என்று அவை விழுங்கியதைக் கண்டு களித்தான். ஓராண்டு நிரம்பிய சேவல்கள், முதிர்ச்சி பெற்று, பளபளப்பான, அடர்ந்த இறகுகளுடன் கூவத் தொடங்கி விட்டன. கண்களில் நெருப்பை உமிழ்ந்தன. தன்னையொத்த பறவையின் மீது திடீரென பாய்ந்து தாவும் சீற்றம் பெற்றுவிட்டன. விரைவிலேயே மிங்கோ மாமா கூறினார், "சேவல்களை உடனே எல்லைகட்டப்பட்ட பகுதிக்குக் கொண்டு சென்று பெட்டைகளுடன் இணைவதற்காக உலவ விட வேண்டும்!"

ஓரளவு முதிர்ந்த இளஞ்சேவல்களை வரம்புலாப் பகுதியில் விட்டு விட்டு, ஏற்கனவே அங்கு விடப்பட்டு, முழுமையாக முதிர்ச்சியடைந்த சேவல்களை வரவிருந்த சேவற்கட்டுப் பருவத்திற்குள் வசப்படுத்திப் பயிற்சி அளிப்பதற்குக் கொண்டு செல்வர் என்பதை ஜார்ஜ் அறிந்திருந்தான்.

இளஞ்சேவல்களுடன் சற்று நேரத்தைக் கழித்துவிட்டு, அங்கிருந்து சற்று தொலைவில் வரம்புலாப் பகுதியாக ஒதுக்கப்பட்டிருந்த பைன்மரத் தோப்பில் மதியம் முழுவதும் சுற்றித் திரிந்தான். அங்கே, முழுமையாக வளர்ச்சியடைந்த சேவல்கள் முழு உரிமையுடன் கோழிகளை ஆண்டு அனுபவித்ததை அவ்வப்போது கண்ணுற்றான். புல், தானியவகைகள், வெட்டுக்கிளி போன்ற பூச்சிகள், புழுக்கள் அங்கே ஏராளமாகக் கிடைத்தன. தமது வயிற்றுப்பகுதி இறகுகளைச் சொரிந்து கொள்வதற்கு ஏதுவாக கூழாங்கற்கள் கூட கிடந்தன. இயற்கை நீரூற்றுக்களிலிருந்த கிடைத்த நீர் இனிமையாகவும் தெளிவாகவும் இருந்தது.

நவம்பர் மாதத் தொடக்கத்தில், குளிர் மிகுந்த காலை வேளையில், முதலாளி லியா கோவேறு கழுதைகள் பூட்டிய வண்டியில் வந்து சேர்ந்தார். கூவிக்கொண்டும், ஆவேசமாகக் கொத்திக் கொண்டுமிருந்த இளஞ்சேவல்களை துணிநாடாவாலான கூடைகளில் போட்டு மூடிவைத்துக் கொண்டு மிங்கோவும் ஜார்ஜும் அவருக்காகக் காத்திருந்தனர். கூடைகளை வண்டியில் ஏற்றிய பின், மிங்கோவினுடைய கிழட்டுக் கட்டுச்சேவலைப் பிடிப்பதற்கு ஜார்ஜ் உதவினான்.

முதலாளி சிரித்துக் கொண்டே கூறினார், "அதுவும் உன்னைப் போலவே தான், மிங்கோ! இளமையில், ஏராளமான சண்டைகளைப் பார்த்துவிட்டது. தன்னால் இயன்ற அளவு இனப்பெருக்கமும் நிகழ்த்தியாயிற்று! தின்பதற்கும் கூவுவதற்கும் தவிர வேறு தகுதி எதுவும் இல்லை!"

மிங்கோ சிரித்துக் கொண்டே, "என்னால் கூவக் கூட முடியாது, முதலாளி!" என்றார்.

மிங்கோவைக் கண்டு வியந்த அளவுக்கு ஜார்ஜ் முதலாளியைக் கண்டு பயந்தான். அதனால், அவர்கள் இருவரும் தமக்குள் பேசிக்கொண்ட விதம் அவனுக்கு மகிழ்ச்சியளித்தது. பிறகு, மூவரும் வண்டியில் ஏறிக் கொண்டனர். முதலாளிக்குப் பக்கத்தில் மிங்கோ அமர்ந்து கொண்டார். வண்டியின் பளுவைச் சமநிலைப்படுத்தும் விதத்தில் ஜார்ஜ் கூடைகளுக்குப் பின்னால் உட்கார்ந்து கொண்டான்.

பைன்மரத் தோப்பின் உட்பகுதியில் முதலாளி வண்டியை நிறுத்தினார். இருவரும் தலையை உயர்த்தி உற்றுக் கவனித்தனர். "அங்கே, பின்பகுதியில் இருக்கின்றன!" என்று மிங்கோ மெல்லிய குரலில் சொன்னார். கன்னங்களை உப்பச் செய்து, பொலி சேவலின் தலை மீது வேகமாகக் காற்றை ஊதினார். உச்சதொனியில் கூவத் தொடங்கியது.

சில நொடிகளில் மரங்களிலிருந்து உரத்த கூவல் ஒலிகள் கிளம்பின. மீண்டும் கிழட்டுச் சேவல் கூவியது. அதன் கழுத்துப் பகுதி உயர்ந்தது. கட்டுறுதியான உடற்பகுதியில் வண்ணக் கோலங்கள் காட்டிய இறகுகள் புடைபெயர்க்க, வால் பகுதி பளபளப்பான இறகுகள் வானவில்லாக வளைந்து எழில் கூட்ட, கட்டுச்சேவல்கள், தோப்பின் ஒரு மூலையிலிருந்து விரைந்து நெருங்கிய கண்கொள்ளாக் காட்சியைக் கண்ட ஜார்ஜ் மெய்சிலிர்த்தான். ஒன்பது கோழிகள் கூட்டமாக அச்சத்துடன், அலகால் உடலைப் பிராண்டிக் கொண்டும், 'குவாக்', 'குவாக்' என்று கத்தியபடியும் விரைந்தோடி வந்தன. முழுதும் விரிந்த சிறகுகளை வலிமையுடன் அடித்துக் கொண்டு, உரத்த குரலில் கூவியவாறு, தலையை அங்குமிங்கும் வெறியுடன் அசைத்து, முதிர்ச்சியடைந்த சேவல் தனது எல்லைக்குள் ஊடுருவிய எதிரியைத் தேடுவதைப் போல நோட்டமிட்டது.

முதலாளி தாழ்ந்த குரலில் பேசினார், "வேட்டைச் சேவலை அதற்குக் காட்டு, மிங்கோ!"

மிங்கோ அதனை உயர்த்திப் பிடித்தார். வரம்புலாச் சேவல் கிழட்டுச் சேவலை நோக்கி நேரே உக்கிரத்துடன் பாய்ந்து பறந்தது. விரைந்து செயல்பட்ட முதலாளி பறந்து சாடிய சேவலைத் தாவிப் பிடித்தார். இயற்கையாக வளர்ந்திருந்த அதன் கொடூரமான நீண்ட நகங்களைத் திறமையுடன் தவிர்த்து அதனை ஒரு கூடைக்குள் போட்டு மூடினார்.

"என்னடா, பயலே! வாயைப் பிளந்து கொண்டு நிற்கிறாய்? இளஞ்சேவல்களைத் திறந்து விடு!" ஜார்ஜக்கு முன்அனுபவம் இல்லை என்பதை மறந்துவிட்டார் போலும்! பக்கத்திலிருந்த கூடையைப் பணிவுடன் திறந்து விட்டான். விடுபட்ட இளஞ்சேவல் சிறகுகளை அடித்துக் கொண்டு வண்டிக்கு மேலே பறந்து தரையிறங்கியது. கண நேரத் தயக்கத்திற்குப் பிறகு, சிறகுகளை அடித்துக் கொண்டு உரக்கக் கூவியது. ஒரு சிறகைத் தாழ்த்தி, ஒரு கோழியைச் சுற்றித் திமிர்நடை போட்டது. பிறகு மற்ற கோழிகளையும் துரத்திக் கொண்டு தோப்பிற்குள் ஓடியது.

இருட்டுவதற்கு முன் இருபத்தெட்டு இரண்டு வயதுச் சேவல்களை ஏற்றிக்

கொண்டு, ஓராண்டு நிரம்பியவற்றை அங்கே விட்டு விட்டு, வண்டி திரும்பியது. அடுத்த நாள் மீண்டும் அதே பயிற்சியை மேற்கொண்டு மேலும் முப்பத்திரெண்டு சேவல்கள் பயிற்சிக்குக் கொண்டு செல்லப்பட்டன. அதற்குள் ஜார்ஜ் தன்னுடைய வாழ்நாள் முழுவதும் அப்பணியை மேற்கொண்டது போன்ற அனுபவத்தைப் பெற்றுவிட்டான். அறுபது சேவல்களுக்கும் உணவளித்து நீர் வழங்கும் பணியில் முனைப்பாக ஈடுபட்டான். தீனி கொள்ளாத வேளையில், அவை உரக்கக் கத்திக் கொண்டு கூண்டின் பக்கவாட்டுப் பகுதிகளைத் தமது அலகுகளால் சீற்றத்துடன் கொத்தின. பறவைகள் ஒன்றையொன்று பார்த்துக் கொள்வதைத் தடுக்கும் விதத்தில் கூண்டுகள் அமைக்கப்பட்டிருந்தமையால் கடுமையாகப் போரிடும் முயற்சியில் ஈடுபட்ட பறவைகள் தம்மைத் தாமே காயப்படுத்திக் கொண்டன. கொடிய, கொடூரமான, ஆனால், அழகிய, கம்பீரமான பறவைகளை ஜார்ஜ் வியப்புடன் பார்த்துக் களித்தான். மிங்கோ அவற்றைப் பற்றி அவனிடம் சொல்லியிருந்த அனைத்துப் பண்புகளும் அவற்றிடம் ஒருங்கே அமையப் பெற்றிருந்ததைக் கண்டான். காலங்காலமாக குருதிக்குள் ஊறியிருந்த நெஞ்சுரமும், வாகான, கட்டுறுதியுடன் கூடிய உடலமைப்பும், மரபுவழிப்பட்ட இயல்புகளும், அவை எப்போது வேண்டுமென்றாலும், எந்த இடத்திலும், எந்தவொரு கட்டுச் சேவலுடனும் கொலைவெறியுடன் போர்புரியும் வல்லமையை அளித்திருந்தன.

அந்தப் போட்டிப் பருவத்தில் அவர் களத்திலிறக்கத் திட்டமிட்டிருந்த பறவைகளின் எண்ணிக்கையைப் போல இருமடங்கு சேவல்களுக்குப் பயிற்சியளிக்க விரும்பினார். ஜார்ஜுக்கு மிங்கோ விளக்கினார், “சில பறவைகளால் ஏனையவற்றைப் போல தீனி உட்கொள்ளவோ, பயிற்சியில் ஈடுபடவோ, உழைக்கவோ இயலாது! போட்டியில் கலந்து கொள்வதற்காக அவற்றைத் தேர்ந்தெடுக்க முடியாமற் போய்விடும்!” லியா முதலாளி முன்னைக் காட்டிலும் முன்னதாகவே பயிற்சிக் களத்திற்கு வந்து சேர்ந்தார். நாள்தோறும் மணிக்கணக்கில் அறுபது சேவல்களையும் ஒவ்வொன்றாக ஆராய்வதில் மிங்கோவுடன் கடினமாகச் செயல்பட்டார். தலையிலோ, உடலிலோ புண் உள்ளவற்றையும், அலகுகளோ, சிறகுகளோ, கால்களோ, ஒட்டுமொத்த உடலமைப்புமோ வாகாக அமையவில்லை என்று அவர்கள் கருதிய சேவல்களைக் கழித்துக் கட்டினர். ஆனால், போதிய போர்வெறியை வெளிப்படுத்தாத சேவல்கள் மிகவும் மோசமானவை என்று ஒதுக்கப்பட்டன.

ஒரு நாள் காலையில், முதலாளி பெரிய வீட்டிலிருந்து பெரியதொரு அட்டைப் பெட்டியுடன் வந்தார். அதிலிருந்து கோதுமை, ஓட் மாவுகளை மிங்கோ அளந்தெடுத்து, வெண்ணெயுடன் கலந்து பிசைந்து, ஒரு புட்டி பீர், சண்டைக்கோழிகளிட்ட பன்னிரெண்டு முட்டைகளின் வெள்ளைக்கரு, மரத்தூள், தரையில் படரும் ஒருவகைக் கொடி, சிறிதளவு அரிசி ஆகியவற்றைக் கலந்து கெட்டியாக உருட்டி, அதிலிருந்து சிறு சிறு வட்டவடிவிலான மெல்லிய தட்டுக்களாக வடிவமைத்து எடுத்து, களிமண் அடுமனையில் ரொட்டிகளாகச் சுட்டெடுத்தார். இந்த ரொட்டி சேவல்களுக்கு வலுவைக் கொடுக்கும் என்றபடி அவற்றைத் தூளாக நொறுக்கி நாள்தோறும் ஒவ்வொரு பறவைக்கும் மூன்றுமுறை இருகைநிறைய உணவளிக்கும்படியும், அவற்றிற்கு நீர் வைக்கும் தட்டுக்களில்

குடிநீரை நிரப்பிய பொழுது சிறிதளவு மணல் கலந்து வைக்கும்படியும் ஜார்ஜிடம் அறிவுறுத்தினார்.

"அவற்றினுடைய தசை, எலும்புகளிலெல்லாம் பயிற்சி இறங்கிப் பதிந்திருக்க வேண்டும், மிங்கோ! ஆடுகளத்தில் இறக்கும் பொழுது ஒரு சேவலுக்கும் ஓர் அவுன்ஸ் கொழுப்புக் கூட உடலில் இருக்கக் கூடாது!" முதலாளியினுடைய ஆணைகளை ஜார்ஜும் கேட்டான். "அவற்றின் வால்கள் தெறித்து விழும் அளவுக்குப் பயிற்சி அளிக்கப் போகிறேன், முதலாளி!" அடுத்த நாளிலிருந்து, மிங்கோவினுடைய கிழட்டு சண்டைச் சேவல்களுள் ஒன்றை தனது ஒருகையால் இறுக்கமாகப் பிடித்துக் கொண்டு முன்னும் பின்னுமாக ஜார்ஜ் விரைந்து ஓடினான். பயிற்சியளிக்கப்பட்ட கட்டுச்சேவல்கள் ஒன்றன்பின் ஒன்றாக அவனைத் துரத்திக் கொண்டு பாய்ந்து பறந்தன. அவ்வப்போது, துரத்தி வந்த கட்டுச்சேவல் சீற்றத்துடன் கத்திக் கொண்டிருந்த கிழட்டுச் சேவல் மீது பாய்ந்து எழுந்து, அலகால் கொத்துவதற்கும் கால்களால் வெட்டுவதற்கும் ஏதுவாக நெருங்கும் விதத்தில் ஓடுமாறு ஜார்ஜுக்கு மிங்கோ அறிவுறுத்தியிருந்தார்.

மூச்சிரைக்கத் தாக்கிய சேவலை மிங்கோ பிடித்து, உடனே, வாதுமைக்கொட்டை அளவு உப்பிடப்படாத வெண்ணெயை பதப்படுத்தப்பட்ட மூலிகையுடன் கலந்து பசிவெறியுடன் கொத்தித் தின்னக் கொடுத்தார். பிறகு, களைத்திருந்த அந்தச் சேவலை ஆழமான கூடைக்குள் மெத்தென்று பரப்பப்பட்டிருந்த வைக்கோல் மீது வைத்து, கூடையின் மேற்பகுதி வரை வைக்கோலைப் போட்டு மூடினார். "இப்போது அதற்கு அதற்குள் நன்றாக வேர்த்துக் கொட்டும்!" என்றார். சேவல்கள் அனைத்திற்கும் பயிற்சியளித்த பிறகு, ஜார்ஜ் வேர்த்துக் கொட்டிய பறவைகளைக் கூடைகளிலிருந்து வெளியே எடுத்தான். அவற்றைக் கூண்டுகளுக்குள் அடைக்கும் முன்பு, மிங்கோ அவற்றினுடைய தலையையும் கண்களையும் தனது நாவால் நக்கினார். ஜார்ஜிடம் அதற்கு விளக்கமளித்தார், "சண்டையின் போது அவற்றிற்கு காயம் ஏற்பட்டால், சுவாசிப்பதற்கு ஏதுவாக, அவற்றினுடைய அலகுகளிலிருந்து உறைந்திருக்கக் கூடிய குருதியை உறிஞ்சி எடுப்பதற்கு இப்பொழுதிருந்தே பழக்கப்படுத்துகிறேன்!"

ஒரு வார காலத்திற்குள், ஜார்ஜினுடைய இருகைகளிலும் முழங்கை வரையிலும், சேவல்களுடைய கூர்மையான நகங்கள் ஆழமாக வெட்டியிருந்தன. மிங்கோ சிரித்துக் கொண்டே கூறினார், "பார்ப்பவர்கள் உன்னைப் பெரிய கட்டுச்சேவல்காரன் என்று நினைக்கப் போகிறார்கள்!" என்றார். கிறிஸ்துமஸ் தினத்தன்று காலையில் அடிமைகள் குடியிருப்பிற்குச் சென்று சற்று நேரம் இருந்துவிட்டுத் திரும்பியதுடன் தனது கொண்டாட்டங்களை முடித்துக் கொண்டான். வேறெந்தக் கேளிக்கைகளையோ, விடுமுறை ஓய்வையோ அவன் கவனத்தில் கொள்ளவில்லை. சேவல்கட்டுப் பருவத்தின் தொடக்கநாள் நெருங்கி விட்டதால், பறவைகளினுடைய கொல்ல வேண்டும் என்கிற இயல்பு உச்சக் கட்டத்தை அடைந்திருந்தது. வெறியுடன் கூவுவதும், சிறகுகளைப் படபடவென அடிப்பதுமாக கூண்டுக்குள் ஆர்ப்பரித்தன. தன்னுடைய தாயும், சாராக்காவும், பாம்ப்பே மாமாவும் தம்முடைய அலுத்துச் சலித்த வாழ்க்கையைப் பற்றி நொந்து கொண்டதைப் பலமுறை கேட்டிருந்தான். அவர்களுடைய இடத்திலிருந்து சற்று

தொலைவில் எழுச்சி மிகுந்த வாழ்க்கை கொட்டிக் கிடந்ததை அவர்களால் கற்பனை கூட செய்து பார்க்க முடியாது என்பதை எண்ணி வெதும்பினான்.

புத்தாண்டு தினத்திற்கு இரண்டு நாட்கள் கழித்து, ஜார்ஜ் ஒன்றன் பின் ஒன்றாக கட்டுச்சேவல்களைப் பிடித்துக் கொள்ள, முதலாளியும் மிங்கோவும் அவற்றினுடைய தலைப் பகுதியில் இறகுகளைக் கத்திரிக்கோலால் வெட்டினர்; கழுத்து, சிறகுகள், பின்பகுதியில் இருந்தவற்றைக் குறுக்கினர்; வால் பகுதி இறகுகளை அழகாக விசிறி போல வளைத்து அமைத்தனர். அத்தகைய ஒப்பனைக்குப் பின்னர், அளவான, கட்டுறுதியான உடலமைப்புடனும், பாம்பு போன்ற கழுத்துடனும், பெரிய, வலிமை மிக்க அலகுகளும், ஆற்றல்மிக்க கண்களும் கொண்ட தலையுடனும் சேவல்கள் பொலிந்ததைக் கண்ட ஜார்ஜால் நம்ப முடியவில்லை. ஒரு சில பறவைகளுக்கு அலகுகளில் கீழ்ப்பகுதியையும் கூட வெட்டி குறுக்க வேண்டியிருந்தது. "வாயால் கவ்விப் பிடித்துக் கொள்வதற்கு ஏதுவாக இருக்கு"மென்று மிங்கோ விளக்கினார். கடைசியாக அவற்றினுடைய இயற்கையான நகங்களைச் சொரண்டி மிருதுவாகவும் சுத்தமாகவும் அமைத்தனர்.

தொடக்க நாள் அதிகாலையில், மிங்கோவும் ஜார்ஜும் கடைசியாகத் தேர்ந்தெடுக்கப்பட்ட கட்டுச்சேவல்களை, வலிமையான மரப்பத்தைகளால் பின்னப்பட்ட சதுர வடிவிலான பயணக் கூண்டுகளில் தனித்தனியே அடைத்து வைத்துக் கொண்டிருந்தனர். வாதுமைக்கொட்டையளவு வெண்ணெயுடன் வெல்லத்தூள்களைக் கலந்து ஒவ்வொரு பறவைக்கும் மிங்கோ ஊட்டிக் கொண்டிருந்தார். அப்பொழுது, முதலாளி ஏராளமான செந்நிற ஆப்பிள்களை வண்டியில் ஏற்றிக் கொண்டு வந்து சேர்ந்தார். ஜார்ஜும் மிங்கோவும் பன்னிரெண்டு சேவற்கூண்டுகளையும் வண்டியில் ஏற்றினர். மிங்கோ முதலாளிக்குப் பக்கத்தில் அமர்ந்து கொண்டார். வண்டி உருளத் தொடங்கியது.

பின்னே திரும்பிப் பார்த்த மிங்கோ கடுகடுத்தார், "வரப் போறியா, இல்லையாடா?"

வண்டிக்குப் பின்னால் பாய்ந்தோடிய ஜார்ஜ் வண்டியின் பின்புறத்தை அடைந்தவுடன், ஒரே தாவு, வண்டிக்குள் இருந்தான். அவனும் உடன் செல்லவிருந்ததாக முன்கூட்டி எவருமே சொல்லவில்லை! மூச்சிரைக்க உட்கார்ந்தான். வண்டியின் கடமுடா ஓசையும், கட்டுச்சேவல்களின் கூவல்களும் 'குவாக்'களும், கொத்தும் ஒலியும் கலந்து அவனுடைய காதுகளில் ஒலித்தன. முதலாளிக்கும் மிங்கோ மாமாவுக்கும் தனது நன்றியுணர்வை தனத்தில் பதித்தான். ஆனாலும், அம்மா அவனுடைய மனத்தில் ஏற்படுத்திய குழப்பம் இன்னமும் ஓயவில்லை. அவனுடைய முதலாளி அவனுக்கு அப்பா என்றோ, அவனுடைய அப்பா அவனுக்கு முதலாளி என்றோ அவள் குறிப்பிட்டாளே!

சாலை நெடுகிலும், வண்டிக்கு முன்னாலும், பக்கவாட்டுச் சாலைகளிலிருந்து வெளியேறியும், சரக்குவண்டிகளும், வண்டிகளும், தேர்களும், ஒற்றைக் குதிரை பூட்டிய சிறிய வண்டிகளும் சென்றதைக் கண்டு ஜார்ஜ் வியந்தான். குதிரைகள் மீது தனியாட்களாகச் சென்றோரும், சாலையில் நடந்து சென்ற ஏழை ஏதிலி

வெள்ளையர்களும் கூட கோணிகளைச் சுமந்து கொண்டு சென்றதைக் கண்டான். கோணிகளுக்குள் வைக்கோல் படுக்கை மீது கட்டுச்சேவல் வைக்கப்பட்டிருக்கும் என்பதை அவன் அறிவான்! முதலாளி பரிசுச் சீட்டு மூலம் சேவல் வென்றதாகச் சொன்னார்களே! அந்தச் சேவலைச் சுமந்து கொண்டு அவரும் முதன்முதலாக சேவற்கட்டுக்கு இப்படித்தான் நடந்து சென்றிருப்பாரோ! பெரும்பாலான வண்டிகளில் ஒன்றுக்கும் மேற்பட்ட வெள்ளையர்களும் அடிமைகளும் இருந்தனர். ஒவ்வொரு வண்டியிலும் சேவற்கூண்டுகள் காணப்பட்டன. மிங்கோ கூறியதை ஜார்ஜ் நினைத்துக் கொண்டான். "கோழிச்சண்டையில் ஆர்வமுள்ள மக்கள், முகாமையான போட்டி நடைபெற்ற சமயங்களில் நேரத்தைப் பற்றியோ, தூரத்தைப் பற்றியோ எதற்கும் கவலைப்படுவதில்லை!" கூடவே, ஜார்ஜுக்கு வியப்பும் ஏற்பட்டது, 'நடந்து செல்கின்ற ஏழை ஏதிலி வெள்ளையர்களில் சிலர் தனது முதலாளியைப் போல எதிர்காலத்தில் பெரிய வீடும் பண்ணையுமாக முதலாளியாகிவிடுவார்களோ!'

இரண்டு மணி நேரத்திற்குப் பிறகு, தொலைவிலிருந்து பெரும் எண்ணிக்கையிலான கட்டுச்சேவல்களின் கூவல்கள் மங்கலாகக் காதில் விழுந்ததைக் கேட்டான். உயரமான பைன் மரங்கள் அடர்ந்த காட்டுப் பகுதியை நெருங்கிய பொழுது அத்தகைய சேர்ந்தோசையின் திண்மை உயர்ந்து கொண்டிருந்தது. சமைத்துக் கொண்டிருந்த இறைச்சியின் மணம் கூட மூக்கை வருடியது. வண்டியை நிறுத்துவதற்கு ஏற்ற இடத்தைத் தேடும் முயற்சியில் ஈடுபட்டனர். சுற்று முற்றும் குதிரைகளும், கோவேறு கழுதைகளுமாக முளைகளில் கட்டப்பட்டிருந்தன. மூக்கின் இரைச்சல்களும், குளம்புகளால் மிதிக்கும் ஓசையும், வால்களை வீசிய சத்தமும் கேட்டுக் கொண்டிருந்தது. ஆட்கள் பலர் பேசிக் கொண்டிருந்தனர்.

"டாம் லியா!"

முழங்கால்களின் விரைப்பைத் தளர்த்திக் கொள்வதற்காக முதலாளி வண்டியின் மீது எழுந்து நின்று நெட்டு விட்டார். தமக்குள் புட்டிகளைப் பரிமாறிக் கொண்டு சுற்றிலும் நின்றிருந்த ஏழை வெள்ளையர்கள் தனது முதலாளிக்கு அளித்த வரவேற்பைக் கண்டு ஜார்ஜ் பெருமை கொண்டான். அவர்களை நோக்கிக் கையசைத்தபடி வண்டியிலிருந்து குதித்த லியா விரைந்து சென்று அவர்களுடன் இணைந்து கொண்டார். அப்பாவினுடைய கால்சராயைப் பிடித்துக் கொண்டிருந்த பொடியன்களிலிருந்து, சுருக்கங்கள் நிறைந்த கிழங்கள் வரை நூற்றுக்கணக்கானோர் உரையாடல் இரைச்சலில் கரைந்திருந்தனர். சுற்றிலும் நோட்டமிட்டபோது, அடிமைகள் தமது வண்டிகளிலேயே தங்கியிருந்து கட்டுச்சேவல்களைப் பராமரித்துக் கொண்டிருந்ததைக் கண்டான். நூற்றுக்கணக்கான பறவைகளில் கூவல் ஓசை முதலில் அவற்றிற்கிடையே கூவல் போட்டி நடக்கவிருந்ததைப் போன்ற தோற்றத்தை ஏற்படுத்தியது. வண்டிகளுக்குக் கீழே படுக்கை விரிப்புகளைக் கண்ட பொழுது சிலர் வெகு தொலைவிலிருந்து புறப்பட்டு இரவுத் தங்கலுக்கு அங்கு சென்றடைந்ததை அறிந்தான். மக்காச் சோளத்திலிருந்து தயாரிக்கப்பட்ட சாராயத்தின் கடு நெடி மூக்கைத் துளைத்தது.

தகுந்த இடம் தேடி வண்டியை நிறுத்தியவுடன் மிங்கோ கூறினார், "சும்மா

உட்காந்திருக்காதேடா, பயலே! பறவைகளுக்கெல்லாம் நீவி விட வேண்டும்!" ஜார்ஜ் தன் மனத்தில் பொங்கிய குதூகலத்தை அடக்கிக் கொண்டு, பயணக் கூண்டுகளைத் திறந்து, சீற்றத்துடன் கொத்திக் கொண்டிருந்த பறவைகளை ஒவ்வொன்றாக அவருடைய திருகல் முறுகலாகக் காய்த்துப் போயிருந்த கைகளில் கொடுத்தான். ஒவ்வொரு பறவையின் கால்களையும் இறக்கைகளையும் அவர் அழுத்தி நீவிக் கொடுத்தார். கடைசிப் பறவையைப் பெற்றுக் கொண்டவுடன், "ஆப்பிள்களில் நல்லவையாக ஆறு எடுத்து பொடிப் பொடியாகக் கொத்து! களத்தில் இறங்கப் போகிற பறவைகள் கடைசியாகத் திங்கப் போகிற தீனி இது தான்!" என்றார். பயலுடைய கண்கள் கூட்டத்தின் மீது பதிந்திருந்ததை தற்செயலாகக் கண்டு கொண்டார். அவன் நினைத்துக் கூடப் பார்க்க முடியாத, முதன்முதலாக சேவற்கட்டு காணும் வாய்ப்பு என்பது நினைவிற் படவே, "போடா! போய், சிறிது நேரம் சுற்றித் திரிந்து விட்டு வா! ஆனால், போட்டி தொடங்குவதற்குள் திரும்பிவிட வேண்டும்! புரியுதா?" என்று கத்தினார்.

"ஆகட்டும்!" என்கிற வார்த்தை அவருடைய காதுகளில் விழுவதற்கு முன், வண்டியிலிருந்து பக்கவாட்டில் குதித்தவன் மாயமாகி விட்டான். ஊசிமர இலைகள் சுருள் சுருளாக விரித்திருந்த கம்பளத்தின் மீது வெற்றுப் பாதங்கள் பதிய, சாராய நெடியும், நெரிசலும் மிகுந்த கூட்டத்தினூடே வழி ஏற்படுத்திக் கொண்டு புகுந்து விரைந்தான். பனி வெண்மைக்கும் கரியின் கருமைக்கும் இடையே எண்ணற்ற, கற்பனைக்கு எட்டாத வண்ணக் கோலங்களில் கணக்கிலடங்காத பறவைகள் கூண்டுகளுக்குள் கூவிக் கொண்டும் கொத்திக் கொண்டும் ஆர்ப்பரித்தன. அவற்றை வேடிக்கை பார்த்துக் கொண்டே கடந்து சென்றான்.

அதைப் பார்த்தவுடன் திடீரென்று நின்றான். தரை மட்டத்திலிருந்து சற்றேறத்தாழ இரண்டடி தாழ்ந்த பெரிய வட்டம்! பக்கவாட்டில் கெட்டியாக இறுக்கப்பட்டிருந்தது! அதனுடைய மணற்பாங்கான உள் தரை கெட்டியாக்கப்பட்டிருந்தது. சரியாக மையத்தில் இரண்டு வட்டங்கள் குறிக்கப்பட்டிருந்தன. பக்கவாட்டில் சமதூரத்தில் இரண்டு இணை கோடுகள்! ஆடுகளம்! அதன் பின்புறத்தில் இயற்கையாகச் சரிந்து உயர்ந்திருந்த இடத்தில் கரடுமுரடான ஆட்கள் அமர்ந்திருந்ததைக் கண்டான். அவர்கள் தமக்குள் சாராயப் புட்டிகளைப் பரிமாறிக் கொண்டனர். பிறகு, பக்கத்தில் செந்நிற முகம் கொண்ட அலுவலர் உரக்கக் கத்தியதைக் கேட்டவனுடைய கூட்டிலிருந்து ஆவி பறந்து விட்டது போலிருந்தது! "பெரியோர்களே! சேவற்கட்டு தொடங்கட்டும்!"

முயல் தோற்றிருக்கும்! லியா முதலாளி வருவதற்கு கண நேரத்திற்கு முன்பு வண்டியைச் சென்றடைந்தான்! முதலாளியும் மிங்கோவும் தமக்குள் தாழ்ந்த குரலில் பேசியவாறு, கூண்டிலிருந்த பறவைகளை நோட்டமிட்டபடி, வண்டியைச் சுற்றிச் சென்றனர். வண்டியின் முன் இருக்கையின் மீது நின்று கொண்டு, சூழ்ந்திருந்தவர்களின் தலைகளுக்கு மேலே ஆடுகளத்தை அவனால் நன்கு காண முடிந்தது. அங்கே நான்கு பேர் மிக நெருக்கமாக நின்று தமக்குள் பேசிக் கொண்டிருந்தனர். மேலும் இருவர் அவர்களை நோக்கிச் சென்றனர். ஒவ்வொருவரும் கக்கத்தில் ஒரு கட்டுச்சேவலை இடுக்கிக் கொண்டிருந்தனர். திடீரென பார்வையாளர்கள் மத்தியில் கூச்சல் எழுந்தது. "செவலை மேல

பத்து!" ... "சரி!" .. "நீலத்துக்கு இருபது!" ... "மேலே அஞ்சு!" ... "இன்னும் அஞ்சு!" ... "முடிந்தது!" கூச்சல் மேலும் மேலும் உரக்க எழுந்தது. சேவல்களின் உரிமையாளர்கள் சேவல்களுடைய எடையைச் சோதித்து விட்டு ஏதோ ஒன்றைப் பொருத்தினர். ஊசி போன்ற கூர்மையான எஃகு நகங்களைத் தான் பொருத்தினர் என்பது ஜார்ஜுக்குத் தெரியும்! கூடவே, மிங்கோ கூறியதையும் நினைவுபடுத்திக் கொண்டான். 'பறவைகளுடைய எடை ஒன்றினுடையதைக் காட்டிலும் மற்றொன்றினுடையது இரண்டு அவுன்ஸ் கூடுதல், குறைச்சலாக இருந்தாலும் சண்டையிட மாட்டா!'

ஆடுகளத்தின் ஒரு மூலையிலிருந்து ஒருவர், "பறவைகளை மூக்குக்கு மூக்கு முட்ட விடுங்க!" என்று கத்தி விட்டு வட்டத்திற்கு வெளியே மற்ற இருவருடன் அமர்ந்து கொண்டார். சேவல்களின் உரிமையாளர்கள் தமக்குரிய சிறிய வட்டத்தினுள் குத்த வைத்து சேவல்கள் கொத்திக் கொள்ளும் நெருக்கத்தில் அமர்ந்தனர்.

"தயாராகுங்க!" எதிரெதிரே குறிக்கப்பட்டிருந்த துவக்கக் குறிகளுக்குத் தத்தமது பறவைகளை பின்னுக்கு இழுத்து தரையில் வைத்தனர். ஒன்றை ஒன்று கொத்துவதற்கு அவை போராடிக் கொண்டிருந்தன.

"பறவைகளைப் பறக்க விடுங்க!"

கட்டுச்சேவல்கள் ஒன்றன் மீது மற்றொன்று புயல் வேகத்தில் பாய்ந்து மோதின! பின்னோக்கி வீழ்ந்தன! கண நேரத்தில் மீண்டும் பாய்ந்தன கால்களில் பொருத்தப்பட்டிருந்த எஃகு நகங்கள் காற்றில் கோலமிட்டன. காற்றில் பறந்தவை மீண்டும் களத்தில் வீழ்ந்தன. உடனே மீண்டும் காற்றில் காணப்பட்டன. ஏராளமான இறகுகள் சிதறிக் கிடந்தன.

யாரோ ஒருவன் கத்தினான், "செவலைய வெட்டிட்டா..." ஜார்ஜ் மூச்சைப் பிடித்துக் கொண்டு கவனித்தான்! முதலாளிகள் இருவரும் தமது பறவையை எடுத்து விரைவாகச் சோதித்து விட்டு, மீண்டும் துவக்கக் கோட்டில் வைத்துப் பறக்க விட்டனர். கடும் சீற்றத்துடன் எதிரியைக் காட்டிலும் உயர எழும்பிப் பறந்த செவலை தனது கால்களால் கத்திரிப்பிடி போட்டு கட்டப்பட்டிருந்த சிறு கத்தியை நீலப்பறவையின் தலைக்குள் செலுத்தி மூளையை வெளித்தள்ளியது. இறக்கைகளைப் படபடவென்று அடித்துக் கொண்டு அந்தப் பறவை வீழ்ந்து மடிந்தது. வெற்றிக் களிப்புக் கூச்சல்களுக்கும் கரகரத்த வசையோசைகளுக்குமிடையே நடுவர், "திருவாளர், கிரேசன் பறவை வெற்றி! இரண்டாவதுமுறை பறந்து ஒரு நிமிடம் பத்து நொடிகளில்...!" என்று அறிவித்ததை ஜார்ஜ் கேட்டான்.

ஜார்ஜுக்கு மூச்சு முட்டியது! இரண்டாவது போட்டி முன்னதைக் காட்டிலும் முன்னதாகவே முடிந்தது. ஒரு உரிமையாளர் செத்த பறவையைக் கந்தலைப்போலத் தூக்கி எறிந்ததைக் கண்டான். "செத்த பறவை வெறும் இறகுக் குப்பை!" தனக்குப் பின்னால் நின்றிருந்த மிங்கோ சொல்லக் கேட்டான். ஆறேழு போட்டிகள் முடிந்தன. அலுவலர் "திருவாளர். லியா!" என்று கூவினார்.

தனது கக்கத்தில் ஒரு பறவையை அணைத்தவாறு முதலாளி வண்டியிலிருந்து

புறப்பட்டார். அந்தப் பறவையைத் தனது கக்கத்தில் இடுக்கியவாறு உணவளித்தது, பயிற்சியளித்தது எல்லாம் மூளைக்குள் மோத, ஜார்ஜ் ஒருவித மயக்கப் பெருமை பூண்டான். முதலாளியும் அவருடைய எதிராளியும் ஆடுகளத்தில் பறவைகளுடைய எடையைச் சோதித்து, காலில் கத்தி கட்டினர். பந்தயக் குரல்கள் காற்றை நிறைத்தன.

"பறவைகளைப் பறக்க விடுங்க!" இருபறவைகளும் நேருக்குநேர் மோதின. காற்றில் பறந்தவை தரையில் வீழ்ந்தன. சீற்றத்துடன் கொத்திக் கொண்டன; ஒன்றையொன்று ஏமாற்றும் விதத்தில் தமது பாம்புக் கழுத்துக்களை பல கோணங்களிலும் வளைத்தன. ஏதாவது இடைவெளி கிடைக்குமா எனத் தேடின. மீண்டும் மேலெழும்பிப் பறந்து சிறகுகளால் ஒன்றையொன்று தாக்கின. தரையில் விழுந்த பொழுது முதலாளியினுடைய பறவை கிறுகிறுத்தது. வெட்டுப்பட்டு விட்டது. ஆனால், சில நொடிகளுக்குள் மேலெழும்பிய பொழுது முதலாளியினுடைய பறவையின் கத்தி எதிரிக்குள் நுழைந்து விட்டது.

வெற்றிக் களிப்புடன் இன்னமும் கூவிக் கொண்டிருந்த பறவையை பற்றிக் கொண்டு முதலாளி வண்டியை நோக்கி ஓடினார். ஜார்ஜினுடைய காதில் மங்கலாகத் தான் விழுந்தது! "வெற்றியாளர் திருவாளர்.லியா!...." மிங்கோ பறவையை விரைந்து பெற்று, உடல் முழுவதும் தனது விரல்களை ஓட்டி சிறகுக்குக் கீழே விலாவில் குத்துப்பட்ட இடத்தில், கன்னங்களைக் குவித்து உறைந்திருந்த குருதியை உறிஞ்சியெடுத்தார். திடீரென, பறவையை ஜார்ஜின் காலடியில் வைத்துப் பிடித்து, "ஒன்னுக்கு அடிடா, சரியா அந்த இடத்தில் பெய்ந்து விடு!" என்று கத்தினார். திக்கித்துப் போன ஜார்ஜ் மூச்சிரைத்தான். "மூத்திரம் பேயிடா! சீழ் பிடிக்காம காப்பாத்தணும்!" தயங்கியவாறு ஜார்ஜ் சொன்னதைச் செய்தான். பொடியனின் வேகத்தால், காயம் பட்ட இடத்திலும் மாமாவின் கைகளிலும் பட்டுச் சிதறியது! பிறகு, மிங்கோ மாமா பறவையை வைக்கோலின் மீது வைத்து வைக்கோலால் மூடி கூடைக்கடியில் பத்திரப்படுத்தினார். "கவலைப்படாதீங்க, முதலாளி! காப்பாத்திட்டோம்! அடுத்து எந்தப் பறவையைப் பறக்க விடப் போறீங்க!" அவர் ஒரு கூடையைக் காட்டி, "பயலே, அந்தப் பறவையை எடுடா!" என்றார். கட்டளையை நிறைவேற்றியவனுக்குத் தலை கால் புரியவில்லை! மற்றுமொரு வெற்றியாளர் அறிவிக்கப்பட்டதால் கூச்சலெழுப்பிக் கொண்டிருந்த கூட்டத்தை நோக்கி முதலாளி விரைந்தார். நூற்றுக்கணக்கான சேவல்களுடைய கூவல்களின் ஓயாத கூவல்களுக்கும், பந்தைய வெறி கொண்ட மனிதர்களின் கூச்சல்களுக்குமிடையே கூடையின் அடியில் காயமடைந்து கிடந்த சேவலின் மெல்லிய கொக்கரிப்பு ஓசையும் ஜார்ஜினுடைய காதுகளில் விழுந்தது. துயரம், பெருமகிழ்ச்சி, பேரச்சம் அத்தனையும் ஒருசேர அவனை ஒருபோதும் அதற்குமுன் பீடித்ததில்லை! சுறுசுறுப்பான இளங்காலை வேளையில் புதியதொரு கட்டுச்சேவற்காரன் உதயமாகிவிட்டான்!

90

"**அ**வனைப் பார்! கட்டுச்சேவலுக்கும் மீறின திமிர்!" மாலிஸி, சாராக்கா, பாம்ப்பே மாமாவிடம் கிஸ்ஸி கூறினாள். ஞாயிற்றுக்கிழமை காலைப் பொழுதை அவர்களுடன் கழிப்பதற்காக அவன் சாலையில் விரைந்து நெருங்கிக் கொண்டிருந்தான்.

"ஊஹூம்!" கிஸ்ஸியை முறைத்த சாராக்கா வெட்டிப் பேசினாள், "சே! நாங்கெல்லாம் அவனைப் பத்தி எவ்வளவு பெருமைப்படுறோம்! உனக்கு மட்டும் இல்லையோ?"

ஜார்ஜ் இன்னமும் கூப்பிடு தூரத்திற்கு அப்பால் வந்து கொண்டிருந்தான். மாலிஸி அவர்களிடம் கூறினாள், "நேற்று மாலையில் தான், கட்டுச்சேவற்கார விருந்தாளிகளிடம் முதலாளி குடிமயக்கத்தில் தெரிவித்ததைக் கேட்டேன். தன்னிடமிருந்த பையன் நான்கு ஆண்டு பயிற்சிக்குப் பிறகு, கேஸ்வெல் ஊரகத்திலேயே, எந்தவொரு வெள்ளைக்கார, கறுப்பு இனக் கட்டுச்சேவல் பயிற்றுநரையும் விஞ்சும் அளவுக்கு, இயற்கையிலேயே அதற்காகவே பிறந்தவனைப் போல செயல்படுவதாகக் கூறினார்.

"அந்தப் பயல் கோழிகளையே உயிராகவும் மூச்சாகவும் கருதியதாக மிங்கோ கூறியதாகச் சொன்னார். ஒரு நாள்

மாலையில் மிங்கோ சுற்றி வந்தபொழுது, அந்தப் பயல் ஓர் அடிமரக்கட்டையின் மீது வேடிக்கையாக உட்கார்ந்திருந்ததைக் கண்டதாகக் கூறினானென்றார். முட்டைகளின் மீதமர்ந்து அடை காத்த கோழிகளிடம் அவை பொறிக்கவிருந்த குஞ்சுகள் எதிர்காலத்தில் கலந்து கொள்ளப் போகிற சண்டைகளைப் பற்றியும் அடையப் போகிற வெற்றிகளைப் பற்றியும் கூட பேசிக் கொண்டிருந்ததாக மிங்கோ உறுதிபடத் தெரிவித்தானென்றார்."

மகன் தன்னை நெருங்கிக் கொண்டிருந்த காட்சியில் குளித்துக் கொண்டிருந்த கண்களுடன் கிஸ்ஸி கூறினாள், ''அட, ஆண்டவரே!'' பெண்களிடம் முத்தங்களையும் அரவணைப்புகளையும் பெற்று, பாம்ப்பே மாமாவிடம் கைகுலுக்கிய பிறகு, வீடுகளிலிருந்து வெளியில் கொண்டு வரப்பட்ட குட்டை மேஜைகளின் மீது அனைவரும் அமர்ந்தனர். அந்த வாரத்தில் மாலிஸியால் பெரிய வீட்டிலிருந்து திரட்டப்பட்ட வெள்ளைக்காரர் பற்றிய செய்திகளை முதலில் ஜார்ஜிடம் கூறினர். கடலுக்கு அப்பாலிருந்த விநோதமாகப் பேசக் கூடிய வெள்ளையர்கள் கப்பல், கப்பலாக வெள்ளையர்களைக் கொணர்ந்து வடக்கே இறக்குமதி செய்து, விடுதலை பெற்ற நீக்ரோக்களுக்குக் கிடைத்த ஓரளவு வேலைவாய்ப்பையும் பறித்துக் கொண்டதாகவும், விடுதலை பெற்ற நீக்ரோக்களை ஆப்பிரிக்காவிற்குத் திருப்பியனுப்புவது பற்றிய பேச்சு வலுத்து வந்ததாகவும் தெரிவித்தனர். அது போன்ற செய்தியையோ, புற உலகில் நடக்கக் கூடிய வேறு எந்தச் செய்தியைப் பற்றியோ, விநோதமான மனிதருடன் வசித்த அவனுக்கு அக்கறையில்லையென்று கிண்டலடித்தனர். "என்னப்பா, கோழிகள் இதுபோன்ற செய்திகளைக் கூறுவதில்லையா?" என்று கேட்டனர். சிரித்துக் கொண்டே தனது நிலைமையை அவனும் ஒத்துக் கொண்டான்.

வாரந்தோறும் அடிமைகள் குடியிருப்பிற்கு வருகை தருவதென்பது அவர்களையெல்லாம் சந்திப்பதற்காக மட்டுமின்றி, மிங்கோவினுடைய சமையல் கொடுமையிலிருந்து தப்பிப்பதற்காகவும் நிகழ்ந்தது. அவருடைய சமையல் கோழிகளுக்கு மட்டுமே உகந்தது; மனித வயிற்றுக்கு ஏற்றதல்ல! மாலிஸிக்கும் கிஸ்ஸிக்கும் நன்கு தெரிந்திருந்தது! அன்றைய தினத்தில் அவனுக்குப் பிடித்த உணவு வகைககளை குறைந்தது இரண்டு, மூன்று தட்டுக்கள் நிறையவாவது தயாரித்தாக வேண்டும்!

வழக்கம் போல, மதியப் பொழுது நெருங்கியவுடன் அவனுடைய பேச்சில் தொய்வு ஏற்படத் தொடங்கியது. புறப்படுவதற்குத் தயாராகிவிட்டான் என்பது புரிந்து போனதால், அன்றாடம் முறைப்படி தொழுகை நடத்துவதாக அவனிடம் உறுதி பெற்றுக் கொண்டு, முத்தங்களும், அணைப்புகளும், கைகுலுக்கல்களும் நிறைவடைந்த பின்னர், மிங்கோ மாமாவுடன் பகிர்ந்து கொள்வதற்கான உணவுக் கூடையுடன் சாலையில் விரைந்து கொண்டிருந்தான்.

கோடைக் காலங்களில், ஞாயிற்றுக்கிழமை மதிய வேளை முழுவதும் புல்வெளிகளில் வெட்டுக்கிளிகளைப் பிடிப்பதில் முனைந்திருந்தான். பின்னர் அவற்றை சேவல் குஞ்சுகளுக்கும், இளஞ்சேவல்களுக்கும் இரையாகப் பிய்த்துப் போட்டான். ஆனால், அதுவோ குளிர்காலம்! இரண்டு ஆண்டுகள் நிரம்பிய

சேவல்கள் பயிற்சிக்காக வரம்புலாப் பகுதியிலிருந்து மீட்டுவரப்பட்டுவிட்டன. அவற்றுள் ஒரு சில சேவல்களை பயிற்றுவிப்பதற்கு உகந்தவை அல்ல என்று முதலாளியும் மிங்கோவும் ஒதுக்கிவிடுவதாக இருந்தனர். மிகவும் கொடியவையாகவும், மனித அணுக்கத்தை விரும்பாதவையாகவும், பயிற்சியின் போது சற்றும் ஒத்துழைக்காதவையாகவும் இருந்தன. அத்தகைய பறவைகளுள் ஒன்றை எடுத்து, அதன் சீற்றம் மிக்க கொத்துதல், கூவுதல், போராடுதல் போன்ற இயல்புகளைக் கட்டுப்படுத்தி, அதனிடம் மெல்லிய குரலில் உணர்ச்சி பொங்க இசைப்பதும், அதன் தலை, கழுத்துப் பகுதிகளில் காற்றை ஊதிவிடுவதும், அதன் இறகுகளின் மீது தனது முகத்தைப் பதித்துத் தேய்ப்பதும், இறக்கைகள், கால்களை அழுத்தித் தேய்த்துவிடுவதுமாக வசப்படுத்த முயன்றான். அவனுடைய முயற்சியைப் பாசத்துடன் வேடிக்கை பார்த்த மிங்கோ அவன் வெற்றி பெற வாழ்த்தினார்.

இருப்பினும் தன்னுடைய அறிவுரைகளை அவன் மனத்தில் கொள்வான் என்பதில் அவர் உறுதியாக இருந்தார். நம்பிக்கை அளிக்காத பறவையைக் களத்தில் இறக்கும் இடர்ப்பாட்டினை ஒரு நாளும் ஏற்கக் கூடாது. ஒரு பறவையை கட்டுச் சேவலாகப் பயிற்றுவித்து உணவளித்துப் பராமரிப்பதென்பது வாழ்நாளுக்கான முதலீடு! உணர்ச்சிவசப்பட்டு மேற்கொள்ளக் கூடிய சவால் ஒன்றால் ஒட்டு மொத்த முயற்சிக்கும் இழப்பு நேர்ந்து விடும்! வெளிப்படையாகக் கண்டுபிடிக்கப்பட்ட குறைபாடுகளை முற்ற, முழுக்க களைந்தாலொழிய களத்தில் இறக்குதல் கூடாது. திருத்தவே முடியாது என்று தெரிந்த பறவையைக் கழுத்தைத் திருகுவதே சிறந்தது. கடுமையான பயிற்சியுடன் அதனுடைய மரபியல்பான போர்க்குணமும் நெஞ்சுரமும் இணைந்தால் தான் எந்தவொரு பறவையும் தன்னை விஞ்சிய பறவையுடன் போரிட இயலாமற் போனாலும் ஆடுகளத்தில் மடியுமே தவிர களத்தை விட்டு ஓடிவிடாது! முதலாளிக்கும் மிங்கோவிற்கும் ஏற்புடைய அத்தகைய கருத்துக்கள் அவனுள்ளும் ஊறி, உறைந்திருந்தன.

முதலாளியினுடைய பறவைகள் எதிரிப் பறவையை தனக்குக் காயமேதுமின்றி கொன்று, சில சமயங்களில், முப்பது, நாற்பது நொடிகளுக்குள் வென்றதைக் கண்டபோதெல்லாம் ஜார்ஜுக்கு மகிழ்ச்சி ஏறபடத் தான் செய்தது. ஆனாலும், தனிப்பட்ட முறையில், அவனுக்கென்று ஒரு வகையான சேவல் சண்டை வெற்றிமுறை பிடித்திருந்தது. அதனை அவன் மிங்கோவிடமோ, முதலாளியிடமோ வெளிப்படுத்தியதில்லை. குஞ்சு நிலையிலிருந்து தன்னுடைய கவனத்தில் வளர்க்கப்பட்ட கட்டுச்சேவல்கள், தன்னையொத்த வீரமும் துணிவும் திறமையும் படைத்த எதிரிச் சேவலுடன் போரிட்டு, கிழிபட்டு, குருதி கொட்டத் தடுமாறிக் கொண்டும், இறக்கைகளை இழுத்துக் கொண்டும், நாக்கு வெளித்தள்ள, அலகுகள் சரிந்து தொங்க, கால்களும் உடலும் நடுநடுங்க களத்திலிருந்து வெளியேறி மயங்கி வீழ்ந்து, நடுவர் ஒன்றிலிருந்து பத்து எண்ணுவதற்குள் மீண்டும் இறுதித் துளி வலுவை ஒன்று திரட்டி களத்தில் புகுந்து வென்ற போது மட்டிலுமே உணர்வெழுச்சியின் உச்சத்தில் பூரித்துப் பொங்கிக் களிப்படைந்தான்.

மிங்கோ தன்னுடைய தனிப்பட்ட கவனத்தில் வைத்திருந்த ஐந்தாறு கிழட்டுச் சேவல்களின் பால் அளவற்ற பாசம் கொண்டாடினார். அவற்றைத் தனது செல்லப்

பிள்ளைகளாகக் கருதினார். அதிலும் முதலாளிக்கு மிகப் பெரிய தொகையை ஈட்டிக் கொடுத்த கட்டுச் சேவலின் பால் சிறப்புக் கவனம் செலுத்தினார். “நீ என்னிடம் சேர்ந்ததற்கு மூன்று, நான்கு ஆண்டுகளுக்கு முன்பு, வெர்ஜீனியாவின் சர்ரே ஊரகத்தில், புத்தாண்டு முகாமையான போட்டி மிகப் பெரிய பணக்கார முதலாளிகளின் ஆதரவுடன் ஏற்பாடாகியிருந்தது. எப்படியோ முதலாளி அதில் கலந்து கொள்வதென்று முடிவெடுத்து விட்டார். பத்தாயிரம் டாலர் முதன்மையான பந்தயத் தொகை என்றும் இருநூறு பறவைகளுக்கு மேல் போட்டியில் கலந்து கொள்ளவிருந்ததாகவும் அறிவிக்கப்பட்டது. பக்கவாட்டுப் பந்தயமாக நூறு டாலருக்கும் குறையாத தொகை கிடைக்குமென்று எதிர்பார்க்கப்பட்டது. நானும் முதலாளியும் இருபது சேவல்களுடன் புறப்பட்டோம். இருபது சேவல்களும் தயாராக இருந்தன. நாட்கணக்கில் வண்டி பயணித்து அங்கு சென்றடைந்தது. வண்டியிலேயே பறவைகளுக்கு உணவளித்து, நீர் கொடுத்து, கூடைகளுக்குள்ளிருந்தபடியே அவற்றை அழுத்தி நீவி விட்டுக் கொண்டே சென்றோம்! போட்டியின் முடிவில் சிலவற்றில் நாங்கள் வென்றோம்! முதன்மையான பரிசினைப் பெறுவதற்கான பல போட்டிகளில் தோற்று விட்டோம். முதலாளிக்கு ஏகப்பட்ட வெறி! வெர்ஜீனியாவில் இறகுக் குப்பை என்று அனைவரும் எள்ளி நகையாடியதை முதலாளி கண்டு கொண்டார். ஏகப்பட்ட பந்தயக் குரல்கள் எழுந்தன.

“முதலாளி தனது பாட்டிலைக் கொண்டு என்ன செய்தாரோ! முகமெல்லாம் சிவந்திருந்தது. நீ இங்கே பார்க்கிறாயே இந்தப் பறவையை எடுத்து கக்கத்தில் அணைத்துக் கொண்டு, ஆடுகளத்தைச் சுற்றி வந்து கத்தினார், ‘யாருடைய பந்தயத் தொகையின் ஆதரவிலும் நான் பறவையைக் களமிறக்கவில்லை! ஒன்றுமில்லாதவனாகத் தான் வாழ்க்கையைத் தொடங்கினேன். ஒன்றுமில்லாதவனாகவே இருந்து விட்டுப் போகிறேன். அந்த நிலைமை எனக்கொன்றும் புதுமையானதல்ல!’ பயலே, கேளடா! இங்கே வறண்ட தசையும் இறகுகளுமாகப் பார்க்கிறாயே இதே பறவை களத்தில் இறக்கப்பட்டது. சென்றது போலவே திரும்பிவிட்டான். எதிரியின் பறவை செத்து விழுந்தது. அவை ஒன்றையொன்று கொல்வதற்கு பதினான்கு நிமிடங்களுக்கு மேல் எடுத்துக் கொண்டதாக நடுவர்கள் அறிவித்தனர்.” மலர்ந்த நினைவுகளின் மணத்தை நுகர்ந்தபடி மிங்கோ அந்தச் சேவலையே வெறித்துக் கொண்டிருந்தார். “ஏகப்பட்ட வெட்டுக்களுடன் குருதி கொட்ட சாகும் நிலையில் கிடந்தான்! அவனைக் காப்பாற்றும் வரை கண் அயரவில்லை!”

மிங்கோ திரும்பி ஜார்ஜைப் பார்த்தார். “ஆமாம், தம்பி! அதைத்தான் நான் வற்புறுத்திச் சொல்ல விரும்புகிறேன்! காயமடைந்த பறவைகளைக் காப்பாற்ற உன்னால் ஆன அனைத்தையும் செய்ய வேண்டும்! விரைவிலேயே எதிரியைக் கொன்றுவிடக் கூடிய நல்வாய்ப்புப் பெற்றிருந்த போதிலும், உரக்கக் கூவிக்கொண்டு மீண்டும் போரிடத் தயார் என்பது போல வீறு கொண்டு நின்ற போதிலும், ஏமாற்றிவிடக் கூடும். உடனே வண்டிக்குக் கொண்டு சென்று உடல் முழுவதும் மிகவும் கவனமாகச் சோதித்துப் பார்க்க வேண்டும்! ஒரு சிறு கத்தி வெட்டோ, நகப் பிராண்டலோ ஏற்பட்டிருந்தாலும் கவனிக்காமல் விட்டால் சீழ் பிடித்து புரையோடிவிடும்! வெட்டுக் காயமென்றால் அதன் மீது சிறுநீர்க் கழிப்பது சிறந்த மருந்து. குருதி கொட்டினால், சிலந்தி வலையையோ, முயலின் அடிவயிற்றுப் பகுதி

மென்மயிரையோ வைத்து அழுத்த வேண்டும். அவ்வாறு செய்யாமல் விட்டு விட்டால், இரண்டு மூன்று நாட்களில் சுருங்கிவிடும்! அடுத்து அது செத்துக் கிடப்பதைக் காண்பாய்! கட்டுச்சேவல்கள் பந்தயக்குதிரைகள் போன்றவை! துணிவுடனும் தெம்பாகவும் இருப்பவை போலத் தோற்றம் காட்டி, திடீரெனச் சுருண்டுவிடுகின்ற மென்மையான உயிரினங்கள்!"

ஜார்ஜுக்கு மிங்கோ ஓராயிரம் விடையங்களைக் கற்றுக் கொடுத்திருப்பார். இனியும் அவர் அவனுக்குக் கொடுப்பதற்காக ஆயிரத்திற்கும் மேற்பட்டவை அவருடைய மூளையில் பொதிந்துள்ளன. எவ்வளவோ கடுமையாக முயன்றும் ஜார்ஜால் புரிந்து கொள்ள இயலாததொன்றுண்டு. ஆடுகளத்தில், வல்லமையுடனும், நெஞ்சுரத்துடனும், செருக்குடனும் போரிடக் கூடிய பறவையை முதலாளியும் மிங்கோ மாமாவும் தேர்ந்தெடுப்பதற்கான அடிப்படைத் தகுதிக் கூறுகள் யாவை? அவை கண்ணுக்குப் பளிச்சென்று தெரியக் கூடியவை அல்ல. அனுபவத்தால் உணர்ந்து கொள்ளக் கூடியவை. அத்தனை கால அனுபவத்தில் அவன் தானாகவே உணர்ந்திருக்க வேண்டும்! தகுந்த முறையில் சின்னதாய் அகலமாக அமைந்த முதுகுப்பகுதி; முழு வட்ட வடிவமான மார்பு; அப்படியே இருபுறமும் சரிந்து நேரான கீழ் எலும்புடன் கூடிய சிறிய திட்டமான வயிற்றுப்பகுதி; சிறந்த, திடமான, சுருள்எலும்புகளுடன் கூடிய சிறகுகள்; அவற்றில் அகன்ற பளபளப்பான கடினமான தண்டுகள் கொண்ட இறகுகள்; அவை வாலின் மையப் பகுதியில் இணையுமாறு அமைந்திருக்க வேண்டும்; குட்டையான, தடித்த, தசைக்கட்டுக் கொண்ட, போதிய இடைவெளியில் அமையப் பெற்ற கால்கள்; வலிய பாதங்களின் மீது சம தூரத்தில் பரந்திருக்கும் கட்டுறுதியான நகங்கள்; பாதத்தின் உட்பகுதி உட்குழிந்து அகன்று தரையுடன் நன்கு பதிந்திருக்க வேண்டும் — இத்தனை உடலமைப்புக் கூறுகளும் ஒருங்கே அமையப் பெற்றவை என்று ஒருவாறு தேறலாம்!

ஜார்ஜ் ஒரு சில பறவைகளிடம் அவற்றினுடைய காட்டு இயல்புகளை மறந்து விட்டுப் பாசம் கொண்டாடுவதைக் கண்ட மிங்கோ அவனைக் கடிந்து கொண்டார். அவ்வப்போது, ஜார்ஜினுடைய மடியில் செல்லமாக அமர்ந்திருந்த கட்டுச்சேவல் மிங்கோவினுடைய கிழட்டுச் சேவலைக் கண்டவுடன், தாவிப் பாய்ந்து அதனை துரத்திக் கொண்டு ஓடத் தொடங்கியது. அவன் பின்தொடர்ந்து ஓடிப் பிடித்திராவிட்டால் ஒன்றோடொன்று சண்டையிட்டு ஏதாவதொன்று கொல்லப்பட்டிருக்கக் கூடும்! அதே போல, ஆடுகளத்தில் எப்போதாவது பறவையொன்று சாக நேர்ந்தால் உணர்ச்சிவசப்படலாகாது என்று பலமுறை திட்டியுள்ளார். ஜார்ஜ் கண்ணீருடன் சோர்வுற்றிருந்த நேரங்களில், "எவரொருவரும் அனைத்துப் போட்டிகளிலும் வெல்வதென்பது முற்றிலும் இயலாத ஒன்று! அதை உனக்கு எத்தனை தடவை சொல்வது?" என்று தேற்றினார்.

பல மாதங்களாக, இருள் நன்கு கவிழ்ந்த பின்னர் காணாமற் போனவன் விடிகாலைக்குச் சற்று முன்பு தான் திரும்பினான். அந்தத் திருட்டுத் தனம் தனக்குத் தெரியும் என்பதை அவனிடமே சொல்லிவிட வேண்டியது தான் என்று மிங்கோ முடிவெடுத்தார். ஒருமுறை முதலாளியுடன் ஆலைக்குச் சென்றிருந்த போது, அங்கே கலப்பினப் பெண்ணொருத்தியைச் சந்திக்க நேர்ந்ததாகவும், அவள் பக்கத்துப்

பண்ணை பெரியவீட்டில் பணிப்பெண்ணாக இருந்ததாகவும் மிங்கோவிடம் நீட்டி முழக்கி விளக்கிக் கொண்டிருந்தான். "இத்தனை ஆண்டுகளாக இங்கே கிடக்கின்ற என்னுடைய காதுகளும் கண்களும் பூனைகளுக்குரியவை! நீ நழுவிச் சென்ற முதல் இரவிலேயே எனக்குத் தெரியும்!" மிங்கோ சொன்னதைக் கேட்ட அவருடைய சீடன் திகைத்து நின்றான். "இப்பக் கூட, உன்னுடைய தனிப்பட்ட விடையத்தில் குறுக்கிடும் எண்ணத்துடன் சொல்லவில்லை! நான் அப்படிப்பட்டவனும் அல்ல! வழியில் ஏழை வெள்ளைக்கார சாலை கண்காணிப்பாளர்களிடம் சிக்கிவிடாதே! அடித்தே உன்னைப் பாதி அவர்கள் கொல்வதுடன், இங்கே முதலாளியிடம் கொண்டு வந்து விட்ட பின் அவருடைய சவுக்கும் உன் பின்பகுதியைப் பதம் பார்க்கும்!" மிங்கோ மாமா விரிந்து கிடந்த புல்வெளியை சற்று நேரம் வெறித்துக் கொண்டிருந்தார். பின்னர், "கவனி! உன்னைப் போக வேண்டாமென்று சொல்லவில்லை!"

ஜார்ஜ் பணிவுடன் கூறினான், "ஆகட்டும்!"

தனக்கு மிகவும் பிடித்தமான அடிமரக்கட்டை ஒன்றின் மீது, கால்களைக் குறுக்காகப் போட்டுக் கொண்டு, முழங்கால்களை கைகளால் பற்றியபடி, சற்றே குனிந்து அமர்ந்திருந்தவர் மீண்டும் சிறிது நேரம் அமைதியில் ஆழ்ந்தார். "பயலே! முதன்முறையாக நானும் பெண்களைப் பற்றித் தெரிந்து கொண்டது நினைவுக்கு வருகிறது..." மாமாவின் முகத்தில் வயதானதற்கான கூறுகள் பின்தள்ளப்பட்டு புத்தொளி முந்திக் கொண்டு கிளம்பியதைக் கண்டான்! "என்னுடைய முதலாளிக்குப் பக்கத்திலிருந்தவர் அவளுடைய முதலாளி! அவள் நல்ல உயரம்! அந்தப் பகுதிக்குப் புதிதாக வாங்கிவரப்பட்டவள்! அந்தக் காலத்தில் எனக்கும் மூத்தவர்களெல்லாம் அவளை 'கரும்பாம்பு" என்று நக்கலடித்தனர்...." மிங்கோ மாமா சொல்லிக் கொண்டே போனார். அவருடைய நினைவுகள் மலர, மலர புன்னகையும் அகன்று கொண்டே இருந்தது. ஆனாலும், அவர் ரொம்பவே நினைவில் கொண்டிருந்ததைப் போல வளர்ந்து கொண்டே இருந்தது. அவர் விவரித்துச் சென்ற போது அவனால்தான் தன்னுடைய நிலைமையைக் கட்டுப்படுத்திக் கொள்ள முடியவில்லை! ஒன்று மட்டிலும் தெற்றெனப் புலப்பட்டது! அவன் அவரைப் பல விதங்களிலும் குறைத்து மதிப்பிட்டிருந்தான்!

91

ஒரு ஞாயிற்றுக்கிழமை காலை வேளையில், அடிமைகள் குடியிருப்பை நோக்கிச் செல்லும் சாலையில் நடந்து கொண்டிருந்தவனுடைய மனத்தில் ஏதோ தவறு நேர்ந்திருக்க வேண்டுமென்ற எண்ணம் ஏற்பட்டது. வழக்கமாக, அவனை வரவேற்க வீட்டின் முன்பு திரண்டிருக்கக் கூடிய கிஸ்ஸி உட்பட ஒருவரும் தட்டுப்படவில்லை. அவன் மிங்கோ மாமாவுடன் கழித்த கடந்த நான்கு ஆண்டுகளில் ஒரு ஞாயிற்றுக்கிழமை கூட அந்நிகழ்வு நடக்கத் தவறியதில்லை. வேகமாக நடைபோட்டு, வீட்டை அடைந்து, கதவைத் தட்டிய போது, உள்ளிருந்து திறந்த கதவின் வழியாக அவனை உள்ளே இழுத்துக் கொண்ட கிஸ்ஸி வேகமாகக் கதவைச் சாத்தித் தாழிட்டாள். அவளுடைய முகத்தில் பீதி அப்பியிருந்தது!

"முதலாளியம்மா உன்னைப் பார்த்தாங்களா?"

"அவுங்களைப் பார்க்கலைம்மா! என்னாச்சு?"

"ஆண்டவரே! பயலே, தெற்குக் கரோலினாவின் சார்ல்ஸ்டனில் டென்மார்க் வெசே என்கிற விடுதலை பெற்ற நீக்ரோ நூற்றுக்கணக்கான வீரர்களுடன் வெள்ளையர்களைக் கொல்வதற்குத் தயாராக

இருக்கிறானாம்! அவர்களைப் பிடிக்கா விட்டால் இன்றிரவுக்குள் எத்தனை வெள்ளையர்களைக் கொல்வார்களென்றே சொல்ல முடியாதாம்! சற்று முன்பாகத் தான் முதலாளிக்குச் செய்தி கிடைத்தது! வெறி பிடித்ததைப் போல கூச்சல் போட்டு விட்டு அவர் புறப்பட்டு விட்டார். ஏதோ கூட்டத்தில் கலந்து கொண்டபின் அவர் திரும்புவதற்குள் வீட்டிற்கு வெளியே தென்பட்டவர்களை முதலாளியம்மா கொன்றுவிடுவாள் என்று கைத்துப்பாக்கியை அசைத்து அச்சுறுத்திவிட்டுச் சென்றார்."

ஒற்றைச் சன்னல் வழியாக பெரிய வீட்டைப் பார்க்கும் விதமாக கிஸ்ஸி சுவற்றை நோக்கி நகர்ந்தாள். "அவள் வேவு பார்த்துக் கொண்டிருந்த இடத்தில் இப்பொழுது இல்லை. ஒருவேளை, உன்னைக் கண்டதும் ஒளிந்து கொண்டிருப்பாள்!" தன்னைக் கண்டதும் முதலாளியம்மா ஒளிந்திருப்பாள் என்று கிஸ்ஸி கூறியது ஜார்ஜுக்கு எச்சரிக்கையூட்டுவது போலப் பட்டது. "நீ கோழிகள் இருக்குமிடத்திற்கே போயிடுப்பா! இங்கே பிடிபட்டால், முதலாளி என்ன செய்வாரென்றே தெரியாது!"

"அம்மா, நான் இங்கேயே தங்கி, முதலாளியிடம் பேசப் போகிறேன்!" அப்படியொரு மிதமிஞ்சிய நிலைமை ஏற்படும் போது, முதலாளியிடம் தன்னுடைய அப்பா யாரென்பதை மறைமுகமாகச் சொன்னால், அவருடைய கோபம் சற்றே தணியும் என்பது அவனுடைய எண்ணம்!

"போடா, கிறுக்குப் பயலே! இங்கிருந்து உடனே புறப்படு!" கிஸ்ஸி அவனைப் பிடித்து கதவின் பக்கம் தள்ளினாள். "போ! உடனே புறப்படு! அவர் கிறுக்குப் பிடித்து அலைகிறார்! இங்கே உன்னைப் பிடித்தால், நம் அனைவருடைய நிலைமையும் மோசமாகிவிடும்! முதலாளியம்மா கண்ணில் படாத தூரம் வரை, கழிப்பறைக்குப் பின்புறமுள்ள புதர்கள் வழியாக ஒளிந்து கொண்டே போய்விடு!"

கிஸ்ஸி ஆவேசத்தின் உச்சத்தில் இருந்தாள். அவள் அந்த அளவு பீதியடைந்திருந்ததால், முதலாளி முன்னெப்பொழுதும் இல்லாத அளவிற்கு மோசமாக நடந்து கொண்டிருக்க வேண்டும்! ஒருவழியாக உடன்பட்டான், "ஆகட்டும்மா! ஆனால், நான் புதர் வழியாகப் போகவில்லை! யாருக்கும் நான் எந்தத் தீங்கும் செய்யவில்லை! வந்த வழியாகவே செல்கிறேன்!"

"சரி, சரி! உடனே புறப்படு!"

கட்டுச்சேவல்கள் இருந்த இடத்தை அடைந்தவன், மிங்கோ மாமாவிடம் நடந்தவற்றைச் சொல்லி முடிப்பதற்குள், குதிரையின் குளம்படி ஓசை கேட்டது. கண நேரத்தில், ஒரு கையில் கடிவாளத்தையும், மறுகையில் துப்பாக்கியையும் பிடித்துக் கொண்டு, அவர்களை அச்சுறுத்தும் விதமாகக் கீழ்நோக்கி வெறித்தவாறு முதலாளி குதிரை மீது உட்கார்ந்திருந்தார். அவருடைய சீற்றமிக்க வார்த்தைகள் ஜார்ஜ் மீது பாய்ந்தன, "என் மனைவி உன்னைப் பார்த்திருக்கிறாள்! என்ன நடக்கிறது என்று உங்களுக்கெல்லாம் தெரியும்!"

மலங்க, மலங்க துப்பாக்கியை வெறித்த ஜார்ஜ் சொல்ல வந்ததைச் சொல்ல முடியாமல் விழுங்கினான்.

பிறகு, குதிரை மீதிருந்து இறங்குவதற்கு முற்பட்டவர், எண்ணத்தை மாற்றிக் கொண்டு, குதிரை மீதிருந்தபடியே பேசினார். அவருடைய முகம் கோபத்தால் இறுகிப் போயிருந்தது. “ஒரு நீக்ரோவாவது உரிய நேரத்தில் தன்னுடைய முதலாளியிடம் சொல்லாமற் போனால், இரவுக்குள் ஏராளமான வெள்ளையர்கள் சாக நேரிட்டுவிடும்! நீக்ரோக்கள் யாரையுமே நம்பக் கூடாது என்பது நிரூபணமாகிவிட்டது!” துப்பாக்கியை அசைத்துச் சைகை காட்டினார். உங்களுடைய தலையிலிருப்பதை நீங்களாகவே வெளியேற்றாவிட்டால், அணுவளவு சந்தேகம் ஏற்பட்டாலும், என்னுடைய துப்பாக்கி உங்களுடைய தலைகளையே வெளியேற்றிவிடும்!” மிங்கோவையும் ஜார்ஜையும் அச்சுறுத்தும் விதமாக நோட்டமிட்டு விட்டு, குதிரையைச் சுழற்றித் திருப்பியவர், புறப்பட்டார்.

மிங்கோ ஒரு நிமிடத்திற்கு மேல் ஆடாமல் அசையாமல் நின்றிருந்தார். பிறகு, காறி உமிழ்ந்தார். கட்டுச்சேவல்களை எடுத்துச் செல்வதற்கான கூடை வனைவதற்காகக் குவித்திருந்த மரப் பத்தைகளை எற்றி விட்டார். “ஆயிரம் ஆண்டுகள் வெள்ளைக்காரப் பயல்களுக்காக உழைத்தாலும், நீக்ரோ என்று சொல்லி உன்னை நம்ப மாட்டான்!” வெறுப்பினால் வார்த்தைகள் சூடாக விழுந்தன. ஜார்ஜுக்கு என்ன சொல்வதென்றே தெரியவில்லை! பேசுவதற்கென்று மீண்டும் வாயைத் திறந்து மூடிக்கொண்ட மிங்கோ, வீட்டை நோக்கி நடந்தார். கதவருகே திரும்பி, ஜார்ஜைப் பார்த்தார். “சொல்றதைக் கேளுடா, பயலே! முதலாளி உன்னை ஏதோ தனிவகைப்பட்டவனாக நினைத்துக் கொண்டிருப்பதாகக் கனவு காணாதே! பயத்தில் வெறிபிடித்த வெள்ளைக்காரர்கள் எந்தவிதத்திலும் வித்தியாசம் பார்க்க மாட்டார்கள்! இந்தப் பதட்ட நிலை அடங்கும் வரையிலும் எங்கும் வெளியில் முட்டாள்தனமாக நழுவிவிடாதே! கேட்கிறதா? சொல்வதைப் புரிந்து கொள்!”

“ஆகட்டும்!”

ஜார்ஜ் அருகில் கிடந்த மரக்கட்டை மீது உட்கார்ந்து அவர் அரை குறையாக விட்டுச் சென்றிருந்த கூடையை எடுத்துப் பின்னத் தொடங்கினான். எண்ணங்களை ஒன்றிணைக்கத் தொடங்கினான். மீண்டும் ஒருமுறை மாமா அவனுடைய மூளைக்குள் ஓடிக்கொண்டிருந்ததைத் துல்லியமாகக் கண்டு பிடித்து விட்டார்.

லியா முதலாளி தன்னிடம் முதலாளியாக மட்டுமே நடந்து கொள்வார் என்பதை ஏற்றுக் கொள்ள மறுத்த மனம் கோபத்தில் கொந்தளித்தது. முதலாளியைத் தனது தந்தையாக நினைப்பது அளவிடற்கரிய வேதனை அளிக்கக் கூடியது, பயனற்றது என்பதை அவன் புரிந்து கொண்டிருக்க வேண்டும்! ஆனால், அதைப் பற்றிப் பேசுவதற்குத் தகுந்தாற் போல யாரேனும் இருந்தால் நன்றாயிருக்குமென்று ஆதங்கப்பட்டான். மிங்கோ மாமா! வேண்டாம்! தனது தந்தை யாரென்று தனக்குத் தெரியும் என்பதை அவரிடம் ஒத்துக்கொண்டதாகிவிடும்! அதே காரணத்திற்காகத் தான், மாலிஸியிடமோ, சாராக்காவிடமோ, பாம்ப்பே

மாமாவிடமோ அவனால் பேச முடியாது. முதலாளியையும் அம்மாவையும் பற்றி அவர்களுக்குத் தெரியுமா என்பதும் அவனுக்கு உறுதிப்படவில்லை. அவர்களுள் ஒருவரைப் பற்றி மற்றவர்களுக்குத் தெரிந்தாலே முதுகுக்குப் பின்னால் பேசத் தொடங்கிவிடுவர். அந்நிலையில் அவனும் கிஸ்ஸியும் விதிவிலக்காக இருக்க முடியாது!

வேதனை அளிக்கக் கூடிய அந்த விடையத்தைப் பற்றி அம்மாவிடம் வாய் திறக்கவே முடியாது. அதுவும் தன்னிடம் அந்தச் செய்தியை வெளிப்படுத்தியதற்காக அவள் மன வருத்தத்துடன் பலமுறை மன்னிப்புக் கேட்கும் விதத்தில் பேசிய பின்னர், கூடவே கூடாது!

அத்தனை ஆண்டுகளுக்குப் பின்னர், தன்னுடைய மிகக் கொடூரமான அத்தகைய சூழல் மொத்தத்தையும் தனது தாய் எப்படித் தான் தாங்கிக் கொண்டாளோ என்றெண்ணி மறுகினான். ஆனாலும், தற்பொழுதெல்லாம், அவனுக்குத் தெரிந்த வரை, அந்த விதத்தில் கூட, அவர்கள் ஒருவரை ஒருவர் அறிந்தவர்களாகக் காட்டிக் கொண்டதில்லையே! பண்ணையிலிருந்து நழுவிச் சென்ற இரவுகளில் அவன் சேரிடியிடமும் அண்மைக் காலமாக பியூலாவிடமும் நடந்து கொண்டதைப் போல, அம்மா முதலாளியிடம் நடந்து கொண்டாள் என்பதை நினைத்த போது ஜார்ஜ் வெட்கித் தலைகுனிந்தான்.

ஆனால், சற்று நேரத்திற்குப் பிறகு, அவனுடைய நினைவுக் கிடங்குக்குள் நெருக்கியடித்த நினைவலைகளின் ஊடே, நீண்ட காலத்திற்கு முந்தைய, அவனுக்கு மூன்று, நான்கு வயதிருந்த காலத்திய, இரவொன்று பற்றிய கசிவு தட்டுப்பட்டது. இரவில் விழித்த பொழுது படுக்கையில் அசைவை உணர்ந்தான். பீதியில் உறைந்தவாறு படுக்கையில் கிடந்த அவனுடைய கண்கள் அகல விரிந்து இருட்டில் துழாவின. சோளச்சக்கை மெத்தையின் சரசரப்புக் கேட்டது. பக்கத்தில் ஒருவன் அம்மாவின் மீது முன்னும் பின்னும் அசைந்து நறநறத்துக் கொண்டிருந்ததும் காதில் விழுந்தது. அவன் எழுந்து கொள்ளும் வரை பீதியில் முடங்கிக் கிடந்தான். மேஜையின் மீது சில்லறைக் காசு விழுந்த ஓசை கேட்டது. காலடி ஓசைகள்! கதவு சாத்தப்பட்டது. கண்ணீர் நிறைந்திருக்க, தான் கண்டவற்றிலிருந்தும் கேட்டவற்றிலிருந்தும் விடுபட விரும்பியவனாக கண்களை இறுக மூடிக் கொண்டு எண்ணற்ற முறை ஜார்ஜ் போராடினான். ஆனால், ஓர் அங்குல உயரத்திற்கு சில்லறைக் காசுகள் அடங்கிய குவளை ஒன்று தன் தாயின் வீட்டு அடுக்கில் இருந்ததை அவன் கண்ட போதெல்லாம் அந்த நினைவலையால் தாக்குண்டு தத்தளித்தான். காலப்போக்கில், குவளையில் நாணயத்தின் மட்டம் உயர்ந்து கொண்டிருந்தது. அந்தக் குவளையை நேரடியாகக் காணப் பொறுக்காமல் ஒதுக்க முயன்றான். ஆனால், அவனுக்குப் பத்து வயது நெருங்கிய போது, அந்தக் குவளை திடீரென்று காணாமல் போய்விட்டது. தன்னுடைய தாய் அதுபற்றி தனக்கு எதுவும் தெரியாது என்று நினைத்துக் கொண்டிருந்ததை உறுதிப்படுத்துவதென உறுதி பூண்டான்.

அது பற்றி எவரிடமும் குறிப்பிட்டதில்லை என்கிற பெருமை கொண்டாடிய போதிலும், சேரிடியிடம் தன்னுடைய வெள்ளைக்காரத் தந்தையைப் பற்றிப்

பேசிவிடுவதென எண்ணினான். அவளால் புரிந்து கொள்ள முடியும்! அவள் பியூலாவைப் போலல்ல! அவள் கரி போன்ற கருமை நிறம் கொண்டவள்! சேரிடி அவனைக் காட்டிலும் வெளிர் நிறத்தில் இருந்தாள்! அவள் தன்னுடைய நிறத்தைப் பற்றிக் கவலை கொண்டதில்லை. அத்துடன், அரிசியும், சாயப் பொருட்களும் விளையக் கூடிய தென் கரோலினியாப் பகுதியில் நூறுக்கும் மேற்பட்ட நீக்ரோக்கள் அடிமைகளாக உழைத்த மிகப் பெரிய பண்ணையின் மேற்பார்வையாளனுக்கு மகளாகப் பிறந்து பதினெட்டு ஆண்டுகள் வரை அங்கேயே வளர்க்கப்பட்டதாகவும், பின்னர் விற்கப்பட்டு, பக்கத்து முதலாளி டீக் அவருடைய பெரிய வீட்டில் பணிப்பெண்ணாக வேலை செய்வதற்காக அவளை வாங்கியதாகவும் அவளாகவே முன்வந்து சொன்னாள். நிறத்தைப் பற்றி அவளுக்கு ஏதேனும் கவலை இருந்ததென்றால் அது தென் கரோலினாவில் அவள் விட்டு வந்த அவளுடைய தம்பியைப் பற்றியது. அவன் வெள்ளைக்காரரைப் போலவே முழுக்க வெண்ணிறத்தில் இருந்தான். கறுப்பர்களெல்லாம் அவனைக் கடுமையாகக் கிண்டலடித்தனர். அதைக் கண்டு அஞ்சிய அவனுக்கு அவனுடைய அம்மா அவனைத் தொல்லைப் படுத்தியவர்களைத் திருப்பியடிக்கச் சொல்லிக் கொடுத்தாள். "வான்கோழி முட்டையிட்டது. சூரியனின் வெப்பம் பொறிக்கச் செய்தது! ஆண்டவர் இந்த நிறத்தைக் கொடுத்தார்! அதைப் பற்றி நீக்ரோக்களான நீங்கள் கவலைப்பட வேண்டியதில்லை!" அதிலிருந்து அவளுடைய தம்பியை கிண்டலடிப்பதை விட்டு விட்டனர் என்றாள்.

ஜார்ஜினுடைய நிறத்தைப் பற்றிய பிரச்சினையை சேரிடியுடன் கலந்து பேசுவதற்கான வாய்ப்பு, வெகு தொலைவிலுள்ள சார்ல்டனில் எழுந்த கிளர்ச்சியால் மேலும் தாமதப்படப் போவது உறுதி! அதைப் பற்றி மிங்கோவிடம் பேசுவது பற்றி முடிவெடுப்பதற்கே இரண்டாண்டுகளுக்கு மேலாகிவிட்டது. அவருடன் பேசுவதாலும் பலனொன்றுமில்லை. ஏனெனில், முடிவில் முதலாளி லியா ஏற்றுக் கொள்வாரா இல்லையா என்பதைப் பொறுத்தது. அவரோ, அந்த நேரத்தில் நெருங்கக் கூட முடியாத வெறியில் திரிந்தார். ஒரு வார காலத்திற்குப் பிறகு, முதலாளி துப்பாக்கியை ஏந்தித் திரிந்ததை விட்டு விட்டார் என்ற போதிலும், சண்டைச்சேவல்கள் இருந்த இடத்தில் நாள்தோறும் சிறிது நேரம் மட்டும் குதிரை மீதிருந்தபடி மிங்கோவிடம் கடுகடுத்த குரலில் அறிவுறுத்தல்களைக் கூறிவிட்டு மீண்டும் விரைப்பாக குதிரை மீது அங்கிருந்து புறப்பட்டார்.

அடுத்த இரண்டு வாரங்கள் வரையிலும் ஜார்ஜால் சார்ல்ஸ்டனில் நடந்த உண்மைகளைப் புரிந்து கொள்ள முடியவில்லை. மிங்கோ அவனை எச்சரித்திருந்த போதிலும், அவனால் தன்னைக் கட்டுப்படுத்திக் கொண்டு இருக்க முடியவில்லை. தன்னுடைய இரண்டு தோழிகளில் ஒருத்தியைச் சந்தித்து விடுவதெனத் தீர்மானித்தான். சேரிடி அவனிடம் பெண்புலியைப் போல நடந்து கொண்ட எண்ண அலைகள் உந்தித் தள்ள அவளையே சந்திப்பதென முடிவெடுத்தான். மிங்கோ குறட்டை விடத் தொடங்கிய பின், சுமார் ஒரு மணிநேரத்திற்கு மேலாக வயல்வெளிகள் வழியே நடந்து சென்று வழக்கமான ஒளிவிடமான ஒரு தோப்புக்குள் மறைந்தபடி அழைப்போசை விடுத்தான். அடுத்தடுத்து நான்குமுறை சீழ்க்கையொலி கொடுத்த பின்னரும் புறப்பட்டதற்காக அறிகுறியாக

சேரிடியினுடைய சன்னலில் மெழுகுதிரியின் ஒளி அசைவது தென்படாததால் மறைவிடத்திலிருந்து வெளியேறுவதெனத் தீர்மானித்தான். அப்பொழுது முன்புறமிருந்த மரத்தில் அசைவுகள் தட்டுப்பட்டது. சேரிடி! ஆவலுடன் ஓடிச் சென்று கட்டி அணைக்க முற்பட்டவனை இலேசான அணைப்பு, உதட்டுரசலுடன் தள்ளி விட்டாள்.

“என்னாச்சு, செல்லம்?” அவளுடைய கட்டுறுதியான உடலின் மணத்தால் உணர்வெழுச்சி பெற்றிருந்தவனுடைய காதுகளில் அவளுடைய குரலிலிருந்த நடுக்கம் விழவில்லை.

“இந்தச் சமயத்தில் இப்படித் திரிகிற நீ பெரிய முட்டாள்! சாலைக் கண்காணிப்பாளர்கள் ஏராளமான நீக்ரோக்களை சுட்டுத் தள்ளிவிட்டனர்!

“சரி! அப்ப, வா, உன் வீட்டுக்குப் போகலாம்!” என்று சொல்லிக் கொண்டே அவளுடைய இடுப்பைச் சுற்றி வளைத்தான். ஆனால், அவள் மீண்டும் ஒதுங்கிக் கொண்டாள்.

“கிளர்ச்சியைப் பற்றி எதுவும் அறியாதவனைப் போல நடந்து கொள்கிறாய்!”

“அப்படியொன்று நடந்ததாகக் கேள்விப்பட்டேன்! அவ்வளவு தான்!....”

“அப்படியானால், உனக்கு அதைப் பற்றி விவரிக்கிறேன்!” என்றவள் முதலாளியும் முதலாளியம்மாவும் பேசிக்கொண்டிருந்த பொழுது ஒற்றுக் கேட்ட அனைத்தையும் அவனிடம் தெரிவித்தாள். கிளர்ச்சிக் கூட்டத்தின் தலைவன் சார்ல்டனில் பைபிள் வாசிக்கின்ற விடுதலை பெற்று தச்சுவேலை பார்த்த நீக்ரோ டென்மார்க் வெசே! பல ஆண்டுகளாகத் திட்டம் போட்டு தன்னுடைய நெருங்கிய நண்பர்கள் நால்வரிடம் சொல்லி, அவர்கள் மூலமாக நகரத்திலிருந்த விடுதலை பெற்ற, அடிமை கறுப்பர்களை நூற்றுக்கணக்கில் ஒன்று திரட்டி ஓர் அமைப்பாக உருவாக்கியிருந்தான். பயங்கரமான ஆயுதங்கள் தரித்த நான்கு குழுக்களாகப் பிரிந்து சமிக்ஞைக்காகக் காத்திருந்தனர். ஆயுதக் கிடங்குகளையும் முகாமையான கட்டடங்களையும் கைப்பற்றுவதற்கும், மற்றவர்கள் நகரத்திலிருந்த அனைத்தையும் எரித்து, கண்ணில் பட்ட வெள்ளையர்களையெல்லாம் கொன்றுவிடுவதென்றும் திட்டமிட்டிருந்தனர். கறுப்பின வண்டியோட்டிகளைக் கொண்டு குதிரைப் படையும் அமைக்கப்பட்டது. அவர்கள் வண்டிகளையும் சரக்கு வண்டிகளையும் வேகமாகத் தெருக்களில் குறுக்கும் நெடுக்குமாகச் செலுத்தி முதலாளிகளை ஓரிடத்தில் ஒன்றாகத் திரள விடாமல் தடுப்பதாகத் திட்டம். ஆனால், பயந்தாங்கொள்ளியான ஒரு நீக்ரோ தன்னுடைய முதலாளியிடம் ஞாயிற்றுக்கிழமை இரவு அவர்கள் நிகழ்த்தவிருந்த அனைத்தையும் காலையிலேயே உளறிக் கொட்டிவிட்டான். உடனே வெள்ளையர்கள் களத்தில் இறங்கிவிட்டனர். நீக்ரோக்களைப் பிடித்து, அடிப்பதும் வதைப்பதுமான கிளர்ச்சிக்காரர்களைப் பற்றி அறிந்து கொண்டு அதற்குள் முப்பதிற்கும் மேற்பட்ட நீக்ரோக்களைத் தூக்கிலிட்டனர். ஆங்காங்கே நீக்ரோக்கள் மத்தியில், குறிப்பாக, தென்கரோலினாவில் அச்சத்தையும் பீதியையும் ஏற்படுத்தினர். சார்ல்டனில் பயந்தோடிவிட்ட விடுதலை பெற்ற நீக்ரோக்களின்

வீடுகளையும் நீக்ரோப் பாதிரிகளையும் எரித்து விட்டனர். நீக்ரோக்களுக்கான தேவாலயங்களில் தொழுகைகள் நடத்துவதற்குப் பதிலாக அவர்களுக்கு எழுதப் படிக்கக் கற்பிப்பதாகச் சொல்லி அவற்றைப் பூட்டிவிட்டனர்....

சேரிடியை அவளுடைய வீட்டிற்குத் தள்ளிச் செல்வதிலேயே கவனமாக இருந்தான். பெரிதும் பதட்டமடைந்தவளாக, "நான் சொல்றது ஓங் காதிலே விழலையா? சாலைக் கண்காணிப்பாளர்கள் கண்ணில் பட்டு, சுட்டு வீழ்த்தப்படுவதற்கு முன் வீடு போய்ச் சேர்!"

'சுட்டு வீழ்த்தப்படுவதற்கான அபாயத்தை ஏற்கனவே மேற்கொண்டாயிற்று! உன்னுடைய வீட்டிற்குள் எந்த சாலைக் கண்காணிப்பாளரும் நுழையப் போவதில்லை! என்னுடைய ஆவலும் தணிந்தது போலிருக்குமென்று' மன்றாடினான்.

"முடியாதுன்னு ஏற்கனவே சொல்லிட்டேன்!"

அலுத்துச் சலித்தவனாக அவளை முரட்டுத்தனமாகப் பின்னோக்கித் தள்ளிவிட்டு, "அப்ப, போடி!" என்றான் வெறுப்புடன் வந்த வழியே திரும்பினான். சீற்றம் 'பியூலாவிடமாவது போயிருக்கலாம்' என்று சுடு மூச்சு விட்டது. அப்பொழுது அதற்கும் நேரமாகிவிட்டது.

காலையில் மிங்கோவிடம் ஜார்ஜ் புரட்டிச் சொன்னான். "நேற்றிரவு அம்மாவைப் பார்க்கச் சென்றிருந்தேன். கிளர்ச்சியைப் பற்றி முதலாளியம்மாவிடம் முதலாளி கூறியதைக் கேட்ட மாலிஸி தெரிவித்ததாகச் சொன்னாள்". மிங்கோ தனது பேச்சை நம்பினாரா என்பது உறுதிப்படாமலேயே, சேரிடி அவனிடம் கூறிய கதையை ஒருவழியாக விவரித்தான். கிழவரும் உற்றுக் கேட்டுக் கொண்டிருந்தார். முடித்தவுடன் ஜார்ஜ் கேட்டான், "தென்கரோலினியில் தான் கிளர்ச்சி என்பது தெளிவாகத் தெரிந்த பின்னும் இங்குள்ள நீக்ரோக்களைச் சுட்டுக் கொல்வது ஏன், மாமா?"

சற்று நேரம் சிந்தித்த பின் மிங்கோ கூறினார், "நீக்ரோக்களெல்லாம் தமக்கு எதிராக ஒன்று திரண்டுவிடுவர் என்று வெள்ளைக்காரர்கள் அஞ்சுகின்றனர்...." வெறுப்புக் கலந்த ஏளன மூச்சு அவரிடமிருந்து வெளிப்பட்டது. "நீக்ரோக்கள் ஒன்றிணைந்து ஒருபோதும் எதையும் செய்யப் போவதில்லை!" மீண்டும் சற்று நேரம் சிந்தனையில் ஆழ்ந்தார். "நீ சொன்னதைப்போல, இங்கே ஒரு சில நீக்ரோக்களைச் சுட்டுக் கொன்று, ஏகப்பட்ட புதிய சட்டங்களை நிறைவேற்றி, ஒட்டுண்ணிகளான சாலைக் கண்காணிப்புப் பணி செய்வோருக்கு ஏராளமான தொகையைக் கொடுத்துச் சலித்த பிறகு நிலைமையை அமைதிப்படுத்திவிட்டதாக எண்ணிக் கொள்வர்!"

"அதெல்லாம் முடிவடைவதற்கு எவ்வளவு காலமாகும்?" கேட்டுவிட்ட ஜார்ஜ் முட்டாள்தனமான கேள்வியை எழுப்பியதாக உணர்ந்தான். மாமாவுடைய பார்வை அதனை உறுதிப்படுத்தி உறுத்தியது.

“அதற்கெல்லாம் என்னிடம் பதில் இல்லை!”

ஜார்ஜ் மௌனமானான். முதலாளியுடன் நிலைமை இயல்பு நிலைக்குத் திரும்பும் வரை தன்னுடைய கருத்தை அவரிடம் வெளிப்படுத்துவதில்லை என்று தீர்மானித்தான்.

அடுத்த இரண்டு மாத காலத்தில், முதலாளியினுடைய வழக்கமான வீராப்புப் போக்கு படிப்படியாக தணிந்த போதிலும், முற்றிலும் இயல்பு நிலைக்குத் திரும்பவில்லை. ஆனால், அச்சுறுத்தும் விதத்தில் எதுவும் நடக்கவில்லை. அதன் பின்னர் ஒரு நாள் ஜார்ஜ் அது தான் உரிய தருணம் என்று நினைத்தான்.

“மிங்கோ மாமா, ரொம்ப நாளாகவே எனக்குள் ஓர் எண்ணம் உறுத்திக் கொண்டே இருக்கிறது...” மெதுவாகத் தொடங்கினான். “முதலாளியினுடைய பறவைகள் இப்பொழுதைக் காட்டிலும் கூடுதலான போட்டிகளில் வெல்லும் விதமாக என்னிடம் ஒரு வழிமுறை இருப்பதாக நம்புகிறேன்! பதினேழு வயது நிரம்பிய தனது உதவியாளனுக்கு ஏதோ புதுவிதமான கிறுக்குப் பிடித்துவிட்டதாக அவருடைய பார்வை நகைத்தது. அவன் தொடர்ந்து பேசினான், “கடந்த ஐந்து ஆண்டுகளாக பெரிய, பெரிய சேவற்கட்டுக்களுக்குத் தொடர்ந்து உங்களுடன் செல்கிறேன். ரெண்டு பருவங்களுக்கு முன்பிருந்து ஒரு நுணுக்கத்தை உன்னிப்பாகக் கவனித்து வருகிறேன். ஒவ்வொரு சேவல்கட்டு முதலாளியினுடைய பறவைகளுக்கும் வெவ்வேறு விதமான சண்டையிடும் முறை இருப்பதைக் காண்கிறேன்...” முரட்டு வகைக் காலணிகளின் முன்பகுதிகளை ஒன்றுடன் ஒன்று தேய்த்தபடி, தான் பிறந்ததற்கு முன்பிருந்து கட்டுச்சேவல்களுக்குப் பயிற்சியளித்து வந்தவருடைய முகத்தைப் பார்ப்பதைத் தவிர்த்தவாறு தொடர்ந்தான். “முதலாளியினுடைய பறவைகள் உண்மையிலேயே வலுவுடனும், காற்றில் நீண்ட நேரம் பறந்து, மற்ற பறவைகளை விஞ்சும் விதமாகவும் வெல்வதற்குப் பயிற்சியளிக்கிறோம்! ஆனால், எதிரிப் பறவைகள் முதலாளியினுடைய பறவைகளைக் காட்டிலும் உயரப் பறந்து, மேலிருந்து, பொதுவாக, தலையில் கத்தியை இறக்குவதன் மூலமாகவே பெரும்பாலான சமயங்களில் தோற்கடித்திருக்கின்றன என்பது எனது கணிப்பு! மாமா, முதலாளியினுடைய பறவைகளின் சிறகுகள் வலுவடையும் விதமாக சிறப்பு சிறகுப் பயிற்சிகளை ஏராளமாக அளித்து, எதிரிப் பறவைகளை விட உயரத்தில் பறக்கச் செய்தால், இப்பொழுதைக் காட்டிலும் கூடுதலான சண்டைகளில் மற்ற பறவைகள் கொல்லப்படக் கூடும் என்பது என்னுடைய யூகம்!”

சுருங்கிய இமைகளுக்குக் கீழே, தனது உட்குழிந்த கண்களால் தன்னுடைய காலணிகளுக்கும் ஜார்ஜினுடையவற்றிற்கும் இடையே தெரிந்த புல்லைத் தேடினார். சற்று நேரத்திற்கு முன்பு, அவன் பேசத் தொடங்கிய போது அது அங்கிருந்தது. “உன்னுடைய எண்ணம் எனக்குப் புரிகிறது! முதலாளியிடம் நீ தான் சொல்ல வேண்டும்!”

“சரியானதென்று உங்களுக்குப் பட்டால், நீங்கள் சொல்லக் கூடாதா?”

“உனது சிந்தனை! முதலாளி உனது வாயால் கேட்க வேண்டும்!”

கருத்தைக் கேட்ட மிங்கோ எள்ளி நகைக்காமல் இருந்ததே ஜார்ஜுக்கு அளவிட முடியாத நிம்மதி உணர்வை அளித்தது. அன்றிரவு தனது குறுகலான, சோளச் சக்கை மெத்தையில் தூக்கமின்றிக் கிடந்தவன், முதலாளியிடம் சொல்வதில் பயங்கலந்த தயக்கத்தை உணர்ந்தான்.

திங்கட்கிழமை காலையில் எழுந்து தன்னைத் தயார்ப்படுத்திக் கொண்டு முதலாளி முன்பாக, மூச்சை நன்றாக இழுத்து விட்டு, தெளிவாக, மிங்கோவிடம் சொன்னதைத் திரும்பவும் சொன்னான். ஒரு சில கட்டுச்சேவல்கள் சண்டையிடும் முறைகளில் தான் கண்ட சிறப்பியல்புகளையும் சேர்த்து விவரித்தான். "நீங்க பாத்தீங்கன்னா, முதலாளி, கிரங்தம் முதலாளியினுடைய பறவைகள் வேகமாகவும் மூர்க்கத்துடனும் சண்டையிடுகின்றன. ஆனால், மேக்கிரகார் முதலாளியின் பறவைகள் கவனமாகவும் எச்சரிக்கையுடனும் போரிடுகின்றன. கேப்டன் பீபாடியினுடையவை கால்களையும் நகங்களையும் நெருக்கமாக வைத்துக் கொண்டு தாக்குகின்றன. ஹோவர்டு முதலாளியினுடையவை கால்களை நன்றாக அகற்றி கத்திரிப்பிடி போடுகின்றன. பணக்கார முதலாளியான ஜெவெட்டின் பறவைகள் தாழ்ந்து பறந்து தரையில் கொடூரமாகக் கொத்தி அலகால் பிடித்துக் கொண்டு கத்தியை இறக்கிவிடுகின்றன..." அவருடைய முகத்தைப் பார்க்காமலேயே விவரித்ததால் அவனுடைய முகத்தில் வெளிப்பட்ட உணர்ச்சி பொங்கிய பாவனைகளை அவரால் காண முடியாமல் போயிற்று. "நான் சொல்ல வர்றது என்னன்னா, முதலாளி, நீங்க ஒத்துக் கொண்டால், மிங்கோ மாமாவும் நானும் உங்க பறவைகளுக்கு இறக்கைகளுக்கு வலுவூட்டுவதற்கான பயிற்சிகளை ஏராளமாகக் கொடுத்து, மற்ற பறவைகளைக் காட்டிலும் உயரமாகப் பறக்கவிட்டு மேலிருந்து கத்தியை இறக்குவதற்குப் பழக்கப் போகிறோம்! இந்த யுக்தியை எவரும் விரைவில் புரிந்து கொள்ள முடியாது!"

முதலாளி லியா அவனைப் பார்த்த பார்வை முன்னெப்பொழுதும் அவனை பார்த்தறியாதவர் போல இருந்தது.

சேவற்கட்டுக்கு முந்தைய சில மாதங்கள் முதலாளி பயிற்சித் திடலில் முன்னெப்பொழுதையும் காட்டிலும் அதிக நேரத்தை பறவைகளுக்கு அளிக்கப்பட்ட பயிற்சியைக் கவனிப்பதில் செலவிட்டார். சில சமயங்களில் மிங்கோவுடனும் ஜார்ஜுடனும் இணைந்து, காற்றில் மேலே, மேலே தூக்கிப் போட்டு பறக்க விட்டனர். ஐந்தாறு பவுண்ட் எடையைத் தாங்கி அவை தம்மைக் காற்றில் சமநிலைப் படுத்திக் கொண்டு இறக்கைகளை படபடவென்று அடித்தவாறு கீழிறங்குவதற்கு முற்பட்ட பொழுது அவற்றினுடைய சிறகுகள் வலுப்பெற்றன.

ஜார்ஜ் எதிர்பார்த்தவாறு, 1823ஆம் ஆண்டு, சேவற்கட்டுப் பருவம் தொடங்கி, முகாமையான போட்டிகள் அடுத்தடுத்து நிகழ்ந்து கொண்டிருந்த பொழுது, லியா முதலாளியினுடைய பறவைகள் முந்தைய ஆண்டைக் காட்டிலும் அதிக வெற்றி வீதத்தில் வாகை சூடிக் கொண்டிருந்ததன் காரணம் பிடிபடாமல் தவித்தனர். பருவ முடிவில் நடந்த நாற்பத்திரெண்டு போட்டிகளில் முப்பத்தொன்பதில் லியாவினுடைய பறவைகள் வென்றன.

ஒரு வாரத்திற்குப் பிறகு, ஒரு காலை வேளையில், போட்டிக் காலத்தில் காயமுற்ற ஆறுக்கும் மேற்பட்ட பறவைகள் உடல் தேறி வந்ததைக் கவனிப்பதற்காக முதலாளி அங்கே சென்றார். அவருடைய முகத்தில் வெற்றி எக்களிப்பு தென்பட்டது.

தலையைத் தொங்கப் போட்டுக் கொண்டு நடுங்கிக் கொண்டிருந்த பறவையைக் காட்டி, "இதை நம்பாதீங்க முதலாளி, தேறாது" என்றார் மிங்கோ. முதலாளியும் ஏற்றுக் கொண்டு தலையாட்டினார். அடுத்த இரண்டு கூண்டுகளைக் காட்டி "இவை அடுத்த பருவத்தில் சண்டையிடத் தயாராகிவிடுவன, முதலாளி!" என்றார். எஞ்சிய மூன்று கூண்டுகளிலும் உடல் தேறி வந்த பறவைகளைக் காட்டி , "இவை முகாமையான போட்டியில் கலந்து கொள்வதற்கு தகுதியற்றவை. பயிற்சிச் சேவலாகப் பயன்படுத்திக் கொள்ளலாம்! கழிக்கப்பட்ட சேவலாக வைத்துக் கொள்வதற்கும் ஏற்றவை!" என்றார். மிங்கோவினுடைய நோயறி திறனில் நிறைவடைந்தவராக, குதிரையை நோக்கிச் செல்வதற்காகப் புறப்பட்டவர், திரும்பி, ஜார்ஜிடம் தற்செயலாகக் குறிப்பிட்டார், "இரவு நேரங்களில் இங்கிருந்து திருட்டுத்தனமாக நழுவிச் செல்கிறாய்! ரொம்பவே எச்சரிக்கையாக இரு! மோசமான நீக்ரோ ஒருத்தன் அதே பெண் மேலே ஆசைப்படுகிறான்...!"

ஜார்ஜ் நிலைக்குத்தி நின்றான். மிங்கோ மாமா இழைத்த துரோகத்தை எண்ணி அவர் மீது சீற்றம் பொங்கியது! ஆனால், அவருடைய முகத்திலும் திகைப்பு குடிகொண்டிருந்தது. முதலாளியே தொடர்ந்து விளக்கினார், "டீக் மனைவி என் மனைவியிடம் அவர்களுடைய கூட்டத்தின் போது, மற்ற நீக்ரோக்கள் மூலமாக தன்னுடைய கலப்பின பணிப்பெண்ணுடைய திருவிளையாடலைக் கேள்விப்பட்டுத் தெரிவித்துள்ளாள். ஒரே சமயத்தில் இரண்டு பேரிடமும் தொடர்பு வைத்துள்ளாள். நீயும் இன்னொரு முரட்டு நீக்ரோவும்!" முதலாளி கெக்கலித்தார், "ரெண்டு பேரும் சேர்ந்தீங்கன்னா, அவளைக் கிழித்துப் போடுவீங்களேடா?"

சேரிடி! ரெண்டு பேரா! அன்றிரவு அவளுடைய வீட்டிற்குச் செல்லவிடாமல் அவனை வற்புறுத்தித் தடுத்து நிறுத்தியதை சீற்றத்துடன் நினைத்துப் பார்த்தான். வலிந்து புன்னகையை வரவழைத்துக் கொண்டவன் சிரித்தான். மிங்கோ மாமாவும் சொரத்தின்றி அவனுடன் சேர்ந்து கொண்டார். ஜார்ஜ் அடிபட்டுவிட்டதாக உணர்ந்தான். இரவு நேரங்களில் நழுவிச் சென்றதை முதலாளியே கண்டு பிடித்து விட்டதால் இனிமேல் அவர் செய்வதற்கு ஏதுமில்லை.

முதலாளியிடம் கோபத்தை எதிர்பார்த்தான். அவரும் சற்றே நிறுத்தினார். ஆனால், அதற்குப் பதிலாக, முற்றிலும் நம்பவியலாத விதத்தில், எளியமுறையில் பேசினார், "உன்னுடைய வேலையை ஒழுங்காகச் செய்கின்ற வரையில், எக்கேடோ கெட்டுப் போ! எந்த நாயை வேணுமென்றாலும் துரத்து! ஆனால், எவனாவது ஒரு முரடன் உன்னைத் துண்டாக வெட்டவோ, சாலை கண்காணிப்பாளர்கள் சுடுவதற்கோ விட்டு விடாதே!"

"ஆகட்டும்! மாட்டேன்..." என்ன சொல்வதென்று அறியாமல் தவித்தான். "நீங்க சொல்றபடி நடந்துக்கிறேன், முதலாளி!"

முதலாளி குதிரை மீது தாவி ஏறினார். தோள்களைக் குலுக்கி தனது கட்டுச்சேவல் பயிற்றுநர்களிடம் தான் சிரித்ததைக் காட்டியவாறு தனது பாதையில் முன்னேறிச் சென்றார்.

ஒருவழியாக, தனது சிறுகுடிலில் தனியாகக் கிடந்தான். எஞ்சிய பகல்பொழுது முழுவதும் முகம் கொடுத்துப் பேசாத மிங்கோவைக் கூடப் பொறுத்துக் கொண்டான். சேரிடி மீது அவனுக்கிருந்த கோபத்தைத் தணித்துக் கொள்வதற்கு அந்தத் தனிமை உதவியாக இருந்தது. அவளைப் பற்றி வசை மாரி பொழிந்தான். அவளை ஏறெடுத்தும் பார்ப்பதில்லை என்று சூளுரைத்தான். இனி அவனுடைய கவனமெல்லாம் பியூலா மீது தான். ஆனாலும், அந்த உயரமான, இளஞ்சிவப்பு நிறப் பெண்ணின் நினைவு வந்தது. ஒரு நாள் இரவு வீட்டிற்குத் திரும்பிக் கொண்டிருக்கையில், காட்டிற்குள் தடுமாறி விழுந்த போது அவளுடைய பார்வை அவன் மீது விழுந்தது. அங்கேயே, அப்பொழுதே அவளை முயன்றிருப்பான்! நன்றாகக் குடித்திருந்ததால் தடுமாறியபடி வீடு சென்று சேர வேண்டியதாயிற்று! ஆனால், அவள் தெரிவித்த செய்திகள் அவனுக்கு நன்கு நினைவிலிருந்தன. அவள் பெயர் ஒஃபேலியா, ஓராயிரத்திற்கும் மேற்பட்ட கட்டுச்சேவலுக்கு உரிமையாளரான ஜெவெட் முதலாளி பண்ணையைச் சேர்ந்தவள். அவருடைய குடும்பத்தாருக்கு ஜார்ஜியா, தென்கரோலினா, கேஸ்வெல் ஊரகத்திலும் கூட பண்ணைகள் இருந்தன. கேஸ்வெல்லில் உள்ள பண்ணை வெகு தொலைவில் இருந்தது. ஆனால், கிடைக்கக் கூடிய முதல் வாய்ப்பில் அவளைக் கண்டு பழக்கம் ஏற்படுத்திக் கொள்வது நல்லது. ஜெவெட் முதலாளிக்கு அவள் தன்னுடைய அடிமை என்பது கூடத் தெரிந்திருக்க வாய்ப்பில்லை!

92

ஞாயிற்றுக்கிழமை காலையில் ஜார்ஜ் வழக்கம் போல அடிமைகள் குடியிருப்பில் இருந்தவர்களைக் காணச் சென்றிருந்தான். பறவைகளை அன்றாட ஆய்வு செய்வதற்காக முதலாளி சேவல்கள் இருந்த பகுதிக்குச் சென்றார். சரியான தருணம்! மிங்கோ தனது முதலாளியுடன் சுற்றிவந்து கட்டுச்சேவல்களைப் பற்றி அவரிடம் விவரித்தார். பிறகு, ஏதோ அப்பொழுது தான் தனது மனத்தில் உதித்ததைப் போல, மிங்கோ கூறினார், ‘‘முதலாளி, ஆண்டுதோறும் சேவற்கட்டில் கலந்து கொள்வதற்கு ஏற்ற பறவைகளைத் தேர்ந்தெடுக்கும் பொழுது, பதினைந்து இருபது பறவைகளை கழித்துக் கட்டுகிறோம்! அவ்வாறு கழிக்கப்பட்ட பறவைகள் ஏராளமானோர் வைத்திருக்கக் கூடிய மற்ற பறவைகளைக் காட்டிலும் மிகவும் சிறந்தவை. அவற்றைக் கொண்டு இந்தப் பயலை உதிரிப் போட்டிகளில் கலந்து கொள்வதற்கு அனுமதித்தால் உங்களுக்கும் உபரியாகப் பணம் கிடைக்கும்!”மிங்கோ மாமாவுக்கு நன்கு தெரியும்! லியா முதலாளியினுடைய பெயர் கேஸ்வெல் ஊரகம் முழுவதும், மூலை முடுக்குகளிலெல்லாம், நன்கு அறியப்பட்ட ஒன்று! மிகவும் ஏழ்மை நிலையிலிருந்து, ஒற்றைச் சேவலைக் கொண்டு உதிரிப் போட்டிகளில் கலந்து கொண்டதன் மூலம் பெரிய மனிதராக உருவெடுத்தவர்.

அவரைப் போலவே ஏராளமான ஏழை ஏதிலி வெள்ளையர்கள் பலர் உதிரிப் போட்டிகள் மூலம் செல்வந்தரானதுண்டு! அவரே பலமுறை மிங்கோவிடம் மிகுந்த ஆர்வத்துடன் விவரித்துள்ளார். 'பசியுடன் அலைந்த தொடக்கக் காலத்தில் ஒற்றைச் சேவலுடன் போட்டியில் கலந்து வென்ற பொழுது கிடைத்த மகிழ்ச்சியும் குதூகலமும் தற்பொழுது முகாமையான போட்டிகளில் வெல்லும் போது கூடக் கிடைத்ததில்லை. ஒரே வேறுபாடு! முகாமையான போட்டிகளில் மேட்டுக்குடி மக்கள் கலந்து கொண்டு பெருந்தொகைகளைப் பணயம் வைக்கின்றனர். ஒரே போட்டியில் தம்முடைய ஒட்டு மொத்த சொத்தையும் பணயம் வைத்து வெல்கிறார்கள் அல்லது தோற்கிறார்கள். கலந்து கொள்கின்ற சேவல்கள் எண்ணிக்கையிலும் தரத்திலும் உயர்ந்தவையாக உள்ளன!' உதிரிப் போட்டிகளைப் பொறுத்தவரை, ஏழை வெள்ளையர்கள், விடுதலை பெற்ற நீக்ரோக்கள், அடிமைகள் அனைவரும் கலந்து கொண்டனர். ஒன்று, இரண்டு, அல்லது மூன்று சேவல்களுடன், அதிலும், இரண்டாம், மூன்றாம் தர சேவல்களுடன் நடைபெற்ற அத்தகைய போட்டிகளில் பொதுவாக இருபத்தைந்து சென்டிலிருந்து ஒரு டாலர் வரையிலும் பணயம் கூறப்பட்டது. எவனாவது தலைக்கிறுக்கு ஏறியவன் இந்த உலகத்தில் தன்னிடமிருந்த ஒட்டு மொத்தத்தையும் திரட்டி உச்ச பட்சமாக இருபது டாலர் பணயம் கூறினான்!

"ஆடுகளத்தில் அவனால் சிறந்த முறையில் பறவைகளைக் கையாள முடியும் என்று எப்படிச் சொல்கிறாய்?" முதலாளி கேட்டார்.

தன்னுடைய கருத்தை அவர் ஒட்டு மொத்தமாக மறுத்துவிடவில்லை என்பதே மிங்கோவுக்கு பெருத்த நிம்மதி அளித்தது. "உங்களுக்கே தெரியும்! அவன் ஆட்டத்தை மிகவும் உன்னிப்பாகக் கவனிக்கிறான். கடந்த ஐந்தாறு ஆண்டுகளாக ஆடுகளத்தில் உங்களுடைய ஒரு அசைவைக் கூட அவன் தவறவிட்டதில்லை! இயற்கையாகவே அவன் சேவல்களைப் பற்றி நன்கு அறிந்து கொள்ளும் திறம் உள்ளவன். ஓரளவு பயிற்சி அளித்தால் மிகவும் தேறிவிடுவான்! அப்படியே அவன் தோற்றாலும் அவை கழிக்கப்பட்ட பறவைகள். அவற்றை நீங்கள் ஒருபோதும் மீண்டும் பயன்படுத்தப் போவதில்லை!"

"ஆமாமா" என்று முணுமுணுத்தவர், தாடையை வருடியவாறு சிந்தனையில் ஆழ்ந்தார். "சரி! அதிலொன்றும் தவறு இருப்பதாகத் தெரியவில்லை. கழிக்கப்பட்ட பறவைகளுடைய நகங்களுக்கு உறை போட்டு, இந்தக் கோடை காலத்திலேயே நீ ஏன் அவனுக்குப் பயிற்சி அளிக்கக் கூடாது? அடுத்த போட்டிப் பருவத்திற்குள் தேர்ச்சி பெற்று விட்டானானால் அவனுக்காகவும் ஓரளவு பணயம் கட்டுவதற்குத் தயார்!"

"ஆகட்டும், முதலாளி!" மிங்கோவிற்கு மகிழ்ச்சி தாங்க முடியவில்லை! ஏற்கனவே, கடந்த சில மாதங்களாக, கட்டுச்சேவல் வளர்க்கப்பட்ட பகுதியில் யாருக்கும் தெரியாமல், அடர்ந்த மறைவிடத்தில், ஜார்ஜும் அவரும், கழிக்கப்பட்ட சேவல்களைக் கொண்டு, அவரே வடிவமைத்த போலி உறைகளால் அவற்றின் நகங்களை மறைத்துக் கொண்டு, பயிற்சிப் போட்டிகளில் ஈடுபட்டு வந்தனர். மிகவும் எச்சரிக்கையுள்ள மனிதர் என்பதால், தன்னுடைய உதவியாளன்

ஆடுகளத்தில் சேவல்களைக் கையாளும் திறத்தைத் தானே உறுதிப்படுத்திக் கொள்வதற்கு முன் முதலாளியிடம் தனது கருத்தைத் தெரிவிக்க விரும்பவில்லை. தேர்ந்த அனுபவம் பெற்ற உதிரிப் போட்டி கட்டுச் சேவற்காரர் என்கிற முறையில், முதலாளி லியாவைப் போல, ஜார்ஜும் எதிர்காலத்தில், ஆடுகளத்தில் சேவல்களைக் கையாளுவதில் தலைசிறந்து விளங்குவான் என்கிற உறுதியைத் தனக்குள் கொண்டிருந்தார். அவர் சொன்னதைப் போல, முதலாளியால் கழிக்கப்பட்ட சேவல்கள் கூட, போட்டி காலத்தில் நாடு முழுவதும் ஆங்காங்கே உதிரியாக, ஓரளவு தரத்துடன் வடிவமைக்கப்பட்ட ஆடுகளங்களில் நிகழ்த்தப்பட்ட போட்டிகளில் பறக்கவிடப்பட்ட மற்றெந்த சேவலைக் காட்டிலும் உயர்ந்தவையாக இருந்தன. எப்படிப் பார்த்தாலும், ஜார்ஜ் தோல்வியடைவதற்கு தொழில்முறையில் எவ்வித வாய்ப்பும் இல்லையென்று அவருக்கு உறுதியாகத் தோன்றியது.

அன்று மதியம் செய்தியை ஜார்ஜிடம் தெரியப்படுத்திய மிங்கோ மாமா, "ஏன்டா பயலே, வாயைப் பிளந்து கொண்டு நிற்கிறாய்?" என்றார்.

"என்ன சொல்வதென்றே தெரியவில்லை!"

"உன்னால் ஒன்றும் சொல்ல முடியாத நாள் என் வாழ்க்கையில் வரும் என்று நான் நினைத்ததே இல்லை!"

"எனக்கு..... உங்களுக்கு எப்படி நன்றி சொல்வதென்றே தெரியவில்லை!"

"அத்தனை பல்லும் தெரியுது! நன்றியெல்லாம் வேண்டாம்! வா, வேலையைத் தொடங்கலாம்!"

கோடைக்காலம் முழுவதும் நாள்தோறும் மதியவேளையில் ஒரு மணி நேரத்திற்குக் குறையாமல், தற்காலிகமாக அமைக்கப்பட்ட ஆடுகளத்தில் எதிரெதிரே அமர்ந்து பயிற்சி மேற்கொண்டனர். முறையான ஆடுகளத்தைக் காட்டிலும் வட்டம் சிறியதாகவும், ஆழம் குறைந்த பள்ளமாகவும் அமைக்கப்பட்டிருந்த போதிலும், பயிற்சிக்குப் போதுமானதாக இருந்தது. பல வாரங்களுக்குப் பிறகு, முதலாளி பயிற்சியைக் காணச் சென்றார். ஆடுகளத்தைக் கையாளுவதில் அவன் பெற்றிருந்த திறமையையும் நுணுக்கங்களையும் கண்டு கவரப்பட்டு, தன்னுடைய யுக்திகளில் சிலவற்றையும் அவனுக்குக் கற்றுக் கொடுத்தார்.

"உன்னுடைய பறவை தாவிப் பறக்க விரும்புகிறாயா? என்னைக் கவனி!" மிங்கோ கையிலிருந்த பறவையைப் பெற்றுக்கொண்டு சொன்னார், "சரி! நடுவர் "தயாராகுங்கள்!" என்று கூவிவிட்டார். நீ பறவையைத் தரையில் வைத்துக் குந்தியிருக்கிறாய்! பறவையைப் பார்க்காதே! நடுவருடைய உதடுகளில் உன்னுடைய கண்கள் பதிந்திருக்க வேண்டும்! "பறக்க விடு" என்று அவர் சொல்கிற அந்த இமைப்பொழுது தான் முக்கியம்! அவருடைய உதடுகள் இணைந்து அழுந்துவதைக் கவனி!" இப்பொழுது முதலாளி தன்னுடைய உதடுகளை இணைத்து அழுத்திக் கொண்டார். "சொன்ன உடனே உனது கைகளிலிருந்து பறவை மேலே எகிறிவிட வேண்டும்! "பறக்க விடு" என்கிற வார்த்தை காதில் விழும் போது உன்னுடைய பறவை முதலில் காற்றில் இருக்க வேண்டும்!"

பயிற்சிக்காலம் முடிந்து பறவைகளை அவற்றிற்குரிய கூண்டுகளில் அடைத்த பிறகு, சில மதியவேளைகளில், ஜார்ஜுடன் அமர்ந்து மிங்கோ உதிரிப் போட்டிகள் மூலம் ஈட்டக் கூடிய பெருந்தொகைகளைப் பற்றி விவரித்துக் கொண்டிருந்தார். "முதலாளியின் சேவல் வெற்றி பெறும் என்று ஏழை வெள்ளையர்கள் பணயம் கூவியதைப் போல, உதிரிப் போட்டிகளில் நீக்ரோக்கள் பணயம் கூவுவதைப் பார்த்திருக்கிறேன். பத்து, பன்னிரெண்டு, அதற்கும் மேற்பட்ட டாலர்கள் கூட ஒரே போட்டி மூலம் கிடைக்கும், தம்பி!"

"என்னிடம் ஒருபோதும் ஒரு டாலர் பணம் இருந்ததில்லை, மாமா! டாலர் எப்படியிருக்குமென்று கூட எனக்குத் தெரியாது!"

"என்னிடமும் நிறைய இருந்ததில்லை! இனிமேல் எனக்கு அதனால் பயனுமில்லை! ஆனால், முதலாளி உனக்காகப் பணயம் கட்டுவதாகக் கூறியிருக்கிறார்! நீ வென்றால், உனக்கும் ஒரு பங்கு தருவார்!"

"தருவாரென்றா நினைக்கிறீர்கள்?"

"அப்படித் தான் நினைக்கிறேன். ஏனென்றால், சிறகு வலுப்படுத்தும் உன்னுடைய யுக்தி மூலம் ஏகப்பட்ட பணம் அவருடைய பைக்குச் சென்றுள்ளது. இப்போது கவனிக்க வேண்டியது என்னவென்றால், அப்படி அவர் கொடுத்தால், அதைச் சேமிக்கக் கூடிய அறிவு உனக்கு வேண்டும்!"

"செய்வேன், மாமா! உறுதியாகச் சேமிப்பேன்!"

"உதிரிப் போட்டிகளில் வென்ற பணத்தைச் சேமித்து நீக்ரோக்கள் தமது முதலாளிகளிடமிருந்து தம்மை விடுவித்துக் கொண்டதைப் பற்றிக் கூட கேள்விப்பட்டிருக்கிறேன்!"

"என்னையும் எனது அம்மாவையும், இருவரையும் விடுவிப்பேன்!"

உட்கார்ந்திருந்த அடிமரக்கட்டையிலிருந்து மிங்கோ திடீரென எழுந்தார். அந்தத் தருணத்தில் அவர் அனுபவித்துக் கொண்டிருந்த பொறாமை உணர்வு எதிர்பாராத விதமாக கண நேரத்தில் ஏற்பட்டதல்ல. அவருள் ஆழத்தில் பதிந்து விடாமல் ஊசலாடிக் கொண்டிருந்த உணர்வுக் குழப்பம் அவரைப் பதிலளிக்க விடவில்லை. பிறகு, "முடியாதது எதுவுமில்லை, சிந்தித்துப் பார்!", என்கிற வார்த்தைகள் வாயிலிருந்து உதிர்ந்ததைக் கேட்டார். உண்மையாக, நெருங்கிய பாசத்தை வெளிப்படுத்திய தனது உணர்வு உரிய முறையில் சமஅளவு உணர்வுடன் எதிர்கொள்ளப்படவில்லை என்கிற எண்ணத்திலிருந்து விடுபட விரும்பியவராக தனது வீட்டை நோக்கி விரைந்தார். குழப்பத்துடன் ஜார்ஜ் அவரை வெறித்துக் கொண்டிருந்தான்.

1824ஆம் ஆண்டு தொடக்கத்தில், சேவற்கட்டுப் பருவத்தின் போது, லியா முதலாளி மிகப் பெரிய போட்டித் தொடரின் முகாமையான போட்டியில் கலந்து கொண்டார். அவருடன் சென்றிருந்த மிங்கோவுக்கு நீண்ட காலம்

பழக்கமாகியிருந்த பயிற்றுநர் ஒருவர் மூலம் அடுத்த சனிக்கிழமை மதிய வேளையில், உள்ளூர் சேமிப்புக் கிடங்கிற்குப் பின்புறம் உதிரிப் போட்டி நடைபெற இருந்ததாகக் கேள்விப்பட்டார். பிறகு, முதலாளியிடம் அந்த போட்டிக்குச் செல்வதற்கு ஜார்ஜ் தயாராக இருந்ததாகத் தெரிவித்தார். சனிக்கிழமை காலையில், ஏற்கனவே உறுதியளித்திருந்தவாறு, சில்லறையாகவும் தாள்களாகவும் இருபது டாலர் பணத்தை எண்ணி மிங்கோவிடம் கொடுத்தார். இருவரையும் நோக்கிக் கூறினார், "இப்போ, என்னுடைய கொள்கையைத் தெரிஞ்சுக்கங்க! பறவை மீது பணயம் கட்டுவதற்குப் பயந்தால், போட்டிக்குச் செல்லாதீங்க! பணயம் எதுவும் கட்டாவிட்டால் எதையும் வெல்லவும் முடியாது! நீ தோற்கிற அளவு பணத்தை இழப்பதற்கு நான் தயார்! ஆனாலும், பணம் போடுபவன் நான். அதனால் வெல்கிற தொகையில் பாதி எனக்கு வந்து சேர வேண்டும். பணம் தொடர்பாக ஏதாவது குளறுபடி நடந்தால் ரெண்டு பேருடைய கருந்தோலையும் உரித்து விடுவேன்!". ஆனாலும், அவர் நல்ல மனநிலையில் இருந்த போதிலும் தன்னுடைய முரட்டுத்தனத்திற்கேற்பக் கூறினார் என்பதைப் புரிந்து கொண்ட இருவரும் ஒருசேர, "ஆகட்டும், முதலாளி!" என்றனர்.

சாம்பல் வண்ணம் பூசப்பட்டிருந்த மிகப் பெரிய சேமிப்புக் கிடங்கின் ஒரு மூலையைச் சுற்றி, அகன்ற, ஆழமற்ற ஆடுகளத்தின் ஒரு பக்கமாக இருபது கறுப்பு இனப் போட்டியாளர்கள் தமக்குள் சிரித்துப் பேசியபடி நடமாடியதை ஜார்ஜ் கண்டான். தனது பதட்டத்தை மறைத்துக் கொள்வதற்குப் பெரிதும் முயன்றான். முதலாளியுடன் கலந்து கொண்ட பெரிய போட்டிகளில் அவர்களைப் பார்த்திருந்தபடியால் அடையாளம் கண்டு கொண்டு கையசைத்தும் புன்னகையுடன் வாழ்த்துக் கூறியும், தலையசைத்தும் அறிமுகப்படுத்திக் கொண்டான். சிலருடைய வண்ண வண்ண ஆடைகளும் நடவடிக்கைகளும் விடுதலையடைந்த நீக்ரோக்கள் என்பதைக் காட்டியது. ஆடுகளத்தின் குறுக்கே சம எண்ணிக்கையிலான வெள்ளையர்களையும் கண்டான். அவர்களுள் சிலரை அவனுக்குத் தெரியும்! "அவர்கள் டாம் லியாவின் நீக்ரோக்கள்" என்று தமக்குள் கூறிக் கொண்டனர். அதனைக் கூட பெருமையுடன் காதில் வாங்கிக் கொண்டான். வெள்ளை, கறுப்பு இன போட்டியாளர்கள் தத்தமது கோணிகளில் நிரப்பப்பட்டிருந்த வைக்கோலுக்குள் பத்திரப்படுத்தப்பட்டிருந்த சேவல்களை வெளியில் எடுத்தனர். மிங்கோ ஆடுகளத்தைச் சுற்றிச் சென்று பருத்த, செம்மூஞ்சி நடுவரிடம் எதையோ கூறினார். ஜார்ஜை நோட்டமிட்ட அவர் தலையை ஆட்டினார்.

மிங்கோ திரும்பி வந்த பொழுது ஜார்ஜ் தன்னுடைய இளம் கட்டுச்சேவலுக்கு நீவி விட்டுக் கொண்டிருந்தான். பின்னர், அவர்களுடன் கொண்டு சென்றிருந்த மற்றொரு பறவைக்கும் நீவி விட்டான். ஏழை வெள்ளையர்களுக்கு மிகவும் அண்மையில் இருந்தது அவனுக்கு என்னவோ போல இருந்தது. ஏனெனில், ஏழை வெள்ளையர் என்றாலே கறுப்பர்களுக்குத் தொல்லை கொடுப்பவர்கள் என்கிற எண்ணம் பதிந்து போய்விட்டது. ஆனால், வருகிற வழியில் மிங்கோ கூறியதைப் போல உதிரிப் போட்டி ஒன்று மட்டும் தான் கறுப்பர்களும் ஏழை வெள்ளையர்களும் ஒன்றிணைந்து ஈடுபடக் கூடிய ஒரே நிகழ்வு! ஆனாலும், விதியின்படி, ஒரே சமயத்தில் இருவெள்ளையர்களோ, இரண்டு கறுப்பர்களோ

மட்டிலுமே தமக்குள் போட்டியிட முடியும். மற்றவர்கள் எந்தப் போட்டியிலும் எந்தப் பறவையின் மீது வேண்டுமானாலும் பணயம் கட்டுவதற்கு உரிமை உண்டு.

பறவைகளுக்கு நன்கு அழுத்தி, நீவி விட்ட பின்னர், அவற்றைக் கோணிகளுக்குள் மீண்டும் பத்திரப்படுத்திவிட்டு, சுற்றிலுமுள்ளோர் பலவாறாக அளவளாவிக் கொண்டிருந்தவற்றைக் கேட்டுக் கொண்டும், மேலும் பல போட்டியாளர்கள் தத்தமது கோணிகளுடன் சேமிப்புக் கிடங்கை நோக்கி விரைந்து நெருங்கிக் கொண்டிருந்ததை வேடிக்கை பார்த்துக் கொண்டும் நின்றிருந்தான். நடுவர் கைகளை அசைக்கத் தொடங்கினார்.

“அமைதி! அமைதி! இப்பொழுது நாம் இந்தப் பறவைகளைப் பறக்கவிடப் போகிறோம்! ஜிம் காட்டர்! பென் ஸ்பென்ஸ்! ஆடுகளத்தில வந்து பறவைகளைத் தரையில் விடுங்க!”

மெலிந்து, அலங்கோலமாக ஆடையணிந்திருந்த வெள்ளையர் இருவர் முன்வந்து, பறவைகளை எடை பார்த்து விட்டு, அவற்றினுடைய கால்களில் சிறு கத்திகளைக் கட்டிவிட்டனர். பந்தயக் குரல்கள் ஆங்காங்கே எழுந்தன. இருபத்தைந்து சென்ட்! ஐம்பது சென்ட்! ஜார்ஜினுடைய பார்வையில் இரண்டு பறவைகளுமே அவனுடைய கோணியிலும் மிங்கோவினுடைய கோணியிலும் இருந்த முதலாளியினுடைய கழிக்கப்பட்ட பறவைகள் தரத்தில் பாதி கூடத் தேறாதவை.

“பறக்க விடு!” என்கிற குரல் ஒலித்தவுடன் பறவைகள் விரைந்து காற்றில் எம்பின. ஒன்றுடன் ஒன்று மோதி, தரையில் விழுந்தன. மீண்டும் எழுந்து மூர்க்கத்துடனும் சிறகுகளைப் படபடவென அடித்துக் கொண்டு வழக்கம் போல மோதின. முதலாளி நடத்திய போட்டியில் பறவைகளிடம் காணப்பட்ட சீற்றமும் ஆவேசமும் ஒரு சிறிதும் தட்டுப்படவில்லை. ஒருவழியாக, ஒன்று மற்றொன்றினுடைய கழுத்தில் கத்தியால் வெட்டி விட்டது. அதன் பின்னரும் கொன்று முடிப்பதற்கு பல நிமிடங்களாயின. முதலாளியின் பறவையாக இருந்திருந்தால் சில நொடிகளில் கதை முடிந்திருக்கும் என்று ஜார்ஜ் நினைத்தான். தோற்றுப் போன பறவையின் உரிமையாளன் தனது கெட்ட நேரத்தை நொந்து கொண்டு கால்களைப் பிடித்துத் தூக்கிச் சென்றான். இரண்டாவது, மூன்றாவது போட்டியில் கூட அவன் எதிர்பார்த்த தரம் சண்டையிட்ட சேவல்களின் திறமையில் தென்படாததால் அவனுக்குள் இருந்த படபடப்பு சற்றே தணிந்து கொண்டிருந்தது. நான்காவது போட்டி நடந்து கொண்டிருந்த போது அடுத்து தான் ஆடுகளத்தில் இறங்க வேண்டிய வாய்ப்புக் கிட்டலாம் என்று எதிர்பார்த்தான். ஆனால், வாய்ப்பு வந்த பொழுது அவனுடைய இதயம் படபடக்கத் தொடங்கியது.

“அமைதி! அமைதி! தற்பொழுது, திருவாளர்.ரோமெஸின் நீக்ரோவினுடைய புள்ளியிட்ட சாம்பல் நிறச் சேவலும் திருவாளர்.லியாவின் நீக்ரோவினுடைய செவலைச் சேவலும் மோதுகின்றன! பயலுகளா! பறவைகளைத் தரையில் விடுங்க!” ஜார்ஜ் தன்னுடைய எதிராளியான கனத்த கறுத்த நீக்ரோவை அடையாளம்

கண்டு கொண்டான். இருவரும் கடந்த பல ஆண்டுகளாக முதலாளிகள் நிகழ்த்திய முகாமையான போட்டிகளின் போது சந்தித்துப் பேசியுள்ளனர். தற்பொழுது மிங்கோவினுடைய கண்கள் தன்மீது பதிந்திருந்ததை உணர்ந்தவனாக, பறவைகளின் எடையைச் சரிபார்த்து விட்டு, மண்டியிட்டு பலவிதமான பொருட்களுடன் சிறு கத்திகளையும் வைத்திருந்த பையைத் துழாவி கத்திகள் அடங்கிய உறையை எடுத்து, தனது பறவையின் காலில் பொருத்திக் கொண்டிருந்தான். "ரொம்பவும் தளர்வாகக் கட்டினால் நழுவிக் கீழே இறங்கிவிடும்! ரொம்பவும் இறுக்கினால் கால் மரத்துப் போகக் கூடும்!" என்று மிங்கோ எச்சரித்திருந்ததை நினைத்துக் கொண்டான் உரிய விதத்தில் கத்தியைப் பொருத்தி முடித்தான். சுற்றிலுமிருந்து எழுந்த பந்தயக் கூவல்கள் அவனுடைய காதுகளில் விழுந்தன. "செவலை மேல ஐம்பது சென்ட்!" ... "சரி!" ... "சாம்பல் நிறச் சேவல் மீது ஒரு டாலர்!" ..... "சரி!".... "செவலை மீது நான்கு டாலர்கள்!" மிங்கோ மாமா உயர்ந்த பட்ச பந்தயத் தொகையைக் கூறி கூட்டத்தில் ஆரவாரத்தை ஏற்படுத்தினார். கூட்டத்தினருடைய உணர்வெழுச்சியுடன் ஜார்ஜினுடைய படபடப்பும் அதிகரித்தது. "தயாராகுங்க!"

ஜார்ஜ் மண்டியிட்டு சேவலைத் தரையுடன் இறுக்கமாகப் பிடித்திருந்தான். அதனுடைய உடல் தாக்குவதற்குத் துடிதுடித்துக் கொண்டிருந்தது.

"பறக்க விடுங்க!"

நடுவருடைய உதடுகளைக் கவனிப்பதற்கு மறந்து விட்டான். அவனுடைய கைகளிலிருந்து பறவை மேலெழும்புவதற்குள் எதிரிப் பறவை காற்றில் இருந்தது! பின்னோக்கி நகர்ந்து பறவையின் வலது பக்கத்தில் கடுமையான தாக்குதலடைந்து கத்தியும் கிழித்ததால் அதன் இறக்கைகளிலிருந்து கசிந்த குருதியால் இறகுகள் கறுத்துக் கொண்டிருந்ததைக் கண்டான். தலை சுற்றி விழுந்த பறவை மீண்டும் சுதாரித்துக் கொண்டு எழுந்து பறந்தது. ஜார்ஜினுடைய பறவை உயரப் பறந்தது. ஆனால், கத்தியை இறக்கிய பொழுது குறி தவறிவிட்டது. உக்கிரத்துடன் மீண்டும் மேலெழுந்து பறந்த பறவைகள் சம உயரத்தில் கடுமையாகப் போரிட்டன. கத்தியின் பளபளப்பு மின்னல் போல கணத்துக்குக் கணம் இடம் பெயர்ந்தது. ஜார்ஜினுடைய இதயம் விட்டு விட்டுத் துடித்தது. ஆடுகளம் முழுவதும் உக்கிரத்துடன் கொத்திக் கொண்டும், மோதிக் கொண்டும் தாவிப் பறந்தன. தனது பறவை சாம்பல் நிறப் பறவையினுடைய வேகத்திற்கும் மூர்க்கத்திற்கும் இணையாகப் போரிட்ட போதிலும், குருதி இழப்பால், படிப்படியாக வலுவிழந்ததை ஜார்ஜ் அறிந்து கொண்டான். பிறகு, கத்தியின் ஒரே வீச்சில் கதை முடிந்தது! ஜார்ஜினுடைய பறவை சிறகுகளை அடித்துக் கொண்டு துடிதுடித்தது. பந்தயம் கூவியவர்களுடைய கூச்சலும் வசைமொழிகளும் அவனுடைய காதுகளில் விழவே இல்லை. செத்துக் கொண்டிருந்த பறவையை ஆடுகளத்திலிருந்து விரைந்து பற்றிக் கொண்டு, சுற்றிலுமிருந்தோர் வியப்புடன் தன்னை வெறித்து நோக்க கண்களில் நீருடன், கூட்டத்தினரை இடித்துக் கொண்டு முன்னோக்கி நகர்ந்தான். அப்பொழுது மிங்கோ அவனுடைய தோளைப் பற்றி எவருடைய காதிலும் விழாத தொலைவுக்குத் தள்ளிச் சென்றார்.

"நீ ஒரு முட்டாளைப் போல நடந்து கொள்கிறாய்! கடுகடுத்தார். போய்,

உன்னுடைய அடுத்த போட்டிக்கு மற்றொரு பறவையை எடுத்து வா!"

"மிங்கோ மாமா, இது எனக்குச் சரிப்படலை! முதலாளியின் பறவையைக் கொன்னுட்டேன்!"

அவனுடைய இயல்பினை மிங்கோவால் நம்ப முடியவில்லை! "சேவல் சண்டையில் எப்பொழுதும் எவனாவது ஒருவன் தோற்கத் தான் வேண்டும்! ஏன், முதலாளி தோற்றதைப் பார்த்ததில்லையா? இப்போ, மீண்டும் அங்கே புறப்படு!" ஆனால், அவருடைய அச்சுறுத்தல்களாலும் வலியுறுத்தல்களாலும் அவன் அசையவே இல்லை. மேலும் முயற்சிப்பதை நிறுத்திக் கொண்டார். "பரவாயில்லை! முதலாளிகிட்ட தோற்ற பணத்தை வெல்வதற்கு முயற்சிப்பதற்குக் கூட பயந்ததாகக் கூறிவிடலாம்!"

கோபத்துடன் மிங்கோ ஆடுகளத்தைச் சுற்றிலும் திரண்டிருந்த கூட்டத்தை நோக்கிப் பார்வையைத் திருப்பினார். மானக்கேடாக உணர்ந்த ஜார்ஜ் மற்ற போட்டியாளர்கள் தன்னைக் கவனிக்காததை எண்ணி வியப்புடன் நன்றியுணர்வு கொண்டான். அவர்கள் அடுத்த போட்டியில் மூழ்கியிருந்தனர். மேலும் இரண்டு போட்டிகள் முடிந்த பின்னர், நடுவர், "திருவாளர்.லியாவினுடைய நீக்ரோ!" என்று கூவினார். வெட்கத்தில் ஆழ்ந்திருந்த அவனுடைய காதுகளில் மிங்கோ பத்து டாலர் பந்தயம் கூவிய குரல் விழுந்தது. இரண்டாவதாகப் பறக்கவிடப்பட்ட முதலாளியினுடைய கழிக்கப்பட்ட பறவை மிகுந்த நுணுக்கத்துடன் இரண்டு நிமிடங்களுக்கும் குறைந்த நேரத்தில் எதிரிப் பறவையை வீழ்த்தியது.

பண்ணைக்குத் திரும்பிய பொழுது மிங்கோ அவனுக்குக் கூறிய ஆறுதல் மொழிகள் பலனளித்ததாகத் தெரியவில்லை. "ரெண்டு டாலர் பணம் வென்றிருக்கிறோம்! அப்படியிருக்கும் பொழுது ஏன் செத்தது போல நடந்துக்கிற?"

"தோற்றதால வெட்கமாயிருக்கு! அத்தோட, முதலாளி எனக்காக இனிமேலும் பறவைகளை இழப்பதை விரும்ப மாட்டார்!"

தன்னுடைய உதவியாளன் தொடக்கத்திலேயே தன்னைத் தோற்றவனாகக் கருதிக் கொண்டதைக் கண்டு மிங்கோ பெரிதும் மனம் வெதும்பினார். அடுத்து மூன்று நாட்களிலும் அவன் சொரத்தின்றி இந்தப் பூமி பிளந்து தன்னை விழுங்கிவிடாதா என்பது போல திரிந்ததைக் கண்டு, முதலாளியிடம் பேசினார், "முதலாளி அந்தப் பயலிடம் ஒரு வார்த்தை சொல்லுங்கள்! ஒரு போட்டியில் தோற்றதைப் பெரிய மானக்கேடாக நினைக்கிறான்!" அடுத்த முறை சண்டைச்சேவல்கள் வளர்க்கப்பட்ட பகுதியைப் பார்வையிடச் சென்ற முதலாளி ஜார்ஜை அதட்டினார், "என்ன, ஒரு போட்டியில் கூட தோற்கக் கூடாது என்று நினைப்பதாகக் கேள்விப்பட்டேன்?"

"முதலாளி உங்களுடைய பறவை கொல்லப்படுவதைப் பார்க்கும் போது பயங்கரமாக உள்ளது!"

"பரவாயில்லை! நீ போட்டியில் கலந்து கொள்வதற்கென்று மேலும் இருபது

பறவைகள் வைத்திருக்கிறேன்!"

"சரிங்க, முதலாளி!". அவர் உறுதி அளித்த பின்னரும் அரை மனத்துடன் ஒத்துக் கொண்டான்.

ஆனால், அடுத்த போட்டியில் தன்னுடைய இரண்டு பறவைகளையும் கொண்டு வென்றவுடன் கட்டுச்சேவல்களைப் போலவே புடைபெயர்த்துக் கூவினான். பந்தயப் பணத்தைப் பெற்றுக் கொண்டவுடன், மிங்கோ அவனைத் தனியே அழைத்துச் சென்றார். "தலையைப் பெரிதாக விடாதே! அடுத்த போட்டியிலேயே தோற்றுவிடுவாய்!"

மூடியிருந்த கைகளை விரித்துக் காட்டி, "இந்தப் பணத்தையெல்லாம் நானே வைத்திருக்கிறேன், மாமா!" என்று கெஞ்சினான்.

கசங்கிய ஒரு டாலர் தாள்களாகவும் சில்லறை நாணயங்களாகவும் குவிந்திருந்த பணத்தை வெறித்துப் பார்த்துக் கொண்டிருந்தான். மிங்கோ சிரித்துக் கொண்டே சொன்னார், "பணத்தைக் கொண்டு போய் முதலாளியிடம் கொடு! ரெண்டு பேருக்குமே நல்லது!"

பண்ணைக்குத் திரும்பிக் கொண்டிருந்த பொழுது, நூறாவது தடவையாக ஜார்ஜ் மிங்கோவிடம் மன்றாடினான். தனது தாய், மாலிஸி, சாராக்கா, பாம்ப்பே மாமா ஆகியோரைச் சந்திப்பதற்காக அடிமைகள் குடியிருப்பிற்கு அழைத்தான். "மிங்கோ மாமா, முதலாளியிடம் நாம் ஆறு நீக்ரோக்கள் மட்டிலுமே இருக்கிறோம்! நாம் ஒருவரை ஒருவர் அறிமுகமாகிக் கொள்வது தான் நமக்கு நாமே செய்து கொள்ளக் கூடிய பேருதவி! அவர்கள் உங்களைச் சந்திக்க விரும்புகின்றனர். நான் அங்கே சென்ற போதெல்லாம் உங்களைப் பற்றிச் சொல்லியிருக்கிறேன். அவர்களை உங்களுக்குப் பிடிக்கவில்லை என்று நினைக்கிறார்கள்!"

"எனக்குத் தெரியாதவர்களுக்கு எதிராக என்னால் எதுவும் செய்ய இயலாது என்பதை அவர்களும் நீயும் தெரிந்து கொள்ள வேண்டும். இப்பொழுது இருப்பதைப் போலவே எப்பொழுதும் இருப்போம்! அவர்கள் என்னைப் பற்றிக் கவலைப்படத் தேவையில்லை! நானும் அவர்கள் மீது அக்கறை கொள்ள வேண்டாம்!" பண்ணையைச் சென்றடைந்தவுடன், மிங்கோவின் கால்கள், அடிமைகள் குடியிருப்பைச் சுற்றிச் சென்ற பாதையில் நடையிட்டன.

ஜார்ஜினுடைய உள்ளங்கைகளில் பணத்தாள்களையும் நாணயங்களையும் பார்த்த கிஸ்ஸிக்கு மகிழ்ச்சி தாங்க முடியவில்லை. "ஆண்டவரே! பயலே, அது உனக்கு எங்கே கிடைத்தது?" என்று கேட்டவள், சாராக்காவைக் கூப்பிட்டு பார்க்கச் சொன்னாள்.

சாராக்கா கேட்டாள், "அதில எவ்வளவு இருக்கு?"

"தெரியாதுக்கா! ஆனால், அது கிடைத்த இடத்திலே ஏகப்பட்டது இருக்கு!"

சாராக்கா அவனுடைய மற்றொரு கையை வருடி அதனை பாம்ப்பே

மாமாவிடம் காட்டும்படி கூறினாள்.

“எனக்கும் கூட ஒரு கட்டுச்சேவல் இருந்தால் நல்லது என்று நினைக்கிறேன்”, என்ற கிழவர், “இது முதலாளிக்கு உரியது போலத் தெரிகிறதே, பயலே!”

“எனக்கும் பாதி கொடுப்பார்!” என்று பெருமையுடன் விளக்கியவன், “இப்பொழுதே அவருடைய பங்கைக் கொடுக்கப் போகிறேன்” என்றான்.

அடுக்களையில் மாலிஸியிடம் பணத்தைக் காட்டி முதலாளியைப் பார்க்க வேண்டுமென்றான்.

தன்னுடைய ஒன்பது டாலர்களை பைக்குள் போட்டுக் கொண்ட முதலாளி சிரித்துக் கொண்டே, “என்னடா பயலே, மிங்கோ என்னுடைய நல்ல பறவைகளை உனக்குத் தள்ளிவிட்டு, கழிக்கப்பட்டதை எனக்குத் தருகிறானோ?” என்று சிரித்துக் கொண்டே கேட்டார்.

ஜார்ஜூம் தனக்குள் சிரித்தான்.

அடுத்த போட்டியிலும் ஏற்கனவே முந்தைய போட்டியில் வெற்றி பெற்ற அதே இரண்டு பறவைகளை களத்தில் இறக்கி மீண்டும் வென்றான். ஜார்ஜினுடைய தொடர் வெற்றி முதலாளி மனத்திலும் ஏதோ செய்தது. உதிரிப் போட்டிகளில் கலந்து கொள்வதில்லை என்று தனக்குத் தானே விதித்திருந்த தடைகளை உடைத்தார்.

முதலாளி லியாவினுடைய எதிர்பாராத வருகை கறுப்பு, வெள்ளை இனப் போட்டியாளர்கள் மத்தியில் சலசலப்பை ஏற்படுத்தியது. மிங்கோ, ஜார்ஜ் முகங்களில் கூட பதட்டத்தைக் கண்ட முதலாளிக்கு தான் அங்கு சென்றது தவறோ என்கிற எண்ணம் கூட ஏற்பட்டது. தான் அவர்களிடம் முதலில் பேச்சைத் தொடங்குவதே நல்லது என்றெண்ணிய லியா, ஏழைவெள்ளைக்காரக் கிழவரைப் பார்த்துக் கையசைத்து இளித்துக் கொண்டே, “ஹை, ஜிம்!” என்றார். மற்றொருவரைப் பார்த்து, “ஹை, பீட்டர்!” என்றார். தம்முடைய பெயர்களையெல்லாம் நினைவு வைத்திருந்ததை எண்ணி வியந்தவர்களாக அவர்களும் பதிலுக்குப் பல்லிளித்தனர். அவர் தொடர்ந்தார், “ஹை, தவே! என்ன, பொண்டாட்டி மீதமிருந்த பல்லையும் குத்தியே விழ வைச்சுட்டாளா? இல்லை, மோசமான விஸ்கியோட வேலையா?” உரக்க எழுந்த சிரிப்பலைகளுக்கு மத்தியில் போட்டி நடைபெற இருந்ததையே மறந்து போயினர். தம்முள் ஒரு ஏழையாக இருந்தவன் தாமே வியந்து போற்றுமளவுக்கு பெரும் முதலாளியாகிவிட்டதைக் கண்ட மக்கள் அவரைச் சூழ்ந்து கொண்டனர்.

பெருமை பொங்க, சேவலைக் கக்கத்தில் அணைத்தவாறு, மிங்கோவும் முதலாளியும் திகைப்படையும் விதமாக, ஆடுகளத்தின் விளிம்பைச் சுற்றி திமிர்நடை போட்டு, ஜார்ஜ் சுற்றியிருந்தவர்களை நோக்கி அறைகூவல் விடுத்தான். “அமைதி! அமைதி! பணம் வைத்திருப்பவர்கள் பந்தயம் கூறுங்கள்! பந்தயத் தொகை எவ்வளவானாலும் பரவாயில்லை! என்னால் முடியாது போனாலும்

எனது முதலாளி ஈடு கட்டுவார். அவர் பெரும் பணக்காரர்!" என்றவன் முதலாளி சிரித்ததைக் கண்டவுடன் மேலும் உரக்கக் கூவினான், "அவருடைய கழிக்கப்பட்ட சேவலைக் கொண்டு தான் நான் இங்கே போட்டியிட வந்திருக்கிறேன். எந்தப் பறவையானாலும் இதனால் வெல்ல முடியும்! வாங்கோ!"

ஒரு மணி நேரத்திற்குப் பிறகு, இரண்டாவது வெற்றிப் பறவையினுடைய அருமை பெருமைகளையும் விளம்பரப்படுத்திய பின்னர், ஜார்ஜிடம் இருபத்தியிரண்டு டாலர் பணம் இருந்தது. தன் மீது திணிக்கப்பட்ட பார்வையாளர்களுக்கிடையிலாக பந்தயப் பணமாக முதலாளிக்கு நாற்பது டாலர் கிடைத்திருந்தது. தான் ஒரு காலத்தில் இருந்ததைப் போலவே மிகவும் ஏழ்மைநிலையில் இருந்த அவர்களிடமிருந்து பணம் பெறுவதை அவர் வெறுத்தார். ஆனால், அவருக்கு மற்றொரு செய்தியும் நன்கு தெரியும்! பணத்தை பெற்றுக் கொள்ளாமலே விட்டுவிட்டால் கூட, ஆண்டு முழுவதும் உண்மையில் தோற்றதைக் காட்டிலும் பத்து மடங்கு பணத்தை அவரிடம் தோற்றதாகப் பீற்றிக் கொண்டு திரிவர்.

கேஸ்வெல் ஊரகத்தில் அடுத்து நடைபெற்ற நான்கு போட்டிகளிலும் ஜார்ஜ் தலையைக் காட்டவில்லை. கடுமையான இருமலால் பாதிக்கப்பட்டு மிங்கோ படுத்து விட்டார். திடீரென்று, முற்றிலும் எதிர்பாராத விதத்தில் தாக்குண்டு உழன்ற தனது ஆசானைத் தனியே தவிக்க விட்டு சேவற்கட்டுக்குச் செல்ல ஜார்ஜுக்கு மனமில்லை. சற்றே உடல் தேறிய போதிலும், போட்டி நடைபெற்ற இடம் வரையிலும் நடந்து செல்வதற்கு அவரால் இயலவில்லை. ஆனாலும், அவனைத் தனியே சென்று கலந்து கொள்ளும்படி வற்புறுத்தினார்.

"நீ என்ன குழந்தையா? இதுவே பொம்பளைங்களைப் பார்க்கப் போறதா இருந்தா, ரொம்ப வேகமாப் போயிருப்பே!"

ஆகவே, ஜார்ஜ் தனியே புறப்பட்டான். இருகைகளிலும், புடைத்திருந்த கோணிகளைச் சுமந்து கொண்டு, அண்மைக் காலத்தில் கண்களில் படாத வெற்றிநாயகனைக் கண்டு கொண்ட கட்டுச்சேவல்காரர்கள், ஆரவாரம் செய்தனர். அவர்களுள் ஒருவர், "அதோ பாருடா, கட்டுசேவல் ஜார்ஜ்!" என்று கூச்சலிட்டார். அனைவரும் கொல்லென்று சிரித்தனர். அவர்களுடைய சிரிப்பலைகளுடன் ஜார்ஜினுடையதும் கலந்திருந்தது.

வெற்றிப் பணம் பையில் புதைந்திருக்க வீடு திரும்பியவனுக்கு அந்தப் பெயர் ஏற்படுத்திய ஒலி மிகவும் பிடித்திருந்தது. அவனுள் இயற்கையாகப் பொதிந்திருந்த ஆர்வம் சுடர்விட்டு ஒளிர்ந்து கொண்டிருந்தது.

அடிமைகள் குடியிருப்பை அடைந்தவுடனே வெளிப்படுத்தினான், "சேவற்கட்டு நடைபெற்ற இடத்தில் எனக்கு என்ன பெயர் வைத்திருக்கிறார்களென்று உங்களில் எவருக்குமே தெரியாது!"

"தெரியாது, என்ன?"

"கட்டுசேவல் ஜார்ஜ்!"

அலெக்ஸ் ஹேலி | 647

"அட கடவுளே!" சாராக்கா வியந்தாள்.

கிஸ்ஸியின் கண்களில் பாசமும் பெருமையும் மின்னின. "எல்லோரும் அப்படிச் சொல்லும் விதமாகத் தான் உன்னுடைய நடவடிக்கையும் இருக்கிறது!"

மிங்கோ தெரியப்படுத்திய போது முதலாளியும் கூட பெருமைப்பட்டார். ஆனால், கூடவே, அவர் வெறுப்புடன் சொன்னார், "அழுமூஞ்சி ஜார்ஜ்" என்று அழைக்காமல் விட்டார்களே! இன்னமும் போட்டியில் சேவல் கொல்லப்பட்டால் பொங்கி அழுகிறான்! இப்பொழுது அவன் அதிகமாக வெல்வதால், பெரிய வேறுபாடு தெரியவில்லை! வெட்டுக் கத்தி அவனுடைய சேவலைத் தாக்கி விட்டால், பெருமூச்சுடன் கதறி அழுதுகொண்டு குழந்தையைப் போல அணைத்துக் கொள்கிறான்! அதுபோல எப்போதாவது பார்த்திருக்கிறீர்களா, கேள்விப்பட்டிருக்கிறீர்களா, முதலாளி?"

முதலாளி சிரித்துக் கொண்டார். "உரிய தொகைக்கும் கூடுதலாக பந்தயம் கட்டிய சேவல் வெட்டுப்பட்டு விட்டால் எனக்கும் பலமுறை அழவேண்டும் போலத் தோன்றும்! ஆனால், அழுததில்லை! நீ சொல்வதைப் போல அவன் மட்டுமே கதறி அழுததாகக் கேள்விப்பட்டேன்! அவன் சேவல்கள் மீது மிகவும் பாசம் கொண்டாடுகிறான்!"

அந்த ஆண்டின் மிகப் பெரிய முகாமையான தொடரின் கடைசிப் போட்டியில் வென்ற பறவையைத் தூக்கிக் கொண்டு முதலாளி வண்டிக்குத் திரும்பிக் கொண்டிருந்த நேரத்தில், "ஓ, திரு.லியா!" என்று யாரோ கத்திய சத்தம் காதில் விழுந்தது. திரும்பிப் பார்த்த பொழுது, மேட்டுக்குடியைச் சேர்ந்த சேவற்கட்டுக்காரரான ஜார்ஜ் ஜெவெட் அவரை நோக்கி விரைந்து வந்தார். லியாவும் தன்னியல்பாக, "ஓ, வாங்க, திரு.ஜெவெட்!" என்றார்.

இருவரும் கை குலுக்கிக் கொண்டனர். "லியா, பெரிய மனிதர்களுக்குள், சேவற்கட்டுக்காரர்களுக்குள் பேசிக் கொள்வதாக நினைத்து, வெளிப்படையாகவே சொல்லி விடுகிறேன். சமீபத்தில் என்னுடைய பயிற்றுநர் ஓடிவிட்டான். பயண அனுமதிச் சீட்டு இல்லாமல் சாலை கண்காணிப்பாளர்களிடம் சிக்கி, தப்பியோட முயன்ற போது சுடப்பட்டு மோசமான நிலையில் கிடக்கிறான் பிழைப்பானென்று தோன்றவில்லை!"

"மிகவும் வருந்துகிறேன்!... அந்த நீக்ரோவுக்காக இல்லை...!" தன்னுடைய குழப்ப நிலைக்குத் தன்னையே கடிந்து கொண்டார். என்ன சொல்லப் போகிறாரோ? மிங்கோவைக் கேட்பாரோ?

ஜெவெட் கூறினார், "எனக்கு பறவைகளைப் பற்றி ஓரளவேனும் தெரிந்த பயிற்றுநர் தற்காலிகமாகவாவது தேவைப்படுகிறான்." சற்றே நிறுத்தினார். "சேவற்கட்டு நடைபெற்ற இடத்தில் உங்களிடம் இரண்டு பயிற்றுநர்கள் இருந்ததைக் கண்டேன். அனுபவம் பெற்ற முதியவரைக் கேட்கவேண்டுமென்று நினைக்கவில்லை! அந்த இளைஞனை நியாயமான விலை சொல்வீர்களானால் வாங்கிக் கொள்ள நினைக்கிறேன். அவன் கூட எனது இடத்தில் உள்ள பெண்ணை

விரும்புவதாக எனது நீக்ரோக்கள் சொன்னார்கள்…"

கட்டுசேவல் ஜார்ஜ் இழைத்த துரோகம் சாட்சியுடன் முன்னின்றதால், லியா திகைப்புடன் சீற்றத்தின் உச்சத்தில் தவித்தார். தொண்டை அடைத்தவராக, "ஓ, அப்படியா?" என்றார்.

மீண்டும் நகைத்த ஜெவெட் கொக்கி சரியாக விழுந்து விட்டதாக நினைத்துக் கொண்டு, "நான் உங்களுடன் பேரம் பேச விரும்பவில்லை!" என்றார். சற்றே தயங்கினார். "மூவாயிரம் டாலர், சரியா?"

லியா தடுமாறினார். அவர் சொன்னது சரியாகக் காதில் விழுந்ததா என்று கூட உறுதியாகத் தெரியவில்லை. சொரத்தின்றி தனது வாயிலிருந்து வெளிப்பட்ட வார்த்தை காதில் விழுந்தது, "இல்லை, திரு.ஜெவெட்!" பெரும் பணக்காரரிடம் மறுத்துப் பேசிய சிலிர்ப்பு வேறு!

ஜெவெட்டின் குரல் இறுகியது. "சரி! என்னுடைய கடைசி விலை, நான்காயிரம்!"

"திரு.ஜெவெட்! நான் எனது பயிற்றுநர்களை விற்பதாக இல்லை!"

பணக்கார சேவற்கட்டுக்காரருடைய முகம் தொங்கிப் போனது. கண்கள் சுருங்கின. "புரிகிறது! பரவாயில்லை! இந்த நாள் உமக்குச் சிறக்கட்டும், ஐயா!"

"உங்களுக்கும், ஐயா!" அவர்கள் எதிரெதிர் திசைகளில் விரைந்தனர்.

முதலாளி ஓடாத குறையாக, வண்டிக்கு விரைந்து திரும்பினார். சீற்றம் உச்சத்திற்கு ஓடியிருந்தது. அவருடைய முகத்தைப் பார்த்த மிங்கோவும் ஜார்ஜூம் எச்சரிக்கையுடன் பம்மினர். வண்டியை அடைந்தவுடன் ஜார்ஜ் முகத்தில் முட்டியால் இடித்தார். கோபத்தில் அவருடைய குரல் நடுங்கியது. "ஓங்கி அடிச்சேன்னா மண்டை மூளை சிதறிடும்! ஜெவெட் பண்ணையில உனக்கென்னடா, வேலை? சேவலை எப்படிப் பழக்குறோம்னு அங்கே போய் சொன்னியா?"

சேவற்கட்டு ஜார்ஜ் முகம் வெளுத்துப் போயிற்று! "ஜெவெட் முதலாளி கிட்ட எதுவுமே சொல்லலை, முதலாளி….! அவனால் பேச முடியவில்லை. "எப்போதும், எந்தவொரு வார்த்தையும் அவரிடம் பேசியதில்லை, முதலாளி! அவனுடைய முகத்தில் அப்பியிருந்த ஒட்டு மொத்த திகைப்பும் பேரச்சமும் அவருக்கு பாதி அமைவளித்தது. "ஜெவெட் பண்ணையிலிருந்த பொம்பளையோட விளையாடத் தான் போனேன்னு சொல்லப் பார்க்கிறாயா?" அது அவ்வளவு பெரிய குற்றமில்லை என்ற போதிலும், ஒவ்வொரு முறை அவன் அங்கே சென்றதைக் கொண்டு, தந்திரம் மிக்க ஜெவெட் என்னவெல்லாம் திட்டமிடக் கூடும் என்பதை எண்ணி வருந்தினார்.

"முதலாளி, என் மீது கருணை காட்டுங்க…!"

மற்றொரு வண்டி அவர்களை நெருங்கிப் பயணப்பட்டது. முதலாளியைப் பார்த்து அதிலிருந்தவர்கள் கையசைத்துக் கூச்சலிட்டனர். அவர்களுக்குப் பதிலுக்கு கையசைத்தவர், உதட்டோரத்தில் புன்னகையை வெளிப்படுத்திக் கொண்டார். வண்டி இருக்கையின் ஒரு மூலையில் உட்கார்ந்து கொண்டவர், பயந்து நடுங்கிக் கொண்டிருந்த மிங்கோவைப் பார்த்து, “ஓட்டித் தொலை!” என்றார். பண்ணைக்குத் திரும்பிய வரையிலும் அவர்களிடையே நிலவிய இறுக்கத்தைக் கத்தி கொண்டு கூட வெட்டியெடுக்க இயலாது. மிங்கோ சேவற்கட்டு ஜார்ஜிடமும் அதே அளவு இறுக்கத்தை எஞ்சிய நாள் முழுவதும் காட்டினார். தூக்கமில்லா இரவில் படுக்கையில் வியர்வையால் நனைந்து கிடந்தவன் என்ன தண்டனை காத்திருக்கிறதோ என்று தவித்துக் கொண்டிருந்தான்.

ஆனால், அப்படி எதுவும் நடக்கவில்லை. சில நாட்கள் கழித்து, மிங்கோவிடம் முதலாளி, எதுவும் நடக்காதது போல, இயல்பாகக் கூறினார், “ஜார்ஜியாவில் நடக்கிற போட்டிக்கு அடுத்த வாரம் செல்வதாக இருக்கிறேன். இருமலால் அவதிப்படும் உன்னால் அவ்வளவு தூரம் பயணிக்க இயலாது. அவனைக் கூட்டிச் செல்கிறேன்.”

“ஆகட்டும், முதலாளி!”

அப்படியொரு நாளை மிங்கோ நீண்ட காலமாகவே எதிர்பார்த்திருந்தார். அதற்காகத் தான் அந்தப் பையனுக்குப் பயிற்சி அளிக்கச் சொன்னார் என்பதும் அவருக்குத் தெரியும்! ஆனால், அந்த நாள் அவ்வளவு விரைவாக வந்துவிடும் என்று நினைக்கவில்லை!

93

"என்னடா பயலே, எதைப்பற்றி ரொம்ப முனைப்பா சிந்திஞ்சுக்கிட்டிருக்கே?"

ஒரு மணி நேரத்திற்கும் கூடுதலாக வண்டியின் இருக்கையைப் பகிர்ந்து கொண்டு, பிப்ரவரி மாத இளங்காலைப் பொழுதில் வானில் தவழ்ந்து கொண்டிருந்த மேகக் கூட்டங்களிடமும், புழுதி பறக்க முன்னே விரிந்து கிடந்த சாலையின் மீதும், ஒரே மாதிரி சுருங்கி விரிந்து கொண்டிருந்த கோவேறு கழுதைகளின் புட்டங்களின் தசைகளின் மீதும் கவனத்தைச் செலுத்திக் கொண்டிருந்தவன், முதலாளி எழுப்பிய திடீர்க் கேள்வியால் திடுக்கிட்டான்.

"ஒன்னுமில்லை, முதலாளி, எதைப் பற்றியும் நினைக்கவில்லை!"

"நீக்ரோக்களான உங்களிடம் ஒரு விடையத்தை என்னால் ஒருபோதும் புரிந்து கொள்ள முடிந்ததில்லை!" அவருடைய தொனியில் கத்தியின் கூர்மை தென்பட்டது. "உங்களுடன் பண்புடன் பேசுவதற்கு முற்பட்டால், முட்டாள்தனமாக நடந்து கொள்ளத் தொடங்கிவிடுவீர்கள்! தேவைப்பட்டால் மிகவும் சரளமாகப் பேசக் கூடிய உன்னைப் போன்றோரும் அவ்வாறு நடந்து கொள்ளும் போது வெறி தலைக்கு

எகிறிவிடுகிறது. கொஞ்சம் அறிவோடு நடந்து கொள்வீர்களானால், வெள்ளையர்கள் உங்களை மதிப்பார்கள் என்று நினைக்கவில்லையா?"

பாதி உறக்கத்திலிருந்த கட்டுச்சேவல் ஜார்ஜினுடைய மனம் விழிப்படையத் தொடங்கியது. மிகக் கவனமாகப் பேசினான். "சிலர் பேசுவார்கள், வேறு சிலர் பேசமாட்டார்கள், முதலாளி! எதுவுமே சார்புடையது தானே!"

"ஏன்டா, தலையைச் சுத்தி மூக்கைத் தொடுகிறாய்? எதைச் சார்ந்தது?"

முதலாளி சொல்ல வந்த செய்தி பிடிபடும் வரை மாட்டிக் கொள்ளக் கூடாது என்கிற முயற்சியில் கலவையாகப் பொருள்தரக் கூடிய வார்த்தைகளையே தேடித் தேடிப் பேசினான். "வெள்ளையர்களான நீங்கள் எதைப் பற்றிப் பேசுகிறீர்கள் என்பதைப் பொறுத்தது. நானும் அந்த விதத்தில் ஆர்வம் ஏற்பட்டுத் தான் பேசியிருக்கிறேன்"

வண்டியின் பக்கவாட்டுப் பகுதிக்கு மேலே முதலாளி வெறுப்புடன் காறி உமிழ்ந்தார். "உணவு, உடை, தங்குவதற்கு இடம், இன்னும் இந்த உலகத்தில் வாழ்வதற்கான அனைத்தும் கொடுத்தாலும் நீக்ரோவிடமிருந்து நேரடியான பதிலைப் பெற முடியாது!"

ஜார்ஜ் அபாயம் மிகுந்த யூகத்தில் ஈடுபட்டான். வண்டிப் பயணம் அலுத்துப் போனதால் உயிரோட்டமான உரையாடலைத் தொடக்குவதற்காகத் தான் முதலாளி அவ்வாறு பேசினார் என்று நினைத்தான்.

முதலாளி எரிச்சலடைவதைத் தடுக்கும் முயற்சியாக, சோதனை ஓட்டமாக, சொல்லிப் பார்த்தான். "பெரும்பாலான நீக்ரோக்கள் கெட்டிக்காரத்தனமாகத் தான் நடந்து கொள்ள நினைக்கிறார்கள். அவர்கள் வெள்ளைக்காரர்களைக் கண்டு பயப்படுவதால், தம்முடைய இயல்புக்கும் கூடுதலாக மந்தமாக நடந்து கொள்கின்றனர்."

"பயமா!" முதலாளி வியப்புடன் கூறினார். "கழுவுற மீன்ல நழுவுற மீனைப் போல, தப்பியோடிவிடுகிறார்கள். சூழ்ச்சியாக கிளர்ச்சித் திட்டங்களைத் தீட்டி, சுற்றிலுமுள்ள வெள்ளையர்களைக் கொல்கிறார்கள்; சாப்பாட்டில் நஞ்சு கலக்கின்றனர்; குழந்தைகளைக் கூடக் கொல்கின்றனர். வெள்ளையர்களுக்கு எதிராக என்ன வேண்டுமானாலும் செய்வீர்கள்! தற்காப்புக்காக வெள்ளையர்கள் ஏதேனும் செய்தால், பயப்படுவதாகக் கூப்பாடு போடுவீர்கள்!"

முதலாளியின் கோபத்தை மேலும் அதிகரிக்கச் செய்யும் விதமாக எதுவும் பேச வேண்டாமென்று நினைத்தான். "உங்களுடைய இடத்தில் அவ்விதமாக எவரும் நடந்து கொள்ளவில்லை என்று நினைக்கிறேன் முதலாளி" அமைதியாகச் சொன்னான்.

"அப்படிச் செய்தால், கொன்று விடுவேன் என்று உங்களுக்குத் தெரியும்!" அவர்களுக்குப் பின்னால் கூண்டுக்குள் இருந்த சேவல் ஒன்று கூவியும், மற்றவை

கொக்கரித்தும் பதிலளித்தன.

ஜார்ஜ் எதுவும் பேசவில்லை! மிகப் பெரிய பண்ணை ஒன்றைக் கடந்து சென்று கொண்டிருந்தனர். அடிமைகள் கூட்டத்தினர், அடுத்த நடவிற்கு உழுது பண்படுத்துவதற்காக, காய்ந்து சருகாகிப் போன சோளத் தட்டைகளை அப்புறப்படுத்திக் கொண்டிருந்தனர்.

முதலாளி மீண்டும் பேசினார். "வாழ்நாள் முழுவதும் அரும்பாடு பட்டு ஏதேனும் ஒன்றை உருவாக்குவதற்கு முயலுகின்றவர்களை நீக்ரோக்கள் என்ன பாடு படுத்துகிறார்கள் என்பதை நினைக்கும் போது வேதனையாக இருக்கிறது"

சற்று நேரம் வண்டி அமைதியாக உருண்டு கொண்டிருந்தது. முதலாளியினுடைய சீற்றம் உச்சத்தை அடைந்து கொண்டிருந்ததை ஜார்ஜால் உணர முடிந்தது. கடைசியில் முதலாளி பேச்சைத் தொடக்கினார். "பயலே, உன்னிடம் ஒன்று சொல்ல வேண்டும்! நீ பிறந்ததிலிருந்து என்னுடைய பண்ணையில் இருக்கிறாய்! நாள்தோறும் வேளா வேளைக்கு வயிறு புடைக்க சாப்பிடுகிறாய்! பத்து சகோதர, சகோதரிகளுடனும், அப்பா அம்மாவுடனும், அரைப் பட்டினியுடன் சாப்பாட்டிற்குப் போராடிக் கொண்டு, வெயிலடித்தால் வெப்பத்தில் காய்ந்தும், மழை பெய்தால் ஒழுகுகின்ற கூரைக்கு கீழே நனைந்து கொண்டும் இரண்டே அறைகள் கொண்ட வீட்டில் வாழ்ந்த கொடுமைகளை உன்னால் உணர முடியாது!"

வேதனை மிகுந்த நினைவுகளைத் தனக்குள்ளிருந்து வெளியேற்ற முற்பட்டவராக, முதலாளி அவ்வளவு வெளிப்படையாகத் தன்னுடைய கடந்த கால வாழ்க்கையை ஒப்புக் கொண்டு துயரத்துடன் கூறியதைக் கேட்டு ஜார்ஜ் திகைத்தான். "பயலே, என்னுடைய அம்மாவின் வயிறு பிள்ளைப் பேற்றுக்காகப் புடைக்காமல் இருந்ததைப் பார்த்ததாக எனக்கு நினைவில்லை. என்னுடைய தந்தை எப்போது பார்த்தாலும் புகையிலையை மென்று கொண்டு, பாதி குடிமயக்கத்தில் கடுமையாக உழைக்கவில்லை என்று எங்களைத் திட்டிக் கொண்டே இருந்தார். ஏக்கர் ஐம்பது சென்ட் கூடப் பெறாத பத்து ஏக்கர் பாறை பூமியை வைத்துக் கொண்டு தன்னையும் ஒரு விவசாயி என்று பீற்றிக் கொண்டு திரிந்தார்." கட்டுச்சேவல் ஜார்ஜை வெறித்துப் பார்த்தவர், கோபமாக, "எனது வாழ்க்கையை மாற்றியது எது என்று தெரிந்து கொள்ள வேண்டுமா?" என்று கேட்டார்.

"ஆமா!"

"அந்த மிகப் பெரிய நம்பிக்கை மருத்துவர் வந்தார். அவருடைய மிகப் பெரிய கூடாரம் அமைக்கப்பட்ட பொழுது அனைவரும் எழுச்சியுடன் விரைந்தனர். தொடக்க நாள் இரவில் நடக்க முடிந்தவர்களும், நடக்க முடியாதவர்களும் கூட தம்மைச் சுமந்து செல்வதற்கு ஏற்பாடு செய்து கொண்டு, அங்கே திரண்டனர். பின்னர், கேஸ்வெல் ஊரகத்தில் முன்னெப்பொழுதும் அது போன்ற வேள்வித் தீ எழுப்பப் பட்டதையும் மக்கள் வியக்கத்தக்க வகையில் குணப்படுத்தப்பட்டதையும் கண்டதில்லை என்று மக்கள் பேசிக் கொண்டனர். நூற்றுக்கணக்கான

வெள்ளையர்கள் துள்ளிக் குதித்ததையும், கதறி அழுததையும், கூச்சலிட்டதையும், தம்மைப் பரிசுத்தப்படுத்திக் கொண்டதையும் என்னால் மறக்க முடியாது. ஒருவர் மற்றொருவருடைய கைகளில் வீழ்ந்தும், அரற்றியும், உடல் முறுக்கேற சாமியாடிக் கொண்டும் இருந்தனர். நீக்ரோக்களுடைய முகாம் கூட்டத்தில் நடைபெறுவதைக் காட்டிலும் பேரெழுச்சிக் கூட்டமாக அது நடந்தேறியது. ஆனால், அத்தகைய கூச்சல் குழப்பங்களுக்கிடையே, என்னை ஒரு விடையம் பெரிதும் பாதித்தது." கட்டுச்சேவல் ஜார்ஜை முதலாளி பார்த்தார். "பைபிளைப் பற்றி உனக்கு ஏதாவது தெரியுமா?"

"இல்லை, தெரியாது, முதலாளி! கேள்விப்பட்டதே இல்லை!"

"எனக்கும் எதுவும் தெரியாது என்பதை உன்னால் நினைத்துப் பார்க்க முடிகிறதா? அதிலுள்ள அருளுரைகள்! அந்தப் பகுதியை எனது பைபிளில் இப்போது குறித்து வைத்திருக்கிறேன். "நான் இளைஞனாக இருந்தேன்! இப்போது முதுமை அடைந்து விட்டேன்! நேர்மையாளர்கள் கைவிடப்பட்டதையோ, ஆண்டவருடைய பிள்ளைகள் உணவுக்காகப் பிச்சையெடுத்ததையோ பார்த்ததே இல்லை!"

அந்தப் பாதிரியார் சென்று நீண்ட நாட்கள் ஆன பின்பும் அவருடைய வார்த்தைகள் எனது மூளையில் பதிந்து விட்டன. என்னைப் பொறுத்த வரை அது என்ன சொல்கிறது என்று துருவித் துருவி ஆராய்ந்து பார்த்தேன். என்னுடைய குடும்பத்தில் நான் கண்ட காட்சிகள் அனைத்தும் உணவுக்காகப் பிச்சையெடுப்பது போலத் தான் காட்சியளித்தது. எங்களிடம் எதுவுமில்லை! எங்களுக்கு எதுவும் கிடைக்கப் போவதுமில்லை! நான் என்னை நேர்மையாளனாக்கிக் கொண்டால், அதாவது, கடுமையாக உழைப்பதற்கு அணியமாக்கிக் கொண்டால், எனக்குத் தெரிந்த வழியில் சிறப்பான வாழ்க்கை வாழத் தொடங்கினால், முதுமைக் காலத்தில் உணவுக்காகப் பிச்சையெடுக்க நேரிடாது என்று எனக்குப் போதித்தது." ஜார்ஜை முதலாளி செருக்குடன் பார்த்தார்.

என்ன சொல்வதென்று தெரியாமல், "ஆமா, முதலாளி!" என்றான்.

முதலாளி தொடர்ந்தார், "உடனே வீட்டை விட்டுப் புறப்பட்டேன். அப்பொழுது எனக்குப் பதினோறு வயது! வீதியில் இறங்கி எவரிடமாவது ஏதாவது வேலை கிடைக்காதா எனத் தேடி அலைந்தேன். நீக்ரோக்கள் செய்யும் வேலை உட்பட அனைத்து வேலைகளையும் செய்தேன். கந்தலுடன் கிடைத்ததைத் தின்று வாழ்ந்தேன். எனக்குக் கிடைத்த ஒவ்வொரு சென்ட் காசையும் சேமித்தேன். பல ஆண்டுகள் பாடுபட்டுச் சேமித்து, என்னுடைய முதலாவது காட்டுப் பகுதி நிலம் இருபத்தைந்து ஏக்கர் வாங்கினேன். என்னுடைய முதலாவது நீக்ரோ ஜார்ஜ்! அவனுடைய பெயரைத் தான் உனக்கு வைத்தேன்...."

அந்த இடத்தில் முதலாளி அவனிடமிருந்து பதிலை எதிர்பார்த்தார். ஜார்ஜ், "பாம்ப்பே மாமா அதைப் பற்றிக் கூறியிருக்கிறார்" என்றான்.

"ஆமா, பாம்ப்பே பின்னாளில் வந்து சேர்ந்தார். என்னுடைய இரண்டாவது

நீக்ரோ! பயலே, நான் சொல்வதைக் கேட்கிறாயா? ஜார்ஜுடன் தோளோடு தோள் நின்று அரும்பாடு பட்டேன். இருவரும் எங்களால் முடிந்ததிலிருந்து முடியாத செயல்கள் வரை அனைத்தையும் செய்தோம். மரங்களை வெட்டி, அடிமரங்களை வேருடன் பெயர்த்தோம். பாறைகளையும் கற்களையும் புதர்களையும் அகற்றினோம். முதலாவது சாகுபடிக்கு நிலத்தைத் தயார்ப்படுத்தினோம். ஆண்டவர் தான் அந்த இருபத்தைந்து சென்ட் பரிசுச் சீட்டை வாங்கச் செய்தார். அந்தச் சீட்டு எனக்கு முதலாவது கட்டுச்சேவலைப் பெற்றுக் கொடுத்தது. அதைப் போன்றதொரு சிறந்த சேவலை நான் பார்த்ததே இல்லை. அதற்கு வெட்டுப்பட்ட போது கூட, அதன் மீது மருந்து தடவியவுடனே பாய்ந்து சென்று வென்று திரும்பியது. ஒரே கட்டுச்சேவல் அத்தனை போட்டிகளில் வென்றதாக வேறு எவரும் கேள்விப்பட்டிருக்க மாட்டார்கள்!"

சற்றே நிறுத்தி விட்டுத் தொடர்ந்தார், "இங்கே இப்படி உட்கார்ந்து கொண்டு ஒரு நீக்ரோவிடம் எனது கதையைச் சொல்வேனென்று நினைத்துக் கூடப் பார்த்ததில்லை. ஆனால், எவரொருவருக்கும், எப்போதாவது யாரிடமாவது தனது மனத்தின் இறுக்கத்தை வெளிப்படுத்த வேண்டியது அவசியமாகிறது."

மீண்டும் சற்றே நிறுத்தினார். "மனைவியிடம் அதிகமாகப் பேச முடியாது. சற்றே அவர்கள் மீது அக்கறை காட்டுவதாகத் தெரிந்தாலும் போதும், வாழ்நாள் முழுவதும் நோய், ஓய்வு என்று புகார் சொல்லிக் கொண்டே காலத்தைக் கழித்திடுவர். அவர்களுடைய அனைத்துக் காரியங்களையும் கவனித்துக் கொள்வதற்கு நீக்ரோக்கள் வேண்டும். அல்லது, முகமெல்லாம் சுண்ணப் பூச்சுகளைப் பூசிக் கொண்டு பேய்களைப் போலத் திரிவர்..."

ஜார்ஜால் அவனுடைய காதுகளை நம்ப முடியவில்லை. ஆனாலும், முதலாளி பேச்சை நிறுத்துவதாகத் தெரியவில்லை. "இல்லையேல், வேறொரு விதமாக நடந்து கொள்வர். என்னுடைய குடும்பத்தாரையே எடுத்துக்கொண்டால், என்னுடைய ஒன்பது சகோதர, சகோதரிகளுள் எவருமே என்னைப் போலக் கடினமாக உழைக்கத் தயாராக இல்லை. நான் விட்டு வந்த நாளிலிருந்ததைப் போலவே, இன்னமும் பசியிலும் பட்டினியிலும் அல்லாடிக் கொண்டு தான் இருக்கின்றனர். இப்பொழுது தான் அவர்களுக்கென குடும்பங்களே அமைந்துள்ளன!"

முதலாளி தன்னுடைய குடும்பத்தாரைப் பற்றிப் பேசிய பொழுது தான் 'ஆமா" போடுவது கூட நல்லதல்ல என்று நினைத்த ஜார்ஜ் அமைதியானான். சேவற்கட்டுக்குச் சென்ற இடங்களிலும், நகரங்களிலும் அவர்கள் முதலாளியிடம் அவ்வப்போது பேசியதைப் பார்த்திருந்தான். முதலாளியினுடைய சகோதரர்கள், பெரிய பணக்கார முதலாளிகள் மட்டுமின்றி அவர்களுடைய அடிமைகள் கூட வெறுக்கத்தக்க வகையில் ஏழை ஏதிலி வெள்ளையர்களாக வீதியில் அலைந்தனர். அவர்களில் யாரையாவது பார்த்து விட்டால் முதலாளி மிகுந்த மனவேதனைக்கு ஆளானதைப் பலமுறை கண்டான். அவர்கள்.தமது துயர நிலைமைகளைச் சொல்லி பிச்சையெடுத்ததைப் பார்த்தான். முதலாளி அவர்களிடம் ஐம்பது சென்ட், அல்லது, ஒரு டாலர் கொடுத்த போது அவர்களுடைய முகத்தில் தெறித்த வெறுப்பையும் கவனித்தான். ஆனால், அந்தப் பணத்தைக் கொண்டு

அவர்கள் சாராயம் வாங்குவார்கள் என்பது நன்கு தெரிந்தது. முதலாளி தனது உறவினர்களை விருந்துக்கு அழைத்த போதெல்லாம் அவர்கள் ஒவ்வொருவரும் மூன்று பேருக்கான உணவை ஆவலுடன் விழுங்கியதாக மாலிஸி சொல்லக் கேட்டிருந்தான். அப்படியிருந்தும் காதுக்கெட்டாத தூரத்தில் முதலாளி இருந்தால் அவரை நாயைப் பேசுவதைப் போல ஏசியதையும் கேள்விப்பட்டான்.

வண்டி இருக்கையில் ஜார்ஜுடன் இருந்தவாறு அவர் அங்கலாய்த்தார், "அவர்களுள் ஒருத்தராவது என்னைப் போல முன்னேறுவதற்கு முயன்றிருக்கலாம். ஆனால், அதற்கான அறிவாற்றல் அவர்களிடம் இல்லை! எக்கேடாவது கெட்டுப் போகட்டும்!" மீண்டும் அமைதி! ஆனால், நீண்ட நேரம் நீடிக்கவில்லை.

"எது எப்படியோ! அனைத்தும் இப்பொழுது நல்லவிதமாக நடந்தேறிக் கொண்டிருக்கின்றன! மதிப்பளிக்கத் தக்க விதத்தில் வீடு அமைந்து விட்டது. நூற்றுக்கும் மேற்பட்ட கட்டுச்சேவல்கள் இருக்கின்றன. எண்பத்தைந்து ஏக்கர் நிலத்தில் பாதிக்கு மேல் உழவடை நடைபெறுகிறது. அத்துடன், குதிரைகள், கோவேறு கழுதைகள், பசுக்கள், பன்றிகள் என்று வீட்டு விலங்குகளும் உள்ளன! ஒரு சில சோம்பேறி நீக்ரோக்களும் உள்ளனர்."

அந்தச் சமயத்தில் ஓர் 'ஆமாம்' போடுவது நல்லதென்று எண்ணிய ஜார்ஜ், 'ஆமாம், முதலாளி" என்றான். "ஆனால், நீக்ரோக்களான நாங்கள் உங்களுக்காக கடுமையாக உழைக்கிறோம், முதலாளி! எனது அம்மா, மாலிஸி, சாராக்கா, பாம்ப்பே மாமா, மிங்கோ மாமா அனைவரும் அவர்களால் முடிந்த வரை உங்களுக்காகக் கடுமையாக உழைக்கிறார்கள் தானே முதலாளி?" முதலாளி பதிலளிப்பதற்கு முன், கடந்த ஞாயிற்றுக்கிழமை அடிமைகள் குடியிருப்புக்குச் சென்றிருந்த பொழுது, சாராக்கா கூறியது நினைவுக்கு வரவே, "என்னுடைய அம்மாவைத் தவிர, மற்ற அனைவரும் ஐம்பது வயதிற்கு மேற்பட்டவர்கள், முதலாளி" என்று சொல்லி வைத்தான். அத்துடன் நிறுத்திக் கொண்டான். சாராக்கா முடிவாகச் சொன்னதைக் கூறாமல் விட்டு விட்டான். இளைஞர்களாக அடிமைகளை வாங்காமல் தம்மையே சாகும் வரை பாடுபடச் செய்கிற மோசமான முதலாளி என்றாள்.

"நான் சொன்னவை அனைத்தையும் நீ கவனமாகக் கேட்டிருக்க வேண்டுமடா, பயலே! எந்தவொரு நீக்ரோவும் என்னைப் போலக் கடுமையாக உழைத்ததில்லை. எனவே, நீக்ரோக்கள் ரொம்பக் கடுமையாகப் பாடுபட்டதாக என்னிடம் சொல்லாதே!"

"சரிங்க, முதலாளி!"

"என்ன, சரிங்க?"

"ஆமாங்க, முதலாளி நீங்களும் கடுமையாக உழைத்தீர்கள்!"

"ரொம்பச் சரி! என்னுடைய பண்ணையில் எல்லாவற்றிலும் எல்லோருக்கும் பொறுப்பாக இருப்பதென்பது அவ்வளவு எளிதானதென்று நினைக்கிறாயா?

ஏராளமான கட்டுச்சேவல்களையும் கோழிகளையும் வைத்து தீனிபோட்டுப் பராமரிப்பது தான் எளிதானதா?"

"இல்லை, முதலாளி! அது உங்களுக்கு மிகவும் கடினமானது என்பது எனக்குத் தெரியும்!" மிங்கோ கடந்த முப்பது ஆண்டுகளாக நாள்தோறும் பாடுபட்டதையும் கடந்த ஏழு ஆண்டுகளாகத் தன்னுடைய உழைப்பையும் ஜார்ஜ் நினைத்துக் கொண்டான். பிறகு, மிங்கோவினுடைய பல ஆண்டுகாலப் பணியை வலியுறுத்தும் விதமாக, ஒன்றுமறியாதவனைப் போல, கேட்டான், "மிங்கோவிற்கு எவ்வளவு வயதிருக்கும், முதலாளி?"

மோவாயை வருடியபடி சிந்தனையில் ஆழ்ந்தார். "சரியாகத் தெரியவில்லை. ஆனால், ஒருமுறை என்னைக் காட்டிலும் அவனுக்குப் பதினைந்து வயது கூடுதலாக இருக்குமென்று கணக்கிட்டேன். இப்போது அவனுக்கு அறுபதிற்கு மேல் இருக்கலாம்! கிழவனாகிக் கொண்டிருக்கிறார். ஆண்டுக்கு ஆண்டு அவருடைய நோய் மேலும் மேலும் முற்றி வருகிறது! அவரைப் பற்றி உனக்கு என்ன தோன்றுகிறது? நீ அவருடனே தானே தங்கியிருக்கிறாய்!"

மிங்கோ அண்மையில் இருமலால் அல்லலுற்றது ஜார்ஜினுடைய மனத்தில் மின்னியது. அவனுக்குத் தெரிந்த வரை அவர் அதற்கு முன் அவ்வளவு கடுமையாகப் பாதிக்கப்பட்டதில்லை. அதேசமயத்தில், அடிமைகளுடைய உடல்நலக்கேட்டை முதலாளி அவர்களுடைய சோம்பல் என்று கருதுவதாக மாலிஸியும் சாராக்காவும் கூறியது நினைவுக்கு வரவே, ஒருவழியாகக் கூறினான், "பெரும்பாலான நேரங்களில் நன்றாகத் தான் இருக்கிறார். கடுமையான இருமலில் அவர் பாதிக்கப்பட்டிருப்பது உங்களுக்கே தெரியுமல்லவா, முதலாளி! சில நேரங்களில் மிகக் கடுமையாக இருமினார். நான் பயந்து விட்டேன்! அவர் எனக்கு அப்பா மாதிரி!"

மிகவும் காலந்தாழ்த்தித் தன்னிலைக்குத் திரும்பியவன், முதலாளியின் முகத்தில் எள்ளும் கொள்ளும் வெடித்ததைக் கண்டான். மேடு பள்ளமான சாலையில் வண்டி மோதிய போது, கூடையிலிருந்த சேவல்கள் கொக்கரித்தன. நீண்ட நேரம் வண்டி உருண்டோடிக் கொண்டிருந்தது. பின்னர், முதலாளி கேட்டார், "மிங்கோ அப்படி உனக்கு என்ன செய்துவிட்டான்? பண்ணை வேலையிலிருந்து உன்னை விடுவித்து, உனக்கெனத் தனியே சிறுகுடில் அவனா கட்டிக் கொடுத்தான்?"

"இல்லை, முதலாளி! அதெல்லாம் நீங்கள் தான் செய்தீர்கள்!"

சற்று நேரம் அமைதி தவழ்ந்தது. பின்னர் முதலாளி பேசினார், "சற்று நேரத்திற்கு முன்னால் நீ சொன்னதைப் பற்றி நான் சிந்தித்ததில்லை. ஆமாம்! என்னிடம் இருப்பவர்களெல்லாம் கிழட்டு நீக்ரோக்கள் தான். இப்பொழுது நீ சுட்டிக் காட்டியதால், நான் இளைஞர்களாக இரண்டு நீக்ரோக்களாக வாங்கப் போகிறேன்! நீக்ரோக்கள் விலை மிகவும் அதிகரித்து விட்டது!" ஜார்ஜினுடைய முகத்தைப் பார்த்தார். "இப்பொழுது நான் சொன்னதைக் கேட்டாயா? இதுபோல ஏகப்பட்ட விடையங்களில் நான் அக்கறை எடுக்க வேண்டியுள்ளது!"

"ஆமாங்க, முதலாளி!"

"'ஆமாங்க, முதலாளி!' நீக்ரோக்கள் எதற்கெடுத்தாலும் சொல்கிற ஒரே பதில்!"

"நீக்ரோக்கள் மறுத்துப் பேசினால் உங்களுக்குப் பிடிக்காதில்லையா, முதலாளி!"

"'ஆமாங்க, முதலாளி' கூடவே எதையாவது சேர்த்துக் கூறக் கூடாதா?"

"இல்லை... நான் என்ன சொல்றேன்னா... நீக்ரோக்கள் வாங்குவதற்கு உங்களிடம் பணம் இருக்குதில்ல முதலாளி! சேவற்கட்டுப் போட்டியில் ஏராளமாக வெற்றி பெற்றீங்களே!" உரையாடலின் போக்கினைப் பாதுகாப்பான தலைப்பிற்கு நகர்த்தும் எண்ணத்துடன், ஜார்ஜ் வெள்ளந்தியாகக் கேட்டான், "மற்ற சேவற்கட்டுக்காரர்கள் எவரும் பண்ணையம் பார்ப்பதில்லையா? கட்டுச்சேவல்களை வளர்ப்பதுடன், பயிர்த்தொழிலில் ஈடுபடுவதில்லையா?"

"ஊஹூம்! எனக்கு யாரையும் தெரியவில்லை! அத்தகைய திறம் கொண்ட ஒரு சிலர் நகரத்தில் உள்ளனர். அவர்களும் கூட போதுமான பறவைகளுடன் முனைப்பான சேவற்கட்டுக்காரர்கள் என்று சொல்லுமளவுக்கு இல்லை!" சற்று நேரம் சிந்தித்து விட்டுச் சொன்னார், "உண்மையில், ஏராளமான கட்டுச்சேவல்கள் இருந்தால், பெரிய பண்ணை என்று பொருள்! நீ திருட்டுத்தனம் செய்கிறாயே, ஜெவெட் பண்ணையைப் போல.....

கட்டுச்சேவல் ஜார்ஜ் தானாகவே முதலாளியிடம் மாட்டிக் கொண்டு, ஒருவழியாகச் சமாளித்தான். "இப்ப அங்கே போவதே இல்லை, முதலாளி!"

சற்று நேர அமைதிக்குப் பின் முதலாளி ஒரு போடு போட்டார், "வேறு எங்காவது இன்னொரு பொம்பளையத் தேடிக்கிட்டயோ?"

பதிலளிப்பதற்குச் சற்றே தயங்கியவன், "இப்பல்லாம் பக்கத்திலேயே தங்கிவிடுகிறேன், முதலாளி!" நேரடியான பொய் தவிர்க்கப்பட்டது.

முதலாளி ஏளனம் செய்தார், "உன்னைப் போன்ற இருபது வயதுத் தடியனுக்குப் பெரிய உறை போட்டது போலத் தான் இருக்கும்! சுற்றிலும் சூடான பெண்கள் ஏராளமாக இருக்கும் போது, நீ இரவில் எங்கேயும் நழுவிச் செல்வதில்லை என்று மட்டும் சொல்லாதே! உன்னை இனப்பெருக்கத்திற்காக வெளியில் கூலிக்கு அனுப்பலாம்! உனக்கும் அது பிடிக்கும்!" முதலாளியினுடைய முகத்தில் வஞ்சகம் அப்பியிருந்தது. "என்னுடைய நண்பனொருவன் கறுப்பினப் பெண்களெல்லாம் ரொம்பச் சூடானவர்கள் என்கிறான். உண்மையைச் சொல்லுடா, பயலே! அது சரிதானா?"

முதலாளியையும் தனது தாயையும் நினைத்த ஜார்ஜ் உள்ளுக்குள் சூடேறிப் பொங்கினான்! ஆனாலும், அடக்கிக் கொண்டு இறுக்கமாகச் சொன்னான், "இருக்கலாம், முதலாளி.....!" பின்னர், பாதுகாப்பாகச் சொல்லிக் கொண்டான், "எனக்கு அவ்வளவாகத் தெரியாது..."

“பரவாயில்லை! இரவில் நழுவிச் செல்வதைப் பற்றி என்னிடம் சொல்ல விருப்பமில்லை! ஆனால், எனக்குத் தெரியும்! இது உனக்குச் சரியான பருவம்! எங்கோ போகிறாய், எப்பவெல்லாம் போகிறாய் என்பதை நானறிவேன்! ஜெவெட்டினுடைய கட்டுச்சேவல் பயிற்சியாளனுக்கு ஏற்பட்டதைப் போல, உன்னையும் சாலை கண்காணிப்பாளர்கள் சுட்டுக் கொல்வதை நான் விரும்பவில்லை. அதனால், நான் என்ன செய்யப்போகிறேன் என்பதைக் கேளடா, பயலே! நாம் திரும்பிய பிறகு, பயண அனுமதிச் சீட்டு எழுதி உனக்குத் தருகிறேன்! நீ விரும்புகிற பொம்பளையைத் தேடி இரவு நேரத்தில் போய்க் கொள்! வேறு எந்த நீக்ரோவுக்கும் அப்படிச் செய்ய வேண்டுமென்று நான் ஒருபோதும் நினைத்ததில்லை!”

முதலாளிக்குத் தான் அளவு கடந்துவிட்டதைப் போலத் தோன்றியது. அதை மறைப்பதற்காக கோபத்தைக் காட்டினார், “ஆனாலும், உனக்கொன்று சொல்லுவேன்! விடிவதற்குள் திரும்பிவிடு! மறுநாள் வேலை செய்ய முடியாத அளவிற்குக் களைத்து விடாதே! மறுபடியும் ஜெவெட் பண்ணைக்குச் சென்று விடாதே! செய்யக் கூடாத வேறு எதையும் செய்தாயென்று தெரிந்தால், அந்தச் சீட்டுடன் உன்னையும் சேர்த்துக் கிழித்து விடுவேன்! புரிகிறதா?”

கட்டுச்சேவல் ஜார்ஜால் நம்பமுடியவில்லை! “ரொம்ப நன்றி, முதலாளி! சொன்னபடி நடந்துக்கிறேன், முதலாளி!”

பெருந்தன்மையுடன் முதலாளி நன்றியை ஒதுக்கித் தள்ளினார். “இப்போ, தெரியுதா? நீக்ரோக்களான நீங்கள் நினைக்கிற அளவுக்கு நான் கெட்டவனல்ல என்று! போய் அவர்களிடம் சொல்! நான் விரும்பினால், அவர்களை நல்லவிதமாக நடத்துவதற்கும் எனக்குத் தெரியும் என்று!”

வஞ்சகச் சிரிப்புத் திரும்பவும் வந்து ஒட்டிக் கொண்டது. “சரி, இப்பொழுது சூடான கறுப்புப் பெண்களைப் பற்றிச் சொல்! ஒரே இரவில் உன்னால் எவ்வளவு முடியும்?”

ஜார்ஜ் தனது இருக்கையில் பம்மினான். “ஏற்கனவே சொன்னதைப் போல எனக்கு அவ்வளவாக பழக்கமில்லை, முதலாளி!....”

அவன் சொன்னதை அவர் காதில் வாங்கிக் கொண்டதாகவே தெரியவில்லை. பேசிக் கொண்டேயிருந்தார். “ஏராளமான வெள்ளையர்கள் தமது உல்லாசத்திற்காக கறுப்பினப் பெண்களை நாடிச் செல்கிறார்களாமே? அப்படி நடப்பது உனக்குத் தெரியுமா, தெரியாதாடா?”

தனது தந்தையுடன் பேசிக் கொண்டிருந்த எண்ணத்தைத் தவிர்க்க முயன்றவனாகக் கூறினான், “நானும் கேள்விப்பட்டேன், முதலாளி!” ஆனால், பண்ணைகளில் அடிமைகளுடைய வீடுகளில் நடந்தவை மட்டுமின்றி, பர்லிங்டன், கிரீன்ஸ்பரோ, தர்ஹாம் போன்ற இடங்களில் அதற்கென “தனிவகை வீடுகள்” இருந்ததாகவும், அவை விடுதலை பெற்ற நீக்ரோப் பெண்களால் நடத்தப்பட்டதாகவும், ஐம்பது சென்ட்டிலிருந்து ஒரு டாலர் வரை பணம்

செலுத்தி, அட்டக் கறுப்பிகளிலிருந்து, கலப்பின மஞ்சள் தோல் பெண்கள் வரையில் தமது விருப்பத்திற்கேற்ப, வெள்ளையர்கள் அனுபவித்ததாகவும் அவன் கேள்விப்பட்டிருந்தான்.

முதலாளி வலியுறுத்தினார், "இந்த வண்டியில் உன் பக்கத்தில் அமர்ந்து நமக்குள் பேசிக் கொண்டிருக்கிறேன்! நான் கேள்விப்பட்ட வரையில், நீக்ரோப் பெண்கள், வேண்டாம், ஆண்டவர் படைப்பில் அனைவரும் பெண்கள் தான்! ஆம்பிளைகளைப் போலவே கலவியில் கூடுதல் வேட்கை கொண்ட பெண்கள் இருக்கிறார்களாமே! பட்டாசு வெடிப்பது போல எப்பொழுது வேண்டுமானாலும் தயாராக இருப்பார்களென்றும் கேள்விப்பட்டேன். சில பெண்களைப் போல அடிக்கடி உடல்நலமில்லை என்று உலகத்திலுள்ள அனைத்தையும் குறை சொல்லிக் கொண்டு தவிர்க்க முற்பட மாட்டார்கள்!" முதலாளி மேலும் விசாரித்தறியும் பாவனையில் ஜார்ஜைப் பார்த்தார். "எனக்கு தெரிந்த ஒருவன் அவ்வளவு வேட்கை கொண்ட பெண்களிடம் கூட உங்களுக்குப் போதிய அளவு கிடைப்பதில்லை என்கிறான். உனது அனுபவம் என்ன?"

"இல்லை, முதலாளி! நான் இப்போ அதைப் பற்றிச் சொல்லவில்லை...."

"மறுபடியும் நீ சுற்றி வளைத்துப் பேசுகிறாய்!"

"நான் எதையும் சுற்றி வளைத்துப் பேசவில்லை!" ஜார்ஜ் ஏதோ முக்கியமான செய்தியைப் பற்றி பேச விரும்புவதைப் போலக் காட்டிக் கொள்ள முயன்றான். "ஒருபோதும் எவரிடமும் சொல்ல விரும்பாத விடையத்தைப் பற்றி உங்களிடம் பேச முயற்சிக்கிறேன் முதலாளி! சேவற்கட்டுக்கு மஞ்சள் நிறப்பறவைகளுடன் வருவாரே மேக்ரெகோர் முதலாளியை உங்களுக்குத் தெரியும்!"

"ஆமாம், அவருடன் நிறையப் பேசியிருக்கிறேன்! அவருக்கும் இதற்கும் என்ன தொடர்பு?"

"நீங்கள் எனக்குப் பயண அனுமதிச் சீட்டுத் தருவதாகச் சொல்லும் பொழுது உங்களிடம் பொய் பேச வேண்டிய அவசியமில்லை! அவருடைய பண்ணையிலுள்ள பெண்ணைப் பார்ப்பதற்காகத் தான் நான் இப்பொழுதெல்லாம் இரவில் நழுவிவிடுகிறேன்!...." அவனுடைய முகத்தில் ஆர்வம் துடிதுடித்தது.

"இந்த விடையத்தைப் பற்றித் தான் நான் யாரிடமாவது பேசவேண்டுமென்று உண்மையிலேயே காத்திருந்தேன். வழி தெரியவில்லை! அவள் பெயர் மெடில்டா! வயல்வேலை செய்கிறாள். தேவைப்பட்ட நேரங்களில் பெரிய வீட்டு வேலைகளையும் கவனித்துக் கொள்கிறாள், முதலாளி! நான் எப்படிப் பேசினாலும், எவ்வளவு முயன்றாலும் சற்றும் இடம் கொடுக்காத பெண் அவளை மட்டும் தான் பார்த்திருக்கிறேன். தொடுவதற்குக் கூட அனுமதிக்க மாட்டாள். என்னை அவளுக்குப் பிடித்திருக்கிறது என்கிற தகவலை மட்டும் தான் அவளிடமிருந்து பெற முடிந்தது. அப்படியிருந்தும் உடன்பட மறுக்கிறாயே, நான் நினைத்தால் எத்தனை பெண்ணிடம் வேண்டுமானாலும் செல்வேன் என்று சொன்னால், அப்படிப் போவதென்றால், போய்க் கொள், என்னை விட்டு விடு என்கிறாள்!"

முதலாளி பேசிய பொழுது ஆர்வமின்றி நம்ப இயலாதவனாக அவன் கேட்டுக்கொண்டிருந்ததைப் போல அவருடைய காதுகளிலும் அவனுடைய பேச்சு விழுந்தது.

அவன் தொடர்ந்து பேசினான், "மற்றொரு விடையம்! அவள் புறப்பட்டுச் சென்ற பொழுது பைபிளிலிருந்து ஏதோ சொன்னாள். அவளை ஒரு பாதிரியார் வளர்த்து வந்தாராம். விற்பதற்கு மதம் அனுமதித்த காலத்தில் அவளை விற்றுவிட்டாராம். அவள் மிகுந்த சமய ஈடுபாடு கொண்டவள்! அங்கே காட்டிற்குள் ஓரிடத்தில் நீக்ரோக்கள் குடித்து விட்டுக் கும்மாளம் போட்டுக் கொண்டிருந்த இடத்திற்கு அவள் பண்ணையிலிருந்து நழுவிச் சென்று ஆண்டவரிடம் அவர்களுக்காக மன்றாட்டு நடத்தி ஆரவாரம் செய்தாளாம்! விடுதலை பெற்ற நீக்ரோக்கள் ஒருவர் பின் ஒருவராக அங்கிருந்து ஓடிவிட்டனர். ஃபிடில் வாசித்தவர்கள் கூட அவர்களைத் தொடர்ந்து ஓடினர்."

முதலாளி கடகடவென்று உரக்கச் சிரித்தார், "என்ன, வெறி பிடித்த பெண்ணடா, அவள்!"

கட்டுச்சேவல் ஜார்ஜ் தயங்கித் தயங்கிக் கூறினான், "முதலாளி, அவளைப் பார்ப்பதற்கு முன்பு வரை, நீங்கள் சொன்னதைப் போல, நானும் பல காமவெறி கொண்ட பெண்களைத் தேடி அலைந்து கொண்டு தான் இருந்தேன். இனிமேலும் அவளை அனுபவித்தால் போதும் என்று நினைத்தால் நான் ஒரு நாயாகத் தான் இருக்க வேண்டும்! மனிதனாக இருந்தால் முறைப்படி விளக்குமாற்றைப் போட்டுத் தாண்டி அவளைத் திருமணம் செய்து கொள்ள வேண்டும்!"

ஜார்ஜ் தன்னுடைய பேச்சால் தானே வியந்தான். "அவளைத் திருமணம் செய்து கொண்டால்...." அவனுடைய குரல் மிகவும் மெலிந்திருந்தது. மேலும் மெலிந்து தாழ்ந்த குரலில், "தங்களுக்கும் மறுப்பு இல்லையென்றால்..."

வண்டியின் கிரீச்சொலியும், சேவல்களின் கொக்கரிப்பும் மட்டும் தொடர்ந்து வர அவர்களுடைய வண்டி சற்று தூரம் பயணித்தது. பிறகு, முதலாளி பேசினார், "மேக்ரெகோர் தன் பண்ணைப் பெண்ணை நீ காதலிப்பதை அறிவாரா?"

"அவள் வயல்வேலை செய்பவள் என்பதால் நேரடியாக அவருடன் பேசுவதற்கு அவளுக்கு வாய்ப்பில்லை! ஆனால், பெரிய வீட்டு நீக்ரோக்களுக்குத் தெரியும்! அவர்கள் மூலம் அவர் தெரிந்திருப்பார்!"

மீண்டும் சற்று நேர அமைதிக்குப் பிறகு, முதலாளி பேசினார், "மேக்ரெகோரிடம் எத்தனை நீக்ரோக்கள் உள்ளனர்?"

"அவருடைய பண்ணை மிகவும் பெரியது. அங்குள்ள அடிமைகள் குடியிருப்பைக் கொண்டு பார்த்தால் இருபதிற்கும் குறையாத நீக்ரோக்கள் இருப்பார்கள், முதலாளி!"

மறுபடியும் சற்று நேர அமைதிக்குப் பிறகு முதலாளி தீர்மானமாகச் சொன்னார்,

"நானும் சிந்தித்துப் பார்த்தேன்! நீ என்னிடத்தில் பிறந்தவன். எனக்கு எந்த விதத்திலும் தொல்லை கொடுத்தது கிடையாது. மாறாக நிறைய நன்மைகள் செய்திருக்கிறாய். நானும் உனக்கு ஏதாவது செய்தாக வேண்டும்! சற்று நேரத்திற்கு முன்பு, வயல்வேலைக்காக இளமையான அடிமைகளை வாங்கப் போவதாகச் சொன்னேனல்லவா! அந்தப் பெண் உன்னைத் திருமணம் செய்து கொள்ள விரும்பினால், மேக்ரெகோர் தன்னுடைய வயல்வேலை அடிமைகளில் ஒருவரை விற்பதற்குச் சம்மதித்தால், உரிய விலை படிந்தால், அந்தப் பெண்ணை இங்கே கொண்டு வந்து விடலாம்! அவளுடைய பெயர் என்ன?"

"மெடில்டா, முதலாளி!" பெருமூச்செறிந்த ஜார்ஜுக்குத் தனக்குக் காது சரியாகக் கேட்கிறதா என்கிற ஐயம் எழுந்தது.

"அவளை என்னுடைய இடத்திற்குக் கொண்டு வந்து, உங்களுக்கென ஒரு வீடு கட்டிக் கொள்ளுங்கள்!"

ஜார்ஜினுடைய வாய் அசைந்தது. ஆனால், வார்த்தைகள் வெளிப்படவில்லை! ஒருவழியாக வெடித்து விட்டான், "உயர்ந்த உள்ளம் கொண்ட முதலாளி மட்டுமே இப்படியெல்லாம் செய்வார்!"

முதலாளி சிரித்தார். "புரிந்து கொண்டால் சரி! ஆனாலும், உன்னுடைய முதல் இடம் மிங்கோவுடன் தான்!"

"ஆகட்டும், முதலாளி!"

"கிண்டலாகக் கோபித்தவராக அவனுடைய விலாவில் தன்னுடைய சுட்டுவிரலால் குத்துவதைப் போலக் காட்டினார். "நல்ல விதமாக நீ குடும்பம் அமைத்த பின் உனக்குக் கொடுத்த பயண அனுமதிச் சீட்டைத் திருப்பி வாங்கிக் கொள்வேன்! மறுபடியும் நழுவிச் செல்லாமல் உரிய இடத்தில் ஒழுங்காக இருந்தால் தானே, அந்தப் பெண் பெயரென்ன, மெடில்டாவுக்கு உதவியாக இருக்கும்!"

கட்டுச்சேவல் ஜார்ஜுக்குத் தனது மகிழ்ச்சியை வெளிப்படுத்துவதற்கு வார்த்தைகள் சிக்கவில்லை!

94

1827 ஆம் ஆண்டு ஆகஸ்ட் மாதத்தில் ஒரு நாள் அதிகாலையில் ஜார்ஜினுடைய திருமணத்தைக் காண்பதற்காக சூரியனும் தயாராகிக் கொண்டிருந்தான். இன்னமும் நிறைவுறாத தனது இரண்டு அறை வீட்டிற்கான ஓக்மரத்தால் செய்யப்பட்ட நிலைகளுக்கு மணமகன் இரும்புக் கீல்களைப் பொருத்திக் கொண்டிருந்தான். முடித்தவுடன் அதனை சேமிப்புக்கிடங்கு சுவற்றில் சாய்த்து வைத்துவிட்டு, பாம்ப்பே மாமா தயாரித்து வைத்திருந்த கதவுகளைத் தலைச்சுமையாகக் கொணர்வதற்கு விரைந்தான். புதிய கதவு பூ வேலைப்பாடுகள் பொறிக்கப்பட்டு, வாதுமைக் கொட்டை ஓடுகளை அரைத்துத் தயாரிக்கப்பட்ட கறுப்பு வண்ணம் பூசப்பட்டிருந்தது. மேலெழுந்து கொண்டிருந்த பகலவனை எரிச்சலுடன் நோட்டமிட்டவன், முந்தைய நாள் மாலையில் அவனுடைய தாய் கோபத்துடன் வைத்துச் சென்ற பண்டங்களையும் சாற்றையும் உள்ளே தள்ளுவதற்காகச் சற்று நேரம் வேலையை நிறுத்தினான். பல நாட்களாகவே அவன் சரிவரச் சாப்பிடுவதில்லை. ஏதாவது சாக்குப் போக்குச் சொல்லிக் கொண்டு சாப்பிடுவதைத் தவிர்ப்பதும் ஓயாமல் அங்குமிங்குமாக அலைந்து திரிவதுமாக முனைப்புடன் செயல்பட்டான். எவரையும் தனக்கு உதவுவதற்கோ, ஊக்குவிப்பதற்கோ

கூட அவன் அனுமதிக்கவில்லை.

அடுத்து, பெரியதொரு தொட்டியில் நீர்த்த சுண்ணாம்பையும் தண்ணீரையும் நிறைத்து நன்றாகக் கலக்கினான். செயல்பாடுகளில் அளவுக்கு அதிகமான வேகம் தென்பட்டது. வீட்டின் வெளிப்புறச் சுவற்றிற்கு வெள்ளையடித்தான். பத்து மணியளவில் வேலை முடிந்த பொழுது வீட்டைப் போலவே அவனும் வெள்ளை வெளேறென்றிருந்தான். இன்னமும் ஏகப்பட்ட நேரம் இருந்ததாகத் தனக்குத் தானே சொல்லிக் கொண்டான். மேக்ரெகோர் பண்ணையில் ஒரு மணிக்கு நடைபெறவிருந்த திருமணத்திற்கு இரண்டு மணிநேரப் பயணமாக வண்டியில் செல்வதற்கு முன் அவன் செய்ய வேண்டியதெல்லாம் குளித்து, உடையணிந்து கொள்ள வேண்டியது மட்டுமே!

வீட்டின் முன்னறையில் வைக்கப்பட்டிருந்த புதிய தொட்டியில் நீரை நிரப்புவதற்காக வீட்டிற்கும் கிணற்றிற்குமாக மூன்று முறை வாளி நிறையத் தண்ணீர் மொண்டு விரைந்தான். உரக்க ஒலியிசையாகப் பாடல் ஒன்றை இசைத்தபடி உடலை நன்றாகத் தேய்த்துக் குளித்தான். உடலைத் துடைத்துக் கொண்டு வெள்ளாவியால் வெளுத்த துண்டை இடுப்பில் சுற்றியவாறு படுக்கையறைக்கு விரைந்தான். உயரத்திலிருந்த இழுவறையைத் திறந்து, விரைப்பாகத் தேய்க்கப்பட்ட நீலநிறச் சட்டை, சிவப்புக் காலுறைகள், மஞ்சள் வண்ண கால்சராய், மஞ்சள் வண்ணத்தில் இழுபட்டை வைத்துத் தைக்கப்பட்ட மேலங்கி, புதிதாக வாங்கப்பட்ட பளிச்சென்ற ஆரஞ்சு வண்ணக் காலணிகள் ஆகியவற்றை வெளியில் எடுத்தான். அவை ஒவ்வொன்றையும், கடந்த சில மாதங்களாக முதலாளியுடன் வடக்குக் கரோலினாப் பகுதி முழுவதும் சுற்றியலைந்து சேவற்கட்டுப் போட்டிகளில் வென்ற போது, முறைக்கு ஒன்றாக வாங்கிச் சேமித்திருந்தான். கெட்டியான மரத்தில் கைவேலைப்பாடுகள் பொறிக்கப்பட்டு மரப்பட்டைகளால் இருக்கை அமைக்கப்பட்ட அமருவதற்கான சிறுமேஜை ஒன்றை திருமணப் பரிசாக மிங்கோ மாமா அளித்திருந்தார். புதிய காலணிகள் கிரீச்சிட படுக்கையறை மேஜையின் முன்பாக அந்தக் குட்டி இருக்கையின் மீது அமர்ந்தான். மெடில்டாவுக்கு வியப்பூட்டும் பரிசான நீண்ட கைப்பிடி கொண்ட கண்ணாடி ஒன்றை வாங்கி வைத்திருந்தான். அதில் சிரித்துக் கொண்டிருந்த தனது உருவத்தைப் பார்த்துக் களித்தான். கண்ணாடியின் உதவியுடன் மெடில்டா கைப்படப் பின்னிய கம்பளி கழுத்துப் பட்டையைச் சரியாகச் சுற்றிக் கொண்டான். படுக்கைக்குக் கீழிருந்த வட்ட வடிவ மரப்பெட்டியைத் திறந்து, முதலாளி அவனுடைய திருமணப் பரிசாக அளித்திருந்த கறுப்புத் தொப்பியை மிகவும் கவனத்துடனும் மதிப்புடனும் எடுத்தான். அதனைத் தனது விரைப்பான சுட்டு விரல்களால் சுற்றி, சுற்றித் திருப்பியவன், தனது ஒரு கண்ணை நோக்கிச் சரிந்திருக்குமாறு கண்ணாடியைப் பார்த்துத் தலையில் பொருத்திக் கொண்டான்.

“வெளியில் வாடா! நாங்க வண்டியில ஒரு மணி நேரத்திற்கும் மேலாக உட்கார்ந்திருக்கோம்!” சன்னல் வழியாகக் கத்திய கிஸ்ஸியினுடைய கோபம் சற்றும் தணியவில்லை என்பது புலப்பட்டது.

‘‘வந்துட்டேன்மா!’’ பதில் குரல் கொடுத்தான். கடைசியாக ஒருமுறை

கண்ணாடியில் தனது தோற்றப் பொலிவை கண்டு களித்தவனாக, சிறிய, தட்டையான, சாராயப் புட்டி ஒன்றை மேலங்கிப் பைக்குள் திணித்துக் கொண்டு, அனைவருடைய கைதட்டல் வரவேற்பை எதிர்பார்த்தவாறு, வீட்டை விட்டு வெளிப்பட்டான். ஞாயிற்றுக்கிழமைக்கான சிறப்பு ஆடைகளை அணிந்து வண்டிக்குள் உறைந்து உட்கார்ந்திருந்த அம்மா, மாலிஸி, சாராக்கா, பாம்ப்பே மாமா ஆகியோருடைய முறைப்பு கண்ணில் படும் வரை, மிகப் பெரிய புன்னகை பூத்து, தொப்பி நுனியை வருடும் தோரணையில் இருந்தான். எக்காளப் பார்வையையும், சீழ்க்கை ஒலியையும் தவிர்ப்பதற்கு ஒருவாறு சமாளித்துக் கொண்டு, வண்டியோட்டியின் இருக்கையில் ஏறி அமர்ந்தான். ஆடை கசங்கி விடாமல் கவனத்துடன், கடிவாளத்தை இரண்டு கோவேறு கழுதைகளுடைய புட்டங்களிலும் வீசினான். ஒரு மணி நேரத் தாமதத்துடன் அவர்களுடைய பயணம் தொடங்கியது.

சாலை நெடுகிலும், ஒருவருடைய கண்களிலும் படாமல், பலமுறை புட்டியிலிருந்ததைச் சுவைத்து உரமேற்றிக் கொண்டான். வண்டி மேக்ரெகோர் பண்ணையை அடைந்த போது மணி இரண்டு! வெண்ணிற உடையில் கவலையுடனும், மனத்தளர்ச்சியுடனும் தோற்றமளித்த மெடில்டாவிடம் பலவாறாக மன்னிப்புக் கோரியவாறு கிஸ்ஸி, சாராக்கா, பாம்ப்பே மாமா ஆகியோர் வண்டியிலிருந்து இறங்கினர். பாம்ப்பே மாமா கொண்டு வந்திருந்த உணவுவகைகள் அடங்கிய கூடைகளை வண்டியிலிருந்து இறக்கினார். மெடில்டாவின் கன்னத்தைக் கொத்திய கட்டுச்சேவல் ஜார்ஜ், முதுகுகளைத் தட்டியவாறும், முகத்தில் சாராய நெடியைப் பரப்பியவாறும் விருந்தினர்கள் மத்தியில் தன்னை அறிமுகப்படுத்திக் கொள்ளத் தள்ளாடினான். அவனுக்கு ஏற்கனவே அறிமுகமாகியிருந்த மெடில்டா வசித்த அடிமைகள் குடியிருப்பைச் சேர்ந்தவர்கள் மட்டுமின்றி, அனுமதியுடன் இரண்டு அண்டைப் பண்ணைகளிலிருந்து அவள் வரவேற்றிருந்த தொழுகைக் குழுவினர்களும் திரண்டிருந்தனர். தன்னுடைய வருங்காலக் கணவனை அவர்களுக்கும் அறிமுகம் செய்து வைக்க விரும்பினாள். அவர்களுள் பெரும்பாலானோர், மெடில்டாவைத் தவிர பிறர் மூலமாகவும் அவனைப் பற்றி நிறையத் தெரிந்திருந்த போதிலும், நேரில் கண்ட பொழுது, அவர்களுடைய எதிர்வினை முணுமுணுப்பிலிருந்து வாய் பிளந்து வியப்பது வரை பலவாறாக இருந்தது. திருமணக் கூட்டத்தினரிடம் அவன் நடந்து கொண்ட விதம், கிஸ்ஸி, சாராக்கா, பாம்ப்பே மாமா ஆகியோரிடமிருந்து பெரிதும் ஒதுங்கிக் கொண்டது போல தொனித்தது. அவனுடைய பகட்டான நடவடிக்கைகளைக் கண்டு, 'இப்படியொரு ஆளை மெடில்டா பிடித்திருக்கிறாளே' என்கிற விதத்தில் ஒவ்வொருவரும் முணுமுணுத்தது காதில் விழுந்த போது, அவர்களுடைய பார்வை கத்தியால் குத்திக் கிழிப்பதைப் போல இருந்தது. பாம்ப்பே மாமா மணமகனைத் தனக்குத் தெரியாதது போல விருந்தினர்களுடன் ஐக்கியமாகிவிட்டார்.

ஒருவழியாக, கூலிக்கு அமர்த்தியிருந்த வெள்ளைப் பாதிரியார் பெரியவீட்டை விட்டு வெளியே வந்தார். அவரைத் தொடர்ந்து, மேக்ரெகோர் தனது மனைவியுடனும், லியாவும் அவருடைய மனைவியும் வந்து சேர்ந்தனர். அவர்கள் பின்புறத்திலேயே நின்று கொண்டனர். பாதிரியார் கேடயமாகப் பைபிளைப்

பிடித்துக் கொண்டார். திடீரென அமைதியடைந்த கறுப்பின மக்கள் அவரிடமிருந்து மதிக்கத் தக்க தூரத்தில் குழுமி நின்றனர். துடைப்பத்தைத் தாண்டுவதுடன் ஒரு சில வெள்ளையின கிறிஸ்தவச் சடங்குகளும் இணைந்திருக்கும் விதத்தில் திருமணத்தை நடத்த மெடில்டாவின் முதலாளியம்மா ஏற்பாடு செய்திருந்தார். மிக விரைவாக மயக்கநிலையை அடைந்து கொண்டிருந்த தன்னுடைய மணமகனை கையைப் பிடித்து இழுத்துச் சென்று பாதிரியார் முன்பாக உரிய இடத்தில் மெடில்டா நிறுத்தினாள். தொண்டையைச் செறுமிக் கொண்ட பாதிரியார் பைபிளிலிருந்து ஒரு சில பகுதிகளைப் படித்தார். பிறகு, இருவரையும் நோக்கிக் கேட்டார், “மெடில்டா, ஜார்ஜ்! இருவரும் இன்பத்திலும் துன்பத்திலும் வாழ்நாள் முழுவதும் இணைந்து வாழச் சம்மதிக்கிறீர்களா?”

“விரும்புகிறேன்!” மெடில்டாவின் மெல்லிய குரல் ஒலித்தது.

“ஆமா!” கட்டுச்சேவல் ஜார்ஜ் ரொம்ப உரக்கவே கூவினான்.

பயந்து போன பாதிரியார் சற்று நேர அமைதிக்குப் பின், “நீங்களிருவரும் கணவனும் மனைவியுமாகி விட்டதாக அறிவிக்கிறேன்!” என்றார். விருந்தினர்கள் மத்தியில் யாரிடமிருந்தோ தேம்பல் ஒலி கேட்டது.

“நீ இப்பொழுது மணப்பெண்ணை முத்தமிடலாம்!”

மெடில்டாவைப் பற்றி இழுத்து, கைகளுக்குள் அவளை அழுத்திப்பிடித்தான். சப்புக் கொட்டியதைப் போன்ற ஓசை எழும் விதத்தில் கொடுத்தான். தொடர்ந்தெழுந்த மூச்சொலிகளும் நாக்கொலிகளும் அவன் மற்றவர் மனத்தில் நல்லெண்ணம் ஏற்படுத்தும் விதத்தில் நடந்து கொள்ளவில்லை என்பதை உணர்த்தியது. கைகளைக் கோர்த்தவாறு துடைப்பத்தைத் தாண்டிய போது, மூளையைக் கசக்கி, அந்த நிகழ்வினில் அவனைப் பற்றி நல்லெண்ணம் ஏற்படும் விதத்தில் ஏதாவது சொல்ல வேண்டுமென்று பெரும்பாடு பட்டான். பைபிள் பிரியர்களான மணமகள் கூட்டத்தினரைக் காட்டிலும் அடிமைகள் குடியிருப்பில் வாழ்ந்த தனது குடும்பத்தை உயர்வாகக் காட்ட வேண்டும்! ஆஹா, அவனுக்குக் கிடைத்து விட்டது!

“ஆண்டவர் எனது நல்மேய்ப்பர்! எனக்கு வேண்டியதைக் கொடுப்பார்!”

அந்த அறிவிப்புக்குக் கிடைத்த வரவேற்பாக முறைப்புகளையும், வெறிப்புகளையும் கண்டவுடன், அவர்களைப் பற்றிய சிந்தனையைக் கைவிட்டான்! அடுத்துக் கிடைத்த வாய்ப்பின் போது, பையிலிருந்த புட்டியில் எஞ்சியிருந்ததையும் உறிஞ் சியெடுத்துவிட்டான். எஞ்சிய திருமணக் கொண்டாட்டங்களும் விருந்தும் அரைகுறையாக முடிவுற்றது. பொழுது சாயும் வேளையில் லியா முதலாளியின் பண்ணையை நோக்கி வண்டியை பாம்ப்பே மாமா ஓட்டிச் சென்றார். வருத்தத்துடன் வாய்பொத்தி மௌனிகளாக, சாராக்காவும், மாலிஸியும், அவனுடைய அம்மாவுடன் தமக்குப் பின்புறத்தே கண்ட காட்சியைச் சொரத்தின்றி பார்த்தவாறு பயணித்தனர். கண்ணீர் வடித்துக் கொண்டிருந்த மணப்பெண்ணின் மடியில் தலைவைத்து மாப்பிள்ளை குறட்டை விட்டுக் கொண்டிருந்தார்.

அவனுடைய பச்சைநிறக் கழுத்துப் பட்டை ஒருபக்கமாகச் சரிந்து கிடக்க, கறுப்புத் தொப்பி முகத்தை முழுவதுமாக மூடியிருந்தது.

அவர்களுடைய புதிய வீட்டின் பக்கத்தில் வண்டி குலுங்கி நின்ற பொழுது, கட்டுச்சேவல் ஜார்ஜ் உறுமியபடி விழித்தான். படுமோசமாக நடந்து கொண்டதற்காக அவர்களிடம் மன்னிப்புக் கோர விரும்பினான். ஆனால், அவன் முயற்சிப்பதற்குள், மூன்று வீடுகளின் கதவுகள் துப்பாக்கி வெடித்த ஓசையுடன் அறைந்து மூடப்பட்டதைக் கேட்டான். ஆனாலும், தன்னுடைய காதலை வெளிப்படுத்த அவன் தவறவில்லை! மணப்பெண்ணைக் கையில் பற்றியவாறு, ஒரு காலால் கதவை உதைத்துத் திறந்து, காயமில்லாமல் இருவரும் உள்ளே செல்லும் வரை சமாளித்து விட்டான். ஆனால், முன்னறையின் நடுவில் நின்றிருந்த குளியல் நீர்த் தொட்டிதான் அவனைத் தடுமாறி மனைவியுடன் விழச்செய்து விட்டது. மெடில்டா கடைசி நேர அவமானம் வரை அனைத்தையும் மறந்து மன்னித்துவிட்டாள். அப்படியொரு பரிசை அவன் அவளுக்காக வைத்திருந்தான். கடைசியாக சேவற்கட்டில் வென்ற பணத்தைக் கொண்டு பாட்டனார் காலத்து ஆளுயரக் கடிகாரம் ஒன்றை வாங்கி, கிரீன்ஸ்பரோவிலிருந்து வண்டியின் பின்புறம் மறைத்துக் கொண்டு வந்திருந்தான்.

விழுந்த இடத்திலேயே மலங்க, மலங்க விழித்துக் கொண்டு, தரையில் தன்னுடைய ஆரஞ்சு வண்ணப் புதிய காலணி முற்றாக நீரில் நனைந்தபடி, உட்கார்ந்திருந்தவனை மெடில்டா கைகொடுத்துத் தூக்கி விட்டாள்!

‘‘ஜார்ஜ் இப்பொழுது என்னுடன் வா! நான் உன்னைப் படுக்க வைக்கிறேன்!’’

95

பொழுது புலர்ந்தவுடன் கட்டுச்சேவல் ஜார்ஜ் தன்னுடைய சேவல்கள் இருந்த இடத்தை நோக்கிப் புறப்பட்டான். காலை உணவு முடிந்து ஒரு மணி நேரத்திற்குப் பிறகு, கிஸ்ஸி தன்னை யாரோ பெயர் சொல்லி அழைத்ததைக் கேட்டு, அடுக்களைக் கதவை நோக்கிச் சென்றாள். அங்கே புதுப் பெண்ணைக் கண்டு திகைத்தாள். வரவேற்று உள்ளே அழைத்தாள்.

"இல்லைம்மா, நன்றி! இன்றைக்கு அவர்கள் வயல்வேலை செய்யும் இடத்திற்குச் செல்லும் வழியையும் மண்கொத்தி இருக்குமிடத்தையும் சொல்லுங்கள்!"

சில நிமிடங்கள் கழித்து, கிஸ்ஸி, சாராக்கா, பாம்ப்பே மாமாவுடன் மெடில்டா வயல்வேலையில் இணைந்து கொண்டாள். அன்று மாலையில், அவளுடைய கணவன் திரும்பும் வரையிலும், அவர்கள் அடிமைகள் குடியிருப்பு வீட்டில் அவளுக்குத் துணையாக பேசிக் கொண்டிருந்தனர். பேச்சு வாக்கில், அடிமைகள் குடியிருப்பில் தொழுகைக் கூட்டங்கள் நடத்தும் வழக்கமுண்டா என்று மெடில்டா கேட்டாள். அப்படியெதுவும் நடைபெற்றதில்லை என்று அவர்கள் தெரிவிக்கவே, ஒவ்வொரு ஞாயிற்றுக்கிழமை மதியமும் தொழுகைக் கூட்டம் நடத்தலாம் என்று

மொழிந்தாள்.

“சொல்வதற்கே வெட்கமாக உள்ளது. தொழுகைக் கூட்டத்தைப் பற்றி நினைத்ததே இல்லை!” என்று கிஸ்ஸி ஆதங்கப்பட்டாள்.

“நானும் நினைத்ததில்லை!” என்று சாராக்காவும் ஒத்துக் கொண்டாள்.

“என்ன தொழுகை நடத்தினாலும், வெள்ளையர்களுடைய மனத்தில் மாற்றம் ஏற்படப் போவதில்லை!” என்று அங்கலாய்த்தார் பாம்ப்பே மாமா

“ஜோஸெப் என்றொருவன் எகிப்தியர்களுக்கு அடிமையாக விற்கப்பட்டான்! ஆண்டவர் ஜோஸெப்பின் பக்கம் இருந்ததால், அவர் எகிப்தியர்களுடைய குடும்பத்தை அவனுக்காக ஆசீர்வதித்து அருளினார் என்கிறது பைபிள்” மெடில்டா யதார்த்தமான போக்கில் விவரித்தாள்.

அந்த இளம் பெண்ணின் மீது தம்முடைய மதிப்பு உயர்ந்து கொண்டிருந்ததை வெளிப்படுத்தும் விதமாக மூன்று இணைக் கண்கள் பார்வையைப் பரிமாறிக் கொண்டன.

சாராக்கா சொன்னாள், “உன்னுடைய முதலாவது முதலாளி ஒரு பாதிரி என்று ஜார்ஜ் சொன்னான். நீயே ஒரு பாதிரியைப் போலத்தான் பேசுகிறாய்!”

“நான் ஆண்டவருக்கு ஊழியம் செய்தேன்! அவ்வளவு தான்!” மெடில்டா பதிலளித்தாள்.

பன்னிரெண்டு கட்டுச்சேவல்களுடன் முதலாளியும் ஜார்ஜும் வண்டியில் புறப்பட்டுச் சென்ற இரண்டு நாட்களுக்குப் பின், ஞாயிற்றுக்கிழமையன்று அவர்களுடைய தொழுகைக் கூட்டம் தொடங்கப்பட்டது.

பெருந்தொகைகள் பந்தயம் கட்டக் கூடிய இடங்களில் போட்டியில் கலந்து கொள்வதற்கு ஏற்ற கட்டுச்சேவல்கள் கிடைத்துவிட்டதாக முதலாளி தெரிவித்ததாக ஜார்ஜ் கூறினான். கோல்டுபரோவில் ஓரிடத்தில், மிக முக்கியமான முதன்மைப் போட்டியில் முதலாளி கலந்து கொள்ளப் போகிறார் என்று மறுபடியும் விளக்கினான்.

ஒரு நாள் காலையில் வயல்வேலையில் அவர்கள் ஈடுபட்டிருந்த போது, பதினெட்டு வயது புது மணப்பெண்ணிடம் நாற்பத்தேழு வயது நிரம்பிய ஒருத்தி காட்ட வேண்டிய கருணை ததும்ப சாராக்கா கேட்டாள், “ஆண்டவரே! என் செல்லப் பெண்ணே! உன்னுடைய மணவாழ்க்கை உனக்கும் அந்த சண்டைக்கோழிகளுக்கும் இடையே பிளவுபட்டுக் கிடக்கிறதாக்கும்?”

மெடில்டா அவளை விருப்பு, வெறுப்பின்றி நோக்கினாள். “நான் எப்போதும் கேள்விப்பட்டதையும் நம்புவதையும் சொல்கிறேன்! ஒருவருடைய மணவாழ்க்கை என்பது அவராகவே அமைத்துக் கொள்வதைப் பொறுத்தது. எங்களுடையது எந்த விதமாக இருக்க வேண்டுமென்று அவருக்குத் தெரியுமென்று நினைக்கிறேன்!”

தன்னுடைய மணவாழ்க்கை பற்றிய கருத்தை ஆணித்தரமாகத் தெரிவித்த போதிலும், ஜார்ஜ் பற்றிய உரையாடல்களில், கிண்டல் கேலியானதாக இருந்தாலும் முக்கியத் தன்மை கொண்டதாக இருப்பினும் அவளும் கலந்து கொண்டாள்.

ஓர் இரவு நேரத்தில் புதிய வீட்டிற்குச் சென்றிருந்த கிஸ்ஸி கூறினாள், "குழந்தையாகத் தவழ்ந்து கொண்டிருந்த காலத்திலிருந்தே அவனுக்குப் பாதங்களில் அரிப்பு ஏற்படுவதுண்டு!"

"ஆமாம்மா! அவர் என்னிடம் நெருங்கிய போது கவனித்தேன். அவர் சண்டைக்கோழிகளையும் முதலாளியுடன் அவர் சென்றிருந்த இடங்களையும் தவிர வேறு எதைப் பற்றியும் பேச மாட்டார். தயக்கத்துடன் தொடர்ந்து கூறினாள். நாங்கள் துடைப்பத்தைத் தாண்டியதற்கு முன்னர், என்னை எந்த மனிதனும் நெருங்கியதில்லை என்பதைக் கண்டு கொண்டபின் அவர் என்னிடம் மிகுந்த பாசத்துடன் நடந்து கொள்கிறார். என்னை விட்டுச் சற்றும் பிரிய விரும்புவதில்லை. வெளியிலிருந்து வீட்டிற்குள் வேகமாக நுழைந்தவுடன் நாங்கள் சேர்ந்திருப்பதையே அவர் பெரிதும் விரும்புகிறார்!"

"அவன் அறிவுத் தெளிவுடன் நடந்து கொள்வதில் எனக்குப் பெருத்த மகிழ்ச்சி! நீங்களிருவரும் சேர்ந்திருப்பதைப் பற்றிக் கூறியதால் நானும் என் மனத்தில் இருப்பதை வெளிப்படையாகவே சொல்கிறேன்! விரைவில் எனக்குச் சில பேரக்குழந்தைகள் வேண்டும்!"

"அதிலொன்றும் தவறில்லையம்மா! எனக்கும் மற்றவர்களுக்கு இருப்பதைப் போலப் பிள்ளைகளைப் பெற்றுக் கொள்ள விருப்பம் தான்!"

இரண்டு மாதங்களுக்குப் பிறகு, கருவுற்றிருந்ததாக மெடில்டா தெரிவித்தாள். கிஸ்ஸிக்குப் பெருமை பிடிபடவில்லை! மகன் தந்தையாகப் போகிறான் என்று நினைத்த பொழுது, பல ஆண்டுகளாக இல்லாத அளவிற்கு அவளுக்கு அவளுடைய தந்தையினுடைய நினைவு மீதூர்ந்தது. ஜார்ஜ் மீண்டும் வெளியூருக்குச் சென்றிருந்த ஒரு மாலைப் பொழுதில், கிஸ்ஸி கேட்டாள், "அவன் எப்பொழுதாவது தன்னுடைய பாட்டனாரைப் பற்றிக் கூறியிருக்கிறானா?"

"இல்லைம்மா! சொன்னதில்லை!"

"சொன்னதில்லையா?" கிழவியின் ஏமாற்றத்தைக் கண்ட மெடில்டா விரைவாகக் கூறினாள், "இன்னும் அதற்கான சமயம் வரவில்லையென்று நினைக்கிறேன், கிஸ்ஸிம்மா!"

தன்னாலேயே அவரைப் பற்றிய செய்திகளைச் சிறப்பாகச் சொல்ல முடியும் என்பதாலும், அவனைக் காட்டிலும் தனக்கு அவரைப் பற்றிய நினைவுகள் கூடுதலாக உண்டு என்பதாலும், பதினாறு வயதில் தான் லியா முதலாளிக்கு விற்கப்பட்டது வரை வேல்லெர் முதலாளியினுடைய பண்ணையில் தனது வாழ்க்கையைப் பற்றி விவரித்தாள். அம்முயற்சியில் அவள் தன்னுடைய ஆப்பிரிக்கத் தந்தையைப் பற்றியும் அந்நாட்டைப் பற்றி அவர் அவளுக்குத் தெரிவித்திருந்த விவரங்களையும்

விளக்கினாள். "மெடில்டா இதைப்பற்றியெல்லாம் நான் ஏன் உன்னிடம் விவரித்துச் சொல்கிறேன் என்றால், உன்னுடைய வயிற்றில் வளருகின்றவனுடைய முப்பாட்டனைப் பற்றித் தெரிந்து கொள்வதன் மூலம் அவனுடைய மரபுவழியை உன்னால் புரிந்து கொள்ள முடியும் என்பதற்காகத்தான்!"

"எனக்கு நன்றாகப் புரிகிறது, கிஸ்ஸிம்மா!" என்று மெடில்டா சொன்னதால், தன்னுடைய நினைவுக்கு எட்டிய அனைத்துச் செய்திகளையும் கிஸ்ஸி விவரித்தாள். அன்றைய மாலைப் பொழுது அவர்களிருவருக்குமிடையே மிகுந்த நெருக்கத்தை ஏற்படுத்தியது.

1828ஆம் ஆண்டு வசந்த காலத்தில் கட்டுச்சேவல் ஜார்ஜுக்கும் மெடில்டாவுக்கும் பையன் பிறந்தான். சாராக்கா மருத்துவம் பார்த்தாள். பதட்டத்துடன் கிஸ்ஸி அவளுக்கு உதவினாள். பேரப்பிள்ளையைக் கண்ட மகிழ்ச்சியில் அவனுடைய அப்பா மீதிருந்த கோபம் கூட கிஸ்ஸியிடமிருந்து பறந்து விட்டது. அவனும் கடந்த ஒரு வார காலமாக முதலாளியுடன் எங்கோ சென்று விட்டான்! அடுத்த நாள் மாலையில் புதிய தாயின் விருப்பத்திற்கேற்ப லியா முதலாளியின் பண்ணையில் இரண்டாவதாக ஒரு குழந்தை பிறந்ததைக் கொண்டாடும் விதமாக அனைவரும் அவளுடைய வீட்டில் திரண்டிருந்தனர். படுக்கையில் சில தலையணைகளை வைத்துச் சரிந்து படுத்தவாறு மெடில்டா குழந்தையை மடியில் வைத்து விருந்தினர்களுக்குக் காட்டியபடி, "இப்பொழுது 'கிஸ்ஸிப் பாட்டி' ஆகிவிட்டீர்கள்!" என்றாள்.

முகமெல்லாம் பல்லாகச் சிரித்தவள், "அது கூட கேட்பதற்கு நன்றாக இருக்கிறதல்லவா?" என்றாள்.

"கிஸ்ஸி கிழவியாகி விட்டாள் என்பது போல என் காதில் விழுகிறது!" பாம்ப்பே மாமாவின் கண்கள் நக்கலடித்தன.

திருப்பியடித்தாள், "இங்கே இருக்கிற மற்றவர்கள் யாருக்கும் கிழடு தட்டவில்லை போலும்!"

இறுதியாக, மாலிஸி அதட்டினாள், "புறப்படுங்க! அவுங்க ரெண்டு பேரும் ஓய்வெடுக்கட்டும்! நாமெல்லாம் வெளியேறுவோம்!" கிஸ்ஸியைத் தவிர அனைவரும் வெளியேறினர்.

சிறிது நேரம் அமைதியாகச் சிந்தனையில் ஆழ்ந்திருந்த மெடில்டா கூறினாள், "அம்மா! நீங்க உங்களுடைய அப்பாவைப் பற்றிக் கூறியவற்றைப் பற்றிச் சிந்தித்துப் பார்த்தேன். நான் என்னுடைய அப்பாவைப் பார்த்ததே இல்லை! இந்தக் குழந்தைக்கு என்னுடைய அப்பாவின் பெயரை வைத்தால் ஜார்ஜ் மறுப்புச் சொல்ல மாட்டார் என்று நினைக்கிறேன் அவருடைய பெயர் விர்ஜில் என்று அம்மா சொல்லியிருக்கிறாள்!"

ஜார்ஜ் திரும்பியவுடன் அந்தப் பெயரை முழுமனதுடன் ஏற்றுக் கொண்டான். மகன் பிறந்ததால் ஏற்பட்ட மட்டற்ற மகிழ்ச்சியை அவனால் அடக்கிக் கொள்ள

முடியவில்லை. கறுப்புத் தொப்பியைத் தூர எறிந்து விட்டு, தனது இருபெரும் கரங்களாலும் குழந்தையை வாரி எடுக்குத் தலைக்கு மேலே தூக்கிப் பிடித்தவாறு, "அம்மா, உன்னிடம் நான் சொன்னது நினைவிருக்கிறதா? நீ என்னிடம் சொன்ன செய்திகளை நான் என் பிள்ளைகளிடம் சொல்வேனென்றேன் அல்லவா?" முகத்தில் பேரொளி வீச, அந்நிகழ்வினைப் பெரும் கொண்டாட்டமாக்குவதற்கு முற்பட்டான். குளிர்காயும் அடுப்பின் முன்பாக அமர்ந்து, விர்ஜிலை நேராக மடியில் அமர்த்திக் கொண்டு பெருமிதம் பொங்கிய தொனியில் பேசினான், "அடே பயலே, நான் சொல்வதைக் கவனமாகக் கேள்! உன்னுடைய முப்பாட்டனாரைப் பற்றிக் கூறப்போகிறேன்! அவர் ஆப்பிரிக்காவைச் சேர்ந்தவர். அவர் பெயர் குண்டா கின்டே! அவர் கிடாரை, 'கோ' என்பார், நதியை 'கேம்பே பொலோங்கோ' என்பார். இன்னும் ஏகப்பட்ட ஆப்பிரிக்கப் பெயர்களைச் சொல்வார். அவர் தன்னுடைய தம்பிக்காக ஒரு முரசு செய்வதற்கான மரத்தை வெட்டுவதற்குக் காட்டுக்குள் தனியே சென்ற போது பின்னாலிருந்து ஆட்கள் அவரைப் பிடித்து, கப்பலில் கடத்தி நேப்பிள்ஸ் என்ற இடத்திற்குக் கொண்டு சென்றனர். அங்கிருந்த தப்பிச் செல்வதற்கு அவர் பலமுறை முயன்றார். ஒருமுறை அவரைப் பிடித்தவர்களை அவர் கொல்வதற்கு முற்பட்ட பொழுது, அவருடைய பாதத்தின் முன்பாதியை வெட்டிவிட்டனர்.

குழந்தையை உயர்த்திப் பிடித்து அவனுடைய முகத்தை கிஸ்ஸியின் பக்கம் திருப்பினான். "பிறகு, அவர் பெரிய வீட்டில் சமையலாளாக இருந்த பெல் என்கிற பெண்ணை மணந்து கொள்வதற்காக துடைப்பத்தைத் தாண்டினார். அவர்களுக்கு ஓர் அழகான பெண் குழந்தை பிறந்தது. அவர் தான் உன்னுடைய பாட்டி! உனக்கு முன்னே சிரித்துக் கொண்டு உட்கார்ந்திருக்கிறார்!" கிஸ்ஸியைப் போலவே பெருமிதமும் பூரிப்புமடைந்த மெடில்டாவின் கண்கள் பெருமையாலும் பாசத்தாலும் நனைந்திருந்தன.

வழக்கம்போல ஜார்ஜ் வெளியில் சென்றிருந்த காலத்தில், மெடில்டா மாலை நேரங்களைப் பெரும்பாலும் குழந்தையுடனும் கிஸ்ஸியுடனும் கழித்தாள். இருவருக்கும் வழங்கப்பட்ட உணவுப் பண்டங்களைப் பகிர்ந்து இரவு உணவை முடித்துக் கொண்டனர். மெடில்டா எப்பொழுதும் ஆண்டவரைப் பற்றிய தோத்திரங்களைச் சொல்லிக் கொண்டிருந்தாள். கூப்பிய கரங்களுடனும் குனிந்த தலையுடனும் கிஸ்ஸி மௌனமாகக் கேட்டுக் கொண்டிருந்தாள். அதன் பின்னர் மெடில்டா குழந்தைக்குப் பால்கொடுத்தாள். கிஸ்ஸி பெருமை பொங்க பேரனை மடியில் வைத்து தாலாட்டி மென்குரலில் பாட்டிசைத்து உறங்க வைக்க முற்பட்டாள். பழங்காலக் கடிகாரம் டிக் டிக் ஒலி எழுப்பிக் கொண்டிருந்தது. மெடில்டா பைபிள் படித்துக் கொண்டிருந்தாள். முதலாளி படிப்பதற்குத் தடைவிதித்ததில்லை என்ற போதிலும், கிஸ்ஸி படிப்பதை ஏற்றுக் கொள்வதில்லை. பைபிள் தானே! அதைப் படிப்பதால் தீங்கு நேர்ந்து விடாது என்று சில சமயங்களில் நினைப்பதுண்டு! வழக்கமாக குழந்தை தூங்கியவுடனே கிஸ்ஸிக்கும் உறக்கத்தில் தலையாடத் தொடங்கியது. தூக்க மயக்கத்தில் தனக்குத் தானே முணுமுணுத்துக் கொண்டிருந்தாள். குனிந்து அவளிடமிருந்து தூங்கிக் கொண்டிருந்த விர்ஜிலைப் பெற்றுக் கொள்வதற்கு மெடில்டா முற்பட்ட

பொழுது அவள் உளறிய சில வார்த்தைகள் அவளுடைய காதில் விழுந்தன. அவை எப்பொழுதும் ஒரே மாதிரியானவையாக இருந்தன. “அம்மா... அப்பா ... என்னைத் தூக்கிச் செல்ல விட்டுவிடாதீர்கள் ... எனது மக்களை இழந்து விட்டேன் ... இந்த உலகத்தில் இனிமேல் ஒருபோதும் அவர்களைக் காணப் போவதில்லை ... ” மெடில்டா பெரிதும் நெகிழ்ந்து போனாள்! “கிஸ்ஸிப் பாட்டி, இனிமேல் நாங்கள் தான் உனது மக்கள்..!” என்பது போல அவளுடைய காதில் முணுமுணுத்து அமைதிப்படுத்த முயன்றாள். விர்ஜிலைப் படுக்கையில் கிடத்திய பிறகு, தனது தாயைப் போலப் பாசம் செலுத்திய கிஸ்ஸியை மெதுவாக எழுப்பி, கைத்தாங்கலாக அவளை அழைத்துச் சென்று அவளுடைய வீட்டில் படுக்க வைத்து விட்டுத் திரும்பிய வழியில் பெரும்பாலும் தனது கண்களைத் துடைத்துக் கொண்டாள்!

ஞாயிற்றுக்கிழமை மதிய வேளைகளில், முதலில் மெடில்டாவினுடைய தொழுகைக் கூட்டத்தில் மூன்று பெண்கள் மட்டிலுமே கலந்து கொண்டனர். சாராவினுடைய வாள்முனை நாக்கு திட்டித் திட்டியே பாம்ப்பே மாமாவையும் அவர்களுடன் இணையச் செய்து விட்டது. வீட்டிலிருந்த காலங்களில் கூட ஜார்ஜ் ஞாயிற்றுக்கிழமை மதியத்தில் சண்டைச்சேவல்கள் இருந்த இடத்திற்குச் சென்று விட்டதால், அவனை தொழுகைக்கு அழைப்பது பற்றி எவரும் நினைக்கவில்லை. தத்தமது வீடுகளிலிருந்து கொணர்ந்த நாற்காலிகளை வாதுமை மரத்தடியில் அரை வட்ட வடிவில் போட்டு, ஐவரும் அமர்ந்திருக்க, மெடில்டா பைபிளிலிருந்து தேர்ந்தெடுத்த பகுதிகளை வாசித்தாள். பிறகு, தனது காவிநிறப் புருவங்களை உயர்த்தி ஒவ்வொரு முகமாகத் தேடினாள். தொழுகையை நடத்துவதற்கு அவர்களுள் யாராவது முன்வரத் தயாரா என வினவினாள். ஒருவரும் அணியமாக இல்லை என்பதைப் புரிந்து கொண்டு, “பரவாயில்லை! அனைவரும் மண்டியிட்டு என்னுடன் இணைந்து கொள்கிறீர்களா?” என்றாள். அவளை நோக்கியவாறு அனைவரும் மண்டியிட்டனர். நெஞ்சை நெகிழச் செய்யும் விதத்தில், சற்றும் பாசாங்கின்றி அவளுடைய தொழுகை முழு ஈடுபாட்டுணர்வுடன் நடத்தப்பட்டது. அதன் பின்னர், பக்திப் பரவசமான பாடல்களிலும் அவர்களை வழிநடத்தினாள். பாம்ப்பேயினுடைய கரகரத்த கர்ணகடூரமான குரலும் சேர்ந்து ஒலித்தது. “ஜோரிக்கோவுடன் ஜோஷுவாவின் போர் தொடங்கியது! ... மதில்கள் இடிந்து விழுந்தன ...” போன்ற பாடல்கள் அடிமைகள் குடியிருப்பில் எதிரொலித்தன. பிறகு, சமய நம்பிக்கை பற்றிய பொதுவான கலந்துரையாடல் நிகழ்த்தப்பட்டது.

‘‘இது ஆண்டவருடைய நாள்! பாதுகாப்பதற்காக ஓர் ஆன்மாவும் பராமரிப்பதற்காக பரலோகமும் உள்ளன.’’ மெடில்டா யதார்த்தமாக வெளிப்படுத்தினாள். நாமெல்லாம் மனத்தில் ஆழமாகப் பதிய வைத்துக் கொள்ள வேண்டும்! ஆண்டவர் நம்மைப் படைத்தார்! யேசு கிறிஸ்து நம்மை மீட்பித்தார். பணிவாகவும் மிகுந்த கவனத்துடனும் வாழ்வதற்கு யேசுநாதர் நமக்குப் போதித்தார். புனித ஆவியால் நாம் மீண்டும் உயிர்த்தெழலாம்!”

கிஸ்ஸி பணிவாக ஒப்புக் கொடுத்தாள், “அனைவரையும் போல நானும் யேசுநாதரைப் பெரிதும் நேசிக்கிறேன்! அவரைப் பற்றி எனக்கு அவ்வளவாகத்

தெரியாது! சிறுமியாக இருந்த போது ஒரு முகாம் கூட்டத்தில் எனக்கு புனித நீராட்டு நடத்தியதாக அம்மா சொன்னாள்!"

சாராக்கா கூறினாள், "சிறுபிள்ளைகளாக இருக்கும் போதே நம்மைக் கடவுளுக்குப் பக்கத்தில் அமர்த்துவார்களானால், நம்முடைய வாழ்க்கை சிறப்படையும்!" பாட்டியினுடைய மடியிலிருந்த விர்ஜிலுக்கு சிலுவை போட்டாள்! "தொடக்கத்திலேயே சமய நீராட்டுப் பெற்றால், வாழ்க்கை முழுவதும் சமய நெறியைக் கடைப்பிடிக்கலாம்!"

பாம்ப்பே மாமாவிடம் மாலிஸி சொன்னாள், "நீயும் தொடக்கத்திலிருந்தே சமய நெறியைப் பின்பற்றியிருந்தால், பாதிரியாகியிருப்பாய்! உன்னைப் பார்த்தால் பாதிரி மாதிரி தான் தெரிகிறது!"

அவர் வியப்புடன் கூறினார், "பாதிரியா! படிக்கத் தெரியாத நான் பாதிரியாவது எப்படி?"

மெடில்டா விளக்கினாள், "கடவுள் உன்னைப் பாதிரியாக்க விரும்பினால், அவரே உங்களுடைய வாயில் புகட்டுவார்!"

மாலிஸி கிண்டலடித்தாள், "உன்னுடைய கணவன் கூட ஒரு காலத்தில் பாதிரியாக நடித்துக் கொண்டிருந்தான்! அதைப் பற்றி உன்னிடம் சொல்லியதுண்டா?" அனைவரும் சிரித்தனர். கிஸ்ஸி கூறினாள், "அவன் ஒரு பாதிரியாகியிருக்க வேண்டும்! அந்த அளவிற்கு அவனுடைய நடிப்பும் பேச்சும் இருந்தது!"

சாராக்கா சொன்னாள், "பெரிய மீட்புக் கூட்டங்களெல்லாம் நடத்துகின்ற பக்திப் பரவசமிக்க பாதிரிகளில் ஒருவனாகியிருப்பான்!"

அவர்கள் கண்ட, கேள்விப்பட்ட பேராற்றல்மிக்க பாதிரிகளைப் பற்றிச் சிறிது நேரம் பேசிக் கொண்டிருந்தனர். பிறகு, பாம்ப்பே மாமா தான் பிறந்த பண்ணையில் தனது பிள்ளைப் பருவம் முதல் நினைவிலிருந்த சமயப் பற்றுமிக்க தனது தாயைப் பற்றி "அவள் மிகவும் பருத்துக் கனத்திருந்தாள்! அவளைக் காட்டிலும் மிகவும் உரக்கக் கத்திப் பேசியதை எவரும் கேட்டிருக்க முடியாது!"

"நான் வளர்ந்த பண்ணையிலிருந்த சகோதரி பெஸ்ஸி மூதாட்டியினுடைய நினைவு வருகிறது!" மாலிஸி குறுக்கிட்டாள். "பக்தியில் கத்திக் கூப்பாடு போடக் கூடிய பெண்களில் அவளும் ஒருத்தி! மிகப் பெரிய முகாம் கூட்டமொன்று நடைபெற்ற வரையிலும் அவள் திருமணமாகாமல் முதுமையடைந்து கொண்டிருந்தாள். அந்தக் கூட்டத்தில் உரக்கக் கத்தி ஆவேசப்பட்டதால் ஒருவித மயக்க நிலையை அடைந்தாள். உணர்வு பெற்ற பொழுது, ஆண்டவருடன் பேசியதாகவும், சகோதரர் திம்மன்ஸ் நரகத்திற்குச் செல்லாமல் காக்கப்பட வேண்டுமெனில் அவளைப் போன்ற கிறிஸ்தவப் பெண்ணை மணந்து கொள்ள வேண்டுமென்றும் அதற்காகவே அவள் பூமியில் பிறந்ததாகவும் அவளிடம் ஆண்டவர் கூறியதாவும் தெரிவித்தாள்! பெரிதும் அஞ்சிய அவர் அவளைத் திருமணம் செய்து கொண்டார்."

ஜார்ஜ் தன்னுடைய பயணங்களின் போது நடந்து கொண்ட விதத்தில், அவன் சந்தித்த சிலர் அவனுக்குத் திருமணமாகியிருக்கக் கூடும், அல்லது திருமணம் செய்து கொள்ளப் போகிறான், என்று யூகித்தனர். அடிமைகள் குடியிருப்பில் இருந்த பெண்கள் அவன் மணவாழ்க்கையைச் சிறப்புடன் நடத்தி வந்ததையும், மனைவியையும் குடும்பத்தாரையும் மதித்து நடத்தியதையும் பெரிதும் பாராட்டினர். சேவற்கட்டு முடிந்து திரும்பிய போதெல்லாம், வெயிலானாலும் மழையானாலும், அவனுடைய உடையில் ஓர் அங்கமாகிப் போன கழுத்துப் பட்டையும் தொப்பியும் அணியாமல் இருந்ததில்லை. அதே போல வென்று பணம் எடுத்துச் செல்லாமலும் இருந்ததில்லை. ஒரு சில டாலர்களை மெடில்டாவிடம் கொடுத்து விட்டு, எஞ்சிய பணத்தில் மெடில்டாவுக்கு மட்டுமின்றி அம்மாவுக்கும், மாலிஸிக்கும், சாராக்காவுக்கும், பாம்ப்பே மாமாவுக்கும் விர்ஜிலுக்கும் பரிசுப் பொருட்கள் தவறாமல் வாங்கி வந்தான். தான் சென்ற இடங்களில் கண்டவற்றையும் கேள்விப்பட்டவற்றையும் மணிக்கணக்கில் அவர்கள் மத்தியில் விவரித்தான். அவனைச்சுற்றி அடிமைகள் குடியிருப்புக் குடும்பம் திரண்டிருந்த போது, இன்னொரு குடியிருப்பில் தனது தந்தை ஏகப்பட்ட செய்திகளுடன் திரும்பி சூழ்ந்திருந்தவர்களிடம் விவரித்துக் கொண்டிருந்த காட்சி கிஸ்ஸியின் மனக்கண் முன் விரிந்தது.

ஒருமுறை சார்ல்ஸ்டன் வரை சென்ற நீண்ட பயணத்திலிருந்து திரும்பியவன் விவரித்தான், "ஏகப்பட்ட கப்பல்களில் நிறைந்து வழிந்த சரக்குகளுடன் நீக்ரோக்களைக் கூட்டமாக ஏற்றி, கடல் கடந்து இங்கிலாந்திற்கும் மற்ற இடங்களுக்கும் கொண்டு செல்கின்றனர். இப்பொழுது நானும் முதலாளியும் சென்ற இடங்களிலெல்லாம், வாய்க்கால்கள் வெட்டுதல், கப்பிச் சாலைகள் போடுதல், இருப்புப் பாதைகள் அமைத்தல் போன்ற பணிகளில் நீக்ரோக்கள் ஈடுபடுத்தப்படுகின்றனர். தமது கடுமையான உழைப்பால் இந்த நாட்டையே நீக்ரோக்கள் தாம் உருவாக்கிக் கொண்டிருக்கின்றனர்!"

மற்றொரு பயணத்தின் போது, செவ்விந்தியர்களுக்கென்று ஒதுக்கப்பட்ட பகுதிகளில் நீக்ரோக்களைக் கொண்டு செல்லப் போவதாக வெள்ளையர்கள் அச்சுறுத்தியதாகக் கேள்விப்பட்டான். கிரீக், செமிபோல் போன்ற செவ்விந்திய இனக்குழுவினரில் ஏராளமானோர் நீக்ரோக்களை மணந்தனர். நீக்ரோ—செவ்விந்தியத் தலைவர்களும் கூட காணப்பட்டனர். சோக்தாவ், சிக்கசாவ், செரோகீஸ் போன்ற இனக்குழுக்கள் வெள்ளையர்களைக் காட்டிலும் மிகவும் கடுமையாக நீக்ரோக்களை வெறுத்தனர்.

அவர்கள் அவனிடமிருந்து நிறையத் தெரிந்து கொள்ள விரும்பிய போதிலும் மிகக் குறைவான கேள்விகளையே எழுப்பினர். பிறகு, ஆளுக்கொரு காரணத்தைத் தெரிவித்து விடை பெற்றுக் கொண்டனர். மெடில்டாவும் ஜார்ஜும் தனியே இருப்பதற்கு இடையூறு ஏற்படக் கூடாது என்பதில் கவனமாக இருந்தனர்.

"ஜார்ஜ் நான் உன்னிடம் சொல்வது எதையும் கேட்கக் கூடாது என்றே முடிவு செய்து விட்டாயா?" அதுபோன்றதொரு இரவில் படுக்கையில் தனியே இருந்த போது மெடில்டா கேட்டாள். ஆனால், திருமணமே செய்திருக்கக் கூடாது என்று

நான் பலமுறை எண்ணியிருக்கிறேன்!"

"நீ சொல்ல நினைப்பது புரிகிறது, செல்லமே! எனக்குத் தெரியும்!" அவன் மேம்போக்காகப் பதிலளித்தான். "முதலாளியுடன் வெளியூரில் தங்கியிருந்த போதும், மிங்கோ மாமாவுடன் சீக்குக் கோழிகளைக் கவனித்துக் கொண்டு இருந்த போதும், நான் உன்னையும் நம் பிள்ளையையும் நினைத்துக் கொண்டே தான் இருந்தேன்!"

மெடில்டா நாக்கைக் கடித்துக் கொண்டாள். அவன் சொன்னவற்றில் அவளுக்குச் சில ஐயப்பாடுகள் இருந்த போதிலும் தான் அவனை முழுவதுமாகச் சந்தேகப்படுவதாக நினைத்துவிடக் கூடாது என்பதில் கவனமாக இருந்தாள். எனவே வேறுவிதமாகக் கேட்டாள், "எப்போது நமது வாழ்க்கை சிறப்படையும் என்று நினைக்கிறாய், ஜார்ஜ்?"

முதலாளி போதுமான அளவு பணக்காரராகும் பொழுது! அப்போது அவர் தானாகவே வீட்டில் தங்கிவிட விரும்புவார்! ஆனால், இதோ பார்! நான் யாரையும் துன்புறுத்தவில்லை! இதே போல நான் வென்று பணம் கொண்டு வந்து கொண்டே இருந்தால் நாம் எவ்வளவு சேமிப்போம் என்று நினைத்துப் பார்!"

"பணம் எங்கே கொண்டு வருகிறாய்?" முகத்திலடித்தால் போலக் கேட்டவள் குரலைச் சற்றே மென்மையாக்கிக் கொண்டாள். "ஒவ்வொருவருக்கும் பரிசுகள் வாங்கி வருவதை நிறுத்திக் கொண்டால் நாம் நிறையச் சேமிக்கலாம்! அதற்காக உன்னை நாங்களெல்லாம் பாராட்டுகிறோம்! அது உனக்கே தெரியும்! ஆனால்,ஜார்ஜ்! அந்தப் பட்டாடையை உடுத்திக் கொண்டு வெளியில் சென்றால், எந்தவொரு முதலாளியம்மாவினுடையதைக் காட்டிலும் பகட்டாகத் தெரிகிறது!"

"செல்லம்! அந்த ஆடையை நீ இங்கேயே உடுத்தி என் முன்னால் கழற்றிவிட வேண்டும்!"

"பயங்கரமான ஆள் தான்!"

உணர்வெழுச்சி மிக்கவனாக இருந்தான். குறைந்த பட்சம் அந்த வகையிலாவது மற்றெந்த பெண்ணுக்கும் கிடைக்காத திறமையான கணவனை மெடில்டா அடைந்து விட்டாள்! வேண்டியதை வேண்டியபடி கொடுத்தான்! ஆனால், அவனை முழுமையாக நம்ப முடியவில்லை! முதலாளியுடன் சுற்றித் திரிந்ததை விரும்பிய அளவுக்கு அவளையும் அவர்களுடைய குழந்தையையும் அவன் விரும்பினானா என்கிற ஐயப்பாடு அரித்துக் கொண்டே இருந்தது! கோழிகளைப் பற்றி மறைநூலில் ஏதாவது சொல்லப்பட்டிருக்கிறதா? மேத்யூவினுடைய அதிகாரத்தில், மங்கலாக ஒரு வாசகம் நினைவுக்கு வந்தது. "கோழி தனது சிறகுகளுக்கடியில் குஞ்சுகளை அரவணைத்துக் காக்கிறது...." இன்னொருமுறை அதனைச் சரியாகப் பார்க்க வேண்டும்! தனக்குள் சொல்லிக் கொண்டாள்.

கணவன் வீட்டில் இருந்த போதெல்லாம், தன்னுடைய ஐயப்பாடுகளையும்

ஏமாற்றங்களையும் புறந்தள்ளிவிட்டு, இயன்ற வரையில் மிகச் சிறந்த மனைவியாக நடந்து கொண்டாள்! அவன் வீடு திரும்பியதை முன்கூட்டியே அறிந்திருந்தால், அவனுக்காக மிகச் சிறந்த சாப்பாடு காத்திருந்தது. திடீரென்று வந்து சேர்ந்தாலும், உடனடியாக அறுசுவை படைத்தாள்! சாப்பாட்டிற்கு முன் தொழுகை நடத்தச் சொல்லி அவனைச் சோதிக்கவில்லை. தனக்குள்ளேயே தோத்திரங்களைச் சொல்லிக் கொண்டு அவன் உணவு கொண்ட அழகை அவள் சுவைத்தாள். மடியில் குழந்தையைக் கிடத்தியவாறு ஒரு வெட்டு வெட்டினான். குழந்தையை உறங்கச் செய்த பிறகு, ஜார்ஜினுடைய முகத்தை உற்று நோக்கினாள்! தலையிலிருந்த ஈர், பேன்களைக் கிள்ளி எடுத்தாள்! வெந்நீரைக் கொண்டு தலையிலும் முதுகிலும் வதக்கிய வெங்காயப் பசையையும் கடுங்காரத்தையும் தேய்த்துக் கழுவிவிட்டாள். கடைசியாக, மெழுகுதிரி ஊதி அணைக்கப்பட்ட பிறகு, மூடிய போர்வைக்குள், அவளை விட்டு வெளியிலிருந்த காலத்திற்கும் ஈடு செய்யும் விதமாகக் கவனித்துக் கொண்டான். விர்ஜில் நடக்கத் தொடங்கிய போது, அவளுடைய வயிறு பெருத்திருந்தது. அது முன்கூட்டியே நடவாமல் போனது தான் அவளுக்கு வியப்பளித்தது!

இரண்டாவது குழந்தையும் எதிர்பார்க்கப்பட்ட வேளையில், கிஸ்ஸி தனது மகனைத் தனியே அழைத்து அவனுக்கு மூளையில் உரைக்கிறாற் போல ஒரு சில செய்திகளைக் கூற வேண்டுமென்று நீண்ட நாட்களாகச் சமயம் பார்த்திருந்தாள்! ஒரு ஞாயிற்றுக்கிழமை காலையில் அவன் திரும்பினான். தாய் விர்ஜிலைக் கவனித்துக் கொண்டிருந்ததைக் கண்டான். மெடில்டா, அன்று மதியம் விருந்துக்கு எதிர்பார்க்கப்பட்ட விருந்தினர்களுக்காக உணவு தயாரிப்பதில் மாலிஸிக்குப் பெரிய வீட்டு அடுக்களையில் உதவிக் கொண்டிருந்தாள்.

நேரத்தை வீணாக்க விரும்பாதவளாக, மகனைப் பார்த்து, "இங்கே உட்கார்!" என்றாள். புருவம் மேலேற அவனும் உட்கார்ந்தான்! "நீ பெரிய ஆளாக வளர்ந்து விட்டதைப் பற்றிக் கவலைப்பட மாட்டேன்! இந்த உலகத்துக்கு உன்னைக் கொண்டு வந்தவள் நான்! சொல்வதைக் கேட்டுத் தீரணும்! ஆண்டவர் உனக்கு உண்மையிலேயே மிகச் சிறந்த மனைவியைக் கொடுத்திருக்கிறார்! நீ அவளிடம் சரியாக நடந்து கொள்வதில்லை! வேடிக்கைக்காகச் சொல்லவில்லை! கவனமாகக் கேள்! ஒரு நிமிடத்துல குச்சி எடுத்தன்னா குண்டி பழுத்திடும்! பொண்டாட்டி பிள்ளைக கிட்ட நிறைய நேரம் இருக்கணும்! உனக்கு இன்னொரு குழந்தையும் வரப்போகுது!"

எரிச்சலும் துணிவும் அவனை விடவில்லை! சமாளித்தான்! "அம்மா, என்ன நினைச்சுக்கிட்டிருக்கீங்க? முதலாளி 'போ!' ன்னா, மாட்டேன்னு சொல்ல முடியுமா?"

கிஸ்ஸியின் கண்கள் தகித்தன! "அதைப் பற்றிச் சொல்லவில்லை! உனக்கே தெரியும்! அந்த அப்பாவிப் பெண்ணிடம் ராத்திரி வேளையில சேவல்களுக்குப் பண்டுவம் பார்த்ததாகப் பொய் சொல்லி விட்டு, குடிப்பதும், சூதாடுவதுமாக அலைகிறாய்! எங்கே கற்றாய் இது போலப் பித்தலாட்டமெல்லாம்! உன்னை நான் அப்படி வளர்க்கலேயேடா! ஏதோ நான் தானே சொல்கிறேன் என்று

நினைக்காதே! மெடில்டா ஒன்னும் முட்டாள் கிடையாது! அவள் உன்னிடம் நேரடியாகச் சொல்வதற்குத் தயங்குகிறாள்!" மறு வார்த்தை பேசாமல் வீட்டை விட்டு கோபத்துடன் வெளியேறினாள்.

1830ஆம் ஆண்டு மனைவிக்குக் குழந்தை பிறந்த சமயத்தில், சார்ல்ஸ்டனில் நடைபெறவிருந்த சேவற்கட்டு போட்டித் தொடருக்கு முதலாளியுடன் கட்டுச்சேவல் ஜார்ஜ் வெளியில் சென்றிருந்ததை ஒருவரும் குறை கூற முடியவில்லை. திரும்பியவுடன் மகன் பிறந்ததைக் கேள்விப்பட்டு பெரும் மகிழ்ச்சியடைந்தான். ஏற்கனவே, மெடில்டா தன் மகனுக்குத் தனது சகோதரரின் நினைவாக ஆஷ்போர்டு என்று பெயர் சூட்டிவிட்டாள்! "முதலாளி ஆயிரம் டாலருக்கும் கூடுதலான தொகை வென்றார். நான் உதிரிப் போட்டிகளில் கலந்து கொண்டு ஐம்பது டாலர் வென்றேன்! இப்பொழுதெல்லாம் வெள்ளையர்களும் கறுப்பர்களும் 'கட்டுச்சேவல் ஜார்ஜ் சேவல் மீது பந்தயம் கட்டுவதாக' கூவுவதை நீங்கள் பார்க்க வேண்டுமே! அமெரிக்க அதிபர் ஆண்ட்ரூ ஜேக்சனும் சேவற்கட்டுப் பிரியர் தானாம்! அவரைப்போல சேவல் சண்டையில் ஆர்வம் காட்டக் கூடியவர் எவருமில்லை! மிகப் பெரிய மனிதர்களான பாராளுமன்றத்தினரையும் செனெட்டர்களையும் வெள்ளை மாளிகைக்கு வரவழைத்து, டென்னெஸி பறவைகளைப் பறக்கவிட்டு சேவல் சண்டை நடத்தினாராம். பாகுபாடு பார்க்காமல் யாருடன் வேண்டுமானாலும் சூதாட்டத்திலும் குடியிலும் ஈடுபடுவார் என்று முதலாளி சொல்கிறார். தென்பகுதியைச் சேர்ந்த வெள்ளையர்களைப் பொறுத்தவரை அவர் எத்தனை ஆண்டுகள் வேண்டுமானாலும் அதிபராக நீடிக்கலாம் என்று முதலாளி கூறினார்!" ஜார்ஜ் பெருமைப்பட்டுக் கூறிய செய்திகள் எதுவும் அவளைக் கவர்ந்ததாகத் தெரியவில்லை!

ஆனால், அவன் சார்ல்ஸ்டனில் கண்டதாகக் கூறிய செய்தி அனைவரையும் உலுக்கியது. "ஒரு மைல் நீளத்திற்கு சங்கிலிகளால் பிணைக்கப்பட்ட நீக்ரோக்கள் சாலையில் ஓட்டிச் செல்லப்பட்டனர்."

"கடவுளே! எங்கிருந்த நீக்ரோக்கள்?" மாலிஸி கேட்டாள்.

"சிலர் வடக்கு, தெற்கு கரோலினாப் பகுதிகளிலிருந்து விற்கப்பட்டவர்கள்! பெரும்பாலும் வெர்ஜீனியாவைச் சேர்ந்தவர்கள் என்று கேள்விப்பட்டேன்! அலபாமா, மிஸ்ஸிஸிப்பி, லூசியானா, ஆர்கன்சா, டெக்ஸாஸ் பகுதிகளில் புதிதாகக் காடுகளைத் திருத்தித் தயார் செய்யப்பட்ட பண்ணைகளுக்கு மாதந்தோறும் ஆயிரக்கணக்கானோர் அனுப்பப்பட்டதாக சார்ல்ஸ்டனில் பலரும் பலவாறாகப் பேசிக் கொண்டனர். குதிரை மீது பயணித்த பழங்கால அடிமை வணிகர்களெல்லாம் மிகப் பெரிய விடுதிகளில் பெரிய பெரிய அலுவலகங்களைத் திறந்து தொழில் நடத்துவதாகவும் கூறினர். சங்கிலியால் பிணைக்கப்பட்ட வெர்ஜீனியா நீக்ரோக்களைப் பெரிய கப்பல்களில் நியூ ஓர்லியான்ஸ் பகுதிக்குக் கொண்டு செல்வதாகவும் தெரிவித்தனர். அத்துடன்..."

"போதும்!" கிஸ்ஸி துள்ளி எழுந்தாள். "போதும், போதும்!" என்றவள் திடீரெனப் புறப்பட்டு அழுதுகொண்டே தன்னுடைய வீட்டிற்கு விரைந்தாள்.

மற்றவர்களும் மனம் வெதும்பியவாறு வெளியேறிய பிறகு, மெடில்டாவிடம் ஜார்ஜ் கேட்டான், "அம்மாவுக்கு என்னாச்சு?"

"ஏன், உனக்குத் தெரியாதா?" மெடில்டா வெட்டினாள். "அம்மா அவளுடைய பெற்றோரைக் கடைசியாக வெர்ஜீனியாவில் தானே பார்த்தாள்! பயமுறுத்தியே அவளைப் பாதி கொன்றுவிட்டாய்!"

கட்டுச்சேவல் ஜார்ஜுக்கு முகம் தொங்கிப் போயிற்று! அவன் அறியாமல் சொல்லிவிட்டானென்று அவனுடைய முகம் காட்டியது. ஆனால், அவள் அவனை அவ்வளவு எளிதாக விட்டுவிடவில்லை! அவனிடம் உணர்வுகளுக்கு மதிப்பளிக்கும் போக்கு குறைந்து விட்டது. மிகவும் தன்னலமுடையவனாக நடந்து கொண்டான். "என்னைப் போலவே அம்மாவும் விற்கப்பட்டவள் என்பதை நீ நன்கு அறிவாய்! தான் விற்கப்பட்டதை எவரும் அவ்வளவு எளிதில் மறந்துவிட மாட்டார்கள்! ஒருபோதும் ஒரே மாதிரி நடந்து கொள்ளவும் மாட்டார்கள்!" மெடில்டா அவனைத் துருவுவது போலப் பார்த்தாள். "நீ ஒருபோதும் விற்கப்பட்டதில்லை! அதனால் தான் உனது முதலாளி உட்பட எந்தவொரு முதலாளியும் நம்பிக்கைக்குரியவரல்ல என்கிற உண்மை உனக்குப் புரிவதில்லை!"

"என்ன சொல்ல வருகிறாய்?" புரிபடாதவனாக வினவினான்.

"அம்மா ஏன் மனத்தளர்ச்சி அடைந்தாள் என்று கேட்டதற்குச் சொன்னேன்! அவ்வளவு தான்!" மெடில்டா சுதாரித்துக் கொண்டாள். கணவனுக்கும் தனக்குமிடையே மனத்தாங்கல் ஏற்படுவதை அவள் விரும்பவில்லை. சற்று நேர அமைதிக்குப் பின், மெல்லிதாகப் புன்னகையை வரவழைத்துக் கொண்டு அவனைச் சமாதானப்படுத்த முயன்றாள், "ஜார்ஜ்! கிஸ்ஸியம்மாவை சரிப்படுத்துகின்ற வழி எனக்குத் தெரியும்! போய் இங்கே அழைத்து வந்து, இந்தக் குழந்தையிடமும் விர்ஜிலிடம் சொன்னதைப் போல ஆப்பிரிக்கத் தாத்தாவைப் பற்றிய செய்திகளைக் கூறி அவள் கேட்கும்படி செய்!". அவனும் அதையே செய்தான்!

96

பொழுது புலரும் நேரம் நெருங்கிக் கொண்டிருந்தது. மெதுவாகத் தள்ளாடியபடி, மெடில்டாவைப் பார்த்து இளித்துக் கொண்டு, கட்டுச்சேவல் ஜார்ஜ் வாசலில் நின்றிருந்தான். எழுந்து உட்கார்ந்தவள் அவனுக்காகக் காத்திருந்தாள். அவனுடைய கறுப்புத் தொப்பி கோணல்மாணலாகச் சரிந்திருந்தது. "சேவல் கூண்டுகளில் நரி புகுந்து விட்டது" உளறினான். "மிங்கோ மாமாவும் நானும் ராவெல்லாம் அவற்றைப் பிடித்துக் கொண்டிருந்தோம்...."

"பொத்து!" என்பது போல மெடில்டா கையை உயர்த்திக் காட்டினாள்! அவளுடைய குரல் உறைந்திருந்தது. "நரி சாராயத்தையும் ஊற்றிவிட்டு, மணக்க மணக்க பன்னீரையும் தெளித்து விட்டது போல..." ஜார்ஜ் வாய் பிளந்து நின்றான். "வேண்டாம், ஜார்ஜ்! சொல்வதைக் கேள்! இதோ பார்! உனக்கு மனைவியாகவும் உன் பிள்ளைகளுக்குத் தாயாகவும் இருப்பதால், நீ இங்கிருந்து புறப்பட்டுப் போகும் போதும் நான் இங்கே இருக்கிறேன், திரும்பி வரும் போதும் இங்கேயே இருக்கிறேன்! எங்களுக்குக் காட்டிலும் உனக்கு நீயே கூடுதலாக தீங்கு செய்து கொள்கிறாய்! பைபிளில் சொல்லப்பட்டுள்ளது. 'நீ எதை விதைக்கிறாயோ, அதையே அறுவடை செய்வாய்!' ஒரு பங்கு விதைத்தால் இரு மடங்கு அறுவடை செய்வாய்! மேத்யூவினுடைய

ஏழாவது அதிகாரத்தில், 'நீ பிறருக்குச் செய்யக் கூடியவையே உனக்கும் திருப்பிக் கிடைக்கும்' என்று கூறப்பட்டுள்ளது.

மிகவும் கோபமடைந்து விட்டவனைப் போலப் பேசுவதற்குப் பாசாங்கு செய்ய முயன்றான். ஆனால், எதையும் சொல்கிற அளவுக்கு மூளை வேலை செய்ய வில்லை! திரும்பி, வீட்டை விட்டுப் புறப்பட்டு, சேவல்களுடன் உறங்குவதற்குத் தள்ளாடியவாறு சென்றான்.

ஆனால், மறுநாள் கறுப்புத் தொப்பியைக் கையில் பிடித்தபடி வீடு திரும்பினான். ஒரு சில இரவுகள் தவிர, பனிவிழும் காலம், மழைக்காலம் முழுவதும் கடமையுணர்வுடன் குடும்பத்துடன் தங்கியிருந்தான். ஒரு சில இரவுகளிலும் கூட, முதலாளியுடன் சேவல்கட்டுப் போட்டிகளில் கலந்து கொள்வதற்காக வெளியூர்களுக்குச் சென்றிருந்தான். 1831ஆம் ஆண்டு ஜனவரி மாதத்தில், ஒருநாள் அதிகாலையில், மெடில்டாவுக்கு அடுத்த மகப்பேற்றுக்கான வலி ஏற்பட்டது. சேவல்கட்டுப் போட்டிகள் உச்ச கட்டத்தில் நடந்து கொண்டிருந்த போதிலும், தன்னை வீட்டுடன் இருப்பதற்கு அனுமதிக்குமாறும் மிங்கோ மாமாவை அழைத்துச் செல்லுமாறும் முதலாளியிடம் மன்றாடி விடுப்புப் பெற்றான்.

வீட்டு வாசலில் அமைதியின்றி முன்னும் பின்னும் நடந்து கொண்டிருந்தான். மெடில்டாவின் முனகல் ஓசையும் அழுகுரலும் செவிப்பட்ட போது இனம்புரியாத எரிச்சலும் கோபமும் அடைந்தான். பிறகு, மற்ற குரல்களும் காதுக்கு எட்டிய போது, சுவற்றுடன் நெருங்கி நின்று உள்ளே பேசியதை ஒற்றுக் கேட்டான். "என்னோட கையைப் பிடிச்சுக்கோ, கண்ணு! நல்லா இறுக்கிப் பிடிச்சுக்கோ!... இன்னொருமுறை மூச்சை இழு...நல்லா ஆழமா இழு... அப்படித்தான்!... பிடிச்சுக்கோ... இழுத்துப் பிடிச்சுக்கோ!... " பிறகு சாராக்காவுடைய கட்டளை கேட்டது! "கீழ் நோக்கி அழுத்து!... கேட்குதா?... தள்ளு!... தள்ளு...!"

"இதோ வந்து விட்டது! ஆமா... ஆண்டவரே!"

சலசலத்த ஓசையும் வீரிட்ட அழுகுரலும் கேட்டவுடன், ஜார்ஜ் பின்னோக்கி நகர்ந்தான். சற்று நேரத்தில் கிஸ்ஸி வெளிப்பட்டாள். அவளுடைய முகத்தில் புன்னகை மலர்ந்திருந்தது. "உனக்குள்ள பையன்களாகத் தான் வைத்திருக்கிறாய் போல!" குதூகலமும் கும்மாளமுமாக பெருங்குரலெடுத்துக் கத்திக் கூச்சல் போட்டபடி துள்ளிக் குதித்தான். மாலிஸி பெரிய வீட்டின் பின்புறக் கதவைத் திறந்து கொண்டு வேகமாக ஓடி வந்தாள். அவளை அலாக்காகத் தூக்கி கிறு கிறுவென்று சுற்றிக் கொண்டு கத்தினான். "இவனுக்கு என் குடும்பப் பெயரை வைக்கப் போகிறேன்!"

அடுத்தநாள் மாலையில், தன்னுடைய குடும்பத்தின் புத்தம் புதிய வரவிடம், அவனுடைய ஆப்பிரிக்க முப்பாட்டனாரான குண்டா கின்டேயைப் பற்றி மூன்றாவது முறையாகச் சொன்னவற்றை திரண்டிருந்த அனைவரும் கேட்டனர்.

ஆகஸ்ட் மாதக் கடைசியில், கேஸ்வெல் ஊரக நிலக்கிழார்களுடைய

வழக்கமான கூட்டம் முடிவடைந்து வீட்டிற்குப் புறப்பட்டுக் கொண்டிருந்த உள்ளூர் பண்ணையாளர்கள் ஏற்படுத்திய சலசலப்பு அந்தக் கட்டடம் முழுவதும் எதிரொலித்துக் கொண்டிருந்தது. லியா முதலாளி வண்டியை ஓட்டினார். ஜார்ஜ் வண்டியின் பின்பகுதியில் உட்கார்ந்து அவர் வாங்கியிருந்த மீனைக் கத்தியைக் கொண்டு சுரண்டி செதில்களையும் வீணான பகுதிகளையும் நீக்கிச் சுத்தப்படுத்திக் கொண்டிருந்தான். வண்டி திடீரென்று நின்றது. உட்கார்ந்தபடி ஜார்ஜ் கண்களை அகல விரித்துப் பார்த்துக் கொண்டிருந்தான். முதலாளி வண்டியை விட்டு கீழிறங்கி, மற்ற முதலாளிகளுடன், சற்று தொலைவில் குதிரையிலிருந்து இறங்கி மூச்சிரைத்துக் கொண்டிருந்த வெள்ளைக்காரர் ஒருவரை நோக்கிச் சென்று கொண்டிருந்தார். அவரைச் சுற்றிலும் பெரிதாகிக் கொண்டிருந்த கூட்டத்தினரைப் பார்த்து கத்திப் பேசினார். அவர் கூறியவற்றில் சில ஜார்ஜ் மற்றும் வண்டிகளில் தங்கியிருந்த கறுப்பர்களுடைய காதுகளுக்கும் எட்டின. “எத்தனை குடும்பங்கள் மடிந்தன என்று தெரியவில்லை.... படுக்கையில் தூங்கிக் கொண்டிருந்த பெண்கள் குழந்தைகள் என்று அனைவரையும் வீடு புகுந்து வெட்டிக் கொன்றனர்... நீக்ரோக்களுடைய கைகளில்... கோடாரிகள், வாள்கள், தடிகள்... நீக்ரோப் பாதிரி நாட் டர்னர்...”

வசைமாரி பொழிந்து, முகங்களைச் சுளித்து கோபத்தில் கொந்தளித்துக் கொண்டிருந்த வெள்ளையர்களைக் கண்டு தனக்குள் ஏற்பட்ட பீதி மற்ற கறுப்பர்களுடைய முகங்களிலும் பிரதிபலித்ததைக் கண்டான். எவ்வித பாதிப்புமின்றி தொடக்கத்திலேயே அடக்கி ஒடுக்கப்பட்ட சார்ல்ஸ்டன் கிளர்ச்சிக்குப் பின் தொடர்ந்த மாதங்களில் நீக்ரோக்கள் வதைக்கப்பட்டதை எண்ணிப் பார்த்தான். இப்பொழுது என்ன நடக்கக் காத்திருந்ததோ என்றெண்ணிய போது நாடிகள் ஒடுங்கின. வெறித்த கண்களுடன் வண்டிக்குத் திரும்பிய முதலாளி பின்பக்கம் திரும்பிக் கூடப் பார்க்காமல், வெறித்தனமாக வண்டியைச் செலுத்தினார். இருகைகளாலும் இறுகப் பற்றித் தொங்கியவாறு ஜார்ஜ் பின்புறம் கிடந்தான்.

பெரிய வீட்டை அடைந்தவுடன், வண்டியிலிருந்து துள்ளிக் குதித்து இறங்கிய முதலாளி, சுத்தம் செய்யப்பட்ட மீனுடன் ஜார்ஜை வண்டியில் விட்டு விட்டுப் புறப்பட்டார். சற்று நேரத்தில், அடுக்களைக் கதவைத் திறந்து கொண்டு பின்புறம் வழியாக மாலிஸி அடிமைகள் குடியிருப்பை நோக்கி, இரு கைகளையும் தலையில் அடித்தவாறு விரைந்தாள். பிறகு, துப்பாக்கியைத் தூக்கிக் கொண்டு முதலாளி வெளிப்பட்டார். கடுகடுப்பான குரலில் ஜார்ஜைப் பார்த்து, “உன் வீட்டுக்குப் போ!” என்று கத்தினார்.

அடிமைகள் அனைவரையும் வீட்டை விட்டு வெளியில் கூடுமாறு பணித்தவர் ஏற்கனவே ஜார்ஜ் கேட்ட செய்திகளைப் பதட்டத்துடன் கூறினார். தன்னால் மட்டுமே அவருடைய கோபத்தை ஓரளவேனும் தணிக்க முடியும் என்றெண்ணிய ஜார்ஜ், “தயவுசெய்து, முதலாளி.... ” என்று பேச முற்பட்டான். துப்பாக்கி நேரே அவனை நோக்கித் திரும்பியது.

‘‘எடுங்க! வீட்டிலிருக்கிற அனைத்தையும்! நீக்ரோக்கள் அனைவரும் வீட்டிலுள்ள அனைத்தையும் எடுத்து வெளியில் போடுங்க!” அடுத்த ஒரு மணி நேரம் வீட்டிலிருந்த அனைத்தையும் சுமந்து, இழுத்து வந்து முதலாளி முன்பாகக்

குவித்தனர். துருவித் தேடிய கண்களுடன் முதலாளி தொடர்ந்து அச்சுறுத்தும் வார்த்தைகளை உதிர்த்துக் கொண்டே இருந்தார். யாரேனும் எவ்விதத்திலேனும் சந்தேகம் ஏற்படுத்தும் ஆயுதங்களை வைத்திருப்பின் அவர் என்னென்ன செய்வார் என்பதை அடுக்கிக் கொன்டே போனார். அவர்கள் அனைவரும் தமது துணிகளை உதறிக் காட்டினர். பெட்டிகளைத் திறந்து காட்டினர். சோளச் சக்கை மெத்தைகளைக் கிழித்துக் காட்டினர். அப்பொழுது கூட அவருள் எழுந்து நின்றுவிட்ட சீற்றத்திற்குக் கங்கு கரை இல்லை!

தனது முரட்டுக் காலணியால் சாராவின் பெட்டியை எட்டி உதைத்தார். இயற்கை மருத்துவ மருந்துகளும் மூலிகைகளும் வேர்களும் சிதறி ஓடின. அவளைப் பார்த்துக் கத்தினார், "இந்தப் பில்லி, சூனிய வேலையெல்லாம் வெச்சுக்காதே!" மற்ற வீடுகளின் முன்பாகவும் அவர்கள் புதையலாகப் பாதுகாத்த பொருட்களையெல்லாம் கைமுட்டிகளால் நெட்டியும் காலால் உதைத்தும் சின்னாபின்னப்படுத்தினார். நான்கு பெண்களும் அழுதுகொண்டிருந்தனர். பாம்ப்பே மாமா செயலிழந்து நின்றார். மெடில்டாவின் ஆடையைப் பற்றிக் கொண்டு குழந்தைகள் பீதியில் அலறினர். அரும்பொருளாகப் பாதுகாக்கப்பட்ட தாத்தா காலத்து நிலைக் கடிகாரத்தின் முன்புறக் கண்ணாடியைத் துப்பாக்கிப் பிடியால் அவர் தாக்கி உடைத்த போது ஜார்ஜ் கொதித்துக் கொந்தளித்தான். மெடில்டா வீரிட்டு அலறினாள். "கூர்மையான ஆணி கிடைத்தால் கூட உங்களில் சிலர் சாவது உறுதி!" முதலாளி கத்தினார்.

அடிமைகள் குடியிருப்பை அல்லோலகல்லோலப் படுத்தி விட்டு, ஜார்ஜ் வண்டியைச் செலுத்த பின்பகுதியில் துப்பாக்கியைப் பிடித்து அமர்ந்தபடி கட்டுச்சேவல்கள் இருந்த பகுதிக்கு விரைந்தார்.

அவர்களிருவருடைய உடமைகள் அனைத்தையும் வெளியில் கொண்டு சென்று கொட்டுமாறு குரைத்த ஆணையின் கடுமையையும் துப்பாக்கி முனையையும் எதிர்கொண்ட மிங்கோ, பயந்து நடுங்கியவாறு உளறினார், "எதுவும் செய்யவில்லை, முதலாளி..."

"நீக்ரோக்களை நம்பியதால் தான் இன்றைக்குக் குடும்பத்தோட செத்துக்கிட்டிருக்கோம்!" அவருடைய கூச்சல் உச்சத்தை எட்டியது! கோடாரி, வெட்டரிவாள், மெல்லிய உளி, உலோகப் பிடி கொண்ட அரம், பைக்கத்திகள் அனைத்தையும் வண்டியிலேற்றிக் கொண்டு, மலங்க மலங்க விழித்துக் கொண்டு நின்றிருந்த ஜார்ஜையும் மிங்கோவையும் நோக்கி, "வீட்டை உடைச்சு உள்ளே வாங்கடா, நீக்ரோக்களே! இந்தத் துப்பாக்கியோட தான் தூங்கிக்கிட்டிருப்பேன்!" என்று கத்தியவாறு, குதிரைகளின் புட்டங்களில் சவுக்கால் விளாசினார்! அவை நான்கு கால் பாய்ச்சலில் பறந்தன. புழுதிப்படலம் மண்டிய சாலையில் அவர்களுடைய பார்வைக்கு மறைந்தார்.

97

"வரிசையா இப்போ நாலு பயலுகளைப் பெற்றுவிட்டதாகக் கேள்விப்பட்டேன்!" கட்டுச்சேவல் பயிற்சிப் பகுதியில் குதிரையிலிருந்து இறங்கியவாறு முதலாளி கேட்டார். லியா முதலாளி உட்பட, தென் பகுதி வெள்ளையர்களுடைய சீற்றமும் அச்சமும் கலந்த உணர்ச்சிக் குழப்பம் மட்டுப்படுவதற்கு முழுதாக ஓராண்டு காலம் பிடித்தது. கிளர்ச்சிக்குப் பிறகு ஒன்றிரண்டு மாதங்களிலிருந்து சேவல் சண்டைகளுக்கு முதலாளி தன்னுடன் ஜார்ஜை அழைத்துச் சென்ற போதிலும், முதலாளியினுடைய கடுகடுப்புப் போக்கு தணிவதற்குள் எஞ்சிய ஆண்டுப் பகுதி முடிந்து விட்டது. ஆனால், முன்னெப்பொழுதைக் காட்டிலும் அவர்களுக்குள் நெருக்கம் அதிகரித்துவிட்டது. அதற்கான காரணங்களை அவ்விருவராலும் அறிந்து கொள்ள முடியவில்லை! அதை அவர்களில் எவரொருவரும் வெளிக்காட்டிக் கொண்டதில்லை. ஆனால், இனிமேல் கறுப்பர்கள் கிளர்ச்சி எதுவும் நடந்துவிடக் கூடாது என்று மட்டும் இருவருமே வேணவா கொண்டனர்.

"ஆமாம், முதலாளி! கொழுக்மொழுக்கென்று ஒரு பயல் விடிகாலைக்கு முன்னதாகப் பிறந்தான்!" கட்டுச்சேவல்களுக்கான சிறப்புவகை ரொட்டி தயாரிப்பதற்காக, ஓட்ஸ் மாவு, கோதுமைக் குருணை,

பல்வேறு வகை மூலிகைகளை பீருடன் கலந்து பிசைந்து கொண்டிருந்த ஜார்ஜ் பதிலளித்தான். அந்த இரகசிய கோழித்தீனி தயாரிக்கும் முறையை, நோய்வாய்ப்பட்டிருந்த மிங்கோ மாமா அன்று காலையில் தான் மிகுந்த தயக்கத்துடன் அவனுக்குக் கற்றுக் கொடுத்தார். சொல்லாமல் கொள்ளாமல் திடீர்த் தாக்குதல் தொடுத்த கடுமையான இருமலிலிருந்து விடுபடும் வரை வீட்டிலேயே ஓய்வெடுக்கும்படி முதலாளி ஆணையிட்டார். அதற்கிடையில், வரம்புலாப் பகுதியிலிருந்து கொணரப்பட்ட எழுபத்தாறு முதிர்ச்சியடைந்த சேவல்களிலிருந்து கடுமையான தேர்வுக்குப் பிறகு பொறுக்கி எடுக்கப்பட்ட இருபதிற்கும் மேற்பட்ட உயர்தர சேவல்களுக்கு ஜார்ஜ் தனியொருவனாக முனைப்புடன் பயிற்சியளித்து வந்தான்.

நியூ ஓர்லியான்ஸுக்கு முதலாளியும் அவனும் புறப்படுவதற்கு ஒன்பது வார கால இடைவெளி மட்டுமே இருந்தது. உள்ளூரிலும், மாநிலம் தழுவிய போட்டிகளிலும் அடைந்த வெற்றி, அந்த நகரத்தின் புகழ்பெற்ற, புத்தாண்டு சேவற்கட்டுப் பருவத் தொடக்கத்தில் நடைபெற்ற முகாமையான போட்டிகளில், தன்னிடமிருந்த தலைசிறந்த பன்னிரெண்டு சேவல்களையாவது களமிறக்குவதற்கான துணிச்சலை அவருக்கு அளித்திருந்தது. அங்கு திரளக் கூடிய வெற்றிக்குப் பெயர் பெற்ற தனித்திறன் படைத்த கட்டுச்சேவல்களுடன் மோதி, அவர் களமிறக்கவிருந்த சேவல்களில் பாதியளவு பறவைகளாவது வென்றால் கூட, பெரும் தொகையை வென்றெடுப்பது மட்டுமின்றி, ஒட்டு மொத்தத் தென்பகுதியின் முகாமையான கட்டுச்சேவற்காரர்கள் மத்தியில் அவர் உன்னத இடத்தை ஒரே நாளில் பிடித்து விடுவார்! அத்தகைய சாத்தியக்கூறு அளித்த பேரெழுச்சி பிடர் பிடித்து உந்த, ஜார்ஜ் வேறெதைப் பற்றியும் சிந்திக்க இயலாதவனாக முழுமுனைப்புடன் செயல்பட்டான்.

குதிரையை நடத்திச் சென்று வேலிச்சுவரின் இடைவெளியில் அதன் கழுத்திலிருந்து தொங்கிய கயிற்றால் பிணைத்து விட்டு அவனை நோக்கித் திரும்பிய பொழுது, புல்வெளியைத் தனது முரட்டுக் காலணியால் ஓங்கி உதைத்தவர், “என்ன கொழுப்புடா! நாலு பயல்கள்ல ஒருத்தனுக்குக் கூட என் பெயரை வைக்கணும்னு தோணலையில்ல?”

வியப்பு, பெருமகிழ்ச்சி, உளநெகிழ்ச்சி அனைத்தும் கட்டுச்சேவல் ஜார்ஜைப் பீடித்துக் கொண்டது! “நீங்க சொல்றது உண்மை தான் முதலாளி! இவனுக்கு உங்க பேரு தான்! டாம்! டாம் தான் இந்தப் பயலுடைய பெயர், முதலாளி!”

முதலாளியினுடைய முகத்தில் நிறைவு தெரிந்தது. ஒரு மரத்தடியில் இருந்த சிறிய வீட்டின் மீது அவருடைய பார்வை விழுந்தது. சற்றே கடுமையுடன் கேட்டார், “அந்தக் கிழவன் எப்படியிருக்கிறான்?”

“உண்மையைச் சொல்லனும்னா முதலாளி நேத்து நடுராத்திரியில ரொம்ப மோசமா இருமிக்கிட்டிருந்தார். மெடில்டாவுக்குக் குழந்தை பிறக்கப் போறதா பாம்பே மாமாவை என்னை அழைத்துச் செல்ல அனுப்பியிருந்தாங்க! அதுக்கு முன்பு! ஆனால், காலையில் அவருக்குச் சாப்பிடுவதற்கு சமைத்துக் கொடுத்தேன்.

அதைச் சாப்பிட்ட பிறகு ஓரளவு நன்றாக இருக்கிறார்! நீங்க சொல்றது வரைக்கும் படுக்கையில் தான் இருக்க வேண்டு மென்று சொன்னதும் மிகவும் எரிச்சலடைந்தார்!"

"இன்னுமொரு நாள் அந்தக் கிழவன் வீட்டிற்குள்ளேயே கிடக்கட்டும்! மருத்துவரைக் கூட்டி வந்து காட்டலாமா? அந்தப் பாழாப்போன இருமல் திரும்பத் திரும்ப வருது! அது இருக்கிற வரைக்கும் நல்லதல்ல!"

''வேணாம், முதலாளி! அவருக்கு மருத்துவர் மீதெல்லாம் நம்பிக்கையில்லை!"

"அவருடைய நம்பிக்கையைப் பற்றியெல்லாம் கவலையில்லை! ஆனாலும், இந்த வாரம் முழுவதும் பொறுத்திருந்து பார்க்கலாம்...!"

அடுத்த ஒரு மணி நேரம் குஞ்சுகளையும், இளஞ்சேவல்களையும் வேலிச்சுவரை ஒட்டி அமைக்கப்பட்டிருந்த கூண்டுகளுக்குள் பார்வையிட்டார். கடைசியாக, ஜார்ஜ் தன்வசப்படுத்தி பயிற்சியளித்துக் கொண்டிருந்த கம்பீரமான சேவல்களைக் கவனித்தார். பெரிதும் மகிழ்ச்சியடைந்தார். எதிர்வரவிருந்த பயணத்தைப் பற்றி அவனிடம் சிறிது நேரம் பேசினார். நியூ ஓர்லியான்ஸ் சென்று சேர ஆறு வாரப் பயணம் மேற்கொள்ள வேண்டும்! கிரீன்ஸ்பரோவில் மிகப் பெரிய சரக்கு வண்டியொன்றைக் கட்டியமைக்க ஏற்பாடு செய்திருந்தார். பன்னிரெண்டு கூண்டுகளைப் பொருத்தி அவ்வப்போது எடுத்துக் கொள்வதற்கு ஏதுவான கட்டமைப்புடன் வண்டியின் பின்பகுதி நீட்சியாகவும், பயணத்தின் போது சேவல்களுக்குப் பயிற்சியளிப்பதற்கு ஏதுவாக பணிமேஜையும், சேவல்களுக்கும் அவர்களிருவருக்கும் தேவையான பண்டங்களைப் பத்திரப்படுத்துவதற்குத் தோதாக, அடுக்குகள், இழுவறைகள், பெட்டிகள் ஆகிய அனைத்தும் அமைக்கப்பட்ட வண்டி பத்து நாட்களுக்குள் தயாராகிவிடும் என்றார்.

முதலாளி புறப்பட்டுச் சென்ற பிறகு, அன்றைய நாள் பணியில் மூழ்கியிருந்தான். கட்டுச்சேவல்களுக்கு உச்சபட்ச பயிற்சியளித்தான். அவனுடைய அறிவிற்கு எட்டியபடி பறவைகளைத் தேர்ந்தெடுப்பதற்கான அதிகாரத்தை முதலாளி அவனுக்கு அளித்திருந்தார். மிகச் சிறிய குறைபாடு தென்பட்டாலும் கழித்துக் கட்டினான். அத்தகைய உயர்தரமான சேவல்களால் மட்டுமே ஓர்லியான்ஸ் நகரப் போட்டி அளவிற்கு ஈடுகொடுக்க முடியும்! சேவல்களுக்குப் பயிற்சி அளித்துக் கொண்டிருந்த போதே ஓர்லியான்ஸ் நகரில் அவன் கேட்கவிருந்த இசை பற்றிய எண்ணமும் தொற்றிக் கொண்டது. சார்ல்ஸ்டனில் அவன் சந்தித்த கறுப்பு மாலுமி மூலம் கேள்விப்பட்டிருந்தான். ஒவ்வொரு ஞாயிற்றுக்கிழமை மதியவேளையிலும், 'காங்கோ திடல்' என்கிற மிகப் பெரிய பொது இடத்தில் ஆயிரக்கணக்கான மக்கள் திரண்டு, நூற்றுக்கணக்கான அடிமைகள் நிகழ்த்திய ஆப்பிரிக்க நாட்டு மக்களுடைய நடனங்களைக் கண்டு களிப்பர் என்றான். அது மட்டுமின்றி, ஓர்லியான்ஸ் நகரின் நீர்நிலைகளை ஒட்டிய பகுதிகளைப் போல வேறெங்கும் கண்டதில்லை என்று அந்த மாலுமி அவனுடைய ஆவலைத் தூண்டியிருந்தான். பெண்கள்! வகை வகையாக, வண்ண, வண்ணமாக விருப்பம் போலத் திளைத்துக்

களிக்கலாம் என்று சூடேற்றினான். அங்கே சென்றடையும் நாள் வரை ஜார்ஜால் பொறுத்திருக்க முடியவில்லை!

பிற்பகலின் பிற்பகுதி வேளையில், செய்து முடிக்க வேண்டிய சின்ன, சின்ன வேலைகளையெல்லாம் தவறவிடாமல் கவனித்து விட்டு, மிங்கோ மாமா வீட்டுக் கதவைத் தட்டி, குப்பை கூளம் மண்டி, மக்கிய வாடையடித்த அறைக்குள் நுழைந்தான்.

"எப்படியிருக்கீங்க, மாமா? ஏதாவது வேணுமா?" ஆனால், அவன் பதிலுக்காகக் காத்திருக்க நேரவில்லை! மெலிந்து, நைந்து உடலெல்லாம் நடுநடுங்கிய நிலையிலும், தன்னைச் செயலற்றுக் கிடக்க வைத்ததை எண்ணி எரிச்சலும் கோபமும் அவரிடமிருந்து வெடித்தது.

"வெளியே போடா! நான் எப்படியிருக்கேன்னு முதலாளி கிட்டக் கேளு! அவருக்குத் தான் என் உடம்பைப் பற்றி நல்லாத் தெரியும்!" மாமா தனிமையை விரும்பினார் என்பது தெளிவானது. அவரை அப்படியே விட்டு விட்டுப் புறப்பட்டான். அவரும் அவருடைய கிழட்டுச் சேவல்களைப் போலவே இருந்தார். களங்கள் பல கண்டு வெற்றிகள் பல குவித்த போதிலும் முதுமை அனைத்தையும் விழுங்கி விட்டு தன்னியல்பான சில கூறுகளை மட்டிலும் விட்டு வைத்திருந்தது.

சிறகுகள் வலிமையடைவதற்கான பயிற்சி வரை அனைத்துப் பயிற்சிகளையும் அனைத்துப் பறவைகளுக்கும் அளித்துக் கூண்டுகளில் அடைத்த பொழுது, பொழுது சாய்ந்து விட்டது. கட்டுச்சேவல் ஜார்ஜுக்குச் சற்று நேரம் வீடு வரை போய்விட்டுத் திரும்பிவிடலாம் என்கிற எண்ணம் உதித்தது. வீட்டில் மெடில்டாவுடன் அம்மா இருந்தது அவனுக்குப் பெரும் மகிழ்ச்சியளித்தது. அன்று காலையில், புதிதாகப் பிறந்த மகனுக்கு டாம் என்று பெயரிடுவது பற்றி முதலாளியிடம் பேசியதை அவர்களுக்குத் தெரிவித்தான். அவனுடைய குதூகலத்தைப் பகிர்ந்து கொள்ள அவர்கள் விரும்பவில்லை என்பதைக் கவனித்தான்.

முதலில் மெடில்டா பேசினாள். அவளுடைய வார்த்தைகள் உப்புச் சப்பின்றி பட்டும் படாமல் உதிர்ந்தன. "இந்த உலகத்தில் ஏகப்பட்ட டாம்கள் இருக்கிறார்கள் என்று நினைக்கிறேன்!"

அவனுடைய அம்மாவோ விளக்கெண்ணெய் குடித்தவளைப் போல முகத்தை வைத்துக் கொண்டாள்! "எனக்கும் மெடில்டாவுக்கும் ஒரே மாதிரி எண்ணம் தான்! நீ அருமை பெருமையாகக் கொண்டாடுகின்ற முதலாளி என்பதால் அவளும் தயங்குகிறாள்! டாம் என்கிற பெயரில் எந்தத் தவறும் இல்லை! ஆனால், இந்த அப்பாவிக் குழந்தைக்கு வேறெந்த டாமினுடைய பெயரையாவது வைக்கலாம்!..."சற்றே தயங்கினாள். பின் விரைவாகக் கூறினாள், "இது என்னுடைய கருத்து மட்டுமே! குழந்தையும் என்னுடையதல்ல! அதற்குப் பெயர் வைக்கும் வேலையும் எனதல்ல!"

"அது ஆண்டவருடைய வேலை!" என்ற மெடில்டா அறையின் குறுக்கே நடந்து

பைபிளை எடுத்தாள். "இந்தக் குழந்தை பிறப்பதற்கு முன், பெயர் சூட்டுவதைப் பற்றி மறைநூலில் சொல்லியுள்ளதைத் தேடினேன்." வேகமாகப் பக்கங்களைப் புரட்டி, தான்தேர்ந்தெடுத்திருந்த பகுதியில், பக்கத்தில், அந்த வாசகத்தைக் கண்டு பிடித்தாள். உரக்கப் படித்தாள், "நேர்மையாளர்களுடைய நினைவு ஆசீர்வதிக்கப்பட்டது. கொடியவர்களுடைய பெயர் அழுகிப் போகக் கடவது!"

கிஸ்ஸிப் பாட்டி கைகூப்பித் தொழுதாள், "ஆண்டவரே, கருணை காட்டு!"

ஜார்ஜ் கோபத்துடன் எழுந்தான். "அப்போ, சரி! முதலாளியினுடைய பெயரை வைக்கப் போவதில்லை என்று அவரிடம் யார் சொல்லப் போகிறீர்கள்?" அவர்களை வெறித்துப் பார்த்தபடி நின்றான். தன்னுடைய குடும்பமென்று வீட்டிற்குச் சென்ற போதெல்லாம் தாக்குதலுக்கு ஆளானதை எண்ணி மனம் வெதும்பினான். ஓயாமல் பைபிளைப் பற்றிப் பேசியே மெடில்டா துளைத்தெடுக்கிறாள்! எங்கேயோ எப்போதோ கேட்டதைச் சொல்ல வேண்டுமென்று மூளையைப் பிராண்டினான். ஆங்! கிடைத்து விட்டது! "ஞானஸ்நானவாதி டாம் என்று கூப்பிடுங்கள்!" உரக்கக் கத்திவிட்டான். அவனுடைய மூன்று மகன்களுடைய முகங்களும் படுக்கையறைக் கதவிடுக்கின் வழியே தென்பட்டன. அன்றைக்குப் புதிதாகப் பிறந்த குழந்தை வீரிட்டு அலறியது! வீட்டை விட்டு வெளியேறினான்!

அதே தருணத்தில், பெரிய வீட்டு வசிப்பறையில், எழுதுமேஜை மீது பேனாவை மையில் நனைத்து, தனது பேரேட்டில், ஏற்கனவே தனது பண்ணையில் பிறந்த ஜார்ஜ் மற்றும் அவனுடைய மூன்று மகன்களுடைய பெயர்களும் பதியப்பட்டிருந்த வரிசைக்குக் கீழே ஐந்தாவது பெயரை முதலாளி பதிவு செய்தார். "1833ஆம் ஆண்டு, செப்டெம்பர் 20... மெடில்டாவுக்கு மகன் பிறந்தான்... பெயர் டாம் லியா!"

சாலையை அடைந்த ஜார்ஜ் சீற்றத்தால் பொங்கினான். மெடில்டா மீது அவனுக்கு அக்கறையில்லை என்பதல்ல! அவன் சந்தித்த பெண்களிலேயே மிகச் சிறந்த நேர்மையான பெண்! இருப்பினும், சிறந்த மனைவி என்பதாலேயே மனித இயல்புகளுக்கு அவன் ஆளாக நேரிட்ட போதெல்லாம் அவனுக்குப் பக்தி நெறியைப் போதித்து மகானாக்க முயற்சிக்கத் தேவையில்லை! மனிதனானவன் அவ்வப்போது குடிப்பதற்கும், கிண்டலடிப்பதற்கும், சிரித்துப் பேசுவதற்கும், உடலின் தேவைகளைத் தணிப்பதற்கும் மட்டும் துணை தேடுகின்ற வகைப் பெண்களுடன் களிக்கத் தான் வேண்டும்! சேர்ந்து பயணம் செய்த கடந்த ஆண்டுகளில் முதலாளியினுடைய போக்கும் அப்படித்தான் இருந்தது. நகரமொன்றில் அவர்களுடைய சேவல் சண்டைப் போட்டிகள் முடிந்த பின்னர் ஒருநாள் கூடுதலாகத் தங்கினர். தொழுவத்தில் வண்டியையும் குதிரையையும் விட்டு விட்டு, உள்ளூர் கட்டுச்சேவல்காரரைப் பிடித்து அவருக்குப் பணத்தைக் கொடுத்து சேவல் கூண்டுகளை ஒப்படைத்து விட்டு முதலாளியும் ஜார்ஜும் அவரவருக்கு ஏற்ற பாதையில் சென்று இரவுப் பொழுதைக் களித்தனர். மறுநாள் காலையில் தொழுவத்தில் சந்தித்த இருவரும் சேவல் கூண்டுகளை ஏற்றிக் கொண்டு வீடு திரும்பினர். ஒருவர் மற்றவருடைய திருட்டுத்தனத்தை அறிந்த போதிலும் பிறரிடம் அதுபற்றி வாய் திறந்ததில்லை.

கோப தாபமெல்லாம் தணிந்து ஜார்ஜுக்கு வீட்டிற்குத் திரும்பலாம் என்கிற நினைவு தட்டுப்படுவதற்குள் ஐந்து நாட்களாகிவிட்டது. அவர்களை மன்னித்துவிடுவதென்று தீர்மானித்து அடிமைகள் குடியிருப்புக்குச் சென்ற பாதையில் விரைந்து நடந்து வீட்டின் கதவைத் திறந்தான்.

“ஆண்டவரே! நீயா ஜார்ஜ்! அப்பாவைக் கண்டால் குழந்தைகளெல்லாம் மிகவும் மகிழ்ச்சியடைவர்!” என்றாள் மெடில்டா. “குறிப்பாக இந்தப் பயல்! நீ புறப்பட்டுப் போனதிலிருந்து கண்ணைத் திறந்து பார்க்கவே இல்லை!”

ஐந்து, மூன்று, இரண்டு வயதுள்ள மூன்று மூத்த பயல்கள்! ஒருவருக்குப் பின்னால் ஒருவராக அருவருப்பாக ஒளிந்து கொண்டு அவனை அச்சத்துடன் வெறித்துப் பார்த்தனர். அதைக் கண்டவுடன் கோபம் பொத்துக் கொண்டது. உடனே திரும்பிவிட நினைத்தான். அவர்களைப் பிடித்து இழுத்து தன்னுடன் நெருக்கமாக அணைத்துக் கொள்ள நினைத்தான்! விரைவிலேயே, அவன் நியூ ஓர்லியான்ஸ் புறப்பட்டால், அடுத்த மூன்று மாதங்களுக்கு அவர்களைக் காண முடியாத நிலைமை வரப் போகிறது. அவர்களுக்கு மிகச் சிறந்த பரிசுப் பொருட்கள் வாங்கிவர வேண்டும்!

தயக்கத்துடன் மேஜை அருகில் உட்கார்ந்தான். மெடில்டா தட்டு நிறைய உணவளித்தாள். அமர்ந்து உணவு வேளைப் பிரார்த்தனை செய்தாள். பிறகு, எழுந்தவள், “விர்ஜில், போ, பாட்டியைக் கூட்டி வா!”

மென்று கொண்டிருந்ததை நிறுத்தி வாயிலிருந்த உணவை அப்படியே உள்ளே தள்ளினான்! ‘இம்முறை இருவரும் என்ன திட்டம் தீட்டியுள்ளனரோ?’

கதவைத் தட்டி உள்ளே நுழைந்த கிஸ்ஸி மெடில்டாவை அணைத்தாள். மூன்று பேரன்களையும் முத்தமிட்டு தட்டிக் கொடுத்துக் கொஞ்சிய பின் தனது மகனைப் பார்த்தாள்! “எப்படியிருக்கே ஜார்ஜ்! ரொம்ப நாளாப் பார்க்க முடியலே!”

உள்ளே பொங்கிப் பொருமிக் கொண்டிருந்த போதிலும், மெலிவாக நகைக்க முயன்றவனாக, “எப்படியிருக்கீங்கம்மா” என்றான்.

நாற்காலியில் அமர்ந்து குழந்தையை வாங்கிக் கொண்டவள், “ஜார்ஜ், உன்னுடைய பிள்ளைகள் உன்னையொன்று கேட்க விரும்புகிறார்கள்!” திரும்பினாள். “இல்லையா, விர்ஜில்?”

மூத்தவன் பின்நோக்கிப் பம்மியதைக் கண்டான். ‘என்ன சொல்வதற்கு அவனை அவர்கள் தயார்ப்படுத்தியுள்ளனரோ?”

ஒருவழியாக அவன் தனது குழல் மொழியில் கூறினான், “அப்பா, எங்களுக்கு எங்களுடைய முப்பாட்டனாரைப் பற்றிச் சொல்ல வேண்டும்!”

மெடில்டாவின் கண்கள் அவனைக் கெஞ்சின!

கிஸ்ஸி மென்மையாகப் பேசினாள், “ஜார்ஜ், நீ ரொம்ப நல்லவன்! உன்னைப்

பற்றி வித்தியாசமாகப் பேசும்படி யாருக்கும் இடம் தராதே! நாங்கள் உன்னை நேசிக்கவில்லை என்கிற எண்ணத்தையும் விட்டு விடு! உன்னைப் பற்றியும் எங்களைப் பற்றியும் நினைத்துப் பலவாறாகக் குழப்பிக் கொள்கிறாய் என்று நினைக்கிறேன். இந்தக் குழந்தைகள் எப்படி அவர்களுடைய முப்பாட்டனாருடைய குருதி வழித் தோன்றல்கள் என்கிறோமோ அதே போல நாங்களும் உன்னுடைய குருதி வழியினர்."

"மறைநூல் என்ன சொல்கிறதென்றால்..." மெடில்டா பைபிளைப் புகுத்தினாள். ஜார்ஜினுடைய பொருள் பொதிந்த பார்வையைக் கண்டவுடன், "பைபிளில் சொல்லப் பட்டிருப்பவை எல்லாமே கடுமையான நெறிகள் மட்டுமல்ல! அன்பைப் பற்றி ஏராளமாகச் சொல்லி வைத்துள்ளனர்"

பெரிதும் நெகிழ்ந்து போன ஜார்ஜ், தனது நாற்காலியை குளிர்காயும் அடுப்பை நோக்கி நகர்த்தினான். பொடியன்கள் மூவரும் அவனுக்கு முன்னால் தரையில் அமர்ந்தனர். அவர்களுடைய கண்களில் எதிர்பார்ப்பு மின்னியது. கிஸ்ஸி குழந்தையை அவனிடம் கொடுத்தாள். தன்னைச் சமனப்படுத்திக் கொண்டவன், தொண்டையைக் கனைத்துச் சரிப்படுத்திக் கொண்டு, தன்னுடைய நான்கு மகன்களுக்கும் அவர்களுடைய முப்பாட்டனாரைப் பற்றி அவர்களுடைய பாட்டி சொல்லியிருந்த கதையைச் சொல்லத் தொடங்கினான்.

விர்ஜில் ஊடே புகுந்தான், "எனக்கும் அந்தக் கதை தெரியும்!" தன்னுடைய தம்பிகளைப் பார்த்து அழகு காட்டியபடி, ஆப்பிரிக்க வார்த்தைகள் உட்பட கதை முழுவதையும் விடுபடாமல் முழுமையாகச் சொன்னான்.

மெடில்டா பூரிப்புடன் கூறினாள், "உங்களிடம் மூன்று முறை கேட்டிருக்கிறான்! மீண்டும் ஒருமுறை சொல்லாமல் கிஸ்ஸிப் பாட்டியை வாசற்படியைத் தாண்டவிட மாட்டான்! ஜார்ஜ் ஓர் எண்ணத்தால் ரொம்பவே நெகிழ்ந்தான். 'மனைவி சிரித்ததைக் கடைசியாகப் பார்த்து எவ்வளவு காலம் ஆகிவிட்டது?'

அனைவருடைய கவனத்தையும் மீண்டும் தன்வசப்படுத்துவதற்காக விர்ஜில் துள்ளிக் குதித்தவாறு "அந்த ஆப்பிரிக்கர் தான் நாம் யாரென்பதைச் சொல்லிக் கொடுத்ததாகப் பாட்டி சொல்லுவாள்!" என்றான்.

பூரிப்புப் பொங்க, கிஸ்ஸி, "ஆமாப்பா!" என்றாள்.

நீண்ட நாட்களுக்குப் பிறகு, முதன்முறையாகத் தனது வீட்டில் இல்லறம் சிறப்புற்றதை ஜார்ஜ் கண்டான்!

98

நான்கு வார காலதாமதத்தில், கிரீன்ஸ்பரோவில் புதிய வண்டி தயாரிக்கப்பட்டு எடுத்துச் செல்வதற்கு ஆயத்தமாக இருந்தது. நியூ ஓர்லியான்ஸ் நகரத்திற்குச் செல்லவிருந்த சமயத்தில் முதலாளி புதிய வண்டிக்கு ஏறபாடு செய்திருந்தது மிகவும் பொருத்தமானது தான்! புதிய வண்டியைக் கொண்டு செல்வதற்காக அங்கே பயணப்பட்ட போது ஜார்ஜினுடைய சிந்தனை நிலை கொள்ளவில்லை. பெரிய, பெரிய முதலாளிகள் கலந்து கொள்கின்ற போட்டிக்கு கிரீச்சிட்டு, லொட லொட சத்தமிட்ட பழைய குப்பை வண்டியில் சென்றால் மதிப்பாக இருக்காது அல்லவா? மிகப் பெரிய சேவற்கட்டுக்காரர், அவருடைய பயிற்றுநர் என்று காட்டிக் கொள்ளும் விதத்தில் புதிய வண்டியில் சென்று இறங்க வேண்டும்! அதற்காகத் தான் அவன் இன்னொரு திட்டமும் வைத்திருந்தான். கிரீன்ஸ்பரோவை விட்டுப் புறப்படுவதற்குள் முதலாளியிடம் ஒன்றரை டாலர் பணம் கடனாகப் பெற்று புதிய கறுப்புத் தொப்பி ஒன்று வாங்க வேண்டும்! அதற்குப் பொருத்தமாக ஏற்கனவே பச்சை வண்ண கழுத்துப் பட்டை மெடில்டா பின்னி விட்டாள். அத்துடன், மெடில்டாவிடம் சொல்லி, பச்சை, மஞ்சள் வண்ண மேலங்கி, கால்சராய்களையும், அகன்ற, செந்நிற தொங்கு பட்டைகளையும், ஏராளமான

மேற்சட்டைகளையும், கால்சட்டைகளையும், காலுறைகள், கைக்குட்டைகளையும் பயணப்பெட்டியில் வைத்துக் கட்ட ஏற்பாடு செய்ய வேண்டும்! சேவல்சண்டை முடிந்த பின்னர், பகட்டாக நகரத்தைச் சுற்றிவர வேண்டாமா?

வண்டிதயாரிக்கும் பேட்டையை அடைந்து சற்று நேரத்தில், வெளியில் காத்திருந்த ஜார்ஜ் காதில் அடைக்கப்பட்டிருந்த கதவுக்குப் பின்னால் முதலாளியும் வண்டி தயாரித்தவரும் கடுமையான வாக்கு வாதத்தில் ஈடுபட்ட சத்தம் கேட்டது. அப்படியொரு விவாதத்தை ஏற்கனவே முதலாளி எதிர்பார்த்திருந்தார் என்பதால் அவன் அதன் மீது கவனம் செலுத்தவில்லை. புறப்படுவதற்கு முன்பு ஆயத்தப்படுத்திக் கொள்ள வேண்டிய பணிகளில் மிகவும் கவனமாக இருக்க வேண்டும் என்பதிலேயே அவனுடைய ஒட்டு மொத்த சிந்தனையும் ஆழ்ந்திருந்தது. மிகவும் கடுமையான பணி ஒன்றை அவன் எதிர்கொள்ள வேண்டியிருந்தது. மிகவும் கடுமையாக முயன்று அனைத்துப் பயிற்சிகளிலும் மிகச் சிறப்பாக செயல்பட்ட பறவைகளிலிருந்து பன்னிரெண்டு பறவைகளை மட்டும் தேர்ந்தெடுப்பதென்பது எளிதானதாகத் தோன்றவில்லை. பத்தொன்பது சேவல்களுடன் கொலைவெறியுடன் தாக்குதல் தொடுப்பதற்கு மிகுந்த நுணுக்கத்துடன் பயிற்சி அளித்திருந்தான். ஆனால், அனைத்து ஏதுக்களுடன் ஆயத்த நிலையில் இருந்த வண்டியில் பன்னிரெண்டு பறவைகளுக்கு மட்டுமே இடவசதியிருந்தது. ஆகவே, பன்னிரெண்டு பறவைகளைத் தேர்ந்தெடுப்பதென்பது அவனுக்கு மட்டுமல்ல, முதலாளிக்கும், தற்பொழுது உடல் தேறி, நடமாடத் தொடங்கியிருந்த மிங்கோ மாமாவுக்கும் கூட மிகப் பெரிய சவால் தான்!

கடைக்கு உள்ளே முதலாளியின் குரல் உயர்ந்து பெருஞ்சத்தமாகக் கேட்டது. வண்டி தயாரிப்பதில் ஏற்பட்ட கால தாமதம் பொறுத்துக் கொள்ளக் கூடியது என்ற போதிலும், விலை மிகவும் கூடுதலாகிவிட்டதால் குறைத்துக் கொள்ள வேண்டும் என்பது முதலாளியின் வாதம்! உற்பத்தியாளர், மிகவும் முயன்று துரிதமாகப் பணியை நிறைவேற்றியதாகவும், பொருட்களினுடைய விலைகள் உயர்ந்து விட்டதாலும், விடுதலை பெற்ற கறுப்பினப் பணியாளர்கள் கூலி உயர்வு கேட்டுப் போராடியதாலும் வண்டியின் அடக்க விலை எகிறிவிட்டதாகவும் மன்றாடினார். முதலாளி வெளியில் காட்டிக் கொண்ட அளவிற்கு உண்மையில் கோபிக்கவில்லையென்றும் தடாலடியாக விவாதித்தால் வண்டியின் விலையில் ஒரு சில டாலர்களையாவது குறைக்கலாம் என்று முயன்றார் என்றும் யூகித்தான்.

சற்று நேரத்தில் பேரம் படிந்துவிட்டதாகத் தோன்றியது. விவாதங்கள் முடிவுற்றன. முதலாளியும் வண்டி உற்பத்தியாளரும் வெளியில் வந்தனர். முகங்கள் சிவந்திருந்த போதிலும் நட்புடன் பேசுவதற்கு முயன்றனர். வணிகர் கடைக்கு உட்புறமாக சத்தமிட்டார். சில நிமிடங்களில் நான்கு கறுப்பர்கள் தலை காட்டினர். உடலை இரண்டாக வளைத்து தமக்குப் பின்னாலிருந்த கனத்த வண்டியை வெளியில் இழுத்து வந்தனர். வண்டியின் வேலைப்பாட்டையும் அழகையும் கண்ட ஜார்ஜினுடைய கண்கள் அகல விரிந்தன. ஓக் மரத்தால் கட்டுறுதியுடன் உருவாக்கப்பட்டிருந்த வண்டியின் வலிமை அதன் தோற்றத்திலேயே புலப்பட்டது. அதன் மையப் பகுதி மிகுந்த ஆடம்பரத்துடன் பன்னிரெண்டு கூண்டுகளைத் தேவைக்கேற்பப் பொருத்தி

நீக்குவதற்கு ஏதுவாக நீளமாக அமைக்கப்பட்டிருந்தது. இரும்பு அச்சுக்களும், அவை வண்டிச் சக்கரத்தின் மையப்பகுதியில் பொருத்தப்பட்டிருந்த சீர்மையும் சமநிலைக்கு ஏதுவாக அமைந்திருந்தன. கனத்த வண்டியாக இருந்த போதிலும் கிரீச்சிடும் சத்தமோ லொட லொட ஓசையோ எழுவதற்கு வாய்ப்பே இல்லை! ஜார்ஜ் மற்றொன்றிற்காகவும் வியப்படைந்தான். முதலாளி முகத்தில் அவ்வளவு பெரிய சிரிப்பை அவன் பார்த்ததே இல்லை!

வண்டி உற்பத்தியாளர் சொன்னார், “நாங்கள் செய்ததிலேயே மிகவும் சிறப்பான ஒன்று. பயணம் செய்வதற்கு மிகவும் இனிமையாக இருக்கும்!” “ஆமாம், நெடுந் தொலைவு செல்ல வேண்டியிருக்கிறது” முதலாளி விளக்கினார். “ஓர்லியான்ஸ் நகரத்திற்கா! ஆறு வார காலப் பயணமாச்சே! உங்களுடன் யாரெல்லாம் செல்கிறார்கள்?”

பழைய வண்டியின் வண்டியோட்டி இருக்கையில் அமர்ந்திருந்த ஜார்ஜைக் காட்டினார். “எனது நீக்ரோவும் பன்னிரெண்டு கட்டுச்சேவல்களும்!”

முதலாளியின் ஆணையை எதிர்பார்த்த ஜார்ஜ் வாடகைக்கு அமர்த்தப்பட்டிருந்த கோவேறு கழுதைகளை முளையிலிருந்து ஓட்டிச் சென்று வண்டியில் பூட்டினான். .அதற்கு அங்கிருந்த கறுப்பர்களுள் ஒருவன் உதவினான். உடனே மற்றவர்களுடன் சென்று இணைந்து கொண்டான் .அந்த நால்வரும் ஜார்ஜை ஒரு பொருட்டாகவே மதிக்கவில்லை. ஏனெனில், அவர்கள் விடுதலை பெற்ற நீக்ரோக்கள் என்கிற பெருமை! அவர்களைப் பார்க்கவே தனக்குப் பிடிப்பதில்லை என்று முதலாளி அடிக்கடி சொன்னதுண்டு! கண்கள் பளபளக்க, முகத்தில் மிகப் பெரிய புன்னகையை ஏந்தியவாறு முதலாளி பலமுறை வண்டியைச் சுற்றிப் பார்வையிட்டுப் பூரித்தார். பிறகு, வண்டியை உருவாக்கியவரிடம் கைகுலுக்கி நன்றி தெரிவித்து விட்டு புதிய வண்டியின் முன் இருக்கையில் ஏறி அமர்ந்தார். அவருக்கு நல்வாழ்த்துக்களைத் தெரிவித்த வண்டி வணிகர் தனது படைப்பின் கவின்மிகு தோற்றத்தைக் கண்டு வியந்து நின்றார். புதிய வண்டியை முதலாளி முன்னே செலுத்த பழைய வண்டியில் ஜார்ஜ் பின்தொடர்ந்தான்.

வீடு நோக்கிய நெடும் பயணம் தொடர்ந்தது. ஜார்ஜினுடைய இருக்கையில் அவனுக்குப் பக்கத்தில் புதிய தொப்பி மிளிர்ந்தது. அத்துடன், மேலும் ஒரு டாலர் கடன்பட்டு அவன் வாங்கிய கம்பளியாலான ஓர் இணை கணுக்கால் உறைகள் கிடந்தன. காலணிகளுக்கு மேலே கணுக்காலை மறைக்கும் வகையில் அணிந்து கொள்ளத் தக்கவை! ஓர்லியான்ஸ் நகருக்குப் புறப்படுவதற்கு முன் அவன் செய்து முடிக்க வேண்டிய கடமைகள் அனைத்தையும் மனதிற்குள் சரிபார்த்துக் கொண்டான். அவர்கள் புறப்பட்டுச் சென்ற பின்னர் வீட்டிலும் கட்டுச்சேவல் வளர்ப்பிடத்திலும் பணிகள் சீராக நடப்பதற்கான வழிவகைகளைப் பற்றி எண்ணமிட்டான். அவன் இல்லாத சமயத்தில் வீட்டு வேலைகள் முழுவதையும் கவனித்துக் கொள்வது சற்றே கடினமாகத் தான் இருக்கும் என்ற போதிலும் மெடில்டா கிஸ்ஸியினுடைய உதவியுடன் சமாளித்து விடுவாள் என்கிற நம்பிக்கை கொண்டான். மிங்கோ மாமாவுக்கு வயது ஏற, ஏற மறதியும் அதிகரித்து வந்தது. ஆனாலும், அவனில்லாத சமயத்தில் சேவல்களைப் பேணிப் பாதுகாத்துக்

கொள்வார். ஆனாலும், பயிற்சித் திடலில் அவனுக்குப் பெருகிக் கொண்டிருந்த பணிகளைக் கொண்டு ஒப்பிட்டால் அவரால் நீண்ட காலத்திற்கு அவனுக்குத் துணைபுரிய முடியும் என்கிற நம்பிக்கை குறைந்து வந்தது.

'விர்ஜிலுக்கு ஆறு வயதாகப் போகிறது! எப்படியும் அவன் வயலில் பாடுபடத் தொடங்கியாக வேண்டும்! அவனுக்கு வழங்க உத்தேசித்திருந்த அரிய வாய்ப்பினை மெடில்டாவும் அம்மாவும் கண்டு கொள்ள மறுக்கின்றனர். அவர்களை எவ்வாறேனும் சம்மதிக்கச் செய்ய வேண்டும்! வெளியூர் சென்ற சமயத்தில் மிங்கோவுக்கு உதவியாக அவனை அனுப்பி, திரும்பிய பின்னரும் தொடர்ந்து அங்கேயே வைத்துக் கொள்ள வேண்டியது தான்' பலவாறாக சிந்தனை கிளைவிட்டது! ஆனால், அது பற்றிப் பேச வாய் திறந்தவுடனே, மெடில்டா வெடித்தாள், "அப்படியானால், முதலாளி வேறு யாரையாவது அமர்த்திக் கொள்ளட்டும்!" கிஸ்ஸியின் வார்த்தைகளிலும் அனல் பறந்தது. "இந்தக் குடும்பத்திலிருந்து அந்தச் சேவல்கள் ஏற்கனவே கொள்ளை கொண்டது போதும்!" மேலும் அவர்களுடன் சண்டையிட விரும்பாதவனாக, அந்த விடயத்தில் அவர்களை வற்புறுத்தவில்லை. ஆனால், அவனுக்கும் மிங்கோ மாமாவுக்கும் மட்டுமே தனிப்பட்ட பகுதியாக விளங்கிய திடலில் முற்றிலும் புதிய ஒருவனை முதலாளி நுழைய விடுவார் என்கிற நம்பிக்கையுமில்லை!

வெளியிலிருந்து ஒருவனை உள்ளே அனுமதிப்பதன் விளைவுகளைப் பற்றி முதலாளி நன்கு அறிவார்! ஆனாலும், மிங்கோ மாமா விர்ஜிலினுடைய உதவியை ஏற்றுக் கொள்வாரா என்கிற ஐயம் அவனுள் எழுந்தது. ஏற்கனவே அவருடைய முதலாவது உதவியாளர் அவரைக் காட்டிலும் முதலாளியிடம் நெருக்கமாகி விட்டதால் பொருமிக் கொண்டிருந்தார். சமீபத்தில், ஓர்லியான்ஸிற்குத் தன்னை உடன் அழைத்துச் செல்லவில்லை என்பதால், அதனை வெளிப்படுத்தினார். "நீங்கள் இல்லாத சமயத்தில் பறவைகளுக்குத் தீனி போடும் அளவுக்குத் தான் என்னை நம்புவதென்று நீயும் முதலாளியும் முடிவு செய்து விட்டீர்கள்!" முதலாளி எடுத்த முடிவுகளில் தன்னால் எதுவும் செய்ய இயலாது என்பதை மிங்கோ மாமா புரிந்து கொள்ள வேண்டும் என்று மறுகினான். அத்துடன், தனக்கு எழுபதிற்கும் மேற்பட்ட வயதாகிவிட்டது என்பதையும், சென்று திரும்புவதற்கு ஆறு வார காலமாகக் கூடிய பயணத்தைத் தன்னால் மேற்கொள்ள இயலாது என்பதையும் அவர் உணர்ந்து கொள்ளாததைக் கண்டு மனம் வெதும்பினான். வழியில் நோய்வாய்ப்பட்டுவிட்டாரானால் அவனுக்கும் முதலாளிக்கும் கூடுதல் பிரச்சினையாகிவிடும்! ஒட்டு மொத்த சூழலையும் அவர் எவ்விதத்தாலாவது நன்கு புரிந்து கொள்ள வேண்டும் அல்லது நடக்கின்ற அனைத்திற்கும் தன்னைக் குற்றம் சாட்டுவதையாவது நிறுத்த வேண்டுமென்று விரும்பினான்.

ஒருவழியாக, இரு வண்டிகளும் நெடுஞ்சாலையிலிருந்து திரும்பி பண்ணைக்குச் செல்லும் குறுகிய பாதையில் உருண்டன. பெரிய வீட்டிற்குப் பாதி தொலைவில் சென்று கொண்டிருந்த போதே அவனுக்குத் திகைப்பு மேலோங்கியது! முதலாளியம்மா பெரிய வீட்டின் முகப்பிலிருந்து படிகளில் இறங்கிக் கொண்டிருந்தாள்! சற்று நேரத்தில் பின்புறக் கதவைத் திறந்து கொண்டு

மாலிஸி வெளிப்பட்டாள். பிறகு, மெடில்டா, பொடியன்கள், அம்மா, சாராக்கா, பாம்ப்பே மாமா அனைவரும் தத்தமது வீடுகளிலிருந்து வெளியில் விரைந்தனர். வியாழக்கிழமை பிற்பகல் வேளையில் வயலிலிருந்து எப்படி வந்தனர்? ஜார்ஜ் திகைத்தான்! புதிய வண்டியைக் காண வேண்டுமென்கிற பேராவலில் முதலாளியின் கோபத்தைத் தாங்கிக் கொள்ளவும் துணிந்து விட்டனரா? பிறகு, அவர்களுடைய முகங்களைப் பார்த்தால் வண்டியைப் பற்றி கிஞ்சித்தும் அக்கறை கொண்டவர்களாகத் தெரியவில்லை!

முதலாளியின் வண்டியை நோக்கி முதலாளியம்மா வேகமாக நடந்து கொண்டிருந்தாள். ஜார்ஜ் வண்டியை நிறுத்தி, வண்டியோட்டியின் உயரமான இருக்கையிலிருந்து தலையைச் சாய்த்து அவள் முதலாளியிடம் சொன்னதை உற்றுக் கேட்டான். முதலாளியின் உடல் குலுங்கி நிமிர்ந்ததைக் கண்டான்! முதலாளியம்மா வீட்டை நோக்கி விரைந்து கொண்டிருந்தாள்! வண்டியிலிருந்து கீழிறங்கிய முதலாளி, மெதுவாகத் தன்னை நோக்கி நடந்து கொண்டிருந்ததைக் கவனித்தான். அவருடைய முகம் வெளுத்துப் போய் அதிர்ச்சியில் உறைந்திருந்தது. திடீரென்று அவனுக்குள் எட்டியது! அவர் சொன்ன வார்த்தைகள் எங்கோ தொலைவிலிருந்து புறப்பட்டவை போல அவனுடைய காதுகளில் விழுந்தன! மிங்கோ செத்துப் போனார்!

வண்டி இருக்கையிலேயே சுருண்டவன் ஓலமிட்டு அலறினான். ஒருபோதும் அவ்வாறு அழுதவனில்லை! அவனை இருக்கையிலிருந்து கீழிறக்குவதற்கு முதலாளியும் பாம்ப்பே மாமாவும் பெரும் பாடு பட்டனர். மெடில்டா ஒரு பக்கமும் பாம்பே மறுபக்கமும் தாங்கிக் கொள்ள அடிமைகள் குடியிருப்பை நோக்கி நகர்ந்தான். அவனுடைய துயரத்தின் ஆழம் மற்றவர்களையும் மீண்டும் அழச்செய்தது! மெடில்டா அவனைக் கைத்தாங்கலாக வீட்டிற்குள் அழைத்துச் சென்றாள். கிஸ்ஸி குழந்தையுடன் பின்தொடர்ந்தாள்.

அவன் சற்றே தன்னைத் தானே தேற்றிக் கொண்ட பிறகு, நடந்தவற்றை அவனிடம் விவரித்தனர். மெடில்டா சொன்னாள், "நீங்கள் திங்கட்கிழமை காலையில் புறப்பட்டீர்கள்! அன்றிரவு இங்கே எவரும் நிம்மதியாகத் தூங்கவில்லை! நள்ளிரவுக்குப் பிறகு, செவ்வாய்க்கிழமை, ஆந்தைகள் அலறியதையும் நாய்கள் ஊளையிட்டதையும் கேட்டோம்! பிறகு, யாரோ அலறியது கேட்டது...."

கிஸ்ஸி தொடர்ந்தாள், "மாலிஸி! ஆண்டவரே, அவள் என்னமாக் கதறினாள்! அவள் பன்றிகளுக்குத் தீனி போடுவதற்குச் சென்றிருந்த இடத்திற்கு நாங்கள் அனைவரும் ஓடினோம்! அங்கே அவர் கிடந்தார்! அப்பாவிக் கிழவர் சாலையில் கந்தலைப் போலக் கிடந்தார்!"

மெடில்டா கூறினாள், "அவருக்கு உயிர் இருந்தது! ஆனால், வாய் ஒரு பக்கமாகக் கோணிக் கொண்டது! மண்டியிட்டு அவர் முனகியதைக் கேட்க முற்பட்டேன். 'எனக்கு மாரடைப்பு'ன்னு நினைக்கிறேன். சேவல்கள் இருக்குமிடத்திற்கு என்னைக் கூட்டிப் போங்கள்! என்னால் முடியலை!' என்றார்!"

கிஸ்ஸி விவரித்தாள், ''ஆண்டவர் கருணை தான்! எங்களுக்கு என்ன செய்வதென்று தெரியவில்லை! பாம்ப்பே அவருடைய கால்களை அசைத்துப் பார்த்தார். கனத்த உடம்பு! எல்லோருமாகச் சேர்ந்து அவரைத் தூக்கிச் சென்று பாம்ப்பேயினுடைய படுக்கையில் கிடத்தினோம்!"

மெடில்டா வருந்தினாள், ''நோய் வாடையால் அவருடைய உடல் துர்நாற்றமடித்தது! அவருடைய முகத்தில் விசிறினோம். முனகிக் கொண்டே இருந்தார். 'சேவல்கள்... அங்கே போகணும்...!"

கிஸ்ஸி மீண்டும் தொடர்ந்தாள், ''அதற்குள் மாலிஸி ஓடிப் போய் முதலாளியம்மாவிடம் சொல்லிவிட்டாள்! அவளும் கைகளை உதறிக் கொண்டு அழுதாள். அவளுடைய கவலையெல்லாம், மிங்கோ அண்ணாச்சியைப் பற்றியல்ல, கோழிகளைப் பற்றி! 'யாராவது போய் கோழிகளைப் பார்த்துக்கோங்க! இல்லாவிட்டால், முதலாளி கோபித்துக் கொள்வார்!' என்றாள். உடனே, மெடில்டா விர்ஜிலை அழைத்தாள்..."

"எனக்கு விருப்பமே இல்லை! அதைப் பற்றிய என் எண்ணம் உங்களுக்கே தெரியும்! எங்களில் யாராவது ஒருத்தர் செல்ல வேண்டிய நிலைமை! அத்துடன், சுற்றிலும் திரியக் கூடிய நாய், நரி, காட்டுப் பூனைகள் கூட சேவல்களைத் தின்ன முயலுமென்று நீங்கள் சொல்லியிருந்தீர்கள்! ஆனால், பையனைத் தான் பாராட்ட வேண்டும்! அவனுடைய கண்களில் மருட்சி தெரிந்த போதிலும், 'அம்மா, நான் போறேன்! அங்கே என்ன செய்வதென்று எனக்குத் தெரியாதே!' என்றான். பாம்ப்பே மாமா பைநிறையத் தானியங்களைக் கொடுத்து, 'கண்ணில் படுகின்ற கோழிகளுக்கெல்லாம் இதைப் போட்டுக் கொண்டிரு! முடிந்த வரை விரைவாக வந்துவிடுகிறேன்' என்று சொல்லி அனுப்பினார்."

அவனையோ, முதலாளியையோ தொடர்பு கொள்வதற்கு வழியில்லாததாலும், சாரா தன்னுடைய மூலிகை, வேர்களால் காப்பாற்றக் கூடிய நிலைமையில் மிங்கோவின் உடல் நிலை இல்லை என்றதாலும், மருத்துவர் எவருடனும் தொடர்பு கொள்ளும் வழி முதலாளியம்மாவுக்குத் தெரியாததாலும், அவர்கள் திரும்பி வரும் வரை காத்திருப்பதைத் தவிர வேறு எதுவும் அவர்களால் செய்ய முடியவில்லை என்றனர். மெடில்டா அழத் தொடங்கினாள். ஜார்ஜ் அவளுடைய கையைப் பற்றிக் கொண்டான்.

"முதலாளியம்மாவிடம் பேசிக் கொண்டிருந்து விட்டு, பாம்ப்பேயின் வீட்டிற்குத் திரும்பிச் சென்று பார்த்த போது மிங்கோ செத்துக் கிடந்தார்." கிஸ்ஸி கூறினாள். "கடவுளே! பார்த்தவுடனே தெரிந்து விட்டது!" சொல்லும் போதே தேம்பினாள். "அப்பாவி மனிதர் தன்னந்தனியாகச் செத்துப் போனார்!"

மெடில்டா தொடர்ந்தாள், "முதலாளியம்மாவிடம் சொன்னவுடன் அவள் அலறத் தொடங்கிவிட்டாள்! இறந்தவர்களுக்காக என்ன செய்வதென்று அவளுக்குத் தெரியவில்லை! ஒரு நாளுக்கு மேல் வைத்திருந்தால் உடல் அழுகத் தொடங்கிவிடும் என்று முதலாளி ஒருமுறை சொன்னதாக மட்டும் கூறினாள்.

நீங்கள் திரும்புவதற்குள் காரியத்தை முடித்துவிட வேண்டும் என்றும் சொன்னாள். எனவே நாங்கள் குழி தோண்டுவதற்குச் சென்றோம்!"

கிஸ்ஸி விவரித்தாள், "ஆண்டவரே! அந்தப் புதர்களுக்குக் கீழே வரை சற்றே மிருதுவாக இருந்தது. பாம்ப்பேயும் பொம்பிளைகளும் சேர்ந்து, மாற்றி மாற்றி மண்வெட்டியால் கொத்தி அவருடைய உடலைக் கிடத்துவதற்குப் போதுமான அளவு குழியைத் தோண்டிவிட்டோம். திரும்பினோம்! பாம்ப்பே அவருடைய உடலைக் குளிப்பாட்டினார்"

மெடில்டா, "மாலிஸி முதலாளியம்மாவிடமிருந்து வாங்கி வந்த கிளிசரினை பாம்ப்பே அவருடைய உடலில் தேய்த்தார். போன ஆண்டு நீங்கள் வாங்கி வந்த நறுமணத் தைலத்தை நான் தூவி விட்டேன்!" என்றாள்.

கிஸ்ஸி தொடர்ந்து விளக்கினாள், "அவருக்கு உடுத்திவிட நல்ல துணிகள் கூட இல்லை! அவர் அணிந்திருந்தது படுமோசமாக நாறியது. பாம்ப்பே கொடுத்தது அவருடைய உடலளவைக் காட்டிலும் சிறியது. இரண்டு துணிகளைக் கொண்டு உடலைச் சுற்றிவிட்டோம், பாம்பபே இரண்டு நீளமான பச்சை மூங்கில் கழிகளை வெட்டி வந்தார். பெண்கலெல்லாம் பழைய மரப்பலகைகளைத் தேடி எடுத்து பாடை கட்டினோம்."

மெடில்டா சொன்னாள், "அவரைக் குழிக்குத் தூக்கிச் சென்ற பொழுது, முதலாளியம்மாவுக்குத் தெரிவித்தோம். அவள் பைபிளை எடுத்துக் கொண்டு ஓடி வந்தாள். அங்கே கொண்டு சென்ற பிறகு, முதலாளியம்மா பைபிளிலிருந்து வாசகங்களை வாசித்தாள். அவருடைய ஆன்மா அமைதி பெற ஆண்டவரை வேண்டி நான் தொழுதேன்." பிறகு, அனைவரும் சேர்ந்து அடக்கம் செய்து விட்டுத் திரும்பினர்.

கணவனுடைய முகத்தில் தென்பட்ட துயரத்தைத் தவறாகப் புரிந்து கொண்ட மெடில்டா, தங்களால் இயன்றதை அவருக்குச் செய்ததாகவும், அதற்காக அவன் கோபித்தாலும் பயனில்லை என்றும் கூறினாள்.

அவளுடைய கையைப் பற்றி வலுவாகப் பிசைந்தவன், "கோபமெல்லாம் இல்லை!" என்று கடுகடுத்தான். அன்று காலையில் அவனும் முதலாளியும் அங்கே இல்லாததை எண்ணி வருந்தியதால் ஏற்பட்ட சீற்றம்! இருந்திருந்தால் அவரைக் காப்பாற்றுவதற்கு ஏதாவது செய்திருக்கலாம் என்கிற ஆதங்கம்!

சற்று நேரத்திற்குப் பிறகு, காலமெல்லாம் அவரிடம் வெறுப்புக் காட்டியதாகச் சொல்லிக் கொண்டவர்கள், எவ்வளவு அக்கறையுடனும், கனிவுடனும், பாசத்துடனும் நடந்துள்ளனர் என்பதை நினைத்து மனம் உருகியவாறு வீட்டிலிருந்து புறப்பட்டான். பாம்ப்பே மாமாவைக் கண்டவன் அவரிடம் நெருங்கி அவருடைய கரங்களை நன்றியுணர்வுடன் பற்றிக் கொண்டான். சற்று நேரம் பேசிக் கொண்டிருந்தனர். ஏறத்தாழ அவருக்கும் மிங்கோ வயதிருக்கும்! பறவைகளைக் கவனித்துக் கொள்ளும்படி விர்ஜிலை விட்டு விட்டு அப்பொழுது தான் அங்கிருந்து வந்ததாகச் சொன்னார். "உங்களுக்கு நல்லதொரு பையன் கிடைத்திருக்கிறான்!"

என்றவர், "அங்கே செல்லும் வழியில், மழை பெய்யாததால், இன்னமும் தடம் பதிந்து கிடக்கிறது. அந்த இரவுப் பொழுதில் மிங்கோ அண்ணாச்சி சாலைப் புழுதியில் அதுவரை இழுத்துக் கொண்டே வந்ததைப் பார்க்கலாம்!" என்றார்.

ஜார்ஜ் அதைக் காண விரும்பவில்லை. புதருக்குக் கீழ் அவர் புதைக்கப்பட்டிருந்த இடத்தை நோக்கி மெதுவாக நடந்தான். புதிதாகக் குவிக்கப்பட்டிருந்த மண்ணைக் காண்பதற்கே சற்று நேரம் பிடித்தது. மயக்கத்தில் அசைவதைப் போல நகர்ந்து சில கற்களை எடுத்து கல்லறை மீது ஒருவித வடிவமைப்பில் அடுக்கினான். பயனற்றுப் போனதாக எண்ணி நொந்தான்.

மிங்கோவின் தடம் பதிந்திருந்த பாதையை விடுத்து, சோளத்தட்டைகள் வெட்டிக் கிடந்த வயல்வெளியைச் சுற்றிக் கொண்டு சேவல்கள் இருந்த இடத்திற்குச் சென்றான்.

"பயலே, நல்ல வேலை செய்தாய்! அம்மாவிடம் போ!" விர்ஜிலின் தலையைக் கோதியவாறு சொன்னான். முதல் பாராட்டைப் பெற்ற பையன் மெய்சிலிர்த்தான். அவன் சென்ற பிறகு, ஜார்ஜ் தனிமையில் அமர்ந்து ஏகாந்தத்தை வெறித்துக் கொண்டிருந்தான். கடந்த பதினைந்து ஆண்டுகளாக நிகழ்ந்ததனைத்தும் அவனுடைய மனத்தில் முட்டி மோதிக் கொண்டிருந்தன. தன்னுடைய ஆசானும், நண்பரும், அவன் ஒருபோதும் நெருங்கியறியாத தந்தைக்கு நிகரானவருமானவருடைய குரல் எதிரொலித்துக் கொண்டிருந்ததைக் கேட்டான். கரகரத்த குரலில் ஆணைகளை வெடித்ததும், மென்மையான குரலில் கட்டுச்சேவல்களைப் பற்றிப் பேசியதும், தன்னை ஓரங்கட்டியதைப் பற்றி வெறுப்புடன் புகார் கூறியதும் அவனுடைய காதுகளில் ஒலித்துக் கொண்டிருந்தன. "நீங்கள் இல்லாத சமயத்தில் கோழிகளுக்குத் தீனி போடுவதற்கு மட்டுமே என்னை நம்ப முடியும் என்று நீயும் முதலாளியும் நினைத்து விட்டீர்கள்?" துயரத்தில் முழுமையாக மூழ்கிப் போனதாக ஜார்ஜ் உணர்ந்தான்!

அவனுக்குள் பல கேள்விகள் எழுந்தன! இந்த முதலாளியிடம் வந்து சேர்ந்ததற்கு முன்பு மிங்கோ எங்கிருந்தார்? அவருடைய குடும்பத்தினர் யாவர்? அதைப் பற்றி அவர் எப்பொழுதுமே குறிப்பிட்டதில்லை! மிங்கோ மாமாவிடம் மிகவும் நெருங்கிப் பழகியவன் இந்த உலகத்திலேயே ஜார்ஜ் ஒருவன் தான்! அவனுக்கே தனக்கு அனைத்தையும் கற்றுக் கொடுத்த ஆசானைப் பற்றி எதுவும் தெரியாது!

ஜார்ஜ் மெதுவாக நடைபோட்டான். "அன்பிற்குரிய ஆண்டவரே! எங்களுக்குப் பழக்கமான இந்த இடம் முழுவதும் ஒவ்வாரு அங்குலமாக என்னுடன் ஏகப்பட்ட முறை உலவிய பாசத்திற்குரிய, அலங்கோலமான, அந்தக் கிழட்டுத் துணைவன் எங்கே?"

அடுத்த பகல், இரவு முழுவதும் அவன் அங்கேயே தனியனாகத் தங்கியிருந்தான். சனிக்கிழமை காலையில் முதலாளி அங்கு சென்றார். அவருடைய முகம் வெளுத்துப் போய் அழுது வடிந்தது. நேரே விடையத்தைச் சொன்னார். "நடந்ததனைத்தும் நினைத்துப் பார்த்தேன்! முதலில், இப்பொழுதே மிங்கோவினுடைய வீட்டை

எரித்திட வேண்டும்! அவனுடைய நினைவிலிருந்து விடுபட அது தான் சிறந்த வழி!"

சில நிமிடங்களுக்குப் பிறகு, கடந்த நாற்பது ஆண்டுகளாக மிங்கோ மாமாவினுடைய வீடாக இருந்த அந்தச் சிறுகுடில் தீப்பிழம்புகளால் விழுங்கப்பட்டதை அவர்கள் பார்த்துக் கொண்டு நின்றனர். முதலாளியினுடைய மனத்தில் ஏதோ பொதிந்திருந்ததென ஜார்ஜ் கண்டு கொண்டான். ஆனால், அது வெளிப்பட்ட பொழுது அதனை எதிர்கொள்ள ஆயத்தமாகவில்லை!

முதலாளி கூறினார், "நியூ ஓர்லியான்ஸ் செல்வதைப் பற்றிச் சிந்தித்துப் பார்த்தேன்! அனைத்தும் சரியாக இல்லையென்றால் ஏகப்பட்ட இடர்ப்பாடுகளைச் சந்திக்க நேரிடும்!..." தனக்குத் தானே பேசிக்கொண்டவரைப் போல குரல் மென்மையாக ஒலித்தது. "இங்குள்ள கோழிகளைக் கவனித்துக் கொள்ள உரிய ஆள் இல்லாமல் விட்டுச் செல்ல முடியாது! யாரையாவது தேடிப் பிடிக்கக் காலமாகும்! தொடக்கப் பணிகளைக் கற்றுக் கொடுப்பதற்கு மேலும் தாமதமாகும்! பன்னிரெண்டு பறவைகளைப் பராமரித்துக் கொண்டு தனியே வண்டியோட்டிச் செல்வதென்பது என்னால் ஆகக் கூடியதல்ல! வெற்றி பெறும் இலக்கில்லாமல் சேவல்சண்டைக்குச் செல்வது பொருளற்றது! ஆகவே, இப்பொழுது பயணப்படுவது முட்டாள்தனம்..."

விழுங்கிக் கொண்டான்! அனைத்தையும்! அத்தனை மாதங்களாகப் போட்ட திட்டங்கள்... முதலாளி செலவழித்த ஒட்டுமொத்தப் பணம்... தென்பகுதி மேல்தட்டு கட்டுச்சேவல்காரர்கள் மத்தியில் இடம்பெறும் முதலாளியின் நம்பிக்கை... சிறகுகளாலேயே எத்தகைய பறவையையும் அடித்து வீழ்த்துவதற்கு வாகாகப் பயிற்றுவிக்கப்பட்ட கம்பீரமான பறவைகள்... அனைத்தையும் ஒரே விழுங்கு! இரண்டாவதாக ஒருமுறை விழுங்கியவாறு, கூறினான், "ஆகட்டும், முதலாளி!"

99

கட்டுச்சேவல்களுடன் தனியே அல்லாடிக் கொண்டிருந்த ஜார்ஜுக்கு ஒரே வியப்பாக இருந்தது. அவன் வந்து சேர்ந்ததற்கு முன்பு இருபத்தைந்து ஆண்டுகளாக எப்படித்தான் மிங்கோ மாமா அந்தச் சேவல்களுடன் தனியொருவராகப் போராடினாரோ! அவனிடம் அவர் சொன்னார், "முதலாளி என்னை இங்கே வாங்கிக் கொண்டு வந்தபோதும், பறவைகளுடைய எண்ணிக்கைப் பெருகிக் கொண்டிருந்த போதும், எனக்கொரு உதவியாளை வாங்கப் போவதாக அவர் சொன்னதுண்டு! ஆனால், ஒருபோதும் அதைச் செய்யவே இல்லை! நானும் மனிதர்களைக் காட்டிலும் சேவல்களுடன் பழகுவதே நல்லது என்றிருந்து விட்டேன்!" அவனும் எந்தவொரு மனிதனாலும் இயலக்கூடிய விதத்தில் சேவல்களுடன் பழகிப் பார்த்து விட்டான். ஆனால், ஒருபோதும் மனிதர்களுடைய இடத்தை அவற்றால் நிரப்ப முடியும் என்கிற எண்ணம் எழுந்ததில்லை. கூட்டாளியாக இல்லையென்றாலும் உதவியாளாவது யாரேனும் வேண்டும் என்று தனக்குத் தானே சொல்லிக் கொண்டான்.

அவனைப் பொறுத்தவரை, விர்ஜில் தான் அறிவுக்குகந்த தேர்வு! கட்டுச்சேவல்களைப் பொறுத்த அனைத்தும் அவனுடைய குடும்பத்திற்குள் அடங்கிவிடும்! மிங்கோ

அவனைப் பயிற்றுவித்ததைப் போல விர்ஜிலுக்கு அவன் பயிற்சியளிக்கலாம். அவனைப் பெறும் பொருட்டு கிஸ்ஸியையும் மெடில்டாவையும் சரிப்படுத்த வேண்டியிருந்ததால், தனக்குப் பழக்கமான கட்டுச்சேவல் பயிற்றுநர் எவரேனும் பொருத்தமாக இருந்தால் அவனுடைய தற்கால முதலாளியிடமிருந்து அவனை விலைக்குப் பெறுமாறு முதலாளியிடம் மன்றாடலாம்! ஆனால், லியா முதலாளி போன்ற கடுமையான போட்டியாளருக்குத் தன்னுடைய பயிற்றுநரை எந்தவொரு கட்டுச்சேவல்காரராவது விற்க முன்வந்தால் அவர் மிதமிஞ்சிய பணநெருக்கடியில் உழல்பவராகத் தான் இருக்க வேண்டும்! ஆகவே, கறுப்பு இன உதிரிப் போட்டியாளர்களைப் பற்றிச் சிந்தித்தான். அவர்களுள் பாதிப்பேர் தமது முதலாளிகளுடைய கழிக்கப்பட்ட சேவல்களைக் கொண்டு போட்டியிடுபவர்களாக இருந்தனர். மற்றவர்களில் பெரும்பாலானோர் அவர்களுடைய பறவைகளைப் போலவே இரண்டாம், மூன்றாந்தர மனிதர்கள்! அல்லது, திருட்டுத்தனமாகக் கவரப்பட்ட நல்ல பறவைகளைக் கொண்டு போட்டியிட்ட கள்ளர்கள். விடுதலை பெற்ற நீக்ரோக்களில் மிகச் சிறந்தவர்கள் இருந்தனர். தின அடிப்படையில், வார, மாத, ஆண்டு அடிப்படையில் கூட கூலிக்குப் பணியாற்றத் தயாராக இருந்தனர். ஆனால், மிகச் சிறந்த விடுதலை பெற்ற கறுப்பரைக் கூட முதலாளிக்குப் பிடிக்காதே! ஆகவே, துணிச்சலைத் திரட்டிக் கொண்டு வீட்டாருடன் விர்ஜிலுக்காக மோதிப் பார்ப்பதெனத் தீர்மானித்தான்..

“இன்னொரு முறை என்னுடன் ஒத்துபோவதில்லை என்று சொல்வதற்கு முன் நான் சொல்வதைக் கொஞ்சம் கேளு, புள்ளே! அடுத்தமுறை முதலாளியுடன் நான் எங்காவது செல்ல நேரிட்டால், ‘உன்னுடைய மூத்த பயலைச் சேவல்களைக் கவனித்துக் கொள்ள அனுப்பி வைடா’ என்று சொல்லத்தான் போகிறார். அப்படி நடந்தால், அவன் அங்கேயே இருந்தாக வேண்டும்! இல்லாவிட்டால், முதலாளி வித்தியாசமாகப் பேசுவார்! நீயோ, நானோ வாயைத் திறக்க முடியாது!” குறுக்கிட்ட மெடில்டாவைத் தடுத்து நிறுத்த சைகை செய்தவன், “பொறு! எதிர்த்துப் பேச வேண்டாம்! அங்கே பயலுடைய தேவை இருக்குங்கிறதை உனக்குப் புரிய வைக்கத் தான் முயற்சிக்கிறேன்! நான் இல்லாத போது பறவைகளுக்குத் தீனி அளிப்பதற்கும், பயிற்சி அளிக்கும் சமயத்தில் எனக்கு உதவுவதற்கும் அவனுக்குக் கற்றுக் கொடுத்து விட்டால், பிறகு, ஆண்டின் மீதமுள்ள காலமெல்லாம் உங்களுடன் வயல்வேலை தான் செய்யப் போகிறான்.” மெடில்டா மிகவும் இறுக்கமாக இருந்ததைக் கண்டு, தோள்களைப் பலமாகக் குலுக்கி, பின்வாங்கிக் கொண்டவனைப் போல பாசாங்கு செய்து, “அது சரி! அப்புறம், உங்க பாடு, முதலாளி பாடு!” என்றான்.

மெடில்டா சொன்னாள், “அவன் பெரியவனாக வளர்ந்து விட்டதைப் போல ஏன் பேசுகிறாய்? அவனுக்கு இன்னும் ஆறு வயது நிறைவடையவில்லை! உன்னை மயக்கி அங்கே அழைத்துச் சென்ற போது உன்னுடைய வயது பன்னிரெண்டு! அதில் பாதி கூட இல்லை! சற்றே நிறுத்தினாள். “ஆறு வயது நிறைவடைவதால் அவன் வேலை செய்தாக வேண்டும் என்று எனக்கும் தெரியும்! நீ சொல்கிற வேலையைத் தவிர வேறு எதுவும் செய்ய முடியாது என்று நினைக்கிறாயா? அந்தச் சேவல்களால் உன்னை எவ்வளவு இழந்தேன் என்று நினைக்கும் போதே தலை சுற்றுகிறது!”

"நீயும் அம்மாவும் சொல்றதை எவனாவது கேட்பானா? என்னமோ அந்தச் சேவல்கள் என்னைக் கடல் கடந்து எங்கோ கொண்டுசென்று விட்டதைப் போலல்லவா பேசுகிறீர்கள்?"

"நீ புறப்பட்டுப் போன நேரங்களில் எல்லாம் பெரும்பாலும் அப்படித்தான் இருந்தது!"

"போய் விட்டேனா! இப்பொழுது உன்னிடம் உட்கார்ந்து பேசிக் கொண்டிருப்பது யார்? இந்த மாதம் முழுவதும் நாள்தோறும் வீட்டிலிருக்கவில்லையா?"

"இந்த மாதம் இருந்திருக்கலாம்! அதற்கு முன்னால் எங்கே போயிருந்தீர்கள்?"

"நீ போட்டிக் காலத்தைப் பற்றிப் பேசுவாயானால், முதலாளி எங்கே போக வேண்டுமென்று சொல்கிறாரோ அங்கே செல்ல வேண்டியதாகத் தான் இருக்கும்! இன்றைக்கு எடுத்துக் கொண்டால் கூட, சாப்பிட்டு முடித்த பின் அங்கே சேவல்களை காட்டு விலங்குகள் தின்று விட்டுப் போகட்டும் என்று இங்கேயே இருந்தால் அவ்வளவு தான்! ஒரேயடியாகப் போய்விட வேண்டியது தான்!"

"ஆக, அவர் உன்னையும் கூட விற்றுவிடுவார் என்பதை ஒத்துக் கொள்கிறாய்!"

"சேவல்களைத் தின்னவிட்டுப் பார்த்துக் கொண்டிருந்தால் அவர் முதலாளியம்மாவைக் கூட விற்றுவிடுவார்!"

"இதோ பார், விர்ஜிலைப் பற்றி நிறைய வாக்குவாதம் பண்ணியாச்சு! இப்போ எதைப் பத்தியும் எந்த வாக்குவாதமும் வேணாம்!"

"முதல்ல வாக்குவாதம் பண்ணினது நானல்ல! நீதான்!"

"சரி, ஜார்ஜ்! நான் நிறுத்திக்கிறேன்!" என்றபடி ஆவிபறக்க கோப்பைகளை மேஜை மீது வைத்தாள். "நீ சாப்பிட்டு விட்டுப் புறப்படு! காலையில விர்ஜிலை அனுப்பி வைக்கிறேன். இல்ல, இப்பவே உன்னோடு கூட்டிட்டுப் போறயா? பாட்டி வீட்டிலிருந்து அவனை அழைச்சிட்டு வரட்டுமா?"

"வேணாம்! நாளைக்கே அனுப்பு!"

ஆனால், ஒரு வார காலத்திற்குள், பிள்ளைப் பருவத்தில் கட்டுச்சேவல்கள் மீது தனக்கிருந்த ஈடுபாட்டுணர்வு கிஞ்சித்தும் தனது மூத்த மகனிடம் இல்லை என்பதை ஜார்ஜ் புரிந்து கொண்டான். வயது ஆறு என்பதல்ல பிரச்சினை! சொன்ன வேலையைச் செய்து முடித்து விட்டால் விர்ஜில் தனியே சுற்றித்திரிந்து விளையாடிக் கொண்டிருந்தான் அல்லது எதுவும் செய்யாமல் எங்கேயாவது உட்கார்ந்திருந்தான். "எழுந்திருடா! என்ன நினைச்சுக்கிட்டிருக்கே! இங்கே பன்றிகளா மேய்ந்து கொண்டிருக்கின்றன? சண்டைச் சேவல்கள்!" என்று தந்தை கத்தினான். உடனே அடுத்து அவனுக்குச் சொல்லப்பட்ட வேலையைச் செய்து

விட்டு தனியே உட்கார்ந்திருந்ததையும் விளையாடச் சென்றதையும் ஜார்ஜ் ஓரக்கண்ணால் கவனித்தான். சேவற்குஞ்சுகளையும் இளம் சேவல்களையும் கண்டவுடன் தனக்கு ஏற்பட்ட உணர்வெழுச்சியையும் அவற்றிற்கு புல் பறித்துப் போட்டதையும் வெட்டுக்கிளிகளைப் பிடித்து தின்னக் கொடுத்ததையும் எண்ணிய போது விர்ஜில் மீது சீற்றம் பொங்கியது!

மிங்கோ மாமாவினுடைய பயிற்சிமுறை - ஒரு கட்டளையைக் கொடுத்து விட்டு அமைதி யாகக் கவனிப்பது - பிறகு, அடுத்த கட்டளை - என்கிற விதத்தில் கடுகடுப்பானதாகவும் தொழிலை இலக்காகக் கொண்டதாகவும் இருந்தது. விர்ஜில் எளிதாகப் பற்றிக் கொள்ளும் விதத்தில் வித்தியாசமான முறையில் முயன்று பார்த்தான். அவனுடன் பேசினான்!

“அங்கே, தனியாக என்ன செய்து கொண்டிருந்தாய்?”

“ஒன்னுமில்லைப்பா!”

“தம்பிகள், அம்மா, பாட்டிகிட்ட நல்லவிதமா நடந்துக்கிருவியா?”

“ஆமா!”

“அவங்க உனக்கு நல்லாச் சாப்பாடு போட்டாங்களா?”

“ஆமா!”

“எதை ரொம்ப விரும்பிச் சாப்பிடுவாய்?”

“அம்மா சமைக்கிறதை!”

பையனிடம் கற்பனைத் திறம் என்பது சற்றும் இல்லை! வேறுவிதமாக முயன்றான்!

“முப்பாட்டனாரைப் பற்றி அன்றைக்குச் சொன்ன கதையைத் திரும்பவும் சொல்லு, கேட்கலாம்!”

விர்ஜில் மிகப் பணிவுடன் சிறிதளவும் உணர்ச்சிப் பாவனைகளைக் காட்டாமல் கிளிப்பிள்ளையைப் போலக் கதை சொன்னான். ஜார்ஜ் மனமொடிந்து போனான். ஆனால், சற்று நேரம் சிந்தனைவயப்பட்டவனாக நின்றிருந்து விட்டு கேட்டான். “அப்பா, நீங்க முப்பாட்டனாரைப் பார்த்திருக்கிறீங்களா?”

‘‘இல்லை, பார்த்ததில்லை!’’ பதிலளித்த போது அவனுள் நம்பிக்கை துளிர்விட்டது. “நானும் உன்னைப் போலத் தான்! பாட்டி சொல்லித் தான் எனக்குத் தெரியும்!”

“அவருடன் வண்டியில் சென்றாளாம்!”

‘‘ஆமா! அவரு அவளுக்கு அப்பா தானே! நீயும் ஒருநாள் உனது பிள்ளைகளுக்கு உன்னுடைய அப்பாவுடன் சேவல்கள் மத்தியில் இருந்ததாகச்

சொல்வாயல்லவா?"

விர்ஜிலுக்குக் குழப்பமாக இருந்தது. அமைதியாகிவிட்டான்!

மேலும் சில பயனற்ற முயற்சிகளுக்குப் பின்னர், ஆஷ்ஃபோர்டு, ஜார்ஜ், டாம் ஆகியோருடன் முயன்று பார்க்கலாம் என்கிற எண்ணத்தில் விர்ஜிலுக்குப் பயிற்சியளிப்பதில் ஆர்வம் காட்டாமல் விட்டுவிட்டான். விர்ஜில் மீது தான் அடைந்த ஏமாற்றத்தை அவன் யாரிடமும் வெளிப்படுத்தவில்லை. தான் திட்டமிட்டிருந்தபடி அவனை முழுநேர உதவியாளனாக நிலையாக வைத்துக் கொள்வதற்குப் பயிற்சியளிக்கும் வீண் முயற்சிக்குப் பதிலாக, மெடில்டாவிடம் கூறியபடி பகுதிநேரமாகப் பறவைகளுக்காக கடமைகளைச் செய்வதற்கு மட்டும் பயிற்றுவிப்பதென முடிவு கட்டினான்.

சேவல்குஞ்சுகளுக்கும், இளம் பறவைகளுக்கும் மூன்று வேளையும் உணவளித்துத் தண்ணீர் வைப்பதற்குப் பயிற்சியளித்த பின்னர், அவனை வயல்வேலைகளில் ஈடுபடுத்தும் பொருட்டு மெடில்டாவிடம் அனுப்பிவிட்டான். அந்தப் பணி பையனுக்கு மிகவும் பொருத்தமானதாக இருந்தது. மெடில்டா, கிஸ்ஸி, வேறு எவரிடமும் அதைப் பற்றி மூச்சு விடவில்லை! அவனுக்கு எப்பொழுதுமே வயல்வேலை மீது ஒருவித வெறுப்பு இருந்தது. சுட்டெரித்த வெயிலில் மண்கொத்திகளால் வெட்டிக்கொண்டும், பருத்திக் கோணிகளை இழுத்துக் கொண்டும், புகையிலைப் புழுக்களை அப்புறப்படுத்தியும், தீவனத்திற்காக சோளத்தட்டைகளை அடித்துக் கொண்டும், அடுத்தடுத்துத் தொடர்ந்த பருவங்களில் ஓய்வு ஒளிச்சலின்றிப் பாடுபட வேண்டியிருந்ததைக் கண்டான். கொக்கரிப்புடன் மிங்கோ மாமா சொன்னதை நினைத்துக் கொண்டான். "சோளமோ பருத்தியோ விளைகின்ற நிலமா, மிகச் சிறந்த கட்டுச்சேவலா என்று வந்தால், நான் எப்பொழுதும் கட்டுச்சேவலையே தேர்ந்தெடுப்பேன்". கட்டுச்சேவல் போட்டி நடைபெறுவதாக அறிவித்து விட்டால் போதும் அவர்களைக் குதூகலம் தொற்றிக் கொண்டது! காட்டுப்பகுதியானாலும், மேய்ச்சல் நிலத் திறந்தவெளியாயினும், யாராவது ஒரு முதலாளியினுடைய சேமிப்புக் கிடங்கிற்குப் பின்புறம் என்றாலும், சேவற்கட்டுக்காரர்கள் வெற்றியா, சாவா என்கிற ஓயாத கூவல்களுடன் புடைபெயர்த்து நின்ற சேவல்களுடன் குவிந்தனர்.

கோடை காலம் போட்டிகள் ஓய்ந்த பருவம் என்பதால், பழைய இறகுகளை உதிர்த்துக் கொண்டிருந்த கட்டுச்சேவல்களைக் கவனித்துக் கொள்கிற வழக்கமான பணிகள் மட்டுமே இருந்தன. பேசுவதற்குச் சேவல்களைத் தவிர வேறு துணை இல்லாத சூழலுக்கு ஜார்ஜ் பழகிப் போனான். அதிலும் குறிப்பாக, மிங்கோ மாமாவினுடைய செல்லப் பறவைகளான ஊசிமுனை இறகுகள் கொண்ட கிழட்டுச்சேவல்கள் தான் அவனிடம் நெருக்கமாக இருந்தன.

"ஏ, கிழட்டுக் குருட்டுப் பேயே! அவர் கடுமையாக நோய்வாய்ப்பட்டிருந்ததை நீயாவது சொல்லியிருக்கலாமே!" முதிய பறவை ஒன்றிடம் ஒரு மதிய வேளையில் சொன்னான். தன்னிடம் பேசியதை அறிந்து கொண்டதைப் போல நொடி நேரம் கொண்டையை உயர்த்திக் காட்டிவிட்டு, தீராப்பசி கொண்ட அந்தச் சேவல்

மண்ணைக் கொத்திக் கொண்டும் கிளறிக் கொண்டும் தன்போக்கில் சென்றது. "உங்கிட்டப் பேசுறது உனக்குக் கேட்குதா?" கனிவான முரட்டுக்குரலில் கேட்டான். "அவருடைய உண்மையான உடல்நிலை உனக்குத் தெரிந்திருக்குமே!" இரை தேடிக் கொண்டிருந்த அந்தப் பறவையின் மீது சற்று நேரம் பார்வையை ஓட்டினான். "சரி! அப்போது அவர் செத்து விட்டார் என்று உனக்குத் தெரியுமென்று நினைக்கிறேன்! அவரைப் பிரிந்த தவிப்பு எனக்கு இருக்கிறதைப் போல உனக்கும் உண்டா?" ஆனால், அந்தக் கிழட்டுச் சேவல் ஒன்று விடாமல் கொத்துவதிலும் கிளறுவதிலுமே குறியாக இருந்தது. கூழாங்கல்லை எடுத்து அதன் மீது எறிந்தான். கூச்சலிட்டுக் கொண்டே ஓடியது!

ஜார்ஜ் சிந்தனைவயப்பட்டான்! 'இன்னும் ஓராண்டு காலத்தில், இந்தப் பறவையும் மிங்கோவிடம் இணைந்துவிடும்! கட்டுச்சேவல்காரர்களும் அவர்களுடைய பறவைகளும் செத்த பிறகு எங்கே செல்வார்களோ, அங்கே அவர்களும் இருப்பர்!' மற்றொரு எண்ணமும் திடீரெனத் தலைதூக்கியது! 'முதலாளி, இருபத்தைந்து சென்ட் பரிசுச் சீட்டில் பெற்ற பறவை என்னவாயிற்று? அவர் நாற்பதாண்டு காலத்திற்கும் கூடுதலாக சேவற்கட்டுப் போட்டியில் ஈடுபட்டு வந்ததாகக் கூறினார். அது கடைசியில் ஏதாவதொரு போட்டியில் கத்தியால் வெட்டப்பட்டிருக்குமா? அல்லது முதுமை அடைந்து கிழட்டுச் சேவல்களுக்குரிய மதிப்பு மரியாதையுடன் செத்திருக்குமா? அதைப்பற்றி ஏன் மிங்கோ மாமாவிடம் கேட்காமல் விட்டுவிட்டேன்? முதலாளியிடம் மறக்காமல் கேட்டுவிட வேண்டும்! அதனை வென்ற பொழுது அவருக்குப் பதினேழு வயது என்று சொன்னார்! அப்படியானால் அவருக்கு ஐம்பத்தாறு, ஐம்பத்தேழு வயது ஆகியிருக்கும்! என்னைக் காட்டிலும் முப்பது வயது மூத்தவர்!' முதலாளியைப் பற்றியும், அவர் மனிதர்களையும், சேவல்களையும், அவர்களுடைய ஒட்டுமொத்த வாழ்க்கையையும் தனக்கு உடமையாக்கிக் கொண்டதைப் பற்றி சிந்தித்தபோது, எவருடைய உடமையாகவும் இல்லாமலிருந்தால் எப்படியிருக்கும் என்கிற ஆராய்ச்சியில் ஈடுபட்டான். 'விடுதலை' என்பது எப்படியிருக்கும்? அது அவ்வளவு நன்றாக இருக்காது போலும்! இல்லையென்றால், பெரும்பாலான வெள்ளையர்களைப் போல, முதலாளியும் விடுதலை பெற்ற நீக்ரோக்களை அளவுகடந்து வெறுப்பாரா? ஆனால், கிரீன்ஸ்பரோ சென்றிருந்த போது, அவனுக்குச் சாராயம் விற்ற விடுதலை பெற்ற பெண்ணொருத்தி கூறியது நினைவுக்கு வந்தது. "நீக்ரோவாக இருந்தால் அடிமையாகத் தான் இருக்க வேண்டுமென்பதில்லை என்பதற்கு பண்ணைகளில் வேலை செய்கிற நீக்ரோக்களான உங்களுக்கு விடுதலை பெற்ற நாங்கள் இரத்த சாட்சிகளாக விளங்குகிறோம்! அதைப் பற்றியெல்லாம் நீங்கள் சிந்திப்பதைக் கூட உமது முதலாளிகள் விரும்புவதில்லை!" கட்டுச்சேவல் நடைபெற்ற பகுதிகளில் தனிமையில் இருந்த போதெல்லாம் ஜார்ஜ் அதைப் பற்றி ஆழமாகச் சிந்திக்கத் தொடங்கினான். முதலாளியுடன் நகரங்களுக்குச் சென்ற போது, விடுதலை பெற்ற நீக்ரோக்களைக் கண்டால் புறக்கணித்து வந்தவன், இனிமேல் அவர்களுடன் பேசிப் பழக வேண்டும் என்று முடிவெடுத்தான்.

வேலிச்சுவர் நெடுகிலும் நடந்து, சேவல்குஞ்சுகளும் இளம் பறவைகளும் அடைக்கப்பட்டிருந்த கூண்டுகளில் தீனியும் தண்ணீரும் வைத்தான்.

முதிர்ச்சியடையாத இளம் சேவல்கள் அவனைப் பார்த்துக் கோபமாகக் கொக்கரித்ததைக் கண்டு களித்தான். ஆடுகளத்தில் மூர்க்கமாகப் போரிடுவதற்கு ஒத்திகை பார்த்துக் கொண்டன போலும்! தான் பிறருடைய உடமையாக இருந்தது பற்றிய சிந்தனை ரொம்பவே ஆழப்பட்டது!

ஒரு மதிய வேளையில், வரம்புலாப் பகுதியில் முதிர்ச்சியடைவதற்காக விடப்பட்டிருந்த பறவைகளைப் பார்வையிடச் சென்றிருந்த போது, அவனுக்கு எதிரிச் சேவல் போலக் கூவி அவற்றின் கவனத்தைக் கவர வேண்டும் என்கிற எண்ணம் ஏற்பட்டது. அந்த ஒலியைக் கேட்டவுடன் தமது கோட்டைக்குள் ஊடுருவிய எதிரியை எதிர்கொள்ளும் வெறியுடன் கொண்டைகளை ஆட்டிக் கொண்டு சேவல்கள் விரைந்தோடி வருவது வழக்கம்! அன்றைக்கும் அவனுடைய குரலுக்குப் பதிலளிப்பதற்காக, புதருக்கடியிலிருந்து கம்பீரமாக விரைந்து வெளிப்பட்ட கட்டுச்சேவல் தனது சிறகுகளை உடலுடன் சீற்றத்துடன் அறைந்து கொண்டு நின்றது. அரை நிமிட நேரத்திற்குப் பின், இலையுதிர் கால அமைதியைக் கிழித்துக் கொண்டு உரக்கக் கூவியது! அதனுடைய நெருங்கியமைந்த இறகுகளில் பட்டுத் தெறித்த சூரியக்கதிர்கள் வண்ணக் கோலம் காட்டின. பளபளத்த கண்களும், உருண்டு திரண்ட கால்களும், கொலைவெறியுடன் திமிர்ந்திருந்த நகங்களும் அதன் வல்லமையையும் சீற்றத்தையும் பறைசாற்றின. அதனுடைய ஒவ்வொரு திசுவிலும், அணுவிலும், நெஞ்சுரத்தையும், வெஞ்சினத்தையும், விடுதலையுணர்வையும் கண்கூடாகக் கண்டான்! அந்தக் கணத்தில், அந்தப் பறவையைப் பிடித்து, பயிற்சியளித்து, அதன் சிறகுகளையும் நகங்களையும் திருத்தியமைக்கப் போவதில்லையென்று கட்டுச்சேவல் ஜார்ஜ் சூளுரைத்தான்! ஊசியிலை மரங்களுக்கு மத்தியில் அது தனது கோழிகளுடன் எவ்விதக் கட்டுப்பாடுமின்றி முழுவிடுதலையுடன் வாழ வேண்டும்!

100

கட்டுச்சேவல் போட்டிக்கான பருவம் மிகவும் வேகமாக நெருங்கிக் கொண்டிருந்தது. முதலாளி நியூ ஓர்லியான்ஸ் பற்றி வாய் திறக்கவில்லை! ஜார்ஜும் அதை எதிர்பார்க்கவில்லை. அந்தப் பயணம் மேற்கொள்ளப்படப் போவதில்லை என்று அவனுக்குத் தெரியும்! பளபளப்பாக மின்னிய பன்னிரெண்டு கூண்டு புது வண்டியில் பகட்டாகச் சென்று உள்ளூர்ப் போட்டிகளில் மிகச் சிறப்பாக வென்றனர். காலம் அவர்களுக்கு நல்வாழ்த்துக் கூறிக் கொண்டிருந்தது. முதலாளி சராசரியாக ஐந்துக்கு நான்கு போட்டிகளில் வென்றார். ஜார்ஜ் கேஸ்வெல் ஊரகம் முழுவதிலும் நடைபெற்ற உதிரிப் போட்டிகளில் வாகை சூடினான். மிகவும் பரபரப்பான அந்தப் பருவம் அவர்களுக்கு ஏகப்பட்ட பணத்தை ஈட்டிக் கொடுத்தது. வீடு திரும்பிய ஜார்ஜை அவனுடைய ஐந்தாவது மகன் வரவேற்றான். அவனுக்கு ஜேம்ஸ் என்று பெயர் சூட்டியதாக மெடில்டா தெரிவித்தாள். "சீடர்களிலேயே எனக்கு மிகவும் பிடித்தமானவர், ஜேம்ஸ்!" என்றாள். ஜார்ஜ் தனிப்பட்ட முறையில் முகத்தைச் சுளித்துக் கொண்ட போதிலும் அவனும் ஏற்றுக் கொண்டான்.

முதலாளியுடன் அவன் சென்ற இடங்களிலெல்லாம் வெள்ளையர்களுக்கு எதிராக வெறுப்புணர்வு பெருகிக்

கொண்டிருந்ததைக் கேள்விப்பட்டான். மிக அண்மையில் அவன் சென்றிருந்த பயணத்தின் போது சந்தித்துப் பேசிய விடுதலை பெற்ற நீக்ரோ, ஃபுளோரிடா மாநிலத்தின் செமினோல் செவ்விந்திய இனக்குழுவின் தலைவர் ஓஸியோலோவைப் பற்றிக் கூறினான். ஓஸியோலோவின் கறுப்பின மனைவியைத் தப்பிச் சென்ற அடிமை என்று வெள்ளையர்கள் சிறைப்பிடித்தனர். அவர் செமினோல் இனத்தைச் சேர்ந்த இரண்டாயிரம் வீரர்களைக் கொண்ட படையைத் திரட்டி கறுப்பின அடிமைகள் தப்பிச் செல்வதற்கு உதவியதுடன், அமெரிக்கப் படைத்தொகுதி ஒன்றை மறைந்திருந்து தாக்கினார். நூற்றுக்கும் மேற்பட்ட வீரர்கள் கொல்லப்பட்டனர். மேலும் கூடுதல் படையை அனுப்பி ஓஸியோலோவினுடைய ஆட்களைத் தேடினர். அவர்களோ தப்பியோடி ஃபுளோரிடாவின் சதுப்புநிலக் காடுகளில் பதுங்கிக் கொண்டனர்.

*1836*ஆம் ஆண்டு கட்டுச்சேவல் போட்டிப் பருவம் முடிந்து சில நாட்களில், அலமோ என்கிற இடத்தில் மெக்சிகன் படைக்குழுவினர், செவ்விந்தியர்களுக்கு நண்பராகவும் பாதுகாவலராகவும் திகழ்ந்த தாவே குரோகெட் உட்பட, டெக்ஸாஸ் பகுதியின் வெள்ளையர் படையைத் தாக்கி அழித்தனர். அதே ஆண்டின் பிற்பகுதியில், உலகத்திலேயே மிகச்சிறந்த கட்டுச்சேவல்காரன் என்று தன்னைத் தானே பீற்றிக் கொண்ட சாந்தா அன்னா என்கிற தளபதியின் தலைமையின் கீழ் மெக்சிகன் வெள்ளைப் படையினர் ஏராளமான வீரர்களை இழந்தனர். அவர் மிகச் சிறந்த கட்டுச்சேவல்காரர் என்பது உண்மையாக இருந்தால், எப்படித் தனது கவனத்திலிருந்து விடுபட்டார் என்பது ஜார்ஜினுடைய வியப்பு!

அடுத்த ஆண்டு வசந்த காலத்தின் போது, பயணத்திலிருந்து திரும்பிய ஜார்ஜ் அடிமைகள் குடியிருப்பு மக்களுக்கு மற்றொரு வித்தியாசமான தகவலைக் கொண்டு வந்தான். செவ்விந்தியர்களை மிஸிஸிப்பி நதிக்கு மேற்கே துரத்தியடிக்குமாறு இராணுவத்திற்கு அமெரிக்க அதிபர் வான் பியூரன் ஆணையிட்டுள்ளதாக ஊரக அலுவலகத்தில் ஒரு நீக்ரோவிடமிருந்து கேள்விப்பட்டதாகக் கூறினான்.

“அது தான் செவ்விந்தியர்களுடைய ஜோர்டான் நதியாக இருக்கப் போகிறது போலும்!” மெடில்டா வருந்தினாள்.

“இந்த நாட்டிற்குள் வெள்ளையர்களை அனுமதித்த செவ்விந்தியர்களுக்குக் கிடைத்த பரிசு அது!” பாம்ப்பே மாமா கூறினார். “நான் உட்பட, பெரும்பாலான மக்களுக்கு வளர்ந்து பெரியவர்களான வரையிலும், அந்த உண்மை தெரியவில்லை. முதலில் இங்கே செவ்விந்தியர்கள் மட்டுமே இருந்தனர். மீன் பிடிப்பதும், வேட்டையாடுவதும் அவர்களுடைய தொழிலாக இருந்தது. தாம் உண்டு தம் வேலை உண்டு என்றிருந்தவர்களிடையே ஒரு சிறிய படகில் பல்லிளித்துக் கொண்டு வெள்ளையர்கள் வந்து சேர்ந்தனர். அவர்களுடன் உண்டு, உறங்க இடம் கேட்டுப் பெற்றனர். இப்போது அந்தப் படகே முள்ளம்பன்றியாக மாறி அவர்களை அம்புகளால் குத்தித் துளைக்கிறது.”

கேஸ்வெல் ஊரக நிலக்கிழார்களுடைய அடுத்த கூட்டத்தில் கலந்து கொண்டு முதலாளி திரும்பிய போது, செவ்விந்தியர்களைப் பற்றி ஜார்ஜ் மேலும் கூடுதலான

செய்திகளைக் கொணர்ந்தான். வெள்ளையர்கள் உண்மையான கிறிஸ்தவர்கள் என்பதால் செவ்விந்தியர்கள் இரத்தம் சிந்துவதை விரும்பவில்லை என்றும், அதனால் அவர்களாகவே ஒதுங்கிச் சென்று விட வேண்டுமென்றும் வின்ஃபீல்டு ஸ்காட் என்கிற தளபதி எச்சரிக்கை விடுத்ததாகக் கூறினான். "செவ்விந்தியர் ஒருவர் பார்த்தாலே சண்டையிடப் போவதாக எண்ணி படைவீரன் அவரைச் சுட்டான். அவ்வாறு அச்சுறுத்தி ஆயிரக்கணக்கான செவ்விந்தியர்களை ஒக்லகோமா என்கிற இடத்திற்குத் துரத்தியடித்தனர். வழிநெடுகிலும் கொல்லப்பட்டவர்களையும் நோய்வாய்ப்பட்டு மடிந்தவர்களையும் எண்ணி மாளாது!" என்றான்.

"கொடுமை! கொடுமை!!" மெடில்டா அங்கலாய்த்தாள்.

ஆனால், ஒரு சில நல்ல செய்திகளும் இருந்தன. 1837ஆம் ஆண்டு, அவன் தனது பயணங்களை முடித்துக் கொண்டு திரும்பிய போது, இம்முறை அவனுக்காகக் காத்திருந்தது அவனுடைய ஆறாவது மகன். மெடில்டா அவனுக்கு லூயிஸ் என்று பெயர் வைத்ததாகக் கூறினாள். கடந்தமுறை ஜேம்ஸ் என்கிற பெயருக்கு அவள் அளித்த விளக்கத்திலிருந்து அவன் மிகவும் தெளிவடைந்து விட்டான்! இம்முறை விளக்கமே கேட்கவில்லை! கடந்த மகப்பேற்றுத் தருணங்களில் கிஸ்ஸியின் முகத்தில் மலர்ந்திருந்த பூரிப்பில் ஏதோ சற்று குறைந்தது! "பையன்களைத் தவிர மற்ற பிள்ளையைப் பெற்றுக் கொள்ள மாட்டீர்களா?"

"கிஸ்ஸிம்மா! உயிர் போகிற வேதனையில் கிடக்கிறேன்! ஏமாற்றத் தொனியில் பேசுகிறீர்களே?" மெடில்டா படுக்கையிலிருந்தபடி அலறினாள்.

"இல்லவே இல்லை! பேரப்பிள்ளைகளை மிகவும் நேசிக்கிறேன்! உங்களுக்கே தெரியும்! ஆனாலும், ஒரு பெண் பிறந்திருக்கலாமே என்று தோன்றியது!"

கட்டுச்சேவல் ஜார்ஜ் சிரித்தான். "பெண் தானே? உடனே ஏற்பாடு செய்திடலாம்!"

மெடில்டா கத்தினாள், "நீ முதல்ல வெளியில போ!"

ஆனாலும், ஒரு சில மாதங்கள் கழித்து மெடில்டாவைப் பார்த்தவர்களுக்கு ஜார்ஜ் சொன்ன வார்த்தையைக் காப்பாற்றுவதில் கெட்டிக்காரன் என்பது புரிந்தது!

சாராக்கா நக்கலடித்தாள், "ஆளு ஒழுக்கமா வீட்டில தங்குறான் போலத் தெரியுது!" மாலிஸியும் ஒத்துக் கொண்டாள், "கட்டுச்சேவலைக் காட்டிலும் மோசமான ஆளா இருப்பான் போலவே!"

மீண்டும் ஒருமுறை மெடில்டாவுக்கு இடுப்பு வலி ஏற்பட்டது. ஜார்ஜ் வீட்டுக்கு வெளியே முன்னும் பின்னும் நடந்தபடி காத்திருந்தான். மனைவியின் முனகல்களுக்கும் அலறல்களுக்குமிடையே அம்மா "நன்றி யேசுவே! நன்றி யேசுவே!!" என்று ஆர்ப்பரித்தது கேட்டது! அதற்கு மேல் அவனுக்கு அறிவிப்பு எதுவும் தேவைப்படவில்லை! ஒரு பெண்ணுக்குத் தந்தையாகிவிட்ட மகிழ்ச்சியில்

துள்ளிக் குதித்தான்.

குழந்தையைக் குளிப்பாட்டி எடுத்து வருவதற்கு முன்பாகவே மெடில்டா தனது மாமியாரிடம் கூறிவிட்டாள், "முதலாவதாகப் பிறக்கிற பெண்ணுக்கு கிஸ்ஸி என்று பெயர் சூட்டுவதாக பல ஆண்டுகளுக்கு முன் அவரும் நானும் முடிவு செய்து விட்டோம்!"

அந்த நாள் முழுவதும் அவ்வப்போது கண்களில் நீர் மல்க சொல்லி மகிழ்ந்தாள், "நான் உயிர் சுமந்திருந்தது வீண் போகவில்லை!" அடுத்த நாள் பிற்பகல் வேளையில், மகளை மடியில் வைத்துக் கொண்டு ஆறு பையன்களுக்கும் குண்டா கின்டேயினுடைய கதையைச் சொன்னான். அதற்கு ஈடு இணையாக அவளுக்கு இந்த உலகத்தில் என்ன கிடைத்துவிடப் போகிறது!

இரண்டு மாதங்கள் கழித்து ஓர் இரவு நேரத்தில், ஒருவழியாகக் குழந்தைகள் அனைவரும் தூக்கத்தில் ஆழ்ந்த பிறகு, ஜார்ஜ் கேட்டான், "மெடில்டா, எவ்வளவு பணம் சேமித்திருக்கிறோம்?"

வியப்புடன் அவளைப் பார்த்தான். "நூறு டாலருக்கும் சற்று கூடுதலாக இருக்கும்!"

"அவ்வளவு தானா?"

"அவ்வளவு தானாவா? அந்தத் தொகையைச் சேமித்ததே பெரிய ஆச்சரியம்! இத்தனை ஆண்டுகளா நீ கண்டபடி செலவு செய்றேன்னு சொல்லலியா? இப்ப, சேமிக்கலைன்னு பேசுறதுல ஒரு பயனுமில்ல!"

"சரி! சரி!" குற்றவுணர்வுடன் கூறினான்.

மெடில்டா விடுவதாக இல்லை. "நான் கண்ணால பார்க்காத பணம் நீ எவ்வளவு வென்றாய், எவ்வளவைச் செலவழித்துத் தொலைத்தாய் என்பதெல்லாம் எனக்குத் தெரியாது! அது ஓம் பாடு! ஆனால், நமக்குத் திருமணமான பின்பு, என்னிடம் கொண்டு வந்து கொடுத்ததில் திரும்பப் பெற்றுக் கொண்ட தொகை மட்டிலும் எவ்வளவுன்னு தெரியுமா?"

"சரி, எவ்வளவுன்னு சொல்லு!"

அவனுடைய முகபாவனையைக் காண்பதற்காகச் சற்றே நிறுத்தி, பின் சொன்னாள், "மூவாயிரத்திலிருந்து நான்காயிரம் வரை இருக்கும்!"

"ஐயோ!" அதிர்ந்து போனான். "அப்படியா!"

அவனுடைய முக வெளிப்பாடுகளில் ஏற்பட்ட மாற்றத்தைக் கண்டவள், அவர்கள் இணைந்து வாழ்ந்த பன்னிரெண்டு ஆண்டு கால வாழ்க்கையில் அதுவரை கண்டிராத பொறுப்புணர்வைக் கண்டாள். "அங்கே எனக்காக மட்டும் தனியே அவ்வளவு பணத்தைச் செலவழித்திருக்கிறேன்!" ஒருவழியாகப் புலம்பினான். "அதைப் பற்றியெல்லாம் நானும் நினைத்துப் பார்த்ததுண்டு ..." சற்றே

நிறுத்தினான். அவன் சொல்லவிருந்தது அவனுக்கே மனஉறுத்தலை அளித்ததாக நினைத்தாள். "ஒன்றைப் பற்றி நான் ரொம்ப நாட்களாகவே நினைத்து வருகிறேன்! இனி வரும் ஆண்டுகளில் நாம் போதிய அளவு சேமித்தால் நமக்கு விடுதலையை வாங்கிக் கொள்ளலாம்!"

திகைப்பால் மெடில்டாவுக்குப் பேச்சு வரவில்லை.

அவன் பொறுமை இழந்து காணப்பட்டான். "ஒன்றை எழுதுவதற்காக உன்னுடைய எழுதுகோலை எடுத்து வா! உனக்கு எழுதத் தெரியாது என்பது போல திருதிருவென்று முழிக்காதே!"

மேலும் திகைத்தவளாக, எழுதுகோலையும் தாளையும் எடுத்துக் கொண்டு மேஜையின் முன் அமர்ந்தாள்.

"எப்படித் தொடங்குறதுன்னு தெரியலை! நம்மையெல்லாம் விடுவிக்க முதலாளி எவ்வளவு பணம் கேட்பார்? நீ, நான், நம்முடைய குழந்தைப் பட்டாளம்! முதலில் உன்னிடமிருந்து தொடங்கலாம்! ஊரக ஏலத்திடலில், வயல்வேலை செய்கின்ற ஆண்கள் விலை ஆளொன்னுக்கு ஆயிரம் டாலர்! பொம்பிளைகளுக்குக் குறைவு தான்! உனக்கு எண்ணூறு டாலர் என்று வைத்துக் கொள்ளலாம்!" எழுந்து, மெடில்டாவின் எழுதுகோல் நகர்ந்ததை வேடிக்கை பார்த்து விட்டு அமர்ந்தான். "பிறகு, நம்முடைய எட்டுக் குழந்தைகளுக்கு முதலாளி தலைக்கு முந்நூறு டாலர் கேட்பாரென்று சொல்லலாம்!"

"இல்லையே, ஏழு தானே!" மெடில்டா திருத்தப் பார்த்தாள்.

"உன் வயிற்றிலே மறுபடியும் வளரத் தொடங்கியுள்ளதைச் சேர்த்து எட்டு!"

"ஓ!" சிரித்துக் கொண்டாள். ரொம்ப நேரம் கணக்குப் போட்டாள். "இருபத்தி நாலு நூறு..."

"குழந்தைகளுக்கு மட்டுமா?" அவனுடைய தொனியில் ஐயப்பாடும் கோபமும் கலந்திருந்தது. அவள் மறுபடியும் கணக்கிட்டாள். "எட்டு மூணு, இருபத்தி நாலு! எனக்கு எண்ணூறு! மொத்தம் முப்பத்திரெண்டு நூறு! அதாவது மூவாயிரத்தி இருநூறு!"

"ஐயோ!"

"அதுக்குள்ள கூப்பாடு போடாதே! உனக்குப் பெரிய தொகை வேறு இருக்கு!" அவனைப் பார்த்தாள். "உனக்கு எவ்வளவு கேட்பாரென்று நினைக்கிறாய்?"

கடுமையான தருணம் என்பதால் அவனால் கேட்காமல் இருக்க முடியவில்லை. "என் மதிப்பு எவ்வளவு இருக்குமென்று நீ நினைக்கிறாய்?"

"எனக்குத் தெரிந்திருந்தால் நானே உன்னை முதலாளியிடமிருந்து விலைக்கு வாங்கியிருப்பேன்!" இருவரும் சிரித்தார்கள். "ஜார்ஜ் இதைப் பற்றியெல்லாம் நாம் ஏன் பேசிக் கொண்டிருக்கிறோம்! உனக்கே நன்றாகத் தெரியும்! முதலாளி

உன்னை ஒருபோதும் விற்க மாட்டார்!”

அவன் உடனடியாகப் பதிலளிக்கவில்லை. பிறகு, பேசினான், “மெடில்டா, நானாக இந்த முடிவுக்கு வரவில்லை! சிந்தித்துப் பார்! முதலாளியின் பெயரைச் சொல்வது கூட உனக்குப் பிடிக்கவில்லை! நானும் இருபத்தைந்து வெவ்வேறு சமயங்களில் கேட்டுவிட்டேன். முன்புறம் ஆறு தூண்கள் நிறுத்தப் பட்ட மிகப் பெரிய வீட்டினைப் போதுமான பணம் கிடைத்தவுடன் கட்ட வேண்டுமென்று முதலாளி கூறி வருகிறார். அத்துடன், பயிர் விளைச்சலிலிருந்து கிடைக்கக் கூடியதைக் கொண்டு அவரும் வாழப் போவதாகவும் கட்டுச்சேவல் தொழிலை விட்டுவிடப்போவதாகவும், வயது அதிகரித்து வருவதால் தன்னால் தேவையில்லாத பிரச்சினைகளை இழுத்துப்போட்டுக் கொள்ள முடியவில்லை என்றும் சொல்கிறார்.”

“அதை நம்புவது சற்றே கடினம் தான், ஜார்ஜ்! நீயானாலும் அவரானாலும் ஒருபோதும் சேவல்கட்டுப் போட்டியைக் கைவிட மாட்டீர்கள்!”

“அவர் சொன்னதைத் தான் நான் உன்னிடம் சொல்கிறேன்! நீயே கவனித்துப் பார்! பாம்ப்பே மாமா முதலாளிக்கு அறுபத்திமூன்று வயதாகிறது என்கிறார். இன்னும் ஐந்தாறு ஆண்டுகள் கழிந்தால், சேவலைத் தூக்கி கொண்டு அங்கே, இங்கே ஓடி, சண்டையிட விட முடியுமா? நான் நமது விடுதலையைப் பற்றி சிந்திக்கத் தொடங்கும் வரை அவருடைய பேச்சில் கவனம் செலுத்தவில்லை. அவர் உண்மையாகவே நமக்கு விடுதலை வாங்கிக் கொள்வதற்குச் சம்மதிப்பார். அதுவும், அவர் விரும்பிய வீட்டைக் கட்டிக் கொள்வதற்குப் போதிய பணம் கிடைக்கிறதென்று தெரிந்தால் உடனே உடன்படுவார்!”

“ஊம்...” மெடில்டா சொரத்தில்லாமல் செருமினாள். “சரி, அதைப் பற்றியே பேசுவோம்! உனக்கு முதலாளி எவ்வளவு கேட்பாரென்று எதிர்பார்க்கிறாய்?”

“அதாவது—” அவன் கூறவிருந்த செய்தி பெருமிதமும் வேதனையும் கலந்து வெளிப்பட்டது. “அந்தப் பணக்கார முதலாளி ஜெவெட்டின் வண்டியோட்டி நீக்ரோ ஒருவன் என்னிடம் சொன்னான். அவனுடைய முதலாளி என்னை வாங்கிக் கொள்வதற்காக நாலாயிரம் டாலர் தருவதாக லியா முதலாளியிடம் சொன்னதாக யாரிடமோ பேசிக் கொண்டிருந்ததை அவன் கேட்டானாம்!...”

“ஐய்யோ” அவள் திக்கித்துப் போனாள்!

‘‘பார்த்தாயா! எவ்வளவு மதிப்பு மிக்க நீக்ரோவைக் கணவனாக அடைந்திருக்கிறாய் என்பதை நீ உணருவதே இல்லை!” மீண்டும் கண்டிப்புடன் பேசத் தொடங்கினான். “அந்த நீக்ரோ சொன்னதை முழுமையாக நம்பவில்லை. அப்படிச் சொல்லி என்னை நம்ப வைத்து ஏமாற்றுவதற்கு முயன்றான் என்பதை அபபொழுதே புரிந்து கொண்டேன்! இருப்பினும், தச்சர்கள், கருமான்கள் போன்ற சிறந்த தொழில் திறன் கொண்ட நீக்ரோக்களுக்கு இந்தக் காலத்தில் என்ன விலை தருகிறார்கள் என்பதைக் கொண்டு கணிப்போம்! இரண்டாயிரத்திலிருந்து மூவாயிரம் வரை விற்கிறார்கள் என்பது உண்மை!” நிறுத்தி, எழுதுவதற்குக்

காத்திருந்த எழுதுகோலையே உற்றுப் பார்த்தான். "மூவாயிரம் என்று வைத்துக் கொள்!" மீண்டும் நிறுத்தினான். 'மொத்தம் எவ்வளவாகிறது?"

மெடில்டா கணக்குப் போட்டாள். அவர்களுடைய குடும்பத்தை அவர்கள் விலைக்குப் பெற்றுக் கொள்வதற்காகக் கொடுக்க வேண்டிய தொகையின் மொத்த மதிப்பு அறுபத்தி ரெண்டு நூறு டாலர்கள் என்றாள்! "ஆனால், கிஸ்ஸிம்மாவை விட்டுவிட்டீர்களே?"

விட்டுவிடவில்லை என்பதை உணர்த்துவதற்காக வேகமாகச் சொன்னான், "அடுத்து அம்மாவுக்கு வருகிறேன்! அம்மாவுக்கு வயதாகிவிட்டது. அவளுடைய விலை குறைவதற்கு அது உதவியாக இருக்கும்!"

"இந்த ஆண்டுடன் அம்மாவுக்கு ஐம்பது வயதாகப் போகிறது!"

"அறு நூறு டாலர் என்று எழுது!" எழுதுகோல் நகர்ந்ததைக் கவனித்தான். "இப்ப, மொத்தம் எவ்வளவு?"

கருத்தூன்றிய மெடில்டாவின் புருவங்கள் சுருங்கின. "இப்பொழுது மொத்தம் அறுபத்தெட்டு நூறு டாலர்!"

"ஊ..வ்! நீக்ரோக்களால் வெள்ளையர்கள் வீட்டில் பணமழை தான்!" ஜார்ஜ் மெதுவாகப் பேசினான். "உதிரிப் போட்டிகளில் வென்று பணத்தைத் திரட்டிவிடுவேன் என்கிற நம்பிக்கை எனக்கிருக்கிறது! ஆனால், நீண்ட காலம் பொறுமையாகச் சேமிக்க வேண்டும்!...." மெடில்டாவின் மனம் வெதும்பியதை முகத்தில் கண்டான். "நீ நினைப்பது எனக்குப் புரிகிறது! மாலிஸி, சாராக்கா, பாம்ப்பே மாமாவைப் பற்றித் தானே!"

மெடில்டாவின் கண்களில் நன்றியுணர்வு ததும்பியது. அவன் சொன்னான், "உனக்கும் முன்பாகவே, அவர்கள் எனது குடும்பத்தைச் சேர்ந்தவர்கள்!..."

அவள் உணர்ச்சிப் பெருக்கால் தத்தளித்தாள். "ஆண்டவரே! ஜார்ஜ்! ஒத்தை ஆளாக அத்தனை பேரையும் விலைக்கு வாங்குவதற்கு முயற்சிப்பதை என்னால் நினைத்துப் பார்க்கவே முடியவில்லை! ஆனால், அவர்களை விட்டு விட்டு என்னால் ஒரு அடி கூட எடுத்து வைக்க முடியாது!"

"நமக்குக் கால அவகாசம் நிறைய இருக்கிறது, மெடில்டா! பாலத்தை அடையும் பொழுது அதனைக் கடக்கவும் செய்யலாம்!"

"உண்மை தான்! நீ சொல்வது சரியானது!" எழுதப்பட்டிருந்த எண்களைக் கீழ் நோக்கி கவனித்தாள். "ஜார்ஜ் நாம் இப்பொழுது பேசிக் கொண்டிருந்ததை என்னால் நம்பவே முடியவில்லை!..." அவர்கள் இருவரும் முதன்முறையாக மனமொத்து குடும்ப விடையங்களைக் கலந்து பேசிய வரலாற்றுச் சிறப்பு மிக்க நிகழ்வு அவளுக்கு நம்புவதற்கான துணிச்சலை அளித்தது! அப்படியே மேஜையைத் தாவி, தன்னால் ஆன மட்டும் அவனை இறுக்கி அணைத்துக் கொள்ள வேண்டும் என்கிற உந்துதல் மிதமிஞ்சிப் பெருகியது! ஆனால், பாவம்! அவளால் நகரக் கூட

முடியவில்லை! நாலு வார்த்தை சேர்ந்தாற் போல் பேசினாள் மூச்சிரைத்தது! பிறகு, கேட்டு விட்டாள், "ஜார்ஜ் இந்த மாதிரி சிந்தனையெல்லாம் உனக்கு எப்படி உதித்தது?"

சற்று நேரம் அமைதியாக இருந்தான். "அதெல்லாம் தானாகவே...வரும்! இப்போ சொன்னதைப் போல ஏராளமாகச் சிந்தித்து வைத்திருக்கிறேன்!"

மென்மையான குரல் வெளிப்படது, "கேட்கவே இனிமையா இருக்கு!"

அவன் வியப்புக்கு மேல் வியப்பாகக் கொட்டினான், "வேறெதுவும் செய்யப் போறதில்லை! எங்கேயாவது முதலாளியாகிவிட வேண்டும்!" மெடில்டாவுக்குக் கொண்டாடிக் குதிக்கவேண்டும் போலிருந்தது! ஆனால், அமைதி காத்தாள்! ஜார்ஜ் தொடர்ந்தான், "முதலாளியுடன் நகரங்களுக்குச் சென்றிருந்த போது விடுதலை பெற்ற நீக்ரோக்களிடம் பேசினேன். வடக்கிலுள்ள நீக்ரோக்களெல்லாம் சிறந்த வாழ்க்கை வாழ்வதாகச் சொன்னார்கள்! பலரும் சொந்த வீடுகளில் வசிப்பதாகவும் நல்ல வேலைவாய்ப்புக் கிடைப்பதாகவும் சொன்னார்கள். என்னாலும் ஒரு வேலையைத் தேடிக் கொள்ள முடியும்! சேவல்கட்டு அங்கே ஏராளமாக நடைபெறுகிறது! பில்லி ரோஜெர் மாமா, பீட்டர் மாமா போன்ற மிகச்சிறந்த கேசவற்கட்டுக்காரர்கள் நியூயார்க் நகரத்திலேயே வசிப்பது எனக்குத் தெரியும்! ஜாக்சன் என்கிற நீக்ரோவின் பறவைகளை போட்டியில் தோற்கடிக்க எவராலும் முடியாது!" அவன் மெடில்டாவை மேலும் திகைப்பில் ஆழ்த்தினான், "இன்னொரு விடையம்! நமது குழந்தைகளுக்கு உன்னைப் போலவே எழுதப் படிக்கக் கற்பிக்கப் போகிறேன்!"

கண்கள் மின்ன மெடில்டா கிளர்ந்தாள், "அவர்கள் என்னைக் காட்டிலும் சிறப்பாகக் கற்பார்கள்!"

"அவர்கள் தொழில்களையும் கற்றுக் கொள்ள வேண்டும்!" அவளுடைய முக பாவனையைக் காண்பதற்காக நிறுத்தி, ஒரு மாதிரியாக இளித்தான். "எங்கு பார்த்தாலும் மிகச் சிறந்த பண்டங்களும் பாண்டங்களுமாக சொந்த வீட்டில் இருக்கிறாய்! மேஜையைச் சுற்றிலும் நீங்களனைவரும் அமர்ந்து கொண்டு, பூ வேலைப்பாடுகளைச் செய்தவாறு, வேலைக்காரர்களிடம் மெடில்டா முதலாளியம்மா தேனீர் கேட்கிறாள்! கற்பனை செய்து பார்! எப்படியிருக்கும்!"

மெடில்டாவினுடைய சிரிப்பொலி கிரீச்சிட்டது! "ஐயா, சாமி! உமக்கு ரொம்பப் பேராசை!" சிரிப்பலை அடங்கிய பொழுது, அவனைப் பார்வையால் அன்பொழுகத் தழுவிக் கொண்டாள்! "இன்றிரவுக்குத் தேவையானதை ஆண்டவர் அருளியிருக்கிறார் என்று நினைக்கிறேன்!" கண்கள் பனித்தன. தனது கையை அவனுடையதுடன் பிணைத்துக் கொண்டாள். "நம்மால் முடியுமென்று நினைக்கிறாயா, ஜார்ஜ்?"

"இங்கே உட்கார்ந்து என்னத்தைச் சொல்லிக் கொண்டிருக்கிறேனென்று நினைக்கிறாய், புள்ளே?"

"உன்னைத் திருமணம் செய்வதற்கு ஒப்புக் கொண்ட இரவு வேளையில் என்ன சொன்னேனென்பது நினைவிருக்கிறதா?" அவனுடைய முகம் இல்லையென்றது! "பைபிளிலிருந்து ஒரு வாசகத்தை உனக்குச் சொன்னேன். 'நீ போகுமிடமெல்லாம் நானும் வருவேன்! நீ இருக்குமிடத்தில் தான் நானும் இருப்பேன்! உன் மக்களே, என் மக்களாவர்!' நான் சொன்னது நினைவில்லையா?"

"ஆமாம்! நினைவுக்கு வருகிறது"

"இத்தனை ஆண்டுகளில், இப்பொழுதுதான் அதனை முழுமையாக உணருகிறேன்!"

101

கட்டுச்சேவல் ஜார்ஜ் ஒரு கையால் தொப்பியைப் பிடித்துக் கொண்டு, மறுகையால் ஒரு சிறிய நீர்க்குவளையை முதலாளியிடம் நீட்டினான். இரும்புக் கம்பியின் தடிமனான புரியிழைக் கொண்டு இறுக்கமாக நெருக்கிப் பின்னிச் செய்யப்பட்டிருந்ததைப் போலத் தோற்றமளித்தது. "முதலாளி, உங்களுடைய பெயர் கொண்ட என்னுடைய பையன் டாம் அவனுடைய பாட்டிக்காக இதைச் செய்தான். நீங்க அதைப் பார்க்கணும்!"

சந்தேகப் பார்வையுடன், பசு மாட்டுக் கொம்பொன்றைச் செதுக்கி அமைக்கப்பட்ட கைப்பிடியால் நீர்க்குவளையை எடுத்து, மேலோட்டமாக நோட்டமிட்டார். அவருடைய செறுமலிலிருந்து எந்தவொரு பாவனையையும் புரிந்து கொள்ள முடியவில்லை.

மேலும் சற்றே கடுமையாக முயன்று பார்ப்பதென்று துணிந்தான். "கழிக்கப்பட்ட பழைய துருப்பிடித்த இரும்புக் கம்பிகளைக் கொண்டு செய்தான், முதலாளி! கரி அடுப்பு ஒன்றை அவனாகவே கட்டி, சூடேற்றி வளைத்து உருக்கி ஒன்றின் மீது மற்றொன்றாகப் பின்னி இவ்வாறு வடிவமைத்தான். அதன் பின்னர் சுற்றிலும் இடைவெளியில்லாமல் நெருக்கமாக ஒட்ட வைத்தான்.

அந்த டாமிடம் எப்பொழுதுமே சிறப்பான கைத்திறமை இருக்கு, முதலாளி!...."

சற்றே நிறுத்தி முகத்தில் ஏதாவது தெரிகிறதா என்று பார்த்தான். ஒன்றும் தெரியவில்லை!

இனிப் பயனில்லை! நேரடியாகவே இறங்கிவிட வேண்டியது தான்! எப்படியும் டாமினுடைய கைத்திறமைக்கு ஒரு நல்வாய்ப்பு அமைவதற்கு உதவும் வகையில் அவரிடமிருந்து நேர்மறையான பதிலைப் பெற்றுவிட வேண்டும்! "முதலாளி, உங்களுடைய பெயரை அவனுடைய வாழ்நாள் முழுவதும் சுமந்து திரிகிற தகுதி அவனுக்கிருக்கிறது! அவனுடைய கைத்திறமைக்கு ஏற்ற வாய்ப்புக் கிட்டினால் அவன் மிகச் சிறந்த கருமானாக வருவான் என்று நாங்களெல்லாம் நம்புகிறோம்!"

முதலாளியினுடைய முகத்தில் திடீரென வெளிப்பட்ட மறுப்பு முகபாவனை, அவன் மெடில்டாவுக்கும் கிஸ்ஸிக்கும் அளித்திருந்த, டாமிற்கு எப்படியும் உதவுவது என்கிற வாக்குறுதியைக் காப்பாற்றிக் கொள்ள வேண்டுமென்கிற உந்துதலை விரைவு படுத்தும் சக்தியாகச் செயல்பட்டது. லியா முதலாளியைப் பொறுத்த வரை, பணப்பலன் இருந்ததாகக் காட்டினால் தான் எடுபடும் என்கிற உண்மை புரிந்திருந்ததால், வலுவான மன்றாட்டைத் தொடங்கினான்.

"முதலாளி, ஆண்டுதோறும் கருமானுக்கு நீங்கள் செலவு செய்கிற பணம் மிச்சப்படும்! நாங்கள் உங்களிடம் சொல்லவில்லை! டாம் ஏற்கனவே, மண்கொத்திகளுக்கும், அரிவாள்களுக்கும் சாணை பிடித்துக் கொடுத்தும், உடைந்த கருவிகளுக்குப் பழுது நீக்கியும் பணத்தை மிச்சப்படுத்த உதவிக் கொண்டிருக்கிறான்! வண்டிச் சக்கரத்திற்கு புதிய இரும்புப் பட்டை பொருத்துவதற்காக என்னை நீங்கள் அனுப்பிய போது, யேசய்யா நீக்ரோக் கருமான் என்னிடம் கூறினான் அவர்களுடைய பட்டறையில் வேலை அதிகமாக இருந்ததாலும், அதன் மூலம் அவனுடைய முதலாளி ஆஸ்க்யூவுக்கு ஏகப்பட்ட பணம் கிடைத்ததாலும் அவனுக்கு ஒரு உதவியாளனை ஏற்பாடு செய்வதாகச் சொல்லியிருந்தாராம்! நல்ல பையனொருவன் கிடைத்தால் பயிற்சி அளித்து அவனை மிகச்சிறந்த கருமானாக மாற்றிவிடுவதாகச் சொன்ன போது எனக்கு டாம் நினைவு வந்தது! அவனைக் கருமானாக்கி விட்டால், நமக்குத் தேவையான வேலைகளைச் செய்வதுடன், வெளியிலிருந்து வரும் வேலைகள் மூலம், யேசய்யாவைப் போல, டாமும் உங்களுக்குப் பணம் ஈட்டிக் கொடுப்பான்!"

ஜார்ஜ் சரியான நாடியைப் பிடித்து விட்டான். ஆனாலும், உறுதிப்படவில்லை. எந்த அறிகுறியும் காட்டிவிடக் கூடாது என்பதில் முதலாளி கவனமாக இருந்தார். "செய்ய வேண்டிய வேலையைச் செய்யாமல், இதுபோன்றவற்றில் உன் பையன் நேரத்தைச் செலவழிக்கிறானா?" நீர்க்குவளையை ஜார்ஜின் கையில் திணித்தபடி முதலாளி கூறினார்.

"வயல்வேலைக்குச் செல்லத் தொடங்கியதிலிருந்து ஒரு நாள் கூட டாம் தவறியதில்லை, முதலாளி! ஞாயிற்றுக்கிழமைகளில் ஓய்வாக இருந்த பொழுது

இதையெல்லாம் செய்தான்! அவனுக்கு விவரம் தெரிந்த நாளிலிருந்தே எதையாவது செய்வதும் பொருத்துவதுமாக கைத்திறன் அவனுடைய ரத்தத்திலேயே உள்ளது போலத் தோன்றுகிறது! ஞாயிற்றுக்கிழமைகளில், சேமிப்புக் கிடங்கிற்குப் பின்புறம் அவனாகவே அமைத்துக் கொண்ட குடிலில் வேலை செய்வான்! அங்கே உருக்குவதற்கான உலையும், தட்டி வளைப்பதற்காக கல்லும் கூட வைத்திருக்கிறான். உங்களுக்கும் முதலாளியம்மாவுக்கும் இடையூறாக இருக்குமென்று நாங்கள் பயந்ததுண்டு!"

"ஆகட்டும் பார்க்கலாம்!" என்ற முதலாளி திடீரெனத் திரும்பி விறுவிறுவென நடையைக் கட்டினார். ஜார்ஜ் ஏமாற்றத்துடன் குழம்பியபடி கையில் நீர்க்குவளையைப் பிடித்துக் கொண்டு நின்றான்.

மாலிஸி அடுக்களையில் காலை நீட்டி உட்கார்ந்து காய் நறுக்கிக் கொண்டிருந்தாள். முதலாளி உள்ளே நுழைந்ததும் உடலைப் பாதி திருப்பிக் கொண்டாள். வயது, பணி மூப்பு காரணத்தால், முன்பு போல உடனே கால்களை மடக்கிக் கொள்வதோ எழுந்து கொள்வதோ இல்லை! காலப் போக்கில் அதுபோன்ற சிறு சிறு இயலாமைகள் கண்டு கொள்ளப்படவிடவில்லை!

முதலாளி நேரடியாகத் தனது கருத்தை வெளியிட்டார். "டாம் என்கிற பயலைப் பத்தித் தெரியுமா?"

"மெடில்டா மகன் டாமா, முதலாளி?"

"அது சரி! அங்கே எத்தனை டாம்கள் இருக்காங்க?" நான் யாரைச் சொல்கிறேன் என்பது உனக்குத் தெரியும்! அவனைப் பத்திச் சொல்லு!"

அவர் எதற்காகக் கேட்டார் என்பது மாலிஸிக்கு நன்றாகவே தெரியும்! ஜார்ஜினுடைய வேண்டுகோளுக்கு முதலாளி உறுதியான பதிலளிக்கவில்லை என்று சற்று நேரத்திற்கு முன்பு தான் கிஸ்ஸி அவளிடம் கூறிச் சென்றாள். ஆனால், இப்பொழுது தெரிந்து விட்டது! டாம் பற்றி அவள் உயர்வான எண்ணம் கொண்டிருந்தாள். அவளுடைய பானைக்கு அவன் கைப்பிடியாகக் கொக்கி பொருத்திக் கொடுத்தான் என்பதற்காக அல்ல! ஒரு சார்பற்ற பதிலை வழங்கியதாக இருக்க வேண்டுமென்பதற்காகச் சற்றே தயங்கிப் பின் கூறினாள்.

"எல்லோரும் அரட்டை அடித்துக் கொண்டிருக்கிற கூட்டத்தில் அவனைக் காண முடியாது, முதலாளி! அவன் அதிகமாகப் பேசுவதுமில்லை. இங்கே இருக்கிற பொடிப்பயல்களிலேயே அவன் தான் துடிப்பானவன்!" பொருள் பொதிந்த தயக்கம் காட்டினாள். "அவனுடைய அப்பாவைக் காட்டிலும் பல வழிகளிலும் மிகச் சிறந்தவனாக வளருவான்!"

"என்ன உளறுகிறாய்? எந்தெந்த வழிகளில்...?"

"ஆம்பிளைகளுக்குரிய வழிகளில் தான், முதலாளி! கட்டுறுதியான உடல்! நம்பிக்கைக் குரியவன்! எந்த வகையிலும் முட்டாள்தனமாக நடந்து கொள்ள

மாட்டான்! அதுபோலத் தான்! யாரோ ஒரு பெண்ணுக்கு மிகச் சிறந்த கணவனாக இருக்கக் கூடிய திறமையும் அவனிடம் இருக்கு!"

''அவனுடைய மனத்தில் பெண் துணை தேடுகிற எண்ணமெல்லாம் இல்லையென்று நினைக்கிறேன்! மூத்தவனுக்குத் தான் அதற்கான அனுமதி கொடுத்தேன்! அவனுடைய பெயர் என்ன?"

"விர்ஜில், முதலாளி!"

"அவன் தான்! ஒவ்வொரு வாரக் கடைசியிலும், இங்கே வேலை செய்ய வேண்டிய நேரத்தில், பக்கத்துப் பண்ணையிலுள்ள பெண்ணுடன் படுப்பதற்காக ஓடிவிடுகிறான்!"

"இல்லை, முதலாளி! டாம் அப்படிப்பட்டவனில்லை! அவனுக்கு அதுபோன்ற நினைவுகள் வருவதற்கு வாய்ப்பில்லை! மிகவும் சின்னவன்! அவன் வளர்ந்தாலும் கூட தனக்குரிய பெண்ணைத் தேர்ந்தெடுக்கும் வரை அதுபோன்ற செயல்களில் ஈடுபட மாட்டான்!"

"உனக்கு ரொம்ப வயசாயிடுச்சு! இந்தக் காலத்துத் தடியன்களைப் பற்றித் தெரியாது! கலப்பையையும் கழுதைகளையும் வயலிலேயே விட்டு விட்டு பெண்ணைத் துரத்திக் கொண்டு ஓடினால் கூட ஆச்சரியப்படுவதற்கு ஒன்றுமில்லை!" நீங்க சொல்வதெல்லாம் உண்மை தான்! ஆஷ்ஃபோர்டைப் பற்றிச் சொன்னீர்களென்றால் கூட ஒத்துக் கொள்வேன்! அவன் அப்பனைப் போல பொம்பிளைகளைத் துரத்தித் திரிபவன்! ஆனால், டாம் அப்படிப்பட்டவன் அல்ல! அவ்வளவு தான்!"

"நீ சொல்றதை வைத்துப் பார்த்தால், அவன் ஏதாவது ஒரு தொழிலுக்குப் பொருத்தமானவனாக இருப்பான் என்று தோன்றுகிறது!"

''அவனைப் பற்றி மற்றவர்களிடமும் கேட்டுப் பாருங்க, முதலாளி!'' தனது குதூகலத்தை மறைத்துக் கொண்டு கூறினாள். "டாம் பற்றி எதற்காகக் கேட்கிறீர்களென்று தெரியலை! ஆனால், அங்குள்ள பெரிய பையன்களில் அவன் முதல் தரமானவன்!"

ஐந்து நாட்களுக்குப் பிறகு முதலாளி ஜார்ஜிடம் செய்தியைத் தெரிவித்தார்.

"உன்னுடைய பையன் டாமை ஆஸ்க்யூ பண்ணையில் தங்க வைக்க ஏற்பாடு செய்து விட்டேன். நீக்ரோக் கருமான் யேசய்யாவிடம் மூன்று ஆண்டுகளுக்கு பயிற்சித் தொழிலாளியாக இருப்பான்!"

ஜார்ஜ் உற்சாகத்தின் உச்சத்தில் பொங்கிப் பூரித்தான். அப்படியே முதலாளியைத் தூக்கி கலகலவென்று சுற்றாத குறைதான்! பதிலாக, காது வரை நீண்டிருந்த பெருஞ்சிரிப்புடன் நன்றி தெரிவித்தான்.

"ஜார்ஜ், நீ சொன்னதெல்லாம் சரியாக இருக்க வேண்டும்! உன்னுடைய

உறுதிமொழிகளைக் கொண்டு தான் ஆஸ்க்யூ முதலாளியிடம் பலவாறாகப் பரிந்துரை செய்துள்ளேன்! நீ சொன்னபடி அவன் நல்லவிதமாக நடந்து கொள்ளாவிட்டால், அவனை உடனே திருப்பி அழைத்திடுவேன். எனக்குத் தலை சுற்றிப் போகும்! வழி தவறி நடந்தானென்று தெரிந்தால ரெண்டு பேருடைய தோலையும் உரித்திடுவேன்! என்ன, புரியுதா?"

"அவன் உங்களை ஏமாற்ற மாட்டான், முதலாளி! அந்த விதத்தில் என்னை முழுமையாக நம்புங்கள்! அவன் பழைய பெரும் பாறையில் ஒரு சிறு துண்டு!"

"அதனால் தான் பயப்படுகிறேன்! காலையில புறப்படுவதற்கு, மூட்டை முடிச்சுகளைக் கட்டிக் கொண்டு தயாராக இருக்கச் சொல்லு!"

"ஆகட்டும், முதலாளி! ரொம்ப நன்றி! அவனால் நீங்கள் ஒருபோதும் வருத்தப்பட மாட்டீர்கள்!"

முதலாளி புறப்பட்டுச் சென்றவுடன், அடிமைகள் குடியிருப்பிற்கு விரைந்தோடிய ஜார்ஜ், தானடைந்த மாபெரும் வெற்றிச் செய்தியை மிகவும் பெருமையுடன் தெரிவித்த பொழுது, கிஸ்ஸியும் மெடில்டாவும் மகிழ்ச்சிப் புன்னகையைப் பரிமாறிக் கொண்டதாகத் தெரியவில்லை. அவர்கள் இருவரும் தான் முதலாளியிடம் அதுபற்றிப் பேசுவதற்கு முதலில் தூண்டியவர்கள். வாசலில் நின்று கூப்பிட்டான், "டாம்! டாம்! ஏலே, டாம்!"

சேமிப்புக் கிடங்கிற்குப் பின்புறமிருந்து குரல் கேட்டது, "இதோ, வந்துட்டேன்ப்பா"

"இங்கே, வாடா!"

சற்று நேரத்தில் டாமினுடைய கண்களைப் போலவே வாயும் அகலத் திறந்திருந்தது. நம்ப முடியாத செய்தி அனைவருக்குமே முற்றிலும் வியப்பாக இருந்தது. ஏனெனில், முயற்சி பலனளிக்காமல் போயிருந்தால் பையன் ஏமாந்து போய்விடுவானே என்பது அவர்களுடைய ஆதங்கமாக இருந்தது! ஆனால், அவன் மிதமிஞ்சிய குதூகலத்தில் திளைத்ததால், அவர்கள் அனைவருடைய ஒட்டு மொத்தமான பாராட்டுக்களும் அவனைத் திக்குமுக்காடச் செய்தது. தன்னுடைய கனவு நனவானதைத் தனியாகக் கொண்டாடும் பொருட்டு அங்கிருந்து விடுபட்டு வெளியேறினான். அவன் வீட்டிலிருந்த போதே, அவனுடைய தங்கைகள் கிஸ்ஸியும் மேரியும் வெளியில் ஓடிச் சென்று தமது அண்ணன்மார்களிடம் அந்தச் செய்தியை மூச்சிரைக்கப் பரப்பிவிட்டனர் என்பதை அவன் கவனிக்கவில்லை!

சேமிப்புக் கிடங்கில் தனது பணிகளை முடித்துவிட்டு, தனது புது மனைவியினுடைய பண்ணைக்குப் புறப்படுவதற்கு முன் விர்ஜில் அவனைப் பார்த்து பட்டும் படாமல் ஒரு புன்னகையை மட்டும் உதிர்த்து விட்டு விரைந்து சென்று விட்டான். அண்மையில் துடைப்பத்தைத் தாண்டியதிலிருந்து அவன் மந்தரித்து விட்ட கோழியைப் போலத் தான் நடந்து கொண்டான்.

ஆனால், துடுக்கானவனும் தடியனுமான பதினெட்டு வயது ஆஷ்ஃபோர்டு தம்பிகள் ஜேம்ஸூம் லூயிஸூம் பின்தொடர நெருங்கிய பொழுது, டாம் பதட்டமடைந்தான். அவனுக்கும் ஆஷ்ஃபோர்டுக்குமிடையே இனம்புரியாததொரு வெறுப்புணர்வு தொடக்கத்திலிருந்தே நிலவி வந்தமையால் அவன் பேசியது அவனுக்கு வியப்பாகத் தெரியவில்லை!

"எப்போதுமே நீ தானே அவுங்களோட செல்லப்பிள்ளை! அவுங்களைக் குல்லாப்போட்டு உன்னோட காரியங்களைச் சாதிச்சுக்கிற! வயல்வேலை செய்யுற எங்களைப் பார்த்துச் சிரிச்சுக் கிண்டலடிக்கப் போற?" அவனை அடிக்கப் போனதைப் போலப் பாவனை காட்டினான். ஜேம்ஸூம் லூயிஸூம் அதைக் கண்டு பெருமூச்சு விட்டனர். "பார்த்துக் கிட்டே இரு! ஒருநாளைக்கு உன்னையச் சரியாக் கவனிக்கப் போறேன்!" என்றபடி ஆஷ்ஃபோர்டு அங்கிருந்து நகர்ந்தான். அவனையே வெறித்துக் கொண்டிருந்த டாம் ஒருநாள் தனக்கும் அவனுக்கும் அடிபிடி சண்டை நடப்பது உறுதி என்று நினைத்தான்!

இளவல் ஜார்ஜிடமிருந்து வேறு விதமான வெறுப்புணர்வை டாம் சந்திக்க நேர்ந்தது. "உன்னைப் போலவே நானும் இங்கிருந்து புறப்பட்டுவிடக் கூடாதா என்று தோணுது! என்னை இங்கே போட்டு அப்பா கொல்றார்! அவருடைய பெயர் எனக்கிருப்பதால் அவரைப் போலவே எனக்கும் சேவல்கள் மீது வெறித்தனமான பாசம் இருக்கணும்னு எதிர்பார்க்கிறார்! அந்த நாற்றம் பிடித்த பறவைகளைக் கண்டாலே வெறுப்பாக இருக்கிறது!"

பத்து வயது கிஸ்ஸியையும் எட்டு வயது மேரியையும் பொறுத்தவரை, தமக்குப் பிடித்தமான அண்ணனைப் பற்றிய செய்தியை அனைவருக்கும் பரப்பிவிட்டபடியால், அன்று மதியம் முழுவதையும் ஒருவித நாணத்துடன் அவனைச் சுற்றியே வலம் வந்தனர்.

அடுத்த நாள் காலையில் வண்டியில் டாமை அனுப்பி வைத்த பிறகு, விர்ஜில், கிஸ்ஸி, சாராக்கா, மெடில்டாவுடன் வயலில் கொத்திக் கொண்டிருந்த போது, கிஸ்ஸிப் பாட்டி கூறினாள். "இன்றைக்குக் காலையில் குழந்தையை அனுப்பி வைத்த பொழுது, நாமெல்லாம் அழுது அரற்றியதைக் கண்டவர்கள், அவனை இனிமேல் பார்க்கப் போவதே இல்லை போலும் என்று நினைத்திருப்பார்கள்!"

சாராக்கா திருத்தினாள், "அவன் இனிமேல் குழந்தை இல்லை, கண்ணே! இந்தப் பகுதியிலேயே அடுத்த உருப்படியான ஆம்பிளை டாம் தான்!"

102

ஒன்பது மாதங்கள் உருண்டோடிவிட்டன. நன்றிபாராட்டுக் கொண்டாட்டம் நெருங்கி விட்டது. பெரிய விருந்துக்கு ஏற்பாடாகியிருந்தது. அதற்கு முன் டாம் வீடு வந்து சேர வேண்டும் என்பதற்காக முதலாளியிடம் சிறப்புப் பயண அனுமதிச் சீட்டு பெற்றுக் கொண்டு, வண்டியில் விளக்கைத் தொங்க விட்டு, ஆஸ்க்யூ பண்ணைக்கு விர்ஜில் இரவு நேரத்தில் பயணமானான். நவம்பர் மாதக் கடுங்குளிர் மதிய வேளையில் திரும்பிய வண்டி, லியா முதலாளி பண்ணைக்குச் சென்ற பாதையில் விரைந்து கொண்டிருந்த பொழுது, கண்களில் பட்ட அடிமைகள் குடியிருப்பு டாமினுடைய கண்ணீரைப் பெருக்கியது. தான் பிரிந்திருந்த பிரியமானவர்கள் தனக்காகக் காத்திருந்ததைக் கண்டு பெரிதும் நெகிழ்ந்து போனான். பிறகு அவர்கள் கையசைத்துக் கூச்சலிட்டனர். சற்று நேரத்தில், அவர்கள் ஒவ்வொருவருக்கும் தனது கைப்படச் செய்திருந்த பரிசுப் பொருட்கள் அடங்கிய பையைப் பற்றி எடுத்துக் கொண்டு வண்டியிலிருந்து குதித்தவன், சூழ்ந்து கொண்ட பெண்களுடைய அரவணைப்பிலும் முத்தமழையிலும் திக்குமுக்காடினான்.

"ஆசீர்வதிக்கப்பட்ட இதயம்!"... "நல்லா வளர்ந்துட்டான்!" "புயங்களும் தோள்களும் புடைத்து விட்டன!" "பாட்டி,

டாமுக்கு நான் முத்தம் கொடுக்கணும்!"... "பொழுதுக்கும் அவனைப் போட்டு நசுக்காதீங்க!....நானும் அவனை அணைத்துக் கொள்கிறேன்! குழந்தை!"

அவர்களுடைய தோள்களுக்கு மேலே, ஜேம்ஸ், லூயிஸ் இரு தம்பிகளையும் கண்டான். வியப்புடன் அவனைப் பார்த்துக் கொண்டிருந்தனர். இளவல் ஜார்ஜ் தந்தையுடன் கட்டுச்சேவல்களுடன் இருந்ததை அறிந்து கொண்டான். ஆஷ்ஃபோர்டு முதலாளியிடம் அனுமதி பெற்றுக் கொண்டு இன்னொரு பண்ணையிலிருந்த பெண்ணைக் காண்பதற்காகச் சென்றிருந்ததாக விர்ஜில் கூறினான்.

படுத்த படுக்கையாகிவிட்ட பாம்ப்பே மாமா அவருடைய வீட்டிற்கு வெளியே பிரம்பு நாற்காலியில் கம்பளிப் போர்வைக்குள் ஒரு மூட்டையாகக் கிடந்தார். பெண்களிடமிருந்து ஒருவழியாகத் தன்னை விடுவித்துக் கொண்டு, மாமாவிடம் சென்று அவருடைய சுருங்கிச் சூம்பிப்போன கையைப் பிடித்துக் குலுக்கி, நெருக்கமாகக் குனிந்து, அவருடைய உடைந்து முணுமுணுத்த குரலைப் பரிவுடன் கேட்டான்!

"உன்னைத் திரும்பவும் பார்த்தது எங்களுக்கெல்லாம் ரொம்ப மகிழ்ச்சியாக இருக்கு, தம்பி!"

"திரும்பி வந்து உங்களையெல்லாம் பார்த்ததில் எனக்கும் அளவு கடந்த ஆனந்தம், மாமா!"

"சரிப்பா, பிறகு பார்க்கலாம்!" மாமாவின் குரல் நடுங்கியது!

உணர்ச்சிப் பெருக்கு அவனுக்குச் சற்றே துன்பமாக இருந்தது. பதினாறு வயதடைந்து விட்ட அவனை அதுவரை எவரும் ஒரு மனிதனாக மதித்துப் பாராட்டியதில்லை! தற்பொழுது அவர்கள் பொழிந்த அளவு கடந்த பாசமும் மதிப்பும் அவனைத் திணறடித்தன.

அவனுடைய தங்கைகளிருவரும் இன்னமும் சிறு பெண்களைப் போலவே பாசத்துடன் விளையாடினர். அப்பொழுது, சற்று தொலைவில், பழக்கமான குரல் முழங்கிக் கொண்டிருந்ததைக் கேட்டனர்.

"ஆண்டவரே! கட்டுச்சேவல்காரர் வந்து விட்டார்!" மெடில்டா நக்கலடித்தாள். பெண்கள் விரைந்து சென்று, நன்றிபாராட்டு விழா விருந்திற்கான உணவு வகைகளைத் தட்டுகளில் எடுத்து மேஜையின் மீது அடுக்கினர்.

அடிமைகள் குடியிருப்பை நெருங்கிக் கொண்டிருந்த பொழுதே டாமைப் பார்த்துவிட்ட கட்டுச்சேவல் ஜார்ஜினுடைய முகத்தில் புன்னகை நிறைந்திருந்தது. "தப்பியோடிய சேவல் வீடு திரும்பிவிட்டது போல!" தனது கையால் டாமினுடைய தோள்களை ஓங்கித் தட்டினான். "என்னடா, பயலே, பணம் ஏதாவது கிடைக்கிறதா?"

"இல்லைப்பா! இனிமேல் தான்!"

“பணம் கிடைக்கலைன்னா, நீயெல்லாம் என்னடா கருமான்?” போலியான திகைப்பைக் காட்டியபடி அதட்டினான்.

தடாலடியாகப் பேசக் கூடிய அப்பாவிடம் நெருக்கமாகப் பேச நேர்ந்த போதெல்லாம் டாம் ஏதோ புயலில் சிக்கிக் கொண்டதைப் போலத் தான் உணர்ந்தான். “முழுமையான கருமானாகப் பயிற்சி பெறுவதற்கு இன்னும் நீண்ட காலமாகும்ப்பா! கற்றுக் கொள்வதற்கு முயன்று கொண்டிருக்கிறேன்!”

“விரைவில் ஏதாவது கற்றுத்தரும்படி அந்த யேசய்யா நீக்ரோவிடம் நான் சொன்னதாகச் சொல்!”

“ஆகட்டும்ப்பா!” டாம் சொரத்தின்றிச் சொன்னான். மிகுந்த முயற்சியெடுத்து யேசய்யா பொறுமையாகக் கற்றுக் கொடுத்தவற்றில் பாதியளவு கூட தன்னால் கற்றுக் கொள்ள முடியாத நிலையை நினைத்துக் கொண்டான். “சின்ன ஜார்ஜ் விருந்துக்கு வரவில்லையா?” என்று கேட்டான்.

கட்டுச்சேவல் ஜார்ஜ் உறுமினார், “சரியான நேரத்தில் வருவான்! இல்லை, வராமல் கூட இருப்பான்! காலையில் முதலாவதாகச் சொன்ன வேலையை இன்னமும் முடிக்காமல் தவிக்கிற சோம்பேறிப் பயல்! அதை முடிக்காமல் என் மூஞ்சியிலே முழிக்கக் கூடாதுன்னு சொல்லிட்டேன்!” கட்டுச்சேவல் ஜார்ஜ் பாம்ப்பே மாமாவைக் காணச் சென்றார். “வீட்டுக்கு வெளியில் உங்களைப் பார்ப்பது மிகவும் மகிழ்ச்சியாக இருக்கிறது, மாமா! எப்படியிருக்கீங்க?”

“முடியலை, மகனே! ரொம்ப முடியலை! வயசாயிட்டாலே, எதுக்கும் பயனில்லை! அவ்வளவு தான்!”

“அப்படியெல்லாம் சொல்லாதீங்க, மாமா!” என்ற ஜார்ஜ் சிரித்துக் கொண்டே டாமைப் பார்த்துக் கூறினார், “பாம்ப்பே மாமா முதலையைப் போன்றவர்! நூறு ஆண்டுகளுக்கு மேல் உயிருடன் இருப்பார்! நீ புறப்பட்டுச் சென்றதற்குப் பிறகு ரெண்டு மூணு முறை உடல் நலமில்லாமல் படுத்து விட்டார். இந்தப் பொம்பிளைகளெல்லாம் அவரைப் புதைக்கிறதுக்குத் தயாராயிட்டாங்க! ஆனால், மறுபடியும் எழுந்து உட்கார்ந்து கொண்டார்.”

மூவரும் சேர்ந்து சிரித்தனர். கிஸ்ஸிப் பாட்டியின் கீச்சுக்குரல் ஒலித்தது. “பாம்ப்பே மாமாவை இப்போ சாப்பாட்டு மேஜைக்குத் தூக்கிட்டு வாங்க!” அன்றைய நாள் சற்றே கடுமையானதாக இருந்த போதிலும், வாதுமை மரத்தடியில் நீண்ட மேஜை மீது விருந்து ஏற்பாடாகியிருந்தது. அனைவரும் ஒரே சமயத்தில் அமர்ந்து உண்ணலாமல்லவா!

ஜேம்ஸும் லூயிஸும் மாமாவினுடைய நாற்காலியைப் பற்றிக் கொண்டனர். தானும் உதவிக்கு வருவதாகக் கூவியவாறு சாராக்காவும் ஓடினாள். “கீழே போட்டுவிடாதீங்கடா! பார்த்துப் பதனமாகக் கொண்டு வாங்க!”

அனைவரும் அமர்ந்த பின்பு, தலையாக ஜார்ஜ் அமர்ந்திருந்த போதிலும்,

மெடில்டா டாமைப் பார்த்து, "மகனே, விருந்துக்கு நன்றி தெரிவித்து ஆண்டவரைத் தொழு!" டாம் திகைத்தான். முன்கூட்டியே தெரிந்திருந்தால், தனது குடும்பத்தார் தன் மீது பொழிந்த பாச மழைக்குத் தகுந்தாற் போன்றதொரு பிராத்தனையைப் பற்றிச் சிந்தித்திருக்கலாம் என்று எண்ணினான். ஆனால், அனைவரும் தலை தாழ்த்தி அமர்ந்திருந்தபடியால், மனதில் பட்ட தொழுகை வாசகத்தை மொழிந்தான். "ஆண்டவரே! நாங்கள் உண்ணப் போகிற இந்த உணவை ஆசீர்வதிப்பாயாக! பரலோகத்தில் இருக்கும் எங்கள் பரமபிதாவின் பெயரால், புனித மைந்தனின் பெயரால், புனித ஆவியின் பெயரால் வேண்டுகிறேன்! ஆமென்!"

"ஆமென்! ஆமென்!!" மேஜைக்கு மேலும் கீழும் அனைவருடைய குரல்களும் எதிரொலித்தன. பிறகு, மெடில்டா, கிஸ்ஸிப் பாட்டி, சாராக்கா மூவரும் மேஜைக்கும் அடுக்களைக்குமாக விரைந்து சமைத்து வைத்திருந்த அனைத்து உணவு வகைகளையும் ஆவி பறக்க கொணர்ந்து நிரப்பிக் கொண்டிருந்தனர். அவரவர் தேவைக்கேற்ப எடுத்து உண்ணுமாறு வற்புறுத்தினர். இறுதியாக அவர்களும் அமர்ந்து கொண்டனர். ஏதோ பல நாட்கள் பட்டினி கிடந்தவர்களைப் போல, சற்று நேரம் எவ்விதப் பேச்சுமின்றி உண்டு மகிழ்வதில் முனைந்தனர். மெல்லல், சப்பல் ஓசைகள் உணவு படைத்தவர்களுக்கு நன்றி பாராட்டிக் கொண்டிருந்தன. சற்று நேரத்திற்குப் பிறகு, மெடில்டா அல்லது கிஸ்ஸிப் பாட்டி, டாமினுடைய கோப்பையை மோரால் நிரப்பியபடியும், இறைச்சித் துண்டுகள், காய்வகைகள், சோளரொட்டிகளை எடுத்துத் தட்டில் வைத்தபடியும் கேள்விக் கணைகளைத் தொடுத்தனர்.

"பாவம்! அங்கே நல்ல சாப்பாடு கிடைக்குமா? யார் சமைக்கிறது?" மெடில்டா கேட்டாள்.

வாய் நிறைய இருந்ததை மென்று விழுங்கியவாறு சொன்னான், "யேசய்யா மனைவி, எம்மா!"

"அவள் என்ன நிறம்? எப்படியிருப்பாள்?" கிஸ்ஸி கேட்டாள்.

"கறுப்பு! பருமனாக இருப்பாங்க!"

ஜார்ஜ் குறுக்கிட்டான், "அதுக்கும் சமையலுக்கும் சம்மந்தமில்லை! சுமாராகவாவது சமைப்பாளாடா?"

"ரொம்ப நல்லாச் சமைப்பாங்கப்பா!" பாராட்டும் விதமாகச் சொன்னான்.

"அப்ப, உனக்கு உன் அம்மா சமையல் பிடிக்கலை!" சாராக்கா தூண்டினாள். ஆமென்பது போல முணுமுணுத்தவன், "இல்லைம்மா!" என்று இழுத்தான். எம்மாவைப் பற்றிப் பேசுவதைக் கேட்டால் அவள் எவ்வளவு கோபித்துக் கொள்வாள்! அம்மாவைக் காட்டிலும் சிறந்த சமையலர் என்று எம்மாவைச் சொன்னால் அம்மா என்ன நினைப்பார்! இரண்டு எண்ணங்களுக்கும் இடையில் தவித்தான்.

“அவளும் அந்தக் கருமானும் சிறந்த கிறிஸ்தவர்களா?”

‘‘ஆமாம்மா! அதிலும் அந்த அம்மா பைபிளிலிருந்து நிறைய வாசிப்பார்கள்!”

டாம் தன்னுடைய தட்டு நிறைய உணவை மூன்றுமுறை உள்ளே தள்ளி முடித்துவிட்டான். கிஸ்ஸியும் மெடில்டாவும் மேலும் அவனுடைய தட்டில் சாய்த்துக் கொண்டிருந்தனர். அவனும் வேகமாகத் தலையைக் குலுக்கிப் பார்த்தான். அவர்கள் விட்டபாடில்லை! வாய் நிறைய உணவைக் குதப்பியபடி தனது மறுப்பைத் தெரிவித்தான். “ஜார்ஜுக்கும் ஏதாவது வைத்திருங்கள்!”

“அவனுக்கு ஏராளமாக இருக்கிறது! இதோ இந்த வறுத்த முயல்கறியைத் தின்று பார்! கொஞ்சம் கீரை மசியல்! பழச்சாறு குடி! மாலிஸி பெரிய வீட்டில் விருந்துக்காகத் தயாரிக்கப்பட்ட பணியாரங்களைப் பெருமளவில் கொண்டு வந்து கொடுத்துவிட்டுச் சென்றாள். அது உனக்கு ரொம்பப் பிடிக்குமே!”

டாம் பணியாரத்தை எடுத்து வாயில் வைத்தான். அப்பொழுது, தனது தொண்டையைச் செருமி சரிசெய்து கொண்ட பாம்ப்பே பேசுவதற்கு முற்பட்டார். அனைவரும் அமைதியடைந்தனர். “தம்பி, கோவேறு கழுதைகளுக்கும் குதிரைகளுக்கும் குளம்புக் காப்பு பொருத்துவாயா?”

“பழையவற்றைக் கழட்டுவதற்கு என்னை அனுமதிப்பார்கள்! இன்னமும் பொருத்துவதற்கு அனுமதிக்கவில்லை!” என்று சொன்ன டாம், முந்தைய நாள் கட்டுங்கடங்காத கழுதை ஒன்றிற்குக் குளம்புக் காப்புப் பொருத்தும் பொருட்டு அதை விழ வைப்பதற்குப் பட்ட பாட்டை நினைத்துக் கொண்டான். கட்டுச்சேவல் ஜார்ஜ் தனது போக்கில் நக்கலடித்தார், “பயல் இன்னமும் கழுதைகளிடம் சரியாக உதை வாங்கவில்லை போலும்! குதிரைகளுக்கு மற்றவர்கள் காண்பதற்குள் எளிதில் பொருத்திவிடலாம்! யாரோ ஒரு நீக்ரோக் கருமான் குதிரைக்குக் காப்பினை தலைகீழாகப் பொருத்துவானாம்! அப்படிச் செய்தால் குதிரையும் பின்னோக்கித் தான் செல்லும்!” தனது நகைச்சுவைக்குத் தானே நகைத்து முடித்த ஜார்ஜ் கேட்டான், “குளம்புக் காப்புப் பொருத்துவதற்கு எவ்வளவு பணம் வாங்குகிறீர்கள்?”

“ஆஸ்க்யூ முதலாளிக்கு வாடிக்கையாளர்கள் காப்பொன்றிற்கு பதினாலு சென்ட் கொடுக்கிறார்கள்!”

“ஆக, சேவல்கட்டில் கிடைக்கிற அளவு பணம் கிடைப்பதில்லை!” ஜார்ஜ் பகடி செய்தார்.

“சேவல்சண்டையைக் காட்டிலும் கருமான் தொழிலில் ஏராளமான பலன்கள் இருக்கின்றன!” கிஸ்ஸி வெட்டிப் பேசியதைக் கேட்ட டாம் அவளை அப்படியே தாவிச் சென்று கட்டிக் கொள்ள நினைத்தான்! பிறகு, குரலை மென்மையாக்கிக் கொண்டு கேட்டாள், “பேராண்டி, கருமான் தொழிலைக் கற்றுக் கொடுப்பதற்காக உன்னை என்னவெல்லாம் செய்யச் சொல்கிறார்கள்?”

அவளுடைய கேள்வி அவனுக்குப் பெரும் மகிழ்ச்சியளித்தது. அங்கே அவன் நாள்தோறும் என்னவெல்லாம் செய்தான் என்பதைத் தனது குடும்பத்தாருடன் பகிர்ந்து மகிழ விரும்பினான். "பாட்டி, தினந்தோறும் யேசய்யா பட்டறைக்கு வருவதற்குள் உலையில் நெருப்பு மூட்டி நன்றாக சூடேற்றி வைக்க வேண்டும்! அன்று அவர் மேற்கொள்ளவிருந்த வேலைகளுக்குத் தேவையான கருவி, கரணங்களை ஆயத்தமாக எடுத்து வைக்க வேண்டும்! ஏனெனில், செந்நிறத்தில் சூடேற்றப் பட்ட இரும்பைத் தட்டி வடிவமைப்பதற்கு சுத்தியலைத் தேடிக் கொண்டிருந்தால் சூடு தணிந்து போகும்!....."

"ஆண்டவரே, பிள்ளை ஏற்கனவே கருமான் ஆகிவிட்டான்!" சாராக்காவுக்குப் பெருமை பிடிபடவில்லை!

டாம் திருத்தினான், "அந்த வேலை செய்பவரை 'அடிப்பவர்' என்பார்கள்! வண்டியின் அச்சு, கலப்பைக் கொழு போன்றவற்றை வடிவமைக்கும் போது, பழுக்கக் காய்ச்சப்பட்ட இரும்பைக் கனமான சுத்தியலால் நான் அடிக்க வேண்டும்! அவர் தேவைக்கேற்பத் திருத்தி அமைத்துக் கொள்வார்! சில சமயங்களில் சிறு, சிறு வேலைகளை நானே தனியாகச் செய்வேன்!"

"குதிரைகளுக்குக் குளம்புக் காப்புப் பொருத்துவதற்கு எப்பொழுது உன்னை அனுமதிக்கப் போகிறார்?" கருமான் தொழில் கற்பதற்குச் சென்ற மகனை மேலும் சீண்டிப் பார்க்க விரும்பிய ஜார்ஜ் கேட்டார். அவன் சிரித்தான். "தெரியலைப்பா! அவருடைய உதவியில்லாமல் என்னால் முடியுமென்று அவருக்குத் தோன்றும் போது வாய்ப்புத் தருவார் என்று நினைக்கிறேன்! நீங்கள் சொன்னதைப் போல ஏகப்பட்ட முறை உதைபட்டிருக்கிறேன். கீழே கிடத்துவதற்கு முயலும் போது, கவனமாக இல்லாவிட்டால், சில கழுதைகள் உதைப்பது மட்டுமின்றி கடித்துக் குதறிவிடுகின்றன!"

சாராக்கா கேட்டாள், "மகனே, கருமான் பட்டறையைச் சுற்றி வெள்ளையர்கள் மொய்ப்பதுண்டா?"

"ஆமாம்மா! எந்த நேரமும் ஏகப்பட்ட வெள்ளையர்கள் தாம் கொணர்ந்த வேலையை அவர் முடித்துக் கொடுக்கும் வரை பட்டறையைச் சுற்றி நின்று பேசிக் கொண்டிருப்பர்!"

"இங்கே முடங்கிக் கிடக்கிற எங்களுடைய காதுக்கு எட்டாத என்ன மாதிரி செய்திகளை அவர்கள் பேசியதை நீ கேட்டாய்?"

டாம் சற்று நேரம் சிந்தித்தான். அண்மைக் காலத்தில் வெள்ளையர்கள் பேசியதில் மிகவும் முக்கியமானதென்று யேசய்யாவும் அவருடைய மனைவியும் கருதிய ஒன்றைப் பற்றி நினைவுபடுத்திக் கொண்டான்! "தந்தி என்று ஏதோ சொல்கிறார்கள். மோர்ஸ் என்கிற வெள்ளைக்காரர் வாஷிங்டனிலிருந்து பால்டிமோரில் இருந்த ஒருவருடன் தெளிவாகப் பேசினாராம்! 'கடவுளால் எழுதப்பட்டது தான்!' என்கிறார் என்றார்கள்! நான் நேரடியாக அதன் விளக்கத்தைத் தெரிந்து கொள்ளவில்லை!"

விருந்து மேஜையைச் சுற்றியிருந்த அனைவருடைய தலைகளும், பைபிள் வல்லுநரான மெடில்டாவை நோக்கித் திரும்பின. அவள் பெரிதும் குழம்பிப் போனாள். "எனக்கு உறுதியாக எதுவும் தெரியவில்லை! அது பற்றிப் பைபிளில் எதுவும் படித்ததாக நினைவில்லை!"

டாம் கூறினான், "எது எப்படியிருப்பினும், அம்மா, அதைப்பற்றியெல்லாம் பைபிளில் எதுவும் எழுதப்படவில்லை! காற்று வழியாக நெடுந்தொலைவுக்குப் பேசுவது என்கிறார்கள்!"

ஒரு சில மாதங்களுக்கு முன் அமெரிக்க அதிபர் போல்க் வயிற்றுப் போக்கால் இறந்து போனதும் அவருக்குப் பின்னர் ஸசாரி டெய்லர் அதிபராக்கப்பட்டதும் அவர்களுக்குத் தெரியுமா என்று கேட்டான்.

"எல்லோருக்குமே தெரியும்" என்றார் ஜார்ஜ்.

"உனக்குத் தெரிந்திருக்கலாம்! எங்களுக்குச் சொன்னாயா?" சாராக்கா குத்திக் காட்டினாள்.

டாம் கூறினான், "நீக்ரோக்களுடைய பாடலைப் போல ஒலிக்கக் கூடிய பாடல்களை வெள்ளை இளைஞர்கள் இசைக்கின்றனர். ஆனால், பாடல்கள் ஸ்டீபன் ஃபாஸ்டர் என்கிற வெள்ளையரால் எழுதப்பட்டது. "ஜோ எனும் கறுப்பன்", "எனது கென்துகி வீடு", "குளிரில் கிடந்த முதலாளி" என்பன போன்ற பாடல்களில் தனக்கு நினைவுக்கு வந்த வரிகளைப் பாடிக் காட்டினான்.

கிஸ்ஸிப் பாட்டி வியந்தாள், "நீக்ரோக்களுடைய பாடலைப் போலத் தான் இருக்கிறது!"

ஃபாஸ்டர் ஸ்டீபன் தனது வாழ்நாளில் பெரும் பகுதியை தேவாலயங்களிலும், படகுத்துறைகளிலும், சரக்குக் கிடங்குகளிலும் நீக்ரோக்கள் பாடியதைக் கேட்டவாறு கழித்தவர் என்று யேசய்யா சொன்னார்.

"நீ பாடியதைக் கேட்ட போது அதனைப் புரிந்து கொள்ள முடிந்தது! ஆனால், நீக்ரோக்களில் எவரும் சிறப்பாக எதுவும் செய்யவில்லையா?"

"செய்திருக்கிறார்கள் அம்மா!" என்ற டாம், யேசய்யாவிடம் பணி நிமித்தமாக வந்த கறுப்பினத்தவர், வடபகுதியில் விடுதலை பெற்ற நீக்ரோக்கள் அடிமைமுறை ஒழிப்பிற்காகப் போராடியதையும், ஊர் ஊராகச் சென்று உணர்ச்சி பொங்க பரப்புரை செய்ததையும் விடுதலை பெறும் வரை தாம் அனுபவித்த இன்னல்களை விளக்கிக் கூறியதையும் தெரிவித்ததாக விவரித்தான். "ஃபெரெடெரிக் டக்ளஸ் என்பவர் மேரிலேண்ட் எனுமிடத்தில் அடிமையாக வளர்ந்து, தனக்குத் தானே எழுதப் படிக்கக் கற்பித்துக் கொண்டு, கடைசியில் கூலி வேலைகள் செய்து பணம் சேமித்துத் தனது முதலாளியிடமிருந்து தன்னை விடுவித்துக் கொண்டார்!" டாம் விவரித்துக் கொண்டிருந்த போது, மெடில்டா சேவல்கட்டு ஜார்ஜ் மீது பொருள் பொதிந்த பார்வையைச் செலுத்தினாள். "அவர் பேசுகின்ற இடங்களிலெல்லாம்

நூற்றுக்கணக்கான மக்கள் திரள்கிறார்களாம்! அவர் ஒரு புத்தகம் இயற்றியுள்ளதுடன் செய்தித்தாளும் நடத்துகின்றாராம்!"

மெடில்டா, கிஸ்ஸிப் பாட்டி, சாராக்காவைப் பார்த்தவாறு புகழ்பெற்ற பெண்களும் கூட இருந்ததாகத் தெரிவித்தவன், ஆறு அடிக்கும் மேற்பட்ட உயரமுள்ள சோஜோர்னர் ட்ரூத் எனும் எழுதப் படிக்கத் தெரியாத பெண் ஆற்றிய உரையைக் கேட்பதற்கு வெள்ளையர்களும் கறுப்பர்களும் பெருந்திரளாகக் கூடியதை விவரித்தான்.

இருக்கையிலிருந்து துள்ளியெழுந்த கிஸ்ஸிப் பாட்டி, வெறிபிடித்ததைப் போல சைகை காட்டி, "இப்பொழுதே வடபகுதிக்குப் புறப்பட்டுச் சென்று மக்கள் மத்தியில் உரை நிகழ்த்த வேண்டும் போலிருக்கிறது!" என்றாள். பெருந்திரளான கூட்டத்தைச் சந்தித்தது போல பாவனை செய்து கொண்டாள். ''கிஸ்ஸி பேசுவதைக் கேளுங்கள், வெள்ளையர்களே! உங்களுடைய அடாவடித்தனங்களை இனிமேலாவது நிறுத்துங்கள்! நீக்ரோக்களான நாங்கள் அடிமைத்தளைகளால் உருக்குலைந்து போனோம்!"

''அம்மா, இந்தப் பயல், 'அந்தம்மா ஆறு அடி உயரம்! நீங்க அவ்வளவு உயரமில்லை' என்கிறான்.'' கடகடவெனச் சிரித்தபடி ஜார்ஜ் கூறினான். மேஜையைச் சுற்றிலும் அமர்ந்திருந்த மற்றவர்கள் அவனைக் கோபத்துடன் முறைத்தனர். வாடிய முகத்துடன் கிஸ்ஸி உட்கார்ந்து கொண்டாள்.

தப்பியோடிய மற்றொரு புகழ்பெற்ற அடிமைப் பெண்ணைப் பற்றி டாம் விவரித்தான். "அவருடைய பெயர் ஹேரியட் டப்மேன்! அவர் தென்பகுதிக்கு அடிக்கொருமுறை வருகை புரிந்து நம்மைப் போன்ற ஏராளமான அடிமைகள் வடபகுதிக்குத் தப்பிச் செல்வதற்கு உதவியுள்ளார். ஒருவராலும் கண்டுபிடிக்க முடியாத தலைமறைவு இருப்புப் பாதை என்று சொல்கிறார்கள். அந்த அம்மையார் அவ்வாறு அடிமைகளை விடுவித்ததைக் கண்டு கொந்தளித்த வெள்ளையர்கள் அவரை உயிருடனோ, பிணமாகவோ பிடித்துத் தருவோருக்கு நாற்பதாயிரம் டாலர் மதிப்புள்ள பரிசு வழங்குவதாக அறிவித்துள்ளனர்."

"ஆண்டவரே, கருணை காட்டு! வெள்ளையர்கள் வேறு எந்த நீக்ரோவுக்காகவும் அவ்வளவு பெரிய தொகை கொடுப்பதைப் பற்றி நினைத்திருக்கக் கூட மாட்டார்கள்!" சாராக்கா புலம்பினாள்.

வெகு தொலைவில் கலிஃபோர்னியா என்கிற இடத்தில் பூமிக்கடியில் இருந்து தங்கத்தைத் தோண்டியெடுத்த இருவர் அறுவை ஆலை அமைத்துக் கொண்டிருந்ததாகக் கூறினான். அதைக் கேள்விப்பட்ட ஆயிரக்கணக்கானோர் அந்த இடத்திற்கு மண்கொத்திகளுடன் திரளாகப் புறப்பட்டுச் சென்றதாகவும் சொன்னான்.

இறுதியாக, வடக்கே, ஸ்டீபன் டக்ளஸ், ஆபிரகாம் லிங்கன் ஆகிய இரு வெள்ளையர்களுக்கிடையே அடிமைமுறை ஒழிப்பு பற்றி மாபெரும் விவாதம் நடந்து கொண்டிருந்ததாகக் கூறினான்.

நீக்ரோக்களுக்காக வாதிட்டவர் யாரென்று கிஸ்ஸி கேட்டாள்.

லிங்கன் தான் மிகச் சிறந்த அடிமைமுறை ஒழிப்புப் போராளி என்றான் டாம்!

"அவருக்கு வலிமை பெருக ஆண்டவரை வாழ்த்துவோம்," என்றாள் கிஸ்ஸி!

ஈறுகளுக்கிடையே நாக்கை விட்டுத் துழாவியவாறு கட்டுச்சேவல் ஜார்ஜ் வயிற்றைத் தட்டிக் கொண்டு, டாமை நோக்கி, " உண்டது செரிப்பதற்காகக் காலாற நடந்து செல்வோமா?" என்று கேட்டான்.

"ஆகட்டும்ப்பா!" டாம் கிட்டதட்ட திக்கினான். அவனுக்கு ஒரே வியப்பு! மறைத்துக் கொள்ள முயன்றான்!

கட்டுச்சேவல் ஜார்ஜுடன் டாம் சாலை வழியே நடந்து சென்றதைக் கண்ட பெண்களும் திகைப்படைந்ததுடன் ஒருவருக்கொருவர் புதிரானதும் பொருள் பொதிந்ததுமான பார்வையைப் பரிமாறிக் கொண்டனர். மெல்லிய குரலில் சாராக்கா வியந்தாள், "அவனுடைய அப்பாவுக்குச் சமமாக அவன் எப்படி வளர்ந்து விட்டான்!" ஜேம்ஸும் லூயிஸும் பொறாமையுணர்வுடன் பார்வையை ஓட்டினர்! தம்மையும் உடன் அழைத்துச் சென்றிருக்கலாம் என்பது அவர்களுடைய ஆதங்கம்! இரு தங்கைகளான கிஸ்ஸியும் மேரியும் தாவிக் குதித்தபடி அவர்களுக்குப் பின்னால் எட்டடி தூரத்தில் தொடர்ந்து சென்றனர். பின்புறம் திரும்பிப் பார்க்காமலே, ஜார்ஜ் "அங்கே திரும்பிச் சென்று அம்மாவுக்குப் பாண்டங்களைச் சரிப்படுத்துவதற்கு உதவுங்கள்!"

"ஓ, அப்பா!" இருவரும் ஒருசேரச் சிணுங்கினர்.

"போங்கன்னு சொல்றேனில்ல?"

டாம் உடலைப் பாதி திருப்பி, தங்கைகளைக் கனிவுடன் பார்த்து, செல்லமாகக் கடிந்து கொண்டான், "அப்பா சொல்றது கேட்கலை? நாம அப்புறம் பேசலாம்!"

முணுமுணுத்தவாறு பெண்கள் பின்தங்கினர். கட்டுச்சேவல் ஜார்ஜும் டாமும் சற்று தூரம் அமைதியாக நடந்தனர். பிறகு, ஜார்ஜ் விரைப்புடன் பேசினார், "விருந்தின் போது பேசியவையெல்லாம் மேலோட்டமான நையாண்டி வார்த்தைகள் என்றும் உனது மனத்தைப் புண்படுத்துவதற்காக அல்ல என்பதையும் புரிந்து கொண்டாய் என்று நினைக்கிறேன்!"

"ஓ, இல்லை!" என்றவன், தந்தையிடமிருந்து மன்னிப்புக் கோருவது போன்ற பேச்சைக் கேட்டு மனதிற்குள் திகைத்துக் கொண்டான்! "நீங்கள் வெறுமனே நையாண்டி தான் செய்தீர்களென்று எனக்குத் தெரியும்!"

சிரித்துக் கொண்ட ஜார்ஜ் கூறினார், "அங்கே சென்று சேவல்களைப் பார்க்கலாமா? சின்ன ஜார்ஜ் இவ்வளவு காலம் அங்கிருந்தும் அவனுக்குச்

சேவல்களை வளர்ப்பதில் ஆர்வமில்லை! நன்றிபாராட்டு விருந்தாக அவன் சில சேவல்களைச் சமைத்துச் சாப்பிட்டிருப்பான் என்று நினைக்கிறேன்!"

டாம் சிரித்துக் கொண்டான். "சின்ன ஜார்ஜ் நல்லவன் தான்ப்பா! வேலை செய்வதில் சற்றே சுணக்கம் காட்டுவான்! அவனுக்கு உங்களைப் போல சேவல்களில் ஆர்வமில்லை என்று சொல்லியிருக்கிறான்!" என்றவன், சற்றே நிறுத்தி, அவருக்கு ஆறுதலாகவும் ஏதேனும் சொல்வதற்கு முற்பட்டான், "இந்த உலகத்திலேயே கட்டுச்சேவல்கள் மீது உங்களுக்கிருக்கின்ற ஆர்வத்தைப் போல வேறு எவருக்கும் இருக்காது!"

அவனுடைய கருத்தை ஜார்ஜ் முழுமையாக ஏற்றுக் கொண்டார். "நம்முடைய குடும்பத்தில் எவருமில்லை! நானும் உன்னைத் தவிர அனைவரையும் முயன்று பார்த்துவிட்டேன். என்னுடைய மற்ற பையன்கள் அனைவரும் வயல்வெளிகளில் ஒரு மூலையிலிருந்து மற்றொரு மூலை வரையிலும் கோவேறு கழுதைகளின் புட்டங்களைப் பார்த்துக் கொண்டே அலைந்து திரிந்து காலத்தைக் கடத்திவிட எண்ணுகின்றனர் போலும்!" சற்று நேரம் சிந்தனையில் ஆழ்ந்தார். "நீ கருமான் வேலையைத் தேர்ந்தெடுத்திருக்கிறாய்! அதன் மூலமும் சிறப்பான வாழ்க்கை கிடைத்து விடாது! கட்டுச்சேவலைப் போல எதுவும் வராது! ஆனாலும், அது ஆண்களுக்கான பணி!"

கட்டுச்சேவல் தொழிலைத் தவிர பிற தொழில்களின் மீதும் தகப்பனார் மதிப்பு வைத்துப் பேசியது டாமிற்கு வியப்பாக இருந்தது. ஒருவழியாக, உறுதியானதும் நிலையானதுமான கருமான் தொழிலில் தான் ஈடுபட்டதற்காக நன்றி பாராட்டிக் கொண்டான். ஆனாலும் தனது கருத்தைச் சுற்றி வளைத்துக் கூறினான், "உழவுத் தொழிலையும் தவறாக எண்ணாதீர்கள் அப்பா! யாரேனும் மக்கள் வயல்வெளியில் பாடுபடாவிட்டால் நமக்கெல்லாம் சாப்பாடு எங்கிருந்து கிடைக்கும்? நீங்கள் சேவல்கட்டுத் தொழிலில் ஈடுபட்டுள்ளதைப் போல நான் கருமான் தொழிலில் ஈடுபட்டுள்ளேன்! ஏனெனில் அது எனக்குப் பிடித்திருக்கிறது! அதே போல ஒவ்வொருவருக்கும் அவரவர்களுடைய தொழில் பிடித்திருக்கும்!"

கட்டுச் சேவல் ஜார்ஜூம் அமைதியடைந்தார். "பரவாயில்லை, குறைந்தது உனக்கும் எனக்குமாவது பிடித்தமான வேலையைச் செய்து கொண்டே பணமும் திரட்ட வேண்டுமென்கிற அறிவு இருந்திருக்கிறதே!"

டாம் பதிலளித்தான், "நீங்கள் அதைச் செய்கிறீர்கள்! இன்னும் இரண்டு ஆண்டுகளுக்கு தொழிற்பயிற்சி முடியும் வரை என்னால் எதுவும் ஈட்ட இயலாது! அதற்குப் பின்னரும், முதலாளி உதிரிப் போட்டிகளில் பந்தயம் கட்டுவதற்கு உங்களுக்குக் கொடுப்பதைப் போல எனக்கும் தொழில் தொடங்குவதற்குப் பணம் கொடுத்தால் தான் சாத்தியமாகும்!"

ஜார்ஜ் கூறினார், "உறுதியாகச் செய்வார்! நீ, அம்மா, பாட்டியெல்லாம் நினைப்பதைப் போல அவர் அவ்வளவு மோசமானவர் அல்ல! அவரிடம் கெட்ட பழக்கங்கள் இருப்பது உண்மை தான்! ஆனாலும், நீயும் என்னைப் போல

அவருடைய நல்ல மனத்தை மட்டும் பிடித்துக் கொள்ள முயல வேண்டும்! நீக்ரோக்களுக்கு நன்மை செய்கிற உயர் தர வெள்ளையர்களில் அவரும் ஒருவர் என்று நீ எண்ணுவதாக அவரை நம்பச் செய்ய வேண்டும்!" ஜார்ஜ் சற்றே நிறுத்தினார். "நீ வேலை செய்கிற இடத்தில், ஆஸ்க்யூ முதலாளி கருமான் வேலைக்காக யேசய்யாவிற்கு எவ்வளவு பணம் கொடுக்கிறார் என்று உனக்குத் தெரியுமா?"

"வாரந்தோறும் ஒரு டாலர்! அவருடைய மனைவியிடம் அவர் வாரம் தோறும் ஒரு டாலர் பணம் தருவதாகவும் அதை அந்த அம்மா சேமித்து வருவதாகவும் என்னிடம் சொன்னார்!"

"சேவல்கட்டுப் போட்டியில் ஒரு நிமிடத்தில் அதற்கும் கூடுதலாக வென்று விடலாம்!" என்று பெருமை பேசத் தொடங்கியவர் தன்னைக் கட்டுப்படுத்திக் கொண்டு, "நீ இங்கே வந்து கருமான் தொழிலைத் தொடங்கும் பொழுது பணப்பிரச்சினையை என்னிடம் விட்டுவிடு! அதை நான் முதலாளியிடம் பக்குவமாகப் பேசிக் கொள்கிறேன்!" என்றார்.

"ஆகட்டும்"

தன்னுடைய ஆறு மகன்களில் அவனிடம் அப்படியொரு உடன்பாட்டை உறுதிப்படுத்திக் கொண்டதை நினைத்த பொழுது விநோதமாகப் பட்டது. மற்ற ஐவரிடமும் ஏதோ தவறு இருந்ததாகக் கொள்வதற்கில்லை! கழுத்தில் பச்சைப் பட்டையும், கறுப்புத் தொப்பியும், அதன் மீது நீளமானதொரு சேவல் இறகுமாகத் தன்னைப் போல துடிதுடிப்புடன் இல்லாவிட்டாலும் தன்னுடைய அன்றாட வாழ்க்கையில் தட்டுப்படாத பொறுப்புணர்வும், பொறுமையும், வலிமையும் அவனிடம் இருந்ததை உணர்ந்தார்.

சற்று நேரம் இருவரும் அமைதியாக நடந்தனர். திடீரென்று ஜார்ஜ் கேட்டார், "நீயாகவே, அதற்கு முன்னால், கருமானாக வேண்டுமென்று நினைத்ததுண்டா?"

"என்னப்பா சொல்றீங்க? இந்த உலகத்திலேயே எனக்கு ரொம்பவும் பிடித்தமான தொழில்!" என்றான்.

"நீ ஈட்டக் கூடிய பணத்தைச் சேமித்து உனக்கு விடுதலை பெற்றுக் கொள்ள வேண்டுமென்று நினைத்ததுண்டா?"

டாம் பதில் பேச முடியாமல் திக்கித்து நின்றதைக் கண்டவர், தொடர்ந்து பேசினார், "சில வாரங்களுக்கு முன்பு, சின்ன கிஸ்ஸி பிறந்த சமயத்தில், நமது குடும்பம் மொத்தத்திற்கும் விடுதலை பெற்றுக் கொள்ள எவ்வளவு பணம் தேவைப்படும் என்று நானும் உன் அம்மாவும் ஒரு இரவு வேளையில் கணக்குப் போட்டுப் பார்த்தோம்! இன்றைக்கு உள்ள நீக்ரோ விலை நிலவரப்படி, அறுபத்தெட்டு நூறு டாலர் தேவைப்படுகிறது!..."

“வூ...வ்!” டாம் தலையைக் குலுக்கினான்.

“முழுவதையும் கேள்! மிகப் பெரிய தொகை என்பது உண்மை தான்! ஆனால், நாங்கள் பேசி முடிவெடுத்ததிலிருந்து, கடுமையாகப் போட்டிகளில் வென்ற எனது பங்குத் தொகையை அம்மாவிடம் கொடுத்துச் சேமித்து வருகிறோம்! தொடக்கத்தில் நான் எதிர்பார்த்ததைப் போல என்னால் பணம் திரட்ட முடியவில்லை. ஆனாலும், உனது அம்மாவுக்கும் எனக்கும் மட்டுமே தெரியும்! இப்பொழுது உன்னிடம் சொல்கிறேன்! வீட்டின் பின்கட்டில், ஒரு குவளைக்குள் போட்டு ஓராயிரம் டாலருக்கு மேல் புதைத்து வைத்திருக்கிறோம்!” ஜார்ஜ் மகனைப் பார்த்தார். “மகனே, நான் நினைத்துக் கொண்டிருக்கிறேன்...”

“நானும் தான்ப்பா!” டாமின் கண்கள் பளிச்சிட்டன.

“சொல்வதைக் கவனி!” ஜார்ஜினுடைய தொனியில் அவசரம் வெளிப்பட்டது. “கடந்த சில போட்டிக் காலங்களைப் போல தொடர்ந்து வென்று வந்தால், முதலாளிக்காக நீ கருமான் பட்டறை தொடங்குவதற்குள் மேலும் முந்நூறு, நானூறு டாலர் சேமித்துவிடுவேன்!”

டாம் ஆவலுடன் தலையசைத்தான்! “அப்பா இருவரும் சேர்ந்து பணம் ஈட்டினால், அம்மா ஆண்டுதோறும் ஐநூறு, அறுநூறு டாலர் சேமிப்பார்!” உணர்ச்சி பொங்கக் கூறினான்.

ஜார்ஜ் மிதமிஞ்சிய திகைப்பில் ஆழ்ந்தார். “ஆமாம்! அந்த வேகத்தில் தொடர்ந்தால், நீக்ரோக்களுக்கான விலை அதிகரித்தாலும், நம்முடைய குடும்பம் முழுவதையும் விடுவிக்கப் போதுமான பணத்தைத் திரட்டிவிடலாம்! அதற்கு எவ்வளவு காலம் பிடிக்கும்? பொறு! கணக்குப் போடலாம்!”

இருவரும் விரல்களை விட்டு எண்ணிக் கணக்கிட்டனர். சற்று நேரத்தில், டாம் கூவினான், “சுமார் பதினைந்து ஆண்டுகளாகும்!”

“இவ்வளவு விரைவாகக் கணக்கிட எங்கு கற்றாய்? எனது ஆலோசனையைப் பற்றி என்ன நினைக்கிறாய், மகனே?”

“அப்பா, அரும்பாடு பட்டு கருமான் தொழிலில் உழைக்கப் போகிறேன்! நீங்கள் அதற்கும் முன்பாகவே திட்டமிட்டிருக்கலாம் என்று நினைக்கிறேன்!”

முகமலர்ச்சியுடன் ஜார்ஜ் பேசினார், “நாம் இருவரும் சேர்ந்து அதனைச் செய்து முடித்திடலாம்! நமது குடும்பத்தை உயர்ந்த நிலைக்குக் கொண்டு செல்லலாம்! நமது பிள்ளைகளும் பேரப்பிள்ளைகளும் விடுதலை பெற்று முழுமனிதர்களாக வாழ்வதற்கு வழிவகுக்கலாம்! என்ன சொல்கிறாய், மகனே!”

இருவரும் பெரிதும் நெகிழ்ந்து போயினர். தாளாத பெருமிதத்தால் ஒருவருடைய தோள்களை ஒருவர் இறுகப் பற்றிக் கொண்டு நின்றனர். திரும்பிய போது, சின்ன ஜார்ஜினுடைய தடித்த, பருமனான உருவம் அவர்களை நோக்கி ஓட்டமும் நடையுமாக விரைந்து கொண்டிருந்ததைக் கண்டனர். முகமெல்லாம் பூத்திருந்த

புன்னகையுடன், ‘டாம்! டாம்!’ என்று கூவியவாறு மூச்சிரைக்க அவர்களை நெருங்கியவுடன், டாமினுடைய கைகளைப் பற்றி வேகமாகக் குலுக்கினான். தோள்களைத் தட்டினான். மூச்சிரைப்பும் வெடிச்சிரிப்பும் மாறி மாறி வெளிப்பட்டன. பருத்த கன்னக் கதுப்புகள் வழிந்து கொண்டிருந்த வேர்வையால் மின்னின. “உன்னை .... பார்த்ததுல ... ரொம்ப ... மகிழ்ச்சி, ...டாம்!” ஒருவழியாக மூச்சிரைப்புடன் வெளிப்பட்டது.

“பதட்டப்படாதே, மகனே! விருந்துக்குச் செல்வதற்குக் கூட வலிமையில்லாமல் போய்விடும்!” கட்டுச்சேவல் ஜார்ஜ் தேற்றினார்.

“அதுக்... கெல்லாம்... களைப்படைய ..மாட்டேன்... ப்பா!”

டாம் கூறினான், “அப்படியானால், போய் சாப்பிட்டுக்கொண்டிரு! நானும் அப்பாவும் வந்து சேர்ந்து கொள்கிறோம்! இப்போ, அப்பாவிடம் பேச வேண்டியிருக்குது!”

“சரி! நான் ... உங்களை ... அப்புறம் .. பார்க்கிறேன்!” மேலும் தாமதிக்காமல் அடிமைகள் குடியிருப்பை நோக்கி விரைந்தான்.

“அப்படியானால் வேகமாகப் போ! மிச்சம் மீதியையும் நமது சகோதரர்கள் தின்னு தீர்த்துவிடாமல் அம்மாவால் எவ்வளவு நேரம் கட்டுப்படுத்த முடியுமென்று தெரியவில்லை!”

சின்ன ஜார்ஜ் ஓட்டம் பிடித்ததை, சிரிப்பை அடக்கியவாறு பார்த்துக் கொண்டிருந்த தந்தையும் மகனும் அவன் வளைவில் திரும்பி மேலும் வேகமாக ஓடியதைப் பார்த்தனர்.

விட்ட இடத்திலிருந்து ஜார்ஜ் தொடர்ந்தார், “நாமனைவரும் விடுதலை பெறுவதற்கு பதினாறு ஆண்டுகளாகும் என்று வைத்துக் கொள்வோம்!”

“எப்படிச் சொல்றீங்க?” டாம் அவசரமாகக் கலவரமடைந்தான்.

“அந்தப் பய திங்கிறதைப் பார்த்தால், அதுவரையிலும் அவனுக்குச் சாப்பாடு போடுவதற்கு ஓராண்டு சேமிப்பை ஒதுக்க வேண்டும் போலிருக்கிறதே!”

103

*1855*ஆம் ஆண்டு, நவம்பர் மாதப் பிற்பகுதியில் வடகரோலினா கட்டுச்சேவல்காரர்கள் மத்தியில் மிக விரைவாகப் பரவிய செய்தி கட்டுச்சேவல் ஜார்ஜினுடைய மனத்தை முழுமையாக ஆட்கொண்டிருந்தது. இங்கிலாந்திலிருந்து, 'பழங்கால ஆங்கிலேயப் பாரம்பரியப் போட்டிப் பறவைகள்' என்கிற பெருமைக்குரிய முப்பதிற்கும் மேற்பட்ட கட்டுச்சேவல்களுடன் கடல் கடந்து, பெரும்பணக்காரரும் மேல்தட்டு வர்க்கத்தினருக்குரிய பட்டங்கள் பெற்றவருமான புகழ்பெற்ற கட்டுச் சேவல்காரர் ஒருவர் பெரும் செல்வந்தரான ஜெவெட் முதலாளியினுடைய வீட்டு விருந்தினராக வருகை புரிந்தார். உலகிலேயே தனிச்சிறப்பு வாய்ந்த சேவல்கள் அவரிடமிருந்ததாகப் பரவலாகப் பேச்சு எழுந்தது. அமெரிக்காவின் மிகச்சிறந்த சேவல்களுடன் மோதுவதற்காக ஜெவெட் முதலாளி எழுத்து மூலமாக விடுத்த அழைப்பினை ஏற்று ஆங்கிலேயர் சர்.சி.எரிக் ரஸ்ஸெல் வந்திருந்தார். அவர்கள் இருவரும் நீண்ட கால நெருங்கிய நண்பர்கள் என்பதால், அவர்களுக்குள் போட்டியிடப் போவதில்லை என்றும் ஆளுக்கு இருபது பறவைகளைக் களமிறக்குவதாகவும் அறிவித்திருந்தனர். போட்டியாக இறக்கப்படும் நாற்பது பறவைகளுக்குரியவர்களும் ஒன்றிணைந்து முகாமையான

போட்டி ஒன்றிற்கு முதன்மைப் பந்தயப் பணமான 30,000 டாலர் தொகையில் பாதியைச் செலுத்த வேண்டுமென்றும், பக்கவாட்டுப் பந்தயங்களில் கலந்து கொள்வோர் ஒவ்வொரு போட்டியின் போதும் குறைந்தது 250 டாலர் கட்ட வேண்டுமென்றும் விதிக்கப்பட்டது. உள்ளூரைச் சேர்ந்த மற்றொரு பணக்கார கட்டுச்சேவல்காரர் தன்னுடன் மேலும் ஏழு பேரை இணைத்துக் கொண்டு தலைக்கு ஐந்து பறவைகளைக் களமிறக்குவதற்கான ஏற்பாடுகளை மேற்கொள்வதற்கு முன்வந்தார்.

லியா முதலாளி அத்தகைய மாபெரும் போட்டியில் தானும் பங்கெடுத்துக் கொள்வதாக தனது தேர்ந்த பயிற்றுநரிடம் தெரிவித்தார் என்பதைச் சொல்லவும் வேண்டுமோ!

1875 டாலர் தொகைக்கான ஆவணத்தைச் செலுத்திவிட்டு பண்ணைக்குத் திரும்பியவர், "சரி, ஐந்து பறவைகளுக்குப் பயிற்சி அளிப்பதற்கு ஆறு வார காலம் மட்டுமே உள்ளது!" என்றார். "ஆமாம், முதலாளி! அதற்குள் முடித்து விடலாம் என்று நினைக்கிறேன்!" என்று ஒத்தூதினான் ஜார்ஜ். ஆனால், எவ்வளவோ முயன்றும் அவனுடைய மனத்தில் எழுச்சி பிறக்கவில்லை! அப்படியொரு போட்டியை நினைத்துப் பார்ப்பதற்கே ஆழ் மனத்தில் பேரச்சம் குடிகொண்டது. இருப்பினும், அடிமைகள் குடியிருப்பு மக்களிடம் உணர்ச்சிப் பெருக்குடன் இருபத்தைந்தாண்டு காலத்தைக் கழித்து விட்டதாகப் பெருமையாகத் தெரிவித்தான். "உதிரிப் போட்டியாளர்களுக்கும் அவர்கள் கட்டணம் நிர்ணயிப்பார்கள் என்று தோன்றுகிறது! அண்மையில் அவர் கண்ட மிகப்பெரிய போட்டியாக அமையப் போகிறது என்று முதலாளி கூறுகிறார். உண்மையில், அவர் கேள்விப்பட்ட மிகஉயர்ந்த போட்டிகளில் இது இரண்டாவது நிலையில் உள்ளது!"

"அப்பாடி! முதலாவது பெரிய போட்டி எது?", பாம்ப்பே மாமா வியந்து கேட்டார்.

"டென்னெஸ்ஸேயின் நாஷ்வில்லேயில் வசிக்கிற மிகப்பெரிய பணக்காரரான நிகோலஸ் ஆரிங்டன் இருபத்தைந்து ஆண்டுகளுக்கு முன்பு, மூடியிடப்பட்ட பதினொரு பெரிய வண்டிகளில், இருபத்திரெண்டு ஆட்களையும், முந்நூறு பறவைகளையும் ஏற்றிக் கொண்டு, எத்தனையோ மாநிலங்களைக் கடந்தும், கொள்ளைக்காரர்கள், செவ்விந்தியர்கள் போன்றவர்களுடைய தாக்குதல்களுக்குத் தப்பித்தும் மெக்ஸிகோ சென்றடைந்தார். எண்ணிக்கையில் அடங்காத அளவு மிகப்பெரிய பணக்காரரும் உலகிலேயே மிகச் சிறந்த கட்டுச்சேவல்களை வளர்த்தவருமான அந்நாட்டு அதிபர் தளபதி சாந்தா அன்னாவினுடைய முந்நூறு பறவைகளுடன் போட்டியிட்டு, ஒரு வாரம் முழுவதும் இடைவிடாமல் நடந்த போட்டிகளில் கடைசியில் டென்னெஸ்ஸே முதலாளி ஆரிங்டன் ஐந்து லட்சம் டாலர் வென்றார். ஏகப்பட்ட முதலாளிகளுக்கு பக்கவாட்டுப் பந்தயங்களிலேயே ஏராளமான பணஇழப்பு! நொண்டி நீக்ரோவான டோனி என்பவரால் பயிற்சி அளிக்கப்பட்டு வளர்க்கப்பட்ட பறவைகள் என்பதால் அவர் அவற்றைச் செல்லமாக 'நொண்டி டோனி' என்றழைத்தார். தளபதி சாந்தா அன்னா இனப்பெருக்கத்திற்காக ஒரு 'நொண்டி டோனி'யை அதன் எடைக்கு எடை

தங்கம் கொடுத்துப் பெற்றார்!"

"இப்பொழுதே கட்டுச்சேவல் தொழிலில் இறங்கி விட வேண்டும் போலிருக்கிறது!" பாம்ப்பே மாமா நக்கலடித்தார்.

அடுத்த ஆறு வார காலத்தில் பெரும்பாலும் பண்ணையிலிருந்து எவராலும் கட்டுச்சேவல் ஜார்ஜையோ, லியா முதலாளியையோ காண முடிந்ததில்லை! மூன்றாவது வாரத்தின் முடிவில், மாலிஸி குடியிருப்பில் இருந்தவர்களிடம் கூறினாள், "முதலாளி அங்கே கோழிகளுடன் இருப்பது கூட நல்லது தான்! முதலாளியம்மா வெறி பிடித்தவளைப் போல இருக்கிறாள்! வங்கியிலிருந்து ஐயாயிரம் டாலர் பணத்தை எடுத்து விட்டதாக அவள் அவரிடம் கூப்பாடு போட்டுக் கொண்டிருந்தாள். அவர்கள் வாழ்நாள் முழுவதும் சேமித்த தொகையில் பாதியை எடுத்துச் சென்று, அவரைக் காட்டிலும் ஆயிரம் மடங்கு கூடுதல் பணத்துக்குச் சொந்தக்காரர்களுக்கு நிகராகப் போட்டியிட முனைவதாகத் திட்டினாள். அவளை வாயை மூடும்படியும் அவளுடைய வேலையை மட்டும் கவனிக்கும்படியும் அதட்டி அடக்கிவிட்டு, முதலாளி புறப்பட்டுச் சென்றார்!"

அவள் கூறியதைக் கவலையுடன் கேட்டுக் கொண்டிருந்த மெடில்டாவும் இருபத்திரெண்டு வயது நிரம்பிய டாமும் எதுவும் பேசவில்லை. தொழிற்பயிற்சி முடித்து நான்கு ஆண்டுகளுக்கு முன் திரும்பிய டாம் சேமிப்புக் கிடங்குக்குப் பின்புறம் கருமான் தொழிலைத் தொடங்கி ஏகப்பட்ட வாடிக்கையாளர்களுக்கு முதலாளிக்காக உழைத்தான். கோபத்தின் உச்சத்தில் தனக்குள் பொருமிக் கொண்டிருந்த மெடில்டா மகனிடம் இரகசியமாகச் சொன்னாள். அவர்கள் சேமித்திருந்த இரண்டாயிரம் டாலர் தொகையை கட்டுச்சேவல் ஜார்ஜ் லியா பறவைகள் மீது பந்தயம் கட்டுவதற்காக, மனைவியுடன் சண்டையிட்டுப் பறித்துச் சென்றுவிட்டான். அவனிடம் விளக்கிப் புரிய வைப்பதற்கு அவள் மேற்கொண்ட முயற்சி பலனளிக்கவில்லை. வெறிபிடித்தவனைப் போல நடந்து கொண்டான்! "என்னைக் கண்டபடி திட்டினார்! 'புள்ளே, நம்முடைய பறவைகளை அவை முட்டையிலிருந்த பொழுதிலிருந்து எனக்குத் தெரியும்! மூன்று, நான்கு பறவைகள் அவற்றினுடைய சிறகுகளால் அடித்தே எதிரிப் பறவைகளை வீழ்த்திவிடக் கூடியவை! நமது பறவை எதிரிப் பறவையைக் கொல்கிற நேரத்தில் நாம் இப்பொழுது சேமித்துள்ளதைப் போல இரு மடங்கு பெற்றுவிடலாம்! நம்முடைய விடுதலைக்காகப் பிய்த்துப் பீராய்ந்து எட்டு, ஒன்பது ஆண்டுகள் சேமித்த பணத்தை இரண்டே நிமிடங்களில் வென்று விடலாம்!' என்றார்."

"அம்மா, சேவல் தோற்றுவிட்டால், மீண்டும் தொடக்கத்திலிருந்து சேமிக்க வேண்டும் என்று நீங்கள் சொல்லியிருப்பீர்கள் என்று எனக்குத் தெரியும்!"

"அது மட்டுமா? மேலும் சொன்னேன்! நம்முடைய விடுதலையைப் பந்தயம் கட்டி சூதாட உரிமையில்லையென்று வற்புறுத்த முயன்றேன்! ஆனால், அவருடைய வெறி தலைக்கேறிவிட்டது! 'எந்தவிதத்திலும் நீங்கள் தோற்கப் போவதில்லை! பணம் என்னுடையது! கொடு, புள்ளே!' என்று அதட்டினார்!" மெடில்டாவும் கொடுத்துவிட்டு துயரம் தோய்ந்த முகத்துடன் மகனிடம் முறையிட்டாள்.

கட்டுச்சேவல் பயிற்சிக் களத்தில், முதலாளியும் ஜார்ஜும் வரம்புலாப் பகுதியிலிருந்து கொணர்ந்த பதினேழு பறவைகளிலிருந்து அவர்கள் இருவருமே அதற்கு முன் கண்டறியாத அளவிற்கு மிகச் சிறந்தவையாக விளங்கிய பத்துப் பறவைகளைத் தேர்ந்தெடுத்தனர். பின்னர், பத்துப் பறவைகளுக்கும் காற்றில் மிதப்பதற்கான பயிற்சியளித்தனர். மேலும் மேலும் உயரத்திலிருந்து பறக்கவிட்டுப் பயிற்சியளித்தனர். தரையிறங்குவதற்கு முன் பன்னிரெண்டு கெஜ தூரம் காற்றில் பறந்த எட்டுச் சேவல்களைத் தேர்ந்தெடுத்தனர். "வான்கோழிகளுக்குப் பயிற்சியளித்ததைப் போலிருக்கிறது, முதலாளி!" ஜார்ஜ் பெருமைப்பட்டான்.

முதலாளி திருப்பியடித்தார், "ஜெவெட், அந்த ஆங்கிலேயர் அவர்களுடைய பறவைகளுடன் போட்டியிட பருந்துகள் போன்ற சேவல்கள் எனக்குத் தேவை!"

மாபெரும் சேவற்கட்டுப் போட்டிக்கு ஒரு வார காலம் இருந்த போது, முதலாளி குதிரையில் ஏறிப் பறந்தார். ஸ்வீடன் நாட்டுக் கத்திகளுடன் திரும்பினார். சேவல்களுடைய காலில் பொருத்துவதற்கான அக்கத்திகள் வாள்களைப் போல நீளமாகவும், விளிம்புகளில் ஊசிமுனை போன்ற கூர்மையுடனும் பளபளத்தன.

போட்டிக்கு இரண்டு நாட்களுக்கு முன்பு, மேற்கொள்ளப்பட்ட தீர்க்கமான மதிப்பீட்டில் எட்டுப் பறவைகளும் அனைத்து விதத்திலும் நிகரான திறன் படைத்தவையாக இருந்ததாகவும் அவற்றில் ஐந்தைத் தேர்ந்தெடுப்பது மிகவும் கடினம் என்றும் முடிவு செய்து, எட்டுப் பறவைகளையும் கொண்டு சென்று, போட்டி நேரத்தில் தேர்ந்தெடுத்துக் கொள்வதெனத் தீர்மானித்தனர்.

முதல்நாள் நள்ளிரவிலேயே புறப்பட்டு, போட்டிக்கு முன்கூடியே சென்றடைந்து விட்டால், நன்றாக ஓய்வெடுத்து, பறவைகளும் அவர்களும் புத்துணர்வுடன் களத்தில் இறங்கலாம் என்று ஜார்ஜிடம் முதலாளி கூறினார். அங்கு சென்றடைவதில் தன்னைப் போலவே முதலாளியும் துடிதுடித்துக் கொண்டிருந்ததை ஜார்ஜ் புரிந்து கொண்டான்!

நீண்ட வண்டிப் பயணம் இருட்டினூடே குறிப்பிடத்தக்க நிகழ்வு எதுவுமின்றித் தொடர்ந்தது. இரண்டு கோவேறு கழுதைகளுக்கும் இடையே நீண்ட நாக்குக் கட்டையின் நுனியில் தொங்கவிடப்பட்டிருந்த விளக்கின் மினுக்கொளியில் அவனுடைய பார்வை பதிந்திருந்தது. பணத்தைப் பொறுத்து அவனுக்கும் மெடில்டாவுக்குமிடையே நடைபெற்ற உணர்ச்சிப் பெருக்கான விவாதத்தைப் பற்றிய குழம்பிய மனநிலையில் இருந்தான். எவ்வளவு காலம் பொறுமையுடன் சேமிக்கப்பட்ட தொகை என்பதை அவளைக் காட்டிலும் அவன் மிகவும் நன்றாக அறிவான்! அடுத்தடுத்த எண்ணற்ற போட்டிகளில் வென்று சேமித்த பணத்தில் உரிமை கொண்டாடுவதற்கு அவனுக்குத் தகுதியில்லையா? மெடில்டா அவனுக்குரிய சிறந்த மனைவி அல்ல என்று அவன் ஒருபோதும் நினைத்ததில்லை. பெரிய வீட்டில் முதலாளிக்கு நேர்ந்ததைப் போல, தனது மனைவியைத் தாழ்த்திப் பேசி, மனம் நோகச் செய்ய வேண்டிய சூழ்நிலை தனக்கும் ஏற்பட்டதை எண்ணிப் பெரிதும் வருந்தினான். மற்றொரு விதத்தில் சிந்தித்தால், குடும்பத்தலைவன் என்கிற

முறையில் ஒரு சில மிக முக்கியமான விடையங்களில் முடிவெடுக்கின்ற கடமை அவனுக்கு உண்டல்லவா! அவள் கண்ணீர் மல்கக் கதறி அரற்றியது அவனுடைய செவிகளில் மீண்டும் கேட்டது. "நம் அனைவருடைய விடுதலையையும் பந்தயம் கட்டிச் சூதாடுவதற்கான உரிமை உனக்கில்லை!" 'பணம் சேமித்து விடுதலையைப் பெற்றுக் கொள்வோம்' என்கிற கருத்தினை மொழிந்தவனே அவன் தான் என்பதை எவ்வளவு விரைவில் அவள் மறந்துவிட்டாள்? அத்தனை ஆண்டுகளாக மிகவும் மெதுவாகச் சேமித்துக் கொண்டிருந்த காலக்கட்டத்தில், ஏதோ கடவுள் அருளிய வரத்தைப் போல, முதலாளி, நடைபெற இருந்த மாபெரும் போட்டியில் பக்கவாட்டுப் பந்தயம் கட்டுவதற்குப் பணம் போதவில்லை என்று அவனிடம் தெரிவித்தார். பெரும் பணக்காரர்கள் முன்பாக தனது செல்வாக்கைக் காட்டிக் கொள்வதற்கு மட்டுமின்றி ஏகப்பட்ட பணத்தை வென்றுவிட வேண்டும் என்கிற நோக்கத்தில் தான் அவர் மேலும் கூடுதல் பணம் தேவை என்று எண்ணினார். "நான் சேமித்து வைத்துள்ள இரண்டாயிரம் டாலர் தொகையையும் நீங்கள் பந்தயம் கட்டப் பயன்படுத்திக் கொள்ளலாம், முதலாளி!" என்று அவன் கூறிய போது, அவருடைய முகத்தில் வெளிப்பட்ட திகைப்பை நினைத்துப் பூரித்தான். அதிர்ச்சியிலிருந்து விடுபட்ட முதலாளி அவனுடைய கைகளைப் பற்றிக் கொண்டு குலுக்கினார். அவனுடைய பணத்தைப் பயன்படுத்தி வெல்லக் கூடிய தொகை மொத்தத்தையும் அவனுக்கே கொடுத்துவிடுவதாக வாக்குறுதி அளித்தார். "எப்படியும் நீ அந்தத் தொகையை இரண்டு மடங்காக்கிவிட வேண்டும்!" என்றார். சற்றே தயங்கியவர், கேட்டார், "பயலே, நாலாயிரம் டாலர் தொகையைக் கொண்டு என்ன செய்யப் போகிறாய்?"

அந்தத் தருணத்தில் மேலும் பெரியதொரு சூதாட்டத்தில் இறங்கிவிடுவதெனத் தீர்மானித்தான். அதாவது, தான் அத்தனை காலமாக அளவுக்கதிகமாகத் துன்பப்பட்டு தொகை சேமிப்பதற்கான காரணத்தை அவரிடம் தெரிவித்துவிடுவதற்கு அந்த வாய்ப்பைப் பயன்படுத்திக் கொண்டான். "முதலாளி, என்னை எந்த வகையிலும் தவறாக நினைத்துவிடாதீர்கள்! உங்களைப் பற்றி மிகவும் உயர்வாகத் தான் நினைத்துக் கொண்டிருக்கிறேன், முதலாளி! நானும் மெடில்டாவும் சமீப காலத்தில் தான் பேசி முடிவெடுத்தோம்! குழந்தைகளுடன் எங்களைத் தங்களிடமிருந்து விடுவித்துக் கொண்டு எஞ்சிய காலத்தை முழுஉரிமையுடன் கழிப்பதற்காகத் தான் பணம் சேமிக்கிறோம்!" முதலாளி முற்றாக திக்கித்து நின்றதைக் கண்டு, மீண்டும் மன்றாடினான், 'ஐயோ ஆண்டவரே! முதலாளி, நீங்கள் தவறாக நினைத்துக் கொள்ளக் கூடாது!"

ஆனால், சற்று நேரத்தில், கட்டுச்சேவல் ஜார்ஜ் தனது வாழ்க்கையில் எப்பொழுதுமே கேட்டறியாத இதமான வார்த்தைகளை லியா முதலாளி கூறினார், "நாம் கலந்து கொள்ளவிருக்கிற இந்தப் போட்டியைப் பற்றி என் மனத்தில் உள்ளதை உனக்குச் சொல்கிறேன்! நான் கலந்து கொள்ளப் போகிற மிகப் பெரிய கடைசிப் போட்டி இதுவென்று நினைக்கிறேன்! நீ புரிந்து கொள்வாய் என்று கூட நான் நினைக்கவில்லை! எனக்கு எழுபத்தெட்டு வயதாகிறது இந்தப் பறவைகளை வளர்ப்பதற்கும் பருவம் தவறாமல் போட்டிகளில் கலந்து கொள்வதுமாக அங்குமிங்கும் ஐம்பது ஆண்டுகளுக்கு மேலாக அல்லாடி விட்டேன். எனக்கும்

அலுத்துவிட்டது! என்ன, கேட்கிறதா? மனத்தில் உள்ளதைச் சொல்கிறேன்! இந்தப் போட்டிகளில் முதன்மைப் பந்தயமாகவும் பக்கவாட்டுப் பந்தயமாகவும் வெல்கிற பணத்தில், நான் முன்பு சொன்னதைப் போல மிகப் பெரிதாக இல்லாமல், எனக்கும் மனைவிக்கும் ஐந்தாறு அறைகள் கொண்ட புதிய வீட்டைக் கட்டிக் கொண்டால் அது போதும்! நீ இந்தப் பிரச்சினையைக் கொண்டு வரும் வரை நான் அதைப் பற்றிச் சிந்திக்கவில்லை. ஆனால், நான் நினைத்தவாறு வாழ்க்கை அமைந்த பிறகு, எனக்கும் தேவையில்லாமல் நிறைய நீக்ரோக்களை வைத்துப் பராமரிக்க வேண்டிய அவசியமில்லை. மாலிஸியும், சாராவும் போதும். காய்கறித் தோட்டத்தைப் பராமரித்துக் கொண்டு சமையல் செய்வார்களானால், பணத்தை வங்கியில் பாதுகாப்பாக வைத்துக் கொண்டு யாரிடமும் எந்தத் தேவைக்காகவும் கை நீட்டாமல் வாழ்க்கை நடத்தலாம்!"

கட்டுச்சேவல் ஜார்ஜ் பேச்சு மூச்சற்று நின்றான். முதலாளி தொடர்ந்தார், "பயலே, உன்னிடம் விளக்கமாகச் சொல்கிறேன்! நீங்கள் எனக்கு மிகவும் நல்லமுறையில் உழைத்தீர்கள்! எந்தவிதமான தொல்லையும் கொடுத்ததில்லை! இந்தப் போட்டியில் பெரும் தொகையை வெல்வோமானால், குறைந்தது நம்மிடம் இருப்பதைப் போல இருமடங்கு தொகை வென்று விட்டால் போதும்! நீ உன்னிடம் இருக்கக் கூடிய நாலாயிரம் டாலரைக் கொடுத்தால் போதும் சமனப்படுத்திக் கொள்ளலாம்! அதைப் போல இரண்டு மடங்கு தொகைக்கு நீங்களனைவரும் பெறுமானமுள்ளவர்கள் என்பது உனக்கே தெரியும்! நான் உன்னிடம் கூறவில்லை! ஒருமுறை, ஜெவெட் உன் ஒருத்தனுக்கு மட்டிலும் நாலாயிரம் டாலர் கொடுப்பதாகக் கூறினான். நான் மறுத்து விட்டேன்! இப்போது, அது தான் உங்களுக்குத் தேவையென்றால், நீங்களனைவரும் விடுதலை பெற்றுக் கொள்ளலாம்!"

திடீரென்று, கண்களில் நீர் ததும்ப ஜார்ஜ் முதலாளியைக் கட்டியணைக்க முற்பட்டான். பதட்டத்துடன் அவர் வேகமாக பக்கவாட்டில் ஒதுங்கிக் கொண்டார். "ஓ, கடவுளே! முதலாளி, நீங்கள் என்ன சொல்கிறீர்களென்று உங்களுக்கே தெரிகிறதா? எங்களுக்கு விடுதலை மிகவும் முக்கியம்!" முதலாளி கடுகடுப்புடன் பதிலளித்தார், "உங்களைப் பராமரிப்பதற்கு யாருமில்லாமல் நீக்ரோக்களான நீங்கள் விடுதலை பெற்று என்ன செய்யப் போகிறீர்களென்று எனக்குப் புரியவில்லை! ஒன்று மட்டும் புரிகிறது! உங்களுக்கு விடுதலை கொடுப்பதால் என் மனைவி என்னைத் திட்டித் தீர்க்கப் போகிறாள்! கருமான் தொழில் செய்கிற டாம் மட்டிலும் இருபத்தைந்து நூறு டாலர் மதிப்புள்ளவன்! எனக்கு ஏகப்பட்ட பணம் சம்பாதித்துக் கொடுக்கிறான்!"

முதலாளி கட்டுச்சேவல் ஜார்ஜை முரட்டுத்தனமாகப் பிடித்துத் தள்ளினார். "போயிடுடா! எனது மனம் மாறுவதற்குள் போய்விடு! என்ன கெட்ட காலமோ! எனக்குப் பைத்தியம் தான் பிடித்துவிட்டது! ஆனால், உன் பொண்டாட்டி, அம்மா மற்றுமுள்ள நீக்ரோக்களெல்லாம் நினைத்துக் கொண்டிருப்பதைப் போல நான் அவ்வளவு கொடுமைக்காரன் அல்ல என்பதைப் புரிந்து கொள்வார்கள்!"

"இல்லை, முதலாளி! இல்லவே இல்லை! ரொம்ப நன்றி, முதலாளி!" ஜார்ஜ்

பின்னோக்கி நகர்ந்தான். முதலாளி பெரிய வீட்டை நோக்கிச் சென்ற சாலையில் விரைந்தார்.

இப்பொழுது, மெடில்டாவுடன் அவனுக்கு ஏற்பட்ட கசப்பான அனுபவம் நடந்திருக்கவே கூடாது என்று ஜார்ஜுக்குத் தோன்றியது. தானடைந்த வெற்றிச் செய்தியை கமுக்கமாக வைத்துக் கொள்ளத் தீர்மானித்தான். மெடில்டா, அம்மா மற்றும் குடும்பத்திலுள்ள அனைவரும் அது கைகூடும் பொழுது முற்றிலும் வியப்பானதொரு விடையமாக அறிந்து கொள்ளட்டும்! இருப்பினும், அதை மனத்திற்குள் அடக்கிக் கொள்ள முடியாத ஆனந்தத் தவிப்பால், பலமுறை டாமிடம் சொல்லிவிட முற்பட்டான். ஆனால், கடைசி நேரத்தில் சொல்லாமல் விட்டுவிட்டான். ஏனெனில், என்னதான் உறுதியானவனாக இருந்த போதிலும், மெடில்டாவிடமும் பாட்டியிடமும் மிகவும் பாசம் கொண்டவன். அவர்களிடமும் இரகசியமாகச் சொல்வதாக நினைத்து வெளிப்படுத்தி விட்டால், அவனுடைய வியப்பளிக்கும் திட்டம் வீணாகி விடக்கூடும்! அத்துடன், அதிலொரு சிக்கல் இருந்தது. முதலாளி மாலிஸியையும், சாராவையும், பாம்ப்பேயையும் வைத்துக் கொள்ளப் போவதாகக் கூறினார். ஆனால், அவர்களைப் பொறுத்த வரை அவர்களும் தமது குடும்ப உறுப்பினர்கள்!

ஆகவே, இடைப்பட்ட வாரங்களில் இரகசியத்தைத் தனக்குள் புதைத்துக் கொண்டு, தேர்ந்தெடுக்கப்பட்ட எட்டுக் கட்டுச்சேவல்களுக்கும் முனைப்புடன் பயிற்சி அளித்து, போட்டிக்கு முழு நிறைவாகத் தயாரிப்பதில் மூழ்கிப் போனான். தற்பொழுது, அவை ஒய்யாரமாகப் புதிய வண்டியில் அவனுக்கும் முதலாளிக்கும் பின்புறம் அமைக்கப்பட்டிருந்த கூண்டுகளில் இருள் சூழ்ந்த அமைதியில் பயணித்துக் கொண்டிருந்தன. வழக்கத்திற்கு மாறான அமைதியில் முதலாளி எதைப் பற்றிச் சிந்தித்துக் கொண்டிருந்தார் என்கிற ஐயப்பாடு ஜார்ஜுக்கு அவ்வப்போது எழுந்தது.

விடிவதற்கு முன்பு போட்டி நடைபெறவிருந்த பகுதி கண்ணுக்குப் புலப்பட்டது. அவ்வளவு முன்னதாகவே, போட்டி நடைபெறவிருந்த பகுதி மட்டுமின்றி அண்மையிலிருந்து விரிந்த புல்வெளியிலும் மக்கள் கூட்டம் நிரம்பி வழிந்தது. வண்டிகளும், சிறுவண்டிகளும், சரக்கு வண்டிகளும், தேர்களும், குதிரைகளும், கோவேறு கழுதைகளுமாக அப்பகுதி அல்லோலகல்லோலப்பட்டது.

“டாம் லியா!” தனது மிகப்பெரிய வண்டியிலிருந்து அவர் கீழே குதித்துக் கொண்டிருந்த போது ஏழை ஏதிலி வெள்ளையர்களிடமிருந்து கூச்சல் கிளம்பியது. “அவற்றைக் கொண்டு வா, டாம்!” ஜார்ஜ் தனது கறுப்புத் தொப்பியைச் சரிசெய்து கொண்டிருந்த போது, முதலாளி அவர்களைப் பார்த்து நட்புணர்வுடன் தலையாட்டியபடி நடந்து கொண்டிருந்ததைக் கண்டான். ஏதிலி வெள்ளையர்கள் மத்தியில் அவருக்கிருந்த கீழ்த்தரமான புகழைப் பொறுத்தவரை அவர் பெருமைக்கும் சிறுமைக்கும் இடையே தவித்தார் என்பதை அவன் அறிவான். அரை நூற்றாண்டிற்கும் மேலாக சேவல் சண்டை நடைபெற்ற இடங்களிலெல்லாம் அவர் தனிச்சிறப்பு வாய்ந்ததொரு வெற்றியாளராகக் கொண்டாடப்பட்டு வந்தார். எழுபத்தெட்டு வயதிலும் ஆடுகளத்தில் அவருக்கு நிகராக சேவல்களைக்

கையாளுவதற்கு எவருமில்லை!

செயலில் இறங்குவதற்காகப் பெட்டிகளைத் திறந்து பொருட்களை எடுத்து வைத்துக் கொண்டிருந்தவன், அது போன்றதொரு பேரிரைச்சலான சேவல்களின் கூவல்களைக் கேட்டதில்லை என வியந்தான். கடந்து சென்ற கட்டுச்சேவல் பயிற்றுநர் ஒருவர், ஃப்ளோரிடா போன்ற தொலை தூர மாநிலங்களிலிருந்து ஏராளமானோர் அங்கே திரண்டிருந்ததாகத் தெரிவித்தார். அவருடன் பேசிக் கொண்டே சுற்று முற்றும் நோட்டமிட்ட ஜார்ஜ் பார்வையாளர் பகுதி இரட்டிப்பாக்கப்பட்டிருந்ததைக் கண்டான். அலைமோதிய கூட்டம் ஏற்கனவே உட்காருவதற்கு இடம் தேடி அல்லாடிக் கொண்டிருந்தது. வண்டியைக் கடந்து விரைந்தவர்களில் அவனுக்குத் தெரிந்தவர்கள் அளவுக்குத் தெரியாதவர்களும் கறுப்பர்களும் வெள்ளையர்களுமாகக் கலந்திருந்ததைக் கண்டான். இரு இனத்தவரிலும், பலர் அவனை அடையாளம் கண்டு கொண்டு தம்முடன் வந்தவர்களின் காதுகளில் ஓதிக் கொண்டே சென்றது அவனுக்குப் பெருமையளித்தது.

மூன்று நடுவர்கள் ஆடுகளத்தை அடைந்து, அளந்து, குறிகளைக் குறித்த பொழுது கூட்டத்தினரிடையே எழுந்த பேரிரைச்சல் விண்ணை முட்டியது. கட்டுச்சேவல் ஒன்று கட்டுக்கடங்காமல் கூட்டத்தில் புகுந்து, ஆட்களைத் தாக்கியதுடன் ஒரு நாயையும் துரத்தி, ஆர்ப்பாட்டம் செய்த போது கூட்டத்தினரின் ஆர்ப்பரிப்பு மேலும் எழுந்தது. ஒருவழியாக அதனை மடக்கிப் பிடித்தனர். அந்தப் பகுதியில் நன்கு அறியப்பட்ட கட்டுச்சேவல்காரர்களை, அதிலும் குறிப்பாக, ஜெவெட், ரஸ்ஸெல் சேவல்களுடன் போட்டியிடவிருந்த எட்டுப் போட்டியாளரையும், அடையாளம் கண்டு கொண்ட போது கூட்டத்தினரின் குதூகலக் கூச்சல் ஓங்கி ஒலித்தது.

“ஆங்கிலேயர் எவரையும் நான் பார்த்ததில்லை, நீ பார்த்திருக்கிறாயா?” என்று ஓர் ஏழை அமெரிக்க வெள்ளையன் மற்றொருவனிடம் கேட்டதையும், தானும் பார்த்ததில்லை என்று அவன் பதிலளித்ததையும் ஜார்ஜ் கேட்டான்! போட்டியிடுவதற்கு வருகை புரிந்திருந்த ஆங்கிலேயருடைய செல்வ வளம் பற்றி எழுந்த பேச்சும் அவனுடைய காதுகளை எட்டின. மிகப்பெரிய ஆங்கிலேயப் பண்ணை மட்டுமின்றி, ஸ்காட்லாந்திலும், அயர்லாந்திலும், ஜமைக்காவிலும் அவருடைய ஏராளமான நிலங்களும் சொத்துக்களும் இருந்ததாகப் பேசிக் கொண்டனர். கட்டுச்சேவல் போட்டி என்று வந்து விட்டால், தனது விருந்தினர் எந்த இடத்திலும், எத்தனை பறவைகளைக் கொண்டு வேண்டுமானாலும், எந்த நேரத்திலும், எவ்வளவு தொகைப் பந்தயப் பணமாக இருந்த போதிலும் உடனே களத்தில் இறங்கக் கூடியவர் என்று ஜெவெட் பெருமை பேசியதாகவும் அடிபட்டது.

பறவைகளுக்கு இரையாக ஆப்பிள்களை சிறு துண்டுகளாக நறுக்கிக் கொண்டிருந்த ஜார்ஜ் திடீரென கூட்டத்தினர் எழுந்து நின்று ஆரவாரித்ததைக் கேட்டு அவனும் வண்டி மீது ஏறி நின்றான். வழக்கமான அந்தப் பன்றி மூஞ்சி வண்டியோட்டி தேர் போன்றதொரு வண்டியைப் பொருத்தமாகப் பூட்டப்பட்ட

குதிரைகளுடன் செலுத்தி ஆடுகளத்தை நெருங்கிக் கொண்டிருந்ததைக் கவனித்தான். பின்புறம் அமர்ந்திருந்த இரு முதலாளிகளும் கூட்டத்தினரை நோக்கிச் சிரித்தவாறு கைகளை அசைத்துக் கொண்டிருந்தனர். நெருக்கியடித்த கூட்டத்தை விலக்கிக் கொண்டு முன்னேறிச் செல்வதற்கு இடைவெளி கிடைக்காமல் குதிரைகள் தவித்தன. அதனைத் தொடர்ந்து ஆறு வண்டிகள் ஊர்ந்தன. ஒவ்வொன்றிலும் மிக உயரமான கூண்டுகள் தென்பட்டன. ஜெவெட் முதலாளியின் பயிற்றுநர் அந்த வண்டிகளுக்குத் தலைமையேற்று ஓட்டினார். அவருக்குப் பக்கத்தில் ஒல்லியான, கூர்மூக்கு ஆங்கிலேயன் ஒருவன் உட்கார்ந்திருந்தான். பணக்கார ஆங்கிலேயர் தனது பறவைகளைக் கவனித்துக் கொள்வதற்காக அவனை அழைத்து வந்திருந்ததாகக் கூட்டத்தினர் பேசியது ஜார்ஜின் காதுகளில் விழுந்தது.

ஆனால், வித்தியாசமான உடையணிந்த, கட்டை குட்டையான பருத்த உடலமைப்புக் கொண்ட செம்பழுப்பு நிற ஆங்கிலேயர் தான் கூட்டத்தினருடைய கவனஈர்ப்பு விசையாகத் திகழ்ந்தார். ஆனால், இருவருமே தாம் பெரிதும் முக்கியத்துவம் வாய்ந்த பெரும் புள்ளிகள் என்பதை வண்டி நகர்ந்த ஒவ்வொரு அங்குலத்திலும் உணர்ந்து திளைத்தனர். தரையில் அலைமோதிய கூட்டத்தினர் ஆங்கிலேயர் மனத்தில் ஒருவிதமான தன்முனைப்பு மயக்கத்தை ஏற்றிக் கொண்டிருந்தனர்.

கட்டுச்சேவல் ஜார்ஜ் ஏகப்பட்ட போட்டிகளைப் பார்த்து விட்டான். பறவைகளின் கால்களையும் இறக்கைகளையும் நீவி, அழுத்திப் பிடித்து விடுகின்ற தனது பணியில் முனைந்தான். பட்டறிவு மிகுந்த அவனால், கூட்டத்தில் எழுந்த வெவ்வேறு விதமான கூச்சல் ஒலிகளைக் கொண்டே அங்கே நிகழ்ந்தவற்றைப் பார்க்காமலேயே உணர முடிந்தது. கூச்சலும் குழப்பமும், அறைகூவல்களும், சவால்களும் கூட்டத்தில் இருந்த பெரும்பாலோனோர் தமது கைகளிலிருந்த புட்டி வயப்பட்டிருந்தனர் என்பதை எடுத்துக் காட்டின. நடுவர் ஒருவர் உரக்க அதட்டி அனைத்தையும் அமைதிப்படுத்தினார்.

பின்னர், முதலாவது அறிவிப்பு ஒலித்தது. "வில்லியம்ஸ்டவுனைச் சேர்ந்த திருவாளர்.ஃப்ரெட் ருடால்ஃப் தனது செந்நிறப் பறவையை, இங்கிலாந்து நாட்டின் சர்.சி.எரிக்கின் புள்ளிபோட்ட சாம்பல்நிறப் பறவையுடன் மோதவிடப் போகிறார்."

பிறகு, "உங்களுடைய பறவைகளை மூக்குடன் மூக்கு மோதவிடுங்கள்!"

அதன் பிறகு, "பறக்கவிடுங்கள்!"

உரக்க எழுந்த கூச்சலும், உடனே அடங்கிப் போன அமைதியும், ஆங்கிலேயருடைய சேவல் மிக விரைவாக போட்டியில் வென்று விட்டது என்பதை ஜார்ஜ் நேரிலிருந்து பார்த்ததைப் போலத் தெளிவாக உணர்த்தியது.

எட்டுப் போட்டியாளர்களும் வரிசையாகத் தமது ஐந்து சேவல்களையும் மாற்றி, மாற்றி ஜெவெட் முதலாளியினுடைய அல்லது ஆங்கிலேயருடைய சேவலுக்கு எதிராக மோதவிட்ட ஒவ்வொருமுறையும் எழுந்த பக்கவாட்டுப் பந்தய வெறிக்

கூச்சலை ஜார்ஜ் தனது வாழ்நாளில் அதற்கு முன் கேட்டதில்லை! பந்தயம் கட்டிய பார்வையாளர்கள் மத்தியில் எழுந்த போட்டாப் போட்டியும், அதனை அடக்கி அமைதிப்படுத்த முயன்ற நடுவருடைய அதட்டல் சத்தமும் மற்றொரு போட்டி போல அவனுக்குக் கேட்டது. இருதரப்புச் சேவல்களுக்கும் கடுமையான காயம் ஏற்பட்டதால், நடுவர்கள் குறுக்கிட்டு சண்டையை நிறுத்தி, உரிமையாளர்கள் அவற்றிற்குப் பண்டுவம் பார்த்த பிறகு சண்டை தொடர்ந்ததையும் கூட அவ்வப்போது எழுந்த வகை வகையான கூச்சல்கள், தனது பணியில் முனைப்புடன் செயல்பட்டுக் கொண்டிருந்த ஜார்ஜுக்கு அறிவித்தன. பெரும் பணக்காரர்களான இருவருடைய சேவல்களும் வீழ்த்தப்பட்ட ஒவ்வொரு முறையும் கூட்டத்திலிருந்து தனிவகைப்பட்ட கூச்சல் எழுந்ததை ஜார்ஜ் உணர்ந்தான். ஆனால், அவ்வாறு அடிக்கடி நிகழவில்லை! லியா முதலாளியினுடைய முறையை ஆவலுடன் எதிர்பார்த்திருந்தான். பெயர்கள் எழுதப்பட்ட சீட்டுக்களை ஒரு தொப்பியிலிருந்து உருவி எடுத்து நடுவர்கள் போட்டியாளர்களுடைய வரிசையைத் தீர்மானித்தனர் என்பதையும் அவனால் யூகிக்க முடிந்தது.

போட்டியை நேரடியாகப் பார்க்க வேண்டுமென்கிற ஆவல் அவனுக்குள் பொங்கிப் பெருகியது. ஆனால், அவன் ஆற்ற வேண்டிய பணிகள் அவனைத் தடுத்தன. கண நேரம் கூட பறவைகளுக்கு அழுத்திப் பிடித்துவிடுகின்ற பணியை அவன் நிறுத்தவில்லை. ஆண்டுக் கணக்கில் சேமித்த தனது பணம் உட்பட பந்தயம் கட்டிப் போட்டியிட முதலாளி காத்திருந்தார். அதன் முடிவு அந்தப்பறவைகளுடைய கால்களிலும், இறக்கைகளிலும் உள்ள தசைநார்களின் வலுவைப் பொறுத்திருந்தது. அவனுடைய விரல்கள் நீவியும் அழுத்திப் பிடித்தும் அதைத்தான் செய்து கொண்டிருந்தன. ஐந்து சேவல்கள் மட்டுமே போட்டியில் கலந்து கொள்ள இருந்தன என்றபோதிலும், அந்த நேரம் வரையிலும் தேர்வு செய்யப்படவில்லை என்பதால் எட்டுப் பறவைகளையும் போட்டிக்கு முழுத்தகுதியுடன் ஆயத்தப்படுத்த வேண்டியது அவனுடைய கடமை! கட்டுச்சேவல் ஜார்ஜ் வாழ்நாளில் ஆண்டவரிடம் கோரிக்கை வைத்துத் தொழுதவனில்லை! ஆனால், அப்பொழுது அதைச் செய்தான்! வீடு திரும்பிய பின், இருமடங்கு தொகையை மடியில் போடும் போதும், குடும்பத்தினர் அனைவரையும் கூட்டி அவர்களுடைய விடுதலையை அறிவிக்கும் போதும் மெடில்டாவினுடைய முகம் எப்படியிருக்குமென்று கற்பனை செய்து பார்த்தான்!

பின்னர், நடுவருடைய கூவல் கேட்டது: "அடுத்துப் போட்டியில் கலந்து கொள்ளப் போகிற ஐந்து சேவல்களும், கேஸ்வெல் ஊரகத்தைச் சேர்ந்த திருவாளர். டாம் லியாவிற்குச் சொந்தமானவை! அவரால் களமிறக்கப்படுகின்றன!"

ஜார்ஜினுடைய இதயம் தொண்டையை எட்டியது! தலையில் தொப்பியை இறுக மாட்டிக் கொண்டு, முதலாளி சேவல்களைப் பெற்றுக் கொள்ள வருவார் என்பதால், வண்டியிலிருந்து கீழே குதித்தான்.

"டாம் லியா!" கூட்டத்தினருடைய கூச்சலையும் மீறி, ஏதிலி வெள்ளையர்களுடைய குரல் ஒலித்தது. ஓயாத பெருங் கூச்சலுடன், ஒரு குழுவினர், கூட்டத்தைத் தள்ளி ஒதுக்கிக் கொண்டு வெளியேறி முதலாளியைச் சூழ்ந்து கொண்டனர். அவர்கள்

புடை சூழ வண்டியை அடைந்த முதலாளி, கையைக் குவித்து வாயை ஒருபுறமாக மூடியவாறு, ஜார்ஜினுடைய காதுக்குள் கத்தினார்: “இந்தப் பயல்கள் கூண்டுகளை எடுத்துச் செல்வதற்கு உதவுவார்கள்!”

“சரிங்க, முதலாளி!”

ஜார்ஜ் மீண்டும் வண்டிக்குள் தாவி ஏறினான். சேவல் கூண்டுகள் எட்டையும் முதலாளியினுடைய வெள்ளைக்காரக் கூட்டாளிகளிடம் எடுத்துக் கொடுத்தான். அது போன்ற பதட்டமான சூழ்நிலையில் முதலாளியினுடைய முகத்தில் தவழ்ந்த விட்டு விடுதலையாகிப் போனதைப் போன்ற பேரமைதியை அவனுடைய முப்பதாண்டு கால அனுபவத்தில் ஒருபோதும் காணத்தவறியதில்லை! கூட்டத்தை விலக்கிக் கொண்டு அவர்கள் அனைவரும் ஆடுகளத்தை நோக்கி அணிவகுத்துச் சென்றனர். முதலாவதாகப் பறக்கவிடுவதற்கு ஏற்றதென்று தேர்ந்தெடுத்த கறுத்த பருத்த சேவலுடன் முதலாளி பீடு நடைபோட்டார். முயலின் அடிவயிற்றுப் பகுதி மென்மயிர், ஒருசில மூலிகைகள், கிளிசரின், சிலந்திக் கூட்டுப் பந்து, டர்பன்டைன் ஆகிய மருந்துப் பொருட்கள் அடங்கிய பின்னப்பட்ட கூடையைச் சுமந்து கொண்டு ஜார்ஜ் கடைசியில் சென்றான். களத்தை நெருங்க, நெருங்க கூட்டத்தினரின் இடிபாடுகள் அதிகரித்தன. “டாம் லியா” என்கிற ஓசை காதுகளைத் துளைத்ததைப் போலவே சாராய நெடி மூக்கைத் துளைத்தது. சிலசமயங்களில், “அதோ அவன் தான் கட்டுச்சேவல் ஜார்ஜ்! டாம் லியாவின் நீக்ரோ!” என்கிற ஒலிகளும் காதில் விழுந்தன. பெருமைப்பட்டுக் கொண்டான். கூட்டத்தினரின் பார்வையின் திண்மை அவனை நோக்கி நீட்டப்பட்ட விரல்களாகத் தைத்தது. முதலாளியைப் போலவே தன்னையும் பேரமைதியாளனாகக் காட்டிக் கொள்ள நேராக நகர்ந்தபடியும் பார்வையை ஓட்டியபடியும் தொடர்ந்தான்.

பிறகு, கட்டை குட்டையான ஆங்கிலேயர், ஆடுகளத்தருகே, கை வளைவில் தனது கம்பீரமான சேவலை அணைத்தபடி, எவ்வித வெளிப்பாடுகளையும் காட்டிக் கொள்ளாமல், நின்றிருந்ததைக் கண்டான். எதிரிப் பறவைகளுடன் நெருங்கிக் கொண்டிருந்த சிறிய ஊர்வலத்தினை அவருடைய கண்கள் மதிப்பிட்டுக் கொண்டிருந்தன. லியாவும் ரஸ்ஸெலும் மரியாதை நிமித்தமான தலையசைப்புகளையும் பார்வைகளையும் பரிமாறிக் கொண்ட பின்னர், அவர் தன்னுடைய சேவலை தராசுத் தட்டில் வைத்தார். நடுவர், “ஐந்து பவுண்ட் பதினைந்து அவுன்ஸ்’ என்று கத்தினார். அந்த அழகிய பறவையின் வெண்ணீல இறகுத் தொகுதி சூரிய ஒளியில் பிரதிபலித்துப் பளபளத்தது.

பிறகு, தனது கறுத்த பருத்த சேவலுடன் முதலாளி முன்நகர்ந்தார். அந்தச் சேவல் ஜார்ஜினுடைய தனிப்பட்ட பாசத்திற்குரியது! ஆற்றல்மிக்கது; மூர்க்கத்தனமானது; அதனுடைய கழுத்து பாம்பு படமெடுத்தாடியதைப் போல நெளிந்தது; கொலைவெறி கண்களில் தெறித்தது; சீறிப் பாய்வதற்குத் துடிதுடித்துக் கொண்டிருந்தது! “சரியாக ஆறு பவுண்ட்!” என்று நடுவர் கத்திய போது, கூட்டத்தினர் கூடுதலாக ஒரு அவுன்ஸ் எடை வெற்றியைத் தீர்மானித்து விட்டதாகக் கூச்சலிட்டனர்! “டாம் லியா! அந்த ஆங்கிலேயரை விடாதே, டாம்! பெரிய பருப்பு போல நடிக்கிறார்! கடக்குன்னு முழுங்கி படக்குனு ஏப்பம் விடு!”

லியா முதலாளியினுடைய தனிப்பட்ட விசிறிகள் மூச்சு முட்டக் குடித்திருந்தனர் என்பது வெளிப்படை! முதலாளி, ஆங்கிலேயர் இருவருடைய முகங்களிலும் சூழ்நிலையின் தாக்கத்தால் நெளிப்பு, சுளிப்புகள் தென்பட்டதை ஜார்ஜ் கவனித்தான்! காதில் படாததைப் போல பாசாங்கு செய்து கொண்டு சேவல்களுடைய கால்களில் கத்திகளைக் கட்டுவதற்காக மண்டியிட்டனர். ஆனால், குரல்கள் கடுமையாகவும், உரக்கவும் ஒலித்தன. "அவன் சண்டைக்கு விடுற பறவை சேவலா, வாத்தாடா? ... "இல்லைடா, அது நீந்துற சேவல்!" ... "ஓகோ! அப்ப மீன்களை இரையாப் போடுவானோ!" ... ஆங்கிலேயருடைய முகத்தில் கோபம் கொந்தளித்தது. "பெரியோர்களே, அமைதியாக இருங்கள்!" என்று கத்திக் கொண்டு, சீற்றத்துடன் கைகளை வீசியவாறு, முன்னும் பின்னும் நடுவர் அலைமோதிக் கொண்டிருந்தார். ஆனால், நகைப்பொலிகள் மேலும் பரவின. நக்கல் வார்த்தைகள் மேலும் வெடித்தன. "சிவப்பு மேலங்கி எங்கேடா?" "நரிகளோடும் சண்டையிடுமோ!" ... "இல்லை! ரொம்ப மெதுவா நடக்குது! பச்சோந்தியாக இருக்கும்!" ... "எனக்கு சொறித் தவளை போல தெரியுதுடா!" "இல்லேடா, வேட்டை நாய்!"

ஜெவெட் சீற்றத்துடன் எழுந்து கத்தினார்; கைகள் காற்றை வெட்டின. ஆனால், 'டாம் லியா! டாம் லியா' என்று விண்ணை முட்டிய பேரிரைச்சலில் அவருடைய குரல் மூழ்கிப் போனது! இப்பொழுது நடுவருடன் மற்ற நீதிபதிகளும் இணைந்து கொண்டனர். அங்குமிங்குமாக மோதி, கைகளைக் காற்றில் வீசி, முட்டிகளால் குத்திக் காட்டி மீண்டும், மீண்டும் கத்தினர், "அமைதியாக இல்லாவிட்டால் போட்டி நிறுத்தப்படும்! அது தான் உங்களுக்கு வேண்டுமென்றால் தொடர்ந்து கூச்சலிடுங்கள்!" குடிவெறிக் கூச்சல்களும் சிரிப்பொலிகளும் மெதுவாக மட்டுப்படத் தொடங்கின. லியா முதலாளியினுடைய முகம் வாடிச் சுருங்கிப்போனதை ஜார்ஜ் கண்டான். ஆங்கிலேயருடைய முகமும் ஜெவெட்டினுடைய முகமும் இருண்டு தொங்கின!

"திருவாளர்.லியா!" ஆங்கிலேயரிடமிருந்து எதிர்பாராத விதத்திலும் உரக்கவும் வார்த்தைகள் வெடித்த போது, திடீரென கூட்டத்தினரின் ஆரவாரம் முற்றிலும் அடங்கியது!

"திருவாளர்.லியா! நாமிருவருமே மிக உயர்ந்த சேவல்களை வைத்திருக்கிறோம்! என்னுடன் தனிப்பட்ட முறையில் பக்கவாட்டுப் பந்தயம் கட்டுவதற்குத் தயாரா?"

நாகரிகமான வெளிப்பாட்டிற்குப் பின்னால் ஒளிந்திருந்த ஆங்கிலேயருடைய நயவஞ்சகத்தையும் பழிதீர்க்கும் உணர்வையும் தன்னைப் போலவே சுற்றிலுமிருந்த கூட்டத்தினர் உணர்ந்திருப்பர் என்று ஜார்ஜ் அறிவான்! முதலாளியினுடைய கழுத்தின் பின்குதி கோபத்தால் விம்மியதையும் கண்டான்.

சில நொடிகளில் லியா முதலாளியினுடைய பதில் தெறித்தது. "அது எனக்கு ரொம்பப் பிடிக்கும்! எவ்வளவு வெச்சுக்கலாம்?"

ஆங்கிலேயர் தயங்கினார். பேசுவதற்கு முன்பு ரொம்பவே சிந்தித்தார் போலத் தோன்றியது. "பத்தாயிரம் டாலர் போதுமா?"

கூட்டத்தினரின் எதிர்வினையைக் கவனிப்பதற்காக நிறுத்தினான். பிறகு, "திருவாளர்.லியா! உங்களுடைய பறவையின் வெற்றி வாய்ப்பின் மீது உங்களுக்கு அவ்வளவு நம்பிக்கை இலலையென்றால் வேண்டாம்!" லியாவை அவன் பார்த்த பார்வை மனதிற்குள் உறைந்திருந்த வெறுப்பை தெளிவுபடுத்தியது.

வியப்புடன் முணுமுணுத்துக் கொண்டிருந்த கூட்டத்தினர் மத்தியில் மயான அமைதி நிலவியது. உட்கார்ந்திருந்தவர்கள் எழுந்து நின்றனர். ஜார்ஜ் இதயம் துடிப்பதை நிறுத்திக் கொண்டது. ஐயாயிரம் டாலரை வங்கியிலிருந்து எடுத்ததற்கே முதலாளியம்மா வாழ்க்கை முழுவதும் சேமித்ததில் பாதியைக் காணோமென்று கூப்பாடு போட்டதாக மாலிஸி தெரிவித்த செய்தி தூரத்து எதிரொலியாக ஒலித்ததைக் கேட்டான். ஆகவே, முதலாளி பந்தயத்திற்கு ஒத்துக் கொள்ள மாட்டாரென்று நினைத்தான். ஆனால், அவருடைய பதிலில் அவருடைய மானம் அடங்கியிருந்தது! அங்கு குழுமியிருந்த அனைவரையும் அவர் நன்கு அறிந்திருந்தார். இக்கட்டான சூழலில் தவித்த ஜார்ஜ் முதலாளியை நேருக்கு நேர் பார்ப்பதைக் கூட தவிர்த்தான். முடிவில்லாத நெடு நேரம் நீண்டு கொண்டிருந்ததாகத் தோன்றியது. ஆனால், அதன் பின்னர் அவனுடைய காதுகளில் விழுந்தவை செவிப்புலனுணர்வின் மீது ஐயத்தை ஏற்படுத்தின!

முதலாளியினுடைய குரல் கரகரத்தது. "ஐயா, பந்தயப் பணத்தை இரட்டிப்பாக்கிக் கொள்ளலாமுங்களா? இருபதாயிரம்!"

கூச்சல் குழப்பங்களுக்கிடையே நம்பமுடியாத வியப்பு முழக்கங்களும் ஒட்டு மொத்தக் கூட்டத்தினரிடமிருந்து எழுந்தன. இந்த உலகத்தில் லியா முதலாளிக்குச் சொந்தமான நிலம், வீடு, அடிமைகள், கட்டுச்சேவல் ஜார்ஜினுடைய வாழ்நாள் சேமிப்பு உட்பட அனைத்தையும் பந்தயம் கூறிவிட்டார் என்று அவன் மூளையில் உறைத்தது. ஆங்கிலேயர் அசந்து போய்விட்டார். சற்று நேரத்தில் தன்னைச் சுதாரித்துக் கொண்ட அவருடைய முகம் தன்னியல்பாக இறுகியதைக் கண்டான். தன்னுடைய கையை முதலாளியை நோக்கி நீட்டியவாறு, "உண்மையிலேயே மிகப் பெரிய வீரன்!" என்றார். "பந்தயம், ஐயா! வாங்க பறவைகளைத் தயார்நிலையில் வைப்போம்!"

கட்டுச்சேவல் ஜார்ஜுக்கு உடனே புரிந்து விட்டது! லியா முதலாளியினுடைய கறுத்த பருத்த சேவல் வெல்வது உறுதிப்பட்டு விட்டது. அவர் திடீர் பணக்காரராவதுடன் ஏழை வெள்ளையர்களுடைய மனத்தில் கால காலத்திற்கும் மாபெரும் நாயகராகத் திகழப் போகிறார்! எந்தவொரு பணக்காரப் போட்டியாளருடனும் எளிதாகப் போட்டியிட்டு வெல்வதற்கான அறிகுறியாக அந்த வெற்றி அமையப் போகிறது! இனிமேல் அவரை எந்தவொரு பணக்காரக் கட்டுச்சேவல்காரரும் தாழ்ச்சியாகப் பார்க்க இயலாது!

லியா முதலாளியும் ஆங்கிலேயரும் ஆடுகளத்தில் எதிரும் புதிருமாக குனிந்து

அமர்ந்தனர். அந்தத் தருணத்தில், முதலாளியின் கையிலிருந்த பறவையின் வாழ்க்கை நிகழ்வுகள் அனைத்தும் அவனுடைய மனக்கண்முன் படமாக விரிந்தன. குஞ்சாக இருந்த காலத்திலேயே அதனுடைய அசைவுகளில் மிகுந்த வெறித்தனம் வெளிப்பட்டது. அதன் மூலமாகத் தான் அப்பறவை அவனுடைய கவனத்தை ஈர்த்தது. இளம் சேவலாக இருந்த போது, கூண்டுகளுக்கிடையே இடைவெளியில் அலகை நுழைத்து தட்டுப்பட்ட பறவைகளுடன் சண்டையிட முற்பட்டது. அண்மையில் வரம்புலாப் பகுதியிலிருந்து கொண்டு வந்த பொழுது கண்ணிமைக்கும் நேரத்தில் கிழட்டுச் சேவலைக் கொல்லப் பார்த்தது. ஒருவழியாகத் தடுத்துப் பிடித்தனர். அதன் துடுக்குத்தனத்தையும், போர்க்குணத்தையும், மூர்க்க குணத்தையும் கருதித் தான் முதலாளி அதனை முதலில் பறக்கவிடத் தீர்மானித்தார். நொடி நேரத்தில் அவனுக்கு மீண்டும் மெடில்டாவினுடைய ஆவேசக் குரல் கேட்டது. "முதலாளியைக் காட்டிலும் கூடுதல் வெறி உனக்குத் தான்! என்ன நேர்ந்த போதிலும் அவரைப் பொறுத்த வரை மீண்டும் ஏழை வெள்ளைக்காரராகப் போகிறார்! நீயோ நம் அனைவருடைய விடுதலையையும் பந்தயம் கட்டி சூதாடுகிறாயே!"

மூன்று நீதிபதிகளும் ஆடுகளத்தைச் சுற்றிலும் தமக்குரிய இடங்களில் நிலைகொண்டனர். நடுவர் முட்டைகள் மீது நின்றவரைப் போல தன்னை சமநிலைப்படுத்திக் கொண்டார். எஞ்சிய வாழ்நாள் முழுவதும் நெஞ்சில் நிறைந்திருப்பதற்கான தகுதியுடைய நிகழ்வொன்று அங்கே நிகழவிருந்ததை எதிர்நோக்கிய கூட்டத்தினர் மத்தியில் இனம்புரியாத இறுக்கமான சூழல் நிலவியது. கைக்குள் அடங்காமல் துடித்துக் கொண்டிருந்த பறவைகளைப் பிடித்தவாறு, முதலாளியும் ஆங்கிலேயரும் நடுவருடைய உதடுகளையே மேல்நோக்கிப் பார்த்துக் கொண்டிருந்ததை ஜார்ஜ் கவனித்தான்.

"பறக்க விடுங்கள்!"

வெண்ணீலப் பறவையும் கறுத்த பருத்த சேவலும் விர்ரென்று விரைந்து ஒன்றுடன் ஒன்று வலுவுடன் மோதி பின்னோக்கி தரையில் விழுந்தன. மீண்டும் உடனே காற்றில் எழுந்தன. அலகுகளால் மோதிக் கொண்டன. காலில் கட்டிய கத்திகள் மின்னின. அவை காற்றில் சுழன்ற வேகத்தால் கண்கள் குருடாகியதைப் போன்ற தோற்றம் ஏற்பட்டது. ஆவேசமாக ஒன்றை ஒன்று தாக்கிக் கொண்டன. கட்டுச்சேவல் ஜார்ஜ் ஆடுகளத்தில் அதுபோன்ற ஒன்றுக்கொன்று முற்றிலும் இணையான பறவைகள் சண்டை போட்டதைப் பார்த்ததே யில்லை! திடீரென ஆங்கிலேயருடைய பறவை தாக்குண்டது. லியாவினுடைய சேவல் அதனுடைய இறக்கை எலும்புக்குள் கத்தியை இறக்கிவிட்டது. இரண்டு பறவைகளும் சமநிலை இழந்து கீழே விழுந்தன. கத்தியை விடுவித்துக் கொள்ளும் போராட்டத்தில் ஒன்றையொன்று தலையில் கடுமையாகக் கொத்தின.

"பறவைகளைப் பிடிச்சுக்கோங்க! முப்பது நொடிகள்!" நடுவர் அறிவித்து முடிப்பதற்குள் இரு உரிமையாளர்களும் களத்திற்குள் இறங்கி பறவைகளை விடுவித்து அவற்றின் தலைகளை நக்கி சிலிர்த்து நின்ற இறகுகளைத் தடவிக்கொடுத்து ஆசுவாசப்படுத்தினர். பின்னர், அவற்றிற்குரிய இடங்களில்

நிறுத்தினர். "பறக்க விடுங்கள்!"

மீண்டும் காற்றில் சம உயரத்தில் இரு பறவைகளும் உயர்ந்து எழும்பின. இரண்டு கத்திகளும் கொலைவெறியுடன் தாக்குவதற்கு ஏற்ற இடத்தைத் தேடிக் கொண்டிருந்தன. ஆனால், குறி தவறி இரண்டுமே தரை இறங்கின. முதலாளியின் பறவை எதிரியை நிலைகுலைந்து விழச் செய்யும் நோக்கத்துடன் தாக்க விரைந்தது. ஆங்கிலேயருடைய பறவை மிகுந்த திறமையுடன் பக்கவாட்டில் விரைந்து ஒதுங்கிக் கொண்டது. முழுவிசையுடன் விரைந்த லியாவின் பறவை குறிதவறியதால் நிலைதடுமாறாமல் காயமின்றி தப்பியதால் கூட்டத்தினரிடையே பெருத்த ஆரவாரம் எழுந்தது. அது மீண்டும் காற்றில் எழும்புவதற்கு முன் ஆங்கிலேயருடைய பறவை அதன் மீது ஏறிக் கொண்டது. இரண்டு பறவைகளும் சீற்றத்துடன் தரையில் கட்டி உருண்டன. மீண்டும் தமது நிலையை அடைந்தன. அலகுடன் அலகைக் கடுமையாக மோதின. விலகி, இறக்கைகளால் ஒன்றையொன்று பலங்கொண்ட மட்டும் தாக்கின. கால்களால் வெட்டிக் கொள்வதற்கு முயன்றன. மீண்டும் காற்றில் எழும்பித் தரையில் விழுந்தன. புதிய சீற்றத்துடன் தரைப்போர் தொடர்ந்தது!

கூச்சல் எழுந்தது! ஆங்கிலேயருடைய பறவை எதிரியைக் குருதி கொட்டச் செய்தது! லியாவினுடைய பறவையின் மார்புப் பகுதியில் கருமை படர்ந்திருந்தது. ஆனால், அது ஆவேசத்துடன் எதிரி தடுமாறி விழும் வரை இறக்கைகளால் தொடர்ந்து தாக்கிக் கொண்டிருந்தது. பிறகு அதனைக் கொல்லும் முயற்சியுடன் தாவியது! ஆனால், ஆங்கிலேயப் பறவை மிகத் திறமையாகப் பதுங்கி, பம்மி, தப்பித்துக் கொண்டது! கட்டுச்சேவல் ஜார்ஜ் அதுபோன்ற விரைந்த அறிவாற்றல் மிக்க அனிச்சை செயல்களை ஒருபோதும் கண்டதில்லை! முதலாளியினுடைய பறவை மீண்டும் சுழன்று சுற்றி, சீற்றத்துடன் எதிரியைப் பின்புறத்தில் தாக்க முயன்றது. ஆனால் அதன் மார்புப் பகுதியில் கடுமையாக இருமுறை தாக்கியது. எதிரிப்பறவைக்கு குருதி கொட்டியது. ஆனாலும், இறக்கைகள் படபடக்க காற்றில் எழும்பி முதலாளியின் பறவையைக் கழுத்தில் தாக்கியது!

குருதி கொட்டிய இரு பறவைகளும் விலகிக் கொண்டு, வட்டமிட்டு, தலைகளைத் தாழ்த்தியவாறு எதிரியைத் தாக்குவதற்கான வாய்ப்பினை எதிர்பார்த்தன. கண்ணிமைக்கும் நேரத்தில் விரைந்து கடுமையாகச் சாடிய ஆங்கிலேயப் பறவை முதலாளியின் பறவையைத் தனது கட்டுக்குள் அடக்கியது! தனது இறகுகளால் தாக்கியும் கால் நகங்களால் துளைத்தும் மேலும் குருதி கொட்டச் செய்தது. பிறகு, நம்பமுடியாதவாறு உயரே எழும்பிய முதலாளியின் பறவை நேரே எதிரியின் இதயத்தில் கத்தியை இறக்கியது! நிலைகுலைந்து இறகுக் குவியலாகிப் போன அந்தப் பறவையினுடைய அலகு வழியாக குருதி கொட்டியது.

எதிர்பாராத வேகத்தில் திடீரென்று நிகழ்ந்ததால், ஒரு நொடி கழித்த பிறகு தான் கூட்டத்திலிருந்து பேரிரைச்சல் எழுந்தது. கூச்சலிட்டபடி செம்மூஞ்சி மனிதர்கள் மேலும் கீழுமாகக் குதித்தனர். "டாம்! டாம்! முடிச்சுட்டாய்யா!" முதலாளியைச் சூழ்ந்து கொண்ட கூட்டம் அவரைத் தட்டிக் கொடுப்பதும் கைகுலுக்குவதுமாக இருந்ததைக் கண்ட ஜார்ஜ் பெரும் மகிழ்ச்சியில் ஆழ்ந்தான். 'டாம் லியா! டாம் லியா! டாம் லியா!!"

நாம் விடுதலை அடையப் போகிறோம்! ஜார்ஜினுடைய சிந்தனையை ஆட்கொண்ட ஒரே ஓர் எண்ணம்! குடும்பத்தினரிடம் தெரிவிக்க வேண்டிய தருணம் உண்மையாகிப் போனதை அவனால் நம்ப முடியவுமில்லை; செரிக்கவும் முடியவில்லை! ஆங்கிலேயருடைய முகம் போன போக்கில் அதில் வேட்டைநாயைக் கண்டான்!

"திருவாளர்.லியா!" கூட்டத்தினருடைய ஆரவாரத்தை அந்த ஒலியைக் காட்டிலும் விரைவாக வேறெந்த சக்தியாலும் அமைதிப்படுத்தியிருக்க முடியாது!

லியாவை நோக்கி நடந்த ஆங்கிலேயர் மூன்று கெஜ தூரத்தில் நின்று கொண்டார். "உமது பறவை மிகத் திறமையாகப் போரிட்டது! இரண்டில் எது வேண்டுமானாலும் வென்றிருக்கலாம் என்கிற நிலை! எனது பறவைக்கு இணையாகப் போரிட்ட மற்றொன்றை இதுவரை பார்த்ததில்லை! நீங்கள் மிகப் பெரிய சேவல்கட்டுப் போராளி என்று கேள்விப்பட்டிருக்கிறேன்! வென்ற தொகையை நம்மிருவருடைய பறவைகளுக்கு மிடையேயான மற்றொரு போட்டிக்கு பந்தயம் கட்டுவதற்குத் தயங்க மாட்டீர்களென்று நினைக்கிறேன்!"

வெளிறிய முகத்துடன் லியா திகைத்து நின்றார்.

எண்பதாயிரம் டாலர் தொகையைப் பந்தயப் பணமாகக் கொண்டு சண்டையிட விருந்த சேவல்களுடைய போர்த்திறத்தை அறிந்து கொள்ள முயன்றவர்களாக அலைமோதிக் கொண்டிருந்த கூட்டத்தினரிடையே, கூண்டுக்குள் கொக்கரித்துக் கொண்டும் கூவிக்கொண்டும் சேவல்கள் எழுப்பிய பேரொலியைத் தவிர வேறெந்த ஓசையும் எழவில்லை. வெற்றியாளருக்கே அனைத்தும்....

ஒட்டு மொத்த தலைகளும் லியாவைத் தாக்கின! அவர் மிரண்டு போனார்; எதுவும் பிடிபடவில்லை! காயப்பட்ட சேவலுக்கு மிகுந்த வருத்தத்துடன் பண்டுவம் பார்த்துக் கொண்டிருந்த ஜார்ஜ் மீது அவருடைய பார்வை மோதியது. தனது வாயிலிருந்து வெளிப்பட்ட வார்த்தைகள் செவிப்பட கூட்டத்திலிருந்த மற்ற பார்வையாளர்களைப் போலவே அவனும் திகைத்து நின்றான்! "உங்களுடைய சேவல் எந்தப் பறவையையும் சிறகாலேயே தீர்த்துக் கட்டிவிடும் முதலாளி!" கடலலையென ஆர்த்தெழுந்த வெள்ளை முகங்கள் அத்தனையும் இப்பொழுது அவனை விழுங்கின!

"உம்முடைய கறுப்பன் மிகச்சிறந்த பயிற்றுநர் என்று கேள்விப்பட்டிருக்கிறேன்! ஆனால், என்னைப் பொறுத்தவரை அவனுடைய ஆலோசனையை அளவுக்கதிகமாக நம்ப மாட்டேன்! என்னிடம் வேறு சில மிகச் சிறந்த பறவைகளும் உள்ளன"

ஆங்கிலேயருடைய பேச்சு அவர் ஏற்கனவே அடைந்த தோல்வியைப் பெரிதாகப் பொருட்படுத்தவில்லை என்பது போலவும் லியாவை நக்கலடித்தது போலவும் வெளிப்பட்டன!

பிறகு, லியாவினுடைய குரல் தெள்ளத் தெளிவாகவும் யதார்த்தமாகவும் ஒலித்தது! "ஆகட்டும்! நீர் விரும்புவதைப் போலவே வென்ற தொகையை

இன்னொரு போட்டிக்குப் பந்தயம் கட்டுவதில் எனக்கும் மகிழ்ச்சி தான்!"

அடுத்த பல நிமிட நேரம் ஜார்ஜ் மேற்கொண்ட ஆயத்தப் பணிகள் எவ்வித உணர்ச்சி வெளிப்பாடுகளையும் காட்டாமல் நிறைவேறின! சூழ்ந்திருந்த கூட்டத்தினரிடமிருந்தும் எவ்வித ஒலியும் எழவில்லை! அதுபோன்றதொரு சூழலை ஒருபோதும் கண்டதில்லை! அவனால் 'பருந்து' என்று செல்லமாக அழைக்கப்பட்ட பறவையை முதலாளியினுடைய விரல் சுட்டிக் காட்டிய போது ஜார்ஜினுடைய உள்ளுணர்வுகள் ஒட்டு மொத்தமாக ஒப்புதல் அளித்தன. நிம்மதிப் பெருமூச்சு வெளியேறியது! அலகால் எதிரியைப் பற்றிப் பிடித்துக் கொண்டு நகங்களால் வெட்டுகின்ற அதன் போக்கினை அவன் துல்லியமாக அறிந்திருந்தான். திறமையுடன் மூர்க்கமாகப் போரிடுகின்ற சேவலுக்குச் சரியான எதிர்த்தாக்குதல் தொடுப்பதற்குப் பொருத்தமான எதிரி! முந்தைய போட்டி, ஆங்கிலேயருடைய சேவல்களின் போரிடும் முறையை அப்படித்தான் வெளிப்படுத்தியது.

கையில் 'பருந்தை' அணைத்தபடி லியா ஆங்கிலேயர் தன்னுடைய திடமான அடர் சாம்பல்நிறச் சேவலைப் பிடித்திருந்த இடத்திற்குச் சென்றார். இரண்டு பறவைகளும் சரியாக ஆறு பவுண்ட் எடை இருந்தன.

"பறக்க விடுங்கள்!" என்கிற ஒலி வெளிப்பட்டவுடன், எதிர்பார்த்தபடி மூர்க்கமான தாக்குதலைத் தொடுத்து, காற்றில் எழும்பி உயரத்தில் பறக்காமல், ஒன்றையொன்று வெறியுடன் இறக்கைகளால் அடித்தன. முறையாகப் பற்றிக் கொண்டு அலகால் கொத்திய சத்தத்தை ஜார்ஜ் கேட்டான். ஆனால், ஆவேசமான வெறித்தாக்குதல்களுக்கிடையே எப்படியோ ஆங்கிலேயர் பறவையினுடைய கத்தி ஆழமாகத் தைத்து விட்டது. முதலாளியினுடைய பறவை நிலைகுலைந்து தலையைத் தொங்கப் போட்டு சாய்ந்து விட்டது. திறந்திருந்த அதனுடைய வாய் வழியே உதிரம் பெருக்கெடுத்தது.

"கடவுளே! கடவுளே! கடவுளே!" கத்திக் கொண்டு கூட்டத்தினரை இடித்து தள்ளிவிட்டு, ஆடுகளத்திற்குள் ஜார்ஜ் விரைந்து புகுந்தான். குழந்தையைப் போல வீறிட்டு அலறியவன், படுகாயமடைந்திருந்த 'பருந்தை' வாரி எடுத்தான். அலகில் உறைந்திருந்த குருதியை உறிஞ்சினான். சிறகுகளைப் படபடத்த பருந்து அவனுடைய கரங்களிலேயே உயிரை விட்டது. அலறிச் சரிந்த அவனைப் பக்கத்தில் நின்றிருந்தவர்கள் தாங்கிப் பிடிக்க, தன்னிலையடைந்தவன், தட்டுத் தடுமாறி, மரித்த பறவையை அணைத்தபடி வண்டியை நோக்கிச் சென்றான்.

ஆடுகளத்தைச் சுற்றிலுமிருந்த பண்ணையார்கள் ஆங்கிலேயரையும் ஜெவெட்டையும் முதுகில் தட்டி பாராட்டி தமது குதூகலத்தை வெளிப்படுத்தினர். ஆடுகளத்தில் உறைந்து கிடந்த குருதியை வெறித்தபடி தன்னந்தனியனாக நிலைக்குத்தி நின்றிருந்த லியாவுக்கு அவர்கள் அனைவரும் தமது முதுகுகளைக் காட்டினர்!

ஒருவழியாகத் திரும்பிய சர்.எரிக் ரஸ்ஸெல் லியா நின்றிருந்த இடத்தை நோக்கி நடந்தார். லியா மெதுவாக கண்களை உயர்த்தினார்.

"என்ன சொல்ல விரும்புகிறீர்கள்?" முணுமுணுத்தார்.

"அப்பொழுதே சொன்னேனல்லவா? இன்று உமக்கு நல்ல நாள் கிடையாது!"

புன்னகையை வெளிப்படுத்த லியா பெரும்பாடு பட்டார்!

ரஸ்ஸெல் பேசினார், "பந்தயத் தொகையைப் பொறுத்தவரை, எவரொருவரும் அவ்வளவு பணத்தைச் சுமந்து கொண்டு வருவதில்லை! நாளைக்கு மதிய வேளையில் கணக்கைச் சரிசெய்துகொள்ளலாமே!..." சற்றே நிறுத்தி, "ஜெவெட் வீட்டில் தேனீர் நேரத்திற்குப் பிறகு பேசலாம்!" என்றார்.

சொரத்தின்றி, லியா தலையசைத்தார். "ஆகட்டும்!"

வீடு திரும்புவதற்கான பயண நேரம் இரண்டு மணி! முதலாளியோ, ஜார்ஜோ ஒரு வார்த்தை பேசிக்கொள்ளவில்லை! அதுபோன்ற முடிவில்லா நெடும் பயணத்தை ஜார்ஜ் ஒருபோதும் மேற்கொண்டதில்லை! முடிந்து தானே தீரவேண்டும்! பெரியவீட்டிற்கான பாதையில் வண்டி திரும்பியது....

அடுத்த நாள் இருட்டிய நேரத்தில் முதலாளி ஜெவெட் வீட்டிலிருந்து திரும்பினார். தீவன அறையில் ஜார்ஜ் குஞ்சுகளுக்கான இரையைக் கலந்து கொண்டிருந்தான். முந்தைய இரவு மெடில்டா அழுது, அரற்றி, கூப்பாடு போட்டு வீட்டிலிருந்து துரத்தியதிலிருந்து அவன் அங்கே தான் பொழுதைக் கழித்துக் கொண்டிருந்தான்.

முதலாளி தொடங்கினார், "ஜார்ஜ், மிகவும் இக்கட்டான செய்தியைச் சொல்லப் போகிறேன்!" நிறுத்தி, வார்த்தைகளுக்குத் தடுமாறினார். "எப்படி அந்தக் கொடுமையான செய்தியைச் சொல்வதென்றே தெரியவில்லை! ஆனாலும், மக்களெல்லாம் நினைத்துக் கொண்டிருக்கிற அளவுக்கு என்னிடம் பணமில்லை என்பதை நீ நன்கு அறிவாய்! ஒரு சில ஆயிரங்களைத் தவிர, இந்த வீடு, நிலம், நீக்ரோக்களான நீங்கள் சில பேர், எனது ஒட்டு மொத்த சொத்து அவ்வளவு தான்! உண்மை!"

ஜார்ஜுக்குப் புரிந்து கொள்ள முடிந்தது. 'நம்மை விற்கப் போகிறார்!'

அவர் தொடர்ந்தார், "பிரச்சினை என்னவென்றால், அத்தனையையும் சேர்த்தாலும் அந்த நாய்மகனுக்கு நான் பட்டிருக்கும் கடன் தொகையில் பாதி கூடத் தேறாது! ஆனால், அவனொரு மாற்று வழி சொல்லியிருக்கிறான்..." மீண்டும் தயங்கினார். "உன்னைப் பற்றி அவன் சொன்னதை நீயே கேட்டாய்! இன்று இரண்டு சேவல்களும் போரிட்ட விதத்தில் நீ அவற்றை எந்த அளவுக்குப் பயிற்றுவித்திருக்கிறாய் என்று நேரில் கண்டு கொண்டதாகக் கூறினான்...."

முதலாளி ஆழமாக மூச்சிழுத்தார். அவனுக்கோ அது நின்று விட்டது! "சிறிது காலத்திற்கு முன் இழந்துவிட்ட தனது கட்டுச்சேவல் பயிற்றுநருக்குப் பதிலாக அவனுக்கு ஓர் ஆள் தேவைப்படுகிறது! அதே சமயத்தில் ஒரு

நீக்ரோவை இங்கிருந்து கொண்டு சென்றால் வேடிக்கையாக இருக்குமென்று நினைக்கிறான்." முதலாளியால் நம்பிக்கையிழந்த அவனுடைய கண்களைக் காணப் பொறுக்கவில்லை! சுருக்கமாக முடித்துக் கொண்டார். "இப்பொழுது ஏற்பட்டுள்ள குழப்பத்தை நீடிக்கச் செய்யாமல், சமமாகப் போவதற்கு, என்னிடம் கைவசமுள்ள பணத்தை மட்டும் பெற்றுக் கொண்டு, வீட்டை முழுமையான பணையமாக ஏற்றுக் கொண்டு, இரண்டு ஆண்டுகளுக்கு இங்கிலாந்தில் யாராவது ஒருவருக்குப் பயிற்சியளிப்பதற்காக உன்னையும் கேட்கிறான்!"

ஜார்ஜினுடைய முகத்தைப் பார்ப்பதற்கே முதலாளி படாத பாடு பட்டார். "இந்த ஒப்பந்தம் எனக்கு எவ்வளவு துயரமளித்ததென்று சொல்ல முடியாது, ஜார்ஜ்!... எனக்கு வேறு வழியுமில்லை. அவன் என்னுடைய கடன் சுமையை எளிதாக்குகிறான்! ஏற்றுக் கொள்ளாவிட்டால், இத்தனை காலம் பட்ட பாடெல்லாம் பாழாய்ப் போய்விடும்!"

ஜார்ஜ் வார்த்தைகளைத் தேட முடியவில்லை. அவனால் என்ன சொல்ல முடியும்? முதலாளியினுடைய அடிமை அவன்!"

"இப்பொழுது நீயும் அனைத்தையும் இழந்து விட்டாய்! அதனைச் சரிக்கட்ட நான் முன்வருகிறேன்! இப்பொழுதே எனது உறுதிமொழியை உனக்கு அளித்து விடுகிறேன்! நீ புறப்பட்டுச் சென்ற வேளையில் உனது குடும்பத்தை நான் கவனித்துக் கொள்கிறேன். நீ திரும்பிய அன்றைக்கே...."

முதலாளி நிறுத்தி, தனது பைக்குள் கையை ஓட்டி, வெளியில் மடிக்கப்பட்ட தாள் ஒன்றை எடுத்தார். அதனை விரித்து அவன் முன் வைத்தார்.

"அது என்ன தெரியுமா? நேற்றிரவு உட்கார்ந்து எழுதினேன். உன்னுடைய சட்டப் பூர்வமான விடுதலை ஆவணத்தைப் பார்க்கிறாய்! என்னுடைய இரும்புப் பெட்டியில் அதனை வைத்திருப்பேன். நீ திரும்பிய அன்றைக்கே உன்னிடம் கொடுத்து விடுவேன்!"

ஆனால், வெள்ளைத் தாளின் பெரும் பகுதியை சதுரமாக மறைத்துக் கொண்டிருந்த புரியாத எழுத்துக்களைக் கண நேரம் உற்றுப் பார்த்திருந்த பிறகு, அடங்காத தனது கோபத்தை அடக்குவதற்குப் போராடியபடி, அமைதியாகக் கேட்டான், ''எங்கள் அனைவருக்கும் விடுதலை பெறப் போகிறேன்! என்னிடமிருந்ததெல்லாம் போய்விட்டது! என்னையும் பொண்டாட்டியையும் பிள்ளைகளையும் விட்டு கடல் கடந்து எங்கோ ஓரிடத்திற்கு அனுப்பப் போகிறீர்கள்! அவர்களுக்கு இப்பொழுதே விடுதலை அளித்து விட்டு, என்னை மட்டும் திரும்பிய பிறகு விடுவித்தால் என்ன?"

முதலாளியின் புருவங்கள் சுருங்கின. "நான் என்ன செய்ய வேண்டுமென்பதை நீ சொல்ல வேண்டிய அவசியமில்லைடா, பயலே! அந்தப் பணத்தைத் தொலைத்ததற்கு என்னுடைய தவறு காரணமல்ல! அப்படியிருந்தும் உனக்குத் தாராளமாக வாய்ப்புத் தருகிறேன்! நீக்ரோக்களோடு இது தான் தொல்லை! பேசுவதைக் கவனமாகப் பேசினால் நல்லது!'' முதலாளியினுடைய முகம்

சிவந்துகொண்டிருந்தது. "வாழ்க்கை முழுவதும் இங்கிருப்பது உங்களுக்குப் பிடிக்கவில்லையென்றால், உடனே உங்களை விற்றுவிடுகிறேன்!"

அவரையே பார்த்துக் கொண்டிருந்த ஜார்ஜ் தலையைக் குலுக்கினான். "என்னுடைய வாழ்க்கை முழுவதும் உங்களுடன் இருப்பதை விரும்புவீர்களானால், முதலாளி, மேலும் குழப்பம் வேண்டாம்!"

முதலாளியினுடைய முகம் கல்லாக இறுகிப் போனது. "எடுத்துச் செல்ல விரும்புவதனைத் தையும் மூட்டை கட்டிக் கொள்! சனிக்கிழமை இங்கிலாந்திற்குப் புறப்படு!"

104

கட்டுச்சேவல் ஜார்ஜுடன் அவருடைய நல்லூழும் போய்விட்டது. அவருடைய நாடி, நரம்புகளும் தளர்ந்து விட்டன. லியா முதலாளியினுடைய எதிர்காலம் வீழ்ச்சியை நோக்கி விரைந்து சரிந்தது. முதலில் சின்ன ஜார்ஜ் பறவைகளைக் கவனித்துக் கொள்வதற்காக முழுநேரமாகப் பணியாற்றும்படி பணிக்கப்பட்டான். ஆனால், மூன்றாவது நாள் முடிவில், குஞ்சுகளின் கூண்டுகளிலிருந்த நீர்த்தட்டுகள் வறண்டு கிடந்ததால் அந்த சோம்பேறித் தடியன் அச்சுறுத்தல்கள் தாங்கமாட்டாமல் பயந்தோடிவிட்டான். பத்தொன்பது வயது நிரம்பிய லூயிஸ் வயல்வேலையிலிருந்து மாற்றி அமர்த்தப்பட்டான். அவனுக்கு சேவல்களைப் பற்றி எதுவும் தெரியாதென்பதால், அந்தப் பருவத்தில் எஞ்சிய போட்டிகளுக்கெல்லாம் பறவைகளுக்குப் பயிற்சியளித்தல், வசப்படுத்துதல் போன்ற ஆயத்தப் பணிகள் அனைத்தையும் அவர் ஒருவரே தனித்து நின்று கவனித்துக் கொள்ள வேண்டிய கட்டாயம் எழுந்தது. உள்ளூரில் நிகழ்ந்த பல்வேறு போட்டிகளுக்கும் அவன் அவருடன் சென்று திரும்பினான். குடும்பத்தின் மற்ற உறுப்பினர்கள் அனைவரும் அவனுடைய வருகைக்காகக் காத்திருந்தனர். அன்றன்றைக்கு நிகழ்ந்த அனைத்தையும் அறிந்து கொள்வதற்கு அவன் ஒருவனே ஊடகமாக

அமைந்தான்!

முதலாளியினுடைய பறவைகள் வென்றதைக் காட்டிலும் தோற்ற போட்டிகளே அதிகரித்தன. முதலாளி பந்தயம் கட்டுவதற்காகப் பணத்தைக் கடனாகப் பெறுவதாகப் பலரும் வெளிப்படையாகப் பேசிக் கொண்டதைக் கேள்விப்பட்டதாகச் சொன்னான். “இப்பொழுதெல்லாம் பலரும் அவருடன் பேசுவதையே விரும்புவதில்லை. ஏதோ அவருக்குத் தொற்று நோய் என்பது போல, விரைந்து பேசிவிட்டு, அல்லது கையசைத்துவிட்டுப் புறப்பட்டு விடுகிறார்கள்!”

“இப்பொழுது அவர் ஏழையாகிவிட்டார் என்பதே அவர்களைப் பொறுத்தவரை தொற்று நோய் தான்!” மெடில்டா பகர்ந்தாள். சாராக்கா இடைவெட்டினாள், “அவர் எப்பொழுதுமே ஏதிலி வெள்ளையர் தானே!”

முதலாளியம்மாவுடன் கத்தி சண்டையிட்டுக் கொண்டே நாள்தோறும் மிதமிஞ்சிக் குடிக்கிறார் என்பது அடிமைகள் குடியிருப்பில் அனைவருமறிந்த செய்தியாகிப் போனது.

ஒருநாள் இரவில், மிகுந்த வருத்தத்துடன் கேட்டுக் கொண்டிருந்த மக்களிடம் மாலிஸி கொட்டினாள், “அந்தக் கிழவன் இவ்வளவு மோசமாக இதற்கு முன் நடந்து கொண்டதில்லை! வீட்டில் பாம்புபோலக் கொத்திக் கொண்டே இருக்கிறான்! முதலாளியம்மா வெறுமனே பார்த்தால் கூட, கத்தித் திட்டுகிறான்! அவன் வெளியில் சென்றால், நாள் முழுவதும் அந்த அம்மா அழுதுகொண்டே இருக்கிறாள். சேவலைப் பற்றிப் பேச்செடுத்தாலே அவளுக்குக் கேட்கச் சகிக்கவில்லை!”

கட்டுச்சேவல் ஜார்ஜ் புறப்பட்டுச் சென்று விட்டதால் அழுதும் தொழுதும் உணர்ச்சிகள் வற்றி வறண்டு போன மெடில்டா மௌனமாகக் கேட்டுக் கொண்டிருந்தாள். தன்னுடைய இரண்டு இளம் பெண்களைப் பற்றியும் ஆறு வலிமை மிக்க மகன்களைப் பற்றியும் எண்ணி ஆறுதலடைந்தாள். மகன்களில் மூவர் பொண்டாட்டி பிள்ளைகளுடன் வசிக்கின்றனர். அவளுடைய கண்கள் கருமான் தொழிலாளியான டாம் மீது பதிந்தன. அவன் ஏதேனும் சொல்வானா என்று எதிர்பார்த்தாள். ஆனால், அவனுக்குப் பதிலாக விர்ஜிலின் மனைவி லில்லி ஸூ பேசினாள். அவள் கருவுற்றிருந்தாள். அண்மையிலிருந்த கர்ரி முதலாளியினுடைய பண்ணையில் வசித்த அவள் அடிக்கடி அங்கே வருகை புரிந்தாள். அவளுடைய தொனி பீதியால் கனத்திருந்தது. “நீங்கள் நினைப்பதைப் போல முதலாளி நன்மை எதுவும் செய்யப் போவதில்லை. ஏதோ மிகவும் கொடூரமான ஒன்றைத் தான் செய்யப் போகிறார். நாமெல்லாம் அதை எதிர்கொள்ளப் பிறந்தவர்கள்!”மௌனம் கவிழ்ந்தது. மெதுவாகவேனும் எவரும் எதையும் வெளிப்படுத்துவதற்குத் துணியவில்லை.

அடுத்த நாள் காலை உணவிற்குப் பிறகு, மாலிஸி அடுக்களையிலிருந்து கருமான் பட்டறையை நோக்கி ஓடோடிச் சென்றாள். “டாம், முதலாளி உன்னை உடனே குதிரைக்குச் சேணத்தைப் பூட்டி வீட்டின் முகப்புப் பகுதிக்குக் கொண்டுவரச்

சொல்கிறார்!” அவசரப்பட்ட அவளுடைய கண்களில் ஈரம் படிந்திருந்தது. “கடவுளே! விரைவாகப் போ! அவர் அந்த அப்பாவி முதலாளியம்மாவிடம் சொன்னவை எதுவுமே சரியாகப் படவில்லை! எதுவும் பேசாமல், டாம் சேணத்தைப் பூட்டி, குதிரையை நுழைவாயில் கம்பத்தில் கட்டினான். வீட்டின் பக்கவாட்டில் தனது இடத்திற்குத் திரும்பிய பொழுது, குடிவெறியால் சிவந்திருந்த முகத்துடன் தள்ளாடிவாறு வெளியில் வந்த அவர் மிகுந்த முயற்சியுடன் குதிரையின் மீது ஏறி அமர்ந்து அதனை துரத்தினார். சேணத்தின் மீது அவர் வளைந்து நெளிந்து நிலைகுலைந்தவாறு விரைந்தார்.

திறந்திருந்த சன்னல் வழியாக, முதலாளியம்மாவின் அழுகுரல் கேட்டது. இதயமே வெடித்து விட்டதைப் போலக் கதறி அழுது கொண்டிருந்தாள். கண்டும் காணாதவனாகத் தொடர்ந்து நடந்து பட்டறையை அடைந்தான். முனை மழுங்கியிருந்த உழுகொழு ஒன்றினைக் கூர்மைப்படுத்துவதற்கு முயன்று கொண்டிருந்தான். அப்பொழுது மாலிஸி மீண்டும் அங்கே சென்றாள்.

“டாம், நான் உறுதியாகச் சொல்கிறேன். முதலாளி போகிற போக்கைப் பார்த்தால் தன்னைத் தானே கொன்று கொள்வார் போலிருக்கிறது! அவருக்கு எண்பது வயதிற்கு மேலாகிறது!”

“மாலிஸி, உண்மையைச் சொல்வதென்றால், ஏதாவது ஒரு வழியில் அவர் அதைத் தான் செய்யப் போகிறார்!”

மதியத்திற்குப் பிறகு திரும்பிய முதலாளியுடன் மற்றொரு வெள்ளையனும் குதிரை மீது வந்திருந்தான். மாலிஸியும் டாமும் தமக்குரிய அடுக்களை, பட்டறையில் இருந்தபடி அவர்களைக் கவனித்தனர். ஏனைய விருந்தினர்களுடன் வழக்கமாக நடந்ததைப் போல, வீட்டிற்குள் சென்று கழுவித் தூய்மைப்படுத்திக் கொண்டு குடிப்பதற்கு அமரவில்லை. குதிரைகளை விட்டு இறங்காமலேயே வீட்டின் பின்புறமாகச் சேவல்கள் இருந்த பகுதிக்குச் சென்ற சாலையில் விரைந்தனர். அரை மணி நேரத்திற்குள்ளாக, வந்தவன் கக்கத்தில் அஞ்சி நடுங்கி கொக்கரித்துக் கொண்டிருந்த கோழியை இடுக்கியபடி திரும்பியதை மாலிஸியும் டாமும் கண்டனர். டாம் வெளியில் இருந்ததால் அவன் கோபமாகத் திட்டிக் கொண்டே சென்றதைக் கண்டான்.

அன்றிரவு அடிமைகள் குடியிருப்பில் திரண்ட மக்கள் மத்தியில் லூயிஸ் அங்கே நிகழ்ந்ததை விளக்கினான். “குதிரைகளின் குளம்படிச் சத்தம் கேட்டவுடனே முதலாளி முன்பு வேலை செய்ததாகக் காட்டிக் கொள்வதற்காக ஒரு புதருக்குப் பின்னால் இருந்தேன். அங்கிருந்து அவர்களைக் காண்பதற்கும் பேசியதைக் கேட்பதற்கும் முடிந்தது

“நீண்ட நேரம் பேரம் பேசி முடிவில் நூறு டாலருக்குக் கோழியை விற்பதென்கிற முடிவுக்கு வந்தனர். அது முட்டைகளின் மீது அடை காத்துக் கொண்டிருந்த கோழி! அவன் பணத்தை எண்ணிக் கொடுத்தான். மீண்டும் எண்ணி சரிபார்த்தபின் முதலாளி அதனைப் பைக்குள் வைத்துக் கொண்டார். கோழிக்கடியில் இருந்த

முட்டைகளும் விற்பனையில் அடங்கும் என்று அவன் பேச்சைத் தொடங்கிய போது பிரச்சினையாகிவிட்டது. அவன் பேராசை பிடித்தவனென்று கண்டபடி திட்டிய முதலாளி, கோழியைக் கையில் பிடித்தபடி முட்டைகளைக் காலால் மிதித்துக் கூழாக்கிவிட்டார். இருவரும் கத்திக் கூச்சலிட்டுச் சண்டை போட்டனர். திடீரென்று கோழியைப் பறித்துக் கொண்டு குதிரை மீது தாவி வந்தவன் புறப்பட்டான். வயதானவராக இருந்ததால் தலையை வாங்காமல் சென்றதாகக் கறுவினான்."

அடிமைகளுக்கு ஒவ்வொரு நாளையும் கடத்துவது பெரும் பாடாகிப் போனது. அஞ்சத்தக்க விதத்தில் எந்தநேரம் என்ன நடக்குமோ என்கிற குலைநடுக்கத்தால் இரவுவேளைகளில் நிம்மதியாகத் தூங்கமுடியவில்லை! 1855ஆம் ஆண்டு கோடைக் காலத்திலும், பனிவிழுந்த பருவத்திலும் நாள்தோறும் முதலாளியினுடைய கோப வெறிக்கு ஆளாவதும், ஒவ்வொருமுறை அவர் வெளியில் புறப்பட்ட போதும், திரும்பிய போதும், அனைவரும் தம்மையறியாமலே இருபத்தியிரண்டு வயது நிரம்பிய டாம் ஏதேனும் சொல்ல மாட்டானா என்று எதிர்பார்ப்பதுமாக காலத்தைக் கடத்தினர். அவனிடமிருந்து எவ்வித வழிகாட்டுதலும் கிடைக்கவில்லை! நவம்பர் மாதத்தில் அறுபத்தைந்து ஏக்கர் நிலத்திலும் பருத்தி, புகையிலை அறுவடை மிகச் சிறப்பாக நடந்தேறியது! அமோக விளைச்சலால் ஏகப்பட்ட பணத்தை முதலாளி விற்பனை மூலம் பெற்றார். ஒரு சனிக்கிழமை பொழுது சாய்ந்த வேளையில், மெடில்டா வீட்டுச் சன்னல் வழியாக, டாமினுடைய பட்டறையை நோட்டமிட்டாள். கடைசி வாடிக்கையாளரையும் அனுப்பும் வரை பார்த்துக் கொண்டிருந்தாள். பின்னர், அவனை நோக்கி விரைந்தாள். அவளுடைய நீண்ட அனுபவத்திலிருந்து ஏதோ சொல்லப் போகிறாள் என்று அவளுடைய முகத்தைப் பார்த்துத் தெரிந்து கொண்டான்.

உலையில் நெருப்பைத் தணிக்கும் முயற்சியில் ஈடுபட்டவன், அவளைக் கண்டவுடன் கேட்டான். "என்னங்கம்மா?"

"உங்களைப் பற்றித் தான் சிந்தித்துக் கொண்டிருந்தேன், டாம்! என்னுடைய ஆறு மகன்களும் வளர்ந்து முழு ஆம்பிளைகளாகிவிட்டீர்கள்! நீ மூத்தவனில்லை என்ற போதிலும், உன்னுடைய அறிவுத்திறன் எனக்கு ரொம்பவும் பிடித்திருக்கிறது!" மெடில்டா தொடர்ந்து பேசினாள், "அத்துடன் நீயொரு கருமான். அவர்களோ வயல்வேலை செய்கிறார்கள். உனது அப்பா வீட்டை விட்டுச் சென்று எட்டு மாதமாகிவிட்டது. இப்பொழுது நமது குடும்பத்திற்கு நீதான் முகாமையானவனாக இருக்கிறாய்!..." சற்றே தயங்கியவள் மீண்டும் தொடர்ந்தாள், "குறைந்தது அவர் திரும்புகிற வரைக்குமாவது!"

டாம் திகைத்துப் போனான். பிள்ளைப் பருவத்திலிருந்தே அவன் குடும்பத்தினரால் சிறப்புத் தகுதியுடன் கருதப்பட்டவன். அவனும் தனது சகோதரர்களுடன் லியாவின் பண்ணையில் தான் பிறந்து வளர்ந்தான் என்ற போதிலும், அவர்களுடன் ஒருபோதும் நெருக்கமாக இருந்ததில்லை. அதற்கு முகாமையான காரணம் ஆண்டுக்கணக்கில் தொழிற் பயிற்சிக் கென்று சென்று விட்டான். திரும்பிய பின்னரும், பட்டறையில் மூழ்கிவிட்டான். அவர்களோ நாளெல்லாம்

வயல்வெளிகளில் உழைத்தனர். பல்வேறு காரணங்களால் விர்ஜிலுடனும், ஆஷ்ஃபோர்டுடனும், சின்ன ஜார்ஜுடனும் அவனுக்கு நெருக்கம் ஏற்படவில்லை! இருபத்தாறு வயது நிரம்பிய விர்ஜில் அண்மையிலிருந்த பண்ணையைச் சேர்ந்த பெண்ணை மணந்து கொண்டு பெரும்பாலான நேரங்களில் அவளுடன் இருப்பதற்காக அங்கே சென்று விட்டான். அண்மையில் அவர்களுக்கு ஒரு மகன் பிறந்தான். அவனுக்கு உதயா என்று பெயரிட்டனர். இருபத்தைந்து வயதான ஆஷ்ஃபோர்டைப் பொறுத்தவரை டாமை அவனுக்கு எப்போதுமே பிடித்ததில்லை. அவர்களிருவரும் ஒருவரை ஒருவர் ஒதுக்கினர். அவன் ஒரு பெண்ணைத் திருமணம் செய்து கொள்ள மிகவும் ஆசைப்பட்டான். அவளுடைய முதலாளியோ, அவனை 'உருப்படாத நீக்ரோ' என்று சொல்லி, துடைப்பத்தைத் தாண்டுவதற்கு ஒப்பளிக்க மறுத்துவிட்டார். அதிலிருந்து அவனுக்கு உலகமே கசந்து விட்டது. பருத்துக் கொழுத்திருந்த இருபத்திநான்கு வயது சின்ன ஜார்ஜ் அண்மையில் ஒரு பண்ணையில் சமையல் வேலை செய்து வந்த அவனைப் போல இருமடங்கு வயதுள்ள பெண்ணுடன் தொடர்பு கொண்டு குடும்பத்தினரின் ஏச்சுக்கும் பேச்சுக்கும் ஆளானான். அவனுடைய வயிற்றை நிரப்புகின்ற எந்தப் பெண்ணுடனும் உறவு கொள்வான் என்று ஏசினர்.

குடும்பத்தின் தலைவனாக மெடில்டா சொன்னது அவனுடைய வயிற்றில் புளியைக் கரைத்தது. அதன் மூலம் அவள் அவனை குடும்பத்தினருக்கும் முதலாளிக்குமிடையே தொடர்பாளனாகச் செயல்பட விரும்பினாள் என்பது புரிந்தது. ஆனால், அவனோ அவரிடம் நெருக்கத்தைத் தவிர்த்து வந்தான். பட்டறைக்குத் தேவையான கருவி, கரணங்களை வாங்கியதிலிருந்து டாமினுடைய நன்னயமான போக்கையும், கருமான் தொழிலில் அவனுடைய திறமையையும், ஏகப்பட்ட வாடிக்கையாளர்களுடைய வருகையையும், அதன் மூலம் தனது பை நிறைந்ததையும் கருத்திற் கொண்டு அவர் டாமை ஒருவித மதிப்புடன் நடத்தினார். அவன் ஆற்றிய பணிக்கான தொகையை பெரிய வீட்டில் முதலாளியிடம் வாடிக்கையாளர்கள் கொடுத்தனர். வாரம் முழுவதும் அவன் உழைத்ததற்கான கூலியாக ஞாயிற்றுக் கிழமை தோறும் அவனிடம் அவர் இரண்டு டாலர் கொடுத்தார்.

எவரொருவருடனும் அதிகமாகப் பேசாத போக்கு அவனுடைய உள்ளூறைந்த இயல்பாக இருந்ததைப் போலவே தனிப்பட்ட சிந்தனையில் ஆழ்ந்து விடுவதும் அவனுடைய மனப்போக்காக இருந்தது. விடுதலை பெற்ற நீக்ரோக்களுக்கு வடக்கே கிடைத்த உணர்ச்சியூட்டக் கூடிய வாய்ப்பு வளங்களைப் பற்றி அவனுடைய தந்தை விவரித்ததை, கடந்த இரண்டு ஆண்டுகளாக அவன் தனக்குள் மீண்டும் மீண்டும் அசைபோட்டுக் கொண்டிருந்தான் என்பதை எவராலும் நினைத்துக் கூடப் பார்த்திருக்க முடியாது! எண்ணற்ற ஆண்டுகள் காத்திருந்து விடுதலையை விலைக்குப் பெறுவதற்குப் பதிலாக, மிகுந்த கவனத்துடன் சிந்தித்துத் திட்டமிட்டு, ஒட்டு மொத்தமாக வடக்கே தப்பிச் செல்வதைப்பற்றி அடிமைகள் குடியிருப்பு மக்களிடம் விவாதிப்பதற்கு முன் அதனுடைய விளைவுகளைப் பற்றி முழுமுனைப்புடன் அலசி ஆராய்ந்து கொண்டிருந்தான். கிஸ்ஸிப்பாட்டிக்கு அறுபது வயதானதாலும், மாலிஸியும், சாராக்காவும் எழுபதைக் கடந்தவர்கள் என்பதாலும்

ஒட்டு மொத்தமாகத் தப்பிச் செல்லுவது சாத்தியமில்லையென்று அத்திட்டத்தை மிகுந்த தயக்கத்துடன் கைவிட்டான். உண்மையில், அவர்கள் மூவரும் தான் மிக விரைவாக விடுவிக்கப்பட வேண்டியவர்கள்! ஆனால், அத்தகைய நம்பிக்கையற்ற சூதாட்டத்தினுடைய இடர்ப்பாடுகளையும் கடுமைகளையும் அவர்களால் தாங்க முடியுமா என்பது பெருத்த ஐயப்பாடாக இருந்தது.

அண்மைக் காலமாக முதலாளியினுடைய கட்டுச்சேவல் போட்டி இழப்புகள் அவர் வெளியிட்டதைக் காட்டிலும் மிகவும் கூடுதலாக இருக்கவேண்டுமென்று தனிப்பட்ட முறையில் கண்டு கொண்டான். கடந்து சென்ற ஒவ்வொரு நாளும் காலியான ஒவ்வொரு மதுப்புட்டியும் முதலாளியின் உடலை மேலும் மேலும் அரித்து, வலுவிழக்கச் செய்து கொண்டிருந்ததை உன்னிப்பாகக் கவனித்தான். அரை நூற்றாண்டு காலமாக மிகக் கவனமாக வளர்க்கப்பட்ட பறவைகளில் பாதியை விற்று விட்டார் என்று . லூயிஸ் தெரிவித்த கொடுமையான செய்தி அவருடைய வீழ்ச்சிக்குச் சான்று பகன்றது.

கிறிஸ்துமஸ் கடந்த போதும், 1856ஆம் புத்தாண்டு பிறந்த போதும் அடிமைகள் குடியிருப்பில் மட்டுமின்றி ஒட்டுமொத்த பண்ணையிலும் வெறுமை குடிகொண்டது. பின்னர், வசந்த காலத்தின் தொடக்கத்தில் ஒரு மதிய வேளையில் மற்றொருவன் குதிரை மீது வந்தான். முதலில் அவனும் கோழி வாங்க வந்தவன் என்று தான் மாலிஸி நினைத்தாள். ஆனால், பிறகு, முதலாளி அவனை வரவேற்ற விதம் அவளுள் பீதியை ஏற்படுத்தியது. சிரித்து வாயாடிக் கொண்டே குதிரையிலிருந்து இறங்கினான். குதிரையை தொழுவத்தில் கட்டி, தீனி போட்டு, தண்ணீர் காட்டி இரவு முழுவதும் பராமரிக்கும்படி முதலாளி சின்ன ஜார்ஜிடம் பணித்தார். வந்தவனை கனிவு பொங்க உள்ளே அழைத்துச் சென்றார்.

பெரிய வீட்டில் மாலிஸி இரவு உணவு பரிமாறுவதற்கு முன்பே, அடிமைகள் குடியிருப்பிலிருந்தோர் அச்சம் மேவிய கேள்விகளைத் தமக்குள் பரிமாறிக் கொண்டிருந்தனர். "அந்த ஆள் யாராயிருக்கும்?'' .... "இதற்கு முன்னால் பார்த்ததில்லையே?'' ... முதலாளி அண்மையில் இதுபோல விருந்தாளிகளை வரவழைத்ததில்லையே!'' ..."சரி, நீ தான் சொல்லேன்! அவன் எதற்காக வந்திருப்பான்?" மாலிஸி வந்து தகவல் தெரிவித்த வரை அவர்களால் காத்திருக்க முடியவில்லை!

அவள் சொன்னாள், "என்னுடைய காதுபட அவர்கள் எதுவும் பேசிக் கொள்ள வில்லை! முதலாளியம்மா பக்கத்திலிருந்தது காரணமாக இருக்கலாம்!" பிறகு, மாலிஸி ஆணித்தரமாகப் பேசினாள், "ஆனால், எது எப்படியிருந்தாலும், அவனைப் போன்ற வித்தியாசமான தோற்றம் கொண்ட ஆளைப் பார்த்ததேயில்லை! தம்மிடம் இல்லாததை இருந்தது போலப் பகட்டிக் கொள்கிற ஆட்களை எத்தனையோ முறை பார்த்திருக்கிறேன்!"

அடிமைகள் குடியிருப்பிலிருந்து பெரிய வீட்டுச் சன்னல்களை ஆறு இணைக் கண்கள் உன்னிப்பாகக் கவனித்துக் கொண்டிருந்தன. ஒருவழியாக, விளக்கொளியின் நகர்வு, முதலாளியம்மா அவர்களை வசிப்பறையில் விட்டு விட்டு மாடியில்

தன்னுடைய அறைக்குப் படுக்கச் சென்று விட்டதைக் காட்டியது. வசிப்பறையில் விளக்கு தொடர்ந்து எரிந்து கொண்டிருந்தது. கடைசியில், கண்காணிப்பதைக் கைவிட்ட அடிமைகள் விடிகாலைப் பொழுது அடிக்கவிருந்த மணியோசைக்கு அஞ்சியவாறு படுக்கைக்குச் சென்றனர்.

காலையில், உணவு நேரத்திற்கு முன்பு, தனக்குக் கிடைத்த முதல் வாய்ப்பின் போது, தன்னுடைய கருமான் மகனை மெடில்டா தனியே அழைத்தாள். "டாம், நேற்றிரவு உன்னிடம் தனியாகப் பேசுவதற்கு வாய்ப்புக் கிடைக்கவில்லை! அத்துடன், மற்றவர்கள் மத்தியில் சொல்லி அவர்களுக்கு மரண பீதியை ஏற்படுத்த விரும்பவில்லை! மாலிஸி என்னிடம் தனியே சொன்னாள். அவர்களுடைய வீட்டின் மீதுள்ள இரண்டு அடமானத்தை மூட்ட வேண்டியிருக்கிறதாம். அவர்களிடம் சல்லிக் காசு இல்லை! அந்த வெள்ளைக்காரன் நீக்ரோ வணிகனாக இருப்பானோ என்று நினைக்கும் போதே கால்கள் நடுங்குகின்றன!"

"நானும் அப்படித்தான் நினைக்கிறேன்" சலனமின்றிச் சொன்னான். சற்று நேரம் அமைதியாக இருந்தான். பிறகு, "அம்மா, வேறு எந்த முதலாளியிடம் சென்றாலும் நாம் இதைக் காட்டிலும் நல்ல நிலைமையில் தான் இருப்போம்! நாமனைவரும் ஒரே இடத்திற்குச் செல்ல வேண்டும்! அது தான் என்னுடைய கவலை!" என்றான்.

காலை வேளை என்பதால் அனைவரும் தமது வீட்டிற்கு வெளியே நடமாடத் தொடங்கினர். அவர்களுடைய பேச்சு தொடர்வதனால், மற்றவர்களுக்கு மேலும் அச்ச மளிக்கும் விதமாக இருந்துவிடக் கூடாது என்பதற்காக மெடில்டா அந்த இடத்தைவிட்டு விரைந்து சென்றாள்.

முதலாளியம்மா தனக்கு தலைவலியாக இருந்ததால் காலை உணவு வேண்டாமென்று கூறிவிட்டாள். முதலாளியும் விருந்தாளியும் வயிறு புடைக்கத் தின்றனர். வீட்டின் முன்பகுதியில் நடந்தவாறு தலைகளை நெருக்கமாக வைத்துக் கொண்டு பேசுவதில் முனைந்தனர். பிறகு வீட்டைச் சுற்றிக் கொண்டு பின்பகுதிக்குச் சென்று அங்கிருந்து டாம் பட்டறைக்கு நடந்தனர். கையால் செய்யப்பட்ட துருத்தியில் காற்றடித்து, மஞ்சள் நிறத் தீப்பொறிகள் பறக்க, டாம் தனது வேலையில் முனைப்பாக இருந்தான். இரு இரும்புத் தகடுகளைப் பழுக்கக் காய்ச்சித் தட்டி, ஒன்றிணைத்து, கதவுக்கான கீலாக மாற்றிக் கொண்டிருந்தான். பட்டறைக் கல்லில் வைத்து நெளித்து, நடுவில் கீல் ஆணி நுழையும் விதமாகத் துளையிட்டான். பின்னர், தன்னால் செய்யப்பட்ட சுத்தியலையும் உளியையும் கொண்டு பி வடிவ கீலாக வெட்டி எடுத்தான். பின்னர், இரண்டு இலை போன்ற பகுதிகளில் திருகாணிகள் செலுத்துவதற்கான துளைகள் இட்டான். தன்னை இருவர் கவனிக்கிறார்கள் என்பதைக் கண்டு கொள்ளாமலேயே பணியில் மூழ்கியிருந்தான்.

ஒருவழியாக முதலாளி பேசினார். "என்னைப் பற்றி நானே சொல்லிக் கொள்ளக் கூடாது! மிகச் சிறந்த கருமான்!" ஏதோ தற்செயலாகப் பேசியதைப் போல சொன்னார்.

மற்றவன் ஒப்பளித்ததைப் போலச் சிரித்தான். சற்றே நகர்ந்து கருமான் பட்டறையைச் சுற்றுமுற்றும் நோட்டமிட்டான். டாம் வடிவமைத்து ஆணிகளிலும் முளைகளிலும் தொங்கவிட்டிருந்த பொருட்கள் மீது அவனுடைய கவனம் பதிந்தது. திடீரென்று டாமுடன் நேரடியாகப் பேசினான். "என்ன வயதிருக்கும், பையா?"

"இருபத்தி மூன்று ஆகப் போகிறது, ஐயா!"

"உனக்கு எத்தனை குழந்தைகள்?"

"இன்னும் பொண்டாட்டியே வரவில்லை!"

"அதென்ன பெரிசா! உன்னைப் போல வலுவான பயல்கள் பொண்டாட்டி இல்லைன்னாலும் அங்கங்கே பிள்ளைகளைத் திரியவிட்டிருப்பீங்களே!"

டாம் எதுவும் பேசவில்லை. அடிமைகள் குடியிருப்பில் வெள்ளையர்கள் திரிய விட்ட பிள்ளைகளை நினைத்துக் கொண்டான்.

"சமய நம்பிக்கை மிக்க நீக்ரோக்களில் நீயும் ஒருவன் போலும்!'

அந்த ஆள் தன்னிடம் பேச்சுக் கொடுத்துத் தன்னை விறபனைக்குத் தயாராக்கிக் கொண்டிருந்தான என்பதை டாம் புரிந்து கொண்டான். சுருக்கென்று தைக்கிறாற் போலக் கூறினான், "நாங்களெல்லாம் பாட்டி, அம்மா, அண்ணன் தம்பிகள், சகோதரிகள், குழந்தை குட்டிகளென்று ஒரே குடும்பமாக இருக்கிறோம் என்று முதலாளி உங்களிடம் சொல்லி யிருப்பார் என்று நினைக்கிறேன் ஆண்டவர் மீதும் பைபிள் மீதும் நம்பிக்கை வைத்தே வளர்க்கப்பட்டோம்!"

அந்த ஆளுடைய புருவங்கள் சுருங்கின. "உங்களில் யார் மற்றவர்களுக்குப் பைபிளை வாசிக்கிறது?"

அம்மாவுக்கும் பாட்டிக்கும் படிக்கத் தெரியும் என்பதை முற்றிலும் புதியவரான அவரிடம் சொல்வதற்கு டாம் விரும்பவில்லை. "மறை வாசகங்களைக் கேட்டபடியே வளர்ந்து விட்டதால் எங்களுக்கு மனப்பாடமாகவே தெரியும்!"

மேலும் இறுக்கத்தை விரும்பாதவராக அந்த ஆள் தொடங்கிய விடையத்திற்கே திரும்பினார். "இதைக் காட்டிலும் பெரிய பட்டறையில் கூட உன்னால் வேலை செய்ய முடியுமா?"

தன்னை விற்பதற்கான திட்டம் உறுதிப்பட்டுவிட்டதை எண்ணி வெடிக்கத் துடித்தான். ஆனாலும், தனது குடும்பத்தினரையும் சேர்த்து வாங்குவார்களா என்பதை அறிந்து கொள்ள விரும்பினான். கோபத்தைச் சற்றே ஓரங்கட்டிவிட்டு, மேலும் துருவினான், "நானும் இங்குள்ள மற்றவர்களும் பயிர்கள் சாகுபடி செய்வது முதல் ஒரு பண்ணைக்குத் தேவையான அனைத்து வேலைகளையும் செய்வோம்..."

டாமைக் கொதிக்கவிட்டு விட்டு அவர்களிருவரும் வந்தபோதிருந்ததைப்

போலவே அமைதியாக வயல்வெளியை நோக்கி நடைபோட்டனர். மாலிஸி அடுக்களையிலிருந்து விரைந்தோடி வந்தாள். "அவர்கள் என்ன சொல்கிறார்கள், டாம்? முதலாளியம்மா என்னை நேருக்கு நேராகப் பார்ப்பதைக் கூடத் தவிர்க்கிறாள்!"

குரலைக் கட்டுப்படுத்திக் கொள்வதற்கு முயன்றவனாக, "ஏதோ விற்கப் போகிறார்கள் போல! நம் அனைவரையும் விற்கலாம்! என்னை ஒருத்தனை மட்டிலுமாகவும் இருக்கலாம்!" மாலிஸி கண்ணீர் வடித்து அழுதாள். அவளுடைய தோள்களைப் பற்றி டாம் குலுக்கினான். "மாலிஸிம்மா, அழாதீங்க! அம்மாவிடம் ஏற்கனவே சொன்னதைப் போல, இங்கிருப்பதைக் காட்டிலும் புதிய இடத்தில் நன்றாகத் தான் இருப்போம்!" டாம் எவ்வளவு தான் முயன்ற போதிலும், வயதான மாலிஸியின் வேதனைக்கு அவனால் ஆறுதல் அளிக்க முடியவில்லை.

பொழுது சாய்ந்த வேளையில், மற்றவர்கள் அனைவரும் வயலிலிருந்து திரும்பினர். டாமினுடைய சகோதரர்கள் துயரம் தோய்ந்த முகத்துடன் மனதிற்குள் புழுங்கிக் கொண்டிருந்தனர். பெண்களோ வாய்விட்டுக் கதறி அழுது அரற்றினர். பின்னர், அனைவரும் ஒரே சமயத்தில் சொல்வதற்கு முற்பட்டனர். முதலாளியும் வந்திருந்தவனும் வயல்வெளியில் அவர்கள் உழைத்ததைக் கவனித்துக் கொண்டிருந்து விட்டு, அந்த ஆள் மட்டிலும் ஒவ்வொருவரிடமும் விற்பனைக்கு மதிப்பீடு செய்யும் போக்கில் பலவாறாகக் கேள்விகள் எழுப்பியதைக் கூறினர்.

நள்ளிரவு வரையிலும், அடிமைகள் குடியிருப்பில் இருந்த பதினேழு பேரும் துயரத்தாலும் பீதியாலும் அழுது அரற்றிக் கொண்டிருந்தனர். கடைசியில், ஆண்களும் பெண்களைப் போலக் கதறி அழத் தொடங்கினர். இனி ஒருபோதும் ஒருவரை ஒருவர் பார்த்துக் கொள்ளப் போவதில்லை என்பது போல பலவாறாகக் கதறிக் கூச்சலிட்டு அண்மையிலிருந்தவர்களைக் கட்டிக் கொண்டு ஓலமிட்டு அழுதனர். அங்கு நடந்த அனைத்து பெரிய வீட்டிலிருந்த மூவருடைய காதுகளுக்கும் எட்டாமலிருக்க வாய்ப்பே இல்லை! "ஆண்டவரே எம்மை இக்கொடுமையிலிருந்து விடுவியும்!" என்று மெடில்டா தொழுதாள்.

அடுத்த நாள் அதிகாலையில் டாம் அடித்த விழிப்பு மணி அழிவை அறிவிப்பதாக ஒலித்தது.

காலை உணவு தயாரிப்பதற்காக மாலிஸி பெரிய வீட்டிற்கு அவனைக் கடந்து சென்றாள். பத்து நிமிடத்திற்குள் அலறிப் புடைத்துக் கொண்டு அடிமைகள் குடியிருப்பை நோக்கி விரைந்தோடினாள். கறுத்த அவளுடைய முகம் இறுகி, கண்களில் நீர்த்திவலைகள் மின்னின. "யாரும் எங்கேயும் செல்ல வேண்டாமென்று முதலாளி சொல்கிறார்! அவர் காலை உணவு முடித்தவுடன் அனைவரும் இங்கே திரண்டிருக்க வேண்டுமென்கிறார்..."

நோய்வாய்ப்பட்டிருந்த தொண்டுக் கிழவரான பாம்ப்பே மாமாவையும் வீட்டிலிருந்து நாற்காலியுடன் தூக்கிக் கொண்டு அனைவரும் பீதியுடன் குழுமினர்.

முதலாளியும் விருந்தாளியும் பெரிய வீட்டைப் பக்கவாட்டில் சுற்றிக் கொண்டு வந்த போது, தள்ளாடிய அவருடைய நடை, பதினேழு இணைக் கண்களுக்கும் அவர் வழக்கத்திற்கு மாறாக அதிகமாகக் குடித்திருந்தார் என்பதைப் பறைசாற்றியது. அடிமைகள் நின்ற இடத்திற்கு நான்கு கெஜ தூரத்தில் இருவரும் நின்றனர். முதலாளியின் குரல் கோபமும் வெறுப்பும் கலந்து உரக்க ஒலித்தது.

"நீக்ரோக்களான நீங்கள் அனைவரும் என்னுடைய விவகாரங்கள் அனைத்தையும் கவனித்துக் கொண்டு தான் இருக்கிறீர்கள். இந்தப் பண்ணைக்கு ஏற்பட்டுள்ள இக்கட்டான நிலைமை உங்களுக்குத் தெரியும்! உங்களைப் பராமரிக்க என்னால் இனிமேல் முடியாது! அதனால் ஒரு சில விற்பனைக்கு இவரிடம் ஏற்பாடு செய்துள்ளேன்!..."

கதறலும் கூப்பாடும் ஒருசேர எழுந்ததால், அந்த ஆள் கடுமையான சைகை காட்டி, "வாயை மூடுங்கள்! நேற்றிரவிலிருந்து அனைத்தும் நடந்து கொண்டிருக்கின்றன!" என்று அதட்டினான். அமைதியாக அடங்கும் வரையிலும் வரிசையில் நின்றோரை மேலும் கீழும் முறைத்துக் கொண்டிருந்தான். "நான் சாதாரணமான நீக்ரோ வணிகனல்ல! இந்தத் தொழிலில் மிக உயர்ந்த பெரிய நிறுவனத்தின் பிரதிநிதி! ரிச்மோண்ட், சார்ல்ஸ்டன், மெம்பிஸ், நியூ ஓர்லியான்ஸ் போன்ற பல்வேறு இடங்களில் இந்த நிறுவனத்திற்கு கிளைகளும், கேட்பின் பேரில் நீக்ரோக்களைக் கொண்டு சேர்ப்பதற்கு கப்பல் வசதிகளும் உள்ளன..."

அவர்கள் அனைவருடைய மனத்திலும் மேலோங்கியிருந்த துயரத்தை மெடில்டா அழுது அரற்றினாள், "எங்கள் அனைவரையும் ஒன்றாக விற்பீர்களா, முதலாளி?"

"வாயை மூடுன்னு சொன்னேன்ல! நீயே தெரிஞ்சுக்குவ! உங்களுடைய முதலாளி ஓர் உண்மையான நல்ல மனிதர் என்பதை நீங்கள் தெரிந்து கொள்ள வேண்டும்! அதைப்போலவே அங்கே வீட்டில் நெஞ்சுடைந்து உங்களுக்காக அழுதுகொண்டிருக்கிற முதலாளியம்மாவையும் மதிக்க வேண்டும்! உங்களையெல்லாம் தனித்தனியே விற்றால் அவர்களுக்கு ஏராளமான பணம் கிடைக்கும், மிகவும் ஏராளமாக!" மலங்க மலங்க விழித்துக் கொண்டிருந்த சின்ன கிஸ்ஸியையும் மேரியையும் நோட்டமிட்டான். "இளம் பெண்களான நீங்களிருவரும் இப்பொழுதே நீக்ரோப்பிள்ளைகளைப் பெற்றுத்தருவதற்கு ஏற்ற பருவத்தில் உள்ளீர்! ஒவ்வொருவரும் நானூறுக்கு மேல் பெறுவீர்கள்!" அவனுடைய பார்வை மெடில்டா மீது விழுந்தது. "உனக்கு வயதாகிவிட்ட போதிலும், நன்றாகச் சமைப்பாய் என்று கேள்விப்பட்டேன். தென்பகுதிகளில் சமையலாளுக்கு பன்னிரெண்டிலிருந்து பதினைந்து நூறு விலை கிடைக்கிறது!" டாமைப் பார்த்தான். "அடிமைகள் விலையெல்லாம் எகிறிப் போய் விட்டது! இளமையும் கட்டுறுதியும் கொண்ட கருமானுக்கு இங்கே வருவதைப் போல வாடிக்கையாளர்கள் வருகை புரியக் கூடிய இடங்களில் இருபத்தைந்து நூறிலிருந்து மூவாயிரம் வரை எந்த முதலாளியும் கொடுப்பார்." இருபதிலிருந்து இருபத்தைந்து வயதிற்குட்பட்ட டாமின் ஐந்து சகோதரர்களையும் துருவிப் பார்த்தான். "வயல்வேலை செய்யும் தடியர்களான நீங்கள் ஒவ்வொருவரும் தொள்ளாயிரத்திலிருந்து ஆயிரம் டாலர்

பெறுவீர்!...” அவர்களுடைய முகத்தில் ஏற்படுத்திய தாக்கத்தை அறிவதற்காக நிறுத்தினான். “ஆனால், உங்களனைவரையும் ஒன்றாக ஒரே முதலாளிக்கு விற்க வேண்டுமென்று முதலாளியம்மா நச்சரிக்கிறாள்! முதலாளியும் அதற்கு ஒத்துக் கொண்டார்!”

“நன்றி, முதலாளியம்மா! யேசுவுக்கு நன்றி!” கிஸ்ஸிப் பாட்டி கேவினாள். “ஆண்டவரைப் போற்றுவோம்!” மெடில்டா கூவினாள்!

“வாயை மூடுங்கள்!” வணிகன் அதட்டினான். “அவர்களை வேறுவிதமாக ஒத்துக் கொள்ள வைப்பதற்காக எவ்வளவோ முயன்றேன். அவர்கள் இசையவில்லை. தற்செயலாக எமது நிறுவனத்திற்கு மிகவும் அண்மையில் புகையிலைத் தோட்டம் வைத்திருக்கும் வாடிக்கையாளர் ஒருவர் கிடைத்தார். வடகரோலினா இருப்புப்பாதை நிறுவனத்திற்கு அருகில் அலமான்ஸ் ஊரகத்தில் அவருடைய பண்ணை உள்ளது. தப்பியோடுதல் போன்ற எவ்விதத் தொல்லையும் கொடுக்காத, பண்ணைச் செயல்பாடுகளில் நல்ல அனுபவமிக்க, ஒரே குடும்பமாக உள்ள நீக்ரோக்கள் வேண்டுமென்று கேட்டுள்ளனர். உங்களை ஏலம் விட வேண்டிய அவசியமில்லை. சங்கிலியால் பிணைத்தல் போன்ற எந்தத் தொல்லையும் இல்லை. ஆனால், எனக்குத் தான் தொல்லை!” அவர்களுடைய முகங்களை ஆய்வு நோக்குடன் நோட்டமிட்டான். “ஆகவே, இந்த நிமிடத்திலிருந்து உங்களை இன்னொரு முதலாளியிடம் சேர்ப்பிக்கும் வரை என்னுடைய நீக்ரோக்களாக நடந்து கொள்ளுங்கள்! உங்களுக்கு நான்கு நாட்கள் அவகாசம் தருகிறேன்! மூட்டை முடிச்சுக்களைக் கட்டிக் கொண்டு தயாராக இருங்கள்! சனிக்கிழமை வண்டிகளில் அலமான்ஸ் ஊரகத்திற்குப் புறப்படப் போகிறோம்!”

விர்ஜில் முதலாவதாகப் புலம்பத் தொடங்கினான். ‘‘கர்ரியினுடைய பண்ணையில் உள்ள எனது மனைவி லில்லியையும் குழந்தையையும் என்ன செய்வது? அவர்களையும் சேர்த்து வாங்கப் போகிறீர்களா, இல்லையா?”

டாம் வெடித்தான், “பாட்டி, சாராக்கா, மாலிஸி, பாம்ப்பே மாமா அவர்களும் எங் களுடைய குடும்பம் தான்! அவர்களைப் பற்றி ஒன்றும் சொல்லவில்லையே!...”

“சொல்லவில்லை! ஆமா, எல்லோரையும் வித்துட்டா நாங்க தனிமையாயிடுவோம் அல்லவா?” வணிகனுடைய வார்த்தைகளில் நக்கல் தொனித்தது. “அந்தக் கிழடுகள், வேலைசெய்வதை விடு, நடக்கவே முடியாது! அவர்களை யார் வாங்குவார்கள்! ஆனால் லியா நல்லவர் என்பதால் தானே வைத்துப் பராமரிப்பதற்கு ஒத்துக் கொண்டார்!”

அழுகுரல்களுக்கும் அரற்றல்களுக்குமிடையே கிஸ்ஸி முதலாளியை நோக்கிப் பாய்ந்தாள். “உன்னுடைய மகனைத் தான் எங்கோ அனுப்பி விட்டாய். என்னுடைய பேரப்பிள்ளைகளிடமாவது என்னை வாழ விடேன்!” முதலாளியினுடைய பார்வை படுவேகமாக வேறு பக்கம் திரும்பிக் கொண்டது. தரையில் விழுந்த கிஸ்ஸியை இளம், வலிய கரங்கள் தாங்கிப் பிடித்தன. மாலிஸியும் சாராக்காவும் ஒருசேர கதறி அழுதனர். “என்னுடைய குடும்பமே அவர்கள் தான்!” “நானும்

தான், முதலாளி! ஐம்பதாண்டுகளுக்கும் கூடுதலாக அவர்களுடன் வாழ்ந்து விட்டேன்!" தொண்டுக் கிழவரான பாம்ப்பே மாமா நாற்காலியிலிருந்து எழ முடியாமல் உட்கார்ந்த நிலையிலேயே கிடந்தார். கன்னங்கள் வழியே கண்ணீர் தாரை தாரையாக வழிந்தது. வைத்த கண் வாங்காமல் வெறித்துக் கொண்டிருந்தார். உதடுகள் தொழுகை செய்வது போல நடுநடுங்கிக் கொண்டிருந்தன.

"வாயை மூடுங்கள்!" அடிமை வணிகன் கத்தினான். கடைசி முறையாகச் சொல்லி விட்டேன்! எனக்கும் நீக்ரோக்களை அடக்குவதற்குத் தெரியும் என்பதை விரைவில் கண்டு கொள்ளப் போகிறீர்கள்!"

டாம் நீண்ட நேரமாக முதலாளியினுடைய கண்களைப் பார்த்துக் கொண்டிருந்தான். கரகத்த குரலில் பேசினான், "முதலாளி உங்களுக்குக் காலம் கைகொடுக்காமல் போனதற்காக வருந்துகிறோம்! ஏதோ காரணத்திற்காகத் தான் எங்களை நீங்கள் விற்கிறீர்கள்!"

முதலாளி நன்றியுணர்வுடன் ஏற்றுக்கொண்டது போலத் தோன்றியது. மீண்டும் அவருடைய பார்வை கீழே குனிந்தது. அந்த வார்த்தைகளைக் கேட்கப் பொறுக்கவில்லை, "உங்களுக்கு எதிராக எந்தக் காரணமும் இல்லையடா, பயலே!..." சற்றே தயங்கினார். "உண்மையில், உங்களையெல்லாம் நல்ல நீக்ரோக்கள் என்று சொல்லுவேன்! பெரும்பாலானோர் எனது பண்ணையில் பிறந்து வளர்ந்தவர்கள்!"

டாம் கெஞ்சும் குரலில் கேட்டான், "அலமான்ஸ் பண்ணையார் எங்களுடைய முதியவர்களை வாங்குவதற்கு மறுத்துவிட்டால், வேறு ஏதாவது வழியில் நாங்கள் வாங்கிக் கொள்வதற்கு அனுமதிப்பீர்களா? இந்த வணிகர் அவர்களுக்குப் போதிய விலை கிடைக்காது என்கிறார். நான் உங்களுக்கு நல்ல விலை தருவேன்! புதிய முதலாளியிடம் மண்டியிட்டு மன்றாடி இருப்புப்பாதை நிறுவனம் போன்ற இடங்களில் கருமானாக கூலிக்கு செய்வேன். எனது சகோதரர்களும் கூலி வேலை செய்து உதவுவார்கள்!" டாம் மிகவும் பணிந்து கெஞ்சினான். கன்னங்களில் கண்ணீர் வழிந்து கொண்டிருந்தது. "முதலாளி நாங்கள் சம்பாதிப்பதனைத்தையும் நீங்கள் கேட்கும் விலையைச் செலுத்தும் வரை அனுப்பி வைக்கிறோம்! பாட்டியுடனும் மற்ற மூவருடனும் ஒரே குடும்பமாக வாழ்ந்துவிட்டோம்! இனியும் நாங்கள் சேர்ந்து வாழ்வதற்கு அனுமதியுங்கள், முதலாளி!..."

முதலாளி விரைப்பாகக் கூறினார், "சரி! ஒவ்வொருத்தருக்கும் முந்நூறு டாலர் கொடுத்துட்டு வெச்சுக்கோ!" அவர்களுடைய பெருமகிழ்ச்சி எழுவதற்குள் கையமர்த்தினார், "பொறு! பணம் எனது கைக்கு வரும் வரை அவர்கள் இங்கே இருப்பார்கள்!"

கேவல்களுக்கும் அரற்றல்களுக்கும் இடையே டாமினுடைய குரல் ஒலித்தது, "எல்லா வற்றையும் மனதிற் கொண்டு இதைவிட நல்ல பதில் சொல்வீர்களென்று எதிர்பார்த்தேன், முதலாளி!"

"வணிகரே, அவர்களை இங்கிருந்து அழைத்துச் செல்லுங்கள்!" அதட்டியவுடன்

திரும்பி பெரியவீட்டை நோக்கி விரைவாக நடந்தார்.

செய்வதறியாது தத்தளித்த அடிமைகள் குடியிருப்பு மக்கள் தம்மைத் தாமே தேற்றிக் கொண்டனர். மாலிஸியும் சாராக்காவும் கிஸ்ஸிக்கு ஆறுதல் கூறினர். டாம் அவளுக்காகச் செய்து கொடுத்திருந்த ஆடுநாற்காலியில் அமர்ந்திருந்த கிஸ்ஸியைச் சூழ்ந்து கொண்டு அவளுடைய குடும்பத்தினர் அனைவரும் கட்டியணைப்பதும் கதறியழுவதும் கண்ணீரால் நனைப்பதுமாக இருந்தனர்.

எங்கிருந்து தான் அவளுக்கு வலிமை கிடைத்ததோ! துணிவுடன் கரகரத்த குரலில் பேசினாள், "நீங்களெல்லாம் புறப்படுங்கள்! ஜார்ஜ் திரும்பி வரும் வரையில் நானும் மாலிஸி, சாராக்கா, பாம்ப்பே மாமா அனைவரும் காத்திருப்போம்! ரொம்ப நாள் ஆகப் போவதில்லை! ஏற்கனவே இரண்டு ஆண்டு காலம் முடிவடையப் போகிறது! எங்களை வாங்குவதற்குத் தேவையான பணம் அவனிடம் இல்லையென்றால், டாம் மற்றும் நீங்களெல்லாம் சேர்ந்து அதைச்செய்வதற்கு நீண்ட காலம் பிடிக்கப் போவதில்லை..."

ஆஷ்ஃபோர்டு சொன்னான், "ஆமாம், பாட்டி! உறுதியாகச் செய்வோம்!" அவனைப் பார்த்துப் புன்னகைத்தாள். பின், தொடர்ந்து பேசினாள், "மீண்டும் உங்களை நான் பார்ப்பதற்குள் உங்களுக்கு நிறையக் குழந்தைகள் பிறந்திருக்கக் கூடும்! நமது மக்களைப் பற்றி அவர்களிடம் சொல்வதற்கு மறந்துவிடாதீர்கள்! என்னுடைய அம்மா பெல், ஆப்பிரிக்க அப்பா குண்டா கின்டே ஆகிய அனைவரைப் பற்றியும் சொல்லுங்கள்! அவர் உங்களுடைய குழந்தைகளுக்குப் பாட்டனுக்குப் பாட்டன்! ஜார்ஜைப் பற்றிச் சொல்லுங்கள்! நாம் பாடுபட்ட வெவ்வேறு முதலாளிகளைப் பற்றிச் சொல்லுங்கள். நாம் யார் என்பது பற்றிய மரபுவழியைத் தவறாமல் சொல்லுங்கள்!"

"உறுதியாகச் செய்வோம்" மூக்கை உறிஞ்சியவாறு ஒருசேரக் கத்தினர். "ஒருபோதும் மறக்க மாட்டோம், பாட்டி!" கைக்குத் தட்டுப்பட்ட முகங்களையெல்லாம் வருடினாள்! "அது போதும்! எல்லாமே நன்றாகவே நடக்கப் போகிறது! சொல்லவேண்டியதெல்லாம் சொல்லிவிட்டேன்! என்னைவிட்டு நீங்கள் அனைவரும் வெளியேறப் போகிறீர்கள்!"

அடுத்த நான்கு நாட்கள் புறப்பட இருந்தவர்கள் மூட்டை முடிச்சுகளைக் கட்டுவதில் கழிந்தன. அந்த சனிக்கிழமையும் வந்தது! முந்தைய இரவு முழுவதும் பெரும்பாலும் அனைவரும் விழித்திருந்தனர். ஒரு வார்த்தையும் பேசாமல் அனைவரும் ஒருவருடைய கையை மற்றவர் பிடித்தபடி சூரியன் விழித்துக் கொள்வதற்காகக் காத்திருந்தனர். ஒருவழியாக வண்டிகள் வந்து சேர்ந்தன. புறப்படவிருந்தவர்கள் தங்கியிருந்தோரை பேச்சு மூச்சின்றித் தழுவிக் கொண்டனர்.

யாருடைய குரலோ கேட்டது, "பாம்ப்பே மாமா எங்கே?"

மாலிஸி சொன்னாள், "அப்பாவி மனிதர், நீங்களெல்லாம் புறப்படுவதைப் பார்க்கச் சகிக்கவில்லை என்றார்!"

"எது எப்படியோ, ஓடிப்போய் அவரை முத்தமிட்டுத் திரும்புவேன்!" சின்ன கிஸ்ஸியின் பாசம் வெளிப்பட்டது! அவருடைய வீட்டை நோக்கி விரைந்தோடினாள்!

சற்று நேரத்தில் அவளுடைய குரலைக் கேட்டனர், "ஐயோ, போச்சே!"

தரையில் நின்றிருந்தவர்களும் வண்டியிலிருந்து குதித்தவர்களும் அலறி அடித்துக்கொண்டு சென்றனர். கிழவர் நாற்காலியில் அசைவற்றிருந்தார்! மரித்துவிட்டார்!

105

அடுத்த ஞாயிற்றுக் கிழமை! புதிய பண்ணையில் முர்ரே முதலாளியும் முதலாளியம்மாவும் தேவாலய ஊழியத்தில் கலந்து கொள்வதற்காக வண்டியில் புறப்பட்டனர். ஒட்டு மொத்தக் குடும்பத்திற்கும் ஒன்றாக அமர்ந்து பேசுவதற்கு ஒரு வாய்ப்புக் கிடைத்தது!

சூழ்ந்திருந்த தன்னுடைய குலக் கொழுந்துகள் அனைவரையும் நோக்கி மெடில்டா கூறினாள், "அவ்வளவு விரைவாக ஒரு முடிவுக்கு வந்துவிட விரும்பவில்லை! ஆனாலும், கடந்த வாரம் முழுவதும் அடுக்களையில் நான் சமைத்துக் கொண்டிருந்த வேளையில் முதலாளியம்மாவும் நானும் பலதரப்பட்ட செய்திகளைப் பற்றியும் பேசினோம்! எனக்கென்னவோ, அவளும் புதிய முதலாளியும் மிகச்சிறந்த கிறிஸ்தவர்களாகவே தென்படுகின்றனர்! உங்களுடைய அப்பா இன்னமும் திரும்பவில்லை! கிஸ்ஸிப் பாட்டியும் மற்றவர்களும் லியா முதலாளி பண்ணையில் இருக்கின்றனர் என்பது தான் குறை!" தன் மக்களுடைய முகங்களைத் துருவியவாறு கேட்டாள், "அது சரி, நீங்கள் பார்த்த வரைக்கும், கேள்விப்பட்ட வரையிலும் என்ன நினைக்கிறீர்கள்?"

விர்ஜில் பேசினான், "முர்ரே முதலாளியைப் பொறுத்த

வரை பண்ணைத் தொழிலைப் பற்றி எதுவும் தெரிந்தவராகத் தோன்றவில்லை, அவர் முதலாளியாகவே இருந்ததில்லை போலும்!"

மெடில்டா குறுக்கிட்டாள். "ஏனென்றால், அவர்கள் நகரத்தில் வாழ்ந்தவர்கள்! பர்லிங்டனில் கடை நடத்திக் கொண்டிருந்தனர். அவர்களுடைய பெரியப்பா இறந்த போது, இந்தப் பண்ணையை அவர்களுக்கு உயில் மூலம் விட்டுச் சென்றார்!"

விர்ஜில் சொன்னான், "அவர் என்னிடம் பேசிய போதெல்லாம் நம்மிடம் வேலை வாங்குவதற்கு ஒரு வெள்ளைக்கார மேற்பார்வையாளனைத் தேடிக் கொண்டிருப்பதாகக் கூறினார். நான் சொல்லிவிட்டேன்! 'அதற்காகப் பணம் செலவழிக்கத் தேவையில்லை! அதற்குப் பதிலாக வயல்வேலைக்காக மேலும் ஐந்தாறு பேரை வாங்கலாம்! எங்களுக்கு ஒரு வாய்ப்புக் கொடுங்கள்! மிகச் சிறந்த முறையில் புகையிலை விளைச்சலைக் காட்டுகிறோம்!...' என்றேன்."

ஆஷ்ஃபோர்டு குறுக்கிட்டான், "ஒவ்வொரு அசைவையும் கண்காணிக்கிற மேற்பார்வையாளன் கட்டுப்பாட்டில் நான் ஒருபோதும் இருந்ததில்லை!"

ஆஷ்ஃபோர்டை முறைத்துப் பார்த்த விர்ஜில் தொடர்ந்தான், "நாம் வேலை செய்யும் விதத்தைச் சிறிது காலம் கண்காணிப்பதாக முர்ரே முதலாளி கூறியிருக்கிறார்." சற்றே நிறுத்திவிட்டுத் தொடர்ந்தான். "நான் அவரிடம் மன்றாடிக் கேட்டுக் கொண்டேன். லில்லியையும் குழந்தையையும் கர்ரி முதலாளியிடமிருந்து வாங்கி இங்கே கொண்டுவரும்படி கெஞ்சினேன். லில்லி மற்றெவரைக் காட்டிலும் நல்லமுறையில் வயல்வேலைகளைச் செய்வாள் என்றேன். அவரும் அதுபற்றிச் சிந்திப்பதாகக் கூறியுள்ளார். ஆனால், நம்மை விலைக்குப் பெறுவதற்காகவே பெரிய வீட்டை வங்கியில் அடமானம் வைத்துப் பணம் பெற்றதாகக் கூறினார். இந்த ஆண்டு விளைச்சலைப் பார்த்து ஆவன செய்வதாகக் கூறினார்!" விர்ஜில் சற்றே நிறுத்தினான். "ஆகவே, நாம் அனைவரும் முனைப்புடன் வேலையில் ஈடுபட வேண்டும்! நம்மைக் கண்காணிக்காமல் விட்டால் பாதியளவு வேலை கூடச் செய்ய மாட்டொமென்று வெள்ளையர்கள் அவருக்கு ஆலோசனை சொல்லிக் கொண்டிருக்கின்றனர். நாம் சுணக்கமாகவோ, விளையாட்டுத்தனமாகவோ வேலை செய்தால் வெள்ளைக்கார மேற்பார்வையாளன் அமர்த்தப்படுவது உறுதி!" மீண்டும் ஆஷ்ஃபோர்டை வெறுப்புடன் பார்த்தபடி தொடர்ந்தான், "உண்மை தான்! எனக்கு நல்லதென்று பட்டதைச் சொல்கிறேன். நாம் வேலை செய்கிற இடத்திற்கு முதலாளி குதிரை மீது வரும் பொழுது உங்களை நான் அதட்டி வேலை செய்யச் சொல்வேன். ஆனால், அதன் காரணத்தை நீங்கள் புரிந்து கொள்ள வேண்டும்!"

ஆஷ்ஃபோர்டு வெடித்தான், "அது தானே பார்த்தேன்! நீயும் எனக்குத் தெரிந்த இன்னொருத்தனும் எப்பொழுதும் முதலாளியிடம் நல்ல பெயர் வாங்குவதற்குத் தானே முயலுவீர்கள்!"

டாம் பதட்டமடைந்தான். ஆனால், ஆஷ்ஃபோர்டினுடைய நையாண்டிப்

பேச்சை முற்றிலும் புறக்கணித்தவனாகக் காட்டிக் கொண்டான்! அதே சமயத்தில், விர்ஜில், கோபத்துடன் முன்னோக்கிப் பாய்ந்தவனாக உழைத்துக் காய்காய்த்த சுட்டுவிரலை ஆட்டியவாறு படபடத்தான், "தம்பி, ஒன்னு சொல்றேன்! தப்பு செய்து கொண்டு யாரும் யாருடனும் நீண்டநாள் சேர்ந்திருக்க முடியாது! விரை விலேயே பெரிய இக்கட்டில் மாட்டிக் கொள்ள நேரிட்டுவிடும்! நான் சொல்வது உனக்கு வருத்தமாக இருந்தால், அதையே வேறு யாராவது சொல்லத்தான் போகிறார்கள்!"

"விடுங்க! ரெண்டு பேருமே அந்தப் பிரச்சினையை விடுங்க!" மெடில்டா குறுக்கிட்டு இருவரையும், குறிப்பாக ஆஷ்ஃபோர்டை, முறைத்தாள். பிறகு, திடீரென ஏற்பட்ட பதட்ட நிலையை மட்டுப்படுத்தும் நோக்குடன், டாமைக் கனிவுடன் நோக்கி, "நீ உனது பட்டறையை அமைத்துக் கொண்டிருந்த வேளையில், முதலாளியுடன் அடிக்கடி பேசிக்கொண்டிருந்ததைப் பார்த்தேன்! அவர்களைப் பற்றி நீ என்ன நினைக்கிறாய்?" என்று கேட்டாள்.

டாம் சிந்தனைவயப்பட்டவனாக மெதுவாகக் கூறினான், "இங்கே ரொம்பவும் நன்றாக இருக்க முடியும் என்பதை ஏற்றுக் கொள்கிறேன்! ஆனால், நாம் எப்படி நடந்து கொள்ளப் போகிறோம் என்பதைப் பொறுத்திருக்கிறது. நீங்கள் சொன்னதைப் போல முதலாளி கெட்ட, கீழ்த்தரமான வெள்ளைக்காரராகத் தோன்றவில்லை! நம் மீது நம்பிக்கை கொள்ளுமளவுக்கு அவருக்குப் போதுமான அனுபவமில்லை என்று விர்ஜிலைப் போலவே நானும் உணர்ந்தேன். அதற்கும் மேலாக, அவர் தன்னை எளிதாக நினைத்துவிடக் கூடாது என்று கவலைப்படுகிறார். அதனால் தான் அவர் தனது இயல்புக்கு மாறாக, கடுமையானவராக நடந்து கொள்ளவும் அதட்டவும் செய்கிறார். மேற்பார்வையாளனைப் பற்றிய பேச்சு எழுந்தது கூட அதனால் தான்!" சற்றே நிறுத்தினான். "அம்மா முதலாளியம்மாவைக் கவனித்துக் கொள்கிறார். மற்றவர்கள் அனைவரும் முதலாளி நம் மீது நம்பிக்கை கொண்டு நம் போக்கில் செயல்பட அனுமதிக்கும் அளவுக்கு நடந்து கொள்ள வேண்டும்!"

முணுமுணுப்புகளுடன் ஏற்றுக் கொண்ட பிறகு, மெடில்டாவின் குரலில், குடும்பத்தினருக்கு வளம் உறுதிப்படுத்தப்பட்ட எதிர்காலம் தெளிவுபட்ட மகிழ்ச்சித் தொனி துள்ளியது! "சரி, இப்பொழுது நீங்கள் சொன்னதையெல்லாம் வைத்துக் கூட்டிக் கழித்துப் பார்த்தால், லில்லியையும் குட்டிப் பயல் உதயாவையும் வாங்கும்படி முதலாளியிடம் கெஞ்சிக் கேட்டுக் கொள்ளலாம்! அப்பாவைப் பொறுத்தவரை அவராகத் திரும்பி வந்தால் தான்! நாம் செய்வதற்கு ஒன்றுமில்லை! உறுதியாக இங்கேயே வருவார்!..."

சுட்டிப் பெண் மேரி குறுக்கிட்டாள், "கழுத்துப் பட்டை காற்றில் ஆட, கறுப்புத் தொப்பி தலையில் சூடி வந்து சேருவார்!"

"அப்படித்தான்டி, பெண்ணே!" மெடில்டா மற்றவர்களுடன் சேர்ந்து சிரித்தாள். "அப்புறம், இன்னொரு விடையம்! பாட்டியையும் மற்றவர்களையும் வாங்குவதைப் பற்றி உங்களுக்கு நினைவுபடுத்த வேண்டிய அவசியமில்லை! நானும் முதலாளியம்மாவிடம் மூன்று முதியவர்களை விட்டு வந்ததால்

குடும்பம் சீர்குலைந்து தவிப்பதைப் பற்றி என்னால் முடிந்த அளவு விளக்கிச் சொன்னேன். அந்த அம்மாவும் ரொம்ப வருத்தப்பட்டு கண்ணீர் விட்டாங்க! ஆனால், மூன்று வயதான பொம்பிளைகளை வாங்குவதைப் பற்றி முதலாளியிடம் அவள் உட்பட யார் கேட்டாலும் பயனில்லை என்கிறாள். அதே சமயத்தில், டாமுக்கும் மற்றவர்களுக்கும் கூலி வேலைகள் செய்வதற்கு ஏற்பாடு செய்யும்படி முதலாளியைக் கேட்பதாக உறுதியளித்தாள். ஆகவே, எல்லோரும் ஒன்றை மனத்தில் பதிய வைத்துக் கொள்ளுங்கள்! ஏதோ இன்னொரு முதலாளிக்காக வேலை செய்கிறோம் என்பதல்ல! நமது குடும்பம் ஒன்றிணைந்து வாழ வேண்டும் என்பதற்காகப் பாடுபடுகிறோம்!"

அத்தகைய உறுதியுடன், குடும்பத்தினர் 1856ஆம் ஆண்டு நடவுப் பருவத்தில் வயல் வேலையில் முனைந்தனர். மெடில்டா தனது சமையல் கலைத் திறத்தாலும், தூசு, கறையின்றி வீட்டைப் பராமரித்த ஆற்றலாலும், உண்மையுடன் ஈடுபாட்டுணர்வுடன் நடந்து கொண்ட நன்னயத்தாலும் முதலாளியிடமும் முதலாளியம்மாவிடமும் பாராட்டுப் பெற்றதுடன் நாளுக்கு நாள் நம்பிக்கைக்குரியவளாக உயர்ந்தாள். விர்ஜில் தனது தம்பிகளுடனும் தங்கைகளுடனும் தளராத முயற்சியுடன் வேளாண்மையில் ஈடுபட்டு விளைவித்த அமோகமான புகையிலை விளைச்சலை முதலாளி கண்கூடாகக் கண்டுகொண்டார்! டாமைப் பொறுத்தவரை அவனுடைய கைவண்ணத்தால், உழவடைக் கருவிகளெல்லாம் மிகச் சிறப்பாகப் பழுது நீக்கப்பட்டதையும், துருப்பிடித்துத் தூர எறியப்பட்ட இரும்புத்துண்டு களெல்லாம் புத்துருக் கொண்டு மிளிர்ந்ததையும் வீட்டிற்குப் பயன்பாட்டிற்கும் அழகூட்டுவதற்கும் வந்து சேர்ந்த வகைவகையான பொருட்களையும் கண்டு பெருமிதம் கொண்டார்.

ஞாயிறு தோறும் முர்ரே தம்பதியினர் வெளியில் செல்லாத நாட்களில் உள்ளூர் பண்ணைகளைச் சேர்ந்த பல்வேறு குடும்பத்தினரும், பர்லிங்டன், கிரகாம், ஹா நதி, மெபேன் மற்றும் பிற நகரங்களிலிருந்து அவர்களுடைய பழைய நண்பர்களும் வருகை புரிந்தனர். பெரிய வீட்டையும் முற்றங்களையும் அவர்களுக்குக் காட்டுகிற போக்கில் டாமினுடைய கைவண்ணத்தால் உருவாக்கப்பட்ட பொருட்களையும் காட்டி விவரித்தனர். பண்ணைகளிலிருந்தும் நகர்ப்புறங்களிலிருந்தும் வந்திருந்த அனைத்து விருந்தினர்களும் புறப்படும் பொழுது தமக்காகவும் ஏதேனும் பொருட்களைப் புதிதாகச் செய்து தருவதற்கும் பழையவற்றிற்குப் பழுதுநீக்குவதற்கும் டாமை அனுமதிக்கும்படி முதலாளியிடம் வேண்டுகோள் விடுத்தனர். அவரும் உடனே ஒத்துக் கொண்டார். படிப்படியாக, அலமான்ஸ் ஊரகம் முழுவதும் டாம் வாடிக்கையாளர்களுக்காகச் செய்து கொடுத்த பொருட்கள் பரவியிருந்தன. வாய்மொழியாகவே அவனுடைய திறமை பெருமளவில் பரப்புரை செய்யப்பட்டது. டாமிற்குக் கூலிவேலை தேடித்தருமாறு முதலாளியம்மா விடுத்திருந்த கோரிக்கை தேவையற்றதாகிவிட்டது. நாள்தோறும் அடிமைகளும் முதியவர்களும் பொடியன்களும் குதிரைகள் மீதும் கால்நடையாகவும் ஏதேனும் பொருட்களுக்குப் பழுது நீக்கிக் கொள்வதற்கும் சீரமைத்துக் கொள்வதற்கும் டாமைத் தேடி வந்த வண்ணம் இருந்தனர். ஒரு சில முதலாளிகளும் முதலாளியம்மாக்களும் தமது வீடுகளுக்குத் தேவைப்பட்ட அலங்காரப் பொருட்களுடைய வரைபடங்களைக்

கொடுத்துச் செய்துதருமாறு வேண்டினர். பழுதுநீக்கும் பணிகளுக்காகவும், புதிய பொருட்களை உருவாக்குவதற்கும் நிறுவுவதற்காகவும் தமது இடங்களுக்கு வருகைதருமாறு மற்ற பண்ணைகளிலிருந்தும் நகரங்களிலிருந்தும் கோரிக்கைகள் விடுக்கப்பட்டன. அதுபோன்ற சமயங்களில் முதலாளி முர்ரே பயண அனுமதிச் சீட்டுடன் ஒரு கோவேறு கழுதையையும் அவனுக்குக் கொடுத்து அனுப்பி வைத்தார். 1857ஆம் ஆண்டில், டாம் கருக்கலிலிருந்து இருட்டும் வரையிலும், ஞாயிற்றுக்கிழமைகளைத் தவிர, ஏனைய நாட்களில் கடுமையாக உழைக்க நேர்ந்தது. அவனுடைய வேலைப்பளு அவனுக்குப் பயிற்சியளித்த யேசய்யாவின் அளவிற்குப் பெருகிவிட்டது. வாடிக்கையாளர்கள் வேலைக்கான ஊதியத்தை முதலாளி முர்ரேயிடம் பெரிய வீட்டிலாவது தேவாலயத்தில் சந்தித்த வேளையிலாவது கொடுத்தனர். குதிரை, கோவேறு கழுதை, எருதுகள் போன்றவற்றிற்கு குளம்புக் காப்பு அணிவிப்பதற்கு காப்பு ஒன்றிற்கு பதினான்கு சென்ட் வீதத்திலும், புதிய வண்டி உருளைக்கான இரும்புப் பட்டை அணிவிப்பதற்கு முப்பத்தேழு சென்ட் வீதமும் கூந்தாளம் போன்ற கருவிகளைச் சீர்ப்படுத்துவதற்கு பதினெட்டு சென்ட் வீதமும், கோடாரி போன்றவற்றிற்கு ஆறு சென்ட் வீதமும் பணம் செலுத்தப்பட்டது. அலங்காரப் பொருட்களை வடிவமைத்து உருவாக்குவதற்கு அதன் உருவம் அளவு போன்றவற்றைப் பொறுத்து பேரம் பேசி ஐந்து டாலர்களும் அதற்கு மேலும் வசூலிக்கப்பட்டது. வார முடிவில் முந்தைய வாரத்தில் வசூலிக்கப்பட்ட தொகையில் டாலருக்குப் பத்து சென்ட் வீதத்தில் முதலாளி டாமிற்குக் கூலியாகக் கொடுத்தார். அத்தொகையை அவன் தனது அம்மாவிடம் கொடுத்தான். அவள் பணத்தை ஒரு கண்ணாடிக் குவளையில் போட்டு மறைத்து வைத்தாள். குவளை இருந்த இடம் அவளுக்கும் டாமிற்கும் மட்டுமே தெரியும்!

வயல்களில் வேலை செய்தோருக்குச் சனிக்கிழமை மதியத்துடன் வாராந்திர வேலை முடிவுற்றது. பத்தொன்பது வயதான சின்ன கிஸ்ஸியும் பதினேழு வயது நிரம்பிய மேரியும் விரைவாகக் குளித்து விட்டு, இறுக்கமான உள்ளாடைகளைக் கட்டி, முகத்தில் மெருகேற்றுவதற்கான தேன்மெழுகு பூசி, கஞ்சியிட்டுத் தேய்க்கப்பட்ட சிறந்த ஆடைகளை அணிந்து கொண்டு, ஒரு பாண்டத்தில் குடிநீரும் குடுக்கைக் குவளையும் திண்பண்டமும் எடுத்துக் கொண்டு டாமினுடைய பட்டறைக்கு விரைந்தனர். டாம் வேட்கை தணித்துக் கொண்டான். சனிக்கிழமைதோறும், வாரக் கடைசியில் முடித்துத் தருவதாக உறுதியளிக்கப்பட்ட பொருட்களைப் பெற்று வருமாறு தமது முதலாளிகளால் அனுப்பி வைக்கப்பட்ட அடிமைகள் குழுமினர். அவர்களுக்கும் குடுக்கைக் குவளை நிறைய குடிநீர் வழங்கினர். அவர்களுள் இளந்தாரிகள் மீது அவ்விரு இளம் நங்கைகளுடைய பார்வைகள் மொய்த்தன. டாம் அதனை ஒருவிதமான வெறுப்பு கலந்த வியப்புடன் நோட்டமிட்டான். ஒரு சனிக்கிழமை இரவில், அம்மா தங்கைகளுக்கு கீச்சுக் குரலில் அறிவுரை நல்கியது காதில் விழுந்த போது அவன் வியப்படையவில்லை. “என்னை என்ன குருடின்னு நினைச்சீங்களா? அந்த இளவட்டங்கள் மத்தியில் நீங்க ஆட்டிக்கிட்டுத் திரிஞ்சதை நானும் பார்த்தேன்!” சின்ன கிஸ்ஸி எதிர்த்துப் பேசினாள், “ஆமாம்மா! நாங்க பொண்ணுக! லியா முதலாளி பண்ணையில இளவட்டங்களைப் பார்த்ததில்லை!” மெடில்டா உரக்கத் திட்டியதை அவனால் தெளிவாகப் புரிந்து கொள்ள முடியவில்லை! ஆனால், அவள் பேசிய விதம் வெளிப்படுத்திக் கொண்டதைக்

காட்டிலும் குறைவாகவே அவர்களுடைய போக்கிற்கு மறுப்புத் தெரிவித்ததைப் போலிருந்தது. சற்று நேரத்திற்குப் பிறகு, அதனை உறுதிப்படுத்தும் விதமாக அவனிடம் பேசினாள். "உன் கண்முன்னாலேயே அவளுக ஆம்பிளைக கிட்ட நெருங்கிப் பழகுறதை அனுமதிக்கிறாய் போலிருக்கே! குறைந்தது அவளுக தப்பான பயலுக கிட்ட மாட்டிக்காத மாதிரியாவது ஒரு கண்ணு வெச்சுக்கோ!"

குடும்பமே திகைத்துப் போனது! வாயாடியான சின்ன கிஸ்ஸி அல்ல! ரொம்ப அமைதியானவள் என்று கருதப்பட்ட மேரி, மெபேன் கிராமத்திற்குப் பக்கத்திலிருந்த பண்ணையைச் சேர்ந்த குதிரைத் தொழுவம் பராமரிக்கும் விடலையுடன் 'துடைப்பத்தைத் தாண்ட' விரும்புவதாக அறிவித்தாள்." மெடில்டாவிடம் மன்றாடினாள். "நிகோடெமஸ் முதலாளி அதைப் பற்றி நமது முதலாளியிடம் பேசும் போது என்னை சரியான விலைக்கு விற்றுவிடுமாறு அவரிடம் நீதான் தெரிவித்து உதவ வேண்டும்மா! அப்பொழுது தான் எங்களால் சேர்ந்து வாழ முடியும்!" அதற்கு, மெடில்டா தெளிவற்ற விதத்தில் பதிலளித்து மேரியைக் கண்ணீரில் ஆழ்த்தினாள்.

"ஆண்டவரே! டாம், எனக்கு என்ன செய்வதென்றே தெரியவில்லை! அவள் மகிழ்ச்சியாக இருந்தால் எனக்கும் மகிழ்ச்சி தான்! ஆனால், இனிமேலும் நம்மில் யாரேனும் விற்கப்படுவது எனக்குப் பிடிக்கவில்லை!"

"நீ பேசறது தப்பும்மா! அது உனக்கே தெரியும்! எங்கேயோ இருக்கிற பொண்ணைக் கட்டிக்கிற நான் கூட விரும்ப மாட்டேன்! விர்ஜிலைப் பார்! நாம் விற்கப்பட்டதிலிருந்து, தொலை தூரத்திலிருக்கிற லில்லியை நினைத்து ஏங்கிப் போகிறான்!"

"பார்க்கவே முடியாத ஒருத்தரைக் கட்டிக்கிறதைப் பத்தி என்னிடம் சொல் லாதே! பெரும்பாலான சமயங்களில் என் பிள்ளைகளான உங்களைப் பார்க்கும் போது தான் எனக்கும் ஒரு கணவன் இருப்பது நினைவுக்கு வருகிறது...." மெடில்டா தயங்கினாள். "ஆனால், மேரி இங்கிருந்து போறதைப் பற்றி எடுத்துக்கிட்டா, அவளை மட்டும் மனதில் வைத்துச் சொல்லவில்லை! உங்கள் அனைவரையும் சேர்த்துத் தான்! உனக்கு வேலை அதிகமாக இருப்பதால் கண்டுகொள்வதில்லை! ஞாயிற்றுக் கிழமை விடுப்புநாள் வந்தாப் போதும்! உன் அண்ணன், தம்பிகள் ஒருத்தனைப் பார்க்க முடியவில்லை! நீயும் விர்ஜிலும் மட்டும் தான்! அவனுகல்லாம் பொம்பளை முறுக்குல திரியுறாங்க!..."

டாம் குறுக்கிட்டான், "அம்மா! அவனுக வளர்ந்த ஆம்பிளைக!"

திருப்பியடித்தாள், "ஆமா, நீயுந் தான்! நான் சொல்றது புரியலை? மறுபடியும் ஒன்னு சேர்க்க முடியாதபடி இந்தக் குடும்பத்தைப் பிரித்துக் கொண்டு பறந்து விடுவாங்களோன்னு தோணுது!"

அவர்களிடையே மௌனம் நிலவிய தருணத்தை டாம் அம்மாவைத் தேற்றும் விதமாக என்ன சொல்லலாம் என்று முயற்சித்தான். வெகு விரைவில் எரிச்சலடைவதும் வழக்கத்திற்கு மாறாக துயரத்தில் ஆழ்ந்து போவதும் அவளிடம்

அண்மைக் காலமாகக் கண்ட மனநிலை! அவனுடைய அப்பா வந்து சேர வேண்டிய காலக்கெடு கடந்துவிட்ட சில மாதங்களாகவே அவள் அப்படித்தான் காணப்பட்டாள். அவள் சொன்னதைப் போல, மீண்டும் கணவன் இருந்தும் இல்லாத வாழ்க்கை வாழ்ந்தாள்!

திடீரென்று அம்மாவின் பார்வையில் தென்பட்ட மாற்றத்தால் திகைத்தான். “எப்போ பொண்டாட்டி கட்டிக்கப் போறே?”

“அதைப் பற்றி இப்போ நினைக்கப் போவதில்லை...” இக்கட்டான கேள்வி! தயங்கினான்! பேச்சை மாற்றினான். “அம்மா, பாட்டியையும், சாராக்காவையும், மாலிஸிம்மாவையும் இங்கே கொண்டு வருவதைப் பற்றி நினைக்கிறேன்! கிட்டத்தட்ட எவ்வளவு பணம் சேமித்திருப்போம்!”

“கிட்டத்தட்டவெல்லாம் வேணாம்! சரியாகவே சொல்றேன்! போன ஞாயிற்றுக்கிழமை நீ கொடுத்த ரெண்டு டாலர் நாலு சென்ட்டையும் சேர்த்து எம்பத்தேழு டாலர் ஐம்பத்தி ரெண்டு சென்ட் இருக்கு!”

டாம் தலையைக் குலுக்கினான். “இன்னும் கடுமையா உழைக்கணும்!”

“விர்ஜிலும் மத்தவங்களும் இன்னும் கூடுதலாக உதவலாம்!”

“அவுங்களைக் குற்றம் சொல்ல முடியாது! வயல்வேலை செய்வோருக்கு கூலி வேலை கிடைப்பது அரிது! ஏன்னா, விடுதலை பெற்ற நீக்ரோக்கள் நாளொன்றுக்கு இருபத்தைந்து சென்ட் கூலிக்குச் சாகுமளவுக்கு வேலை செய்வதால் முதலாளிகள் அவர்களையே கூலிக்கு அமர்த்துகின்றனர். இல்லேன்னா, அவுங்க பட்டினி கிடந்து சாகணும்! நான் தான் கூடுதலாக உழைத்தாகணும்! பாட்டி, சாராக்கா, மாலிஸிம்மாவுக்கெல்லாம் ரொம்ப வயதாகிவிட்டது!”

“உன் பாட்டிக்கு எழுபது வயதிருக்கும்! சாராக்காவுக்கும் மாலிஸிக்கும் எண்பதாகும்!”

மெடில்டாவுக்கு திடீரென்று ஓர் எண்ணம் உதித்தது. மிகப்பழைய நினைவில் ஆழ்ந்து விட்டதை அவளுடைய முகம் வெளிப்படுத்தியது. “டாம் நான் என்ன நினைக்கிறேன்னு தெரியுமா? குடுக்கைக்குள் கூழாங்கற்களைப் போட்டுத் தன்னுடைய ஆப்பிரிக்கத் தந்தை வயதைக் கணக்கிட்டதாகப் பாட்டி சொல்லியிருக்கிறாள்!”

“ஆமாம்மா, நினைவு வருது!” சற்றே நிறுத்திப் பேசினான். “அவருக்கு என்ன வயதிருக்கும்?”

“கேள்விப்பட்டதாகவே நினைவில்லை!” அவளுடைய முகத்தில் குழப்பம் பரவியது! “எந்தக் காலக்கட்டத்தில் என்பதைப் பொறுத்தது. பாட்டி அவளுடைய அம்மா, அப்பாவிடமிருந்து விற்கப்பட்ட பொழுது அவருடைய வயது ஒன்றாக இருந்திருக்கும்! ஆண்டவர் அவரை அழைத்துக் கொண்ட பொழுது வேறாக இருந்திருக்கும்! பாட்டிக்கே எழுபதாகிறது! அவளுடைய அப்பா எப்போதோ

மரித்திருப்பார். அவளுடைய அம்மாவும் கூட! அப்பாவி ஆத்மாக்கள்!"

''ஆமாம்மா!'' டாம் வியந்தான். ''சில சமயங்களில் அவர்கள் எப்படியிருப்பார்களென்று நினைத்துப் பார்ப்பேன்! அவர்களைப் பற்றி நிறையக் கேள்விப்பட்டிருக்கிறோம் பார்த்ததில்லை!"

"நானும் தான், மகனே!" என்ற மெடில்டா நாற்காலியில் நிமிர்ந்து அமர்ந்தாள். "ஆனால், இரவுதோறும் மண்டியிட்டுத் தொழும் பொழுது பாட்டிக்கும், சாராக்காவுக்கும், மாலிஸிக்கும் ஆண்டவர் துணையிருக்க வேண்டுமென்றும் உனது அப்பா விரைவில் நிறையப் பணத்துடன் திரும்பி வந்து அவர்களை விலைக்கு வாங்க வேண்டும் என்றும் வேண்டிக் கொண்டேன்!" பளிச்சென்று சிரித்தாள். "ஒருநாள் காலையில் விழித்தெழும் போது அவர்கள் நால்வரும் விடுதலை பெற்ற பறவைகளாக நம் முன் நிற்கப் போகிறார்கள்!"

"அது கண்கொள்ளாக் காட்சியாக இருக்கப் போகிறது!" டாம் முகமெல்லாம் பல்லாகச் சிரித்தான்.

இருவருக்குமிடையே மௌனம் குடிகொண்டது. அவர்கள் தனிப்பட்ட சிந்தனையில் ஆழ்ந்தனர்! அதுவரையிலும் அவன் எவரிடமும் வெளிப்படுத்தாததொரு சேதியைத் தாயிடம் சொல்வதற்கு அது பொருத்தமான காலமும் சூழ்நிலையும் என்று தோன்றியது. ஆனால், எப்படிப் பேச்சைத் தொடங்குவது என்று தயங்கினான்.

அம்மா அவனிடம் சற்று முன் கேட்ட கேள்வியையே பற்றுக்கோடாகக் கொள்ளத் துணிந்தான். "அம்மா சிறிது நேரத்திற்கு முன்பு பொண்டாட்டி கட்டிக் கொள்வதைப் பற்றி நினைத்ததே இல்லையான்னு கேட்டீங்கல்ல!"

மெடில்டா துள்ளி நிமிர்ந்தாள். அவளுடைய முகமும் கண்களும் ஒளிர்ந்தன. "ஆமா, மகனே!"

அந்தப் பேச்சை எடுத்ததற்கு தன்னைத் தானே உதைத்துக் கொள்ள வேண்டும் போலிருந்தது! தொடர்ந்து பேச முடியாமல் நெளிந்தான்! பிறகு, உறுதிபடப் பேசினான். "நானும் ஒரு பெண்ணைச் சந்தித்தேன்! ஓரளவு பேசவும் செய்தோம்..."

"அப்படிப் போடு, அருவாளை! டாம்! யாரது?"

''உனக்குத் தெரியாதும்மா! அவளுடைய பெயர் ஐரீன்! ரீனி என்றும் கூப்பிடுவார்கள்! எட்வின் ஹோல்ட் முதலாளி பெரிய வீட்டில் வேலை செய்கிறாள்! அவருடைய அடிமை!..."

அலமான்ஸ் கிரீக் என்கிற இடத்தில் பருத்தி ஆலை வைத்திருப்பதாக முதலாளியும் முதலாளியம்மாவும் பேசிக் கொள்வார்களே, அந்தப் பணக்கார எட்வின் ஹோல்ட் முதலாளியா?"

“ஆமாம்மா!”

“அவர்களுடைய பெரிய வீட்டிற்கு நீ கூட அழகாக வடிவமைக்கப்பட்ட இரும்புக்கம்பிச் சன்னல் வலை செய்து கொடுத்தாயே?”

“ஆமாம்மா!” டாமினுடைய முகபாவனை, தின்பண்டத்தைத் தெரியாமல் எடுத்துப் பிடிபட்ட பொடியனுடையதைப் போல இருந்தது!

‘‘ஆண்டவரே!’’ மெடில்டாவின் முகம் முழுவதும் புன்னகை பூத்துப் பரவியிருந்தது. “கட்டுத்தறிக் காளையை எவளோ ஒருத்தி கையில பிடிச்சுட்டா!” துள்ளியெழுந்தாள்! வெட்கி நெளிந்த மகனை ஆரத் தழுவினாள். குழறினாள், “உங்கள் அனைவரையும் நினைத்துப் பூரிக்கிறேன், மகனே! உண்மையாகவே!”

“பொறுங்க! அம்மா, பொறுங்க!” தன்னை விடுவித்துக் கொண்டு அம்மாவை மீண்டும் நாற்காலியில் அமர்த்தினான். “பேசினோம் என்று மட்டும் தான் சொன்னேன்!”

“பயலே, என்னுடைய பிள்ளைகளிலேயே, பிறந்தது முதல் வாய்திறக்காத அம்முக்கள்ளி நீயொருத்தன் தான்! ஒரு பெண்ணைப் பார்த்ததாக நீயே ஒத்துக் கொண்ட போதே அதற்கும் மேலே ஏதோவொன்று என்று புரிந்து கொண்டேன்!”

அவன் அம்மாவையே வெறித்துப் பார்த்தான். “யார் காதிலும் ஓதி விட்றாதீங்க! சொல்றதைக் கேட்டீங்களா?”

‘‘முதலாளி உனக்காக அவளை வாங்குவார் என்று எனக்குத் தெரியும், மகனே! அவளைப் பற்றி நிறையச் சொல்லு!” அம்மாவின் மனத்தில் எத்தனை எத்தனையோ நினைவுகள்! அருவிபோலக் கொட்டிக் கொண்டிருந்தன! அடுமனையில் சமைத்தெடுக்க வேண்டிய திருமணக் கேக் கூட மனக்கண் முன் மின்னியது!

“நேரமாயிருச்சு! போகணும்!...” ஆனால், அம்மாவோ அவனை வாயிலுக்கு அடித்துத் துரத்தினாள்! “ரொம்ப நாட்களாகவே என் பிள்ளைகள் அனைவருடைய திருமணத்தையும் பற்றி நினைத்து மகிழ்ந்து கொண்டிருந்தேன். அதிலும் நீதான் எனக்கு ரொம்பவும் பிடித்தமானவன்!” நீண்ட காலமாகவே டாம் தாயின் முகத்தில் மகிழ்ச்சி நிறைந்த சிரிப்பைப் பார்த்ததில்லை! “எனக்கும் வயதாகிவிட்டது! நானும் கிஸ்ஸிப் பாட்டி போல ஆகிவிட்டேன்! மேலும் நிறையப் பேரப்பிள்ளைகளைக் காண ஆசை!” டாம் வேகமாக வெளியேறினான். அவளும் வெளியில் சென்று கூவியது கேட்டது. “பேரன், பேத்திகளுடைய பிள்ளைகளைக் காணும் வரையிலும் கூட உயிருடன் இருப்பேன்!”

106

பல மாதங்களுக்கு முன்பு ஒரு ஞாயிற்றுக்கிழமை, தேவாலயத்திலிருந்து முர்ரே முதலாளியும் முதலாளியம்மாவும் திரும்பிய பிறகு, முதலாளி மெடில்டாவை அழைப்பதற்கான மணியை ஒலித்தார். டாமை வீட்டின் முன்முற்றத்திற்கு அழைத்து வருமாறு பணித்தார்.

டாமிடம் பேசிக்கொண்டிருந்த போது முதலாளி அடைந்திருந்த ஆனந்தம் அவருடைய முகத்திலும் தொனியிலும் வெளிப்பட்டது. ஹோல்ட் பருத்தி ஆலை உரிமையாளர் எட்வின் ஹோல்ட் அவருக்கு ஒரு செய்தி அனுப்பியிருந்தார். டாமினுடைய நுணுக்கமான இரும்பு வேலைப்பாடுகள் சிலவற்றை அண்மையில் கண்ட அவருடைய மனைவிக்கு அவை மிகவும் பிடித்துப் போயின. சன்னல்களுக்கான அலங்கார இரும்புத் தட்டிகள் செய்வதற்கான வரைபடங்களைத் தயாரித்து வைத்திருந்தாள். அவற்றை டாம் உருவாக்கி அவர்களுடைய பண்ணை வீட்டில் விரைவில் பொருத்த வேண்டுமென்று கேட்டிருந்தார்.

அடுத்த நாள் காலையில், முர்ரே முதலாளி எழுதிக் கொடுத்த பயண அனுமதிச் சீட்டுடன் கோவேறு கழுதை மீதேறி, வரைபடங்களைப் பார்த்து சன்னல்களின்

அளவீடுகளைக் குறித்துக் கொள்வதற்காக டாம் புறப்பட்டான். அவனுடைய பட்டறையில் செய்து முடிக்க வேண்டிய பணிகளைப் பற்றிக் கவலைப்பட வேண்டாமென்று முர்ரே முதலாளி தெளிவுபடுத்திவிட்டார். அவனுக்கு வழித்தடத்தையும் விவரித்தார். ஹாவ் நதிச் சாலை வழியாக கிரகாம் நகருக்குச் சென்று, கிரகாம் சாலை வழியாக பெல்மோன்ட் தேவாலயத்தை அடைந்து, அங்கிருந்து வலது பக்கம் திரும்பி இரண்டு கல் தொலைவு சென்றால், கவின்மிகு ஹோல்ட் மாளிகை கண்ணுக்குத் தப்பாது என்றார்.

அங்கு சென்றடைந்த டாம் கறுப்பு இனத் தோட்டக்காரனிடம் தன்னை அறிமுகப்படுத்திக் கொண்டான். முன்புறப் படிக்கட்டுக்களுக்கு அருகில் இருக்குமாறு தகவல் கிட்டியது. டாமினுடைய முந்தைய வேலைகளை இன்முகத்துடன் புகழ்ந்து தள்ளியவாறு முதலாளியம்மா வந்தாள். வரைபடங்களை அவனுக்குக் காட்டி விளக்கினாள். இலைகளுடன் கூடிய கொடிகள் பரவிய தட்டி போல வடிவமைக்கப்பட்டிருந்த வரைபடத்தைக் கூர்ந்து ஆய்வு செய்தான். “என்னால் முடியும் என்று நம்புகிறேன்! முடிந்தவரை சிறப்பாகச் செய்து தருவதற்கு முயற்சி செய்கிறேன், முதலாளியம்மா!” என்றவன், ஏகப்பட்ட சன்னல்களுக்குத் தட்டிகள் தேவைப்பட்டதாலும், ஒவ்வொன்றையும் பொறுமையாக மிகுந்த முயற்சியெடுத்துச் செய்ய வேண்டியிருந்ததாலும் மொத்த வேலையையும் முடிப்பதற்கு இரண்டு மாத காலமாகும் என்றான். அதற்குள் முடித்துக் கொடுத்தாலே தனக்குப் பெரிதும் மகிழ்ச்சி என்று முதலாளியம்மா கூறினாள். வரைபடங்களை அவனிடம் கொடுத்து, பல தரப்பட்ட சன்னல்களுடைய பரிமாணங்களை அளவெடுத்து ஆயத்தப் பணிகளைத் தொடங்குமாறு கூறிச் சென்றாள்.

பிற்பகலின் தொடக்கத்தில், மாடியில் வராந்தையை நோக்கிய சன்னல் பகுதிகளுக்கான அளவீடுகளைக் குறித்துக் கொண்டிருந்த பொழுது யாரோ ஒருவர் தன்னை நோட்டமிட்டதை உள்ளுணர்வாக உணர்ந்தான். சுற்றுமுற்றும் பார்வையை ஓட்டியவன், தாமிரநிற அழகி ஒருத்தி குப்பைக் கூடையைப் பிடித்தபடி நின்றிருந்த தோற்றப் பொலிவு தாக்கியதால் மலங்க மலங்க விழித்தான். வீட்டுவேலை செய்பவருக்கான எளிய சீருடையில், நீண்ட அடர்த்தியான கருங்கூந்தலைச் சுழற்றிப் பெரிய கொண்டையாக்கிப் பின்புறம் விட்டுக் கொண்டு, அவனுடைய பார்வைக்குச் சீரான இதமான பதில்பார்வையை எறிந்துகொண்டிருந்தாள். வாழ்நாள் முழுவதும் தேக்கி வைத்திருந்த ஏக்கம் அவனைத் தன்னியல்பான எதிர்வினைக்கு அனுமதிக்கவில்லை! தட்டுத் தடுமாறிய நெஞ்சத்தை நிலைப்படுத்திக் கொண்டு, தொப்பியைக் கழற்றி, “எப்படியிருக்கீங்க!” என்று உசாவினான்.

அவளும் பதில் உசாவலாக, “நீங்க எப்படியிருக்கீங்க!” என்றாள். பளிச்சென்ற புன்னகை மின்னியது. அவ்வளவு தான்! மறைந்து விட்டாள்!

ஒருவழியாக முர்ரே பண்ணைக்குத் திரும்பிவிட்டான். ஒரே வியப்பு! தறி கொள்ளவில்லை! அவனுடைய மனத்திலிருந்து அவள் நீங்க மறுத்துப் பிடிவாதம் பிடித்தாள்! இரவில் படுக்கையில் விழுந்தால் அவளுடைய நினைவு தொற்றிக் கொண்டது. பெயரைக் கேட்காமல் விட்டுவிட்டோமே! இடித்தது! அவளுடைய

வயதை யூகித்தான்! பத்தொன்பது? இருபது கூட இருக்கலாம்! ஒருவழியாகத் தூங்காமல் தூங்கினான். திடீரென்று விழித்துக் கொண்டு தன்னைத் தானே வதைத்தான். அவளுடைய அழகைப் பார்த்தால் அவளுக்குத் திருமணமாகியிருக்கும் போலும்! இல்லையெனில் யாருடனாவது தொடுப்பில் இருப்பாள்!

சன்னலின் அளவீடுகளுக்கு ஏற்ப முன் கூட்டியே வெட்டி வைக்கப்பட்ட நான்கு இரும்புக் கம்பிகளை செவ்வக வடிவில் பொருத்துவது தான் தட்டிக்கான அடிப்படைச் சட்டம் அமைப்பது. வாலாயமான வேலை! ஆறு நாட்களில் அப்பணியைச் செய்து முடித்தான். பின்னர், வெண்ணிறத்தில் பழுக்கக் காய்ச்சிய கம்பிகளை நீட்டுவதற்காக வார்ப்பு அச்சு எந்திரத்தில் நுழைத்து தளிர்க் கொடிகளைப் போன்ற மெல்லிய கம்பிகளாக வடித்தெடுத்தான். அக்கம்பிகளைப் பலவாறாக வளைத்துச் சோதித்தவனுக்கு நிறைவு ஏற்படவில்லை. விடிகாலைப் பொழுதில் உலவச் சென்றவன் இயற்கையான கொடிகளை உற்றுக் கவனித்து அவற்றின் நளினமான நெளிவுகளையும் கணுக்களையும் மனத்தில் பதிய வைத்துக் கொண்டான். பின்னர், அவற்றைப் போலவே தான் செய்ய வேண்டிய கொடிகளின் தோற்றத்தையும் மேம்படுத்தினான்.

டாம் தனது பணியில் முனைந்திருந்தான். முர்ரே முதலாளி சில சமயங்களில் எரிச்சலடைந்த வாடிக்கையாளர்களுக்கு விளக்கிக் கூற நேர்ந்தது. எட்வின் ஹோல்ட் முதலாளிக்காக மேற்கொள்ளப்பட்ட பணி நிறைவடையும் வரை, மிகவும் அவசரமான பழுதுநீக்கும் பணிகள் மட்டுமே செய்து தரப்படுமென்றும் மற்றவர்கள் அதுவரை காத்திருக்க வேண்டுமென்றும் விவரித்தார். அதனால் பலர் கோபமடைந்தனர். முர்ரே முதலாளியும், பின்னர் முதலாளியம்மாவும் டாம் வேலை செய்ததைக் கண்டு களித்தனர். அதன் பிறகு, தம்மைச் சந்திப்பதற்காக வருகை புரிந்த நண்பர்களுக்குக் காட்டி மகிழ்ந்தனர். சில சமயங்களில் டாமின் பட்டறையைச் சூழ்ந்து ஏழெட்டுப் பேர் நின்று வேடிக்கை பார்ப்பதென்பது வாடிக்கையாகிப் போனது. தம்முடைய பணிகளை முடித்துக் கொடுக்காமல் புறக்கணித்த கருமானின் கைத்திறமையில் மக்கள் ஈடுபாட்டுணர்வுடன் கண்டு களித்த போது, டாம் உண்மையிலேயே தான் ஆண்டவரால் ஆசீர்வதிக்கப்பட்டவன் என்று நினைத்துக் கொண்டான். பழுது நீக்கிக் கொணர்வதற்காகத் தமது முதலாளிகளால் அனுப்பப்பட்ட அடிமைகள் தமது பணி முடிவுறாத வருத்தத்திலும் பட்டறையைப் பற்றி உயர்வாகப் பேசிக் கொண்டதைக் கவனித்தான். ஆனால், அதே சமயத்தில் ஒரு வெள்ளையனைக் கண்டு விட்டால் உடனே பல்லிளித்துக் கொண்டு பதுங்கி கோமாளியைப் போல நடந்து கொண்டதையும் கண்டான். தொப்பியணிந்து கொண்டு தம்பட்டமாகப் பேசிய தனது தந்தையை நினைத்தான்!

தனிமைப்பட்ட தனது கருமான் பணியில் முழுமையாக மூழ்கிப் போனது கூட அவனுக்குப் பெருமிதம் அளித்தது. பகலில் வெளிச்சமிருந்த நேரம் முழுவதும் கண்ணும் கருத்துமாக அலங்காரச் சன்னல் தட்டிகள் உருவாக்கும் தொழிலில் ஈடுபட்ட பின்னரும் பல மணி நேரம் செய்த வேலையின் நேர்த்தி பற்றிய சிந்தனையில், அவன் கண்ட அழகிய வீட்டு வேலைக்காரப் பெண்ணின் நினைவு தொற்றிக் கொள்ளும் வரை ஆழ்ந்திருந்தான்.

ஹோல்ட் முதலாளியம்மா முதன்முறையாக அவனிடம் வரைபடத்தைக் காட்டிய நேரத்திலிருந்தே இலைகளை வடிவமைப்பது தான் மிகவும் கடினமான வேலை என்பதை உணர்ந்து கொண்டான். மீண்டும் உலாவச் சென்று இயற்கையில் இலைகளின் வடிவமைப்பைக் கூர்ந்து நோக்கினான். ஒரு சதுர அங்குலப் பரப்புள்ள இரும்புத் துண்டுகளைக் காய்ச்சியும் சதுர வடிவ முகம் கொண்ட கனமான சுத்தியலைக் கொண்டு அடித்தும் மெல்லிய நுட்பமான தகடுகளாக்கி சிறு உளி போன்ற கருவிகளைக் கொண்டு செதுக்கி இதய வடிவ அமைப்புகளைச் செய்து குவித்தான். மிகவும் மிருதுவான தகடுகளாக்கப்பட்டுவிட்ட படியால் அளவுக்கதிகமான சூட்டில் உருகிவிடும் என்பதால் மிகக் கவனமாகத் துருத்தியைக் கையாண்டான். பட்டறைக்கல்லில் பக்குவமாகத் தட்டியெடுத்து உண்மையான இலைகளின் தோற்றத்தை ஏற்படுத்திவிட்டான்.

மிக நுட்பமாக நரம்புகள் வடிக்கப்பட்ட இலைகளுக்குக் காம்புகள் கொடுத்து அவற்றை நுணுக்கமான பொருத்துமுறை மூலம் கொடிகளுடன் பிணைத்தான். இயற்கையில் கண்டதைப் போலவே எந்த இரு இலைகளும் ஒரே மாதிரியாக அமையாமல் போனது அழகாக இருந்தது. பின்னர் இலைகளுடன் கூடிய கொடிகளை சன்னல் இரும்புத் தட்டிகளில் பொருத்தினான்.

மகனின் கைத்திறனைக் கண்டு வியந்த மெடில்டா கூவினாள், “எங்கோ முளைத்தெழுந்த செடி போலவே காட்சியளிக்கிறது, டாம்!” சின்ன கிஸ்ஸி மகிழ்ச்சியில் குதியாட்டம் போட்டுக் காட்டி விட்டாள். இப்பொழுது அவள் வெளிப்படையாகவே பட்டறைக்கு வந்த மூன்று நீக்ரோக்களுடன் தொடர்பு கொள்ளத் தொடங்கிவிட்டாள். அவர்கள் குடும்பத்தில் டாமும் ஆஷ்ஃபோர்டும் மட்டிலுமே தனியாட்களாக இருந்தனர். அலங்காரச் சன்னல் தட்டிகளைக் கண்ட டாமின் சகோதரர்கள், அவர்களுடைய மனைவியர் பார்வையில் அவனுடைய மதிப்பு உயர்ந்திருந்தது பிரதிபலித்தது. தமக்கு அப்படியொரு தனித்திறன் படைத்த கருமான் கிடைத்ததை எண்ணி முர்ரே முதலாளியும் முதலாளியம்மாவும் அடைந்த மகிழ்ச்சிக்கும் பெருமைக்கும் அளவில்லை!

சன்னல்களுக்கான அலங்கார இரும்புத் தட்டிகளை வண்டியில் ஏற்றிக் கொண்டு டாம் தனியனாக ஹோல்ட் மாளிகையில் பொருத்துவதற்குப் புறப்பட்டான். ஒன்றை எடுத்துக் காட்டிய போது, முதலாளியம்மா மகிழ்ச்சி தாளாமல் அந்தச் சமயத்தில் அங்கு வந்திருந்த தனது மகளையும் மகன்களையும் அழைத்துக் காட்டினாள். அனைவரும் ஒருசேர அவனைப் பாராட்டினர்.

உடனே சன்னல்களில் பொருத்தும் பணிகளைத் தொடங்கினான். வீட்டின் தரைத்தள சன்னல்கள் அனைத்திலும் அலங்காரத் தட்டிகள் பொருத்தப்பட்டுவிட்டன. அந்தக் கண்கொள்ளாக் காட்சியைக் கண்டு குடும்பத்தினரும் அடிமைகள் சிலரும் வியப்பில் ஆழ்ந்தனர். முதலாளியம்மா அடைந்த மகிழ்ச்சி செவிவழிச் செய்தியாக எட்டவே அவர்கள் தமது வேலைகளை விட்டுவிட்டு கண்டுகளிக்கப் புறப்பட்டனர் போலும்! அவள் எங்கே? டாம் பதட்டமடைந்தான். முதலாளியம்மாவின் மகன்களில் ஒருவன் மாடியில் வராந்தையை நோக்கிய சன்னல்களில் பொருத்துவதற்குத் தட்டிகளைக் கொண்டு

செல்வதற்கு வழிகாட்டினான்.

அது தான் அவளை அவன் முதன்முறையாகக் கண்ட பகுதி! மிதமிஞ் சிய ஆர்வத்தைக் காட்டிக் கொள்ளாமல் யாரிடம் எப்படி உசாவுவது? அவள் யார்? எங்கிருந்தாள்? அந்த வீட்டில் அவளுடைய தகுதிநிலை என்ன? வெறுப்படைந்தவனாக வேலையில் வேகம் காட்டினான். விரைவாக முடித்து விட்டுப் புறப்பட வேண்டியது தான்! தனக்குள் சொல்லிக் கொண்டான்.

மாடியின் மூன்றாவது சன்னலுக்குத் தட்டியைப் பொருத்திக் கொண்டிருந்தான். மாடிப்படிக்கட்டு தடதடத்தது. அவள் நின்றாள்! முகம் சிவந்து பூத்திருந்தது! விரைந்தோடிப் படியேறியதால் மூச்சு வாங்கியது! அவனுக்கென்ன? நாக்கை யார் கட்டிப் போட்டது?

“எப்படியிருக்கீங்க முர்ரே?” அவன் அதிர்ந்தான்! அவன் லியா முதலாளியிடம் இருந்தது அவளுக்குத் தெரியாதல்லவா! அவள் குறிப்பிட்டது சரி தான்! தற்பொழுது முர்ரே தானே அவனுடைய முதலாளி! தன்னுடைய தொப்பியை எடுத்து மரியாதை செலுத்தினான்.

“நீங்க எப்படியிருக்கீங்க, ஹோரல்ட்?...”

“கீழே கரியடுப்பில் இறைச்சியை வாட்டிக் கொண்டிருந்தேன். நீங்க வந்ததைக் கேள்விப் பட்டேன்...” அவன் கடைசியாகப் பொருத்திய சன்னல் தட்டியின் மீது அவளுடைய பார்வை பதிந்தது. “ஓ! எவ்வளவு அழகாக இருக்கிறது!” மூச்சிரைத்தது. “கீழே எமிலியம்மா உங்களுடைய வேலைத் திறனைப் புகழ்ந்து தள்ளிக் கொண்டிருந்தார்!”

அவள் தலையிலணிந்திருந்த வயல்வேலைக்காரர்களுக்கான சும்மாட்டில் அவனுடைய பார்வை திகைத்தது. “நீங்கள் வீட்டுவேலை செய்பவரென்று நினைத்தேன்...” நாக்கைக் கடித்துக் கொண்டான். அப்படியொரு கேள்வியைக் கேட்டுவிட்டதற்கு வருந்தினான்!

“பலவிதமான வேலைகளையும் செய்வேன்! அவர்களும் அனுமதிக்கிறார்கள்!” என்றவள் மற்ற சன்னல் தட்டிகள் மீதும் பார்வையை ஓட்டியபடி, “ஒரு நிமிடத்தில் பார்த்துவிட்டுச் செல்லலாம் என்று ஓடி வந்தேன்! வேலைக்குத் திரும்ப வேண்டும்! நீங்களும் உங்களுடைய வேலையைக் கவனியுங்கள்!...”

அவனுக்கோ மேலும் சில தகவல்களைக் கேட்டாக வேண்டும்! குறைந்தது, அவளுடைய பெயர்! கேட்டுவிட்டான்!

“ஐரீன்! ரென்னி என்று கூப்பிடுவர்! உங்களுடைய பெயர்?”

“டாம்!” அவள் சொன்னதைப் போல அவர்கள் வேலையைத் தொடர வேண்டும்!

ஆனாலும், அவன் களத்தில் இறங்கத் தான் வேண்டும்! “ஐரீன், நீங்க....

யாருடனாவது நட்புக் கொண்டுள்ளீர்களா?"

அவளுடைய நீண்ட பார்வை கடுமையாகவும் இருந்தது! பெரிய தப்புச் செய்துவிட்டோமென்று அவனுக்குப் பட்டது! "முர்ரே, எனது மனத்தை வெளிப்படுத்துவதற்கு எனக்குத் தெரிந்ததே இல்லை! உங்களை முன்பு பார்த்த பொழுது நீங்கள் ரொம்பவும் கூச்சப்பட்டீர்கள்! மறுபடியும் உங்களுடன் பேச முடியாமல் போய்விடுமோ என்று பயந்தேன்!"

டாம் வராந்தைக்கு வெளியே விழுந்தே இருப்பான்!

அன்றிலிருந்து, ஞாயிறுதோறும், முழுநாளுக்குமான பயண அனுமதிச் சீட்டும் கோவேறு கழுதை வண்டியைப் பயன்படுத்திக் கொள்வதற்கு அனுமதியும் முர்ரே முதலாளியிடம் பெற்றுக் கொண்டு, தன்னுடைய குடும்பத்தாரிடம் சாலையோரங்களில் கிடைக்கக் கூடிய பழைய இரும்புப் பொருட்களைப் பட்டறையின் தேவைக்காகத் திரட்டச் செல்வதாகக் கூறிவிட்டு, ஐரீனைக் காணச் சென்றான். அவன் சென்று திரும்பிய இரண்டு மணிநேரப் பயண வழித்தடங்களில் பயனுள்ள சில பொருட்கள் கிடைக்கவும் செய்தன.

ஐரீன் மட்டுமின்றி ஹோல்ட் பண்ணையைச் சேர்ந்த மற்ற அடிமைகளும் அவனை அன்புடன் வரவேற்றுக் கனிவுடன் விருந்தோம்பினர். "கூச்சப்படுகிறீர்கள், அதே சமயத்தில் கெட்டிக்காரராகவும் இருக்கிறீர்கள்! இங்குள்ள மக்களுக்கு உங்களை மிகவும் பிடித்துவிட்டது!" ஓரப்பார்வை பார்த்தபடி சொன்னாள். அவர்கள் வழக்கமாக, அண்மையில் ஒருவாறு தனிமைப்பட்ட இடங்களை நாடிச் சென்றனர். வண்டியை அவிழ்த்து விட்டு, மேய்வதற்காகக் கழுதையை நீண்ட கயிற்றால் கட்டிய பின், அப்பகுதியில் உலாவினர். பெரும்பாலும் ஐரீன் தான் பேசினாள்.

"என் அப்பா ஓர் இந்தியர்! அவர் பெயர் ஹில்லியன்! அம்மா சொல்லியிருக்கிறாள்! அதனால் தான் எனது நிறம் புதுமையாக இருக்கிறது!" ஐரீன் யதார்த்தமாகப் பேசினாள். "ரொம்பக் காலத்துக்கு முன்பு, அம்மா தன்னுடைய கீழ்த்தரமான முதலாளியிடமிருந்து தப்பியோடிவிட்டாள். காட்டில் சில இந்தியர்கள் அவளைப் பிடித்துத் தம்முடைய கிராமத்திற்குக் கொண்டு சென்றனர். அங்கே அம்மாவும் அப்பாவும் இணைந்தனர். நான் பிறந்தேன். நான் குழந்தையாக இருந்த போது, சில வெள்ளையர்கள் கிராமத்தைத் தாக்கினர். போரில் அப்பாவைச் சிறைப்பிடித்ததால் நாங்களிருவரும் பழைய முதலாளியிடம் கொண்டு செல்லப்பட்டோம். அம்மாவை நையப் புடைத்து அடிமை வணிகனொருவனிடம் விற்று விட்டனர். அவனிடமிருந்து ஹோல்ட் முதலாளி எங்களை வாங்கினார். அது நல்லதாகப் போயிற்று! இவர்கள் மிகவும் நல்லவர்கள்..." அவளுடைய கண்கள் சுருங்கின. "அம்மா அவர்களுடைய துணிகளைத் துவைத்துத் தேய்க்கும் வேலை செய்தாள். நோய்வாய்ப்பட்டு நான்கு ஆண்டுகளுக்கு முன் இறந்து விட்டாள். அப்போதிருந்து இங்கே தான் வளர்ந்து வருகிறேன். எனக்குப் பதினெட்டு வயதாகிறது. புத்தாண்டு பிறந்தவுடன் பத்தொன்பதாகும்!..." அவள் டாமை வெள்ளந்தியாகப் பார்த்தாள். "உமக்கு என்ன வயது?"

"இருபத்தி நான்கு!"

டாம் தனது குடும்பத்தைப் பற்றிய சாராம்சமான செய்திகளைத் தெரிவித்தான். அவர்கள் தற்பொழுது விற்கப்பட்டுள்ள வடகரோலினாப் பகுதி புதியதென்பதால் அதைப் பற்றி அவ்வளவாகத் தெரியாது என்றான்.

நான் நிறையத் தெரிந்து வைத்திருக்கிறேன். ஹோல்ட் குடும்பத்தினர் பெரும்புள்ளிகள் என்பதால் அவர்களைத் தேடி ஏராளமான மேல்தட்டு மக்கள் வருகை புரிகின்றனர். பொதுவாக, அவர்களுக்குப் பணிவிடை செய்வேன்! எனக்குக் காதுகளும் உண்டல்லவா!"

"அலமான்ஸ் ஊரக வெள்ளையர்களுடைய மூதாதையர்கள் புரட்சிப் போருக்கு முன்பே பென்சில்வேனியாவிலிருந்து இங்கு குடியேறினர். அப்போது இங்கே சிசிப்பா செவ்விந்திய இனக்குழுவினரைத் தவிர வேறு யாருமில்லை! சிலர் அவர்களை சாக்ஸபா என்றும் அழைப்பர். ஆனால், ஆங்கிலேய வெள்ளையர்கள் அவர்களைக் கொன்று குவித்துவிட்டனர். சாக்ஸபா நதி மட்டும் தான் அவர்களுடைய பெயர் சுமந்திருக்கிறது...." ஐரீனுடைய முகம் வாடியது. "எனது முதலாளி சொல்லியிருக்கிறார்! ஒரு காலத்தில் அவர்களுடைய வாழ்க்கை மிகவும் கடினமாக இருந்தது. நதியைக் கடந்து இங்கே வந்தனர். பென்சில்வேனியாவில் குவிந்த ஆங்கிலேயர்கள் நாடெங்கிலும் குடியேற்றங்களை அமைக்கும் நோக்கத்துடன் வடகரோலினாப் பகுதியில் ஏக்கர் இரண்டு சென்ட்டுக்கும் குறைவாக விற்கப் போவதாக அறிவித்தனர். குவாக்கர்களும், சீர்திருத்தவாதிகளும், ஸகாட்லாந்து—ஐரிஷ் கலப்பினத்தவரும் ஜெர்மானிய லூத்தெரேனியர்களும் அளவுக்கதிகமாகப் பெருகிப் போயினர். ஆதலால், தம்மிடமிருந்ததனைத்தையும் வண்டிகளில் ஏற்றிக் கொண்டு நானூறுக்கும் மேற்பட்ட மைல் தொலைவு பள்ளத்தாக்குகளைக் கடந்து இங்கே வந்து சேர்ந்தனர். தம்மால் இயன்ற அளவு நிலத்தை விலைக்கு வாங்கி வெட்டியும் தோண்டியும் காடுகளை அகற்றி சிறு சிறு பண்ணைகளை உருவாக்கிப் பயிரிட்டனர். தாமாகவே பாடுபட்டதால் இப்பகுதியில் அதிக எண்ணிக்கையில் நீக்ரோக்களைக் காண முடியாது."

அடுத்த ஞாயிற்றுக்கிழமை, அலமான்ஸ் கிரீக் நதிக்கரையிலிருந்த ஹோல்ட் பருத்தி ஆலைக்கு டாமை ஐரீன் அழைத்துச் சென்றாள். பருத்தி ஆலையும் ஹோல்ட் குடும்பமும் அவளுக்கு உரிமையானது என்பது போலப் பெருமை கொண்டாடினாள்.

வாரம் முழுவதும் கருமான் பட்டறையில் கடுமையாக உழைத்த பிறகு, ஞாயிற்றுக்கிழமை தோறும், அவனுடைய வண்டி சாலைகளில் உருண்டது. இருமருங்கிலும் வேலி அடைப்பிற்குள் மக்காச்சோளம், கோதுமை, புகையிலை, பருத்திப் பயிர்கள் நிறைந்த வயல்கள் கடந்தன. ஆங்காங்கே ஆப்பிள், பேரி போன்ற பழத்தோட்டங்களும், சிறிய பண்ணைவீடுகளும் தென்பட்டன. எதிர்ப்பட்ட, பெரும்பாலும் கால்நடையாகச் சென்ற, கறுப்பின மக்கள் கையசைத்தனர். அவர்களை வண்டியில் ஏற்றுக் கொண்டால் ஐரீனுடன் அவனுடைய தனிமை பாழாகிவிடும் என்பதைப் புரிந்து கொள்வார்களா என்று மயங்கினான். ஆங்காங்கே

வண்டியைத் திடீரென்று நிறுத்தி, கீழே குதித்து, கண்ணில் பட்ட துருப்பிடித்த உலோகத் துண்டுகளை வண்டியின் பின்பகுதியில் போட்டுக் கொண்டான். ஓரிடத்தில் ஐரீனும் கீழே குதித்து அவனைத் திகைக்கச் செய்தாள். காட்டு ரோஜாவைப் பார்த்தவள் பறித்து வந்தாள். சிறு பருவத்திலிருந்தே அவளுக்கு ரோஜா மிகவும் பிடிக்குமாம்!

வண்டிகளை ஓட்டிக் கொண்டோ குதிரைகளின் மீதோ வெள்ளையர்கள் எதிர்ப்பட்ட போது, இருவரும் சிலைகளாகச் சமைந்தனர். இந்த நான்கு கண்களும் அந்த நான்கு கண்களும் நேருக்கு நேர் இமைக்காமல் பார்த்தன. சற்று நேரத்தில் டாம் கேட்டான். அவன் முன்பு வளைந்த பகுதியில் காணப்பட்ட ஏழை ஏதிலி வெள்ளையர்களைப் போல அப்பகுதியில் அதிக எண்ணிக்கையில் தென்படவில்லேயே என்றான்.

“வான்கோழி போலக் கூச்சலிடுகின்ற செங்கழுத்து வெள்ளையர்களைத் தானே சொல்றீங்க? இப்பகுதியில் அவர்கள் அதிகமாக இல்லை! கண்ணில் பட்டவர்கள் கூட இப்பகுதியைக் கடந்து செல்பவர்களாகத் தான் இருப்பர். இங்குள்ள முதலாளிகளுக்கு நீக்ரோக்களைப் போல அவர்கள் தேவைப்படுவதில்லை!”

சாலை ஓரங்களில் கண்ணில் பட்ட கடைகள், தேவாலயங்கள், பள்ளிக்கூடங்கள், வண்டிப்பேட்டைகள் போன்ற அனைத்தைப் பற்றியும் அறிந்திருந்தது டாமிற்கு வியப்பளித்தது. அதற்கு அவள் விளக்கமளித்தாள். தன் இன மக்கள் அலமான்ஸ் ஊரகம் முழுவதும் ஒவ்வொரு துறையிலும் சிறப்பாக ஏதாவது செய்திருந்ததாக முதலாளி விருந்தினர்களிடம் கூறியதைக் கேட்டாளாம்! கடந்து சென்ற மாவு ஆலையைக் காட்டி அதுவும் முதலாளியினுடையது என்றாள். முதலாளி ஏராளமாக கோதுமையை அரைத்து மாவாகவும், சோளத்திலிருந்து மதுவகைகளைத் தயாரித்தும் விற்றதாகப் பெருமை பேசினாள்.

முதலாளியைப் பற்றியும் அவருடைய குடும்பத்தைப் பற்றியும் ஓயாமல் புகழ்ந்து போற்றுவதில் அவள் மட்டற்ற மகிழ்ச்சியடைந்தாள் என்பது டாமிற்குச் சற்றே அலுப்புத் தட்டியது. ஒரு ஞாயிற்றுக்கிழமை அவர்களிருவரும் ஊரக அலுவலகம் இருந்த நகரமான கிரகாமிற்குச் சென்ற போது அவள் கூறினாள், “கலிபோர்னியாவில் பெரிய தங்க வேட்டை நடந்த ஆண்டு, மற்ற பெரும் முதலாளிகளுடன் எங்க முதலாளியின் அப்பாவும் சேர்ந்து நிலம் வாங்கி இந்த அலுவலகக் கட்டடத்தைக் கட்டினர்.” அடுத்த ‘ஞாயிற்றுக்கிழமை அவர்கள் சாலிஸ்பரிச் சாலை வழியாக வண்டியில் சென்ற போது, அவள் ஒரு பாறை அடையாளத்தைச் சுட்டிக்காட்டி, “அங்கே முதலாளியின் தாத்தாவினுடைய பண்ணையில் அலமான்ஸ் போர் நடைபெற்றது. ஐந்தாண்டுகளுக்குப் பிறகு நிகழ்ந்த அமெரிக்கப் புரட்சிப் போருக்கு அது தான் தூண்டுகோலாக இருந்தது என்று முதலாளி சொல்வார்!”

அதற்கிடையே மெடில்டா மிகவும் எரிச்சலடைந்தாள். எழுச்சியூட்டக் கூடிய செய்தியை அவன் கமுக்கமாக மறைப்பதை நீடித்தது அவளுடைய பொறுமையின் எல்லையைக் கடந்து உறுத்தியது. “உனக்கு என்ன ஆச்சு? உனது இந்தியப்

பெண்ணை எவருக்கும் காட்டுவதற்கு விருப்பமில்லை போலும்!"

எரிச்சலைத் தணிக்கும் விதமாக, டாம் ஏதோவொன்றைப் புரிந்து கொள்ள இயலாத விதத்தில் முணுமுணுத்தான். "அவளாலும் நமக்கு நன்மை ஏற்படலாம்! அத்தகைய பெரும்புள்ளிகளிடம் இருக்கிறாளே!"

டாம் அதுவரை செய்தறியாத செயலைச் செய்தான். அம்மாவின் கூற்றுக்குப் பதிலளிக்காமல் அங்கிருந்து விறுவிறுவென்று நடந்தான்.

ஐரீனுடன் தொடர்ந்து நட்புக் கொள்வதா என்பதைப் பற்றிய ஐயப்பாடுகளைப் பற்றிப் பேசுவதற்கு ஏற்றாற்போல ஒருவருமில்லையே என்பது அவனுடைய ஆதங்கமாக இருந்தது.

ஒருவழியாக அவன் அவளைப் பெரிதும் நேசித்தான் என்பதை ஏற்றுக் கொள்ள வேண்டியதாயிற்று! கறுப்பினத்திற்கும் செவ்விந்திய இனத்திற்குமான உடலமைப்புகள் கலந்து அமைந்த அவளுடைய கட்டழகு அவனைப் பெரிதும் கிறங்கடித்தது. தனக்கேற்ற கனவுக்கன்னி என்பதில் அவனுக்கு ஐயமில்லை! இருப்பினும், இயல்பாகவே மிகவும் கவனமானவன் என்பதால், ஐரீனைப் பற்றி அவனுள் எழுந்த சில ஐயப்பாடுகளைத் தெளிவு படுத்திக் கொண்டால் ஒழிய அவர்களால் வெற்றிகரமான இணையாக வாழ்க்கையை வாழ முடியாது.

டாம், உள்ளூற தனது ஆழ்மனத்தில், முர்ரே முதலாளி, முதலாளியம்மா உட்பட எந்தவொரு வெள்ளைக்காரரையும் முழுமையாக நம்பியதுமில்லை; முழுமையாக வெறுத்ததுமில்லை! ஐரீன் தனது முதலாளி குடும்பத்தினரான வெள்ளைக்காரர்களை முழுமனத்துடன் அளவுக்கதிகமாகப் போற்றிப் புகழ்ந்தாள். ஆகவே, அத்தகைய போக்கு அவர்கள் ஒரு முக்கியமான விடையத்தைப் பொறுத்த வரை ஒருவரை ஒருவர் நேருக்கு நேர் எதிர்கொள்ள இயலாது என்பதை உணர்த்திற்று.

அவனுடைய இரண்டாவது பிரச்சினைக்குத் தீர்வு காண்பதற்கான வாய்ப்பு மேலும் குறைவாகத் தோன்றியது. ஹோல்ட் குடும்பத்தினரும் ஐரீனிடம் மிகவும் பாசம் கொண்டாடியதாகத் தெரிந்தது. ஒரு சில குறிப்பிட்ட வீட்டுவேலைப் பெண்களிடம் வளமான வெள்ளைக்காரக் குடும்பம் கொண்டிருந்ததைப் போல மிகவும் நெருக்கமானதாகத் தோன்றியது. ஒரு பெண்ணுடன் பிணைப்பை ஏற்படுத்திக் கொண்டு, பிறகு, வெவ்வேறு பண்ணைகளில் வதைந்தவாறு, குடும்பம் நடத்துவதற்குக் கூட தொடர்புடைய முதலாளிகளுடைய அனுமதியை அடிக்கடி நாடுகின்ற கொடுமையை டாம் ஒருபோதும் ஏற்றுக் கொள்ளத் தயாராக இல்லை!

ஐரீனைப் பிரிந்து அவளைக் காணாமல் வாழ்வதென்பது உயிர் வதையாக இருக்குமென்ற போதிலும் அதுவரையிலும் கூட பிரச்சினைகளைச் சீர்தூக்கிப் பார்க்க டாம் துணிந்து விட்டான்.

அடுத்த ஞாயிற்றுக்கிழமை சந்திப்பின் போது ஐரீன் கேட்டாள், "என்ன ஆச்சு,

டாம்?" அவளுடைய தொனியில் கவலை நிறைந்திருந்தது.

"ஒன்றுமில்லை!"

சற்று நேரம் அமைதியாகப் பயணித்தனர். பிறகு, தனக்கே உரிய திறமையுடன் வெளிப்படையாகக் கேட்டாள், "பரவாயில்லை, சொல்ல விருப்பமில்லையென்றால் வற்புறுத்தவில்லை! ஆனால், எதையோ மனத்தில் போட்டுக் கடுமையாக அலட்டிக் கொண்டிருக்கிறாய் என்பது மட்டும் நன்றாகத் தெரிகிறது!"

கைகளில் பற்றியிருந்த கடிவாளங்களின் உணர்வையும் இழந்தவனாக சிந்தனையில் ஆழ்ந்தான். அவளுடைய நல்லியல்புகளிலேயே அவளுடைய திறந்த மனமும் நேர்மையும் தான் அவனைப் பெரிதும் கவர்ந்தன. அப்படியிருந்தும், பல வாரங்களாக, மாதங்களாக அவன் அவளிடம் நேர்மையற்றவனாக நடந்து வந்தான். எப்படியெனில், என்ன தான் இருவருக்குமே பாதிப்பை ஏற்படுத்தக் கூடியதாக இருந்த போதிலும் தன் மனத்திலிருந்த உண்மையான எண்ணங்களை அவளிடம் வெளிப்படுத்தாமல் இருந்தது நேர்மையற்றதல்லவா? மேலும் நீடிப்பதால் இருவருக்குமே அதனால் கசப்பான விரக்திதான் மிச்சப்படப் போகிறது.

தன்னியல்பாகப் பேசுவதற்கு டாம் பெரிதும் முயற்சித்தான். "நாங்கள் விற்கப்பட்ட பொழுது எனது அண்ணனுடைய மனைவி லில்லி அவளுடைய முதலாளியினுடைய பண்ணையிலேயே தங்கிவிட்டாள் என்று சில நாட்களுக்கு முன்பு உன்னிடம் சொன்னேனல்லவா?" தொடர்பற்ற கேள்வி! அதன் பின்னர் முர்ரே முதலாளி அவனுடைய வேண்டுகோளின் பேரில் கேஸ்வெல் ஊரகத்திற்குச் சென்று லில்லியையும் உதயாவையும் வாங்கிவிட்டார் என்பது தான் உண்மை!

இருப்பினும், தொடர்ந்து பேசுவதற்கு முற்பட்டான். "சுருக்கமாகச் சொல்வ தென்றால், திருமணத்திற்குப் பின்னரும் இருவரும் வெவ்வேறு பண்ணைகளில் வாழ்வதை என்னால் நினைத்துக் கூடப் பார்க்க முடியவில்லை."

"என்னாலும் தான்!" ஆணித்தரமாகக் கூறினாள். டாம் கடிவாளங்களை நழுவவிட்டான்! காதுகளை நம்ப முடியவில்லை! அவளை நோக்கிப் பாய்வதற்கு எத்தனித்தான்! "என்ன சொல்கிறாய்?" நாக்குத் திக்கியது!

"நீங்கள் சொன்னதையே நானும் சொன்னேன்!"

அவன் அவளிடம் கெஞ்சுவது போலக் கேட்டான், 'உனது முதலாளியும் முதலாளியம்மாவும் உன்னை விற்பதற்குச் சம்மதிப்பார்களா?"

"அவள் அமைதியாகப் பதிலளித்தாள், "நான் எங்கு செல்வதற்கு ஆயத்தமாக இருக்கிறேனோ அங்கே என்னை விற்பார்கள்!"

தன்னுடைய உடல் முழுவதும் ஒருவித வலுவற்ற தன்மையை உணர்ந்தான். "அதெப்படிச் சொல்கிறாய்?"

"எதையும் குறைவாகச் சொல்லவில்லை! அது என்னுடைய பிரச்சினை! நீங்கள்

கவலைப்படத் தேவையில்லை!"

அவன் பேசியது அவனுடைய காதுகளில் மங்கலாக ஒலித்தது, "அப்படியானால், இதுவரை ஏன் விற்கப்படவில்லை?"

அவள் தயங்கினாள். அவன் குழம்பிப் போனான்.

அவளே பேசினாள், "சரி, அதற்கென ஏதேனும் நல்ல நாள் பார்த்திருக் கிறீர்களா ?"

"அதுவும் உன்னைப் பொறுத்தது தான் என்று நினைக்கிறேன்...."

அவளுடைய மனத்தில் எண்ணங்கள் அலைமோதின. அவளுடைய முதலாளி அவளுக்கென்று என்ன விலைகேட்பார்? முதலில் இதுவெல்லாம் கொடுங்கனவாக இல்லாதிருக்க வேண்டும்!"

"உமது முதலாளி என்னை விலைக்கு வாங்குவாரா என்று நீங்க தான் அவரைக் கேட்க வேண்டும்!"

"அவர் உன்னை வாங்குவார்!" உணர்ந்ததைக் காட்டிலும் கூடுதல் உறுதியாகக் கூறினான். "உனக்கு எவ்வளவு விலை இருக்குமென்று நீ நினைக்கிறாய்? அதைப் பற்றிய குறிப்பு அவருக்குத் தேவைப்படும் என்று நினைக்கிறேன்!" கேட்டு விட்டு, முட்டாள்த்தனமாகக் கேட்டதாக எண்ணி வருந்தினான்.

"ஓரளவிற்கு உரிய விலை கொடுத்தாலும் ஏற்றுக் கொள்வார் என்று நினைக் கிறேன்!"

டாம் அவளை உற்று நோக்கினான். அவளும் தான்!

"டாம் முர்ரே! நான் பார்த்ததிலேயே நீங்கள் மிகவும் அனுபவமிக்க ஆள்! முதல் நாள் உம்மைப் பார்த்த போதே சொல்லியிருப்பேன்! நீங்கள் ஏதாவது சொல்லட்டும் என்று காத்திருந்தேன்! நான் சொல்ல வேண்டுமென்று நீங்கள் எதிர்பார்த்தீர்கள்! இருவருடைய பிடிவாதமும் இன்று உடைபட்டு விட்டது!" அவளுடைய சிறிய அழகிய முட்டி அவனுடைய தலை, தோள்கள் என்று வருடிக் கொண்டிருந்ததை உணர்ந்தவன் தனது வாழ்க்கையில் முதன்முதலாக ஒரு பெண்ணைக் கைகளுக்குள் அடக்கினான்! வழிநடத்துவோர் எவருமின்றி கழுதை நடந்துகொண்டிருந்தது.

அன்றிரவு படுக்கையில் கிடந்த பொழுது, அவளுக்காக இரும்பில் ஒரு ரோஜா உருவாக்குவதைப் பற்றிச் சிந்தித்தான். நகரத்திற்குச் சென்று புதிதாக வார்க்கப்பட்ட நயமான சிறிய இரும்புப் பாளம் ஒன்றை வாங்கிவரத் திட்டமிட்டான். இயற்கையான ரோஜா மலரை நுணுகி ஆராய்ந்தான். அதன் காம்பு அடிப்பகுதியுடன் பொருந்தியிருந்த விதத்தையும், இதழ்களின் வடிவமைப்பையும் அவை பரவி விரிந்திருந்த விதத்தையும் உற்றுக் கவனித்தான். ஆரஞ்சுச் சிவப்பு வண்ணத்தில் இரும்பைச் சூடேற்றிச் சுத்தியலால் அடித்து மெல்லிய இதழ்கள்

போன்ற தகடுகளாக்குவதற்கு மேற்கொள்ள வேண்டிய முயற்சிகளை எண்ணி மகிழ்ந்தான். அவளிடம் நீட்டும் பொழுது உண்மையான ரோஜாவாக மணம் வீச வேண்டும்!

107

முதலில் சத்தம் கேட்டது. திடுக்கிட்ட எமிலி ஹோல்லட் முதலாளியம்மா விரைந்து சென்று கண்ட காட்சி அவளை முற்றிலும் திகைக்கச் செய்தது. மாடிக்குச் செல்லும் படிக்கட்டின் கீழ்ப்பகுதி வில்லாக வளைந்து திரும்பும் இடத்திற்குப் பின்னால் சுருண்டு விழுந்து கிடந்த அவளுடைய பாசத்திற்குரிய ஐரீன் தேம்பி அழுது கொண்டிருந்தாள். விம்மித் தணிந்த அவளுடைய தோள்களைப் பற்றிக் குலுக்கி, ''என்னாச்சு, ஐரீன்? உடனே அந்த இடத்திலிருந்து எழுந்திரு! சொல்லு! என்ன நடந்தது?''

தட்டுத் தடுமாறி எழுந்த ஐரீன் தேம்பல்களினூடே முதலாளியம்மாவிடம் விளக்கினாள். டாமை விரும்புகிறாளாம்! அவனைத் தான் மணமுடித்துக் கொள்வாளாம்! அதற் கிடையில் இளம் முதலாளிமார் சிலர் அவளுக்குத் தொல்லை கொடுத்ததை அவளால் தடுக்கவோ, பொறுத்துக் கொள்ளவோ முடியவில்லையாம்! திடீரென்று பதட்டமடைந்த முதலாளியம்மா அவளைத் துன்புறுத்தியவர்கள் யாரென்று கேட்டு வற்புறுத்தினாள். ஐரீன் கண்ணீரும் கம்பலையுமாக இருவருடைய பெயர்களைச் சொன்னாள்.

அன்று மாலை இரவு உணவுக்குப் பின்னர், அதிர்ந்து போன முதலாளியும் முதலாளியம்மாவும், குடும்பத்தின் நெருங்கிய உறவினருடைய நலனைக் கருத்திற் கொண்டு, முர்ரே முதலாளிக்கு ஐரீனை வெகு விரைவில் விற்பதென்கிற தெளிவான முடிவுக்கு வந்தனர்.

இருப்பினும், முதலாளியும் முதலாளியம்மாவும் ஐரீன் மீது மிகுந்த பாசம் கொண்டிருந்தமையாலும், தனது வாழ்க்கைத்துணையாக ஐரீன் டாமைத் தேர்ந்தெடுத்திருந்தது அவர்களுக்குப் பெரிதும் பிடித்துப் போனதாலும், திருமணத்தையும் வரவேற்பு விருந்தையும் தமது சார்பாக நடத்துவதற்கு முர்ரே முதலாளியும் முதலாளியம்மாவும் ஒத்துக் கொள்ள வேண்டுமென்று வற்புறுத்தினர். ஹோல்ட், முர்ரே இரு குடும்பத்தையும் சார்ந்த வெள்ளைக்கார, கறுப்பின மக்கள் அனைவரும் ஹோல்ட் முதலாளியினுடைய பெரிய வீட்டின் முன்றிலில் திரண்டனர். பாதிரியார் திருமணச் சடங்குகளை நிகழ்த்தினார்; ஹோல்ட் முதலாளி மணமகளை தனது கையால் மணமகனிடம் ஒப்படைத்தார்.

அன்பும் பாசமும் குடிகொண்டிருந்த நெகிழ்ச்சி மிக்க அந்தத் தருணத்தில், அனைத்தினும் உயர்ந்ததொரு நிகழ்வாக, டாம் இரும்பால் செய்திருந்த நீண்ட காம்புடன் கூடிய அழகிய ரோஜாவை தனது குப்பாயத்தின் உள்பையிலிருந்து எடுத்து நளினத்துடன், பூத்துக் குலுங்கிக் கொண்டிருந்த ரோஜாவான ஐரீனுக்குப் பரிசளித்தான். சூழ்ந்திருந்தோரிடமிருந்து எழுந்த ‘ஆஹாக்கள்’ ‘ஓஹாக்கள்’ மத்தியில் அதனைப் பெற்றுக் கொண்ட ஐரீன் தனது மார்புடன் இணைத்து, ‘இதனை நான் என்றென்றைக்கும் பிரியமாட்டேன்’ என்றவள், உடனே, “உங்களையும்!” என்றாள்.

வெள்ளையர்களனைவரும் தனியே விருந்தில் கலந்து கொள்வதற்காகப் பெரிய வீட்டிற்குள் சென்ற பிறகு, கறுப்பின மக்களுக்கு முன்றிலில் நடைபெற்ற படாடோபமான விருந்தில், மெடில்டாவின் கண்ணாடிக் குவளையில் மூன்றாவது முறையாக உயர்ந்தவகை ஒயின் ஊற்றப்பட்ட சற்று நேரத்திற்குப் பிறகு, ஐரீனிடம் அவள் உளறினாள், “நீ எனக்கு மருமகள் என்பதற்கும் மேல் உயர்வாக மதிக்கத் தக்கவள்! எனது கவலையையெல்லாம் போக்கிவிட்டாய்! எங்கே, டாம், ஒரு பெண்ணிடம் தன்னைக் கட்டிக் கொள்ளும்படி கேட்க முடியாத அளவுக்குக் கூச்சப்பட்டுவிடுவானோ என்று வருந்திக் கொண்டிருந்தேன்!” ஐரீன் உரக்க மிகத் தெளிவாகக் கூறினாள், “அவரைப் பார்த்தால் அப்படித் தெரியவில்லையே!” அவள் கூறியதும் காதிற்கெட்டும் தூரத்திலிருந்த விருந்தினர் அனைவரும் அவர்களுடன் சேர்ந்து கொல்லென்று சிரித்தனர்.

முர்ரே முதலாளியினுடைய பண்ணைக்குத் திரும்பி ஒருவாரம் கழித்து, டாமினுடைய குடும்பத்தினர் அனைவரும், ஐரீன் வந்ததிலிருந்து டாமினுடைய சுத்தியல் பட்டறைக்கல் மீது பாடலிசைத்ததாக நக்கலடித்தனர். யாருடனும் முகங்கொடுத்துப் பேசியறியாதவன் எதிர்ப்பட்ட அனைவரிடமும் கலகலப்பாகப் பேசிச் சிரித்து மகிழ்ந்தான். பட்டறையிலும் கடுமையாக உழைத்தான். மிகவும் பிடித்தமான அவளுடைய வாடாத ரோஜா அவர்களுடைய புதிய வீட்டு முன்னறையின் மாடத்தை அலங்கரித்தது. வீட்டை விட்டு அதிகாலையில்

புறப்பட்டுச் சென்றவன் உலையில் நெருப்பு மூட்டி, பகல் முழுவதும் ஓயாமல் தட்டியும் கொட்டியும் பட்டறை வேலையில் ஆழ்ந்திருந்து விட்டுக் கடைசியாகச் சிவக்கக் காய்ச்சிய இரும்புப் பொருளையும் அழுக்குப்படிந்த தொட்டியில் கலங்கிக் குழம்பாகிப் போன நீருக்குள் விட்டு நொங்கும் நுரையுமாக அதனை குளிரச் செய்த பொழுது மாலை மயங்கி இருட்டியது. அதன் பிறகு தான் வீடு திரும்பினான். சிறிய அளவில் பழுதுகளை நீக்கிக் கொள்வதற்கும் கருவிகளைக் கூர்மைப்படுத்திக் கொள்வதற்காகவும் வந்த வாடிக்கையாளர்களை வழக்கமாக அவன் சற்று நேரம் காத்திருக்குமாறு வேண்டினான். சிலர் ஓரடி உயர மரக்கட்டைகளின் மீது குந்தியிருந்தனர். பெரும்பாலானோர் ஆங்காங்கே உலாவியபடி தமக்குள் பொதுவான செய்திகளைப் பேசிக் கொண்டிருந்தனர். வெள்ளைக்காரர்களுக்கென நீளமான மரத்துண்டுகளை இணைத்து பெஞ்சு செய்து போட்டிருந்தான். அவர்கள் பேசுவது காதில் விழும்படியாகவும் அதே சமயத்தில் அவன் ஒற்றுக் கேட்டதாக அவர்களுக்குச் சந்தேகம் எழாதபடியும் அதன் தூரத்தைச் சரிசெய்திருந்தான். அவர்கள் பேசியதை உன்னிப்பாகக் கவனித்தான். புகைப் பிடித்துக் கொண்டும், அவ்வப்போது பைக்குள்ளிருந்து புட்டியை எடுத்துச் சுவைத்தபடியும் அவர்கள் அளவளாவிக் கொண்டிருந்தனர். டாமினுடைய பட்டறை உள்ளூர் மக்களுக்குப் பரவலாக அறியப்பட்ட சந்திப்பு மடமாகிப் போனது. அடிமைகள் குடியிருப்பில் இரவு உணவுவேளைக்குப் பிறகு மெடில்டா, ஐரீன் மற்றும் குடும்பத்தினரிடம் அவன் அறிவித்த பலவாறான செய்திகளும் அவனுடைய பட்டறையில் திரட்டப்பட்டவை.

வடபகுதியில் அடிமைமுறை ஒழிப்புக்குப் பெருகிவந்த ஆதரவினை வெள்ளையர்கள் எவ்வளவு வெறுப்புணர்வுடன் வெளிப்படுத்தினர் என்பதை டாம் தனது குடும்பத்தினரிடம் கூறினான். "தென்பகுதி மக்களுடைய ஆதரவை எதிர்பார்த்து அதிபர் புச்சனன் நீக்ரோக்களை நேசித்த கூட்டத்தினரை ஓரங்கட்டி வைத்திருந்ததாகக் கூறினர்" என்றான். ஆனால், அவனுடைய வெள்ளைக்கார வாடிக்கையாளர்கள் அடிமைகளுக்கு விடுதலை அளிக்க வேண்டுமென்று பேசிவந்த ஆபிரகாம் லிங்கனைக் கடுமையாக வெறுத்துப் பேசினர் என்றான்.

ஐரீன் சொன்னாள், ''ஆம், அது உண்மைதான்! அவர் வாயை மூடிக்கொண்டிராவிட்டால் தென்பகுதிக்கும் வடபகுதிக்குமிடையே பெரிய போர் மூண்டுவிடும் என்று கடந்த ஓராண்டு காலமாகக் கேள்விப்படுகிறேன்!"

லில்லி தனது வியப்பை வெளிப்படுத்தினாள், "என்னுடைய பழைய முதலாளி அவரைப் பற்றி படுமோசமாக விமர்சிப்பார். கோணல் கால்களும் நெட்டைக் கைகளும் மயிரடர்ந்த அருவருப்பான முகத் தோற்றமும் கொண்ட லிங்கன் மனிதக் குரங்கைப் போலவோ கொரில்லாவைப் போலவோ இருப்பார் என்று அவர் அடிக்கடி சொல்வதுண்டு. அதையெல்லாம் நீங்கள் கேட்டிருக்க வேண்டும்! அழுக்கடைந்த, மரக்கட்டைகளாலான வீட்டில் பிறந்து வளர்ந்த லிங்கன் நீக்ரோக்களைப் போலக் கடுமையாக உழைத்து வேலி ஓரங்களில் கிடைத்த கரடிகளையும் காட்டுப் பூனைகளையும் பிடித்துத் தின்று வாழ்ந்தவர் என்றும் அவர் சொன்னார்."

‘‘டாம், லிங்கன் தற்பொழுது வழக்கறிஞராகப் பணியாற்றுவதாகச் சொன்னாயல்லவா?’’ சின்ன கிஸ்ஸி கேட்டாள். அவளுடைய கூற்றை ஏற்றுக் கொண்டதாக அவன் தலையசைத்தபடி செறுமினான்.

மெடில்டா தெரிவித்தாள், “வெள்ளைக்காரர்கள் சொல்வதைப் பற்றியெல்லாம் எனக்குக் கவலையில்லை! அவர்கள் அவரைப் பற்றி அவ்வளவு வெறுப்பாகப் பேசுகிறார்களென்றால் அவர் நமக்கு ஏதோ நன்மை செய்யப் போகிறார் என்று தோன்றுகிறது! உண்மை தான்! நான் கேள்விப்பட்ட வரையிலும், மோசஸைப் போல இஸ்ரேலிய மண்ணின் மைந்தர்களான நமக்கெல்லாம் அவர் விடுதலை அளிக்கப் போகிறார்!”

“அவ்வளவு விரைவாக அவரால் அதனைச் செய்ய முடியும் என்று எனக்குத் தோன்றவில்லை!” ஐரீன் கூறினாள்.

அவளையும் லில்லியையும் முர்ரே முதலாளி தனது வயல் வேலைப் பணியாட்களாக விலைக்குப் பெற்றுக் கொண்டார். தொடக்கத்தில் அவளும் கடமையுணர்வுடன் வயல் வேலையில் ஈடுபட்டாள். சில மாதங்களுக்குள்ளாகவே தனது அன்பிற்குரிய கணவரிடம் தனக்காக ஒரு கைத்தறியைச் செய்துதர முடியுமா என்று கேட்டாள். திறமிக்க அவனுடைய கரங்கள் மிக விரைவில் செய்து கொடுத்தன. அடிமைகள் குடியிருப்பின் ஏனைய மக்கள் உறங்கிய பிறகும் கூட அவளுடைய வீட்டிலிருந்து தறியின் ஓசை கேட்டுக் கொண்டிருந்தது. சில நாட்களில், அவளாகவே நெய்து, வெட்டித் தைத்த சட்டையை டாம் மிகவும் பெருமையுடன் அணிந்திருந்தான். ‘‘என்னுடைய தாய் எனக்குக் கற்றுக் கொடுத்தவற்றைச் செய்வதில் எனக்கு மிகவும் விருப்பம்!’’ தன்னைப் பாராட்டியவர்களிடம் தன்னடக்கத்துடன் கூறினாள். அடுத்து, பருத்தியைப் பஞ் சாக்கி, நூற்று, நெய்து, சின்னகிஸ்ஸிக்கும் லில்லிக்கும் பொருத்தமான ஆடைகளைத் தைத்துக் கொடுத்தாள். கிஸ்ஸிக்குத் தற்பொழுது இருபது வயதாகிவிட்டது. இன்னமும் அவள் தனது துணைவனை முடிவு செய்யவில்லை. அவளுடைய ஆண் நண்பர்கள் அடிக்கடி மாறிக் கொண்டிருந்தனர். அண்மைக்காலமாக ஆமோஸ் என்பவன் அவளுடன் நெருங்கிப் பழகிக் கொண்டிருந்தான். வடகரோலினா இருப்புப் பாதை நிறுவனம் புதிதாகக் கட்டி முடித்திருந்த விடுதியின் பொதுப் பணியாளாக அவன் தற்பொழுது வேலை செய்து கொண்டிருந்தான்.

ஐரீன் அதன் பின்னர் தனது கணவனுடைய சகோதரர்கள் ஒவ்வொருவருக்கும் சட்டைகளைத் தைத்துக் கொடுத்தாள். ஆஷ்ஃபோர்டு உட்பட அனைவரும் பெரிதும் நெகிழ்ந்து போயினர். மெடில்டாவுக்கும் தனக்கும் சமையல் வேலையின் போது அணிந்து கொள்வதற்குப் பொருத்தமான ஆடைகளைத் தைத்தாள். தமது பண்ணையில் விளைந்த பருத்தியைக் கொண்டு மிக நேர்த்தியாக அவள் தைத்துக் கொடுத்த ஆடைகளை அணிந்து கொண்ட முர்ரே முதலாளியும் முதலாளியம்மாவும் மிகுந்த வியப்புடன் மட்டற்ற மகிழ்ச்சியடைந்தனர்.

“ஏய், ரொம்ப அழகாயிருக்கு!” உடலைச் சுழற்றி ஆடையின் வனப்பை பூரித்து நின்ற மெடில்டாவுக்குக் காட்டி முதலாளியம்மா வியந்தாள். “ஹோல்ட்ஸ்

குடும்பத்தினர் அவளை அவ்வளவு குறைந்த விலைக்கு எங்களிடம் ஏன் விற்றனர் என்பதை என்னால் புரிந்து கொள்ளவே முடியவில்லை!" ஐரீன் தன்னிடம் கமுக்கமாகக் கூறியிருந்த உண்மையைச் சாதுர்யமாக மறைத்த மெடில்டா, "அவர்களுக்கு டாமை மிகவும் பிடித்துப் போயிற்று போலும், முதலாளியம்மா!" என்றாள்.

வண்ணங்களின் பால் அளவு கடந்த பற்றுக் கொண்ட ஐரீன் ஆடைகளுக்கு வண்ணமேற்றுவதற்குத் தேவையான செடிகளையும் இலைகளையும் ஏராளமாகத் திரட்டினாள். 1859ஆம் ஆண்டு தொடக்கத்தின் வாரக்கடைசி நாட்களில் சிவப்பு, பச்சை, செம்பழுப்பு, நீலம், காவி மற்றும் அவளுக்கு மிகவும் பிடித்தமான மஞ்சள் வண்ணங்களில் கொடிகளில் துணிகள் உலர்த்தப்பட்டிருந்தன. எவரொருவரும் முறையான முடிவெடுக்காமலும் பெரிதாகக் கண்டு கொள்ளாமலும் ஐரீன் படிப்படியாக வயல் வேலையிலிருந்து தன்னை விடுவித்துக் கொண்டாள். முதலாளி, முதலாளியம்மா முதல் விர்ஜின்—லில்லி தம்பதியரின் நான்கு வயது மகன் உதயா வரை ஒவ்வொருவரும் தம்முடைய வாழ்க்கையில் புத்தொளி பரவுவதற்கான பல்வேறு வழிகளை ஐரீன் கைக்கொண்டிருந்ததை உணர்ந்தனர்.

அக்டோபர் மாதத்தின் பிற்பகுதியில் குளிர் மிகுந்ததொரு மாலை வேளையில் மங்கலாக எரிந்து கொண்டிருந்த குளிர்காயும் அடுப்பிற்கு எதிரே தனது அசைந்தாடும் நாற்காலியில் ஓய்வாக அமர்ந்திருந்த மெடில்டாவிடம் ஐரீன் கூறினாள், "மக்களுக்குத் தேவையான பொருட்களை உருவாக்கிக் கொடுப்பதில் எங்களிருவருக்குமுள்ள ஈடுபாட்டினை அறிந்து கொண்டதால் தான் டாம் மீது எனக்கு அளவு கடந்த விருப்பம் ஏற்பட்டதென்று எண்ணுகிறேன்!" சற்றே பேச்சை நிறுத்தி, ஓரக்கண்ணால் மாமியார் மீது பார்வையை ஒருவித நாணத்துடன் ஓட்டிய ஐரீன், "டாமுக்குத் தெரியும் என்பதால், நாங்களிருவரும் சேர்ந்து உருவாக்கிக் கொண்டிருக்கும் ஒன்றைப் பற்றி அவர் உங்களிடம் கூறினாரா என்று கேட்கத் தேவையில்லை என்று நினைக்கிறேன்!..."

அவள் கூறியது மெடில்டாவின் மனத்தில் பதிவதற்கு ஒரு நொடி நேரம் பிடித்தது. திடீரென்று நாற்காலியிலிருந்து துள்ளியெழுந்து ஐரீனை கட்டி அணைத்துக் கொண்டவள் குதூகலத்தின் உச்சத்தை அடைந்தாள்! "முதலில் ஒரு பெண்ணைப் பெற்றுக் கொடு, கண்ணு! அவளை ஒரு பொம்மை போல நெஞ்சோடு அணைத்துத் தாலாட்ட வேண்டும்!"

குளிர் கால மாதங்கள் முழுவதும் வகைவகையான பொருட்களை விதம் விதமாக உருவாக்கிக் கொண்டிருந்த ஐரீனுடைய வயிற்றில் உருவான கருவும் திருவாகிக் கொண்டிருந்தது. விரைவில், அவளுடைய கைவண்ணத்தால் உருப் பெற்ற பொருட்கள் பெரிய வீட்டில் மட்டுமின்றி அடிமைகள் குடியிருப்பின் ஒவ்வொரு வீட்டிலும் அழகூட்டிக் கொண்டிருந்தன. வெட்டுத் துணிகளைக் கொண்டு தரைவிரிப்புகளாகப் பின்னினாள்; மணமூட்டப்பட்ட வண்ண வண்ண மெழுகுதிரிகளை கிறிஸ்துமஸ்—புத்தாண்டு கொண்டாட்ட நாட்களுக்காகத் தயாரித்தாள்; மாட்டுக் கொம்புகளைப் பதப்படுத்தி அழகிய சீப்புகளாகச் செதுக்கினாள்; சுரைக்குடுக்கைகளை தண்ணீர்க் குவளைகளாக்கினாள்; பறவைக்

கூண்டுகளைக் கொண்டு கவின்மிகு வடிவமைப்புகளை உருவாக்கினாள். சமைத்தல், துணிகளைத் துவைத்தல், தேய்த்தல் போன்ற வீட்டு வேலைகளையும் மெடில்டாவிடமிருந்து வற்புறுத்திப் பெற்றுக் கொண்டாள்! மணமிகுந்த ரோஜா இதழ்களை உலர்த்தி துணிகளின் மடிப்புகளுக்கிடையே வைத்ததன் மூலம் வெள்ளைக்கார முர்ரே குடும்பத்தினருக்கு இணையாக கறுப்பின மக்களையும் மணம் கமழச் செய்தாள்.

பிப்ரவரி மாதத்தில் மெடில்டா மும்முனை சதித்திட்டம் ஒன்றைத் தீட்டினாள். அதில் ஐரீன் வலிந்து ஈடுபடுத்தப்பட்டாள். ஆஷ்ஃபோர்டினுடைய உதவியும் பெறப்பட்டது. மெடில்டா கடுமையாக எச்சரித்தாள், "டாமிடம் இதைப் பற்றி மூச்சுவிடக் கூடாது! அவன் எவ்வளவு கண்டிப்பானவன் என்பது உனக்கே தெரியும்!" அதில் தீங்கொன்றுமில்லை என்பதை உணர்ந்த ஐரீன் கிடைத்த முதல் வாய்ப்பின் போது, மைத்துனி கிஸ்ஸியைத் தனியே அழைத்துப் பக்குவமாகப் பேசினாள். "நீ விரும்பக் கூடிய ஆளைப் பற்றி நான் ஏதோ கேள்விப்பட்டேன். ஆஷ்ஃபோர்டு அக்கம் பக்கத்தில் உள்ளவர்களிடம் அரசல்புரசலாகப் பேசியதாகத் தெரியவந்தது. இருப்புப் பாதை விடுதியில் வேலை செய்கிற ஆமோஸ் மற்றொரு பெண்ணுடன் பழகுவதாகக் கேள்விப்பட்டேன்." பொறாமையால் கிஸ்ஸியின் புருவங்கள் நெரிந்ததைக் கவனிப்பதற்காகச் சற்றே தயங்கிய ஐரீன் தொடர்ந்தாள். "தனக்குப் பழக்கப்பட்ட பெண் வேலை செய்யும் பண்ணையில் தான் அவளும் இருக்கிறாள் என்றும் ஞாயிற்றுக்கிழமைகளில் உன்னைச் சந்திப்பதற்கு இடையே வார நாட்களின் இரவுவேளையில் ஆமோஸ் அவளைச் சந்தித்ததாகவும் ஆஷ்ஃபோர்டு கூறுகிறார். ஆமோஸுடன் விரைவில் துடைப்பத்தைத் தாண்டப் போவதாகக் கூறினாளாம்!"

வீசப்பட்ட தூண்டிலில் கிஸ்ஸி வசமாக மாட்டிக் கொண்டாள். மெடில்டாவுக்கு மனநிறைவாக இருந்தது. அடிக்கடி ஆண் நண்பர்களை மாற்றிக் கொண்டிருந்த கிஸ்ஸிக்கு மணம் முடித்துக் குடும்பமாக வாழ்க்கையைத் தொடங்குவதற்கு ஆமோஸ் மிகவும் பொருத்தமானவன் என்று அவளுக்குத் தோன்றியது.

அடுத்த ஞாயிற்றுக்கிழமை இரவலாகப் பெற்ற கோவேறு கழுதை மீதேறி ஆமோஸ் வழக்கம் போல கிஸ்ஸியைச் சந்திக்கச் சென்றான். அமைதியான டாமின் புருவங்கள் கூட வியப்பால் உயரும் விதமாக கிஸ்ஸி அளவு கடந்த ஆரவாரத்துடன் நடந்து கொண்டாள். அதற்கு முன் ஆமோஸ் மீது அவ்வளவாக விருப்பமில்லாதவள் போல நடந்து கொண்ட கிஸ்ஸியின் நடவடிக்கைகள் வழக்கத்திற்கு மாறான துள்ளல்களைக் காட்டின. பெரிதாக அலட்டிக் கொள்ளாத ஆமோஸ் மிகக் குறைவாகவே பேசினான். பல ஞாயிற்றுக்கிழமைகளுக்குப் பின்னர், ஐரீனிடம் கிஸ்ஸி அவனைக் காதலித்ததாக ஒத்துக் கொண்டாள். உடனே மெடில்டாவிடம் ஐரீன் தெரிவித்த போது அவள் பெரிதும் மகிழ்ந்தாள்.

ஆனால், அதன் பின்னரும் பல ஞாயிற்றுக்கிழமைகள் திருமணம் பற்றிய பேச்சை எடுக்காமலேயே கழிந்தன. ஐரீனிடம் மெடில்டா கமுக்கமாகக் கூறினாள், "எனக்குக் கவலையாக இருக்கிறது. அவர்கள் ஏதாவது செய்வதற்குள் நீண்ட காலம் கடந்துவிடும் போலத் தோன்றுகிறது. அவன் இங்கே வருகின்ற

ஒவ்வொரு சமயத்திலும் நம்மை விட்டு அவர்களிருவரும் தனியே செல்கின்றனர். மிகவும் நெருக்கமாகப் பழகுகின்றனர்...” சற்றே நிறுத்திய மெடில்டா மீண்டும் தொடர்ந்தாள். “ஐரீன் நான் இரண்டு விதத்தில் கவலைப்படுகிறேன். முதலாவதாக, அவர்கள் சுற்றிலுமுள்ளவர்களை மதிக்காமல் மிகவும் நெருங்கிப் பழகுகின்றனர். அது போன்ற போக்கு ஒரு பெண்ணைப் பிள்ளைப்பேற்றில் விடுவதற்கான வாய்ப்பு உள்ளது. இரண்டாவதாக, ஆமோஸ் இருப்புப்பாதை விடுதியில் பயணிகளுடன் பழகுவதால் தப்பியோடி வடபகுதிக்குச் சென்றுவிடுவதற்கான திட்டம் வகுத்திருப்பதற்கு வாய்ப்பு உள்ளது. ஏனெனில், கிஸ்ஸியும் எதற்கும் துணிவதற்கு தயாராக இருப்பாள்! அது உனக்கே தெரியும்!”

அடுத்த ஞாயிற்றுக்கிழமை ஆமோஸ் அங்கே சென்ற போது, மெடில்டா அவனை இன்சுவை ரொட்டித் துண்டுடனும் ஒரு பெரிய குவளை நிறைய எலுமிச்சைச் சாற்றுடனும் உரத்த குரலில் தானே நேரடியாக வரவேற்றாள். அவளாலும் சின்ன கிஸ்ஸியாலும் சமைக்க இயலாமல் போனதால் அந்த ரொட்டித் துண்டை அருந்திவிட்டு அவர்களுடன் அளவளாவும்படி கேட்டுக் கொண்டாள். “உன்னைப் பார்ப்பது கூட அரிதாகிவிடும் போலிருக்கிறதே!”

சின்னகிஸ்ஸியிடமிருந்து ஒருவித கடுகடுப்பு வெளிப்பட்டது. டாமின் கடுமையான பார்வைக்கு அடங்கினாள். வேறு வழியின்றி ஆமோஸ் அவர்கள் அளித்த இருக்கையில் அமர்ந்தான். விருந்தோம்பலுக்கிடையே குடும்பத்தினர் மத்தியில் பலவாறான பேச்சு எழுந்தது. அனைத்திற்கும் ஆமோஸிடமிருந்து மிகுந்த எச்சரிக்கை உணர்வுடன் ஒரு சில வார்த்தைகள் மட்டுமே வெளிப்பட்டன. சற்று நேரத்தில் குடும்பத்தினர் எதிர்பார்த்ததைக் காட்டிலும் கூடுதல் ஆர்வமூட்டக் கூடிய செய்திகளை தனது காதலன் சொல்ல வல்லவன் என்பதைக் காட்டிவிடுவதென கிஸ்ஸி முடிவெடுத்தாள்.

“ஆமோஸ், இருப்புப் பாதை வெள்ளைக்காரர்கள் நீண்ட காலமாக அமைத்துக் கொண்டிருக்கிற உயரமான கம்பங்களைப் பற்றியும் நீண்ட கம்பிகளைப் பற்றியும் நீ ஏன் சொல்லவில்லை?” கிஸ்ஸியின் தொனியில் வேண்டுகோளைக் காட்டிலும் கட்டளை விஞ்சியிருந்தது.

ஒருவித பதைபதைப்புடன் ஆமோஸ் விளக்குவதற்கு முற்பட்டான். “அதைப் பற்றித் துல்லியமாக என்னால் விவரிக்க முடியுமா என்பது தெரியவில்லை. ஆனால், கடந்த மாதம் கண்ணுக்கெட்டிய தூரம் வரையில் நிறுத்தப்பட்டுள்ள கம்பங்களின் மீது கம்பிகளைச் செலுத்தி இணைத்தனர்....”

“கம்பங்களும் கம்பிகளும் எதற்காக?” மெடில்டா கேட்டாள்.

“அதைத்தான் அவர் சொல்லப்போகிறார், அம்மா!”

ஆமோஸ் நெளிந்தான். “தந்தி! அவர்கள் அப்படித்தான் சொல்கிறார்கள், அம்மா! கம்பங்களின் மீது நீண்டு செல்கின்ற கம்பி கீழ்நோக்கிக் கடத்தப்பட்டு இருப்புப்பாதை நிலையத்தில் நிலைய அலுவலரின் மேஜை மீது வைக்கப்பட்டுள்ள வேடிக்கையான கைப்பிடி கொண்ட கருவியுடன் இணைக்கப்பட்டுள்ளது. சில

சமயங்களில் அலுவலர் தனது விரல்களால் இயக்கி அந்தக் கருவியிலிருந்து ஒலி எழுப்புகிறார். ஆனால், அடிக்கடி அது தானாகவே ஒலிக்கிறது. அத்தகைய ஒலி வெள்ளையர்களுக்கு எழுச்சியூட்டியிருக்க வேண்டும்! இப்பொழுது நாள்தோறும் காலையில் ஏராளமானோர் அங்கு சென்று தமது குதிரைகளைக் கட்டிப் போட்டுவிட்டு அந்தக் கருவி ஒலிப்பதற்காகக் காத்திருக்கின்றனர். பல்வேறு இடங்களிலிருந்து கம்பங்கள் மீதுள்ள கம்பிகள் வழியாக அவர்களுக்குச் செய்திகள் கிடைப்பதாகக் கூறுகின்றனர்."

"ஆமோஸ் இப்பொழுது சற்றே பொறுங்கள்!..." டாம் மெதுவாகப் பேசினான். "செய்திகள் கொணர்வதாகச் சொல்லுகிறீர்கள்! பேசுவதில்லையா? வெறும் ஒலி மட்டும் தானா?"

"ஆமாம், டாம்! மிகப்பெரிய வியப்பாக இருக்கிறது! அந்த அலுவலர் ஒலியிலிருந்து ஏதோ வார்த்தைகளைப் புரிந்து கொள்கிறார்! அந்த ஒலி நிற்கும் வரை கேட்டுக் கொண்டிருந்து விட்டு அலுவலர் வெளியில் சென்று தான் கேட்ட செய்திகளை காத்திருந்த ஆட்களிடம் கூறுகிறார்."

மெடில்டா வியந்தாள். "வெள்ளையர்கள் மிகவும் வித்தியாசமானவர்களாக இருக்கிறார்களே! ஆண்டவருக்குத் தான் வெளிச்சம்!" சின்னகிஸ்ஸியைப் போலவே அவளும் முகமலர்ச்சியடைந்தாள்.

ஆமோஸ் முன்னைக் காட்டிலும் மிகவும் இயல்பாக அவர்களுடன் பேசத் தொடங்கினான். அவர்கள் கேட்காமலேயே மற்றொரு அதிசயத்தைப் பற்றியும் விவரிக்க முற்பட்டான். "டாம், அவர்களுடைய இருப்புப் பாதைப் பட்டறைகளுக்குச் சென்றிருக்கிறீர்களா?"

டாமுக்குத் தனிப்பட்ட முறையில் அந்த இளைஞனைப் பிடித்துப் போயிற்று! தனது தங்கை துடைப்பத்தைத் தாண்டுவதற்குத் தகுந்த இணை அவன் தான் என்று முடிவு செய்து விட்டான். நல்ல பழக்க வழக்கங்கள் கொண்டவனாகவும் நேர்மையானவனாகவும் கட்டுறுதியாகவும் இருந்தான்!

"இல்லை, ஆமோஸ்! மனைவியுடன் நிறுவனத்தின் பட்டறைகள் உள்ள கிராமத்தின் வழியாக வண்டியில் சென்றதுண்டு. அந்தக் கட்டடங்களின் உள்ளே சென்றதில்லை!"

"பல்வேறு பணிகள் மேற்கொள்ளப்படுகின்ற பன்னிரெண்டு பட்டறைகளிலும் வேலை செய்கிறவர்களுக்கு விடுதியிலிருந்து தட்டுக்களில் உணவு எடுத்துச் செல்வேன். நான் அறிந்த வரை கருமான் பட்டறை தான் மிகுந்த முனைப்புடன் செயல்படுகின்றது. தொடர்வண்டிப் பெட்டிகளுடைய வளைந்த மிகப் பெரிய அச்சுக்களை நேர்படுத்துகின்றனர். வண்டி ஓடுவதற்கு ஏற்ற விதத்தில் பெட்டிகளிலுள்ள அனைத்துக் குறைபாடுகளையும் செம்மைப்படுத்துகின்றனர். மேற்கூரையுடன் பொருத்தப்பட்ட மிகப்பெரிய பளுதூக்கிகள் இயக்கப்படுகின்றன. பன்னிரெண்டு, பதினைந்து கருமான்கள் பணியாற்றுகின்றனர். அவர்கள் பயன்படுத்துகின்ற மிகப்பெரிய கருவிகளை நான் வேறெங்கும் பார்த்ததில்லை!

ஒவ்வொருவருக்கும் உதவியாட்களாக நீக்ரோக்கள் வேலைசெய்கின்றனர். பூதாகரமான உலை உள்ளது. ஒரே சமயத்தில் இரண்டு, மூன்று முழு மாடுகளையே அதில் வறுக்கலாம் என்று ஒரு நீக்ரோ சொன்னார். அவர்கள் பயன்படுத்துகிற பட்டறைக்கல்லின் எடை எண்ணூறு பவுண்ட் என்றனர்."

"ஓ!" டாம் எழுப்பிய வியப்பொலி சீழ்க்கையாக வெளிப்பட்டது. பெரிதும் அசந்து போனான்!

"உன்னுடைய பட்டறைக்கல்லின் எடை என்ன, டாம்?" ஐரீன் கேட்டாள்.

"இரு நூறு பவுண்ட் எடை இருக்கும்! ஆனால், எல்லோராலும் அசைத்துவிட முடியாது!"

"ஆமோஸ்!" கிஸ்ஸி குறுக்கிட்டாள், "நீ இப்பொழுது வேலை செய்கிற உன்னுடைய புதிய விடுதியைப் பற்றிக் கூறவில்லையே?"

"பொறு! விடுதி என்னுடையதல்ல!" ஆமோஸின் இதழ்கள் அகல விரிந்தன. "இருந்தால் நல்லது தான்! அவர்களுக்கு முதலில் பணத்தைச் செலுத்த வேண்டுமே! கடவுளே! பரவாயில்லை! உங்களுக்கெல்லாம் தெரியும் அங்கே விடுதி அண்மையில் தான் கட்டப்பட்டது. இருப்புப் பாதை நிறுவனத்தின் தலைவர் பணியாளர்களிடம் பேசிய பொழுது வெப்பம் மிகுந்த சூழலில் துன்பப்படுவதாகத் தெரிவித்தனர். ஆனால், அவர் நேன்ஸி ஹில்லார்ட் அம்மையாரிடம் அந்தப் பொறுப்பை ஒப்படைத்தார். அந்த அம்மையாருடைய குடும்பத்தில் நான் வளர்ந்தேன். கடுமையாக உழைப்பவன் என்பதால் என்னைப் பணியில் அமர்த்தினார். அந்த விடுதியில் முப்பது அறைகள் உள்ளன. பின்கட்டில் ஆறு கழிப்பறைகள் உள்ளன. தங்குவதற்காகவும், குளியலறை, துண்டு போன்ற குளியல் சாதனங்களைப் பயன்படுத்திக் கொள்வதற்காகவும், காலை, மதிய, இரவு வேளைகளில் உணவுக்காகவும், அமர்வதற்கான நாற்காலி, ஓய்வு எடுப்பதற்கான முன்முற்றம் அனைத்திற்கும் சேர்த்து நாள்தோறும் ஆளொன்றுக்கு ஒரு டாலர் கட்டணமாகச் செலுத்துகின்றனர். தூய்மையான வெண்ணிற விரிப்பான்களை வேலையாட்கள் கறை படுத்திவிடுவதாக நேன்ஸி அம்மையார் குறைபட்டுக் கொள்வதையும் கேட்கிறேன். ஆனாலும், அவர்கள் பெறக் கூடியதனைத்தையும் விடுதியில் செலவழித்துவிடுவதாலும், இருப்புப் பாதை நிறுவனப் பட்டறை அமைந்துள்ள கிராமத்தின் நலனுக்காக உழைப்பதாலும் பொறுத்துக் கொள்கிறார்."

சின்னகிஸ்ஸி மீண்டும் தனது காதலன் ஆமோஸின் பெருமையை வெளிப்படுத்தும் விதமான கேள்வியை எழுப்பினாள், "தொடர்வண்டி நிறைய பயணிக்கின்ற மக்களுக்கு உணவளிப்பதைப் பற்றிச் சொல்லவில்லையே?"

ஆமோஸ் சிரித்துக் கொண்டான். "ஆமாம், அது போன்ற சமயங்களில் நாங்கள் பரபரப்படைந்திடுவோம்! நாள்தோறும் இரண்டு பயணியர் வண்டிகள் கடந்து செல்கின்றன. ஒன்று கிழக்கு நோக்கியும் மற்றொன்று மேற்கு நோக்கியும் மேக்லீன்ஸ்வில்லேவுக்கோ, ஹில்ஸ்பரோவுக்கோ பயணப்படுகின்றன. எத்திசையில் சென்ற போதிலும், வண்டியின் நடத்துனர் தந்தி மூலமாக

பயணியர் எண்ணிக்கையையும் பணியாட்களின் எண்ணிக்கையையும் விடுதியின் பொறுப்பாளருக்குத் தெரியப்படுத்துகிறார். வண்டி நிலையத்தை அடைவதற்குள் நேன்ஸி அம்மையார் தேவையான உணவு வகைகள் அனைத்தையும் சுடச்சுட ஆவி பறக்க மேஜைகளின் மீது ஆயத்தப்படுத்திவிடுகிறார். நாங்கள் அனைவரும் அவற்றை பயணியருக்குப் பரிமாறுகின்ற பணியை மேற்கொள்கிறோம்! பன்றியிறைச்சி, கோழி, மாட்டிறைச்சி, ஆட்டிறைச்சி, முயல்கறி, அனைத்து வகைக் காய்களின் பொறியல், வறுவல்கள், இன்னும் பலவகை உணவுப் பண்டங்கள் மேஜை முழுவதும் நிறைந்திருக்கக் காணலாம். வண்டி இருபது நிமிடம் உணவு இடைவேளைக்காக நிறுத்தப்படுகிறது. உணவுக்குப் பிறகு பயணியர் வண்டியில் ஏறிக் கொண்ட பிறகு பயணம் தொடர்கிறது!"

"பயண விற்பனையாளர்களைப் பற்றிச் சொல்லு, ஆமோஸ்!" கிஸ்ஸி கத்தினாள். பெருமையால் பீறிட்ட அவளுடைய பேரார்வத்தைக் கண்டு அனைவரும் கொல்லென்று சிரித்தனர்.

ஆமோஸ் தொடர்ந்தான், "ஆமாம்! அவர்களை விடுதியில் தங்க வைப்பது நேன்ஸி அம்மையாருக்கு மிகவும் பிடிக்கும்! சில சமயங்களில் ஒரே வண்டியிலிருந்து இரண்டு, மூன்று பேர் இறங்குவதுண்டு. நானும் மற்றொரு நீக்ரோவும் அவர்களுக்கு முன்பாக அவர்களுடைய பெட்டிகளையும், விற்பனைப் பொருட்கள் அடங்கிய மூட்டைகளையும் சுமந்து கொண்டு விடுதிக்கு அழைத்துச் செல்வோம். அவர்கள் தரமான மனிதர்களென்றும், எப்பொழுதும் தம்மைத் தூய்மையாக வைத்துக் கொள்வரென்றும் அவர்களை நன்கு கவனித்துக் கொள்ள வேண்டுமென்றும் நேன்ஸி அம்மையார் கூறினார். எனக்கும் அவர்களை மிகவும் பிடிக்கும். அவர்களுடைய பெட்டிகளைச் சுமந்ததற்காகவும், காலணிகளுக்குப் பளபளப்பூட்டியதற்காகவும் சிறு சிறு வேலைகளைச் செய்ததற்காகவும் அவர்கள் பணம் கொடுத்தனர். தம்மைத் தூய்மைப் படுத்திக் கொண்டு மக்களுடன் பேசியவாறு நகரத்தைச் சுற்றி வந்தனர். இரவு உணவுக்குப் பிறகு முன்முற்றத்தில் அமர்ந்து புகைப்பதும் மெல்லுவதுமாகச் சிறிது நேரம் ஓய்வாக இருந்த பின்னர் மாடிக்கு உறங்கச் சென்றனர். அடுத்த நாள் காலையில் காலை உணவுக்குப் பிறகு, நீக்ரோக்களில் ஒருவர் அவர்களுடைய பொருட்களைச் சுமந்து செல்ல, கருமான்களிடம் சென்று நாளொன்றுக்கு ஒரு டாலர் வாடகைக்கு வண்டியையும் குதிரையையும் பெற்றுக் கொண்டு, வீதி வீதியாகச் சென்றும் சாலைகளில் பயணித்தும் நாடு முழுவதும் தமது பொருட்களை விற்றனர்."

வியப்புகள் நிறைந்த அந்த நிறுவனத்தில் தனக்கு மிகவும் பிடித்திருந்த காரணத்திற்காகவே ஆமோஸ் அங்கே பணியாற்றிக் கொண்டிருந்தான். சின்ன ஜார்ஜ் நக்கலடித்தான், "ஆமோஸ் பையா, இதில் உனக்குப் பிழைப்பதற்கு வழியிருப்பதாகத் தெரியவில்லையே!"

ஆமோஸ் மிகவும் அடக்கத்துடன் பதிலளித்தான், "இருப்புப் பாதை நிறுவனம் மிகவும் பெரியது என்று நேன்ஸி அம்மையார் கூறுகிறார். விரைவிலேயே மேலும் சில வழித்தடங்கள் கூடுதலாக அமைக்கப்படவுள்ளதாகவும் குறிப்பிட்டார். காலமும் சூழலும் எப்பொழுதும் ஒரே மாதிரி இருந்துவிடுவதில்லை!"

108

பாய்ந்து பறந்த குதிரையின் வேகத்தை மட்டுப்படுத்திய கட்டுச் சேவல் ஜார்ஜ் நெடுஞ்சாலையிலிருந்து கிளைச்சாலைக்குத் திரும்புவதற்கு ஏற்றவாறு கடிவாளத்தை இழுத்துப் பிடித்தான். பின்னர், கடிவாளத்தை இழுத்துக் குதிரையின் புட்டங்களில் அறைந்தான். சரியான இடத்திற்குத் தான் சென்று சேர்ந்தான். ஆனால், அவன் கடைசியாகப் பார்த்ததிலிருந்து அந்த இடம் நம்ப இயலாத அளவிற்கு மாற்றமடைந்திருந்தது! பாதையை மறித்து மண்டிக் கிடந்த களைகளுக்கு அப்பால் வண்ணக் கோலம் பூண்டிருந்த லியா முதலாளியின் பெரிய வீடு வண்ணக்குழம்புகள் சிதலமடைந்து பொலிவிழந்து கிடந்தது. சன்னல் கதவுகள் பளபளத்த இடங்களில் கந்தல் துணிகள் அடைக்கப்பட்டிருந்தன. ஒருபுறம் அடர்த்தியாகப் பூசப்பட்டிருந்த மேற்கூரை சரிந்து கிடந்தது. அண்மையில் விரிந்து கிடந்த விளைநிலங்கள் களர்நிலங்களாக வெறிச்சோடிக் கிடந்தன. எப்போதோ அறுவடை செய்யப்பட்ட சோளத் தட்டைகளின் தூர்கள் பருவமாற்றங்களால் பாழடைந்திருந்தன. வேலிச் சுவர்களாக நெருக்கமாகப் பின்னப்பட்டிருந்த மரக்கட்டைகள் நிலைகுலைந்து சாய்ந்து கிடந்தன.

அதிர்ச்சியாலும் பீதியாலும் குதிரையின்

கடிவாளங்களைத் தளர்த்திய ஜார்ஜ் அடர்ந்து கிடந்த புதர்களினூடே மெதுவாகச் செலுத்தினான். மேலும் நெருங்கிய போது, சாய்ந்து போன முன்முற்றத்தையும் இடிந்த படிக்கட்டுக்களையும் கண்டான். அடிமைகளின் குடியிருப்பில் வீடுகளின் மேற்கூரைகள் உட்குழிந்து போயின. ஒரு பூனை, நாய், கோழி கூட கண்ணில்படவில்லை. குதிரையை விட்டுக் கீழிறங்கி, அதன் முகப்பட்டையைப் பிடித்து பெரிய வீட்டின் பின்பகுதிக்கு இழுத்துச் சென்றான்.

மரக்கட்டை ஒன்றின் மீது சாய்ந்து கீரை ஆய்ந்து கொண்டிருந்த மூதாட்டியைக் கண்டான். தண்டுகளைக் காலடியில் கழித்து விட்டு உடைந்து துருப்பிடித்த பாண்டத்தில் இலைகளைப் போட்டுக் கொண்டிருந்தாள். அவளை மாலிஸி என்று அடையாளம் கண்டு கொண்ட போதிலும் நம்ப இயலாத அளவிற்கு அவளுடைய தோற்றம் வித்தியாசமாக இருந்தது. “ஓ!” என்று அவன் எழுப்பிய உரத்த குரல் அவளுடைய கவனத்தை ஈர்த்தது.

மாலிஸி கீரை ஆய்வதை விட்டு விட்டு, தலையை உயர்த்தி சுற்றுமுற்றும் நோட்டமிட்டாள். அவனைப் பார்த்துவிட்டாள். ஆனால், அடையாளம் கண்டு கொள்ள முடியவில்லை.

“மாலிஸிம்மா!” என்றவாறு அவளை நெருங்கியவன் இன்னமும் ஐயமுற்றவனாக அவளுடைய முகத்தை உற்றுப் பார்த்தபடி தயங்கி நின்றான். அவளுடைய கண்கள் இடுக்கின. அவனை மேலும் உற்று நோக்கினாள். திடீரென மரக்கட்டை மீது கையை ஊன்றி எழுந்தாள். “ஜார்ஜ், என் மகன் ஜார்ஜ் இல்லையா, நீ?”

“ஆமாம்மா, மாலிஸிம்மா!” என்று கூவியபடி அவளிடம் விரைந்தான். அவளைக் கட்டித் தழுவிக் கொண்டான். அவளுடைய கனத்த உடல் அவனுடைய கரங்களில் நடுங்கியவாறு, “ஆண்டவரே, எங்கே சென்றிருந்தாய், ஜார்ஜ்? எப்போதும் நீ இங்கேயே இருந்தது போல பிரமை!”

அவளுடைய தொனியிலும் வார்த்தைகளிலும் ஒருவித வெறுமை தட்டுப்பட்டது. கடந்த ஐந்து ஆண்டுகளாக நடந்தவை எதையும் அறியாதவளாகத் தென்பட்டாள். “கடல் கடந்து லண்டனுக்குச் சென்றிருந்தேன். அங்கே சேவல்கட்டு நடத்திக் கொண்டிருந்தேன்! மாலிஸிம்மா, என் மனைவி, அம்மா, குழந்தைகளெல்லாம் எங்கே?”

அவளுடைய முகத்திலும் வெறுமை படர்ந்திருந்தது. என்ன நடந்த போதிலும் அதில் எவ்வித உணர்ச்சியையும் காண முடியாத நிலையை அடைந்திருந்தது. “யாருமே இல்லை!” இது கூடவா உனக்குத் தெரியாது என்பது போல அவளுடைய குரல் தொனித்தது. “எல்லோரும் போய்விட்டனர்! நானும் முதலாளியும் மட்டும் தான்...”

“எங்கே போனார்கள், மாலிஸிம்மா?” அவளுடைய மூளை வலுவிழந்து நினைவு தப்பிவிட்டது என்பது அவனுக்குப் புரிந்து போயிற்று!

அடிமைகள் குடியிருப்புக்குக் கீழே புதரடர்ந்த மரத்தடியை அவளுடைய

சுருக்கம் விழுந்த கை சுட்டிக் காட்டி, “உன் அம்மா.... அவள் பெயர் கிஸ்ஸி... அங்கே கிடக்கிறாள்....”

கட்டுச்சேவல் ஜார்ஜினுடைய தொண்டையிலிருந்து அழுகுரல் எழுந்து வெடித்தது. அவனுடைய கை வாயைப் பொத்திக் கொள்ள விரைந்தது.

“சாரா கூட அங்கே தான் கிடக்கிறாள்....முதலாளியம்மா முன்முற்றப் பகுதியில்.... வரும் வழியில் நீ பார்க்கவில்லையா?”

“மாலிஸிம்மா! மெடில்டா, குழந்தைகளெல்லாம் எங்கே?”

ஜார்ஜ் அவளைத் துன்புறுத்த விரும்பவில்லை. நினைவுபடுத்திக் கொள்ள அவளுக்கு நேரம் பிடித்தது.

“மெடில்டா! நல்ல பொண்ணு! அவளுக்கு ஏகப்பட்ட குழந்தைகள் கூட! ஆமாம்ப்பா! உனக்குத் தெரிந்திருக்க வேணுமே! ரொம்ப நாளைக்கு முன்பே முதலாளி அவர்களை விற்று விட்டார்!...”

“எங்கே, மாலிஸிம்மா? யாருக்கு விற்றார்?” ஜார்ஜுக்குக் கோபம் கொப்பளித்தது. “முதலாளி எங்கே, மாலிஸிம்மா?”

பெரிய வீட்டை நோக்கி அவளுடைய கை திரும்பியது. “அங்கே, மாடியில் இன்னமும் தூங்கிக் கொண்டிருக்கிறார்! நெறையக் குடித்து விட்டு ரொம்ப நேரம் தூங்குகிறார்! பசி, பசி என்று கூப்பாடு போடுகிறார்! சாப்பாட்டிற்குத் துப்பில்லை... மகனே, சமைப்பதற்கு ஏதாவது கொண்டு வந்தாயா?”

“இல்லை!” அவனுடைய ஒற்றை வார்த்தை குழம்பிப் போயிருந்த அந்த மூதாட்டி மீது பாய்ந்தது. அடுக்களையில் சிதறிக் கிடந்தவற்றை எற்றிக் கொண்டு கட்டுச்சேவல் ஜார்ஜ் விரைந்தோடினான். நாற்றமடித்த கூடத்தைக் கடந்து, குளறுபடியாகக் கிடந்த வசிப்பறையில் மாடிக்குச் செல்லும் படிக்கட்டுக்குப் பக்கத்தில் நின்றான். சீற்றத்துடன் கூவினான், “லியா முதலாளி!”

சற்றே காத்திருந்தான்.

“லியா முதலாளி!” வீடு அதிர்ந்தது.

படிக்கட்டுகளில் தாவி ஏறுவதற்கு முற்பட்ட பொழுது இயங்குகின்ற அரவம் கேட்டது. ஒரு கணத்திற்குப் பிறகு, வலப்பக்கக் கதவு வழியாக உருக்குலைந்த தோற்றம் வெளிப்பட்டது. கீழ் நோக்கித் துழாவியது. கோபத்தால் கொதித்துக் கொண்டிருந்த ஜார்ஜ், அழுக்குப்படிந்து, மழிக்காத முகத்துடன் அருவருப்பாகக் காட்சியளித்த தன்னுடைய முதலாளியின் சீர்குலைந்த உருவத்தைக் கண்டு திகைத்தான். அவர் உடுத்தியிருந்த உடைகளுடன் அவர் உறங்கியிருக்க வேண்டும் என்பது வெளிப்பட்டது. “லியா முதலாளியா?”

“ஜார்ஜ்!” கிழட்டு உடல் தள்ளாடியது. “ஜார்ஜ்!” கிறீச்சிட்ட படிகளின் வழியே தட்டுத் தடுமாறி இறங்கினார். படிக்குக் கீழ் நின்றார். இருவரும் ஒருவரை ஒருவர்

சற்று நேரம் உற்று நோக்கியவாறு நின்றனர். லியா முதலாளியின் முகத்தில் தோல் மட்டும் ஒட்டியிருந்தது; கண்கள் குழி விழுந்திருந்தன; உரத்த செறுமலுடன் கூடிய நகைப்புடன் கைகளை அகல விரித்தபடி அவனை அணைத்துக் கொள்ள விரைந்தார். அவன் ஒதுங்கிக் கொண்டான். எலும்பாகிப் போன முதலாளியின் கைளைப் பிடித்து ஆவேசத்துடன் குலுக்கினான்.

“ஜார்ஜ், நீ திரும்பி வந்ததில் மிகவும் மகிழ்ச்சி! எங்கே இருந்தாய்? ரொம்ப காலத்திற்கு முன்பே நீ திரும்பியிருக்க வேண்டுமே!”

“ஆமாம், ஆமாம்! ரஸ்ஸெல் முதலாளி என்னை சுதந்திரமாக விட்டு விட்டார்! ரிச்மோண்ட்டில் கப்பலிலிருந்து இறங்கி இங்கு வந்து சேருவதற்கு எட்டு நாட்கள் ஆனது!”

“மகனே, வா அடுக்களைச் செல்லலாம்!” கிழவர் ஜார்ஜினுடைய மணிக்கட்டை இறுகப் பற்றிக் கொண்டார். அடுக்களையை அடைந்தவுடன், உடைந்திருந்த மேஜையின் முன்னே இரண்டு நாற்காலிகளைச் சீர்ப்படுத்தினார். “உட்கார், மகனே! மாலிஸி! என்னுடைய குவளை எங்கே? மாலிஸி!”

“வந்துட்டேன், முதலாளி!” கிழவியினுடைய குரல் வெளியிலிருந்து கேட்டது. முதலாளி கூறினார், “நீ சென்றதற்குப் பின் அவள் ரொம்பவே தளர்ந்து விட்டாள்! நேற்றைக்கும் இன்றைக்கும் வித்தியாசம் தெரிவதில்லை!”

“முதலாளி, என்னுடைய குடும்பத்தினர் எங்கே?”

“மகனே, பேசுவதற்கு முன் குடிப்போம்! நாமிருவரும் சேர்ந்திருந்து நீண்ட காலமாகிவிட்டது! இருவரும் சேர்ந்து குடித்ததே இல்லை! நீ திரும்பி வந்ததில் மிகவும் மகிழ்ச்சியாக இருக்கிறேன்! ஒருவழியாக பேசுவதற்கு ஆள் கிடைத்துவிட்டது!”

“முதலாளி, நான் பேசுவதற்காக வரவில்லை! எனது குடும்பம் எங்கே?....”

“லிஸி!”

“வந்துட்டேன்...!” அவளுடைய கனத்த உடல் கதவு வழியாக உள்ளே நுழைந்து, குவளையையும் கோப்பைகளையும் தேடி எடுத்து மேஜை மீது வைத்து விட்டு, ஜார்ஜும் முதலாளியும் பேசிக் கொண்டிருந்ததைக் கவனிக்காததைப் போல வெளியேறினாள்.

“ஆமாம், மகனே! உனது தாயின் மறைவிற்காக மிகவும் வருந்துகிறேன்! அவளுக்கு வயதாகிவிட்டது. அதிகம் துன்பப்படாமல் விரைவில் போய்ச் சேர்ந்து விட்டாள். அவளைச் சிறந்த முறையில் அடக்கம் செய்தேன்...” முதலாளி மதுவைக் கோப்பைகளில் ஊற்றினார்.

‘மெடில்டாவையும் பிள்ளைகளையும் பற்றி வேண்டுமென்றே சொல்லாமல் மறைக்கிறான்’ கட்டுச்சேவல் ஜார்ஜினுடைய மனத்தில் மின்னியது. ‘இன்னமும்

கிஞ்சித்தும் மாறவில்லை!... பாம்பைப் போல இன்னமும் நயவஞ்சகமும் ஆபத்தும் நிறைந்து கிடக்கிறது... அவனுக்கு உண்மையில் வெறியேறிவிடாமல் பார்த்துக் கொள்ள வேண்டும்!'

"கடைசியாகச் சொன்னதெல்லாம் நினைவிருக்கிறதா, முதலாளி? நான் திரும்பி வந்தவுடன் விடுதலை அளிப்பதாகக் கூறினீர்கள்! இதோ, நான் வந்துவிட்டேன்!..."

'இது எனக்கு இப்போது தேவை தான்!' மதுவை விழுங்கிய ஜார்ஜ் அது தொண்டை வழியாக இறங்கி இதமளித்ததை உணர்ந்தான்.

மீண்டும் யதார்த்தமாகப் பேசுவதற்கு முயன்றான், "முதலாளியம்மா இறந்துவிட்டதாக மாலிஸி கூறக் கேட்டு வருத்தப்பட்டேன், முதலாளி!"

கோப்பையைக் காலி செய்து விட்டு, செறுமிய முதலாளி பேசினார், "ஒரு நாள் காலையில் அவள் விழித்தெழவே இல்லை! அவளுடைய மரணத்தைப் பார்ப்பதை வெறுத்தேன்! அந்த சேவல் சண்டைக்குப் பிறகு அவள் என்னைப் படாதபாடு படுத்திவிட்டாள்! அமைதியாக இருப்பதற்கு விடவில்லை! ஆனாலும், அவளுடைய சாவைக் காணச் சகிக்கவில்லை! யாருடைய சாவையும் பார்ப்பதற்கு நான் விரும்புவதில்லை!" அவருடைய குரல் உடைந்தது! "நாம் எல்லோரும் ஒரு நாளைக்குப் போகத் தானே வேண்டும்!..."

'மாலிஸிம்மா அளவுக்கு இவனுடைய உடல் மோசமடையவில்லை! ஆனாலும், சாவை நெருங்கிக் கொண்டு தான் இருக்கிறான்!' தற்பொழுது ஜார்ஜ் நேரடியாகத் தனது கருத்தை முன் வைத்தான்.

"எனது மனைவியையும் மக்களையும் நீங்கள் விற்று விட்டதாக மாலிஸிம்மா சொன்னாள், முதலாளி!..."

முதலாளி அவனை ஏற இறங்கப் பார்த்தார். "ஆமாம், மகனே! விற்க வேண்டியதாயிற்று! வேறு வழியில்லை! கெட்ட காலம் என்னைப் பிடித்து ஆட்டியது! கடைசித் துண்டு நிலம் வரை அனைத்தையும் விற்க வேண்டியதாயிற்று, கோழிகள் உட்பட!"

பாய்ந்து சாடுவதற்கு முற்பட்ட கட்டுச்சேவல் ஜார்ஜ் தன்னைக் கட்டுப்படுத்திக் கொண்டான்.

"மகனே, தற்பொழுது நான் மிகவும் ஏழ்மை நிலையில் இருக்கிறேன். ஏதோ கிடைப்பதைத் தின்று நானும் மாலிஸியும் உயிர் வாழ்கிறோம்." திடீரென, ஏளனமாகச் சிரித்தார். "ஆனால், எதுவும் புதிதல்ல! நான் பிறந்த போதே ஏழையாகத் தானே இருந்தேன்!" மீண்டும் அவருடைய முகம் கடுமையடைந்தது. "ஆனால், இப்பொழுது நீ வந்து விட்டாய்! நீயும் நானும் இந்த இடத்தை மறுபடியும் சீர்ப்படுத்திவிடலாம்! நான் சொல்வது கேட்கிறதா? நம்மால் முன்னைக் காட்டிலும் மிகவும் சிறப்பாகச் செயல்பட முடியும் என்று தெரியும், மகனே!"

ஒரு வெள்ளையனைத் தாக்குவதால் விளையக் கூடிய கடுமையான விளைவுகளைப் பற்றிய அச்சத்தாலேயே வாழ்நாள் முழுவதும் கட்டுப்படுத்தப்பட்டவன் என்கிற ஒரே காரணத்தினால் லியா முதலாளி மீது பாய்ந்து குதறாமல் அடக்கிக் கொண்டான். ஆனால், அவனுள் பொங்கிப் பெருகிக் கொண்டிருந்த சீற்றம் அவனை அந்த நிலைக்கு உந்திக் கொண்டிருந்தது. "முதலாளி, என்னைக் குடும்பத்துடன் விடுவிப்பதாக வாக்குறுதி அளித்துத் தான் இங்கிருந்து நெடுந்தொலைவுக்கு அனுப்பி வைத்தீர்கள்! ஆனால், திரும்பி வந்துள்ள வேளையில் எனது குடும்பத்தையே விற்றுவிட்டீர்களே? எமக்கு விடுதலை அளிப்பதற்கான ஆவணத்தைக் கொடுத்து, எனது குடும்பத்தாருடைய இருப்பிடத்தையும் கூறிவிடுங்கள், முதலாளி!"

"அதைப் பற்றிச் சொன்னேன் என்று நினைக்கிறேன்! அவர்கள் அலமான்ஸ் ஊரகத்தில், முர்ரே என்கிற புகையிலைப் பண்ணை முதலாளியிடம் உள்ளனர். இருப்புப் பாதைப் பட்டறைகளுக்கு அருகாமையில் வசிக்கின்றனர்..." முதலாளியினுடைய கண்கள் சுருங்கின. "மகனே, என் முன்னால் கத்திப் பேசுவதை நிறுத்து!"

'அலமான்ஸ் .... முர்ரே .... இருப்புப்பாதைப் பட்டறைகள்....' முகாமையான சொற்களை மனத்தில் பதியவைத்துக் கொண்டான். தற்பொழுது, தவறாக நடந்து கொண்டதற்காக மனம் வருந்தியவனைப் போல முகத்தை வைத்துக் கொண்டு, "மன்னிச்சுக்கங்க முதலாளி! உணர்ச்சிவசப்பட்டுவிட்டேன்! தவறான நோக்கம் எதுவுமில்லை!"

முதலாளியினுடைய முகக்குறிகள் மாறுபட்ட உணர்ச்சிகளை வெளிப்படுத்தின. பின்னர், ஒருவழியாக மன்னித்துவிட்டார்! 'எமக்கு விடுதலை அளித்ததாக அவன் எழுதி வைத்துள்ள தாளினை எப்படியாவது அவனிடமிருந்து உருவிவிட வேண்டும்!' "வீழ்ந்து விட்டேன், மகனே!" மேஜையின் மீது முதலாளியினுடைய உடல் சரிந்திருந்தது. கண்கள் இடுக்கிக் கடுமையைக் காட்டின. "சொல்வதைக் கேட்கிறாயா? எவ்வளவு தாழ்ந்து போய் விட்டேன் என்பது எவருக்கும் தெரியாது! பணத்தைப் பற்றி மட்டுமே குறிப்பிடவில்லை..." தனது மார்பைச் சுட்டிக் காட்டினார். "இங்கே தாழ்ந்து விட்டேன்!" ஏதோ பதிலை எதிர்பார்ப்பது போல அவருடைய முகக்குறி காட்டியது!

"சொல்லுங்க, முதலாளி!"

"கடுமையான காலக்கட்டத்தையெல்லாம் பார்த்து விட்டேன், மகனே! அந்த நாய்ப்பசங்க நான் வீதியில் நடந்த போதெல்லாம் என்னைப் பெயர் சொல்லி அழைத்தனர். என் முதுகுக்குப் பின்னால் எள்ளி நகைத்தனர், நாய்ப்பயலுக!" எலும்புகள் துருத்திக் கொண்டிருந்த முட்டியால் மேஜை மீது ஓங்கிக் குத்தினார். "டாம் லியா யாரென்று காட்டுவதென்று மனத்தில் வஞ்சம் வைத்துள்ளேன். இப்பொழுது நீ திரும்பிவிட்டாய்! கட்டுச்சேவல்களை வாங்குவோம்! எனக்கு எண்பத்தி மூணு வயதாகிறது! அதைப்பற்றிக் கவலையில்லை... நம்மால் மேலும் நன்றாகச் செயல்பட முடியும், மகனே!"

"முதலாளி!"

முதலாளியினுடைய கண்கள் மேலும் இடுக்கின. "மறந்துவிட்டேன்! உன் வயதென்ன, மகனே?"

"ஐம்பத்தி நாலு ஆகிறது, முதலாளி!"

"இருக்காது!"

"உண்மை தான், முதலாளி! இப்போ ஐம்பத்தைந்து கூட இருக்கலாம்!"

"போடா, போக்கிரி! நீ பொறந்தன்னைக்குக் காலையிலேயே உன்னைப் பார்த்தவன் நான்! வைக்கோல் நிறத்தில் உடலெங்கும் சுருக்கமான குட்டி நீக்ரோப் பயலாகக் கிடந்தாய்!..." முதலாளி ஏளனமாக நகைத்தார். "உனக்குப் பெயர் வைத்ததே நான் தான்!"

கட்டுச்சேவல் ஜார்ஜ் தனக்கு வேண்டாமென்று மறுக்கும் விதத்தில் கையசைத்ததால், முதலாளி தன்னுடைய கோப்பையில் மட்டும் சிறிதளவு மதுவை ஊற்றினார். சுற்றுமுற்றும் நோட்டமிட்டு அவர்கள் இருவர் மட்டுமே அங்கிருந்ததை உறுதிப்படுத்திக் கொண்டார். "மற்றவர்களை முட்டாளாக்கியதைப் போல உன்னிடமும் நடந்து கொள்வது நல்லதல்ல என்று நினைக்கிறேன்! என்னிடம் எதுவுமே இல்லையென்று அவர்கள் நினைத்துக் கொண்டிருக்கிறார்கள்! ஜார்ஜை சூழ்ச்சித் திறத்துடன் நோட்டமிட்டார். "என்னிடம் பணமிருக்கிறது! ஆனால் நிறைய இல்லை... மறைத்து வைத்திருக்கிறேன்! யாருக்கும் தெரியாது! அது இருக்குமிடம் எனக்கு மட்டும் தான் தெரியும்!" ஜார்ஜை நீண்ட நேரம் பார்த்துக் கொண்டிருந்தார். "மகனே! நான் செத்த பிறகு என்னிடமிருப்பதெல்லாம் உனக்குத் தானே! இன்னமும் என்னிடம் பத்து ஏக்கர் நிலமுள்ளது. நிலம் என்பது வங்கியிலுள்ள பணத்தைப் போன்றது! அனைத்தும் உன்னைத் தான் சேரப்போகிறது! இப்பொழுது உன்னைக் காட்டிலும் நெருக்கமானவர் எனக்கு யார் இருக்கிறார், மகனே?"

அவர் எதனுடனோ போராடிக் கொண்டிருந்தவரைப் போலக் காணப்பட்டார். மேஜையின் மீது மேலும் நெருக்கமாகச் சாய்ந்து கொண்டார். " உண்மையை எதிர்கொள்ள இன்னமும் தயங்கத் தேவையில்லை! மகனே, நம்மிடையே இரத்த உறவு உள்ளது!"

'அப்படிச் சொல்வதன் மூலம் அவனுடைய நாடகத்தை முழுமையாக நடத்திக் காட்டப் பார்க்கிறான்!' இரத்த நாளங்கள் கொதிப்படைந்தவனாக ஜார்ஜ் மௌனமாக அமர்ந்திருந்தான்.

"இன்னும் சிறிது காலம் பொறுத்திரு, ஜார்ஜ்..." போதையேறிய அவருடைய முகம் மன்றாடியது! "இந்த உலகத்தில் உனக்கு உதவியவர்களுக்கு முதுகைக் காட்டிச் செல்பவன் நீயல்ல என்பதை நானறிவேன்...!"

'நான் லண்டனுக்குப் புறப்படுவதற்கு முன்பு, எழுதிக் கையெழுத்திடப்பட்ட

விடுதலை ஆவணத்தை எனக்குக் காட்டி இரும்புப் பெட்டியில் பாதுகாக்கப் போவதாகச் சொன்னாரே!' மேலும் மதுவைக் குடிக்க வைத்து முழுமையாக மயக்கமடையச் செய்ய எண்ணினான். மேஜை மீது கவிழ்ந்திருந்த அவருடைய முகத்தை உற்று நோக்கினான். 'வெள்ளைக்காரன் என்கிற அடையாளத்தைத் தவிர இவரிடம் எதுவுமில்லை!'

"முதலாளி, நீங்கள் என்னை எப்படியெல்லாம் வளர்த்தீர்கள் என்பதை நான் மறந்துவிடவில்லை! மிகச் சில வெள்ளையர்கள் மட்டுமே உங்களைப் போல நன்மைகள் செய்வர்…"

கண்ணீர் ததும்பிய கண்கள் பளிச்சிட்டன. "நீ அப்போது மிகவும் குட்டிப் பயல்… எனக்கு நன்றாக நினைவிருக்கிறது…"

"ஆமாம்! நீங்களும் மிங்கோ மாமாவும்…"

"ஓ! மிங்கோ! கெட்ட காலம் பீடித்தவன்! நீக்ரோக்களிலேயே மிகச் சிறந்த பயிற்றுநர்…" அவருடைய அலைபாய்ந்த கண்கள் ஜார்ஜ் மீது நிலைக்குத்தி நின்றன. "…. நீ நன்றாகக் கற்றுக் கொள்ளும் வரை….. பிறகு, மிங்கோவை விட்டுவிட்டு உன்னைக் கூட்டிக் கொண்டு சேவல்கட்டுகளுக்குச் சென்றேன்…"

"… முதலாளியும் நீயும் கோழிகளுக்குத் தீனி போடுவதற்கு மட்டுமே தகுதியானவன் என்று நினைக்கிறீர்கள்…." முதியவரான மிங்கோ மாமா வெறுப்புடன் கூறிய வார்த்தைகளை நினைத்த போது அவனுக்கு இப்பொழுது கூட வலித்தது…

"நினைவிருக்கிறதா, முதலாளி, நியூ ஓர்லியான்ஸில் மிகப் பெரிய சேவல்கட்டுக்குச் செல்ல ஆயத்தமானோமே?"

"நன்றாக நினைவிருக்கிறது! ஆனால், போகவில்லையே…" அவருடைய புருவங்கள் நெறிந்தன.

"நாம் புறப்படுவதற்கு முன்னால் மிங்கோ இறந்து போனார்!"

"ஓ! ஐயோ! மிங்கோ மாமா அந்த மரத்தடியில் உறங்குகிறார்!" 'என்னுடைய அம்மாவும் சாராவும் கூட அங்கே தான் தூங்குகின்றனர். மாலிஸிம்மா செத்தாக் கூட அங்கே தான் தூங்குவாள்! ஆனால், இவர்களிருவரில் யார் முதலில் சாகப் போகிறார்கள் என்பதைப் பொறுத்தது!' இவர்களில் ஒருவர் போய் விட்டால் மற்றவர் எப்படி வாழப் போகிறாரோ? மறுகினான்!

"மகனே, நீ விரும்பிய பெண்களையெல்லாம் சந்திக்கச் செல்வதற்குப் பயண அனுமதிச் சீட்டுக் கொடுத்தேனே, நினைவிருக்கிறதா?"

கடகடவென்று சிரித்துக் கொண்டே, கட்டுச்சேவல் ஜார்ஜ் மேஜை மீது குத்தினான். முதலாளி தொடர்ந்தார், "ஆமாம், நான் உனக்குக் கொடுத்தேன்! ஏனெனில், நான் எப்போதும் பார்த்தறியாத பொலி காளையைப் போல நீ இருந்தாய்! நாமிருவருமே சேவல் கட்டு நிமித்தமாகச் சென்ற இடங்களிலெல்லாம்

ஏராளமாக அனுபவித்தோம்! உன்னைப் பற்றி எனக்குத் தெரிந்திருந்ததைப் போல என்னைப் பற்றியும் உனக்குத் தெரியும்..."

"ஆமாம், முதலாளி! அப்படித்தான் செயல்பட்டோம்!"

"நீ சேவல்கட்டுப் போட்டியில் பந்தயம் கட்டத் தொடங்கியபோது நான் உனக்குப் பணம் கொடுத்தேன்! நீயும் நிறையப் பணம் வென்றாய்!"

"உண்மை தான், முதலாளி, உண்மை தான்!"

"மகனே, நாம் ஒரு குழுவாகச் செயல்பட்டோம்!"

பழைய நினைவு வெள்ளத்தில் பங்குபெற எத்தனித்த ஜார்ஜ் தானும் அதில் சிக்கிக் கொள்ளும் அபாயத்தை உணர்ந்தான். மதுவின் வேகம் அவனுடைய தலையையும் சுழலச் செய்ததைப் புரிந்து கொண்டான். இருப்பினும், தனது நோக்கத்தில் குறியாக இருந்தான். மேஜையின் மீது துழாவி மதுக் குவளையைப் பற்றினான். தனது கோப்பையில் ஓர் அங்குலம் அளவிற்கு ஊற்றியவன், கை முட்டியால் அதனைப் பிடித்து மறைத்தபடி, முதலாளியினுடைய கோப்பையில் முக்கால் பங்கு அளவிற்கு மதுவை ஊற்றினான். தனது கோப்பையில் இருந்த மதுவின் அளவை மறைத்தபடி அது ததும்புவது போல பாசாங்கு காட்டியவாறு உயர்த்தி, "எங்கிருந்தாலும் முதலாளி நல்ல நலத்துடன் இருக்க வேண்டும்! ஆங்கிலேயர்கள் சொல்வதைப் போல, 'முதலாளியின் நலத்திற்காக உள்ளே தள்ளுவோம்!'" என்றபடி தன்னுடைய கோப்பையில் உதட்டை வைத்து உறிஞ்சினான். ஒரே மிடறில் முதலாளி கோப்பையைக் காலி செய்தார். "மகனே, எனக்கு நல்லதென்று நினைக்கிறாயா..."

"மற்றுமொரு கோப்பை!" இரு கோப்பைகளும் உயர்த்திப் பிடிக்கப்பட்டன. "என்னிட மிருந்த நீக்ரோக்களிலேயே மிகவும் சிறந்தவன்!" இரு கோப்பைகளும் காலியாயின.

நரம்பும் தோலுமான புறங்கையால் வாயைத் துடைத்தவாறு, மதுவின் தாக்கத்தால் இருமியபடி, கடுகடுப்பாகக் கேட்டார், "அந்த ஆங்கிலேயனைப் பற்றி எதுவுமே சொல்ல வில்லையே, மகனே! அவனுடைய பெயர் என்ன?"

"ரஸ்ஸல் பிரபு, முதலாளி! அவரால் எண்ணி மாளாத அளவுக்குப் பணம் வைத்திருக்கிறார்! போட்டியில் களமிறக்குவதற்காக நானூறுக்கும் மேற்பட்ட கட்டுச்சேவல்கள் அவரிடம் உள்ளன. சற்றே பேச்சை நிறுத்தி நோட்டமிட்டபடி, "ஆனால், எங்கு தேடினாலும் உங்களைப் போன்றதொரு கட்டுச்சேவல்காரரைக் காண முடியாது, முதலாளி!"

"உண்மையாகவா சொல்கிறாய், மகனே!"

"உங்களிடமுள்ள கெட்டிக்காரத்தனம் கிடையாது என்பது ஒன்று! உங்களிடமுள்ள மனிதத் தன்மையையும் காண முடியாது! அவர் பெரும் பணக்காரர்! நல்ல அதிர்ஷ்டசாலி! அவ்வளவு தான்! வெள்ளைக்காரர்கள்

மத்தியில் உங்களுடைய தரத்தைக் காண முடியாது!” சர்.எரிக் ரஸ்ஸல் தன்னுடைய நண்பர்களிடம் கூறியதை அவன் ஒற்றுக் கேட்டிருந்தான், “ஜார்ஜினுடைய முதலாளி புகழ் பெற்ற கட்டுச்சேவல்காரர்!”

முதலாளியினுடைய தலை சுழன்றாடியது. பின்னோக்கிச் சாய்ந்து கொண்டது. அவருடைய கண்கள் ஜார்ஜைப் பார்ப்பதற்கு எத்தனித்தன. ‘இரும்புப் பெட்டியை எங்கே வைத்திருப்பார்?’ கையெழுத்திற்கு மேலே, பயண அனுமதிச் சீட்டைப் போல மும்மடங்கு வாசகங்களைக் கொண்ட, அவனுக்கு நன்கு நினைவிலிருந்த அந்தச் சதுர வடிவிலான தாளினை அவன் அடைவதைப் பொறுத்துத் தான் அவனுடைய எஞ்சிய வாழ்நாளின் விதி தீர்மானிக்கப்பட இருந்தது.

“உங்களுடைய மதுவை இன்னும் கொஞ்சம் குடிக்கட்டுமா?”

“மகனே, என்னைக் கேட்க வேணுமா? ... உனக்குத் தேவையான அளவு எடுத்துக் கொள்....”

“எனது முதலாளியைப் போன்ற ஒருத்தரை உலகத்தில் வேறெங்கும் காண முடியாது என்று ஆங்கிலேயர்கள் அனைவரிடமும் சொன்னேன், முதலாளி! எவரிடமும் அங்கே நீண்ட நாட்கள் தங்கப் போவதாகக் கூறியதே இல்லை... முதலாளி, உங்களுடைய கோப்பை காலியாகி விட்டது.”

“.... சிறிதளவு ஊற்றினால் போதும்... ... நீ நல்லவன்.... எனக்கு ஒருபோதும் தொல்லை கொடுத்ததே இல்லை...”

“இல்லவே இல்லை, முதலாளி! ... மறுபடியும் உங்களுடைய நலத்திற்காகவே குடிக்கிறேன்...” இருவரும் குடித்தனர். முதலாளியினுடைய கோப்பையிலிருந்து சிறிதளவு தாடை வழியாகவும் வழிந்தது. மதுவின் தாக்கத்தைக் கூடுதலாக உணர்ந்த ஜார்ஜ் நிமிர்ந்து உட்கார்ந்தான். முதலாளியினுடைய தலை மேஜை மீது தொங்கி விழுந்ததைக் கண்டான்.

“மற்ற நீக்ரோக்களிடமும் நீங்கள் அன்பாகத் தான் நடந்து கொண்டீர்கள், முதலாளி!”

அலைபாய்ந்த தலை ஓரிடத்தில் அடங்கியது! “முயன்றேன், மகனே ... முயன்றேன்...” பேச்சு அடங்கிப் போனது!

‘போதையில் மூழ்கிவிட்டார்’ “ஆமாம், முதலாளி! உங்களுடைய மனைவியும்....”

“நல்லவள்.... பல வழிகளில்....”

முதலாளியின் மார்புப் பகுதியும் மேஜையின் மீது கவிழ்ந்தது. தன்னுடைய நாற்காலியை ஓசையின்றித் தூக்கியவன், சற்றே தயங்கி நின்றான். பிறகு, கதவு வரை சென்று, நின்று, “முதலாளி... முதலாளி...” என்று மெல்லிய குரலில் அழைத்தான்.

திடீரென்று திரும்பி, பூனையைப் போல பம்மியவாறு, முன்னறையில் இருந்த இழுவறைகள் அனைத்திலும் தேடினான். சற்றே நிறுத்தியவனுக்கு அவன் விட்ட மூச்சின் ஓசை மட்டும் கேட்டது. கிரீச்சிட்ட படிகளைத் திட்டியவாறு மாடிப்படிகளில் தாவி ஏறினான்.

வெள்ளைக்காரருடைய படுக்கை அறையில் நுழைந்து விட்ட குற்றவுணர்வு உறுத்தியது. நின்றான்... அவனை அறியாமலேயே கால்கள் பின்னோக்கி நகர்ந்தன. குழப்பத்தை ஒருவாறு ஒதுக்கியவனாக, விரைந்து உள்ளே சென்றான். மதுவின் நெடியும், சிறுநீர், வியர்வையின் துர்நாற்றமும், துவைக்கப்படாத ஆடைகளின் வாடையும், அறையெங்கும் சிதறிக் கிடந்த காலிப் புட்டிகளும் அவனைத் தாக்கின. பின்னர், வெறி பிடித்தவனைப் போல, அறையிலிருந்த அனைத்தையும் திறந்து தேடிச் சிதறடித்தான். 'படுக்கைக்குக் கீழே இருக்கலாம்' மண்டியிட்டு, உற்றுப் பார்த்தவனுடைய கண்களில் இரும்புப் பெட்டி தட்டுப்பட்டது.

அதனைப் பற்றியவன், அடுத்த நொடி கீழிறங்கினான். கூடத்திலிருந்தபடி முதலாளியை நோட்டமிட்டான். அவர் மேஜையின் மீது மயங்கிக் கிடந்தார். திரும்பியவன் ஒரே பாய்ச்சலில் முன் வாசலை அடைந்தான். பெரிய வீட்டின் பக்கவாட்டில் சென்ற போது, அவனுடைய கைகள் பெட்டியைத் திறக்க எத்தனித்தன. முடியவில்லை. 'குதிரை மீதேறிப் புறப்படுவோம்! பின்னர், பெட்டியின் பூட்டை உடைத்துத் திறந்து கொள்ளலாம்!' ஆனால், அதனுள் விடுதலை ஆவணம் உள்ளதா என்பதை உறுதிப்படுத்திக் கொள்ள வேண்டும்!

பின்கட்டில் மரங்களைத் துண்டாடுவதற்கான வெட்டுமரம் அவனுடைய கண்களில் பட்டது. தரையில் கிடந்த கோடாரியை எடுத்து, பெட்டியின் பூட்டு மேனோக்கி இருக்குமாறு பிடித்துக் கொண்டு, கோடாரியால் ஒரு போடு போட்டான். பூட்டுச் சிதறியோடியது. பெட்டி திறந்து, பணத்தாள்களும், நாணயங்களும், மடிக்கப்பட்ட தாள்களுமாக நாலா பக்கமும் சிந்திச் சிதறின. தாள்களின் மடிப்புகளைத் திறந்து பார்த்தவன் அடையாளம் கண்டு கொண்டான்.

"என்ன செய்து கொண்டிருக்கிறாய், மகனே?"

கூடு விட்டு ஆவி பறந்தது போலிருந்தது! ஆனால், அது மாலிஸிம்மா! மரக்கட்டை ஒன்றின் மீது அமர்ந்து, நிர்ச்சலனத்துடன் கவனித்துக் கொண்டிருந்தாள்.

"முதலாளி என்ன சொன்னார்?" வெள்ளந்தியாகக் கேட்டாள்.

"புறப்பட வேண்டும், மாலிஸிம்மா!"

"ஆமாம்! அது தான் நல்லதென்று நினைக்கிறேன்! அப்புறம்..."

"மெடில்டாவுக்கும் எனது பிள்ளைகளுக்கும் உங்களுடைய நல்லாசிகளைத் தெரிவித்து விடுகிறேன்!"

"ரொம்ப நல்லதுப்பா!... சூதானமாப் போ... !"

விரைந்தோடிச் சென்று, அவளை ஆரத் தழுவிக் கொண்டான். 'ஓடிச் சென்று புதைக்கப்பட்ட இடத்தைப் பார்த்துவிட வேண்டும்' பின்னர், தனது தாய் கிஸ்ஸியும் சாராக்காவும் உயிருடன் இருந்ததாக நினைத்துக் கொள்வதே சிறந்தது என்றெண்ணியவனாக, தான் பிறந்து, வளர்ந்த, சிதைந்து சிதலமடைந்து கொண்டிருந்த அந்தப் பண்ணையை நோட்டமிட்டான். வாய் ஏதேதோ உளறியது! கை விடுதலை ஆவணத்தை இறுகப் பற்றியது! ஓடினான்! தன்னுடைய உடமைகள் இருமருங்கிலும் தொங்கிக் கொண்டிருந்த குதிரையின் மீது தாவி ஏறினான்! கண நேரத்தில், புல், பூண்டுகள் மண்டிய குறுகிய பாதை வழியே, 'மா வேகம், மன வேகம்' என்பதற்கிணங்க குதிரை பறந்தது! அவன் திரும்பிக் கூடப் பார்க்கவில்லை!

109

நெடுஞ்சாலையை ஒட்டிய வேலிச்சுவர் அருகே நறுமணப் பொருள் தயாரிப்பதற்கான இலைகளைப் பறித்துக் கொண்டிருந்த ஐரீன், விரைந்து நெருங்கிக் கொண்டிருந்த குதிரையின் குளம்படி ஓசையைக் கேட்டு நிமிர்ந்து பார்த்தாள். காற்றில் படபடத்த பச்சைக் கழுத்துப் பட்டையும் சேவலுடைய வால் பகுதியின் நீண்ட நெளிந்த இறகு நளினத்துடன் செருகப்பட்ட கறுப்புத் தொப்பியும் அணிந்திருந்த குதிரைக்காரரைக் கண்டு திக்கித்துப் பெருமூச்செறிந்தாள்!

கைகளை வேகமாக அசைத்தவாறு நெடுஞ்சாலையை நோக்கி விரைந்தாள். உச்சக் குரலெடுத்து உரக்கக் கத்தினாள், “கட்டுச்சேவல் ஜார்ஜ்! கட்டுச்சேவல் ஜார்ஜ்!” வேலிச்சுவருக்கு அப்பால் குதிரையோட்டி கடிவாளத்தைப் பிடித்திழுத்தார். வாயில் நுரை தள்ளிய அவருடைய குதிரை நிம்மதிப் பெருமூச்சுடன் நின்றது.

அவளுடைய புன்னகைக்குப் பதில் புன்னகை சிந்திய வாறு, “என்னை உனக்குத் தெரியுமா, பெண்ணே?” என்று கேட்டார்.

‘‘தெரியாது! நாம் ஒருவரையொருவர் பார்த்துக்

கொண்ட தில்லை! ஆனால், டாம், மெடில்டாம்மா, குடும்பத்திலுள்ள அனைவரும் உங்களைப் பற்றி நிறையச் சொல்லியிருக்கிறார்கள்! அதைக் கொண்டு அடையாளம் கண்டு கொண்டேன்!"

அவர் அவளை உற்றுப் பார்த்தார். "என் மகன் டாமும் மெடில்டாவுமா?"

"ஆமாம், உங்களுடைய மனைவி தான்! அவர் என் கணவர்; என் குழந்தையின் தகப்பன்!"

அவள் கூறியவை அவருடைய மனத்தில் பதிவதற்குச் சற்றே நேரம் பிடித்தது. "உனக்கும் டாமுக்கும் குழந்தை இருக்கிறதா?" முகமெல்லாம் பல்லாக, துருத்திக் கொண்டிருந்த வயிற்றைத் தடவியவாறு 'ஆமென்று' தலையாட்டினாள். "இன்னும் ஒரு மாதத்தில் பிறந்துவிடும்!" அவரும் தலையைக் குலுக்கினார். "ஆண்டவரே! கடவுளே! எல்லா வல்ல இறைவா! உன் பேரென்னம்மா?"

"ஐரீன், மாமா!"

குதிரையைச் செலுத்துமாறு அவரிடம் கூறிவிட்டு, விர்ஜில், ஆஷ்ஃபோர்டு, சின்ன ஜார்ஜ், ஜேம்ஸ், லூயிஸ், சின்ன கிஸ்ஸி, லில்லி ஆகியோர் நடவுப்பணியில் ஈடுபட்டிருந்த மற்றொரு பகுதியை நோக்கி விரைந்தாள். அவளுடைய கூப்பாட்டை கேட்ட சின்னகிஸ்ஸி ஓடோடிச் சென்றாள். தான் கேட்ட செய்தியை மற்றவர்களுக்கும் தெரிவிப்பதற்காக மீண்டும் அவர்களிருந்த இடத்தை நோக்கி ஓடினாள். அவர்கள் அனைவரும் மூச்சிரைத்தபடி அடிமையர் குடியிருப்பை அடைந்தனர். கூச்சலிட்டவாறு முண்டியடித்துக் கொண்டு, அம்மாவையும் டாமையும் தள்ளிவிட்டு அவரை ஒருமுறையாவது ஆரத் தழுவிக் கொள்வதற்கு முற்பட்டனர். பாச மழையில் மூழ்கிய ஜார்ஜ் தனக்கு அளிக்கப்பட்ட வரவேற்பால் திக்குமுக்காடினார்.

"நீங்கள் முதலில் துயரச் செய்தியைக் கேட்கப் போகிறீர்கள்! என்னவென்று யூகியுங்கள்!" என்று புதிர் போட்டவர், பின்னர், அவர்களுடைய பாட்டி கிஸ்ஸியும், சாராக்காவும் இறந்து போன செய்தியைக் கூறினார். "முதலாளியம்மாவும் கூட போய்விட்டார்!..."

இறந்தவர்களைப் பற்றிய நினைவுகள் ஏற்படுத்திய வருத்தம் ஒருவாறு தணிந்த பின்னர், மாலிஸிம்மாவினுடைய நிலைமையைப் பற்றியும், லியா முதலாளியுடன் எதிர்கொண்ட அனுபவத்தையும் விவரித்து விட்டு, இறுதியில் தான் பெற்ற விடுதலை ஆவணத்தை வெற்றிப் புன்னகையுடன் அவர்களிடம் காட்டினார். இரவுநேர உணவு முடிந்தது. இங்கிலாந்தில் தன்னுடைய ஐந்தாண்டு அனுபவத்தையும் விவரிப்பதற்கு முற்பட்ட ஜார்ஜைச் சுற்றிலும் அவருடைய குடும்பத்தினர் உன்னிப்பாகக் கேட்டுக் கொண்டிருந்தனர். இரவின் தனிமை காவல் நின்றது.

"உண்மையாகவே சொல்கிறேன், கடல் கடந்து சென்று அங்கே நான் கண்டவை, செய்தவை அனைத்தையும் விவரிப்பதற்கு ஓராண்டு காலம் கூடப் போதாது!"

என்றவர், சர்.எரிக் ரஸ்ஸல் குடும்பத்தினருடைய பெருத்த செல்வ வளத்தையும், சமூகத் தகுதி நிலையையும், வழிவழியாக வந்த அவர்களுடைய மரபுகளையும், சேவல்கட்டில் புகழ்பெற்று விளங்கியதையும் விவரித்தார். கறுப்புக் கட்டுச்சேவல் பயிற்றுநராகத் தான் செய்த சாகசங்களையும், சேவல்கட்டுப் பிரியர்களை மகிழ்வித்த விதத்தையும் விரிவாகக் கூறினார். ஆப்பிரிக்கச் சிறுவர்கள் கழுத்திலே தங்கச் சங்கிலியை மாட்டிக் கையில் பிடித்தபடி ஆங்கிலேயப் பெண்டிர் உலவியதையும் கூறினார்.

“நான் பொய் சொல்லவில்லை! அங்கே எனக்கு எல்லாவிதமான அனுபவமும் கிடைத்தது! ஆனால், ஆண்டவருக்குத் தான் தெரியும்! உங்களனைவரையும் பிரிந்திருந்தது தான் பெரும் கொடுமை!”

“இரண்டாண்டு காலத்தை நான்கு ஆண்டுகளுக்கும் மேலாக நீட்டித்ததைப் பார்த்தால் அப்படித் தெரியவில்லையே!” மெடில்டா திருப்பியடித்தாள்.

“கிழவி கொஞ்சம் கூட மாறவில்லை, இல்லையா?” வியப்புடன் கவனித்துக் கொண்டிருந்த பிள்ளைகளைப் பார்த்து ஜார்ஜ் கேட்டார்.

“யார் கிழடு? என்னுடையதைக் காட்டிலும் உம்முடைய தலையில் தான் நரை கூடுதலாகத் தெரிகிறது!”

சிரித்துக் கொண்டே மெடில்டாவின் தோள்களைத் தட்டினார். பெரிதாகக் கோபப் பட்டவளைப் போல பாசாங்கு செய்தாள். “எனக்கு மட்டும் திரும்பி வருவதற்கு விருப்பமில்லையென்றா நினைக்கிறாய்? இரண்டு ஆண்டு முடிவடைந்ததிலிருந்து ரஸ்ஸல் முதலாளியிடம் என்னைத் திருப்பி அனுப்புவது பற்றி நினைவுபடுத்திக் கொண்டே இருந்தேன். ஆனால், சிறிது காலத்திற்குப் பிறகு, ஒரு நாள், நான் மிகச் சிறப்பாகச் சேவல்களுக்குப் பயிற்சியளித்ததாகவும் மேலும் ஓராண்டு காலம் தங்கியிருந்து வெள்ளைக்கார உதவியாளனுக்குப் பயிற்சியளிக்க வேண்டும் என்றும் தெரிவித்து அதற்கான கூடுதல் தொகையை லியா முதலாளிக்கு அனுப்புவதாகவும் எனது தேவையின் அவசியம் பற்றிக் கடிதம் எழுதுவதாகவும் என்னிடம் கூறினார். என்னால் மறுக்க முடியவில்லை. அந்தக் கடிதத்தில் உங்களுக்கு நடந்தவற்றைத் தெரிவிக்குமாறு குறிப்பிடும்படி வற்புறுத்தினேன்.”

“அதைப் பற்றி அவர் ஒரு வார்த்தை கூடப் பேசவில்லை!” மெடில்டா வியந்தாள். டாம் பேசினான், “ஏன் தெரியுமா? அதற்குள் அவர் நம்மையெல்லாம் விற்றுவிட்டார்!”

“ஆமாம், உண்மை தான்! அதனால் தான் செய்தி எட்டவில்லை!”

“ஊம்... ஊம்... பார்த்தாயா? என்னுடைய தவறு எதுவுமில்லை!” பழியிலிருந்து தப்பித்துக் கொண்ட நிம்மதி ஜார்ஜினுடைய குரலில் தொனித்தது.

தன்னுடைய கசப்பான ஏமாற்றத்தை விளக்கிய பிறகு, ரஸ்ஸல் பிரபுவிடம் ஓராண்டு முடிவில் தன்னைத் திருப்பியனுப்புவதற்காக உறுதிமொழியைப் பெற்றுக்

கொண்டதாகக் கூறினார். "பிறகு, என்னுடைய வேலையில் தொடர்ந்தேன். பெரிய போட்டிகளில் அவருடைய சேவல்கள் வெற்றியடைய உதவினேன். அப்படித்தான் அவர் என்னிடம் கூறினார். கடைசியில் ஒரு நாள் வெள்ளைக்கார உதவியாளனுக்குப் போதிய பயிற்சி அளித்துவிட்டதாகவும் சேவல்களைப் பராமரிக்கும் பொறுப்பினை அவன் முழுமையாக ஏற்றுக் கொள்வான் என்றும் கூறி என்னை விடுவித்தார். எனக்கு மட்டற்ற மகிழ்ச்சி!

"உங்களிடம் ஒரு செய்தியைத் தெரிவித்தாக வேண்டும்! இரண்டு வண்டிகள் நிறைய வெள்ளைக்காரர்கள் என்னுடன் துறைமுகப் பெருநகரமாக சவுத்ஹேம்டனுக்கு வந்து வழியனுப்பினர். இந்தப் பெருமை எத்தனை நீக்ரோக்களுக்குக் கிடைத்துவிடும்! அந்தத் துறைமுகத்திற்குள் புகுந்து வெளியேறுகின்ற கப்பல்களை எண்ணி மாளாது! ரஸ்ஸல் பிரபு எனது பயணத்திற்கான ஏற்பாடுகளைச் செய்திருந்தார்.

"ஆண்டவரே! அது போன்ற பீதி ஒருபோதும் அடைந்ததில்லை! சற்று தூரம் கப்பல் சென்றவுடனே, வெறி கொண்ட குதிரை மேலும் கீழும் குதிப்பதைப் போல, தூக்கி வாரி இறைக்கப்பட்டோம்! தொழுகையைப் பற்றிப் பேச்செழுந்தது!" மெடில்டா 'உச்'சுக் கொட்டினாள். அதை அவர் கண்டுகொள்ளவில்லை. "ஒட்டுமொத்தக் கடலும் பேரிரைச்சல் போட்டது. எங்களைத் துண்டு துக்காணியாகப் பிய்த்தெறிந்ததைப் போலிருந்தது! ஆனால், ஒருவாறாகக் கடல் அமைதியடைந்தது. நியூயார்க் சென்றடைந்த வரை நிம்மதியாகப் பயணம் செய்தோம்! அங்கே அனைவரும் கப்பலிலிருந்து இறங்கினர்..."

சின்னகிஸ்ஸி வியப்புடன் இடைமறித்தாள், "நியூயார்க்கா! அங்கே என்ன செய்தீர்களப்பா?"

"பெண்ணே! என்ன அவசரம்? நான் வேகமாகச் சொல்லிவரவில்லையா? பரவாயில்லை! ரஸ்ஸல் பிரபு கப்பல் அலுவலர் ஒருவரிடம் பணத்தைக் கொடுத்து, ரிச்மோன்ட் செல்லும் மற்றொரு கப்பலில் என்னை ஏற்றிவிடுவதற்கு ஏற்பாடு செய்திருந்தார். ஆனால், அந்த அலுவலர் எனக்காக ஏற்பாடு செய்த கப்பல் ஐந்து, ஆறு நாட்களாகியும் புறப்படவில்லை. ஆகவே, நியூயார்க் வீதிகளில் வேடிக்கை பார்த்துக் கொண்டு திரிந்தேன்..."

"எங்கே தங்கினீர்கள்?" மெடில்டா கேட்டாள்.

"கறுப்பர்களுக்கான விடுதியில்... அவர்களும் நீக்ரோக்களைப் போன்றவர்கள். எங்கே என்று நீ நினைத்தாய்? என்னிடம் பணம் இருந்தது. இப்பொழுது கூட சேணப்பைகளில் பணம் வைத்திருக்கிறேன். காலையில் உங்களுக்குக் காட்டுவேன்!" மெடில்டாவை ஒரு மாதிரியாகப் பார்த்தார். "விரும்புகிறபடி நடந்து கொண்டால் உனக்கு நூறு டாலர்கள் கூட தருவேன்!" அவள் உறுமினாள். அவர் தொடர்ந்தார், "ரஸ்ஸல் பிரபு மிகவும் நல்லவர்! நான் புறப்பட்ட போது கணிசமான அளவு பணம் கொடுத்தார். அந்தப் பணம் எனக்கானது என்றும் லியா முதலாளியிடம் சொல்லக் கூடாது என்றும் கூறினார். லியா முதலாளியிடம் காட்ட மாட்டேன் என்பது உங்களுக்கே தெரியும்!"

“இதில் முக்கியமானது என்னவென்றால், நியூயார்க்கில் விடுதலை பெற்ற நீக்ரோக்கள் ஏகப்பட்ட பேரிடம் பேசினேன். அவர்களில் பெரும்பாலானோர் பட்டினியிலிருந்து காப்பாற்றிக் கொள்வதற்கே அரும்பாடுபடுகின்றனர். நம்மைக் காட்டிலும் மிகவும் மோசமான நிலையில் உள்ளனர். ஆனால், நாம் கேள்விப்பட்டதைப் போல அவர்களில் சிலர் நல்ல நிலைமையில் வாழ்கின்றனர். சொந்தமாகப் பல்வேறு தொழில்களில் ஈடுபடுகின்றனர். அல்லது, நல்ல கூலி கிடைக்கக் கூடிய வேலைகளைச் செய்கின்றனர். சிலர் சொந்த வீடுகளில் வசிக்கின்றனர். அல்லது, அடுக்குமாடிக் குடியிருப்புகளில் நிறைய வாடகை கொடுத்துத் தங்கியுள்ளனர். சிலருடைய பிள்ளைகள் ஓரளவு கல்வியறிவும் பெறுகின்றனர்.

“ஆனால், எந்த நீக்ரோவிடம் பேசினாலும், அப்பகுதியில் எங்கு பார்த்தாலும் கண்ணில்படக் கூடிய, மஞ்சள் மேலாடை அணிந்த வந்தேறிகளான வெள்ளையர்கள் மீது கடுமையான வெறுப்புக் காட்டுகிறார்கள்!...” சின்னகிஸ்ஸி கத்தினாள், “அவர்கள் ஒழிப்புவாதிகள்! அவர்களைப் பற்றி நீங்கள் சொல்கிறீர்களா? நான் சொல்லட்டுமா? இல்லை! உங்களால் சொல்ல முடியாது! நான் புரிந்து கொண்ட வரையில், ஒழிப்புவாதிகள் நீக்ரோக்களைப் போலவே நீண்ட காலம் இந்த மண்ணில் வாழுகின்ற வெள்ளையர்கள். நான் சொல்கிற அந்த வெள்ளையர்கள் நியூயார்க்கிலும் வடபகுதி முழுவதும் கப்பல் கப்பலாகச் சென்று சேருகின்றனர். அவர்களில் பெரும்பாலானோர் அயர்லாந்துக்காரர்கள். அவர்கள் பேசுவதை உங்களால் புரிந்து கொள்ள முடியாது. விநோதமானதொரு மொழி பேசுகின்றனர். அவர்களால் ஆங்கிலத்தில் கூட பேச முடியாது. கப்பலை விட்டு இறங்கியவுடன் அவர்கள் கற்றுக் கொள்கிற முதல் வார்த்தை ‘நீக்ரோ’! அடுத்ததாக, அவர்களுடைய வேலைவாய்ப்புகளை நீக்ரோக்கள் பறித்துக் கொண்டனர் என்கிற முழக்கம்! அவர்கள் எப்பொழுதும் சண்டையிட்டுக் கொண்டும் கலகங்களை ஏற்படுத்திக் கொண்டும் இருக்கின்றனர். ஏழை ஏதிலி வெள்ளையர்களைக் காட்டிலும் கொடூரமானவர்கள்!”

‘ஐயோ, ஆண்டவரே! அவர்கள் இந்தப் பகுதியை விட்டு எங்கேயாவது இருந்து தொலைக்கட்டும்!” ஐரீன் ஆதங்கப்பட்டாள்.

“எல்லோரும் கவனியுங்கள்! அந்தக் கப்பல் ரிச்மோன்ட் கொண்டுவந்து சேர்த்தது வரையிலும் நான் பார்த்தவை, கேட்டவை அனைத்திலும் பாதியளவு சொல்வதற்கே இன்னும் ஒரு வார காலம் பிடிக்கும்!...”

“நீர் கப்பலில் ஏறினீரா என்பதே சந்தேகமாக இருக்கிறதே!”

“புள்ளே! ஒரு காலத்திலும் என்னை நிம்மதியாக இருக்கவிட மாட்டாய்! மனுஷ போய் நாலு வருஷமாகுது! நீ என்னமோ நேற்றுப் போயிட்டு இன்னைக்குத் திரும்பினது மாதிரி பேசுற!” பேச்சை முடித்துக் கொள்ள வேண்டுமென்கிற துடிப்பு ஜார்ஜினுடைய குரலில் தென்பட்டது.

டாம் மிக விரைவாகக் கேட்டான், ‘‘குதிரையை ரிச்மோன்ட்டில்

வாங்கினீர்களா?”

“மிகவும் சரி! எழுபது டாலர்கள்! மின்னல் வேகத்தில் பறக்கின்ற பெண் குதிரை! விடுதலை பெற்ற மனிதனுக்கு நல்லதொரு குதிரை தேவை! அதனால் இயன்ற அளவு கடுமையாக விரட்டி ஓட்டிக் கொண்டு லியா முதலாளியிடம் சென்றேன்.”

ஏப்ரல் மாதத் துவக்கம் என்பதால், குடும்பத்தின் பெரும்பாலானோர் நடவுப் பருவப் பணிகளில் முழுமையாக மூழ்கியிருந்தனர். பெரிய வீட்டின் தூய்மைப் பணிகளிலும், சமையல், இன்ன பிற சேவைகளில் மெடில்டா ஆழ்ந்திருந்தாள். அவளுக்கு ஓய்வு நேரம் என்பது மிகவும் குறைவாக இருந்தது. விடிகாலை தொடங்கி மையாக இருட்டிய வரையிலும் டாம் தனது பட்டறை வேலையில் வாடிக்கையாளர்களுக்காகக் கடுமையாக உழைக்க வேண்டியிருந்தது. எட்டு மாதக் கருவைச் சுமந்துகொண்டிருந்த ஐரீனும் தான் பொறுப்பேற்றுக் கொண்ட பல்வேறு பணிகளில் முழுக் கவனத்தையும் செலுத்தினாள்.

இருப்பினும், அடுத்த வாரம் முழுவதும் அவர்கள் அனைவரையும் கட்டுச்சேவல் ஜார்ஜ் சந்தித்தார். ஆனால், வயல்வெளிகளில், அவருக்கும் வயல்வேலைகளுக்கும் எவ்விதத் தொடர்பும் இல்லை என்பதை அவரைப் போலவே மற்றவர்களும் புரிந்து கொண்டனர். தம்மை நெருங்கிய போது, மெடில்டா முகத்திலும் ஐரீன் முகத்திலும் புன்னகை தோன்றிய வேகத்தில் மறைந்தது. தமது வேலையில் குறுக்கிட வேண்டாம் என்று எச்சரிப்பது போல ஜார்ஜுக்குப் பட்டது. டாமினுடைய கருமான் வேலைக்கு இடையில் அவனுடன் அளாவலாம் என்றெண்ணி பலமுறை பட்டறைக்குச் சென்றார். ஆனால், ஒவ்வொருமுறையும் சூழலில் ஒருவித இறுக்கம் தட்டுப்பட்டது. காத்துக்கொண்டிருந்த அடிமைகள் முகங்களில் பதைபதைப்பு அதிகரித்தது. இன்னமும் கவனிக்கப்படாமலிருந்த வெள்ளைக்கார வாடிக்கையாளர்கள் தமது உரையாடலைத் திடீரென்று நிறுத்திவிட்டு, வேண்டுமென்றே காறி உமிழ்ந்தனர். மரப்பெஞ்சுகளுக்குச் சென்று தனியே அமர்ந்தவாறு, பச்சைக் கழுத்துப்பட்டையும் கறுப்புத் தொப்பியுமாகக் காட்சியளித்தவரைச் சந்தேகக் கண்ணுடன் பார்த்தனர்.

அதுபோன்ற தருணங்களில் இருமுறை முர்ரே முதலாளி பட்டறையை நோக்கி விரைந்து நெருங்கியதையும், பின்னர், திரும்பிச் சென்றதையும் டாம் கவனித்தான். அவனுக்குக் காரணம் புரிந்தது. மெடில்டாவும் தெரிவித்தாள். ஜார்ஜ் திரும்பிவிட்டதை அறிந்து முர்ரே குடும்பத்தினர் முதலில் அவர்களுக்காக மகிழ்ச்சியடைந்ததையும், பின்னர், அவர்களுக்குள்ளாகவே ஏதேதோ முணுமுணுத்துக் கொண்டதையும் தன்னைக் கண்டவுடன் நிறுத்திக் கொண்டதையும் கவனித்தாள்.

முர்ரே பண்ணையில் கட்டுச்சேவல் ஜார்ஜினுடைய விடுதலையடைந்த நிலைமைக்குப் பொருள் என்ன? அங்கே அவரால் என்ன செய்யக் கூடும்? அத்தகைய கேள்விகள், விர்ஜிலுக்கும் லில்லிக்கும் பிறந்த நான்கு வயது உதயாவைத் தவிர மற்றனைவருடைய மனத்திலும் தொக்கி நின்றது.

"நீங்க தான் என்னுடைய தாத்தாவா?" உதயா கேட்டான். இன்னாரென்று புரிபடாமல் அங்குமிங்குமாகத் திரிந்து கொண்டிருந்த ஆளிடம் பேசுவதற்கு வாய்ப்புக் கிடைத்தவுடன் நேரடியாகவே கேட்டு விட்டான். தான் அங்கு சென்றடைந்த பல நாட்களாகவே தனது குடும்பத்தினர் மத்தியில் இனம்புரியாத பதைபதைப்பினைக் கண்ட ஜார்ஜுக்கும் மனஉளைச்சல் இருந்தது.

"என்னது?"

தான் புறக்கணிக்கப்பட்டதை எண்ணி நொந்தவாறு அலைந்து திரிந்து விட்டு அடிமைகள் குடியிருப்பை நோக்கித் திரும்பிக் கொண்டிருந்தவரை அந்தக் கேள்வி திகைக்கச் செய்தது. தன்னை வெறித்து நோக்கிய குழந்தையின் பெரிய, ஆர்வத்துடிப்பு மிக்க கண்களை நோட்டமிட்டார். "பரவாயில்லை! நீயே யூகித்துக் கொள்!" நடக்க முற்பட்ட ஜார்ஜ் திரும்பினார். "உன் பெயரென்ன?"

"உதயா! தாத்தா, நீங்க எங்கே வேலை செய்றீங்க?"

"எதைப் பற்றிக் கேட்கிறாய்?" கீழ்நோக்கிய அவருடைய பார்வை பையனைத் துழாவியது. "அப்படிக் கேட்குமாறு யார் சொன்னது?"

"யாருமில்லை! சும்மா கேட்டேன்!"

பயல் உண்மையைத் தான் சொல்கிறான் என்று தெரிந்தது.

"எங்கேயும் வேலை செய்யவில்லை! நான் சுதந்திரமானவன்!"

பையன் தயங்கினான். "தாத்தா, சுதந்திரம் என்றால் என்ன?"

பேரப்பிள்ளை தன்னை நிற்க வைத்து கேள்வி கேட்டுக் கொண்டிருந்ததைப் பொறுக்க முடியாத ஜார்ஜ் புறப்பட்டார். அப்பொழுது, மெடில்டா அவனைப் பற்றி அவரிடம் தனிப்பட்ட முறையில் கூறியவை நினைவுக்கு வந்தன. "அவன் உடல்நிலை சரியில்லாதவனாகத் தோன்றுகிறான். மூளை வளர்ச்சியிலும் சிறிது பாதிப்பு இருக்கும் போலத் தெரிகிறது. அடுத்தமுறை அவனைப் பார்த்தால் நன்றாகக் கவனி! எதிரே பேசிக் கொண்டிருப்பவர் பேசுவதை நிறுத்தி விட்ட பிறகும் அவரையே உற்றுப் பார்த்துக் கொண்டிருப்பான்!" ஜார்ஜ் திரும்பி பயலுடைய முகத்தை ஊடுருவிப் பார்த்தார். மெடில்டா கூறிய அறிகுறிகள் அவனுடைய முகத்தில் தென்பட்டன. உடல் வலிமை குன்றியிருந்ததைப் பார்த்தவுடன் தெரிந்து கொள்ள முடிந்தது. கண்கள் இமைத்தனவே தவிர, ஜார்ஜ் மீது ஒட்டிக் கொண்டவை போல பார்வை நிலைக்குத்தி நின்றது. ஜார்ஜ் மனம் வெதும்பினார். பயல் அதே கேள்வியைத் திரும்பவும் கேட்டான், "தாத்தா, சுதந்திரம் என்றால் என்ன?"

"யாரும் எந்தவிதத்திலும் நம் மீது உரிமை கொண்டாட முடியாத நிலை தான் சுதந்திரம்!" கண்களுடன் பேசிக் கொண்டிருந்ததைப் போன்ற உணர்வு அவருக்குத் தட்டுப்பட்டது. அவர் மீண்டும் புறப்பட்டார்.

“சேவல்களைக் கொண்டு சண்டையிடுவதாக அம்மா சொன்னாள்! அவற்றை வைத்து எப்படிச் சண்டையிடுவீர்கள்?”

சுழன்று திரும்பிய ஜார்ஜ் அந்தப் பொடிப்பயலுடைய முகத்தில் தெரிந்து கொள்ள வேண்டுமென்கிற ஆர்வத்தையும் துடிப்பையும் கண்டார். அவருள் ஒருவித எழுச்சி தோன்றியது, ‘பேரப்பிள்ளை!’

அவனைத் துருவி ஆய்வதைப் போலப் பார்த்தார். அவனிடம் சொல்வதற்குப் பொருத்தமான ஏதோவொன்று இருந்ததாக உணர்ந்தார். “உன் அம்மாவாவது, வேறு யாராவது நீ எங்கிருந்து வந்தாய் என்பதைப் பற்றிச் சொன்னார்களா?”

‘‘என்னது? எங்கிருந்து வந்தேன்?’’ அவனுக்குச் சொல்லப்படவில்லை என்பதைப் புரிந்து கொண்டார். அப்படியே சொல்லப்பட்டிருந்தாலும், அவனுக்கு விளங்கும்படி சொல்லப்படவில்லை!

“என்னுடன் வா, மகனே!”

அது அவர் செய்ய வேண்டிய வேலையும் கூட! உதயா பின்தொடர, மெடில் டாவுடன் தங்கியிருந்த வீட்டிற்குச் சென்றார். “அந்த நாற்காலியில் உட்கார்! இடையிடையே ஏகப்பட்ட கேள்விகளைக் கேட்டுத் துளைக்காதே. நான் சொல்வதை மட்டும் கவனமாகக் கேள்!”

“ஆகட்டும்!”

“உன் அப்பா எனக்கும் மெடில்டா பாட்டிக்கும் பிறந்தவன்.” பையனைக் கவனித்தார். “என்ன, புரிகிறதா?”

“என் அப்பா உங்க ரெண்டு பேருக்கும் பிள்ளை!”

“சரியாகச் சொன்னாய்! வெளிப் பார்வைக்குத் தெரிவதைப் போல நீ அவ்வளவு முட்டாள் அல்ல! அப்புறம், எனது அம்மா பெயர் கிஸ்ஸி. உனக்குப் பூட்டி! கிஸ்ஸிப் பூட்டி! எங்கே, சொல்!”

“கிஸ்ஸிப் பூட்டி!”

“ஆ! அவளுடைய அம்மா பெயர் பெல்!”

அவர் பையனைப் பார்த்தார்.

“பேரு பெல்!”

ஜார்ஜ் செறுமினார். “சரி! கிஸ்ஸியோட அப்பா பெயர் குண்டா கின்டே!”

“குண்டா கின்டே!”

“உனது பூட்டியின் பெற்றோர், மூதாதையர்!”

கிட்டத்தட்ட ஒருமணி நேரத்திற்குப் பிறகு, வீட்டிற்குள் மிகவிரைவாக பதைப்புடன் நுழைந்த மெடில்டா உதயாவிற்கு என்ன ஆயிற்றோவென்று கவலையுற்றாள். 'குண்டா கின்டே', 'கோ', 'கேம்பி பொலாங்கோ' போன்ற வார்த்தைகளைத் திரும்பத் திரும்பச் சொல்லிக் கொண்டிருந்தான். பின்னர், மெடில்டாவும் அமர்ந்து, ஜார்ஜ் உன்னிப்பாகக் கவனித்துக் கொண்டிருந்த பேரனுக்குப் பாட்டன் சொன்ன கதையைத் தானும் கேட்டாள். பூட்டியின் ஆப்பிரிக்கத் தந்தை தனது கிராமத்திற்கு அண்மையிலிருந்த காட்டிற்கு, தம்பிக்காக முரசு செய்வதற்கு ஏற்ற மரத்தைத் தேடிச் சென்றதையும் மரத்தை வெட்டிக் கொண்டிருந்த போது, அடிமைகளைக் கவர்ந்து செல்வோர் அவரைச் சிறைப்படுத்தி, கடல் கடந்து நேப்பிள்ஸ் என்ற இடத்திற்குக் கப்பலில் கொண்டு சென்றதையும், ஜான் வேல்லெர் என்கிற முதலாளி விலைக்கு வாங்கி அவரை வெர்ஜீனியாவிலிருந்த ஸ்பாட்சில்வேனியா ஊரகத்திலிருந்த தனது பண்ணையில் அடிமையாக வேலை செய்யச் செய்தது முதற் கொண்டு நடந்தவை அனைத்தையும் விவரித்தார்...."

அடுத்த திங்கட்கிழமை, டாமுடன் ஜார்ஜ் கோவேறு கழுதை வண்டியில், வீட்டிற்குத் தேவையான பொருட்களை வாங்குவதற்காக ஊரக அலுவலகமிருந்த கிரகாம் நகரத்திற்குப் பயணித்தனர். வழியில் இருவரும் எதுவும் பேசிக் கொள்ளவில்லை. அவரவர் சிந்தனையில் ஆழ்ந்து விட்டதைப் போலத் தோன்றியது. கடை கடையாக ஏறி இறங்கிய போது, இருபத்தேழு வயது நிரம்பிய தனது மகன் பல்வேறு வெள்ளைக்கார வணிகர்களிடமும் பக்குவமாக நடந்து கொண்டதை எண்ணி ஜார்ஜ் பூரித்தார். பிறகு, அவர்கள் உணவுப் பண்டங்கள் விற்பனை செய்யப்பட்ட கடைக்குள் நுழைந்தனர். அந்தக் கடை ஊரக மணியக்காரரான ஜே.டி.கேட்ஸ் என்பவரால் அண்மையில் விலைக்குப் பெறப்பட்ட செய்தியை ஜார்ஜிடம் டாம் கூறினான்.

பருத்துக் கனத்த கேட்ஸ் தனது வெள்ளைக்கார வாடிக்கையாளர்களைக் கவனிப்பதற்காக அங்குமிங்குமாக நகர்ந்த பொழுது, டாமைக் கண்டு கொள்ளாமல் புறக்கணித்தார். அவனுக்குள் ஒருவித எச்சரிக்கை உணர்வு படர்ந்தது. பச்சைநிறக் கழுத்துப் பட்டையுடனும் கறுப்புத் தொப்பியுடனும் பொருட்களை மேலோட்டமாக தனது போக்கில் ஆய்வு செய்து கொண்டிருந்த ஜார்ஜ் மீது கேட்ஸினுடைய பார்வை பதிந்ததை டாம் கண்டு கொண்டான். உள்ளுணர்வுத் தூண்டலால், தனது தந்தையை விரைவாகக் கடையிலிருந்து வெளியேற்றும் விதமாக டாம் தள்ளிச் சென்றான். கேட்ஸின் குரல் கடை முழுவதும் அதிர்ந்தது. "அடே பயலே, அங்குள்ள வாளியிலிருந்து குவளையில் குடிநீர் மொண்டு வா!"

கேட்ஸின் கண்கள் நேராக டாம் மீது மோதின. துருத்திய கண்களின் துளைத்த பார்வை ஒரு வெள்ளைக்காரனின் அதிகாரத் திமிரை வெளிப்படுத்தி அவனை அச்சுறுத்தின. இறுகிய முகத்துடன் வாளியை நோக்கி நடந்து, நீர்க்குவளையுடன் திரும்பினான். ஒரே மூச்சில் நீர் முழுவதையும் பருகியவனுடைய பார்வை தற்பொழுது குவளையின் விளிம்பு வழியாக ஜார்ஜ் மீது பதிந்திருந்தது. அவர் அங்கே மெதுவாகத் தலையை ஆட்டியபடி நின்றிருந்தார். அவருடைய கையில்

குவளையைத் திணித்த கேட்ஸ் "எனக்கு இன்னமும் தாகமாக இருக்கிறது!" என்றார்.

அசைந்து கொடுக்காத ஜார்ஜ் தனது பையிலிருந்து கவனமாக மடித்து வைக்கப்பட்டிருந்த விடுதலை ஆவணத்தை எடுத்து கேட்ஸிடம் கொடுத்தார். கேட்ஸ் பிரித்துப் படித்தார். "எமது ஊரகத்தில் நீ என்ன செய்து கொண்டிருக்கிறாய்?" வெறுப்புடன் கேட்டார்.

"அவர் என் தந்தை!" டாம் விரைந்து பதிலளித்தான். அனைத்திற்கும் மேலாக, தனது தந்தை வீணாக விவாதத்தைக் கிளப்புவதை அவன் விரும்பவில்லை. "அவருக்கு அண்மையில் தான் விடுதலை கிடைத்தது!"

"முர்ரேயின் பண்ணையில் தற்பொழுது நீங்களனைவரும் ஒன்றாக வசிக்கிறீர்களா?"

"ஆமாம்!"

வெள்ளைக்கார வாடிக்கையாளர்கள் மீது பார்வையை வீசியபடி, கேட்ஸ் குறிப்பிட்டார், "இந்த மாநிலத்தினுடைய விதிமுறைகளை திருவாளர்.முர்ரே தெரிந்து கொண்டால் மிகவும் நல்லது!"

அவர் கூறியதன் பொருளைப் புரிந்து கொள்ள இயலாத டாமும் ஜார்ஜும் எதுவும் பேசவில்லை.

திடீரென கேட்ஸினுடைய நடவடிக்கைகளில் நட்புணர்வு தொனித்தது. "நல்லது! நீங்கள் வீடு திரும்பிய உடனே, முர்ரேயை நான் விரைவில் சந்தித்துப் பேசுவதற்கு வருவதாகத் தெரிவிக்க மறந்துவிடாதீர்கள்!" தனது தந்தையுடன் டாம் விரைவாக வெளியேறினான். அவர்களுடைய முதுகுக்குப் பின்னே வெள்ளையர்களுடைய நகைப்பொலி கேட்டது.

அடுத்த நாள் மதிய வேளையில், முர்ரே முதலாளியினுடைய பெரிய வீட்டிற்குச் செல்லும் வண்டிப்பாதையில் கேட்ஸ் குதிரை மீது சென்றார். சில நிமிடங்கள் கழித்து, டாம் தனது பட்டறையை நோக்கி ஐரீன் விரைந்தோடி வந்ததைக் கண்டான். காத்திருந்த சில வாடிக்கையாளர்களை ஒதுக்கிக் கொண்டு அவளை நோக்கி அவனும் விரைந்தான்.

"அந்த வெள்ளைக்காரரும் முதலாளியும் நீண்ட நேரம் பேசிக் கொண்டிருந்ததாக மெடில்டாம்மா உங்களிடம் தெரிவிக்கச் சொன்னார். அந்த ஆள் தொடர்ந்து பேசிக் கொண்டிருக்க முதலாளி தலையை ஆட்டிக் கொண்டே இருந்தாராம்!"

"பரவாயில்லை, கண்ணே! நீ பயப்படாதே! இப்போது வீட்டுக்குப் போ!"

ஐரீன் விரைந்து திரும்பினாள்.

அடுத்து, அரை மணி நேரத்திற்குப் பிறகு, கேட்ஸ் புறப்பட்டுச் சென்று விட்டதாகவும் முதலாளியும் முதலாளியம்மாவும் தமக்குள் இரகசியமாகப் பேசிக்

கொண்டிருந்ததாகவும் தெரிவித்தாள்.

அதன் பின்னர் குறிப்பிடும்படியாக எதுவும் நடக்கவில்லை. ஆனால், முதலாளிக்கும் முதலாளியம்மாவுக்கும் இரவு நேர உணவு பரிமாறிக் கொண்டிருந்த பொழுது, அவர்களிடம் இறுக்கமான அமைதி நிலவியதை மெடில்டா உணர்ந்தாள். கடைசியாக, பழ வகைகளும் காபியும் கொண்டு சென்ற பொழுது, முர்ரே முதலாளி கண்டிப்பான குரலில் கூறினார், “மெடில்டா, உடனே உனது கணவரை நான் முன்முற்றத்தில் சந்திக்க விரும்புவதாகச் சொல்!”

“ஆகட்டும் முதலாளி!”

டாமுடன் கருமான் பட்டறையில் இருந்த ஜார்ஜ் செய்தியைக் கேட்டவுடன் வலிந்து நகைத்துக் கொண்டான். “என்னிடம் கட்டுச்சேவல் ஏதேனும் இருக்கிறதா என்று பார்க்க விரும்புகிறார் போலும்!”

பச்சைக் கழுத்துப் பட்டையையும் கறுப்புத் தொப்பியையும் நளினமாகச் சரிசெய்து கொண்ட ஜார்ஜ் கம்பீரமாக நடந்து சென்றார். முற்றத்தில், தனது அசைந்தாடும் நாற்காலியில் முதலாளி காத்திருந்தார். ஜார்ஜ் படிக்கட்டுக்கு அருகே நின்றார்.

“நீங்கள் என்னைப் பார்க்க விரும்பியதாக மெடில்டா கூறினாள்!”

“ஆமாம், ஜார்ஜ்! நான் நேரடியாகவே சொல்லிவிடுகிறேன். எனது குடும்பத்திற்கு உனது குடும்பத்தினர் மிகுந்த மகிழ்ச்சியை அளித்து வருகிறார்கள்!...”

“ஆமாம், அவர்களும் உங்களனைவரைப் பற்றியும் மிகவும் உயர்வாகக் கூறியிருக்கிறார்கள், முதலாளி!”

முதலாளியினுடைய குரல் உறுதிப்பட்டது. “ஆனால், உன்னைப் பற்றிய பிரச்சினை ஒன்றைத் தீர்த்தாகவேண்டுமென்று நினைக்கிறேன்” சற்றே நிறுத்தினர். “முன்னாளைய ஊரக மணியக்காரர் கேட்ஸை நீ நேற்றுச் சந்தித்தாயென்று தெரிகிறது...”

“ஆமாம், சந்தித்தேன், உண்மை தான்!”

“அவர் இன்று என்னைச் சந்தித்ததையும் கேள்விப்பட்டிருப்பாய் என்று நினைக்கிறேன்! வடகரோலினா மாநிலத்தின் சட்டம் ஒன்றை அவர் எனது கவனத்திற்குக் கொணர்ந்தார். விடுதலை பெற்ற கறுப்பர் எவரும் அறுபது நாட்களுக்கு மேல் இந்த மாநிலத்தில் தங்கக் கூடாது! அப்படியிருந்தால், அவன் மீண்டும் அடிமைப்படுத்தப்படுவான்!”

சற்று நேரம் காற்றுக் கனத்தது. நம்பிக்கையிழந்தவராக ஜார்ஜ் முர்ரே முதலாளியை உற்றுப் பார்த்துக் கொண்டிருந்தார். அவரால் பேச முடியவில்லை!

“உண்மையிலேயே வருந்துகிறேனப்பா! உனக்கு அது நியாயமாகப் படாது என்பது எனக்குத் தெரியும்!”

"உங்களுக்கு நியாயமாகப்படுகிறதா, முதலாளி?"

முதலாளி தயங்கினார். "உண்மையைச் சொல்வதென்றால், இல்லை! ஆனால், சட்டம் சட்டம் தானே! நீ இங்கே தங்குவதாக முடிவெடுத்தால் உன்னை நன்றாகக் கவனித்துக் கொள்வேன் என்று மட்டும் என்னால் உறுதியளிக்க முடியும். எனது வார்த்தையை நம்பலாம்!"

"உங்களுடைய வார்த்தை, முதலாளி?" ஜார்ஜினுடைய கண்கள் அசைவற்றிருந்தன.

அன்றிரவு மெடில்டாவும் ஜார்ஜும் போர்வைக்கடியில் கிடந்தனர். கைகள் பிணைத்திருந்தன. கண்கள் மேற்கூரையை வெறித்துக் கொண்டிருந்தன. நீண்ட நேரத்திற்குப் பிறகு, ஜார்ஜ் சொன்னார், "மெடில்டா, தங்குவதைத் தவிர வேறு வழியில்லை என்று நினைக்கிறேன். வாழ்க்கை முழுவதும் ஓடிக் கொண்டே இருந்து விட்டேன்!"

"இல்லை, ஜார்ஜ்!" மெடில்டா முன்னும் பின்னும் தனது தலையை மெதுவாகக் குலுக்கினாள். "நம்மில் நீ தான் முதன்முதலாக விடுதலை பெற்றிருக்கிறாய்! நீ விடுதலையடைந்தவனாகவே இருக்க வேண்டும்! அப்பொழுது தான் நமது குடும்பம் விடுதலை பெற்ற ஒருவரையாவது பெற்றிருக்கும்! நீ மீண்டும் அடிமையாக வேண்டாம்!"

ஜார்ஜ் அழத் தொடங்கினார். மெடில்டாவும் அவருடன் சேர்ந்து அழுதாள். இரண்டு இரவுகளுக்குப் பிறகு, அவளுடைய உடல்நிலை டாமினுடைய வீட்டிற்குச் சென்று அவர்களுடன் சேர்ந்து இரவு உணவு கொள்ளும் அளவுக்குச் சீராக இல்லை. அவர்களுடைய உரையாடல், இரண்டு வாரங்களுக்குப் பிறகு பிறக்கவிருந்த குழந்தையைப் பற்றி எழுந்தது. கட்டுச்சேவல் ஜார்ஜ் பெருமிதமடைந்தார்.

"நம்முடைய குடும்பத்தைப் பற்றி மறக்காமல் அந்தக் குழந்தைக்குச் சொல்லுங்கள்! நான் சொல்கிறபடி செய்வீர்களா?"

"அப்பா, நமது குடும்பத்தைப் பற்றித் தெரியாமல் என்னுடைய எந்தக் குழந்தையும் வளராது!" டாம் வலிந்து சிரித்தான். "அப்படிச் செய்யவில்லையென்றால், கிஸ்ஸிப் பாட்டி உயிர்த்து வந்து என்னைச் சரிப்படுத்திவிடுவாள்!"

குளிர் காய்வதற்கான நெருப்பை உறுத்துப் பார்த்தபடி மூவரும் அமர்ந்திருந்தனர். சற்று நேரம் அங்கே அமைதி நிலவியது.

கடைசியாக ஜார்ஜ் பேசினார்.

"மெடில்டாவும் நானும் கணக்கிட்டோம்! சட்டம் சொல்கிறபடி, நான் இங்கிருந்து புறப்படுவதற்கு இன்னமும் நாற்பது நாட்கள் உள்ளன. ஆனால், அவ்வளவு நாட்கள் தள்ளிப் போடுவதால் எவ்விதப் பயனும் இல்லை என்று நினைக்கிறேன்!

தான் அமர்ந்திருந்த நாற்காலியிலிருந்து துள்ளி எழுந்தார். டாமையும் ஐரீனையும் இறுக அணைத்தார். குரல் உடைந்து கரகரத்தது, "நான் வருகிறேன்! ஒருவரை ஒருவர் நன்றாகக் கவனித்துக் கொள்ளுங்கள்!" கதவினூடே புயலெனக் கிளம்பினார்.

110

1860ஆம் ஆண்டு நவம்பர் மாதத் தொடக்கம்! இருள் கவிழ்வதற்கு முன் டாம் தனது பட்டறையிலிருந்த கடைசிப் பணியையும் விரைந்து முடித்துவிட எண்ணினான். முடித்துவிட்டான். உலையின் நெருப்பைத் தணியச் செய்த பின், களைப்புடன் வீடு நோக்கிச் சென்றான். ஆறுமாதக் குழந்தை மரியாவுக்கு ஐரீன் பாலூட்டிக் கொண்டிருந்தாள். ஆனால், இரவு உணவின் போது, அவர்கள் பேசிக் கொள்ளவில்லை. அவன் சிந்தனைவயப்பட்டிருந்த போது பேசக் கூடாது என்று ஐரீன் தீர்மானித்திருந்தாள். அதன் பின்னர், மெடில்டாவின் வீட்டில் குழுமியிருந்த குடும்பத்தினருடன் இணைந்தனர். கிறிஸ்துமஸ் பண்டிகையும் புத்தாண்டுக் கொண்டாட்டமும் நெருங்கிக் கொண்டிருந்தது. அதற்குள் மீண்டும் கருத்தரித்திருந்த ஐரீன் மெடில்டாவுடன் திரட்டிய வாதுமைக் கொட்டைகளை உடைத்து உள்ளிருந்த பருப்புகளைப் பிரித்தெடுத்தனர். எதிர்வரவிருந்த கொண்டாட்டங்களுக்கான சிறப்பு இன்சுவை ரொட்டிகளும் தின்பண்டங்களும் தயாரிக்க வேண்டுமல்லவா!

அவர்களுக்குள் மேலெழுந்தவாரியாக நடந்து கொண்டிருந்த உரையாடலை டாம் எவ்விதக் கருத்தும் தெரிவிக்காமல் கேட்டுக் கொண்டிருந்தான். கடைசியில்,

தனது நாற்காலியில் அமர்ந்தபடி முன்னோக்கிச் சாய்ந்தவன், பேசத் தொடங்கினான். "பட்டறையைச் சுற்றி நின்றிருந்த வெள்ளையர்கள் லிங்கனைத் திட்டிக் கொண்டே பேசியதைக் கேட்டேனென்று நான் முன்பு சொன்னது உங்களுக்கு நினைவிருக்கிறதா? இன்றைக்கு அவர்கள் பேசியதை நீங்களெல்லாம் கேட்டிருக்க வேண்டும்! லிங்கன் அதிபராகத் தேர்ந்தெடுக்கப்பட்டு விட்டார்! தென்பகுதி மக்களுக்கும் அடிமைகள் வைத்திருக்கும் அனைவருக்கும் எதிரான நடவடிக்கையை அவர் வெள்ளை மாளிகையில் எடுக்கப் போகிறாராம்."

"ஆமாம், அதைப்பற்றி முர்ரே முதலாளி பேசியதை நானும் கேட்டேன்! வடபகுதி யினரும் தென்பகுதியினரும் தமக்குள் நிலவுகின்ற கருத்து வேற்றுமையைத் தீர்த்துக் கொள்ளாவிட்டால் என்றாவது ஒரு நாள் பெரும் பிரச்சினை வெடித்துவிடும் என்று முதலாளியம்மாவிடம் கூறினார்." மெடில்டா தெரிவித்தாள்.

டாம் தொடர்ந்து பேசினான், "பல்வேறு செய்திகளைக் கேள்விப்பட்டேன். நாம் நினைத்துக்கொண்டிருப்பதைக் காட்டிலும் கூடுதலாக ஏகப்பட்ட பேர் அடிமைமுறையை எதிர்க்கிறார்கள். அவர்கள் அனைவருமே வடபகுதியைச் சேர்ந்தவர்கள் என்பதற்கில்லை. இன்றைக்கு முழுவதும் என்னால் வேலையில் கருத்தூன்றிச் செயல்பட முடியவில்லை! அதைப் பற்றியே முனைப்பாகச் சிந்தித்துக் கொண்டிருந்தேன். நம்ப முடியாததாகவும் தோன்றுகிறது. ஆனால், அடிமைகளே இல்லாத் நிலை ஒரு நாள் வரத் தான் போகிறது!"

ஆஷ்ஃபோர்டு வெறுப்புடன் கூறினான், "அந்த நாளைக் காண்பதற்கு நாம் உயிருடன் இருக்க மாட்டோம்!"

ஐரீனுடைய குழந்தையைப் பார்த்துத் தலையாட்டியபடி, விர்ஜில் கூறினான், "ஆனால், அவள் அதனைப் பார்ப்பாள்!"

"அப்பொழுது கூட அது நடந்துவிடும் என்று எனக்கு நம்பிக்கையில்லை!" ஐரீன் சொன்னாள். "வயல்வேலை செய்கின்றவர்களையெல்லாம் சேர்த்து தென்பகுதியிலுள்ள அடிமைகள் அனைவரும் ஒவ்வொருவரும் எண்ணூறிலிருந்து தொள்ளாயிரம் டாலர் பெறுவீர்கள். ஆண்டவரிடம் உள்ளதைக் காட்டிலும் கூடுதலான தொகை! அத்துடன், அனைத்துவிதமான வேலைகளையும் செய்கிறீர்கள்!" அவள் டாமைப் பார்த்தாள். "வெள்ளைக்காரர்கள் அனைத்தையும் விட்டுக் கொடுக்க மாட்டார்கள் என்பது உங்களுக்கே தெரியும்!"

"சண்டை போடாமல் நடக்கப் போவதில்லை!" ஆஷ்ஃபோர்டு குறுக்கிட்டான். "நம்மைக் காட்டிலும் அவர்கள் கூடுதல் எண்ணிக்கையில் உள்ளனர். நாம் எப்படி வெல்லப் போகிறோம்!"

டாம் விளக்கினான், "ஆனால் ஒட்டு மொத்த நாட்டையும் எடுத்துக் கொண்டால், நம்மைப் போலவே அடிமைமுறைக்கு எதிரானவர்கள் ஏராளமானோர் இருக்கின்றனர்."

விர்ஜில் கூறினான், "பிரச்சினை என்னவென்றால், அதற்கு எதிரானவர்கள்

இங்கே நாமிருக்கின்ற இடத்தில் இல்லை!" ஆஷ்ஃபோர்டு ஏற்றுக் கொண்டு தலையாட்டினான். குறைந்தது ஒருவருடைய கருத்துடனாவது ஒத்துப் போனானே!

டிசம்பர் மாதத் தொடக்கத்தில், ஓர் இரவு வேளையில், அண்டையிலிருந்த பெரிய வீட்டு விருந்துக்கு முதலாளியும் முதலாளியம்மாவும் சென்று விட்டுத் திரும்பிய சற்று நேரத்தில், மெடில்டா பெரிய வீட்டிலிருந்து டாமும் ஐரீனும் வசித்த வீட்டிற்கு விரைந்தோடினாள். "பிரிவினை என்றால் என்ன?" அவள் கேட்டாள். அவர்கள் தோள்களைக் குலுக்கினர். அவள் தொடர்ந்தாள், "தென் கரோலினா அதைத்தான் செய்ததாக முதலாளி சொன்னார். அமெரிக்க ஐக்கிய நாடுகளிலிருந்து அது வெளியேறிவிட்டதாக அவருடைய குரல் தொனித்தது."

"அவர்கள் வாழ்கின்ற நாட்டிலிருந்து அவர்களே எப்படி வெளியேறுவார்கள்!" டாம் வியந்தான்.

"வெள்ளையர்கள் எதை வேண்டுமானாலும் செய்வார்கள்!" என்றாள் ஐரீன்.

டாம் தான் கேள்விப்பட்ட செய்தியைப் பற்றி அவர்களிடம் எதுவும் பேசவில்லை. நாள் முழுவதும் தனக்குள் அசை போட்டுக் கொண்டிருந்தான். வெள்ளைக்கார வாடிக்கையாளர்கள் கொதித்துத் கொந்தளித்துக் கொண்டிருந்தனர். அடிமைகளை வைத்துக் கொள்வதற்கான உரிமையுடன் தமது மாநில உரிமைகளையும் வடக்கே உள்ளவர்களுக்கு விட்டுக் கொடுப்பதற்கு முன் நாட்டில் குருதி ஆறு பெருக்கெடுத்து ஓடுமாம்!

ஒருவழியாக மெடில்டாவிடமும் ஐரீனிடமும் கூறினான், "உங்களையெல்லாம் அச்சுறுத்த விரும்பவில்லை! ஆனால், உண்மையிலேயே பெரும் போர் நடக்கப் போகிறது!"

"ஓ, கடவுளே! எங்கே நடக்கப் போகிறது, டாம்?"

"அம்மா, தேவாலயங்களைப் போலவோ, சுற்றுலா இடங்களைப் போலவோ, போருக்கென்று தனியே களங்கள் கிடையாது!"

"அப்படியா? இங்கே எங்கேயும் நடக்காதல்லவா?"

அவர்களிருவரையும் ஐரீன் வெறுப்புடன் பார்த்தாள். "நீக்ரோக்களுக்காக வெள்ளைக் காரர்கள் ஒருவரை ஒருவர் கொன்று கொள்வார்கள் என்று மட்டும் என்னை நம்பச் சொல்லாதீர்கள்!"

ஆனால், நாட்கள் செல்ல, செல்ல, தனது பட்டறையைச் சுற்றி நடந்த உரையாடல்களிலிருந்து, அவன் கூறியது தான் சரி என்பதை டாம் புரிந்து கொண்டான். அவற்றில் சிலவற்றைத் தனது குடும்பத்தாரிடம் சொன்னான். சிலவற்றைக் கூறவில்லை. தேவையில்லாமல் அவர்களைப் பீதியடைச் செய்ய அவன் விரும்பவில்லை! நிகழ்ந்தவற்றைக் கண்டு அஞ்சுவதா, அதன் வெற்றியை எதிர்பார்ப்பதா என்பது கூட அவனுக்குப் புலப்படவில்லை. ஆனால், நெடுஞ்

சாலைகளில் பெருகிக் கொண்டிருந்த போக்குவரத்து நெரிசலையும், குதிரைகள் மீதும், வண்டிகளிலும் வெள்ளைக்காரர்கள் பண்ணையைக் கடந்து விரைந்ததையும் கண்டு குடும்பத்தில் பதட்டநிலைமை அதிகரித்து வந்ததை உணர முடிந்தது. பயணித்தவர்களுடைய வேகமும் அதிகரித்துக் கொண்டிருந்தது. எண்ணிக்கையும் பெருகிக் கொண்டிருந்தது. ஏறத்தாழ, நாள்தோறும் பெரிய வீட்டிற்குச் செல்லும் வண்டிப்பாதையில் திருப்பி, முர்ரே முதலாளியிடம் யாரேனும் ஒருவர் உரையாடினர். அவர்கள் பேசியதைக் கேட்பதற்கான வாய்ப்பினை மெடில்டா ஒருபோதும் தவறவிடவில்லை. படிப்படியாக, அடுத்த சில வாரங்களில், இரவு நேரங்களில் குடும்பத்தினரிடையே நிகழ்ந்த கருத்துப் பரிமாற்றங்களின் போது எழுந்த, வெள்ளையர்களை அச்சுறுத்துகின்ற கோபாவேசப் பேச்சுக்கள், போர் நடைபெற்று, அதில் யாங்கியர் என்றழைக்கப்பட்ட வடபகுதி மக்கள் வென்றால் அவர்களுக்கு உண்மையான விடுதலை உறுதி என்கிற ஊக்கத்தை ஏற்படுத்தியது.

தமது முதலாளியரும் முதலாளியம்மாக்களும் தம்மீது ஐயப்பாடு கொண்டு, நீண்ட காலமாகப் பணி செய்து வந்த முதிர்ந்த நீக்ரோ வேலையாட்கள் அறையில் நுழைந்தால் கூட குரலைத் தாழ்த்தி கமுக்கமாகப் பேசிக் கொண்டதாகவும், சில சமயங்களில் வார்த்தைகளாகப் பேசாமல் எழுத்துக்களை ஒலித்ததாகவும் கருமான் பணிக்காக அணுகிய கறுப்பின அடிமையர் டாமிடம் தெரிவித்தனர்.

“பெரிய வீட்டிலும் அதுபோல உன்னிடம் ஏதாவது விநோதமாக நடந்து கொள்கிறார்களா, அம்மா?” மெடில்டாவிடம் டாம் கேட்டான்.

“முணுமுணுப்பது, எழுத்துக்களாக ஒலிப்பது என்பதெல்லாம் கிடையாது! என் தலையைக் கண்டவுடன், பேசிக் கொண்டிருந்த செய்தியை மறைத்து, பயிர்களைப் பற்றியும் விருந்துகளுக்காகச் சமைக்க வேண்டிய உணவு வகைகளைப் பற்றியும் பேசத் தொடங்கிவிடுவர்!”

டாம் கூறினான், “நாமனைவரும் ஒன்றும் தெரியாதவர்களைப் போல, நடப்பவைப் பற்றி எதுவும் கேள்விப்படாதவர்களைப் போல நடந்து கொள்வது தான் மிகவும் சிறந்தது என்று நினைக்கிறேன்.”

மெடில்டா அதைப் பற்றிச் சிந்தித்தாள். ஆனால், அதற்கு எதிராக முடிவெடுத்தாள். ஒரு மாலை வேளையில், முர்ரே தம்பதியினருக்குப் பழவகைகளைப் பரிமாறிய பின்னர், உணவருந்தும் அறைக்குள் நுழைந்து கைளைப் பிசைந்து கொண்டு, பதற்றத்துடன் பேசினாள், “ஆண்டவரே! முதலாளி, முதலாளியம்மா, என்னை மன்னித்துக் கொள்ளுங்கள்! உங்களிடம் ஒரு சேதியைச் சொல்ல வேண்டும்! சுற்றியுள்ளவர்கள் பேசிக் கொண்டதைக் கேட்டதிலிருந்து நானும் எனது பிள்ளைகளும் யாங்கியரை நினைத்து மிகவும் பயந்து போயிருக்கிறோம்! அவர்கள் எங்களைத் துன்புறுத்தினால் நீங்கள் காப்பாற்றுவீர்களென்று நம்புகிறோம்!” திறமையாகப் பேசிவிட்ட நிறைவுடன், அவளுடைய பதற்றத்தை அவர்கள் ஏற்றுக் கொண்டதாக அவர்களுடைய முகத்தில் ஏற்பட்ட மாற்றத்தைக் கவனித்தாள்.

“ஆமாம்! நீங்கள் பயப்படுவது கூட உண்மை தான்! யாங்கியர் உங்களுக்கு நண்பர்களில்லையே!” முதலாளியம்மா கூறினாள்.

“நீங்கள் பயப்பட வேண்டாம்! துன்பம் எதுவும் நேர்ந்து விடாது!” முதலாளி உறுதியளிக்கும் விதத்தில் பேசினார்.

மெடில்டா அந்தக் காட்சியைப் பற்றி விவரித்த போது டாம் கூட சிரித்துவிட்டான். மேலும், நகைப்பூட்டும் விதமான செய்தியைக் குடும்பத்தாருடன் பகிர்ந்து கொண்டான். அதுபோன்ற சூழலில் மெல்வில்லேயைச் சேர்ந்த தொழுவப் பணியாள் நடந்து கொண்ட விதத்தை விவரித்தான். அவனுடைய முதலாளி போர் மூண்டால் யாருடைய தரப்பை ஆதரிப்பாய் என்று கேட்க, அவன் சொன்னான், “இரண்டு நாய்கள் எலும்புக்காகச் சண்டையிட்டால், எலும்பாக இருக்கப்போவது நீக்ரோக்கள் தானே, முதலாளி!”

அலமான்ஸ் ஊரகம் முழுவதும் கிறிஸ்துமஸ் ஆகட்டும், புத்தாண்டாகட்டும் எவ்விதக் கொண்டாட்டங்களும் இன்றிக் கழிந்தன. தென்பகுதியில் மேலும் சில மாநிலங்கள் பிரிந்துபோய் விட்டதாக இரண்டு நாட்களுக்கொருமுறை டாமினுடைய வாடிக்கையாளர்கள் தெரிவித்தனர். முதலில் மிஸிஸிப்பி, அடுத்தடுத்து புளோரிடா, அலபாமா, ஜார்ஜியா, லூஸியானா மாநிலங்கள் பிரிந்தன. அனைத்தும் 1861 ஆம் ஆண்டு ஜனவரி மாதத்தில் நிகழ்ந்தன. பிப்ரவரி மாதம் முதல் நாள் டெக்ஸாஸ் பிரிந்தது. பிரிவினையடைந்த மாநிலங்கள் ஒன்றிணைந்து ஒரு கூட்டமைப்பினை உருவாக்கின. ஜெஃப்பெர்சன் டேவிஸ் கூட்டமைப்பின் தலைமைப் பொறுப்பேற்றார்.

டாம் தனது குடும்பத்தாரிடம் விவரித்தான், “டேவிஸ் மற்றும் தென்மாநிலங்களைச் சேர்ந்த ஆட்சிமன்ற உறுப்பினர்கள், பாராளுமன்ற உறுப்பினர்கள், இராணுவத்தில் உயர் பதவி வகித்தவர்கள் அனைவரும் தமது பதவிகளை உதறிவிட்டு சொந்த மாநிலங்களுக்குத் திரும்பிவிட்டனர்.”

“டாம், அதைக் காட்டிலும் அண்மையில் ஒன்று நடந்துள்ளது. ஓர் ஆள் இன்றைக்குப் பெரிய வீட்டிற்கு வந்து முதலாளியிடம் நீதிபதி ரஃப்பின் நாளைக்கு ஹாவ் நதியிலிருந்து புறப்பட்டு அமைதி மாநாட்டில் கலந்து கொள்வதற்காக வாஷிங்டன் செல்வதாகக் கூறினான்.” என்றாள் மெடில்டா.

சில நாட்களுக்குப் பிறகு, டாமிடம் சென்ற வாடிக்கையாளர்கள் நீதிபதி ரஃப்பின் திரும்பிவிட்டதாகவும், தென்பகுதி மற்றும் வடபகுதி இளம்பிரதிநிதிகளிடையே நிகழ்ந்த அனல் பறந்த வாக்குவாதங்களின் முடிவில் மாநாடு தோல்வியுற்றதாக அறிவித்ததாகவும் தெரிவித்தனர். அதன் பின்னர், கறுப்பின வண்டியோட்டி ஒருவர் அலமான்ஸ் ஊரக நீதிமன்றத்தில் வாயில்காவலராகப் பணிபுரிபவரிடமிருந்து நேரடியாகக் கேள்விப்பட்ட செய்தியைக் கூறினார். முதலாளியர் கூட்டத்தில் ஆயிரத்து நானூறு வெள்ளையர்கள் கலந்து கொண்டதாகவும், முர்ரே முதலாளியும் ஐரீனுடைய முந்தைய முதலாளியான ஹோல்ட் முதலாளியும் முக்கிய இடம் பெற்றதாகவும், எவ்விதத்திலும் போரைத் தவிர்க்க வேண்டுமென்று அடித்துப்

பேசியதாகவும், கூட்டமைப்பிற்கு விரோதமானவர்களுடன் எவரும் இணைந்து செயல்படக் கூடாதென அறைகூவல் விடுத்ததாகவும் அவர் டாமிடம் சொன்னார். வாயிற்காவலர், மேலும், ஒன்றியத்துடன் இணைந்திருப்பதை ஆதரித்து நாலுக்கு ஒன்று என்கிற வீதத்தில் வாக்கெடுப்பு நடைபெற்றதை மாநிலப் பிரிவினைக் கூட்டத்தில் முன்வைப்பதற்காக கைல்ஸ் மெபேன் முதலாளி தேர்ந்தெடுக்கப்பட்டதையும் தெரிவித்தார்.

இரவுதோறும் டாம் அல்லது மெடில்டா தெரிவித்த செய்திகளைக் கேட்க, கேட்க குடும்பத்தினர் மனத்தில் பெரிதும் உளைச்சல் ஏற்பட்டது. மார்ச்சு மாதத்தில் ஒரே நாளில், லிங்கன் பதவியேற்றதாகவும், அலபாமா, மான்டகோமெரியில் கூட்டமைப்பினுடைய கொடி பறக்கவிடப்பட்டதாகவும், ஆப்பிரிக்க அடிமை வணிகம் ஒழிக்கப்பட்டதாக அதிபர் ஜெஃப் டேவிஸ் அறிவித்ததாகவும் செய்திகள் எட்டின. அடிமைமுறையைப் பற்றிய அவருடைய போக்கினை அவர்கள் உணர்ந்திருந்ததால், அவருடைய நடவடிக்கைக்கான காரணம் அவர்களுக்குப் புரியவில்லை. சில நாட்களுக்குப் பிறகு, வடகரோலினா பேரவை இருபதாயிரம் பேர் உடனடியாக இராணுவத்திற்குத் தேவைப்படுவதாக அழைப்பு விடுத்து அறிவித்த போது பதட்டநிலை உச்சகட்டத்தை அடைந்தது.

1861ஆம் ஆண்டு, ஏப்ரல் 12ஆம் நாள், முர்ரே முதலாளி ஒரு கூட்டத்தில் கலந்து கொள்வதற்காக மெபேன் நகருக்குப் புறப்பட்டார். லூயிஸ், ஜேம்ஸ், ஆஷ்ஃபோர்டு, சின்னகிஸ்ஸி, மேரி ஆகியோர் புகையிலை நாற்றுக்களை நாற்றங்காலிலிருந்து பறித்து வயலில் நடவு செய்கின்ற பணியில் ஈடுபட்டிருந்தனர். நெடுஞ்சாலையில், வழக்கத்திற்கு மாறாக, ஏராளமான வெள்ளையர் குதிரைகளின் மீது புயல் வேகத்தில் கடந்து சென்றதைக் கவனித்தனர். குதிரையின் வேகத்தைத் தணித்த வெள்ளைக்காரன் ஒருவன் சீற்றத்துடன் அவர்களை நோக்கி முட்டியை அசைத்து ஏதோ கத்தினான். அவர்களால் புரிந்து கொள்ள முடியவில்லை. உடனே, ஓடிச் சென்று, ஏதோ பெரிதாக நடந்திருக்க வேண்டுமென்று டாம், மெடில்டா, ஐரீனிடம் கூறும்படி கிஸ்ஸியை விர்ஜில் அனுப்பி வைத்தான்.

வழக்கமாக அமைதி காக்கக் கூடிய டாம் எரிச்சலடைந்தான். கிஸ்ஸியால் விளக்கிக் கூற முடியவில்லை. “உங்களைப் பார்த்து என்ன கத்தினான்?” என்று கேட்டான். அவன் வெகு தொலைவில் குதிரை மீதிருந்தவாறு கத்தியதால் அவர்களுக்குத் தெளிவாகக் காதில் விழவில்லை என்று அவள் மறுகினாள்.

“புறப்பட்டுச் சென்று அறிந்து கொள்வது தான் நல்லது!”

பெரிய வீட்டிலிருந்து நெடுஞ்சாலைக்குச் செல்லும் வண்டிப் பாதையில் கோவேறு கழுதை மீது அவன் விரைந்த போது, “உன்னிடம் பயண அனுமதிச் சீட்டு இல்லையே!” என்று விர்ஜில் கத்தினான்.

“ஆபத்தை எதிர்கொள்ள வேண்டியது தான்” டாம் திருப்பிக் கத்தினான்.

அவன் நெடுஞ்சாலையை அடைந்த போது, அது பந்தயக்களத்தை ஒத்திருந்தது. விரைந்து சென்ற அனைவரும் இருப்புப் பாதை நிறுவனத்தின் பட்டறைகள் உள்ள

இடத்தை நோக்கித்தான் சென்றனர். உயர்ந்த கம்பங்களின் உச்சந் தலைகளில் விரிக்கப்பட்டிருந்த கம்பிகள் வழியான முக்கியச் செய்திகளைப் பெறுகின்ற தந்தி அலுவலகம் அங்கே தான் இருந்தது. குதிரை மீது விரைந்து சென்று கொண்டே ஒருவரை நோக்கி ஒருவர் உரக்கக் கத்தி தாமறிந்த செய்திகளைப் பரிமாறிக் கொண்டனர். ஆனால், அவனைக் காட்டிலும் கூடுதலாக அவர்கள் அறிந்திருந்ததாகத் தெரியவில்லை. நடந்து சென்ற ஏழை வெள்ளையர்களையும் கறுப்பர்களையும் கடந்து சென்ற போது, மிகவும் கடுமையாக ஏதோ நடந்திருக்க வேண்டுமென்று புரிந்து கொண்டான். ஆனால், இருப்புப்பாதை பழுதுநீக்கும் திடலின் குடியிருப்பினை அடைந்த பொழுது அவனுடைய இதயம் படபடத்தது. தந்தி அலுவலகத்தைச் சுற்றிலும் மிகப் பெரிய கூட்டம் முண்டியடித்துக் கொண்டிருந்தது.

கோவேறு கழுதையிலிருந்து கீழிறங்கி, அதனைக் கட்டிப் போட்டு விட்டு, கூட்டத்தினரிடமிருந்து விலகி அவர்களைச் சுற்றிக் கொண்டு ஓடினான். அவர்களோ கடுங்கோபத்துடன் கம்பங்களின் உச்சியிலிருந்த கம்பிகளை வெறித்துக் கொண்டிருந்தனர். கம்பிகளிலிருந்து ஏதோ வெளிவரப் போவதை எதிர்பார்ப்பவர்களைப் போல பதைபதைத்தனர். தொலைவில் மற்றொரு பக்கத்தில், கறுப்பர்கள் கூட்டமாக நிறைந்திருந்த இடத்தை அடைந்தான். அவர்கள் பேசியதைக் கேட்டான். “லிங்கன் உறுதியாக தென்பகுதியினர் மீது போரிடத் தான் போகிறார்!” ... “ஒருவழியாக ஆண்டவர் நீக்ரோக்கள் மீது கருணை காட்டினாரே!” ... “நம்பவே முடியவில்லை!” ... “விடுவியும், ஆண்டவரே! எங்களை விடுவியுங்கள்!”

ஒரு கிழவரைத் தனியே அழைத்து, டாம் நடந்தவற்றை அறிந்து கொண்டான். சார்ல்ஸ்டனிலிருந்த ஐக்கிய அரசின் சம்டர் கோட்டை மீது தென்கரோலினா படைகள் துப்பாக்கியால் சுட்டன. அதிபர் டேவிஸின் ஆணைக்கேற்ப தென்பகுதியிலிருந்த ஐக்கிய அரசின் இருபத்தொன்பது இராணுவத்தளங்கள் முற்றுகையிடப்பட்டன. உண்மையாகவே போர் மூண்டுவிட்டது. கூட்டத்தில் கலந்து கொள்வதற்காகச் சென்றிருந்த முதலாளி வீடு திரும்புவதற்கு முன்பாகவே டாம் செய்தியுடன் பாதுகாப்பாக வீடு திரும்பினான். அதன் பின்னர் பல வாரங்கள் கறுப்பர்களுக்குரிய செவிவழித் தகவல் தொடர்பு அடைபட்டுக் கிடந்தது. ஆனாலும், அவர்கள் ஒருவழியாகத் தெரிந்து கொண்டனர். முற்றுகையிடப்பட்ட இரு தினங்களுக்குப் பிறகு, சம்டர் கோட்டை சரணடைந்தது. இரு தரப்பிலும் பதினைந்து பேர் இறந்தனர். சார்ல்ஸ்டன் துறைமுகத்தின் நுழைவாயிலை ஆயிரத்திற்கும் மேற்பட்ட அடிமைகள் மணல்மூட்டைகளைப் போட்டு காத்து நின்றனர். வடகரோலினா ஆளுநர் ஜான் எல்லிஸ் வடகரோலினாப் படைகளை அனுப்ப இயலாது என்று அதிபர் லிங்கனுக்குத் தெரிவித்து விட்டு, ஆயிரக்கணக்காக துப்பாக்கிப் படை வீரர்களை கூட்டமைப்புப் படையிடம் ஒப்படைத்தார். தென்பகுதியைச் சேர்ந்த பதினெட்டு வயதிலிருந்து முப்பத்தைந்து வயதிற்குட்பட்ட அனைத்து வெள்ளையர்களும் மூன்றாண்டு காலம் இராணுவப் பணி ஆற்ற வேண்டுமென்றும், பண்ணைகளில் பத்து அடிமைகளில் ஒருவரை ஊதியமில்லா போர்ப் பணிகளைச் செய்வதற்காக அனுப்பி வைக்கப்பட

வேண்டுமென்றும் அதிபர் டேவிஸ் ஆணையிட்டார். அமெரிக்க ஐக்கிய நாடுகள் படையிலிருந்து தனது பதவியைத் துறந்து விட்டு தளபதி. ராபெர்ட் ஈ. லீ எவர்ஜீனியா இராணுவத்திற்குத் தலைமையேற்றார். வாஷிங்டனிலிருந்த ஒவ்வொரு அரசுக் கட்டடமும் தென்பகுதிப் படையினருடைய தாக்குதலுக்கு அஞ்சி ஆயுதமேந்திய படைவீரர்களாலும் இரும்பாலும் சிமெண்டாலுமான தடுப்பரண்களாலும் பாதுகாக்கப்பட்டது

அதே சமயத்தில், அலமான்ஸ் ஊரகத்தில், வெள்ளையர்கள் திரள் திரளாக, படையில் சேர்ந்து போரிடுவதற்கு வரிசையில் நின்றனர். டாமிடம் வண்டியோட்டி ஒருவர் தனது முதலாளி மிகுந்த நம்பிக்கைக்குரிய பெரிய வீட்டுப் பணியாள் ஒருவரை அழைத்து, தான் போரிலிருந்து திரும்பும் வரை தனது மனைவியையும் குழந்தைகளையும் கவனமாகப் பார்த்துக் கொள்ளும்படி கேட்டுக் கொண்டார் என்று தெரிவித்தார். அண்டைப்பகுதியிலிருந்து ஏராளமான வெள்ளையர்கள் தமது குதிரைகளுக்கு குளம்புக் காப்புகள் பூட்டுவதற்கு டாமைத் தேடிச் சென்றனர். அவர்கள் புதிதாக உருவாக்கப்பட்ட 'ஹாவ் பள்ளத்தாக்குப் படைத்தொகுதி'யில் தம்மை அலமான்ஸ் ஊரகத்தினுடைய பங்களிப்பாக இணைத்துக் கொள்ளப் புறப்பட்டனர். அவர்களை சார்லோட்டிலுள்ள பயிற்சி முகாமுக்குக் கொண்டு செல்வதற்காக தொடர்வண்டி காத்து நின்றது. தமது மூத்த மகனை வழியனுப்புவதற்காக முதலாளியையும் முதலாளியம்மாவையும் அங்கே அழைத்துச் சென்ற கறுப்பின வண்டியோட்டி அங்கு கண்ட காட்சியை டாமிடம் விவரித்தார். "பெண்டிரெல்லாம் கதறி அழுது கொண்டிருந்தனர். அவர்களுடைய பிள்ளைகள் தொடர்வண்டியின் சன்னல்கள் வழியாக எட்டிப் பார்த்து புரட்சி முழக்கங்களை எழுப்பினர். 'நாய்ப்பசங்களான யாங்கியரைக் கப்பலேற்றி விட்டு, காலை உணவு வேளைக்குள் திரும்பிவிடுவோம்' என்று கூச்சலிட்டனர். பழுப்பு நிறச் சீருடை அணிந்திருந்த சின்ன முதலாளி முதலாளியையும் முதலாலியம்மாவையும் போலவே கதறி அழுதார். ஒருவரை ஒருவர் கட்டியணைத்து முத்தமிட்டுக் கொண்டனர். கடைசியில், ஒருவழியாக, விடுவித்துக் கொண்டு, தொண்டையைச் சரிப்படுத்திக் கொண்டும் மூக்கை உறிஞ்சிக் கொண்டும் சாலையில் நின்றிருந்தனர். பொய் சொல்லத் தேவையில்லை! நானும் அழுதுவிட்டேன்!"

111

பின்னிரவு நேரம்! அவர்களுடைய வீட்டில் விளக்கு எரிந்து கொண்டிருந்தது. இரண்டாவது முறையாக இடுப்புவலியால் துடித்துக் கொண்டிருந்த ஐரீன் தனது கையை இறுகப் பற்றிக் கொள்ள டாம் படுக்கையில் அவளருகில் அமர்ந்திருந்தான். தாங்க முடியாத வலியை முக்கலும் முனகலுமாக வெளிப்படுத்திக் கொண்டிருந்தவள் வீரிட்டுக் கத்தினாள். தனது தாயை அழைத்து வருவதற்காக அவன் வீட்டிலிருந்து விரைந்து புறப்பட்டான். உள்ளுணர்வின் உளைச்சலால் உறங்காமல் விழித்திருந்த மெடில்டா அவளுடைய கதறலைக் கேட்டாள். தன்னுடைய வீட்டிலிருந்து வெளியேறியவள் வழியில் டாமைச் சந்தித்தாள். பதறிப்போய் எட்டிப் பார்த்துக் கொண்டிருந்த சின்னகிஸ்ஸியிடமும் மேரியிடமும் நீரைக் கொதிக்க வைத்துப் பாண்டத்தில் எடுத்துவருமாறு கூவியபடி விரைந்தாள். அடுத்த சில நொடிகளில் குடும்பத்தைச் சேர்ந்த மற்ற பெரியவர்களும் தத்தமது வீடுகளிலிருந்து வெளிப்பட்டனர். ஐரீனுடைய வலியும் வேதனையும் தொடர்ந்து கேட்டுக் கொண்டிருந்தது. டாமும் அவனுடைய ஐந்து சகோதரர்களும் வீட்டிற்கு வெளியில் பதற்றத்துடன் முன்னும் பின்னுமாக நடந்து கொண்டிருந்தனர். விடியலின் முதற்கதிர்கள் வெளிப்பட்ட பொழுது பிறந்த குழந்தையின்

அழுகுரல் கேட்டது. ஆஷ்ஃபோர்டு உட்பட ஐந்து சகோதரர்களும் டாமின் முதுகினைத் தட்டியும் கைகளைப் பிடித்து அழுத்தியும் தமது பாராட்டுகளைத் தெரிவித்தனர். சற்று நேரத்தில் முகமெல்லாம் பல்லாக வெளிப்பட்ட மெடில்டா, "உங்களுக்கு மற்றுமொரு அழகான பெண் பிறந்திருக்கிறாள்" என்றாள்.

காலைக் கதிரவனின் ஒளிவெள்ளத்தில் உலகம் குளித்துக் கொண்டிருந்த பொழுது, முதலில் டாமும் பின்னர் குடும்பத்தினர் அனைவரும் வரிசையாக அணிவகுத்துச் சென்று மிகுந்த களைப்பிலும் புன்னகைத்த ஐரீனையும் காவி வண்ணத்தில் சுருங்கிய முகத்துடன் அவளுக்குப் பக்கத்தில் கிடந்த குழந்தையையும் கண்டு களித்தனர். மெடில்டா பெரிய வீட்டிற்குச் சென்று செய்தியைத் தெரிவித்தாள். காலை உணவினை வெகு வேகமாகத் தயாரித்தாள். முர்ரே முதலாளியும் முதலாளியம்மாவும் புதிதாகப் பிறந்த குழந்தையைத் தமது உடமையாக்கிக் கொள்ளும் மகிழ்ச்சியில் காலை உணவை முடித்துக் கொண்ட உடனே அடிமைகள் குடியிருப்பை நோக்கிச் சென்றனர். ஐரீன் தனது தாயின் நினைவாக இரண்டாவதாகப் பிறந்த பெண்ணுக்கு 'எல்லென்' என்று பெயர் சூட்ட விரும்பினாள். டாம் உடனே ஒத்துக் கொண்டான். தான் மீண்டும் தந்தையாகிவிட்ட மகிழ்ச்சியில் தனக்கு ஒரு மகன் பிறக்க வேண்டுமென்று கொண்டிருந்த தாளாத ஆசையையும் மறந்து விட்டான்.

அடுத்த நாள் மதியம் வரை காத்திருந்த மெடில்டா டாமினுடைய பட்டறைக்குச் சென்றாள். "டாம், இப்பொழுது நான் எதைப் பற்றி நினைத்துக் கொண்டிருக்கிறேன் என்று தெரியுமா?" "நீங்கள் காலந்தாழ்த்திச் சொல்கிறீர்கள், அம்மா! ஏற்கனவே அனைவரிடமும் சொல்லிவிட்டேன்! உங்களிடம் சொல்லலாமென்றிருந்தேன்! சனிக்கிழமை இரவு அனைவரையும் வீட்டிற்கு வருமாறு அழைத்திருக்கிறேன்! நமது குடும்பக் கதையைப் புதிதாகப் பிறந்திருக்கின்ற குழந்தைக்குச் சொல்லப் போகிறேன்!" திட்டமிட்டபடி குடும்பத்தினர் அனைவரும் திரண்டனர். கிஸ்ஸிப் பாட்டியும் கட்டுச்சேவல் ஜார்ஜும் அவர்களுக்கு வழங்கியிருந்த மரபுக் கதையை டாம் கூறத் தொடங்கினான். அவன் முடித்த பிறகு குடும்பத்தினர் தமக்குள் நகைச்சுவையாகக் கூறிக் கொண்டனர். 'யாராவது தமது பிள்ளைகளுக்கு இந்தக் கதையைச் சொல்ல மறந்தால், கிஸ்ஸிப் பாட்டியினுடைய ஆவியிடம் கேட்க நேரிடும்!"

ஆனால், உள்நாட்டுப் போர் உக்கிரமடைந்து கொண்டிருந்தமையால் டாமிற்கும் ஐரீனுக்கும் இரண்டாவது குழந்தை பிறந்ததால் ஏற்பட்ட மகிழ்வெழுச்சி கூட மங்கிப் போயிற்று. குதிரைகளுக்கும் கோவேறு கழுதைகளுக்கும் குளம்புக் காப்புகளை அணிவிப்பதிலும் புதிய கருவிகளை உற்பத்தி செய்வதிலும் பழைய கருவிகளுக்குப் பழுது நீக்கிக் கொடுப்பதிலும் முனைந்திருந்த போதிலும், தன்னைச் சூழ்ந்திருந்த வெள்ளைக்கார வாடிக்கையாளர்கள் தமக்குள் பேசிக்கொண்ட செய்திகளின் துணுக்குகளும், கூட்டமைப்புப் படைகளுடைய அடுத்தடுத்த வெற்றியை எக்களிப்புடன் அவர்கள் கொண்டாடிய விதமும் காதுகளை எட்டிய போது டாம் பெரிதும் துணுக்குற்றான். குறிப்பாக, 'காளை பயந்தோட்டம்' (Bull Run) என்று வெள்ளையர்களால் அழைக்கப்பட்ட போரில் நிகழ்ந்தவை பற்றிப்

பேசி வெள்ளையர்கள் ஒருவரை ஒருவர் முதுகில் தட்டிக் கொள்வதும் தமது தொப்பிகளைக் காற்றில் வீசியெறிவதுமாகக் குதூகலத்துடன் கொண்டாடியதைக் கண்டு மனம் வெதும்பினான். "என்னடா இது! இந்த யாங்கீப் பயலுக போரிட்டுச் சாகவுமில்லை, காயம்படவும் இல்லை, உயிருக்குப் பயந்து ஓடுறாங்கடா!" "நமது வீரர்கள் வருவதைக் கேள்விப்பட்டவுடனே புறமுதுகு காட்டி ஓடுகிறார்கள்!" மிஸ்ஸௌரியில் வில்சன் கிரெக் என்ற இடத்தில் போர் நடைபெற்ற வேளையிலும், சில நாட்கள் கழித்து வெர்ஜீனியாவில் 'பால்ஸ் பிளஃப்' என்ற போரின் போதும் அதே போன்ற கொண்டாட்டங்களைக் கண்டான். அதிபர் லிங்கனின் நெருங்கிய நண்பரான தளபதி ஒருவர் உட்பட நூற்றுக்கணக்கான யாங்கீயர் கொல்லப்பட்டனர். "அந்த வெள்ளைக்காரர்கள் குதியாட்டம் போட்டுச் சிரித்துக் கொண்டிருந்தனர். செய்தியைக் கேள்விப்பட்ட லிங்கன் ஒரு குழந்தையைப் போலக் கதறி அழுதார்", தனது குடும்பத்தாரிடம் டாம் தெரிவித்தான். 1861ஆம் ஆண்டின் முடிவில், அலமான் ஊரகம் பன்னிரெண்டு படைத்தொகுதிகள் (Companies) அளவிற்கு பல்வேறு இடங்களில் நிகழ்ந்த போர்களுக்கு ஆட்களை அனுப்பி வைத்தது. தனது தனிப்பட்ட வேதனையுடன் குடும்பத்தாருடையதும் அதிகரிக்கும் எனக் கருதிய டாம் தான் கேள்விப்பட்ட செய்திகளில் பாதியளவு கூடத் தெரிவிக்க விரும்பவில்லை. ஒரு ஞாயிற்றுக்கிழமை மதிய வேளையில் தன்னைச் சுற்றி அரை வட்ட வடிவில் அமர்ந்திருந்த குடும்பத்தாருடைய தொங்கிப் போன முகங்களைப் பார்த்து, மெடில்டா கூறினாள், "நமக்கு எப்பொழுது விடுதலை கிடைக்கப் போகிறது என்று ஆண்டவருக்குத் தான் தெரியும்! இப்படியே தான் தொடர்ந்து இனிமேலும் இருக்கப் போகிறோம்!" நீண்ட நேரம் எவரும் எதுவும் பேசவில்லை. நோய்வாய்ப்பட்ட உதயாவுக்கு ஊட்டிக் கொண்டே லில்லி கூறினாள், "யாரைப் பார்த்தாலும் விடுதலை பற்றிய பேச்சுத் தான்! எனக்கு நம்பிக்கையெல்லாம் அற்றுப் போய் விட்டது!"

பின்னர், 1862ஆம் ஆண்டு, வசந்த கால மதிய வேளையில், யாரோவொருவர் குதிரை மீது முர்ரே முதலாளியின் பெரிய வீட்டிற்குச் செல்லும் வண்டிப் பாதையில் சென்று கொண்டிருந்தார். கூட்டமைப்புப் படை அலுவலரைப் போன்ற சீருடை அணிந்திருந்த அவரைத் தூரத்திலிருந்து பார்த்த பொழுதே டாம் தனக்கு ஏற்கனவே அறிமுகமானவர் என்று உணர்ந்தான். அருகில் நெருங்கிய பொழுது, டாமுக்குத் தூக்கி வாரிப் போட்டது. உணவுப் பொருட்கள் விற்பனை செய்யும் கடையின் உரிமையாளர். ஊரகத்தின் முன்னாள் நாட்டாண்மைக்காரர் கேட்ஸ்! ஏற்கனவே ஒருமுறை அந்த ஆள் முர்ரே முதலாளியைச் சந்தித்ததால் கட்டுச்சேவல் ஜார்ஜ் மாநிலத்தை விட்டே செல்ல வேண்டியதாயிற்று! வயிற்றுள் புளியைக் கரைத்துக் கொண்டிருக்க, டாம் அந்த ஆள் குதிரையை விட்டிறங்கி பெரிய வீட்டிற்குள் சென்று மறைந்ததைக் கண்டான். சற்று நேரத்தில் பதற்றத்துடன் கருமான் பட்டறையை நோக்கி ஓடிவந்த மெடில்டா, துயரத்தால் புருவங்கள் சுருங்க, கூறினாள், "டாம், உடனே உன்னை முதலாளி அழைத்துவரச் சொன்னார். ஒன்றுக்கும் உதவாத அந்த கேட்ஸ் அவருடன் பேசிக் கொண்டிருக்கிறார். அவர் எதற்காக வந்திருப்பார்?"

டாமினுடைய மூளையில் பல்வேறு சாத்தியக்கூறுகளைப் பற்றிய சிந்தனை

பரபரத்தது. அவன் கேள்விப்பட்டிருந்தான்! பல முதலாளிமார் தம்முடைய அடிமைகளையும் போருக்குத் தம்முடன் அழைத்துச் சென்றனர். ஒரு சிலர் தொழில் கலைஞர்களை, தச்சுவேலை, தோல்பொருட்கள் செய்தல், கருமான் போன்ற கைவினைஞர்களைத் தாமாகவே முன்வந்து போருக்கு அனுப்பி வைத்தனர். ஆனால், அமைதியாகக் கூறினான், "தெரியலைம்மா! போய் தெரிந்து வருவது தான் நல்லது என்று நினைக்கிறேன்!" தன்னைத் தானே தேற்றிக்கொண்டவனாக, டாம் பெரிய வீட்டை நோக்கி விரைந்தான்.

முர்ரே முதலாளி கூறினார், ''டாம், மேஜர் கேட்ஸை உனக்குத் தெரியுமல்லவா?"

"ஆமாம், முதலாளி!" கேட்ஸை ஏறெடுத்துப் பார்க்காமலே பதிலளித்தான். ஆனால், அவருடைய பார்வை தன்னைத் துளைத்ததை உணர்ந்தான்.

"இருப்புப் பாதை நிறுவனப் பட்டறைகளுக்கு அருகில் பயிற்சியளிக்கப்பட்டு வரும் குதிரைப்படையினரை வழிநடத்துவதாகத் தெரிவித்தார். அவர்களுடைய குதிரைகளின் குளம்புகளுக்குக் காப்பிட உனது உதவியைக் கோருகிறார்."

அடிவயிற்றிலிருந்து தொண்டை வரை எழுந்த ஏதோ ஒன்றை டாம் விழுங்கிக் கொண்டான். தனது வாயிலிருந்து வார்த்தைகள் உயிரற்று உதிர்ந்ததைக் கேட்டான், "முதலாளி, நான் போருக்குச் செல்ல வேண்டுமென்கிறீர்களா?"

கேட்ஸ் வெறுப்புடன் பதிலளித்தார், ''துப்பாக்கிக் குண்டு வெடிக்கும் சத்தத்தைக் கேட்டவுடனே பயந்தோடுகின்ற நீக்ரோக்களை நான் போரிடுகின்ற இடத்தில் அனுமதிப் பதில்லை! பயிற்சியளிக்கப்படுகின்ற இடத்தில் குதிரைகளின் குளம்புகளுக்குக் காப்பிடவே நீ தேவைப்படுகிறாய்!"

இப்பொழுது டாம் நிம்மதிப் பெருமூச்செறிந்தான். "ஆகட்டும்!"

முர்ரே முதலாளி பேசினார், "மேஜரும் நானும் கலந்து ஆலோசித்தோம்! போர் முடியும் வரையிலும், குதிரைப்படையினருக்கு ஒரு வாரமும் அதன் பிறகு, எனக்காக ஒருவாரமும் நீ வேலை செய்ய வேண்டும்! போர் நீண்ட காலம் நீடிக்கப் போவதில்லை!" பின்னர் முர்ரே முதலாளி, கேட்ஸைப் பார்த்தார், "அவன் எப்பொழுது புறப்பட வேண்டுமென்று விரும்புகிறீர்கள்?"

"நீங்கள் ஏற்றுக் கொண்டால், நாளை காலையில்!"

"அதற்கென்ன! உறுதியாக அனுப்புகிறேன்! தென்னாட்டிற்கு நாங்கள் ஆற்ற வேண்டிய கடமை!" முர்ரே முதலாளி உணர்வெழுச்சியுடன் கூறினார். போருக்கு தான் ஆற்றிய தொண்டாகக் கருதி மகிழ்ந்தார்.

கேட்ஸ் உறுமினார், "நீக்ரோ தனது நிலை உணர்ந்து நடந்து கொள்வானல்லவா? இராணுவம் என்பது அவர்கள் மென்மையாக நடத்தப்படுகின்ற பண்ணை அல்ல!"

நம்பிக்கையுடன் டாமை நோட்டமிட்ட முர்ரே முதலாளி கூறினார், "எனக்கு உறுதியாகத் தெரியும்! நல்ல விதமாக நடந்து கொள்வதற்கு டாம் அறிவான்! இன்றிரவே பயண அனுமதிச் சீட்டு எழுதிவிடுகிறேன்! கோவேறு கழுதை ஒன்றில் டாம் நாளை காலை உங்கள் முன் நிற்பான்!"

"மிகவும் நல்லது", என்ற கேட்ஸ் டாமைப் பார்த்து, "குளம்புக் காப்புகள் எங்களிடம் உள்ளன. தேவையான கருவிகளை எடுத்து வா! இப்பொழுதே சொல்லிவிடுகிறேன்! விரைவாக, சிறந்த முறையில் வேலை செய்ய வேண்டும்! நேரத்தை வீணடிக்கக் கூடாது!"

"ஆகட்டும்!"

குதிரைக் குளம்புகளுக்குக் காப்பிடுவதற்குத் தேவையான கருவிகள் அடங்கிய பையை கோவேறு கழுதையின் முதுகில் தொங்கவிட்டுக் கொண்டு, இருப்புப்பாதை செப்பனிடுவதற்கான பட்டறைகள் இருந்த இடத்தை அடைந்த பொழுது அங்கே ஏற்கனவே வானுயர்ந்த மரங்கள் அடர்ந்திருந்த காட்டுப் பகுதி சமப்படுத்தப்பட்டு நிரல் நிரலாகக் கூடாரங்கள் அமைக்கப்பட்டிருந்ததைக் கண்டான். மேலும் நெருங்கிச் சென்ற பொழுது எக்காளக் கொம்புகள் ஊதப்படும் ஓசையும் துப்பாக்கி வெடிச் சத்தமும் கேட்டது. அவனை நோக்கி குதிரை மீதேறி காவலனொருவன் வேகமாக நெருங்கிக் கொண்டிருந்ததைக் கண்டு பதற்றமடைந்தான். "நீக்ரோ இது இராணுவப் பகுதி என்று தெரியாதா? எங்கே செல்வதாக நினைத்துக் கொண்டிருக்கிறாய்?" படைவீரன் அதட்டினான்.

"மேஜர் கேட்ஸ் இங்கே சென்று குதிரைகளுக்குக் குளம்புக் காப்பிடும்படி கூறினார்", பதைபதைப்புடன் டாம் கூறினான்.

"அப்படியா, குதிரைப்படை அந்தப் பக்கம் உள்ளது... சுடப்படுவதற்குள் ஓடிவிடு!"

அவன் சுட்டிக் காட்டிய திசையில் கழுதையைத் திருப்பிக் கொண்டு, சற்றே உயரமான இடத்தினை அடைந்த பொழுது, அங்கே நான்கு வரிசைகளில் சில வீரர்கள் அணிவகுத்துப் போர்ச் சாகசங்களைப் புரிந்து கொண்டிருக்கக் கண்டான். வீரர்களுக்கான ஆணைகளை உரக்கக் கூவிக் கொண்டிருந்த அலுவலர்களுக்குப் பின்னால், குதிரை மீது அங்குமிங்குமாக நகர்ந்து கொண்டிருந்த கேட்ஸை அடையாளம் கண்டு கொண்டான். கோவேறு கழுதை மீது அவனைக் கண்ட மேஜர் சைகை காட்டினார். அவனை நோக்கி குதிரை வீரனொருவன் விரைந்து நெருங்கியதைக் கண்டு, கடிவாளத்தைப் பிடித்து நிறுத்தியபடி காத்திருந்தான்.

"நீ தான் கருமான் தொழில் செய்கிற நீக்ரோவா?"

"ஆமாம்!"

கூட்டமாக அமைக்கப்பட்டிருந்த கூடாரங்கள் இருந்த இடத்தைச் சுட்டிக் காட்டினான். ''தேவையற்ற பொருட்கள் போட்டு வைக்கப்பட்டுள்ள

கூடாரங்களுக்குப் பக்கத்தில் நீ உனது பட்டறையை அமைத்துக் கொள்! ஏற்பாடுகளைச் செய்து முடித்தவுடன் குதிரைகளை அனுப்பி வைக்கிறோம்!"

டாம் கூட்டமைப்புக் குதிரைப்படைக்குப் பணியாற்றிய முதல் வாரத்தில் குளம்புகளுக்குக் காப்புத் தேவைப்பட்ட குதிரைகள் முடிவில்லாத நீண்ட வரிசையில் அனுப்பிவைக்கப்பட்டன. விடிகாலைப் பொழுதிலிருந்து இருள் கவிழும் வரையிலும் குதிரைகளை விழச் செய்து குளம்புகளுக்குக் காப்பிடும் பணி ஓய்வு ஒளிச்சலின்றி நடைபெற்றது. அவனைச் சூழ்ந்திருந்த இளம் குதிரை வீரர்கள் பேசிக் கொண்டதிலிருந்து அனைத்துப் போர்களிலும் யாங்கீயர் சின்னா பின்னப்படுத்தப்பட்டதாகக் கேட்க நேர்ந்தது. உடலும் உள்ளமும் சோர்ந்து துவண்டு போயிற்று. அடுத்த வாரம் முதலாளியின் வாடிக்கையாளர்களுக்கான வேலைகளைச் செய்வதற்காகத் திரும்பினான்.

அடிமைகள் குடியிருப்பிலிருந்த பெண்டிர் பெரிதும் மனமொடிந்த நிலையில் இருக்கக் கண்டான். முந்தை இரவு முதல் காலை வரையிலும் லில்லியின் நோய்வாய்ப்பட்ட மகன் உதயாவைக் காணவில்லை. டாம் திரும்பியதற்குச் சற்று முன்னர், முன்வாசலைப் பெருக்கச் சென்ற மெடில்டா விநோதமான அரவம் கேட்டாள். தேடிப் பார்த்ததில், அவன் பெரிய வீட்டிற்கடியில் ஒளிந்திருந்ததைக் கண்டாள். கண்ணீரும் கம்பலையுமாகப் பசியுடன் உழன்றான். "நீக்ரோக்களை விடுவிப்பதைப் பற்றி முதலாளியும் முதலாளியம்மாவும் என்ன பேசிக் கொள்கிறார்கள் என்பதைக் கேட்பதற்காக அதனடியில் மறைந்திருந்தேன். அங்கே எதையும் கேட்க முடியவில்லை", என்றான். மெடில்டாவும் ஐரீனும் கவலையுடன் மனம் வெதும்பிக் கொண்டிருந்த லில்லியைத் தேற்ற முற்பட்டனர். அவன் எப்பொழுதும் அதுபோன்ற குளறுபடிகளை ஏற்படுத்திக் கொண்டிருந்தான். அவளை அமைதிப்படுத்துவதில் டாமும் உதவினான். பிறகு, தன்னுடைய ஒரு வார அனுபவத்தை விவரித்தான். "நான் கண்டவற்றையும் கேள்விப்பட்டவற்றையும் கொண்டு பார்க்கும் போது, நிலையில் முன்னேற்றம் எதுவும் தென்படவில்லை!" என்று கூறி முடித்தான். அவர்களுக்குச் சற்றேனும் ஆறுதல் அளிக்கும் விதத்தில் ஐரீன் தன்னால் இயன்ற முயற்சியில் ஈடுபட்டாள். "நாம் எப்போதுமே சுதந்திரமாக இருந்ததில்லை. ஆதலால் இழந்து விட்டதாக வருந்துவதற்கு எதுவுமில்லை!" மெடில்டா வெதும்பினாள், "நாம் முன்பிருந்ததைக் காட்டிலும் மோசமான நிலைமைக்குத் தள்ளப்படுவோமோ என்று எனக்குப் பயமாக இருக்கிறது!"

கூட்டமைப்பின் குதிரைப்படைக்குக் குளம்புக் காப்பிடும் பணியை இரண்டாவது வாரத்தில் தொடங்கிய போது டாம் அதே போன்ற எச்சரிக்கை உணர்வுக்கு ஆளானான். மூன்றாவது இரவில் தூக்கமின்றி சிந்தனைவயப்பட்டவனாகப் படுக்கையில் கிடந்த போது, அடுத்திருந்த பயனற்ற பொருட்கள் போட்டு வைப்பதற்கான கூடாரத்திலிருந்து ஏதோ அரவம் கேட்டதாக உணர்ந்தான். பதற்றத்துடன் இருளில் தட்டுத் தடுமாறி தன்னுடைய கருமான் சுத்தியைப் பற்றினான். என்னவென்று அறிந்துகொள்வதற்காக மங்கிய நிலவொளியில் அடிமேல் அடி வைத்துச் சென்றான். இரை தேடித் திரிந்த ஏதோவொரு சிறு விலங்காக இருக்கக் கூடும் என்கிற முடிவுக்கு வந்த போது, மனித உருவத்தின்

நிழலைக் கண்டான். கூடாரத்திலிருந்து எதையோ எடுத்துக் கொண்டு வெளியேறிய உருவம் அதனைத் தின்று கொண்டிருந்தது. பதுங்கியவாறு மேலும் நெருங்கிய போது, ஒல்லியான வெள்ளைக்காரனின் சூம்பிப் போன முகத்தைக் கண்டு திகைத்தான். நிலவொளியில் இருவரும் ஒரு நொடி நேரம் ஒருவரை ஒருவர் பார்த்துக் கொண்டனர். உடனே, அந்த வெள்ளைக்காரன் ஒரே ஓட்டமாகத் தப்பியோடினான். ஆனால், பத்து கெஜ தூரத்திற்குள், ஏதோ ஒன்றால் தடுக்கி விழுந்தவன் பேரொலியை ஏற்படுத்திவிட்டு, துள்ளியெழுந்து இருளில் மறைந்தான். துப்பாக்கிகளோடும் விளக்குகளுடனும் அங்கே விரைந்த காவல் வீரர்கள் கையில் சுத்தியுடன் டாம் நின்றிருந்ததைக் கண்டனர்.

'ஏ, நீக்ரோ! எதைத் திருடிக் கொண்டிருக்கிறாய்?"

உடனே டாம் தனக்கு ஏற்பட்ட இக்கட்டான சூழலை உணர்ந்தான். குற்றச்சாட்டினை நேரடியாக மறுத்தால், வெள்ளையர் அவனைப் பொய்யனென்று முத்திரை குத்திடுவர். அது திருட்டைக் காட்டிலும் கடுமையான குற்றம்! அவர்களை நம்பச் செய்ய வேண்டும் என்கிற அவசரத்தால் உந்தப்பட்ட டாமினுடைய வாய் குழறியது. "ஏதோ சத்தம் கேட்டு என்னவென்று பார்ப்பதற்காக வெளியில் வந்தேன். வெள்ளைக்காரர் ஒருவரைக் கண்டேன். அவர் தப்பியோடிவிட்டார்."

நம்பிக்கையற்ற பார்வையை தமக்குள் பரிமாறிக் கொண்ட இரு காவலர்களும் வெறுப்புடன் நகைத்தனர். "நீக்ரோ, எங்களைப் பார்த்தால் அந்த அளவிற்கு மடையர்கள் என்று தோன்றுகிறதா?". ஒருவன் அதட்டினான். "உன்னைக் கண்காணிக்கும்படி மேஜர் ஏற்கனவே சொல்லியிருக்கிறார்! காலையில் அவர் எழுந்த உடனே நீ அவரைச் சந்திக்கப் போகிறாயடா, பயலே! டாம் மீது பதித்த பார்வையை எடுக்காமலேயே காவலர்கள் தமக்குள் கலந்து பேசினர்.

இரண்டாவது காவலர் அதட்டினார், "சுத்தியைக் கீழே போடுடா, பயலே!" தன்னியல் பாகவே டாமினுடைய முட்டி சுத்தியின் கைப்பிடியை இறுகப் பற்றியது. ஓர் எட்டு முன் நகர்ந்து, காவலர் தனது துப்பாக்கியை டாமினுடைய வயிற்றுக்கு நேரே பிடித்தார். "கீழே போடு!"

டாமினுடைய விரல்கள் தளர்ந்தன. சுத்தி தரையில் மோதிய சத்தத்தைக் கேட்டான். காவலர்கள் தமக்கு முன்னே அவனை நெட்டித் தள்ளிச் சென்றனர். சற்று தொலைவில், மற்றொரு காவல் வீரன் காத்துநின்ற பெரியதொரு கூடாரத்தின் முன்னே சமப்படுத்தப்பட்டிருந்த சிறிய இடத்தில் அவனை நிற்குமாறு ஆணையிட்டனர். "நாங்கள் சுற்றுக் காவல் பணியிலிருந்த போது, இந்த நீக்ரோ திருடியதற்காகப் பிடித்தோம்!" முதல் இரு காவலர்களுள் ஒருவன் கூறியபடி பெரிய கூடாரத்தை நோக்கித் தலையாட்டினான்.. "நாங்களே இவனைப் பாதுகாப்பில் வைத்திருப்போம்! ஆனால், மேஜர் இவனைக் கண்காணித்து ஏதேனும் நேர்ந்தால் தனியே அவரிடம் தெரிவிக்குமாறு சொல்லியிருந்தார். அவர் எழுந்தவுடன் நாங்கள் திரும்பவும் வருகிறோம்"

இரு காவலர்களும் புறப்பட்டனர். புதிய காவலர் டாமை வெறுப்புடன்

பார்த்து, கடுகடுத்த குரலில் அதட்டினார், "ஏ, நீக்ரோ, மல்லாந்து படு! நகர்ந்தால் கொன்று விடுவேன்!" காவலர் சொன்னவாறு டாம் படுத்தான். தரை மிகவும் குளிர்ச்சியாக இருந்தது. நடக்கப் போவதை எண்ணமிட்டான். தப்பியோடுவதற்கான வாய்ப்புகளையும், அப்படிச் செய்தால் அதன் விளைவுகளையும் சீர்தூக்கிப் பார்த்தான். பொழுது புலர்ந்ததைக் கவனித்தான். பிறகு முதலிரண்டு காவலர்களும் திரும்பினர். கூடாரத்திற்குள்ளிலிருந்து வெளிப்பட்ட ஆளரவம் மேஜர் எழுந்து விட்டதை அறிவித்தது. காவலர்களுள் ஒருவன் கூவினான், "மேஜர், உங்களைச் சந்திப்பதற்கு அனுமதி வேண்டும்!"

"எதற்காக?" உள்ளிருந்து உறுமிய குரலை டாம் கேட்டான்.

"கருமான் நீக்ரோ நேற்றிரவு திருடிக் கொண்டிருந்த போது பிடிபட்டான்!"

சற்றே அரவமற்றிருந்தது. "இப்பொழுது அவன் எங்கே இருக்கிறான்?"

"கூடாரத்திற்கு வெளியில்!"

"இதோ வந்துவிட்டேன்!"

ஒரு நிமிடத்திற்குப் பிறகு, கூடாரத்தின் திரைத்துணி விலகியது. வெளியேறிய மேஜர் கேட்ஸ் பூனை எலியைப் பார்ப்பதைப் போல டாமை வெறித்து நோக்கினார். "பெருங்குற்றம் புரிந்த நீக்ரோவே, சொல், திருடினாயா? இராணுவத்தில் அதை எவ்வளவு பெரிய குற்றமாக எடுத்துக் கொள்வோமென்று தெரியுமா?"

"முதலாளி ...." டாம் நடந்தவற்றைப் பொறுமையாக உணர்ச்சி ததும்ப விவரித்தான். முடிவில், "அவன் மிகவும் பசியுடன் இருந்தான், முதலாளி! குப்பையைக் கிளறிக் கொண்டிருந்தான்!"

"ஆக, ஒரு வெள்ளைக்காரன் குப்பையைத் தின்று கொண்டிருந்ததை நீ பார்த்தாய்? நாம் முன்பே சந்தித்திருக்கிறோம் என்பதை மறந்து விட்டாய்! அத்துடன், நீ எப்படிப்பட்டவன் என்று எனக்குத் தெரியும்! ஒன்றுக்கும் உதவாத உன்னுடைய விடுதலை பெற்ற தகப்பனைக் காப்பாற்றியவன் தானே, நீ? அப்பொழுது தப்பிவிட்டாய்! ஆனால், இப்பொழுது இராணுவ விதிகளின் அடிப்படையில் மாட்டிக் கொண்டாய்!"

அண்மையிலிருந்த கம்பத்தில் தொங்கிக் கொண்டிருந்த குதிரைச்சவுக்கினை எட்டி எடுத்தார். நம்பிக்கையிழந்த டாமினுடைய கண்கள் சுற்றுமுற்றும் நோட்டமிட்டன. தப்பிக்க முடியுமா? மூன்று வீரர்களுடைய துப்பாக்கிகளும் அவனைக் குறிபார்த்து நீட்டப் பட்டிருந்தன. கேட்ஸினுடைய முகம் கோணல்மாணலாகச் சுழித்தது. ஓங்கி வீசப்பட்ட சவுக்கு அவனுடைய தோள்களில் மீண்டும் மீண்டும் தீப்பொறியாக இறங்கியது.

அவமானத்துடனும் அடங்காத கோபத்துடனும் தான் வேலை செய்து கொண்டிருந்த இடத்திற்குத் தட்டுத் தடுமாறித் திரும்பிய டாம் தனது கருவிகளடங்கிய பையை எடுத்துக் கோவேறு கழுதையின் முதுகில் தொங்கவிட்டு, அதன் மீது

தாவியேறி, எங்கும் நிறுத்தாமல் நேரே பெரிய வீட்டைச் சென்றடைந்தான். முர்ரே முதலாளி நடந்தவற்றைக் கேட்டார். கோபத்தால் அவருடைய முகம் சிவந்தது. டாம் விவரித்து முடித்தான், "என்ன நடந்தாலும் கவலையில்லை, முதலாளி! இனி நான் அங்கே போக மாட்டேன்!"

"இப்பொழுது நீ நன்றாக இருக்கிறாயா, டாம்?"

"நான் எவரையும் துன்புறுத்தவில்லை! அப்படி நீங்கள் நினைத்தால் எனது மனம் தான் துன்பப்படும்!"

"டாம், நான் உனக்கு உறுதியளிக்கிறேன். அந்த மேஜர் உன்னைத் துன்புறுத்த நினைத்திருந்தால், அவருடைய கட்டுப்பாட்டு அலுவலரிடம் பேசுவதற்குக் கூட நான் தயாராக இருக்கிறேன்! நடந்தவற்றிற்காக நான் உண்மையிலேயே வருந்துகிறேன். நீ பட்டறைக்குச் சென்று உன் வேலையைச் செய்!" முர்ரே முதலாளி சற்றே தயங்கினார். "டாம், நீ மூத்தவனல்ல என்பது எனக்குத் தெரியும்! ஆனால், எனது மனைவியும் நானும் உனது குடும்பத்திற்கு நீ தான் தலைவன் என்று நினைக்கிறோம். அவர்களிடம் சொல்லு! யாங்கியர் துரத்தியடிக்கப்பட்ட பிறகு, எங்களுடைய வாழ்நாள் முழுவதும் நாமனைவரும் ஒன்றாக மகிழ்ச்சியுடன் வாழ வேண்டும் என்று எதிர்பார்க்கிறோம். அவர்கள் மனிதப் பேய்கள்!"

"ஆகட்டும், முதலாளி!" டாம் கூறினான். பிறரொருவருடைய உடைமையாக வாழ்கின்ற வாழ்க்கை ஒருபோதும் மகிழ்ச்சியளிப்பதாக இருக்காது என்பதை எந்தவொரு முதலாளியாலும் உள்வாங்கிக் கொள்ள இயலாது என்று நினைத்துக் கொண்டான். வாரங்கள் நகர்ந்தன! 1862ஆம் ஆண்டின் வசந்த காலம்! ஐரீன் மீண்டும் கருவுற்றாள். நாள்தோறும் டாம் தனது வெள்ளைக்கார வாடிக்கையாளர்கள் மூலம் கேள்விப்பட்ட செய்திகள், பல்வேறு இடங்களில் சுழன்றடித்த போர்ப்புயல் அலமான்ஸ் ஊரகத்தில் மையங்கொண்டிருந்ததைப் போன்ற உணர்வினை அளித்தது. ஷிலோங் போரில் யாங்கீயருடைய படையும் கூட்டமைப்பினுடைய படையும் ஒவ்வொரு தரப்பிலும் நாற்பதாயிரம் வீரர்கள் கொல்லப்பட்டனர் அல்லது காயமுற்றனர் என்றும் பிழைத்திருந்தோர் இறந்து கிடந்த உடல்களின் மீது நின்றவாறு போரிட்டனர் என்றும் துண்டாடப்பட்ட மனித உறுப்புக்கள் அண்மையிலிருந்த மிஸிஸிப்பி மருத்துவமனை வளாகத்தில் மலைபோலக் குவிக்கப்பட்டிருந்தன என்றும் கேள்விப்பட்டான். அந்த ஒரு போர் தான் எவருக்கும் வெற்றி தோல்வியின்றி முடிந்தது. ஆனாலும், பெரும்பாலான முக்கியப் போர்களில் யாங்கீயர் தோல்வியுற்றனர் என்பதில் ஐயமில்லை. ஆகஸ்ட் மாதக் கடைசியில் நிகழ்ந்த 'காளை தப்பியோட்டம்' என்றழைக்கப்பட்ட இரண்டாவது போரில் யாங்கீயர் பின்வாங்கினர். அவர்களுடைய தளபதிகளில் இருவர் கொல்லப்பட்டனர்; ஆயிரக்கணக்கான வீரர்கள் புறமுதுகு காட்டி வாஷிங்டனுக்குத் திரும்பினர். அங்கே குடிமக்கள் பீதியடைந்து தப்பியோடினர். மைய அரசின் கட்டடங்களை அலுவலர்கள் காத்து நின்றனர். வங்கிகளிலும் கருவூலங்களிலுமிருந்த பணம் நியூயார்க்கிற்குக் கப்பலேற்றப்பட்டது. அதே சமயத்தில், அதிபர் லிங்கனையும் அவருடைய அலுவலர்களையும் அங்கிருந்து வெளியேற்றுவதற்காக போடோமேக் நதியில் போர்ப் படகு ஆயத்த நிலையில்

வைக்கப்பட்டிருந்தது. அதன் பின்னர், இரண்டு வாரங்கள் கழித்து, தளபதி ஸ்டோன்வால் ஜேக்ஸன் தலைமையில் கூட்டமைப்புப் படை ஹார்ப்பர்ஸ் படகுத்துறையில் பதினோறாயிரம் யாங்கீயரைக் கைதிகளாகச் சிறைப்பிடித்தது.

செப்டம்பர் மாதம் ஒரு மாலைப் பொழுதில் தணப்பு அடுப்பில் எரிந்து கொண்டிருந்த நெருப்பை வெறித்தவாறு டாமும் ஐரீனும் அமர்ந்திருந்தனர். ஆண்டீடாம் எனுமிடத்தில், கூட்டமைப்புப் படையினரும் யாங்கீயரும் எதிரும் புதிருமாக இரண்டு மூன்று மைல் நீளத்திற்கு அணிவகுத்து நின்று ஒருவரை ஒருவர் சுட்டுக் கொன்றதை டாம் விவரித்த போது, ஐரீன், "இத்தகைய கொடூரமான போரைப் பற்றி இதற்கு மேலும் கேட்க விரும்பவில்லை" என்றாள். "நம்முடைய மூன்றாவது குழந்தையை வயிறு நிறையச் சுமந்து கொண்டு உட்கார்ந்திருக்கிறேன். இனிமேலும் சண்டையைப் பற்றியும் கொலைகளைப் பற்றியும் நாமனைவரும் பேசிக் கொண்டிருப்பது எனக்கு நல்லதாகப்படவில்லை."

வீட்டு வாசல் கதவருகே ஏதோவொரு அரவம் மெதுவாகக் கேட்டதால் இருவரும் ஒரே சமயத்தில் திரும்பிப் பார்த்தனர். எதுவும் தென்படாததால், கண்டுகொள்ளாமல் இருந்தனர். ஆனால், மீண்டும் சத்தம் கேட்ட பொழுது மெதுவாகக் கதவு தட்டப்பட்ட ஒலி என்பது தெளிவானது. கதவுக்கருகே ஐரீன் அமர்ந்திருந்ததால் எழுந்து திறந்தாள். ஒரு வெள்ளைக்காரனுடைய மன்றாட்டக் குரல் கேட்டவுடன் டாமின் புருவங்கள் உயர்ந்தன. "மன்னிச்சுக்கோங்க! சாப்பிட ஏதாவது கிடைக்குமா? ரொம்பப் பசியா இருக்கு!" குதிரைப்படை பயிற்சி முகாமில் குப்பை கூளங்களுக்கிடையே அன்றிரவு கண்ட அதே முகத்தை அடையாளம் கண்டு கொண்ட டாம் திடீரென்று திரும்பியதால் நாற்காலியிலிருந்து விழ நேர்ந்தது. ஆனால், தன்னிலைப்படுத்திக் கொண்டு, ஏதோ சூழ்ச்சி நடந்ததாக ஐயுற்றவாறு, உறுதியுடன் உட்கார்ந்திருந்தான். வந்தவன் மீது ஐயுறவு கொள்ளாத அவனுடைய மனைவி, "இரவு உணவுக்குப் பின் எஞ்சியுள்ள ஆறிப்போன சோளரொட்டியைத் தவிர வேறெதுவுமில்லை" என்று கூறியது டாமின் காதில் கேட்டது.

"ரொம்பப் புண்ணியமாப் போச்சு! சாப்பிட்டு ரெண்டு நாட்களுக்கு மேலாகிறது!"

ஏதோ தற்செயலாக மறுபடியும் நிகழ்ந்த நிகழ்வு தான் என்கிற முடிவுக்கு வந்தவனாக, டாம் நாற்காலியிலிருந்து எழுந்து சற்றே கதவை நோக்கி நகர்ந்து, "பிச்சையெடுப்பதைத் தவிர வேறெதுவும் செய்வதில்லையா?" என்று கேட்டான்.

அரை நொடி நேரம் டாமை இனம்தெரியாத திகைப்புடன் பார்த்த வெள்ளைக்காரனுடைய கண்கள் அகல விரிந்தன. புயல் வேகத்தில் மறைந்து போனான். ஐரீன் திகைத்து நின்றாள். அவன் இன்னாரென்பதை டாம் அவளிடம் விளக்கிய போது அவளுடைய திகைப்பு மேலும் அதிகரித்தது.

நம்பமுடியாத அந்நிகழ்வு பற்றிய செய்தியை அடுத்த இரவு வேளைக் கூட்டத்தின் போது குடும்பத்தினர் அனைவரும் தெரிந்து கொண்டனர். மெடில்டாவும் தனது

அனுபவத்தை விவரித்தாள். காலை உணவுக்குப் பிறகு, எலும்பும் தோலுமாக வெள்ளைக்காரப் பயல் ஒருவன் அடுக்களையின் புறக்கதவருகே திடீரென்று தோன்றி தின்பதற்கு ஏதாவது கிடைக்குமா என்று பரிதாபமாகக் கேட்டான். ஒரு பாண்டம் நிறைய எஞ்சியிருந்த பழையதைக் கொடுத்த போது, அவன் வாயாற நன்றி தெரிவித்தான். உடனே அவன் மறைந்து விட்டான். ஆனால், தூய்மைப்படுத்தப்பட்ட பாண்டம் அடுக்களைப் படிக்கட்டில் இருந்தது. அந்த இளைஞனைப் பற்றி விளக்கிய டாம் கூறினான், "அவனுக்கு சாப்பாடு கிடைத்ததால் அவன் இந்தப் பக்கம் எங்காவது சுற்றிக் கொண்டிருப்பான். இரவு வேளைகளில் காடுகளில் எங்காவது தூங்குவான். அவன் மீது எனக்கு நம்பிக்கை ஏற்படவில்லை. நாம் ஒன்றைப் புரிந்து கொள்ள வேண்டும்! யாருக்கோ, ஏதோ தொல்லை நேரப் போகிறது!"

"அப்படியா!" என்று வியந்த மெடில்டா, "நானும் உங்களுக்கு ஒன்று சொல்கிறேன்! அவன் மறுபடியும் மூஞ்சியைக் காட்டினால், ஏதோ எடுத்து வருவதற்காக அவனைக் காத்திருக்கச் செய்வதாகப் போக்குக் காட்டிவிட்டு, முதலாளியிடம் சொல்லிவிடுவேன்!"

அடுத்த நாள் காலையில் அவன் மீண்டும் தோன்றிய பொழுது வலை கச்சிதமாக விரிக்கப்பட்டிருந்தது. மெடில்டா எச்சரிக்கை காட்டியவுடன், முதலாளி முன்வாசல் வழியாக பெரிய வீட்டைச் சுற்றிக் கொண்டு அடுக்களையின் வெளிப்புறத்திற்கு விரைந்தார். மெடில்டா அடுக்களைக்குள் மறைந்திருந்தாள். பயல் வசமாக மாட்டிக் கொண்டான். முர்ரே அதட்டினார், "எதற்காக இந்தப் பக்கம் சுற்றித் திரிகிறாய்?" அவன் பீதியடைந்ததாகத் தெரியவில்லை. பதற்றமும் இல்லை! "ஐயா, நான் பயணத்தால் களைத்துப் போனேன்! நாட்கணக்கில் பட்டினி கிடந்தேன்! அதற்காக என்னைக் குற்றவாளி ஆக்க முடியாது! உமது நீக்ரோக்கள் நல்லவர்கள்! சாப்பிட ஏதாவது கொடுத்தார்கள்!" முர்ரே முதலாளி தயங்கினார். பிறகு, சொன்னார், "பரவாயில்லை! உன்னைப் பார்க்கப் பரிதாபமாக இருக்கிறது! ஆனால், நீ தெரிந்து கொள்ள வேண்டும்! சூழ்நிலை எவ்வளவு கடுமையாக இருக்கிறது! இந்தக் காலத்தில் வர்றவ, போறவனுக்கெல்லாம் சாப்பாடு போட முடியுமா? நீ போயிடு!" அதன் பின்னர், மெடில்டா, அந்தப் பயலுடைய குரல் கெஞ்சி மன்றாடியதைக் கேட்டாள். "ஐயா, கருணை காட்டுங்கள்! என்னை இங்கே தங்குவதற்கு அனுமதியுங்கள்! எந்த வேலையும் கிடைக்காமல் பட்டினி கிடக்கிறேன்! நீங்கள் எந்த வேலை கொடுத்தாலும் செய்வேன்!"

முர்ரே முதலாளி கூறினார், "நீ செய்வதற்கான வேலை இங்கே எதுவும் இல்லை. நீக்ரோக்கள் வயல் வேலை செய்கிறார்கள்!"

"நானும் வயல்வெளியில் பிறந்து வளர்ந்தவன் தான்! ஐயா, வயிற்றுப்பாட்டிற்காக நீக்ரோக்களைக் காட்டிலும் கடுமையாக உழைப்பேன்!"

"பையா, உன் பேர் என்ன? எங்கிருந்து வருகிறாய்?"

"ஜார்ஜ் ஜான்சன்! தென்கரோலினாவிலிருந்து, ஐயா! நான் வாழ்ந்த

இடத்தைப் போர் சின்னாபின்னமாக்கிவிட்டது. இராணுவத்தில் சேர முயன்றேன். வயதாகவில்லை என்றனர். இப்பொழுது தான் எனக்கு பதினாறு வயதாகிறது! எங்களுடைய பயிர் பச்சைகள் அனைத்தையும் போர் நாசப்படுத்திவிட்டது. முயல்களைக் கூட விட்டுவைக்கவில்லை! எங்காவது, எங்கேயாவது போய்ப் பிழைத்துக் கொள்ளலாமென்று புறப்பட்டேன். உமது நீக்ரோக்கள் மட்டுமே ஒரு வேளை உணவாவது கொடுத்தனர்.

அந்த இளைஞனுடைய அவலக் கதை முர்ரே முதலாளியை நெகிழச் செய்ததை மெடில்டாவால் உணர முடிந்தது. பிறகு, நம்பமுடியாத விதத்தில் அவளுடைய காதில் விழுந்தது. "மேற்பார்வையாளர் வேலையைப் பற்றி உனக்கு ஏதாவது தெரியுமா?"

"இது வரை செய்ததில்லை!" ஜார்ஜ் ஜான்சனுடைய குரல் அதிர்ந்தது. பின்னர், தயக்கத்துடன் தொடர்ந்தான், "ஆனால், உங்களிடம் சொன்னது போல் எதையும் முயற்சி செய்யாமல் விட மாட்டேன்!"

பீதியடைந்த மெடில்டா அவர்கள் பேசியதைத் தெளிவாகக் கேட்பதற்காக கதவருகே மேலும் நெருங்கினாள்.

"என்னுடைய வயல்களில் பயிர்த்தொழிலை எனது நீக்ரோக்கள் நல்லவிதமாகச் செய்த போதிலும், ஒரு மேற்பார்வையாளரை வைத்துக் கொள்ள வேண்டும் என்பது எனது நீண்ட நாள் விருப்பம்! தற்காலிகமாக உன்னை வைத்து முயன்று பார்க்கலாமென்று நினைக்கிறேன். ஒத்து வருகிறதா என்ற பார்ப்போம்!"

"ஐயா, உங்களுடைய பெயர்?"

"முர்ரே!"

"ஆகட்டும்! உங்களுக்கு ஒரு மேற்பார்வையாளன் கிடைத்து விட்டான், திருவாளர்.முர்ரே!"

முர்ரே முதலாளி கெக்கலித்ததை மெடில்டா கேட்டாள். அவர் சொன்னார், "சேமிப்புக் கிடங்கிற்குப் பின்னால் ஒரு குடிசை காலியாக இருக்கிறது. நீ அங்கே தங்கிக் கொள்ளலாம்! உன்னுடைய துணிகள் எங்கே?"

"என்னிடமிருப்பதெல்லாம் நான் அணிந்திருப்பது மட்டுமே!"

அந்த அதிர்ச்சிச் செய்தி இடியேற்றின் விசையுடன் குடும்பத்தாரிடையே பரவியது. நடந்தவற்றை விவரித்த மெடில்டா, வியப்புடன் முடித்தாள், "நான் கேட்டதையெல்லாம் என்னால் நம்பவே முடியவில்லை!" குடும்ப உறுப்பினர்கள் தத்தமது போக்கில் வெடித்தனர். "முதலாளிக்குப் பேராசை பிடித்துவிட்டது!" …. "நாமாகவே வயல் வேலைகளை நல்லமுறையில் செய்யவில்லையா?" … "அவர்கள் இருவருமே வெள்ளையர்கள், அவ்வளவு தான்!" … "அந்தப் பஞ்சப் பரதேசி, வித்தியாசமான போக்கைக் காணப் போகிறான். எல்லாமே கெட்டுப் பாழாகப் போகிறது!"

ஆனால், அடுத்த நாள் காலையில் அவனை அவர்கள் வயல்வெளியில் நேருக்கு நேர் சந்தித்த முதல்நாளிலேயே அவர்கள் அவன் மீது கொண்டிருந்த சீற்றமெல்லாம் பயனற்றதாகிப் போயிற்று. விர்ஜிலின் தலைமையில் குடும்பத்தினர் வயலுக்குச் செல்வதற்கு முன்னமேயே அங்கிருந்த ஜார்ஜ் ஜான்சன் அவர்களை வரவேற்கச் சென்றான். எலும்பும் தோலுமான அவனுடைய ஒட்டி உலர்ந்த முகம் சிவக்க, தொண்டை முடிச்சு நடுநடுங்க பேசினான், "நீங்கள் அனைவரும் என் மீது வெறுப்புக் கொண்டதற்காக உங்களில் யாரையும் நான் குற்றம் சொல்ல முடியாது. ஆனால், நீங்கள் நினைக்கிற அளவுக்கு நான் மோசமானவனா என்பதைப் பொறுத்திருந்து பாருங்கள் என்று உங்களைக் கேட்டுக் கொள்கிறேன்! என்னுடைய வாழ்க்கையில் உறவாடுவதற்குக் கிடைத்த நீக்ரோக்கள் நீங்கள் மட்டுமே! என்னைப் பொறுத்த வரை, எனது உடலின் நிறம் வெளுப்பாக இருப்பதைப் போல உங்களுடையது கறுப்பாக இருக்கிறது! யாரையும் அவர்களுடைய செயலைக் கொண்டு தான் தீர்மானிப்பேன்! எனக்கொன்று தெரியும்! நான் பசியால் நொந்த போது எனக்கு நீங்கள் உணவளித்தீர்கள்! வெள்ளையர்கள் எவரும் கொடுத்ததில்லை! இப்பொழுது, முர்ரே தனக்கொரு மேற்பார்வையாளனை வைத்துக் கொள்வதில் குறியாக இருக்கிறார். அவர் என்னைத் துரத்திவிடுமாறு செய்வதற்கு உங்களால் முடியும் என்பது எனக்குத் தெரியும்! ஆனால், அப்படி நீங்கள் செய்தால், என்னைக் காட்டிலும் மோசமான ஒரு ஆள் அடுத்து அந்த இடத்திற்கு வருவதற்கான வாய்ப்பினை நீங்களே உருவாக்கிவிடுவீர்கள்!"

குடும்பத்தினர் எவரொருவராலும் பதில் கூற முடியவில்லை. நடப்பது நடக்கட்டுமென்று உதறிவிட்டு வேலையில் ஈடுபடுவதைத் தவிர வேறு வழியில்லை. அவர்களைக் காட்டிலும் கூடுதலாக என்றில்லாவிட்டாலும், அவர்கள் அளவிற்கு அவன் கடுமையாக உழைத்ததை அவர்கள் அனைவரும் ஓரக்கண்ணால் கவனித்தனர். தான் உண்மையானவன் என்பதை நிரூபிக்கும் நோக்கத்துடன் முனைந்து செயல்பட்டதாகத் தோன்றியது.

புதியவன் வந்த முதல் வாரக் கடைசியில் ஐரீன் மூன்றாவது மகளைப் பெற்றெடுத்தாள். டாமும் அவளும் வினய் என்று குழந்தைக்குப் பெயரிட்டனர். இப்பொழுதெல்லாம் வயல்வெளியில் ஜார்ஜ் ஜான்சன் மதிய உணவு வேளைகளில் துணிச்சலுடன் குடும்ப உறுப்பினர்களுடன் சேர்ந்து அமர்ந்தான். ஆஷ்ஃபோர்டினுடைய வெளிப்படையான வெறுப்புணர்வினைக் கூட அவன் கண்டு கொண்டதாகத் தெரியவில்லை. "மேற்பார்வையாளன் வேலையைப் பற்றி எனக்கு எதுவும் தெரியாது என்பது உங்களுக்கே தெரியும்! நீங்கள் எனக்குப் பயிற்சியளிக்க வேண்டும்!" ஜார்ஜ் ஜான்சன் வெள்ளந்தியாக அவர்களிடம் கூறினான். "முர்ரே இங்கே வரும்பொழுது அவர் விரும்பியபடி நான் வேலை செய்யவில்லை என்றால் பிரச்சினையாகிவிடும்!"

தமது மேற்பார்வையாளனுக்கு அவர்களே பயிற்சியளிப்பது என்கிற கருத்து வழக்கமாக மிகவும் பொறுப்புணர்வுடன் நடந்து கொள்ளக் கூடிய டாமிற்கே வேடிக்கையாக இருந்தது. அதுவரை வயல் வேலைகளில் அவர்களை வழிநடத்தியவன் விர்ஜில் என்பதால் பயிற்சியளிக்கின்ற பொறுப்பினை

அவனிடமே ஒப்படைத்தனர். ஜான்சனிடம் விர்ஜில் கூறினான், "முதலில், உனது போக்குகளை ஒட்டு மொத்தமாகவே மாற்றிக் கொள்ள வேண்டும்! நாங்கள் எல்லோரும் எப்போதும் கவனித்துக் கொண்டே இருப்பதால், முதலாளி நம்மிடம் நெருங்கி வருவதற்குள் நாங்கள் உனக்கு எச்சரிக்கை செய்வோம்! உடனே நீ எங்களுடன் நெருங்கியிருப்பதை விட்டு விட்டு தூரமாக விலகிச் செல்ல வேண்டும்! வெள்ளையர்கள், அதிலும் குறிப்பாக, மேற்பார்வையாளர்கள் எவரும் கறுப்பினத்தவருடன் நெருங்கியிருப்பதை விரும்ப மாட்டார்கள்."

"எனது ஊரான தென்கரோலினாவில் நீக்ரோக்கள் தாம் வெள்ளையர்களுடன் நெருங்கியிருப்பதை விரும்ப மாட்டார்கள்!"

"அவர்கள் கெட்டிக்காரர்கள்! அதைவிடு! அடுத்ததாக, எந்தவொரு முதலாளியும், மேற்பார்வையாளன் அமர்த்தப்பட்டதற்கு முன் உழைத்ததைக் காட்டிலும் கூடுதலாக மேற்பார்வையாளன் நீக்ரோக்களை உழைக்கச் செய்ய வேண்டும் என்று எதிர்பார்ப்பார். "ஏ, நீக்ரோக்களே! ஒழுங்காக வேலையைச் செய்யுங்கள்!" என்பது போன்ற அதட்டல் குரல்களை எழுப்புவதற்குக் கற்றுக் கொள்ள வேண்டும்! நீ செய்வதைப் போல, முதலாளிமார்களோ, வெள்ளைக்காரர்களோ எங்களைப் பெயர் சொல்லி அழைக்க மாட்டார்கள். ஆதலால், எங்களைக் கண்டபடி திட்டுவதற்கும் எங்களைப் பார்த்து உறுமுவதற்கும் கற்றுக் கொள்! அப்போது தான் முதலாளி உன்னைக் கடுமையான மேற்பார்வையாளன், எங்களைக் கண்காணிப்பதற்கு ஏற்றவன் என்று நினைப்பார்."

அடுத்தமுறை முர்ரே முதலாளி வயல்வெளிக்குச் சென்ற போது, ஜார்ஜ் ஜான்சன் விர்ஜில் முதற்கொண்டு ஒவ்வொருவரையும் அதட்டிக் கொண்டும் திட்டிக் கொண்டும் அச்சுறுத்திக் கொண்டும் கடும்முயற்சியுடன் தனது மேற்பார்வையாளன் பணியை மேற்கொண்டதைக் கண்டார். "பரவாயில்லை! எப்படி வேலை செய்கிறார்கள்?" முர்ரே கேட்டார். "நன்றாகத் தான் செய்கிறார்கள்! இருந்தாலும், நீக்ரோக்கள் எப்போதும் அவர்களுடைய போக்கில் இருப்பார்கள்! அடுத்த ஒன்றிரண்டு வாரத்திற்குள் வழிக்குக் கொண்டு வந்து விடலாம்!"

அன்றிரவு, ஜான்சனைப் பகடி செய்தும், முர்ரே வெளிப்படையாக மகிழ்ச்சியடைந்ததை நினைத்தும் குடும்பத்தினர் குலுங்க, குலுங்கச் சிரித்தனர். ஒருவழியாக கேலி, கிண்டல் பேச்சுக்களெல்லாம் அடங்கிய பின்னர், ஜான்சன், போரினால் தனது குடும்பம் சீரழிக்கப்பட்டதற்கு முன்பு கூட கொடிய வறுமையில் தான் வாழ்ந்த வாழ்க்கையைப் பற்றி விவரித்தான். தற்பொழுது தான் நல்லதொரு நிலையில் இருந்ததாகவும் தெரிவித்தான். அவனைப் பற்றிய குடும்பத்தினருடைய ஒட்டு மொத்த மதிப்பீடாக விர்ஜிலின் குரல் ஒலித்தது, "நாம் சந்தித்த வெள்ளையர்களிலேயே தன்னுடைய நிலைமையை வெளிப்படையாக ஒப்புக் கொண்டு நேர்மையாக வெளிப்படுத்திய ஒரே ஆள் ஜான்சன் தான்!"

லில்லி கூறினாள், "உண்மையிலேயே அவனுடன் பேசிக் கொண்டிருப்பது எனக்கு ரொம்பப் பிடித்திருக்கிறது!" சின்ன ஜார்ஜ் வெறுப்பினை உமிழ்ந்தான், "பஞ் சத்தில் அடிபட்ட மற்ற வெள்ளையர்களைப் போலத் தான் அவனும் பேசுகிறான்!

வித்தியாசம் என்ன இருக்கிறது? நான் பார்த்த வரைக்கும், இல்லாத ஒன்று இருப்பது போல நடிப்பதில் அவன் முதல் ஆள்! அவர்களுடைய நிலைமையே மிகவும் கேவலமானது!" மேரி நகைத்தாள். "இப்பொழுது இருப்பதைப் போலவே அவன் தொடர்ந்து நடந்து கொள்வானானால், கேவலமானவனில்லை!"

"அந்தக் கிழட்டுப் பயல் ஜார்ஜை உங்களுக்கெல்லாம் உண்மையிலேயே பிடித்துப் போய்விட்டது போலத் தோன்றுகிறது!" மெடில்டா கூறினாள். தாமாகவே உருவாக்கின மேற்பார்வையாளனுக்கு 'கிழட்டுப் பயல்' என்று புதிதாகப் பட்டப்பெயர் சூட்டப்பட்டதைக் கேட்டு அனைவரும் விழுந்து, விழுந்து சிரித்தனர். 'கிழட்டுப் பயல் ஜார்ஜ்!' வயோதிக இளைஞனான அவனுக்குப் பொருத்தமான பெயர்! நம்ப முடியாத உண்மை தான்! அவர்கள் அனைவருக்கும் அவனைப் பிடித்துப் போயிற்று!

112

கொலைவெறியுடன் நேருக்கு நேர் தாக்குதலில் ஈடுபட்ட ஆண்மான்கள் இரண்டினுடைய கொம்புகள் மாட்டிக் கொண்டதைப் போல அமெரிக்காவின் தெற்கு மற்றும் வட பகுதிகள் போர்ச்சூழலில் சிக்கிக் கொண்டன. இருதரப்பினரிடமும் ஒருவரை மற்றவர் வென்று புறந்தள்ளுகிற அளவிற்குப் போர் தொடுப்பதற்கான திராணியற்ற நிலை நிலவியது. தனது வாடிக்கையாளர்களுடைய உரையாடல்களில் ஒருவித பீதி தென்பட்டதை டாம் உணர்ந்தான். அது அவனுள் ஆழப் பதிந்திருந்த விடுதலை வேட்கைக்கு ஆதாரமாக விளங்கியது.

கிழட்டுப் பயல் ஜார்ஜ் ஜான்சன் தனது சொந்த வேலை நிமித்தமாகச் சென்று வருவதற்கு முதலாளி முர்ரே அனுமதியளித்து விட்டதாகத் தெரிவித்த போது, டாம் குடும்பத்தினர் ஒன்றும் புரிபடாமல் யூகங்களில் ஆழ்ந்தனர். “விரைவில் திரும்பிவிடுவேன்!” என்றான். அடுத்த நாள் காலையில் ஆளைக் காணோம்!

“என்னவாக இருக்குமென்று நினைக்கிறாய்?”

“அவன் பேசியதைக் கொண்டு சிந்தித்தால், அவன் ஏற்கனவே இருந்த இடத்தில் சென்று கவனிக்கும் அளவிற்கு

எதுவும் மிஞ்சியிருந்ததாகத் தெரியவில்லை!”

“அவனுடைய உறவினர்களுடன் ஏதாவது வேலை இருக்கலாம்...”

“ஆனால், உறவினர்களைப் பற்றி அவன் எதுவுமே சொன்னதில்லையே! ... குறிப்பாக இன்னதென்று பிடிபடவில்லையே...!”

“ஏதோ வேலையாக எங்கோ சென்றிருக்கிறான்!”

“இராணுவத்தில் சேர்ந்துவிடலாமென்று தீர்மானித்து விட்டானோ?”

“கிழட்டு ஜார்ஜால் யாரையேனும் சுட முடியும் என்று என்னால் நினைத்துப் பார்க்கக் கூட முடியவில்லை!”

“வந்தான்! வயிறு புடைக்கத் தின்றான்! கம்பி நீட்டிட்டான்!”

“ஓ, ஆஷ்ஃபோர்டு, வாயை மூடு! அவனைப் பற்றி மட்டுமல்ல, யாரைப் பற்றியும் நல்லவிதமாகவே பேச மாட்டாய்!”

சற்றேறத்தாழ ஒரு மாதம் ஓடிவிட்டது. ஒரு ஞாயிற்றுக்கிழமை! ஒரே கூச்சலும் சத்தமுமாகக் கேட்டது! கிழட்டு ஜார்ஜ் ஜான்சன் திரும்பிவிட்டான். வெட்கத்துடன் பல்லிளித்துக் கொண்டு நின்றான். அவனருகே, அவனைப் போலவே ஒல்லியும் ஒடிசலுமாக எலும்பும் தோலும் ஒட்டிய உடலுடன் வெட்கப்பட்டுக் கொண்டு ஒரு பெண்! எட்டு மாதக் கருவைச் சுமந்திருந்த அவள் ஒரு முழு பரங்கிக்காயை விழுங்கிவிட்டவளைப் போலக் காட்சியளித்தாள்.

“இவள் என் மனைவி, மார்த்தா!” அறிமுகப்படுத்தினான். “அங்கிருந்து புறப்பட்டு வந்ததற்குச் சில நாட்களுக்கு முன்பு எங்களுடைய திருமணம் நடந்தது. எங்காவது பிழைப்பதற்கு வழி கிடைத்தவுடன் திரும்பி வருவதாகக் கூறிப் புறப்பட்டேன்! என்னை வைத்துச் சோறு போடுவதற்கே யாரும் தயாராக இல்லாத போது, எனக்குத் திருமணமானதை எப்படிச் சொல்வது?” மார்த்தாவைப் பார்த்து சிரித்துக் கொண்டான். “இவர்கள் நம்மவர்கள்! இவர்களுடன் அறிமுகப்படுத்திக் கொள்! பேசு!”

மார்த்தா கடமையுணர்வுடன் தன்னை அவர்களிடம் அறிமுகப்படுத்திக் கொள்ள முயன்றாள். “உங்கள் அனைவரைப் பற்றியும் ஜார்ஜ் சொல்லியிருக்கிறார்!” மிக நீண்ட உரையாற்றிவிட்டவளைப் போல மூச்சுத் திணறினாள்.

“எல்லாம் நல்லவிதமாகச் சொல்லியிருப்பானென்று நம்புகிறேன்!” என்ற மெடில்டா பளிச்சென்று சிரித்தாள். தனது மனைவியின் உருவத்தை மீறிய கர்ப்பிணிக் கோலத்தை மெடில்டா மீண்டும் நோட்டமிட்டதை ஜார்ஜ் கவனித்தான்.

“நான் புறப்பட்ட போது இவள் கருவுற்றிருந்தது எனக்குத் தெரியாது! ஏதோ திரும்பிச் சென்று காண்பதற்காகத் தான் புறப்பட்டேன். சென்று பார்த்தால் வாயும் வயிறுமாக இருந்தாள்!”

ஒடிசலான மார்த்தா கிழட்டுப் பயல் ஜார்ஜுக்குச் சரியான பொருத்தம் தான்! குடும்பத்தினர் அனைவருடைய இதயங்களிலும் அந்தத் தம்பதியர் இடம்பிடித்து விட்டனர்.

ஐரீன் கேட்டாள், "அப்படியானால், முர்ரே முதலாளியிடம் கூடத் தெரிவிக்க வில்லை என்கிறாயா?"

"இல்லை, சொல்லவில்லை! உங்களிடம் சொன்னதைப் போல, ஏதோ வேலையாகச் செல்வதாகத் தான் கூறினேன். அவர் எங்களைத் துரத்தியடித்தால், ஓட வேண்டியது தான்!"

''சேச்சே! முதலாளி அப்படியெல்லாம் செய்ய மாட்டார்!'' ஐரீன் ஆறுதலளித்தாள். மெடில்டா எதிரொலித்தாள், "நிச்சமாகச் செய்ய மாட்டார்! அவர் அப்படிப் பட்டவரல்ல!"

''நல்லது! வாய்ப்புக் கிடைத்தவுடனே அவரைச் சந்திக்க ஏற்பாடு செய்யுங்கள்!"

மெடில்டா வாய்ப்புக்காகக் காத்திருக்கவில்லை! முதலில், முதலாளியம்மாவிடம் நிலைமையை நாடகப் பாணியில் விவரித்தாள். ''முதலாளியம்மா, அந்த மேற்பார்வையாளன் தனியாக இருப்பதாகத் தான் நினைத்தேன். இப்போது, பொண்டாட்டியைக் கூட்டி வந்துட்டான். கடுமையான காலத்திலே முதலாளிகிட்ட சொல்லாமல் கூட்டி வந்ததற்காக ரெண்டு பேரும் பயந்து சாகிறார்கள்! அவளோ வாயும் வயிறுமாக இன்னைக்கோ நாளைக்கோ பெத்துக் கொள்பவளைப் போல இருக்கிறாள்!"

"என்ன செய்வது? அவர் எடுக்க வேண்டிய முடிவுகளை நான் எடுக்க முடியுமா? வெளியே துரத்திவிட மாட்டார்ன்னு நம்புறேன்!"

"ஆமாம்மா! நீங்க அப்படியெல்லாம் செய்ய மாட்டீர்களென்று எனக்குத் தெரியும். அந்தப் பொண்ணுக்கு பதிமூணு, பதினாலு வயதுதான் இருக்கும். எப்ப வேண்டுமானாலும் குழந்தை பிறந்துவிடும் நிலைமையில் இருக்கிறாள்! உங்களையும் எங்களையும் தவிர அவர்களுக்கென்று வேறு யாருமில்லை!"

"என்கையில் எதுவுமில்லை! எல்லாமே அவர் எடுப்பது தான் முடிவு! ஆனால், அவர்கள் இங்கே தங்கலாமென்று உறுதியாக நம்புகிறேன்!"

அடிமையர் குடியிருப்புக்குத் திரும்பிய மெடில்டா, பிரச்சினை எதுவும் இருக்காது என்று முதலாளியம்மா உறுதியளித்ததால் கவலைப்படத் தேவையில்லை என்று தெரிவித்த பொழுது கிழட்டு ஜார்ஜ் முகத்தில் நன்றியுணர்வு ததும்பியது. பிறகு, ஐரீனுடைய வீட்டிற்கு விரைந்த மெடில்டா அவளுடன் கலந்தாலோசித்துவிட்டு, சேமிப்புக் கிடங்கிற்குப் பின்புறம், ஜான்சன் தம்பதியர் தங்கியிருந்த சிறிய குடிசையை நோக்கி இருவரும் பெருமிதத்துடன் நடந்தனர்.

ஐரீன் கதவைத் தட்டினாள். ஜார்ஜ் கதவருகே சென்றான். ஐரீன் சொன்னாள்,

‘‘உனது மனைவியைப் பற்றிக் கவலையாக உள்ளது. அவளிடம் சொல்! சமையல், துப்புரவு வேலைகளையெல்லாம் நாங்கள் கவனித்துக் கொள்கிறோம்! பிள்ளைப் பேற்றிற்குத் தேவையான வலிமையை அவள் சேமித்துக் கொள்ள வேண்டியுள்ளது!”

“ரொம்ப நன்றி! அவள் தூங்கிக் கொண்டிருக்கிறாள். இங்கே வந்ததிலிருந்து நிறைய வாந்தியெடுத்துவிட்டாள்!”

“வியப்பொன்றுமில்லை! சிறு பறவைக்குள்ள வலிமை கூட அவளிடம் இல்லை!” ஐரீன் ஆதங்கப்பட்டாள். மெடில்டா சற்றே கடுமையாகக் கூறினாள், “இந்த நிலைமையில் அவளை நீ இவ்வளவு தூரம் அழைத்து வந்திருக்கக் கூடாது!”

“அங்கே சென்றிருந்த போது எவ்வளவோ சொல்லிப் பார்த்தேன்! ஆனால், வேறு வழியில்லாததால், பிடிவாதமாகப் புறப்பட்டு வந்துவிட்டாள்!”

“ஏதாவது நடந்திருந்தால்? பிள்ளைப் பேற்றைப் பற்றி உனக்கென்ன தெரியும்?” மெடில்டா கடிந்து கொண்டாள்.

‘‘நான் அப்பாவாகப் போகிறேன் என்பதையே என்னால் நம்பமுடிய வில்லை!”

‘‘ஆமாமா! எப்படி நம்ப முடியும்?’’ அவனுடைய கவலை தோய்ந்த வெளிப்பாட்டிற்கு ஆறுதலளிக்கும் விதத்தில் நகைத்தாள். பிறகு, அவளும் மெடில்டாவும் தமது வீடுகளை நோக்கி நடந்தனர்.

ஐரீனும் மெடில்டாவும் தமக்குள் வருத்தப்பட்டனர். “அப்பாவிப் பெண்! அவளைப் பார்க்கும் போது எல்லாம் சரிப்பட்டு வரும் என்று தோன்றவில்லை! எலும்பைத் தவிர அவள் உடலில் எதுவுமில்லை! இனிமேல் அவளுடைய உடலுக்கு உரமூட்டுவதற்கான வழி தெரியவில்லை!”

“அவளுடைய காலம் மிகவும் மோசமாக இருப்பதாகத் தான் எனக்குப்படுகிறது!” ஐரீன் மனம் வெதும்பினாள். “ஆண்டவரே! வெள்ளைக்காரர்கள் மீது இவ்வளவு அக்கறை ஏற்படுமென்று ஒருபோதும் நினைத்ததில்லை!”

இரண்டு வார காலம் கடப்பதற்குள் ஒரு மதிய வேளையில், மார்த்தாவுக்கு இடுப்புவலி ஏற்பட்டது. அடிமையர் குடியிருப்பிலிருந்த அனைவரும் குடிசைக் குள்ளிலிருந்து வெளிப்பட்ட அவளுடைய வேதனை ஓலத்தைக் கேட்டனர். மெடில்டாவும் ஐரீனும் இரவு முழுவதும், அடுத்த நாள் மதிய வேளை வரையிலும் அவளுக்குப் பண்டுவம் பார்த்தனர். ஒருவழியாக, ஐரீன் வெளிப்பட்டாள். உழன்றுகொண்டிருந்த ஜார்ஜ் ஜான்சனுக்கு, அவளுடைய வாய் வார்த்தைகளை வடிவமைத்ததற்கு முன்பே, அவளுடைய முகம் உணர்த்திவிட்டது! “உனக்குப் பெண் பிறந்திருக்கிறாள்! ஆனால், மார்த்தா இறந்துவிட்டாள்!”

113

1863 ஆம் ஆண்டு, புத்தாண்டு தினம்! பிற்பகல் வேளையில், மெடில்டா அடிமையர் குடியிருப்பை நோக்கி ஓடோடிச் சென்றாள். "சற்று நேரத்திற்கு முன் இங்கே ஒரு வெள்ளைக்காரர் குதிரை மீது வந்ததைப் பார்த்தீர்களா? நீங்கள் யாருமே நம்ப மாட்டீர்கள்! அவர் முதலாளியிடம் கண்டபடி திட்டிக் கொண்டு தெரிவித்தார். அதிபர் லிங்கன் நமக்கெல்லாம் விடுதலை அளிக்கின்ற அடிமைமுறை ஒழிப்புச் சட்டத்திற்கு ஒப்புதல் அளித்துவிட்டதாக இப்பொழுது தான் தந்தி அலுவலகத்திற்குச் செய்தி வந்ததாம்!"

செய்தி காட்டுத்தீ போலப் பரவியது! லட்சோப லட்சம் கறுப்பின மக்களுடன் முர்ரேயினுடைய அடிமைகளும் தத்தமது வீடுகளுக்குள் கமுக்கமாகக் குதூகலித்துக் கொண்டாடினர். ஆனால், ஒவ்வொரு வாரமாக காலம் கடந்த போது, பெருமகிழ்ச்சியுடன் எதிர்பார்க்கப்பட்ட விடுதலை படிப்படியாக மங்கி, மறைந்து கொண்டிருந்தது. அத்துடன், புதுவிதமான அவல நிலையை உருவாக்கிக் கொண்டிருந்தது. ஏற்கனவே ரத்தவெறியாட்டத்தில் ஈடுபட்டிருந்த கூட்டமைப்புப் பகுதிகளில் அச்செய்தி அதிபர் லிங்கன் மீது மேலும் மேலும் வெறுப்புக் கனலை உமிழும் விதத்தில் அமைந்தது.

முர்ரே அடிமையர் குடியிருப்பில் அவல நிலை மிக ஆழமாக வேரூன்றியிருந்தது. யாங்கியர் முகாமையான போர்களில் வெற்றி பெற்றதாக டாம் இடையறாது செய்திகளைத் தெரிவித்த போதிலும், அட்லாண்டாப் பகுதி கைப்பற்றப்பட்டுவிட்டதை அறிந்த போதிலும் 1864ஆம் ஆண்டின் முடிவு வரையிலும் அவர்கள் தமது விடுதலை பற்றிய நம்பிக்கையை வளர்த்துக் கொள்ளத் துணியவில்லை. அதன் பின்னர், கடந்த இரண்டு ஆண்டுகளாக டாமினுடைய முகத்தில் காணாத அளவு மகிழ்ச்சியைக் கண்டு குதூகலித்தனர். ஒருவகையில் பைத்தியக்காரரான தளபதி ஷெர்மேன் தலைமையில் பல்லாயிரக்கணக்கான யாங்கியர் ஐந்து மைல் அகலத்திற்கு அணிவகுத்து கொலையிலும் கொள்ளையிலும் ஈடுபட்டவாறு முன்னேறிச் சென்று ஜார்ஜியா மாநிலம் முழுவதையும் பாழடித்துவிட்டதாக தனது வெள்ளைக்கார வாடிக்கையாளர்கள் பேசிக் கொண்டதாக டாம் தெரிவித்தான். அடுத்தடுத்த இரவுகளில் டாம் கொணர்ந்த செய்திகள் அவனுடைய குடும்பத்தினர் என்னதான் விடுதலை மீது நம்பிக்கையிழந்திருந்த போதிலும் தமது நம்பிக்கையை புதுப்பித்துக் கொள்வதற்கான தெம்பு அளிக்கத் தவறவில்லை.

“யாங்கியர் எதையும் விட்டுவைக்கவில்லை என்று தோன்றுகிறது! அவர்கள் வயல்களையும், பண்ணை வீடுகளையும், சேமிப்புக் கிடங்குகளையும் எரித்ததாக வெள்ளையர்கள் வேதனைப்படுகிறார்கள்! கோவேறு கழுதைகளைக் கொன்று விட்டு, ஆடு, மாடுகளைச் சமைத்துத் தின்றனர்! எரிக்கவோ, உண்ணவோ முடியாதவற்றை அழித்துவிட்டனர். தேவைப்பட்ட பொருட்களைத் திருடிக் கொண்டனர். நீக்ரோக்கள் அனைவரும் தமது பண்ணைகளையும் முதலாளிகளையும் விட்டு விட்டு, எறும்புக் கூட்டங்களைப் போல யாங்கியரைப் பின்தொடர்ந்து சாலைகளிலும் காடுகளிலும் மொய்த்துத் திரிந்தனர் என்கின்றனர். தளபதி ஷெர்மேன் தத்தமது இடங்களுக்குத் திரும்பிச் செல்லுமாறு அவர்களிடம் மன்றாடினாராம்.”

யாங்கியருடைய வெற்றி அணிவகுப்பு கடற்பகுதியைச் சென்றடைந்த சில நாட்களுக்குப் பிறகு, டாம் மூச்சு விடாமல் அடுத்தடுத்து தெரிவித்துக் கொண்டிருந்தான். “சார்ல்ஸ்டன் வீழ்ந்தது!” .... “ரிச்மோன்ட்டை தளபதி கிராந்த் கைப்பற்றினார்!” ..... கடைசியாக, 1865ஆம் ஆண்டு ஏப்ரல் மாதத்தில், கூட்டமைப்பினுடைய ஒட்டுமொத்த இராணுவத்தையும் தளபதி லீ சரணடையச் செய்ததாகவும், தென்பகுதி முழுவதிலும் போர் ஓய்ந்ததாகவும் தெரிவித்தான்!

அளவு கடந்த ஆனந்த வெள்ளத்தில் அடிமையர் குடியிருப்பு மக்கள் ஆழ்ந்தனர். பெரிய வீட்டையும் முற்றத்தையும் கடந்து வண்டிப் பாதை வழியாகச் சென்று நெடுஞ்சாலையை அடைந்தனர். அங்கே ஏற்கனவே நூற்றுக்கணக்கில் குழுமியிருந்தோருடன் இணைந்தனர். முண்டியடித்துக் கொண்டு, மேலும் கீழும் தாவுவதும் குதிப்பதுமாகக் குதியாட்டம் போட்டனர். கூவினர்; கூச்சலிட்டனர்; பாடினர்; கூடி நின்று போதனைக் கூட்டங்கள் நடத்தினர்; தொழுகைகளில் ஈடுபட்டனர்! “விடுதலை, ஆண்டவரே, விடுதலை!” ..... “எல்லா வல்ல இறைவனுக்கு நன்றி! இறுதியில் விடுதலை கிட்டிவிட்டது!

ஆனால், ஒரு சில நாட்களுக்குள், அனைத்துக் கொண்டாட்டப் பேரெழுச்சியும்

பெருந்துயரில் ஆழ்ந்தது. அனைவருடைய நெஞ்சையும் கசக்கிப் பிழிந்த துக்கச் செய்தி எட்டியது! ஆபிரகாம் லிங்கன் கொல்லப்பட்டார்! "கொடுமை!" மெடில்டா கதறி அழுதாள். குடும்பத்தினர் அனைவரும் சூழ்ந்து நின்று அழுதனர். அதிபரைத் தம்மை மீட்பிக்க வந்த மோசஸாக மதித்திருந்த லட்சக்கணக்கான மக்கள் கண்ணீர் விட்டுக் கதறினர்.

பின்னர், மே மாதத்தில், தோல்வியுற்ற தென்பகுதி முழுவதிலும் நிகழ்ந்ததைப் போல, முர்ரே முதலாளி தனது அடிமைகள் அனைவரையும் பெரிய வீட்டின் முன்முற்றத்தில் திரளுமாறு ஆணையிட்டார். அவர்கள் ஒரே வரிசையில் நின்றிருந்தனர். அதிர்ச்சியால் உறைந்து தொங்கிப் போயிருந்த முர்ரே முதலாளி, தேம்பிக் கலங்கிய முதலாளியம்மா, தம்மையும் வெள்ளையர்களாகக் காட்டிக் கொண்ட ஜார்ஜ் ஜான்சன் குடும்பத்தினர் ஆகியோருடைய முகங்களை நேருக்கு நேராகச் சந்திப்பது அவர்களுக்குக் கடினமாக இருந்தது. துயரம் தோய்ந்த குரலில் தனது கையிலிருந்த தாளிலிருந்து, தென்பகுதி தோல்வியுற்ற செய்தியை மெதுவாக வாசித்தார். தனது அடிமைகள் முன்பாக தனது குரல் உடைந்து வெடித்துவிடாதவாறு தன்னைச் சமாளித்துக் கொண்டு கூறினார், "தற்பொழுது நீங்களும் எங்களைப் போலவே விடுதலை பெற்றவர்கள்! நீங்கள் இங்கிருந்து செல்ல விரும்பினால் புறப்படலாம்; இங்கேயே தங்குவதற்கு விரும்பினாலும் தங்கிக் கொள்ளலாம்! இங்கே தங்குபவர்களுக்கு ஏதாவது கொடுக்க முயற்சிப்போம்!..."

முர்ரே பண்ணை கறுப்பர்கள் துள்ளிக் குதிக்கவும், பாடலிசைக்கவும், தொழுவதும், கூச்லிடுவதுமாக மீண்டும் தமது குதூகலத்தை வெளிப்படுத்தினர். "விடுதலையடைந்து விட்டோம்!"... "கடைசியாக, விடுதலை கிடைத்து விட்டது!".... "யேசுவே, நன்றி!" கொண்டாட்டத்தின் கூச்சல் ஒலி சிறிய வீட்டின் திறந்து கிடந்த கதவு வழியாகப் புகுந்தது. அங்கே, தற்பொழுது எட்டு வயதை எட்டிவிட்ட, லில்லியின் மகன் உதயா வாரக்கணக்கில் காய்ச்சலால் துன்புற்றுக் கிடந்தான். "விடுதலை, விடுதலை!" எனும் குரல் அவனுடைய செவிகளைத் தாக்கியது! கட்டிலிலிருந்து துள்ளியெழுந்தான். படுக்கையில் அணிந்திருந்த ஆடை அங்குமிங்கும் அசைந்தாட, முதலில், கத்திக் கொண்டே பன்றிகள் அடைக்கப்பட்டிருந்த இடத்திற்கு ஓடினான். "பன்றிகளே, நறநறப்பதை நிறுத்திவிடுங்கள்! உங்களுக்குச் சுதந்திரம் கிடைத்துவிட்டது!" தொழுவத்தை நோக்கி ஓடிச் சென்று, "பசுக்களே, பால் கொடுப்பதை நிறுத்தி விடுங்கள்! உங்களுக்கு விடுதலை!" என்று கத்தினான். அடுத்து கோழிகள் அடைக்கப்பட்டிருந்த இடத்தை நோக்கிக் கத்திக் கொண்டே விரைந்தான், "கோழிகளே, முட்டை போடுவதை நிறுத்திவிடுங்கள்! உங்களுக்கு விடுதலை! அதே போல எனக்கும் விடுதலை!"

ஆனால், அன்றிரவு, களைத்துப் போனதால் கொண்டாட்டங்கள் ஓய்ந்த பிறகு, சேமிப்புக் கிடங்குக் கட்டடத்திற்குள் டாம் தனது பெரிய குடும்பத்தின் கூட்டத்தைக் கூட்டினான். நீண்ட காலம் எதிர்பார்க்கப்பட்ட விடுதலை கிடைத்துவிட்டபடியால், அடுத்துச் செய்ய வேண்டியதைப்பற்றி கலந்தாலோசிக்க முற்பட்டனர். "விடுதலை நமக்கு உணவளிக்கப் போவதில்லை! பிழைப்பிற்கு என்ன செய்யலாம் என்கிற முடிவெடுப்பதற்கான உரிமையைக் கொடுத்திருக்கிறது!

எனக்குக் கருமான் தொழில் தெரியும்! அம்மாவுக்குச் சமைக்கத் தெரியும்! மற்ற அனைவருக்கும் வயல் வேலை மட்டுமே தெரியும்!" அவர்களுடைய நிலைமையை மதிப்பிட்டு முன்னிறுத்தினான்.

முர்ரே முதலாளி தனது பண்ணையைப் பகுதிகளாகப் பிரித்து, விளைச்சலைப் பங்கிட்டுக் கொள்ளும் முறையில் பயிர்த்தொழிலில் ஈடுபட விரும்புவோருக்குச் சரிபாதி பங்கு தருவதாகக் கூறியதைத் தெரிவித்தாள். கடுமையான விவாதம் மேற்கொள்ளப்பட்டது. இயன்ற வரை விரைவாக அங்கிருந்து புறப்பட்டுவிட வேண்டுமென்று குடும்பத்தினர் பலர் வற்புறுத்தினர். மெடில்டா எதிர்த்தாள். "இந்தக் குடும்பம் ஒன்றிணைந்திருக்க வேண்டுமென்று விரும்புகிறேன்! இப்பொழுது புறப்பட்டுச் செல்வதைப் பற்றிப் பேசுகிறீர்கள்! ஒருவேளை, உங்களுடைய தகப்பனார் கட்டுச்சேவல் ஜார்ஜ் திரும்பி வந்தால் நாம் எங்கு சென்றோம் என்பதை அவரிடம் தெரிவிப்பதற்குக் கூட ஆளிருக்காது!"

டாம் பேச விரும்புவதாகத் தெரிவித்தவுடன் அமைதி நிலவியது. "நாம் உடனடியாகப் புறப்பட முடியாததற்கான காரணத்தை விளக்கப் போகிறேன்! எந்தவிதத்திலும் நாம் ஆயத்தமாகவில்லை! நாம் நம்மைத் தயார்ப்படுத்திக் கொண்டவுடனே, புறப்படுகின்ற முதல் நபராக நானிருப்பேன்!" டாம் கூறியதிலிருந்த உண்மையை உணர்ந்து கொண்ட குடும்பத்தினர் அனைவரும் ஒப்புக் கொண்டனர். கூட்டம் கலைந்தது.

ஐரீனைக் கையில் பிடித்துக் கொண்டு, நிலவொளியில் டாம் வயல்வெளியை நோக்கி நடந்தான். வேலியைத் தாண்டி, விடுவிடுவென்று நடந்தான். செங்குத்தாகத் திரும்பி மீண்டும் விரைந்தான். அவ்வாறாக ஒரு சதுரம் வரைந்தான். பின்னர், வேலிச் சுவரை நோக்கித் திரும்பிச் சென்றான். "ஐரீன், அது தான் நம்முடையது!" மெல்லிய குரலில் அவளும் எதிரொலித்தாள், "நம்முடையது!"

ஒரு வார காலத்திற்குள், குடும்பத்தினர் தனித்தனி அலகுகளாக, தத்தமது வயல்களில் பாடுபட்டனர். ஒரு நாள் காலையில், தனது பட்டறையிலிருந்து புறப்பட்டு தனது சகோதரர்களுக்கு உதவுவதற்காக டாம் சென்று கொண்டிருந்த போது, சாலை வழியே தன்னந்தனியாகக் குதிரையை ஓட்டிச் சென்ற ஒருவரை அடையாளம் கண்டு கொண்டான் அந்தக் குதிரைவீரன் வேறு யாருமல்ல! பழைய குதிரைப்படை மேஜர் கேட்ஸ்! சீருடை கிழிந்து தொங்கியது; குதிரை மெலிந்து மூச்சிரைத்தது! அவரும் டாமை அடையாளம் கண்டு கொண்டார். வேலிச் சுவரை ஒட்டி ஓட்டிச் சென்று கடிவாளத்தைப் பிடித்து நிறுத்தினார். "ஏ, நீக்ரோ! குவளை நிறைய நீர் கொண்டு வா!" அருகிலிருந்த நீர் வாளியைப் பார்த்தான். பின்னர், நீண்ட நேரம் கேட்ஸினுடைய முகத்தை உற்றுக் கவனித்தான். வாளியருகே சென்று குவளையில் நீர் நிரப்பிக் கொணர்ந்து கொடுத்தான். முகத்திலறைந்தாற் போலக் கூறினான், "நிலைமை மாறிவிட்டது, திரு.கேட்ஸ்! தாகத்துடன் யார் கேட்டாலும் நீர் கொடுக்க வேண்டும் என்கிற ஒரே காரணத்தால் தான் உங்களுக்குத் தண்ணீர் கொடுத்தேன்! நீர் அதட்டியதற்காக அல்ல! அதைப் புரிந்துகொள்ள வேண்டும்!"

கேட்ஸ் குவளையைத் திருப்பிக் கொடுத்தார். "மற்றொரு குவளை நீர் கொண்டு வா, நீக்ரோ!"

குவளையை நீர் வாளிக்குள் எறிந்து விட்டு, திரும்பிப் பார்க்காமலேயே சென்று விட்டான்.

ஆனால், சாலை வழியாக மற்றொருவர் குதிரை மீது ஏறி, தலையில் நளினமாகச் சாய்ந்திருந்த கறுப்புத் தொப்பியும், நிறம் மங்கிப் போன கழுத்துப் பட்டையும் அணிந்து குதூகலக் குரல் எழுப்பியவாறு விரைந்து சென்றதைக் கண்டவுடன், ஒட்டு மொத்தக் குடும்பத்தினரும் ஓட்டப்பந்தயத்தில் ஓடுவதைப் போல வீடு நோக்கி விரைந்தனர். "அம்மா, அப்பா வந்துட்டார்! அம்மா, அப்பா வந்துட்டார்" என்று கூவியவாறு, கட்டுச்சேவல் ஜார்ஜினுடைய மக்கள் அவரைத் தமது தோள்களில் சுமந்து கொண்டு, அழுது கொண்டிருந்த அம்மாவை நோக்கி அணிவகுத்துச் சென்றனர்.

"ஏம்புள்ளே, காட்டுக் கூச்சல் போடுற?" பொய்யான கோபத்துடன் அதட்டிய ஜார்ஜ் அவளை இனி விடப்போவதில்லை என்பது போலக் கட்டியணைத்துக் கொண்டார். ஒருவழியாக அவளை விட்டு விட்டு, குடும்பத்தினர் அனைவரையும் கூட்டி அமைதியாக இருக்குமாறு பணித்தார். "உங்களைக் கடைசியாகச் சந்தித்ததிலிருந்து சென்ற இடங்களைப் பற்றியும் செய்த வேலைகளைப் பற்றியும் பின்னர் கூறுகிறேன்! ஆனால், இப்பொழுது நாமனைவரும் ஒன்று சேர்ந்து செல்லவிருக்கின்ற இடத்தைப் பற்றிக் கூறியாக வேண்டும்!" ஊசி விழுந்தாலும் கேட்குமளவுக்கு அமைதி நிலவியது. தனக்கே உரிய தனித்திறத்துடன் அவர்கள் செல்லவிருந்த மேற்கு டென்னெஸ்ஸி புதிய குடியிருப்புப் பகுதியைப் பற்றியும் அங்கே ஒரு நகரத்தை உருவாக்குவதற்காக அங்கிருந்த வெள்ளையர்கள் அவர்களுடைய உதவியை ஆவலுடன் எதிர்பார்த்திருந்ததையும் நாடக பாணியில் விவரித்தான்.

"உங்களுக்கு ஒன்றைச் சொல்லியாக வேண்டும்! நாம் செல்லப்போகிற பகுதி மிகுந்த வளமுள்ள கரிசல் மண் பூமி! பன்றியின் வாலை நட்டு வைத்தால் பன்றியே விளைந்து வரும்....! இரவு நேரங்களில் தர்ப்பூசணிப் பழங்கள் பட்டாசுகளைப் போல வெடித்துத் திறப்பதால், உங்களால் தூங்கக் கூட முடியாது! செந்தூர மரத்தடியில் அசைக்கக் கூட இயலாத அளவு கொழுத்த மேதிகள் படுத்துக்கிடப்பதையும் செந்தூர மலர்கள் அவற்றின் மீது செம்பஞ்சுக் குழம்பு போலப் படிந்திருப்பதையும் காணலாம்!...."

உணர்வெழுச்சி மிகுதியால் குடும்பத்தினர் அவரைப் பேசி முடிப்பதற்கு விடவில்லை. சிலர் அண்டையிலிருந்த மற்ற பண்ணைகளுக்குச் சென்று தாம் செல்லவிருந்த பகுதி பற்றிப் பெருமையுடன் தெரிவிப்பதற்காக உடனே புறப்பட்டனர். அன்று மதியத்தில், டாம் பண்ணையின் சரக்கு வண்டியை கூட்டுவண்டியாக மாற்றுவதற்குத் திட்டம் வகுத்தான். அதுபோன்ற பத்து வண்டிகள் இருந்தால் குடும்பத்தின் அலகுகள் அனைத்தையும் புதிய இடத்திற்கு இடம்பெயரச் செய்வதற்கு ஏதுவாகிவிடும்! பொழுது சாய்வதற்குள் பன்னிரெண்டுக்கும்

மேற்பட்ட புதிதாக விடுதலை பெற்ற குடும்பத்தினர் தாமும் புதிய இடத்திற்கு அவர்களுடன் செல்ல விரும்பியதாகத் தெரிவித்தனர். ஹோல்ட், ஃபிட்ஸ்பேட்ரிக், பேர்ம், டெய்லர், ரைட், லேக்ஸ், மேக்ரகோர் போன்ற அலமான்ஸ் ஊரகத்திலிருந்த பல்வேறு பண்ணைகளில் அடிமைகளாக வதைந்த கறுப்பின மக்களும் புதிய நகரத்தை உருவாக்குவதற்குப் புறப்பட அணியமாயினர்.

அடுத்த இரண்டு மாத காலம் கடுமையாக உழைத்து ஆடவர் தத்தமது குடும்பத்தினர்க்கு ஏற்ற விதத்தில் கூட்டுவண்டிகளைக் கட்டமைத்து முடித்தனர். பயண காலத்திற்குத் தேவையான உணவு வகைகளைச் சமைப்பதிலும் கொண்டு செல்வதற்கு ஏதுவான பயனுள்ள பொருட்களைத் திரட்டுவதிலும் பெண்டிர் ஈடுபட்டனர். மாவீரன் கதாபாத்திரத்தினை விருப்பத்துடன் ஏற்றுக் கொண்ட கட்டுச்சேவல் ஜார்ஜ் நடவடிக்கைகள் அனைத்தையும் மேற்பார்வையிட்டபடி சுற்றித் திரிந்தார். புதிதாக விடுதலை பெற்ற குடும்பத்தினர் மேலும் பலர் டாமைச் சூழ்ந்து கொண்டு, தாமும் புதிய நகரில் குடியேற விரும்புவதாகவும் தமக்கான கூட்டுவண்டியை உருவாக்குவதற்கான சரக்குவண்டியைப் பெற்று வருவதாகவும் தெரிவித்ததுடன் பணிகளில் அவருக்கு உதவியாகவும் செயல்பட்டனர். இறுதியாக, டாம் விரும்புவோர் அனைவரும் புதிய இடத்திற்குச் செல்லலாம் என்றும் குடும்பத்தின் ஒவ்வொரு அலகிற்கும் தனித்தனியே ஒரு கூட்டுவண்டியை உருவாக்கிக் கொள்ள வேண்டுமென்றும் தெரிவித்தான். ஒருவாறாக, இருபத்தெட்டு கூட்டுவண்டிகள் தேவையான பொருட்கள் நிரப்பப்பட்டு அணியமாகி நின்றன. அடுத்த நாள் பொழுது புலர்ந்தவுடன் புறப்படுவதென்று தீர்மானமாயிற்று. ஒருவிதமான சோக நிழல் படர்ந்தது. அன்றுவரை தாம் தொட்டுப் புழங்கி வந்த பொருட்கள் அனைத்தையும் கடைசியாக ஒருமுறை தொட்டுப் பார்த்து பிரிவு வேதனையைப் பகிர்ந்து கொண்டனர்.

சில நாட்களாகவே, வெள்ளை முர்ரேக்களைக் கறுப்பு முர்ரேக்கள் மேலோட்டமாக மட்டுமே பார்த்துக் கொண்டனர். மெடில்டா கரைந்தாள், "ஆண்டவருக்குப் பொதுவாக, உண்மையைச் சொல்கிறேன்! அவர்கள் என்ன செய்யப் போகிறார்கள் என்று நினைக்கும் போது மனது கனக்கிறது!"

புறப்படுவதற்கு முந்தைய இரவு, டாம் தனது கூட்டுவண்டிக்குள் ஓய்வெடுத்துக் கொண்டிருந்தான். வண்டியின் பின்புறம் யாரோ அழைத்த ஓசை கேட்டது. திரைத்துணியை விலக்கிப் பார்ப்பதற்கு முன்பாகவே அது யாராக இருக்குமென்று டாமிற்குப் புரிந்து விட்டது. கிழட்டு ஜார்ஜ் நின்றுகொண்டிருந்தான். அவனுடைய முகத்தில் உணர்ச்சி கொப்பளித்தது. கைகள் தொப்பியைத் தேய்த்துக் கொண்டிருந்தன. "டாம், உனக்கு நேரமிருக்குமானால், தனியே ஒரு வார்த்தை பேசலாமென்று நினைக்கிறேன்!"

வண்டியிலிருந்து இறங்கிய டாம் கிழட்டு ஜார்ஜுடன் நிலவொளியில் சற்று தூரம் நடந்தான். ஜார்ஜ் நின்றான். உணர்ச்சிவயப்பட்டதாலும் மனவெதும்பலாலும் அவனுடைய குரல் அடைத்துக் கொண்டது. பேச முடியவில்லை! "நானும் என் மகள் மார்த்தாவும் கலந்து பேசினோம்... எங்களுக்கு வேண்டப்பட்ட மக்கள் என்று சொல்லிக் கொள்வதற்கு நீங்கள் மட்டுமே உள்ளீர்! நீங்கள் செல்கிற இடத்திற்கு

எங்களையும் அழைத்துச் செல்வீர்களா?"

சற்று நேரம் சிந்தித்த டாம் பேசினான், "எனது குடும்பத்தை மட்டும் பொறுத்ததாக இருந்தால் உடனடியாகச் சொல்லிவிடுவேன்! ஆனால், இது ஏகப்பட்ட குடும்பங்களைக் கலந்து எடுக்க வேண்டிய முடிவாக உள்ளது. பேசிவிட்டுச் சொல்கிறேன்!"

டாம் ஒவ்வொரு வண்டியாகச் சென்று, ஆடவர்களை மட்டும் அழைத்தான். ஒன்று திரண்ட அவர்களிடம் நடந்தவற்றை விளக்கினான். ஒரு கணம் கனத்த அமைதி நிலவியது. "எங்களுக்குத் தெரிந்தவரை அவன் மிகச் சிறந்த மேற்பார்வையாளனாக இருந்தான். சொல்லப் போனால், உண்மையில் அவன் மேற்பார்வையாளனே அல்ல. எங்களுடன் தோளோடு தோள் நின்று கடுமையாக உழைத்தான்!"

வெள்ளையர் எதிர்ப்பாளர்கள் சிலர் கடுமையாக மறுப்புத் தெரிவித்தனர். "அவன் வெள்ளையனாகப் பிறந்தது அவனுடைய குற்றமில்லை...." கடைசியில் ஓட்டெடுப்பு நடத்தப்பட்டது. பெரும்பாலானோர் ஜான்சன் குடும்பம் அவர்களுடன் செல்வதற்கு ஒப்புக் கொண்டனர்.

கிழட்டு ஜார்ஜுக்காகவும் அவனுடைய மகள் மார்த்தாவிற்காகவும் ஒரு கூட்டுவண்டியை அமைப்பதற்கு மேலும் ஒரு நாள் ஆயிற்று! அடுத்த நாள் பொழுது புலர்ந்ததற்கு முன்பு, இருபத்தொன்பது கூட்டுவண்டிகள் சாலையில் நிரலாக கிரீச்சிட்டுக் கொண்டும் கடகட ஓசையெழுப்பிக் கொண்டும் முர்ரேயின் பண்ணையை விட்டு உருண்டன. அனைத்து வண்டிகளுக்கும் முன்னோடியாக, அறுபத்தேழு வயது கட்டுச்சேவல் ஜார்ஜ் தனது ஒற்றைக்கண் கிழட்டுச் சண்டைச்சேவலுடன் 'கிழட்டு பாப்' என்கிற குதிரையின் மீது தலைமை தாங்கிச் சென்றார். அவருக்குப் பின்னால், வண்டிகளில் முதலாவதாக டாம் தனது மனைவியுடனும் மலங்க, மலங்க வேடிக்கை பார்த்துக் கொண்டிருந்த குழந்தைகளுடனும் ஊர்ந்தான். அவனுடைய குழந்தைகளில் மிகவும் இளையவள் இரண்டு வயது நிரம்பிய சிந்தியா! அதற்கடுத்து இருபத்தேழு வண்டிகளில் கறுப்பர்களும் கலப்பினத்தவருமாக தமது மனைவியருடன் பயணித்தனர். அவர்களுக்குப் பின்னால், கடைசி வண்டியில் ஜார்ஜ் ஜான்சனும் மார்த்தா ஜான்சனும் அமர்ந்திருந்தனர். விரைவில், அவர்கள், முன்னால் சென்ற வண்டிகள் கிளப்பிய புழுதியினூடே, கட்டுச்சேவல் ஜார்ஜால் பொன்விளையும் பூமி என்று வருணிக்கப்பட்ட இடத்தைத் தெளிவாகக் காண்பதற்காக உற்று நோக்கிக் கொண்டிருந்தனர்.

114

“இது தான் அதுவா?” டாம் கேட்டான்.

“இது தான் பொன் விளையும் பூமியா?” மெடில்டா முகம் சுளித்தாள்.

“பூமிக்கு வெளியே துருத்திக் கொண்டிருக்குமென்றீர்களே, அந்த பன்றிகளையும் தர்ப்பூசணிப் பழங்களையும் காணோம்!” குழந்தைகள் ஏமாந்து போயினர். எதற்கும் அயர்ந்து போகாத கட்டுச்சேவல் ஜார்ஜ் கடிவாளத்தை இழுத்துப் பிடித்துக் குதிரையை நிறுத்தினார்.

அவர்களுக்கு முன்பாக, காடுகளை அகற்றிவிட்டு சமப்படுத்தப்பட்ட நிலம் விரிந்து கிடந்தது. வெட்டி எடுக்கப்பட்ட மரத் துண்டுகள் அடுக்கி வைக்கப்பட்ட வைப்பறைகள் அவர்கள் சென்ற மண்சாலையை மறித்துக் கொண்டு காணப்பட்டன. மற்றொரு சாலை செங்குத்தாக நீண்டு கிடந்தது. மூன்று வெள்ளையர்கள் எதிர்ப்பட்டனர். ஒருவன் சிறு பீப்பாயின் மீது உட்கார்ந்திருந்தான். மற்றொருவன் கூட்டுவண்டிக்குள் இருந்தான். மூன்றாமவன் உயரமான கோக்காலி ஒன்றின் மீது ஒரு காலையும் பக்கத்திலிருந்த கம்பத்தின் மீது மற்றொன்றையும் முட்டுக் கொடுத்துத் தாங்கியவாறு நின்றிருந்தான். மூவரும் தமது கவனத்தைத் திருப்பி ஒருவரை மற்றவர் பார்த்துத்

தலையாட்டிக் கொண்டதுடன் வரிசையாக நின்றிருந்த வண்டிகளில் இருந்தவர்களையும் வரவேற்கும் பாணியில் சைகை காட்டினர். மர வளையம் ஒன்றை உருட்டிக் கொண்டு சென்ற இரண்டு வெள்ளைக்காரச் சிறுவர்கள் நின்று, அவர்களை உற்றுப் பார்த்தனர். வளையம் நடுச்சாலையில் நின்ற இடத்தில் சுழன்று சுற்றி விழுந்தது. முற்றத்தைப் பெருக்கிக் கொண்டிருந்த முதியவர் ஒருவர் நீண்ட நேரம் அவர்களைச் சொரத்தின்றிப் பார்த்துக் கொண்டிருந்தார். பிறகு, மெதுவாக மெல்லிய புன்னகை விரிந்தது. மிகப் பெரிய நாய் ஒன்று அருகிலிருந்த மழைநீர்த் தொட்டியின் மீது உடலைத் தேய்த்துக் கொண்டிருந்தது. அவர்களைக் கண்டவுடன் நிறுத்தி, காலைக் காற்றில் உயர்த்தி, காதுகள் விடைக்க அவர்களை உறுத்துப் பார்த்து விட்டு மீண்டும் தேய்க்கத் தொடங்கியது.

ஜார்ஜ் விளக்கினார், "இது புதிய குடியிருப்புப் பகுதியென்று ஏற்கனவே சொன்னேன். இப்பகுதியைச் சுற்றிலும் நூறு வெள்ளையர்கள் மட்டுமே வாழ்கின்றனர். நம்மில் பதினைந்து வண்டியில் உள்ளவர்கள் மட்டிலுமே இங்கே குடியிருப்பதென்று தீர்மானித்தால் கூட நமது தொகை எண்ணிக்கையில் அவர்களுடையதைப் போல இருமடங்காகிவிடும்! வளர்ந்துவரப் போகிற பெருநகரத்திற்கு நாம் அடித்தளமாக இருக்கப் போகிறோம்!"

"இதனால் வளர மட்டுமே முடியும் என்பது உறுதி!" சின்ன ஜார்ஜ் சிரிக்காமல் நக்கலடித்தான்.

"அவர்கள் உருவாக்கியிருக்கிற பண்ணை நிலத்தைக் காணும் வரை பொறுமை யாக இருங்கள்" அவசரப்பட்ட ஜார்ஜ் கைகளைத் தேய்த்தவாறு முகமலர்ச்சியுடன் தெரிவித்தார்.

"அதுவும் சதுப்பு நிலமாகத் தான் இருக்கப் போகிறது!" ஆஷ்ஃபோர்டு புத்திசாலித் தனமாக அவருடைய காதில் விழாத அளவு மெதுவாக முணுமுணுத்தான்.

ஆனால், கன்னி நிலம்! மண்வளம் மிக்கது! வண்டல் நிறைந்தது. ஒவ்வொரு குடும்பத்திற்கும் முப்பது ஏக்கர் நிலம்! நகரத்திற்கு அப்பால் ஏற்கனவே வெள்ளையர்கள் தமக்கு உடமையாக்கிக் கொண்ட வளமிக்க நிலங்களை ஒட்டி அமைந்திருந்தது. லாடர்டேல் ஊரகத்தைச் சேர்ந்தது. ஹேட்ச் நதிக்கரையில் வடக்கே ஆறுமைல் தொலைவில் இருந்தது. பல பணக்காரப் பண்ணைகள் ஒவ்வொன்றும் அவர்களுடைய ஒட்டு மொத்த நிலவுடமையைக் காட்டிலும் பெரியனவாக இருந்தன. ஆனால், அவர்களைப் பொறுத்த வரை முப்பது ஏக்கர் என்பது அவர்களிடம் முன்பிருந்ததைப் போல முப்பது மடங்கு பெருத்த செல்வம்! அதுவே அவர்களுடைய கைகளை நிறைத்திருந்தது.

அவர்கள் இன்னமும் தமது வண்டிகளுக்குள் நெருக்கடியாக வாழ்ந்தனர். அடுத்த நாள் காலையில் புதர்களையும் வேர்களையும் அப்புறப்படுத்தினர். விரைவில் நிலத்தை உழுது முதல் பயிரை நடவு செய்யத் தொடங்கினர். பெரும்பாலான பகுதியில் பருத்தியும், சிறிதளவு நிலத்தில் மக்காச்சோளமும், காய்வகைகளும், மலரினங்களும் பயிரிட்டனர். அடுத்த வேலையாக மரங்களை அறுத்து, பாளம், பாளமாகப் பிளந்து வீடுகளை அமைக்கத் தொடங்கினர். கட்டுச்சேவல்

ஜார்ஜ் புதிதாக உருவெடுத்துக் கொண்டிருந்த பண்ணைகளைத் தன் குதிரை மீதேறிப் பார்வையிட்டு தனது அறிவுரைகளை வழங்கியதுடன் அவர்களுடைய வாழ்க்கைமுறையை மாற்றிவிட்டதாகப் பீற்றிக் கொண்டார். புதிதாகக் குடியேறிய வெள்ளைக்காரர்கள் மத்தியில் கூட, தான் கொணர்ந்த மக்கள் நகரத்தினுடைய வளர்ச்சிக்கும் வளத்திற்கும் உதவப் போவது பற்றிப் பெருமை பேசியதுடன் தனது மகன் டாம் அப்பகுதியின் முதலாவது கருமான் பட்டறை அமைக்கப் போவதைப் பற்றியும் குறிப்பிடத் தவறவில்லை.

அதற்கடுத்த ஒருசில நாட்களில், மூன்று வெள்ளையர்கள் தமது குதிரைகளின் மீதேறி டாமினுடைய நிலத்தை அடைந்தனர். ஜார்ஜும் அவருடைய மகன்களும் அரைகுறையாகக் கட்டப்பட வீட்டின் சுவர்களுக்குக் களிமண்ணுடன் பன்றியின் மயிரைக் கலந்து பூசிக் கொண்டிருந்தனர்.

குதிரை மீதிருந்தபடி ஒருவன் அதட்டினான், “உங்களில் யார் கருமான்?”

தனது தொழிலைத் தொடங்குவதற்கு முன்பே முதலாவது வாடிக்கையாளர் வந்துவிட்ட உறுதியுடன், டாம் பெருமை பொங்க, முன்னோக்கி நகர்ந்தான்.

ஒருவன் கூறினான், “நகரத்தில் இங்கே கருமான் பட்டறை புதிதாகத் திறக்கப் போவதாகக் கேள்விப்பட்டோம்!”

“ஆமாம், அதற்கு ஏதுவான இடத்தைத் தேடிக் கொண்டிருக்கிறேன்! அங்கே அறுவை ஆலைக்கு அடுத்து காலியாக உள்ள இடத்தை, வேறு யாரும் ஏற்கனவே தேர்வு செய்யவில்லையெனில் பயன்படுத்திக் கொள்ள எண்ணியுள்ளேன்!”

மூவரும் ஒருவரை ஒருவர் பார்த்துக் கொண்டனர். இரண்டாமவன் தொடர்ந்தான், “அப்படியா, பயலே! நேரத்தை வீணடிக்கத் தேவையில்லை! நேரே சொல்ல வேண்டியதைச் சொல்லிவிடுகிறேன்! நீ கருமான் வேலை செய்யலாம்! நல்லது தான்! ஆனால், இந்த நகரத்தில் நீ அதைச் செய்ய வேண்டுமானால், ஏற்கனவே பட்டறை வைத்திருக்கும் வெள்ளைக்காரரிடம் வேலை செய்திருக்க வேண்டும்! அதைப் பற்றிச் சிந்தித்ததுண்டா?”

டாமுள் கோபம் கொப்பளித்தது. ஒரு நிமிடம் வரை அவனால் பேச முடியவில்லை. மெதுவாகப் பேசத் தொடங்கினான், “நானும் எனது குடும்பத்தினரும் இப்போது விடுதலை பெற்றவர்கள். எங்களுக்குத் தெரிந்த தொழிலில் கடுமையாக உழைத்து எமது வாழ்க்கையைத் தேடிக் கொள்ள விரும்புகிறோம்!” டாம் அந்த ஆட்களுடைய கண்களை நேரடியாகப் பார்த்துச் சொன்னான், “எனது கரங்களால் உழைத்துப் பிழைக்க முடியாது என்றால், இது எனக்கேற்ற இடமல்ல!”

மூன்றாமவன் கூறினான், “அப்படி நீ நினைப்பாயானால், இந்த மாநிலத்தில் நெடுந் தூரம் பயணிக்க வேண்டியிருக்குமடா, பயலே!”

“பரவாயில்லை! பயணம் செய்து பழகியவர்கள் தான்! யாருக்கும் தொல்லை கொடுக்க விரும்பவில்லை. ஆனாலும், முழுமையான மனிதாக வாழ விரும்புகிறேன்! எனது குடும்பத்தினர் இங்கே தங்கியிருப்பது உங்களுக்கெல்லாம் தொல்லையாக

இருக்குமென்று முன்பே தெரிந்திருந்தால் இங்கே வந்திருக்கவே மாட்டோம்!"

"நன்றாகச் சிந்தித்துக் கொள்ளடா பயலே! இருப்பதும் செல்வதும் உன் விருப்பம்!" இரண்டாமவன் சொன்னான்.

"விடுதலை பற்றிய பேச்சை உங்களுடைய மூளைக்குள் ஏற்றிக் கொள்ளாமல் இருக்கக் கற்றுக் கொள்ளுங்கள்!" முதலாமவன் கத்தினான்.

மறு வார்த்தை பேசாமல், குதிரைகளைத் திருப்பிக் கொண்டு, விரைந்தனர்.

செய்தியைக் கேள்விப்பட்டு மற்ற காணிகளுக்குரிய குடும்பங்களின் தலைவர்களும் விரைந்து சென்று டாமைச் சந்தித்தனர்.

கட்டுச்சேவல் ஜார்ஜ் கூறினார், ''மகனே, வாழ்நாள் முழுவதும் வெள்ளையர்களுடன் பழகியிருக்கிறாய்! அவர்களைப் பற்றி நன்கு அறிவாய்! கருமான் வேலையைத் திறம்படச் செய்வாயானால், சில நாட்களுக்குள் அனைவரும் உன்னைச் சுற்றி மொய்த்துக் கொண்டிருப்பர்."

"அவ்வளவு தூரம் பயணம் செய்து இங்கே வநதவுடனே மீண்டும் மூட்டை முடிச்சுக்களைக் கட்டிக் கொண்டு புறப்படுவதா?" மெடில்டா அங்கலாய்த்தாள். "மகனே, உன் குடும்பத்தை அப்படி அலைக்கழிக்காதே!"

ஐரீனும் சேர்ந்து புலம்பினாள், "வேண்டாம், டாம்! மிகவும் சோர்ந்து போய் விட்டேன்! களைப்பாக இருக்கிறது!"

ஆனால், டாமினுடைய முகம் இறுகிப் போயிருந்தது. "வாழ்க்கையை நாம் சிறப்பாக அமைத்துக் கொண்டாலேயே அதுவாகவே சிறப்படைந்து விடாது! ஓரிடத்தில் நிலையாகத் தங்க முடியாமல் போனால், விடுதலை பெற்ற ஒருவன் தனக்கு உரிமையுள்ள எந்த வேலையையும் சரிவரச் செய்ய இயலாது! நம்முடன் செல்லும்படி நான் யாரையும் கேட்கப் போவதில்லை! ஆனால், நாளைக்கு நாம் நமது வண்டியில் மூட்டை முடிச்சுகளைக் கட்டிக் கொண்டு புறப்படுவோம்!"

ஆஷ்ஃபோர்டு கோபமாகச் சொன்னான், "அப்படியானால் நானும் உன்னுடன் வருகிறேன்!"

அன்றிரவு டாம் தனியே உலவச் சென்றான். தனது குடும்பத்தின் மீது சுமத்திக் கொண்டிருந்த புதிய இடையூறு பற்றிச் சீர்தூக்கிப் பார்த்தான். வாரக்கணக்கில் உருண்டு கொண்டிருந்த வண்டியில் தனது குடும்பத்தினர் பட்ட அல்லல்களை மீண்டும் மனத்திரையில் காட்சிகளாக ஓட்டிப் பார்த்தான். மெடில்டா அடிக்கடி சொல்லக் கூடிய கூற்றினைப் பற்றியும் சிந்தித்தான். "அரும்பாடு பட்டுத் தேட முயன்றால் தீமைக்குள்ளும் நன்மை ஒன்று தென்படும்!"

புதிய கருத்தாக்கம் ஒன்று உதித்தது! மேலும் ஒரு மணி நேரம் அதைப் பற்றி அசை போட்டபடி நடந்தான். அதன் பின்னர், திரும்பி விடுவிடுவென நடந்து தனது குடும்பத்தினர் உறங்கிக் கொண்டிருந்த வண்டிக்குள் தானும் புகுந்து படுத்து ஓய்வெடுத்தான்.

மறுநாள் காலையில், ஐரீனும் குழந்தைகளும் உறங்குவதற்கு தற்காலிகமான குடிசை ஒன்றை அமைக்கும் படி ஜேம்ஸிடமும் லூயிஸிடமும் டாம் கூறினான். வண்டி அவனுக்குத் தேவைப்பட்டது. குடும்பத்தினர் அனைவரும் வியப்புடன் சுற்றி நின்று வேடிக்கை பார்த்தனர். நம்பிக்கையின்றி தனக்குள் எழுந்த சீற்றத்தை அடக்கிக் கொண்டு ஆஷ்ஃபோர்டும் கவனித்தான். விர்ஜிலினுடைய உதவியுடன் டாம் கனத்த பட்டறைக் கல்லை வண்டியிலிருந்து இறக்கி, அடிமரக்கட்டையின் மீது அதனை இறுக்கமாகப் பொருத்தினான். மதியத்திற்குள் தற்காலிகமான உலைக்கலனை உருவாக்கிவிட்டான். அனைவரும் திகைப்புடன் இன்னமும் பார்த்துக் கொண்டிருந்தனர். கூட்டுவண்டியை மூடியிருந்த மென்தோல் துணியை நீக்கினான். பக்கவாட்டில் அமைக்கப்பட்டிருந்த பலகை அடைப்புக்களையும் அகற்றினான். வண்டியினுடைய அடித்தளம் மட்டுமே எஞ்சியிருந்தது. அதன் மீது கனத்த கருவிகளைக் கொண்டு தனது வேலையைச் செய்யப் போகிறான். சுற்றியிருந்தவர்களுக்குப் படிப்படியாக அவனுடைய அருமையான செயல்திட்டம் விளங்கத் தொடங்கியது.

வாரக் கடைசிக்குள், டாம் தனது நடமாடும் கருமான் பட்டறையை நகருக்குள் ஓட்டிச் சென்றான். உறுதி வாய்ந்த பலகைகளைக் கொண்டு வலுவூட்டப்பட்ட வண்டியின் அடித்தளத்தின் மீது அமைக்கப்பட்டிருந்த பட்டறைக்கல்லையும், உலைக்கலனையும், குளிர்ச்சியூட்டுவதற்கான தொட்டியையும், அடுக்கில் வரிசைப் பட்டிருந்த கருமான் பட்டறைக்குத் தேவையான கருவிகளையும் கண்டு வியந்து வாய்பிளந்து நிற்காத ஆடவரோ, பெண்டிரோ, குழந்தைகளோ அந்நகரில் இல்லை என்று சொன்னால் மிகையாகாது.

கறுப்பராயினும் வெள்ளையராயினும் கண்ணில் பட்ட மனிதரிடமெல்லாம் குறைந்த கட்டணத்தில் கருமான் தொழில் மேற்கொள்வதற்கான வாய்ப்பு ஏதேனும் இருந்ததாவென்று தலை தாழ்த்திப் பணிவுடன் கேட்டான். ஒரு சில நாட்களுக்குள் புதிய குடியிருப்பினைச் சுற்றிலுமிருந்த பண்ணைகள் அனைத்திலும் அவனுடைய பணி பெரிதும் தேவைப்பட்டது. ஒரு கறுப்பர் வண்டியிலிருந்தபடி தனது தொழிலைச் செய்வதைத் தடுக்க எவரொருவருக்கும் திராணியில்லை! ஓரிடத்தில் நிலையான பட்டறை அமைத்திருந்தோரைக் காட்டிலும் மிகச் சிறப்பாக தனது நடமாடும் பட்டறையைக் கொண்டு டாம் பணிகளை முடித்துக் கொடுத்தமையால் நகரைச் சுற்றிலும் அவனுடைய சேவை தவிர்க்கவியலாததாகிவிட்டது. வம்பிழுப்பதற்காகவாவது எதிர்ப்புத் தெரிவிக்க நினைத்தவர்கள் கூட வாயைப் பொத்திக் கொண்டனர். தானுண்டு தனது வேலையுண்டு என்றிருந்த டாமை மதிப்பதைத் தவிர அவர்களால் வேறொன்றும் செய்ய இயலவில்லை! உண்மையிலேயே, ஒட்டு மொத்தக் குடும்பத்தினரும் செலுத்த வேண்டிய கட்டணங்களைச் செலுத்திவிட்டு, தமக்குரிய இடத்தில் தங்களைத் தக்கவைத்துக் கொண்ட தூய கிறிஸ்தவ மக்கள் என்று வெள்ளையர்களுக்குள் பொது இடங்களில் பேசிக் கொண்டதைக் கேட்ட கிழட்டு ஜார்ஜ் தெரிவித்தான்.

ஆனால், கிழட்டு ஜார்ஜையும் அப்பகுதி வெள்ளையர்கள் டாம் குடும்பத்தில் ஒருவனாகவே நடத்தினர். பண்டகக் கடைகளில், வெள்ளையர்கள் அனைவரையும் கவனித்த பிறகு தான் அவன் கேட்ட பொருட்களைக் கொடுத்தனர். ஒருமுறை

அவன் ஒரு தொப்பியைத் தலையில் வைத்துப் பார்த்து விட்டு சிறியதாக இருந்ததால் மீண்டும் அடுக்கில் வைத்த போது அவன் தொட்டுவிட்டதால் அந்தத் தொப்பியை அவன் விலைக்குப் பெற்றதாகவே கருதப்பட்டதாகக் கடைக்காரன் தெரிவித்தான். அவன் அந்தத் தொப்பியைத் தனது தலைக்கு மேல் வைத்துக் குடும்பத்தினர் அனைவருக்கும் வேடிக்கை காட்டினான். "இவ்வளவு சிறிய தொப்பியைத் தலையில் வைத்துப் பார்த்துத் தான் தெரிந்து கொள்ள வேண்டுமா" என்று சின்ன ஜார்ஜ் நக்கலடித்தான். ஆஷ்ஃபோர்டுக்குக் கோபம் பொத்துக் கொண்டு வந்தது. "நேரே கடைக்குச் சென்று இந்தத் தொப்பியை அந்தப் பொணந்தின்னிக் கடைக்காரன் தொண்டைக்குள் திணித்து விட்டு வரப் போகிறேன்!"

கறுப்பர்களுடன் வெள்ளையருக்கும் வெள்ளையர்களுடன் கறுப்பர்களுக்கும் நிலவிய உறவாடல்கள் எவ்வளவு தான் சமனற்ற நிலையில் இருந்த போதிலும் தமது வணிகப் பெருக்கத்திற்கு அவர்கள் அளித்த பங்களிப்பினை வெள்ளையர்களால் மறுக்க முடியவில்லை. தமக்குத் தேவையான ஆடைகளைத் தயாரித்துக் கொள்வதிலும், உணவுப்பண்டங்களை உற்பத்தி செய்து கொள்வதிலும், மரப்பலகைகளை அறுத்தெடுத்துக் கொள்வதிலும் அவர்கள் தாமாகவே நிறைவேற்றிக் கொண்ட போதிலும், வீட்டுப் பயன்பாட்டிற்காகவும் தொழில்முறையாகவும் அவர்களுக்குத் தேவையானவற்றை விலைக்குப் பெற வேண்டியிருந்தது. அடுத்த இரண்டு ஆண்டுகளில், வணிகப் பெருக்கத்தின் அளவு அவர்களுடைய மக்கள் தொகைப் பெருக்கத்தைப் பிரதிபலித்தது.

மெடில்டாவின் தலைமையிலான குடும்பத்தினர் தமக்குத் தேவையான வீடுகளையும் சேமிப்புக் கிடங்குகளையும், பட்டறை, தொழுவங்கள் போன்ற அமைப்புக்களையும், சுற்றுப்புற வேலிச் சுவர்களையும் 1874ஆம் ஆண்டுக்குள் உருவாக்கி முடித்துவிட்டனர். அடுத்து தமது எதிர்கால சந்ததியினருடைய நலத்திற்கு முக்கியமானவை என்று கருதப்பட்ட துறைகளில் அவர்களுடைய கவனம் ஊன்றியது. அவர்களுடைய தொழுகைக்காகத் தற்காலிகமாகப் பயன்பட்டு வந்த குடிசையை தேவாலயக் கட்டடமாகக் கட்டியமைத்தனர். அதற்கு ஓராண்டு காலமும் பலருடைய கடுமையான உழைப்பும் சேமித்து வைத்திருந்த பணமும் தேவைப்பட்டது. 'புது நம்பிக்கை பூண்ட கறுப்பர்களுக்கான நெறிசார்ந்த ஆயர் ஆட்சிமுறை தேவாலயம்' (New Hope Colored Methodologist Episcopal Church) எழுப்பப்பட்டது. விலையுயர்ந்த கண்ணாடி பொருத்தப்பட்ட சன்னலுக்கு நேராக மிகச் சீரிய முறையில் வடிவமைக்கப்பட்ட புனிதச்சிலுவை தொங்கவிடப்பட்டது. அதனை உருவாக்குவதில் ஐரீனும் டாமும், அவனுடைய சகோதரர்களும் அவர்களுடைய பிள்ளைகளும் பெரும் பங்கு வகித்தனர். மேற்கொண்ட உழைப்பிற்கும் செலவழித்த பணத்திற்கும் உகந்தாற் போல ஆலயம் அமைந்து விட்டதாக மக்கள் பேசிக் கொண்டனர். முதலாவது ஞாயிற்றுக்கிழமையிலேயே, இருபது மைல் சுற்று வட்டாரத்தில் நடக்கக் கூடியவர்கள், சுமந்துவர ஏதுவானவர்கள் அனைவரும் தொழுகையில் கலந்து கொண்டனர். கதவிடுக்குகள் சன்னல்கள் கட்டடத்தைச் சுற்றிலுமிருந்த புல்வெளிகள் என அனைத்து இடங்களிலும் மக்களுடைய தலைகள் தென்பட்டன. இல்லினோயிஸ் மத்திய இருப்புப் பாதை நிறுவனத்தின் செயல் அலுவலராகப் பணியாற்றியவரும் நகரைச் சுற்றிலும்

ஏகப்பட்ட விளைநிலங்களுக்குச் சொந்தக்காரருமான டாக்டர்.ஹென்னிங்ஸ் பண்ணையின் முன்னாள் அடிமையான பெருமதிப்பிற்குரிய சைலஸ் ஹென்னிங் ஆற்றிய அருளுரை அனைவருடைய காதுகளிலும் தெள்ளத் தெளிவாக விழுந்தது. உரை நிகழ்த்தப்பட்டுக் கொண்டிருந்த போது. விர்ஜிலினுடைய காதில் சின்ன ஜார்ஜ் கிசுகிசுத்தான். "சாமியாருக்கு டாக்டர்.ஹென்னிங்ஸ் என்கிற நினைப்பு!" ஆனால், அவருடைய அருளுரையைக் கேட்ட எவருக்கும் அதைப் பற்றிக் குறை கூற மனம் வராது!

மெடில்டா தலைமையில் தொழுகைப் பாடல் சேர்ந்திசைக்கப்பட்டது. கட்டுச்சேவல் ஜார்ஜினுடைய் கண்களுக்கு அவள் அந்திவெயிலில் மின்னும் பொன் போலப் பொலிந்தாள். தொழுகை முடிந்து, கண்களைத் துடைத்துக் கொண்ட திருக்கூட்டத்தினர், வரிசையாக பாதிரியாரின் கைகளைக் குலுக்குவதும் முதுகில் தட்டுவதுமாகப் பாராட்டு மழையில் மூழ்கடித்தனர். முற்றத்தில் வைக்கப்பட்டிருந்த உணவுக் கூடைகளை எடுத்துச் சென்று புல்வெளிகளில் விரிப்புகளின் மீது அமர்ந்தனர். வறுத்த கோழி, பன்றி இறைச்சி பொதியப்பட்ட பணியாரங்கள், பொரித்த முட்டைகள், உருளைக்கிழங்கு கூட்டு வகைகள், துவையல், ஊறுகாய், மக்காச்சோள ரொட்டிகள், எலுமிச்சைச்சாறு, மற்றும் பல தின்பண்டங்கள், பயறுவகைகள் என்று விதவிதமாக உண்ணத் தொடங்கினர். சின்ன ஜார்ஜ் கடைசித் துண்டைத் தின்று முடித்தபோது மூச்சு வாங்கினான்.

ஆடவர்களும் இளைஞர்களும் தமது முழுமையான ஆடைக்கோலத்துடனும், பெண்டிர் முழுக்க வெண்ணிற உடை தரித்தும், கன்னியர் பலவண்ண ஆடைகளில் மின்னியபடியும் அமர்ந்து பேசிக் கொண்டும் அங்குமிங்கும் உலவிக் கொண்டுமிருந்தனர். அயர்வின்றி ஓடி பிடித்து ஆடித் திரிந்த பேரப்பிள்ளைக் கூட்டத்தைக் கண்ட மெடில்டாவின் கண்கள் பனித்தன. கடைசியில், தனது கணவன் பக்கம் திரும்பியவள், கட்டுச்சேவல்களால் ஏற்பட்ட காயத்தழும்புகளும் சிராய்ப்புகளும் கொண்ட அவனுடைய கைகளின் மீது தன் கைகளை இணைத்துக் கொண்டு மெல்லிய குரலில் கூறினாள், "ஜார்ஜ், இந்தப் பொன்னாளை என்னால் என்றென்றைக்கும் மறக்க முடியாது! அந்தக் கறுப்புத் தொப்பியுடன் என் மீது கொண்ட மோகம் மீதூர நீ என்னை நெருங்கிய நாளிலிருந்து நாம் வாழ்க்கையில் படாத பாடு பட்டுவிட்டோம்! நமது குடும்பம் பெருகி, பிள்ளைகளுக்கும் பிள்ளைகள் வந்துவிட்டனர். நம்மை இதுவரை ஆண்டவர் ஒன்றிணைந்து இருக்குமாறு அருள்பாலித்துவிட்டார். என்னுடைய ஒரே விருப்பம், இதையெல்லாம் உன்னுடைய அம்மா நம்முடன் இருந்து கண்டு களிக்க வேண்டும்!"

கண்களில் நீர் ததும்ப, அவளைத் திரும்பிப் பார்த்தவன், "அவள் பார்த்துக் கொண்டிருக்கிறாள், கண்ணே! உறுதியாகப் பார்க்கிறாள்!" என்றான்.

115

திங்கட்கிழமை சரியாக நண்பகல் வேளையில், வயல் வேலையிலிருந்து விடுவிக்கப்பட்டவுடன், குழந்தைகள் வகுப்பறையில் கல்வி பயிலுவதற்கான தமது முதல் நாளாக தேவாலயத்திற்குள் வரிசையாக அடியெடுத்து வைத்தனர். டென்னெஸே மாநிலம் தாக்சன் நகரிலிருந்த லேன் கல்லூரியில் பட்டப்படிப்பினை முடித்துவிட்டு புதியநகரத்திற்குச் சென்றதிலிருந்து, கடந்த இரண்டு ஆண்டுகளாக சகோதரி கேரி ஒயிட் புதர்களின் நிழல்களில் பாடம் நடத்தி வந்தார். தற்பொழுது தேவாலயத்தை வகுப்பறையாகப் பயன்படுத்துவதென்பது முக்கியமானதொரு நிகழ்வாகக் கருதப் பட்டது. புது நம்பிக்கை பூண்ட கறுப்பர்களுக்கான நெறிமுறை சார்ந்த ஆயர் ஆட்சி தேவாலயத்தின் பொறுப்பாளர்களான கட்டுச்சேவல் ஜார்ஜ், டாம், அவனுடைய சகோதரர்கள் குழந்தைகள் படிப்பதற்கும், எழுதுவதற்கும், மழலையர் பாடல்களைப் பயில்வதற்கும் தேவைப்பட்ட எழுதுகோல்களையும், பலகைகளையும், பாட நூல்களையும் வாங்குவதற்கான பணத்தை நன்கொடையாக அளித்தனர். பள்ளிப்பருவக் குழந்தைகள் அனைவருக்கும் ஆறு வகுப்புகளாக, ஒரே நேரத்தில் கேரி ஒயிட் கற்பித்ததால் அவளிடம் ஆறு வயது முதல் பன்னிரெண்டு வயது வரையிலான பிள்ளைகள்

பயின்றனர். அவர்களுள் டாமினுடைய பிள்ளைகளான பன்னிரெண்டு வயது மரியா ஜேன், எல்லென், வினய், சின்னமெடில்டா, ஐந்து வயதான எலிசபத் ஆகிய ஐந்து மூத்த பெண்களும் பயின்றனர். அடுத்தவன் சின்ன டாம், பள்ளி செல்வதற்கு உரிய வயதை எட்டிக் கொண்டிருந்தான். சிந்தியா அனைவருக்கும் இளையவள்.

1883ஆம் ஆண்டு சிந்தியா பட்டப்படிப்பை முடித்த போது மரியா ஜேன் படிப்பை நிறுத்தி விட்டு திருமணம் செய்து கொண்டு குழந்தையும் பெற்றுக் கொண்டாள். குடும்பத்திலேயே மிகச் சிறந்த படிப்பாளியான எலிசபத் தனது தந்தை டாமிற்கு அவருடைய பெயரை எழுதுமளவிற்குக் கற்பித்தாள். அத்துடன், அவருடைய பட்டறையின் கணக்குப்பிள்ளையாகவும் அவருக்கு உதவினாள். அப்படியொரு கணக்காளர் அவருக்குத் தேவைப்பட்டது. நடமாடும் பட்டறையின் மூலம் வளமடைந்த டாம் நிலையானதொரு பட்டறையும் அமைத்துக் கொண்டார். எதிர்ப்புத் தெரிவிப்போர் எவருமில்லை. நகரத்திலேயே செல்வ வளமிக்க கருமானாகத் திகழ்ந்தார்.

எலிசபத் தனது தந்தையுடன் பணியாற்றச் சென்ற ஓராண்டிற்குப் பிறகு, ஹென்னிங் நகரில் புதிதாகக் குடியேறிய ஜான் டோலண்ட் என்பவனைக் காதலித்தாள். ஹேச்சி நதியருகே அறுநூறு ஏக்கர் நிலப்பரப்பு கொண்ட பண்ணையில் விளைச்சலில் பங்கு என்கிற அடிப்படையில் அவன் பயிர்த்தொழில் மேற்கொண்டு வந்தான். ஒரு நாள் பலசரக்குக் கடையில் அவனைச் சந்தித்த எலிசபத் அவனிடம் தனது மனதைப் பறிகொடுத்தாள். அவனுடைய கவர்ந்திழுத்த தோற்றமும், கட்டுறுதியான உடலமைப்பும், சீரிய பழக்க வழக்கங்களும், அறிவாற்றலும் அவளைப் பெரிதும் ஈர்த்ததால் தனது தாய் ஐரீனிடம் அவனைப் பற்றிக் கூறினாள். பற்றுமுறிச் சீட்டொன்றில் அவன் ஒப்பமிட்ட பொழுது அவனுக்கு ஓரளவு எழுதுவதற்குத் தெரியும் என்பதைக் கவனித்தாள். அடுத்த பல வாரங்களில், வாரத்தில் ஓரிருமுறை காட்டுப் பகுதிகளில் அவனுடன் உலவச் சென்றதன் மூலம் அவன் சிறந்த பண்பு கொண்ட இளைஞன், தேவாலயத்திற்குச் செல்லும் வழக்கமுள்ளவன், ஈட்டிய பொருளைச் சேமித்துச் சொந்தமாகப் பண்ணை நடத்தும் நோக்கம் கொண்டவன், வலிய உடலும் மெல்லிய மனமும் படைத்தவன் என்பதையும் அறிந்து கொண்டாள்.

அவர்கள் ஒருவரை ஒருவர் பார்த்து அடிக்கடி சந்திக்கத் தொடங்கிய இரண்டு மாத காலத்திற்குள், தொடக்கத்திலிருந்து அனைத்தையும் கவனித்துக் கொண்டிருந்த டாம் அவளை எச்சரித்தார். அவனுடன் வீணே சுற்றித் திரிவதை நிறுத்திக் கொண்டு அடுத்த ஞாயிற்றுக்கிழமை தேவாலயத்திலிருந்து நேரே வீட்டிற்கு அழைத்து வருமாறு கூறினார். எலிசபத் தந்தை கூறியபடி செய்தாள். டாம் முர்ரேயிடம் அறிமுகப்படுத்தப்பட்ட பொழுது ஜான் டோலண்ட் எவ்வளவு தான் நட்புணர்வுடனும் மதிப்புடனும் நடந்து கொண்ட போதிலும் வழக்கத்திற்கு மாறாக பாராமுகமாக இருந்து விட்டார். தொடக்கநிலையில் வேதனையுடன் கூடிய இன்முக வரவேற்பு சில நிமிடங்கள் மற்றவர்களுடன் கழிந்த பிறகு, மன்னிப்புக் கோரிக் கொண்டார். டோலண்ட் புறப்பட்டுச் சென்ற பின்னர்,

எலிசபத்தை அழைத்துக் கடுமையான குரலில் பேசினார். "அந்தப் பையனிடம் நீ நடந்து கொண்ட விதத்திலிருந்து அவனை நீ விரும்புவது போலத் தெரிகிறது. உங்களிருவருடைய மனத்திலும் ஏதேனும் கருத்து உள்ளதா?"

"என்ன சொல்கிறீர்களப்பா?"

"திருமணம் செய்து கொள்ள விருப்பம்! அது தானே உனது மனத்திலுள்ளது?"

அவளால் பேச முடியவில்லை.

"நீ என்னிடம் சொல்லியிருக்கலாம். பரவாயில்லை! நீ எப்போதும் இது போல மகிழ்ச்சியாக இருக்க வேண்டுமென்று விரும்புவதால் நானும் எனது வாழ்த்துக்களைச் சொல்லியிருப்பேன்! அவன் நல்லவன் போலத் தோன்றுகிறான். ஆனால், நீ அவனுடன் இணைவதை என்னால் அனுமதிக்க முடியாது!"

எதுவும் புரிந்து கொள்ள இயலாதவளாக எலிசபத் அவரை வெறித்துப் பார்த்தாள்.

"அவன் ரொம்பவும் மஞ்சள் நிறத்தவனாக இருக்கிறான். வெள்ளையர் அவனை ஒரு சிறிதும் ஏற்றுக் கொள்ள மாட்டார்கள். அவன் மீனுமில்லை, கோழியுமில்லை! நான் சொல்வது புரியுதா? கறுப்பினத்தவருக்கு அவன் வெள்ளையன், வெள்ளையர்களுக்கு அவன் கறுப்பன்! அவனுடைய தோற்றத்திற்கு அவன் பொறுப்பாளியல்ல! அவன் எவ்வளவு தான் முயன்றாலும் எந்த இனத்தவருடனும் சேர முடியாது. உன்னுடைய பிள்ளைகள் எப்படியிருப்பார்கள் சிந்தித்துப் பார்! அப்படியொரு வாழ்க்கை வாழ்வதை நான் விரும்பவில்லை, எலிசபத்!"

"ஆனால், அப்பா, ஜானை எல்லோருக்கும் பிடிக்கும்! கிழட்டு ஜார்ஜ் ஜாக்சனுடன் நம்மால் ஒத்துப் போக முடியுமென்றால், அவருடன் முடியாதா?"

"இரண்டும் ஒன்றல்ல!"

"ஆனால், அப்பா!" அவள் செய்வதறியாமல் திகைத்தாள். "அவரை ஏற்றுக் கொள்ளாத மக்களைப் பற்றிக் கூறுகிறீர்கள்! அவர்களில் நீங்களும் ஒருவர் தானே?"

"போதும்! அதைப் பற்றி நான் தெரிந்து கொள்ள வேண்டியதனைத்தும் நீ கூறிவிட்டாய்! அது போன்ற துயரத்திலிருந்து விலகி இருப்பதற்கான அறிவு உனக்கு இல்லையெனில், உனக்காக நான் தான் செய்தாக வேண்டும்! இனிமேல் நீ அவனைப் பார்க்கக் கூடாது!"

"ஆனால், அப்பா...!" அவள் தேம்பிக் கொண்டிருந்தாள்.

"முடிந்து விட்டது. அது அவ்வளவு தான்!"

"ஜானைத் திருமணம் செய்து கொள்ளக் கூடாது என்றால் நான் வேறு

எவரையும் மணம் முடிக்க மாட்டேன்!" எலிசபத் கூச்சலிட்டாள்.

டாம் அந்த அறையின் கதவை அறைந்து சாத்தி விட்டு வெளியேறினார். அடுத்த அறையில் நின்றார்.

"டாம், நீங்கள் என்ன....." அசைந்தாடும் நாற்காலியில் நிமிர்ந்து அமர்ந்தவாறு ஐரீன் பேச்சைத் தொடங்கினாள்.

"அதைப் பற்றிப் பேசுவதற்கு வேறெதுவுமில்லை!" டாம் வெட்டினான். முன் கதவு வழியாக விரைந்து வெளியேறினான்.

மெடில்டா அதைப் பற்றி அறிந்த பொழுது, வெகுண்டாள். டாமுடன் சண்டையிடவிருந்த அவளை ஐரீன் கட்டுப்படுத்த வேண்டியதாயிற்று. "அந்தப் பையனுடைய அப்பாவினுடைய உடலில் ஓடியது வெள்ளை ரத்தமா?" கத்தினாள். மூச்சிரைக்க, நெஞ்சைப் பிடித்துக் கொண்டு மேஜையின் மீது சாய்ந்தாள். தரையில் விழவிருந்த அவளை ஐரீன் தாங்கிப் பிடித்தாள்.

"அட, கடவுளே!" முனகினாள். வலியால் அவளுடைய முகம் சுளித்தது. "இனிய யேசுவே! கடவுளே, வேண்டாம்!" அவளுடைய இமைகள் படபடத்தன. பின்னர், மூடிக்கொண்டன.

"பாட்டி!" அவளுடைய தோள்களைப் பற்றியபடி ஐரீன் கத்தினாள். "பாட்டி!" அவளுடைய மார்பின் மீது தனது தலையை வைத்துக் கவனித்தாள். அங்கே இதயம் இன்னமும் துடித்துக் கொண்டிருந்தது. ஆனால், இரண்டு நாட்களுக்குப் பிறகு அது நின்றுவிட்டது!

கட்டுச்சேவல் ஜார்ஜ் அழவில்லை. ஆனால், அவருடைய மனஇறுக்கத்திலும் பஞ்சடைந்திருந்த கண்களிலும் இதயத்தை உலுக்கிய ஏதோவொன்று தென்பட்டது. அந்த நாளிலிருந்து அவர் மீண்டுமொரு முறை சிரித்ததையோ, எவரொருவரிடமும் நாகரிகமாக ஒரு வார்த்தை பேசியதையோ யாரும் கண்டதில்லை. அவரும் மெடில்டாவும் அவ்வளவு நெருக்கமாக இருந்ததாகத் தோன்றியதில்லை. ஆனால், அவள் இறந்த பொழுது, அவருக்கென்றிருந்த இதம் கூடவே செத்துப் போயிற்று! சுருங்கிப் போனார்; வற்றி வறண்டு போனார்; ஒரே நாளில் முதுமையடைந்து விட்டார்; மெலிந்து, வலுவிழந்துவிடவில்லை; முரட்டுத்தனமும் கெட்ட பண்புகளும் குடிகொண்டுவிட்டன. மெடில்டாவுடன் வாழ்ந்த வீட்டில் தனித்திருக்க மறுத்தவராக, மகள்களுடனும் மகன்களுடனும் அவர்கள் சலிப்படைந்து ஒதுக்கிய வரையிலும் மாற்றி மாற்றித் தங்கத் தொடங்கினார். நரைத்த தலைக் கட்டுச்சேவல் ஜார்ஜ் யாரைப் பற்றியேனும் குறை கூறி முறையிடாமல் இருந்த வேளைகளில், தன்னுடன் எடுத்துச் சென்ற அசைந்தாடும் நாற்காலியில் முற்றத்தில் அமர்ந்தவாறு வயல்களை மணிக்கணக்கில் தொடர்ந்து வெறித்துப் பார்த்துக் கொண்டிருந்தார்.

அவருடைய எண்பத்தி மூன்றாவது பிறந்த நாள்! அவருக்கென்று தயாரிக்கப்பட்ட பிறந்த நாள் கேக்கின் ஒரு துண்டைக் கூடப் பிடிவாதமாகச் சாப்பிட மறுத்து

விட்டார். 1890ஆம் ஆண்டு குளிர்காலத்தின் பிற்பகுதி! தன்னுடைய மூத்த பேத்தி மரியா ஜேன் வீட்டில் குளிர் காய்வதற்கான நெருப்புக்கு முன்பாக அமர்ந்திருந்தார். அசையாமல் அமர்ந்தவாறு நோவெடுத்த அவருடைய கால்களுக்கு இதமேற்றிக் கொண்டு ஓய்வெடுக்கும்படி கூறிவிட்டு, தனது கணவருக்கு மதிய உணவினை எடுத்துக் கொண்டு அடுத்திருந்த வயல்வெளிக்கு விரைந்தாள். இயன்றவரையில் வெகு விரைவாகத் திரும்பினாள். அவர் அடுப்புக்கருகே கிடந்தார். நெருப்பில் விழுந்துவிட்ட அவர் தன்னை இழுத்துச் செல்ல முயன்றுள்ளார். மரியா ஜேன் போட்ட கூச்சலில் அவருடைய கணவர் வயலிலிருந்து ஓடோடிச் சென்றார். கறுப்புத் தொப்பி, பச்சைக் கழுத்துப்பட்டை, தணப்படுப்பு அனைத்தும் தீய்ந்து போய்விட்டது. தலையிலிருந்து இடுப்புப் பகுதிவரை தீயில் வெந்து விட்டது. அன்று பின்னிரவில் அவர் இறந்து விட்டார்.

ஹென்னிங்கிலிருந்த கறுப்பர்கள் அனைவரும் அவருடைய இறுதிச் சடங்கில் கலந்து கொண்டனர். அவர்களுள் பெரும்பாலானோர் அவருடைய பிள்ளைகள், பேரப்பிள்ளைகள், கொள்ளுப்பேரன்கள், பேத்திகள்! இடுகாட்டில் மெடில்டாவுக்குப் பக்கத்தில் அவருடைய உடல் குழியிலிறக்கப்பட்ட பொழுது, அங்கே நின்றிருந்த விர்ஜிலிடம் சின்ன ஜார்ஜ் முணுமுணுத்தான். “அப்பா மிகவும் கட்டுறுதியானவர். இயற்கை மரணம் அவரை ஒருபோதும் நெருங்கியிருக்காது!”

திரும்பி வருத்தத்துடன் தனது சகோதரனைப் பார்த்த விர்ஜில் மெல்லிய குரலில் கூறினான், “நான் அவரைப் பெரிதும் நேசித்தேன்! நீயும் தான்! நாம் அனைவரும்!”

சின்ன ஜார்ஜ் சொன்னான், “ஆமாம், உண்மை தான்! சண்டைச்சேவல் போலச் சண்டை போட்டுக் கொண்டிருந்த அந்தக் கிழவருடன் வாழ்வதும், இப்பொழுது அவர் போய்விட்டதால் அவரைச் சுற்றி நின்று மூக்கை உறிஞ்சிக் கொண்டிருப்பதும் யாராலும் முடியாதது தான்!”

116

"அம்மா!", சிந்தியா மூச்சிரைக்கப் படபடத்தாள். "வில் பாமெர் அடுத்த ஞாயிற்றுக்கிழமை தேவாலயத்திலிருந்து என்னுடன் நடந்து வீட்டிற்குச் செல்ல வேண்டுமென்கிறான்!"

"அப்படியெல்லாம் எதையும் அவசரப்பட்டுச் செய்கிறவனில்லை, அவனா சொன்னான்? கடந்த இரண்டு ஆண்டுகளாக ஞாயிறுதோறும் தேவாலயத்தில் அவன் உன்னைக் கவனிப்பதைப் பார்த்திருக்கிறேன்!.." ஐரீன் பதிலளித்துக் கொண்டிருந்தாள்.

டாம் இடைமறித்தான், "யார்?"

"வில் பாமெர்! அவன் இவளுடன் நடந்து செல்வது சரிதானா?"

சிறிது நேரம் கழித்து டாம் சொரத்தின்றி சொன்னான், "பார்க்கலாம்!"

கத்தியால் குத்துப்பட்டவளைப் போல மலங்க மலங்க விழித்தபடி சிந்தியா அகன்றாள். ஐரீன் கணவனை ஏற இறங்கப் பார்த்தாள். "டாம், உனது மகள்களுக்குப் பொருத்தமானவன் எவனுமேயில்லையா? அந்த இளைஞன்

குடிகார ஜேம்ஸுக்காக அவருடைய மரக்கடையை எவ்வளவு திறமையுடன் நடத்தி வருகிறான் என்பது ஊரில் உள்ள அனைவரும் அறிவர்! சரக்கு வண்டிகளிலிருந்து அவனாகவே மரங்களை இறக்குவதை ஹென்னிங்கிலுள்ள அனைவரும் பார்த்திருக்கிறார்கள்! அவனாகவே விற்பனை செய்து, கணக்குகளைப் பராமரித்து, பணத்தை வசூலித்து, வங்கியில் முறைப்படி செலுத்துகிறான்! வாடிக்கையாளர்களின் தேவைக்கேற்ப சிறு சிறு தச்சு வேலையையும் செய்து தருகிறான்! அதற்காக எதையும் பெற்றுக் கொள்வதில்லை! அவ்வளவு வேலையையும் செய்து விட்டு, கிடைக்கிற ஊதியத்தைப் பெற்றுக் கொள்ளுகின்ற அவன், ஜேம்ஸைப் பற்றிக் கடுமையாக ஒரு வார்த்தை கூடப் பேசியதில்லை!”

“அவனுண்டு அவனுடைய வேலையுண்டு என்றிருப்பதையும் பார்த்திருக்கிறேன், தேவாலயத்திற்கு வருகிற பெண்களில் பாதிப் பேருடைய கண்கள் அவன் மீது மொய்ப்பதையும் பார்த்திருக்கிறேன்!”

“பார்க்கத் தான் செய்வார்கள்! ஹென்னிங்கில் அவன் மிகச் சிறந்த விடலையல்லவா! ஆனால், அவன் யாரிடமாவது வீட்டிற்குத் தன்னுடன் நடந்து செல்லும்படி அழைத்திருக் கிறானா?”

“லூலா கார்டருக்கு மலர்க்கொத்துக் கொடுத்தானே, அதைப்பற்றி என்ன சொல்கிறாய்?”

டாம் அதையெல்லாம் தெரிந்து வைத்திருந்தானே என்று வியந்த ஐரீன் கூறினாள், “அது நடந்து ஓராண்டிற்கு மேலே ஆகிறது! அதைப் பற்றித் தெரிந்த உங்களுக்கு அவளுடைய நடத்தையைப் பற்றியும் தெரிந்திருக்க வேண்டுமே! முட்டாள்தனமாக அவனை நிழல் போலத் தொடர்ந்து நச்சரித்தாள்! அவன் அவளுடன் பேசுவதையே நிறுத்திக் கொண்டான்!”

“ஒருமுறை அப்படிச் செய்தவன் மீண்டும் செய்வான்!”

“சிந்தியாவிடம் அப்படி நடந்து கொள்ள மாட்டான். அவள் அறிவானவள்; அழகானவள்; நல்லமுறையில் வளர்க்கப்பட்டவள்! வில்லை அவளுக்கு மிகவும் பிடிக்கும். ஆனால், இது வரை அவளுடைய எண்ணங்களை அவனிடம் தெரியப்படுத்தியதில்லை! அவன் சிரித்தால் இவளும் பதிலுக்குப் புன்னகைப்பாள்! நலம் விசாரிப்பதைத் தவிர வேறெதுவும் பேசியதில்லை! அவனை எத்தனை பெண்கள் விரும்புகிறார்கள் என்பதைப் பற்றிக் கவலையில்லை. அவன் யாரை விரும்புகிறான் என்பது தான் முக்கியம்!”

“எல்லாவற்றையும் முடிவு செய்து கொண்டு தான் பேசுகிறாய் போல இருக்கே!”

ஐரீன் மன்றாடினாள், “ஓ, டாம்! அவன் நமது பெண்ணுடன் நடந்து செல்லட்டும்! அவர்கள் சேர்ந்து பழகட்டும்! தொடர்ந்து சேர்ந்திருப்பதா என்பதை அவர்களே முடிவு செய்து கொள்ளட்டும்!”

“அப்படியானால், எனக்குப் பொறுப்பில்லையா?” டாம் கண்டிப்புடன் சொன்னான். மகள்களானாலும் மனைவியே கூட, தன்னை எளிதாக நினைத்துவிடக் கூடாது என்பதில் மிகவும் கவனமாக இருந்தான். வில் பாமெரைப் பற்றி நன்கு மதிப்பிட்டு அவன் தன் மகளுக்குப் பொருத்தமானவன் என்பதை ஏற்கனவே முடிவு செய்து வைத்துக் கொண்டான். ஆனாலும், உரிய சமயத்தில் வெளிப்படுத்துவதற்கு முன்பு ஐரீன் அவனுடைய கருத்தைத் தெரிந்து கொள்வதை அவன் விரும்பவில்லை. அத்துடன், ஹென்னிங் பகுதிக்கு வில் வந்ததிலிருந்து அவனைக் கவனித்த போதெல்லாம் தனது இரு மகன்களில் ஒருவன் கூட அவனுடைய திறமையில் பாதியளவேனும் பெற்றிருக்கவில்லையே என்று ஆதங்கப்பட்டதுண்டு. உண்மையில் அவன் கண்ணுங் கருத்துமாக தனது பணியில் ஈடுபட்டதையும், குறிக்கோளுடனும் உயர்ந்த செயல்திறனுடனும் மிளிர்ந்ததைக் கண்ட போதெல்லாம் டாமுக்குத் தனது இளமைக் காலம் தான் நினைவுக்கு வந்தது.

அவர்களிடையே காதல் அவ்வளவு விரைவாக மலர்ச்சியடையும் என்று எவருமே எதிர்பார்க்கவில்லை. பத்து மாதங்களுக்குப் பிறகு, டாமினுடைய நிறுவனத்தின் அலுவலக அறையிலும், ஐரீனுக்காக புதிதாகக் கட்டப்பட்ட நான்கு அறைகள் கொண்ட புதிய வீட்டிலும் சிந்தியாவிடம் பாமெர் தனது காதலை வெளிப்படுத்தியபொழுது அவன் பேசி முடிப்பதற்குள் அவள் சரியென்றாள். அதிலிருந்து மூன்றாவது ஞாயிற்றுக்கிழமை தேவாலயத்தில் நடைபெற்ற அவர்களுடைய திருமணத்தில் இருநூறுக்கும் மேற்பட்டோர் கலந்து கொண்டனர். அவர்களுள் பாதிக்கு மேற்பட்டோர் வடகரோலினாவிலிருந்து வண்டிகளில் வந்து சேர்ந்தனர். அவர்களுடைய பேரப்பிள்ளைகள் லாடர்டேல் ஊரகம் முழுவதும் பண்ணைகளில் பரவலாக வாழ்ந்தனர்.

தனது கரங்களையும் தன்னிடமிருந்த கருவிகளையும் கொண்டு வில் சிறியதொரு வீடு கட்டிக் கொண்டான். ஓராண்டிற்குப் பிறகு அவர்களுடைய முதலாவது மகன் பிறந்தான். சில நாட்களிலேயே அக்குழந்தை இறந்துவிட்டது. வில் பாமெரால் தனது பணிகளிலிருந்து விடுப்பு எடுத்துக் கொள்ள இயலவில்லை. முழுப்பொறுப்பையும் அவனொருவனாகவே கவனிக்க வேண்டியதாயிற்று. அவனுடைய முதலாளி மொடாக் குடிகாரனாகி மதுப்புட்டிகளே கதியென்றிருந்துவிட்டார். புயலும் மழையுமாக வானம் வாரி இறைத்துக் கொண்டிருந்த ஒரு வெள்ளிக்கிழமை மாலை வேளையில் நிறுவனத்தின் கணக்கு ஏடுகளைப் புரட்டிக் கொண்டிருந்த பாமெருக்கு அன்றைய தினம் வங்கிக்குச் செலுத்த வேண்டிய தொகை நிலுவையிலிருந்தது கண்ணில் பட்டது. உடனே, தொப்பலாக நனைந்தபடி குதிரை மீதேறிச் சென்று வங்கியின் தலைவருடைய வீட்டின் பின்புறக் கதவைத் தட்டினான்.

“திருவாளர். வேகன், செலுத்த வேண்டிய தவணையை எனது முதலாளி மறந்து விட்டார். திங்கட்கிழமை வரையிலும் தாமதப்படுத்த வேண்டாமென்று வந்தேன்”, என்றான்.

உலர்த்திக் கொள்வதற்காக அவர் உள்ளே அழைத்தார். “பரவாயில்லை, ஐயா! சிந்தியா என்னைத் தேடுவாள்!” என்று கூறியவன் அவருக்கு இரவு வணக்கத்தைத்

தெரிவித்து விட்டு கொட்டிய மழையில் வீடு திரும்பினான்.

பாமெருடைய செயல் வங்கியின் தலைவரைப் பெரிதும் நெகிழச் செய்தது. நகரம் முழுவதும் அந்நிகழ்வினைத் தெரியப்படுத்திவிட்டார்.

1893ஆம் ஆண்டு இலையுதிர்காலம்! வில் பாமெரை வங்கியாளர் அழைத்ததாகச் செய்தி வந்தது. குழம்பியவாறு, சில நிமிடங்களில் நடந்து செல்லும் தூரத்திலிருந்த வங்கியைச் சென்றடைந்தான். உள்ளே ஹென்னிங்கைச் சேர்ந்த பத்து வெள்ளைக்காரத் தொழிலதிபர்கள் சிவந்த முகத்துடனும் கலங்கிய மனத்துடனும் காத்திருந்தனர். வேகமாகப் பேசிய வங்கியாளர் நிலைமையை விளக்கினார். பாமெருடைய முதலாளி ஊரை விட்டு வேறெங்கோ செல்லும் எண்ணத்துடன் தனது நிறுவனம் கடனில் மூழ்கிவிட்டதாக அறிவித்துவிட்டார். ஹென்னிங் பகுதிக்கு மரக்கடை ஒன்று தேவைப்பட்டது. ஒரு வாரகாலமாக உள்ளூர் தொழிலதிபர்களுடன் கலந்து பேசிய வங்கியாளர், மரக்கடையை ஏற்று நடத்துவதற்கு பாமெர் முழுமையான தகுதி பெற்றவனென்றும் நிலுவையில் இருந்த கடன்தொகையைச் செலுத்துவதற்கு அங்கே கூடியிருந்த பெரும்புள்ளிகள் பிணையமளிக்கத் தயாராக இருந்ததாகவும் பாமெர் புதிய முதலாளியாகப் பொறுப்பேற்க வேண்டுமென்றும் முடிவு செய்யப்பட்டதாகத் தெரிவித்தார்.

கன்னங்களில் நீர் வழிய பேச்சற்றுப் போன பாமெர் வரிசையாக இருந்த வெள்ளையர்கள் ஒவ்வொருவருடைய இருகரங்களையும் இறுகப் பற்றிக் குலுக்கி தனது நன்றியைத் தெரிவித்தான். பிணைய ஆவணத்தில் ஒப்பமிட்டு விட்டு அங்கிருந்து விரைவாகப் புறப்பட்டுச் சென்ற வெள்ளையர்களுடைய கண்களும் பனித்தன. அவர்கள் அனைவரும் புறப்பட்டுச் சென்ற பிறகு, வங்கியாளருடைய கரங்களை இறுகப் பற்றி நீண்ட நேரம் குலுக்கிக் கொண்டிருந்த பாமெர், “திருவாளர். வேகன்! உங்களிடம் நான் மேலும் ஓர் உதவியை நாடுகிறேன். என்னுடைய சேமிப்பிலிருந்து பாதித் தொகையை திரு. ஜேம்ஸினுடைய கணக்கில் பணம் எங்கிருந்து வந்தது என்பதை அவர் அறிந்து கொள்ளாமலேயே வரவு வைக்க வேண்டும்!”

ஓராண்டு காலத்திற்குள் மலிவான விலையில் தரமான பொருட்களையும் சேவையையும் பாமெர் அளித்ததாகப் பேச்சு அடிபடத் தொடங்கியது. அண்டைநகரங்களிலிருந்தும், தெற்கே நாற்பத்தெட்டு மைல் தொலைவிலிருந்த மெம்ஃபிஸ் நகரிலிருந்து கூட வண்டிகளில் சென்று வாடிக்கையாளர்கள் குவிந்தனர். அவர்களுள் பெரும்பாலானோர் கறுப்பர். முதன்முறையாக கறுப்பர் ஒருவர் தொழில்முனைவோராகப் புகழ் பெற்றதில் அவர்களுக்குப் பெருமை! சிந்தியா நிறுவன அலுவலகத்தை திரைச் சீலைகளாலும் வண்ண வேலைப்பாடுகளாலும் அலங்கரித்தாள். நிறுவனத்தின் முகப்புப் பெயர்ப் பலகையில் பாமெர் வண்ணக்குழம்புகளைக் கொண்டு தீட்டியிருந்தான். “டபிள்யூ.ஈ.பாமெர் மரக்கடை”

117

வில் பாமெர், சிந்தியாவினுடைய தெய்வவழிபாட்டின் பலனாக அவர்களுக்கு 1895ஆம் ஆண்டில், நல்ல நலத்துடன் பெண்ணொருத்தி பிறந்தாள். அவளுக்கு பெர்த்தா ஜார்ஜ் என்று பெயரிட்டனர். 'ஜார்ஜ்' வில்லின் தந்தையினுடைய நினைவாகச் சூட்டப்பட்ட பெயர். குடும்பத்தினர் அனைவரையும் வரவழைத்து அவர்கள் முன்னிலையில் ஆப்பிரிக்கரான குண்டா கின்டேயுடன் அமெரிக்காவில் தொடங்கிய அவர்களுடைய குடும்ப வரலாற்றை விவரிக்க வேண்டுமென்று வற்புறுத்தினாள். அவர்கள் பிள்ளைகளாக இருந்த பொழுது டாம் ஒவ்வொரு குழந்தை பிறந்த சில நாட்களில் குடும்ப வரலாற்றைக் கதையாகக் கூறுவதை வழக்கமாகக் கொண்டிருந்தார்.

தனது மூதாதையருடைய நினைவின் பால் சிந்தியா கொண்டிருந்த ஈடுபாட்டினை வில் பாமெர் மதித்தார். ஆனால், சிந்தியா தனது குடும்பத்திற்குத் திருமணமாகி வந்தவள் என்றில்லாமல் வேறுவிதமாகத் தொனித்ததால் அவருடைய தன்மானத்திற்குச் சற்றே பாதிப்பு ஏற்பட்டதாக வருந்தினார். அதன் காரணமாகத் தான் குட்டி பெர்த்தாவை அவள் நடை பயிலக் கற்றுக் கொள்வதற்கு முன்பாகவே முழுக்க, முழுக்கத் தனக்குச் சொந்தமானவளாக்கிக் கொள்வதற்கு முயன்றார். நாள்தோறும் காலையில்

வேலைக்குப் புறப்படுவதற்கு முன் சுமந்து திரிந்தார். இரவுவேளைகளில், அவளுக்கென்று தனது கரங்களால் உருவாக்கப்பட்ட, நான்கு பக்கங்களிலும் தடுப்பு அமைந்த குழந்தைப் படுக்கையில் உறங்கச் செய்தார்.

பெர்த்தாவுக்கு ஐந்து வயதான போது, குடும்பத்தினர் அனைவரும் நகரில் வாழ்ந்த கறுப்பின மக்களுள் பெரும்பாலானோரும் சிந்தியாவை மேற்கோள் காட்டிப் பேசத் தொடங்கினர்; தமக்குள் உரையாடிய போதெல்லாம் அவளுடைய கருத்தை எதிரொலித்தனர். ஹென்னிங்கில் தின்பண்டங்கள் விற்பனை செய்த கடைகளிலெல்லாம் பாமெர் பெர்த்தாவினுடைய பெயரில் பற்று—வரவுக் கணக்கு வைத்துக் கொள்வதற்கு ஏற்பாடு செய்திருந்தார். மாதந்தோறும் செலுத்த வேண்டிய தொகையை ஈடுகட்டினார். கணக்கு அவளுடைய பெயரில் இருந்த போதிலும் அவளுக்கு வணிகம் தொடர்பான பயிற்சியளிப்பதற்காகக் கணக்குகளைச் சரிபார்த்தார். அவளுடைய பதினைந்தாவது பிறந்த நாள் பரிசாக, அஞ்சல்வழி பொருட்களைப் பெறும் தொலை தூர நிறுவனத்தில் அவளுக்கு ஒரு கணக்குத் தொடங்கினார். நகர மக்கள் அனைவரும் வியப்பும், அதிர்ச்சியும், பெருமையும் கலந்த உணர்வுடன் தமக்குள் தலையைக் குலுக்கிக் கொண்டனர். “அந்தச் சிறுமி செய்ய வேண்டியதெல்லாம் பொருட்களின் பட்டியலைப் பார்த்துத் தேவையானவற்றைத் தெரிவு செய்து, கேட்பாணையை எழுதி அனுப்புவது தான். சிக்காகோவில் உள்ள ரோபக், சியர்ஸ் என்கிற நிறுவன வெள்ளையர் பொருட்களை அனுப்பி வைத்துவிடுகின்றனர். அவ்வாறு நிகழ்வதை நாம் கண்கூடாகப் பார்க்கிறோம்! அதற்குரிய தொகையை அவளுடைய அப்பா செலுத்திவிடுவார். நான் சொல்வது புரிகிறதா? பெர்த்தா விரும்புகின்ற எந்தப் பொருளை வேண்டுமானாலும் அவள் பெற்றுக் கொள்ளலாம்!”

அந்த ஆண்டின் பிற்பகுதியில் மெம்பிஸிலிருந்து வந்து வாரந்தோறும் அவளுக்கு பியானோ வாசிக்கக் கற்றுக் கொடுப்பதற்கான ஆசானை அமர்த்தினார். பெர்த்தா இசைத் திறனை வரமாகப் பெற்றிருந்தாள். வெகு விரைவில் கறுப்பர்களுக்கான தேவாலயத்தில் சேர்ந்திசை பாடிய குழுவிற்கு இசைத்தாள். பாமெர் தேவாலயத்தின் மூத்த அறங்காவலராகப் பணியாற்றினார். சிந்தியா பொறுப்பாளர்கள் குழுவின் நிரந்தர தலைவராகச் செயலாற்றினாள்.

1909ஆம் ஆண்டு ஜூன் மாதத்தில் பெர்த்தா எட்டாம் வகுப்பில் தேர்ச்சி பெற்றாள். அந்தத் தேவாலயத்தின் ஆதரவால் நடத்தப்பட்ட லேன் கல்லூரி அங்கிருந்து முப்பது மைல் தொலைவிலிருந்த ஜேக்சன் நகரில் ஒன்பதாம் வகுப்பிலிருந்து இரண்டாண்டு கல்லூரிப்படிப்பு வரையிலும் கற்பித்து வந்தது. அவள் ஹென்னிங்கை விட்டுச் சென்று அங்கே படிப்பாளா என்கிற கேள்வி எழுந்தது!

“பெண்ணே இதன் உட்பொருள் உனக்குத் தெரிந்திருக்க வாய்ப்பில்லை.... இந்தக் குடும்பத்திலிருந்து முதன்முதலாகக் கல்லூரிக்குச் செல்பவள் நீ தான்!”

“அம்மா!” பெண் சலித்துக் கொண்டாள். அவள் பலமுறை திருத்திக் கூறியும் அவளுடைய தாயும் தந்தையும் சில ஆங்கிலச் சொற்களை முறைப்படி

ஒலிக்காததைச் சுட்டிக் காட்டினாள். "பரவாயில்லை! அதற்காகத் தான் கல்லூரிகள் உள்ளன! நீங்களிருவரும் அங்கே போய் கற்று வாருங்கள்!"

கணவனுடன் தனிமைப்பட்டுவிட்ட சிந்தியா கண்ணீர் சிந்தினாள். "ஆண்டவரே, நீர் அவளுடன் இருந்து துணை புரிய வேண்டும்! வில், அவளால் எதையும் புரிந்து கொள்ள முடியாது..."

அவர் அவளைத் தேற்ற முயன்றார், "அது கூட நல்லது தான்! நமக்குக் கிடைத்தவற்றைக் காட்டிலும் மிகச் சிறந்த வாய்ப்புகளை அவளுக்கு ஏற்படுத்தித் தராமல் நான் கண்மூட மாட்டேன்!"

அவளிடம் எதிர்பார்க்கப்பட்டதைப் போலவே தொடர்ந்து உயர் வகுப்புகளை எட்டினாள். ஆசிரியப் பயிற்சிக்கான கல்வி கற்றாள். கல்லூரி இசைக்குழுவில் பாடியதுடன் பியானோ இசைக்கவும் செய்தாள். மாதத்தில் இருமுறை வாரக்கடைசி நாட்களில் வீட்டிற்கு வருகை புரிந்தாள். அப்போது, ஒருமுறை, தனது தந்தையிடம் அவருடைய நிறுவன வண்டிகளில் இருமருங்கிலும் "ஹென்னிங் *121*" என்று பொறிக்குமாறு வேண்டினாள். அண்மையில் ஹென்னிங் நகருக்கு தொலைபேசி இணைப்புகள் வழங்கப்பட்டன. அதனை உடனடியாகப் பயன்படுத்திக் கொண்ட அவளுடைய அறிவுத்திறனை அனைவரும் பாராட்டினர்.

அடுத்தடுத்த வருகைகளின் போது, கல்லூரி இசைக்குழுவில் சந்தித்த இளைஞனைப் பற்றிப் பேசத் தொடங்கினாள். அவனுடைய பெயர் சைமன் அலெக்ஸாண்டர் ஹேலி. டென்னெஸ்ஸே மாநிலத்தின் சாவன்னா நகரைச் சேர்ந்தவன். மிகவும் ஏழ்மையான குடும்பத்தைச் சேர்ந்தவன் என்பதால் கல்லூரிப் படிப்பைத் தொடர்வதற்காக நான்கு வேலைகளைப் பகுதிநேரமாகச் செய்து வந்தான். வேளாண்மைத் தொழில் பற்றிய கல்வி கற்றான். அவள் தொடர்ந்து அவனைப் பற்றிப் பேசியதால், ஓராண்டு கழித்து, *1913*ஆம் ஆண்டில், வில் பாமெரும் சிந்தியாவும் அவனை வீட்டிற்கு அழைத்து வருமாறு அவளிடம் கூறினர். அவர்களும் நேரில் சந்தித்து அறிந்து கொள்ளலாமல்லவா!

பெர்த்தாவின் கல்லூரித் தோழரின் வருகை பற்றிய செய்தி அனைவருக்கும் எட்டியது. அந்த ஞாயிற்றுக்கிழமை தேவாலயத்தில் கூட்டம் நிரம்பி வழிந்தது. அவன் வந்து சேர்ந்த போது, பாமெரையும் சிந்தியாவையும் போலவே கறுப்பர்கள் அனைவரும் அவனைத் துருவி ஆராய்ந்தனர். ஆனால், அவன் தன்னம்பிக்கையுடன் எளியதோர் இளைஞனாகத் தோற்றமளித்தான். பெர்த்தா பியானோ இசைக்க, 'ஈடன் தோட்டத்தில்' என்கிற தனிப்பாடல் ஒன்றைப் பாடி முடித்த பின்னர், தேவாலயத்தின் முன்பிருந்த திடலில் தன்னைச் சூழ்ந்திருந்த ஆடவருடன், நேருக்கு நேர் கண்களைப் பார்த்தவாறு, கைகளை இறுகப் பிடித்துக் குலுக்கிக் கொண்டு, சரளமாகப் பழகிப் பேசிக் கொண்டிருந்தான். பெண்டிருடைய தொப்பிகளின் நுனியை உரசி அன்பை வெளிப்படுத்தினான்.

அன்று மாலையில் பெர்த்தாவும் சைமன் அலெக்ஸாண்டர் ஹேலியும் பேருந்தில் கல்லூரிக்குத் திரும்பினர். அதனைத் தொடர்ந்து நடைபெற்ற

சமுதாயக் கூட்டத்தில், வெளிப்படையாக எவரும் எதிர்ப்புத் தெரிவிக்கவில்லை. தனிப்பட்ட முறையில் அவனுடைய மிகக் கூடுதலான மஞ்சள் நிறத் தோலைப் பற்றி சர்ச்சை எழுந்தது. அவனுடைய பெற்றோர் முன்னாளைய அடிமைகள் என்றும், அவர்கள் இருவருடைய தாயார்களும் கறுப்பினத்தவர் என்றும் தந்தையர் இருவரும் அயர்லாந்து நாட்டைச் சேர்ந்தவர்கள் என்றும், தந்தையின் தந்தை ஜிம் பாக் மேற்பார்வையாளனாகப் பணியாற்றியதாகவும் அவரைப் பற்றி எதுவும் தெரியவில்லை என்றும், தாயின் தந்தை ஜேம்ஸ் ஜேக்சன் அலபாமாவில், மரியான் ஊரகத்தில் ஒரு பண்ணையில் வேலை செய்தவரென்றும், பின்னர், உள்நாட்டுப் போரில் கர்னலாகப் பணியாற்றினார் என்றும் அடர் காவி நிற பெர்த்தாவிடம் ஏற்கனவே தெரிவித்திருந்தான். நன்றாகப் பாடியதாகவும், நல்ல முறையில் வளர்க்கப்பட்டிருந்ததாகவும், படித்தவன் என்கிற பகட்டு அவனிடம் தென்படவில்லை என்பதையும் அனைவரும் ஒப்புக் கொண்டனர்.

வடகரோலினா, கிரன்ஸ்பரோவிலிருந்த கல்லூரியில் நான்கு ஆண்டு படிப்பு மேற்கொள்வதற்காகக் கோடைக் காலத்தில் வேலை செய்து கிடைக்கக் கூடிய ஒவ்வொரு காசையும் சேமிப்பதென்று ஹேலி முடிவு செய்தான். வாரந்தோறும் பெர்த்தாவுடன் கடிதம் மூலம் தொடர்பு கொள்வதற்கும் திட்டமிட்டிருந்தான். முதலாம் உலகப் போர் தொடங்கியது. அவனும் முதுநிலை வகுப்பில் பயின்ற மற்ற ஆடவர் அனைவரும் அமெரிக்கப்படையில் இணைந்து பணியாற்றுவதென்று தீர்மானித்தனர். வெகு விரைவில் பெர்த்தாவுக்கு பிரெஞ்சு நாட்டிலிருந்து கடிதங்கள் வரத் தொடங்கின. 1918ஆம் ஆண்டில் அர்கோனே காட்டில் ஹேலி எதிரிகள் வீசிய நச்சுப்புகைக் குண்டால் பாதிக்கப்பட்டான். பல மாதங்கள் மருத்துவமனையில் சிகிச்சை பெற்ற பின்னர், 1919ஆம் ஆண்டு தாயகம் திரும்பினான். முழுமையாகக் குணமடைந்த பிறகு மீண்டும் ஹென்னிங் சென்றான். அவனும் பெர்த்தாவும் தம்முடைய திருமண ஒப்பந்தத்தை அறிவித்தனர்.

1920ஆம் ஆண்டு, கோடைக்காலத்தில், கறுப்பர்களுக்கான தேவாலயத்தில் அவர்களுடைய திருமணம் நடைபெற்றது. கறுப்பர்களும் வெள்ளையர்களும் கலந்து பங்கு பெற்ற முதல் நிகழ்வு அது! அந்த அளவிற்கு பாமெர் ஹென்னிங் நகரில் செல்வாக்குப் பெற்றிருந்தார் என்பதுடன் பெர்த்தாவை அந்நகர மக்கள் அனைவரும் பெரிதும் விரும்பினர். பத்து அறைகளுடன் புதிதாகக் கட்டப்பட்ட பாமெருடைய வீட்டின் முன்புறப் புல்வெளியில் வரவேற்பு நிகழ்ச்சி ஏற்பாடு செய்யப்பட்டிருந்தது. அறுசுவை விருந்து பரிமாறப்பட்டது. வந்து குவிந்திருந்த பரிசுப் பொருட்கள் சராசரியாக மூன்று திருமணங்களில் காணப்படுவதைக் காட்டிலும் கூடுதலானவையாக இருந்தன. லேன் கல்லூரியின் இசைக்குழுவினரால் இசைநிகழ்ச்சி நிகழ்த்தப்பட்டது. அங்கு தான் செம்மாந்து வீற்றிருந்த தம்பதியர் இருவரும் சந்தித்துக் கொண்டனர். சிறப்பு வாகன வசதி செய்து கொடுத்து ஜேக்சனிலிருந்து இசைக்குழுவினரை வரவழைத்தனர்.

அன்று மாலையில் பெர்த்தாவும் ஹேலியும் இலியோனிஸ் மத்திய இருப்புப் பாதை நிறுவனத்தின் தொடர்வண்டியில் புறப்பட்டனர். இரவு முழுவதும் பயணம் செய்து சிகாகோ சென்று சேர்ந்து பின்னர் அங்கிருந்து வண்டி மாற்றி

நியூயார்க்கின் இதாகா சென்றடைந்தனர். கார்னெல் பல்கலைக்கழகத்தில் ஹேலி பட்டமேற்படிப்பு பயில்வதென்றும், பெர்த்தா இதாகா இசைப்பள்ளியில் இணைந்துகொள்வதென்றும் திட்டமிடப்பட்டிருந்தது.

தொடக்கத்தில் ஒன்பது மாத காலம் வரையிலும் பெர்த்தா அடிக்கொருமுறை பெற்றோருக்குக் கடிதங்கள் அனுப்பினாள். தொலை தூரப் பகுதியில் அவர்களுடைய எழுச்சிமிக்க அனுபவங்கள் பற்றியும், ஒருவர் மீது ஒருவர் செலுத்திய அன்பு பற்றியும் விவரித்தாள். ஆனால், 1921ஆம் ஆண்டு, கோடைக்காலத் தொடக்கத்திலிருந்து அவளிடமிருந்து கடித வரத்துக் குறைந்தது. காலப்போக்கில் தம்மிடம் வெளிப்படுத்த இயலாத அளவுக்குத் தீங்கு ஏதேனும் நேர்ந்திருக்கக் கூடுமென்று சிந்தியாவும் பாமெரும் அஞ்சுமளவுக்குத் தகவல் தொடர்பு துண்டித்துப் போயிற்று! ஐநூறு டாலர் பணத்தை சிந்தியாவிடம் வில் கொடுத்து அவர்களுடைய தேவைக்கேற்பச் செலவு செய்து கொள்வதற்காக ஹேலிக்குத் தெரியாமல் பெர்த்தாவுக்கு அனுப்பி வைக்கும்படி கூறினார். ஆனாலும், பெர்த்தாவிடமிருந்து கடிதம் வருவது மேலும் குறைந்து போயிற்று! ஆகஸ்ட் மாதத்தின் பிற்பகுதியில், பெர்த்தா பற்றிய செய்திகளை அறிந்து கொள்வதற்காக தனியாக சிகாகோ புறப்பட்டுச் செல்லப் போவதாக வில்லிடமும் நெருங்கிய நண்பர்களிடமும் சிந்தியா தெரிவித்தாள்.

சிந்தியா புறப்படவிருந்த தினத்திற்கு இரண்டு நாட்களுக்கு முன்பு, நள்ளிரவில் முன்கதவு தட்டப்பட்ட ஓசை கேட்டு திடுக்கிட்டு விழித்தனர். ஆடைகளைச் சரிப்படுத்திக் கொண்டு சிந்தியா முதலில் படுக்கையிலிருந்து எழுந்து புறப்பட்டாள். பாமெரும் பின்தொடர்ந்தார். படுக்கையறையின் கதவைக் கடந்த பொழுது, முன்னறையின் கண்ணாடி சன்னல் வழியாக முற்றத்தில் நின்றிருந்த பெர்த்தா மற்றும் ஹேலியினுடைய நிழலுருவங்களை நிலவொளியில் சிந்தியா கண்டு கொண்டாள். கதவுகளைத் திறப்பதற்காக கூச்சலிட்டவாறு சிந்தியா ஓடினாள்.

பெர்த்தா அமைதியாகக் கூறினாள், ‘‘உங்களுக்கு வியப்பூட்டும் பரிசு அளிப்பதற்காகவே நான் கடிதம் எழுதவில்லை! மன்னித்துவிடுங்கள்!’’ தனது கைகளிலிருந்த போர்வையால் மூடப்பட்ட பரிசுப் பொட்டலத்தை சிந்தியாவின் கைகளில் கொடுத்தாள். அவளுடைய இதயம் படபடத்தது. அவளுடைய தோள்களுக்கு மேலே பாமெர் எட்டிப் பார்த்தார். சிந்தியா போர்வையின் மேல் மடிப்பினை நீக்கினாள். காவி நிறத்தில் உருண்டை முகம் தென்பட்டது!

ஆறுமாத ஆண்குழந்தை, அது தான் நான்!

118

பிற்காலத்தில், அப்பா அடிக்கடி என்னிடம் சொன்னதுண்டு. அந்த வியப்புமிக்க இரவினை நினைவுபடுத்திக் கொண்ட போதெல்லாம் சிரித்து மகிழ்ந்தார். தாத்தா சுற்றிச் சென்று பாட்டியின் கைகளிலிருந்த என்னை வாங்கிக் கொண்டார். அப்பா தான் சொன்னார், "அங்கேயே சற்று நேரம் எனது மகன் காணாமல் போய் விட்டானோ என்று கூடத் தோன்றியது! ஒரு வார்த்தையும் பேசாமல் உன்னை எடுத்துக் கொண்டு முற்றத்தில் நடந்தார், பின்புறப் பகுதியெல்லாம் சுற்றினார், அவர் திரும்பி வருவதற்கு அரைமணி நேரத்திற்கு மேலானது. சிந்தியாவோ, பெர்த்தாவோ, நானோ அவரிடம் அதைப் பற்றி எதுவுமே பேசவில்லை. அதற்கு ஒரு காரணமிருந்தது. பல ஆண்டுகளாகவே ஒரு பையனைப் பெற்று வளர்க்க வேண்டுமென்கிற பேராவல் அவருக்குள் உறைந்து கிடந்தது. பெர்த்தாவினுடைய பையன் நீ என்பதால் உன்னிடம் அந்தப் பாசத்தைக் காட்டினார்."

ஒரு வாரத்திற்குப் பிறகு, அம்மாவையும் என்னையும் ஹென்னிங்கில் விட்டு விட்டு அப்பா இதாகா புறப்பட்டார். பட்டமேற்படிப்பினை வெற்றிகரமாக நிறைவேற்றுவதற்கு அந்த ஏற்பாடு உதவியாக இருக்குமென்று எண்ணினார். பாட்டியும் தாத்தாவும், குறிப்பாக, தாத்தா என்னை

அவர்களுடைய வளர்ப்பு மகனாகவே கருதி பாச மழை பொழிந்தனர். பின்னாளில் பாட்டி சொன்னாள். எனக்குப் பேச்சு வருவதற்கு முன்பே, தாத்தா என்னை அவருடன் மரக்கடைக்கு அழைத்துச் சென்று அங்கே எனக்கென்று அமைக்கப்பட்ட நான்கு பக்கத்திலும் அடைப்பு கொண்ட குழந்தைப் படுக்கையில் கிடத்திவிட்டு அவருடைய தொழிலைக் கவனித்தார். நடக்கக் கற்றுக் கொண்ட பின்னர், அவருடைய ஒரு எட்டுக்கு நான் மூன்று எட்டு எடுத்து வைத்து, அவருடைய ஆட்காட்டி விரலை எனது உள்ளங்கையால் பிடித்தவாறு நகர வீதிகளில் உலா சென்றோம். வழியில் சந்தித்த மக்களிடம் தாத்தா பேசினார். அப்போதெல்லாம் பெரிய ஆலமரத்தின் கீழ் நான் நின்றிருந்ததைப் போல இருந்திருக்கும்! மற்றவர்களுடைய கண்களைப் பார்த்துப் பேசுவதற்கும், தெளிவாகவும், பணிவாகவும் பேசுவதற்கும் தாத்தா தான் கற்றுக் கொடுத்தார். நான் நன்றாக வளர்க்கப்பட்டதாகவும் நன்முறையில் வளர்ச்சியடைந்ததாகவும் மக்கள் பேசிக் கொண்ட போது, “ஆமாம், அவன் மிகவும் நன்றாக வருவான்!” என்று பதிலிறுத்தார்.

பாமெர் மரக்கடையில் ஓக், சிதார், பைன், கிக்கோரி போன்ற பல்வேறு இன மரங்களின் பல்வேறு நீள, அகலம் கொண்ட மரப்பலகைகளின் அடுக்குகளைச் சுற்றி அவற்றின் கலவையான வாசனைக்கிடையே விளையாடினேன். பழங்காலத்தில் தொலை தூரங்களில் நிகழ்ந்த சாகசங்கள் பற்றிய அனைத்துவிதமான கற்பனைகளிலும் திளைத்தேன். சில சமயங்களில், பின்புறம் உயர்ந்த சாய்மானம் கொண்ட அவருடைய சுழல் நாற்காலியில் என்னை அமரச் செய்தார். முன்னும் பின்னும் நகரும் விதமாகவும் சுழன்று சுற்றும் விதமாக அமைக்கப்பட்டிருந்த அந்த நாற்காலியில் சற்று நேரம் சுழன்றால் நிறுத்திய பின்னரும் கூட தலை சுற்றியது. தாத்தாவுடன் எங்கு சென்றாலும் ஒரே கும்மாளம் கொண்டாட்டம் தான்!

எனக்கு ஐந்து வயதான போது தாத்தா இறந்துவிட்டார். மருத்துவர் டில்லார்டு எனக்கு மயக்க மருந்து கொடுத்து உறங்கச் செய்யும் அளவிற்கு அழுது ஆர்ப்பாட்டம் செய்து விட்டேன். அரை மயக்கத்தில் கூட வீட்டின் முன்னே சாலையில் வெள்ளையரும் கறுப்பருமாக ஆட்கள் குறுக்கும் நெடுக்குமாக திரண்டிருந்ததைக் கண்டேன். அனைவரும் தலை குனிந்தபடி, பெண்டிர் தலையில் முக்காடிட்டவாறும், ஆடவர் தமது தொப்பிகளைக் கைகளில் பிடித்தவாறும் நின்றிருந்தனர். அடுத்த பல நாட்கள் வரையிலும் இந்த உலகத்திலுள்ள ஒவ்வொருவரும் அழுதுகொண்டிருந்ததைப் போலத் தோன்றியது.

அப்பாவுக்கு பட்டமேற்படிப்பு நிறைவடைந்தது. கானெலிலிருந்து புறப்பட்டு எனது தாய் வீட்டிற்கு வந்து தாத்தாவின் மர ஆலையைக் கவனித்துக் கொண்டார். அம்மா உள்ளூர் பள்ளியில் ஆசிரியையாகப் பணியாற்றினார். தாத்தா மீது அளவு கடந்த பாசம் கொண்டிருந்ததாலும், தாத்தாவின் மறைவால் பாட்டி தாளாத துயரத்தில் ஆழ்ந்திருந்ததாலும் நானும் பாட்டியும் மிகவும் நெருக்கமாகிவிட்டோம். என்னைத் தனியே விட்டு விட்டு பாட்டி எங்கும் சென்றதில்லை.

தாத்தாவின் இழப்பினை ஈடுகட்டும் முயற்சியாக, பாட்டி, ஒவ்வொரு வசந்த காலத்திலும், முர்ரே குடும்பத்தைச் சேர்ந்த உறவுக்காரப் பெண்டிர் அனைவரையும்

கோடைகாலம் முழுவதும் என்றில்லாவிட்டாலும் ஒரு பகுதியையேனும் தன்னுடன் கழிக்குமாறு அழைப்பு விடுத்தாள். பாட்டியினுடைய வயதை ஒட்டிய, தமது நாற்பதுகளின் பிற்பகுதியிலும், ஐம்பதுகளின் முற்பகுதியிலும் வாழ்ந்த அனைவரும் டென்னெஸ்ஸே மாநிலத்தின் டையர்பர்க்கிலிருந்தும், மிச்சினின் இங்க்ஸ்டெரிலிருந்தும், புனித லூயிஸ், கான்சாஸ் நகரத்திலிருந்தும் சென்று சேர்ந்தனர். பிளஸ், லிஸ், டில், வினய் ஆகியோர் எனது பாட்டியின் மூத்த சகோதரிகள். ஜார்ஜியா எனக்கு தமக்கை முறையானவள். இரவு உணவுக்குப் பிறகு பாண்டங்களைக் கழுவி அடுக்கிய பின், அனைவரும் முன்முற்றத்தில் பிரம்பாலான அசைந்தாடும் நாற்காலிகளில் அமர்ந்தனர். பாட்டி அமர்ந்திருந்த வெண்ணிற நாற்காலிக்குப் பின்னால் நான் நின்றேன். மாலை மயங்கி இருள் கவிழ்ந்து கொண்டிருந்த முன்னிரவு வேளை! தேன் சொரிந்த கொடிகளில் மின்மினிப் பூச்சிகள் கண் சிமிட்டிக் கொண்டிருந்தன. முக்கியமான உள்ளூர்ப் பழமைகள் இருந்தாலொழிய மாலைதோறும் தவறாமல் வழிவழியாக பல தலைமுறைகளாகப் பேசப்பட்டு வந்த குடும்ப வரலாறு பற்றியே சலிக்காமல் பேசினர்.

எனக்கு நினைவு தெரிந்த வரை, ஓயாத அந்தப் பேச்சுத் தான் அம்மாவுக்கும் பாட்டிக்குமிடையே சண்டை மூள்வதற்குக் கூடக் காரணமாக இருந்தது. தனது கோடை கால விருந்தினரான மூத்த சகோதரிகள் இல்லாத வேளையிலும் கூட பாட்டி அந்தப் பழங்கதையை ஆரம்பித்தாள். உடனே அம்மா, "ஓ, அம்மா! அடிமைமுறை பற்றிய அந்தப் பழைய பல்லவியை விட்டொழிக்க மாட்டாயா?" "நீ யார், எங்கிருந்து வந்தாய் என்பதையெல்லாம் அறிந்து கொள்ளும் அக்கறை உனக்கில்லையென்றால், விட்டுவிடுகிறேன்!" பதிலுக்குக் கத்திவிட்டு பாட்டி மௌனமாகிவிடுவாள். நாள் முழுவதும், சமயத்தில், அதற்கும் கூடுதலாகக் கூட ஒருவருடன் ஒருவர் முகங்கொடுத்துப் பேசிக் கொள்ள மாட்டார்கள்.

ஆனால், பாட்டியும் மற்ற நரைத்ததலைப் பெண்டிரும் நீண்ட காலத்திற்கு முந்தைய, அவர்களுள் ஒருவருடைய பிள்ளைப்பருவச் செய்திகளைப் பற்றிப் பேசிக் கொண்டிருந்த போதே, என்னைச்சுட்டிக் காட்டி, "இந்தக் குழந்தையைக் காட்டிலும் சின்னவளாக இருந்தேன்!" என்று குறிப்பிட்டவாறு தமக்குள் அளவளாவிக் கொண்ட பழைய நிகழ்ச்சிகள் தாம் எனக்குள் தொடக்கக் கால ஆர்வத்தைத் தூண்டியிருக்க வேண்டும்! கிழடு தட்டி, சுருக்கம் விழுந்த அவர்களுள் ஒருவர் ஒரு காலத்தில் எனது வயதுப் பருவத்தில் இருந்தனர் என்கிற கருத்தினைப் புரிந்து கொள்வது எனக்கு மிகவும் கடினமாக இருந்தது. ஆனால், அந்தக் கருத்துத் தான் அவர்கள் கலந்துரையாடிய நிகழ்ச்சிகள் மிகப் பழங்காலத்தில் நிகழ்ந்தவை என்று எனக்கு உணர்த்தியது.

சிறு பையனாக இருந்ததால், அவர்கள் பேசிக் கொண்டதில் பெரும்பாலானவை எனக்குப் பிடிபடவில்லை. முதலாளி, முதலாளியம்மா என்கிற சொற்கள் நான் கேட்டறியாதவை. பண்ணை என்பது பயிர்கள் விளையக் கூடிய வயல்கள் அடங்கியது என்கிற வகையில் புரிந்து கொண்டேன். ஆனால், படிப்படியாக, கோடைக்காலம் தோறும் அவர்கள் மீண்டும், மீண்டும் குறிப்பிட்ட நபர்களும் அவர்கள் தொடர்பான நிகழ்வுகளும் மனத்தில் பதியத் தொடங்கின. அவர்கள்

குறிப்பிட்ட நபர்களிலேயே மிகவும் மூத்தவரை ஆப்பிரிக்கன் என்றனர். 'நேப்ளிஸ்' என்று அவர்கள் உச்சரித்த இடத்திற்குக் கப்பல் மூலமாக அவர் இந்த நாட்டிற்குக் கொண்டுவரப்பட்டார். ஜான் வேல்லெர் என்று குறிப்பிடப்பட்ட முதலாளி அவரை விலைக்குப் பெற்று வெர்ஜீனியா மாநிலத்தில் ஸ்பாட்சில்வேனியா ஊரகத்தில் தனக்குச் சொந்தமான பண்ணைக்குக் கொண்டு சென்றார். ஆப்பிரிக்கர் அடிக்கடி தப்பியோட முயன்றார். நான்காவது முயற்சியின் போது, தொழில்முறையாக அடிமைகளைப் பிடிக்கின்ற வெள்ளையர்களிடம் அவர் பிடிபட்டார். அவர்கள் அவருக்குப் பாடம் கற்பிக்க எண்ணினர். ஆண்மைச் சிதைவு செய்வதா, பாதத்தில் ஒன்றை வெட்டுவதா இரண்டில் ஒன்றைத் தேர்வு செய்வதற்கான வாய்ப்பளித்தனர். யேசுக்குத் தான் நன்றி சொல்ல வேண்டும்! ஏனெனில் அவரைப் பற்றிப் பேசுவதற்கு நாங்கள் இல்லாமல் போயிருப்போமல்லவா? பாதத்தை வெட்டுவதையே தேர்ந்தெடுத்தார். அவ்வளவு கீழ்த்தரமான செயலை வெள்ளையர்கள் ஏன் செய்தனர் என்பது இன்று வரை பிடிபடவில்லை!

ஆனால், ஜானுடைய இளவல் மருத்துவர். வில்லியம் வேல்லெரால் ஆப்பிரிக்கருடைய உயிர் காப்பாற்றப்பட்டது. தேவையற்ற விதத்தில் ஊனம் ஏற்படுத்தியதற்காக பெரிதும் வருந்திய வில்லியம் ஆப்பிரிக்கரை விலைக்குப் பெற்று தனது பண்ணையில் வைத்துக் கொண்டார். ஊனமுற்ற நிலையிலும் ஆப்பிரிக்கர் மருத்துவருடைய காய்கறித் தோட்டத்தில் வேலை செய்தார். அவ்வாறாக அவர் அதே பண்ணையில் நீண்ட காலம் அடிமையாக இருந்தார். அடிமைமுறை வழக்கத்திலிருந்த போது, அடிமைகள், அதிலும் குறிப்பாக, ஆண்கள் அடிக்கடி விற்பனை செய்யப்பட்டு பல இடங்களுக்கும் மாறிச் சென்றனர். குழந்தைகளில் பலர் தமது பெற்றோர் யாரென்றே அறிந்து கொள்ள இயலாமல் வாழ நேர்ந்தது.

கப்பலிலிருந்து இறக்குமதி செய்யப்பட்ட ஆப்பிரிக்கர்கள் அவர்களை விலைக்குப் பெற்ற முதலாளிமார்களால் பெயரிடப்பட்டனர். அதன்படி, அவருக்கு 'டோபி' எனப் பெயரிடப்பட்டது. ஆனால், மற்ற அடிமைகள் அவரை அப்பெயரால் அழைத்தால், அவர் அவர்களுடன் சண்டையிட்டு தனது பெயர் 'கின்டே' என்றார்.

நொண்டிக் கொண்டே தோட்ட வேலை செய்த 'டோபி' அல்லது 'கின்டே' பின்னர் வண்டியோட்டியாக அமர்த்தப்பட்டார். அவர் சந்தித்த அடிமைப்பெண்ணை மணந்து கொண்டார். அவருடைய பெயர் பெல் என்றும் பண்ணையின் பெரிய வீட்டில் சமையல் வேலை செய்தார் என்றும் பாட்டி கூறினாள். அவர்களுக்குப் பிறந்த பெண்குழந்தைக்கு கிஸ்ஸி என்று பெயரிட்டனர். அவளுக்கு நான்கு, ஐந்து வயதான போது, வாய்ப்புக் கிடைத்த போதெல்லாம் கையைப் பிடித்துக் கொண்டு தனியே அழைத்துச் சென்று, கண்ணில் தென்பட்ட பொருட்களுக்கெல்லாம் தனது தாய் மொழிப் பெயர்களைத் திரும்ப, திரும்பச் சொல்லிப் பழக்கினார். கிதாரைக் காட்டி 'கோ' என்றார். பண்ணைக்கு அருகே ஓடிய மட்டாபோனி நதியைக் காட்டி 'கேம்பி பொலாங்கோ' என்றும் மேலும் பல்வேறு பொருட்களுக்குத் தாய்மொழி ஒலிக்குறிப்புகளையும் கற்றுக் கொடுத்தார்.

காலப்போக்கில் அவரும் ஆங்கிலத்தில் பேசுவதற்குக் கற்றுக் கொண்டார். அதன் பின்னர் தனது மகளுடன் உரையாடுவதற்கு வாய்ப்புக் கிடைத்த போதெல்லாம் தன்னைப் பற்றியும் தனது தாயகத்தைப் பற்றியும் தான் அடிமையாகச் சிறைப்பிடிக்கப்பட்டு அமெரிக்காவிற்குக் கொண்டுவரப்பட்டதையும் விவரித்தார். அவருடைய தாய்க்கிராமத்திற்கு அருகே இருந்த காட்டில் முரசு செய்வதற்காக மரம் வெட்டிக் கொண்டிருந்த பொழுது, நான்கு பேர் அவரைத் திடீரென்று சூழ்ந்து கொண்டு சிறைப்பிடித்து, கடத்திச் சென்று, அடிமைப்படுத்தினராம்!

கிஸ்ஸிக்குப் பதினாறு வயதான போது, வடகரோலினாவில் சிறிய பண்ணைக்கு உரிமையாளரான டாம் லியா முதலாளியிடம் அவளை விற்றுவிட்டனர் என்று பாமெர் பாட்டியும் முர்ரே குடும்பத்தைச் சேர்ந்த பிற பெண்களும் கூறினர். அந்தப் பண்ணையில் கிஸ்ஸிக்கு ஒரு பையன் பிறந்தான். குழந்தையின் தகப்பனான டாம் லியா அக்குழந்தைக்கு ஜார்ஜ் என்று பெயரிட்டான்.

ஜார்ஜுக்கு ஐந்து வயதானதிலிருந்து கிஸ்ஸி பலமுறை தனது ஆப்பிரிக்கத் தந்தையைப் பற்றியும் அவர் கற்றுக் கொடுத்த அவருடைய தாய்மொழி ஒலிக்குறிப்புகளையும் ஜார்ஜிடம் அவற்றை அவன் நன்கு மனத்தில் பதியவைத்துக் கொள்ளும் வரை ஓதினாள். அவனுக்குப் பன்னிரெண்டு வயதான போது, கட்டுச்சேவல்களுக்குப் பயிற்சியளித்த மிங்கோ மாமாவிடம் பயிற்சி பெற்று தனது இளமைப் பருவத்திலேயே மிகச் சிறந்த கட்டுச்சேவல் பயிற்றுநராகவும் சேவல்கட்டில் தேர்ந்தவனாகவும் திகழ்ந்தான். அவனுடைய திறமையைப் பாராட்டும் விதமாக அவன் கட்டுச்சேவல் ஜார்ஜ் என்று அழைக்கப்பட்டான். அப்பெயர் அவர் கல்லறை சென்ற வரையிலும் அவருடன் ஒட்டிக் கொண்டிருந்தது.

கட்டுச்சேவல் ஜார்ஜ் தனது பதினெட்டாவது வயதில் மெடில்டா என்ற அடிமைப்பெண்ணைச் சந்தித்துத் திருமணம் செய்து கொண்டார். அவள் எட்டுப் பிள்ளைகளைப் பெற்றாள். ஒவ்வொரு குழந்தை பிறந்த சில நாட்களில் ஜார்ஜ் குடும்பத்தினரை அழைத்து அனைவருடைய முன்னிலையிலும் தனது குடும்ப வரலாற்றையும் பாட்டனார் பெயர் கின்டே என்றும் அவர் சொல்லிக் கொடுத்திருந்த ‘கோ’, ‘கேம்பி பொலோங்கோ’ போன்ற ஆப்பிரிக்க மொழி ஒலிக்குறிப்புகளையும், அவருடைய தாயகக் கிராமத்திற்கு அண்மையிலிருந்த காட்டில் முரசு செய்வதற்காக மரம் வெட்டிக் கொண்டிருந்த போது நான்கு பேர் அவரைக் கடத்திச் சென்று அடிமைப்படுத்திய செய்தியையும் தெரிவித்தார்.

எட்டுப் பிள்ளைகளும் வளர்ந்து, மணமுடித்து, தமக்கெனப் பிள்ளைகளைப் பெற்றனர். நான்காவது மகன் டாம் கருமான் தொழில் மேற்கொண்டார். அவர் தனது குடும்பத்தினருடன் வடகரோலினாவில் அலமான்ஸ் ஊரகத்திலிருந்த புகையிலைத் தோட்ட உரிமையாளர் முர்ரே முதலாளியிடம் விற்கப்பட்டார். அங்கே டாம் பருத்தி ஆலை உரிமையாளரான ஹோல்ட் முதலாளியின் பண்ணையில் அடிமைப்பெண்ணாக இருந்த ஐரீனை மணந்தார். ஐரீனுக்கும் எட்டுக் குழந்தைகள் பிறந்தன. கட்டுச்சேவல் ஜார்ஜ் தொடங்கி வைத்த மரபினைப் பின்பற்றி, ஒவ்வொரு குழந்தையும் பிறந்த சில நாட்களில் டாம் தனது குடும்பத்தினர் அனைவரையும் அழைத்து தனது ஆப்பிரிக்கப் பூட்டனில் தொடங்கிய வரலாற்றையும் தாயகம்,

தாய்மொழி பற்றிய செய்திகளையும் தெரிவித்தார்.

டாமினுடைய எட்டுக்குழந்தைகளில் மிகவும் சின்னவள் சிந்தியா! அவளுக்கு இரண்டு வயதான போது, அடிமைமுறை ஒழிக்கப்பட்டிருந்ததால், குடும்பத்துடன் அனைவரும் ஜார்ஜினுடைய தலைமையில் மேற்குப் பகுதியிலிருந்த டென்னெஸே மாநிலத்தின் ஹென்னிங்கிற்குப் பயணப்பட்டனர். அங்கே குடியேறிய பின்னர், சிந்தியா வில் பாமெர் என்பவரைச் சந்தித்தாள். தனது இருபத்திரெண்டாவது வயதில் அவரையே திருமணம் செய்து கொண்டாள்.

நீண்ட காலத்திற்கு முன் வாழ்ந்த, நான் பார்த்தறியாத முன்னோர்களைப் பற்றிய விவரணையைக் கவனிப்பதில் ஆழ்ந்து போனேன். தவறாமல் ஒவ்வொருமுறையும் அக்கதை சிந்தியாப் பாட்டியுடன் முடிவடைந்த போது எனக்குப் பெரும் வியப்பாக இருந்தது. பாட்டியின் முகத்தைப் பார்த்துக் கொண்டெ அமர்ந்திருந்தேன். அவருடைய மூத்த சகோதரிகளான வினய், மெடில்டா, லிஸ் ஆகிய அனைவரும் அவருடன் கூட்டு வண்டியில் பயணித்து ஹென்னிங் சென்றடைந்தவர்கள்.

எனக்குப் பின் இரண்டு தம்பிகள் பிறந்த வரையிலும் பாட்டியுடன் ஹென்னிங்கில் வசித்தேன். 1925ஆம் ஆண்டு ஜார்ஜூம், 1929ஆம் ஆண்டில் ஜூலியஸூம் பிறந்தனர். பாட்டிக்காக அப்பா மரக்கடையை விற்றார். அவர் வேளாண்துறை பேராசிரியராகப் பணியாற்றிய இடங்களில் மூன்று சகோதரர்களும் கல்வி பயின்றோம். மிகக் கூடுதலான காலம் அலபாமா மாநிலம் நார்மல் நகரின் ஏ&எம் கல்லூரியில் பயின்றோம். 1931ஆம் ஆண்டு, வகுப்பறையில் இருந்த போது அவசரமாக வீட்டிற்குச் செல்ல வேண்டுமென்று எனக்குச் செய்தி வந்து சேர்ந்தது. நான் சென்றேன். அங்கே, படுக்கையறைக் கதவைத் திறந்த போது அப்பா அழுது கொண்டிருந்தார். ஹென்னிங்கிலிருந்து நாங்கள் புறப்பட்ட திலிருந்தே நோய்வாய்ப்பட்டிருந்த தாய் படுக்கையில் இறந்து கிடந்தாள். அவளுக்கு வயது முப்பத்தாறு!

ஜார்ஜ், ஜூலியஸ், நான் மூவரும் கோடை தோறும் பாட்டியிடம் ஹென்னிங்கில் தங்கினோம். அம்மாவும் தாத்தாவும் மறைந்ததிலிருந்து பாட்டி உற்சாகமிழந்து காணப்பட்டாள். முன்முற்றத்தில் வெண்மை நிற அசைந்தாடும் நாற்காலியில் அவர் அமர்ந்திருந்த போது, அவரைக் கடந்து சென்றோர், "சிந்தி அக்கா, எப்படி இருக்குறீங்க?" என்று கேட்டால், "சும்மா உட்கார்ந்திருக்கேன்!" என்று மட்டுமே பதிலளித்தார்.

இரண்டு ஆண்டுகளுக்குப் பிறகு அப்பா தன்னுடன் பணியாற்றிய ஜெயோனா ஹேச்சர் எனும் பேராசிரியையை மணந்து கொண்டார். ஓஹியோ மாநிலத்தின் கொலம்பஸ் நகரைச் சேர்ந்தவர். ஓஹியா மாநில பல்கலைக்கழகத்தில் முதுகலைப் பட்டம் பெற்றவர். பரபரப்பான அவருடைய பணிகளுக்கிடையே எங்கள் மூவரையும் நன்கு வளர்த்து ஆளாக்கியதுடன் எங்களுக்கு ஒரு தங்கையையும் பெற்றுக் கொடுத்தார். அவளுடைய பெயர் லோயிஸ்.

நான் கல்லூரியில் இரண்டாம் ஆண்டு படிப்பை முடித்தேன். என்னுடைய

பதினேழாவது வயதில், இரண்டாம் உலகப் போர் நடந்து கொண்டிருந்த காலக்கட்டத்தில், அமெரிக்காவின் கடலோரப் பாதுகாப்புப் படையில் உணவகப் பணியாளாகச் சேர்ந்தேன். நான் பயணித்த, ஆயுதக்கிடங்குகளை ஏற்றிச் சென்ற போர்க் கப்பல் பசிபிக் பெருங்கடலில் தென்மேற்கு திசையில் ஊர்ந்து கொண்டிருந்தபோது, நீண்ட நெடியதொரு சாலையில் தடுக்கி விழுந்தேன். அது என்னை 'வேர்கள்' எனும் இந்நூலை எழுதுகின்ற நிலைக்குக் கொண்டு சேர்த்துவிட்டது.

கடலில் சில சமயங்களில் மாதக் கணக்கில் நாங்கள் வான்வழி குண்டு வீசுவோருடனோ, கடலுக்கடியிலிருந்து நீர்மூழ்கிக் கப்பல்கள் மூலமாகத் தாக்குவோருடனோ போரிடுவதற்குப் பதிலாக மாளாது நீண்ட காலத்துடன் போரிட வேண்டியிருந்தது. நேரத்தைக் கொல்ல முடியாமல் தவித்த எனக்குப் பள்ளிப் பருவத்தில் அப்பாவின் வற்புறுத்தலின் பேரில் கற்ற தட்டச்சுக்கலை கை கொடுத்தது. என்னுடைய விலைமதிப்பற்ற கப்பல் சரக்கு கையுடன் எடுத்துச் செல்லத்தக்க தட்டச்சு எந்திரம் ஒன்று மட்டுமே! எனது நினைவுக்கு எட்டிய அனைவருக்கும் கடிதங்கள் அனுப்பினேன். கப்பலின் சிறிய நூலகத்திலிருந்த அனைத்துப் புத்தகங்களையும் படித்து முடித்தேன். கப்பல் பயணத் தோழர்களிடமிருந்த புத்தகங்களையும் விட்டு வைக்கவில்லை. பிள்ளைப் பருவத்திலிருந்தே புத்தகங்கள் படிப்பது, குறிப்பாக, வீர சாகசக் கதைகள் படிப்பது மிகவும் பிடிக்கும். கப்பலில் கிடைத்த அனைத்துப் புத்தகங்களையும் மூன்றாவது முறையாகப் படித்து முடித்த பின்னர், மனவெறுமையால் எடுத்த முடிவு என்று தான் நினைக்கிறேன், நானே கதைகள் புனையத் தொடங்கினேன். தட்டச்சு எந்திரத்திற்குள் ஒரு தாளைச் செருகி, ஏதோவொன்றை ஒருவர் எழுத, மற்றவர்கள் அதனைப் படிக்கத் தூண்டப்படுகிறார்கள் என்கிற எண்ணம் நானும் எழுத வேண்டும் என்கிற தீராத ஆவலை என்னுள் ஏற்படுத்தியது; இன்று வரை உந்திக் கொண்டுமிருக்கிறது! நாள்தோறும் இரவு நேரங்களில், வாரத்தில் ஏழு இரவுகள் எழுதியும் எத்தனையோ இதழ்களுக்கு அனுப்பி வைத்து, மறுக்கப்பட்டதற்கான ஓலைகளைப் பெற்ற பின்னரும் எட்டு ஆண்டுகளாக விடாமல் எழுதத் தூண்டியது யாது என்பதை என்னால் புரிந்து கொள்ள முடியவில்லை. அதன் பின்னர், ஒருவழியாக, எனது கதை முதன்முறையாக ஏற்றுக் கொள்ளப்பட்டது.

போர் முடிவடைந்த பிறகு, அவ்வப்போது ஒன்றிரண்டு இதழாசிரியர்கள் எனது கதைகளை ஏற்றுக் கொள்ளத் தொடங்கிய பின்னர், அமெரிக்கக் கடலோரக் காவல் படையில் பதவிகளின் படித்தரங்களில் புதிதான 'கதாசிரியர்' என்கிற பட்டமும் கிடைத்தது. எனக்குக் கிடைத்த ஒவ்வொரு மணி நேரத்தையும் எழுதுவதில் செலவிட்டேன். என்னுடைய எழுத்துக்கள் நிறைய வெளிவரத் தொடங்கின. எனக்கு முப்பத்தேழு வயதாயிற்று. பணியில் சேர்ந்து இருபது ஆண்டுகள் நிறைவுற்றது. இப்பொழுது நான் பணிநிறைவு பெறுவதற்குத் தகுதியுடையவனாகி விட்டேன். அதைத் தான் செய்தேன். முழுநேர எழுத்தாளராக வாழ்க்கையை நடத்துவதென்று உறுதி பூண்டு விட்டேன்!

முதலில் ஆடவருக்கான சாகசக் கதைகளையே எழுதினேன். பெரும்பாலும்

வரலாற்றுக் கடற்பயண நிகழ்வுகளாகவே இருந்தன. ஏனெனில் கடல் எனக்கு மிகவும் பிடித்தமானது. பின்னர், Readers' Digest எனும் இதழ் எழுச்சிமிக்க வாழ்க்கை வாழ்ந்த புகழ்பெற்ற தனிநபர்களுடைய அனுபவங்கள் நிறைந்த வாழ்க்கை வரலாறுகளை எழுதும்படி பணித்தது.

பின்னர், 1962ஆம் ஆண்டில், புகழ்பெற்ற ஜாஸ் இசைக்கலைஞர் மைல்ஸ் டேவிஸ் என்பாருடைய பேட்டியைப் பதிவு செய்யும் வாய்ப்புக் கிட்டியது. அதுதான் 'பிளேபாய் இதழின் பேட்டிகள்' என்கிற வரிசையில் முதலாவதாக வெளி வந்தது. என்னுடைய அடுத்தடுத்த பேட்டிகளில் மொகலாய நாடுகளின் தொடர்பாளராகத் திகழ்ந்த மால்கோம் எக்ஸ் என்பவருடன் நடந்த பேட்டி குறிப்பிடத்தக்கது. பேட்டிகளைப் படித்த பதிப்பகத்தார் ஒருவர் அவருடைய வாழ்க்கையைச் சித்தரிக்கும் நூல் ஒன்றை எழுதுமாறு வேண்டினார். மால்கோம் எக்ஸ் என்னை அவருடன் பணியாற்றுமாறு கேட்டுக் கொண்டார். ஓராண்டு காலத்திற்குப் பிறகு, பெரும்பாலான நேரம் துருவி ஆயும் நோக்கத்துடன் கூடிய பேட்டிகளாகக் கழிந்தது. அடுத்த ஆண்டு அவருடைய தன் வரலாறு நூல் உருவாகிக் கொண்டிருந்த தருவாயில் அவர் ஏற்கனவே ஆரூடம் கூறியிருந்தது பலித்ததைப் போல அவர் சுட்டுக் கொல்லப்பட்டார்.

விரைவிலேயே இதழ் நிறுவனம் ஒன்று என்னைப் பணி நிமித்தமாக இலண்டனுக்கு அனுப்பி வைத்தது. அங்கே சென்று சேர்ந்த அடுத்த பல நாட்கள் வேலைக்காகக் குறிக்கப்பட்ட நேரங்களுக்கிடையே வாய்ப்புக் கிடைத்த போதெல்லாம் வழிகாட்டியுடன் அழைத்துச் செல்லப்பட்டு லண்டனைச் சுற்றிய சுற்றுலாச் சிறப்புமிக்க இடங்களையெல்லாம் பார்வையிட்டேன். தொன்மைக் கால வரலாற்றுச் செழிப்புகள் மிகுந்த அப்பகுதியை பேராவலுடன் சுற்றி வந்தேன். ஒரு நாள் லண்டன் அருங்காட்சியகத்தில் கிளறிக் கொண்டிருந்த போது, நான் அரசல் புரசலாகக் கேள்விப்பட்டிருந்த பொருளைக் கண்டேன். அது ஒரு வகை வினோதக் கல் (Rosetta Stone). அதன் மீது ஏன் அளவு கடந்த பற்றுக் கொண்டேன் என்பது எனக்கே விளங்கவில்லை. அதனைப் பற்றிக் கூடுதல் செய்திகளை அறிந்து கொள்வதற்காக அருங்காட்சியக நூலகத்தில் நூலொன்றைப் பெற்றேன்.

அந்தக் கல் நைல் நதிப்படுகையில் கண்டெடுக்கப்பட்டதாகவும், அதனுடைய முகப்பில், மூன்று மொழிவடிவங்களில் எழுதப்பட்டிருந்ததாகவும் அந்நூலிலிருந்து அறிந்து கொண்டேன். நன்கு அறியப்பட்ட கிரேக்க மொழியிலும், அனைவராலும் புரிந்து கொள்ள இயலாத எழுத்து வடிவத்திலும், பழங்கால எகிப்தியர் பயன்படுத்திய சித்திர எழுத்து வடிவத்திலும் எழுதப்பட்டிருந்தது. அவற்றின் பொருளை எவராலும் புரிந்து கொள்ள இயலாது என்று கருதப்பட்டது. ஆனால், பிரெஞ்சு நாட்டு மேதையான ஜீன் சேம்ப்போலியன் அறியப்படாத மொழி வடிவத்திலும், சித்திர எழுத்துவடிவத்திலும் எழுதப்பட்டிருந்த பகுதிகளை கிரேக்க மொழியில் எழுதப்பட்டிருந்த பகுதியுடன் எழுத்துக்கு எழுத்து ஒப்பிட்டு, அவை மூன்றும் ஒரே செய்தியைத் தெரிவித்ததாக ஆய்வேடு சமர்ப்பித்தார். சாராம்சத்தில், எவராலும் புரிந்து கொள்ள இயலாதது என்று கருதப்பட்டு வந்ததும் தொன்மைக் கால மாந்த வரலாறு தொடர்பான செய்திகள் ஏராளமாகப்

பதியப்பட்டுள்ளதுமான சித்திர வடிவ எழுத்து முறைக்குப் பொருள் காணும் புதிய யுக்தியை வகுத்தளித்துள்ளார்.

கடந்த காலத்தைக் காண்பதற்கு ஏதுவாகக் கதவு திறந்து விட்ட திறவுகோல் என்னை மிகவும் கவர்ந்தது. என்னைப் பொறுத்த வரையில், தனிப்பட்ட முறையில் முக்கியத்துவம் வாய்ந்ததாகக் கருதுவதற்கு முற்பட்டேன். ஆனால், அந்த முக்கியத்துவத்தை இனம் கண்டு கொள்ள இயலவில்லை. அமெரிக்காவிற்குத் திரும்பிக் கொண்டிருந்த வானூர்தியில் எனக்கோர் எண்ணம் உதித்தது. கல்லில் பொறிக்கப்பட்டிருந்த மொழி வடிவத்தைப் பயன்படுத்தி பிரெஞ்சு நாட்டு மேதை அறிந்து கொள்ளக் கூடியதிலிருந்து அதுவரை அறிந்து கொள்ள இயலாதவை எனக் கருதப்பட்ட வரலாற்று உண்மைகளைக் காண்பதற்கான வழிவகுத்துக் கொடுத்தார். தோராயமான ஒப்புமை தோற்றம் கண்டது. பாட்டியும், அவருடைய தமக்கையரான லிஸ், பிளஸ், எனக்குத் தமக்கை உறவு கொண்ட ஜார்ஜியா மற்றும் குடும்பத்தைச் சேர்ந்த பெண்டிர் அடிக்கடி சொல்லிய குடும்பக் கதையில் பொதிந்திருந்த அறிந்து கொள்வதற்கு அரிதாகத் தோன்றிய, ஆப்பிரிக்க மூதாதை கூறிச்சென்ற புதுமையான சொற்களுக்கும் பொருள் காண முடியும் என்கிற எண்ணம் வேர் பிடித்தது. அவற்றைப் பற்றிய சிந்தனையில் ஆழ்ந்தேன். 'கின்டே' அவருடைய பெயர். 'கோ', கிதாரைக் குறிப்பிட அவர் பயன்படுத்திய சொல். அதேபோல, 'கேம்பி பொலோங்கோ' வெர்ஜீனியாவில் ஓடிய நதியைக் காட்டி அவர் ஒலித்தது. அவை அனைத்தும் 'க்' எனும் ஒலி ஆதிக்கம் பெற்ற, உச்ச தொனியில் ஒலிக்கத்தக்க, வளைவு நெளிவு கொண்ட ஒலிக்குறிப்புகள். அத்தகைய ஒலிக்குறிப்புகள் தலைமுறை தலைமுறையாக செவிவழிச் செய்தியாகப் பரிமாற்றம் பெற்றதால் ஒரு சில மாற்றங்களுக்குட்பட்டிருக்கலாம். எமது குடும்பப் பெருந்தகையான ஆப்பிரிக்க மூதாதை எந்த மொழி பேசியிருப்பினும் அத்தகைய ஒலிக்குறிப்புகள் திட்டவட்டமான மொழியியல் பண்புடையவையாகத் தான் இருத்தல் வேண்டும். இலண்டனிலிருந்து புறப்பட்ட வானூர்தி நியூயார்க்கில் இறங்குவதற்காக வட்டமிட்டுக் கொண்டிருந்தது. எனது சிந்தனையும் ஒரு குறிப்பிட்ட மையத்தை எட்டும் முயற்சியில் சுழன்று கொண்டிருந்தது. அது குறிப்பாக எந்த ஆப்பிரிக்க மொழியாக இருக்கக் கூடும்? விரிந்து பரந்த இந்த உலகினிலே அதை நான் கண்டறிவதற்கான வழிவகை கிட்டிடுமா?

119

முப்பது ஆண்டுகள் உருண்டோடி விட்டன. ஹென்னிங்கில் வீட்டின் முற்றத்தில் குடும்பக் கதையைச் சளைக்காமல் பகிர்ந்து கொண்டிருந்த பெண்டிருள் அனைவருக்கும் இளையவரான ஜார்ஜியா ஆண்டர்சன் மட்டிலுமே உயிருடன் இருந்தார். பாட்டி இறந்து விட்டார். அவருடைய தமக்கையர் அனைவரும் சென்றுவிட்டனர். எண்பதுகளை எட்டிய ஜார்ஜியா தனது மகன் ஃபிளாய்ட் ஆண்டர்சனுடனும் மகள் பியா நீலியுடனும், 1200, எவெரெட் அவென்யூ, கான்சாஸ் நகரம், கான்சாஸ் எனும் முகவரியில் வசித்தார். சில ஆண்டுகளுக்கு முன்பு, அரசியலில் ஈடுபட்டிருந்த எனது சகோதரர் ஜார்ஜுக்கு உதவும் பொருட்டு அங்கே அடிக்கடி செல்வதற்கான வாய்ப்புக் கிட்டிய போது அவரைச் சந்தித்ததுண்டு. அதன் பின்னர், அவரைப் பார்த்ததில்லை. அமெரிக்க இராணுவத்தின் வான்படை, மோர்ஹவுஸ் கல்லூரி, அர்கான்சா பல்கலைக்கழகத்தின் சட்டக் கல்லூரி என்று அடுத்தடுத்து முடித்து விட்ட ஜார்ஜ், கான்சாஸ் மாநிலத்தின் ஆட்சிமன்ற உறுப்பினராகத் தேர்ந்தெடுக்கப்படுவதற்கான தேர்தல் பணிகளில் முனைப்புடன் ஈடுபட்டிருந்தார். அவனுடைய வெற்றிக் கொண்டாட்டத்தில் சிரிப்பொலி விண்ணை முட்டியது. அவனுடைய வெற்றிக்கான மூல

காரணம் ஜார்ஜியா! தள்ளாத வயதிலும் கைத்தடியுடன் வீடு வீடாகச் சென்று ஜார்ஜினுடைய அருமை பெருமைகளை எடுத்துரைத்து வாக்கு சேகரித்தார்.

தற்பொழுது, ஜார்ஜியா அக்காவைச் சந்திப்பதற்காக மீண்டும் கான்சாஸ் நகரத்திற்குப் பறந்து சென்றேன்.

குடும்பக்கதை பற்றிய பேச்சை மறுபடியும் தொடங்கினால் அவளுக்கு ஏற்படக் கூடிய பேரார்வத்திற்கு அணையிட முடியாது! உடலெங்கும் சுருக்கமாக, வேதனையுடன் கிடந்தவள் படுக்கையிலிருந்து துள்ளியெழுந்தாள். வீட்டுமுற்றத்தில் எனது பிள்ளைப்பருவத்தில் கண்ட அதே எழுச்சியைக் காண முடிந்தது. "அப்படியா, மகனே! அந்த ஆப்பிரிக்கருடைய பெயர் கின்டே தான்! அவர் கிதாரை 'கோ' என்றும், நதியை, 'கேம்பி பொலோங்கோ' என்றும் ஒலித்தார். முரசு செய்வதற்காகக் காட்டில் மரம் வெட்டிக் கொண்டிருந்த பொழுது அவரைக் கடத்திச் சென்றனர்." குடும்பத்தின் பழங்கதையைக் கேட்டு உணர்வெழுச்சியால் மீதூரப் பெற்ற ஜார்ஜியா அக்காவை ஃபிளாய்டும், பியாவும், நானும் அமைதிப்படுத்துவதற்கு நேரம் பிடித்தது. எமது குடும்பத்தின் மூதாதை கின்டே எப்பகுதியைச் சேர்ந்தவர் என்பதைக் கண்டறிவதற்கான வழிவகைகளைத் தேடிக் கொண்டிருந்ததாகவும் அதனை அறிந்து கொண்டால் எமது பழங்குடி இனத்தைக் கண்டுபிடிப்பதற்கு ஏதுவாக இருக்குமென்றும் விளக்கினேன்.

"தாராளமாகச் செய், மகனே! உனது பாசமிக்க பாட்டியும், மற்ற அனைவரும் விண்ணுலகிலிருந்தபடி உன்னைக் கவனித்துக் கொள்வர்!" என்று வாழ்த்தினார்.

அந்த எண்ணம் இறைவனுடைய வாழ்த்துக் கிடைத்த உணர்வை அளித்தது!

120

அடுத்த சில நாட்களில் வாஷிங்டனிலுள்ள தேசிய ஆவணக் காப்பகத்திற்குச் சென்றேன். அங்கிருந்த உதவியாளரிடம் உள்நாட்டுப் போருக்குப் பிந்தைய காலக்கட்டத்தில் வடகரோலினா மாநிலம் அலமான்ஸ் ஊரகத்தில் மேற்கொள்ளப்பட்ட மக்கள் தொகைக் கணக்கெடுப்பு ஆவணங்களைப் பார்வையிட வேண்டுமென்கிற எனது ஆவலைத் தெரிவித்தேன். நுண்ஒளிப்படச் சுருள்களை அள்ளிக் கொணர்ந்து என் முன் கொட்டினார். உருக்காட்டும் கருவியில் சுருள் சுருளாகச் செருகித் திருகினால், 1800ஆம் ஆண்டுகளில் கணக்கெடுப்பில் ஈடுபட்டோரின் பழங்காலக் கைவண்ணத்தில் தீட்டப்பட்டிருந்த முடிவற்ற பெயர்ப்பட்டியல் கண்முன்னே ஓடிக் கொண்டிருந்தது, பல சுருள்களிலிருந்த பெயர்களைப் பார்த்து, பார்த்துக் கண்கள் பூத்துப் போன சமயத்தில், திடீரென, முற்றிலும் வியக்கத்தக்க விதத்தில் அந்தப் பெயரைக் கண்டேன். "டாம் முர்ரே, கறுப்பினத்தவர், கருமான்...", "ஐரீன் முர்ரே, கறுப்பினத்தவர், இல்லத்தரசி..." அதைத் தொடர்ந்து பாட்டியினுடைய மூத்த சகோதரிகளுடைய பெயர்கள் பதியப்பட்டிருந்தன. அவர்களுடைய பெயர்களை வீட்டின் முற்றத்தில் எண்ணற்ற முறை பாட்டி சொல்லக் கேட்டிருந்தேன். "எலிசபத், வயது 6". எனது பாசத்திற்குரிய

பாட்டியின் தமக்கை லிஸ் பாட்டியைத் தவிர வேறு எவராகவும் இருக்க முடியாது. மக்கள் தொகைக் கணக்கெடுப்பு சமயத்தில் பாட்டி பிறக்கவில்லை.

பாட்டி கூறிய கதைகளையும் ஏனைய செய்திகளையும் நான் நம்பவில்லை என்றெண்ண வேண்டாம். எனது பாட்டியை நம்பாமல் இருக்க முடியாது. அமெரிக்க அரசின் ஆவணங்களில் அவர்களுடைய பெயர்களையெல்லாம் கண்கூடாக உற்றுப் பார்த்துக் கொண்டிருந்ததைத் தான் நம்பமுடியவில்லை!

அந்தக் காலக்கட்டத்தில் நான் நியூயார்க்கில் வசித்ததால், வாஷிங்டனுக்கு வாய்ப்புக் கிடைத்த போதெல்லாம் சென்று, தேசிய ஆவணக் காப்பகத்திலும், பாராளுமன்ற நூலகத்திலும், அமெரிக்கப் புரட்சி நினைவு நூலகத்திலும் தேடுதல் வேட்டையை நடத்தினேன். நூலகங்களில் பணியாற்றிய கறுப்பு இன உதவியாளர்கள் எனது தேடுதலின் நோக்கைப் புரிந்து கொண்டமையால் வியக்கத்தக்க வேகத்தில் தேவைப்பட்ட ஆவணங்களைக் கொடுத்து உதவினர். ஆங்காங்கே கிடைத்த ஆதாரங்களை அடிப்படையாகக் கொண்டு குடும்பக் கதையின் முகாமையான செய்திகளை ஆவணப்படுத்திக் கொண்டேன். செவிவழிச் செய்தியாகக் காலங்காலமாகக் குடும்பத்தினரால் மட்டுமே சொல்லிக் கேட்கப்பட்ட செய்திகளுக்கு அரசு ஆவணங்கள் சான்று பகர்ந்த உண்மையை எனது பாட்டியிடம் பகிர்ந்து கொள்வதற்கு மனது துடித்தது. அப்பொழுதெல்லாம் ஜார்ஜியா அக்கா சொன்னதை நினைத்துக் கொண்டேன். "அவர்கள் விண்ணுலகிலிருந்து கவனித்துக் கொண்டிருக்கிறார்கள்!"

அடுத்ததாக, எமது குடும்பத்தின் ஆப்பிரிக்க மூதாதை ஒலித்ததாகச் சொல்லப்பட்டு வந்த மொழியியல் ஒலிக்குறிப்புகளின் மெய்த்தன்மையை அறிந்து கொள்ளும் முயற்சியில் இறங்கினேன். ஆப்பிரிக்காவில் பல்வேறு பழங்குடி இனத்தவரால் பலதரப்பட்ட மொழிகள் பேசப்பட்டு வந்தமையால் பல்வேறு இனத்தைச் சேர்ந்த, கலப்பற்ற, தூய ஆப்பிரிக்கர்களைச் சந்திப்பது சாலச் சிறந்தது எனப் பட்டது. நியூயார்க்கில் ஐக்கிய நாடுகள் அவைக் கட்டடத்திற்கு வேலை முடிந்து வெளியேறும் நேரத்தில் சென்றேன். மின்தூக்கிகள் தரைத்தளத்தில் வெளியேற்றிய மக்கள் முண்டியடித்துக் கொண்டு வீட்டிற்கு விரைந்தனர். அவர்களுள் ஆப்பிரிக்கர்களைத் தேடிப்பிடித்து ஒவ்வொருவரிடமும், நான் அறிந்து வைத்திருந்த ஆப்பிரிக்க மொழி ஒலிக்குறிப்புகளை ஒலித்தேன். என்னை ஒருமாதிரியாகப் பார்த்துவிட்டு நடையைக் கட்டினர். ஆப்பிரிக்க மொழிச் சொற்களை அமெரிக்காவின் டென்னெஸே வட்டார நடையில் ஒலித்தால் வேறென்ன செய்வர்?

ரொம்பவே நொந்து போனேன். ஹென்னிங்கில் என்னுடன் வளர்ந்தவன் ஜார்ஜ் சிம்ஸ்! தற்பொழுது ஆராய்ச்சிப் பணியில் சிறந்து விளங்கினான். அவனுடன் நீண்ட நேரம் எனது முயற்சியைப் பற்றி விரிவாகப் பேசினேன். சில நாட்களுக்குப் பின்னர், ஆப்பிரிக்க மொழியியல் வல்லுநர்கள் சிலருடைய பெயர்ப்பட்டியலை என்னிடம் கொடுத்தான். பெல்ஜிய நாட்டைச் சேர்ந்த ஜேன் வேன்சினா என்பாருடைய பின்புலம் என்னை மிகவும் கவர்ந்தது. இலண்டன் பல்கலைக் கழகத்தின் ஆப்பிரிக்க மற்றும் கீழ்த்திசை நாடுகள் பற்றி ஆராய்ச்சிப் பள்ளியில்

கற்ற பின்னர், ஆப்பிரிக்கக் கிராமங்களில் வாழ்ந்து ஆய்வு மேற்கொண்டு La Tradition Orale எனும் நூலை இயற்றியவர். வின்கோன்சின் பல்கலைக் கழகத்தில் பணியாற்றிக் கொண்டிருந்த வேன்சினாவை தொலைபேசி மூலமாக தொடர்பு கொண்டேன். அவரைச் சந்திப்பதற்கான நேரத்தைக் குறித்துத் தெரிவித்தார். விநோதமான மொழியியல் ஒலிக்குறிப்புகளைப் பற்றித் தெரிந்து கொள்ளும் தணியாத ஆவலால் தூண்டப்பட்ட நான் வின்கோன்சினிலுள்ள மாடிசனுக்குப் பறந்தேன்... அடுத்து நடக்கப்போவதைப் பற்றி அறிந்து கொள்ள இயலாத இவ்வுலக வாழ்க்கையில் நானும் எவ்விதமான கனவிலும் ஆழ்ந்துவிடவில்லை...

அன்று மாலை வேளையில், வேன்சினாவினுடைய அறையில், பிள்ளைப் பருவத்திலிருந்து கேள்விப்பட்டு எனது மனத்தில் பதிந்திருந்த ஒலிக்குறிப்புகளை ஒவ்வொன்றாக அவரிடம் ஒலித்தேன். அவை கான்சாஸ் நகரிலிருந்த ஜார்ஜியா அக்காவால் அண்மையில் மீண்டும் நினைவுபடுத்தப்பட்டிருந்ததால் ஓரளவு முறையாகவே என்னால் ஒலிக்க முடிந்தது. முழுவதையும் கூர்ந்த கவனத்துடன் கேட்டுக் கொண்டிருந்த பேராசிரியர் வேன்சினா என்னிடம் சில கேள்விகளை எழுப்பினார். செவிவழி வரலாற்றுச் செய்திகளை ஆராய்வதில் ஆர்வமுள்ளவர் என்பதனால் தலைமுறை தலைமுறையாக ஒருவரிடமிருந்து அடுத்தவருக்குக் கையளிக்கப்பட்ட செய்திகளைக் கேட்பதில் மிகுந்த ஆர்வம் காட்டினார்.

நீண்ட நேரம் பேசிக் கொண்டிருந்தபடியால், என்னை அன்றிரவு அவருடனேயே தங்குமாறு கேட்டுக் கொண்டார். அடுத்தநாள் காலையில், ஆழ்ந்த சிந்தனைவயப்பட்டவராக, வேன்சினா சொன்னார், “உமது குடும்பத்தில் பலதலைமுறைகளைக் கடந்து பாதுகாக்கப்பட்டுள்ள இத்தகைய ஒலிக்குறிப்புகள் வெகுவாகத் திரிபு பெற்றிருப்பதற்கான வாய்ப்புகள் உண்டு’’ ஆப்பிரிக்கா பற்றிய ஆய்வாளரான தனது சகா ஃபிலிப் கர்டினுடன் தொலைபேசி மூலம் கலந்துரையாடியதாகவும் இருவருமே ஒலிக்குறிப்புகள் மாண்டிங்கோ மொழியினுடையவையாக இருக்கலாமென்று உறுதியாக நம்புவதாகவும் கூறினார். அந்த வார்த்தையை நான் கேள்விப்பட்டதில்லை. அது மாண்டிங்கோ இனத்தவரால் பேசப்படுகின்ற மொழி என்று அவர் விளக்கினார். அந்த ஒலிக்குறிப்புகளுக்கான பொருளை மொழியாக்கம் செய்வதற்கு முற்பட்டார். ஒரு சொல் பசுவையோ, மந்தையையோ குறிப்பதாகக் கூறினார். மற்றொன்று ஆப்பிரிக்க மரஇனத்தில் ஆலமரம் போன்ற ஒன்று என்றார். கோ எனும் சொல் கோரா என்கிற இசைக்கருவி என்றார். மாண்டிங்கோ இனத்தவர் பழங்காலத்தில் நரம்புகளை மீட்டி இசைத்த கருவி! சுரைக்குடுக்கையைப் பாதியாகப் பிளந்து, நீண்ட கழுத்துப் பகுதியில் அமைக்கப் பட்ட பாலங்களின் மீது இருபத்தோரு நரம்புகள் பரப்பப்பட்டு மீட்டப்பட்ட கருவி என விளக்கினார். அமெரிக்காவில் அடிமைப்படுத்தப்பட்ட ஆப்பிரிக்கர்கள் அதுபோன்ற கருவிய்யை நரம்புகள் கொண்ட மேற்கத்திய இசைக்கருவிகளுடன் ஒப்பிட்டு இனங்கண்டதாகவும் கூறினார்.

எமது மூதாதை அவருடைய மகள் கிஸ்ஸியிடம், வெர்ஜீனியாவின் ஸ்பாட்சில்வேனியாவில் ஓடிய மட்டபோனி நதியைக் காட்டி ஒலித்த கேம்பி

பொலோங்கோ என்கிற ஒலிக்குறிப்பு அவரைப் பெரிதும் கவர்ந்தது. மாண்டிங்கோ மொழியில் ஓடுகின்ற நீரை, நதியை 'பொலோங்கோ' என்று குறிப்பிடுவர் என்பதில் ஐயமில்லை என்றார். அது கேம்பியா நாட்டில் ஓடுவதால் கேம்பி என்கிற அடைமொழி கொடுக்கப்பட்டதாக விவரித்தார்.

அது பற்றி நான் கேள்விப்பட்டதே இல்லை.

நம்பவியலாத விதத்தில் நிகழ்வுகள் நடந்தேறியதால், உணர்ச்சிப் பெருக்கில் பெரிதும் நெகிழ்ந்து போனேன். ஆமாம்! அவர்கள் மேலிருந்து கவனித்துக் கொண்டு தான் இருந்தனர்.

நியூயார்க் மாநிலம், யுதிகா நகரம், யுதிகா கல்லூரியில் ஒரு கருத்தரங்கில் என்னை உரையாற்றுமாறு வேண்டினர். எனக்கு அழைப்பு விடுத்த பேராசிரியருடன் நடந்து சென்ற பொழுது நான் வாஷிங்டனிலிருந்து அங்கு சென்றிருந்த நோக்கத்தை வெளிப்படுத்தினேன். "கேம்பியாவா? அந்த நாட்டைச் சேர்ந்த தலைசிறந்த மாணவரொருவர் ஹேமில்டனில் பயின்று கொண்டிருப்பதாக என்னிடம் ஒருவர் அண்மையில் கூறினார்!"

பழமை வாய்ந்த புகழ்பெற்ற ஹேமில்டன் கல்லூரி நியூயார்க் மாநிலம், கிளின்டன் நகரில் உள்ளது. அங்கிருந்து அரைமணிநேரத்தில் சென்றடைந்துவிடலாம். நான் கேட்டு முடிப்பதற்கு முன்பாகவே பேராசிரியர் சார்லஸ் டோட் கூறினார், "நீங்கள் எபோ மாங்காவைப் பற்றிக் குறிப்பிடுகிறீர்கள்!" படிப்புவாரியான பெயர்ப்பட்டியலைப் பார்த்து நான் அவரை வேளாண் பொருளாதார வகுப்பில் காணலாம் என்று தெரிவித்தார். எபோ மாங்கா அளவான உடல்வாகு; தீர்க்கமான கண்கள்; கூச்ச சுபாவம்; அட்டக் கறுப்பு! நான் ஒலித்த ஒலிக்குறிப்புக்களைக் கேட்டவுடன் திகைத்துப் போன மாங்கா அவை மாண்டிங்கா மொழிச் சொற்கள் என்பதை உறுதிப்படுத்தினார். அவர் மாண்டிங்கா இனத்தவரா? "இல்லை, அந்த மொழியைப் பற்றி நன்கு அறிவேன்!" அவர் வோலோஃப் இனத்தவர். விடுதி அறையில் என்னுடைய தேடலைப் பற்றி அவரிடம் விவரித்தேன். அதற்கடுத்த வாரக் கடைசியில் நாங்கள் கேம்பியா நாட்டிற்குப் புறப்பட்டோம்.

செனெகலிலுள்ள தாகர் எனுமிடத்திற்குச் சென்று அங்கிருந்து விமானம் மூலமாக கேம்பியா நாட்டின் யுன்டும் விமான நிலையத்திற்குச் சென்றோம். பயணியர் வண்டி ஒன்றின் மூலம் தலைநகரமான பான்ஜல்(அப்போது அது பாதர்ஸ்ட் என்றழைக்கப்பட்டது) சென்றோம். கேம்பியா நாட்டினர் பெரும்பாலும் மொகலாயர்கள். எபோவும் அவருடைய தகப்பனார் அல்ஹாஜி மாங்காவும் தமது நாட்டின் வரலாறு பற்றி நன்கறிந்த ஒரு சிலரைத் திரட்டி, என்னை அட்லாண்டிக் விடுதியின் வரவேற்பறையில் சந்தித்தனர். வின்கோன்சின் நகரில் வேன்சினாவிடம் விவரித்ததைப் போல, அவர்களிடம், எமது குடும்பத்தின் வரலாற்றை பின்னிருந்து முன்னோக்கி, அதாவது, பாட்டி, டாம், கட்டுச்சேவல் ஜார்ஜ், கிஸ்ஸி வழியாக ஆப்பிரிக்க மூதாதையைப் பற்றியும், அவர் தனது மகளுக்கு ஒரு சில பொருட்களைக் காட்டி அவற்றின் ஆப்பிரிக்க மொழிப் பெயர்களை ஒலித்துப் பழக்கியதையும், தனது தாயகக் கிராமத்திற்கு அண்மையில் மரம் வெட்டிக் கொண்டிருந்த போது

அந்நியர்களால் சிறைப்பிடிக்கப்பட்டு அடிமைப்படுத்தப்பட்டு அமெரிக்கா கொண்டு செல்லப்பட்டதையும், அடிமைகளுக்கு அமெரிக்கப் பண்ணை முதலாளிகள் வேறு பெயரிட்ட போதிலும் தனது சக அடிமைகளிடம் தன்னுடைய பெயர் கின்டே என்று அவர் வலியுறுத்தியதையும் விளக்கினேன்.

நான் கூறி முடித்தவுடன், அவர்கள் சொரத்தின்றி கூறினர், "ஆமாமா, கேம்பியா பொலோங்கோ என்பது கேம்பியா நதியைத் தான் குறிக்கிறது. அது ஏகப்பட்ட பேருக்குத் தெரியுமே!" நான் சற்றே சூடாகத் தான் பேசினேன். நிறையப் பேருக்குத் தெரியவில்லை என்பது தான் உண்மைநிலை என்றேன். பின்னர், *1760*ஆம் ஆண்டைச் சேர்ந்த எனது ஆப்பிரிக்க மூதாதை பற்றிய செய்தியின் பால் பெரிதும் ஆர்வம் காட்டினர். "எமது நாட்டின் பழமை வாய்ந்த கிராமங்கள் இன்னமும் அங்கே பல நூற்றாண்டுகளுக்கு முன்பு குடியேறிய குடும்பங்களின் பெயர்களில் தான் அழைக்கப்படுகின்றன." என்றனர். வரைபடம் ஒன்றைக் கொணர்ந்து, சுட்டிக் காட்டினர், "இதோ பாருங்கள், கின்டே குண்டா கிராமம். அதற்கு அண்மையில் கின்டே குண்டா—ஜானே—யா"

பின்னர், நான் கனவிலும் கண்டறியாத தொண்டுக் கிழவர்களைப் பற்றி விவரித்தனர். அவர்கள் கதைசொல்லிகள்! கறுப்பர் நாட்டின் பழமை வாய்ந்த கிராமங்களில் அவர்கள் இன்னமும் காணப்பட்டனர். வாய்மொழி வரலாற்றைச் சுமந்து திரிந்த நடமாடும் ஆவணக் காப்பகங்கள்! முதுநிலை கதைசொல்லியினுடைய வயது அறுபதுகளின் கடைசியாகவோ எழுபதுகளின் துவக்கமாகவோ இருந்தது. அவருக்கு அடுத்த நிலையில் எதிர்காலக் கதைசொல்லிகளாகப் பயிற்சிபெற்ற இளைஞர்களையும் பொடியன்களையும் காண முடிந்தது. ஆகவே, ஒரு பொடியன் முதுநிலை கதைசொல்லி வயதை அடைவதற்கு முன் ஒரு குறிப்பிட்ட பகுதியினுடைய வரலாற்றை நாற்பது ஐம்பது ஆண்டுகள் கேட்டு, கேட்டு பதியவைத்துக் கொள்கிறான். குடும்பங்களில் நடைபெற்ற சிறப்பு நிகழ்ச்சிகளின் போது, அத்தகைய கதைசொல்லிகள் கிராமங்கள், இனக்குழுக்கள், குடும்பங்கள், மாவீரர்கள் பற்றிய பல நூற்றாண்டு கால வரலாற்றை இசைக்குழுவினரின் துணையுடன் வாய்மொழியாக விவரித்தனர். ஆப்பிரிக்காவில் கறுப்பின மக்கள் மத்தியில் அவ்வாறு வாய்மொழியாக வரலாற்று நிகழ்வுகளைக் காலங்காலமாக அடுத்தடுத்த தலைமுறையினருக்குக் கையளிக்கின்ற வழக்கம் நிலவி வந்தது. மேலும், ஒரு சில தேர்ந்த கதைசொல்லிகள் மூன்று நாட்களுக்குக் கூட இடைவிடாமல் கூறியது கூறாமல் தொடர்ந்து மடை திறந்த வெள்ளம் போல விவரித்துச் செல்வதுமுண்டு என்றனர்.

நான் திகைத்து நின்றதைக் கண்டதும், அவர்கள் எழுத்து மொழி இல்லாத காலத்தில் ஒவ்வொரு மனிதனுமே பல ஆண்டுகளுக்கு முன் நிகழ்ந்த நிகழ்வுகளையும் இடங்களையும் மனதில் பதிய வைத்து வாய்வழியாகவும் காதுகளைக் கொண்டும் மட்டிலுமே தகவல்களைப் பரிமாறிக் கொள்ள முடிந்தது என்பதை நினைவுபடுத்தினர். அச்சுக்கலைக்குப் பழக்கப்பட்டுப்போன மேற்கத்திய பண்பாட்டில் வாழ்ந்த என் போன்றோரால் மனித மூளையின் நினைவாற்றலின் வல்லமையைப் புரிந்து கொள்ள இயலவில்லை என்றனர்.

எமது குடும்பத்தின் மூதாதை தனது பெயர் கின்டே என்று தெரிவித்திருந்ததாலும், கின்டே எனும் பெயரில் கேம்பியாவில் நன்கறியப்பட்ட தொன்மைக்காலக் கிராமம் ஒன்றிருந்ததாலும், எனது தேடலுக்கு உதவும் விதத்தில், எமது குடும்ப வரலாற்றைக் கதையாகக் கூறவல்ல கதைசொல்லி ஒருவரைத் தேடிப்பிடித்துத் தருவதாக அவர்கள் வாக்களித்தனர்.

அமெரிக்கா திரும்பிய பின், ஆப்பிரிக்க வரலாற்று நூல்களில் மூழ்கிப் போனேன். இந்தப் புவிக்கோளத்தின் இரண்டாவது பெரிய கண்டத்தைப் பற்றிய எனது அறியாமையைத் திருத்திக் கொள்ள வேண்டுமென்கிற தணியாத வேட்கையால் பீடிக்கப்பட்டேன். ஆப்பிரிக்காவைப் பற்றி நான் அறிந்திருந்தவையெல்லாம், டார்ஜான் திரைப்படங்கள் மூலமாகவும் National Geographic காட்சிகள் மூலமாகவும் அறிந்து கொண்ட செய்திகள் மட்டிலுமே! நாள் முழுவதும் வரலாற்று நூலைப் படித்த பின்னர், இரவு வேளையில், படுக்கையின் விளிம்பில் அமர்ந்து ஆப்பிரிக்க வரைபடத்தை விரித்து பல்வேறு நாடுகளின் அமைவிடங்களையும் அடிமை வணிகம் மேற்கொள்ளப்பட்ட நீர்வழிப் போக்குவரத்துத் தடங்களையும் நுணுகி ஆராய்ந்தேன்.

சில வாரங்களுக்குப் பிறகு கேம்பியாவிலிருந்து பதிவு அஞ்சல் ஒன்று வரப் பெற்றேன். வாய்ப்புக் கிட்டும் பொழுது மீண்டும் ஒரு முறை அங்கே வருகைதர வேண்டுமென்று தெரிவிக்கப்பட்டிருந்தது. ஆனால், அப்பொழுது எனது நிலைமை மிகவும் இக்கட்டானதாக இருந்தது. குறிப்பாக, எழுதுவதற்குப் போதிய நேரத்தை ஒதுக்க முடியவில்லை.

Reader's Digest நிறுவனத்தின் விருந்து ஒருமுறை புல்வெளியில் நடந்தது. அப்போது, கடலோரப் பாதுகாப்புப் படையில் எனது தலைவராகப் பணியாற்றிய கிழட்டு, முரட்டு சமையலரை மையமாக வைத்து நான் எழுதியிருந்த Unforgettable Character—ஐ நிறுவனர்களுள் ஒருவரான தேவித் வேலேஸ் அம்மையார் வெகுவாகப் பாராட்டினார். புறப்படுவதற்கு முன்பு, அவருடைய உதவி எனக்குத் தேவைப்பட்டால் தெரிவிக்குமாறு கூறினார். நான் ஈடுபட்டிருந்த அத்தியாவசியமான தேடலைப் பற்றிச் சுருக்கமாக விளக்கி ஒரு கடிதம் அவருக்கு அனுப்பினேன். சில இதழியல் ஆசிரியர்களை என்னிடம் கலந்துரையாடி அவர்களுடைய கருத்தைத் தெரிவிக்குமாறு பணித்தார். பின்னர் அவருடன் மதிய உணவில் கலந்து கொள்வதற்கும் அழைப்பு விடுத்தார். மூச்சு விடாமல் மூன்றுமணி நேரம் பேசினேன். சில நாட்களுக்குப் பிறகு, Reader's Digest நிறுவனம் ஓராண்டு காலத்திற்கு மாதந்தோறும் முந்நூறு டாலர் அளிப்பதாகவும் இன்றியமையாத பயணச் செலவுகளை ஏற்றுக் கொள்வதாகவும் தெரிவித்து ஒரு கடிதம் கிடைக்கப் பெற்றேன்.

கான்சாஸ் நகருக்குச் சென்று ஜார்ஜியா அக்காவை மீண்டும் சந்தித்தேன். அவரைச் சந்திக்க வேண்டும் என்று ஏதோ ஒன்று என்னுள் உந்திக் கொண்டிருந்தது. அவர் நோய்வாய்ப்பட்டு மிகவும் துன்புற்றதைக் கண்டேன். ஆனால், அறிந்திருந்தவற்றையும் அறியவிருந்தவற்றையும் கேட்டவுடன் மெய்சிலிர்த்துப் போனார். ஆண்டவரின் அருள் கிட்டுவதற்கு வாழ்த்தினார்.

ஆப்பிரிக்கா பறந்தேன்.

ஏற்கனவே நான் கலந்துரையாடிய அதே நண்பர்கள் என்னைச் சந்தித்தனர். நாட்டின் உட்பகுதிக்கு ஆள் அனுப்பி கின்டே குடும்ப வரலாற்றை நன்கு அறிந்த கதைசொல்லி ஒருவரைக் கண்டுபிடித்துவிட்டதாகவும் அவருடைய பெயர் கப்பா காஞ்ஜி ஃபோஃபானா என்றும் தெரிவித்தனர். செய்வதறியாது திகைத்துப் போன நான், “அவர் எங்கே?” என்று கேட்டேன். என்னை ஒரு மாதிரியாகப் பார்த்துவிட்டு “அவருடைய கிராமத்தில் உள்ளார்” என்றனர்.

அந்தக் கதைசொல்லியை நான் காண வேண்டுமானால் கனவிலும் எண்ணியிராத சில செயல்களைச் செய்தாக வேண்டும் என்று கண்டு கொண்டேன். புலிவேட்டை போன்றதொரு எத்தனத்திற்கான ஏற்பாடுகளைச் செய்ய வேண்டியிருந்தது. புரிபடாத மொழிச் சிக்கலுக்கிடையே மூன்று நாட்களாகப் பேரம் பேசி, நீர்வழிப்பயணத்திற்கான விசைப்படகு ஒன்றையும், காட்டுப் பாதைகளில் சுற்றிச் செல்வதற்கு சரக்கு வண்டியும், பயணியர் வண்டியும், மூன்று மொழி பெயர்ப்பாளர்கள், நான்கு இசைக்கலைஞர்கள் உட்பட பதினான்கு ஆட்களையும் ஏற்பாடு செய்தேன். பழங்கால கதைசொல்லிகள் இசைக்கலைஞர்களுடைய பின்னணி இசையில்லாமல் கதை சொல்ல மாட்டனர் என்று என்னிடம் தெரிவிக்கப்பட்டது.

அகன்று, விரைந்தோடிய ‘கேம்பி பொலோங்கோ’ நதியில் மேனோக்கி அதிர்ந்து சென்ற ‘பட்டிபு’ எனும் விசைப்படகில் குமட்டலுணர்வுடன் அமைதியற்றுப் பயணித்த நான் அந்நியப்பட்டுவிட்டதாக உணர்ந்தேன். அவர்கள் என்னைப் பற்றி என்ன நினைத்திருப்பர்? ஒருவழியாக, ஜேம்ஸ் தீவு கண்ணில் பட்டது. இரண்டு நூற்றாண்டுகளாக, அடிமை வணிகத்திற்கான கோட்டை என்பதனால், அதனைக் கைக்கொள்வதற்காக ஆங்கிலேயர்களும் பிரெஞ்சுக்காரர்களும் மாறி, மாறிப் போரிட்டனர். அங்கே சற்று நேரம் நிறுத்துமாறு கேட்டேன். இன்னமும் பாழடைந்த பீரங்கிகளால் பாதுகாக்கப்பட்டு வந்த அந்தப் பகுதியில் சிதைவுகளுக்கிடையே ஊர்ந்து சென்றேன். அங்கே நிகழ்ந்திருக்கக் கூடிய கொடுமைகளும் கொடூரங்களும் என் கண்முன்னே காட்சிகளாக விரிந்தன. கறுப்பர்களுடைய ஆப்பிரிக்க வரலாற்றுப் பாதை நெடுகிலும் கோடாரியைச் சுழற்றிக் கொண்டு ஓட வேண்டும் போலத் தோன்றியது. பழங்கால சங்கிலிகளின் எச்சம் ஏதேனும் கிடைக்குமாவென்று முயன்றேன். கிடைக்கவில்லை. சிதைவுகளில் கிடைத்த செங்கல்லையும் பூச்சு மண்ணையும் சிறிதளவு அள்ளி எடுத்துக் கொண்டேன். ‘பட்டிபு’வுக்குத் திரும்புவதற்கு முன், அட்லாண்டிக் பெருங்கடலுக்கு அப்பால், வெர்ஜீனியா மாநிலத்தின் ஸ்பாட்சில்வேனியாவில் ஓடிய நதியைக் காட்டி எனது மூதாதை தனது மகளிடம் ‘கேம்பி பொலோங்கோ’ என்று பெயரிட்ட உண்மையான நதியை மேலும் கீழுமாக சில நிமிடங்கள் பார்த்துக் கொண்டிருந்தேன். நதிவழிப் பயணம் தொடர்ந்தது. அல்ப்ரெடா என்கிற கிராமத்தில் தரையிறங்கினோம். கால்நடையாகச் சென்று கதைசொல்லி வாழ்ந்ததாகச் சொல்லப்பட்ட ஜுஃப்யூர் என்கிற மிகச் சிறிய கிராமத்தை அடைந்தோம்.

‘உச்சகட்ட அனுபவம்’ என்றொரு சொல்லாடல் உண்டு. அதனைப்

பெரும்பாலானோர் தமது வாழ்நாளில் அடைவதில்லை. நான் மேற்கு ஆப்பிரிக்க நாட்டின் மலைப்பகுதி கிராமத்திற்குச் சென்ற முதல் நாளில் அதனை அனுபவித்தேன்.

ஜுஃப்பூர் கிராமத்தை நெருங்கிய பொழுது, வெளியே விளையாடிக் கொண்டிருந்த குழந்தைகள் எமது வருகையை அறிவித்து விட்டனர். குடிசைகளை விட்டு வெளியேறிய மக்கள் கூட்டமாக எங்களை நெருங்கினர். எழுபது பேர் மட்டுமே வாழ்ந்த கிராமம். மலைப்பகுதி கிராமம் என்பதால் இருநூறு ஆண்டுகளுக்கு முன்பிருந்ததைப் போலவே இன்னமும் காட்சியளித்தது. வட்டவடிவிலான மண் வீடுகள்; கூம்புவடிவிலான ஓலைக் கூரைகள்! திரண்டிருந்த மக்கள் மத்தியில் சிறிய உருவம் கொண்ட காவியேறிய வெள்ளை அங்கியும் தலையில் தொப்பியும் அணிந்து, ஆப்பிரிக்கர்களுக்கே உரிய கருமை நிறத்தில் ஓர் ஆள் காணப்பட்டார். அவருடைய தோற்றம் மற்றவர்களிலிருந்து அவரை வேறுபடுத்திக் காட்டியது. அவர் தான் நாங்கள் தேடிச் சென்ற கதைசொல்லி என்று பின்னர் அறிந்து கொண்டேன்.

கதை சொல்லியுடன் கலந்து பேசுவதற்காக மூன்று மொழிபெயர்ப்பாளர்களும் சென்று விட்டனர். ஏனைய கிராமத்தினர் அனைவரும் என்னைச் சுற்றி அரை வட்ட வடிவில் மூன்று, நான்கு வரிசையாக அமர்ந்தனர். என்னுடைய கைகளை நீட்டினால், இருமருங்கிலும் அமர்ந்திருந்த ஆட்களைத் தொட்டுவிடலாம். அவ்வளவு நெருக்கமாக அமர்ந்து அவர்கள் என்னையே உற்றுப் பார்த்துக் கொண்டிருந்தது என்னைப் பெரிதும் நெளிய வைத்தது. நெற்றியில் கோடுகள் தோன்றும் அளவிற்கு அவர்கள் கூர்ந்து நோக்கினர். என் வாழ்க்கையில் பலமுறை பெருங்கூட்டத்தினர் மத்தியில் இருந்ததுண்டு. ஆனால், அனைவருமே அட்டக் கறுப்பாக இருந்ததில்லை.

உணர்ச்சிவயத்தால் பெரிதும் அலைக்கழிக்கப்பட்டேன். சமநிலையிழந்து, பாதுகாப்பற்றது போல உணரக் கூடிய தருணங்களில் செய்வதைப் போல எனது கண்கள் தாழ்ந்தன. எனது கைகளின் காவிநிறத் தோல் மீது எனது பார்வை பதிந்தது. புயல் போன்றதொரு உணர்ச்சி கடுமையாகத் தாக்கியதைப் போல உணர்ந்தேன். அவர்கள் மத்தியில் நானொரு வகைக் கலப்பினத்தவனாகப் பட்டேன். தூயோரிடையே தூய்மையற்றவனாகிப் போனேன். கொடுமையான வெட்கக்கேடு! அந்தச் சமையத்தில், திடீரென, மொழிபெயர்ப்பாளர்கள் அந்த முதியவரை விட்டு விலகி என்னை நெருங்கினார். கூடியிருந்தோர் என்னை விட்டு அந்த முதியவருடன் கூட்டமாகப் புறப்பட்டனர்.

மொழிபெயர்ப்பாளர்களுள் ஒருவர் வேகமாக என்னை அணுகி காதுகளில் முணுமுணுத்தார். “இப்பகுதியில் கறுப்பு அமெரிக்கரைப் பார்த்ததில்லை என்பதால் அவர்கள் உங்களை உறுத்துப் பார்த்தனர்” என்றார். அவர்களுடைய பார்வையின் உட்பொருளைப் புரிந்த கொண்ட போது, முன்பு நிகழ்ந்ததைக் காட்டிலும் கூடுதலாக என்னை உறுத்தியது. அவர்கள் என்னை தனிமனிதனாகப் பார்க்கவில்லை. அவர்கள் பார்த்தறியாத, கடல் கடந்து வாழ்ந்த இரண்டரைக் கோடி கறுப்பர்களுடைய அடையாளச் சின்னமாகக் கண்டனர்.

கிராம மக்கள் அனைவரும் கதைசொல்லியை நெருக்கமாகச் சூழ்ந்து நின்றனர். இடைவிடாமல் என்மீது பார்வையை ஓட்டியவாறு அவரிடம் உடலசைவுகளுடன் மாண்டிங்கா மொழியில் பேசினர். சற்று நேரத்திற்குப் பிறகு, கதைசொல்லி திரும்பி, கூட்டத்தினூடே விடுவிடுவென்று நடந்து, மொழிபெயர்ப்பாளர்களையும் கடந்து, நேரே என்னிடம் வந்தார். அவருடைய கண்கள் என்னுடையவற்றை ஊடுருவின. அவருடைய மாண்டிங்கா மொழியை நான் புரிந்து கொள்ள வேண்டும் என்று உணர்த்தியது போலிருந்தது. அடிமைகளைக் கடத்திக் கொண்டு பயணித்த கப்பல்கள் சென்றடைந்த இடங்களில் வாழக்கூடிய, அவர்கள் பார்த்தறியாத லட்சோப லட்சம் மக்களைப் பற்றிய அவ்வூர் மக்களுடைய உணர்வுகளை வெளிப்படுத்தினார். மொழிபெயர்க்கப்பட்டு எனக்குத் தெரிவிக்கப்பட்டது. “எமது நாட்டிலிருந்து கடத்திச் செல்லப்பட்ட ஏராளமான மக்கள் அமெரிக்கா என்றழைக்கபடுகின்ற இடத்திலும் மற்ற இடங்களிலும் அடிமைகளாக வாழ்வதாக எமது மூதாதையர் கூறியிருக்கிறார்கள்.”

அந்த முதியவர் என்னை நோக்கி அமர்ந்தார். அனைவரும் அவருக்குப் பின்னால் ஒன்று திரண்டனர். மூதாதையர் காலத்திலிருந்து பல நூற்றாண்டுகளாக செவிவழிச் செய்தியாக அடுத்தடுத்த தலைமுறையினருக்கு ஒப்புவிக்கப்பட்ட கின்டே இனக்குழுவினுடைய பழங்கால வரலாற்றைக் கூறத் தொடங்கினார். வெறுமனே உரை நிகழ்த்தியதைப் போன்றில்லை; பெரியதொரு பெயர்ப்பட்டியலை வாசித்ததைப் போன்றிருந்தது. கிராம மக்கள் அசைவின்றி அமைதியாகக் கேட்டுக் கொண்டிருந்ததைக் கண்ட போது அது அவர்களுக்கு ஒரு சிறப்பு வாய்ந்த நிகழ்வு என்பது புரிந்தது. இடுப்பிலிருந்து முன்னோக்கி வளைந்தவாறு பேசிக் கொண்டிருந்த கதைசொல்லியின் உடல் விரைப்பாக இருந்தது; கழுத்து நரம்புகள் புடைத்தன; வார்த்தைகள் காட்சிகளாகக் கண்ணெதிரே தோன்றின. ஓரிரு செய்திகளைச் சொன்னவுடன் அவருடைய உடல் பின்னோக்கி நிமிர்ந்தது. மொழிபெயர்ப்பாளர்கள் மொழிமாற்றிச் சொன்னதைக் கவனித்தார். பல தலைமுறைகளாகப் பின்னோக்கிச் சென்ற கின்டே குடும்ப வழித்தோன்றல்கள் கதைசொல்லியினுடைய மூளையிலிருந்து தாவிக் குதித்தனர்; யார் யாரை மணந்தார்; யாருக்கு எத்தனை பிள்ளைகள்; அவர்கள் யாரை மணந்தனர்; எத்தனை பிள்ளைகள் பெற்றனர். நம்பமுடியாத தொடர்ச்சியாக நீண்டது. மடைதிறந்த வெள்ளமாக வந்து விழுந்த விவரங்கள் மட்டுமின்றி அவர் கூறிச் சென்ற விதமும் என்னைப் பெரிதும் கவர்ந்தது. “இன்னாருடைய மனைவி இன்னார், அவருக்குப் பிறந்த குழந்தைகள் இத்தனை....” என்பதாக அடுத்தடுத்துப் பெயர்களை அடுக்கிக் கொண்டே சென்ற பொழுது ஒன்றுக்கு மேற்பட்ட மனைவியருடன் வாழ்ந்து எண்ணற்ற பிள்ளைகளைப் பெற்றுக் கொண்டதை அறிந்து கொள்ள முடிந்தது. கதைசொல்லி காலத்தைக் கணிப்பதற்கு நிகழ்வுகளை ஆதாரமாகக் கொண்டார். ‘வெள்ளப் பெருக்கெடுத்த சமயத்திற்குப் பின் அல்லது முன்...’, ‘இன்னார் நீர் எருமையைக் கொன்றாரே அந்தச் சமயத்தில்...’ அவ்வப்போதைய குறிப்பிடத்தக்க நிகழ்வுகளைக் கொண்டு காலத்தின் நீளம் கணிக்கப்பட்டது.

கதைசொல்லி கூறிய எண்ணிலடங்காத விவரங்களை ஒருவாறு எளிமைப்படுத்திக் கொள்ள வேண்டும். பழைய மாலி எனும் நாட்டில் கின்டே இனக்குழுவின்

வரலாறு தொடங்கியது. கின்டே குடும்பத்து ஆடவர் கருமான்கள்; நெருப்பை வென்றவர்கள். பெண்டிர் பானை வனைவதையும் நெசவுத் தொழிலையும் மேற்கொண்டனர். ஒரு காலக்கட்டத்தில் கின்டே இனக்குழுவின் ஒரு பிரிவு மௌரெடேனியா நாட்டிற்குப் புலம் பெயர்ந்தனர். கின்டே இனக்குழுவின் ஓர் ஆண்மகன் மௌரெடேனியாவிலிருந்து பயணித்து கேம்பியா நாட்டில் குடிபுகுந்தார். அவருடைய பெயர் கைரபா குண்டா கின்டே. மொகலாய சமயவாதியாகக் கருதப்பட்டவர். அவர் முதலில் பகாலி நிங்க் என்கிற கிராமத்திற்குச் சென்றார். அங்கு சிறிது காலம் தங்கியிருந்தார். அதன் பின் ஜிஃபாராங் என்கிற கிராமத்திற்குச் சென்றார். அங்கிருந்து ஜுஃப்யூர் கிராமத்தில் குடியேறினார்.

ஜுஃப்யூரில் மாண்டிங்கா இனத்துக் கன்னியான சைரெங் என்பவரை மணந்தார். அவர் மூலம் ஜானே, சலோம் என்கிற இரு மகன்கள் பிறந்தனர். இரண்டாவதாக ஆயிசாவை மணந்தார். ஆயிசா மூலம் ஒமோரோ பிறந்தார்.

மூன்று மகன்களும் ஜுஃப்யூர் கிராமத்தில் வளர்ந்து இளம் பருவமடைந்தனர். ஜானே, சலோம் என்கிற மூத்த மகன்கள் இருவரும் தனியே பிரிந்து சென்று கின்டே குண்டா ஜனே யா எனும் கிராமத்தை நிறுவினர். இளைய மகன் ஒமோரோ ஜுஃப்யூர் கிராமத்தில் தங்கிவிட்டார். தனது முப்பதாவது வயதில், பின்டா கெப்பா என்கிற மாண்டிங்கா இனத்துக் கன்னியை மணம் புரிந்தார். 1750க்கும் 1760க்கும் இடைப்பட்ட காலத்தில் அவர்களுக்கு குண்டா கின்டே, லேமின், சுவாடு, மதி நான்கு மகன்கள் பிறந்தனர்.

குடும்ப வரலாற்றின் அந்தக் கட்டம் வரையிலும் சொல்லி முடிப்பதற்கு அவருக்கு இரண்டுமணி நேரம் பிடித்தது. ஒவ்வொரு பெயரையும் கூறியவுடன் அவரைப் பற்றிய விவரங்களையும் இணைத்துத் தெரிவித்தார். அவ்வாறாக ஐம்பது முறைக்கு மேல் விவர இணைப்புகள் தருவித்தார். தற்பொழுது நான்கு மகன்களுடைய பெயர்களையும் சொன்னவுடன் அவர் தருவித்த விவரத்தை மொழிபெயர்ப்பாளர் விளக்கினார்.

“மன்னருடைய படைவீரர்கள் வந்த காலத்தில்...” கதைசொல்லி கால நிர்ணயத்திற்கு ஆதாரமாகப் பயன்படுத்திய முக்கிய நிகழ்வுகளுள் இதுவும் ஒன்று! “நான்கு மகன்களுள் மூத்தவன் கிராமத்திற்கு அருகிலிருந்த காட்டில் முரசு செய்வதற்காகத் தனியே மரம் வெட்டிக் கொண்டிருந்த போது காணாமல் போய்விட்டான். அவன் திரும்பி வரவே இல்லை....” கதைசொல்லி தொடர்ந்து விவரித்துக் கொண்டிருந்தார்.

நான் கல்லால் செதுக்கப்பட்டவனைப் போல உட்கார்ந்திருந்தேன். குருதியோட்டம் உறைந்துவிட்டதைப் போல உணர்ந்தேன். ஆப்பிரிக்காவின் மலைப்பகுதி நாட்டில் தனது வாழ்நாள் முழுவதும் வாழ்ந்த அந்த முதியவர், டென்னெஸே மாநிலத்தில் ஹென்னிங்கில், பாட்டியின் வீட்டு முற்றத்தில் எனது பிள்ளைப் பருவம் முதற்கொண்டு கேட்ட குடும்பக் கதையை தான் எதிரொலித்துக் கொண்டிருந்ததை அறிந்திருக்க கிஞ்சித்தும் வாய்ப்பில்லை. தன்னை கின்டே என்றழைக்க வேண்டுமென்று அமெரிக்காவில் வதைந்த

தன்னை ஒத்த அடிமைகளிடம் வற்புறுத்தியவரும், கிதாரை 'கோ' என்றும், வெர்ஜீனியா மாநிலத்தில் ஓடிய நதியை 'கேம்பி பொலோங்கோ' என்றும் கூறியவரும், முரசு செய்வதற்காக காட்டில் தனியே மரம் வெட்டிக் கொண்டிருந்த போது கடத்தப்பட்டு, அடிமையாக்கப்பட்டவரும் அதே குண்டா கின்டே தான் என்பதையும் அவர் அறிந்து கொள்ள நியாயமில்லை.

நான் திரட்டியிருந்த செய்திகள் அடங்கிய குறிப்பேட்டினைப் பையிலிருந்து எடுத்தேன். அதன் முதல் பக்கத்தில் அடங்கியிருந்த பாட்டி சொன்ன கதையை மொழி பெயர்ப்பாளரிடம் காட்டினேன். அதனை மேலோட்டமாகப் படித்தவுடனே திகைத்துப் போனார். கதைசொல்லியிடம் ஏட்டைக் காட்டி வேகமாகப் பேசினார். அதிர்ந்து போன கதைசொல்லி எழுந்து நின்றார். மொழிபெயர்ப்பாளர் கையிலிருந்த ஏட்டைக் காட்டி மக்களிடம் வியப்புக்குறி தோன்ற விளக்கினார். அனைவரும் அதிர்ச்சியில் எழுந்து நின்றனர்.

எவரொருவரும் ஆணையேதும் பிறப்பித்ததாக நினைவில்லை. எழுபது பேரும் என்னைச் சுற்றி பெரியதொரு வட்டமாக வகுத்துக் கொண்டு கடிகார முட்களின் எதிர்த்திசையில் கால்களை உயரத் தூக்கி மண்ணில் மிதித்துப் புழுதியைக் கிளப்பியவாறு ஆடத் தொடங்கினர்.

வட்டத்திலிருந்து வெளியேறி என்னை நோக்கி விரைந்து நெருங்கிய பெண்கள் தமது முதுகுகளில் தொட்டில் கட்டித் தொங்கவிடப்பட்டிருந்த குழந்தைகளை எடுத்து என்னிடம் திணித்தனர்; உடனே திரும்பப் பெற்றுக் கொண்டனர். ஒவ்வொருவராக பன்னிரெண்டுக்கும் மேற்பட்ட பெண்கள் அவ்வாறு செய்தனர். அதன் உட்பொருள் எனக்கு விளங்கவில்லை. ஓராண்டிற்குப் பிறகு, ஹார்டுவேர்டு பல்கலைக் கழகப் பேராசிரியர் ஜெரோம் புருனர், அது கையளித்தல் என்கிற பழங்காலச் சடங்குமுறை என்றும் அதன் மூலம் 'நீயும் நாங்களும் ஒன்று' என்பதை உறுதிப்படுத்துவதற்கு அவர்கள் முயன்றனர் என்று விளக்கினார்.

ஜுஃப்பூர் மக்கள், அதன் பின்னர், மூங்கிலாலும் ஓலையாலும் கட்டப்பட்ட மசூதிக்கு என்னை அழைத்துச் சென்றனர். என்னைச் சுற்றிலுமிருந்த அவர்கள் அரேபிய மொழியில் தொழுதனர். முழந்தாளிட்டிருந்த நான் நினைத்துக் கொண்டேன், "எனது குல மூலத்தை அறிந்து கொண்ட என்னால், எனது மக்கள் நடத்தும் தொழுகை மொழியைப் புரிந்து கொள்ள முடியவில்லையே!" பின்னர், தொழுகையின் சாரம் எனக்கு மொழிபெயர்க்கப்பட்டது. "எங்களிடமிருந்து தொலைந்து போன ஒருவரை மீண்டும் திருப்பிக் கொடுத்த அல்லாவைப் போற்றுகிறோம்!"

நீர்வழியாகச் சென்றதால் தரைவழியாகத் திரும்ப விரும்பினேன். வெப்பம் மிகுந்த, கரடுமுரடான மலைப்பாதைச் சாலையில் பின்னே புழுதியைக் கிளப்பிவிட்டவாறு பஞ்ஜூலை நோக்கி வண்டியை விரட்டிய வண்டியோட்டிக்குப் பக்கத்தில் உட்கார்ந்திருந்தேன். எங்கிருந்தோ பாய்ந்து வந்த எண்ணம் ஒன்று மூளையைத் துளைத்தது. தனது தாய் வழி, அல்லது தந்தைவழி ஆப்பிரிக்க மூதாதை கடத்திச் செல்லப்பட்ட இடத்தைப் பற்றியோ, காலக்கட்டத்தைப் பற்றியோ

ஒருசில தடயங்களைக் காட்டக் கூடிய எந்தவொரு கறுப்பு ஆப்பிரிக்கரும் தனது உண்மையான இனக்குழுவையும் தாயகக் கிராமத்தையும் பற்றிய விவரங்களை உரிய கதைசொல்லிகள் மூலம் அறிந்து கொள்ளக் கூடும்.

எமது மூதாதையர் லட்சக்கணக்கில் கூட்டங் கூட்டமாகக் கடத்திச் செல்லப்பட்டது பற்றி நூல்களில் படித்த விவரணைகள் காட்சிகளாக மனக்கண்முன் திரைப்படமாக விரிந்தன. எனது குடும்பப் பெருந்தகை குண்டாவைப் போல பல்லாயிரக்கணக்கானோர் தனித்தனியே பிடிபட்டனர். கூட்டமாகக் கிராமங்களையே தீக்கிரையாக்கி விட்டு இரவு வேளைகளில் அலறிப்புடைத்துக் கொண்டு குடிசைகளை விட்டு வெளியேறிய மக்களை அள்ளிச் சென்றனர். கழுத்தோடு கழுத்து பிணைக்கப்பட்ட அவர்கள் ஒரு மைல் நீளத்திற்கு வரிசையாக அணிவகுத்து இழுத்துச் செல்லப்பட்டனர். கடற்கரையை நோக்கி அத்தகைய கொடூர நடைப்பயணத்தை மேற்கொள்வதற்கு இயலாமல் பலர் செத்து விழுந்ததையும், மெலிந்து நலிவடைந்து நடக்கமுடியாதோர் சாகட்டுமென்று விட்டுச் செல்லப்பட்டதையும், கடற்கரையை அடைந்தோரை அம்மணமாக்கி உடல் முழுவதும் வழவழப்பான பசையைப் பூசி, மொட்டை அடித்து, உடலுறுப்புகள் அனைத்தையும் ஒன்றுவிடாமல் சோதித்து, சூட்டுக் கோலால் அடையாளமிட்டதையும் அகக்கண்ணால் காண முடிந்தது. சவுக்கால் அடித்து அவர்களைக் கப்பலை நோக்கி இழுத்துச் சென்றதையும் தாம் பிறந்து வளர்ந்த தாயக மண்ணை விட்டுப் பிரிய மனமில்லாமலும் எதிர்த்துப் போரிடத் திராணியில்லாமலும் கையற்ற நிலையில் அவர்கள் ஓலமிட்டுக் கதறி அழுது ஆற்று மணலில் விழுந்து வாய்நிறைய மண்ணைக் கவ்விக் கொண்டதையும் அகக்காட்சியாகக் கண்டேன். கப்பலின் இடுக்குகளுக்குள் அவர்களை அடித்து, வதைத்து, நெட்டித் தள்ளி, தாங்கவொண்ணாத் துர்நாற்றத்தில் பெட்டிகளில் பொருட்களை அடைப்பதைப் போல அடைத்துக் கொண்டுசெல்லப்பட்ட காட்சியும் என் கண்முன் விரிந்தது.

மற்றொரு, சற்றே பெரிய கிராமத்தை நெருங்கிய வரை அக்காட்சிகள் எனது மூளைக்குள் குடைந்து கொண்டிருந்தன. எதிரே கண் முன்னே கண்ட காட்சி, ஜுஃப்பூர் கிராமத்தில் நிகழ்ந்தவை பற்றிய செய்தி நாங்கள் சென்றடைவதற்கு முன்பே அந்தக் கிராமத்தினரால் அறியப்பட்டிருக்க வேண்டும் என்பதை உணர்த்தியது. வண்டியை மெதுவாக ஓட்டிய போது, அக்கிராமத்தினர் கூட்டமாக சாலையை நெருங்கி ஓடி வந்து ஆரவாரக் கூச்சலுடன் கைகளை அசைத்தனர். வண்டியில் எழுந்து நின்று நானும் பதிலுக்குக் கையசைத்தேன். வண்டி செல்வதற்கு வழிவிட மனமில்லாதவர்களாக முண்டியடித்தனர். அவர்களுடைய கூவலின் பொருள் முதலில் எனக்குப் புரியவில்லை. முக்கால் பங்கு கூட்டத்தைக் கடந்து வண்டி ஊர்ந்த பொழுது மூளையில் உறைத்தது. அங்கிகள் அணிந்திருந்த பெரியவர்களும் இளைஞர்களும், பெண்டிரும், அட்டக்கறுப்பான அம்மணக் குழந்தைகளும் ஆரவாரத்துடன் கையசைத்து முகமெல்லாம் பல்லாக என்னைப் பார்த்து, "மீஸ்டர் கின்டே, மீஸ்டர் கின்டே!" என்று கத்தினர் என்பதைப் புரிந்து கொண்டேன்.

இங்கே, நீங்கள் ஒன்றைப் புரிந்து கொள்ள வேண்டும்! நானும் மனிதன் தான். எங்கிருந்தோ வந்த துக்கம் முதலில் எனது கால்களைத் தாக்கியது; மேலெழுந்து உடலெங்கும் பரவியது; கைகளால் முகத்தில் அறைந்து கொண்டு அழுதேன்! ஆமாம், குழந்தைப் பருவத்திற்குப் பின்னர் முதன்முறையாக வாய்விட்டு அலறினேன்! 'மீஸ்டர் கின்டே!' எனது மக்களுக்கு எதிராக மனிதவரலாற்றில் நிகழ்த்தப்பட்ட அத்தனை கொடுமைகளுக்காகவும் அழுததாக உணர்ந்தேன். மனிதஇனம் இழைத்த மாபெரும் குற்றம்!

தகாரிலிருந்து அமெரிக்கா திரும்பியவுடன், நூலொன்றை எழுதுவதென்று தீர்மானித்தேன். எனது மூதாதையருடைய வாழ்க்கை வரலாறு அமெரிக்காவில் வாழ்ந்த ஆப்பிரிக்க வழித்தோன்றல்கள் அனைவருடைய வாழ்க்கையையும் படம் பிடித்துக் காட்டுவதாக அமையும் என்பதில் ஐயமில்லை. ஆப்பிரிக்காவின் மலைப்பகுதி கிராமத்தில் பிறந்து, வளர்ந்து, சிறைப்பிடிக்கப்பட்டு, விலங்கிடப்பட்டு, சங்கிலிகளால் பிணைத்து இழுத்துச் செல்லப்பட்டு, அதே கடலைக் கடந்து பயணித்த கப்பலில் ஏற்றப்பட்டு, அமெரிக்காவின் அடுத்தடுத்த பண்ணைகளில் அடிமைகளாகச் சொல்லொணாத் துன்ப, துயரங்களுக்கு ஆளாக்கப்பட்டு, விடுதலைக்காகப் போராடிக் கொண்டிருந்த அனைவருடைய வாழ்க்கையிலும் குண்டாவினுடைய அனுபவ வித்துக்களை விலக்கின்றிக் காணலாம்.

நியூயார்க்கில் எனக்காகக் காத்திருந்த தொலைபேசிச் செய்திகளுள் ஒன்று, எண்பத்தி மூன்று வயதான ஜார்ஜியா அக்கா கான்சாஸ் மாநகர மருத்துவ மனையில் இறந்துவிட்டதாகத் தெரிவித்தது. பின்னாளில், நிகழ்வுகளைக் காலமுறைப்படி நிரல்படுத்தி சிந்தித்த போது, நான் ஜுஃப்யூர் கிராமத்திற்குள் நடந்து சென்ற வேளையில் அவர் மரித்தார் என்பதைக் கண்டு கொண்டேன். பாட்டியினுடைய வீட்டு முற்றத்தில் குடும்பக் கதையைப் பேசிய பெண்மணிகளில் கடைசியாக உயிர்த்திருந்தவர், ஆப்பிரிக்கக் கிராமத்திற்கு என்னை அனுப்பி வைக்கின்ற தனது பணியை நிறைவேற்றி விட்டு, விண்ணுலகத்திலிருந்து கவனிப்பதற்கு மற்றவர்களுடன் இணைந்துவிட்டார் என்று நினைத்துக் கொண்டேன்.

உண்மையில், எனது பிள்ளைப்பருவத்திலிருந்து தொடங்கி அடுத்தடுத்து நிகழ்ந்தவை அனைத்திற்கும் முத்தாய்ப்பாக அவர்கள் அனைவரும் ஒன்றிணைந்த நிகழ்வு இந்நூல் உருவாவதற்குக் காரணமாக அமைந்துவிட்டது. இன்னொன்றையும் கவனித்தேன். கடலில், அமெரிக்கக் கடலோரக் காவல் படையின் கப்பல்களில் சமையல் செய்துகொண்டிருந்த நான் சூழ்நிலையின் திருவிளையாடலால் எனக்கு நானே எழுதுவதற்குப் பயிற்றுவித்த நீண்ட முயற்சியில் இறங்கினேன். கடற்பயண அனுபவங்கள் எனக்கு மிகவும் பிடித்துப் போனதால், கடலோரக் காவல் படையின் ஆவணக் காப்பகத்தில் மஞ்சளேறிப் போன, பழைய ஆவணங்களைத் துருவிக் கண்ட சாகசங்களைத் துவக்கக் காலத்தில் கதைகளாக்கினேன். கடற்பயண சாகசங்களைப் பற்றிய ஆய்வுகளின் போது எதிர்கொண்ட சவால்களைக் காட்டிலும் பலமடங்கு கூடுதல் ஆயத்த முயற்சிகளை இந்நூலுக்காக மேற்கொள்ள வேண்டியதாயிற்று.

எமது ஆப்பிரிக்க மூதாதை ஆப்பிரிக்காவிலிருந்து கப்பலில் கொண்டு

செல்லப்பட்டு அமெரிக்காவில் சேர்த்த இடம் நேப்ளிஸ் என்று பாட்டியும் மற்ற பெண்களும் சொன்னதைக் கேட்டிருந்தேன். அவர்கள் மேரிலாந்திலுள்ள அன்னேப்போலிஸ் என்ற இடத்தைக் குறிப்பிட்டனர் என்பதை அறிந்தேன். தன்னை விலைக்குப் பெற்ற முதலாளி ஜான் வேல்லெர் 'டோபி' என்று பெயரிட்ட பின்னரும் தன்னை 'கின்டே' என்றழைக்க வேண்டும் என்று வற்புறுத்திய அந்த ஆப்பிரிக்கர் உட்பட மனிதச் சரக்குகளை ஏற்றிக் கொண்டு கேம்பியா நதியிலிருந்து அன்னேப்போலிஸ் வரை பயணித்த அந்தக் கப்பலைப் பற்றி அறிந்து கொள்ள முயல வேண்டும் என்று உணர்ந்தேன்.

அந்தக் கப்பலைப் பற்றிய ஆய்வினை மையப்படுத்துவதற்கு அது நிகழ்ந்த காலக் கட்டத்தை உறுதிப்படுத்திக் கொள்ள வேண்டியது அவசியமாயிற்று. சில மாதங்களுக்கு முன்பு, ஜுஃப்பூர் கிராமத்தில், கதைசொல்லி, குண்டே கின்டே கடத்திச் செல்லப்பட்ட நிகழ்வு 'மன்னருடைய படைவீரர்கள் வந்த போது நிகழ்ந்ததாகக்' கூறியது நினைவுக்கு வந்தது.

மீண்டும் இலண்டனுக்குச் சென்றேன். *1760*ஆம் ஆண்டுகளில், பிரிட்டனின் இராணுவப் படைத்தொகுதிகள் பல்வேறு இடங்களுக்கு அனுப்பப்பட்ட பதிவுகள் அடங்கிய ஆவணங்களைத் துழாவிக் கொண்டிருந்த இரண்டாவது வாரத்தின் நடுவில், 'மன்னருடைய படைவீரர்கள்' என்பது கர்னல் ஓஹேரேயின் தலைமையிலான படைத்தொகுதியைக் குறித்தது என்பதை அறிந்து கொண்டேன். *1767*ஆம் ஆண்டில், அப்படைத் தொகுதி, அந்நாளில் கேம்பியா நதிக்கரையில், பிரிட்டனுடைய கட்டுப்பாட்டிலிருந்த ஜேம்ஸ் அடிமை வணிகத் துறைமுகத்தைப் பாதுகாப்பதற்காக அனுப்பிவைக்கப்பட்டது. கதைசொல்லி மிகவும் துல்லியமாகக் குறிப்பிட்டார். அவருடைய முதுகுக்குப் பின்னால் அவருடைய கூற்றை சரிபார்ப்பது போல ஆகிவிடுமோ என்று மனம் வெதும்பியது.

இலண்டன் லாயிட்ஸ் காப்பகத்திற்குச் சென்றேன். ஆர்.சி.இ.லேண்டர்ஸ் என்கிற நிர்வாகியிடம் எனது நோக்கத்தை ஒரே மூச்சில் கொட்டித் தீர்த்தேன். தனது இருக்கையிலிருந்து எழுந்த அலுவலர் தன்னால் இயன்ற உதவியனைத்தையும் வழங்குவதற்கு முன்வந்தார். ஆங்கிலேயக் கப்பல் போக்குவரத்துப் பதிவுகள் அடங்கிய எண்ணற்ற ஆவணங்கள் எனது ஆய்விற்காக முன்வைக்கப்பட்டன.

இங்கிலாந்து, ஆப்பிரிக்கா, அமெரிக்கா என முக்கோணக் கடல்வழிப் பாதைகளில் பயணித்த ஆயிரக்கணக்கான அடிமை வணிகக் கப்பல்களின் பயணங்கள் பற்றிய விவரங்கள் அடங்கிய பழைய ஆவணங்களின் தொகுப்புகளும், கோப்புகளும் ஒன்றன் பின் ஒன்றாக நாள்தோறும் ஆறுவார காலம் இடைவிடாமல் சளைக்காமல் தேடியும் பயனெதுவும் கிட்டவில்லை. அடிமை வணிகத்தில் ஈடுபட்டிருந்த எண்ணற்ற கப்பல்கள் பற்றிய விவரங்களைச் சலிப்பின்றி துழாவிய போது என்னுள் கட்டுங்கடங்காத சீற்றம் பொங்கியது. மிகப் பெரியதொரு தொழிலில் ஈடுபடுவதைப் போல, இன்றைக்கு கால்நடைகளை வாங்குவதும், விற்பதும், கப்பலேற்றுவதுமாக நடவடிக்கைகளை மேற்கொள்வதைப் போல, அன்றைக்கு அடிமை வணிகத்தில் கொள்ளையடித்தனர். அந்த ஆவணங்கள் பாதுகாப்பாக அங்கே வைக்கப்பட்டதிலிருந்து அதனை மீண்டும் எவரும் புரட்டிப்

பார்த்ததாகத் தோன்றவில்லை.

கேம்பியாவிலிருந்து அன்னேபோலிஸ் பயணித்த கப்பல் எதுவும் கண்ணில் படவில்லை. ஏழாவது வாரத்தில், பிற்பகல் இரண்டரை மணியளவில், 1023வது ஆவணத்தைப் படித்துக் கொண்டிருந்தேன். 1766, 1767ஆம் ஆண்டுகளில், கேம்பியா நதிக்கரைத் துறைமுகத்திற்குள் நுழைந்து வெளியேறிய முப்பது கப்பல்கள் பற்றிய விவரங்கள் அகன்ற செவ்வக வடிவத்தாளில் பதியப்பட்டிருந்தன. பட்டியல் மீது கீழ்நோக்கி நகர்ந்த பார்வை பதினெட்டாம் எண் கப்பல் மீது பதிந்தது. பதிவுகளின் விவரத் தலைப்புகளை அலசினேன்.

1767ஆம் ஆண்டு ஜூலை 5, மன்னருடைய படைவீரர்கள் ஆப்பிரிக்கா சென்ற நாள்! கப்பலின் பெயர் லார்டு லிகோனியர், கப்பலின் தலைவன் தாமஸ் இ. டேவிஸ். கேம்பியா நதியிலிருந்து அன்னேபோலிஸ் பயணித்த கப்பல்!.....

என்னவென்று தெரியவில்லை! என்னுள் பெரிதாக உணர்வெழுச்சி எதுவும் தோன்றியதாக நினைவில்லை! அமைதியாகத் தகவலைக் குறித்துக் கொண்டதாக நினைவு! ஆவணத்தை திரும்பவும் எடுத்த இடத்தில் வைத்துவிட்டு வெளியேறினேன். தெருமுனையில் சிறிய தேனீர்க் கடை இருந்தது. தேனீரும் தின்பண்டமும் கேட்டேன். தேனீரைப் பருகியவாறு அமர்ந்திருந்தேன். அந்தக் கப்பல் தான் குண்டா கின்டேவைக் கொண்டு சென்றிருக்க வேண்டுமென்று திடீரென்று உதித்தது.

தேனீருக்கும் தின்பண்டத்திற்கும் இன்னமும் கடைக்காரப் பெண்ணுக்குக் கடன்பட்டிருக்கிறேன்! தொலைபேசியில் தொடர்பு கொண்டேன். பேன் அமெரிக்க விமானப் போக்குவரத்து நிறுவனம் அன்றைய தினத்தில் கடைசியாக இருந்த ஒரே இருக்கையை எனக்காக ஒதுக்கியது. தங்கியிருந்த விடுதி வழியாகச் செல்வதற்குக் கூட நேரமில்லை. வாடகை வண்டிக்காரரிடம் ‘ஹீத்ரோ விமான நிலையம்’ என்றேன்! அன்றிரவு முழுவதும் உறக்கமின்றி அட்லாண்டிக் கடலைக் கடந்தேன். வாஷிங்டனிலுள்ள பாராளுமன்ற நூலகத்தில் நான் கண்ட ஒரு குறிப்பிட்ட நூல் மட்டுமே அகக்கண் முன் நிலைக்குத்தி நின்றது. வாகன் டபிள்யூ. பிரௌன் இயற்றிய Shipping in the Port of Annapolis எனும் நூல்! வெளிர் காவிநிற அட்டை கொண்டது. அதனை மறுபடியும் புரட்ட வேண்டும்!

கிழக்கத்திய விமானப் போக்குவரத்து நிறுவனத்தின் உள்நாட்டுப் பயணியர் விமானம் நியூயார்க்கிலிருந்து வாஷிங்டன் கொண்டு சென்றது. வாடகை வண்டியைப் பிடித்து பாராளுமன்ற நூலகம் சென்றேன். அந்நூலினைக் கேட்டேன். கொண்டு வந்த இளைஞனிடமிருந்து லபக்கென்று பறித்துக் கொண்டு பக்கங்களைப் புரட்டினேன். உறுதிப்பட்டு விட்டது!.... 1767ஆம் ஆண்டு, செப்டம்பர் 29ஆம் நாள் அன்னேபோலிஸ் துறைமுகத்தில் லார்டு லிகோனியர் கப்பலுக்கு சுங்க அலுவலர்களுடைய அனுமதி வழங்கப்பட்டிருந்தது. வாடகை வண்டியிலேறி அன்னேபோலிஸ் விரைந்தேன். மேரிலேந்து ஆவணக் கூடத்திற்குச் சென்று, காப்பாளர் ஃபெபே ஜேகோப்சன் அம்மையாரிடம், 1767ஆம் ஆண்டு அக்டோபர் மாத முதல் வாரத்தில் வெளிவந்த செய்தித்தாள்களின் நகல்களைக் கேட்டேன்.

மேரிலாந்து கெஜட் எனும் நாளிதழின் நகல்கள் அடங்கிய நுண்ஒளிப்படச் சுருளை என்னிடம் கொடுத்தார். உரிய கருவி மூலம் அக்டோபர் முதல் தேதியிட்ட நாளிதழில் பாதியைப் பார்த்துக் கொண்டிருந்த போது, பழங்கால தட்டச்சு எழுத்து வடிவத்தில் கீழ்க்கண்ட விளம்பரம் கண்ணில் பட்டது. "இப்பொழுது தான் இறக்குமதி செய்யப்பட்டுள்ளன! லார்டு லிகோனியர் கப்பல் மூலம் கப்பல் தலைவன் டேவிஸ் ஆப்பிரிக்காவின் கேம்பியா நதியிலிருந்து கொண்டு வந்துள்ளார். அன்னேபோலிஸில் உரிய வணிகர்களால் விற்பனைக்கு உள்ளன. பணமாகவோ, உரிய காசோலை மூலமாகவோ, அக்டோபர் 7ஆம் தேதி புதன்கிழமை வாங்கிக் கொள்ளலாம்! தேர்ந்தெடுக்கப்பட்ட நல்ல உடற்கட்டுடன் கூடிய அடிமைகள்! கப்பல் டன் 6 ஸ்டெர்லிங் வீதத்தில் புகையிலை ஏற்றிக் கொண்டு இலண்டன் புறப்படவுள்ளது." அந்த விளம்பரம் புனித தாமஸ் ஜெனிஃபெர் நிறுவனத்தின் ஜான் ரிடோ மற்றும் டேனியல் ஆகியோரால் ஒப்பமிடப்பட்டிருந்தது.

1967ஆம் ஆண்டு, அக்டோபர் மாதம் 29ஆம் நாள், உலகத்தின் வேறு எந்தப்பகுதிக்கும் செல்லாமல் அன்னேபோலிஸ் துறைமுகப் பாலத்தின் மீது நின்றிருக்க வேண்டுமென்று எண்ணியிருந்தேன். லார்டு லிகோனியர் எமது மூதாதையுடன் அங்கு சென்று சேர்ந்த இருநூறு ஆண்டுகளுக்குப் பிறகு, திட்டமிட்டிருந்தபடி அங்கே நின்றேன். எனது தாய்வழிப் பாட்டியின் தந்தைவழிப் பாட்டனுக்குத் தாய்வழிப் பாட்டன் அடிமையாக வந்திறங்கிய இடத்தில் கடலை நோக்கிப் பார்வையை ஓட்டினேன். மீண்டும் அழுதுகொண்டிருந்ததை உணர்ந்தேன்!

1766—67ஆம் ஆண்டுகளில் கேம்பியா நதியின் ஜேம்ஸ் துறைமுகத்தின் ஆவணங்கள் லார்டு லிகோனியர் கப்பல் பிறவற்றுடன் 144 அடிமைகளுடன் பயணித்ததாகத் தெரிவித்தது. கடற்பயணத்தைத் தாக்குப் பிடித்து உயிர்த்திருந்தோர் எத்தனை பேர்? தற்பொழுது, மேரிலாந்து ஆவணக் கூடத்தில் இரண்டாவது முயற்சியாக அன்னேபோலிஸ் துறைமுகத்தில் அந்தக் குறிப்பிட்ட கப்பல் மூலம் வந்திறங்கிய சரக்குகள் பற்றிய விபரங்கள் அடங்கிய ஆவணத்தைத் தேடிக் கண்டு பிடித்தேன். பழங்கால எழுத்துவடிவத்தில் கீழ்க்கண்டவாறு பட்டியலிடப்பட்டிருந்தது. "யானைத் தந்தங்கள் 3265, அதனை 'யானையின் பற்கள்' என்று குறிப்பிட்டிருந்தனர்; தேனடைகள் 3700 பவுண்ட்; கச்சாப் பருத்தி 800 டன்; கேம்பிய நாட்டுத் தங்கம் 32 அவுன்ஸ்; மற்றும் 98 நீக்ரோக்கள். 42 பேர் மாண்டு போயினர்; கப்பலில் ஏற்றப்பட்டவர்களுள் சராசரியாக மூன்றில் ஒரு பங்கு பேர் மாண்டனர்! அது தான் அன்றைய கடற்பயணத்தில் அடிமைகளுக்கு ஏற்பட்ட கொடுமை!

பாட்டியும், லிஸ், பிளஸ் பெரிய பாட்டிகளும், ஜார்ஜியா அக்காவும் அவர்களுடைய போக்கில் கதைசொல்லிகளாக விளங்கினர் என்பதை ஒருவாறு உணர்ந்து கொண்டேன். எனது குறிப்பேடுகளில் அவர்கள் கூறிய இருநூறு ஆண்டுகள் பழமை வாய்ந்த கதை பதியப்பட்டிருந்தது. எமது ஆப்பிரிக்க மூதாதை ஜான் வேல்லெர் என்கிற முதலாளிக்கு விற்கப்பட்டார். முதலாளி அவருக்கு டோபி என்று பெயரிட்டார். தப்பியோடிய அடிமைகளைப் பிடித்துக் கொடுப்பதைத்

தொழிலாகக் கொண்ட வெள்ளையர்கள் இருவர் நான்காவது முறையாகத் தப்பியோட முயற்சித்த அவரைச் சுற்றி வளைத்துக் கொண்டனர். அவர்களுள் ஒருவனை அவர் கல்லால் தாக்கினார். அவருடைய பாதம் துண்டிக்கப்பட்டது. ஜான் வேல்லெர் முதலாளியின் அண்ணன் வில்லியம்ஸ் வேல்லெர் அவரைக் காப்பாற்றினார். மருத்துவரான அவர் அடிமையினுடைய உடலுறுப்பைத் துண்டாடியதற்காக வெகுண்டார். தம்பியிடமிருந்து அந்த அடிமையை விலைக்கு வாங்கினார். இந்த இடத்தில், எனக்கொரு நம்பிக்கை பிறந்தது. உறுதியாக ஏதேனுமொரு வகையில் அந்த அடிமைப் பரிமாற்றம் ஆவணப்படுத்தப்பட்டிருக்க வேண்டும்!

வெர்ஜீனியா மாநிலம், ரிச்மோன்ட் சென்றேன். லார்டு லிகோனியர் சென்றடைந்த 1767ஆம் ஆண்டு, செப்டம்பர் மாதத்திற்குப் பிந்தைய காலத்தில், ஸ்பாட்சில்வேனியா ஊரகத்தில் தொகுக்கப்பட்ட சட்டப்பூர்வமான ஆவணங்களை நுண்ஒளிப்படச் சுருள் மூலம் துருவினேன். 1768ஆம் ஆண்டு, செப்டெம்பர் மாதம் 5ஆம் தேதியிட்ட நீளமானதொரு ஆவணம் கண்ணில் பட்டது. ஜான் வேல்லெரும் அவருடைய மனைவி ஆன்னும் வில்லியம் வேல்லெருக்கு 240 ஏக்கர் பண்ணை நிலம் உட்பட நிலங்களையும் பொருட்களையும் விற்றதற்கான பதிவுகள் தென்பட்டன..... இரண்டாவது பக்கத்தில், 'மற்றும் டோபி என்கிற அடிமை' என்று குறிப்பிடப்பட்டிருந்தது.

கர்த்தரே!

அந்த வினோதக் கல்லை நான் கண்ட பின்னர் உருண்டோடிய பன்னிரெண்டு ஆண்டுகளில், ஐந்து லட்சம் மைல் பயணித்திருந்தேன். தேடினேன்; தரம் பிரித்தேன்; சோதனையிட்டேன்; குறுக்குச் சோதனையும் மேற்கொண்டேன்! ஒருவழியாக, வாய்மொழியாகக் கேட்ட வரலாற்றுச் செய்திகள் துல்லியமானவை மட்டுமல்ல; அட்லாண்டிக் பெருங்கடலின் இரு மருங்குகளையும் இணைக்க வல்லவை என்பதை அறிந்து கொண்டேன். இந்நூலை எழுதுவதற்கான உந்து சக்தியைப் பெறும் முகத்தான் ஆராய்ச்சியின் மூலமாக மேலும் சில உண்மைகளைத் துருவி எடுக்க முற்பட்டேன். குண்டா கின்டேயினுடைய பிள்ளைப் பருவத்தையும் விடலைப் பருவத்தையும் வடிவமைப்பதற்கு நீண்ட காலம் பிடித்தது. அவரை நன்கு அறிந்து கொண்டுவிட்டபடியால் அவர் சிறைப்பிடிக்கப்பட்டது என்னைப் பெரிதும் வதைத்தது. அடிமை வணிகக் கப்பலில் அவருடைய அல்லது அவரைப் போன்ற கேம்பியர்கள் அனைவருடைய கடற்பயணத்தைப் பற்றி எழுத முற்பட்ட பொழுது நான் ஆப்பிரிக்காவுக்குப் பறந்து சென்றேன். கப்பல் நிறுவனங்களுடன் தொடர்பு கொண்டு ஆப்பிரிக்க நாட்டுத் துறைமுகத்திலிருந்து நேரடியாக அமெரிக்கா செல்லக் கூடிய முதலாவது சரக்குக் கப்பலில் பயணிப்பதற்கான அனுமதி பெற்றேன். ஃபேரெல் லைன்ஸ் நிறுவனத்தின் ஆப்பிரிக்கன் ஸ்டார் எனும் கப்பல் புறப்படவிருந்தது. கப்பல் கடலில் சென்று கொண்டிருந்த பொழுது, எனது மூதாதை பற்றி நான் எழுதிக் கொண்டிருந்த நூலுக்கு உதவும் வகையில் மேற்கொள்ள விரும்பிய நடவடிக்கைகள் பற்றி விளக்கினேன். ஒவ்வொரு இரவு உணவு வேளைக்குப் பிறகு, கப்பலின் அடித்தளத்திற்குப் படிக்கட்டு வழியாக

இறங்கி சரக்குகள் அடைக்கப்பட்டிருந்த இடத்தை அடைந்தேன். உள்ளாடை தவிர அனைத்தையும் கழற்றிவிட்டு, கரடுமுரடான பலகை மீது மல்லாந்து படுத்தவாறு, அவர் பார்த்தவை, கேட்டவை, சுவைத்தவை, நுகர்ந்தவை அனைத்தையும் அனுபவிக்க முற்பட்டேன். அனைத்திற்கும் மேலாக, குண்டாவைப் பற்றி அறிந்து கொண்டமையால், அவர் எதைப் பற்றியெல்லாம் சிந்தித்திருப்பார் என்பதையும் கற்பனை செய்தேன். பயணக் காலமான பத்து இரவுகளும் அவ்வாறு என்னை வருத்திக் கொண்டேன். இல்லை, இல்லை! எனது மூதாதையும் அவரைப் போன்ற அடிமைகளும் பட்ட துன்ப, துயரங்களுடன் ஒப்பிட்டுப் பார்த்த போது, நான் எவ்வளவோ ஆடம்பரமான பயணத்தை மேற்கொண்டேன் என்று தான் தோன்றியது. விலங்கிடப்பட்டும் சங்கிலிகளால் பிணைக்கப்பட்டும், சராசரியாக எண்பதிலிருந்து தொண்ணூறு நாட்கள் தமது கழிவுகளின் மீது கிடந்தவாறு பயணித்த குண்டாவிற்கும் அவருடைய தோழர்களுக்கும் கொடுமையும் கொடூரங்களும் அத்துடன் ஓய்ந்துவிடவில்லை. புதுவிதக் கொடுமைகள் பண்ணைவெளிகளில் காத்திருந்தன. ஆகவே, அவர்களை மனிதச் சரக்குகள் என்கிற நிலையில் வதைத்து அவர்களுடைய கடற்பயணத்தை ஒருவாறு விவரித்து முடித்தேன்.

இறுதியாக, எமது ஏழுதலைமுறைகளையும் தற்பொழுது உமது கரங்களில் தவழ்கின்ற நூலாக யாத்து விட்டேன். எழுதிக் கொண்டிருந்த காலத்தில், ‘வேர்கள்’ உருவான விதம் பற்றிப் பெருங்கூட்டங்களில் உரையாற்றினேன். அவ்வப்போது இப்படியொரு கேள்வி எழுப்பப்பட்டதுண்டு, “வேர்கள் எனும் நூலில் உண்மை நிகழ்வுகள் எவ்வளவு? புனைவுகள் எவ்வளவு?” நான் அறிந்த வரையிலும், நான் மேற்கொண்ட முயற்சிகளைப் பொறுத்தும், இந்நூலில் கண்டுள்ள ஒவ்வொரு நிகழ்வும் ஆப்பிரிக்க மூதாதையாலும், அமெரிக்கக் குடும்பத்தினராலும் போற்றிப் பாதுகாக்கப்பட்ட செய்திகளை ஆவணங்களின் துணையுடன் நிலைநிறுத்தப் பாடுபட்டேன். அத்தகைய ஆவணங்களுடன், தற்கால வாழ்க்கைமுறைகளும், பண்பாட்டியல் வரலாறும் இந்நூலில் காணப்படும் எண்ணற்ற விவரங்களுக்குத் துணைநின்றன. மூன்று கண்டங்களைச் சேர்ந்த ஐம்பதிற்கும் மேற்பட்ட நூலகங்களிலும், ஆவணக் காப்பகங்களிலும், ஏனைய பழைய ஆவணச் சேமிப்புக் கூடங்களிலும் ஆண்டுக்கணக்கில் நான் மேற்கொண்ட அயர்வறியா ஆய்வு இந்நூலின் தசையும் நரம்புமாக வடிவெடுத்துள்ளது.

இந்நூலில் இடம்பெற்றுள்ள பெரும்பாலான நிகழ்வுகள் நான் பிறந்ததற்கு முன்னரே நடந்தவை என்பதால், உரையாடல்களைப் பொறுத்தவரை, ஆவணங்களை ஆய்வு செய்த போது, இப்படித்தான் இருந்திருக்கக் கூடும் என்று உணர்ந்த விதத்தில் புனைவுக் கலப்பாக வடித்தேன்.

இப்பொழுது என்னால் உணர முடிகிறது! பாட்டியும், ஜார்ஜியா அக்காவும், குடும்பத்தின் மற்ற முதிய பெண்டிரும் மட்டுமல்ல; குண்டா, பெல், கிஸ்ஸி, கட்டுச்சேவல் ஜார்ஜ், மெடில்டா, டாம், ஐரீன், தாத்தா வில் பாமெர், பாட்டி சிந்தியா, அம்மா பெர்த்தா ஆகிய அனைவருமே விண்ணுலகிலிருந்து கவனித்துக் கொண்டிருக்கிறார்கள்! தற்பொழுது, அவர்களுடன் அப்பாவும் இணைந்து விட்டார்.....

அவருக்கு வயது எண்பத்தி மூன்று. அவருடைய இறுதிச்சடங்கு ஏற்பாடுகளைப் பற்றி அவருடைய பிள்ளைகளான ஜார்ஜ், ஜூலியஸ், லோயிஸ் மற்றும் நானும் விவாதித்தோம். அப்பா .முழுமையான வாழ்க்கையை, அவர் வளமை என்று கருதிய விதத்தில் பெரும் செல்வந்தராகவும் வாழ்ந்தவர். அத்துடன், அவர் பெரிதும் துன்புறாமல் விரைவிலேயே போய்ச் சேர்ந்து விட்டார். அப்பாவைப் பற்றி நாங்கள் அறிந்திருந்த வரையில், அவருடைய மறைவை எண்ணி நாங்கள் அழுது புலம்பக் கூடாது என்று தான் விரும்பியிருப்பார். நாங்களும் அவ்வாறே நடந்து கொள்வதென ஒப்புக் கொண்டோம்!

நான் முழுமையாக நினைவுகளில் ஆழ்ந்திருந்தேன். ஈமச்சடங்குகளை நிகழ்த்தியவர் 'மரித்தவர்' என்றார். எப்பொழுதும் கலகலப்பாக இருந்த எனது அப்பாவைத் தான் குறிப்பிட்டார் என்று உணர்ந்த பொழுது திடுக்கிட்டேன். வாஷிங்டனில் ஒரு தேவாலயத்தில் முதலாவது தொழுகை நடந்ததற்குச் சற்று முன்பு, பொறுப்பிலிருந்த பெருமதிப்பிற்குரிய பாய்ட் பாதிரியாரிடம், உகந்த தருணத்தில், அவருடைய மகன்களாகிய நாங்கள் குழுமியிருந்த நண்பர்கள் மத்தியில் எமது நினைவுகளைப் பகிர்ந்து கொள்ள விரும்புவதாக ஜார்ஜ் கூறினான்.

மரபுவழிப்பட்ட தொழுகை முடிந்த பிறகு, அப்பாவுக்கு மிகவும் விருப்பமான பாடல் இசைக்கப்பட்டது. ஜார்ஜ் திறந்திருந்த பெட்டியின் அருகே நின்றான். தனது நினைவுகளை விவரித்தான். "அப்பா பயிற்றுவித்த இடங்களிலெல்லாம் யாரேனும் ஒரு மாணவராவது எங்களுடைய வீட்டில் தங்கிப் படித்தார். கிராமப்புற விவசாயினுடைய மகன்களான அவர்களால் உரிய தொகை செலுத்த இயலாத போது எழுந்த பிரச்சினையை அப்பா, 'அவன் எங்களுடன் தங்கிக் கொள்வான்!' என்று கூறித் தீர்த்து வைத்தார். அந்த வகையில் நாட்டின் வேளாண் முகவர்களாகவும், உயர்நிலைப் பள்ளி முதல்வர்களாகவும், ஆசிரியர்களாகவும் பணியாற்றுகின்ற பதினெட்டுப் பேர் தங்களை 'பேராசிரியர் ஹேலியின் பசங்க' என்று பெருமையாகக் கூறிக் கொள்வர்" என்றான்.

ஜார்ஜ் தொடக்கக் கால நினைவு ஒன்றை விளக்கினான். அலபாமாவில் வாழ்ந்த போது காலை உணவு வேளையில் அப்பா சொன்னார், "பயலுகளா, இங்கே வாங்க! நீங்க சந்திக்க வேண்டிய மிகப் பெரிய மனிதர் ஒருவர் இருக்கிறார்!" எங்கள் மூவரையும் ஏற்றிக் கொண்டு வண்டியைப் பலமணி நேரம் செலுத்தி அலபாமாவின் டஸ்கீஹீ எனுமிடத்தைச் சென்றடைந்தார். அங்கே புதிர் போன்றதொரு ஆய்வுக் கூடத்தில் அறிவியல் மேதை ஜார்ஜ் வாஷிங்டன் கார்வெர் என்பாரைச் சந்தித்தோம். கடினமாக உழைத்துப் பயில வேண்டியதன் அவசியத்தை விளக்கிய அவர் ஆளுக்கொரு மலர் கொடுத்தார். அடுத்ததாக, ஜார்ஜ் அப்பாவினுடைய ஆதங்கத்தை வெளிப்படுத்தினான். பிற்காலத்தில் ஆண்டுதோறும் குடும்பத்தினர் அனைவரும் கலந்து கொள்வதற்கான ஏற்பாடு செய்ய வேண்டும் என்கிற அவருடைய விருப்பம் நிறைவேற்றப்படாமலேயே மறைந்துவிட்டார். தற்பொழுது, அவருக்காக, அவருடன் அங்கு குழுமியிருந்த அனைவரும் அத்தகையதொரு கூட்டத்தில் உணர்வுப் பூர்வமாகக் கலந்து கொள்ள வேண்டுமென்று கேட்டுக் கொண்டான்.

ஜார்ஜ் அமர்ந்தவுடன், நான் எழுந்து அருகில் சென்று அப்பாவின் முகத்தைப் பார்த்தேன். கூட்டத்தினரை நோக்கிக் கூறினேன், “இங்கே படுத்திருக்கின்ற பெரியமனிதரின் மூத்த பிள்ளை என்கிற விதத்தில் மிகவும் முந்தைய காலக்கட்டத்தில் நடந்தவையெல்லாம் எனது நினைவுக்கு வருகின்றன. எமது தேவாலயத்தில் பாடுவதற்காக அப்பா காத்திருந்த வேளையில் அம்மா தொடக்க இசைக்குறிப்புகளை இசைத்துக் கொண்டிருந்தார். அந்தச் சமயத்தில், பியானோவுக்கு மேலே இருவருடைய பார்வைகளும் சந்தித்துக் கொண்ட காட்சி அன்பின் மாட்சியை எனக்குப் பிள்ளைப் பருவத்தில் அடையாளம் காட்டியது. அடுத்து, வாழ்க்கையை நடத்துவதே மிகவும் கடுமையாக இருந்ததாக மற்றவர்கள் புலம்பிக் கொண்டிருந்த காலத்தில் நான் அப்பாவிடம் பரிசாகப் பெற்ற காசு எனது பிள்ளைப் பருவ நினைவாக எழுகிறது. அவருடைய கவனத்தைக் கவருவதற்காக இரண்டாம் உலகப் போர் நடைபெற்ற தருணத்தில் அவர் பங்குபற்றிய படைக்குழுவினர் அரகோனேக் காட்டில் போரிட்ட விதத்தை விளக்குமாறு கெஞ்சிக் கேட்டேன். “நாங்கள் மூர்க்கமாகப் போரிட்டோம், மகனே!” என்று பெருமை பொங்கக் கூறிவிட்டு ஒரு டைம் நாணயத்தை எனக்குக் கொடுத்தார். அதன் பொருள், களத்தில் நிலைமை மோசமடைந்த வேளைகளில், தளபதி பிளாக்ஜேக் பெர்ஷிங் ஆள் அனுப்பி டென்னெஸ்ஸே, சாவன்னாவைச் சேர்ந்த எண்.2816106 சார்ஜண்ட் சைமன் ஏ. ஹேலியை அழைத்து வரச் சொன்னார். அப்பொழுது வேவு பார்த்துக் கொண்டிருந்த ஜெர்மானிய ஒற்றர்கள் தமது தலைமை அலுவலர்களிடம் செய்தியைத் தெரிவித்தனர். அதைக் கேட்டு கெய்சருக்கே நடுக்கம் ஏற்பட்டுவிட்டது!

கூட்டத்தினரிடையே தொடர்ந்து பேசினேன். லேன்ஸ் கல்லூரியில் அம்மாவை அப்பா சந்தித்த பின்னர், எங்களனைவருக்குமான மிகவும் இக்கட்டு நிறைந்த சந்திப்பு அவர் கிரீன்ஸ்பரோவிலுள்ள ஏ&டி கல்லூரிக்கு மாற்றம் பெற்ற பொழுது நிகழ்ந்தது. படிப்பைப் பாதியில் விட்டுவிட்டு விளைச்சலைப் பங்கிட்டும் கொள்ளும் முறையில் விவசாயம் செய்வதென்று எண்ணியிருந்தார். அவர் புறப்படுவதற்கு முன்னர் அவருக்கு தற்காலிகமாக கோடை காலத்தில் தொடர்வண்டி நிலைய எடுபிடியாகப் பணிபுரிய வாய்ப்புக் கிடைத்த செய்தி கிட்டியது. பஃபலோவிலிருந்து பிட்ஸ்பர்க் செல்லும் இரவு வண்டியில், இரவு இரண்டு மணியளவில் அவருடைய அழைப்புமணி ஒலித்தது. உறக்கம் பிடிக்காத வெள்ளைக்காரரும் அவருடைய மனைவியும் ஆளுக்கொரு கோப்பை சூடான பால் வேண்டுமென்றனர். கொடுத்து விட்டுத் திரும்பிய சமயத்தில், அப்பாவிடம் பேச்சுக் கொடுத்து, வளவளவென்று பேசுவதை வழக்கமாகக் கொண்ட வெள்ளைக்காரர், அப்பா கல்லூரி மாணவரென்றும் பகுதிநேரமாக வேலை செய்ததையும் அறிந்து கொண்டார். ஏராளமாகக் கேள்விகளைக் கேட்டுவிட்டு பிட்ஸ்பர்க் சென்று சேர்ந்தார். கோடைக்காலத்தில் கூலிவேலை மூலம் கிடைத்த ஒவ்வொரு காசையும் சேமித்துக் கொண்டு, 1916ஆம் ஆண்டு, செப்டம்பர் மாதம் கல்லூரிக்குத் திரும்பிய போது, கல்லூரியின் தலைவர் அவரிடம் ஒரு கடிதத்தைக் காட்டினார். தொடர்வண்டியில் சந்தித்த வெள்ளைக்காரர் கர்டிஸ் வெளியீட்டு நிறுவனத்தில் நிர்வாகியாகப் பணியாற்றி ஓய்வு பெற்றவர். ஆர்.எஸ்.எம்.பாய்ஸ் அவருடைய பெயர். ஓராண்டு படிப்பிற்கான செலவு பற்றிய விவரங்களைக்

கேட்டறிந்து அதற்குரிய காசோலையை அனுப்பி வைத்தார். கல்லூரிக் கட்டணம், தங்குமிடம், சாப்பாடு, புத்தகங்கள் அனைத்திற்குமாக 503—15 டாலர் பணத்தை அப்பாவுக்காக அவர் செலுத்தினார். அந்த ஆண்டு உயர்ந்த மதிப்பெண்கள் பெற்றதால் கார்னெல் பல்கலைக்கழகம் விவசாயப் படிப்புப் பயின்று முதலிடம் பெற்ற நீக்ரோ மாணவர்களுக்கு அளிக்கக் கூடிய கல்வி உதவித்தொகையை வென்று பட்டப்படிப்பினை முடித்தார்.

கார்னெல் பல்கலைக்கழகத்தில் அப்பா முதுநிலைப் பட்டம் பெற்றதையும், பேராசிரியராகப் பணியாற்றியதையும், அவருடைய செல்வாக்கில் வளர்ந்த நாங்களும் அம்மாவினுடைய குடும்பத்தைச் சேர்ந்தவர்களும் வாழ்க்கையில் நல்ல நிலைமை அடைந்ததையும் விளக்கிப் பேசினேன். அவருடைய இறுதிப் பயணம் தொடங்குகின்ற வேளையில் நான் ஒரு நூலாசிரியராக உயர்ந்து விட்டதையும், அமெரிக்காவின் தகவல் தொடர்பு நிறுவனத்தில் ஜார்ஜ் உதவி இயக்குநராகப் பணியாற்றியதையும், அமெரிக்கக் கடற்படையின் வடிவமைப்பாளராக ஜூலியஸ் பணியாற்றியதையும், லோயிஸ் இசை ஆசிரியையானதையும் கண்டு பெருமிதத்துடன் விடைபெற்றார் என்றும் கூறினேன்.

அதன் பின்னர், அவருடைய உடலை எடுத்துக் கொண்டு அர்கான்சாவுக்குப் பறந்தோம். அங்கே இரண்டாவது தொழுகை நடைபெற்றது. பைன் பிளஃப்பினுடைய ஏ.எம்.&எம் பல்கலைக்கழகம் மற்றும் சுற்றியுள்ள பகுதிகளிலிருந்து ஏராளமான நண்பர்கள் திரண்டிருந்தனர். அங்கே வேளாண் துறைத் தலைவராகப் பணியாற்றினார். நாற்பதாண்டுக் கால ஆசிரிய வாழ்க்கையில் அப்பா அனைத்துக் கல்விநிறுவனங்களையும் சுற்றி வந்து விட்டார். அவர் ஓய்வு பெற்ற பின்னர், பல்கலைக்கழக வளாகத்தினுள் ஒரு சாலைக்கு ‘எஸ்.ஏ.ஹேலி சாலை’ என்று பெயரிடப்பட்டது. அவருடைய உடலுடன் அந்தச் சாலையில் இருமுறை வலம் வந்தோம்!

பைன் பிளஃப்பில் தொழுகை முடிந்த பிறகு, அவர் ஏற்கனவே தனது விருப்பத்தைத் தெரிவித்திருந்தபடி, லிட்டில் ராக் எனுமிடத்திலிருந்த வெடெரென் கல்லறைக்குக் கொண்டு சென்றோம். 16வது பிரிவில் இருந்த 1429 எண் கொண்ட குழியில் அவருடைய உடல் இறக்கப்பட்டது. அவரால் மகன்களாக வளர்க்கப்பட்ட, குண்டா கின்டேயிலிருந்து ஏழாவது தலைமுறையினரான நாங்கள் மூவரும் அழக்கூடாது என்று ஏற்கனவே தீர்மானித்திருந்ததால், ஒருவருடைய முகத்தை மற்றவர் காண்பதைத் தவிர்த்து விரைந்து நடந்தோம்!

விண்ணுலகிலுள்ள மற்றவர்களுடன் அப்பாவும் இணைந்து விட்டார். அவர்கள் எம்மைக் கண்காணித்து வழிகாட்டும் ஒளியாகத் திகழ்வார்கள் என்று நம்புகிறேன்! காலங்காலமாக வரலாறுகள் வெற்றிபெற்றோரால் எழுதப்படுபவை என்று பெரும்பாலானோர் நம்பிக் கொண்டிருக்கிறார்கள். அத்தகைய எண்ணங்களின் மிச்ச சொச்சங்களை முறியடிக்கும் வகையில் எமது மக்களுடைய கதை திகழுவதற்கு அவர்களுடைய ஆசி கிட்டுமென்றும் நம்புகிறேன்!

○○○